Từ Điển
Tiếng Lóng Mỹ - Việt

***

NEW DICTIONARY
OF
AMERICAN-VIETNAMESE SLANG

Lap Nguyen, Ph.D.

LỜI TỰA

Có lẽ bạn đang tự hỏi tại sao chúng tôi bỏ công biên soạn một cuốn từ điển tiếng lóng? Đối với nhiều người, tiếng lóng thường mang ý nghĩa xấu – "người ngay không nói tiếng lóng". Họ cho rằng nó là thứ ngôn ngữ của dân chợ búa, của giới giang hồ, trộm cắp, đĩ điếm… vv. Thậm chí có người còn khẳng định việc biên soạn từ điển tiếng lóng chẳng khác gì việc dạy và ủng hộ sử dụng những từ ngữ này, "đầu độc" vốn từ vựng trong sáng của giới trẻ. Chúng tôi xin giải thích tại sao cuốn từ điển tiếng lóng này là rất cần thiết đối với độc giả, đặc biệt là những bạn trẻ đang học tiếng Anh.

Tiếng lóng là một hình thức phương ngữ xã hội của một ngôn ngữ, thường được sử dụng trong giao tiếp hàng ngày bởi một nhóm người. Tiếng lóng thường không mang ý nghĩa trực tiếp, nghĩa đen mà mang ý nghĩa tượng trưng, nghĩa bóng. Trong cuộc sống hàng ngày, có nhiều tình huống mà việc sử dụng tiếng lóng tỏ ra phù hợp hơn lối nói tiêu chuẩn. Chính vì thế, tiếng lóng ngày càng phổ biến và được sử dụng rộng rãi khắp thế giới. Các nhà nghiên cứu cho biết mỗi ngày có 4-5 từ lóng mới được tạo ra. Một số từ lóng trở thành ngôn ngữ chính thức trong văn viết, trong khi một số thì biến mất.

Hiện nay, tiếng Anh đã trở thành một trong những ngôn ngữ thông dụng nhất thế giới. Tại Việt Nam, số lượng người học tiếng Anh tăng nhanh mỗi năm và thế hệ trẻ đã được tiếp xúc với ngôn ngữ này từ rất sớm. Tuy nhiên, trong 4 kỹ năng thì việc làm chủ kỹ năng nghe nói luôn là điều khó khăn nhất. Nhiều người không thể hiểu người dân bản xứ nói gì trong thời gian đầu tiếp xúc với họ. Một trong những nguyên nhân chủ yếu là người bản xứ ưa thích sử dụng tiếng lóng trong giao tiếp hàng ngày. Do đó, việc tìm hiểu tiếng lóng trở thành một nhu cầu bức thiết đối với người học tiếng Anh. Không chỉ cần biết những từ lóng thông dụng, họ cũng cần biết những tiếng lóng nào mang ý nghĩa cấm kị, cần tránh sử dụng. Đã có nhiều trường hợp sử dụng tiếng lóng không đúng nơi, đúng chỗ, dẫn đến những mâu thuẫn không đáng có hoặc những tình huống dở khóc dở cười. Cuốn *Từ điển tiếng lóng Mỹ* của chúng tôi ra đời nhằm đáp ứng nhu cầu đó.

Trước tác phẩm của chúng tôi, một số cuốn từ điển tiếng lóng tiếng Anh đã được xuất bản, phần nào giúp độc giả tiếp cận với kiểu biến thể ngôn ngữ thú vị nhưng phức tạp này. Tuy nhiên, tốc độ phát triển chóng mặt của xã hội và truyền thông đã làm xuất hiện liên tục nhiều tiếng lóng mới. Thậm chí cả những người bản xứ cũng không thể nắm bắt và hiểu hết chúng, nói gì đến những kẻ "ngoại đạo" như chúng tôi. Nói vậy để thấy việc biên soạn cuốn từ điển là một quá trình lao động nhọc nhằn như thế nào.

Một trong những lí do chúng tôi thực hiện cuốn *Từ điển tiếng lóng Mỹ* vì đây là quốc gia có số lượng người nói tiếng Anh lớn nhất thế giới. Bên cạnh đó, sức ảnh hưởng của văn hóa Mỹ cũng góp phần thúc đẩy việc tạo ra và phổ biến những tiếng lóng mới, nhất là ở độ tuổi thanh thiếu niên. Nhiều từ lóng đã được giới trẻ Mỹ phát minh và được chấp nhận rộng rãi trên toàn cầu. Có thể nói rằng xứ sở cờ hoa là một trong những nước sử dụng tiếng lóng nhiều nhất thế giới. Người ta ước tính rằng một người Mỹ bình thường có vốn từ vựng khoảng 10,000 đến 20,000 từ, trong số đó tiếng lóng chiếm khoảng 2,000 từ. Mặc dù chỉ chiếm 10%, song chúng nằm trong số những từ vựng thường được sử dụng nhất.

Mục tiêu của chúng tôi là tạo ra một cuốn từ điển đại chúng, hiện đại nhằm giúp những người học tiếng Anh hoặc những ai tò mò muốn tìm hiểu tiếng lóng có được một bức tranh khái quát về cách sử dụng tiếng lóng tại Mỹ. Chúng tôi cố gắng sưu tầm và chọn lọc càng nhiều càng tốt những từ ngữ, cụm từ và thành ngữ thông dụng nhất, cùng với nhiều ví dụ để giúp độc giả biết ngữ cảnh mà chúng được sử dụng. Chúng tôi tập trung sưu tầm những từ lóng hiện đại, tuy nhiên vẫn có nhiều mục từ có vẻ cổ xưa hoặc không mang tính đại chúng. Chúng tôi cố tình đưa vào vì chúng có mối liên hệ với các biến thể của những từ lóng hiện đại, giúp bạn hiểu rõ hơn ý nghĩa của chúng. Tuy nhiên, chúng tôi không đi sâu tìm hiểu từ nguyên hoặc xuất xứ cụ thể của các từ vì khuôn khổ cuốn sách không cho phép và đó cũng không phải là trọng tâm của chúng tôi khi thực hiện cuốn sách này. Chúng tôi coi những tiếng lóng đang được sử dụng tại Mỹ là *tiếng lóng Mỹ*, bất chấp xuất xứ của chúng.

Để thực hiện một cuốn từ điển với hàng chục nghìn mục từ này, ngoài việc tự tiến hành thu thập và sàng lọc những từ lóng mới, chúng tôi còn tham khảo một số tác phẩm của những người đi trước. Công trình của họ là ngọn đèn dẫn lối cho những người làm công việc biên soạn từ điển như chúng tôi. Chúng tôi xin gửi lời tri ân chân thành tới họ và những người đã âm thầm đóng góp cho công trình này.

Mặc dù đã cố gắng hết sức trong việc chọn lọc và hiệu đính, chắc chắn sẽ có những sai sót không thể tránh khỏi. Có thể bạn không đồng ý với một số chọn lựa mục từ của chúng tôi, hoặc một số từ bị sai nghĩa, hay một số ví dụ không phù hợp. Chúng tôi xin độc giả thông cảm cho những sai sót và xin chờ đợi những ý kiến phản hồi để có thể chỉnh sửa kịp thời cho những lần xuất bản sau.

Chúng tôi hi vọng cuốn sách này sẽ trở thành công cụ hữu ích để giúp bạn vượt qua rào cản ngôn ngữ, nhanh chóng thích nghi và tự tin khi tiếp xúc với người nước ngoài. Qua đó, bạn có thể giới thiệu cho bạn bè quốc tế về đất nước và con người Việt Nam tươi đẹp, thân thiện và năng động.

Tác giả
Lập Nguyễn, Ph.D.

A

AA *(phát âm theo từng ký tự)* 1 *noun* *(quân đội, thế chiến I)* vũ khí phòng không hoặc hỏa lực phòng không; = ACK-AC 2 *modifier:* an AA barrage: *hàng rào súng cao xạ*

Abe's cabe *noun* *(biệt ngữ của người chơi nhạc jazz những năm 1930 và rock and roll những năm 1950)* tờ năm đô la [từ chân dung Lincoln trên tờ tiền và có lẽ từ cách rút gọn và phát âm lại của "cabbage"]

Abie 1 *noun* đàn ông Do Thái 2 *noun* thợ may

A-bomb *noun* 1 bom nguyên tử 2 *(dân chơi xế độ)* xe được thay đổi để tăng tốc nhanh và đạt tốc độ cao; = HOT ROT

abortion *noun* thứ gì có chất lượng kém; sự thất bại ê chề; = DISASTER

accidentally on purpose *adv* như thể tình cờ nhưng thật ra là cố ý

accommodation collar *noun* *(cảnh sát)* một vụ bắt giữ được thực hiện để đáp ứng hạn ngạch, thường nhằm phản ứng trước áp lực đòi hỏi cảnh sát hành động mạnh để trấn áp tội phạm

AC-DC *(biến thể: AC/DC or ac-dc or ac/dc)* 1 *adj* vừa quan hệ với người khác giới vừa quan hệ đồng tính; lưỡng tính 2 *adv* I think she does it AC-DC: *Tớ nghĩ cô ả vừa quan hệ với người khác giới vừa quan hệ đồng tính.*

ace 1 *noun* người có kỹ năng phi thường, thường là trong một lĩnh vực nào đó 2 *modifier:* an ace mechanic: *một thợ máy cực giỏi* 3 *noun* *(từ thế chiến I)* phi công chiến đấu mà đã bắn hạ năm máy bay địch trở lên 4 *noun* một người cực kỳ dễ chịu, hào phóng và lịch sự, đặc biệt là đàn ông; = PRINCE 5 *noun* *(người da đen và băng đảng đường phố)* người bạn tốt và đáng tin cậy; bạn thân; = BUDDY, PAL 6 *noun* *(người da đen)* một người đàn ông thích ăn mặc lòe loẹt, hợp mốt; = DUDE 7 *noun* *(ma túy)* một điếu cần sa; = JOINT 8 *noun* một đô-la; tờ một đô-la 9 *noun* *(quần vợt)* cú giao bóng ăn điểm trực tiếp 10 *noun* *(golf)* cú đánh một gậy vào lỗ 11 *noun* *(nhà hàng)* bàn đơn; khách đi một mình 12 *noun* *(quầy bán đồ ăn trưa)* bánh mì sandwich bơ nướng 13 *verb* *(thể thao)* ghi điểm bằng một cú giao bóng ăn điểm trực tiếp 14 *verb* (cũng là *ace out*) *(sinh viên)* làm bài thi tốt; được điểm A; đạt điểm tuyệt đối 15 *adj* đặc biệt; lão luyện; xuất sắc 16 *adv* rất tốt; xuất sắc; cực giỏi

ace boon coon or **ace boon** or **ace buddy** *noun* *(người da đen dùng)* bạn rất thân; bạn tốt nhất

ace-deuce *noun* ba, đặc biệt là 3 quân bài

ace-high *adj* tốt nhất; hạng nhất

ace in 1 *verb* dùng chiến lược để đưa mình vào vị trí có lợi hoặc vị trí tốt 2 *verb* hiểu; = DIG

ace in the hole 1 *noun* phương kế hoặc tài xoay xở vẫn còn được giấu kín 2 *noun* cái gì đó quan trọng dành cho lúc cần đến

ace of spades 1 *noun* một người da đen, đặc biệt là rất đen 2 *noun* bộ phận sinh dục nữ [từ hình dạng của quân át bích]

ace out *xem* ACE

ace up one's **sleeve** *noun* lợi thế giấu kín, đặc biệt là lợi thế gian xảo

acey-deucey 1 *adj* có thể chấp nhận; vừa ý; chung chung; = SO-SO 2 *adj* lẫn lộn; có cả mặt tốt lẫn xấu; cao lẫn thấp; nhập nhằng: an acey-deucey proposition: *một điều khoản nhập nhằn*

ack-ack *(quân đội, thế chiến I)* 1 *noun* súng phòng không; hỏa lực phòng không; = AA, FLAK 2 *modifier:* ack-ack positions: *các vị trí phòng không.*

across the board 1 *adj* *(đua ngựa)* chọn một vụ cược mà khoản tiền tương tự được cược vào con ngựa sẽ đứng vị trí thứ nhất, thứ nhì hoặc ba 2 *adv* Marcus bet $2 across the board on Duck Giggle in the fifth: *Marcus cược 2 đô-la vào con ngựa Duck Giggle sẽ đứng nhất, nhì hoặc thứ ba trong vòng đua thứ năm.* 3 *adj* chỉ định một sự thay phiên bằng nhau cho mỗi thành viên của một nhóm liên quan, đặc biệt là sự tăng hoặc giảm lương bằng nhau: They got an across-the-board increase of 80 cents an hour: *Họ đều được tăng lương 80 cent mỗi giờ.* 4 *adv* The fees were lowered across the board: *Chi phí được giảm toàn diện.* [từ *totalizator board* trình bày tỷ lệ ở trường đua ngựa]

act 1 *noun* sự biểu lộ cảm giác giả tạo; sự giả tạo kiểu cách: His elaborate grief was just an act: *Sự đau buồn cùng cực của ông ta thật ra chỉ là sự giả tạo.* 2 *noun* sự bắt chước gây ấn tượng; = SHTICK, TAKEOFF

acting jack *noun* *(quân đội)* quyền trung sĩ; một người lính mang phù hiệu hoặc có quyền của trung sĩ nhưng không có quân hàm chính thức

action 1 *noun* hoạt động cờ bạc; trò gieo súc sắc hay những trò mang tính may rủi khác 2 *noun* hoạt động hay trò tiêu khiển 3 *noun* hoạt động tình dục

act like one's **shit doesn't stink** *verb* cư xử kiểu tự kiêu; thể hiện cảm giác vượt trội

actor *noun* *(thể thao)* một vận động viên có tài giả vờ bị thương hoặc bị phạm lỗi, đặc biệt là một cầu thủ bóng chày giả vờ bị thương bởi một cú ném bóng một cách rất thuyết phục

ad lib 1 *v* nói, chơi, nhảy hoặc nói cách khác là biểu diễn một đoạn không có trong kế hoạch đề ra, thường là tự phát 2 *noun* một đoạn hoặc lời bình luận, v.v., được đưa ra một cách tự phát 3 *modifier:* an ad-lib gag: *một lời nói đùa ứng khẩu.* 4 *adv.* They danced ad lib until the conductor found his place again: *Họ đã nhảy một cách ngẫu hứng cho đến khi người chỉ huy dàn nhạc tìm lại được nhịp.*

adobe dollar *noun* một peso tiền Mexico

Afro *noun* 1 kiểu tóc được nhiều người da đen và một số người da trắng để, thường là kiểu tóc xoăn phồng lên quá mức 2 một

Afro-Saxon người da đen 3 *modifier*: an Afro social club: *một câu lạc bộ xã hội của người da đen*

Afro-Saxon *noun* (*người da đen dùng*) một người da đen có cách cư xử và tiêu chuẩn của cộng đồng da trắng thống trị; = OREO, TOM

a-go-go (*đặc biệt những năm 1960 và 1970*) **1** *n* vũ trường hoặc một nơi tụ tập để nhảy rock and roll **2** *modifier*: a-go-go music: *nhạc vũ trường* **3** *adj* nhịp cực nhanh **4** *adj* theo mốt mới nhất; kỳ cục; = TRENDY

ahead of the game *adv* ở vị trí có lợi hoặc chiến thắng

-aholic or **-oholic** or **–holic** *suffix* hậu tố thêm vào danh từ để có nghĩa là người nghiện hoặc bị nghiện thứ hoặc hoạt động gì đó: Therapy for Spendaholics: *Liệu pháp chữa trị cho người nghiện tiêu tiền.*

something or someone **ain't** *verb* thứ gì hoặc ai rõ ràng là không [được nói như một lời phủ định giễu cợt trong một phát biểu mang tính so sánh]

air *verb* phát sóng bằng truyền thanh hoặc truyền hình

air one's **belly** *verb* nôn; mửa

air one's **dirty linen** *xem* WASH one's DIRTY LINEN

airhead or **airbrain** *noun* người ngu ngốc; người khờ dại; = BUBBLEHEAD, DITZ

airheaded or **airbrained** *adj* ngu ngốc; nhẹ dạ; khờ khạo; lông bông; = BUBBLE-HEADED, DITZY

airmail *noun* rác quăng ra từ cửa sổ tầng trên của tòa nhà xuống bên dưới

air out *verb* **1** (*người da đen*) đi tản bộ **2** (*người da đen*) rời đi; = SRAM, SPLIT

airplay *noun* việc phát một đĩa hát trên đài phát thanh

AK or **ak** (phát âm theo từng chữ riêng) **1** *noun* = ALTER KOCKER **2** *noun* = ASS-KISSER

aka *prep* (phát âm theo từng chữ riêng) còn được gọi là; bí danh

Al or **Alfred** *noun* (*tiệm giày*) giày rộng khổ A

Albert *noun* (*tiệm cầm đồ hay thế giới ngầm xưa*) dây đồng hồ, đặc biệt là dây vàng

Alibi Ike *noun* người thường xuyên viện lý do và những lời giải thích hợp lý cho những hành động thiếu minh bạch

alkied or **alkeyed** *adj* say rượu

alky or **alki** *noun* **1** rượu **2** (*đặc biệt những năm 1920*) rượu uýt-ki lậu và kém chất lượng **3** người nghiện rượu kinh niên, đặc biệt là người vô gia cư hoặc sống trên đường phố; = BUM

all by one's **lonesome** *adv* một mình; đơn độc: She did it all by her lonesome: *Cô ấy tự làm tất cả.*

all ears *adj* rất nóng lòng để nghe; rất chăm chú

alley apple *noun* **1** một cục đá để trong vớ và được dùng làm dùi cui tạm thời; = GROUND BISCUIT **2** (cũng là *road apple*) cục phân ngựa

alley cat *noun* **1** con mèo vô gia cư; mèo lạc **2** người quan hệ tình dục bừa bãi, đặc biệt là phụ nữ

all-fired 1 *adj* cực độ; quá mức: He's got an all-fired lot of nerve: *Ông ta bị căng thẳng thần kinh quá mức.* **2** *adv* đến mức cực độ hoặc quá mức: Don't be so all-fired stupid: *Đừng quá ngu như thế.*

all get out or **all get up** *noun* (*từ cuối những năm 1800*) trường hợp cực đoan hoặc tuyệt đối của điều được nói đến

all hell broke loose *sentence* mọi thứ trở nên hỗn loạn, nguy hiểm, ồn ào, v.v..

alligator *noun* (*người da đen*) một người đàn ông quyết đoán, ăn mặc lòe loẹt và hiện đại; = DUDE, SPORT

alligator bait *noun* (*người da đen*) một người da đen, đặc biệt là người đến từ Florida hay Louisiana

all in *adj* (*từ những năm đầu thế kỷ 19*) mệt; kiệt sức; = BEAT, POOPED

all in one piece or **in one piece** *adv* còn nguyên vẹn; không bị tổn hại

all (or **all stuff**) **like that there** *noun* những thứ khác; những thứ linh tinh

all of a doodah *adj* (*đầu những năm 1900*) buồn; hồi hộp; băn khoăn

all-originals scene *noun* (*người da đen*) một bữa tiệc hoặc một dịp khác mà chỉ có người da đen tham dự

all-out 1 *adj* không giữ lại gì cả; dốc hết sức: an all-out effort: *một cố gắng hết sức* **2** *adv* He ran all-out for ten minutes: *Anh ta đã chạy hết sức trong 10 phút.*

all over someone *adj* **1** rất âu yếm; thiết tha say đắm **2** đánh đập một cách hung hăng

all over something *adj* rất yêu thích cái gì; rất say mê điều gì

all over the lot (or **the ballpark**) *adv* không tập trung và mâu thuẫn; lộn xộn

all-pro *adj* có chất lượng hàng đầu; xuất sắc; ưu tú

all quiet on the Western front *adj* (*từ thế chiến I*) êm đềm; bình yên; yên tĩnh

all reet (or **reat** or **root**) *interj* thán từ bày tỏ sự đồng tình

all right *adj* được; tốt; đáng khen ngợi [khi đứng trước danh từ cần có gạch nối]: Willy is an all-right guy: *Willy là một chàng trai tốt.*

all (or **aw**) **right 1** *interj* thán từ bày tỏ sự tán thành mạnh mẽ, đặc biệt cho điều gì đó được làm tốt hay thành công; = WAY TO GO **2** *affirm* vâng; tôi đồng ý: All right, I'll go when you want: *Vâng, tôi sẽ đi khi ông muốn.*

all right already *interj* thán từ thể hiện một lời nhận xét xác nhận rằng bạn đã nghe hoặc đã có quá đủ rồi: All right already! Stop pushing me!: *Đủ rồi! Đừng thúc giục tôi nữa!*

all righty *affirmation* (biến thể: **rightie** or **rightee** or **rightey** có thể thay thế cho **righty**) một cách trẻ con hoặc hài hước để nói "*all right*" (được rồi)

all that jazz *noun* những thứ khác; những thứ linh tinh

all that kind of crap *noun* (biến thể: **shit** or **stuff** or **bull** có thể thay thế cho **crap**) những thứ ngớ ngẩn và chán ngắt; những thứ gây buồn chán còn lại

all (that) meat and no potatoes *phrase* nói về một người hết sức béo: Look at that guy—all meat and no potatoes: *Nhìn gã kia kìa – béo phì.*

all that meat and no potatoes *interj* từ cảm thán bày tỏ sự vui thích và đánh giá cao của một người đàn ông khi thấy một người phụ nữ có thân hình đẹp [có nghĩa của một tiếng huýt sáo, được nhiều phụ nữ xem là xúc phạm]

all there *adj* thông minh; = TOGETHER: At least Prudence is all there: *Ít ra thì Prudence cũng thông minh.*

all the way *adv* không do dự; đến cùng: I'll back her all the way: *Tôi sẽ ủng hộ cô ấy tới cùng.*

all the way live *adj* (*học sinh*) hứng thú; sôi nổi; nhộn nhịp: That party was all the way live: *Bữa tiệc đó thật sôi nổi.*

all thumbs *adj* rất vụng về; không có khả năng thích hợp

all wet *adj* (*từ những năm 1920*) hoàn toàn sai; không đúng: Wrong! Wrong! You're all wet!: *Sai rồi! Sai rồi! Cậu hoàn toàn sai!*

the **almost** *noun* gần như là người tuyệt vời nhất hoặc thứ tốt nhất

already 1 *adv* đừng chần chừ nữa: Let's go already: *Đi thôi, đừng chần chừ nữa.* **2** ngay bây giờ: Shut up already: *Câm mồm ngay.* **3** *adv* rất rõ ràng; chính xác

also-ran *noun* một người, một sản phẩm cạnh tranh không thành công; người có tài năng tầm thường; = LOSER [từ thuật ngữ dành cho một con ngựa đua về thứ tư hoặc tệ hơn]

alter knocker (or **cocker**) *noun* ông già, đặc biệt là người đáng kinh tởm và hay cầu nhầu, khó chịu; = AK

alum *noun* nam sinh viên hoặc nữ sinh viên

Alvin or **alvin** *noun* người ngây thơ, dễ bị lừa; = MARK, PATSY, SUCKER

alyo (*trong thế giới ngầm và thể thao*) 1 *noun* bất kỳ nhiệm vụ hằng ngày nào 2 *noun* người không dễ bị bối rối; = COOL HAND 3 *noun* tình thế yên ổn hay an toàn 4 *noun* sự dàn xếp giữa tội phạm và cảnh sát để kẻ phạm tội không bị bắt hay làm phiền; = the FIX

amateur night 1 *noun* bất kỳ dịp nào mà những tay nhà nghề làm việc kém hoặc tầm thường 2 *noun* sự quan hệ tình dục bình thường với người không phải là gái điếm [từ những dịp hoặc tối đặc biệt khi dân nghiệp dư trình diễn tại nhà hát hoặc trên các chương trình phát thanh truyền hình]

ambidextrous *adj* lưỡng tính; = AC-DC

ambish *noun* (*đặc biệt ở giới sân khấu*) tham vọng; sự năng nổ

ambulance chaser 1 *noun* (*từ cuối những năm 1800*) bất kỳ luật sư không có đạo đức nào, hoặc những luật sư quá xông xáo trong việc kiếm khách hàng; = SHYSTER 2 *noun* (*từ đầu những năm 1900*) luật sư hay trợ lý luật sư thúc giục nạn nhân của các vụ tai nạn kiện người khác ra tòa vì tội gây thiệt hại và bất cẩn, v.v..

ammo 1 *noun* đạn dược: *The platoon is out of ammo: Trung đội đã cạn đạn dược.* 2 *modifier*: *the fat ammo barge rocked up and down: chiếc xuồng lớn chở đạn dược lắc lư lên xuống.* 3 *noun* thông tin và các tài liệu khác có thể được dùng trong các cuộc tranh luận, cuộc vận động, bản trình bày sự kiện, v.v..

amp 1 *noun* am-pe; đơn vị đo dòng điện 2 *noun* máy khuếch đại, đặc biệt là loại dành cho nhạc cụ điện tử

amscray *verb* rời đi; đi khỏi ngay lập tức; = BEAT IT, SCARM: *Amscray! Get out of here!*: *Cút xéo! Biến khỏi đây ngay!*

Amy-John *noun* (*người đồng tính*) người đồng tính nữ, đặc biệt là người đóng vai đàn ông; = BUTCH, DIESEL-DYKE

anchor man 1 *noun* (*sinh viên từ những năm 1920*) sinh viên có kết quả học tập thấp nhất lớp 2 *noun* (*cũng là anchor, anchor person*) phát thanh viên tin tức truyền hình có vai trò chính và điều phối trong chương trình

and *noun* (*quầy bán đồ ăn trưa*) món thứ hai của hai món luôn đi cùng nhau ["*Coffee and*" có nghĩa là "cà phê và bánh doughnut"; "*ham and*" có nghĩa là "giăm bông và trứng", v.v..]

and how *interj* thán từ bày tỏ sự đồng ý hay xác nhận

angel 1 *noun* (*từ khoảng năm 1920*) người đóng góp cho quỹ vận động tranh cử của một chính trị gia 2 *noun* (*từ sân khấu những năm 1920*) người đóng góp tài chính cho bất kỳ hoạt động kinh doanh nào, đặc biệt là một tác phẩm sân khấu; = BUTTER-AND-EGG MAN 3 *noun* (*từ những năm 1930*) người đàn ông đồng tính 4 *noun* nạn nhân của một tên trộm hoặc một tay lừa đảo; = MARK, PATSY 5 *noun* một hình ảnh mơ hồ không thực trên màn hình ra-da, thường là do những đàn chim, tình trạng không khí loãng hoặc do lỗi điện tử 6 *noun* (*hải quân, chiến tranh Việt Nam*) một chiếc trực thăng bay gần hàng không mẫu hạm để cứu đội bay bị đâm xuống nước 7 *verb* (*từ sân khấu*) đóng góp tài chính

angel food *noun* (*người lang thang*) bài giáo thuyết tại nhà của hội truyền giáo

Angelino or **Angeleno** *noun* người dân Los Angeles

angel teat (or **tit**) 1 *noun* rượu uýt-ki ngon với mùi thơm nồng 2 *noun* bất kỳ nhiệm vụ dễ dàng hoặc thú vị nào

angle *noun* điều mà người ta làm vì lợi ích, đặc biệt là hành động xảo quyệt được ngụy trang như lòng vị tha

Anglo *noun* người da trắng; = PATTY

animal *noun* (*từ quân đội và sinh viên, những năm 1940*) người đàn ông hành động như thú vật về cách xử sự, vệ sinh cá nhân hoặc sự hung hãn về tình dục

ankle *verb* đi bộ: *I ankled over to the bar*: *Tôi đi bộ đến quán rượu.*

Annie Oakley or **Annie** *noun* (*từ đầu những năm 1900, thể thao và ngành kinh doanh giải trí*) vé miễn phí cho một buổi trình diễn hay một trận đấu [*từ tên của một nghệ sĩ biểu diễn thế kỷ 19, người có thể bắn lủng một lá bài được quăng lên để nó trông giống một tấm vé được bấm lỗ*]

another country (or **county** or **precinct**) **heard from** *sentence* vẫn còn một giọng nói khác phát ra kìa [*thường là một phản ứng khó chịu và khinh bỉ trước một sự đóng góp ý kiến mới hoặc không mong muốn*]

ante up *verb* (*từ giữa những năm 1800*) đóng góp tiền mà bạn có trách nhiệm hoặc có thể phải cho

anti *noun* người chống lại ai hoặc một kế hoạch, quan điểm, một hành động cụ thể, v.v..

anti *adj* chống lại ai hoặc một kế hoạch, quan điểm, một hành động cụ thể, v.v..

antinuke 1 *adj* chống vũ khí hạt nhân; phản đối năng lượng và vũ khí hạt nhân 2 *noun* The antinukes assaulted Wall Street, holding hands, singing, and sitting in: *Những người chống vũ khí hạt nhân đã tấn công phố Wall bằng cách nắm tay, ca hát và ngồi ở đó.*

ants or **ants in** one's **pants** 1 *noun* trong trạng thái căng thẳng lo lắng; sự lo lắng, tình trạng không yên 2 *noun* sự kích thích tình dục; = THE HOTS

antsy 1 *adj* bồn chồn; lo lắng; hồi hộp; căng thẳng 2 *adj* gợi tình; dâm đãng; = HOT

A-number-1 or **A-number-one** *adj* có chất lượng cao nhất hay tốt nhất; hạng nhất; xuất sắc

anyhoo *adv* dù sao chăng nữa [*một lối cố tình phát âm sai để có tác dụng hài hước*]

any old *adj* có chất lượng bình thường hoặc tầm thường; không có điểm khác biệt đặc biệt

A-OK or **A-OKAY** or **A O-K** 1 *adj* đang diễn ra hoặc đang làm việc thích hợp; không có gì đáng lo ngại 2 *adj* trong tình trạng rất tốt: *I really feel A-OK*: *Tôi thật sự cảm thấy rất khỏe.* 3 *adv* The plan's going A-OK: *Kế hoạch đang diễn ra thích hợp.*

A-one or **A-1** *adj* xuất sắc; hạng nhất; = A-NUMBER-1 [*vốn dùng cho tàu, sau này dùng cho người và vật*]

ape 1 *noun* người da đen 2 *noun* (*kiểu nói của nhạc beat và rock and roll*) cái tốt nhất hay tuyệt vời nhất 3 *noun* tên côn đồ hung hăng khỏe mạnh; = GOON, GORILLA 4 *adj* (*cũng là ape-shit*) điên cuồng; ngu ngốc và tiêu cực; không có lý trí; bị kích động 5 *adj* (*cũng là ape-shit*) rất nhiệt tình; cực kỳ hào hứng; = BANANAS

the ape *adv* (*kiểu nói của nhạc beat và rock and roll*) rất tốt; tốt nhất

aped *adj* say rượu

ape hangers *noun* tay cầm lái được làm cao của xe đạp hoặc xe gắn máy

apparatchik *noun* sĩ quan phụ tá, cán bộ, v.v.., đặc biệt là một dạng người quan liêu; kẻ xu nịnh; = RUNNING DOG

apple 1 *noun* người đàn ông; anh chàng; anh bạn; = ARTICLE, GUY 2 *noun* (*người da đỏ*) người thổ dân Mỹ nịnh bợ những tổ chức của người da trắng bằng cách cách đi theo những giá trị văn hóa của người da trắng; = UNCLE TOMAHAWK 3 *noun* một quả bóng, đặc biệt là bóng chày 4 *noun* (*đặc biệt những năm 1930, nhạc sĩ nhạc jazz*) đường phố hoặc khu vực nhộn nhịp 5 *noun* (*đặc biệt những năm 1930, nhạc sĩ nhạc jazz*) thành phố hay thị trấn lớn

the Apple *noun* thành phố New York

applehead *noun* người đần độn; người ngu ngốc

applejack cap *noun* (*người da đen*) cái nón tròn sáng màu, thường được đan với lưỡi trai rộng và ngủ len (quả cầu nhỏ bằng len); = BOP CAP

apple-knocker 1 *noun* người nhà quê, đặc biệt là một người chất phác; = HICK 2 *noun* người hái trái cây, đặc biệt là người hái trái cây nay đây mai đó

apple-pie-and-motherhood *modifier*: có hiệu quả rõ ràng và không thể bác được

apple-pie order *noun* trật tự hoàn hảo; tình trạng ngăn nắp, chính xác và thích đáng

apple-polish *verb* tâng bốc và nuông chiều ai đó để đạt được mục đích cá nhân; nịnh hót

apple polisher *noun* người nịnh nọt những người trên mình một cách trơ trẽn

applesauce *noun* điều vớ vẩn, nhảm nhí; lời nói vô nghĩa; cách nói chuyện khoe khoang; = BULLSHIT, BUNK

appropriate *verb* (*đặc biệt là quân đội trong thế chiến II*) = LIBERATE

AR *noun* (*phát âm từng chữ riêng*) (*cảnh sát*) vụ cướp có vũ trang [viết tắt của "*armed robbery*"]

arcadenik *noun* người quen chơi video game arcade

Archie Bunker *noun* một người Mỹ bảo thủ thuộc tầng lớp trung lưu cấp thấp; = HARDHAT, REDNECK

argle-bargle *noun* sự tranh luận ngớ ngẩn, đặc biệt là những lý do phản đối có vẻ hợp lý; cuộc tranh cãi lặt vặt

Arkansas lizard *noun* (*người lang thang*) kẻ đáng khinh

Arky or **Arkie** 1 *noun* người làm công rày đây mai đó, đặc biệt là những người đến từ Arkansas 2 *noun* cư dân bang Arkansas; người miền quê chất phác từ miền trung nam nước Mỹ 3 *noun* = OKIE

arm 1 *verb* (*tài xế taxi*) = HIGHFLAG 2 *noun* viên cảnh sát [nghĩa cảnh sát bắt nguồn từ "*arm of the law*"]

an **arm and a leg** *noun* giá cao đắt đỏ: The trip cost an arm and a leg: Chuyến đi thật đắt đỏ.

armchair general (or **strategist**) *noun* một người nói chuyện hách dịch nhưng không thuyết phục về các vấn đề mà mình thiếu kinh nghiệm thực tế; = BLOWHARD, KNOW-IT-ALL

arm it *verb* (*tài xế taxi*) chở khách và thu phí mà không sử dụng đồng hồ đo; = HIGH FLAG, RIDE THE ARM

armored cow (or **heifer**) *noun* (*quân đội từ thế chiến II*) sữa hộp

armpit *noun* một nơi không được ưa thích, nghèo nàn, ọp ẹp và nguy hiểm; = ASSHOLE

Armstrong[1] or **armstrong** *noun* một nốt cao được chơi trên kèn trumpet

Armstrong[2] or **armstrong** *noun* (*đường sắt*) đầu máy được khởi động bằng tay

Armstrong heater *noun* cánh tay ôm tròn quanh bạn gái hay bạn trai

Armstrong mower *noun* cái hái

Armstrong starter *noun* cái quay tay dùng để khởi động máy móc

arm-waver *noun* một người mạnh mẽ hoặc dễ bị kích động

army chicken *noun* (*quân đội, Thế chiến II*) đậu và xúc xích Đức

the (or the old) **army game** *noun* trò lừa đảo; trò bài bạc không trung thực; = FLIMFLAM

army strawberries *noun* (*quân đội, thế chiến II*) quả mận khô

around the bend 1 *adj* điên rồ; không tỉnh táo; = BONKERS 2 *adv* với hầu hết hoặc phần khó nhất đã làm xong

around (or **round**) **the horn** 1 *adv* (*thế giới ngầm từ những năm 1930*) bị giam giữ với một tội nhẹ và chưa bị cáo buộc vì tội nặng hơn 2 *adj* (*bóng chày*) những cú ném từ gôn 3 đến gôn 2 đến gôn 1

art *noun* (*cảnh sát*) một tấm hình hoặc những tấm hình của tội phạm, đặc biệt những tên tội phạm bị truy nã

article *noun* một người, đặc biệt là người được xem là thông minh, đáng yêu hoặc tháo vát [luôn được đi trước bởi một tính từ hoặc bởi cụm từ "*Quite an*"]: Your little sister's quite an article: Cô em gái nhỏ của cậu là một người đáng yêu.

artillery *noun* (*thế giới ngầm, từ đầu những năm 1900*) súng, thường là súng ngắn; = HEATER

artsy-craftsy or **artsy** or **arty** *adj* (*từ những năm 1940*) làm ra vẻ có nghệ thuật; cố gắng để có hiệu quả nghệ thuật

artsy-fartsy or **artsy-smartsy** *adj* có tính nghệ thuật một cách rõ ràng và phô trương

asap or **ASAP** *adv* (*quân đội*) ngay lập tức; càng sớm càng tốt [viết tắt của "*as soon as possible*"]

ashcan or **ash can** *noun* (*hải quân, thế chiến I*) bom phá tàu ngầm

ash cat *noun* (*đường sắt*) người đốt lò cho đầu máy

Asiatic *adj* (*hải quân và thủy quân lục chiến từ trước thế chiến II*) điên; bị loạn trí; hoang dại; bạo lực [từ tính cách không ổn định của những người đã phục vụ quá lâu tại các đơn vị đồn trú ở Châu Á]

ask for it *verb* (*từ đầu những năm 1900*) cư xử theo kiểu muốn có rắc rối; khiêu khích

asleep at the switch *adj* (*đường sắt*) không quan tâm tới nhiệm vụ hay sự an toàn của ai; không cảnh giác; lơ là

as long as your arm *adj* rất rộng; rất dài

as per usual *adv* như thường lệ: You're late, as per usual: Anh lại đến muộn, như mọi khi.

ass 1 *noun* mông đít; = BUTT 2 *noun* hậu môn; = ASSHOLE 3 *noun* một người chỉ được xem như bạn tình hay mục tiêu để làm tình; = TAIL 4 *noun* hoạt động tình dục; sự hài lòng về tình dục 5 *noun* cái tôi; một người; bản thân mình: Get your ass out of here pronto: Lê mông của mày ra khỏi đây ngay.

ass backwards 1 *adv* theo kiểu đảo ngược hoặc lộn xộn 2 *adj* The whole plan is as backwards: Toàn bộ kế hoạch thật lộn xộn

assbite *noun* sự chỉ trích cay độc; sự khiển trách nặng nề

ass fuck *noun* sự quan hệ tình dục qua hậu môn; = BUGGER, BUNGHOLE

asshole or **butthole** 1 *noun* hậu môn; trực tràng 2 *noun* một thằng ngốc; thằng đần 3 *noun* = ASSHOLE BUDDY 4 *noun* phần kinh tởm và đáng ghét nhất; = ARMPIT

asshole (or **buttfuck**) **buddy** *noun* bạn thân; = PAL

one's **ass in dragging** *sentence* một người rất mệt; một người đã kiệt sức, do đó trở nên chậm chạp

one's **ass in getting light** *sentence* người thường xuyên bị quở trách; người bị trừng trị nghiêm trọng

one's **ass in grass** *sentence* đối tượng đang gặp rắc rối; người sẽ bị hủy hoại, bị giết

someone's **ass in on the line** *sentence* ai đó đang gặp nguy hiểm; ai đó đã nhận lãnh trách nhiệm nguy hiểm

asskicker 1 *noun* (*quân đội*) một người mạnh mẽ, thường là một sĩ quan hay làm phiền cấp dưới 2 *noun* thứ gì đó hoạt động tốt 3 *noun* một trải nghiệm làm mệt lử

asskicking *adj* (*quân đội*) chạy tốt: That's an asskicking little heater: Đó là một thiết bị sưởi nhỏ hoạt động tốt.

ass-kisser *noun* (biến thể: **licker** or **sucker** có thể thay thế cho **kisser**) người bợ đỡ; kẻ nịnh hót

ass-kissing *noun* hành động lấy lòng hoặc bợ đỡ; sự nịnh hót; lời xu nịnh với bề trên; = BROWN-NOSING

ass man 1 *noun* người đàn ông cho rằng hình ảnh cặp mông người phụ nữ đem đến sự kích thích tình dục mạnh nhất 2 *noun* người

ass over tincups

đàn ông quá ham mê tình dục; kẻ dâm đãng; người cuồng dâm; = COCKMAN

one's ass (or **buns** or **tail**) **off** *adv* rất chăm chỉ; tốt nhất; cố gắng hết mình

ass over tincups (or **teacups** or **teakettle**) *adv* trong tình trạng không tự lo liệu được; hoàn toàn: *She's so beautiful she'll knock you ass over tincups*: Cô ấy quá đẹp đến nỗi cô ấy sẽ đánh gục cậu hoàn toàn.

ass peddler *noun* gái điếm hoặc đĩ đực

ass-wipe or **ass-wiper** 1 *noun* giấy vệ sinh hay thứ tương tự được dùng 2 *noun* tên ngốc; gã đê tiện; = ASSHOLE

assy *adj* (*người đồng tính*) hiểm độc; ác độc; hèn hạ; = BITCHY

at liberty *adv* thất nghiệp

attaboy or **attagirl** *interj* thán từ bày tỏ sự chấp thuận hoặc khuyến khích; = WAY TO GO

attitude *noun* hành vi hung hăng hoặc đối lập; thái độ phẫn uất và căm thù; tính hay gây gỗ

attrit 1 *verb* tống khứ hay bỏ đi dần dần 2 *verb* giết 3 *noun* (*không quân*) tỷ lệ thương vong hay tiêu hao dự kiến

audible 1 *noun* (*bóng bầu dục*) cách chơi hoặc đội hình được công bố ở vạch giành bóng và khác với đội hình được đưa ra lúc hội ý 2 *noun* bất kỳ sự thay chỉ dẫn bất ngờ hoặc ngẫu hứng nào, đặc biệt là dùng khi nói

aunt or **Aunt** 1 *noun* bà chủ nhà chứa; má mì 2 *noun* (*đồng tính*) người đồng tính nam lớn tuổi

auntie[1] *noun* (*từ đầu những năm 1800*) phụ nữ da đen lớn tuổi

auntie[2] *noun* (*không quân*) tên lửa đánh chặn [từ sự phát âm sai hài hước của anti]

Aunt Tom *noun* người phụ nữ không ủng hộ hay thông cảm phong trào giải phóng phụ nữ

ausgespielt *adj* kiệt sức hoàn toàn; kiệt sức; = FRAZZLED, PLAYED OUT

Aussie 1 *noun* người Úc 2 *adj* *the Aussie movie industry*: ngành công nghiệp điện ảnh Úc

Aussie steak *noun* thịt cừu

avoirdupois *noun* trọng lượng cơ thể; sự mập hay sự béo phì

aw *interj* thán từ thể hiện sự van nài, thất vọng, mất niềm tin, hối tiếc, và nhiều cảm giác không thoải mái khác [dùng một mình hoặc trước những cụm từ cố định nhất định như "come on", "hell", "man", hay "shoot"]

awash 1 *adj* no nước; ngấy 2 *adj* bị ngập; bị chìm đắm trong

away 1 *adv* (*bóng chày*) ra ngoài 2 *adv* (*thế giới ngầm*) trong tù: *My cousin is away for a year*: Anh họ tôi ở tù một năm.

awesome *adj* tuyệt vời; xuất sắc; nổi bật; = COOL, NEAT

awful 1 *adj* rất khó chịu; chướng tai gai mắt 2 *adv* rất; mãnh liệt

awfully *adv* rất; rất nhiều: *It's awfully dark here*: Trời ở đây rất tối.

AWOL or **awol** 1 *adj* (*quân đội, thế chiến I*) nghỉ mà không xin phép; trốn khỏi tù hoặc đào ngũ [viết tắt của "*absent without leave*"] 2 *noun* người vắng mặt mà không có sự cho phép

aw shucks *interj* thán từ thể hiện sự lúng túng, hối tiếc và những cảm giác không thoải mái khác: chao ôi!; tiết quá!

awshucksness *noun* tính khiêm tốn

ax or **axe** 1 *noun* (*nhạc sĩ nhạc jazz*) nhạc cụ, đặc biệt là kèn saxophone 2 *noun* (*rock and roll*) đàn ghi ta điện

ax or **axe** 1 *verb* sa thải ai khỏi một công việc, đội, trường học, mối quan hệ, v.v.. 2 *verb* loại trừ; cắt giảm

axle grease *noun* bơ

Aztec two-step *noun* bệnh tiêu chảy mà những khách du lịch ở Mexico và Nam Mỹ mắc phải

azul 1 *noun* một viên cảnh sát; = COP 2 *noun* cảnh sát; = FUZZ

B

B *noun* = BEE

ba *adj (được phát âm theo từng ký tự riêng)* = BARE-ASSED

bab *noun (được phát âm theo từng ký tự riêng)* bãi biển tắm tiên [từ *"bare-ass beach"*]

babe 1 *noun* một cô gái hay phụ nữ trẻ quyến rũ, gợi cảm; = CHICK, DOLL 2 *noun* (cũng là *babes*) cách gọi biểu lộ sự âu yếm dành cho phụ nữ hoặc đàn ông

baby 1 *noun* vợ, bạn gái hoặc một phụ nữ yêu dấu khác; ít thường xuyên hơn, chồng, bạn trai hoặc một người đàn ông yêu dấu 2 *noun* bất kỳ người yêu dấu hoặc được cho là yêu dấu nào 3 *noun* người hèn hạ và nguy hiểm 4 *noun* bất cứ gì gắn với cảm xúc đặc biệt, sự khâm phục, kiêu hãnh hoặc sợ hãi

baby blues *noun* mắt xanh: gazing into her baby blues: *nhìn vào đôi mắt xanh của cô nàng*

babycakes or **honeycakes** *noun* người yêu hoặc người yêu dấu khác; cục cưng

baby doll 1 *noun* một phụ nữ đẹp, đặc biệt là người được yêu mến bởi người đàn ông của cô ta 2 *noun* một phụ nữ đẹp và sắc sảo nổi bật, đặc biệt là dạng con gái tóc vàng mắt xanh 3 *noun* bất kỳ người tử tế, thú vị, đáng yêu nào

baby-kisser *noun* nhà chính trị, đặc biệt là người đang vận động tranh cử

baby-lifter *noun (đường sắt)* người gác phanh trên chuyến tàu chở khách

baby-sit *verb* chăm sóc bất cứ ai hoặc bất cứ gì

baby-sitter *noun (hải quân từ chiến tranh Việt Nam)* tàu khu trục bảo vệ hàng không mẫu hạm

bach or **batch** *noun* một người độc thân

bachelor girl 1 *noun* một phụ nữ trẻ chưa kết hôn, thường có nghề nghiệp; = CAREER GIRL 2 *modifier:* a bachelor-girl apartment: *một căn hộ dành cho phụ nữ độc thân*

bachelor mother 1 *noun* một phụ nữ chưa kết hôn nhưng có con; bà mẹ đơn thân 2 *noun* một bà mẹ tự nuôi con, dù đã kết hôn trước đây

bach (or **batch**) **it** *verb* sống một mình như một người đàn ông chưa kết hôn, đặc biệt trong thời gian ngắn và thường là thời gian cầu thả trong khi vợ đi vắng

back 1 *verb* ủng hộ ai với một cố gắng nào đó hoặc đích thân có mặt để ủng hộ 2 *verb* đặt cược 3 *verb* đóng góp tiền cho; = BANKROLL

back alley 1 *noun* một con hẻm hoặc đường trong khu vực bẩn thỉu và có tiếng xấu; đường hoặc khu ổ chuột 2 *modifier:* a back-alley saloon/back-alley language: *một quán rượu ở khu ổ chuột/ngôn ngữ đường phố*

backasswards *adverb* = ASS BACKWARDS

back-breaker *noun* một công việc hoặc nhiệm vụ khó; = BALL-BUSTER, BITCH, PISSER

the back burner *noun* vị trí của một ý tưởng, dự án, đề nghị, v.v.. nơi nó được giữ sẵn để dùng khi hữu sự

back-burner *verb* giữ lại một dự án, đề xuất, v.v. để dùng khi hữu sự

back door or **backdoor** 1 *noun* hậu môn; = ASSHOLE 2 *noun* (*băng tầng nghiệp dư*) phía sau xe ô tô hay xe tải 3 *noun* (*băng tầng nghiệp dư*) chiếc xe tải cuối của một đoàn hộ tống

back-door *adj* không trung thực; đáng ngờ

backdoor man *noun (người da đen)* tình nhân của một phụ nữ đã có chồng

back down *verb (giữa thập niên 1800)* rút lui khỏi vị trí; đầu hàng; rút lại

backgate (or **backdoor**) **parole** *noun (nhà tù)* cái chết của một tù nhân do nguyên nhân tự nhiên

backhouse *noun* nhà vệ sinh ngoài trời không có hệ thống ống nước; nhà xí bên ngoài, thường ở phía sau nhà

back number *noun (từ cuối thập niên 1800)* ai hoặc thứ gì đó lỗi thời; = HAS-BEEN

back off 1 *verb* ngừng chọc phá hoặc quấy rầy ai [thường là mệnh lệnh hoặc đe dọa] 2 *verb* dịu lại hoặc tiết chế; bớt gay gắt 3 *verb* chậm lại; thoải mái hơn đi: Hey, back off a little, I don't get you: *Này, chậm lại chút đi, tôi sẽ không bắt anh đâu.*

back someone **off** *verb* ra lệnh cho ai rời khỏi; đuổi ai

back out *verb (từ giữa thập niên 1800)* hủy hoặc từ bỏ một sự hòa giải; = CRAWFISH, FINK OUT

backroom *adj* liên quan đến động cơ chính trị; từ trong nhóm giật dây của những vấn đề đảng phái

back-scratch *noun* sự giúp đỡ hoặc sự sẵn lòng giúp đỡ bởi người khác

backseat driver *noun* một người đưa ra lời khuyên chẳng ai cần đến; = KIBITZER

back talk *noun* câu trả lời láo xược; bình luận xấc xược; = SASS

one's back teeth are floating *sentence* một người rất mắc tiểu

back time *noun (nhà tù)* phần chưa thi hành của án tù mà người vi phạm lệnh tạm tha phải thụ án nếu bị đưa trở lại nhà tù

back to square one *adverb* quay lại điểm xuất phát; quay trở lại lúc ban đầu, thường là đã lãng phí rất nhiều công sức

back to the salt mines *adverb* quay lại nơi làm việc với công việc nặng nhọc

backup 1 *noun* sự thay thế, dự bị hoặc thứ gì hoặc ai đó dự bị sẵn sàng để thay thế khi hữu sự 2 *modifier:* a backup system: *một hệ thống dự bị sẵn* 3 *noun* một dịp mà vài người đàn ông quan hệ tình dục lần lượt với một phụ nữ; = GANG BANG

back up 1 *verb* ủng hộ hoặc xác nhận, đặc biệt là xác nhận sự trình bày của 2 *verb* nhắc đến một chỗ trước đó 3 *verb* từ chối hoàn thành cái gì; rút lại cái gì (một thỏa ước, một lời hứa, v.v..)

back someone up 1 *verb* xác nhận điều ai nói; ủng hộ những gì ai đó làm 2 *verb* sẵn sàng thay thế ai; dự trữ sẵn để dùng 3 *verb* (*bóng chày*) chơi đằng sau một trung vệ để cứu những quả bóng mà có thể bị trượt

the back yard *noun* (*xiếc*) những người trình diễn được phân biệt với ban quản lý

bad *adj* (*đặc biệt là trong lứa tuổi teen, bắt nguồn từ nhạc sĩ nhạc jazz và người da đen từ đầu thập niên 1950*) xuất sắc; tốt; đáng khâm phục • bad nigger: người da đen đáng khâm phục

bad actor 1 *noun* động vật hoang dã và nguy hiểm 2 *noun* người xấu xa hoặc lừa đảo 3 *noun* tên tội phạm quen thói

badass 1 *noun* (*người da đen*) kẻ vô dụng; = BAD ACTOR, BUM 2 *noun* người cứng rắn, can đảm 3 *noun* người hung hăng; người kêu ngạo và hiếu chiến

bad-ass *adj* 1 xuất sắc; đáng tôn trọng; cừ 2 hay gây sự; hung hăng

bad count *noun* cư xử không trung thực; một quyết định bất công

baddie 1 *noun* ai hoặc thứ gì đó tồi tệ, đặc biệt là một tên côn đồ trong phim, truyền hình hoặc trong thể thao 2 *noun* một tên tội phạm hoặc một người bị khiển trách thường xuyên khác; = BAD MAN

bad egg *noun* (*từ giữa thập niên 1800*) tên côn đồ; tội phạm hoặc kẻ tồi tệ khác; = BAD ACTOR, BADDIE

badge *noun* (*thế giới ngầm, thập niên 1920*) nhân viên cảnh sát

badge bandit *noun* (*dân chơi xế độ*) sĩ quan cảnh sát

badger game *noun* 1 phương pháp tống tiền mà trong đó người phụ nữ dụ nạn nhân vào một tình huống tổn thương về mặt tình dục, khi đó một kẻ đồng lõa nam xuất hiện và đòi bồi thường để giữ im lặng 2 bất kỳ biện pháp tống tiền hoặc đe dọa nào

bad man (or **guy**) *noun* (*từ cuối thập niên 1800, giới cao bồi*) một tên côn đồ, đặc biệt là kẻ sát nhân, kẻ ăn trộm ngựa, v.v.. trong một bộ phim cao bồi

bad mouth 1 *noun* lời nguyền rủa; lời sỉ nhục 2 *noun* người nói xấu; người dèm pha người khác 3 *noun* người nói chuyện theo kiểu khiêu khích 4 *verb* nói xấu; xỉ nhục; miệt thị; phỉ báng ai

bad news *noun* 1 người khó ưa hoặc làm nản lòng, đặc biệt là người phiền toái 2 hóa đơn cho thứ gì đó; = BEEF 3 người nguy hiểm; kẻ gây phiền hà 4 bất kỳ tình huống hay sự kiện đáng tiếc hoặc không may nào

bad nigger *noun* 1 (*từ người da đen*) người da đen, thường là nam, giành được sự tôn trọng từ dân tộc của mình bằng cách chống lại xã hội da trắng thống trị 2 (*từ người da đen*) một người đàn ông da đen hiếu chiến, đặc biệt là kẻ ngược đãi phụ nữ

bad paper *noun* tiền giả; cổ phiếu giả; tờ séc không hợp lệ

bad pay *noun* người không trả nợ hoặc trả một cách chậm chạp

bad rap *noun* 1 (*thế giới ngầm*) lời buộc tội hoặc bản án sai; sự trừng phạt sai; = BUM RAP 2 sự chỉ trích hoặc phê bình phi lý

bad scene *noun* (*từ dân da đen và phong trào phản văn hóa thập niên 1960*) điều gì đó khó chịu, đặc biệt là một trải nghiệm hoặc tình huống không hài lòng và làm nản lòng

bad shit *noun* 1 điều gì đó đe dọa và khó chịu 2 vận rủi

bad talk *noun* (*người da đen*) những lời bình luận ảm đạm

bad time *noun* 1 (*quân đội, thế chiến II*) thời gian ở tù không tính vào cả án tù; thời gian phục vụ trong quân ngũ không tính vào cả thời gian làm nghĩa vụ 2 án tù cho hành vi phạm tội nhỏ nhất có thể tránh được

bad (or **bum** or **down**) **trip** *noun* (*từ phong trào phản văn hóa hóa*

thập niên 1960) bất kỳ dịp hoặc trải nghiệm khó chịu nào; = BUMMER, DOWNER

bafflegab *noun* phong cách khoa trương và tẻ nhạt bị ảnh hưởng bởi công chức quan liêu và những học giả nhất định

bag 1 *noun* bìu dái 2 *noun* bao cao su 3 *noun* ngực phụ nữ 4 *noun* một cô gái hoặc phụ nữ xấu xí, không hấp dẫn 5 *noun* một bà già, đặc biệt là bà già đanh đá đáng ghét; = OLD BAT 6 *noun* môi trường; hoàn cảnh 7 *noun* sự hứng thú; sự ưa thích; sở thích; = KICK, THING 8 *verb* bắt giữ: You don't have to bag nuns: Anh không phải bắt giữ các bà sơ. 9 *verb* đuổi; = CAN, FIRE 10 *verb* bỏ một thứ hoặc rời một nơi: Let's bag the mall. It's boring: Hãy rời khỏi khu mua sắm này. Chán òm. 11 *verb* (*đặc biệt là sinh viên*) tránh; = SKIP 12 *verb* (cũng là **bag it**) (*sinh viên*) gạt bỏ; vứt bỏ; dừng; đầu hàng cái gì 13 *verb* bao gồm; phân loại; tập hợp lại 14 *verb* kiếm được; giành được cái gì

bag ass *verb* rời khỏi nhanh chóng; ra đi; vội vã; = HAUL ASS

baggage smasher *noun* (*từ giữa thập niên 1800*) người xử lý hành lý tại một ga xe lửa, sân bay, v.v..

bagged *adj* say rượu

bagged-out *adj* mặc đồ cũ hoặc không hợp mốt

baggies *noun* 1 quần soóc hoặc quần đùi đàn ông kiểu võ sĩ quyền Anh rộng thùng thình 2 quần dài, giống quần của thập niên 1930

bag job *noun* một vụ trộm, đặc biệt là khi được gây ra bởi một người thi hành pháp luật hoặc nhân viên tình báo đang tìm thông tin

bag lady or **shopping-bag lady** or **bag woman** *noun* 1 một phụ nữ ra đường nhặt nhanh những món đồ bỏ đi rồi mang chúng về nhà trong những chiếc túi mua sắm 2 một phụ nữ vô gia cư, thường là lớn tuổi, sống ở những nơi công cộng và mang theo đồ đạt trong những chiếc túi mua sắm

bagman *noun* (*thế giới ngầm*) người thu tiền cho bọn hối lộ, tống tiền hoặc bọn cướp, v.v..

bag opener *noun* tên trộm mở và trộm ví

bag-play or **bagging** *noun* hành động cố gắng cầu cạnh người trên; lấy lòng ai bằng cách nịnh bợ; = BROWN-NOSING

bags *noun* 1 quần 2 ngực phụ nữ; = TITS 3 số lượng lớn: He's got bags of money: Hắn có rất nhiều tiền.

bag some rays *verb* tắm nắng

bag your face *sentence* (*học sinh*) hãy giấu mặt đi; mày là đồ đáng ghét [*sự lăng mạ chung*]

bail *verb* 1 (*ngành đường sắt xưa*) xúc than vào lò 2 (*sinh viên đại học*) rời khỏi; = CUT OUT, SPLIT

bail on someone *verb* bỏ rơi ai; rời ai

bail out *verb* từ bỏ một cố gắng, dự án, mối quan hệ, v.v.. để giảm thiệt hại

bail someone out *verb* cứu ai khỏi hoàn cảnh khó khăn; giúp ai thoát nợ, lúng túng, v.v..

bait *noun* (*đồng tính*) một người được dùng như chim mồi của cảnh sát để bẫy những người đồng tính

bakehead *noun* (*ngành đường sắt xưa*) kỹ sư đầu máy hoặc công nhân đốt lò

the baker *noun* (*thế giới ngầm*) ghế điện

bald *adj* (*người lang thang*) không được bọc lại, thường nói về một bữa ăn bố thí cho ăn mày

bald face *noun* (*từ giữa thập niên 1800*) uýt-ki chưa đủ tuổi hoặc kém chất lượng; uýt-ki nhà làm hoặc lậu

bald-headed row *noun* 1 hàng ghế trước của một buổi diễn hài tục tĩu hoặc một buổi diễn cởi quần áo 2 bất kỳ nhóm đàn ông nào, đặc biệt những ông già, nhìn chằm chằm vào phụ nữ

baldy or **baldie** *noun* 1 người đàn ông bị hói đầu 2 lốp xe hơi bị mòn

ball 1 *noun* tinh hoàn; hòn dái; = NUT 2 *noun* (*đầu thập niên 1900, thế giới ngầm*) một đô-la, đặc biệt là đô-la bạc 3 *noun* (*thế giới ngầm*) tiền trợ cấp của tù nhân để thực hiện những buôn bán nhỏ 4 *noun* (*quầy bán đồ ăn trưa*) cái muỗng kem duy nhất 5 *verb* quan hệ tình dục; giao hợp với; = SCREW 6 *verb* vuốt ve dương vật người đàn ông 7 *verb* có thời gian đẹp và vui thích; tận hưởng theo cách tự do và thư giãn

a ball *noun* một thời gian đặc biệt tốt; một dịp cực kỳ vui

ball and chain *noun* vợ; = OLD WOMAN : *I've got to get home to my ball and chain*: Tôi phải về nhà với bà xã thôi.

ball-bearing hostess *noun* (*hàng không*) tiếp viên nam trên cabin trong máy bay

ball-buster (biến thể: **breaker** or **wracker** có thể thay thế **buster**) 1 *noun* điều gì rất khó hoàn thành; một nhiệm vụ hết sức khó nhọc; = KILLER 2 *noun* ai đó chỉ định và theo dõi những nhiệm vụ cực khó 3 *noun* một phụ nữ làm mất dần hoặc phủ nhận tính đàn ông; một phụ nữ bị cắt buồng trứng

ball-busting 1 *noun* sự làm mất dần hoặc phá hủy tính chất đàn ông; = NOT CRUNCHING 2 *adj his lily-back reputation with that ball-busting wife of him*: Tiếng tăm của người theo phái loại người da đen ra ngoài đời sống chính trị cùng với bà vợ làm mất tính đàn ông của ông ta.

balled up *adj* bối rối; lúng túng; = FUCKED UP, SCREWED UP

ball game 1 *noun* một nhóm điều kiện nhất định, sự liên hợp của các trường hợp; tình huống 2 *noun* một cuộc thi; sự ganh đua 3 *noun* yếu tố hoặc sự kiện quyết định, đặc biệt là trong một cuộc thi; = THE NAME OF THE GAME

balling *noun* (*người da đen, từ thập niên 1930*) sự thích thú; sự vui thích, đặc biệt theo kiểu tự do

the ball is in someone's court *sentence* hành động, quyết định, câu trả lời tiếp theo, v.v.. thuộc về người hoặc những người được biểu thị: *That's my offer. The ball is in your court*: Đó là đề nghị của tôi. Quyết định thuộc về anh.

ball of fire or **fireball** *noun* 1 người trình diễn sáng chói; một đối thủ cạnh tranh thành công ngoạn mục; = GO-GETTER, HOT SHOT 2 (*đường sắt*) một xe lửa rất nhanh

balloon 1 *noun* (*người lang thang*) túi ngủ của kẻ sống lang thang; = BINDLE 2 *noun* bao cao su 3 *noun* tờ một đô-la; một đô-la 4 *noun* (*quân đội*) trung đội 5 *noun* một hình tròn với một đường thẳng chỉ vào miệng người nói, được dùng để trình bày lời thoại trong truyện tranh

balloon *verb* (*rạp hát*) quên lời nhân vật hoàn toàn suốt một buổi trình diễn; = BLOW UP

balloon head *noun* người ngu ngốc; người đần độn; = AIRHEAD

balloonheaded *adj* ngu ngốc; đần độn

ballpark figure (or **estimate**) *noun* một sự xấp xỉ về con số: *I'd say forty, but that's ballpark figure*: Tôi nói là 40, nhưng đó là con số xấp xỉ thôi.

balls 1 *noun* tinh hoàn; hòn dái 2 *noun* sự can đảm; khí phách; = GUTS 3 *noun* (*Anh dùng*) chuyện vô nghĩa, phi lý

balls *interj* thán từ diễn tả sự hoài nghi, thất vọng, hoặc chán nản: vớ vẩn!; vô lý!; kỳ vậy!: *Out of gas! Balls! I just filled it up!*: Hết ga rồi! Vô lý! Tôi mới sạc đầy mà!

ballsiness or **balliness** *noun* sự can đảm; = BALLS, GUTS

balls-out *adj* (*đua ô tô và người chạy mô tô*) rất tuyệt vời; cực độ

balls to the wall 1 *adv* cực độ; hết tốc lực; = ALL-OUT, FLAT OUT: *driving balls to the wall*: lái hết tốc lực 2 *adj They are not the cigar-chomping "balls to the wall" warmongers of popular perceptions*: Họ không phải là những kẻ gây chiến "cực độ" thích nhai xì gà như sự nhận thức phổ biến.

balls-up *noun* (*Anh dùng*) một sai lầm vô lý và lúng túng; = FUCK UP

ballsy *adj* gan góc; dũng cảm; can trường; = GUTSY

ball the jack 1 *verb* di chuyển hoặc làm việc rất nhanh 2 *verb* cược mọi thứ vào một cú đánh hoặc một lần thử

ball up 1 *verb* làm hỏng; phá; làm thất bại do bất tài 2 *verb* làm lúng túng, làm bối rối; đi lạc đường

ballyhoo 1 *noun* (*xiếc và lễ hội*) phương pháp dùng để thu hút đám đông; cuộc trình diễn nhỏ miễn phí bên ngoài một nơi giải trí với mục đích thu hút khách vào trong 2 *noun* sự quảng cáo hoặc sự rao hàng, đặc biệt theo kiểu khàn khàn và nhiều màu sắc; = FLACK, HYPE 3 *verb They ballyhooed him right into office*: Họ đã quảng cáo ông ta ngay trong văn phòng.

bally show *noun* (*lễ hội và xiếc*) một cuộc biểu diễn phụ

bally stand *noun* (*lễ hội và xiếc*) cái bục nơi người rao hàng trình bày một mẫu ngắn của cuộc biểu diễn phụ

baloney or **balony** or **boloney** 1 *noun* chuyện vớ vẩn; điều vô lý; = APPLESAUCE, BULLSHIT, HOOEY 2 *verb And don't try to baloney me, either*: Và cũng đừng cố nói chuyện lăng nhăng với tôi. 3 *noun* một gã ngốc 4 *noun* (*thợ điện*) dây cáp đã được cách điện

bam¹ 1 *verb* đánh hoặc đập 2 *interj* từ cảm thán mô tả một cú đánh mạnh

bam² *noun* (*từ thế chiến II*) thành viên nữ của lực lượng thủy quân lục chiến Hoa Kỳ [viết tắt của "*broad-assed marine*"]

bamboo *adj* (*hải quân*) điên; thất thường

bamboo curtain *noun* hàng rào (bức màn) bí mật và ngăn chặn cắt Trung Quốc và những quốc gia Cộng sản Á châu khỏi phần còn lại của thế giới [theo mô hình "*iron curtain*"]

bamboozle *verb* đánh lừa; chơi khăm; làm ai bối rối; = FLIMFLAM

bamboula 1 *noun* một điệu nhảy gợi tình truyền thống của người châu Âu ở New Orleans 2 *noun* (*nhạc sĩ nhạc jazz từ đầu thập niên 1900*) cái trống [bắt nguồn từ tên Phi châu của một loại trống]

banana 1 *noun* (*ngành biểu diễn*) diễn viên hài, đặc biệt là trong một chương trình hài kịch dâm ô tục tĩu [những diễn viên này được xếp hạng là "top banana", "second banana", v.v..] 2 *noun* (*người da đen*) người phụ nữ da đen có màu da sáng hấp dẫn [bị xem là xúc phạm bởi những người phụ nữ bị ám chỉ tới] 3 *noun* mũi, đặc biệt là một cái mũi lớn hoặc khoằm 4 *noun* dương vật 5 *noun* người Mỹ gốc Á rũ bỏ gốc Á của mình để trà trộn vào nền văn hóa da trắng vượt trội [giống một quả chuối, người này bên ngoài thì màu vàng, nhưng bên trong thì màu trắng] 6 *noun* (*bệnh viện*) bệnh nhân bị vàng da

banana-head *noun* kẻ ngu ngốc

banana oil *noun* chuyện vớ vẩn; lời nói vô lý, đặc biệt khi được dùng để tâng bốc và làm cho mê muội; = BUNK

banana republic *noun* một nước nhỏ, đặc biệt Trung Mỹ, bị thống trị bởi những công ty nước ngoài [từ thực tế những nơi như thế thường nằm dưới sự kiểm soát của United Fruit Company và trồng chuối]

bananas 1 *adj* điên; cư xử lạ lùng; = NUTS 2 *adj* rất nhiệt tình; cực kỳ phấn khích; = APE 3 *adj* (*thế giới ngầm*) đồng tính 4 *interj* = BANANA OIL

banana stick *noun* (*bóng chày*) gậy bóng chày được làm từ gỗ kém chất lượng

Band-Aid *noun* biện pháp tạm thời

band box *noun* một nhà tù nhỏ hoặc ở nông thôn, đặc biệt là loại nhà tù dễ đào thoát

bandit 1 *noun* (*quân đội, thế chiến II*) máy bay địch 2 *noun* (*nhà tù*) một người đồng tính hung hăng thường dùng đến bạo lực

bandwagon *noun* (*đường sắt*) chiếc ô tô mà ở đó công nhân đường sắt được trả lương

the bandwagon *noun* sự nổi tiếng và sức thúc đẩy mạnh mẽ hiện tại của một người, ý tưởng, đảng phái, v.v..: the antinuke bandwagon: sự thúc đẩy mạnh mẽ của phong trào chống vũ khí hạt nhân

bang 1 *noun* niềm vui thích; sự khoái trá; một cảm giác rất lý thú 2 *noun* (*máy tính*) dấu chấm than (!); = SHRIEK 3 *noun* việc quan hệ tình dục; sự làm tình 4 *noun* (*thế giới ngầm*) một cáo buộc hình sự hoặc án tù; = RAP 5 *verb* quan hệ tình dục 7 *adv* một cách chính xác: bang on the hour: *đúng giờ*

bang-bang 1 *noun* súng 2 *noun* phim cao bồi miền Tây; = HORSE OPERA, OATER

banger 1 *noun* (*dân chơi xế độ*) xy lanh trong động cơ ô tô 2 *noun* võ sĩ quyền Anh dựa vào chiến thuật dùng sức mạnh cơ bắp và sự hung hăng 3 *noun* xe ô tô

bang for the buck *noun* đáng đồng tiền

bang pipes *verb* có kinh nghiệm làm việc thực tế; làm việc thực tiễn ngoài trời hơn là trong văn phòng tách biệt

bangtail *noun* (*từ đầu thập niên 1800*) ngựa đua

bang the hostess *verb* (*hàng không*) bấm chuông gọi tiếp viên

bang up *verb* kết thúc một trò chơi bài poker

bang-up *adj* (*từ đầu thập niên 1800*) xuất sắc; tuyệt vời; ưu tú

banjax *verb* (*tiếng Ailen, từ đầu những năm 1900*) đánh bại hoàn toàn; = CLOBBER

banjo *noun* (*người lang thang và đường sắt dùng*) (cũng là *Irish banjo*) cái xẻng

banjo hit *noun* (*bóng chày*) một cú đánh giữa sân trong và sân ngoài; = TEXAS LEAGUER

banjo hitter *noun* một cầu thủ thường có những cú đánh giữa sân trong và sân ngoài

bankable *adj* có danh tiếng hoặc ảnh hưởng đảm bảo cho sự thành công của một dự án

bank on *verb* phụ thuộc hoặc tin vào

bankroll 1 *noun* cuộn tiền; xấp tiền; tiền mặt 2 *verb* tài trợ; cấp vốn; cung cấp tài chính; = ANGEL

bantam *noun* (*người da đen*) phụ nữ hoặc cô gái; = CHICK

barbecue 1 *noun* một phụ nữ trẻ hoặc cô gái hấp dẫn 2 *noun* cuộc hội họp; sự gặp gỡ; = CLAMBAKE

barber 1 *noun* (*bóng chày*) cầu thủ bóng chày lắm mồm 2 *verb* trò chuyện; tán gẫu 3 *noun* (*bóng chày*) người ném bóng buộc tay đánh bóng lùi khỏi bục bằng cách ném vào đầu anh ta

barber chair *noun* (*ngành du hành vũ trụ*) ghế có thể điều chỉnh được dùng bởi một phi hành gia trong con tàu vũ trụ

barber-shop 1 *noun* tiếng hát gần hài hòa, đặc biệt bởi một nhóm tứ tấu 2 *modifier*: a barber-shop quartet: một nhóm tứ tấu hát gần như hài hòa [có lẽ bắt nguồn từ mô hình hát của nhóm tứ tấu nam diễn ra trong các barber shop (tiệm cắt tóc)]

barbershop quartet *noun* trò xé lá hoặc sự dày vò bằng việc nắm đầu ai và chà sát mạnh và đau vào một vùng nhỏ của da đầu bằng nắm tay; = DUTCH RUB, NOOGIE

Barbie Doll *noun* một phụ nữ hoặc đàn ông đơn giản; một người thiếu mọi thứ trừ những đặc điểm hấp dẫ

bare-ass or **bare-assed** *adj* trần truồng; = BA, BUCK NAKED

bareback 1 *verb* quan hệ tình dục không sử dụng bao cao su 2 *verb* lướt sóng không mặc đồ bơi

bareback 1 *adv* (*nói về tình dục*) không sử dụng bao cao su 2 *adj* a bareback lay: cô gái quan hệ không dùng bao cao su

bareback rider *noun* một người đàn ông quan hệ không dùng bao cao su

bare-bones *adj* không trang điểm; mộc mạc; giản dị

barefaced or **bareface** *adj* trơ tráo; vô liêm sỉ: a barefaced lie: *một lời nói dối trơ tráo*

barefoot *adj* (*đường sắt*) không có phanh (thắng)

barf 1 *verb* (*chủ yếu trong giới sinh viên*) nôn; mửa 2 *verb* (*trong máy tính*) không hoạt động được; đưa ra cảnh báo lỗi sau khi nhập dữ liệu

Barf City *adj* (*chủ yếu trong giới sinh viên*) ghê tởm; kinh tởm; = YUCKY

bar-fly *noun* người nghiện rượu nặng; = LUSH, SOUSE

barf me out *interj* (*học sinh trung học*) từ cảm thán bày tỏ sự ghê tởm; = YUCK

bargaining chip *noun* thứ gì được cung cấp, nhượng lại, đe dọa, v.v.. trong những cuộc thương lượng; một "lá bài đánh ra" khi mặc cả

barge in 1 *verb* vào một nơi hoặc một buổi lễ kỷ niệm mà không do dự, đặc biệt khi không được mời. 2 *verb* làm gián đoạn, đặc biệt là đi bừa vào; = BUTT IN, KIBITZ

bar-girl *noun* = B-GIRL

barhop *verb* (cũng là *bar crawl* or *pub crawl*) đi theo nhóm từ quán rượu này tới quán rượu khác, mỗi nơi uống một đến hai ly; = JOINT HOP

barker 1 *noun* (*lễ hội và xiếc, từ giữa những năm 1800*) người đứng ở cửa một cửa hàng, dụ những người đi qua tham gia vào cửa hàng 2 *noun* (*quân đội, thế giới ngầm*) súng ngắn; súng lục 3 *noun* (*bóng chày*) huấn luyện viên ở góc đầu tiên

barking dogs *noun* đôi chân mệt mỏi hoặc đau nhức

barn 1 *noun* bất kỳ ngôi nhà hoặc căn phòng rất lớn nào, đặc biệt là hơi quá lớn và vừa đủ tiện nghi 2 *noun* rạp hát mùa hè tại một khu vực nông thôn

barn-burner *noun* bất cứ gì gây giật gân hoặc phấn khích: ý tưởng, sự kiện hoặc vật lý thú

barney *noun* một trận đấu giải hoặc cuộc đua mà kết quả đã được dàn xếp

barnstorm 1 *verb* (*từ đầu những năm 1900*) đi du lịch với vai trò một người làm trò tiêu khiển, chỉ xuất hiện ngắn hoặc một đêm ở các thị trấn nhỏ 2 *verb* đi du lịch bằng máy bay hoặc với một chương trình triển lãm hàng không, thực hiện nhào lộn, v.v.., đặc biệt ở những nơi tỉnh nhỏ

barnstormer 1 *noun* người đi từ thành phố này tới thành phố khác để biểu diễn 2 *noun* diễn viên tồi

barnyard golf *noun* trò chơi ném móng ngựa

barrel or **barrel along** *verb* đi nhanh; phóng xe nhanh; tăng tốc, đặc biệt một chiếc xe tải

barrel-ass *verb* tăng tốc; di chuyển nhanh, thường lờ đi những chướng ngại vật

barrelhouse 1 *noun* (*từ cuối những năm 1800*) một quán rượu rẻ tiền, đặc biệt là loại quán kết hợp với nhà thổ 2 *noun* loại nhạc jazz được biểu thị bởi nhịp điệu mạnh và khúc tấu ngẫu hứng đồng diễn; nhạc theo phong cách này

baseball Annie *noun* một phụ nữ trẻ hâm mộ bóng chày; người phụ nữ thích vận động viên bóng chày chuyên nghiệp

bash 1 *verb* đánh; đấm; nện; = CLOBBER, SOCK 2 *noun* buổi tiệc, đặc biệt thú vị và phấn khích 3 *noun* sự cố gắng

basket 1 *noun* (*giới đồng tính*) dương vật, đặc biệt khi nổi rõ trong quần bó 2 *noun* dạ dày; = BREADBASKET

basket case 1 *noun* một người quẫn trí, vô dụng, tuyệt vọng 2 *noun* bất cứ gì bị hủy hoại và vô vọng

Basra belly *noun* ỉa chảy ở những người du lịch ở Trung Đông

bassackward or **bassackwards** 1 *adj* giật lùi; chạy lùi; = ASS BACKWARDS 2 *adv* He got it all bassackwards: Anh ta lái nó chạy lùi hoàn toàn.

bastard 1 *noun* người bị ghét, đặc biệt là một kẻ bần tiện, không trung thực 2 *noun* bất cứ cái gì khó chịu hoặc khó khăn; = BITCH

basted *adj* say rượu

bastille *noun* nhà tù hoặc xà lim [bắt nguồn từ nhà tù hoàng gia của Pháp]

bat 1 *noun* (*từ đầu những năm 1600*) gái điếm 2 *noun* = OLD BAT 3 *noun* (*từ giữa những năm 1800*) chầu nhậu say tí bỉ; cuộc chè chén lu bù; = BINGE 4 *noun* (*đua ngựa*) roi của nài ngựa

bat around 1 *verb* không làm điều gì đặc biệt cả; đi lông nhông tìm khoái lạc 2 *verb* thảo luận những ưu điểm và khuyết điểm của một ý tưởng, dự án, v.v..

bat carrier *noun* (*thế giới ngầm, từ những năm 1920*) kẻ chỉ điểm cho cảnh sát; = STOOL PIGEON

batch out *verb* (*giới chơi xe độ*) khởi động và tăng tốc từ vị trí đứng yên

bat cleanup *verb* (*bóng chày*) là tay đập thứ tư trong danh sách đập bóng của đội

bat one's gums *verb* (biến thể: **beat** or **hump** or **flap** có thể thay thế cho **bat**; **chops** or **jaw** or **jowls** or **lip** có thể thay cho **gums**) nói chuyện, đặc biệt theo kiểu vẩn vơ hoặc phù phiếm

bathtub 1 *noun* xe thùng gắn bên xe mô tô 2 *noun* thuyền nhỏ

bathtub gin *noun* (*đặc biệt từ những năm 1920*) rượu gin được làm tại nhà bằng cách pha cồn với hương vị, thường là trong bồn tắm (bathtub)

bat out *verb* viết gì đó nhanh hơn bình thường; = WHOMP UP

bats or **batty** *adj* điên; kỳ quặc; = NUTS

batter *verb* (*người lang thang*) cầu xin; = PANHANDLE

battered *adj* say rượu

battery acid *noun* (*quân đội, thế chiến II*) cà phê

bat the breeze *verb* tán gẫu; trò chuyện, đặc biệt là dễ dàng và vu vơ; = RAP, SHOOT THE BREEZE

battle-ax *noun* một phụ nữ khó tính, đặc biệt là một bà già khó chịu; người đàn bà hay gây gổ

Battle of the Bulge *noun* nỗ lực giảm cân; cố gắng không ngừng để giữ cơ thể mảnh mai [từ tên của chiến dịch Ardennes vào cuối năm 1944 trong thế chiến II]

battleship *noun* (*đường sắt*) kiểu đầu máy hoặc xe lửa chở khách nặng nhất

battlewagon 1 *noun* (*hải quân*) chiến hạm 2 *noun* (*người lang thang và đường sắt*) xe goòng chở than bằng sắt 3 *noun* (*những năm 1920*) xe tuần tra cảnh sát

bawl someone out *verb* khiển trách nặng lời ai; quở trách ai; = CHEW someone OUT

bayou blue *verb* rượu uýt-ki lậu hoặc kém chất lượng

bay window *noun* bụng chướng; bụng phệ; = POTBELLY

bazillion *noun* một con số rất lớn: He'd have a bazillion goals: Hắn có rất nhiều mục tiêu.

bazongas or **bazoongies** *verb* ngực phụ nữ; = BAZOOM, JUGS

bazoo *noun* (*từ những năm 1800*) miệng, đặc biệt được xem là cơ quan phát ngôn

bazooka *noun* (*quân đội, thế chiến II*) súng phóng tên lửa (hỏa tiễn) nhỏ chống tăng

bazooms *noun* bộ ngực phụ nữ

beach blanket bingo *noun* hoạt động tình dục trên biển

beach bum *noun* một người đàn ông thường xuyên đi ra biển, đặc biệt là dân lướt sóng, thích phô bày cơ bắp, v.v..

beach bunny *noun* người phụ nữ trẻ dành nhiều thời gian ở bãi biển để lướt sóng hoặc kết giao với những người lướt sóng; = GREMLIN

the beads *noun* (*thế giới ngầm xưa*) số phận; định mệnh

beagle *noun* (*thế giới ngầm xưa*) luật sư hoặc thẩm phán

beak¹ *noun* cái mũi

beak² 1 *noun* thị trưởng; quan tòa; thẩm phán xét xử [đã lỗi thời tại Mỹ, nhưng vẫn tồn tại ở Anh] 2 *noun* luật sư

beak *verb* nói huyên thuyên; nói chuyện tầm phào

beak-hunting *noun* (*người đi lang thang*) vụ ăn trộm gia cầm

bean 1 *noun* một đô-la 2 *noun* (*thế giới ngầm xưa*) đồng vàng 5 đô-la 3 *noun* (*trong ca-si-nô Mỹ*) thẻ cá cược trị giá 1 đô-la 4 *noun* cái đầu 5 *noun* (cũng là *beaner*) người Mỹ gốc Tây Ban Nha, đặc biệt là người Chicano

bean *verb* đánh vào đầu ai: The lady beaned me with her umbrella: Bà ta dùng cây dù đánh vào đầu tôi.

bean bag *noun* (*cảnh sát*) đạn súng trường chứa một túi vải nhỏ đầy đạn ghém hoặc vật liệu tương tự và dùng để đẩy lùi những kẻ gây rối

beanball *noun* (*bóng chày và criket*) cú ném thật mạnh đánh trúng hoặc gần trúng đầu của tay đập bóng và đôi khi được dùng để dọa tay đập

bean-counter *noun* nhà thống kê; nhân viên kế toán; = GNOME, NUMBER CRUNCHER

bean-counting *modifier* liên quan đến những thống kê và tính toán quan liêu

bean-eater 1 *noun* người dân Boston 2 *noun* người Mỹ gốc Tây Ban Nha, đặc biệt là người Chicano; = BEAN

beanery 1 *noun* nhà hàng hoặc quán ăn giá rẻ, chất lượng thấp 2 *noun* (*thế giới ngầm*) nhà tù

beanhead *noun* người đần độn, vụng về; người ngu ngốc

beanie *noun* mũ chỏm, đặc biệt là mũ chỏm được đội bởi nam sinh viên năm nhất

beanpole *noun* người cao, gầy; = HATRACK

bean rag *noun* (*hải quân*) cờ đuôi nheo màu đỏ treo trên tàu để cho biết là đang giờ ăn

beans 1 *noun* không có gì hết; một số lượng tối thiểu; = DIDDLY 2 *interj* từ cảm thán thể hiện sự hoài nghi hoặc khinh miệt

bean-shooter *noun* súng lục cỡ nhỏ

bean stripe *noun* (*binh chủng thủy quân lục chiến*) = HASH MARK

beantown or **Bean Town** *nickname* Boston, Massa-chusetts [vì Boston nổi tiếng với món đậu nướng đóng hộp với sốt cà chua]

bean wagon *noun* nhà hàng hoặc quán ăn nhỏ, đặc biệt là rẻ

bear 1 *noun* nhiệm vụ hoặc tình huống khó khăn; = BITCH: This problem is a real bear: Vấn đề này thật nan giải. 2 *noun* cảnh sát tuần tra trên đường cao tốc 4 *noun* (*sinh viên*) khóa học khó ở trường hoặc đại học 5 *noun* = BEARCAT 6 *noun* một người đàn ông thô lỗ, to con

bearcat 1 *noun* người quả quyết và bền bỉ; võ sĩ hoặc công nhân cứng rắn 2 *noun* điều gì đó khác thường, tuyệt vời, ưu tú, v.v..; = BEAUT, HUMDIGER

beard 1 *noun* lông mu phụ nữ; = BUSH 2 *noun* (*cá cược*) người đặt cược cho người khác, đặc biệt là cho một người gian lận 3 *noun* người được dùng để che đậy nhân dạng thật của một người khác; người đi cùng một người khác tới một buổi gặp gỡ để che đậy nhân dạng thật của người đó hoặc người yêu của người kia hoặc khuynh hướng tình dục 4 *noun* người có râu, đặc biệt là người có vẻ uy quyền và chững chạc đường hoàng 5 *noun* người hiện đại, lanh lợi; = HIPSTER

bearded clam *noun* âm hộ

a bear in the air *noun* nhân viên cảnh sát trên máy bay hoặc trực thăng

bearish *adj* cho thấy thái độ tiêu cực và vô vọng [thường dùng với "on" hoặc "about"]

bear trap *noun* hệ thống ra-đa để dò tốc độ của cảnh sát

beast 1 *noun* gái điếm rẻ tiền 2 *noun* (cũng là **beastie, beasty**) một phụ nữ không hấp dẫn lắm 3 *noun* bất kỳ phụ nữ nào, nhưng đặc biệt là một phụ nữ trẻ hấp dẫn 4 *noun* bất cứ thứ gì xuất sắc; bất kỳ máy móc mới hoặc phức tạp nào, đặc biệt là một chiếc xe rất nhanh

beat 1 *noun* (*từ giữa những năm 1800*) kẻ lười nhác; = DEADBEAT, MOOCHER 2 *noun* tin tức được in hoặc phát sóng đầu tiên, trước tin của các đối thủ cạnh tranh; = SCOOP 3 *noun* (*cảnh sát và ngành tin tức*) lĩnh vực hoặc chủ đề quan trọng mà một người được phân công xử lý 4 *noun* nhịp điệu cơ bản của một bản nhạc, đặc biệt là nhịp gõ lặp đi lặp lại của một số loại nhạc jazz và rock and roll 5 *noun* = BEATNIK 6 *verb* gian lận; lừa đảo; ăn trộm 7 *verb* (*dân lang thang*) tránh trả tiền tàu và những hóa đơn khác 8 *verb* (*thế giới ngầm*) tránh tiền phạt hoặc sự buộc tội 9 *adj* chán đời; thuộc về tinh thần; chán ngấy; thuộc về trí tuệ 10 *adj* kiệt sức; mệt lử; = ALL IN, POOPED 11 *adj* trông có vẻ méo mó, nhếch nhác; = BEAT UP 12 *adj* (*những năm 1950*) xa lánh xã hội nói chung và thể hiện điều này bằng một đời sống lang thang, tránh làm việc, ủng hộ sự tự do tình dục, dùng ma túy, phong cách ăn mặc nổi bật và chấp nhận những khía cạnh cụ thể của tôn giáo vùng Viễn Đông 13 *adj* hư; hỏng 14 *adj* tồi tệ; kém chất lượng; tệ hại; không may mắn

beat a dead horse *verb* tiếp tục tranh cãi, thảo luận hoặc đề cập đến một vấn đề đã giải quyết rồi hoặc tỏ ra là vô ích

beat all *verb* làm ai ngạc nhiên; là một điều ngạc nhiên

beat all hollow *verb* (*từ giữa những năm 1800*) đánh bại dễ dàng; vượt trội hoàn toàn

beat around *verb* đi tha thẩn hoặc nhàn rỗi; = GOOF AROUND

beat around (or about) the bush *verb* tránh nói chuyện trực tiếp; lẩn tránh; thoái thác

beat one's brains out (to do something) 1 *verb* làm việc hết mình; làm việc vất vả; hết sức cố gắng 2 *verb* đe dọa gây tổn hại cơ thể

beaten down to the ankles *adj* hoàn toàn kiệt sức; = BEAT, POOPED

beater *noun* chiếc ô tô cũ

beat it *verb* rời đi nhanh chóng; bỏ đi; chuồn đi = SCRAM [thường là mệnh lệnh]

beat one's meat *verb* (biến thể: **flog** or **pound** có thể thay thế **beat**; **dummy** or **log** có thể thay thế **meat**) thủ dâm

beatnik *noun* người xa lánh xã hội; người hippie

beat off *verb* thủ dâm

beat-out *adj* (*từ năm 1870*) mệt mỏi; kiệt sức; = BEAT, POOPED

beat someone out *verb* vượt trội hơn, làm tốt hơn ai

beat something out *verb* đánh, gõ, chơi cái gì đó bằng đàn piano

beats me *interj* một từ cảm thán hoặc thừa nhận sự không biết; = SEARCH ME

beat the bushes *verb* tìm kiếm một cách cần cù; tìm một cách hăng say

beat the drum *verb* 1 thúc đẩy hoặc ủng hộ ai hay cái gì 2 đề xuất một cách mạnh mẽ và liên tục; khăng khăng đề cao

beat the dummy *verb* thủ dâm

beat the hog *verb* thủ dâm

beat the rap *verb* (*thế giới ngầm*) không bị trừng phạt; được tha bổng

beat the shit out of someone or something *verb* (biến thể: **bejesus** or **daylights** or **hell** or **kishkes** or **living daylights** or **living shit** or **stuffing** or **tar** có thể thay thế **shit**; **kick** or **knock** hoặc từ khác biểu thị sự tấn công hoặc sự trừng phạt có thể thay thế **beat**) đánh đòn hoặc đánh rất mạnh; phạt nặng; = CLOBBER

beat the socks off someone *verb* đánh bại hoàn toàn; đánh thua tơi bời; thắng đậm; = CLOBBER

beat the tab or **beat the check** *verb* rời khỏi nhà hàng hoặc khách sạn mà không trả hóa đơn

beat the till *verb* tóm lấy tiền ở quầy thu ngân khi người bán hàng không để ý

beat someone's time *verb* thắng đối thủ, đặc biệt là giành được bạn gái hoặc bạn trai của ai đó

beat someone to the draw (or **to the punch**) *verb* hàng động sớm hoặc nhanh hơn người khác; chặn trước

beat to the ground *adj* hoàn toàn kiệt sức; = POOPED

beat-up *adj* chất lượng kém; tơi tả; sờn; mòn vẹt và hư hại

beat up on *verb* tấn công và gây tổn hại; chỉ trích nặng nề; xỉ vả; = CLOBBER

beat one's way *verb* (*từ những người lang thang*) đi du lịch không mất tiền; đi theo cách rẻ nhất có thể

beaut *noun* người hoặc vật nổi bật hoặc khác thường; = HUMDINGER, LOLLAPALOOZA

beautiful *interj* từ cảm thán thể hiện sự chấp thuận và hài lòng

the beautiful people *noun* những người hợp thời trang, giàu có, đáng khâm phục về phong cách và sự sang trọng, v.v..; = the JET SET

beauty *adj* (*Canada*) xuất sắc; ưu tú; = GREAT

beauty contest 1 *noun* cuộc thi sắc đẹp 2 *noun* một cuộc vận động hoặc một dịp tiết lộ sở thích, không nhất thiết là cuộc bầu cử

beaver 1 *noun* râu quai nón; râu rậm 2 *noun* người có râu 3 *noun* bộ phận sinh dục nữ, đặc biệt là với lông mu 4 *noun* sách báo khiêu dâm 5 *noun* phim khiêu dâm; = SKIN FLICK 6 *noun* phụ nữ 7 *noun* người làm việc vất vả và cần cù

beaver loop *noun* phim đèn chiếu khiêu dâm trong một máy mà người xem phải bỏ đồng tiền vào

beaver-shooter *noun* người đàn ông bị ám ảnh với việc xem bộ phận sinh dục nữ

beaver-shooting *noun* sự nỗ lực có tính toán để nhìn trộm bộ phận sinh dục hoặc lông mu phụ nữ

beaver shot *noun* hình hoặc phim phô bày bộ phận sinh dục nữ

bedbug *noun* (*đường sắt*) người phục vụ ở toa Pullman [Pullman là loại toa xe lửa hạng sang không ngăn thành ô và có những ghế quanh các bàn]

bed house 1 *noun* (*đường sắt*) toa dành riêng cho người bảo vệ tàu 2 *noun* nhà chứa; nhà thổ

bedpan commando *noun* (*quân đội, thế chiến II*) lính cứu thương của lực lượng quân y; người hộ lý

bedrock 1 *noun* nguyên tắc cơ bản; phần chủ yếu; yếu tố quyết định 2 *modifier*: a bedrock discussion: *một cuộc thảo luận quyết định*

beeb *noun* = BEE IN one's BONNET

bee-bee *noun* (*quân lực, thế chiến II*) đạn súng máy

beef 1 *noun* (*từ giữa những năm 1900, thế giới ngầm*) lời phàn nàn; lời than phiền 2 *noun* sự cãi nhau; sự tranh cãi: *I've got no beef with you, buddy: Tớ không cãi nhau với cậu, cậu bạn à.* 3 *noun* cơ bắp; sức mạnh 4 *noun* dương vật 5 *noun* hóa đơn hoặc chi phiếu của khách hàng; = BAD NEWS 6 *verb* tranh cãi; đánh nhau 7 *verb* phàn nàn 8 *verb* quan hệ tình dục

beefcake *noun* ảnh hoặc những bức ảnh cơ thể nam giới lực lưỡng với ít hoặc không có quần áo

beefcakery *noun* bức ảnh phơi bày cơ thể nam giới khỏa thân hoặc gần như khỏa thân

beefeater *noun* một người Anh; = LIMEY

beefer 1 *noun* (*người lang thang và thế giới ngầm*) người bất mãn 2 *noun* (*người lang thang và thế giới ngầm*) kẻ chỉ điểm của cảnh sát; = STOOL PIGEON

beef squad *noun* nhóm võ sĩ hoặc nhóm lưu manh, đặc biệt được dùng trong những vụ tranh chấp lao động; = GOON SQUAD

beefsteak *verb* (*dân cao bồi xưa*) điều khiển một con ngựa quá tệ đến nỗi lưng nó trở nên chai sần và đau

the Beefsteak and Onions *noun* (*người lang thang*) đường sắt Baltimore và Ohio

beef trust *noun* bất kỳ nhóm người mập nào, đặc biệt là dàn đồng ca gồm những phụ nữ nặng cân

beef up *verb* tăng thêm sức mạnh hoặc trọng lượng cho cái gì

bee in one's **bonnet** *noun* một ý tưởng hoặc quan điểm đặc biệt, đặc biệt là tuyệt vời hoặc lập dị; sự ám ảnh

beekie *noun* (*giới lao động*) người do thám công ty; gián điệp công ty

beemer *noun* chiếc xe hiệu BMW

Bee More *nickname* Baltimore, Maryland

beep 1 *noun* thiết bị tự điều khiển hoặc theo dõi 2 *noun* tiếng còi; tiếng bíp bíp 3 *verb* nghe như còi ô tô 4 *verb* kêu bíp bíp, một loạt âm thanh ngắn, cao được dùng làm tín hiệu trong thiết bị điện tử, trên điện thoại, ...

beeper 1 *noun* điện thoại 2 *noun* máy nhắn tin cầm tay; máy tín hiệu điện thoại mang theo

beer belly 1 *noun* bụng bia; bụng to 2 *noun* người đàn ông bụng bia

beer blast *noun* (*chủ yếu dùng trong giới sinh viên*) chầu bia; bữa tiệc bia; = BREWOUT

beer bust *noun* chầu bia; bữa tiệc bia

beer jerker *noun* (*từ giữa những năm 1800*) người phục vụ ở quầy bia

beer joint *noun* quán rượu phục vụ chủ yếu là bia

beerslinger *noun* người phục vụ ở quầy rượu; nhân viên pha chế

Beertown *noun* Milwaukee, Wisconsin

beer up *verb* uống nhiều bia

beeswax *noun* việc; vấn đề; mối quan tâm

beetle 1 *noun* (*đua ngựa*) một con ngựa đua; = ROACH 2 *noun* (*đặc biệt những năm 1920*) cô gái; phụ nữ trẻ 3 *noun* chiếc ô tô hiệu Volkswagen đầu tiên

beewy *noun* (*hải quân*) tiền, đặc biệt là đồng tiền bằng kim loại

beezer 1 *noun* (*người lang thang và quyền Anh*) mũi 2 *noun* mặt

be good *interj* lời chào chia tay

behind *noun* mông; mông đít; = ASS

behind the cork *adj* say rượu

behind the eight ball 1 *adv* gặp rắc rối; ở vị thế yếu hoặc đang thua 2 *adv* khánh kiệt; túng quẫn; không có đồng xu

beige 1 *noun* (*người da đen*) một người da đen với nước da sáng 2 *verb* nhuộm cho cô-ca-in trở thành tối bằng hóa chất để cho nó cái vẻ nguyên chất mà nó vốn không có 3 *adj* (*học sinh trung học*) chán; vô vị; tẻ nhạt; = HO-HUM

be-in *noun* (*đặc biệt những năm 1960, trào lưu phản văn hóa*) một cuộc tụ họp có tổ chức để kỷ niệm lối sống và giá trị của phong trào phản văn hóa, đặc biệt là dân hippi

belch *noun* (*xiếc, người lang thang và thế giới ngầm*) lời phàn nàn; = BEEF

belch 1 *verb* phàn nàn; kêu ca 2 *verb* khai báo; = SQUEAL

bell-ringer 1 *noun* người bán hàng hoặc người đi vận động bỏ phiếu tận nhà 2 *noun* chính trị gia địa phương 3 *noun* sự việc hoặc sự kiện khiến bạn nhớ lại điều gì đó 4 *noun* người nhai thuốc lá 5 *noun* (*đường sắt*) người đốt lò 6 *noun* một dịp hoặc lễ kỷ niệm đáng ghi nhớ

bells 1 *noun* (*theo cách dùng trong ngành hàng hải*) tương đương với "o'clock" (giờ): It's ten bells already: Đã 10 giờ rồi. 2 *noun* đàn tăng rung (vibraphone), đặc biệt là nhạc cụ jazz 3 *noun* quần ống loe

bells and whistles 1 *noun* những yếu tố không cần thiết, đặc biệt khi mang tính ấn tượng và trang trí; những thứ tô điểm rườm rà 2 *noun* những món đồ bổ sung thú vị 3 *noun* những phụ kiện và trang phục lòe loẹt; đồ trang trí

belly 1 *noun* dạ dày; bụng; = GUT 2 *noun* = BELLY LAUGH

bellyache 1 *verb* than phiền; phàn nàn, đặc biệt làm thường xuyên 2 *noun* lời phàn nàn; lời than phiền; = BEEF

belly brass *noun* (*sinh viên đại học xưa*) những đồ trang trí được mang trên một sợi dây kéo dài từ bên này sang bên kia áo gi-lê của một người

belly button *noun* cái rốn

belly fiddle *noun* đàn ghi-ta

belly flop *noun* một cú nhảy xuống nước bằng bụng trước, cố ý hoặc không; = BELLY-WHOPPER

bellyful *noun* sự dư thừa; nhiều hơn nhu cầu

belly gun *noun* súng lục nòng ngắn không chính xác ở cự li dài, nhưng khá hiệu quả ở cự li rất gần

belly laugh *noun* tiếng cười lớn, hùng hồn; = BELLY, BOFFOLA

belly-robber or **belly-burglar** *noun* (*quân đội, thế chiến I*) anh nuôi hoặc trung sĩ đầu bếp

belly-rub *noun* (*sinh viên đại học xưa*) một điệu nhảy, đặc biệt tại sàn nhảy công cộng nơi bạn trả tiền cho từng điệu nhảy

belly telly *noun* một chiếc tivi nhỏ, chẳng hạn loại có thể nằm trên bụng bạn để xem khi bạn nằm

belly up 1 *verb* (*từ dân cao bồi*) chết; gục; sụp đổ; thất bại; = GO BELLY UP 2 *adj* bị phá sản; mất việc; chết

belly up to *verb* (*từ dân cao bồi*) đến gần, đặc biệt là đến quán bar để uống rượu

belly-wash *noun* bất kỳ đồ uống nào mà bạn coi thường, vô vị; = SWILL

belly-whopper (biến thể: **-buster** or **-flopper** or **-smacker** có thể thay thế **-whopper**) 1 *noun* một chuyến đi bằng xe trượt tuyết bắt đầu bằng cách chạy với xe được giữ một bên hông, sau đó nhảy lên nó với bụng úp xuống 2 *noun* = BELLY FLOP

below the belt 1 *adv* không theo thói quen bình thường và hợp với khuôn phép; không đúng quy tắc; không ngay thẳng 2 *adj* khó chịu; hiểm độc; = DIRTY

belt 1 *noun* một đòn; cú đấm; cú đánh; = WHACK 2 *noun* một ngụm, một hớp, đặc biệt là rượu mạnh 3 *noun* sự thích thú; cảm xúc kích động. 4 *verb* đánh; đập; = SOCK 5 *verb* uống, đặc biệt là uống nhiều và thường xuyên

belt around *verb* đi hoặc di chuyển nhanh, đặc biệt là trong một chiếc xe chạy nhanh

belt out *verb* hát hoặc chơi cái gì ầm ĩ

be my guest *sentence* cứ làm nếu muốn; tự nhiên đi [thường là một sự đồng ý mang tính mĩa mai trước điều gì đó dại dột]

bench warmer *noun* cầu thủ mà hầu hết thời gian ngồi ghế dự bị chờ để được chơi; cầu thủ dự bị

bend 1 *verb* vi phạm hoặc làm trái ở mức độ nào đó 2 *verb* (*nhạc sĩ nhạc jazz*) hát luyến một nốt 3 *noun* = BENDER

bend someone's **ear** *verb* nói với ai đầy đủ chi tiết; rót đầy tai ai

bender 1 *noun* (*từ giữa những năm 1800*) buổi nhậu nhẹt kéo dài; cuộc chè chén lu bù; = BAT, BINGE 2 *noun* (*thế giới ngầm*) xe hơi bị trộm

bend someone's **mind** *verb* có ảnh hưởng tâm thần rất mạnh và thường gây lo lắng; gây ấn tượng mạnh

bend over backwards *verb* cố gắng hết sức; phấn đấu hết mình; = GO OUT OF one's WAY

the bends *noun* bệnh Caisson, hậu quả đau đớn của việc giảm ép nhanh sau khi lặn sâu

bend the (or one's) **elbow** *verb* (biến thể: **crook** or **tip** có thể thay **bend** or **his** or **her** or **an** có thể thay **the**) 1 *verb* uống nhiều và thường xuyên, đặc biệt uýt-ki 2 *verb* uống rượu

bend the throttle *verb* (*không lực từ thế chiến II và trong giới thiếu niên*) lái xe hoặc chạy rất nhanh

Ben Franklin *noun* tờ 100 đôla [từ hình in trên tờ tiền]

Benjamin or **Benjie** or **Benji** *noun* tờ 100 đôla [từ chân dung của Benjamin Franklin được in trên tờ tiền]

Benny¹ *noun* (*tiệm giày*) giày cỡ B

Benny² or **Benjamin** *noun* (*từ dân lang thang, thế giới ngầm Anh*) áo choàng đàn ông

bent 1 *adj* lệch lạc tình dục; khác thường về mặt tình dục; = KINKY 2 *adj* đồng tính 3 *adj* say rượu hoặc say ma túy 4 *adj* không thành thật; không ngay thẳng; không trung thực; khả nghi; = CROOKED 5 *adj* (*không quân*) tức giận; giận dữ; bối rối 6 *adj* có rất ít tiền 7 *adj* (*thế giới ngầm, từ những năm 1900*) bị ăn trộm, đặc biệt là xe ô tô

bentnose *noun* tội phạm nghiện ma túy

bent out of shape 1 *adj* (*không quân*) tức giận; cực kỳ bối rối; bị lăng mạ 2 *adj* say rượu hoặc say ma túy; = STONED

berries *noun* (*quân đội*) rượu vang

the berries *noun* (*đặc biệt những năm 1920 và 1930*) tốt nhất; = the MOST

berry *noun* (*từ đầu những năm 1900*) một đô la

beside oneself *adj* đang trải qua một đợt bùng phát cảm xúc, đặc biệt là cơn giận

best bib and tucker *noun* (*từ đầu những năm 1800*) quần áo đẹp nhất của bạn; = GLAD RAGS

best fellow *noun* = MAIN MAN

best girl *noun* = MAIN SQUEEZE

the best (or **greatest**) **thing since sliced bread** *noun* một người hoặc một thứ tốt nhất; một người hoàn hảo

bet one's **bottom dollar** *verb* rất chắc chắn về cái gì đó; đặt cược với sự chắc thắng hoàn toàn; hoàn toàn bị thuyết phục; = BET THE FARM

betsy or **Betsy** or **Betsey** *noun* bất kỳ loại súng nào

better half *noun* vợ của ai, đôi khi là chồng của ai

bet the farm (or **the ranch**) *verb* cược mọi thứ bạn có; = GO FOR BROKE, BET one's BOTTOM DOLLAR

bet the rent *verb* rất chắc chắn rằng ai đó sẽ cược số tiền cần thiết; rất tự tin vào điều gì

between a (or **the**) **rock and a** (or **the**) **hard place** *adj* (*từ dân cao bồi*) ở trong tình thế khó khăn; đối mặt với một quyết định khó khăn

bet your boots *verb* (biến thể: **ass** or **sweet ass** or **bibby** or **bippy** or **bottom dollar** or **life** or **shirt** or **whiskers** có thể thay **boots**) hoàn toàn tin chắc; hy vọng vào: *You can bet your boots I'll be thế: Cậu có thể tin chắc rằng tớ sẽ có mặt ở đó.*

bewitched *adj* say; say rượu

bfd or **BFD** (*phát âm theo từng ký tự riêng*) 1 *noun* một chuyện cực kỳ chết tiệt [viết tắt của *"big fucking deal"*] 2 *noun* chuyện lớn rồi! vậy thì sao nào?

B-girl *noun* (*từ những năm 1940*) một cô gái hoặc phụ nữ lẳng lơ, đặc biệt là người làm việc ở quán bar với vai trò chiêu đãi viên để tăng doanh số đồ uống; = BAR-GIRL

bi 1 *adj* lưỡng tính; = AC-DC 2 *noun* người lưỡng tính

bib *noun* (*quầy bán đồ ăn trưa*) khăn ăn

bibful *noun* nhiều chuyện, đặc biệt là những vấn đề vớ vẩn, tầm phào cá nhân

bible 1 *noun* một cuốn sách gốc cơ bản, tuy không phải là sách tham khảo có căn cứ trong một lĩnh vực cụ thể 2 *noun* (*xiếc*) một cái bục giữ ghế dành riêng và có thể gặp lại như một cuốn sách

Bible-banger or **Bible-thumper** *noun* người cuồng tín, đặc biệt là người theo đạo Tin lành

bicho *noun* dương vật [từ tiếng Tây Ban Nha]

bicoastal *adj* thuộc về vùng bờ biển phía Tây và Đông nước Mỹ; hoạt động trên bờ biển Thái Bình Dương và Đại Tây Dương

biddy 1 *noun* một phụ nữ, đặc biệt là một bà già đanh đá [gần như luôn đi với "old"] 2 *noun* = CHICK

biff 1 *noun* (*từ cuối những năm 1800*) một đòn; cú đánh; cú đánh mạnh; = SOCK 2 *verb* *He wouldn't quit, so she bifed him: Hắn sẽ không bỏ đi, vì thế cô ta đấm hắn.* 3 *noun* (*nhạc sĩ*) một nốt cao bị bỏ lỡ trên chiếc kèn đồng 4 *noun* = BIFFER

biffer *noun* (*người da đen*) một phụ nữ xấu, không hấp dẫn nhưng bù lại bằng cách lẳng lơ

biff-guy *noun* (*thế giới ngầm*) du côn; tên lưu manh

biffy *noun* (*chủ yếu của dân Canada*) phòng tắm; nhà vệ sinh

big 1 *adj* quan trọng; mạnh 2 *adj* nổi tiếng; thành công 3 *adv* thành công; rất tốt

Big *adj* tốt; tử tế; đáng khâm phục

the Big Apple or **the Apple** 1 *noun* thành phố New York 2 *noun* điệu nhảy giật gân vào cuối những năm 1930

bigass 1 *adj* rất lớn 2 *adj* nói đến người có mông rất to 3 *adj* nói về một người tự cao tự đại, hống hách hay kiêu ngạo; nói về bất cứ điều gì có liên quan đến sự kiêu ngạo

big band *noun* một ban nhạc gồm các nhạc sĩ nhạc dance hoặc swing, như ban nhạc Benny Goodman hay Tommy Dorsey vào những năm 1930

big bang *noun* vụ nổ nguyên thủy mà qua đó vũ trụ được tạo ra theo giả thuyết

Big Bertha 1 *noun* phụ nữ mập hoặc béo phì 2 *noun* (*từ thế chiến I*) bất kỳ khẩu pháo rất lớn nào [có lẽ là từ *Frau Bertha Krupp* trong ngành pháo binh, một thành viên gia đình chế tạo vũ khí người Đức]

big boy 1 *noun* cậu đấy; anh bạn; = MAC [một từ xưng hô được dùng nhiều với ý thách thức, tâng bốc, thu hút, v.v..] 2 *noun* người quan trọng; = BIGGIE, BIG SHOT 3 *noun* một nam giới trưởng thành; người đàn ông trưởng thành

Big Brother or **big brother** 1 *noun* hiện thân của một nhà nước độc tài [từ tác phẩm 1984 của George Orwell] 2 *noun* (*hàng không*) ra-da theo dõi được dùng bởi những nhân viên điều khiển mặt đất

big brown eyes *noun* ngực phụ nữ; = HEADLIGHTS

big bucks *noun* số tiền lớn; nhiều tiền; = MEGABUCKS

big bug *noun* người quan trọng; = BIG SHOT

big buzz *noun* tin đồn ồn ào nhất hiện tại

Big C *noun* bệnh ung thư

the big cage *noun* (*thế giới ngầm*) nhà tù hoặc trại cải tạo bang hoặc liên bang; = the BIG HOUSE

big cheese 1 *noun* người quan trọng nhất trong một tổ chức hoặc doanh nghiệp nào đó; = BIG BUG, BIG SHOT 2 *noun* người ngu ngốc hoặc lỗ mãng; người thô lỗ

Big D *noun* 1 Dallas, Texas 2 Detroit, Michigan 3 Denver, Colorado

Big Daddy or **big daddy** 1 *noun* cậu đấy; anh bạn; = BIG BOY, MAC 2 *noun* = DADDY 3 *noun* = DADDY-O

big deal 1 *noun* bất cứ gì quan trọng; sự kiện hoặc tình huống tự đắc [thường được dùng mỉa mai để hạ bệ ai hoặc cái gì đó, đặc biệt trong lời trả miếng "*big deal*" sau khi ai đó đưa ra một sự hỏi ý kiến nghiêm chỉnh] 2 *noun* người quan trọng; = BIG SHOT

the **Big Ditch** *noun* kênh đào Erie, Đại Tây Dương hoặc kênh đào Panama

bigdome *noun* người quan trọng, đặc biệt là nhà quản lý hoặc giám đốc kinh doanh; = BIG SHOT

big doolie *noun* người quan trọng, đặc biệt là vận động viên giành chiến thắng; = BIG SHOT

the **big drink** or the **Big Drink** *noun* sông Mississippi; Đại Tây Dương hay Thái Bình Dương

big eights *noun* (*người da đen*) quần áo lót dài mùa đông

big enchilada *noun* ông chủ; người lãnh đạo; người đứng đầu; = BOSS

big eye *noun* (*người da đen*) một người tham lam

big fat *adj* gây lúng túng rõ ràng; làm nhục trắng trợn

big fish (or **frog**) *noun* một người hay vật rất quan trọng; người lãnh đạo; kẻ đầu sỏ; = BIG SHOT

big fish (or **frog**) **in a little** (or **small**) **pond** *noun* một người quan trọng trong một nơi không mấy quan trọng

big foot *noun* (*văn phòng báo chí*) biên tập viên kỳ cựu; người viết xã luận quan trọng hoặc người phụ trách chuyên mục,v.v..

big George *noun* ¼ đô-la [từ ảnh chân dung của Tổng thống George Washington trên đồng xu]

bigger (or **other**) **fish to fry** *noun* những vấn đề cấp thiết khác cần chú tâm; những vấn đề quan trọng hơn trước mắt

biggie *noun* 1 điều gì đó quan trọng hoặc khó khăn; = BIG DEAL 2 bất cứ gì lớn và quan trọng 3 người quan trọng; người ưu tú; = BIG SHOT

big gun *noun* nhân vật quan trọng và quyền lực; = BIG SHOT

bighead *noun* người tự phụ; người tự cao tự đại; người kêu ngạo

a **big head** *noun* 1 hậu quả đau đầu khó chịu do uống quá nhiều rượu 2 tính tự phụ; tính tự cao tự đại

big-headed *adj* 1 kiêu căng; ngạo mạn; tự phụ 2 khó chịu sau khi uống quá nhiều rượu

big hole *noun* (*tài xế xe tải*) số thấp (low gear) của một xe tải

the **big house** or the **Big House** *noun* (*thế giới ngầm, từ giữa những năm 1800*) nhà tù bang hoặc liên bang

big if *noun* một tình huống rất quan trọng và không chắc chắn

big John *noun* sĩ quan cảnh sát hoặc cảnh sát

the **big joint** *noun* = the BIG HOUSE

big-league *adj* 1 mạnh mẽ; có ảnh hưởng; quan trọng; nghiêm túc 2 chuyên nghiệp; cực kỳ

big-leaguer *noun* = BIG-TIMER

the **big leagues** *noun* 1 trình độ cao trong bất kỳ lĩnh vực nào; sự vươn lên cao hơn, nghiêm túc hơn và khó khăn hơn của một nghề nghiệp, công việc kinh doanh, chính phủ, thể thao, v.v. 2 (*bóng chày*) những giải đấu quan trọng

the **big lie** *noun* lời nói dối chính trị lớn, thường là kiểu mị dân, thường được các nhà lãnh đạo đưa ra một phương tiện lừa bịp và đều khiển cử tri [từ quan điểm của Adolf Hitler trong cuốn *Mein Kampf*]

big man *noun* 1 người quan trọng hoặc có sức ảnh hưởng; = BIG NUMBER 2 (*sinh viên*) nam sinh viên lãnh đạo trong trường hoặc khu ký túc xá

big man on campus *noun* (*sinh viên*) nam lãnh đạo sinh viên đại học; = BMOC

big moment *noun* (*sinh viên, từ những năm 1930*) người yêu; người tình

big mouth *noun* 1 người nói nhiều hoặc quá to; kẻ lắm mồm 2 người thoải mái công khai những quan điểm và đánh giá cá nhân; = KNOW-IT-ALL, SMART-ASS 3 người không thể giữ bí mật

big name *noun* 1 người nổi tiếng và quan trọng 2 danh tiếng; tên tuổi

big nickel *noun* (*cờ bạc*) tiền cược 5.000 đô-la

big noise *noun* 1 một người quan trọng; người có ảnh hưởng nhất 2 tin tức quan trọng hiện tại; vụ bê bối đang diễn ra

big number *noun* = BIG MAN

big O *noun* (*đường sắt*) trưởng tàu; = BIG OX

big one *noun* (*cờ bạc*) một nghìn đô-la, đặc biệt là tiền cược

the **big one** *noun* thứ quan trọng nhất

big ox *noun* 1 bất kỳ người đàn ông to lớn, mạnh mẽ nào 2 (*đường sắt*) trưởng tàu; = BIG O

the **big picture** *noun* tình huống mang tính chiến lược lớn phân biệt với những chi tiết nhỏ; bao gồm những tình huống xung quanh

big pipe *noun* kèn đồng; kèn xắc-xô (saxophone)

the **Big Pond** *noun* (*từ giữa những năm 1800*) Đại Tây Dương

the **Big Pretzel** *noun* Philadelphia

Big Pretzelite *noun* người Philadelphia

big rag *noun* = BIG TOP

the **bigs** *noun* những giải đấu lớn, trong bóng chày hoặc những lĩnh vực khác; = the BIG TIME

the **big school** *noun* (*dân lang thang & thế giới ngầm, từ những năm 1920*) = the BIG HOUSE

the **big score** *noun* sự thành công; sự thành tựu đặc biệt

big shot or **bigshot** 1 *noun* (*từ đầu những năm 1900*) nhân vật rất quan trọng; người có sức ảnh hưởng; người lãnh đạo; = BIG CHEESE, BIGGIE 2 *adjective* hùng mạnh; hống hách; quan trọng thái quá

big stick *noun* (*lính cứu hỏa*) thang ngoài trời

the **big sticks** *noun* (*thợ đốn gỗ*) rừng, thường là xa khu dân cư

big stiff *noun* người đàn ông to con, thô lỗ, đặc biệt là người cũng hay ngu ngốc

big stink *noun* 1 cuộc tranh cãi lớn; sự phàn nàn lớn tiếng và kéo dài; = MAKE A FEDERAL CASE OUT OF something 2 vụ bê bối, tai tiếng

big talk 1 *noun* cuộc nói chuyện khoác lác và cường điệu, đặc biệt là những sự hứa hẹn hoặc tuyên bố vượt ngoài khả năng 2 *verb* Don't big-talk a big talker, man: *Đừng nói khoác lác như một kẻ to mồm, anh bạn.*

big-ticket *adjective* mắc tiền; giá cao

big (or **high**) **ticket** *noun* (*nhân viên bán hàng*) việc bán một món hàng đắt tiền

the **big time** *noun* mức độ thành tựu cao nhất trong một lĩnh vực; = the BIG LEAGUES

big-time *adjective* 1 nổi bật; phung phí 2 có tội; phạm tội ác 3 cao cấp

big-time *adverb* (*quân đội*) rất nhiều; cực kỳ • He's gonna complain big time: *Hắn sẽ phàn nàn rất nhiều.*

big-time operator *noun* người lanh lợi; kẻ bày mưu lập kế; = BTO, MACHER, WHEELER-DEALER

big-timer noun 1 = BIG-LEAGUER 2 con bạc chuyên nghiệp

big-time spender noun người tiêu xài nhiều tiền; người rộng rãi và phung phí, đặc biệt đối với sự giải trí; = HIGH ROLLER

big top noun 1 (*xiếc*) lều bạt của gánh xiếc; rạp xiếc và đời sống của gánh xiếc nói chung 2 (*thế giới ngầm xưa*) ngân hàng

the **big trouble** noun (*người lang thang, từ những năm 1930*) đại suy thoái vào những năm 1930 và 1940

big wheel noun 1 một người quan trọng, có quyền lực và lỗi lạc; = BIG SHOT 2 *modifier*: a big-wheel attitude: *thái độ kẻ cả*

big with someone *adjective* được ai yêu thích

bike noun 1 cảnh sát chạy xe mô tô 2 xe mô tô; xe đạp

biker noun người lái xe mô tô

bikinis noun quần đùi rất ngắn

bilge 1 noun chuyện vô lý; vấn đề vô giá trị và hão huyền; = TRIPE, BLAH 2 *verb* (cũng là *bilge out*) đánh trượt hoặc đuổi một sinh viên 3 *verb* dùng toilet; dùng nhà vệ sinh

bilk joint noun một nơi kinh doanh, đặc biệt là cửa hàng bán giá quá đắt và lừa khách hàng; = GYP JOINT

bill noun 1 một đô-la 2 cái mũi 3 (*dân da đen xưa*) con dao, đặc biệt là dao nhỏ dễ giấu 4 một trăm đô-la

Bill Daley noun (*đua ngựa*) sự dẫn đầu rất xa trong cuộc đua

billies noun (*học sinh trung học*) tiền • Do you have any billies on you?: *Anh có mang theo tiền không?*

Bill Shears noun (*người lang thang*) nông dân

Billyball noun phong cách bóng chày được chơi dưới sự chỉ đạo của Bill Martin

billycan or **billy** noun (*người lang thang, từ cách dùng của người Úc*) thùng đựng nước nóng hoặc để nấu ăn

billy club or **billy** noun (*từ giữa những năm 1800*) gậy tuần đêm của cảnh sát

billy-goat noun (*quân đội*) thịt cừu

bim noun một cô gái hoặc phụ nữ, đặc biệt là bạn gái

bimbette noun một phụ nữ trẻ phù phiếm hoặc ngốc nghếch; đồ chơi của đàn ông [bị một số phụ nữ xem là xúc phạm]

bimbo noun 1 (*từ đầu những năm 1900*) đàn ông, đặc biệt là người đàn ông khó chịu và hung dữ; = BABY, BOZO 2 (*từ đầu những năm 1900*) một người tầm thường; = NEBBISH 3 (*từ những năm 1920*) một đứa bé 4 (*từ những năm 1920*) một phụ nữ, đặc biệt là phụ nữ trẻ 5 (*từ những năm 1920*) gái điếm; = HOOKER

Bimmer noun xe BMW

the **bin** noun = LOONY BIN

bind noun một tình huống khó khăn và rất căng thẳng; tình huống lưỡng nan; = BOX, JAM

binders noun (*cảnh sát, dân chơi xế độ và sinh viên dùng*) phanh (thắng) xe ô tô

bindle or **biddle** noun 1 (*người lang thang*) một gói hoặc bọc; túi đeo của kẻ lang thang; = BALLOON 2 bất kỳ gói hoặc bọc nào

bindlestiff noun 1 (*từ đầu những năm 1900*) một lao động rày đây mai đó, đặc biệt là kẻ lang thang với cái túi ngủ giữ tài sản của mình 2 bất kỳ người lang thang hay người bị bỏ rơi nào

bing noun (*nhà tù*) xà lim được dùng để biệt giam; = the HOLE

binge noun một cuộc ăn chơi chè chén lu bù; = BAT, BENDER

binged *adjective* 1 (*quân lực, thế chiến I*) được tiêm chủng 2 say rượu

binger noun người ăn chơi chè chén lu bù

bingle noun 1 (*bóng chày*) cú đánh làm cho người đánh chạm được gốc thứ nhất 2 (*cờ bạc*) thế đánh poker, thường đáng giá 25 cents

bingo *interj* một từ cảm thán bày tỏ phản ứng trước điều gì đột ngột và bất ngờ, hoặc diễn đạt sự thành công đột ngột

bingo-boy noun (*băng đảng đường phố*) người nghiện rượu

bing spot noun (*quân lực xưa*) vết sẹo tiêm chủng

binnacle list noun (*hải quân*) danh sách thủy thủ quá bệnh (too sick) để làm nhiệm vụ

binny noun (*thế giới ngầm*) cái túi lớn hoặc túi kín trong áo khoác của kẻ móc túi nơi đồ ăn trộm có thể được giấu

bio noun tiểu sử, đặc biệt là tiểu sử ngắn trong niên giám, chương trình rạp hát, v.v..

bioflick or **biopic** noun một bộ phim hoặc chương truyền hình dựa trên tiểu sử của ai

bippy or **bibby** noun mông; = ASS

bird noun 1 một người thuộc một trong hai giới tính, thường là đàn ông và lớn tuổi 2 (*quân đội, từ thế chiến I*) con đại bàng như phù hiệu cấp bậc 3 *modifier*: a bird colonel: *đại tá* 4 (*ngành du hành vũ trụ*) hỏa tiễn hoặc hỏa tiễn dẫn đường 5 (*không gian vũ trụ*) vệ tinh liên lạc 6 trực thăng hoặc máy bay 7 một người phụ nữ trẻ; một cô gái; = CHICK 8 một người đàn ông đồng tính; = GAY 9 người kỳ quặc; người lập dị và khác thường; = FLAKE, WEIRDO 10 cử chỉ của ngón tay giữa, nghĩa là "mẹ kiếp mày"; ngón tay thối; = the FINGER

the **bird** noun 1 âm thanh nhạo báng tạo ra bởi đôi môi; cái bĩu môi chế giễu; = BRONX CHEER, RASPBERRY 2 = FINGER

birdbrain noun một người kém thông minh; một tên ngốc

birdbrained *adjective* ngu ngốc

birdcage noun 1 (*thế giới ngầm*) xà lim 2 (*đội thương thuyền*) phòng nhỏ được thuê theo ngày; chỗ ngủ trong một nhà có phòng cho thuê rẻ tiền 3 (*đường sắt*) đèn lồng được dùng bởi những người điều khiển phanh và những người bẻ ghi

bird colonel noun = CHICKEN COLONEL

bird course noun (*sinh viên Canada*) một khóa học dễ dàng tại đại học; = GUT COURSE

bird dog noun 1 người săn lùng tài năng, giống như thám tử, chuyên tìm gì đó hoặc tìm người 2 (*thể thao chuyên nghiệp*) người chiêu mộ tài năng hoặc những người cộng tác của một người chiêu mộ tài năng cho ông ta biết về những cầu thủ có triển vọng chơi chuyên nghiệp 3 (*hàng không*) thiết bị tìm hướng tự động của máy bay 4 (*cờ bạc*) một con bạc nhỏ tìm kiếm sự bầu bạn và chỉ dẫn của những con bạc chuyên nghiệp 5 (*sinh viên*) một bà đi kèm tại buổi khiêu vũ [thường là một phụ nữ nhiều tuổi đi theo chăm sóc một cô gái hoặc một phụ nữ trẻ chưa chồng trong những buổi khiêu vũ hoặc cuộc giao tiếp xã hội] 6 (*học viện phục vụ*) văn phòng chiến thuật, bắt thi hành mệnh lệnh và kỷ luật 7 (*quân lực, thế chiến II*) máy bay chiến đấu hoặc máy bay đánh chặn máy bay địch

bird-dog *verb* 1 (*sinh viên*) tán tỉnh hoặc cố giành bạn gái của người khác 2 (*quân đội, từ thế chiến II*) trở nên quá thân mật với vợ hoặc bạn gái cấp trên

birdfarm noun (*chiến tranh Việt Nam, hải quân*) hàng không mẫu hạm

birdies noun = BIRD LEGS

bird legs noun đôi chân gầy, nhiều xương

the **birds and the bees** noun những sự thật cơ bản về tình dục và sinh sản, đặc biệt khi được giải thích cho trẻ em

birdseed noun bất kỳ loại ngũ cốc khô nào dùng cho điểm tâm

birdseye maple noun (*người da đen, từ những năm 1920*) cô gái da đen da sáng, đặc biệt là người hấp dẫn

birdshit noun = CHICKEN SHIT

birdturd noun người đáng ghét; người đáng khinh; = PRICK, SHIT

birdwood noun (*ma túy*) một điếu thuốc; điếu thuốc cần sa

birdy or **birdie** *adjective* điên khùng; kỳ lạ; lập dị; = FLAKY

birdyback noun sự vận chuyển những container đầy hàng hoặc toa kéo một đầu bằng máy bay

birthday suit noun tình trạng khỏa thân

biscuit noun 1 (*quyền Anh*) cái đầu hoặc mặt 2 (*đường sắt*) người chấm công

biscuit hooks noun đôi tay

biscuit-shooter noun (*cao bồi xưa*) người nấu ăn, đặc biệt là ở trại nuôi gia súc

bissel noun một chút • These trousers are a bissel tight: *Chiếc quần này hơi chật.*

bistro noun nhà hàng hoặc quán cà phê [từ tiếng Pháp]

bit noun 1 (*thế giới ngầm*) án tù 2 (cũng là *bit part*) một vai kịch phụ ở rạp hát 3 (*rạp hát*) sự thể hiện cảm xúc giả vờ, hoặc một sự bắt chước rõ ràng; = ACT, SHTICK 4 (*từ những năm 1950*) nhóm thái độ, phản ứng, mô hình hành vi, v.v.. đặc biệt của một người; phong cách; lối sống; = THING

bit banger noun (*máy tính*) lập trình viên phát triển chi tiết của một chương trình máy tính

bitch noun 1 (*Anh dùng, từ những năm 1700*) một phụ nữ 2 (*Anh dùng, từ những năm 1400*) một phụ nữ ti tiện, khó ưa, đặc biệt là một phụ nữ cay nghiệt, xảo quyệt hoặc nhẫn tâm [tương đương *bastard* dành cho nam giới như từ sĩ nhục chung] 3 (*đồng tính*) một người đồng tính nam cáu bẳn hoặc xấc láo 4 điều gì đó khó khăn hoặc rất khó chịu 5 bất cứ thứ gì thú vị hoặc đáng khâm phục; = BEAUT, HUMDINGER 6 (*cỗ bài*) bất kỳ quân đầm (Q) nào 7 lời than phiền; lời phàn nàn; kêu ca 8 bạn gái (thô lỗ hoặc nói đùa)

bitch verb 1 than phiền; phàn nàn; = BEEF, BELLYACHE 2 lừa bịp; = CHISEL

bitch box noun (*quân đội, thế chiến II*) hệ thống loa công cộng; hệ thống loan báo công cộng; = SQUAWK BOX

bitchen or **bitchin'** or **bitching** 1 adj xuất sắc; tuyệt vời 2 adv rất; cực kỳ

bitch in heat noun một phụ nữ lẳng lơ; phụ nữ chung chạ bừa bãi

bitch kitty noun 1 một phụ nữ đặc biệt khó chịu 2 một nhiệm vụ đặc biệt khó chịu hoặc khó khăn 3 bất cứ gì đặc biệt thú vị hoặc đáng khâm phục; = HUMDINGER

bitch lamp noun (*người lang thang*) một chiếc đèn làm vội; đèn dầu

a bitch of a or **one bitch of a** *adjective* rất tuyệt vời, phi thường, đáng khâm phục, v.v..; = a HELL OF A, SOME KIND OF

bitch session noun 1 một cuộc họp nơi nói ra những phàn nàn hoặc bất bình, đặc biệt bởi các đại diện công đoàn lao động; = GRIPE SESSION 2 = BULL SESSION

bitch up verb phá hủy hoặc phá hoại; làm rối tung; = LOUSE UP

bitchy adjective 1 hiểm độc; khó chịu; hằn học; thù hận 2 (*từ những năm 1930*) dễ thương; thanh lịch; = CLASSY 3 khêu gợi

bite noun 1 một bữa ăn nhỏ hay một bữa ăn qua loa 2 phần của ai; một khoản nợ

the bite noun chi phí • It's a good place, but the bite is fierce: *Nó là một nơi tốt, nhưng chi phí rất "khủng".*

bite verb 1 chấp nhận sự lừa gạt như là sự thật 2 mượn tiền; vay nợ 3 (*tuổi teen*) = SUCK

bite someone's head off verb phản ứng một cách giận dữ; = JUMP DOWN someone's THROAT

bite my ass verb = KISS MY ASS

bite the bullet verb cắn răng mà chịu; chấp nhận việc gì khó khăn và cố gắng sống chung với nó

bite the dust verb 1 (*từ năm 1800*) chết 2 hư; bị hỏng; thất bại

bite your tongue verb rút lại hoặc xấu hổ về những gì bạn vừa nói

bit-grinding noun (*máy tính*) sự xử lý dữ liệu vào máy tính

bit (or **piece**) **of fluff** noun một cô gái hoặc phụ nữ trẻ; = CHIT

bits and pieces noun một đống lộn xộn; một mớ

biz noun (*từ giữa những năm 1800*) việc kinh doanh

bizzer noun người làm trò tiêu khiển; người kỳ cựu trong ngành giải trí

blab noun cuộc nói chuyện; sự nói chuyện huyên thuyên; cuộc nói chuyện vô nghĩa

blab verb 1 (cũng là *blab off*) nói liến thoắng; nói chuyện vô nghĩa 2 (cũng là *blab off*) nói nhiều hơn cần thiết, đặc biệt đổ tội cho bản thân hoặc người khác; = SING, SQUEAL

blabbermouth noun người nói quá nhiều và kể hết bí mật; = BIGMOUTH

black noun đêm • He stayed three blacks at the hotel: *Anh ta đã ở khách sạn ba đêm.*

black and tan adjective (*đặc biệt từ những năm 1920*) bị chiếm hoặc lui tới thường xuyên bởi dân da trắng lẫn da đen; giữa các chủng tộc; = SALT AND PEPPER

black and white noun 1 soda kem được làm bằng kem vanilla và sirô sô-cô-la; = BLACK COW 2 xe cảnh sát

black bag job noun một vụ cướp hoặc vụ trộm được thực hiện bởi các nhân viên tình báo hoặc thi hành pháp luật

blackball¹ verb bỏ phiếu chống ai trong cuộc bỏ phiếu kín

blackball² or **blacklist** verb trừng phạt ai bằng cách từ chối sản phẩm, tẩy chay sản phẩm, v.v..

blackbirder noun (*từ cuối những năm 1800*) người buôn bán nô lệ da đen

black camp noun (*nhà tù*) nhà tù nơi hầu hết tù nhân là người da đen

black-coat noun 1 người làm dịch vụ lễ tang 2 giáo sĩ; tu sĩ

black cow noun 1 đồ uống không cồn, có hương vị của rễ vài thứ cây 2 sô-đa kem được làm với đồ uống không cồn và kem vanilla 3 sữa sô-cô-la 4 = BLACK AND WHITE

black eye noun 1 một con mắt được bao quanh với những vùng đen do bị giập; mắt thâm tím; = MOUSE, SHINER 2 tiếng xấu; hình ảnh xấu và bất lợi trong mắt công chúng

black gang noun thủy thủ trong buồng đốt và phòng nồi hơi của một con tàu

black hat 1 noun kẻ bất lương; tội phạm; = HEAVY 2 verb They do not try to penetrate security systems or conduct clandestine tests… "There's no black-hatting": *Họ không cố xâm nhập các hệ thống bảo mật hoặc thực hiện những cuộc kiểm tra bí mật…"Không có hoạt động tội phạm".* 3 modifier: the black-hat rustler in the horse opera: *tên tội phạm trộm ngựa trong phim cao bồi* 4 noun dấu hiệu hoặc biểu tượng của một tên tội phạm [từ truyền thống Hollywood là những kẻ ác trong phim miền Tây luôn đội mũ đen]

Black Maria noun 1 (*từ giữa những năm 1800*) xe chở tù của cảnh sát để chở những người bị bắt giữ 2 xe tang

Black Mike noun (*người lang thang*) món hầm thịt và rau

black money (or **cash**) noun 1 tiền mặt không được kiểm toán trong hồ sơ tài chính của một công ty; tiền thu nhập không được báo cáo để nộp thuế; = SKIM 2 tiền kiếm được bất hợp pháp, đặc biệt bởi chính trị gia và những tổ chức tội phạm, phải được "rửa" trước khi có thể dùng

black operator noun đặc vụ ngầm; gián điệp

black out verb 1 bất tỉnh; mất ý thức 2 quên gì đó 3 loại trừ một khu vực khỏi sự phủ sóng truyền hình, đặc biệt là một sự kiện thể thao

blackshoe noun (*hải quân*) thành viên không được lên tàu trong quân số bổ sung của một hàng không mẫu hạm

blacksnake noun (*đường sắt*) một xe lửa được nối nhau hoàn toàn từ những toa chở than

blackstrap noun (*quân đội và thợ đốn gỗ*) cà phê

black stuff noun một phụ nữ da đen hoặc phụ nữ được xem là bạn tình, đặc biệt đối với một người đàn ông da trắng

bladder[1] noun (*rạp xiếc*) một quả bong bóng đồ chơi [từ thực tế những quả bong bóng từng được làm từ bọng đái động vật]

bladder[2] noun tờ báo [từ tiếng Đức "*blatt*" có nghĩa là "tờ, trang, báo"]

blade noun 1 con dao được xem là vũ khí; = SWITCH-BLADE 2 (*bệnh viện*) bác sĩ phẫu thuật

blah adjective 1 không sức sống, không có tia hy vọng, không mục đích; nhạt nhẽo; buồn tẻ 2 mệt mỏi; kiệt sức

blah or **blah-blah** or **blah-blah-blah** noun lời nói vớ vẩn và vô nghĩa; vân vân và vân vân; được dùng để ngụ ý rằng những gì đang được nói không đáng nói hoặc đã được nói quá nhiều lần rồi; = BALONEY, BUNK

blahly adjective nhạt nhẽo; tẻ nhạt; vô vị

the blahs noun bệnh vặt; cảm giác buồn chán; tình trạng căng thẳng thần kinh

blamed adjective (*từ đầu những năm 1800*) = DARN

blank verb (*thể thao*) ngăn chặn không cho đối phương làm bàn; đánh bại không gỡ được (trong cuộc đấu); = SCHNEIDER, SHUT OUT, SKUNK

blanket noun 1 bánh mì sanwich; bánh kẹp 2 giấy cuốn thuốc lá 3 áo khoác; áo choàng

blanket drill noun (*quân đội, từ những năm 1920*) giấc ngủ; = SACK TIME

blanket stiff noun (*người lang thang*) một người lang thang hoặc người lao động di trú, đặc biệt là người mang theo đồ đạc trong một túi ngủ; = BINDLESTIFF

blankety-blank adjective & noun & verb một uyển ngữ phổ biến thay thế cho một từ cấm kỵ hoặc thô tục

blap 1 noun một cú đánh; một đòn; một nhát 2 verb đánh; đập; = SOCK

blast noun 1 một cú đánh; một đòn; = SOCK 2 (*bóng chày*) một cú đánh dài hoặc mạnh, đặc biệt là cú home run 3 bất cứ gì tốt hoặc đáng khâm phục; = GASSER 4 một thất bại đáng nản; = BOMB, FLOP 5 một bữa tiệc ồn ào và vui vẻ hoặc một dịp đặc biệt thú vị khác; = BALL 6 cảm giác kích động; sự vui sướng rộn ràng; = CHARGE, KICK 7 sự tấn công; sự công trích bằng lời

blast verb 1 đánh; đấm 2 đánh bại hoàn toàn; thắn đậm; đè bẹp; = CLOBBER 3 tăng tốc một chiếc xe; = BARREL 4 bắn ai bằng súng 5 tấn công, công kích ai hoặc cái gì bằng lời nói 6 = DYNAMITE

blasted adjective 1 say rượu hoặc phê ma túy 2 đáng ghét; chết tiệt; ghê tởm 3 hoàn toàn túng thiếu; = FLAT BROKE 4 adj & adv = DARN

blaster noun 1 (*thế giới ngầm*) súng, đặc biệt là súng ngắn 2 tay súng; kẻ cướp có súng; kẻ giết người thuê; = HIT MAN

blastissimo adjective & adverb (*nhạc sĩ*) rất; rất lớn; cực mạnh

blast off verb đốt cháy và bay lên từ bệ phóng

blast off (for somewhere) verb (*về người nào đó*) rời khỏi để đến đích sớm; = SCRAM

blat 1 verb = BLAB 2 noun tờ báo; = BLADDER

blaxploitation noun sự khai thác thương mại của trải nghiệm được cho là của người da đen, đặc biệt trong những bộ phim mà người da đen đóng vai anh hùng như cảnh sát, tội phạm, con bạc, v.v..

as blazes or **as hell** or **as shit** adverb ở mức độ rất lớn; = TO THE MAX

blech interj thán từ bày tỏ sự ghê tởm, khiếp sợ, v.v..

bleed 1 noun (*từ người da đen*) người da đen; = BLOOD 2 verb lấy tiền của ai bằng cách tống tiền hoặc đòi trả liên tục

bleeder noun 1 một võ sĩ quyền Anh dễ bị chảy máu 2 người mắc chứng máu loãng khó đông 3 (*bóng chày*) một cú đánh yếu hoặc may mắn

bleeding heart 1 noun một người được xem là mềm yếu quá mức, đặc biệt là những người ăn không ngồi rồi không đáng thông cảm 2 modifier: a bleeding-heart wimpy liberal: *một người theo đảng tự do nhút nhát* [từ tranh tôn giáo thể hiện trái tim rỉ máu của Chúa Jesus]

bleed someone white (or dry) verb lấy hết tiền của ai; tống tiền ai

bleep or **bleeping** or **blipping** adjective & noun & verb được dùng như một thay thế uyển ngữ cho một từ tục tĩu hoặc từ cấm kỵ; = BLANKETY-BLANK

bletcherous adjective (*điện toán*) được thiết kế tồi; hoạt động sai; xấu xí

blimp noun một người béo phì

blind 1 noun (*bưu điện*) một lá thư với địa chỉ không hoàn chỉnh hoặc không hợp lệ; = NIXIE 2 adv (*đặc biệt là sinh viên, từ đầu những năm 1900*) hoàn toàn; = COLD 3 adj (*dân đồng tính*) không cắt bao quy đầu

blind baggage or **blind** noun (*người lang thang*) toa hành lý hoặc xe thư không có cửa hoặc cửa khóa ở một đầu; do đó là không gian khá an toàn được cung cấp, nơi người lang thang có thể nấp hoặc được chở đi

blind Charley noun (*thế giới ngầm xưa*) cột đèn

blind date (or drag) noun (*đặc biệt là sinh viên từ những năm 1920*) việc sắp xếp một cuộc gặp mặt giữa một người đàn ông và một người đàn bà mà trước đó chưa biết nhau

blind drunk or **blinded** adjective say bí tỉ; say mèm

blindfold a pair verb (*quầy bán đồ ăn trưa*) rán trứng ở hai mặt

blind pig (or tiger) noun quán bán rượu lậu hoặc nơi bán rượu trái phép; = SPEAKEASY

blind-side verb 1 đánh hay tấn công ai mà không cảnh báo trước 2 (cũng là *blind-pop*) (*bóng bầu dục*) chặn hoặc cản đối phương từ phía không nhìn thấy

blind tiger noun rượu uýt-ki kém chất lượng hoặc rẻ tiền

Blind Tom noun (*bóng chày*) trọng tài

blinger noun điều gì đó khác thường, tuyệt vời, ưu tú, v.v..; = HUMDINGER

blinkers noun 1 mắt kính 2 đôi mắt

blinkie noun (*người lang thang*) người ăn xin giả vờ bị mù

blip noun 1 tia sáng xuất hiện không liên tục trên màn hình ra đa 2 sự tăng và giảm nhanh; sự đạt đến đỉnh cao nhanh chóng

blip verb 1 lấn sang, khi hình ảnh của một chiếc máy bay trên màn hình ra-đa có thể xen vào địa hạt của một máy bay khác 2 kiểm duyệt một từ hoặc đoạn được đánh dấu bằng cách xóa bỏ nó về mặt điện từ khỏi băng và thay bằng tiếng "bíp".

blip adjective 1 xuất sắc; rất tốt 2 = HIP

blip (or ping) jockey noun (*quân đội*) người theo dõi các thiết bị dò tìm điện tử

blip someone off verb giết, đặc biệt bằng súng • If he blipped Beno off, he knows me: *Nếu nó giết Beno, nó biết tôi.*

blissed out adjective trong trạng thái lâng lâng, đê mê về mặc cảm xúc

bliss ninny noun 1 người nhẹ dạ, mất phương hướng 2 người sung sướng mê li đến mức có vẻ ngốc nghếch

blissout noun trạng thái đê mê; tình trạng mê mẩn

bliss out verb trở nên mê li, ngây ngất; rơi vào trạng thái mê mẩn

bliss someone out verb khiến ai ngập tràn hạnh phúc

blister *noun* 1 một người phiền toái 2 (*người lang thang*) một người phụ nữ lang thang 3 gái điếm 5 vật che phủ trong suốt hình bong bóng trên buồng lái máy bay, lỗ hổng trên mái, v.v..

blisterfoot *noun* 1 (*thế chiến I*) lính bộ binh; = PADDLE-FOOT 2 (*cảnh sát*) cảnh sát đi tuần tra

blitz¹ *verb* (*sinh viên, vào khoảng năm 1900*) vắng mặt khỏi lớp một bài kiểm tra; = CUT, SHINE

blitz² *verb* (*quân đội*) đánh bóng những nút áo bằng đồng thau, v.v..; chuẩn bị để duyệt binh

blitz³ 1 *verb* đánh bại ai hoàn toàn; = CLOBBER 2 *verb* (*bóng bầu dục*) lao mạnh vào tiền vệ với hy vọng ngăn anh ta hoàn tất đường chuyền 3 *verb* tấn công ai dữ dội 4 *noun* bất kỳ cuộc tấn công dữ dội nào

blitzed *adjective* 1 (*sinh viên*) say rượu hay phê thuốc 2 (*sinh viên*) hoàn toàn kiệt sức; = WIPED OUT

blitzed out *adjective* say rượu; = STONED

blitzkrieg or **blitz** *noun* = the RUSH ACT

blitz someone out *verb* làm ai kinh sợ hoặc mất phương hướng

blivit *noun* ai hoặc cái gì phiền toái hoặc vô dụng

blizzard-head *noun* (*trong thời tivi trắng đen*) một cô gái tóc vàng

bloated *adjective* say rượu

blob 1 *noun* (*sinh viên, đầu những năm 1900*) lỗi; sự nhầm lẫn 2 *verb* làm sai; phạm sai lầm 3 *noun* một khối lượng lớn chất dính; = GOB

block *noun* cái đầu

blockbust *verb* thuyết phục những người chủ sở hữu bất động sản da trắng bán nhà nhanh bằng cách khuấy động nỗi sợ hãi rằng người da đen đang chuyển vào khu vực lân cận

blockbuster¹ *noun* sự thành công khổng lồ, đặc biệt là một bộ phim, chương trình nổi tiếng hoặc một cuốn sách thu hút lượng khán giả lớn [từ những quả bom trên không có sức nổ cực mạnh hồi thế chiến II được gọi là *blockbuster*: bom tấn]

blockbuster² *noun* người môi giới bất động sản thuyết phục những chủ sở hữu bất động sản da trắng bán nhà nhanh bằng cách khấy động nỗi sợ hãi rằng người da đen đang chuyển vào khu vực lân cận

blockhead *noun* một người ngu xuẩn; một thằng ngốc; = KLUTZ

bloke *noun* (*từ đầu những năm 1800*) một người đàn ông; anh chàng; = GUY

blonde and sweet *noun* (*hải quân, thế chiến II*) cà phê với kem và đường

blood *noun* 1 (*người da đen*) một gã da đen; = BLOOD BROTHER 2 một người bạn thân da đen; một người bạn trong băng nhóm 3 (*sinh viên, từ đầu những năm 1900*) một người đàn ông nổi tiếng và hợp thời trang

blood brother *noun* một gã da đen; = BLEED, BLOOD

bloody (or **blue**) **murder** 1 *noun* một sự thất bại choáng váng; sự hủy diệt hoàn toàn 2 *adv* như thể đang thông báo sự thất bại và sự hủy diệt chung

bloom *noun* (*truyền hình*) ánh sáng chói từ một đối tượng màu trắng trên tivi; = WOMP

bloomer *noun* 1 (*thế giới ngầm xưa*) một cái két sắt trống hoặc gần như trống rỗng 2 (*xiếc*) một chương trình ít khán giả; một ngày hoặc một chỗ kinh doanh buồn tẻ 3 sự sai lầm; lỗi ngớ ngẩn = BONER, GOOF

bloomer boy *noun* (*quân đội, thế chiến II*) lính nhảy dù

bloomers *noun* (*hải quân, thế chiến II*) bao súng

blooming *adjective & adverb* = DARN [chủ yếu dùng tại Anh]

bloop *noun* 1 một âm thanh không mong muốn trong đĩa hát, do sự ghép nối kém giữa hai mảnh băng từ 2 = BLOOPER

bloop *verb* 1 đánh một quả bóng quá yếu và chậm 2 tung ra một cú đấm móc dài

blooper *noun* 1 điều sai lầm, đặc biệt là lỗi nhục nhã hoặc hài hước; = BONER, BOO-BOO 2 cú đấm, đặc biệt là cú đấm móc dài 3 (*bóng chày*) cú ném hoặc đánh cao, vòng

blot out *verb* giết ai; = RUB OUT

blotter *noun* 1 (cũng là *blotter acid*) (*sinh viên*) một mảnh giấy nhỏ hút nước mà LSD lỏng được phết lên rồi để cho khô 2 người say rượu; người nghiện rượu 3 (*cảnh sát*) hồ sơ bắt giữ của đồn cảnh sát; sổ cảnh sát

blotto *adjective* (*từ đầu những năm 1900*) say khướt

blow *noun* (cũng là *blow-out*) bữa tiệc rượu

blow *verb* 1 thổi hơi vào máy đo nồng độ cồn trong máu 2 quan hệ tình dục bằng miệng; = SUCK OFF 3 mở thứ gì đó bằng chất nổ; nổ tung 4 làm mất cơ hội; làm hỏng việc; = BLOW IT 5 vô dụng; kinh tởm; đáng ghét; = SUCK 6 rời đi; = SPLIT 7 (*nhạc sĩ nhạc jazz*) chơi một nhạc cụ 8 tiêu tiền; phung phí tiền 9 trở nên rất tức giận; mất bình tĩnh; = BLOW one's TOP 10 làm hoặc thực hiện điều gì, đặc biệt là làm tốt 11 đãi ai thứ gì đó; mua cho ai thứ gì mắc tiền hoặc khác thường 12 (cũng là *blow something in*) xài tiền, đặc biệt là theo kiểu ngu ngốc và xài hết một lần 13 xài hoặc mất tiền 14 (*sân khấu*) quên hoặc làm hỏng vai trong sô diễn 15 loại bỏ hoặc hủy một phần trong một hợp đồng hoặc việc làm ăn 16 (*thế giới ngầm xưa*) khai báo hoặc chỉ điểm ai; = SING 17 phơi bày hoặc công khai điều gì bí mật, đặc biệt là điều gì tai tiếng 18 khoe khoang; = TOOT one's OWN HORN 19 (*bóng chày*) ném bóng quá nhanh và mạnh đến nỗi tay đập bóng không thể chạm vào nó

blow a gasket (or **a fuse**) *verb* mất bình tĩnh; nổi giận lên; nổi trận lôi đình

blow a hype *verb* trở nên quá kích động; phản ứng quá mạnh

blow away *verb* 1 rời khỏi; = TAKE OFF 2 giết ai đó, thường bằng súng 3 gây ấn tượng hoặc làm ai ngạc nhiên; do đó, bị ấn tượng hoặc ngạc nhiên

blow someone away *verb* 1 giết; ám sát; khóa sổ; = OFF 2 đánh bại hoàn toàn; nghiền nát; = CLOBBER 3 chiến thắng, thường với sự khâm phục 4 áp đảo ai; làm ai ngạc nhiên, sửng sốt

blow-boy *noun* (*quân đội*) lính kèn

blow by blow 1 *adv* theo một cách hoàn chỉnh và chi tiết • I'll tell you what happened blow by blow: *Tôi sẽ kể cho anh chuyện gì đã xảy ra một cách hoàn chỉnh và chi tiết* 2 *adj* a blow-by-blow account: *một bản báo cáo hoàn chỉnh và chi tiết*

blow one's cool *verb* trở nên bối rối, kích động hoặc giận dữ; mất bình tĩnh

blow someone's or **something's cover** 1 tiết lộ chân tướng của ai; làm hỏng kế hoạch của ai vì hành động che giấu 2 tiết lộ gì đó, đặc biệt là tình cờ hoặc có ý tinh nghịch

blowed-in-the-glass *adjective* (*người lang thang*) thật; xuất sắc

blower *noun* 1 khăn tay 2 (*dân chơi xế độ*) bơm tăng nạp cho động cơ ô tô; = HUFFER

blow fire *verb* (*người da đen*) làm việc gì với kỹ năng và sự say mê đặc biệt, đặc biệt là khiêu vũ

blow grits *verb* (*sinh viên*) nôn; mửa

blow someone's hair *verb* làm ai sợ; sợ hãi

blowhard *noun* 1 (*từ giữa những năm 1800*) người hay khoe khoang khoác lác; người tự đề cao 2 (*từ giữa những năm 1800*) kẻ ba hoa

blow something high as a kite *verb* phá hỏng hoặc hủy hoại cái gì hoàn toàn bằng cách tiết lộ nó

blow hot and cold *verb* do dự; không dứt khoát; luôn thay đổi ý kiến

blow in *verb* đến; đến bất chợt

blow-in *noun* 1 (*thợ đốn gỗ*) cuộc chè chén lu bù 2 (*người lang thang*) người mới đến

blowing *noun* (*nhạc sĩ nhạc jazz*) sự chơi nhạc jazz

blowing cat *noun* (*nhạc sĩ nhạc jazz xưa*) nhạc sĩ nhạc jazz

blow it *verb* thất bại; làm hỏng; làm mất cơ hội

blow it off *verb* (*sinh viên*) không thể đối phó hoặc tham dự việc gì; cố tình bỏ mặc cái gì

blow it out *interj.* (biến thể: **your asshole** or **your B-bag** or **your bar-racks bag** or **your tailpipe** có thể được thêm vào) từ cảm thán chung bày tỏ sự coi thường, giận dữ, hoài nghi, v.v. [thường được thốt ra để thách thức hoặc khiển trách]

blow one's lines *verb* quên mất lời thoại

blow someone's mind *verb* 1 gây ấn tượng đối với ai 2 = BLOW one's COOL

blown *adjective* (*dân chơi xế độ*) có bơm tăng nạp

blow-off *noun* 1 (*thanh thiếu niên*) việc rất dễ dàng; = PIECE OF CAKE 2 cuộc tranh cãi 3 sự cực khoái; sự khiêu khích cuối cùng 4 (*xiếc*) khách hàng đầu tiên trong ngày của người bán quán ở vỉa hè, thường được tặng gì đó để thu hút những người khác

blow off *verb* 1 lờ đi; đuổi ai • Well then blow him off when he gets here: *Vậy thì lờ hắn ta đi khi hắn ta đến đây.* 2 tránh hoặc trốn; không tham dự 3 trì hoãn; lãng phí thời giờ; chần chừ 4 đánh lừa; lừa đảo ai hoặc cái gì

blow off one's **mouth** or **blow** one's **mouth off** *verb* (biến thể: **trap** or **yap** có thể thay thế cho **mouth**) = SHOOT OFF one's MOUTH

blow off steam or **let off steam** *verb* nói hoặc tức giận cho hả cơn giận

blow one *verb* rót một ly bia thùng và thổi bọt

blow one up *verb* (*nhà tù*) châm một điếu thuốc

blowout *noun* 1 một bữa tiệc hoặc bữa ăn không bị giới hạn bởi những quy tắc xử sự thông thường; một dịp lễ hội ồn ào; = SHINDIG 2 một thất bại hoàn toàn 3 (*thế giới ngầm*) một vụ cướp không thành công

blow someone out *verb* giết ai, đặc biệt bằng súng; = BLOW someone AWAY

blow out of the water *verb* phá hủy hoàn toàn; đánh bại ai tơi bời; = SHOOT someone DOWN IN FLAMES

blow smoke *verb* 1 khoe khoang khoác lác; cường điệu 2 (cũng là *blow smoke up someone's ass*) đánh lừa; làm lúng túng

blow the gaff *verb* khai báo; chỉ điểm ai; = SING

blow the lid off *verb* phanh phui một vụ tai tiếng hoặc hối lộ; vạch trần một vụ lừa gạt chính trị

blow the whistle *verb* 1 (*thế giới ngầm*) khai báo; chỉ điểm; = SING 2 phơi bày hoặc bắt đầu chống lại hành động phạm pháp

blowtop *noun* một người dễ nổi giận; = HOT-HEAD

blow one's top *verb* (biến thể: **cork** or **topper** or **stack** or **wig** có thể thay thế cho **top**) 1 phát điên; trở nên điên loạn một cách bạo lực 2 trở nên cực kỳ phấn khích hoặc nhiệt tình 3 trở nên kích động một cách bạo lực do ma túy; = FLIP, FREAK OUT 4 trở nên giận giữ một cách đột ngột; nổi cáu

blowtorch *noun* (*không quân, những năm 1950*) máy bay phản lực hoặc động cơ phản lực

blowup *noun* 1 một tử thi nổ tung do sự tích tụ khí bên trong 2 một cơn giận; cuộc ẩu đả 3 sự tranh cãi; sự bất hòa lớn giữa mọi người 4 bản phóng to của ảnh, bản đồ, biểu đồ, v.v.. 5 sự sụp đổ; sự tàn phá

blow up *verb* 1 phóng to ảnh 2 phóng đại hoặc quan trọng hóa việc gì một cách quá đáng; = MAKE A FEDERAL CASE OUT OF something, PUMP UP 3 = BLOW one's TOP 4 nổi giận; = BLOW one's COOL 5 (*sân khấu*) quên hoặc cắt xén lời thoại trên sân khấu; = BALLOON

blow up a storm *verb* 1 (*nhạc sĩ nhạc jazz*) chơi, đặc biệt là kèn trumpet, cornet, clarinet, v.v.. với kỹ năng và sự say mê tuyệt vời 2 = PISS UP A STORM

blow something wide open *verb* vạch trần hối lộ, tham nhũng; phơi bày một vụ bê bối, đặc biệt liên quan đến chính quyền; = BLOW THE LID OFF

blow your wheels *verb* hành động không kềm chế

blow your wig *verb* mất kiểm soát cảm xúc; trở nên tức giận

blow Zs *verb* ngủ • I got to blow Zs for a while; then we'll talk: *Tôi phải ngủ một lúc; sau đó chúng ta sẽ nói chuyện.*

BLT *noun* (*phát âm theo từng ký tự riêng*) bánh mì sandwich với thịt heo muối hong khói, rau diếp và cà chua [viết tắt của *bacon, letuce, and tomato*]

blubber 1 *verb* khóc; sụt sùi 2 *noun* sự mập hoặc sự béo phì; = AVOIRDUPOIS 3 *noun* một người béo

blubberhead *noun* một tên ngốc; = FATHEAD

blue 1 *adj* (*từ đầu những năm 1800*) khiêu dâm; khêu gợi; dâm dục; = DIRTY 2 *adj* buồn; chán nản; u sầu 3 *adj* thô tục; thô bỉ; dơ bẩn 4 *adj* (*từ đầu những năm 1800*) say rượu 5 *noun* một người đàn ông da đen da rất sậm; = BLUE-SKIN [viết tắt của "*blue boy*"] 6 *noun* sĩ quan cảnh sát

blue and white *noun* xe cảnh sát [một biến thể của "*black and white*"]

blue-ball *noun* một nam giới chán nản về mặt tình dục

blue balls *noun* 1 một cơn đau nơi tinh hoàn (hòn dái) do thời gian dài kích thích tình dục mà không xuất tinh 2 bệnh lây nhiễm qua đường tình dục; bệnh hoa liễu

bluebird *noun* (*người*) da đen; sĩ quan cảnh sát

blue blanket *noun* một tài sản cá nhân mang lại cảm giác an toàn

blue blazes 1 *noun* (*từ đầu những năm 1800*) một tình huống, nhịp độ, mức độ, v.v.. cực độ 2 *noun* thứ gì đó tột độ; cực điểm 3 *adv* đến mức độ quá mức • He's lying blue blazes: *Anh ta đang nói dối quá mức.*

bluebook *noun* (*sinh viên*) kỳ thi đại học

blue box *noun* một thiết bị điện tử cho phép gọi điện đường dài

blue-chip *adjective* 1 có chất lượng tốt nhất 2 có liên quan tới chứng khoán

blue-chipper *noun* 1 một vận động viên sinh viên xuất sắc với tiềm năng chơi chuyên nghiệp 2 những người hoặc những thứ có chất lượng, khả năng cao nhất, v.v..

bluecoat *noun* (*từ giữa những năm 1800*) cảnh sát

blue darter *noun* (*bóng chày*) một cú ném thẳng, thấp

blue-eyed *adjective* 1 ngây thơ; chất phác 2 (*người da đen dùng*) da trắng

blue-eyed devil *noun* (*từ người da đen*) người da trắng

blue-eyed soul *noun* (*nhạc sĩ*) nhạc của người da đen được trình diễn bởi các nhạc sĩ da trắng

blue flu *noun* dịch bệnh được tưởng tượng lấy cớ ốm trong lúc thi hành công vụ của cảnh sát

blue funk *noun* tình trạng buồn bã, chán nản [phổ biến hơn tại Anh]

bluegrass *noun* loại nhạc dựa trên những bài hát và điệu nhảy của người Appalachian miền Nam và thường chơi với nhịp nhanh bởi một ban nhạc chơi đàn dây

blue-gum *noun* người da đen

blue heaven or **blue-devil** *noun* một viên Amytal (tên thương mại), một loại thuốc an thần

blue hell *noun* một tình huống cực kỳ khó chịu

blue man *noun* một sĩ quan cảnh sát nam mặc đồng phục

blue meany *noun* một người khó chịu và rất thô lỗ; = BASTARD

blue movie (or **flick**) *noun* phim khiêu dâm hoặc có chủ đề tình dục; = SKIN FLICK

bluenose *noun* (*từ đầu những năm 1800*) người làm ra vẻ đạo đức; kẻ hợm mình

Bluenose *noun* người dân Nova Scotia, đặc biệt là một ngư dân sống gần biển

blue note *noun* (*nhạc sĩ*) nốt giáng phổ biến trong nhạc blue

the blues *noun* 1 cảm giác buồn hay chán nản sâu sắc; sự suy sụp 2 (*ma túy, ở thành phố New York*) cảnh sát 3 một kiểu hát, chơi ghi-ta và nhạc jazz chậm mà lúc đầu phản ảnh trong sự sầu muộn và sự cam chịu hoàn cảnh tuyệt vọng của người da đen, và sự thăng trầm chung của cuộc đời và tình yêu

blue-skin *noun* (*từ đầu những năm 1800*) người da đen

blue sky *verb* tổ chức một cuộc họp động não mà không hạn chế về tính kỳ lạ của các ý tưởng được đưa ra

blue-sky *adjective* (*từ đầu những năm 1900*) không có cơ sở giá trị hoặc cơ sở thực tế hợp lý

a blue streak 1 *noun* mức độ mạnh mẽ và sôi nổi; tốc độ cực độ 2 *adv* (cũng là *like a blue streak*) theo một kiểu rất nhanh và quá mức; ngông cuồng

blue ticket *noun* 1 (*quân đội, năm 1930*) sự giải ngũ không danh dự 2 vé xe buýt hay tàu lửa một chiều mà cảnh sát trao cho những tội phạm mà sự hiện diện của họ trong thành phố không còn được chấp nhận nữa

blue veiner *noun* sự cương cứng dương vật

bluff *verb* 1 *verb* dùng sự giả vờ tự tin như là phương tiện để chiến thắng hoặc thành công 2 *noun* sự giả vờ tự tin

blurb *noun* lời khen ngợi, đặc biệt là đoạn khen ngợi từ một cuốn sách hoặc bài đánh giá sân khấu, được dùng làm quảng cáo [được tạo ra bởi Gelett Burgess, diễn viên hài Mỹ đầu thế kỷ 20]

BMOC *noun* nam sinh viên nổi tiếng hoặc tự cho mình là quan trọng hoặc thần tượng [những chữ cái viết tắt của "*big man on campus*"]

B movie *noun* một bộ phim ngân sách thấp nhắm đến đối tượng khán giả rộng và chủ yếu mang tính giải trí hơn là nghiêm túc, nghệ thuật, v.v..

BMX *noun* (*người đi xe đạp*) cuộc đua xe đạp xuyên quốc gia [từ *bicycle moto-cross*, từ *moto-cross* nghĩa nghĩa là "đua xe đạp xuyên quốc gia trên lộ trình được sắp đặt", từ tiếng Pháp *moto* nghĩa là "xe đạp" còn *cross* trong tiếng Anh nghĩa là "xuyên quốc gia"]

bo¹ or **'bo** *noun* người lang thang [một thực tế và là một từ chỉ tồn tại trong thập niên 1950]

bo² *noun* 1 (*nhà tù*) một cậu bé hoặc người đàn ông trẻ, đặc biệt là thanh niên đồng tính trong tù; = PUNK 2 người đàn ông; anh chàng

BO 1 *noun* mùi cơ thể, đặc biệt là mồ hôi nách [viết tắt của "*body odor*"] 2 *noun* (*ngành kinh doanh giải trí*) chỗ bán vé [viết tắt của "*box office*"] 3 *adj* (*ngành kinh doanh giải trí*) sức hấp dẫn sân khấu

board *noun* (*ngành kinh doanh giải trí*) vé cho một chương trình hoặc một trò chơi; = PASTEBOARD

boards *noun* (*cờ bạc*) bài; = PASTEBOARDS

boat *noun* 1 (*đặc biệt từ những năm 1920*) xe ô tô 2 một chiếc xe hơi lớn

boat people *noun* những người tị nạn chính trị trốn thoát bằng một con thuyền nhỏ

boat race *noun* (*đua ngựa*) một cuộc đua với con ngựa thắng được dàn xếp trước

bobble 1 *verb* phạm sai lầm ngớ ngẩn, đặc biệt trong bóng chày, xử lý hỏng hoặc bỏ lỡ quả bóng 2 *noun* The President's denial was a bad bobble: Sự phủ nhận của Tổng thống là một sai lầm tồi tệ.

bobby socks *noun* vớ hoặc bít tất bằng cotton trắng mang dưới mắt cá, đặc biệt được mang gấp trên giày

bobby-soxer *noun* (*đặc biệt những năm 1940*) một cô gái tuổi thiếu niên; một thiếu nữ

bobtail *noun* 1 (*quân lực, thế chiến I*) sự giải ngũ ô nhục 2 (*người lái xe tải*) đầu kéo xe tải không có toa kéo một cầu

bobtail *verb* lái chiếc đầu kéo xe tải không toa kéo

Boche *noun* 1 (*quân đội, thế chiến I*) một người Đức, đặc biệt là lính 2 *modifier*: *the Boche infantry*: bộ binh Đức

bod *noun* 1 một thân thể, đặc biệt là thân hình đẹp • *You got a nice bod, Tom*: Tom, cậu có một thân hình đẹp. 2 một người [chủ yếu dùng tại Anh] • *Who's the bod with the tight slacks?*: Người mặc quần bó sát đó là ai vậy?

bodacious *adjective* táo bạo; liều lĩnh; quyết đoán; cực đoan

bodega *noun* 1 cửa hàng rượu 2 một cửa hàng tạp hóa địa phương, đặc biệt là những khu vực của người Porto Rico ở New York City [từ tiếng Tây Ban Nha, nghĩa là "cửa hàng"]

bodgie *noun* (*từ những năm 1930*) một nam giới thích nhảy những điệu giật gân

bodice-ripper or **bodice-buster** *noun* (*xuất bản*) một tiểu thuyết tình cảm lãng mạn, đặc biệt là với cốt truyện mang tính lịch sử; = HEAVY BREATHER

bodied *adjective* (*nói về phụ nữ*) thân hình đẹp

body and soul *noun* bạn trai hoặc bạn gái của ai [gần như chắc chắn là từ tiêu đề bài hát năm 1930, "Body and Soul"]

boff *noun* 1 một cú đánh bằng nắm đấm hoặc bàn tay mở 2 (*ngành kinh doanh giải trí*) lời nói đùa hoặc nhận xét dí dỏm 3 (*ngành kinh doanh giải trí*) một chương trình làm hài lòng khán giả 4 một trận cười, đặc biệt là sau lời nói đùa của diễn viên hài; = BOFFOLA 5 tình dục; hành động quan hệ tình dục

boff *verb* 1 quan hệ tình dục 2 hôn và vuốt ve 3 đấm ai; thoi ai 4 nôn; mửa; = BARF

boffer *noun* một người thực hiện quan hệ tình dục; = COCKMAN

boffin *noun* một chuyên gia, đặc biệt là chuyên gia trong lĩnh vực khoa học hoặc kỹ thuật

boffo *noun* 1 một đô-la 2 (*ngành kinh doanh giải trí*) một chuyện cười tuyệt vời; một trận cười, đặc biệt là trận cười lớn phản ứng trước một diễn viên hài; = BOFFOLA 3 (*ngành kinh doanh giải trí*) một lời nói đùa hoặc nhận xét dí dỏm; = BOFF 4 (*thế giới ngầm*) án tù một năm 5 (*ngành kinh doanh giải trí*) một cuộc trình diễn thành công; = BOFF, HIT

boffo *adjective* 1 rất ấn tượng; nổi tiếng; thành công 2 hài; dí dỏm 3 to, ầm ĩ và tán thưởng 4 rất được tán thưởng; khen ngợi

boffola or **buffola** *noun* 1 (*ngành kinh doanh giải trí*) một tiếng cười vui vẻ; một câu chuyện cười tạo ra tiếng cười vui vẻ; một trận cười lớn tán thưởng; = BELLY LAUGH, BOFF 2 một lời nói đùa hoặc nhận xét gây ra trận cười lớn

bogart or **Bogart** or **bogard** *verb* 1 (*người da đen*) bắt nạt; cư xử hung hăng; lấy cái gì bằng cách dọa dẫm 2 (cũng là *bogart a joint*) giữ độc quyền điếu thuốc cần sa quá lâu, để người khác rớt dãi; dùng nhiều hơn phần của mình; = HOG

bogey or **bogie** or **bogy** *noun* 1 (*thế giới ngầm*) sĩ quan cảnh sát 2 (*không lực hoàng gia Anh, từ thế chiến II*) máy bay địch, đặc biệt là máy bay tấn công 3 (*môn đánh golf, từ cuối những năm 1800, Anh*) hơn một gậy so với tiêu chuẩn ở một lỗ cụ thể

bog-trotter or **bog-hopper** *noun* một người Ai-len hoặc người có nguồn gốc Ai-len; = MICK

bogue¹ **1** *noun* (*học sinh trung học*) một điếu thuốc lá **2** *verb* (*học sinh trung học*) hút một điếu thuốc lá

bogue² *adjective* giả; giả mạo; = BOGUS, PHONY

bogue³ *adjective* (*tuổi teen*) gây ra ghê tởm; khó ưa; = GROSS

bogue out *verb* (*điện toán*) bất ngờ ngưng hoạt động mà không hề báo trước; bị hỏng, sai, vô dụng, v.v..

bogus *noun* tiền giả

bogus *adjective* **1** (*tuổi teen*) khó chịu, gai mắt; ngu dốt; lỗi thời; = LAME, SQUARE **2** (*điện toán*) ngưng hoạt động, vô dụng, sai hoặc không đúng **3** dỏm; không mong muốn **4** sai; giả; = PHONY

boho *noun* một người vô dụng; = LOSER

bohunk *noun* **1** một người nhập cư đến từ Trung hoặc Đông Âu, thường là người Czech, Slovak, Hungarian, hoặc Pole; = HUNKY **2** một người thô lỗ cộc cằn, vụng về, đần độn

boiled *adjective* say khướt

boiled leaves *noun* (*quầy bán đồ ăn trưa*) trà

boiled shirt (or **rag**) *noun* **1** áo sơ mi mặc chung với áo xmoking, đặc biệt với phần trước được hồ cứng; = FRIED SHIRT **2** cách cư xử vênh vang, lạnh nhạt và cứng rắn; tính cổ lỗ sĩ

boiler *noun* **1** (*thợ đốn gỗ*) một đầu bếp kém **2** xe ô tô, đặc biệt là xe cũ; = HEAP, JALOPY **3** (*đường sắt*) đầu máy hơi nước **4** máy chưng cất rượu

boilermaker *noun* **1** (cũng là *boilermaker and his helper*) một ngụm uýt-ki sau khi uống một li bia; bia pha rượu uýt-ki **2** = BOILERMAKER'S DELIGHT

boilermaker's delight *noun* bất kỳ đồ uống rất mạnh nào; rượu uýt-ki rẻ tiền; = ROTGUT

boil someone in oil *verb* trừng phạt hoặc khiển trách nặng nề người nào

boil up *verb* (*người lang thang*) giặt quần áo

boing or **boing-boing** *interj* (*quân đội, thế chiến II*) thán từ biểu lộ sự tán thành và thích thú một cách hài hước và mải mê ngắm nhìn một phụ nữ hấp dẫn

boite *noun* hộp đêm [từ tiếng Pháp *bôite de nuit* nghĩa là "hộp đêm"]

boke or **boko** *noun* (*thế giới ngầm*) mũi

bollixed (or **bolaxed** or **bolexed**) **up** *adjective* trong tình thế hoàn toàn lộn xộn và vô ích; = BALLED UP, FUCKED UP

boll weevil *noun* **1** (*công đoàn lao động*) một công nhân không gia nhập công đoàn; = SCAB **2** (*công đoàn*) bất kỳ người lao động không được chào đón nào, đặc biệt là người đe dọa công việc của một nhân viên kỳ cựu **3** (*đặc biệt những năm 1980*) một đảng viên đảng Dân Chủ miền Nam bỏ phiếu ủng hộ đảng Cộng hòa trong nghị viện

bolo *noun* **1** (*quân đội, từ những năm 1920*) một người lính mang súng trường rất thiếu chính xác **2** một cú đấm móc dài

bolter *noun* (*hải quân, chiến tranh Việt Nam*) sự hạ cánh trên hàng không mẫu hạm mà trong đó máy bay trượt mất cơ chế hãm đà (không thể móc những sợi cáp neo trên boong tàu của hàng không

bolus *noun* (*thế giới ngầm, từ giữa những năm 1800*) bác sĩ [từ tiếng La tinh *bolus* có nghĩa là "viên thuốc"]

bomb *noun* **1** một cú đấm mạnh bằng nắm đấm **2** sự thất bại buồn thảm, đặc biệt là trong ngành giải trí; = BLAST, FLOP **3** = BOMBSHELL **4** (*bóng bầu dục*) một đường chuyền lên rất dài nhằm ghi điểm (touchdown) nhanh **5** (*dân chơi xế độ*) xe, đặc biệt xế độ (xe gắn động cơ được cải tiến để có thêm công suất và tốc độ cao hơn)

bomb *verb* **1** thất bại đột ngột; thất bại hoàn toàn **2** làm rất tốt

bombed *adjective* say khướt

bomb out *verb* **1** thất bại; = BOMB **2** (*máy vi tính hoặc chương trình vi tính*) bị hỏng

bomb out (of something**)** *verb* bị đuổi (khỏi trường); bị trượt, thất bại (công việc)

bombs *noun* ngực phụ nữ

bombshell *noun* **1** một phụ nữ quyến rũ, khêu gợi một cách đáng kinh ngạc **2** vấn đề đột xuất làm xôn xao dư luận **3** sự việc làm bực mình, sửng sốt; sự kiện nổi bật; việc gì làm ngạc nhiên (đến nỗi há hốc mồm)

bondage *noun* hoạt động tình dục mà trong đó một người tham gia bị trói hoặc bị kiềm chế, thường để bị đánh hoặc "kỷ luật" khác

bone¹ **1** *noun* (*sinh viên, từ cuối những năm 1800*) một sinh viên siêng năng **2** *verb* (cũng là *bone up*) học hành, đặc biệt là học hành chăm chỉ cho một kỳ thi hoặc kiểm tra

bone² *noun* **1** dương vật, đặc biệt khi cương cứng **2** (*thanh thiếu niên*) tiền; tiền mặt **3** một đô-la

bone-bender *noun* bác sĩ

bone-breaker *noun* **1** bác sĩ **2** một nhiệm vụ rất khó; = BALL-BUSTER **3** võ sĩ đấu vật

bone-cracker *noun* **1** võ sĩ đấu vật **2** người chữa bệnh bằng phương pháp nắn khớp xương

bone-crusher *noun* võ sĩ đấu vật

bone-eater *noun* con chó

bone factory *noun* **1** bệnh viện **2** nghĩa trang

bonehead *noun* **1** một người đần độn; kẻ ngu ngốc **2** *modifier*: a bonehead idea: một ý tưởng ngớ ngẩn **3** một người cứng đầu; = PIGHEAD

boneheaded *adjective* ngu ngốc; bướng bỉnh

bonehead play *noun* (*thể thao*) lỗi, đặc biệt là lỗi gây ra do phán đoán sai

bone-on *noun* sự cương cứng của dương vật

bone-orchard *noun* nghĩa trang

bone-polisher *noun* (*người lang thang*) chó dữ

boner *noun* **1** sự sai lầm ngớ ngẩn; lỗi; = BLOOPER, HOWLER **2** sự cương cứng; = HARD-ON **3** (*sinh viên*) một sinh viên chăm chỉ; = BONE

bones *noun* **1** súc sắc **2** bất kỳ người gầy gò nào **3** đô-la; tiền; tiền mặt **4** hai cái que được giữ giữa các ngón tay và được dùng để tạo ra nhịp điệu lách cách

Bones *noun* (*buôn bán đường biển*) bác sĩ của một con tàu

bone-shaker *noun* **1** xe mô tô có bộ khung cứng, đặc biệt là xe Harley-Davidson **2** bất kỳ phương tiện rất xóc nào, dù có lò xo hay không có lò xo, đặc biệt là một kiểu xe đạp thời kỳ đầu

bone-top *noun* người đần độn; = BONEHEAD

boneyard *noun* nghĩa trang

bonfire *noun* một điếu thuốc, đặc biệt là mẩu thuốc lá đang cháy

bong *verb* uống bia trực tiếp từ thùng chứa, dùng ống phễu và vòi

bongoed *adjective* say rượu

bonkers *adjective* (*từ cách dùng của Anh*) điên; mất trí; = NUTS

bonzer **1** *adj* (*quân đội, thế chiến II, từ người Úc*) tốt; xuất sắc **2** *noun* bất cứ gì ưu tú hoặc hữu ích

bonzo *adjective* điên; = NUTS

boo *adjective* (*đặc biệt đầu những năm 1950*) xuất sắc; đáng kể

boob *noun* **1** gã quê mùa; người quá ngây thơ và hay tin người; = SUCKER **2** người đần độn; = DIMWWIT **3** ngực phụ nữ; = BUB, KNOCKER [thường được dùng với số nhiều] **4** điều sai lầm; lỗi; = BOO-BOO **5** (*thế giới ngầm*) nhà tù

boobie¹ or **bubbie** *noun* bạn; bạn thân; = SWEETIE

boobie² or **bubbie** *noun* ngực phụ nữ

boo-bird *noun* một người hâm mộ thể thao thường xuyên la ó lớn tiếng suốt trận đấu

boob job (or **bob**) *noun* ca phẫu thuật để thay đổi kích cỡ ngực của phụ nữ

boo-boo *noun* 1 (*từ đầu những năm 1900*) một đô-la 2 một người phụ nữ 3 lỗi; hành động sai lầm; lời nói hớ [*từ vựng của trẻ em*] 4 vết thâm tím; vết cắt hay cào xước

boo-boos *noun* tinh hoàn; hòn dái

boob trap *noun* hộp đêm

the **boob tube** *noun* ti-vi; = the TUBE

booby hatch *noun* 1 bệnh viện tâm thần; nhà thương điên 2 (*thế giới ngầm*) nhà tù

booby house *noun* viện tâm thần

booby trap *noun* 1 một trò chơi gian dối ở lễ hội 2 (*đặc biệt từ quân đội, thế chiến II*) một vật mang chất nổ giấu kín được thiết kế để kích hoạt bởi một hành động bình thường, chẳng hạn khởi động xe hoặc chạy trên đường, ban đầu được dùng trong thời chiến để quấy rối những kẻ xâm lược 3 bề ngoài có vẻ vô hại che dấu những sự phiền toái được sắp xếp cho một kẻ thù cả tin

booby trap *verb* cài bom hoặc chất nổ

boodle 1 *noun* cả đống; một số lượng lớn; = CABOODLE 2 *noun* (*thế giới ngầm, từ giữa những năm 1800*) tiền giả 3 *noun* (*từ cuối những năm 1800*) tiền nói chung 4 *noun* (*nhà tù và sinh viên*) đồ ngọt; tiệc; đồ ăn ngon 5 *noun* (*từ cuối những năm 1800*) của cướp được; tiền hối lộ hoặc tiền kiếm được bằng tham nhũng và đút lót 6 *noun* = BOODLER 7 *verb* (*sinh viên, những năm 1940*) ôm hôn, hôn, v.v..; = NECK

boodler *noun* 1 (*từ cuối những năm 1800*) một chính trị gia tham nhũng 2 (*dân lang thang*) một người lang thang sống bám xã hội bằng cách trải qua mùa đông trong một nhà tù ấm áp

boodlers *noun* những người nhận được lợi ích dễ dàng, đặc biệt từ những địa vị ngồi mát ăn bát vàng về mặt chính trị

boog *verb* (*những năm 1930*) nhảy; khiêu vũ

boogaloo or **bugaloo** *noun* 1 (*từ năm 1970*) một người da đen 2 điệu nhảy lắc vai

boogaloo or **bugaloo** *verb* 1 nhảy điệu lắc vai 2 *modifier*: That's really voodoo music, man, boogaloo music: *Đó thực sự là âm nhạc ma thuật, anh bạn ạ, loại nhạc nhảy lắc vai.* 3 tán tỉnh một cách bông đùa; chòng ghẹo; = FOOL AROUND 4 *modifier*: go out and have a bugaloo good time: *hãy ra ngoài và chòng ghẹo một chút chơi nào.*

boogerboo 1 *noun* (*người da đen*) người không thành thật; = PHONY 2 *verb* (*người da đen*) giả bộ; làm giả

boogie or **boogey** *noun* 1 một người da đen [*mang tính xúc phạm*] 2 *modifier*: a boogie hair-style: *một kiểu tóc của dân da đen* 3 một điệu nhảy rock 4 một bữa tiệc có khiêu vũ rock 5 (cũng là *booger*) một miếng cứt mũi 6 khối u; bướu 7 (*từ đầu những năm 1900, dân da đen*) bệnh giang mai, đặc biệt là bệnh giang mai nặng 8 *noun* = BOOGIE-WOOGIE 9 cái mông; = ASS 10 (*không quân, thế chiến II*) máy bay địch, đặc biệt là máy bay chiến đấu; = BOGEY

boogie or **boogey** *verb* 1 khiêu vũ theo điệu rock, đặc biệt là với vẻ phóng túng; thực hiện một kiểu nhảy lắc vai 2 ra đi, đặc biệt là vội vã 3 bắt tay vào công việc; bắt đầu việc kinh doanh một cách nghiêm túc 4 làm tình; quan hệ tình dục 5 = BREAK 6 tán tỉnh một cách bông đùa; chòng ghẹo; = FOOL AROUND

boogie-board *noun* ván trượt có bánh xe

boogie-woogie *noun* 1 (*từ đầu những năm 1900, người da đen*) bệnh giang mai, đặc biệt là bệnh giang mai nặng 2 (*nhạc sĩ nhạc jazz*) một lối chơi piano nhanh trong nhạc jazz với bass nặng được chơi 8 nhịp, thường được dùng đệm cho bài hát 3 bất kỳ nhạc jazz, swing hay jive nào

boogie-woogie *verb* (*dân da đen*) hạnh phúc hoàn toàn

boogily-woogily *adverb* một cách vội vàng và lộn xộn; hỗn loạn

boojie *noun* (biến thể: **bojie** or **boochie** or **booj** or **boojy** or **bourgie** or **buzhie**) 1 *noun* người thuộc tầng lớp trung lưu; người da đen trung lưu 2 *modifier*: Kids my age don't wear fur…It's just white bourgie trash: *Con nít thời tôi không mặc đồ da..Nó chỉ là đồ rác rưới của bọn trung lưu da trắng.*

book *noun* 1 (*thế giới ngầm*) án tù một năm 2 (*cờ bạc*) = BOOKIE 3 (*cờ bạc*) nhiệm vụ và nơi kinh doanh của người đánh cá ngựa thuê chuyên nghiệp 4 hoạt động cá cược 5 một sinh viên nghiêm túc, tập trung và chăm chỉ 6 (*cảnh sát*) sổ lộ trình hàng ngày của một đồn cảnh sát

book *verb* 1 học hành chăm chỉ; = HIT THE BOOK 2 (*sinh viên*) khởi hành hoặc rời khỏi, thường là vội vã 3 chắc chắn về điều gì; cược vào gì đó 4 (*cảnh sát*) buộc tội ai với tội hình sự hoặc tội nhẹ tại đồn cảnh sát 5 đặt trước • Please book me a table for 7 at 8: *Làm ơn đặt trước cho tôi một bàn 7 người lúc 8 giờ.* 6 sắp xếp trước, đặc biệt là một cuộc biểu diễn, bài giảng

the **book** *noun* 1 (*thế giới ngầm*) án tù tối đa được cho phép theo luật pháp, đặc biệt là án chung thân 2 những hướng dẫn hoặc sự suy xét bình thường về sự trình diễn của ai; = FORM

bookie *noun* 1 (*cờ bạc*) nhà cái; người thu tiền cược về đua ngựa 2 người đánh cá ngựa thuê chuyên nghiệp

book it *verb* 1 (*sinh viên*) rời khỏi nhanh chóng 2 tự tin vào điều gì; hy vọng vào điều gì đó

bookkeeper *noun* (*đường sắt*) người cầm cờ hiệu

boola-boola *noun* sự cổ vũ thiên vị ồn ào đối với những đội thể thao đại học [*từ một bài hát của đại học Yale*]

boom-boom *noun* sự quan hệ tình dục; sự giao hợp; = ASS [*từ tiếng bồi của châu Á. Dùng chủ yếu tại Việt Nam suốt chiến tranh*]

boom-boom *verb* giao hợp

boom-boom girl *noun* một cô gái điếm [*dùng ở Việt Nam*]

boomer *noun* 1 (*người lang thang*) người lao động di trú 2 (*người lang thang*) công nhân đường sắt hay công nhân xây dựng, tiều phu, v.v.. người liên tục đi từ nơi làm việc này đến nơi khác 3 (*đặc biệt những năm 1930*) người đàn ông lăng nhăng; anh chàng nịnh đầm

boom stick *noun* 1 (*người lang thang*) một công nhân đường sắt liên tục di chuyển từ nơi làm việc này đến nơi khác 2 súng

boom sticks *noun* (*nhạc sĩ và rock and roll*) dùi trống

boon coon *noun* một người bạn rất thân

boondock *adjective* thích hợp để dùng thô ngoài trời

boondocker *noun* 1 một bữa tiệc được tổ chức ở miền quê 2 (*từ hải quân và thủy quân lục chiến, thế chiến II*) người sống hoặc làm việc ở khu vực xa xôi, đặc biệt bởi sở thích

boondockers or **boon dockers** *noun* (*từ những năm 1930, lực lượng thủy quân lục chiến*) giày chiến đấu được phát cho lính thủy quân lục chiến

the **boondocks** or the **boonies** *noun* (*từ lính thủy quân lục chiến*) nơi hoang vu hoặc xa xôi; khu vực nông thôn

boondoggle 1 *verb* (*đặc biệt những năm 1930*) xài tiền công vào những hoạt động vô ích hoặc kỳ lạ 2 *noun* The public's got the idea that this is a boondoggle: *Công chúng có cảm tưởng rằng đây là một việc xài tiền công vô ích.*

boost *noun* 1 một vụ trộm, đặc biệt là trộm xe ô tô 2 sự tán dương; lời ca ngợi

boost *verb* 1 ăn trộm, đặc biệt là ăn trộm xe ô tô hay trộm ở cửa hàng 2 ca tụng hoặc thổi phồng ai hay cái gì; ủng hộ ai hay cái gì

booster *noun* 1 một tên trộm, đặc biệt là kẻ trộm ở cửa hàng hay trộm xe ô tô 2 (*lễ hội*) kẻ đồng lõa của một vụ lừa đảo chuyên thu hút khách hàng bằng cách đấu giá giả bộ mua để kích thích người khác, gian hàng tại lễ hội hoặc trò chơi may rủi khác; = SHILL 3 một người khen ngợi một cách ngông cuồng; = FAN

boot *noun* 1 sự nôn mửa 2 (*từ người da đen*) một người da đen 3 (*hải quân và thủy quân lục chiến*) một tân binh mới nhập ngũ 4 sự thích thú hay khoái lạc; sự vui sướng rộ lên; cảm giác rộn ràng; sự dâng trào cảm xúc; = BANG, KICK 5 sự sai sót, lỗi, đặc biệt là trong thể thao 6 (cũng là *Denver boot*) một thiết bị khóa bằng kim loại đặt vào bánh xe của người vi phạm để ngăn lái xe 7 lời khiển trách 8 một cú đá

boot *verb* 1 đá cái gì 2 (*bóng chày*) phạm lỗi, đặc biệt khi xử lý bóng trên mặt đất 3 nôn; mửa 4 sa thải, đuổi hoặc tống khứ ai; = FIRE, SACK 5 (*máy tính*) bắt đầu khởi động hệ thống máy tính; = BOOT UP 6 khiển trách 7 thua hoặc lãng phí do kém cỏi, không chú ý, v.v..; làm hỏng; = BLOW

boot *adjective* (*hải quân và thủy quân lục chiến*) mới tuyển

the **boot** *noun* sự đuổi; sự sa thải; sự tống khứ

boot and saddle *verb* rời khỏi; = BOOK [thường là mệnh lệnh]

boot camp *noun* (*hải quân và thủy quân lục chiến*) trung tâm huấn luyện cơ bản

booter *noun* 1 một tay nài ngựa có xu hướng thúc ngựa liên hồi 2 cầu thủ bóng bầu dục 3 cầu thủ bóng đá (soccer) 4 = BOOTLEGGER

boot it *verb* đi dạo hoặc đi bộ

bootleg *noun* rượu sản xuất lậu

bootleg 1 *verb* (*đặc biệt những năm 1920*) làm hoặc bán rượu uýt-ki lậu 2 *noun* (*đặc biệt những năm 1920*) uýt-ki được làm hoặc bán lậu 3 *modifier*: a bottle of bootleg hooch: *một chai uýt-ki lậu* 4 *verb* (*môn bóng bầu dục*) mang bóng bằng cách giữ nó kẹp vào chân, đặc biệt sau khi giả vờ trao nó cho một cầu thủ khác

bootlegger or **booter** or **bootie** *noun* (*đặc biệt những năm 1920*) nhà sản xuất hay người bán rượu sản xuất lậu

bootlick *verb* (*sinh viên, khoảng năm 1900*) cầu cạnh với thái độ khúm núm; phục vụ hoặc nịnh bợ cấp trên

boots *noun* em bé đánh giày

boot strapper *noun* một người thành công bằng nỗ lực của bản thân; một người tự thành đạt

boot up or **boot** *verb* (*máy tính*) khởi động hoặc vào hệ điều hành của máy tính

booty *adjective* khó ưa; không quyến rũ

booty or **bootie** *noun* (*đặc biệt người da đen*) 1 âm hộ 2 cơ thể nữ như một đối tượng tình dục 3 hành động tình dục; sex; = ASS

booze 1 *noun* bất kỳ đồ uống có cồn nào, đặc biệt là uýt-ki và những loại rượu mạnh khác 2 *verb* uống đồ uống có cồn, đặc biệt là uống uýt-ki nặng

booze or **booze up** *verb* uống rượu quá độ; tiệc tùng say sưa

boozed or **boozed up** *adjective* say rượu

boozehound or **booze-fighter** *noun* người nghiện rượu; người quen uống nhiều uýt-ki; = LUSH

boozery *noun* quán rượu, đặc biệt là quán rượu lậu; = SPEAKEASY

booze up *verb* uống nhiều rượu

booze-up *noun* cuộc chè chén lu bù; = BINGE

boozy *adjective* say rượu

boozy-woozy *adjective* say rượu

bop *noun* 1 (*băng nhóm đường phố*) một cuộc đánh nhau của băng nhóm thanh niên; = RUMBLE 2 (cũng là *bebop*) loại nhạc jazz thịnh hành vào những năm 1940 3 một cú đánh hoặc đấm

bop *verb* 1 tham gia đánh nhau băng nhóm 2 đánh, đặc biệt với nắm đấm 3 đánh bại 4 đi dạo hoặc đi, đặc biệt trong một điệu chậm và thư giãn

bop cap *noun* = APPLEJACK CAP

bop glasses *noun* kính gọng sừng [từ phong cách được yêu thích bởi những nhạc sĩ nhạc jazz]

bop off *verb* ra đi; rời khỏi; = BOOK

bopping *noun* 1 hành động của một người đánh nhau 2 (*tài xế taxi Philadelphia*) sửa lại đồng hồ taxi để thu phí cao bất hợp pháp 3 *modifier*: "bopping" cabbies expelled: *đuổi những tài xế taxi "sửa đồng hồ taxi để thu phí cao bất hợp pháp"*

boppo *noun* (*thế giới ngầm, từ những năm 1930*) án tù một năm hoặc một năm của án tù dài hạn

Borax or **borax** *noun* 1 (*ngành kinh doanh đồ nội thất, từ những năm 1920*) bất kỳ hàng hóa bán lẻ chất lượng thấp nào tỏ ra ấn tượng ở cái nhìn đầu tiên; hàng xấu 2 sự cường điệu; sự xuyên tạc; = HORSESHIT 3 bất kỳ món đồ lòe loẹt nào; đồ cổ thiếu thẩm mỹ 4 *modifier*: strictly a piece of borax junk: *một món đồ hoàn toàn rác rưởi*

bored stiff *adjective* rất chán [từ khái niệm *bored to death* (chán chết)]

Boro *noun* thuốc lá Marlboro™

Borscht Belt or **borscht belt** *noun* một nhóm khách sạn resort ở dãy núi Catskill phía bắc New York City với khách hàng chủ yếu là người Do Thái [từ tiếng Nga *borscht* nghĩa là "súp củ cải đường", thường có trên thực đơn của những khách sạn như thế, trong cách viết tiếng Đức cổ của người Do Thái ở Đông và Trung Âu]

borscht circuit *noun* những khách sạn nghỉ dưỡng của vùng trong và gần dãy núi Catskill, được xem là nơi lui tới cho những người làm trò giải trí, diễn giả, v.v..

bosh *noun* chuyện vô lý; chuyện tầm phào; = BULLSHIT

boss *noun* 1 cai tù hoặc công chức 2 một người hoặc một thứ được xem là tốt nhất

boss *adjective* rất tốt; xuất sắc; = COOL

bossy[1] *adjective* độc đoán; chuyên quyền

bossy[2] *noun* 1 con bò 2 (*quầy bán đồ ăn trưa*) thịt bò [từ tiếng La tinh *bos* nghĩa là "bò"]

Boston strawberries *noun* (*quầy bán đồ ăn trưa*) đậu

bot *noun* chai

BOT *noun* (*phát âm theo từng ký tự riêng*) (*nhà tù*) thời gian còn lại phải thi hành án tù

both hands *noun* 1 mười • How many? Both hands: *Bao nhiêu? Mười.* 2 (*thế giới ngầm*) án tù 10 năm

bottle *noun* 1 một chai rượu; = JUG 2 (*thợ sửa dây điện*) vật cách điện bằng thủy tinh dành cho đường dây điện hoặc liên lạc 3 đèn chân không

the **bottle** *noun* rượu; = BOOZE • Her only true love is the bottle: *Tình yêu đích thực của bà ta là rượu.*

bottle baby *noun* (*cảnh sát*) người nghiện rượu; = SKID ROW BUM

bottle blonde *noun* một người tóc vàng do nhuộm chứ không phải tóc tự nhiên

bottle club *noun* một câu lạc bộ xã hội nơi các thành viên có thể uống rượu sau giờ hợp pháp

bottled *adjective* say rượu

bottle man *noun* người quen thói uống rượu; = LUSH

bottom *noun* mông đít; = ASS • My bottom is sore from sitting too long: *Mông của tôi đau vì ngồi quá lâu.*

Bottom *nickname* Miami, Florida

bottom-end noun (*dân chơi xế độ*) tay quay hoặc trục quay, cái đệm chính và những thanh đệm kết nối của động cơ ô tô

bottomless adjective không mặc gì; khỏa thân

the bottom line noun 1 con số cuối cùng trên bảng kết toán cho biết lời hay lỗ 2 kết quả; cốt lõi; điểm số; điều phán quyết cuối cùng; = THE NITTY GRITTY 3 *modifier*: a bottom-line matter: *một vấn đề cốt lõi* 4 giá thấp nhất có thể chấp nhận được

bottom out verb đạt đến điểm thấp nhất hoặc tệ nhất của cái gì

bottoms noun (*nhạc sĩ nhạc jazz*) giày; đôi giày

Bottoms up sentence Cạn ly nào!

bottoms up adverb = DOG FASHION

bottom woman noun người phụ nữ đắt khách và đáng tin cậy nhất trong đám gái điếm của một ma cô

bounce noun sức mạnh; sinh lực; = PISS AND VINEGAR, PIZZAZZ

the bounce noun 1 sự từ chối bằng vũ lực, đặc biệt bởi người được thuê để đuổi những khách hàng không mong muốn 2 sự sa thải, lịch sự hoặc không; = KICK-OFF

bounce verb 1 rời khỏi; khởi hành 2 (*về tấm séc*) bị gửi trả lại từ ngân hàng vì không có tiền 3 ném ai ra ngoài; đuổi ra; tống ra 4 sa thải hoặc đuổi; = FIRE

bounce something around verb suy nghĩ và thảo luận về một ý tưởng, dự án, v.v..

bounce for verb trả tiền; đãi; = PICK UP THE TAB

bounce something off someone verb thử một ý tưởng hoặc kế hoạch bằng cách xem ai đó phản ứng như thế nào; tìm kiếm một sự đánh giá nhanh

bounce off the walls verb 1(*quân đội*) trong tình trạng căng thẳng và bối rối; = BE HYPER 2 (*bệnh viện*) trong tình trạng rất kích động; điên cuồng và rối loạn tâm lý

bouncer noun 1 một tờ séc bị trả lại vì thiếu tiền; = RUBBER CHECK 2 một người, thường là người mạnh mẽ, được thuê để giữ gìn trật tự trong quán bar, nhà hàng, hộp đêm hay buổi trình diễn; nhân viên bảo vệ 3 (*thế giới ngầm*) chi phiếu giả 4 (*đường sắt*) toa dành cho người bảo vệ tàu

bouncy-bouncy noun sự giao hợp; hành động quan hệ tình dục

bovine extract noun sữa

bow-and-arrow squad noun tổ cảnh sát không được trang bị súng lục

Bowery bum noun = SKID ROW BUM

bowlegs noun (*quân đội xưa*) kỵ binh

bowwow noun 1 một con chó, theo nghĩa đen lẫn nghĩa bóng 2 người đàn bà xấu xí; cô gái đáng ghét hoặc không hấp dẫn; = DOG 3 (*từ khoảng năm 1900*) xúc xích Đức

bowwows 1 noun bàn chân 2 adj đẹp; hấp dẫn

bowzed adjective = BOOZED

bowzered adjective say rượu

box noun 1 quan tài 2 phòng thẩm vấn 3 (*người đồng tính*) bộ phận sinh dục nam, đặc biệt được phô bày trong quần chật; = BASKET 4 âm đạo 5 nhà tù [thường được gọi là *"the box"*] 6 xà lim dùng để biệt giam 7 (*thế giới ngầm*) két sắt; hầm; hầm nhà băng 8 bất kỳ nhạc cụ có dây nào, đặc biệt đàn guitar 9 piano; đàn dương cầm 10 máy quay đĩa 11 máy thu thanh và máy ghi âm lớn, xách tay [rút gọn của *ghetto box*] 12 *xem* (SQUEEZE-) BOX 13 đàn xếp; = GROAN BOX 14 máy ảnh, đặc biệt là loại với màn trập đơn giản và ống kính ở trước một chiếc hộp nhỏ 15 tủ ướp lạnh hoặc tủ lạnh 16 (*cảnh sát*) nhân viên trực tổng đài điện thoại cảnh sát 17 một tình huống khó khăn; tình thế lưỡng nan; = BIND

box adjective (*bệnh viện*) chết

box verb 1 được kiểm tra bằng máy ghi tim vật lý 2 xác nhận cái chết của một bệnh nhân 3 chết

the box noun ti-vi

boxcar 1 noun (*không quân, thế chiến II*) máy bay vận tải hoặc máy bay ném bom bốn động cơ 2 adj (*cờ bạc*) số lượng lớn

boxcar numbers (or **figures**) noun 1 nhiều tiền 2 con số rất lớn

boxcars noun 1 (*súc sắc*) cú ném được hai mặt lục (sáu) 2 (*trong poker*) đôi 6 hoặc 3 con sáu 3 giày cỡ lớn

boxed adjective say rượu

boxed in adjective bị rắc rối; bị hạn chế; có ít chọn lựa khác; bị mắc kẹt

boxed out adjective (*ma túy*) hoàn toàn tự do, đặc biệt do phê ma túy

boxer noun (*người lang thang*) toa xe lửa chở hàng

box someone in verb đẩy ai vào trong tình trạng khó xử hoặc rắc rối; làm mất khả năng của ai; hạn chế sự lựa chọn của ai

box man noun 1 (*thế giới ngầm*) tên tội phạm chuyên phá két sắt; = PETE-MAN 2 (*cờ bạc*) người chia bài xì-lát (blackjack) chuyên nghiệp 3 (*cờ bạc*) người hồ lì (croupier) tại bàn chơi

box of dominoes noun miệng

box office noun (*từ ngành kinh doanh giải trí*) sự nổi tiếng và thành công tài chính, đặc biệt trong lĩnh vực giải trí

boy noun 1 người đàn ông da đen 2 bạn nam [bao hàm sự yêu mến và trung thành] 3 (*người đồng tính*) nam giới đóng vai trò nữ trong mối quan hệ đồng tính; = PEG BOY 4 (*đua ngựa*) nài ngựa 5 bất kỳ nam giới nào, bất kể tuổi tác, làm việc như người khuân vác, điều hành thang máy, v.v..

boychik or **boychick** noun một cậu bé hoặc thanh niên; = KID

boyfriend noun (*từ đầu những năm 1900*) người yêu, bạn trai, v.v.. của một cô gái hoặc phụ nữ

boyo noun bạn [thường dùng trong xưng hô]

the boys noun 1 bất kỳ nhóm đàn ông nào, đặc biệt bạn nhậu, chơi bài poker, v.v.. 2 một nhóm tội phạm hoặc những típ người bất hảo khác

the boys in the backroom noun bất kỳ nhóm nam giới riêng tư nào đưa ra các quyết định, thường là các chính trị gia; nhóm lãnh đạo

the boys uptown noun 1 những ông trùm chính trị của một thành phố, và các nhân viên của họ; = CITY HALL 2 bất kỳ nhóm tội phạm vô danh và có sức ảnh hưởng nào

bozette noun một cô gái; một phụ nữ, đặc biệt là loại phụ nữ hơi thô tục; một người bạn nữ

bozo noun (*từ đầu những năm 1900*) một người bạn; một người đàn ông, đặc biệt là loại người lực lưỡng với trí thông minh kém

bra noun cái nịt vú; áo lót của phụ nữ đỡ vú

bra-burner noun 1 người phụ nữ ủng hộ các phong trào giải phóng phụ nữ vào những năm 1960 và 1970 2 một từ lăng mạ dành cho một người bênh vực bình quyền cho phụ nữ [bắt nguồn từ hành động đốt áo lót phụ nữ mang tính biểu tượng như là một sự phản đối trước sự hạn chế quyền tự do của phụ nữ]

brace verb 1 bắt giữ ai; mời chài ai 2 chặn hoặc tiếp cận ai và xin tiền 3 đe dọa ai với một lời buộc tội 4 đứng nghiêm

brace noun (*quân đội và học viện quân sự*) một tư thế đứng nghiêm rất cứng nhắc

bracelets noun (*thế giới ngầm, từ cuối những năm 1800*) cái còng

bracer noun 1 bất kỳ đồ uống có cồn mạnh nào 2 một ngụm rượu mạnh

brack-brain noun một tên ngốc

brack-brained adjective ngu ngốc; khờ dại

brackbrainer noun điều gì làm kinh hãi, làm sửng sốt hoặc làm phát điên

bracket creep *noun* việc đưa những người làm công ăn lương vào nhóm người chịu thuế thu nhập cao hơn, đặc biệt do được tăng lương bởi lạm phát

brad *noun* (*thế giới ngầm xưa*) một cái cưa nhỏ, chẳng hạn có thể được dùng để cắt còng tay

brain 1 *noun* một người thông minh; người trí thức; một học giả giỏi 2 *verb* đánh ai vào đầu

brain box *noun* 1 cái đầu; trí óc 2 (*đường sắt*) toa dành cho người bảo vệ tàu 3 phòng hoa tiêu của một chiếc tàu kéo trên sông

brain bucket *noun* 1 (*quân đội*) mũ sắt; nón sắt 2 mũ bảo hiểm xe đạp hoặc xe mô tô

brain-drain *noun* xu hướng của những người trí thức từ nước này sang nước khác nơi cơ hội làm việc và lương bổng tốt hơn; tình trạng chảy máu chất xám • Where there is a good educations system, there will always be a brain-drain: *Nơi nào có một hệ thống giáo dục tốt thì sẽ luôn có tình trạng chảy máu chất xám.*

brainery *noun* (*từ cuối những năm 1800*) một trường đại học hoặc cao đẳng

brain fade *noun* sự buồn chán; nỗi buồn tẻ

brain one *noun* khả năng hiểu biết cơ bản nhất; mức thông minh tối thiểu

brain-picker *noun* người khai thác những ý tưởng sáng tạo của người khác

brains *noun* 1 trí tuệ; trí óc; = SAVVY, SMARTS 2 người phụ trách việc suy nghĩ và đưa ra quyết định về điều gì; người hướng dẫn; đầu não 3 (*đường sắt*) người điều khiển xe lửa 4 (*hàng hải*) sĩ quan của một chiếc tàu; viên chức nắm quyền

one's **brains** out *adverb* cực kỳ; ngoạn mục; = one's HEAD OFF

brainstorm 1 *noun* một ý tưởng hay; một ý tưởng đột ngột xuất hiện trong đầu 2 *verb* cố gắng nghĩ ra những ý tưởng hay, đặc biệt như một nhóm

brain tablet *noun* một điếu thuốc lá

brainwash *verb* 1 *verb* gây ra những sự thay đổi thái độ hoàn toàn, thường là ở tù nhân, bằng cách huấn luyện về tâm lý, được hỗ trợ bởi ma túy và sự lạm dụng thân thể 2 *verb* làm thay đổi hoặc ảnh hưởng đến quan điểm hoặc thái độ của ai bằng những phương pháp ít nghiêm khắc hơn những phương pháp được dùng trên tù nhân 3 *noun* sự thay đổi quan điểm hoặc thái độ [từ tiếng Trung Quốc *hsi nao* nghĩa là "tẩy não", được dùng ở Mỹ suốt và sau chiến tranh Triều Tiên, hình như do việc sử dụng nó bởi người Bắc Triều Tiên và đồng minh Trung Quốc với vai trò là người canh giữ tù binh chiến tranh Mỹ]

brain wave *noun* một ý tưởng hữu ích đột xuất; = BRAIN-STORM

brainy *adjective* thông minh; khôn ngoan

brakie or **brakey** *noun* (*đường sắt*) người điều khiển phanh của xe lửa

brand X *noun* (*quân đội*) biểu tượng bộ binh, những khẩu súng trường vắt chéo

brannigan or **branigan** *noun* (*từ đầu những năm 1900*) 1 một cuộc chè chén lu bù 2 một cuộc cãi lộn ầm ĩ; = DONNYBROOK

brass *noun* 1 (*từ những năm 1500*) sự láo xược; sự vô liêm sỉ; = CHUTZPAH 2 (*người lang thang và lễ hội*) nữ trang giả hoặc rẻ tiền 3 (*từ những năm 1500*) sự láo xược; sự vô liêm sỉ; = CHUTZPAH 4 (*từ những năm 1700*) tiền [được phổ biến ở Anh nhiều hơn] 5 những viên chức cao cấp hoặc nhà quản lý nói chung; = the BRASS

the **brass** *noun* (*quân lực, thế chiến II*) cấp cao của quân đội hoặc những quân chủng khác

brass balls *noun* sự dũng cảm; sự táo bạo; = GUTS

brass collar *noun* (*đường sắt*) viên chức ngành đường sắt hoặc nhà quản lý cấp cao

brassed off *adjective* (*không quân, thế chiến II*) sẵn sàng nghỉ; chán chê; = FED UP

brass hat *noun* 1 (*quân đội, thế chiến II*) một thành viên sĩ quan quân đội hoặc dân sự cao cấp 2 bất kỳ viên chức cao cấp nào; quản lý; lãnh đạo; = BOSS

brass-pounder *noun* điện báo viên; người điều khiển sóng vô tuyến nghiệp dư

brawl *noun* một bữa tiệc ồn ào, phóng túng

bread *noun* (*phong trào phản văn hóa*) tiền; = DOUGH [từ này đã được dùng ít nhất vào đầu thập niên 1930, nhưng nó đã không được chấp nhận rộng rãi cho đến thập niên 1960]

bread and butter *noun* kế sinh nhai; cách kiếm sống

breadbasket *noun* bụng; dạ dày

break *noun* 1 sự trốn khỏi tù; vượt ngục 2 (*trong nền văn hóa hip-hop*) một phần nhạc khí từ bất kỳ nguồn được ghi âm nào được trộn với những phần chọn lọc tương tự khác để tạo ra một bản nhạc mới 3 một cơ hội; ân huệ 4 một bản độc tấu được chơi; solo; = LICK 5 vận may hoặc vận rủi 6 một giai đoạn nghỉ ngơi hoặc xả hơi ngắn 7 (*đua ngựa*) lệnh xuất phát của một cuộc đua ngựa hoặc cuộc đua khác

break *verb* 1 ngừng làm việc gì trong chốc lát; tạm nghỉ 2 (*trong bài blackjack*) hơn 21 điểm; thua 3 chạy trốn 4 ăn trộm cái gì 5 làm điều gì quá mức 6 (*về một câu chuyện, tin tức*) để lộ nhanh chóng 7 phá vỡ hoặc bỏ một thói quen nào đó 8 ơn huệ; đặc ân 9 xảy ra; diễn ra 10 (*đặc biệt là thiếu niên da đen*) (cũng là *breakdance* hoặc *boogie*) thực hiện một kiểu nhảy phát triển trong những khu ổ chuột thành phố, và có đặc điểm là những cú vặn người phức tạp và phô bày sự cân bằng và sức mạnh trên sàn nhà; nhảy mãnh liệt và nhào lộn trên sàn nhà 11 (*quân đội*) giáng cấp; hạ bậc 12 thuần hóa ngựa hoang; khuất phục hoặc chinh phục tinh thần người nào 13 làm phá sản một công ty hoặc người 14 hủy hoại ai; phá hủy cơ hội và danh tiếng của ai 15 tách ra, buông ra, đặc biệt từ võ sĩ quyền Anh cứ hay ôm sát người nhau

break a harmstring *verb* (*thợ đốn gỗ*) làm hết sức; = BUST one's ASS, BUST HUMP

break a leg *sentence* (*từ sân khấu*) những lời chúc tốt đẹp nhất; chúc may mắn; hy vọng bạn khỏe

breakaway *adjective* 1 *adj* không theo quy ước; bất trị 2 *modifier:* (sân khấu) làm vỡ hoặc làm gãy dễ dàng

break someone's balls *verb* phá hoại ai; lợi dụng quá mức ai; lấn át ai

break (or **bust**) **chops** *verb* làm bị thương; trừng phạt; theo nghĩa đen, làm vỡ mặt hoặc mũi người nào

break (or **bust**) **someone's chops** *verb* 1 công kích ai bằng lời; quấy rầy ai 2 = BUST one's ASS

break something down *verb* (*người da đen*) giải thích hoặc trình bày điều gì chi tiết

breaker *noun* (*đặc biệt là thiếu niên da đen*) một người nhảy ngẫu hứng cuồng nhiệt, đặc biệt là theo những bài hát vần điệu được nói hơn là hát của những thanh thiếu niên nhảy ở đường phố đô thị

break in *verb* tự nguyện đầu hàng để bị bỏ tù

break-in *noun* sự ăn trộm; sự đi vào bằng bạo lực

break someone or **something in** *verb* hoàn thành giai đoạn sử dụng hoặc huấn luyện dễ dàng ban đầu trước khi đòi hỏi hết khả năng

Break it up! *interj* Ngừng lại! [một mệnh lệnh để hai hoặc nhiều người ngừng làm điều gì đó, chẳng hạn như đánh nhau]

break it up *verb* 1 ngừng đánh nhau, cãi nhau, nói chuyện, v.v.. [thường là mệnh lệnh nghiêm khắc] 2 (*cờ bạc*) thắng quá nhiều tiền đến nỗi những người chơi khác không thể tiếp tục

break luck 1 *noun* (*mãi dâm*) khách hàng đầu tiên trong ngày của gái điếm 2 *verb* (*mãi dâm*) kiếm được khách hàng đầu tiên trong ngày

breakout *noun* sự trốn thoát; cuộc vượt ngục

break out *verb* 1 rời khỏi 2 vượt ngục hoặc thoát khỏi tình huống giam cầm khác 3 cho thấy những triệu chứng bệnh tật hoặc lo lắng 4 mang ra; đưa ra để dùng • When I came he broke out the Scotch: *Khi tôi đến, anh ta mang rượu Scotch ra.*

break out into assholes *verb* trở nên cực kỳ hoảng sợ

the breaks *noun* 1 vận may; ân huệ đặc biệt 2 vận rủi

break one's shovel *verb* mất sự quý mến

break the back *verb* đạt được; hoàn thành phần khó nhất của một công việc, hành trình, v.v..

break the ice 1 là người đầu tiên làm thứ gì đó • No one wants to break the ice: *Không ai muốn là người đầu tiên làm điều đó.* 2 cố làm quen hoặc kết bạn với ai 3 làm tan không khí dè dặt ngượng ngập lúc đầu 4 xua tan cảm giác căng thẳng giữa những người không biết nhau

break the news *verb* (*cảnh sát*) đánh ai

break the night *verb* thức suốt đêm

break the points *verb* (*thể thao và cờ bạc*) ghi đủ điểm để san bằng khoảng cách điểm số; đạt được đủ số điểm

breakthrough *noun* 1 (*quân đội*) sự chọc thủng (trận tuyến) 2 một giải pháp bất ngờ; tiến trình bộc phát

break up *verb* 1 chia rẽ hoặc gây ra sự chia rẽ hoặc tan rã của một mối quan hệ thân thiết 2 cười lớn hoặc gây ra trận cười không kiểm soát được

break-up *noun* sự chia rẽ hoặc sự tan rã

break wind *verb* xì hơi; đánh rắm; = FART

breastworks *noun* ngực phụ nữ; = BAZOOM

breathe easy *verb* thoát khỏi nỗi lo; thư giãn

breather *noun* 1 một người có được khoái lạc tình dục từ việc gọi điện cho ai và thở mạnh khiêu dâm khi họ trả lời điện thoại 2 giai đoạn nghỉ ngơi; thời gian tạm lắng

breathing *adjective* còn sống

breeder *noun* (*người đồng tính*) người thích giao hợp với người khác giới; người không phải đồng tính; = STRAIGHT

breeze *noun* 1 một nhiệm vụ dễ dàng; bất cứ gì dễ dàng; = CINCH, CAKEWALK 2 (*tù nhân*) một cuộc vượt ngục 3 (*đường sắt*) khí nén để phanh

breeze *verb* 1 trốn thoát; đi 2 (*nhà tù*) vượt ngục

breeze off *verb* rời khỏi; khởi hành; = BOOK

breezy *noun* một phụ nữ trẻ

breezy *adjective* rất dễ chịu và vui vẻ; thoải mái; hân hoan

brekkie *noun* bữa ăn sáng; bữa điểm tâm

a brew (or **brewskie**) *noun* 1 (*đặc biệt sinh viên đại học*) một chai bia; một ly, một lon, một chai hoặc một thùng bia 2 cà phê; đôi khi là trà

brew out or **brew-out** *noun* (*sinh viên đại học*) bữa tiệc bia; = BEER BUST

briar *noun* (*thế giới ngầm*) cái giũa hoặc cái cưa

brick *noun* một người tốt, hào phóng, đáng tin cậy

brick agent *noun* nhân viên FBI cấp thấp nhất

the bricks *noun* 1 những con đường và vỉa hè thành phố 2 (*nhà tù*) thế giới ngoài nhà tù

bricks and mortar *noun* những tòa nhà và công trình xây dựng, đặc biệt có tầm quan trọng về chi phí và quản trị đối với một tổ chức

bricktop *noun* người tóc đỏ

the Brickyard *noun* trường đua mô tô tại Indianapolis, Indiana, địa điểm của cuộc đua 500 dặm thường niên [từ công trình bằng gạch của đường đua]

bridge *noun* (*quầy bán đồ ăn trưa*) bốn (4) của bất cứ gì

bridge and tunnel *adjective* một người ở New Jersey hàng ngày đi xe đến New York

brig *noun* (*từ giữa những năm 1800*) 1 nhà tù hải quân 2 bất kỳ nhà tù nào 3 nơi tạm giam của một chiếc tàu

bright *noun* (*người da đen*) một người da đen da sáng

bright-eyed and bushy-tailed *adjective* lanh lợi và nhiệt tình; sôi nổi, năng động; háo hức và mãnh liệt; trong tình trạng tốt

brights *noun* đèn pha sáng của xe ô tô

brig rat *noun* (*quân đội*) tù nhân quân đội

bringdown *noun* 1 một nhận xét hoặc lời khiển trách gay gắt 2 một cuộc biểu diễn thất vọng 3 *modifier:* a bringdown scene: *một cảnh gây thất vọng* 4 người rầu rĩ 5 *modifier:* that bringdown face: *gương mặt rầu rĩ đó*

bring someone down *verb* làm ai chán nản; mất tinh thần; làm ai buồn

bring down the house *verb* (*từ sân khấu*) đạt được thành công lớn về sân khấu

bring home the bacon (or **the groceries**) *verb* 1 đạt được một mục tiêu hoặc nhiệm vụ rõ ràng 2 kiếm đủ tiền để nuôi bản thân và gia đình

bring it *verb* (*bóng chày*) ném quả bóng chày nhanh

bring it, don't sing it! dùng để mời gọi hành động thay vì nói suông

bring scunnion (or **smoke**) *verb* 1 gây ra sự sợ hãi hoặc lo lắng cho người khác 2 tập trung hỏa lực, đặc biệt hỏa lực pháo binh

bring up *verb* nôn; mửa

bring (or **keep**) **someone up to speed** *verb* đưa ra thông tin cần thiết; chỉ dẫn tường tận; = FILL someone IN, PUT someone IN THE PICTURE

the briny *noun* (*từ đầu những năm 1900*) đại dương; biển

Brit 1 *adj* người Anh 2 *noun* two Brits and a Yank: *Hai người Anh và một người Mỹ*

bro' or **bro** *noun* 1 người anh em 2 (*người da đen*) một người da đen 3 người lái xe mô tô; = BIKER

broad *noun* 1 (*từ đầu những năm 1900*) một phụ nữ 2 gái điếm

broad-gauge *adjective* rất thạo và tháo vác

broadie *noun* một phụ nữ

brodie or **Brodie** 1 *noun* một thất bại hoàn toàn; sự không thành công; = FLOP, TURKEY 2 *verb* tự sát, đặc biệt bằng cách từ trên cao

broke *adjective* (*cuối những năm 1800*) hoàn toàn hết tiền; nghèo túng

broken arms *noun* (*từ đầu những năm 1900*) đồ ăn thừa trên bàn

broken record *noun* điều gì hoặc ai đó cứ lặp đi lặp lại, chán ngắt, và dai dẳng

broken-striper *noun* (*hải quân*) chuẩn úy hải quân

bromide *noun* 1 một câu chuyện cười cũ rích 2 một người tẻ nhạt, đáng chán

bronc or **bronk** *noun* 1 = BRONCO 2 (*người lang thang*) một thanh niên đồng tính; = PUNK

bronco *noun* 1 (*cao bồi*) một con ngựa chưa thuần để cưỡi 2 (*đồng tính*) một nam giới trẻ gần đây chưa quen hoặc không dễ dãi với

bronco buster noun (biến thể: **peeler** or **snapper** or **twister** có thể thay thế **buster**) một cao bồi chuyên thuần hóa những con ngựa chưa thuần để cưỡi; một người cưỡi những con ngựa hoang trong cuộc thi rô-đê-ô

mối quan hệ tình dục đồng tính [từ *broncho* trong tiếng Tây Ban Nha có nghĩa là "thô lỗ, cứng rắn"]

Bronx cheer noun 1 một sự kết hợp của tiếng ê ê và tiếng xì hơi chế giễu, thể hiện sự kinh tởm; tiếng búng lưỡi bĩu môi; = the BIRD, RASPBERRY 2 bất kỳ trò chế nhạo nào

brookie noun cá hồi suối

broom verb (*người da đen*) chạy; chuồn; biến một cách nhanh chóng

broomstick noun = BEANPOLE

broom tail noun (*cao bồi*) ngựa cái

brother noun 1 (*từ người da đen*) một người đàn ông da đen; = BLOOD 2 một người đàn ông; anh bạn; = GUY [dùng để xưng hô với người lạ]

brown Abe noun (*từ những năm 1930*) một đồng xu Mỹ [từ hình tổng thống Abraham Lincoln trên đồng xu]

brown-bag noun bữa ăn trưa đựng trong túi giấy màu nâu

brown-bag verb mang đồ ăn trưa đến văn phòng, hoặc mang rượu đến hộp đêm hoặc nhà hàng, đặc biệt là trong túi giấy màu nâu

brown bagger noun 1 người đã kết hôn 2 người mang đồ ăn trưa đến văn phòng, hoặc mang rượu đến hộp đêm hoặc nhà hàng, trong túi giấy màu nâu 3 người rất xấu xí; = DOUBLE-BAGGER [nghĩa thứ hai bắt đầu từ quan điểm rằng một người xấu xí như thế nên mang túi trên đầu để che mặt]

brown bag it verb ăn hoặc mang theo bữa ăn trưa từ nhà trong túi giấy màu nâu, thay vì ra ngoài ăn

brown bucks noun (*quầy bán đồ ăn trưa*) bánh nướng kiểu mạch

browned off adjective 1 (*từ những năm 1930*) giận dữ; = PISSED OFF 2 (*không quân Anh, thế chiến II*) bồn chồn từ thời gian đợi hoặc thời gian lãng phí; buồn chán

Brownie[1] noun sinh viên, cựu hoặc hiện tại, tại Đại học Brown

Brownie[2] noun (*đường sắt*) điều lầm lỗi

Brownie[3] noun (*quân đội, thế chiến II*) = BROWN-NOSER

Brownie points noun một phần thưởng ảo hoặc lời khen ngợi cho một hành vi tốt

brown-nose verb nịnh hót và bợ đỡ để được chấp nhận và có lợi thế; cầu cạnh; = APPLE-POLISH

brown-nose or **brown-noser** or **brownie** noun người nịnh hót

brown off verb (*nhạc sĩ nhạc jazz*) phạm lỗi; sai lầm; = GOOF

brown someone off verb làm ai tức giận

Brown Top noun (*ngành kinh doanh giải trí*) lều chính tại hội chợ

brud noun người anh em

bruh noun người anh em

bruised adjective say rượu

bruiser noun (*từ giữa những năm 1800*) một người đàn ông to lớn, mạnh mẽ

brush noun 1 râu 2 sự đánh nhau; sự cãi nhau; sự bất hòa

the brush noun 1 rừng; đất rừng chưa khai phá; = the BOONDOCKS 2 sự hắt hủi; sự tống cổ nhanh; = BRUSH-OFF

brush ape noun một người quê mùa hoặc một người ở rừng núi xa xôi hẻo lánh

brushback noun 1 modifier:(*bóng chày*) ném rất gần người đập bóng, như thể sẽ trúng anh ta 2 noun Throw another brushback and you're out of the game: *Ném một quả gần người đập bóng khác và cậu sẽ bị đuổi khỏi sân.*

brush someone back verb (*bóng chày*) ném gần người đập bóng để buộc anh ta hoặc cô ta tránh khỏi gôn nhà và phá hỏng tư thế đánh

brush someone off verb làm nhục hoặc đuổi ai; = GIVE someone's THE BRUSH

brush-off noun = the BRUSH

brush up verb 1 lau dọn; làm gọn gàng 2 (cũng là *brush up on*) cải thiện, xem lại hoặc hoàn thiện sự tinh thông của ai

bruss noun (*quân đội*) tư thế đứng nghiêm cực kỳ cứng nhắc; = BRACE

brutal adjective (*sinh viên*) cực tốt; tuyệt vời; mạnh mẽ

BS or **bs** noun (*phát âm theo từng ký tự riêng*) điều vớ vẩn; chuyện vô lý; trò lừa dối [viết tắt của "*bullshit*"]

BS verb lừa dối hoặc cố đánh lừa ai với những lời nói dối hoặc nịnh hót

B-side noun mặt thứ hai hoặc mặt kia của đĩa hát; = FLIP SIDE

BT noun sự hít khói cần sa được lọc qua tẩu [rút gọn của "*bong toke*"]

BT or **B and T** noun (*quầy bán đồ ăn trưa*) bánh mì sandwich thịt lợn muối xông khói và cà chua

BTO or **bto** noun (*phát âm theo từng ký tự riêng*) một người đáng khâm phục và có ảnh hưởng [viết tắt của "*big-time operator*"]

bub noun anh chàng; người anh em; = GUY [được dùng như một từ xưng hô, thường nói với người lạ và thường với giọng hạ cố]

bubba noun người anh em

bubble brain noun người quẫn trí, không tập trung; người ngu ngốc và tẻ nhạt; = AIRHEAD

bubbledance verb rửa chén bát

bubble dancer or **bubbles dancer** noun 1 người rửa bát đĩa; = PEARL-DIVER 2 một phụ nữ thực hiện điệu múa thoát y bằng cách dùng bong bóng để che tình trạng khỏa thân của cô ta

bubblegummer noun đứa trẻ chưa đến tuổi thiếu niên hoặc thanh thiếu niên trẻ; = TEENYBOPPER

bubble-gum music or **bubble gum** noun 1 nhạc rock-and-roll hấp dẫn thanh thiếu niên 2 modifier: The rap itself is sheer bubble-gum monotony: *Bản thân nhạc rap là loại nhạc rock-and-roll rất hấp dẫn thanh thiếu niên.*

the bubble-gum set noun thanh thiếu niên; = TEENY-BOPPER

bubblehead noun một người suy nghĩ không thực tế; người suy nghĩ viển vông; người ngu ngốc; = AIRHEAD

bubble queen noun một phụ nữ làm việc trong tiệm giặt

bubbly noun sâm-banh; rượu sủi tăm

bubkes 1 noun điều gì đó tầm thường, không đáng kể; không có gì; = BEANS 2 adv ít đến mức vô lý

bubs noun ngực phụ nữ; = BOOBS

buck noun 1 một đô la 2 100 pao (pound) 3 một trăm đô; khoản cược 100 đô 4 một người đàn ông da đen trẻ 5 bất kỳ người đàn ông trẻ nào, đặc biệt là người mạnh mẽ và dũng cảm 6 một thanh niên da đỏ; chiến binh da đỏ Bắc Mỹ 7 (*người lang thang*) một linh mục Công giáo La mã 8 một người đồng tính nam 9 (*trong tù*) cuộc đình công ngồi của tù nhân 10 giày làm bằng da hoãng (buckskin)

buck verb 1 (*quân đội, thế chiến II*) làm việc vì sự thăng tiến cá nhân; khao khát; thèm muốn 2 bắn súng 3 (*quân đội, thế chiến II*) chuyển một lá thư, bản ghi nhớ, vấn đề, v.v.. thường không cần nói; = PASS THE BUCK 4 chống lại; kháng cự cái gì; không tuân theo [thường trong câu phủ định]

bucked adjective (*quân đội, thế chiến I*) hài lòng; tự hào

bucker noun (biến thể: **buckayro** or **buckhara** or **buckero**) cao bồi

bucket noun 1 nhà tù 2 ô tô, đặc biệt là loại xe với ghế một chỗ ngồi 3 xe ô tô nhỏ và cũ 4 (*đội thương thuyền và hải quân*) một

bucket con tàu, đặc biệt là tàu cũ và chậm; = RUST BUCKET **5** (*hải quân*) tàu khu trục; = CAN, TIN CAN **6** mông; đít **7** (*bi-da*) túi để đựng bi rớt xuống **8** (*bóng rổ*) gôn (vành và lưới) **9** (*bóng rổ*) vành (khung) hoặc rổ **10** (*bóng rổ*) điểm **11** (*bóng chày*) phần sau cùng của cái bục của người đập bóng

bucket *verb* tăng tốc; = BARREL

the bucket *noun* nhà tù; = the COOLER

buckethead *noun* người ngu ngốc; = BLOCKHEAD

bucket of bolts *noun* một chiếc ô tô, xe tải, tàu thuyền hoặc máy bay ọp ẹp hư nát

bucket shop or **boiler room** *noun* một văn phòng đầu tư lừa khách hàng

buck general *noun* (*quân đội*) thiếu tướng

buckle down *verb* bắt đầu làm việc nghiêm túc

buck naked *adjective* hoàn toàn trần truồng; = BARE ASS or BARE ASSED

buck nigger *noun* người đàn ông da đen, đặc biệt là người trẻ tuổi mạnh mẽ

bucko *noun* **1** bạn; bạn thân; anh chàng **2** một người đàn ông, đặc biệt là người thô lỗ hoặc thiếu tế nhị; một người bần tiện và nguy hiểm

buck private *noun* (*quân đội, từ cuối những năm 1800*) binh nhì; lính với cấp bậc thấp nhất

buckra *noun* (*người da đen xưa, từ cuối những năm 1700, Anh*) người đàn ông da trắng, đặc biệt là người nghèo và bần tiện; = CRACKER, PADDY

buck sergeant *noun* (*hải quân, thế chiến I*) trung sĩ, mang 3 sọc

buck slip *noun* (*quân đội, thế chiến II*) một ghi chú, bản ghi nhớ, mẫu đơn in, v.v.. giúp chuyển một món đồ đến người khác

the buck stops here *sentence* đây là nơi trách nhiệm phải được nhận lãnh; một quyết định phải được đưa ra ở đây [thường vẫn được coi là của Tổng thống Harry S Truman]

buck up *verb* hăng hái lên; phấn khởi lên; gắng lên

buckwheat *noun* người đàn ông da đen

buckwheater *noun* (*thợ đốn gỗ*) người mới học việc; người mới vào nghề

bud *noun* **1** anh bạn; = GUY **2** một cô gái **3** núm vú phụ nữ **4** bạn; bạn thân; = PAL **5** bia hiệu Budweiser; bất kỳ loại bia nào

buddahead or **buddhahead** *noun* (*người da đen và cảnh sát*) một người châu Á

buddy *noun* **1** (*trong văn hóa của người đồng tính*) một người bạn tốt có thể là người tình hoặc không **2** người bạn tình nguyện với người có *AIDS* **3** = BUD (1) **4** người bạn trai thân nhất của một người đàn ông **5** đối tác của một nam giới, trong công việc hoặc thể thao

buddy *verb* = BUDDY UP

buddy-buddy *noun* **1** (*quân đội, thế chiến II*) một người bạn thân; = BUDDY **2** người quá thân thiện; người quấy rầy

buddy-buddy *verb* tỏ ra quá thân thiện

buddy-buddy *adjective* **1** thân thiện **2** rất thân thiện; nghe theo tình bạn

buddyro or **buddyroo** *noun* bạn; được dùng như từ xưng hô với một người bạn

buddy seat *noun* vị trí hành khách trên chỗ ngồi của xe mô tô

buddy store *noun* (*không quân và hải quân, trong chiến tranh Việt Nam*) cơ sở tiếp nhiên liệu quân sự cho máy bay

buddy up *verb* chia sẻ chỗ ở và điều kiện với; tạo ra một sự liên kết mật thiết hoặc một nhóm hai người

buddy up to *someone verb* trở nên rất thân thiện với ai; lấy lòng ai

buff[1] *noun* **1** cỗ máy lau chùi graffiti được dùng trên xe điện ngầm **2** một bài tập với tạ **3** con trâu • *The Vietnamese used the buffs for pulling plows and carts*: Người Việt Nam dùng trâu để kéo cày và xe (hai hoặc bốn bánh dùng để chở vật nặng).

buff[2] *noun* người hâm mộ hoặc người say mê; = FAN, NUT

buff *verb* **1** tập luyện với mục đích phát triển cơ thể khỏe mạnh **2** (*theo cách dùng của bệnh viện*) làm những ký hiệu trong biểu đồ của bệnh nhân khiến bệnh nhân có vẻ khỏe hơn thực chất và sẵn sàng cho giai đoạn điều trị tiếp theo

buff *adjective* **1** trần truồng **2** đẹp trai; xuất sắc **3** (*dùng cho cơ thể*) rắc chắc; vạm vỡ

buff or **buff up** *verb* (*bệnh viện*) làm biểu đồ của một bệnh nhân có vẻ tốt, đặc biệt nhằm chuẩn bị cho họ xuất viện

Buff *noun* (*không quân*) trực thăng cứu hộ đường dài HH53, được gọi là "anh chàng béo xấu xí"

buffalo *noun* **1** một người đàn ông da đỏ Mỹ với mái tóc đặc biệt dài **2** đồng 5 xu [từ hình khắc (con trâu) trên đồng tiền này] **3** một phụ nữ béo hoặc nặng cân; = COW

buffalo *verb* **1** cố tình làm ai lúng túng, bối rối, đặc biệt là lừa đảo **2** (*từ đầu những năm 1900*) đe dọa; = BULLDOZE

buffalo butt *noun* (*sinh viên*) một người mông to; = FAT-ASS

buffaloed *adjective* bối rối; lúng túng

buffalo head *noun* kền (nickel)

buffer *noun* **1** (*thế giới ngầm xưa*) con chó hoặc chó giữ nhà **2** (*hải quân*) người giúp việc của viên quản lý neo thuyền chính

bug *noun* **1** bất kỳ loại côn trùng nào **2** bất kỳ vi khuẩn, siêu vi, virus, v.v.. **3** bất kỳ căn bệnh giống cảm cúm hoặc liên quan đến hô hấp nào, đặc biệt là loại bệnh khá phổ biến **4** microphone hay thiết bị nghe lén **5** (*người điều khiển radio*) một phím của máy điện báo radio tự động hoặc bán tự động được dùng để gửi nhanh **6** (*tiệm in*) bất kỳ biểu tượng hoặc nhãn hiệu nhỏ nào, chẳng hạn biểu tượng bản quyền hoặc thương hiệu **7** (*tiệm in*) dấu hoa thị **8** trong ngành điện ảnh và truyền hình, một tai nghe nhỏ được dùng bởi người phối trộn âm thanh **9** hỏng hóc hoặc lỗi trong thiết kế, đặc biệt về máy tính hay phần mềm máy tính **10** (*tuổi teen*) một cô gái **11** người điên; = NUT **12** (*thế giới ngầm*) một thông điệp hoặc tín hiệu mật; thông tin mật **13** (*thế giới ngầm*) chuông báo trộm **14** trò lô đề **15** (*trong poker*) quân J (joker) đóng vai trò quân ách hoặc lá bài tẩy để hoàn tất một dãy bài cùng hoa liên nhau **16** một sự quan tâm nhiệt tình; cái mốt phổ biến **17** (*xiếc và lễ hội*) người thay đổi ý kiến hoặc cách ứng xử cho hợp với tình hình **18** (*đua ngựa*) dấu hoa thị in bên cạnh trọng lượng của con ngựa để cưỡi, cho biết việc giảm bớt 5 pound được chấp nhận vì nài ngựa là người mới học việc; chấp trọng lượng **19** (*đua ngựa*) một nài ngựa học việc đã tham gia cuộc đua dành cho ngựa chưa giành giải lần nào suốt năm nay hoặc chưa chiến thắng được cuộc đua thứ bốn mươi **20** (*đua ngựa*) một con ngựa chưa bao giờ thắng giải; = MAIDEN **21** (*dân xế độ*) xe độ; xe gắn động cơ được cải tiến để có thêm công xuất và tốc độ cao hơn **22** xe con bọ Volkswagen hoặc bất cứ loại xe nhập nhỏ nào **23** (*ngành du hành vũ trụ*) phương tiện du hành mặt trăng nhỏ dành cho hai người **24** một chiếc nồi nấu kim loại công nghiệp lớn **25** một ý tưởng hấp dẫn hoặc sở thích **26** thời trang hiện tại; sở thích **27** (*nhà tù, từ những năm 1930*) tâm trạng xấu; tâm trạng khó chịu (tức là cáu kỉnh và tức giận) **28** (*nhà tù*) chuyên gia tâm thần học **29** (*thế giới ngầm*) một thông điệp hoặc tín hiệu mật; thông tin mật **30** (*lễ hội và xiếc*) đuốc **31** (*lễ hội và xiếc*) bất kỳ món đồ nhỏ, rẻ tiền nào được bán bởi một người bán rong **32** người hâm mộ; người say mê; = FAN, NUT **33** sự thôi thúc; điều ám ảnh

bug *verb* 1 làm phiền ai; quấy rầy ai 2 hoảng sợ; lo lắng 3 quan sát cái gì 4 nói và hành động theo kiểu vô lý, không đầu không đuôi trong khi đang chịu ảnh hưởng của cô-ca-in nguyên chất 5 (*vào những năm 1960, phong trào phản văn hóa của dân da đen*) khiêu khích hoặc chọc giận ai; quấy rầy ai 6 trang bị cho thứ gì đó chuông báo động 7 (*cảnh sát và hoạt động gián điệp*) gắn hoặc cài đặt thiết bị nghe lén 8 (*nhà tù*) tiến hành đánh giá tâm lý; tuyên bố bị điên 9 khiêu vũ

bugaboo *noun* điều gì làm ám ảnh ai đó sợ hoặc đánh bại ai

bug boy (or **rider**) *noun* (*đua ngựa*) một nài ngựa chưa từng thắng cuộc đua nào và được cho phép dư trọng lượng 5 pound; một nài ngựa học việc

bug doctor *noun* (*nhà tù*) chuyên gia tâm lý hoặc chuyên gia về tâm thần học; = SHRINK

bugeyed *adjective* 1 có nhãn cầu lồi ra; lồi mắt; = POPEYED 2 giật mình; ngạc nhiên

bugged *adjective* lắp giấu microphone hoặc trang thiết bị khác để theo dõi điện tử

bugged up *adjective* băn khoăn; căng thẳng; bối rối; lúng túng

bugger[1] or **bogger** or **boogie** *noun* một mẩu cứt mũi

bugger[2] *noun* người chuyên lắp đặt thiết bị nghe lén

bugger[3] *noun* 1 anh bạn; thằng nhóc 2 một đối tượng, đặc biệt là thứ gì đó đáng khâm phục, đáng ngạc nhiên hoặc bị khinh miệt; = FUCKER, SUCKER

bugger *verb* 1 (cũng là *bugger up*) (*từ dân cao bồi*) làm hỏng việc; hủy hoại; làm rối tung; lạm dụng; = BOLLIX UP 2 thực hiện sự giao hợp qua đường hậu môn; = BUNGHOLE

bugger off *verb* (*chủ yếu từ người Anh*) rời đi; khởi hành; = FUCK OFF [thường là một mệnh lệnh khinh bỉ]

buggy[1] *noun* 1 một chiếc ô tô, đặc biệt xe cũ và ọp ẹp; = HEAP, JALOPY 2 (*đường sắt*) toa dành cho người bảo vệ tàu

buggy[2] *adjective* ngu ngốc; điên; = BUGHOUSE, NUTS

buggy whip 1 *noun* ăng-ten radio dài trên xe ô tô hoặc xe tải 2 *modifier*: a buggy-whip antenna: *một chiếc ăng-ten dài trên xe ô tô* 3 *adj* cổ lỗ sĩ; lỗi thời; = OLD-TIMEY

bughouse 1 *noun* bệnh viện tâm thần; nhà thương điên 2 *adj* điên; = NUTS

bug-hunter *noun* nhà côn trùng học; nhà tự nhiên học; nhà nghiên cứu bướm

bugjuice *noun* 1 (*từ cuối những năm 1800*) rượu, đặc biệt là rượu uýt-ki kém chất lượng; = ROTGUT 2 đồ uống nhẹ bằng màu nhân tạo [từ sự giống với chất dịch bị mật do châu chấu tiết ra]

bugle *noun* (*từ giữa những năm 1800*) mũi; = BEAK, SCHNOZZ

bug man *noun* (*xiếc và lễ hội*) một chủ gian hàng chuyên bán tắc kè bông và rùa

bug off *verb* rời khỏi; khởi hành [thường là một mệnh lệnh gây khó chịu]

Bug off! *exclam.* Đi ra ngoài!; Cút đi!

bugologist *noun* (*sinh viên*) nhà côn trùng học

bugology *noun* 1 (*sinh viên*) côn trùng học 2 (*sinh viên*) sinh vật học

bugout *noun* 1 (*từ chiến tranh Triều Tiên*) một người thường rút lui và trốn tránh; kẻ trốn việc 2 (*từ chiến tranh Triều Tiên*) cuộc rút quân 3 *modifier*: a bugout plan: *một kế hoạch rút quân*

bug out[1] *verb* 1 (*từ chiến tranh Triều Tiên*) chạy trốn; rút lui; quay lưng lại và chạy 2 (*thanh thiếu niên và dân chơi xế độ, từ những năm 1950*) rời đi nhanh, đặc biệt là lái xe nhanh

bug out[2] *verb* (*từ giữa những năm 1800*) lồi ra; nhô ra • His eyes bugged out like a fog's: *Mắt nó lồi ra như mắt ếch.*

bugs or **bugsy** *adjective* điên; = NUTS

bug test *noun* 1 (*nhà tù*) một cuộc kiểm tra trí tuệ 2 (*nhà tù*) cuộc kiểm tra tâm lý hoặc đánh giá tâm thần

bug torch *noun* (*đường sắt*) đèn lồng

build *noun* 1 vóc dáng của ai 2 (*sân khấu*) một chương trình mà doanh thu tiếp tục tăng 3 một quá trình chuẩn bị

build *verb* (*thế giới ngầm*) chuẩn bị cho ai để lừa đảo, tống tiền, v.v..; = SET someone UP

build a collar *noun* (*cảnh sát*) thu thập bằng chứng cho một vụ bắt giữ

builder-upper *noun* (*từ những năm 1930*) bất cứ gì hoặc bất cứ ai tăng sức mạnh cho ai hoặc tăng sự tự tin của ai

buildup *noun* 1 sự quảng cáo và những việc khác để giới thiệu một sản phẩm mới, một người làm trò tiêu khiển mới, v.v.. 2 sự chuẩn bị kỹ lưỡng của một khách hàng hay nạn nhân tiềm năng

build up *verb* tăng, đặc biệt là lòng tự trọng của ai

built *adjective* phát triển tốt về mặt thể chất, đặc biệt theo kiểu gợi tình; = HUNKY, STACKED

built like a brick shithouse *adjective* rất rắn chắc; = BUILT [thường nói về phụ nữ]

bulb *noun* = DIM BULB

bulge *noun* 1 (*từ giữa những năm 1800*) lợi thế; sự dẫn trước 2 sự dư thừa mỡ ở vùng eo, mông, v.v..; = SPARE TIRE

bull *noun* 1 điều vô lý; chuyện vớ vẩn [rút gọn của *bull-shit*] 2 (*thợ đốn gỗ và cao bồi*) người đứng đầu; lãnh đạo; = BOSS 3 cảnh sát, đặc biệt là thám tử; cai ngục 4 (*thị trường chứng khoán*) người buôn bán chứng khoán ủng hộ giá cao hơn và bán nhanh hơn 5 *modifier*: a bull market: *thị trường giá lên* 6 một người đồng tính nữ giàu nam tính, hung hăng 7 = BOONDAGGER, BULLDAGGER 8 (*thợ đốn gỗ*) con bò 9 (*đường sắt*) đầu máy 10 Bull Durham, một thương hiệu thuốc lá rất nổi tiếng 11 (*nhà tù*) người có thể chịu thử thách về mặt thể chất 12 (*xiếc*) một con voi, đực hoặc cái 13 xe tăng chiến đấu

bull *verb* 1 (*bài poker*) thấu cáy (bịp) nhiều lần, bằng cách tố lớn nhằm để cho những người chơi khác bỏ cuộc do độ lớn của khoản tiền tố 2 nói dối; đánh lừa; khoác lác

bull bitch *noun* một phụ nữ mạnh khỏe và cơ bắp; một người đàn bà giống nam giới

bull cook *noun* 1 (*dân cao bồi và thợ đốn gỗ*) đầu bếp nam 2 (*dân cao bồi và thợ đốn gỗ*) người giúp việc của một đầu bếp

bulldagger *noun* (*người da đen*) một người đồng tính nữ có điệu bộ và phong cách giống đàn ông, đặc biệt là người thô lỗ và hung hăng; = BOONDAGGER, BULLDYKE

bulldog *noun* 1 (*tòa soạn báo*) phiên bản sớm nhất của tờ báo buổi sáng 2 *modifier*: the bulldog edition: *phiên bản hàng ngày sớm nhất của tờ báo* 3 (*cảnh sát và thế giới ngầm*) súng lục mũi hếch

bulldog *verb* 1 (*dùng cho một tay chuyên nghiệp trong môn đua ngựa*) đòi có thông tin tốt về một cuộc đua đã hoàn tất 2 (*cờ bạc*) thông báo sai những người thắng đua ngựa; = DYNAMITE 3 (*từ đầu những năm 1800 và đặc biệt là cao bồi*) tấn công như một chú chó bun, đặc biệt là vật con bò đực non xuống đất bằng sừng 4 đe dọa ai bằng lời nói hoặc bạo lực

bulldoze *verb* 1 gây áp lực hoặc buộc ai làm điều gì 2 (*từ cuối những năm 1800*) đe dọa; đánh bại bằng sức mạnh

bulldozer *noun* 1 (*từ cuối những năm 1800*) người đe dọa 2 (*từ cuối những năm 1800*) súng lục

bulldyke *noun* (*từ người da đen*) một người đồng tính nữ có điệu bộ và phong cách giống đàn ông

bullet *noun* 1 (*thế giới ngầm xưa*) tiền; đô-la 2 (*thế chiến II, kỹ*

bullet

thuật viên không quân) đính tán 3 bất cứ gì được ném rất nhanh, đặc biệt là quả bóng chày 4 (*ngành ghi âm*) một đĩa hát tăng bậc rất nhanh trên các bảng xếp hạng 5 (*bài poker*) quân át (ách)

bullet verb (*ngành ghi âm*) tăng bậc rất nhanh trên bảng xếp hạng

bullet bait noun (*quân đội, thế chiến II*) lính, đặc biệt là tân binh trẻ; = CANNON FODDER

bullets noun 1 (*đầu những năm 1900, nhà tù và hải quân*) đậu (beans) 2 (*đầu những năm 1900, nhà tù và hải quân*) đậu Hòa Lan (peas), đặc biệt đậu xanh và đậu đũa

bullfest noun = BULL SESSION

bull fiddle noun đàn công bát (double-bass)

bull-fighter noun (*đường sắt*) toa trần chở hàng hóa

bullfrog noun (*tài xế xe tải*) một người đàn ông vẫy xe xin đi nhờ

bullgine noun (*đường sắt*) đầu máy xe lửa

bullhead noun 1 (*đường sắt*) trưởng tàu 2 (*từ giữa những năm 1800*) người ngoan cố, bướng bỉnh, ngu ngốc

bullheaded adjective ngoan cố; bướng bỉnh; ương ngạnh

bullhorn noun (*hải quân*) loa điện

bullish adjective 1 (*thị trường chứng khoán*) làm tăng giá và xoay vòng khá nhanh: a bullish market: *thị trường đang lên giá* 2 bày tỏ thái độ lạc quan và hy vọng; sự khuyến khích [thường dùng với "on" hoặc "about"] 3 mạn mẽ; cứng đầu

bull of the woods noun 1 (*thợ đốn gỗ và tài xế xe tải*) đốc công hoặc người đứng đầu; = BOSS 2 bất cứ người đứng đầu hoặc người giám sát nào

bullpen noun 1 xà lim giam giữ trong phòng xử án hoặc nhà tù 2 một khu vực mở trong văn phòng với các bàn giấy 3 (*hộp đêm*) những chiếc ghế không bàn dành cho những khách hàng quen chỉ muốn nghe nhạc 4 (*bóng chày, từ cuối những năm 1800*) một khu vực kín nơi những người ném bóng luyện tập và khởi động 5 (*bóng chày*) người ném bóng dự bị của đội bóng 6 (*thợ đốn gỗ*) nhà ngủ 7 (*đường sắt*) phòng thay quần áo hoặc phòng ngủ được dùng giữa các ca 8 (*đặc biệt từ sinh viên, vào năm 1940*) phòng khách, phòng đợi, phòng thay quần áo, v.v. trong ký túc xá hoặc hãng xưởng

bullrag noun phân bò; = BULLSHIT, COWFLOP

bull session noun một cuộc thảo luận nhóm thân mật, đặc biệt giữa những người bạn tốt để giết thời gian nhưng lại nói về những đề tài quan trọng

bullshine noun điều vô lý; lời nói tự phụ; = BULLSHIT

bullshit noun 1 điều vô lý; lời nói tự phụ; = BALONEY 2 sự dối trá; sự đánh lừa; sự cường điệu, thổi phồng

bullshit verb 1 lừa ai 2 nói dối; cường điệu và quảng cáo

bullshit artist noun một người có thói quen nói dối hoặc cường điệu

bullshitter noun kẻ nói dối, kẻ lừa gạt

bullshooter noun người có thói quen cường điệu, khoác lác hoặc huyên hoang

bullwork noun 1 (*thợ đốn gỗ, thợ mỏ, cao bồi và đội thương thuyền trên biển*) công việc nặng cần sức mạnh của một con bò đực 2 công việc tẻ nhạt đòi hỏi ít suy nghĩ hay kỹ năng; = DONKEYWORK, SCUT

bully 1 adj (*từ giữa những năm 1800*) tốt; xuất sắc; rất giỏi 2 interj thán từ chỉ sự tán đồng

bully noun (*đường sắt*) công nhân đường sắt; = GANDY DANCER

bullyrag verb quấy rầy; làm phiền ai; = RAG

bully up verb chen lấn tới trước; = BELLY UP

bum[1] noun 1 (*từ giữa những năm 1800*) một người hiếm khi làm việc, hiếm khi ở yên một nơi, và sống bằng cách ăn xin và trộm vặt; kẻ lang thang 2 chiếc túi mà những tài liệu mật cần hủy được bỏ vào 3 một phụ nữ lăng lơ, đặc biệt là gái điếm rẻ tiền 4 người đàn ông không được ưa thích bởi người chủ tọa, vì thiếu sức sống và tài năng [thường dùng cho những vận động viên thiếu khả năng hoặc bị coi thường] 5 một người sống nhờ vào tài năng và sự hấp dẫn của mình, nhưng không phải là dân chuyên nghiệp 6 thú vật kém hoặc tồi, như con ngựa đua, chó đua, v.v.. 7 bất cứ gì tồi tệ hoặc vô dụng

bum verb 1 sống như một kẻ lang thang 2 xin; mượn cái gì mà không mong trả lại 3 cảm thấy khó ở hoặc chán nản 4 sống như một kẻ lang thang 5 đi nhờ xe; vẫy xe xin đi nhờ 6 lừa gạt; trêu chọc 7 (*điện toán*) cải thiện thứ gì đó bằng cách gỡ bỏ hoặc sắp xếp lại nó

bum adjective 1 bị thương; bị hư; hỏng 2 kém cỏi; vô dụng 3 sai; không có căn cứ; không hợp lệ

bum[2] noun mông hoặc hậu môn; = ASS [phổ biến hơn trong cách dùng của Anh]

bum about or **bum around** verb đi lang thang hoặc ăn không ngồi rồi; tiêu phí thời gian vô ích

bum about someone/something verb buồn về ai hoặc cái gì

bumblepuppy noun 1 (*người chơi bài*) trò chơi bài brit (bridge) một cách lung tung 2 (*người chơi bài*) một người chơi xoàng hoặc thất thường

Bumfuck, Egypt noun 1 (*quân đội*) một nơi xa xôi hẻo lánh 2 (*quân đội*) một điểm đến dọc theo một cuộc hành quân lòng vòng dài

bummed or **bummed out** adjective chán nản; tức tối; buồn phiền; thất vọng

bummer noun 1 (*từ giữa những năm 1800*) một người ăn xin; kẻ lang thang; kẻ ăn bám 2 một sự kiện gây thất vọng hoặc chán nản 3 (*cũng là bum trip*) (*ma túy*) một trải nghiệm khó chịu hoặc chán nản với LSD hoặc thuốc gây ảo giác khác; = BAD TRIP 4 người hoặc việc gì khó chịu, tồi tệ

bummer adjective thất vọng; khó chịu

bum out verb làm ai chán nản hoặc nản lòng

bum-out noun (*nhà tù và quân đội, những năm 1940*) sự phân công cho công việc dễ dàng

bump noun 1 trong điệu múa thoát y hoặc điệu múa khiêu dâm khác, một sự đẩy mạnh xương chậu tới lui 2 (*bài poker*) sự tăng tiền tố trong một ván bài 3 (*cá cược*) gấp đôi tiền cược trên thực tế 4 (*điện toán*) sự gia tăng 5 sự giết người 6 sự thăng chức 7 rượu, đặc biệt là rượu uýt-ki; = SLUG

bump verb 1 giết ai; = BUMP OFF 2 (*bài poker*) tăng tiền cược của một người chơi khác 3 (*đấu vật chuyên nghiệp*) ngã xuống nệm giả vờ đau 4 (*trong điệu múa thoát y hoặc điệu nhảy khiêu dâm khác*) đẩy hông về phía trước như thể đang giao hợp 5 hủy ghế đặt trước trên máy bay, xe buýt, v.v.. thường là do hết vé 6 sa thải; đuổi; = FIRE 7 (*từ giữa những năm 1800*) lấy địa vị của ai để dàn xếp với một người quan trọng hoặc lớn tuổi hơn 8 hất cẳng một đối thủ thể thao bởi thất bại 9 làm có bầu; = KNOCK someone UP 10 thăng chức

bump along verb tiến triển một cách chậm chạp

bump and grind verb đẩy mạnh và xoay xương chậu trong khi khiêu vũ, đặc biệt là điệu vũ thoát y hoặc điệu múa khiêu dâm

bumper noun 1 bài brit gồm hai đội chơi hai ván 2 (*ngành kinh doanh biểu diễn*) vũ công thoát y hoặc vũ công khiêu dâm 3 (*đường sắt*) cơ chế kết nối của một toa

bumper kit noun mông phụ nữ

bumpers noun ngực phụ nữ

bumpman noun 1 (*đặc biệt những năm 1920, thế giới ngầm*) sát thủ chuyên nghiệp; = HIT MAN 2 (*trong một nhóm móc túi*) kẻ đồng

bumpoff noun 1 (*từ đầu những năm 1920, thế giới ngầm*) một vụ giết người; ám sát 2 tội giết người

bump off verb (*từ đầu những năm 1920, thế giới ngầm*) giết, đặc biệt là một vụ giết người

bum rap noun 1 sự buộc tội sai hoặc bất công, hoặc tiếng tăm xấu 2 bất kỳ sự kết án bất công nào

bum-rap verb 1 bắt giữ ai mà không có bằng chứng phạm tội 2 nói xấu ai; buộc tội ai sai về điều gì

bum-rush verb đuổi ra; tống ra, đặc biệt là ở nhà hàng, quán rượu, hộp đêm, v.v.

the bum's rush noun 1 (*từ đầu những năm 1900*) sự đuổi một người ra khỏi chỗ nào đó 2 (*từ đầu những năm 1900*) bất kỳ sự xua đuổi ngay lập tức hoặc bất lịch sự nào

bum steer noun 1 (*thế giới ngầm*) một lời khuyên xấu 2 (*thế giới ngầm*) sự hướng dẫn sai; thông tin sai lệch

bun noun 1 (*từ đầu những năm 1900*) tình trạng say rượu 2 mông; = BUM 3 một bên mông; = CHEEK

bun-buster noun một nhiệm vụ hoặc công việc rất khó khăn; = BALL-BUSTER

bunch verb (*từ những năm 1920, người lang thang*) bỏ việc; thôi việc

bunch noun 1 một nhóm; một gia đình; một giới 2 = MOB 3 tiền; đặc biệt là số tiền lớn; = BUNDLE

bunch of fives noun nắm đấm

bunco or **bunko** 1 verb lừa đảo; = FLIMFLAM 2 noun một vụ lừa đảo; sự lạm dụng tín nhiệm; = CON GAME, SCAM 3 modifier: a bunco scheme: một âm mưu lừa đảo

bunco (or **bunko**) **artist** noun kẻ lừa đảo chuyên nghiệp; = CON MAN

bunco-steerer noun (*cảnh sát xưa*) kẻ đồng lõa trong một vụ lừa đảo, đặc biệt là kẻ tiếp xúc đầu tiên với nạn nhân

bundle noun 1 (*từ đầu những năm 1900*) một khoản tiền lớn 2 lãi lớn, nhanh 3 một phụ nữ hấp dẫn

bung or **bung up** verb làm lõm (mẻ); làm bị thương bằng cách đánh; = BANG

bung noun hậu môn

bung folder noun giấy vệ sinh; giấy toilet

bunghole noun hậu môn

bunhead noun người đần độn; người ngu ngốc

bunk[1] 1 noun điều vô lý; chuyện tầm phào; = BALONEY, BULLSHIT 2 verb lừa đảo; = BUNCO

bunk[2] verb rời khỏi; khởi hành

bunked adjective say rượu

bunk fatigue (or **habit**) noun (*quân đội, thế chiến II*) giai đoạn ngủ hoặc nghỉ ngơi trên giường

bunk flying noun (*thế chiến II, quân đội, không lực*) cuộc nói chuyện, đặc biệt nói chuyện cường điệu và gây ấn tượng mạnh về chuyến bay của ai

bunkie noun (*sinh viên, quân đội, thế chiến II*) bạn cùng phòng

bunk lizard noun (*hải quân, thế chiến II*) một người quen trốn việc; = GOLDBRICK, GOOF-OFF

bunkum or **buncombe** noun điều vô lý; chuyện vớ vẩn; = BUNK

bunned adjective say rượu

bunny noun 1 (*từ đầu những năm 1900, sinh viên*) món phó mát nóng chảy quét bánh mì nướng 2 âm hộ và âm đạo 3 một phụ nữ ít kiềm chế về tình dục 4 người hay lúng túng hoặc bị bắt nạt 5 bất kỳ phụ nữ nào, đặc biệt người hoạt bát và hấp dẫn 6 một phụ nữ trẻ kết giao với đàn ông trong một hoạt động lý thú hoặc quyến rũ, đôi khi như một người tham gia; = GROUPIE 7 đĩ đực đồng tính

bunny book noun tạp chí khiêu dâm rõ ràng [từ tạp chí *Playboy*]

bunny (or **rabbit**) **food** noun rau diếp, xà lách, rau xanh, v.v.

bunny fuck 1 noun một hoạt động quan hệ tình dục nhanh; = QUICKIE 2 verb quan hệ tình dục nhanh 3 verb trì hoãn; lãng phí thời gian; = FUCK THE DOG

buns noun mông, đặc biệt là mông đàn ông

one's buns off adverb rất năng nổ; với nỗ lực tối đa; = TO THE MAX

bun-struggle noun (*đặc biệt khoảng năm 1920*) tiệc trà trang trọng

Bunyan camp noun (*thợ đốn gỗ*) trại đốn gỗ hoặc xây dựng không trang bị giường ngủ cho công nhân [từ thợ đốn gỗ huyền thoại *Paul Bunyan*, người sống nguyên thủy]

'burb noun ngoại ô [thường là số nhiều]

burbed out adjective (*thanh thiếu niên*) trông có vẻ trung lưu và tầm thường; ăn mặc như một người dân ngoại ô, tỉnh lẻ

burg noun (*từ giữa những năm 1800*) thành phố; thị trấn; làng

burglar noun một người lừa gạt người khác

burgle verb (*từ giữa những năm 1800*) đột nhập vào một nơi để cướp; đào ngạch khoét vách

buried adjective 1 (*thế giới ngầm và nhà tù*) chịu án tù chung thân hoặc một bản án dài khác 2 (*thế giới ngầm*) mòn mỏi trong sự biệt giam; bị giam riêng

burleycue or **burlecue** or **burlicue** or **burly-Q** noun 1 một chương trình hài kịch tục tĩu; sân khấu hài kịch tục tĩu 2 modifier: burlicue stripper: người múa thoát y trong hài kịch tục tĩu

burly noun hài kịch tục tĩu

burn noun 1 sự nổi giận 2 kiểu tóc duỗi bằng hóa chất 3 trò lừa đảo 4 sự lăng mạ

burn verb 1 nấu thức ăn 2 tử hình hoặc bị xử tử hình bằng ghế điện; = FRY 3 giết; ám sát 4 làm tức giận; làm phát cáu; = BURN UP 5 chọc tức; làm phiền ai; làm tức điên lên; = PISS OFF 6 lừa đảo; cướp của ai; = RIP OFF 7 (*băng đảng đường phố*) tấn công hoặc đánh nhau với một băng nhóm thù địch hoặc thành viên của băng nhóm 8 bắn ai 9 phơi bày nhận dạng của một người hoặc một nơi 10 (*chơi blackjack*) đặt một quân bài không đánh được vào hộp đựng quân bài loại 11 hút cần sa hoặc cây gai dầu 12 lây nhiễm hoặc bị lây bệnh hoa liễu cho ai 13 hút thuốc lá 14 quấy rối và làm phiền ai liên tục; săn lùng 15 (*thanh thiếu niên và sinh viên*) lăng mạ; xúc phạm = PUT DOWN 16 trải qua; trôi qua; lãng phí 17 di chuyển rất nhanh; tăng tốc; = BARREL 18 vay mượn; ăn xin 19 ném cái gì đó, đặc biệt là quả bóng chày, rất nhanh 20 vượt trội; tỏa sáng trong cuộc thi 21 (*người da đen, nhạc sĩ nhạc jazz*) trình diễn, đặc biệt là ngẫu hứng, một cách xuất sắc; = be HOT

a burn noun điếu thuốc lá; = a SMOKE

burn a mark verb (*cảnh sát*) đe dọa nghi phạm móc túi để hắn thả ra vật đã chôm

burn artist noun một kẻ lừa đảo chuyên nghiệp; người bán hàng giả, đặc biệt liên quan đến ma túy

burn someone's ass verb chọc tức ai nổi giận; làm ai vô cùng tức giận

burn down verb lạm dụng và do đó hủy hoại thứ gì đó

burn someone down verb 1 bắn ai 2 làm bẽ mặt ai; làm nhục ai

burned adjective 1 bị lừa; bị phản bội 2 thất vọng; bị làm nhục; bị làm bẽ mặt 3 xem BURNED UP

burned out or **burnt out** adjective 1 mệt mỏi; kiệt sức; = POOPED 2 bị suy sụp do hút cần sa hoặc ma túy 3 không còn bị ảnh hưởng bởi một loại ma túy nào nữa; hết nghiện 4 hết sức và khả năng 5 chán nản

burned up adjective 1 bị nhiễm bệnh lây qua đường sinh dục 2 giận dữ

burner noun 1 ghế điện 2 người hút cần sa 3 (*người da đen*) một người trình diễn xuất sắc; = the TOPS 4 (*môn bóng bầu dục*) một người nhận đường chuyền có tốc độ xuất sắc trong vài yard đầu tiên, nhưng sau đó không có gì nổi bật

burning out noun (*ma túy*) sự tự nguyện cai nghiện của một con nghiện lớn tuổi sau vài năm sử dụng; = AGE OUT

burn one verb (*từ những năm 1930*) rót một ly bia

burn one in (or **over**) verb (*bóng chày*) ném một quả bóng nhanh

burnout noun 1 sự chán nản; sự chán ngấy; tận cùng sức chịu đựng 2 (*cũng là burn*) người dùng hoặc người lạm dụng ma túy, rượu, v.v.. 3 một người mà khả năng tinh thần đã bị giảm bớt do sử dụng rượu hay ma túy kéo dài 4 người không còn làm việc hiệu quả nữa 5 một căn hộ đổ nát, không thể ở được, dù nó bị cháy hay không 6 hoàn toàn kiệt sức; không thể tiếp tục 7 (*dân chơi xế độ*) cuộc đua với xe gắn động cơ được cải tiến để có thêm công suất và tốc độ cao hơn 8 một trận đấu không chính thức nơi những người chơi cố ném một quả bóng chày quá nhanh đến nỗi không thể bắt mà không bị thương 9 (*ngành du hành vũ trụ*) điểm mà tên lửa cạn hết nhiên liệu

burn rubber verb rời khỏi; khởi hành, đặc biệt là một cách vội vàng

burn rubber! để tôi yên!

burn the breeze verb chạy hoặc lái xe ở tốc độ rất cao

burn the British verb nướng một cái bánh nướng xốp kiểu Anh

burn the road verb lái xe rất nhanh

burn up verb 1 thực hiện tốt; làm cực tốt 2 đi qua rất nhanh 3 nổi giận; phát cáu

burn someone up verb 1 (*cũng là burn someone off*) làm ai rất tức giận 2 tử hình ai trên ghế điện 3 (*xiếc*) lừa đảo

burp 1 noun tiếng ợ, đặc biệt là tiếng ợ nhẹ 2 verb ợ, đặc biệt đầy hơi sau khi ăn 3 verb làm một đứa bé ợ, đặc biệt bằng cách giữ nó trên vai và vuốt dọc sống lưng nó

burp gun noun 1 (*quân đội, thế chiến II*) súng máy Schmeisser của Đức, với tốc độ bắn rất cao 2 súng tiểu liên; = TOMMY GUN

burrhead noun người da đen

bury verb (*thế giới ngầm*) tuyên án ai một án tù dài, chung thân hoặc bắt biệt giam

bus 1 noun xe ô tô 2 noun máy bay 3 verb bắn ai 4 verb dọn dẹp bát đĩa bẩn và bộ đồ ăn từ các bàn trong nhà hàng hoặc quán cà phê

busboy noun một người dọn dẹp bát đĩa bẩn và bộ đồ ăn từ các bàn ở nhà hàng

buscar noun (*quân đội, từ đầu những năm 1900*) 1 tiền mượn 2 niềm vui bất ngờ hoặc bị cấm đoán; = BOODLE 3 bạn thân

bush noun 1 râu; râu quai nón 2 lông mu, đặc biệt ở phụ nữ; = BEAVER 3 một phụ nữ nhiệt tình về mặt tình dục 4 kiểu tóc rậm, đặc biệt là của người da đen 5 cần sa

bush verb làm ai mệt mỏi, kiệt sức; = POOP

bush adjective 1 tầm thường; hạng hai; nghiệp dư 2 nông thôn; quê mùa; = BUSH LEAGUE

the bush noun vùng nông thôn thưa người; = the BOONIES

bushed adjective (*từ những người đốn gỗ*) rất mệt; kiệt sức; = POOPED [có lẽ bắt nguồn vào giữa thế kỷ 19 là bị lạc trong rừng]

busher or **busher leaguer** noun 1 cầu thủ bóng chày trong một giải nhỏ 2 bất kỳ người trình diễn tầm thường hoặc hạng hai nào; dân nghiệp dư

the bushes noun những khu vực nông thôn; những thị trấn và làng mạc nhỏ

bush league noun 1 một giải bóng chày nhỏ của những cầu thủ chuyên nghiệp hoặc bán chuyên nghiệp 2 bất kỳ hoạt động kinh doanh phụ hay nghiệp dư nào

bush-league adjective tầm thường; ti tiện; vụn vặt; hạng hai hoặc hạng ba; = BUSH, SMALL-TIME

the bush leagues noun phạm vi ảnh hưởng tầm thường và kém cỏi của một công ty, buổi biểu diễn giải trí, các môn thể thao, v,v..; = the SMALL TIME

bush parole noun (*nhà tù*) cuộc vượt ngục

bush patrol noun 1 sự quan hệ tình dục với phụ nữ [từ *bush* ở đây là lông mu phụ nữ] 2 sự âu yếm và hôn hít nhau; = NECKING 3 một cuộc tìm kiếm những cặp đang âu yếm nhau, thường ở những khu vực có nhiều bụi cây của khu sân bãi đại học, buộc họ phải ra khỏi chỗ nấp

bushwah or **booshwah** or **bushwa** or **booshwa** noun (*từ khoảng năm 1920*) điều phi lý; sự nói chuyện tự phụ; = BALONEY, BULLSHIT

bushwhack verb 1 (*từ giữa những năm 1800*) tấn công, đặc biệt từ nơi phục kích 2 tấn công một cách thô bạo

business noun phân, đặc biệt phân của loại thú nuôi trong nhà

the business noun một cuộc tranh cãi; một sự đối đầu; một khoảng thời gian khó khăn

the business end (**of something**) noun (*từ giữa những năm 1800*) phần hoặc bộ phận nguy hiểm của cái gì, đặc biệt miệng nòng súng

businessman's bounce noun (*nhạc sĩ nhạc jazz*) nhạc dance hoặc một bài hát nổi tiếng được chơi theo nhịp nhanh

bussie or **bussy** noun tài xế xe buýt

bust noun 1 một vụ bắt giữ; = COLLAR 2 (*quân đội*) sự giáng cấp 3 người thất bại hoàn toàn; = NONSTARTER, LOSER 4 sự thất bại 5 một bữa tiệc nhậu nhẹt om sòm, ầm ĩ 6 một cuộc vây bắt hoặc bố ráp của cảnh sát 7 cảnh sát

bust verb 1 (*từ cuối những năm 1800*) làm vỡ; làm gãy 2 bắt giữ ai 3 bắt giữ ai với bằng chứng phạm tội; tố giác ai 4 lăng mạ ai 5 cho ai cái gì; cho ai vay gì đó 6 (*quân đội*) hạ cấp bậc; giáng cấp ai 7 (*cảnh sát*) bố ráp bất ngờ một địa điểm 8 chỉ điểm ai; dẫn đến để bắt giữ ai 9 đánh ai 10 (*sinh viên*) trượt một bài kiểm tra hoặc khóa học; = FLUNK 11 (*cao bồi*) thuần hóa ngựa hoang để cưỡi 12 (*thế giới ngầm*) phá két, hầm, v.v..; đột nhập nơi nào đó 13 (*băng đảng đường phố*) truy đuổi một băng đảng đối thủ

bust adjective không tiền; thiếu thốn; = BROKE

busta noun 1 kẻ chỉ điểm người khác 2 một thằng nhãi cố hành động thô lỗ; kẻ lạc lõng về mặt xã hội

bust a grape verb (*trong tù*) giả bộ hành động ngu ngốc như kết quả của cảm giác cực kỳ tuyệt vọng

bust a grub verb ăn một bữa

bust a gut verb rán sức lực

bust along verb di chuyển nhanh; tăng tốc

bust a move verb ra đi; hành động; nhảy (khiêu vũ)

bust one's ass verb (biến thể: **break** có thể thay thế **bust**; **balls** or **buns** or **butt** or **chops** or **conk** or **hump** or **nuts** or **sweet ass** có thể thay thế **ass**) làm việc hoặc trình diễn hết sức; cố gắng hết sức

bust a stop sign verb lờ đi biển báo dừng

bust balls verb 1 trêu chọc ai không ngừng nghỉ, chọc giận họ 2 thi hành kỷ luật một cách khắc nghiệt; trừng phạt

bust caps verb (*quân đội*) khai hỏa khẩu súng chính của xe tăng

buster noun 1 một người to con, đặc biệt là một thằng nhóc 2 sự khoái lạc, đặc biệt là khoái lạc tình dục 3 (*cũng là Buster*) anh chàng; anh bạn; = GUY, BROTHER 4 một kẻ lạc lõng về mặt xã hội; một người nhát gan

busthead noun 1 uýt-ki hoặc bia mạnh, đặc biệt kém chất lượng hoặc rẻ tiền; = PANTHER PISS 2 người nghiện rượu, đặc biệt là người lang thang; = SKID ROW BUM

bust hump *verb* làm việc hết sức chăm chỉ; = BUST one's ASS

bust jungle *verb* đi xuyên qua rừng với xe tăng hoặc xe bọc thép [dùng trong chiến tranh Việt Nam]

bust laugh *verb* cười lớn [cách dùng của thanh niên Hawaii]

bust on someone/something *verb* tấn công ai hoặc một nhóm người

bust someone one *verb* đấm ai; cho ai một đấm, có lẽ vào mặt

bust-out *noun* 1 sự vượt ngục 2 (*cảnh sát*) cao trào của một vụ lừa đảo, khi nạn nhân giao tiền

bust out *verb* 1 bị đuổi ra khỏi trường vì học tập kém 2 thua hết tiền cược, đặc biệt là ở môn súc sắc; = TAP OUT 3 = BREAK OUT

bust someone out *verb* (*cờ bạc*) thắng hết tiền của ai trong một ván súc sắc, đặc biệt là bằng cách chơi bịp

bust-out *adjective* 1 (*đánh bạc*) không trung thực hoặc một phần của âm mưu chơi bịp 2 không tiền; phá sản

bust-out joint *noun* một casino hay cơ sở đánh bạc chơi bịp con bạc

bust someone out of somewhere *verb* 1 giúp ai trốn khỏi tù 2 đuổi hoặc buộc ai thôi học

bust-outs *noun* (*cờ bạc*) súc sắc bị đổ chì hoặc nói cách khác là bị làm giả

bust up *verb* (*nói về những người yêu nhau*) chia tay hoặc đổ vỡ

bust someone up *verb* 1 làm cho những người yêu nhau phải chia lìa; phá hoại tình yêu của những người yêu nhau, kể cả những người đã kết hôn 2 đánh ai; đập ai

bust something up *verb* phá hoại một cuộc hôn nhân bằng cách xen vào cuộc hôn nhân đó

bust someone wide open *verb* đánh ai rất nghiêm trọng

bust your buns *verb* cố gắng; nỗ lực hết sức

bust your nut *verb* đạt cực khoái

but *adverb* thực sự; rõ ràng; dứt khoát • Do you love him – but truly?: *Bạn có yêu anh ta không– thực sự chân thành?*

butch *noun* 1 một người đàn ông mạnh mẽ, cứng rắn; = TOUGH 2 người thực hiện vai trò đàn ông trong mối quan hệ đồng tính 3 một người đồng tính nữ hung hăng; = BULLYDYKE, DYKE 4 bác sĩ; thầy thuốc

butcher *noun* 1 người bán những món hàng nhỏ như báo chí và kẹo 2 bác sĩ phẫu thuật kém cỏi, đặc biệt về thẩm mỹ 3 đội trưởng đội canh gác trong tù 4 kẻ thống trị khát máu và tàn bạo 5 người thô lỗ và vụng về với công việc đòi hỏi sự tinh tế 6 *verb* làm vụng; làm không khéo

butcher shop *noun* bệnh viện; khoa cấp cứu hoặc phòng điều khiển của bệnh viện

butcher wagon *noun* xe cứu thương; xe cấp cứu

bute *noun* thuốc Butazolidin™ (tên thương mại), một loại thuốc đôi khi được dùng để kích thích ngựa đua

but good *adverb* rất tốt; cực kỳ • They hate us but good: *Họ ghét chúng tôi cực kỳ.*

butt *noun* 1 mông; = ASS 2 nghĩa rộng, phần chót của bất cứ gì, như phần còn lại của một điếu thuốc lá hay xì gà đã hút 3 phần cuối của án tù; buổi sáng cuối cùng trong tù 4 (*quân đội và nhà tù*) năm cuối của một án tù hoặc thời gian tại ngũ 5 một điếu thuốc lá 6 mẩu thuốc lá

butt boy *noun* kẻ nịnh hót; kẻ bợ đỡ

butt can *noun* 1 (*quân đội, thế chiến II*) thùng thiếc lớn được treo trong doanh trại hoặc nơi nào khác để đựng mẩu thuốc lá 2 cái gạt tàn thuốc tự chế

butter *noun* lời tán tỉnh; lời phỉnh phờ; = SOFT SOAP

butter *adjective* tốt; rất tốt • This guy Walter, he's butter, totally butter: *Gã Walter này, anh ta rất tốt, tốt hoàn toàn.*

butter-and-egg man *noun* 1 một giám đốc kinh doanh hoặc nông dân giàu có từ tỉnh lẻ 2 người cung cấp tài chính cho một tác phẩm sân khấu; = ANGEL

butterball *noun* một người hoặc con vật mập

butter bar *noun* (*quân đội*) thiếu úy

butter-brain *noun* người kém thông minh

butter brown *noun* (*quầy bán đồ ăn trưa*) bánh mì nướng bơ

buttercup *noun* một cô gái, đặc biệt ngây thơ và hấp dẫn

butterfingers *noun* một người vụng về, thường đánh rơi đồ

butterflies *noun* những cơn co thắt trong dạ dày, do lo lắng và căng thẳng; sự run vì kích hoạt

butterfly ball (or pitch) *noun* (*bóng chày*) cú ném bóng thấp và chập choạng từ khớp ngón tay; = KNUCKLEBALL

butterfly case *noun* người điên; = NUT

butterfly girl *noun* gái điếm

butterfly kiss *noun* sự vuốt ve được thực hiện bằng cách chớp mắt để lông mi quét vào bạn tình

butterhead *noun* 1 người điên, đặc biệt là người da đen điên 2 (*người da đen*) một người da đen được những người da đen khác xem là kẻ gây ô nhục cho cộng đồng da đen

Butternut *noun* lính liên minh

butter up *verb* nịnh bợ ai, đặc biệt khi thấy một mối lợi đặc biệt; tán tỉnh

butthead *noun* một người ngu đần, khó chịu, nhìn chung là không ai ưa

butthole *noun* 1 hậu môn; = ASSHOLE 2 nghĩa rộng, một kẻ đáng khinh hoặc khó chịu

butt in *verb* can thiệp; đưa ra lời khuyên không ai cần; = BARGE IN

buttinsky *noun* (biến thể: **buttinski** or **butterinsky** or **butt-in**) người bạ việc gì cũng xen vào; người xen vào chuyện của người khác

butt naked *adjective* hoàn toàn khỏa thân; trần truồng như nhộng

button *noun* 1 âm vật; = CLIT 2 cằm 3 huy hiệu cảnh sát 4 nghĩa rộng, cảnh sát 5 (*trong tổ chức tội phạm*) một người giết người theo lệnh cấp trên 6 điểm nút (tột đỉnh) của một chuyện đùa; sự kết thúc của việc kể chuyện

button chopper *noun* (*quân đội, thế chiến II*) tiệm giặt; chủ sở hữu hoặc nhân viên tiệm giặt

buttondown or **buttoned-down** *adjective* theo tập quán; bảo thủ; = SQUARE

button down *verb* 1 phân loại; = PEG, PIGEONHOLE 2 làm chính xác; loại tất cả trừ một lựa chọn 3 chuẩn bị hành động; sẵn sàng

buttoned-up *adjective* gọn gàng; ngăn nắp; nghiêm túc

buttonhook *noun* (*bóng bầu dục*) một thủ thuật mà người nhận đường chuyền chạy ở khu vực sân bóng đang bị tấn công rồi đột ngột quay người chạy ngược lại về phía đội hình tấn công

button one's lip *verb* ngừng nói; đừng kể những gì bạn biết

button man (or player or soldier) *noun* (*thế giới ngầm*) một thành viên cấp thấp của Mafia; = SOLDIER

button up *verb* 1 giữ im lặng; = BUTTON one's LIP, CLAM UP 2 khóa chặt, đóng lại, hoặc giữ an toàn 3 hoàn thành thứ gì đó, đặc biệt là một cách gọn gàng

butt out *verb* 1 ngừng xen vào; đừng can thiệp [thường là động từ mệnh lệnh] 2 rời khỏi, đặc biệt một cách đột ngột

butt out *interj.* đừng có xía vào chuyện của tôi!; lo chuyện của anh đi!

butt-room *noun* phòng hút thuốc

butts or **butts on** *interj* lời tuyên bố rằng bạn có hoặc muốn quyền đầu tiên đối với thứ gì đó; = DIBS

buy *verb* 1 tin điều gì; chấp nhận sự thật 2 đồng ý; bằng lòng 3 làm; thực hiện 4 thuê; tuyển dụng 5 hối lộ

buy a pig in a poke *verb* chấp nhận hoặc đồng ý với điều gì mà không kiểm tra kỹ

buy into *verb* chấp nhận; bằng lòng

buy jawbone *verb* mua chịu, tức là không phải trả tiền ngay mà một thời gian sau khi mình đã nhận hàng

buy off on *verb* (*quân đội*) đồng ý với; = BUY

buy the big one *verb* chết

buy the farm (or **the ranch**) *verb* chết; bị giết • I'm too young to buy the farm: *Tôi còn quá trẻ để chết.*

buy time *verb* trì hoãn; = STALL

buzz *noun* 1 tin đồn; chuyện tầm phào; tin tức 2 cảm giác tức thời, cảm giác phê thú vị hoặc tác dụng ban đầu của ma túy hay rượu; = HIGH 3 cuộc điện thoại 4 sự rung động; cảm giác kích động 5 sự cười thầm 6 (*thanh thiếu niên, từ những năm 1950*) xe tuần tra cảnh sát 7 nụ hôn, đặc biệt là hôn nhanh lên má

buzz *verb* 1 điện thoại cho ai; gọi ai bằng còi 2 cảm giác lâng lâng, cảm nhận tác động của sự phê ma túy 3 bay rất gần một đối tượng, đặc biệt gần mặt đất 4 (*dùng cho một chương trình hoặc hoạt động máy tính*) chạy mà không có bất kỳ dấu hiệu nào của tiến trình 5 kích hoạt một thiết bị từ xa để mở cửa 6 chọc giận ai; làm ai phải xa lánh; làm phiền 7 nói chuyện; trò chuyện 8 nịnh bợ; ve vãn 9 khai báo ai một cách bí mật, đặc biệt bằng cách thì thầm 10 thông báo sự xuất hiện của ai hoặc gọi ai bằng cách phát ra âm thanh như tiếng còi 11 (*người lang thang*) ăn xin 12 (*thế giới ngầm*) ăn cắp vặt; ăn cướp; = HOLD UP 13 (*cảnh sát, thế giới ngầm xưa*) chất vấn hoặc điều tra ai 14 (*quân đội, thế chiến II*) chè chén say sưa tại

buzz along *noun* 1 đi khỏi; rời đi; khởi hành 2 lái xe hoặc di chuyển một cách nhanh chóng

buzzard *noun* 1 (*quân đội*) phù hiệu đại bàng được mang bởi đại tá chính thức hoặc đại úy hải quân 2 người khó chịu, đặc biệt là một ông già [đặc biệt là đi với "*old*"] 3 (*nhà tù, quân đội và sinh viên*) gà hoặc gà tây

buzzard colonel *noun* (*quân đội*) = CHICKEN COLONEL

buzz around the barrel *verb* kiếm gì đó để ăn; ăn nhẹ

buzz bomb *noun* bom bay có cánh V1 chạy bằng động cơ phản lực của Đức trong Thế chiến II

buzz book *noun* sách bán chạy; một cuốn sách mà mọi người đều đang nói về

buzz boy *noun* phi công lái máy bay chiến đấu

buzz-buggy or **buzz-wagon** *noun* xe hơi

buzz-buzz *noun* (*đặc biệt đầu những năm 1900*) tiếng ồn khó hiểu hoặc khó chịu, đặc biệt là tiếng động liên tục

buzzer *noun* huy hiệu cảnh sát hoặc huy hiệu của lực lượng thi hành pháp luật khác

buzz in *verb* đến • Old JK buzzed in from Syracuse: *Lão JK đã đến từ Syracuse.*

buzz someone in *verb* mở cửa ngoài cho ai bằng cách kích hoạt thiết bị mở cửa điện tử

buzz off (or **along**) *verb* khởi hành; đi nơi khác; = TODDLE OFF

buzzword or **buzzphrase** *noun* từ hoặc cụm từ chuyên môn hoặc kỹ thuật đã trở thành thời thượng (hợp thời) và được ưa chuộng, được dùng để làm bạn có vẻ sành điệu

buzzy *adjective* say rượu

BVDs *noun* quần áo lót; quần áo lót đàn ông; = BEEVEEDEES [luôn dùng số nhiều]

by *preposition* 1 với • Five skins is jake by me: *Năm đô-la là thỏa đáng với tôi.* 2 tại; đến; ở • I'll buy you a watch by Antek: *Tớ sẽ mua cho cậu một cái đồng hồ tại Antek.*

by a nose *adverb* một khoảng cách rất nhỏ; suýt sao; đường tơ kẽ tóc

by cracky *interj* (*từ đầu những năm 1800*) trước Chúa; lạy Chúa

Bye-bye, for now or **BBFN** *phrase* Tạm biệt, hẹn gặp lại lần tới

by ear *adverb* 1 dựa theo âm thanh chỉ nghe mà không cần đọc nốt nhạc 2 theo bản năng và cảm giác, không có sự huấn luyện hoặc những thủ tục chính thức

by George *interj* thán từ chỉ sự nhẹ nhàng hơn của sự ngạc nhiên, sự đồng ý, sự quả quyết, v.v..

-by God- *infix* dùng để nhấn mạnh • I was born in West-by God-Virginia: *Tôi sinh ra ở miền Tây thành phố Virginia.*

by guess and by God *adverb* không có kế hoạch, chỉ dựa vào khả năng cầu may

bylow *noun* (*người da đen xưa*) một kiểu dao xếp

BYO (*phát âm theo từng ký tự riêng*) một yêu cầu đề nghị "tự mang đến" [viết tắt của "*bring your own*"]

BYOB (*phát âm theo từng ký tự riêng*) được dùng trong những lời mời như một lời chỉ dẫn rằng bạn hãy tự mang rượu đến [viết tắt của "*bring your own booze* or *bottle*"]

by the book *adverb* theo đúng thủ tục; chặc chẽ theo đúng điều lệ; chiếu theo luật

by the numbers *adverb* 1 (*quân đội, thế chiến I*) theo cách quy định; một cách máy móc 2 (*quân đội*) cách ra lệnh; đếm tuần tự theo số

C

C *noun* cô-ca-in
cabbage *noun* tiền; = LETTUCE
cabin fever *noun* tình trạng không yên, mất kiên nhẫn, và những dấu hiệu khác của việc bị kìm nén quá lâu
caboodle *noun* cả mớ; cả đám; toàn bộ; đơn vị riêng rẽ; = BOODLE
• Keep the whole caboodle: *Hãy giữ nguyên toàn bộ.*
caboose *noun* nhà tù [chắc chắn là từ *calaboose* có nghĩa là "nhà tù"]
ca-ca or **caca** or **kaka** *noun* phân; cứt; = SHIT
caca or **kaka** *verb* ỉa; đại tiện
cackle-broad or **cack-broad** *noun* (*người da đen xưa*) một phụ nữ giàu có hoặc thuộc tầng lớp thượng lưu
cackle factory *noun* bệnh viện tâm thần; nhà thương điên; = LAUGHING ACADEMY
cackler *noun* (*người lang thang*) người làm việc văn phòng; nhân viên văn phòng
cactus (buttons) *noun* xương rồng Mexico chứa chất mescaline, có tác dụng gây ảo giác
cactus juice *noun* rượu tequila (một loại rượu mạnh của Mexico làm từ cây xương rồng)
Cad or **Caddy** or **Caddie** *noun* chiếc xe Cadillac
cadge *verb* xin, mượn hoặc vòi vĩnh thứ gì từ ai; = BUM, MOOCH
cage *noun* 1 nhà tù 2 xe ô tô; xe tải 3 (*thể thao*) rổ, lưới bóng rổ 4 (*thể thao*) bóng rổ 5 *modifier*: a big cage star: *một ngôi sao bóng rổ chuyên nghiệp*
cage *verb* 1 bỏ tù 2 = CADGE
caged *adjective* say rượu
cager *noun* 1 (*thể thao*) cầu thủ bóng rổ 2 người say rượu
cage rattler *noun* người không bằng lòng với sự nhàm chán hoặc bình thường
cagey or **cagy** *adjective* 1 khôn ngoan; thận trọng 2 lén lút; láu cá; ma ranh
caine or **cane** *noun* cô-ca-in; cô-ca-in nguyên chất
cake *noun* 1 (*người da đen*) cô gái hay người phụ nữ xinh đẹp và quyến rũ; = FOX 2 (*người da đen*) bộ phận sinh dục của phụ nữ; âm đạo 3 (*đặc biệt những năm 1920*) anh chàng nịnh đầm; = DUDE 4 (*sinh viên*) = PIECE OF CAKE
cake-cutter *noun* (*xiếc*) người thu ngân hoặc người đổi tiền lẻ
cake-eater *noun* (*đặc biệt những năm 1920*) anh chàng nịnh đầm; = DUDE
cake hole *noun* miệng; mồm
cakes *noun* 1 ngực của phụ nữ 2 mông đít
cakewalk *noun* sự thành công dễ dàng và tràn trề; việc gì rất dễ dàng; = BREEZE, CINCH, PIECE OF CAKE
calaboose *noun* (*từ những năm 1700*) nhà giam hay nhà tù, đặc biệt là ở địa phương [từ tiếng Tây Ban Nha *"calabozo"*]

calf *noun* thiếu nữ; cô gái tuổi teen
Califas *nickname* California
California blanket *noun* (*người lang thang*) giấy báo dùng làm giường
California coffee *noun* rượu rẻ tiền
California pimping *noun* sự làm như kẻ dắt khách, tú bà, theo kiểu làm cho vui, không áp lực
California prayer book (or **bible**) *noun* (*từ giữa những năm 1800*) cỗ bài
Californicator *noun* người California, đặc biệt là người đã dọn về ở tiểu bang Oregon hoặc tiểu bang Washington
call *noun* 1 (*người lang thang*) nhà thổ 2 = NATURE'S CAL
call someone's bluff *verb* buộc ai biện minh cho sự khoe khoang; yêu cầu sự thật
call boy *noun* trai gọi; đĩ đực, đặc biệt là qua điện thoại
call-down *noun* lời khiển trách; sự quở trách
call someone down *verb* khiển trách ai; quở trách ai
call girl *noun* gái gọi; gái điếm, đặc biệt là qua điện thoại
call house (or **joint**) *noun* nhà chứa hoặc nhà thổ, đặc biệt là nơi mà gái điếm được gọi qua điện thoại
call in one's chips *verb* hoàn thành điều gì; tuyên bố kết thúc
calliope *noun* (*đường sắt*) đầu máy hơi nước với tiếng còi bằng vang lên
call it quits *verb* ngưng lại hay chấm dứt điều gì; tuyên bố đủ rồi
call someone on the carpet *verb* quở trách hoặc gọi ai đến để quở trách; = CHEW someone OUT
call someone out *verb* thách thức ai đánh nhau
call one's shots *verb* giải thích hay dự đoán điều ai đó sẽ làm
call the shots *verb* phụ trách • Who's calling the shots around here?: *Ai phụ trách ở đây vậy?*
cally *noun* (*người lang thang xưa*) nhà tù hoặc đồn cảnh sát
Cambo *noun* (*chiến tranh Việt Nam*) người Cam-pu-chia
Cambo *adjective* thuộc về Cam-pu-chia
Cambodian red or **cam (red)** *noun* cần sa màu nâu đỏ của Cam-pu-chia
Cambodie *adjective* người Cam-pu-chia [dùng trong chiến tranh Việt Nam]
camelback or **camel** *noun* đầu máy xe lửa có buồng lái ở giữa chứ không phải ở phía sau
camel driver *noun* người Ả-rập
camelfucker *noun* người Ả-rập [từ xúc phạm]
camel head *noun* người Ả-rập
camel-jumper *noun* người Ả-rập hoặc người I-ran
camp *noun* 1 sự phô trương, cử chỉ khoa trương, một cách cố tình công khai sự nữ tính của mình như là dấu hiệu của việc đồng

campus

C

tính 2 (*giới đồng tính*) một người đồng tính nam 3 (*từ những năm 1960*) điều gì, đặc biệt trong nghệ thuật, trang trí, sân khấu, v.v.. quá cách điệu hóa, quá giả tạo, lỗi thời và không thích hợp với thị hiếu hiện đại nên bị chế giễu 4 thứ gì đó dễ thương và không còn hợp thời trang; đồ có phong cách lỗi thời nhưng hấp dẫn 5 *adj* có liên quan đến những người đồng tính 6 *adj* quá cách điệu; quá giả tạo • a camp advertisement: *một quảng cáo quá giả tạo* 7 *verb* (cũng là *camp it up*) diễn phóng đại một cách hài hước, kịch tính, phong cách ẻo lả 8 *verb* (cũng là *camp it up*) hành động ẻo lả quá mức; hành động quá õng ẹo ở nơi công cộng (dùng cho người đồng tính nam)

campus *verb* (*sinh viên*) hạn chế sinh viên với các cơ ngơi của trường đại học như là một biện pháp kỷ luật

campy *adjective* 1 (*có biểu hiện*) đồng tính rất rõ rệt; đồng tính công khai 2 cường điệu quá mức; không hợp thời trang và gợi sự thích thú

can *noun* 1 nhà vệ sinh; phòng tắm; = JOHN 2 mông đít; = ASS 3 (*hải quân*) tàu khu trục 4 xe tăng chiến đấu 5 nhà tù; xà lim 6 xe ô tô 7 [*dân chơi xế độ (hot rodders)*] xe cải tiến để chạy nhanh hơn 8 két sắt 9 bộ ngực; vú [thường dùng ở dạng số nhiều] 10 cái đầu 11 đồ nghe gắn vào lỗ tai để nghe một mình [dùng ở số nhiều]

can *verb* 1 ngừng; dừng; kết thúc chuyện gì, đặc biệt là hành động chướng tai gai mắt 2 đuổi việc; sa thải; = FIRE

canary[1] *noun* lời khen; sự ủng hộ quan trọng

canary[2] *noun* 1 nữ ca sĩ, thường là của dòng nhạc pop 2 mật thám; chỉ điểm; người cung cấp tin cho cảnh sát; = STOOL PIGEON 3 một cô gái hoặc phụ nữ; = CHICK 4 người mang lại điều rủi

canary *verb* 1 báo cảnh sát 2 hát

cancel *verb* chấm dứt mối quan hệ với ai

C and H *noun* cô-ca-in và hê-rô-in

can do *sentence* (*quân đội, từ cuối những năm 1800*) tôi có thể làm điều đó; tôi là người bạn cần

can-do *adjective* 1 tự tin; lạc quan 2 có thể làm được • The CIA was a can-do outfit: *CIA là một tổ chức có thể làm mọi thứ.*

candy *noun* 1 bộ phận sinh dục nữ 2 thuốc ngủ, thuốc an thần, đặc biệt trong bao con nhộng 3 cô-ca-in hoặc hasit 4 tiền mặt

candy-ass *noun* người yếu đuối; kẻ hèn nhát; = WIMP

candy-assed or **candyass** *adjective* yếu đuối, vô tích sự, rụt rè, nhút nhát; = WIMPY

candycaine or **candycane** *noun* cô-ca-in

candy man *noun* (*ma túy*) kẻ bán ma tuý, đặc biệt là bán cô-ca-in; = CONNECTION, PUSHER

candy stripe *noun* (*quân đội*) con đường thứ hai trên bản đồ

candy striper *noun* một phụ nữ trẻ làm phụ tá của một y tá tình nguyện trong bệnh viện

can corn *noun* rượu uýt-ki bắp làm từ bắp và đường mía; = MOONSHINE

can house *noun* nhà chứa; nhà thổ

can it *interj* im miệng; câm mồm! • That's enough out of you! Can it!: *Như thế là quá đủ với cậu rồi! Câm miệng đi!*

canned *adjective* 1 được thu băng sẵn; được chơi từ đĩa hát của máy hoặc băng từ 2 say rượu 3 không mới đối với một sự kiện; được lưu giữ để sử dụng chung 4 được quay thành phim; hoàn tất

canned cow *noun* (*cao bồi*) sữa hộp; sữa đặc

canned goods *noun* 1 trinh nữ 2 người đàn ông còn trinh, đặc biệt chưa từng quan hệ tình dục qua đường hậu môn

canned up *adjective* (*đặc biệt những năm 1920*) say rượu

cannery *noun* nhà tù

cannibal *noun* = SIXTY-NINE

cannon *noun* 1 súng; súng lục; = PIECE 2 cánh tay cơ bắp rắn chắc 3 kẻ móc túi; tên trộm chuyên nghiệp

cannon *verb* móc túi • You're too small to cannon the street-cars: *Mày còn quá nhỏ để đi móc túi trên xe điện.*

cannonball[1] *noun* 1 (*người lang thang*) tàu tốc hành hay tàu chở hàng 2 tin nhắn gửi từ tù nhân này đến tù nhân khác, hoặc từ một tù nhân đến bạn bè bên ngoài

cannonball[2] *noun* tư thế nhảy xuống nước co người lại chân áp sát vào ngực, đầu cuối xuống để làm bắn nước ra nhiều nhất có thể

cannon folder *noun* (*từ những năm 1930*) lính thường, đặc biệt là lính bộ binh khá trẻ và chưa được huấn luyện

canoe *verb* hôn và vuốt ve, v.v..; = MAKE OUT, NECK

can (or **tall can**) **of corn** *noun* (*bóng chày*) quả bóng bay cao dễ bắt

can of whip-ass or **can of whup-ass** *noun* việc đánh ai bầm dập; cho ai một trận ra trò

can (or **bag**) **of worms** *noun* một vấn đề rắc rối và phức tạp; nguồn gốc tai họa

canoodle *verb* (*từ giữa những năm 1800*) 1 ôm, âu yếm, v.v..; quan hệ tình dục 2 vỗ về, đặc biệt là bằng cách âu yếm

can opener *noun* (*thế giới ngầm*) một thanh sắt cong mà những kẻ tội phạm dùng để mở két sắt

one can really (or **sure knows how to**) **pick'em** *sentence* người có khả năng chọn lựa chính xác và thành công [gần như luôn được dùng một cách mỉa mai]

cans *noun* 1 ngực phụ nữ; = TITS 2 đồ nghe gắn vào lỗ tai để nghe một mình; tai nghe chụp tai

can't buy *verb* không có khả năng; hoàn toàn bị từ chối

someone can't carry a tune in a bucket *sentence* người không có khả năng phân biệt các nốt nhạc khác nhau; người hát rất tệ

can't fight (or **punch**) **one's way out of a paper bag** *verb* (*quyền Anh*) trở thành một tay đấm yếu ớt và vô tích sự; trình diễn một màn tệ hại

can't find one's butt with both hands (**in broad daylight**) *verb* ngu ngốc hoặc kém cỏi, bất tài

can't hit the (**broad**) **side of a barn** *verb* không thể nhắm bắn thứ gì đó một cách chính xác

canto *noun* một vòng, một hiệp, một lượt, v.v..

can't remember a fucking thing or **CRAFT** *phrase* cụm từ dùng để chỉ những người bị suy giảm trí nhớ • Gee, I'm getting old. CRAFT: *Chà, tôi trở nên lớn tuổi rồi. Chẳng nhớ một cái gì cả.*

can't remember shit or **CRS** *phrase* không thể nhớ bất kỳ thứ gì

someone can't win for losing *sentence* người có vẻ hoàn toàn không thể thành công; người thường bị thất bại

can't win (**th**)**em all** *verb* (*một người nên*) biết chấp nhận thua cuộc vào lúc này hoặc lúc khác

can to can't cả ngày, từ lúc sáng sớm (khi bạn nhìn thấy mọi thứ) cho đến tối mịt (khi bạn không còn có thể thấy gì nữa) • He sits at his laptop from can to can't: *Anh ta ngồi trước máy tính xách tay của mình từ sáng đến tờ mờ tối.*

Canuck *noun* người Canada, đặc biệt là người Canada gốc Pháp

Canuck *adjective* thuộc Canada [mang nghĩa sỉ nhục]

canyon *noun* âm đạo

cap[1] *noun* 1 đội trưởng; đại úy; thuyền trưởng 2 ông; ngài [dùng trong xưng hô trực tiếp với người mà người nói muốn nịnh]

cap[2] 1 *noun* viên ma túy trong bao con nhộng 2 *verb* mua ma túy; = COP 3 *verb* mở hoặc sử dụng một viên con nhộng ma túy 4 *verb* đóng gói ma túy trong bao con nhộng

cap[3] *verb* 1 hơn hoặc làm giỏi hơn, đặc biệt với câu chuyện đùa hài hước hơn hay câu chuyện lạ lùng hơn; = TOP 2 vượt qua thứ gì

cap⁴ noun sự dùng lưỡi và môi kích thích bộ phận sinh dục của đàn ông; = HEAD

Cape Cod (or **Cape Ann**) **turkey** noun (*từ giữa những năm 1800*) cá tuyết biển; cá moruy biển

caper noun 1 cuộc chè chén say sưa 2 bất kỳ cuộc chè chén nào; = BINGE 3 việc phạm tội, đặc biệt là lừa đảo, trộm cắp hoặc cướp 4 trò giải trí; trò đùa tinh quái

caper car noun xe ô tô dùng để gây án, sau đó bị bỏ đi

caper-juice noun (*cuối những năm 1800*) rượu uýt-ki

capish verb hiểu • The matter is settled. No more talk. Capish?: *Vấn đề đã được giải quyết. Không nói nhiều nữa. Hiểu chứ?*

capo noun người đứng đầu một đơn vị địa phương của bọn Mafia; trùm xã hội đen

capon noun kẻ đồng tính nam; kẻ cư xử như đàn bà; người đàn ông ẻo lả

capper noun 1 (*lễ hội và cờ bạc*) người giúp đỡ của một người bán hàng vặt vãnh hoặc con bạc chuyên nghiệp, có nhiệm vụ thu hút khách hàng; = SHILL 2 đỉnh điểm hoặc điểm cuối của việc gì đó 3 một câu chuyện, câu chuyện đùa, v.v.. hay hơn chuyện khác

captain noun 1 (*người lang thang*) một người đàn ông hào phóng; một người tiêu xài thoải mái 2 (*đường sắt*) trưởng tàu

captain of industry noun 1 người quản lý một công ty công nghiệp lớn 2 nhà tư bản

captain of the head (or **heads**) noun (*hải quân Anh*) người có nhiệm vụ trông coi và lau dọn nhà vệ sinh trên tàu, do đó là người hơi ngu ngốc và bất tài

carb noun bộ chế hòa khí [viết tắt của *"carburetor"*]

car catcher noun (*đường sắt*) người điều khiển phanh (thắng) trên tàu

card verb yêu cầu ai đưa chứng minh, đặc biệt ở quán rượu

card noun 1 người vui vẻ, khôi hài, ngộ nghĩnh 2 (*thể thao*) lịch trình; chương trình sự kiện

card-carrying adjective 1 xác thực; đích thực hoặc lâu đời 2 chân thành; nhiệt tình; tận tụy; tận tâm

carded or **proofed** adjective bị kiểm tra (chứng minh nhân dân) xem có đủ tuổi hợp pháp được uống rượu

carder noun (*từ giữa những năm 1800*) con bạc chuyên nghiệp; = CARD SHARP

card sharp (or **shark**) noun một tay chơi bài cực khôn khéo, đặc biệt là người chơi bài poker hay bài brit không theo nguyên tắc

career girl noun một phụ nữ, đặc biệt là phụ nữ trẻ, theo đuổi kinh doanh hay nghề nghiệp chuyên nghiệp và vẫn chưa kết hôn

carhop noun 1 người phục vụ thức ăn trong nhà hàng dành cho thực khách trong xe ô tô; = CURBIE 2 cô gái lựa chọn người yêu hoặc chồng dựa trên nền tảng là chiếc xe của họ

carhop verb phục vụ thức ăn ở nhà hàng cho khách ngồi trong xe

carnal noun người bạn trai rất thân; chiến hữu [được dùng bởi những người Mỹ gốc Mexico]

carny or **carney** or **carnie** noun 1 lễ hội 2 người được thuê hoặc cộng tác với lễ hội (đi từ nơi này sang nơi khác, như lễ hội Carnaval của Brazil) 3 *modifier*: a carney family: *gia đình của một nhân viên lễ hội* 4 thành ngữ hay biệt ngữ nói về những người làm ở lễ hội

carny's Christmas noun ngày Lễ lao động của Mỹ và Canada (thứ 2 đầu tiên của tháng 9 hàng năm)

carpetbag verb (*từ những năm 1930, sinh viên*) cố gây ấn tượng tốt

carps noun (*sân khấu*) thợ mộc làm sân khấu

carrot eater or **carrot snapper** noun tín đồ của giáo hội Mormon

carrot-top noun người tóc đỏ; người có tóc hoe hoe đỏ

carrot-topped adjective có tóc/lông đầu đỏ

carry noun 1 (*nạn nhân của một vụ phạm tội*) người phải được khiêng đến hiện trường bằng cái cáng 2 ma túy mang trong người như một nguồn hàng khẩn cấp trong trường hợp bị bắt

carry verb 1 (*thế giới ngầm*) mang theo súng; được trang bị vũ khí 2 (*ma túy*) mang ma túy trong người 3 chỉ huy hoặc đảm trách việc gì

carry a load verb (*từ những năm 1930*) bị say rượu

carry a lot of weight verb trở nên quan trọng; có ảnh hưởng

carry the banner verb 1 (*người lang thang*) đi bộ trên phố cả đêm vì không có chỗ ngủ 2 thức trắng cả đêm

carry the difference verb được trang bị vũ khí

carry the load (or **the bail**) verb làm hoặc chịu trách nhiệm phần chính của một công việc

carry the mail verb ám sát thuê (được thuê để đi giết người)

carry (or **haul**) **the mail** verb 1 = CARRY THE LOAD 2 đi rất nhanh; = BARREL

carry the stick verb không ở chỗ cố định; ở trong phòng của người khác; sống lang thang ngoài đường

carry the torch verb yêu trong đau khổ, vì người mình yêu không đáp trả lại; yêu đơn phương

cart verb chở; mang theo

car toad noun (*đường sắt*) nhân viên nhà ga kiểm tra hoặc bảo dưỡng các toa xe lửa

car trick noun việc làm tình giữa gái mại dâm và khách hàng ngay trên xe ô tô

cartwheel noun (*từ cuối những năm 1800*) một đô-la, thường là một đô-la bằng bạc

carve verb làm rùng mình; làm ai xúc động; = SEND

carved up adjective (*dùng trong thể hình*) không có chất béo

cas adjective 1 (*thanh thiếu niên*) bình thường; thân mật; = LAID-BACK 2 được; tốt • That's cas, man. Good to hear it: *Tốt rồi, ông bạn. Rất vui khi nghe điều đó.*

Casanova or **casanova** noun anh chàng nịnh đầm và kẻ gạ gẫm; = LOVER-BOY

case 1 noun một người lạ lùng; lập dị; = CARD, CHARACTER 2 verb (*thế giới ngầm*) kiểm tra; xem xét kỹ lưỡng, đặc biệt là nơi với cơ hội để cướp và trộm 3 noun Lefty gave the bank a case: *Lefty đã xem xét kỹ ngân hàng.*

case ace noun (*người chơi bài*) quân át (ách) thứ tư sau khi ba quân át đã được chia, đặc biệt trong môn stud poker

case dough noun một số tiền nhỏ để dành khi khẩn cấp; = MAD MONEY

case note noun tờ một đô-la

case of the jaws noun lời mắng nhiếc cay nghiệt

case of the shorts noun sự thiếu tiền

case out verb 1 hộ tống ai, thường là để chia tiền được cuộc, may mắn, v.v.. 2 bắt đầu vuốt ve kích thích (trước khi quan hệ) 3 nhìn, xem xét ai hoặc thứ gì đó rất cẩn thận

case someone or something **out** verb kiểm tra hay xem xét; tìm hiểu sự thật

case the joint verb 1 xem xét một nơi nào thật kỹ và tìm cách đột nhập vào để ăn trộm 2 xem xét một nơi nào thật kỹ (không có ý đồ tội phạm như nghĩa thứ 1) • The dog came in and cased the joint, sniffing out friends and foes: *Con chó chạy vào và xem xét thật kỹ, đánh hơi phát hiện ra bạn và kẻ thù.*

cash cow noun nguồn tài chính vững chắc; vụ đầu tư tốt

cashed adjective 1 xài hết sạch; trống rỗng 2 mệt mỏi

cash in (one's) **chips** or **cash in** (one's) **checks** *verb* 1 (cũng là *cash it in*) chết; = KICK THE BUCKET 2 rút khỏi thỏa thuận, đặc biệt là thỏa thuận làm ăn

cash in on something *verb* có lợi nhuận hoặc lợi thế từ điều gì, thường là từ điều bất ngờ

cash is trash *sentence* không khôn ngoan khi để dành tiền đầu tư ở dạng tiền mặt

cash someone **out** *verb* trả tiền cho ai

casting couch *noun* ghế xô-pha trong văn phòng của đạo diễn làm phim hoặc kịch mà ở đó ông ta đánh giá tài năng của những phụ nữ trẻ đang tìm vai diễn

cat[1] *noun* 1 đàn ông; anh chàng; thằng cha; = GUY 2 người da đen 3 (*người lang thang xưa*) một người lang thang hoặc một người lao động di cư 4 (*từ những năm 1500*) gái điếm 5 (cũng là *catty cat*) âm đạo 6 (*xiếc và lễ hội*) một người nông dân miền Nam gây rắc rối 7 máy phóng máy bay chạy bằng thuỷ lực ở tàu sân bay 8 người phụ nữ thích ngồi lê đôi mách, hay lắm chuyện 9 một phụ nữ tấn công và bôi nhọ phụ nữ khác một cách tinh vi; một phụ nữ hiểm độc thù hận 10 (*người da đen*) người đàn ông ăn mặt lòe loẹt, à thường theo đuổi các thú vui trần tục một cách phô trương; = DUDE, SPORT 11 nhạc sĩ nhạc jazz 12 = HEPCAT 13 = HIPSTER 14 thuyền buồm với một cánh buồm kéo dài từ đằng mũi đến đằng sau lái; thuyền một buồm

cat *verb* 1 không ở nhà vào buổi tối, đi lăng văng để làm chuyện xấu 2 rượt đuổi theo ai để quan hệ tình dục với họ 3 (cũng là *cat around*) dành thời gian với phụ nữ với mục đích quan hệ tình dục; theo đuổi và tán tỉnh phụ nữ; = TOMCAT 4 (*người da đen*) di chuyển rón rén 5 nôn; mửa 6 (*băng đảng đường phố*) lang thang và ăn không ngồi rồi; tiêu phí thời gian trên các góc phố để ngắm gái

cat[2] or **Cat** *noun* xe ủi đất hoặc máy kéo Caterpillar

cat[3] *noun* thuyền bè gỗ

Cat *noun* (*người da đen*) xe Cadillac

catbird seat *noun* vị trí thuận lợi; vị trí đáng thèm khát; vị trí chỉ huy

catch *noun* 1 gái điếm được thuê làm việc cho những tay dắt khách 2 tình trạng hoặc kết quả bí mật 3 sự trở ngại; sự hạn chế hoặc khuyết điểm tiềm ẩn 4 một sự đạt được hoặc sự cam kết rất đáng thèm khát

catch *verb* 1 (*dùng cho kẻ dắt khách*) tuyển gái điếm, tuyển người làm gái điếm làm việc cho tay dắt khách 2 (*dùng cho gái điếm*) đi khách 3 (*trong quan hệ đồng tính*) đóng vai thụ động (hay còn gọi là "nữ") 4 gọi đến văn phòng cảnh sát để than phiền; được chuyển nhượng một vụ kiện 5 xem; tham gia hoặc nghe cái gì • Did you catch Gone with the Wind on TV?: Cậu có xem phim "Cuốn theo chiều gió" trên truyền hình không? 6 (*cảnh sát*) làm công việc bàn giấy, trả lời điện thoại hay nhận lời phàn nàn

catch someone somewhere, doing something, etc *sentence* Bạn sẽ không bao giờ phát hiện ra người này trong tình huống hay hoạt động được nói tới [một sự phủ nhận mạnh mẽ với sức mạnh gần như là thán từ: Catch me in a tux!: Đừng hòng thấy tôi mặc áo đuôi tôm!]

catch something *verb* nhìn thấy hoặc nghe cái gì

catch a bullet *verb* bị bắn

catch flies *verb* 1 (*sân khấu*) làm sao lãng sự chú ý của khán giả khỏi một người trình diễn khá bằng cách làm những cử chỉ và hành động không cần thiết 2 ngáp; đặc biệt do nhàm chán

catch hell *verb* (biến thể: **holy hell** or **it** or **merry hell** có thể thay thế cho **hell**) 1 bị khiển trách hay bị phạt nặng 2 bị hư hại hay bị thương nặng

catch it *verb* bị giết

catch it (or **get it**) **in the neck** *verb* bị khiển trách hay bị phạt rất nặng

catch on *verb* 1 chứng kiến và hiểu, đặc biệt với tính chất đột ngột sâu sắc; hiểu thấu 2 được chấp nhận và ủng hộ; thành công với công chúng

catch someone **redhanded** *verb* tìm thấy hay bắt được ai đang phạm tội hoặc làm những hành động đáng chê trách; bắt quả tang

catch some *verb* mơn trớn; vuốt ve một cách cuồng nhiệt, dữ dội (liên quan đến tình dục)

catch some rays or **bag some rays** *verb* hứng một chút ánh nắng mặt trời; làm cho da bị rám nắng dưới ánh mặt trời

catch time *verb* bị tống giam

catch-22 or **Catch-22** *noun* 1 tình trạng tiến thoái lưỡng nan mà nạn nhân không thể thoát khỏi; tình trạng hoặc sự đòi hỏi rất khó khăn để mà thi hành 2 *modifier*: puts me in a catch-22 fix: đặt tôi vào tình thế khó thực hiện [từ tiêu đề một cuốn tiểu thuyết trào phúng của *Joseph Heller*]

catch up *verb* cai nghiện ma túy; từ bỏ ma túy

catch someone **with** someone's **pants down** *verb* phát hiện ra ai đang làm sai mà không còn khả năng lẩn tránh; bắt quả tang ai

catch you later *sentence* dùng để tạm biệt; gặp lại bạn lần sau

Cat City *nickname* thành phố Cathedral phía nam California

cat fight *noun* cuộc cãi vã hoặc cuộc đấu tranh dữ dội và rất ồn ào

catfit *noun* cơn thịnh nộ hoặc những cảm xúc mạnh mẽ khác; = DUCK-FIT

cathaul *verb* bắt ai phải chịu sự chất vấn thô bạo và kéo dài

cathouse *noun* 1 (*từ đầu những năm 1900*) nhà chứa; nhà thổ 2 (*người lang thang*) nhà có phòng cho thuê rẻ; = FLOPHOUSE 3 (*nhạc sĩ nhạc jazz xưa*) một kiểu nhạc jazz bóng gió; = BARRELHOUSE

cat plant *noun* nhà máy tinh chế dầu [từ *catalysis*, một quy trình tinh chế]

cats and dogs *noun* 1 (*thị trường chứng khoán*) cổ phiếu giá rẻ, chẳng hạn cổ phiếu không có cổ tức 2 = ODDS AND ENDS

cat's eyes *noun* bánh pudding Tapioca (bằng bột sắn hột)

the cat's meow *noun* (biến thể: **balls** or **eyebrows** or **nuts** or **pajamas** or **whiskers** có thể thay thế cho **meow**; cụm từ có thể viết ngắn lại thành **the cat's**) thứ gì hoặc ai đó là bậc nhất

cattle call *noun* (*ngành kinh doanh giải trí*) sự diễn thử của những diễn viên không chuyên vào những vai nhỏ

cattle-rustler *noun* tên trộm chuyên lấy trộm thịt ở siêu thị để bán lại

cattle show *noun* hội nghị hoặc dịp mà những ứng cử viên chính trị thể hiện quan điểm, uy tín của mình, v.v..

cattle train *noun* (*người da đen*) xe Cadillac

catty *adjective* ranh mãnh; quỷ quyệt; có ác ý; hiểm độc

catty-cat *noun* âm hộ; = CAT[1]

cauliflower ear *noun* (*từ đầu những năm 1900*) lỗ tai của các võ sĩ quyền Anh hoặc tay đô vật bị làm cho biến dạng vì bởi vết thương và hàng loạt các vết sẹo

caulk (or **calk** or **cork**) **off** *verb* 1 ngủ; đi ngủ 2 nghỉ ngơi sau khi làm việc; = TAKE A BREAK

cavalier *noun* (*quyền Anh, từ những năm 1920*) một võ sĩ quyền Anh tài giỏi, khác với võ sĩ nhà nghề hoặc kẻ bạo lực

cave *noun* (*người da đen*) một căn phòng; = PAD

caveman *noun* 1 người đàn ông mạnh mẽ, rắn chắc và thô bạo, đặc biệt là kẻ thích ra lệnh và thô lỗ trong quan hệ tình dục; = MACHO 2 (*quyền Anh*) một tay đấm hay võ sĩ nhà nghề khỏe mạnh

caveman *adjective* cổ; lỗi thời • Their computer is caveman: *Máy tính của họ cổ lỗ sĩ quá.*

cayuse *noun* (*cao bồi, từ giữa những năm 1800*) ngựa, đặc biệt là một con ngựa nhỏ và khỏe mạnh có tổ tiên là ngựa hoang của vùng tây bắc Thái Bình Dương

CB *adjective* có lẽ (could be) [dùng trong chẩn đoán bệnh, chẳng hạn như "could be lupus" (có thể là nổi ban đỏ)]

ceiling *noun* giới hạn trên

celeb *noun* (*từ đầu những năm 1900*) người nổi tiếng

cell *noun* điện thoại di động

the cellar *noun* đứng hạng chót trong liên đoàn thể thao, đặc biệt là liên đoàn bóng chày

cellar-dwellers *noun* đội đứng cuối trong một liên đoàn thể thao

cellie or **celly** *noun* 1 bạn cùng phòng giam (cùng xà lim) 2 điện thoại di động

cement city *noun* nghĩa địa • I'm too young to end up in cement city: *Tôi còn quá trẻ để kết thúc ở nghĩa trang.*

cement mixer *noun* 1 vũ công đảo hông của mình trông giống như tư thế lúc quan hệ tình dục; = GRIND 2 (*tài xế xe tải*) xe tải hay ô tô ồn ào

cement overcoat (or **kimono**) *noun* bao xi măng chứa tử thi để vứt dưới nước sâu

cent *noun* một đô-la

centerfold *noun* một người ham mê tình dục

century *noun* tờ một trăm đô

Cessna repellent *noun* (*hàng không*) đèn báo hiệu hạ cánh của máy bay dân dụng loại lớn để báo hiệu cho những máy bay khác sự có mặt của nó

chain-drink *verb* uống hết chai này đến chai khác; uống liên tục không ngừng

chain lightning *noun* (*từ giữa những năm 1800*) rượu uýt-ki kém chất lượng

chain locker *noun* (*buôn bán đường biển*) quán rượu tồi tàn cạnh bến cảng

chain man *noun* (*thế giới ngầm xưa*) một tên trộm đồng hồ

chain(saw) *verb* phá hủy cái gì; cắt cái gì ra từng mảnh

chain-smoke *verb* (*từ đầu những năm 1900*) hút hết điếu thuốc lá này đến điếu khác; châm điếu này đến điếu khác

the chair *noun* 1 ghế điện; án tử hình; = the HOT SEAT 2 chết do bị xử tử bằng ghế điện

chairwarmer *noun* kẻ ăn không ngồi rồi; kẻ lười biếng; = WARM BODY

chalk *noun* 1 người da trắng 2 con ngựa được cho là sẽ thắng 3 (*nhà tù*) sữa

chalk-eater or **chalk-player** *noun* (*đua ngựa*) một người chỉ đặt tiền cược vào con ngựa yêu thích hoặc con ngựa được cho là sẽ thắng

chambermaid *noun* (*đường sắt*) thợ máy trong nhà để đầu máy xe lửa

Chamber of Commerce *noun* 1 nhà vệ sinh; toa-lét 2 nhà chứa; nhà thổ

champ *noun* 1 nhà vô địch, đặc biệt là người đang giữ đai vô địch môn quyền Anh 2 thành viên đáng tin cậy trong giới xã hội đen

champagne (or **boss**) **trick** *noun* (*mãi dâm*) khách hàng giàu sụ hoặc chơi sộp, chi tiền nhiều (của gái điếm)

champers or **shampers** *noun* rượu sâm banh

change *noun* tiền • It takes a lot of change to buy a car like that: *Tốn rất nhiều tiền để mua một chiếc ô tô như thế.*

change artist *noun* tay lừa đảo đổi ít tiền cho khách

change breath *verb* uống rượu

change the channel *verb* chuyển chủ đề nói chuyện; đổi đề tài nói chuyện

change-up *noun* 1 (*bóng chày*) một cú ném chậm được tung ra sau một chuyển động có thể làm đối thủ tưởng là ném nhanh; sự thay đổi tốc độ 2 bất kỳ thay đổi nào, đặc biệt là một thay đổi rõ ràng

change up *verb* thay đổi tốc độ

change your luck *verb* (*cách dùng của người da trắng*) quan hệ tình dục với người da đen; làm tình với một người mà tình dục của người đó không bình thường

chank or **shank** *noun* 1 người đàn bà mập, xấu xí 2 săng của bệnh giang mai 3 bệnh giang mai hoặc một ca bệnh giang mai

channel *verb* (*đặc biệt những năm 1950, dân chơi xế độ*) hạ thấp thân xe bằng cách mở các rãnh quanh các thành phần của bộ khung

chapped *adjective* 1 chán nản; thất vọng; buồn phiền 2 nổi cáu; tức giận; bực mình; = PISSED OFF

chappie or **chappy** *noun* anh chàng; anh bạn [phổ biến hơn trong cách dùng của người Anh]

chapter *noun* 1 hiệp đấu trong thể thao, đặc biệt là một hiệp của bóng chày; = CANTO 2 một phần; một thời kỳ; một đoạn

chapter and verse 1 *noun* một bản báo cáo chi tiết chính xác 2 *adv* He knew it chapter and verse: *Hắn ta biết bản báo rất chi tiết.* 3 *noun* tài liệu hướng dẫn hay nguyên tắc; luật lệ

character *noun* 1 người cư xử kỳ quặc và thường là hài hước; người lập dị 2 một gã; = JOCKER

charge *noun* 1 sự kích thích tột độ 2 cảm giác phớn phở của ma túy 3 (*nhạc sĩ nhạc jazz*) sự run động; sự rùng mình khoái lạc; = BLASH, RUSH 4 tinh dịch tiết ra từ sự cực khoái; = LOAD 5 sự cương cứng của dương vật

charge *verb* (*thế giới ngầm*) cướp

charge account *noun* 1 (*thế giới ngầm*) quyền nộp tiền bảo lãnh 2 (*thế giới ngầm*) một người hay một nhóm có khả năng đóng tiền bảo lãnh

charged up *adjective* 1 bị kích động; sôi nổi; hồi hộp; bối rối 2 trong tình trạng sẵn sàng và hăng hái cao độ

charger *noun* (*dân chơi xế độ*) người lái, đặc biệt là một chiếc xe gắn động cơ được cải tiến để có thêm công suất và tốc độ cao hơn

chariot *noun* một chiếc ô tô

charity girl *noun* (*trong những năm 1940*) gái điếm nghiệp dư hoặc người phụ nữ trẻ bừa bãi trong quan hệ tình dục

Charley *noun* = CHARLEY HORSE

Charley coke or **Charlie** *noun* 1 cô-ca-in 2 người nghiện cô-ca-in

charley (or **Charley**) **horse** *noun* chứng chuột rút (cơ bắp)

Charley Noble *noun* ống khói thuyền ga-lê (galley), hoặc ống xả trên tàu hoặc thuyền

Charlie *noun* (*chiến tranh Việt Nam*) Việt Cộng hay một người lính Việt Cộng

Charlie Irvine *noun* viên cảnh sát

Charlie Nebs *noun* 1 (*thế giới ngầm xưa*) cảnh sát 2 (*người da đen*) sĩ quan cảnh sát

Charlie Nobie *noun* núi lửa đã ngừng hoạt động

Charlie rats *noun* khẩu phần loại C trong quân đội Mỹ

Charlies *noun* (*quân đội*) khẩu phần lương thực trong quân đội, đồ hộp và lương khô

charm the pants off someone *verb* lấy lòng ai một cách cương quyết

chart *noun* 1 (*nhạc sĩ*) bản nốt nhạc; bản nhạc soạn lại hoặc phần nhạc cho phim 2 (*đua ngựa*) số liệu và những tài liệu khác thể hiện lần trình diễn vừa qua, đặc biệt là của một con ngựa đua; =

FORM, TRACK RECORD

the charts *noun* bảng xếp hạn các bản nhạc pop đương thời được ưa chuộng trên tạp chí thương mại

chaser *noun* 1 ly rượu được uống ngay sau ly trước đó 2 thức uống (như nước, bia hoặc những loại rượu nhẹ) được dùng sau khi uống rượu mạnh 3 cảnh sát áp giải tù nhân chuyển trại 4 người đàn ông đang theo đuổi một phụ nữ; = SKIRT-CHASER 5 (*tài xế xe tải*) nhân viên được phân công hối thúc những người khác làm việc 6 (*ngành kinh doanh giải trí*) hành khúc tiễn đưa; bản nhạc được chơi khi khán giả đang ra về 7 (*nhà tù*) lính gác

chassis *noun* cơ thể người; vóc người, đặc biệt là của phụ nữ có thân hình đẹp; = BUILD

chat up *verb* dụ dỗ và quyến rũ ai bằng cách nói chuyện [phổ biến hơn trong cách dùng của người Anh]

chawbacon *noun* người dân quê chân chất, hiền lành

cheap *adjective* 1 keo kiệt; tằn tiện thái quá; = CHINTZY 2 dễ dàng về nhu cầu tình dục 3 dơ dáy; ghê tởm; = CRUMMY

cheap date (or **drunk**) *noun* người chỉ cần uống ít rượu là đã say

cheapie or **cheapo** *noun* 1 bất kỳ món đồ được làm rẻ hay bán rẻ; đồ rẻ tiền 2 *modifier*: Our Tenth Annual Cheapo Guide: *Hướng dẫn hàng giá rẻ thường niên lần thứ mười*

cheapjack or **Cheap John** *adjective* kém và rẻ tiền; xấu và không có giá trị; chất lượng kém hoặc làm xấu

cheapshit *adjective* rẻ bèo; không đắt và kém chất lượng

cheap shot 1 *noun* sự xúc phạm hoặc hành động ác ý; lời sỉ nhục, lăng mạ nhẹ, vô căn cứ 2 *verb* If a person's going to cheapshot me, it just shows how low he is: *Nếu một người định xúc phạm tôi, điều đó chỉ chứng tỏ hắn thấp kém như thế nào.*

cheat *verb* không chung thủy; = GET A LITTLE ON THE SIDE

cheaters *noun* 1 (*thế giới ngầm*) mắt kính 2 kính râm 3 đồ độn ngực 4 (*thế giới ngầm*) những quân bài bị đánh dấu

cheat stick *noun* 1 thước lô-ga; = SLIPSTICK 2 thước đo của người thợ đốn gỗ 3 thang lương để tính tiền lương của người lao động

check *noun* thẻ, đồng xu để chơi bạc trên máy

check *verb* 1 (cũng là **check that**) (*đặc biệt trong ngành phát thanh truyền hình*) hủy; sửa chữa 2 nhìn; chú ý đến

check *interj* được; vâng; vâng, nó có trên danh sách

check artist *noun* tội phạm chuyên nghiệp trong việc viết những tờ séc giả

check bouncer *noun* người viết séc nhưng không đủ tiền hoặc không có tiền trong tài khoản ngân hàng

check crew *noun* nhóm làm việc gồm có người da đen và da trắng

checkerboard *noun* một khu vực, thị trấn, hoặc những nơi có cả người da trắng lẫn da đen

check in *verb* 1 ghi tên thuê phòng ở khách sạn 2 ghi tên khi đến; ký tên khi vô cơ quan làm việc

check into the net *verb* (*quân đội*) thông báo việc đến hay đi của ai

check out *verb* 1 nhìn kỹ, đặc biệt là để đánh giá; xem xét kỹ lưỡng; = GIVE someone or something THE ONCE OVER 2 ra tù 3 chết • She checked out before they reached the hospital: *Cô ấy chết trước khi họ đi đến bệnh viện.* 4 tự sát khi ở trong tù 5 tỏ ra hợp lý; chính xác 6 kiểm tra và chấp nhận khả năng của ai 7 cộng các đồ đã mua và thu tiền tại siêu thị hay cửa hàng tương tự 8 *modifier*: a check-out counter: *quầy thu tiền* 9 trả tiền cho những món hàng mua tại siêu thị hay cửa hàng tương tự 10 chuồn; rời đi; khởi hành; = BOOK 11 thanh toán hóa đơn và trả phòng khi rời khách sạn

check something out *verb* xem xét cái gì; suy nghĩ về việc gì

check six *verb* đề phòng sự phản bội

check the plumping *verb* đi vệ sinh

cheechako *noun* (*cuối những năm 1800*) người mới đến; = GREENHORN

cheek *noun* 1 hành động láo xược; sự cả gan; = BRASS, CHUTZPA 2 mông đít; = BUN

cheek it *verb* (*từ cuối những năm 1800, sinh viên*) lừa gạt bằng cách giả vờ hiểu biết hơn người khác; = BLUFF, FAKE IT

cheeky *adjective* láo xược; không lễ phép; thô lỗ [phổ biến hơn trong cách dùng của Anh, từ giữa những năm 1800]

cheerio or **cheery-bye** *interjection* tạm biệt!

cheers *interjection* chào mừng!; nâng ly chúc mừng!

cheese *noun* 1 điều vô lý; lời nói dối; sự phóng đại; = BALONEY 2 bã nhờn trong da được bài tiết ra trong những nếp gấp của da, đặc biệt ở bao quy đầu (nam); bựa ở bao quy đầu dương vật 3 người phụ nữ trẻ hấp dẫn 4 tiền; cọc tiền 5 chất nôn mửa 6 (*bóng chày*) cú ném bóng nhanh

cheese *verb* 1 rời khỏi 2 nôn; mửa 3 mỉm cười [được dùng khi người chụp ảnh yêu cầu bạn nói từ "cheese" lúc bức hình được chụp] 4 = CHEESE IT 5 (cũng là *cut the cheese*) đánh rắm; = FART

the cheese *noun* (*đặc biệt những năm 1920, từ đầu những năm 1800, Anh*) người quan trọng; người thật việc thật

Cheesebox *nickname* trại giam Stateville ở Joliet, Illinois

cheese bun (or **eater**) *noun* (*công nhân bốc xếp ở bến tàu*) kẻ chỉ điểm hay kẻ đê tiện khác; = RAT

cheesecake *noun* 1 người phụ nữ mặc đồ hở hang để làm mẫu chụp hình hoặc dành cho công việc nghệ thuật 2 người phụ nữ có ngoại hình đẹp; người phụ nữ xinh đẹp 3 chân, ngực và hông của phụ nữ

cheesed off *adjective* 1 tức giận; phẫn nộ 2 (*không quân, quân đội Anh, thế chiến II*) chán; chán ghét; ghê tởm

cheesehead *noun* người ngu ngốc

cheese it (the cops)! *interjection* (*thế giới ngầm*) thán từ báo động và cảnh báo được phát ra khi cơ quan thẩm quyền ập đến: chạy đi, cảnh sát đến đấy! • Cheese it, Muggsy, the cops!: *Này Muggsy, chạy đi, cớm!*

cheese it *verb* rời đi; khởi hành; = SCRAM

cheese off! *interj* cút đi!

cheese someone off *verb* làm cho ai rất giận dữ

cheesing *adjective* mỉm cười

cheesy *adjective* 1 có chất lượng kém, tồi, rẻ tiền 2 thiếu thẩm mỹ 3 xấu 4 tồi tàn; xấu

cheezer *noun* mùi thối khi đánh rắm

chemistry *noun* tình cảm giữa con người; sức hấp dẫn và sự ghê tởm

cher *adjective* (*thanh thiếu niên*) dễ coi; hấp dẫn • He's a real cher cat: *Anh ta quả là một anh chàng bảnh tỏn.*

cherry *noun* 1 màng trinh; tình trạng còn trinh tiết (cả nam lẫn nữ); tình trạng chịu đựng không quan hệ tình dục 2 người còn trinh tiết, người vì yếu sinh lý nên phải tránh quan hệ tình dục trong một thời gian dài 3 một người hoàn toàn không có kinh nghiệm; người mới vào nghề 4 người lính chưa có kinh nghiệm được gửi ra tiền tuyến để thay thế 5 thành viên băng nhóm trẻ mới vào nghề 6 đèn đỏ trên nóc xe cảnh sát

cherry *adjective* 1 trinh tiết; trong trắng • Don't forget she's cherry: *Đừng quên là cô ta còn trinh ấy nhé.* 2 chưa có tiền án tiền sự 3 trong tình trạng chưa được thử thách hoặc chưa có kinh nghiệm thuộc bất kỳ dạng nào

cherry bomb *noun* người chưa quan hệ với ai, còn trinh

cherry boy *noun* 1 người đàn ông còn trinh, chưa quan hệ với ai

cherry girl *noun* (*quân đội, dùng trong chiến tranh Việt Nam*) gái còn trinh

cherry-picker *noun* 1 kẻ quyến rũ những cô gái còn trinh 2 cần cẩu 3 (*đường sắt*) người điều khiển ghi tàu lửa

cherry pie *noun* 1 thứ dễ làm hay dễ có được; = PIECE OF CAKE 2 (*xiếc, ngành giải trí*) tiền kiếm được thêm nhờ vào một thứ khác ngoài việc làm chính; tiền dễ kiếm

cherry-top *noun* (*thanh thiếu niên*) xe cảnh sát; = PROWL CAR

chestnut *noun* một câu chuyện, chuyện đùa, bài hát cũ rích, v.v..; = OLD TURKEY

chestnuts *noun* tinh hoàn; hòn dái

chesty *adjective* 1 có ngực lớn; ngực "khủng" 2 tự phụ; tự cao

Chevy *noun* một chiếc xe Chevrolet

chew *noun* bã thuốc lá (sau khi nhai)

chew *verb* 1 (*người lang thang*) ăn 2 nhai thuốc lá 3 nói chuyện; chuyện trò; = JAW

chewallop or **chewalloper** *noun* cú nhảy hoặc lao đầu xuống nước tạo ra tiếng tóe nước lớn

chew a lone something *verb* (*đặc biệt thanh thiếu niên*) làm một mình điều thường được làm chung

chew someone's ass (or **ass out**) *verb* = CHEW someone OUT

chew someone's ear off *verb* nói chuyện một cách dài dòng và chán ngắt với ai

chewed *adjective* (*những năm 1940, người da đen*) mệt; bại trận; = BEAT

chewed fine *noun* (*quầy bán đồ ăn trưa*) bánh hăm-bơ-gơ (hamburger)

chewed up *adjective* 1 bị hư hại nặng hay bị mòn nhiều 2 = CHEWED

chew face *verb* hôn • They are chewing face: *Bọn họ đang hôn nhau.*

chewings *noun* (*người lang thang*) thức ăn

chew someone out (or **up**) *verb* (*quân đội, thế chiến II*) khiển trách nặng nề; quở trách cay nghiệt

chew out or **chewing out** *noun* sự quở trách

chew something over *verb* 1 thảo luận kỹ lưỡng cái gì 2 suy nghĩ lại cái gì

chew the fat (or **the rag**) *verb* nói chuyện phiếm; tán gẫu

chew up the scenery *verb* (*ngành biểu diễn*) cường điệu hoá vai diễn; = HAM

chewy *adjective* giàu có

Chi *nickname* Chicago, Illinois

chiba *noun* (*ma túy*) cần sa; = POT

Chicago *noun* (*quầy bán đồ ăn trưa*) kem nước quả dứa hay sô-đa

Chicago overcoat *noun* quan tài

Chicago piano *noun* súng phòng không hoặc súng tiểu liên

Chicago pineapple *noun* (*đặc biệt những năm 1930*) lựu đạn hay bom loại nhỏ

Chicago typewriter *noun* vũ khí hoàn toàn tự động

Chicano *noun* người Mỹ - Mễ

Chicano time *noun* dùng để chỉ việc không đúng giờ

chichi 1 *noun* thứ gì đó thú vị, quý giá và được trang trí quá mức 2 *adj* chichi little chapeau: *cái nón lòe loẹt*

chi-chi *noun* 1 (*cuối những năm 1940 và quân đội trong chiến tranh Triều Tiên*) ngực phụ nữ; = TITS 2 bất cứ thứ gì trông quyến rũ

chi-chi *noun* 1 người mang hai dòng máu Anh và Ấn Độ 2 sự sơ cấp cứu

chi-chi *adjective* 1 hợp thời trang; cầu kì; kiểu cách 2 tao nhã; sang trọng; quý phái

chichi man *noun* người canh gác

chick *noun* 1 cô gái trẻ 2 (*thế giới ngầm*) thức ăn trong tù

chickabiddy *noun* (*từ Anh, giữa những năm 1800*) = CHICK

chicken *noun* 1 cô gái trẻ, đặc biệt là người quyến rũ; = CHICK 2 gái điếm còn trẻ 3 (*người đồng tính*) con trai tuổi vị thành niên, đối tượng của những kẻ đồng tính nam 4 bài kiểm tra ý chí: hai chiếc xe chạy thẳng vào nhau cho đến khi tài xế xe nào bẻ tay lái thì xem như thua cuộc 5 cần sa 6 cá bơn halibut nhỏ [từ dùng ở Alaska] 7 kẻ hèn nhất; kẻ nhát gan; = SISSY 8 (*quân đội, từ những năm 1920*) con đại bàng được đeo như phù hiệu cấp bậc bởi đại tá 9 = CHICKEN SHIT 10 (*thế giới ngầm*) nạn nhân của một vụ cướp hay lừa đảo; = MARK, SUCKER 11 một người, đặc biệt là người bền bỉ

chicken *adjective* 1 bị hoảng sợ; nhát gan; e dè • "You're chicken!": *"Mày thật là nhát gan!"* 2 = CHICKEN-SHIT

chicken colonel *noun* (*quân đội*) đại tá chính thức; = BIRD COLONEL

chicken coop *noun* (*tài xế xe tải*) trạm cân xe tải

chicken feed (or **money**) *noun* một khoản tiền nhỏ; = PEANUTS, SMALL POTATOES

chicken fink *noun* người đáng ghét, không trung thực

chickenhawk *noun* (*người đồng tính*) một người đồng tính trưởng thành thích có những chàng trai trẻ làm bạn tình

chickenhead *noun* kẻ ngu ngốc; kẻ nhẹ dạ

chickenheart *noun* người nhút nhát; người nhát gan

chicken-hearted *adjective* 1 hèn nhát; nhát gan; = SISSIFIED 2 khó tính; rất khó tính

chicken-livered *adjective* nhát gan; = CHICKENHEARTED

chicken out *verb* rút lui; thôi không làm (thường là vì sợ hoặc hèn nhát); = HAVE COLD FEET

chickenplate *noun* áo chống đạn dành cho phi công và phi hành đoàn

chicken ranch *noun* nhà chứa; nhà thổ ở vùng nông thôn

chickenshit or **chicken shit** *noun* 1 (*quân đội, trong thế chiến II*) những quy định, hạn chế, biện pháp nghiêm khắc và sự hèn hạ của một kẻ ngang ngược tự phụ và nhỏ mọn, hoặc của bọn quan liêu 2 sự thể hiện quyền hành quá mức 3 người nhát gan 4 hầu như không có gì

chickenshit *adjective* 1 nhát gan; nhút nhát 2 không có giá trị; vô dụng

chicken (or **egads**) **switch** (or **button**) *noun* 1 một nút điều khiển dùng để phá hủy một hỏa tiễn (tên lửa) bị hỏng trong khi đang bay; công tắc dùng để phá hủy hỏa tiễn sau khi phóng đi 2 bộ điều khiển dùng để phóng phi hành gia hay phi công ra khỏi phương tiện bị hỏng

chick flick or **chick-flick** *noun* phim dành cho phụ nữ

chickie! *interj* dùng để cảnh báo và báo động; = CHEESE IT, JIGGERS

chickie *noun* (*thanh thiếu niên*) cô gái trẻ; = CHICK

chicklet or **chiclet** *noun* một cô gái trẻ; = CHICK

chickster *noun* một người phụ nữ hoặc cô gái xinh xắn và có ngoại hình đẹp

Chic Sale *noun* (*đặc biệt những năm 1920*) nhà xí ngoài trời

chief *noun* cậu; ông bạn; = GUY [được dùng trong sự xưng hô trực tiếp với người lạ, với ý nghĩa tôn trọng một cách mỉa mai]

chief itch and rub *noun* lãnh đạo chủ chốt của một tổ chức; người quan trọng nhất; = BIG ENCHILADA, BOSS

chief of staff *noun* (*quân đội*) vợ của một sĩ quan quân đội

chili 1 *noun* người Mexico 2 *adj* thuộc về Mexico

chili bean *noun* người Mễ, hoặc người Mỹ gốc Mễ; người nói tiếng Tây Ban Nha

chili-bowl *noun* người dơ bẩn và chậm chạp; = DIRT-BALL

chili bowl or **chili-bowl haircut** *noun* kiểu tóc trông như úp một cái tô (bát) lên đầu họ và cắt theo vành tô

chill *noun* 1 một ly hoặc lon bia lạnh 2 cái chết

chill *verb* 1 giết ai 2 bình tĩnh 3 ăn không ngồi rồi; ngồi không 4 làm ai hoảng sợ 5 = CHILL OUT 6 thư giãn; làm cho ai thư giãn; đi chơi rong hoặc la cà với ai 7 khiến ai bất tỉnh; = KNOCK someone OUT 8 dập tắt sự nhiệt tình và tử tế một cách đột ngột 9 giải quyết và làm dịu tình hình căng thẳng 10 (*đặc biệt thanh thiếu niên da đen*) di chuyển trong điệu nhảy nhằm thể hiện sự thoải mái và lãnh đạm của ai

chill *adjective* 1 bình tĩnh; không bị kích động 2 xuất sắc; tuyệt vời; = COOL, NEAT

chill someone's action *verb* ngăn cản ai; ngăn cản ai đạt được điều gì

chilled *adjective* bình tĩnh; thanh thản; thoải mái

chiller *noun* (*từ những năm 1950*) một bộ phim, kịch, v.v.. nhằm gợi lên sự rùng mình sợ hãi; chương trình hoặc truyện kinh dị

chiller-driller *noun* (*từ những năm 1950*) phim kinh dị, đặc biệt là phim rất ấn tượng

chillin' *adjective* xuất sắc; tuyệt vời

chill out *verb* 1 (*thanh thiếu niên da đen*) thư giãn; thoải mái; làm ai dịu đi; = COOL OUT 2 làm ai bình tĩnh

chilly *adjective* 1 tuyệt; hợp thời; hấp dẫn 2 lạnh nhạt; hờ hững; nhẫn tâm

chilly mo *noun* một người không bị ràng buộc; = COLD FISH

chime in *verb* 1 ngắt lời và xen vào ý kiến của ai; = BUTT IN, KIBITZ 2 đưa ra nhận xét

chimney *noun* (*người da đen*) cái đầu

chin *noun* chuyện phiếm; chuyện tầm phào; chuyện ngồi lê đôi mách

chin *verb* 1 tán gẫu; ngồi lê đôi mách 2 nói chuyện với

china *noun* 1 răng; (hàm) răng giả 2 (*nhạc sĩ nhạc jazz*) tiền 3 (*quầy bán thức ăn trưa*) một tách trà

china clipper *noun* (*quân đội, thế chiến II*) người rửa chén bát; = PEARL-DIVER

China (or **china**) **doll** *noun* người phụ nữ với vẻ đẹp thanh tú; người phụ nữ xinh xắn và mảnh dẻ

Chinaman *noun* 1 (*đội thương thuyền*) thủy thủ làm việc ở khu vực giặt ủi của tàu 2 (*cảnh sát*) người đỡ đầu của một cảnh sát và là một người bạn có ảnh hưởng chính trị; = RABBI

a Chinaman's chance *noun* không có cửa; không có cơ hội nào cả [gần như luôn ở trong câu phủ định]

China White *noun* (*ma túy*) một loại hê-rô-in rất cao cấp

chinch *noun* (*từ đầu những năm 1800*) con rệp

chinch pad *noun* (*người lang thang*) nhà trọ hoặc khách sạn bình dân, rẻ tiền; = FLOPHOUSE

chinchy *adjective* 1 (*đặc biệt người da đen, từ những năm 1930*) rẻ tiền; chi li; bủn xỉn; bần tiện; = CHINTZY 2 bị rệp quấy phá • *OMG! My bed is chinchy!: Trời ơi! Giường tôi bị rệp "tấn công"!*

chine *noun* (*thanh thiếu niên*) máy móc, thường là xe ô tô

Chinese *noun* 1 người Trung Quốc 2 (*xiếc hoặc lễ hội*) việc làm nặng nhọc, đặc biệt là việc nặng nhọc mà không được trả tiền 3 [cũng là *chinese* (or *Chinese*) *ducket*] (*ngành biểu diễn*) vé bổ sung; = ANNIE OAKLEY

Chinese *verb* (*xiếc hoặc lễ hội*) khiêng vác nặng, thể hiện khả năng lao động ở công việc nặng nhọc

Chinese ace *noun* (*phi công, quân đội, thế chiến I*) phi công đáp máy bay với một cánh thấp hơn

Chinese fire drill *noun* 1 thời kỳ hỗn độn; thứ gì cực kỳ lộn xộn 2 trò đùa được đông đảo giới trẻ Mỹ yêu thích: khi xe ô tô dừng lại lúc đèn đỏ thì tất cả những hành khách trên xe đột nhiên nhảy ra khỏi xe và chạy vòng quanh chiếc xe, sau đó khi đèn xanh thì họ lại trở vào xe

Chinese landing *noun* (*phi công*) cú hạ cánh được thực hiện với một cánh hạ thấp [xem *Chinese ace*]

Chinese opera *noun* (*quân đội*) một sự kiện, buổi diễu hành, lời chỉ dẫn, v.v.. cực kỳ công phu

Chinese three-point landing *noun* (*phi công*) vụ rơi máy bay, đặc biệt là do lỗi của phi công

Chinese tobacco *noun* thuốc phiện

chinfest *noun* cuộc nói chuyện và tán gẫu; = BULL SESSION, GABFEST

chinjaw *noun* (*thợ đốn gỗ*) cuộc nói chuyện, đặc biệt là những chuyện tầm phào

Chink or **chink** 1 *noun* người Trung Quốc 2 *adj* thuộc Trung Quốc

chin music *noun* (*từ giữa những năm 1800*) chuyện tầm phào; chuyện phiếm; = CHITCHAT

Chino or **chino**[1] 1 *noun* người Trung Quốc 2 *adj* chino dope: *ma túy Trung Quốc*

chino[2] 1 *noun* một loại vải chéo cotton, đặc biệt dùng cho quân phục mùa hè 2 *modifier*: chino pants: *quần làm từ vải chéo cotton*

chinos *noun* quần dài làm từ vải chéo cotton

chintz *noun* kẻ bần tiện

chintzy[1] *adjective* keo kiệt; bủn xỉn; chi li; = CHEAP

chintzy[2] *adjective* 1 rẻ tiền và chất lượng kém, nhưng lòe loẹt 2 thiếu thời trang và phong cách; không hợp thời trang

chin-wag *noun* cuộc nói chuyện, thường là cuộc nói chuyện dài và thân mật

chip 1 *noun* một mẩu phân dẹt 2 *verb* (*ma túy*) sử dụng ma tuý không đều đặn; dùng ma túy trong khi đang cai nghiện hoặc chịu liệu pháp tâm lý 3 *verb* (*golf*) đánh một cú ngắn, thường là cú đánh cao vào đồi cỏ

Chip or **Chippie** or **Chippy** *noun* cảnh sát tuần tra trên đường cao tốc California

chiphead *noun* người say mê máy vi tính

chip in *verb* 1 (*từ giữa những năm 1800*) đóng góp, đặc biệt là chia sẻ một số chi phí 2 xen một lời nhận xét vào; góp phần vào một cuộc hội đàm

a chip off the old block *noun* một đứa bé giống bố hoặc mẹ hoặc cả hai, đặc biệt là con trai giống bố

chipper[1] *noun* (*ma túy*) người thỉnh thoảng dùng ma túy; = JOY-POPPER

chipper[2] *adjective* (*từ đầu những năm 1800*) năng động và hoạt bát; năng nổ; = PERKY

chippy or **chippie** *noun* 1 người sử dụng ma tuý không thường xuyên nên không hình thành thói quen 2 cô gái trẻ, buông thả, đôi khi gần giống như một ả điếm 3 áo đầm có khuy đơn giản

chippy or **chippie** *verb* 1 quan hệ tình dục với người khác ngoài vợ; ngoại tình; = CHEAT, GET A LITTLE ON THE SIDE 2 (*ma túy*) dùng ma tuý không thường xuyên

chippy around *verb* lăng nhăng; chung chạ tình dục bừa bãi

chippy (or **chippie**) **joint** *noun* nhà thổ; nhà chứa

Chips *noun* (*đội thương thuyền*) người thợ mộc trên tàu

the chips are down *sentence* thời gian cho quyết định cuối cùng hay cuộc chạm trán khó khăn đã đến; quyết định đã nằm trong tay [từ những khoản cược cuối cùng của ván bài poker]

chip shot *noun* 1 một cú đánh golf, thường là cú đánh cao vào đồi cỏ 2 (*bóng đá*) bàn thắng hoặc cơ hội ghi bàn dễ dàng

chirp *noun* nữ ca sĩ

chirp verb 1 hát • She chirps with orchestra: *Cô ấy hát với ban nhạc*. 2 (*thế giới ngầm*) khai báo; = SING

chirpy adjective lanh lợi và đầy nghị lực; sôi nổi

chisel verb 1 gian lận; lừa gạt; xử lý không công bằng 2 lấy đồ mà không có ý định trả tiền lại hay trả đồ lại

chisel in verb (*thế giới ngầm, từ những năm 1920*) xâm phạm ai; = MUSCLE IN

chisel in (on someone/something) verb dùng mánh khóe để trục lợi cái gì

chit noun 1 hóa đơn hoặc giấy biên nhận mà ai đó ký trả chứ không trả tiền mặt 2 séc; ngân phiếu • She wrote out a chit for $500: *Cô ta viết một tờ séc 500 đô-la*. 3 một phụ nữ trẻ và láo xược

chitchat noun 1 trò chuyện; chuyện phiếm; = CHIN MUSIC 2 một cuộc trò chuyện ngắn và thân mật

chit-chat verb nói chuyện phiếm

chitlin circuit noun quán bar và hộp đêm rẻ tiền nơi những nhạc công da đen diễn với hy vọng sẽ có một bước ngoặc để họ có thể tiến đến một nơi khác tốt đẹp hơn

Chi-town nickname Chicago, Illinois

chivvy or **chivey** or **chevy** verb làm phiền và quấy rầy; chọc ghẹo; = BUG

chocha noun âm hộ [*từ tiếng Tây Ban Nha*]

chockablock adjective (*từ đầu những năm 1800, hàng hải*) chật cứng; căng cứng; đông; đông đúc

chocolate drop noun người da đen

chogie verb (*quân đội*) đi nhanh

choice adjective xuất sắc; tuyệt vời

choi oy interj (*trong chiến tranh Việt Nam, quân đội*) thán từ thể hiện sự chán nản, mất tinh thần, v.v.. [*từ tiếng Việt "trời ơi!"*]

choke noun 1 một ngụm hoặc một hớp rượu • Have a choke, man: *Làm một hớp nào anh bạn*. 2 người Mỹ gốc Mễ

choke verb 1 quên [*đặc biệt trong thể mệnh lệnh*] 2 thất bại khi làm việc dưới áp lực 3 (*máy tính*) từ chối nhập dữ liệu 4 hoảng sợ trước hoặc trong suốt bài kiểm tra

choke adjective nhiều • There are choke jokes about this woman!: *Có rất nhiều chuyện hài hước về người phụ nữ này!*

choke a horse verb trở nên rất lớn

choke-dog noun (*đầu những năm 1800*) rượu uýt-ki thô mạnh, thường được làm tại nhà

choke out verb làm ai bất tỉnh bằng cách bóp cổ, thường được các sĩ quan cảnh sát áp dụng bằng cách dùng dùi cui

choker noun bất cứ gì đeo quanh cổ, như cà vạt, cổ áo hay vòng cổ ngắn

choke the chicken verb (*đối với nam*) thủ dâm

choke the gopher verb thủ dâm

choke up verb 1 (*đặc biệt là thể thao*) trở nên căng thẳng và không làm được trò trống gì dưới áp lực 2 mất bình tĩnh; sắp bật khóc 3 khiến ai không thốt nên lời vì thích thú 4 không nói nên lời vì quá đau buồn

choke your chauncy verb (*đối với nam*) thủ dâm

choke your mule verb (*đối với nam*) thủ dâm

chompers noun răng; răng giả

chooch noun âm hộ; = CHOCHA

chooms noun hòn dái; tinh hoàn

chop noun đẳng cấp hoặc chất lượng

chop-chop verb (*trong chiến tranh Triều Tiên*) ăn

chop-chop adverb nhanh chóng; ngay lập tức [*dùng như một mệnh lệnh hoặc từ hô hào cũng như là từ bổ nghĩa*]

chopped adjective 1 (*dân chơi xế độ*) (*nói về xe ô tô*) có khung thấp hoặc cái chắn bùn bị tháo ra hoặc cả hai 2 (*người đi mô tô*) nói về mô tô, có thắng (phanh) trước và cái chắn bùn bị tháo ra, phuộc xe mở rộng tới trước và tay lái nâng cao

chopped liver noun 1 người bị đánh đập và đầy sẹo; người đã chịu một thất bại nhục nhã 2 một người hay vật không quan trọng hoặc vô dụng [*thường trong câu phủ định*]

chopped top noun (*dân chơi xế độ*) xe có kính chắn gió, cửa sổ hay phần thân trên, v.v.. bị tháo ra; xe cải tiến mui trần

chopper noun 1 (*đặc biệt những năm 1920*) súng máy; súng tiểu liên, thường là một khẩu Thompson; = TOMMY GUN 2 kẻ cướp dùng súng tiểu liên 3 súng lục; súng ngắn 4 cưa kim loại, lưỡi cưa bằng kim loại 5 máy bay trực thăng 6 (*dân chơi xế độ*) xe ô tô và xe mô tô đã gỡ kính chắn gió, cái chắn bùn, v.v..

chopper coppers noun cảnh sát trên máy bay trực thăng

choppers noun răng, thường là răng giả

chops noun 1 (*cũng là chaps*) răng; miệng; hàm; má; hàm dưới 2 kỹ thuật hay khả năng âm nhạc 3 tài năng hay kỹ năng nói chung

chop shop noun 1 nơi tháo rời các bộ phận của các chiếc ô tô bị đánh cắp để đem bán 2 modifier: mixed up with chop shop operators in the Mid-west: *dính líu đến những người cầm đầu các cửa hàng tiêu thụ xe gian ở vùng Trung Tây* 3 phòng khám nghiệm tử thi 4 cửa hàng kinh doanh phụ tùng xe ô tô

chopstick noun người Nam Á

chop one's teeth verb = BAT one's GUMS

chow 1 noun (*giữa những năm 1800*) thức ăn; bữa ăn; đồ ăn 2 verb ăn

chowderhead noun (*từ đầu những năm 1800*) người ngu ngốc

chow down verb 1 ăn; dùng bữa 2 dọn bữa ăn

chow hall noun (*quân đội*) phòng ăn, thường là phòng ăn ở quân đội

chowhound noun người ăn khỏe; người háu ăn

chow line noun (*quân đội, thế chiến II*) hàng người đợi lấy thức ăn

chowderhead noun người ngu ngốc

Christer noun 1 (*sinh viên*) người khổ hạnh 2 tín đồ Thiên Chúa giáo khoe khoang về đạo của họ mà không cần quan tâm là người khác có muốn nghe hay không; con chiên ngoan đạo

Christmas tree noun 1 (*mỏ dầu*) bộ phận gồm van, ống và máy đo dùng để điều khiển công suất của giếng dầu 2 (*đua xe*) màn hình gồm những đèn màu với ánh chớp liên tục, dùng để bắt đầu cuộc đua 3 (*hải quân*) bảng điều khiển của một tàu ngầm

Christ on a bike! or **Jesus Christ on a bike!** dùng để biểu lộ sự ngạc nhiên hoặc sốc

chub noun (*từ giữa những năm 1800*) người Texas

chubbette noun một phụ nữ mũm mĩm, đặc biệt là người trẻ

chubbies noun cặp mông phì nộn của phụ nữ

chubbo noun người béo phị

chubby noun 1 người đàn ông béo khỏe là đối tượng của những tay đồng tính 2 trạng thái cương cứng

chubby-chaser noun người hấp dẫn với những người béo phệ; người đàn ông thích người đàn bà tròn trĩnh hoặc mập mạp

Chuch! Interrogation câu hỏi đuôi nhấn mạnh mang ý nghĩa "Đúng chứ?" và câu đáp lại thường là Chuch!: "Đúng vậy!" • We're going to settle this now! Chuch?: *Chúng ta sẽ giải quyết việc này bây giờ! Đúng chứ?*

Chuck noun 1 người da trắng 2 Việt Cộng

chuck noun (*từ giữa những năm 1800, Anh*) thức ăn; bữa ăn; = CHOW, EATS

chuck verb 1 ăn nhiều sau khi cai nghiện 2 ném thứ gì, đặc biệt là ném bóng 3 ném, vứt hoặc bỏ vật gì đi • Chuck this thing! It's no good: *Vứt thứ này đi! Nó không tốt đâu*. 4 (*cũng là chuck it*) quên 5

chuck a dummy (cũng là *chuck up*) nôn; mửa

chuck a dummy *verb* 1 nôn; mửa 2 (*người lang thang*) giả vờ yếu ớt để có sự cảm thông và thức ăn

chuck something down *verb* ăn cái gì rất nhanh

chucker-out *noun* = BOUNCER [phổ biến hơn trong cách dùng của người Anh]

chuckers *noun* cơn đói bụng; sự thèm ăn

chuck habit or **chuck horror** or **chucks** *noun* 1 (*ma túy*) cơn thèm khát kinh khủng của người nghiện ma túy khi nguồn thuốc bị cắt 2 cảm giác thèm ăn sau khi cai nghiện 3 (*người lang thang*) sự ăn uống ngấu nghiến phát xuất từ cơn đói kinh khủng 4 (*nhà tù*) bệnh điên do bị bỏ tù hoặc sợ bị tù

chuck it in *verb* thôi; từ bỏ

chucklehead *noun* kẻ ngu ngốc

chuck wagon *noun* 1 một quầy nhỏ bán thức ăn trưa và tối 2 (*đặc biệt miền Tây nước Mỹ*) bữa ăn có nhiều món

chuck you, Farley! *interj* (biến thể: **and your whole famn damily** có thể được cộng vào) cầu cho mày và chúng mày bị nguyền rủa, lạm dụng, làm nhục, bị từ chối, v.v.. ; = FUCK YOU, UP YOURS

chug *verb* 1 di chuyển lên phía trước, đặc biệt một cách chậm chạp và khó khăn 2 nốc cạn một hơi (bia, rượu)

chug-a-lug or **chuglug** or **chug** or **chuck-a-lug** *verb* uống một hơi

chukker *noun* (*thể thao*) một hiệp của một trận đấu thể thao; = CANTO, STANZA

chum *noun* 1 (*từ những năm 1700*) bạn; bạn thân; = BUDDY, PAL 2 anh chàng; anh bạn; = GUY 3 sự quăng mồi xuống nước để dụ cá

chum *verb* 1 ném mồi vào nước để dụ cá 2 (cũng là *chum around*) trở nên rất thân thiết; làm thân

chum buddy *noun* bạn thân đặc biệt

chummy 1 *adj* rất thân thiện; thân tình; hòa đồng; = BUDDY-BUDDY, PALSY-WALSY 2 *noun* Hey, chummy, how about a quick drink?: Này anh bạn, ta làm nhanh một ly nhé, anh thấy thế nào?

chump *noun* 1 kẻ ngu ngốc; người ngây thơ nên dễ bị lừa; = SUCKER 2 (*xiếc và lễ hội*) khách hàng

chump *verb* 1 cư xử một cách ngốc nghếch 2 lừa gạt ai

chump change *noun* một ít tiền; một số tiền nhỏ • He only pays you chum change: Hắn ta chỉ trả cho anh một ít tiền.

chump down *verb* hăm dọa; buộc ai phải rút lại lời đã nói

chumphead *noun* người ngu ngốc

chungo bunny *noun* người da đen

church is out cơ hội đã qua đi

church key *noun* dụng cụ mở đồ hộp hoặc nắp chai

churn *verb* 1 gây ra sự đảo lộn nặng nề trong danh mục vốn của nhà đầu tư 2 tăng mức độ hoạt động trong công ty luật hoặc công ty khác để có vẻ bận rộn và năng suất

chutzpah or **chuzpa** or **hutzpa** or **hutzpah** *noun* sự láo xược kinh khủng và rất chướng; sự kiêu căng ngạo mạn; sự xấc xược

ciao or **chow** *interj* tạm biệt [từ tiếng Ý] • Ciao! See you soon: Tạm biệt! Gặp lại sau nhé.

Ciao, for now or **C4N** *phrase* Tạm biệt bây giờ nhé • See U L8R. C4N: Gặp lại sau nhé. Giờ thì chào tạm biệt.

cider barrel *noun* (*đội thương thuyền*) tàu kéo trên biển

cig *noun* điếu thuốc lá hoặc xì gà

cigar *noun* (*lễ hội và xiếc*) lời ca tụng

cigaroot *noun* điếu thuốc lá

ciggy or **ciggie** *noun* điếu thuốc lá

ciggyboo or **ciggieboo** *noun* điếu thuốc lá

cinch 1 *noun* (*từ cuối những năm 1800, cao bồi*) điều chắc chắn; điều gì đó chắc chắn xảy ra; = SURE THING 2 *noun* (*đua ngựa*) con ngựa gần như chắc chắn sẽ thắng 3 *noun* cái gì đó rất dễ dàng; = BREEZE, PIECE OF CAKE 4 *verb* làm cho cái gì trở nên chắc chắn; = CINCH, NAIL something DOWN

cinchers *noun* (*đặc biệt những năm 1930, tài xế xe tải và xe buýt*) phanh (thắng) xe tải, xe ô tô hay xe buýt

cinder bull *noun* (*người lang thang*) cảnh sát hoặc trinh thám đường ray xe lửa

cinder crusher *noun* (*đường sắt*) toa xe lửa chở than

cinder dick *noun* (*người lang thang*) trinh thám đường sắt

circled *adjective* đã kết hôn

circle jerk *noun* 1 (*thanh thiếu niên*) một bữa tiệc sex giúp nhau thủ dâm 2 bài tập thể dục không hiệu quả và phí thời gian 3 buổi họp tẻ nhạt hoặc tốn nhiều thời gian vô ích

circuit blow (or **clout** or **wallop**) *noun* (*bóng chày*) cú đánh mà cho phép người đánh chạy quanh ghi điểm mà khỏi phải dừng lại; cú home-run

circuit slugger *noun* (*bóng chày*) người có tài ghi điểm home-run

circular file *noun* thùng rác; sọt rác

circus *noun* 1 bất kỳ dịp nhộn nhịp và náo động nào 2 chứng đau thắt giả mà con nghiện khai ra để thuyết phục bác sĩ kê đơn cho y thuốc có liên quan đến ma túy hoặc thuốc mê 3 (*người lang thang*) tình trạng ngất xỉu giả vờ

citizen *noun* (*đặc biệt người da đen và phong trào phản văn hóa*) một người thuộc loại bảo thủ và tầm thường; = SQUARE

the City *noun* San Francisco, California

city *combining word* 1 nơi hoặc môi trường của cái được nói đến: hamburger city: *thành phố Hamburger* 2 sự phổ biến hoặc trường hợp của thứ được nói đến: trouble city: *thành phố rắc rối* [được tạo ra theo mô hình hậu tố -*sville*]

city college *noun* nhà tù, đặc biệt là nhà tù New York

city cow *noun* (*quân đội, thế chiến II*) sữa hộp; = ARMORED COW

city hall *noun* sức mạnh chính trị và những nơi mang sức mạnh này; những người kiểm soát hầu bao và bổ nhiệm chức vụ

city slicker *noun* (*từ đầu những năm 1900*) người thành phố lanh lợi và hợp mốt, phân biệt với những người tỉnh lẻ thật thà cả tin

civvies *noun* (*quân đội, thế chiến I*) quần áo thường phục

claim agent *noun* (*đua ngựa*) người cá cược tuyên bố là đã thắng cược nhưng mất tấm vé chứng minh điều đó

claimer *noun* nạn nhân một vụ phạm tội

clam *noun* 1 người im lặng; người kín đáo; người hay giữ kẽ 2 một đô-la 3 (*phát thanh truyền hình*) sự sai sót về từ; sự nói nhầm; = HOWLER 4 (*nhạc sĩ nhạc jazz*) một nốt sai hoặc dở (kém); = CLINKER 5 (*buổi trình diễn âm nhạc*) sự mất tín hiệu hoặc lạc điệu

clam *verb* (cũng là *clam up*) ngừng nói; làm thinh; im thin thít; = BUTTON UP

clambake *noun* 1 bất kỳ cuộc tụ tập, cuộc họp, cuộc tọa đàm hay tiệc tùng nào, đặc biệt là vui vẻ và ồn ào 2 = JAM SESSION 3 (*phát thanh truyền hình*) sự sai lầm rành rành, thường là kết quả của việc tập luyện không đầy đủ 4 buổi hòa nhạc jazz

clamp down *verb* (*từ những năm 1940*) tăng sự nghiêm khắc của các biện pháp chống lại người phạm luật và phá vỡ qui tắc; trừng phạt thay vì tha thứ

clam shells (or **trap**) *noun* (*từ đầu những năm 1800*) miệng và hàm

clam up *verb* (*từ đầu những năm 1900*) giữ im lặng hay trở nên im lặng; duy trì sự im lặng; = BUTTON UP

clangers *noun* tinh hoàn; hòn dái

clank or **clank up** *verb* 1 tỏ ra bối rối 2 (*sinh viên, không quân*) hoảng loạn; đờ người ra vì hoảng sợ; = FREEZE UP

clanked *adjective* (*đặc biệt những năm 1960, sinh viên*) kiệt sức; mệt lả người; = BEAT, POOPED

clanker *noun* (*xiếc, người lang thang xưa*) một đô-la

the clanks *noun* chứng mê sảng của người nghiện rượu nặng; = the SHAKES

the clap *noun* (*từ cuối những năm 1500*) bệnh lậu [từ tiếng Pháp *clapoir* nghĩa là "bệnh sưng bạch hạch, sự sưng tấy"]

clap *verb* giết ai

clap clinic *noun* phòng khám chuyên khoa điều trị những bệnh truyền nhiễm qua đường tình dục

clapped-out *adjective* (*từ những năm 1940, không quân, Anh*) rất mòn và do đó không dùng được nữa; sẵn sàng để vứt

clapped-up *adjective* bị lây bệnh lậu

claptrap *noun* điều vô lý; lời giả dối xuyên tạc; = BULL-SHIT

claret *noun* (*đấu quyền Anh, từ những năm 1800*) máu

class *noun* 1 (*từ cuối những năm 1800*) phong cách cao quý; sự thanh tao; nét đặc sắc 2 *modifier*: a real class joint: *một nơi thực sự đặc sắc*

class *adjective* hạng nhất; thượng hạng

a class act *noun* 1 hành động hoặc cách làm quý tộc; cách làm quý phái 2 (*từ ngành kinh doanh biểu diễn*) người hay vật có phong cách, phẩm chất, tài năng đáng ngưỡng mộ

classic *adjective* 1 xuất sắc; tuyệt vời 2 đẹp trai; ăn mặc đẹp 3 (*sinh viên*) khác thường; kỳ dị; kỳ cục

classy *adjective* 1 chất lượng cao; thanh lịch; tao nhã; tuyệt vời 2 có uy thế; có tính chất quí tộc; = POSH

classy chassis *noun* thân hình thon thả; thân hình thanh mảnh; thân hình gợi cảm của người phụ nữ

claw *noun* 1 sĩ quan cảnh sát 2 kẻ móc túi

claw *verb* bắt giữ

clawhammer *noun* (*từ giữa những năm 1800*) áo đuôi én của đàn ông

clay eater *noun* cư dân vùng nông thôn nghèo khó, miền Nam nước Mỹ

clay pigeon *noun* 1 người dễ bị trêu chọc; người cả tin; người dễ bị mắc lừa; con chim mồi; = EASY MARK 2 (*hải quân*) máy bay được phóng từ máy phóng của một con tàu 3 điều gì đó dễ làm; = CINCH

clean *verb* 1 thoát khỏi những trò bài bạc gian lận 2 (*trong đua xe đạp địa hình*) vượt qua được một hoặc nhiều chướng ngại vật mà không gặp tai nạn

clean *adjective* 1 (*ma túy*) không có ma túy; hết nghiện; không dính dáng tới ma túy 2 không say rượu; không say ma túy 3 vô tội; không có tiền án tiền sự; không vi phạm pháp luật 4 không bị cảnh sát theo dõi 5 không sợ sự can thiệp của cảnh sát vì đã đút lót, hối lộ cho cảnh sát 6 tuyệt; hợp thời; phong cách 7 (*dùng trong sân khấu điện ảnh*) bán hết hoàn toàn 8 (*xiếc và lễ hội*) không có giá 9 không mang theo vũ khí 10 (*người da đen*) ăn mặc đẹp; diện 11 không tạo ra chất thải phóng xạ 12 thiếu tiền; = BROKE, CLEANED OUT 13 không tục tĩu hay dâm đãng; hoàn mỹ về đạo đức 14 thon thả; gọn gàng; tao nhã

clean one's act up *verb* sửa đổi tư cách đạo đức; cải thiện hành vi của một người

clean and ready *adjective* sẵn sàng; ăn mặc đẹp

clean as a hound's tooth *adjective* sạch sẽ tuyệt đối

clean someone's clock *verb* 1 đánh ai trọng thương một cách tự nhiên hoặc trong một cuộc thi 2 tấn công và trừng phạt ai 3 đánh thắng; đánh bại; = CLOBBER

clean dozens *noun* (*người da đen*) trò chơi từ ngữ phức tạp mà trong đó những lời xỉ nhục cá nhân được đưa ra, nhưng không được nhắc đến mẹ vợ của đối thủ

cleaned out *adjective* 1 khánh kiệt; hết tiền; = BROKE, TAPPED OUT 2 làm trống đường tiêu hóa; tẩy ruột

clean someone out *verb* 1 vét sạch tiền của ai 2 thắng hết tiền của ai khi đánh bài, đặc biệt trong trò ném súc sắc 3 cần hoặc dùng hết tiền của ai 4 ỉa; đại tiện

clean-up *noun* 1 cớ để cáo lỗi, chứng cứ ngoại phạm hoàn hảo 2 một nỗ lực hay chiến dịch mạnh nhằm trấn áp tội phạm, v.v.. được tiến hành định kỳ bởi chính quyền 3 *modifier*: another cleanup campaign: *một chiến dịch truy quét khác*

clean up *verb* (*từ đầu những năm 1800*) có lợi nhuận lớn; kiếm được số tiền lời ấn tượng cho số tiền bỏ ra

clean up one's act (or **one's shit**) *verb* sửa sai thái độ của mình; cư xử phù hợp và lịch sự

clean up (on something) *verb* kiếm được rất nhiều tiền trên cái gì

clean up on someone *verb* đánh bại ai một cách rõ ràng; đè bẹp; = CLEAN someone's CLOCK

the cleanup spot (or **slot**) *noun* (*bóng chày*) vị trí thứ tư trong thứ tự đánh bóng

clean up the floor with someone *verb* hạ, đo ván ai; nghiền nát; = CLEAN UP ON someone

clean up your hands *verb* (*trong tù*) tránh xa, không dây dưa vào những rắc rối, phiền toái

clear *noun* (*công đoàn xưa*) thành viên của Liên Đoàn Lao Động quốc tế; = WOBBLY

clear *verb* kiếm được một lượng tiền thực

clear *adjective* 1 say rượu 2 nguyên chất; không bị pha loãng

clear out *verb* (*từ cuối những năm 1800*) ra đi; khởi hành; = HIT THE ROAD

clear sailing *noun* sự tiến lên dễ dàng không bị trở ngại; việc đi lại dễ dàng

clear sailing *adjective* dễ dàng; dễ chịu

clear up *verb* 1 làm cho dễ hiểu 2 trở nên sáng sủa và đẹp 3 làm sáng tỏ và công bằng 4 làm lành lại; chữa khỏi (bệnh) 5 (*ma túy*) ngừng dùng ma túy; được giúp đỡ để cai nghiện

clem *noun* (*xiếc hoặc lễ hội*) cuộc ẩu đả với khách hàng; trận chiến giữa những người biểu diễn và dân địa phương

clem *verb* giải tán những khách hàng bạo động tại rạp xiếc hoặc lễ hội

Clem 1 *noun* (*xiếc*) dân cư của một thị trấn nhỏ; người vùng quê, đặc biệt là người dễ bị lừa 2 *noun* (*xiếc*) dân ở nơi mà có rạp xiếc đang diễn 3 *interj* tiếng thét của những người của rạp xiếc để củng cố lực lượng trong trận chiến với người dân thị trấn

clemo *noun* 1 (*nhà tù*) lòng khoan dung của ban quản lý 2 (*nhà tù*) sự vượt ngục

clerks and jerks *noun* 1 (*quân đội*) binh lính không thuộc những đơn vị ở tiền tuyến; binh lính ở hậu tuyến 2 trợ lý văn phòng nhân sự hoặc sĩ quan

click *noun* 1 (*cũng là* **klick, klik**) (*quân đội*) một ki-lô-mét 2 băng cướp 3 (*từ những năm 1920*) bọn; phường; bè lũ 4 sự nhìn thấu được bên trong sự việc, đặc biệt là một cách đột ngột

click *verb* 1 thành công; làm hài lòng khán giả hay cử tri 2 hợp tác với nhau trong một nhóm 3 có mặt ngay lập tức khi bạn cần 4 ăn khớp với nhau một cách chính xác; hợp nhau 5 sống hòa hợp với ai 6 trở nên được ưa chuộng (với ai) 7 gợi lên hoặc lóe lên sự nhìn thấu bên trong sự việc

cliffdweller *noun* người sống ở một căn hộ cao tầng; người sống ở tòa nhà cao tầng

cliffhanger *noun* (*từ đầu những năm 1900*) một câu chuyện, bộ phim, cuốn sách, tình huống rất hồi hộp

climb *noun* điều thuốc cần sa

climb *verb* (*quân đội, thế chiến II*) trách mắng; khiển trách nặng nề; = CHEW OUT, REAM

climb (or **go up**) **the wall** *verb* 1 làm việc gì trong tuyệt vọng khi một người bị lo âu, chán nản hoặc háo hức 2 trở nên điên rồ, đặc biệt là từ sự thất vọng hay lo lắng; = GO OUT OF one's SKULL

clinch *noun* 1 (*từ đầu những năm 1800*) sự ôm sát người nhau giữa hai võ sĩ quyền Anh 2 (*từ những năm 1930*) cái ôm; cái ôm nồng nàn

clinch *verb* 1 giải quyết cái gì; làm xong cái gì ở giai đoạn cuối 2 (*quyền Anh*) ôm sát người nhau 3 kết thúc một cách thuyết phục; kết thúc một cách dứt khoát; = NAIL something DOWN

clincher *noun* yếu tố cuối cùng; mấu chốt quyết định; = BOTTOM LINE

clink *noun* (*từ người da đen*) người da đen; = BROTHER

the clink *noun* nhà tù; xà lim; đồn cảnh sát; = the SLAMMER [từ nhà tù cũ trên đường *Clink* ở quận Southwark, London]

clinker *noun* 1 (*từ cuối những năm 1800*) bánh quy (biscuit) 2 (*trong nền công nghiệp giải trí*) sự phá sản, kẻ thất bại 3 một nốt sai hoặc lỗi trong buổi diễn âm nhạc 4 sự sai sót; sự sai lầm; = BONER 5 bất cứ gì kém hơn về tài nghệ, thường là kịch, phim hoặc chương trình biểu diễn khác; = LEMON, TURKEY 6 chỗ hỏng, chỗ hư, đặc biệt khi không nhận ra hay không đoán trước được; lỗi bị che dấu 7 người hoặc vật vô dụng; người không có tài năng; kẻ thất bại; = LOSER 8 = the CLINK 9 (*nhân viên điện thoại*) sự ồn ào hay rè âm thanh không mong muốn trên đường dây điện thoại viễn thông (đường dài) 10 (*nhạc sĩ*) tiếng rè không cố ý từ lưỡi gà của các nhạc khí [kèn clarinet, saxophone, kèn ô-boa (oboe)]

clinker boy *noun* (*đường sắt*) người đốt lò

clip *noun* 1 sự cố; sự kiện 2 trò lừa đảo; ngón bịp 3 (*thế giới ngầm*) tên trộm 4 = CLIPPED DICK 5 một loạt chai chứa cô-ca-in nguyên chất 6 mỗi cái; mỗi lần; = POP • Two treatments at $100 a clip: *Hai lần điều trị giá 100 đô mỗi lần.* 7 (*xiếc hoặc lễ hội*) nhà tài trợ 8 một bài báo cắt ra từ tờ báo, tạp chí, v.v.. 9 bót hoặc dụng cụ để giữ mẩu thuốc cần sa 10 video ca nhạc; một đoạn phim ngắn; băng truyền hình 11 mẩu tin ngắn trên ti-vi 12 tốc độ hoặc nhịp độ rất nhanh

clip *verb* 1 đánh ai; đánh một cách mau lẹ và gọn ghẽ 2 ăn trộm; = SWIPE 3 lừa gạt ai; thắng được vật gì bằng cách lừa gạt 4 bắn chết ai; giết chết ai 5 bắt giữ

clip a butt *verb* dập tắt điếu thuốc lá để hút sau đó

clip-artist *noun* (*thế giới ngầm*) một tên lừa đảo hay tên trộm chuyên nghiệp

clip joint *noun* 1 quán bar, sòng bạc, hoặc bất cứ trò gì mà khách hàng thường xuyên bị lừa gạt lấy tiền 2 cơ sở kinh doanh lừa đảo khách hàng

clipped *adjective* 1 bị lừa 2 bị bắt 3 bị cắt bao qui đầu

clipped dick *noun* người Do Thái

clipper *noun* 1 (*cảnh sát*) tên trộm 2 người thu thập những mẩu trích đoạn phim, thường là theo từng chủ đề

clipping *noun* 1 (*thể thao*) sự chặn hoặc cản trở một cách không hợp lệ từ phía sau 2 việc sửa chữa một chiếc xe hơi bằng cách nối lại hai nửa không bị tổn hại, sau khi phía trước hoặc phía sau đã bị hư hỏng

clip someone's wings *verb* ngăn chặn ai không thể hành động; hạn chế bớt quyền lực; chặt cánh

clit *noun* âm vật; = BUTTON

clit-licker *noun* người kích dục bằng cách liếm hoặc mút bộ phận sinh dục; = MUFF-DIVER

clitty *noun* âm vật

clobber *verb* 1 (*từ đầu những năm 1900, Anh*) đánh ai một cách mạnh bạo; = BASH 2 đè bẹp; đánh bại ai nặng nề; = MURDER, WIPE OUT 3 (*thuật ngữ tin học*) ghi đè lên một chương trình

clobbered *adjective* say rượu

clock *noun* tù nhân mới thi hành bản án

clock *verb* 1 (*từ Úc, những năm 1920*) đánh; = SOCK 2 để ý; theo dõi ai 3 theo dõi được lượng tiền trong một ván bài hoặc một công trình, công việc kinh doanh 4 giải quyết được chuyện gì; đánh giá chuyện gì 5 kiếm được; đạt được ai hoặc thứ gì 6 bấm giờ, đặc biệt với đồng hồ 7 đạt được thời gian theo lý thuyết

clocker *noun* 1 (*bảo vệ*) đặc biệt là người bấm đồng hồ khi đi tuần 2 (*cuộc đua ngựa*) người bấm giờ

clock in *verb* 1 ghi chép lại thời gian đến nơi của một người 2 đến hoặc đi vào ghi rõ giờ như ở công sở; = PUNCH IN

clock out *verb* cư xử trong lúc thần kinh không ổn định

clock watcher *noun* người, công nhân hoặc sinh viên luôn luôn nhìn đồng hồ

clod *noun* kẻ ngu ngốc

clodhopper *noun* 1 giày nặng và bền, đặc biệt là giày lao động; = BOON-DOCKER 2 người ngu ngốc; người nông dân ngớ ngẩn đần độn 3 xe cũ, chỉ thích hợp đi đoạn đường ngắn

clone *noun* sự bắt chước, đặc biệt là người làm theo hoặc ganh đua với người khác; sự phỏng theo (không đầu óc); bản sao đơn giản

clonesome *adjective* hay bắt chước; sao chép; giống người máy

clong *noun* (*chính trị*) tác động hoặc ảnh hưởng của một bài diễn văn, câu nói, khẩu hiệu, v.v.. hết sức vụng về, lạc lõng

clonish *adjective* có khuynh hướng sao chép; bản sao

clonk *verb* = CLUNK

close *adjective* 1 khéo léo; lành nghề 2 ẩm và ẩm ướt 3 (*từ những năm 1700*) bủn xỉn; keo kiệt

close but no cigar or **no cigar** *adverb* 1 không đúng 2 gần nhưng không đủ để thắng giải thưởng; có cố gắng nhưng không thành công

close shave or **close call** *noun* sự thoát chết trong đường tơ kẽ tóc; sự thoát khỏi tai họa; = SQUEAKER

the closet *noun* tình trạng che dấu của một người đồng tính hoặc người lập dị khác

closet *adjective* 1 bị giấu giếm; không được chấp nhận 2 bí mật; không lộ ra

close-talker *noun* người nói chuyện mà không tôn trọng những lễ nghi thuộc về văn hóa vì đứng quá gần với người cần giao tiếp

closet queen (or **queer**) *noun* người đồng tính nam che giấu giới tính của mình

close-up *noun* 1 ảnh hoặc cảnh trong phim hoặc chương trình truyền hình quay cận cảnh nhân vật 2 *modifier:* được làm hoặc được thực hiện ở cự ly rất gần 3 (*từ những năm 1930*) tiểu sử

clotheshorse *noun* người rất quan tâm đến thời trang và quần áo mà họ mặc; người ăn mặc thời trang

clothesline *noun* 1 (*bóng chày*) cú đập bóng rất nhanh và thẳng tắp 2 (*bóng đá*) sự truy cản hoặc chuỗi bóng bằng cách nắm lấy cánh tay của cầu thủ đang chạy

cloud-buster *noun* 1 (*bóng chày*) quả bóng bay rất cao 2 nhà chọc trời

clout *noun* 1 sự đánh, đập 2 quyền lực; sức mạnh; thế lực; = PUNCH

clout 3 ảnh hưởng hoặc quyền lực, đặc biệt về mặt chính trị

clout *verb* 1 đánh; đập; = BASH 2 trộm hoặc cướp

clouter *noun* 1 (*thế giới ngầm*) người kiểm tra một nơi nào đó để tìm xem làm cách nào tốt nhất để ăn trộm 2 tay ăn trộm xe ô tô đã đậu lại

clout (or **hit**) **for the circuit** *verb* (*bóng chày*) đánh được cú home run

clover-kicker *noun* = SHITKICKER

clown *noun* 1 kẻ ngốc; kẻ bất tài 2 một người mà người nói cảm thấy hơi khinh thường, đặc biệt là người có hành vi xứng đáng làm trò cười

clown *verb* (cũng là *clown around*) cư xử một cách nông nổi

clown around *verb* hành động ngốc nghếch; cư xử ngu ngốc và ầm ĩ

clown wagon *noun* (*đường sắt*) toa dành riêng cho người bảo vệ tàu trên tàu chở hàng hóa

clubhouse lawyer *noun* (*bóng chày*) cầu thủ bóng chày tự phong cho mình quyền hành về trận đấu và các quy định, và là người thường chỉ bảo đồng đội

club-winder *noun* (*đường sắt*) người điều khiển thắng (phanh) tàu

cluck or **kluck** or **cluckhead** *noun* 1 kẻ ngốc dễ dàng bị mắc lừa; tên đần độn 2 (*người da đen*) người da đen rất sậm màu

cluck and grunt *noun* (*quầy bán đồ ăn trưa*) thịt giăm bông và trứng

cluckish *adjective* ngu đần

clucky *adjective* ngu ngốc; đần độn

clue or **clue in** *verb* báo cáo; cung cấp tin tức với ai; thông báo cho ai về những sự thật đúng đắn; = PUT someone IN THE PICTURE

clueless *adjective* 1 ngu dốt 2 không có nhận thức, cảm nhận về âm nhạc, thời trang hoặc những xu hướng xã hội khác

clunk *verb* (cũng là *clonk*) đánh; đập; = CLOCK

clunk *noun* 1 sự đập vào; âm thanh gây ra bởi sự va chạm; sự đánh 2 người ngu ngốc; = CLUCK 3 một cỗ máy mòn và cũ, đặc biệt là xe hơi; = CLUNKER

clunker *noun* 1 xe ô tô cũ nát; CLUNK, JALOPY 2 người vô dụng; vật tồi tàn hoặc vô giá trị 3 người vụng về, đặc biệt là một vận động viên vụng về; = DUFFER, HACKER

clunkhead *noun* người ngu xuẩn; kẻ đần độn

clunkily *adverb* không duyên dáng; lãnh đạm

clunky or **clunkish** *adjective* 1 không trang nhã; đơn giản 2 buồn tẻ; nặng nề; không có hiệu quả

clutch 1 *noun* cái ôm; = CLINCH 2 *noun* một nhóm; một bọn 3 *noun* (*nhà hàng*) khách hàng không để lại tiền boa (tip) hoặc là cho quá ít 4 *verb* (cũng là *clutch up*) hoảng loạn; trở nên lo lắng

the clutch *noun* 1 khoảnh khắc mà sự trình diễn khác thường dưới áp lực là cần thiết 2 *modifier*: a clutch hitter: một kẻ ám sát hành động dưới áp lực

clutched *adjective* sợ hãi; lo lắng; bồn chồn; dễ xúc động; căng thẳng; = UPTIGHT

clutch up *verb* trở nên căng thẳng và lo âu

clutchy *adjective* 1 có khả năng trở nên lo lắng và hồi hộp 2 khó khăn; nguy hiểm; = HAIRY 3 nghèo túng

clyde *noun* người không đánh giá cao dòng nhạc hay văn hóa rock-and-roll; = SQUARE

C-note *noun* 1 tờ một trăm đô 2 bản án tù 100 năm

coalhole *noun* nhà tù; xà lim; căn nhà có chức năng như một phòng lính gác

coast *verb* 1 tiếp tục mà không cần cố gắng 2 thư giãn bằng ma túy 3 (*ma túy và nhạc sĩ nhạc jazz*) trở nên vui vẻ nhờ ma túy, âm nhạc, v.v.; trở nên phấn khích

coast *noun* sự phấn khích

the coast (or **Coast**) *noun* bờ biển phía Tây của Hoa Kỳ; bờ biển Thái Bình Dương, đặc biệt ở California hoặc là bờ biển Đại Tây Dương

coaster *noun* người sống ở bờ biển hoặc gần biển; người lướt sóng

Coastie or **Coasty** *noun* lực lượng bảo vệ bờ biển; hạm đội tuần tra

coattail 1 *verb* (*nhạc sĩ*) giữ nhịp độ nhạc tương tự 2 *modifier*: dựa vào thành tích hay tài năng của người khác; bắt nguồn từ

cobber *noun* = PAL, BUDDY [chủ yếu ở Úc]

cobbler *noun* (*thế giới ngầm*) người giả mạo

cock *noun* 1 dương vật; = PRICK 2 bạn; = PAL

cockamamie or **cockamamey** or **cockamamy** *adjective* 1 điên; lộn xộ 2 đáng ngờ; không đáng tin; có ý gian lận; lố bịch

cock-and-bull story *noun* 1 một bản báo cáo không có thực, thường là một chứng cớ ngoại phạm; một mớ lộn xộn láo lếu 2 truyện không có thật; cường điệu hóa

Cockbang *noun* Bangkok; Thái Lan [dùng để sỉ nhục người Thái]

cock cheese or **crotch-cheese** *noun* bựa sinh dục

cock crazy *noun* sự ham muốn quan hệ với đàn ông

cocked *adjective* say rượu

cockeye *noun* (*bóng chày*) cầu thủ ném bóng thuận tay trái; = SOUTHPAW

cock-eyed *adjective* 1 lé mắt; mắt lác ngoài; lác mắt 2 say 3 điên rồ; kỳ lạ; tất cả đều sai; = SCREWY 4 bất tỉnh

cockeyed *adverb* 1 rất; cực kỳ 2 nghiêng; lệch; = SLONCHWAYS • You've got your hat on cockeyed: *Anh đội mũ bị lệch.*

cockmaster *noun* tay đàn ông cảm thấy tự hào về sự thuần thục của mình trong tình dục

cockmeat *noun* dương vật, nói chung hay nói riêng

cockmovie *noun* phim sex; phim khiêu dâm

cocksman *noun* 1 người đàn ông được xem là bạn tình 2 một người đàn ông lăng nhăng; = STUD 3 tên con trai tự hào về sự điêu luyện của mình trong việc quan hệ tình dục 4 trai bao; đĩ đực

cocksmith *noun* kẻ có kinh nghiệm, điêu luyện trong quan hệ tình dục

cocksocket *noun* âm đạo

cocksucker *noun* 1 dùng để sỉ nhục, lăng mạ những kẻ đáng ghét, ghê tởm; kẻ thấp hèn và ti tiện; = BASTARD, PRICK 2 người quan hệ tình dục bằng miệng với nam giới, nhất là người đồng tính 3 người quan hệ tình dục bằng miệng với nữ giới 4 người đàn ông khúm núm và xu nịnh; kẻ nịnh hót

cocksucking 1 *adj* đáng ghét; ghê tởm; đê tiện; = DAMNED 2 *adv* một cách đáng ghét, đáng khinh

cocktailery *noun* quầy rượu; quán rượu cocktail

cocktail hour *noun* giờ mà các bệnh nhân trong khu bệnh viện được phát thuốc

cockteaser *noun* cô nàng hấp dẫn gợi tình và hay phô trương về hoạt động tình dục

cock-teaser or **prick-teaser** *noun* một phụ nữ hoặc người đồng tính nam kích thích một người đàn ông bằng cách chấp nhận những sự sờ mó cụ thể nhưng sau đó là từ chối làm tình

coco *noun* cái đầu

co-co *noun* cô-ca-in

coconut *noun* 1 người hiền như cục đất; kẻ đần độn 2 (*từ đầu những năm 1800*) cái đầu 3 một đô la 4 người Mỹ-Mễ từ chối cội nguồn của mình và tìm cách để hòa nhập với cộng đồng người da trắng

cods *noun* 1 tinh hoàn; hòn dái 2 sự táo bạo, cả gan, dũng khí

coffee and *noun* (*quầy bán đồ ăn trưa*) cà phê và bánh rán vòng (doughnut) hoặc bánh ngọt

coffee-and 1 *noun* bữa ăn nhẹ 2 *adj* không quan trọng; nhỏ nhặt; tầm thường

coffee-and-cake job *noun* công việc được trả tiền lương thấp

coffee-and-cake joint *noun* (biến thể: **layout** or **place** or **spot** có thể thay thế cho **joint**) công việc kinh doanh hay nơi kinh doanh không được trả hậu lắm

coffee and cakes *noun* tiền lương ít; tiền thù lao còm; = PEANUTS

coffee break *noun* khoảng thời gian nghỉ ngơi từ mười đến hai mươi phút trong ngày làm việc

coffee cooler *noun* người thích làm công việc dễ dàng; người trốn việc; = GOLDBRICK

coffee grinder *noun* 1 vũ công thoát y hoặc người biểu diễn khác có chiêu lắc hông chầm chậm; = CEMENT MIXER 2 gái điếm 3 (*hãng phim*) nhà điện ảnh 4 (*không quân, thế chiến II*) động cơ máy bay

coffee in, coffee out or **CICO** *phrase* cụm từ liên quan đến việc uống cà phê rồi sau đó đi tiểu

coffee pot *noun* 1 quầy bán đồ ăn trưa hoặc ăn tối 2 (*đường sắt*) đầu máy hơi nước nhỏ

coffin *noun* 1 bất kỳ phương tiện nào được xem là không an toàn 2 (*quân đội, thế chiến II*) xe tăng hoặc xe chống đạn

coffin corner *noun* 1 (*thể thao*) góc của sân bóng đá 2 (*trong trận chiến*) điểm nhạy cảm

coffin nail (or **tack**) *noun* 1 điếu thuốc lá; = BUTT 2 rượu; rượu mạnh

coffin varnish *noun* rượu uýt-ki tồi; rượu kém chất lượng, thường làm tại nhà

coin 1 *noun* (*từ đầu những năm 1900*) tiền; = BREAD, LOOT 2 *verb* kiếm được nhiều tiền

coin money *verb* = MAKE MONEY HAND OVER FIST

cojones *noun* 1 tinh hoàn; hòn dái [từ tiếng Tây Ban Nha] 2 lòng can đảm; sự cả gan; = BALLS

coke 1 *noun* (*từ đầu những năm 1900*) cô-ca-in 2 *modifier:* coke peddlers: những người bán cô-ca-in 3 *noun* = COKE

Coke *noun* Coca-Cola, tên thương mại

cokeaholic *noun* người nghiện cô-ca-in

coke-bottle glasses *noun* cặp mắt kính có tròng dày cộm

coked or **coked out** or **coked up** *adjective* bị say cô-ca-in; = HIGH

cokehead *noun* 1 (*ma túy*) người nghiện cô-ca-in nặng 2 người ngu ngốc đần độn

cokie or **cokey** 1 *noun* người nghiện ma túy, đặc biệt là người nghiện cô-ca-in 2 *adj* thoải mái và trông buồn ngủ; lơ đễnh

cola *noun* (*ma túy*) cô-ca-in

colaholic *noun* người uống nhiều thức uống có ga

cold *adjective* 1 vô tâm; tàn bạo 2 tệ; không tốt 3 tuyệt đối; hoàn toàn 4 không thể xác định được tay cầm đầu 5 (*cờ bạc*) xui; gặp vận đen; không may mắn 6 xuất sắc; tuyệt vời [thay thế cho "cool"] • The dress Mary's wearing today is too cold: *Bộ đầm Mary mặc hôm nay thật xinh.* 7 (*được dùng cho sự cất cánh từ một hàng không mẫu hạm*) hỏng, kết quả là vụ rơi máy bay 8 ngừng thứ gì đó đột ngột và hoàn toàn 9 bất tỉnh; = OUT 10 không có hoặc không thể hiện bất cứ thái độ nhiệt tình nào 11 không có sự diễn tập, luyện tập, hoặc khởi động 12 hoàn hảo; đến từng chi tiết; = BLIND • She knew the subject cold: *Cô ấy biết đối tượng đến từng chi tiết.*

cold *adverb* 1 đột nhiên; hoàn toàn 2 không thể lẩn tránh; dứt khoát; = DEAD TO RIGHTS

cold as (or **colder than**) **hell** *adjective* (biến thể: **charity** or **Kelsey's ass** or **a welldigger's ass** or **a witch's tit** có thể thay thế cho **hell**) rất lạnh • In Chicago, that December 1955, it was cold as a welldigger's ass in the Klondike: *Ở Chicago, vào tháng 12 năm 1955, trời rất lạnh tại Klondike.*

cold cash *noun* tiền thật, phân biệt với chi phiếu, lời hứa, v.v..

coldcock 1 *verb* đánh ai bất tỉnh; = KNOCK someone OUT 2 *noun* hành động đánh ai đó bất tỉnh trước khi nạn nhân có thể kháng cự

cold day in hell *noun* một thời điểm không thể xảy ra được; không bao giờ

cold deck *noun* (*từ những năm 1800*) cỗ bài bịp, thường được sắp xếp hoặc đánh dấu

cold-deck *verb* 1 đưa một cỗ bài xếp gian lận vào trong cuộc chơi 2 lợi dụng ai; đảm bảo chiến thắng của ai một cách không trung thực; = RIG, STACK THE DECK

cold-decker *noun* (*từ đầu những năm 1900*) một tay lừa đảo; bịp bợm

cold finger work *noun* hành động lấy cắp ví tiền của người đàn ông trong lúc đang quan hệ tình dục

cold fish *noun* người không thân thiện; người lãnh đạm; = ICEBERG

cold haul *verb* 1 lợi dụng; lừa bịp 2 làm điều gì một cách bất cẩn, đặc biệt là bỏ lỡ cơ hội tốt 3 (*cũng là* cold haul it) (*người da đen*) rời đi; khởi hành; = HAUL ASS

cold in hand *adjective* (*người da đen*) thiếu tiền; = BROKE

cold meat *noun* (*từ đầu những năm 1800*) xác chết; tử thi

cold-meat box *noun* (*từ đầu những năm 1800*) quan tài

cold-meat cart *noun* (*từ đầu những năm 1800*) xe tang

cold meat party *noun* đám tang hoặc việc canh người chết (trước khi đi chôn)

cold pack *noun* 1 (*quyền Anh*) cú nốc ao hoặc cú đấm nốc ao 2 (*đặc biệt những năm 1920*) một điều chắc chắn; = SURE THING, CINCH

a cold piece of work *noun* người khó đối phó

cold pricklies *noun* lời bình luận không hay và không dễ chịu; lời chỉ trích gay gắt

cold shoulder *noun* (*từ đầu những năm 1800, Anh*) sự lạnh nhạt cố ý; sự thể hiện thái độ khinh thường lạnh nhạt

cold-shoulder *verb* (*từ đầu những năm 1800, Anh*) thể hiện thái độ lạnh nhạt cố ý

cold sober *adjective* tỉnh táo; hoàn toàn không say rượu

cold turkey *verb* 1 cai nghiện hoặc từ bỏ một thói quen đột ngột mà không cần giảm từ từ theo thời gian 2 (*người điều khiển cuộc bán đấu giá*) ngừng đấu giá và bán với giá được đưa ra trước đây

cold turkey *adjective* 1 (*dùng để chỉ nỗ lực để cắt cơn nghiện*) đột ngột và hoàn toàn mà không cần ma túy hay thuốc giảm đau 2 cơ bản; tự nhiên; = HARD-CORE

cold turkey *adverb* 1 (*dùng cho việc cắt cơn nghiện*) một cách đột ngột và hoàn toàn mà không cần dùng đến ma túy hay thuốc giảm đau 2 không cảnh báo, không thương lượng, v.v..

coll *noun* (*người lang thang*) món hầm hoặc món thịt băm

collar *noun* 1 (*cảnh sát*) sự bắt giữ 2 sĩ quan cảnh sát

collar *verb* 1 túm lấy cổ áo ai; bắt giữ ai 2 hiểu; hiểu thấu cái gì; lĩnh hội

collar a hot *verb* ăn một bữa ăn

collar a nod *verb* (*người da đen*) ngủ

collar the jive *verb* hiểu và chấp thuận; = DIG

college *noun* (*thế giới ngầm xưa*) xà lim, nhà tù hoặc trại cải tạo thanh thiếu niên phạm pháp

College Joe *noun* sinh viên đại học ưu tú

collision mat *noun* (*hải quân, thế chiến II*) bánh quế hoặc bánh kếp

colly *verb* (*người da đen*) hiểu; = DIG

color-blind *adjective* 1 không thể phân biệt được tiền của mình với tiền của người khác, do đó có thể bị lừa hoặc bị trộm 2 không tạo ra những khác biệt gây tổn hại giữa các chủng tộc; không phân biệt chủng tộc

colored town *noun* khu dân cư của cộng đồng người da đen

color-struck *adjective* 1 (*người da đen*) nuôi dưỡng định kiến chống lại những người da đen có màu da sậm hơn 2 bị nhận biết rõ màu da

Combat Zone *nickname* khu vực buôn bán với nhiều tệ nạn ở Boston, tràn ngập là những cửa hàng bán dụng cụ hỗ trợ hoạt động tình dục, quán bar và những tay bán ma túy

combo *noun* 1 sự kết hợp giữa vật chất và trừu tượng 2 một ban nhạc jazz nhỏ; một nhóm nhỏ các nhạc sĩ 3 sự kết hợp của nhiều người hoặc nhiều thứ

come or **cum** *noun* 1 tinh dịch 2 bất kỳ đồ ăn sền sệt hay chất nào khác giống tinh dịch 3 sự cực khoái

come or **cum** *verb* trải qua hoặc đạt đến sự cực khoái

come a cropper *verb* 1 té mạnh bất thình lình 2 thất bại; chịu thất bại

come across *verb* 1 quan hệ tình dục sau khi lời nài nỉ đầy sức thuyết phục được chấp thuận; đồng ý quan hệ tình dục 2 đồng ý trở thành "tay trong" (mật thám) 3 đưa hoặc giao cái gì; tiết lộ thông tin 4 gây ấn tượng với ai

come again *verb* lặp lại điều gì; = RUN something BY AGAIN [gần như luôn là một lời yêu cầu, hoặc sự bày tỏ thái độ thiếu tin tưởng về những gì ai đó đã nghe]

come again? *interrogation* Bạn có vui lòng nói lại những gì bạn vừa nói hoặc đề cập đến không?

come apart at the seams *verb* mất đi sự tự tin và năng lực vốn có

comeback *noun* 1 sự trả thù 2 sự lấy lại thành công, danh tiếng, sức khỏe, v.v.. 3 sự trả miếng nhanh và dí dỏm; lời đáp trả nhanh 4 (*người bán hàng*) khách hàng trả lại hàng; việc trả lại 5 sự trả lời một cuộc điện thoại

come back *verb* lấy lại được thành công, danh tiếng, sức khỏe, v.v..

come clean (with someone**)(about** something**)** *verb* thú nhận; thừa nhận với ai về điều gì

comedown *noun* 1 người hoặc vật hoặc sự kiện làm mình nản lòng, suy sụp 2 sự thất vọng; sự chán nản 3 sự giáng cấp địa vị của ai; sự mất uy tín 4 = LETDOWN 5 (*ma túy*) sự kết thúc của trải nghiệm phê ma túy

come down *verb* 1 (*ma túy*) trải nghiệm cảm giác dễ chịu khi say ma túy; bắt đầu hồi phục khỏi tác dụng của rượu hoặc ma túy 2 đến nhà tù 3 xảy ra • Hey, man! What's coming down?: *Này, anh bạn! Chuyện gì xảy ra vậy?*

come down hard *verb* thoát khỏi thời kỳ sử dụng ma túy rất nghiêm trọng

come down hard on someone *verb* trách mắng ai; trừng phạt ai rất nghiêm khắc; = CLAMP DOWN

come down like trained pigs *verb* (*đua ngựa*) kết thúc cuộc đua hệt như đã dự đoán

come down the pike *verb* xuất hiện; xuất hiện trên màn ảnh

come from *verb* phát ra từ, bắt nguồn từ; chỉ ra luận lý triết học cơ bản cho một mệnh đề hoặc một hành động

come hell or high water *adverb* dù có chuyện gì xảy ra đi nữa; trong bất cứ tình huống nào

come-hither *adjective* hấp dẫn; quyến rũ

come-hither look *noun* một cái nhìn hoặc một cái liếc mắt quyến rũ và cám dỗ [thường được thực hiện bởi phụ nữ]

come hot *verb* (*trong việc lừa đảo dựa trên sự tin cậy*) hoàn thành xong việc lừa đảo mà nạn nhân hiểu ngay là mình đã bị mắc bẫy

come-in *noun* 1 (*xiếc*) khoảng thời gian trước giờ diễn khách mời có thể vào rạp 2 (*xiếc*) hàng người đứng đợi mua vé

come off *verb* 1 đạt cực khoái; xuất tinh 2 thành công

come off something *verb* ngừng làm hoặc nói gì đó ngay lập tức [thường là một mệnh lệnh giận dữ]

come off it! *exclam.* 1 (cũng là *get off it!*) ngừng hành động ngạo mạn đi! 2 hãy từ bỏ quan điểm sai lầm của bạn đi!

come off one's **perch** *verb* ngừng cư xử theo kiểu bề trên hoặc ngạo mạn; = GET OFF one's HIGH HORSE

come-on *noun* 1 tiếp viên xinh đẹp dụ khách mua bia ở quầy bar 2 một lời mời gọi, thường không nói ra và liên quan đến tình dục; lời cám dỗ tình dục 3 mồi nhử

come on *verb* 1 hành động; bộc lộ như 2 thể hiện sự thích thú với tình dục 3 (*ma túy*) bắt đầu có tác dụng 4 bắt đầu trình diễn hay 5 (*đua ngựa*) tăng tốc

Come on! or **come on!** *exclam.* 1 thán từ thể hiện sự thiếu tin tưởng, không chấp nhận, yêu cầu, v.v. (đi đi!; cố lên!; cứ việc!; cứ thử đi! ta thách đấy!..) • Come on, Arnold, don't give me that shit!: *Thôi nào, Arnold, đừng cho tôi cái thứ tào lao đó!* 2 Anh sai rồi!; Anh nhầm rồi!

come on like gangbusters *verb* trông có vẻ hung hăng; gây ấn tượng ban đầu rất xông xáo và quyết đoán với mọi người; bắt đầu hoặc tiếp tục một cách mạnh mẽ

come on snake, let's rattle! khiêu vũ nào!; cùng nhảy nào!

come on strong or **come on like gangbusters** *verb* 1 (*đua ngựa*) tăng tốc một cách đều đặn và nhanh trong cuộc đua 2 trở nên dữ dội và quả quyết

come on to someone *verb* 1 tán tỉnh ai 2 cố gắng làm cho ai phản ứng lại một cách lãng mạn hoặc lôi cuốn 3 bắt đầu trở nên thân thiện

come on worm, let's wiggle! khiêu vũ nào!; cùng nhảy nào!

come out *verb* 1 công khai việc mình là đồng tính; = COME OUT OF THE CLOSET 2 kết thúc; dẫn đến kết quả là 3 bày tỏ ý định của mình; đưa ra quan điểm

come out ahead (or **on top**) *verb* 1 thắng 2 kết thúc với lợi nhuận; kết thúc với một ít lợi ích

come out in the wash *verb* lộ ra cuối cùng; lòi ra ánh sáng với thời gian

come out of the closet *verb* 1 tuyên bố công khai là một người đồng tính; ngừng che dấu sự đồng tính của người nào đó; = COME OUT 2 tiết lộ hoặc thừa nhận sự nhận thức tội lỗi cá nhân, quan điểm chính trị, v.v..

come out on top *verb* kết thúc tốt hơn; chiến thắng

come out the side of your neck *verb* nói năng ngu xuẩn

come-queen *verb* người kích thích dương vật bằng miệng

comer *noun* 1 viễn cảnh tương lai đầy hứa hẹn 2 người có tương lai tốt đẹp; người rất có triển vọng

come through *verb* 1 thành công như dự kiến và mong muốn 2 đương đầu thành công với các nguy hiểm và rắc rối; vượt qua nghịch cảnh 3 = COME ACROSS

come to a screeching halt *verb* chấm dứt một cách đột ngột và lập tức

come unglued (or **unstuck** or **unwrapped**) *verb* vượt ngoài tầm kiểm soát; trở nên hỗn loạn

come up for air *verb* tạm dừng để nghỉ ngơi

comeuppance or **come-uppings** *noun* (*từ giữa những năm 1800*) sự trừng phạt đích đáng

come up smelling like a rose (or **with the five-dollar gold piece**) *verb*

come up to the wire có vận may đặc biệt

come up to the wire *verb* gần hoàn thành; gần kết thúc

come within an ace *verb* tiến rất sát việc gì; chỉ một chút nữa; suýt nữa

comfy *adjective* thoải mái; dễ chịu

comic *noun* 1 diễn viên hài, đặc biệt là người diễn solo trong các câu lạc bộ, v.v. 2 truyện tranh hoặc chuỗi truyện tranh

comma-counter *noun* người thông thái dỏm; người mô phạm; người biên tập bản sao chép chi li; người chú ý đến những chi tiết nhỏ nhặt

commando *noun* (*sinh viên, thế chiến II, quân đội*) người cư xử thô bạo và quá hăm hở trong tình dục

commercial *noun* 1 bất kỳ sự xác nhận hoặc giới thiệu nào 2 (*nhạc sĩ nhạc jazz*) bản nhạc được chơi theo yêu cầu của khán giả

commercial *adjective* (*từ nhạc sĩ nhạc jazz*) được thiết kế để khán giả chấp nhận rộng rãi

commie or **Commie** or **Commy** *noun* người Cộng sản, nghĩa đen hoặc tương đương

commo¹ *noun* (*nhà tù*) đồ ăn, thuốc lá, v.v.. từ kho lương thực của nhà tù

commo² *noun* cuộc bạo động

commo³ *noun* 1 (*quân đội*) sự liên lạc 2 *modifier:* a commo platoon: một trung đội liên lạc

commo wire *noun* dây điện dùng trong diện rộng

commode-hugging drunk *adjective* say mèm; say xỉn và nôn mửa

communist *noun* (*quân đội*) bất kỳ kẻ đáng khinh nào; = BASTARD

community chest *noun* cô gái luôn sẵn sàng quan hệ tình dục

commy *noun* một hòn bi thủy tinh rẻ tiền

comp *noun* 1 vé mời; = ANNIE OAKLEY 2 khách mời ở nhà hàng, casino, câu lạc bộ, v.v. 3 sự ưu đãi dành cho khách hàng thân thuộc; khách quý 4 món quà miễn phí cho khách hàng hoặc khách mời

comp *verb* 1 phát hành thứ gì đó trên cơ sở để biếu, tặng, miễn phí cho ai 2 đệm nhạc cho ai

the Company *noun* (*hoạt động tình báo*) Cục tình báo trung ương Mỹ

company man *noun* (*công đoàn*) người luôn đứng về phía chủ; người tận tụy với quyền lợi của ông chủ, từ quan điểm của những thành viên của công đoàn

comp list *noun* danh sách tên những người được miễn vé/miễn tiền khi đến dự được dán ở trước cửa một câu lạc bộ hoặc phòng hòa nhạc

compo *noun* loại giày rẻ tiền được dán hoặc dùng đinh vít lại với nhau hơn là khâu

comps *noun* (*sinh viên*) bài thi tổng quát ở trường đại học

con *noun* 1 tù nhân hoặc người đã mãn hạn tù 2 hội nghị; sự triệu tập 3 một kế hoạch lừa đảo; trò lừa đảo; = SCAM 4 một kiểu thuyết phục không trung thực; = PUT-ON

con *verb* 1 lừa đảo một ai dựa vào mối quan hệ thân thiết; lừa ai bằng một công việc kinh doanh phạm tội 2 thuyết phục một cách không trung thực

conchy or **conchie** *noun* (*thế chiến II, Anh*) người từ chối nhập ngũ

condo *noun* căn hộ, tòa nhà, chung cư, v.v.

conehead *noun* 1 người trí thức; = POINTY HEAD 2 kẻ ngu ngốc; kẻ đần độn và vụng về

cones *noun* bộ ngực; bộ ngực phụ nữ

Coney Island *noun* 1 (*thế giới ngầm xưa*) phòng thẩm vấn ở đồn cảnh sát 2 xe đẩy thức ăn 3 một cái xúc xích lớn 4 một ly bia với nhiều bọt

Coney Island whitefish *noun* bao cao su đã sử dụng

confab 1 *noun* (*từ đầu những năm 1900*) cuộc nói chuyện; cuộc thảo luận 2 *verb* Let's confab a bit about that idea: *Chúng ta hãy thảo luận một chút về ý tưởng đó.*

confisticate *verb* tịch thu; sung công

confuckulated *adjective* lộn xộn và rối tung

con game *noun* 1 trò lừa đảo; = SCAM 2 một công việc dễ dàng; địa vị ngồi mát ăn bát vàng

congrats *noun* những lời chúc mừng [viết tắt của "*congratulations*"]

con job *noun* một hành động lừa gạt

conk or **konk** *verb* 1 duỗi tóc qua rất nhiều công đoạn 2 giết ai 3 đánh; đấm (đặc biệt ở đầu) 4 đánh bại hoàn toàn; = CLOBBER

conk or **konk** *noun* 1 cái đầu 2 kiểu tóc duỗi; quá trình duỗi tóc; sự chuẩn bị thuốc cần thiết

conkbuster or **konk-buster** *noun* 1 rượu uýt-ki mạnh nhưng kém chất lượng và rẻ tiền 2 câu hỏi hoặc vấn đề khó trả lời; vấn đề khó khăn 3 người trí thức

conked *adjective* (*nói về tóc*) được duỗi thẳng bằng cách dùng dung dịch kiềm hoặc hóa chất khác

conk off *verb* 1 ngủ thiếp đi; đi ngủ; ngủ 2 ngừng làm việc; nghỉ ngơi khi mà lẽ ra nên làm việc; = GOOF OFF

conkout *noun* một trường hợp kiệt sức đột ngột

conk out or **konk out** or **clonk out** *verb* 1 ngủ gục; bất tỉnh; ngừng hoạt động 2 hỏng; ngừng hoạt động 3 đi ngủ; = CONK OFF 4 mất năng lượng và tinh thần đột ngột; trở nên kiệt sức đột ngột 5 chết

con man (or **artist**) *noun* 1 kẻ lừa đảo 2 người giỏi thuyết phục, đặc biệt là thuyết phục không trung thực hoặc vì lợi ích cá nhân 3 người sống cuộc sống lười biếng; kẻ ăn không ngồi rồi

connect *noun* đường dây buôn lậu; kẻ buôn bán ma túy

connect *verb* 1 đánh rất mạnh 2 (*ma túy*) mua ma túy hoặc hàng lậu khác 3 hòa thuận với; có quan hệ với 4 chinh phục tình dục

connection *noun* (*ma túy*) kẻ bán ma túy; vụ mua bán ma túy; = PUSHER

Connie's army *noun* đội thuyền nhỏ chở cổ động viên của chiếc thuyền buồm đua *Constellation* trong mùa giải đua thuyền buồm Mỹ 1962

conniption (fit) *noun* cơn giận dữ bùng lên; sự giận sôi người lên

constructed *adjective* có cơ thể hấp dẫn; = STACKED

contact *noun* nguồn cung cấp đáng tin cậy, đặc biệt là ma túy

contract *noun* 1 lời yêu cầu giết ai hoặc phần thưởng nếu giết được đối tượng 2 việc chuẩn bị giết ai bởi một sát thủ chuyên nghiệp 3 (*cảnh sát*) bất kỳ thỏa thuận bất hợp pháp hoặc phi đạo đức nào 4 lời hứa của viên cảnh sát sẽ giúp đồng nghiệp nào đó

conversation piece *noun* điều gì khác thường hoặc kỳ lạ, đặc biệt trong sự trang trí một căn phòng, mà ít nhất có thể là đề tài bàn luận

conversation pit *noun* khu vực lõm trên sàn của phòng khách nơi mọi người có thể tụ tập để tán gẫu

convict *noun* (*xiếc*) ngựa vằn

con wise *adjective* rất tinh vi, tinh xảo, thủ đoạn theo những cách đã được học ở trong tù

cooch *noun* 1 bất kỳ điệu nhảy bắt chước hay khêu gợi nào; = HOOTCHIE-COOTCHIE 2 âm đạo; quan hệ tình dục với phụ nữ 3 người phụ nữ luôn muốn quan hệ tình dục

cook *noun* nhạc công chơi nhạc với cảm xúc và năng lượng tràn trề

cook *verb* 1 làm rất tốt; trội hơn, gây hứng thú cho người khác 2 thi hành án ai bằng ghế điện; bị tử hình trên ghế điện; = FRY 3 đau khổ và run rẩy trong khi đang đợi kết quả nào đó 4 xảy ra;

cookbook diễn ra 5 làm giả; can thiệp vào [chủ yếu dùng ở Anh]

cookbook *noun* (*sinh viên*) tài liệu hướng dẫn của phòng thí nghiệm hóa học

cookbook *adjective* thường lệ; máy móc; không sáng tạo

cooked *adjective* 1 bị phá hủy; bị đánh bại một cách vô vọng; = FINISHED 2 gặp rắc rối 3 say rượu hoặc say ma túy

cooked up *adjective* được trù tính trước; có tính toán trước; không trung thực

cook someone's goose *verb* 1 làm trở ngại hoặc phá hoại kế hoạch của ai 2 hủy hoại ai; khử ai; = FINISH [rất thường ở dạng bị động, "*our goose is cooked*"]

cookie or **cookey** *noun* 1 một người; = GAL, GUY 2 một phụ nữ trẻ hấp dẫn 3 (cũng là *cookies*) (*người da đen*) bộ phận sinh dục của phụ nữ; âm hộ 4 tiền thưởng; tiền đút lót; tiền 5 (cũng là *cookee*) (*đội thương thuyền trên biển, thợ đốn gỗ và cao bồi, từ giữa những năm 1800*) đầu bếp hoặc người giúp việc của đầu bếp 6 (*bóng chày*) cú đánh làm cho người người đánh chạm được góc thứ nhất 7 khối/cục máu đông chảy qua các động mạch

cookie cutter or **cooky cutter** *noun* 1 (*lễ hội hoặc xiếc*) huy hiệu của cảnh sát 2 một người yếu ớt và không đáng chú ý 3 vũ khí không tương xứng, đặc biệt là dao 4 *modifier:* (cũng là *cookie-cut*) được chuẩn hóa; rập khuôn • I'd never want to read that kind of cookie-cut magazine: *Tôi không bao giờ muốn đọc loại tạp chí rập khuôn đó.*

cookie pusher or **cooky pusher** *noun* 1 kẻ nịnh bợ; kẻ tâng bốc người khác vì động cơ cá nhân; = APPLEPOLISHER, BROWNNOSE 2 người lười biếng rảnh việc 3 người yếu ớt và không đáng chú ý; = WIMP 4 một công chức nhà nước, đặc biệt ở Bộ ngoại giao

Cook's tour *noun* sự quan sát hoàn chỉnh và chi tiết, đặc biệt khi được xem là quá mức [từ đại lý du lịch của Anh *Thomas Cook and Sons*]

cook the books *verb* làm giả hoặc gian lận sổ sách, đặc biệt là sổ sách kế toán

cook up *verb* 1 pha chế; thêu dệt; làm giả thứ gì đó 2 nghĩ ra; bịa ra; = HOKE UP

cook with gas *verb* tiến hành thành công, đặc biệt là sau một quãng thời gian thất bại; làm gì đó rất tốt; làm hoàn toàn đúng • They go to town cooking with gas: *Bọn họ cuối cùng đã đến được phố.*

cook with gas (or **on the front burner**) *verb* trình diễn rất đáng khen; = GROOVE

cool *noun* 1 sự tự chủ; sự điềm tĩnh; danh tính; danh hiệu 2 sự ngừng bắn giữa những băng nhóm 3 thái độ xa rời, cách biệt 4 (*nhạc sĩ nhạc jazz*) nhạc jazz được tạo ra bởi những tông nhẹ, sự ngẫu hứng dựa trên những mở rộng hợp âm cao cấp, và sự sửa lại của những cách biểu diễn nhạc jazz cổ điển cụ thể

cool *verb* 1 làm hài lòng; làm dễ chịu 2 bình tĩnh lại; dịu đi; trở nên vô hại hơn 3 ngồi không 4 giết hoặc làm ai đó bất động 5 chết; trở nên lạnh sau khi chết 6 trì hoãn; chờ những sự phát triển

cool *adjective* 1 không nao núng; điềm tĩnh; bình thản; thoải mái 2 hợp thời trang; cuốn hút 3 chấp nhận được; dễ chịu; dễ thương; hấp dẫn; đáng thèm khát; = COPACETIC 4 tốt; xuất sắc; tuyệt vời 5 dùng để nhấn mạnh một số tiền; không ít hơn; không kém • She earns a cool million each year: *Mỗi năm cô ta kiếm được không dưới một triệu.* 6 về âm nhạc, êm ái; nhịp nhàng 7 xa rời; cách biệt; = BEAT, HIP

cool (or **calm**) **as a Christian with aces wired** *adj.* tự tin; tin chắc

cool, calm, and collected *adjective* điềm tĩnh; không nao núng

cool cat *noun* người điềm tĩnh, thường là đàn ông

cool car *noun* xe mà những tên cướp dùng để tẩu thoát sau khi để lại hiện trường một chiếc xe khác

cool down *verb* bình tĩnh lại

cooled-out *adjective* điềm tĩnh; không nao núng; thoải mái

the cooler *noun* 1 nhà tù hay trại giam; = the SLAMMER 2 phòng biệt giam của quân đội; đơn vị bị biệt lập 3 bệnh viện; bệnh xá 4 nhà xác 5 bộ phận giảm thanh gắn vào súng ngắn

cool hand *noun* người không dễ dàng bị lúng túng

cool one's heels *verb* nghỉ ngơi; đứng chờ mỏi gối; đợi

cool it *verb* 1 nghỉ ngơi; thư giãn; làm dịu bớt; bình tĩnh lại; nới lỏng (dây) 2 giảm nhịp độ của ai; ngừng hăng hái; chậm lại 3 ngừng những gì đang làm, đặc biệt những gì gây phiền toái cho người nói

Cool it! *exclam.* Bình tĩnh lại nào! • Come on, cool it, man!: *Thôi nào, hãy bình tĩnh lại đi, anh bạn!*

cool it back *verb* trở nên điềm tĩnh khi phải chịu áp lực

cool one's jets *verb* bình tĩnh; thôi làm áp lực

cool off *verb* 1 bình tĩnh trở lại; dịu đi 2 giết ai • Bruno had orders to cool off Max: *Bruno được lệnh giết Max.*

cool-out *noun* thiết bị hay chiến lược nhằm để xoa dịu ai, đặc biệt để làm dịu những nỗi sợ chính đáng

cool out *verb* 1 (*dùng trong vụ lừa đảo hoặc kẻ mách nước trong cá độ đưa ra những chỉ dẫn sai*) an ủi người cá độ thua cuộc 2 bình tĩnh lại; thư giãn; = COOL IT 3 (*đua ngựa*) dẫn ngựa đi bộ sau cuộc đua để làm nó dịu lại dần dần

cool someone out *verb* 1 dỗ dành ai; xoa dịu và an ủi ai; làm dịu những nỗi sợ hoặc sự giận dữ của ai 2 giết ai 3 thư giãn; trở nên bình tĩnh; làm dịu đi

coolth *noun* hơi hoặc khí lạnh

coolville or **Coolville** *noun* (cũng là *coolsville or Cools-ville*) sự xuất sắc; sự ưu tú

coon *noun* (*từ giữa những năm 1800*) người da đen

coon bottom *noun* vùng nghèo khó của thị trấn, đặc biệt là nơi người da đen nghèo sinh sống

Coon Town *noun* vùng dân cư với nhiều gia đình người da đen

coop *noun* 1 nhà hoặc căn hộ chung cư, thường nơi ở rất tồi tàn 2 đồn cảnh sát 3 nơi để cảnh sát ngủ hoặc nghỉ ngơi trong ca trực của họ 4 xe hơi hai chỗ ngồi

coop *verb* (*cảnh sát*) ngủ hay nghỉ giải lao trong lúc đang làm việc, đặc biệt trong xe cảnh sát

co-op or **coop** *noun* 1 tòa nhà căn hộ chung cư, cửa hàng hợp tác xã, v.v.. 2 *modifier:* coop apartment complex: *khu liên hợp căn hộ chung cư*

co-op or **coop** *verb* chuyển đổi một căn hộ hoặc tòa nhà từ cho thuê thành đơn vị hợp tác xã

coop-happy *adjective* (*nhà tù*) = STIR-CRAZY

coot *noun* (*từ cuối những năm 1700*) người khờ khạo vô hại, thường là người đã lớn tuổi

cootie *noun* (*đặc biệt quân đội, thế chiến II, Anh*) chấy rận trên người

cootie catcher *noun* mẩu giấy xếp được điều khiển bằng ngón tay, trẻ em hay dùng để tiên đoán hoặc dùng để giả vờ bắt chấy rận trên bọn trẻ khác

cooties *noun* một dạng triệu chứng tưởng tượng mình mắc bệnh có thể bị lây nhiễm cho người khác nếu tiếp xúc gần, dù vẫn có những dấu hiệu bệnh tương tự (đối với người nghĩ mình mắc bệnh)

cooz *noun* (biến thể: **cooze** or **coozie** or **cou** or **couzy** or **cuzzy**) 1 một phụ nữ 2 âm hộ 3 cơ quan sinh dục nữ 3 người đàn bà chung

coozie stash *noun* hàng lậu, đặc biệt là ma túy giấu ở âm đạo

cop *noun* 1 sĩ quan cảnh sát 2 lời bào chữa trong một phiên tòa xử tội 3 (*lễ hội*) giải thưởng nhỏ trong một trò chơi giảm giá 4 sự thắng cuộc (ván bài) 5 tên trộm • They pulled the cop in broad daylight: *Họ bắt tên trộm giữa ban ngày.* 6 sự bắt giữ

cop *verb* 1 đặt được, lấy hoặc mua thứ gì, đặc biệt là ma túy 2 quyến rũ ai; quan hệ tình dục với ai 3 tố cáo; phản bội ai 4 (*dùng chỉ thủ đoạn lừa đảo trong những trò chơi ở lễ hội*) ngừng hoạt động, cho phép người chơi thắng 5 lấy hoặc ăn trộm cái gì 6 bắt giữ ai 7 thắng; được thưởng 8 hiểu; lĩnh hội

copacetic *adjective* (biến thể: **copasetic** or **kopasetic** or **kopesetic** or **kopasetee** or **kopesetee**) 1 tốt, tuyệt; an toàn; thu hút; hấp dẫn 2 tán thành; vừa ý, hài lòng; khá thỏa mãn; = COOL, OK

cop a (or **someone's**) **cherry** *verb* phá trinh ai

cop a feel *verb* sờ mó hoặc vuốt ve cơ thể ai, đặc biệt các cơ quan sinh dục, thường theo kiểu tinh ranh hoặc có vẻ vô tình

cop a heel (or **a mop**) *verb* 1 rời khỏi; bỏ chạy; bỏ trốn 2 (*thế giới ngầm xưa*) vượt ngục hoặc trốn tránh pháp luật

cop an attitude *verb* tỏ thái độ tiêu cực hoặc phản đối về vấn đề gì

cop and heel *noun* 1 (*thế giới ngầm xưa*) sự vượt ngục hoặc trốn tránh pháp luật; = GETAWAY 2 = CLOSE CALL

cop a plea *verb* 1 bào chữa cho tội trạng của mình 2 nhận tội để được khoan hồng

cop a squat *verb* ngồi xuống • Cop a squat and crack a tube: *Ngồi xuống và mở một lon bia đi.*

copeck *noun* (*từ đầu những năm 1900*) đồng đô-la bạc

cop-heat *noun* hoạt động cảnh sát

cop house or **cop factory** *noun* đồn cảnh sát; trạm cảnh sát

copilot *noun* (*tài xế xe tải*) viên amphetamine được uống để duy trì sự tỉnh táo

cop (or **buy**) **it** *verb* (*từ thế chiến I*) chết, đặc biệt bị giết trong chiến đấu hoặc khác

cop-killer *noun* một viên đạn có thể xuyên áo chống đạn

cop onto *something verb* hiểu rõ hoặc trở nên có ý thức về điều gì

cop-out *noun* 1 sự thỏa hiệp một cách quyết liệt về nguyên tắc 2 sự lẩn tránh; lời bào chữa vụng về

cop out *verb* 1 tránh việc gì bằng cách cáo lỗi; quay lại chuyện của mình 2 thú nhận; biện hộ cho tội lỗi 3 đầu hàng; bỏ cuộc; rút lui vì sợ 4 bị bắt 5 = COP A PLEA 6 (*đặc biệt phong trào phản văn hóa những năm 1960*) tránh rắc rối và trách nhiệm; né tránh vấn đề

copped *adjective* bị bắt

copper[1] *noun* 1 nhân viên cảnh sát 2 tiền 3 (*thế giới ngầm*) kẻ chỉ điểm; = STOOL PIGEON 4 (*thế giới ngầm*) thời gian được giảm khỏi án tù nhờ hành vi tốt hoặc vì đã chỉ điểm đồng bọn

copper[2] *verb* làm cảnh • My old man coppered for thirty years: *Bố tôi đã làm cảnh sát 30 năm.*

copper[3] *verb* (*súc sắc*) cược lần đổ này sẽ thua

copper a tip *verb* (*cờ bạc*) đặt cược trước một linh cảm hoặc lời khuyên tốt

copper-bottomed *adjective* đích thực; xác thực

copper chopper *noun* máy bay trực thăng của cảnh sát

copper-hearted *adjective* (*thế giới ngầm*) có thể là kẻ chỉ điểm; không đáng tin cậy

copper-on copper-off *noun* (*cờ bạc*) một hệ thống nơi bạn có thể cược hoặc không

coppish or **capeesh** *question* 1 question: bạn hiểu chưa? 2 affirmation: tôi hiểu [từ phương ngữ Ý *capito* nghĩa là "tôi hiểu"]

cop shop *noun* đồn cảnh sát; trạm cảnh sát

cop-stop *verb* (*lời nói của cảnh sát*) chặn ai lại để hỏi

a copy *noun* một cái; một chiếc (chẳng hạn như một món hàng)

copy *verb* hiểu được những điều đã nói

copycat *noun* 1 (*từ cuối những năm 1800*) kẻ bắt chước 2 *modifier*: copycat crime: *tội phạm bắt chước*

copycat crime *noun* một tên tội phạm thích bắt chước tên tội phạm khác, đặc biệt là người đã nổi tiếng

copy the mail *verb* (*băng tầng nghiệp dư*) nghe lưu lượng radio; giám sát

cop Zs (or **some Zs**) *verb* (biến thể: **bag** or **catch** or **cut** or **get** or **pile up** or **stack** có thể thay thế **cop**) (*người da đen*) chợp mắt; ngủ; = SNOOZE

core dump *verb* 1 (*máy tính*) làm trống bộ nhớ trung tâm của máy tính 2 (*máy tính*) tự giải thích đầy đủ

corked *adjective* (*từ đầu những năm 1900*) say rượu

corker *noun* (*từ đầu những năm 1900*) ai hoặc thứ gì đó hay, vui hoặc thú vị và tuyệt vời; = HUMDINGER, PISS-CUTTER

corking 1 *adv* cực kỳ; rất 2 *adj* xuất sắc; tuyệt vời

corking mat *noun* (*hải quân, thế chiến II*) túi ngủ hoặc nệm ngủ

cork off *verb* ngủ; đi ngủ; = CAULK OFF

cork opera *noun* một chương trình hát rong

corksacking *adjective* đáng ghét; trụy lạc; = COCK-SUCKING

corkscrewed (**up**) *adjective* dũng cảm vì có rượu vào; vì rượu mà trở nên can đảm

corn *noun* 1 vật/ thứ chứa chan tình cảm 2 tình cảm; người ủy mị; âm nhạc ủy mị 3 rượu uýt-ki ngô; rượu lậu 4 vết thẹo lớn do chích ma túy thường xuyên 5 tiền 6 nhạc, thơ, v.v.. khẳng định những giá trị hủ lậu; = SCHMALTZ

cornball *noun* người cổ hũ; người ngốc nghếch, chất phác

cornball *adjective* rập khuôn; cổ hũ; ngốc nghếch; chất phác; ủy mị sướt mướt

corned *adjective* say rượu

corner *noun* 1 nhóm bạn tù 2 băng nhóm toàn thanh thiếu niên 3 khu biệt giam 4 một nơi đặc biệt của ai

corner *verb* rẽ hoặc quẹo trên đường

corn-fed *adjective* 1 giản dị; đơn giản; chất phác; quê mùa 2 ngây thơ và ủy mị; = CORNY

cornfield meet *noun* (*đường sắt*) sự va chạm trực diện của các tàu lửa

cornhole *noun* 1 hậu môn 2 cú thọc mạnh vào hậu môn

cornhole *verb* 1 đóng vai trò chủ động khi quan hệ ở hậu môn; = BUGGER, BUNGHOLE 2 chọc vào hậu môn của ai

corn juice (or **mule**) *noun* (*từ giữa những năm 1800*) rượu uýt-ki ngô; rượu lậu

corn shucks *noun* thuốc lá

corn willie (or **bill**) *noun* (*quân đội, thế chiến I*) thịt bò muối

corny *adjective* 1 ủy mị; đa cảm; nhảm 2 đùa bỡn ngớ ngẩn; chất phát

corporal's guard *noun* một nhóm rất nhỏ

corpse *verb* (*sân khấu*) gây lúng túng cho bạn diễn bằng việc quên lời thoại và không thể đưa ra gợi ý

corral *verb* tìm; thu thập

cosh 1 *noun* (*chủ yếu ở Anh cuối những năm 1800*) dùi cui 2 *verb* đánh bằng dùi cui

cosmic *adjective* xuất sắc; tuyệt vời; có tác động mạnh

cosmo *noun* chất lượng đáng khâm phục của các thành phố; thành phố quốc tế; chủ nghĩa thế giới

cotton-chopper *noun* dùng để chỉ người có giọng miền Nam

cotton mouth *noun* sự khô miệng do dư vị khó chịu sau khi dùng thức uống có nồng độ cồn cao, dùng ma túy hay cần sa, sợ hãi, v.v..

cotton-picking or **cotton-pickin'** *adjective* 1 tồi xấu; hèn hạ; đáng khinh; đáng tởm; = DAMMED 2 vô dụng, vô lại; chết tiệt, đáng nguyền rủa

cotton to *verb* (*từ cuối những năm 1700, Anh*) chấp nhận; thích; đánh giá cao

couch case *noun* một người rối loạn cảm xúc

couch-doctor *noun* nhà tâm thần học; nhà phân tâm học; = SHRINK

couch potato *noun* người lười biếng suốt ngày chỉ ngồi xem ti-vi

Cough it up! *interj* đưa cái gì – điển hình là tiền – cho ai đó, đặc biệt nếu được làm một cách miễn cưỡng

cough something up *verb* đưa lại cái gì mà ai đó yêu cầu, thường là tiền

cough syrup *noun* 1 (*những năm 1920, thế giới ngầm*) tiền hối lộ để ai im lặng 2 tiền thưởng cho người báo tin (cho cảnh sát)

cough up *verb* 1 (*từ cuối những năm 1800*) trả tiền hoặc đưa hàng, đặc biệt với sự lưỡng lự nào đó 2 (*từ những năm 1300*) kể hoặc thuật lại, đặc biệt dưới sự thẩm vấn

could be *sentence* có thể • Is he still alive? Could be: *Ông ta vẫn còn sống à? Có thể.*

could not (or **could**) **care less** *verb* không quan tâm

countdown *noun* sự đếm ngược thời gian, đặc biệt tính bằng giây, để bắt đầu một sự kiện nào đó

country *adjective* 1 rất giỏi; đáng tin cậy 2 chất phác; ngây thơ; có tính thôn quê; không mang tầm thế giới

a country mile *noun* một quãng đường rất dài

count ties *verb* (*người lang thang*) đi theo đường sắt

county mounty *noun* cảnh sát tuần tra trên xa lộ; cảnh sát trưởng hạt hoặc phó cảnh sát trưởng

Coupe *noun* xe Cadillac Coupe de Ville

cousin *noun* 1 bạn; anh chàng [một hình thức xưng hô nhã nhặn] 2 người bị bịp; = MARK, PIGEON

cove *noun* (*từ Anh, những năm 1500*) anh chàng; gã; = GUY

cover *noun* 1 lệ phí vào quán bar hoặc câu lạc bộ 2 tờ tiền có giá trị lớn bọc ngoài tờ tiền có giá trị nhỏ để gây ấn tượng cho việc có một số tiền lớn 3 nhạc được người khác làm cho nổi tiếng, phổ biến; nhạc hát lại của nghệ sĩ khác 4 người giả vờ là một tay chơi bài blackjack lão luyện ở sòng bạc với hy vọng không ai phát hiện và tống cổ ra 5 (*hoạt động tình báo*) sự đội lốt; sự giả danh, thường làm giả rất công phu

cover *verb* 1 (cũng là *cover up*) bảo vệ ai với sự làm chứng của mì 2 thay thế cho ai; thay thế ai một cách tạm thời 3 chăm sóc; chăm lo, đặc biệt một cách tạm thời 4 đi 5 hoàn tất một báo cáo; cung cấp thông tin thích đáng 6 chĩa súng vào

cover one's ass (or **tail**) or **CYA** *verb* 1 cung cấp hoặc dàn xếp để có bằng chứng vô tội; nghĩ ra lý do bào chữa và chứng cớ ngoại phạm 2 *modifier:* writing long cover-your-ass memos: *viết những bản ghi nhớ dài cung cấp chứng cớ ngoại phạm*

covered wagon *noun* 1 lều dựng tạm ở trong tù để che giấu việc quan hệ tình dục 2 (*thế chiến II, hải quân*) hàng không mẫu hạm, đặc biệt là chiếc USS Langley

cover girl *noun* người mẫu của một nhiếp ảnh gia hoặc nhân vật nổi tiếng có thể xuất hiện trên trang bìa của tạp chí; một phụ nữ trẻ đẹp quyến rũ

cover story *noun* 1 (*hoạt động tình báo*) tiểu sử và bản mô tả hợp lý được đặt ra cho một nhân viên bí mật để ẩn náo 2 chứng cớ ngoại phạm; lời giải thích giả

cover the waterfront *verb* là báo cáo hoàn chỉnh của điều gì đó; là câu chuyện đầy đủ [từ tiêu đề một cuốn sách năm 1932 của Max Miller, nhà báo, phơi bày tội ác và sự trụy lạc ở khu bến tàu (waterfront)]

cover-up *noun* hành động che dấu điều gì

cow *noun* 1 kem hoặc bơ 2 thịt bò • a hunk of cow: *một khoanh thịt bò* 3 sữa, đặc biệt lon sữa đặc 4 (*những năm 1930, thế giới ngầm*) một phụ nữ trẻ 5 người phụ nữ to béo hoặc xấu xí 6 một phụ nữ, đặc biệt là phụ nữ kém thông minh có vẻ bị trù dập bởi vai trò nữ của mình

cowabunga or **cuyabunga!** 1 *interj* dùng để thể hiện niềm vui chiến thắng 2 *noun* (*người lướt sóng, từ những năm 1960, Úc*) một lời cảm thán của người lướt sóng bày tỏ sự thích thú lúc bắt đầu cưỡi sóng, thường dùng như một tiếng hét thích thú nói chung

cowabunga or **cuyabunga** *noun* sự thành công lớn trong âm nhạc

cowboy *noun* 1 người hấp tấp, bốc đồng, vô kỷ luật 2 người lái xe chạy nghiêng úp xe sai quy định; người lái xe hoặc phi công liều lĩnh 3 người đàn ông táo bạo và tự lập; người bạt mạng 4 thuật ngữ tin học, người có trí tuệ, học thức và cống hiến cho việc viết chương trình 5 lá bài K trong dãy bài đang chơi

cowboy *verb* (*thế giới ngầm*) giết chết hoặc ám sát ai một cách liều lĩnh

cowboy *adjective* hấp tấp; bốc đồng • Johnny is really cowboy: *Johnny hết sức là bốc đồng.*

cowboy coffee *noun* cà phê đen

cowboy job *noun* (*thế giới ngầm*) vụ cướp được thực hiện một cách liều lĩnh và vụng về

cow-cage *noun* (*đường sắt*) toa chở gia súc

cow college (or **tech**) *noun* trường cao đẳng nhỏ ở nông thôn, đặc biệt là trường học cấp chứng chỉ về nông nghiệp

cowflop or **cowflap** or **cowplop** *noun* 1 một đống phân bò; phân gia súc 2 chuyện vô lý; cuộc nói chuyện vớ vẩn; = BULLSHIT

cowhide *noun* bóng chày

cow pilot *noun* (*hàng không*) nữ tiếp viên hàng không

cow puncher or **cowpoke** *noun* cao bồi [từ việc dùng những cây gậy bọc kim loại để dồn gia súc lên toa tàu]

cow-simple *adjective* (*những năm 1930, thế giới ngầm*) yêu một phụ nữ hoặc phụ nữ nói chung

cozy up *verb* trở nên thân thiện quá mức với ai để được hưởng ân huệ đặc biệt

c phone *noun* điện thoại di động

crab *noun* 1 sự than phiền; lời cằn nhằn; lời kêu ca 2 người dân Annapolis, Maryland 3 sinh viên cao đẳng năm 1 4 một con rận [thường dùng số nhiều]

crab *verb* 1 phàn nàn, đặc biệt là một cách thường xuyên; cằn nhằn; = BITCH 2 làm hỏng; phá hủy 3 chôm chỉa; ăn cắp vặt

crabby *adjective* nóng nảy; cáu gắt

crabs *noun* 1 rận 2 sự lan tràn của chấy rận ở nơi công cộng

crack *noun* 1 cô-ca-in cô đặc trong suốt, dùng để hút khá hơn để hít; = COKE 2 sự nhận xét dí dỏm; câu nói đùa; = WISECRACK 3 âm đạo; khe hở giữa môi âm đạo; = CUNT 4 trường hợp, ví dụ; một mục, khoản; một cái 5 cơ hội 6 khe hở giữa mông 7 những người phụ nữ được xem như mục tiêu giao hợp và phóng thích nhục dục của đàn ông 8 sự thử (có thể thành công hoặc không); = SHOT 9 sự vui thích quá độ; sự thích thú

crack *verb* 1 bắn 2 ăn trộm bẻ khóa hay đào ngạch; mở két hoặc hầm bằng vũ lực 3 nói 4 yêu cầu điều gì 5 che giấu một bí mật; khai báo hoặc tố cáo ai 6 chọc ghẹo, chế giễu ai; sỉ nhục ai 7 bắt giữ ai 8 suy sụp và nói chuyện dưới áp lực 9 vào hoặc ra khỏi một nơi bằng vũ lực, đặc biệt vào một nơi để cướp 10 không mời mà đến một bữa tiệc; = CRASH 11 được vào một môi trường nào đó 12 giải quyết; tiết lộ bí mật của 13 (*xiếc và lễ hội*) tiết lộ; vạch trần 14 đổi tiền; = BREAK 15 (cũng là *crack up*) bị suy sụp tinh thần, bị kích động, bị phiền muộn, v.v.. 16 trao thông tin hoặc thú nhận sau khi bị thẩm vấn khắc nghiệt 17 nói chuyện; đưa ra nhận xét 18 (*người chơi bài*) trong bài bridge, gấp đôi

crack *adjective* 1 tuyệt vời 2 ưu tú; hàng đầu

crack a book (or **the books**) *verb* mở sách ra học; học

crack a smile *verb* bắt đầu mỉm cười

crackbrain *noun* kẻ ngu ngốc; kẻ đần độn

crackbrained *adjective* ngu ngốc; điên rồ; lập dị; = CRACKPOT

crackdown *noun* một trường hợp đặc biệt hoặc sự nghiêm khắc của sự trừng phạt, sự thực thi pháp luật, v.v..

crack down *verb* 1 thực thi pháp luật một cách mạnh mẽ;= CLAMP DOWN 2 thực hiện quyền nghiêm khắc vốn không thường được sử dụng

cracked *adjective* 1 điên dại; lập dị 2 ngu ngốc; đần độn

cracked out *adjective* chịu những cảm giác khi dùng cô-ca-in loại nặng

cracked up to be *adjective* được tiếng là; được nói là; được cho là; tưởng là

cracker *noun* 1 (*cuối những năm 1700*) người nông dân hoặc người da trắng nghèo miền Nam Hoa Kỳ; = REDNECK 2 cặp mông 3 đĩa của máy hát (xưa)

cracker-ass *noun* người ốm yếu; người gầy

cracker-barrel *adjective* 1 đơn giản; cơ bản 2 riêng tư; nhiều chuyện

cracker box *noun* (*quân đội*) xe cứu thương của quân đội

Crackerdom *noun* khu vực toàn những người da trắng thuộc chủ nghĩa phân biệt chủng tộc sinh sống

cracker factory *noun* bệnh viện tâm thần; = LOONEY BIN, NUT HOUSE

crackerjack or **crackajack** *noun* 1 một người hoặc một thứ nổi bật, ưu tú, tuyệt vời, v.v.. 2 *modifier*: I'm a crackerjack story teller: *Tôi là người kể chuyện tuyệt vời.*

crackerjack or **crackajack** *adjective* tuyệt; lành nghề; cần cù và siêng năng

crackers *adjective* điên; khùng; = CRACKED [chủ yếu ở Anh dùng]

crack girl *noun* cô gái hay phụ nữ nghiện cô-ca-in nặng

crackhead *noun* người nghiện cô-ca-in loại nặng

cracking 1 *adj* (*từ cuối những năm 1800, Anh*) xuất sắc; hạng nhất 2 *adv* rất • a cracking good meal: *một bữa ăn rất ngon*

crack one's jaw *verb* khoác lác; khoe khoang

crack off *verb* đưa ra những nhận xét khó chịu hoặc khoe khoang

crack out *verb* 1 vượt ngục 2 lừa lấy tiền của nạn nhân một cách nhanh chóng

crackpot *noun* người vừa lập dị, kỳ quặc vừa có vấn đề về thần kinh

crackpot *adjective* điên rồ; lập dị

crackup *noun* 1 sự suy nhược thần kinh 2 nguyên nhân gây cười 3 sự va chạm, sự va đụng, v.v..; tai nạn 4 một người hoặc một thứ rất thú vị

crack up *verb* 1 (cũng là *crack*) bị suy nhược thần kinh; bị kích động 2 làm ai cười; làm ai thích thú; cười phá lên 3 đâm sầm vào nhau (ô tô); rơi (máy bay)

crack wise *verb* đưa ra những nhận xét nhanh, dí dỏm, sắc sảo và thường mang tính ác ý

cradle *noun* (*đường sắt*) toa trần

cradle rape *noun* việc quan hệ tình dục với con gái dưới tuổi kết hôn

cradle robber or **cradle-snatcher** *noun* 1 người có quan hệ với người nhỏ tuổi hơn mình rất nhiều để thỏa mãn nhu cầu tình dục 2 người tuyển mộ tài năng thể thao chèo kéo những người rất trẻ

cram *noun* một sinh viên rất cần cù; = GRIND

cram *verb* 1 học cật lực để thi ở phút cuối cùng 2 *modifier*: a cram session: *một buổi học gạo để thi*

cramp *noun* người khó chịu

cramp someone's style *verb* 1 là một trở ngại hoặc điều gây sao lãng 2 kiềm hãm ai không để họ đạt phong độ cao nhất; ngăn ngừa ai không cho tự do hành động

crank *noun* 1 thuốc kích thích dạng bột; thuốc kích thích; = SPEED 2 người có thần kinh không ổn định; người không thể tin tưởng và không thể đoán biết trước; người đam mê một vấn đề hoặc một thú tiêu khiển nào đó 3 cai ngục thích làm khó tù nhân 4 kẻ lập dị; tên khùng; người làm phiền phức người khác với những tin nhắn ma 5 *modifier*: crank letters: *những lá thư lập dị* 6 người bẳn tính; người hay gắt gỏng

crank *verb* 1 dùng thuốc kích thích hệ thần kinh trung ương 2 chỉnh âm lượng của nhạc lên rất lớn 3 trội hơn; xuất sắc hơn

crank *adjective* giả; không thật; dởm • We had four crank calls threatening to blow up Eiffel tower: *Chúng tôi đã nhận được bốn cú điện thoại giả (dởm) dọa cho nổ tung tháp Eiffel.*

crank bug *noun* chất kích thích gây ảo giác sinh ra như là có côn trùng bò dưới da

cranked or **cranked out** or **cranked up** *adjective* 1 hưng phấn; phấn khích; háo hức hành động; = CHARGED UP, PUMPED UP 2 trở nên hưng phấn nhờ tác dụng của thuốc kích thích

cranker *noun* người dùng thuốc kích thích

crank something out *verb* sản xuất ra cái gì; làm ra rất nhiều thứ gì

crank someone up *verb* 1 làm ai bắt đầu; xúi giục ai 2 làm ai phấn khích, háo hức, sẵn sàng hành động, v.v..

crank something up *verb* 1 khởi động cái gì 2 làm điều gì bắt đầu; làm thứ gì đó hành động 3 tăng âm lượng của một thiết bị điện tử.

cranky *adjective* bực bội; dễ cáu kỉnh; hay giận dỗi

crap *noun* 1 (*từ những năm 1800, Anh*) phân; = SHIT 2 điều vô lý; chuyện vớ vẩn; = BULLSHIT 3 cần sa 4 hê-rô-in loại nhẹ, loại loãng 5 đồ tạp nhạp; hàng hóa chất lượng kém 6 sự đối xử khinh thường và xúc phạm; sự thiếu tôn trọng quá mức

crap *verb* 1 đại tiện; ỉa 2 nói dối; phóng đại; cố lừa đảo

crap *interj* thán từ bày tỏ sự thiếu tin tưởng, thất vọng, ghê tởm, từ chối, v.v..

crap around *verb* ngồi không; rảnh rỗi không làm gì; bỏ phí thời gian

crap artist *noun* kẻ lừa đảo có khả năng thuyết phục cao

crap-ass *adjective* kém chất lượng

crap course *noun* khóa học dễ ở cao đẳng

crape-hanger *noun* 1 người hay rầu rĩ; người bi quan; = KILLJOY 2 người làm dịch vụ lễ tang

craphouse *noun* 1 nhà vệ sinh; nhà xí 2 nơi dơ bẩn, khó chịu

crapoid *adjective* đáng ghét; ghê tởm; khó chịu; = CRAPPY

crapola *noun* 1 sự nói dối và cường điệu; = BULLSHIT 2 *modifier*: the latest trends in crapola entertainment: *những xu hướng mới nhất trong lĩnh vực giải trí vớ vẩn*

crap out *verb* 1 ngừng sản xuất; ngừng hoạt động 2 hoàn toàn kiệt sức; đi ngủ 3 chết 4 lẩn tránh 5 hỏng; không chạy nữa

crap paper *noun* giấy vệ sinh

crapped (out) *adjective* chết; kết thúc

crapper *noun* 1 nhà vệ sinh 2 kẻ hay nói dối và phóng đại; kẻ khoác lác; kẻ khoe khoang 3 thứ gì đáng ghét, khó chịu hoặc xấu

crapper dick noun cảnh sát tuần tra những nhà vệ sinh công cộng để kiểm tra những tình trạng quan hệ tình dục bất hợp pháp

crappy adjective 1 kém chất lượng; xấu 2 dơ bẩn vì phân; bẩn thỉu 3 tệ hại; tồi tệ; rác rưởi; thấp kém 4 rất khó chịu; đáng tởm

crap up verb 1 làm thứ gì lộn xộn, bề bộn 2 phá hỏng cái gì 3 nói chuyện với ai một cách không chân thật

crash verb 1 tham dự tiệc hoặc sự kiện xã hội dù không có giấy mời 2 đi đến nơi nào và có ý định gây án 3 ở tạm ở nơi nào; ngủ ở nơi nào đó 4 trở lại trạng thái bình thường sau khi say thuốc, trải qua cảm giác mất hết can đảm, buồn phiền trước khi say thuốc 5 (*chương trình máy tính*) hỏng hoàn toàn mà không hiện thông báo trước; không chạy đột ngột 6 đập vật gì; đánh cái gì 7 vượt ngục 8 (*xiếc hoặc lễ hội*) đổi tiền 9 luồn ống vào khí quản nạn nhân một cách nhanh chóng và khẩn cấp 10 làm việc quan trọng càng sớm càng tốt 11 ngủ; đi ngủ 12 (*máy tính*) ngừng hoạt động, dừng làm việc 13 dùng cho thiết bị điện tử, hỏng, không chạy nữa 14 (*thị trường chứng khoán*) mất một phần giá trị đáng kể trong một thời gian ngắn 15 say rượu vì uống quá độ 16 đột nhập vào một tòa nhà; vào bằng vũ lực 17 cướp một nơi, đặc biệt bằng cách phá cửa mà vào; = CRACK 18 (cũng là *crash the gate*) lên vào một bữa tiệc hoặc sự kiện khác mà không được mời hoặc không có vé 19 ngủ hoặc ở lại nơi nào một ngày, thường không được mời 20 (*ma túy*) mất ý thức do ma túy hoặc rượu 21 (*ma túy*) cảm giác trống rỗng, suy sụp, v.v.. khi trạng thái lâng lâng kết thúc; = LETDOWN

crash noun 1 tình trạng máy tính hỏng hoàn toàn 2 sự mất giá của thị trường chứng khoán 3 (*ma túy*) cảm giác trống rỗng, suy sụp, v.v.. khi trạng thái lâng lâng kết thúc; = LETDOWN 4 nơi để ngủ; chỗ ngủ

crash and burn verb 1 (*giới trẻ*) thất bại trong tình cảm, tan vỡ cuộc tình 2 (*tin học*) thiếu mất yếu tố đẹp mắt 3 thất bại một cách ngoạn mục; thất bại hoàn toàn; = BLOW IT 4 ngã gục do kiệt sức; = POOP OUT 5 tập trung vào một nhiệm vụ

crashed adjective 1 say rượu 2 bị khám xét bất ngờ, bố ráp bởi cảnh sát

crasher noun 1 con sóng lớn 2 người tham dự buổi tiệc không được mời

crash-out noun (*thế giới ngầm*) cuộc đào tẩu, vượt ngục

crash out verb (*thế giới ngầm*) vượt ngục

crash pad noun 1 một nơi để ngủ hoặc sống trong một ngày hoặc khoảng đó, đặc biệt với những người trẻ tuổi đang đi du lịch không mục đích và rẻ tiền 2 hố đất mềm hoặc cát để những loài bậc thấp rơi xuống đấy

crash progam (or **project**) noun một nỗ lực hết sức phi thường để có một kết thúc đặc biệt

crate noun 1 hộp thuốc lá 2 ô tô, xe buýt, máy bay, v.v.. , đặc biệt là loại cũ kỹ ọp ẹp 3 (*người lang thang*) nhà tù

crate of sand noun (*tài xế xe tải*) trọng lượng vận tải của xe tải chở đường

c-rats noun khẩu phần của quân đội Mỹ trong chiến tranh [cụm từ được dùng ở chiến tranh Việt Nam và dùng kể từ đó]

crawfish verb 1 tránh ai hoặc việc gì 2 từ bỏ; rút lui; = BACK OUT

crawl noun 1 (*trong lĩnh vực truyền hình và làm phim*) dòng tiêu đề chạy từ dưới lên đến hết màn hình 2 (*trong bi-da 16 bi*) cú đánh xoáy vào viên bi 3 (*những năm 1930, sinh viên*) một điệu nhảy; = HOP

crawl verb 1 đi hoặc di chuyển rất chậm 2 quan hệ tình dục với 3 (*quân đội, thế chiến I*) khiển trách nặng nề; = CHEW OUT 4 tìm kiếm ở đâu đó • *The pad had been crawled: Miếng đệm lót đang được tìm kiếm.*

crawl someone's hump verb (*cao bồi*) lăng nhục ai; = CLOBBER

crawling with someone/something adjective 1 được che đậy bởi ai hoặc cái gì; còn sống nhờ ai hoặc cái gì; được cung cấp đầy đủ bởi ai hoặc cái gì 2 lắm; nhiều; = LOUSY WITH • *He's crawling with guilt: Hắn ta đầy tội lỗi.*

crawl (or **come**) **out of the woodwork** verb xuất hiện, hiện ra, v.v.. như hoặc giống thứ gì đó rất ghê tởm [từ quan điểm rằng sâu bọ, nhện, những sinh vật có giòi, chuột, v.v.. sống ở những nơi kín đáo]

crazy noun 1 người điên; người có hành động không nhất quán và khó đoán biết; người không có lý trí; = LOONY 2 bệnh nhân tâm thần

crazy adjective 1 tuyệt; hứng thú; tột bậc; ưu tú; = COOL 2 nhiều

crazy about (or **over** or **for**) adjective rất nhiệt tình về; mê; = NUTS ABOUT • *I'm crazy about Ronnie: Tôi rất mê Ronnie.*

crazy as a loon (or **a cool** or **a bedbug**) adjective (*từ giữa những năm 1800*) điên; = NUTTY

crazy bone noun khuỷa tay

crazy doctor noun chuyên gia về tâm thần học

crazy house or **crazy-house** noun bệnh viện tâm thần

creak verb bị kiệt sức; gần như ngã quỵ

creaker noun người già hoặc một thứ cũ kỹ • *This family is full of creakers: Gia đình này toàn người già.*

cream noun vật hối lộ; của đút lót

cream verb 1 xuất tinh 2 nghĩa mở rộng, bộc lộ sự hưng phấn 3 chiến thắng ai một cách thuyết phục 4 giết ai 5 đụng vật gì hay đánh ai 6 giao hợp với ai, thường là phụ nữ 7 lừa hoặc lấy của ai cái gì, đặc biệt bằng mồm mép lanh lợi 8 (*đặc biệt sinh viên*) làm rất tốt; vượt qua; = CLOBBER 9 được kích thích về mặt tình dục, đặc biệt đến mức tiết ra chất dịch, dù là tinh dịch hay chất nhờn

cream noun 1 tiền • *I need cream so badly: Tôi rất cần tiền.* 2 tinh dịch 3 chất được tiết ra từ âm đạo

creamie noun hòn bi trắng hoặc trong suốt

cream (in) one's pants verb xuất tinh ra quần vì hưng phấn quá mức

cream one's jeans (or **silkies**) verb bị kích thích về mặt tình dục; tiết ra chất nhờn

cream puff noun 1 người yếu đuối; người đàn ông nhút nhát; = SISSY, WIMP 2 mục tiêu hoặc con mồi dễ tiếp cận 3 chiếc ô tô đã qua sử dụng nhưng vẫn còn rất tốt

cream-puff hitter noun (*bóng chày*) một người đánh bóng yếu

cream up verb thực hiện một cách hoàn hảo

creamy adjective gợi tình

creased adjective kiệt sức; mệt lử • *What a day, I am totally creased: Thật là một ngày, tôi hoàn toàn kiệt sức.*

creative accounting noun sổ sách kế toán giả mạo hoặc đáng ngờ; sự làm giả báo cáo tài chính

creep noun 1 (*từ những năm 1930, sinh viên*) người đáng ghét; = CRUD, JERK, NERD 2 người kỳ quái; người kỳ lạ

creep-and-cuss adjective (*dùng trong sự giao thông xe cộ*) đông nghẹt, chặt ních

creeper noun 1 (*thế giới ngầm, những năm 1930*) kẻ trộm; kẻ cắp vặt 2 điếu thuốc cần sa 3 (*tài xế xe tải*) số thấp nhất trên xe tải 4 (*studio của đài phát thanh*) một người biểu diễn di chuyển ngày càng gần microphone

creepers noun = SNEAKERS

Creepers 1 noun Chúa Jesus 2 interj dùng thể hiện sự ngạc nhiên: *Chúa ơi!* [viết tắt của *Jeepers, creepers!*]

creeping adjective chậm chạp và dần dần hay từ từ

creeping crud noun 1 (*quân đội, thế chiến II*) triệu chứng bị lấm tấm đỏ trên da trong môi trường nhiệt đới và rừng già 2 người đáng khinh; người kinh tởm 3 bất kỳ chất dơ bẩn, nhầy nhụa nào

creep joint noun 1 nhà thổ nơi khách hay bị cướp quần áo 2 (cũng là *creep dive*) một nơi khó chịu toàn những người kỳ lạ hoặc gàn dở sinh sống

creep-joint noun (*thế giới ngầm, từ những năm 1920*) một nơi tụ tập đánh bạc thường xuyên di chuyển để tránh bị bắt; = FLOATING CRAP GAME

the **creeps** noun 1 cảm xúc hết sức bồn chồn lo sợ; trường hợp thần kinh kích động; sự khiếp sợ 2 chứng mê sảng của người nghiện rượu nặng

creepster noun người xấu, đáng khinh tởm

creepy adjective 1 phiền phức, gây căng thẳng hoặc lo lắng cho người khác 2 kỳ quái; quái đản; khủng khiếp; kinh sợ; rùng rợn; = HAIRY 3 đáng tởm; ghê tởm

creepy-crawly noun một sinh vật khó chịu và ghê tởm, chẳng hạn như sâu bướm, rắn hoặc dạng động vật nhiều chân nào đó

creepy-crawly adjective đáng tởm; ghê tởm; = CREEPY

cretinoid noun 1 (*sinh viên*) người ngốc; đồ ngốc; = SPASTIC 2 *modifier:* El Presidente and others too cretinoid to mention: *Tổng thống và những người khác quá ngu ngốc để nhắc đến*

cretinous adjective (*trong tin học*) kém; hỏng; không hoạt động; được thiết kế tồi; = BLETCHEROUS

crib noun 1 (*thanh thiếu niên*) nơi ở; căn hộ hoặc nhà 2 (*người lang thang và thế giới ngầm*) phòng hoặc lều dựng tạm bợ, nơi gái điếm "hành nghề" hoặc bọn trộm tụ tập bàn mưu tính kế; quán rượu rẻ tiền 3 (*từ Úc, đầu những năm 1900*) nhà thổ 4 hộp đêm; = DIVE 5 (*đường sắt*) toa dành cho người bảo vệ và nhân viên 6 (*sinh viên, từ đầu những năm 1800*) sự quay cóp bài ở kỳ thi

crib verb 1 định cư 2 ăn cắp (ý tưởng); sao chép lại; ăn trộm 3 quay cóp bài ở kỳ thi

crib course noun (*sinh viên*) khóa học căn bản dễ dàng; = GUT COURSE

crib crime (or **job**) noun việc cướp của người già

cribhouse noun nhà thổ

crib sheet noun tài liệu dùng trong giờ kiểm tra; "phao"

Crikey noun & interj **Chúa Jesus** [chủ yếu là uyển ngữ ở Anh]

Criminy or **Crimus** noun & interj. **Chúa Jesus** [một dạng uyển ngữ]

crimp noun 1 một cản trở, rào cản; một trở ngại 2 giấy báo nghĩa vụ quân sự • Uncle Sam sent the crimps out when I was in college: *Chú Sam gửi giấy báo nghĩa vụ quân sự khi tôi đang học đại học.*

crimp verb xâm phạm, cản trở cái gì; gây trở ngại

crip noun 1 (cũng là *crip course*) khóa học dễ ở trường đại học và cao đẳng; = CRIB COURSE, GUT COURSE, SNAP 2 (*đặc biệt là người lang thang và thế giới ngầm*) người què quặt; = GIMP 3 bi bi-da được đặt ở vị trí rất dễ đánh trúng

Cripes or **Cripus** noun & interj. (*từ những năm 1840*) **Chúa Jesus** [một dạng uyển ngữ]

crip-faker noun (*người lang thang*) người ăn xin chuyên nghiệp giả vờ bị què nặng

crisco or **Crisco** noun người béo phị; = FATTY [từ Crisco, tên thương mại của một loại mỡ pha vào bánh xốp cho giòn được bán trong hộp, do đó có câu "*fat in the can*"]

Crisco disco noun hộp đêm hoặc vũ trường, nơi mà những người đồng tính nam hay lui tới

croagies noun tinh hoàn; hòn dái

croak verb 1 chết; kết thúc 2 giết ai 3 chỉ điểm; phản bội ai

croaker noun (*thế giới ngầm, người lang thang và xiếc*) bác sĩ [đôi khi được viết tắt là "*croak*"]

crock noun 1 người đáng ghét, đặc biệt là người già 2 người khó chịu, vô dụng, mục tiêu hoặc kinh nghiệm; sự lãng phí thời gian 3 bệnh mắc phải do lối sống trụy lạc 4 (*máy tính*) chương trình máy tính chạy một cách thất thường 5 (*máy tính*) chương trình quá phức tạp và không thể thay đổi 6 điều vô lý; điều vớ vẩn; chuyện vô nghĩa; = CROCK OF SHIT 7 người say rượu; người nghiện rượu 8 (*đội thương thuyền trên biển*) một tàu chở hàng giống xà lan được làm bằng xi-măng

crock verb 1 đánh; = CLOBBER, CLOCK 2 phá hỏng; làm thất bại; = QUEER

crocked adjective say rượu

crockery noun (*bóng chày*) cánh tay của người ném bóng trở nên què và vô dụng; = GLASS ARM

crockie noun hòn bi với bề mặt màu xanh hoặc nâu

crock of shit noun 1 người khó chịu, vô dụng; cảm thấy khó chịu; phung phí thời gian 2 điều vô lý; sự dối trá; = BULLSHIT

crock someone/something up verb gây tổn hại hoặc làm hư hỏng ai hoặc cái gì

cronk adjective say rượu [từ tiếng Đức *krank* nghĩa là "bệnh"]

crook 1 noun tội phạm chuyên nghiệp; người thường xuyên không trung thực 2 verb He crooked my socks: *Hắn đã trộm vớ (bít tất) của tôi.*

crooked adjective không trung thực; không thật thà; có ý gian lận

crooked arm noun (*bóng chày*) người ném bóng bằng tay trái

croon verb 1 hát một cách vui vẻ và thoải mái 2 hát

croppy noun (*đường sắt*) xác chết; tử thi

cross verb 1 làm trái ý muốn của ai; cố ngăn cản ai; mâu thuẫn với 2 phản bội ai 3 lừa đảo một tay lừa đảo

cross-dresser noun người đàn ông mặc quần áo phụ nữ và ngược lại

crossed idiotsticks noun (*quân đội*) hai khẩu súng trường bắt chéo trên phù hiệu bộ binh

cross my heart or **cross my heart and hope to die** sentence tôi đang nói sự thật; tôi thề đấy là sự thật

cross my heart and hope to spit sử dụng như một lời thề, lời hứa

crossroader noun (*cảnh sát*) người gian lận máy kéo (bỏ tiền vào ở sòng bài hoặc ở khách sạn lớn)

cross-up noun 1 lỗi, đặc biệt lỗi gây ra do hiểu nhầm 2 = DOUBLE CROSS

cross someone up verb làm trái ý ai; cản trở ai; gây bối rối hoặc lừa ai

Crotch nickname lực lượng thủy quân lục chiến Hoa Kỳ

crotch-cheese or **cock-cheese** noun bựa sinh dục; bất cứ chất gì bẩn thỉu, bốc mùi tích tụ ở vùng sinh dục, đặc biệt là những vận động viên

crotch-cobra noun dương vật

crotch crickets noun rận bám trên vùng lông mu

crotch magazine noun tạp chí khiêu dâm

crotch-pheasant or **crotch-monkey** noun chấy; rận

crotch rot noun 1 sự nhiễm bệnh do nấm gây ra 2 sự kích ứng da hoặc bệnh ngứa ở vùng bộ phận sinh dục nam

crotch worker noun (*cảnh sát*) kẻ cắp trong cửa hàng giấu đồ dưới váy

crow or **Crow** noun 1 (*hải quân, thế chiến I*) con đại bàng trên phù hiệu hải quân 2 (*hải quân*) hạ sĩ quan hoặc đại úy hải quân đeo phù hiệu đại bàng 3 (*quân đội, thế chiến II*) con gà 4 người da đen 5 người ủy mị; người cổ lỗ sĩ

crow or **Crow** verb khoe khoang một cách đắc chí; tự hào

crowbait noun (*cao bồi*) một con ngựa, đặc biệt là ngựa già, tiều tụy

crowd hoặc xấu xí

crowd *noun* 1 một nhóm, một phe, bè cánh, v.v.. 2 khán giả • The crowd loved you tonight, darling: *Tối nay khán giả rất thích em, cưng à.* 3 (*quầy bán đồ ăn trưa*) ba của bất cứ món gì 4 người béo phệ

crowd *verb* 1 gây áp lực hoặc đe dọa ai; quấy rầy ai; xâm phạm địa hạt hoặc sự an toàn của ai 2 cấu kết với nhau để gây thương tổn hoặc làm ai hoảng sợ

Crow Jim *noun* sự phân biệt chủng tộc người da trắng bởi người da đen

crown *noun* cái nón; cái mũ

crown *verb* đánh vào đầu ai; = BEAN, CONK

crown fire *noun* (*thợ đốn gỗ*) dư vị khó chịu do dùng thức uống có độ cồn cao

crown tracks *noun* (*quân đội*) quân hàm thể hiện cấp bậc của hạ sĩ quan; = STRIPES

crud or **crut** *noun* 1 người dơ dáy và luộm thuộm; = DIRTBALL 2 kẻ đáng khinh; người kinh tởm 3 tinh dịch khô hoặc nhầy 4 bệnh lây qua đường tình dục; bệnh hoa liễu 5 những khái niệm bao gồm rất nhiều chứng bệnh thực tế và cả các chứng bệnh trên giả thiết 6 (cũng là *the crud*) bất kỳ bệnh nào, đặc biệt là bệnh có sự phát ban trên da rõ ràng; bất kỳ loại bệnh chưa đặt tên nào 7 bất kỳ chất bẩn thỉu kinh tởm hoặc rất xấu nào 8 đồ bỏ đi; đồ đạc; đồ sở hữu cá nhân

cruddy *adjective* 1 (cũng là *crudy* or *cruddie*) kinh tởm; khủng khiếp 2 khá ốm và khó chịu; không khỏe; = BLAH 3 vô dụng; không có giá trị; đáng ghét; khó chịu 4 bị đóng cặn dơ; rác bẩn

cruft *noun* 1 chất không xác định được và có mùi khó chịu 2 (*máy tính*) chất đáng tởm; = CRAP, CRUD 3 hậu quả của cấu trúc kém

cruise *noun* người đồng tính có nhiều bạn "tình một đêm"

cruise *verb* 1 tìm một người bạn tình bình thường, thường là đồng tính; đeo đuổi theo người bạn tình, thường là nháy mắt ra hiệu 2 lái xe 3 dẫn dắt ai 4 đi với tốc độ tối đa 5 lái xe vòng vòng để tìm vài người bạn hoặc các hoạt động tập thể 6 lái xe chậm và thận trọng trên đường, bước một cách thận trọng trong quán rượu và các bữa tiệc, v.v.. nhằm tìm bạn tình 7 theo đuổi người khác giới; bám theo ai 8 lên đường; rời khỏi 9 sống với cuộc sống thanh nhàn, thoải mái 10 vượt qua khóa học một cách dễ dàng 11 (*người da đen Philadelphia*) ngủ; đi ngủ 12 lo việc của ai một cách suôn sẻ

cruisemobile *noun* "xế hộp cực bảnh"; chiếc ô tô như ý muốn

cruiser *noun* 1 một người lái xe chậm và thận trọng, bước đi chậm trong quán rượu và các bữa tiệc, v.v.. nhằm tìm bạn tình 2 một chiếc ô tô; một chiếc ô tô chạy nhanh

cruising for a bruising *verb* (*thanh thiếu niên, sinh viên*) đi tìm rắc rối; tìm bạo lực, đặc biệt là đánh nhau

cruit *noun* (*quân đội, thế chiến I*) đợt tuyển quân mới; tân binh

crumb or **crum** *noun* 1 (*người lang thang, cao bồi và quân đội*) rận hoặc chấy 2 kẻ độc ác, xấu xa; kẻ đáng kinh tởm; = CREEP 3 người bẩn thỉu, nhếch nhác; = CRUD, DIRTBALL 4 (*người lang thang*) tấm chăn; = BINDLE

crumb boss *noun* 1 (*thợ đốn gỗ*) người trông nom nhà ngủ 2 (*đường sắt*) người phụ trách toa của nhóm công nhân

crumb bum *noun* 1 kẻ tầm thường, vô dụng 2 con bạc đặt cược ít, khiêm tốn

crumb-bun or **crum-bun** *noun* kẻ đáng khinh; = BUM, CRUMB

crumb-catcher *noun* trẻ nhỏ

crumb-crusher *noun* (biến thể: **crumb-cruncher** or **crumb-grinder** or **crumb-snatcher**) (*sinh viên, người da đen, từ những năm 1930*) trẻ con; trẻ nhỏ [lớn hơn trẻ sơ sinh một chút]

crumb joint (or **house**) *noun* (*người lang thang*) nhà có phòng cho thuê rẻ tiền; = FLEABAG, FLOPHOUSE

crumb-roll *noun* (*người lang thang*) chăn hoặc túi ngủ; giường

crumbs *noun* một khoản tiền nhỏ; tiền thù lao còm; = COFFEE AND CAKES, PEANUTS

crumb-snatcher *noun* đứa bé; trẻ con

crumb (or **crum**) **the deal** *verb* làm hỏng kế hoạch; = LOUSE UP

crumbum or **crumbbum** *noun* người đáng kinh tởm; kẻ vô công rồi nghề

crumbum or **crumbbum** *adjective* kém; tồi tệ; tệ hại

crumb (or **crum**) **up** *verb* 1 làm hỏng; làm lộn xộn; = MESS UP 2 (*người lang thang và quân đội, thế chiến I*) giặt sạch quần áo, đặc biệt để khử chấy rận

crummy or **crumby** *adjective* 1 kém hơn; thua kém; tồi tệ 2 có chất lượng kém; xấu; = CHEAP 3 đáng tởm; đang ghét; = LOUSY 4 không quan trọng; không đáng kể; = PISSY 5 (*người lang thang, cao bồi và quân đội*) lúc nhúc rận; đầy rận; lắm chấy

crummy or **crumby** *noun* 1 (*người lang thang*) toa dành cho người bảo vệ tàu 2 (*đường sắt*) toa ngủ của nhóm công nhân

crumped out *adjective* 1 say rượu 2 chết • Our old dog crumped out at age fourteen: *Con chó già của chúng tôi chết ở tuổi mười bốn.*

crump out *verb* chết vì kiệt sức; chết

crunch *noun* 1 cuộc khủng hoảng; thời điểm áp lực hoặc căng thẳng, đặc biệt là về ngân sách 2 một tình huống quyết định, đặc biệt tình huống mà hai lực lượng có vẻ xung đột đang hoạt động; = SQUEEZE 3 bài kiểm tra đòi hỏi gắt gao về các tiêu chí sức khỏe, sự can đảm, gan dạ, kỹ năng, v.v.. 4 bệnh nhân bị gãy xương nhiều chỗ 5 sự căng thẳng và xung đột giữa những mối quan tâm đối lập

crunch *verb* 1 tán tin 2 sắp xếp một lượng lớn các dữ liệu 3 (*máy tính*) xử lý, thường là một cách mệt mỏi

crunchy or **crunchie** *noun* 1 vỉa hè 2 (*quân đội*) người lính; lính bộ binh [dùng trong chiến tranh Triều Tiên và sau đó Việt Nam] • His father is a crunchy: *Bố của anh ta là lính bộ binh.*

crunchy *adjective* 1 hiện thân của một giá trị hoặc một xu hướng phản văn hóa vào những thập niên 1960; người tiêu biểu cho những giá trị đó 2 yêu thiên nhiên, cây cỏ và thú vật

crunk *noun* 1 tình trạng hưng phấn 2 dùng thay cho những lời báng bổ tục tĩu • What the crunk are you talking about?: *Mày đang nói cái quái gì vậy?*

crunk *verb* kích động; kích thích

crunk or **krunk** *adjective* 1 tuyệt; mãnh liệt 2 ngông cuồng; điên khùng; không kiểm soát được 3 say rượu

crunked *adjective* hào hứng; hưng phấn; kích động

crupper *noun* (*nhân viên sửa chữa đường dây*) dây thắt lưng; bộ dụng cụ an toàn

crush *noun* 1 sự say đắm; sự phải lòng 2 bạn trai hoặc bạn gái của ai 3 đám đông dày đặc; nơi đông đúc

crush *verb* làm nhục ai; khiến ai mất tinh thần • Her snub crushed me: *Sự lạnh nhạt của cô ta đã làm nhục tôi.*

crush out *verb* 1 (*thế giới ngầm*) vượt ngục 2 trốn thoát

crush-out *noun* (*thế giới ngầm*) một vụ vượt ngục; = JAILBREAK

crust *noun* 1 sự táo bạo; sự trơ tráo; sự láo xược; = CHUTZPA 2 dũng khí; lòng can đảm

crusty *adjective* 1 bẩn thỉu; xấu xí 2 khiếm nhã; thô tục; cộc cằn; dễ cáu kỉnh; hay gây gổ; = FEISTY

crutch *noun* 1 cái bót tạm cho đầu mẩu thuốc cần sa; = ROACH CLIP 2 (*bi-da*) thiết bị hỗ trợ cây cơ trong những cú đánh khó ghi điểm 3 (*người da đen xưa*) chiếc ô tô

cry a river *verb* vô cùng tiếc nuối một điều gì đó

crybaby *noun* 1 đứa trẻ chuyên đi lừa tiền những người giàu bằng cách khóc lóc và kể những câu chuyện cuộc đời bi thảm 2 người hay khóc lóc hoặc than vãn trước nghịch cảnh nhỏ nhất, đặc biệt là sự tự thán

cry in one's beer *verb* cảm thấy rất buồn về bản thân

crying jag *noun* một trận khóc lóc không thể kiểm soát, thường đi kèm với sự say rượu; đợt nước mắt không cầm được

crying room *noun* nơi than vãn khóc than về sự thất bại, sự thất vọng, v.v..

crying towel *noun* 1 từ dùng để chỉ người hay than vãn 2 người hoặc cái gì dùng để an ủi ai 3 khăn được đưa ra mời trong sự thương cảm đến người nào hay than khóc số phận không may, những nỗi bất hạnh không thể chịu đựng, v.v..

crystals *noun* tinh hoàn; hòn dái

ct or **CT** *noun* 1 người phụ nữ có biểu hiện muốn làm tình với một người đàn ông nào đó, nhưng lại không quan hệ với anh ta [viết tắt của "*cock tease*"] 2 người phụ nữ có biểu hiện muốn làm tình với một người phụ nữ khác, nhưng lại không quan hệ với cô ta [viết tắt của "*cunt tease*"]

CTD *adjective* (*bệnh viện*) gần chết; sắp theo ông bà [viết tắt của "*circling the drain*"]

CU *verb* gặp bạn sau [viết tắt của "*see you*"]

cub *noun* 1 (*văn phòng báo chí*) phóng viên mới vào nghề 2 bất kỳ người mới vào nghề hoặc học việc nào 3 *modifier:* a cub reporter: *một phóng viên mới vào nghề*

cubby *noun* (*người da đen*) phòng, căn hộ hoặc nhà; = PAD

cube *noun* người tuân thủ và rập khuôn theo quy ước; = SQUARE

cubes *noun* 1 tinh hoàn; hòn dái 2 con súc sắc

cuckoo or **coo-coo** *noun* kẻ ngốc nghếch, điên dại

cuckoo or **coo-coo** *adjective* (*từ đầu những năm 1900*) điên dại; khùng; mất trí; rất lập dị; = NUTTY

cuckooed *adjective* say rượu

cuckoo house *noun* bệnh viện tâm thần

cuckoo's nest *noun* bệnh viện tâm thần

cuddie or **cuddy** *noun* bạn; bạn thân

cuddle bunny *noun* 1 cô gái gợi cảm, hấp dẫn 2 người yêu; người tình (thuộc nữ giới)

cue *noun* 1 thịt nướng 2 tiệc nướng ngoài trời 3 tiền boa; tiền thưởng

cue *verb* (*bóng chày*) đánh một quả bóng mạnh và thẳng, như thể với một cây gậy bi-da

cueball *noun* 1 (*quân đội, thế chiến II và sinh viên*) người đầu hói 2 kiểu tóc đầu đinh (cực ngắn) 3 người lập dị

cue in *verb* cộng thêm; tự ý thêm vào, một kịch bản, phim, v.v..

cue someone in *verb* giải thích

cuff *verb* 1 còng tay ai 2 đánh bóng vật gì 3 nhận ai vào tham gia trò chơi mà không tính phí 4 trả tiền cho hóa đơn của ai 5 mượn tiền từ ai, thường là một cách khẩn cấp 6 tính phí gì đó, đặc biệt là trên báo cáo phí tổn

cuffers *noun* vớ ngắn; bít tất ngắn đến mắt cá chân

cuff one's meat *verb* thủ dâm

cuffo or **cufferoo** *adjective* miễn phí; không trả tiền

cuffs *noun* khóa tay; còng số tám

culture-vulture *noun* 1 người sốt sắng ủng hộ nghệ thuật 2 người lợi dụng nghệ thuật để kiếm tiền

cum *noun* 1 tinh dịch 2 (cũng là *cume*) (*sinh viên*) tích lũy trung bình, chẳng hạn như điểm trung bình, trung bình xếp hạng; kết quả học tập trung bình của một sinh viên

cum *verb* 1 đạt được tột đỉnh của khoái cảm tình dục; xuất tinh 2 (*sinh viên dùng*) học gian khổ

cumshaw *noun* (*hải quân, từ đầu những năm 1800, Anh*) một vật có được phi pháp, đặc biệt là tài sản quân đội theo kiểu chưa có quy định; = MIDNIGHT REQUISITIONS

cunny *noun* âm đạo

cunny fingers or **cunny thumbs** *noun* người vụng về, hậu đậu

cunt *noun* 1 âm đạo 2 người phụ nữ, đặc biệt là người gợi cảm 3 sự quan hệ tình dục (với phụ nữ) 4 người hèn hạ, đáng khinh 5 chỉ miệng giữa người người đồng tính 6 (*người đồng tính*) người đồng tính nam khó ưa 7 những người phụ nữ được xem như nô lệ tình dục cho đàn ông không hơn không kém; người phụ nữ tồi tệ và xấu xa 8 người đàn ông tệ hại và kinh tởm 9 sự đam mê tình dục; = ASS, FUCKING

cunt book *noun* sách báo khiêu dâm, đặc biệt sách có hình hay truyện minh họa

cunt collar *noun* sự ham muốn tình dục

cunt face or **cunthead** *noun* kẻ ti tiện, hèn hạ; kẻ đáng khinh; = BASTARD

cunt hair *noun* khoảng cách nhỏ; số lượng một chút; = SMIDGEN, TAD

cunt hound *noun* người đàn ông luôn bị ám ảnh bởi sự quyến rũ của phụ nữ ; kẻ dâm đãng

cunt-lapper *noun* người kích thích bộ phận sinh dục nữ bằng miệng; = MUFF-DRIVER

cunt-lapping *adjective* chán ghét; khinh thường

cunt-licking *noun* sự kích thích bộ phận sinh dục nữ bằng miệng

cunt meat *noun* phụ nữ; đức tính của phụ nữ

cuntmobile *noun* = RAPE WAGON

cunt pie *noun* âm đạo, đặc biệt là vật để quan hệ bằng miệng

cunt racket *noun* gái điếm

cunt stretcher *noun* dương vật

cunt-struck *adjective* 1 bị phụ nữ thống trị; bị bắt nạt; = PUSSY-WHIPPED 2 ham muốn quan hệ tình dục với một hoặc nhiều phụ nữ

cunt-sucker *noun* 1 người quan hệ tình dục bằng miệng với phụ nữ 2 người đáng ghét

Cunt Town *nickname* Norfolk, Virginia

a cup *noun* (*quầy bán đồ ăn trưa*) một tách cà phê

cupcake *noun* 1 cô gái dễ thương; người phụ nữ hấp dẫn; = CHICK 2 người lập dị; = NUTBALL

cup of coffee *noun* sự ghé thăm hoặc sự chiếm giữ rất ngắn

cup of tea *noun* thứ mà mình thích hoặc khao khát

cups *noun* giấc ngủ

curbie *noun* = CARHOP

curbstone *noun* một điếu thuốc được làm từ những mẩu thuốc được tìm thấy

curdle *verb* làm ai khó chịu; làm ghê tởm • The smell of fried fish curdles me: *Mùi cá rán làm tôi khó chịu.*

curl someone's hair *verb* gây sốc hoặc làm thất ki • The prices here will curl your hair: *Giá ở đây sẽ khiến bạn sốc.*

the curse *noun* thời kỳ kinh nguyệt của phụ nữ

curtain climber *noun* (*đặc biệt sinh viên*) đứa bé mới sinh hoặc trẻ nhỏ, đặc biệt là bé vừa tập đi; = CRUMB-CRUSHER

curtains *noun* sự kết thúc; cái chết; thảm họa; sự sa thải

cush *noun* 1 âm đạo 2 tiền; tiền mặt 3 cái ví

cush *adjective* thoải mái; dễ chịu

cushion *noun* 1 một trong các gôn trong bóng chày; = BAG 2 bất cứ gì, đặc biệt tiền, được giữ như biện pháp an toàn khi khó khăn

the cushions *noun* (*đường sắt*) xe lửa chở khách; sự đi lại bằng xe lửa hạng nhất

cushy *adjective* 1 dễ chịu; thoải mái; dễ dàng • The patient is cushy after his operation: *Bệnh nhân thấy dễ chịu sau khi mổ.* 2 lộng lẫy; sang trọng; khoa trương; = HIGH-FALUTIN, POSH

cuspy *adjective* (*chương trình máy tính*) gọn gàng và ngăn nắp; trang nhã; được thiết kế hiệu quả [từ *commonly used system program*, một chương trình được thiết kế để dùng rộng rãi và thường với sự đơn giản hữu ích]

cuss *noun* (*từ những năm 1700*) anh chàng; anh bạn; = GUY

customer *noun* một người; = COOKIE

cut *noun* 1 sự vắng mặt không phép 2 chất làm giả để pha loãng ma túy, sự pha loãng ma túy 3 sự giảm án tù 4 nơi những người trẻ tụ tập để hòa nhập với xã hội 5 (*nhạc hip-hop*) đoạn nhạc hoặc một phần giai điệu được lặp đi lặp lại 6 bài hát đơn hoặc một đoạn nhạc trên đĩa hát 7 âm đạo 8 phần của cải, tiền bạc hoặc lợi nhuận 9 sự cắt ngắn; sự cắt bớt hoặc bỏ bớt (phim, sách, bản thảo, v.v..) 10 sự làm tổn thương; sự làm đau lòng với một lời lăng mạ hoặc chế nhạo 11 sự làm lơ; sự phớt lờ, đặc biệt là người quen 12 sự loại bỏ hoặc sa thải ai ra khỏi nhóm, đội, v.v.. 13 (*bóng chày*) cú đánh xoay bóng; cú đánh bạt quả bóng 14 sự thu âm; sự ghi băng 15 một ngày hoặc buổi ghi âm 16 đĩa hát hoặc mặt đĩa hát

cut *adjective* 1 say rượu 2 vạm vỡ; có cơ bắp rõ ràng, đặc biệt ở phần bụng 3 được cắt bao qui đầu 4 vừa vặn; thon thả 5 được pha loãng 6 bị cắt ngắn; bị bỏ bớt một phần của vở kịch, bộ phim, quyển sách, v.v..

cut *verb* 1 rời bỏ 2 (*buôn ma túy*) pha loãng ma túy 3 làm cái gì loãng hoặc nhạt đi nhờ một chất khác; pha loãng 4 đánh rắm 5 thi thố tài năng âm nhạc với nhau (không phải trong một cuộc thi), đặc biệt là ở thể loại nhạc jazz solo 6 thu một bản nhạc 7 bỏ qua điều gì; bỏ lỡ không tham dự cái gì; ngừng làm cái gì 8 chuồn nhanh; rời bỏ đi nhanh 9 chọc ghẹo; chê bai ai 10 tiến hành phẫu thuật 11 vắng mặt không phép hoặc không có lý do thích hợp 12 chia phần, đặc biệt là phần lợi nhuận cờ bạc hoặc tội phạm 13 làm ai đau lòng; làm tổn thương ai với một lời lăng mạ hoặc lời chăm chọc 14 phớt lờ; làm lơ, đặc biệt người quen 15 loại ai ra khỏi nhóm, đội, v.v.. 16 ngừng làm cái gì; chấm dứt 17 (*bóng chày*) đánh xoay bóng; đánh bạt bóng 18 (*nhạc sĩ*) tốt hơn; trội hơn; vượt qua ai 19 tạo ra một đĩa hát hoặc băng; thu âm

cut a beef *verb* (*từ đầu những năm 1900, thế giới ngầm*) phàn nàn; = BEEF, BITCH

cut someone a break or **cut someone some slack** *verb* 1 cho ai một ân huệ đặc biệt 2 cho ai một cơ hội; cho phép ai hoãn thi hành những hậu quả của một hành động

cut (or **crack**) **a deal** *verb* dàn xếp hoặc giải quyết một thỏa thuận; ngã giá

cut a fart or **cut one** or **let a fart** or **let one** *verb* đánh rắm; = LAY A FART

cut a figure *verb* (*từ giữa những năm 1700*) có ấn tượng; tạo ấn tượng

cut a hus *verb* làm giúp ai điều gì [tiếng lóng của hải quân ở Việt Nam]

cut and dried (or **dry**) *adjective* đã định sẵn; an bài; đã quyết định và sẵn sàng

cut and run *verb* 1 rời đi; khởi hành, đặc biệt một cách vội vàng 2 ngừng việc đang làm và bỏ trốn

cut someone a new asshole *verb* khiển trách ai nặng nề; = REAM

cut ass (or **a**) *verb* rời đi; khởi hành; = HAUL ASS

cut a take *verb* 1 (*ngành thu âm*) thu một buổi biểu diễn, bài hát, v.v.. 2 giải thích điều gì một cách cẩn thận

cutback *noun* sự giảm bớt; sự giảm đi

cutback *verb* giảm bớt • They'll cut back the interest rate: *Họ sẽ giảm lãi suất.*

cut bait *verb* ngừng hoạt động; ngừng lại; không tiếp tục

cut cake *verb* (*xiếc*) lừa đảo, nhất là bằng cách trả thiếu tiền đổi

cut someone dead *verb* làm lơ ai

cut didoes *verb* (*hải quân Anh, từ những năm 1800*) làm những chuyện vô ích và chơi đùa; = HORSE AROUND

cute *adjective* 1 tinh khôn; quỷ quyệt 2 nhỏ mọn; = SMART-ASS

cuter or **kyuet** or **quetor** *noun* (*từ xiếc, lễ hội và người lang thang*) đồng 25 xu

the cutes *noun* 1 hành vi tinh quái; cá tính đồng đảnh 2 xu hướng hoặc thói quen hay đùa; tính phù phiếm khiếm nhã

cutesey or **cutesie** 1 *adj* bên lên và đồng đảnh một cách tinh nghịch; rất có sức quyến rũ 2 *noun* The author simplifies everything and gets carried away with his own cutesies: *Tác giả đơn giản hóa mọi thứ và làm mọi người bị cuốn theo sức quyến rũ của ông.*

cutesy-poo or **cutesy-pie** *adjective* cố tình dịu dàng và õng ẹo đến mức gây buồn nôn

cutie or **cutey** or **cuty** *noun* 1 người phụ nữ/ cô gái trẻ sắc sảo hoặc gợi cảm; vật gì đó xinh đẹp, dễ thương 2 một người đối trá, xảo quyệt và không đáng tin

cutie-pie *noun* người phụ nữ cuốn hút; người phụ nữ hấp dẫn

cut-in *noun* 1 sự tiếp xúc ban đầu với nạn nhân mục tiêu của vụ lừa đảo 2 quyền chia sẻ cái gì đó

cut in *verb* 1 tham gia bừa vào một cuộc nói chuyện hoặc thảo luận; = BARGE IN 2 giật bạn nhảy của ai trong khi đang khiêu vũ 3 thử một mối quan hệ tình cảm với một người lãng mạn 4 nắm giữ cổ phiếu của một công ty hoặc doanh nghiệp

cut someone in *verb* thưởng cho ai một phần, đặc biệt là tiền thắng cược, của cải phi pháp, v.v..

cut someone in (**on something**) *verb* cho phép ai chia sẻ cái gì.

cut it *verb* 1 (cũng là *cut it out*) ngừng làm cái gì ; thôi; nghỉ [dùng như một mệnh lệnh nghiêm khắc] 2 (*từ những người đốn gỗ*) đạt được hoặc hoàn thành cái gì đó; thành công; = HACK IT

cut it out! *interj.* ngừng đi!; bỏ đi!; thôi đi!; dẹp ngay!

cut it up *verb* phân tích và thảo luận điều gì đó; xem xét kỹ

cut loose *verb* 1 để ai một mình, để ai yên 2 ăn chơi sa đoạ 3 để cho đi; sống độc lập, riêng rẽ; lớn lên và rời khỏi nhà 4 (*từ* *người da đen*) từ bỏ cái gì; giải phóng bản thân khỏi điều gì đó

cut one's **looses** *verb* **1** đưa ra thỏa hiệp tốt nhất trong tình huống thua cuộc; thu hồi hoặc gỡ gạc ít nhất cái gì **2** làm cái gì để ngăn chặn sự thiệt hại hoặc thua lỗ

cut no ice (or **smoke**) (**with** someone) *verb* không có ảnh hưởng đối với ai; không tạo ra khác biệt; thất bại trong việc thuyết phục ai

cut oneself **off at the knees** *verb* vô hiệu hóa bản thân; tự bắn vào chân; gậy ông đập lưng ông

cut someone **off at the knees** *verb* hạ giá hoặc giáng cấp ai, đặc biệt là một cách đáng ngạc nhiên; = TAKE someone DOWN A PEG

cut-offs *noun* quần, thường là quần jeans, cắt trên gối và sổ mép

cut (or **turn**) **off** someone's **water** *verb* đánh bại ai; nện ai một cách dứt khoát và gây tổn thương

cutor or **cutor** *noun* ủy viên công tố quận

cut out *verb* **1** rời đi; khởi hành, đặc biệt một cách vội vàng **2** ngừng làm cái gì **3** chết

cut-out *noun* (*tình báo và cảnh sát*) một người hay doanh nghiệp đội lốp, giả danh để che đậy không nhận dạng hoặc mục đích của một hoạt động bí mật; = COVER

cut out dolls (or **paper dolls**) *verb* bị điên; cư xử điên rồ

cut one's **own throat** *verb* làm hại đến bản thân mình; gậy ông đập lưng ông; = SHOOT oneself IN THE FOOT

cut someone's **papers** (or **orders**) *verb* (*cảnh sát và quân đội*) chuẩn bị và phân phát những giấy tờ chính thức như trát tòa, lệnh, v.v..

cut-plug *noun* (*từ giữa những năm 1800*) con ngựa kém cõi

cut-rate *adjective* rẻ tiền; giá thấp; giảm giá

cutta *noun* cặp mông

cut the cheese or **cut the mustard** or **cut a muffin** *verb* đánh rắm • *Who cut the cheese?: Ai đá đánh rắm thế?*

Cut the comedy! *interj* Nghiêm túc đi!; Ngừng hành động ngớ ngẩn đi!

cut the crap *verb* ngừng nói những chuyện vớ vẩn

cut the dust *verb* uống một ly rượu

cut the gas *verb* ngừng nói

cut (or **cut up**) **the melon** (or **the pie**) *verb* chia tiền, lợi nhuận, của cải, v.v..

cut the mouth *verb* (*trại cải tạo*) trở nên im lặng; = CLAM UP

cut the mustard *verb* **1** có thể làm việc gì đòi hỏi tuổi trẻ hoặc sức mạnh **2** *xem* CUT THE CHEESE

cut the (or **a**) **rug** *verb* khiêu vũ một cách điêu luyện, đặc biệt theo kiểu giật gân

cutthroat *adjective* rất tàn bạo và dã man

cut to the chase *verb* **1** tiếp tục làm việc gì **2** tập trung vào những cái quan trọng; bỏ qua các bước sơ bộ và giải quyết những điểm chủ yếu

cut up *verb* **1** cư xử thiếu kiềm chế; hành động không kiểm soát; cư xử nông nổi; hay nô đùa; = HORSE AROUND **2** (*thế giới ngầm*) chia lợi nhuận, của cướp được, v.v.. **3** (*thế giới ngầm*) thảo luận; xem xét kỹ **4** nói chuyện xấu; phân tích một cách ác ý

cut-up *noun* **1** người hay đùa; người hay chơi khăm **2** một người vui thú và đầy sức sống

cut (**up**) or **cut-up** *adjective* **1** có cơ bụng nổi rõ **2** bực mình; đau buồn; tổn thương

cut up (**about** someone/something) *verb* đau khổ về ai hoặc cái gì

cut up jackies *verb* (*lễ hội*) kể chuyện ngày xưa

cut up jackpots *verb* (*dùng cho những người làm việc ở lễ hội*) tham gia vào câu chuyện nội bộ

cut up old touches *verb* kể về những chiến công xưa

cut up pipes *verb* (*dùng trong lễ hội*) nói chuyện tầm phào, khoác lác hoặc chê bai ai đó

cut up the touches (or **jackpots** or **pipes**) *verb* (*thế giới ngầm*) chia của cướp được, chiến lợi phẩm, v.v.. đặc biệt ở một cuộc gặp đặc biệt

cuz *noun* **1** bạn **2** anh em họ

CV *noun* (*phát âm theo từng ký tự riêng*) lý lịch hoặc tiểu sử ngắn; sơ yếu lý lịch; = VITA [từ tiếng La tinh *curriculum vitae*, theo nghĩa đen có nghĩa là "dòng đời"]

cwazy *adjective* cách viết hài hước khác của "crazy" • *You are so cwazy all da time: Mày lúc nào cũng khùng điên như thế.*

c-ya ngôn ngữ mạng, chữ viết tắt của "*see you*"

cyclo *noun* xe xích-lô

cyring call *noun* trong bài poker, số tiền cược bằng với số tiền cược vừa được đặt trước đó và được đặt một cách vội vã

D

D *noun* một đô-la

DA *noun* (*phát âm từng chữ cái riêng*) ủy viên công tố đại diện cho một bang hay chính phủ liên bang trong một tòa án địa phương [viết tắt của "*District Attorney*"]

dab hand *noun* (*từ cuối những năm 1600, Anh*) chuyên gia; người có kỹ năng; người lão luyện

dad *noun* **1** dùng để chỉ người đàn ông, đặc biệt là người lớn tuổi, thường dùng với nghĩa thiếu tôn trọng **2** Chúa [dùng như một yếu tố mang tính uyển ngữ trong nhiều lời thề thốt nhẹ như "*dad-blamed*"]

dad-blamed or **dad-blasted** *adjective* (cũng là *dag-blamed* or *dag-blasted*) tồi tệ; đáng ghét; = DARN

dad (or **dag**) **burn** *interjection* thán từ thể hiện sự ngạc nhiên, bực tức, thất vọng, v.v.. [uyển ngữ cho *goddamn*]

daddy *noun* **1** (*từ người da đen*) người tình nam giới, đặc biệt là người có cô nhân tình trẻ hơn; = SUGAR DADDY **2** người đàn ông đáng kính nhất trong một lĩnh vực; người đáng chú ý nhất; người cao tuổi nhất

Daddy-o or **daddy-o** *noun* ông bạn; anh bạn già; = GUY [dùng trong xưng hô giữa đàn ông với nhau, đôi khi với những người lớn tuổi hơn, một cách tôn trọng và hòa nhã]

daffy *adjective* (*từ cuối những năm 1800, Anh*) lập dị; kỳ quặc; ngốc nghếch; điên khùng

daffydill *noun* một người điên; = NUT

dagged *adjective* say rượu

dago or **Dago** *noun* **1** (*từ đầu những năm 1700*) người Ý hoặc người Mỹ gốc Ý **2** tiếng Ý **3** (*từ giữa những năm 1800*) người Hispanic hoặc gốc Hispanic [từ *Diego* có nghĩa là "James", được dùng vào thế kỷ 17 để ám chỉ đến "người Tây Ban Nha"; việc thu hẹp xuống thành "người Ý" xảy ra vào thế kỷ 20]

Dago *nickname* San Diego, California

dago (or **Dago**) **bomb** *noun* một loại pháo hoa; pháo hình cầu màu trắng

dago (or **Dago**) **red** *noun* rượu vang đỏ Ý rẻ tiền

dagwood or **Dagwood** *noun* bánh sandwich dày và nhiều nhân (nhiều lớp thức ăn) [từ *Dagwood Bumstead*, một nhân vật truyện tranh chuyên làm những cái bánh sandwich cao và phức tạp]

daily-daily *noun* (*chiến tranh Việt Nam*) thuốc chống sốt rét uống hàng ngày, thêm vào việc khám bệnh một tuần một lần

dairies *noun* bộ ngực

the daisies *noun* (*bóng chày*) sân ở khu vực ngoài

daisy *noun* **1** (*từ giữa những năm 1700*) một người hoặc một thứ nổi bật, tuyệt vời, ưu tú, v.v..; = DILLY, HONEY **2** người phụ nữ trẻ thu hút, hấp dẫn **3** một người đồng tính nam; = PANSY **4** một người đàn ông yếu ớt, nhút nhát hoặc giống đàn bà; = SISSY, WIMP

daisy chain *noun* vòng hoa cúc: một nhóm người xếp thành vòng tròn, mỗi người sẽ "chủ động" hoặc "bị động" tham gia vào các hoạt động quan hệ tình dục như khẩu dâm hoặc quan hệ tình dục bằng hậu môn hoặc bằng âm đạo với người đứng ở phía trước hoặc sau họ ở trong vòng tròn

daisy-chain *verb* tham gia vào cuộc truy hoan tên gọi "vòng hoa cúc" (*xem* DAISY CHAIN)

daisy-cutter *noun* **1** (*bóng chày*) cú ném dưới đất hoặc rất thấp **2** cú đánh rất thấp trong quần vợt **3** con ngựa chạy nước kiệu với móng gần mặt đất **4** (*quân đội, thế chiến II*) bom sát thương hoặc mìn nổ văng các mảnh gần mặt đất

damaged *adjective* say rượu

dame *noun* người phụ nữ; = BROAD, DOLL

damn *noun* vật nhỏ hoặc không có giá trị

damn 1 *interj* (cũng là *damn it*) một thán từ thể hiện sự thất vọng, bực tức, nản lòng, v.v.. **2** *adj* (cũng là *damned*) đáng ghét; đáng ghê tởm **3** *adv* You seem damn stupid all of a sudden: *Mày có vẻ cực kỳ ngu ngốc một cách bất ngờ.*

damn-fool *adjective* = DAMN, DAMNED

damper *noun* **1** ngân hàng hoặc kho bạc **2** phòng biệt giam; xà lim **3** két sắt an toàn dùng chứa tiền gửi ở ngân hàng **4** một người hoặc một điều gây chán nản, lấy mất niềm vui, làm nguội nhiệt tình của ai, v.v.. **5** (*xiếc, người lang thang và thế giới ngầm, từ những năm 1920*) máy tính tiền; ngăn để tiền

damper pad *noun* (*thế giới ngầm*) sổ ghi tiền gửi ngân hàng

damp rag *noun* sự thất vọng; niềm hy vọng tiêu tan

dance *noun* (*băng đảng*) một trận chiến giữa các băng đảng thù địch; = RUMBLE

dance *verb* **1** đánh nhau; chiến đấu **2** = DANCE TO someone's TUNE

dancehall *noun* **1** (*nhà tù*) phòng hành quyết **2** (*nhà tù*) xà lim hoặc dãy xà lim nằm liền kề với phòng hành quyết; = DEATH ROW [từ *dance* của thế giới ngầm xưa có nghĩa là "chết bằng cách treo cổ"]

dance off *verb* chết, đặc biệt bởi sự thi hành án tử hình

dance on air (or **on nothing**) *verb* chết bằng cách treo cổ

dancer *noun* (*đấu quyền Anh*) võ sĩ quyền Anh dành hầu hết thời gian và sức lực để lẩn tránh đối thủ

dance the carpet *verb* (*từ những năm 1920, đường sắt*) xuất hiện trước cấp trên của ai để khiển trách

dance to someone's tune *verb* làm theo ý muốn của ai

D and D or **dee-dee** 1 noun (*cảnh sát*) án phạt cho tội say rượu và gây rối [viết tắt của "*drunk and disorderly*"] 2 adj say rượu và gây náo loạn

D and D or **dee-dee** adjective 1 (*công nhân bến tàu và thế giới ngầm, từ những năm 1950*) câm điếc [viết tắt của "*deaf and dumb*"] 2 sợ đánh nhau vì quyền lợi của ai; câm điếc trước sự bất công

dandy¹ noun điểm D (*điểm cho trong kỳ thi hoặc trong học tập*)

dandy² 1 noun một người hoặc một thứ nổi bật, tuyệt vời, ưu tú, v.v.. 2 adj a dandy idea: *một ý tưởng tuyệt vời* 3 adv He does it dandy: *Anh ta làm nó một cách tuyệt vời.*

dang¹ 1 noun dương vật; = DONG 2 adj khêu gợi; = FOXY

dang² 1 interj (*cũng là dang it*) dùng làm từ chửi thề nhẹ hoặc để nhấn mạnh [từ giảm nhẹ của "*damn*"] 2 adj (*cũng là danged*) đáng ghét; xấu xa; ngu ngốc 3 adv cực kỳ

dangler noun (*xiếc*) nghệ sĩ đu; = FLYER

Danish pastry noun sự chuyển đổi giới tính

dank noun cần sa loại nặng; cần sa ẩm

dank adjective 1 tuyệt vời; rất tốt 2 rất tệ

dap noun 1 (*người da đen dùng*) người da trắng 2 cái bắt tay mà ngón cái chìa ra để kẹp vào bàn tay của người đối diện, được lính Mỹ da đen sử dụng tại Việt Nam

dap verb chào ai bằng cách bắt tay; thể hiện sự tôn kính khi chào đón

dap adjective ăn mặc đẹp; hợp thời trang; bảnh bao [viết ngắn đi của "*dapper*"]

dap down verb ăn mặc đẹp

dapper noun người ăn mặc theo phong cách

dapper (or **fancy**) **Dan** noun người đàn ông ăn mặc đẹp một cách phô trương, thường là người không quen công việc nặng nhọc

darb adjective (*xiếc*) tuyệt vời, xuất sắc

darb noun (*đặc biệt những năm 1920*) người hoặc thứ gì đó xuất sắc; = LULU

darbies or **derbies** noun cái còng số tám

dark adjective 1 (*sân khấu*) đóng cửa; không hoạt động 2 (*quầy bán đồ ăn trưa*) với lượng kem ít hơn bình thường

dark cheaters noun kính râm

Dark Gable noun người đàn ông da đen đẹp trai

dark-green adjective xuất sắc; tuyệt vời

dark horse noun 1 (*đua ngựa*) chú ngựa được cho là dở/tệ nhưng sẽ khiến mọi người ngạc nhiên và giành chiến thắng 2 một người hoặc một đội, đặc biệt trong thể thao hay chính trị, có vẻ không thể thắng nhưng lại thắng 3 người đăng ký dự thi ẩn danh, không biết rõ nguồn gốc; ứng cử viên bất ngờ cho một chức vụ chính trị

dark horse adjective trước đây không biết đến

dark meat noun 1 bạn tình là người da đen 2 cơ thể và bộ phận sinh dục của một người da đen

darky noun người da đen

darky town noun vùng dân cư đa phần là người da đen

darn or **dern** or **durn** 1 interj (*cũng là darn it*) thán từ thể hiện sự khó chịu, thất vọng, bực tức, vỡ mộng, v.v.. 2 adj (*cũng là darned or darnfool or darned or durned*) đáng ghét; xấu xa; ngu ngốc 3 adv She was darn excited: *Cô ta rất phấn khích.*

dash noun bảng đồng hồ (dashboard) của xe ô tô

dash it or **dash it all** verb = DAMN, DARN [chủ yếu dùng tại Anh]

dat noun (*quân đội*) một thành viên của đội xe tăng

date noun 1 một cuộc hẹn, đặc biệt với người khác giới 2 một người đàn ông hay phụ nữ có một cuộc hẹn hò 3 sự hẹn trước; sự sắp đặt; sự mời của một diễn giả, nhóm nhạc, v.v.. 4 khách chơi gái; khách làng chơi 5 sự quan hệ tình dục giữa gái điếm và khách hàng

date verb 1 hẹn hò; hẹn gặp, thường với người khác giới 2 (*gái điếm*) đi khách

date bait noun 1 (*thanh thiếu niên, những năm 1940*) một phụ nữ trẻ hấp dẫn và nổi tiếng 2 người gợi tình và được săn đón để "đi vui vẻ" 3 phần thưởng hoặc vật khuyến khích cho cuộc hẹn hò

date mate noun (*thanh thiếu niên, những năm 1940*) bạn hẹn của ai trong một cuộc gặp xã hội, đặc biệt là bạn hẹn bình thường

date someone **up** verb lên lịch cho một cuộc hẹn hay gặp gỡ xã hội với ai

Dave or **David** noun (*tiệm giày*) giày cỡ D

dawg noun 1 con chó 2 một gã trong băng nhóm tội phạm

day-glo adjective lòe loẹt rẻ tiền; sặc sỡ

daylight verb làm một công việc thứ nhì (*ở nơi khác*) trong ngày

the day the eagle shits (or **screams**) noun ngày lãnh

deacon seat noun 1 (*người lang thang và người đốn gỗ*) chỗ ngồi dài dọc theo mép giường trong nhà ngủ 2 chỗ ngồi gần ngọn lửa

dead noun 1 (*trò chơi bài*) lá bài bị bỏ ra ngoài trong ván chơi 2 (*bưu điện*) một lá thư hoặc gói hàng không thể được giao hoặc trả lại

dead adjective 1 yên tĩnh; buồn tẻ 2 rất mệt; = BEAT, POOPED 3 không hoạt động; không thể khởi động 4 chán ngắt; không sinh động; tẻ nhạt 5 không còn hiệu quả; không còn ích lợi nữ 6 không còn thích hợp; không còn quan trọng nữa 7 bị hủy hoại; bị tàn phá 8 không còn được quan tâm nữa 9 đều đều; tẻ nhạc; buồn nản 10 chắc chắn; tuyệt đối • He's dead certainty for the 100 meters: *Anh ta chắc chắn sẽ thắng cuộc đua 100 mét.*

dead adverb chắc chắn • I'm dead broke: *Chắc chắn tôi sẽ khánh kiệt (phá sản).*

dead and gone adjective 1 (*về người*) chết từ lâu 2 (*về một sự việc*) đã bỏ đi không dùng đến từ lâu; lỗi thời không dùng

dead as disco adjective đã chết hoàn toàn

dead as a dodo (or **doornail**) adjective hoàn toàn vô tri vô giác; hoàn toàn vô vọng

deadass noun 1 sự ngồi yên 2 người ngu ngốc, tẻ nhạt; người hoàn toàn đần độn

deadass adjective 1 ngu ngốc; đần độn; tẻ nhạt 2 thiếu năng lượng

dead-ass adverb hoàn toàn • You're deadass right!: *Bạn hoàn toàn đúng!*

deadbeat noun 1 người có thói quen xin tiền hoặc vay tiền từ người khác, không trả nợ, v.v..; = MOOCHER, SCHNORRER 2 người lang thang, đặc biệt là người đi trên xe lửa chở hàng

deadbeat verb ăn bám; lười nhác; rong chơi

dead beat adjective hoàn toàn kiệt sức

dead broke adjective hoàn toàn hết tiền; nghèo túng

dead cat noun (*xiếc*) sư tử, hổ, báo, v.v.. chỉ để làm cảnh chứ không biểu diễn

dead center noun một thời điểm mà không có gì xảy ra

dead cinch noun một điều chắc chắn tuyệt đối; một việc rất dễ làm

dead drunk *adjective* say rượu; hoàn toàn say

dead duck (or **pigeon**) *noun* 1 sự thất bại hoàn toàn; người hoặc chuyện không thể nào thành công 2 một người hay một thứ gì bị hủy hoại; = a GONER

deadfanny *adjective* đần độn; ngu ngốc

dead from the neck up *adjective* 1 ngu ngốc; đần độn; = KLUTZY 2 không còn cởi mở hoặc công khai với những ý tưởng mới

dead giveaway *noun* manh mối cuối cùng và không thể nhầm lẫn; đầu mối rõ ràng

deadhead *noun* 1 người đi không trả tiền trên tàu hỏa, xe buýt, máy bay, thường vì họ làm việc cho ngành vận tải 2 khán giả không trả tiền ở một trò chơi, chương trình, v.v..; = FREELOADER 3 (*ngành đường sắt*) chuyến xe lửa hay xe buýt trống không, thường là chuyến trở về 4 *modifier*: a deadhead cab: *một chiếc taxi chạy không* 5 người có trí thông minh hạn hẹp; người ngu ngốc; = KLUTZ 6 người cực kỳ tẻ nhạt

Deadhead *noun* một người hâm mộ nhóm nhạc rock-and-roll Grateful Dead

deadhead *verb* 1 (*dùng cho tài xế, phi công*) điều khiển phương tiện giao thông như thể mình là hành khách ngồi ở ghế trống 2 trả lại chiếc xe tải trống, xe lửa hoặc máy bay trống v.v.. về lại nơi xuất phát

dead heat *noun* (*thể thao, cuộc đua ngựa*) tình trạng về đích bằng nhau

dead horse (or **letter**) *noun* một vấn đề không còn đáng lo ngại hoặc phổ biến nữa; một vấn đề đã qua, đặc biệt là khi một người đề cập đến việc tiếp tục

dead hour *noun* (*sinh viên, từ những năm 1920*) giờ trống, không có lớp học

dead in the water *adjective* không di chuyển; làm cho ngừng; bất động; chết

dead issue *noun* vấn đề không còn quan trọng nữa

dead letter *noun* 1 bức thư không thể chuyển đi được qua đường bưu điện vì địa chỉ đến không tồn tại hoặc vì địa chỉ sai hoặc không thể đọc được 2 vấn đề không quan trọng nữa

deadlights *noun* (*đội thương thuyền trên biển*) đôi mắt

deadly *adjective* 1 xuất sắc; tuyệt; đáng khâm phục; = COOL 2 rất nhàm chán; tẻ nhạt

deadly (**dull**) *adjective* chán ngắt

dead man's hand *noun* (*bài poker*) người giữ đôi ách và đôi tám

dead man switch *noun* (*đường sắt*) sự điều khiển van tiết lưu (throttle) trên xe lửa hoặc phương tiện giao thông khác, tự động vào vị trí "stop" nếu không bị cầm và giữ lại

dead man's zone or **dead Marine zone** *noun* vùng phi quân sự

deadneck *noun* người ngu ngốc; người đần độn

dead on *adjective* hoàn toàn chính xác; trúng đích

dead one *noun* 1 (*người lang thang*) một người lang thang đã về hưu 2 (*người lang thang*) một người keo kiệt, không rộng rãi 3 một người vô tích sự, đần độn; = DULL TOOL 4 *xem* DEAD SOLDIER

dead pan *noun* 1 bộ mặt vô cảm, không có biểu hiện cảm xúc trên gương mặt; bộ mặt trơ, như người đánh bài phé; = POKER FACE 2 người có bộ mặt vô cảm, tỉnh bơ

deadpan *adjective* không biểu lộ cảm xúc; tỉnh bơ

dead president *noun* tiền; bất kỳ giấy bạc Mỹ nào [từ chân dung của các Tổng thống như Washington, Lincoln, Hamilton, v.v.. được in trên các loại tiền giấy khác nhau]

dead ringer *noun* bản sao y chang, đặc biệt là người giống người khác

dead soldier or **dead man** or **dead marine** or **dead one** *noun* 1 chai rượu hoặc lon bia rỗng 2 thức ăn hoặc những đĩa thức ăn đã ăn một phần

deadsville *adjective* tẻ nhạt; chán

dead (or **bang**) **to rights** *adverb* (*từ những năm 1800*) không thể trốn thoát hoặc lẩn tránh; bắt quả tang

dead to the world *adjective* 1 say rượu 2 ngủ say như chết, không biết gì ở xung quanh

dead wagon *noun* (*từ những năm 1800*) xe tang; xe chở xác chết

deadwood *noun* 1 người bất tài, vô dụng 2 bất cứ gì vô dụng, đặc biệt thứ gì đó vô dụng mà phải được giữ lại 3 dương vật ở trạng thái bình thường, mềm 4 vé chưa bán được của một buổi biểu diễn 5 người chỉ ngồi quan sát trong ván bạc 6 người bị bắt quả tang khi đang phạm tội

deal *noun* 1 một thỏa thuận thường là bí mật giữa các chính trị gia, những người cai trị, giám đốc kinh doanh, v.v.. 2 tình huống; vấn đề trước mắt hoặc đang tranh cãi

deal *verb* 1 thương lượng, đặc biệt với một vụ mua bán; mặc cả 2 chủ động và hăng hái trong việc đưa ra các thỏa thuận, thỏa hiệp, bán hàng, v.v..; = WHEEL AND DEAL 3 (*ma túy*) buôn bán ma túy 4 (*bóng chày*) ném một quả bóng chày 5 giám sát trò chơi bài xì dách (blackjack) ở sòng bạc

deal someone **a poor deck** *verb* đối xử với ai một cách độc ác và bất công

dealer *noun* 1 (*cờ bạc*) người kiếm sống từ nghề cờ bạc 2 người tham gia một cách chủ động và hăng hái trong nhiều cuộc thương lượng, mua bán, v.v..; = WHEEL-DEALER 3 (*ma túy*) người bán ma túy; = PUSHER

deal someone **in** *verb* biến ai thành người tham gia; cho ai chia phần

deal in coal *verb* 1 (*từ người da đen*) giao thiệp với những người da đen khi mà bản thân không phải là người da đen 2 (*từ người da đen*) kết bạn với những người da rất sẫm

deal off the top *verb* đối xử công bằng

deal with someone *verb* giết ai

deano *noun* (*thế giới ngầm*) một tháng

dearie *noun* người thân yêu; người yêu dấu [một từ xưng hô khá thông tục được dùng chủ yếu bởi phụ nữ]

Dear Jane *noun* thư chia tay bạn gái hoặc vợ

Dear John or **Dear John letter** or **Johnny letter** *noun* 1 thư chia tay của người phụ nữ gửi đến chồng hoặc bạn trai của cô ấy 2 *modifier*: Dear-John letter: *lá thư cắt đứt quan hệ*

death row *noun* một khu hoặc dãy nhà tù giữ những tù nhân bị kết án tử hình; = DANCEHALL

death seat *noun* ghế ngồi phía trước (kế bên tài xế) trong xe ô tô hoặc xe tải

the **death warrant** *noun* nguyên nhân kết thúc; sự sụp đổ; sự lụn bại

deb *noun* 1 cô gái mới bước vào đời 2 nữ diễn viên/ca sĩ mới trình diễn lần đầu tiên 3 cô gái tham gia vào băng nhóm trẻ (trực tiếp hoặc qua bạn trai của mình)

deball (or **de-ball**) *verb* thiến; = DE-NUT

debunk *verb* hạ bệ; chế giễu (làm mất thanh danh)

decayed *adjective* say rượu

decent *adjective* tốt; tuyệt vời

decision *verb* chiến thắng trận đấu quyền Anh nhờ quyết định của trọng tài (ngược với việc hạ nốc ao đối thủ)

deck *noun* 1 (*người lang thang*) nóc toa xe lửa 2 gói thuốc lá

deck *verb* đánh ai ngã xuống đất, đặc biệt bằng nắm đấm; = FLOOR
• Remember that guy I decked in the restaurant?: *Nhớ cái gã mà tôi đã cho đo sàn ở nhà hàng không?*

deck hand *noun* (*rạp hát*) nhân viên dọn dẹp phong cảnh ở sân khấu

deckmonkey *noun* thành viên thủy thủ đoàn làm việc trên boong tàu

decks awash *adjective* say rượu

decode *verb* giải thích

decrease the volume *verb* (*thanh thiếu niên*) nói nhỏ thôi [thường là mệnh lệnh hay yêu cầu]

deek *noun* thám tử; = DICK

deely bopper or **deely bobber** or **beely bopper** *noun* cái nón hoặc mũ nhỏ được trang trí với những sợi dây râu ria giống như râu của côn trùng hoặc một loài sinh vật ngoài trái đất nào đó

deemer or **deaner** or **deener** *noun* (*người lang thang, xiếc và lễ hội, đầu những năm 1800*) 1 đồng 10 xu 2 khoản tiền boa keo kiệt 3 người cho tiền boa không đủ; = CHEAPSKATE 4 mười

deep *adjective* 1 rất nhiều 2 chứa một số lượng cụ thể những vật liên quan [ví dụ, "four deep" có nghĩa là "four people in a car"] 3 nghiêm trọng; nghiêm túc 4 mãnh liệt; sâu sắc; uyên thâm

deep-dick *verb* làm tình với ai

deep-dicking *noun* (*từ cách nhìn của đàn ông*) tình dục

deepie or **depthie** *noun* (*đặc biệt những năm 1950*) phim 3D

deep kimchi *noun* vấn đề nghiêm trọng; điều rắc rối nghiêm trọng

deep-pocket *noun* sự giàu có

deep-pocket *adjective* (*dùng cho một người bị cáo bị buộc tội*) có nguồn tài chính phong phú, dồi dào

deep pockets *noun* 1 nguồn tiền dồi dào 2 một người giàu có

deepsea chef *noun* (*người lang thang*) người rửa bát đĩa

deepsea turkey *noun* (*quân đội, thế chiến II*) cá hồi

deep serious *adjective* rất nghiêm trọng; nguy cấp; càng lúc càng xấu đi

the deep six *noun* 1 sự chôn cất ở biển 2 nấm mộ

deep six or **deep-six** *verb* 1 loại bỏ; vứt bỏ 2 vứt bỏ hàng, kể cả xác chết, từ tàu xuống biển 3 giết hoặc thủ tiêu ai

deep-think *noun* 1 trí tuệ uyên thâm [dùng một cách mỉa mai] 2 *modifier:* do some deep-think social criticism: *đưa ra một lời chỉ trích xã hội thâm thúy*

deep trouble (or **shit**) *noun* điều rắc rối nghiêm trọng

deep-water Baptist or **deep-dip Baptist** *noun* người theo giáo phái Baptist (chỉ rửa tội cho người lớn) đang làm lễ rửa tội

def *adjective* 1 tốt hơn; tuyệt 2 chắc chắn

def *adverb* dứt khoát; chắc chắn là

defi or **defy** *noun* (*đặc biệt những năm 1920*) sự thách thức; lời báo trước về hành động thách thức

defrosted *adjective* tự bình tâm lại khi vừa bị xỉ nhục, bối rối hoặc bị chọc giận

defuse *verb* xoa dịu hoặc loại bỏ nguy hiểm của điều gì đang đe dọa

dehorn *noun* 1 (*người lang thang*) rượu biến chất (rượu có chất độc hại cho sức khỏe) 2 người nghiện rượu biến chất (rượu có chất độc hại cho sức khỏe); = BUM 3 (*những năm 1920*) bất cứ gì độc hại đối với hiệp hội Công nhân kỹ nghệ thế giới, đặc biệt là rượu và cờ bạc

dehorn *verb* quan hệ tình dục sau một thời gian dài độc thân

deke *noun* chim mồi

deke *verb* (*từ môn hockey của Canada*) lừa, đặc biệt là bằng cách nhử; = FAKE someone OUT

Delhi belly *noun* bệnh tiêu chảy (khách du lịch mắc phải ở Ấn Độ)

deli or **delly** or **dellie** *noun* 1 món ăn ngon 2 *modifier:* deli food: *thức ăn ngon*

delish or **deelish** *adjective* ngon • That was a delish dinner: *Đó là một bữa ăn tối ngon miệng.*

deliver or **deliver the goods** *verb* trình diễn thành công, đặc biệt là sau khi hứa hẹn; = COME THROUGH

Dem or **Demo** *noun & adjective* 1 *noun* người theo đảng Dân chủ 2 *adj* the Demo congressmen: *những đại biểu quốc hội thuộc đảng Dân chủ*

demi-rep *noun* (*từ những năm 1700*) một phụ nữ có tiếng tăm đáng ngờ

demo¹ *noun* công nhân phá hủy, thường các nhà cửa

demo² *noun* 1 mô hình thí nghiệm hoặc bản thu thử nghiệm 2 sự thuyết minh hoặc sự trình bày cái gì đó 3 xe hơi hoặc máy móc và thiết bị được người bán sử dụng với mục đích vận hành thử 4 cuộc biểu tình phản đối hoặc kết tội khác, đặc biệt bởi một đám đông lớn với các băng rôn, biểu ngữ, v.v..

demo *verb* 1 vận hành, thao tác thử cái gì cho ai xem 2 thử nghiệm hoặc bày cho ai cách làm cái gì

demon *noun* (*từ những năm 1930, nhạc jazz*) mười xu (a dime)

dentist's friend *noun* (*xiếc và lễ hội*) kẹo

de-nut or **de-ball** *verb* thiến

depth charge *noun* rượu uýt-ki được rót vào trong cốc bia

derail *verb* trật khỏi lộ trình thích hợp; phá hoại

derby *noun* sự quan hệ tình dục bằng miệng

Derbyville *noun* Louisville, Kentucky

derrick *noun* 1 (*thế giới ngầm*) một vụ trộm những món đồ đắt tiền thành công 2 (*thế giới ngầm*) kẻ cắp trong cửa hàng

derrick *verb* (*thể thao*) loại một cầu thủ khỏi trận đấu

derriere or **derrière** *noun* mông đít [từ tiếng Pháp]

des or **dec** *noun* tháng mười hai

desert rat *noun* dân cư sống lâu đời ở vùng sa mạc, đặc biệt trong cách dùng hiện đại, vùng Las Vegas, Nevada

designer *noun* 1 (*thế giới ngầm*) kẻ làm giả; kẻ giả mạo 2 *modifier:* có chất lượng cao; mang một nhãn hiệu nổi tiếng

desk jockey *noun* nhân viên văn phòng

desperado *noun* (*cờ bạc*) người đánh bạc hoặc vay mượn nhiều hơn khả năng chi trả và chắc chắn sẽ vỡ nợ; con bạc liều lĩnh

desperate *adjective* rất tốt

detainer *noun* (*đường sắt*) người điều vận xe lửa

detox *noun* khoa điều trị, giải độc cho người nghiện rượu hoặc nghiện ma túy

detox *verb* (*ma túy*) làm ai khỏi nghiện ma túy; cai nghiện

deuce *noun* 1 án phạt hai năm tù 2 hai vật/ thứ gì đó (như là hai điếu thuốc cần sa, hai người đàn bà, v.v..) **3** hai đô la **4** đại tiện; sự ỉa [từ từ vựng trong toilet của trẻ em] **5** (*súc sắc*) điểm 2 **6** (*bi-da*) bi số 2 **7** (*chơi bài*) lá bài số hai **8** giá trị ma túy 2 đô la **9** hai trăm **10** hai trăm đô **11** hai mươi đô **12** một vụ bắt giữ hoặc buộc tội vì lái xe dưới ảnh hưởng của rượu bia **13** được dùng như một thay thế cho "devil" hoặc "hell" **14** cái bàn cho hai người **15** hai quân bài **16** (*bài poker*) hai quân bài có cùng giá trị **17** (*băng đảng đường phố*) kẻ nhát gan; tên trộm vặt **18** (*cũng là deuce coupe*) (*dân chơi xế độ*) một chiếc xe được chuẩn bị rất đẹp hoặc rất mạnh, đặc biệt là chiếc Ford 1932

the deuce *noun* **1** (*từ Anh những năm 1700*) = the HELL **2** (*đặc biệt thanh thiếu niên*) đường 42, New York, thánh địa của nhiều thiếu niên bỏ trốn; = FORTY-DEUCE

deuce *verb* thoái lui khỏi một cuộc đối đầu

deuce-and-a-half or **deuce and a half** *noun* (*quân đội, thế chiến II*) xe tải chở hàng hai tấn rưỡi

deuce it *verb* **1** (*sân khấu*) đứng thứ hai theo thứ tự, đặc biệt trên tờ quảng cáo chương trình **2** làm việc gì với vai trò là một trong hai người

deuce of clubs *noun* (*trại cải tạo*) hai nắm tay

deucer *noun* hai đô-la; tờ hai đô-la

deuce spot *noun* **1** (*sân khấu*) tiết mục thứ hai trong một chương trình tạp kỹ **2** vị trí thứ hai trong cuộc thi

deuce up *verb* xếp hàng thành cặp; xếp hàng đôi

devil-may-care *adjective* liều lĩnh; phóng túng

devil of a time *noun* thời gian rất khó khăn

the devil's bedpost *noun* (*cỗ bài*) 4 quân nhép (chuồn)

devil's dozen *noun* (*từ Anh, những năm 1600*) 13; một tá 13 cái

the devil's own time *noun* một thời gian rất khó khăn; một thời gian khủng khiếp

devoon *adjective* (*thanh thiếu niên*) tuyệt diệu; tuyệt vời

dexter *noun* một sinh viên cần cù, lạc lõng về mặt xã hội

DI *noun* (*phát âm theo từng chữ cái riêng*) (*thủy quân lục chiến*) sĩ quan huấn luyện; hạ sĩ quan chịu trách nhiệm về tân binh [viết tắt của "*drill instructor*"]

dialog *verb* cố đánh lừa ai; cố quyến rũ ai

dial something out *verb* lờ đi có chủ tâm; kiên quyết gạt bỏ khỏi tâm trí

diamond-cracker *noun* (*biến thể*: **pusher** or **thrower** có thể thay thế **cracker**) (*đường sắt*) người đốt lò

diamond in the rough *noun* người tuyệt vời mặc dù bề ngoài thô kệch; người có tiềm năng lớn

diamonds *noun* **1** tinh hoàn; hòn dái; = FAMILY JEWELS **2** (*cũng là black diamonds*) than đá

diaper sniper *noun* kẻ gạ gẫm trẻ em

diarrhea of the mouth or **diarrhea of the jaw-bone** *noun* bệnh tưởng tượng có liên quan đến việc nói chuyện không dứt

dib *noun* **1** tiền, đặc biệt là phần tiền đóng góp **2** một đô-la

dibs *noun* **1** quyền ưu tiên; sự công bố được ưu tiên; quyền đòi [nằm trong số những từ lóng sớm nhất mà trẻ em tại Mỹ học; xuất phát từ "dib" (một phần) vốn được ghi nhận đầu tiên tại Anh vào năm 1889] **2** sự kiếm sống; sinh kế

dibs on something *phrase* sự đòi hỏi cái gì; sự công bố được ưu tiên trước cái gì

dice *verb* (*môn đua xe, những năm 1950, ở Anh*) dùng mánh khóe để giành ưu thế trong cuộc đua

dice house *noun* (*từ những năm 1920, cao bồi*) nhà ngủ

dicer *noun* nón cứng hoặc mũ sắt của lính

dicey *adjective* đầy rủi ro; không chắc chắn; bấp bênh; hiểm nghèo

dick *noun* **1** dương vật **2** âm vật **3** sự quan hệ tình dục với đàn ông **4** sĩ quan cảnh sát, đặc biệt là thám tử; một thám tử tư **5** một kẻ đáng khinh; = PRICK **6** kẻ ngốc **7** không có gì cả; số không

dick *verb* **1** khai thác; tận dụng; làm tổn hại **2** (*quan điểm đàn ông*) quan hệ tình dục với; = SCREW **3** lừa gạt ai; đánh lừa ai

dick around *verb* **1** cư xử theo kiểu bừa bãi về mặt tình dục **2** trải qua thời gian nhàn rỗi; lãng phí thời gian **3** làm qua loa; làm chơi; làm thất thường; làm tắc trách; = MESS, SCREW AROUND

dickbrain *noun* kẻ ngốc

dick-brained *adjective* ngu ngốc; điên rồ; = NUTTY

dickey *noun* dương vật

dickhead *noun* một kẻ đáng khinh; một kẻ ngốc; = BASTARD, PRICK

dick-lick *noun* được dùng như một từ sỉ nhục • What are you smiling at, you dick-lick?: *Mày đang cười gì thế, đồ liếm dái?*

dicklicking *adjective* đáng khinh

dickty or **dicty** or **dictee** **1** *adj* hợp thời trang; giàu có; = CLASSY **2** *adj* kêu ngạo; hợm mình; hống hách **3** *noun* kẻ hợm mình; người quý tộc

dickwad *noun* **1** một người không đáng yêu hoặc đáng khinh **2** người đàn ông ngu ngốc và vô tích sự

diddle *noun* hành động thủ dâm

diddle *verb* **1** (*từ đầu những năm 1800, Anh*) lừa gạt; lừa đảo **2** (*cũng là diddle around*) (*từ cuối những năm 1800*) lãng phí thời gian; lười nhác **3** (*từ quan điểm đàn ông*) quan hệ tình dục; = SCREW **4** tự thủ dâm **5** thủ dâm ai khác **6** đụng chạm ai một cách đầy dục tính **7** nhét ngón tay vào âm đạo của phụ nữ; = FINGERFUCK

diddle something out of someone *verb* lấy cái gì từ ai bằng cách lừa gạt

diddle with something *verb* **1** chơi với cái gì; đùa nghịch với cái gì **2** (*cũng là diddle around with*) mó vào; dính dáng đến

diddly or **diddley** (biến thể: **damn** or **poo** or **poop** or **shit** or **squat** or **squirt** or **whoop** có thể được thêm vào) **1** *noun* không có gì; rất ít; = ZILCH [một rút gọn của "*diddly-shit*"] **2** *adj* tầm thường; bình thường

diddlybop (*sinh viên, theo lối nói nhạc bop*) **1** *verb* lãng phí thời gian; nhàn rỗi **2** *verb* làm điều gì thú vị và phấn khích **3** *noun* They had a nice diddlybop at Gino's after work: *Họ đã có một quãng thời gian thú vị tại Gino sau giờ làm việc.*

diddlybopper or **diddybopper** or **dittybopper** or **diddley bop** or **diddy bop** *noun* du côn đường phố

diddly-dick *noun* không gì cả

diddly-shit or **doodly-shit** or **diddly-squat** *noun* bất cứ gì hoặc chẳng gì cả

diddly-shit or **doodly-shit** or **diddly-squat** *adjective* hầu như vô giá trị; vô dụng

diddy bag or **ditty bag** *noun* một túi nhỏ được phát cho binh lính để đựng đồ dùng cá nhân của họ

diddy bop *verb* đi bộ mà không chú ý hoặc thực hiện những biện pháp đề phòng an toàn

didie *noun* tã lót em bé

DIDO *phrase* (*từ máy tính*) tình trạng của máy tính sơ suất, cung cấp dữ liệu sai nên kết quả ra sai [viết tắt của *dreck in, dreck out*]

die *verb* 1 cười lăn ra; cười không kiềm chế được 2 khao khát rất lớn; thèm chết đi được 3 (*bóng chày*) bị bỏ lại tại gôn vào cuối hiệp 4 (*về quả bóng*) ngừng di chuyển, lăn, nảy, v.v..

die for something *verb* khao khát mạnh về điều gì; thèm muốn cái gì chết đi được

die in one's bed *verb* chết vì tuổi già hay vì đau ốm

die of throat trouble *verb* bị treo cổ

die on someone *verb* 1 chết dưới sự chăm nom của ai 2 hỏng; ngừng hoạt động vì ai

die on one's feet *verb* trở nên hoàn toàn kiệt sức; tiếp tục mặc dù gần như không thể chuyển động

diesel dyke or **diesel dike** *noun* một người đồng tính nữ hung hăng, mạnh mẽ; = BULL-DYKE

die standing up *verb* (*ngành kinh doanh giải trí*) thất bại trong một chương trình hoặc buổi biểu diễn; = BOMB

die with one's boots on *verb* chết trong khi hành động; chết bất đắc kỳ tử

diff or **dif** *noun* (*từ giữa những năm 1800*) sự khác biệt

the difference *noun* lợi thế rõ ràng; điều gì mang lại lợi thế, đặc biệt là súng

different strokes for different folks *phrase* (*từ người da đen*) một lời bình luận quen thuộc về sự đa dạng của con người và cách sống của họ; những người khác nhau có cách sống khác nhau

diffugalty *noun* sự khó khăn; điều rắc rối; vấn đề [một sự phát âm sai của *difficulty* mang tính hài hước]

diffy *noun* (*hải quân*) người nằm trong bệnh xá

dig *noun* 1 lời bình luận hoặc lời phê phán lăng mạ, khiêu khích hoặc khinh thường 2 (*khảo cổ*) sự khai quật

dig *verb* 1 thích; đánh giá cao 2 hiểu; lĩnh hội 3 học rất chăm chỉ; cố gắng; nỗ lực 4 thẩm vấn hoặc điều tra cặn kẽ 5 nghe hoặc xem cuộc trình diễn văn nghệ; = CATCH 6 = DIG UP

dig at *verb* xúc phạm; quấy rối bằng lời nói; = PUT DOWN

dig dirt *verb* (*đặc biệt những năm 1920*) nói chuyện tầm phào; ngồi lê đôi mách

digger *noun* 1 (*thế chiến I*) người Úc 2 = GOLD-DIGGER 3 một người mua rất nhiều vé của một chương trình nổi tiếng rồi bán lại vé cho người môi giới; kẻ phe vé; = SCALPER 4 kẻ móc túi, đặc biệt là loại vụng về

digits *noun* 1 số điện thoại 2 số nhận dạng cá nhân; số CMND; số căn cước

dig out *verb* (*từ giữa những năm 1800*) rời khỏi; khởi hành; = CUT OUT, SPLIT

digs or **diggings** *noun* (*từ đầu những năm 1800*) phòng cho thuê, dù đó là một phòng, dãy phòng hoặc nhà

dig someone/something **the most** *verb* thích hoặc thích hơn; ưa thích ai hay cái gì nhất

dig up *verb* tìm hoặc phát hiện

Dig up! *exclam.* Nghe này!; Chú ý! • Dig up, man! This is important: *Nghe này, anh bạn! Điều này quan trọng.*

dig you later được dùng như một lời tạm biệt

dildo or **dildoe** *noun* 1 dương vật giả 2 (*cũng là dill*) một người đáng khinh, khó chịu hoặc ngu đần; = JERK, PRICK

dillion *noun* 1 một con số rất lớn; một số tiền rất nhiều; = JILLION 2 *modifier:* I'd walk a dillion miles: *Tôi đã đi rất rất nhiều dặm.*

dilly or **dill** *noun* một người xuất sắc, nổi bật hoặc một thứ khác thường; = BEAU, LULU [được dùng theo nghĩa mỉa mai]

dilly-dally *verb* la cà; lãng phí thời gian

dim *noun* ban đêm; chạng vạng

dim *adjective* ngu ngốc; kém hiểu biết

dim bulb *noun* người ngốc nghếch; người ngu ngốc; = DIMWIT

dime *noun* 1 mười đô la • A dime is ten dollars: *Dime là mười đô la.* 2 một trăm đô la 3 (*cờ bạc*) một nghìn đô la, đặc biệt là khoản cược 4 (*thế giới ngầm*) mười năm; án tù mười năm 5 một cô gái đẹp

dime *verb* (*cũng là drop a dime*) phản bội; khai báo ai; = SING, SQUEAL

a dime a dozen *adjective* rất phổ biến; rất rẻ; dư thừa • PhDs are a dime a dozen now: *Hiện giờ rất dư thừa tiến sĩ.*

dime-dropper *noun* người cung cấp tin của cảnh sát; kẻ chỉ điểm; = FINK

dime note *noun* tờ mười đô-la; = TEN-SPOT

dime up *verb* (*người lang thang*) đưa ra một hào (dime) để mua đồ ăn, sau đó lấy lại đồng một hào đó lẫn đồ ăn

dimmer *noun* 1 (*cũng là dimmo*) một hào; = DEEMER 2 (*nhà tù*) đèn điện

dimwit *noun* người ngớ ngẩn; người đần độn và vụng về; = BOOB

Dinah or **dinah** or **dine** *noun* (*thợ đốn gỗ và thợ mỏ*) chất nổ dynamite hoặc nitro-glycerine

dinch 1 *verb* vò nát một điếu xì-gà hoặc điếu thuốc lá 2 *noun* mẫu thuốc lá hoặc mẫu xì-gà

din-din *noun* (*từ cuối những năm 1800, Anh*) bữa ăn tối; bữa ăn [từ vựng của trẻ em]

diner *noun* (*đường sắt*) toa dành cho công nhân

dinero *noun* tiền [từ tiếng Tây Ban Nha]

ding *noun* 1 (*sinh viên*) lá thư từ chối đơn xin việc hoặc phỏng vấn của ai 2 dương vật 3 vết lõm; vết trầy; vết cào xước 4 những chi phí gánh chịu trong việc điều hành một gian hàng ở lễ hội 5 một người không ổn định về mặt tâm thần [dạng rút gọn của "*dingbat*"] 6 sự yêu cầu tiền bạc gần như bắt buộc 7 phiếu chống 8 (*nhà hàng*) bữa ăn có nhiều món làm sẵn, tự chọn

ding *verb* 1 (*người lang thang*) đi lang thang trên đường; = BUM 2 (*người lang thang*) ăn xin; = BUM, PANHANDLE 3 làm méo; làm lõm; làm cong; làm trầy xước 4 (*cách dùng của xiếc và lễ hội*) vay mượn 5 loại bỏ; cự tuyệt; phủ nhận; làm hỏng 6 làm bị thương 7 (*sinh viên*) bỏ phiếu chống một ứng cử viên của hội; bỏ phiếu chống 8 (*quân đội*) đưa ra lời khiển trách hoặc đánh giá bất lợi

ding-a-ling 1 *noun* một kẻ ngốc; kẻ lập dị; = NUT, SCREWBALL 2 *adj* It's the ding-a-ling capital of universe: *Nó là thủ đô lập dị của vũ trụ.* [từ quan niệm rằng một người như vậy thường nghe thấy tiếng chuông kêu trong đầu]

dingbat *noun* 1 (*từ đầu những năm 1900, Úc*) một người lập dị, kỳ cục hoặc ngu ngốc; = DIMWIT 2 (*từ giữa những năm 1800*) tên của một thiết bị hoặc dụng cụ nào đó mà bạn không biết tên hoặc không muốn nêu tên; = DINGUS, GADGET 3 người không ai ưa thích 4 (*nhà in*) dấu hiệu hoặc ký hiệu in ấn khác nhau

ding-dang *interj* = DANG

ding-ding *noun* một người điên; người ngu đần; kẻ ngốc; = DINGBAT

ding-dong *noun* 1 dương vật; = DONG 2 cái chuông 3 người ngu

ding-dong — ngốc; người lập dị; = DING-A-LING, NUT 4 (*đường sắt*) toa hành khách được cấp điện bằng gas hoặc gas-điện

ding-dong *verb* gọi điện thoại

ding-dong *adjective* 1 đáng nguyền rủa; chết tiệt 2 mạnh mẽ và hăng say; dữ dội; = KNOCK-DOWN-DRAG-OUT

ding-donger *noun* một kẻ lang thang hăng hái và đầy sức sống

dinge *noun* 1 (*từ những năm 1920*) người da đen 2 *modifier:* You say this here is a dinge joint?: *Cậu nói đây là quán rượu rẻ tiền của người da đen à?*

dinged out *adjective* say rượu

dinger *noun* 1 = HUMDINGER 2 (*đường sắt*) người dồn toa hoặc người dồn toa phụ 3 (*bóng chày*) cú đánh làm cho người đánh chạm được góc thứ nhất 4 *modifier:* He was in an 11-game dinger drought: *Anh ta đã trải qua 11 trận không đánh được cú đánh chạm góc thứ nhất.*

dingey *noun* 1 (*người lang thang, đường sắt, tài xế xe tải*) xe cộ nhỏ, chẳng hạn như đầu máy, xe lửa hoặc xe tải 2 (*cao bồi*) gia súc không đạt yêu cầu, không đăng ký hoặc không đóng dấu thương hiệu

dinghead *noun* người ngu xuẩn; kẻ ngốc

ding how (or **hao**) *adjective* (*quân đội, thế chiến II*) rất tốt; tuyệt vời [từ tiếng Trung Quốc]

dingleberry *noun* 1 một cục phân khô tích tụ trên lông hậu môn 2 một người đáng khinh; người có hành động ngu ngốc 3 huy chương quân đội

dingo *noun* 1 (*người lang thang*) kẻ lang thang 2 kẻ lừa đảo lặt vặt

ding-swizzled *adjective* or *adverb* = DARNED, DAMNED

dingus *noun* bất kỳ đối tượng chưa xác định hoặc không thể xác định; điều mà bạn không biết tên hoặc không muốn nêu tên; = GADGET, GIZMO

ding ward *noun* khu dành cho bệnh tâm thần ở bệnh viện

dink[1] *noun* 1 một người đến từ Nam Á; đặc biệt là người Việt Nam trong cách dùng sau này; = GOOK, SLOPE [có thể là tiếng lóng lặp vần của người Úc, được tạo thành từ CHINK (người Trung Quốc). Nó được tiếp nhận bởi lính Mỹ tại Việt Nam năm 1967] 2 một người không có ý thức, thiếu khả năng cần thiết 3 một kẻ đáng khinh; = JERK, PRICK 4 rất ít; không có gì; = ZILCH 5 dương vật, đặc biệt nhỏ 6 (*sinh viên*) cái nón nhỏ được đội bởi sinh viên mới 7 nguồn thu nhập gấp đôi và không con; một đôi vợ chồng trẻ có hai khoảng thu nhập và không con

dink[2] *noun* xuồng; tàu tiếp liệu của du thuyền

dink around *verb* la cà hoặc lãng phí thời gian

dinkey *noun* 1 (*đường sắt*) đầu máy xe lửa nhỏ để bẻ ghi, chuyển xe lửa sang đường ray khác 2 = DINK[3]

dink someone off *verb* làm cho ai tức giận

dinkum *adjective* = FAIR DINKUM

dinky *noun* dương vật

dinky *adjective* 1 nhỏ; khiêm tốn 2 không đầy đủ; không thích đáng; dưới tiêu chuẩn 3 cực kỳ nhiệt tình; điên cuồng

dino *noun* người Ý hoặc người miền nam Châu Âu, hoặc một người có nguồn gốc như thế; = DAGO

dip[1] *noun* bệnh bạch hầu

dip[2] = DIPSO

dip[3] *noun* 1 (*thế giới ngầm*) kẻ móc túi 2 một người ngu đần; một kẻ ngớ ngẩn; = DIPSHIT 3 người lập dị; = NUT 4 (*thanh thiếu niên*) người nhếch nhác, luộm thuộm; = DIRTBAG 5 một nhúm thuốc lá nhai; một nùi thuốc lá nhai 6 người nghiện rượu; kẻ khát rượu; = DIPSO, LUSH 7 một nhúm bột thuốc lá hít

dip *verb* 1 móc túi 2 thể hiện sự quan tâm không thích hợp đến việc của một tù nhân khác 3 nghe trộm 4 nhai thuốc lá hoặc hút bằng miệng 5 rời đi

dip *adjectiv* = DIPPY

diphead *noun* 1 một người bị xã hội ruồng bỏ; người vô gia cư 2 *xem* DIPSHIT

dipper *noun* 1 kẻ móc túi 2 = DIPPERMOUTH

dippermouth *noun* một người miệng rộng

dippiness *noun* sự điên rồ; sự ngu ngốc

dippy *adjective* ngu ngốc; không thăng bằng; điên rồ; = KOOKY

dipsey *noun* (*người lang thang*) án tù ngắn

dipshit or **dipstick** *noun* 1 một người không quan trọng và không thông minh 2 (cũng là *diphead*) người ngớ ngẩn, đần độn và đáng ghét; = JERK

dipshit *adjective* chướng tai gai mắt; đáng ghét; tầm thường, thiếu thông minh; ngu ngốc

dipso *noun* một người nghiện rượu; người mắc phải chứng khát rượu; = LUSH [rút gọn của "*dipsomaniac*"]

dipsy *adjective* 1 ngà ngà say; say rượu 2 nghiện rượu; = DIPSO 3 ngu ngốc; = DITSY

dipsy-do or **dipsy-doo** *noun* (*bóng chày*) một đường bóng cong lượn xuống một cách đột ngột

dipsy-doodle *noun* 1 sự lừa gạt; sự gian lận; sự đánh lừa 2 kẻ lừa gạt; kẻ lừa đảo; = CON MAN 3 = DIPSY-DO 4 (*quyền Anh*) trận đấu với kết quả được dàn xếp sẵn 5 một điệu nhảy có những chuyển động hụp xuống

dipsy-doodle *verb* lừa gạt; lừa đảo

dipwad *noun* 1 một người vô gia cư 2 người ngu ngốc và vô dụng

dip one's wick *verb* quan hệ tình dục; = SCREW

dirt *noun* 1 chuyện tầm phào; tin đồn; lời chỉ trích; = SCOOP 2 một người đàn ông hoặc một nhóm đàn ông sẽ săn tìm người đồng tính 3 một điếu thuốc lá 4 người thấp hèn; người vô tích sự; kẻ đáng khinh 5 lời nói tục tĩu; hành động khiêu dâm; sách báo khiêu dâm

dirtbag or **dirtball** *noun* 1 người khó chịu hoặc đáng khinh; kẻ thô lỗ tục tĩu; = CRUD, SCUMBAG 2 (*quân đội, thế chiến II*) người thu gom rác

dirt bike *noun* (*người đi xe mô tô*) = SCRAMBLER

dirt cheap 1 *adj* rất rẻ; tốn rất ít tiền 2 *adv* buy it dirt cheap: *mua nó rất rẻ*

dirt-eater *noun* lính bộ binh

dirt under one's **feet** *noun* một người hoặc những người bị khinh thường

dirty *adjective* 1 không trung thực; mờ ám 2 (*ma túy*) nghiện ma túy 3 (*ma túy*) sở hữu ma túy hoặc hàng lậu khác 4 dâm dục; tục tĩu; khiêu dâm; = BLUE, RAUNCHY 5 biểu lộ sự sùng bái phân 6 có tội 7 (*trong kiểm tra nước tiểu*) chứa chất chuyển hóa ma túy 8 mắc bệnh lây lan qua đường sinh dục 9 thấp hèn và lén lút • What a dirty thing to do!: *Thật là một việc làm thấp hèn và lén lút quá đi!* 10 bất hợp pháp; không đúng với pháp luật 11 (*nhạc jazz*) bóng gió về tình dục (gợi dâm) trong âm thanh và ngữ điệu; = CATHOUSE, BARRELHOUSE 12 hiểm độc hoặc ác ý về mặt cá

dirty deal *noun* sự thỏa thuận kinh doanh bất công

dirty dog *noun* người thấp hèn và lén lút

dirty heavy *noun* (*hãng phim, những năm 1920*) kẻ du côn, đặc biệt trong phim; = HEAVY

dirty joke *noun* 1 chuyện đùa tục tĩu 2 người rất ngu ngốc hoặc rất xấu

dirty leg or **dirtyleg** *noun* một phụ nữ phóng đãng; gái điếm bình thường; = FLOOZY

dirty linen (or **wash**) *noun* vấn đề cá nhân hoặc gia đình; những chi tiết riêng tư

dirty little secret *noun* 1 điều gì đáng xấu hổ phải được giấu kín; một sự thật gây lúng túng 2 bất cứ gì được giữ bí mật về mặt cá nhân hoặc chung vì nó thật đáng xấu hổ; việc xấu xa phải che đậy

dirty look *noun* vẻ mặt thể hiện sự khó chịu với cái gì được nói ra hoặc đã làm; cái nhìn khinh miệt

dirty mind *noun* đầu óc bẩn thỉu, luôn nghĩ chuyện chuyện khiêu dâm, tục tĩu, v.v..

dirty-minded *adjective* có đầu óc bẩn thỉu (luôn luôn nghĩ chuyện bậy bạ như khiêu dâm, tục tĩu, v.v..)

dirty movie *noun* phim khiêu dâm

dirty-mouth *noun* người nói chuyện tục tĩu

dirty-mouth *verb* nói xấu ai hoặc thứ gì

dirty-neck *noun* 1 người lao động hoặc nông dân 2 người nhập cư

dirty old man *noun* 1 (*người đồng tính*) một người đàn ông đồng tính có bạn tình trẻ tuổi hơn 2 một lão già dâm đãng; = OLD GOAT

dirty pool *noun* hành động được thực hiện bằng thủ đoạn bất công hoặc lén lút; hành động bất hảo hoặc nham hiểm, trái với luân thường đạo lý; = DIRTY TRICKS

dirty (or **low-down dirty**) **shame** *noun* một người hoặc một thứ phải được thương xót nhiều; lòng thương xót; sự đáng hổ thẹn; sự ô nhục

dirty tricks *noun* 1 những âm mưu lén lút và không trung thực, đặc biệt trong chính trị; những thủ đoạn hiểm độc 2 *modifier:* the Senate Watergate Committee's chief "dirty tricks" investigator: *nhà điều tra "những âm mưu lén lút" chính của Ủy ban Watergate thượng viện*

dirty work *noun* 1 (*trong một chương trình thoát y*) những chuyển động được thực hiện để phơi bày bộ phận sinh dục 2 công việc khó nhọc, vất vả 3 hành động lén lút hoặc tội phạm; hành động không chân thật, nham hiểm

disappear *verb* (*thế giới ngầm*) giết ai và thủ tiêu xác theo kiểu không để lại dấu vết

a **disaster** *noun* một người hoặc một việc thất bại hoàn toàn; = a TOTAL LOSS

disc or **disk** *noun* đĩa hát; = PLATTER

disco 1 *noun* vũ trường, một dạng hộp đêm nơi mọi người khiêu vũ theo nhạc ghi sẵn, đôi khi với ánh sáng nhấp nháy và tạo ảo giác 2 *modifier:* show up...for disco party and fashion show: *xuất hiện trong bữa tiệc disco và chương trình thời trang* 3 *verb* nhảy disco

discombobulate or **discomboberate** *verb* 1 làm cho ai cảm thấy lúng túng, bối rối hoặc khó xử 2 quấy rối; làm đảo lộn; = BUG

nhân; xấu xa; đồi bại 13 được cung cấp tiền dư dật; có được nhiều tiền; = FILTHY RICH 14 để lại nhiều chất thải hoặc chất gây nhiễm phóng xạ • dirty bombs: *bom rác (cặn bã của nguyên tử)*

discombobulated or **discomboobulated** *adjective* 1 lúng túng; bối rối; bực mình 2 say rượu

discombobulation *noun* tình trạng bối rối; tình trạng bực mình

discouraged *adjective* say rượu

dise-drag *noun* (*người lang thang*) toa trần xe lửa

disguised *adjective* say rượu

disgustitude *noun* trạng thái phẫn nộ

disgusto *adjective* gây ra sự ghê tởm

dish *noun* 1 một phụ nữ hấp dẫn 2 chuyện tầm phào, đặc biệt khi gây tai tiếng, tục tĩu hoặc gây xì căng đan 3 một người hoặc một thứ mà bạn đặc biệt thích; những gì hợp khẩu vị của ai; = CUP OF T 4 (*quầy bán đồ ăn trưa*) sự đặt món ăn, đặc biệt là kem 5 (*bóng chày*) gôn nhà của sân bóng chày

dish *verb* 1 nói hoặc kể điều gì 2 nói chuyện phiếm; tán gẫu; miệt thị; gièm pha; = DISH THE DIRT 3 chỉ trích; phê bình ai hoặc cái gì 4 cho; cung cấp 5 (*từ cuối những năm 19700, Anh*) lừa đảo; cản trở

dish it out *verb* 1 trừng phạt ai bằng đánh đấm hoặc chửi rủa 2 tấn công ai hung hăng bằng lời nói hoặc đấm đá 3 quan hệ tình dục

dish out (or **up**) *verb* 1 lấy, phân phát thức ăn cho mọi người 2 phân bố thông tin, tin tức, v.v.. 3 nói ra những điều phiền hà, sự trách mắng, sự chỉ trích, v.v.. 4 bắt phải chịu; cho

dish the dirt or **dish it** *verb* nói chuyện phiếm một cách hớ hênh hoặc cố tình vu khống; nói chuyện đời tư của ai

dishwasher *noun* (*đường sắt*) người lau chùi đầu máy xe lửa

dishwater *noun* món súp, cà phê, v.v.. loãng và gần như không thể uống được

dishy *adjective* rất hấp dẫn; khêu gợi [chủ yếu dùng tại Anh; bị một số phụ nữ xem là xúc phạm]

disk jockey or **deejay** or **disc jockey** or **DJ** *noun* 1 người giới thiệu nhạc và bình luận về các đĩa nhạc trên đài phát thanh 2 người điều khiển nhạc và đĩa hát ở quán nhảy disco

Disneyland daddy *noun* một ông bố đã ly dị hoặc ly thân hiếm khi gặp con của mình; = ZOO DADDY

Disneyland North *nickname* trại tạm giam trẻ vị thành niên hạt Los Angeles

dispatcher *noun* (*cờ bạc*) con súc sắc được đánh dấu không đúng cách; một đôi súc sắc gian lận

dispose of someone *verb* giết chết ai

dis(s) *verb* xem thường ai; không kính trọng ai

dis(s) (**on** someone) *verb* khinh thường ai; thể hiện sự bất kính đối với ai

dissolve 1 *noun* (*điện ảnh và truyền hình*) việc trộn lẫn dần dần một cảnh vào cảnh tiếp theo; sự mờ chồng 2 *verb* dissove to a closeup of the house: *làm mờ chồng một cận cảnh của ngôi nhà*

ditch *verb* 1 trốn học; không đến trường hoặc đến lớp 2 vứt bỏ; loại bỏ; tống khứ; = CHUCK 3 tha (khỏi tù) 4 hạ cánh máy bay xuống nước trong trường hợp khẩn cấp

dit-da artist *noun* người điều khiển điện báo vô tuyến

ditso 1 *noun* một người đãng trí, hơi kém thông minh 2 *adj* đãng trí; hơi kém thông minh

ditsy *adjective* 1 bối rối; căng thẳng 2 tẻ nhạt và phù phiếm; ngốc nghếch; = AIRHEADED

ditty (or **diddy**) **bag** *noun* (*từ giữa những năm 1800, buôn bán đường biển*) một túi nhỏ đựng đồ đạc cá nhân, thường toàn là quần áo

dittybop or **diddybob** 1 *noun* (*người da đen*) một người ngu đần, đặc biệt là một người da đen thô lỗ và chất phác 2 *verb* (*người da đen*) di chuyển, nhún nhảy và lắc theo điệu nhạc pop; = BOP 3 *verb* tham gia vào những cuộc đánh nhau của băng đảng

dittybopper or **diddybopper** *noun* 1 (*người da đen*) một người ngu đần 2 một người da đen tự phụ hoặc vênh vang tự đắc, đặc là người khao khác tham gia vào nền văn hóa da trắng chủ đạo

ditz or **ditzo** *noun* một người đãng trí, đầu óc rỗng tuếch

ditzy or **ditsy** *adjective* 1 (*thường nói về phụ nữ*) đãng trí; ngu ngốc; khờ khạo 2 nhẹ dạ; không có ý thức; hay thay đổi

dive *noun* 1 một cơ sở bất hảo, chẳng hạn một quán rượu, hộp đêm, nhà trọ hoặc vũ trường rẻ tiền; = CRIB 2 sự cố tình thua trong một sự kiện thể thao 3 (*quyền Anh*) một cú nốc ao, đặc biệt là cú nốc ao giả vờ 4 cơ sở kinh doanh rượu thứ phẩm; quán rượu rẻ tiền

dive *verb* (*quyền Anh*) cố tình thua trong một trận đấu

dive a muff *verb* thực hiện khẩu dâm với phụ nữ

divot *noun* tóc giả; chùm tóc giả

divvies *noun* sự chia sẻ thứ gì đã được phân chia

divvy 1 *verb* (*cũng là divvy out* or *divvy up*) chia ra thành từng phần; tách ra; = PIECE UP 2 *noun* một phần chia lợi nhuận hoặc chiến lợi phẩm 3 *noun* tiền lãi cổ phần; cổ tức

Dix or **dix** *noun* tờ 10 đô-la [từ tiếng Pháp *dix* nghĩa là "mười", được in trên những tờ tiền 10 đô-la từng được phát hành tại New Orleans]

dixie *noun* (*quân đội xưa*) hộp đựng phân hoặc cái bô nhỏ

Dixie[1] *noun* New Orleans

Dixie[2] *noun* 1 miền Nam Hoa Kỳ 2 *modifier*: a Dixie drawl: một lối nói lè nhè của người miền nam nước Mỹ

Dixieland *noun* 1 miền nam nước Mỹ; = DIXIE 2 loại nhạc jazz được chơi bởi những ban nhạc đường phố ở New Orleans, được biểu thị bởi một nhịp đôi đơn giản, sự nhấn lệch không đều, những đoạn đồng diễn ngẫu hứng, v.v..

Dixie mafia *noun* một tổ chức tội phạm liên kết hoạt động ở miền Nam nước Mỹ, đặc biệt trong những trung tâm đô thị và đặc biệt là trong lĩnh vực buôn bán ma túy

dizzy *adjective* ngu ngốc; đãng trí; = DITSY

dizzy-wizzy *noun* (*đặc biệt đầu những năm 1900, ma túy*) bất kỳ loại ma túy dạng viên nào

do *noun* 1 (*từ đầu những năm 1900, Anh*) một bữa tiệc hoặc buổi họp mặt xã hội; việc giao thiệp; = SHINDIG 2 (*ma túy*) một liều ma túy 3 (*súc sắc*) cược vào người gieo 4 (*cũng là doo*) (*đặc biệt người da đen*) kiểu tóc .5 phân • I stepped in doggy-do: *Tôi đã dẫm chân trong bãi phân chó.* 6 việc gì cần làm hoặc phải làm

do *verb* 1 (*từ đầu những năm 1800, Anh*) lừa gạt; lừa đảo hay bịp ai 2 cướp 3 quan hệ tình dục với 4 thực hiện quan hệ tình dục bằng miệng với ai 5 (*ma túy*) dùng ma túy 6 phục vụ (*mục đích*) tốt 7 thi hành án tù

DOA *noun* (*phát âm riêng theo từng ký tự riêng*) người chết trên đường tới bệnh viện

DOA *adjective* chết trên đường đi; chết khi đến nơi [viết tắt của "*dead on arrival*"]

do a bean count *verb* nhìn chằm chằm vào bộ ngực phụ nữ, nhằm tìm kiếm đầu núm vú cương lên

do a Dan O'Leary *verb* (*cảnh sát*) làm việc cần cù, đặc biệt với tư cách một sĩ quan cảnh sát mặc đồng phục

do a dump on someone/something or **dump all over** someone/something or **dump on** someone/some-thing chỉ trích ai hoặc cái gì; hủy diệt ai hoặc cái gì

do a fade *verb* rời đi; lén đi; lủi; trốn đi

do a job on someone/something *verb* 1 đánh ai để lấy thông tin 2 hủy hoại ai; phá hủy cái gì 3 = DO A NUMBER ON someone

do (or run) a number on something 1 đi tiểu tiện hoặc đại tiện trên cái gì 2 làm hư hỏng hoặc phá hủy cái gì; hủy diệt cái gì 3 lợi dụng, đặc biệt bằng cách lừa gạt; ngược đãi; = SCREW 4 gây ảnh hưởng bất lợi đến ai, đặc biệt làm hao mòn tinh thần và lòng tự trọng 5 đánh bại một cách dễ dàng; thắng đậm; = CLOBBER

do a slow burn *verb* giận ngầm; nổi giận từ từ

do a snow job on someone *verb* đánh lừa hoặc làm cho ai lúng túng

doby *verb* (*đội thương thuyền, Anh*) giặt quần áo bằng tay

doc *noun* 1 bác sĩ 2 anh chàng; anh bạn; = GUY [dùng để xưng hô với người lạ]

dock *verb* giảm lương của ai vì sự vi phạm

dock rat *noun* một người dành nhiều thời gian làm việc trên thuyền hoặc lang thang ở bến tàu; = BUM

dock walloper *noun* 1 công nhân bốc xếp ở bến tàu 2 một tên trộm chuyên trộm hàng trước khi nó được dỡ hoặc trao cho khách hàng

Docs *noun* giày dép Dr. Martens™

doctor *noun* 1 (*đua ngựa*) người tiêm thuốc cho ngựa để cải thiện thành tích của chúng 2 (*dùng cho trẻ con*) sự khám phá bộ phận sinh dục của nhau 3 (*giới đồng tính*) một gã trai có "của quý" khủng

doctor *verb* 1 sửa đổi hoặc làm giả cái gì không trung thực; = COOK 2 sửa chữa; tu sửa

Doctor Feelgood or **Dr. Feelgood** *noun* 1 bất kỳ bác sĩ nào chuyên tiêm thuốc tăng lực 2 bất kỳ người nào xoa dịu và làm hài lòng bằng những phương pháp chăm sóc mang tính hưởng lạc

doctor shopping *noun* thói quen ghé thăm nhiều bác sĩ để kiếm được nhiều toa thuốc cho những loại thuốc bất hợp pháp

Doctor Thomas or **Dr. Thomas** *noun* một người da đen từ chối nền văn hóa da đen và đi theo nền văn hóa của xã hội da trắng thống trị

docu or **docudrama** *noun* phim tài liệu, chương trình truyền hình, kịch, v.v..

dode *noun* người ngốc; kẻ khờ

dodge *noun* 1 một trò lừa đảo 2 kẻ lừa đảo; tên bịp bợm

do someone **dirt** *verb* 1 gây cho ai rắc rối hoặc lúng túng, đặc biệt bằng cách nói xấu hoặc ác ý; làm ai khó chịu 2 làm hại ai; phá hoại thanh danh của ai

dodo *noun* 1 một kẻ ngốc; một kẻ ngu đần; = TURKEY 2 một người tẻ nhạt; = FOGY 3 (*không quân, những năm 1940*) một học viên trường sĩ quan không quân chưa hoàn thành sự huấn luyện cơ bản, nghĩa là chưa thực hiện chuyến bay một mình

does a bear shit in the woods *sentence* đó là một câu hỏi ngu ngốc; chẳng phải câu trả lời rất rõ ràng sao?

does a wooden horse have a hickory dick *sentence* đó là một câu hỏi ngu ngốc; chẳng phải câu trả lời rất rõ ràng sao?; = DOES A BEAR SHIT IN THE WOODS

does Howdy Doody have wooden balls *sentence* đó là một câu hỏi ngu ngốc; chẳng phải câu trả lời rất rõ ràng sao?; = DOES A

BEAR SHIT IN THE WOODS

dog *noun* 1 (*đặc biệt người da đen*) người đàn ông không đáng tin cậy; kẻ dụ dỗ 2 (*người da đen*) người đàn ông hùng hổ về tình dục 3 = HOT DOG 4 một người không hấp dẫn hoặc một thứ kém chất lượng; = DUD, LOSER 5 một phụ nữ không hấp dẫn 6 bệnh lây nhiễm qua đường sinh dục 7 được dùng như một hình thức xưng hô thân thiện chung (không có bất kỳ ý nghĩa tiêu cực nào) 8 người mới vào nghề hoặc sinh viên năm nhất 9 chân; bàn chân [thường dùng số nhiều] • I gotta get home and soak my dogs: *Tôi phải về nhà và ngâm nước bàn chân.* 10 điểm "D" 11 điều thuốc lá cần sa 12 cái gì không thích hoặc không có giá trị; thứ hàng hóa không ai muốn mua 13 (*trong cá cược thể thao*) bên thua 14 (*bài poker*) xấp bài vô giá trị 15 phân chó 16 (*đua ngựa*) một con ngựa đua ít giá trị 17 (*bi-da*) cú đánh khó 18 (*đua ngựa*) một giá cưa được dùng để giữ những con ngựa tránh xa hàng rào suốt một buổi tập luyện trên đường đua lầy lội 19 (*bài poker*) người chơi thứ tư ở bên trái người chia bài 20 sự thất bại của một bài hát hoặc bộ phim 21 (*cũng là dawg or dogg*) bạn; bạn bè; anh bạn; = GUY

dog *verb* 1 làm phiền; quấy rầy; = BUG, HASSLE 2 tránh việc; làm việc chậm chạp 3 cố tình bỏ qua 4 lạm dụng hoặc quấy rối 5 biểu diễn một cách khêu gợi để kiếm tiền 6 (*trong bi-da*) bỏ lỡ một cú đánh nên được bỏ 7 đi theo ai; đuổi bắt ai 8 ở với ai và ám ảnh ai 9 cái gì; ăn cái gì như con chó ăn 10 chỉ trích ai hoặc cái gì

dog or **doggo** *adverb* bất động

dog and pony act (or **show**) *noun* một cuộc trình diễn công phu hoặc được chuẩn bị kỹ

dog-ass *noun* một người bị khinh thường

dog-ass *adjective* 1 xấu; thấp kém 2 đáng khinh

dog biscuit *noun* 1 (*quân đội, sinh viên, những năm 1920*) bánh quy khô, loại bánh quy hoặc bánh mì cứng được làm bằng bột mì và nước 2 bánh quy mặn 3 (*sinh viên, những năm 1940*) một phụ nữ không hấp dẫn

dog chaser *noun* (*đường sắt*) đội bổ sung được gởi đến để đưa vào một chiếc xe lửa điều đó không thể được, theo những quy định pháp luật hoặc công đoàn, mà được di chuyển bởi đội lái riêng của nó

dog collar *noun* 1 kiểu cổ áo được mặt bởi linh mục và các tu sĩ khác 2 cổ áo thắt phía sau giống cổ áo của người La Mã; cổ áo rất cao như cổ áo trên đồng phục của lính thủy quân lục chiến

dog days *noun* 1 kỳ hành kinh của phụ nữ 2 những ngày nóng ẩm cuối hè

dog-do or **dog-dew** or **dog-doo** *noun* phân chó

dog-eat-dog *adjective* tàn nhẫn; tranh giành cấu xé lẫn nhau (vì quyền lợi)

dog-eared *adjective* 1 mòn; sờn; bị nhăn; rối bù; tồi tàn 2 cũ; lỗi thời; nhàm (cũ rích và chán ngắt)

dog eye *noun* cái nhìn cầu xin; cái nhìn trách móc

dog-eye *verb* xem xét kỹ lưỡng, cẩn thận

dogface *noun* 1 (*đặc biệt quân đội, thế chiến II*) lính, đặc biệt là lính trơn (mang quân hàm thấp); lính bộ binh 2 *modifier*: a dogface, paddlefoot private: *dogface, tức là lính trơn* 3 người xấu xí, từ tục tĩu nói chung

dog-faced *adjective* đáng ghét; xấu xa

dog fashion (or **style**) or **doggie fashion** *adverb* kiểu làm tình từ phía sau, qua hậu môn hoặc qua âm đạo, đồng giới hoặc khác giới; = BOTTOMS UP

dogfight *noun* 1 (*không quân, thế chiến I*) trận chiến trên không giữa các máy bay chiến đấu 2 bất kỳ cuộc cãi lộn om sòm nào; = DONNYBROOK

dog food *noun* 1 (*hải quân, thế chiến II*) món thịt bò muối băm 2 xúc xích Ý

dogfuck *noun* người đáng khinh, đê tiện

dogfuck *verb* làm tình từ phía sau, qua hậu môn hoặc qua âm đạo, đồng giới hoặc khác giới

dogfucker *noun* người xấu xa; người đáng khinh

doggie *noun* 1 lính thủy hoặc thủy thủ tàu buôn 2 tư thế làm tình mà người phụ nữ hoặc người đàn ông thụ động quỳ gối, người đàn ông chủ động sẽ làm tình từ phía sau 3 lính bộ binh [từ rút ngắn của "*dogface*"] 4 = HOT DOG

doggo *adjective* 1 kém; tồi tệ; không hứa hẹn; = DOG-ASS 2 (*từ cuối những năm 1800, Anh*) ẩn đi; trốn tránh; im lặng và chờ đợi; kín đáo

doggone or **daggone** or **dagnab** *interj* (*cũng là dogone it or daggone it or dagnab it*) thán từ bày tỏ sự thất vọng, bực tức, chán nản, v.v..; = DANG, DARN

doggone *adjective* 1 (*cũng là doggoned or daggoned or dagnabbed*) tồi tệ; kinh tởm; khờ dại 2 cách nói nhẹ hơn của "khốn kiếp" (damn) • I didn't have a doggone dime: *Tao chẳng có một xu chết tiệt nào.*

doggone *adverb* rất; quá độ; hết sức • He's doggone rich: *Ông ta rất giàu.*

doggy *adjective* 1 (*cuối những năm 1800, sinh viên*) hợp thời trang; ăn mặc đẹp và bảnh bao 2 kém; tồi tệ; đáng chê; = DOGGO

doggy bag or **doggie bag** *noun* túi đựng thức ăn chưa ăn hoặc thức ăn còn thừa trong nhà hàng và mang về nhà

doghouse *noun* 1 bất kỳ cấu trúc nhỏ nào giống với cũi (chuồng) chó 2 đàn viôn trầm (bass viol)

dogie *noun* (*cao bồi*) con bê không có mẹ trong bầy (đàn); = BUM

dog it *verb* 1 = PUT ON THE RITZ 2 từ chối trả nợ hoặc trả tiền thua cược; quỵt nợ 3 rút lui, tránh đối đầu do thiếu sự dũng cảm 4 tránh hoặc trốn việc; không có cố gắng hay ráng sức; = COAST 5 rời khỏi nhanh; chạy trốn 6 sống như một kẻ ăn bám; = SPONGE

dogleg *noun* giấc ngủ ngắn; giấc chợp mắt

dog meat *noun* 1 người cầm chắc phần thua hoặc cầm chắc cái chết 2 người không có năng lực; người vô giá trị

dognaper or **dognapper** *noun* kẻ trộm chó; đặc biệt là để bán kiếm lời

do-good *adjective* quá tốt bụng và vị tha

do-gooder *noun* 1 một người làm việc tốt vì tính khoe khoang hơn là có tính vị tha thực sự; một người chân thật đến mức phô trương 2 người có mục đích tốt, tin vào việc từ thiện và hay làm từ thiện; người luôn giúp đỡ người khác

dog out *verb* 1 (*cũng là dog up*) ăn mặc khác thường; = DOLL UP 2 chỉ trích nặng nề; phê bình khắc khe

dog-piss *adjective* hạ cấp; thấp kém; tồi tệ

dog-rob *verb* lấy, thu được nhờ ăn xin hoặc ăn cắp

dog-robber *noun* 1 (*quân đội xưa*) người phục vụ sĩ quan; lính cần vụ 2 (*bóng chày*) trọng tài 3 trợ lý của một người có chức quyền

dogs *noun* chân; bàn chân; đôi giày

the **dogs** *noun* điều tuyệt vời nhất; sự kỳ diệu hoặc phi thường

dog's bait *noun* một lượng lớn

dogsbody *noun* đầy tớ; người bị người khác điều khiển [chủ yếu dùng ở Anh]

dog's breakfast *noun* một hỗn hợp rất tồi; một sự kết hợp không thú vị

dogshit *noun* bất cứ thứ gì hoặc bất cứ ai bị xem như thứ dơ bẩn, vô giá trị, đáng khinh

dogshit *adjective* dơ bẩn; vô giá trị • This contract is now dogshit: *Hợp đồng này bây giờ vô giá trị.*

dog show *noun* (*quân đội, thế chiến II*) sự kiểm tra chân

dog's-nose *noun* một ly bia pha với rượu rum hoặc gin

dog soldier *noun* binh sĩ; lính

dogtag *noun* 1 thẻ ghi tên nhận dạng đeo ở cổ 2 (*quân đội, thế chiến I*) thẻ bài; thẻ nhận dạng, đặc biệt là thẻ kim loại được luôn đeo ở cổ bởi những người lính 3 đơn thuốc mua ma tuý, đơn thuốc này có thể hợp pháp hoặc bị làm giả hoặc được kê trái pháp luật

dog turd *noun* một điếu xì gà

dog wagon *noun* 1 một quán ăn rẻ tiền hoặc bình dân, chẳng hạn quán ăn trên toa xe lửa cũ hoặc xe điện, chuyên phục vụ hot dog 2 (*tài xế xe tải*) xe tải cũ 3 xe buýt hoặc xe tải nhỏ dùng để chở phạm nhân từ nhà tù này sang nhà tù khác

do one's **homework** *verb* chuẩn bị cho một hành động, đặc biệt cho một cuộc họp, phỏng vấn, báo cáo, v.v..; nắm được hoặc am hiểu tình hình

do someone **in** *verb* 1 (*từ cuối những năm 1800, Anh*) giết ai 2 làm cho ai mệt mỏi 3 làm hư (hỏng) ai; hủy hoại ai 4 đánh lừa ai

doink *noun* người không có khả năng giao tiếp với xã hội

doink *verb* ăn cắp; lấy trộm cái gì

do it! *Interj* làm đi!

do it *verb* quan hệ tình dục; = FUCK

do it all *verb* 1 (*thế giới ngầm*) thụ án chung thân 2 nhiều tài; đa năng; có nhiều kỹ năng khác nhau

do-it fluid *noun* thức uống có cồn

do it up *verb* làm việc gì dứt khoát và tốt

doker *noun* (*xiếc và lễ hội*) = SHILL

doll *noun* 1 một người phụ nữ trẻ hấp dẫn; = BABE, CHICK 2 (cũng là *dolly*) một phụ nữ trẻ đẹp và quyến rũ, đặc biệt là một phụ nữ tóc vàng mắt xanh, có nhiệm vụ nâng địa vị của một người đàn ông và khêu gợi sự thèm khát nói chung; = BABY DOLL, BIMBO 3 bất kỳ con người thú vị, hào phóng và tử tế nào; = LIVING DOLL 4 một chàng trai hoặc đàn ông trẻ hấp dẫn 5 dùng như từ để xưng hô

dollar-spinner *noun* sự thành công về mặt thương mại; thứ bán được; người bán

dollars to doughnut có khả năng xảy ra cao, cho thấy sự chắc chắn

dollface *noun* một người với nét mặt xinh xắn giống phụ nữ

dollop *noun* 1 một cục; một miếng 2 một phần, đặc biệt là một phần nhỏ thức ăn

doll's eyes *noun* mắt trợn ngược, cho thấy triệu chứng bệnh động kinh

doll shop *noun* nhà chứa; nhà thổ

doll up (or **out**) *verb* ăn diện, ăn mặc đặc biệt, thay đổi theo hướng tích cực; = GUSSY UP

dolly dancer *noun* (*quân đội, thế chiến II*) một người lính nhận nhiệm vụ dễ dàng, đặc biệt bằng cách làm hài lòng cấp trên

dolly sweetness *noun* một cô gái đẹp

dom or **domme** *noun* 1 diễn viên thống trị trong một cảnh quay phim khiêu dâm 2 sự thống trị trong mối quan hệ tình cảm có tính chất bạo dâm 3 phòng, căn hộ hoặc nhà

dome *noun* (*từ cuối những năm 1800*) cái đầu, đặc biệt là đầu hói

do me *verb* sống độc lập; tự chăm sóc bản thân

dominoes *noun* 1 răng 2 những cục đường có quân cờ mỏng như quân cờ đô-mi-nô 3 (*súc sắc*) súc sắc

donar or **donah** *noun* (*băng đảng đường phố, từ những năm 1950*) một cô gái, đặc biệt là bạn gái hoặc hôn thê của ai, hoặc một cô gái giang hồ

done and done *adjective* làm xong và hoàn tất; đã ký, đóng dấu và chuyển đi

done by mirrors or **done with mirrors** *adjective* không thực tế; thực hiện theo cách lừa dối có mục đích

done deal *noun* hợp đồng thành công; giao kèo đã được thiết lập

done for *adjective* mất tích; chết; bị hủy diệt.

done in *adjective* 1 (cũng là *done up*) rất mệt; = POOPED 2 bị giết 3 bị hủy; bị thất bại

done over *adjective* đánh bại; thắng tuyệt đối

done to a turn *adjective* 1 được nấu kỹ; được nấu ngon 2 bị đánh bại

dong *noun* dương vật

donk *noun* rượu uýt-ki, đặc biệt là uýt-ki thô hoặc uýt-ki ngô

donkey *noun* 1 (*ngành đường sắt*) khu công nhân lao động chân tay 2 một người da đen

donkey dick *noun* 1 (*quân đội, thế chiến II*) xúc xích Ý và những xúc xích nguội khác; = HORSE COC 2 người đàn ông có dương vật to; dương vật to 3 đầu nối cáp điện loại lớn 4 (*ma túy*) trạng thái cương dương lâu mà không xuất tinh do sử dụng hê-rô-in kéo dài

donkey-puncher *noun* (*thợ đốn gỗ*) người điều khiển cần trục hơi nước, một động cơ phụ dùng sức kéo để nâng

donkey roast *noun* một bữa tiệc lớn thú vị hoặc ồn ào

donkey's breakfast *noun* thứ gì đó làm từ rơm; cái mũ rơm; cái đệm nhồi rơm v.v..

donkey's years *noun* một thời gian rất dài [chủ yếu dùng ở Anh]

donkeywork *noun* công việc tẻ nhạt cần ít kỹ năng hoặc trí thông minh; = SCUT

donniker or **donnicker** or **donagher** *noun* 1 (*thế giới ngầm, lễ hội và xiếc, từ cuối những năm 1800*) nhà vệ sinh; toilet 2 (*đường sắt*) người điều khiển phanh (thắng) của xe lửa chở hàng

donnybrook *noun* sự hỗn loạn; sự tụ tập phá rối; cuộc cãi lộn ầm ĩ; = BRANNIG

do someone **nothing** *verb* để lại cho ai không hài lòng, không bị ảnh hưởng, v.v..

don't *noun* 1 điều gì mà ai không nên hoặc không cần làm; = a NO-NO 2 (*súc sắc*) sự đánh cược khác với ý kiến của người lắc súc sắc (thường thì người ta hay đặt cược theo người lắc súc sắc)

Don't ask *sentence* Câu trả lời rất thất vọng, bạn thậm chí không muốn nghe nó đâu

don't ask, don't tell lời nói mang tính hài hước, nhắc rằng một sự việc nào đó tốt nhất nên được quên đi

don't call us, we'll call you câu nói thông dụng do một người nổi tiếng phát ngôn, hiện giờ được dùng với mục đích từ chối đơn xin việc một cách lịch sự

don't-care-ish *adjective* không hăng hái; không nhiệt tình; tỏ ý không hứng thú

don't do that, then (*trong tin học*) câu đáp lại cho lời phàn nàn, biện hộ rằng chính một hành động nào đó đã gây ra vấn đề • "When I type control-S, the whole system comes to a halt for thirty seconds." "Don't do that, then!": *Khi tôi nhấn control-S, cả hệ thống ngưng hoạt động trong nửa phút." "Lẽ ra đừng nhấn!"*

Don't get your bowels in an uproar! Đừng có kích động quá!

don't give a hoot *verb* không quan tâm chút nào

don't give a rip *verb* thật sự không quan tâm đến

don't give it a second thought *interj* thán từ bày tỏ sự tha thứ; dấu hiệu tha thứ cho một điều sỉ nhục nào đó, v.v..; = FORGET IT • You didn't mean to. I know. Don't give it a second thought!: *Anh không có ý định thế. Tôi biết. Quên điều đó đi! (Bỏ chuyện đó đi!)*

don't go there! or **don't even go there!** dùng để thể hiện sự không hứng thú theo đuổi một đề tài nào đó

don't have a cow! bình tĩnh nào!; đừng kích động quá!

Don't I know it! *interj* Điều đó thật sự chính xác!

don't knock it *sentence* đừng chỉ trích nó; hãy đánh giá đúng giá trị của nó

Don't make a federal case out of it! *Sentence* Đừng có làm lớn chuyện lên như thế!; Điều này không đến nỗi quan trọng như bạn đã làm ầm ĩ lên đâu • So, I dropped a whole dozen eggs! I'll clean it up. Don't make a federal case out of it!: *Vậy là tôi đã làm rơi một tá trứng! Tôi sẽ lau dọn nó. Đừng có làm ầm lên như thế!*

Don't make me laugh! *interj* Đó đúng là một gợi ý ngu ngốc!

don't mean nothin' *sentence* câu nói phản ứng lại mọi tin xấu của các lính Mỹ ở Việt Nam • "It don't mean nothin'." He laughed: *"Chẳng có nghĩa gì cả." Hắn cười.*

don't shit a shitter *sentence* đừng cố chơi khăm những kẻ biết cách chơi khăm người khác • "In California, we say, 'Don't shit a shitter,'" Carly said: *"Ở California, chúng tôi nói rằng, 'Đừng cố lừa những kẻ biết cách lừa,'" Carly nói.*

Don't sweat it! *interj* Đừng lo lắng về điều đó!

don't take any wooden nickels *sentence* hãy tự chăm sóc bản thân; tạm biệt và bảo trọng nhé [dùng như một lời chào chia tay dễ thương]

don't tense! yên nào!; bình tĩnh đi!

(Don't) you wish! Tôi chắc chắn điều bạn ước là sự thật

do one's **number** *verb* đóng vai; thủ vai; = GO INTO one's ACT

doobie or **dooby** or **doob** or **dubee** or **duby** *noun* 1 (*ma túy*) điếu thuốc cần sa; = JOINT 2 (*máy tính*) cơ sở dữ liệu

doodad *noun* (biến thể: **do-dad** or **do-funny** or **doofunny** or **do-hickey** or **doohickey** or **do-hinky** or **doohinky** or **do-jigger** or **doojigger** or **doowhangam** or **do-whistle** or **doowhistle** or **do-willie** or **doowillie**) 1 một vật vô dụng hoặc chỉ mang tính trang trí 2 cái; thứ; vật (dùng để chỉ cái gì người ta chợt quên đi hoặc không biết gọi tên thế nào hoặc không muốn nêu tên); = GADGET, THINGAMAJIG

doodle *noun* 1 vật liệu hoặc nguyên liệu xấu, quá tệ; = SHIT 2 dương vật 3 phân, đặc biệt là phân của trẻ em

doodle *verb* 1 lừa đảo; lừa gạt; = DIDDLE 2 vẽ những hình vô nghĩa, nguệch ngoạc trong khi đang suy nghĩ, đang ngồi ở cuộc họp hoặc đang nói chuyện điện thoại, v.v.. 3 làm tình; quan hệ tình dục 4 ỉa; đại tiện

doodle-brained *adjective* ngu ngốc; ngớ ngẩn; khờ dại

doodlebug *noun* 1 (*đường sắt*) toa xe lửa tự động; xe lửa với một toa 2 (*quân đội, thế chiến II*) xe trinh sát nhỏ 3 (*quân đội, thế chiến II*) xe tăng, đặc biệt loại tăng nhẹ 4 cái que dò mạch hay thiết bị khác để xác định nước ngầm, gas, v.v.. 5 bom bay (được dùng bởi người Đức tấn công qua Anh trong thế chiến II)

doodle-gaze *verb* nhìn chằm chằm vào một người phụ nữ một cách thèm muốn, liên tưởng đến tình dục

doodle-shit *noun* (biến thể: **doodily-shit** or **doodly-shit** or **doodly-squat** or **doodly**) không có gì; rất ít; = SQUAT, ZILCH

doodling *noun* sự chơi một cách uể oải, lười biếng; = FOOLING AROUND, NOODLING

doodly *noun* không có gì; rất ít; = SQUAT, ZILCH

doodly-squat *noun* 1 (*lễ hội*) tiền 2 cần sa chất lượng kém

doodly-squat or **diddly squat** *noun* chẳng có gì cả

doo-doo 1 *noun* phân; cứt; = DO, SHIT 2 *verb* ỉa; đại tiện

doo-doo head *noun* người đần độn; kẻ ngốc

doody or **dooty** *noun* phân; cứt

doof *noun* người chậm hiểu; người ngu ngốc

doofer or **dufer** *noun* một điếu thuốc lá để dành hút vào dịp khác

doofus or **dufus** *noun* người ngu đần; người ngu ngốc

doofy *adjective* vụng về; chậm chạp

doohickey[1] or **doohickie** *noun* một vật mà người nói không nhớ tên của nó

doohickey[2] *noun* (biến thể: **do-hickey** or **do-hinky** or **doohinky**) mụn nhọt hoặc thương tổn nhỏ khác trên da; = ZIT

doojee or **doojie** or **dujie** *noun* 1 (*ma túy*) hê-rô-in 2 một đứa bé mới sinh bị nghiện hê-rô-in

doojigger *noun* một vật mà người nói không nhớ tên của nó; = DOODAD

dook or **duke** *adjective* rất tồi tệ

dook or **duke** *verb* 1 ỉa; đại tiện 2 làm tình qua đường hậu môn

dookie or **dookey** or **dooky** or **dukey** *noun* phân; cứt [từ vựng của trẻ con]

doolie *noun* (*học viện không quân*) học viên năm nhất

do something **on top of** (or **standing on**) one's **head** hoàn thành điều gì một cách dễ dàng

doormat *noun* 1 người thiếu ý chí hoặc mềm yếu bị lợi dụng bởi người khác; nạn nhân thường xuyên 2 *modifier:* Cornell University's doormat status on the gridiron: *thân phận nạn nhân thường xuyên của đại học Cornell trên sân đá bóng*

do someone **out of** *verb* lấy đi của ai để có được cái gì, nhất là bằng cách gian lận hay không lương thiện

doo-wop or **do-whop** *noun* 1 (*từ những năm 1950, nhạc sĩ da đen*) một kiểu hát nhạc jazz đường phố, đặc biệt bởi những nhóm đồng diễn da đen 2 *modifier:* from the do-whop music and lovingly customized car: *từ loại nhạc do-whop và những chiếc xe dễ thương làm theo yêu cầu của khách hàng*

doozie or **doozy** or **doosie** *noun* một người hay một thứ nổi bật, tuyệt vời, ưu tú, v.v..; = BEAUT, HUMDINGER

dope *noun* 1 một loại thuốc an thần hoặc giảm đau, đặc biệt khi được kê toa bởi bác sĩ 2 cần sa 3 hê-rô-in 4 Coca-Cola (tên

dope thương mại) **5** thông tin; dữ liệu, đặc biệt là thông tin mật **6** chuyện tầm phào; tin tức; = the LOW-DOWN **7** bất kỳ chất lỏng nào, đặc biệt là chất dính, dùng cho một mục đích đặc biệt **8** một sự dự đoán, đặc biệt về một cuộc đua hoặc một trận đấu, dựa trên phân tích thành tích trước đây; = FORM **9** (*ngành khoan dầu*) dầu bôi trơn **10** một điếu thuốc lá; = DOPE STICK **11** người ngu ngốc; = TURKEY **12** (*từ cuối những năm 1800*) = DOPER

dope *verb* **1** sử dụng chất kích thích **2** dùng thuốc, vitamin, v.v.. cho ngựa hoặc vận động viên để cải thiện khả năng của họ **3** cho dùng thuốc giảm đau **4** đoán trước; dự đoán, đặc biệt về một cuộc đua, trận đấu, trò chơi đánh bạc,v.v..

dope *adjective* hợp thời; hoàn hảo; tốt nhất; xuất sắc nhất

dopenik *noun* (*ma túy*) người nghiện ma túy

dope off *verb* **1** (*hải quân và thủy quân lục chiến, thế chiến I*) không tập trung được; ngủ thiếp đi; ngủ **2** (*quân đội, thế chiến II*) sao lãng nhiệm vụ và những mối quan tâm

dope out *verb* **1** suy luận; suy ra; nghĩ ra **2** trở nên nghiện ngập, say ma tuý hoặc chất kích thích **3** tìm ra, khám phá, hiểu ra; giải quyết, tìm ra câu trả lời; giải thích hoặc làm rõ **4** dự đoán kết quả một môn thể thao từ thông tin sẵn có

doper *noun* **1** (*ma túy*) người sử dụng ma tuý; người nghiện ma túy **2** *modifier:* with all these doper cops loose: với mọi kẻ nghiện ma túy này thì cảnh sát buông lỏng

dope sheet *noun* **1** thông tin hoặc những hướng dẫn in sẵn, đặc biệt về thành tích vừa qua của những con ngựa đua; = FORM **2** tờ bướm hoặc quyển sách nhỏ ghi chú những mẹo khi chơi cá cược đua ngựa

dopester *noun* (*đặc biệt từ đầu những năm 1900*) người phân tích về hoạt động, thành tích của những con ngựa và đội đua để dự đoán thành tích trong tương lai

dope stick *noun* (*đặc biệt từ đầu những năm 1900*) điếu thuốc lá

dopey or **dopie** or **dopy** *noun* người sử dụng hoặc người nghiện ma tuý

dopey or **dopie** or **dopy** *adjective* **1** ngu ngốc; đần độn **2** buồn ngủ **3** say ma túy

do-rag *noun* **1** (*người da đen*) khăn quàng choàng qua đầu sau khi làm tóc **2** *modifier:* that famous do-rag militant, Sammy Davis: người chiến sĩ đeo khăn quàng trên đầu nổi tiếng đó, Sammy Davis

do-re-mi or **dough-rey-me** *noun* tiền

dorf *noun* người ngu ngốc; người kỳ lạ

do-right *adjective* tốt; có đạo đức; siêng năng; chuyên cần

dork *noun* **1** kẻ đáng khinh; = JERK, PRICK **2** (*đặc biệt thanh thiếu niên*) dương vật **3** người bị xã hội ruồng bỏ, không có khả năng giao tiếp với xã hội, không bắt kịp thời đại **4** người ngớ ngẩn; người kỳ lạ

dork off *verb* lãng phí thời gian

dorky *adjective* **1** kỳ lạ, khác người; trái ngược ý kiến với những người còn lại; không có kỹ năng xã hội **2** tồi tàn; ngu ngốc hoặc vụng về; = KLUTZY

dorm *noun* **1** ký túc xá, đặc biệt tại đại học **2** *modifier:* dorm rule: quy tắc của ký túc xá

dormie *noun* sinh viên sống ở ký túc xá; bạn cùng phòng ở ký túc xá

dorm rat *noun* người sống ở ký túc xá

dose *verb* **1** lây nhiễm bệnh qua đường tình dục cho người khác **2** cho ngựa, chó, vận động viên, v.v.. dùng thuốc hoặc chất kích thích trước cuộc thi; = DOPE

a **dose** *noun* **1** một trường hợp mắc bệnh hoa liễu, đặc biệt là bệnh lậu **2** sự thừa thãi; sự quá mức

do-se-do *noun* (*quyền Anh*) một trận đấu tẻ nhạt, với nhiều sự nhảy nhót hơn là đấm

dosia *noun* cần sa

do some fine coin *verb* kiếm được một khoản tiền lớn

doss *noun* **1** (*người lang thang*) sự ngủ; giấc ngủ **2** (*cũng là doss house*) một nhà trọ rẻ tiền; = FLOPHOUSE **3** nhà thổ; nhà chứa **4** cái giường; = KIP

doss down (for some time) *verb* nằm xuống ngủ trong một khoảng thời gian

do (or strut) one's stuff *verb* thể hiện trình độ điêu luyện; phô diễn kỹ năng của ai; trổ tài; dở ngón nghề ra

the **dot** *noun* đúng khoảnh khắc; đúng lúc • midnight to the dot: *đúng lúc nửa đêm*

do tell *question* Có đúng thế không?; Thật thế ư? • So, you're a dentist. Do tell: *Vậy bạn là nha sĩ à. Có đúng thế không?*

do the Dutch (or **the Dutch act**) *verb* tự vẫn; tự sát

do one's (own) thing *verb* làm điều mình muốn; làm điều mình hài lòng mặc kệ những người khác nghĩ gì

do the thing *verb* quan hệ tình dục

do the trick *verb* làm đúng cái mình cần; đạt được kết quả mong muốn

do time *verb* thụ án tù; trải qua một khoảnh thời gian nhất định trong tù

do tricks *verb* làm kích thích bộ phận sinh dục bằng miệng; = GO DOWN AND DO TRICKS

dotty *adjective* (*giữa những năm 1800, Anh*) lập dị; kỳ quặc; gàn gàn

double *noun* **1** người hoặc vật rất giống một người hoặc một vật khác; bản sao; = DEAD RINGER, LOOK-ALIKE **2** người đóng thay thế cho vai chính trong những cảnh nguy hiểm **3** một ly rượu hoặc lượng rượu nhiều gấp đôi (so với bình thường)

double *verb* đóng thay thế một ngôi sao trong những cảnh nguy hiểm

a **double** *noun* một phần kép hoặc một cặp của cái gì • Gimme a Scotch, a double: *Cho tôi một ly Scot, lượng gấp đôi nhé.*

double (or double in brass) as *verb* trình diễn hoặc làm việc như, ngoài công việc chính của ai

double-bagger *noun* **1** một người rất xấu xí; = TWO-BAGGER • What's a double-bagger? A woman so ugly that before you'll screw her you put a bag over her head, and one over yours—just in case hers falls off: '*A double-bagger*' *nghĩa là gì? Đó là một người phụ nữ xấu xí mà trước khi làm tình, cậu phải trùm một cái bao lên đầu cô ta và một cái lên đầu cậu – nếu như cái bao của cô ta rơi xuống.* **2** (*bóng chày*) một cú đánh đạt được cả hai góc

double-clutch *verb* **1** hút nhiều hơn phần mình lẽ ra được hưởng khi chuyền điếu thuốc cần sa trong nhóm **2** di chuyển nhanh; làm nhanh

double-clutcher *noun* **1** (*người da đen*) kẻ đáng khinh; = BASTARD, PRICK **2** (*người da đen*) một người hút hơn một hơi từ điếu thuốc cần sa, đặc biệt là người hút hai hơi liên tục

double-clutching *adjective* (*từ người da đen*) = MOTHER-FUCKING

double cross *noun* (*từ giữa những năm 1800, Anh*) sự phản bội

double cross *verb* phản bội ai

double-crosser *noun* kẻ phản bội

double-dealing *noun* **1** cách cư xử lừa đảo; hành vi phản bội **2** *modifier:* a double-dealing little crum: *một gã đáng khinh nhỏ thó lừa đảo*

double-decker *noun* **1** xe buýt hai tầng **2** bánh sandwich hai lớp **3** *modifier:* double-decker red bus: *xe buýt đỏ hai tầng*

double-dip *noun* kem mút hoặc kem ốc quế với hai muỗng kem

double-dip *verb* có nhiều hơn một thu nhập hàng tháng, đặc biệt bằng cách lĩnh lương hưu và giữ một công việc

double-dipper *noun* **1** người thu nhập hai khoản lương; công nhân liên bang nhận lương hưu liên bang và bảo hiểm xã hội **2** người nhúng miếng khoai tây hoặc rau vào nước chấm hay nước xốt sau khi đã cắn một miếng, từ đó sinh ra vi khuẩn vào nước chấm

double-dipping *noun* khoản tiền được trả từ hai nguồn với cùng một công việc hoặc cùng một lý do

double-dome *noun* người trí thức; học giả; = EGGHEAD

double-domed *adjective* trí thức; thích dùng đầu óc

double Dutch *noun* ngôn ngữ khó hiểu, đặc biệt là biệt ngữ chuyên ngành

double fives *noun* hành động chào hỏi hoặc tỏ ý cảm kích về điều vừa nói bằng cách đập cả hai bàn tay vào hai bàn tay người kia

double-gaited *adjective* **1** lưỡng tính; = AC-AD **2** kỳ lạ; lập dị; = WEIRD

double-header or **doubleheader** *noun* **1** (*đường sắt*) một xe lửa được kéo bởi hai đầu máy **2** (*thể thao*) hai trận đấu, đặc biệt bóng chày, được chơi ở một nơi **3** (*người bán hàng*) một khách hàng mua nhiều hơn một món cùng loại cùng một lúc **4** hoạt động diễn ra hai lần liên tục trong ngày, đặc biệt là hoạt động quan hệ tình dục

double nickel or **double buffalo** *noun* **1** năm mươi lăm; năm đồng năm mươi; năm mươi lăm dặm một giờ cho tốc độ giới hạn **2** án tù kéo dài mười năm

double nuts *noun* hai con số không (00)

the **double-o** *noun* sự kiểm tra kỹ lưỡng; = the ONCE-OVER

double-o *verb* kiểm tra cẩn thận; xem xét kỹ

double sawbuck (or **saw**) *noun* tờ bạc mệnh giá hai mươi đô-la

double (or **fast**) **shuffle 1** *noun* = DOUBLE CROSS **2** *noun* sự lừa dối; sự ăn ở hai mặt; trò hai mang **3** *verb* He was fast shuffling me, but I caught him: *Anh ta đang lừa dối tôi, nhưng tôi đã bắt quả tang anh ta.*

double six *noun* một năm; hai lần khoảng thời gian sáu tháng

double take *noun* cái nhìn ngạc nhiên lần thứ hai vào cái gì

double-take 1 *noun* sự phản ứng muộn, đặc biệt là để gây sự chú ý hay gây tác động khôi hài **2** *verb* I double-took a little bit when she ordered a cigar: *Tôi đã phản ứng chậm một chút khi cô ta gọi một điếu xì gà.*

double-team *verb* (*chính trị, thể thao*) tấn công hoặc phòng thủ chống lại đối thủ mạnh với gấp đôi sức lực bình thường

double-time *verb* = DOUBLE-CROSS, TWO-TIME

double-trouble *noun* **1** người hay vật gây rắc rối, khó chịu **2** sự khó khăn nghiêm trọng; = DEEP-TROUBLE **3** *modifier:* a double-trouble day: *một ngày hết sức khó khăn* **4** nguyên nhân của sự khó khăn hoặc mối đe dọa nghiêm trọng; = BAD NEWS

double whammy *noun* sự khó khăn, sự rắc rối, sự bất lợi, v.v.. gấp đôi

double X *noun* = DOUBLE CROSS

douche bag *noun* **1** kẻ đáng khinh; kẻ đáng ghét; người không có khả năng giao tiếp với xã hội **2** một tù nhân nữ có nhiều bạn tình **3** cô gái hoặc người phụ nữ xấu xí; người phụ nữ đáng ghét; SCUMBAG

douchie *noun* (*nhà tù*) người bị bịp; nạn nhân; = PATSY

dough *noun* **1** tiền; = BREAD • I need some dough to buy groceries: *Tôi cần ít tiền để mua thực phẩm.* **2** = DOUGH-BOY

doughboy *noun* (*từ giữa những năm 1800, thế chiến I*) lính bộ binh; = GRUNT, PADDLEFOOT

doughfoot *noun* (*thế chiến I*) lính bộ binh

dough-head *noun* **1** người ngớ ngẩn; người khờ; = KLUTZ **2** (*người lang thang*) người làm bánh mì

doughnut *noun* (*tài xế xe tải*) lốp xe tải

doughnut factory *noun* (biến thể: **foundry** or **house** or **joint** có thể thay **factory**) **1** nơi ăn uống rẻ tiền; quán ăn bình dân **2** (*người lang thang*) nơi phát thức ăn miễn phí

doughnut head *noun* gã ngu; người không có đầu óc suy nghĩ

dough-pop *verb* **1** đánh bại; = CLOBBER **2** đánh thật mạnh

dough-puncher *noun* (*quân đội*) người làm bánh mì

dough-roller *noun* (*thợ đốn gỗ*) đầu bếp của khu đốn gỗ

do up *verb* **1** đánh liên tiếp và đánh bại; = CLOBBER **2** (*ma túy*) tiêm hoặc dùng ma túy **3** làm nổi bật; chuẩn bị, đặc biệt là bọc hoặc gói **4** thắt garô lại trước khi tiêm ma túy vào tĩnh mạch

do something **up brown** *verb* (*từ giữa những năm 1800*) làm cái gì một cách rất toàn diện [từ màu brown (nâu) của thứ gì đó được nướng ngon]

douse or **dowse** *verb* (*từ giữa những năm 1800*) tắt; dập tắt, như lửa, đèn, nến, v.v..

dove *noun* **1** người yêu dấu; cục cưng **2** tờ năm đô-la **3** người chủ trương hòa bình và không bạo động; một người yêu hòa bình

dovetail *verb* (*quân đội*) nói cái gì ăn khớp với nhau và liên tục • Let me dovetail on what you just said: *Hãy để tôi nói có ăn khớp về những gì anh vừa mới nói.*

dovey *noun* = LOVEY-DOVEY

dovish *adjective* có khuynh hướng ủng hộ hòa bình hơn là chiến tranh; yêu hòa bình

down *noun* **1** (*ma túy*) chất barbiturate hoặc chất ức chế hệ thần kinh trung ương; = DOWNER **2** (*quầy bán đồ ăn trưa*) bánh mì lát mỏng nướng **3** thức uống có cồn đã bị pha loãng

down *verb* **1** đánh bại **2** hạ gục; = DECK **3** chinh phục (trong mối quan hệ nam nữ) **4** giết chết ai **5** bán; bán hàng ăn cắp **6** ăn hoặc uống cái gì một cách nhanh chóng **7** ném ai xuống, như trong đấu vật; đánh ai ngã xuống, như trong trận đấu **8** chỉ trích; phàn nàn; = PUT someone or something DOWN

down *adjective* **1** chán nản; buồn phiền; sầu muộn; = BLUE **2** (*máy móc*) không vận hành; không hoạt động; bị hỏng; = ON THE BLINK **3** tuyệt vời; trung thành; hợp thời **4** sẵn sàng; đã chuẩn bị tinh thần; có hứng thú **5** bị cảnh sát giam cầm; bị bắt giam; bị vào tù **6** thua kém về số điểm; thua đối thủ về tỷ số **7** kết thúc; hoàn thành **8** đã học thuộc; đã ghi nhớ **9** được; thỏa mãn; tốt; trong sự đồng ý **10** say rượu **11** thiếu sức sống; kiệt sức; tàn tạ; = BEAT **12** (*quầy bán đồ ăn trưa*) được nướng, như bánh mì lát mỏng, thức ăn, v.v.. **13** nhận thức; hiểu biết một cách hờ hững; = COOL **14** xuất sắc; tốt; rất hài lòng **15** thất vọng; chán nản; bi quan; nản lòng; = DOWNBEAT

down (or **up**) one's **alley** *adverb* thứ mà ai đó thích hơn hoặc giỏi nhất; thành thạo; sở trường; = TAILOR-MADE

down and dirty *adjective* 1 xấu xa; ti tiện; đồi bại và đối trá 2 (*stud poker*) với lá bài mặt úp xuống, và chắc chắn sẽ gây khó chịu cho ai [bắt nguồn ở môn chơi bài bảy lá (seven-card stud poker) khi những lá bài cuối được chia úp mặt]

down and out *adjective* 1 (*quyền Anh*) bị đo ván không dậy được nữa 2 (*từ đầu những năm 1900*) không còn xu dính túi và vô vọng; nghèo túng

down and outer *noun* một người thất bại hoàn toàn; người lang thang; = BUM

downbeat *adjective* 1 dễ chịu; ôn hòa 2 chán nản; bi quan

down-dressed *adjective* tránh ăn mặc xa hoa; tự chủ

downer *noun* 1 (*ma túy*) thuốc giảm đau, đặc biệt là thuốc an thần; = DOWN 2 một sự việc xảy ra gây thất vọng; một trải nghiệm tồi tệ; = BUMMER, DRAG 3 = BAD TRIP 4 một con vật yếu, bệnh hoặc không còn đi nổi được dẫn đến lò mổ

down for the count *adjective* 1 bị đánh bại hoàn toàn; bị hủy hoại; = DOWN AND OUT [từ việc đếm đến 10 được thực hiện với một võ sĩ quyền Anh bị nốc ao] 2 không hoạt động trong một khoảng thời gian

down hill *noun* (*nhà tù, quân đội*) nửa cuối của thời gian thụ án trong tù; nửa cuối của thời gian tòng quân

downhill 1 *adj* đơn giản và dễ dàng 2 *adj* xấu; tồi hơn; xuống dốc 3 *adv* trong tình trạng xấu, tồi tệ hơn; xuống dốc

down home *noun* 1 (*đặc biệt người da đen*) miền Nam nước Mỹ, phần lớn người da đen sinh sống 2 *modifier:* He was getting away from all that old down-home stuff: Hắn đang thoát khỏi mọi thứ trước đây (ngày xưa) của miền Nam nước Mỹ.

down-home 1 *adj* mang tính minh họa bản chất thực sự của văn hoá người da đen 2 *adj* đơn giản; như ở nhà; thoải mái 3 *adv* ở miền Nam nước Mỹ; ở Dixie 4 *adv* theo kiểu miền Nam, đặc biệt về phong tục, thái độ và lối sống của người miền Nam nước Mỹ

down in the kitchen *adverb* (*tài xế xe tải*) đang chạy ở số thấp nhất

the down low or **DL** *noun* thông tin hoặc sự giải thích; sự thật về cái gì

down on *adjective* chống lại; phản bác; giữ quan điểm xấu đối với thứ gì đó

down on someone/something *adjective* chỉ trích hoặc nổi giận với ai hay cái gì

down on all fours *adverb* trong tình trạng suy yếu; trong thế yếu

down on your uppers *adjective* đang trong tình trạng thiếu hụt tài chính trầm trọng

downputter *noun* một người thường xuyên chỉ trích và giễm pha; = KNOCKER

down the drain *adjective* 1 bị lãng phí hoặc mất mát; hoang phí 2 thất thoát; kiệt quệ

down the Goodyears (or **the rollers**) *verb* (*hàng không*) hạ thấp với bộ phận hạ cánh

down the hatch! *interj.* được dùng để kêu gọi mọi người cùng nâng ly (cốc) hoặc khuyến khích ai uống thuốc

down the line *adverb* 1 từ cao xuống thấp trong hệ thống thứ bậc 2 theo một hướng nhất định dọc theo con đường 3 ở khu vực nhà thổ

down-thumb *verb* không tán thành; phản đối; = TURN THUMBS DOWN

down time *noun* 1 thời gian mà máy móc, nhà máy, v.v.. không hoạt động 2 thời gian không làm việc; thời gian nghỉ ngơi

down to brass tacks *adverb* đề cập đến những chi tiết thực tiễn hết sức quan trọng

down to the ground *adverb* hoàn toàn

down to the wire *adjective* vào phút cuối; cho đến tận phút cuối cùng

down trip *noun* 1 sự trải qua một trạng thái lo sợ, chán nản, đờ đẫn vì ma túy 2 bất cứ một trải nghiệm tồi tệ hoặc khó chịu nào

down under or **Down Under** *noun* khu vực của nước Úc; nước Úc hoặc New Zealand

down (with someone**)** *adjective* làm bạn với ai; hòa hợp với ai

down with something *adjective* 1 hiểu biết; am hiểu; có nhận thức về cái gì 2 thoải mái về cái gì; dễ chịu 3 cảm thấy không khỏe vì cái gì; bệnh nằm trên giường vì cái gì

downy *noun* cái giường

down yonder *adverb* = DOWN HOME

(do) you eat with that mouth *question* Anh có thật sự ăn với cái miệng mà anh nói những lời thô bỉ đó không?
• That's a lot of foul talk. Do you eat with that mouth?: *Đó là nhiều lời thô tục rồi đấy. Cậu thật sự ăn bằng cái miệng đó à?*

(do you) get my drift *question* Anh có hiểu tôi không?

do you kiss your mother with that mouth? được dùng như lời đáp trả lại lời tục tĩu • Do you kiss your mother with that mouth? I'm gettin' out of here: *Cậu có hôn mẹ bằng cái miệng đó không? Tôi đi đây.* (Xem thêm Do you eat with that mouth?)

do you want an engraved invitation *question* Anh có muốn gởi thiệp mạ vàng tới không? Anh khó gần gũi quá và quá thận trọng?

dozer *noun* 1 cú đánh mạnh, đặc biệt bằng nắm đấm; = BELT, BIFF 2 = DOOZIE 3 người đe dọa; kẻ dọa dẫm

drab *noun* một cô gái xinh đẹp, đặc biệt là người mới đến ở thị trấn

draft bait *noun* (*đặc biệt những năm 1940*) một người bị cưỡng bách tòng quân lập tức

draft board *noun* quán rượu

drag *noun* 1 quyền lực; sức ảnh hưởng; = CLOUT, PULL 2 người hoặc cái gì buồn chán, không hấp dẫn • What a drag. Let's go some place interesting: *Chán quá. Hãy đi đến nơi nào thú vị đi.* 3 một bữa tiệc hoặc cuộc tụ họp, thường là của người đồng tính, nơi mọi người mặc quần áo của giới tính khác; một người đàn ông mặc quần áo phụ nữ và ngược lại 4 (*người đồng tính*) quần áo phụ nữ nhưng đàn ông mặc; quần áo đàn ông nhưng phụ nữ mặc 5 một sự kiện dành cho những người ăn mặc trái với giới tính của họ 6 người cổ hủ; người không biết nhìn xa trông rộng 7 cô gái xấu xí, không hấp dẫn 8 (*sinh viên*) cuộc khiêu vũ; bữa tiệc khiêu vũ 9 cô gái mình đi kèm; người bạn đi theo cùng, đặc biệt khiêu vũ 10 một tình huống, nghề nghiệp, sự kiện, v.v.. nhạt nhẽo và mệt mỏi; = DOWNER 11 một người tẻ nhạt, đáng chán; người chán ngắt 12 = DRAG RACE 13 con đường; đường sá ở thành phố lớn 14 một lần hút, một hơi (thuốc lá, tẩu hoặc xì gà) 15 một điếu thuốc lá; = BUTT 16 (*cảnh sát*) trò lừa đánh vào bản tính xấu xa của con người bằng cách đặt một cái ví trên đường để dụ nạn nhân 17 người phiền toái; người khó chịu 18 một cuộc hẹn hò (phái nữ)

drag *verb* 1 rít một hơi thuốc lá 2 nhảy; nhảy múa; khiêu vũ 3 đi kèm theo người bạn cùng nhảy đến buổi khiêu vũ 4 làm phiền; gây buồn chán 5 mặc trang phục của giới tính đối nghịch 6 đua

drag *adverb* được hộ tống; được đi kèm; với bạn nhảy

drag ass *verb* 1 rời khỏi; chuồn; biến đi một cách vội vàng; = HAUL ASS 2 trở nên ủ rũ, uể oải và chậm chạp

drag-ass *adjective* mệt mỏi; lười biếng

drag ass around *verb* đi vòng quanh với vẻ rất buồn và chán nản

drag one's feet *verb* 1 (*từ những người đốn gỗ*) tránh né; trốn việc, đặc biệt là trong tinh thần phá hoại 2 cố ý chậm chạp, miễn cưỡng hoặc chần chừ

drag (or pull) one's freight *verb* đi khỏi; chuồn; biến đi

dragged *adjective* 1 bực mình; thất vọng 2 lo âu hoặc sợ hãi sau khi hút cần sa

dragged out *adjective* kiệt sức; mệt lử người; = BEAT

dragger *noun* (*nhà hàng*) khách hàng yêu cầu tiền thối lại khi cho tiền boa (tip)

draggy *adjective* đáng chán; tẻ nhạt; dài dòng; chậm; đơn điệu

drag in *verb* đến; tới (một nơi) • Where'd you drag in from?: *Anh đến từ đâu?*

drag it *verb* rời khỏi; cắt đứt; = DRAG ASS

drag it! *interj* nhanh lên nào!

drag someone kicking and screaming into the twentieth century *verb* buộc ai công nhận hoặc thích nghi với sự thay đổi; giáo dục một kẻ phản động cứng đầu

dragon *noun* 1 người đàn ông ăn mặc trang phục của phụ nữ 2 dương vật

Dragon Lady *noun* 1 một người phụ nữ đồ sộ đáng kinh hãi 2 một người phụ nữ có tham vọng, hiếu thắng đến mức tàn nhẫn

dragon wagon *noun* (*thanh thiếu niên*) xe kéo; xe tải kéo, đặc biệt kéo các xe ô tô hư hỏng hoặc các xe đậu không đúng chỗ

drag out *verb* 1 kéo dài việc gì một cách buồn chán; làm cái gì quá lâu 2 moi ra; gợi ra

drag party *noun* (*người đồng tính*) một bữa tiệc nơi những người tham dự mặc quần áo của giới tính khác; bất kỳ bữa tiệc nào của người đồng tính

drag queen *noun* 1 một người đồng tính nam thích mặc đồ phụ nữ 2 một người đồng tính nam làm ra vẻ giống điệu bộ phụ nữ; = QUEEN 3 người đàn ông không bị đồng tính nhưng thường xuyên hoặc luôn luôn mặc trang phục của phụ nữ

drag race *noun* (*dân chơi xế độ và thanh thiếu niên*) cuộc đua xe tốc độ, đặc biệt những xe với động cơ siêu mạnh với thân thon dài và chỉ có khung sườn xe

dragster *noun* (*dân chơi xế độ và thanh thiếu niên*) 1 một chiếc xe được dùng trong những cuộc đua tốc độ, đặc biệt là xe cố tình được thiết kế cho cuộc đua như thế 2 người thường xuyên xin hút một hơi thuốc lá của người khác

drag strip *noun* (*dân chơi xế độ và thanh thiếu niên*) đường thẳng hoặc đoạn đường trên xa lộ để tổ chức cuộc đua xe tốc độ

dragsville *adjective* rất tẻ nhạt; chán ngắt; = DRAGGY, DULLSVILLE

drag-tail *verb* di chuyển hoặc làm việc một cách chậm chạp; = DRAG ASS

drag one's tail (or ass) *verb* làm việc một cách chậm chạp; lười nhác; = DRAG ASS, DRAG-TAIL

drape *noun* 1 quần áo; bộ côm-lê của nam giới 2 phần áo dư thừa của bộ côm-lê, được ưa chuộng bởi những người mặc zoot suiter hay những người ăn mặc theo phong trào (zoot suit: bộ đồ có áo dài đến đầu gối, quần hẹp) 3 một người đàn ông trẻ mặc quần đen gấu hẹp, sơ mi lòe loẹt, áo choàng rộng không ve áo và không cà vạt 4 áo phụ nữ, đặc biệt loại dài dùng trong các dịp đặc biệt

drape ape *noun* (*sinh viên*) trẻ sơ sinh hoặc con nít; = CRUMBCATCHER

drapes *noun* 1 (*người da đen*) quần áo 2 quần ống loe; quần ống rộng

drape shape *noun* trang phục rộng thùng thình thịnh hành vào thập niên 1940s

Drat! *interj* Chết tiệt! • Oh, drat! My car has broken down!: *Ồ, chết tiệt! Chiếc xe của tôi đã hỏng rồi!*

draw a blank *verb* 1 hoàn toàn không thể nhớ lại 2 không có được trả lời hoặc không có kết quả gì

draw a picture *verb* giải thích cái gì bằng lời lẽ rất đơn giản; làm rõ mọi thứ

draw one *verb* rót bia vào ly

draw play *noun* (*bóng bầu dục*) một lối chơi mà tiền vệ giả bộ chuyền bóng nhưng lại đưa bóng cho hậu vệ hoặc trung vệ

dreadlock or **dredlock** *noun* 1 một mớ tóc hoặc một lọn tóc cuốn dài được để bởi những tín đồ của một giáo phái Jamaica, các nhạc sĩ nhạc reggae, v.v.. 2 *modifier*: a British skinhead playing the dreadlock music of Jamaica: *một gã trọc đầu người Anh đang chơi loại nhạc dreadlock của Jamaica*

dream and cream *verb* có những ý nghĩ kỳ quặc về tình dục

dream bait (or **puss**) *noun* (*đặc biệt sinh viên, từ những năm 1940*) một người hấp dẫn và khêu gợi

dreamboat *noun* 1 (*từ những năm 1940*) một người hấp dẫn, gợi tình 2 người tình trong mộng 3 bất kỳ chiếc xe rất đáng thèm khát nào

dreambox *noun* cái đầu

dream stuff *noun* cần sa

dream up *verb* nghĩ ra; tưởng tượng ra; vẽ ra trong đầu; hư cấu

dream wagon *noun* người xinh đẹp, hấp dẫn

dreamy *adjective* tuyệt vời; xinh đẹp; rất hấp dẫn; khêu gợi

dreck or **drek** *noun* 1 đồ dơ bẩn; rác rưởi; phân; = GARBAGE, JUNK, SHIT 2 vật vô dụng, vô giá trị, hạng tồi

dress *verb* (*sân khấu*) làm tăng khán giả bằng cách giảm giá vé và phát vé miễn phí

dress down *verb* 1 khiển trách; quở trách; = CHEW OUT 2 mặc đồ, ăn diện trang phục khác bình thường; ăn mặc không trịnh trọng hoặc ít hấp dẫn

dressed to kill *adjective* ăn mặc rực rỡ hoặc thời trang để gây ấn tượng với ai

dressed to the nines or **dressed to the teeth** *adjective* 1 ăn mặc rất thời trang; ăn mặc rất chải chuốt; lên khung 2 *modifier*: our dressed-to-the teeth test car: *chiếc ô tô kiểm tra cực đẹp của chúng tôi*

dress in *verb* thay đổi trang phục trên người, từ trang phục bình thường thành trang phục cho tù nhân

dressing out *noun* hành động ném phân vào ai

dress-off *noun* (*người da đen*) cuộc thi giữa những người ăn mặc lòe loẹt

dress out *verb* đổi từ áo tù sang áo thường dân sau khi được thả ra

drift *noun* 1 (*đua xe*) sự trượt bánh xe về một phía được điều chỉnh 2 ý nghĩa; ý định

drift *verb* (cũng là **drift out**) rời khỏi; khởi hành • Drift out, pal!: *Khởi*

drifter *noun* người sống nay đây mai đó; người lang bạt; = BUM

drift off track *verb* đi trệch khỏi cách hành xử đúng đắn

drifty *adjective* lơ đễnh một cách ngu ngốc; ngớ ngẩn; = SPACED-OUT

drill *verb* 1 (*người lang thang, từ giữa những năm 1800*) đi bộ; di chuyển; đi bộ đường dài 2 tăng tốc mạnh mẽ, đặc biệt qua các chướng ngại vật 3 (*bóng chày*) đánh một cú thấp, mạnh hoặc một cú nảy trên mặt đất 4 bắn (bằng một viên đạn); giết ai bằng cách bắn họ 5 thẩm vấn; tra hỏi

drill *noun* cách làm cái gì; kế hoạch hành động [vẫn dùng chủ yếu trong tiếng Anh]

the drink *noun* (*từ đầu những năm 1800*) bất kỳ khối lượng lớn nước nào, đặc biệt là một con suối nhỏ đổ vào đại dương

drinkage *noun* rượu; các loại rượu

drink one's beer *verb* ngừng nói đi; im đi; = SHUT UP [thường là một mệnh lệnh lúc tức giận]

drinkee or **drinkie** *noun* thức uống có cồn

drink up *verb* uống cạn; nốc thẳng một hơi

Drink up! *Interj* Cạn ly nào!; Uống hết đi, chúng ta uống thêm ly nữa!

drip *noun* 1 (*sinh viên*) người tẻ nhạt, tầm thường, không có óc sáng tạo; kẻ ngốc, dễ bị lừa gạt; = SQUARE, WIMP 2 (*người lang thang*) sự nói chuyện vu vơ và vô ích; chuyện tầm phào

drippy *adjective* 1 tẻ nhạt; tầm thường; không có óc sáng tạo; = WIMPY 2 uỷ mị; sướt mướt; đa cảm; hay khóc; = CORNY 3 yếu đuối; không hiệu quả; không mong muốn

drive *noun* 1 sự nỗ lực; sức mạnh liên tục 2 (*ma túy*) sự dâng trào khoái lạc cảm giác thích thú và phấn khởi; = KICK, RUSH 3 (*bóng rổ*) cú rê và dắt bóng một cách mạnh mẽ và nhanh chóng tiến vào phần sân của đối thủ

drive *verb* 1 đi bộ; di chuyển 2 nâng vật nặng 3 mượn (một cái radio) 4 chơi nhạc, đặc biệt nhạc jazz, với sự thúc đẩy và nhịp điệu mạnh

drive-by *noun* 1 hành động vừa lái xe vừa bắn súng 2 vụ tấn công bất ngờ mà sau đó kẻ tấn công biến mất ngay lập tức

drive in *verb* (*bóng chày*) chạy lấy điểm sau khi đánh trúng quả bóng

drive-in *noun* 1 quán ăn hoặc ngân hàng phục vụ khách ngồi trong xe 2 bãi chiếu phim ngoài trời phục vụ cho khán giả ngồi trong xe 3 *modifier*: drive-in movie: phim phục vụ khách ngồi trong xe

driven *adjective* bị thúc ép bởi một sức mạnh chuyên chế hoặc khẩn cấp; bị ma ám

drive someone over the hill *verb* làm ai phát điên, phát cuồng

driver *noun* 1 (*đường sắt*) đoạn; chặng đường đi 2 (*không quân & hải quân, trong chiến tranh Việt Nam*) phi công; người lái máy bay

drive someone around the bend *verb* làm cho ai tức điên lên

drive someone bonkers or **drive someone nuts** *verb* làm ai nổi dóa lên; làm ai tức điên lên

drive the big bus or **drive the porcelain bus** or **ride the porcelain bus** *verb* nôn; mửa trong nhà vệ sinh, đặc biệt do say rượu

drive the train *verb* (*quân đội*) là yếu tố quyết định; rất quan trọng
• The time element here will drive the train: Yếu tố thời gian ở đây sẽ là yếu tố quyết định.

drive-up *noun* tù nhân mới vào trại giam

drive someone up the wall *verb* làm ai bối rối hoặc nản lòng; làm ai điên cuồng lên

drizzle or **drizzle-puss** *noun* = DRIP

droid *noun* 1 nhân viên cấp thấp, tuyệt đối trung thành với chủ, có lúc mù quáng 2 người giống như người máy; người ngốc nghếch, buồn chán 3 (*thanh thiếu niên*) một dạng người máy cấp thấp; người máy; = CLONE 4 *modifier:* tends to get people in the droid positions…and pay little: có xu hướng đưa mọi người vào vị trí máy móc …và trả lương thấp

drone *noun* 1 người chậm chạp, lười biếng; người tẻ nhạt; = DRIP, WIMP 2 máy bay không người lái nhỏ được dùng như mục tiêu để luyện tập bắn đại bác 3 (*bệnh viện*) sinh viên ngành y

droob or **drube** *noun* người suy nghĩ chậm; người ngu đần

drool 1 *verb* nói chuyện một cách ngu ngốc hay ngớ ngẩn 2 *noun* It gives me sharp and shooting pains, to listen to such drool: Nó gây ra cho tôi những cơn đau nhói khi nghe câu chuyện ngu ngốc như thế. 3 *noun* = DRIP

drool (all) over someone/something *verb* thể hiện sự khao khát mãnh liệt về ai hoặc cái gì

drooly 1 *adj* (*thanh thiếu niên*) rất hấp dẫn; = YUMMY 2 *noun* một chàng trai hấp dẫn và được mọi người ưa thích

droop or **droop-drawers** *noun* người không có khả năng giao tiếp với xã hội; người bị xã hội ruồng bỏ; người chậm hiểu và ngu đần

droopy *adjective* nản lòng; thất vọng; hay hờn dỗi; khó chịu trong lòng

droopy drama *noun* (*đặc biệt những năm 1940*) vở kịch, câu chuyện, v.v.. ra nhiều kỳ trên đài phát thanh hay truyền hình vào ban ngày

drop *noun* 1 sự giảm thời gian nghĩa vụ quân sự 2 (*trong điệp vụ hoặc tổ chức tội phạm*) nơi cất giấu hàng, tài liệu, hoặc tiền để sau đó đồng bọn đến lấy lại 3 (*cũng là drop joint*) (*thế giới ngầm*) nơi cất giấu tạm thời hàng ăn cắp hoặc hàng cấm 4 (*đua ngựa*) lỗi trong việc tính phí khiến trường đua được lợi 5 địa điểm mà những người được mời chơi dice game (dice game là những trò chơi có sử dụng súc sắc) đến để biết địa điểm chơi thực sự 6 đứa trẻ mồ côi 7 (*sòng bạc*) khoản tiền khách chơi bài mang vào sòng để cược 8 một ngụm rượu nhỏ; một phần nhỏ rượu mạnh 9 nơi mà ma túy, rượu hoặc hàng lậu bị bỏ lại và thường bị đòi lại bởi khách hàng; nơi chứa hàng lậu hoặc hàng ăn trộm 10 (*người da đen*) một cậu bé vô gia cư ở khu ổ chuột 11 = MAIL DROP 12 (*tài xế taxi*) hành khách trả tiền 13 (*tài xế taxi*) cước phí cơ bản trên đồng hồ đo taxi được ghi nhận khi tài xế kích hoạt đồng hồ

drop *verb* 1 nuốt; dùng ma túy, đặc biệt là chất LSD 2 mất, đặc biệt là tiền 3 khẩu dâm với một người phụ nữ 4 (*bi-da*) đánh bi vào lỗ 5 giết ai; = BUMP 6 bị bắt 7 đánh ngã ai; hạ gục ai; = DECK 8 (*thế giới ngầm*) cung cấp đồ ăn trộm hoặc hàng lậu cho ai 9 ngã quỵ, đặc biệt với sự mệt mỏi 10 ngừng gặp hoặc ngừng quan hệ với ai

drop a brick or **drop a bomb(shell)** *verb* 1 tiết lộ thông tin đáng ngạc nhiên 2 sai lầm; phạm sai lầm

drop a bundle *verb* thua một khoản tiền lớn, đặc biệt bằng cách đánh bạc

drop a (or the) dime *verb* 1 khai báo hoặc chỉ điểm; gọi điện thoại, đặc biệt là cho cảnh sát để cung cấp tin tức buộc tội ai 2 (*quân đội*) chỉ ra lỗi lầm và thất bại của người khác; chỉ trích

drop beads *verb* 1 (*người đồng tính*) dùng ngôn ngữ mật của người đồng tính để xem ai có phải đồng tính không 2 (*người đồng tính*) vô tình tiết lộ mình là người đồng tính, đặc biệt trong cuộc trò chuyện

drop bombs *verb* (*nhạc sĩ nhạc jazz*) đặt trọng âm lên nhạc, đặc biệt suốt những đoạn ngẫu hứng, bằng cách dùng bàn đạp chân của trống bass

drop one's **buckets** *verb* phạm một lỗi gây lúng túng; = GOOF

drop case (or **shot**) *noun* một người đần độn; kẻ ngốc; = TURKEY

drop one's **cookies** *verb* nôn; mửa

drop dead *verb* giảm tốc độ xe khi bị cảnh sát bám đuôi

Drop dead! Không!; Cút đi!; Đi đi và đừng có làm phiền tôi nữa!
• I don't care. Just drop dead!: *Tôi không quan tâm. Cút đi và đừng có làm phiền tôi nữa!*

drop dead *interj.* cút xuống địa ngục đi; = GET LOST [gần như luôn là một thán từ bày tỏ sự từ chối cộc lốc hoặc sự phản đối mãnh liệt]

drop dead *adjective* 1 đủ gây ấn tượng cho ai đó rời đi 2 thô lỗ, như thể bảo ai đó cút đi 3 nổi bật một cách khác thường; tốt kỳ lạ

drop-dead list *noun* danh sách những người không muốn kết giao; = SHIT LIST

drop-in *noun* 1 một chỗ tạm thời và thường là nơi nghỉ đáng nghi ngờ 2 (*sinh viên*) một người tham gia lớp học và những sự kiện khác mà không đăng ký

drop someone in someone's tracks *verb* hạ gục hoặc giết ai một cách đột ngột

Drop it! *exclam.* Quên nó đi!; Không sao cả! • Drop it! I should never have brought it up: *Không sao! Lẽ ra tôi không nên nêu ra điều đó.*

drop someone/something like a hot potato *verb* loại bỏ, từ bỏ ai hoặc cái gì một cách nhanh chóng

drop one's **load** *verb* 1 xuất tinh; đạt cực khoái 2 = DUMP A LOAD

drop out *verb* 1 rời khỏi trường, cao đẳng, đại học và các cộng đồng thông thường khác; bỏ học nửa chừng 2 rút lui khỏi lối sống thường ngày, như chính trị, kinh doanh, giáo dục,v.v..

dropout or **drop out** *noun* người bỏ học nửa chừng

dropped *adjective* bị bắt

dropper *noun* (*thế giới ngầm*) một tên tội phạm làm bị thương hoặc giết nạn nhân; = COWBOY, MUGGER

drop some iron *verb* xài tiền; tiêu tiền; chi một số tiền

drop one's **teeth** *verb* phản ứng với sự ngạc nhiên to lớn; bị sốc

drop (or **put**) **the lug on someone** *verb* xin tiền; = PUT THE BITE ON someone

drop the other shoe *verb* chấm dứt hoặc kết thúc việc gì trong tình trạng hồi hộp

Drop you! *exclam.* Mẹ mày!; Chết tiệt!

drop your cocks and grab your socks *sentence* (*quân đội, thế chiến II*) ra khỏi giường ngay lập tức

drown one's **sorrows** (or **troubles**) *verb* làm dịu hoặc che khuất nỗi buồn của cuộc đời bằng cách uống say; uống rượu tiêu sầu

drug *verb* 1 làm bực mình và khó chịu; quấy rầy; = BUG 2 sử dụng ma túy

drug or **drugg** or **drugged** *adjective* 1 bực mình; tức giận; khó chịu; giận dữ; = PISSED OFF 2 (cũng là *drug out*) thất vọng; chán nản; bi quan

drugged *adjective* hoàn toàn ngu ngốc; ngu ngốc một cách rõ ràng

druggie or **druggy** *noun* người nghiện ma tuý; người sử dụng ma tuý; = DOPER

drughead *noun* người nghiện ma tuý; người lạm dụng ma túy; = HOP-HEAD

drugola *noun* 1 tiền hối lộ ở dạng ma tuý, dùng để nhờ phát một cái gì đó trên radio 2 tiền hối lộ được trả bởi người bán ma túy cho cảnh sát để được bảo kê

drug on the market *noun* món hàng bị ế hoặc ứ động trên thị trường; sự dư thừa

drugstore cowboy *noun* người thanh niên lảng vảng ở nhà thuốc hoặc nơi công cộng với mục đích gặp gỡ hoặc tán tỉnh phụ nữ

drugstore race *noun* (*đua ngựa*) cuộc đua ngựa mà nhiều con ngựa đua bị cho uống thuốc để tăng hoặc giảm thành tích

drum-beater *noun* một người cứ ca ngợi hoặc tán dương ai/cái gì, đặc biệt là nhân viên báo chí

drummer *noun* 1 (*từ giữa những năm 1800*) người đi bán hàng lưu động; người đi chào hàng 2 (*đường sắt*) trưởng tàu

drum up *verb* 1 kích thích hoặc khuấy động; đẩy mạnh 2 cổ vũ; quảng cáo rùm beng

drunk *noun* (*từ đầu những năm 1800*) 1 bữa nhậu say sưa; cuộc chè chén lu bù; = BENDER 2 tình trạng say rượu 3 người say rượu 4 người quen uống rượu; người nghiện rượu; = LUSH

drunkard *noun* (*đường sắt*) chuyến xe lửa muộn tối thứ bảy

drunk as fiddler's bitch *adjective* (*từ giữa những năm 1800, Anh*) rất say; say lúy túy

drunk as a skunk *adjective* say bí tỉ; rất say

drunk back *adjective* say rượu; say mềm

drunkie *noun* người nghiện rượu

drunkometer *noun* thiết bị đo nồng độ cồn trong máu

druthers *noun* sự ưa thích hơn; sự ưu đãi; sự lựa chọn; sở thích

dry *noun* người ủng hộ việc cấm bán rượu; người kiêng rượu

dry *adjective* 1 không có tiền 2 tỉnh táo; không còn say rượu 3 liên quan đến vùng nơi không thể mua thức uống chứa cồn 4 không cho phép bán đồ uống có cồn; cấm rượu 5 khát • I'm a bit dry: *Tôi hơi khát.*

dry *adverb* theo kiểu cách giả tạo, mô phỏng

dry-as-dust *adjective* chán ngắt; thiếu sức sống

dry drunk *noun* người hành động như kẻ say rượu mặc dù họ không uống rượu

dry fuck (or **hump**) *noun* sự kích thích hoặc gợi dục khi vẫn đang mặc quần áo, thường là không đạt cực khoái

dry-fuck *verb* 1 kích thích hoặc gợi dục khi vẫn đang mặc quần áo 2 xâm nhập vào âm đạo hoặc hậu môn mà không có chất bôi trơn

dry fucking *noun* sự kích thích quan hệ tình dục khi vẫn còn mặc quần áo

dry goods *noun* quần áo; trang phục

dry-gulch *verb* 1 giết, đặc biệt bằng cách đẩy khỏi vách đá 2 đánh bất tỉnh; = BUSHWHACK, CLOBBER

dry-hump *verb* kích thích quan hệ tình dục khi vẫn còn mặc quần áo

dry out *verb* 1 trải qua quá trình cai rượu 2 cai nghiện ma túy 3 nhịn rượu, đặc biệt tại bệnh viện như một phần của sự điều trị bệnh nghiện rượu

dry run *noun* 1 sự đi đến phiên toà nhưng không có gì xảy ra 2 sự thử, tập luyện hoặc diễn tập thứ gì đó đã được lên kế hoạch 3 = DRY FUCK

dry run *verb* thử; tập luyện; diễn tập cái gì

dry up *verb* (*từ giữa những năm 1800*) ngừng nói; im miệng; = SHUT UP [thường là một mệnh lệnh bực mình]

Dry up! *exclam.* Câm mồm!; Cút đi và đừng có quấy rầy tôi nữa!

D town *nickname* 1 thành phố Dallas, tiểu bang Texas 2 thành phố Denver, tiểu bang Colorado

DTs or **DT's** *noun* chứng mê sảng do nghiện rượu nặng gây ra; = the CLANKS [viết tắt của *"delirium tremens"*]

duals *noun* (*tài xế xe tải*) một cặp bánh xe và lốp xe được gắn trên trục của xe tải hoặc trục toa xe kéo một cầu

dub *noun* 1 một thể loại nhạc reggae được biểu thị bằng những âm thanh kỳ lạ, bất ngờ và không liên tục 2 phần sau cùng của một điếu thuốc cần sa mà có thể hút được 3 một điếu thuốc, đặc biệt khi được dùng để nối dài thêm một điếu thuốc cần sa 4 tờ bạc hai mươi đô-la [viết tắt của *"double sawbuck"*] 5 người không có năng lực; kẻ hạ cấp 6 người trình diễn vụng về; người mới vào nghề; = DUFFER 7 bản sao

dub *verb* 1 quan hệ tình dục với ai 2 làm thành hai bản cái gì; sao chép cái gì 3 lồng tiếng; lồng âm; lồng nhạc, đặc biệt vào phim hoặc băng nhạc 4 bổ xung thêm một ca sĩ, một phần nhạc cụ, v.v.. vào băng từ cho sự ghi âm

dub-dub-dub or **dubya-dubya-dubya** *noun* chữ WWW trong World Wide Web • Our address is dub-dub-dub dot reindeer dot com: *Địa chỉ web của chúng tôi là www.reindeer.com*

dubok *noun* (*thế giới ngầm*) nơi hoặc chỗ bí mật được giấu giếm các hàng ăn cướp hay ma túy; = DROP

ducat or **ducket** or **duket** *noun* 1 vé hoặc giấy mời của một chương trình, trận đấu, cuộc đua, v.v. 2 (*trong tù*) giấy lệnh để chỉ định tù nhân làm điều gì 3 (*người lang thang*) thẻ hiệp hội; thẻ công đoàn 4 (*người lang thang*) thẻ in xin của bố thí cho người mù hoặc người điếc 5 tiền; một đô-la

ducat-snatcher *noun* người nhận vé; người lấy vé

duchess *noun* 1 một người bạn gái 2 (*băng nhóm đường phố*) thành viên nữ của một băng nhóm

duck *noun* 1 anh chàng; gã; = GUY 2 (*cũng là ducks*) em yêu; cưng; người yêu dấu; = DUCKY • How does this music grab you, duck?: *Em có ấn tượng như thế nào về loại nhạc này, em yêu?* 3 = DUCK EGG 4 người cả tin, không ngừng bị lừa; người dị thường 5 mục tiêu hấp dẫn để cướp 6 chiếc xe bị cướp bị phát hiện nhờ cảnh sát tình cờ kiểm tra bằng số xe [viết tắt của *"sitting duck"*] 7 cái bô hoặc bình đái dành cho bệnh nhân nam 8 án tù hai năm 9 vé vào cửa của một sự kiện 10 một lính chữa lửa [tiếng lóng của cảnh sát New York] 11 rượu vang rẻ tiền 12 *xem* DEDUCK 13 xe lội nước, đặc biệt là xe chở lính trong thế chiến II có tên DUKW 1942, do đó có biệt danh này

duck *verb* 1 tránh, né hoặc trốn ai hoặc cái gì 2 (*bi-da*) đánh hụt hoặc cố ý để thua nhằm tránh để lộ kỹ năng cho đối thủ 3 di chuyển, luồn lách, cúi xuống, v.v.. để tránh đòn

duck bumps *noun* = GOOSE BUMPS

duck butt or **duck's butt** *noun* 1 kiểu tóc vuốt nhọn và xoắn ở phía sau gáy giống như lông đuôi con vịt, thịnh hành vào đầu thập niên năm mươi 2 (*cũng là dusty butt*) người không cao; người lùn 3 đôi mông thật to

duck-egg *noun* 0 điểm; không điểm; = GOOSE-EGG, ZIP

duck-fit *noun* cơn tức giận ồn ào

ducks *noun* 1 quần bằng vải lanh (flannel) màu trắng 2 em (anh) yêu; cưng [chủ yếu dùng ở Anh]

duck soup *noun* công việc dễ dàng; = CINCH, PIECE OF CAKE

duck-squeezer *noun* người quan tâm nhiều đến môi trường và sự bảo tồn, đặc biệt cứu những con vịt bị dính hoặc che phủ bởi dầu

ducky or **duckie** 1 *adj* được; tốt; hấp dẫn; tuyệt vời [thường được dùng một cách mỉa mai] 2 *adj* đáng yêu; xinh xắn; duyên dáng 3 *noun* em yêu quý; cưng; = DEARIE • Are you quite ready, duckie?: *Em hoàn toàn sẵn sàng chưa, cưng?*

ducrot *noun* (*West Point dùng*) bất cứ gì hoặc bất cứ ai không được biết tên và không đáng biết tên; = DUMBJOHN

dud *noun* 1 sự thất bại; cái gì đó thất bại như dự định 2 (*từ giữa thế chiến I*) đạn pháo hoặc bom không nổ 3 *modifier:* a dud bomb: *một quả bom thối (không nổ)*

dude *noun* 1 người đi theo xu hướng, đàn ông nói chung 2 (*người da đen*) từ dùng để xưng hô: anh chàng; gã 3 người đàn ông bảnh bao, đặc biệt là người ăn mặc một cách phô trương; người thích ăn diện 4 người khách mời ở một trang trại miền Tây hoặc theo phong cách miền Tây

dude *adjective* xuất sắc; tuyệt • The game was severely dude! We won!: *Trận đấu cực kỳ xuất sắc! Chúng ta thắng rồi!*

dude heaver *noun* = BOUNCER

dude up *verb* ăn mặc đẹp; ăn mặc khác thông thường; = DOLL UP

dudley *noun* (*giới trẻ dùng*) người thua cuộc; người bị thất bại

duds *noun* quần áo; = THREADS [luôn dùng số nhiều]

duff *noun* mông; đít; = ASS

duffer *noun* 1 người đàn ông lớn tuổi; = GEEZER, JASPER [được dùng một cách khá âu yếm] 2 người chơi golf không chuyên môn; = HACKER 3 người đàn ông già ngu ngốc; người vụng về

duffus 1 *adj* (*cũng là dufus-assed*) ngu đần; ngớ ngẩn 2 *noun* (*cũng là dufus-ass*) kẻ ngu ngốc; kẻ ngớ ngẩn

duke *noun* 1 nắm tay, đặc biệt khi được xem là vũ khí; nắm đấm 2 (*quyền Anh*) sự quyết định chiến thắng trong trận đấu quyền Anh, được biểu thị bằng việc trọng tài giơ tay người chiến thắng lên 3 người bình thường; người đàn ông to lớn, mạnh mẽ 4 thuốc lá chất lượng kém do tù nhân bang California sản xuất

duke *verb* 1 đánh nhau bằng nắm đấm 2 đưa; cho 3 cho phép 4 đánh lừa; phỉnh gạt, lừa gạt 5 quan hệ tình dục 6 (*xiếc*) thối lại tiền ít hơn cho ai bằng cách giấu một đồng tiền trong lòng bàn tay trong số tiền thối 7 nôn; mửa 8 *xem* DOOK 9 chuyển, trao cái gì cho ai 10 (*xiếc*) cố thu tiền từ cha mẹ để mua thứ gì cho đứa con 11 bắt tay; = PRESS THE FLESH

the duke *noun* (*ở nông trại*) con bò đực

duke it out *phrase* có cuộc đánh nhau bằng nắm đấm; có cuộc đấm đá

duke someone out *verb* 1 đánh ai bất tỉnh; = KNOCK someone OUT 2 đánh ai ngã xuống; đấm nốc-ao ai 3 gây tổn hại hoặc làm ai bị thương

duker *noun* người có xu hướng bạo lực, thích đánh nhau

dukes *noun* 1 (*từ giữa những năm 1800, Anh*) bàn tay; nắm đấm 2 đầu gối

dukes-up *adjective* hiếu chiến; thích đánh nhau; = FEISTY

dukie or **dookie** noun 1 (*lễ hội xưa*) phiếu ăn; vé ăn 2 (*xiếc*) bữa ăn qua loa

dukie book noun (*xiếc*) một tập vé ăn

duky noun phân; cứt

dull as dishwater adjective rất tẻ nhạt và buồn chán; nhạt nhẽo

dullsville noun 1 nơi chán ngắt, buồn tẻ 2 cái gì đó chán ngắt

dullsville adjective rất tẻ nhạt; chán ngắt; = DRAGSVILLE

dull tool noun người vô tích sự; người không làm được trò trống gì; = DEAD ONE, LOSER

dumb 1 adj (*dùng để chỉ mệnh lệnh, sắc lệnh*) không được hướng dẫn 2 adj ngu đần; trì độn về mặt tinh thần; = DIM 3 adv một cách ngu ngốc 4 adj & adv = DAMN, DARN

dumb act noun (*sân khấu xưa*) bất kỳ tiết mục không lời nào; màn kịch câm

dumb ass or **stupid-ass** noun 1 người ngu ngốc 2 sự ngu ngốc

dumb-ass or **dumb-assed** or **stupid-ass** adjective ngu ngốc; đần

dumbbell noun (*từ những năm 1920*) người đần độn; kẻ ngốc

dumb bomb (or **missile**) noun một quả bom hoặc tên lửa thiếu hệ thống dẫn đường chính xác và tinh vi [trái ngược với *smart bomb*]

dumb bunny noun người ngu ngốc; kẻ hơi ngốc; kẻ ngớ ngẩn và cẩu thả

dumb cluck noun người ngu ngốc; người vụng về; = KLUTZ

Dumb Dora noun người phụ nữ ngu ngốc; người phụ nữ tẻ nhạt

dumb down verb làm đơn giản hơn, đặc biệt là thay đổi một cuốn sách giáo khoa để làm nó cơ bản hơn

dumb-dumb or **dum-dum** noun người đần độn ngu ngốc; người ngu đần

dumbhead noun người ngu ngốc; người đần độn [có lẽ bắt nguồn từ *dummkopf* trong tiếng Đức]

dumbjohn noun 1 người dễ bị lừa; = EASY MARK, PATSY 2 = DUCROT 3 (*quân đội*) tân binh; = CRUIT, POGGIE

dumbo noun 1 kẻ ngu ngốc, dễ bị lừa 2 điều sai lầm; sự sai lầm ngu ngốc; = BLOOPER 3 người có đôi tai to

dumb ox noun người đần độn, chậm chạp, đặc biệt là người to lớn mà vụng về

dumbshit 1 noun người khờ dại; người đần 2 adj That was really a dumbshit thing to do: *Đó thật là một việc ngu ngốc để làm.*

dumbski 1 noun người ngu ngốc; người đần độn 2 adj It's not a dumbski idea!: *Đó không phải là một ý kiến ngu xuẩn!*

dum-dum or **dumdum** or **dumb-dumb** 1 noun người ngu ngốc, dễ bị lừa 2 adj his dumdum ideas: *những ý tưởng ngu ngốc của hắn*

dummy noun 1 người ngu ngốc; kẻ đần độn; = CLUCK 2 (*người lang thang*) bánh mì 3 người câm hoặc người câm điếc 4 ma túy yếu hoặc được pha loãng; chất không phải ma túy nhưng được bán như ma túy; = BLANK 5 dương vật 6 chai bia hoặc chai rượu rỗng 7 mẩu thuốc lá 8 (*đường sắt*) xe lửa chở các nhân viên đường sắt 9 (*văn phòng báo chí và xuất bản*) một trang ma-két (có dán các bản viết và minh họa), một cuốn sách trống, hoặc một sự trình bày sơ bộ của các tài liệu sẽ xuất bản 10 một mô hình hoặc một sự mô phỏng; = MOCK-UP 11 modifier: a dummy machine gun: *một khẩu súng máy mô hình*

dummy verb 1 nhồi, nhét ma túy vào đầu lọc của điếu thuốc lá 2 làm trang ma-két (có dán các bản viết và minh họa)

dummy up verb 1 không nói nữa; im lặng; từ chối nói chuyện 2 tạo ra một mô hình hoặc mô phỏng

dump noun 1 sự cố ý thua cuộc; = FIX 2 nhà tù; trại giam 3 sự từ chối đơn xin khoan hồng của tù nhân 4 mông; đít 5 hành động đi cầu; sự đi ỉa; = a SHIT 6 nơi, địa điểm gây khó chịu; một nơi ghê tởm, đặc biệt là chỗ đổ rác hoặc nơi rác rưởi bừa bãi 7 (*buôn lậu*) nơi cất tập hợp hàng buôn lậu 8 vé không bán được bị trả lại cho rạp bởi quầy, đại lý bán vé 9 một lượng thông tin lớn, chưa được xử lý 10 bệnh nhân được chuyển từ một bệnh viện hoặc viện dưỡng lão sang bệnh viện hoặc viện dưỡng lão khác 12 cơ sở kinh doanh rượu thứ phẩm; quán rượu rẻ tiền 13 bất kỳ tòa nhà hoặc ngôi nhà nào

dump verb 1 loại bỏ; vứt bỏ; tống khứ; = DEEP-SIX 2 từ chối đơn xin khoan hồng của tù nhân 3 đánh đập; giết 4 tấn công 5 thoả mãn bản thân bằng hành vi bạo dâm 6 bán độ, cố ý thua cuộc để kiếm lợi từ sự cá cược của người xem 7 (*đua ngựa*) đặt cược một số tiền rất lớn vào một con ngựa ngay trước khi bắt đầu cuộc đua 8 mất, thua một khoản tiền rất lớn vào cờ bạc trong thời gian ngắn 9 nôn mửa, đặc biệt sau khi tiêm hê-rô-in hoặc ma tuý tổng hợp 10 giao ma tuý (kết thúc vụ mua bán ma tuý trái phép) 11 đi đại tiện; đi ỉa 12 bán hàng hóa, cổ phiếu, v.v.. để thao túng hoặc làm đình trệ thị trường 13 (*bóng chày*) chặn quả bóng chày bằng gậy

dump a load or **dump one's load** verb 1 nôn; mửa 2 đi đại tiện; đi ỉa; = CRAP

dumped on adjective 1 bị vu khống; bị sỉ nhục 2 bị phủ bởi tuyết

dumper noun 1 (*cờ bạc*) một con bạc thất thường và ngông cuồng 2 thùng rác; xe thùng đổ rác 3 vận động viên cố ý thua cuộc

dumping noun 1 sự đánh đập (bạo dâm) 2 sự đánh nhau 3 sự chỉ trích mạnh mẽ; sự xúc phạm nặng nề

dump it! interj vứt nó đi! • We don't need it. Get rid of it! Dump it!: *Chúng ta không cần cái đó nữa. Bỏ nó đi!. Vứt nó đi đi!*

dump it in verb làm cho động cơ xe máy chạy

dump it out verb thải phân; đại tiện; ỉa

dump on (or **all over**) verb 1 chỉ trích hoặc trách mắng ai thậm tệ; = PUT DOWN 2 đặt gánh nặng, tội lỗi hoặc khổ đau lên ai; đổ hết những rắc rối lên người nào

dump on someone/something verb 1 phủ tuyết xuống ai hoặc cái gì 2 xem DO A DUMP ON someone/something

dumps noun ngực phụ nữ

dune buggy noun xe hơi nhỏ với mui trần, thường với động cơ Volks-wagen, được trang bị với vỏ xe (lốp) thật to để di chuyển trên cát; xe bọ trên cát

duner noun người thích chạy xe buggy (tạm dịch là xe bọ trên cát) ở sa mạc

dunk 1 verb nhúng thức ăn vào chất lỏng trước khi ăn 2 verb dìm xuống nước trong chốc lát 3 noun sự nhúng mình xuống nước 4 noun (*bóng rổ*) sự thắng điểm; sự ghi bàn thắng 5 verb (*bóng rổ*) thắng điểm, bằng cách nhảy lên cao và đẩy mạnh bóng vào rổ

dunnigan noun một tên trộm đáng tởm ăn trộm tại các toilet công cộng

dupe noun 1 bản sao, đặc biệt bản sao của lá thư hoặc văn bản khác 2 nạn nhân của một vụ lừa đảo

dupe verb 1 sao chép 2 lừa ai; bịp ai

dust noun 1 ma túy dạng bột, đặc biệt là cô-ca-in hoặc hê-rô-in 2 thuốc lá rẻ tiền phát miễn phí cho tù nhân 3 tiền 4 trạng thái bị sụp đổ, kết thúc, diệt vong 5 vấn đề vô ích

dust verb 1 rời khỏi; rời bỏ; khởi hành một cách nhanh chóng 2 bắn; giết 3 kết hợp cần sa và hê-rô-in để hút 4 đánh bại ai; thắng ai 5 thêm ma túy dạng bột vào cuối điếu thuốc lá 6 đánh; đập mạnh 7 phun thuốc trừ sâu từ một chiếc máy bay bay thấp

the **dust** *noun* đất; mặt đất

duster *noun* 1 (*bóng chày*) một cú ném cố tình ném vào hoặc gần người đập bóng, để đe dọa hoặc buộc anh ta nhảy khỏi vị trí phát bóng; = BRUSHBACK 2 áo choàng hoặc áo khoác ngoài của phụ nữ mặc ở nhà

dusters *noun* (*thế giới ngầm & băng nhóm đường phố*) quả đấm sắt (vật che bằng kim loại đeo lên khớp đốt ngón tay); = KNUCKLE-DUSTERS

dust someone's jacket *verb* đánh và đấm ai liên hồi

dust kitty (or **bunny**) *noun* chùm tóc, chùm lông của rác bụi tích tụ dưới giường, bàn, v.v..

dust-off *noun* sự cứu hộ bằng trực thăng

dust off *verb* 1 giết 2 sơ tán; di tản (những người bị thương)

dust someone off *verb* 1 đánh ai bằng cú đấm mạnh 2 (*bóng chày*) ném bóng vào hoặc gần người đập bóng; = BRUSH-BACK

dust someone's pants (or **trousers**) *verb* đánh hoặc đá vào mông, đặc biệt phát vào mông con nít

dust-raiser *noun* (*đường sắt*) người đốt lò ở đầu máy xe lửa

dustup *noun* vụ đánh nhau; sự náo loạn, sự quấy rầy; vụ ẩu đả, cuộc cãi nhau; = SCRAP

Dusty *noun* 1 biệt danh chung cho một người tên Rhodes, Rhoades, Rodes, v.v.. 2 biệt danh cho một người lùn

dusty *adjective* 1 chịu ảnh hưởng của ma tuý phency-clidine, một loại chất gây ảo giác được biết đến với tên PCP hoặc bụi thiên thần 2 (*người da đen*) không rõ ràng; không thể đoán trước tương lai

dusty butt (or **butty**) *noun* một người lùn; = SHORTY

dutch *verb* 1 (*đua ngựa xưa*) cược vào từng con ngựa trong cuộc đua theo tỷ lệ bằng nhau, vì thế bất kỳ con nào thắng đều sẽ mang lại nhiều tiền hơn tổng số tiền cược 2 phá hoại hoặc phá hủy

Dutch *noun* biệt danh cho bất cứ ai có họ của người Đức

Dutch *verb* 1 (*cờ bạc*) đặt một loạt vụ cược cẩn thận đến mức nhà cái hoặc người nhận cược bị phá sản 2 phá hủy công việc kinh doanh, sức khỏe, danh tiếng, v.v.. của ai một cách hiểm độc

Dutch *adverb* phần ai nấy trả • This meal is Dutch, okay?: *Bữa ăn này thì phần ai nấy trả, ok?*

Dutch book *noun* 1 (*cờ bạc*) cơ sở cá cược đua ngựa nhỏ, đặc biệt là cơ sở nhận cược chưa đến một đô la 2 (*hoạt động của nhà cái*) trận đua ngựa với tỉ lệ cược mà những tay đặt cược sắc sảo có thể thắng dễ dàng

Dutch courage *noun* rượu; lòng dũng cảm có được nhờ vào thức uống có cồn

Dutch leave *noun* thời gian nghỉ mà không có sự cho phép

Dutch rub *noun* cách làm đau người khác bằng việc dùng đốt tay chà vào đầu anh ta khi anh ta đang bị khoá đầu; = NOOGIE, BARBERSHOP QUARTET

Dutch treat 1 *noun* sự sắp đặt: người nào trả tiền người nấy • "My treat?" "Dutch treat": *"Hôm nay tôi trả nhé?" "Phần ai người đó trả."* 2 *adv* We'll eat Dutch treat tonight: *Tối nay chúng ta sẽ ăn theo kiểu phần ai nấy trả.*

Dutch uncle *noun* 1 người hay giảng giải, ra vẻ mô phạm 2 người chỉ trích gay gắt, thường là đàn ông

dweeb or **dweebie** *noun* 1 (*thanh thiếu niên*) kẻ đáng khinh; = CREEP, NERD 2 người lạc hậu, không có khả năng giao tiếp với xã hội 3 một sinh viên nghiêm chỉnh

dweeby *adjective* ngu ngốc; không có năng lực; không bắt kịp thời đại

dyke or **dike** *noun* 1 một đồng tính nữ, đặc biệt là người nam tính, hung hăng; = BULLDYKE 2 *modifier:* That woman lives with her dyke daughter and her dyke daughter-in-law: *Người phụ nữ đó sống với cô con gái đồng tính và con dâu đồng tính của mình.*

dykey or **dikey** *adjective* đồng tính nữ, có nam tính một cách công khai

dynamite *noun* 1 thức uống có cồn mạnh; ma tuý mạnh 2 (*ma túy*) cô-ca-in hoặc hê-rô-in chất lượng cao 3 (*ma túy*) ma tuý pha trộn giữa cô-ca-in và hê-rô-in 4 (*ma túy*) cần sa, đặc biệt là một điếu cần sa 5 những viên thuốc nitroglycerine được kê cho bệnh nhân tim mạch 6 amphetamine, methamphetamine, hoặc các loại chất kích thích hệ thần kinh trung ương khác 7 điều gì gây lo ngại hoặc nguy hiểm; sự giật gân 8 thứ gì đó rất tốt, rất tuyệt 9 (*hoạt động cá cược trái phép*) khoản tiền mà một nhà cái cược với nhà cái khác để nhà cái đó nhận những khoản cược mà anh ta không muốn giữ 10 (*cờ bạc*) một phần tiền cược mà nhà cái mua bảo hiểm ở nơi khác để giảm rủi ro của mình 11 (*đua ngựa xưa*) sự dụ dỗ khách hàng với thông tin giả

dynamite *adjective* (cũng là *dy-no-mite*) xuất sắc; tuyệt vời; rất ưu tú; = SUPER

dynamiter *noun* (*tài xế xe tải*) một tài xế lái xe thô bạo và tăng tốc dữ dội

dyno or **dino** *noun* 1 (*đường sắt*) nhân viên xây dựng và đào đường của ngành hỏa xa, đặc biệt người sử dụng chất nổ 2 thức uống có cồn; rượu 3 người vô gia cư, không nghề nghiệp hoặc không có tài sản

dyno *adjective* xuất sắc; tuyệt vời [viết tắt của *"dynamite"*]

E

eagle-eye *noun* 1 người tinh mắt; người có mắt tinh tường, thông suốt 2 thám tử, đặc biệt là người được phân công theo dõi bọn móc túi hoặc ăn cắp trong cửa hàng 3 người lăng xăng; người hay nhìn hoặc xoi mói những hành động của người khác 4 (*đường sắt*) kỹ sư về đầu máy xe lửa 5 mắt; đôi mắt rất tinh

eagle-eyed *adjective* 1 có tầm nhìn rất tinh tường; tinh mắt 2 theo dõi kỹ

eagle freak *noun* người quan tâm đến môi trường và việc bảo tồn, đặc biệt là việc bảo vệ loài đại bàng; = ECOFREAK, DUCK SQUEEZER

ear *noun* 1 cái quai hoặc tay cầm của một cái tách (cup) 2 một kẻ không thuộc tội phạm thế giới ngầm nhưng hắn báo cáo điều hắn biết cho chúng

ear *verb* nghe; lắng nghe • Rosen Tapes To Be Eared By The Judge: *Những băng ghi âm Rosen được nghe bởi quan tòa*

ear banger *noun* 1 (*quân đội, thế chiến II*) người cố thăng tiến bằng cách nịnh bợ; = BROWN-NOSE 2 người khoe khoang khoác lác

ear bender *noun* người nhiều chuyện; người lắm mồm; người hay ba hoa; = GABBER, WINDBAG

ear-duster *noun* 1 (*bóng chày*) = DUSTER 2 chuyện nhảm; chuyện tầm phào 3 một mục lượm lặt 4 người ngồi lê đôi mách; người hay bép xép

an earful *noun* cuộc nói chuyện nhiều, đặc biệt là kiểu nói chuyện tầm phào hoặc lan man không chủ đề

early beam(s) *noun* bình minh; sáng sớm

early bird *noun* 1 người dậy sớm vào buổi sáng 2 *modifier:* early-bird radio program: *chương trình radio sáng sớm* 3 người đến sớm 4 chuyến tàu, xe buýt, máy bay, v.v.. đầu tiên trong ngày

early bird *adjective* phục vụ người đến sớm

early black *noun* chạng vạng; nhá nhem tối

earn one's **wings** *verb* chứng tỏ mình có khả năng và đáng tin cậy trong công việc [từ huy hiệu hình dáng cái cánh (wing) được trao cho những học viên không quân tốt nghiệp]

earp or **urp** 1 *verb* nôn; mửa 2 *noun* God, there's earp right there on the sidewalk: *Trời, có bãi nôn mửa ngay đó trên vỉa hè.*

earp slop, bring the mop *verb* (*thanh thiếu niên*) có ai đó vừa mới nôn ra

earth to someone *phrase* chào ai, bạn có đang lắng nghe không?

ease *verb* 1 rời khỏi 2 di chuyển hoặc đi chậm; = OOZE

ease on (or **out** or **on out**) *verb* 1 rời khỏi với một cử chỉ từ biệt 2 (*người da đen*) ra đi; khởi hành; = MOSEY ALONG

ease someone **out** *verb* đuổi hoặc loại ai khỏi một chức vụ hoặc chỗ làm một cách nhẹ nhàng và từ từ

each *xem* PER EACH

eager beaver *noun* 1 người rất nhiệt tình, hăm hở khi làm việc gì; người nỗ lực giàu tham vọng 2 *modifier:* eager-beaver gung-ho spirit: *tinh thần sốt sắng luôn sẵn sàng*

the eagers *noun* sự hăm hở; sự sẵn sàng quá mức

eagle-beak *noun* người Do Thái

eagle day *noun* (*quân đội, thế chiến II*) ngày phát lương; ngày lĩnh lương [từ hình con đại bàng (eagle) được vẽ trên đồng tiền Mỹ]

ease up *verb* làm tình; giao phối

Eastern Western *noun* một bộ phim Nhật hoặc Trung Quốc có kiểu bạo lực và thể hiện nam tính một cách thái quá, điển hình của phim cao bồi hoặc phim bạo lực

East Jesus *noun* một nơi trong trí tưởng tượng, khó mà tìm thấy người vô học hoặc người nghèo khổ ở đó; một nông thôn nhỏ huyền thoại; = PODUNK

East Jesus State *noun* bất kỳ trường đại học nhỏ nào được xem là kém chất lượng và đi lùi; trường đại học tỉnh lẻ nhỏ nguyên mẫu, tưởng tượng; = SIWASH

easy as pie *adjective & adverb* (biến thể: **can be** or **could be** or **falling of a log** or **hell** or **rolling of a log** có thể thay thế **pie**) rất dễ dàng • He did it easy as pie: *Nó đã làm điều đó rất dễ dàng.*

easy digging *noun* việc gì rất dễ; = PIECE OF CAKE

easy does it *phrase* 1 bình tĩnh; thư giãn đi 2 dịu dàng; nhẹ tay; cẩn thận

easy, greasy! *interj* (*thanh thiếu niên*) cứ thong thả!; đừng làm quá sức!

easy make *noun* 1 (cũng là *easy lay*) người dễ dàng làm tình với người khác; người phụ nữ dễ bị thuyết phục quan hệ tình dục 2 = EASY MARK

easy mark *noun* người dễ bị thuyết phục; người dễ bị gạt gẫm; = PATSY, SUCKER

easy meat *noun* 1 (*từ những năm 1920, Anh*) việc gì được làm hoặc đạt được một cách dễ dàng 2 *modifier:* their easy-meat score in the aerial spraying issue: *thắng lợi dễ dàng của họ trong vấn đề phun xịt trên không*

eat *noun* sự ăn • I just wanna get my eat on: *Tôi chỉ muốn tiếp tục việc ăn của tôi thôi.*

eat *verb* 1 kích thích bộ phận sinh dục nam hoặc nữ bằng miệng; = GO DOWN ON someone 2 nuốt 3 làm phiền hoặc lo lắng về ai; buồn phiền 4 chấp nhận chi một khoản tiền 5 chấp nhận và thích thú; = SWALLOW 6 bị ép buộc để chấp nhận điều gì; nén hoặc nuốt giận, nhục, v.v.. • She ate her anger and carried on: *Bà ta nuốt giận và tiếp tục.* 7 (*thể thao*) không thể chuyền bóng qua

eat cheese *verb* 1 nịnh hót; bợ đỡ 2 (*quân đội*) khai báo ai; ba hoa bộc lộ thông tin; = RAT

eat cock *verb* quan hệ tình dục bằng miệng với một người đàn ông

eat cunt *verb* quan hệ tình dục bằng miệng với một phụ nữ

eat dick *verb* quan hệ tình dục bằng miệng với người đàn ông

eat dirt *verb* chấp nhận sự khiển trách hoặc sự quấy rầy một cách ngoan ngoãn; nén lòng kiêu hãnh; nuốt nhục; = EAT SHIT

eat someone's **dust** *verb* thua xa, ở sau người nào trong một cuộc đua hoặc cuộc truy đuổi

eat face *verb* hôn say đắm

eat one's hat *verb* làm một việc khác thường; đi đầu xuống đất, vì không tin điều đó xảy ra và rất ngạc nhiên [luôn luôn đi với "*if*"] • Peter is always late; if he gets here on time, I'll eat my hat: *Peter thường xuyên đi trễ; nếu anh ta đến đây đúng giờ, tôi sẽ đi đầu xuống đất.*

eat one's heart out *verb* 1 chịu đựng những nỗi đau, tiếc nuối hoặc dày vò 2 chịu đựng sự đố kỵ hoặc sự ghen tỵ

eat (or **live**) **high on the hog** (or **off the hog** or **on the joint**) *verb* sống giàu có; thịnh vượng; phồn thịnh; = SHIT ON HIGH COTTON

eatin' stuff or **eating pussy** or **table grade** *noun* người đàn bà rất thích thú tình dục

eat it *verb* 1 qua đời; chết 2 kích thích dương vật hoặc âm đạo bằng cách liếm hoặc mút; = GO DOWN ON someone 3 (*môn lướt sóng*) mất kiểm soát và ngã khỏi tấm ván lướt 4 giải quyết cái gì; nuốt, chịu đựng cái gì

eat it *interj* (cũng là *eat this*) thán từ thể hiện sự coi thường và thách thức

eat (or **have**) someone's **lunch** *verb* 1 đánh đập; trả thù 2 thắng ai; đánh bại, chiến thắng hoàn toàn một người nào đó; = CLOBBER, FINISH

eat me! *interj* dùng để thể hiện lời thách thức thô lỗ • COP #2: So, fifty years old, huh? MURTAUGH: Eat me. – *COP #2: Vậy là anh năm mươi tuổi rồi à? MURTAUGH: Thì sao, có giỏi thì liếm dái tao đi.*

eat my shorts! 1 dùng như lời tuyên chiến kiểu hài hước 2 hãy để tôi yên!; vô lý!; cút đi và đừng quấy rầy tôi!

eat nails *verb* 1 làm việc gì cực đoan trong cơn giận tột độ 2 (*bóng bầu dục*) rất thô bạo và bền bỉ

eat out *verb* 1 ăn ngoài, đặc biệt ở nhà hàng 2 quan hệ tình dục bằng miệng, thường là với người phụ nữ

eat someone **out** *verb* 1 khiển trách ai nặng nề; quở trách ai thậm tệ; = CHEW someone OUT 2 kích thích bộ phận sinh dục nữ hoặc hậu môn bằng miệng

eat pussy *verb* quan hệ tình dục bằng miệng với người phụ nữ; khẩu dâm

eats *noun* thức ăn; đồ ăn

eat shit *verb* 1 = EAT DIRT 2 ghê tởm và đáng ghét [thường là một lời lăng mạ lớn tiếng]

Eat shit! *interj* Cút đi! Đi chỗ khác và đừng quấy rầy tôi! • Eat shit, mother-fucker!: *Cút đi, đồ chết tiệt!*

eat up *verb* 1 sử dụng; lấy đi hoàn toàn; = GOBBLE UP 2 chấp nhận và thưởng thức; có sự thích thú với

eat one **up** *verb* bị quấy rầy hoặc bị ảnh hưởng mạnh bởi

eat someone **up** (or **up with a spoon**) *verb* 1 tận tâm đặc biệt với ai 2 chết dần; ám ảnh; lo âu

eat something up *verb* 1 dùng hoặc tiêu thụ một cách nhanh chóng, như thức ăn hoặc tiền 2 tin tưởng vào điều gì 3 hiểu rõ được việc gì

eat one's words *verb* buộc phải rút lại hoặc chịu trách nhiệm cho những gì đã nói là sai

eat your gun or **eat** one's **gun** *verb* tự sát bằng súng có chủ ý

ecofreak or **econut** *noun* nhà môi trường học cấp tiến; người ủng hộ công cuộc bảo vệ môi trường; = DUCK SQUEEZER, EAGLE FREAK

ecology freak *noun* người cống hiến hết sức mình cho sự nghiệp bảo vệ môi trường

esctasy *noun* (*ma túy*) methylene-dioxymethamphetamine; MDMA; một chất gây ảo giác thần kinh loại nhẹ; một loại thuốc gây cảm xúc mạnh

Eddy or **Edgar** *noun* (*tiệm giày*) giày rộng cỡ E

edge *noun* 1 (*từ cuối những năm 1800*) lợi thế 2 giọng mỉa mai hoặc chọc tức; âm sắc chói tai 3 (*cờ bạc*) một lợi thế thống kê, một tỉ lệ xác suất 4 dao, được sử dụng như vũ khí 5 khu vực thành phố có các quán rượu, hộp đêm, nhà thổ 6 sự say; giai đoạn đầu của sự say rượu hoặc ma túy

edged *adjective* 1 (*thanh thiếu niên*) tức giận; rất giận ; = PISSED OFF 2 say rượu hoặc say ma túy

edge someone **out** *verb* đánh bại sít sao; thắng sát nút ai; vừa đủ hơn

edgy or **on edge** *adjective* (*từ đầu những năm 1900*) bồn chồn và dễ cáu; căng thẳng; = UPTIGHT

Edsel *noun* thứ gì vô dụng; sự thất bại

eel *noun* 1 (*nhà tù*) một tù nhân thông minh lanh lợi 2 một người láu cá, đặc biệt là một tội phạm thường tránh được những vụ bắt giữ hoặc chính trị gia lập lờ về một vấn đề hay sự thật

eff *verb & noun* = FUCK [uyển ngữ ngắn gọn này cũng là cơ sở cho những từ tương đương của *fucked, fucking* và *fucker*]

effing around or **F-ing around** *verb* làm mất thời gian vì những hành động ngớ ngẩn; cư xử ngu ngốc làm người khác bực mình

egg *noun* 1 một người • Evelyn's a good egg: *Evelyn là một người tốt.* 2 bất cứ cái gì có hình dạng quả trứng, chẳng hạn như cái đầu, quả bóng chày, bom bay, quả bóng bi-da, viên thuốc hoặc viên con nhộng, v.v.. 3 một trái lựu đạn cầm tay 4 = EGGHEAD 5 một gã ngốc; một gã ngu ngốc ghê tởm

eggbeater *noun* 1 máy bay trực thăng với cánh quạt đơn 2 máy bay huấn luyện hai động cơ 3 (*không quân, thế chiến II*) cánh quạt máy bay 4 máy đuôi tôm; = KICKER 5 xuồng máy; ca-nô

egghead *noun* 1 một người trí thức, thường là nhà khoa học; một người rất thông minh; = DOUBLE DOME 2 một người hói đầu

egg in someone's **beer** *noun* đỉnh cao của ước mơ xa xỉ; mọi thứ mà một người có thể mong ước khát khao [thường là một phần của một câu hỏi khó chịu nhắm đến người nào đang đòi hỏi nhiều hơn những gì họ xứng đáng hoặc có sẵn]

egg orchard *noun* (*người lang thang xưa*) nông trại nuôi gà

eggplant *noun* một người da đen

eggs *noun* hòn dái

eggsucker *noun* kẻ nịnh hót; kẻ bợ đỡ; = BROWN-NOSE

egg-sucking *adjective* đáng khinh; ti tiện; hèn hạ

ego trip (or **jag**) 1 *noun* sự vị kỷ; sự tự nâng cao địa vị; tính khoe khoang (thường để nâng lên cái tôi của chính mình) 2 *verb* He

ego tripper

was showing off, ego-tripping: *Hắn đang phô trương, tự nâng cao địa vị của mình.*

ego tripper *noun* người vị kỷ; người tự nâng cao địa vị của mình

eight ball *noun* 1 người da đen 2 một người bình thường, điềm đạm, không phức tạp 3 một người vô dụng và thường không may mắn; = LOSER

eighteen-wheeler *noun* xe tải với chiếc xe moóc phía sau có 18 bánh xe (thường để kéo vật nặng)

eighter (or **Ada**) **from Decatur** *noun* (*súc sắc và poker*) lượt đổ ra con tám hoặc quân tám

eight-pager *noun* truyện tranh khiêu dâm, dùng các nhân vật nổi tiếng trên thế giới và đặt họ vào những tình tiết đồi truỵ

eight-rock *noun* (*người da đen*) một người da đen có làn da rất sậm

eighty-eight or **eighty-eights** *noun* đàn piano

eighty-eighter *noun* người chơi piano

eighty-four *noun* (*hải quân, thế chiến II*) nhà tù hải quân

eighty-one or **eighty-two** *noun* (*quầy bán đồ ăn trưa*) một ly nước

eighty-seven *noun* (*quầy bán đồ ăn trưa*) một tín hiệu có nghĩa "một phụ nữ dễ thương vừa đến; chú ý"

eighty-six or **eight-six** or **86** *verb* 1 đuổi ra; chặn đường vào 2 tống khứ vứt bỏ ai hoặc cái gì; ngăn cản ai hoặc cái gì bằng cách nói "không" 3 giết; hủy diệt; thủ tiêu

eighty-six or **eight-six** or **86** *noun* 1 (*quầy bán đồ ăn trưa*) một thuật ngữ của đầu bếp nghĩa là "không" hoặc "không còn" khi được hỏi về món gì đó không có sẵn 2 (*người pha rượu*) một người không được phục vụ thêm rượu

elbow *noun* sĩ quan cảnh sát hoặc thám tử

elbow *verb* kết giao với ai với tư cách bạn bè; = RUB ELBOWS

elbow-bender *noun* người thích chè chén; người nghiện rượu

elbow-bending *noun* sự uống rượu; sự uống rượu quá độ

elbow-bending *adjective* say quá độ

elbow grease *noun* (*từ cuối những năm 1700, Anh*) công việc lao động cực nhọc; sự sử dụng cơ bắp; sự ráng sức

elbow someone out *verb* loại bỏ; loại trừ; thế chỗ ai bằng áp lực mạnh

elbow room *noun* (*từ những năm 1700*) chỗ vừa đủ để ở; chỗ tối thiểu

el cheapo or **El Cheapo** *noun* một sản phẩm rẻ tiền; một món hàng xấu [từ tiếng Tây Ban Nha]

el cheapo *adjective* rẻ; rẻ tiền

El Dog *noun* một chiếc xe Cadillac El Dorado

electric *adjective* 1 (*nhạc jazz xưa*) chơi mượt mà và tác động đến giác quan 2 được gia tăng lượng LSD (ma túy mạnh gây ảo giác)

electric *noun* điện; điện năng

elephant ears *noun* (*ngành du hành vũ trụ*) vỏ dày bằng kim loại ở bề mặt ngoài của hỏa tiễn (tên lửa)

elephant hunt *verb* (*lỗi thời, từ cuối những năm 1800*) = SLUM

Elephants' Graveyard *nickname* tổng hành dinh Hải Quân Boston

(el) primo *adjective* tốt nhất; đắt nhất; thượng hạng [từ tiếng Tây Ban Nha để chỉ loại một]

elevate *verb* (*đặc biệt những năm 1920*) cướp; cướp đoạt

elevated *adjective* say rượu; chếnh choáng; ngà ngà say

elevator music *noun* nhạc nhẹ được ghi âm liên tục, phát ra từ các loa ở trong thang máy hoặc cửa hàng; = MUZAK

eleven bang-bang *noun* một người lính bộ binh

eleven bravo *noun* một người lính bộ binh

eleven bush *noun* một người lính bộ binh

eliminated *adjective* 1 bị giết 2 say rượu

Elk *noun* người bình thường; người theo truyền thống; người câu nệ; = SQUARE

El Lay *noun* thành phố Los Angeles, bang California

el-o *combining form* một biến thể vui của bất cứ gì được gắn vào • travel el cheapo: *du lịch giá rẻ [từ một mô hình phổ biến trong tiếng Tây Ban Nha]*

El Ropo *noun* xì-gà rẻ tiền

El Smoggo or **El Stinko** *nickname* thành phố El Paso, bang Texas

embalmed *adjective* say rượu

embalmed beef *noun* thịt bò đóng hộp

embalming fluid *noun* cà phê pha đậm, rượu uýt-ki mạnh, hoặc bất kỳ đồ uống mạnh nào khác

embrangle *verb* vướng vào; dính dáng đến [sự kết hợp của *embroil* với *entangle*]

emcee *xem* MC

emery ball *noun* (*bóng chày*) một cú ném bóng với quả bóng được làm cho thô ráp (xù xì) một phần

emote *verb* 1 đóng một vai trên sân khấu, đặc biệt là vai đòi hỏi thể hiện cảm xúc mạnh; = HAM 2 sai mê trong sự diễn xuất với cảm xúc, đặc biệt là sự giả vờ

empty-nester *noun* bố mẹ có con cái đã lớn và dọn ra ở riêng

end *noun* 1 phần chia 2 lợi lộc hoặc phần chia đặc biệt 3 loại tốt nhất; loại thượng hạng

the end *noun* người tốt nhất; người tuyệt vời nhất; = the LIVING END

end of the ball game *noun* sự kết thúc mọi thứ

end of watch *noun* cái chết

ends *noun* giày • You even got holes in your ends: *Thậm chí bạn có những lỗ thủng trong đôi giày của bạn.*

endsville or **endville** *noun* 1 sự kết thúc; kết cục 2 cái tốt nhất; loại thượng hạng 3 cái tồi nhất

endsville or **endville** *adjective* (*đặc biệt những năm 1950*) tuyệt vời; ưu tú; không trội hơn

enforcer *noun* một tội phạm dùng vũ lực hoặc đe dọa bằng vũ lực để thực thi ý nguyện của băng nhóm

English[1] *noun* (*quầy bán đồ ăn trưa*) bánh nướng xốp (muffin) của người Anh

English[2] *noun* (*bi-da*) cú đánh xoáy cho quả bóng bi-da, bóng tennis, v.v.. để làm cho nó đi cong

English spliff *noun* (*ma túy*) một điếu thuốc kết hợp thuốc lá với một loại ma túy nào đó

Enough, already! *Interj* Đủ rồi! Dừng lại đi! • Please stop! Enough, already!: *Làm ơn dừng lại đi! Đủ rồi!*

enough to choke a horse 1 *adv* ở mức độ rất lớn; với số lượng quá lớn 2 *noun* một số lượng rất lớn; rất nhiều; quá thừa

enough to gag a maggot *adverb* rất kinh tởm; đáng ghét

epic *adjective* tuyệt vời; nổi bật • "What he was doing was epic": *"Những gì anh ta làm thật tuyệt vời.*

equalizer *noun* một khẩu súng, súng ngắn hoặc bất cứ vật thể dùng để đánh nhau

erase *verb* giết; kết liễu ai; = RUB OUT

eraser *noun* (*quyền Anh*) một cú đấm nốc ao; cú đo ván

erotic dancer *noun* vũ nữ múa những vũ điệu khiêu dâm và gợi tình, thường trên sàn nhảy

Esky *noun* một người Exkimô

etaoin shrdlu *noun* sự nhầm lẫn; sự sai

eternal checkout *noun* cái chết

eternity-box *noun* quan tài

Ethel *noun* 1 người nhút nhát, đặc biệt một võ sĩ thận trọng 2 một người ẻo lả, yếu đuối; = PERCY, SISSY

Ethiopian paradise *noun* ban công hoặc chuồng gà cao nhất ở nhà hát

euchre *verb* gạt gẫm hoặc lừa đảo ai

Euro *adjective & combining word* (thuộc) châu Âu

Eurotrash *noun* người giàu ngoại quốc sống ở Mỹ

evac 1 *noun* sự sơ tán [viết tắt của *"evacuation"*] 2 *verb* "I'll draw them off. Evac your people": "*Tôi sẽ làm lạc hướng họ. Sơ tán người của anh đi.*"

even *adjective* bình đẳng; hòa • When you hit me we'll be even: *Khi cậu đánh tôi thì chúng ta sẽ hòa nhau.*

even break *noun* cơ hội ngang nhau và công bằng; sự đối xử thành thực; = a FAIR SHAKE

evened out *adjective* trở lại bình thường về sức khỏe; trở lại sự minh mẫn, sáng suốt

even steven or **even stephen** or **even stevens** or **even stephens** *adjective & adverb* 1 *adj* ngang hàng; công bằng; cân đối; bằng nhau 2 *adj* được chia đều 3 *adv* And we'll do likewise for San Francisco and Odessa, or any places we want, always even-stephen: *Và chúng tôi sẽ làm tương tự cho San Francisco và Odessa, hay bất kỳ nơi nào chúng tôi muốn, luôn như nhau.*

even the score *verb* = GET EVEN

evergreen *noun* một thứ luôn được yêu thích, đặc biệt là một bài hát; = GOLDEN OLDIE

everything-but girl *noun* một phụ nữ sẵn sàng tham gia vào cuộc tình ngắn, cuộc tình nửa đêm

everything from soup to nuts *noun* mọi thứ có thể có được

everything is everything dùng để truyền đạt ý nghĩa tất cả mọi thứ đều tốt khi được hỏi

everything's drawing mọi thứ đều tiến triển tốt, cám ơn!

Everything's going to be okay or **EGBOK** *sentence* Đừng lo lắng, mọi thứ rồi sẽ ổn thôi

every Tom, Dick, and Harry *noun* bất cứ ai; mọi người đàn ông; = ORDINARY JOE

Eve with the lid on *noun* (*quầy bán đồ ăn trưa*) một miếng bánh nướng nhân táo

evil *adjective* 1 rất tốt; tuyệt vời; = MEAN, WICKED • This wine is really evil!: *Loại rượu vang này thật là tuyệt!* 2 (*người đồng tính*) chua cay và châm biếm; nham hiểm; xấu xa; = BITCHY 3 ác; thiếu quan tâm đến người khác

ex¹ or **x** *noun* người yêu cũ; vợ hoặc chồng trước; bạn gái hoặc bạn trai cũ

ex² *noun* (*xiếc*) sự giảm giá riêng biệt cho vài hạng người nào đó

exam *noun* 1 sự thi cử ; kỳ thi; cuộc kiểm tra 2 *modifier:* exam results: *những kết quả kỳ thi*

excess baggage *noun* người hay việc gì gây trở ngại, không cần thiết

excuse¹ *verb* (*đường sắt*) ngắt kết nối và tách ra

excuse² *noun* lời giải thích hoặc ví dụ

excuse (or **pardon**) **me all to hell** *sentence* tôi xin lỗi; tôi rất tiếc [thường dùng một cách mỉa mai, khi ai đó nghĩ lời xin lỗi là không xứng đáng hoặc quá mạnh]

exec *noun* 1 một sĩ quan quân đội điều hành 2 ủy viên quản trị; giám đốc điều hành 3 *modifier:* exec perks: *những đặc quyền của giám đốc điều hành*

expense *noun* đứa bé; trẻ nhỏ • The little expense just cries, craps, and chows: *Đứa bé nhỏ chỉ có khóc, ỉa và ăn thôi.*

extra *noun* 1 phiên bản đặc biệt của một tờ báo hoặc một bản tin đặc biệt được thực hiện lập tức khi biết về một sự kiện quan trọng; tin mới cập nhật; tin đặc biệt 2 (*hãng phim*) người đóng vai phụ trong phim hoặc kịch 3 (*mật mã dùng trong dịch vụ masage*) tình dục

extracurricular *adjective* thất thường; vô trách nhiệm; tắc trách

eye *noun* 1 thám tử tư; = PRIVATE EYE 2 (*đường sắt*) đèn tín hiệu 3 ti-vi hoặc màn hình 4 sự thèm muốn; sự khao khát

the Eye or **the eye** *noun* 1 máy dò kim loại 2 cục điều tra liên bang Mỹ

eyeball *noun* 1 cuộc gặp giữa hai người coi tổng đài vô tuyến sóng ngắn, chỉ biết nhau qua radio 2 sự quan sát bằng mắt thường 3 sự nhận dạng tội phạm bởi một nhân chứng

eyeball *verb* 1 thấy; nhìn chằm chằm; nhận dạng trong hàng ngũ cảnh sát 2 (*thanh thiếu niên, người da đen*) xem xét; kiểm tra; = SCOPE ON

eyeball-to-eyeball 1 *adv* ở tình trạng đối đầu trực tiếp, mặt đối mặt 2 *adj* our eyeball-to-eyeball chat: *cuộc nói chuyện mặt đối mặt của chúng tôi*

eye-fuck *verb* 1 nhìn ai mà không giấu được vẻ thèm muốn tình dục 2 nhìn trừng trừng; nhìn giận dữ

eye-opener *noun* 1 một hớp hoặc một ly rượu mạnh, đặc biệt là vào sáng sớm 2 (*ma túy*) mũi tiêm ma tuý đầu tiên trong ngày của con nghiện 3 một điều ngạc nhiên thật sự 4 bất cứ điều gì làm ai tỉnh ngộ hoặc khai sáng ai

eye-popper *noun* 1 điều ngạc nhiên, kinh ngạc 2 một cô gái hoặc phụ nữ rất xinh đẹp

eye-shut *noun* = SHUT-EYE

eyes like pissholes in the snow *noun* đôi mắt rất mờ; đôi mắt mệt mỏi và lờ đờ

eyes only *adjective* rất cá nhân và bí mật, như tài liệu tối quan trọng [từ câu *"for your eyes only"*]

eyes to cool it *noun* sự mong muốn nghỉ ngơi hoặc rút lui

Eyetalian *noun* một người Ý

Eyetie or **eytie** 1 *noun* một người Ý hoặc một người Mỹ gốc Ý 2 *adj* thuộc về Ý

eyewash *noun* 1 vẻ bề ngoài, dùng để che giấu cái xấu bên trong 2 lời dối trá; sự nịnh hót; sự phỉnh phờ 3 hơi cay; hơi làm chảy nước mắt 4 = HOGWASH

Eye-wreck *noun* I-rắc (Iraq)

F

fab *adjective* (*đặc biệt thanh thiếu niên*) tuyệt vời; kỳ diệu; phi thường

face *noun* 1 (*từ người da đen*) người da trắng; = FAY 2 (*ngành kinh doanh biểu diễn*) một nhân vật nổi tiếng, đặc biệt là người nổi tiếng trong ngành biểu diễn 3 một người lạ; bất cứ người nào

face card *noun* nhân vật quan trọng; ngôi sao; người tự xem là quan trọng; = BIG SHOT

(face) fungus *noun* râu • Who's that man with the face fungus?: *Người đàn ông có bộ râu kia là ai vậy?*

face man *noun* một thanh niên đẹp trai nhưng không có cá tính

face-off *noun* cuộc chạm trán; cuộc đối đầu, đặc biệt là trước khi hành động

face the music *verb* đương đầu với mọi khó khăn; chấp nhận hậu quả khó chịu; nhận được lời quở trách đích đáng

face time *noun* 1 thời gian dùng để nói chuyện với một người quan trọng và có tầm ảnh hưởng lớn; thời gian trên sóng (truyền hình) 2 thời gian gặp ai

fack *verb* (*người da đen*) nói sự thật; nói với ai sự thật [từ sự phát âm sai của *fact* trong tiếng Anh của người da đen]

facts of life *noun* 1 giáo dục giới tính 2 sự thật về những khó khăn của cuộc sống

fade *noun* 1 sự ra đi; sự khởi hành 2 một người da đen cố đánh mất đặc trưng của người da đen để dễ sống trong cộng đồng người da trắng 3 (*người da đen*) một người da đen thích bạn bè, bạn tình, v.v.. da trắng; = OREO 4 (*người da đen*) một người da trắng 5 kiểu tóc cạo trọc hai bên và để chỏm trên đỉnh

fade *verb* 1 rời khỏi; rời đi; khởi hành • He faded to Chicago: *Hắn khởi hành đến Chicago.* 2 không làm việc gì; lãng phí thời gian 3 (*súc sắc*) nhận cược 4 mua vài thứ gì đó 5 xử lý; giải quyết 6 mất quyền lực; mất sự ảnh hưởng 7 mất sức mạnh và sự hiệu quả

fadeaway *noun* (*bóng chày*) một cú ném cách xa người đập để anh ta phải vươn người để đập

fade away (or **out**) *verb* 1 khởi hành, đặc biệt là từ từ 2 trở nên tĩnh lặng; trở nên im lặng

faded *adjective* say; say xỉn

faded boogie *noun* (*người da đen*) kẻ chỉ điểm da đen cho cảnh sát

fag *noun* 1 một đồng tính nam; = FAGGOT, QUEER 2 điếu thuốc lá; đầu mẩu thuốc; = BUTT, COFFIN NAIL 3 một người khó chịu, xấu xa

fag *verb* (cũng là *fag out*) làm kiệt sức

fag along *verb* (*cao bồi*) cưỡi ngựa chạy rất nhanh

fag bag *noun* (*người đồng tính*) một phụ nữ cưới người đồng tính

fag-bag *verb* trộm, cướp của một đồng tính nam

fag end *noun* phần còn lại của việc gì vô dụng, buồn thảm hay quá độ, khắc nghiệt

fag factory *noun* nơi tụ tập của dân đồng tính

fagged out or **fagged** *adjective* mệt mỏi; kiệt sức • The fagged troops surrendered: *Đội quân kiệt sức đã đầu hàng.*

faggot *noun* đồng tính nam

faggotry *noun* đồng tính luyến ái nam; tình trạng đồng tính luyến ái nam

faggot's lunch box *noun* đồ lót được thiết kế để hỗ trợ bộ phận sinh dục nam trong khi hoạt động thể thao; một loại đồ dùng hỗ trợ vận động viên

faggoty or **faggotty** *adjective* đồng tính một cách rõ ràng, công khai [chỉ dùng cho nam giới]

faggy *adjective* như đàn bà, đồng tính một cách rõ ràng

fag hag *noun* 1 người đàn bà hút thuốc lá 2 (cũng là *faggot's moll*) một người phụ nữ hấp dẫn thích ở cùng với đồng tính nam

fagin *noun* 1 người cầm đầu băng cướp 2 kẻ lừa đảo lão luyện ác hiểm; người thầy của tội phạm

fag moll *noun* người phụ nữ làm bạn với đàn ông đồng tính

fagola *noun* một người đồng tính

fag out *verb* đi ngủ

fag roller *noun* một tội phạm cướp bóc người đồng tính

fag show *noun* (*xiếc hoặc lễ hội*) tiết mục được trình diễn bởi người đàn ông đóng vai phụ nữ

fag someone out *verb* làm ai mệt mỏi • All that work really fagged me out: *Tất cả công việc đó thật sự làm tôi mệt mỏi.*

fail *noun* (*thị trường chứng khoán*) sự thất bại của nhà môi giới trong việc cung cấp cổ phiếu trong thời gian thông thường

faint *adjective* say rượu

fair dinkum *adjective* (*thế chiến I, từ Úc*) thật thà; chân thật; công bằng; đúng đắn [vẫn chủ yếu dùng tại Úc]

fair-haired (or **blue-eyed** or **white-haired**) **boy** *noun* 1 một thanh niên nhiều triển vọng; một thanh niên được yêu thích 2 người đàn ông được trù định và chuẩn bị cho vai trò lãnh đạo chính hoặc giải thưởng khác; = COMER

fair hell *noun* một người đầy sức sống và thành công

a fair shake *noun* một cơ hội công bằng; đối xử tương tự như những người khác; = EVEN BREAK

fairy *noun* (*từ đầu những năm 1900, người lang thang*) người đồng tính nam, đặc biệt là người ẻo lả; = FAG, QUEER

fairy godfather *noun* (*ngành kinh doanh biểu diễn*) nhà tài trợ; nhà quảng cáo hoặc nhà hỗ trợ tài chính tiềm năng, đặc biệt trong ngành kinh doanh biểu diễn

fairy godmother *noun* (*người đồng tính*) người dẫn dắt người đồng tính mới vào nghề

fairy lady *noun* một người đồng tính nữ đóng vai chủ động

fairy tale or **bedtime story** *noun* lời giải thích đơn giản cho việc gì; lời nói dối

fake *noun* (*từ đầu những năm 1800, Anh*) 1 (*trong ảo thuật*) dụng cụ bị đánh tráo 2 sự lừa dối; sự giả mạo 3 kẻ lừa đảo; kẻ giả mạo

fake *verb* 1 lừa dối; lừa đảo 2 làm giả ; bắt chước • He was good at faking Old Masters: *Hắn rất giỏi trong việc bắt chước các họa sĩ bậc thầy.*

fake it *verb* 1 giả vờ; giả bộ làm cái gì; lừa bịp; = CHEEK IT 2 (cũng là *fake*) (*nhạc sĩ nhạc jazz*) ứng tác những hợp âm hoặc nốt nhạc ít nhiều tương thích khi chơi hoặc hát gì đó mà mình thực sự không thuộc

fake off *verb* lười nhác; lãng phí thời gian; ăn không ngồi rồi; = GOOF OFF

fake on someone *verb* lừa ai; nói dối ai; lỗi hẹn với ai • If you fake on me again, we're through: *Nếu anh lỗi hẹn với em lần nữa, chúng ta kết thúc.*

fake someone **out** *verb* lừa ai; chơi khăm

fakes *noun* ngực giả

fake the funk *verb* giả vờ biết; giả vờ có phong cách

fakus *noun* dụng cụ nhỏ; cái vật gì không có tên hoặc quên tên

fall *noun* một vụ bắt giữ hoặc sự kết tội

fall *verb* 1 bị bắt; bị kết tội; = DROP 2 đến; đi đến; đi 3 (*thế giới ngầm*) thất bại trong vụ cướp 4 yêu; mê; phải lòng; trở thành tình nhân • Once Abelard saw her he fell: *Ngay khi Abelard nhìn thấy cô ta hắn đã phải lòng.*

fall apart *verb* đánh mất sự tự tin bình thường; mất kiểm soát; = LOOSE one's COOL

fall (or **slip**) **between** (or **through**) **the cracks** *verb* bị bỏ qua; bỏ sót; hoặc bị quên lãng, đặc biệt vì sự mơ hồ trong định nghĩa hoặc cách lý giải thông tin nhận được

fall by *verb* ghé thăm; tham quan

fall down and go boom *verb* 1 bị ngã; ngã đau 2 thất bại hoàn toàn

fall down on the job *verb* lơ là trách nhiệm; né tránh nghĩa vụ

fall for *verb* 1 yêu; si mê; trở thành người tình của 2 bị lừa; bị chơi xỏ; chấp thuận với

fall guy *noun* 1 (*thế giới ngầm*) người được đưa lên để chịu tội thay, "bia đỡ đạn"; = PATSY 2 (*từ những năm 1900*) một nạn nhân; người dễ bị lường gạt; = EASY MARK, SUCKER

fall-in *noun* cử chỉ hoặc dáng điệu nghênh ngang, vênh váo

fall in *verb* tham gia; nghỉ lại, ở

falling-out *noun* sự không đồng tình; sự bất đồng

fall into *verb* đạt được một cách may mắn, không cần sự nỗ lực

fall into the bottle *verb* trở thành kẻ nghiện rượu

fall money *verb* (*thế giới ngầm*) tiền được tên tội phạm cất giấu để sử dụng trong tương lai trong trường hợp hắn bị bắt

fall off the roof *verb* có kinh, đặc biệt là bắt đầu giai đoạn kinh nguyệt

fall off the wagon *verb* 1 lại tiếp tục uống rượu sau khi đã chấm dứt rồi 2 làm tiếp lại việc gì đã ngưng trước đây, như cai thuốc lá, ma túy v.v..

fall on one's **ass** *verb* 1 (cũng là *fall flat on one's ass*) thất bại, đặc biệt là một cách nhục nhã và đáng chú ý 2 (*hàng không*) trở nên xấu đi dưới mức giới hạn hoạt động (nói về điều kiện thời tiết tại sân bay)

fallout *noun* 1 ảnh hưởng xảy ra như một hậu quả; hậu quả 2 kết quả của việc gì 3 những sản phẩm phụ, đặc biệt khi có nhiều và ít giá trị [*từ bụi phóng xạ và những mảnh vỡ khác của một vụ nổ hạt nhân*]

fall out *verb* 1 tràn ngập cảm xúc 2 mất ý thức vì dùng thuốc quá liều 3 ra đi; khởi hành 4 (*ma túy*) rơi vào trạng thái mơ mơ màng màng sau khi dùng ma túy 5 phá ra cười không kiểm soát được; cười nghiêng ngả; = CRACK UP

fall out of bed *verb* tụt xuống; hạ xuống • The temperature realy fell out of bed last night! It was twenty-three below!: *Đêm qua nhiệt độ đã thực sự hạ xuống! Hai mươi ba độ ở dưới không!*

fall scratch *noun* số tiền dành ra để chi khi bị bắt

fall up *verb* (biến thể: **by** or **down** or **out** có thể thay **up**) đi đến; đến thăm

falsie or **falsy** *noun* 1 bất cứ gì giả hoặc nhân tạo; bộ phận giả 2 áo ngực được độn thêm để có ngực bự; lớp lót được mặc ở những nơi khác để tăng sự đẫy đà của cơ thể phụ nữ

falsie basket *noun* vật đệm vào háng để phô ra hình ảnh của một dương vật lớn

falsies or **gay deceivers** *noun* miếng đệm nâng ngực; miếng lót ngực được mặc để tăng kích cỡ ngực

family jewels *noun* cơ quan sinh dục nam; hòn dái; = NUTS

family-style *noun* sự quan hệ tình dục trong tư thế phụ nữ nằm ngửa và đối mặt với người bạn tình

fan[1] *noun* một người hâm mộ hoặc người say mê, đặc biệt là thể thao; người cuồng nhiệt; = BUFF, BUG

fan[2] *noun* 1 (*thế giới ngầm*) màn tiếp cận con mồi của kẻ móc túi; một cú chạm nhẹ hoặc vỗ nhẹ được bọn móc túi dùng để tìm vị trí cất ví tiền của nạn nhân 2 (*không quân, thế chiến 2*) cánh quạt hoặc động cơ máy bay

fan *verb* 1 (*thế giới ngầm*) lục soát hoặc khám xét ai; = FRISK 2 chạm hoặc vỗ nhẹ được bọn móc túi dùng để tìm vị trí cất tiền của nạn nhân 3 tán gẫu; nói chuyện phiếm; = BAT THE BREEZE 4 phớt lờ, bỏ qua; nghỉ học; lãng phí thời gian 5 (*bóng chày*) chấm dứt lượt chơi của người đánh bóng bằng ba cú đánh; = WHIFF 6 bắn súng lục ổ quay bằng cách bóp cò với bàn tay không cầm súng 7 kéo cần gạt ống nghe của một điện thoại công cộng với hy vọng lấy lại tiền xu lẻ

fan belt inspector *noun* một nhân viên của Cục Điều tra Liên bang

fancy Dan *noun* 1 (*quyền Anh*) một võ sĩ giỏi với cú đấm yếu 2 một người kiêu ngạo và trang trọng

fancy-Dan *adjective* tự phụ; kiêu căng; khoe khoang; = HIGHFALUTIN

fancy (or **fast**) **footwork** *noun* sự điều hành khéo léo; sự suy nghĩ nhanh và thông minh

fancy man *noun* 1 người tình, đặc biệt là bạn tình của một phụ nữ đã có chồng 2 người đàn ông sống nhờ vào tiền của gái mại dâm; trai bao

fancy pants *noun* 1 người ăn mặc bảnh bao; người tự cho mình là quan trọng; người kiêu căng 2 một người đàn ông yếu đuối; = SISSY 3 *modifier:* one of your fancy-pants diplomats: *một trong*

fancy that những nhà ngoại giao yếu đuối của anh

fancy that *interj.* tưởng tượng xem!; lạ không này!

fancy-schmancy *adjective* 1 lạ lùng; rất lạ 2 rất tao nhã và hoa mỹ, đặc biệt một cách khoe khoang

fan dancer *noun* vũ công múa thoát y, thu hút được một lượng người hâm mộ múa chung

fandangle¹ *noun* một vật trang trí; đồ vật loè loẹt

fandangle² *noun* một hỗn hợp lộn xộn; sự pha tạp đầy sức sống sung túc

fandom *noun* những người hâm mộ và người cuồng nhiệt tập hợp chung

fanner *noun* 1 một tên móc túi 2 vũ công thoát y múa với khách 3 (*thế giới ngầm*) người xác định vị trí của ví tiền để kẻ móc túi trộm 4 người kéo cần gát ống nghe của máy điện thoại công cộng với hy vọng kiếm được xu lẻ

fanny *noun* mông đít; = ASS

fanny-bumper *noun* 1 một sự kiện lôi kéo nhiều người làm họ va chạm vào nhau 2 một sự kiện đông đúc; = MOB SCENE 3 *modifier*: organized a fannybumper vernissage: *tổ chức một triển lãm mỹ thuật đông đúc*

fanny-dipper *noun* (*từ người lướt sóng*) người bơi [ở California dùng]

fanoogie or **fenugie** *noun* (*chiến tranh Việt Nam*) lính mới, tham gia vào chiến tranh Việt Nam

fantabulous *adjective* rất tốt

fantabulous *interj* tuyệt vời! • At last we were home! Fantabulous!: *Cuối cùng chúng ta đã về tới nhà! Tuyệt vời!*

fan someone's tail *verb* phát; đánh vào đít ai

the **fantods** *noun* (*từ cuối những năm 1800*) sự bồn chồn không yên; sự thao thức không yên; = the WILLIES

fanzine *noun* tạp chí dành cho người hâm mộ

far gone *adjective* 1 quá si mê; quá yêu đương 2 quá độ; quá mức 3 say rượu; say mê

farm *verb* 1 (*quân đội*) bị hy sinh trong chiến đấu; chết vì nghĩa vụ; = BUY THE FARM 2 (*giới sinh viên ở đại học Arkansas dùng*) uống rượu mạnh

farmer *noun* người ngu ngốc; người quê mùa ngớ ngẩn; chú hề

farmisht *adjective* lộn xộn; bối rối; có mâu thuẫn; nước đôi; lằng nhằng

far out *adjective* 1 hoàn hảo; cầu tiến; sáng tạo; táo bạo 2 say rượu hoặc say ma tuý 3 xuất sắc; tuyệt vời; = COOL 4 khó hiểu; bí ẩn; kỳ lạ; rất khác thường; = WEIRD • This stuff is too far out for me: *Cái chủ đề này quá khó hiểu đối với tôi.*

farsighted *adjective* (*từ dùng để nói về một bồi bàn*) người cố tình phớt lờ khi khách ra hiệu cần giúp

fart *noun* 1 sự toả khí từ hậu môn; sự đánh rắm 2 một người đáng khinh, đê tiện 3 một người; anh chàng; gã; = GUY 4 sự không có gì cả; cái nhỏ nhất, ít nhất; = DIDDLY, ZILCH

fart *verb* đánh rắm; xì hơi

fart around *verb* 1 lãng phí thời gian; = GOOF AROUND 2 = HORSE AROUND

farthead *noun* người đáng khinh, ti tiện, hèn hạ

farthole *noun* người đáng khinh, ti tiện, hèn hạ hoặc việc gây khó chịu

fart hook *noun* một người vô dụng, vô giá trị

fart in a whirlwind *noun* chẳng có gì quan trọng

fart off *verb* lãng phí thời gian

fart sack *noun* 1 giường; tấm trải nệm 2 (*quân đội*) túi ngủ

fartsucker *noun* người đáng khinh, ti tiện, hèn hạ

fart through silk *verb* sống giàu sang sung sướng không lo toan

fashion plate *noun* một người ăn mặc bảnh bao, đặc biệt là hợp thời trang

fast *adjective* lỏng lẻo về mặt đạo đức; phóng túng

fast (or **quick**) **buck** *noun* 1 tiền kiếm được nhanh, đặc biệt là không lo lắng đến những nguyên tắc đạo đức hay tương lai 2 *modifier*: Fast-buck speculations were getting rich on inflated FHA appraisals: *Những kẻ đầu cơ kiếm tiền nhanh đang giàu lên theo sự thẩm định được thổi phồng của FHA.*

fast burner *noun* 1 người thành công nhanh; = BALL OF FIRE 2 (*quân đội*) người thăng cấp bậc nhanh [dùng trong quân chủng không quân Mỹ]

fast-count *verb* lừa đảo [nhất là bằng cách trả thiếu tiền đổi]

faster than a speeding bullet or **FTASB** *phrase* rất nhanh • I'll be there FTASB: *Tôi sẽ ở đó nhanh chóng.*

fast food *noun* 1 thức ăn như hamburger, gà rán, v.v.. được nấu và phục vụ nhanh và đồng bộ, thường là bởi những doanh nghiệp cung cấp thực phẩm lớn 2 *modifier*: a fast-food chain: *một chuỗi thức ăn nhanh*

fast lane (or **track**) *noun* 1 lối sống không biết lo cho tương lai; lối sống vội 2 *modifier*: fast-track people: *những người sống vội*

fast mover *noun* (*chiến tranh Việt Nam*) máy bay phản lực

fast one *noun* 1 trò lừa đảo; mưu mô xảo quyệt khôn khéo; = DIPSY DOODLE 2 hành động làm tình nhanh, vội vàng 3 một hành động nhanh, như việc ăn hoặc uống cái gì

fast talk *noun* cuộc nói chuyện nhằm lừa gạt hoặc làm lộn xộn

fat *noun* 1 phần tốt nhất và béo bở nhất; = CREAM 2 người béo, mập; = FATTY

fat *adjective* 1 (*từ những năm 1920*) giàu có; có nhiều tiền, đặc biệt là một cách tạm thời; = FLUSH 2 tốt; tuyệt 3 mang tính thách thức, đáng làm, yêu cầu trình độ cao 4 (*nói về một đơn vị quân sự*) nhân sự đông 5 nhiều; khối; vô số 6 khêu gợi; gợi tình • You are truly fat, Wendy: *Cậu thật là khêu gợi, Wendy.* 7 béo bở; có lãi • a fat job: *một việc làm béo bở*

fat Albert or **Bert** *nickname* 1 một loại bom dẫn đường 2 (*hàng không*) máy bay Boeing 747 hoặc máy bay phản lực khác

fat ass *noun* 1 một người mập; người béo phị 2 một người mông bự; = BUFFALOBUTT

fat-ass(ed) *adjective* 1 quá khổ; béo phị 2 có một cặp mông phì nộn

fatback *adjective* 1 thiếu sự phức tạp; mộc mạc; thô kệch 2 sực mùi của dân da đen miền Nam Hoa Kỳ; = FUNKY

fat cat 1 *noun* cá nhân giàu có, thế lực, quan trọng; tài phiệt 2 *modifier*: the fat-cat cases, where big money is involved: *những vụ án của các ông trùm, nơi dính dáng đến nhiều tiền.* 3 *verb*: "fat-catting"...a term applied...to higher leaders who try to pad themselves with specials privileges and comforts: "fat-catting"... *một thuật ngữ áp dụng cho những nhà lãnh đạo cấp cao cố nhét cho bản thân họ những đặc quyền và tiện nghi đặc biệt.*

fat city *noun* 1 tình trạng thành công, giàu có 2 tình huống lý tưởng; tình trạng công việc tốt đẹp 3 tình trạng thể chất kém, đặc biệt là quá mập

fat, dumb, and happy *adjective* hài lòng một cách sung sướng và khá đần độn

fat farm *noun* nơi mọi người đến để giảm cân bằng chế độ ăn uống và thể dục hợp lý

fathead *noun* một gã khờ; một gã ngốc; = BLUBBERHEAD

fatheaded *adjective* ngu ngốc; đần độn

fatherfucker *noun* = MOTHERFUCKER

fatherfucking *adjective* dùng như một biến thể của "khốn kiếp" • Fatherfucking cops! won't leave me! alone!: *Mấy gã cảnh sát khốn kiếp! sẽ không để tôi! yên!*

fatmouth *verb* 1 nói ba hoa và luôn mồm; = CHEW THE FAT 2 tán tỉnh; phỉnh phờ; = BULLSHIT, SWEETTALK 3 xúc phạm; chế nhạo; chọc ghẹo; châm chọc

fat-mouthed *adjective* to mồm; nói kiểu khó nghe và ngu ngốc

Fats *noun* (biến thể: **Fat** or **Fatty** or **Fatso** or **Fat stuff**) một biệt danh cho người mập

fat skrill *noun* rất nhiều tiền • The car cost some real fat skrill: *Chiếc ô tô giá thật đắt tiền.*

fatso *noun* một người béo phì; dùng như biệt danh hoặc cách gọi thô lỗ để gọi người béo phì

fatso *adjective* mập, theo bất kỳ nghĩa nào

fat stuff *noun* một người béo phì

fatty *noun* 1 một điếu thuốc cần sa cực lớn 2 tên gọi một cách chế nhạo người béo, mập

fattygews *noun* quần áo để làm tạp dịch

faulty *adjective* 1 giả; không thật 2 sai • No. You are just faulty about the number: *Không. Anh chỉ sai về con số thôi.*

faunet or **faunlet** *noun* (*giới đồng tính*) một chàng trai mới lớn được xem là đối tượng tình dục đồng tính

faust *adjective* xấu xí; đáng tởm

fausty *adjective* khó chịu; đáng ghét; ghê tởm

fave or **fave rave** *noun* 1 một người hoặc vật được ưa thích trong hiện tại, như nhạc, phim, sách, thức ăn, ca sĩ, nhạc sĩ, v.v.. 2 *modifier:* My absolute fave-rare model was printed boldly: *Mô hình yêu thích của tôi đã được in ra một cách táo bạo.*

fay *noun* (*từ người da đen*) người thuộc chủng tộc Caucasian da trắng; người da trắng; = HONKY, PECKERWOOD

fay *adjective* 1 đồng tính; = GAY 2 da trắng, thuộc chủng tộc Caucasian

feather brain *noun* người ngu ngốc

featherbed *verb* 1 làm việc một cách uể oải và chậm chạp; tìm những nhiệm vụ dễ dàng 2 (*liên đoàn lao động*) tạo ra hoặc duy trì những công việc không cần thiết; làm những việc bịa đặt

feather duster *noun* (*quân trường*) lông vũ cao được gắn trên mũ lính

featherhead *noun* một người nông cạn, ngốc nghếch, thiếu khôn khéo

feather-legs *noun* (*từ những năm 1940, sinh viên*) một người bất công hoặc lừa gạt

feather merchant *noun* 1 một gái mại dâm 2 một quân nhân làm dân thường; một thường dân 3 (*hải quân, thế chiến II*) sĩ quan dự bị; người được bổ nhiệm thẳng vào bộ tư lệnh hải quân 4 (*quân đội, thế chiến II*) người trốn nghĩa vụ quân sự 5 (*hải quân*) một thủy thủ làm việc bàn giấy

feather (or line) one's nest *verb* chỉ quan tâm đến lợi ích của mình; lợi dụng cơ hội để được khá giả cho bản thân

feature *verb* 1 hiểu; ghi nhớ; lưu ý đến 2 chấp nhận; đồng ý; ủng hộ

fed or **Fed** *noun* (cũng là *the feds*) đặc vụ cục điều tra liên bang

the Fed *noun* cơ quan giám sát hoạt động của hệ thống dự trữ liên bang; cục dự trữ liêng bang

federal jug *noun* nhà tù liên bang

fed up *adjective* (*thế chiến I, Anh*) chán ghét; mệt mỏi; = BRASSED OFF

feeb *noun* 1 người ngớ ngẩn; người đần độn 2 người yếu đuối, cả về thể chất lẫn tâm hồn 3 một đặc vụ Cục điều tra Liên bang Mỹ (FBI)

feebie or **feeby** or **feebee** *noun* một đặc vụ Cục điều tra Liên bang Mỹ; = G-MAN

feebles *noun* dư vị khó chịu hoặc hậu quả khó chịu sau khi uống quá nhiều rượu

feed *noun* 1 (*từ đầu những năm 1800*) một bữa ăn, đặc biệt là bữa ăn thịnh soạn và tuyệt vời 2 hợp âm được chơi bởi một ban nhạc jazz trong suốt bài độc tấu 3 (*từ cuối những năm 1800*) tiền

feed *verb* 1 ăn; dùng bữa 2 (*đấu vật chuyên nghiệp*) bắt đầu một đòn thế định sẵn trong kịch bản 3 (*trong dàn nhạc jazz*) đệm hợp âm cho một người diễn đơn

feedback *noun* thông tin phản hồi; ý kiến phản hồi

the feedbag *noun* bữa ăn • I'm ready for the feedbag: *Tôi đã sẵn sàng cho bữa ăn.*

feedbox (or **feedbag**) **information** *noun* (*đua ngựa*) thông tin được coi là đáng tin cậy về một cuộc đua ngựa

feed one's face *verb* ăn • You're always feeding your face. You're going to get fat: *Cậu lúc nào cũng ăn. Cậu sẽ béo phì đấy.*

feed the kitty *verb* (*từ bài poker*) góp tiền

feed the warden *verb* thải ra; ỉa

a feel *noun* sự vuốt ve hoặc mơn trớn, đặc biệt là ở mông, đùi, chân, ngực, v.v..

feel *verb* đồng ý với

feel someone *verb* hiểu ai

feel a draft *verb* 1 (*người da đen dùng*) cảm nhận được sự phân biệt chủng tộc với mìn 2 cảm giác bị loại bỏ hoặc hắt hủi; cảm giác ai đó lạnh nhạt với mình hoặc không được chào đón

feel one's age *verb* 1 nhận ra mình già; cảm thấy yếu đi 2 ý kiến của mình lỗi thời

feeler *noun* ngón tay, đặc biệt ngón giữa

Feelgood or **feelgood** *noun* 1 = DR FEELGOOD 2 tình trạng mãn nguyện hoặc phớn phở 3 *modifier:* a general "relax, feelgood" vibe: *một rung cảm "thư giãn, mãn nguyện" chung*

feel good *verb* hơi say

feeling no pain *adjective* 1 tê dại vì rượu và không còn cảm thấy gì nữa 2 không cảm thấy gì nữa; chết

feel no pain *verb* say xỉn

feel one's oats *verb* 1 hăng hái; sôi nổi; tràn trề sinh lực 2 ra vẻ ta đây quan trọng; vênh váo

feel out *verb* thăm dò; điều tra một cách thăm dò

feel someone out *verb* kiểm tra hoặc thăm dò quan điểm, kiến thức, v.v.. của ai, đặc biệt một cách gián tiếp

feel up *verb* vuốt ve; mơn trớn ai; = COP A FEEL

feen for something *verb* ham muốn cái gì theo thói quen; nghiện

feep 1 *noun* (*máy tính*) tiếng bíp của máy tính 2 *verb* phát ra tiếng bíp nhỏ

fegalah or **feygelah** *noun* người đồng tính nam; = FAG

feh or **fehh** *interj* dùng như một từ thể hiện sự không ủng hộ hoặc chán ghét, ghê tởm • *Feh! You and your gun. Get out of here. Who needs you?*: *Ghê quá! Mày và khẩu súng của mày. Biến đi. Ai cần mày ở đây?*

feisty *adjective* hung hăng; nóng nảy; dễ nổi giận

fella *noun* bạn; gã; anh chàng

fellow traveler *noun* 1 một người ủng hộ một lý tưởng mà không thuộc thành viên chính gốc của lý tưởng đó 2 một người thông cảm với một phong trào hay học thuyết nhưng không mở lòng ủng hộ nó

feminazi *noun* người ủng hộ bình đẳng giới

femme *adjective* ẻo lả như đàn bà một cách rõ ràng

femme or **fem** *noun* 1 một phụ nữ trẻ 2 *modifier*: *whereas women with big heads of fat hair always look femme*: *trong khi những phụ nữ với đầu nhiều tóc luôn trông có vẻ nữ tính* 3 (*người đồng tính*) người đồng tính nữ đóng vai "bị động" trong quan hệ tình dục 4 (*người đồng tính*) một người đồng tính nam ẻo lả

fence *noun* 1 người bán đồ ăn cắp 2 (*từ những năm 1950*) người hoặc chỗ oa trữ đồ ăn cắp 3 biên giới Việt-Campuchia hoặc biên giới Việt-Lào • *Crossing the fence? It took a moment or two for my mind to comprehend*: *Vượt biên? Tôi phải ngẫm nghĩ một lúc mới hiểu được.*

fence *verb* 1 tiêu thụ hoặc buôn bán đồ ăn cắp 2 đối trá trong kỳ thi 3 cãi nhau; đấu khẩu; dùng thủ đoạn để giành lợi thế

fenced *adjective* bị quấy rối; tức giận

fence-straddle *verb* giữ thái độ trung lập; không đưa ra quan điểm; = STRADDLE THE FENCE

fence-straddler or **fence-hanger** *noun* = MUD-WUMP

fender-bender *noun* 1 tai nạn nhỏ; va chạm bình thường 2 người lái xe ẩu, bất cẩn

fenderhead *noun* người ngu đần

fern *noun* lông mu phụ nữ

fer shur or **fur shur** or **fer shure** (or **shurr**) *adverb* nhất định; tất nhiên; chắc chắn • *I'll be there. Fer shur!*: *Tôi sẽ ở đó. Chắc chắn!*

fess or **fess up** *verb* thú nhận; thừa nhận sự thật; xưng tội

festy *adjective* đau đớn; nghiêm trọng

fetching *adjective* hấp dẫn; quyến rũ

fetch up *verb* nôn; mửa • *I think I'm going to fetch up*: *Tôi nghĩ tôi sắp nôn mất.*

fettie *noun* tiền • *How much fettie you got with you?*: *Cậu có bao nhiêu tiền trong người?*

fever *noun* 1 (*súc sắc*) một lần đổ ra năm; = PHOEBE 2 (*trong một bộ bài*) bất kỳ quân năm nào 3 (*bài poker*) năm quân bài đồng hoa (cùng màu) 4 một tờ tiền giấy năm đô-la

a few ticks *noun* một lát; vài phút; vài giây; chốc lát • *I'll be there in a few ticks*: *Tôi sẽ ở đó trong chốc lát.*

fib 1 *noun* một lời nói dối nhỏ 2 *verb* *Did you fib to the teacher?*: *Cậu đã nói dối thầy giáo không?*

fibber *noun* một kẻ nói dối

the fickle finger of fate *noun* số phận thảm khốc và không thể dự đoán được

fiddle 1 *verb* lừa gạt; đánh lừa ai [chủ yếu ở Anh dùng] 2 *noun* hành vi lừa bịp; trò lừa gạt

fiddle around *verb* 1 (cũng là **fiddle fart around** or **fiddle fart**) lười nhác; ăn không ngồi rồi 2 làm dối; làm qua loa; làm giả

fiddle-faddle *noun* chuyện vô lý; chuyện vớ vẩn; hành động ngu xuẩn; = BULLSHIT

fiddle-faddle *interj* thán từ thể hiện sự phát cáu, phản đối, gạt bỏ, v.v..

fiddlefart around *verb* phí thời gian làm việc vô ích hoặc không làm gì

fiddlefuck *verb* lãng phí thời gian; lười nhác

fiddlefucking *adjective* đáng ghét; đáng nguyền rủa; = DAMN [dùng để nhấn mạnh một cách tục tằn và dữ dội]

fiddlesticks *noun* điều vô lý; chuyện ngu xuẩn [thường là một phản ứng bác bỏ trước một lời nhận xét đáng khinh]

fiddlesticks *interj* dùng như một tiếng hét để bày tỏ sự tức giận hoặc không vừa ý trong mọi trường hợp

fiddle with *verb* chơi hoặc nghịch với; = FIDDLE AROUND

field *verb* xử lý; nhận và trả lời; đương đầu với

field music *noun* lính kèn

field nigger *noun* một người da đen không bợ đỡ, nịnh nọt người da trắng, vì thế hắn không thể có bằng cấp hoặc đặc quyền nào

fiend *combining word* người hâm mộ hoặc thích; người dùng thứ được nói tới

fierce *adjective* 1 rất tốt • *I love RuPaul. She is fierce*: *Tôi thích RuPaul. Cô ta tốt bụng dễ sợ.* 2 ghê tởm; khó chịu; khủng khiếp

fifth wheel *noun* một người hoặc một thứ dư thừa và không cần thiết, vô dụng

fifty-eleven *noun* một số lượng lớn, cực lớn

fifty-fifty *noun* (*ngành công nghiệp phim ảnh và truyền hình*) một cảnh khi hai diễn viên đối mặt nhau, mỗi người chiếm nửa màn hình

fifty-five *noun* (*quầy bán đồ ăn trưa*) đồ uống không cồn

fifty-one *noun* (*quầy bán đồ ăn trưa*) sô-cô-la nóng

fifty-six *noun* (*cảnh sát*) thời gian nghỉ bù cho những kỳ nghỉ cuối tuần của những người làm việc thứ bảy và chủ nhật

fifty-two *noun* (*quầy bán đồ ăn trưa*) sự đặt hai tách sô-cô-la nóng

fifty-two/twenty club *noun* cựu chiến binh Mỹ được hưởng 20 đô-la một tuần trong vòng một năm sau Thế chiến II, nhờ vậy ông ta có khả năng hưởng cuộc sống thảnh thơi phóng túng

fight *noun* bữa tiệc; = STRUGGLE

fight a bottle *verb* uống rượu mạnh, đặc biệt là quá độ

fightin' tools *noun* (*quân đội*) đồ dùng để ăn; đồ dùng bằng bạc

fightin' words *noun* lời khiêu khích; lời xúi dục; lời thách đấu [thường được nói theo kiểu cao bồi]

figure *verb* 1 phù hợp với ý muốn; hợp lý 2 suy nghĩ; cân nhắc 3 rất có thể; có thể xảy ra

filch something (from someone/something) *verb* giật hoặc trộm cái gì của ai

file *noun* 1 (*thế giới ngầm, từ những năm 1600, Anh*) kẻ móc túi 2 giỏ rác; sọt rá

file and forget *verb* giao phó hoặc ủy thác rồi lãng quên; từ chối lấy

file-bone *noun* (*đặc biệt ở học viện quân đội*) bất cứ gì có thể cải thiện thứ hạng của ai ở lớp

file-boner noun (*đặc biệt ở học viện quân đội*) một học viên siêng năng và nghiêm túc

filet noun một phụ nữ hấp dẫn

file thirteen (or **seventeen**) noun (*quân đội, thế chiến II*) sọt rác; giỏ rác; = CIRCULAR FILE

fill in verb thay thế; thế chỗ tạm thời • I'll fill in for you: *Tôi sẽ thay thế cậu.*

fill-in noun 1 bản tóm tắt; thông tin nhằm để cung cấp những gì ai không biết 2 người thay thế; người thế chỗ tạm thời

fill someone in verb cung cấp cho ai thêm những chi tiết; tóm tắt lại cho ai; = PUT someone IN THE PICTURE

filling station noun 1 một thị trấn nhỏ; = JERKWATER TOWN 2 cửa hàng bán rượu

fill-mill noun quán rượu; quầy rượu; = GIN MILL

fill one's face or **stuff one's face** verb ăn nhanh; tọng thức ăn vào mặt ai

fill someone full of lead verb bắn ai

fill the squares verb (*quân đội*) làm xong toàn bộ nhiệm vụ thường ngày một cách bắt buộc

fill someone up verb (*người da đen*) làm cho ai hài lòng và thỏa mãn; đặc biệt về tình dục

filly noun cô gái; phụ nữ trẻ [từ *fille* nghĩa là "cô gái" trong tiếng Pháp]

filthbag noun một người đáng khinh; = DIRTBAG, SCUM-BAG

filthy adjective 1 hấp dẫn; hợp thời trang; bảnh bao 2 giàu có; có nhiều; = LOADED 3 tục tĩu; dâm ô; = BLUE, DIRTY • filthy movies: *phim khiêu dâm*

the filthy noun = FILTHY LUCRE

filthy lucre noun tiền

filthy rich adjective rất giàu có; = LOADED

filthy rich noun những người rất giàu

fin[1] noun 1 (*từ những năm 1700, từ thủy thủ*) bàn tay • Reach out your fin and grab it: *Vươn tay và chộp nó đi.* 2 cánh tay và bàn tay

fin[2] noun (*thế giới ngầm*) một tờ năm đô-la

finagle verb (biến thể: **faniggle** or **fenagle** or **finigal** or **finagel** or **phenagle**) 1 giành được hoặc đạt được bằng cách lôi cuốn hoặc dùng mánh khoé 2 âm mưu; sắp xếp cái gì, đặc biệt bằng những phương tiện mờ ám

finagle factor or **Fink's constant** noun (*toán*) hằng số giả định mà một đáp số sai được nhân lên để có đáp số đúng

find 1 noun một khám phá khác thường, đặc biệt là điều gì bất ngờ 2 verb (*trường West Point*) đuổi một học viên ra khỏi trường vì sự kém cỏi dạng này hay dạng khác

find them, fool them, fuck them, forget them dùng như công thức khi người nam quan hệ với người nữ • "Find'em, fool'em, fuck'em, and forget'em," he was often heard to say: *"Tìm họ, tán tỉnh họ, làm tình với họ, và quên họ đi," anh ta thường được nghe để nói như vậy.*

fine and dandy adjective tốt; tuyệt vời; tráng lệ

fine and dandy, like sugar candy adjective tuyệt vời; tráng lệ

fine how-d'ya do or **fine how-de-do** noun (*đầu những năm 1800, Anh*) tình trạng tiến thoái lưỡng nan; một vấn đề; một tình huống; hoàn cảnh

fine (or **pretty**) **kettle of fish** noun tình thế rất khó xử; tình trạng đáng tiếc; việc rắc rối

finer than frog hair noun tốt; đẹp; hấp dẫn • That chick is finer than frog hair: *Cô gái đó thật hấp dẫn.*

finest noun cảnh sát; lực lượng cảnh sát [thường nằm trong tên thành phố + finest như San Francisco's finest, Madison's finest, v.v.]

fine-tune verb thực hiện những điều chỉnh tinh tế và cẩn thận

fine wolf noun người đàn ông gợi tình hoặc ham muốn

finger noun 1 sự nhận dạng tội phạm bởi một nhân chứng 2 một cử chỉ của sự coi khinh, cử chỉ với ngón trỏ chỉ lên, bàn tay nắm lại, lòng bàn tay hướng vào 3 (*thế giới ngầm*) kẻ chỉ điểm; người báo cho cảnh sát; = STOOL PIGEON 4 số lượng rượu đổ vào trong ly chỉ bằng một ngón tay; khoảng nửa inch rượu trong ly 5 (*thế giới ngầm*) người báo cho bọn trộm về của cải tiềm năng 6 (*thế giới ngầm*) cảnh sát viên

finger verb 1 nguyền rủa; phù chú ai 2 dùng tay và xâm nhập vào vùng âm đạo hoặc hậu môn với mục đích tình dục; = FINGERFUCK 3 chỉ ra; xác định; nói tên ai ra; báo cảnh sát về hành vi phạm tội của ai 4 (*thế giới ngầm*) báo cho bọn trộm về địa điểm, giá trị, v.v.. của vụ cướp tiềm năng 5 (*thế giới ngầm*) xác định và lưu ý về ai, đặc biệt đối với một sát thủ chuyên nghiệp

the finger noun 1 (*thế giới ngầm*) hành động nhận dạng hoặc lưu ý về một vụ cướp tiềm năng, một nạn nhân của sát thủ chuyên nghiệp, một tội phạm bị truy nã, v.v.. 2 ngón tay thối; cử chỉ của ngón tay giữa, nghĩa là "mẹ kiếp mày"; = the BIRD

fingerfuck verb đưa một hoặc nhiều ngón tay vào âm đạo hoặc trực tràng của bạn tình; = FRIG, PLAY STICKY-PINKY

fingerfuck or **finger fucking** noun sự kích thích âm đạo hoặc hậu môn bằng tay

finger man noun (*thế giới ngầm*) một người cung cấp thông tin bên trong để tiếp tay cho một vụ cướp hoặc các tội ác khác

finger mob noun (*thế giới ngầm*) một nhóm tội phạm đang làm việc dưới sự bảo vệ của cảnh sát, thường đổi lại bằng cách chỉ điểm những tên tội phạm khác

finger off verb dùng tay làm một phụ nữ đạt đến cực khoái

finger-popper noun một người nghe bị cuốn hút theo nhạc bằng cách bật ngón tay giữa và ngón tay cái vào nhau kêu thành tiếng; người hâm mộ nhiệt tình

finger print verb (*tài xế xe tải*) lên hoặc xuống hàng xe tải một mình (không cần phải trả tiền phu khuân vác)

fingers noun 1 (*thế giới ngầm*) phần chia 10% của đồ chôm chỉa 2 (*nhạc sĩ*) người chơi piano trong nhạc jazz

finger someone as someone verb nhận biết ai; nhận dạng ra ai

finger-wringer noun (*phim trường*) một diễn viên dễ diễn hơi quá về mặt cảm xúc

finif or **finiff** or **finnif** noun (*từ giữa những năm 1800, Anh*) một tờ năm đô-la; = FIN

finish verb đặt dấu chấm hết cho việc gì đó hoặc cho triển vọng của ai; = COOK someone's GOOSE

finished adjective 1 kết thúc; chết 2 bị hủy hoại về mặt nghề nghiệp; không còn có thể làm việc hoặc cạnh tranh nữa; = DEAD

finisher noun (*quyền Anh*) một cú đấm khiến ai đo ván; đòn kết liễu

fink noun 1 (*thế giới ngầm*) kẻ chỉ điểm; người báo tin; = STOOL PIGEON 2 kẻ phá hoại cuộc đình công; = SCAB 3 gián điệp lao động; người làm công chủ yếu trung thành với ông chủ 4 cảnh sát, thám tử, cai ngục hoặc nhân viên thi hành pháp luật khác 5 (*xiếc và lễ hội*) hàng hoá bị hỏng 6 (*xiếc và lễ hội*) một món hàng nhỏ kém chất lượng; = LARRY 7 người lạ hoặc không ai ưa; kẻ

fink chẳng ra gì; kẻ đáng khinh; = RAT FINK, SHITHEEL **8** kẻ lang thang xin đồ ăn ở cửa bếp

fink *verb* chỉ điểm cho chính quyền về

fink out *verb* **1** (*thế giới ngầm*) phản bội; chỉ điểm, mật thám **2** quyết định không hợp tác với ai hoặc cái gì **3** (*đặc biệt phong trào phản văn hóa những năm 1960*) rút lui hoặc từ chối hỗ trợ một dự án, phong trào, v.v.., đặc biệt theo kiểu hèn nhát và ích kỷ; = BACK OUT **4** thất bại hoàn toàn

fire *verb* **1** sa thải ai; đuổi, thường là thành kiến; = CAN, SACK **2** ném cái gì với lực rất mạnh **3** hỏi hoặc nói một cách thẳng thừng

fire a line *verb* hít cô-ca-in

fire away *verb* **1** bắt đầu hỏi; bắt đầu nói chuyện; bắt đầu làm gì **2** công kích

fireball *noun* = BALL OF FIRE

firebug *noun* (*từ cuối những năm 1800*) kẻ phóng hoả; một kẻ bệnh hoạn thích lửa; người mắc chứng cuồng phóng hỏa

firecracker *noun* (*quân đội, thế chiến II*) bom; ngư lôi

fired *adjective* phấn khích; vui sướng; bị kích thích tình dục

fired up *adjective* **1** (*cũng là* **all fired up**) hăng hái; nhiệt tình; quyết tâm **2** (*từ giữa những năm 1800*) say rượu **3** giận dữ; nổi cáu

fire-eater *noun* **1** lính cứu hỏa; = SMOKE-EATER **2** (*từ đầu những năm 1900*) một người dũng cảm một cách dữ tợn; người can đảm và ưa đánh nhau

fireless cooker *noun* nhà vệ sinh ngoài trời; = BACK-HOUSE

fireman *noun* (*bóng chày*) người ném bóng thay phiên, đặc biệt là người ném hiệu quả

fire on *verb* **1** gợi dục • *Girls with long legs fire me on*: Phụ nữ chân dài khiến tôi thấy ham muốn (gợi dục tôi). **2** đánh; đấm ai

fire stick *noun* (*băng nhóm đường phố, từ những năm 1950*) súng; súng ngắn; = PIECE

firestorm *noun* hành động hoặc phản ứng dồn dập mãnh liệt, thường gây ra hậu quả nghiêm trọng

fire up *verb* đốt và hút thuốc

fire someone up *verb* thúc đẩy ai; làm cho ai hăng hái; kích động ai

fire something up *verb* khởi động máy; thắp sáng

firewater *noun* (*từ đầu những năm 1800*) rượu mạnh; uýt-ki; = BOOZE

fireworks *noun* **1** vụ đấu súng; vụ ẩu đả bằng súng **2** sự bắn; hỏa lực hoặc loạt súng đại bác **3** sự kích động; sự kiện gây kích thích **4** sự giận dữ; sự nổi nóng; sự tranh chấp; sự cãi nhau

first base *noun* (*trong sự phân loại hoạt động tình dục của giới trẻ*) một hoạt động dạo đầu của việc làm tình, thường là hôn

first crack out of the box *adverb* ngay lập tức; trước bất cứ gì khác

firstest (or **fustest**) **with the moistest** *adverb* **1** sớm nhất và trong số đông nhất; sớm nhất và nhiều hơn số cần thiết **2** trước nhất được nhiều nhất; sớm nhất được trang bị tốt nhất

first john *noun* (*quân đội*) trung úy

first lady *noun* (*quầy bán đồ ăn trưa*) sự đặt món sườn [bởi vì bà Eve được tạo ra từ một cái xương sườn]

first luff *noun* (*hải quân*) trung úy hải quân

first man (or **shirt** or **soldier**) *noun* (*quân đội*) trung sĩ; = TOP-KICK

first off *adverb* trước hết; đầu tiên • *I said that first off I wanted an apology*: Tôi đã nói trước hết tôi muốn một lời xin lỗi.

first-of-May 1 *noun* một công nhân thiếu kinh nghiệm; người mới vào nghề, đặc biệt là người chỉ mới làm việc trong thời gian ngắn **2** *adj* *These first-of-May guys are a little time*: Những anh chàng mới vào nghề này hơi thiếu kinh nghiệm. **3** *noun* người mới đến ở gánh xiếc hay lễ hội

first-rate 1 *adj* xuất sắc; có chất lượng tốt nhất; thượng hạng • *The food here is first-rate*: Thức ăn ở đây thượng hạng. **2** *adv* *That'll do first-rate*: Cái đó sẽ có chất lượng tốt nhất.

first sacker *noun* (*bóng chày*) cầu thủ ở vị trí thứ nhất

first soldier *noun* trung sĩ nhất trong quân đội Mỹ

first today and last tomorrow *sentence* (*đua ngựa*) chỉ một con ngựa phong độ thất thường

fish *noun* **1** tù nhân mới đến trại **2** (*người đồng tính*) phụ nữ, thường là người thích giao hợp với người khác giới **3** (*sinh viên*) phụ nữ lẳng lơ **4** một gã nghiện ma tuý làm chủ chứa để kiếm tiền thoả mãn cơn nghiện **5** (*bài poker*) một người chơi không thạo, là nạn nhân của một người chuyên nghiệp **6** người chơi cờ tướng (chess) nghiệp dư **7** ngư lôi; = TIN FISH **8** một đô-la **9** người ngu ngốc và vô dụng, đặc biệt là người dễ trở thành nạn nhân; = PASTY, SUCKER **10** (*băng đảng đường phố*) người không phải là thành viên của một băng đảng; người bị xem là thù địch và khó ưa bởi một băng đảng đường phố **11** một người, đặc biệt là tội phạm • *The cops catch a lot of very interesting fish*: Cảnh sát bắt được nhiều tội phạm rất thú vị. **12** (*thể thao*) đối thủ yếu; địch thủ kém

fish *verb* **1** tìm thông tin; tìm kiếm sự thật, đặc biệt bằng những quy trình hợp pháp hoặc hầu như hợp pháp; = GO FISHING **2** yêu cầu gì đó, thường một lời khen thưởng, đặc biệt là theo cách gián tiếp và có vẻ khiêm tốn **3** nhảy theo phong cách chậm rãi và gợi cảm với cơ thể chuyển động chứ không phải chân **4** sử dụng hệ thống ống nước của trại giam để chuyển thư qua các xà lim

fish *adjective* mới đến • *New or "fish" bulls do it a lot as part of their orientation*: Những gã đầu cơ mới đến luôn làm nó như một phần định hướng của họ.

fishball *noun* một người đáng khinh; = CREEP

fishbelly *noun* người da trắng

fish-eater *noun* một người Công giáo Rôma; người Công giáo La Mã [từ thực tế rằng người Công giáo La Mã trước đây bị cấm ăn thịt vào ngày thứ sáu]

fish-eggs or **fish-eyes** *noun* (*quân đội, tù nhân, sinh viên*) bánh pút-đinh làm bằng bột sắn hột

fishery *noun* (*người lang thang*) nhóm giáo sĩ được phái đi để truyền giáo trong khu vực của người lao động

fish-eyed *adjective* lạnh lùng; nhìn chằm chằm và tàn bạo

fish-fight *noun* trận ẩu đả giữa những người đàn bà

fish gallery *noun* khu vực nhà tù giam giữ tù nhân mới đến

fishhead *noun* người đến từ Đông Nam Á

fishhooks *noun* những ngón tay

fish-kiss 1 *verb* hôn chúm môi **2** *noun* *The actor planted a big fish-kiss right on her lips and frightened her*: Nam diễn viên tính chúm môi hôn cô ta ngay trên môi và làm cô ta hoảng sợ.

fish music *noun* một thể loại nhạc rock and roll trước đây, không nhanh và ồn ào như phiên bản hiện nay

fish or cut bait *sentence* **1** làm điều này hay điều kia, nhưng đừng do dự; hãy hành động; = SHIT OR GET OFF THE POT [thường là một mệnh lệnh dứt khoát hoặc khiêu khích] **2** làm cái gì đó không thì cút đi

fish scale noun 1 cô-ca-in nguyên chất 2 một loại tiền xu rất nhỏ; một đồng xu penny hoặc nickel

fishskin noun 1 tờ một đô-la 2 bao cao su

fish story (or **tale**) noun lời dối trá hoặc phóng đại; chuyện bịa đặt

fishtail noun 1 (*đường sắt*) cờ tín hiệu ở nhà ga 2 (*đặc biệt vào những năm 1950*) kiểu váy hoặc áo đầm của phụ nữ xòe ra ở phần cuối cùng 3 (*dân chơi xế độ*) đuôi cá gắn thêm ở sau xe ô tô

fishtail verb lắc lư phần đuôi xe di chuyển sang trái, sau đó sang phải, và trở lại bên trái

fish tank (or **bowl**) noun (*thế giới ngầm*) xà lim cho tù nhân mới đến

fish trap noun cái miệng, mồm

fish wife or **fishwife** noun (*người đồng tính*) vợ của một nam đồng tính đã kết hôn

fishy adjective 1 có tính gây ra sự nghi ngờ 2 giả dối hoặc không trung thực; ám muội; đáng nghi

fishyback noun sự vận chuyển những container hoặc toa kéo một cầu đầy hàng bằng tàu hoặc sà lan

fist noun 1 (*nhân viên điện báo và người điều khiển radio*) bàn tay dùng để điều khiển một phím điện báo 2 (*đường sắt*) chữ ký

fister noun một người đưa tay vào âm đạo hoặc hậu môn người khác để khiến người kia thoả mãn tình dục

fist-fucker noun 1 người thông thạo việc đút nắm tay vào âm đạo 2 một người thủ dâm thường xuyên, bị ám ảnh bởi việc thủ dâm

fist-fucking or **fisting** noun hành động đút bàn tay (một phần của cánh tay) vào hậu môn (hoặc âm đạo) của người bạn tình để thoả mãn tình dục các bên

fistful noun 1 số lượng lớn • *I've got a fistful of overdue bills: Tôi có rất nhiều hóa đơn quá hạn.* 2 khoản tiền lớn • *The digital stereo set me back a fistful: Chiếc máy âm thanh nổi kỹ thuật số đã khiến tôi tốn một khoản tiền lớn.* 3 (*thế giới ngầm*) bản án tù 5 năm

fistiana noun môn thể thao hoặc công việc kinh doanh đấu quyền Anh để lấy tiền; trận đấu quyền Anh

fit noun (*ma túy*) các dụng cụ cần thiết để tiêm ma tuý; = WORKS

fitshaced adjective say; say rượu

five noun 1 (*quầy bán đồ ăn trưa*) một ly sữa lớn 2 bàn tay; năm ngón tay 3 sự đập bàn tay vào nhau khi chào hỏi

five and dime or **five and ten** 1 noun (*bài poker*) một sắp bài trên tay với một con năm, một con mười và ba lá khác không cùng cặp ở giữa 2 noun một tiệm tạp hóa bán những món đồ rẻ tiền; = DIME STORE 3 adj rẻ tiền; hàng loại hai; ít có giá trị

five-by-five or **five-by** adjective & adverb 1 (*tín hiệu radio*) to và rõ; mạnh và dễ hiểu; = FIVE SQUARE 2 béo; mập

five-case note noun tờ 5 đô-la

five-finger 1 verb trộm ở cửa hàng 2 noun một kẻ trộm; kẻ móc túi

five-finger discount noun (*đặc biệt thanh thiếu niên*) một vụ trộm ở cửa hàng; vụ móc túi

five fingers noun 1 (*thế giới ngầm*) bản án tù 5 năm 2 (*thế giới ngầm*) kẻ trộm; kẻ cắp

five it từ chối trả lời về nền tảng của điều răn thứ năm (đạo Công giáo)

five-o noun 1 năm mươi 2 (cũng là *Five-O*) (*thanh thiếu niên*) cảnh sát; một sĩ quan cảnh sát [từ loạt phim truyền hình nói về cuộc phiêu lưu của cánh sát *Hawaii Five-O*]

five of clubs noun nắm tay; quả đấm [thường dùng trong cấu trúc câu như là "*I dealt him the five of clubs*": "*Tôi nện cho hắn một quả đấm*"]

five-ouncers noun (*quyền Anh*) nắm đấm [từ trọng lượng tối thiểu của đôi găng tay quyền Anh]

five-percenter noun một người, thân thiết với một viên chức chính phủ quan trọng, người sử dụng ảnh hưởng đáng ngờ, đặc biệt để có khoản chia 5% của những thanh toán bất hợp pháp

fiver noun 1 một tờ năm đô-la 2 trong trò chơi súc sắc, số năm 3 (*giới từ nhân dùng*) bản án tù 5 năm

five-sided puzzle palace noun (*quân đội*) Ngũ giác đài; Lầu năm góc

five-spot noun 1 một tờ năm đô-la 2 (*thế giới ngầm*) bản án 5 năm tù 3 năm quân bài

five-square (or **five**) 1 adj (*người điều khiển radio*) nói về tín hiệu radio, mạnh và dễ hiểu; rõ và lớn 2 adj hoàn toàn rõ; được hiểu rõ; lớn và rõ 3 adv *Yes my dear, I hear you five five: Đúng em yêu, anh nghe em rất rõ.*

fix noun 1 (*ma túy*) một phát tiêm ma tuý, đặc biệt là hê-rô-in 2 (*ma túy*) một liều ma túy, đặc biệt cho một người nghiện đang cần 3 thứ một người thèm muốn hoặc cần 4 một sự thoả thuận bất hợp pháp 5 sự hối lộ 6 một kế hoạch để tác động đến kết quả của cuộc bầu cử hoặc cuộc thi 7 việc sửa chữa một chương trình máy tính 8 phương thuốc chữa trị tệ nạn xã hội • *There is no easy fix for a problem like this: Không có phương thuốc dễ dàng nào cho một vấn đề như vậy.* 9 một tình huống khó khăn; một tình thế tiến thoái lưỡng nan 10 một ý tưởng rõ ràng; một khái niệm chính xác 11 (*cảnh sát*) nhiệm vụ được phân công cho một cảnh sát không đòi hỏi đi tuần

the fix noun 1 sự dàn xếp, đặc biệt là những khoảng thanh toán bất hợp pháp, nhằm đảm bảo kết quả định sẵn của một trận quyền Anh, cuộc đua, trận đấu, v.v..; = ALYO 2 sự dàn xếp nhằm đảm bảo miễn truy tố; sự chạy án

fix verb 1 (*ma túy*) tiêm hoặc nuốt ma tuý, nhất là hê-rô-in 2 (*ma túy*) mua một liều ma túy; dùng ma túy 3 thiến; cắt buồng trứng 4 gây ảnh hưởng đối với kết quả cuộc thi hoặc cuộc bầu cử 5 dàn xếp trước kết quả của một trận quyền Anh, cuộc đua, trận đấu, v.v.. 6 chạy án, đặc biệt bằng cách hối lộ 7 trừng phạt; làm tổn thương; = FIX someone's WAGON

fixed adjective 1 nhận hối lộ 2 kết quả được sắp đặt từ trước 3 bị thiến 4 say; say ma túy

fixed up adjective đưa ra hoặc đề nghị một cuộc hẹn

fixer noun 1 toà đại sứ hoặc các toà nhà khác được cảnh sát bảo vệ 2 người giải quyết vấn đề một cách linh động 3 người giải quyết các vấn đề luật pháp mà gánh xiếc hoặc lễ hội mắc phải 4 (*xiếc*) luật sư; = SHYSTER 5 một người dàn xếp những áp phe mờ ám và bất hợp pháp 6 (*ma túy*) người bán ma túy; = CONNECTION

fixings noun (*từ đầu những năm 1800*) món trình bày hoặc trang trí thêm ở đĩa thức ăn, cho thêm phần hấp dẫn

fixing to (or **like**) verb sẵn sàng; chuẩn bị; sắp

fix someone up verb 1 sắp xếp cho ai; cung cấp hoặc bố trí cho ai cái gì 2 cung cấp bạn tình cho 3 cung cấp bất cứ gì cần thiết

fix someone's wagon verb 1 trừng phạt; làm tổn thương; làm hỏng; phá hủy; = CLEAN someone's CLOCK 2 làm hư hỏng cơ hội thành công của ai; gây ra cho ai sa sút, suy sụp

fizz noun sự thất bại; = FIZZLE

fizzle noun sự thất bại • *The whole project was a fizzle: Toàn bộ dự án đã thất bại.*

fizzle verb thất bại; ngưng hoạt động; mất tác dụng; = FLOP, PETER OUT

fizz-water or **sizz-water** *noun* nước có ga; nước soda

flack or **flak** *noun* 1 (cũng là *flacker*) nhà báo; người làm quảng cáo; phát ngôn viên 2 lời phàn nàn; sự chỉ trích; lời phản hồi tiêu cực 3 sự quảng cáo thổi phồng 4 người làm công tác dân vận; đại diện tổ tiếp dân

flack or **flak** *verb* quảng cáo

flack or **flack out** *verb* 1 ngủ thiếp đi; mất ý thức; đi ngủ • He flacked out during the sermon: *Nó đã ngủ thiếp đi trong khi nghe thuyết giáo.* 2 bị mệt mỏi hoặc bị suy nhược 3 chết; qua đời

flackery *noun* 1 sự quảng cáo; = FLACK, HYPE 2 một công ty quảng cáo

flag *noun* 1 (*bóng chày*) cờ hiệu được trao hàng năm cho đội vô địch liên đoàn 2 tên giả; biệt danh 3 điểm F 4 tầng trệt của một khu xà lim

flag *verb* 1 bắt giữ; = BUST 2 rớt, trượt (một bài thi hoặc một khoá học) 3 bỏ tiết học, vì muộn 4 (cũng là *flag down*) ra hiệu cho một chiếc xe, người, v.v.. dừng lại; ra tín hiệu ngừng 5 thủ dâm 6 (*một đồng tính nam lớn tuổi hơn*) cố gắng cám dỗ một người trẻ 7 liệt ai vào loại nào đó; gán ai đó là 8 (*quân đội*) viết thông tin vào hồ sơ của một người lính, khiến anh ta không thể thăng chức sau này 9 cảnh báo học sinh sinh viên về sự thiếu sót hay khiếm khuyết của học viện 10 mang một phụ kiện quần áo thể hiện địa vị trong băng nhóm

Flag Day *noun* ngày kỷ niệm thành lập quốc kỳ Mỹ (vào ngày 14 tháng 6 năm 1777)

flagged *adjective* bị cấm uống rượu thêm nữa, vì đã say rồi

flagger *noun* (*tài xế taxi*) một người đang vẫy taxi

flag it *verb* (*sinh viên*) rớt một cuộc kiểm tra hoặc khóa học; = FLUNK

flagship *noun* 1 thành phần gây ấn tượng nhất; mẫu hàng đầu • This dictionary is the flagship of Oxford's range of learners dictionaries: *Cuốn tự điển này đứng hàng đầu trong số những tự điển của Oxford dành cho người mới học.* 2 *modifier:* and not one damn word in the nation's flagship papers: *và không có một lời chết tiệt nào trên những tờ báo hàng đầu của quốc gia*

flag-up *adjective* (*tài xế taxi*) với đồng hồ tính tiền không được kích hoạt nghĩa là chưa kéo cần để đồng hồ chạy

flag-waver *noun* 1 người yêu nước chân chính; nhà ái quốc vĩ đại 2 bài hát, cuốn sách, màn trình diễn, v.v. thể hiện lòng yêu nước, mang tính khích lệ, tiếp thêm lòng nhiệt thành

flak *noun* 1 súng phòng không; hỏa lực phòng không; = AA, ACK-ACK 2 (cũng là *flack*) sự chỉ trích nặng nề; sự trách mắng giận dữ 3 sự rắc rối; sự om sòm; sự bất đồng; = STATIC

flake *noun* 1 (*thanh thiếu niên*) người hành động ngu ngốc hoặc nhẹ dạ; = RETARD 2 người không đáng tin, người không kiên quyết 3 hành động gài bẫy bằng cách giấu đồ phi pháp ở chỗ một tên tội phạm bị tình nghi, để tạo chứng cứ đổ tội cho hắn 4 cô-ca-in; cô-ca-in trong dạng viên thuốc 5 bột bào được từ miếng cô-ca-in 6 (cũng là *flakes*) thuốc gây ảo giác; thuốc an thần cho động 7 (*cảnh sát*) một vụ bắt giữ được thực hiện để đáp ứng hạn ngạch; = ACCOMMODATE COLLAR 8 (*bóng chày*) một người lập dị; người thất thường; = BIRD 9 (*bóng chày*) tính khoa trương, lòe loẹt theo kiểu chủ nghĩa cá nhân

flake *adjective* khoa trương, lòe loẹt theo kiểu chủ nghĩa cá nhân

flake *verb* 1 (*cảnh sát*) giấu hàng phi pháp ở chỗ một tên tội phạm đáng nghi để tạo chứng cứ đổ tội cho hắn; gài bằng chứng cho một nghi phạm 2 (*cảnh sát*) bắt giữ nhằm ai; = FRAME 3 ngủ; ngất xỉu, bất tỉnh

flaked out *adjective* 1 kiệt sức; bất tỉnh 2 say rượu 3 (cũng là *flaked*) ngất đi hoặc ngủ thiếp đi vì ma túy

flake down *verb* đi ngủ

flake off *verb* (*thanh thiếu niên*) bỏ đi; rời khỏi; biến mất [thường là một mệnh lệnh tức tối]

flake out *verb* 1 bất tỉnh vì kiệt lực; ngủ thiếp đi 2 ngủ thiếp đi sau khi dùng ma túy 3 thất bại

flake-out *noun* sự thất bại hoàn toàn; = FLOP

flak jacket *noun* áo chống đạn hoặc trang phục bảo vệ cho phần ngực [từ chiếc áo *jacket* bảo vệ được các thành viên phi hành đoàn mặc trong thế chiến II]

flaky or **flakey** *adjective* 1 vô ý; không chú ý; xao lãng; không đáng tin cậy 2 quen thói dùng cô-ca-in 3 (cũng là *flako*) say rượu 4 (*bóng chày*) lập dị một cách màu mè; có tính chủ nghĩa cá nhân sinh động 5 điên rồ; mất trí; = SCREWY, WACKY 6 mất phương hướng; hoa mắt; không tỉnh táo

flame *noun* 1 (*từ những năm 1600*) người yêu dấu; cưng 2 lời xúc phạm, thư điện tử hoặc bài viết (khi thảo luận nhóm) có nội dung gây hấn

flame *verb* 1 gửi những bài viết mang tính chất công kích cá nhân lên các diễn đàn mạng hay thảo luận nhóm, hoặc gửi qua thư điện tử 2 (cũng là *flame it up*) ra vẻ đồng tính rõ ràng; khoe hoặc phóng đại những đặc điểm ẻo lả; = CAMP IT UP

flamer or **flaming asshole** or **flaming fruitbar** *noun* 1 một người đàn ông lộ rõ sự đồng tính, khiến người khác chú ý; = QUEEN 2 một người dùng Internet thích gửi những bài viết châm chọc, xúc phạm lên những nhóm thảo luận

flamethrower *noun* (*bóng chày*) cầu thủ ném bóng rất nhanh

flaming *noun* (*máy tính*) việc dùng ngôn ngữ thô tục, mạnh bạo, v.v. trên bản tin máy tính, trong mail máy tính, v.v. [kiểu phóng túng bằng ngôn ngữ này rất phổ biến và hình như có ảnh hưởng của giới truyền thông]

flaming 1 *adj* (*nói về người đồng tính*) hiển nhiên, rõ ràng; đặc biệt là ẻo lả; = SWISH 2 *adv* rất [dùng như một từ nhấn mạnh, thường đứng sau "so"] • I can't believe he'd be so flaming stupid: *Tôi không thể tin là hắn rất ngu ngốc như vậy.*

flaming asshole *noun* một người thực sự xấu xa, đáng khinh và khó chịu

flaming pisspot *noun* (*quân đội*) huy hiệu của quân đoàn quân nhu (hậu cần), một quả lựu đạn đang cháy

flange-face *noun* (*hải quân, trong thế chiến II*) một thủy thủ xấu xí

flange-head *noun* (*không quân, trong thế chiến II*) một người Trung Quốc

flangehead *noun* người Á châu

flanker *noun* (*trường West Point*) một người cao lớn

flap *noun* 1 tình trạng hỗn loạn, khủng hoảng; sự xáo trộn; sự náo động 2 một cuộc tranh luận; một vụ tai tiếng nhỏ 3 (*băng đảng đường phố*) một cuộc ẩu đả hoặc đánh nhau giữa các băng đảng; = RUMBLE

flap *verb* trở nên bối rối; mất bình tĩnh

flapdoodle or **flamdoodle** *noun* chuyện vớ vẩn; điều vô nghĩa; = BALONEY

flapjaw *noun* 1 một người nói huyên thuyên, không ngừng; người

flapjawed *adjective* ba hoa; lép xép; nói nhiều

flapper *noun* 1 (*từ đầu những năm 1800*) bàn tay; = FLIPPER 2 (*đặc biệt những năm 1920*) một phụ nữ trẻ thuộc típ người thời trang trong những năm 1920, với những sở thích trần tục, một phong cách ăn mặc nổi bật, v.v. 3 *modifier:* the flapper era: *kỷ nguyên của những phụ nữ thuộc típ người thời trang*

flappers *noun* ngực phụ nữ

flaps *noun* 1 đôi tai 2 ngực phụ nữ

flares *noun* quần ống loe (từ đầu gối xuống rộng ra dần)

flareup *noun* (*nhạc sĩ nhạc jazz xưa*) phần sôi động nhất trong một buổi trình diễn nhạc jazz

flarp *adjective* (*nhạc sĩ*) rung rung; ngập ngừng

flash *noun* 1 tiếng lóng của bọn trộm cắp 2 hành động nhìn, xem; cái nhìn thoáng qua • Take a flash at this letter: *Hãy xem bức thư này.* 3 một người giỏi thứ gì đó; = WHIZ • He's a flash at math: *Nó giỏi toán* 4 trạng thái hưng phấn ban đầu dưới tác động của ma tuý 5 sự để lộ, sự vạch trần; sự xuất hiện (của Chúa); sự ngộ ra điều gì đó 6 (*trình diễn múa thoát y*) lối vào sàn diễn của những người múa thoát y 7 trang sức loè loẹt, rẻ tiền 8 phần thưởng ở lễ hội, tuy không đắt nhưng mọi người đều cố thắng được nó 9 bề ngoài, tướng mạo toát lên sự giàu có và thành công 10 (*đua ngựa*) sự thay đổi tỉ lệ cược ở phút cuối 11 điều gì bất ngờ nhớ ra; điều gì đột nhiên nghĩ tới 12 một thời gian rất ngắn; một khoảnh khắc 13 sự uống rượu 14 (*xiếc*) sự trưng bày hàng hóa hoặc giải thưởng loè loẹt 15 (*ma túy*) phong cách cá nhân và sức quyến rũ nổi bật; uy tín 16 (*ma túy*) một ý tưởng, sự sáng suốt, sự thôi thúc đột ngột 17 (*ma túy*) thứ mà một người ưa thích hoặc đang làm; = BAG, THING 18 sự phơi bày khiếm nhã như bộ phận sinh dục, ngực, v.v..; sự khoe "hàng" • He gave her a flash and she squawked: *Hắn khoe "hàng" với cô ta và cô ta la oai oái.* 19 sự đi tiểu; sự đi đái; = PISS

flash *verb* 1 phô bày một hay nhiều phần trên cơ thể, như bộ phận sinh dục, ngực, v.v..; khoe "hàng" 2 khoe mẽ; khoe khoang để gây sự chú ý 3 (*chia bài*) để lộ lá bài lật úp một cách không cố ý 4 trưng bày các giải thưởng của lễ hội, nhằm mục đích thu hút mọi người 5 nôn mửa 6 (*ma túy*) có cảm giác lâng lâng, phớn phở trong giây lát của việc tiêm ma túy 7 (*đặc biệt ma túy*) có một ý tưởng, sự sáng suốt hoặc sự thôi thúc đột ngột 8 để lộ ra một cách đột ngột và ngắn gọn • The cop flashed his badge: *Gã cớm để lộ phù hiệu một cách đột ngột.* 9 nuốt keo hay dung môi công nghiệp để gây hưng phấn 10 bất chợt nhớ ra một sự kiện trong quá khứ, ký ức đến khá đột ngột và mạnh mẽ 11 phá đui đèn của bóng đèn tròn, là hành vi phá hoại ngu ngốc hoặc là bước chuẩn bị để thực hiện những việc làm phá hoại khác 12 nói hớ, nói điều gì sai trái trước công chúng 13 trưng bài cái gì ngắn gọn 14 để lộ ra chỗ kín trong một thời gian ngắn

flashback *noun* ký ức về quá khứ; sự miêu tả quá khứ trong một câu chuyện, tiểu thuyết, phim, v.v. • Suddenly, Fred had a wonderful flashback to his childhood: *Đột nhiên Fred hồi tưởng về thời thơ ấu tuyệt vời của mình.*

flasher *noun* người có bệnh về tâm lý, thích phô trương bộ phận sinh dục trước mặt người khác; người phơi "hàng" ở nơi công cộng

flashforward *noun* một cảnh hoặc đoạn hồi tưởng trong tiểu thuyết, phim, v.v..

flash in the pan *noun* 1 một người hoặc một thứ không làm hết tiềm năng 2 sự thành công ngắn ngủi; sự nổi tiếng nhất thời

flash mob *noun* một đám đông tụ tập ở nơi công cộng, làm những hành động đã được lên kịch bản sẵn trong vòng vài phút, sau đó giải tán

flash on *verb* 1 tập trung cao độ, nghĩ về cái gì đó một cách mãnh liệt và tập trung 2 nhớ lại; nhận ra một cách sâu sắc

flash on someone *verb* nổi giận với ai

flash on something *verb* đột nhiên nhớ ra điều gì một cách sinh động

flash paper *noun* giấy tự huỷ hoàn toàn và nhanh chóng khi tiếp xúc với nước

flash rider *noun* (*cao bồi*) người dạy ngựa chuyên nghiệp; người cưỡi ngựa chưa thuần

flash roll or **flash money** or **front money** *noun* 1 một số lượng lớn tiền mệnh giá nhỏ với bề ngoài là tiền mệnh giá lớn, tạo cảm giác đó là một lượng tiền lớn 2 một cọc tiền được đưa ra đột ngột như bằng chứng rằng người cầm có nhiều tiền

flash-sport *noun* (*người da đen*) người đàn ông ăn mặc loè loẹt; = DUDE, SPORT

flash the hash *verb* nôn; mửa

flashy *adjective* loè loẹt; phô trương hào nhoáng bên ngoài

flat *adjective* 1 (*án tù*) đầy đủ, hoàn toàn • So I did the five years flat: *Vậy là tôi đã thụ án đủ năm năm.* 2 (*đánh cược*) không thay đổi về lượng tiền 3 = FLAT BROKE 4 (*lễ hội*) thuộc trò chơi cờ bạc, đặc biệt trò chơi cá cược bằng tiền 5 (*thời gian*) đúng • I can change a tire in 5 minutes flat: *Tôi có thể thay một cái lốp (vỏ xe) đúng 5 phút.*

flat *adverb* hoàn toàn

flass-ass *adjective* hoàn toàn • Some farmers are absolutely flat-ass broke: *Một số nông dân bị phá sản hoàn toàn.*

flat-ass *adverb* đương nhiên; chắc chắn

flatbacker *noun* một gái mại dâm nhưng không nhận thức đủ kỹ thuật của nghề mại dâm; gái điếm

flat broke *adjective* hoàn toàn không tiền; không có một chút tiền nào

flat-chested *adjective* ít hoặc không có sự phát triển về ngực ở phụ nữ

flatfoot *noun* một sĩ quan cảnh sát, đặc biệt là cảnh sát đi bộ tuần tra; một thám tử

flatfoot *verb* đi bộ

flatfooted *adjective* không sẵn sàng; không chuẩn bị trước; bất ngờ; ngạc nhiên

flat fuck *noun* làm tình mà không xuất tinh

flathead *noun* 1 một người ngu ngốc; = FATHEAD 2 cảnh sát viên; = FLATFOOT 3 (*nhà hàng*) khách hàng quen không cho tiền boa (tip) ở nhà hàng hoặc ở câu lạc bộ 4 (*dân chơi xế độ*) đầu xe dài ra và động cơ xe với van xả bên hông hoặc hình chữ L

flatheaded *adjective* ngu ngốc

flat joint or **flat store** *noun* 1 một tổ chức bài bạc trái phép, ở đây con bạc bị gian lận như một sự hiển nhiên 2 (*lễ hội*) một trò chơi hoặc tranh giải bằng tiền chứ không vì giải thưởng

flatline *verb* chết; qua đời • The old man flatlined on the way to the hospital: *Ông già đã chết trên đường đến bệnh viện.*

flat on one's ass *adjective* 1 hoàn toàn kiệt sức 2 khánh kiệt; phá sản 3 (*quân đội*) không có thẩm quyền; tắc trách

flat-out 1 *adj* hoàn toàn; chắc chắn; không bị hạn chế • It was an

F

absolute flat-out fabrication: *Đó là điều bịa đặt hoàn toàn.* **2** *adj* cởi mở và thẳng thắn; rõ ràng; không lưỡng lự **3** *adv* tốc độ cao; hết tốc lực; = ALL OUT, WIDE OPEN

flats *noun* **1** (*súc sắc*) bề mặt đã bị biến đổi với mục đích gian lận **2** (*thợ đốn gỗ*) bánh kẹp (pancake) **3** (*đua ngựa*) cuộc đua ngựa mà trong đó nài ngựa nằm sát trên lưng ngựa chạy **4** bàn chân **5** tầng thấp nhất của dãy xà lim **6** giày nữ không gót hoặc gót thấp

flatten *verb* đánh gục; đấm ngã ai

flattener *noun* (*quyền Anh*) một cú đấm hạ nốc ao đối thủ; cú đấm đo ván

flat tire (or **hoop**) *noun* một người tẻ nhạt, chán ngắt

flattop *noun* (*từ thế chiến II*) hàng không mẫu hạm; tàu sân bay

flatty or **flattie** *noun* **1** (*lễ hội*) một nhân viên điều hành chỗ cờ bạc **2** (*băng đảng*) cảnh sát viên; = FLATFOOT **3** (*lễ hội*) một chỗ cờ bạc; = FLAT-JOINT

flavor *noun* (*người da đen*) một phụ nữ hấp dẫn và khêu gợi

FLB *noun* (*phát âm theo từng chữ cái riêng*) (*bệnh viện*) nhịp tim kỳ lạ hoặc loạn nhịp [viết tắt của *"funny-looking beats"*]

flea *noun* người phiền toái, khó chịu, đặc biệt người hay mè nheo chuyện nhỏ nhặt

fleabag or **fleahouse** or **fleatrap** *noun* **1** (*quân đội, thế chiến I*) giường; nệm hoặc võng **2** (*đua ngựa*) con ngựa đua tồi **3** (*giới ma cô dùng*) gái điếm già **4** (*người da đen dùng*) người khó chịu; người quấy rầy **5** khách sạn, phòng ốc, nhà thuê ngắn hạn hay căn hộ giá rẻ, đổ nát, xiêu vẹo, thiếu tiện nghi; = FLOPHOUSE **6** *modifier:* will no longer take her dates to fleabag hotels: *sẽ không bao giờ đưa các bạn hẹn của cô ta đến những khách sạn rẻ tiền* **7** bất kỳ nơi công cộng rẻ tiền, bẩn thỉu hay đổ nát nào **8** một lễ hội mang tiếng xấu, làm ăn bất lương

flea powder *noun* (*ma túy*) ma túy hoặc pha loãng, hoặc chất không phải ma túy được bán như ma túy; = BLANK

fleece *verb* (*từ những năm 1600*) lừa đảo; lường gạt

flesh market *noun* khu vực làm ăn phát đạt của gái mại dâm và các hoạt động liên quan đến tình dục khác

flesh peddler *noun* **1** chủ chứa; ma cô hoặc gái điếm **2** người phụ trách một chương trình có phụ nữ khỏa thân **3** người đại diện của một vận động viên hoặc diễn viên **4** người đang làm việc ở văn phòng giới thiệu việc làm

flesh-presser or **palm-presser** *noun* một chính trị gia, đặc biệt là cầu cạnh hay lấy lòng các cử tri (bằng cách bắt tay mọi người, ôm hôn các em bé hầu để đạt được lá phiếu)

flesh-pressing *modifier* bắt tay, gặp gỡ và nịnh bợ cử tri, v.v.. trong hoạt động chính trị

flex one's muscles *verb* phô trương sức mạnh, quyền lực hoặc khả năng

flexed out of shape *adjective* rất tức giận

flextime or **flexitime** *noun* thời gian làm việc linh hoạt, miễn là làm đủ số giờ trong tuần hoặc trong tháng

flic *noun* cảnh sát viên [từ tiếng lóng của Pháp]

flick *noun* **1** một bộ phim **2** rạp chiếu phim [từ sự rung rinh (*flickering*) của hình ảnh trong những bộ phim đầu tiên] **3** một bức ảnh; một tấm hình

flicker *noun* **1** (*từ những năm 1920*) một bộ phim; = FLICK **2** (*người lang thang*) một kẻ ăn xin giả bộ cơn động kinh hoặc ngất xỉu

the **flicks** or **flickers** or **flix** *noun* rạp chiếu phim

flight *noun* (*ma túy*) sự trải nghiệm ma túy gây ảo giác; = TRIP

flimflam *noun* **1** một trò chơi khăm, một chiếc ví nằm trên đường, gần chỗ nạn nhân (của trò lừa) **2** điều vô nghĩa; sự lừa gạt **3** *modifier:* a flimflam game: *một trò chơi lừa đảo*

flimflam *verb* lừa bịp; đánh lừa; = BAMBOOZLE, CON

flimflam man *noun* người chơi khăm; gã đại bịp

flimflammer *noun* kẻ lừa tiền (trò lừa được dàn dựng để bẫy con mồi bằng cách để sẵn một chiếc ví trên đất gần đó, sau đó kẻ lừa bịp gạ đổi chiếc ví lấy tiền); tên lừa đảo

flimsy *noun* một bản sao của tờ tiền giấy, tác phẩm nghệ thuật, v. v.. trên tờ giấy mỏng

fling *noun* **1** giai đoạn vui thú hoặc buông thả, thường là sự thư giãn trước hoặc sau trách nhiệm nặng nề **2** sự thử; = CRACK, GO **3** (*sinh viên*) một cuộc khiêu vũ; bữa tiệc; = SHINDIG

fling up *verb* nôn; mửa

fling-wing *noun* trực thăng; máy bay lên thẳng

flip *noun* **1** trạng thái tinh thần không ổn định **2** một người mất ý thức ở thực tại **3** nam đồng tính, là người ở vị trí thụ động khi làm tình **4** một kẻ báo tin cho cảnh sát; kẻ chỉ điểm **5** (*giới trẻ dùng*) một đặc ân nhỏ **6** điều gì đó gây ra sự vui nhộn

Flip *noun* một người Phi-líp-pin

flip *verb* **1** thay đổi một cách hoàn toàn; chuyển sang; = FLIP-FLOP **2** biến đổi ai thành người đồng tính **3** trở nên nổi giận **4** phát điên; cư xử một cách khiêu khích; = FLIP OUT **5** trở nên hăng hái, hưng phấn; cảm thấy rất phấn khích và vui thích **6** thuyết phục ai phản bội **7** phản bội; chỉ điểm ai cho cảnh sát **8** khiến ai phản ứng một cách nhiệt tình; cho ai sự vui thích lớn **9** (*người lang thang*) lên tàu, đặc biệt nó đang di chuyển

flip *adjective* **1** dễ chịu; vừa ý; hợp thời; thịnh hành **2** hỗn láo; láo xược; = CHEEKY

flipflop *noun* **1** dép lào, dùng để đi ở khu hồ bơi **2** người đồng tính đóng vai trò khi quan hệ tình dục ngược với giới tính của họ (ví dụ đồng tính nam thì đóng vai nữ) **3** sự đảo lộn; sự đảo ngược; sự thay đổi **4** chuyến đi trở về sau một hành trình dài

flip-flop *verb* **1** thay đổi quan điểm về một vấn đề chính trị khi nghe ý kiến của dư luận • The Bush Administration has flipflopped on North Korea: *Với nhiều ý kiến từ dư luận, chính quyền Bush đã thay đổi quan điểm về vấn đề Bắc Triều Tiên.* **2** (*đồng tính*) đổi vai sau khi người "chủ động" đã thoả mãn tình dục **3** quan hệ tình dục với cả nam lẫn nữ **4** thay đổi hướng hoặc cường độ **5** lưỡng lự quyết định của ai

flip-flops *noun* dép mang trong nhà tắm, đặc biệt là loại có dây xỏ giữa những ngón chân

flip one's lid (or **wig** or **raspberry**) *verb* **1** nổi giận một cách dữ dội **2** nổi điên; cư xử một cách khiêu khích **3** thể hiện sự nhiệt tình và tán thành hết sức

flip (or **flap**) **one's lip** *verb* nói chuyện, đặc biệt là một cách vớ vẩn hoặc ngốc nghếch

flip-lipped *adjective* ba hoa một cách xấc láo; = FLIP, SMART-ASS

flip out *verb* **1** không kiềm chế được mình; phát điên; = FLIP, FREAK OUT **2** khơi dậy phản ứng nhiệt tình **3** thể hiện sự nhiệt tình; reo mừng **4** phát điên; = FLIP, FREAK OUT

flip-out *noun* **1** một cơn tức giận; cơn điên **2** một trải nghiệm thú vị hoặc kỳ lạ

flip over someone/something *verb* trở nên phấn khích về ai hoặc điều gì; mất kiểm soát vì ai hoặc điều gì

flipper *noun* 1 (*từ đầu những năm 1900*) bàn tay; = FLAPPER 2 tai 3 một cánh tay và một bàn tay 4 súng cao su

flipping *adjective* 1 dùng để nhấn mạnh 2 chết tiệt; khốn kiếp 3 đáng ghét; đáng tởm; = DAMN, FREAKING [một uyển ngữ cho *fucking*]

flip-side or **flip side** *noun* 1 mặt "khác" của một đĩa ghi âm; = B-SIDE 2 mặt khác của một điều gì đó, chẳng hạn như một cuộc tranh luận, câu hỏi, vấn đề, v.v.. 3 chuyến đi trở về trong một cuộc hành trình dài

flip someone off or **flip someone out** *verb* giơ ngón giữa lên thô lỗ hoặc nhạo báng với ai

flip the bird *verb* cử chỉ chế nhạo với ngón giữa giơ lên thô lỗ với ai; = GIVE someone THE FINGER

flip the bone *verb* giơ ngón giữa ra để biểu thị sự bất tuân, thách thức

flip the grip *verb* bắt tay

flip the lip *verb* nói chuyện

flip the script *verb* 1 nói dối; thay đổi câu chuyện của ai 2 lật ngược vị trí trong một tình huống; giành lại ưu thế so với ai

flip one's wig (or **lid** or **raspberry**) *verb* 1 nổi giận một cách dữ dội 2 phát điên; mất kiểm soát

flit *noun* người đồng tính nam; người ẽo lả

flitty *adjective* đồng tính; ẽo lả; = GAY

fliv 1 *verb* (*xiếc và lễ hội*) thất bại hoặc trình diễn tồi tệ 2 *noun* sự thất bại; = FLIVVER

flivver *verb* (*ngành kinh doanh biểu diễn*) thất bại; = FLOP

flivver *noun* 1 sự thất bại 2 xe cũ nát, nhất là xe Ford 3 bất kỳ xe hơi, máy bay hoặc phương tiện nào khác, đặc biệt loại nhỏ hoặc rẻ 4 (*từ đầu những năm 1900*) xe Ford Model-T

FLK *noun* (*phát âm theo từng chữ cái riêng*) (*bệnh viện*) một đứa trẻ trông khác lạ; một đứa nhóc trông buồn cười, thường bị bệnh hoặc xấu xí [viết tắt của "*funny-looking kid*"]

float *verb* 1 biểu hiện sự hạnh phúc và mãn nguyện đến mức cảm thấy bay bổng; quá sung sướng mê li 2 lười biếng trong công việc; = GOOF OFF 3 phổ biến; gửi đi 4 (*nói về một cơ sở bài bạc trái phép*) chuyển từ nơi này sang nơi khác 5 cho lưu hành

float *noun* 1 (*người bán hàng*) khách hàng tấp nập, người này đi khỏi người khác đến tìm hàng 2 (*sinh viên*) giai đoạn mà sinh viên không có lớp học; tiết học trống

float an air biscuit *verb* đánh rắm

float someone's boat *verb* làm ai hài lòng, làm ai vui vẻ, hạnh phúc

floater *noun* 1 (*người lang thang*) được ra tù sớm, thường là do có lệnh trục xuất khỏi thành phố; lệnh của cảnh sát để ra khỏi thành phố trong một hoặc hai ngày, nếu không sẽ bị ở tù 2 xác trôi giữa sông 3 một người có rủi ro tín dụng cao, người ở trong tình trạng khó khăn về tài chính vì sự thay đổi nhân lực thường xuyên 4 người ưa thích môn thể thao chèo thuyền cao su rafting 5 (*ngôn ngữ của môn thể thao lướt ván buồm*) tấm ván, có thể nâng trọng lượng của con người khi lướt 6 một tấm ván lướt to, nổi 7 người quen chuyển chỗ ở; kẻ phiêu bạc; = DRIFTER 8 (*từ đầu những năm 1900, đại học Anh*) điều sai lầm 9 (*bóng chày*) một cú ném bóng chậm mà có vẻ như đang lơ lửng trong không khí 10 món nợ; tiền vay hoặc mượn 11 hợp đồng bảo hiểm có hiệu lực hoặc còn giá trị

floaties *noun* phân trôi trên biển

floating *adjective* 1 ở trạng thái di chuyển; không yên vị ở vị trí nhất định 2 say rượu 3 (*ma túy và người da đen*) phê ma túy; = HIGH 4 sung sướng mê li; phớn phở

floating crap game *noun* trò chơi súc sắc chuyên nghiệp di chuyển thường xuyên để tránh cảnh sát

floating on air *adjective* sung sướng mê li; phớn phở; = ON CLOUD NINE

floating on the clouds *adjective* 1 đặt lòng tin vào hy vọng và mộng mơ; lơ lửng trên mây; bị lừa dối 2 = FLOATING ON AIR

a flock *noun* một số lượng lớn; = HEAPS

flog *verb* quảng cáo cái gì để bán; cố bán cái gì một cách xông xáo

flogger *noun* (*thế giới ngầm xưa*) áo choàng

flog the bishop *verb* (*đàn ông*) thủ dâm

flog your dong *verb* (*đàn ông*) thủ dâm

flog your dummy *verb* (*đàn ông*) thủ dâm

flo is coming to town chỉ thời gian hành kinh

floods *noun* quần dài quá ngắn hoặc quần cụt quá dài

flooey *adjective* say rượu

flooey *adverb* hỏng; thất bại; trái kế hoạch

floor *verb* 1 (cũng là *floor-board*) đạp chân ga xuống sàn xe; nhấn hết ga 2 đánh đo ván; nốc ao; = DECK 3 gây sốc; làm ngạc nhiên hoặc tổn thương đến mức không tự lo liệu được

floored *adjective* 1 ngạc nhiên 2 bị đấm ngã xuống sàn 3 say rượu

flooze *noun* một phụ nữ hoặc một cô gái

floozy *noun* (biến thể: **floozy** or **floosie** or **floosy** or **faloosie** or **floogy** or **flugie**) một phụ nữ bê tha, dễ dãi, đặc biệt là người ít bị ức chế tình dục; một gái mại dâm

flop *noun* 1 một nơi để nghỉ qua đêm, đặc biệt rẻ tiền 2 giấc ngủ 3 một gã say nằm ngủ ở nơi công cộng 4 một thất bại thảm hại, thất bại hoàn toàn 5 sự giáng cấp 6 (*súc sắc*) một lần đổ súc sắc

flop *verb* 1 tạm trú; ở qua đêm 2 đi ngủ 3 thất bại hoàn toàn; = BOMB 4 (*cảnh sát*) giáng chức hoặc giảm công tác 5 (*trò súc sắc ở quán bar*) lắc súc sắc trong ly và đổ nó ra trên một bề mặt

flophouse *noun* nhà trọ hoặc khách sạn tồi tàn hoặc rẻ tiền, đặc biệt là với những phòng ngủ tập thể dành cho đàn ông; = CHINCH PAD, FLEABAG

flopjoint *noun* nơi ở dơ bẩn, xuống cấp, rẻ tiền dùng để nghỉ tạm trong thời gian ngắn

flopperoo *noun* sự thất bại một cách ngoạn mục; = FLOP

flopper-stopper *noun* áo ngực; cái nịt vú

floppola *noun* một thất bại, đặc biệt là thất bại nặng nề; = FLOPPEROO

flop sweat *noun* sự lo lắng của diễn viên; nỗi sợ thất bại

floss *noun* 1 (*xiếc và lễ hội*) kẹo bông gòn 2 quần lót dây 3 đồ trang trí thời trang; diềm xếp nếp; công trình trang trí chạm trổ gỗ bằng cưa lượn

flossy or **flossie** *adjective* 1 (*xiếc hay lễ hội*) lòe loẹt; phô trương; = HIGHFALUTIN 2 tốt; tuyệt vời; hoàn hảo

flossy or **flossie** *noun* cô gái ăn mặc lòe loẹt; cô gái lẳng lơ

flour *noun* phấn thoa mặt

flower *noun* 1 một người đàn ông hoặc chàng trai ẽo lả; = SISSY 2 một người đồng tính nam

flower child *noun* (*đặc biệt những năm 1960 và 1970*) người tham gia trong phong trào hippie hay phản văn hóa thập niên 1960s, cổ vũ

flower children (or people) *noun* (*đặc biệt những năm 1960 và 1970*) những thành viên của phong trào hippie nói chung

flower person or **flower people** *noun* một hoặc nhiều thanh viên của một nhóm người chống lại chuẩn mực và lý tưởng xã hội

flower power *noun* triết lý hay tín điều về "phi vật chất, vô định hình" của phong trào hippi, dựa trên nền tảng ma tuý, tình dục, nhạc, sự bất bạo động và sự từ chối mọi thứ "có vật chất"

the flu *noun* (*từ giữa những năm 1800*) bệnh cúm

flub *verb* 1 làm sai; phạm sai lầm; = GOOF 2 làm hỏng do sai lầm; làm phá sản vì sai lầm ngớ ngẩn 3 trốn việc hay trách nhiệm; = GOOF OFF

flub *noun* 1 người khờ dại; = LUM, MOX, KLUTZ 2 sự hỏng, sự phá sản vì sai lầm

flubdub *noun* 1 lời nói vô nghĩa; chuyện vớ vẩn; hành động ngu dại 2 sự bất tài; sự thiếu khả năng 3 người vụng về; người hay mắc sai lầm; = GOOF UP, KLUTZ

flubdubbed *adjective* vụng về; không có khả năng thích hợp; = KLUTZY

flub the dub *verb* (*đặc biệt thế chiến II, quân đội*) 1 suy nghĩ, làm việc, di chuyển, v.v.. một cách chậm chạp 2 thủ dâm 3 làm hỏng; không làm đúng • Martin is flubbing the dub with the fund-raising campaign: *Martin đang làm sai trong chiến dịch gây quỹ.* 4 trốn việc hoặc nhiệm vụ; = GOLDBRICK 5 thất bại do sai lầm; phá hủy cơ hội tốt nhất của ai

flub something up *verb* làm sai điều gì; làm lộn xộn một quy trình

flub-up *noun* 1 sự sai lầm; sự sai sót 2 người hay mắc sai lầm; = GOOF-UP, KLUTZ

flub up *verb* làm lộn xộn; làm rối tung; phạm sai lầm ngớ ngẩn

FLUF *noun* (*hàng không*) máy bay Boeing 737 [viết tắt của "*fat little ugly fucker*"]

fluff *noun* 1 một cô gái với vẻ đẹp khêu gợi, kích thích 2 một đồng tính nữ 3 (*đối với một đồng tính theo chủ nghĩa bạo dâm*) một đồng tính đúng "vị", "đạt chuẩn" 4 chuyện vớ vẩn; chuyện không liên quan 5 câu nói hoặc sự đọc sai của diễn viên, người phát ngôn, v.v..; sự nói lẫn

fluff *verb* 1 làm hỏng; phá hủy 2 lờ đi, không chú ý; vứt bỏ, đuổi 3 trượt, rớt (bài kiểm tra, kỳ thi) 4 làm sai; làm không đúng 5 nói lẫn hoặc đọc sai, đặc biệt lỗi của diễn viên, người phát ngôn, v.v..

the fluff *noun* một công việc hoặc nhiệm vụ dễ dàng

fluff *adjective* mơ hồ; thiếu nội dung; không thực chất

fluffhead *noun* một phụ nữ trẻ ngốc nghếch hoặc phù phiếm; = DITZ

fluff off *verb* 1 bác bỏ; không chấp thuận 2 tránh việc; trốn tránh trách nhiệm; = GOOF OFF

fluff-off *noun* (*quân đội, thế chiến II*) người chậm chạp lười nhác; người trốn tránh trách nhiệm; = GOLDBRICK, GOOF-OFF

fluff someone off *verb* hắt hủi hoặc làm nhục ại; từ chối ai một cách ngạo mạn

fluke *noun* (*từ giữa những năm 1800, Anh*) vận may hoặc vận rủi; một sự kiện khác thường và không thể dự đoán

fluked out *adjective* say ma tuý

flukum or **flookum** or **flookem** *noun* 1 (*người bán hàng vỉa hè*) hàng hóa lòe loẹt và rẻ tiền 2 bột được thêm vào đường và nước để tạo ra đồ uống nhẹ 3 một thất bại

fluky or **flukey** *adjective* không chắc chắn, không thể dự đoán và thường bất ngờ

flummadiddle *noun* (*từ giữa những năm 1800*) điều vô lý; điều ngu ngốc; = BOSH

flummox *verb* 1 làm hỏng; làm thất bại 2 làm lúng túng; làm bối rối

flummox *noun* một thất bại; một thảm họa; = FUCK-UP

flummoxed *adjective* bối rối và bất an; bị thất bại

flunk *verb* 1 thất bại; làm hỏng 2 (*sinh viên*) trượt hoặc rớt một bài kiểm tra, khóa học, v.v..; = BUST 3 (*sinh viên*) cho sinh viên điểm rớt; đánh trượt

flunk *noun* 1 ngăn chứa được khoá và gia cố vững chắc trong chiếc két sắt 2 một người lính chết trên chiến trường 3 sự thi rớt; sự trượt thi

flunk out *verb* 1 thất bại; làm hỏng việc gì 2 (*sinh viên*) bị đuổi ra khỏi trường vì thi trượt

flunky *noun* một học sinh hoặc sinh viên thi rớt, trượt

flush *verb* 1 bỏ việc; nghỉ làm việc 2 (*sinh viên*) không đến lớp; = CUT 3 (*sinh viên*) rớt; trượt (một bài kiểm tra hay một khoá học) 4 hắt hủi hoặc phớt lờ ai về mặt xã hội

flush *adjective* giàu có; nhiều tiền, đặc biệt là tạm thời

flusher *noun* nhà vệ sinh; toilet

flush it 1 *verb* (*sinh viên*) trượt; thi rớt; = FLUNK 2 *interj* thán từ thể hiện sự coi thường và không tin tưởng • I started to explain, but the cop told me to flush it: *Tôi bắt đầu giải thích, nhưng gã cớm bảo tôi im đi.*

flute *noun* 1 một chai soda với rượu mạnh 2 *xem* FLUTER

fluter *noun* (*từ giới nhạc sĩ*) một đồng tính nam

flutterhead *noun* một người đãng trí

fly *verb* 1 (*nói về một sĩ quan cảnh sát*) chuyển về trụ sở 2 hành động một cách cẩn thận, hành động một cách thận trọng 3 (*ma túy*) hành động một cách khác lạ, kỳ quái 4 (*ma túy*) cảm nhận tác dụng của sự phê ma túy 5 thành công; thuyết phục; = GO OVER [thường dùng trong câu phủ định] • It's a great idea, but it won't fly: *Nó là một ý kiến rất hay, nhưng nó sẽ không thành công.* 6 chạy hoặc đi rất nhanh

fly *noun* (*cũng là green fly*) (*bóng chày*) người cổ vũ quấy rầy và làm bực mình

fly *adjective* 1 tốt; thú vị; hợp thời trang; rất hấp dẫn; = SHARP, SUPERFLY 2 am hiểu; hiểu biết; thông minh; lanh lợi

fly a kite *verb* mang lén một lá thư vào hoặc ra khỏi nhà tù

flybait *noun* 1 một cô gái không cuốn hút, không hấp dẫn 2 xác chết; tử thi 3 thành viên của Phi Beta Kappa (trường đại học lâu đời nhất ở Mỹ)

flyboy *noun* (*từ thế chiến II*) phi công máy bay quân sự, đặc biệt là phi công gan dạ trong không lực Mỹ

flyby *noun* một hoặc một nhóm máy bay biểu diễn bay qua trong buổi lễ lớn

fly-by-night *adjective* không đáng tin cậy; có thể trốn mất; không thành thật

fly by the seat of one's **pants** *verb* 1 (*từ những năm 1930, Anh, không quân*) lái một chiếc máy bay bằng cảm giác và bản năng hơn là bằng những hướng dẫn 2 tiến lên hoặc làm việc bằng bản năng hoặc sự ngẫu hứng, không có những hướng dẫn chính thức hay kinh nghiệm hướng dẫn

fly cake *noun* bánh nho khô

fly-chaser *noun* (*bóng chày*) cầu thủ ở khu vực ngoài

flychick *noun* (*từ những năm 1940, người da đen*) = HIP CHICK

fly cop *noun* (biến thể: **ball** or **bob** or **bull** or **dick** or **mug** có thể thay thế **cop**) (*từ giữa những năm 1800, Anh*) một thám tử; cảnh sát mặc thường phục

flyer or **flier** *noun* (*xiếc*) người biểu diễn xà treo (trapeze)

flygirl *noun* cô gái trẻ, quyến rũ

flying *noun* 1 sự trải nghiệm phấn chấn; hồ hởi, chẳng hạn như phê thuốc hoặc say rượu, sự hưng phấn tình dục hoặc tinh thần, v.v.. 2 (*cảnh sát*) nhiệm vụ ở những nơi xa trụ sở làm

flying carpet *noun* một chiếc taxi [tiếng lóng của cảnh sát New York; ám chỉ đến rất nhiều người tài xế taxi là người nhập cư]

flying-jinny *noun* vòng ngựa gỗ hoặc xe ô tô gỗ chạy vòng tròn, để trẻ em cưỡi hoặc lái ở hội chợ

flying time *noun* (*quân đội, thế chiến II*) sự ngủ; giấc ngủ

fly kites *verb* phân phối hoặc chuyển chi phiếu không hợp lệ

fly light *verb* bỏ ăn; bỏ bữa ăn

fly mink *noun* một người phụ nữ đẹp; một người phụ nữ quyến rũ

fly off the handle *verb* mất bình tĩnh; mất tự chủ; đột nhiên nổi nóng; = LOSE one's COOL

fly out *verb* (*bóng chày*) đánh một quả bóng nhưng bị bắt out (ra khỏi bãi)

fly pie *noun* (*quầy bán đồ ăn trưa*) bánh nướng với nhân quả việt quốc (huckleberry)

fly right *verb* thành thực; đáng tin cậy

fly the coop *verb* thoát khỏi nơi nào; trốn chạy

fly the red flag *verb* đang trong thời kỳ hành kinh

fly the rod *verb* cử chỉ giơ ngón giữa, thường mang ý nghĩa "thằng khốn" hoặc "nhạo báng"

flytrap *noun* miệng; mồm

foam *noun* bia • All the guy thinks about is foam: *Gã đó chỉ nghĩ đến bia mà thôi.*

foamer *noun* 1 một người yêu quý ngành đường sắt, thậm chí bị ám ảnh vì nó 2 một ly bia

foamy *noun* một ly bia

FOB *adjective* dùng để chỉ những người dân di cư, họ vẫn chưa hòa nhập được với nền văn hoá, ngôn ngữ, cách cư xử của dân bản địa [viết tắt của "*fresh off the boat*"]

fog *verb* 1 bắn hạ ai 2 (cũng là ***fog it***) (*đầu những năm 1900, miền tây*) chạy; tăng tốc 3 ném với lực mạnh 4 (*đầu những năm 1900, miền Tây*) tấn công, đặc biệt bằng súng

fog away *ver* (*từ đầu những năm 1900, miền Tây*) bắt đầu bắn; bắn

fog-cutter *noun* (*từ giữa những năm 1800, xưa*) sự uống rượu vào buổi sáng

Foggy Bottom *noun* Bộ ngoại giao Hoa Kỳ [từ tên của một khu vực đầm lầy ở Washington, DC, nơi Bộ ngoại giao và những tòa nhà liên bang khác nằm; cũng là sự ám chỉ đến sự tối tăm của một số chính sách và tuyên bố]

fog it in *verb* (*bóng chày*) ném bóng thật nhanh

fogle *noun* khăn tay bằng lụa [có thể bắt nguồn từ tiếng Ý *foglia* nghĩa là "túi"]

fog up *verb* châm lửa; mồi lửa đốt thuốc lá, xì gà, v.v.. [từ *fog* của thế kỷ 19 nghĩa là "hút thuốc, châm tẩu"]

fogy or **fogey** *noun* 1 một người già tôn thờ quan điểm và giá trị cũ xưa 2 (*quân đội, từ cuối những năm 1800*) tiền trợ cấp tuổi thọ phục vụ quân đội, dành cho các đơn vị quân đội

foil *noun* (*ma túy*) một gói nhỏ ma túy; = BAG

fold *verb* 1 (*bài poker*) bỏ bài; bỏ cuộc 2 thất bại; đóng cửa, đặc biệt trong công việc kinh doanh hoặc ngành biểu diễn 3 gục vì uống quá nhiều rượu 4 mất sức sống; suy yếu; héo mòn

folded *adjective* say rượu

folding *noun* tiền; = FOLDING MONEY

folding money *noun* (biến thể: **folding stuff** or **folding green** or **folding cabbage** or **folding lettuce**) tiền giấy; đặc biệt là số lượng lớn

folkie *noun* người hát dân ca hoặc nhà soạn nhạc dân ca; người yêu thích nhạc dân ca

folknik *noun* người thích nhạc dân ca và chống lại những chuẩn mực và xu hướng của xã hội thập niên 1950 và 60

folks *noun* 1 nhóm bạn 2 (*thế giới ngầm*) một băng du côn 3 (cũng là *one's **folks***) cha mẹ hoặc ông bà của ai [thường dùng một cách âu yếm] • I'll have to ask my folks if I can go: *Tôi sẽ phải hỏi ba mẹ xem tôi có thể được đi không.*

follow through (or **up**) 1 *verb* làm cho đến nơi đến chốn 2 *verb* hoàn thành; thực hiện (lời hứa); đeo đuổi 3 *noun* việc tiếp theo; sự tiếp tục

follow-up *noun* kết quả; hậu quả

follow something up *verb* 1 tiến hành điều tra sâu hơn; theo sự hướng dẫn 2 (cũng là *follow*) làm điều gì phù hợp sau điều gì khác, hoặc tốt hơn điều gì đó đã làm

fomp *verb* quan hệ lăng nhăng về tình dục

foodaholic *noun* người ham ăn; người háu ăn

food chain *noun* hệ thống cấp bậc; tôn ti; trật tự phân hạng

food for the squirrels *noun* = SQUIRREL-FOOD

foodie *noun* người sành ăn

foofooraw or **fofarrow** or **foo-foo-rah** *noun* 1 sự náo động lớn; sự om sòm 2 quần áo và đồ trang sức lòe loẹt rẻ tiền 3 sự phô trương; sự khoe khoang

foo-foo water *noun* nước hoa (eau de Cologne) sau khi cạo râu

fool around *verb* 1 lãng phí thời giờ; làm những việc vớ vẩn vô ích 2 chọc ghẹo; trêu đùa; = KID AROUND 3 phiêu lưu về tình dục, đặc biệt là ngoại tình 4 ve vãn hoặc tán tỉnh; cố gắng quyến rũ

fooling around with *verb* nghịch hoặc lục lọi; = FIDDLE WITH

foolish powder *noun* (*những năm 1930, thế giới ngầm*) hê-rô-in

foop *verb* (*sinh viên*) quan hệ tình dục đồng tính

fooper *noun* (*sinh viên*) một đồng tính nam

football around *verb* chào hàng hoặc quảng cáo một cách ồn ào và thường xuyên

foot-in-mouth disease *noun* việc thốt ra lời nói ngốc nghếch, hớ hênh hoặc làm lúng túng

foot it *verb* 1 đi bộ đến đâu; đi hoặc chạy 2 trốn thoát bằng cách chạy; = BEAT IT

footshot *noun* (*quân đội*) một hành động, lựa chọn, lời nói, v.v.. gây tổn hại đến uy tín hoặc vị trí của ai

footsie *noun* (biến thể: **footsy-footsy** or **footsy-wootsy** or **footy-footy**, hoặc tất cả những từ này được phát âm với *ie* thay thế cho chữ *y* cuối) 1 sự đụng chạm và chà xát bàn chân kín đáo và say đắm giữa cặp đôi; sự ve vãn bàn chân 2 bất kỳ mối quan hệ kín đáo nào giữa người với người hoặc các đảng phái

foot-slogger *noun* một người lính bộ binh

foozle *noun* 1 sự sai sót; công việc bị làm lộn xộn; lỗi; = BONER 2 người bảo thủ; người cổ hủ; = DODO, FOGY

foozle *verb* làm sai lầm; làm hỏng việc; làm lộn xộn; làm cẩu thả

foozlified *adjective* 1 lộn xộn; cẩu thả 2 say rượu

for all I know *phrase* theo như tôi biết; tôi thực sự không biết

for (all) one's trouble *phrase* mặc dù hết sức cố gắng; được trả rất ít cho những cố gắng nỗ lực của ai

for certain *adverb* chắc chắn; đích xác; = FOR SURE

for crying out loud (or in a bucket) *interj* thán từ thể hiện sự nhấn mạnh, ngạc nhiên, không tin tưởng, thiếu kiên nhẫn, v.v..: này này; như thế này; nghe này; = FOR THE LOVE OF PETE • For crying out loud, don't worry about money all the time: *Nghe này, đừng lo lắng về tiền bạc hoài nhé.*

for days *adjective* có mức độ lớn • That guy has arms for days: *Gã đó có nhiều vũ khí hạng nặng.*

for days! *interj* 1 đó là sự thật! 2 được dùng để biểu lộ sự ngạc nhiên

forecastle (or sea) lawyer *noun* (*thương thuyền*) thủy thủ hay người nào đó có thói quen phàn nàn, chỉ trích và đòi hỏi về điều lệ công bằng; = LATRINE LAWYER

for free *adjective* miễn phí; cho không; = FREE GRATIS

forget it! *interj* 1 đừng quan tâm, nó không quan trọng đâu! 2 đừng để ý, không vấn đề gì đâu • No trouble at all. Forget it!: *Không vấn đề gì đâu. Đừng để tâm!* 3 thán từ bày tỏ sự tha thứ; dấu hiệu của sự tha thứ; = DON'T GIVE IT A SECOND THOUGHT

forget you! *interj* cút đi!; biến đi! • Forget you! Get a life!: *Biến đi! Hãy sống tích cực lên!*

forget you *interj* thán từ bày tỏ sự từ chối: đừng hòng; không đời nào; = NO WAY

for one's health *adverb* nhẹ dạ hoặc nông nổi [luôn dùng một cách mỉa mai và trong câu phủ định]

for (or fer) instance *noun* ví dụ; thí dụ; chẳng hạn • I'd understand the point better if you gave me a couple of concrete for instances: *Tôi sẽ hiểu vấn đề rõ hơn nếu anh đưa cho tôi vài ví dụ cụ thể.*

for it *adjective* (*chủ yếu dùng tại Anh, từ đầu những năm 1900*) = IN FOR IT

fork¹ 1 *verb* móc túi 2 *noun* kẻ móc túi

fork² *verb* 1 lối nói uyển ngữ của "khốn thật" (fuck) • "What the fork you doing down there?": *"Mày đang làm cái quái gì ở dưới đó?"* 2 lừa đảo; lợi dụng; = FUCK, SHAFT

forkball *noun* (*bóng chày*) cú ném bằng cách kẹp chặt quả bóng ở các ngón tay

forked-eight or **bent-eight** *noun* (*dân chơi xế độ*) động cơ V-8 hoặc một chiếc xe có động cơ như thế

forked-tongued *adjective* giả dối; lươn lẹo gian dối

for keeps *adverb* mãi mãi; vĩnh viễn • They put him away for keeps: *Họ bỏ tù hắn vĩnh viễn.*

forkhander *noun* (*bóng chày*) người ném bằng tay trái; = SOUTHPAW

for kicks *adverb* cho vui; kích động

forking 1 *adj* ghê tởm; đáng ghét 2 *adv* rất; cực kỳ; quá độ

fork over (or up or out) *verb* đưa ra; trao cho; giao thứ gì đó cho ai; đóng góp

forks *noun* (*từ những năm 1940, người da đen*) những ngón tay

fork something over *verb* đưa, giao nộp cái gì

fork you! *interj* mẹ kiếp!; = FUCK YOU! • Fork you, you stupid twit!: *Mẹ kiếp, đồ ngu ngốc!*

form *noun* (*đua ngựa*) thành tích trước đây của một con ngựa, một nhóm, người dự thi, v.v..; = TRACK RECORD

form sheet *noun* (*đua ngựa*) bản in thành tích của con ngựa trong cuộc đua vừa qua; = CHART, DOPE SHEET

for openers (or starters) *adverb* đầu tiên; mở đầu; trước hết • So, try this for openers: *Vậy, trước tiên hãy thử cái này.*

for peanuts or **for chicken feed** *adjective* không được đồng nào; không vì tiền

for Pete's sake! or **for pity's sake!** or **for the love of Mike!** *interj* một cụm từ tục tĩu, được thốt lên khi người nói giận dữ hoặc bị kích động, tuy nhiên người nói không hàm ý xúc phạm ai

for real 1 *adj* thật; không tưởng tượng; đáng tin cậy 2 *adj* thành thật; chân thật 3 *adv* thực sự; thực vậy

for serious 1 *adv* một cách nghiêm túc; với ý định nghiêm túc. 2 *adj* đứng đắn; nghiêm trang

for shame! *interj* dùng như một lời thừa nhận mang tính hài hước khi bạn bị chọc hay bị chế giễu

for sure! *interj* dùng như một lời xác nhận kiểu cách và cho thấy sự hăng hái • I'll be there, for sure: *Chắc chắn tôi sẽ ở đó.*

for (or fer) sure (or shure or shurr) *adverb* (*thanh thiếu niên*) rõ ràng; chắc chắn

fort *noun* (*tài xế xe tải*) xe tải hoặc xe ô tô bọc sắt

for the birds *adjective* 1 (*quân đội, thế chiến II*) kém chất lượng; ít giá trị; = LOUSY 2 không mong muốn; không ai ưa

for the cuff *adjective* kín; bí mật; nói riêng với nhau

for the devil of it or **for the heck of it** or **for the hell of it** *adverb* chỉ để nói đùa; chỉ để đùa cho vui

for (or over) the long haul *adverb* trong một nỗ lực dài và gian khổ; trong thời gian khó khăn và căng thẳng

for the love of Pete *interj* thán từ bày tỏ sự nhấn mạnh, ngạc nhiên, thiếu kiên nhẫn, thiếu tin tưởng, v.v..; = FOR CRYING OUT LOUD

for (or on) the record *adverb* một cách chính thức, công khai

forthwith *noun* (*cảnh sát*) mệnh lệnh bắt buộc người sĩ quan cảnh sát phải báo cáo ngay lập tức

forty or **40** *noun* 1 một chai rượu mạch nha 40 ounces 2 (*quầy bán đồ ăn trưa*) sữa; sữa tươi

forty-deuce *nickname* đường 42, New York City

forty-eight *noun* (*hải quân, thế chiến II*) giấy phép đi nghỉ cuối tuần

forty-five or **45** *noun* 1 súng cỡ nòng 0.45, đặc biệt là khẩu Colt tự động 2 đĩa hát với tốc độ 45 vòng/phút

forty-four¹ *noun* 1 (*quầy bán đồ ăn trưa*) một tách cà phê 2 (cũng là 44 or 0.44) súng ngắn với đường kính nòng súng là 44 ly

forty-four² *noun* gái điếm

forty-'leven *noun* 1 số lượng lớn không xác định 2 *modifier:* about forty-'leven times: *khoảng bốn mươi mấy lần*

forty-one *noun* 1 (*quầy bán đồ ăn trưa*) nước chanh hoặc nước cam 2 (*quầy bán đồ ăn trưa*) một ly sữa

forty-rod *noun* rượu uýt-ki mạnh, rẻ tiền

forty-two *noun* (*quầy bán đồ ăn trưa*) sữa cho hai người

forty (or six) ways to Sunday *adverb* một cách toàn diện

forty-weight *noun* 1 cà phê đậm đặc 2 bia, đặc biệt là loại Iron

forty winks *noun* (*từ đầu những năm 1800, Anh*) một giấc ngủ ngắn; một giấc ngủ

fosho *adjective* chắc chắn • I'll be there on time fosho: *Chắc chắn tôi sẽ ở đó đúng giờ.*

fossil *noun* một người già với những tư tưởng và tiêu chuẩn lỗi thời; một người lạc hậu; = ALTER KOCKER, FOGY

foul *adjective* khó chịu; thiếu thân thiện

foul ball *noun* 1 người bị khinh miệt; người vô dụng và không trưởng thành về mặt tâm lý; = DULL TOOL, LOSER 2 (*quyền Anh*) một võ sĩ kém; = PALOOKA 3 người có những nhận thức và thái độ lầm đường lạc lối; người ngoài cuộc; = ODDBALL

fouled up *adjective* 1 lộn xộn; rối tung; = FUCKED UP 2 bị tổn hại; bị hư hỏng [uyển ngữ cho *fucked up*]

foulmouth *noun* người có thói quen ăn nói tục tĩu; người ăn nói thô tục

foulmouthed *adjective* ăn nói tục tĩu; thô tục • a foul-mouthed retort: *một lời trả miếng tục tĩu*

foul up *verb* làm hỏng; phá huỷ; phạm sai lầm; làm rối tung

foul-up *noun* 1 sự sai lầm; sự sai sót 2 một tình trạng lộn xộn; việc làm hỏng 3 người thường xuyên phạm lỗi; người làm hỏng việc; = FUCK-UP

foundling *noun* (*West Point*) học viên bị đuổi

four-and-one *noun* 1 (*người da đen*) thứ sáu (Friday), ngày thứ năm trong tuần 2 (*người da đen*) ngày trả lương

four-bagger *noun* (*bóng chày*) cú đánh mà quả bóng bay thật xa cho phép người đánh bóng chạy quanh tất cả các điểm quy định trên sân để ghi điểm mà không dừng lại gọi là "*home run*"

four-banger *noun* mô tô hoặc xe ô tô bốn xi-lanh

four-bit *adjective* giá 50 cent; nửa đô-la

four bits *noun* án tù năm mươi năm

four-bits *noun* năm mươi xu (cent)

four-by-four *noun* (*quân đội, tài xế xe tải*) xe chạy với hai cầu trước và sau (four-wheel-drive vehicle)

four-eyed *adjective* có mang kính

four-eyes *noun* người mang kính; người đeo kính

four-flush *verb* 1 (*từ đầu những năm 1900*) sống bằng cách ăn bám người khác, hoặc bằng cách lừa đảo 2 lừa đảo; bắt nạt 3 *modifier:* Four-flushing hustlers who really knew how to gamble: *Những kẻ lừa đảo thực sự biết cách đánh bạc*

fourflusher *noun* (*từ đầu những năm 1900*) tên lừa đảo

the **four hundred** *noun* giới của những người nổi tiếng trong xã hội; phần tinh hoa xã hội [từ danh sách, được quy cho Ward McAllister, của 400 người đáng thèm muốn về mặt xã hội]

four-letter man *noun* 1 một người ngu ngốc [từ bốn ký tự của *dumb*] 2 một người đáng ghét; kẻ xấu xa đáng kinh tởm; = PRICK, SHIT [từ bốn ký tự của *shit*]

four nines *noun* vật nguyên chất hoặc gần như nguyên chất

four-O or **four-oh** *adjective* (*hải quân, thế chiến II*) xuất sắc; tuyệt vời; hoàn hảo [từ hệ thống điểm được dùng trong chỉ số hiệu quả hải quân, trong đó 4.0 là điểm cao nhất]

four-oh-four or **404** *phrase* câu trả lời cho câu hỏi của bạn vẫn chưa được biết; địa điểm mà bạn tìm vẫn chưa rõ

four-one-one or **411** *noun* tin đồn; chi tiết về ai hoặc cái gì; thông tin

four-on-the-floor *noun* 1 cần số của xe ô tô và điều khiển 4 tốc độ 2 nhịp trống bass liên tục, nhất là trong nhạc disco

four plus *adverb* theo cấp độ cao nhất

four-pointer *noun* 1 (*sinh viên*) điểm A cho bài kiểm tra hoặc môn học 2 sinh viên ưu tú [từ hệ thống thang điểm mà điểm A được xem là 4 điểm]

four-square *adjective* bình thường; không sáng tạo; lãnh đạm; = SQUARE

four-striper *noun* (*hải quân*) thuyền trưởng trong hải quân Mỹ, với bốn vạch ngang

fourteen *noun* (*quầy bán đồ ăn trưa*) sự đặt món ăn đặc biệt

four-topper *noun* một bàn bốn chỗ ngồi trong nhà hàng

four wheels *noun* xe ô tô; việc chuyên chở

four-wheeler *noun* (*tài xế xe tải*) xe ô tô; = CAGE

fox *noun* 1 (*thanh thiếu niên và người da đen, từ những năm 1940*) một người phụ nữ hoặc cô gái đẹp và hấp dẫn 2 một người đàn ông hấp dẫn

fox *verb* đánh lừa; dở trò xảo quyệt; = OUTFOX

foxhole *noun* (*quân đội, thế chiến II*) hố cá nhân, đặc biệt là người lính đào dưới đất để làm nơi ẩn nấp

foxie *noun* một cô gái hấp dẫn

fox paw *noun* lời nói lỡ; lời nói hớ [từ tiếng Pháp "*faux pas*"]

fox trap *noun* một chiếc hơi được làm theo yêu cầu và sửa chữa để thu hút phụ nữ

foxy *adjective* hấp dẫn; xinh đẹp; gợi tình

foxy lady *noun* một người phụ nữ hoặc cô gái hấp dẫn gợi tình

fracture *verb* 1 có ảnh hưởng mạnh đối với ai; gây ra phản ứng mạnh 2 làm cho ai cười nắc nẻ; = LAY THEM IN THE AISLE

fractured *adjective* 1 say xỉn 2 phá vỡ vì tiếng cười

frag *noun* 1 lựu đạn mảnh hoặc bom mảnh 2 mảnh đạn hoặc mảnh vỡ đạn pháo

frag *verb* 1 (*quân đội, chiến tranh Việt Nam*) giết một người lính, đặc biệt là sĩ quan bị ghét trong đơn vị, thường bằng cách ném lựu đạn mảnh vào hắn 2 giết; = ICE, WASTE

fragged *adjective* 1 (*đua xe*) hư hỏng; nổ lốp 2 bị phá hủy; bị tàn phá

fragging *noun* một vụ giết cố ý một sĩ quan, gây ra bởi chính đội quân của anh ta

fraidy (or **'fraidy**) **cat** *noun* người hèn nhát; người nhát gan

frail *noun* (*sinh viên*) một phụ nữ; một cô gái

frail eel *noun* (*người da đen*) một phụ nữ hấp dẫn; = FOX

frail job *noun* 1 một phụ nữ, đặc biệt là người rất khêu gợi về tình dục 2 sự quan hệ tình dục với một phụ nữ

frame *noun* 1 cơ thể; thân xác 2 (*người đồng tính*) một người đàn ông bình thường hấp dẫn những người đồng tính 3 một đơn vị hoặc một hiệp của một cuộc thi hoặc trò chơi; = STANZA 4 (cũng là *frame-up* or *frameup*) một âm mưu tạo chứng cứ giả để đổ tội ai

frame *verb* 1 đổ tội ai bằng cách tạo chứng cứ giả 2 (*lễ hội*) ra lệnh chạy

frames *noun* mắt kiếng

frame-up *noun* 1 sự buộc tội một người vô tội với bằng chứng giả 2 (*người rao hàng*) sự trưng bày hàng hóa để bán

frame someone up *verb* buộc tội ai với bằng chứng giả

frank *noun* xúc xích; xúc xích Đức; = WEENIE

frantic *adjective* 1 xuất sắc; tuyệt vời; = COOL 2 bình thường; không sáng tạo; chán ngắt; = UNCOOL

frapping *adjective* đáng tởm; đáng ghét; = DAMN, FUCKING

frat *noun* 1 một hội sinh viên nam ở trường đại học 2 (cũng là *frat rat*) một thành viên của hội nam sinh viên đại học 3 (*thanh thiếu niên*) một nam sinh viên tuân theo những quy tắc trung lưu về cách cư xử và ăn mặc

frat *adjective* có liên quan đến hội nam sinh viên

frat around *verb* không làm việc, nói chuyện vớ vẩn thay vì học hành

fraternize *verb* (*quân đội, thế chiến II*) kết thân hoặc có quan hệ gần gũi với dân chúng của một quốc gia thù địch, đặc biệt là có quan hệ tình dục với phụ nữ

frau *noun* 1 phụ nữ 2 vợ của ai [từ tiếng Đức] 3 (cũng là *Frau*) người đàn bà (có chồng hoặc góa), thường là tên gọi "Bà" [viết tắt Fr. Như *Fr. Smith* nghĩa là "Bà Smith"]

to a frazzle *adverb* hoàn toàn

frazzle-assed *adjective* rách, hư hỏng, mòn vì dùng quá nhiều

frazzled *adjective* 1 mệt đừ; rã rời thân xác; = PLAYED OUT 2 bối rối; lộn xộn; mơ hồ 3 say xỉn

freak *noun* 1 một người có ham muốn tình dục mạnh mẽ, thường liên tưởng đến tình dục khi nhìn thấy bất cứ thứ gì 2 một người nhiệt tình, hăng hái, say mê 3 một thành viên trong số những thanh niên chống lại những chuẩn mực xã hội đương thời của thập niên 1960; hippi 4 (*thanh thiếu niên*) từ dùng để biểu thị sự yêu mến 5 điệu nhảy gợi dục, khởi đầu thịnh hành trong các sàn nhảy disco năm 1975, sau đó lại nổi lên vào thập niên 1990 và đầu thập niên 2000 6 một bài hát lạ thường, vô nghĩa 7 tay đấu vật, là người có thân thể to lớn do dùng hóc môn anabolic steroid 8 đồ uống được làm từ Coca-Cola và hương cam 9 (*nhạc sĩ nhạc jazz*) người đồng tính nam

freak *verb* 1 hoang mang; sợ hãi; hốt hoảng 2 quan hệ tình dục 3 cư xử kỳ lạ và lộn xộn như thể bị say bởi một loại ma túy gây ảo giác; = FREAK OUT

freak *adjective* 1 (*nhạc jazz*) không chính thống 2 hấp dẫn; cuốn hút

freaked *adjective* 1 buồn; bất mãn; khó chịu; bực mình 2 bị sốc; bị mất phương hướng 3 mệt lả; kiệt sức

freaker *noun* 1 một sự kiện làm ai bị sốc hoặc hốt hoảng 2 người bị sốc; người bị mất phương hướng

freaking *adjective* 1 đáng ghét; đáng tởm; = DAMN, FUCKING 2 từ mang tính chất nhấn mạnh, dùng thay cho "fucking"

freakish *adjective* đồi trụy; hư hỏng

freako *noun* kẻ lập dị; người kỳ quặc; kẻ lệch lạc về tình dục; kẻ truy lạc; kẻ nghiện

freak-off *noun* kẻ truy lạc

freak off *verb* làm tình, quan hệ tình dục một cách mãnh liệt, không bị kiềm chế hoặc gò bó

freak-out or **freakout** *noun* 1 lễ hội ăn mừng, sự tụ tập nhảy múa, phê thuốc của những thanh niên lập dị 2 triển lãm, phơi bày, phô trương tình dục một cách tự do 3 sự mất tỉnh táo tạm thời do tác dụng của thuốc kích thích hoặc ức chế hệ thần kinh 4 sự hoang mang tột độ và mất kiểm soát 5 (*ma túy*) một người bị sốc thuốc; người bị ảo giác 6 (*ma túy*) một trải nghiệm ma túy đáng sợ hoặc gây ác mộng; = BAD TRIP, BUMMER 7 (*ma túy*) sự tụ tập của dân hippie

freak out *verb* 1 làm những hành động tình dục lệch lạc, khác người 2 mất đi sự sáng suốt, tỉnh táo do ảnh hưởng của ma tuý LSD hay loại ma tuý gây ảo giác khác 3 hoang mang; lo lắng 4 khiến ai cảm thấy hoang mang, lạc lõng, ngạc nhiên 5 xúc động mạnh, không kiểm soát được hành vi do bị kích động 6 từ bỏ những giá trị và thái độ thông thường; = DROP OUT 7 trở nên phấn khích và vui vẻ, như thể bị phê ma túy

freak someone out *verb* 1 làm ai bị sốc hoặc mất phương hướng 2 (*ma túy*) làm cho ai cảm thấy mất lý trí, lờ đờ, phấn khích, sợ hãi, v.v.. của cơn ma túy

freak trick *noun* (*mại dâm*) một người đàn ông đòi hỏi hoạt động tình dục rất thô bạo hoặc lạ lùng

freaky *adjective* 1 (*ma túy*) có những đặc điểm của một người bị ảo giác; = FAR OUT 2 kỳ quặc; kỳ dị 3 mang nét đặc trưng của lối sống không theo chuẩn mực xã hội thập niên 1960

freaky-deaky *adjective* ở trạng thái tự do, không bị gò bó, nhất là theo kiểu gợi dục

freckles *noun* (*hải quân, thế chiến II*) thuốc lá cuộn

free *noun* thế giới bên ngoài nhà lao

free *adjective* không bị tác động, trói buộc bởi những giá trị chuẩn mực truyền thống

free-and-easy *noun* (*từ cuối những năm 1700*) quán rượu

freeball *verb* (*nói về nam giới*) ăn mặc thiếu quần lót

freebie *adjective* miễn phí

freebie or **freebee** or **freeby** *noun* (*từ đầu những năm 1900, người da đen*) thứ gì được tặng hoặc thưởng thức miễn phí

free gratis 1 *adv* miễn phí; = FOR FREE • The Congress-men traveled free gratis: *Các đại biểu quốc hội Hoa Kỳ đi du lịch miễn phí.* 2 *adj* free-gratis tickets: *vé miễn phí* [từ sự kết hợp của *free* với *gratis* trong tiếng La tinh nghĩa là "miễn phí"]

freeload 1 *verb* xin xỏ; tồn tại nhờ tiền chu cấp của người khác; sống bám; = SPONGE 2 *noun* During the depression women free loads were rare: *Suốt thời kỳ suy thoái, những kẻ ăn bám phụ nữ rất hiếm.*

freeloader *noun* 1 một người ăn, uống, và gặp gỡ mọi người bằng nguồn tiền của người khác; kẻ ăn bám; = MOOCHER, SPONGER 2 một cuộc tụ họp hoặc bữa tiệc với đồ ăn thức uống miễn phí

freeloading *verb* 1 ăn uống không mất tiền 2 *modifier:* my freeloading cousins: *những người anh em bà con ăn chực của tôi*

free lunch *noun* được dùng để chỉ thứ gì đó miễn phí; bổng lộc hoặc tiền thưởng [từ phong tục trước đây là tặng khách hàng đồ ăn miễn phí được gọi là *free lunch* trong các quán rượu]

free-o *noun* thứ gì đó nhận được mà không mất tiền; = FREEBIE

free (or **freeworld**) **people** *noun* (*giới tù nhân*) những người sống ngoài tù; những người không phải là tù nhân, đặc biệt là lính gác, cai ngục, v.v..

free-rider *noun* (*công đoàn*) công nhân không thuộc công đoàn được hưởng lợi từ những lợi ích của công đoàn

free show *noun* sự nhìn trộm chỗ kín của ai, thường là của phụ nữ

freeside *adverb* bên ngoài nhà lao; bên ngoài nhà tù

free ticket *noun* 1 sự tự do hành động nói chung, đặc biệt là hành động bị cấm; sự cho phép; sự được toàn quyền hành động 2 (cũng là *free transportation*) (*bóng chày*) việc tiến lên vị trí 1 của người đập bóng sau khi nhận 4 cú ném của người ném bóng

free trip *noun* sự hồi tưởng lại khi dùng ma túy gây ảo giác

free-vee *noun* truyền hình miễn phí

free-wheeling *noun* 1 hành động và sáng kiến độc lập; sự tự do không ràng buộc 2 sự tiêu xài thoải mái; sự hào phóng 3 *modifier:* the free-wheeling out-of-towner: những du khách tự do

free-wheeling *adjective* thiếu kiềm chế; phô trương và không kiểm soát; hào phóng và rộng rãi

free world *noun* (*tù nhân*) cuộc sống bên ngoài nhà lao

free-world *adjective* thuộc thường dân; từ bên ngoài nhà tù

freeze *noun* 1 sự từ chối sự quan tâm của người khác; hành động phớt lờ ai 2 chính thức cố định tiền lương, giá cả, v.v..trong một thời gian 3 cô-ca-in 4 một lượng nhỏ cô-ca-in đặt trên lưỡi

freeze *verb* 1 phớt lờ ai; lạnh lùng với ai 2 đóng băng, đặc biệt trong vấn đề tiền tệ 3 đứng yên [cũng là một mệnh lệnh của cảnh sát chĩa súng vào ai] 4 ở lại tại chỗ 5 đối xử với ai với thái độ kiêu căng; lạnh nhạt; = PUT THE FREEZE ON someone 6 gây kinh hãi • His scream froze me: Tiếng hét của nó đã khiến tôi kinh hải quá.

freeze-out *noun* sự thiếu hợp tác, thông tin, v,v..

freeze someone **out** *verb* 1 làm cho ai lạnh cóng, thường là mở cửa sổ hoặc mở máy điều hòa nhiệt độ 2 gạt ai ra ngoài 3 loại trừ ai; phân biệt đối xử

freeze the balls off a brass monkey *verb* rất lạnh; lạnh cóng; lạnh thấu xương

freeze up *verb* đờ người ra hoặc tê liệt vì sợ hãi; không nhúc nhích được do hoảng sợ; = CLANK

freeze your nose *verb* sử dụng cô-ca-in

freezing cold *adjective* rất lạnh • It's freezing cold out there: Ở ngoài đó trời rét cóng.

French *noun* 1 sự quan hệ tình dục bằng miệng, nhất là khi làm với người đàn ông; = the FRENCH WAY 2 một nụ hôn với khuôn miệng mở rộng và dùng lưỡi; nụ hôn kiểu Pháp 3 lời chửi tục

French *verb* 1 làm tình bằng miệng; khẩu dâm 2 hôn kiểu Pháp; hôn với đôi môi mở rộng và lưỡi đưa sâu vào

French *adjective* liên quan đến hành vi tình dục bằng miệng

French culture *noun* sự khẩu dâm

French dip *noun* chất dịch tiết ra ở âm đạo trước khi giao hợp

French dressing *noun* tinh dịch

French-inhale *verb* giữ khói trong miệng và từ từ nhả ra, mũi sẽ hít lượng khói đó

French-inhale *noun* kiểu hút giữ khói trong miệng và từ từ nhả ra, mũi sẽ hít lượng khói đó

French kiss *verb* hôn với khuôn miệng mở và lưỡi đưa sâu vào

French kiss *noun* nụ hôn kiểu Pháp, bằng cách lưỡi đưa sâu vào miệng của người yêu

French leave *noun* sự vắng mặt không phép ở công việc hoặc nhiệm vụ mà không thông báo hoặc không được cho phép

French letter *noun* bao cao su

French postcard *noun* 1 bưu thiếp được trang trí với những ảnh chụp, nội dung từ cô gái khoả thân bình thường cho đến hành vi tình dục 2 bức ảnh khỏa thân, đặc biệt là ảnh được bán bởi những người bán lén lút ở góc phố Paris [theo kiểu *French print*, được dùng từ giữa những năm 1800]

French safe *noun* bao cao su

French tickler *noun* bao cao su với nhiều chỗ lồi lõm, hình xoắn ốc, v.v.. để tăng sự kích thích âm đạo

French trick *noun* sự khẩu dâm, do gái mại dâm làm

French (or Spanish) walk 1 *noun* dáng đi đau khổ và nhục nhã của một người mà cổ và mông đã bị túm chặt và nâng lên để thúc họ đi tới; = the BUM'S RUSH 2 *verb* (cũng là *walk Spanish*): Mike Spanish-walked him swiftly across the little space: Mike đã túm cổ và mông hắn để thúc hắn đi nhanh qua chỗ nhỏ hẹp.

the **French way** *noun* sự kích thích bộ phận sinh dục nữ bằng miệng lưỡi

Frenchy or **Frenchie** *noun* 1 một tay chơi bài trung thực, thỉnh thoảng chỉ gian lận khi nào có cơ hội lớn 2 sự khẩu dâm

fresh *verb* xu nịnh, tâng bốc, khiến ai đó thích chí

fresh *adjective* 1 xấc láo; hỗn xược; = CHEEKY 2 tốt; sắc bén; sâu sắc; có phong cách 3 hơi cuồng nhiệt về tình dục; âu yếm một cách quá cuồng nhiệt 4 được; tốt 5 ngoại hình đẹp 6 thích tán tỉnh; ve vãn; = FAST 7 lãnh đạm và thờ ơ; xa rời và tách biệt; = COOL

fresh and sweet *adjective* (*gái điếm*) vừa ra khỏi tù [được các gái điếm dùng để nói về những gái điếm khác]

freshie *noun* (*sinh viên*) sinh viên năm thứ nhất

fresh meat *noun* 1 tù nhân mới đến, bị xem như nô lệ tình dục 2 một người mới gặp lần đầu, là mục tiêu để chinh phục (về mặt tình dục) 3 một người lính mới đến

fresh one *noun* (*nhà tù*) tù nhân mới

fresh out *adverb* không có; cạn hết; = OUT • We're fresh out of coffee: Chúng ta cạn hết cà phê rồi.

fribble *noun* chuyện vặt; việc làm vô nghĩa

frick and frack *noun* hòn dái; tinh hoàn

fricking *adjective* tồi tệ; chết tiệt [một uyển ngữ cho từ "*fucking*"]

fried *adjective* 1 say rượu hoặc say ma tuý 2 (*tin học*) không làm việc vì lỗi phần cứng 3 bị cháy nắng 4 (*thế giới ngầm*) bị lên ghế điện 5 (*thanh thiếu niên*) lộn xộn; rối tung; kiệt sức; = BURNED OUT

fried egg *noun* 1 huy hiệu của học viện quân sự Hoa Kỳ 2 (*quân đội, thế chiến II*) vật trang trí bằng đồng thau lòe loẹt trên mũ lính 3 (*quân đội, thế chiến II*) cờ Nhật

fried shirt *noun* = BOILED SHIRT

friendly *adjective* (*quân đội, thế chiến II*) trong thời chiến, một máy bay, tàu , lính, thường dân, v.v.. của một phe

frig *verb* 1 thủ dâm 2 kích thích bộ phận sinh dục nữ bằng tay hoặc với vật trợ giúp 3 lêu lổng; la cà; lãng phí thời gian 4 từ nói trại đi của "fuck" 5 giao cấu; làm tình với ai 6 hủy hoại cái gì 7 lừa ai; lợi dụng ai; = DIDDLE, SHAFT

frig *interj* = FUCK

frigging 1 *adj* đáng ghét; đáng tởm; = DAMN, FUCKING 2 *adv* Ain't it frigging stupid?: Chẳng phải nó ngu ngốc một cách đáng ghét sao?

frill *noun* một phụ nữ, đặc biệt là phụ nữ trẻ

fringe *noun* 1 phụ cấp ngoài được cộng vào tiền lương của ai 2 sợi dây nhỏ giữ một miếng vải hẹp để che đậy bộ phận sinh dục được mặc bởi các nữ vũ công thoát y

fringed *adjective* bị loại trừ • Fringed–left out of something: Bị loại trừ – bị gạt ra khỏi cái gì.

fringes *noun* đôi mắt

Frisco *nickname* San Francisco, California [nghe nói biệt danh này không được chấp nhận bởi cư dân nơi này]

frisk (*từ cuối nhưng năm 1700, Anh*) 1 *verb* (cũng là *frisk down*) khám hoặc lục soát, đặc biệt là vũ khí hay hàng lậu, bằng cách vỗ nhẹ hoặc chà sát vào người ở những nơi có thể được giấu 2

F

noun They did a quick frisk and let him go: *Họ đã lục soát nhanh và để hắn đi.* **3** *verb* kiểm tra một tòa nhà, căn hộ, v.v.. để tìm bằng chứng hoặc tang chứng

frit *noun* người đồng tính nam; = FLIT

fritz *verb* **1** làm hỏng; phá **2** làm thứ gì đó không hoạt động

Fritz *noun* (*thế chiến I*) người Đức, đặc biệt là lính Đức; = KRAUT

fritzer *noun* (*thế giới ngầm*) thứ gì đó giả; = PHONY

frivol *verb* cư xử một cách nông nổi; chơi đùa

'fro or **fro** or **Fro** *noun* kiểu tóc xù, dày; kiểu tóc quăn; kiểu Afro

frob *noun* đồ vật nhỏ; bất cứ vật thể có kích thước bé

frobnitz *noun* thiết bị không rõ tên gọi, người nói không nhớ được tên gọi hoặc thiết bị vô giá trị; = GADGET, GIZMO

frog *noun* **1** người bị xã hội ruồng bỏ; người vô gia cư **2** (cũng là *Frog* or *froggy* or *Froggy* or *frog-eater*) (*đặc biệt trong thế chiến I*) đàn ông hay phụ nữ Pháp **3** *modifier:* frog wine: rượu vang Pháp **4** tiếng Pháp • He asked me in Frog: *Ông ta hỏi tôi bằng tiếng Pháp.* **5** (*thanh thiếu niên*) một người bình thường và tẻ nhạt **6** một cô gái bừa bãi trong quan hệ tình dục **7** một đô-la; = FROGSKIN

Frog *noun* người đến từ Pháp

Frog *adjective* thuộc nước Pháp

frog *verb* thất bại, trượt (bài kiểm tra hoặc kỳ thi)

frog! *Interj* dùng để bày tỏ sự kinh tởm

Froggie or **Froggy** *noun* người đến từ Pháp

frogging *adjective* đáng ghét; đáng tởm; = DAMN, FUCKING

frogman *noun* (*hải quân, thế chiến II*) thợ lặn có bình khí, đặc biệt là dân chuyên nghiệp hoặc thợ lặn của quân đội; người nhái

frogskin *noun* **1** tiền; tiền giấy; tờ tiền một đô-la **2** bất kỳ tờ tiền giấy nào; = FOLDING MONEY

frogskins *noun* đồ bơi hoặc loại quần áo mặc dưới nước

frogsticker *noun* **1** con dao, đặc biệt là con dao bỏ túi **2** (*quân đội, thế chiến II*) lưỡi lê

frog up *verb* (*người da đen*) bị bối rối; bị lừa

from A to Z *adjective* toàn diện và đa dạng; tường tận; từ A đến Z

from hell to breakfast *adverb* hết sức mãnh liệt; dữ dội

from hunger **1** *adj* (*từ những năm 1930, nhạc sĩ*) thấp kém; khó ưa; đáng khinh; đê tiện **2** *adv* playing from hunger…in a style to please the uneducated masses: *đang chơi một cách đê tiện để làm hài lòng đám đông vô học*

from scratch **1** *adv* từ đầu; từ điểm xuất phát; từ con số không; từ bàn tay trắng **2** *adv* dùng những thành phần hoặc nguyên liệu cơ bản riêng biệt, khác nhau **3** *adj* his first from-scratch musical venture: *dự án âm nhạc mạo hiểm riêng đầu tiên của anh ta*

from the bottom of my heart or **FTBOMH** *phrase* chân thành; thành thật • Thanks FBOMH: *Thành thật cảm ơn.*

from the git-go (or **get-go**) *adverb* ngay từ ban đầu

from (or **out of** or **straight from**) **the horse's mouth** *adverb* từ nguồn đáng tin cậy nhất

from the top *adverb* (*đặc biệt nhạc sĩ*) từ đầu • Let's hear it again from the top: *Chúng ta hãy nghe lại nó từ đầu.*

from the word go *adverb* từ lúc ban đầu • He was lying from the word go: *Nó đã nói dối ngay từ đầu.*

frone *noun* một phụ nữ xấu xí

front *noun* **1** diện mạo, bề ngoài; quần áo kiểu cách **2** (*người lang thang*) bộ quần áo **3** (cũng là *front man*) một người ấn tượng và đáng kính đại diện cho hoặc ủng hộ công khai những người không được xã hội chấp thuận **4** sự khởi đầu **5** một công việc kinh doanh bình thường được dùng như tấm bình phong cho việc cờ bạc, tống tiền, v.v.., đặc biệt theo kiểu rửa tiền **6** miếng bịt răng dùng để trang trí **7** một bộ com-lê nam

front *verb* **1** xác minh **2** nói dối, lừa; tạo một vẻ ngoài giả dối **3** (*ma túy*) cho hoặc tặng cái gì, đặc biệt là ma túy, nếu hứa thanh toán **4** chấp nhận thua cuộc, rút lui sau một trận ẩu đả **5** giả vờ **6** ứng trước; trả tiền trước khi nhận hàng **7** thách thức ai; đối đầu với ai (có lẽ trong lúc giận dữ)

frontal *adjective* ngay thẳng; cởi mở

front and center *noun* nơi mà ai đó dễ nhận thấy nhất, đặc biệt là trước các vị cấp trên [thường là một mệnh lệnh để có mặt ngay lập tức (từ vị trí ở phía trước đội quân nơi mà một người lính đứng một mình)]

front door *noun* âm đạo [trái với *"back door" (hậu môn)*]

the front door *noun* **1** (*xiếc*) ban quản lý rạp xiếc, phân biệt với các diễn viên xiếc **2** (*tài xế xe tải*) xe tải đầu tiên trong đoàn xe

front-door *adjective* hợp pháp; đáng tôn trọng

front doormat *noun* lông mu phụ nữ

front-end *adjective* (*xiếc*) về phía giữa, gần lối vào chính

front gee *noun* (*thế giới ngầm*) người đồng lõa của tên móc túi

front man *noun* **1** một người được bổ nhiệm vào vị trí lãnh đạo chính thống của một tổ chức tội phạm, hoặc làm người phát ngôn cho tổ chức đó **2** một người đáng kính và nổi tiếng đại diện cho một người hoặc một tổ chức ít được kính trọng hơn

front money *noun* **1** tiền ứng trước khi mua ma tuý **2** tiền vốn để khởi động dự án

front name *noun* tên của bạn • What is your front name?: *Tên của bạn là gì?*

front off *verb* **1** đặt, sắp xếp ai ở vị trí cao và dễ thấy **2** bán ma tuý trả sau

front off about something *verb* phàn nàn về việc gì; hỗn láo, bực bội về chuyện gì

front office **1** *noun* văn phòng quản lý chính của một công ty **2** *noun* giám đốc; nhà điều hành **3** *adj* front-office memos: *những bản ghi nhớ của ban giám đốc* **4** *noun* (*thế giới ngầm*) đồn cảnh sát

front runner *noun* **1** người lãnh đạo; người hoặc việc gì có khả năng thắng **2** người dẫn đầu trong một cuộc thi, cuộc bầu cử, v.v..

front-running *noun* sự hỗ trợ, ủng hộ được đưa ra khi đội đang chơi tốt

front-running *adjective* dẫn đầu; đứng đầu trong một cuộc thi

front saddlebags *noun* ngực phụ nữ

froody *adjective* rất đẹp; tuyệt vời

frosh *noun* học sinh hoặc sinh viên năm đầu, ở trường trung học hoặc đại học

frosh *adjective* liên quan đến sinh viên năm đầu tiên

frost *noun* **1** (*từ cuối những năm 1800, Anh*) sự thất bại hoàn toàn; điều gì không được công nhận thích hợp **2** sự kiêu kỳ; sự lạnh nhạt; = COLD SHOULDER

frost *verb* làm cho ai tức giận, nổi nóng; chọc tức

frost someone's **balls** *verb* làm cho ai tức giận

frosted over *adjective* nổi giận; bực mình; tức tối

frosty or **frosty one** *noun* một ly bia lạnh

frosty *adjective* **1** bình tĩnh; tự chủ; bình thản; không lo sợ • Come

frowsy

on, let's stay frosty here, Ray: *Nào, chúng ta hãy giữ bình tĩnh ở đây, Ray.* **2** êm dịu; nhẹ nhàng • That music is really frosty: *Nhạc đó thật sự là êm dịu.* **3** lối cư xử dè dặt; thờ ơ; lạnh nhạt **4** kiêu căng; ngạo mạn; trơ tráo • her frosty glance: *cái liếc mắt của cô ta thật trơ tráo*

frowsy *noun* một phụ nữ luộm thuộm, nhếch nhác

frozen rope *noun* (*bóng chày*) một cú ném dứt khoát

the frug *noun* (*đặc biệt những năm 1960*) điệu nhảy bắt nguồn từ điệu twist

fruit *noun* **1** (*từ những năm 1930*) người đồng tính, đặc biệt là đồng tính nam; = FAIRY **2** một người kỳ lạ; người lập dị; = FRUITCAKE, ODD-BALL

fruitcake *noun* **1** người điên; = NUT **2** người lập dị; người tâm thần không ổn định; người hành động ngớ ngẩn; = FRUIT, ODDBALL **3** đồng tính nam; = FRUIT

fruit fly *noun* (*người đồng tính*) = FAG HAG

fruit-picker *noun* (*người đồng tính*) một người đàn ông bình thường về cơ bản nhưng thỉnh thoảng lại tìm bạn tình đồng tính

fruit salad *noun* **1** (*quân đội, thế chiến II*) sự phô bày các huy chương chiến tích trong quân đội, đặc biệt đeo trên ngực của một chiếc áo vét tông quân sự **2** sự kết hợp nhiều loại thuốc khác nhau, do nhiều người đóng góp và sau đó được chia ra và sử dụng một cách ngẫu nhiên **3** (cũng là *potato patch* or *rose garden* or *vegetable garden*) (*bệnh viện*) một nhóm bệnh nhân có thể đột quỵ bất cứ lúc nào, họ không thể tự chăm sóc bản thân **4** (*ma túy*) hỗn hợp thuốc an thần, giảm đau, và những loại thuốc khác từ tủ thuốc gia đình được dùng một cách bí mật bởi thanh thiếu niên

fruit-salad party *noun* (*ma túy*) một bữa tiệc mà các thanh thiếu niên thử nghiệm các loại thuốc thu thập được từ tủ thuốc gia đình

fruit wagon *noun* (*công nhân bốc xếp bến tàu*) xe cấp cứu; xe cứu thương

fruity *adjective* **1** lập dị; kỳ quặc; = NUTTY, WEIRD **2** đồng tính bộc lộ rõ ra ngoài; = GAY **3** hành động ngớ ngẩn **4** (*đặc biệt ở Anh, từ đầu những năm 1900*) rất ấm áp; ngọt ngào

frump *noun* một phụ nữ ăn mặc không lịch sự, luộm thuộm

frumpy *adjective* ăn mặc luộm thuộm, rối bù, lộn xộn

fry *noun* (*vụ tai nạn ô tô*) trong vụ tai nạn đó những người trong xe đều bị cháy

fry *verb* **1** xử tử bằng điện; chết trên ghế điện **2** (*tin học*) hỏng; không chạy; ngưng hoạt động; = GO DOWN **3** sử dụng và chịu ảnh hưởng của LSD **4** thay đổi chính kiến một cách nghiêm túc **5** (*người da đen*) duỗi tóc bằng hoá chất hoặc bằng sức nóng **6** (*đặc biệt thanh thiếu niên*) trừng phạt hoặc làm bị thương, đặc biệt để báo thù

FTA *sentence* (*phát âm từng chữ cái riêng*) quân đội thật khốn nạn; quân đội chết tiệt [viết tắt của "*fuck the army*"]

fu *noun* (*ma túy*) cần sa

fubar *adjective* (*quân đội, thế chiến II*) hoàn toàn hư hỏng; lung tung; lộn xộn; = SNAFU

fubb *adjective* bị làm hỏng, hỏng một cách tồi tệ; = FUBAR, SNAFU [viết tắt của "*fucked up beyond belief*"] • In Vietnam, we called it a FUBB, fucked up beyond belief: *Ở Việt Nam, chúng tôi gọi đó là FUBB, tức "tệ hại quá sức."*

fubis *sentence* (*quân đội, từ những năm 1950*) một lời bình luận chọc tức hoặc khiêu khích [từ "*fuck you, buddy, I'm shipping*"]

fuck *noun* **1** hành vi quan hệ tình dục **2** bạn tình; đối tượng quan hệ tình dục **3** một người đáng khinh; người xui xẻo; người bất hạnh; = BASTARD, PRICK • Get out, you stupid fuck!: *Biến đi, đồ đáng khinh đần độn!* **4** dùng để nhấn mạnh • "Where the fuck you been?": *"Mày đã ở nơi quái nào vậy?"* **5** cực; mức độ cao nhất • "Thanks a fuck of a lot," he answered with a jolting coarseness: *"Anh cám ơn rất nhiều nhé," hắn trả lời một cách tục tĩu.* **6** vật vô giá trị; vật không đáng quan tâm • Why should they give a fuck?: *Sao họ phải cho một vật vô giá trị?* **7** tinh dịch

fuck *verb* **1** làm tình; quan hệ tình dục với ai **2** phá hoại; làm hỏng đến mức không sửa được **3** động từ nhấn mạnh dùng để lăng mạ, sỉ nhục, như trong "lũ cảnh sát chó chết" • Fuck the literaturers. Fuck the whole lot: *Lũ nhà báo khốn kiếp. Chết hết tất cả bọn chúng đi.* **4** lừa đảo; lợi dụng; = FUCK OVER, SCREW **5** chửi rủa và lăng mạ; mắng nhiếc thậm tệ; = DAMN **6** làm hỏng và lộn xộn; = FUCK UP

fuck *interj* thán từ chỉ sự tức giận, ghê tởm cực độ [thường dùng "(*Oh,) fuck!*"] • Oh, fuck! I'm outa beer: *Ồ, chết tiệt! Tao hết bia rồi.* • Fuck you – I don't care if I never see you again: *Đ. mẹ mày – tao không bao giờ gặp mày nữa tao cũng đếch cần.*

fuck a duck *verb* trốn việc; trốn tránh trách nhiệm

fuck a duck *interj* thán từ thể hiện sự ngạc nhiên và hoài nghi; sự tức giận • Fuck a duck! I won't do it!: *Mẹ kiếp! Tao sẽ không làm đâu!*

fuck-all *noun* (*đặc biệt ở Anh*) không gì cả; = ZILCH • He knows fuck-all about the case: *Hắn chẳng biết gì về vụ đó.*

fuckaround *noun* sự nhàn rỗi; sự phí thời gian

fuck around *verb* **1** lãng phí thời gian; ăn không ngồi rồi và lười nhác; = MESS AROUND **2** chòng ghẹo; đùa cợt một cách phiền toái; = HORSE AROUND

fuck around with someone *verb* **1** (cũng là *fuck someone around*) quấy rối hoặc hăm dọa ai **2** giễu cợt; đùa nghịch ai hoặc cái gì

fuckass *noun* người đáng khinh, ti tiện, hèn hạ

fuckass *adjective* đáng khinh; ti tiện; hèn hạ

fuck book *noun* sách hoặc tạp chí khiêu dâm, đồi trụy

fuckbrain *noun* người ngốc; người đần độn

fuck-brained *adjective* **1** ngu ngốc **2** bị ám ảnh tình dục

fuck someone's **brains out** *verb* quan hệ tình dục một cách bận rộn và lâu

fuck buddy or **fuck puppet** *noun* một người bạn, đồng thời cũng là bạn tình

fuck bunny or **FB** *noun* người chỉ thích giao cấu

fucked *adjective* say rượu hoặc say ma tuý

fucked by the fickle finger of fate *adjective* bị trù dập bởi vận rủi; rất bất hạnh hoặc không may

fucked out *adjective* **1** kiệt sức vì làm tình **2** hoàn toàn kiệt sức không thể làm gì khác

fucked up *adjective* **1** say rượu hoặc say ma tuý **2** không ổn định về mặt tinh thần; tuyệt vọng; bất hạnh **3** đáng khinh; ti tiện; hèn hạ **4** bị phá huỷ; hư hỏng; suy sụp **5** rối tung; bối rối

fucker *noun* **1** kẻ đáng khinh, đê tiện; = BASTARD, PRICK **2** một người đàn ông; một người tích cực, kiên định và dũng cảm **3** tình thế rắc rối; mối gây phiền toái **4** người đàn ông làm tình thường xuyên và thông thạo **5** gã đàn ông; bạn thân • Tell that goddamn fucker to get the hell out of here!: *Bảo cái gã chết bẩm kia ra khỏi đây ngay!* **6** dương vật; dương vật cương cứng **7** người

fuckery phụ nữ đồng ý làm tình không do dự **8** bất kỳ người hoặc thứ gì [thường dùng một cách âu yếm] • *The cop's really a nice old fucker: Viên cảnh sát thực sự là một lão già tử tế.*

fuckery *noun* **1** sự đàn áp, áp bức; mặt trái vốn có của tầng lớp thống trị **2** (cũng là **fuck-house**) nhà chứa; nhà thổ

fuck film or **fuck flick** *noun* phim khiêu dâm; = SKIN FLICK

fuckhead *noun* một gã đáng khinh; kẻ ngu ngốc; = JERK

fuckheaded *adjective* ngu ngốc; điên rồ

fuckhole *noun* âm đạo

fucking *noun* hoạt động tình dục

fucking **1** *adj* dùng để gây chú ý - nhấn mạnh • *You're fucking twenty minutes late. What the fuck is that: Mày trễ hai mươi phút. Mày làm quái gì thế.* **2** *adj* đáng nguyền rủa; đáng trách; đê tiện • *Get that fucking idiot out of here!: Tống cổ thằng khốn đê tiện đó ra khỏi đây!* **3** *adv* cực kỳ; rất • *It's fucking dificult to get a raise these days: Dạo này rất khó được tăng lương.*

fucking a (or **ay**) **1** *affirmation:* rõ ràng; tất nhiên **2** *adv* Fucking ay right I did: *Tất nhiên tôi đã làm* **3** *interj* thán từ thể hiện sự vui thích, thắng lợi, v.v..; = GREAT • *We won? Fucking a!: Chúng ta thắng phải không? Thật tuyệt!*

fucking new guy *noun* lính mới nhập ngũ; lính mới đến chiến trường

fucking well *adverb* gần như; hầu như • *no afraid of fucking well anything: hầu như chẳng sợ bất cứ gì*

fucking well told *adverb* hoàn toàn đúng; chắc chắn; rõ ràng; = FUCKING A

Fuck it (all)! *interj* Khốn kiếp!

Fuck it! *interj* Mẹ kiếp!; Khốn kiếp! • *Your idea is stupid. Fuck it! Try something else: Ý tưởng của mày thật ngu ngốc. Mẹ kiếp! Thử cái khác đi.*

fuck like a bunny *verb* giao hợp mạnh bạo và rất nhanh [nói về cả hai giới nam và nữ]

fuck like a mink *verb* giao hợp mạnh bạo và rất nhanh [chỉ nói về phụ nữ]

fuck-me *adjective* cực kỳ gợi dục

fuck me blue! *interj* dùng để thể hiện sự ngạc nhiên • *I've told them and told them to get the hell out once we've made our goddamn move. Fuck me blue!: Tôi đã bảo họ rời khỏi đây khi chúng tôi hành động. Khiếp thật!*

fuck someone's mind (up) *verb* làm ai bối rối; làm ai mất phương hướng

fuck movie *noun* phim ảnh đồi truỵ

fucknut *noun* người đáng khinh, ti tiện, hèn hạ; kẻ ngu ngốc

fuck-off *noun* người trốn tránh trách nhiệm; kẻ lười nhác; = GOOF-OFF

fuck-off *adjective* thiếu khả năng; kém cỏi

fuck off *verb* **1** thủ dâm **2** lãng phí thời gian **3** ra đi; đi khỏi nơi nào; cút đi **4** = FUCK UP

fuck off *interj* thán từ thể hiện một mệnh lệnh • *Scat, Sophie! Fuck off, Jack!: Cút đi, Sophie! Biến đi, Jack!*

fuck over *verb* **1** đối xử tệ bạc; ngược đãi; làm ai đó tổn thương về mặt thể chất lẫn tinh thần; lừa dối; phản bội **2** bị hành hạ và ngược đãi về mặt tình dục; = FUCK

fuck pole *noun* dương vật

fuck-shit *noun* người tồi tệ đáng ghê tởm

fuck stick *noun* **1** dương vật **2** người đáng khinh, ti tiện, hèn hạ

fuck-struck *noun* sự mê mẩn ai vì khả năng tình dục của họ

fuck the dog *verb* lãng phí thời gian; ăn không ngồi rồi

fuck the fucking fuckers *verb* dùng để thể hiện sự xem thường người khác

fuck-up *noun* **1** kẻ chuyên đi gây rối; sự thất bại thảm hại, triền miên **2** sự sai lầm; = GOOF **3** đồng lộn xộn; mớ hỗn loạn; = MESS **4** người làm sai mọi thứ; người làm mọi thứ rối tung lên

fuck up *verb* **1** làm hỏng; phá huỷ **2** gây ra lỗi **3** thất bại; thảm hại **4** làm lộn xộn; gây rối

fuck someone up *verb* làm tổn thương hoặc ngược đãi ai; = FUCK OVER

fuck something up *verb* làm rối tung; làm hỏng; gây tổn hại ai hoặc cái gì

fuck up, move up *sentence* (*quân đội*) nếu anh làm sai lầm hoặc hỏng việc một cách tồi tệ, anh sẽ được thăng chức đấy

fuck with someone *verb* **1** gây ấn tượng ai; làm cảm kích ai **2** gây rắc rối cho ai; đe dọa ai **3** thách thức; thách đố ai; = MESS AROUND WITH someone

fuck with something *verb* táy máy; sờ mó • *Stop fucking with the radio!: Ngừng táy máy cái radio đi!*

Fuck you! *Verb* Chết tiệt!; Đáng nguyền rủa! Cút xéo đi! • *Fuck you, you shit!: Chết tiệt, đồ khốn kiếp!*

fuck you *interj* thán từ chỉ sự giận dữ, kêu lên, bực bội, ghê tởm cực độ • *Fuck you, I don't care if I never see you again: Đ. mẹ mày, tao không bao giờ gặp mày nữa tao cũng đếch cần.*

fuck your fist *verb* thủ dâm

fuck you very much! *verb* thành ngữ biểu thị sự bất tuân • *Good luck to the first team and fuck you very much: Chúc đội đầu tiên may mắn và bọn tao chẳng phải tuân lệnh ai cả.*

fuddy *noun* người cổ hủ, lạc hậu

fuddy-duddy or **fuddy-dud** *noun* người khó chịu, cổ hủ, tầm nhìn hạn hẹp

fuddy-duddy or **fuddy-dud** *adjective* khó chịu; cổ hủ; tầm nhìn hạn hẹp

fudge *verb* **1** lừa đảo **2** xoa bóp ai để đạt cực khoái; = FRIG

fudge *noun* chuyện vớ vẩn; sự dối trá

fudge *interj* lối nói trại đi của "fuck" • *"Fudge," I said. "Come and give me a hands": "Mẹ kiếp," tôi nói. "Đến giúp tao một tay nào".*

fudge one's pants (or **undies**) *verb* làm sợ hãi; hoảng sợ; = SHIT one's PANTS

fuel up *verb* ăn nhanh; ăn vội

fugly *adjective* xấu xa; tồi tệ; xấu xí

full *adjective* say xỉn

full as an egg (or **a tick**) *adjective* say rượu

full-auto *adjective* (*dùng cho súng*) tự động hoàn toàn

full blast **1** *adj* hết sức mạnh; không hạn chế; hết ga; hết cỡ lớn • *My brother plays his records full blast in his bedroom every night: Em tôi mở máy hát hết cỡ lớn trong phòng ngủ mỗi tối.* **2** *adv* không giới hạn; dốc hết sức; = ALL-OUT • *He ran full blast for ten minutes: Anh ta đã chạy hết sức trong 10 phút.*

full court press *noun* áp lực rất lớn; sức ép tột độ

full frontal *adjective* toàn bộ; trọn vẹn; hoàn toàn; không bị giới hạn

full guns *adverb* đến mức cực đại

full mooner *noun* người có thần kinh không ổn định; người điên rồ; người lập dị; = LOONY, NUT

full of beans *adjective* 1 (*từ giữa những năm 1800, Anh*) tràn đầy năng lượng; đầy nghị lực 2 toàn chuyện vớ vẩn; toàn chuyện tầm phào 3 sai lầm, đặc biệt là thường xuyên sai lầm; = FULL OF SHIT

full of hops *adjective* toàn chuyện vớ vẩn; toàn chuyện lăng nhăng

full of hot air or **full of bull** or **full of it** *adjective* 1 toàn chuyện nhảm nhí; toàn chuyện vớ vẩn 2 sai lầm

full of piss and vinegar *adjective* tràn đầy sức lực; đầy nghị lực

full of prunes *adjective* toàn chuyện vớ vẩn

full of shit *adjective* (biến thể: **crap** or **bull** or **it** có thể thay thế **shit**) 1 (*nói về người*) cố tình ngu ngốc hoặc ngu ngốc bẩm sinh, mất phương hướng hoặc đi chệnh hướng 2 sai lầm; không được tin tưởng

as full of shit as a Christmas goose *adjective* = FULL OF SHIT

full of shizzle *adjective* toàn là dối trá; ngu ngốc

full of the devil *adjective* luôn luôn làm trò tinh nghịch

full-on *adjective* cực đại; hoàn toàn; rất; tuyệt đối • No, she's a full-on Monet: *Không phải, cô ta hoàn toàn tôn thờ Monet [Claude Monet (1840-1926) là một họa sĩ nổi tiếng người Pháp]*.

full out *adverb* hoàn toàn; mãnh liệt

full-ride *adjective* toàn bộ; toàn phần

full up *adjective* 1 hoàn toàn đầy; chật hết chỗ • The plane was full up by then: *Đến lúc đó máy bay đã chật hết chỗ rồi*. 2 = FED UP 3 ủy mị; sắp khóc

fully *adverb* rất

fumble-fingered *adjective* vụng về; = BUTTERFINGERED

fumble fingers *noun* đôi bàn tay vụng về; người vụng về

fume or **fumigate** *verb* (*đặc biệt khoảng năm 1900*) hút thuốc lá, xì gà, v.v.

fumtu *adjective* (*quân đội, thế chiến II*) hoàn toàn lộn xộn; hỏng việc = SNAFU

fun *adjective* thú vị; vui vẻ; hài lòng

fun *verb* trêu chọc; đùa bỡn • "You're funny me," I said: *"Bạn đùa tôi đấy à," tôi nói*.

fun and games *noun* 1 niềm vui thích; trò chơi; trò nghịch ngợm [phổ biến ở Anh hơn ở Mỹ, và thường mang tính mỉa mai] 2 điều vớ vẩn; sự lãng phí thời gian

fun bags *noun* ngực phụ nữ

Fun City or **fun city** *noun* New York

fun fur *noun* lông thú nhân tạo rẻ tiền để dùng bình thường

fungo 1 *noun* (*bóng chày*) quả bóng đánh để tập dợt các đối thủ của đội chưa tới phiên đánh, thường được ném tung lên và nhịp nhàng 2 *verb* They used to fungo that ball over your head: *Họ thường tập đánh bóng qua đầu bạn*. 3 *noun* cây gậy nhẹ và dài được dùng để đánh và tập dợt bóng cho các đấu thủ chưa tới phiên

fungo stick *noun* (*bóng chày*) cây gậy dùng để đánh bóng cho sự tập dợt của các đấu thủ chưa tới phiên

fungus-face *noun* người có râu

fungus-faced *adjective* (*thanh thiếu niên*) ghê tởm; đáng ghét; = GROSS

funk[1] *noun* 1 mùi cơ thể nặng; mùi tiết ra khi hoạt động tình dục; mùi khó chịu 2 tinh dịch; bừa sinh dục 3 trạng thái hoảng loạn, sợ hãi 4 tình trạng chán nản, thất vọng, suy sụp; = the BLUES 5 khói thuốc lá

funk *verb* (*chủ yếu ở Anh dùng*) thất bại do hoảng sợ; bị sợ hãi đến bất động

funk[2] or **fonk** 1 *noun* (*nhạc sĩ, từ những năm 1950*) một loại nhạc của người da đen thành thị dựa nhiều vào ghita điện và phơi bày những yếu tố của người da đen như nhịp điệu châu Phi, blues, rock and roll thời kỳ đầu, jazz, v.v.. 2 *verb* chơi hoặc di chuyển theo loại nhạc của người da đen thành thị tập trung vào ghita điện

funkadelic *adjective* có nhịp điệu và tính diễn cảm nhạc thành thị và gợi nhớ lại ảnh hưởng gây ra phớn phở, lâng lâng bởi ma túy; = FUNKY

funked out *adjective* say rượu hoặc say ma tuý

funk hole *noun* (*từ đầu những năm 1900*) chỗ ẩn náo; hầm trú ẩn (khi người nào đó sợ hãi)

funkified *adjective* hướng về thể loại nhạc những năm 1970 của người da đen thành thị

funkiness *noun* nhạc thành thị của người da đen có tính kích động, sôi nổi và đầy cảm xúc (lối chơi giống như nhạc blues thời kỳ đầu)

funking *adjective* khốn kiếp; chết tiệt [uyển ngữ của *"fucking"*]

funky or **phunky** or **fonky** or **funky-butt** or **funky-ass** *adjective* 1 gợi tình theo hướng trần tục, hoang dã 2 hợp thời trang 3 (*tin học*) mô tả một tính năng hoạt động không đạt đến hoàn thiện nhưng không cần thiết thay đổi 4 lạ; lạ lùng; kỳ lạ • What funky clothes you're wearing!: *Anh mặc quần áo gì mà kỳ lạ thế!* 5 căn bản và đơn giản 6 bù xù; xốc xếch; rối tung; hỗn độn 7 xuất sắc; gây ấn tượng mạnh; = GROOVY 8 sôi nổi về mặt âm nhạc của người da đen thành thị dựa nhiều vào ghita điện 9 lập dị hoặc khác thường một cách thú vị; = OFFBEAT 10 lệch lạc; không bình thường; = KINKY 11 rất dễ xúc động; thiếu kiểm chế về cảm xúc 12 (*người da đen*) mồ hôi đổ ra từ sự làm tình; mùi của âm hộ đàn bà

funky-drunk *adjective* say rượu; say mèm

funky-fresh *adjective* 1 hợp thời trang; có phong cách 2 rất tốt

the funnies (or **comics**) *noun* mục truyện tranh vui; trang báo dành cho truyện tranh vui

a funny *noun* chuyện vui; lời nói lém lỉnh; sự nhận xét dí dỏm

funny *noun* tiền giả [viết tắt của *"funny money"*]

funny *adjective* 1 đồng tính 2 lập dị; kỳ quặc; = WEIRD 3 điên; = NUTS

funny *adverb* một cách lạ lùng

funny car *noun* 1 một chiếc ô tô giống mẫu sản xuất nhưng có động cơ rất mạnh, đặc biệt là một chiếc xe đua được cải tiến như thế 2 một chiếc ô tô được cải tiến đáng kể, thường là có động cơ mạnh, bánh xe lớn, hệ thống giảm xóc phía sau nâng lên, v.v..

funny farm (or **house**) *noun* bệnh viện tâm thần; nhà an dưỡng cho người nghiện; = LAUGHING ACADEMY

funny money *noun* tiền giả

funny paper *noun* 1 tờ báo có truyện tranh vui 2 (*không lực*) bản đồ

funny papers *noun* bản đồ địa hình

funny puff *noun* điếu thuốc cần sa

funny ward *noun* một khu trong bệnh viện dành cho bệnh nhân tâm thần

funny water *noun* thức uống có cồn

funny-wunsy *adjective* dễ thương; trông buồn cười

fur *noun* 1 âm hộ; lông mu 2 tóc giả phụ nữ

furball *noun* trận không chiến

fur beef *noun* án tù vì tội hiếp dâm

furburger *noun* 1 (*sinh viên*) âm đạo; gái mại dâm 2 (*sinh viên*) một phụ nữ hấp dẫn; = EATIN' STUFF

furnace *noun* (*cờ bạc*) một sự kiện tạo ra sự cá cược lớn

furphy *noun* tin tức; tin đồn; tin đồn vô căn cứ

fur pie *noun* 1 âm hộ và lông mu 2 sự kích thích bộ phận sinh dục nữ bằng miệng

furry *adjective* sợ hãi; kinh hãi; khiếp sợ; = HAIRY

fuse box *noun* đầu; não

fuselighter *noun* lính pháo binh

fussbudget *noun* người hay lo kinh niên

fusspot *noun* 1 người om sòm, người hay quan trọng hoá vấn đề 2 người rất tỉ mỉ và cầu kỳ; người hay nhắng nhít

futy 1 *noun* âm hộ đàn bà 2 *verb* quan hệ tình dục; = FUCK 3 *verb* = FUTZ AROUND 4 *verb* làm ầm lên; cầu nhàu; than phiền; = BITCH

futz¹ 1 *noun* âm hộ 2 *verb* = FUCK 3 *verb* (cũng là *futz with*) can thiệp vào; thay đổi bất cập; làm hỏng; = FUCK UP 4 *noun* một người đáng ghét, đặc biệt là người già; = ALTER KOCKER

futz around *verb* 1 bỏ phí thời gian; sửa chữa qua loa; = FUCK OFF 2 thử nghiệm; chơi; = MESS AROUND 3 thách thức; thách đố; = FUCK WITH

futzed up *adjective* lộn xộn; rối tung; làm hỏng; = FUCKED UP

futz up *verb* làm sai; phạm lỗi lầm

futz something up *verb* làm cái gì rối tung lên; làm hỏng cái gì

fuzz *noun* (*từ những năm 1930, người da đen*) cảnh sát

fuzz or **fuzzle** *verb* 1 xáo bài (trong bộ bài) bằng cách đồng thời rút bài phía trên và phía dưới xấp bài 2 say rượu

fuzzbuster *noun* một thiết bị dò tìm tín hiệu radar của cảnh sát

fuzzed or **fuzzled** or **fuzzy** *adjective* say rượu hoặc say ma tuý

fuzz-face *noun* người đàn ông có râu

fuzzie *noun* cô gái; phụ nữ trẻ

fuzznuts *noun* người đáng khinh; người đê tiện; = JERK

fuzz nutted *adjective* thiếu kinh nghiệm; non nớt; mới vào nghề

fuzz station *noun* đồn cảnh sát; trạm cảnh sát

fuzztail *noun* con ngựa

fuzzword *noun* một thuật ngữ tối nghĩa

fuzzy *noun* 1 (cũng là *fuzzie*) cảnh sát viên; = FUZZ 2 (*cờ bạc*) một điều chắc chắn, chẳng hạn một con ngựa chắc chắn thắng; = SURE THING 3 (*đua ngựa*) con ngựa có khả năng thắng đua cao 4 (*trong bộ bài*) quân joker

fuzzy *adjective* 1 mơ hồ; không chắc chắn • I'm a little fuzzy on the details: *Tôi còn hơi mơ hồ về những chi tiết.* 2 say rượu

fuzzy cup *noun* (*người da đen*) âm hộ đàn bà

fuzzy-wuzzy *noun* cục bụi

G

gabber *noun* người lắm mồm; người ba hoa; người nói bép xép; = GASBAG, MOTOR-MOUTH

gabby *adjective* lắm mồm; ba hoa; nhiều chuyện

gabfest *noun* cuộc họp nói chuyện và tán gẫu; một dịp nói nhiều; = CHINFEST

Gabriel *noun* người chơi kèn trompet

gab room *noun* nhà vệ sinh nữ, nơi các phụ nữ nói chuyện phiếm với nhau

gadget *noun* 1 đồ vật nhỏ không biết tên hoặc không muốn nêu tên; = THINGAMAJIG 2 một món đồ không cần thiết nhưng có lẽ ấn tượng được cộng thêm vào như vật trang trí hoặc sự đút lót

gadgetry *noun* thiết bị khéo léo hoặc gây ấn tượng, đặc biệt là đồ điện tử hoặc cơ khí

gaff *noun* 1 (*lễ hội và người bán hàng rong*) một thiết bị hoặc hành động giấu kín khiến khách hàng không thể thắng; = GIMMICK 2 đồng hồ đeo tay giả 3 dụng cụ được chế ra để che giấu đi hình dạng dương vật của người đàn ông (người đàn ông này thích ăn mặc giống phụ nữ)

gaff *verb* 1 chỉnh sửa nhằm mục đích gian lận 2 lừa đảo, nhất là bằng cách trả thiếu tiền đổi 3 (*hội chợ*) dùng một thiết bị được che giấu (để khách hàng chơi không thắng như ở hội chợ), đặc biệt để đánh lừa 4 (*hải quân*) khiển trách; quở trách thậm tệ

gaffer *noun* 1 (*xiếc và lễ hội*) người quản lý 2 bố của ai; = OLD MAN 3 một ông lão; một ông già nhà quê chất phát

gag *noun* 1 lời nói đùa; chuyện khôi hài 2 cách; lối; thói; kiểu; lệ thường 3 (*nền công nghiệp truyền hình và điện ảnh*) cảnh ngoạn mục; cuộc biểu diễn phô trương 4 mẹo xin tiền của người ăn xin, khiến người khác mủi lòng 5 án tù chung thân 6 một trò đùa; một trò bịp 7 (*người lang thang*) cái cớ để cáo lỗi cũ rích 8 (*sân khấu*) lời nói, cử chỉ, câu khôi hài do diễn viên cương lên (tự chêm vào) trong lúc diễn xuất

gag *verb* 1 lo lắng, bối rối do gặp phải thách thức lớn 2 (*diễn viên*) tự cương thêm lời nói hoặc cử chỉ

gaga *adjective* 1 (*những năm 1920, Anh*) điên rồ; lập dị; không có lý trí 2 rực rỡ; tỏa sáng

gage or **gauge** *noun* 1 (*ma túy, người da đen*) cần sa 2 rượu uýt-ki rẻ tiền 3 thuốc lá

gage (or **gauge**) **butt** *noun* (*giới ma túy*) điếu thuốc cần sa; = JOINT

gaged *adjective* say rượu; phê ma túy

gagers *noun* đôi mắt

gagged *adjective* đáng khinh; ti tiện; hèn hạ

gagger *noun* người hoặc vật đáng ghét, ghê tởm

gag me or **gag me with a spoon** *sentence* (*thanh thiếu niên*) tôi rất chán ghét; tôi sắp nôn mất

gago *noun* (*dân Gypsi*) một người không phải là dân Gypsi [dân Gypsi là dân du mục ở châu Á, sống thành từng đoàn bộ hành]

gal *noun* một phụ nữ [tương đương *guy* cho đàn ông]

gal (or **girl**) **Friday** *noun* nữ trợ lý hoặc thư ký, đặc biệt trong một văn phòng; = GOFER

gall *noun* sự láo xược; sự kiêu căng ngạo mạn; hành động vô liêm sỉ; = CHUTZPAH

galley-west *adjective* lộn xộn; hỗn loạn; = FUCKED UP

galloping bones *noun* súc sắc

galloping dominoes *noun* súc sắc

galoot *noun* (*từ giữa những năm 1800*) một người cục mịch hoặc vụng về [rất thường dùng trong cụm từ "*big galoot*"]

gal pal *noun* 1 người bạn mang giới tính nữ của một phụ nữ 2 người bạn mang giới tính nữ của một gã đồng tính

galumph *verb* 1 nhảy lên vì hoan hỉ hoặc đắc chí 2 đi vênh váo; đi vênh vang; dương dương tự đắc

galumph around *verb* đi quanh quẩn

galumphing *adjective* không trang nhã; nặng nề và cồng kềnh

gam[1] *noun* (*từ cuối những năm 1800, Anh*) chân [có lẽ từ tiếng Ý *gamba* hoặc *gambe* của miền nam nước Pháp nghĩa là "chân"] * thường dùng ở số nhiều

gam[2] 1 *verb* (*người da đen*) khoe khoang; nói khoác 2 *verb* (*người da đen*) tán tỉnh; ve vãn 3 *verb* tán gẫu; chuyện trò thân mật 4 *noun* buổi tiệc; buổi họp mặt trò chuyện

game *noun* 1 nghề của ai; công việc kinh doanh; = RACKET 2 phong cách nói, cử chỉ của một người 3 hoạt động phạm pháp; nghề nghiệp phạm pháp 4 sự cố gắng lừa đảo

the Game *noun* lối sống của kẻ sống ngoài vòng pháp luật

game *verb* 1 lừa; gạt 2 tán tỉnh; ve vãn; theo đuổi

game *adjective* sẵn lòng làm việc gì • *Is anybody game for some pizza?*: Có ai sẵn sàng ăn một ít pizza không?

game face *noun* (*thể thao*) thái độ, nét mặt thể hiện sự tập trung cao độ khi thi đấu

game plan *noun* một kế hoạch hành động; chiến lược để chiến thắng

gamer *noun* (*bóng chày và bóng đá*) vận động viên gan góc, không chùn bước, đặc biệt là người chơi với chấn thương

game time *noun* thời điểm để làm những việc phải làm; thời gian đi làm

gams *noun* chân; chân phụ nữ

gander 1 *noun* cái nhìn 2 *verb* xem; nhìn vào • *Want to gander at TV for a while?: Muốn xem TV một lúc không?* 3 *noun* sự xem xét; kiểm tra kỹ • *I'll have a gander at the prices: Tôi sẽ xem xét giá cả.* 4 *noun* (*thế giới ngầm*) sự giám sát tội phạm

gandy dancer *noun* 1 (*người lang thang, đường sắt và thợ đốn gỗ*) công nhân đường sắt 2 (*thợ đốn gỗ*) bất kỳ người lao động tay chân nào 3 (*lễ hội*) người bán đồ chơi, đồ trang trí, v.v.. thường ít giá trị

gangbang *noun* (biến thể: **shag** or **shay** có thể thay thế **bang**) 1 sự giao cấu lần lượt giữa một người với nhiều bạn tình khác 2 cuộc truy hoan, nhiều cặp đôi làm tình với nhau 3 trận ẩu đả, trận đánh nhau giữa các băng nhóm thanh niên

gangbang *verb* 1 giao cấu, làm tình lần lượt với nhiều bạn tình 2 làm thành viên tích cực trong nhóm; đánh nhau với băng nhóm khác

gangbusters *noun* một sự kiện cuồng nhiệt, nhộn nhịp và thành công; một thành công lớn và đáng chú ý; = HIT

gang-fuck *verb* giao cấu, làm tình lần lượt với nhiều người, có thể là tình dục đồng giới hoặc khác giới

gangland *noun* 1 thế giới tội phạm có tổ chức; môi trường của kẻ cướp 2 *modifier:* *a gangland-style slaying: một vụ giết chóc theo kiểu tội phạm có tổ chức*

gang plank *noun* (*giới tài xế xe tải*) cầu thu lệ phí

gangplank fever *noun* (*quân đội*) nỗi lo bị điều đi chiến trường ở hải ngoại

gang shag or **gang shay** *noun* sự giao cấu, làm tình lần lượt với nhiều bạn tình

gangster *noun* 1 (*ma túy*) cần sa 2 điếu thuốc lá; điếu thuốc cần sa 3 thành viên của một băng tội phạm; = MOBSTER 4 *modifier:* *gangster movie: phim về găng-xtơ*

gangster lean *verb* lái xe bằng tay trái, tay phải tựa vào bên phải của xe

gang-up *noun* sự giao cấu, làm tình tập thể, trong đó có nhiều người chủ động và một người thụ động

gang up on someone or something *verb* kết hợp chống lại kẻ thù

ganja *noun* (*ma túy*) một loại cần sa mạnh lấy từ một giống cây gai dầu trồng ở Ấn Độ [từ tiếng Hindi]

gank *noun* cần sa

ganze macher *noun* 1 người bận rộn với nhiều việc, đặc biệt là một cách bí ẩn và nhiều sự; = BIG-TIME OPERATOR 2 một người quan trọng; = BIG SHOT, VIP [từ tiếng Đức cổ của người Do Thái ở Đông Âu hoặc Trung Âu, có nghĩa là "người lúc nào cũng bận rộn"]

gape *verb* đi lang thang; lãng phí thời gian

gaper *noun* 1 người ngu đần [viết tắt của *"gaping asshole"*] 2 cái gương

gaper's block or **gaper delay** *noun* nạn kẹt xe do những người lái xe tò mò đi chậm lại để xem tai nạn hoặc chuyện thú vị khác; = RUBBER-NECKING

gaping and flaming *adjective* (*buổi tiệc*) cuồng nhiệt, hỗn loạn, vui

gaping asshole *noun* kẻ ngu đần

GAPO *noun* mùi hôi nách [viết tắt của *"gorilla armpit odor* hoặc *giant armpit odor"*]

gaposis *noun* khoảng trống được tạo ra giữa những nút khi mặc áo/ quần quá bó

garbage *noun* 1 (*người lang thang*) đồ ăn hoặc bữa ăn 2 bất cứ gì kém cỏi và vô giá trị; = CRAP, JUNK 3 *modifier:* *I call it a garbage movie: Tôi gọi nó là một bộ phim rác rưởi.* 4 hê-rô-in; hê-rô-in kém chất lượng 5 thức ăn hàm lượng protein thấp và carbohydrate cao, không đúng chế độ ăn của người tập thể hình 6 phần trang trí bày trong ly cocktail 7 (*bài poker*) những lá bài bị bỏ ra để đổi với những lá khác 8 sự vô nghĩa; điều bậy bạ; chuyện vô lý; = BULLSHIT 9 hình lộn xộn trên máy vi tính

garbage down *verb* (*hải quân và sinh viên, thế chiến II*) ăn nhanh; ăn vội; dùng bữa; = CHOW DOWN

garbage habit *noun* (*ma túy*) việc dùng hỗn hợp ma túy

garbage head *noun* 1 kẻ nghiện rượu nặng đến mức có thể uống bất kỳ loại rượu nào để thoả mãn 2 (*ma túy*) người trộn lẫn nhiều loại ma túy

garbage in – garbage out câu nói thông dụng để cảnh báo người dùng máy tính: nếu bạn lập trình sai thì hậu quả rất khó kiểm soát

garbage mouth *noun* người nói những lời tục tĩu, bẩn thỉu

garbage something **down** *verb* nuốt tọng; nuốt chửng

garbage up *verb* 1 ăn 2 (*môn thể hình*) ăn khác với chế độ ăn hàng ngày

garden *noun* 1 = OUTER GARDEN 2 (*đường sắt*) bãi chứa hàng

gardener *noun* 1 (*bóng chày*) cầu thủ ở khu vực ngoài 2 (*ma túy*) người giấu ma túy trên máy bay để buôn lậu

garden tool *noun* gái điếm; đĩ

garden-variety *adjective* bình thường; tầm thường; = RUN-OF-THE-MILL

gargle 1 *verb* uống rượu 2 *verb* (*tài xế xe tải*) tháu nước và làm sạch bộ tản nhiệt của xe tải 3 *noun* rượu; một ly rượu

gargle factory *noun* quán rượu

gargler *noun* người uống rượu quá nhiều; người nghiện rượu

garlic-burner *noun* (*người lái xe mô tô*) chiếc xe mô tô được chế tạo tại Ý

gar-mouth *verb* đe doạ những điều không thể hoặc không làm được

garnish *noun* tiền mặt

gas *noun* 1 cuộc nói chuyện vu vơ; những tuyên bố xuyên tạc và phóng đại; = BULLSHIT 2 kinh nghiệm hoặc tình huống thú vị, thoả mãn 3 pin; ắc quy 4 (*bi-da*) sức đẩy tới; lực 5 sự đầy hơi 6 (cũng là *gasser*) lời nói đùa; trò đùa tinh nghịch; thời gian vui vẻ cuồng nhiệt 7 rượu, đặc biệt là rượu kém chất lượng 8 (*người lang thang*) rượu bị biến chất hoặc một chất lỏng nào khác thay thế cho rượu 9 (*từ đầu những năm 1900*) xăng

a gas *noun* thứ gì đó rất ấn tượng, thú vị, v.v..

gas *verb* 1 nói chuyện phiếm; nói vớ vẩn 2 trêu chọc; đùa; chơi khăm 3 làm vừa lòng; làm vui thích 4 (*có một thời gian*) vui vẻ thoải mái 5 (cũng là *gas up*) uống quá độ; say rượu 6 gây ấn tượng không tốt với khán giả; = BOMB

gasbag 1 *noun* kẻ nói nhiều; kẻ khoác lác; kẻ hay khoe khoang; = WIN-BAG 2 *verb* nói nhiều; nói khoác lác hoặc hay khoe khoang

gas-guzzler *noun* xe ô tô, đặc biệt loại xe Mỹ rộng lớn và dài, rất tốn nhiều xăng

gash[1] *noun* 1 (*từ những năm 1700*) âm hộ 2 phụ nữ được xem là bạn tình 3 hành động quan hệ tình dục; = ASS

gash *verb* làm tình; giao cấu

gash[2] *noun* (*thế chiến II, hải quân, Anh*) những phần bổ sung hoặc bất ngờ, chút may mắn, v.v..; những phần chia; lợi tức chia thêm

gashawk *noun* máy bay

gash hound *noun* 1 (*người lang thang*) một người uống cồn bị biến chất hoặc chất khác thay thế cho rượu 2 người đàn ông thèm muốn phụ nữ

gas house *noun* (*quân đội, thế chiến II*) quán rượu; quán bia

gas man *noun* nhà báo; nhân viên báo chí; = FLACK

gas-passer *noun* bác sĩ gây mê

gasper *noun* điếu thuốc lá

gassed *adjective* 1 say rượu hoặc say ma tuý 2 rất khâm phục; rất ngưỡng mộ

gasser *noun* 1 = GASBAG 2 bất cứ điều gì hoặc bất cứ ai cực kỳ thú vị, ấn tượng, đáng nhớ, v.v.; a GAS 3 bất cứ ai hoặc việc gì cực kỳ tẻ nhạt, tầm thường, v.v.; = CORNBALL, BOMB 4 *xem* GAS

gassy *adjective* 1 tuyệt; dễ mến; hài hước 2 ba hoa; lắm mồm; tự cao tự đại

gas up *verb* đổ đầy xăng

gas something up *verb* làm thú vị hơn, hứng thú hơn hoặc phấn khích hơn, v.v.. = JAZZ something UP

gat 1 *noun* (*từ đầu những năm 1900*) súng, đặc biệt là súng lục 2 *verb* bắn; nhắm bắn

gate *noun* 1 tiền thu được từ việc bán vé cho một sự kiện thể thao hay sự kiện giải trí khác 2 (*nhạc sĩ nhạc jazz*) sự cam kết biểu diễn; = GIG 3 (*nhạc jazz*) nhạc sĩ, nhà soạn nhạc, người mê nhạc jazz; = CAT 4 (*đường sắt*) cái ghi (thiết bị để nối các đường ray) 5 người chơi nhạc jazz; người đúng mốt, hợp thời trang 6 sự phóng thích khỏi nhà tù 7 miệng; mồm 8 sự tống khứ ai đi

gate *verb* tống cổ; đuổi ra; cho nghỉ việc; = GIVE someone THE GATE

gate-crasher *noun* người tham dự tiệc, buổi diễn, v.v.. mà không được mời hoặc không vé; khách không mời mà đến

gatemouth *noun* 1 chuyện tầm phào; chuyện phiếm, tán gẫu 2 (*người da đen*) người biết và kể lại việc của người khác; một kẻ thích ngồi lê đôi mách

gate out *verb* rời khỏi nhà tù sau khi được thả

gator or **'gator** *noun* (*người da đen, từ những năm 1920*) = ALLIGATOR

gatoring *noun* một dạng tiết mục đệm của phòng khiêu vũ mà những người tham gia xoay quanh nhau trên sàn

gat up *verb* (*thế giới ngầm xưa*) tự vũ trang súng lục

gat-up *noun* (*thế giới ngầm xưa*) vụ cướp có vũ trang

gaucho *verb* chổng mông vào ai, thường qua cửa kính xe ô tô

gauge *noun* 1 súng shotgun; súng săn 2 (*ma túy*) cần sa

gawk *noun* (*xiếc và lễ hội*) người địa phương lảng vảng xung quanh khi người ta dựng hay tháo dỡ rạp

gawk *verb* nhìn chằm chằm; trố mắt ra nhìn một cách đần độn

gay *noun* người đồng tính [được dùng rộng rãi bởi những người bình thường thay vì những từ miệt thị]

gay *adjective* 1 đồng tính 2 dành cho hoặc được dùng bởi những người đồng tính 3 tồi tệ; ngu dốt; không có phong cách

gay bar *noun* quán bar phục vụ khách hàng đồng tính

gay-bashing *noun* 1 sự quấy rối của những người đồng tính 2 *modifier*: after his arrest in a gay-bashing case: sau khi bắt giữ ông ta trong một vụ kiện quấy rối của người đồng tính

gay boy *noun* đồng tính nam, đặc biệt là người thu hút sự chú ý và trẻ tuổi

gay-cat *noun* 1 (*người lang thang, từ đầu những năm 1900*) người lang thang; đặc biệt là người mới bắt đầu 2 (*cũng là gey-cat*) anh chàng đồng tính 3 (*thế giới ngầm xưa*) tên tội phạm mới vào nghề đóng vai trò người cảnh giới, chim mồi, v.v.. 4 người đàn ông vui vẻ, thoải mái; người theo chủ nghĩa khoái lạc; = DUDE

gaycat *verb* có thời gian rảnh; không âu lo; nghỉ ngơi

gay ghetto *noun* khu tập trung đông người đồng tính sinh sống

gay (or **Gay**) **lib** *noun* 1 phong trào ủng hộ quyền và bảo vệ người đồng tính 2 *modifier*: a gay lib alliance: liên minh phong trào ủng hộ quyền của người đồng tính

gayola or **gay-ola** 1 *noun* sự tra khảo, sự moi lời khai từ người đồng tính của cảnh sát 2 *noun* sự hối lộ, sự hăm dọa, sự tống tiền được chi trả bởi doanh nghiệp và những người đồng tính, đặc biệt cho cảnh sát 3 *adj* đồng tính; = GAY

gazebbies *noun* ngực phụ nữ

gazabo *noun* (*vùng Tây Nam nước Mỹ*) anh chàng; gã; = GUY

gazer *noun* (*ma túy*) nhân viên phòng chống ma túy liên bang; = NARC

gazillion *noun* rất nhiều

gazinkus or **gazunkus** *noun* dụng cụ; đồ vật nhỏ

gazizzey or **gazob** *noun* kẻ ngốc; kẻ ngu đần

gazonga *noun* mông; = ASS

gazongas *noun* ngực phụ nữ

gazook *noun* 1 người đàn ông ồn ào, thô lỗ 2 cậu bé; gã trai

gazookus *noun* (*lễ hội*) món đồ thật; hàng thật

gazooney or **gazoonie** *noun* 1 (*đầu những năm 1900*) thanh niên đồng tính; = PUNK 2 (*người lang thang*) người lang thang trẻ và non nớt 3 (*đội thương thuyền*) người ngu dốt; người dốt nát 4 (*xiếc*) người phụ tá huấn luyện thú vật

gazoony *noun* 1 người sống tách biệt xã hội bình thường; tội phạm 2 người lao động chân tay trong lễ hội 3 người cho (thụ động) trong quá trình giao cấu bằng đường hậu môn 4 tên côn đồ; kẻ thích dùng vũ lực

gazumph *verb* 1 tăng giá tiền của ngôi nhà sau khi nó được bán đi 2 buộc ai phải chấp nhận giá tiền tăng lên của ngôi nhà sau khi nó được bán đi

GB or **gb** *noun* (*phát âm theo từng chữ cái riêng*) = GOOFBALL

gd or **g-d** *adjective* [*phát âm theo từng chữ cái riêng*] mắc dịch; chết bầm [viết tắt của "*goddamned*"]

GE *noun* ghế điện [tôn kính đối với hãng "*General Electric*"]

gear *noun* 1 vật; đồ dùng 2 (*thuộc người phụ nữ*) những đặc điểm đặc trưng, đặc biệt về cơ quan sinh dục ngoài 3 người đồng tính 4 dấu hoa thị (*)

gear *adjective* 1 thích thú; cuồng; mê mẩn 2 rất tốt; ngoại hạng; ưu tú

gear oneself or **gear oneself up** *verb* chuẩn bị sẵn sàng về mặt tâm lý; = PSYCH oneself

gearbox or **gearhead** *noun* người ngu ngốc; đồ ngốc; = DIMWIT

geared or **geared up** *adjective* 1 say rượu 2 bị kích động; phấn khích; đê mê; ngây ngất; = HIGH 3 sẵn sàng làm bạn, tạo lập mối quan hệ với người đồng tính

gear-jammer *noun* (*tài xế xe tải*) tài xế xe tải hoặc xe buýt

gears *noun* tinh hoàn; hòn dái

gear up *verb* 1 thay đồ; mặc đồ • Hurry up and gear up!: *Nhanh lên, mặc đồ vào!* 2 chuẩn bị; sẵn sàng • to gear up production: *đẩy*

G

mạnh sản xuất

gedunk or **geedunk** noun (*hải quân, thế chiến II*) kem, kẹo, khoai tây chiên, nhiều loại thức ăn nhanh khác; cửa hàng bán đồ ăn nhanh

gedunk truck noun xe tải cung cấp lương thực thực phẩm

gee noun 1 người đàn ông; gã; anh chàng; = GUY 2 xe ăn cắp; xe bị trộm 3 thuốc phiện; hê-rô-in 4 tù nhân khéo léo, tinh quái, được quan tâm đặc biệt; người đứng đầu một băng đảng trong tù; = the MAN 5 một phần rượu; một ga-lông hoặc một ly rượu [ga-lông là đơn vị đo lường chất lỏng bằng 4,54 lít ở Anh; 3,78 lít ở Mỹ] 6 một ngàn đô; = GRAND 7 (*thế giới ngầm*) súng lục; = GAT [viết tắt của "*gun*" hoặc "*gat*"]

gee! or **jee!** interj thán từ, chỉ sự ngạc nhiên, giật mình, ngượng ngùng, v.v..; = GEE WHIZ • *Gee, I like your new car!*: Chà, tôi thích chiếc ô tô mới của anh quá!

gee adjective (*thanh thiếu niên*) thô tục; kinh tởm; đáng ghét; = GROSS

geechee or **geechie** noun 1 (*đặc biệt người da đen*) người da đen nông thôn miền quê, thất học, khó hiểu 2 phương ngữ, văn hóa v.v.. của người da đen nông thôn hoặc bờ biển miền Nam 3 người dân vùng đất thấp ở Nam California, đặc biệt người ở vùng Charleston

geechie noun (*quân đội, thế chiến II*) phụ nữ vùng Nam Thái Bình Dương, đặc biệt những quần đảo do lực lượng Mỹ chiếm đóng trong thế chiến II

geed (or **g'd**) **up** adjective 1 (*ma túy*) say ma túy 2 ăn mặc theo kiểu thanh niên choai choai 3 (*người lang thang*) méo mó và khập khiễng

geedus or **geetis** or **geetus** noun (*từ những năm 1930, xiếc và lễ hội*) tiền

geegaw or **gewgaw** or **googaw** noun dụng cụ; đồ vật nhỏ

gee-gee noun (*cuộc đua ngựa, Anh*) một con ngựa, đặc biệt một con ngựa đua tầm thường

geek noun 1 (*lễ hội và xiếc*) một gã kỳ quái hay xuất hiện ở lễ hội, thường là kẻ nghiện rượu hoặc nghiện ma túy, là người ngồi hoặc bò lên đống phân của mình hoặc có khi cắn đầu gà, đầu rắn 2 (*xiếc và lễ hội*) người dụ rắn nghiện máy tính 3 người ham học, lấy sự học làm trên hết; người quá chú tâm vào sách vở; người 4 kẻ đồi trụy hoặc hư hỏng, đặc biệt là người sẽ làm những việc đáng tởm để xoa dịu sự ham muốn đồi trụy; = CREEP, WEIRDO 5 người nghiện rượu; = LUSH 6 gã đáng khinh, ghê tởm; vụng về; người quái dị 7 khách làng chơi; khách mua dâm (ham muốn tình dục cao) 8 người, người lính hoặc người dân của nước Đông Á

geek verb 1 lên cơn khi thiếu ma túy 2 hành động ngốc nghếch

geekazoid noun người quái gở, lập dị; kẻ ngu ngốc

geekdom noun lĩnh vực khác của những sinh viên cần mẫn hoặc những người đam mê hoạt động trí não

geek out verb 1 tham gia vào một lĩnh vực thuộc kỹ thuật, khó giải thích 2 học cật lực; học chăm chỉ

geek up verb hăm dọa • *He geeked up a witness into silence*: Hắn đã hăm dọa nhân chứng phải im lặng.

geep noun (*công nhân bốc xếp ở bến tàu*) một thủy thủ rời tàu để làm việc như công nhân bốc xếp ở bến tàu

geepo noun (*thế giới ngầm*) kẻ chỉ điểm; = STOOL PIGEON

geese noun một vụ trộm

Geesh! interj Trời ơi! [thể hiện sự sốc và sự khó chịu] • *Geesh! I love my work but hate my job!*: Trời ơi! Tôi thích làm việc nhưng lại ghét công việc của tôi!

gee string or **G-string** noun mảnh vải nhỏ mặc để che bộ phận sinh dục, đặc biệt cho các vũ công thoát y

geets noun tiền; = GEEDUS

geetus noun tiền

gee whiz noun (*thế giới ngầm*) kẻ móc túi có vũ trang

gee whiz! 1 interj dùng để biểu lộ sự ngạc nhiên, thất vọng hoặc dùng để nhấn mạnh; = GOSH 2 adj nhiệt tình; rất ấn tượng [một uyển ngữ cho *Jesus*]

gee willikers! interj thật kỳ quái!; kỳ chưa!

geeze or **geez** or **geaze** verb (*ma túy*) tiêm dưới da

geeze or **geez** or **geaze** or **greaze** noun hê-rô-in; mũi tiêm ma túy; ma túy narcotics

geezed or **geezed up** adjective 1 say rượu 2 (*ma túy*) phê ma túy; = GEED UP, HIGH

geezer noun 1 anh chàng; gã; = DUFFER, GUY 2 một hớp rượu uýt-ki 3 người già yếu; một ông già kỳ quặc 4 người sử dụng ma túy tiêm vào tĩnh mạch

geezo noun 1 tù nhân, đặc biệt là tù nhân từng trải, có kinh nghiệm 2 một vụ cướp có vũ khí

gehuncle noun người què quặt; người đi khập khiễng

gel noun 1 thuốc nổ để phá két sắt 2 người lạc lõng trong xã hội, không có khả năng giao tiếp trong xã hội

gel verb 1 nghỉ ngơi thư giãn 2 định hình

gelt or **geld** noun (*từ cuối những năm 1600*) tiền [từ tiếng Đức và tiếng Yiddish]

gender-bender adjective nửa nam nửa nữ

general noun 1 thủ trưởng; người đứng đầu 2 (*đường sắt*) người dồn toa

generic adjective 1 ngu ngốc; đáng chán 2 rẻ; đơn giản; không mong muốn

gent noun anh chàng; gã; thằng cha; = GUY

gentleman's C noun điểm vừa đủ đạt được

the gentleman will take a chance sentence (*quầy bán đồ ăn trưa*) người đàn ông gọi món thịt băm

the gents noun nhà vệ sinh dành cho nam

George noun 1 (*những năm 1950, rock and roll*) người chỉ chỗ ngồi trong rạp hát 2 (*phi công*) hệ thống lái tự động máy bay 3 người đánh bạc cho tiền tip người chia bài, hoặc đại diện cho người chia bài để đặt cược 4 người chơi bài may mắn và lão luyện

George adjective (cũng là *george*) (*thanh thiếu niên*) tuyệt vời; tốt

George interj = BY GEORGE

george verb 1 làm tình; quan hệ tình dục 2 đề nghị làm tình; mời gọi quan hệ tình dục; = PROPOSITION 3 đại tiện; ỉa

Georgie noun một người bạn gái tình cờ

geri noun một người già

gerk noun ông già khờ khạo

germ noun người đáng khinh, ti tiện, hèn hạ

German goiter noun bụng bia; = BEER BELLY

Geronimo! interj Tôi đi đây! [lính dù nói trước khi nhảy dù] • *There's my turn. Geronimo!*: Đến lượt tôi rồi. Tôi đi đây!

get noun 1 con cái; con cháu; dòng dõi 2 (*ngành biểu diễn*) = GATE,

TAKE 3 (*thế giới ngầm xưa*) tuyến đường hoặc lộ trình chạy trốn của tội phạm

get *verb* 1 hiểu thấu về mặt tinh thần; hiểu • Do you get me?: *Anh có hiểu em không?* 2 chú ý đến; lưu ý tới 3 báo thù; trả miếng lại ai

get one's *verb* 1 nhận được sự trừng phạt xứng đáng 2 trở nên giàu có; nhận được phần của cải lớn

get a bag on *xem* TIE A BAG ON

get a bang (or **charge**) **out of** someone/something or **get a kick out of** someone/something *verb* cảm giác kích động hoặc rộn ràng về ai hoặc cái gì

get (or **draw**) **a bead on** someone or something *verb* 1 nhắm bắn ai hoặc cái gì bằng súng; nhắm kỹ đích 2 để mắt đến; lưu tâm 3 tập trung một cách thành công

get a broom up one's **ass** *xem* HAVE A BROOM UP one's ASS

get a buzz out of someone/something *verb* cảm thấy vui vẻ, hài hước về ai hoặc cái gì • I thought you'd get a buzz out of that gag: *Tôi nghĩ anh sẽ cảm thấy vui vẻ về trò khôi hài đó.*

get (or **have**) **a can on** *verb* (*đặc biệt những năm 1920*) say rượu

get one's **act together** or **get** one's **shit together** or **get** one's **stuff together** *verb* 1 thu xếp; sắp xếp xong • Let me get my act together, and I'll be right with you: *Để tôi thu xếp, rồi tôi sẽ đến ngay với anh.* 2 (cũng là **get** one's **head together**) bình tĩnh lại • As soon as I get my head together, I can be of more help: *Ngay khi tôi bình tâm lại, tôi có thể giúp được nhiều hơn.*

get a clue *verb* (*giới trẻ dùng*) hiểu; hiểu thấu; nắm vững (vấn đề)

get something **across** (or **over**) *verb* giải thích hoặc thực hiện thành công cái gì; = PUT something ACROSS

get a crush on someone *xem* HAVE A CRUSH ON someone

get a fix or **get a gift** *verb* mua ma túy; dùng một liều ma túy

get (or **have**) **a free ride** *verb* thưởng thức việc gì miễn phí; nhận việc gì không mất tiền

get a gift *xem* GET A FIX

get a handle on something *verb* 1 hiểu rõ được cái gì • I can't really get a handle on the situation here. What's happening?: *Thật sự tôi không thể hiểu rõ được tình hình ở đây. Đang có chuyện gì vậy?* 2 tìm được cách đối phó • Sometimes I think I haven't got a handle on things anymore: *Đôi khi tôi nghĩ tôi đã không tìm ra cách đối phó mọi việc nữa.*

get (or **take**) **a hinge at** *verb* (*đặc biệt những năm 1930*) nhìn; liếc qua • I only write to you letters instead of getting a hinge at your kisser: *Anh chỉ viết đến em những bức thư thay vì nhìn mặt em.*

get a hump on *verb* tăng tốc; làm nhanh; = GET A MOVE ON

get a hustle on *xem* GET A MOVE ON

get a kick out of so/sth *xem* GET A BANG OUT OF so/sth

get a life! *exclam.* được sử dụng để chọc ai khi họ mơ mộng, xa rời thực tế hay khi họ quá say mê thứ gì đó • Jesus, Ann, get a life. I just asked what he looked like: *Chúa ôi, Ann, hãy sống tích cực lên. Tôi chỉ hỏi trông anh ta như thế nào thôi.*

get a load of something or someone *verb* 1 nhìn ai hoặc cái gì 2 lưu ý đến ai hoặc cái gì • Get a load of that pretty woman!: *Hãy chú ý đến người đàn bà đẹp kia!*

get a load off one's **feet** or **take a load off** one's **feet** *verb* ngồi xuống và nghỉ ngơi

get a load off one's **mind** *verb* nói về điều mình suy nghĩ; nói lên tâm tư của mình • I'm sorry, but I just had to get a load off my mind: *Tôi xin lỗi, nhưng tôi phải nói điều mình suy nghĩ thôi.*

get along (or **on**) *verb* 1 sống mà không có niềm vui hoặc nỗi đau khổ lớn nào; sống tạm được; trải qua; = GET BY 2 hợp; ăn ý; kết bạn dễ dàng • He didn't get along with the boss: *Anh ta không hợp với xếp.* 3 trở nên già; già đi

get a move on *verb* (biến thể: **hump** or **hustle** or **wiggle** có thể thay thế **move**) tăng tốc; làm nhanh; tiến hành gấp rút; = GET GOING

get an eyeball on someone/ something *verb* nhìn thấy ai hoặc cái gì

get an offer one **can't refuse** *xem* MAKE AN OFFER one CAN'T REFUSE

get any or **get anything** or **get enough** or **get a little bit** *verb* làm tình; quan hệ tình dục

get a rise out of someone *verb* (*từ đầu những năm 1800, Anh*) làm cho ai khó chịu hoặc giận dữ do trêu chọc; làm ai phát khùng • His joke got a rise out of the crowd: *Lời nói đùa của hắn làm cho đám đông khó chịu.*

get a roll of stamps and mail it in được sử dụng như một lời bình luận hài hước về sự thiếu cố gắng

get a room! dùng để can ngăn biểu lộ sự thân mật, yêu đương ở nơi công cộng

get (or **have**) one's **ashes hauled** *verb* quan hệ tình dục

get one's **ass in a sling** *xem* HAVE one's ASS IN A SLING

get one's **ass** (or **tail**) **in gear** *verb* 1 vội vàng; gấp rút 2 bắt đầu làm việc tích cực; ngừng lãng phí thời gian

get (or **have**) **a toehold** *verb* 1 bước chân vào, tìm được một chỗ đứng trong một tổ chức hoặc trong một mối quan hệ nào đó 2 bám chặt tạm thời vào cái gì • You're got a good toehold on the job, now let's see you take over: *Cậu đã bám rất tốt vào công việc làm, giờ hãy xem cậu tiếp quản như thế nào.*

getaway *noun* 1 buổi sáng cuối cùng của nhiệm vụ quân sự 2 cuộc đào tẩu; hành động chạy trốn; = COP AND HEEL 3 *modifier:* our getaway car: *chiếc xe dùng để chạy trốn của chúng tôi* 4 nơi ẩn nấp sau khi đào tẩu; nơi ẩn náu, trốn tránh 5 kỳ nghỉ ngắn • What you need is a weekend getaway: *Cái anh cần là một kỳ nhỉ ngắn cuối tuần.*

Get away! *interj* Đừng làm phiền nữa! Tôi không tin anh đâu! • Get away! Nobody is that stupid!: *Thôi đi! Không ai ngu đến thế đâu!*

getaway day *noun* (*đua ngựa*) ngày cuối của một cuộc đua ngựa

get away with something *verb* 1 (cũng là **get by with** something) tránh được sự trừng phạt hoặc khiển trách; thoát khỏi hoặc trốn thoát (không bị bắt sau khi làm việc gì hớ hênh hay bất hợp pháp) 2 ăn cắp, ăn trộm cái gì rồi bỏ trốn đem đi

get away with murder *verb* làm điều gì sai trái mà không bị trừng phạt; làm bừa không sao cả • She lets the students get away with murder: *Bà ta bỏ qua lỗi lầm của các học sinh.*

Get a wiggle on! *interj* **Nhanh lên!** • Hey, you guys! Get a wiggle on! We gotta finish before nightfall: *Này, các cậu! Nhanh lên nào! Chúng ta phải xong trước khi trời tối đấy.*

get-back *noun* sự trả thù; hành động trả đũa

get one's or someone's **back up** *verb* nổi giận hoặc làm ai nổi giận, đặc biệt theo kiểu khiến ai cự lại • When they said he was lying, that got his back up: *Khi họ nói hắn ta đang nói dối, điều đó khiến hắn nổi giận.*

not get one's **balls in an uproar** *xem* NOT GET one's BALLS IN AN UPROAR

get one's banana peeled xem HAVE one's BANANA PEELED

get behind verb 1 (*ma túy*) có sự phê ma túy thú vị 2 thích thú việc gì; thưởng thức cái gì

get behind someone/something verb ủng hộ hoặc tán thành ai hoặc việc gì; = PUSH • Let's all get behind the party in the next election: *Tất cả chúng ta hãy cùng nhau ủng hộ đảng trong cuộc bầu cử tới.*

get behind something verb yêu thích cái gì, chẳng hạn như âm nhạc hoặc ma túy

get bent! interj thán từ chỉ sự thách thức, bất tuân • We also talked about the expressions we used in high school. Things like "Get Bent," which was meant to put a guy down: *Chúng tôi cũng nói về những từ ngữ thường dùng ở trường trung học. Những từ như "Kệ mày," dùng để làm ai đó bẽ mặt trước mọi người.*

get one's bowels in an uproar verb trở nên lo lắng và bồn chồn quá nhiều

get brain verb nhận một hành động khẩu dâm (quan hệ tình dục bằng miệng)

get by verb 1 sống được; xoay sở được; = MAKE OUT • She can't get by on such a small income: *Cô ta không thể sống được với thu nhập ít ỏi.* 2 vừa đủ tránh thất bại 3 vượt qua cuộc kiểm tra 4 vượt qua thứ gì đó rất sít sao

get someone by the short hairs (or **curlies** or **knickers**) xem HAVE someone BY THE SHORT HAIRS

get by with something xem GET AWAY WITH something

get (or have) one's card punched verb làm xác minh giấy giới thiệu, công trạng, v.v.. của ai • I'm not here to get my civil-rights card punched: *Tôi không ở đây để xác minh quyền công dân của mình.*

get one's cheese verb đạt được mục tiêu; được tưởng thưởng

get cold feet xem HAVE COLD FEET

get one's cookies verb làm tình; giao hợp

get one's cookies (or **jolies** or **kicks**) verb tận hưởng niềm vui thích nhất; nuông chiều • The owner gets his cookies by walking around in a war bonnet: *Ông chủ vui thích nhất đi dạo với chiếc mũ bê-rê lính.*

get cracking (or **cutting**) verb 1 bắt đầu; khởi đầu 2 đi hoặc làm việc nhanh chóng và đầy nghị lực

Get cracking! imperative Khẩn trương lên!; Bắt đầu đi!; Nhanh lên! • Hurry up! Get cracking!: *Nhanh lên! Bắt đầu đi!*

get one's dander (or **Irish**) **up** verb 1 chọc giận; làm tức điên lên; = PISS OFF 2 nổi giận; cáu; = BLOW one's TOP

get down verb 1 làm tình; quan hệ tình dục 2 (*cá cược thể thao*) đặt cược 3 cố gắng; chú tâm; tập trung; làm tốt việc gì 4 nhảy; khiêu vũ 5 (*người da đen*) để bản thân tự nhiên và không bị kiềm chế 6 (*giới trẻ dùng*) thích thú; khoái trá; vui vẻ 7 (*ma túy*) dùng ma túy, đặc biệt hê-rô-in 8 (*người da đen*) cam kết

get someone down verb làm mất lòng; làm chán nản ai; làm phiền; = MIFF • That constant whine gets me down: *Tiếng rên rỉ không dứt đó đã làm phiền tôi.*

get down on someone verb 1 khiển trách; phê bình ai • Don't get down on me. I didn't do it!: *Đừng khiển trách tôi. Tôi đã không làm việc đó!* 2 rầy la; cằn nhằn • He got down on her all day long: *Anh ta cằn nhằn cô ấy suốt ngày.*

get-down time or **git-down time** noun thời điểm gái mại dâm hoạt động

get down to brass tacks xem DOWN TO BRASS TACKS

get down to cases verb nói chuyện nghiêm túc; nói chuyện thẳng thắn; = TALK TURKEY

get down to some serious drinking verb ngồi uống dai dẳng, triền miên

get down to the nitty-gritty verb tập trung vào việc chính; bàn vào thực chất của vấn đề • If we could only get down to the nitty-gritty and stop wasting time: *Nếu như chúng ta có thể tập trung vào việc chính và đừng lãng phí thời gian nữa.*

get (or have) one's ducks in a row xem HAVE one's DUCKS IN A ROW

geters noun tiền

get even verb 1 làm điểm bằng nhau; gỡ hòa 2 trả thù; báo thù; = EVEN THE SCORE • His motto was "Don't get mad, get even": *Phương châm của hắn là "Không nổi giận, hãy báo thù".*

get face verb giành được sự kính trọng; tăng uy tín • He's doing his best in life to get face: *Anh ta làm những điều tốt nhất trong cuộc sống để giành được sự kính trọng.*

get one's feet wet verb bắt đầu làm quen với cái gì; có trải nghiệm đầu tiên của thứ gì đó [*từ hình ảnh một người bước vào nước một cách rất thận trọng thay vì lao xuống*]

get one's gage up verb 1 = GET one's DANDER UP 2 bị say rượu

get-go or **git-go** or **gitty up** noun lúc bắt đầu • I just find out the nigger stealing me blind since the gitty-up: *Tôi phát hiện ra là gã mọi đen đã trộm của tôi ngay từ đầu.*

get someone's goat (or **nanny**) verb làm cho ai phát cáu hoặc bực mình; chọc tức ai

get going verb 1 rời khỏi; khởi hành; chuồn đi 2 ngừng lười biếng; bắt đầu công việc ngay; = GET CRACKING

get someone going verb làm cho ai kích động; làm cho ai nói năng một cách phấn khởi

get something going (**with** someone) verb bắt đầu một cuộc tình lãng mạn với ai • Mary and Sam got something going: *Mary và Sam có một cuộc tình lãng mạn.*

get one's head out of one's ass verb bắt đầu chú ý đến; = GET ON THE BALL.

get one's head together xem GET one's ACT TOGETHER

get-high noun cô-ca-in nguyên chất; bất cứ loại ma tuý

get one's hooks into someone verb 1 sở hữu, đặc biệt là theo cách trấn lột; nắm được ai • If they get their hooks into you, you're a goner: *Nếu họ nắm được mày thì mày là kẻ vứt đi.* 2 (*phụ nữ*) câu được ai • When she got her hooks into him, she decided he wasn't so great after all: *Khi cô ta câu được anh ta rồi, cô ta nhận thấy anh ta không có gì là ghê gớm.*

get one's hooks into something verb nắm được; kiểm soát được cái gì • If I could get my hooks into the control of the company, I would change things for the better: *Nếu tôi có thể nắm quyền kiểm soát công ty, tôi sẽ thay đổi mọi thứ để làm cho nó tốt hơn.*

get hot verb 1 bắt đầu gặp may mắn, như trong cờ bạc 2 trở nên nhộn nhịp, bận rộn hoặc sôi nổi

get in or **get it in** verb thành công sâu sắc về tình dục

get in bad (**with** someone) verb gặp rắc rối với ai

get-in Betty noun xà beng của trộm

get in someone's face verb khiêu khích ai; thách thức ai

get in someone's hair verb làm phiền hoặc làm bực mình ai; quấy rầy ai

get in on the act verb trở nên liên quan đến, dính líu đến việc gì hoặc với ai

get in the groove *verb* trở nên hòa hợp hoặc quen dần với cái gì • I was uncomfortable at first, but now I'm beginning to get in the groove: *Ban đầu tôi thấy bực bội khó chịu, nhưng bây giờ tôi đang bắt đầu quen dần rồi.*

get in(to) someone's pants *verb* cố gắng quan hệ tình dục với phụ nữ; gạ gẫm dụ dỗ phụ nữ

get into something *verb* dính dáng sâu vào cái gì; đam mê cái gì • I got into computers when I was in junior high school: *Tôi đã đam mê máy tính từ khi còn ở bậc trung học.*

get one's Irish up *xem* GET one's DANDER UP

get it *verb* 1 làm tình; quan hệ tình dục 2 bị phạt, nhất là về mặt thể chất 3 bị giết 4 hiểu một chuyện đùa; hiểu một thông tin • Sorry. I don't get it: *Xin lỗi. Tôi không hiểu điều đó.*

get it (all) together *verb* ổn định về tinh thần; lấy lại bình tĩnh; tĩnh trí lại • When I get it together, I'll try to go back to school: *Khi tôi ổn định về mặc tinh thần, tôi sẽ cố gắng quay lại trường.*

get it in *xem* GET IN

get it in the neck *verb* nhận một cái gì không tốt, như hình phạt hoặc sự chỉ trích • Jimmy was afraid he'd get it in the neck for being late: *Jimmy sợ là anh ấy sẽ bị phạt vì muộn.*

get it off *verb* 1 xuất tinh; đạt cực khoái; = COME OFF 2 quan hệ tình dục 3 thủ dâm

get it on *verb* 1 bắt đầu việc gì 2 bắt đầu khiêu vũ 3 (*đối với người*) làm tình; giao hợp; = GET IT OFF 4 khoan khoái; thưởng thức; thích thú; có thời gian vui vẻ; = JAM 5 cương cứng; bắt đầu có ham muốn về tình dục 6 đánh nhau; ẩu đả; chống lại

get it out *verb* nói với ai về vấn đề gì đó; nói ra nỗi buồn của mình • He would feel better if he could get it out: *Anh ấy sẽ cảm thấy dễ chịu hơn nếu anh ấy có thể nói ra hết nỗi lòng của mình.*

get it together (or **all together**) *verb* (biến thể: **one's act** or **one's head** or **one's shit** or **one's stuff** có thể thay **it**) (*từ những năm 1960, phong trào phản văn hóa, người da đen*) sắp xếp cuộc sống hoặc công việc của mình một cách thích hợp; hòa nhập và tập trung

get it up *verb* 1 cương cứng dương vật 2 cảm thấy thú vị về cái gì • I just couldn't get it up about going off to college: *Tôi không thấy thú vị gì về việc vào trường đại học.*

get one's jollies or kicks *xem* GET one's COOKIES

get one's kicks (from someone/something) *verb* thích thú ai hoặc cái gì

get one's knob polished *verb* quan hệ tình dục; làm tình

get lip *verb* hôn; hôn môi • Jim's been out getting lip again. Look at the lipstick: *Jim lại đi ra ngoài hôn hít. Hãy nhìn vết son môi kìa.*

get lost *verb* đi khỏi; chuồn đi; = SCRAM [thường là một mệnh lệnh bực tức hoặc giận dữ]

Get lost! *interj* Cút đi!; Biến đi! • Get lost, you're bothering me!: *Cút đi, anh đang làm phiền tôi đấy!*

get one's lumps *verb* chịu hậu quả thích đáng của sự trừng phạt; bị đánh đập tàn nhẫn; bị quở mắng thậm tệ • If she keeps acting that way, she'll get her lumps: *Nếu cô ấy cứ hành động kiểu đó, cô ấy sẽ gánh chịu hậu quả thích đáng.*

get mad (at something) *verb* dồn hết sức và quyết tâm để làm gì đó

get mileage out of something *verb* giành được lợi điểm hoặc lợi nhuận của cái gì; lợi dụng khai thác • The newspapers are getting a lot of mileage out of the accident. There's new story about it every day: *Các báo chí đang lợi dụng khai thác vụ tai nạn. Mỗi ngày có một câu chuyện mới về việc đó.*

get someone's motor running *verb* 1 làm cho ai kích động hoặc phấn chấn 2 làm cho ai nổi hứng (về tình dục) • She knows how to get his motor running: *Cô ấy biết cách làm anh ta hưng phấn tình dục.*

Get my drift? *xem* (DO YOU) GET MY DRIFT?

get naked *verb* vui chơi; nghỉ ngơi và thư giãn

get next to oneself or **get next** *verb* nhận ra rằng mình đã bị lừa, bị điên, nhạt nhẽo, v.v..; tỉnh ngộ; biết khôn ra • She took me for a hundred before I got next: *Cô ả đã lấy của tôi 100 đô-la trước khi tôi nhận ra mình bị lừa.*

get next to someone *verb* trở nên quen với ai, đặc biệt vì sự quan hệ tình dục

get one's nose out of joint *verb* phật ý vì điều người khác làm • You get your nose out of joint too easily about stuff like that: *Anh dễ bị phật ý vì những chuyện như thế.*

get nowhere fast *verb* tiến triển rất chậm; không tiến triển; bị sa lầy; bị cản trở • We are getting nowhere fast around here: *Ở đây chúng tôi tiến bộ rất chậm.*

get one's nuts *verb* (biến thể: **cracked** or **off** có thể được cộng vào) đạt cực khoái; xuất tinh

get off *verb* 1 thăng hoa; đạt đến cực khoái; = GET IT OFF 2 dùng ma túy; phê ma túy 3 thích thú với 4 (*ma túy*) cảm thấy khuây khỏa và vui vẻ từ một liều ma túy 5 (*nhạc sĩ*) chơi một bản solo ngẫu hứng 6 tránh khỏi bị bắt hay bị phạt khi làm việc gì bất hợp pháp; = GET AWAY WITH something

get someone off *verb* 1 làm ai đạt cực khoái 2 rất hài lòng; kích động

get off one's ass *verb* (biến thể: **butt** or **dead ass** or **duff** có thể thay **ass**) ngừng lười biếng và ì ra; đi hoặc làm việc nhanh chóng và tích cực hơn; = GET CRACKING

get off someone's back (or **neck**) *verb* để yên; đừng làm phiền hoặc quấy rầy ai • I've had enough of you. Get off my back!: *Tôi chịu đựng anh đủ rồi. Đừng quấy rầy tôi nữa!*

get off someone's case *xem* GET OFF someone's BACK

get off one's high horse *verb* ngừng cư xử theo kiểu bề trên hoặc ngạo mạn; cư xử thân mật; = COME OFF one's PERCH

Get off it! *xem* COME OFF IT!

Get off my ass! or **Get of my tail!** or **Get off my back!** *interj* Để tôi yên! Đừng theo tôi nữa!; Đừng bám theo tôi nữa! • Stop pesting me. Get off my ass!: *Đừng làm phiền tôi nữa! Để tôi yên!*

Get off my back! *xem* GET OFF MY ASS!

Get off my bumper! *exclam.* 1 Đừng có bám sát xe của tôi như thế! 2 Đừng theo dõi tôi như vậy!; Để tôi yên! • Look, man. I can take care of myself. Get off my bumper!: *Này, anh bạn. Tôi có thể tự lo cho mình được. Để tôi yên!*

Get off my tail! *xem* GET OFF MY ASS!

get off (on someone) *verb* rất thích; thích rất nhiều • She really got off on Eddings: *Cô ta thực sự rất thích Eddings.*

get off (on something) *verb* 1 thích thú; hưởng lạc • I don't get off on music anymore: *Tôi không thích thú âm nhạc nữa.* 2 làm tốt việc gì • Wayne is getting off on history, much to everyone's surprise: *Wayne làm tốt môn lịch sử, nhiều đến mức khiến mọi người ngạc nhiên.*

get off one's rear *verb* trở dậy và làm việc

get off the block *verb* bắt đầu, đặc biệt nhanh chóng • My game plan was to get off the block first and stay out there: *Kế hoạch cuộc chơi của tôi đã bắt đầu nhanh chóng đầu tiên và ở ngoài kia.*

get off the dime *verb* bắt đầu hoạt động; tiến hành (công việc) • If this project gets off the dime, we'll be okay: *Nếu dự án này bắt đầu hoạt động, chúng ta sẽ ổn thôi.*

get off the ground *verb* thành công, đặc biệt vào lúc ban đầu

get something off the ground *verb* tạo ra khởi đầu thành công • As Wilbur said to Orville, "You'll never get it off the ground": *Như Wilbur đã nói với Orville, "Anh sẽ không bao giờ tạo ra khởi đầu thành công".*

get someone off the hook *verb* giúp ai trong việc né tránh hoặc ngăn sự trừng phạt, trách nhiệm, v.v.. • He falls for Hona…and winds up trying to get her off the hook: *Anh ta say mê Hona…và cuối cùng cố giúp cô ta tránh sự trừng phạt.*

get off the stove, I'm ridin' the range tonight! diễn tả sự hào hứng, vui thích cho ngày sắp đến

get on *verb* **1** *xem* GET ALONG **2** có • TRE: Say, pop, can I get on one of those stamps? FURIOUS: If you mean you can have one, yes. – TRE: *Thưa bố, con có thể có một con tem trong số chúng nhé?* FURIOUS: *Nếu con có ý định con có thể có một, được.*

get on one's **bicycle** *verb* (*quyền Anh*) tránh những cú đấm của đối thủ bằng cách lùi lại phía sau; đánh một cách phòng thủ

get on someone's **case** *verb* làm phiền ai về một vấn đề riêng tư; làm ai bực mình

get on one's **high horse** *verb* trở nên tự phụ; hành động kiêu ngạo

get on one's **horse** *verb* **1** chuẩn bị đi • It's late. I have to get on my horse: *Muộn rồi. Tôi phải chuẩn bị đi thôi.* **2** vội vàng; tiến hành gấp rút; bắt đầu ngay lập tức • You better get on your horse if you're going to make that plane: *Tốt hơn hết cậu hãy vội lên nếu muốn đi chuyến bay đó.*

get on someone's **nerves** *verb* (*sau những năm 1800, Anh*) làm cáu; làm bực mình; làm phiền

get on the ball *verb* **1** nhanh lên; mau lên; chơi khá hơn **2** chú tâm và nhạy bén; chú ý kỹ hơn đến việc làm; cải thiện thành tích của ai

get on the bandwagon *verb* (biến thể: **climb** or **hop** or **leap** or **jump** có thể thay **get**) theo thời; theo đám đông; đứng về phe có hy vọng thắng (như trong cuộc tuyển cử)

get on the stick *verb* làm việc khẩn trương; tích cực hoạt động; đừng biến nhát; = GET one's ASS IN GEAR

get-out *noun* mức độ cao nhất của cái gì đó • We've passed the danger mark and I'm pleased as all get-out!: *Chúng ta đã qua mức nguy hiểm và tôi rất hài lòng vì đã đạt mức cao nhất.*

get out *verb* (*nói về người đặt cược*) thu lại được số tiền đã bỏ ra

get out *interj* thán từ bày tỏ sự không tin tưởng; đi ra ngay!; cút đi! • Oh, get out you can't mean that!: *Này, cút đi nhé, mầy không thể nghĩ như thế!*

get out from under *verb* thoát khỏi rắc rối, đặc biệt những rắc rối về tài chính

get out of Dodge *verb* rời khỏi một nơi nào đó

get out of one's **face** *verb* ngừng quấy rầy hoặc làm phiền; để yên; đừng rớ tới • Why don't you get out of my face?: *Tại sao mày không để tao yên?*

get out of someone's **face** *verb* **1** bỏ mặc ai; không dính vào; để yên **2** ngừng chỉ trích; ngừng quấy rầy; đừng làm phiền ai

Get out of here! *exclam.* Anh chỉ đùa tôi đấy à! Anh bịa chuyện à! • Did you know Alice's pregnant? "Get out of here! They've only been together for six months": *Anh có biết Alice có thai (mang) không? Anh chỉ đùa tôi đấy à! Tụi nó chỉ mới sống chung nhau sáu tháng cơ mà."*

get out of here, Mary! diễn tả sự hoài nghi

Get out of my face! *interj* Đừng cố tranh luận với tôi nữa!; Ngừng chỉ trích hoặc quấy rầy tôi!

Get out of town. *exclam.* Biến đi!; Cút đi!

get outside of *verb* ăn hoặc uống ngon lành • He got outside of a bowl of chili: *Nó ăn một bát ớt khô ngon lành.*

get (out) while the getting(g)'s good or **get (out) while the goin's good** *verb* rời đi ngay khi còn kịp lúc • I think we should go. Let's get while the going's good: *Tôi nghĩ chúng ta nên đi đi. Hãy đi ngay khi còn kịp lúc.*

get (out) while the goin's good *xem* GET (OUT) WHILE THE GETTING'S GOOD

get out with one's **eyeteeth** *verb* **1** trốn thoát bình an vô sự **2** tự gỡ ra; tự giải thoát • The bird had to get out with its eyeteeth from the netting: *Con chim đã phải tự gỡ mình ra khỏi lưới.*

get-over *noun* thành đạt nhờ lừa đảo

get over *verb* **1** lợi dụng, dùng tiền của ai cho việc riêng của mình **2** phục hồi; khôi phục lại sự bình thường trước đây • It took me weeks to get over that cold and flu: *Tôi phải mất vài tuần để phục hồi từ trận cảm lạnh đó.* **3** thành công; tạo ra ấn tượng thuận lợi **4** (*quân đội*) lẩn tránh nhiệm vụ; = FUCK OFF, GOLD-BRICK **5** (*người da đen*) đạt được mục đích

get over someone *verb* quan hệ tình dục với ai

get over on *verb* quyến rũ; dụ dỗ

get over it! lời đề nghị chuyển sang đề tài khác

get something over with *verb* hoàn thành hoặc kết thúc cái gì; đến điểm cuối

get over you! dùng để giảm tính tự phụ của ai

get pasted *adjective* **1** say rượu hoặc say ma túy **2** bị bại • Our team really got pasted: *Đội của chúng tôi thật sự đã bị bại.*

get physical *verb* **1** mơn trớn, vuốt ve thân thể, đặc biệt trong tình yêu **2** dùng bạo lực; đối xử thô bạo **3** trở nên sung sức; tập thể dục

get psyched *verb* (*giới trẻ dùng*) bị kích động; trở nên nhiệt tình; say mê

get real! biểu lộ sự khinh bỉ • Hey, chum! You are way off base! Get real!: *Này, anh bạn! Anh đi quá xa rồi đấy! Hành động thực tế đi!*

get religion *verb* được uốn nắn; học được cách xử sự tốt; trở thành người cải đạo

get right *xem* GET STRAIGHT

get one's **rocks off** or **get** one's **nuts off** *verb* (*dành cho nam giới*) giao cấu; đạt cực khoái; xuất tinh

get one's **rocks off (on something)** *verb* thích; mê cái gì; = GET one's COOKIES

get one's **shit together** *xem* GET one's ACT TOGETHER

get sidetracked *verb* bị chệch khỏi mục tiêu; mất tập trung • The lecturer was discussing politics but got sidetracked by a question from the audience into talking about religion: *Người thuyết trình đang nói đến chính trị nhưng đã bị đánh lạc đi bởi một câu hỏi của khán giả thành thứ đi vào tôn giáo.*

get smart (with someone) *verb* 1 cãi lại ai • If you get smart again, I'll bop you: *Nếu mày cãi lại tao một lần nữa, tao sẽ đánh mày đấy.* 2 nhận thức hoặc biết rộng một cách khôn ngoan về tình huống, khả năng, v.v.. của mình; trở nên tinh khôn ra; = WISE UP • Tell him if he doen't get smart he'll get clobbered: *Bảo nó nếu không biết khôn thì sẽ bị đập tơi tả.*

get some *verb* 1 làm tình; quan hệ 2 giết quân địch

get some shut-eye *verb* ngủ một chút

get some yokes on *verb* thêm phần cơ bắp • If I keep working at this, I know I can get some yokes on: *Nếu tôi tập luyện như thế đều đặn, tôi biết tôi có thể tăng thêm phần cơ bắp.*

gets one right here *verb* làm ảnh hưởng sâu sắc theo một cách đặc biệt [thường đi kèm với những cử chỉ của tay chỉ chính xác nơi bị ảnh hưởng] • Pete clasped his hand to his chest and said, "That sort of thing gets me right here": *Pete nắm chặt tay của mình lên ngực và nói, "Thứ đó làm ảnh hưởng chỗ này của tôi."*

get spun *verb* say rượu

get straight or **get right** *verb* dùng một liều ma túy cho đỡ thèm

get stuffed *interj.* = FUCK YOU [chủ yếu dùng ở Anh]

get one's stuff together *xem* GET one's ACT TOGETHER

get stupid *verb* say rượu hoặc say ma túy

get one's tail somewhere fast! or **get one's tail some-where now!** or **get one's tail somewhere imme-diately!** *verb* đến nơi đặc biệt nào đó một cách nhanh chóng • I'll tell you one more time. Get your tail into my office immediately!: *Tôi nói cho anh một lần nữa. Hãy đến văn phòng tôi ngay lập tức!*

get one's tail somewhere immediately! *xem* GET one's TAIL somewhere FAST!

get one's tail in a gate (or **tit in a wringer**) *verb* rơi vào hoàn cảnh nguy nan, hiểm nghèo; ở trong tình huống vất vả, đau khổ

get one's tail somewhere now! *xem* GET one's TAIL somewhere FAST!

get taken off at the knees *verb* bị thương nghiêm trọng; bị tàn phá; bị hủy diệt • That guy is just waiting to get taken off at the knees: *Gã kia đúng là đang bị thương trầm trọng.*

get one's teeth into something or **sink one's teeth into something** *verb* đảm nhiệm; phụ trách làm việc gì

getter *xem* GO GETTER

get the air *verb* bị xua đuổi; bị bỏ rơi, đặc biệt bị tình phụ, bị đá bởi người yêu • When she found out, he got the air: *Khi cô ta phát hiện ra, anh ta bị bỏ rơi (bị đá).*

get the ax *xem* GET THE SACK

get the boot *verb* bị sa thải hoặc bị đuổi

get the business *verb* bị xử tệ; bị trừng phạt hoặc khiển trách

get the (or **one's**) **drift** *verb* hiểu; thấu hiểu, đặc biệt điều mà ai đang ám chỉ cái gì hoặc nói bóng gió [thường là một câu hỏi với cái nháy mắt] • And it won't show up. Get my drift?: *Và nó sẽ không xuất hiện đâu. Hiểu ý tớ không?*

get the drop on someone *verb* 1 thuận lợi hơn ai; có thể lợi hơn ai • When we went to Germany our friends had the drop on us because they knew a few words of German: *Khi chúng tôi đi Đức những người bạn của chúng tôi có lợi thế hơn chúng tôi vì chúng nó biết một ít tiếng Đức.* 2 nhắm súng vào người A trước khi người A nhắm lại mình

get the eye *verb* bị nhìn theo kiểu bóng gió, dụ dỗ, quyến rũ; bị ai liếc mắt đưa tình

get the goods on someone *verb* phát hiện bằng chứng buộc tội chống lại ai • The cops got the goods on him and he had to go to jail: *Cảnh sát đã tìm được bằng chứng cụ thể về hắn và hắn phải vào tù.*

get the hang of something *verb* 1 biết cách vận hành hoặc điều khiển cái gì • He couldn't get the hang of the new machines: *Nó không thể biết cách vận hành những máy mới.* 2 hiểu rõ; nắm được ý nghĩa của cái gì (nói hoặc viết)

get the hell out of Dodge *verb* (*sinh viên dùng*) rời khỏi; chuồn đi; cút khỏi

get the hook *verb* (*từ ngành biểu diễn*) bị đuổi, bị bắt im lặng, hoặc bị loại bỏ, đặc biệt một cách đột ngột

get the hungries *verb* đói; thèm khát • I get the hungries for some breakfast: *Tôi thèm có bữa ăn sáng.*

get the jump on someone or something *verb* dẫn đầu hoặc có lợi thế đối với ai hay cái gì, đặc biệt nhờ những động thái lanh lợi ban đầu • She got the jump on the other runners by perfect maneuvering at the start: *Cô ta giành được ưu thế hơn đối với những vận động viên chạy bộ khác nhờ sự vận động kỹ năng hoàn hảo lúc xuất phát.*

get the last dance *verb* là người chiến thắng cuối cùng; chiến thắng sau rốt

get the lead out *verb* (biến thể: **of one's ass** or **of one's pant** or **of one's feet** có thể được thêm vào) đừng lười nhác; = GET one's ASS IN GEAR, HUSSLE • Get the lead out and start writing: *Đừng lười nhác nữa và bắt đầu viết đi.*

Get the lead out! *interj* Nhanh lên!; Đừng lãng phí thời gian nữa!

Get the message? *interrog.* Anh hiểu không?; Anh có thể hình dung được ý nghĩa của nó không?

get the monkey off (or **off one's back**) *verb* (*ma túy*) cai nghiện ma túy

get the munchies *xem* HAVE THE MUNCHIES

get the nod *verb* được chọn; được chấp nhận • Fred got the nod for class treasurer: *Fred được chọn làm thủ quỹ của lớp.*

get the picture *verb* 1 hiểu; hiểu thấu; = COPPISH, DIG • After I told him about six times he got the picture: *Sau khi tôi kể cho nó khoảng sáu lần thì nó đã hiểu.* 2 hiểu được điều gì đó gây tổn thương hoặc gây khó chịu cho ai về mặt tinh thần; nhận thức được • After she caught him with that whore she got the picture: *Sau khi cô ta bắt gặp hắn với cô gái điếm đó, cô ta đã nhận thức được tất cả rồi.*

get the pink slip *verb* bị đuổi hoặc sa thải

get there *verb* say rượu

get (or **have**) **the red ass** *verb* trở nên tức giận; dễ cáu

get there from here *xem* YOU CAN'T GET THERE FROM HERE

get the sack or **get the ax** *verb* bị sa thải; bị đuổi việc

get the shaft *verb* bị đối xử tệ; bị lợi dụng, đặc biệt bởi sự dối trá phủ phàng • He thought he'd get promoted, but he got the shaft instead: *Anh ta nghĩ mình sẽ được thăng chức, nhưng thay vào đó anh ta đã bị lợi dụng.*

get the show on the road *verb* bắt đầu làm việc gì • Let's get started! Get the show on the road!: *Chúng ta hãy bắt đầu đi nào! Bắt tay vào công việc đi thôi!*

get one's ticket punched *verb* chết; bị giết • Poor Chuck got his ticket punched while he was waiting for a bus: *Chuck tội nghiệp đã chết trong khi anh ta đang đợi xe buýt.*

getting any? câu chào hỏi giữa những người đàn ông [từ "*any*" trong

get to câu hỏi này là *"tình dục"*] • Hey, Tom! Getting any?: *Này, Tom! Có làm tình chưa?*

get to someone *verb* **1** làm ai bực mình trong khoảng thời gian; quấy rầy hoặc chọc giận ai; = BUG, HASSLE • The whole business began to get to me after a while: *Toàn bộ công việc bắt đầu làm tôi bực mình trong một lúc.* **2** làm hài lòng hoặc lôi kéo ai; làm ảnh hưởng hoặc tác động đến ai • Sad music gets to me and makes me cry: *Nhạc buồn gây tác động đến tôi và làm tôi khóc.*

get to first (base) (with someone**)** *verb* **1** đạt đến mức cơ bản hoặc bước khởi đầu của việc thân với ai đó, ví dụ như gây được sự chú ý; bước khởi đầu thành công [thường trong câu phủ định] • I'm too shy. I just know I can't get to first base with her: *Tôi quá nhút nhát. Tôi chỉ biết là tôi không thể bước đầu suông sẻ với cô ấy được.* **2** bước đầu hành động thành công trong tình yêu, đặc biệt như ôm, vuốt ve, hôn, v.v.. [trong nghĩa tương tự, *get to third base* nghĩa là "sờ mó và đùa nghịch với bộ phận sinh dục phụ nữ", và *get to home plate* nghĩa là "quan hệ tình dục"]

get-together *noun* một cuộc gặp; một bữa tiệc

get under someone's **skin** *verb* gây rắc rối hoặc chọc tức; làm bực mình; làm phát cáu; = BUG • That cackle of his soon got under my skin: *Tiếng cười khúc khích của nó sớm làm tôi bực mình.*

get-up *noun* **1** đồ trang bị; trang phục **2** buổi sáng cuối cùng trong án tù; buổi sáng cuối cùng trong nghĩa vụ quân sự

get up *verb* **1** (*thế giới ngầm xưa*) mãn hạn tù; được thả **2** tô vẽ chữ graffiti ở nơi công cộng **3** (*băng đảng đường phố*) thiết lập dấu hiệu riêng của ai, đặc biệt với tranh graffiti

get someone **up** *verb* truyền cảm hứng và tiếp sinh lực cho ai, đặc biệt với một trò chơi, cuộc kiểm tra hoặc sự thử thách khác; chuẩn bị tinh thần cho ai; = PSYCH someone UP

get-up-and-go *noun* sinh lực và năng lực; sức sống; tinh thần hăng hái; = PISS AND VINEGAR, PIZZAZ

get up someone's **nose** *verb* làm phát cáu; chọc tức ai; kích động sự thù địch

get up off something *verb* (*quân đội*) từ bỏ cái gì; làm gì đó có sẵn • He was able to convince the supply sergeant to get up off some fuel: *Hắn có thể thuyết phục viên trung sĩ hậu cần đưa ra một ít nhiên liệu.*

get well *verb* kiếm tiền • We hit the cops when they least expect it and get well: *Chúng tôi tấn công cảnh sát lúc chúng không ngờ nhất và cuỗm tiền.*

get one's **wings** *verb* dùng ma túy loại nặng ngay lần đầu tiên; trở thành kẻ nghiện ma túy

get wise *verb* **1** hiểu rõ; nhận ra; tỉnh khôn ra; = WISE UP • If you don't get wise with yourself they'll fire you: *Nếu mày không khôn ra thì họ sẽ đuổi mày đấy.* **2** trở nên láo xược hoặc ngang ngạnh; thô lỗ • Get wise with me, punk, you're dead: *Cứ hỗn xược với tao đi, thằng lưu manh, và mày sẽ chết.*

get with *verb* làm tình với; quan hệ với

get with it *verb* **1** hiện đại hơn ra; cải tiến thái độ và hành vi của mình • Get with it, Martin. Get real!: *Phải thức thời đi, Martin. Hành động thực tế đi nào!* **2** chú ý đến việc gì đang xảy ra; nhạy bén và thấu hiểu **3** vội vã và bận rộn; tích cực và cần cù với việc gì • Let's get with it. There's a lot of work to be done: *Nhanh lên. Còn rất nhiều việc phải làm đấy.*

get with someone *verb* tìm hiểu về ai • I'd really like to get with her, but she's so distant: *Tôi thực sự muốn tìm hiểu về cô ấy, nhưng cô ấy quá dè dặt.*

get with the program *verb* làm theo nguyên tắc; làm việc gì mình phải làm • Jane just can't seem to get with the program. She has to do everything her way, right or wrong: *Jane dường như không thể theo đúng nguyên tắc. Cô ấy làm mọi thứ theo cách của mình, đúng hay sai.*

get with the words! giải thích đi!

get you! or **get him!** or **get her!** *interj* biểu lộ thái độ không tin

Get your ass over here! or **Get your buns over here!** or **Get your butt over here!** *imperative* Đến ngay đây! • Get your ass over here and clean this up: *Đến ngay đây và dọn sạch cái này đi.*

Get your nose out of my business! or **Keep your nose out of my business!** *exclam.* Lo chuyện của anh và để tôi được yên! • Get your nose out of my business! This is not your affair: *Lo chuyện của mày đi và để tao yên! Đây là không phải việc của mày.*

get yours *verb* nhận hình phạt thích đáng

get Zs *xem* COP ZS

gevalt *interj* thán từ thể hiện sự đau buồn, sự đau đớn, cú sốc, v.v..

gey-cat *xem* GAY-CAT

ghetto *noun* **1** hậu môn **2** khu người Do Thái ở trong một tỉnh hoặc thành phố **3** khu người da đen ở trong một thành phố **4** (*khinh*) khu nhà ổ chuột

ghetto bird *noun* **1** trực thăng của cảnh sát, nhất là loại trực thăng có đèn pha bay vào ban đêm **2** người hay đi lăng văng quanh khu phố; kẻ vô công rồi nghề

ghetto blaster or **ghetto box** *noun* radio hoặc máy cát-xét cỡ lớn; máy chơi nhạc xách tay thường được mang và chơi lớn ở những nơi công cộng

ghetto bootie or **ghetto booty** *noun* cặp mông to; cặp mông phì nộn của phụ nữ da đen

ghetto box *xem* GHETTO BLASTER

ghetto sled *noun* xe ô tô to và rẻ mạt

ghost *noun* **1** (*từ cuối những năm 1800*) người viết thuê cho một nhà văn; tác giả chuyên nghiệp ẩn danh **2** (*Anh, rạp hát*) người thủ quỹ của rạp hát

ghost *verb* **1** viết thuê cho một nhà văn; viết sách ẩn danh **2** thay mặt ai viết báo, viết truyện, viết sách **3** mai phục; rình chờ **4** giết ai

ghost turd *noun* (*quân đội*) nùi xơ vải hoặc lông tóc tích lũy, thường tìm thấy dưới gầm giường; = HOUSE MOSS

GI *noun* (*phát âm theo từng chữ cái riêng*) **1** lính Mỹ (không thuộc cấp chỉ huy) [viết tắt của *"government issue"*] • The slang expression "GI" has been barred for the Army public relation officers. They'll have to refer to soldier as a soldier: *Từ lóng "GI" không còn được dùng để chỉ các viên chỉ huy quân sự trong quân đội Mỹ. Từ đó chỉ dùng cho đơn vị quân lính.* **2** một người Ấn gốc Mỹ đã từ bỏ văn hoá và ngôn ngữ gốc để đi theo xu hướng văn hoá Mỹ; nhà nước Ấn Độ [viết tắt của *"government indian"*]

GI *verb* **1** (*quân đội, thế chiến II*) lau dọn sạch sẽ **2** lấy ra; lột bỏ

GI *adjective* **1** thuộc lính Mỹ, đặc biệt quân đội • GI shoes: *giày của lính Mỹ* **2** ngăn nắp; gọn gàng; theo thứ tự

GIB *adjective* (*phát âm theo từng chữ cái riêng*) khoẻ; thành thục; có kỹ năng trong chuyện quan hệ tình dục; giỏi làm tình [viết tắt của *"good in bed"*] • How does he know if he's GIB?: *Làm sao anh ta biết được anh ta khoẻ trong "chuyện ấy".*

gibber-gabber *noun* chuyện vớ vẩn; chuyện tầm phào

giblet *noun* người ngu ngốc; người không có khả năng

GI can *noun* (*quân đội, từ đầu những năm 1900*) đồng rác lớn hoặc thùng rác [rút gọn của "*galvanized iron*"]

giddyap or **giddyup** *noun* sự khởi đầu; sự khởi nguồn • Many big businesses start from small giddyaps: *Nhiều doanh nghiệp lớn bắt đầu từ những sự khởi đầu nhỏ bé.*

Giddy up! *interj* Nhanh lên! [thúc ngựa khi nó bắt đầu đi. Có thể được dùng với người hoặc vật khác như một câu nói đùa]

gidget *noun* 1 = GADGET 2 người đàn bà hành động ngu ngốc; người đàn bà ngờ nghệch

giffed *adjective* say rượu

giffer *noun* kẻ móc túi

gift of gab (or **the gab**) *noun* (*từ những năm 1700, Anh*) khả năng nói chuyện một cách thú vị, sinh động hoặc thuyết phục [thường dùng với "*the*"] • I wish I had the gift of gab. I'm just so shy: *Tôi ước mình có được khả năng ăn nói tốt trước đám đông. Tôi quá nhút nhát.*

gig¹ *noun* (*từ cuối những năm 1600, Anh*) = GIGGY

gig² *noun* xe ô tô cũ [từ *gig* nghĩa là "xe độc mã"]

gig³ *noun* 1 buổi biểu diễn âm nhạc; buổi hoà nhạc 2 bất kỳ công việc hay việc làm nhất thời nào 3 buổi tiệc 4 án tù 5 âm đạo 6 (*quân đội*) sự lầm lỗi, lỗi, khiếm khuyết; việc báo cáo về sự kém cỏi hoặc vi phạm luật lệ 7 (*trong trò xổ số bất hợp pháp*) một lần đánh cược là sẽ rút được một số cụ thể có ba chữ số 8 điều phiền toái; điều bực bội 9 tiếng cười; tiếng cười khúc khích 10 một hành động tội phạm; sự lừa đảo; = SCAM

gig *verb* 1 làm việc; có một công việc 2 đi câu lạc bộ, vũ trường, bar 3 chơi hoặc biểu diễn 4 (*lễ hội*) thắng tiền của tất cả mọi người chỉ trong một lần

giggle goo *noun* rượu

giggles or **good giggles** *noun* cần sa

giggle weed *noun* cần sa

giggling academy *noun* bệnh viện tâm thần

giggy or **gigi** *noun* 1 âm hộ 2 hậu môn và trực tràng

GIGO *noun* (*tin học*) lời nhắc nhở rằng dữ liệu xuất tương đương với dữ liệu nhập; cung cấp dữ liệu sai nên kết quả sai [viết tắt của "*garbage in, garbage out*"]

GI Jane *noun* một người lính nữ đúng chuẩn

GI Joe *noun* một người lính nam đúng chuẩn

gilguy *noun* (*đội thương thuyền, cuối những năm 1800*) = THINGAMAJIG

gilhickey *noun* = THINGAMAJIG

gilhooley *noun* 1 = THINGAMAJIG 2 (*đua xe*) cú trượt khiến xe quay theo hướng ngược lại

gill or **gills** *noun* (*lễ hội và xiếc*) khách hàng, nhất là người cả tin, dễ tính

gillie suit *noun* đồng phục ngụy trang của lực lượng đặc biệt quân đội Mỹ

gillion *xem* JILLION

gilly *noun* 1 (*xiếc*) một gánh xiếc nhỏ di chuyển bằng xe ô tô 2 (*xiếc*) xe thuê để chở gánh xiếc và các trang thiết bị biểu diễn

Gilroy's kite *xem* HIGHER THAN A KITE

gimme or **gimmie** *noun* 1 một chiến thắng dễ dàng; sự hoàn thành tốt đẹp 2 khẩu súng ngắn; súng lục 3 (*bi-da*) cú đánh không thể trật hoặc ván đấu không thể thua 4 *modifier:* (*môn golf*) thuộc về cú đánh nhẹ quả bóng vào gần lỗ 5 (*môn golf*) cú đánh nhẹ quả bóng vào gần lỗ 6 (*cũng là gimmie*) xu hướng hám lợi • They got da gimmies…always take, never give: *Họ có xu hướng hám lợi…luôn nhận, chẳng bao giờ cho.*

gimme *phrase* cho tôi [tiếng Anh khẩu ngữ của "*give me*"] • Gimme another one: *Cho tôi thêm một cái nữa.*

gimmick *noun* 1 (*xiếc, lễ hội và người bán hàng rong*) thiết bị dùng để chỉnh sửa trò chơi trong lễ hội mà khách hàng không bao giờ thắng; = GAFF 2 những đặc điểm như trang phục, kiểu tóc hoặc nhạc mở màn cùng tạo nên sự nổi bật của một đô vật chuyên nghiệp 3 bất kỳ thiết bị nào; = GADGET 4 (*ma túy*) dụng cụ dùng để chuẩn bị tiêm ma túy; = WORKS 5 mánh lới quảng cáo 6 ý đồ xảo quyệt; kế hoạch gian trá; = ANGLE, PERCENTAGE

gimmick *verb* chỉnh sửa máy móc (gian lận) • "This wheel isn't gimmicked": *"Bánh xe này không hề bị chỉnh sửa."*

gimmickery or **gimmickry** *noun* việc dùng mánh lới quảng cáo

gimmie hat (or **cap**) *noun* mũ lưỡi trai giống như mũ bóng chày, mang thương hiệu hoặc tên của nhà sản xuất và được phân phát như đồ quảng cáo

gimp *noun* 1 sự đi khập khiễng 2 người đi khập khiễng; người què quặt; = CRIP

gimp *verb* đi khập khiễng

gimped up *adjective* bị què quặt; yếu đuối

gimper *noun* (*không quân*) một phi công giỏi và có khả năng

gimper or **gimpster** *noun* người đi khập khiễng

gimp stick *noun* cái nạng hoặc gậy

gimpy *adjective* 1 bị què quặt; khuyết tật 2 kém; cấp thấp; đáng khinh

gimpy *noun* cảnh sát; nhân viên cảnh sát

gin *noun* 1 (*người da đen, băng đảng đường phố*) một cuộc đánh nhau trên đường phố; = RUMBLE 2 gái mại dâm da đen 3 cô-ca-in

gin *verb* 1 (*dùng cho phụ nữ*) làm tình; quan hệ 2 đánh nhau; ẩu đả

ginch *noun* 1 phụ nữ, đặc biệt được xem như đối tượng tình dục; = CHICK 2 âm hộ, và hoạt động tình dục; = ASS, CUNT

ginchy *adjective* hợp thời trang; hấp dẫn; khiêu gợi; tuyệt vời; = SEXY

ginger *noun* sức sống; sinh lực; năng lượng; sôi nổi; = PIZZAZZ [từ thói quen đặt củ gừng dưới tai ngựa để tăng khí phách và sự phô trương của nó]

gingerbread *noun* 1 tiền 2 sự trang trí cầu kỳ, kiểu cách, đặc biệt trong nhà 3 *modifier:* the gingerbread stacks of the old river steamers: *những ống khói trang trí cầu kỳ của những chiếc tàu hơi nước cũ trên sông.*

ginger peachy *adjective* (*thanh thiếu niên xưa*) đáng yêu; tuyệt vời; ưu tú; = NEAT

ginhead *noun* người nghiện rượu

gink *noun* 1 gã; anh chàng; = GUY 2 người quê mùa, ngây thơ, nhạt nhẽo; người đần độn

gin mill or **gin dive** or **gin palace** *noun* quán bar; quán rượu; quán rượu rẻ tiền

ginned or **ginned up** *adjective* say rượu

ginzo or **guinzo** *noun* 1 người Mỹ gốc Ý hoặc người Ý 2 người ngoại quốc; người nước ngoài; = HUNKY

ginzo or **guinzo** *adjective* thuộc về người Ý

GI party *noun* (*quân đội, thế chiến II*) việc lau dọn doanh trại hoặc nhà xí

girked *adjective* say ma túy, đặc biệt với hê-rô-in

girl *noun* 1 đàn bà; phụ nữ trẻ; con gái 2 một con đĩ; gái mại dâm 3 (*ma túy*) cô-ca-in 4 một đồng tính nữ [từ được dùng bởi những người đồng tính nữ] 5 (*người đồng tính*) đồng tính nam 6 (*bộ bài*) quân đầm

girl Friday *xem* GAL FRIDAY

girlfriend *noun* 1 người yêu hoặc bạn của một đồng tính nam 2 cách gọi bạn hoặc người quen một cách thân mật

girl-girl *noun* một cảnh trong phim đồi truỵ hoặc toàn bộ phim mà có sự tham gia của hai người phụ nữ

girl-girl *adjective* (*phim ảnh sách báo đồi truỵ*) liên quan đến, có sự tham gia của hai người phụ nữ

girlie *noun* 1 một cô gái 2 phim ảnh sách báo đồi truỵ loại nhẹ, có phụ nữ khoả thân nhưng không có hành vi kích dục

girlie *adjective* 1 đồi truỵ loại nhẹ, có phụ nữ khoả thân nhưng không có hành vi quan hệ 2 trần truồng; loã thể; khỏa thân • *a girlie magazine:* một tạp chí khỏa thân

girlie bar *noun* quán rượu gồm các cô phục vụ sẵn sàng đi chơi với khách

girlie magazine *noun* tạp chí ảnh phụ nữ khoả thân

girlie show *noun* buổi biểu diễn khoả thân

GI's or **GI shits** *noun* (*quân đội, thế chiến II*) bệnh tiêu chảy

GI shower *noun* 1 thủ tục quân đội hoặc hình phạt mà người bị phạt phải kì cọ người kia bằng bàn chải lông 2 sự chùi nách và háng

gitbox or **git-fiddle** *noun* (*từ những năm 1920, nhạc sĩ nhạc jazz*) đàn ghi-ta

git-go *noun* ngay từ lúc đầu • *He's been gritching ever since git-go: Anh ta đã than phiền ngay từ lúc đầu.*

G-Ivan *noun* lính Liên Xô

give *verb* đồng ý cho làm tình; đồng ý làm tình

give (or write) someone a blank check *verb* cho phép ai rời đi để làm bất cứ việc gì mình muốn; cho ai toàn quyền hành động • *She was given a blank check and told to hire the best singers she could: Cô ta được toàn quyền hành động và được báo là thuê các ca sĩ hát hay nhất nếu có thể.*

give someone a blow *verb* gọi điện thoại cho ai; chào hỏi ai

give someone a buzz *verb* 1 gọi điện thoại cho ai 2 làm cho ai cười hoặc vui vẻ

give someone a dig *verb* lăng mạ hoặc xúc phạm ai; nói điều gì làm ai phát cáu

give a fuck (about someone/something) *xem* GIVE A SHIT (ABOUT someone/something)

give someone a (good) talking to *verb* mắng hoặc lên lớp với ai một cách nghiêm khắc

give someone a (good) working over *verb* mắng mỏ hoặc đánh đập ai • *The boss gave me a good working over before firing me: Ông chủ mắng tôi một trận ra trò trước khi đuổi việc tôi.*

give someone a grease job *verb* tâng bốc; xu nịnh; bợ đỡ ai; = BUTTER UP

give someone a hand *verb* 1 giúp đỡ ai 2 vỗ tay; khen ngợi ai

give someone a hard time *verb* 1 rầy la hoặc khiển trách; phàn nàn • *He was giving her a hard time about drinking too much: Ông ta đang rầy la cô ta về việc uống quá nhiều.* 2 gây khó khăn cho ai, đặc biệt những khó khăn không cần thiết; = HASSLE • *I hope you won't give me a hard time this trip: Tôi hy vọng anh sẽ không gây khó khăn cho tôi trong chuyến đi này.*

give someone a hotfoot *verb* 1 làm cho ai hoảng hốt, giật nẩy mình 2 đánh thức ai khỏi trạng thái lờ đờ, hôn mê; kích thích ai đột ngột hành động nhanh • *The project's stalled and we'd better give Joe a hotfoot: Kế hoạch đã bị trì hoãn và tốt hơn hết chúng ta phải kích động Joe hành động nhanh lên.*

give someone a melvin *verb* xốc quần hoặc quần lót của ai lên

give someone/sonething a miss (or **the go-by**) *verb* 1 tránh ai/cái gì; bỏ qua hoặc không chọn ai/cái gì • *Give these girls a miss: Hãy tránh những cô gái này.* 2 không làm hoặc không quyết định cái gì • *to give the cinema a miss: không đi xem chiếu bóng – to give yoga a miss: nghỉ tập yoga*

give someone an earful *verb* 1 mắng ai; quở trách ai 2 kể cho ai nghe những điều bí mật đáng ngạc nhiên

give someone a pain *verb* (biến thể: **in the neck** or **in the ass** có thể cộng thêm vào) làm ai khó chịu; làm phiền ai; quấy rầy ai • *That guy gives me a pain in the ass: Anh chàng đó làm tôi khó chịu.*

give someone a ring *verb* gọi điện thoại cho ai

give a shit (about so/sth**)** or **give a fuck (about** so/sth**)** *verb* quan tâm đến ai hoặc việc gì • *Do you think I give a fuck about what you do?: Anh nghĩ là tôi quan tâm đến việc anh làm sao?*

give something a shot *verb* (biến thể: **crack** or **go** or **rip** or **ripple** có thể thay **shot**) thử; cố gắng • *Let's give it a rip. We're nothing to lose: Chúng ta hãy thử nó xem. Chúng ta chẳng có gì để mất cả.*

give someone a slap on the wrist *verb* đưa ra một hình phạt hoặc lời cảnh cáo nhẹ; = RAP someone KNUCKLES

give someone a tumble *verb* công nhận; thừa nhận ai • *Both knew me, but neither gave me a tumble: Cả hai đều biết tôi, nhưng không ai công nhận tôi.*

giveaway *noun* 1 sự phát giác; sự để lộ ra bí mật 2 một món quà, giải thưởng, v.v., đặc biệt quà được tặng để hấp dẫn khách hàng; = FREEBIE 3 *modifier:* a giveaway show: *một chương trình quà tặng khuyến mãi*

give something one's best shot *verb* 1 cố hết sức; làm hết khả năng 2 làm rất tốt cái gì cho ai; gắng hết sức mình 3 nỗ lực tối đa; = BUST one's ASS

give come *verb* (*thanh thiếu niên*) = GIVE HEAD

give someone five *verb* 1 = GIVE someone A HAND 2 (biến thể: **slap** có thể thay **give**) (*từ người da đen*) bắt tay với ai hoặc đập tay ai để chào hỏi, chúc mừng, v.v.; = GIVE someone SOME SKIN

give five fingers to *verb* chế nhạo; miệt thị hoặc lêu lêu ai, bằng cách đưa ngón tay cái lên mũi của mình

give someone grief *verb* gây khó khăn cho ai; quấy rầy ai; = HASSLE • *Don't let prof give you any grief about this: Đừng để giáo sư gây khó khăn cho cậu về việc này.*

give head (or **good head**) *verb* thực hiện hành động khẩu dâm với ai, thường là đàn ông; = SUCK

give someone heat *verb* chỉ trích; phê phán; phàn nàn ai; = BITCH

give someone hell (or **merry hell** or **holy hell**) *verb* 1 khiển trách hoặc trừng phạt nặng người nào; = CHEW OUT 2 làm phiền ai; quấy rầy ai • *This problem is giving us hell at the office: Vấn đề này gây phiền phức cho chúng tôi ở văn phòng.*

give (or read) someone his (or her) rights *verb* cung cấp hoặc nói cho người bị bắt giữ một cách chính thức về quyền hợp pháp của họ, đặc biệt bằng cách đọc "luật Miranda" nêu chi tiết những quyền này • The judge threw it out because they hadn't given the crook his rights: *Quan tòa đã bác bỏ điều đó bởi vì họ không cung cấp quyền hợp pháp của kẻ lừa đảo (từ yêu cầu dựa trên quyết định của tòa án tối cao trong vụ Miranda năm 1966).*

give someone his (or her) walking papers *verb* (biến thể: **running shoes** or **walking ticket** có thể thay **walking papers**) đuổi hoặc sa thải; bỏ • If he doesn't stop seeing other women she'll give him his walking papers: *Nếu hắn không chấm dứt việc nhìn những phụ nữ khác thì cô ta sẽ bỏ hắn.*

give it a rest *verb* ngừng làm việc gì một lúc [thường là một mệnh lệnh dứt khoát]

Give it a rest! Im mồm! • Give it a rest! You talk too much: *Im đi! Cậu nói nhiều quá.*

don't give it a second thought *xem* DON'T GIVE IT A SECOND THOUGHT

give it away *verb* quan hệ tình dục không cần tiền; quan hệ bừa bãi

give it the gun *verb* làm nhanh lên; tăng tốc độ; = FLOOR

give it the nifty fifty *verb* (*dùng cho người đàn ông*) thủ dâm

give it to someone *verb* 1 đánh; trừng phạt hoặc khiển trách ai, đặc biệt trong sự giận dữ 2 quan hệ với ai 3 (*giới tội phạm dùng*) giết; hành hình

give it up *verb* vỗ tay

Give it up! Bỏ đi!; Đủ rồi! • Give it up! You can't pitch!: *Thôi bỏ đi! Anh không thể ném được đâu!*

give someone leg *verb* lừa gạt ai; đánh lừa ai; = PULL someone's LEG

give someone lip *verb* nói chuyện với ai một cách láo xược và xúc phạm • Don't be giving me lip: *Đừng có nói chuyện xấc láo với tôi.*

Give me a break! or **Gimme a break!** 1 Đủ rồi! Dừng lại đi! • "It's just navy, Mom," Bobbie had insisted. "Gimme a break!": *"Chỉ là hải quân thôi mà mẹ," Bobbie năn nỉ. "Đủ rồi! Không nói nữa!"* 2 Đừng khắt khe thế! Cho tôi một cơ hội đi! • I'm sorry! I'll do better! Give me a break!: *Tôi xin lỗi! Tôi sẽ làm tốt hơn! Hãy cho tôi một cơ hội nữa đi!* 3 cũng là **GMAB** (**give me a break!**) Tôi không tin điều đó đâu! Anh không nghĩ là tôi tin điều đó chứ! • Come on, GMAB! How dumb do you think I am!: *Thôi nào, tôi không tin điều đó đâu! Anh nghĩ tôi ngu xuẩn đến mức nào!*

Give me a rest! Thôi đi!; Đủ rồi! • Haven't I told you everything you need to know? Give me a rest!: *Tôi đã không nói với anh mọi thứ mà anh cần biết rồi sao? Đủ rồi đấy!*

give me five *xem* SLIP ME FIVE

Give me five! *xem* GIVE ME (SOME) SKIN!

Give me (some) skin! or **Give me five!** or **Slip me five!** Bắt tay nào! Đập tay nào! (để chào hỏi)

give one one's pounds *verb* đấm nhẹ ai một cách thân tình

give out *verb* sụp đổ; ngừng hoạt động; chết • The bus gave out halfway up the hill: *Chiếc xe buýt đã ngừng hoạt động nửa chừng lên đồi.*

give (out) with something *verb* đưa thông tin

gives *xem* WHAT GIVES

give skin *verb* đập tay vào nhau để chào hỏi

give someone skin *verb* bắt tay; chào mừng; = GIVE someone FIVE • Everybody gave someskin all around: *Mọi người đều tay bắt mặt mừng.*

give someone some skin *verb* (*đặc biệt người da đen*) bắt tay hoặc đập tay để chào mừng

give someone the air *verb* 1 cho ai thôi việc 2 bỏ rơi; cắt đứt quan hệ với ai • His last girl gave him the air: *Cô bạn gái cuối cùng của hắn đã cắt đứt quan hệ với hắn.*

give someone the ax *verb* 1 sa thải; đuổi việc ai 2 li dị ai; li hôn ai • She gave him the ax because he wouldn't stop smoking like he promised: *Cô ấy li hôn anh ta vì anh ta không ngừng hút thuốc như đã hứa.*

give someone the boot *verb* đuổi; sa thải ai; = GIVE someone THE AX

give someone the brush *verb* hắt hủi ai; đối xử một cách lạnh nhạt và cộc lốc; = KISS OFF

give someone the brushoff *verb* phớt lờ ai; gạt ai sang một bên • The manager gave her the brushoff when she asked for a raise: *Giám đốc phớt lờ khi cô ấy yêu cầu tăng lương.*

give someone the business *verb* 1 quấy rầy ai; la mắng ai; đối xử thô lỗ với ai 2 giết ai • Lefty wanted to give Rocko the business for being so damn perfect: *Lefty muốn giết Rocko vì anh ta quá hoàn hảo.*

give something the chop loại ra; loại trừ cái gì; = CUT • The teacher gave mistakes the chop from his writing: *Thầy giáo đã loại các lỗi ra khỏi bài viết của nó.*

give something the deep six *verb* (*hải quân và hàng hải*) vứt bỏ cái gì xuống biển

give someone the double cross *verb* phản bội hoặc lừa gạt ai; hành động một cách bội bạc

give someone the eye *verb* 1 nhìn ai một cách say đắm • I could see he was giving you the eye: *Tớ có thể thấy anh ta đang nhìn cậu một cách say đắm.* 2 làm hiệu; ra hiệu ai bằng cái nhìn • Get up when I give you the eye: *Đứng lên khi tôi ra hiệu cho anh bằng cái nhìn.*

give someone the finger *verb* 1 giơ ngón tay giữa lên như một cử chỉ nhạo báng; = FLIP THE BIRD [cử chỉ này là điều cấm kỵ] 2 ngược đãi ai; lăng mạ ai 3 đối xử một cách bất công, không trung thực, v.v.; = SCREW, SHAFT

give someone the fish-eye (or **beady eye** or **hairy eyeball**) nhìn hoặc nhìn chằm chằm ai một cách lạnh lùng, khinh khỉnh hoặc đe dọa • A well-fed man in tails opened the door, gave them the fish eye: *Một người đàn ông béo tốt mặc áo đuôi tôm đã mở cửa, nhìn chúng trừng trừng.*

give someone the fluff *verb* làm nhục ai; làm mất mặt ai; đuổi ai ra; = BRUSH OFF

give someone the foot *verb* đá ai • Mummy, Paul gave me the foot!: *Mẹ ơi, Paul đá con!*

give someone the gate *verb* đuổi ai; tống cổ ai ra khỏi cửa • The chick was a pest, so I gave her the gate: *Cô gái đó là một đứa quấy rầy, thế nên tôi tống cổ cô ta ra khỏi cửa.*

give someone the glad eye *verb* nhìn ai say đắm; liếc mắt đưa tình ai • A tipsy actress gives her man, Donald, the glad eye: *Một nữ diễn viên ngà ngà say nhìn chồng mình, Donald, một cách say đắm.*

give someone the glad hand *verb* chào hỏi và đón tiếp • I gave 'em all the glad hand, but they voted for the bum anyway: *Tôi chào hỏi và đón tiếp họ ân cần, nhưng dù sao họ cũng đã bỏ phiếu cho kẻ lười biếng và vô trách nhiệm.*

give someone/something the go-by *verb* 1 phớt lờ ai/cái gì • I didn't mean to give you the go-by. I'm preoccupied, that's all: *Tôi không có* ý phớt lờ anh. Tôi lơ đãng, thế thôi. **2** *xem* GIVE someone/something A MISS

give someone **the heat** *verb* (*nhà tù*) giết ai bằng cách bắn

give someone **the hook** *verb* (*từ ngành biểu diễn*) đuổi ra, bắt im lặng hoặc nói cách khác là từ chối, đặc biệt một cách đột ngột • I was pretty bad, and not surprised when they gave me the hook: *Tôi thì khá tệ, và không ngạc nhiên khi họ đuổi tôi ra bất thình lình.*

give someone **the needle** *verb* la rầy ai; chỉ trích ai thường xuyên; cãi vã nhau; = HASSLE, NEEDLE

give someone **the nod** *verb* chấp nhận; đồng ý; cho phép • She doesn't want to take her new boy-friend home in case her parents don't give the nod (of him): *Cô ta không muốn đưa người bạn trai mới quen của mình về nhà nếu như bố mẹ cô không chấp nhận (cậu ấy).*

give someone **the nod** *verb* **1** gật đầu ra hiệu với ai **2** chọn ai

give someone/something **the once-over** *verb* kiểm tra kỹ; khảo sát kỹ; nghiên cứu kỹ lưỡng; đặc biệt để đánh giá hoặc xác nhận; = CHECK OUT • I gave her papers the once-over and figured she qualified: *Tôi đã kiểm tra kỹ giấy tờ của cô ta và nhận thấy cô ta đủ tư cách.*

give someone **the pink slip** *verb* đuổi hoặc sa thải ai; = CAN, FIRE

give someone **the raspberry** *verb* bĩu môi ê với ai một cách khinh miệt [âm phát ra bằng lưỡi và hai môi] • The audience gave him the raspberry, which gave him some second thoughts about his choice of career: *Khán giả bĩu môi búng lưỡi khinh bỉ, điều đó làm anh ta có vài suy tính lại về sự lựa chọn nghề nghiệp của mình.*

give someone **the reds** *verb* nổi giận ai

give someone **the shaft** *verb* lừa đảo ai; đối xử tệ với ai

give someone **the shake** *verb* thoát khỏi hoặc trốn thoát ai • Two of the prisoners gave their captors the shake: *Hai trong số tù nhân đã trốn thoát khỏi những người bắt giữ chúng.*

give someone **the shirt off** one's **back** *verb* tỏ ra cực kỳ hào phóng, rộng rãi • Open-handed? Why he'd give you the shirt off his back if you needed it: *Hào phóng ư? Tại sao ông ta lại tỏ ra cực kỳ hào phóng với anh nếu anh cần điều đó.*

give someone **the slip** *verb* thoát khỏi người săn đuổi hoặc truy nã • The robbers managed to give the police the slip: *Những tên cướp đã tìm cách trốn thoát khỏi cảnh sát.*

give someone **their hat** *verb* phóng thích ai ra khỏi tù

give someone **the time of day** *xem* NOT GIVE someone THE TIME OF DAY

give the office *verb* ra dấu, báo hiệu hoặc cung cấp thông tin • The boss almost shook his wig off giving me the office from behind a post: *Gã chủ gần như đánh rơi mái tóc giả khi lắc đầu ra dấu cho tôi từ đằng sau cột mốc.*

give the skins *verb* làm tình với ai

give someone **the works** *verb* ngược đãi hoặc đánh đập thậm tệ; = CLOBBER, WORK someone OVER • They took him into the adjoining room and gave him the works: *Họ đưa hắn vào căn phòng kế bên và đánh hắn tàn nhẫn.*

give-up *noun* vụ cướp mà có sự hợp tác của nạn nhân

give someone **up** *verb* phản bội ai; đem nộp ai cho chính quyền

give someone **what for** *verb* đánh hoặc phạt nặng; nện hoặc đánh đòn, bằng lời nói hay hành động; = CLOBBER, LET someone HAVE IT

give wings *verb* tiêm hê-rô-in cho ai và dạy họ cách tự tiêm

give with *verb* trao; phổ biến • He wouldn't give with the information: *Nó sẽ không trao thông tin.*

give with the eyes *verb* nhìn; liếc nhìn • The woman at the next table was giving him with the eyes: *Người đàn bà ở bàn bên cạnh đang liếc nhìn anh ta.*

gizmo *verb* trang bị dụng cụ

gizmo or **gismo** or **giz** *noun* **1** dụng cụ, thiết bị hoặc linh kiện thay thế mà người nói không nhớ tên của nó hoặc không quan tâm **2** (*cờ bạc*) = GIMMICK **3** anh chàng; gã; = GUY

GJ *noun* bồi thẩm đoàn [viết tắt của "*grand jury*"]

glad bag *noun* túi đựng xác

the **glad eye** *noun* cái nhìn gợi tình; cái nhìn quyến rũ • Getting excited because a newspaper seller had given her the glad eye?: *Cô ta thấy bị kích thích bởi vì cái nhìn gợi tình của một gã bán báo à?*

glad-hand **1** *noun* sự chào đón một cách niềm nở, không hẳn là chân thật • They sure gave me the glad-hand when they laid their peepers on my new car: *Chắc chắn họ chào đón tôi, khi họ để những con mắt vào chiếc xe mới của tôi.* **2** *verb* chào mừng bằng sự hào phóng, không hẳn là chân thật • The senator was glad-handing everyone in sight: *Thượng nghị sĩ chào đón mọi người có mặt một cách niềm nở.*

glad-hander *noun* người thể hiện tình cảm thân thiết một cách nồng nhiệt, dạng điển hình của những nhà chính trị

glad lad *noun* người đàn ông hấp dẫn, cuốn hút

glad rags *noun* **1** quần áo đẹp nhất **2** quần áo lễ hội; lễ phục

glam *adjective* **1** lòe loẹt (quần áo), khoa trương vẻ ngoài **2** đẹp say đắm; đầy quyến rũ

glamor (or **glamour**) **girl** *noun* một người có vẻ ngoài và cuộc sống rất hấp dẫn, đặc biệt là ngôi sao điện ảnh hay một người đẹp khác

glamor groovie *noun* người yêu thích thời trang

glamor-puss or **glamour-puss** *noun* người gợi cảm, thu hút, nhất là người có vẻ đẹp tự nhiên và có sự hỗ trợ từ tiền tài, địa vị • Hey, hey, glamorpuss. I'm sorry: *Ơ, này, quý cô xin đẹp. Tôi xin lỗi.*

Gland Canyon *noun* phần trũng giữa ngực phụ nữ

glass arm *noun* **1** (*bóng chày*) cánh tay của người ném bóng dễ bị chấn thương và viêm; = CROCKERY **2** (*công nhân bốc xếp ở bến tàu*) người làm việc kém; người yếu đuối

glassbrain *noun* người có trí tuệ kém phát triển

glassie *noun* hòn bi thủy tinh

glass jaw or **china chin** *noun* (*quyền Anh*) cằm hoặc hàm răng yếu, không thể chịu đựng một cú đấm mạnh

glass-jawed *adjective* (*quyền Anh*) có cái cằm rất yếu hoặc dễ bị tổn thương

glassy *adjective* (*nói về tình trạng biển*) tĩnh lặng, không nhiều sóng

glassy-eyed *adjective* say rượu hoặc say ma túy; gánh chịu bệnh tật

glazed *adjective* say rượu hoặc say ma túy

glaze someone **over** *verb* làm ai phớn phở, lâng lâng, ngây ngất

a **gleam in** someone's **eye** *noun* một ý tưởng hoặc kế hoạch hứng thú trong tương lai; điều mong ước lý thú

glim *noun* **1** đèn; ánh sáng **2** (*cũng là glimmer*) mắt **3** (*cũng là glimmer*) (*tài xế xe tải*) đèn pha

glim *verb* nhìn • I glimmed her from across the room: *Tôi nhìn cô ấy từ bên kia phòng.*

glimmer *noun* đèn • A paper bag was wrapped around the overhead

glimmer to curb the brightness: *Một cái bao giấy được trùm ở trên đầu cái đèn để ngăn bớt (giảm) bớt độ sáng.*

glims *noun* (*từ những năm 1920, người lang thang*) kính mắt • I broke my glims: *Tôi đã đánh vỡ kính mắt của tôi rồi.*

glim worker *noun* (*hội hóa trang*) người bán kính đeo mắt, đặc biệt loại thường

glitch *noun* 1 (*không gian vũ trụ*) sự cố; một vấn đề nhỏ làm mất khả năng hoạt động 2 (*máy tính*) lỗi trong chương trình máy tính; lỗi khiến máy móc không hoạt động bình thường

glitter *noun* một phong cách ăn mặc lòe loẹt được dùng bởi một số nhạc sĩ, gồm tóc nhuộm, nữ trang trên mặt và cơ thể, quần áo liền nhau và quần áo cao bồi chói lọi

the glitterati *noun* tầng lớp; đẳng cấp cao; giới giàu có trong xã hội

glitter gulch *noun* trung tâm thành phố Las Vegas, tiểu bang Nevada

glitter rock *noun* nhạc được chơi bởi những nhóm nhạc rock, dùng lối ăn mặc lòe loẹt để thu hút sự chú ý mọi người

glitz 1 *noun* bề ngoài lòe loẹt, sặc sỡ; vẻ quyến rũ hào nhoáng phô trương 2 *verb* (cũng là *glitz up*): He said if we glitz the place up a little we can charge more: *Ông ta nói nếu chúng tôi tăng vẻ hào nhoáng cho nơi này một chút thì chúng tôi có thể tính thêm phí.*

glitzy *adjective* thời trang; quyến rũ; hào nhoáng phô trương

globes *noun* ngực phụ nữ • A nice gander at Drew's gargantuan globes in the shower: *Một cái nhìn đẹp vào bộ ngực khủng của Drew dưới vòi sen.*

glock *noun* súng; súng lục

glom or **glaum** or **glahm** *noun* 1 người ngu ngốc 2 bàn tay, được xem là công cụ cầm nắm 3 cái nhìn; cái liếc mắt

glom or **glaum** or **glahm** *verb* 1 nhìn chằm chằm vào; nhìn trừng trừng vào 2 bắt giữ ai; nắm lấy; chụp lấy 3 ăn cắp; lấy trộm vật gì 4 ăn nhanh; ăn vội 5 = GLOM ON TO

glommed *adjective* bị bắt giữ • Wilmer got glommed on a speeding charge: *Wilmer bị bắt vì lái xe quá tốc độ.*

glommer or **glaumer** or **glahmer** *noun* 1 (*từ thế giới ngầm và người lang thang*) bàn tay, được dùng để nắm hoặc ăn trộm 2 một người làm công việc nắm hoặc hái, chẳng hạn người hái trái cây

gloom (or **glaum** or **glahm**) **on to** *verb* (*từ thế giới ngầm và người lang thang*) giành được; thu được; kiếm được; = LATCH ON TO • Glom on to a couple jugs and we'll have a party: *Kiếm được vài bình rượu và chúng ta sẽ có một bữa tiệc.*

gloomy Gus *noun* người tiêu cực; người u sầu; kẻ bi quan; = CRAPE-HANGER

glop *noun* 1 chất lỏng sền sệt; chất dính; chất bẩn thỉu, nhơ nhớp; = GOO, GOOK, GUNK 2 thức ăn dở, chán ngắt; vật bỏ đi 3 tính đa cảm; tính ủy mị; = SCHMALTZ

glop *verb* đổ hoặc bôi lên một cách hăng hái • She slopped something horrible onto my plate: *Cô ta đổ cái gì kinh khủng lên đĩa của tôi.*

glory *noun* (*đường sắt*) xe lửa với các toa trống

glory hole *noun* 1 lỗ được thiết kế trên tường của một căn buồng trong phim đồi truỵ hoặc giữa các buồng vệ sinh công cộng, dành cho việc quan hệ tình dục giấu mặt giữa những người đàn ông 2 phòng ngủ sĩ quan trên tàu hải quân

glory wagon *noun* (*đường sắt*) toa dành cho công nhân hoặc người bảo vệ tàu

glossy *noun* 1 một bức hình hoặc bức ảnh được in trên giấy bóng 2 tạp chí được in trên giấy bóng; tạp chí cao cấp

glow *noun* tình trạng say rượu hoặc say ma túy nhẹ

glow worm *noun* người say rượu; người nghiện rượu

glued *adjective* say rượu

gluepot *noun* ngựa đua rất kém

gluey or **gluer** *noun* (*thanh thiếu niên*) người hít keo hay bất kỳ dung môi dễ bay hơi nào để tìm cảm giác say thuốc

gluey or **glutinous** *adjective* ủy mị; đa cảm; = CORNY, SCHMALTZY

glug *noun* 1 một hớp rượu đầy; một ngụm rượu 2 lượng rượu được rót ra khi cái chai tạo ra tiếng ùng ục

glutes *noun* cơ mông

glutz *noun* người đàn bà dâm đãng; con điếm

G-man *noun* (*đặc biệt những năm 1930*) nhân viên cục điều tra liên bang về tội ác; nhân viên FBI [viết tắt của *"Government man"*] • The G-men busted in and started shooting: *Các đặc vụ FBI ập vào và bắt đầu nổ súng.*

gnarly *adjective* 1 nguy hiểm; mang tính thách thức; khó khăn 2 tồi tệ; đáng sợ; đáng ghê tởm 3 (*thanh thiếu niên*) xuất sắc; tuyệt vời; = GREAT

gnome *noun* một chuyên gia nặc danh (dấu tên), đặc biệt là nhà thống kê hoặc người quan sát các xu hướng công nghiệp; = BEAN COUNTER

gnomes of Zurich *noun* ám chỉ những người vô danh chịu trách nhiệm xác định những điều kỳ lạ của thị trường tài chính thế giới

go *noun* 1 sự tán thành, sự chấp thuận; sự đồng ý, bản hợp đồng • Do the plans meet with your go?: *Những kế hoạch đó có được ngài chấp thuận không?* 2 sự thử; = CRACK, WHACK • I'd like to have another go at it, if I can: *Nếu có thể, tôi muốn thử nó một lần nữa.* 3 một trận đánh nhau; một trận đấu • a ripsnorting go: *một trận đấu xuất sắc* 4 sự hăng hái, sức sống • She's full of go: *Cô ta đầy sức sống.* 5 lượt; phiên, đặc biệt trong các trò chơi • It's my go now: *Bây giờ đến lượt tôi.* 6 việc khó xử; việc rắc rối; việc bế tắc • Here's a go!: *Khó khăn ở chỗ này đây!* 7 cơn bệnh • He's had a bad go of flu: *Nó đã bị một trận cảm nặng.*

go *adjective* 1 (*từ phi hành gia*) hoạt động hoàn hảo; làm việc như kế hoạch; có chức năng đúng mức, rất tốt; = A-OK • As the astronauts say…all signs are go: *Như các phi hành gia nói…tất cả các dấu hiệu hoạt động hoàn hảo, rất tốt.* 2 thích hợp; phù hợp; vừa vặn • Black sweaters had never looked particularly go with white tennis socks: *Áo len cổ chui màu đen đặc biệt không bao giờ nhìn phù hợp với vớ (bít tất) tennis màu trắng.*

go *verb* 1 (*khi tường thuật một cuộc nói chuyện*) nói hoặc thốt lên • So he goes "Let me breathe!": *Thế là hắn thốt ra "Hãy để tôi thở chứ!"* 2 theo phong cách hay phong tục của một nơi hay một nhóm người • Andy Warhol has "gone Hollywood": *Andy Warhol đã "hoà" vào cộng đồng Hollywood.* 3 đua 4 (*sòng bạc*) được boa; được tiền tip 5 cân nặng; đo trọng lượng • She goes at least 160 lbs: *Bà ta cân nặng ít nhất là 160 pao.* 6 đi đái; tiểu tiện 7 chết; qua đời • His father has gone: *Cha nó đã qua đời.* 8 xảy ra; diễn ra; = GO DOWN • What goes here?: *Chuyện gì xảy ra ở đây vậy?* 9 trả tiền • I went five bills for that: *Tôi trả 500 đô cho cái đó.*

the go-ahead *noun* 1 sự cho phép để tiến hành; dấu hiệu để tiến lên; sự ưng thuận • His wife Joan had given him the go-ahead to make the race: *Cô vợ Joan đã ưng thuận cho anh ta tiếp tục đua.* 2 *modifier:* vươn lên dẫn đầu • The Tigers got the go-ahead run in the eight and held the lead to win 9 to 8: *Đội Tigers đã vươn lên dẫn đầu chạy trong vòng thứ tám và giữ đầu để thắng với tỉ số 9:8.*

go ahead, make my day *sentence* hãy tiến lên, tôi sẽ vui nếu anh làm tôi toại nguyện bữa nay • So, you're gonna do it anyway! Go ahead, make my day!: Vậy là mày sẽ làm điều đó dù thế nào đi nữa! Hãy tiến lên đừng do dự và cứ làm những việc đe dọa đi, vậy thì tao sẽ cho mày một trận và tao sẽ có một ngày thắng lợi!

goalie *noun* âm vật

go all the way *verb* 1 làm tình; giao hợp; = GO THE LIMIT 2 làm hết sức; đặc biệt cố gắng; = GO THE EXTRA MILE

go along for the ride *verb* làm hoặc tham gia vào việc gì một cách thụ động

go along with *verb* 1 đồng ý với; tán thành với • We'll go along with your suggestion: Chúng tôi sẽ đồng ý với sự đề xuất của anh. 2 chấp nhận hoặc làm theo đề nghị nào đó; chấp thuận 3 đi cùng với • His wife went along with him in the journey: Vợ của anh ta đi cùng với anh ta trong cuộc hành trình.

go along with the crowd *verb* làm những gì người khác làm, không có phán đoán cá nhân • What the hell, I figured I'd go along with the crowd and vote yes: Quỷ thần ơi, tôi nghĩ tôi sẽ làm theo mọi người và bỏ phiếu thuận.

go ape (over someone/something) *verb* 1 trở nên rất kích động vì ai hoặc cái gì; rất thích ai hoặc cái gì • I just go ape over chocolate: Tôi rất thích sô-cô-la. 2 rất say mê; nhiệt tình vô cùng; hâm mộ hết sức • People are going ape over the girl: Mọi người đều hâm mộ cô gái đó vô cùng. 3 bắt đầu đối xử điên rồ; không kiềm chế được • When they told him, he went ape and wrecked his room: Khi họ nói cho hắn biết, hắn điên tiết lên và đã phá tan tành phòng của hắn.

go apeshit over someone/something *verb* kích động; hứng thú với ai hoặc cái gì • She really went apeshit over the ice cream: Cô ta thật sự rất thích kem.

go around Robin Hood's barn *verb* hành động hoặc nói theo kiểu quanh co; làm việc gì dễ dàng thành ra phức tạp; đi đường vòng quanh [từ thực tế Robin Hood's barn là một khu rừng lớn và không có đường]

go around the bend *verb* (từ Anh) phát điên; nổi khùng; = FREAK OUT

go around the world *verb* hôn hoặc liếm toàn bộ cơ thể của bạn tình, đặc biệt là khúc dạo đầu cho việc kích thích bộ phận sinh dục bằng cách đó

go around together *verb* là người bạn tình thường xuyên ở các cuộc hẹn hò, tiệc tùng, khiêu vũ, v.v..; đi chơi với nhau; tiếp tục bầu bạn

go around with someone *verb* trở thành người hộ tống hoặc bạn hẹn thường xuyên của ai; giao du thân mật với người khác phái • He went around with a bar-girl: Hắn ta giao du thân mật với một cô gái bán bar.

goat *noun* 1 người giơ đầu chịu báng; người chịu trách nhiệm cho việc thua cuộc, đặc biệt là người chơi trong một cuộc thi thể thao; = PATSY • After the latest flop they elected me goat: Sau thất bại mới nhất, họ đã chọn tôi làm kẻ giơ đầu chịu báng. 2 (dân chơi xế độ, thanh thiếu niên) chiếc ô tô động cơ mạnh và nhanh; chiếc xe hiệu Pontiac GTO 3 (quân đội) sĩ quan cấp thấp nhất trong một đơn vị quân đội 4 (đường sắt) đầu máy ghép tàu hoặc đầu máy dồn toa 5 (đua ngựa) ngựa đua già hoặc kém

goat fuck (or **screw** or **rope**) *noun* (quân đội) một tình huống, hoạt động, v.v.. rất lộn xộn; = CHINESE FIRE DRILL

goat locker *noun* (hải quân Mỹ) nhà bếp và phòng ăn dành cho nhân viên sĩ quan

goat-roper *noun* người mộc mạc, quê mùa

goat screw *noun* tình huống rối rắm; tình trạng tổ chức kém

goat-smelling *adjective* (quân đội) nặng mùi; hôi hám

go away *verb* vào tù; bị tống giam

gob *noun* 1 một khối hoặc một viên • Take that horrid gob of gum out of your mouth!: Bỏ cái viên kẹo cao su kinh khủng đó ra khỏi mồm của mày đi! 2 (cũng là **gabs**) một số lượng lớn của cái gì • I need gobs of money to get through college: Tôi cần nhiều tiền để học hết trường cao đẳng. 3 một cục hoặc đống chất dính, lầy nhầy; = BLOB 4 cái miệng; mồm [chủ yếu dùng ở Anh (từ tiếng Ai-len)] 5 (từ đầu những năm 1900) thủy thủ hải quân Mỹ; = SWABBY

go back to (or **be at**) **square one** *verb* bị buộc quay lại điểm xuất phát, thường là sau một sự lãng phí công sức; làm lại mới từ đầu; = SCRUB THE

go bananas *verb* 1 trở nên không có lý trí; = FREAK OUT, GO APE 2 cực kỳ nhiệt tình; rất say mê • She went bananas over the dress and bought one in every color: Cô ta rất mê váy và đã mua một chiếc cho mọi màu.

gobble *verb* 1 làm tình bằng miệng với người đàn ông; = EAT IT 2 nói chuyện 3 (bóng chày) bắt lấy (quả bóng)

gobbledegook *noun* ngôn ngữ hoa mỹ và khó hiểu; lối văn cầu kỳ, biệt ngữ (dùng trong công văn) [được tạo ra năm 1944 bởi hạ nghị sĩ Maury Maverick của Texas] • the gobbledegook of government reports: lối văn hoa mỹ và khó hiểu của công văn

gobbledygook *noun* 1 từ chuyên ngành khó hiểu, khoa trương, ngu ngốc 2 chuyện nhảm nhí; điều vô lý 3 bất cứ mớ hỗn độn nào, đặc biệt là thức ăn

gobbler *noun* 1 người thực hiện hành vi khẩu dâm 2 bệnh nhân hay cằn nhằn những việc nhỏ nhặt

gobble up *verb* = EAT UP

go belly up *verb* chết; sụp đổ; ngừng hoạt động; = BELLY UP

go bitchcakes *verb* hơi khùng khùng

go blooey *verb* (biến thể: **flooey** or **kablooey** or **kerflooie** or **kerfooey** có thể thay **blooey**) 1 vỡ ra từng mảnh; không hoạt động; hỏng • All my plans went blooey because of the rain: Tất cả kế hoạch của tôi đổ vỡ vì trời mưa. 2 thất bại hoặc thảm họa; sụp đổ; phá sản • The peace talks went blooey today: Những cuộc đàm phán hòa bình đã thất bại hôm nay.

(Go) blow it out your ear! Cút đi và đừng làm phiền tôi với những chuyện nhảm nhí của anh nữa!

goboon or **gobboon** or **gaboon** *noun* ống nhổ

go broke (or **bust**) *verb* không xu dính túi; vỡ nợ; = GO BELLY UP, TAKE A BATH

gob-stick *noun* kèn clarinet

go bughouse *verb* phát điên

the go-by *noun* 1 sự đi ngang qua 2 sự bỏ qua; sự phớt lờ (ai) • I got the go-by from her every time I saw her: Mỗi lần tôi thấy cô ta thì cô ta lại phớt lờ tôi.

go-cart *noun* (đường sắt) toa dành cho công nhân hoặc người bảo vệ tàu

go chase oneself *verb* rời khỏi; chuồn đi; = GET LOST [gần như luôn là mệnh lệnh]

go commando or **go freeball(ing)** *verb* (dành cho nam) không mặc quần lót • Bobby is always going commando. Even when it's cold: Bobby luôn không mặc quần lót. Ngay cả khi trời lạnh.

go co-op (or **coop**) *verb* được chuyển từ một nơi, đặc biệt nhà kiểu căn hộ, nơi những người thuê nhà trả tiền thuê, sang một nơi mà họ sở hữu tiện nghi ăn ở theo nguyên tắc hợp tác xã

god-awful 1 *adj* tồi tệ; kinh khiếp • *The film was god-awfull*: Bộ phim thật kinh khủng. 2 *adv* rất; cực kỳ • *I'm afraid I'm god-awful late*: Có lẽ tôi đến quá muộn.

god box *noun* 1 đàn ống hoặc đàn hộp 2 nhà thờ

God-damn or **God-damned** *adjective* đáng ghét; đáng tởm; khó chịu; = FUCKING

goddamn or **goddamned** *adjective & adverb* dùng để nhấn mạnh: trời đánh; chết tiệt; quá đáng; khốn kiếp • *Where does this goddamned lamp go?*: Cái đèn chết tiệt này để ở đâu?

godfather *noun* 1 người lãnh đạo; người có uy quyền cao nhất = BOSS 2 người cầm đầu của nhóm mafia; người đứng đầu của phe tổ chức tội phạm 3 cha đỡ đầu

godfer *noun* đứa trẻ; con của ai

Godfrey *noun* sử dụng trong lời nguyền rủa thay thế cho "God" • *No by Godfrey, I won't take it to the office*: Nếu không vì chúa, tao sẽ chẳng mang nó đến văn phòng đâu.

go down[1] *verb* (*đặc biệt máy tính*) ngừng hoạt động; ngừng làm việc

go down[2] *verb* 1 xảy ra; diễn ra; phơi bày ra; = GO • *He wanted this scam to go down as rigged*: Hắn ta muốn âm mưu này diễn ra như dự kiến. 2 được chấp nhận 3 bị bắt 4 (*khi làm việc trong vai trò cảnh sát trong xe tuần tra*) đỗ xe và ngủ

go-down *noun* (*người da đen*) căn hộ hoặc phòng ở tầng hầm

go down and do tricks = GO DOWN ON someone

go downhill *verb* 1 làm hư hỏng; trở nên xấu đi • *It looks like his health is going downhill fast*: Trông có vẻ như sức khỏe của ông ta đang trở nên xấu đi nhanh chóng. 2 suy sụp; sa sút • *Things began to downhill when the county cut the maintenance budget*: Mọi thứ bắt đầu đi xuống khi quận cắt ngân sách tiền trợ cấp.

go down in flames *verb* thất bại; sụp đổ hoàn toàn; bị hủy hoại hoàn toàn [*từ số phận của các phi công máy bay chiến đấu trong thế chiến I, những người không mang dù*] • *The whole team went down in flames*: Toàn đội đã thất bại hoàn toàn.

go down on or **go down** or **go down south** *verb* quan hệ tình dục bằng miệng; = EAT IT, SUCK

go down the line *verb* hít cô-ca-in

go down the tube(s) or **go down the chute** *verb* thất bại hoàn toàn; suy sụp; phá sản

God's acre *noun* nghĩa trang

God's gift *noun* một điều may mắn rất đặc biệt; tặng phẩm hạng nhất [*gần như luôn mang tính mỉa mai*]

God shop *noun* nhà thờ

God-size *adjective* lớn; cực lớn

God's medicine or **God's own medicine** *noun* (*ma túy*) morphine; thuốc phiện

go Dutch (or **Dutch treat**) *verb* trả phần của mình; tiền của ai người ấy trả, chẳng hạn như bữa ăn, buổi diễn, v.v.. • *How about dinner tonight? We'll go Dutch, okay?*: Còn bữa ăn tối nay thì sao? Chúng ta sẽ tự trả phần của mình, đồng ý chứ?

godzillion *noun* số lượng lớn

go easy *verb* 1 tự kiềm chế; kiểm soát cơn giận của mình • *Go easy, fellow, he was just jiving*: Kiềm chế đi, anh bạn, hắn chỉ đang trêu chọc thôi. 2 khoan dung với; dung thứ • *Why do the judges go so easy with these perverts?*: Tại sao các thẩm phán quá khoan dung với bọn đồi trụy này thế?

gofer or **gopher** or **go-for** *noun* người giúp việc cấp độ thấp, thuộc hạ, thường làm những việc vặt

go figure *interj* cố tìm hiểu ra xem; cố giải thích điều đó! • *She really hung up on that guy. Go figure*: Cô ta thật sự mết anh chàng đó. Thử nghĩ xem.

go fishing (or **on a fishing expedition**) nhận hoặc đảm trách đi tìm sự thật, đặc biệt bằng quy trình pháp luật hoặc gần như có tính pháp luật như một cuộc điều tra của bồi thẩm đoàn chẳng hạn

go fly a kite *sentence* biến ngay lập tức; = GO TO HELL, GET LOST • *I asked for more, and he told me to go fly a kite*: Tôi đòi thêm, và hắn bảo tôi biến ngay lập tức.

go for *verb* 1 trả tiền cho; thanh toán cho 2 quý mến; say mê; bị hấp dẫn • *I really go for her*: Tôi thực sự mê cô ta.

go for broke (or **all the marbles**) *verb* 1 làm liều thử thời vận; cố gắng giành thắng lợi bằng mọi cách 2 (*cờ bạc*) làm hết sức; đặt cược mọi thứ vào một lần thử quan trọng

go for it! *exclam.* làm đi!; thử đi! • *It looked like something I wanted to do, so I decided to go for it*: Có vẻ như có thứ gì đó tôi muốn làm, thế nên tôi quyết định thử nó.

go for the fences *verb* 1 đặt mục tiêu cao và làm bất cứ điều gì cần thiết để đạt được • *We are going to go for the fences on this one. Don't hold back on anything*: Chúng tôi sẽ đặt mục tiêu cao cho việc này. Đừng do dự bất kỳ điều gì. 2 (*bóng chày*) cố thực hiện những cú đánh dài để cho người đánh chạm được góc thứ nhất; = SLUG

go for the gusto! *exclam.* dùng như một lời hô hào, cổ vũ sự mạo hiểm và khuyến khích sống tốt

go for the long ball *verb* liều; góp vốn thử thời vận; chịu rủi ro lớn để có thu hoạch lớn; = GO FOR BROKE

go fuck (or **impale**) **oneself** *verb* mày sẽ bị nguyền rủa, thất bại, nhục nhã, bị từ chối, v.v..; = GO TO HELL

go fuck yourself! đi chết đi!; biến đi! • *You worthless mungshit! Go fuck yourself!*: Đồ bẩn thỉu vô dụng! Cút đi!

go-getter *noun* 1 người năng động, sáng tạo, dám nghĩ dám làm 2 (*từ những năm 1920*) người hoạt bát và gây ấn tượng; = WINNER

goggle-eye *noun* rượu uýt-ki thô và kém chất lượng; = REDEYE

goggle-eyed or **googly-eyed** *adjective* 1 say rượu 2 hoài nghi; ngờ vực; ấn tượng; nóng lòng; sốt ruột

go-go *noun* sàn nhảy disco; nơi tụ tập nhảy khêu gợi

go-go *adjective* 1 liên quan đến sàn nhảy disco, nhạc của chúng, phong cách nhảy, v.v.. 2 hợp thời trang; đúng mốt; = TRENDY 3 sôi nổi; mãnh liệt; đầy sinh lực

go-go boy *noun* một vũ công nam hấp dẫn, thường là đồng tính, làm việc ở hộp đêm hay quán bar

go-go dance *verb* nhảy múa có trả tiền ở trong lồng hoặc trên sàn ở hộp đêm

go-go dancer *noun* vũ công ở hộp đêm

go-go girl *noun* một cô gái trẻ hoàn toàn khỏa thân hoặc khỏa thân một phần được thuê nhảy một mình ở vũ trường hoặc hộp đêm trên sân khấu hoặc cái bục nhỏ, trong lồng, v.v..

go great guns *verb* làm rất tốt; đi rất nhanh; thành công một cách nổi bật • *The project is finally going great guns, just as we planned*: Cuối cùng dự án này tiến triển tốt, đúng như chúng tôi dự tính.

go green on someone *verb* chống lại ai; nổi giận với ai; nổi xung

go halfies (or **halvies** or **halvsies**) *verb* thường một phần bằng nhau; chia thành hai phần bằng nhau; chia đôi • That was an expensive meal. Let's go halfies: *Đây là một bữa ăn đắt tiền. Chúng ta hãy chia đôi.*

go haywire *verb* 1 (*cho người*) nổi giận; cáu tiết; mất tự chủ • Sorry, I guess I just went haywire for a minute: *Xin lỗi, tôi nghĩ là tôi vừa mất tự chủ trong giây lát.* 2 (*cho vật*) hỏng; ngưng hoạt động • I'm afraid my car's gone haywire. It won't start: *Tôi e rằng chiếc ô tô của tôi đã hỏng rồi. Nó không khởi động được.*

go (or **run**) **hog-wild** *verb* hành động táo bạo và không kiềm chế được • I went hog-wild and spent the whole week's pay: *Tôi đã hành động táo bạo và tiêu hết cả tuần lương.*

go home feet first *verb* chết; qua đời

go home in a box *verb* đem xác về nhà

going! dùng để hô hào, khuyến khích

a going concern *noun* một kế hoạch, công việc kinh doanh, v.v.. được thành công suôn sẻ

a going over *noun* 1 sự kiểm tra; sự xem xét kỹ 2 một trận đòn, thường để trừng phạt

goings-on *noun* những việc xảy ra hoặc các biến cố; các sự kiện

go in the tank *verb* (*quyền Anh*) thua cuộc; thua trận (có chủ tâm); = THROW

go into one's **act** *verb* = DO one's NUMBER

go into one's **dance** *verb* (biến thể: **dog and pony show** or **song and dance** có thể thay **dance**) bắt đầu chuẩn bị làm, như một câu biện hộ, giải thích, bán hàng, quyến rũ, v.v. • He went into his dance, but she wasn't convinced: *Anh ta bắt đầu chuẩn bị làm, nhưng cô ta thì không vững tin.*

go into orbit *verb* 1 trở nên phấn chấn, kích động • The entire staff went into orbit when they got the news: *Toàn bộ nhân viên rất phấn chấn khi nghe tin ấy.* 2 đạt được đỉnh cao tột bực và có vẻ không thể kiểm soát được

go it alone *verb* làm hoặc hành động một mình không nhờ cậy vào ai; một mình chịu hết trách nhiệm

go-juice *noun* thức uống có cồn

go kerplunk *verb* thất bại; = FLOP

gold *noun* 1 tiền bạc • "Can you lend me some gold?" he asked Porter: *"Mày có thể cho tao mượn ít tiền được không?" hắn hỏi Peter.* 2 (*ma túy*) cần sa loại nặng; cần sa cao cấp

Goldberg *noun* (*người da đen*) người Do Thái, đặc biệt người có hãng hoặc cửa hàng nhận những người da đen vào làm việc cho họ

gold braid *noun* các sĩ quan hải quân, đặc biệt sĩ quan cao cấp

goldbrick *noun* (cũng là *goldbricker*) người hay tránh né công việc, trách nhiệm; kẻ lười biếng; = GOOF-OFF

goldbrick *verb* 1 trở nên lười; tránh né công việc, trách nhiệm 2 lừa đảo; lừa gạt; = CON

goldbricker *noun* kẻ lừa đảo; kẻ ăn không ngồi rồi

gold-digger *noun* 1 người theo đuổi người khác vì tiền, tài sản 2 gái bòn tiền; một phụ nữ dùng sự quyến rũ và tình dục để kiếm tiền từ những người đàn ông giàu có

gold dust *noun* cô-ca-in

golden *adjective* tuyệt vời; thành công; quyến rũ

golden-ager *noun* người già; người có tuổi

golden handcuffs *noun* tiền khích lệ để giữ nhân viên có năng lực ở lại làm việc

golden oldie or **oldie but goodie** *noun* bài hát vẫn còn thịnh hành dù đã được sáng tác từ lâu trong quá khứ, nhất là những bài thuộc thể loại rock and roll thập niên 1950s hay 1960s

golden parachute or **handshake** *noun* số tiền thanh toán đặc biệt cho những người bị buộc phải thôi việc

golden shower *noun* (*giới đồng tính và gái điếm*) hành vi thoả mãn tình dục bằng việc tiểu lên người; hành vi tiểu lên người khác để thoả mãn

goldfinger *noun* (*ma túy*) một loại hê-rô-in tổng hợp

goldfish *noun* (*quân đội, thế chiến I*) cá hồi đóng hộp

goldfish bowl *noun* 1 phòng lấy lời khai; phòng hỏi cung trong nhà giam 2 một nơi hoặc vị trí được phô bày, không che đậy; một nơi gặp gỡ không riêng tư • Celebrities must live in a goldfish bowl: *Những người nổi tiếng phải sống trong một nơi được phô bày.*

goldie locks *noun* nữ cảnh sát

goldilocks *noun* người phụ nữ xinh đẹp tóc vàng [thường dùng một cách mỉa mai]

Goldstein *noun* người Do Thái

go levers *noun* (*hàng không*) các van tiết lưu của máy bay

golf ball *noun* pháo hình cầu nổ khi va chạm

golf widow *noun* người đàn bà thường bỏ mặc một mình trong khi người bạn của cô ta chơi đánh golf

go light *verb* (*bài poker*) cược chịu bằng cách dùng tiền ngoài số tiền đánh cá

golly *interj* (*thường dùng ở trẻ con*) trời ơi!; chao ơi!; = GOSH • Golly, Mom, did you really win it?: *Chao ơi, Mẹ, mẹ đã thắng thực sự không vậy?*

go-long *noun* (*người da đen*) xe tuần tra cảnh sát; = PADDY WAGON

goma *noun* (*ma túy*) thuốc phiện thô

go man go *interj* (*từ nhạc sĩ nhạc jazz*) thán từ bày tỏ sự khen ngợi, khuyến khích, v.v..; = WAY TO GO

go mental *verb* phát điên; hành động ngu ngốc

gomer *noun* 1 người ngây thơ, chất phát, ít học đến từ vùng quê Hoa Kỳ, nhất là từ phía Nam 2 kẻ ngu ngốc; kẻ bị xã hội loại bỏ 3 một lính thuỷ quân lục chiến Mỹ, chỉ người đang được huấn luyện vụng về, không thạo 4 (cũng là *goomer*) bệnh nhân không tuân theo lời, hay kháng cự; người không được chào đón ở bệnh viện 5 (*bệnh viện*) bệnh nhân cần sự chăm sóc đặc biệt

goms *noun* (*thế giới ngầm, từ những năm 1920*) cảnh sát

gon or **gond** *noun* (*đường sắt*) toa xe lửa trần

go native *verb* (*về người nhập cư*) tiếp nhận và xử sự giống như dân bản địa; hoà đồng với dân bản địa • She's emigrated to America and gone completely native: *Cô ta di cư đến Mỹ và đã hoàn toàn hòa đồng với dân bản địa.*

gone *adjective* 1 tột bậc; cao cấp; sâu sắc, hiểu biết kỹ càng về xu hướng hiện tại 2 xuất sắc; thượng hạng; tuyệt dịu; = COOL • She is one real gone chick: *Cô ấy là một cô gái thật tuyệt vời.* 3 (cũng là *gone under*) say rượu hoặc say ma tuý 4 túng thiếu, bần cùng và cơ thể bị tàn phá hoàn toàn do nghiện ma tuý 5 mê đắm; cuồng dại 6 (cũng là *gone under*) bất tỉnh

gone fishing *adjective* không làm việc; vắng mặt khi làm nhiệm vụ; rất thư giãn, thoải mái

gone goose *noun* 1 người thiếu triển vọng tốt; người thất bại 2 cái gì

gone on (or **over**) *adjective* yêu; ham thích • I was so gone over her: *Tôi quá yêu nàng.*

goner *noun* 1 người chịu thất bại; người bị hãm hại 2 người tài giỏi, xuất sắc 3 cái gì không dùng được, đã xon • This one's a goner. Toss it: *Cái này không dùng được nữa. Quăng nó đi.* 4 người hoặc vật bỏ đi, hết hy vọng; = DEAD DUCK

gone up *adjective* say rượu hoặc say ma tuý

gong *noun* 1 súng 2 (cũng là **gonger**) tẩu hút thuốc phiện 3 (*chủ yếu dùng ở Anh trong thế chiến II*) (*quân đội*) huân chương; mề đai hoặc ruy băng

gonged *adjective* (*ma túy*) say ma túy; = HIGH, STONED

gonies *noun* tinh hoàn; hòn dái

goniff 1 *noun*: (biến thể: **gonef** or **gonnif** or **gonif** or **gonof** or **gonoph** or **ganef** or **ganof** or **guniff**) kẻ trộm; kẻ lừa đảo 2 *verb*: Are you trying to goniff me, pal?: *Anh đang cố trộm đồ của tôi phải không anh bạn?* 3 *noun*: người đồng tính nam

gonna *phrase* sắp; sẽ • I'm gonna get you, you little dickens!: *Tao sẽ tóm được mày, thằng quý nhỏ!*

go-no-go *noun* vị trí trên đường băng mà người phi công phải quyết định cất cánh hoặc ngừng cất cánh ở vị trí đó

go no-go *adjective* (*từ phi hành gia*) gắn với khoảnh khắc quan trọng cuối cùng mà khi đó một dự án, kế hoạch, v.v.. vẫn có thể bị phá hủy; gắn với thời điểm không còn đường lùi

gonzo *noun* người ngu ngốc, đần độn hoặc điên rồ

gonzo *adjective* 1 loạn trí; điên; phong cách riêng lạ lùng, khác người • the gonzo idea of a cross-country race: *ý tưởng điên rồ về một cuộc đua xuyên quốc gia* 2 đi mất; chết • "And then, after, I'm gonzo": *"Và rồi, sau đó, tôi bỏ đi."*

Gonzo Station *noun* biển Ấn Độ Dương

goo *noun* 1 chất nhầy lỏng, chất sền sệt, nhất là loại không rõ nguồn gốc; = GLOP, GUNK 2 tính đa cảm; tính ủy mị; = GLOP, SCHMALTZ 3 lời nịnh bợ quá đáng; lời chào mừng quá âu yếm

goob *noun* 1 kẻ ngu đần; kẻ khờ dại 2 mụn; mụn nhọt 3 chất kích thích hệ thần kinh methcathione

goober *noun* 1 (*thanh thiếu niên*) một tổn thương nhỏ trên da; = ZIT 2 (*thanh thiếu niên*) một người điên và lập dị; = WEIR-DO 3 người quê mùa, đơn giản, không có học thức 4 (*theo cách dùng của những tay đua đường phố trẻ*) người lái xe ô tô có hộp số tự động 5 đờm dãi; cục đờm to khạc ra

goober-grabber *noun* 1 người nhặt lạc; người nhặt đậu phọng 2 một người ở thời kỳ các vua George ở Anh

goober-grease *noun* bơ lạc; bơ đậu phọng

gooberhead *noun* gã ngốc; người lập dị; người kỳ cục

goobrain *noun* kẻ ngu ngốc

gooby *noun* (*nhà tù*) thức ăn

gooch *noun* người không biết gì; người không có khả năng

gooch or **grundle** or **taint** *noun* đáy chậu (vùng ở giữa hậu môn và bộ phận sinh dục)

gooch-eyed *adjective* chột; mù một mắt • I said, "I don't want to meet that gooch-eyed bitch": *Tôi nói, "Tao không muốn gặp con chột đó."*

good and plenty *noun* hê-rô-in

good and something *adjective* rất; hoàn toàn • I'm really good and mad at you for that: *Tôi thực sự rất tức giận anh vì điều đó.*

good buddy *noun* (*đặc biệt băng tần nghiệp dư*) người mà bạn đang xưng hô một cách thân mật

good butt *noun* (*ma túy*) điếu thuốc cần sa; = JOINT

Good call! *exclam.* Đó là một quyết định đúng đắn!

good chute *noun* chuyến nhảy dù thành công của phi hành đoàn ra khỏi máy bay quân sự bị rơi của Mỹ

good cop *noun* (*so sánh giữa hai cảnh sát*) người cảnh sát biểu lộ sự nhẹ nhàng, thân thiện, cảm thông trong buổi thẩm vấn

good cop, bad cop or **nice cop, tough cop** *noun* phương pháp thẩm vấn của cảnh sát, một thẩm vấn viên là người kiên định, mạnh bạo, người còn lại sẽ "đóng vai" một người nhẹ nhàng, đồng cảm • Was this a bad-cop-good-cop routine?: *Đây có phải là lệ thói thẩm vấn "vừa đánh vừa xoa" không?*

good deal *noun* một tình huống, cuộc sống, công việc, v.v.. thú vị và thuận lợi

Good deal! *interj* Tốt!; Tốt lắm! • Everyone is here on time! Good deal!: *Mọi người đều ở đây đúng giờ! Tốt lắm!*

good egg *noun* một người đứng đắn và tử tế; một công dân đáng tin cậy và đáng ngưỡng mộ

good-for-nothing *adjective* vô dụng; vô giá trị • Let's get rid of this good-for-nothing car right now: *Chúng ta hãy bỏ chiếc xe vô dụng này ngay bây giờ đi.*

good-for-nothing *noun* người vô dụng; người vô lại

good fun *noun* (*giới trẻ ở Hawaii dùng*) một nguồn vui lớn

Good golly, Miss Molly! *interj* Ái chà!; Chao ôi! • Good golly, Miss Molly! This place is a mess!: *Chao ôi! Chỗ này thật là bừa bãi quá!*

good hair *noun* (*người da đen*) tóc thẳng và mướt (bóng)

good head *noun* (*thanh thiếu niên, vào những năm 1950*) người vui vẻ, dễ thương và sẵn lòng

Good heavens! *interj* Trời ơi! • Good heavens! be quiet!: *Trời ơi! im lặng hết coi nào!*

goodie or **goody** *noun* 1 đồ tốt; đồ đặc biệt; đồ đáng thèm khát 2 một bữa tiệc đặc biệt; thứ gì đó tốt để ăn • a huge basket of goodies: *một giỏ đồ ăn ngon khổng lồ* 3 = GOODY-GOODY 4 người tốt, người đứng về phía công lý, nhất là trong tiểu thuyết

goodies *noun* 1 âm đạo 2 ngực phụ nữ • "So you got a pretty good look at her goodies": *"Vậy là cậu nhìn khá kỹ ngực cô ta."*

good Joe *noun* một người đàn ông tốt bụng, đáng tin cậy; = GOOD EGG

good-looker *noun* (*từ cuối những năm 1800*) ai hoặc thứ gì đó đẹp và hấp dẫn, đặc biệt là phụ nữ; = LOOKER

good man Friday *noun* ma cô; người chăn dắt; kẻ điều đào

good night *interj.* thán từ bày tỏ sự ngạc nhiên, sự tức tối, sự nhấn mạnh, sự mất tinh thần, v.v.. [uyển ngữ cho "*good God*"]

good old (or **ole**) **boy** *noun* người đàn ông da trắng đến từ miền Nam nước Mỹ, mang theo những giá trị của vùng đất và con người nơi đó

good pay *noun* một người trả số tiền mắc nợ một cách nhanh chóng và chính xác

goods *noun* (*ma túy*) bất kỳ loại ma túy nào

the goods *noun* 1 bằng chứng xác thực cho thấy sự phạm tội 2 đồ ăn trộm; hàng lậu 3 thứ gì hoặc ai đó thuộc loại xuất sắc; đúng như những gì mong muốn

good shit 1 *interj* = GOOD DEAL 2 *noun* việc gì thuận lợi hoặc dễ

good sport noun người chơi công bằng hoặc chơi đẹp, chấp nhận chiến thắng lẫn thất bại, và cư xử hòa nhã

good shit … chịu; việc gì được tán đồng hay chấp thuận • This place is real good shit, ain't it?: *Nơi này thực sự dễ chịu phải không?*

good time noun 1 khoảng thời gian được giảm án do thái độ tích cực trong trại giam 2 thời gian được tính vào thời gian hoạt động trong quân đội

good-time Charlie noun 1 người thích thử thách; người lạc quan 2 người đàn ông mê tiệc tùng và lạc thú

good-time house noun cơ sở kinh doanh rượu trái phép, nhất là hình thức bán theo ly (cốc)

good-time it verb tiệc tùng; tiêu tiền hưởng lạc • You're always good-time it. Don't you ever study: *Cậu lúc nào cũng tiệc tùng. Cậu không bao giờ học hành nhỉ.*

good-to-go phrase sẵn sàng đi; sẵn sàng • I'm set. We're good-to-go: *Tôi sắp đặt từ trước. Chúng tôi sẵn sàng đi.*

good trip noun 1 một cuộc phiêu diêu kỳ diệu với LSD hoặc các loại ma túy khác 2 thời gian vui vẻ

goody-goody noun người tốt bụng tột bực; người lên mặt đạo đức

goody two-shoes noun 1 người tốt; người có đức hạnh 2 người cố gắng cư xử tốt hơn người khác 3 người phụ nữ trẻ ngây thơ và tiết hạnh; = GOODY-GOODY [thường dùng một cách mỉa mai hoặc khinh thường]

gooey or **GUI** noun (*trong tin học*) giao diện đồ họa người dùng (GUI), như là loại giao diện gồm các cửa sổ và các icon

gooey adjective dẻo, sền sệt hoặc bán dẻo

goof noun 1 kẻ ngu ngốc; kẻ ngu đần; = BOOB, KLUTZ 2 người điên; người mắc bệnh tâm thần 3 người hút cần sa thường xuyên 4 trò đùa; trò chơi khăm 5 điều sai lầm; điều nhầm lẫn; = BOO-BOO • This goof is yours, not mine: *Sự nhầm lẫn này là của anh, không phải tôi.* 6 (*nhà tù*) bạn chung xà lim 7 (*ma túy*) con nghiện ma túy

goof verb 1 làm hỏng; làm sai 2 chọc; chơi khăm 3 hút cần sa hoặc ma túy khác 4 vào trạng thái hôn mê do say ma túy 5 gãi, gật gù, chảy nước dãi sau khi tiêm hê-rô-in 6 (*cũng là goof up*) mắc sai lầm • I'm afraid I goofed up: *Tôi e rằng tôi đã mắc sai lầm rồi.* 7 tiêu xài thời gian một cách nhàn rỗi và thích thú; = GOOF OFF 8 đùa; giễu cợt; = KID • Don't goof your grandpa: *Đừng giễu cợt ông nội của con.*

goof around verb 1 bỏ phí thời gian, hưởng thụ không làm việc; đi thơ thẩn; = BEAT AROUND, FART AROUND 2 đùa cợt và chơi khi mà lẽ ra nên nghiêm túc; = FUCK AROUND, HORSE AROUND

goof at verb kiểm tra; xem xét; = GAWK

goofball noun 1 ma túy barbiturate dùng cho mục đích phi y tế 2 chất kích thích hệ thần kinh trung ương 3 một phần hoặc một liều ma túy; = BALL, GB 4 (*cũng là goofer*) kẻ ngu ngốc và vụng về 5 người lập dị; = ODDBALL, WEIRDO

goofball adjective lạ lùng; khác người; kỳ dị • "Your goofball friends park in front of my place and broadcast their music to the entire neighborhood": *"Những người bạn kỳ dị của cậu đỗ xe trước nhà tôi và mở nhạc to đến mức cả khu đều nghe."*

goof butt or **goof-butt** or **goofy butt** noun điếu thuốc cần sa; = JOINT

goofed or **goofed up** or **goofed-up** adjective 1 sai • Any sound concept of living is goofed-up: *Mọi khái niệm đầy đủ về lối sống đều sai.* 2 bị ảnh hưởng của ma túy, nhất là ma túy barbiturate và cần sa; say; = HIGH, STONED 3 hỗn độn; vô trật tự 4 bối rối; quẫn trí

goofer or **goopher** noun 1 kẻ ngốc; người bị lừa; = GOOF 2 (*không quân, thế chiến II*) một phi công máy bay chiến đấu dũng cảm

go off verb 1 đạt cực khoái; phóng tinh 2 xảy ra; diễn ra; thành công hay thất bại • Did everything go off as planned?: *Mọi việc đã diễn ra như dự kiến không?*

go off half-cocked verb tiến hành công việc mà không biết tất cả các sự thật; hành động hấp tấp chưa có sự chuẩn bị

go off on someone verb quở mắng gay gắt ai

go off the deep end verb 1 làm hoặc trải qua điều gì đó cùng cực; yêu điên cuồng; trở nên điên loạn; tự tử; nổi cơn thịnh nộ • I saw what he had done, and I just went off the deep end. I was in a blind rage and didn't know what I was doing: *Tôi thấy những gì anh ta đã làm, và tôi phát điên lên. Tôi nổi giận đùng đùng và không còn biết tôi đang làm gì nữa.* 2 suy sụp tinh thần • The old lady just went off the deep end after her family died in that car crash: *Bà lão vừa mới suy sụp tinh thần sau khi gia đình bà đã chết trong vụ đụng xe đó.*

goofiness noun hành động, ý tưởng, cách ứng xử, v.v.. của những kẻ ngốc

goof-off noun 1 người lãng phí thời gian; người lười biếng; người thường xuyên trốn việc; = BUNK LIZARD, FUCK-OFF 2 thời gian thư giãn; thời gian nghỉ ngơi

goof off verb bỏ phí thời gian; làm chuyện vớ vẩn; đi thơ thẩn; trốn nhiệm vụ; = GOOF AROUND

goof on verb 1 đùa giỡn về vấn đề gì đó; lấy cái gì ra làm trò cười • I first started goofing on Michael Jackson when he started showing up in the tabloids: *Tôi bắt đầu đùa cợt về Michael Jackson khi ông ta bắt đầu xuất hiện trên báo khổ nhỏ.* 2 (*thanh thiếu niên*) lừa; chơi khăm ai

goof-proof adjective rất rõ ràng; không thể nhầm lẫn; ai cũng hiểu

goof-proof verb làm cho rõ ràng; hành động để không thể sai lầm; ngăn chặn sai lầm

goof something up verb 1 làm hỏng; làm mất khả năng hoạt động 2 phạm sai lầm; = GOOF 3 làm mọi thứ rối tung; làm lung tung • Now don't goof it up this time: *Lần này đừng có làm mọi thứ rối tung nữa nhé.*

goof-up noun 1 = FUCK-UP 2 sự sai lầm; một lỗi sai khi phán quyết; = FUCK-UP, SNAFU

goofus noun 1 người ngu ngốc, đần độn 2 (*xiếc*) một loại nhạc cụ nhỏ giống như đàn ống dùng còi hơi, được chơi bằng bàn phím 3 (*xiếc và lễ hội*) khách hàng ngây thơ, là đối tượng dễ bị lừa đảo; = EASY MARK 4 = THINGAMAJIG 5 dụng cụ nhỏ; đồ dùng 6 cuộc biểu diễn hào nhoáng và vô vị được thiết kế cho những khán giả chất phác

goofy adjective 1 nhút nhát; rụt rè; vụng về; ngu ngốc; khác thường 2 say rượu

goofy about adjective = CRAZY ABOUT

goofy-butt or **goof-butt** noun (*ma túy*) một điếu thuốc cần sa; = JOINT

googly adjective thò ra; nhô ra; lồi ra • her great big googly eyes: *đôi mắt rất to lồi ra của cô ta*

googobs noun số lượng lớn

goo-goo or **gu-gu** 1 noun (*hải quân*) = GOOK[2] 2 adj ngờ nghệch; ngớ ngẩn; điên khùng; mất trí; = GAGA 3 adj (*thuộc*) trẻ con nói gù gù (như chim bồ câu)

goo-goo eyes noun sự liếc mắt tình tứ

googs noun (*xiếc và lễ hội, người bán hàng rong*) mắt kính

gook noun 1 người Việt Nam; người châu Á, nhất là người

Philippines, Nhật, hay Hàn Quốc; người ngoại quốc da đen; = SLOPE [ban đầu là quân nổi dậy Philippine, sau đó là người Nicaragua, sau đó là bất kỳ người dân ở đảo nào tại Thái Bình Dương suốt thế chiến 2, người Triều Tiên bị bắt năm 1950, người Việt Nam và bất kỳ người châu Á nào từ những năm 1960] **2** ngôn ngữ của người Việt Nam; ngôn ngữ của người châu Á • Bozwell was with a dink the night Violet met him and they talked a few words of gook: *Bozwell đi cùng một người Việt vào cái đêm Violet gặp hắn, họ nói chuyện với nhau một vài từ tiếng Việt.* **3** cặn; chất lắng; chất sền sệt, dơ bẩn; = GLOP **4** thứ vô nghĩa; trò vớ vẩn **5** hàng hóa kém chất lượng và rẻ tiền; = SCHLOCK **6** *modifier:* wearing gook jewelry: *đeo nữ trang rẻ tiền* **7** kẻ ngu ngốc **8** kẻ lang thang; kẻ nay đây mai đó **9** gái điếm

gook *adjective* **thuộc Việt Nam** • What's the name of the goddamn village – Vin Drin Drop or Lopu; damn gook names all sound the same: *Tên của cái làng chết tiệt đó là gì – Vin Drin Drop hay Lopu gì đó; mẹ kiếp tên tiếng Việt nào nghe cũng na ná nhau.*

Gookland *noun* **Châu Á; Đông Nam Á** • "You oughta write home about this. The Americanization of Gookland": *"Cậu phải viết thư về nhà nói về cái này. Sự xâm nhập vào châu Á của Mỹ."*

gooky *adjective* dính; sền sệt; trơn

goola *noun* đàn piano; đàn dương cầm

goola box *noun* (*người da đen*) máy hát tự động (phải bỏ đồng tiền vào)

goombah or **goombar** or **gumbah** *noun* **1** một người bạn; người bạn đáng tin cậy; = PAL **2** thành viên của giới tội phạm có tổ chức; thành viên của Mafia; người Mỹ gốc Ý

goomer *noun* (*bệnh viện*) người mắc chứng nghỉ bệnh

goon *noun* **1** người không thông minh; người đần độn **2** kẻ côn đồ được thuê; tên du côn **3** bất kỳ người khó ưa nào; = JERK, PILL **4** lính Bắc Triều Tiên

go on *interj.* một từ cảm thán nhẹ biểu lộ sự không tin tưởng, đặc biệt khi ai được khen: *tôi không tin anh đâu!; tôi phủ nhận điều đó!* • Go on! You weren't even there: *Tôi không tin anh đâu! Anh thậm chí không có mặt ở đó.*

go on (and on) about someone/something *verb* mè nheo hoặc lải nhải nói về ai hoặc cái gì • Why do you have to go on about your sister so?: *Tại sao cậu cứ phải nói lải nhải về chị của cậu như thế?*

goon boy *noun* người không có khả năng giao tiếp với xã hội, hoặc không được ưa thích

go something/someone one better *verb* trội hơn hoặc vượt hơn cái gì/ai; nâng cao tiêu chuẩn [từ việc tăng tiền tố trong poker (bài phé)]

gooner *noun* **1** lính Bắc Việt • "That'll have us coming in from two different directions with less exposure from the gooners": *"Chúng ta nên đi từ hai hướng khác để né được bọn lính Bắc Việt."* **2** thuật ngữ này để gọi người châu Á • These goners sure can cook: *Những người châu Á này chắc có thể nấu ăn được.*

gooney or **goonie** *noun* (*từ cuối những năm 1800*) người ngu ngốc; người khờ

gooney bird *noun* **1** máy bay C-47A Skytrain, một phiên bản khác là DC-3, thường dùng để vận tải người và hàng hoá, hoặc được dùng như chiến đấu cơ hay oanh tạc cơ **2** người ngu ngốc; người đần độn

goonlet *noun* gã lưu manh hoặc du côn trẻ tuổi

goon platoon *noun* **1** nhóm gồm những kẻ ngốc **2** bọn người phá phách

goon squad *noun* **1** nhóm người canh tù chuyên dùng vũ lực để dập tắt nổi loạn; nhóm lưu manh **2** cảnh sát

go on the hook for someone/something *verb* **1** lâm vào cảnh nợ nần; mắc nợ **2** gây nguy hiểm cho bản thân vì người khác; ở trong tình thế hiểm nghèo không có người ủng hộ hay giúp đỡ

go on track *verb* (*mại dâm*) đi vòng quanh để tìm khách làng chơi; làm gái điếm; = HOOK

goony *adjective* **1** ngu đần; ngốc nghếch **2** côn đồ; vũ phu

goop[1] or **goup** *noun* **1** chất tổng hợp sền sệt, keo dính, khó chịu không rõ nguồn gốc; = GLOP, GOO **2** loại chất đông hóa học được dùng để chế tạo bom cháy **3** loại nhựa lỏng bao bên ngoài bề mặt ván lướt **4** thức ăn tồi

goop[2] *noun* **1** kẻ ngu ngốc và cục mịch; = CLOD, KLUTZ **2** người ủy mị một cách ngu ngốc; kẻ ưa mùi mẫn

goophead *noun* mụn nhọt bị viêm tấy hoặc vết thương nhỏ trên da

goopy *adjective* **1** đa cảm; uỷ mị một cách ngốc nghếch; = GOOEY **2** dẻo; dính một cách khó chịu **3** ngọt; như xirô

goose *noun* **1** người không có khả năng; người lạc hậu; kẻ ngốc nghếch **2** hành động chọc ngón tay vào hậu môn người khác **3** (*bài poker*) người chơi nghiệp dư, thường là "con mồi" của những tay chuyên nghiệp **4** (*trong ngành truyền hình và điện ảnh*) xe tải chở máy quay và dàn âm thanh **5** sự ấn mạnh đột ngột bộ phận tăng tốc của xe ô tô **6** sự cổ vũ mạnh mẽ; sự kích động

goose *verb* **1** chọc mạnh vào vùng hậu môn của ai, thường là một trò đùa thô tục **2** thúc đẩy hành động; kích động ai; cổ vũ ai một cách mạnh mẽ **3** làm cho máy chạy nhanh; cho rồ máy; tăng tốc xe **4** (*đường sắt*) ngừng đầu máy một cách đột ngột, đặc biệt bằng cách làm nó chạy lùi

gooseberry **1** *noun* dây phơi với quần áo đang được phơi cho khô ở ngoài trời • Hoboes would rob a "clothesline" if they need a new shirt: *Những kẻ lang thang sẽ trộm một "dây phơi quần áo" nếu họ cần một chiếc áo sơ mi mới.* **2** *verb* The bum got caught gooseberrying a pair of pants: *Kẻ vô công rỗi nghề bị bắt quả tang đang lấy trộm một cái quần dài trên dây phơi quần áo.*

gooseberry lay **1** *noun* cuộc đi ăn trộm quần áo trên dây phơi quần áo ở ngoài trời **2** *verb* But no gooseberry laying, since most of the characters are trying desperately not to hang their dirty linen in public: *Nhưng không có việc ăn trộm quần áo trên dây phơi, vì hầu hết mọi người đều đang cố gắng hết sức không phơi đồ vải lạnh bẩn ở nơi công cộng.* **3** (*thế giới ngầm xưa*) một tội dễ phạm

gooseberry ranch *noun* ổ mại dâm ở ngoài thành phố; nhà chứa ở miền quê

goose bumps *noun* sự nổi da gà; sự sởn gai ốc (khi sợ hãi, lạnh hoặc kích động)

goose-bumpy *adjective* hoảng sợ; khiếp đảm; hay hoang mang sợ hãi

goose-drowner or **goose-drownder** *noun* cơn mưa to; cơn mưa nặng hạt

goose egg *noun* **1** số không; không có gì; không điểm • We got a goose egg in the second inning: *Chúng tôi được điểm không ở lượt chơi thứ hai.* **2** vết sưng; chỗ sưng u **3** sự thất bại; con số không

goose-egg *verb* thắng tuyệt đối

goose the ghost *verb* đi du lịch bằng cách xin đi nhờ xe

goose something up *verb* làm việc gì nhiều kích động hơn, nồng nhiệt hơn, ấn tượng hơn, v.v..; = JAZZ something UP

goosey or **goosy** *adjective* nhạy cảm; hốt hoảng; cảnh giác; lo lắng • I feel a little goosey about the whole thing: *Tôi cảm thấy hơi nhạy cảm về toàn bộ chuyện này.*

go out *verb* bất tỉnh; = PASS OUT

go out in the country *verb* giết ai bằng cách bắt cóc nạn nhân và vứt xác ở một nơi xa xôi; bị giết theo cách này; = TAKE someone FOR A RIDE

go out like a light *verb* bất tỉnh rất đột ngột và hoàn toàn • Something swished and I went out like a light: *Thứ gì đó lao tới vun vút và tôi đột ngột bất tỉnh.*

go out of one's **skull** *verb* 1 trở nên rất bồn chồn; trở nên căng thẳng 2 trở nên rất phấn khích; đầy cảm xúc 3 phiền muộn; chán nản • The silence made him go right out of his skull: *Sự im lặng làm anh ta rất chán nản.*

go out of one's **way** *verb* cố gắng hết sức; cố gắng vượt bực; = BEND OVER BACKWARDS

go out on a limb *verb* lâm vào tình thế hiểm nghèo không có người ủng hộ hoặc giúp đỡ; bị chới với; chịu rủi ro

go over *verb* thành công; được chấp nhận • The attack went over, and the fort was taken: *Cuộc công kích thành công và pháo đài đã bị chiếm.*

go over big *verb* được đánh giá cao là sẽ thành công; được nhận sự tán đồng nhiệt liệt

go overboard *verb* 1 say mê với tình yêu hoặc sự hâm mộ • He went overboard for her right away: *Anh ta đã mê nàng ngay lập tức.* 2 làm quá; làm nhiều hơn cần thiết • Take a couple, but don't go overboard: *Mang theo hai người, nhưng đừng làm quá đấy.* 3 = JUMP OFF THE DEEP END

go over like a lead balloon *verb* thất bại một cách thê thảm; = FLOP

go over the hill *verb* 1 (*tù nhân*) vượt ngục; đào tẩu 2 (*quân đội*) vắng mặt không phép từ một đơn vị quân sự

go over the wall *verb* vượt ngục

go over with a bang *verb* thành công rực rỡ; được chấp nhận một cách nhiệt tình

goozle *noun* cổ họng

goozlum or **googlum** *noun* chất dính, xirô, nước xốt béo, súp, nước thịt, v.v..

go peddle your papers *verb* (*đi cho khuất mắt tôi và*) đừng làm phiền tôi như vậy!

go pfft *verb* chấm dứt; tan vỡ; hủy bỏ; kết thúc; = FIZZLE • Their romance went pfft after that: *Mối tình lãng mạn của họ đã tan vỡ sau đó.*

gopher¹ *noun* 1 người cả tin, dễ bị lừa 2 người đi lấy cái gì rồi mang về • You got a gopher who can get some coffee?: *Anh kiếm một người có thể mang cà phê về nhé?* 4 người bị người khác điều khiển; quân tốt đen; bộ hạ 5 người chơi poker lạc quan 6 (*thế giới ngầm*) kẻ trộm tiền bằng cách đào hầm hoặc mở két sắt 7 (*thế giới ngầm*) két sắt hoặc hầm 8 kẻ trộm hoặc du côn trẻ 9 (*thợ đốn gỗ*) người phụ việc đào dưới các thân gỗ mới đốn hạ và buộc dây thừng xung quanh gỗ 10 = GOFER

gopher² *verb* (*bóng chày*) ném bóng quá dễ cho người cầm chày đánh trúng

gopher ball *noun* (*bóng chày*) cú ném bóng quá dễ dàng để người cầm chày đánh trúng và chạy được tất cả các điểm được quy định trên sân

go piss up a rope *verb* cút đi; xéo đi; = GET LOST, GO FLY A KITE

go pittypat (or **pitterpat**) *verb* đập mạnh và kích động; đập vì vui sướng và mong đợi • My heart went pittypat: *Tim tôi đã đập mạnh vì kích động và vui sướng.*

go places *verb* làm việc rất tốt; có sự nghiệp thành đạt • Two young people who are really going places: *Hai người trẻ đang thực sự thành đạt.*

go postal *verb* trở nên hoang dại; nổi điên lên

go pound salt (or **sand**) *verb* (biến thể: **up** one's **ass** có thể được thêm vào) đáng nguyền rủa, làm nhục, chết tiệt, v.v..

go public *verb* 1 bán cổ phần của một công ty tư nhân 2 để lộ ra điều gì [*đặt biệt dùng với* "with"]

gorilla *noun* 1 kẻ tội phạm dùng bạo lực, sức mạnh; tên lưu manh; du côn; = GOON 2 phạm nhân dùng vũ lực để có được thứ mình muốn 3 sự đánh đập; sự trừng phạt 4 (*ngành giải trí*) nhân viên kỹ thuật trong đội ngũ làm phim 5 (*ngành công nghiệp âm nhạc*) bài hát rất phổ biến và bán chạy 6 người cực kỳ mạnh mẽ, đặc biệt là người không thông minh lắm 7 sát thủ thuê; kẻ đâm thuê chém mướn; = HIT MAN 8 việc gì rất mạnh mẽ và không thể chặn lại được; việc gì rất sinh động và đáng kinh hãi 9 (*giới gái điếm*) khách hàng bạo dâm, thích đánh các cô gái điếm

gorilla *verb* 1 đánh đập; xô đẩy ai một cách bạo lực 2 trộm hoặc cướp bằng bạo lực và cưỡng bức 3 (*người da đen*) dùng bạo lực; hiếp dâm

gorilla *adjective* bạo lực; côn đồ hung dữ • "I don't like to be gorilla an' rough it off—but then, I do a lotta things I don't like, anyway": *"Tôi chẳng muốn dùng đến bạo lực và vũ phu đâu – nhưng rồi, dù sao tôi cũng phải làm nhiều điều tôi không muốn."*

gorilla dust *noun* sự đe doạ; lời doạ dẫm chứ không làm thật

gorilla salad *noun* lông mu dày

gork 1 *noun* bệnh nhân bị bệnh trì độn; bệnh nhân có tâm lý chậm phát triển; bệnh nhân mất chức năng não 2 *noun* kẻ ngốc; kẻ đáng khinh, đê tiện 3 *verb* cho bệnh nhân thuốc an thần

gorked or **gorked out** *adjective* (*bệnh viện*) mê man hoặc đờ người ra vì dùng thuốc an thần, không còn khả năng suy nghĩ vì tê liệt • The guy in 226 is totally gorked out now: *Bây giờ bệnh nhân ở phòng 226 hoàn toàn bị mê man do thuốc an thần.*

gorm *verb* 1 làm hỏng việc; hành động một cách bất thường, lung tung 2 (*từ giữa những năm 1800*) ăn ngấu nghiến

gormless *adjective* (*từ những năm 1930*) ngu ngốc; đần độn; = DUMB

go-round *noun* một lượt; một phiên; sự lặp lại; sự tái diễn • That was nice, let's have another go-round: *Điều đó thật tuyệt, chúng ta hãy làm một lượt nữa nhé.*

go round and round *verb* cãi nhau; cãi nhau ầm ĩ

gorp 1 *noun* kẻ bị xã hội ruồng bỏ; người vô gia cư 2 *noun* bữa ăn nhẹ gồm đậu các loại và hoa quả sấy, được những người đi bộ đường dài, dân leo núi, v.v.. ưa chuộng 3 *verb* ăn một cách thèm khát; = GORM

gorp gobbler *noun* người đi bộ đường dài; người leo núi

go-see *noun* (*ngành người mẫu*) cuộc gặp mặt để xem ngoại hình

gosh *interj.* từ dùng nhẹ nhàng hơn của từ God, để bày tỏ sự ngạc nhiên, sự kinh hãi, sự không tin tưởng, v.v.. : lạ chưa!; kỳ thật!; chao ôi! • Gosh, I'm hungry!: *Chao ôi, tôi đói quá!*

gosh-awful 1 *adv* cực kỳ • Wasn't it gosh-awful dark in there?: *Không phải ở trong đó cực tối sao?* 2 *adj* rất xấu; tồi tàn; = DARNED • Isn't that picture gosh-awful?: *Chẳng phải bức tranh đó rất xấu à?*

gosh darned *adjective* được dùng để nhấn mạnh theo kiểu bình dân, có hơi xúc phạm đến thần thánh

go snooks (or **snucks**) *verb* chia đều; chia đôi • We're going to go snooks on the fare: *Chúng tôi sẽ chia đều tiền vé xe.*

go soak yourself (or **your head**) *sentence* đừng làm phiền tôi; = GO TO HELL • When I asked for a date she told me to go soak my head: *Khi tôi hỏi xin cái hẹn, cô ta bảo tôi đừng có làm phiền.*

go some *verb* đánh nhau

go sour *verb* trở nên không hài lòng; làm hỏng, làm thất bại; hóa ra xấu đi • Their relationship soon went sour: *Mối quan hệ của họ sớm trở nên tồi đi.*

go south or **head South** *verb* **1** làm hỏng; phá **2** (*trong trò lừa bài bạc*) lấy tiền hoặc súc sắc khỏi bàn chơi **3** rơi xuống; tụt xuống • The market headed South today at the opening bell: *Hôm nay thị trường xuống giá lúc tiếng chuông khai mạc.* **4** trốn thoát; biến mất

go south with something *verb* bỏ trốn với vật gì; ăn cắp vật gì rồi biến dạng

gospel-pusher *noun* một nhà thuyết giáo; mục sư

gospel (truth) *noun* sự thật hoàn toàn; sự thật đáng tin tưởng

go steady *verb* (*về người chưa hứa hôn*) có mối quan hệ đứng đắn lâu dài; chỉ có một bạn trai hoặc bạn gái

go straight *verb* **1** làm ăn ngay thẳng; từ bỏ đời sống tội phạm • I think I'll give all this up and go straight—some day: *Tôi nghĩ một ngày nào đó tôi sẽ từ bỏ tất cả những việc này và làm ăn ngay thẳng.* **2** cai nghiện

gotcha *noun* **1** (*tin học*) một tính năng lỗi tạo ra nhiều sai sót **2** sự bắt giữ **3** vết thương hoặc chấn thương, thường là nhỏ chẳng hạn bị lưỡi dao cạo rạch nhẹ khi đang cạo

gotcha *verb* **1** tôi tóm được anh/cô rồi • Ha, ha! Gotcha! Come here, you little dickens: *Ha, ha! Bắt được rồi! Lại đây, thằng quỷ nhỏ.* **2** tôi hiểu anh • Gotcha! Thanks for telling me: *Tôi hiểu! Cám ơn về việc nói cho tôi biết.*

gotch-eyed *adjective* có cặp mắt lồi; lồi mắt

go the extra mile *verb* **1** cố gắng thêm; làm nhiều hơn bình thường **2** cố gắng phi thường; kiên trì • When elected, my friends, I promise to go the extra mile for you all and your beloved families: *Khi đắc cử, các bạn của tôi, tôi hứa cố gắng hết sức mình cho tất cả các anh và gia đình yêu dấu.*

go the full yard *verb* cố hết sức; theo đuổi cái gì đến cùng; = GO THE WHOLE HOG

go the hang-out road *verb* phơi bày hoàn toàn; từ bỏ mọi sự che dấu; nói sự thật hoàn toàn; = LET IT ALL HANG OUT

go the limit (or **all the way**) *verb* **1** làm nhiều hết mức có thể **2** quan hệ tình dục, trái ngược với hôn hít, sờ mó, v.v..

go the whole hog or **go whole hog** *verb* làm hết sức; làm đến nơi đến chốn; theo đuổi đến cùng; = GO THE FULL YARD • He decided to go the whole hog and buy a real big boat: *Anh ta quyết theo đuổi đến cùng và mua một chiếc thuyền thật lớn.*

go the whole nine yards *verb* làm hết sức mình; = GO THE LIMIT, GO THE WHOLE HOG

go through changes 1 làm việc rất vất vả; phấn đấu; = HUSTLE **2** trải qua nhiều khó khăn về mặt tình cảm; dao động và thiếu tự tin; không ổn định • She went through changes after her marriage failed: *Cô ta đã trải qua nhiều khó khăn sau khi cuộc hôn nhân của cô ta thất bại.* **3** trải qua sự thay đổi về thái độ hoặc về tâm lý; chịu sự phát triển của giới hippie hoặc ma túy ở đầu thập niên 1960

go through someone **like a dose of (the) salts** *verb* tác động đến cơ quan tiêu hóa của ai như một liều thuốc xổ mạnh • That stuff they served last night went through me like a dose of salts: *Món ăn họ phục vụ tối qua làm cho tôi như uống một liều thuốc xổ mạnh.*

go through the changes *verb* **1** trải nghiệm những thay đổi của cuộc đời **2** làm lại cuộc đời • I've been going through the changes lately. It's tough to grow up at this age: *Gần đây tôi đã làm lại cuộc đời. Thật khó khăn để lớn lên ở tuổi này.*

go (or be) through the mill *verb* có kinh nghiệm thực tế; hết sức dày dạn

go Titanic *verb* rơi xuống; chìm • The whole project went Titanic. We're out of a job: *Toàn bộ dự án đã sụp đổ. Chúng tôi thất nghiệp.*

go tits up *verb* chết; phá sản; sụp đổ • Her firm went tits up after the stock market crash: *Công ty của cô ấy phá sản sau khi thị trường chứng khoán sụp đổ.*

Go to! *interj.* Cút đi!; Xéo đi!

go to bat *verb* (*thế giới ngầm*) ra tòa; bị kết án tù

go to bat against *verb* chống lại; đối kháng

go to bat for *verb* ủng hộ; bênh vực; giúp đỡ • He knew his boss would go to bat for him: *Anh ta biết sếp sẽ bênh vực mình.*

go to bed *verb* (*cơ quan báo chí*) khuôn cuối; khuôn chót chuẩn bị sẵn sàng cho ra in; đưa đi in

go to bed with someone quan hệ tình dục với ai; = SLEEP WITH someone

Go to blazes! or **Go to the devil!** *verb* Cút đi!; Quỷ tha ma bắt mày đi! • Go to blazes! Stop pestering me!: *Cút đi! Đừng làm phiền tôi nữa!*

go to Denmark *verb* phẫu thuật chuyển đổi giới tính; trở thành người chuyển giới [từ thực tế những hoạt động phẫu thuật như thế ban đầu được thực hiện chủ yếu tại Đan Mạch]

go toe to toe *verb* đánh nhau, đặc biệt là đánh nhau dữ dội; = SLUG IT OUT

go together *verb* **1** đi cùng với nhau • Let's go for a walk together: *Chúng ta hãy đi dạo cùng nhau.* **2** (*về thức ăn*) hợp món; hợp vị • Beer and cheese go well together: *Bia và phó mát hợp vị với nhau lắm.* **3** hòa hợp; hợp nhau (ý kiến, màu sắc) • Which of those colors would go wel together?: *Các màu này thì những màu nào hợp với nhau nhất?* **4** đi cùng • Disease and poverty often go together: *Bệnh tật và nghèo khổ thường đi cùng với nhau.* **5** cặp bồ; có quan hệ tình dục với (ai) • Bob and Linda has gone together for a long time: *Bob và Linda đã cặp bồ với nhau lâu lắm rồi.*

go-to-godamn *adjective* khốn kiếp, từ biểu lộ cảm xúc tức giận

go to ground *verb* trốn

go to hell *verb* **1** làm hư hỏng; bị hủy hoại • The whole town's gone to hell, with that new mayor: *Toàn bộ thị trấn đã bị phá hủy, bởi tay thị trưởng mới đó.* **2** (*dùng để nói một cách thô lỗ với ai và đã bảo người đó đừng quấy rầy mình nữa, đừng can thiệp vào nữa*) cút xéo đi!; chết tiệt!; đáng nguyền rủa!; quỉ tha ma bắt!; = DROP DEAD, GO FUCK oneself

go-to-hell cap or **go-to-hell hat** *noun* **1** (*quân đội, thế chiến I*) mũ lính **2** mũ đi rừng

go to hell in a handbasket (or **a bucket**) *verb* trở nên xấu đi một cách tồi tệ và nhanh chóng, chẳng hạn như sức khỏe suy yếu rất nhanh; = GO DOWNHILL • The country's going to hell in a handbasket with this damned inflation: *Đất nước sẽ trở nên tồi tệ nhanh chóng với tình trạng lạm phát chết tiệt này.*

go to higher game *verb* khởi đầu công việc kinh doanh hợp pháp sau một thời gian làm việc bất hợp pháp

go to pot *verb* trở nên xấu đi; trở nên tệ hơn; = GO DOWNHILL

go (or be taken) to the cleaners *verb* thua sạch tiền, đặc biệt là cá cược trong trò chơi súc sắc; = TAKE A BATH

go to the dogs *verb* = GO TO HELL, GO TO POT

go to the mat *verb* đánh nhau; đấu tranh dữ dội

go to the wall *verb* 1 cố gắng hết sức bất chấp hậu quả; = GO ALL THE WAY • We've gone to the wall for you: *Chúng tôi đã cố gắng hết sức vì cậu.* 2 hủy hoại; suy sụp; phá sản • Several banks went to to wall during the depression: *Một số ngân hàng đã phá sản trong thời kỳ suy thoái.* 3 đường cùng • Several firms have gone to the wall recently: *Một vài hãng mới đây đã đi đến bước đường cùng.*

go to (or down to) the wire *verb* cạnh tranh rất sít sao cho đến cuối cùng; = be NIP AND TUCK

go to town *verb* 1 làm việc gì với sự thích thú; làm việc gì với tất cả sự nhanh nhẹn và sức mạnh 2 làm rất tốt; thành công; gây ấn tượng 3 thoát khỏi sự kiềm chế; buông ra, đặc biệt chi ra rất nhiều tiền • They've really gone to town on decorating their new home: *Họ đã thực sự chi tiêu quá mức trong việc trang trí căn nhà mới của họ.*

got up on (or out of) the wrong side of the bed *verb* hay cáu kỉnh, quá đáng, v.v..; có tâm trạng khó chịu

got you covered! tôi hiểu rồi!

gouch off *adjective* ngất đi do tác dụng của ma túy

goulash *noun* 1 (*thế giới ngầm*) thông tin sai; dữ liệu không đáng tin cậy 2 (*cảnh sát*) nơi mà tội phạm, con bạc, v.v.. tụ tập, đặc biệt là nơi ăn uống 3 (*cờ bạc*) một cách chia bài để mọi người có một xấp bài lạ

goulashes or **goolashes** *noun* giày cao su

go under *verb* 1 vỡ nợ; phá sản; thất bại • The company went under completely: *Công ty đã phá sản hoàn toàn.* 2 quên; không nhớ; chìm đắm đặc biệt trong sự bất tỉnh, ngất đi • He never goes under to write to his mother every week: *Nó không bao giờ quên viết thư cho mẹ nó mỗi tuần.*

go underground *verb* trốn tránh; bắt đầu hoạt động bí mật

go up *verb* 1 (*ma túy*) bắt đầu cảm nhận được tác dụng của ma túy 2 (*nhạc sĩ*) phạm sai lầm khi đang chơi; chơi sai nhạc; = FLUFF 3 (*sân khấu*) = GO UP IN one's LINES 4 lãnh án tù; bị đưa vào trại giam

go up against *verb* đương đầu với; đối phó với; thách thức với • He wants to go up against the champ: *Hắn muốn đối đầu với nhà vô địch.*

go up in one's **lines** *verb* (*sân khấu*) quên hoặc nói lộn lời thoại; không thuộc vở tuồng; = GO UP IN THE AIR

go up in smoke *verb* 1 bị cháy; bị phá hủy; biến thành tro bụ • The school went up in smoke in less than an hour: *Chưa đầy một tiếng đồng hồ ngôi trường đã biến thành tro bụi.* 2 (*về kế hoạch*) hỏng; tan thành mây khói

go up in the air *verb* 1 (*sân khấu*) quên lời thoại; không thuộc vở tuồng; = FLUFF 2 mất bình tĩnh; nổi giận; = LOSE one's COOL • My mother went up in the air because I was so late getting home: *Mẹ tôi đã nổi giận vì tôi về nhà quá muộn.*

go (or hit) upside someone's **head (or face)** *verb* 1 đánh vào đầu ai 2 đánh bại hoàn toàn; thắng đậm; = CLOBBER

gourd *noun* cái đầu; sọ

gourdhead *noun* người ngu đần

governor *noun* 1 (*từ đầu những năm 1920*) bố của ai 2 (*xiếc và lễ hội*) bất kỳ cấp trên hoặc người giám sát nào; = BOSS

gow *noun* 1 (*thế giới ngầm*) ma tuý, đặc biệt thuốc phiện 2 (*ma túy xưa*) một điếu cần sa; = JOINT 3 nước sốt 4 ảnh phụ nữ khỏa thân hoặc ăn mặc mát mẻ; = LEG ART

gowed up *adjective* (*ma túy xưa*) phê ma túy; = HIGH, HOPPED UP

go West *verb* chết; về miền cực lạc • When I go West, I want flowers, hired mourners, and an enormous performance of Mozart's "Requiem.": *Khi tôi chết, tôi muốn có hoa, những người khóc mướn và một lễ cầu siêu trình diễn nhạc Mozart thật hoành tráng.*

gowhead *noun* người nghiện ma tuý

go with the flow or **go with it** *verb* nghỉ ngơi, thư giãn; chấp nhận một tình trạng; giao phó định đoạt về việc gì; bị thụ động; thờ ơ

go (or come) with the territory *verb* là một phần không thể thiếu được của một công việc hoặc tình trạng, đặc biệt là một phần không vui vẻ gì • Being blamed for everything comes with the territory: *Bị khiển trách về mọi thứ là một phần không thể thiếu được.*

gow job *noun* (*dân chơi xế độ*) = HOT ROD

go wrong *verb* 1 sa ngã; lầm lạc 2 mắc lỗi; phạm sai lầm

goy 1 *noun* người không phải là Do Thái 2 *adj* The mob's strictly goy: *Bọn du thủ du thực hoàn toàn không phải là người Do Thái.*

goyish or **goyische** *adjective* không phải là Do Thái

goyische kop *noun* những thuộc tính không phải của người Do Thái được những người Do Thái nhận thức một cách khá thù địch, đặc biệt khi được tìm thấy trong một người Do Thái

go zonkers *verb* hơi phát khùng; hơi điên

grab *noun* 1 (*cảnh sát*) một vụ bắt giữ; = BUST, PINCH 2 người bị bắt giữ

grab *verb* 1 gây ấn tượng; ghi sâu vào; gây chú ý (cho ai) • How does that grab you?: *Điều đó gây ấn tượng cho bạn như thế nào?* 2 (*đua ngựa*) thắng cuộc đua một cách khó khăn

graba *noun* lá cây khat phơi khô (khat là một loài thực vật có hoa ở vùng Arabia và châu Phi, lá được dùng để nhai hoặc nấu trong trà để làm ma tuý)

grab a dab *verb* hiếp dâm giữa người đàn ông với người đàn ông

grab a handful of air *verb* (*tài xế xe tải*) dùng hoặc bóp phanh (thắng) của xe tải hoặc xe buýt một cách nhanh chóng [từ thực tế những phương tiện như thế có phanh (thắng) hơi được điều khiển bằng tay]

grab a handful of rods *verb* (*người lang thang*) ngồi trên thanh kéo của toa xe lửa mui trần (để đi không trả tiền); = RIDE THE RODS

grab an armful of boxcars *verb* (*người lang thang*) nhảy lên xe lửa chở hàng hóa đang chạy

grab-ass or **grabarse** *noun* 1 trò đùa ầm ĩ, thô lỗ, cợt nhả 2 sự sờ mó và ôm ấp

grab-ass *verb* tham gia vào hoạt động chơi đùa xô đẩy ồn ào

grab bag *noun* 1 một hỗn hợp linh tinh; sự pha trộn hỗn tạp 2 vụ trộm vali hoặc cặp đẹp bằng da được tiến hành như sau: tên trộm sẽ để một chiếc vali/cặp khác có hình dạng giống chiếc vali/cặp sẽ trộm gần đó và xách chiếc vali/cặp cần trộm đi; chiếc vali/cặp trong vụ trộm đó

grabber *noun* 1 bàn tay 2 (*đường sắt*) trưởng tàu của đoàn tàu chở khách 3 bất cứ gì thu hút sự chú ý; điều gì khiến phải say mê 4 một câu chuyện gợi trí tưởng tượ • Read it. It's a grabber: *Đọc đi.*

grabby *Đây là một câu chuyện gợi trí tưởng tượng.* **5** điều hổ thẹn; điều hối tiếc ngay lập tức; = HOOK

grabby *adjective* **1** tham lam; hám lợi; ích kỷ • *Share that, don't be grabby: Hãy chia đều cái đó đi, đừng có tham lam.* **2** hấp dẫn; lôi cuốn; thu hút sự chú ý

grab joint *noun* (*xiếc và lễ hội, từ những năm 1930*) quầy hàng bán thức ăn, kẹo bông, đồ lưu niệm, v.v..

grab shot *noun* một bức ảnh được chụp vội

grab some bench *verb* ra ngồi ghế dự bị • *The coach told Freddy to go grab some bench: Huấn luyện viên bảo Freddy đi ra ngồi ghế dự bị.*

grad *noun* **1** (*từ cuối những năm 1800*) người tốt nghiệp đại học • *Pete is a law grad: Pete là người tốt nghiệp đại học về luật.* **2** *modifier: a grad student: một sinh viên tốt nghiệp*

grade-grubber *noun* **1** sinh viên có mục tiêu duy nhất là điểm cao; sinh viên chăm chỉ, hăng hái **2** sinh viên nịnh thầy giáo để được điểm cao

graduate *noun* **1** người từng ở tù **2** người có kinh nghiệm sống, đặc biệt là về tình dục

graduate *verb* **1** mãn hạn tù **2** được bảo vệ khỏi bệnh lây nhiễm thông qua tình dục **3** (*đua ngựa*) thắng ngay trận đầu **4** chuyển từ chích hút tạm thời qua nghiện ngập

graft *noun* **1** (*từ cuối những năm 1800, Anh*) nghề nghiệp của ai; = GAME, RACKET **2** (*từ đầu những năm 1900*) sự kiếm tiền bằng những phương pháp không trung thực, đặc biệt bằng tiền hối lộ để có những quyền lợi chính trị

gramps or **grampers** *noun* ông nội, ông ngoại; người già cả • *Need any help, gramps?: Cần giúp gì không, ông nội?*

grand or **G** or **gee** or **large** *noun* (*từ đầu những năm 1900, thế giới ngầm và thể thao*) một nghìn đô-la; = GEE [được cho là bắt nguồn từ Peaches Van Camp, một tên tội phạm thường hay thò ra những xấp tiền như thế để khoe khoang]

the grand bounce *noun* = the BOUNCE

Grand Central Station *noun* một nơi đông đúc, bận rộn và nhộn nhịp [từ nhà ga trung tâm chính ở thành phố New York – một nơi rất nhộn nhịp và hối hả]

granddad *noun* người cổ hủ; người lạc hậu

granddaddy (of them all) *noun* sự lớn nhất hoặc lâu đời nhất của tất cả • *This old fish is the granddaddy of them all: Con cá già này là lâu đời nhất của tất cả.*

grandfather or **granddaddy** **1** *noun* ví dụ hoàn hảo của điều gì đó; người già nhất, lớn nhất; người cao tuổi nhất; vị lão thành nhất **2** *verb* cho ai một địa vị hoặc đặc quyền do công lao phục vụ trước thời điểm mà một sự sắp xếp mới được thực hiện

grandma *noun* **1** (*tài xế xe tải*) số thấp nhất và chậm nhất của xe tải hay xe ô tô **2** bất kỳ một người phụ nữ lớn tuổi nào

grand slam *noun* **1** việc thắng được mọi mục tiêu, trận đấu, giải thưởng, v.v.. hiện có; chiến thắng toàn diện **2** sự chiến thắng giải lớn, đặc biệt trong môn quần vợt có bốn giải lớn trong năm được tổ chức ở Úc, Pháp, Anh và Mỹ **3** (*bóng chày*) = GRAND SLAMMER

grandslammer *noun* (*bóng chày*) cú đánh home run, người đánh bóng chạy quanh các điểm quy định trên sân để ghi điểm mà không dừng lại

grandstand *verb* **1** trình diễn theo phong cách choáng ngợp, chú trọng hình thức hơn chất lượng trình diễn, đặc biệt để được sự chấp nhận của khán giả; = HOT DOG, SHOW OFF **2** phô trương; làm cho ai để ý đến mình

grandstander *noun* người chơi hoặc trình diễn theo một cách gây chú ý; = HOT DOG, SHOW-OFF

grandstand play *noun* hành động, bài diễn văn, màn biểu diễn, vở kịch, chiến lược… có ý đồ lôi cuốn khán giả; hành động phô trương

grannies *noun* máu trong thời kỳ kinh nguyệt • *I've got the grannies: Tôi có kinh rồi.*

granny *noun* **1** sự ra máu trong thời kỳ kinh nguyệt **2** (*miền Nam dùng*) cô đỡ; cô mụ; cô y tá **3** một lũ ô hợp, tất cả những thứ bị hỏng, lộn xộn

granny dress *noun* (*từ những năm 1960*) váy dài chấm sàn, thường với tay áo dài và đường viền cổ áo cao

granny flat *noun* một căn hộ được xây thêm ra (ở trong ga-ra hoặc ở trong nhà) để cho cha mẹ già hoặc người già cả sống gần con cái nhưng không ở chung; = MOTHER-IN-LOW APPARTMENT

granny glasses *noun* (*từ những năm 1960*) kính với gọng nhỏ và tròn, được làm bằng vàng hoặc thép

grape *noun* **1** rượu vang hoặc rượu sâm banh **2** chuyện phiếm; tin vịt [viết rút ngắn lại của *"grapevine"*]

grapefruit league *noun* (*bóng chày*) sự liên kết của những đội bóng chày chuyên nghiệp khi họ thi đấu với nhau trong giai đoạn huấn luyện trước mùa giải

grapefruits *noun* bộ ngực to của phụ nữ

grapes *noun* **1** hòn dái **2** (*không lực*) thủy thủ đoàn, mặc quân phục màu tím, họ làm việc ở hàng không mẫu hạm **3** (*người da đen*) ngực phụ nữ **4** dấu phần trăm (%) trên bàn phím máy tính

the grapes *noun* rượu sâm banh

grapevine *adjective* đến từ nguồn tin không chính thức hoặc nguồn tin đồn

the grapevine *noun* chuyện phiếm; tin vịt; nguồn tin không chính thức

grappo *noun* (*người lang thang*) rượu vang

grass *noun* **1** (*ma túy*) cần sa; = POT **2** lông mu **3** rau diếp; xà lách; = BUNNY FOOD **4** (*người da đen*) kiểu tóc thẳng điển hình của người da trắng hoặc châu Á

grassback *noun* một cô gái lẳng lơ; một cô gái chung chạ tình dục bừa bãi

grass-cutter or **grass-clipper** *noun* (*bóng chày*) một cú đánh thẳng rất thấp và mạnh

grasseater *noun* một cảnh sát nhận hối lộ nhưng không đòi hỏi điều đó

grasshead or **grasser** *noun* một người quen thói hút cần sa

grasshopper *noun* **1** (*ma túy*) người hút cần sa; = POT-HEAD **2** máy bay trực thăng

grass weed *noun* (*ma túy xưa*) cần sa; = GRASS

grass widow *noun* **1** một người đàn bà vắng chồng **2** một phụ nữ ở một mình do ly dị, ly thân hoặc bị bỏ

graum *verb* lo lắng; băn khoăn; bối rối • *Many people are graumed by the possibility of a nuclear war: Nhiều người lo lắng về khả năng xảy ra chiến tranh hạt nhân.*

grave *noun* ca làm việc vào ban đêm, thường bắt đầu vào giữa đêm

gravel agitator *noun* bộ binh

gravel-pounder *noun* lính bộ binh

graveyard shift *noun* ca đêm bắt đầu vào lúc nửa đêm trong nhà

graveyard watch noun (*đường sắt và quân đội*) thời điểm canh gác hoặc trực từ nửa đêm đến 4 giờ sáng hoặc 8 giờ sáng

gravy noun 1 tiền, đặc biệt ám chỉ tiền dễ kiếm hoặc bất hợp pháp 2 nguồn lợi bất ngờ 3 nước sốt mì ống

gravy adjective tốt; xuất sắc; hoàn hảo • Man, her shape is gravy!: *Chà, dáng cô ta thật chuẩn!*

gravycakes adjective tốt; tuyệt vời • This little car is truly gravycakes: *Chiếc ô tô nhỏ này thật là tuyệt vời.*

gravy ride noun cuộc sống hoặc thời kỳ sống dựa vào tiền không làm việc mà có được hoặc tiền dự phòng

gravy train (or **boat**) noun cơ hội kiếm ra tiền; công việc dễ dàng kiếm ra tiền • His job's a permanent gravy train: *Công việc của ông ta là việc dễ kiếm ra tiền.*

gray noun 1 (*người da đen dùng*) người da trắng; = OFAY 2 cuộc cá độ trị giá chỉ một đô 3 viên cảnh sát

gray adjective thuộc về người da trắng, người Caucasian

Graybar hotel or **Graybar motel** noun nhà tù

graybeard noun (*hàng không*) phi công rất thâm niên

gray boy noun đàn ông da trắng

gray cat noun đàn ông da trắng

grayhound verb (*một người da đen*) hẹn hò với người da trắng

gray market noun sự buôn bán các sản phẩm uy tín, đặc biệt như máy chụp ảnh, máy quay phim, các đồ điện tử, v.v.. mua với giá rẻ bởi vì không có bảo hành; việc buôn bán sản phẩm xách tay từ nước ngoài về

gray matter noun sự hiểu biết; trí thông minh; trí tuệ; = BRAINS, SMARTS

Graystone College noun nhà tù

Graystone Hotel noun nhà giam; nơi giam giữ

graze or **browse** verb 1 (*quân đội, nhà tù, sinh viên*) ăn một bữa 2 ăn tất cả các món, mỗi món một ít tại bữa tiệc

grease noun 1 (*đặc biệt những năm 1800*) tiền 2 (*thế giới ngầm, từ những năm 1930*) tiền bảo kê; tiền đút lót 3 chất nổ dạng lỏng cực mạnh 4 (*giới đồng tính*) chất bôi trơn dùng trong quan hệ tình dục bằng hậu môn 5 thực phẩm, đặc biệt thực phẩm đóng hộp dùng trong chiến tranh 6 thằng du côn 7 người da đen 8 (*quân đội, thế chiến II*) bơ 9 sự ảnh hưởng; thế lực; quyền thế ; = PULL • You can't get a job here without plenty of grease: *Bạn không thể kiếm được một công việc ở đây mà không có nhiều thế lực.* 10 vụ bắn giết

grease verb 1 (*cảnh sát*) bắn, đặc biệt giết bằng súng 2 giúp ai việc gì để nhận hối lộ 3 làm tình 4 ăn 5 dùng thuốc nổ để phá két sắt 6 khó lòng qua được một khóa học

greaseball noun 1 người Mỹ-Latin hoặc người có nguồn gốc từ Địa Trung Hải; = DAGO, GREASER 2 một người không có sức hấp dẫn 3 (*người lang thang*) một kẻ lang thang bẩn thỉu 4 (*hải quân, thế chiến II*) đầu bếp hoặc nhân viên nhà bếp 5 (*sân khấu*) một diễn viên dùng phấn mỡ hoặc trang điểm quá đà 6 (*xiếc và lễ hội*) quầy ăn tại các lễ hội

greaseburger noun 1 một kẻ ti tiện, hèn hạ 2 cái bánh hamburger béo ngậy

grease-burner noun đầu bếp, đặc biệt là người chiên đồ ăn tại quầy bán đồ ăn trưa

greased adjective say rượu

greased lightning noun 1 rượu mạnh 2 cái gì hoặc ai đó cực kỳ nhanh và mạnh; = a BLUE STREAK • He got out of there like greased lightning: *Hắn thoát khỏi chỗ đó cực nhanh.*

greasegun noun (*quân đội, thế chiến II*) súng tiểu liên, đặc biệt loại với thân súng hình trụ giống một ống bơm mỡ vào máy • The Army's present standard model, the M-3 "greasegun": *Mẫu tiêu chuẩn hiện tại của quân đội, súng tiểu liên M-3.*

grease it in verb (*phi công*) hạ cánh một chiếc máy bay một cách suôn sẻ

grease job noun (*không quân*) sự hạ cánh rất mượt mà, êm ả

grease joint noun 1 (*xiếc và lễ hội*) nhà bếp và lều nấu nướng 2 nhà hàng giá rẻ, bình dân, chất lượng thấp; = GREASY SPOON

grease monkey noun 1 thợ máy, đặc biệt là thợ máy xe ô tô 2 (*đội thương thuyền trên biển*) người đốt lò; người vô dầu mỡ; người lau chùi trên tàu

grease orchard noun mỏ dầu

grease out verb hưởng may mắn

grease (or **cross** or **oil**) **someone's palm** verb trả tiền cho ai vì mục đích bất chính; hối lộ; mua chuộc • If you grease his secretary's palm she might give you a key to his office: *Nếu anh mua chuộc được cô thư ký của ông ấy, cô ta sẽ đưa cho anh chìa khóa văn phòng ông ấy.*

grease pit noun nhà hàng rẻ tiền, kém chất lượng

grease-pusher noun (*sân khấu*) nhân viên trang điểm của sân khấu

greaser noun 1 một người Mexico hoặc Mỹ-Latin 2 bánh hamburger, đặc biệt là loại trong nhà hàng ăn nhanh 3 (*thanh thiếu niên*) một gã côn đồ trẻ hung bạo; = PUNK

grease the skids verb 1 làm cho hoặc giúp đỡ việc gì đó trở nên dễ dàng hơn, nhất là dùng công cụ pháp lý • If you need me to grease the skids obtaining the various licenses and permits, all you got to do is say the word: *Nếu ông cần tôi hỗ trợ việc lấy giấy phép khác nhau thì ông cứ lên tiếng.* 2 gây ra hoặc góp phần trong sự sụp đổ nhanh hoặc thất bại của ai hoặc cái gì

grease trough (or **pit**) noun quầy bán đồ ăn trưa hoặc phòng ăn trưa

greasy adjective 1 xun xoe; bợ đỡ; = OILY 2 (*đua ngựa*) lầy lội và trơn trợt

greasy grind noun (*từ đầu những năm 1900*) một sinh viên rất siêng năng

greasy spoon noun quán cóc; quán ăn bình dân; quán ăn nhếch nhác có vẻ không ngon

great 1 adj xuất sắc; tuyệt vời 2 noun một người nổi tiếng, đặc biệt là vận động viên hoặc diễn viên

great divide noun sự ly dị; sự ly hôn • The great divide cost over two grand: *Sự ly hôn tốn trên hai nghìn đô.*

the greatest noun người hoặc thứ gì tuyệt vời nhất; = the MOST • She is the greates!: *Cô ta là người tuyệt vời nhất!*

greedball noun người chơi bóng chày chuyên nghiệp và được trả lương rất cao

greed head noun người tham vọng; kẻ tham lam

greefa noun (biến thể: **goifa** or **greafa** or **greapha** or **greefo** or **greeta** or **grefa** or **grifa** or **griff** or **griffa** or **griffo** or **griefo** or **grifo**) (*ma túy*) cây cần sa hoặc điếu thuốc cần sa

Greek noun 1 ngôn ngữ khó hiểu 2 (*sinh viên*) thành viên của hội nam sinh đại học 3 sự quan hệ tình dục qua đường hậu môn,

Greek người quan hệ qua đường hậu môn

Greek *adjective* (*tình dục*) thuộc hậu môn

Greek culture or **Greek love** or **Greek style** or **Greek way** *noun* sự quan hệ tình dục qua đường hậu môn

Greek fashion (or **style**) *adverb* thuộc kiểu hậu môn

Greek lighting *noun* hành động tự đốt phá công ty thua lỗ

Greek rodeo *noun* sự quan hệ tình dục qua đường hậu môn giữa những người đàn ông

Greek to someone *noun* cái gì khó hiểu với ai; cái gì bí ẩn như chữ viết Hy Lạp • I don't understand this. It's all Greek to me: *Tôi không hiểu cái này. Tất cả đối với tôi như chữ viết Hy Lạp vậy.*

the **Greek way** (or **style**) *noun* 1 *noun* sự giao hợp qua đường hậu môn, đặc biệt với người khác giới 2 *adv* = GREEK FASHION

green or **green folding** or **green paper** or **green stuff** *noun* 1 (*từ những năm 1920, thế giới ngầm và thể thao*) tiền, đặc biệt là tiền mặt sẵn sàng; = FOLDING MONEY 2 một thẻ 25 đô trong sòng bạc Mỹ 3 cần sa, đặc biệt loại chứa ít thành phần nhựa cây 4 phencyclidine (PCP), bụi thiên thần, là một loại thuốc kích thích gây cảm giác vui vẻ 5 bề mặt vải nỉ của bàn bi-da

green *verb* hút cần sa

green or **greenie** *noun* thuốc kích thích; viên nhộng màu xanh

green-and-white *noun* xe màu trắng xanh của cảnh sát

green apple quick-step *noun* tiêu chảy

green around the grills *adjective* 1 trông có vẻ bệnh; trông như sắp ói mửa • Kind of green around the gills. Claimed he felt all right, felt fine: *Đôi chút trông xanh xao nhợt nhạt như sắp ói mửa, nhưng anh ấy vẫn nói mình cảm thấy ổn.* 2 xem BLUE AROUND THE GRILLS

green-ass *adjective* thiếu kinh nghiệm, tập sự; non nớt

greenback *noun* tờ một đô

green boys *noun* tiền tệ

the **green deck** *noun* cỏ • A green deck covered with the green deck: *Một cánh đồng phủ đầy cỏ.*

green-eye *noun* đội trinh thám; sự trinh thám

green eyes *noun* sự ganh tị; sự đố kị

green goods *noun* (*từ cuối những năm 1800*) tiền giấy giả

greenhorn *noun* 1 người thiếu kinh nghiệm; người mới vào nghề; = ROOKIE 2 người dễ bị bịp; người khờ dại 3 người mới nhập cư; người di dân mới đến

greenhouse *noun* 1 (*phi công*) vỏ bọc hoặc lớp phủ buồng lái trong suốt của máy bay 2 phòng nhỏ hoặc phòng kín để hút cần sa

green ice *noun* (*thế giới ngầm*) ngọc lục bảo; đá quý màu xanh lục tươi

greenie *noun* 1 người mới học việc, không có kinh nghiệm nhiều 2 lính mới đến khu vực chiến đấu 3 tiền giấy 4 bia hiệu Heineken 5 (*ma túy*) một viên thuốc kích thích dextro-amphetamine hình trái tim

the **green light** *noun* 1 (*trong tù*) sự cho phép được giết • To reinforce their goal of becoming the most feared gang in San Quentin, the AB, which numbered around 100 members, put out the green light [open season to hit] on all blacks: *Để củng cố mục tiêu trở thành băng nhóm đáng sợ nhất ở San Quentin, nhóm AB gồm 100 thành viên đã "bật đèn xanh" cho việc chém giết toàn bộ bọn da đen.* 2 đèn xanh; sự cho phép, đặc biệt là sự chấp thuận của cấp trên để tiếp tục; = the GO-AHEAD

greenmail *noun* sự mua với giá cổ phiếu cao của ai đang đe dọa tiếp quản một công ty, nhằm khiến người đó ngừng nỗ lực

green money *noun* tiền giấy; tiền mặt; = FOLDING MONEY

green motherfucker *noun* quân đội Mỹ hoặc thủy quân lục chiến Hoa Kỳ

greens *noun* quân phục màu xanh của quân đội Mỹ

green shirt *noun* thành viên của đội ngũ hỗ trợ làm việc trên hàng không mẫu hạm

green snow or **green tea** *noun* ma tuý phencyclidine (PCP), bụi thiên thần

green stamps *noun* tiền • How many green stamps does this take?: *Cái này tốn hết bao nhiêu tiền?*

the **green stuff** *noun* tờ bạc; tiền; = FOLDING MONEY, LONG GREEN

green teen *noun* người trẻ tuổi có ý thức về môi trường

a **green thumb** *noun* 1 một tài năng đặc biệt đối với nghề làm vườn 2 khả năng làm những dự án thành công 3 (*người da đen*) người có tài riêng làm ra tiền

green-to-green *adjective* hoạt động tốt; không có vấn đề xảy ra

greenwash *verb* rửa tiền • It was shown in court that the mayor had been involved in greenwashing some of the bribe money: *Ở phiên tòa, ông thị trưởng bị dính líu vào hoạt động rửa một số tiền hối lộ.*

greldge *noun* cái gì dơ bẩn hoặc kinh tởm

greldge *interj.* trời!; mẹ kiếp! [thường dùng *"Greldge!"*] • Oh, greldge! I'm late!: *Ôi trời! Tôi muộn mất rồi!*

gremlin *noun* 1 (*không quân, thế chiến II, từ Anh*) loại yêu quỷ theo truyền thuyết thường gây tai nạn cho các phi công, như làm tắt máy... 2 một sinh vật gây hại do người ta tưởng tượng và cho rằng đã gây ra các hư hỏng về cơ khí hoặc hư hỏng khác • The gremlins have got into the computer again: *Những con yêu quái phá hoại lại chui vào máy tính lần nữa.* 3 người chơi lướt sóng không tuân theo các qui tắc 4 (*người lướt sóng*) một người, đặc biệt một cô gái, thường xuyên đến bãi biển nhưng không lướt sóng; = BEACH BUNNY

gremmie *noun* 1 người quê mùa, không theo thời trang 2 (*Úc, vào năm 1962*) người mới tập chơi lướt ván hoặc ván trượt skateboard 3 cần sa và vụn cô-ca-in trộn lại nhồi vào điếu thuốc

grey broad *noun* người phụ nữ da trắng

greyhound *noun* (*xiếc*) người bán hàng làm việc nhanh nhẹn

greyhound *verb* 1 (*người da đen*) tán tỉnh một người da trắng 2 chạy nhanh, đặc biệt khi chạy trốn hoặc truy đuổi • The cop went greyhounding after the purse-snatcher: *Cảnh sát chạy đuổi theo tên trộm ví.*

greyhound therapy *noun* hoạt động của một số chính quyền đô thị tự trị hoặc các cơ quan chính quyền khác để loại bỏ những người vô gia cư hoặc những người phiền phức khác bằng cách tặng cho họ vé xe buýt đến nơi khác [*từ tên của công ty xe buýt Greyhound*]

grey matter *noun* bộ não; trí thông minh; chất xám

grick *noun* người di cư gốc Hy Lạp hoặc người Mỹ gốc Hy Lạp

grid or **gridiron** *noun* 1 sân vận động; sân bóng đá 2 *modifier*: gridron victories: *những chiến thắng trên sân bóng*

gridlock *noun* tình trạng tắc nghẽn; tình trạng tê liệt; = LOGJAM [*từ thuật ngữ giao thông ám chỉ đến tình trạng tê liệt giao thông hoàn toàn do xe ngừng lại ở các giao lộ sau những chiếc xe khác, và gây ra sự ách tắc giao thông ở giao l*]

grift 1 *noun* tiền kiếm được một cách không trung thực và mánh khóe, đặc biệt là bằng lừa đảo 2 *noun* bất cứ biện pháp kiếm tiền

grifter không trung thực nào, đặc biệt là sự lừa đảo của những người bán hàng rong, những kẻ lừa gạt tín nhiệm, v.v.. **3** *verb* sống, kiếm tiền nhờ nghề lừa đảo

grifter *noun* **1** (*xiếc*) con bạc **2** người sống nhờ nghề lừa đảo **3** người lang thang; kẻ lang bạc; = DRIFTER

grimbo *noun* người lập dị; người không thích hợp với xã hội

grind *noun* **1** (*trong điệu múa thoát y hoặc các kiểu nhảy gợi dục khác*) động tác xoay mông, xương chậu hoặc bộ phận sinh dục **2** sinh viên chăm chỉ, nghiêm túc **3** (*xiếc*) sự thu hút và nói chuyện với đám đông ở tại một chương trình hoặc gian hàng **4** (*xiếc và lễ hội*) người bán hàng rong hoặc người rao hàng **5** người khó chịu; người đáng ghét; người quấy rầy; người phiền phức; = JERK, a PAIN IN THE NECK, PILL **6** công việc rất khó khăn, khó chịu và buồn tẻ, đặc biệt là công việc kéo dài thời gian và chậm chạp • Writing dictionaries is indeed a grind: *Viết từ điển quả thật là một công việc rất khó khăn và kéo dài thời gian.* **7** hành động làm tình; sự giao cấu **8** âm đạo; người phụ nữ bị xem là đối tượng tình dục; sự giao cấu với phụ nữ **9** một loại hard rock, nhịp độ nhanh và nhanh dần, lời lẽ ảm đạm, sử dụng đàn guitar có âm thanh to và âm thanh bị bóp méo

grind *verb* **1** (*trong điệu múa thoát y hoặc các kiểu nhảy gợi dục khác*) xoay mông, xương chậu hoặc bộ phận sinh dục **2** học hành chăm chỉ **3** (*xiếc*) thu hút và nói chuyện với đám đông tại một chương trình hoặc gian hàng; = SPIEL **4** làm tình; quan hệ tình dục **5** thụ án; lãnh án **6** (*tin học*) sắp xếp lại đoạn mã để trông nó dễ nhìn hơn **7** ăn **8** mời, gọi ông bầu đến buổi biểu diễn

grindage *noun* thức ăn • Hear my belly? It's crying for some grindage: *Có nghe thấy bụng của tôi không? Nó đang kêu gọi thức ăn đấy.*

grinder *noun* **1** người giao cấu cùng; bạn tình **2** vũ công thoát y; = STRIPPER **3** người mời, gọi ông bầu đến buổi biểu diễn **4** phim khiêu dâm ít có giá trị đầu tư về mặt sản xuất, ít thoại, chỉ mang tính chất gợi dục **5** (*thủy quân lục chiến*) thao trường; bãi tập quân sự **6** (*cuộc thi chèo thuyền*) người điều khiển cái tời trên thuyền để tăng tốc khi chèo thuyền **7** (*xiếc và lễ hội*) người rao hàng hoặc người bán hàng rong **8** xe ô tô, đặc biệt là xe cũ và ọp ẹp **9** = HERO SANDWICH

grind film *noun* phim khiêu dâm, thường là loại phim không có kịch bản hay nhân vật, sản xuất thô tục

grind house or **grind movie** *noun* **1** (*sân khấu*) một sân khấu hoạt động liên tục không có sự tạm nghỉ, nghỉ lễ, v.v.. [chắc chắn từ *grind show*, có lẽ bị ảnh hưởng bởi ý nghĩa tình dục của *grind*] **2** rạp chiếu phim, chiếu nhiều phim mang tính chất khiêu dâm hoặc bạo lực

grind something out *verb* tạo ra hoặc làm việc gì, đặc biệt không có cảm hứng, buồn tẻ và nhất là về nhạc, sách, truyện, kịch bản, v.v.. • They sat down and ground the script out in two days: *Họ ngồi xuống và nặn ra kịch bản trong hai ngày.*

grind show *noun* **1** một địa điểm ở lễ hội, thu hút khách bằng những tiếng rao mời gọi liên tục **2** (*lễ hội xưa*) một chương trình biểu diễn liên tục

gringo *noun* người da trắng

gringo gallop *noun* bệnh tiêu chảy thường gặp bởi khách du lịch ở Mexico hay Mỹ Latin

grip *noun* **1** vai li nhỏ; túi du lịch **2** tiền **3** một lượng lớn; số lượng lớn • Before I went to jail I had a grip of money: *Trước khi vào tù thì tôi đã có rất nhiều tiền.* **4** (*sân khấu và phim trường*) người làm công việc dọn dẹp phông cảnh trong rạp hát hoặc thợ mộc sân khấu

gripe **1** *verb* phàn nàn; cằn nhằn, đặc biệt theo thói quen và thường xuyên; rên rỉ; = BITCH, KVETCH, PISS **2** *noun* lời phàn nàn; lời cằn nhằn **3** *verb* làm phiền hoặc làm phẫn nộ; làm bực tức **4** *noun* = GRIPER

gripe one's ass *verb* (biến thể: **balls** or **butt** or **cookies** or **left nut** or **middle kidney** có thể thay thế cho **ass**) làm phiền ai; làm ai tức giận; quấy rầy ai • You really gripe my ass when you act like that!: *Anh thật sự làm tôi khó chịu khi anh hành động như thế!*

gripe one's soul *verb* làm ai bực mình • His sycophancy gripes my ass: *Thói ăn bám của hắn làm tôi bực mình.*

griper *noun* một người hay phàn nàn; người bất mãn; = KVETCH

the gripes *noun* **1** một cơn phàn nàn; = BITCHING **2** thói quen phàn nàn thường xuyên

gripe session *noun* cuộc nói chuyện hoặc thảo luận chủ yếu gồm những lời phàn nàn

gripester *noun* người hay phàn nàn

grit *noun* **1** người cố chấp, không chịu tiếp thu cái mới **2** (cũng là *grits*) (*người da đen*) thức ăn; thực phẩm **3** cô-ca-in nguyên chất **4** tính gan dạ; sự cam đả **5** (*đường sắt*) con đường mòn cạnh đường ray xe lửa **6** người miền Nam Hoa Kỳ **7** (cũng là *Grit*) (*người miền Nam dùng*) người miền Bắc • It's a God's wonder some Grits didn't kill us: *Thật là một điều kỳ diệu của Chúa khi một số người miền Bắc đã không giết chúng ta.* **8** (cũng là *grette*) điếu thuốc lá

grit *verb* (*người da đen*) ăn

gritch **1** *noun* sự than phiền; lời than phiền **2** *noun* người hay kêu ca, phàn nàn **3** *verb* He sleeps every night, and doesn't cry or gritch very often: *Nó ngủ mỗi đêm, và không khóc và hay than phiền thường xuyên.*

gritchy *adjective* hay than phiền; dễ cáu; bực bội • I don't feel as gritchy today as I did yesterday: *Hôm nay tôi không cảm thấy bực bội như hôm qua.*

groan box *noun* đàn xếp; đàn accordion

groaner *noun* ca sĩ, đặc biệt là người hát những bài hát tình cảm êm nhẹ của những năm 1930

groceries *noun* bữa ăn

grod or **groddess** *noun* một người đàn ông hoặc đàn bà luộm thuộm, nhếch nhác

grody *noun* một bệnh nhân vô gia cư, bẩn thỉu, bị chấy rận

grody or **groady** or **groaty** *adjective* bề bộn; lôi thôi lếch thếch; kinh tởm

grody to the max *adjective* cực kỳ kinh tởm • This plate is really grody to the max!: *Đĩa đựng thức ăn này thật là tởm quá!*

grog *noun* rượu; rượu mạnh

grogan *noun* sự đi đại tiện; sự đi ỉa • He's in the john, fighting with a grogan: *Hắn đang ở trong toilet, đi đại tiện.*

grogged *adjective* **1** say rượu **2** buồn ngủ; = GROGGY

groggery *noun* **1** quán bar bất hảo, có tiếng xấu **2** quán rượu; nơi bán rượu

groggy *adjective* **1** mệt mỏi; ngẩn ngơ hoặc sững sờ • I'm still groggy by ten in the morning: *Đến mười giờ sáng tôi vẫn còn mệt mỏi sững sờ.* **2** buồn ngủ; nửa tỉnh nửa mê

groghound *noun* (*sinh viên*) kẻ nghiện rượu; đặc biệt là bia

grog-mill *noun* **1** quán rượu **2** *modifier:* no grog-mill cuties: *không* *có những cô em xinh xắn ở quán rượu*

groid *noun* (*đặc biệt ở miền Nam và sinh viên*) **người da đen**

grok *verb* **1 hiểu; thông hiểu; thông cảm 2 tán thưởng 3 dính líu vào tình cảm với** • *She met him at the air-port and she grokked him: Cô ta gặp anh ta ở sân bay và cô ta đã có cảm tình với anh ta.*

grollo *noun* = GROWLER

gronk *noun* **chất bẩn như bụi bẩn bám vào kẽ ngón chân**

gronk *adjective* **vô dụng**

gronk out *verb* **1 hỏng; ngưng hoạt động; đâm sầm; tai nạn** • *My car gronked out on the way to work this morning: Xe của tôi bị hỏng trên đường đi làm sáng nay.* **2** (*trong máy tính*) **tắt; vô hiệu hóa một thiết bị 3 tắt và khởi động lại máy vi tính do máy bị treo**

grooby *adjective* **xuất sắc; tuyệt vời;** = GROOVY

groove *noun* **1 niềm vui đích thực 2 cái gì thích thú, dễ chịu, tuyệt vời**

groove *verb* **1 hưởng thụ 2 làm hài lòng; làm hạnh phúc 3 thích và chấp nhận;** = DIG **4 trình diễn rất tốt và gây ấn tượng 5 làm tình; quan hệ tình dục** • *"But decent girls don't groove," Max said: "Nhưng những cô gái đoan trang không quan hệ tình dục," Max nói.*

a groove *noun* **thứ gì xuất sắc, đáng thèm khát, thú vị, v.v..** • *Your hat is a groove: Cái mũ của cậu thật thú vị.*

grooved *adjective* **hài lòng** • *Your mother will be very grooved with you: Mẹ anh sẽ rất hài lòng về anh.*

groove on someone/something *verb* **1 quan tâm tới ai hay cái gì; liên quan tới ai hay cái gì 2 thích thú; làm mê mẩn; hài lòng với ai/cái gì** • *I can really groove on the Beatles: Thực sự tôi rất thích ban nhạc Beatles.*

grooving *adjective* **thoải mái; an nhàn**

groovy *noun* **người đúng mốt, sành điệu**

groovy *adjective* **1 rất tốt; thú vị; vừa ý; dễ chịu;** = FAR OUT • *What a groovy day!: Thật là một ngày thú vị làm sao!* **2 say rượu hoặc say ma túy 3** (*thanh thiếu niên*) **đã lỗi thời; lạc hậu; không hợp thời**

grope *verb* **đụng chạm, sờ mó, vuốt ve, v.v.. với ý định quan hệ tình dục thật hoặc làm ra vẻ như thế**

grope-in *noun* = GROUP-GROPE

gross *adjective* (*đặc biệt thanh thiếu niên từ những năm 1960*) **ghê tởm; thô tục; đáng ghét;** = GROTTY

grossed out *adjective* (*thanh thiếu niên và sinh viên từ những năm 1960*) **ghê tởm; chán ghét; phẫn nộ**

gross someone **out** *verb* **làm cho ai ghê tởm; làm cho ai sốc; xúc phạm hoặc làm phẫn nộ, đặc biệt với hành vi và ngôn ngữ thô lỗ và tục tĩu** • *Those horrible pictures just gross me out: Những bức ảnh tồi tệ đó làm tôi ghê tởm.*

gross-out *noun* **điều ghê tởm; điều khó chịu**

gross-out *adjective* **ghê tởm; tồi tệ; chán ngắt** • *What a gross-out day this has been!: Ngày này thật là một ngày tồi tệ làm sao!*

grotty *adjective* (*biến thể:* **groady** *or* **groaty** *or* **groddy; to the max** *có thể được thêm vào*) **ghê tởm, bẩn thỉu, xấu xa; kỳ dị; không hấp dẫn;** = GRUNGY, SCUZZY

grouch *noun* **người gắt gỏng, cáu bẳn, cầu nhàu**

grouch bag *noun* **nghĩa đen: một cái túi nhỏ chứa tiền dấu trong người để phòng thân; nghĩa bóng: cái ví hay người chu cấp tiền bạc**

ground *verb* **cấm cửa; cấm túc (một hình phạt cho đứa bé)**

ground apple *noun* (*thợ đốn gỗ*) **hòn đá hoặc tảng đá**

ground biscuit *noun* = ALLEY APPLE

grounder[1] *noun* **1** (*người lang thang*) **mẩu thuốc lá 2** (*bóng chày*) **quả bóng được đánh đi và lăn dọc theo sân**

grounder[2] *noun* **kẻ phạm tội không đòi hỏi nhiều nỗ lực bởi cảnh sát để giải quyết**

ground gripper *noun* **1 người không phải phi công trong lực lượng không quân 2** (*hải quân, thế chiến II*) **người quen sống trên cạn; người không thạo nghề đi biển 3 một thủy thủ chưa bao giờ đi máy bay cũng như chưa bao giờ đi thuyền**

groundhog *noun* **1** (*nhảy dù*) **chỉ những người chưa bao giờ nhảy dù 2** (*đường sắt*) **người điều khiển phanh (thắng) của xe lửa**

groundhog case *noun* **một tình huống nghiêm trọng** • *You see it was a groundhog case. The soil was here, the climate was here, but along with them was a curse of slavery: Bạn thấy đó là một tình huống nghiêm trọng. Đất ở đây, khí hậu ở đây, nhưng lại đi liền với chúng là một tai họa nô lệ.*

ground out *verb* (*bóng chày*) **đánh quả bóng dọc theo sân và đi ra ngoài**

ground-pounder *noun* **một người lính bộ binh**

ground rations *noun* (*người da đen*) **sự quan hệ tình dục trên sàn nhà**

groundskeeping *noun* (*thể thao*) **lớp đất trên bề mặt và bùn nhão được chỉnh đốn phẳng phiu kỹ càng**

ground zero *noun* **1 trung tâm xảy ra hành động; điểm xuất phát; yếu tố cần thiết; vị trí cơ bản 2 phòng ngủ bừa bộn**

group grope *noun* **1 sự quan hệ tình dục nhiều hơn hai người 2 sự sờ mó và mơn trớn của một nhóm người; cuộc truy hoan, trác táng;** = GROPE-IN **3 sự liên kết gần gũi của các thực thể** • *Harvard will reestablish an independent department of sociology, ending 24 years of interdisciplinary group grope: Trường Harvard thiết lập lại một khoa xã hội học độc lập, chấm dứt 24 năm của khối kết hợp liên ngành.*

groupie *or* **groupy** *noun* **1 cô gái sẵn sàng làm tình với một nghệ sĩ nhạc rock để được "ăn bám" hắn ta;** = BUNNY **2 người ủng hộ hoặc người vận động hành lang cho một người tài giỏi trong một lĩnh vực nào đó 3 người hâm mộ mãnh liệt;** = FAN

grouse *verb* **1** (*từ cuối những năm 1800, quân đội, Anh*) **phàn nàn;** = BITCH **2 ôm hôn nhau** • *Who are those two grousing in the corner?: Hai đứa đang ôm hôn nhau ở góc kia là ai vậy?*

grouse *noun* **một người phụ nữ; một phụ nữ gợi tình**

grovel *verb* **1** (*tin học*) **làm việc chăm chỉ nhưng không có được hiệu quả trước mắt 2 cười sống dù cho nó không còn lực đỗ 3 ôm ấp; âu yếm**

growl *verb* **phàn nàn; càn nhằn một cách giận dữ**

growler *noun* **1** (*cũng là* **grollo**) **bình hoặc thùng chứa được dùng để mang bia về nhà từ quán rượu 2** (*sinh viên*) **nhà vệ sinh; toilet 3** (*hải quân, thế chiến II*) **hệ thống loa công cộng;** = BITCH BOX, SQUAWK BOX **4 núi băng trôi nhỏ**

growler-rushing *noun* **1** (*đặc biệt cuối những năm 1800*) **cuộc chè chén lu bù 2** *modifier:* *Heslin was the contemptible, growler-rushing type of petty thief: Heslin thật bần tiện, loại trộm vặt ưa nhậu nhẹt lu bù*

growth *noun* **1 sự phát triển (trở nên có giá trị hơn, có lợi nhuận hơn) 2** *modifier:* **đang trở nên hoặc có thể trở nên mạnh mẽ, quan trọng, sinh lợi hơn, v.v..** • *Cancer research is a growth industry: Nghiên cứu ung thư là một ngành công nghiệp phát triển, tức là đang* *phát triển nhanh hơn phần lớn các ngành khác.*

grub *noun* 1 người cấp thấp; tầng lớp thấp kém 2 thức ăn; đồ ăn 3 một sinh viên nghiêm túc, chăm chỉ 4 người cẩu thả, nhếch nhác, luộm thuộm

grub *verb* 1 (cũng là **grub up**) ăn • *Come over and grub with us*: *Đến đây ăn với chúng tôi nhé.* 2 hôn nồng nhiệt; hôn say đắm 3 mơn trớn, kích thích trước khi quan hệ tình dục

grubber *noun* người ghê tởm, đáng khinh

grubbies or **grubbers** or **grubs** *noun* quần áo cũ, rách; quần áo mặc để làm việc bẩn thỉu

grubby *adjective* không sạch sẽ; không gọn gàng; không cạo râu

grub on something *verb* ăn cái gì • *What are you grubbing on?: It looks horrible.*: *Anh đang ăn món gì vậy? Trông khiếp quá.*

grub-pile *noun* (*cao bồi*) bữa ăn

grubs *noun* quần áo cũ, rách, dễ mặc

grub-slinger *noun* (*cao bồi*) người nấu ăn; đầu bếp

grubstake *noun* (*từ giữa những năm 1800*) tiền cần cho một cuộc đầu tư mạo hiểm mới, một sự khởi đầu mới, v.v..

grunge or **grunch** *noun* 1 người xấu xa; người đáng ghét; người gây khó chịu; người tẻ nhạt; = NERD, PILL 2 tính luộm thuộm 3 vết bẩn; đồ dơ bẩn; thứ gì đó bẩn thỉu

grunge or **grunch** *adjective* 1 buồn chán; không thú vị 2 = GRUNGY

grungy *adjective* (*thanh thiếu niên từ những năm 1960*) dơ dáy; bẩn thỉu; = GROTTY, SCUZZY

grunt *noun* 1 lính bộ binh; = PADDLEFOOT 2 thành viên của Thuỷ quân lục chiến Hoa Kỳ 3 người ở địa vị thấp; người khúm núm, quỵ luỵ; người mới vào nghề 4 tiếng ợ 5 sinh viên chăm chỉ; = GRIND 6 đô vật; võ sĩ đấu vật, đặc biệt là võ sĩ kém cỏi; = GRUNT-AND-GROANER 7 môn đấu vật, như là một môn thể thao và giải trí 8 *modifier*: *the grunt show on TV*: *chương trình đấu vật trên truyền hình* 9 người phụ việc sửa chữa đường dây điện, thường làm việc ở dưới đất chứ không leo lên cột 10 kỹ sư đầu máy xe lửa; = HOGGER 11 thịt lợn hoặc giăm bông 12 hóa đơn đồ ăn và đồ uống

grunt *verb* 1 ăn 2 đại tiện; ỉa

grunt-and-groaner *noun* võ sĩ đấu vật

grunter *noun* võ sĩ đấu vật

grunt-horn or **grunt-iron** *noun* (*nhạc sĩ*) kèn tuba

grunts *noun* 1 thịt lợn muối hồng khói 2 thức ăn; thực phẩm

grunt work or **shit work** or **grunt labor** *noun* công việc lao động vất vả; công việc chán ngắt; = SCUT WORK • *Why am I always doing the shit work?*: *Tại sao tôi luôn làm công việc vất vả này chứ?*

G-string *xem* GEE STRING

guardhouse lawyer *noun* (*từ giữa những năm 1800, quân đội*) = LATRINE LAWYER

gubb *noun* tinh dịch

gubbish *noun* (*tin học*) rác; thứ vô dụng • *There's nothing but gubbish on my print out*: *Toàn những thông tin rác trong bản in của máy tính tôi.*

guck *noun* chất lầy nhầy; chất nhớp nháp; chất nhầy đặc; = GOO, GLOP

gucky *adjective* lầy nhầy; nhầy đặc; nhớp nhúa; ẩm ướt

guess-stick *noun* (*sinh viên*) thước lôga; = LIPSTICK

guest star *noun* sự đặt chỗ trong phút chót, thế chỗ của một người khác đã huỷ

guff *noun* 1 điều vớ vẩn ngu ngốc, thường nói về cách nói chuyện hay lời bài hát; = BULLSHIT 2 sự cãi lại, trả lời ai đó một cách hỗn xược 3 lời phàn nàn; sự sỉ nhục 4 người kỳ lạ; người ngu ngốc

guff *verb* nói dối; thổi phồng; cường điệu; = BULLSHIT

the guilties *noun* những cảm nghĩ tội lỗi; sự giằn vặt của tội lỗi

Guinea *noun* (cũng là *ghinney* or *ginee* or *ginnee* or *ginney* or *guin* or *guinea* or *guinie*) 1 người Ý hoặc người Mỹ gốc Ý 2 (*đua ngựa*) người giữ ngựa 3 (*quân đội, thế chiến II*) người dân đảo Thái Bình Dương, kể cả Nhật [có lẽ từ sự liên tưởng khinh bỉ với từ đã lỗi thời *Guinea Negro* nghĩa là "nô lệ da đen từ vùng bờ biển Guinea"]

guinea football *noun* bom tự chế; = ITALIAN FOOTBALL

Guineatown *noun* khu vực có phần lớn dân cư là người Mỹ gốc Ý hay những người Ý di cư

guinney *noun* (*đua ngựa*) người chăm ngựa trên đường đua

gull *noun* 1 (*hàng hải*) gà hoặc thịt gà 2 (*hải quân, thế chiến II*) gái điếm

gully-jumper *noun* nông dân

gully-low *adjective* (*về nhạc jazz*) khêu gợi; bóng gió; gợi dâm; = DIRTY, SEXY

gully washer *noun* mưa dông lớn

gum *noun* 1 thuốc phiện thô, thuốc phiện chưa tinh chế 2 (*bi-da*) lớp nệm mềm đàn hồi bọc phía mép trong của bàn bi-da để bóng đập vào bật ra

gum *verb* 1 nói chuyện; tán gẫu 2 = GUM UP

gumball *noun* đèn nhiều màu trên nóc xe cảnh sát; = PARTY HAT

gumball *verb* bật đèn trên nóc xe cảnh sát • *Within five minutes, there were a dozen cars blocking the street, their red and blue lights gumballing in all direction*: *Trong vòng năm phút, hàng chục xe cảnh sát đã chặn hết con đường, những đèn xe xanh đỏ bật lên ở khắp mọi hướng.*

gum-beat *verb* nói chuyện; tán gẫu

gum-beater *noun* người nói nhiều; người nhiều chuyện; = BLOWHARD

gum-beating *noun* 1 sự tán gẫu; cuộc nói chuyện phiếm; = RAP 2 cuộc nói chuyện phóng đại và rỗng tuếch

gumbies *noun* giày chơi tennis màu đen

gumby[1] *noun* 1 (*tin học*) sự ngu ngốc 2 kiểu tóc húi cua

gumby[2] *noun* (*thanh thiếu niên Canada*) người đần độn, tẻ nhạt, đặc biệt là người không biết những xu hướng thời trang hiện tại; = NERD, PILL [có lẽ từ một nhân vật khó chịu, Mr Gumby, trong series truyền hình "Monty Python's Flying Circus", và liên quan phần nào đến một nhân vật đồ chơi hình người tên là Gumby]

gum it *verb* quan hệ tình dục bằng miệng với người phụ nữ

gummixed (or **gummoxed**) **up** *adjective* lộn xộn; hỗn loạn; hư hỏng; hủy hoại; = BOLLIXED UP, FUCKED UP

gummy 1 *adj* thua kém; chán ngắt; khó chịu 2 *adj* ủy mị; đa cảm; = CORNY 3 *noun* bất kỳ dạng keo nào 4 *noun* (*lễ hội*) người bán hàng rong bán keo

gump 1 *noun* người ngu ngốc, suy nghĩ đơn giản; kẻ đần độn; = KNUCKLEHEAD 2 *noun* (*giới tù nhân dùng*) người đồng tính nam thụ động 3 *noun* (*người lang thang*) gà, đặc biệt gà ăn trộm 4 *adj* tốt; ổn • *I'm feeling gump today*: *Hôm nay tôi cảm thấy ổn.*

gump light *noun* (*thợ mỏ*) đèn lồng; đèn xách

gump stump *noun* đoạn ruột thẳng; trực tràng

gumshoe (biến thể: **gum boot** or **gumfoot** or **gumheel** or **gumshoe man**) **1** *noun* điều tra viên riêng; thám tử hoặc cảnh sát **2** *verb* (cũng là *gumheel*) làm việc như cảnh sát hoặc thám tử **3** *verb* đi một cách yên lặng và kín đáo [từ *gumshoe* nghĩa là "giày đế cao su"]

gum up or **gum up the works** *verb* làm hỏng; phá hỏng; gây lộn xộn;= BOLLIX UP, FUCK UP • Her illness gummed up the works for a party: *Sự đau ốm của cô ta đã làm hỏng một bữa tiệc liên hoan.*

gun[1] *noun* **1** (*từ giữa những năm 1800*) tội phạm có vũ trang **2** xạ thủ thuê **3** kẻ trộm; kẻ móc túi **4** (*ma túy*) ống tiêm dưới da; kim tiêm dưới da **5** phần tay phía trên; cơ hai đầu **6** dương vật **7** dụng cụ để xăm hình **8** van tiết lưu của xe ô tô, máy bay, v.v.. **9** kèn đồng **10** (*người lướt sóng*) tấm ván lướt sóng dài và nặng để lướt những con sóng to **11** (*đường sắt*) một thiết bị cảnh báo chất nổ đặt trên đường ray **12** (*đua ngựa*) sự cố gắng của dô-kề (nài ngựa) **13** người quan trọng; = BIG GUN **14** lãnh tụ; thành viên chủ chốt của nhóm

gun[2] *noun* (cũng là *gon*) một tên trộm chuyên nghiệp, đặc biệt là kẻ móc túi

gun *verb* **1** bắn ai **2** khám xét; thẩm tra • "Why are you so gunning me?" Chilly asked: *"Tại sao anh thẩm tra tôi?" Chilly hỏi.* **3** làm tình với; quan hệ tình dục với **4** dính líu đến hoạt động phạm pháp; liên quan đến tội ác **5** (*tin học*) dùng tính năng bắt buộc thoát của máy tính để tắt chương trình hoạt động lỗi **6** tăng tốc động cơ hoặc xe, đặc biệt một cách đột ngột; = GOOSE

gunboat *noun* (*đường sắt*) toa xe chở than; = GON

gunboats *noun* **1** đôi giày to, nặng **2** đôi bàn chân to

gun-bull *noun* lính gác trại giam có vũ trang

gun bunny *noun* (*quân đội*) người điều khiển pháo

gunch *noun* sự cố gắng làm lăn viên bi [trong trò chơi bắn những viên bi bằng kim loại nhỏ vào các cọc đã đánh số đặt trên bàn dốc, nếu viên bi đụng cọc càng nhiều thì điểm càng cao]

gun down *verb* (*nói về người đàn ông*) thủ dâm khi đang nhìn trực tiếp ai đó

gun someone down *verb* bắn gục ai • They gunned him down in a barber chair: *Họ đã bắn gục hắn trên ghế cắt tóc.*

gun (or **go gunning**) **for** *verb* **1** canh gác, canh phòng với ý định sát thương hoặc giết đối phương **2** tìm ai; săn lùng ai (không nhất thiết phải dùng súng)

gunge *noun* bệnh ngoài da ở vùng nhiệt đới ảnh hưởng lên vùng da ở đáy chậu hoặc vùng dưới bụng; nấm bẹn

gung-ho *adjective* tận tụy; tận tâm; hăng hái; đầy khí thế

gungy or **gungi** or **grungy** *adjective* **1** hăng hái; tận tụy; dũng cảm **2** bẩn thỉu; bừa bãi; mòn sờn

gunk or **goonk** *noun* **1** chất sền sệt dính; chất bẩn thỉu; = GLOP, FUCK • What is this gunk on on the counter?: *Chất bẩn thỉu này ở trên quầy là gì thế?* **2** dung môi trong công nghiệp mà người ta hít để tạo cảm giác hưng phấn **3** chất nhờn; bùn nhão; bụi bẩn; dầu bẩn • The anchor was clotted in noisome gunk: *Mỏ neo bị đóng cục trong bùn nhão hôi hám.*

gunkhole 1 *verb* đi chơi bằng du thuyền nhỏ, đặc biệt ở sông, lạch và thả neo ở nơi hẻo lánh **2** *noun* We found a nice gunkhole near the Kennebec: *Chúng tôi phát hiện một chiếc du thuyền nhỏ đẹp đang thả neo gần Kennebec.*

gun moll *noun* **1** nữ băng nhóm; găngxtơ nữ **2** nữ tội phạm hoặc vợ của tội phạm

gunner *noun* **1** người trình diễn hào nhoáng; = GRAND-STANDER, HOT DOG **2** người có kinh nghiệm và trình độ về quan hệ tình dục **3** (*bài poker*), người chơi với sấp bài tốt nhất **4** người gieo súc sắc **5** sinh viên nghiêm túc

gunny *noun* **1** tội phạm có vũ trang **2** trung sĩ pháo binh thuộc Thuỷ quân lục chiến Hoa Kỳ **3** người giữ khẩu súng máy bắn tỉa từ cửa trực thăng, hay thành viên trên máy bay vũ trang **4** người yêu thích và am hiểu về súng

gunpoke *noun* tội phạm có vũ trang

gunsel *noun* (cũng là *gonsil* or *gonzel* or *guncel* or *guntzel* or *gunzl*) **1** một người đồng tính trẻ; = PUNK **2** kẻ côn đồ; tội phạm có vũ trang

gunslinger *noun* **1** (*cao bồi*) tội phạm có vũ trang **2** kẻ thủ dâm kinh niên

gun up *verb* chuẩn bị chiến đấu, dù có hay không có vũ khí

gunzel-butt *noun* người đàn ông trông kỳ lạ • Mooshoo told the gunzel-butt where to get off: *Mooshoo khiển trách người đàn ông kỳ lạ (xem thêm tell someone where to get off).*

guru *noun* **1** người lãnh đạo; nhà chuyên môn; người có thẩm quyền, đặc biệt là một người có uy tín hoặc người của tôn giáo thu hút những người ủng hộ sốt sắng **2** chuyên gia về tâm thần học; người chữa bệnh bằng tâm lý liệu pháp; = SHRINK **3** người hướng dẫn sử dụng LSD có kinh nghiệm **4** người môi giới chứng khoán; người cố vấn tài chính

gussied up *adjective* diện quần áo đẹp nhất • I like to get gussied up and go out on the town: *Tôi thích diện quần áo đẹp nhất của mình và đi dạo phố.*

gussy up *verb* **1** diện, mặc quần áo đẹp nhất; trang điểm; = DOLL UP **2** mặc quần áo đặc biệt, nhất là để giả đóng vai người khác **3** dọn dẹp hoặc làm gọn gàng, ngăn nắp • We gussied up the room before they came: *Chúng tôi đã dọn phòng trước khi họ đến.* **4** tân trang lại; sửa chữa lại; đánh bóng • The flat will be gussied up for the new tenants: *Căn hộ sẽ được tân trang lại cho những người thuê mới.* **5** trang trí; làm vui mắt

gusto *noun* **1** tiền bạc **2** bia

gusto *verb* uống bia • Don't you ever do anything but gusto?: *Anh không bao giờ làm cái gì khác ngoài uống bia thôi sao?*

gut *noun* **1** khoá học dễ dàng, không cần cố gắng nhiều **2** đường lớn đi xuyên qua thành phố **3** bụng; = BAY WINDOW, POTBELLY • Tom poked Bill right in the gut: *Tom thọc mạnh Bill ngay vào bụng.* **4** (*người lang thang*) xúc xích

gut *adjective* **1** dễ; không khó (dùng trong trường trung học hoặc đại học) **2** cơ bản; chủ yếu; cần thiết; gần gũi nhất • the gut issues in the forthcoming election: *những vấn đề cơ bản trong cuộc bầu cử sắp tới* **3** không dựa trên lý trí; thuộc về trực giác; theo bản năng

gut *verb* (*từ dân chơi xế độ*) gỡ bỏ mọi thứ không cần thiết; = STRIPPED DOWN

gut bucket *noun* **1** phong cách thời kỳ đầu của nhạc jazz, là sự kết hợp giữa ragtime và blues, khơi gợi cảm xúc, có nhịp mạnh **2** quán bar ồn ào, hay gây rối với những người chủ du côn **3** thuyền thả thính, thuyền thả mồi; nơi lộn xộn, nơi bừa bộn **4** bô vệ sinh (đặc biệt dùng trong xà lim) **5** nhà vệ sinh; nhà vệ sinh di động **6** bụng • I got a pain in the gutbucket: *Tôi bị đau ở bụng.* **7** người đàn ông béo phị **8** quán rượu bình dân

gut-burglar *noun* (*thợ đốn gỗ*) đầu bếp; người nấu ăn

gut course *noun* (cũng là *gut*) (*sinh viên*) một khóa học dễ ở đại học

gut hammer noun (*thợ đốn gỗ*) cái cồng hoặc cái kẻng ba góc bằng sắt dùng như chuông báo hiệu giờ ăn

gut it out verb kiên quyết và cố chịu đựng; kiên trì; = TOUGH IT OUT

gutless wonder noun gã hèn nhát; kẻ không có khí phách

gut reaction noun phản ứng theo bản năng và tức thì; trực giác; = HUNCH • Her gut reaction to the plan is basically a good one: *Phản ứng theo bản năng của cô ta đối với kế hoạch đó về cơ bản là tốt.*

gut-robber noun một đầu bếp

guts noun 1 lòng dũng cảm; khí phách; = BALLS • A couple of drinks'll give us some guts: *Mày sẽ dũng cảm hơn sau khi uống hai ly này.* 2 bụng; ruột; nội tạng; = INNARDS 3 sự cấu tạo bên trong 4 tính chất; đặc tính cơ bản của cái gì; điều cốt yếu • The guts of the matter is that they are not here: *Điều cốt yếu của vấn đề là họ không ở đây.*

gut-shoot verb bắn vào bụng

gut shot noun vết thương do đạn bắn ở bụng, đau và nguy hiểm tính mạng

gutsy adjective 1 dũng cảm; gan dạ • It was gutsy of her to go into the burning building: *Chị ấy dũng cảm xông vào ngôi nhà đang cháy.* 2 mạnh mẽ và bền; = ZINGY • a gutsy car: *một chiếc ô tô mạnh và bền*

gutter noun cú nhảy mà người nhảy đập cả người xuống nước; cú nhảy xuống nước bằng bụng đụng nước trước; = BELLY-WHOPPER, BELLY FLOP

guttersnipe or **gutterpup** noun (*từ giữa những năm 1800*) người thô tục; kẻ đáng tởm

gutty adjective 1 mạnh mẽ và quyết đoán 2 = GUTSY 3 = GUT 4 (*dân chơi xế độ*) có khả năng đạt tốc độ cao; có động cơ mạnh

guy noun 1 người đàn ông hoặc thanh niên; cách xưng hô chung; nếu ở số nhiều nó có thể dùng để chỉ đàn ông, phụ nữ hay một nhóm hỗn hợp • Hey guys, if we expect to reach there before they leave, we'd better get going: *Này các bạn, nếu muốn đến đấy trước khi chúng nó đi, tốt hơn chúng ta phải vội lên.* 2 hôn phu, chồng, tình nhân, v.v.. của một phụ nữ • Just remember he's my guy: *Chỉ cần nhớ anh ấy là chồng tôi.*

guy verb (*đặc biệt cuối những năm 1800*) chế nhạo; giễu cợt

guyed out adjective (*xiếc*) say rượu

guy thing noun vấn đề, chuyện của người đàn ông, chỉ người đàn ông hiểu • When I got all done, I kept thinking, maybe it is a guy-thing: *Khi tôi xong việc, tôi cứ nghĩ mãi, có lẽ chỉ đàn ông là hiểu.*

guzzle verb 1 uống, đặc biệt thật nhanh 2 uống rượu mạnh, đặc biệt là quá mức

guzzle noun 1 một chầu nhậu; một cuộc nhậu nhẹt 2 = GOOZLE

guzzled adjective 1 bị bắt giữ • Why am I guzzled? I didn't do anything: *Tại sao tôi lại bị bắt? Tôi đã không làm bất cứ chuyện gì.* 2 say rượu

guzzle-guts noun kẻ nghiện rượu

guzzler noun kẻ nghiện rượu nặng

guzzlery or **guzzery** noun quán rượu; = GIN MILL

guzzle shop noun (*đầu những năm 1900*) quán rượu

gweeb noun một sinh viên chăm chỉ

gweebo noun (*sinh viên*) người tẻ nhạt và đáng khinh; = DORK, NERD

gweebo adjective yếu ớt; nhu nhược; ti tiện

gymmed adjective có những cơ bắp, sự sung sức hoặc phong độ rõ nét

gym rat noun người say mê tập thể dục

gym shoe noun một người đáng ghét; một người không ai ưa

gynormous adjective khổng lồ; đồ sộ [một sự kết hợp của "*giant*" và "*enormous*"]

gyp or **gip** or **jip** noun 1 người Gypsi, dân du mục có nguồn gốc châu Á 2 (cũng là *gyp artist* or *gypster*) kẻ lừa đảo; = CROOK 3 trò lừa đảo 4 (*tài xế taxi*) tài xế taxi không kích hoạt đồng hồ đo nghĩa là không mở đồng hồ tính tiền, do đó có thể bỏ túi tiền phí 5 (*đua ngựa*) ai đó có vài con ngựa [viết tắt của "*gypsy*"] 6 (*ngành khoan dầu*) thạch cao

gyp or **gip** verb lừa gạt; lừa đảo; = CON

gyp joint noun bất kỳ nơi kinh doanh nào tính phí cắt cổ, lừa đảo, v.v..; = CLIP JOINT

gyppo or **jippo** noun 1 (*người lang thang và thợ đốn gỗ*) công việc bán thời gian; công việc làm không trọn ngày 2 người làm việc lưu động hoặc người làm việc ăn lương theo sản phẩm 3 *modifier:* They discussed gyppo logging: *Họ đã thảo luận việc đốn gỗ ăn lương theo sản phẩm.*

gyppo or **jippo** verb lừa đảo; = GYP

gyppy tummy noun bệnh ỉa chảy

gypsy noun 1 = GYPSY CAB 2 (*tài xế xe tải*) xe tải được lái bởi người chủ hơn là một tài xế của công đoàn 3 (*tài xế xe tải*) người lái cũng là chủ xe; tài xế xe tải độc lập 4 (*xiếc và lễ hội*) người làm công không thể tin cậy được, đặc biệt một người say rượu

gypsy verb (*cờ bạc*) cược hoặc tố liều; đánh cược một cách liều lĩnh

gypsy adjective không có giấy phép; không qui định • I see this gypsy cab doubleparked in front of the club: *Tôi thấy taxi hoạt động không có giấy phép đã đỗ hai lần ở phía trước câu lạc bộ.*

gypsy bankroll noun một cuộn tiền giấy mà bên ngoài là dăm ba tờ giấy bạc có giá trị lớn và bên trong toàn là tờ giấy bạc nhỏ hoặc tờ giấy bạc giả

gypsy cab noun xe taxi hoạt động không có giấy phép và không cho phép họ bắt khách dọc đường; taxi dù

gypsy moth noun (*đặc biệt những năm 1980*) người thuộc đảng Cộng hòa ở các tiểu bang miền Bắc Hoa Kỳ, họ bỏ phiếu chống lại Tổng thống đương nhiệm và những người thuộc đảng Dân chủ, đặc biệt về vấn đề ngân sách

gyrene or **girene** noun (*từ những năm 1920, Annapolis*) lính thủy quân lục chiến Mỹ; = LEATHER-NECK

gyve noun cần sa; điếu thuốc cần sa; = JIVE

H

H *noun* (*ma túy*) hê-rô-in

haba-haba *interj* (*quân đội, thế chiến II*) lời thúc dục hoặc yêu cầu tốc độ hoặc hành động lập tức

habit *noun* (*ma túy*) sự nghiện ma túy

ha-cha-cha *xem* HOTCHA

hack¹ 1 *noun* (*từ đầu những năm 1900*) xe tắc-xi • Go out to the street and see if you can get a hack: *Bạn hãy ra đường và xem có gọi được xe tắc-xi không.* 2 *verb* I worked in an office for years…Then I took to "hacking": *Tôi đã làm việc trong văn phòng nhiều năm…Sau đó tôi bắt đầu "lái taxi".* 3 *noun* tài xế taxi 4 *adj* a hack license: giấy phép lái xe 5 *noun* (*tài xế xe buýt*) xe buýt 6 *noun* (*đường sắt*) toa dành cho nhân viên bảo vệ tàu

hack² *noun* 1 (*nhà tù*) người cai tù • He killed a hack, and they had to send him to Materwann: *Hắn ta giết một cai tù, và họ phải gửi hắn ta đến Materwann.* 2 (*nhà tù và người da đen*) người da trắng; = HONKY, OFAY 3 giải pháp cho một vấn đề máy tính; một phần công việc máy tính đòi hỏi nặng và ấn tượng 4 (*tin học*) một cách khắc phục sự cố nhanh chóng, thường là tạm thời 5 (*về máy tính*) một chương trình máy tính, đặc biệt là chương trình tốt 6 hành động đột nhập và thám hiểm phi pháp hệ thống máy tính của người khác bằng các phương tiện từ xa 7 sự thử; sự cố gắng; = WHACK • Let Mark take a hack at it: *Hãy để Mark thử nó xem.* 8 cơn ho dai dẳng 9 người trình diễn hoặc người lao động tầm thường; người lao động mệt mỏi 10 người viết văn thuê; người viết văn theo đơn đặt hàng; = HACK WRITER 11 phóng viên • Newspaper hacks have to know a little of everything: *Những phóng viên báo chí phải biết mỗi thứ một ít.* 12 người làm việc kém và gây phiền phức

hack *verb* 1 đương đầu với, đặc biệt là một cách thành công; xử lý; = HANDLE [hầu hết dùng trong câu phủ định] • "I can't hack this", Sandy remarked: *"Tôi không thể xử lý việc này", Sandy nhận xét.* 2 (cũng là **hack at**) cố gắng; làm liên tục nhưng xoàng thôi • Do I play tennis? Well, I hack at it: *Tôi có chơi quần vợt không à? À, tôi hay chơi nhưng xoàng thôi.* 3 ho dai dẳng 4 tha thứ; chịu đựng; sống sót [thường sử dụng với "it"] • The reason I couldn't hack it was I really didn't want to write a thesis: *Lý do tôi không thể chịu đựng nó là tôi thực sự không muốn viết luận văn.* 5 quấy rầy; làm phiền; chọc giận; = BURN • That attitude really hacks me: *Thái độ đó thực sự chọc giận tôi.* 6 nghiên cứu khả năng của máy tính chỉ là để cho vui; tạo ra khả năng mới cho máy tính mà không quan tâm đến thương mại [gần như chắc chắn là bắt nguồn từ ngôn ngữ của người thích làm mô hình đường sắt tại MIT những năm 1950] 7 làm việc với máy tính 8 viết những chương trình máy vi tính vụng về và không có hiệu quả 9 đột nhập vào một máy vi tính để đánh cấp tài liệu, để phá hỏng nó hoặc chỉ để thử thách bản thân 10 làm cho ai khó chịu; làm tức giận ai • That kind of behavior hacks her a lot: *Cách cư xử đó khiến cô ta rất khó chịu.*

hack around *verb* nhàn rỗi; phí thời gian, thường dùng trong ngữ cảnh mà thời gian không nên bị lãng phí; = BEAT AROUND • I got to stop hacking around, is all: *Tôi phải dừng việc phí thời gian lại thôi, thế đấy.*

hack driver *noun* (*đua ngựa*) một tay nài ngựa

hack-driver *noun* (*hải quân*) hạ sĩ quan

hacked *adjective* kiệt sức; sẵn sàng bỏ cuộc • What a day! I'm hacked: *Thật là một ngày! Tôi mệt rã rời.*

hacked (off) *adjective* (*người da đen*) bực mình; tức giận; chán nản

hacker¹ *noun* (cũng là **hackey** or **hackie**) tài xế taxi

hacker² *noun* 1 người biểu diễn hoặc vận động viên bền bỉ nhưng nhìn chung là dở, tồi; = DUFFER 2 một người nói chung là không thành công

hacker³ *noun* 1 một người dùng sự thông thạo về máy tính của mình trong bất kỳ nỗ lực nào để chọc thủng tường lửa và xâm nhập vào các trang web bảo mật; tin tặc • Some hacker broke into our computer!: *Vài gã tin tặc đã đột nhập vào máy tính của chúng ta!* 2 một người với nhận thức và sự yêu mến sâu sắc với máy tính và lập trình 3 người viết chương trình máy tính (lập trình viên) cẩu thả và kém năng lực

hackery *noun* sự tầm thường, đặc biệt là sự thể hiện và phong cách chậm chạp của một nhà chính trị bình thường

hack hand *noun* (*tài xế xe tải dùng*) tài xế xe tải

hackie or **hackey** *noun* tài xế lái xe taxi

hack it *verb* đối phó; đương đầu; chịu đựng điều gì một cách thành công; = CUT IT, HANDLE [thường dùng trong câu phủ định] • I'm afraid you can't hack it. It just isn't working out: *Tôi e rằng anh không thể chịu đựng được đâu. Điều đó chẳng đi đến đâu cả.*

hack-skinner *noun* (*tài xế xe buýt dùng*) tài xế xe buýt

be had (or **taken** or **took**) *verb* 1 trở thành bạn tình trong hành động quan hệ tình dục 2 bị lừa; bị bắt nạt • I've been had! The camera I bought doesn't work: *Tôi đã bị lừa gạt! Máy chụp ảnh mà tôi mua không hoạt động (hỏng).*

had it *xem* one HAS HAD IT

had-it *adjective* (*thanh thiếu niên Hawaii*) kiệt sức; hoàn toàn kiệt sức

hagged out *adjective* kiệt sức

ha-ha 1 *noun* một trò đùa; điều gì đó khôi hài, dí dỏm • That's a ha-ha all right: *Dứt khoát đó là một chuyện đùa.* 2 *adj* ha-ha candles

hail *made to look like penises*: những ngọn nến hài hước được chế tạo giống như những dương vật

the Haight *noun* = HASHBURY

hail *noun* **1** cô-ca-in nguyên chất [dựa trên sự giống với các hạt mưa đá của ma túy] **2** (*trong quầy bán kem*) thức uống và thức ăn nhẹ, nước đá

hail Columbia 1 *interj* lời cảm thán nhẹ biểu lộ sự nhấn mạnh, sự bực mình, sự phiền toái, v.v.. **2** *noun* lời khiển trách; biện pháp trừng phạt; = HELL • *They'll give me hail Columbia when they know*: Khi họ biết được họ sẽ trừng phạt tôi.

hail damage *noun* ngấn mỡ thừa (ở hông, mông...); một loại mỡ vốn cục bị biến tướng khi mỡ mềm phát triển thái quá • *Man, look at that hail damage on her hips!*: Trời ơi, nhìn khối mỡ thừa ở hông cô ta kìa!

hail-fellow or **hail-fellow-well-met 1** *noun* một người rất vui tính; bạn thân, bạn tốt **2** *adj* *his hail-fellow-well-met pretense*: sự giả vờ làm ra vẻ bạn tốt của hắn

haimish or **heimish** *adjective* thân mật và không hình thức; khiêm tốn

hair *noun* **1** sự can đảm **2** (*trong điện toán*) điều phức tạp • *a system with a lot of hair*: một hệ thống với nhiều sự phức tạp

hairbag *noun* (*cảnh sát*) một viên cảnh sát kỳ cựu

hairbagger *noun* một viên cảnh sát nhiều kinh nghiệm

hairball *noun* **1** một người khó chịu, thô lỗ, nhất là khi say rượu **2** kẻ đáng ghê tởm **3** sự hỗn loạn; điều gì đó khó khăn hoặc khó chịu • *My life has become a hairball. I can't go on*: Cuộc đời tôi đã trở thành một mớ bòng bong. Tôi không thể sống tiếp tục được nữa.

hairball! *exclam.* tởm quá! [thường dùng *Hairball!*; Xuất phát từ tên của một nhúm lông nôn ra bởi một con mèo vì không tiêu hóa được] • *Hairball! I did it wrong again!*: Thật kinh tởm! Tôi lại làm sai rồi!

hair burner or **hair bender** *noun* người tạo mốt tóc

haired up *adjective* tức giận

hairnet *xem* WIN THE PORCELAIN HAIRNET

the hair of the dog (or **of the dog that bit** one) *noun* một ly rượu mạnh được uống để làm nhẹ bớt dư vị khó chịu sau khi uống rượu quá say [từ niềm tin rằng vết cắn của con chó có thể được chữa trị bằng cách đặt lông của nó vào vết thương] • *take the hair of the dog that bit you*: lấy độc trị độc

hair pie *noun* **1** âm hộ; bộ phận sinh dục của phụ nữ; = PUSSY [còn được phát âm là "hare" pie hay "hairy" pie] **2** sự kích thích bộ phận sinh dục nữ bằng miệng; = BOX LUNCH **3** miếng bánh pizza có một sợi tóc lạc dính vào đó

hairpin 1 *noun* (*người lang thang*) bà nội trợ **2** *verb* (*cao bồi*) cưỡi ngựa

hair-pounder *noun* (*thợ đốn gỗ*) người điều khiển của một nhóm ngựa; người đánh xe

hairy *adjective* **1** nguy hiểm; làm sợ hãi, đặc biệt là nếu hồi hộp **2** tệ; khó khăn; không mong muốn [một từ phổ biến trong thế kỷ 19, được khôi phục lại trong cách dùng của giới trẻ thế kỷ 20 sau đó] **3** (*trong điện toán*) phức tạp **4** tốt; ấn tượng • *In teen-age jargon, he is still "the hairiest" (the coolest, the greatest)*: Trong ngôn ngữ tuổi teeen, anh ta vẫn "ấn tượng nhất" (tuyệt vời nhất, vĩ đại nhất). **5** cũ; rất cổ • *a hairy tale*: một câu chuyện cổ

hairy canary *noun* tính trẻ con • *"Relax, don't have a hairy canary"*: "Bình tĩnh nào, đừng có trẻ con như thế."

half a C *noun* năm mươi đô la [một sự ám chỉ được rút gọn với 100 đô la như là một "tờ C"]

half and half *noun* (*giới mại dâm*) sex miệng với một người đàn ông rồi giao hợp bằng âm đạo

half a shake *noun* một chốc, lát [từ câu *two shakes of a lamb's tail* nghĩa là "một khoảng thời gian rất ngắn"] • *I'll be there in half a shake*: Một lát nữa tôi sẽ có mặt ở đó.

half-assed *adjective* **1** không đầy đủ; không nghiêm trọng; không tận tâm **2** vụng về; hậu đậu và bất lực; vô dụng • *She only made a half-ass try at passing the test*: Cô ta chỉ tạo ra một sự cố gắng vô dụng trong việc vượt qua bài kiểm tra.

half a yard *noun* (*người bán hàng rong*) năm mươi đô la

half-bagged *adjective* say rượu

half-baked *adjective* **1** suy tính một cách tệ hại hoặc không kỹ càng; còn non nớt, khờ dại; = HALF-ASSED • *It would have approved if it weren't so half-baked*: Nó lẽ ra đã được chấp thuận nếu như nó không còn non nớt khờ dại như thế. **2** say rượu

half bill or **half a bill** *noun* năm mươi đô-la

half-blind *adjective* say rượu

half-buck or **half a buck** *noun* năm mươi đô la; nửa đô-la hoặc năm mươi xu

half-canned *adjective* say rượu; ngà ngà say

half-cocked *adjective* **1** không có khả năng đầy đủ; chưa suy nghĩ thấu đáo; chưa hoàn chỉnh; không đầy đủ **2** không được chuẩn bị trước • *So he's half-cocked. So what?*: Vậy là anh ta không được chuẩn bị trước. Thì đã sao? **3** say rượu

half-corned *adjective* say rượu

half-crocked *adjective* say rượu; ngà ngà say

half-cut *adjective* say rượu

halfies or **halvies** or **halvsies** *noun* một nửa của những gì được nói tới, đặc biệt là một phần chia đều nhau • *She found it, but I claimed halvsies because I did most of the work*: Cô ta tìm thấy nó, nhưng tôi đòi một nửa vì tôi đã làm hầu hết công việc.

half in the bag *adjective* say rượu

half load *noun* mười lăm gói ma túy, đặc biệt là cô-ca-in hay hê-rô-in

half-mast *adjective* **1** (*dương vật*) cương cứng một phần nhưng không hoàn toàn **2** yếu đi một phần

half-pint *noun* **1** một người lùn [từ thước đo dung tích không dùng hệ mét] **2** *modifier*: *half-pint showman*: ông bầu lùn xủn **3** cậu bé; đứa con trai

half seas over *adjective* (*từ những năm 1960, hải quân, Anh*) say rượu [từ khái niệm rằng người say rượu thì cũng giống một con tàu ở chỗ nước cạn và có trọng tải nặng đến nỗi những con sóng khá thấp, *half seas*, cũng tràn qua boong tàu]

half-shaved *adjective* say rượu; ngà ngà

half-shot *adjective* **1** say rượu; ngà ngà say **2** gần như bị tàn phá; hư hỏng • *Her nerves are half shot*: Thần kinh của bà ta gần như bị tàn phá.

half smart *adjective* ngu ngốc

half-sprung *adjective* say rượu; ngà ngà say

half-stewed *adjective* (biến thể: **screwed** or **slewed** or **snaped** or **sprung** có thể thay **stewed**) ngà ngà say; say rượu

half under *adjective* **1** nửa tỉnh nửa mê • *He was half under then they pulled him out*: Ông ta đã nửa tỉnh nửa mê sau đó họ lôi ông ta ra. **2** say rượu; ngà ngà say

half up the pole *adjective* say rượu; ngà ngà say

hall *noun* rượu; cồn

halvsies *noun* phân nửa của thứ gì đó được chia [những biến thể khác gồm "halfsies" và "halfies"] • Let's make it halvsies, and I pay for the parking, too: *Chúng ta hãy trả mỗi người một nửa và tôi trả tiền đỗ xe luôn.*

ham *noun* 1 một người thợ máy và là dân đam mê radio sóng ngắn nghiệp dư 2 *modifier:* ham network: *mạng nghiệp dư* 3 anh hề sân khấu; nam diễn viên tồi; diễn viên quá cương, quá giả tạo 4 (*xiếc và lễ hội*) thức ăn hoặc một bữa ăn 5 bất cứ loại thức uống có cồn nào

ham *verb* 1 đi dạo 2 (cũng là **ham it up**) diễn quá "cương" hoặc quá giả tạo • The famous star was hamming all the way: *Ngôi sao nổi tiếng đang diễn quá "cương".*

ham actor or **ham actress** or **ham** *noun* một diễn viên vụng về

ham and or **ham an** *noun* (*quầy bán đồ ăn trưa*) giăm bông và trứng

ham-and-egger *noun* 1 (*từ những năm 1920*) một người tầm thường chỉ đạt được ít thành quả; = ORDINARY JOE 2 (*trong đấu vật chuyên nghiệp*) một tay đô vật mà vai trò thường xuyên là thua để giúp cho sự nghiệp của người khác 3 (*quyền Anh*) một võ sĩ quyền Anh tầm thường

ham-and-eggery *noun* một nhà hàng nhỏ hoặc quầy bán đồ ăn trưa

hambone *noun* 1 kẻ phô trương 2 kèn trôm-bon 3 tù nhân da đen

hamburger *noun* 1 một người lạc lõng về mặt xã hội [sử dụng ở trường trung học] 2 người ngu đần và vô giá trị 3 (*quyền Anh*) võ sĩ quyền Anh đầy sẹo và không chiến thắng 4 người lang thang hoặc người ăn xin 5 một con chó đua kém cỏi 6 một hỗn hợp bùn và chất dinh dưỡng cho da, được dùng để trị liệu gương mặt trong các thẩm mỹ viện

hamburger heaven *noun* quán ăn rẻ tiền

hamburgers *noun* cổ phiếu của tập đoàn McDonald [thị trường chứng khoán; biệt ngữ của sở giao dịch chứng khoán New York]

ham-fatter *noun* (*từ cuối những năm 1800*) = HAM, HAM-BONE

hamfist *noun* một nắm đấm lớn, to như bắp đùi

ham-handed or **ham-fisted** *adjective* không khéo tay; vụng về; thô lỗ; thiếu tinh tế • If I wasn't so ham-handed, I could probably fix the thing myself: *Nếu tôi không vụng về, tôi có thể tự sửa thứ đó rồi.*

ham-handedness *noun* sự thô lỗ; sự vụng về; sự thiếu tinh tế

Hamilton *noun* tờ mười đô la [xuất phát từ bản khắc hình Alexander Hamilton trên tờ tiền]

ham joint *noun* một nhà hàng hoặc quán bi-da rẻ tiền, được dùng như chỗ tụ họp của bọn tội phạm

hammed *adjective* say rượu

hammer *noun* 1 (*người da đen*) một cô gái quyến rũ hoặc một người phụ nữ trẻ khêu gợi; = FOX 2 (*tài xế xe tải*) bộ phận tăng tốc của xe; chân ga • She pressed down the hammer, and off they went: *Cô ấy nhấn ga và họ bắt đầu lên đường.* 3 dương vật 4 súng ngắn 5 bánh pizza với thịt giăm bông lớp mặt trên bánh

hammer down *adverb* (*tài xế xe tải*) đi hết tốc độ; nhấn hết ga; = WIDE OPEN

hammered *adjective* say rượu

hammerhead *noun* 1 người ngu đần; người rất cứng đầu 2 nghiện rượu hoặc nghiện ma túy

hammerheaded *adjective* ngu ngốc; cứng đầu

hammer lane *noun* (*tài xế xe tải*) làn đường cho xe chạy nhanh ở đường cao tốc

hammer-man *noun* (*người da đen*) người có quyền hành; người mạnh mẽ

hammers *noun* đùi phụ nữ

hammertails *noun* áo choàng ngoài với đuôi én

hams *noun* 1 những cái chân hoặc đùi; những cái hông • Her great hams extended over the sides of the chair: *Cặp đùi vĩ đại của cô ta dang ra cả hai bên ghế.* 2 những sợi cơ gân kheo (gân ở phía sau đầu gối của con người) • Can you think of any excercises that would be good for my hams?: *Bạn có thể nghĩ ra bài tập nào tốt cho sợi cơ gân kheo không?*

ham up *verb* có vẻ đóng kịch; thể hiện thái quá; = HAM

hand *verb* cho, đặc biệt thứ gì đó không được yêu cầu; tặng một cách bắt buộc, gian lận, v.v.. • What kind of con job was he trying to hand you?: *Ông ta cố trao cho cậu loại công việc lừa đảo nào vậy?*

a hand *noun* 1 một tràng vỗ tay • Well she got a big hand: *Thế rồi cô ta nhận được một tràng vỗ tay nồng nhiệt.* 2 sự giúp đỡ; sự trợ giúp tích cực

hand someone something *verb* nói với ai điều gì; nói với ai điều gì vô nghĩa

hand someone a lemon *verb* lợi dụng; lừa đảo ai; = GYP • If they hand me a lemon, I'll punish them: *Nếu chúng nó lừa đảo tôi, tôi sẽ trừng phạt chúng.*

handbook *noun* 1 một nhà cái hành nghề trên phố, không cần trả tiền cho văn phòng cố định 2 (*đua ngựa và cờ bạc*) một nơi, ngoài cơ sở cá cược hợp pháp, nơi những khoản cược được thực tế cách xa đường đua; = HORSE ROOM 3 = BOOKIE

H and C *noun* hỗn hợp của hê-rô-in và cô-ca-in; = SPEEDBALL [chơi chữ của "hot and cold", được viết tắt là H and C]

handcuff *noun* một chiếc nhẫn đính hôn hoặc nhẫn cưới

handcuffed *adjective* đã kết hôn

handful *noun* 1 (*thế giới ngầm*) án tù năm năm 2 (*quầy bán đồ ăn trưa*) năm của bất cứ cái gì 3 người khó tính 4 một công việc khó khăn hoặc trách nhiệm nặng nề

hand gallop *noun* hành động thủ dâm của đàn ông

hand someone someone's head *verb* phá hủy; xử trảm; = CLOBBER • Do what they want or they'll hand you your head: *Hãy làm theo những gì chúng muốn hoặc chúng sẽ xử trảm anh đấy.*

handicrapper *noun* nhà vệ sinh; toilet dành cho người khuyết tật

hand-in-glove *adjective* phù hợp với nhau một cách tự nhiên • These two go hand-in-glove: *Hai người này rất hợp nhau.*

hand it to someone *verb* thừa nhận sự xuất sắc của ai (về cái gì); khen ngợi ai [thường được nói với ngụ ý miễn cưỡng] • Well, I have to hand it to you. That was great!: *Ôi, tôi phải công nhận sự xuất sắc của anh. Điều đó thật tuyệt!*

hand job *noun* sự kích thích bộ phận sinh dục của người khác bằng tay

hand-job *verb* thủ dâm cho người khác

handkerchief head *noun* 1 người da đen, đặc biệt là người nịnh hót người da trắng kiểu xun xoe; = UNCLE TOM 2 người da đen mang khăn vải hoặc khăn quàng trên đầu để bảo vệ kiểu tóc đã được xử lý của mình

handle *noun* 1 một cái tên; một bí danh • "I read you wall to wall. What did you say your handle was?": *"Tôi hiểu anh rất rõ. Anh nói bí danh của anh là gì nhỉ?".* 2 tổng thu hoặc lợi nhuận của một sự kiện thể thao, một ván cờ bạc, một hoạt động bất hợp pháp, v.v.. **3** (*cờ bạc*) khoản tiền cược vào một cuộc đua hay trận đấu đặc biệt, hoặc vào một ngày hoặc một tuần đặc biệt, v.v.. **4** một cái mũi to **5** (*đua ngựa*) tổng khoản tiền cược, hoặc cho một cuộc đua cụ thể hoặc cả mùa **6** cách giải quyết một việc gì đó; sự thấu hiểu một vấn đề • As soon as I get a handle on this Wilson matter, I'll give you a buzz: *Ngay khi tìm ra cách giải quyết cho vấn đề của Wilson, tôi sẽ gọi cho bạn.*

handle *verb* **1** duy trì sự kiểm soát [cách dùng của giới trẻ Hawaii như một nội động từ] • Oh, wow, man, I too loaded! I cannot handle!: *Ôi chao anh bạn, tớ quá tải rồi! Tớ không thể duy trì sự kiểm soát!* **2** đối phó với; xử lý; = HACK • My wife left me and I don't know how to handle it: *Vợ tôi đã bỏ tôi và tôi không biết xử lý điều đó ra sao nữa.*

handmade dick *noun* dương vật lớn hoặc cong

hand-me-down or **fetch-me-down** *noun* quần áo mặc lại; quần áo dùng lại, đặc biệt là của anh hoặc chị để lại cho em • I wore mostly my brother's hand-me-down: *Tôi hầu như mặc quần áo của anh trai tôi để lại.*

handout *noun* **1** (*người lang thang*) tiền, thức ăn hoặc những món đồ khác đem cho người nghèo • Give him a handout and send him on his way: *Bố thí cho nó ít tiền rồi tiễn nó đi đi.* **2** giấy có chứa thông tin được phát cho mọi người; tờ bướm quảng cáo phát trên đường phố **3** báo chí chính thức đăng tin; thông báo chính thức của báo chí

hand over fist *adjective* kiếm được một số tiền kếch xù • We were taking in fees hand over fist, and the people were lined up for blocks: *Chúng tôi đã thu được một số lượng cực lớn tiền lệ phí và người ta vẫn đang xếp hàng dài khắp các dãy nhà.*

hand over fist *adverb* rất hăng hái, bền bỉ và mau lẹ

hand problem *noun* xu hướng thích đánh nhau

hands down *adverb* một cách dễ dàng; một cách chắc chắn; không cần nỗ lực • She entered the race unheralded, and won it hands down: *Cô ta đã tham gia cuộc đua không được báo trước và đã thắng dễ dàng.*

handshaker *noun* (*quân đội*) một người thăng tiến bằng cách tỏ ra tử tế, kết bạn, làm hài lòng cấp trên, v.v..; = GLAD-HANDER

hands-off *adjective* không can thiệp vào; thụ động; thờ ơ • the president's hands-off policy: *chính sách thụ động của tổng thống*

hands-on 1 *adj* thực hành; theo thực tế và thiết thực thay vì theo lý thuyết • Please plan to attend a hands-on seminar on computers next Thursday: *Làm ơn hãy lên kế hoạch tham dự buổi thực hành về máy vi tính vào thứ năm tới.* **2** *adj* điều hành • We expect that he will be the kind of hands-on president we have been looking for: *Chúng tôi hy vọng rằng anh ta sẽ là vị chủ tịch điều hành mà chúng tôi đã tìm kiếm bấy lâu nay.* **3** *adv.*: bằng tay; bằng sự điều khiển trực tiếp hơn là điều khiển tự động **4** *modifier*: hands-on landing of the aircraft: *việc hạ cánh bằng tay của máy bay*

Hands up! or **Stick'em up!** *exclam.* Giơ tay lên, cướp đây! • Hands up! Don't anybody move a muscle. This is a heist: *Giơ tay lên! Không ai được cử động. Cướp đây!*

hand thing *noun* hành động thủ dâm của một người đàn ông [một biến thể của *hand-job*]

hand trouble *noun* khuynh hướng ưa vuốt ve và sờ mó; sự say mê sờ mó nói chung

hang *noun* một chút [dùng như một uyển ngữ của "*damn*"; luôn có nghĩa tiêu cực]

hang *verb* **1** rẽ trong lúc lái xe • Quick. Hang a right!: *Nhanh lên! Rẽ phải!* **2** chịu đựng; tiếp tục **3** ăn không ngồi rồi; la cà; hay lui tới; = HANG OUT • My mom yelled at me because I spent all day hanging with the guys: *Mẹ tôi la hét tôi vì tôi la cà với đám bạn cả ngày.* **4** (*máy tính*) chờ trong tình trạng bị treo cho thứ gì đó sẽ không xảy ra **5** (*đua ngựa*) thiếu tốc độ chạy suốt chặng đường cuối **6** chờ; chờ đợi • Let's hang here until Mary Beth gets off work: *Chúng ta hãy chờ đợi ở đây cho đến khi Mary Beth xong việc.*

hang a BA (at someone) *verb* chồng mông vào ai để nhạo báng [BA viết tắt của "*bare ass*"] • He went to the window and hung a BA – just for the hell of it: *Nó đi đến cửa sổ rồi chồng mông ra ngoài – chỉ để đùa cho vui ấy mà.*

hang a few on *verb* uống chút rượu; uống chút bia

hang a huey *verb* quay vòng chữ U • Right here! Hang a huey!: *Ngay đây! Hãy quay vòng chữ U.*

hang a left *verb* rẽ trái • He hung a left at the wrong corner: *Anh ta đã rẽ trái nhầm ngã tư.*

hang a louie *verb* rẽ trái • You have to hang a louie at the stop sign: *Bạn phải rẽ trái tại biển báo dừng.*

hang a ralph *verb* rẽ phải • He skied down the slight slope and hung a ralph near a fir tree: *Anh ấy trượt tuyết xuống đường dốc thoai thoải và rẽ phải gần một cây linh sam (cây thông).*

hang a right *verb* rẽ phải • I told him to hang a right at the next corner, but he went on: *Tôi bảo nó rẽ phải tại góc đường kế tiếp nhưng nó cứ đi thẳng.*

hang around *verb* **1** lăng vảng; la cà; tốn thời gian không có mục đích; = HACK AROUND **2** ở lại; lưu lại • I decided to hang around and see what went down: *Tôi đã quyết định ở lại và ngắm mặt trời lặng xuống.*

hang around with or **hang with** *verb* tìm và thích bầu bạn với; giao thiệp với

hang-down *noun* dương vật; = PRICK

hanged up *adjective* phê ma túy

hanger banger *noun* tên trộm chuyên nhắm tới những phụ nữ mang ví qua vai

hang fire *verb* bị chậm trễ; bị trì hoãn; bị ngừng lại; không thể trở thành hiện thực • Plans for alteration of the city's water-supply system have been hanging fire for months: *Kế hoạch sửa đổi hệ thống cung cấp nước cho thành phố đã bị đình lại mấy tháng nay.*

hang five *verb* lướt sóng với năm ngón chân duỗi ra cạnh trước của ván lướt

hang heels *verb* lướt sóng với gót chân mở rộng ra phía sau đuôi ván lướt

hang in (or **in there**) *verb* cố gắng không ngừng nghỉ; chịu đựng trong một tình thế hoặc hành động khó khăn; kiên trì; = HANG TOUGH • I'll just hang in there. Maybe things will get better: *Tôi sẽ cố gắng kiên trì. Có thể sự việc sẽ tốt hơn.*

hanging buddy *noun* một người bạn thân

hanging Johnny *noun* dương vật trong tình trạng mềm nhũn

hang it *verb* (*bệnh viện*) cung cấp thuốc qua tĩnh mạch

hang it easy *verb* = TAKE IT EASY

hang it up *verb* **1** sỉ nhục • Please stop hanging it up my little brother. He's a good kid: *Xin đừng sỉ nhục đứa em trai của tôi. Nó là một đứa trẻ tốt.* **2** ngừng nói chuyện; câm mồm **3** (cũng là **hang the up**) nghỉ hưu **4** trốn khỏi tù **5** từ bỏ cái gì • I finally had enough and decided to hang it up: *Cuối cùng tôi không chịu được nữa và quyết* định bỏ cuộc.

hang (or **stay**) **loose** *verb* **1** làm ít và làm mà không có lo lắng gì **2** thư giãn và điềm tĩnh; thanh thản • *Just hang loose, man. Everything'll be all right*: Hãy thư giãn thoải mái đi anh bạn. Mọi việc sẽ ổn thôi.

hang-loose *adjective* thoải mái; thân mật

hang on *verb* **1** đưa ra lời buộc tội; buộc tội; = PASTE ON **2** kiên trì; chịu đựng; = HANG IN

hang something on *verb* quy trách nhiệm về một việc gì lên ai đó; bắt ai phải chịu trách nhiệm về việc gì • *Don't try to hang the blame on me!*: Đừng cố đổ hết trách nhiệm lên đầu tôi!

hang (or **tie** or **pin**) **one on** *verb* **1** say rượu **2** đánh ai rất mạnh; = CLOBBER

hang on the leg *verb* (*dùng cho tù nhân*) giao thiệp và bợ đỡ những người cầm quyền trong tù

hang on the wall *verb* (*dùng cho một cô gái đi theo cổ động ban nhạc*) lảng vảng tại câu lạc bộ rock and roll với hi vọng tiếp xúc với nhạc sĩ

hang onto something *verb* cố giữ lại; = HOLD ONTO something

hang onto your hats *verb* sẵn sàng nghe điều gì đó gây sốc hoặc đáng kinh ngạc • *Hang onto your hats! I'm going to pass that car*: Coi chừng! Tôi sắp vượt qua chiếc xe đó.

hangout¹ *noun* **1** nơi mà mọi người tụ tập để sinh hoạt [đôi khi có ngụ ý phủ định] **2** nơi để đi tha thẩn hoặc luẩn quẩn **3** nhà ở; chỗ trọ; = DIGS

hangout² *noun* sự tiết lộ hoàn toàn; sự công khai toàn bộ; sự cởi mở và thật tình

hang out *verb* dành thời gian cho ai đó, thường là cho một người bạn hoặc nhiều người bạn; đi thơ thẩn; la cà

hang out the laundry *verb* (*không lực, thế chiến II*) nhảy dù, đặc biệt từ lính nhảy dù

hang out the wash *verb* (*bóng chày*) đánh quả bóng rất mạnh vào đường biên [vì đường đi của quả bóng giống như một sợi dây phơi quần áo căng]

hangover *noun* **1** cảm giác khó chịu như đau đầu, buồn nôn, v.v.. sau khi uống quá nhiều rượu **2** tàn dư hoặc vật sót lại, thường là không được mong muốn • *The problem is a hangover from the high birthrate of the 50s*: Vấn đề là một tàn dư từ tỷ lệ sinh đẻ cao của thập niên 50.

hang paper *verb* tiêu tiền giả

hang ten *verb* (*dân lướt sóng*) lướt sóng với mọi ngón chân của hai bàn chân duỗi ra phía trước ván trượt

hang the moon *verb* có năng khiếu; quan trọng; hoặc tự cao tự đại

hang tight *verb* giữ quyết tâm

hang tough (on something) *verb* **1** bám lấy ai (về việc gì) • *I decided I'd hang tough on it. I tend to give in too easy*: Tôi quyết định sẽ bám lấy nó tới cùng. Tôi hay chịu thua quá dễ dàng. **2** chịu đựng một hoàn cảnh khó khăn; bền bỉ; kiên trì; = HANG ON, TOUGH IT OUT • *Mr Shannon glorifies Kennedy for his ability to "hang tough"*: Ông Shannon ca ngợi Kennedy về khả năng "kiên cường" của ông ấy.

hang up *verb* **1** nói không, từ chối; hủy bỏ • *If you don't want to do it, just hang up. I'll understand*: Nếu anh không muốn làm điều đó, thì cứ từ chối. Tôi sẽ hiểu mà. **2** trở nên gắn bó tình cảm • *She's really hung up on that guy*: Cô ta thật sự mết anh chàng đó. **3** ngưng quấy rầy; ngưng nói chuyện huyên thuyên; = SHUT UP

hangup or **hang-up** *noun* **1** (*vấn đề về cảm xúc*) chứng loạn thần kinh chức năng hoặc sự ức chế; sự rối loạn tâm lý **2** vấn đề hoặc mối lo lắng; điều ám ảnh; sự phiền muộn • *The only hang-up we can see right now is that business of paying the doctors*: Điều lo lắng duy nhất chúng ta có thể thấy lúc này là việc trả tiền cho bác sĩ.

hang someone/something up *verb* ngăn ai/cái gì không di chuyển hoặc hành động bình thường được • *The four would not be able to hang the entire jury up*: Bốn người không thể ngăn cản toàn bộ hội thẩm đoàn.

hang up a shingle or **hang up one's shingle** *verb* tự kinh doanh; bắt đầu thực hành nghề chuyên môn • *He's passed his bar exam now, so he can hang up his shingle*: Lúc này anh ta đã đỗ kỳ thi ngành luật, vì thế anh ta có thể thực hành ngành chuyên môn của mình.

hang up your jock *verb* nghỉ việc hoặc nghỉ hưu

hang with someone *verb* đi la cà với ai

hang your hat *verb* sống; cư trú

hang your own *verb* (*xiếc và lễ hội*) khoe khoang khoác lác [một phép ẩn dụ bắt nguồn từ hình ảnh một kẻ khoe khoang khoác lác đang treo áp phích quảng cáo chính mình]

hank *noun* **1** hoạt động bất hợp pháp, đặc biệt là tình dục; = HANKY-PANKY **2** *modifier*: *a hank book*: sách lậu hoặc khiêu dâm

hank book *noun* sách hoặc tạp chí khiêu dâm

hank freak *noun* một người bị ám ảnh bởi thủ dâm

hankie or **hanky** *noun* (*ngôn từ của trẻ con*) khăn tay

hanky or **hankie** *noun* khăn tay; khăn giấy

hanky pank *noun* **1** (*trò chơi ở lễ hội*) khách hàng được phép thắng những giải thưởng nhỏ và rẻ tiền **2** (*lễ hội*) sự hô hào của người bán hàng; = SPIEL

hankypank *adjective* (*lễ hội*) lòe loẹt và rẻ tiền; không có giá trị; = SCHLOCKY

hanky-panky or **hankie-pankie** *noun* **1** sự lừa đảo, láu cá, đặc biệt về bản chất tình dục **2** hành vi tục tĩu; trò chơi tình dục; = HANK, MONKEY BUSINESS

happening *noun* một sự kiện không có cấu trúc được xây dựng xung quanh nhạc, ma túy và xu hướng gắn kết mạnh mẽ • *"We're gonna stage a street happening Saturday, carol singers, motorcycle gangs, the works"*: "Chúng tôi đang làm sân khấu cho một sự kiện đường phố vào thứ bảy, các ca sĩ hát mừng, các băng nhóm mô tô, mọi thứ".

happening *adjective* hiện đại, hợp thời trang và thanh lịch

happenings *noun* (*giới ma túy*) ma túy; = JUNK

happies *noun* **1** (*tiệm giày*) miếng lót giày **2** = JOLLIES

happy *adjective* **1** say rượu; ngà ngà say; = TIDDLY **2** bị ám ảnh với điều gì đó [một dạng từ ghép giữa happy với một từ khác dùng để diễn tả sự thích thú cao độ đối với thứ mà từ đó biểu thị] • *Pete's car-happy right now. That's all he thinks about*: Pete đang bị ám ảnh về xe ô tô. Đó là tất cả những gì anh ấy nghĩ về.

happy as a clam *adjective* rất vui sướng; phớn phở • *On the boat she's happy as a clam*: Trên tàu cô ta rất vui sướng.

happy-cabbage *noun* tiền; = CABBAGE

happy camper *noun* dùng như một sự miêu tả hài hước về một người mãn nguyện, sung sướng [thường được nói với sự châm biến hoặc dùng trong nghĩa phủ định] • *I am not a happy camper. I am tired, hungry, and I need a shower*: Tôi không phải là một người hạnh phúc. Tôi mệt mỏi, đói bụng và tôi cần tắm.

happy dust *noun* **1** (*ma túy*) cô-ca-in **2** (*ma túy*) moóc-phin

happy farm *noun* viện tâm thần

happy horseshit *noun* vô lý • "What? Can't talk? What's this happy horseshit?": *"Cái gì? Không thể nói à? Cái thứ vô lý này là gì đây?"*

happy hour *noun* 1 khoảng thời gian đặc biệt, thường từ 16 giờ đến 18 giờ, trong một số khách sạn, quán rượu được bán thức uống với giá hạ hoặc thức ăn không tính tiền 2 giờ thư giãn với rượu sau giờ làm việc; giờ uống cốc-tai

happy juice *noun* bất cứ loại thức uống có cồn nào; bất kỳ loại thuốc nâng cao tinh thần nào

happy-money *noun* tiền tiết kiệm hoặc tiền để dành dùng cho sự vui thú cá nhân

happy pie *noun* âm đạo

happy pills *noun* thuốc an thần

happy shop *noun* một cửa hàng bán rượu

happy talk *noun* 1 bài phóng sự được dư luận quan tâm 2 (*truyền thanh và truyền hình*) cuộc trò chuyện và đùa giỡn thân mật giữa các phát thanh viên tin tức suốt chương trình, như một yếu tố giải trí

hard *noun* 1 sự cương cứng; = HARD-ON 2 tài liệu khiêu dâm hạng nặng 3 tiền đồng

hard *adjective* 1 nói về thức uống, làm say, có chứa cồn , "mạnh" 2 (*ma túy*) gây nghiện mạnh 3 tốt; xuất sắc; = COOL 4 (*về tóc thẳng*) được bôi trơn nhiều 5 (*nhà hát*) dành riêng cho chỗ ngồi đặc biệt 6 bị lên men, giống như rượu táo 7 bền bỉ; cứng rắn • Only the hard guys get through basic training: *Chỉ những người bền bỉ mới vượt qua được khóa huấn luyện cơ bản.* 8 có thể chứng minh được; có thể xác minh được; không phụ thuộc vào đánh giá chủ quan, cảm xúc, v.v.. • hard facts: *những sự kiện có thể chứng minh được*

hard-ass *noun* một người tàn nhẫn, không rộng lượng và nghiêm khắc; = HARDNOSE • She had proved herself to be less of a hard-ass than I first imagined: *Cô ấy tỏ ra ít tàn nhẫn hơn tôi đã tưởng tượng lúc đầu.*

hard-ass *verb* 1 chịu đựng một tình huống khó khăn 2 đối xử khắc nghiệt

hard-ass or **hard-assed** *adjective* không thỏa hiệp; không khuất phục; không nhượng bộ; cứng đầu

hardball *noun* 1 một cuộc thi đấu hoặc một cuộc xung đột không bị gò bó 2 hành động, công việc, v.v.. nghiêm túc; sự làm công việc nguy hiểm và trách nhiệm • It's hardball now, it's not games any more: *Bây giờ nó là công việc nguy hiểm, nó không còn là trò chơi nữa.*

hardball *adjective* nghiêm chỉnh và trách nhiệm

hardball *verb* = PLAY HARDBALL

hardballer *noun* một người cạnh tranh hoặc theo đuổi một sở thích với sự tập trung cao độ và ít nghĩ đến hậu quả

hardboiled *adjective* 1 hung bạo; nhẫn tâm • Do you have to act so hardboiled?: *Anh có cần phải hành động nhẫn tâm như thế không?* 2 cứng rắn; ương ngạnh; sắt đá; không tình cảm; = TOUGH • Hemmingway is usually thought of as a hard-boiled guy: *Hemmingway thường được nghĩ đến như một người nghiêm khắc và sắt đá.*

hard-boiled egg *noun* một người nghiêm khắc và hay gây gổ; = TOUGH GUY

hardboot *noun* 1 (*đua ngựa*) nài ngựa ở miền Nam Hoa Kỳ 2 (*đua ngựa*) người mê ngựa hoặc cuộc đua ngựa

hard bop *noun* (*nhạc jazz*) một loại nhạc giống nhạc blue có liên quan đến nhạc bop bình thường, nhưng nhiều trần tục và kiểu cách hơn (trong thời gian gần đây)

hard (or **heavy**) **breathing** *noun* sự làm tình say đắm

hard case *noun* 1 một người cứng rắn 2 người cứng đầu cứng cổ, ương ngạnh 3 thùng rượu

hard cash *noun* = COLD CASH

hard charger *noun* một người làm việc chăm chỉ, tháo vát

hard cheese *noun* hậu quả hoặc tình huống không may [chủ yếu dùng ở Anh; thường là thán từ] • This is hard cheese indeed: *Quả thật đấy là hậu quả không may.*

hard coin *noun* khoản tiền lớn; số tiền kết xù; = MEGABUCKS

hard-core *noun* phim ảnh khiêu dâm mô tả hành động sex hoàn toàn

hardcore *adjective* 1 nói về phim khiêu dâm, sinh động, rõ ràng 2 cực độ; cùng cực • There are too many hard-core cases of poverty there: *Ở đó có quá nhiều trường hợp nghèo đói cùng cực.* 3 rất tốt; cừ khôi; tuyệt • I'd like a real hard-core pizza with at least five kinds of cheese: *Tôi muốn một chiếc bánh pizza thượng hạng với ít nhất năm loại phó mát.* 4 cực đoan; tinh túy • She thinhs of herself as a hard-core leftist: *Cô ta cho mình là một người phái tả cực đoan.* 5 thực chất và không thỏa hiệp; không lẩn tránh hoặc trộn lẫn

hard currency (or **money**) *noun* đồng tiền quốc gia mạnh trên thị trường • Sterling isn't the leading hard currency any more: *Đồng bảng Anh không còn là đồng tiền mạnh hàng đầu nữa.*

hard dick *noun* một người cứng rắn không nhượng bộ

hard drug *noun* một loại ma túy mạnh như hê-rô-in hoặc moóc-phin

harder than Chinese arithmetic (or **Japanese geometry**) *adjective* cứng; cương cứng như đá, đặc biệt để chỉ dương vật

hard facts *noun* sự kiện rõ ràng rành không thể chối cãi được; thông tin đáng tin cậy và có thể xác minh

hard hat *noun* 1 mũ quả dưa 2 mũ bảo vệ đội khi làm việc ở công trường xây dựng 3 công nhân xây dựng đội mũ bảo hộ lao động 4 người thuộc cánh hữu rất bảo thủ; kẻ phản động 5 (*quân đội, chiến tranh Việt Nam*) lính Việt Cộng bình thường, những người đội mũ lính, phân biệt với du kích hay lính dự bị

hard head *noun* 1 một tên tội phạm dùng chất nổ để phá két sắt 2 người ương ngạnh, ngoan cố hoặc ngu ngốc 3 người da đen 4 (*người da đen dùng*) người da trắng

hardheaded *adjective* 1 bướng bỉnh; ương ngạnh; cứng đầu; = PIGHEADED • Anybody that hardheaded is going to have trouble with everybody: *Bất cứ ai ngoan cố sẽ gặp rắc rối với mọi người.* 2 có óc thực tế; thiết thực; không lẩn tránh; không thoái thác; = HARD-NOSED

Hard John or **hard John** *noun* 1 (*thế giới ngầm*) đặc vụ của Cục điều trang liên bang Mỹ (FBI) 2 một người cứng rắn, không nhượng bộ

hard leg *noun* một gái điếm giàu kinh nghiệm và bất cần đạo lý

hard legs *noun* (*người da đen*) một người đàn ông; = CAT, DUDE

hard line 1 *noun* một chính sách hoặc thái độ dựa trên sự cứng rắn và không thỏa hiệp • Take a hard line with them or they'll murder you: *Hãy dùng thái độ cứng rắn với chúng nếu không chúng sẽ giết mày.* 2 *adj* the Presisent's hard-line views on abortion: *những quan điểm cứng rắn của Tổng thống về nạn phá thai*

hardliner *noun* người có quan điểm khắc nghiệt, không khoan dung (về điều gì đó) • Tom is sort of a hardliner when it comes to spending public money: *Tom là một người có quan điểm cứng rắn về việc tiêu xài của công.*

hard liquor *noun* rượu mạnh như uýt-ki, gin, rum, v.v..

a **hard look** *noun* 1 sự nhìn chăm chú và không chớp mắt; sự kiểm tra nghiêm ngặt 2 cái nhìn đe dọa hoặc thù địch • She gave me a real hard look when I blurted her name: *Cô ta nhìn tôi thật thù địch (không thân thiện) khi tôi thốt ra tên cô ta.*

hard-look *verb* nhìn một cách hung hăng

hard man *noun* một tên tội phạm chuyên nghiệp; một người không sợ những hành động bạo lực

hard money *noun* tiền mặt

hardnose *noun* người nghiêm khắc, kiên trì và thường hay gây gổ; = TOUGH GUY

hard-nosed *adjective* có óc thực tế và nghiêm khắc (trong giới doanh nhân); cứng rắn và không nhân nhượng; = HARD-HEADED, TOUGH • It takes a hard-nosed manager to run a place like this: *Cần phải có một người quản lý nghiêm khắc để điều hành một chỗ như thế này.*

hard off *noun* người đàn ông chậm hiểu và yếu sinh lý

hard-on *noun* dương vật cương cứng; sự cương cứng

hard-road freak *noun* một lang bạc còn trẻ tuổi, thường bị bắt về tội ma túy, sống lang thang, ăn cắp vặt, v.v..; = HIPPIE

hard rock *noun* một thể loại nhạc rock and roll với nhịp mạnh, đơn giản, thường chơi đàn ghi-ta điện với máy khuếch đại thật to

hard-rock *adjective* cứng rắn; nghiêm khắc; không nhân nhượng; hay gây gổ; = TOUGH

a **hard** (or **tough**) **row to hoe** *noun* một nhiệm vụ khó khăn; một thời kỳ khó khăn; = HARD TIMES • With inflation and all they had a mighty hard row to hoe: *Với nạn lạm phát tất cả họ đều có một thời kỳ hết sức khó khăn.*

hard science *noun* một ngành khoa học như hóa học, hay vật lý nơi dữ liệu và những kết luận có thể chứng minh được bởi tiêu chí khách quan

hard sell *noun* sự bán cái gì bằng cách gây áp lực lên khách hàng

hard-shell *adjective* nghiêm khắc; dè dặt; bảo thủ; = HARD-CORE

hard stuff *noun* 1 ma túy gây nghiện như hê-rô-in hay cô-ca-in; = HARD DRUG 2 uýt-ki và những loại rượu mạnh khác; rượu mạnh; = HARD LIQUOR 3 đồng tiền hoặc tiền, đặc biệt tiền hối lộ hoặc tiền kiếm được bất hợp pháp khác

hardtack *noun* (*cuối những năm 1800*) tiền, đặc biệt đồng tiền bằng bạc

hard-timer *noun* một tù nhân ngồi tù một thời gian dài

hard times *noun* một thời kỳ suy thoái kinh tế, nghèo khổ, v.v..

hardtop *noun* (*đặc biệt những năm 1950 và 1960*) một chiếc xe hơi giống loại xe có thể bỏ mui được, nhưng có mui cứng bằng kim loại

hard up *adjective* 1 say rượu 2 nghèo; không xu dính túi 3 thiếu thốn, cần tới ma túy hoặc rượu 4 cần bạn tình ghê gớm; cần sự thỏa mãn về tình dục; = HORNY

hard up for something *adjective* thiếu; không đầy đủ cái gì • We're hard up for booze around here: *Chúng ta đang thiếu rượu ở đây.*

hardware *noun* 1 vũ khí, thường là súng 2 đồ nữ trang phô trương 3 đồ bạc 4 huy chương hay mề đay được đeo trên bộ đồng phục; cúp được tặng trong một cuộc thi đấu 5 rượu uýt-ki; rượu mạnh 6 ma túy hoặc rượu loại mạnh 7 phần cứng của máy tính

the **hard way** *noun* 1 (*đổ súc sắc*) sự lặp lại của một số chẵn mà đã gieo súc sắc trước đó 2 cách khó khăn và căng thẳng nhất để làm việc gì • to do something the hard way: *làm việc gì theo cách khó khăn và căng thẳng nhất*

hard-way *verb* (*đấu vật chuyên nghiệp*) chảy máu từ một vết cắt mà không phải do mình tự cắt để tăng thêm hiệu ứng kịch tính

hardy-har or **hardy-har-har** or **har-har-har** 1 *adj* vui vẻ; vui nhộn 2 *adv* how hardy-har funny a little quick witted humor can be: *một chút hài hước nhanh trí có thể trở nên vui vẻ như thế nào* 3 *noun* tính vui vẻ; tiếng cười; tinh thần vui tươi

Hare Krishnas or **Hare Krishna kids** (or **people**) *noun* những người theo giáo phái Krishna thuộc Hindu Ấn độ giáo, thành lập ở New York 1966

harness *noun* quần áo và trang thiết bị của những loại người đặc biệt, chẳng hạn người sửa chữa đường dây điện thoại, cảnh sát, trưởng tàu, người đi mô tô, v.v.

harness *adjective* mặc đồng phục • A tough-faced harness bull clomped into the arcade and handed Ferris a shoebox: *Một tay cảnh sát mặc đồng phục mặt mày cau có bước nặng nề vào con đường có mái vòm và trao cho Ferris một hộp đựng giày.*

harness bull (or **cop** or **dick**) *noun* 1 (*thế giới ngầm và người lang thang dùng*) nhân viên cảnh sát mặc quân phục 2 *modifier:* the harness-bull secretary: *thư ký mặc đồng phục*

harp *noun* 1 kèn ác-mô-ni-ca 2 một người Mỹ gốc Ai-len hoặc một người Ai-len

harsh *verb* phê bình hoặc chê bai

harsh *adjective* 1 không vừa ý; không thiện chí; khắt khe [tiếng lóng được dùng bởi giới trẻ Anh bình thường] • Mr. Hall was way harsh! He gave me a C minus: *Thầy Hall thật là khắt khe, ông ấy cho tôi điểm C trừ.* 2 tồi; thô lỗ • She's a harsh lady and doesn't care how you feel: *Cô ta là một người đàn bà tồi tệ và không quan tâm anh cảm thấy như thế nào.*

Hart, Schaffner, and Marx *noun* (*trong bài poker*) ba quân bồi J [một sự ám chỉ đến nhà sản xuất quần áo của đàn ông]

has-been *noun* 1 một người mà những ngày tháng tốt đẹp nhất và những thành tựu tuyệt vời nhất là ở trong quá khứ; người hết thời 2 một người mà sở thích, gu thời trang, v.v.. đã lỗi thời; = BACK NUMBER

has-been *adjective* cựu, trước; mệt mỏi, buồn chán • Some has-been singer croaked through "The Star-Spangled Banner": *Một số cựu ca sĩ đã chết mê về bài hát "The Star-Spangled Banner."* [một bài hát được viết vào năm 1814 với sự sáng tác của Francis Scott Key (1779–1843) và giai điệu được chuyển thể từ một bài tửu ca rất phổ biến ở Anh thời bấy giờ.]

hash *noun* 1 thuốc lá làm từ lá thuốc non và đọt gai dầu ở Thổ Nhĩ Kỳ, Ấn độ (nhựa cây gai dầu hoặc phấn hoa) 2 ký hiệu dấu thăng (#) trên bàn phím máy tính

hash *verb* 1 phục vụ rượu mà không phải là nhãn hiệu được yêu cầu 2 thảo luận, đặc biệt là dài dòng 3 = HASH UP

hash *adjective* xuất sắc; tuyệt vời; = COOL

one **has had it** *sentence* 1 (biến thể: **up to here** or **up one's ass** or **up to one's eyebrows** hoặc đặc trưng cơ thể nào đó có thể thêm vào) một người quá mệt nhọc, chán ghét, phẫn nộ, không sẵn sàng chịu đựng bất cứ gì nữa • All at one I've had it up to here with psychiatry: *Đột nhiên tôi quá chán ngấy tới cổ về bệnh tâm thần học.*

Hashbury 2 một người được trao cơ hội cuối và đã thất bại • *That's the ball game, buddy, you've had it*: Đó là cuộc thi, anh bạn, anh được trao cơ hội cuối và đã thất bại. (xem thêm ball game)

Hashbury *nickname* khu vực Haight-Ashbury của San Francisco, nơi dân hippie hay lui tới suốt những năm 1960; = the HAIGHT [một sự trộn lẫn tên hai con đường và ám chỉ đến xu hướng dùng ma túy cư dân vùng này] • *The "Hashbury" is the capital of the hippies*: Khu vực Haight-Ashbury của San Francisco là thủ phủ của dân hippie.

hasher *noun* 1 người hầu bàn (nam lẫn nữ) 2 đầu bếp hoặc người làm việc ở nhà bếp

hashery *noun* nhà hàng hoặc quầy bán đồ ăn trưa giá rẻ và chất lượng thấp

hash foundry *noun* 1 = HASHERY 2 (*người lang thang*) cơ sở từ thiện nơi có thể có đồ ăn miễn phí

hash head *noun* một người hút ha-sít kinh niên; một người dùng ma túy

hash house *noun* 1 một nhà hàng hoặc quầy bán đồ ăn trưa phục vụ thức ăn được chuẩn bị đơn giản, rẻ tiền, phục vụ tầng lớp lao động; = HASHERY 2 nơi ha-sít được bán và dùng

hash joint *noun* quán ăn rẻ tiền

hash mark (or **stripe**) *noun* 1 (*quân đội*) lon hoặc vạch quân hàm, được mang trên ống tay áo của quân phục để đánh dấu mỗi giai đoạn phục vụ 4 năm 2 (*bóng bầu dục*) một vạch thẳng dùng để xác định điểm mà quả bóng được đặt để chơi và cách vạch tiếp theo 1 yard

hash over *verb* 1 thảo luận, đặc biệt là lặp lại và dài dòng • *We kept hashing over the same tired old topics*: Chúng tôi tiếp tục thảo luận về những đề tài cũ chán ngắt tương tự. 2 sửa lại; xem lại • *Asked him in to hash over a point or two*: Đã yêu cầu ông ta xem lại một hoặc hai quan điểm.

hash pipe *noun* cái tẩu nhỏ dùng để hút ha-sít

hash session *noun* = GABFEST

hash-slinger *noun* 1 đầu bếp hoặc bồi bàn tại một quán ăn rẻ tiền 2 đầu bếp hoặc nhân viên nhà bếp

hash up *verb* hủy hoại; làm hỏng; = FUCK UP, MESS UP

has more money than God *phrase* cực kỳ giàu có • *He has more money than God, so I guess he can throw it around any way he wants*: Ông ta cực kỳ giàu có, vì thế tôi đoán ông ta có thể vung tiền bằng mọi cách ông ta muốn.

hassle or **hassel** *noun* 1 một vấn đề; sự rắc rối; sự quấy rầy; sự cãi nhau • *What's the hassle babe?*: Vấn đề gì vậy cưng? 2 một công việc khó khăn hoặc tẻ nhạt

hassle or **hassel** *verb* 1 quấy rầy; làm phiền; đối xử thô bạo • *Try obeyin' the law once in a while and I won't have to hassle you*: Thỉnh thoảng hãy cố tuân thủ luật pháp và tôi sẽ không cần làm phiền anh. 2 cãi nhau; tranh cãi 3 tham gia đánh trận giả trên không bằng máy bay 4 (*ma túy*) có được ma túy rất khó khăn

hat *noun* 1 bao cao su 2 một người phụ nữ 3 bất cứ gì được mua bằng hối lộ, được dùng như mật mã cho vật hối lộ 4 mũi tên hướng lên trên hoặc phím (^) trên bàn phím máy tính

hatch *noun* 1 bệnh viện tâm thần 2 âm đạo 3 miệng; mồm; miệng và họng

hatchery *noun* khu tâm thần hoặc bệnh viện tâm thần

hatchet job *noun* 1 một cuộc tấn công thù địch; lời chỉ trích kịch liệt hoặc bản cáo trạng nhằm phá hoại 2 sự đuổi hoặc sự sa thải; = the AX 3 (*sinh viên*) sự lỗi hẹn; sự thất hẹn

hatchet man *noun* 1 một người được gọi để thực hiện những nhiệm vụ khó chịu 2 một vận động viên hay gây hấn về bề ngoài, đặc biệt là người có nhiệm vụ chọc tức đối thủ 3 một sát thủ chuyên nghiệp; = HIT MAN 4 người được thuê để hạ uy tín hoặc để loại bỏ đối thủ

hatchet-thrower *noun* (*người da đen*) người Puerto Rico hoặc người nói tiếng Tây Ban Nha và Bồ Đào Nha

hatch it *verb* quên điều gì

hated *adjective* (*dùng khi nói về một cô gái*) đẹp quá mức tưởng tượng [thường có dạng "*hated Betty*"]

hate someone's guts *verb* rất ghét ai • *I dislike him, but I don't hate his damn guts*: Tôi không thích hắn, nhưng tôi không hoàn toàn ghét hắn.

hat in hand *adverb* qụi lụy; dễ bảo • *He expects me to come asking hat in hand*: Ông ta mong tôi đến cầu xin qụi lụy.

hat out or **hat up** *verb* rời đi

hatrack *noun* người gầy gò; người cao gầy; = BEANPOLE

hat trick *noun* (*thể thao từ cuối những năm 1800, Anh*) việc ghi được ba bàn trong một trận đấu bởi một cầu thủ [thường dùng trong môn hockey hay bóng đá]

haul *noun* 1 tiền bạc hoặc của cải cướp được 2 thành quả từ bất cứ hoạt động nào: một cuộc biểu diễn, một cuộc quyên góp tiền bạc hoặc đồ dùng cho từ thiện 3 lợi nhuận, đặc biệt là bất hợp pháp; của phi pháp • *The show yielded a huge haul*: Chương trình đã mang lại lợi nhuận khổng lồ.

haul one's ashes *verb* rời khỏi; khởi hành; = HAUL ASS

haul someone's ashes *verb* 1 gây hại hoặc làm bị thương ai, đặc biệt bằng cách đánh đập 2 quan hệ tình dục với ai

haul ass *verb* 1 (*hải quân, thế chiến I*) rời khỏi; khởi hành; đi ngay lập tức; = CLEAR OUT, DRAG ASS • *So let's haul ass, Sergeant*: Vậy chúng ta hãy đi ngay lập tức, trung sĩ. 2 hành động nhanh, đặc biệt là sự phản ứng trước một mệnh lệnh • *I want it now, so haul ass!*: Tôi muốn nó ngay, vậy hãy hành động nhanh lên! 3 lái xe hoặc đi rất nhanh

haul butt *verb* di chuyển nhanh chóng

haul coal *verb* (*dùng khi nói về người da trắng*) quan hệ tình dục với người da đen

hauler *noun* 1 trong cách dùng của các vận động viên đua xe mô hình trẻ tuổi (những người đua xe đồ chơi chạy trên đường ray), một chiếc xe mô hình nhanh 2 (*dân chơi xế độ*) một chiếc ô tô rất nhanh; = HOT ROD

haul someone in *verb* bắt ai; = RUN someone IN • *The police decided to haul them all in*: Cảnh sát đã quyết định bắt tất cả bọn họ.

haul it *verb* (*người da đen*) chạy trốn; tẩu thoát

haul off *verb* bắt đầu một cuộc tấn công; mở lời chỉ trích kịch liệt • *She hauled off and decked him*: Cô ta bắt đầu tấn công và đánh ngã hắn.

haul off on someone *verb* đánh hoặc nện ai; tung ra một cú đánh vào ai

haul (or **rake**) **someone over the coals** *verb* 1 khiển trách ai nặng lời; trừng phạt 2 đẩy ai vào một thử thách

hausfrau *noun* người đàn bà thích chăm sóc nhà cửa và con cái [thường dùng một cách hơi khinh thường, và ám chỉ đến việc thiếu thanh lịch (từ tiếng Đức nghĩa là "bà nội trợ")]

have *verb* 1 quan hệ tình dục với (ai) 2 lừa đảo; lừa gạt; = DIDDLE

have a bag (or **half a bag**) **on** *verb* bị say rượu

have a ball *verb* có một thời gian tuyệt vời, vui thích • Come on, everybody! Let's have a ball!: *Nào, mọi người! Chúng ta hãy có một thời gian tuyệt vời bên nhau đi!*

have a (big) head *verb* chịu đựng cảm giác khó chịu sau khi uống rượu say

have a big mouth *verb* nói nhiều thiếu thận trọng; nói một cách ầm ĩ và công khai; tiết lộ bí mật

have a bird *verb* biểu lộ sự giận dữ hoặc cú sốc; = HAVE KITTENS • Charlie will have a bird when he learns she dead: *Charlie sẽ bị sốc khi anh ta biết được cô ấy chết.*

Have a blimp! *exclam.* Chúc một năm tốt lành! [lối chơi chữ có nguồn gốc từ công ty Goodyear Tire and Rubber, công ty này vận hành một khinh khí cầu tên Goodyear]

have a blowout *verb* có một buổi tiệc lớn và cuồng nhiệt; tận hưởng ở một buổi tiệc lớn

have a bone on *verb* có sự cương cứng dương vật

have a bone to pick with someone *verb* có vấn đề phải tranh chấp với ai; có vấn đề gai góc phải giải quyết hoặc thảo thuận với ai • I have a bone to pick with you. Why didn't you return those reports to me as you promised to do?: *Tôi có vấn đề phải giải quyết với anh. Tại sao anh không trả lại những bản báo cáo đó như anh đã hứa?*

have a broom up one's **ass** *verb* (biến thể: **get** có thể thay **have; stick** có thể thay **broom; in** one's **tail** có thể thay **up** one's **ass; butt** có thể thay **ass**) làm việc một cách siêng năng và hăm hở

have a bug (or **hair**) **up** one's **ass** (or **up** one's **nose**) *verb* rất nóng tính và hay giận dỗi • He must have had a hair up his ass, he nearby took my head off when I just asked politely: *Chắc là hắn nóng tính và hay giận dỗi, hắn gần như cắt cái đầu tôi ra khi tôi hỏi một cách lịch sự.*

have a bun in the oven *verb* có bầu; có mang; có thai

have a bun on *verb* **1** say rượu **2** phê ma túy

have a buzz on *noun* say rượu; ngà ngà say [*have got* có thể thay thế cho *have*]

have a can on *xem* GET A CAN ON

have a case of the dumb-ass *verb* (*quân đội*) làm điều gì thật là ngu ngốc; phạm tội một cách ngu ngốc

have a case on someone *verb* say mê hoặc yêu ai; mê đắm ai • She has a case on him: *Cô ta mê đắm chàng ta.*

have a chip on one's **shoulder** *verb* rất dễ tự ái và hay gây gỗ hoặc sẵn sàng đánh nhau; dễ nổi nóng

have a clue *verb* (*quân đội, chủ yếu ở Anh*) biết; báo cho biết • Do you have any clue about what's going on here?: *Anh có biết chuyện gì đang xảy ra ở đây không?*

have a cow *xem* HAVE KITTENS

have (or **take**) **a crack at** something *verb* (biến thể: **go** or **rip** or **ripple** or **shot** or **whack** có thể thay **crack**) cố gắng làm cái gì; thử • He said he wasn't sure he could, but he'd have a crack at it: *Anh ta nói anh ta không chắc là mình có thể, nhưng anh ta sẽ thử xem.*

have a crush on someone *verb* say mê hoặc mê đắm ai, đặc biệt là yêu đơn phương ai lớn tuổi hơn và từng trải hơn mình • He has had a crush on this young lady ever since they met each other at the party early this year: *Anh ta đã say mê cô nàng trẻ này từ sau ngày họ gặp nhau ở bữa tiệc liên hoan đầu năm nay.*

have a few buttons missing *xem* HAVE SOME BUTTONS MISSING

have a field day *verb* có cơ hội để thực hiện điều gì một cách thích thú, nhất là phê phán hoặc chỉ trích, thường dùng trong các bản tin báo chí, truyền hình, v.v.. • Whenever there's a government scandal the news-papers have a field day: *Bất kỳ lúc nào có một vụ bê bối của chính quyền là báo chí lại có một cơ hội thích thú để khai thác.*

have a free ride *xem* GET A FREE RIDE

have a glow on *verb* say rượu; ngà ngà say [*have got* có thể thay thế cho *have*]

Have a good one or **Have a nice one** *sentence* **1** Tạm biệt • Thanks. Have a good one: *Cám ơn nhé. Tạm biệt.* **2** Chúc buổi sáng, buổi trưa hoặc buổi tối tốt lành [một lối diễn đạt có thể dùng cho mọi thời điểm ở cả ngày lẫn đêm] • See you tomorrow, Todd. Have a nice one: *Sáng mai gặp lại nhé, Todd. Chúc buổi tối tốt lành.*

not **have a hair on** one's **ass** *xem* NOT HAVE A HAIR ON one's ASS

have a hair up one's **ass** *xem* HAVE A BUG UP one's ASS

have a hard-on *verb* có sự cương cứng dương vật

have a hard-on for someone *verb* muốn làm hại đến thân thể ai; muốn trả thù ai [kẻ gây hại và người bị hại thường là nam giới] • The punk thinks he has a hard-on for Mr. Gutman: *Cái gã du côn đó nghĩ rằng hắn muốn trả thù ông Gutman.*

have a hard-on for someone/something *verb* **1** nhiều say mê, thu hút hoặc hấp dẫn ai hay cái gì • I'm afraid the chief executive officer has a hard-on for this idea: *Tôi e là giám đốc điều hành đã rất thích thú về ý tưởng này.* **2** hăm hở; háo hức; thèm khát **3** (*quân đội*) không ưa; không thích; gây rắc rối cho ai

have a head *verb* có dư vị khó chịu sau khi uống rượu say

have a heart **1** *interj* thán từ chỉ biện hộ, cầu xin: hãy rủ lòng thương • Have a heart, baby, I only did it once!: *Xin em đấy, cưng, anh chỉ làm điều đó có một lần thôi mà!* **2** *verb* thông cảm, có lòng nhân từ; ân cần, quan tâm đến ai • Let's have a heart and give him assistance: *Chúng ta hãy thông cảm và giúp đỡ hắn.*

have a hole in one's **head** (or **wig**) *verb* ngu đần; điên rồ; = HAVE ROCKS IN ONE'S HEAD

have a lech for someone/something *verb* thèm muốn; khao khát ai/cái gì [*lech* là dạng rút gọn của *lechery* hoặc *lecherous*]

have a leg up on someone/something *verb* có lợi thế hơn; dẫn trước ai; có khởi đầu tốt hơn ai/cái/gì [*have got* có thể thay thế cho *have*] • Pete has a leg up on Wilbur because of his physical strength: *Pete có lợi thế hơn Wilbur về mặt sức mạnh.*

have a little on the side *xem* GET A LITTLE ON THE SIDE

have a little visitor *verb* thấy kinh; có kinh [*have got* có thể thay thế cho *have*] • Mary said she has a little visitor: *Mary nói rằng cô ấy vừa có kinh nguyệt.*

have all one's **buttons** (or **marbles**) *verb* có tinh thần khỏe mạnh; có đầy đủ năng lực trí tuệ [thường trong câu phủ định] • The old guy doesn't seem to have all his marbles, the way he mumbles to himself: *Lão già có vẻ không có được tinh thần khỏe mạnh, cái cách mà lão lầm bầm với chính mình.*

have all one's **ducks in a row** *xem* HAVE one's DUCKS IN A ROW

have all one's **switches on** *xem* NOT HAVE ALL one's SWITCHES ON

have all the moves *verb* rất giỏi; khéo léo; chuyên môn; thành thạo, đặc biệt trong thể thao hoặc cuộc chơi

have a load on *verb* say rượu; = FEEL NO PAIN

have a lock on something *verb* giữ chặt cái gì không thể phá vỡ được hoặc hoàn toàn kiểm soát; chắc chắn thành công • Looks

have a loose screw *xem* HAVE A SCREW LOOSE

have a lot on the ball *phrase* **(dùng cho một người nào đó) có khả năng và kiến thức; chú tâm và hữu ích** • She can do it. She's got a lot on the ball: *Cô ta có thể làm được điều đó. Cô ta có khả năng và kiến thức.*

have a man by the balls *verb* **có một người đàn ông để sai bảo** • She's really got him by the balls. He will go along with whatever she wants: *Cô ta thực sự có một anh chàng để sai bảo. Anh ta sẽ chấp nhận bất kể cái gì cô ta muốn.*

have a mind like a sieve *verb* **rất hay quên** • I was introduced to her twice, but I still can't remember her name. I've had a mind like a sieve: *Tôi đã được giới thiệu với cô ta hai lần, nhưng tôi vẫn không thể nhớ tên cô ta. Tôi rất hay quên.*

have a monkey on one's **back** *verb* **nghiện ma túy**

have an ace up one's **sleeve** *verb* **có cái gì dùng để dự trữ; giữ kín con bài chủ cao nhất dành cho lúc cần** [*have got* có thể thay thế cho *have*] • I still have an ace up my sleeve that you don't know about: *Tôi vẫn còn một con át chủ bài mà bạn không biết.*

have (or cop) an attitude *verb* **1 không thích và phàn nàn về hoàn cảnh của ai;** BITCH, KVETCH **2 rất kiêu căng hoặc ngạo mạn**

have an edge on *verb* **say rượu; ngà ngà say**

have an (or the) edge on someone *verb* **có lợi thế hơn ai; có vị trí ưu thế hơn ai** • He has the edge on the other students because he works harder: *Nó có lợi thế hơn các sinh viên khác, bởi vì nó làm việc tích cực hơn.*

have a (or one's) nerve *verb* **có khí chất bình tĩnh; đảm lực; ngang nhiên; chẳng coi ai ra gì** • He's got a nerve, going to work dressed like that: *Anh ta có đảm lực lắm mới ăn mặc như thế mà đi làm.*

Have a nice day *sentence* **Chào tạm biệt và chúc may mắn** • Thank you. Have a nice day: *Cám ơn bạn. Chào tạm biệt và chúc bạn may mắn.*

Have a nice one *xem* HAVE A GOOD ONE

have an itch for something *verb* **khao khát điều gì** • We had an itch for a good movie, so we went: *Chúng tôi khao khát được xem một bộ phim hay, vì vậy chúng tôi đi xem.*

have a no *verb* **tôi không có** [sử dụng trong chiến tranh Triều Tiên từ tiếng bồi của người Nhật; câu trả lời hoàn hảo của sĩ quan quân nhu trước lệnh yêu cầu quân nhu không có trong kho]

have ants in one's **pants** *verb* **căng thẳng và lo lắng; bồn chồn; đứng ngồi không yên** • All kids've got ants in their pants all the time at that age: *Ở cái tuổi đó tất cả bọn trẻ luôn cảm thấy bồn chồn lo lắng.*

not **have any** *xem* NOT HAVE ANY

have a party *verb* **quan hệ tình dục**

not **have a pot** (or **without a pot**) **to piss in** *xem* NOT HAVE A POT TO PISS IN

have a prayer *verb* **có cơ hội; có khả năng** • If everything goes right, we may just have a prayer: *Nếu mọi thứ đi đúng hướng, chúng ta mới có thể có cơ hội.*

have a red face *verb* **có sự lúng túng, ngượng nghịu, sắc mặt bẽn lẽn như bị phạm tội gì;** = HAVE EGG ON one's FACE • The Chief had a red face when…he was found in possession of stolen property: *Vị thủ lĩnh đã lúng túng khi ông ta bị phát hiện sở hữu đồ ăn cắp.*

have a rod on *verb* **có dương vật cương cứng;** = HAVE A BONE ON

have a run-in (with someone/something**)** *verb* **gặp rắc rối với ai hoặc điều gì** • I had a run-in with Mrs. Wilson. She's a hard case: *Tôi gặp rắc rối với bà Wilson. Bà ta là một người ương ngạnh.*

have a screw loose or **have a loose screw** *verb* **ngớ ngẩn hoặc lập dị; gàn dở** • He's sort of strange. I think he's got a loose screw: *Anh ta có phần hơi lạ. Tôi nghĩ anh ta lập dị.*

have one's **ashes hauled** *xem* GET one's ASHES HAULED

have a shit-fit (or **shit fit**) *verb* **lên cơn tức giận; điên tiết lên** • If I'm not home on time, my father'll have a shit-fit: *Nếu tôi không về nhà đúng giờ, bố tôi sẽ điên tiết lên.*

have a short fuse *verb* **dễ tức giận; dễ nổi cáu** • He's got a short fuse, so watch out: *Anh ta rất dễ nổi cáu, vì vậy hãy coi chừng.*

have a skinful *verb* **(dùng cho người nào đó) chứa quá nhiều rượu; say rượu**

have a spaz *verb* **nổi giận; lên cơn điên** [dùng trong giới trẻ và học đường] • If my dad hears about this, he'll have a spaz: *Nếu bố tôi nghe được chuyện này, ông ấy sẽ nổi điên lên cho xem.*

have someone's **ass** *verb* **trừng phạt ai; trả đũa mãnh liệt** • If you utter one word, I'll have your ass: *Nếu mày thốt ra một lời, tao sẽ trừng phạt mày.*

have one's **ass in a crack** *verb* **lâm vào cảnh khó khăn hoặc bực bội** • He's got his ass in a crack and needs all the help he can get: *Anh ta lâm vào cảnh khó khăn và cần tất cả những sự giúp đỡ mà anh ta có thể có được.*

have one's **ass in a sling** *verb* (biến thể: **get** or **put** có thể thay **have**; cụm từ có thể là **one's ass is, was,** v.v.., **in a sling**) **1 gặp rắc rối nghiêm trọng** • If she catches you changing that report you'll have your ass in a sling: *Nếu bà ta bắt gặp anh đang thay đổi bản báo cáo đó, anh sẽ gặp rắc rối nghiêm trọng.* **2 chán nản hoặc tổn thương; bĩu môi khó chịu** • She's got her ass in a sling because she got stood up: *Cô ấy chán nản vì bị cho leo cây (lỗi hẹn).*

have a thing about *verb* **đặc biệt quan tâm, thích, ghét hoặc mê; rất dễ cảm động về** • She really has a thing about pyramids: *Cô ta thực sự rất thích kim tự tháp.*

have a tiger by the tail *verb* **trở nên gắn liền với điều gì đó uy quyền và tiềm tàng nguy hiểm; ở trong tình trạng nghiêm trọng** • You have a tiger by the tail, You bit off more than you could chew: *Bạn đang đưa mình vào trong tình trạng nghiêm trọng. Bạn đã cố làm việc quá sức mình.*

have oneself **a time** *verb* **rất vui vẻ; thích thú** • Everybody had himself a time: *Mọi người đều rất thích thú.*

have a toehold *xem* GET A TOEHOLD

have a whale of a time *verb* **có một thời gian thú vị, vui vẻ** • We had a whale of a time at your party: *Chúng tôi đã có một khoảng thời gian vui vẻ ở bữa tiệc của bạn.*

have a wild hair up one's **ass** *verb* **1 hành động một cách quá hiếu động và năng nổ** • She has a wild hair up her ass about something, I don't know what: *Cô ta đang quá hiếu động và năng nổ về điều gì đó. Tôi chẳng biết đó là gì nữa.* **2 bị ám ảnh bởi điều gì lạ lùng hoặc ý nghĩ kỳ cục** • You're acting like you've got a wild hair up your ass. Calm down: *Bạn đang xử sự như thể bạn bị ám ảnh bởi điều gì đó kỳ lạ vậy. Bình tĩnh đi nào.*

have a yellow streak down one's **back** *verb* **hèn nhát; nhát gan** • If you have a yellow streak down your back, you don't take many risks: *Nếu anh nhát gan thì anh không liều.*

have (or get) one's **banana peeled** *verb* **quan hệ tình dục; giao hợp**

have bats in one's **belfry** *verb* **điên rồ; dở hơi; lập dị** • Pay no attention to her. She has bats in her belfry: *Đừng để ý đến cô ta. Cô ta bị dở hơi ấy mà.*

have been! gặp bạn sau nhé! [cách dùng của thanh niên]

have one's **boots laced** *verb* **cảnh báo cho biết**

have one's **brain on a leash** *verb* **say rượu**

not **have brain one** *xem* NOT HAVE BRAIN ONE

have brass (or **cast-iron) balls** *verb* **có sự cả gan; liều mạng một cách điên rồ**

have someone **by the balls** *verb* **đặt ai vào tình huống nguy hiểm và đau đớn; nắm chóp ai;** = HAVE someone BY THE SHORT HAIRS • I didn't want to do it, but they had me by the balls: *Tôi không muốn làm điều đó, nhưng họ đã nắm chóp tôi.*

have (or **get) someone by short hairs (**or **curlies** or **knickers)** *verb* **1 đặt ai vào tình thế đau khổ hoặc vô vọng; nắm chóp ai; nắm ai dưới quyền;** = HAVE someone BY THE BALLS • We's got him by the knickers and he's hurting: *Chúng tôi đã khống chế nó và nó bị tổn thương.* **2 đặt ai vào tình huống khó xử; chế ngự ai** • They've got me by the short hairs. There's nothing I can do: *Họ đã chế ngự tôi. Tôi không thể làm gì cả.*

have someone/something **by the tail** *verb* **1** = HAVE someone BY THE BALLS **2 nắm quyền kiểm soát** • I know all young people are sure they can have it by the tail: *Tôi biết tất cả những người trẻ chắc chắn là họ có thể nắm quyền kiểm soát việc đó.*

have one's **card punched** *xem* GET one's CARD PUNCHED

have one's **cherry** *verb* **1 còn trinh 2 chưa thử; chưa được chứng tỏ hoặc thử thách** • He's never been bankrupt, still got his cherry: *Ông ta chưa bao giờ bị phá sản, vẫn chưa được thử thách với ông.*

have something cinched *verb* (biến thể: **iced** or **knocked** or **made** or **taped** or **wired** có thể thay **cinched**) **chắc chắn thành công việc gì; chắc chắn đạt được kết quả** • I thought I had it cinched: *Tôi nghĩ tôi chắc chắn thành công việc đó.*

have one's **claws out** *verb* **cố tình làm tổn thương ai; có tâm trạng gây gổ hoặc phá hoại** • Maggie certainly had her claws out when she wrote about Bill: *Maggie chắc chắn có ý gây hấn khi cô ta viết về Bill.*

have (or **get) cold feet** *verb* **sợ sệt; e ngại; lạnh cẳng** • She got cold feet at last minute: *Cô ta tỏ ra sợ vào phút cuối.*

have something coming out of one's **ears** *verb* **có dư thừa cái gì** • He's got talent coming out of his ears: *Anh ta có thừa tài năng.*

have someone dead to rights *verb* **bắt quả tang ai; có bằng chứng không thể chối cãi về tội ác của ai đó** • The cops had him dead to rights: *Cảnh sát đã bắt quả tang hành vi phạm tội của hắn.*

have something down (or **down pat)** *verb* **biết việc gì hoặc có thể làm việc gì một cách hoàn hảo; tinh thông hoàn toàn về việc gì** • I had my story down pat so I almost believed it in myself: *Tôi đã biết câu chuyện hoàn toàn thế nên tôi hầu như tự tin vào điều đó.*

have one's **druthers** *verb* **có sự lựa chọn; có sự ưa thích hơn** • If I had my druthers, I'd be in Australia: *Nếu tôi có được sự lựa chọn, tôi sẽ ở Úc.*

have (or **get) one's ducks in a row** *verb* (biến thể: **have (**or **get) one's ducks all in a row** or **have (**or **get) all one's ducks in a row)** (quân đội) **được chuẩn bị đầy đủ; được tổ chức cho một hành động;** = DO one's HOMEWORK • Be sure you have your ducks all in a row when the General comes around: *Chắc chắn cậu đã chuẩn bị đầy đủ khi ông Tướng đến thăm.*

have one's **ears on** *verb* (**băng tầng nghiệp dư**) **bật; mở máy thu** • Everyday he has his ears on at 6 o'clock: *Mỗi ngày hắn mở máy thu vào lúc 6 giờ.*

have egg on one's **face** *verb* **đặt vào tình thế lúng túng, bối rối; xấu hổ; thộn mặt ra** • She's really got egg on her face!: *Cô ta thật sự xấu hổ!*

have one's **end off** *verb* **quan hệ tình dục;** = FUCK

have eyes for *verb* **thèm muốn; khao khát đến; quan tâm đến; thích thú đến;** = HAVE A LECH FOR • She has eyes only for him: *Cô ta chỉ thích (quan tâm) đến anh ta.*

have game *verb* **có kỹ năng; có tinh thần và sự sẵn lòng tham gia vào một hoạt động nào đó** • Man, I still have game! I can do this!: *Chà, tôi vẫn còn kỹ năng! Tôi có thể làm được việc này!*

have one's **glasses on** *verb* (**người da đen**) **cư xử theo cách trang trọng và cứng nhắc**

have something going (or **working) for** someone or something *verb* **có được thuận lợi chắc chắn; có nhiều lợi thế cho ai** • You've braves, beauty and wealth: you've got a lot going for you!: *Cậu có nhiều dũng cảm, sắc đẹp và giàu có: cậu có nhiều lợi thế đấy!*

have good vibes *verb* **có cảm giác tốt đẹp về một người hoặc một thứ gì đó** • I've got good vibes about Heidi: *Tôi có thiện cảm với Heidi.*

have gravy on one's **grits** *verb* **giàu có** • He got himself a good job and has gravy on his grits while I'm still eating taters: *Anh ta kiếm được một công việc tốt và trở nên giàu có trong khi tôi thì vẫn đang ăn khoai tây.*

have one's **hands (**or **plate) full** *verb* **bận rộn hết sức, đặc biệt trong trường hợp khẩn cấp** • With a sick husband at home and three children to care for, Jane has her hands full: *Với một ông chồng bệnh hoạn ở nhà và ba đứa con phải chăm sóc, Jane hết sức bận rộn.*

have one's **head pulled** *verb* (biến thể: **out of** one's **ass** có thể thêm vào) **nhanh trí; khôn ngoan; nhận biết; có ý thức về**

have one's **head up** one's **ass** *verb* **cư xử một cách ngu ngốc và mù quáng; thường xuyên sai lầm** • We lost because the whole team had its head up its ass: *Chúng tôi thua vì cả đội đã thường xuyên mắc sai lầm.*

have hot pants (for someone**)** or **have the hots (for** someone**)** *verb* **dâm dật; đầy dục vọng; thèm muốn về nhục dục với ai** • Yup, she's got the hots, all right: *Vâng, cô ấy rất dâm dật, đúng vậy.*

have it *verb* **có tài; có đủ khả năng** • He tries hard, but he just doesn't have it: *Anh ta cố gắng rất nhiều, nhưng anh ta thật đúng là không có tài năng.*

have it all hanging out *verb* **không giấu giếm điều gì; hoàn toàn ngay thẳng và không che đậy;** = LET IT ALL HANG OUT

have it all over someone/something *verb* **vượt trội; bỏ xa hơn ai/ cái gì** • In advanced technology, the North has it all over the South: *Về mặc công nghệ học tiên tiến, miền Bắc bỏ xa miền Nam.*

have it all together *verb* **ở trạng thái tốt cả về thể chất lẫn tinh thần; có tâm trí tốt; có đầu óc minh mẫn** • Try phoning me again later when I have it all together: *Thử gọi điện tôi thêm lần nữa khi tôi có đầu óc minh mẫn.*

have it bad *verb* **rất yêu; si mê một cách mãnh liệt** • He had it bad for her, though she was indifferent: *Anh ta quá si mê cô ta, mặc dù cô ta bàng quan (không quan tâm tới).*

have it both ways *verb* **tán thành hoặc hưởng lợi từ hai quan điểm đối lập; bắt cá hai tay;** = WORK BOTH SIDES OF THE STREET • Make up your mind which one you'll support, because you can't have it both ways: *Hãy quyết định bạn sẽ ủng hộ bên nào, vì bạn* *không thể bắt cá hai tay.*

have it for someone *verb* **yêu ai; si mê ai** • They thought Jane has got it for Joe: *Chúng nó nghĩ Jane đã yêu Joe.*

have it good *verb* **được hưởng, có được sự phồn vinh, sức khỏe, bữa ăn bình thường và khoái lạc, v.v..** • I had it real good up there, till they canned me: *Tôi được hưởng thật tốt ở trên đó, cho đến khi chúng bắt giam tôi.*

have it in for someone *verb* **1 giận hoặc tức giận ai; nổi giận với ai** • Hatfield had it in for McCoy: *Hatfield đã nổi giận với McCoy.* **2 không thích ai và đối xử một cách thù địch hoặc không thân thiện** • One of the teachers really has it in for that child. She shouts at him all the time: *Một trong các giáo viên thật sự không ưa thích đứa bé đó. Cô bé la hét ông ta suốt cả ngày.*

have it made *verb* **thành công; ổn định cuộc sống** • I have a good job and a nice little family. I have it made: *Tôi có một công việc tốt và một gia đình nhỏ hạnh phúc. Tôi đã ổn định cuộc sống.*

have it made in the shade *verb* **thành công; ổn định cuộc sống** • Wow, is he lucky! He has it made in the shade: *Ôi, anh ta thật may mắn! Anh ta đã thành công rồi.*

have it off *verb* **quan hệ tình dục; giao hợp** [chủ yếu vẫn dùng ở Anh]

have kittens or **cast a kitten** *verb* **1 trở nên tức giận; nổi điên** • When I heard the news, I had kittens. I was hacked!: *Khi tôi nghe tin đó, tôi đã nổi điên. Tôi quá kiệt sức!* **2 lo âu; căng thẳng quá độ** • My mother will have kittens if I come home late: *Mẹ tôi sẽ lo lắng bồn chồn nếu tôi về nhà trễ.* **3 cười rất to; vô cùng thích thú điều gì đó** • It was so funny, I had kittens laughing: *Thật là buồn cười, tôi đã cười ngặt nghẽo.* **4 ngạc nhiên** • She had kittens when she heard about the wedding: *Cô ấy rất ngạc nhiên khi nghe tin về lễ cưới.*

have lead in one's **pants** (or **in** one's **ass**) *verb* **lười biếng; chậm chạp; thiếu trách nhiệm** • Frank's got lead in his pants, go jazz him up: *Frank chậm chạp và lười biếng, anh ta chơi sai nhạc jazz.*

have lead in one's **pencil** *verb* **1 mạnh mẽ và năng động về tình dục 2 cương cứng dương vật 3 rất cần sự thỏa mãn về tình dục**

have someone's **lunch** *xem* EAT someone's LUNCH

have something made *xem* HAVE something CINCHED

have one's **mind in the gutter** *verb* **nghĩ hoặc gợi ý điều gì tục tĩu, bậy bạ** • Tiffany has her mind in the gutter. That's why she laughs at all that dirty stuff: *Tiffany toàn nghĩ về những thứ tục tĩu. Đó là lý do tại sao cô ta lại cười tất cả những thứ bậy bạ ấy.*

have no bones about *xem* MAKE NO BONES ABOUT

have someone's **nose open** *verb* (*người da đen*) **kích thích sự thèm muốn tình dục của ai** • What about that gray girl in San Jose who had your nose open?: *Có tin tức gì về cô gái da sáng màu ở San Jose, cô ấy đã làm anh khoái lạc đó?*

have one's **nose wide open** *verb* **yêu** • Sam's not dense. He's got his nose wide open. It's that Sally: *Sam không đần độn đâu. Anh ta đang yêu đấy. Người đó là Sally.*

have-not *noun* **1 một người nghèo, khu vực nghèo; những người có ít tài sản hoặc chẳng có gì** [dùng với *"the"*] • The have-nots seem never to be able to get ahead: *Những người nghèo dường như chẳng bao giờ có thể vượt lên được* **2** *modifier:* the have-not nations of the Third World: *những nước nghèo của Thế giới thứ ba*

have someone's **number** *verb* **biết sự thật chính xác về ai, mặc dù bị che dấu; biết ai hoàn toàn** • She knew what I meant and she know I had her number: *Cô ta biết ý tôi là gì, và cô ta biết tôi biết sự thật chính xác về cô ta.*

have one foot in the grave *verb* **sắp chết; gần đất xa trời** • I feel like I've got one foot in the grave: *Tôi có cảm giác như tôi sắp gần đất xa trời.*

have something **on the brain** *verb* **bị ám ảnh bởi điều gì đó** • I have money on the brain, I guess: *Tôi nghĩ là tôi bị tiền bạc ám ảnh.*

have papers (or **papers on**) *verb* (*người da đen*) **thành lập gia đình; kết hôn với (hợp pháp)** • He's got papers on a famous writer: *Anh ta lấy một nữ văn sĩ nổi tiếng.*

have one's **plate full** *xem* HAVE one's HANDS FULL

have problems with something *verb* **thấy khó chấp nhận; không thể đồng ý ngay với** • Even after talking it over, she still had problems with the board's decision: *Thậm chí sau khi thảo luận điều đó, bà ta vẫn thấy khó chấp nhận với quyết định của ban lãnh đạo.*

have pups *verb* = HAVE KITTENS

have rocks in one's (or **the**) **head** *verb* **ngu ngốc hoặc điên rồ** • She's got rocks in her head if she thinks that: *Nếu cô ta nghĩ như thế thì cô ta điên rồ.*

haves *noun* **người giàu; những người có nhiều tiền** [dùng với *"the"*] • The haves seem to be able to take care of themselves: *Những người giàu dường như có thể tự chăm sóc cho bản thân mình.*

have shit for brains *verb* **rất ngu ngốc; cực kỳ đần độn** • You have shit for brains if you think you can get away with it: *Nếu mày nghĩ có thể thoát được tội thì mày cực kỳ ngu đần.*

have snow on the roof *phrase* **có mái tóc bạc hoặc tóc hoa râm** • Come on, judge, you've had snow on the roof for years!: *Nào quan tòa, ông có tóc bạc nhiều năm rồi đấy!*

have some (or **a few**) **buttons** (or **marbles**) **mis-sing** *verb* **điên khùng; mất trí; lập dị**

have the hots (for someone) *xem* HAVE HOT PANTS (FOR someone)

have the inside track *verb* **có lợi thế lớn, đặc biệt dựa trên một tình huống bất ngờ nào đó** • All the candidates look OK, but Hester has the inside track because she's single: *Mọi ứng viên đều ổn, nhưng Hester có lợi thế lớn vì cô ấy độc thân.*

have the jump (or **jump on**) *verb* **có sự dẫn đầu hoặc lợi thế; dẫn đầu** • Who has the jump in this election?: *Ai dẫn đầu trong cuộc bầu cử này?*

have them in the aisles *xem* LAY THEM IN THE AISLES

have (or **get**) **the munchies** *verb* (*giới ma túy và phong trào phản văn hóa*) **đói, đặc biệt thèm đồ ngọt và tinh bột sau khi dùng cần sa**

have the rag on (or **Baker flying**) *verb* **có kinh;** = FALL OF THE ROOF

have the red ass *xem* GET THE RED ASS

have the world by the balls *verb* **ở trong tình huống rất có lợi và có ưu thế hơn;** = HAVE something CINCHED, SHIT IN HIGH COTTON

have the wrong number *verb* **1 sai; không đúng** • You have missed the boat again. You have the wrong number!: *Bạn lại để lỡ cơ hội lần nữa. Bạn sai rồi.* **2 gọi nhầm người** [nghĩa này còn được sử dụng khi có người gọi nhầm số điện thoại] • No, I'm Sally. You have the wrong number: *Không, tôi là Sally. Bạn gọi nhầm người rồi.*

have one's **ticket punched** *verb* **là thành viên hợp pháp; được chứng nhận đầy đủ về khả năng, trình độ, kinh nghiệm, bằng cấp, v.v.;** = PAY one's DUES • These women have had their "tickets punched" in the corporate world: *Những người đàn bà này là thành viên hợp pháp trong thế giới hợp nhất.*

have what it takes *verb* **có kỹ năng, sức mạnh, trí thông minh, v.v. để làm gì đó** • I guess I don't have what it takes to be a composer: *Tôi nghĩ tôi không có năng lực để làm một nhà soạn nhạc.*

hawg *noun* xe mô-tô lớn, đặc biệt là chiếc Harley-Davidson

hawk *noun* 1 một cơn gió mạnh thổi từ hồ Michigan qua Chicago 2 người trinh sát đường đua 3 người ủng hộ chính sách phòng thủ hiếu chiến của Mỹ; kẻ diều hâu • The hawks want to raise taxes and buy tanks: *Những kẻ hiếu chiến muốn tăng thuế và mua xe tăng.* 4 người dụ dỗ và tìm trai trẻ cho những người đồng tính, đặc biệt là đàn ông lớn tuổi

hawk *verb* 1 chơi • Those who could hawk ball were respected almost as much as those who could dress well, rap, and fight: *Những người có thể chơi bóng được tôn trọng gần như ngang hàng với những người có thể ăn mặc đẹp, hát rap và đánh nhau.* 2 đi bộ nhanh [chắc chắn bắt nguồn từ nghĩa danh từ của từ này là một cơn gió mùa đông lạnh lẽo] • Hawk—To walk rapidly: *Hawk – đi bộ nhanh.* 3 ho dữ dội; khạc ra cái gì; nhổ nước bọt • The cold has had me hawking for a week: *Cơn cảm lạnh đã khiến tôi ho dữ dội cả tuần.* 4 theo dõi kỹ; kiểm tra • I'm hawkin' the three guys at the pool table, but all I see is cuesticks: *Tôi đang theo dõi kỹ ba gã ở bàn bi-da, nhưng tất cả những gì tôi thấy là mấy cây cơ.* 5 thực hiện một cuộc tiếp xúc lãng mạn năng nổ • "If you want to ask her out for a drink or something, feel free." I said, "Thanks, but I'm not really hawking it, you know?": *"Nếu anh muốn mời cô ta một ly hay gì đó, cứ tự nhiên nhé", tôi nói. "Cảm ơn, nhưng tôi thực sự không thích tiếp xúc lãng mạn, anh biết chứ?".*

the **hawk** *noun* bất kỳ cơn gió lạnh ban đêm nào • Paratroopers call it "The Hawk," a piercing chill that cuts through the flesh to the bone with a talon-like grip: *Những người lính nhảy dù gọi nó là "gió lạnh ban đêm", một cái lạnh khắc nghiệt thấm vào tận xương tủy.*

hawker *noun* nước bọt được nhổ ra

Hawkins *xem* MISTER HAWKINS

hawkins *noun* thời tiết lạnh [một sự thêm thắt và cá nhân hóa của từ *hawk*]

hawkish *adjective* có thái độ ủng hộ chính sách hiếu chiến, không thương lượng và thỏa hiệp • These people… are as hawkish as Lyndon Johnson: *Những người này… thì hiếu chiến như Lyndon Johnson.*

hawkishness *noun* chính sách hiếu chiến; tình trạng tham chiến • A few of the Republicans objected to Nixon's haw-kishness: *Một số ít người thuộc đảng Cộng hòa đã chống đối chính sách hiếu chiến của Nixon.*

hay *noun* 1 (*ma túy*) cần sa; = HERB 2 (*quầy bán đồ ăn trưa*) dâu tây 3 một khoản tiền nhỏ; = NICKELS AND DIMES, PEANUTS • What they offered was just hay: *Những gì họ đề nghị chỉ là một khoản tiền nhỏ.*

the **hay** *noun* 1 một chiếc giường, trong bối cảnh để ngủ hoặc quan hệ tình dục • My wife says I'm a bastard, but she still likes me in the hay: *Vợ tôi nói tôi là kẻ đáng ghét, nhưng cô ấy vẫn thích tôi khi ở trên giường.* 2 giấc ngủ; tình trạng nửa mê nửa tỉnh

haybag *noun* 1 (*người lang thang*) một phụ nữ lang thang 2 một người phụ nữ lười biếng đáng khinh 3 một con ngựa • "That last haybag at Santa Anita ran dead last": *"Con ngựa cuối cùng tại Santa Anita đã chạy đến chết".*

hayburner or **hay burner** *noun* 1 một con ngựa, đặc biệt là con ngựa đua chạy kém 2 *xem* HAY HEAD

hay-eater *noun* (*người da đen*) người da trắng; = OFAY

hay head or **hay burner** *noun* người hút cần sa

haymaker *noun* 1 một cú đấm mạnh đánh vào đầu 2 bất kỳ nỗ lực, sự biểu diễn, v.v.. quan trọng nhất hoặc cuối cùng nào; = WINNER

hayseed *noun* (cũng là *hayseeder*) một người nông thôn hoặc một người quê mùa

hayseed *adjective* 1 thuộc về dân miền quê 2 thuộc về nông thôn, tỉnh lẻ

haywire *adjective* 1 ngoài tầm kiểm soát; điên rồ; vô trật tự, hỗn loạn [hình ảnh sợi dây trên súc cỏ khô nằm bừa bãi khi được cắt] 2 hư hỏng • This telephone has gone haywire: *Cái điện thoại này hỏng rồi.* 3 điên rồ; lộn xộn; mất phương hướng; = COCKEYED 4 dùng tạm thời; có tác dụng không ổn định • What sort of haywire gadget are you using for a pump?: *Cậu đang dùng loại dụng cụ tạm thời nào thay cho bơm vậy?* 5 làm việc thất thường; trục trặc; = ON THE BLINK • This electricity meter's haywire: *Cái điện kế này bị trục trặc.*

head *noun* 1 người dùng ma túy thường xuyên 2 thành viên phản văn hóa; người híp-pi, thường liên quan đến ma túy 3 sex miệng; sự kích thích bộ phận sinh dục bằng miệng; = BLOW JOB, HAIR PIE 4 tình trạng phê ma túy; cảm giác lâng lâng được tạo ra bởi ma túy; = HIGH, RUSH 5 nạn nhân của tội ác 6 nhạc được chơi mà không có phần phối nhạc 7 cơn đau đầu 8 chứng khó chịu; đặc biệt sau khi uống rượu say [luôn có "*a*" khi mang nghĩa này] 9 người thông minh; người có học thức 10 miệng; mồm • Keep your head shut: *Im miệng (câm mồm).* 11 bọt trên một ly bia 12 người; đầu người • Lunch at 10 dollars per head: *Bữa ăn trưa 10 đô-la mỗi người.* 13 dương vật cương cứng, đặc biệt là phần đầu của dương vật

the **head** *noun* (*từ đội thương thuyền trên biển và hải quân*) nhà vệ sinh; toilet; = CAN [từ vị trí của nhà vệ sinh của thủy thủ đoàn nơi mũi tàu hoặc đầu tàu] • I gotta use the head before we leave: *Tôi phải đi toilet trước khi chúng ta ra đi.*

headache *noun* 1 bất kỳ rắc rối, phiền phức nào 2 một người tẻ nhạt, đáng ghét; = PILL 3 chồng hoặc vợ của bạn 4 một nhà báo [dùng trong chiến tranh vùng Vịnh] 5 người hoặc thứ gì đó khó chịu • Cars can be such a headache: *Những chiếc ô tô có thể gây phiền toái như thế đó.* 6 rượu • Pour me some more of that headache, will you?: *Hãy rót thêm cho tôi chút rượu đó được chứ?*

headache house *noun* tiệm rượu • I stopped in at the headache house for some supplies: *Tôi ghé vào tiệm rượu để mua một ít thức uống.*

headache man *noun* nam nhân viên hành pháp

headache stick *noun* cây gậy tuần tiễu ban đêm của cảnh sát

headbone *noun* cái sọ; đầu lâu

head case *noun* 1 một người có vấn đề về mặt cảm xúc hoặc rối loạn tâm thần 2 người điên hoặc rất lập dị; = NUT

head (or underground) comic *noun* (*ma túy và những phong trào phản văn hóa vào những năm 1960*) một cuốn truyện tranh ngầm (dấu kín) được thiết kế để đọc trong khi hút cần sa và có những hình vẽ vui, lạ lùng, sex, v.v..

header *noun* 1 một cú nhảy, cú ngã hoặc lao xuống nước với cái đầu xuống trước 2 việc làm liều với mưu đồ ăn to; một canh bạc 3 (*bóng đá*) cú đánh đầu 4 sex miệng; sự kích thích bộ phận sinh dục bằng miệng [một sự thêm thắt của từ head phổ biến hơn]

head for *verb* 1 đi về hướng; đang tiến tới; = HIT FOR • Where are you heading for?: *Anh đang đi tới đâu rồi?* 2 đương đầu với • You're heading for an accident if you drive after drinking: *Anh đang đương đầu với một tai nạn nếu anh lái xe sau khi uống rượu.*

head-hunt or **head hunt** *verb* 1 (*quyền Anh*) cố gắng đấm vào đầu đối thủ 2 tuyển nhân viên cao cấp

headhunter *noun* 1 một người tuyển người cho những công việc cụ thể với những công ty cụ thể, đặc biệt là các chuyên gia và giám đốc • The board of directors hired a headhunter to get a new manager: *Ban giám đốc đã thuê một người đi tuyển mộ nhân viên để làm giám đốc mới.* 2 (*bóng bầu dục*) một cầu thủ rất thô bạo, thường là cầu thủ phòng ngự 3 chuyên gia về tâm thần học 4 một người đam mê sex miệng 5 một cảnh sát được phân công điều tra các khiếu nại về hành vi sai trái của cảnh sát khác 6 một người phụ nữ đổi tình để lấy tiền và ma túy

one's head is up one's ass *sentence* người nào đang cư xử ngu ngốc và mù quáng

head job *noun* một hành động sex miệng; sự kích thích bộ phận sinh dục bằng miệng

head kit *noun* (*ma túy*) bộ dụng cụ được dùng cho ma túy; = WORKS

headknocker *noun* đốc công; giám thị; giám đốc; ông chủ

headlight *noun* 1 (*người da đen*) một người da đen có nước da sáng 2 một viên kim cương lớn, đặc biệt ở trong chiếc nhẫn

headlights *noun* 1 ngực phụ nữ 2 (*quyền Anh*) đôi mắt 3 đá quí lớn, đặc biệt là kim cương 4 LSD (loại ma túy gây ra những ảo giác)

headliner *noun* người biểu diễn chính; người được quảng cáo rầm rộ; người được nêu tên hàng đầu

one's head off *adverb* hết sức; tột độ; cực kỳ; = one's ASS OFF, one's BRAIN OUT • The baby cried its head off: *Đứa bé khóc ầm ĩ.*

head someone/something off at the pass *verb* chặn trước; đón đầu hoặc ngăn ngừa ai/cái gì bởi sự biết trước

head shop *noun* (*đặc biệt thanh thiếu niên và phong trào phản văn hóa những năm 1960*) một cửa hàng bán lẻ vật liệu liên quan đến ma túy, hương trầm, áp phích, đèn, cùng những sản phẩm và các dịch vụ liên quan đến việc sử dụng ma túy

headshrinker or **headpeeper** *noun* một chuyên gia tâm thần học; người chữa bệnh bằng liệu pháp tâm lý; = SHRINK

head South *xem* GO SOUTH

Headstone City *noun* nghĩa trang

heads-up *adjective* thông minh; lanh lợi; tài giỏi

heads-up *adverb* (*bi-da*) không chấp trên thực tế

Heads up! *interj.* Coi chừng!; Cẩn • Heads up, folks, I'm firing this thing: *Cẩn thận đấy, bố mẹ, con đang đốt thứ này.*

heads will roll *sentence* ai đó sẽ bị trừng phạt; mọi người sẽ bị sa thải • When I find out who did this, heads will roll: *Khi tôi tìm ra kẻ nào làm việc này, kẻ đó sẽ bị trừng phạt.*

head trip *noun* 1 một trải nghiệm ma túy phiêu diêu, dễ chịu 2 vấn đề nan giải hoặc quá trình suy nghĩ đầy thử thách 3 sự vị kỷ; sự ích kỷ 4 sự khám phá trí óc, ý nghĩ phiêu lưu, đặc biệt một sự tưởng tượng thú vị

head up *verb* 1 bắt đầu một trận chiến 2 là thủ lĩnh của; là xếp của; giám sát; quản lý • Stan Baker will head up our company: *Stan Baker sẽ là quản lý của công ty chúng tôi.*

head up *adjective* 1 riêng tư • Everyone wanted to rat-pack him, but Monk insisted on it being head up: *Mọi người muốn kết bè kết nhóm với anh ta, nhưng Monk khăng khăng đòi được riêng tư.* 2 trung thực; trực tiếp

heap 1 *adj* rất [một sự vay mượn thô ngôn ngữ của người da đỏ bản địa ở Mỹ như được mô tả sinh động bởi các nhà viết kịch bản phim và tiểu thuyết giật gân] • J.L.'s the heap big kingpin around the joint, I gather: *Tôi biết J.L là nhân vật rất lớn ở nhà tù.* 2 *adv* (cũng là **a heap**) rất nhiều • Thanks a heap, old buddy: *Cám ơn nhiều, anh bạn cũ.*

heap *noun* một chiếc ô tô cũ ọp ẹp; = JALOPY

heaps 1 *noun* số lượng lớn; nhiều; = a FLOCK, OODLES • Mr. Wilson has heaps of money: *Ông Wilson có rất nhiều tiền.* 2 *adv* rất nhiều • She loved him heaps, but kept mum: *Cô ta yêu anh ấy rất nhiều, nhưng lặng thinh (không nói gì cả).*

hearse *noun* (*đường sắt*) toa dành cho người bảo bệ tàu

heart *noun* 1 sự can đảm; sức chịu đựng, đặc biệt như được thể hiện trong khi phạm tội 2 sự rộng lượng; lòng nhân hậu; sự tử tế • The old dame's full of heart: *Bà cụ già đầy lòng nhân hậu.* 3 dương vật cương cứng; = HEAD

heart *verb* yêu ai hoặc cái gì • She's hearting him more every day: *Mỗi ngày nàng yêu chàng nhiều hơn.*

heart check *noun* bài kiểm tra về sự can đảm

hear the birdies sing *verb* bị đánh bất tỉnh; bị bất tỉnh

hearts and flowers *noun* 1 (*từ đầu những năm 1900*) tính quá đa cảm; tính giàu tình cảm; sự ủy mị 2 (*quyền Anh*) một cú nốc-ao; cú đo ván

heart-throb *noun* 1 một người đàn ông hết sức quyến rũ 2 người yêu của ai • Who's your heart-throb this week?: *Tuần này ai là người yêu của cậu thế?*

heat *noun* 1 (*thế giới ngầm*) súng cầm tay; súng lục • We both reached for our heat at the same time: *Cả hai chúng tôi đều với tới cây súng cầm tay cùng một lúc.* 2 áp lực; sự căng thẳng 3 súng; vũ khí; loạt súng đại bác 4 phản ứng của đám đông hoặc khán giả [một thuật ngữ trong ngành giải trí được nắm bắt bởi giới đô vật chuyên nghiệp] 5 dương vật giả 6 sự theo đuổi; sự truy tố, và những dạng dính dáng tới pháp luật khác 7 (*lễ hội*) bạo lực của đám đông, đặc biệt là nỗi phẫn uất vì bị lừa đảo 8 sự lộn xộn và tố cáo lẫn nhau; sự nóng nảy; sự giận dữ hoặc kích động; = FLAK, STATIC 9 (*thể thao*) một hiệp đấu trong môn quyền Anh; khoảng thời gian một đội đánh trong môn bóng chày

the heat *noun* (*người da đen*) cảnh sát • The heat is gonna catch up with you, Ernie: *Cảnh sát sẽ đuổi kịp mày đấy, Ernie.*

heat artist *noun* (*người lang thang*) người uống rượu cồn đông lại [vì rượu cồn đông lại được gọi là *"canned heat"*]

heated *adjective* tức giận

heater *noun* 1 súng lục ổ quay; = HEAT 2 một điếu xì gà lớn 3 một điếu thuốc lá

the heat is on *sentence* áp lực cực lớn và sự truy đuổi đang tiến hành, đặc biệt bởi cảnh sát chống tội phạm

heat merchant *noun* một người phàn nàn và chỉ trích thường xuyên; = KVETCH

heat-packer *noun* tội phạm có vũ trang

heat station *noun* đồn cảnh sát [bắt nguồn từ heat (cảnh sát)]

heave *noun* (*cảnh sát*) bất cứ nơi nào mà một viên cảnh sát trốn để nghỉ ngơi hoặc ngủ trong khi làm nhiệm vụ; chỗ ẩn náu • Any spot that takes a policeman out of the rain is a coop, or a heave: *Bất cứ nơi nào giúp một viên cảnh sát trốn thì được gọi là coop hay heave.*

heave *verb* nôn; mửa; = BARF

the (or **the old**) **heave-ho** *noun* sự đuổi ra bằng vũ lực; sự đuổi đi tức khắc và dứt khoát; = the BOUNCE • If you make any noise… you get the heave-ho: *Nếu mày gây ra bất kỳ tiếng ồn nào… mày sẽ bị đuổi ngay tức khắc.* [heave and ho, tiếng hét của thủy thủ khi đang đổi hướng, được kiểm chứng từ thế kỷ 16]

heaven dust *noun* (*ma túy*) cô-ca-in

heavenly blue *noun* (*ma túy*) hạt cây bìm bìm hoa tía như một chất tác động đến tâm thần

heavy *noun* 1 một tên tội phạm giàu kinh nghiệm dựa vào bạo lực và sức mạnh; tên lưu manh; du côn; = GOON 2 (*truyền hình và điện ảnh*) địch thủ, kẻ hung ác; = BADDIE, DIRTY HEAVY • He is well known for playing heavies in the movies: *Anh ta nổi tiếng với những vai ác trong phim.* 3 một người quan trọng; = BIG SHOT, HEAVYWEIGHT 4 hê-rô-in 5 một liều thuốc hiệu nghiệm hay một loại thuốc hiệu nghiệm hoặc cả hai 6 hàng không mẫu hạm; tàu sân bay 7 (*người lướt sóng*) con sóng lớn

heavy *adjective* 1 rất quan trọng; rất nghiêm túc; rất mãnh liệt • I have some heavy things to talk over with you, Sam: *Tôi có vài chuyện thật nghiêm túc muốn bàn với anh đấy Sam.* 2 (*ma túy*) gây nghiện 3 bạo lực, có khuynh hướng dùng bạo lực 4 thô bạo; tỏ ra ác dâm 5 rất tốt; rất tuyệt; xuất sắc; = COOL • This is a real heavy thing you're doing for me: *Đây là một việc thật tốt mà bạn đang làm cho tôi.*

heavy artillery or **big guns** *noun* 1 người hay vật có sức mạnh và đầy sức thuyết phục • Finally, the mayor brought out the heavy artillery and quieted things down: *Cuối cùng ông thị trưởng đã đưa ra biện pháp mạnh và làm cho mọi thứ lắng xuống.* 2 những lý luận, bằng chứng, những người, v.v.. ấn tượng và thuyết phục nhất hiện có

heavy bread or **heavy money** *noun* số tiền rất lớn; số tiền khổng lồ • He can afford it. He pulls down some heavy bread: *Anh ta có thể mua nó. Anh ta kiếm được rất nhiều tiền.*

heavy breather *noun* = BODICE-RIPPER

heavy-cake *noun* (*những năm 1920*) anh chàng nịnh đầm; = LOVER-BOY

heavy cream *noun* một phụ nữ ngực to tròn; một phụ nữ béo phì

heavy date *noun* 1 cuộc hẹn quan trọng với ai; cuộc hẹn với người quan trọng • Mary has a heavy date with Sam tonight: *Tối nay Mary có một cuộc hẹn quan trọng với Sam.* 2 người được hẹn ở cuộc hẹn quan trọng 3 cuộc hẹn quan trọng và cấp bách • a heavy poker date for this afternoon: *một cuộc hẹn đánh bạc (đánh phé) cấp bách vào buổi trưa nay*

heavy foot *noun* (*cảnh sát*) người lái xe có thói quen chạy nhanh; người lái xe quá tốc độ quy định

heavy-handed *adjective* không lịch thiệp; mạnh bạo; bất công • Paul is a little heavy-handed at times, but mostly he's reasonable: *Đôi khi Paul hơi sống sượng, nhưng nhìn chung anh ta là một người biết điều.*

heavy hash *noun* ma túy loại mạnh (làm từ cây gai dầu)

heavy hitter *noun* 1 người nổi tiếng bạo lực 2 một người quan trọng và xuất chúng

heavy (or **heavily**) **into** *someone*/ *something* *adjective* 1 quan tâm nhiều đến ai hoặc cái gì; bị ám ảnh bởi ai hoặc điều gì • Freddie was heavy into auto racing and always went to the races: *Freddie rất mê đua xe ô tô và luôn luôn đi đến những cuộc đua.* 2 nổi tiếng nhờ • his family very heavy into potato chips: *gia đình anh ta rất nổi tiếng nhờ khoai tây chiên.*

heavy leather *noun* 1 quần áo da và nhiều loại trang phục bằng kim loại nhằm bắt chước các băng đảng mô tô, đặc biệt bởi những người đồng tính nam quái gở 2 *modifier:* A psychopathic killer cruises heavy-leather homosexual bars: *Một tên sát thủ tâm thần đang tuần tra các quán rượu của bọn đồng tính mặc đồ da.*

heavy metal *noun* 1 (*rock and roll*) một thể loại nhạc đơn giản có đặc điểm là dàn trống đập thùng thùng cực ồn, và được chơi qua những dàn âm-li và loa lớn; nhạc rốc ầm ĩ 2 *modifier:* As the prototypical heavy metal band, Led Zep-pelin has created itsfair share: *Là ban nhạc heavy metal đầu tiên, Led Zeppelin đã tạo được vị trí thuận lợi.*

heavy money *noun* (biến thể: **big** or **important** or **real** có thể thay **heavy**; **dough** or **jack** or **sugar** có thể thay **money**) một số tiền lớn; số tiền ấn tượng; = MEGA-BUCKS • Why did she walk out in the movie career which was paying her heavy money?: *Tại sao cô ta bỏ nghề đóng phim vốn đang trả cho cô ta nhiều tiền như thế?*

heavy petting (or **necking**) *noun* sự hôn hít, sự vuốt ve, sự âu yếm, v.v.. rất say đắm, nhưng ngừng lại trước ngưỡng quan hệ tình dục

heavy roller *noun* một người

heavy sugar *noun* sự sở hữu; tài sản hoặc điều kiện biểu thị sự giàu có • Six Mercedeses is heavy sugar: *Sáu chiếc xe Merc là biểu thị sự giàu có.*

heavyweight *noun* người quan trọng; người thành công; nhà lãnh đạo; = BIGGIE

heavyweight *adjective* quan trọng; thành công • Vince is one of the heavyweight operators in this business: *Vince là một trong những nhà điều hành thành công trong lĩnh vực kinh doanh này.*

Hebe or **Heeb** *noun* một người Do Thái [kiểu nói xúc phạm]

heck *interj.* = HELL

hecka 1 *adv* rất 2 *adj* ghê gớm; kinh khủng; không thể chịu được [từ dùng êm dịu hơn của *hella; heck of a...*] • Dude, that's one hecka mess!: *Anh bạn, đó là một sự bừa bãi thật kinh khủng!*

hedge 1 *verb* (cũng là *hedge off*) (*cờ bạc*) chuyển một phần tiền cược sang nhà cái khác như một biện pháp giảm thua lỗ có thể nếu có quá nhiều khách hàng thắng 2 *noun* biện pháp chống lại sự thua thiệt có thể có • People were buying gold as a hedge against inflation: *Mọi người đang mua vàng như một biện pháp phòng ngừa sự thua lỗ trước nạn lạm phát.*

hedgehop *verb* bay ở độ cao thấp

the heebie-jeebies or **heeby-jeebies** *noun* 1 nỗi bồn chồn lo sợ, cảm giác lo lắng; = the WILLIES 2 các triệu chứng vật vã vì thiếu thuốc từ việc cai nghiện ma túy; chứng mê sảng của người nghiện rượu nặng

heebies *noun* nỗi bồn chồn lo sợ; sự hốt hoảng • I always get the heebies before I go to stage: *Trước khi ra sân khấu bao giờ tôi cũng bồn chồn lo sợ.*

heel *noun* 1 (*đấu vật chuyên nghiệp*) một võ sĩ được những người tổ chức chỉ định để khán giả xem là kẻ bất lương 2 người thấp hèn và đê tiện; gã đáng khinh; = BASTARD, PRICK, SHITHEEL 3 (*thế giới ngầm*) kẻ trộm vặt; = PUNK 4 (*lễ hội*) người bán hàng rong lặt vặt; = SHILL 5 (*thế giới ngầm*) cuộc vượt ngục

heel *verb* 1 rời đi; ra đi mà không thanh toán hóa đơn 2 (*thế giới ngầm*) vượt ngục 3 có được súng cho bản thân hoặc cho người khác 4 có tiền cho người khác • I heeled him, got a sawbuck from Jim: *Tôi đã cho tiền nó và nhận một giá cưa (để đỡ gỗ) của Jim.*

heeled *adjective* 1 được vũ trang; mang vũ khí • I can talk better when I know this guy isn't heeled: *Tôi có thể nói chuyện tốt hơn khi biết gã này không mang vũ khí.* 2 được cung cấp tiền; giàu có; có nhiều tiền; = FLUSH 3 tàng trữ ma túy; mang ma túy; = DIRTY, HOLDING 4 say rượu

heeler noun 1 một kẻ cấp vặt cơ hội 2 (*văn phòng báo chí*) phóng viên hoặc nhà báo mới tập việc; = CUB 3 (*bài poker*) một quân bài không phù hợp được giữ trong tay của người chơi khi rút ra

heeltap noun vài giọt rượu còn lại trong ly

heesh noun (*ma túy*) ha-sít [từ đọt lá và phần mềm của cây gai dầu được sấy khô để hút hoặc nhai]

hefty noun 1 một người mập hoặc béo phì 2 (*xiếc và lễ hội*) một người biểu diễn trong một trò sử dụng cơ bắp

hefty adjective 1 (*thanh thiếu niên*) được chu cấp đầy đủ vào thời điểm này 2 rất mập; béo phì 3 lớn; nhiều; đáng kể • She earns a hefty salary: *Cô ta được trả lương hậu hĩnh.*

heifer noun 1 một cô gái hoặc một phụ nữ chắc nịch [một lời lăng mạ nếu không nói là lời thách thức] 2 một phụ nữ trẻ, đặc biệt là người hấp dẫn; = FILLY

heimish xem HAIMISH

Heinie or **heiny** noun một người Đức

heinie noun mông đít • He fell down flat on his heinie: *Anh ta đã ngã bẹt trên mông đít của mình.*

Heinies noun bia Heineken™

Heinz dog or **Heinz 57 (variety)** noun giống chó lai [xuất phát từ khẩu hiệu quảng cáo chó Heinz (57 loại)] • We have one pedigreed dog and one Heinz 57 variety: *Chúng tôi có một con chó nòi và một con chó lai.*

Heinz 57 variety noun hỗn hợp • Our old house was sort of Heinz 57. A little bit of a lot of styles: *Căn nhà cũ của chúng tôi thuộc loại hỗn hợp. Mỗi phong cách một ít.*

heist noun một vụ trộm hoặc cướp

heist verb 1 ăn trộm, đặc biệt là ăn cắp hàng hóa của một cửa hàng trong lúc giả làm khách hàng 2 cướp; cướp máy bay • He came back and said, "Some day we're gonna heist this joint": *Hắn ta quay lại và nói "Ngày nào đó chúng ta sẽ cướp cái hộp đêm (quán bar) này".*

heister noun 1 một tên trộm hoặc một tên cướp 2 người nghiện rượu chuyên ăn trộm rượu

heist man noun (*thế giới ngầm*) một tên cướp hoặc tên trộm chuyên nghiệp

hell noun 1 điều rắc rối; điều phiền phức [thận trọng khi dùng từ hell. Đây là một từ thông tục phổ biến, nhưng cũng có vài hạn chế. Người ta không muốn trẻ con ở tầng lớp trung lưu dùng từ này ở nhà. Hell với nghĩa địa ngục không được xem như là tiếng lóng hay thông tục. Hell mang nghĩa nguyền rủa mới là thông tục] • I went through all sorts of hell to get this done on time: *Tôi đã trải qua mọi thứ quái quỷ mới làm xong việc này đúng giờ.* 2 sự khiển trách hoặc trừng phạt nặng; = MERRY HELL • Your father'll give you hell: *Bố cậu sẽ trừng phạt nặng cậu.* 3 một trải nghiệm tồi tệ

hell verb 1 = HELL AROUND 2 đi nhanh; chạy nhanh; tăng tốc; = BARREL • An ambulance, helling out the state road: *Một xe cứu thương đang tăng tốc ngoài đường quốc lộ.*

hell interj thán từ biểu lộ sự chán ghét, hối tiếc, nhấn mạnh, v.v.: khốn kiếp!; đồ chết tiệt! • Oh, hell. I'm late: *Ồ, khốn kiếp thật. Tôi đến muộn rồi.*

the hell adverb 1 (cũng là ***the fuck***) hoàn toàn và ngay lập tức [một sự nhấn mạnh thù địch] • Get the hell out of here: *Ra khỏi đây ngay lập tức.* 2 (biến thể: **deuce** or **devil** or **fuck** or **heck** có thể thay **hell**; **in God's name** or **in hell** có thể thay **the hell**) trên thực tế; thực sự • Where in hell is that paper clip?: *Cái kẹp giấy đó nằm ở chỗ quái nào vậy?*

hella adverb cực kỳ • I bet he makes hella money: *Tôi cá là anh ta kiếm được cực kỳ nhiều tiền.*

hella adjective rút gọn của (**a**) **hell of** (**a**)... • That's a hella long way to Vegas: *Đường tới Vegas xa kinh khủng.*

hellacious adjective 1 (*sinh viên*) tuyệt vời; cuồng nhiệt; = GREAT • What a hellacious good time we had!: *Chúng ta đã có một khoảng thời gian thật tuyệt vời làm sao!* 2 đặc biệt khó chịu hay khó khăn 3 kinh khủng • The heat was hellacious, and the mosquitoes wouldn't leave us along: *Thời tiết nóng kinh khủng và lũ muỗi sẽ không rời chúng ta đâu.*

hell around verb 1 sống một cuộc sống ăn chơi trụy lạc 2 uống rượu và vui đùa với những người khác 3 đi lung tung gây rối hoặc ầm ĩ

hell-bender noun 1 một người hay một vật ghê gớm 2 chầu nhậu; cuộc ăn chơi nhậu nhẹt trác táng

hell-bent-for-leather xem HELL-FOR-LEATHER

hell-buggy noun (*quân đội, thế chiến II*) xe tăng

hellcat noun người phụ nữ dễ tức giận; người phụ nữ bạo lực và nguy hiểm • "I bet she fucked like a hellcat, too": *"Tôi cược là cô ả cũng làm tình giống như một phụ nữ dễ tức giận".*

heller noun 1 một người đầy năng nổ và hung hăng, đặc biệt là một người tinh quái • He was quite a heller when young: *Ông ta là một người khá năng nổ và hung hăng khi còn trẻ.* 2 (*sinh viên*) một bữa tiệc cuồng nhiệt và thú vị

hell-for-leather or **hell-bent-for-leather** adverb (*từ những năm 1800, Anh*) nhanh chóng và mạnh mẽ; hết tốc lực; = ALL-OUT, FLAT OUT • to ride hell-for-leather: *chạy hết tốc độ, chạy nhanh như chớp*

hellhole noun 1 một nơi kinh khủng, khó chịu; chỗ nóng bức ồn ào • The theater was an overcrowded hellhole. Lucky there was no fire: *Nhà hát đông nghẹt và nóng bức khó chịu. May mà không có hỏa hoạn.* 2 bất kỳ nơi xấu xa hoặc sa đọa về mặt đạo đức nào; = DUMP • I was so glad to get out of this hellhole: *Tôi rất vui thoát khỏi nơi xấu xa này.*

hellicop noun một máy bay trực thăng của cảnh sát

hell of adverb cực kỳ [một sự chỉnh sửa ngược lại của từ hella đã bị làm sai lạc] • "That is hell of cool," said Pup: *Pup nói: "cực kỳ tuyệt!".*

a hell of a or **helluva** or **one hell of a** adjective 1 rất đáng chú ý; lạ lùng; rất tuyệt vời; rất đáng khâm phục, v.v..; = a BITCH OF A, SOME KIND OF • We had one hell of a good time!: *Chúng tôi đã có một thời gian rất tuyệt vời!* 2 ghê gớm; kinh khủng; không thể chịu được • a hell of a noise: *tiếng ồn kinh khủng* • one hell of a row: *một cuộc tranh cãi ầm ĩ* 3 rất • It's a hell of a long way: *Đường xa thật là xa.*

hell of a mess noun tình trạng hỗn độn kinh khủng • This is really a hell of a mess you've gotten us into: *Anh đã đưa chúng tôi vào một tình trạng hỗn độn thật sự rồi đấy.*

a hell of a note noun tin tức bất ngờ; điều gì đáng ngạc nhiên • You forgot it. That's a hell of a note: *Bạn đã quên mất rồi. Đó là một tin đáng ngạc nhiên.*

hell of a someone/something or **helluva someone/something** noun 1 người hoặc sự việc rất tồi tệ • That's a hell of a way to treat someone: *Cách đối xử với người nào như thế thì thật tồi tệ.* 2 người hoặc sự việc rất tốt • He is one helluva guy. We really like him: *Anh ấy là một người rất tốt. Chúng tôi thật sự thích anh ấy.*

a hell of a (or **no**) **way to run a railroad** noun tình trạng thiếu khả năng, kém cỏi, quá phức tạp hoặc tai nạn; hệ phương pháp vụng về và không hoàn hảo

the hell of it *noun* phần tệ nhất của điều gì; điều làm rất bực mình hoặc khó chịu • The hell of it is that I tried all week to renew my license before they caught me: *Điều rất bực mình là suốt cả tuần tôi cố để đổi mới lại cái bằng lái của tôi trước khi cảnh sát bắt tôi.*

hell on wheels *noun* một người quá xông xáo và mạnh mẽ

hell-on-wheels *noun* người hoặc thứ gì đó rất gây ấn tượng đặc biệt • This little machine is hell-on-wheels for general woodworking purposes: *Chiếc máy nhỏ này là một thứ rất hữu dụng cho nghề mộc nói chung.*

hellpig *noun* người phụ nữ hoặc cô gái mập và xấu xí • That hellpig can hardly get through the door: *Cái cô gái to béo xấu xí đó không đi lọt qua cửa.*

hell raiser *noun* 1 một người có thể gây rắc rối hoặc phiền phức, đặc biệt bằng một tinh thần ngang ngạnh và sống động 2 một người có cuộc sống đầy lạc thú thấp hèn; kẻ phóng đãng; = HELLER

hell's bells *interj* dùng như một lời nguyền rủa nhẹ nhàng • Hell's bells, green nail polish?: *Chết tiệt, sơn móng tay xanh à?* • Hell's bells, Maude, I did that two whole years ago: *Quỷ thần ơi, Maude, tôi đã làm điều đó cách đây cả hai năm rồi.*

Hell's bells (and buckets of blood)! *interj* Khốn kiếp!; Mẹ kiếp! • Oh, hell's bells and buckets of blood! I forgot my keys: *Ôi chao, mẹ kiếp! Tôi đã quên chìa khóa rồi.*

hell to pay *noun* 1 sự ồn ào rất lớn với hàm ý nguy hiểm; ảnh hưởng bạo lực 2 hậu quả nghiêm trọng đối mặt, do kết quả của hành động trước đó • When you come late there'll be hell to pay: *Nếu mày đến muộn, mày sẽ trả giá đắt (đối mặt hậu quả nghiêm trọng).*

hell to split *adverb* rất nhanh; nhanh táo bạo; = HELL-FOR-LEATHER, LICKETY-SPLIT • She looked back, and I piled after her hell to split: *Cô ta quay lại nhìn và tôi chạy thật nhanh theo sau cô ta.*

helluva *xem* a HELL OF A

helmet *noun* 1 đầu dương vật được cắt bao quy đầu [xuất phát từ hình dáng giống với mũ sắt của quân đội Đức trong thế chiến thứ hai] 2 đầu dương vật 3 người đàn ông vô tích sự và đần độn 4 một kiểu tóc • Her helmet looks like it's a wig: *Kiểu tóc của cô ta giống như một bộ tóc giả.*

he-man 1 *noun* một người đàn ông rất nam tính; = HUNK, MACHO 2 *adj* a he-man pose: *một điệu bộ rất nam tính*

hemp *noun* 1 (*ma túy*) cần sa 2 điều xì gà có mùi

the hemp *noun* 1 cái chết bằng cách treo cổ 2 (*ma túy*) cần sa hoặc điều thuốc cần sa

hen 1 *noun* một phụ nữ, đặc biệt là một phụ nữ hay om sòm hoặc nhiều chuyện [nghĩa này và những nghĩa khác được xem là xúc phạm bởi một số phụ nữ] • That old hen made him sick: *Bà cụ đó hay nhắng nhít làm cho nó kinh tởm.* 2 *noun* một phụ nữ trẻ; = CHICK 3 *verb*: tán gẫu và nói chuyện phiếm 4 *modifier*: bởi, của và cho phụ nữ • hen party: *bữa tiệc của phụ nữ*

hen apple *noun* quả trứng

hencoop or **hen ranch** *noun* (*sinh viên*) ký túc xá dành cho nữ

hen fruit *noun* một quả trứng gà • Do you want a boiled hen fruit for breakfast?: *Anh có muốn ăn bữa sáng với trứng luộc không?*

hen mill *noun* nhà giam hoặc nhà tù của nữ

hen party *noun* 1 cuộc họp mặt xã hội chỉ dành cho phụ nữ 2 buổi tiệc tán gẫu tham gia bởi phụ nữ

hen pen *noun* 1 nhà tù nữ 2 (*sinh viên, những năm 1940*) trường nữ, đặc biệt là trường nội trú nữ

hen tracks *noun* (biến thể: **chicken** có thể thay **hen**; **scratches** or **scratching** có thể thay **tracks**) chữ viết tay khó đọc hoặc không đọc được; chữ viết nguệch ngoạc

hep *noun* bệnh viêm gan [viết tắt của "*hepatitis*"]

hep *adjective* 1 biết; am hiểu; nhận thức thấy; nắm được tình hình • The chick is simply not hep: *Cô gái này hoàn toàn không có nhận thức.* 2 theo kịp thời trang mới nhất, âm nhạc mới nhất, và tiếng lóng mới nhất

hepcat or **hepped cat** *noun* người hâm mộ nhạc jazz hay nhạc xuynh; một người đàn ông hợp thời trang; = CAT, DUDE

hepped up *adjective* 1 phấn khích; kích động 2 say rượu

hepster *noun* 1 một người ở ngưỡng của phong cách thời trang; một người yêu nhạc jazz; = HEPCAT 2 người am hiểu những cái mới; người thạo đời và tân thời

hep to *adjective* biết; nhận thấy

hep to the jive *adjective* am hiểu; có sự hiểu biết; = WITH IT • I commenced getting hep to the jive: *Tôi bắt đầu trở nên hiểu biết.*

her *noun* (*ma túy*) cô-ca-in

herb or **herbs** *noun* (*ma túy*) cần sa; = POT

herder *noun* một cai ngục được phân công đến một sân tù

here *xem* UP TO HERE

Here's looking at you *sentence* Tôi chào anh [một kiểu nâng cốc chúc rượu lịch sự] • Here's looking at you. Bottoms up!: *Chúc sức khỏe. Cạn nhé!*

Here's mud in your eye *sentence* Tôi chào bạn [một kiểu nâng cốc chúc rượu hài hước] • Here's mud in your eye. Bottoms up!: *Chào bạn. Cạn nhé!*

Here's the deal *verb* Đây là kế hoạch hoặc đề nghị • Okay, here's the deal. You pass the ball to Bob, and I'll run in the opposite direction: *Vâng, đây là kế hoạch. Cậu chuyền bóng cho Bob, còn tớ sẽ chạy theo hướng ngược lại.*

here's your hat what's your hurry *sentence* tại sao anh rời khỏi sớm vậy? nhưng hãy rời khỏi ngay lập tức [sự kết hợp hài hước và mỉa mai của một câu hỏi lịch sự và một câu yêu cầu thô lỗ]

Herkimer Jerkimer *noun* bất kỳ người quê mùa, ngu ngốc hoặc lập dị nào

herky-jerky *adjective* 1 không nhất quán; không phối hợp 2 không đều; thất thường; không mượt mà; không trôi chảy

hero *noun* 1 hê-rô-in 2 người lướt ván mà đánh giá về kỹ năng của anh ta vượt quá kỹ năng thực

hero sandwich or **hero** or **Hero** *noun* một bánh sandwich được làm với một ổ bánh mì cắt theo chiều dọc và được nhét nhiều loại phó mát, xúc xích, giăm bông, cà chua, dưa chuột, rau xanh, v.v..: = GRINDER, HOAGIE, POOR BOY, SUBMARINE, TORPEDO

herped up *adjective* bị bệnh giộp da

herpie or **herp** *noun* người nhiễm vi rút làm da sưng giộp; người mắc bệnh mụn giộp

Herring Choker or **herring choker** *noun* 1 một người đến từ New Brunswick hoặc bất cứ nơi nào khác từ ba tỉnh miền đông Canada 2 người đến từ bán đảo Nova Scotia, vùng Đông Nam bờ biển Canada; = BLUENOSE 3 người Xcăng-đi-na-vi (Scandinavian), người Bắc Âu (tức là người Đan Mạch, Na Uy, Thụy Điển, Phần Lan, Băng đảo)

the herring pond *noun* (*từ đầu những năm 1700, Anh*) Đại Tây

herring snapper *noun* một người Xcăng-đi-na-vi

Hershey bar *noun* 1 (*quân đội, thế chiến II*) quân hàm được mang trên bộ quân phục để biểu thị thời gian phục vụ ở nước ngoài 2 người da đen

Hershey road *noun* trực tràng

Hershey squirts *noun* bệnh tiêu chảy [*một cách nói đùa dù là sự ám chỉ khó chịu đến loại sô cô la Hershey*] • Damn. I got Hershey squirts in my shorts: *Chết tiệt. Tao bị tiêu chảy trong quần rồi.*

he-she *noun* một người đàn ông sống như đàn bà, hoặc là kẻ chuyển đổi giới tính hoặc là kẻ thích mặc đồ phụ nữ; một người đàn ông giống đàn bà

hesher or **heshen** or **hesh** *noun* một người hâm mộ nhạc rock mạnh

hex¹ *noun* vật xúi quẩy hoặc lời nguyền rủa; = the INDIAN SIGN, WHAMMY [*cơ bản là bắt nguồn từ tiếng Đức Hexe nghĩa là "mụ phù thủy"*]

hex² *noun* ký hiệu # trên bàn phím máy tính

Hey! *interj* Chào! Này! Ê! [*lối chào chuẩn ở miền Nam và bây giờ được nghe mọi nơi*] • Hey, Walter. How are you?: *Chào, Walter. Anh khỏe không?* • Hey, how are you doing?: *Này, cậu thế nào rồi? [lối chào thường gặp ở Mỹ]* • Hey, you can't go in there!: *Ê, anh không thể đi vào trong đó!*

Hey, bum! *interj* Chào! • Hey, bum! So good to see your smiling face: *Chào! Thật tuyệt khi thấy bộ mặt tươi cười của cậu.*

hey-hey *noun* một khoảng thời gian tốt

hey rube *noun* một trận đánh nhau giữa những người lừa đảo và nạn nhân của họ

hey Rube *noun* tiếng hét cảnh báo và tập hợp truyền thống của những người trong đoàn xiếc và lễ hội, đặc biệt được dùng khi họ bị tấn công bởi những người dân phẫn nộ chính đáng

hi or **hiya** *interj* (*từ đầu những năm 1900*) lời chào khi gặp nhau; = HELLO

hick *noun* (*từ cuối những năm 1600, Anh*) người ở vùng nông thôn; người quê mùa chất phát; = APPLE-KNOCKER, RUBE

hickey or **hicky** *noun* 1 vết cắn yêu; vết bầm trên da do cắn hoặc mút khi quan hệ tình dục 2 mụn nhọt, đặc biệt khi bị bệnh; = ZIT 3 bất kỳ đối tượng không nói rõ hoặc không thể nói rõ nào; thứ gì đó mà bạn không biết tên hoặc không muốn nêu tên; = DOODAD, DOOHICKEY, GARGET

hickeymadoodle *noun* = DOODAD, HICKEY

hickory dick *xem* DOES A WOODEN HORSE HAVE A HICKORY DICK

hickswille *noun* bất kỳ thị trấn nhỏ xa xôi nào

hicksville or **Hicksville** *adjective* 1 = DULLSVILLE 2 = CORNY

hick town *noun* một thị trấn nhỏ hoặc thôn dã

hicky *adjective* (*thuộc*) nông thôn, không phức tạp, quê mùa, thôn dã • This man is from some hicky farm in Shit Creek, Georgia: *Người đàn ông này đến từ một nông trại thôn dã nào đó ở Shit Creek, Georgia.*

hiddy or **hidi** *adjective* 1 say rượu; say mèm 2 đáng ghét 3 ghê tởm • That skirt is just hiddy!: *Cái váy đó thật tởm quá!*

hide *noun* = HORSEHIDE

hideaway *noun* 1 nơi ẩn dật riêng tư; nơi ẩn náo cá nhân; = HIDEOUT 2 một nơi nhỏ, xa xôi, đặc biệt là một hộp đêm, nhà hàng nhỏ, quán rượu, v.v..

hideout *noun* 1 (*nhà tù*) một tù nhân ẩn náu với ý định trốn khỏi tù vào ban đêm 2 một nơi ẩn náo khá kín đáo và an toàn; = HIDE-AWAY

hide out *verb* trốn tránh, đặc biệt khỏi cảnh sát hoặc những người truy đuổi khác

hideout gun *noun* một khẩu súng nhỏ được giấu cho trường hợp khẩn cấp

hides *noun* (*giới nhạc jazz dùng*) bộ trống

hide-the-baloney *noun* sự giao hợp

hide the weenie *xem* PLAY HIDE THE WEENIE

hidey hole *noun* 1 một nơi để giấu đồ 2 (*từ giữa những năm 1800, Anh*) một nơi để trốn; = HIDEAWAY 3 *modifier:* conceal themselves in one of the hidey hole apartments of their proliferating step-parents: *tự giấu mình ở một trong những căn hộ ẩn náu của các ông bố dượng đang tăng nhanh của họ*

hi-fi or **hi fi** or **high-fi** *noun* 1 thiết bị có độ trung thực cao, âm thanh không bị nhiễu hoặc không thay đổi nhiều so với bản gốc • You must hear my new hi-fi: *Cậu cần phải nghe cái máy hi-fi của mình.* 2 *modifier:* a hi-fi amplifier: *một dàn âm ly hi-fi [từ high fidelity]*

higgledy-piggledy *adjective* (*từ cuối những năm 1500, Anh*) lung tung; bừa bãi; hết sức lộn xộn; = MESSY • I was walking in dark corridors that were all higgledy-piggledy: *Tôi đang đi bộ trong những hành lang tối tăm vốn hết sức lộn xộn.*

high *noun* 1 cảm giác được tạo ra vì dùng ma túy hoặc rượu; trạng thái hưng phấn, lâng lâng gây ra bởi ma túy hoặc rượu 2 một cảm giác hứng khởi, không liên quan tới ma túy

high *adjective* 1 dưới ảnh hưởng của ma túy, đặc biệt là cần sa 2 say rượu, đặc biệt ngà ngà say 3 đê mê; phớn phở; phê (chịu tác dụng của ma túy); = GEEZED 4 vui vẻ; hân hoan; phấn chấn • The congregation was all high on gospel enthusiasm: *Giáo đoàn hết sức vui mừng với sự nhiệt tình về Phúc âm.*

high and dry *adjective* bị bỏ rơi; không nơi nương tựa • Here I sit high and dry—no food, no money, no nothing: *Tôi ngồi đây không nơi nương tựa – không thức ăn, không tiền bạc, không có gì cả.*

high and light *adjective* phê thuốc một cách dễ chịu

high and tight *noun* kiểu tóc của đàn ông mà hai bên đầu cạo trọc và còn một phần tư tóc trên đỉnh đầu [*một từ trong quân đội dành cho một kiểu tóc quân đội*]

high as a kite *adjevtive* rất say rượu hoặc phê ma túy

high-ass *adjective* kiêu kỳ; kiêu ngạo

highball¹ *noun* (*quân đội*) một kiểu chào

highball² *noun* 1 (*đường sắt*) tín hiệu biểu thị đường sắt thông thoáng hoặc được phép bắt đầu tăng tốc 2 (*đường sắt*) một đoàn xe lửa đang chạy theo lịch trình hoặc xe lửa tốc hành 3 đồ uống có cồn hỗn hợp, có đá được chứa trong một ly cao

highball *verb* 1 đi nhanh; tăng tốc; chạy vội 2 nhìn thấy

high beams *noun* 1 núm vú cương cứng trên ngực phụ nữ được nhìn thấy qua áo 2 đôi mắt mở to của một người dưới tác dụng của cô-ca-in nguyên chất

high-binder *noun* một chính trị gia hoặc công chức thối nát; con buôn chính trị

highbrow *noun* người trí thức; người có học thức; = DOUBLE DOME, EGGHEAD

highbrow *adjective* 1 (*cũng là highbrowed*) thuộc trí thức; có học thức • Pete is sort of highbrow, but he's an amiable guy: *Pete thuộc loại có học thức, nhưng anh ta là một người hòa nhã.* 2 thiếu thực tế; lý tưởng hóa; không có óc thực tế • another silly highbrow scheme: *một kế hoạch thiếu thực tế ngu ngốc khác*

high camp *noun* công trình nghệ thuật, buổi trình diễn sân khấu, những món đồ trang trí, v.v.., quá sức lỗi thời, do đó có hại cho thẩm mỹ đương đại, và mang giá trị đặc biệt bởi tính quá xá của chúng

high-class *adjective* 1 có chất lượng cao; thượng hạng; xuất sắc; = CLASSY 2 thuộc tầng lớp xã hội thượng lưu

high cockalorum *noun* người khoa trương; người vênh vang lên mặt ta đây

higher-Higher *noun* (*quân đội*) bộ tư lệnh tối cao

higher than a kite (or **than Gilroy's kite**) *adjective* say mềm (*rượu*); phê quá độ (*ma túy*)

higher-up *noun* người quyền cao chức trọng; người đứng đầu; chóp bu; = BIG SHOT

highfalutin or **hifalutin** or **hi-foluting** *adjective* khoa trương kiểu lố bịch, trịch thượng; giả tạo

high five *noun* 1 một lời chúc mừng hay dấu hiệu chấp thuận đi kèm với việc vỗ lòng bàn tay mở với cánh tay đưa cao trên đầu [lời chúc mừng và thuật ngữ này có nguồn gốc trong thể thao nhưng nhanh chóng lan rộng] 2 một cách chào bằng cách đập lòng bàn tay giơ cao với nhau [chủ yếu được dùng bởi các vận động viên, mà bản thân họ đã kế tục phong cách này từ những đồng nghiệp da đen]

high five *verb* giơ bàn tay mở trên đầu và vỗ vào bàn tay mở của người khác • The woof chorus went through the roof, everybody high-fiving, bopping in glee: *Đoạn điệp khúc vút lên mái nhà, mọi người đập tay vào nhau, vỡ òa trong niềm vui sướng.* • Hey, Jim, high five me: *Này Jim, đập tay tớ nào.*

highflag *verb* (*tài xế taxi*) chở khách và lấy tiền mà không dùng đồng hồ; = ARM IT, RIDE THE ARM

high-grade *verb* 1 ăn trộm những khoản nhỏ 2 (*thợ đốn gỗ*) chặt những cây tốt nhất trong một khu rừng

high-hat *noun* 1 (cũng là **high-hatter**) một người cư xử kiêu căng và hợm hĩnh; một người tự cho mình quan trọng 2 (*giới nhạc jazz*) một bộ gồm 2 chũm chọe, cái trên đập vào cái dưới bằng cách điều khiển bàn đạp chân; = SOCK

high-hat or **high-hatted** *adjective* trịch thượng; hợm hĩnh; khinh khỉnh • [T]he local pig sheriff stormed in and got all high hatted and hotted up about us being there: *Tay cảnh sát trưởng địa phương xộc vào và tỏ ra trịch thượng và nghiêm khắc về việc chúng tôi ở đó.*

high-hatter *noun* = HIGH-HAT

high heaven *xem* STINK TO HIGH HEAVEN, TO HELL

high-heel boy *noun* lính nhảy dù

high-jive *verb* trêu đùa; trêu chọc; xem thường

high mucky-muck *noun* (biến thể: **muck-a-muck** or **muckie-much** or **mucky-muck** or **monkey-monk** có thể thay **muckety-muck**) nhân vật quan trọng; người đứng đầu; người quyền cao chức trọng; = BIG SHOT, HIGHER-UP

high off the hog *adverb* phát đạt; thành công • I was livin' high off the hog, so it didn't really matter: *Tôi đang sống rất phát đạt, vậy nên điều đó không quan trọng.*

high on someone/something *adjective* phấn khởi; hứng thú; say mê hoặc nhiệt tình về ai/điều gì • I'm not as high on Wallace Stevens as I once was: *Tôi không còn say mê Wallce Stevens như tôi đã từng trước đây.*

high on the hog *xem* EAT HIGH ON THE HOG

high pitch *noun* (*người bán hàng rong*) sự trưng bày hàng hóa của người bán hàng rong được thiết lập trên một cái thùng gỗ, xe ngựa hoặc xe ô tô

high pockets *noun* một người đàn ông cao và gầy, đặc biệt là người đàn ông hay chàng trai

high-rent *adjective* hợp thời trang và mắc tiền; = CLASSY, HIGH-CLASS

high-res or **hi-res** *adjective* tốt; thỏa mãn • I sure feel hi-res today: *Hôm nay tôi thực sự cảm thấy thỏa mãn.*

high roller *noun* 1 một người bán ma túy 2 một con bạc đặt cược lớn và xài tiền phóng khoáng 3 (*trên truyền hình và điện ảnh*) một chân đế đèn ba chân, cao, lớn 4 = BIG-TIME SPENDER

high sign *noun* dấu hiệu hoặc ám hiệu bằng tay tỏ sự đồng ý • Give me a "high sign" when you want me to start: *Ra dấu hiệu bằng tay cho tôi khi bạn muốn tôi bắt đầu.*

hightail or **hightail it** *verb* 1 di chuyển nhanh chóng; rời khỏi nhanh [hầu như luôn dùng với "*it*"] • So I got back in the car and hightailed it out of Cheyenne: *Vì thế tôi quay vào xe và lái nhanh ra khỏi Cheyenne.* 2 tăng tốc 3 = TAILGATE

high tech or **hitech** 1 *noun* công nghệ tiên tiến; công nghệ cao 2 *adj* takes us through three high tech happenings, a computer room, a radiology unit, an intensie care unit: *dẫn chúng tôi qua ba chỗ công nghệ cao, một phòng máy tính, một đơn vị X quang, một đơn vị theo dõi tăng cường.* 3 *noun* một vật hoặc thiết kế, thường bằng vật liệu tổng hợp hoặc đúc sẵn, được thiết kế để trông giống một mẫu công nghệ cao

high-toned or **high-tony** *adjective* 1 rất lịch sự và quý phái; = TONY 2 khó gần và không cởi mở; trịch thượng

high ups or **higher ups** *noun* những người đứng đầu; những người điều hành

high water *xem* COME HELL OR HIGH WATER

high-waters *noun* (cũng là **high-water pants** or **high waders** or **flood pants**) quần dài quá ngắn hoặc quần ngắn quá dài • If a guy came to school in high-water pants, they joined him hard: *Nếu một anh chàng đến trường mà mặc quần lửng, chúng sẽ chọc phá nó nhiều.*

highway salute *noun* một cử chỉ với ngón tay giữa đưa lên có nghĩa là "mẹ kiếp mày"

high, wide and handsome or **high, wide and fancy** 1 *adj* xuất sắc; hạng nhất • Jake married her after he left here and moved to New York—after he was riding high, wide and handsome: *Jake cưới cô ấy sau khi anh ta rời nơi đây và chuyển tới New York – sau đó anh ta đã trở nên rất xuất sắc.* 2 *adj* sung sướng; vô tư lự • Willy is high, wide, and handsome after his great triumph: *Willy sung sướng và vô tư sau chiến thắng tuyệt vời của mình.* 3 *adv* một cách dễ dàng và xuất sắc; = WITH FLYING COLORS

high-wine *noun* (*người lang thang*) Coca-Cola

high yellow or **high yaller** or **high yella** *noun* một người da đen có làn da sáng, đặc biệt là phụ nữ; người gốc Pháp ở miền nam Hoa Kỳ; người da trắng lai da đen

high yellow or **high yaller** or **high yella** *adjective* da sáng • [T]heir daughter, Charlotte, is high yella, it puzzles me: *Con gái họ, Charlotte, có làn da sáng, điều đó làm tôi ngạc nhiên.*

hijack or **highjack** *verb* 1 cướp, đặc biệt cướp xe chở hàng 2 bắt cóc máy bay; cưỡng đoạt máy bay, thường về mục đích chính trị hoặc tống tiền • The plane was hijacked while on a flight to Paris: *Chiếc máy bay bị cưỡng đoạt trên đường bay đến Paris.*

hi-jinks or **high-jinks** *noun* sự vui đùa huyên náo; cuộc vui chơi tự do; trò đùa giỡn

hike *verb* 1 lăng mạ theo kiểu giả đò thân thiện, cạnh tranh, đặc biệt bằng cách nhắc đến gia đình của đối thủ 2 tăng một số tiền • They won't hike our wages this year: *Năm nay họ sẽ không tăng lương cho chúng tôi.* 3 (*thợ sửa đường dây điện hoặc điện thoại*) làm việc như thợ sửa đường dây, đặc biệt là leo cột và tháp trong công việc như thế 4 = HIKE A CHECK

hike *noun* sự tăng tiền • The government got a big tax hike: *Chính phủ đã có sự tăng thuế lớn.*

hike a check *verb* (*thế giới ngầm*) nâng khoản tiền được ghi trên một tấm séc một cách bất hợp pháp

hiker *noun* 1 (*thợ sửa đường dây*) thợ sửa đường dây điện hoặc điện thoại 2 (*người lang thang*) cảnh sát trưởng thị trấn

hill *noun* (*bóng chày*) cái ụ hoặc gò đất, nơi mà cầu thủ ném bóng đứng

Hill *xem* SAM HILL, SUGAR HILL

the Hill *noun* Quốc hội Mỹ; tòa nhà Quốc hội nằm ở Capitol Hill, Washington, D.C. • I really can't tell what's happening up on the Hill: *Tôi thực sự không thể biết được điều gì đang xảy ra ở tòa nhà Quốc hội Mỹ nữa.*

hillbilly 1 *noun* người ở đồi phía nam dãy Appalachian [dãy Appalachians chạy dài từ Quebec và Maine ở miền Bắc đến Georgia và Alabama ở miền Nam] 2 *adj* hillbilly music: *âm nhạc của người dân ở đồi phía nam dãy Appalachian* 3 *noun* người chất phát sống từ vùng nông thôn ra; người nhà quê 4 *adj* có tính thôn dã; chất phác; = HICK

hill humper *noun* lính bộ binh

hi-lo *noun* xe nâng

him *noun* hê-rô-in

himself *xem* HIS NIBS

hincty (biến thể: **hinkty** or **hinktyass** or **hankty**) 1 *adj* tự phụ; tự đắc; kiêu ngạo; hống hách 2 *adj* học đòi; kiểu cách; tách biệt • Some of those people are so hincty!: *Một vài người trong số họ rất cầu kỳ kiểu cách!* 3 *adj* = HINKY 4 *noun* một người da trắng; = OFAY

hind end *noun* mông đít; = ASS

hinders or **hind legs** *noun* đôi chân

hind hook *noun* (*đường sắt*) người điều khiển phanh (thắng) xe lửa

hiney or **heiny** or **heinie** *noun* mông đít

hinge *noun* 1 khuỷu tay 2 một cái nhìn hoặc liếc mắt; = GANDER

hinked up *adjctve* khả nghi; sợ hãi • You seem a little hinked up: *Trông bạn có chút sợ hãi.*

hinky *adjective* 1 lo lắng; lo âu 2 nghi ngờ; khả nghi; tò mò

hip *noun* 1 một thành viên của phong trào phản văn hóa vào những năm 1960 2 một người nghiện hê-rô-in

hip *verb* 1 giải thích; cập nhật; thông báo; cho biết • People depend on the radio to hip them to the whole cultural scene: *Mọi người nhờ ra-đi-ô để cập nhật toàn cảnh văn hóa.* 2 hiểu; nhận ra • Trouble is too many guys get wasted before they hip up. Shame on them: *Vấn đề là có quá nhiều người lãng phí trước khi họ nhận ra. Họ thật đáng xấu hổ.*

hip *adjective* 1 hiểu biết; am hiểu; nắm được tình hình • The Diggers are hip to property: *Người da đỏ am hiểu về quyền sở hữu.* 2 là người hippie 3 phong cách; hợp mốt; được ngưỡng mộ

hip cat or **hipcat** *noun* 1 người hâm mộ nhạc jazz hoặc nhạc xuynh; một người đàn ông phong cách và hợp mốt 2 = HEPCAT

hip chick *noun* một phụ nữ trẻ lanh lợi và hiện đại, đặc biệt trong những vấn đề văn hóa đại chúng, âm nhạc, v.v..; = FLY-CHICK

hipe *xem* HYPE

hip gee[1] *noun* người đàn ông có thể tin tưởng được; người đàn ông thông thạo

hip gee[2] *noun* tiền được sử dụng hoặc đặt cược; = the SMART MONEY

hip-hop or **Hip Hop** *noun* 1 một sự trộn lẫn lỏng lẻo của văn hóa giới trẻ da đen đô thị, bao gồm breakdance, graffiti, DJing, và nhạc rap [kết hợp hip (hợp thời trang) và hop (khiêu vũ); như rock'n'roll trước đó, "hip-hop" là một hiện tượng kỳ lạ của người Mỹ có ảnh hưởng khắp thế giới] 2 = RAP SONG 3 = BREAK DANCING

hip-hop *adjective* của hoặc gắn liền với nền văn hóa thanh niên da đen đô thị đương đại trong những năm 1980

hip-huggers *noun* quần có vòng eo thấp, thường dưới rốn

hipped on *adjective* 1 rất thích thú về; say mê về • He's hipped on playing the tuba: *Anh ta rất thích thú chơi kèn đồng lớn (kèn tuba).* 2 bị ám ảnh bởi • She's hipped on the fear of unemployment: *Cô ta bị ám ảnh bởi nỗi lo sợ thất nghiệp.*

hipper-dipper 1 *adj* xuất sắc; ưu tú; tuyệt vời; = SUPER-DUPER 2 *noun* (*quyền Anh*) một trận đấu quyền Anh mà kết quả đã được dàn xếp trước; = TANK FIGHT

hippie or **hippy** *noun* 1 một môn đồ của nhạc jazz vốn cố gắng trở nên hợp thời • Lot of these hippies here is still in high school: *Nhiều môn đồ của nhạc jazz ở đây vẫn còn học trung học.* 2 một người với những tiêu chuẩn phản văn hóa thập niên 1960; người híp-pi; BEAT, BEATNIK [những thanh niên để tóc dài, ăn mặc khác thường và dùng ma túy ở thập niên 1960 và 1970] 3 *modifier:* Saigon has acquired an elaborate hippie culture: *Sài Gòn có một nền văn hóa híp-pi phức tạp.*

hippiedom or **hipdom** *noun* 1 dân híp-pi nói chung 2 phong trào, thế giới, văn hóa híp-pie, v.v..

hippings *noun* (*người lang thang*) bất cứ vật gì được dùng để lót dưới hông (khi ngủ)

hippo *noun* con hà mã [viết tắt của "*hippopotamus*"]

hip-pocket bookie *noun* (*cờ bạc*) một đại lý cá cược chỉ có một vài khách hàng xộp (họ đánh cược với số tiền lớn)

hippoed *adjective* bị lừa; = BUFFALOED

hippy *adjective* 1 hoàn toàn tân thời 2 tâm thần bị trì độn vì nhiều năm ngồi tù 3 có hông lớn và nổi bật

hippy-dippy *noun* dân hip-pi hoặc thanh niên lập dị, một trong hai nghĩa [kiểu nói xúc phạm]

hippy-dippy *adjective* được dùng để mô tả triết lý "hòa bình và tình yêu" của phong trào híp-pi • He couldn't stand the hippy-dippy voice any longer: *Anh ta không thể chịu đựng giọng điệu triết lý về "hòa bình và tình yêu" của dân híp-pi thêm nữa.*

hippy hill *nickname* ngọn đồi ở công viên Golden Gate, San Francisco, giữa lối vào đường Stanuan và thung lũng Dinosaur

hips *noun* sự kết thúc tồi tệ; sự kết thúc đau buồn; = CURTAINS • Well, that's hips for Sam: *Chà, đó là sự kết thúc đau buồn cho Sam.*

hip-shooter *noun* 1 người có khuynh hướng hành động và phản ứng một cách hấp tấp và hung hăng; = HOTHEAD 2 người nói mà không suy nghĩ; người nói một cách bộc trực • He's just a loudmouthed hip-shooter. Pay no attention: *Hắn chỉ là một gã to mồm thiếu suy nghĩ. Đừng để ý làm gì.*

hipster *noun* 1 = HEPCAT, HEPSTER, HIP CAT 2 = BEATNIK, HIPPIE

hip to *adjective* biết; am hiểu; thông thạo và nắm được tình hình • They were hip to me and just waiting for the right moment: *Chúng nó cũng đã biết rành về tôi và chỉ đợi đúng lúc thích hợp.*

hired gun *noun* **1** tên sát thủ thuê; kẻ giết người chuyên nghiệp; = HIT MAN **2** *modifier:* elaborated on his "hired gun" reference in an interview: *nói thêm về sự liên quan đến "sát thủ chuyên nghiệp" của ông ta trong một cuộc phỏng vấn* **3** một nhân viên, đặc biệt là người làm dạng công việc thuyết phục và quảng cáo

his nibs or **himself** *noun* một người rất quan trọng; người giám sát hoặc người đứng đầu; = the MAN

history *noun* **1** tình trạng bị thất bại hay phá sản • Monday morning you're history. I'll tell everyone about tonight: *Sáng thứ hai anh sẽ bị phá sản. Tôi sẽ kể cho tất cả mọi người về tối nay.* **2** trong một sự lừa đảo, lai lịch của các nạn nhân, những người có thể gặp, nơi chốn hoặc sự kiện **3** người hoặc cái gì đó trong quá khứ • Don't make a move! If this gun goes off, you're history: *Không được cử động! Súng này mà nổ thì mày là người thuộc quá khứ đấy.*

hit *noun* **1** sự thành công; điều được tán thành • The fudge with walnuts in it was a great hit at the sale: *Kẹo mềm với hạt dẻ là một thành công lớn ở số hàng bán ra.* **2** một chữ ký cách điệu hóa được phun sơn nơi công cộng **3** việc hít cần sa, thuốc lá, cô-ca-in nguyên chất, hay bất cứ loại khói ma túy nào một mình **4** một ly rượu hoặc một liều ma túy **5** (*ma túy*) cuộc gặp giữa người bán ma túy và người mua ma túy **6** (*ma túy*) một mẩu thuốc lá chứa cần sa; = TOKE **7** (*ma túy*) một cảm giác thích thú; = RUSH **8** (*ma túy*) một điếu thuốc chứa hê-rô-in **9** (*thế giới ngầm*) cuộc gặp giữa các tội phạm, đặc biệt vì mục đích chuyển hàng lậu hoặc của cải phi pháp **10** (*ở phía đông Hoa Kỳ đầu thập niên 1990*) thuốc kê theo toa với codeine (thuốc giảm đau) **11** một luồng phấn khích, niềm vui và sự hào hứng [cách dùng bóng bẩy liên quan đến ma túy] **12** sự đăng ký điện tử của một lần ghé thăm một trang web; lượt truy cập **13** (*thế giới ngầm*) một vụ giết người có kế hoạch; một vụ cướp • There were no drugs on that boat. It was a hit: *Không có ma túy trên chiếc thuyền đó. Đó là một vụ giết người có kế hoạch.* **14** việc thắng cá cược trong xổ số trái phép **15** (*bài blackjack*) một quân bài mà người chơi yêu cầu từ người chia bài để bổ sung cho xấp bài của mình **16** kết quả thành công; điều gì đó chính xác như ý muốn **17** bất cứ việc gì thành công và nổi tiếng, đặc biệt là buổi trình diễn, sách, nhạc, phim, v.v. • His new book is quite a hit: *Cuốn sách mới của ông ta rất thành công và nổi tiếng.*

hit *verb* **1** (*ma túy*) tiêm ma túy vào tĩnh mạch **2** (*ma túy*) hút (cần sa) **3** gây ra phản ứng mạnh • The injection hit the heart like a runaway locomotive: *Mũi tiêm đã gây ra phản ứng mạnh tim giống như đầu máy xe lửa chạy đi.* **4** đoán chính xác con số trong ngày trong xổ số trái phép **5** (*thế giới ngầm*) giết người có tính toán và chuyên nghiệp; ám sát **6** cướp; tấn công; đột kích • We hit the enemy when they least expect it: *Chúng tôi đã tấn công quân địch lúc chúng không ngờ nhất* **7** bao phủ với graffiti **8** thăm viếng, đến một nơi nào đó; đạt tới, đạt được • The dollar hit a record low in trading today: *Đồng đô-la đạt tới giá thấp kỷ lục trong việc mua bán hôm nay.* **9** phục vụ thức uống **10** quan hệ tình dục **11** thành công và nổi tiếng • I think this show will be hit: *Tôi nghĩ buổi trình diễn này sẽ thành công.* **12** thắng; chiến thắng • She hit real big at the track last week: *Tuần qua cô ta đã thắng rất lớn ở đường đua.* **13** (*sinh viên*) thi đỗ, đặc biệt với điểm cao; = ACE

hit someone *verb* **1** (cũng là ***hit someone up***) khẩn khoản; nài xin tiền; đặc ân, v.v.. • I'll hit Joe for ten bucks: *Tôi sẽ nài xin Joe 10 đô-la.* **2** có ảnh hưởng mạnh; làm đau khổ; áp đảo • Kennedy's death hit me pretty hard: *Cái chết của Kennedy đã có ảnh hưởng ghê gớm với tôi.* **3** trình bày; tiết lộ • I wanna hit you with a very profitable idea: *Tôi muốn trình bày với anh một ý tưởng rất có lợi.* **4** (*bài poker*) chia một lá bài khác **5** đưa hoặc phục vụ một thức uống khác **6** (*ma túy*) thực hiện ma túy, đặc biệt bằng cách tiêm

hit a lick *verb* thủ dâm

hit a lick *verb* thực hiện vụ cướp

hit and run *noun* kỹ thuật đặt cược mà trong đó người chơi đặt cược một lần duy nhất và rút khỏi trò chơi nếu anh ta thắng

hit and run *verb* **1** (*bài blackjack ở casino*) tham gia trò chơi khi tình thế có lợi cho người chơi, chơi vài ván sau đó chuyển đến bàn khác **2** (*bài poker*) chơi trong một khoảng thời gian ngắn, thắng nhiều và nghỉ không chơi nữa

hit and run *adjective* (*dùng để nói về công việc biểu diễn*) ở thành phố này một đêm, thành phố khác đêm kế tiếp

hit-and-split *noun* một cuộc tấn công trên không nhanh rồi sau đó rút lui nhanh chóng • He pressed closer now, deciding to use his gun and do a hit-andsplit followed by a reattack: *Bây giờ anh ta ép sát hơn, quyết định dùng súng và thực hiện một cuộc tấn công nhanh rồi rút lui nhanh, sau đó là tấn công lại.*

hit someone below the belt *verb* đối xử với ai không công bằng; chơi thiếu tinh thần thể thao; chơi gian lận • You were hitting Tom below the belt when you said that: *Bạn đã đối xử không công bằng với Tom khi bạn nói như thế.*

hit by the stupid stick *adjective* bị làm một hành động thật ngu ngốc • Nobody can be that dumb. You must have been hit by the stupid stick: *Không có ai ngu xuẩn như vậy cả. Chắc mày đã phải làm một hành động ngu ngốc rồi.*

hit by the ugly stick *adjective* bị làm cho xấu xí • She is so lame. Looks like she was hit by the ugly stick tilll it broke!: *Cô ta bị què chân. Trông giống như cô ta bị làm cho xấu xí đi từ khi chân bị gãy.*

hitch *noun* **1** giai đoạn thực hiện nhiệm vụ hoặc dịch vụ **2** một án tù **3** một vấn đề nan giải; sự khó khăn đột xuất; = CATCH, GLITCH • Everything went off without a hitch: *Mọi thứ đã diễn ra không gặp trở ngại gì.* **4** (*quân đội*) thời gian đăng ký nhập ngũ; thời gian tòng quân **5** một chuyến đi nhờ, đặc biệt là vẫy xe đi nhờ; = LIFT

hitch *verb* **1** đi nhờ xe [cách rút gọn thông tục] **2** kết hôn; lập gia đình

hitch a ride (or **a lift**) *verb* có chuyến đi miễn phí, đặc biệt bằng cách vẫy xe xin đi nhờ

hitched *adjective* có vợ hoặc có chồng; cưới; kết hôn • Sam and Mary decided to get hitched: *Sam và Mary đã quyết định cưới nhau.*

hitchhike *verb* đi nhờ xe bằng cách đứng bên lề đường và ra tín hiệu với các tài xế; = HITCH, THUMB

hitchhiker *noun* **1** một thông điệp quảng cáo được phát vào cuối chương trình ra-đi-ô **2** người đi nhờ xe người khác không mất tiền vé; người vẫy xe xin đi nhờ

hitch-up *noun* sự kết giao; sự liên kết; sự kết hôn

hitchy *adjective* căng thẳng; hốt hoảng; bồn chồn

hit daylight *verb* được phóng thích từ nhà tù

hitfest *noun* một trận đấu bóng chày với nhiều điểm được ghi; = SLUGFEST

hit for (or **out for**) *verb* khởi hành đến hoặc đang tiến đến; = HEAD FOR

hit for the cycle *verb* (*bóng chày*) cú đánh làm cho người đánh chạm được góc thứ nhất, thứ nhì, thứ ba và tất cả trong một trận đấu

hi there *interj* thán từ dùng để gọi chào mạnh mẽ: ê!; này!; chào!

hit it *verb* **1** rời đi • Clarence says we gotta be hittin' it: *Clarence nói chúng tôi chuẩn bị rời đi.* **2** quan hệ tình dục **3** bắt đầu chơi nhạc; tấn công

hit it a lick or **hit it** *verb* **1** đánh; đấm cái gì rất mạnh • I hit it a hell of a lick, right out of place: *Tôi đánh nó mẹ kiếp rất mạnh, không đúng chỗ.* **2** (*bài poker*) tăng mức cá cược

hit it off *verb* **1** thích; ăn ý nhau • The pair hit it off right from the start: *Cặp đôi này thích nhau ngay từ đầu.* **2** làm việc tốt cùng nhau **3** thành công với những người khác • He hit it off with the whole class: *Ông ta đã thành công với cả lớp.*

hit it with someome giao cấu với ai

hit kiss *noun* việc truyền khói cô-ca-in nguyên chất từ người này qua người khác bằng một nụ hôn

hit someone like a ton of bricks *verb* có một tác động đột ngột, đặc biệt bởi sự kinh ngạc; làm chao đảo ai một cách bất ngờ • Then her answer hit me like a ton of bricks: *Sau đó sự trả lời của cô ta đã làm tôi chao đảo (quá bất ngờ).*

hit list *noun* danh sách những người sẽ bị giết hoặc bị nhắm vào

hit man *noun* **1** một sát thủ chuyên nghiệp; = HIRED GUN **2** người đàn ông tiêm ma túy thuê

Hit me or **hit me again** *verb* **1** (*trong đánh bạc*) Chia bài cho tôi đi **2** Đập tay chào nhau nào • Hit me! Where you been? Hit me again!: *Đập tay chào nhau nào! Anh ở đâu vậy? Đập tay cái nữa nào!* **3** Rót thêm rượu cho tôi đi • Hit me again, bartender: *Rót cho tôi thêm một ly nữa đi, anh phục vụ quầy rượu.*

hit me on the hip *verb* gọi cho tôi vào máy điện liên, thiết bị phát ra tiếng bíp-bíp [máy điện liên thường được móc vào thắt lưng hoặc để trong túi quần]

hit on someone *verb* **1** cầu xin ân huệ; = HIT someone • I hit on her to take my classes that day: *Tôi xin cô ấy đảm nhiệm các lớp của tôi vào hôm đó.* **2** tán tỉnh; theo đuổi ai; đề nghị có quan hệ tình dục; = PROPOSITION **3** ăn trộm; ăn cắp từ người nào

hit on something *verb* khám phá; nghĩ ra hoặc phát minh ra cái gì • She hit on a new scheme for removing the impurities from drinking water: *Cô ấy phát minh ra một hệ thống mới để lọc chất bẩn khỏi nước uống.*

hit on all six (or **on six**) *verb* làm rất tốt; hoạt động trơn tru và hiệu quả [từ hoạt động mượt mà của một động cơ 6 xi lanh] • He's sure hitting on all six: *Anh ta chắc chắn đang làm rất tốt.*

hit or sit *verb* dùng để mô tả hai chọn lựa của người chơi trong bài blackjack hoặc 21 – rút một quân bài khác hoặc không

hit (or **head**) **out** *verb* bắt đầu; khởi hành; ra đi

hit pay dirt or **strike pay dirt** *verb* **1** khám phá ra cái gì đó có giá trị • When we opened the last trunk, we knew we had hit pay dirt: *Khi chúng tôi mở chiếc rương cuối cùng, chúng tôi biết chúng tôi đã phát hiện ra đồ quý giá.* **2** có được thực sự cơ bản của cái gì • When we figured out the code, we really struck pay dirt: *Khi chúng tôi tìm ra được mật mã, chúng tôi thực sự đã trúng lớn nghĩa là thành công.*

hitter *noun* **1** một kẻ giết thuê; = HIT MAN **2** một người cá cược thành công

hit the books or **pound the books** *verb* học hành chăm chỉ

hit the booze *xem* HIT THE BOTTLE

hit the bottle (or **the booze** or **the sauce**) *verb* **1** tẩy trắng mái tóc vàng của bạn [tiếng lóng của giới thiếu niên, chơi chữ trên một từ liên quan đến việc uống rượu] **2** uống rượu quá nhiều

hit the bricks or **hit the pavement** *verb* **1** làm việc trên đường phố **2** bắt đầu đi bộ; đi ngoài đường **3** đình công **4** (*tù nhân*) được phóng thích khỏi tù; được thả tù **5** (*người lang thang*) sống trên đường phố vì vô gia cư

hit the burner *verb* dùng hết mọi khả năng nội tại và sức chịu đựng của bạn [cách dùng của phi công hải quân Mỹ]

hit the ceiling or **hit the roof** *verb* trở nên giận giữ; rất tức giận; = BLOW UP • She really hit the ceiling when she found out what happened: *Cô ta rất tức giận khi biết được chuyện xảy ra.*

hit the deck *verb* **1** té hoặc tự ngã xuống đất • Then I saw all black and the last thing I remember is hitting the deck: *Sau đó tôi thấy đen ngòm và điều cuối cùng tôi nhớ là ngã xuống đất.* **2** (*hải quân*) ra khỏi giường; thức tỉnh • Come on, hit the deck! It's morning: *Nào thức dậy đi! Trời sáng rồi.* **3** nằm xuống đất một cách nhanh chóng; cúi xuống đất • When I heard that airplane shoot I hit the deck: *Khi tôi nghe chiếc máy bay đó bắn tôi nằm xuống đất một cách nhanh chóng.*

hit the dirt (or **gravel**) *verb* **1** (*bóng chày*) đi qua góc hoặc gôn (ghi điểm) **2** (*người lang thang*) (cũng là **hit the grit**) nhảy khỏi xe lửa, đặc biệt đang chạy **3** cúi xuống và nấp; tìm chỗ nấp, đặc biệt khỏi hỏa lực

hit the dope *verb* dùng; sử dụng ma túy

hit the fan *verb* **1** được công chúng biết đến; trở thành một vụ tai tiếng [bắt nguồn từ cụm từ *"when the shit hit the fan"*] • It hit the fan, and within ten minutes the press had spread it all over the world: *Vụ tai tiếng xảy ra và trong vòng mười phút báo chí loan tin đi khắp thế giới.* **2** gây ra sự rắc rối và lộn xộn dữ dội • The wintry weather hit the fan on the roads: *Thời tiết giá rét mùa đông đã gây ra hỗn loạn trên các nẻo đường.*

hit the hay *verb* đi ngủ • Time to go home and hit the hay!: *Đến giờ về nhà và đi ngủ rồi!*

hit the hump *verb* vượt ngục; đào ngũ; = GO OVER THE HILL

hit the jackpot *verb* **1** thắng một số tiền lớn; thắng giải lớn nhất ở cuộc chơi kéo máy (ở sòng bạc) **2** hoàn toàn chính xác; tìm được đúng cái muốn tìm • I wanted a small house with a fireplace, and I really hit the jackpot with this one: *Tôi muốn một ngôi nhà nhỏ với lò sưởi và tôi thực sự đã tìm được đúng cái này.* **3** thành công ngoạn mục • I hit the jackpot with this new job: *Tôi đã thành công lớn với công việc mới này.* **4** kiếm được món lời lớn; phát tài to; trúng số • She told me that she'd really hit the jackpot: *Cô ta bảo với tôi là cô ta đã phát lớn (phát tài to).*

hit the mat = HIT THE DECK

hit the moon *verb* đạt tới trạng thái cao nhất của trải nghiệm ma túy

hit the nail on the head *verb* nói đúng; đoán đúng; hoàn toàn chính xác • His few quiet remarks hit the nail on the head: *Mấy nhận xét đơn giản của hắn đã hoàn toàn chính xác.*

hit the pad = HIT THE HAY

hit (or **press** or **push**) **the panic button** *verb* hoang mang; hoảng sợ; tuyên bố tình trạng khẩn cấp toàn diện • She hit the panic button and just went to pieces: *Cô ấy hoang mang và suy sụp.*

hit the pavement *xem* HIT THE BRICKS

hit the pipe *verb* hút cô-ca-in nguyên chất; hút thuốc phiện

hit the pit *verb* bị bỏ tù

hit the prone *verb* nhào xuống đất • The three of us hit the prone and waited, then looked behind us to see two troopers from the new seven-six half pushing, half carrying a VC: *Cả ba chúng tôi nhào*

hit the road *verb* rời đi; khởi hành • Let's hit the road. We have a long way to go: *Lên đường thôi. Chúng ta phải đi khá xa đấy.*

hit the sack *verb* đi ngủ • "Do you want to hit the sack? I can't sleep, so I may as well take over": *"Cậu có muốn ngủ không? Tớ không thể ngủ được, vì thế tớ có thể đổi phiên".*

hit the sauce *verb* uống rượu

hit the sewer *verb* tiêm hê-rô-in hay những loại ma túy khác vào tĩnh mạch

hit the sidewalks *verb* đi lang thang trên đường, đặc biệt để tìm việc; = HIT THE BRICKS, POUND THE PAVEMENT

hit the silk *verb* 1 (*từ lính nhảy dù và không quân, thế chiến II*) thực hiện cú nhảy dù; nhảy dù ra khỏi máy bay 2 (*cờ bạc*) rút lui hoặc kết thúc ván bài

hit the skids *verb* 1 hư hỏng đi • She began to hit the skids harder: *Cô ta bắt đầu hư hỏng hơn nữa.* 2 thất bại; = GO BELLY UP • Two major creditcard firms hit the skids: *Hai hãng làm thẻ tín dụng lớn đã phá sản.* 3 bắt đầu suy sụp hoặc xấu đi nhanh chóng • After losing his job, he hit the skids: *Sau khi mất việc anh ta bắt đầu suy sụp nhanh chóng.* 4 cho thấy sự xuống dốc thẳng đứng; rơi xuống thảm hại • Home sales are down and sales of large cars have hit the skids: *Doanh số bán nhà đã giảm và doanh số bán những chiếc ô tô lớn đã rơi xuống thảm bại.*

hit the slab *verb* bị giết

hit the spot *verb* 1 làm thỏa mãn; làm vừa lòng, đặc biệt trước nhu cầu thèm ăn • I was dying of thirst and a can of aloe vera juice just hit the spot: *Tôi chết khát và một lon nước giải khát nha đam cũng đủ làm tôi thỏa mãn.* 2 tìm tĩnh mạch trong khi tiêm ma túy

hit the spot or **hit the bull's-eye** (or **bullseye**) 1 hoàn toàn chính xác • You really hit the spot with that prediction: *Anh đã thực sự chính xác với lời dự đoán đó.* 2 làm tỉnh táo; làm khỏe người • I want something hot—some coffee would really hit the bull's-eye: *Tôi muốn thứ gì đó nóng – một chút cà phê thực sự sẽ làm tỉnh táo.*

hit the ties *verb* (*cuối những năm 1800*) đi dọc theo đường ray xe lửa • It was up to me to hit the ties to Wadsworth: *Tôi đã phải đi dọc theo đường ray đến Wadsworth.*

hit the trail *verb* ra đi; rời khỏi • I have to hit the trail before sunset: *Tôi phải ra đi trước hoàng hôn.*

hit the wall *verb* đạt đến điểm kiệt sức mà ít vận động viên nào có thể tiếp tục, đặc biệt là với những người chạy đường dài và marathon

hit under the wing *verb* say rượu

hit up *verb* (*ma túy*) tiêm ma túy; = SHOOT UP

hit someone (up) for something *verb* yêu cầu ai điều gì • I hit Fred up for some help with the committee: *Tôi yêu cầu Fred giúp đỡ với ủy ban.*

hit upside one's **face** (or **head**) *xem* GO UPSIDE one's FACE

hit someone where he lives *verb* tung ra một cú đấm, lời sỉ nhục, lời bóng gió, v.v.. rất đau

hit someone with something *verb* trình bày với ai về một ý tưởng, kế hoạch hoặc đề nghị • Fred hit his boss a plan to produce energy from waste material: *Fred trình bày với sếp về một kế hoạch sản xuất năng lượng từ chất phế thải.*

hittin' *adjective* xuất sắc • "Dude! These beans are hittin'!": *"Anh bạn! Món đậu này thật xuất sắc!"*

hitting fluid *noun* (*ma túy*) hê-rô-in

hive *verb* (*West Point*) hiểu; nắm được ý; biết

hivey 1 *noun* một người học hỏi nhanh 2 *adj* (*West Point*) thông minh; nhanh trí; mẫn cảm

hizzoner *nickname* thị trưởng • Hizzoner throw them out of the meeting: *Thị trưởng đã quẳng họ ra khỏi cuộc họp.*

hn *noun* (*phát âm theo từng từ riêng*) (*người da đen*) một người da đen chấp nhận hoặc phản ảnh những tiêu chuẩn của xã hội da trắng; = OREO, UNCLE TOM [từ *house nigger*, một ám chỉ đến sự phân biệt vào thời nô lệ giữa những nô lệ làm việc trong nhà và những nô lệ làm việc trên đồng ở đồn điền]

ho[1] *xem* the HEAVEN-HO, RIGHT-O

ho[2] or **hoe** *noun* 1 một người phụ nữ có thể mua được về mặt tình dục; gái điếm; một phụ nữ tai tiếng 2 một người phụ nữ 3 một người đàn ông giàu nữ tính hoặc yếu đuối

ho or **hoe** *verb* làm việc như gái điếm

hoagie *noun* = HERO SANDWICH

hoagons *noun* ngực phụ nữ

hoagy *xem* SUBMARINE

hoary-eyed or **orie-eyed** or **orry-eyed** *adjective* say rượu

hobnail express *noun* di chuyển bằng cách đi bộ • How am I going to get to town? By hobnail express, of course: *Tôi xuống phố bằng cách nào? Tất nhiên là đi bộ rồi.*

hobo[1] *noun* người lang thang từ nơi này đến nơi khác, thường bằng cách nhảy lên xe lửa chở hàng, và đôi khi có thể làm việc nhưng thường xin ăn [đôi khi người lang thang được phân biệt với bọn ăn bám vì thực tế người lang thang có làm việc]

hobo[2] *noun* quả bom tự điều khiển, với khả năng nhắm mục tiêu

hobo cocktail *noun* một ly nước

hobo coffee *noun* cà phê làm bằng cách đun bã cà phê trong nước

hobo's birthday *noun* sự nện liên tục vào một người bị quấn trong tấm chăn

hock *noun* 1 tình trạng đem cầm • I've got to get my typewriter out of hock: *Tôi đã chuộc chiếc máy đánh chữ khỏi tình trạng đem cầm.* 2 chân; bàn chân • My hocks are sore from all that walking: *Chân tôi bị đau vì đi bộ nhiều.*

hock[1] *verb* 1 đem cầm • They were hungry. I dunno. They didn't want to hock the Host, they wanted to hock that golden chalice: *Họ đói bụng. Tôi không biết. Họ không muốn cầm bánh thánh, họ muốn đem cầm chiếc cốc rượu lễ bằng vàng đó.* 2 làm sạch cổ họng có đờm, khạc đờm 3 thúc giục • Stop already hocking us to be good! Hocking us to be nice! Just leave us alone: *Hãy ngừng thúc giục chúng tôi trở nên dễ bảo! Hãy thúc giục chúng tôi trở nên tử tế! Hãy để chúng tôi yên.*

hock[2] or **hok** *verb* làm phiền; quấy rầy; mè nheo; rầy la

hockable *adjective* có thể đem cầm • The "ice" was always hockable: *"Kim cương" luôn có thể đem cầm.*

hock a luggie *verb* ho và khạc ra đờm

hockey or **hocky** *noun* 1 phân; = SHIT 2 chuyện vô lý và vớ vẩn; = BULLSHIT 3 tinh dịch; = CUM

hockey-whore or **puck bunny** *noun* cô gái chuyên đi cổ vũ cho các cầu thủ khúc côn cầu

hockshop *noun* (*từ cuối những năm 1800*) hiệu cầm đồ

hocky *xem* HOCKEY

hocus *noun* (*ma túy*) dung dịch hê-rô-in đã được đốt nóng và sẵn

hocus verb 1 thay đổi con súc sắc hợp pháp để gian lận 2 làm giả cái gì • Somebody has hocused the booze: *Có người đã làm rượu giả.*

hocus-pocus noun (*từ giữa những năm 1600, Anh*) trò quỷ thuật; ngón bịp; mánh khóe đánh lạc hướng; = MONKEY BUSINESS

hod noun (*tài xế taxi*) một hành khách da đen; = SCUTTLE

hodad or **hodaddy** noun 1 một người không biết lướt sóng kết giao với những người lướt sóng và làm điệu bộ như một tay lướt sóng 2 một người không liên quan tìm cách kết bạn với các vận động viên và diễn viên; kẻ theo đóm ăn tàn 3 (*thanh thiếu niên*) người đáng ghét; người ghê tởm; = JERK, PHONY, WIMP

hoedown noun 1 (*cũng là hoe-dig*) điệu nhảy hình vuông đồng quê (điệu nhảy có bốn đôi cùng nhảy ở bốn phía, mặt hướng về phía trong vào lúc bắt đầu; = HOODANG 2 một cuộc tranh cãi ồn ào 3 một cuộc đánh nhau ầm ĩ; cuộc cãi lộn om sòm 4 (*băng đảng đường phố*) cuộc đánh nhau giữa các băng nhóm; = RUMBLE

hog noun 1 (*đường sắt và người lang thang*) đầu máy xe lửa, ban đầu là đầu máy mạnh để kéo hàng hóa 2 = HOGGER 3 (*dân đi mô tô*) xe mô tô hiệu Harley Davidson 4 (*người da đen*) một chiếc ô tô lớn, đặc biệt loại Cadillac 5 được dùng như một ám chỉ trìu mến về một chiếc máy bay 6 một chiếc trực thăng tiện dụng được trang bị rốc-két và súng máy 7 dương vật 8 một viên cảnh sát 9 tân binh của thủy quân lục chiến Hoa Kỳ trong suốt kỳ huấn luyện cơ bản [kiểu nói khinh khỉnh] 10 người lãnh đạo; một tính cách mạnh 11 một người nghiện ma túy cần những liều lớn để duy trì cơn nghiện của mình 12 hê-rô-in 13 (*cũng là the hog*) phencyclidine, ma túy được biết đến với tên gọi PCP hoặc bụi tiên 14 thuốc giảm đau mạnh, tên thương mại là Benaceyzine™ 15 một chương trình máy tính dùng nhiều nguồn nguyên liệu của máy tính

hog verb 1 lấy hoặc ăn hết mọi thứ có sẵn cho bản thân; đòi hỏi và chiếm hết • That creep's hogging the booze: *Gã đáng ghét đó đang nốc hết rượu.* 2 cưỡng hiếp

hog or **hog cadillac** noun một chiếc ô tô lớn • How do you like my new hog?: *Mày thích chiếc ô tô mới được cải tiến của tao thế nào?*

Hogan's brickyard noun sân bóng chày gồ ghề; = SANDLOT

hogger noun (*cũng là hog* or *hog-head* or *hogshead* or *hog-jockey*) (*đường sắt và người lang thang*) kỹ sư đường sắt; = GRUNT

hog (or **pig**) **heaven** noun 1 tình trạng hạnh phúc tột độ 2 nơi hoàn toàn hạnh phúc; thiên đường; = FAT CITY • For the sports junkie, this is Mecca. For the gambler, it is hog heaven: *Với người mê thể thao, đây là thánh địa Mecca. Với dân cờ bạc, nó là thiên đường.*

hog-leg or **hog leg** or **hog's leg** noun 1 (*từ cao bồi*) súng lục, đặc biệt là một khẩu súng lớn 2 một điếu thuốc chứa cần sa lớn

hogs noun đô-la, đặc biệt là chỉ vài đô

hog-tie verb trói tay và chân • And if I ever catch ya whackin' in here again I'm gonna hog-tie ya!: *Và nếu tao bắt được mày uống rượu ở đây một lần nữa, tao sẽ trói tay chân mày!*

hogwash noun 1 điều vô lý; chuyện vớ vẩn; = BALONEY, BULLSHIT 2 đồ ăn hoặc thức uống tồi

ho house noun nhà thổ

ho-hum 1 *adj* tẻ nhạt; chán ngắt; ngáp dài ngao ngán; ảm đạm 2 verb lấy làm buồn; thờ ơ với • On the other hand, we shouldn't ho-hum the situation: *Mặt khác chúng ta không nên thờ ơ với tình huống.* 3 noun vấn đề đáng chán; chuyện vớ vẩn tẻ nhạt

hoist 1 verb trộm hoặc cướp có súng 2 verb uống một ít bia hoặc rượu • Let's stop at Harry's and hoist a few: *Chúng ta hãy dừng ở quán Harry và làm vài chai bia.* 3 noun một vụ trộm hoặc vụ cướp

hoisted adjective (*thế giới ngầm*) (thuộc) ăn trộm, ăn cắp

hoister noun (*xiếc và lễ hội*) vòng đu quay

hoity-toity adjective hợm hĩnh; kiêu kỳ; ngạo mạn; tự cao tự đại; = SNOOTY

hoke noun = HOKUM

hoked-up adjective giả; giả mạo; không thật; = PHONY

hoke up verb làm cái gì giả mạo hoặc đẹp mã; làm giả • I'll hoke up a good alibi: *Tôi sẽ làm giả một chứng cứ ngoại phạm tốt (đáng tin cậy).*

hokey or **hoky** or **hokie** adjective 1 giả mạo; rất đáng ngờ; = PHONY 2 ủy mị, sướt mướt; thị hiếu kém 3 được tính toán trước; ngụy tạo; dự kiến kém • That's a pretty hokey idea, but it may work: *Đó là một ý kiến khá ngụy tạo, nhưng nó có thể có tác dụng.*

hokey-pokey or **hoky-poky** noun 1 (*từ cuối những năm 1800, Anh*) kem và bánh kẹo giá rẻ được làm chủ yếu để hấp dẫn con nít 2 *modifier*: candy bars on the hokey-pokey counter: *những thanh kẹo trên quầy bán kem và kẹo bánh rẻ tiền* 3 người bán các loại đồ ngọt rẻ tiền 4 bất kỳ món đồ lòe loẹt, rẻ tiền nào 5 tài liệu giả

the **hokey-pokey** noun một điệu nhảy vòng tròn không hình thức và đơn giản

hokum noun 1 chuyện vô lý; chuyện vớ vẩn; = BUNK 2 (*sân khấu*) kỹ xảo, trò khôi hài, tiết mục hài, v.v.. nhằm làm hài lòng giới mộ điệu • There is some hokum in "King Penguin": *Có một số kỹ xảo trong vở kịch "Vua Chim cánh cụt".* 3 = HOKEY-POKEY

hokus noun (*ma túy*) bất kỳ loại ma túy nào

hold noun (*cờ bạc*) khoản tiền cược mà casino giữ lại

hold verb 1 (*ma túy*) có ma túy để bán; trữ ma túy 2 có tiền

hold all the aces verb kiểm soát được mọi thứ • The boss holds all the aces on this deal: *Ông chủ kiểm soát được mọi thứ trong việc giao dịch này.*

hold court verb tham gia vào một cuộc đấu súng với cảnh sát

hold down verb điều khiển (một người đần độn hay hàng xóm) [băng nhóm trẻ dùng]

Hold everything! interj Hãy đợi! Khoan đã! • Hold everything! I forgot my wallet: *Hãy đợi! Tôi đã quên ví tiền rồi.*

hold someone's feet to the fire verb dùng áp lực tối đa đối với ai • The bank will hold his feet to the fire if he doesn't pay: *Ngân hàng sẽ dùng sức ép tối đa đối với anh ta, nếu anh ta không chi trả.*

hold fire verb trì hoãn hoặc bị trì hoãn; hoãn lại • Let's hold fire a couple more days: *Chúng ta hãy trì hoãn thêm vài ngày nữa.*

hold heavy verb có nhiều tiền

hold one's high verb cư xử có lý trí khi đang bị ảnh hưởng của ma túy

hold one's horses verb 1 kiềm chế sự nóng nảy; giữ bình tĩnh • Hold your horses!: *Đừng nóng, từ từ!* • Now, just hold your horses and let me explain: *Bây giờ anh hãy bình tĩnh và để tôi giải thích.* 2 kiên nhẫn; ngừng quấy rầy; = HOLD one's WATER [thường là một mệnh lệnh bực bội] • He kept on asking though she told him to hold his horses: *Hắn ta tiếp tục đòi hỏi mặc dù cô ta bảo hãy kiên nhẫn.*

holding adjective 1 giàu có 2 (*ma túy*) sở hữu ma túy

hold-it noun một góc quay truyền hình vu vơ quay một cô gái hay phụ nữ đẹp, thường là khán giả tại một sự kiện thể thao

Hold it! *interj* Dừng lại ngay chỗ đó!; Hãy chờ! • Hold it! Stop!: *Dừng lại ngay đó! Dừng lại!* • Hold it a second! I don't think everyone's arrived yet: *Hãy chờ một chút! Tôi không nghĩ mọi người đã đến đủ.*

hold one's **liquor** *verb* uống được nhiều rượu mà không bị say xỉn

holdout *noun* **1** vận động viên chuyên nghiệp từ chối ký hợp đồng cho đến khi được tăng lương **2** người từ chối đồng ý với điều gì **3** (*cờ bạc*) một quân bài được giữ lại một cách kín đáo từ cỗ bài bởi người chia

hold out *verb* **1** từ chối hoặc trì hoãn làm việc gì cho đến khi có được những điều kiện nhất định **2** chịu đựng; tiếp tục • This tire won't hold out another mile: *Cái lốp này sẽ không chịu được thêm một dặm nữa.*

hold some, fold some *verb* giữ lại một số cổ phiếu và bán đi một số

hold the bag (or **the sack**) *verb* **1** nhận sự khiển trách • Your son, unfortunately, is holding the bag: *Không may, con trai của anh đang nhận sự khiển trách.* **2** bị lừa (để cho ai chịu và gánh vác trách nhiệm một mình) • Don't you let them leave you holding the bag: *Không để chúng nó bỏ anh chịu một mình.* **3** bị thao túng đến mức phải chịu trách nhiệm cá nhân cho một thất bại hoặc tội ác

hold the fort *verb* ở lại và trông coi mọi thứ • I left John there to hold the fort: *Tôi để John ở lại đó để trông nôm mọi thứ.*

hold the lumber *verb* (*quầy bán đồ ăn trưa*) không có bao gồm tăm xỉa răng

hold the phone *verb* đợi một lát; giữ máy không cắt (điện thoại)

holdup *noun* **1** một vụ cướp, đặc biệt vụ cướp có vũ trang; = STICKUP **2** *modifier*: the full-fledged hold-up business: *công việc ăn cướp chính thức* **3** sự đòi hỏi giá, tiền lương, v.v.. cắt cổ **4** sự trì hoãn; sự ngừng lại; sự chặn lại hoặc tắc nghẽn

hold up *verb* **1** cướp, đặc biệt bằng cách chìa súng • They were holding an old man up at the corner: *Chúng đang cướp của một ông già ở góc đường.* **2** moi tiền hoặc đòi giá, tiền lương, v.v.. cao hơn • That shop held me up!: *Cửa hàng đó đã đòi tôi giá cao hơn!* **3** trì hoãn; gây ra sự trì hoãn hoặc ngừng lại • The strike held up our flight for six days: *Cuộc đình công đã khiến chuyến bay của chúng tôi hoãn lại trong sáu ngày.* **4** chỉ ra; chọn ra; đưa ra làm ví dụ

hold water *verb* (*về một lý lẽ, lý thuyết, kế hoạch, v.v..*) vững vàng; đứng vững được; có giá trị • Nothing you've said so far holds water: *Cho đến bây giờ không có điều gì anh nói là có giá trị cả.*

hold one's **water** *verb* kiên nhẫn; ngừng quấy rầy; = HOLD one's WATER [thường là một mệnh lệnh bực bội] • I know that, fuckface. Just hold your water: *Tao biết điều đó, đồ chết tiệt. Chỉ cần kiên nhẫn thôi.*

hold your mud *verb* đương đầu với áp lực và nghịch cảnh

hole *noun* **1** cái miệng **2** (*lễ hội hoặc xiếc*) một công việc **3** một người đàn ông đồng tính dễ thương **4** âm đạo; sự quan hệ tình dục với phụ nữ; một người phụ nữ; phụ nữ **5** hậu môn **6** người chỉ quan tâm đến tình dục; = ASS **7** một người đồng tính nữ thụ động, bừa bãi và không bị ràng buộc **8** bất cứ nơi nào để giấu nguồn cung cấp ma túy trái phép **9** xe điện ngầm **10** một điếu thuốc lá **11** kẻ đáng khinh • Sam is such a hole. He needs human being lessons: *Sam là một thằng đáng khinh. Nó cần những bài học về cách làm người.* **12** bất kỳ nơi khó chịu, tồi tàn nào; nơi ghê tởm; = DUMP, JOINT

hole *verb* bắn ai • The speeding car drove by, and somebody tried to hole him with a machine gun: *Chiếc xe lao vút qua, có người dùng súng máy toan bắn nó.*

the hole *noun* **1** (*nhà tù*) sự biệt giam hoặc xà lim dành để biệt giam; = BING **2** (*đường sắt*) đường rẽ ra từ đường chính; đường tránh tàu **3** (*thế giới ngầm*) đường ngầm

hole card *noun* (*bài poker*) lá bài được chia úp mặt trong trò chơi stud poker

hole digger *noun* người đào mương hèn mọn; người lao động chân tay bình thường [mang ý miệt thị]

hole-in-one *noun* sự giao hợp vào lần hẹn hò đầu tiên [một phép ẩn dụ của môn golf]

hole in the wall *noun* cửa hàng nhỏ, không rộng hơn cửa chính của nó là mấy • I went into this little hole in the wall where they had the nicest little gifts: *Tôi đi vào cửa hàng nhỏ này nơi họ bán những món quà nhỏ xinh xắn nhất.*

hole out *verb* (*môn golf*) hoàn thành một lỗ bằng cách đưa bóng vào lỗ; đánh quả bóng vào lỗ

hole up (or **in**) *verb* **1** trốn; ẩn nấp (ở một nơi nào đó); = HIDE OUT **2** ở lại một thời gian; tạm trú; = CRASH

holiday *noun* **1** một khu vực nhỏ bị bỏ xót (bỏ lỡ) trong khi đang sơn **2** (*hải quân*) một nhiệm vụ bị bỏ quên hoặc bị sao lãng

holler **1** *verb* la hét; hò hét **2** *verb* khai báo; cho biết; chỉ điểm; = SING, SQUEAL **3** *verb* phàn nàn; than phiền; = BITCH **4** *noun* (cũng là *hole-song*) một bài hát dân ca của người da đen miền Nam với những ngôn từ được nói hoặc hét lên, tiền thân của nhạc blues

holly-golly or **hully-gully** *noun* **1** điều vô lý; chuyện vớ vẩn; = BALONEY, BUNK **2** sự rối loạn; sự lộn xộn; sự huyên náo; = FLAP

Hollyweird *nickname* Hollywood, California

Hollywood *noun* được dùng như một từ trêu ghẹo nhắm vào ai đó mà trang phục và điệu bộ cho thấy mức độ tự đề cao bản thân; người ăn mặc phô trương đeo kính đen

Hollywood *adjective* có sự lộng lẫy giả tạo; hào nhoáng • Who is this Hollywood dame who just came in?: *Người đàn bà lộng lẫy giả tạo vừa bước vào là ai vậy?*

Hollywood corporal *noun* (*hải quân, thế chiến II*) quyền hạ sĩ

Hollywood kiss (or **kiss-off**) *noun* = KISS-OFF

Hollywoods *noun* kính mát; kính râm

Holmes or **holmes** *noun* dùng như một từ xưng hô giữa đàn ông với nhau • Look here, Holmes, you got to dig yo'self: *Nhìn đây này anh bạn, anh phải tự đào lấy.*

holy cats *interj* (biến thể: **cow** or **gee** or **mackerel** or **Moses** or **shit** or **smoke** có thể thay **cats**) thán từ bày tỏ sự ngạc nhiên, mất tinh thần, thán phục, v.v..[uyển ngữ cho holy Christ]

holy hell *noun* sự khiển trách nặng nề; sự trừng phạt nghiêm khắc; = HELL, MERRY HELL

Holy Joe or **holy Joe** *noun* **1** người đứng đầu bất kỳ tôn giáo nào, như giáo sĩ, linh mục, mục sư, v.v.. [từ này ám chỉ một sự thiếu thành thật] • Old holy Joe wants to see all of us at services: *Ngài mục sư muốn gặp tất cả chúng ta ở những buổi lễ.* **2** người rất ngoan đạo; người tỏ ra mộ đạo **3** *modifier*: these Holy Joe voices: *những giọng nói của bọn tỏ ra mộ đạo này*

holy shit! *interj* dùng để thể hiện sự ngạc nhiên, sự mất tinh thần, sự phát hiện, v.v.. • "Who's his sister? Do I know her?" "Estelle Colucci. Benny Colucci's wife." Holy shit. "Small world": *"Chị hắn là ai? Tôi có biết cô ta không?" "Estelle Colucci. Vợ của Benny Colucci". Trời đất. "Thế giới nhỏ thật".*

holy smoke! *interj* dùng như một tiếng kêu ngạc nhiên và kinh ngạc • Holy smokes, goddamn and all ye falling candles of heaven

holy terror | 168 | honeymoon

smash[!]: *Trời đất ơi, cả đám chết bằm bọn bây đang làm đồ nền của Chúa thành những mảnh vụn!*

holy terror *noun* 1 người độc ác; người quỉ quái; người đáng sợ 2 đứa trẻ vô lễ; đứa bé mất dạy

holy week *noun* thời gian chảy máu trong thời kỳ kinh nguyệt của phụ nữ

hombre *noun* 1 một người đàn ông [*hombre* (một người đàn ông) trong tiếng Tây Ban Nha, được phổ biến khắp thế giới bởi các bộ phim miền Tây Hollywood như Hombre, 1967, có Paul Newman đóng] • Who's that hombre who just came in?: *Người đàn ông vừa mới đi vào là ai vậy?* 2 người Hispanic; người nói tiếng Tây Ban Nha, đặc biệt là người thuộc Châu Mỹ La tinh 3 anh bạn; anh chàng; = GUY

home *noun* một người bạn nam rất thân [viết tắt của *"homeboy"*]

home *adjective* 1 (thuộc) gia đình • home comforts: *những tiện nghi trong nhà* • Boston is my home town: *Boston là thành phố quê hương tôi.* • They have a home life: *Họ có một cuộc sống gia đình hạnh phúc.* 2 thân thiết; dễ chịu; khiêm tốn 3 trong nước; nội địa • home trade: *nội thương*/ home market: *thị trường nội địa* 4 ở địa phương; ở sân nhà 5 được làm ra và sản xuất tại nhà • home cooking: *nấu ăn tại nhà*

homeboy or **home boy** *noun* 1 một người bạn nam rất thân thiết; người bạn kết giao 2 người dân địa phương; người sống ở thành phố quê hương mình 3 (*sinh viên*) người thoải mái, không kiêu căng; người dễ tính 4 (*cảnh sát*) người đồng tính nam, đặc biệt là bạn hoặc tình nhân của một người đồng tính nam khác

home-court advantage *noun* lợi thế trên sân nhà

home free *adverb* đạt được hoặc kết thúc thành công • The championship was over, Manchester United were home free: *Giải vô địch chấm dứt, đội Manchester United đã kết thúc thành công.*

homegirl *noun* một người bạn gái rất thân thiết, thường là từ hàng xóm, nhóm bạn, bè phái của một nhóm, thường dùng cho những cô gái da đen

home guard *noun* 1 (*xiếc và người lang thang*) người bản địa; người dân địa phương; = LOCAL 2 (*từ đầu những năm 1900*) người làm việc cho một ông chủ trong một thời gian dài; = OLD HAND

home plate *noun* 1 trụ sở hoặc hãng vận tải của một máy bay 2 (*không quân*) bãi đáp máy bay; sân bay

homer *noun* 1 một nhân viên hoặc một phóng viên thể thao ưu ái đội nhà hơn 2 (*bóng chày*) cú đánh cho phép người đánh chạy quanh ghi điểm mà không phải dừng lại; = CIRCUIT BLOW

homer *verb* đánh bóng mạnh và ghi điểm

homes *noun* dùng để xưng hô, thường là để thiết lập tình bạn

homeslice *noun* 1 một người bạn thân 2 một tù nhân từ thành phố quê hương của bạn

homework *noun* (*sinh viên*) sự hôn hít, ôm ấp, v.v..; = NECKING, PETTING

homey or **homie** *noun* 1 một người hàng xóm; một người bạn nam thân thiết; một người bạn trong băng nhóm thanh niên • That's my lady homey. Her name's Brandi: *Đó là cô bạn hàng xóm của tôi. Tên cô ấy là Brandi.* 2 người ngây thơ hoặc chất phát; người chỉ ru rú ở xó nhà 3 (*người da đen*) bạn thân hoặc người cùng quê; = HOME BOY 4 (*người da đen*) người mới đến từ miền Nam

homey mine *noun* một người bạn rất tốt từ hàng xóm

homo *noun* 1 một người đồng tính, đặc biệt là một người đồng tính nam 2 dùng như một từ xưng hô sỉ nhục để gọi những người không phải là người đồng tính

homo *adjective* đồng tính luyến ái

hon *noun* dùng như một từ biểu lộ sự yêu mến [viết tắt của từ *"honey"*. Được Baltimore, Maryland tuyên bố là từ được tạo ra ở Baltimore]

the Hon *noun* Ngài [viết tắt của *"the Honorable"*] • I want you to meet the Hon P Jensen, our mayor: *Tôi muốn anh gặp Ngài P Jensen, thị trưởng của chúng tôi.*

hon bun *noun* dùng như một từ biểu lộ sự yêu mến [viết tắt của *"honey bunny"*] • I want you clear-headed, hon bun: *Anh muốn em nhạy bén hơn, em yêu ạ.*

honcho *noun* ông chủ; nhân vật quan trọng; lãnh đạo; = BIG ENCHILADA, BOSS [xuất phát từ một từ tiếng Nhật nói về "một người lãnh đạo tổ hoặc nhóm"]

honcho *verb* quản lý hoặc chỉ huy • I'll honcho it until Larry gets here: *Tôi sẽ điều hành công việc cho đến khi Larry đến đây.*

hondo *noun* 1 một người đàn ông nổi tiếng, quyến rũ 2 một người nhiệt tình hăng hái

hondo *adjective* xuất sắc; phấn khích

honey *noun* 1 cục cưng, em yêu, chồng/vợ, v.v.. của ai • Come here, my honey: *Lại đây, em yêu của anh.* 2 người dễ thương, tử tế và đáng yêu; = PUSSYCAT, SWEETIE 3 một người hoặc một thứ tuyệt vời, ưu tú, v.v..; = DILLY, HUMDINGER 4 một người phụ nữ trẻ gợi cảm [đôi khi được đánh vần là *"hunny"*] 5 một người lướt sóng nữ hoặc bạn gái của một người lướt sóng nam 6 một người đồng tính nữ giàu nữ tính 7 bất cứ thứ gì được xem là dễ chịu, quyến rũ, hiệu quả, v.v.. 8 bia • Let's stop at the happy shop and get some honey: *Hãy ghé lại cửa hàng rượu và mua một ít bia nhé.*

honey barge *noun* (*hải quân*) xà lan chở rác

honey bucket *noun* chậu để đại tiện và tiểu tiện trong phòng ngủ; cái bô

honeybunch *noun* người yêu; người tình • Look, honey-bunch, let's hurry up. We're late: *Này, em yêu, nhanh lên. Chúng ta muộn rồi.*

honeycakes *xem* BABYCAKES

honey cart *noun* 1 một chiếc xe chở phân người; một chiếc xe hút phân từ nhà vệ sinh của máy bay 2 một nhà vệ sinh di động (như dùng khi đóng phim)

honey dip *noun* một phụ nữ quyến rũ, đặc biệt là người với làn da nâu sáng

honey dipping *noun* chất tiết ra từ âm đạo

honeyfuck *verb* 1 (cũng là *honey-fuggle*) quan hệ tình dục với một phụ nữ khêu gợi lẳng lơ hoặc với một cô gái trẻ 2 quan hệ tình dục theo kiểu chậm dịu dàng và trìu mến

honey fuck *noun* cử chỉ nhẹ nhàng và yêu thương khi giao hợp • I told him I'd prefer a honey fuck to a bunny fuck any day: *Tôi đã nói với anh ta rằng tôi muốn quan hệ tình dục một cách nhẹ nhàng và thơ mộng hơn là quan hệ tình dục một cách nhanh chóng.*

honey, I'm home! *interj.* được dùng để thông báo một cách hài hước về sự đi vào • Honey! I'm home!: *Cưng à, anh vào đây!*

honeyman *noun* người dắt gái; một người đàn ông kiếm sống từ thu nhập của gái điếm; ma cô

honeymoon *noun* 1 tình dục [được dùng bởi gái điếm ở miền Đông Nam Châu Á trong suốt chiến tranh Việt Nam] 2 thời gian đầu nghiện ma túy

honeymoon (period) or **honeymoon stage** *noun* giai đoạn đầu của một hoạt động nào đó, trước khi những vấn đề xảy đến • You'll know the honeymoon period is over when everything seems to go wrong at once: *Anh sẽ biết giai đoạn ban đầu qua đi khi mọi thứ* *dường như sẽ sai lầm cùng một lúc.*

honeymoon stage *xem* HONEYMOON (PERIOD)

honey of a something *noun* một cái gì rất đặc biệt • *This is a honey of a car. Wanna drive it?: Đây là một chiếc xe rất đặc biệt. Muốn lái nó không?*

honeypot *noun* 1 âm đạo hoặc âm hộ [từng được tìm thấy tại Anh vào năm 1719, sau đó là tiếng lóng chung được dùng với "Candy"] 2 chậu để tiểu tiện và đại tiện trong phòng ngủ; cái bô

honey wagon *noun* 1 chiếc xe chở phân người ; một nhà vệ sinh di động 2 xe rác 3 một chiếc xe tải cung cấp thực phẩm

Hong Kong dog *noun* bệnh ỉa chảy, đặc biệt là loại bệnh tiêu chảy mà du khách bị

honk *noun* 1 niềm vui thích; sự thích thú 2 (*người da đen dùng*) người đàn ông da trắng • *There are mainly honks where I work: Chỗ tôi làm phần lớn là người da trắng.*

honk *verb* 1 nôn 2 hít ma túy, lúc đầu là qua mũi 3 bóp còi xe ô tô 4 tán tỉnh, đặc biệt là người đồng tính, bằng cách sờ mó hoặc bóp bộ phận sinh dục của một người đàn ông

honked *adjective* say rượu

honked off *adjective* tức giận

honker *noun* 1 mũi 2 dương vật 3 sự đờm khạc ra 4 một con ngỗng 5 người kỳ quặc; người lập dị

honkers *noun* ngực phụ nữ • *Look at the honkers on that dame!: Nhìn bộ ngực của bà ta kìa!*

honky or **honkie** or **honkey** or **hunky** *noun* (*người da đen dùng*) người da trắng; = GRAY, OFAY [thường không được nói với sự tử tế, đặc biệt khi được dùng để mô tả một thành viên của tầng lớp người da trắng thống trị]

honky or **honkie** or **honkey** or **hunky** *adjective* theo cách của người da trắng

honky-tonk *noun* 1 hội trường, vũ trường, hoặc sòng bạc [cũng được dùng như một tính từ] 2 (*người da đen*) quán rượu và chỗ đánh bạc rẻ tiền, thường bất hảo; = JOINT 3 nhà hát rẻ tiền, thường ở nơi tỉnh nhỏ 4 nhà chứa; nhà thổ 5 *modifier:* the honky-tonk district: *khu đèn đỏ*

honyocker or **honyock** 1 *noun* một người quê mùa chất phát; người nông dân; = HICK [xuất phát từ tiếng lóng của Đức ("chicken chaser")] 2 *adj* a kind of dumb hon-yock accent: *một kiểu giọng miền quê ngớ ngẩn*

hoo-ah! or **hoo-rah!** *interj.* dùng để thể hiện sự tán thành nhiệt tình

hoo-boy *interj.* thán từ bày tỏ sự ngạc nhiên, sự sửng sốt: ồ!, chao ôi! • *hoo-boy, how horrible!: chao ôi, sao mà khủng khiếp thế!*

hooch¹ *noun* rượu; rượu mạnh; = BOOZE

hooch² or **hootch** *noun* 1 một ngôi nhà, phòng, lán, v.v.. của người Hàn Quốc 2 nhà gỗ hoặc túp lều ở làng quê Việt Nam • *A small clearing and on the far side a "hootch" tucked under the trees: Một khoảng rừng thưa nhỏ và ở phía xa là một "túp lều nông dân" ẩn dưới đám cây.* 3 doanh trại lính Mỹ, đặc biệt kiểu nhà tôn lắp tháo được trong thời kỳ chiến tranh Việt Nam

hoocher or **hootcher** *noun* người say rượu; người nghiện rượu

hooch-head or **hooch hound** *noun* người say rượu; người nghiện rượu

hoochy koochy *noun* động tác khiêu vũ gợi tình .

hood *noun* 1 hàng xóm, đặc biệt là ở khu ổ chuột trong thành phố 2 một thanh niên đường phố hung dữ; một tên tội phạm; một tên du côn [viết tắt của "hoodlum"]

hoodang or **houdang** *noun* cuộc tụ tập vui nhộn; bữa tiệc; ngày hội nhảy những vũ điệu truyền thống nông thôn; = HOEDOWN

hoodie *noun* áo lạnh tay dài hoặc áo khoát ngắn có mũ trùm đầu • *It's chilly. Better grab a hoodie:Trời khá lạnh. Tốt hơn mang theo áo lạnh trùm đầu.*

hoody *adjective* có xu hướng phạm tội vị thành niên; có tính côn đồ

hooey *noun* điều vô lý; chuyện vớ vẩn; = BALONEY

hoof *noun* bàn chân hoặc giày • *Take your goddam hoof the hell of my fender: Lấy bàn chân chết tiệt của mày khỏi cái chắn bùn của tao.*

hoof *verb* 1 đi bộ; = HOOF IT • *I better hoof over to the garage: Tốt hơn tôi nên đi bộ đến nhà để xe.* 2 khiêu vũ • *We hoofed to the disco music: Chúng tôi nhảy theo điệu nhạc disco.*

hoofer *noun* một vũ công chuyên nghiệp, đặc biệt là người nhảy điệu clacket (tap dancer)

hoofing *noun* sự đi bộ; sự chạy • *My car's in the shop, so I'm hoofing for a few days: Chiếc xe của tôi đang ở tiệm sửa chữa, vì vậy tôi phải đi bộ vài ngày.*

hoof it *verb* 1 đi bộ • *My car's broken down, so I had to hoof it to work today: Chiếc ô tô của tôi bị hỏng cho nên hôm nay tôi phải đi bộ đến chỗ làm.* 2 khiêu vũ • *then hoofed it a bit herself with old friend: sau đó cô ta khiêu vũ một chút với bạn cũ.*

hoo-ha *noun* 1 sự ồn ào hoặc náo động 2 lễ kỷ niệm ồn ào; hội hè đình đám náo nhiệt 3 điều vô lý; chuyện vớ vẩn

hoo-ha *interj.* thán từ biểu lộ sự kinh ngạc, sự khâm phục, sự ghen ty, v.v..

hoohaw *noun* nhân vật quan trọng; = POOH-BAH

hook *noun* 1 một người bị xã hội ruồng bỏ; một nạn nhân suốt đời 2 (*trong một nhóm ăn cắp đồ cửa hàng*) kẻ đồng lõa mà thực sự là người tiến hành ăn cắp 3 một ngón tay, bàn tay [thường dùng với số nhiều] 4 chìa khóa hay cái mở khóa 5 một người cố gắng trở thành người mà anh ta không phải 6 gái điếm; = HOOKER 7 một đầu mối liên lạc trong sở cảnh sát với nhiều ảnh hưởng 8 một người cấp trên với ảnh hưởng và khả năng để bảo vệ [tiếng lóng của cảnh sát New York] 9 (*sinh viên*) điện thoại hoặc một cuộc gọi điện thoại 10 dao cạo 11 (*quân đội*) quân hàm; lon 12 (*sinh viên*) điểm C 13 một tính năng trong máy tính hoặc một chương trình máy tính được thiết kế để tạo điều kiện thuận lợi cho những thay đổi hoặc cải tiến sau này 14 (*trong một trò lừa đảo lạm dụng tín nhiệm*) giai đoạn trong trò lừa đảo khi mà nạn nhân hoàn toàn mắc bẫy 15 trong sự chênh lệch giữa tỷ số người thắng và tỷ số người thua do nhà cái đặt ra trong cá cược thể thao, nửa điểm 16 (*đội thương thuyền và hải quân*) mỏ neo 17 (*bóng chày*) đường bóng cong; (*môn cricket*) cú đánh bóng bằng động tác móc; (*quyền Anh*) cú đấm móc 18 (*ma túy*) kim tiêm dưới da hoặc kim bẻ cong dùng để tiêm ma túy 19 (*ma túy*) hê-rô-in 20 (*âm nhạc*) việc gì rất hấp dẫn, lôi cuốn và quyến rũ như lời bài hát được yêu chuộng hoặc nhạc của một bài hát 21 (*người da đen*) người Do Thái 22 (*quân đội*) radio 23 (*cảnh sát*) người có quyền lực làm ảnh hưởng đến những quyết định của cảnh sát

the **hook** *noun* (*môn bóng bầu dục*) hành động cản bóng dữ dội và mạnh mẽ trong đó cái đầu của người ôm bóng bị chụp lấy và giữ cong xuống trong cánh tay của người cả

hook *verb* 1 ăn cắp hoặc móc túi, đặc biệt ở các cửa hàng 2 nghiện 3 tiêm bằng kim tiêm dưới da 4 dính líu tới mại dâm 5 bắt giữ 6 lừa đảo [thường dùng ở thể bị động] • *He got hooked into paying the* whole bill: *Hắn ta bị lừa trả toàn bộ hóa đơn.* **7 đạt loại điểm C về môn học nào đó trong trường học 8 tìm ra; đi bằng** • *Since Peter had no car he either hoohed rides from the friends who did: Từ khi Peter không có ô tô, anh ta tìm cách đi với các người bạn có xe.* **9 bắt giữ; chặn lại và phạt** • *My cab driver got hooked for speeding: Tài xế taxi của tôi bị chặn lại và phạt vì chạy quá tốc độ.* **10 lôi kéo, rủ rê một cách thành công** • *They hooked me for the main speech: Chúng nó lôi kéo tôi đọc bài diễn văn chính.* **11 làm đĩ; làm gái điếm 12 uống nhanh; uống cạn một hơi**

hook and book *verb* **còng tay và bắt giữ một nghi phạm**

hook arm *noun* (*bóng chày*) **cánh tay ném bóng của người ném**

hook something down *verb* **nuốt cái gì**

hooked *adjective* **1 nghiện ma túy 2 bị say như thể nghiện ma túy 3 đã kết hôn;** = HITCHED

hooked (on someone/ something) *adjective* **thích người nào hoặc cái gì; say mê ai hoặc cái gì** • *I'm really hooked on chocolate anything: Tôi rất thích sô-cô-la.*

hooked (on something) *adjective* **1 bị lừa** • *I really got hooked on this travel deal: Tôi đã thực sự bị lừa về việc thỏa thuận du lịch này.* **2** (*ma túy*) **bị nghiện**

hooker *noun* **1 gái điếm 2** *modifier:* hooker district: *khu đèn đỏ* **3 người tuyển mộ; người bổ sung; người giăng bẫy** • *Hooker, a person who induces union members to act as spies: Hooker là người xúi những thành viên công đoàn hành động như những người do thám.* **4 một ngụm rượu mạnh;** = SNORT **5 bàn tay 6** (*thanh thiếu niên*) **một điếu thuốc**

hook someone for *verb* **lừa ai; lấy đi, đặc biệt bằng những biện pháp ám muội**

hook (or rook) someone into something *verb* **ép buộc hoặc bắt ai tham gia bằng vũ lực hoặc mánh khóe** • *They hooked me into paying for everybody's lunch: Họ đã ép tôi trả tiền ăn trưa cho mọi người.*

hook it *verb* **1 ra đi vội vàng; chuồn; biến đi** • *Better hook it, Joan, the heat's arrived: Tốt nhất hãy biến đi, Joan, cảnh sát đến đấy.* **2 lái xe nhanh 3 vẫy xe xin đi nhờ** • *My car broke down and I had to hook it home: Chiếc ô tô của tôi bị hỏng và tôi phải đi nhờ xe về nhà.*

hook, line, and sinker *adjective* **hoàn toàn** • *They believed every word hook, line, and sinker: Họ hoàn toàn tin vào mỗi lời nói.*

hooknose *noun* **người Do Thái**

hooks *noun* **bàn tay** • *Don't stand there with your hooks in your pocket. Get busy!: Đừng có đứng đó thọc tay trong túi nữa. Làm việc đi!*

hook shop or **hookshop** *noun* **nhà chứa; nhà thổ** [xuất phát từ chữ hooker (gái điếm)]

hooky 1 *adj* **quyến rũ; hấp dẫn; lôi cuốn 2** *verb* = PLAY HOOKY

hooky house *noun* **một căn nhà hoặc căn hộ nơi học sinh trốn học tụ tập cho qua thời gian**

hooligan *noun* **1** (*từ cuối những năm 1800, Anh*) **du côn; lưu manh 2** = GUN **3** (*xiếc*) **lều của một rạp xiếc hoặc chương trình miền Tây hoang dã**

hooligan navy *noun* (*hải quân*) **lực lượng bảo vệ bờ biển Hoa Kỳ**

hoop *noun* **1 một chiếc xe hơi 2** (*thế giới ngầm*) **nhẫn đeo ở ngón tay 3 trực tràng như là nơi để giấu hàng lậu trong tù 4** (*bóng rổ*) **lưới bóng rổ hoặc rổ;** = BUCKET **5** (*bóng rổ*) **bàn thắng trong bóng rổ; điểm;** = BUCKET **6** *modifier:* **liên quan đến bóng rổ** • *a hoop team: một đội bóng rổ*

hoop-de-doo or **hoop-de-doop** or **hoopty-do** *xem* WHOOP-DE-DO

hoopdee *noun* **một chiếc xe hơi mới hiện đại nhất**

hooperdooper or **hooperdoo** *noun* **1 một người hoặc một thứ tuyệt vời, ưu tú, phi thường, v.v.;** = HONEY, HUMDINGER **2** *modifier:* we got a hooperdoo quarter hour left: *chúng tôi còn lại 15 phút tuyệt vời.* **3 người rất quan trọng;** = BIG SHOT

hoopla or **whoopla** *noun* **1 sự náo động; sự om sòm; sự rung chuyển** [ban đầu, tiếng la gắn với trò chơi ném vòng ở bãi đất rộng để tổ chức hội chợ hoặc triển lãm] **2 tiếng la vui sướng và ầm ĩ;** = HOO-HA **3 sự quảng cáo rùm beng;** = BALLYHOO, FLACK

hoople *noun* **một người ngu xuẩn; đồ ngốc**

hoople head *noun* **một thằng ngốc**

hoop-man *noun* **một cầu thủ bóng rổ**

hoops *xem* JUMP THROUGH HOOPS

hoopster *noun* **một cầu thủ bóng rổ**

hoopty *noun* **một chiếc ô tô chất lượng kém, ọp ẹp**

hoopty-doo *xem* WHOOP-DE-DO

hoosegow *noun* (*từ đầu những năm 1920, cao bồi*) **nhà giam; nhà giam**

hoosier *noun* **1 một người khờ dại và chất phác; người quê mùa;** = HICK **2** (*giới tù nhân dùng*) **cai ngục**

hoosier *verb* **lừa gạt; lừa đảo** • *Nobody tried to hoosier him out of his money: Chưa ai cố gắng lừa lấy tiền của anh ta cả.*

Hoosier *noun* **người bản địa hoặc người dân Indiana (Mỹ)**

hoot *noun* **1 một người;** = COOT • *a canny old hoot: một cụ già khôn ngoan và cẩn thận* **2 nguyên nhân gây cười; chuyện đùa** [một hơi cổ, thường được dùng trong giọng điệu chế nhạo hoặc trịch thượng] • *The whole business was a terrific hoot: Toàn bộ công việc là một trận cười hết mức.* **3 một chút** [thường được dùng trong những cụm từ có nghĩa phủ định, chẳng hạn "not give a hoot" (không cho chút gì cả), "not care two hoot" (không quan tâm chút nào), v.v.] • *"I don't give a hoot. They don't have the right to say those things": "Tôi không cho chút nào cả. Họ không có quyền nói những điều này".*

a hoot *noun* (*từ những năm 1960, Anh*) **điều gì rất thú vị và vui; niềm vui** • *Life is a hoot: Cuộc sống là một niềm vui.*

hoot *verb* **1 cười to; cười ầm ĩ** • *The audience screamed and hooted with their appreciation: Khán giả la hét và cười ầm ĩ cùng với sự đánh giá cao (tán thưởng).* **2 la ó; chế giễu màn trình diễn của ai**

hootch or **hooch** *noun* **1 một người phụ nữ trẻ, đặc biệt là người dễ dãi về tình dục** [viết tắt của "*hootchie*"] **2** *xem* HOOCH

hootchee or **hotchee** *noun* (*quân đội, chiến tranh Triều Tiên*) **dương vật**

hootchie or **hoochie** or **hootchy mama** *noun* **một người phụ nữ trẻ, đặc biệt là người dễ dãi về tình dục**

hootchie-coo *noun* **tình dục**

hootchie-cootchie or **hooch** *noun* **hoạt động tình dục;** = ASS

the hootchie-coochie (or the **hootchy-kootchy** or the **hooch**) *noun* **1 điệu nhảy khiêu gợi trong đó phụ nữ lắc hông, v.v.. 2 một phụ nữ nhảy điệu khiêu gợi**

hootenanny *noun* **đồ vật không định rõ được; đồ vật nhỏ không được biết tên, không biết gọi tên như thế nào hoặc không muốn nêu tên;** = GAGET, GIZMO

hooter *noun* **1** (*sinh viên*) **điếu thuốc lá chứa cần sa lớn 2 một bữa tiệc**

hootered *adjective* **say rượu**

hooters *noun* **ngực phụ nữ**

hoots *noun* ngực phụ nữ • She showed off her luscious hoots again in a topless turn: *Cô ta lại khoe bộ ngực khêu gợi trong một tiết mục để ngực trần.*

hooty *adjective* tuyệt vời; thú vị; ngộ nghĩnh

hoover *verb* 1 (*chủ yếu ở Anh*) ăn hoặc uống, đặc biệt là một cách thèm khát 2 liếm hoặc mút dương vật; = EAT 3 trích; rút ra 4 hít ma túy 5 thực hiện việc phá thai [*một sự ám chỉ đến loại máy hút bụi có thương hiệu*]

hoovering *noun* 1 sự phá thai • She said she thought a hoovering would make things right: *Cô ấy nói rằng cô ấy nghĩ việc phá thai sẽ làm mọi chuyện ổn thỏa.* 2 hành động nịnh hót hoặc bợ đỡ ai

Hooverville *noun* 1 (*đặc biệt những năm 1930*) khu nhà ổ chuột tạm thời nơi các công nhân thất nghiệp sống [*từ tên Tổng thống Herbert Hoover suốt những năm đầu của thời kỳ kinh tế suy thoái vào thập niên 1930*] 2 vùng của những người lang thang đầu đường xó chợ

hop *noun* 1 (*ma túy*) thuốc phiện, moóc-phin hoặc hê-rô-in 2 (*ma túy*) con nghiện ma túy; = HEAD, HOPHEAD 3 lời nói vô nghĩa; lời nói phét; lời nói ba hoa; = BULL-SHIT, BALONEY 4 người gác cổng khách sạn; = BELLHOP 5 vũ hội; buổi liên hoan khiêu vũ; một bữa tiệc • The kids are out at some school-sponsored hop: *Bọn trẻ đi dự vũ hội nhà trường tổ chức.* 6 (*súc sắc*) sự đặt cược chỉ đổ một lần trong lần đổ tiếp theo 7 bia 8 một chuyến đi; một giai đoạn của cuộc hành trình; chuyến bay • a long hop to Singapore: *một chuyến bay dài đến Singapore* 9 chuyến bay ngắn hoặc một chặng trong chuyến bay dài • the long flight across Pacific, the final hop from Los Angeles to San Jose': *chuyến bay đường dài qua Thái Bình Dương, rồi chặng bay ngắn cuối cùng từ Los Angeles tới San Jose'.*

hop *verb* 1 làm việc như người trông xe tại nhà hàng phục vụ khách ngồi trong xe ô tô 2 (*đua ngựa*) cung cấp loại thuốc bất hợp pháp cho ngựa, hoặc chất kích thích hoặc thuốc giảm đau 3 lên máy bay hoặc tàu hỏa • I'll hop a plane and be there in a couple of hours: *Tôi sẽ lên máy bay và có mặt ở đó trong vài giờ nữa.* 4 đi du lịch nhanh bằng máy bay, xe lửa, ô tô, v.v. • She hopped a train to Chicago: *Cô ta đi nhanh bằng xe lửa đến Chicago.* 5 nảy lên hoặc làm nảy lên • She hopped the flat stone over the lake's surface: *Cô ta làm nảy lên viên đá phẳng trên mặt hồ.*

hop and pop *verb* thức dậy và bắt đầu hành động

hope to die *xem* CROSS MY HEART

hope-to-die *noun* vợ (hoặc chồng) của bạn hoặc người tình lãng mạn

hop fiend (or **fighter**) *noun* người nghiện ma túy; = HOPHEAD

hophead *noun* 1 (*ma túy*) người nghiện ma túy; = HEAD 2 người nghiện rượu 3 (*đua ngựa*) một con ngựa chỉ chạy tốt dưới tác dụng của chất kích thích

hop it *verb* rời khỏi; chuồn đi; = BEAT IT

hop joint or **hopjoint** *noun* 1 nơi hút thuốc phiện 2 quán rượu rẻ tiền

hop on the bandwagon *xem* GET ON THE BAND-WAGON

hop-pad *noun* một ổ hút thuốc phiện

hopped or **hopped up** *adjective* 1 dưới tác dụng của ma túy; phê ma túy; = GEEZED, GOWED UP 2 khích động; phấn khích • What are you so hopped up about?: *Cậu phấn khích về chuyện gì vậy?* 3 say rượu 4 (*dân chơi xế độ*) đã được đặc chế và tăng tốc; = SOUPED UP • As soon as I get this hog hopped up, you'll see some real speed: *Ngay khi tớ đặc chế xong chiếc xe này, cậu sẽ thấy tốc độ thật sự của nó.* 5 được làm hứng thú hơn; cố tình nhấn mạnh hoặc kích thích hơn

hopper *noun* 1 (*người lang thang*) điếu thuốc lá hút được một phần 2 người nghiện ma túy 3 (*bóng chày*) quả bóng nảy trên mặt đất

the hopper *noun* nơi đề xuất những ý tưởng, hành động, v.v.. được đưa ra đánh giá; kênh thông tin riêng trực tiếp; = PIPELINE

hopping mad *adjective* rất tức giận; tức giận nhảy lên nhảy xuống • I was hopping mad about the broken window: *Tôi tức giận điên lên về cửa sổ bị vỡ.*

hops *noun* 1 (*đầu những năm 1900*) thuốc phiện; = DOPE 2 bia

hopscotch *verb* thực hiện những chuyến đi dài từ nơi này đến nơi khác • The show... hopscothes from Toronto and Boston to Lake Tahoe and Las Vegas: *Buổi trình diễn... di chuyển từ Toronto và Boston đến Lake Tahoe và Las Vegas.*

hop-stick *noun* (*ma túy*) tẩu hút thuốc phiện

hop the train *verb* đi trên xe điện ngầm mà không trả tiền vé

hop toad *noun* 1 (*đường sắt*) một thanh sắt được dùng để làm trật bánh toa xe lửa 2 một ngụm lớn rượu mạnh

hopup *modifier* (*dân chơi xế độ*) dùng để tăng sức mạnh và tốc độ của động cơ xe ô tô

hop up *verb* 1 (*dân chơi xế độ*) làm một cỗ máy, đặc biệt là xe ô tô, chạy nhanh hơn hoặc mạnh hơn; = SOUP UP 2 (*ma túy*) cung cấp ma túy 3 (*đua ngựa*) cho ngựa dùng thuốc kích thích để tăng tốc độ; = DOPE

hork *verb* 1 nôn; mửa 2 nhổ nước bọt • Don't you hork on my driveway, you slob!: *Không phải mày nhổ nước bọt trên đường lái xe vào nhà của tao đấy chứ, đồ thằng dơ bẩn!*

horn *noun* 1 sự cương cứng của dương vật; = HARD-ON 2 dương vật; sự thèm khác 3 cái mũi • He scratched his horn with his pencil and opened his mouth to speak: *Anh ấy lấy bút chì gãi mũi và mở miệng nói.* 4 (*nhạc sĩ*) bất kỳ nhạc cụ hơi nào 5 (*giới nhạc jazz dùng*) kèn trumpet

the horn *noun* điện thoại • He was on the horn most of the night explaining the incident: *Anh ta gọi điện thoại gần như cả buổi tối để giải thích về việc xảy ra.*

hornblowing *noun* sự quảng cáo xông xáo; sự bán hàng năng nổ và bền bỉ

horndog *noun* 1 (*quân đội*) kẻ chuyên thông dâm; người giỏi làm tình; = COCKSMAN 2 một người bị ám ảnh bởi tình dục

horndog *adjective* hăng hái về mặt tình dục

horner *noun* (*ma túy*) người có cái mũi nhạy cảm, chảy nước mũi khi hít cô-ca-in vào

horn in *verb* (*cao bồi*) xâm nhập; chen vào; = BUTT IN

horniness *noun* sự thèm khát tình dục; tính dâm đãng và thèm khát nhục dục; = HOT ROCKS

horn movie *noun* phim khiêu dâm

hornrim *noun* người trí thức • They build fences around universities to keep the hornrims in: *Họ xây rào quanh các trường đại học để giữ các nhà trí thức trong đó.*

hornswoggle *verb* lừa dối; lừa gạt; = CON

horny *adjective* ham muốn tình dục; dâm đãng; muốn giải quyết sinh lý; = HOT • Those girls in juvenile were horny as they could be: *Những cô gái trẻ trung này hết sức ham muốn tình dục.*

horny man *noun* một nhân viên thi hành luật liên bang

horny porny *noun* sách báo khiêu dâm

horrors *xem* CHUCK HABIT

horse *noun* 1 (*xiếc hoặc lễ hội*) một nghìn đô-la; = GRAND 2 (*ma túy*) hê-rô-in; = SHIT 3 gái điếm [một sự phát triển của từ *stable* như một nhóm gái điếm] 4 một người đàn ông to lớn 5 một người lén chuyển hàng lậu vào tù 6 (*trò chơi súc sắc ở quán rượu*) lượt tung súc sắc 7 một tay chơi bài poker nổi tiếng keo kiệt 8 (*ngành truyền hình và làm phim*) một chân đế giữ cuộn phim trong khi phim được cung cấp qua đèn chiếu 9 phân ngựa 10 (*ma túy*) người nghiện ma túy nặng 11 (*nhà tù*) cai tù được các tù nhân trả tiền để chuyển lén thư từ và hàng lậu ra vào nhà tù 12 (*tài xế xe tải*) xe tải hoặc xe kéo 13 (*cảnh sát*) một cảnh sát trung thực, làm việc vất vả

horse *verb* 1 vui chơi; đùa cợt; chơi bời và ăn không ngồi rồi • He isn't just horsing now: *Bây giờ nó không chỉ đùa cợt.* 2 làm tình; quan hệ tình dục; = SCREW 3 lừa gạt; đánh lừa; chơi xỏ 4 = IN A FOG

horse and buggy or **horse and wagon** *noun* hê-rô-in và dụng cụ cần thiết để chuẩn bị và tiêm nó

horse-and-buggy *adjective* cổ lỗ sĩ; lỗi thời; không hợp thời trang; lạc hậu

horse apple *noun* 1 cục phân ngựa 2 đồ rác rưởi kiêu ngạo; = HORSESHIT

horse apples *interj* = HORSESHIT

horse around *verb* 1 bỡn cợt; đùa cợt; làm trò hề; = FOOL AROUND • Don't horse around with her like that: *Đừng đùa cợt với cô ta như thế.* 2 làm việc kém hiệu quả; làm việc tắc trách • You guys are always horsing around: *Chúng mày luôn luôn làm việc đà dẫn đấy.*

horse cock *noun* (*hải quân, thế chiến II*) xúc xích Ý và những loại xúc xích nguội khác; = DONKEY DICK

horse doctor *noun* bác sĩ [mang tính xúc phạm; vốn được dùng để chỉ bác sĩ thú y]

horse dookie *noun* điều vô lý

horse feathers *noun* điều vô lý; = BALONY, BUNK, HORSE-SHIT [một uyển ngữ rõ ràng cho "*horseshit*"]

Horsefeathers! *interj.* Nhảm nhí!; Vớ vẩn! • Horsefeathers! I did no such thing!: *Vớ vẩn! Tao không làm cái việc như thế!*

horsefuck *verb* quan hệ tình dục từ phía sau với đầy sinh lực

horsehide *noun* bóng chày

horse hockey *noun* điều vô lý

horse laugh *noun* tiếng cười nhạo báng và mỉa mai

the horselaugh *noun* một trận cười lớn, khó chịu và thô bạo vào mặt ai; tiếng cười hô hố; = the MERRY HA-HA

horseman *noun* (*Canada dùng*) thành viên của cảnh sát cưỡi ngựa Hoàng gia Canada

horse manure *noun* điều vô lý • "Sounds like a load of horse manure to me": *Nghe thật vô lý đối với tôi".*

horse opera (or **opry**) *noun* 1 phim cao bồi; phim miền Tây; = BANG-BANG, OATER 2 (*xiếc*) gánh xiếc; rạp xiếc

horseplayer *noun* người đánh cá vào những cuộc đua ngựa

horserace *noun* một cuộc thi quan trọng; trận đấu gay go

horse room (or **parlor**) *noun* một hoạt động cá cược bất hợp pháp nơi tiền cược có thể được đặt và trả tiền thắng trong những cuộc đua ngựa; = HANDBOOK

horses *noun* 1 (*cờ bạc*) con súc sắc đã bị thay đổi để chơi bịp 2 mã lực, như ở động cơ • How many horses does this thing have?: *Cái máy này có bao nhiêu mã lực vậy?*

horse's ass *noun* một người đáng khinh; một kẻ ngốc khó chịu; = JERK

horse's cock *noun* người đáng khinh • "You horse's cock," Frankie said: *"Mày là một kẻ đáng khinh," Frankie nói.*

horseshit *noun* 1 phân ngựa 2 điều vô lý; điều vớ vẩn; lời nói ba hoa; cuộc nói chuyện kiêu ngạo; = BALONY, BULLSHIT 3 *modifier:* Superstar! What a horseshit idiot!: *Thật là một kẻ ngốc nói chuyện kiêu ngạo!* 4 chuyện tầm phào; chuyện không đâu; = CHICKEN SHIT

horseshit *verb* 1 lừa dối; trêu chọc [có tính chất của *bullshit*] 2 huênh hoang; khoe khoang • He was horseshitting about what a great sailor he is: *Hắn đang huênh hoang về việc hắn là một thủy thủ vĩ đại.*

horseshit 1 *adj* xấu; không thỏa mãn 2 *interj* thán từ bày tỏ sự không tin, sự không tán đồng và sự khinh miệt • Horshit! I'll never believe that: *Vớ vẩn! tao sẽ không bao giờ tin điều đó.*

horseshit and gunsmoke *noun* (*quân đội*) sự kích động và hỗn loạn; sự lộn xộn

horseshit luck *noun* sự may mắn

horse's mouth *xem* FROM THE HORSE'S MOUTH

horse's patoot or **horse's patootie** *noun* một thằng ngốc

hose *noun* dương vật

hose *verb* 1 gian lận hoặc lừa đảo ai; nói dối ai; = SCREW, SHAFT • Don't try to hose me! I'm onto you!: *Đừng có lừa tôi! Tôi biết rõ ý định của anh rồi!* 2 (*sinh viên*) hắt hủi; khinh rẻ • They're afraid of getting hosed: *Họ sợ bị hắt hủi.*

hoser *noun* 1 kẻ gian lận; kẻ lừa đảo; = CON MAN 2 người khờ dại; người hành động ngu ngốc 3 (*Canada dùng*) người Canada, đặc biệt là típ người miền Bắc mộc mạc đơn giản 4 một người đàn ông thành thạo và giàu kinh nghiệm tình dục 5 người tốt; bạn thân • Old Fred is a good hoser. He'll help: *Lão Fred là một người tốt. Ông ấy sẽ giúp.*

hose someone down *verb* giết ai

a hosing *xem* TAKE A HOSING

hostess *xem* BANG THE HOSTESS, BALL-BEARING HOSTESS

the hostess with the mostest *noun* 1 người phụ nữ tổ chức buổi tiệc chiêu đãi hậu hĩ, giao lưu với giới thượng lưu và thành công nhất 2 một cô gái điếm tử tế

a hot *noun* một bữa ăn nóng hổi

hot *adjective* 1 bị đánh cắp; bị trộm 2 bị truy nã bởi cảnh sát • I soon got hot and the police were looking for me all over town: *Tôi sớm bị truy nã và cảnh sát đang tìm tôi khắp thị trấn.* 3 nguy hiểm cho hoạt động tội phạm • "That neighborhood is too hot," he said loudly: *Anh ta nói to: "Vùng lân cận đó quá nguy hiểm cho hoạt động tội phạm"* 4 nguy hiểm cho những tên tội phạm khác bởi vì sự hợp tác với cảnh sát 5 dưới hỏa lực của kẻ thù • "The new landing zone was hot": *"Khu vực hạ cánh mới nằm dưới hỏa lực của kẻ thù".* 6 (*về một hệ thống vũ khí*) đã kích hoạt, đã vũ trang 7 tốt • Stroudsburg wasn't such a hot school anyway: *Dù thế nào đi nữa thì Stroudsburg cũng không phải là một trường học tốt.* 8 xuất sắc; dùng để miêu tả âm nhạc hoặc những nhạc sĩ tạo ra sự phấn khích • [A]in't that boy hot!: *Anh chàng đó không xuất sắc sao!* 9 (*nhạc jazz*) truyền thống và sinh động, tương phản với nhạc hiện đại 10 nổi tiếng • We's so much hotter now. Bob Marley, Jimi Hendrix, Jim Morrison, Elvis: *Giờ chúng ta quá nổi tiếng rồi. Bob Marley. Jimi*

Hendrix. Jim Morrison. Elvis. **11** hấp dẫn về mặt tình dục; dâm đãng; khoái cảm; đầy nhục dục; rực cháy đam mê; = HORNY **12** (*nói về điệu nhảy thoát y*) rất khêu gợi **13** quyến rũ; có ngoại hình đẹp • *He was hot, wasn't he?: Anh chàng đó quyến rũ đấy chứ nhỉ?* **14** tức giận; giận dữ; điên tiết; = PISSED OFF • *Don't get so hot about it, it was just a goof: Đừng có điên tiết về chuyện đó, nó chỉ là một sai lầm ngu ngốc.* **15** ngắn gọn; nhanh chóng **16** (*cá cược thể thao*) cược lớn một cách tự phát; ưu ái **17** (*về một thiết bị trong ngành điện ảnh và truyền hình*) được chuẩn bị đầy đủ để quay phim **18** say rượu **19** bán chạy; bán rất nhanh và ngay lập tức; bán chạy như tôm tươi • *The things are really hot this season: Những thứ này rất bán chạy vào mùa này.* **20** gặp may mắn trong cờ bạc **21** mang theo hàng buôn lậu và đối tượng có thể bị bắt **22** có thể đạt tốc độ cao; di chuyển rất nhanh • *the hottest car on the track: chiếc ô tô có tốc độ nhanh nhất ở đường đua* **23** trình diễn rất tốt; chắc chắn sẽ chiến thắng • *When you're hot you're hot: Khi mà anh trình diễn thật tốt, anh chắc chắn sẽ thắng.* **24** sôi nổi; gay cấn; quyết liệt • *in the hottest part of the election campaign: ở giai đoạn sôi nổi nhất của chiến dịch vận động bầu cử* **25** đầy sức sống; năng động • *This is a hot town: Đây là một thị trấn đầy sinh động.* **26** khiêu dâm; dâm ô; tục tĩu; = DIRTY **27** háo hức; bồn chồn bấn loạn; = ANTSY **28** (*nhạc jazz*) có nhịp điệu mạnh, nhanh và phấn khích, mang lại phản ứng theo bản năng; giật gân **29** (*thế giới ngầm, về hàng hóa*) vừa mới ăn cắp được; hàng lậu **30** (*về hàng đánh cắp được*) khó tiêu thụ vì bị cảnh sát truy lùng ráo riết **31** nguy hiểm; đe dọa; tai họa • *Things were getting too hot: Mọi thứ đang trở nên quá nguy hiểm.* **32** (*về tin tức*) mới; nóng hổi; sốt dẻo • *a hot tip: một tin nóng hổi, thông tin sốt dẻo* **33** (*về điện*) có điện; đã mở điện • *Can I touch this wire, or is it hot?: Tôi có thể chạm vào sợi dây điện này không, hay nó đang có điện?* **34** (*về lý*) phóng xạ **35** (*về ngân khố*) mới phát hành (giấy bạc)

hot air *noun* **1** sự khoác lác; sự nói dối; điều vớ vẩn; = BALONEY, BULLSHIT **2** thái độ vênh vang và tự phụ; lời nói khoa trương

hot and bothered *adjective* **1** kích thích tình dục **2** giận dữ; đầy phẫn nộ; = PISSED OFF, STEAMED UP

hot and cold *noun* (*ma túy*) hê-rô-in và cô-ca-in được kết hợp để tiêm; = SPEEDBALL

hot as a three-dollar pistol *adjective* rất nóng; nóng hổ • *The rumor is hot as a three-dollar pistol: Tin đồn rất nóng hổi.*

hot as hell *adjective* nóng khủng khiếp • *Now the water is hot as hell I burned my finger in it: Giờ nước thật nóng khủng khiếp, tôi bỏng ngón tay của tôi trong đó.*

hot baby *noun* (*sinh viên, từ cuối những năm 1800*) một phụ nữ trẻ khiêu dâm và phóng túng

hotbed *noun* **1** (*người da đen và người lang thang*) một chiếc giường được dùng cho ngày và đêm, bằng cách thay đổi người ngủ **2** một nơi sản xuất hoặc rất giàu những thứ đặc biệt **3** một phòng trọ trong motel không theo đúng thủ tục đăng ký thuê và được thuê nhiều hơn một lần một ngày; một căn phòng trong một nhà trọ giá rẻ

hot-bed *verb* quan hệ tình dục trong motel

hotbed of *something noun* nơi ẩn náo; nơi tụ tập • *This office is a hotbed of lazy people: Văn phòng này là nơi tụ tập của những kẻ lười nhác.*

hot book *noun* sách hoặc tạp chí khiêu dâm

hot box *noun* **1** một cái âm đạo được kích thích tình dục; một người nữ được kích thích tình dục **2** xà lim trong tù dùng để biệt giam **3** một căn phòng nhỏ hoặc một không gian khép kín để hút cần sa **4** một không gian nhỏ, khép kín để hút cần sa

hot buns *noun* một người đàn ông đồng tính

hot cakes *noun* phencyclidine, ma túy gây ảo giác được biết đến như PCP hoặc bụi thiên thần

hotcha *adjective* hấp dẫn và mãnh liệt về tình dục

hot cha cha or **hotchacha** or **hot-cha-cha** *interj* dùng để thể hiện sự chấp thuận, sự vui thích, sự hứng thú, v.v.. • *"I now name you Princess Naked-as-a-Jaybird." The Princess goes wild. "Hot-cha-cha!" Teensy screams: "Bây giờ ta đặt tên cho con là Công chúa Trần-trụi-như-chim-giẻ-cùi". Công chúa hét lên. "Hot-cha-cha!".*

hot chair *noun* ghế điện; xử tử bằng điện trên ghế điện

hot check *noun* séc giả hoặc một tấm séc cố tình được rút với số tiền không đủ để thanh toán; tấm séc giả

hot chrome *noun* một chiếc xe hấp dẫn các cô gái

hot corner *noun* **1** (*bóng chày*) người chơi chạm tới góc thứ ba **2** nơi quan trọng và rất nguy hiểm

hot damn *interj.* thán từ bày tỏ sự thích thú, sự hài lòng; = HOT DOG, HOT SHIT • *Did you have a good time? – "hot damn!": Anh đã có một thời gian đẹp phải không? – "Ôi, thật tuyệt!"*

Hot diggety (dog)! *interj* Ôi chao!; Chà! • *I made it on time. Hot diggety!: Chà! Tôi đã làm điều đó đúng giờ.*

hot diggety (or **diggity**) *interj* (biến thể: **dog** or **doggety** or **damn** có thể được thêm vào; **ziggety** or **ziggity** có thể thay **diggety**) = HOT DOG

hot dog *noun* **1** xúc xích Đức nóng kẹp bánh mì, thường có hành, mù tạt hoặc xốt cà chua **2** *modifier:* a hot-dog stand: *một gian hàng xúc xích Đức* **3** = HOT SHOT **4** người chơi hoặc trình diễn xuất sắc và ngoạn mục; = GRANDSTANDER **5** một người có kinh nghiệm và tự phụ được xác định bởi tính tự phụ cũng như kinh nghiệm của họ • *This pilot was a hot dog, and good: Tay phi công này là một kẻ tự phụ, giàu kinh nghiệm và giỏi.* **6** một cảnh sát • *While kids in Northwest refer to police as "one-time," Northeast teenagers call them "bo-deen" or "hot dog," and in Southeast they're "po-pos" or good old "feds": Trong khi bọn trẻ ở Tây Bắc gọi cảnh sát là "one-time", thiếu niên ở vùng Đông Bắc gọi họ là "bo-deen" hay "hog-dog", và ở miền Đông Nam thì gọi là "po-pos" hoặc những cảnh sát già tốt bụng.* **7** sách hoặc tạp chí khiêu dâm

hot-dog *adjective* **1** bị ám ảnh bởi tình dục **2** có khuynh hướng phô trương

hotdog *verb* **1** khoe khoang • *The coach said, "Stop hotdogging and play ball, you guys": Huấn luyện viên nói, "Đừng có phô trương nữa và chơi bóng đi, các cậu."* **2** trình diễn một cách ngoạn mục, xuất sắc, đặc biệt để giành được sự khâm phục của khán giả; = GRAND-STAND, SHOW OFF **3** (*môn lướt sóng*) lướt một cách ngoạn mục **4** (*môn trượt tuyết*) trượt tuyết thật giỏi và ngoạn mục với kiểu tự do

Hot dog! *interj* thán từ thể hiện sự vui sướng, sự hài lòng, sự thích thú: Chà!; = HOT DAMN, HOT SHIT • *Hot dog! It's my turn: Chà! Đến lượt tôi.*

hot dogger *noun* = GRANDSTANDER, HOT DOG

hot dog magazine *noun* tạp chí khiêu dâm

hot-dog skiing *noun* trượt tuyết kiểu tự do có những cú nhảy lộn nhào, uốn mình giữa không trung, những động tác giống ba lê, và những màn táo bạo khác ngoài tốc độ

hotfoot *noun* **1** trò đùa mà trong đó một cặp đựng diêm làm từ giấy cứng được đốt lên và nhét vào giày của một nạn nhân không ngờ

hotfoot *verb* 1 (cũng là ***hotfood it***) di chuyển nhanh chóng; đi nhanh 2 = GIVE someone A HOTFOOT

hotfoot *adverb* ngay lập tức; không chậm trễ • I'll walk hotfoot to the doctor's office: *Tôi sẽ đi lập tức đến phòng mạch bác sĩ.*

hot for *adjective* 1 rất thèm khát; khao khát, muốn chiếm hữu • She seemed hot for you: *Cô ta có vẻ thèm muốn cậu đấy.* 2 rất háo hức; say mê về • He's real hot for the new promotion policy: *Anh ta thực sự rất háo hức về chính sách đề bạc mới.*

hot grease *noun* điều rắc rối; điều lôi thôi, đặc biệt là sắp xảy đến

hot hay *noun* cần sa

hot head *noun* 1 người dễ nổi giận; người nóng tính; = BLOWTOP 2 người dễ xúc động

hot iron *noun* = HOT ROD

hot item *noun* 1 một cặp đôi đang hứng tình 2 món hàng bán chạy • This little thing is a hot item this season: *Món đồ nhỏ này là một món hàng bán rất chạy vào mùa này.*

hot line *noun* đường dây nóng, đường dây điện thoại đặc biệt giữa những người đứng đầu hai nước, đặc biệt giữa Nhà Trắng (White House, Mỹ) và Điện Cẩm Linh (Kremlin, Nga)

hot number *noun* 1 một người hấp dẫn, quyến rũ, gợi tình; = HOT PANTS 2 một bản nhạc làm say mê, kích động 3 (*người bán hàng*) vật gì bán nhanh và nhiều; món hàng bán chạy như tôm tươi

hot nuts *noun* sự ham muốn tình dục mãnh liệt của đàn ông

hot one *noun* 1 một câu chuyện, mẩu tin, v.v.. rất vui và buồn cười 2 tội giết người cấp độ một

hot pants *noun* 1 sự ham muốn tình dục 2 người đầy dâm dật và chung chạ bừa bãi 3 quần soóc phụ nữ rất ngắn

hot paper *noun* 1 chứng khoán giả mạo 2 séc giả • That teller can spot hot paper a mile away: *Người thu ngân đó có thể nhận ra tờ séc giả từ xa.*

hot patootie *noun* một người phụ nữ rất hấp dẫn và sexy

hot (or hot-rock) pilot *noun* (*không quân, thế chiến II*) phi công rất tài năng và táo bạo (dũng cảm)

hot poo 1 *noun & interj* = HOT SHIT 2 *noun* thông tin mới và chính thức; tin mới nhất

hot potato *noun* vấn đề khó khăn; vấn đề nan giải khó giải quyết

hot property *noun* người hoặc vật gì có nhiều giá trị, quý giá, đặc biệt như vận động viên, diễn viên, người dẫn chương trình truyền hình, v.v..

hot ringer *noun* chuông báo trộm cho cảnh sát biết có một vụ cướp có vũ trang đang diễn ra

hot rock *noun* 1 một người cố gây chú ý qua cách ăn mặc hay điệu bộ 2 = HOT SHOT

hot rocks (or nuts) *noun* sự ham muốn nhục dục của nam giới; sự khao khát mạnh mẽ về tình dục; = HORNINESS

hot rod *verb* thủ dâm

hot rod *noun* 1 xe ô tô đã được đặc chế lại để mạnh hơn và chạy nhanh hơn bởi người chủ; = A-BOMB, CAN, ROD 2 *modifier:* hot-rod club: *câu lạc bộ xế độ* 3 (cũng là ***hot rodder***) tài xế hoặc người mê xế độ (xe gắn động cơ được cải tiến)

hot roller *noun* một chiếc xe ăn cắp đang được lái

the **hots** *noun* 1 sự ham muốn tình dục; sự thèm khát mãnh liệt; = HOT PANTS • You ain't in love with Angela. You just got a case of the hots, that's all: *Anh không yêu Angela. Anh chỉ ham muốn, thế thôi.* 2 sự ưa thích cuồng nhiệt; sự ưa chuộng đặc biệt 3 dụng cụ cuộn tóc bằng điện

the **hot seat** *noun* 1 ghế điện; tử hình bằng ghế điện; = the HOT SQUAT 2 một hoàn cảnh áp lực lớn 3 chỗ hoặc vị trí bị tra hỏi tỉ mỉ, dễ bị tổn thương và phải đương đầu với sự chỉ trích, trả lời các câu hỏi, v.v.. đặc biệt là ghế nhân chứng

hot shit *noun* 1 một người hoặc vật đặc biệt tốt 2 một người đàn ông nghĩ mình là người vĩ đại nhất còn sống; người đàn ông tự cao tự đại 3 = HOT DOG 4 người hoặc vật gì rất phi thường, hấp dẫn và mạnh mẽ; = HOT STUFF 5 người tự tin và năng nổ; = BIG SHOT

hot-shit *adjective* phấn khích; trào lưu • Go see Hot Tuna because Hot Tuna is hot shit: *Hãy đi xem nhóm Hot Tuna đi bởi vì họ đang là trào lưu.*

hot short *noun* (*thế giới ngầm*) xe ô tô ăn trộm

hotshot *noun* 1 người có tài hoặc kỹ xảo với công việc, thường hay phô trương, khoe khoang; người thành công đặc biệt; = BALL OF FIRE, WINNER [thường dùng một cách mỉa mai] 2 *modifier:* a young, hot-shot second lieutenant: *một thiếu úy trẻ tuổi, có tài* 3 người quan trọng và đầy nghị lực [thường dùng để mỉa mai] • If you're such a hotshot, why not straighten out the whole thing?: *Nếu anh là người quan trọng, sao không giải quyết hết mọi việc đi?* 4 (*đường sắt*) xe lửa chạy nhanh; xe lửa tốc hành 5 *modifier:* a hot-shot freight: *một chuyến hàng tốc hành* 6 bảng tin; tin mới nhận 7 (*ma túy*) một liều thuốc được pha trộn nhằm gây tử vong khi tiêm 8 một phát súng bắn ra sau khi gọi khẩn cấp cho cảnh sát 9 roi điện 10 tử hình bằng ghế điện 11 một người thành công hào nhoáng mà có thể có lòng tự trọng cao • If you're such a hotshot patriot, why didn't you reenlist?: *Nếu anh là một người yêu nước thành công hào nhoáng như thế, tại sao anh không tái gia nhập quân đội?*

hotshot *verb* tiêm cho ai một liều thuốc độc

hotshot or **hot-shot** *adjective* tài giỏi; xuất sắc

hot-shot Charlie *noun* (*không quân, thế chiến II*) một người khoa trương; người tự cao tự đại

hotsie-totsie or **hotsie-dandy** *adjective* vừa ý; tốt; đạt được yêu cầu; = COPACETIC • All's hotsie-totsie here, thank you so much: *Ở đây tất cả đều vừa ý, cám ơn rất nhiều.*

hot sketch *noun* 1 một người khác thường, đặc biệt người sinh động và hài hước; = CARD 2 một phụ nữ trẻ hấp dẫn; = HOT NUMBER

hot skinny *noun* thông tin nội bộ • I've got the hot skinny on Mary and her boyfriend: *Tôi có được thông tin nội bộ về Mary và bạn trai của cô ta.*

hot spit *noun & interj* = HOT SHIT

hot spot *noun* 1 = TIGHT SPOT 2 một hộp đêm được ưa chuộng, đặc biệt với màn biểu diễn khiêu dâm

the **hot squat** *noun* ghế điện; tử hình bằng ghế điện

hot stove league *noun* sự tồn tại ngoài mùa giải của những người hâm mộ, những cuộc tranh luận, v.v.. giữ cho bóng chày có tính thời sự từ tháng 10 đến tháng 4

hot stuff *noun* 1 một người gợi cảm và chủ động về mặt tình dục 2 người hoặc vật ở thứ hạng cao về tài năng hoặc chất lượng; = HOT SHOT • He's really hot stuff at tennis: *Anh ta quả là một cây vợt hàng đầu.* 3 ấn phẩm quảng cáo được tạo ra như một phần của trò lừa đảo

bán hàng qua điện thoại 4 tài liệu, cuộc trình diễn, trò giải trí, v.v.. rất hấp dẫn, đặc biệt là dâm ô • These magazines are real hot stuff: *Những tạp chí đó thật là tục tĩu.* 5 hàng ăn trộm; hàng lậu thuế; của cải phi pháp 6 tin tức hoặc thông tin rất quan trọng, mới, giật gân, bị cấm, v.v.. 7 đồ ăn, đồ uống, v.v.. rất nóng

hotsy-totsy *adjective* 1 khác thường • [E]very spring, in the fullness of their benevolence, they sent him and my mother for a hotsy-totsy free weekend in Atlantic City: *Mọi mùa xuân, trong cảm xúc dạt dào của lòng bác ái, họ đã cho ông ta và mẹ tôi một kỳ cuối tuần miễn phí khác thường tại thành phố Atlantic.* 2 tốt; tuyệt; thú vị; thoải mái • I don't feel so hotsy-totsy: *Tôi không cảm thấy thú vị lắm.*

hotsy-totsy or **hotsy** *noun* một người phụ nữ trẻ quyến rũ

hottie *noun* một người trẻ quyến rũ gợi cảm

hot to trot *adjective* sẵn sàng và hăng hái, đặc biệt là cho hoạt động tình dục; đầy dục vọng

hot under the collar *adjective* tức giận • Gee, that guy is really hot under the collar. What did I do?: *Chà, gã đó quả thực là tức giận. Tôi đã làm gì nhỉ?*

hot up *verb* 1 trở nên sôi động hơn; làm cho căng thẳng hơn • Then things really hot up and Jane falls in love with a novelist: *Sau đó mọi thứ đang thực sự trở nên sôi động hơn và Jane phải lòng với một tiểu thuyết gia.* 2 làm cho cái gì đó nóng hoặc nóng hơn • I'll just hot up some soup for lunch: *Tôi sẽ hâm nóng ít súp cho bữa ăn trưa.* 3 tăng công suất, tốc độ và hiệu năng (của một chiếc ô tô)

hot walker *noun* (*đua ngựa*) người giữ ngựa dắt ngựa sau cuộc đua, giúp nó hạ nhiệt

hot war *noun* chiến tranh nóng, với trận đánh dữ dội và sự chết chóc; = SHOOTING WAR

hot water *noun* sự khó khăn; sự rắc rối; sự gây lúng túng

hot wire *noun* máy khuếch đại tuyến tính cho tần số sóng ra-đi-ô của người dân

hot-wire *verb* 1 khởi động xe ô tô mà không cần chìa khóa [bằng cách dùng dây điện để truyền điện vào công tắc khởi động (nối hai dây điện chập mạch lại với nhau)] 2 kích hoạt một cách bất hợp pháp; can thiệp vào

houdang *xem* HOODANG

hound 1 *noun* một người bị ám ảnh bởi danh từ kết hợp có trước • I was a big pussy-hound. Ain't changed much either: *Tôi là người đàn ông bị ám ảnh bởi tình dục và phụ nữ. Sẽ chẳng thay đổi nhiều.* 2 *verb* làm phiền hoặc quấy rầy ai; = BURN

the Hound or **the Dog** *noun* (*người da đen và sinh viên, từ giới tài xế*) xe buýt chạy đường dài Greyhound (tên thương mại)

hound dog *noun* một kẻ săn đuổi phụ nữ [ở miền Nam Hoa Kỳ được phổ biến bởi một bài hát của Elvis Presley *"Ain't nothing' but a hound dog"* "không có gì cả nhưng chỉ là một kẻ săn đuổi đàn bà"]

hound-dog *verb* theo dấu; theo dõi; tìm ra • Bud and I were sent to hound-dog them on the way, in the direction I saw them take: *Bud và tôi được cử đến để theo dấu họ trên đường, theo hướng mà tôi đã thấy họ đi.*

hounds *adjective* (*thanh thiếu niên*) rất hài lòng; tuyệt vời; = NEAT

hounds on an island *noun* (*quầy bán đồ ăn trưa*) xúc xích Đức với nhiều đồ (đậu) nướng

hound's tooth *xem* CLEAN AS A HOUND'S TOOTH

house *noun* 1 nhà chứa; nhà thổ; = CATHOUSE, WHOREHOUSE 2 khán giả ở một nhà hát

the house *noun* nhà giam dành cho tù nhân nữ ở New York

house ape *noun* đứa bé; đứa trẻ nhỏ; = CURTAIN CLIMBER, RUG APE

house-cleaning *noun* sự tái tổ chức một doanh nghiệp hoặc cơ quan nhà nước, đặc biệt với sự sa thải những nhân viên bất tài hoặc bất lương; = SHAKE-UP

house dancer *noun* một vũ công tại câu lạc bộ thoát y mà thường xuyên xuất hiện tại một câu lạc bộ

housefrau *noun* = HAUSFRAU

house girl *noun* 1 gái điếm làm việc ở nhà chứa 2 (*câu lạc bộ thoát y*) một vũ công địa phương thường xuyên làm việc tại câu lạc bộ

house larry *noun* (*người bán hàng*) một người thường hay lui tới cửa hàng nhưng không mua gì cả

house moss *noun* xơ vải hoặc lông tóc tích lũy, thường thấy ở dưới giường; = BEGGAR'S VELVET, GHOST TURDS • There is some house moss under the sofa: *Có một ít nùi xơ vải ở dưới ghế sofa.*

house of joy *noun* nhà chứa

house of many doors *noun* nhà tù

house-sit *verb* ở và chăm nom nhà cửa miễn phí trong khi chủ nhà đi vắng

how *xem* AND HOW, DING HOW, KNOW-HOW

how about? dùng để đưa ra một gợi ý • How about a game of chess?: *Một ván cờ chứ?* • How about going out for dinner?: *Đi ăn tối nhé?*

how about that or **how do you like that** *interj* thán từ bày tỏ sự ngạc nhiên, vui thích, khâm phục, v.v..: vấn đề đó thì sao!; cái đó thích ra sao! • We've only got a year to go. How about that!: *Chúng ta chỉ có một năm để đi. Vấn đề đó thì sao!* • It's a first! How do you like that!: *Đó là một món hàng đầu tiên! Cái đó thích ra sao!*

how bad is that? *interrog.* thật tuyệt!

how something can you get *sentence* (*dùng trong lời kêu lên để bình luận về chừng mực hoặc mức độ*) sao mà (làm sao) anh có thể như thế? • How tacky can you get? Maddie said disgustedly: *Sao mà tồi tàn anh có thể như vậy? Maddie nói một cách ghê tởm.*

how come? *interrog.* tại sao thế?; sao lại ra như vậy?; sao lạ vậy? • "How come?" He loved that. How come?: *"Tại sao chứ?" Anh ta thích điều đó. Tại sao?* • How come we weren't invited to the party?: *Sao lạ vậy chúng ta không được mời đến bữa tiệc?*

how-do được dùng như một lời chào hỏi bình dân • "Hey," he broadcast, "you say how-do to all my boys at K&L when you hit the Dirty Side, all right?": *"Này", anh ta nói, "gửi lời chào tới mấy thằng nhóc của tôi giùm ở K&L khi bạn đến Dirty Side nhé, được chứ?"*

how do you do? *interrog.* Anh khỏe không? [được dùng khi một người lần đầu tiên được giới thiệu đến ai đó] • "This is my wife" – "How do you do?": *"Đây là bà xã tôi"– "Bà khỏe không?"*

how-do-you-do or **how-d'ye-do** *noun* hoàn cảnh lúng túng; tình trạng rắc rối khó xử • Here's a nice how-do-you-do!: *Thật là rắc rối!, thật là lôi thôi!*

How does that grab you? *interrog.* Bạn nghĩ sao về điều đó? • Looks good, okay? How does that grab you?: *Trông được đấy nhỉ? Bạn nghĩ sao về nó?*

how do you like them apples *interj.* thán từ bày tỏ sự thích thú và niềm hân hoan; thường việc gì mà ai đó đã làm xong hoặc đạt được • He spread the full house on the table and crowed "How do you like them apples": *Anh ta đã bày dọn ra đầy trên bàn và reo mừng "Sao chúng có tuyệt không nào!"*

howdy *interj.* xin chào • Well, howdy. Long time, no see: *À, chào cậu. Lâu quá không gặp.*

Howdy Doody *xem* DOES HOWDY DOODY HAVE WOODEN BALLS

how goes it? *interrog.* dùng như một lời chào hỏi; bạn khỏe không?; mọi việc thế nào rồi? • Easy now, stick to vernaculars: "Hello there, Gorzy, how goes it?": *Bây giờ thì dễ rồi, cứ theo tiếng địa phương thôi: "Chào đằng ấy, Gorzy, mọi việc ổn chứ?"*

a howl *noun* 1 một nguồn giải trí tuyệt vời 2 cái gì đó buồn cười; một sự kiện vui vẻ; = a HOOT

howl *verb* cười ngặt nghẽo; cười ầm lên • Everybody howled at my mistake: *Mọi người cười ầm lên về lỗi lầm của tôi.*

howler *noun* lỗi rõ ràng và nghiêm trọng; một sai lầm rất buồn cười

howling *adjective* tột bực; rất lớn; cao cấp • "Oh, dig that howling Cadillac!" Zaida cried ecstatically: *"Ồ, hãy nhìn chiếc Cadillac cao cấp đó kìa!", Zaida hét lên một cách ngây ngất.*

howling drunk *adjective* say rượu; say xỉn làm ầm ĩ

How('re) they hanging? *xem* HOW'S IT HANGING?

how's about *prep.* anh cảm thấy hoặc nghĩ gì về • How's about a can of beer?: *Anh nghĩ sao một lon bia?*

how's hacking? *interrog.* dùng như một lời chào hỏi

How's it hanging? or **How('re) they hanging?** 1 dùng như một lời chào hỏi, thường thì giữa đàn ông với nhau • Gennaro! How's she hangin'?: *Gennaro! Thế nào rồi?* 2 câu hỏi (1) nó, tình trạng của dương vật nam giới; (2) chúng, tình trạng của hòn dái nam giới • Hey, dude! How's it hanging?: *Này anh bạn! Nó thế nào rồi?* • You're looking okay. How're they hanging?: *Trông cậu ổn đấy. Chúng thế nào rồi?*

how-so? *interrog.* vậy thế là thế nào • "But this is different." "And I ask you how-so?": *"Nhưng điều này khác." "Vậy tôi mới hỏi anh thế là thế nào?"*

How's tricks? *interrog.* (dùng như một lời chào hỏi) Bạn khỏe không?; Mọi việc thế nào rồi? • What'up? How's it hanging?: *Có chuyện gì vậy? Thế nào rồi?*

how they hanging? *interrog.* (câu chào hỏi khi hai người đàn ông gặp nhau) cậu khỏe không? • How they hanging, Peter?: *Khỏe không, Peter?*

How ya living? *interrog.* Cậu khỏe không? [câu trả lời là "**Living large**"] • How ya living, man?: *Khỏe không, anh bạn?*

howzit? *interrog.* dùng như một lời chào hỏi • Eddie there to greet us with a "Hey, howzit?": *Ở đó Eddie chào chúng tôi với một câu "này, xin chào?".*

HUA *adverb* (phát âm theo từng chữ cái riêng) một cách ngu ngốc; mù quáng; lơ đễnh • You're driving pretty HUA today: *Hôm nay cậu lái xe một cách lơ đễnh (không chú tâm).*

hubba-hubba 1 *interj* thán từ thể hiện sự vui sướng, sự say mê, sự lôi cuốn hấp dẫn, v.v., đặc biệt khi thấy một phụ nữ 2 *adv* nhanh chóng; tức thì; ngay lập tức; = HABA-HABA, ON THE DOUBLE

Hubbard *xem* MOTHER HUBBARD

hubby or **hubbie** *noun* một ông chồng [thường được dùng với ý châm biếm] • What she didn't know was that I had been having an affair with her hubby for a long time: *Điều cô ta không biết là tôi đã có mối quan hệ với chồng cô ta trong một thời gian dài.*

huckleberry *noun* 1 gã; anh chàng; anh bạn; = GUY 2 kẻ ngốc; người đần độn; = JERK

huckster *noun* (từ những năm 1950) nhân viên quảng cáo hoặc nhân viên quan hệ công chúng

huddle 1 *noun* một hội nghị; cuộc họp riêng; cuộc họp kín 2 *verb* We'll have to huddle on that one: *Chúng ta sẽ phải thảo luận về việc đó.*

Huey *nickname* (đặc biệt quân đội, chiến tranh Việt Nam) một chiếc trực thăng quân sự thiết thực của Bell

huff *xem* IN A HUFF

huff-duff *noun* (thế chiến II, quân đội) thiết bị định hướng radio; máy dò hướng radio cao tần

huffer *noun* (dân chơi xế độ) bơm tăng nạp của xe ô tô; = BLOWER

huffy *adjective* tức giận; nóng nảy; dễ cáu; = IN A HUFF • Now, don't get huffy. I said I was sorry, didn't I?: *Bây giờ, đừng tức giận nữa. Tôi đã nói xin lỗi rồi mà, phải không?*

huggy-huggy *adjective* rất âu yếm; trìu mến; = BUDDY-BUDDY, PALSY-WALSY

hughie *verb* nôn; mửa

hug the bowl *verb* nôn; mửa

hug the porcelain god(dess) or **hug the throne** *verb* nôn mửa; nôn vào bồn cầu • The girls drank a lot of beer and two of them spent the night hugging the porcelain god: *Các cô gái đã uống rất nhiều bia và hai trong số họ đã nôn vào bồn cầu suốt đêm.*

hug the throne *xem* HUG THE PORCELAIN GOD(DESS)

the hully-gully *noun* điệu nhảy disco có nguồn gốc từ điệu nhảy tuýt (twist)

humdinger *noun* một người hay thứ gì đó xuất sắc, đáng chú ý; = BEAUT, LOLLAPALOOZA

humdinging *adjective* hạng nhất; ưu tú; xuất sắc

hummer *noun* một người hoặc một thứ gì đó đáng chú ý; tuyệt vời; = HUMDINGER • This is Mason's first book, and it's a hummer: *Đây là cuốn sách đầu tiên của Mason, và nó thật tuyệt vời.*

hummy 1 *adj* (người da đen) hài lòng; vui sướng; không biết hiểm nguy • Are you hummy with your present salary?: *Bạn có hài lòng với đồng lương hiện nay của bạn không?* 2 *adv* She lives real hummy: *Bà ta sống thật hạnh phúc.*

humongous or **humungous** *adjective* (đặc biệt thanh thiếu niên) rất lớn; khổng lồ • I'm allergic to bees. I get a humungous rash: *Tôi bị dị ứng với ong. Tôi bị phát ban rất nhiều.*

hump *noun* 1 thuốc lá Camel™ 2 (xiếc) con lạc đà 3 một người kinh tởm hoặc hèn hạ 4 một người ngu đần tối dạ 5 hành động giao hợp 6 người sẵn sàng quan hệ tình dục mà không cần phải thuyết phục nhiều

hump *verb* 1 (cũng là **hump it** or **hump along**) đi hoặc di chuyển một cách khó khăn; đi ì ạch, đi nặng nề vất vả vì mang hoặc vác những vật nặng 2 kiếm tiền nhờ làm gái điếm 3 quan hệ tình dục; = FUCK • The sailor spent his entire leave drinking and humping: *Gã thủy thủ dành hết thời gian nghỉ phép để uống rượu và chơi gái.*

hump and bump *verb* làm việc vất vả và tiến triển một cách chậm chạp

hump and thump *noun* sự hồi phục tim mạch

humpery *noun* hành động quan hệ tình dục; sự giao hợp; = FUCKING

hump-hump *verb* quan hệ tình dục [tiếng bồi giả]

humpy *adjective* 1 (giới đồng tính) đẹp trai; gợi cảm 2 nứng tình; muốn được thỏa mãn tình dục

hunch *noun* 1 linh cảm; một ý tưởng hoặc ý kiến sắc sảo • I gotta hunch she won't come back: *Tôi có linh cảm cô ta sẽ không trở lại.* 2 *modifier:* This was too good a hunch play to let drop: *Đây là một vở kịch sắc sảo quá hay để bỏ qua.*

hunch *verb* 1 mang đến cho ai tin tức cập nhật; thông báo 2 có linh cảm

hung *adjective* 1 có cảm giác khó chịu, buồn nôn (sau khi uống rượu say); = HUNG OVER 2 bực mình; khó chịu; cáu kỉnh • He's very hung with me about my carelessness: *Nó rất bực mình với tôi vì sự cẩu thả của tôi.* 3 được phú cho một dương vật lớn; = HUNG LIKE A BULL, WELL-HUNG [Shakespeare đã chơi chữ từ này cách đây 400 năm] 4 thích thú hoặc bị ám ảnh bởi 5 (*chương trình máy tính*) bị treo, đợi thứ gì đó mà sẽ không xảy ra 6 *xem* WELL-HUNG 7 kiệt sức; rất mệt mỏi 8 (*nhạc rock and roll*) rất thích; mến yêu

hunger *xem* FROM HUNGER

hung like a bull (or **a horse**) *adjective* có hòn dái hoặc bộ phận sinh dục nói chung to như của con bò đực hoặc ngựa (nói về nam giới); = WELL-HUNG

hung over *adjective* có cảm giác khó chịu, buồn nôn (sau khi uống rượu say)

hungries *noun* cơn thèm ăn theo sau việc hút cần sa

the hungries *noun* sự đói; tình trạng đói • I get the hungries about this time every day: *Mỗi ngày cứ vào khoảng giờ này là tôi lại thấy đói.*

hungry *adjective* 1 háo hức kiếm tiền • When he gets hungry for wealth, he'll get busy: *Khi anh ấy hăm hở kiếm tiên để làm giàu, anh ấy sẽ trở nên bận rộn.* 2 có nhiều tham vọng hoặc hoài bão • He gets ahead because he's hungry: *Anh ấy thành công vì có nhiều tham vọng.* 3 nghèo; bần cùng; không đồng xu dính túi; = BROKE

hung up *adjective* 1 bị ám ảnh; thu hút tâm trí; cuồng dại • I'm not hung up on you. I'm in love with you: *Anh không bị ám ảnh vì em. Anh yêu em.* 2 nghiện 3 gượng gạo; quá nhạy cảm • Yeah, listen, uh, are you...? ARE YOU HUNG UP?: *Vâng, nghe nè, ừ, có phải...? Có phải cậu đã quá nhạy cảm không?* 4 bị cản trở; bị trì hoãn 5 bị xúc động hoặc bất động bởi sự rối loạn cảm xúc

hung up on *adjective* 1 bị ám ảnh bởi, đặc biệt yêu người nào 2 gánh chịu cảm giác buồn nôn sau khi uống rượu say 3 nản lòng; không hài lòng • I'm hung up on fried rice: *Tôi chán cơm chiên.*

hunk *noun* 1 một người đàn ông hoặc đàn bà chủ yếu được xem là bạn tình; = PIECE, PIECE OF ASS 2 một người đàn ông hoặc một cậu trai cơ bắp, ưa nhìn và hấp dẫn

hunker down *verb* 1 ngồi chồm hổm; ngồi xổm • His hunkers down in the dark, wet and shivering: *Nó ngồi chồm hổm trong bóng tối, đầm nước và run rẩy.* 2 chuẩn bị tâm trạng và thái độ cho công việc khó khăn • Now that summer's gone we must hunker down and get that report finished: *Bây giờ mùa hè đã đi qua chúng ta phải chuẩn bị và làm xong bài tường thuật đó.* 3 có thái độ bảo thủ cứng rắn; khó xoay chuyển • As the public reponds…the defense lawyers hunker down: *Khi công chúng phản ứng lại… các luật sư bào chữa có thái độ kiên quyết.*

hunk of cheese *noun* người ngu đần, đáng ghét

hunk of tail *xem* PIECE OF ASS

hunky[1] *adjective* quyến rũ; hấp dẫn, đặc biệt là gợi tình; = MACHO [thường dùng cho đàn ông]

hunky[2] *noun* (cũng là **hunkie** or **Honky** or **Hunkie** or **Hunk** or **hunks**) 1 người Đông Âu; người Xla-vơ; người Hungari; người lao động vùng Baltic; = BOHUNK, GINZO [có tính miệt thị, nhưng thường là mang tính minh họa về sự thiếu kiến thức địa lý của người nói] 2 (*người da đen dùng*) một người da trắng; = HONKY [mang tính xúc phạm]

hunky[3] *adjective* = HORNY

hunky dory *adjective* vừa ý; tốt; = COPACETIC • I was doing the easiest time I ever did. Everything was hunky-dory: *Tôi đang có khoảng thời gian dễ dàng nhất mà tôi từng có. Mọi thứ đều rất vừa ý.*

hurl *verb* 1 nôn; mửa 2 (*bóng chày*) ném bóng

hurl *noun* thứ nôn mửa ra • There's hurl all over the bathroom floor!: *Sàn phòng tắm đầy những thứ nôn mửa!*

hurler *noun* 1 một người bị chứng thèm ăn và chán ăn bất thường 2 (*bóng chày*) cầu thủ ném bóng

a hurrah's nest *noun* (*đã lỗi thời*) sự hỗn loạn; sự rối loạn; sự lộn xộn; = SNAFU

hurry up and wait *verb* liên tiếp vội vàng rồi lại trì hoãn trong một tình huống bận rộn • It's always hurry up and wait around here: *Quanh đây luôn luôn hấp tấp vội vàng rồi lại chậm trễ.*

hurt *adjective* 1 không ai thích; không hấp dẫn; xấu xí; lạc lõng • She is so hurt! That hairdo doesn't help either: *Cô ta xấu quá! Kiểu tóc ấy cũng chẳng giúp được gì.* 2 phê ma túy

hurt for someone/something *verb* mong mỏi ai hoặc cái gì; cần ai hoặc cái gì • The children are hurting for the holidays: *Bọn trẻ nóng lòng mong đợi kỳ nghỉ.*

hurtin' for certain *adjective* (*sinh viên*) = HURTINH

hurting *adjective* 1 (*quân đội, sinh viên, người da đen*) rất cần; bị nguy hiểm • If they find out about this you'll be hurting: *Nếu họ phát hiện ra về chuyện này, cậu sẽ bị nguy hiểm đấy.* 2 rất xấu xí; nỗi đau do sự xấu xí • That dog of yours is something to behold. It's really hurting: *Con chó của anh có gì để ngắm. Nó thật xấu xí.*

husband *noun* 1 (*gái điếm dùng*) ma cô 2 (*người đồng tính*) (*đàn ông hoặc phụ nữ*) người bạn tình hung hăng và độc đoán hơn

hush-hush *adjective* 1 bí mật; giấu giếm; kín 2 rất bí mật; tuyệt mật • They did it so hush-hush that no one knew for a long time: *Họ đã làm điều đó rất bí mật mà không hề ai biết trong một thời gian dài.*

hush-hush *noun* điều bí mật • Why all the hush-hush about Walden?: *Tại sao tất cả đều giữ bí mật về Walden vậy?*

hush money *noun* tiền hối lộ được trả để mua sự im lặng

hush someone **up** *verb* 1 làm cho ai im lặng • Please hush your baby up!: *Làm ơn dỗ đứa bé của cậu im lặng!* 2 giết ai

hush something **up** *verb* giữ kín điều gì một cách bí mật; cố gắng ngăn chặn không cho tin đồn lan đi • We want to hush up the story, but there was no way to do it: *Chúng tôi muốn giữ kín câu chuyện, nhưng không có cách nào để làm được việc đó cả.*

husk *verb* cởi quần áo; = PEEL

hustle *noun* 1 hành động vội vàng; sự hỗn độn; sự rối loạn • Put a little hustle in it now: *Giờ hãy vội lên một chút.* 2 một tổ chức phi pháp, đặc biệt liên quan tới lừa đảo 3 (*sự*) nỗ lực, cố gắng, ao ước • There are times you have to show hustle, even if it's false: *Có những lúc bạn phải chứng tỏ nỗ lực, cho dù nó là dối trá.* 4 kế hoạch kiếm tiền; kỹ thuật đặc biệt để kiếm tiền [bao gồm buôn bán ma túy, mại dâm và những tệ nạn khác] 5 sự ăn trộm; sự trộm cắp 6 sự lừa đảo; sự lừa gạt

hustle *verb* 1 dụ dỗ; cố quyến rũ ai 2 di chuyển nhanh; đi vội vã • It's late. I've got to hustle: *Muộn rồi. Tôi phải nhanh lên mới được.* 3 dùng kỹ thuật đặc biệt của mình để kiếm tiền • He's out there on the streets hustling all the time: *Nó ở ngoài phố lúc nào cũng dùng thủ đoạn để kiếm tiền.* 4 lợi dụng hoặc lừa bịp ai để kiếm tiền 5 chơi; trình diễn một cách tích cực và năng nổ 6 làm đĩ; làm điếm; = HOOK 7 bán được hoặc giành được (cái gì) bằng hoạt

hustler động tích cực 8 ăn cắp; ăn trộm 9 lừa đảo; lừa gạt; = CON

hustler *noun* 1 gái điếm; = HOOKER 2 một người sống nhờ sự quyến rũ và trí thông minh của mình, không lương thiện nhưng thường thì không bạo lực 3 người đánh bạc ở một nơi cá cược 4 kẻ lừa đảo; kẻ lừa gạt trơ tráo, đặc biệt là người giả vờ không biết chơi một trò chơi trong khi hắn là dân chuyên nghiệp và chắc chắn sẽ thắng; = SHARK, CON MAN 5 kẻ trộm hoặc người buôn bán hàng ăn trộm 6 người đào hoa • He thinks he's a hustler. The chicks think he's a wimp: *Hắn nghĩ hắn là một người đào hoa. Các cô gái trẻ nghĩ hắn ta là một kẻ yếu đuối.* 7 người biểu diễn hoặc người lao động nhiệt tình, đầy năng lượng

hut *noun* 1 một ngôi nhà • Are we going to your hut tonight?: *Tối nay chúng tôi sẽ đến nhà anh chứ?* 2 (*đường sắt*) toa dành cho người bảo vệ tàu 3 (*nhà tù*) xà lim

hype[1] *noun* 1 ống tiêm; kim tiêm dưới da; = HYPE-STICK 2 một người nghiện ma túy dùng kim tiêm 3 mũi tiêm ma túy 4 người bán ma túy; = CONNECTION 5 sự cường điệu; điều vô lý

hype[2] *noun* sự quảng cáo, sự rao hàng, đặc biệt là rầm rộ và thổi phồng; = BALLYHOO, FLACK

a hype *noun* 1 sự ủng hộ hoặc sự thúc đẩy mạnh mẽ; sự quảng cáo 2 một người hoặc một thứ được thúc đẩy bằng sự quảng cáo 3 trò lừa gạt hoặc gian lận; = CON, SCAM 4 lời nói dối

hype *verb* 1 nói dối; lừa đảo 2 quảng cáo rùm beng; khen quá đáng hoặc tâng bốc ai hoặc cái gì • Let's hype it until everyone in the country has heard about it: *Hãy quảng cáo rùm beng nó cho đến khi mọi người ở trong nước đều biết đến nó.* 3 = HYPE UP

hype artist *noun* người phụ trách quảng cáo để kiếm sống

hyped-up *adjective* 1 giả; giả mạo; không thật; = HOKED-UP, PHONY 2 phóng đại; thổi phồng; cường điệu 3 phấn khích; kích thích quá mức; = HYPER • The game gets him "hyped-up", and "releases energy" in the same way that football does: *Trận đấu làm anh ta "phấn khích" và "giải phóng năng lượng" theo cách tương tự mà bóng đá mang lại.*

hyper[1] *noun* 1 (*xiếc hoặc lễ hội*) một kẻ lừa bịp 2 người tán dương hoặc quảng cáo về ai hoặc cái gì 3 người hay bị kích động và hiếu động thái quá 4 người tiêm chích ma túy

hyper[2] or **hype artist** *noun* người phụ trách quảng cáo người quảng cáo; = FLACK

hyper[3] *adjective* 1 quá phấn khích; vui buồn thất thường; bị kích động mạnh; = HYPED-UP 2 vượt trội hầu hết; rất ưu tú; rất cao cấp; = SUPER

hype-stick *noun* (*ma túy*) kim tiêm dưới da

hype up *verb* 1 làm giả; giả mạo; bịa ra; = HOKE UP • They had to hype up a convincing story: *Họ phải bịa ra một câu chuyện thuyết phục.* 2 quảng cáo rùm beng, cường điệu; tán dương quá mức 3 cho thứ gì đó sức hấp dẫn, ảnh hưởng giả tạo

hypo *noun* 1 ống tiêm; kim tiêm dưới da 2 sự tiêm dưới da 3 một người nghiện ma túy dùng kim tiêm; = HYPE 4 một trò lừa đảo

hypo *verb* kích thích hoặc tăng cường; = BEEF UP

I

IC *noun* *(phát âm theo từng chữ riêng)* (**quầy bán đồ ăn trưa**) một khách hàng giận dữ • There was usually about two ICs a night: *Thường có khoảng hai khách hàng giận dữ một đêm.*

IC *noun* **1** (**chiến tranh Việt Nam**) một thường dân vô tội [viết tắt của *"innocent civilian"*] **2** Tôi hiểu [đọc từng chữ một là *"I see"*] • IC, but I can't help you: *Tôi hiểu nhưng tôi không thể giúp anh.*

I Can Catch *noun* (**tài xế xe tải**) ủy ban thương mại giữa các bang

ice *noun* **1** kim cương • Mrs. M. wore lots of ice, which I'll tell you about later: *Bà M đeo rất nhiều kim cương, điều mà tôi sẽ nói cho bạn sau.* **2** đá quý và đồ nữ trang nói chung **3** (**ma túy**) cô-ca-in, đặc biệt là dạng bánh **4** tiền bảo kê được trả bởi một công ty cho bọn tội phạm hoặc của tội phạm trả cho cảnh sát **5** tiền hối lộ, của đút lót; phụ phí **6** sự chênh lệch giữa giá niêm yết và giá thật của vé xem một chương trình rất nổi tiếng **7** sự trả thêm tiền để có một vé sân khấu như ý muốn **8** sự biệt giam trong tù **9** bất cứ chương trình máy tính nào được thiết kế như một kế hoạch bảo mật hệ thống

ice *verb* **1** (**thế giới ngầm**) giết; = OFF **2** đưa vào biệt giam **3** từ bỏ; dừng lại **4** từ chối; thất hứa **5** (cũng là **ice** someone **out**) phớt lờ ai; lạnh nhạt; = COLD SHOULDER **6** làm ai ngượng ngùng, lúng túng hoặc xấu hổ • Don't ice me in front of my friends: *Đừng làm tôi mất mặt trước bạn bè của tôi.* **7** làm việc gì chắc chắn; = CINCH, SEW something UP **8** đánh bại hoàn toàn; thắng đậm; = CLOBBER

ice *adjective* xuất sắc; tuyệt; = COOL • Her answer was ice, and she really put down that guy: *Câu trả lời của cô ta rất xuất sắc và cô ta đã thực sự làm gã đó bẽ mặt.*

iceberg *noun* **1** một phụ nữ lãnh cảm về mặt tình dục **2** một người lạnh lùng và không xúc cảm; = COLD FISH

icebox *noun* **1** nhà xác **2** nhà giam hay nhà tù [một nghĩa rộng của từ cooler (nhà tù) phổ biến hơn] **3** (**nhà tù**) xà lim biệt giam; = the HOLE **4** một nơi tưởng tượng nơi mà người và vật được giữ lại để dùng khi hữu sự • I got a lefthander in the icebox: *Tôi có một người thuận tay trái để phòng hờ.* **5** một nơi rất lạnh

ice cube *noun* cô-ca-in nguyên chất

iced down *adjective* đeo nhiều kim cương

iced out *adjective* đeo (mang) nhiều kim cương • That dude is really iced out!: *Gã đó đeo nhiều kim cương quá!*

icehouse *noun* tiệm kim hoàn

ice it 1 ngừng làm việc gì **2** quên điều gì

ice maiden (or **queen**) *noun* một người đàn bà điềm tĩnh và rất lạnh lùng; một người phụ nữ lãnh đạm

iceman *noun* **1** kẻ giết người; sát thủ chuyên nghiệp; = HIT MAN **2** một người hối lộ một viên chức chính phủ hoặc nói cách khác là "thu xếp" những tình huống khó khăn [bắt nguồn từ *ice* (tiền hối lộ)] **3** kẻ trộm đồ nữ trang **4** một người, người trình diễn, v.v.. rất bình tĩnh

ice money *noun* tiền dùng để hối lộ

ice palace *noun* tiệm kim hoàn; cửa hàng đá quý

ice princess *noun* một người phụ nữ không thể hiện cảm xúc hoặc niềm đam mê

ice queen *noun* người phụ nữ không thể hiện cảm xúc hoặc đam mê; người phụ nữ kiêu căng và lạnh lùng

ice (or **put the icing on**) **the cake** *verb* có một chiến thắng không cần phải nghi ngờ; đảm bảo một kết quả có lợi

icing on the cake *noun* sự làm tăng; sự nâng cao đặc biệt • Oh, wow! A tank full of gas in my new car. That's icing on the cake!: *Ái chà! Một bình xăng đầy trong chiếc xe mới của tôi. Đó là một sự cho thêm đặc biệt!*

ick *noun* **1** một người bị xã hội ruồng bỏ; người không ai ưa; người đáng ghét **2** chất kinh tởm; chất dơ bẩn

Ick! *exclam.* Kinh tởm quá! • Oh, ick! What now?: *Ôi, kinh tởm quá! Làm gì bây giờ?*

icky (biến thể: **ickie** or **icky-poo** or **icky-sticky** or **ickey-wickey**) **1** *adj* không quyến rũ; khó chịu; gây phẫn nộ • It was one of those icky desert winds we call the Santa Ana: *Nó là một trong những cơn gió sa mạc khó chịu mà chúng tôi gọi là Santa Ana.* **2** *adj* ủy mị quá mức, đặc biệt là về âm nhạc hoặc thị hiếu âm nhạc; = SCHMALTZY **3** *noun* một người giàu **4** *noun* người bình thường, tẻ nhạt; = SQUARE • She turned out to be an icky: *Hóa ra cô ta là một người tẻ nhạt.*

icky-poo *adjective* ghê tởm • What is this icky-poo on my plate?: *Cái thứ kinh tởm trên đĩa của tôi là cái gì vậy?*

Icky-poo! *exclam.* Kinh tởm quá!; Bực mình quá! • Oh, icky-poo! I missed my bus!: *Ôi, bực mình quá! Tôi lỡ xe buýt rồi!*

I could(n't) care less *sentence* Tôi không quan tâm; Tôi không cần

ID *noun* căn cước; chứng minh nhân dân hoặc những thứ khác dùng để nhận dạng [viết tắt của *"identity card"* và *"identification card"*] • You got an I.D. for the liquor?: *Cậu có thẻ căn cước để mua rượu không?*

ID *verb* xác định nhận dạng của ai; kiểm tra chứng minh nhân dân còn hiệu lực của ai

idea box *noun* cái đầu; bộ não • Do you have any suggestion in your idea box right now?: *Bạn có gợi ý nào trong đầu của bạn ngay bây giờ không?*

idiot box *noun* ti-vi; máy truyền hình; = the BOOB TUBE • I get tired of the idiot box: *Tôi thấy chán ti-vi rồi.*

idiot card (or **board**) *noun* (*ngành truyền hình hoặc điện ảnh*) một tấm bảng với lời thoại trên đó được viết với chữ lớn để diễn viên có thể đọc; bảng nhắc • Tomorrow she'd have to sue the "idiot cards": *Ngày mai cô ta sẽ phải yêu cầu "bảng nhắc".*

idiot girl *noun* (*studio, truyền hình*) cô gái trẻ cầm bảng nhắc cho phát thanh viên trong chương trình truyền hình

idiot juice or **idiotic** *noun* bất kỳ loại thức uống có cồn nào được ủ trong tù, đặc biệt là hỗn hợp hạt nhục đậu khấu và nước

idiot light *noun* đèn báo trên bảng đồng hồ xe ô tô để chỉ trạng thái hoạt động của xe

idiot mittens *noun* găng tay hở ngón của trẻ em, được nối bởi một sợi dây xuyên qua ống tay áo của áo choàng hoặc áo jacket để giữ khỏi mất đôi găng tay

idiot stick *noun* súng trường • The insignia of the infantry was crossed rifles, which people called "idiot sticks": *Phù hiệu riêng của bộ binh là những khẩu súng trường bắt chéo mà mọi người gọi là "idiot stick".*

I don't believe this! *exclam.* **Thật không thể tin được!** • I don't believe this! It can't be happening: *Thật không thể tin được! Điều đó không thể xảy ra.*

I don't mean maybe! *exclam.* **Tôi không đùa đâu!** • You get over here right now, and I don't mean maybe!: *Mày lại đây ngay, và tớ không đùa đâu.*

if bet *noun* (*cờ bạc*) sự đặt cược vào hai hoặc nhiều con ngựa, với quy định là một phần tiền thắng cược sẽ được cược vào một hoặc nhiều cuộc đua sau

iffy *adjective* **1** rất mong manh; không chắc chắn **2** mù mờ; không rõ ràng; không nhất quyết • Five days have elapsed, but the result's still iffy: *Đã năm ngày trôi qua nhưng kết quả vẫn còn mù mờ.* **3** = DICEY

if one's a day *phrase* **cụm từ theo sau khi nói về tuổi của ai** • I'm sure he's forty-five if he's a day: *Tôi chắc chắn ông ta 45 tuổi.*

if I'm lying, I'm dying **tôi đang nói sự thật** [có nhiều biến thể láy] • Oh, yes, trust me, Grum. They will be 19 and 0. If I'm lying, I'm dying: *Ồ vâng, hãy tin tôi, Grum. Chúng sẽ là 19 và 0. Tôi đang nói sự thật.*

if it ain't broke, don't fix it *sentence* được dùng như một lời ám chỉ hài hước về việc để yên cũng tốt; đừng làm rối tung những thứ vẫn còn tốt • No need to tell him the truth. If it ain't broke, don't fix it: *Không cần nói cho anh ta biết sự thật đâu. Đừng làm mọi chuyện rối tung khi mà nó vẫn còn tốt đẹp.*

if it ain't broke, fix it till it is *sentence* đừng để yên; cứ tiếp tục làm rối tung lên • I'm afraid that things are going too well. If it ain't broke, fix it till it is: *Tôi e rằng mọi việc đang tiến triển quá tốt đẹp. Hãy làm xáo trộn mọi việc lên đi.*

if I've told you once, I've told you a thousand times *phrase* **Tôi đã nói với bạn nhiều lần rồi** • If I've told you once, I've told you a thousand times, don't mess up my room: *Tôi đã nói nhiều lần rồi, đừng có làm rối tung phòng tôi lên.*

if one knows what's good for one *phrase* **nếu bạn biết điều** • Pay me back tomorrow if you knows what's good for you: *Ngày mai trả lại tiền cho tôi, nếu anh biết điều*

ifs, ands, or buts *noun* các tình cảnh; sự việc xảy ra bất ngờ; ngoại lệ • Tonight, Boogie. No ifs-ands-or-buts: *Tối nay, Boogie. Không ngoại lệ.*

if that don't fuck all! *exclam.* biểu lộ sự ngạc nhiên • If that don't fuck all! You've bought a brand new car!: *Trời đất ơi! Cậu vừa mới mua một chiếc xe mới toanh!*

if you can't find 'em, grind 'em *sentence* nếu việc gì không thể làm suôn sẻ, hãy làm thật thô bạo; hãy chơi rắn nếu cần

if you can't stand the heat, keep (or **stay**) **out of the kitchen** *sentence* nếu bạn không muốn chấp nhận rắc rối thì đừng tham gia vào • You must study even harder in order to get into that university. If you can't stand the heat, keep out of the kitchen: *Em phải học chăm chỉ hơn nữa để vào trường đại học đó. Nếu không chịu khổ được, bỏ cuộc thì hơn.*

if you'll pardon the expression *phrase* thứ lỗi cho • I don't like your new shirt, if you'll pardon the expression: *Tôi không thích chiếc áo sơ mi mới của bạn, thứ lỗi cho tôi nói điều này.*

ig or **igg** *verb* (*từ người da đen*) lờ đi; không thèm để ý • I igged her like I usually did. I acted like I didn't even hear: *Tôi lờ cô ta như tôi thường làm. Tôi hành động như thể thậm chí là tôi không nghe.*

iggle *verb* (*thanh thiếu niên, từ những năm 1950*) thuyết phục • You try and iggle her to come out with us: *Anh cố thuyết phục cô ấy đi cùng với chúng ta.*

ignuts *noun* một tên dốt nát

I hear what you are saying *sentence* **1** (cũng là ***I hear you***) Tôi biết bạn đang cố nói điều gì • Yes, yes. I hear what you are saying, and I'm with you: *Ừ, ừ. Tôi biết cậu đang nói gì và tôi hiểu điều cậu nói mà.* **2** Tôi hiểu tình thế của bạn, nhưng tôi không nhất thiết phải đồng ý [có thể dùng để từ chối khéo và tránh dẫn đến tranh cãi] • I hear you, but it doesn't matter: *Tôi hiểu tình thế của bạn, nhưng điều đó chẳng quan trọng.*

Ikey *noun* (*từ giữa những năm 1800, Anh*) người Do Thái

I kid you not *sentence* dùng như một lời bảo đảm hài hước cho một sự thật được xác nhận: *Tôi hoàn toàn nghiêm túc đấy; Tôi không đùa đâu* • Next day, I kid you not, it snowed: *Ngày tiếp theo, tôi không đùa đâu, tuyết rơi.*

ill *verb* trải qua những căng thẳng tinh thần nghiêm trọng

ill *adjective* **1** (cũng là ***illing; illin'***) tốt, hài lòng, đáng thèm muốn, đáng phục; xuất sắc, tuyệt • Oh, it was such an ill coat! *Ôi, thật là một cái áo khoác tốt!* **2** kém cỏi; đần độn; tồi • Mr. John got mad with his ill students: *Ông John phát điên lên với lũ học trò đần độn của mình.* **3** (*thế giới ngầm*) bị bắt hoặc bị giam; bị cầm tù

ill-ass *adjective* xuất sắc; ưu tú

I'll be damned *sentence* **1** dùng để biểu lộ sự ngạc nhiên • I'll be damned, she won after all!: *Trời đất, cuối cùng cô ta đã thắng!* **2** dùng để biểu lộ sự thề thốt • I'll be damned if I'll go!: *Tôi mà đi thì trời đánh tôi!* **3** dùng để biểu lộ lời nói có tính cách cự tuyệt: đời nào; không bao giờ; không khi nào • I'll be damned if I'll give him one cent more: *Đời nào tôi lại cho nó thêm tiền dù là một đồng xu.*

I'll bite *sentence* Bạn muốn tôi hỏi thì tôi hỏi • I'll bite. Why does the moon revolve round the earth?: *Bạn muốn tôi hỏi thì tôi hỏi. Tại sao mặt trăng quay quanh trái đất?*

I'll drink to that *sentence* Tôi đồng ý; Bạn hoàn toàn đúng; Tôi chấp nhận

illegit *adjective* bất hợp pháp

illegitimati non carborundum *sentence* đừng để bọn khốn chúng nó hành hạ hoặc áp bức anh [từ tiếng La Tinh]

illing or **illin'** *adjective* **1** tồi tệ, rắc rối **2** đau yếu; ốm • She was too illin' and could not come to class: *Cô ấy ốm nặng và không thể* đến lớp được. **3 vô lễ; mất dạy** • Tom, don't be illing!: *Tom, không được vô lễ!* **4 khó chịu; bực mình** • What are you illing about? Everything is ice: *Anh bực mình về việc gì vậy? Mọi thứ tuyệt vời.* **5** *xem* **ill**

illing or **illin'** *verb* **cư xử tồi; thô lỗ** • He's kept illing like that since he lived with his drunken uncle: *Nó cứ vô lễ như thế từ khi nó sống với ông bác nghiện rượu.*

I'll tell the world (or **the cockeyed world**) *sentence* (*quân đội, thế chiến I*) **bạn hoàn toàn đúng; điều đó hoàn toàn chính xác** • I'll tell the cockeyed world he's a crook: *Bạn hoàn toàn đúng hắn là một kẻ lừa đảo.*

illuminated *adjective* **say rượu**

(I) love it! *exclam.* **Thật tuyệt vời!** • It's wonderful, Ted. I love it!: *Rất tuyệt, Ted. Thật tuyệt vời!*

I'm gone *sentence* **dùng như lời tạm biệt; Tôi đang sẵn sàng ra đi** • I'm fed up with living here. I'm gone: *Tôi chán ngấy sống ở đây rồi. Tôi đi đây.*

I'm history *sentence* **Tạm biệt, tôi đi đây** • I'm history. See you tomorrow: *Tạm biệt, tôi đi đây. Hẹn gặp anh ngày mai.*

I'm listening *sentence* **Cứ nói đi; Giải thích đi** • Why didn't you go to school yesterday? Well, I'm listening: *Tại sao hôm qua con không đi đến trường? Nào, nói đi.*

immatesticle *adjective* **không quan trọng; không liên quan** • The cost is immatesticle: *Phí tổn không thành vấn đề.*

immie *noun* **1 một dạng trò chơi với hòn bi 2 mắt; con mắt**

I'm not kidding *sentence* **Tôi nói thật đấy** • Go out and buy me a package of cigarettes now! I'm not kidding: *Ra ngoài và mua cho tao một gói thuốc lá ngay! Tao không đùa đâu nhé.*

I'm out of here or **I'm outa here** or **I'm outie** *sentence* **Tôi đi ngay đây** • Can't stand the smoke! I'm outa here: *Không thể chịu nổi khói thuốc! Tôi đi đây.*

I'm outa here *xem* **I'M OUT OF HERE**

I'm outie *xem* **I'M OUT OF HERE**

impact on *verb* **ảnh hưởng hoặc tác động đến;** = HIT • The tax increases have impacted on us all: *Việc tăng thuế đã tác động đến tất cả chúng ta.*

import *noun* (*sinh viên*) **một người hẹn hò đến từ ngoài thành phố**

important money *xem* HEAVY MONEY

I'm sideways dùng như lời tạm biệt

I'm there! *sentence* **Tôi sẽ chấp nhận lời mời của bạn và sẽ đến** • I'm there if you go with me: *Tôi sẽ đến nếu bạn đi cùng tôi.*

impaired *adjective* **say rượu**

in *noun* **1 lợi thế, đặc biệt thông qua một người quen** • He has an in at that place, since his mother owns it: *Anh ta có lợi thế ở nơi đó vì mẹ anh ta sở hữu nó.* **2 mối quan hệ nội bộ 3 người giữ một chức vụ đặc biệt; người được bầu chọn 4 vé vào hoặc cách thức để vào một nơi nào đó**

in *adjective* **1 thịnh hành; hợp thời; hiện nay; đang được yêu thích** • Look, that chick's hairstyle is not in at all: *Này, kiểu tóc cô con gái kia chẳng hợp thời chút nào.* **2 riêng tư; cá nhân** • You'd better keep your nose out of my in life: *Tốt hơn là anh đừng xía mũi vào đời tư của tôi.* **3** (cũng là **in like Flynn**) **được chấp nhận; có thể chấp nhận** • Suck up the right people and you're in: *Nịnh bợ đúng người và anh được chấp nhận.* **4 được chấp nhận về mặt xã hội, nổi tiếng 5** (*cảnh sát*) **bị bỏ tù; bị bắt**

in *preposition* **nợ tiền ai** • "I'm in deep to a guy this time": *"Lần này tôi nợ tiền gã kia nhiều".*

in a bad way *xem* IN BAD SHAPE

in a big way *adjective* **rất nhiều; rất cần kíp; cực kỳ** • She collects antiques in a big way: *Bà ta sưu tầm đồ cổ rất nhiều.*

in a bind (or **box**) *adjective* (*từ những người đốn gỗ*) **ở trong tình huống bất tiện và rất ngặt nghèo; bị kẹt bởi một tình huống tiến thoái lưỡng nan** [từ tình huống của một người đốn gỗ có cái cưa bị mắc kẹt bởi trọng lượng của cây hoặc nhánh cây] • I'm in a bind as to whether to stay school or get a job: *Tôi ở trong tình thế tiến thoái lưỡng nan không biết ở lại học hay đi làm.*

in a blue funk *adjective* **buồn bã; chán nản** • Come on, man. Don't be so in a blue funk!: *Thôi nào, anh bạn. Đừng có sầu não như thế.*

in a cold sweat *adjective* **trong trạng thái sợ hãi** • He stood there paralyzed in a cold sweat: *Anh ấy đứng đó bất động (đờ người ra) trong sợ hãi.*

in action *adjective* **1 khỏe mạnh và đi lại được** • Don't worry! Your son will be in action when he revives: *Đừng lo! Con trai của bà sẽ khỏe mạnh và đi lại được khi nó phục hồi.* **2 bán hoặc sử dụng ma túy**

in a dither *adjective* **bối rối; lưỡng lự; lúng túng** • Those two cars are so cool. I'm in a dither: *Hai chiếc ô tô đó tuyệt quá. Tôi đang lưỡng lự.*

in a familiar way *adjective* **có mang; có bầu; có thai** • I can't believe that Gert is in a familiar way: *Tôi không thể tin nổi là Gert có thai.*

in a familiar way or **in the familiar way** *adjective* **có thai; có mang** • John was shocked when he knew that his younger sister was in the familiar way: *John sửng sốt khi biết em gái mình có thai.*

in a flash *adjective* **ngay lập tức** • Wait here! Back in a flash: *Chờ ở đây nhé! Quay về ngay!*

in a flush *adjective* **bối rối; hoang mang; lộn xộn; hỗn loạn**

in a fog (or **haze**) *adjective* **lộn xộn và bối rối; mù mờ; mất phương hướng** • I'm in a complete fog about computer technology: *Tôi mù tịt hoàn toàn về kỹ thuật máy tính.*

in a funk *adjective* **1 trong trạng thái chán nản, căng thẳng hoặc sợ hãi** • Jackson left San Francisco in a funk: *Jackson rời khỏi San Francisco trong trạng thái chán nản và căng thẳng.* **2 phiền muộn; u sầu; suy sụp** • Steve's been in a funk since he lost his dog: *Steve đã ủ sầu vì mất con chó.*

in a heap *adjective* **say rượu**

in a holding pattern *adverb* (*hàng không*) **trong tình trạng bị trì hoãn tạm thời; trong tình trạng không hoạt động;** = ON THE BACK BURNER [từ thuật ngữ hàng không nói về các máy bay đang bay theo lộ trình vòng vòng trong khi đang đợi trống đường băng] • I've some good projects in a holding pattern right now: *Ngay bây giờ tôi có một số dự án tốt trong tình trạng trì hoãn (để đó chưa giải quyết).*

in a hole *adjective* **trong tình trạng khó khăn nghiêm trọng và gần như chắc chắn không thể vượt qua được;** = UP SHIT CREEK • She put me in a hole: *Cô ta đã đẩy tôi vào tình huống khó xử.*

in a huff *adjective* **tức giận; bực tức; nóng nảy; cọc cằn** • My uncle went off in a huff because his wife had strongly criticized him: *Chú tôi bỏ đi trong cơn tức giận vì vợ ông ta đã chỉ trích ông ta nặng lời.*

in a jam *adjective* **1 trong tình cảnh khó khăn** • Please help me out. I'm in a jam: *Làm ơn giúp tôi với. Tôi đang gặp khó khăn.* **2 gặp rắc rối, đặc biệt rắc rối nghiêm trọng** • He's in a jam with the police over drugs: *Hắn ta gặp rắc rối với cảnh sát về vấn đề ma túy.*

in a jiffy *adjective* **ngay lập tức** • I'll get to your house in a jiffy: *Tôi sẽ*

in a lather (or **lava**) *adjective* **tức giận; bực mình** • The editors say they are not in a lava over the coincidence: *Ban biên tập nói là họ không bực tức về sự trùng hợp ngẫu nhiên.*

in a lip lock *adjective* **đang hôn nhau** • They were in a lip lock when she arrived: *Họ hôn nhau khi cô ta đến.*

in-and-out *noun* **sự quan hệ tình dục ở dạng cơ bản nhất;** = FUCKING

in-and-outer *noun* **một người trình diễn thất thường, rời rạc, lấy được** • 30 knockouts among his 50 victories, but he has been an in-and-outer: *30 cú đo ván trong 50 trận thắng của hắn, thế hắn là một võ sĩ quyền Anh lấy được.*

in a New York minute *phrase* **gần như ngay lập tức** • I'll be back in a New York minute: *Tôi sẽ trở lại ngay lập tức.*

in an uproar *xem* NOT GET one's BALLS IN AN UPROAR

in an pig's ass (or **ear** or **eye**) *adverb* **không bao giờ; hoàn toàn không; không tin điều ai đó vừa nói ra;** = LIKE HELL [dùng để phủ nhận mãnh liệt] • "Jackie's passed her driving test" "In a pig's eye!" – She can't even steer straight: *"Jackie đã thi đỗ bằng lái xe rồi đấy" "Khó tin quá!"* – *Thậm chí cô ta lái xe chạy thẳng cũng không thể.*

in a pig's valise! *interj.* **dùng để thể hiện điều gì đó rất khó có thể xảy ra như thế nào** [tên một vở kịch cuối thập niên 1990 của Eric Overmyer] • You think a built like that comes walking down the street every day in the week? In a pig's valise, buddy!: *Anh nghĩ một người có tầm vóc như thế lại đi bộ dọc đường hàng ngày trong tuần sao? Rất khó xảy ra, anh bạn!*

in a pinch *adverb* **1 nếu cần; khi cần thiết** • In a pinch we could make that do: *Khi cần chúng ta có thể làm cái đó hoạt động.* **2** = IN A JAM

in a row *xem* HAVE one's DUCKS IN A ROW

in a snit *adjective* **trong cơn tức giận hoặc cáu bẳn** • Jed was in a snit because his friends went out drinking without him: *Jed tức giận vì bạn bè đi nhậu mà không rủ anh ta.*

in a state *adjective* **1 lo lắng bồn chồn; bị kích động; căng thẳng** • She got home and found her husband in a state: *Cô ta về nhà và nhận thấy chồng mình lo lắng bồn chồn.* **2 lộn xộn; bừa bãi; nhếch nhác** • I'm afraid my room's in a state: *Tôi e là phòng mình rất lộn xộn.*

in a stew *adjective* **1 hỗn loạn; lộn xộn; hoang mang;** = IN A FLUSH • The whole place is in a stew about the new appointment: *Cả vùng thì hoang mang về chức vụ bổ nhiệm mới.* **2 giận dữ và cáu kỉnh; bực tức;** = IN A SWEAT • Well don't get in such a stew about it: *Nào đừng có bực tức như thế về việc đó.*

in a sweat *adjective* **tức tối; căng thẳng; rối loạn; hoảng sợ** • Don't get in a sweat. I'll return it at once: *Đừng có căng thẳng, tôi sẽ trả nó lại ngay lập tức.*

in a tizzy *adjective* **trong tình trạng rối loạn tâm thần; bối rối đến mức quẫn trí** • Fred is all in a tizzy: *Fred trong tình trạng rối loạn tâm thần.*

in at the kill *adverb* **tham gia vào sự hoàn thành của việc gì, đặc biệt khi điều đó được thỏa mãn và có tính báo thù** • Tell me when the thing'll be signed, I want to be in at the kill: *Hãy bảo cho tôi khi nào sự việc sẽ được ký kết, tôi muốn tham gia vào sự việc đó.*

in a twit *adjective* **khó chịu; bực bội; điên cuồng** • She's in a twit because of the noise of jet aircraft: *Cô ta bực bội vì tiếng ồn của máy bay phản lực.*

in a twitter *adjective* **trong trạng thái choáng váng; ngốc nghếch** • Don't be in a twitter!: *Đừng có ngốc nghếch!* • They were all in a twitter when they got the exam results: *Chúng nó đều choáng váng khi nhận được kết quả thi.*

in a walk *xem* WIN IN A WALK

in a whoosh *adverb* **rất nhanh chóng; mau lẹ** • He went through in a whoosh: *Nó đã đi qua rất nhanh chóng.*

in a zone *adjective* **mơ màng, đặc biệt do ma túy;** = SPACED-OUT

in someone's **bad books** *adverb* (*Canada & Anh*) **không được ai ưa; không được chú ý; bị chống đối bởi ai; bị ghét hoặc đe dọa bởi ai**

in bad shape or **in a bad way** *adjective* **1 bị thương hoặc bị yếu sức** • What happened? You're in bad shape: *Có chuyện gì xảy ra thế? Cậu bị thương à.* **2 có thai; có mang** • She's been in bad shape for six month: *Cô ấy có thai sáu tháng rồi.* **3 say rượu**

in bed *xem* one SHOULD HAVE STOOD IN BED

in one's **blood** *adjective* **bẩm sinh; di truyền** • Painting is in her blood. Her works are well-known: *Vẽ tranh là tài năng bẩm sinh của cô ta. Những tác phẩm của cô ta rất nổi tiếng.*

in business *adjective* **hoạt động; được trang bị để hoạt động** • After three months prepairing, we're now in business: *Sau ba tháng chuẩn bị, bây giờ chúng tôi đi vào hoạt động.*

in cahoots *adjective* (*cao bồi*) **đồng mưu; cấu kết; thông đồng với nhau** • I told you those two were in cahoots: *Tôi đã bảo với anh hai gã đó đã cấu kết với nhau.*

in cement *adjective* **cố định và không thể di chuyển; cứng đầu cứng cổ; kiên quyết; không nhượng bộ** • The President seems to be in cement: *Tổng thống có vẻ rất cương quyết.*

in clover *adverb* **sung sướng; sung túc;** = HAPPY AS CLAM

in cold blood *adjective* **vô cảm; tàn nhẫn** • He treats his poor dog in cold blood: *Hắn đối xử tàn nhẫn với con chó tội nghiệp của hắn.*

in cold storage (or **the deep freeze**) *adverb* **1 chết; trong tình trạng chết** • Come over here right now! Or I'll put you in cold storage: *Qua đây ngay! Hay là tao cho mày chết.* **2 bị tạm hoãn; giữ lại để xử lý sau;** = ON HOLD • The plan's in cold storage for now: *Hiện kế hoạch đang bị tạm hoãn.*

in one's **cups** *adjective* **say rượu**

incy-wincy *adjective* **nhỏ xíu** • Well, maybe an incy-wincy bit more wouldn't hurt: *À, có lẽ thêm một chút xíu nữa cũng chẳng hại gì.*

indeedy *adverb* **thực vậy** • Joe said, "Yes, indeedy. Just turn right on Fourteenth Place and go to Newberry, then turn left": *Joe nói, "Vâng, thực vậy. Chỉ cần rẽ phải ở phố 14 và đi đến Newberry, sau đó rẽ trái."*

in deep *adjective* **1 bị dính dáng sâu (với ai hoặc cái gì)** • Jed is in deep with the mob: *Jed đã bị dính dáng quá sâu với bọn tội phạm.* **2 nợ nần chồng chất** [thường dùng với "*with*" hoặc "*to*"] • Jack is in deep with his bookie: *Jack nợ rất nhiều với người thu ngân cá cược ở trường đua ngựa.*

in deep doo-doo *adjective* **gặp rắc rối thật sự** • Damn! Now I'm in deep doo-doo: *Khốn nạn! Bây giờ tôi gặp rắc rối to rồi.*

in deep water *adverb* **trong tình huống khó khăn; gặp rắc rối;** = OUT OF one's DEPTH • Having lost her passport, she is now in deep water: *Cô ấy đánh mất hộ chiếu, bây giờ đang lâm vào cảnh rắc rối.*

Indian *xem* LIKE A WOODEN INDIAN

Indian giver *noun* **một người rút lại quà tặng** [bắt nguồn từ ý nghĩa ban đầu về một người hy vọng lấy lại món quà khi tặng quà. Căn cứ vào cách đối xử với người da đỏ Mỹ bản địa bởi người châu Âu và người Mỹ da trắng, đây là một trong những từ hết sức mỉa mai trong từ vựng] • [O]ur only problem is that the world is an Indian giver: *Vấn đề duy nhất của chúng ta là thế giới này là kẻ hay rút lại quà tặng.*

Indian hay (or **hemp**) *noun* (*ma túy*) **cần sa**

Indians *xem* TOO MANY CHIEFS AND NOT ENOUGH INDIANS

the **Indian sign** *noun* **lời chửi thề hoặc lời nguyền rủa hiểm ác**; = HEX, JINX, WHAMMY

Indian steak *noun* **xúc xích hun khói**

Indian time *noun* **dùng để ám chỉ việc không đúng giờ**

indie or **indy** *noun* 1 (*phim studio*) **người độc lập, đặc biệt là nhà sản xuất phim độc lập** 2 *modifier*: one indie pic company: *một hãng phim độc lập*

in drag *adjective* **mặc đồ của người khác giới** [thường để chỉ quần áo phụ nữ] • Two actors in drag did a skit about life on the farm: *Hai diễn viên mặc đồ khác giới diễn một vở kịch trào phúng về cuộc sống ở nông trại.*

in (or **into**) **someone's drawers** (or **pants**) *adverb* **trong sự gặp gỡ đầy hứng thú về tình dục; thích thú tình dục với ai** • You wouldn't believe how easy it is to get into her drawers: *Cậu sẽ không tin có được thích thú về tình dục thật dễ dàng với cô ta như thế nào đâu.*

in dribs and drabs *adjective* **theo phần nhỏ; một ít; lác đác** • People arrived at the party in dribs and drabs: *Người đến dự tiệc chỉ lèo tèo không nhiều.* • She paid me in dribs and drabs, not all at one: *Cô ta trả tôi từng món nhỏ một, chứ không trả tất cả một lần.*

in Dutch *adjective* **gặp rắc rối; có chuyện phiền muộn; bị ai ghét bỏ** • He's in Dutch with the cops: *Nó gặp rắc rối với cảnh sát.*

the **Indy** or **Indy 500** *noun* **cuộc đua xe Indianapolis 500 hàng năm**

in one's ear *xem* STAND AROUND WITH one's FINGER UP one's ASS, STICK IT

in one's eye *xem* a THUMB IN one's EYE

in someone's face *adjective* **chọc tức ai** • I wish that the coach wasn't always in my face about something: *Tôi ước gì huấn luyện viên không luôn chọc tức tôi về việc gì đó.*

in fine feather *adjective* 1 **ăn mặc đẹp; có diện mạo tuyệt vời** • You're definitely in fine feather tonight, honey!: *Tối nay em mặc đẹp lắm, em yêu!* 2 **trong hình thể tốt; trong tinh thần vui vẻ** • Mary is really in fine feather tonight: *Tối nay Mary thật sự có một tâm trạng vui vẻ.*

in flames *xem* GO DOWN IN FLAMES

info *noun* **sự cung cấp tin tức; sự thông tin**; = POOP [viết tắt của "information"]

in for it *adjective* **sắp bị bắt và bị trừng phạt; sắp gặp rắc rối, bị trừng phạt, bị tấn công, v.v.** • When they saw the black clouds they knew they were in for it: *Khi họ nhìn thấy những đám mây đen, họ biết họ sắp gặp rắc rối.*

information *xem* FEEDBOX INFORMATION

in front *xem* UP FRONT

in God's name *xem* the HELL

in group *noun* **một nhóm người giàu ảnh hưởng; một nhóm người có thế lực**

in someone's hair *adjective* **cằn nhằn liên miên; hay mè nheo; hay rầy la** • You'll have one of these…professors in your hair: *Cậu sẽ có một trong các vị giáo sư này hay mè nheo.*

inhale *verb* **ăn hoặc uống, đặc biệt nhanh chóng** • He inhaled a couple of Martinis: *Anh ta uống nhanh hai ly rượu Martini.*

in harness *adjective* **làm công việc thường ngày, nhất là sau một kỳ nghỉ** • After so many weeks away, it felt good to be back in harness again: *Sau khi đi xa nhiều tuần lễ liền, tôi cảm thấy thật dễ chịu khi trở lại công việc thường ngày.*

in heat *xem* BITCH IN HEAT

in heck *xem* the HECK

in hell *xem* the HELL

in high gear *adjective* **ở giai đoạn nhanh, ấn tượng và tích cực nhất; hết tốc lực** • The advertising campaign is in high gear: *Chiến dịch quảng cáo ở trong giai đoạn nhanh, ấn tượng và tích cực nhất.*

in hock *adjective* 1 **bị đem đi cầm (ở tiệm cầm đồ)** • My new bike is already in hock: *Chiếc xe đạp mới của tôi bị đem đi cầm rồi.* 2 **mắc nợ; thế chấp** • We're deeply in hock to the bank: *Chúng tôi đang mắc nợ ngân hàng ngập đầu.*

in hot water *adjective* 1 **gặp rắc rối, đặc biệt với luật pháp, cấp trên, v.v.** • He had the knack of always being in hot water with his wife: *Hắn có thói thường gây rắc rối với vợ của mình.* 2 **gặp khó khăn, đặc biệt rắc rối nghiêm trọng**; = IN THE SOUP • He's got it hot water with the manager again: *Anh ta lại gặp khó khăn với giám đốc.*

ink *noun* 1 (*người da đen*) **rượu vang rẻ tiền** 2 (*người lang thang*) **cà phê** 3 **người da đen** 4 **hình xăm** • When dya get the new ink?: *Mày có hình xăm mới khi nào vậy?* 5 **không gian hoặc tin tức trong tờ báo** • Got plenty of ink. Maybe we can brainwash us some famous white bitch: *Có khá nhiều tin tức trong tờ báo. Có lẽ chúng ta có thể tẩy não chúng ta với một số ả da trắng lẳng lơ nổi tiếng nào đó.*

ink *verb* **viết; ký, đặc biệt hợp đồng** • He also inked the plays: *Anh ta cũng còn viết các vở kịch nữa.*

ink-slinger *noun* 1 **nhà văn chuyên nghiệp; phóng viên báo; tác giả** • The ink-slingers have been at the candidates again: *Những phóng viên báo lại đến chỗ những ứng cử viên.* 2 (*thợ đồn gỗ, cao bồi và người lang thang*) **thư ký; nhân viên văn phòng**

ink stick *noun* (*người bán hàng rong*) **bút máy**

inky-dink *noun* **người da đen có nước da đặc biệt đậm như mực**

in like Flynn *adjective* 1 **thành công trong nhiều lãnh vực, đặc biệt về tình dục** 2 **mở rộng của từ "in", ở bất cứ nghĩa nào** • You've got the job. You're in like Flynn: *Cậu có công việc đó rồi. Cậu thành công.* 3 **dễ dàng; nhanh chóng mà không gắng sức** • Then I'm golden, man. I go ape. I'm in like Flynn: *Rồi tôi thật tốt số, anh bạn. Tôi rất hưng phấn. Thật dễ dàng mà không cần gắng sức.* 4 **được chấp nhận; có thể chấp nhận** • Suck up the right people and you're in like Flynn: *Nịnh bợ đúng người và anh được chấp nhận.*

in line *adjective* 1 **trong giới hạn hợp lý; có thể chấp nhận được**; = IN THE BALLPARK • Those prices are about in line: *Những mức giá này có thể chấp nhận được.* • His opinion on that matter is exactly in line with mine: *Ý kiến của anh ta về vấn đề đó thì hoàn toàn phù hợp với ý kiến của tôi.* 2 **đối xử đứng đắn; không bị rắc rối** • How did you keep your kids in line?: *Anh chăm sóc các con của anh cư xử đứng đắn như thế nào?*

in line for *adverb* **sắp nhận được; có thể có được (cái gì)** • Hey, you're in line for a big bonus: *Này, cậu sắp nhận được tiền thưởng lớn đấy.*

in love with *adjective* **yêu (ai); phải lòng (ai); mê đắm (ai)** • I'm madly in love with her: *Tôi yêu cô ta một cách điên cuồng.*

in luck *adjective* **may mắn; gặp hên** • I'm in luck to be alive after that accident: *Tôi gặp may mắn được sống sót sau tai nạn đó.*

in one's something mode *phrase* **cư xử theo một cách đặc biệt nào đó** • Gert is always in her angry mode when her mother cleans up her room: *Gert luôn trong tâm trạng tức giận khi mẹ dọn phòng của cô ta.*

in mothballs *adjective* **để dự trữ; giữ lại để dùng khi hữu sự**; = ON ICE • It's an interesting suggestion, and we'll keep it in mothballs:

innards *Đó là một đề nghị thú vị và chúng tôi sẽ giữ lại nó sau này dùng.*

innards *noun* **nội tạng; phủ tạng (như ruột hoặc dạ dày);** = GUTS, KISHKES • *I got a feeling in my innards it won't work:* Tôi có cảm giác trong nội tạn của tôi không hoạt động.

innie *noun* **rốn hướng vào trong; rốn thụt vào; rốn lõm** • *Erin's mother had paid a plastic surgeon $1,500 to transform her "outie" belly button to an "innie":* Mẹ của Erin đã trả 1.500 đô tiền phẫu thuật tạo hình để biến rốn lồi của mình thành rốn hướng vào trong.

inning *noun* **(quyền Anh) một hiệp của cuộc đấu quyền Anh**

in nothing (or **no time**) **flat** *adjective* **ngay lập tức; rất nhanh; mau lẹ** • *I'll be there in nothing flat:* Tôi sẽ đến đó ngay lập tức.

in one piece *xem* ALL IN ONE PIECE

in on the ground floor *adverb* **tham gia sớm và có lợi trong một dự án, sự đầu tư, v.v..** • *You better act now if you want to be in on ground floor:* Tốt hơn anh hành động bây giờ, nếu anh muốn tham gia sớm và có lợi.

in orbit *adjective* **sung sướng mê mẩn; ngây ngất; phớn phở;** = HIGH, WAY OUT • *Mary was really in orbit when she received a gift from her sweetheart:* Mary thực sự sung sướng ngây ngất khi nhận được món quà từ người yêu.

in-out *noun* **hành động quan hệ tình dục;** = IN-AND-OUT

in over (or **above**) **one's head** *adverb* **ở trong tình huống mà bạn không thể đối phó** • *He tried to stop, but he was in over his head:* Anh ta cố ngừng lại, nhưng anh ta đã không ứng phó được.

in one's pants *xem* ANTS

in pictures *adverb* **trong ngành điện ảnh** • *After years in pictures he went back to the theater and bombed:* Sau nhiều năm ở trong ngành điện ảnh, ông ta quay lại với sân khấu và đã thất bại.

in place *adjective* **có sẵn để dùng; có thể dùng được; thực hiện;** = ON LINE • *We've got a couple of new procedures in place:* Chúng tôi có một vài thủ tục mới sẵn sàng để thực hiện.

in someone's pocket *adverb* **1 dưới sự kiểm soát hoàn toàn của ai** • *Don't worry, I have him in my pocket:* Đừng lo, tôi kiểm soát hắn hoàn toàn. **2 rất gần gũi hoặc thân tình với ai** • *They live in each other's pockets:* Chúng nó sống rất thân thiện với nhau.

in rare form *adjective* **1 sảng khoái nhất cho một cuộc trình diễn tốt; lúc đẹp nhất; lúc tốt nhất** • *We were not in rare form last night:* Đêm qua chúng tôi không được tốt lắm. **2 say rượu**

the ins and outs *noun* **những điểm tốt (của thứ gì đó); những chi tiết; những điều phức tạp** • *I'm learning the ins and outs of this business:* Tôi đang học những chi tiết của việc kinh doanh này.

insensitive care unit *noun* **đơn vị chăm sóc chuyên sâu của một bệnh viện**

inside *xem* ON THE INSIDE

inside dope *noun* **câu chuyện bên trong; thông tin đặc biệt hoặc có đặc quyền** • *What's the inside dope on the candidates's drug addiction?:* Câu chuyện bên trong về việc nghiện ma túy của ứng cử viên đó là gì vậy?

inside job *noun* **tội ác chống lại một tổ chức gây ra bởi chính người trong tổ chức đó; vụ trộm có tay trong; vụ thanh trừng nội bộ** • *The cops figured that it was an inside job:* Cảnh sát cho rằng đó là một vụ thanh trừng nội bộ.

insider *noun* **người của nội bộ; tay trong** • *The insiders are saying that the President will veto it:* Những tay trong nói rằng Tổng thống sẽ phủ quyết điều luật đó.

insides *noun* = INNARDS

the inside track *xem* HAVE THE INSIDE TRACK

insource *verb* **phân công công việc hoặc đưa ra một mệnh lệnh cho nội bộ** • *The manager decided to insource the project so he could retain control:* Ông giám đốc đã quyết định phân công nội bộ dự án đó để ông ta có thể nắm được quyền kiểm soát.

in spades *adjective* **theo cách tốt nhất có thể; ngông cuồng** • *They won the championship inspades:* Họ đã giành được chức vô địch một cách tốt nhất.

in spaces *adverb* **ở mức độ cao nhất; đến cực điểm** • *I detest people complaining, in spaces:* Tôi ghét những người cứ kêu ca đến cực điểm.

inspection *xem* SHORT-ARM INSPECTION

instamatic *noun* **thiết bị ra-đa của cảnh sát dùng để đo tốc độ xe**

instant replay *noun* **sự lặp lại; sự chiếu lại tức thì, đặc biệt trong phim quay lại của các môn thể thao và thường quay chậm những pha hấp dẫn**

insurance *noun* **1 việc gì tạo ra kết quả chắc chắn và an toàn** • *I bought a few extra for insurance:* Tôi đã mua một vài cái phụ thêm để bảo đảm an toàn. **2** *modifier:* *They got a pair of insurance runs in the eighth:* Họ đã có hai cú chạy an toàn trong hiệp 8.

insy *noun* **rốn thụt vào; rốn lõm; rốn hướng vào trong** • *Is yours an insy or an outsy?:* Rốn của bạn là rốn thụt vào hay rốn lồi ra vậy?

in sync (or **synch**) *adverb* **khớp với; hòa hợp với; không có sự bất hòa hoặc bất đồng; hài hò** • *We live together in sync:* Chúng tôi sống với nhau hòa hợp.

inta *xem* INTO

in tall cotton *adjective* **thành công; sung túc; giàu có; có vận may tuyệt vời;** = FAT, DUMB, AND HAPPY • *I've been doing my best. Now I'm really in tall cotton:* Tôi đã làm hết sức mình. Giờ đây tôi thực sự thành công.

intense *adjective* **1 cực độ; điên cuồng [một tính từ bình thường được thể hiện thành tiếng lóng bởi điệu bộ và cách phát âm, nhấn mạnh âm tiết thứ hai] 2 hệ trọng; nghiêm túc; quan trọn** • *Oh, wow! Now that's what I call intense!:* Ái chà! Giờ đó là cái mà tôi gọi là điều hệ trọng!

intercom *noun* **hệ thống thông tin nội bộ; máy liên thoại nội bộ**

in the air *xem* A BEAR IN THE AIR

in the altogether *adjective* **trần truồng; không có quần áo**

in the bag *adjective* **1 nắm chắc; đạt được;** = ON ICE • *Her re-election is in the bag:* Cuộc bầu cử lại của bà ta là nắm chắc trong tay. **2 bị phá hủy; bị hủy hoại;** = FINISHED, KAPUT, OUT OF THE BOX • *If an actor is hurt or killed doing a stunt the whole film is in the bag:* Nếu một diễn viên bị thương hoặc bị giết, việc quảng cáo cho toàn bộ phim bị hủy hoại.

in the ballpark *adjective* **trong giới hạn hợp lý; không đòi hỏi quá đáng**

in the barrel *adjective* **(người da đen) không tiền; cạn túi;** = BROKE • *Could you lend me $10? – I'm completely in the barrel:* Anh có thể cho tôi vay 10 đô không? – Tôi không có một xu nào.

in the black *adjective* **trả được nợ; sinh lợi; không bị nợ nần** • *After three years working restlessly, we're now in the black:* Sau ba năm làm việc không ngừng nghỉ, giờ chúng tôi trả hết nợ.

in the boat *xem* MAN IN THE BOAT

in the box *adjective* **quan hệ tình dục với phụ nữ;** = SCREWING

in the bucks *adjective* **có tiền, đặc biệt rất nhiều;** = FLUSH, LOADED • *right after Christmas and we're not in the bucks:* ngay sau Giáng

Sinh và chúng tôi không có tiền.

in the buff *adjective* **khỏa thân; trần truồng;** = BARE-ASS, BUCK NAKED • Kelly still keeps the habit of sleeping in the buff: *Kelly vẫn giữ thói quen trần truồng khi ngủ.*

in the can *adjective* **(phim studio) hoàn thành thành công; sẵn sàng phát hành; công chiếu**

in the cards *adjective* **rất có thể có; có khả năng xảy ra** • Another tax hike is in the cards: *Một sự tăng thuế khác là có khả năng xảy ra.*

in the catbird seat *adjective* **trong vị trí ưu thế; ở vị trí kiểm soát hoặc điều khiển** • Okay, you're always right. Now you're in the catbird seat: *Được rồi, anh luôn đúng. Bây giờ anh đang nắm quyền kiểm soát mà.*

in the chips *adjective* **giàu có; có nhiều tiền;** = FLUSH, LOADED • If I was in the chips, I'd buy a yacht: *Nếu tôi có nhiều tiền, tôi sẽ mua một chiếc du thuyền.*

in the chops *xem* KLOP IN THE CHOPS

in the coop *adjective* **(cảnh sát và thế giới ngầm) ngủ khi đang làm việc; trốn nhiệm vụ để nghỉ ngơi trái phép**

in the dark *adjective* **1 không biết; không thông báo; không nhận biết** • I was in the dark about it until she told me: *Tôi chẳng biết gì về chuyện đó cho đến khi cô ta nói cho tôi rõ.* **2 hoang mang; lúng túng; bối rối** • You maybe told me, but I'm still sort of in the dark: *Có lẽ anh đã bảo tôi, nhưng tôi vẫn có phần hơi bối rối.*

in the doghouse *adjective* **ở trong tình trạng bị mang tai tiếng; không được quý mến, đặc biệt là tạm thời** • The press secretary is in the doghouse for cussing out a reporter: *Viên thư ký báo chí không được quý mến vì đã chửi rủa một phóng viên.*

in the driver's (or buddy) seat *adjective* **nắm quyền kiểm soát; chỉ đạo** • I'm sorry I can't help you. I'm not in the driver's seat right now: *Tôi xin lỗi không thể giúp bạn được. Hiện tại tôi không ở cương vị lãnh đạo.*

in the dumper *adjective* **phá sản; bị hủy hoại; vỡ nợ;** = IN THE TUB

in the face *xem* a SLAP ON THE FACE, TILL ONE IS BLUE IN THE FACE

in the family way *xem* IN A FAMILY WAY

in the flesh *adverb* **bằng xương bằng thịt; con người thật; đích thân** • It was quite a thrill to see a real movie star in the flesh: *Nhìn tận mặt nữ minh tinh màn bạc quả thật là hấp dẫn.* • I've got all her records but I've never seen her in the flesh: *Tôi có tất cả các đĩa hát của cô ta, nhưng chưa bao giờ thấy con người thật của cô ta.*

in the foot *xem* SHOOT oneself IN THE FOOT

in the grip of the grape *adjective* **say rượu vang; say rượu**

in the groove *adjective* **1 tuyệt; hấp dẫn; dễ chịu và thú vị** • Man, she's in the groove tonight!: *Ôi, cô ấy thật hấp dẫn tối nay!* **2 trong trạng thái say mê, thỏa mãn hoặc hài lòng (như khi nghe nhạc jazz…); trong sự tận hưởng** • We were beginning to get in the groove when the party stopped and almost everyone went home: *Chúng tôi đã bắt đầu tận hưởng khi bữa tiệc tàn và hầu hết mọi người ra về.* **3 làm hiểu rõ được ý nghĩa; nói những gì cần nói** • Right! You're in the groove now: *Đúng! Bây giờ anh nói những gì cần nói.* **4 trong tình trạng tốt; làm việc trôi chảy và trơn tru 5 (ban nhạc) chơi tốt và hứng thú;** = HEP

in the gun *adjective* **say rượu**

in the gutter *xem* HAVE one's MIND IN THE GUTTER

in the hay *adverb* **trên giường** • Joe's in the hay, zonked out: *Joe ở trên giường, say rượu.*

in the hole *adjective* **1 nợ nần; mắc nợ** • I'm in the hole to the tune of $10,000 at the moment: *Lúc này tôi đang mắc nợ với số tiền là 10.000 đô-la.* **2 (bài poker) được chia lá bài úp mặt**

in the (home) stretch *adjective* **trong giai đoạn cuối của một quá trình** • We're in the home stretch with this project and can't change it now: *Chúng ta đang ở cuối của dự án này và bây giờ không thể thay đổi nó được nữa.*

in the hopper *xem* IN THE WORKS

in the hot seat *xem* ON THE HOT SEAT

in the know *adjective* **thông thạo; biết nhiều, đặc biệt là có thông tin cập nhật hoặc tin mật** • You should ask Fred. He's in the know: *Anh nên hỏi Fred. Anh ấy biết đấy.*

in the life *adjective* **tham gia vào một lối sống riêng và bị khinh miệt về mặt xã hội, chẳng hạn như đồng tính hoặc mại dâm**

in the long run *adverb* **về lâu dài; rút cuộc là** • The company is in difficulties at the moment, but we expect it to do well in the long run: *Công ty đang gặp khó khăn, nhưng về lâu dài chúng tôi hy vọng nó phát đạt.* • In the long run prices are bond to rise: *Rốt cuộc là rồi giá cả cũng phải tăng.*

in the loop *adverb* **trong số khách khứa chọn lọc, đặc biệt là giới quyền lực** • Sometimes they are not even "in the loop" to get important information: *Đôi khi chúng nó không còn trong số khách chọn lọc để có được thông tin quan trọng.*

in the money 1 *adj* **có nhiều tiền; giàu có;** = IN THE BUCKS, FLUSH • I'm in the money at last: *Rốt cuộc tôi có nhiều tiền.* **2** *adv* **(cờ bạc và cá ngựa) trả tiền thắng cho những người đặt cược**

in the mud *xem* STICK IN THE MUD

in the O-zone *adjective* **chết; hấp hối** • This patient is in the O-zone. Ready to go at any minute: *Bệnh nhân này đang hấp hối. Sẵn sàng đi bất cứ lúc nào.*

in the ozone *adjective* **say rượu hoặc say ma túy**

in the picture 1 *adv* **biết rõ những gì xảy ra; được thông báo đầy đủ** • OK, now that you're one of us, I want you in the picture: *Được rồi, bây giờ thì anh là một thành viên của chúng tôi, tôi muốn anh được thông báo đầy đủ.* **2** *adj* **biết tất cả sự thật; nhận thức được rõ ràn** • I've been away for six months so I'm not really in the picture: *Tôi đã đi xa trong sáu tháng, thế nên tôi không biết tất cả mọi sự thật.*

in the pink *adjective* **1 cảm thấy khá tốt; cực kỳ khỏe mạnh** • When she's in the pink again, she'll give you a call: *Khi cô ấy khỏe trở lại, cô ấy sẽ điện cho anh.* **2 say rượu**

in the pipeline 1 *adj* (cũng là *in the hopper* or *in the works*) **trong quá trình chờ; đang được chuẩn bị, xử lý hoặc thực hiện;** = ON THE FIRE • There are a lot of goods still in the pipeline. That means no more orders for a while: *Có rất nhiều hàng hóa đang trong quá trình xử lý. Nghĩa là sẽ không có những đơn đặt hàng nào nữa trong một thời gian.* • The new law is in the pipeline: *Luật mới sắp được ban hành.* **2** *adv* **(dân lướt sóng) trượt hoặc lướt vào trước con sóng uốn cong**

in the pocket *adjective* **(ma túy) đang thưởng thức phần phê nhất của một sự đê mê ảo giác**

in the Q-zone *adjective* **chết; hấp hối; há miệng hình chữ Q** • Look at that tongue hanging out. This guy's in the Q-zone: *Hãy nhìn cái lưỡi lè ra kìa. Gã này đã chết.*

in the raw *adjective* **1 trần truồng;** = IN THE BUFF **2 không hòa nhã; không lịch sự; thô lỗ 3 cổ sơ; ban sơ** • Up there they lived life in the raw: *Ở đó họ sống cuộc sống cổ sơ.*

in there or **in thar 1** *adj* **xuất sắc [bên trong chỗ trũng của một ngọn**

in the red *adjective* bị thiếu hụt; bị hụt tiền; mắc nợ; không trả được nợ • The huge corporation has been in the red for eight years: *Tập đoàn khổng lồ đã không trả được nợ trong tám năm.*

sóng đang vỡ tan] 2 *adj* **thành thật; đáng yêu** • I like a guy who's in there—who thinks about other people: *Tôi thích một anh chàng thành thật – anh ta nghĩ về người khác.* 3 *adv* = IN THERE PITCHING 4 *adv* (*bóng chày*) được ném bóng qua chốt nhà (home plate) để ghi điểm strike

in there pitching *adverb* (cũng là *in there* or *right there* or *right in there*) cố gắng hết sức; đương đầu một cách mạnh mẽ và thành công; = ON TOP OF • I'm on the go night and day, and I'm in there pit-ching: *Tôi bận rộn đêm và ngày và tôi thì cố gắng hết sức.*

in the road *xem* WIDE PLACE IN THE ROAD

in the soup *adjective* 1 **gặp rắc rối; bị khiển trách** • You had better report right now, or you'll be in the soup: *Tốt hơn hết cậu hãy báo cáo ngay, nếu không cậu sẽ bị rắc rối.* 2 **gặp khó khăn, đặc biệt khó khăn nghiêm trọng;** = IN HOT WATER • Jeeves cocks an eyebrow, and Bertie knows he's in the soup: *Jeeves nhướng lông mày và Bertie biết nó đang gặp khó khăn.*

in the straight lane *adjective* **thuộc giới bình thường và đáng tôn trọng, đặc biệt không phải là tội phạm, đồng tính hoặc nghiện ma túy**

in the suds *adjective* **say rượu**

in the tank *xem* GO IN THE TANK

in the tooth *xem* LONG IN THE TOOTH

in the trenches *adverb* **ở nơi làm việc; trong sự giao tiếp với mọi người hoặc các vấn đề trong một tình huống** • I need to be back in the trenches where I could really relate to a community: *Tôi cần trở lại nơi làm việc ở đó tôi có thể thật sự liên hệ với một nhóm người.*

in the tub *adjective* **phá sản; vỡ nợ; bị phá hủy;** = IN THE DUMPER

in the tube *adjective* 1 (*môn lướt sóng*) **trong hình vòm cung do sóng lớn tạo thành** • On a day like today, I want to be out there in the tube: *Vào một ngày như hôm nay, tôi muốn ra biển lướt trong vòm sóng.* 2 **gặp nguy hiểm; bị đe dọa** • He's in the tube now, but things should straighten out soon: *Anh ấy đang gặp nguy hiểm, nhưng mọi thứ rồi sẽ được giải quyết ổn thỏa thôi.*

in the water *xem* DEAD IN THE WATER

in the wind *xem* TWIST SLOWLY IN THE WIND

in the woods *xem* DOES A BEAR SHIT IN THE WOODS

in the works *xem* IN THE PIPELINE

in the wrong 1 *adj* **lỗi; sai lầm; sai; không đúng** • He's usually in the wrong when he discuss music: *Anh ta thường mắc sai lầm khi thảo luận về âm nhạc.* 2 *adv* **trong tình thế bất lợi** • This guys is always putting me in the wrong: *Gã này luôn đẩy tôi vào tình thế bất lợi.*

in thing to do *noun* **việc hợp thời trang; việc chính thống nên làm** [thường dùng với "*the*"] • Cutting your hair short on the sides is the in thing to do: *Cắt ngắn mái tóc ở hai bên là hợp thời trang.*

into or **inta** *preposition* 1 **mắc nợ ai** • "Dupre lost his job," Pat said. "He's already into me for twenty dollars": "*Dupre mất việc rồi,*" *Pat nói. "Anh ta đã nợ tôi hai mươi đô rồi đấy."* 2 **quan tâm; tham gia vào; hiện đang hoạt động** • Q: What are you into? LENORE: People and words, dreams and visions. But I'm not really into science and machines – *Q: Bạn quan tâm đến cái gì? LENORE: Mọi người và tin tức, những giấc mơ và tầm nhìn. Nhưng tôi thực sự không quan tâm đến khoa học và máy móc.* 3 (*trong tội phạm có tổ chức*) **kiểm soát** • She may be old, but she's still into all that is happening: *Bà ta có thể đã già, song bà vẫn kiểm soát mọi việc xảy ra.*

into someone for *adjective* **mắc nợ, đặc biệt là tiền** • He's into Citibank for ten grand: *Ông ta nợ ngân hàng Citi mười nghìn đô.*

into the ground *xem* RUN something INTO THE GROUND

into the twentieth century *xem* DRAG someone KICKING AND SCREAMING INTO THE TWENTIETH CENTURY

intro 1 *noun* **sự giới thiệu hoặc sự mở đầu** [viết tắt của "*introduction*"] • Mary made the intros and we all shook hands: *Mary giới thiệu và tất cả chúng tôi bắt tay.* 2 *verb* **giới thiệu** • Who'll intro the archbishop?: *Ai sẽ giới thiệu tổng giám mục?*

invent *verb* **giả mạo; làm giả;** = HOKE UP • My secretary invented records: *Cô thư ký của tôi đã giả mạo hồ sơ.*

invent the wheel *verb* **gắng sức hoặc nổ lực không cần thiết** • If you guys will stop inventing the wheel we can get on with this operation: *Nếu các cậu ngưng làm việc công cốc đó, chúng ta có thể tiến bộ với quá trình hoạt động này.*

invitation *xem* DO YOU WANT AN ENGRAVED INVI-TATION

invite *noun* **giấy mời** • You can't go in there without an invite: *Bạn không thể vào đó nếu không có vé mời.*

in wrong *adverb* **gặp rắc rối; bị ghét bỏ** • He must have done something horrible to get that much in wrong: *Hắn nó đã làm điều gì đó kinh khủng để bị ghét bỏ nhiều như thế.* • He got in wrong with the police over drugs: *Hắn đã bị rắc rối với cảnh sát về ma túy.*

in your ear *xem* PUT IT IN YOUR EAR

in-your-face or **in-yo-face** *adjective* **hung hăng; khiêu khích; hay gây sự; đối đầu** • Fred is just an in-your-face kind of guy. He means no harm: *Fred là một anh chàng kiểu như hay đối đầu. Anh ấy không có ý định làm hại ai cả.*

IOU *noun* (*phát âm theo từng chữ cái riêng*) **lời hứa trả tiền; giấy nợ** [viết tắt của "*I owe you*"] • I'll give you an IOU for $1,000: *Tôi sẽ làm giấy nợ 1.000 đô-la cho anh.*

Irish *noun* **tinh thần chiến đấu** • "Sweetheart, don't get your Irish up. We only want to help": "*Cưng à, đừng có tăng tinh thần chiến đấu. Chúng ta chỉ muốn giúp đỡ thôi mà*".

Irish apple *noun* **khoai tây**

Irish banjo *xem* BANJO

Irish buggy (or **local**) *noun* **xe cút kít**

Irish clubhouse *noun* **trạm cảnh sát**

Irish confetti *noun* **đá, gạch, v.v.. khi được dùng như vật ném để tấn công** • The cops called these bone-breaking showers "Irish confetti": *Cảnh sát gọi những những trận mưa đá làm gãy xương này là "Irish confetti".*

Irisher *noun* **một người gốc Ailen**

Irish grape *noun* **khoai tây**

Irish pennant *noun* (*thuyền buồm*) **đầu mút của sợi dây thừng, dây leo, dây xích, v.v.. bị cột lỏng một cách bất cẩn hoặc bị kéo lê theo thuyền**

Irish picnic wagon *noun* **xe cảnh sát**

Irish Riviera *noun* **bờ biển nam Massachusetts, kéo dài từ nam sang đông từ Boston dọc theo bờ biển phía nam Vịnh Massa-chusetts đến Mũi Cod** [được yêu thích bởi những người Mỹ gốc Ai len ở vùng Boston]

Irish toothache *noun* 1 **hậu quả khó chịu sau khi uống quá nhiều rượu** 2 **sự cương cứng** 3 **sự mang thai**

Irish turkey *noun* (*người lang thang*) **thịt bò muối và cải bắp**

the Irish way *noun* sự giao hợp qua đường hậu môn

Irish wedding *noun* sự thủ dâm

iron *noun* 1 một khẩu súng, đặc biệt là súng ngắn; = SHOOTING IRON 2 tiền 3 một siêu máy tính cũ 4 phần cứng của máy tính 5 (*người đi mô tô dùng*) xe mô tô 6 xe ô tô 7 tạ, đặc biệt dùng cho môn cử tạ

Iron ass *noun* một người cứng rắn, khắt khe và độc ác • I was always the iron ass: *Tôi luôn là một người cứng rắn và khắt khe.*

iron-ass or **iron-assed** *adjective* thô bạo; tàn nhẫn

iron betsy *noun* (*quân đội*) súng trường

iron bird *noun* máy bay

iron-burner *noun* (*thợ đốn gỗ dùng*) thợ rèn

iron freak *noun* một người đam mê môn cử tạ

iron hat *noun* mũ quả dưa; = HARD HAT

iron horse *noun* 1 đầu máy xe lửa 2 (*quân đội*) xe tăng

iron house *noun* nhà tù; xà lim

iron maiden (or **lady**) *noun* người đàn bà nghiêm khắc, khó tính, hay kích bác

iron man *noun* 1 một đô-la bằng bạc [bắt nguồn từ tiền kim loại] 2 người đàn ông cứng rắn và rất bền bỉ; người lao động và người chơi không biết mệt, đặc biệt trong thể thao 3 (*nhạc sĩ*) một nhạc công vùng West Indie chơi một nhạc cụ làm từ thùng chứa dầu

iron off *verb* trả tiền; thanh toán

iron out *verb* 1 giết, đặc biệt bằng súng 2 dàn xếp ổn thỏa; giải quyết được (bằng thảo luận) • They will meet and iron out all the problems: *Họ sẽ gặp nhau và giải quyết mọi vấn đề.*

iron out the kinks *verb* giải quyết và dàn xếp các vấn đề; giải quyết mọi thứ • Let's try iron out the kinks this confusion: *Chúng ta hãy cố gắng tháo gỡ sự rối ren này.*

iron pony *noun* xe mô-tô

iron-pumper *noun* người cử tạ; vận động viên cử tạ

irons *noun* 1 cái còng tay [cũng được dùng trong số ít] 2 (*đua ngựa*) bàn đạp ngựa

iron up *verb* (*tài xế xe tải*) gắn xích lốp; thêm vào lốp xe dây xích

Irvine or **Irv** or **Ervine** *noun* (*người da đen*) cảnh sát • Tell Ervine to catch a speeder or something: *Nói với cảnh sát để bắt một người lái xe quá tốc độ hoặc cái gì đại loại như thế.*

I shit you not tôi rất nghiêm túc • She looked like Gracie. I shit you not: *Cô ta trông giống Gracie. Tôi rất nghiêm túc đấy.*

ish kabibble *interj* thán từ thể hiện sự lãnh đạm, sự thờ ơ, sự hờ hững, v.v.

ishy *adjective* kinh tởm; không hấp dẫn

island *xem* HOUNDS ON AN ISLAND

Island *xem* CONEY ISLAND

island fever *noun* cảm giác bồn chồn lo lắng của người đang sống trên một hòn đảo

I smell you *sentence* Tôi hiểu anh • I smell you. No need to go on and on: *Tôi hiểu bạn. Không cần phải nói liên tục như vậy.*

iso *noun* (*tù nhân*) sự giam riêng; xà lim biệt giam

isro *noun* mái tóc rậm (kiểu tóc quăn và dài như tóc dân da đen) mà người Do Thái để

issue *noun* vấn đề [trong lối nói thông tục, issue gần như thay thế từ problem. Thậm chí còn được dùng trong một vài thành ngữ như "Do you have an issue with that?"] • I had an issue with my car this morning. It wouldn't start: *Sáng nay tôi có một vấn đề với chiếc xe. Nó không khởi động.*

Is the Pope Polish (or **Italian** or **Catholic**) *sentence* đó là một câu hỏi ngu ngốc; bộ câu trả lời không rõ ràng sao?; = DOES A BEAR SHIT IN THE WOODS [biến thể đầu tiên được dùng kể từ sự nhậm chức của giáo hoàng John Paul II]

it *noun* 1 người ngu ngốc; = BOOB 2 sự gợi tình, đặc biệt là nữ 3 *modifier*: Clara Bow, the original it girl: *Clara Bow, cô gái gợi tình.* 4 tình dục; sự quan hệ tình dục; = SCREWING

it ain't over 'til the fat lady sings *sentence* dùng như một cách ngôn hài hước nghĩa là việc gì đó sẽ không qua đi cho tới khi nó kết thúc [tiếng kêu la trong trận đánh của những người sắp thua trận] • Yeah, well, it ain't over til the fat lady sings: *À đúng, nó sẽ không qua đi cho đến khi nó kết thúc.*

Italian football *noun* quả bom; lựu đạn, được dùng bởi tội phạm; = GUINEA FOOTBALL

itch and rub *xem* CHIEF ITCH AND RUB

itchy *adjective* háo hức; hăm hở; không yên; bồn chồn; = ANTSY

it couldn't happen to a nicer guy *sentence* sự trừng phạt hoặc sự tổn hại nhận được là rất xứng đáng [câu nói này khá mỉa mai] • Joe got canned? It couldn't happen to a nicer guy!: *Joe đã say mèm phải không? Không thể nào xảy ra được với một gã tốt hơn!*

It cuts both ways *xem* IT CUTS TWO WAYS

It cuts two ways or **It cuts both ways** *sentence* Cả hai chúng ta đều liên quan; Có hai người liên quan; Bạn thật ích kỷ và phiến diện • It cuts two ways, you know. It can't always all be my fault: *Cả hai chúng ta đều liên quan, anh biết đấy. Không thể lúc nào cũng là lỗi của tôi.*

It don't make (me) no nevermind *phrase* Điều đó không thành vấn đề đối với tôi • Go ahead! Do it! It don't make me no nevermind: *Tiếp tục đi! Làm đi nào! Nó không thành vấn đề đối với tôi.*

item *noun* một cặp đôi được nối kết một cách lãng mạn [thể hiện cam kết rằng hai cá thể được xem như một cá thể duy nhất] • Said he thought we were an item! We were but we hadn't ever talked: *Anh ta nghĩ hai chúng tôi là một! Đúng thế nhưng chúng tôi còn chưa từng nói chuyện với nhau.*

an item *noun* một vấn đề đáng quan tâm, đặc biệt là mối quan hệ tình dục; = a NUMBER

it girl *noun* (*đặc biệt những năm 1920 và 1930*) một cô gái trẻ gợi tình

it's a bitch (or **bitch kitty**) *sentence* việc gì được nhắc tới rất ấn tượng, rất khó khăn, rất phức tạp, rất tồi tệ hoặc theo cách nào đó rất khác thường • The last couple of laps are a real bitch kitty: *Hai vòng cuối rất gay go.*

it's all good dùng để thể hiện sự lạc quan hoặc cảm giác rằng mọi thứ trên thế giới sẽ ổn

It's been *phrase* cụm từ dùng khi rời khỏi một bữa tiệc hoặc những sự tụ họp khác [dạng rút gọn của "It's been lovely" hoặc những thành ngữ khác] • Well, it's been. We really have to go, though: *Chà, thật tuyệt. Nhưng mà chúng tôi thật sự phải đi rồi.*

It's been a slice! *sentence* Rất tốt!; Tuyệt vời! • Good-bye and thank you. It's been a slice!: *Tạm biệt và cám ơn cậu. Tuyệt vời.*

it's been great dùng như một lời chào tạm biệt

it's been real dùng như một lời chào tạm biệt, ám chỉ rằng thời gian đã trải qua với nhau rất thú vị • "It's been real." I held out my hand for him to shake. "It's been real," Ralph repeated: *"Thật là vui". Tôi* đưa tay ra bắt tay anh ấy. "Thật là vui," Ralph đáp lại.

it's dead một vấn đề đã thảo luận và không cần thảo luận thêm nữa

it shouldn't happen to a dog sentence những gì đã xảy ra, thường với người nói, lẽ ra không nên xảy ra thậm chí với những sinh vật nhỏ nhất; thật tồi tệ

(It's) not my dog phrase Không phải chuyện của tôi • So what! It doesn't matter. Not my dog: *Thì sao nào! Chẳng có nghĩa lý gì. Không phải việc của tôi.*

it's on! exclam. dùng để thông báo lệnh bắt đầu chiến tranh (đánh nhau) giữa các băng nhóm

(It's) showtime! exclam. Bắt đầu nào! [nói khi bắt đầu một thứ gì đó đầy hứng khởi và thử thách] • Are you ready for action? Okay. It's showtime!: *Anh đã sẵn sàng hành động chưa? Được rồi. Bắt đầu nào!*

it's you dùng như một lời chào hỏi

it's you sentence thứ đó hoàn toàn phù hợp hoặc không thể thiếu với bạn • Oh my sweet, that mauve cummerbund, it's you!: *Ở em yêu, cái khăn thắt lưng màu hoa cà đó hoàn toàn phù hợp với em!*

It's your funeral! exclam. Nếu anh làm điều đó, anh sẽ phải gánh chịu mọi hậu quả • Go if you want. It's your funeral!: *Cứ đi nếu mày muốn. Mày sẽ phải gánh chịu mọi hậu quả!*

itsy-bitsy or **itsy-bitty** adjective nhỏ xíu • Give me an itsy-bitsy piece. I'm on a diet: *Cho tôi một miếng nhỏ thôi. Tôi đang ăn kiêng.*

it takes two to tango sentence điều này không thể xảy ra nếu không có hơn một người; sự hợp tác hoặc đồng lõa

itty bitty titties noun bộ ngực nhỏ của phụ nữ

it up suffix (hậu tố dùng để nhấn mạnh động từ) làm một cách mạnh mẽ, lớn tiếng, v.v.. của những gì được nói tới • laughing it up: *cười lớn*

It will be (or it's) someone's ass sentence đó sẽ là sự kết thúc hoặc sụp đổ của ai; ai đó sẽ bị trừng phạt nặng • You write anything about me in an article again and it'll be your ass: *Anh viết mọi thứ về tôi và đó sẽ là sự kết thúc của anh đấy.*

It will be your ass! Anh sẽ phải trả giá đắt • It will be your ass if it isn't done right this time: *Mày sẽ phải trả giá đắt nếu lần này không làm đúng.*

(It) works for me or **WFM** sentence Đối với tôi nó hiệu quả • WFM. Let's do it!: *Thứ này hiệu quả với tôi đấy. Hãy cùng làm nào!*

Ivan noun một người Nga, đặc biệt là lính; nước Nga

I've been there sentence Tôi hiểu anh đang nói gì và tôi đã trải qua rồi • I've been there. You don't need to spell it out for me: *Tôi đã từng trải qua rồi. Anh không cần giải thích cho tôi kỹ càng quá như vậy.*

I've got to fly or **I('ve) gotta fly** sentence Tôi phải đi ngay bây giờ • I've gotta fly. See you later: *Tôi phải đi ngay bây giờ. Hẹn gặp anh sau nhé.*

I've got to split sentence Tôi phải đi ngay • I've got to split. Call my service: *Tôi phải đi ngay. Gọi vào máy trả lời tự động của tôi nhé.*

I('ve) gotta fly xem I'VE GOT TO FLY

ivories noun 1 súc sắc 2 răng • I gotta go brush my ivories: *Tôi phải đánh răng của tôi đây.*

the ivories noun phím piano; đàn piano • She can really bang the ivories: *Cô ấy thật sự có thể chơi đàn piano đấy.*

ivory noun 1 bi bi-da 2 sọ 3 răng

ivory-dome noun 1 người ngu ngốc; = BONEHEAD 2 (*đặc biệt những năm 1940*) người trí thức; = EGG-HEAD

ivory-hunter noun người tuyển dụng hoặc người chiêu mộ, đặc biệt là người đi tìm những tài năng mới trong môn bóng chày

ivory-thumper noun người chơi đàn piano • She's a good ivory thumper: *Chị ấy là một người chơi đàn piano giỏi.*

ixnay negation không; không còn nữa [tiếng lóng của trẻ con cho từ "nix"] • Ixnay, soldier. Or I'll have three guards on you before you can say Jesus: *Không anh lính ạ. Nếu không tôi sẽ gọi ba người bảo vệ trước khi anh có thể gọi tên Chúa Trời đấy.*

izzatso interjection thán từ thể hiện sự thách thức, sự hoài nghi hoặc sự không tin • I'm a crud! Izzatso!: *Tôi là một người gây khó chịu à! Khó tin!*

J

J *noun* (biến thể: **jay** or **jay smoke** or **j smoke**) một điếu thuốc lá chứa cần sa [J là viết tắt của *"joint"*]

jab a vein *verb* (*ma túy*) tiêm ma túy, đặc biệt là hê-rô-in; = SHOOT UP

jabber *noun* 1 một người nghiện ma túy sử dụng kim tiêm 2 mũi kim tiêm dưới da 3 trò chuyện huyên thuyên rỗng tuếch • I've heard enough of your jabber: *Tôi đã nghe đủ chuyện huyên thuyên rỗng tuếch của cậu rồi.*

jabber *verb* nói chuyện không ngừng; nói luôn mồm; tán gẫu • Do stop jabbering about the weather, when I'm trying to read: *Hãy ngưng nói huyên thuyên về thời tiết đi, tôi đang muốn đọc sách.*

jabberjack *noun* lời nói ngu ngốc; chuyện vô lý; = BULLSHIT

jab-off *noun* 1 sự tiêm ma túy 2 cảm giác ngập tràn niềm vui và phấn khích sau khi tiêm hê-rô-in

jaboney or **jiboney** or **jibone** *noun* 1 người nhập cư mới đến; người thơ ngây, khờ khạo; = GREENHORN 2 du côn; lưu manh; = GORILLA

jack *noun* 1 tiền • That kind of car takes a lot of jack, doesn't it?: *Loại xe đó tốn nhiều tiền lắm phải không?* 2 bất cứ điều gì; không có gì • Junior Stebbens, I recently realized, don't know jack about brakes: *Junior Stebbens, gần đây tôi nhận ra tôi không biết gì về hệ thống phanh.* 3 điện thoại di động 4 hành động thủ dâm 5 thuốc lá dùng cho loại cuộn 6 một vụ cướp 7 người lạ; người khó chịu • Willy, stop acting like such a jack!: *Willy đừng có cư xử như một người khó chịu như vậy!*

jack *verb* 1 ăn trộm, lấy bằng vũ lực, đặc biệt là tội phạm đường phố [được tiếp nhận từ "jack" (cướp)] 2 (*nói về đàn ông*) thủ dâm 3 phục vụ (*một án tù*) • I got a brother on Levenworth jackin' ninety-nine: *Tôi có một người anh tại Lavenworth chịu án tù 99 năm.* 4 (*không quân, từ chiến tranh Việt Nam*) thực hiện một cú lượn né tránh; = JANK, JINK

Jack¹ *noun* gã; người đàn ông; anh bạn; anh chàng; = MAC [dùng trong xưng hô với bất kỳ người đàn ông nào, bất kể tên của người đó là gì]

Jack² *noun* (*quầy bán đồ ăn trưa*) bánh mì sandwich với phó mát nướng

Jack or **Jack D** or **Jack's** *nickname* rượu uýt-ki hiệu Jack Daniel

jackal *noun* người ti tiện và thủ đoạn

jack around *verb* 1 ăn không ngồi rồi; đi thơ thẩn xung quanh; lãng phí thời gian; = FART AROUND, SCREW AROUND • Stop jacking around and get busy: *Đừng lãng phí thời gian và bắt đầu làm việc đi.* 2 xía vào; can thiệp vào; = FOOL AROUND

jack someone around *verb* 1 (*sinh viên*) chòng ghẹo; trêu đùa; = KID • These guys are only trying to jack you around: *Những gã này chỉ đang cố trêu chọc cậu thôi.* 2 (*sinh viên*) làm phiền; quấy rầy; = JERK someone AROUND

jackass *noun* người ngu đần; kẻ ngốc

Jack Benny (or **Back**) *noun* (*quầy bán đồ ăn trưa*) bánh sandwich với phó mát nướng và thịt lợn hông khói

jacked (**out**) *adjective* tức giận; bực mình • Boy, was that old guy jackes out at you: *Ôi, xem lão già đó tức giận anh kìa.*

jacked up *adjective* 1 say rượu; phê thuốc; vui vẻ; = HIGH 2 bị kích thích; bị kích động • I was so jacked I almost passed out: *Tôi quá kích động đến nỗi gần như ngất đi.* 3 buồn bực; lo lắng; căng thẳng • I was really jacked up by the bad news: *Tôi thực sự lo lắng bởi tin xấu đó* 4 bị bắt • I got jacked up for speeding: *Tôi bị bắt vì vi phạm tốc độ qui định.* 5 được nâng cao; tâng bốc lên, đặc biệt bằng mưu mẹo khôn khéo; = JUMPED UP

jackeroo *noun* (*cao bồi*) anh chàng cao bồi

jack in or **jack it in** *verb* đăng nhập vào Internet

jack-off or **jagoff** *noun* 1 hành động thủ dâm 2 một người đáng khinh thường; người ngu ngốc; kẻ bất tài; = JERK

jack off *verb* (*dùng cho đàn ông*) thủ dâm; = JERK OFF [bắt nguồn từ "jack" (cương cứng) hiện đã lỗi thời, được kết hợp với jerk off (thủ dâm)]

jack-off artist *noun* một người thủ dâm

jack out *verb* rút ra; kéo ra • He could jack his gun out kind of fast: *Hắn có thể móc súng ra hơi nhanh.*

jackpot *noun* giải thưởng; giải xổ số trúng lớn nhất; đặc biệt tiền tích lũy trong cuộc chơi đánh bạc, xổ số hoặc kéo máy

jackroll *verb* ăn cướp hoặc móc túi, đặc biệt là cướp của một gã say; = ROLL

jack-roller *noun* kẻ cướp của những người say

jack shit or **jack-shit** *noun* 1 không gì cả; tuyệt không; = DIDDLY, ZILCH [luôn dùng trong câu phủ định] • I didn't know jack shit about it: *Tôi không biết chút nào về việc đó cả.* 2 người ngu đần và vô giá trị [thường chỉ nam giới]

jack up *verb* 1 (*ma túy*) tiêm ma túy; = SHOOT UP 2 (*ma túy*) kích thích; vui vẻ; làm hồ hởi 3 tăng; nâng lên • Did they jack up the price of booze again?: *Họ lại tăng giá rượu à?* 4 (*cảnh sát*) = TAKE ON

jack someone up *verb* 1 thúc đẩy hoặc khuyến khích ai làm gì • I'll jack him up and try to get some action out of him: *Tôi sẽ thúc đẩy anh ấy và cố làm cho anh ấy hoạt động lên.* 2 đánh hoặc đâm ai 3 khiển trách; quở trách, vì sao lãng • The sergeant had to jack the

jack whole platoon up: *Trung sĩ đã phải khiển trách toàn bộ trung đội.* **4** cướp bằng vũ lực **5** nghiền nát; đè bẹp; = CLOBBER **6** (*người da đen*) tra hỏi; chất vấn (*người tình nghi*) • *On the way home a couple of cops jacked me up*: *Trên đường về nhà hai cảnh sát đã tra hỏi tôi.* **7** bắt hoặc lưu giữ để thẩm vấn bởi cảnh sát

jack something up *verb* **1** tăng giá thứ gì đó **2** làm lộn xộn; làm xáo trộn • *Who jacked up the papers on my desk?: Ai làm xáo trộn giấy tờ trên bàn của tôi vậy?*

jag *noun* **1** trạng thái say ma túy hay rượu **2** cuộc chè chén say sưa với rượu hoặc ma túy **3** một dịp hoặc một kiểu ăn chơi lu bù nào đó **4** xe ô tô hiệu Jaguar **5** tình trạng kéo dài của một trạng thái cảm xúc, đặc biệt là khóc • *I've been on a jag and can't get my work done*: *Tôi vẫn trong cơn cảm xúc và không thể hoàn thành công việc.* **6** một trạng thái kích thích tạo ra bởi ma túy

jagged *adjective* say rượu hoặc phê thuốc

jag house *noun* (*người đồng tính*) nhà chứa phục vụ người đồng tính nam; ngôi nhà của bọn đĩ đực

jag-off *noun* một người đáng khinh, kim tởm hoặc đần độn • *Shut up, jagoff!: Câm mồm đi, đồ đần!*

jag off *verb* thực hiện việc tiêm ma túy một cách khéo léo để làm nó vào mạch máu một cách chậm chạp

jail *verb* ngồi tù, đặc biệt là không mất hy vọng hay sự tỉnh táo

jailbait *noun* **1** cô gái gợi cảm dưới tuổi kết hôn hợp pháp **2** người hoặc việc gì xúi giục ai phạm tội và bị bỏ tù

jailbird *noun* (*từ những năm 1600, Anh*) người bị kết án tù hoặc tù nhân cũ

jailhouse lawyer *noun* một người tự nguyện bỏ ra nhiều giờ thảo luận về những quyền hợp pháp của mình và của những tù nhân khác; = GUARDHOUSE LAWYER

jake *noun* **1** rượu gừng Jamaica, một loại rượu được sản xuất trái phép mạnh và nguy hiểm **2** một cảnh sát mặc đồng phục • *The jakes are coming. I can hear the sirens: Cảnh sát đang đến đấy. Tao có thể nghe thấy tiếng còi.* **3** một người Jamaica **4** nhà vệ sinh; nhà vệ sinh cho nam giới **5** người ngu đần, thường là nam giới

jake 1 *adj* thật thà; ngay thẳng; công bằng; đúng đắn • *Everything's jake here*: *Ở đây mọi thứ đều công bằng.* **2** *adj* được; tốt; xuất sắc; rất hài lòng; = HUNKY-DORY • *If you get here by nine, it'll be just jake*: *Nếu anh đến đây lúc chín giờ, thì thật là tốt.* **3** *adv* *You never can tell on a day like this, things could be goin' jake one minute, then presto, before you know it you're history*: *Bạn không bao giờ có thể kể về một ngày như thế này, mọi thứ có thể sẽ rất hài lòng phút trước, rồi đùng một cái, trước khi bạn biết thì bạn đã là lịch sử rồi.*

jalopy or **jaloppy** or **jalop** *noun* **1** một chiếc ô tô hoặc máy bay cũ và ọp ẹp; = HEAP **2** bất kỳ chiếc xe nào; bất kỳ phương tiện nào; = BUGGY • *The cops searched every jalop on the road*: *Cảnh sát khám xét mỗi xe trên đường.*

jam¹ *noun* **1** (*người đồng tính*) người thích có quan hệ tình dục với người khác giới **2** sự mân mê, hôn nhau giữa hai người đồng tính nam

jam² *noun* **1** (*từ cuối những năm 1800, Anh*) tình thế khó khăn; = BIND, TIGHT SPOT **2** sự chen chúc của xe cộ, con người, v.v..; = JAM-UP **3** (*thế giới ngầm*) đồ vật nhỏ như nhẫn, đồng hồ, v.v.. dễ bị ăn trộm **4** (*nhạc sĩ nhạc jazz*) một bữa tiệc hoặc cuộc tụ họp nơi các nhạc sĩ nhạc jazz chơi hoặc chơi cùng người khác; = JAM SESSION **5** bữa tiệc vui sướng • *The kids were having a jam upstairs: Bọn trẻ đang có bữa tiệc vui thích trên lầu.* **6** một bài hát được thu âm **7** một bữa tiệc với nhạc lớn **8** (*ma túy*) cô-ca-in **9** tình dục **10** âm đạo; bộ phận sinh dục nữ **11** cách dùng của giới đồng tính, bất cứ người đàn ông nào thích quan hệ với người khác giới nào |viết tắt của "*just a man*"| **12** xác của một người đã chết với những vết thương lớn **13** một trận chiến, đặc biệt là cuộc chiến băng nhóm **14** một cuộc tụ tập của những người sử dụng ván trượt **15** việc buôn lậu vặt **16** vấn đề; điều rắc rối • *I hear you're in a bad jam: Tôi nghe nói bạn đang gặp phải rắc rối lớn.* **18** (*bóng rổ*) động tác nhảy lên và đẩy bóng vào rổ

jam *verb* **1** cướp **2** chơi nhạc với những người khác, ứng tấu nhạc jazz, đặc biệt ngẫu hứng **3** *modifier*: *Jam bands do have styles*: *Những ban nhạc ngẫu hứng buộc phải có phong cách.* **4** (*đặc biệt sinh viên*) quan hệ tình dục; = SCREW **5** ép buộc; đe dọa; gây áp lực, đặc biệt với bạo lực • *Cameron, I'm sorry. I didn't mean to jam you: Cameron, tôi xin lỗi. Tôi không có ý tạo áp lực cho bạn.* **6** rời đi nhanh chóng; di chuyển với tốc độ cao **7** (*cờ bạc*) gian lận (*người chơi khác*) **8** (*lướt sóng*) cản trở hoặc chặn đường của người lướt sóng khác **9** lướt sóng với tốc độ và cường độ cao **10** (*bóng rổ*) nhảy lên và đẩy bóng vào rổ **11** rời khỏi; khởi hành **12** (*đặc biệt sinh viên*) có thời gian vui vẻ; có bữa tiệc tràn ngập niềm vui; = GET IT ON **13** (*thanh thiếu niên New York*) tạo ra một bài hát nhạc rap, đặc biệt trong tình huống thi đua **14** (*người bán hàng rong*) đấu giá; hành động như một người đấu giá **15** làm nhiễu; phá sóng • *The government tried to jam the guerillas' trans-missions*: *Chính phủ cố làm nhiễu các buổi truyền tin của quân du kích.* **16** (*người da đen và giới ma cô*) hít cô-ca-in

jam *adjective* thích giao hợp với người khác giới

jam auction (or **pitch**) *noun* (*người bán hàng rong*) công việc kinh doanh của một người bán hàng rong được thực hiện trong một cửa hàng, đặc biệt cửa hàng bán những món đồ lưu niệm, nữ trang, đồ trang sức lặt vặt rẻ tiền

jambled *adjective* say rượu

jammed *adjective* **1** bị bắt • *Willie got jammed for speeding*: *Willie bị bắt vì vi phạm tốc độ qui định.* **2** say rượu **3** khó chịu; bực mình • *He's really jammed because he flunked the test: Nó rất buồn bực vì thi trượt.*

jammed up *adjective* **1** chịu áp lực; gặp rắc rối; = IN A JAM • *He got himself up with the law: Hắn ta tự gặp rắc rối với pháp luật.* **2** chơi ma túy quá liều **3** no nê; thừa mứa thức ăn hoặc thức uống • *I can't have lunch today, I'm too jammed up at the office: Hôm nay tôi không thể ăn trưa, tôi quá no nê ở văn phòng rồi.*

jammer *noun* **1** (*casino ở Mỹ*) một người chia bài giàu kinh nghiệm và có thể thích ứng **2** một người nổi tiếng, đáng kính và lăng xê mốt **3** một nhạc sĩ tham gia vào buổi trình diễn nhạc jazz ứng tấu

jammies *noun* bộ đồ pi-gia-ma; bộ đồ ngủ

jamming or **jammin'** *adjective* xuất sắc; tuyệt vời

jammy *adjective* (*từ giữa những năm 1800, Anh*) rất may mắn; gặp may

jammy-jams or **jam-jams** *noun* bộ đồ pi-gia-ma; bộ đồ ngủ

jamoke or **Jamoke** *noun* **1** (*quân đội và người lang thang*) cà phê **2** gã; anh chàng; ông bạn; = GUY **3** một người đáng khinh hoặc dốt nát

jam-packed *adjective* đầy; tràn trề; tràn ngập; rất đông đúc • *We had a jam-packed schedule on the trip: Chúng tôi đã có một chương trình đầy ắp cho chuyến đi.*

the jams *xem* the JIM-JAMS, KICK OUT THE JAMS

jam session *noun* một cuộc tụ họp của những nhạc sĩ chơi theo kiểu

jam-up noun sự tắc nghẽn; sự ách tắc; = JAM

jam up verb 1 gây rắc rối; đặt vào tình huống rắc rối 2 đối mặt; đương đầu • A soldier often has to jam up danger: *Một người lính thường phải đương đầu với hiểm nguy.*

jam-up adjective xuất sắc; hài lòng

jane noun 1 một phụ nữ, cô gái trẻ; = CHICK, DOLL 2 nhà vệ sinh nữ; = JOHN 3 người yêu của người đàn ông; vợ chưa cưới 4 cô-ca-in; cần sa

Jane noun một phụ nữ bình thường

Jane Crow noun sự phân biệt đối xử với phụ nữ

Jane Doe noun bất kỳ phụ nữ nào; phụ nữ bình thường; = JANE

Jane Q Citizen (or **Public**) noun bất kỳ phụ nữ nào, đặc biệt là phụ nữ bình thường hoặc phụ nữ điển hình

janfu noun sự hỗn loạn gây ra bởi lục quân lẫn hải quân; = SNAFU

jang noun dương vật

jank verb (*không quân, từ chiến tranh Việt Nam*) điều khiển máy bay né tránh; = JACK, JINK • I was janking…when I got hit: *Tôi đang điều khiển máy bay né tránh.. thì tôi bị bắn.*

janky adjective 1 thất thường; bất thường; không hiệu nghiệm 2 bừa bãi; tồi; thấp kém • Sorry that my room is so janky: *Xin lỗi phòng tôi bừa bãi quá.*

janney verb (*đường sắt*) nối hai toa xe lửa, đầu máy, v.v..

Jap noun 1 người Nhật hoặc người có nguồn gốc Nhật; = NIP [mang tính xúc phạm] 2 người tấn công từ phía sau và/hoặc không cảnh báo

jap verb tấn công mà không cảnh báo [ám chỉ cuộc tấn công Trân Châu Cảng của người Nhật • "Look out, ya gonna get japped," she shouted: "*Coi chừng, anh sắp bị đánh lén kìa,*" cô ta la lớn.

Jap adjective (thuộc) Nhật Bản [mang hàm ý không tốt]

Jappo noun một người Nhật Bản

jar ears noun một lính thủy quân lục chiến Mỹ

jarhead noun 1 một lính thủy quân lục chiến Mỹ; = GYRENE 2 người da đen

jasper noun 1 gã; anh chàng; ông bạn; = GUY 2 người quê mùa; = HICK 3 một người không có địa vị cao [bắt nguồn từ một cái tên dân dã khuôn sáo]

java or **Java** noun cà phê [từ Java, một hòn đảo của Indo-nesia nơi cà phê được xuất khẩu]

jaw verb 1 nói chuyện; tán gẫu • Can't stand here jawing with you all day: *Không thể đứng đây nói chuyện với cậu cả ngày.* 2 thúc đẩy; lên lớp; cố thuyết phục bằng lời nói; = JAWBONE

jaw noun chuyện phiếm; tán gẫu

jawbone verb 1 cố gắng thuyết phục ai bằng lời nói; gây áp lực bằng lời nói lên ai đó; hô hào và thúc giục • They tried to jawbone me into doing it: *Họ cố gắng dùng lời lẽ để thuyết phục tôi làm chuyện đó.* 2 (*cao bồi*) vay mượn; mắc nợ bằng cách trả dần 3 thảo luận; bàn kỹ, đặc biệt bao quát và sâu sắc 4 (*quân đội, thế chiến II*) tập bắn một vũ khí, đặc biệt để phê chuẩn việc dùng nó chính thức

jawbone noun 1 sự cho nợ; sự cho chịu, đặc biệt về tài chính 2 món nợ; tiền cho vay 3 lời hô hào và thúc giục • The President launched a sustained and hot jawbone on the budget cuts: *Tổng thống đưa ra một lời hô hào và thúc giục nóng bỏng và liên tục về vấn đề cắt giảm ngân sách.*

jawbone adverb bằng cách cho chịu nợ, mắc nợ • He bought the car jawbone: *Anh ta đã mua chịu chiếc ô tô.*

jawboning noun hành động hô hào và thúc giục mạnh; sức ép bằng lời nói có sức thuyết phục mạnh mẽ

jawbreaker or **jawcracker** noun 1 một từ dài hoặc một từ khó phát âm 2 một miếng kẹo cứng

jawflap noun chuyện tầm phào

jaws noun mông đít

jaw someome **down** verb nói át; nói chặn họng; nói nhiều đến mức khiến người khác mệt mỏi • We'll try to jaw him down. If that doesn't work, I don't know what we will do: *Chúng ta sẽ cố nói chặn họng hắn. Nếu không hiệu quả, tôi không biết chúng ta sẽ làm gì nữa.*

jay[1] noun 1 người quê mùa; người chất phác; = HICK, RUBE 2 (*thế giới ngầm*) người bị lừa hoặc phỉnh dễ dàng; = MARK, PATSY, SUCKER 3 ngân hàng [rút gọn của *jug* (một ngân hàng)] 4 cà phê [chắc chắn là rút gọn của *java*]

jay[2] noun cần sa hoặc điếu thuốc chứa cần sa; = J

Jayhawker noun người bản địa hoặc người ở Kansas (Mỹ)

jaywalk verb đi vào hoặc băng qua đường ở một nơi cấm hoặc không được quyền vào; đi bộ đãng trí hoặc ẩu (không để ý đến luật lệ giao thông)

jazz noun 1 điều vô lý; lời nói phô trương; lời nói phét; = BALONEY, BULLSHIT, JIVE 2 thứ; món; đồ đạc 3 tinh dịch 4 sự trang trí; sự tô điểm, đặc biệt chỉ là bề ngoài 5 (*nhạc jazz*) một thể loại nhạc trình diễn bằng nhạc khí phổ biến, có đặc điểm là tùy hứng và những nhịp điệu mạnh, nhiều khi đảo phách, bắt nguồn từ những người da đen miền Nam Hoa Kỳ vào cuối thế kỷ 19, và vẫn đang phát triển như một thể loại âm nhạc của người Mỹ và thế giới 6 sự làm sinh động; sự làm vui nhộn hơn • This place needs more jazz and pizzazz: *Nơi này cần có nhiều sinh động và năng nổ hơn.*

jazz verb 1 quan hệ tình dục với ai; = FUCK 2 cho hít chất ma túy 3 gây không khí vui nhộn, sinh động; làm sôi nổi lên; = JAZZ something UP • Come on, jazz yourself, we're late: *Cố lên, hãy làm sinh động lên, chúng ta muộn rồi.* 4 soạn hoặc chơi theo phong cách nhạc jazz 5 nói khoe khoang; nói vô nghĩa; nói phét

jazz around verb gây rắc rối; quấy rầy • We don't want no jazzing around with them: *Chúng tôi không muốn gây rắc rối với họ.*

jazzbo or **jazz-bo** noun 1 một người mê nhạc jazz cuồng nhiệt 2 người đàn ông hoặc phụ nữ ăn mặc hào nhoáng; = CAT, DUDE 3 một người da đen; đặc biệt là lính da đen

jazzed adjective 1 phấn khích; hăng hái • I'm so fuckin' jazzed!: *Tớ đang rất phấn khích!* 2 tỉnh táo; hoạt bát; tích cực 3 được nâng cao; được thêm vào thứ gì đó; làm cho hấp dẫn hơn • It was jazzed enough to have the police chief around asking questions: *Nó được làm cho hấp dẫn hơn đủ để cảnh sát trưởng hỏi vòng quanh.* 4 lanh lợi và đầy sức sống; = PSYCHED UP

jazzed up adjective 1 có thai; có mang 2 say rượu hoặc ma túy 3 giả mạo; đổi • Better not try to cash a jazzed up check at this bank: *Tốt hơn là đừng cố rút tiền mặt bằng séc giả ở ngân hàng này.* 4 được làm sinh động lên, sôi nổi hơn, thú vị hơn

jazzing noun tình dục

jazz it verb chơi hoặc hát một bản nhạc theo phong cách nhạc jazz

jazz soneone/something **up** verb 1 làm cho ai hoặc cái gì hứng khởi hoặc khêu gợi hơn; làm cho ai hoặc cái gì hấp dẫn hơn với thị hiếu trẻ đương thời • He tried to jazz the meeting up: *Ông ta có*

jazzy làm cuộc họp trở nên thú vị hơn. **2** chơi theo phong cách nhạc jazz

jazzy *adjective* **1** phô trương; khoe khoang **2** kích thích; hấp dẫn; quyến rũ • *That's a jazzy sweater you got*: *Bạn có chiếc áo len cổ chui thật hấp dẫn*. **3** giống với thể loại nhạc jazz

J-bird *noun* **1** một người mới được phóng thích khỏi tù [viết tắt của *"Jailbird"*] **2** (*cỗ bài*) quân bồi hay quân J [một từ phát sinh của J]

jeans *noun* **1** quần; quần dài **2** quần lao động (làm việc) với bông vải dệt chéo màu xanh [từ *jean fustian*, một loại vải có nguồn gốc ở *Gene* (Genoa), Ý]

jeasly or **jeasely** *adjective* ít giá trị; chẳng đáng giá; tầm thường

Jebby *noun* một thầy tu dòng Tên [một dòng tu của Thiên Chúa Giáo La Mã]

jeebies *xem* the HEEBIE-JEEBIES

jeep **1** *noun* một binh nhì không có kinh nghiệm [cách dùng của không quân trong chiến tranh Việt Nam] **2** *noun* (*quân đội, thế chiến II*) một loại xe quân sự nhỏ và bền bỉ của lính Mỹ trong thế chiến II **3** *verb* jeeping…through Maquis-held territory: *lái xe jeep…qua vùng lãnh thổ do du kích quân chiếm đóng* **4** *noun* = JEEP CARRIER

jeep carrier *noun* (*hải quân, thế chiến II*) tàu hộ tống hàng không mẫu hạm của hải quân Mỹ

Jeepers(-creepers) or **Jeepers** *interj.* thán từ bày tỏ sự ngạc nhiên, nhấn mạnh, mất tinh thần, v.v..: *Trời ơi!; Chúa ơi!* [uyển ngữ cho *Jesus Christ*] • *Jeepers-creepers! I'm sorry!*: *Trời ơi! Tôi xin lỗi!*

jeep-jockey *noun* (*quân đội, thế chiến II*) người lái xe jeep

jeez *interj* (biến thể: **jeez** or **Jeeze** or **jeeze** or **Jees** or **jeezy-peezy** or **Jeezy-peezy**) thán từ bày tỏ sự ngạc nhiên, mất tinh thần, nhấn mạnh, v.v.. dùng như một lời nguyền rủa nhẹ nhàng; = JEEPERS CREEPERS [uyển ngữ của từ *"Jesus"*] • *VELMA: Oh man, I love this song. LUCY: Jeez, you love every song*.– *VELMA: Ôi trời ơi, tôi thích bài hát này. LUCY: Quái quỉ, bài nào bạn cũng thích.*

jeezer *noun* bạn; người đồng chí hướng

jeff or **Jeff** *noun* **1** dùng như một cái tên đa năng cho một người đàn ông **2** một người da trắng, đặc biệt là người thù địch với người da đen **3** người nhàm chán hoặc cổ lỗ sĩ; người tẻ nhạt; = SQUARE

jeff *verb* **1** tiếp nhận những tiêu chuẩn của xã hội da trắng thống trị; = TOM **2** cư xử khúm núm với hy vọng giành được sự ủng hộ **3** nói dối hay ít nhất là phóng đại **4** thuyết phục hoặc lừa gạt ai • *You're just jeffing us!*: *Mày chỉ lừa bọn tao thôi!* **5** làm ra vẻ trưởng giả; làm theo cách người da trắng • *Cool it man; stop your jeffing*: *Bình tĩnh lại anh bạn, đừng làm ra vẻ trưởng giả nữa.*

jellies *noun* xăng-đan nhựa, mềm và không độc; giày nhiều màu làm từ nhựa dẻo

jelly *noun* **1** âm đạo **2** sự giao hợp **3** một công việc dễ, thú vị; địa vị ngồi mát ăn bát vàng; = CINCH **4** việc gì có được một cách miễn phí hoặc không cần nỗ lực; tiền hoặc lợi nhuận không kiếm mà có bất ngờ; = GRAVY **5** = JELLY-ROLL

jellybean *noun* **1** người đàn ông ăn mặc lòe loẹt; người điện dở hơi **2** người ngu đần; kẻ ngốc; = SAP **3** (*bóng chày*) người mới vào nghề; người chưa có kinh nghiệm; = ROOKIE

jelly-belly *noun* người mập; người béo phị

jelly-roll *noun* **1** âm đạo hoặc âm hộ đàn bà **2** sự quan hệ tình dục; sự giao hợp; = FUCKING **3** người đàn ông bị ám ảnh về phụ nữ; kẻ theo đuổi phụ nữ; = COCKSMAN, LOVER-BOY **4** người yêu hoặc tình nhân; = SWEET PAPA, SWEET MAMA **5** băng vệ sinh dạng que hoặc băng vệ sinh bông dùng rồi

jeppo **1** *noun* (*thợ đốn gỗ*) người nấu ăn; đầu bếp **2** *verb* *He jeppoed awhile in Oregon*: *Ông ta đã làm đầu bếp một thời gian ở Oregon*.

jerk *noun* **1** tại nơi đánh bạc, một kẻ ăn theo làm những việc vặt cho người đánh bạc **2** người ngu đần hoặc vô giá trị; kẻ ngốc; = BOOB, TURKEY **3** người đê tiện; kẻ đáng ghét, đặc biệt là đàn ông; = ASSHOLE, BASTARD **4** (*đường sắt*) một đoạn đường ray ngắn **5** (*tài xế taxi*) cuốc đi ngắn **7** = SODA JERK

jerk *verb* **1** rút ra; kéo ra • *He jerked a gun and that's all she wrote*: *Hắn đã rút ra một khẩu súng và đó là tất cả những gì bà ta viết*. **2** = JERK OFF

jerk around *verb* lãng phí thời gian; ăn không ngồi rồi; = FOOL AROUND

jerk someone around (or **off**) *verb* **1** bắt nạt hoặc quấy rối ai; làm phiền nhiễu ai **2** làm tốn thời gian ai • *Stop jerking me around and give me my money back!*: *Đừng làm mất thời gian của tôi nữa và trả tiền lại cho tôi!*

jerk-ass *noun* một người đáng ghét

jerk (or **yank**) **someone's chain** *verb* bắt nạt hoặc quấy rối ai; = JERK someone AROUND • *Are you guys yanking my chain?*: *Có phải bọn anh đang quấy rối tôi không?*

jerked up *adjective* vô dụng

jerker *noun* **1** người nghiện rượu **2** người nghiện cô-ca-in nặng **3** người thường xuyên thủ dâm (nam giới)

jerkhead *noun* một người ngu ngốc

Jerkimer *xem* HERKIMER JERKIMER

Jerk McGee *noun* người ngu ngốc; người ngờ nghệch; = JERK

jerko *noun* một người đáng ghét

jerk-off *noun* **1** hành động thủ dâm một mình, đặc biệt là đàn ông **2** một tên ngốc đáng khinh

jerk off *verb* **1** thủ dâm; = JACK OFF **2** chòng ghẹo; đánh lừa • *I think Coyle was jerking you off*: *Tôi nghĩ Coyle đang chọc ghẹo bạn thôi*. **3** ăn không ngồi rồi; lãng phí thời gian; = FUCK OFF, GOOF OFF

jerk-off *adjective* **1** ngu ngốc; = JERKY **2** *modifier*: hữu ích đối với sự thủ dâm • *an electric suction jerk-off device*: *một thiết bị hút hữu ích cho sự thủ dâm*

jerks *noun* chứng mê sảng của người nghiện rượu nặng

jerk soda *verb* làm việc tại quầy hàng có thùng chứa nước xô-đa

jerk the gherkin *verb* (*nói về đàn ông*) thủ dâm

jerk (or **jerkwater**) **town** *noun* một thị trấn nhỏ; một ngôi làng tầm thường

jerkwater *noun* một người chậm trí

Jerkwater *noun* dùng như một cái tên khinh bỉ cho một nơi xa xôi • *Killed for vagrancy in Jerkwater, USA*: *Bị giết vì lang thang ở một vùng xa xôi của nước Mỹ*.

jerkwater *adjective* **1** tỉnh lẻ; quê mùa; xa xôi hẻo lánh **2** tầm thường; không đáng kể; không quan trọng • *These seem like jerkwater sentiments*: *Điều này hình như là ý kiến không đáng kể*.

jerky *adjective* ngu ngốc; ngờ nghệch; có những đặc điểm của một gã ngốc

Jerry or **Gerry** *nickname* người Đức

jerry *noun* **1** (*đường sắt*) công nhân đường sắt; = GANDY DANCER **2** (*người lang thang*) người lao động chân tay **3** (*thế giới ngầm*) khẩu súng lục nhỏ có thể được giấu dễ dàng

jerry-built *adjective* được xây dựng một cách vụng về và cẩu thả

jerry gang *noun* (*đường sắt*) nhóm công nhân đặt đường ray

Jersey green *noun* (*ma túy*) một loại cần sa

Jersey lightning *noun* 1 rượu uýt-ki kém chất lượng, rẻ tiền 2 (*từ giữa những năm 1800*) rượu táo [từ thực tế rượu táo đã và vẫn đang được chưng cất ở New Jersey]

Jerusalem Slim *noun* (*người lang thang*) Chúa Jesus

Jesse James *noun* (*thợ mỏ*) người lừa đảo, đặc biệt là người lừa các công nhân

Jessie *noun* một cô gái tóc đỏ dễ thương

Jesus *noun* = the BEJESUS

Jesus boots or **Jesus shoes** or **Jesus slippers** *noun* (*đặc biệt phong trào phản văn hóa những năm 1960*) xăng đan • Jesus boots are okay in the summer: *Giày xăng đan thì tốt trong mùa hè.*

Jesus freaks (or **people**) *noun* (*đặc biệt phong trào phản văn hóa những năm 1960*) các thành viên của phong trào Kitô giáo giữa những người trẻ tuổi, đặc biệt là những cựu con nghiện ma túy và dân híppi

Jesus juice *noun* 1 rượu vang [được cho là do ca sĩ Michael Jackson tạo ra. Trong một bài báo của Vanity Fair, nó được cho là Jackson gọi rượu vang đó là "máu của Chúa". Trong nhiều tháng sau, từ này đã phổ biến] 2 một hỗn hợp nước nho và rượu gin

the jet set *noun* nhóm người giàu có, sang trọng di chuyển từ nơi gặp gỡ đắt tiền này đến nơi đắt tiền khác

jet-setters *noun* những người trẻ tuổi giàu có đi bằng máy bay phản lực từ nơi nghỉ dưỡng này đến nơi nghỉ dưỡng khác

the jetties *noun* sự mệt mỏi sau một chuyến bay dài (vì hiện tượng chênh lệch múi giờ sau chuyến bay)

Jew or **Jew down** *verb* mặc cả một cách hung hăng về giá cả • "I jewed the landlord down": *Tôi đã mặc cả giá một cách hung hăng với chủ nhà".*

Jewboy *noun* một cậu bé hoặc người Do Thái

Jew flag *noun* tiền giấy

Jewfro *noun* (*cảnh sát*) kiểu tóc tương tự kiểu tóc quăn và dài của dân da đen mà nam giới Do Thái để; = ISRO

Jewish Alps *noun* dãy núi Catskill; = BORSCHT BELT [dãy Catskill ở phía Nam của tiểu bang New York là điểm đến nghỉ mát yêu thích cho những người Do thái đô thị]

Jewish American Prince *noun* người đàn ông trẻ giàu có được nuông chiều cảm thấy xứng đáng được đối xử đặc biệt

Jewish American Princess or **JAP** or **Jap** *noun* một phụ nữ trẻ tuổi giàu có được nuông chiều cảm thấy mình xứng đáng được đối xử đặc biệt

Jewish flag *noun* (*người lang thang*) tờ một đô-la

Jewish lightning *noun* hành động cố ý phóng hỏa như một phần của khiếu nại đòi bảo hiểm đối trá

Jewish penicillin *noun* súp gà

Jewish people's time *noun* dùng để chỉ ra sự thiếu đúng giờ

Jewish prince *noun* một người đàn ông Do Thái hư hỏng

Jewish princess *noun* một người phụ nữ Do Thái hư hỏng

Jewtown *noun* một khu phố nơi sinh sống chủ yếu của người Do Thái

Jew York *nickname* thành phố New York

jibagoo *xem* JIGABOO

jibber-jabber 1 *verb* nói chuyện vớ vẩn; nói huyên thuyên những chuyện không đâu; = JABBER • Time for Congress to quit jibber-jabbering: *Đã đến lúc Quốc hội ngừng nói chuyện vớ vẩn.* 2 *noun* Cut out the jibber-jabber: *Hãy chấm dứt sự nói chuyện vớ vẩn.*

jibe *verb* hòa hợp; phù hợp; ăn ý • Your story just doesn't jibe with facts: *Câu chuyện của anh không phù hợp với thực tế.*

jiboney *xem* JABONEY

a jiffy *noun* (biến thể: **jib** or **jiff** or **jiffin** or **jiffing**) một thời gian ngắn; một chốc lát • Just a jiffy, I'll be there: *Chỉ một khoảng khắc thôi, tôi sẽ đến đó.*

jiffy *adjective* lập tức • The jiffy coffee lay in my stomach like a solid and the heat of it ran from my pores: *Cà phê lập tức nằm trong dạ dày tôi như một vật rắn và nhiệt của nó chạy ra từ lỗ chân lông của tôi.*

jiffy bag *noun* 1 một túi nhỏ bằng vải hoặc bằng da dùng để đựng những đồ vệ sinh cá nhân khi đi du lịch 2 (cũng là *Jiffy, tên thương mại*) một loại túi giấy hoặc bao thư dầy có miếng đệm bên trong được dùng đựng các vật dụng dễ vỡ

jig *noun* 1 một người da đen; = JIGABOO [mang nghĩa sỉ nhục] 2 sự dối trá; sự lừa đảo; điều ác 3 bữa tiệc khiêu vũ hoặc buổi khiêu vũ công cộng

jig *verb* quan hệ tình dục với ai

jigaboo *noun* 1 (biến thể: **jibagoo** or **jigabo** or **jig** or **zig** or **zigaboo** or **zigabo**) một người da đen [mang nghĩa sỉ nhục] 2 *modifier*: a jig band: *một ban nhạc da đen*

jig-a-jig or **jig-jig** *noun* sự giao hợp

jigger *noun* 1 (*người lang thang*) một vết thương làm giả, thường ở trên cánh tay hoặc chân, để khơi gợi lòng thương của mọi người 2 (*sinh viên*) kem nước quả (có trộn trái cây đã nghiền) 3 ly rượu dung tích 1 ounce rưỡi; = SHOT GLASS 4 một người canh chừng suốt tội ác 5 đồ dùng; đồ vật • Toss me one of those copper jiggers there in the box: *Ném cho tôi một trong mấy thứ bằng đồng đó ở trong cái hộp.*

jigger *verb* 1 điều chỉnh, đặc biệt là các con số hay số liệu thống kê • President Clinton had cunningly jiggered with the tax code to squeeze enormous sums of money out of comparatively tiny numbers of people: *Tổng thống Clinton đã điều chỉnh một cách xảo trá luật thuế để ép ra số tiền khổng lồ từ một số lượng người khá ít.* 2 làm việc như người canh chừng suốt tội ác 3 (*người lang thang*) gây cản trở; ngăn cản = QUEER 4 làm giả; giả mạo • jigger records, accounts, v.v..: *giả mạo hồ sơ, sổ sách kế toán, v.v..*

jigger-man or **jiggers guy** *noun* (*thế giới ngầm*) người gác; người canh chừng

jiggers or **jigs** *interj*. thán từ dùng như lời cảnh báo cho đồng bọn rằng quản giáo đang đến

jiggery-pokery *noun* (*từ cuối những năm 1800, Anh*) sự lừa gạt; sự dối trá; = SKULLDUGGERY

jiggins *xem* JUGGINS

jiggle or **jiggly** 1 *noun* sự nhảy và lắc các bộ phận của phụ nữ, đặc biệt là ngực 2 *modifier*: the ads for comedies in the jiggle genre: *các quảng cáo cho hài kịch theo thể loại lắc ngực* 3 *verb* lắc nhẹ; đưa đẩy phần ngực • She swim, jumps rope, and practices jiggling in front of the mirror: *Cô ta bơi, nhảy dây và tập lắc ngực trước gương.* 4 *noun* một chương trình TV có sự nhảy và lắc các bộ phận của phụ nữ

jigglies *noun* ngực phụ nữ

Jiggs *noun* (*lễ hội xưa*) công nhân da đen làm việc ở lễ hội

the jig is up *phrase* **cuộc chơi đã kết thúc** • *Okay, you kids. The jig's up!*: *Được rồi, các cậu nhỏ. Trò chơi đã kết thúc!*

jig-jig or **zig-zig** *noun* **sự quan hệ tình dục**; = FUCKING

jigmaree *noun* **một dụng cụ hoặc thiết bị mới**

jig-swiggered *xem* I'LL BE DAMNED

jig time *noun* **một khoảng thời gian ngắn**

jigtown *noun* **một khu lân cận chủ yếu là người da đen sống**

jillion *noun* (*cũng là **gillion** or **skillion** or **zillion***) **một con số lớn giả định; con số khổng lồ; vô tận;** = SCADS • *I've got a jillion things to tell you*: *Tớ có vô số chuyện để kể cậu nghe.*

jill off *verb* (*nói về phụ nữ*) **thủ dâm**

Jim *noun* **dùng như một cái tên được đặt cho một người bạn hoặc được đưa ra như một cử chỉ thân thiện** • *Jim, this jive you got is gassed*: *Jim, lời khoác lác bạn vừa nói là chuyện tầm phào.*

Jim *nickname* **rượu uýt-ki hiệu Jim Beam**

jim *noun* (*thế giới ngầm*) **làm hỏng; hủy hoại; phá hủy;** = JIMMY UP

jimble-jamble *adjective* **lẫn lộn; pha tạp** • *a jimble-jamble crowd*: *một đám đông pha tạp, một đám đông đủ hạng người*

jim cap or **jim hat** *noun* **bao cao su**

Jim Crow *noun* **1** **người da đen** **2** **sự phân biệt chủng tộc đối với người da đen, những luật lệ và thói quen đi kèm với chúng** **3** (*đường sắt*) **thanh tà vạt bằng gỗ không phù hợp đem bán hoặc dùng**

Jim Crow *verb* **phân biệt chủng tộc** • *I would like to say that the people who Jim Crow me have a white heart*: *Tôi muốn nói rằng những người đã phân biệt chủng tộc với tôi có một trái tim của người da trắng.*

Jim-Crow *adjective* **phân biệt chủng tộc dành cho người da đen** • *The chapel was Jim Crow; white girls pray in front, black girls in back*: *Nhà nguyện phân biệt chủng tộc với người da đen, các cô gái da trắng cầu nguyện ở phía trước, các cô gái da đen cầu nguyện ở phía sau.*

jim-dandy *noun* **người hoặc thứ gì đáng chú ý, tuyệt vời, ưu tú, v.v.;** = BEAUT, HUMDINGER

jim-dandy *adjective* **xuất sắc; tuyệt vời; đáng chú ý** • *a jim-dandy speech*: *một bài diễn văn đáng chú ý*

jim-jam *verb* = JAZZ, JAZZ something UP

the jim-jams *noun* = the HEEBIE-JEEBIES

jimjick *noun* **đồ vật nhỏ không được biết tên, không biết gọi tên như thế nào hoặc không muốn nêu tên;** = GIZMO

jimmies *noun* **những miếng kẹo đặt lên kem như lớp mặt trên bánh**

the jimmies *noun* **sự bực dọc, căng thẳng thần kinh;** = the HEEBIES-JEEBIES • *Frankly it gives me the jimmies*: *Thú thật điều đó khiến tôi căng thẳng thần kinh.*

jimmy *noun* **1** **dương vật** **2** **bao cao su** **3** (*tiệm giày*) **đế giày bên trong làm bằng bần**

jimmy *verb* **cạy mở** • *So I jimmied open the lock and there's like rows and rows of cash just staring at me*: *Vậy là tôi cạy mở khóa và giống như có hàng đống tiền mặt đang nhìn chằm chằm vào tôi.*

jimmy cap or **jimmy hat** *noun* **bao cao su**

jimmyhead *noun* **một tên ngốc**

jimmy jacket or **protector** *noun* **bao cao su**

jimmy joint *noun* **dương vật**

jimmy up *verb* **làm hư; làm hỏng cái gì;** = BUGGER • *This scale's all jimmied up*: *Cái cân này đã hỏng hoàn toàn.*

jing-jang *noun* **dương vật**

jingle *noun* **1** **một cuộc gọi điện thoại;** = TINKLE • *We never hear from you, not even a jingle*: *Chúng tôi chẳng bao giờ nghe tin về anh, ngay cả một cú điện thoại cũng không.* **2** **tiền; đồng tiền** **3** **tiếng ù ù trong tai hoặc ngứa ran khi say rượu** **4** **chầu rượu**

jingle *verb* **gọi điện thoại** • *Did anybody jingle me?*: *Có ai gọi điện thoại cho tôi không?*

jingled *adjective* **say rượu**

jingle-jangle 1 *noun* **tiền; đồng tiền** **2** *adj* **trong tình trạng tồi tàn; cũ nát** • *a jingle-jangle old bus*: *một chiếc xe buýt cũ nát*

jink *verb* (*từ không quân, trong chiến tranh Việt Nam*) **thực hiện hành động tránh né; luồn lách; bay theo kiểu zíc zắc**

jinky *adjective* **không may mắn**

jinky-board *noun* **cái đu cân hoặc ván bập bênh (động tác lên xuống của trò chơi trẻ con)**

jinny *noun* (*những năm 1920*) **nơi bán rượu lậu**

jinx 1 *noun* **nguyên nhân đem lại vận xui; xúi quẩy** • *There seems to be a jinx on our team, because we always lose*: *Hình như có một xúi quẩy ở đội của chúng tôi, bởi vì chúng tôi luôn luôn thua.* **2** *noun* **lời nguyền rủa; số phận xui xẻo** **3** *verb* **đem lại sự xúi quẩy, vận đen (cho ai/cái gì)** • *Somebody jinxed him*: *Ai đó đã đem lại sự xúi quẩy cho nó.*

jip *xem* GYP

jippo *noun* (*đặc biệt thế chiến I, quân đội, Anh*) **mỡ; mỡ chảy ra từ thịt quay** • *He dipped his bread in the jippo and sighed with pleasure*: *Anh ta nhúng bánh mì vào mỡ và thở dài khoái trá.*

jism *noun* **1** **tinh dịch;** = CUM **2** (*cũng là **gism***) **sự hăng hái; sự phấn khích; khí thế;** = ZING • *You need to put more jism into your playing*: *Anh cần phải hăng hái hơn trong cuộc chơi của anh.*

jit *noun* **1** **đồng nickel; đồng năm xu** **2** **người da đen**

jitney *noun* **1** **một đồng nickel; đồng 5 xu;** = JIT **2** (*cũng là **jitney bus***) **một chiếc xe buýt nhỏ được dùng làm phương tiện vận chuyển công cộng** [*trước đây, jitney là những chiếc ô tô hoạt động với giá rẻ nhằm cạnh tranh với taxi, xe buýt*] **3** *modifier:* **cracked down today on illegal jitney service**: *hiện đã đàn áp thẳng tay dịch vụ xe buýt bất hợp pháp* **4** **bất kỳ xe ô tô nào, đặc biệt là xe nhỏ hoặc rẻ tiền** **5** **xì gà rẻ tiền** **6** (*bài poker*) **thẻ 5 đô la**

jitney *adjective* **rẻ tiền** • *a jitney dance hall*: *một hội trường khiêu vũ rẻ tiền*

jitter *verb* **1** **rung rung; rung rinh** • *Leaves jittered in the breeze*: *Những chiếc lá rung rinh trong cơn gió thoảng.* **2** **hốt hoảng kinh hãi; bồn chồn lo sợ** • *Most of the children jitter in the dark*: *Hầu hết các trẻ con hoảng sợ trong bóng tối.*

jitterbug *noun* **một người mê nhạc swing, đặc biệt là người thích nhảy theo điệu swing**

jitterbug *verb* **1** **đi thơ thẩn xung quanh** **2** **nhảy theo điệu nhạc swing**

the jitterbug *noun* **một điệu nhảy nhanh, mạnh và ngẫu hứng được thực hiện theo nhạc swing, trong đó có những đoạn mà hai người tách ra để nhảy solo; điệu nhảy rất sôi động và thịnh hành vào những năm 1940**

the jitters *noun* **sự run rẩy không kiểm soát được; cực kỳ căng thẳng; sự lo lắng không yên** • *I get the jitters when I have to talk in public*: *Tôi bị run khi phải nói trước công chúng.*

jittery *adjective* căng thẳng; bồn chồn lo sợ • He felt all jittery and uptight: *Ông ta cảm thấy căng thẳng và lo lắng.*

jive *noun* 1 sự nói chuyện vớ vẩn; lời dối trá; điều vô lý; = BALONEY, BULLSHIT 2 một biệt ngữ được cách điệu hóa bắt nguồn từ những nhạc sĩ nhạc jazz da đen 3 nhạc swing rất sôi động vào những năm 1930 và 1940 4 *modifier:* jive records: *các đĩa nhạc swing của những năm 1930 và 1940* 5 hê-rô-in hay thuốc phiện 6 (cũng là *gyve*) cần sa hay một điếu thuốc lá chứa cần sa 7 một khẩu súng ngắn 8 lời cãi lại • Don't you give me any of that jive!: *Mày đừng cãi lại tao nữa nghe!* 9 đồ lặt vặt; đồ vô giá trị • I bought a lot of cheap jive at the five and ten cent store: *Tôi đã mua nhiều đồ lặt vặt rẻ tiền ở cửa hàng năm và mười xu.* 10 (cũng là *jive talk*) tiếng lóng khó hiểu được dùng bởi người da đen

jive¹ *verb* 1 (*người da đen*) giễu cợt; chọc ghẹo; = KID • She told him to quit jiving: *Cô ta bảo nó ngừng chọc ghẹo.* 2 nói một cách thiếu thành thật • The cops put me in the back room. I'm jiving with the spades: *Cảnh sát đã tống tôi vào căn phòng phía sau. Tôi đang nói một cách thiếu thành thật.* 3 khiêu vũ 4 lừa gạt, nhưng không nghiêm trọng; đánh lừa, đặc biệt là để đùa nghịch 5 chơi hoặc nhảy theo điệu nhạc swing nhanh và sôi động

jive² *verb* phù hợp • The two answers do not jive: *Hai câu trả lời không phù hợp.*

jive *adjective* không thành thật; giả dối; tự phụ • I felt, no man cared if I were alive/I felt the whole world was so jive: *Tôi cảm thấy không người đàn ông nào quan tâm xem tôi còn sống hay không/ Tôi cảm thấy cả thế giới quá giả dối.*

jive and juke *verb* (*sinh viên*) có một khoảng thời gian rất đẹp

jive-ass *noun* 1 (*người da đen*) một người không đáng tin, không thành thật 2 (*người da đen*) lời nói vớ vẩn; lời nói khoe khoang và dối trá; = BULLSHIT, JIVE

jive-ass *adjective* 1 không có giá trị, không đáng tin; lừa lọc 2 ngu xuẩn; ngu ngốc

jivestick or **gyvestick** *noun* (*ma túy*) một điếu thuốc lá chứa cần sa

jive talk *noun* 1 một cách nói chuyện nhanh, liếng thắng, đi kèm với việc bật ngón tay và động tác cơ thể, và dùng từ vựng của nhạc swing và jive, bị ảnh hưởng bởi thanh thiếu niên suốt kỷ nguyên nhạc swing và jive vào những năm 1930 và 1940 2 tiếng lóng; những từ thịnh hành nhất thời • I like to hear jive talk. It's like trying to work a puzzle: *Tôi thích nghe tiếng lóng. Nó giống như cố gắng để giải một câu đố vậy.*

jive turkey *noun* người ngu ngốc; người đần độn

jiz biz *noun* ngành công nghiệp tình dục

jizz *verb* xuất tinh

jizz *noun* (cũng là *jizzum* or *jism* or *jiz* or *jizm* or *gism* or *gizzum*) tinh dịch; = CUM

jizzbag *noun* một người kinh tởm và gớm ghiếc [nghĩa đen, "bao cao su"]

jizz joint *noun* câu lạc bộ thoát y

jizzum *xem* JIZZ

joanie *adjective* (*thanh thiếu niên*) hết sức lạc nhịp với những xu hướng và thời trang hiện thời; lỗi thời

job *noun* 1 (cũng là *jobbie*) một mẫu hoặc ví dụ, về người hoặc vật • She's a tough little job: *Cô ta là một mẫu người nhỏ bé cứng rắn.* 2 hành động phạm tội liều lĩnh, thường là một vụ cướp 3 (*thế giới ngầm*) tội ác; một kế hoạch phạm tội; = CAPER 4 một thủ tục y tế [một biến thể của "job" (một loại), thường được kết hợp với một phần cơ thể: "mũi", "ngực", v.v..] • I know you and Sicora got plastic jobs: *Tôi biết anh và Sicora đã thực hiện những thủ tục y tế tạo hình.* 5 sự thải chất bả ra khỏi ruột; sự đại tiện 6 (*đấu vật chuyên nghiệp*) sự thất bại có kế hoạch và tự nguyện 7 việc tiêm thuốc không vì mục đích y tế 8 người nghiện rượu 9 vụ trộm; hành vi phạm tội • Who did that job at the old mansion last week?: *Tuần trước ai đã trộm ở lâu đài cổ vậy?*

job *verb* 1 ăn cướp; ăn trộm • "He says he's sure he's being jobbed," Breda said: *"Anh ta nói chắc chắn anh ta đã bị ăn trộm," Breda nói.* 2 (*thế giới ngầm*) lừa đảo; = DOUBLE-CROSS, FRAME 3 chịu thua theo kế hoạch, tự nguyện trong một trận đấu vật chuyên nghiệp 4 tiêm ma túy

jobber or **jobby** *noun* 1 một tay đô vật chuyên nghiệp mà thường được chỉ định thua cuộc để thúc đẩy sự nghiệp của người khác lên 2 đồ dùng; dụng cụ • Where is the little jobber I use to tighten this: *Cái dụng cụ nhỏ mà tôi dùng để siết chặt thứ này nằm ở đâu?* 3 đại tiện; sự đi ỉa • Don't forget to jobber, Jimmy: *Đừng quên đi đại tiện nhé, Jimmy.*

jobbie *verb* làm nhơ bẩn; làm nhơ nhuốc • The ladies out there who will jobbie their pants for the camera: *Những người đàn bà ngoài đó họ sẽ làm bẩn quần của họ cho sự quay phim.*

job pop *verb* (*ma túy*) tiêm ma túy vào tĩnh mạch, thường vào cánh tay

jock *noun* 1 một vận động viên, dùng cho cả nam lẫn nữ • You will make a lot of money as a professional jock: *Là một nhà điền kinh chuyên nghiệp anh sẽ kiếm được nhiều tiền.* 2 đồ hỗ trợ vận động viên (như quần áo) 3 một tay nài ngựa; đô kề 4 một người giới thiệu đĩa hát; = DISC JOCKEY 5 một phi công lái máy bay chiến đấu 6 dương vật; bộ phận sinh dục ngoài của đàn ông 7 khố đeo của vận động viên thể thao (âm nang để che chở bộ phận sinh dục) [viết tắt của "*jock strap*"]

jock *verb* 1 quan hệ tình dục 2 thích; thấy hấp dẫn • Watch, I'm 'a roll up, and y'all niggas gon' be jockin': *Coi nào, tôi vừa đến, và tất cả bọn da đen các anh sẽ thấy thích.*

jocker *noun* 1 một người đàn ông đồng tính lợi dụng và hung hăng 2 một người đồng tính nam lớn tuổi hơn sống cùng và vì thu nhập của bạn tình trẻ hơn hoặc bằng cách xin xỏ của các chàng trai đi cùng

jockey *noun* người lái bất cứ loại xe nào • taxi jockey: *tài xế taxi* / airplane jockey: *phi công, người lái máy bay* / tank jockey: *người lái xe tăng*

jockey *verb* điều khiển; vận hành

jockocracy *noun* các vận động viên và cựu vận động viên đóng vai trò lớn trong ngành phát thanh truyền hình

jock-slap *verb* thúc vào mặt ai bằng đầu gối • I learned how to jock-slap a man, grab him by the head and ram a knee into his face: *Tôi đã học được cách lên gối một gã, túm lấy đầu hắn và thúc một gối vào mặt hắn.*

jockstrap *noun* 1 một vận động viên; = JOCK 2 người ủng hộ điền kinh 3 khố đeo để che chở bộ phận sinh dục của các vận động viên

jockstrap *verb* 1 làm việc như một vận động viên chuyên nghiệp • I jockstrapped for a few years and then lost my interest in it: *Tôi làm vận động viên được vài năm và sau đó mất hết hứng thú.* 2 kiếm sống trong phạm vi hoạt động ít quyến rũ và sinh lợi của các môn thể thao chuyên nghiệp

Jody or **jody** *noun* 1 một người gạ gẫm ẩn danh bạn gái của lính ở quê nhà • Ain't no use in going home / Jody's got your girl and gone: *Chẳng còn ích gì khi về nhà/Kẻ gạ gẫm bạn gái của lính ở quê nhà đã chiếm đoạt bạn gái của anh và biến mất rồi.* **2** một thường dân nam (giới) trong chiến tranh **3** một tay da đen gạ gẫm một phụ nữ da trắng

Jody call or **jody call** *noun* **1** nhịp bước chân hành quân • The troops in unison answered a sergeant's jody call: *Binh lính cùng nhau đáp lại nhịp bước chân hành quân của một trung sĩ.* **2** (*quân đội*) một bài hát đối hoặc một bài hát nhịp điệu đều đều được hát lên trong khi quân hành hoặc chạy

Joe or **joe** *noun* **1** cà phê • I do enjoy a good cuppa joe: *Tôi thích một tách cà phê ngon.* **2** gã; anh bạn; anh chàng; = GUY **3** (*từ thế chiến II*) = GI JOE **4** (*thế chiến II*) bất kỳ người Mỹ nào, đặc biệt là lính Mỹ **5** một người bạn tốt • I knew him well. A nice Joe that had a heart of gold: *Tôi biết rõ anh ấy. Một người bạn tốt có trái tim bằng vàng.* **6** một công nhân mới mà không thể làm việc theo tiêu chuẩn mong muốn **7** một cảnh sát **8** người đàn ông bình thường

Joe or **joe** **1** *adj* (*thế giới ngầm*) có hiểu biết; thạo tin; nắm được tình hình; = HEP **2** *verb* Let me Joe you to that racket: *Để tôi cho anh biết về công việc làm ăn đó.*

Joe Blow¹ *noun* (biến thể: **Doakes** or **Storch** or **Zilch** có thể thay **Blow**) (*các nhạc sĩ jazz da đen*) người đàn ông bình thường; = JOHN DOE

Joe Blow² *noun* (*xiếc*) giờ ăn

Joe Citizen *noun* **1** một công dân nam bình thường, mang tính khái niệm **2** một thuật ngữ chung dùng để chỉ một nam đại diện của công chúng • Joe Citizen hasn't spoken yet. Watch the results of the election: *Người đại diện của công chúng vẫn chưa phát biểu. Hãy xem kết quả của cuộc bầu cử.*

Joe College *noun* **1** một nam sinh viên điển hình **2** (*đặc biệt những năm 1920 va 1930*) một anh chàng trẻ tuổi với lối ăn mặc và kiểu cách cho biết những khía cạnh không liên quan đến học thuật của cuộc sống sinh viên

joe-darter *noun* = HUMDINGER

Joe Goss *noun* ông chủ • They killed a Joe Goss that time, blew the whole thing wide open: *Họ đã giết ông chủ vào thời điểm đó, thổi bùng mọi thứ lên.*

Joe-pot or **joepot** *noun* một ấm cà phê; một bình cà phê [cách dùng trong chiến tranh Triều Tiên] • Coffee was Joe; a coffeepot, a Joe-pot: *Cà phê được gọi là Joe; một bình cà phê gọi là Joe-pot.*

Joe Sad *noun* (*người da đen*) một người không nổi tiếng

Joe Schomo or **Joe Shmo** or **Joe Schmoe** *noun* một người bình thường, nếu không nói là đần và kém thông minh; người tầm thường và bất hạnh

Joe Shit *noun* một người điển hình, mang tính khái niệm, không quan trọng

Joe Shit the Ragman *noun* (biến thể: **Snuffy** or **Tentpeg** có thể thay **Shit the Ragman**) lính trơn; binh nhì; lính cấp bật thấp nhất; = BUCK PRIVATE, GI

Joe Sixpack *noun* **1** một người đàn ông thuộc tầng lớp lao động điển hình **2** một người đàn ông Mỹ bình thường; = JOE, JOE BLOW **3** một gã bình thường ngồi uống bia từ hộp sáu lon bia

joey or **Joey** *noun* (*xiếc, từ cuối những năm 1800*) anh hề [từ tên của Joseph Grimaldi, diễn viên kịch câm và anh hề nổi tiếng người Anh đầu thế kỷ 19]

Joe Yale *noun* một người đàn ông trẻ tuổi mà lối ăn mặc và kiểu cách cho biết những khía cạnh không liên quan đến học thuật của cuộc sống ở Ivy League

jog *verb* **1** (*thanh thiếu niên*) làm phiền; quấy rầy • Don't jog your father (about it) now; he's very tired: *Bây giờ đừng quấy rầy bố cậu (về việc đó); ông ta đang rất mệt.* **2** đẩy với một chân trong khi trượt ván

joggling board *noun* **1** cái đu cân; ván bập bênh (ván lên xuống của trò chơi trẻ con); = JINKY-BOARD **2** cái đu

john¹ *noun* (*từ những năm 1930*) nhà vệ sinh; = CAN • Oh, I mean I want to go to the john: *Ồ, ý tôi là tôi muốn vào nhà vệ sinh.*

john² *noun* (*quân đội, thế chiến II*) trung úy

John *noun* **1** (*giới gái điếm dùng*) (cũng là *john*) khách hàng của gái điếm **2** người đàn ông bao gái; người đàn ông cung cấp tiền cho người yêu hoặc người phụ nữ đào mỏ; = DADDY, SUGAR DADDY **3** (*quân đội*) tân binh **4** (*cỗ bài*) quân bồi **5** (cũng là *john*) (*người da đen*) người đàn ông; người đàn ông bình thường; = JOE **6** nạn nhân của một tội ác hoặc sự lừa gạt; người dễ bịp • The john went sraight to the cops and told the whole thing: *Nạn nhân của vụ lừa đảo đi thẳng đến đồn cảnh sát và kể lại toàn bộ sự việc.* **7** (*người đồng tính*) người đàn ông đồng tính lớn tuổi cấp dưỡng cho một người trẻ hơn **8** = JOHN LAW

John B *noun* cái nón; mũ [từ *John B* Stetson, nhà sản xuất nón]

John D *noun* dầu lửa [ám chỉ John D. Rockefeller và do đó là những sản phẩm dựa trên dầu mỏ]

John Doe or **Jane Doe** or **Richard Roe** *noun* tên dùng cho một người khi không biết tên thật của người đó; người đàn ông bình thường; = JOE • John Doe was the name at the bottom of the check: *Phía cuối tấm séc đề tên John Doe.*

John dogface *noun* (*quân đội, thế chiến II*) tân binh

John Farmer *noun* nông dân

John Hall *noun* rượu; cồn

John Hancock *noun* chữ ký của một người [từ cái điệu bộ thu hút sự chú ý mà Hancock ký Tuyên ngôn Độc lập]

John Henry *noun* **1** chữ ký của một người **2** dương vật

John Hollowlegs *noun* (*người lang thang*) một người đói, thiếu ăn

John Law *noun* (*xiếc, người lang thang*) cảnh sát

John L's *noun* = LONG JOHNS

Johnny *noun* **1** dương vật **2** toilet; nhà vệ sinh **3** cai ngục

johnny or **Johnny** *noun* bất kỳ người đàn ông nào; = JOE, JOHN • The big Johnny came over to talk: *Người đàn ông to lớn đến để nói chuyện.*

Johnny-be-good *noun* cảnh sát • Here comes Johnny-be-good, so be good: *Cảnh sát đến đấy, hãy cư xử cho phải phép.*

Johnny-come-lately *noun* **1** một người hoặc một thứ mới xuất hiện gần đây **2** *modifier:* a Johnny-come-lately quasi-solution: *một giải pháp gần như là mới xuất hiện* **3** người mới phất

Johnny Jihad *noun* một chiến sĩ mang tính khái niệm, một tín đồ Hồi giáo chống phương tây [từ này lúc đầu là một biệu danh báo chí đặt cho John Walker Lindh, một chiến binh người Mỹ bị bắt trên chiến trường với lực lượng Taliban tại Afghanistan]

John(ny) Law *noun* nhân viên tư pháp

Johnny O'Brian *noun* (*người lang thang*) toa xe lửa chở hàng

Johnny-on-the-spot *noun* **1** một người luôn có mặt bất cứ khi nào cần đến; người sẵn sàng và phù hợp với công việc khi cần thiết **2** một nhà vệ sinh di động

Johnny pump *noun* trụ nước ở ven đường để tiếp nước cho xe chữa cháy

Johnny Red *noun* bất kỳ người đàn ông da trắng nông thôn nào đến từ phía Nam nước Mỹ

Johnny Trots *noun* = the TROTS

John Q. Citizen (or **Public**) *noun* một thành viên bình thường của cộng đồng, mang tính khái niệm; bất kỳ người đàn ông nào, đặc biệt là người bình thường hoặc điển hình

John Roscoe *noun* (*thế giới ngầm*) = ROSCOE

johns *xem* LONG JOHNS

johnson or **Johnson** or **jones** *noun* 1 (*đặc biệt người da đen*) dương vật 2 cà phê 3 cái; đồ; vật; thứ; người [tên dùng chung cho người hoặc vật khi không biết tên] • Hand me that little johnson: *Đưa cho tôi cái vật nho nhỏ đó.*

Johnson *noun* (*thế giới ngầm*) người lang thang; = BUM

Johnson family *noun* 1 (*nói chung*) địa ngục 2 một gia đình tưởng tượng, tất cả các thành viên trong gia đình tin rằng mọi thứ đều hợp pháp và công bằng

Johnson grass *noun* cần sa [cỏ Johnson là loại cỏ dại có mặt khắp nơi ở Mỹ, vì thế đây là cách chơi chữ]

Johnson rod *noun* một bộ phận mỏng manh tưởng tượng của một cổ máy [được dùng khôi hài, đặc biệt để gây hoang mang cho những người mới học việc]

Johnson Roson *noun* dương vật

John Wayne *noun* 1 trong ngành truyền hình và điện ảnh, nhân vật gù lưng được cường điệu hóa 2 một dụng cụ mở đồ hộp nhỏ, có thể xếp lại được để dùng trên chiến trường

John Wayne *verb* 1 hành động với sự coi thường tính mạng và sự an toàn [một trong vài từ lóng quân đội dựa trên John Wayne (1907-1979), diễn viên người Mỹ đã đóng nhiều vai anh hùng quân đội và cao bồi miền Tây] • Nothing I like better than John Wayne-ing a goddamn door: *Không gì làm tôi thích thú hơn là liều mạng với cánh cửa chết tiệt.* 2 sử dụng một vũ khí, đặc biệt là súng máy, theo kiểu khoe khoang khác thường

John Wayne *adjective* 1 can đảm khó hiểu, liều lĩnh với sự ngu ngốc 2 cứng rắn và dẻo dai; gương mẫu về mặt quân sự

John Wayne it *verb* có thái độ rất kiên cường, lầm lì và hùng dũng • I'm supposed to go around John Wayneing it all the time: *Tôi phải đi vòng quanh có thái độ lầm lì và kiên cường trong suốt thời gian.*

John Wayne's brother *noun* (*quân đội*) người lính giỏi; người chiến đấu lý tưởng

John Wayne's sister (or **mother**) *noun* (*quân đội*) người bê tha, lười biếng và nhu nhược

joined at the hip *adjective* thân thiết; như hình với bóng • Those two are joined at the hip. They are always together: *Hai đứa đó rất thân thiết. Chúng luôn đi cùng nhau.*

join out *verb* (*xiếc*) kết hợp; liên kết; tham gia

joint *noun* 1 điếu thuốc lá chứa cần sa; = REEFER 2 điếu thuốc lá 3 dương vật 4 một cơ sở bán rượu trái phép; bất kỳ cơ sở tai tiếng nào 5 quán rượu tồi tàn; hộp đêm rẻ tiền 6 ống nghe 7 trang thiết bị dùng để hít thuốc phiện 8 (*ma túy*) ống tiêm 9 súng ngắn 10 nhà vệ sinh 11 sự sáng tạo nghệ thuật 12 một bản ghi hip-hop có nhiều hơn một người đọc rap chính [được rút gọn từ "*joint recording*"] 13 (*đua ngựa*) một thiết bị chạy bằng pin được dùng trái phép bởi nài ngựa để gây sốc cho con ngựa trong cuộc đua 14 nơi giải trí trụy lạc; ổ gái điếm lén lút; nơi làm mang tai mang tiếng; = DIVE, DUMP 15 nơi gặp gỡ; nơi hẹn gặp, đặc biệt là nơi buôn bán 16 chỗ ở; nơi cư trú 17 bộ dụng cụ để chích ma túy; = HEAD KIT, WORKS

the joint *noun* nhà tù; nhà giam

joint factory *noun* (*ma túy*) = SMOKE SHOP

joint girl *noun* một gái mại dâm đang làm việc trong một cơ sở đặc biệt tai tiếng

Join the club *xem* WELCOME TO THE CLUB

joint hop *verb* (*sinh viên xưa*) đi từ quán rượu hoặc hộp đêm này đến quán rượu khác; = BARHOP

joints *noun* một đôi giày thể thao của bất kỳ thương hiệu nổi tiếng nào

joke *noun* một lời nói đùa khó chịu; = SICK JOKE

joke *verb* trêu chọc ai; đùa cợt ai • Don't take what she said seriously – she was only joking: *Đừng cho những gì bà ta nói là thật – bà ta chỉ đùa thế thôi.*

joker *noun* 1 người đàn ông; gã; anh chàng; = GUY, CHARACTER, CLOWN [thường mang tính công kích] 2 (cũng là *joker in the deck*) giá cả, khả năng, khuyết điểm, v.v.. được che giấu • It all looks very sweet, but there's a joker: *Tất cả nhìn rất xinh xắn, nhưng có một khuyết điểm được che giấu.*

Joliet Josie *noun* một cô gái gợi cảm dưới tuổi kết hôn hợp pháp [Joliet là địa điểm nhà tù quan trọng tại Illinois]

jollies *noun* 1 điều vui thích và hài lòng; sự rộn ràng, vì vui sướng; = BANGS, KICKS 2 sự khoái lạc 3 sự kích thích tình dục • He got his jollies from skin flicks: *Hắn ta bị kích dục từ những bộ phim khiêu dâm.*

jollop *noun* 1 rượu mạnh 2 một phần đồ ăn lớn

jolly *adjective* say rượu; ngà ngà say

jolly-well *adjective* dứt khoát; chắc chắn • He will jolly-well die if you don't call a doctor: *Dứt khoát nó sẽ chết nếu anh không gọi bác sĩ.* • You jolly-well better be there on time: *Chắc chắn cậu nên đến đó đúng giờ thì tốt hơn.*

jolt *noun* 1 (*ma túy*) sự tiêm thuốc hoặc một liều ma túy 2 (*thế giới ngầm*) án tù 3 đồ uống có cồn mạnh 4 một ly rượu mạnh 5 sự hưng phấn và kích thích từ sự tiêm chích ma túy; tác dụng ban đầu của sự tiêm ma túy; = RUSH 6 (*ma túy*) điếu thuốc chứa cần sa; = JOINT

jolt *verb* 1 gây sốc • "He jolted me to some unpleasant facts," Bernie said: *"Anh ta đã gây sốc cho tôi bởi một số sự thật khó chịu," Bernie nói.* 2 tiêm ma túy

Jonah *noun* (*rock and roll*) = HIPSTER, CAT

jones or **Jones** *noun* 1 thói nghiện; cơn nghiện ma túy 2 sự say mê hoặc thích thú mãnh liệt; sự khao khát hoặc thèm muốn mãnh liệt 3 cái; đồ; vật; thứ; vấn đề [tên dùng chung cho người hoặc vật khi không biết tên]

jones *verb* khao khát; thèm muố • She's jonesing chocolate pretty bad: *Cô ta đang rất thèm sô-cô-la.*

Joneses *xem* KEEP UP WITH THE JONESES

joog *verb* 1 chòng ghẹo 2 đâm ai

josan *noun* (*quân đội, chiến tranh Triều Tiên*) bạn gái

Jose *xem* NO WAY

josh 1 *verb* trêu chọc; đùa cợt; = KID • Stop joshing. Be serious: *Đừng đùa nữa. Hãy nghiêm túc đi.* 2 *noun* It was just a tasteless little josh: *Nó chỉ là một trò đùa nhỏ vô vị mà thôi.*

joskin *noun* (*từ đầu những năm 1800, Anh*) người nông dân hoặc quê mùa; = HICK

jostle *verb* 1 móc túi; ăn trộm tiền của ai 2 tham gia vào những vụ lừa đảo nhỏ.

joxy *noun* âm đạo

joy bags *noun* ngực phụ nữ

joybox *noun* đàn piano

joy button *noun* âm vật

joy dust *xem* JOY FLAKES

joy flakes or **joy dust** *noun* cô-ca-in dạng bột hoặc kết tinh

joy girl *noun* một gái điếm • Clare dresses likes a joy girl: *Clare ăn mặc như một gái điếm.*

joy house *noun* nhà chứa; nhà thổ

joy juice *nou* bất cứ thức uống có cồn nào, đặc biệt là uýt-ki

joy knob *noun* dương vật

joy pipe *noun* tẩu hút thuốc phiện

joy pop *noun* (*ma túy*) sự tiêm ma túy vào da, không phải vào tĩnh mạch, đặc biệt tiêm vào cơ

joy-pop *verb* (*ma túy*) tiêm ma túy vào dưới da, không phải vào tĩnh mạch, đặc biệt vào cơ

joy popper *noun* 1 (*ma túy*) một người tiêm ma túy vào tĩnh mạch 2 (*ma túy*) người mới dùng ma túy, đặc biệt trong đám người hút cần sa 3 (*ma túy*) người dùng hoặc tuyên bố chỉ dùng ma túy thỉnh thoảng

joy-powder *noun* (*ma túy*) moóc phin

joy ride *noun* 1 một cuộc đi chơi bốc đồng trong một chiếc xe mà theo quan điểm của những người lái là mượn, nhưng từ quan điểm của luật pháp là ăn trộm • Seventy-five percent of all car thefts in the United States are by teen-agers out for "joy rides": *75% mọi vụ trộm xe ô tô ở Mỹ là bởi đám thiếu niên cho những chuyến đi chơi bốc đồng.* 2 chầu rượu; bữa tiệc 3 trạng thái hưng phấn hoặc lâng lâng khi dùng ma túy 4 chuyến đi mà hành khách không còn sống để trở về • Mr. Big wanted Sam to take Harry on a joy ride: *Ông Big muốn Sam đem Harry đi một chuyến không trở về nghĩa là khử hắn* 5 một chuyến đi hoặc cuộc dạo chơi được thực hiện chủ yếu vì vui, đặc biệt là một cuộc đi chơi vui bị cấm đoán phần nào

joyride *verb* trộm ô tô cho một chuyến đi chơi bốc đồng • Usually we went for girls, but this time we just went joy riding: *Thường chúng tôi đi vì gái, nhưng lần này chúng tôi chỉ trộm xe cho một chuyến đi chơi bốc đồng mà thôi.*

joy rider *noun* (*ma túy*) một người dùng ma túy thỉnh thoảng chứ không nghiện

joy smoke *noun* (*ma túy*) cần sa

joy smoker *noun* người hút thuốc phiện

joy stick or **joystick** *noun* 1 (*từ cuối những năm 1800*) dương vật 2 cái cọc được dùng để mang hai vật cân bằng trên vai bạn 3 cần điều khiển của máy bay 4 thiết bị hoặc cần điều khiển trò chơi máy vi tính và những chương trình khác 5 (*dân chơi xế độ*) vô lăng của xe ô tô, đặc biệt là chiếc xe được tân trang 6 (*ma túy*) tẩu hút thuốc phiện

joy water *noun* 1 chất bài tiết của âm đạo được tạo ra như là kết quả của quá trình giao hợp 2 rượu; rượu mạnh

J school *noun* trường báo chí [viết tắt của *"journalims school"*]

J-town *noun* khu phố mà dân cư chủ yếu là người Mỹ gốc Nhật [viết tắt của *"Japan Town"*]

juane *noun* (*ma túy*) cần sa hoặc điếu thuốc chứa cần sa

Judy *noun* bữa ăn cho người tù bị biệt giam

Judy *sentence* (*không quân, thế chiến II*) tôi phát hiện anh trong tầm nhìn; tôi thấy anh trên màn hình radar

jug *noun* 1 (*cảnh sát*) ngân hàng 2 ống thuốc tiêm thủy tinh chứa ma túy dạng lỏng 3 bình rượu; vại rượu; chai rượu; lon bia 4 rượu vang rẻ tiền, thường bán với chai lớn; = JUG WINE 5 (*thế giới ngầm*) hầm hoặc két sắt; = CRIB 6 tĩnh mạch cảnh ở cổ, nơi tiêm thuốc gây mê 7 ngực; vú [thường ở số nhiều] 8 (*dân chơi xế độ*) carburetor; bộ chế hòa khí

the jug *noun* nhà tù; nhà giam

jug *verb* bắt giữ hoặc tống vào tù

juge *verb* 1 quan hệ tình dục 2 đâm ai bằng dao găm

jugged up *adjective* say rượu

jugger *noun* người nghiện rượu

juggins or **jiggins** *noun* 1 (*từ cuối những năm 1800, Anh*) người ngu ngốc; người đần độn; = JUGHEAD 2 người bị bịp; người dễ bị lường gạt; = EASY MARK, PATSY

juggle *verb* bán (ma túy)

juggler *noun* một người bán lẻ ma túy; = PUSHER

juggles *noun* ngực phụ nữ

jughandle *noun* phần đường vòng cong như hình tay cầm của chiếc bình, thường ở các ngã rẽ của các con đường cao tốc giao nhau

jughead *noun* 1 một người ngu đần; = KLUTZ 2 người nghiện rượu

jugs *noun* ngực phụ nữ; = HOOTERS

jug up *verb* 1 ăn 2 uống rượu nhiều

jug wine *noun* rượu vang rẻ tiền, được bán theo thể tích, thường bán bình một ga-lông

juice[1] or **juicer** *noun* (*sân khấu và trường quay*) thợ điện của sân khấu và studio

juice[2] *noun* 1 rượu; = BOOZE, the SAUCE 2 của đút lót 3 (*thế giới ngầm*) tiền, đặc biệt tiền kiếm được bất hợp pháp, và được dùng bởi các con bạc, bọn cho vay nặng lãi, v.v.. 4 *modifier*: a juice dealer: *người cho vay nặng lãi* 5 tinh dịch 6 sự tín nhiệm; sự tôn trọng 7 thuốc ngủ gây tê, dùng để xua tan cơn nghiện thuốc phiện [trong nhiều bệnh viện chuyên khoa ở Mỹ, thuốc ngủ gây tê được dùng để chữa người nghiện hê-rô-in được pha trộn với nước cam để nó không thể được chích] 8 ma túy bột được hòa tan để tiêm; moóc-phin 9 cô-ca-in nguyên chất trộn với cần sa 10 hoóc môn phát triển cơ tự nhiên 11 máu; cố tình để máu chảy [cách dùng của giới đô vật chuyên nghiệp, trong số những cách dùng khác] 12 ni-trô-gli-xê-rin, được dùng bởi những tên trộm để làm nổ tung hầm hoặc két sắt 13 (*thợ mỏ*) chất nổ mạnh, được tạo ra bằng cách thêm gli-xê-rin vào hỗn hợp axit nitric và axit sulphuric 14 sức mạnh; sự ảnh hưởng; thế lực; quyền thế; = CLOUT, PULL • The vic [victim's] father has juice with the City Council: *Cha của nạn nhân rất có ảnh hưởng với hội đồng thành phố.* 15 (*thế giới ngầm*) tiền lãi trả cho kẻ cho vay nặng lãi; = VIGORISH 16 (*cá cược thể thao*) hoa hồng của nhà cái 17 (*bi-da*), một cú đánh xoáy cơ để tác động đến đường đi của bi mục tiêu hoặc đường đi của cơ sau khi nó đánh vào bi mục tiêu 18 điện • Turn on the juice, and let's see if it runs: *Bật điện lên xem nó chạy không.* 19 xăng • Christ! We're running out of juice: *Lạy Chúa! Chúng ta hết xăng rồi.* 20 (*dân chơi xế độ và đua xe*) chất phụ gia nhiên liệu cho ô tô, đặc biệt xe độ; = POP 21 năng lượng; sức mạnh; thế lực chính trị •

juice

Dave left the president's staff because he just didn't have the juice anymore to be useful: *Dave rời khỏi ban tham mưu của tổng thống vì ông ấy không còn chút thế lực chính trị nào để làm việc hữu ích nữa.* **22 thuốc kích thích tăng trưởng**

juice something **back** *verb* **uống rượu** • He's been juicing it back since noon: *Nó uống rượu từ trưa đến giờ.*

juice bar *noun* **một bệnh viên chuyên khoa nơi việc chữa cho người nghiện hê-rô-in được thực hiện bằng thuốc ngủ gây tê**

juice-box *noun* (*thợ điện*) **hộp đựng mối nối hai mạch điện**

juiced or **juiced up** *adjective* **say rượu**

juice dealer *noun* (*thế giới ngầm*) **kẻ cho vay nặng lãi;** = LOAN SHARK, SHYLOCK

juice freak *noun* **người nghiện rượu; người thích rượu hơn ma túy**

juice head or **juicehead** *noun* **người nghiện rượu;** = LUSH

juice house *noun* **tiệm rượu; cửa hàng rượu**

juice joint or **juice-joint** *noun* **1 một cơ sở phục vụ rượu trái phép; nơi bán rượu lậu;** = SPEAKEASY **2** (*xiếc*) **chỗ bán nước ngọt; gian hàng bán đồ uống không cồn**

juice loan *noun* (*thế giới ngầm*) **sự cho vay bởi kẻ tống tiền hoặc bọn cho vay nặng lãi**

juice man *noun* **1 một người cho vay nặng lãi; kẻ cho vay nặng lãi; người cho vay trái phép 2 tên lưu manh đi thu tiền cho bọn tống tiền hoặc cho bọn cho vay nặng lãi 3 một người giới thiệu đĩa hát trên đài phát thanh AM phát sóng trên một đài mạnh suốt đêm được nghe bởi cánh lái xe tải**

juice money *noun* **tiền đút lót, hối lộ** • The policeman was given a juice money of $500 to keep his mouth shut: *Viên cảnh sát được cho 500 đô-la để im miệng.*

juicer *noun* **1 một người lạm dụng rượu; người nghiện rượu 2 một phụ nữ tháo vát và có tài thuyết phục được cử đi lấy cô-ca-in nguyên chất cho người khác 3 trong việc cải tiến xe để chạy nhanh hơn, phanh thủy lực**

juice racket *noun* **sự cho vay nặng lãi; sự cho vay cắt cổ; sự cho vay trái phép** • The cops got one of the leaders of the juice racket: *Cảnh sát đã tóm được một trong những tên cầm đầu của tổ chức cho vay nặng lãi.*

juice up or **juice** *verb* **1 làm phấn khích; làm cho thứ gì đó mạnh hơn** • How much did it cost to juice this thing up?: *Tốn bao nhiêu tiền để làm thứ này mạnh lên vậy?* **2 mở điện cho cái gì** • It's time to juice the stage lights up: *Đến lúc bật đèn sân khấu rồi.* **3 uống đến lúc say 4 đổ nhiên liệu** • They juiced the car up and set out: *Họ đã đổ nhiên liệu cho chiếc xe và bắt đầu lên đường.*

juicy *noun* **âm đạo**

juicy *adjective* **1** (*dùng cho phụ nữ*) **khêu gợi về mặt tình dục 2** (*một ván hay một trận poker*) **với kỹ năng thấp 3** (*nói về sóng*) **mạnh, với ngọn sóng lớn 4 say rượu**

juju *noun* **1 điếu thuốc lá chứa cần sa 2 điều mê tín; bùa hộ mạng**

ju-ju sign *noun* **lời nguyền rủa** • "I'll make a ju-ju sign on you," he threatened: *"Tao sẽ nguyền rủa mày," hắn ta đe dọa.*

juke or **jook** *noun* **1 một cái máy hát tự động 2** = JUKE HOUSE **3** = JUKE JOINT **4** = JUKEBOX

juke or **jug** or **jook** *verb* **1** (*sinh viên*) **nhảy; khiêu vũ một cách náo nhiệt 2** (*sinh viên*) **có thời gian tốt đẹp; vui đùa, đặc biệt ở một bữa tiệc 3** (*thể thao*) **luồn lách; tránh né; đánh lừa một hậu vệ hoặc người chặn;** = JINK **4 lừa gạt; đánh lừa 5 đánh** • "I'll jug you," he yelled, "by God, I'll jug you": *"Tao sẽ đánh mày," anh ta*

jumper

hét lên, thề có Chúa, tao sẽ đánh mày. **6 đi một vòng các quán rượu bên đường để uống và nhảy nhót**

jukebox *noun* (*từ đầu những năm 1900, miền Nam dùng*) **máy hát tự động, thường thấy ở các quán rượu, nhà hàng, v.v.. bỏ đồng tiền vào và chọn bài hát**

juke house *noun* (*đặc biệt đầu những năm 1900, miền Nam dùng*) **nhà chứa; nhà thổ**

juke joint *noun* (*từ đầu những năm 1900, miền Nam dùng*) **một quán rượu hoặc hộp đêm có máy hát tự động; thường ầm ĩ và đầy rẫy các tội ác**

juking and jiving *noun* **1 sự phù phiếm và lăng tánh; sự tầm phào và vô nghĩa 2** *modifier:* Hart despises "the jukin' and jivin' phoniness of politics": *Hart khinh miệt sự giả tạo phù phiếm và lăng tránh của hoạt động chính trị.*

jumbo *noun* **1 dương vật 2 một lọ bằng thủy tinh lớn đựng cô-ca-in nguyên chất**

jumbo *adjective* **rất lớn; khổng lồ;** = HUMONGOUS • I had a jumbo portion: *Tôi đã có một khẩu phần thức ăn rất lớn.*

jump *noun* **1 hành động giao hợp 2 một bữa tiệc, đặc biệt là tiệc có nhạc 3 sự bắt đầu; sự khởi đầu** • At the jump of her career she was full of optimism but not now: *Khi bắt đầu vào nghề cô ta tràn đầy lạc quan, nhưng bây giờ thì không.* **4** (*ngành công nghiệp giải trí*) **một sự di chuyển giữa các cuộc biểu diễn, đặc biệt bằng tàu hỏa 5** = SWING **6** *modifier:* jump music: *nhạc swing* **7 cuộc khiêu vũ hoặc bữa tiệc khiêu vũ, đặc biệt với nhạc swing hoặc jazz;** = HOP **8** (*băng đảng đường phố*) **một cuộc đánh nhau trên đường phố giữa các băng đảng thanh thiếu niên;** = RUMBLE

jump *verb* **1 quan hệ tình dục;** = SCREW **2 sống động; nhiệt tình; tràn đầy hoạt động** • [H]e said she was a marvelous cook and everything would jump: *Anh ta nói cô ấy là một đầu bếp tuyệt diệu và mọi thứ sẽ rất sống động.* **3** (*ngành công nghiệp giải trí*) **di chuyển từ cuộc biểu diễn trong thị trấn này thị trấn tiếp theo nơi một cuộc biểu diễn khác đã được lên kế hoạch 4 tấn công; công kích** • We jumped him as he left the place: *Chúng tôi đã tấn công hắn khi hắn rời nơi đó.* **5 cướp, đặc biệt bằng súng;** = HOLD UP

jump all over someone *verb* **khiển trách và mắng nhiếc ai rất nặng nề; chỉ trích nghiêm khắc ai** • He jumped all over her for not telling him: *Ông ta khiển trách cô ta thậm tệ vì không báo cho ông ta biết.*

jump back *verb* **1 bắt đầu một trận chiến 2 bớt nghiêm khắc; nới lỏng** • Jump back, Ferris. Cameron's been a good sport: *Bớt nghiêm khắc đi, Ferris. Cameron đã chơi môn thể thao tốt mà.*

jump bail *verb* **không ra hầu tòa; không trả tiền bảo lãnh** • Hank jumped bail, and now he's a fugitive: *Hank đã không ra hầu tòa và bây giờ hắn ta là một kẻ lẩn trốn.*

jump band *noun* **một ban nhạc chơi nhạc swing nhanh**

jump (or **jump on**) someone's **bones** *verb* **1 đưa ra những lời tán tỉnh mạnh; tấn công tình dục 2 quan hệ tình dục với ai**

jump down *verb* **tấn công ai bằng bạo lực**

jump down someone's **throat** *verb* **1 chặn đứng hoặc ngắt lời ai không cho nói 2 có một phản ứng phẫn nộ dữ dội** • When I hinted he might be mistaken he jumped down my throat: *Khi tôi ám chỉ hắn có thể phạm sai lầm, hắn đã có một phản ứng phẫn nộ dữ dội.*

jumped-up *adjective* **1** = JACKED UP **2 không chuẩn bị; được sắp xếp vội vàng; ứng tác**

jumper *noun* **một người đe dọa tự sát hoặc nhảy tự sát, hoặc từ trên**

jumpers | **200** | **junker**

cao hoặc phía trước một đoàn tàu • Had a jumper last night, Sarge. Dixie here was walking by, saw the whole thing: *Có một người nhảy lầu tối qua, Sarge. Dixie đi ngang qua và nhìn thấy toàn bộ sự việc.*

jumpers noun giày thể thao

jump joint noun nhà chứa; nhà thổ

jump off verb 1 xảy ra; bắt đầu • It's past ten o'clock, and ain't nothing jumped off yet: *Đã mười giờ hơn rồi, và vẫn chưa có gì xảy ra.* 2 hành hung; tấn công • "You keep fat mouthin, bitch, I'm going to jump off up in your black ass," he warned: *"Liệu mà giữ mồm con mụ kia, tao sẽ đánh vào cái mông đen của mày," hắn ta cảnh báo.*

jump (or go) off the deep end verb hành động vội vàng; hành động quyết liệt • He jumped off the deep end and got married again: *Anh ta hành động hấp tấp và đã kết hôn lần nữa.*

jump on someone = JUMP ALL OVER someone

jump on someone's **meat** verb khiển trách nặng nề; chỉ trích thậm tệ; = CHEW OUT • Chickenshit lieutenant…used to jump on our meat every night at rollcall: *Viên trung úy cậy quyền…thường quở trách chúng tôi mỗi đêm vào lúc gọi điểm danh.*

the **jumps** noun = the JITTERS

jump salty verb (*người da đen*) nổi giận; mất bình tĩnh • "Don't jump salty with me": *"Đừng có nổi giận với tôi".*

jump smooth verb (*băng đảng đường phố*) từ bỏ những hành vi phạm pháp; sống ngay thẳng

jump sore verb tức giận

jump-start noun sự khởi động xe ô tô bằng cách nối dây cáp sạc điện từ một chiếc ô tô khác

jump-start verb 1 đốt một điếu thuốc mới với tàn lửa của điếu thuốc đã hút hết 2 khởi động xe ô tô bằng dây cáp sạc bình nối từ chiếc ô tô khác • I can't jump-start your car. My battery is low: *Tôi không thể khởi động xe anh bằng dây cáp sạc bình nối từ xe tôi được. Bình ắc quy của tôi yếu rồi.*

jump-start someone verb làm cho ai phải hoạt động • I need to jump-start Bill early in the morning to get him going in time to get on the road by a decent hour: *Tôi cần bắt Bill dậy sớm vào buổi sáng để hắn đúng giờ lên đường.*

jump stink verb nổi giận

jump street noun sự khởi đầu; ngay từ đầu; vào lúc sớm nhất • I knew from jump that you were going to be trouble: *Tôi biết ngay từ đầu anh sẽ gặp rắc rối.*

jump suit noun bộ quần áo liền quần, thường mặc bởi phi công, người nhảy dù và lính nhảy dù

jump the gun verb 1 (*môn chạy đua*) xuất phát sớm trước khi có súng lệnh 2 làm cái gì quá sớm trước khi cho phép • They jumped the gun by building the house before permission had been given: *Họ đã làm quá sớm đi xây nhà trước khi được cấp giấy phép.*

jump through one's **ass** verb (*quân đội*) phản ứng rất nhanh trước một mệnh lệnh khó khăn đột ngột • The manager says we'll have to jump through our ass to get that done by tomorrow: *Giám đốc nói chúng ta sẽ phải hành động nhanh để việc đó được làm xong vào ngày mai.*

jump through hoops verb 1 nghe theo, tuân lệnh hoặc đồng hành cùng ai mà không cần phải hỏi, đặc biệt một cách điên rồ • You had to jump through hoops to please that guy: *Cậu phải tuân theo để làm hài lòng anh chàng đó.* 2 cố gắng hết sức • I had to jump through hoops to get you that job: *Tôi phải cố gắng hết sức để kiếm cho cậu công việc làm đó.*

jump up verb làm sinh động lên; làm vui nhộn hơn; = JAZZ something UP • He tried to jump the meeting up: *Anh ta cố làm cho cuộc họp sôi nổi lên.*

jump-up noun (*quân đội*) một công việc phải được thực hiện ngay lập tức, với ít thời gian để nghỉ và chuẩn bị

jump wire noun một sợi dây được thiết kế để khởi động xe ô tô trong khi không cần chìa khóa và bộ phận đánh lửa

jumpy adjective lo lắng; bồn chồn; căng thẳng; sợ hãi; = JITTERY

jungle noun 1 vùng hỗn loạn và nguy hiểm của thị trấn, đặc biệt là nơi người da đen sống 2 một khu vực ngoài trời nơi những người đồng tính ưa thích để quan hệ tình dục 3 (*người lang thang*) nơi cắm trại hoặc nơi dừng chân bình thường gần đường sắt ở ngoại ô của một thị trấn 4 nơi xấu xa đầy hỗn độn; thế giới thật • The place is a jungle out there. You'll grow up fast out there: *Ngoài kia là một thế giới đầy rẫy những xấu xa. Anh sẽ nhanh chóng trưởng thành ngoài đó.*

jungle bunny noun một người da đen [mang nghĩa xúc phạm]

jungle buzzard noun (*người lang thang*) một người lang thang sống thường xuyên ở một chỗ cắm trại hoặc nơi dừng chân bình thường và xin ăn từ những người lang thang ở lại trong thời gian ngắn

jungled adjective say rượu

jungle juice noun 1 bất cứ loại đồ uống có cồn nào được làm tức thì 2 (*quân đội, thế chiến II*) rượu được làm bởi tù nhân, lính, v.v.. từ bất kỳ loại cồn và hương vị có sẵn nào

jungle meat noun (*đồng tính*) một người đàn ông da đen

jungle mouth noun (*sinh viên*) hơi thở rất hôi • My husband woke up with jungle mouth, and I could hardly stand to be around him: *Chồng tôi thức dậy với hơi thở rất hôi và tôi không thể ở gần anh ta được.*

jungle stiff noun (*người lang thang*) một người lang thang sống hoặc ở lại trong một chỗ cắm trại hoặc nơi dừng chân thường xuyên

juniper juice or **juniper-juice** noun rượu gin

junk noun 1 (*ma túy*) hê-rô-in; moóc-phin; cô-ca-in 2 bất kỳ chất ma túy trái phép nào; = DOPE 3 *modifier:* one of the most dangerous junk neighborhoods in the city: *một trong những khu vực ma túy nguy hiểm nhất của thành phố* 4 đồ bỏ đi; đồ vô giá trị; đồ rác rưởi; = DRECK, SHIT • Why do you always buy such junk?: *Tại sao cậu luôn mua đồ vô giá trị như thế?* 5 *modifier:* junk mail: *thư rác* 6 bộ phận sinh dục ngoài [dùng với "the"] 7 dùng trong sân khấu, độc thoại 8 người da trắng [mang tính xúc phạm] 9 vật sở hữu; của cải; đồ đạc • I'll be ready to go as soon as I get my junk together: *Tôi sẽ sẵn sàng đi ngay khi tôi thu dọn xong đồ đạc* 10 (*tennis*) cú giao bóng và lốp bóng khó; cú đánh nhẹ, khó với 11 (*bóng chày*) = JUNKBALL

junk-ball noun 1 (*bóng chày*) cú ném đánh lừa; = JUNK 2 *modifier:* a junk-ball artist: *một cầu thủ ném bóng đánh lừa*

junk bond noun trái phiếu giá trị thấp của công ty có lãi suất cao hơn nhưng mức độ rủi ro lại nhiều hơn • Don't put all your money into junk bonds: *Đừng bỏ tất cả tiền của anh vào trái phiếu của công ty đó.*

junked up adjective chịu ảnh hưởng của hê-rô-in; = HOPPED UP

junker noun 1 người nghiện hê-rô-in; = JUNKIE 2 (*ma túy*) người buôn ma túy; = JUGGLER 3 (*cuộc thi lướt sóng*) điểm số cực kỳ thấp 4 chiếc ô tô cà tàng cũ nát; máy móc cũ nát và sắp bị vứt đi hoặc đã bị vứt đi

junk food *noun* thức ăn có hàm lượng ca-lo cao và hàm lượng chất dinh dưỡng thấp; thức ăn vặt; thức ăn để ăn chơi như khoai tây chiên, bắp rang bơ, ngũ cốc tẩm đường, v.v..

junk heap *noun* chiếc ô tô cũ nát; căn nhà hoặc những công trình xây dựng ọp ẹp, xiêu vẹo; = HEAP, JALOPY

junkie or **junky** *noun* **1** (*ma túy*) người nghiện ma túy, đặc biệt là người nghiện hê-rô-in **2** (*nghĩa rộng*) một người hết sức tận tụy với một hoạt động • She's a young girl out of Berkeley ... a television junkie: *Cô ấy là một cô gái trẻ đến từ Berkeley...một người tận tụy với truyền hình.* **3** người buôn bán ma túy **4** người say mê hoặc nghiện thuộc bất kỳ dạng nào

junk in the trunk *noun* cặp mông nhô lên • "I like a girl with a little junk in the trunk": *"Tôi thích một cô gái có cặp mông nhỏ nhô lên".*

Junk it! *imperative* Ném đi!; Vứt đi! • This is taking up too much space. Junk it!: *Thứ này chiếm nhiều không gian quá. Vứt nó đi!*

junk mail *noun* thư rác; ấn phẩm quảng cáo không yêu cầu được gởi bằng bưu điện hoặc đem phát tận nhà và bỏ vào hộp thư

junk shop *noun* cửa hàng bán đồ cũ; cửa hàng bán đồ second-hand

junk squad *noun* đội cảnh sát chống ma túy

junk tank *noun* nhà lao hoặc nhà tù giam giữ những người nghiện ma túy [một cách chơi chữ trên từ *drunk tank* phổ biến hơn và có mặt sớm hơn]

junky *xem* JUNKIE

junque *noun* đồ vụn vặt không có giá trị; đồ cũ và bỏ đi; = JUNK

just another pretty face *noun* người hoặc thứ gì đó không có gì khác nhau cho lắm hoặc không có gì nổi bật; người hoặc thứ gì đó xoàng, thường

(just) curl up and die *verb* **1** chui xuống lỗ (vì xấu hổ) • I was so embarrassed, I thought I would curl up and die: *Tôi quá xấu hổ, tôi nghĩ tôi sẽ chui xuống lỗ chết luôn.* **2** rút lui • Don't just curl up and die! Get in there and fight: *Đừng có rút lui! Tới đó và chiến đấu đi!*

just for the hell of it *xem* FOR THE HELL OF IT

just one of those things *noun* việc gì không thể đoán trước, khó giải thích hoặc tránh được, nhưng đôi khi lại xảy ra và là một phần đáng buồn của cuộc sống • Their divorce was just one of those things: *Sự ly dị của chúng nó thì khó mà đoán trước được.*

just off the boat *adjective* người mới nhập cư và có lẽ còn ngây thơ, dễ bị mắc lừa • I'm not just off the boat. I know what's going on: *Tôi không phải là dân mới nhập cư. Tôi biết chuyện gì đang xảy ra đấy.*

just the ticket *noun* điều tuyệt vời; điều hoàn hảo • A nice cup of tea will be just the ticket: *Một tách trà ngon sẽ là điều tuyệt vời.*

just what the doctor ordered *noun* chính là thứ đang cần • This nice cool beer is just what the doctor ordered: *Lon bia mát lạnh này chính là thứ đang cần.*

juve or **juvie** or **juvey** *noun* **1** tội phạm vị thành niên **2** phòng tạm giam người vị thành niên nơi những người trẻ tuổi phạm tội bị giữ; tòa án hoặc trại cải tạo cho người vị thành niên **3** cảnh sát phụ trách mảng thanh thiếu niên • The juvies have to know juvenile law cold: *Cảnh sát phụ trách mảng thanh thiếu niên phải hiểu rõ luật vị thành niên đầy đủ.* **4** thanh thiếu niên; thiếu niên dưới 18 tuổi • I work with juvies a lot. I try to get them back on the track: *Tôi làm việc với thanh thiếu niên rất nhiều. Tôi cố gắng đưa chúng trở lại con đường ngay thẳng.* **5** *modifier:* juvey books: sách cho trẻ em

juve or **juvie** or **juvey** *adjective* vị thành niên • She still has a lot of juvie attitudes: *Cô ta vẫn còn nhiều thái độ non trẻ.*

K

K *noun* 1 một nghìn đô la [còn được phát âm là "kay"] 2 (cũng là *kee* or *key* or *ki*) một kí-lô-gram, đặc biệt là ma túy trái phép

kabibble *xem* ISH KABIBBLE

kablooey *xem* GO BLOOEY

kack *noun* 1 (*người da đen xưa*) người dễ chịu hoặc lịch sự 2 (*cao bồi*) yên ngựa

kafooster *noun* điều vô lý; chuyện vớ vẩn; = BULLSHIT

kaka *adjective* xấu; tồi; dở; có hại • Overweight is kaka: *Béo phì rất có hại.*

kale or **kale-seed** *noun* tiền; = the GREEN STUFF • How much kale you got on you?: *Anh mang theo bao nhiêu tiền?*

kangaroo *verb* (*nhà tù*) buộc tội ai với bằng chứng giả; = FRAME

kangaroo court or **club** *noun* 1 (*nhà tù, người lang thang*) tòa án giả, bất hợp pháp do một nhóm tù nhân, công nhân đình công, v.v.. lập ra để dàn xếp những cuộc tranh chấp với nhau 2 phiên tòa cảnh sát ở tỉnh xét các vụ vi phạm luật giao thông 3 tòa án địa phương, đặc biệt nghiêm khắc với những người lang thang hoặc những cư dân ngắn ngày 4 tòa án mà các thủ tục rất chuyên quyền và có khiếm khuyết

Kansas City roll *noun* một tờ tiền lớn duy nhất quấn quanh những tờ tiền loại nhỏ, đem lại ấn tượng về nhiều tiền

Kansas yummy *noun* một người phụ nữ quyến rũ mà không dễ dàng bị dụ dỗ

kaput or **caput** *adjective* dùng hết; vô dụng; bị phá hủy; hư hỏng; bị tiêu sạch; = FINISHED [từ tiếng Đức là "*kaputt*"] • The car's kaput. We'll go by bus: *Chiếc xe đã bị hỏng. Chúng tôi sẽ đi bằng xe buýt.*

karma *noun* 1 (*tôn giáo*) nghiệp (trong đạo Phật) 2 số phận; nghiệp chướng • It's my karma always to help and work with the severely handicapped: *Đó là nghiệp chướng của tôi luôn giúp đỡ và làm việc với những người bị tật nguyền nặng.* 3 định mệnh; may mắn; số phận • If you help us clean up you will be rewarded with karma and extra brain cells: *Nếu bạn giúp chúng tôi dọn dẹp, bạn sẽ được thưởng với sự may mắn và thêm tế bào não.*

Katie bar the door or **Katy bar the door** *sentence* 1 dùng để cảnh báo một tình huống đáng sợ 2 sẵn sàng cho rắc rối; một tình huống tuyệt vọng sắp xảy ra

Kaybecker *noun* một người Canada nói tiếng Pháp [một sự sửa đổi cố tình từ "Quebec"]

kayducer *noun* (*thế giới ngầm*) trưởng tàu, đặc biệt là người thông đồng với các con bạc và bọn lừa đảo tín nhiệm trên tàu của mình

kayo or **kay** *noun* (*quyền Anh*) một cú nốc ao; = KO

kazoo or **gazoo** or **gazool** *noun* 1 mông; hậu môn; = ASS 2 nhà vệ sinh; toilet; = CAN

k-balling *noun* (*không quân*) việc tháo phụ tùng của một máy bay này để sửa máy bay khác

keed *noun* = KID

keel over *verb* té xuống đất bất thình lình; ngã gục • He was so tired he was about to keel over: *Ông ta quá mệt đến nỗi sắp ngã gục xuống.*

keen *adjective* 1 tốt; hợp thời trang • "Nice time?" "Keen": "*Vui vẻ chứ?*" "*Tốt*". 2 xuất sắc; tuyệt vời; = NEAT • I think she's a keen kid: *Tôi nghĩ con bé là một đứa trẻ tuyệt vời.*

keep someone *verb* cấp dưỡng và nuôi ai, đặc biệt cho mục đích tình dục • She has "an old man"…who "keeps" her: *Cô ta có một người đàn ông lớn tuổi…ông ta cấp dưỡng cô ta.*

keepage *noun* thứ mà bạn muốn giữ lấy (trái lại với *garbage*) • The stuff in that pile is garbage. This stack is keepage: *Cái thứ trong chồng đó là rác. Cái chồng này mới là thứ mà bạn muốn giữ lấy.*

keep (or maintain) a low profile *verb* duy trì sự kín đáo; cố gắng không thu hút nhiều chú ý • Better keep a low profile until this blows over: *Tốt hơn hết hãy duy trì sự kín đáo cho đến khi việc này qua đi.*

keep an eye on someone or something *verb* theo dõi; canh chừng; để mắt đến ai/cái gì • Please keep an eye on my suitcase while I go to buy my ticket: *Nhờ anh làm ơn trông chừng giùm cái va-li của tôi trong thời gian tôi đi mua vé.*

keep (or make) book *verb* (*cờ bạc*) đặt cược hoặc sẵn sàng nhận cược; có sự tin tưởng chắc chắn

keep cool *verb* giữ bình tĩnh • Now, keep cool. It's going to be all right: *Nào, giữ bình tĩnh đi. Mọi thứ sẽ ổn thôi.*

keep one's cool *verb* giữ bình tĩnh và kiểm soát • It's hard to keep your cool when you've been cheated: *Thật khó để giữ bình tĩnh khi bạn bị lừa đảo.*

keep one's eye on the ball *verb* chú ý kỹ đến những gì ai đang làm; cảnh giác và không bị sao lãng

keep one's head right *verb* tự giữ bình tĩnh • Chill, man, chill. You've got to keep your head right: *Thư giãn, anh bạn, thư giãn đi. Anh phải tự giữ bình tĩnh đi chứ.*

keep someone **honest** *verb* 1 đặt ra một cuộc kiểm tra hoặc yêu cầu để ai đó bị thử thách 2 (*bóng chày*) ném gần người đập bóng; ném vào người đập bóng

keep in touch *sentence* tạm biệt • Sorry, we can't use you anymore. Keep in touch: *Xin lỗi, chúng tôi không thể sử dụng anh nữa. Tạm biệt.*

keep it real! *exclam.* 1 hãy thành thật!; hãy nói ra sự thật khó nói! 2 hãy nghiêm túc đi!

keep one's **nose clean** *verb* 1 tránh làm sai; giữ cho bản thân trong sạch • Keep your nose clean or you may find yourself in prison for a few years!: *Hãy giữ cho bản thân mình trong sạch nếu không anh sẽ thấy mình nằm trong tù vài năm đấy.* 2 tránh khỏi rắc rối, đặc biệt là rắc rối với luật pháp • I can keep my nose clean. Don't worry: *Tôi có thể tránh khỏi rắc rối với luật pháp. Đừng lo lắng.*

keep on trucking *sentence* tiếp tục làm việc của bạn đi; tiếp tục quan tâm tới công việc của bạn đi • Keep on trucking. Things'll get better: *Tiếp tục làm việc của anh đi. Mọi thứ sẽ trở nên tốt hơn.*

Keep out of this! *exclam.* Quan tâm chuyện của bạn đi! • This is not your affair. Keep out of this!: *Đây không phải chuyện của anh. Quan tâm lấy chuyện của anh đi!*

keeps *xem* FOR KEEPS, PLAY FOR KEEPERS

keep one's **shirt** (or **pants**) **on** *verb* 1 giữ bình tĩnh; = COOL IT • He was beginning to holler, so I told him to keep his shirt on: *Hắn ta bắt đầu la ó, vì thế tôi bảo hắn giữ bình tĩnh.* 2 kiên nhẫn; kiềm chế; chờ một chút; = HOLD one's HORSES • Keep your pants on and the guy will be back: *Anh hãy kiên nhẫn và anh chàng đó sẽ trở lại.*

keep tabs on *verb* theo dõi; kiểm tra • Keep tabs on your spending: *Hãy kiểm tra sự chi tiêu của anh.* • The doctor is keeping tabs on this seriously ill patient: *Bác sĩ đang theo dõi bệnh nhân ốm nặng này.*

keep the faith (baby)! *exclam.* một lời bày tỏ sự khuyến khích chung hoặc tình đoàn kết • You said it! Keep the faith, baby!: *Anh nói rồi đấy! Cố lên!*

keep the peek *verb* làm việc như người canh chừng trong một hành động phạm tội

keep up with the Joneses *verb* bắt chước; đua đòi theo lối sống của bạn bè hoặc láng giềng • The poor fellow went broke because his wife was always trying to keep up with the Joneses: *Anh chàng đáng thương đã nghèo túng vì vợ anh ta luôn học đòi theo lối sống của bạn bè.*

keep up your front to make your game! *exclam.* đừng đầu hàng!

keep your hands to yourself *sentence* 1 đừng có đụng vào những thứ không phải là của bạn; đừng đụng vào những thứ dễ vỡ (nói với trẻ con) • You can look, but don't touch. Keep your hands to yourself: *Con có thể nhìn, nhưng đừng chạm vào. Đừng có đụng vào những thứ không phải của con.* 2 đừng có chọc hay đánh những đứa trẻ khác (nói với trẻ con) • Jimmy! Leave him alone and keep your hands to yourself: *Jimmy! Để bạn ấy yên và đừng có chọc bạn ấy nữa.* 3 không được vuốt ve hoặc mơn trớn (nói với người đàn ông) • Just keep your hands to yourself or take me home: *Không được vuốt ve, nếu không hãy đưa em về nhà.*

keep your nose out of my business! *xem* GET YOUR NOSE OUT OF MY BUSINESS!

keep your pants on! *xem* KEEP YOUR SHIRT ON!

keep your shirt on! or **keep your pants on!** *exclam.* hãy chờ một phút!; đừng có vội vàng quá! [có thể được nói như thế để tránh một cuộc đánh nhau, trong đó một người đang cởi áo. Tức là, đừng vội sa vào tranh cãi hoặc đánh nhau; hãy chờ một phút. Cụm từ này rất cổ và được dùng rất rộng rãi, quá rộng đến nỗi ám chỉ sự thôi thúc tình dục] • I'll be right with you. Keep your pants on!: *Em sẽ đến với anh ngay. Hãy chờ một phút nhé!*

kee-rect *adjective* đúng; chính xác • Do you have the kee-rect time?: *Đồng hồ anh có chính xác không?*

keester or **keyster** or **kiester** *noun* 1 rương; hòm; va-li 2 mông đít; hậu môn

kef *noun* (cũng là *keef* or *kief* or *kif*) (*ma túy*) cần sa, hasit, hoặc thuốc phiện [từ tiếng Ả Rập nghĩa là "sự khoái lạc"]

kegger *noun* (*thanh thiếu niên và sinh viên*) một bữa tiệc với nguồn cung bia dồi dào; một bữa tiệc bia; = BEER BURST

keg party *noun* một bữa tiệc mà rượu, đặc biệt là bia, được phục vụ

keister *verb* giấu (hàng lậu) trong trực tràng

keister *noun* (cũng là *keester* or *keyster* or *kiester* or *kister*) 1 mông đít; = ASS 2 (*dân móc túi*) túi quần sau 3 túi hoặc túi xách du lịch 4 (*người bán hàng rong và người lang thang*) một cái va-li mở để trình bày hàng hóa 5 (*thế giới ngầm*) két sắt an toàn; tủ sắt; = CRIB 6 nhà giam hay nhà tù

Kelsey's ass *xem* COLD AS HELL

Kelsey's nuts *xem* TIGHT AS KELSEY'S NUTS

kelt or **keltch** *noun* 1 (*người da đen dùng*) người da trắng 2 (*người da đen dùng*) người da đen với màu da sáng

Ken *noun* người bảo thủ; người nệ cổ; người thiếu bất cứ gì trừ những đặc điểm tẻ nhạt điển hình

kennel *noun* (*người lang thang*) ngôi nhà hoặc căn phòng

ken-ten lamp *noun* (*ma túy*) đèn được dùng để chuẩn bị hút thuốc phiện

Kentucky fried *adjective* say rượu [từ phát sinh của *fried*. Dựa vào thương hiệu Kentucky Fried Chicken, bây giờ được biết đến như KFC] • Man, is that guy really Kentucky fried!: *Ôi trời, có phải anh chàng đó thực sự say rồi không!*

Kentucky windage *noun* 1 sự điều chỉnh nhỏ được thực hiện theo bản năng hơn là theo sự đo lường chính xác 2 sự điều chỉnh đường ngắm của súng trường dựa trên trực giác

keptie *noun* 1 gái bao được chu cấp bởi một người giàu có 2 một phụ nữ được giữ như tình nhân

kerflooie or **kerflooey** *xem* GO BLOOEY

kerflummoxed *adjective* = FLUMMOXED

kerplunk *xem* GO KERPLUNK

kettle *noun* 1 (*thế giới ngầm*) đồng hồ bỏ túi 2 (*đường sắt*) đầu máy xe lửa nhỏ

kettle of fish *xem* FINE KETTLE OF FISH

kevork *verb* giết người nào [dựa trên tên của bác sĩ Jack Kevorkian, vị bác sĩ ủng hộ và đã thực hành cái chết êm ái]

key¹ *noun* (*sinh viên, từ những năm 1950*) một sinh viên Ivy League điển hình; = WHITE SHOE

key² or **kee** or **ki** *noun* 1 một ki-lô-gram [từ âm tiết đầu tiên của "kilogram", một đơn vị của hệ thống đo lường mà ít ra một số người Mỹ đã nắm bắt] 2 (*giới ma túy*) 1 kg (khoảng 2.2 pounds) ma túy

key *adjective* xuất sắc; tuyệt vời

key club *noun* 1 hội của những cặp vợ chồng phóng túng, đổi chìa khóa nhà cho nhau, với mục đích tình dục 2 một tổ chức xã hội riêng tư mà nơi đó bạn có thể mua thẻ hội viên

keyed *adjective* 1 phấn khích; lo lắng; băn khoăn • Sally was a little keyed up before the meet: *Sally hơi lo trước cuộc gặp* 2 say ma túy [bắt nguồn từ một ý nghĩa ban đầu là "say rượu"]

keyed up to the roof *adjective* say rượu hoặc say ma túy

keyster *xem* KEISTER

key-swinger *noun* 1 (*sinh viên*) người mang chìa khóa của các hội danh dự một cách phô trương 2 (*sinh viên*) người hay khoe khoang; kẻ khoác lác

key up *verb* 1 mở khóa một cánh cửa 2 phê ma túy

KGB *noun* cơ quan tình báo Liên bang Xô viết (trước đây), thành lập từ năm 1953 và đến tháng 10, 1991. Giám đốc cơ quan là ông Yuri Andropov [viết tắt từ tiếng Nga: *Komitet Gosudarstvennoi Bezopasnosti*]

khazeray or **khazerei** *noun* vật vô giá trị; vật vô dụng; vật rẻ tiền và ghê tởm; = CRAP, SHIT

ki *noun* một ki-lô-gram; = KEY

kibitz *verb* 1 bình luận khi những người khác chơi một trò chơi 2 đưa ra một lời khuyên bừa bãi và không được yêu cầu trong khi đang xem một trận đấu, cuộc biểu diễn, đánh bài, đánh cờ, v.v..; mách nước 3 nói đùa; giễu cợt; phê bình; chỉ trích

kibitzer *noun* 1 một người quan sát hơn là người tham gia, đặc biệt là người đưa ra những lời khuyên tự nguyện 2 người đứng ngoài mách nước (đánh cờ, đánh bài, v.v.)

kibosh or **kybosh** *verb* 1 chấm dứt; kết thúc việc gì • Please don't try to kibosh the scheme this time: *Lần này làm ơn đừng cố kết thúc kế hoạch nhé.* 2 loại bỏ; giết; = KILL • The dictator had kiboshed all his political opponents: *Kẻ độc tài đã khử tất cả các đối thủ chính trị.*

kibosh or **kybosh** *noun* 1 sự kết thúc; cú đấm kết thúc; sự chấm dứt điều gì đó • They thought the kibosh was overdone: *Họ nghĩ cú đấm kết thúc là quá mức.* 2 sự chấm dứt; cái chết đột ngột; sự kết liễu đau buồn

kick *noun* 1 sự khoái lạc; sự thích thú và vui vẻ; = BELT, CHARGE 2 mốt nhất thời, sở thích hoặc điều quan tâm nhất thời 3 túi quần • He has a lot of money in his kick: *Hắn ta có nhiều tiền trong túi quần.* 4 tiền 5 tiền hối lộ 6 bất cứ cái gì được chia sẻ với người khác 7 lời than phiền; lời phản đối 8 trò vui nhộn • That's a kick: *Đó là một trò vui nhộn.* 9 sự ưa thích cá nhân mạnh mẽ; = THING 10 sức mạnh; tác động; sức thuyết phục • One of those…stories with a kick: *Một trong những câu chuyện đó với sức thuyết phục.* 11 giày: Hey, nice kicks: *Này, đôi giày đẹp đấy.*

kick *verb* 1 ngừng sử dụng; cai nghiện 2 giết 3 than phiền; phàn nàn; phản đối; = BITCH 4 thoát khỏi sự giam giữ của cảnh sát 5 (*đánh bạc*) tăng mức cá cược

kick *adjective* 1 xuất sắc • It was jam-up. Jelly-tight. It was, it was a really kick joint: *Đó là sự ùn tắc. Chật như nêm vậy. Nó thực sự xuất sắc.* 2 lỗi thời

kick A *verb* thắng đậm; đánh bại dễ dàng

kick around *verb* 1 bàn luận; nghĩ về việc gì; cân nhắc từ mọi góc độ • Let's kick Merrill's idea around for awhile: *Chúng ta hãy bàn luận ý tưởng của Merrill cho một lát.* 2 ăn không ngồi rồi, nhàn rỗi, để thời gian trôi qua không làm gì cả; = BAT AROUND 3 có kinh nghiệm; trở nên dày dạn • Sound like a band that's kicked around for a long time: *Nghe như ban nhạc đã có kinh nghiệm nhiều năm rồi.* 4 lạm dụng; ngược đãi; hành hạ; đối xử thô bạo • Mr. Nixon said the press wouldn't have him to kick around any more: *Ông Nixon nói báo chí sẽ không ngược đãi ông ta nữa đâu.*

kick-ass or **bust-ass** *adjective* 1 tuyệt vời; xuất sắc; ly kỳ 2 (*cũng là* **kick-yer-ass**) thô bạo; mạnh mẽ; = ROUGH-ASS, TOUGH [*thường mang tính chê trách*] • I wanted it to be kiss-ass country: *Tôi muốn đó là quốc gia hùng mạnh.*

kick-ass *noun* sức mạnh; năng lượng; sinh lực

kick ass or **kick butt** *verb* 1 sử dụng bạo lực; đánh • They take him to the police station. And he starts kickin' all the cops' asses: *Bọn họ dẫn hắn ta tới đồn cảnh sát. Và hắn ta bắt đầu đánh tất cả cảnh sát.* 2 trở nên đặc biệt mạnh mẽ và phấn khích; thành công bởi nỗ lực mạnh mẽ của chính bạn 3 hăng hái thúc đẩy ai làm việc gì • It's looks like I'm going to have to kick ass to get people moving around here: *Trông như thể tôi sẽ phải hăng hái thúc đẩy để làm mọi người quanh đây nhúc nhích.* 4 khẳng định sức mạnh; làm dữ dội; làm gay go; trừng phạt • Geometry and algebra were kicking my ass: *Hình học và đại số học làm tôi thật gay go.* • We're kicked a little ass last night: *Chúng tôi bị trừng phạt một chút tối qua.*

kick-ass on someone *verb* khiến ai gặp khó khăn; cố chi phối hoặc áp đảo ai • Don't kick-ass on me! I'm not the one you're after: *Đừng cố áp đảo tôi! Tôi không phải là người mà anh tìm kiếm.*

kick ass and take names *verb* 1 áp đảo ai hoặc thứ gì đó theo kiểu có phương pháp và cương quyết • We had a great night. The cats were kickin' ass and takin' names; wish you could have been there: *Chúng tôi đã có một đêm tuyệt vời. Cánh đàn ông áp đảo theo kiểu có phương pháp và cương quyết; ước gì anh đã có mặt ở đó.* 2 cư xử rất thô bạo và giận dữ; = KISS ASS

kick at the cat *noun* sự may rủi; sự tình cờ; cơ hội để đạt được việc gì • You won't get another kick at the cat of going there: *Anh sẽ không còn cơ hội nào khác để đi tới đó đâu.*

kickback *noun* 1 tiền hoa hồng trong một thỏa thuận ít nhiều ám muội; tiền lót tay • The kickback the cop got wasn't enough, as it turned out: *Hóa ra tiền lót tay mà tay cớm nhận được là chưa đủ.* 2 tiền được đưa cho ai một cách bất hợp pháp hoặc trái đạo đức 3 tái sử dụng ma túy sau một thời gian dài không sử dụng

kick back *verb* 1 (*sinh viên, người da đen*) thư giãn 2 (*thế giới ngầm*) trả lại hoặc hoàn lại, đặc biệt là trả lại hàng ăn trộm • Stolen goods kicked back to the rightful owner: *Vật ăn cắp đã hoàn lại đúng người chủ.* 3 đưa một phần tiền lương, phí, v.v.. một cách lén lút cho người khác để đổi lấy công việc hoặc lợi thế khác 4 (*nói về người nghiện*) tái nghiện sau khi điều trị và cai nghiện

kick booty *verb* = KICK ASS

kick cold (turkey) *verb* dừng hút ma túy mà không ngừng dần dần

kick down *verb* 1 cho; cung cấp 2 (*tài xế xe tải*) chuyển sang số thấp hơn trong xe tải hoặc ô tô

kick down the ladder *verb* từ bỏ những người bạn hoặc nghề nghiệp đã giúp mình nên địa vị

kick down with something *verb* đưa ra thứ gì; bố thí một phần của thứ gì • Hey, man. Kick down with my share of the brewsters!: *Này anh bạn. Hãy đưa ra phần bia của tôi!*

kicker *noun* 1 sự khó khăn bất ngờ 2 (*truyền hình và điện ảnh*) một cái đèn nhỏ dùng để phác họa những vật thể cận cảnh 3 một bộ khuếch đại tuyến tính cho radio băng tần của thường dân 4 một nhận xét thông minh nhưng chua cay; một lời chỉ trích sắc bén; lời nhận xét dí dỏm • I waited for the kicker, and finally it came: *Tôi chờ lời chỉ trích sắc bén, và cuối cùng nó đã đến.* 5 động cơ hoặc mô-tơ nhỏ gắn ngoài thuyền máy; máy đuôi tôm; = EGGBEATER 6 sự thích thú và vui vẻ; sự rộn ràng; = KICK 7 giá cả, chi phí, khả năng, khuyết điểm, v.v.. được che giấu; = CATCH • It may look like a good deal, but there's a kicker: *Có lẽ trông giống như một cuộc thương lượng tốt, nhưng có một khuyết điểm được che giấu.* 8 = PUNCH LINE 9 túi; = KICK • Keep it in your kickers: *Hãy giữ cái đó trong túi của anh.*

kickers *noun* (*sinh viên*) giày, đặc biệt giày tennis

kick freak *noun* người sử dụng ma túy không bị nghiện

kick in *verb* 1 trả tiền; chia sẻ phí tổn; = FORK OVER 2 góp phần; đóng góp; = CHIME IN • Everyone should kick in what he or she can afford: *Mỗi người cần phải đóng góp theo khả năng của mình*

kicking 3 chết

kicking or **kickin'** or **kicken** *adjective* xuất sắc; tuyệt vời • My hair was kickin': *Tóc tôi thật tuyệt vời.*

kicking ass *noun* (*sinh viên*) một khoảng thời gian vui vẻ; = a BALL • We went downtown and had a kicking ass: *Chúng tôi đã đến khu trung tâm và có một khoảng thời gian vui vẻ.*

kicking can *noun* một đối tượng tấn công, đặc biệt là đối tượng quen thuộc; người giơ đầu chịu báng

a **kick in the ass** or a **kick in the pants** *noun* 1 một hình phạt để làm nhục; sự sỉ nhục; một cái tát vào mặt 2 sự kích thích hoặc sự thúc đẩy mạnh mẽ; = a SHOT IN THE ARM • If this campaign doesn't get a kick in the ass we're dead: *Nếu cuộc vận động này không có sự thúc đẩy mạnh mẽ chúng ta chết đấy.*

kick in the butt *xem* KICK IN THE (SEAT OF THE) PANTS

kick in the guts *noun* một cú đánh nghiêm trọng vào cơ thể hoặc tinh thần của ai • The news was a kick in the guts, and I haven't recovered yet: *Tin đó quả là một cú đánh nghiêm trọng vào tinh thần và tôi vẫn chưa hồi phục.*

kick in the rear *xem* KICK IN THE (SEAT OF THE) PANTS

kick in the (seat of the) pants *noun* một thông điệp khuyến khích hoặc lời yêu cầu mạnh mẽ [thường mang tính chê trách] • All he needs is a kick in the seat of the pants to get him going: *Tất cả những gì anh ta cần là một thông điệp khuyến khích mạnh mẽ để giúp anh ta bắt đầu.*

kick in the teeth *xem* KICK IN THE (SEAT OF THE) PANTS

kick in the wrist *noun* một ly rượu • You want another kick in the wrist?: *Anh có muốn thêm một ly rượu nữa không?*

kick it *verb* 1 thư giãn; ăn không ngồi rồi • I need a few minutes to kick it, then I'll get back in the game: *Tôi cần vài phút để thư giãn, sau đó tôi sẽ quay lại trận đấu.* 2 (*ma túy*) tự cai nghiện ma túy 3 (*giới nhạc jazz*) chơi nhạc jazz hoặc swing một cách rất mạnh mẽ

kick mud *verb* làm việc như một gái điếm

kickoff *noun* 1 sự bắt đầu; sự khai mạc • He planned the kickoff of his campaign for Texas: *Ông ta đã dự định bắt đầu cuộc vận động tranh cử cho tiểu bang Texas.* 2 *modifier:* kickoff speech: *bài diễn văn khai mạc*

kick off *verb* 1 ngủ do ảnh hưởng của ma túy bất hợp pháp 2 chết • After three weeks in the hospital my grand-mother kicked off: *Sau ba tuần lễ ở bệnh viện bà nội của tôi đã qua đời.* 3 rời khỏi; ra đi; khởi hành 4 bắt đầu cái gì đó; mở đầu • The city library was kicked off by the mayor: *Thư viện thành phố được ông thị trưởng khánh thành.*

kick-out *noun* (*quân đội, thế chiến II*) sự giải ngũ nhục nhã

kick someone out *verb* tống cổ; đuổi ai ra; = BOUNC • When we found out that he had lied, we immediately kicked him out of the club: *Khi chúng tôi phát hiện ra rằng hắn ta nói dối, chúng tôi lập tức đuổi hắn ra khỏi câu lạc bộ.*

kick (or break) out the jams *verb* 1 loại bỏ hết mọi chướng ngại vật, đấu tranh cho tự do • Kick out the jams, motherfuckers!: *Dọn hết chướng ngại vật đi, đồ bẩn tiện!* 2 (*đặc biệt nhạc sĩ*) cư xử một các tự do; tự do; = LET oneself GO

kick over *xem* KNOCK OVER

kick pad *noun* cơ sở cai nghiện ma túy; trại cai nghiện

kick party *noun* (*ma túy*) một bữa tiệc nơi LSD được sử dụng

kicks *noun* 1 sự vui vẻ và hài lòng; sự rộn ràng (vì vui sướng); = BANGS, JOLLIES 2 giày; giày thể dục

kick sawdust *verb* (*xiếc hoặc lễ hội*) theo sau hay tham gia một buổi biểu diễn

kick stick *noun* (*ma túy xưa*) điếu thuốc lá chứa cần sa

kick some ass (around) or **kick some butt** hành động một cách năng nổ, trực tiếp và dùng sức mạnh nếu cần; tiếp quản và bắt đầu ra lệnh; phản đối kịch liệt [thường mang tính chê trách] • Do I have to come over there and kick some ass around?: *Tôi có cần phải tới đó và bắt đầu ra lệnh không?*

kick some butt *xem* KICK SOME ASS (AROUND)

kick the bucket *verb* chết • I'm too young to kick the bucket!: *Tôi còn quá trẻ để chết!*

kick the gong around *verb* 1 quan hệ tình dục; bỡn cợt 2 hút thuốc phiện hoặc cần sa

kick the habit *verb* tình nguyện chấm dứt bất kỳ thói quen nào, đặc biệt là thói quen dùng ma túy

kick the shit out of someone or something *xem* BEAT THE SHIT OUT OF someone or something

kick the tires *verb* kiểm tra nhanh và hời hợt; kiểm tra lướt qua • The customs officers kicked the tires my passport: *Nhân viên hải quan kiểm tra lướt qua hộ chiếu của tôi.*

kick to the curb *verb* cắt đứt quan hệ • Kick her to the curb: *Hãy cắt đứt quan hệ với cô ta.*

kick-up *noun* 1 một cuộc khiêu vũ hoặc bữa tiệc khiêu vũ 2 sự nhiễu loạn; sự xáo động; = RUCKUS

kick up or **kick upstairs** *verb* trong hoạt động kinh doanh của tội phạm có tổ chức, đưa một phần trong thu nhập của mình cho thượng cấp

kick up a fuss *verb* gây náo động; làm om sòm lên; la lối phản đối; = RAISE CAIN • I don't want his lawyer to kick up a fuss about this: *Tôi không muốn luật sư của hắn làm om sòm lên về chuyện này.*

kick up a storm *verb* làm ồn ào om sòm; làm ra vẻ giận dữ • When I came in she was kicking up a storm because they didn't have what she wanted: *Khi tôi vào bà ta la lối om sòm bởi vì chúng nó không có những gì bà ta muốn.*

kick someone upstairs *verb* hất cẳng hoặc tống khứ ai bằng cách đề bạt anh ta vào chức vụ quan trọng hơn nhưng thực tế lại kém hơn

kicky *adjective* 1 vui; giải trí • It had been a kicky experience: *Nó là một trải nghiệm vui.* 2 thú vị và tràn đầy sức sống; hứng thú; mê đắm; = FAR OUT • Man, what a kicky idea!: *Ôi chà, quả là một ý kiến thú vị!* 3 rất thanh lịch và hợp thời trang • She always looks very kicky: *Trông cô ấy luôn luôn rất lịch sự và hợp thời trang.*

kid *noun* 1 (*từ cuối những năm 1500*) một đứa trẻ; thằng bé • How many kids do you have?: *Anh có bao nhiêu cháu bé?* 2 người trẻ tuổi; bọn choai choai • Most of the kids round here are unemployed: *Hầu hết bọn choai choai quanh đây bị thất nghiệp.* 3 *modifier:* his kid sister: *cô em gái trẻ tuổi của anh ta* 4 trò đùa • That's no kid, neither: *Đó cũng không phải là trò đùa.* 5 (*từ giữa những năm 1800, Anh*) đùa cợt; giễu cợt; = JOSH

the **Kid** *noun* (*không quân, trong thế chiến II*) phi công phụ; = METER READER

kid around *verb* chọc ghẹo; đùa cợt; = FOOL AROUND • Mark, stop kidding around and get to work: *Mark, hãy ngừng đùa cợt và bắt đầu làm việc đi.*

kiddie or **kiddy** *noun* một đứa bé; đứa trẻ

kiddie court *noun* tòa án vị thành niên

kidding xem NO KIDDING

kiddo or **Kiddo** noun 1 được dùng như từ xưng hô, thường là trìu mến • Good work, kiddo: *Làm tốt lắm, anh bạn nhỏ.* 2 một đứa bé; một thiếu niên [một sự thêm thắt của *kid*]

kiddy cop noun một viên cảnh sát được phân công về mảng tội phạm vị thành niên

kiddy court noun tòa án vị thành niên

kidlet noun một đứa trẻ

kidney-buster noun 1 một chiếc xe tải, đặc biệt là xe tải quân đội, chạy mạnh và khó lái 2 một chuyến đi gian khổ; một con đường gồ ghề • This road is a kidney-buster. I wish they'd fix it: *Con đường này thật gồ ghề. Tôi ước gì họ sửa nó.* 3 một chỗ ngồi không thoải mái hoặc được thiết kế tồi trong xe • This kidney-buster is going to ruin my back: *Chỗ ngồi không thoải mái này sẽ hủy hoại cái lưng của tôi mất.*

kid show noun (*xiếc, lễ hội*) cuộc biểu diễn phụ

kid stuff noun 1 việc gì quá dễ dàng; trò trẻ con; = CINCH, PIECE OF CAKE 2 hoạt động không dành riêng cho người lớn; sự liên quan đến trẻ con

kid top noun (*xiếc*) lều biểu diễn phụ

kidvid noun chương trình truyền hình nhắm đến thị trường trẻ em; truyền hình thiếu nhi • In 1979 NBC picked up the show for its own kidvid lineup: *Năm 1979, NBC đã thu chương trình nhắm đến thị trường trẻ em riêng của nó.*

kief or **kif** xem KEF

kielbasa noun dương vật [bắt nguồn từ *kielbasa* (xúc xích Ba Lan màu đỏ)]

kiester xem KEISTER

kife verb 1 (*xiếc hoặc lễ hội*) lừa đảo 2 ăn cắp; lấy trộm

kike noun một người Do Thái [đôi khi được dùng bởi người Do Thái để nói về những người Do Thái khác mà họ nhắc đến với sự coi thường]

kikey or **kike** adjective (thuộc) người Do Thái

kill noun 1 một vụ giết người 2 (*quân đội, thế chiến II*) sự tiêu diệt; sự phá hủy máy bay, tàu chiến, xe tăng, v.v.. của địch

kill verb 1 gây phấn khích; làm hài lòng; làm rùng mình 2 trội hơn • Work is great. I kill at work: *Công việc thật tuyệt. Tôi thấy mình làm trội hơn.* 3 dùng hết cái gì đó • Damn bitch, don't kill it: *Mẹ kiếp, đừng dùng hết nó chứ.* 4 rất thành công đối với khán giả; biểu diễn rất tốt cho khán giả xem • She really killed them with that last joke: *Cô ấy thực sự biểu diễn chúng rất thành công với chuyện hài cuối cùng đó.* 5 ăn hết hoặc uống hết tất cả mọi thứ • We finally killed the last of the turkey: *Cuối cùng chúng tôi ăn hết con gà tây.* 6 tắt đèn • Would you kill the light so they can't see we're home?: *Em tắt đèn được không để họ không thấy chúng ta ở nhà?* 7 dừng hoặc chấm dứt điều gì; chấm dứt một câu chuyện; ngừng một câu truyện đang được in trên báo • Kill that story. It's got too many errors: *Hãy chấm dứt câu chuyện đó. Nó có quá nhiều lỗi.* 8 làm hư hỏng; hủy hoại • One bad grade killed his chances for med school: *Một hạng kém đã làm hỏng cơ hội của nó vào trường y.* 9 làm mất tinh thần; làm nản lòng • The third defeat killed him: *Sự thất bại thứ ba đã làm anh ta nản lòng.* 10 chọc cười khán giả; làm cười vỡ bụng; = FRACTURE • The story nearby killed me: *Câu chuyện làm tôi cười gần vỡ bụng.* 11 loại ra; loại trừ (chữ, đoạn văn, tiết mục, v.v.) • Kill that whole paragraph: *Hãy loại bỏ toàn bộ đoạn văn đó.* 12 bác bỏ; phủ quyết (dự án, đề nghị, ý kiến, đạo luật, v.v..)

killed off adjective say rượu hoặc ma túy

killer noun 1 một người rất hấp dẫn • Ain't she a killer?: *Cô ấy chẳng phải là người rất hấp dẫn sao?* 2 (cũng là **killer-driller**) một người hoặc một thứ đáng chú ý, tuyệt vời, ưu tú, v.v..; = BEAUT, DOOZIE 3 (*ma túy*) điếu thuốc lá chứa cần sa 4 một ví dụ khác thường của thứ gì đó • That car is a killer. I like it!: *Chiếc xe đó thật lạ thường. Tôi thích nó!* 5 sáp thơm bôi tóc 6 một chuyện đùa rất hài hước • She told a killer about a red-nosed juicer: *Cô ta kể một chuyện cười rất hài hước về một gã nghiện rượu mũi đỏ.*

killer adjective 1 (cũng là **killer-driller**) rất tốt; tuyệt vời 2 cực kỳ khó khăn • I added a couple killer questions to the test: *Tôi thêm hai câu hỏi cực khó vào bài kiểm tra.*

killer-diller noun 1 một thứ thành công hoặc hấp dẫn đáng kể; một khoảng thời gian tốt hoặc sự xúc động cực kỳ 2 một vật hoặc một người xuất sắc • She is just a real killer-diller: *Cô ta quả là người xuất sắc.*

kill for something verb sẵn sàng hành động cực đoan để có thứ gì đó mà bạn thực sự muốn hoặc cần • I could kill for a cold beer: *Tôi có thể làm bất cứ gì để có một chai bia lạnh.*

killing noun 1 một thành công về tài chính tuyệt vời 2 lãi lớn, nhanh; món lãi vớ bở; = BUNDLE

killjoy noun 1 một kẻ bi quan; = CRAPE-HANGER, GLOOMY GUS 2 người làm cho tập thể cụt hứng; người phá hỏng niềm vui của người khác • Don't be such a killjoy!: *Đừng là một người làm cho tập thể cụt hứng như thế!*

killout noun (*người da đen*) người hoặc thứ gì xuất sắc, phi thường, nổi bật; = KICK

kill-time joint noun (*xiếc và lễ hội*) quán rượu hoặc quầy rượu

kilobucks noun một số tiền lớn; một số tiền khổng lồ

kilo connection noun (*ma túy*) người bán sỉ ma túy, đặc biệt là người pha loãng 50% vào ma túy nguyên chất

kimono xem PINE OVERCOAT

kin xem KISSING COUSIN, SHIRTTAIL KIN

the kind adjective (*thanh thiếu niên*) xuất sắc; tuyệt vời; = SOME KIND OF • He's got the kind car: *Anh ta có một chiếc ô tô tuyệt vời.*

kinda adjective khoảng; phần nào • He's kinda big and he's awful strong: *Anh ta phần nào khá to con và cực khỏe.*

kind (or sort) of adjective phần nào; hơi • I think he's kind of stupid: *Tôi nghĩ hắn hơi ngu ngốc.*

king[1] noun 1 (cũng là *king pin*) người lãnh đạo; người đứng đầu 2 (*thế giới ngầm*) cai ngục 3 (*đường sắt*) người dồn toa hoặc người phục vụ hàng hóa

king[2] noun một người phụ nữ đồng tính hung hăng, cư xử như đàn ông

king-bitch noun cái tốt nhất, tiên tiến nhất • These ceramic tiles are the king-bitch in modern kitchen design: *Gạch lát men này là loại cao cấp nhất trong kiểu trang trí nhà bếp hiện đại.*

kingfish noun nhân vật chính trị hoặc quyền lực

King Kong noun 1 (*người da đen*) rượu mạnh rẻ tiền, thường là được sản xuất trái phép 2 sự nghiện ma túy mạnh mẽ

King Kong pills or **King Kong specials** noun bất kỳ loại thuốc an thần hay thuốc giảm hệ thần kinh trung ương nào

kings noun một gói thuốc lá cỡ lớn

King Shit xem THINK ONE IS KING SHIT

king-size or **king-sized** adjective cỡ lớn hơn bình thường; rất lớn;

cực lớn; ngoại cỡ • a king-size cigarette: *một điếu thuốc lá ngoại cỡ* • Your nagging gives me a king-size headache: *Sự la rầy của anh làm cho tôi đau đầu dữ dội.*

king snipe *noun* (*đường sắt*) người đứng đầu một kíp giữ một đoạn đường hoặc nhóm lắp đường ray

kink *noun* 1 một tên tội phạm 2 (*cũng là kinko*) một người lạ; một người lập dị 3 *modifier:* a kinko diner who tries to attract Chong's attention: *một thực khách lập dị cố thu hút sự chú ý của Chong* 4 một người lệch lạc về mặt tình dục; kẻ biến thái • The kinks congregate two streets over: *Những kẻ biến thái tụ hợp đầy hai con đường.* 5 sự thiếu sót; khuyết điểm hoặc lỗi, đặc biệt là lỗi nhỏ; = BUG • We'll work the kinks out of the plan before we announce it: *Chúng tôi sẽ thực hiện những thiếu sót ra ngoài kế hoạch trước khi chúng tôi công bố việc đó.*

kinker *noun* (*xiếc*) một người biểu diễn xiếc, đặc biệt là một người nhào lộn hay một người làm trò uốn mình

the kinks *xem* IRON OUT THE KINKS

kinky or **bent** or **twisted** *adjective* 1 quái dị và bất bình thường, đặc biệt về mặt tình dục 2 bất hợp pháp; không thành thật; = CROOKED 3 (*thế giới ngầm*) bị trộm; bị ăn cắp • a kinky car: *một chiếc xe bị trộm* 4 kỳ lạ; quái đản • The guy is so kinky that everyone avoids him: *Gã đó quá kỳ quái đến nỗi mọi người đều tránh hắn.* 5 thể hiện hoặc gắn với sự lạc lối về mặt tình dục

kinky-head *noun* người da đen

kip *noun* 1 (*đặc biệt thế giới ngầm, người lang thang*) cái giường 2 giấc ngủ; một giấc ngủ hoặc giấc ngủ ngắn 3 người gác đêm

kip *verb* ngủ • "Why didn't you kip alongside me?" "You were tossing about": "*Sao em không ngủ cạnh anh?*" "*Anh đang nói lung tung gì thế*".

kip bag *noun* túi ngủ

kipe or **kype** *verb* ăn trộm, đặc biệt thứ gì đó ít giá trị; = NICK, SWIPE

kiper *noun* tên trộm; kẻ cắp

kishkes or **kishkas** *noun* ruột; lòng; = GUTS

kismet *noun* số phận; may mắn; định mệnh [từ tiếng Thổ Nhĩ Kỳ, Farsi hay Ả rập]

kiss *noun* = KISS-OFF

KISS *sentence* dùng như một cách nhắc nhở để giữ nó đơn giản, ngốc nghếch

kiss-ass or **kiss-butt** *noun* 1 kẻ nịnh hót; một người nịnh hót theo kiểu làm mất giá trị bản thân 2 người hèn hạ và quỵ lụy 3 lời nịnh hót • Using the old kiss-asswwith the colonel: *Dùng lời nịnh hót cũ rích với ông đại tá.*

kiss-ass *adjective* hèn hạ và quỵ lụy • He can be so kiss-ass. It make me sick: *Anh ta có thể quá hèn hạ và quỵ lụy. Điều đó làm tôi kinh tởm.*

kiss-ass *verb* cư xử quỵ lụy; nịnh bợ cấp trên; = BROWN-NOSE • Stop kiss-assing around and stand up to your employer: *Ngừng cư xử quỵ lụy và hãy đối đầu với ông chủ của anh đi.*

kiss someone's ass *verb* nịnh hót ai; xu nịnh hoặc bợ đỡ ai • I didn't kiss anybody's ass and I didn't expect anybody to kiss mine: *Tôi không nịnh ai và tôi không mong ai nịnh mình.*

kisser *noun* 1 cái miệng, mồm [ban đầu là tiếng lóng của giới quyền Anh] 2 kẻ nịnh hót [viết tắt của "*ass-kisser*"]

kiss goodbye *verb* thừa nhận thất bại; chấp nhận thua một cách không cố ý

kiss something good-bye *verb* 1 đối mặt và chấp nhận sự mất mát thứ gì đó • Well, you can kiss that 100 bucks good-bye: *Đấy, cậu có thể chấp nhận mất 100 đô-la.* 2 bỏ hoặc từ bỏ • They've kissed their old criminal way of life good-bye: *Họ đã từ bỏ lối sống tội ác xưa kia.*

kiss someone's hind tit *xem* SUCK someone's HIND IT

kissing cousin (or **kin**) *noun* 1 một người bà con đủ thân để được hôn lúc chào 2 kiểu giống hệt; bản sao gần giống • He had a kising cousin of Montgomery's mustache: *Hắn ta có kiểu giống hệt râu mép của người ở Montgomery (thủ phủ của tiểu bang Alabama, Hoa Kỳ).*

kissing trap *noun* miệng; mồm; = TRAP

kiss Mary *verb* hút cần sa

kiss my ass! *interj* thành ngữ chỉ sự khinh miệt, sự làm nhục, sự khúm núm, v.v.: Hãy hôn đít tớ!; Cút xuống địa ngục đi!; = GO FUCK oneself • You can just kiss my ass!: *Mày có thể cút xuống địa ngục đi!*

the kiss of death *noun* 1 nguyên nhân trực tiếp cho sự kết thúc của ai hoặc việc gì • Your attitude was the kiss of death for your employment here: *Thái độ của anh là nguyên nhân trực tiếp cho sự kết thúc công việc làm của anh ở đây.* 2 việc gì trông có vẻ hữu ích nhưng thật ra là tai họa; sự ưu ái chết người; nụ hôn tử thần [từ nụ hôn của Judas đối với Chúa Jesus] 3 hành động hoặc sự kiện gây ra thất bại hoàn toàn • The plans were given the kiss of death: *Những kế hoạch đã bị thất bại hoàn toàn.*

kiss-off or **kiss off** *noun* 1 sự cự tuyệt hoàn toàn • Blue came home from Tanja's kiss-off. He looked drawn and tired: *Blue đã về nhà từ sự cự tuyệt hoàn toàn của Tanja. Anh ta có vẻ buồn và mệt mỏi.* 2 (*cũng là California kiss-off* or *New York kiss-off*) sự sa thải, đặc biệt là một sự sa thải thô bạo; = the BOUNCE, BRUSH-OFF • The kiss-off was when I lost the Wilson contract: *Tôi bị sa thải khi tôi mất hợp đồng Wilson.* 3 (*người da đen*) cái chết • When the time comes for the kiss-off, I hope I'm asleep: *Khi đến lúc phải chết, tôi hy vọng là tôi đang ngủ.*

kiss off *verb* 1 sa thải; từ chối 2 chết

kiss someone/something off *verb* 1 giết ai; giữ bỏ ai hoặc thứ gì 2 đuổi; tống khứ ai một cách thô lỗ; = BRUSH someone OFF • The receptionist kissed me quite cheekily: *Viên tiếp tân đã đuổi tôi một cách khá láo xược.*

kiss something off *verb* quên việc gì; lờ thứ gì đó đi • Just kiss off any idea you might have had about running for office: *Hãy quên bất kỳ ý tưởng nào anh có thể có về việc điều hành văn phòng đi.*

kiss someone out *verb* (*thế giới ngầm*) không chia phần cho ai; phủ nhận phần chia của ai

kiss the canvas (or **the resin**) *verb* bị đo ván bất tỉnh, đặc biệt trong trận đấu quyền Anh

kiss the dust *verb* 1 ngã vào đất do chết hoặc do bị đánh • I'll see that you kiss the dust before sunset, cowboy!: *Tao sẽ cho mày hôn đất trước hoàng hôn, thằng cao bồi!* 2 chịu phục tùng; chịu quy phục một cách đáng khinh 3 bị đánh bại; bị thất bại hoàn toàn

kiss the ground *verb* 1 phủ phục; quỳ sụp xuống (để tôn kính, tạ ơn) 2 bị đánh gục; bị đánh bại

kiss the porcelain god *verb* (*sinh viên*) nôn; mửa

kiss up to someone *verb* nịnh hót ai; thay đổi hoặc chuyển đổi ai • I'm not going to kiss up to anybody to get what's rightfully mine: *Tôi sẽ không xu nịnh bất cứ ai để nhận được những gì đúng lý thuộc về tôi.*

kissy-face or **kissy-facey** or **kissy-poo** 1 noun (*thanh thiếu niên, sinh viên*) sự hôn và ôm; = MAKING OUT, NECKING • Let's have a kissy-face: *Chúng ta hãy có một cái ôm hôn nhé*. 2 noun một nụ hôn kéo dài • Billy hugged her and gave her kissy-face: *Billy ôm cô ấy và hôn thật lâu*. 3 verb I've trained poodles so that they won't kissy-face everybody: *Tôi huấn luyện những con chó xù để mà chúng không hôn (liếm) mọi người*.

kissyface adjective cảm giác cần hôn và được hôn

kit and caboodle (or **boodle**) noun tất cả của thứ gì đó; tất cả mọi thứ; toàn bộ • I think I've had it, kit and caboodle: *Tôi nghĩ là tôi đã có nó, tất cả mọi thứ*.

kitchen noun 1 (*đường sắt*) buồng lái ở đầu máy xe lửa 2 (*người lang thang*) dạ dày 3 (*bóng chày*) nơi mà người đánh bóng tìm thấy dễ dàng nhất để đánh trúng quả bóng; vị trí đập yêu thích của người đánh bóng; = WHEELHOUSE 4 vấn đề riêng của một người [từ thói quen chỉ cho phép những người bạn thân đang ghé thăm nhà được vào bếp của bạn] • "Don't go into my kitchen without permission": *"Đừng có xía vào vấn đề riêng tư của tôi mà không được phép"*.

kitchen cabinet noun một nhóm nhà cố vấn không chính thức cho tổng thống hoặc ông chủ, được chọn bởi những bạn bè thân thiết

kitchen sweat noun (*thợ đốn gỗ*) một buổi liên hoan khiêu vũ hoặc bữa tiệc khiêu vũ

kite noun 1 (*thế giới ngầm*) một bức thư; một bức thư ngắn hoặc một tin nhắn, đặc biệt được chuyển lén vào tù 2 máy bay 3 một người dùng ma túy luôn luôn ở trạng thái phê 4 một tấm séc vô giá trị

kite verb 1 kiếm được tiền hoặc tín dụng từ một tấm séc được rút dựa vào tiền được thu nhận trong tài khoản ngân hàng 2 viết một tấm séc vô giá trị; tăng số tiền trên tấm séc 3 gửi một bức thư ngắn hoặc một lá thư

kited adjective say rượu

kitsch or **Kitsch** noun 1 văn học hoặc nghệ thuật có ít đặc điểm thẩm mỹ nhưng rất hấp dẫn với sở thích của công chúng 2 bất kỳ hình thức giải trí nào – phim, sách, trò chơi – với sức hút lớn • This kitsch sells like mad in the big city: *Cuốn sách có sức thu hút lớn này bán chạy như điên ở thành phố lớn*.

kitschy adjective 1 ủy mị một cách thô tục 2 tầm thường mặc dù sức hút lớn, được hâm mộ

kitten noun một cô gái trẻ

kitty noun 1 tiền góp đánh bài 2 một người phụ nữ 3 một gã, một người đàn ông trẻ [một nghĩa rộng của "cat"]

Kitty noun một chiếc xe Cadillac

Kiwi or **kiwi** noun (*không quân, thế chiến I, Anh*) một sĩ quan không có nhiệm vụ bay tại lực lượng không quân Mỹ [bắt nguồn từ tên loài chim không biết bay của New Zealand, từ Maori]

kiyoodle noun một người không có giá trị

klepto noun người mắc bệnh xung động ăn cắp; người bị ám ảnh việc ăn cắp những đồ vật nhỏ; người ăn cắp vặt

klick (or **klik**) *xem* CLICK

klooch noun (*thợ đốn gỗ*) người đàn bà • I helped this poor klooch: *Tôi đã giúp đỡ người đàn bà nghèo khổ này*.

klop in the chops noun một cú đấm vào mặt; một cuộc tấn công dữ dội

kludge or **kluge** or **kloodge** noun 1 (*điện toán*) giải pháp tạm thời cho một vấn đề phần cứng hoặc phần mềm 2 một bản vá hoặc bản sửa chữa trong chương trình máy tính hoặc mạch 3 từ biểu lộ sự quý mến cho một máy tính được yêu thích, đặc biệt là máy có khuyết điểm 4 lập trình máy tính đã được xem lại và sửa vụng (dối), nên máy sẽ không bao giờ hoạt động 5 sự tập hợp buồn cười của các thành phần không hợp với nhau và không thể thực hiện được

kludge or **kluge** verb sửa chữa; ứng biến một giải pháp cho vấn đề máy tính

kludgy adjective liên quan tới chương trình máy tính được viết không hiệu quả và cẩu thả

klutz or **klotz** or **clutz** noun một người lóng ngóng vụng về; người ngu dốt; kẻ khờ dại; = BLOCKHEAD

klutz around verb cư xử ngu ngốc; can thiệp một cách vụng về

klutzy or **clutzy** adjective 1 vụng về; lóng ngóng; cục mịch 2 ngu dốt; khờ dại

knee-bender noun (*người lang thang*) người thường đi lễ nhà thờ; = CHRISTER

kneecap verb bẻ gãy xương bánh chè của ai đó hoặc bắn vào xương bánh chè của họ, hầu như luôn là một hành động trả thù có kế hoạch

knee deep adjective 1 tràn ngập quá mức; đến tận đầu gối • They stood knee-deep in the snow: *Chúng nó đứng ngập trong tuyết đến đầu gối*. 2 bị dính líu sâu vào; liên quan quá nhiều; rất bận rộn với việc gì • He's knee-deep in work: *Anh ta thì ngập đầu với công việc*. • She's knee-deep in trouble: *Cô ta dính sâu vào chuyện rắc rối*.

knee-deep in something adjective có nhiều thứ gì đó • We are knee-deep in orders and loving it: *Chúng tôi có nhiều đơn đặt hàng và thích điều đó*.

knee-deep navy noun đội tuần tra bờ biển Mỹ [giễu cợt và xúc phạm]

knee-high to a grasshopper adjective (biến thể: **bumble-bee** or **duck** or **frog** or **mosquito** or **spit** or **splinter** or **toad** có thể thay thế **grasshopper**) rất lùn hoặc nhỏ, đặc biệt vì còn nhỏ, còn trẻ • He's been smoking since he was knee-high to a grass-hopper: *Hắn ta hút thuốc từ khi hắn còn trẻ*.

knee-jerk noun 1 hành động hoặc phản ứng giống như phản xạ 2 người phản ứng giống như phản xạ

knee-jerk adjective tự động; nhanh chóng và không cần suy nghĩ • That was only a knee-jerk response. Pay no attention: *Đó chỉ là một phản ứng tự động. Đừng có để ý*.

knee-mail noun lời cầu nguyện [một thông điệp được đưa ra khi bạn quỳ gối]

kneesies noun sự tiếp xúc qua đầu gối, thường là ngoài tầm mắt, chẳng hạn dưới gầm bàn trong nhà hàng; sự cọ xát đầu gối với nhau một cách giấu giếm trong tình yêu • Mary started playing kneesy under the table: *Mary bắt đầu chơi trò chạm đầu gối dưới gầm bàn*.

knee-slapper noun điều gì đó rất vui, đặc biệt là trò đùa; = BOFFOLA

knick-knack noun 1 đồ nữ trang rẻ tiền; một món đồ nhỏ tầm thường để trang trí 2 dương vật nhỏ 3 một người đồng tính sẽ đảo ngược vai trò trong tình dục

knickknacker noun một người nhỏ nhen tầm thường

knife-happy adjective (*nói về một bác sĩ phẫu thuật*) quá nhiệt tình để điều trị bằng cách phẫu thuật

knit noun áo sơ mi hay áo len tay dài

knitting *xem* STICK TO one's KNITTING

knob noun 1 cái đầu 2 dương vật 3 đầu gối

knobber *noun* một gái điếm mặc đồ đàn ông hoặc đĩ đực đồng tính ưa mặc quần áo phụ nữ

knob job *noun* sự quan hệ tình dục bằng miệng với đàn ông; = BLOW JOB

knobs *noun* **1** ngực phụ nữ, đặc biệt là núm vú; = KNOCKERS **2** giày

knock *noun* lời khiển trách; sự chỉ trích dữ dội • It wasn't a disinterested comment, it was a knock: *Đó không phải là một bình luận vô tư, và là một sự chỉ trích gay gắt.*

the **knock** *noun* hóa đơn cho đồ ăn, đồ uống, v.v..; = TAB

knock *verb* **1** khiển trách; phê bình; gièm pha; chỉ trích gay gắt; = PUT someone or something DOWN **2** bắt giữ • The cops knocked her as she was leaving the hotel: *Cảnh sát bắt giữ cô ta khi cô ta rời khách sạn.* **3** gửi qua bưu điện (một lá thư) **4** (*người da đen*) vay hoặc mượn; ăn xin **5** cho • C'mon, baby, knock me a kiss: *Thôi nào cưng, cho anh một nụ hôn đi.*

knock a chunk off *verb* quan hệ tình dục theo quan điểm của đàn ông

knock around *verb* **1** phí thời gian; lười nhác; ăn không ngồi rồi; = KICK AROUND **2** (*cũng là kick around*) đi loanh quanh; đi thơ thẩn • I wanted to kick around a few months after college, but my finances disagreed: *Tôi muốn đi loanh quanh đâu đó vài tháng sau khi học xong đại học, nhưng tài chính của tôi không cho phép.*

knock someone around *verb* cư xử thô bạo với ai; sỉ nhục ai; = KICK someone AROUND • They say he knocks children around: *Họ nói hắn ta cư xử thô bạo với các trẻ con.*

knockaround *adjective* có kinh nghiệm về nhiều mặt của cuộc đời, đặc biệt là thế giới ngầm • I know the score, Vito, I'm a knockaround girl: *Em biết rõ chuyện gì đang xảy ra, Vito, em là một cô gái từng trải mà.*

knock a scarf *verb* ăn một bữa ăn

knock at the door *verb* (*đua ngựa*) suýt thắng một vài cuộc đua gần đây

knock back *verb* uống; uống một hơi • He knocked back two cans of beer: *Hắn ta nốc một hơi hết hai lon bia.*

knock back a drink or **knock one back** or **knock one over** *verb* nốc một ly rượu

knock someone's block off *verb* đánh rất mạnh; nện cho ai một trận nhừ tử; = CLOBBER • One more word and I'll knock your block off: *Một lời nữa thì tao sẽ nện cho mày một trận tơi bời.*

knock boots *verb* quan hệ tình dục

knock someone cuckoo *verb* đánh ai bất tỉnh hoặc gần bất tỉnh

knock someone (or knock 'em) dead *verb* **1** thực hiện một buổi trình diễn tuyệt vời với ai **2** làm vui thích hoặc gây ấn tượng mạnh; làm cảm kích ai tột độ; = KILL, KNOCK someone's SOCKS OFF, WOW

knockdown *noun* **1** sự giới thiệu • Will you give me a knock-down to her: *Anh sẽ giới thiệu tôi với cô ta không?* **2** sự mời; lời mời **3** tiền ăn trộm từ ông chủ

knock down *verb* **1** cướp **2** xoáy; ăn cắp tiền từ người chủ của mình **3** làm giảm giá; hạ xuống • He asked $5000 for his car but I managed to knock him down 10 percent: *Anh ta đòi 5000 đô-la cho chiếc xe của mình nhưng tôi đã tìm cách làm cho anh ta giảm giá xuống 10 phần trăm.* **4** chỉ trích; = KNOCK • He knocked down my taking risks: *Nó đã chỉ trích việc mạo hiểm của tôi.* **5** giới thiệu • Playboy could knock him down (introduce him) to those worth knowing: *Playboy có thể giới thiệu anh ta với hiểu biết đáng giá này.* **6** uống một phần rượu **7** kiếm được một số tiền cụ thể • She must knock down about twenty thou a year: *Cô ấy phải kiếm được số tiền khoảng hai mươi ngàn đô một năm.*

knock something down *verb* bán cái gì, đặc biệt với giá ưu đãi cho người mua • I'll knock it down to you for three bucks: *Tôi sẽ bán cái đó với giá ưu đãi cho anh ba đô-la.*

knock-down *adjective* **1** (*về giá cả*) rất thấp **2** (*về đồ đạt*) dễ tháo lắp

knockdown-drag-out *adjective* rất dữ dội; mãnh liệt; không bị kiềm chế; = ALL-OUT • They were having a knockdown-drad-out argument when I got there: *Họ đang có một cuộc tranh cãi rất dữ dội khi tôi đến đó.*

knockdown drag-out *noun* tính hung dữ; tính chất quá khích • Seems the neighbors were having a knockdown drag-out: *Hình như những người hàng xóm có tính quá khích.*

knockdown drag-out fight *noun* một cuộc chiến kéo dài và khó khăn

knocked *adejctive* say rượu

knocked in *adjective* bị bắt • Willy was knocked in at midnight: *Willy bị bắt lúc nửa đêm.*

knocked out *adjective* **1** xuất sắc **2** kiệt sức; mệt lử; = POOPED **3** sửng sốt; bàng hoàng • We were just knocked out when we heard your news: *Chúng tôi sửng sốt khi nghe tin của bạn.* **4** say rượu hoặc ma túy **5** thích thú quá độ; cực kỳ hài lòng • Everybody was knocked out to be asked: *Mọi người thì thích thú quá độ để được hỏi.*

knocked up *adjective* **1** bị xạc xài; bị méo mó; bị đánh đập • Your car looks rather knocked up: *Chiếc xe của anh trông hơi xạc xài.* **2** say rượu **3** có thai; có mang • Look at her! She's knocked up and looks due any minute: *Nhìn cô ta xem! Cô ta có thai và trông có vẻ sắp sinh.*

knocker¹ *noun* người thường xuyên chỉ trích; người nói xấu; người bới móc

knocker² *noun* nhân vật quan trọng; = BIG SHOT, MACHER

knocker³ *noun* **1** một cảnh sát mặc thường phục **2** (*xiếc và lễ hội*) một người trong khán giả cảnh báo những người khác về điều gì đó gian lận **3** ai đó là người tiết lộ một tay chơi bi-da là dân chuyên nghiệp

knockers *noun* **1** tinh hoàn; hòn dái • He got hit right in the knockers: *Anh ta bị đánh ngay vào hòn dái.* **2** ngực phụ nữ, đặc biệt là ngực lớn; = HOOTERS

knock someone or something for a loop *verb* (biến thể: **throw** có thể thay **knock** and **goal** or **row** or **row of ashcans** or **row of milk cans** or **row of Chinese pagodas** or **row of tall red totem poles** có thể thay **loop**) **1** đánh ai rất mạnh; = CLOBBER **2** làm lộn xộn; làm rối loạn dữ dội; phá vỡ sự bình yên và lòng tin; = DISCOMBOBULATE **3** cực kỳ vui thích; hồi hộp và ngạc nhiên; = KILL, KNOCK someone's SOCKS OFF **4** đối phó rất tốt; = ACE, CREAM **5** ngạc nhiên; sửng sốt hoàn toàn • I wouldn't be knocked for a loop if they lost: *Nếu như chúng nó thua thì tôi sẽ chẳng ngạc nhiên.*

knock someone or something galley west (or sky-west) *verb* đánh ai hoặc cái gì rất mạnh, đặc biệt là đánh đến bất tỉnh; đè bẹp; = CLOBBER • Jimmy likewise knocked him galley-west: *Jimmy cũng đã đánh hắn bất tỉnh.*

knockin' *adjective* tuyệt vời

knock something into a cocked hat *verb* **1** đánh bại hoàn toàn; đánh ai nhừ tử **2** hơn hẳn; vượt hẳn **3** phá tan; làm cho không thực hiện được nữa 4 chứng minh là sai; chỉ sự sai lầm của một tuyên bố, lời bào chữa, v.v.. 5 phá hủy hoặc làm hỏng một kế hoạch, một câu chuyện... • You've knocked everything into a cocked hat: *Mày vừa phá hủy mọi thứ rồi.*

knock someone or something **into the middle of next week** *verb* đánh ai hoặc cái gì rất mạnh; = CLOBBER • If you ever talk to me like that again, I'll knock you into the middle of next week!: *Nếu mày còn nói chuyện với tao như thế lần nữa, tao sẽ đấm cho mày một trận nên trò.*

knock it off or **knock it** *verb* ngừng làm; dừng lại (để chấm dứt cuộc tranh cãi, cuộc đánh nhau, sự phê bình, v.v..); = CUT IT OUT [thường là một mệnh lệnh nghiêm khắc] • Knock it off, John!: *Thôi dẹp đi John!* • When the teacher saw two students fighting, he cried to them "knock it off!": *Khi trông thấy hai học sinh đánh nhau, thầy giáo la hét chúng " hãy dừng tay lại thôi!"*

Knock it off! *exclam.* Yên lặng!; Câm mồm! • Hey, you guys! Knock it off!: *Này, mấy thằng kia! Câm mồm đi!*

knock it out *verb* 1 (người da đen) làm tình; giao hợp 2 (*báo chí dùng*) viết nhanh cái gì, thường không văn vẻ và cũng không tập trung lắm

knock someone's **lights out** *verb* 1 đánh ai tơi bời; đánh ai nhừ tử; = BEAT THE SHIT OUT OF someone, CLOBBER 2 làm vui thích; gây ấn tượng mạnh cho ai; = KNOCK someone's SOCKS OFF • I have a story that would knock your lights out: *Tôi có một câu chuyện sẽ gây ấn tượng mạnh cho anh.*

knocko *noun* cảnh sát chống ma túy

knock-off *noun* 1 một sản phẩm được thiết kế dễ bị nhầm với một sản phẩm mắc tiền của nhãn hiệu nổi tiếng; hàng nhái 2 một vụ giết người

knock off *verb* 1 dừng; ngừng • These girls worked hard—some of them didn't knock off for a single night: *Những cô gái này đã làm việc chăm chỉ – vài người trong số họ không hề nghỉ lấy một đêm.* 2 giết; ám sát; = RUB OUT 3 (*nói về cảnh sát*) bắt giữ; đột kích • We'll knock off this croaker: *Chúng tôi sẽ bắt giữ tay bác sĩ này.* 4 cướp; trộm; = HOLD UP, KNOCK OVER 5 tái sản xuất một món đồ có nhãn hiệu, rẻ hơn và thường là bất hợp pháp • "Knocking off' is trade slang for copying a competitor's dress, cutting corners to sell it for a lower price: *"Knock off" là tiếng lóng thương mại cho việc sao chép vẻ ngoài của đối thủ cạnh tranh, lược bỏ bớt để bán nó với giá thấp hơn.* 6 sản xuất, đặc biệt có vẻ dễ dàng và nhanh chóng • He knocked off a couple of portraits at $40.000 each: *Ông ta làm ra một đôi bức chân dung với giá mỗi bức 40,000 đô-la.* 7 dùng; tiêu thụ, đặc biệt là uống rượu; = KNOCK DOWN 8 xóa đi; bỏ đi; hủy • Let's knock off this last paragraph: *Chúng ta hãy xóa đi đoạn cuối này.* 9 chết; qua đời 10 quan hệ tình dục với, đặc biệt với tư cách gái mại dâm; làm thỏa mãn khách làng chơi 11 đánh bại; vượt qua • The Tigers knocked off the Yankees today: *Hôm nay đội Tigers đã đánh bại đội Yankees.* 12 đến; tới; đạt đến • The old tub was knocking off 12 knots and groaming like a cow in labor: *Chiếc thuyền cũ kỹ đã đạt tới 12 hải lý và kêu ken két như bò làm việc.*

knock something **off** *verb* 1 sản xuất hoặc làm cái gì, đặc biệt là vội vàng • I'll see if I can knock another one off before lunch: *Tôi sẽ xem liệu tôi có thể làm vội một cái khác trước bữa ăn trưa không.* 2 hạ giá cái gì; bớt một ít đô-la hoặc xu (cent) của cái gì • The store manager knocked 30 percent off the price of the coat: *Viên quản lý cửa hàng đã giảm 30% giá của chiếc áo choàng.*

knock off a piece *verb* quan hệ tình dục; = SCREW

knock off work *verb* nghỉ việc; xong việc; tan sở • What time do you knock off work?: *Mấy giờ anh xong việc?*

knock one back *xem* KNOCK BACK A DRINK

knock one off *verb* quan hệ tình dục, đặc biệt là theo kiểu qua loa

knock one over *xem* KNOCK BACK A DRINK

knock out *verb* có ảnh hưởng rất mạnh; tạo ấn tượng sâu sắc • It really knocked me out to hear him give directions: *Tôi thật sự ấn tượng khi nghe anh ta chỉ dẫn.*

knockout *noun* 1 một cái gì đó khá lộng lẫy • Your new car is a knockout: *Chiếc xe mới của anh khá lộng lẫy đấy.* 2 một người đàn ông hoặc phụ nữ có ngoại hình đẹp • Your girl-friend is a real knockout: *Cô bạn gái của cậu đẹp thật đấy.*

knockout *adjective* rất thú vị; rất hấp dẫn • It was a real knockout evening: *Đó thật sự là một buổi tối rất thú vị.* • That was a knockout plot: *Đó là một miếng đất rất hấp dẫn.*

knock oneself **out** *verb* 1 làm việc nặng nhọc; gắng hết sức 2 có thời gian tuyệt vời và kiệt sức • They knocked themselves out drinking and dancing: *Chúng nó có thời gian đẹp và mệt nhừ vì uống rượu và khiêu vũ.*

knock someone **out** *verb* 1 (cũng là **knock** someone **stiff**) làm ai bất tỉnh, đặc biệt với một cú đấm 2 làm vui thích hoặc gây ấn tượng mạnh cho ai; = KILL, KNOCK someone's SOCKS OFF 3 làm ai ngạc nhiên • Her stunning beauty knocked us all out: *Vẻ đẹp lộng lẫy của cô ấy làm chúng tôi sửng sốt.*

knock something **out** *verb* 1 làm hoặc sản xuất, đặc biệt khá nhanh và sơ sài • I haven't got time to knock the script out myself: *Tôi không có thời gian để viết kịch bản.* 2 viết nhanh cái gì đó • Would you please knock a speech out for the senator?: *Anh làm ơn viết nhanh một bài diễn văn cho thượng nghị sĩ nhé?*

knockout drops *noun* liều thuốc ngủ mạnh hoặc một loại thuốc gây mê khác, đặc biệt chloral hydrate, được lén bỏ vào đồ uống; = MICKEY FINN

knock out tongue *verb* hôn với miệng đang mở

knockover *noun* (*thế giới ngầm*) một vụ cướp; = HEIST

knock over *verb* 1 (cũng là *kick over*) (*từ thế giới ngầm*) cướp; = HOLD UP, KNOCK OFF 2 tiến hành khám xét một tổ chức bất ngờ 3 bắt giữ 4 ăn trộm thứ gì đó

knocks *noun* sự vui thú; sự thích thú quá độ; sự hài lòng; = COOKIES, JOLLIES, KICKS

knock some heads together *verb* trách mắng ai; bắt ai làm việc mà lẽ ra họ nên làm • Do I have to come in there and knock some heads together, or will you kids settle down?: *Mẹ phải vào đó quở mắng các con hay là các con tự hòa giải với nhau.*

knock (or blow) someone's **socks off** *verb* làm ai sửng sốt hoặc giật mình; cực kỳ vui thích; = KILL, SEND • Wow, that explosion nearly knock my socks off: *Trời, tiếng nổ đó làm tôi giật cả mình.*

knock someone **some skin** *verb* bắt tay với ai • Hey, man, knock me some skin!: *Này, anh bạn, bắt tay nào!*

knock the dew off the lily or **shake the dew off the lily** *phrase* (*nói về đàn ông*) đi tiểu, đặc biệt là điều đầu tiên làm vào buổi sáng • I gotta go shake the dew off the lily before I explode: *Tôi phải đi tiểu trước khi vỡ bọng đái.*

knock the habit *verb* ngưng dùng ma túy; cai nghiện ma túy

knock them in the aisles *xem* LAY THEM IN THE AISLES

knock the props (out) from under *verb* khiến một quan điểm, lập luận, ý kiến, v.v.. trở nên không hợp lệ; gây tranh cãi lớn

knock the shit out of someone or something *xem* BEAT THE SHIT

OUT OF someone or something

knock (or **throw**) something **together** *verb* **1** làm hoặc sản xuất cái gì một cách nhanh chóng **2** thu thập cái gì đó lại – chẳng hạn như một bữa ăn – vào giây phút cuối cùng • Bob knocked together some lemon chicken and rice in only a few minutes: *Bob thu nhặt nhanh lại một ít gà nướng chanh và cơm chỉ trong vài phút.*

knock someone **up** *verb* **1** làm thụ thai; làm có bầu • She said it was a serviceman from Fort Bliss knocked her up: *Cô ta nói một quân nhân ở Fort Bliss làm cô ta có thai.* **2** đánh thức ai; đánh thức ai dậy bằng cách gõ cửa • Tell the servant to knock me up at five o'clock: *Bảo người làm gõ cửa đánh thức tôi dậy vào lúc 5 giờ.*

knockwurst *noun* dương vật

knock your wig *verb* chải đầu

knothead *noun* người ngu ngốc

know *xem* IN THE KNOW

know all the angles *verb* biết mọi mánh khóe và thủ đoạn để đối phó với ai hoặc cái gì đó • Ask my mouthpiece about taxes. He knows all the angels: *Hãy hỏi luật sư của tôi về thuế. Ông ta biết mọi mánh khóe.*

know (or **have**) **all the answers** *verb* **1** khẳng định hoặc làm ra vẻ hiểu biết sâu sắc **2** có sự từng trải kiểu chán đời, hoài nghi **3** hiểu biết mọi trường hợp hoặc vấn đề tường tận • She thinks she knows all the answers and doesn't respect anybody else's opinion: *Cô ta cứ cho rằng mình biết mọi thứ và chẳng hề kiêng nể ý kiến ai khác.*

know one's **ass from a hole in the ground** *verb* am tường; lanh lợi và hiệu quả • That stupid son of a bitch doesn't know his ass from a hole in the ground: *Thằng khốn ngu ngốc đó chẳng lanh lợi và hiệu quả gì cả.*

not **know** one's **ass from** one's **elbow** (or **from a hole in the ground**) *xem* NOT KNOW one's ASS FROM one's ELBOW

not **know beans** *xem* NOT KNOW BEANS

knowed-up *adjective* may mắn, và tin rằng kỹ năng chứ không phải may mắn đã tạo ra thành công

know from something *verb* biết về thứ gì đó • Do you know from timers, I mean how timers work?: *Cậu có biết các thiết bị bấm giờ, ý tớ là các thiết bị bấm giờ hoạt động như thế nào không?*

not **know** someone **from Adam** *xem* NOT KNOW someone FROM ADAM

not **know** someone or something **from a hole in the ground** *xem* NOT KNOW someone or something FROM A HOLE IN THE GROUND

know (or **not know**) **from nothing** *verb* không biết; ngu dốt • That pompous bastard knows from nothing: *Gã thối tha vênh vang đó chẳng biết gì cả.*

know-how *noun* **1** sự biết cách làm việc gì • I don't have the know-how to do this job: *Tôi không biết cách để làm việc này.* **2** kỹ năng, đặc biệt kỹ năng kỹ thuật; sự hiểu biết thực tế (trái với lý thuyết)

know-it-all *noun* người cái gì cũng biết (sự thật thì không); người giả vờ thông suốt mọi sự; = BIGMOUTH, SMART-ASS • Pete is such a know-it-all!: *Pete là một người tỏ vẻ thông suốt mọi sự.*

know one's **onions** *verb* (biến thể: **beans** or **business** or **stuff** có thể thay **onions**) rất giỏi; rành việc; có kinh nghiệm • I'm glad the tax accountant knows his onions: *Tôi mừng là nhân viên kế toán thuế rất giỏi và rành việc.*

know shit from Shinola or **tell shit from Shinola** *verb* biết chuyện gì đang xảy ra; thông minh và hiểu biết [luôn dùng trong thể phủ định; **Shinola** là nhãn hiệu xi đánh giày] • Poor Tom doesn't know shit from Shinola: *Thằng Tom tội nghiệp chẳng thông minh và hiểu biết gì cả.*

know the ropes *verb* hiểu rõ những chi tiết hoặc phương pháp của công việc làm; = KNOW one's WAY AROUND • I've done this before so I know the ropes. Would you like me to show you how to do it?: *Tôi đã làm việc này trước đó, thế nên tôi nắm vững được cách thức làm việc. Anh có muốn tôi chỉ anh làm như thế nào không?*

know the score *verb* biết rõ việc thiết yếu về một tình trạng; hiểu cái gì là quan trọng; biết rõ chuyện gì xảy ra • You look like a smart lad who knows the score: *Trông anh có vẻ là một chàng trai thông minh biết rõ việc thiết yếu và quan trọng.*

know one's **way around** *verb* **1** am hiểu và có kinh nghiệm; có kinh nghiệm và đáng tin cậy • He's been at the job for two years but still doesn't know his way around: *Anh ta đã làm việc hai năm nhưng vẫn không có kinh nghiệm và đáng tin cậy.* **2** quen thuộc; từng trải (nơi chốn, phong tục, v.v..) • Sarah can serve as our guide, because she's lived in Paris for many years and really knows her way around: *Sarah có thể làm người hướng dẫn cho chúng tôi, bởi vì cô ta đã sống ở Paris nhiều năm và thực sự thông thạo đường lối.*

know what one **can do with** something *verb* (biến thể: **where** one **can put** (or **shove** or **stick** or **stuff**) có thể thay **what** one **can do with**) biết người nào có thể giải quyết được việc gì • I saw the contract and he knows what he can do with it: *Tôi nhìn bản hợp đồng và nó biết là nó có thể giải quyết được việc đó.*

know what's what *verb* biết việc gì đang xảy ra; hiểu đời; thông suốt • We don't know what's what around here yet: *Chúng tôi chưa biết chuyện gì đang xảy ra quanh đây.*

know where it's at *verb* biết rành; am hiểu những cái mới; biết tình thế; = be HIP • The young generation knows what's happening and where it's at: *Thế hệ trẻ biết rành những gì đang xảy ra và thạo đời.*

know where someone **is coming from** *verb* hiểu động lực của ai; hiểu vị trí hoặc tình thế của ai • I know where you're coming from. I've been there: *Tôi hiểu vị trí của anh. Tôi đã ở đó mà.*

know where the bodies are buried *verb* biết rõ công việc giữ kín; biết bí mật; biết rõ tội phạm hoặc chuyện riêng tư • The president reckoned he had to keep that lawyer quiet, because he knew where the bodies were buried: *Vị chủ tịch cho là ông ta phải giữ kín luật sư, bởi vì ông ta biết rõ bí mật đó.*

know which end is up *verb* cảnh giác và thông thạo • Don't try to hustle me, sister. I know which end is up: *Đừng cố thúc ép tôi, cô em. Tôi rất cảnh giác và thông thạo đấy.*

knucker or **knucksman** *noun* (thế giới ngầm) kẻ móc túi

knuck game *noun* khả năng chiến đấu • So we all worked on our knuck games to earn our reps: *Vậy là tất cả chúng tôi đều tiếp tục luyện tập khả năng chiến đấu để giành được danh tiếng.*

knuckle *verb* **1** chiến đấu với tay không **2** tấn công bằng quả đấm

knuckle *noun* **1** cái đầu **2** xương • nothin' upstairs but solid knuckle: *không có cái gì trên gác trừ bộ xương rắn chắc*

knuckleball or **knuckler** *noun* **1** (**bóng chày**) một cú ném bóng thấp và chập choạng bằng khớp đốt ngón tay; = BUTTERFLY BALL **2** *modifier*: a knuckleball artist: *một cầu thủ ném bóng bằng khớp đốt ngón tay*

knuckle-buster *noun* cái cờ-lê (end wrench)

knuckled *xem* WHITE-KNUCKLED

knuckle down *verb* làm việc vất vả và nghiêm túc; ngừng lười nhác; bắt tay vào việc; = BUCKLE DOWN • If you want to success, you'll have to knuckle down right now: *Nếu anh muốn thành công anh phải nỗ lực làm việc ngay bây giờ.*

knuckle down (to something) *verb* **bận làm việc gì; tích cực bắt tay vào việc gì** • Please knuckle down to your studies: *Làm ơn lo học bài đi.*

knuckle-dragger *noun* (**sinh viên**) **một người đàn ông to khỏe và ngu đần (như một con khỉ đột); người thô bạo, ngu dốt, lỗ mãng và cộc cằn;** = GORILLA, STRONG ARM MAN • Call off your knuckle-draggers. I'll pay you whatever you want: *Hãy gọi bọn khỉ đột của anh ra khỏi đây. Tôi sẽ trả anh bất cứ gì anh muốn.*

knuckle-duster *noun* (**bóng chày**) **cú ném được ném ở phía trong hoặc gần khớp đốt ngón tay của người đập bóng**

knuckle-dusters *noun* **quả đấm sắt** [vật che bằng kim loại đeo lên khớp đốt ngón tay]

knucklehead *noun* **một người ngu xuẩn; một thằng ngốc;** = BONEHEAD

knuckleheaded *adjective* **ngu ngốc**

knuckle junction *noun* **cuộc đấm đá; cuộc ẩu đả**

knuckleknob *noun* **một kẻ ngốc hay một người kém thông minh**

knuckler *xem* KNUCKLEBALL, WHITE KNUCKLE

knuckles *xem* RAP someone's KNUCKLES

knuckle sandwich *noun* **một cú đấm vào miệng hoặc mặt** • I'll give you a knuckle sandwich I ever see you around here again: *Tao sẽ cho mày một cú đấm vào mồm nếu tao còn thấy mày quanh quẩn ở đây lần nữa.*

knuckle under (to someone/something) *verb* **nhượng bộ hoặc chấp nhận ai hay cái gì** • She always refused to knuckle under to anyone: *Cô ta luôn từ chối nhượng bộ bất kỳ ai.*

knuckle up *verb* **chiến đấu**

knucks *noun* **quả đấm sắt;** = KNUCKLE-DUSTERS [vật che bằng kim loại đeo lên khớp đốt ngón tay]

KO or **kayo** *noun* (phát âm theo từng chữ cái riêng) **1** (**quyền Anh**) **một cú nốc ao 2** *modifier:* a KO punch: *một cú đấm nốc ao*

KO or **kayo** *verb* **đo ván; nốc ao (nhất là trong đấu quyền Anh)** [viết tắt của "*knock-out*"]

KOed *adjective* **1 bị hạ đo ván; bị nốc ao** [viết tắt của "*knocked out*"] • He was KOed in the second round: *Anh ta bị đấm đo ván trong hiệp hai.* **2 say rượu hoặc ma túy**

Kojak *noun* **viên cảnh sát** [một nhân vật trong chương trình truyền hình cảnh sát nổi tiếng có cùng tên Kojak (1973-1978) và Telly Savalas đóng] • Ask Kojak in for a cup of coffee: *Hãy mời viên cảnh sát vào uống một tách cà phê.*

Kong or **kong** *noun* (**người da đen**) **đồ uống có cồn rẻ tiền và mạnh; rượu uýt-ki lậu;** = KING KONG

konk *xem* CONK

konk-buster *xem* CONK-BUSTER

kook *noun* **1 một người tâm lý thất thường; người lập dị; người lạ;** = NUT, SCREWBALL **2** *modifier:* did a kook piec with dancers: *đã chơi một bản nhạc lập dị với các vũ công* **3 một tay lướt sóng hay một người trượt tuyết mới học không có kỹ năng 4** (**truyền hình và điện ảnh**) **một màn chắn sáng được thiết kế để loại bỏ bóng**

kookie *xem* KOOKY

kookish *adjective* **lạ; lập dị** • Who is the kookish one over there with the purple shades?: *Cái người lập dị đằng kia với kính râm màu tía là ai vậy?*

kooky or **kookie** *adjective* (**thanh thiếu niên, những năm 1950**) **lập dị, nếu không nói là điên;** = DIPPY, GOOFY • A kooky generation? No: *Một thế hệ lập dị ư? Không.*

Kools *noun* **điếu thuốc lá làm bằng thuốc lá trộn cần sa**

kootchy *xem* the HOOTCHIE-COOTCHIE

kopasetic *xem* COPACETIC

Korean forklift *noun* (**chiến tranh Triều Tiên**) **ba lô đeo vai hình chữ A dùng bởi người Triều Tiên để mang những vật lớn và nặng**

kosh *noun* = COSH

koshe *xem* KOSHER

kosher *adjective* **1 công bằng; thẳng thắn; thích hợp; thỏa đáng** • She knew things wasn't kosher between me and this crew: *Cô ta biết mọi thứ không công bằng giữa tôi và phi hành đoàn này.* **2** (**dùng trong giới đồng tính**) **cắt bao quy đầu 3** (cũng là **koshe**) **có thể chấp nhận được** • Is it kosher to do this?: *Có thể chấp nhận được khi làm điều này không?* **4 thuộc về rượu nguyên chất, rượu không pha**

kosher *verb* **làm cho cái gì có thể chấp nhận được** • Do you want me to kosher it with the boss for you?: *Anh có muốn tôi làm điều đó với ông chủ có thể chấp nhận cho anh không?*

kraut or **Kraut 1** *noun* (**quân đội, thế chiến II**) **một người Đức, đặc biệt là lính Đức** [từ món ăn *sauerkraut* của người Đức, không nhất thiết mang nghĩa miệt thị] **2** *noun* **tiếng Đức** • Another guy don't speak nothing but Kraut, he comes all the way from West Germany: *Gã kia không nói gì ngoài tiếng Đức, anh ta đến từ Tây Đức.* **3** *adj* kraut wine: *rượu vang Đức*

krauthead *noun* **một người Mỹ gốc Đức hay một người Đức nhập cư**

krautland *noun* **nước Đức** • "Every German in this part of Krautland is going to be looking for me when they find my plane": *"Mọi người Đức trong khu vực này của nước Đức sẽ tìm kiếm tôi khi họ tìm thấy máy bay của tôi".*

krauty *adjective* **thuộc về nước Đức** • The Professor began a long speech in a krauty accent, crumbs yelling out of his mouth: *Vị giáo sư bắt đầu bài diễn thuyết dài bằng giọng Đức, trời đất ơi, những tiếng chửi mắng đang phát ra từ miệng ông ta.*

Krishna *xem* HARE KRISHNA KIDS

krunk *xem* CRUNK

ku klux klan *noun* (**bài poker**) **ba con K** [từ những chữ đầu của đảng 3K: KKK]

kvell *verb* **1 tràn ngập sự hãnh diện hân hoan 2 thể hiện sự kiêu hãnh và thỏa mãn; rạng rỡ**

kvetch *noun* **một người chuyên phàn nàn**

kvetch *verb* **phàn nàn; kêu ca; than van** • I don't want to have to listen to him kvetch about how nobody ever does anything for anybody but themselves: *Tôi không muốn cứ phải nghe anh ta kêu ca về việc không có người nào làm bất cứ điều gì cho ai ngoài bản thân họ.*

kvetchy *adjective* **hay phàn nàn** • I felt like I could hardly be nice to Sam because I was so tired and he was such a kvetchy little bundle of shitty diapers and bad attitude: *Tôi cảm thấy như tôi hầu như không thể tử tế với Sam vì tôi quá mệt còn anh ta là một đống tã lót bẩn thiu hay phàn nàn và xấu tính.*

kyuter *xem* CUTER

L

lab *noun* 1 phòng thí nghiệm [viết tắt của "*laboratory*"] 2 *modifier*: lab work: *công việc thí nghiệm*

labonza *noun* 1 dạ dày; bụng; = GUT, KISHKES • People refer to your stomach as "the labonza": *Mọi người thích gọi dạ dày là "labonza".* 2 mông đít 3 lõm thượng vị [lõm này nằm giữa các xương cụt bên dưới xương ức, được cho là nơi cảm thụ sự sợ hãi, sự lo lắng]

lace-curtain Irish *noun* 1 người Mỹ gốc Ai-len tầng lớp trung lưu hay một người Ai-len nhập cư 2 người thành công và đáng tôn trọng có nguồn gốc Ai-len [từ thực tế màn ren (*lace curtains*) ở cửa sổ là dấu hiệu giàu có và vượt trội về mặt xã hội so với tầng lớp lao động]

laced *adjecitve* phê thuốc, đặc biệt là phê cần sa

lacy *adjective* 1 giống như đàn bà hoặc phụ nữ • He's sort of lacy: *Anh ta có phần nào giống như đàn bà.* 2 đồng tính; ẻo lả 3 mỏng manh; hẹp • The hotel is a little lacy, but it's clean: *Hành lang của khách sạn thì hơi hẹp, nhưng nó sạch sẽ.*

la-de-da (biến thể: **la-de-dah** or **la-di-da** or **la-di-dah**) 1 *noun* người màu mè; người kiểu cách; người ăn mặc bảnh bao; người lịch sự và nhã nhặn 2 *adj* màu mè; kiểu cách; rất lịch sự và đứng đắn • We can't stand her la-di-da husband: *Chúng tôi không thể chịu được ông chồng kiểu cách của cô ta.* 3 *adj* thờ ơ; vô tư lự • She's not all that calm about her possessions, but she is very la-di-dah with men: *Cô ấy không hoàn toàn bình tĩnh về tài sản của mình, nhưng cô ấy rất thờ ơ với đàn ông.* 4 *verb* đối xử theo kiểu thờ ơ, bình thản • The outfielder la-di-da'd the catch: *Cầu thủ ở khu vực ngoài (môn bóng chày hoặc cricket) chộp bóng một cách bình thản.*

la-de-da or **la-de-dah** or **la-di-da** or **la-di-dah** *interj.* 1 lời chế nhạo, giễu cợt; một lời hồi đáp mang tính chế nhạo, mỉa mai • So you have a new car! Well, la-di-dah!: *Vậy là cậu có một chiếc ô tô mới à! Ồ, la-là-la!* 2 một câu được dùng có ý nghĩa tương đương "không thành vấn đề!"; "không quan trọng!" • You're cancelling our date? Oh well, la-di-dah: *Em đang hủy cuộc hẹn của chúng ta? Ồ được rồi, không quan trọng.*

ladies' *noun* nhà vệ sinh nữ công cộng

ladies' (or **lady's**) **man** *noun* 1 người đeo đuổi và tự hiến thân mình cho phụ nữ; người nịnh đầm; = LOVER-BOY 2 người đàn ông hấp dẫn nhiều phụ nữ; người có số đào hoa

ladies' room *noun* nhà vệ sinh dành cho phái nữ

lady *noun* bất kỳ phụ nữ nào; bất kỳ phụ nữ trưởng thành nào [thường dùng trong xưng hô trực tiếp giả bộ lịch sự]

the lady *noun* (*ma túy*) cô-ca-in

lady bear *noun* nữ cảnh sát • This lady bear asks me if I'm going to a fire: *Cô cảnh sát ấy hỏi tôi làm gì mà cuống lên như thế.*

lady five finger *noun* bàn tay của đàn ông hay chàng thanh niên trong lúc thủ dâm; sự thủ dâm

Lady H *noun* (*ma túy*) hê-rô-in

lady-killer *noun* người đàn ông rất thành công với phụ nữ; gã sở khanh

Lady Snow *noun* (*ma túy*) cô-ca-in

laff riot *noun* 1 một chương trình, sự kiện, v.v.. rất vui 2 điều gì rất thú vị; một dịp vui vẻ [thường dùng mỉa mai]

lag *noun* 1 (*thế giới ngầm*) người bị kết án tù; tù nhân 2 (*thế giới ngầm*) kẻ phạm tội; tội phạm

lagger *noun* 1 người liên lạc trong một tổ chức buôn lậu 2 (*thế giới ngầm*) tù nhân, đặc biệt là người được tha theo cam kết

lagniappe *noun* cổ tức; việc gì phụ thêm • I hit him with a real hard ones for lagniappe: *Tôi đánh hắn một vài cái thật mạnh phụ thêm.*

lah-di-dah *adjective* hững hờ; thư giãn và không quan tâm

lah-di-dah *interj.* một lời chế nhạo, giễu cợt; một lời hồi đáp mang tính chế nhạo, mỉa mai • So you have a new car! Well, lah-di-dah: *Vậy là mầy có một chiếc ô tô mới à! Ồ, la-là la.*

laid *adjective* 1 (cũng là *layed*) say ma túy 2 giao hợp; giao cấu

laid-back *adjective* 1 thư giãn; bình tĩnh; thong thả; thoải mái; dễ chịu • The election campaign went really well. Everyone was very laid-back and friendly: *Cuộc vận động tuyển cử đã thực sự tiến hành tốt đẹp. Mọi người đều thấy rất thoải mái và thân thiện.* 2 say rượu hoặc ma túy

laid out *adjective* 1 say rượu hoặc ma túy 2 được xếp đặt • Her appartment is very conveniently laid out: *Căn hộ của cô ta được sắp đặt rất thuận tiện.* 3 diện bảnh bao; mặc đồ đẹp • You really look laid out today!: *Hôm nay trông anh diện bảnh bao quá!* 4 bị ngã (bởi cú đấm) • He was laid out, and the cowboy just stood there panting: *Anh ta bị đấm ngã và anh chàng cao bồi chỉ đứng đó thở hổn hển.*

laid, relayed, and parlayed *adjective* 1 hoàn toàn bị lợi dụng; bị lừa hoàn toàn • We been laid, relayed, and parlayed and nobody wants to hear about it: *Chúng tôi đã hoàn toàn bị lợi dụng và không ai muốn nghe về nó.* 2 rất thỏa mãn về mặt tình dục

laid to the bone *adjective* 1 say rượu 2 (cũng là *silked to the bone*) trần truồng; khỏa thân • She was laid to the bone and screaming bloody murder when he opened the door: *Cô ta trần truồng như nhộng và thét lên khi anh ta mở cửa.*

lallygag *xem* LOLLYGAG

Lake Atlantic *nickname* Đại tây dương trên bờ biển Florida

La-La Land *noun* Los Angeles, California

lam *noun* 1 trong một âm mưu lừa đảo, nạn nhân 2 một tù nhân

lam nam trẻ tuổi, có vẻ ngây thơ mới vào tù, được xem là một người dễ bị chinh phục về tình dục bởi bọn lạm dụng tình dục

lam *verb* 1 rời khỏi; đi, đặc biệt vội vã để trốn 2 thoát, đặc biệt là từ nhà tù; vượt ngục

lamb *noun* 1 người dễ bịp; người dễ dàng bị bắt nạt; = PATSY, SUCKER 2 = LAMBIE 3 người yêu quý; người đáng yêu • Mary is such a lamb: *Mary thật là một người đáng yêu.*

lambaste or **lambast** *verb* 1 đánh rất mạnh; = CLOBBER 2 chê bai; chỉ trích thậm tệ • Stop lambasting my work!: *Thôi ngừng chỉ trích công việc của tôi!*

lambasted *adjective* say rượu

lambie or **lambie-pie** *noun* người yêu; người tình • He wrote a sonnet to his lambie: *Anh ta viết một bài thơ xo-nê đến người yêu của mình.*

lame or **laine** or **lane** *noun* 1 một người bình thường, chất phác và tuân thủ luật pháp 2 kẻ lù lì; kẻ khù khờ; kẻ cổ lỗ sĩ; kẻ hủ lậu 3 người yếu kém, không có năng lực

lame *adjective* 1 nệ cổ; hủ lậu; lạc hậu 2 không đúng mốt; yếu ớt; không sinh động 3 kém cỏi; vụng về; không có khả năng; đáng chê trách

lamebrain *noun* một người ngu xuẩn; một tên ngốc; = DOPE, KNUCKLE-HEAD

lamebrained *adjective* ngu xuẩn; dại dột; = KLUTZY

lamed *adjective* ngu ngốc; kém thông minh

lame duck *noun* 1 viên chức sắp mãn nhiệm kỳ • You can't expect much from a lame duck: *Bạn không thể nào kỳ vọng quá nhiều vào một người sắp mãn nhiệm kỳ.* 2 (*thị trường chứng khoán*) người đầu cơ đã có quyền mua những cổ phiếu mà họ không thể trả tiền

lame duck *adjective* thuộc về giai đoạn cuối của nhiệm kỳ • You don't expect much from a lame duck president: *Anh không mong đợi quá nhiều vào một tổng thống sắp mãn nhiệm.*

lamp *noun* cái nhìn; = GANDER

lamp *verb* nhìn • Here, lamp this tire for a minute. It's low isn't it?: *Này, hãy nhìn cái lốp xe này một lúc đi. Nó bị bẹp (xẹp) rồi phải không?*

lamps *noun* đôi mắt • Look at those classy lamps!: *Hãy nhìn đôi mắt đẹp đó!*

lamster *noun* 1 kẻ chạy trốn công lý hoặc sự báo thù 2 (*thế giới ngầm*) tù nhân vượt ngục

land *noun* một vùng lân cận

land a blow *verb* 1 đánh; giáng một cú đấm • She tried to land a blow at me, but I blocked it: *Cô ta định giáng một quả đấm vào tôi, nhưng tôi chặn lại.* 2 nêu rõ một điểm; nêu rõ vấn đề • I think I really landed a blow with that remark about extortion: *Tôi nghĩ tôi đã thật sự nêu rõ vấn đề với lời nhận xét đó về vụ tống tiền.*

landowner *noun* tử thi; xác chết; người chết

l **landsman** *noun* người bạn cùng quê, cùng thành phố; đồng hương; = HOMEBOY, PAESAN

land up *verb* đến một tình trạng cuối cùng; kết thúc • She landed up telling a funny story: *Bà ta kết thúc bằng cách kể một chuyện khôi hài.*

lap *noun* 1 một hiệp đấu quyền Anh 2 một ngụm rượu; = SLURP

lap dance *noun* một cuộc biểu diễn tình dục, bao gồm một số mức độ đụng chạm xác thịt nào đó giữa người biểu diễn nữ và một nam giới đang ngồi

lap dance *verb* tham gia vào cuộc biểu diễn tình dục mà trong đó một nữ vũ công, ăn mặc thiếu vải nếu có, lắc mông vào lòng một khách hàng nam đang ngồi

lap dancer *noun* một phụ nữ biểu diễn tình dục trong câu lạc bộ thoát y [vũ nữ có động tác quần quại và cạ mông mình vào lòng của khán giả nam đang ngồi]

lap dancing *noun* hành động kích thích, khiêu dâm của những vũ nữ như là cạ mông mình vào lòng của khán giả nam đang ngồi • Our town has outlawed lap dancing: *Việc múa khiêu dâm đã cấm ở thành phố chúng tôi.*

lap organ *noun* đàn xếp; đàn accordion

lapper[1] *noun* người say rượu; người nghiện rượu

lard[1] *noun* cảnh sát • The lard was there in large numbers: *Cảnh sát ở đó rất đông.*

lard[2] *xem* TUB OF GUTS

lard-ass *noun* 1 một người thừa cân 2 người với cặp mông béo phị 3 cặp mông to quá khổ

lard-assed *adjective* béo; mập; theo kiểu người mập

lard-bucket *noun* một người mập; = TUB OF GUTS

lard-butt *noun* một người mập; người béo phị

lardhead *noun* người ngu ngốc; người đần độn; = FAT-HEAD

lardhead *adjective* ngu ngốc; đần độn

large *adjective* 1 nhiều • I have large cash money in my pocket: *Tôi có nhiều tiền trong túi.* 2 hăng hái 3 (*nói về lối sống*), gợi cảm theo kiểu thoải mái, thành công, quá mức hoặc bê tha 4 (*nhà hát, nhạc jazz*) rất đại chúng và thành công; rất được yêu thích; = BIG • His act was quite large in Boston: *Tiết mục của ông ta khá được yêu thích ở Boston.*

large charge *noun* 1 (*sinh viên*) niềm vui thú lớn; = CHARGE, KICK 2 = BIG SHOT

large evening *noun* một buổi tối vui vẻ, thú vị và sống động

large for *adjective* say mê; rất hài lòng với

large one or **large** *noun* 1 một ngàn đô la 2 (*thế giới ngầm*) một năm tù

larky *adjective* (*chủ yếu ở Anh*) hay vui đùa; hay nghịch • She's larky as a kitten: *Cô ta hay đùa nghịch như con mèo con.*

larry *noun* 1 (*lễ hội*) một ngày hoặc công việc ngắn hạn không sinh lợi 2 (*xiếc*) món hàng nhỏ bị vỡ hoặc kém chất lượng 3 (*trong một ván bài*) người chơi có cơ hội cuối để hành động trong một tình huống cụ thể

larry *adjective* (*xiếc và lễ hội*) không có giá trị; kém chất lượng

lash-up *noun* (*quân đội, thế chiến II, Anh*) nhà ở; doanh trại; = DIGS

last call *noun* cái chết

last straw *noun* hành động hoặc lời xúc phạm cuối cùng khiến người khác phải kháng cự (nghĩa là không chịu đựng được nữa); giọt nước làm tràn ly • This is the last straw. I'm calling the police: *Đây là hành động quá mức không chịu đựng được nữa. Tôi gọi cảnh sát.*

latch on to or **latch on** *verb* 1 giành được; thu được; kiếm được; = GLOM TO ON • Latch on to the first seat that's empty: *Kiếm được chỗ ngồi hạng nhất đang trống chỗ.* 2 nắm bắt; hiểu ra; = DIG • He finally latched onto the truth: *Cuối cùng ông ta đã hiểu ra sự thật.* 3 gắn bó với; phụ thuộc vào • He latched on to me as soon as I arrived: *Nó đã gắn bó với tôi ngay khi tôi đến.*

later *interj.* (*đặc biệt thanh thiếu nên, từ người da đen*) lời chào chia tay; tạm biệt

laters *phrase* tạm biệt; hẹn gặp lại • See you, Fred. Laters, Henry: *Tạm biệt Fred. Gặp lại sau nhé, Henry.*

lather *verb* đánh; đập • They caught him and lathered him: *Họ đã bắt được hắn và đánh hắn.*

lathered *adjective* say rượu

latrine (or **barracks**) **lawyer** *noun* (*quân đội*) một người lính hay tranh cãi, đặc biệt về vấn đề phạt và thường là một người bạ việc gì cũng xen vào, ưa phàn nàn

latrine lips *noun* người ăn nói tục tĩu; kẻ thô tục

latrine rumor *noun* (*quân đội, thế chiến II*) tin đồn phổ biến; lời đồn vô căn cứ • The word would spread instantly through the latrine rumor network: *Tin tức sẽ lan truyền ngay lập tức qua mạng lưới tin đồn phổ biến.*

latrine wireless *noun* sự thay đổi thông tin và tin đồn, đặc biệt là ở những hệ thống thông tin công cộng • It came over the latrine wireless this morning. We're all shipping out: *Tin ấy đã được đồn ầm lên sáng nay. Chúng ta sẽ bị đuổi việc hết.*

lats *noun* cơ lưng; cơ bắp ở lưng

laugh *xem* BELLY LAUGH, the HORSELAUGH

a laugh or **a laugh and a half** *noun* việc buồn cười, khôi hài; sự làm cho thích thú, đặc biệt sự chế nhạo khinh thường • You're gonna cook? That's a laugh and a half: *Anh sẽ nấu ăn à? Đó là việc quá buồn cười.*

laugher *noun* 1 (*thể thao*) một chiến thắng dễ dàng, áp đảo 2 (*đặc biệt thể thao*) vấn đề gây cười, khoái trá, đặc biệt là một trận đấu mà đội chiến thắng đè bẹp đối thủ

laughing academy *noun* bệnh viện tâm thần; = FUNNY FARM, NUT HOUSE

laughing farm *noun* bệnh viện tâm thần

laughing soup or **laughing water** *noun* rượu mạnh; rượu sâm-banh; = BOOZE

laughing tobacco *noun* cần sa

laughing water *xem* LAUGHING SOUP

laugh on (or **out of**) **the other side of** one's **face** *verb* đang vui trở nên buồn; đang cười lại mếu • She'll be laughing on the other side of her face when she finds out her lover's married to a rich woman: *Cô ta đang vui trở nên buồn khi phát hiện ra người yêu của mình lấy một người đàn bà giàu có.*

launching pad *noun* 1 (*ma túy*) nơi lấy LSD 2 (*ma túy*) = SHOOTING GALLERY

launder *verb* rửa tiền [bằng cách chuyển tiền có được từ tội ác vào các ngân hàng nước ngoài hoặc qua các sòng bạc]

laundry *noun* 1 một hoạt động kinh doanh được dùng bởi bọn tội phạm có tổ chức để cho tiền kiếm được bất hợp pháp có vẻ hợp pháp; hoạt động rửa tiền 2 ngân hàng, sòng bạc được dùng để rửa tiền 3 (*không quân, thế chiến II*) hội đồng giảng viên cho các học viên bay đỗ (đậu)

laundry (or **shopping**) **list** *noun* danh sách hoặc hóa đơn dài kê khai nhiều món hoặc điều khoản • The cadets didn't need a laundry list of prohibitions: *Các học viên trường sĩ quan không cần một danh sách dài về những điều cấm đoán.*

lava *xem* IN A LATHER

lavaliers *noun* ngực phụ nữ

lavender *xem* LAY someone OUT

the law *noun* (*thế giới ngầm*) cảnh sát; các cơ quan thực thi pháp luật

lawn *noun* 1 lông mu của phụ nữ 2 cần sa chất lượng kém

the lawn *noun* (*đua ngựa*) sân bên trong của đường đua

lawnmower *noun* 1 (*bóng chày*) quả bóng bị đánh đi lăn trên mặt đất 2 con cừu

lawyer *noun* (*người bán hàng*) người bạn đi theo một khách hàng đến cửa hàng và đưa ra tư vấn miễn phí

lay *noun* 1 (*người lang thang và thế giới ngầm xưa*) một cuộc thăm dò để ăn trộm 2 hành động giao hợp; = PIECE OF ASS 3 một người bạn tình đầy tiềm năng (cho việc làm tình) • He actually said that she was a good lay: *Thực sự anh ta đã nói rằng cô ấy là một người bạn tình đầy tiềm năng.*

lay *verb* 1 quan hệ tình dục [thường nghe nhất trong dạng bị động] 2 đánh cược • I laid her six to one he wouldn't show up: *Tôi đã cược với cô ta sáu ăn một rằng hắn ta sẽ không xuất hiện.*

lay a batch *verb* (*dân chơi xế độ*) tăng tốc nhanh một chiếc xe và để lại những vết cao su màu đen trên đường

lay (**cut** or **let**) **a fart** *verb* xì hơi; đánh rắm; = FART

lay a guilt trip on someone *xem* LAY A (HEAVY) TRIP ON someone

lay an egg *verb* 1 làm việc gì tồi tệ hoặc kém cỏi • I guess I really laid an egg, huh?: *Tôi đoán là tôi thật sự gây ra chuyện tệ hại rồi hả?* 2 thất bại; = BOMB, FLOP 3 cười dữ dội; cười nắc nẻ • Half the audience laid an egg when I told this one: *Một nửa khán giả cười ầm ĩ khi tôi kể về chuyện này.*

lay a (heavy) trip on someone *verb* 1 chỉ trích; phê bình ai • There's no need to lay a trip on me. I agree with you: *Không cần phải chỉ trích tôi như thế đâu. Tôi đồng ý với anh mà.* 2 làm ai ngạc nhiên hoặc bối rối 3 (cũng là **lay a guilt trip on** someone) cố làm cho ai cảm thấy có lỗi • Why do you have to lay a guilt trip on me? Why don't you go to a shrink?: *Tại sao anh lại phải đổ lỗi cho tôi? Sao anh không đi gặp bác sĩ tâm thần đi.*

lay a scene (or **trip**) **on** someone (*người da đen*) quy việc gì cho ai; đè nặng lên ai; buộc tội ai • Don't lay this scene on me. I did the best I could: *Đừng đè nặng việc này lên tôi. Tôi đã làm hết khả năng rồi.*

lay (or **put**) one's **ass on the line** *verb* làm liều; gánh lấy nguy hiểm (như sự đánh cược, con tin, v.v..) • If you try this, remember you are laying your ass on the line: *Nếu anh cố làm điều này, nhớ là anh đang gánh lấy nguy hiểm cho mình đấy.*

lay back *verb* 1 thư giãn • She sat down and laid back by the fire: *Cô ta ngồi xuống và thư giãn bên đống lửa.* 2 lật về phía sau • The horse laid back it ears: *Con ngựa vểnh tai về phía sau.*

lay chickie *verb* (*băng đảng đường phố*) hành động như người canh chừng cho bọn tội phạm

lay chilly *verb* thư giãn

lay dead *verb* 1 giữ im lặng 2 ở lại một chỗ; vẫn còn ở lại

lay down *verb* 1 chơi trong buổi biểu diễn âm nhạc 2 từ bỏ; rút lui • Do you expect me to just lay down?: *Anh chỉ mong là tôi sẽ bỏ cuộc đúng không?*

lay down on the job *verb* lười nhác; lêu lổng

layed *xem* LAID

lay for someone theo dõi ai hoặc chờ cơ hội để trả thù • They were laying for him in the dark and when he stepped out of his car, they all fell upon him: *Chúng nó rình đợi hắn ta trong bóng tối và khi hắn bước ra khỏi xe, thì chúng nó nhảy ào vào hắn.*

lay-for-pay *noun* sự quan hệ tình dục với gái điếm

lay in the cut *verb* chờ đợi trong lúc nấp

lay it on *verb* 1 thông báo, báo cáo hay giải thích đầy đủ • Well, I'm gonna lay it on you one time, for the record: À, tôi tính giải thích cho anh một lần, về hồ sơ. 2 phóng đại; cường điệu; = BULLSHIT

lay (or **put**) **it on the line** (or **on the table**) *verb* nói rất thành thật và trực tiếp; nói thẳng thừng rõ ràng và dứt khoát; = TELL IT LIKE IT IS • I'm going to have to lay it on the line with you, I guess: Tôi nghĩ tôi sẽ phải nói thẳng thắn và thành thật với anh.

lay low *verb* trốn khuất mắt; nấp kín

lay someone low *verb* 1 đánh gục ai 2 (*bệnh*) ốm liệt giường • That flu laid my mother low for a couple of weeks: Trận cúm đó đã khiến mẹ tôi ốm liệt giường suốt hai tuần.

layoff *noun* 1 sự tạm giãn thợ, vì không có việc; thời gian tạm nghỉ việc • There were many layoffs among factory worker because of the lack of new orders: Có nhiều vụ giãn thợ trong công nhân nhà máy bởi vì không có đơn đặt hàng mới. 2 (*sân khấu*) diễn viên thất nghiệp 3 một nhà cái nhận những khoản cược phụ từ những nhà cái khác để bảo vệ họ khỏi thua lỗ lớn

lay off *verb* 1 ngừng không làm phiền tới hoặc gây hại cho ai hoặc cái gì; bỏ không quan tâm đến ai hoặc cái gì; để ai yên [thường là một mệnh lệnh giận dữ hoặc lời nài xin] • Lay off the booze for a while, why don't ya?: Bỏ rượu một thời gian đi, tại sao lại không chứ? • Lay off her! She's very tired: Thôi đừng làm phiền cô ta nữa! Cô ta thì mệt lắm rồi. 2 (*cờ bạc*) giao một phần tiền cược đã nhận cho những đại lý khác để giảm tổn thất có thể xảy ra

lay someone off *verb* chấm dứt công việc của ai

lay on *verb* cho • Yes, but who donated it? Who's laying it on?: Vâng, nhưng ai đã tặng nó? Ai cho thứ đó?

lay something on someone *verb* 1 trình bày một dự định hoặc một ý kiến cho người nào • Here is this century's greatest idea. Let me lay it on you: Đây là ý tưởng vĩ đại nhất của thế kỷ này. Để tôi trình bày cho anh nghe nhé. 2 kể hoặc báo tin cho • I have something heavy to lay on you: Tôi có chuyện buồn báo tin cho anh. 3 cố làm cho ai cảm thấy tội lỗi về điều gì • Don't lay that stuff on me. Face your own problem: Đừng cố đổ lỗi việc đó cho tôi. Hãy đối mặt với vấn đề riêng của anh đi.

lay one = LAY A FART

lay one on *verb* đấm; thoi ai mạnh bạo; = HANG ONE ON

lay (or **put**) **something on the line** *verb* làm liều cái gì; gặp nguy cơ với tư cách là người đặt cược hoặc con tin

layout *noun* 1 một căn hộ hay một ngôi nhà 2 một người lính nằm ẩn mình trong một cái hố để quan sát chuyển động của kẻ địch [dùng trong chiến tranh Triều Tiên] 3 chỗ ở; nơi sinh sống • How much does a layout like this set you back a month?: Bạn phải trả bao nhiêu tiền một nơi ở như thế này trong một tháng? 4 sơ đồ bố trí nhà • Let's see if the layout is what we want: Để xem sơ đồ bố trí trong căn nhà mà chúng ta muốn. 5 kế hoạch; mưu đồ • Now here's the layout. Lefty goes in this side, and Ratface comes in the other way: Này đây là kế hoạch của chúng ta. Lefty đi vào phía này, còn Ratface trở vô lối khác.

lay someone out (or **out in lavender**) *verb* 1 đánh ngã ai xuống bằng một cú đấm; đánh gục; = DECK 2 khiển trách; trừng phạt ai nặng nề • She really laid him out in lavender for that: Bà ấy thật sự quở trách anh ta gay gắt về điều đó. 3 chuẩn bị (một tử thi) để chôn cất; liệm • The undertaker did not lay Aunt Fanny out to my satisfaction: Người làm dịch vụ lễ tang đã không liệm Cô Fanny để chiều lòng tôi.

lay something out *verb* 1 tiêu xài một khoản tiền nào đó • I can't lay that kind of money out every day!: Tôi không thể tiêu xài loại tiền đó hàng ngày được! 2 giải thích một kế hoạch hoặc một kết quả của sự kiện; phác họa; trình bày • Let me lay it out for you: Để tôi trình bày cho anh điều này.

lay paper *verb* (*thế giới ngầm*) lưu hành tiền giả hoặc séc xấu

lay pipe (or **tube**) *verb* 1 (*dùng cho đàn ông*) quan hệ tình dục; = SCREW 2 chỉ rõ; giải thích rõ ràng • You can't just infer that; you gotta lay pipe: Anh không thể chỉ suy ra điều đó; anh phải giải thích rõ ràng.

lay (some) **rubber** *verb* (*dân chơi xế độ*) làm cho bánh xe quay nhanh khi tăng tốc và để lại những vết đen trên đường

lay (or **put**) **some sweet lines on someone** *verb* nói nhẹ nhàng và tử tế với ai; dỗ ngọt, xoa dịu ai • I just laid some sweet lines on her, and she let me use her car: Tôi chỉ dỗ ngọt cô ta một chút và cô ta để tôi sử dụng xe ô tô của cô ấy.

lay the leg *verb* dụ dỗ hay nỗ lực dụ dỗ

lay (or **have** or **knock** or **put**) **them in the aisles** (*về buổi biểu diễn trên sân khấu*) làm vui thích; gây ấn tượng rất nhiều cho khán giả; rất thành công với khán giả; = WOW

lay the note *verb* lừa đảo ai

lay track *verb* nằm

lay up *verb* thư giãn, đặc biệt là sau khi dùng ma túy

lazybones *noun* kẻ biếng nhác; kẻ lười

lead *noun* viên đạn; loạt súng

lead balloon *noun* sự thất bại buồn thảm; = FLOP • Success came after many lead balloons: Thành công đến sau nhiều phen thất bại.

lead someone down the garden path *verb* lừa đảo; lừa bịp ai • He had led her down the garden path, telling her he wasn't married: Anh ta đã lừa bịp cô ta, nói với cô ta là anh ta chưa lập gia đình.

lead-foot or **lead foot** *noun* người lái xe rất nhanh; người lái xe quá tốc độ qui định • Make sure to wear your seatbelt. He's a real lead foot: Cần thắt dây an toàn. Hắn là một người lái xe rất nhanh đấy.

lead-foot *verb* lái xe nhanh

lead-footed *adjective* 1 chậm chạp; vụng về; lóng ngóng 2 có xu hướng lái xe rất nhan • I'd advice you not to ride with my lead-footed son. Come in my car instead: Tôi khuyên anh đừng ngồi xe với thằng con trai thích lái nhanh của tôi. Thay vì vậy hãy đi xe với tôi.

lead in the pencil *noun* khả năng của người đàn ông để đạt được sự cương cứng và xuất tinh

lead joint *noun* (*xiếc và lễ hội*) sự cho phép khai thác bãi tập bắn ở giữa đường; gian hàng bắn súng

lead-pipe cinch *noun* 1 điều chắc chắn tuyệt đối; sự thật không thể tránh được • England will lose the match. That's a lead-pipe cinch: Nước Anh sẽ thua trận này. Đó là điều chắc chắn. 2 công việc dễ dàng; = CINCH, PIECE OF CAKE • It's a lead-pipe cinch for somebody that srong: Đó là một công việc rất dễ đối với người nào mạnh mẽ.

lead poisoning *noun* 1 (*từ cao bồi*) vết thương gây ra bởi một khẩu súng 2 cái chết gây ra bởi một viên đạn chì; nhiễm độc chì • He pifted because of a case of lead poisoning: Nó chết bởi một ca nhiễm độc chì (do viên đạn chì gây ra).

the leaf *noun* 1 (*ma túy*) cần sa 2 (*ma túy*) cô-ca-in

leaguer *xem* TEXAS LEAGUER

leak *noun* 1 hành động đi tiểu; = a PISS 2 sự tiết lộ trái phép thông

leak tin mật; người đưa ra một tiết lộ như thế 3 sự lộ bí mật; sự rò tin ra ngoài 4 khuyết điểm trong hệ thống tình báo • a leak in the State Department: *một khuyết điểm trong hệ thống tình báo ở bộ ngoại giao*

leak *verb* 1 đi tiểu; = PISS 2 tiết lộ một bí mật hay một thông tin mật theo kiểu lén lút, bí mật 3 khóc • Put her in a taxi still leaking: *Đưa cô ta vào xe taxi tuy vẫn còn đang khóc.* 4 lộ ra ngoài (điều bí mật); rò tin • The politican leaked the news to the newspapers: *Nhà chính trị đã rò tin tức cho báo chí.*

lean and mean *adjective* có khả năng và sẵn sàng cho một công việc khó khăn; rất tham vọng; háo hức thành công quá độ; = HUNGRY • Ron got himself lean and mean and is ready to play in Saturday's game: *Ron có khả năng và háo hức và sẵn sàng để chơi trận đấu vào ngày thứ bảy.*

lean forward in the saddle *verb* (*quân đội*) háo hức và nóng lòng; = be RARING TO GO

lean on someone *verb* 1 thúc ép; đe dọa ai • I don't want to lean on you to make a decision, but we haven't much time left: *Tôi không muốn thúc ép anh phải quyết định, nhưng chúng ta không còn lại nhiều thời gian.* 2 phụ thuộc; dựa vào ai để có sự giúp đỡ, kiến thức,v.v.. • We can lean on his friends' advice: *Chúng tôi có thể dựa vào lời khuyên của bạn bè anh ta.*

leaper *noun* một người dọa nhảy hay thật sự nhảy để tìm cái chết

the leaping heebies *xem* the HEEBIE-JEEBIES

leap-tick *noun* 1 (*xiếc*) tấm nệm để cho các chú hề hoặc diễn viên nhào lộn rơi xuống 2 (*xiếc*) bụng phệ giả của các chú hề hoặc diễn viên hài

leap up *verb* xu nịnh • Don't try to leap me up: *Đừng cố nịnh nọt tôi.*

leary *xem* LEERY

the least *noun* cái xấu nhất; cái tệ nhất; cái thông thường nhất

leather *noun* 1 (*thế giới ngầm*) ví tiền hay túi xách 2 quả bóng đá; quả bóng cricket 3 găng tay quyền Anh 4 (*xiếc và lễ hội*) một tên móc túi 5 (*giới đồng tính*) hậu môn 6 quần áo và dụng cụ để dùng (như roi da, dây xích, v.v..) công khai của sự ác thống dâm; = S AND M 7 (*đua ngựa*) một cái roi da nhỏ mà nài ngựa cầm theo

the leather *noun* 1 cú đá 2 cú đấm bằng nắm đấm

leather *adjective* 1 dùng để biểu thị chủ nghĩa tượng trưng về phần thực và thống dâm và ác dâm trong những mối quan hệ tình dục 2 (*đồng tính*) cách cư xử, cách ăn mặc, v.v.. của người đàn ông đồng tính, dựa trên sự nam tính được phóng đại, đặc biệt bởi những người lái xe mô tô mặc áo da màu đen

leather bar *noun* một quán rượu với một nhóm khách hàng đồng tính mà xu hướng thời trang là đồ da và sở thích tình dục là thống dâm và ác dâm

leatherneck *noun* lính thủy quân lục chiến Mỹ; = GYRENE [có thể bắt nguồn từ cách dùng trước đây là "Royal Marine" (bootneck); về cơ bản là bắt nguồn từ cổ áo bằng da, một phần đồng phục lịch sử của hai quân chủng này]

leather of feather *noun* sự lựa chọn giữa thịt bò và thịt gà cho bữa ăn ở trên máy bay • What do the victims get today? Oh, yes, it's leather or feather: *Hôm nay những nạn nhân ăn gì nào? Ồ, vâng, thịt bò hoặc thịt gà.*

leave *xem* FRENCH LEAVE

leave a strip *verb* (*dân chơi xế độ*) phanh (thắng) hoặc giảm tốc một chiếc xe rất nhanh, vì thế để lại những vệt cao su màu đen trên đường

leave someone cold *verb* làm ai không động lòng, dửng dưng; không lôi cuốn được sự quan tâm của ai • Most modern art leaves me cold: *Phần lớn nghệ thuật hiện đại không lôi cuốn được tôi.*

leaves¹ *xem* BOILED LEAVES

leaves² *noun* (*thanh thiếu niên*) quần áo lao động bằng vải trúc bâu thô (như vải quần jeans); = LEVIS

Leblang *verb* 1 (*nhà hát*) bán vé với giá rẻ 2 (*nhà hát*) giảm giá vé vào xem sân khấu [từ Joe *Leblang*, một đại lý bán vé New York]

lech or **letch** 1 *noun* sự khao khát mãnh liệt, đặc biệt là tình dục; sự ham muốn; = the HOTS 2 *verb* ham muốn; khao khát, đặc biệt về tình dục 3 *noun* kẻ dâm đãng

leech 1 *noun* kẻ ăn bám • He lives as a leech on society: *Nó sống như một kẻ ăn bám vào xã hội.* 2 *verb* ăn bám

lee-gate *verb* nhìn trộm • I didn't mind a guy lee-gating (peeping): *Tôi chẳng thấy phiền khi bị một gã nhìn trộm.*

leeky store *noun* cửa hàng rượu

leerics *noun* bài hát gợi dục; bài hát dâm dục [có nguồn gốc từ chữ *leer*]

leery or **leary** *adjective* 1 (*từ cuối những năm 1700, Anh*) không tin tưởng; hoài nghi; cảnh giác 2 ranh mãnh; láu cá; quỷ quyệt

left *xem* HANG A LEFT

left coast or **Left Coast** *noun* bờ biển phía tây nước Mỹ; vùng biển Thái Bình Dương

left field *xem* OUT IN LEFT FIELD, OUT OF LEFT FIELD

left-handed *adjective* 1 không mong muốn; không may 2 không đúng lễ giáo; không hợp pháp; trái phép • left-handed honeymoons with someone else's husband: *những tuần trăng mật trái phép với ông chồng của người khác* 3 đồng tính

left-handed compliment *noun* lời khen ngợi không thành thật • She paid me a left-handed compliment on my paintings: *Cô ta đã có một lời khen ngợi không thành thật về các bức tranh của tôi.*

left-handed monkey wrench *noun* dụng cụ, đồ dùng không có thật [công nhân mới đôi khi bị sai đi lấy một dụng cụ không có] • Hand me the left-handed monkey wrench, huh?: *Hứ, đưa cho tôi cái thứ dụng cụ không có hả?*

left nut *xem* GRIPE one's ASS

lefty or **leftie** *noun* 1 người thuận tay trái, đặc biệt là cầu thủ ném bóng hoặc vận động viên khác thuận tay trái 2 một nghị sĩ chính trị cánh tả; người có niềm tin chính trị tự do hoặc theo xã hội chủ nghĩa 3 dụng cụ thiết kế để sử dụng với tay trái

lefty or **leftie** *adjective* 1 bên trái • leftie tennis ace: *cú giao bóng quá hay khiến đối phương không đỡ được về bên trái* 2 cánh tả; theo xã hội chủ nghĩa

leg *noun* 1 (*sinh viên, từ người da đen*) một phụ nữ, đặc biệt là lẳng lơ 2 (*chiến tranh Việt Nam*) lính bộ binh; = GRUNT

leg *verb* 1 (cũng là *leg it*) đi; di chuyển một cách vội vã • He was legging it down the path to escape the police: *Nó chạy xuôi theo đường mòn để trốn cảnh sát.* 2 ăn cắp hàng hóa của cửa hàng bằng cách giấu hàng giữa hai chân dưới váy

legal-beagle or **legal-eagle** *noun* luật sư, đặc biệt là người thông minh và năng nổ

legal-eagle *xem* LEGAL-BEAGLE

leg-bitter *noun* (*sinh viên*) trẻ nhỏ hoặc trẻ sơ sinh; = CRUMB-CRUSHER

legger noun 1 = BOOTLEGGER 2 = LEG MAN

leggy noun một sợi dây cột giữa người lướt ván và ván trượt của họ

leggy adjective có đôi chân dài và đẹp [gần như luôn dùng cho phụ nữ]
• Not very chesty, but nicely leggy: *Ngực không to lắm, nhưng có đôi chân dài rất đẹp.*

legit noun sân khấu chính thống

legit adjective 1 chính cống; xác thực; = KOSHER • She's a ligit farmer: *Bà ta là nông dân chính cống.* 2 thành thật; hợp pháp; đúng luật • If she not legit, I won't work with her: *Nếu cô ta không thành thật, tôi sẽ không làm việc với cô ta đâu.* 3 có liên quan đến hoặc thuộc về sân khấu chính thống • a ligit play: *một vở kịch chính thống*

legman noun 1 một trợ lý làm công việc đòi hỏi đi tới đi lui nhiều 2 (*tòa soạn báo*) phóng viên; người đi nhặt tin 3 người làm việc và hoạt động ngoài cơ quan 4 người đàn ông nhận thấy phần chân đùi trên cơ thể đàn bà là hấp dẫn nhất

leg-off case noun (*luật sư*) vụ kiện đòi tiền bồi thường vết thương trầm trọng

leg piece noun một tiết mục múa mà các nữ vũ công ăn mặc hở hang hoặc khỏa thân

leg-pull noun hành động lừa đảo hoặc lừa ai; = PUT-ON

Legree xem SIMON LEGREE

legs noun (*ngành giải trí*) khả năng và tiếp tục nổi tiếng; khả năng tiếp tục

leg show noun 1 màn biểu diễn trên sân khấu có các nữ vũ công hoặc người mẫu chân trần 2 màn biểu diễn thoát y

a leg up noun 1 lợi thế; thuận lợi • You can go in with a leg up on other people: *Anh có thể đi vào với lợi thế hơn những người khác.* 2 sự giúp đỡ • He'll do OK, but he needs a financial leg up to get started: *Anh ta sẽ làm được, nhưng anh ta cần một sự giúp đỡ tài chính để bắt đầu.*

leg work noun công việc (thuộc về) chân tay; công việc đòi hỏi phải đi bộ nhiều hoặc di chuyển nhiều

lemac noun thuốc lá hiệu Camel™ [được phát âm ngược lại]

lemme phrase từ chữ "*let me*": để cho tôi [hình thức dùng từ không đúng chính tả. Cách nói tiếng Anh điển hình. Sử dụng trong văn viết để gây ấn tượng] • Do you wanna gimme the thingy and lemme go ahead with my work?: *Anh có muốn đưa cho tôi cái đó và để cho tôi bắt đầu làm công việc của tôi không?*

lemo noun 1 nước chanh [viết tắt của "*lemonade*"] 2 (*nhà tù và quân đội*) chiết xuất chanh, được uống vì cồn của nó

lemon¹ noun 1 (cũng là *lemonade*) ma túy được pha loãng nhiều; = BLANK 2 (*bi-da*), một người cố tình thua 3 (*người da đen*) một người phụ nữ da đen có nước da sáng và hấp dẫn; = HIGH YELLOW 4 đồ vật không vừa ý hoặc có khuyết điểm, đặc biệt là ô tô; = CLINKER 5 người chanh chua, gắt gỏng, khó chịu

lemon² noun (*ma túy*) Quaalude (tên thương mại)

lemon drop noun thuốc ngừa thai

lens louse noun một người thường hay tìm cách có mặt trong ảnh; người cố tình chường mặt vào ảnh, cảnh quay truyền hình, v.v.. bằng cách diễn trò hề đằng sau người nói

les or **lez** noun một người đồng tính nữ

lesb adjecitve thuộc về hoặc có liên quan đến những người đàn bà đồng tính

lesbie noun một người đồng tính nữ

lesbo or **lezbo** noun một người đồng tính nữ

let a fart xem LAY A FART

letch xem LECH

let daylight (or sunlight) into verb đưa (cái gì) ra ánh sáng; công bố cái gì • They called a meeting to let daylight into the sewer mess: *Họ gọi cuộc hội họp để đưa tình trạng bẩn thỉu của cống rãnh ra ánh sáng.*

letdown noun 1 sự thất vọng; = COMEDOWN 2 một giai đoạn hoặc cảm giác uể oải và trống rỗng sau một hoạt động hoặc sự phấn khích 3 sự hạ xuống từ từ của máy bay khi đáp xuống

let fly (or go) verb 1 bắt đầu công kích, quở trách, v.v.. với sự tức giận mà không kiềm chế được • She took a deep breath and let fly at me: *Cô ta hít sâu vào và bắt đầu công kích tôi.* 2 ném mạnh; phóng; bắn; nổ súng

let George do it sentence hãy để người nào khác ngoài tôi ra chăm sóc điều đó • It was not my job and let George do it: *Đó không phải là việc của tôi và hãy để mặc đã có người lo.*

let oneself go verb cứ thoải mái; xả láng • She really lets herself go at parties: *Cô ta thật sự xả láng ở các bữa tiệc liên hoan.*

let someone go (or out) verb đuổi việc ai; loại ai

let one's hair down verb 1 rất cởi mở và thân tình, đặc biệt về vấn đề nhân sự • You can let your hair down in front of me: *Anh có thể cởi mở thật tình trước mặt tôi.* 2 thư giãn giải trí sau một thời gian làm việc căng thẳng

let someone have it verb 1 đánh ai đặc biệt rất mạnh; = CLOBBER • Then let him have it, right on the chin: *Vậy thì hãy đánh nó một cú thật mạnh, ngay vào cằm.* 2 quở trách; mắng chửi ai, đặc biệt nhằm trừng phạt; = GIVE IT TO someone • Dad will let you have it when he sees that mess: *Bố sẽ mắng cho mày một trận khi ông ta nhìn thấy tình trạng bừa bãi đó.* 3 giết ai, đặc biệt bằng súng

let her (or 'er) rip verb để cho xe ô tô, máy móc, v.v.. chạy hết tốc độ • He decided to buckle his seat belt and let her rip: *Anh ta đã quyết định thắt dây an toàn vào ghế ngồi và để cho xe chạy hết tốc độ.*

let her rip! or **let it roll!** exclam. để nó đi!; để nó bắt đầu đi! • Time to start. Let her rip!: *Đến lúc khởi hành rồi. Bắt đầu đi.*

let it all hang out verb bộc lộ cảm xúc một cách thoải mái; rất cởi mở và thân tình; = LET one's HAIR DOWN • Sometimes you just have to let it all hang out and say what you really think: *Đôi khi bạn cần phải lộ cảm xúc của mình một cách thoải mái và nói ra những gì bạn thật sự suy nghĩ.*

let it lay! quên điều đó đi!

Let it roll! xem LET HER RIP!

let it walk verb (*quầy bán đồ ăn trưa*) chuẩn bị món ăn để khách hàng mang đi

let moonlight into verb bắn; bắn súng vào • I'll let moonlight into a captain: *Tôi sẽ bắn một tay đại úy.*

let (or blow) off steam verb nói chuyện lớn tiếng và giận dữ, như một phương pháp để giảm áp lực trong những cảm nghĩ của mình; xả hơi cơn giận • I've blown off steam: *Tôi đã xả hơi cơn giận của mình.*

let someone off the hook verb 1 làm nhẹ bớt trách nhiệm hoặc mối đe dọa của ai • They had already given me a lot. I wanted to let them off the hook: *Họ đã cho tôi rất nhiều. Tôi muốn làm nhẹ bớt gánh nặng của họ.* 2 giúp ai tránh khỏi hoặc ngăn cản hình phạt, trách nhiệm, v.v.. • He falls for Ilona…and winds up trying to get her off the hook: *Anh ta si mê Ilona…và kết thúc anh ta giúp cô ta tránh*

let on *verb* **1** tiết lộ; nói ra; mách lẻo • He asked me where John was, but didn't let on: *Nó đã hỏi tôi John ở đâu, nhưng tôi không tiết lộ.* **2** giả vờ; làm ra vẻ • He let on that he was a detective: *Hắn ta làm ra vẻ là một thám tử.*

let one *xem* CUT A FART

letout *noun* **1** sự sa thải; sự đuổi • The letouts led to a strike: *Những vụ sa thải đã dẫn đến một cuộc đình công.* **2** cơ hội để trốn thoát; = OUT

let something ride *verb* để thứ gì đó diễn ra bình thường; từ chối thay đổi hoặc can thiệp; cho qua đi; để mặc • Don't bother with it now. Let it ride for a day or two: *Đừng quan tâm đến chuyện đó lúc này. Bỏ mặt nó một hai ngày xem sao.*

let's boogie *sentence* (biến thể: **cruise** or **blaze** có thể thay **boogie**) (*thanh thiếu niên*) chúng ta đi thôi; chúng ta hãy lên đường nào

let's bump this place! *verb* hãy rời khỏi chỗ này đi!; hãy đi thôi! • Time to go. Let's bump this place!: *Đến giờ đi rồi. Rời khỏi đây thôi!*

let's do lunch (sometime) or **let's do the lunch thing** *sentence* chúng ta cùng ăn trưa với nhau (lúc nào đó) • Great seeing you, Martin, absolutely great. Let's do lunch: *Thật tuyệt gặp cậu, Martin, hết sức sung sướng. Chúng ta cùng đi ăn trưa nhé.*

let's do the lunch thing *xem* LET'S DO LUNCH (some-time)

let's dump *interj.* chúng ta đi thôi • Let's dump. I've still got a lot to do at home tonight: *Chúng ta đi thôi. Tôi còn nhiều việc phải làm ở nhà tối nay.*

let's face it *sentence* hãy chấp nhận sự thật không vui; chúng ta hãy thoải thừa nhận nó; phải công nhận như vậy • He may be hit rude sometimes, but let's face it, he really is good at his job: *Có lẽ đôi lúc anh ta tỏ ra thô lỗ, nhưng phải công nhận là anh ta làm việc rất giỏi.*

let's get the (or this) show on the road *sentence* chúng ta nên bắt đầu; chúng ta nên tích cực, khẩn trương

let's have it! *exclam.* làm ơn kể cho chúng tôi nghe tin tức ấy! • What's happened? Let's have it!: *Chuyện gì xảy ra vậy? Làm ơn kể cho chúng tôi nghe với!*

let's say chẳng hạn; giả dụ • I can sell my bike, well let's say $200: *Tôi có thể bán chiếc xe đạp của tôi, à với giá 200 đô-la chẳng hạn.*

let sunlight into *xem* LET DAYLIGHT INTO

letter man *xem* FOUR-LETTER MAN

letterzine *noun* một tạp chí người hâm mộ chỉ xuất bản những lá thư

let the cat out of the bag *verb* tiết lộ bí mật, thường là vô ý hoặc do lầm lẫn • I wanted it to be a surprise, but my sister let the cat out of the bag: *Tôi muốn điều đó là một sự ngạc nhiên, nhưng chị tôi đã làm lộ bí mật.*

lettuce *noun* tiền, đặc biệt là tiền giấy; = CABBAGE • He has a lot of lettuce in his pocket: *Anh ta có nhiều tiền trong túi.*

level 1 *verb* nói lên sự thật; nói một cách trung thực và thẳng thắn • Don't laugh. I'm leveling: *Đừng cười. Tôi đang nói thật đấy.* **2** *adj* thật; đúng; chính xác • There's never a place for guys like me... That's level: *Không bao giờ có một nơi cho những gã như tôi...Đó là thật.*

level best *noun* nỗ lực hết mức của một người nào • I will do my level best to find your husband: *Tôi sẽ cố gắng hết sức để tìm ra chồng của chị.*

level one's locks *xem* LEVEL THE LOCKS

level the locks or **level one's locks** *verb* chải tóc • Just give me a minute to level my locks: *Cho tôi một phút để chải tóc đã!*

level with someone *verb* nói một cách thành thật và ngay thẳng với ai • Okay, I'm gonna level with you. This thing is a steal at this price!: *Được rồi, tôi sẽ nói thật với anh. Thứ này là một món hời có giá như thế đó!*

levers *xem* GO LEVERS

Levis *noun* quần jeans may bằng vải bông dệt chéo màu xanh; quần áo lao động may bằng vải bông dệt chéo [từ *Levi* Strauss, một công ty phương Tây giữa thế kỷ 19 chuyên sản xuất quần áo như thế]

Lex *nickname* **1** bệnh viện điều trị ma túy liên bang ở Lexington, Kentucky **2** xe hiệu Lexus

lez *xem* LES

lezzie or **lezzy** *noun* một người đồng tính nữ [thường có ý xúc phạm]

lezzy *adjecitve* thuộc về hoặc có liên quan đến những người đàn bà đồng tính

lib[1] *noun* sự giải phóng, đặc biệt mục đích của nhiều phong trào [viết tắt của "*liberation*"] • animal lib: *sự thả các con vật ra* / women's lib: *sự giải phóng phụ nữ*

lib[2] *xem* RADIC-LIB

libber *noun* **1** người theo thuyết nam nữ bình quyền [bắt nguồn từ "*Woman's Liberation*", tên của một phong trào nam nữ bình quyền cuối thập niên 60] **2** thành viên của phong trào giải phóng phụ nữ; = the WOMEN'S LIB MOVEMENT

libe 1 *noun* (*sinh viên dùng*) thư viện, đặc biệt thư viện đại học **2** *verb* học hoặc nghiên cứu ở thư viện

liberate *verb* **1** (*quân đội, thế chiến II*) ăn trộm hoặc chiếm làm của riêng **2** nắm quyền điều khiển; kiểm soát

liberty *noun* **1** đồng hai mươi lăm xu [từ câu khắc trên đồng tiền] **2** *xem* AT LIBERTY

liberty hound *noun* một thủy thủ được phép lên bờ

library *noun* phòng tắm; nhà xí

a license to print money *noun* một công việc kinh doanh kiếm được rất nhiều tiền mà không cần phải làm việc nhiều

lick *noun* **1** cú đấm; cú đánh **2** sự thử; sự cố gắng; = CRACK, SHOT • I probably won't make it, but I'll give it a good lick: *Chắc là tôi sẽ không làm được việc đó, nhưng tôi sẽ hết sức cố gắng cho việc đó.* **3** (*giới nhạc jazz*) một đoạn khúc ngắn hoặc độc tấu, đặc biệt khi được chơi ngẫu hứng; = BREAK, RIFF **4** một cửa hàng rượu **5** một đoạn khúc • Many of the younger social and diplomatic sets get a bang out of hot licks: *Nhiều người trong giới học thuật và xã hội trẻ hơn cực kỳ thích thú những đoạn khúc nóng bỏng.* **6** một vụ cướp

lick *verb* **1** bắn và giết **2** đánh bại ai

a lick and a promise *noun* sự làm chiếu lệ; sự làm qua quít • I don't have time to clean everything. I'll just give the house a lick and a promise before the guests come: *Tôi không có thời gian để làm sạch mọi thứ. Tôi sẽ chỉ dọn dẹp qua quít căn nhà trước khi khách đến.*

lick one's **chops** *verb* thể hiện sự ham muốn; tỏ ra khoái tra, thỏa mãn • I licked my chops when I thought of that huge bonus: *Tôi chép miệng khoái trá khi tôi nghĩ đến món tiền thưởng khổng lồ đó.*

licker *noun* lưỡi • Yeouchh! I bit my licker: *Ôi chà! tôi cắn trúng lưỡi của mình rồi.*

lickety-split *adverb* rất nhanh; mau lẹ; lao nhanh • They ran lickety-split to the store: *Chúng nó chạy rất nhanh đến cửa hàng.*

lick (or whip) something into shape *verb* chỉnh sửa; làm gọn một cái gì • Whip this manuscript into shape, then we'll talk about

licorice stick *publishing it*: *Chỉnh sửa lại bản thảo này đi, rồi chúng ta sẽ bàn về việc xuất bản nó.*

licorice stick *noun* **kèn clarinet**

lid *noun* **1 cái nón, mũ 2** (*ma túy*) **một ounce cần sa 3 án tù cao nhất được luật cho phép 4** (*trong một ván bài*) **quân bài cao nhất trong xấp bài 5 mí mắt**

lie doggo *verb* **1 vẫn không biết đến trong một thời gian dài** • *If you don't find the typos now, they will lie doggo until the next edition*: *Nếu anh không tìm ra những lỗi in ấn ngay bây giờ, chúng sẽ vẫn còn tồn đọng mãi (giữ nguyên tình trạng không biết ấy) cho đến kỳ tái bản kế tiếp.* **2 nằm im thin thít; trốn kín;** = LAY LOW • *You better lie doggo while till the storm blows over*: *Tốt hơn anh nằm yên một thời gian cho đến khi cơn bão đi qua.*

lie like a rug *verb* **nói dối một cách trắng trợn không biết xấu hổ** • *He says he didn't take the money, but he's lying like a rug*: *Hắn nói hắn không lấy trộm tiền, nhưng hắn đang nói dối một cách trắng trợn.*

lieut *or* **loot** *noun* **trung úy**

lieuty *noun* **trung úy**

the life *or* **the Life** *noun* **1 lối sống tội phạm; lối sống mại dâm 2 cuộc sống của người đồng tính; đặc biệt người đàn ông ẻo lả mặc quần áo phụ nữ làm đĩ đực 3 hoạt động kinh doanh và lối sống của môn đấu vật chuyên nghiệp**

lifeboat *noun* (*thế giới ngầm*) **sự phóng thích tù nhân như là kết quả của hành động tạm tha hoặc giảm án**

life jacket *or* **lifeacket** *noun* **bao cao su [tình dục an toàn cứu cuộc đời]**

lifer *noun* **1** (*quân đội*) **sĩ quan quân đội chuyên nghiệp 2 một người nghiện ma túy 3 người gắn liền cả cuộc đời với một tổ chức, một cơ quan chẳng hạn như người tù chung thân, lính** • *Most of the lifers are kept in this cell block*: *Hầu hết những người tù chung thân đều bị giam giữ trong phòng xà lim này.*

lift *noun* **1 hành động ăn cắp ở cửa hàng 2 nồng độ cồn mạnh trong rượu 3 cảm giác vui vẻ, hân hoan;** = HIGH, KICK, RUSH • *Your kind words have given me quite a lift*: *Những lời ân cần tử tế của bạn đã làm cho tôi hết sức hân hoan.* **4** (*cũng là* **lift-up**) **trạng thái phớn phở của ma túy 5 gót giày cao làm cho người mang trông cao hơn** [luôn ở dạng số nhiều] **6 cuộc giải phẫu thẩm mỹ** • *He had a lift on his vacation, but his face still looked two sizes too big*: *Anh ấy đã có một cuộc phẫu thuật trong kỳ nghỉ của mình, nhưng mặt của anh ta trông vẫn còn sưng to hai bên.* **7 một dụng cụ nhỏ được gắn dưới tóc ở hai bên thái dương, tạo được một số tác động cho cuộc phẫu thuật căng da** • *Do you think she's wearing a lift?*: *Anh có nghĩ là cô ấy đang mang một dụng cụ căng da không?* **8 sự đi; sự vận chuyển; sự đi nhờ xe** • *Would you like a lift over to your apartment?*: *Anh có muốn đi nhờ xe về căn hộ của anh không?*

lift *verb* **1 đánh cắp cái gì** • *She had lifted this ring. We found it on her when we arrested her*: *Cô ta đã ăn cắp chiếc nhẫn này. Chúng tôi tìm thấy nó ở trong người cô ta khi chúng tôi tóm được cô.* **2 đem cái gì đi** • *It was his third offence, so they lifted his license*: *Đây là lần thứ ba vi phạm của anh ta, vì thế họ tước bằng lái của anh ta.* **3 ăn cắp ý, văn; đạo văn** • *Whole pages lifted from my book*: *Toàn bộ các trang là ăn cắp từ sách của tôi.*

lifted *adjective* **phê thuốc; say rượu**

lifties *or* **lifts** *noun* **giày đàn ông với đế cao** • *I feel better in my lifts*: *Tôi cảm thấy khá hơn với đôi giày đế cao.*

lift one's elbow *xem* BEND one's ELBOW

light *noun* **1 pháo sáng 2 con mắt** • *You want I should poke your lights out?*: *Mày muốn tao chọc lòi mắt mày ra không hả?* **3 xe cảnh sát 4 sự châm thuốc, xì gà hoặc tẩu thuốc**

light *verb* = LIGHT OUT

light *adjective* **1 thiếu tiền bạc, đặc biệt là trong hoàn cảnh trả nợ 2** (*lệnh bắt giữ*) **dễ bị công kích bởi một luật sư biện hộ tài năng 3 không được trang bị vũ khí; không có vũ khí 4 say rượu 5** (*người lang thang*) **đói; đói bụng** • *I'm light and needing a meal*: *Tôi đói và đang cần một bữa ăn.* **6 thiếu; có số tiền không đủ** • *I'm light about 20 bucks*: *Tôi thiếu khoảng 20 đô-la.* **7 =** HEP **8** (*quầy bán đồ ăn trưa*) **thêm vào chút ít kem** • *light coffee*: *cà phê thêm vào chút kem*

light bird *noun* (*quân đội*) **trung tá**

light, bright, damn near white *or* **bright, white and dead white** *adjective* (*nói về người da đen*) **da rất sáng** • *And always the one in charge was light, bright and almost white*: *Và bao giờ cũng vậy, người phụ trách là người có nước da đen sáng, gần như trắng.*

light bulb *noun* **người phụ nữ có thai, có mang**

light colonel *noun* (*quân đội*) **trung tá**

light-fingered *adjective* **có xu hướng ăn cắp; có tính hoặc thói quen ăn cắp, ăn trộm;** = STICKY-FINGERED

light-footed *adjective* **đồng tính**

lighthouse *noun* **1 một người trông chừng** • *The "wig-wagger," also called a "lighthouse," was a lookout for police*: *Người trông chừng, còn được gọi là "lighthouse," là người canh chừng cảnh sát.* **2** (*người lang thang dùng*) **kẻ đồng lõa tội phạm có thể nhận ra cảnh sát mặc thường phục**

light into someone *xem* SAIL INTO someone

lightning *noun* **rượu uýt-ki thô và rẻ tiền;** = WHITE LIGHTNING

lightning-slinger *noun* (*đường sắt*) **nhân viên điện báo**

light off *verb* **1 bắn 2 trải qua sự cực khoái**

light out *verb* **rời đi, đặc biệt là đi vội vàng;** = TAKE OFF, HIGHTAIL • *I stopped for a moment on the highway, put the top down and lit out*: *Tôi dừng lại ở đường cao tốc một lát, để mui xe xuống và nhanh chóng rời đi.*

lights out *noun* **1 giờ đi ngủ** • *It's lights out, kids. Radios off, too!*: *Đến giờ ngủ rồi, các con. Tắt radio luôn nhé!* **2 cái chết; giờ lâm chung;** = CURTAINS • *It's lights out for you if you don't across*: *Đó là cái chết cho mày rồi, nếu mày không qua..*

light stuff *noun* **1 rượu có nồng độ thấp; rượu nhẹ 2 cần sa và thuốc không gây nghiện**

light up *verb* **1 chia ma túy với những người khác 2 bắn ai**

lightweight *noun* **một người tầm thường; một người không quan trọng**

lightweight *adjective* **vụn vặt; tầm thường; không quan trọng** • *This is a fairly lightweight matter*: *Đây thật sự là một vấn đề nhỏ nhặt.*

like *verb* **1 dự đoán người thắng; đặt cược** • *You like the Mets?*: *Cậu đặt cược vào đội Mets à?* **2** *modifier:* (*đặc biệt phong trào phản văn hóa những năm 1960*) **như thế; thực sự; bạn biết không đấy**

like a bandit *adverb* **rất thành công; phát đạt** • *She runs a grocery business like a bandit*: *Bà ấy có một cửa hàng tạp hóa rất phát đạt.*

like a bat out of hell *adjective* **rất mau lẹ, thật nhanh hoặc đột ngột;** = LICKETY-SPLIT • *The cat took off like a bat out of hell*: *Con mèo đột ngột phóng nhanh.*

like a bump on a log *adverb* **biếng nhác; vô vụng; trì trệ** • *Don't sit there like a bump on a log, move*: *Đừng có ngồi đó lười nhác, hoạt*

like a hole in the head *xem* NEED someone or something LIKE A HOLE IN THE HEAD

like a million bucks (or **dollars**) *adverb* rất tốt; tuyệt vời; ưu tú • This old buggy runs like a million dollars: *Chiếc ô tô cũ này chạy rất tốt.*

like a ton of bricks *adverb* như một vật gì có trọng lượng và rất nặng • Hitting the back end of that truck was like hitting a ton of bricks: *Đụng phải vào đuôi của chiếc xe tải kia giống như đụng vào hàng tấn gạch.*

like a wooden Indian *adverb* rất thản nhiên; phớt lạnh; yên lặng và không biểu lộ ý nghĩ • When I addressed her she stood there like a wooden Indian: *Khi tôi gọi cô ta đứng đấy rất thản nhiên và phớt lạnh.*

like crazy (or **mad**) *adjective* rất mãnh liệt; ngông cuồng; liều mạng • I'm running like mad and still can't catch up: *Tôi chạy như điên và vẫn không đuổi theo kịp.*

like death warmed over *adjective* khủng khiếp; như chết • A tall, black-garbed gentleman lay there, looking like death warmed over: *Một người đàn ông cao mặc đồ đen nằm đằng kia, trông giống như chết rồi.*

like gangbusters *adjective* rất hăng say; rất mãnh liệt [bắt nguồn từ cụm từ *"Come on like gangbusters"*; từ một chương trình radio nổi tiếng với những tiếng còi và những màn đọ súng] • She works like gangbusters and gets the job done: *Cô ấy làm việc rất hăng say và đã hoàn thành công việc.*

like hell *adverb* 1 một cách ngông cuồng; rất mạnh mẽ; hết sức mình • I had to run like hell to catch the bus: *Tôi phải chạy hết sức mình để đuổi kịp xe buýt.* 2 (biến thể: **fun** or **shit** có thể thay **hell**) không bao giờ; không được phép làm thế • 'You can pay' 'Like hell I will': *'Cậu có thể trả tiền được đấy' 'Không đời nào'* (tức là chắc chắn là tôi sẽ không trả).

like hell! *exclam.* điều đó không đúng sự thật! tôi không tin anh đâu! • You're going to a Dead concert! Like hell!: *Cậu đi đến một buổi hòa nhạc buồn tẻ lắm! Tôi không tin cậu đâu!*

Like I care *phrase* Bạn nói với tôi về tin này như thể nó có liên quan đến tôi (thờ ơ, mỉa mai, chế nhạo) • So, there's problems in South America. Like I care: *Vậy là, có vấn đề ở Nam Mỹ à. Tôi quan tâm đến chuyện đó sao?*

Like I really give a shit! or **LIRGAS** *exclam.* Tôi thật sự không quan tâm • You are telling me this why? LIRGAS: *Anh nói cho tôi biết điều này tại sao vậy? Tôi thật sự không quan tâm đến.*

like it is *xem* TELL IT LIKE IT IS

like it or lump it *adverb* dù thích hay không cũng phải chịu vậy thôi • We have to go now, like it or lump it: *Chúng ta phải đi bây giờ, thích hay không cũng phải chấp nhận.*

like it or lump it! *exclam.* từ bỏ đi!; Im đi!; chấp nhận nó hoặc xéo đi! • If you don't want to do it my way, like it or lump it!: *Nếu anh không thích làm điều đó theo cách của tôi thì hãy cứ im lặng và biến đi!*

like it's going out of style or **like there's no tomorrow** *adverb* một cách quá mức; bừa bãi; lung tung; liều lĩnh; táo bạo; phóng túng • Spending money like it was going out of style: *Tiêu tiền phung phí.* • Boozing like there was no tomorrow: *Say rượu quá mức.*

like it's such a big deal *phrase* bạn gây ra một sự phiền toái lạ thường cho một vấn đề nhỏ nhặt • So I broke the table. Like it's such a big deal: *Tôi đã làm vỡ cái bàn. Giống như tôi đã gây ra chuyện gì to tát lắm đấy.*

like mad *xem* LIKE CRAZY

like nobody's business *adjective* rất tốt; rất nhiều; rất nhanh • She can sing like nobody's business. What a set of pipes!: *Cô ấy có thể hát rất hay. Dây thanh âm thật tuyệt vời!*

like pigs in clover (or **in shit**) *adverb* hoàn toàn hạnh phúc; sung sướng • We'll go down to Los Angeles and we'll live like pigs in clover: *Chúng tôi sẽ xuống Los Angeles và sẽ sống sung sướng.*

like shit through a tin horn *adverb* (biến thể: **a dose of salts** or **a hot knife through butter**) rất nhanh và dễ dàng; không cần nỗ lực • He went through the defense like shit through a tin horn: *Nó đã đi qua hàng hậu vệ rất nhanh và dễ dàng.*

like shooting fish in a barrel *adjective* rất dễ; quá dễ • Beating them like shooting fish in a barrel: *Việc đánh bại họ rất dễ.*

like sixty *adverb* rất nhanh; = LIKE A BAT OUT OF HELL • They went after him like sixty: *Họ đã theo sau hắn rất nhanh.*

like stink *adjective* một cách nhanh chóng • Those kids moved through the whole test like stink. Real eager-beavers: *Những đứa trẻ đó làm toàn bộ bài kiểm tra một cách nhanh chóng. Những đứa chăm chỉ và sốt sắng thực sự.*

like that *xem* ALL LIKE THAT THERE

like (or **as**) **the white on rice** *phrase* gần gũi, thân thiết đến mức mọi thứ đều có thể • Those two are really close—like the white on rice: *Hai người họ thật sự thân thiết – như thể mọi thứ đều có thể làm cùng nhau.*

like there was no tomorrow *adjective* như thể không bao giờ có một cơ hội nào nữa; như không có ngày mai • She was drinking booze like there was no tomorrow: *Cô ta uống rượu như thể không còn một dịp nào khác nữa.*

like, you know *interj.* một sự kết hợp của thành ngữ *like* và *you know* [không bao giờ dùng trong văn viết trang trọng] • She is, well, like, you know, PG: *Cô ta là, à, giống như là, bạn biết đó, có mang (PG viết tắt của từ pregnant: có mang, có thai, có chửa).*

lillies *noun* bàn tay

lily[1] *noun* dương vật

lily[2] *noun* 1 người đàn ông ẻo lả, yếu ớt; người đàn ông đồng tính; = DAISY, PANSY, SISSY 2 một thứ gì xuất sắc, nổi bật, ưu tú; = LULU

lily-livered *adjective* nhút nhát • That lily-livered guy is up hiding under his bed till this storm blows over: *Anh chàng nhút nhát đó thì vui vẻ trốn dưới giường của mình cho đến khi cơn bão này qua đi (up: adj. happy, cheery).*

lily white *adjective* 1 ngây thơ; trong trắng 2 kỳ thị người da đen; phân biệt chủng tộc 3 chỉ có những cư dân, công nhân, v.v.. người da trắng • The town is lily white: *Thành phố chỉ có dân cư da trắng.*

lily whites *noun* khăn trải giường

limey or **limejuicer** *noun & adjective* 1 người Anh 2 *adj* a limey accent: *giọng Anh* 3 chiếc tàu Anh 4 (*quầy bán đồ ăn trưa*) bánh nướng xốp Anh

Limey Land *noun* nước Anh, Vương quốc liên hiệp Anh

the limit *noun* một người, một thứ, v.v.. vượt quá hoặc vi phạm những gì có thể chấp nhận được

limmy *noun* (*thế giới ngầm xưa*) xà beng của một kẻ trộm bẻ khóa

limo *noun* xe limousine, xe lớn dài và sang trọng, đặc biệt có kính che giữa tài xế và người ngồi sau

limp *adjective* **say rượu**

limp-dick *noun* **người vô dụng; người bất lực;** = WIMP

limp-dick or **limp-dicked** *adjective* **1** yếu ớt; thảm hại; nhút nhát **2** vô dụng; bất lực • He's limp-dick as a leader: *Anh ta là một người lãnh đạo bất lực.*

limp dishrag *noun* **người hoàn toàn vô dụng; người nhút nhát và nhu nhược; người bất lực;** = NEBBISH, WIMP

limp-noodle *noun* **1** thứ gì đó yếu kém, nhạt nhẽo và không có gì nổi bật **2** *adj* a limp-noodle romantic ballads: *một khúc hát nhạt nhẽo và không xuất sắc*

limp wrist *noun* **1** một người đồng tính nam **2** *modifier:* a limp-wrist hangout: *một nơi lui tới thường xuyên của dân đồng tính nam*

limp-wristed *adjective* **giống như đàn bà; giàu nữ tính; đồng tính**

line *noun* **1** câu chuyện hoặc sự tranh luận; câu chuyện có ý định dụ dỗ hoặc lừa gạt ai đó • Don't feed me that line. Do you think I was born yesterday?: *Đừng lừa gạt tôi. Anh nghĩ tôi là trẻ con (dễ bị lừa) phải không?* **2** cách nói chuyện nhằm thuyết phục hoặc tự đề cao bằng tài hùng biện và sự sinh động; = SPIEL **3** đường lối hoặc quan điểm công khai của một đảng phái, phe nhóm, v.v.. • the Republican line: *đường lối của đảng Cộng hòa* **4** công việc làm ăn hoặc nghề nghiệp; = RACKET • What's your line?: *Nghề nghiệp của anh là gì?* **5** (*giới nhạc jazz và swing dùng*) một đoạn nhạc biểu diễn solo, đặc biệt mang tính cá nhân và đổi mới **6** (cũng là *rail*) một liều cô-ca-in bột được sắp xếp theo một đường thẳng trên tấm gương để hít bằng mũi **7** tĩnh mạch, đặc biệt là để tiêm ma túy **8** triết lý chính trị [một từ quan trọng của phong trào New Left tại Mỹ, thường được sửa đổi cho "đúng đắn", một tiền thân của sự đúng đắn về chính trị] • A teacher was told he couldn't teach courses because he didn't have the right line: *Một giáo viên đã bảo rằng ông không thể dạy học vì ông không có triết lý chính trị.* **9** (*trong hoạt động kinh doanh hàng ăn cắp*) giá gấp đôi giá thực **10** khu vực chứa dân số chung trong một nhà tù **11** (*trong cá cược thể thao*) tỷ lệ hoặc điểm được nhà cái thiết lập để khống chế tiền cược

the line *noun* **1** vị trí đội hình chiến đấu **2** những cô gái đồng ca của một chương trình **3** dây chuyền lắp ráp • He works on the line at the local car factory: *Anh ta làm việc ở dây chuyền lắp ráp của nhà máy xe ô tô địa phương.*

line *verb* **1** (*bóng chày*) đánh quả bóng bay thẳng ở trong đường vạch biên **2** hít cô-ca-in bằng cách gom lại thành hàng mỏng

line dog or **line doggy** or **line doggie** *noun* (*quân đội*) lính bộ binh, đặc biệt là trung sĩ trong đội chiến đấu

line-load *noun* (*tài xế taxi*) hành khách đến khu đèn đỏ (nhà thổ)

line out *verb* **1** hát, đặc biệt với giọng mạnh mẽ và to; = BELT OUT • He has been lining out all day: *Anh ta hát ầm ĩ suốt ngày.* **2** (*bóng chày*) đánh một quả bóng bay thẳng trong đường vạch biên nhưng bị tóm được

line one's own pocket(s) *verb* **kiếm tiền bằng cách bất lương hoặc hối lộ** • He'd been lining his pockets for years before it was discovered: *Ông ta đã kiếm thật nhiều tiền bỏ túi riêng trong nhiều năm trước khi bị phát giác.*

liners *noun* **tiền mặt**

line-up *noun* **sự quan hệ tình dục theo thứ tự giữa một người với nhiều bạn tình**

lineup *noun* **1** sự sắp thành hàng ngang của những người bị tình nghi hoặc thủ phạm để cảnh sát thẩm vấn; = SHOWUP **2** (*thể thao*) sự sắp xếp đội hình trước khi ra đấu; bảng kê danh sách của đội • Just before the game started, the managers showed their lineups to the umpires: *Vừa lúc trước trận đấu bắt đầu, các ông bầu xuất trình các bảng kê danh sách của đội cho các trọng tài.*

line up with *verb* **ủng hộ; đứng về phía** • Who will you line up with on this thorny issue?: *Anh sẽ đứng về phía ai về vấn đề gai góc này?*

lingo *noun* **ngôn ngữ; từ ngữ đặc biệt; từ chuyên môn**

lion's share *noun* **phần lớn nhất** • I earn a lot, but the lion's share goes for taxes: *Tôi kiếm được nhiều tiền, nhưng phần lớn nhất đều phải nộp thuế.*

lip *noun* **1** (cũng là *fat lip*) lời nói láo xược, nói ngược, xấc láo **2** (*thế giới ngầm*) một luật sư, đặc biệt là luật sư bào chữa cho tội phạm; = MOUTHPIECE

lip *verb* **1** hôn • The two of them were in the corner, lipping intently: *Hai người ở góc đường hôn nhau một cách say đắm.* **2** (*giới nhạc jazz*) chơi một nhạc cụ, đặc biệt trong nhạc jazz; = BLOW

lip fuzz *noun* **râu mép; ria**

lip gloss *noun* **sự nói dối; sự lừa gạt; sự cường điệu**

lip mover *noun* **một người tối dạ và ngu ngốc;** = BLOCK-HEAD

lip off *verb* **nói một cách mạnh mẽ và sống sượng**

lippy *adjective* **1** láo xược; hỗn láo và ngạo mạn **2** nói nhiều; ba hoa • Listen, you lippy bastard: *Nghe này, mày nói nhiều quá rồi đấy đồ khốn.*

lip-sloppy *adjecitve* **nói nhiều dẫn đến sai lầm**

lip-splitter *noun* (*giới nhạc jazz*) **nhạc sĩ chơi một nhạc khí, như kèn, sáo, v.v.**

lip-sync or **lip-synch** *verb* **nhép miệng cho khớp với lời bài hát hoặc lời nói ghi âm sẵn (để khiến khán giả mắc lừa là mình đang biểu diễn)**

liquefied *adjective* **say rượu**

liquidate *verb* **giết ai**

liquid cork *noun* **thuốc trị tiêu chảy; thuốc ỉa chảy**

liquid courage *noun* **sự làm ra vẻ can đảm được tạo ra bởi rượu** • What are you waiting for, run outta liquid courage?: *Mày đang đợi gì vậy, đợi rượu làm mày can đảm lên à?*

liquid laugh *noun* **sự nôn mửa; chất ói mửa**

liquid lunch *noun* **bữa ăn gồm toàn rượu**

liquor *xem* HARD LIQUOR, POT LIQUOR

liquored up *adjective* **say rượu**

listen *verb* **có vẻ đúng; có ý nghĩa; hợp lý;** = FIGURE • It doesn't listen: *Cái đó không hợp lý.* • That listens, doesn't it?: *Điều đó có lý phải không?*

listen-in *noun* **trường hợp nghe lén hoặc nghe trộm điện thoại**

listen up *verb* **nghe một cách cẩn thận; nghe kỹ; chăm chú** [thường là một mệnh lệnh] • Now, listen up! This is important: *Này, lắng nghe kỹ nhé! Việc này rất quan trọng.*

listen up! **dùng để yêu cầu sự chú ý** [gần như luôn được nghe thấy theo lối mệnh lệnh] • Listen up, don't try to sound pretty. Just belt it out: *Nghe này, đừng cố gắng hát hay. Chỉ cần rống lên thôi.*

lit *noun* (*sinh viên*) **môn văn học ở trường** [viết tắt của *"literature"*]

lit *adjctive* **say rượu**

litterbug *noun* **người ném rác trên đường hoặc trong công viên**

little bit *noun* **một gái điếm**

little bitty *adjective* **rất nhỏ** • I got four little bitty kids: *Tôi có bốn đứa con còn rất nhỏ.*

little black book *noun* **quyển sổ tay ghi chép tên, địa chỉ, số điện**

little boy blue noun nam cảnh sát

little boys' room noun nhà vệ sinh, đặc biệt là dành cho đàn ông [trẻ con và hài hước]

little friend noun một máy bay chiến đấu

little girls' room noun nhà vệ sinh, đặc biệt là dành cho nữ

little guy or **little man** or **little people** noun một người lính Nhật Bản; Việt Cộng hay lính của quân đội miền Bắc Việt Nam • Four Americans and seventeen little people: *Bốn lính Mỹ và mười bảy lính Việt Cộng.*

little Harlem noun khu ổ chuột của người da đen

Little Italy noun một khu phố mà dân cư sinh sống chủ yếu là người Ý nhập cư và người Mỹ gốc Ý

little Joe or **Little Joe** noun (*súc sắc*) điểm 4, hoặc 4 trên mặt súc sắc

Little Michael (or Mickey) noun = MICKEY FINN

little ones xem MAKE LITTLE ONES OUT OF BIG ONES

little Phoebe (or fever) xem PHOEBE

little pinkie or **little pinky** noun ngón tay út • Ouch! I smashed my little pinky: *Ôi! Tôi đánh mạnh trúng ngón tay út của tôi rồi.*

little Saigon nickname một khu vực mà dân cư chủ yếu là người Việt Nam nhập cư và thương nhân

little school noun (*thế giới ngầm và người lang thang*) trại cải tạo; trường giáo dưỡng

little secret xem DIRTY LITTLE SECRET

little shaver noun chàng trai; người trẻ tuổi • He lived in Paris as a little shaver: *Anh ta sống ở Paris lúc còn trai trẻ.*

little Tokyo noun một khu trong thành phố với sự tập trung nhiều người Nhật Bản

the little woman noun vợ • Comes home and the little woman sends him to the store: *Về nhà và bà vợ nhờ anh ta đến cửa hàng.*

lit to the gills adjective say rượu

lit up or **lit up like a Christmas tree** adjective 1 say rượu 2 (*ma túy*) phê ma túy; = HIGH

litvak noun 1 người Lithuania hoặc người gốc Lithuania [thuộc liên bang Sô Viết cũ và tách rời khỏi Nga vào năm 1991] 2 gã tinh ranh; kẻ buôn bán quỷ quyệt, gian xảo, bất chính

live adjective 1 chưa nổ; chưa cháy • a live shell: *quả đạn pháo chưa nổ* / live match: *diêm chưa đánh* 2 chứa đạn, trái ngược với không có đạn; sẵn sàng để sử dụng • live ammunition: *đạn dược sẵn sàng xử dụng* 3 (*về buổi phát hình, phát thanh*) trực tiếp; tại chỗ; trong lúc sự việc xảy ra • a live broadcast: *một buổi phát thanh trực tiếp, tại chỗ* 4 (*về cuộc biểu diễn, thu nhạc*) được trình bày hoặc thực hiện trong buổi hòa nhạc tại chỗ • a live recording: *buổi ghi âm tại chỗ* 5 có dòng điện chạy qua; = HOT • a live circuit: *mạch điện có dòng điện chạy qua* 6 (*nói về khách hàng tiềm năng của một cô gái điếm*) háo hức xài tiền 7 (*đua ngựa*) nói về con ngựa được đặt cược lớn 8 (*đặc biệt thanh thiếu niên*) cực kỳ; mãnh liệt; phấn khích; sôi nổi; tốt • a very live party: *một bữa tiệc rất sôi nổi* • Everything's live! No problem!: *Mọi thứ rất tốt! Không có vấn đề gì cả!*

live high on the hog xem EAT HIGH ON THE HOG

live-in 1 adj chia sẻ nhà của ai 2 noun người quản gia sống trong nhà của ai • After they had their second child, they hired a live-in: *Sau khi họ có đứa con thứ hai, họ mướn một quản gia.*

live off the fat of the land (or off the tit) verb sống rất tốt, đặc biệt không làm việc; hưởng thụ và sống xa hoa • You been living off the tit too long, I think: *Tôi nghĩ là anh đã hưởng thụ và sống xa hoa quá lâu.*

live one noun 1 người đáng để chú ý; người hoạt bát; người hiện đại 2 mục tiêu thích hợp cho một kế hoạch đánh lừa hoặc cho sự bán nhanh • Hey, Eddie, looks like we got us a live one here: *Ê, Eddie có vẻ chúng ta đã có một mục tiêu lừa gạt ở đây rồi.*

liveware noun 1 con người; bộ phận của con người trong việc sử dụng máy tính [sự phát triển hài hước của "*software*" và "*hardware*"] 2 một sinh vật sống • Waiter, there's some liveware in my salad: *Bồi bàn, có con vật sống nào đó trong món xà lách của tôi này.*

live wire noun người sôi nổi; người linh hoạt và năng động

living chilly verb sống tốt; sống sung túc với nhiều vàng bạc, kim cương

the living daylights xem BEAT THE SHIT OUT OF some-one or something

living doll noun người lịch sự, đứng đắn, thú vị • The emcee is a living doll: *Người dẫn chương trình là người lịch sự và đứng đắn.*

living end noun 1 đồ tốt nhất; thứ tuyệt nhất • "I've mixed the cod liver with a Bloody Mary. It should be the living end": *"Tôi đã trộn gan cá thu với cốc-tai vốt-ka cà chua. Nó sẽ là thứ tuyệt nhất đấy".* 2 (cũng là **the living end**) một người, một thứ, v.v..sắp đến mức (vượt qua hoặc vi phạm) mà ai có thể chịu được; = the END, the LIMIT

living large phrase khỏe; tốt [trả lời cho câu hỏi "How ya living?"] • I'm living large. How you doing?: *Tôi vẫn khỏe. Bạn như thế nào?*

living-room gig noun (*giới nhạc jazz*) sự xuất hiện trên truyền hình

the living shit xem BEAT THE SHIT OUT OF someone or something, SCARE THE SHIT OUT OF someone or some-thing

lizard noun (*cuộc đua ngựa*) con ngựa đua kém; = BEETLE

lizards noun giày da thằn lằn

lizzie[1] or **Lizzie** noun xe ô tô đặc biệt là một chiếc cũ nát hoặc rẻ tiền

lizzie[2] noun người lười biếng; người ẻo lả như đàn bà; = WIMP

load noun 1 số lượng tinh dịch xuất tinh 2 tình trạng say sưa 3 số lượng rượu đủ để say; tửu lượng • Harry had quite a load of booze: *Harry có tửu lượng khá thật.* 4 một ngụm rượu; một hớp rượu 5 một liều ma túy; một mũi tiêm ma túy 6 sự cung cấp ma túy 7 nơi cất giấu ma túy 7 sự mua số lượng lớn hê-rô-in 8 một viên cô-đê-in kết hợp với thuốc ngủ Doriden™, tạo ra tác dụng giống thuốc phiện 9 sự nghiện ma túy 10 một nhóm tù nhân đang được chuyển đi 11 một người vớ vẫn, lố bịch, ngu ngốc hoặc khó ưa 12 xe ô tô (cũ) • Whose junky old load is that parked in front of the house?: *Chiếc xe cũ kỹ đang đổ trước nhà là của ai vậy?*

load verb thay đổi (súc sắc); xử lý (súc sắc) để đạt một điểm nhất định

loaded adjective 1 say rượu 2 phê ma túy, đặc biệt là hê-rô-in; = HIGH 3 giàu có; sung túc; = FILTHY RICH • I wish you were going to be loaded: *Em ước anh sẽ trở nên giàu có.* 4 có nhiều tiền, dù chỉ tạm thời; = FLUSH • After selling the car he was loaded for a few months: *Sau khi bán chiếc xe anh ta có một số tiền tiêu cho vài tháng.* 5 có thai; có mang 6 dễ nổ; hiểm nghèo • His journey across the mountains is really loaded: *Chuyến đi qua núi của nó đầy hiểm họa.* 7 trang bị súng 8 (*về ô tô*) được trang bị với mọi phụ tùng có thể • Do you want to see a loaded car?: *Anh có muốn xem một chiếc ô tô được trang bị đầy đủ phụ tùng không?* 9 được pha thêm rượu mạnh vào; chứa nhiều rượu; có chứa rượu uýt-ki 10 sắp xếp trước; thiên vị • The interview was loaded in my favor:

Cuộc phỏng vấn được sắp xếp trước cho tôi. **11** **có tầm quan trọng vượt ngoài ý nghĩa bề ngoài hoặc ý nghĩa rõ ràng; dùng để bẫy ai** • *No loaded questions if you really want information: Không các câu hỏi bẫy nếu anh thật sự muốn biết thông tin.*

loaded dice *noun* **con súc sắc với sự phân phối trọng lượng đã được thay đổi để bạn có thể đoán trước điểm của nó**

loaded for bear *adjective* **1 chuẩn bị cho trường hợp khẩn cấp, được vũ trang nặng** • *We began the trip into town loaded for bear: Chúng tôi bắt đầu chuyến đi vào thị trấn với vũ trang nặng.* **2 chuẩn bị đầy đủ cho sự việc có thể xảy ra; chuẩn bị sẵn sàng cho một cuộc xung đột, tranh cãi, v.v..** • *I went to the board meeting loaded for bear: Tôi đi đến cuộc họp ban lãnh đạo và sẵn sàng cho cuộc tranh luận.* **3 say rượu 4 sẵn sàng cho những vấn đề nan giải nhất** • *I'm loaded for bear, and that's good because this is going to be a rough day: Tôi sẵn sàng cho những vấn đề nan giải nhất, và điều đó thì tốt bởi vì sắp tới sẽ là một ngày khó khăn.* **5 rất tức giận** • *I had been loaded for bear when I came into the room, and I left as meek as a lamb: Khi vào trong phòng tôi rất tức giận và tôi ra đi hiền lành như một con cừu non.*

loaded to the barrel *xem* LOADED TO THE GILLS

loaded to the gills or **loaded to the barrel** *adjective* **say rượu**

loaded with *adjective* **được cung cấp đầy đủ; có nhiều;** = LOUSY WITH • *She's loaded with talent: Cô ta có nhiều tài năng.*

loadie or **loady** *noun* **1 (đặc biệt thanh thiếu niên) người dùng ma túy; người uống rượu bia 2 (sinh viên) người nghiện rượu;** = LUSH

load-in *noun* **việc chở và dàn dựng trang thiết bị trước buổi hòa nhạc hay buổi biểu diễn**

a load off someone's **mind** *noun* **sự khuây khỏa tinh thần; sự chấm dứt băn khoăn lo lắng** • *It took a load off my mind when the doctor said there was nothing wrong with me: Tôi nhẹ nhõm cả người khi bác sĩ bảo tôi chẳng có bệnh gì cả.*

load of hay *noun* **1 đầu tóc dài 2 khách hàng, khách của ban quản trị không trả tiền và không cho tiền boa**

load of WW radiators (or **post holes** or **wind**) *noun* **(tài xế xe tải) xe tải trống; không có bất kỳ hàng hóa nào**

a load of wind *noun* = WIND BAG

load the dice *verb* **sắp xếp trước hoặc thiên vị kết quả nào đó**

loady *xem* LOADIE

loan shark *noun* **một người cho vay nặng lãi trong thế giới ngầm;** = JUICE DEALER, SHYLOCK • *You have to understand the loan shark's in business the same as anybody else: Anh phải hiểu bọn cho vay cắt cổ cũng đang kinh doanh như bất cứ ai khác.*

lob 1 *noun* **quả lốp bóng trong môn tennis; quả ném bóng chậm và tay để thấp trong môn cricket 2** *verb* **(môn tennis) lốp bóng** • *She lobbed the ball over her opponent's head to the back of the court: Cô ta lốp bóng qua đầu đối phương ra đằng sau sân.*

lobo *noun* **tên du côn; lưu manh** [từ tiếng Tây Ban Nha là "chó sói"]

lobster shift (or **trick**) *noun* **(đặc biệt tòa soạn báo từ những năm 1920) một ca làm việc rất khuya hoặc đầu sáng sớm để phát hành báo**

lobster skin *noun* **làn da bị ăn nắng nhiều** [cách dùng của thanh niên Hawaii]

local *noun* **dân cư của một vùng, khác với khách viếng thăm; người bản xứ;** = HOME GUARD • *The locals tend to be suspicious of strangers: Người dân địa phương có khuynh hướng nghi ngờ người lạ mặt.*

local talent *noun* **một người phụ nữ đẹp**

local yokel *noun* **1 cảnh sát thị trấn hoặc vùng nông thôn 2 cư dân ở vùng nông thôn** • *One of the local yokel helped me change the tire: Một trong những cư dân ở vùng nông thôn đã giúp tôi thay lốp xe.*

loced out or **loqued out** *adejective* **phấn khích; điên rồ**

a lock *noun* **một điều chắc chắn;** = SURE THING, SHOO-IN

lock *verb* **(nhà tù) ở trong một xà lim**

lock horns *verb* **đương đầu với; đấu tranh** • *They had locked horns with a better man: Họ phải đương đầu với một người đàn ông giỏi hơn.*

lock-in *noun* **(nhà tù) hình thức phản kháng của các tù nhân từ chối rời xà lim của họ**

lockup *noun* **1 nhà giam hay nhà tù, đặc biệt là xà lim giam giữ;** = the COOLER, TANK **2 (bi-da) một cú đánh không thể trật hay một trận đấu không thể thua**

loco[1] *noun* **cần sa** [viết tắt của "locoweed"]

loco[2] **1** *adj* **điên; điên rồ;** = NUTS [bắt nguồn từ tiếng Tây Ban Nha] **2** *noun* *She's acting like a loco: Cô ta đang hành động như một kẻ điên*

loco[3] *noun* **(đường sắt) đầu máy xe lửa**

locomotive *noun* **1 (sinh viên) tiếng reo hò giống với tiếng kêu của đầu máy xe lửa chạy hơi nước đang bắt đầu chạy 2 động lực mạnh mẽ; động lực chính**

locoweed *noun* **cần sa**

logjam *noun* **1 chứng táo bón 2 tình trạng tắc nghẽn; tình trạng tê liệt;** = GRIDLOCK • *He broke the logjam of negotiations with the cable companies: Anh ta đã phá vỡ tình trạng bế tắc của các cuộc thương lượng với các công ty dây cáp.*

log roll *noun* **(bệnh viện) cách chuyển dời thận trọng đưa bệnh nhân từ xe đẩy lên giường** • *She said she needed my help with a log roll in Room 643: Cô ta nói cô ta cần sự giúp đỡ của tôi về sự chuyển dời bệnh nhân từ xe đẩy lên giường ở phòng 643.*

loid *verb* **1 mở cửa khóa bằng tấm thẻ tín dụng hoặc vật làm bằng chất nhựa dẻo như thế** • *The cards…could be used to loid any door with a spring latch: Các tấm thẻ…có thể được dùng để mở bất cứ cửa với ổ khóa nhảy bật lên.* **2 bẻ khóa một căn hộ, tòa nhà, v.v.**

Lolita *noun* **một cô gái tuổi teen được thể hiện cụ thể về mặt tình dục; một cô gái bất kỳ độ tuổi nào đến tuổi kết hôn hợp pháp ăn mặc theo kiểu được xem là kích thích hoặc lợi dụng tình dục**

lollapalooza or **lollapoloosa** *noun* **1 một người hoặc một thứ nổi bật, tuyệt vời, ưu tú, v.v..;** = BEAUT, HUMDINGER • *His girl-friend is a real lollapalooza: Cô bạn gái của nó thật là cừ khôi.* **2 một cái gì rất to; một điều kỳ lạ, phi thường** • *Look at that bump on your head. That's a lollapalooza!: Hãy nhìn cục u đó trên đầu bạn kìa. Thật là to quá đi!* **3 lời nói dối trắng trợn**

lollop *noun* = DOLLOP, JOLLOP

lollygag or **lallygag** *verb* **1 hôn và vuốt ve; mơn trớn; quan hệ tình dục 2 lãng phí; la cà; lười nhác;** = GOOF OFF • *I was just taking a couple or three courses, lolly gaggin': Tôi vừa mới lãng phí hai hoặc ba khóa học.*

loner *noun* **1 (cũng là *lone wolf*) một người thích ở một mình, làm một mình, v.v..; người sống cô độc 2 một người hoặc một thứ một mình**

lone wolf *noun* **1 một tên tội phạm làm việc một mình 2 người thích sống cô độc; người thích ở và làm việc một mình**

long *adjective* **1 (nói về tiền) nhiều** • *I began to realize that to make* long bread one needed to be a singer and look pretty for the girls: *Tôi bắt đầu nhận ra rằng để kiếm được nhiều tiền, bạn cần trở thành ca sĩ và trông đẹp đối với các cô gái.* **2** (*nói về người nghiện ma túy*) trầm trọng

as long as your arm *xem* AS LONG AS YOUR ARM

the long arm *xem* the LONG ARM OF THE LAW

the long arm of the law *noun* cảnh sát; = the LAW

long ball *xem* GO FOR THE LONG BALL

long count *xem* TAKE THE LONG COUNT

long dozen *noun* mười ba; một tá mười ba cái • They used to give you a long dozen in that bakery: *Họ thường cho cậu một tá mười ba chiếc bánh ở cửa hàng bánh mì đó.*

long drink of water *noun* một người rất cao và gầy

long green *noun* tiền; = FOLDING MONEY

longhair *noun* **1** người trí thức; = EGGHEAD **2** một người tham gia vào phong trào phản văn hóa những năm 1960; người thanh niên với mái tóc dài; một người híp-pi **3** (*giới nhạc jazz*) nhạc cổ điển

longhair *adjective* **1** (*cũng là long-haired*) trí thức **2** (*cũng là long-haired*) cổ điển • sonatas and other longhair stuff: *những bản xô-nát và nhạc cổ điển khác*

long-handle (or **long-handled**) **underwear** *noun* (*từ những năm 1940*) quần áo lót dài cho mùa đông

long hard look *noun* một sự kiểm tra rất kỹ • I advise you take a long hard look at yourself, son: *Tôi khuyên cậu kiểm tra kỹ bản thân, con trai ạ.*

long haul *noun* một giai đoạn dài và khó khăn • It's been a long haul doing the degree parttime: *Quả là một việc khó khăn lâu dài để lấy được tấm bằng học bán thời gian.*

longhorn *noun* người Texas

longies *noun* **1** quần dài **2** quần áo lót dài; = LONG JOHNS

long in the tooth *adjective* (*từ đầu những năm 1900, Anh*) lớn tuổi • The actor is a bit long in the tooth to be playing Tom Sawyer: *Tay diễn viên hơi lớn tuổi để đóng vai Tom Sawyer.*

long john *noun* bộ đồ lặn tay dài

long johns or **long ones** *noun* quần áo lót dài dùng cho mùa đông

long knife *noun* **1** kẻ ám sát **2** kẻ phá hoại; kẻ giết người chuyên nghiệp; kẻ đâm thuê chém mướn

long pig *noun* một người được coi là đồ ăn đối với những kẻ ăn thịt người; người bị ăn thịt ở bộ lạc ăn thịt người

the long run *xem* IN THE LONG RUN

long shoe *noun* đôi giày hợp thời trang với mũi nhọn

long shot *noun* **1** người, ngựa, dự án, v.v.. không có khả năng thắng hoặc thành công; = DARK HORSE • The idea's a long shot, but it's worth a try: *Đó là một ý tưởng không có khả năng thành công nhưng cũng đáng thử lắm.* **2** *modifier*: a long-shot victory: *một chiến thắng rất ít khả năng xảy ra* **3** một cảnh được chụp từ xa; một bức ảnh tầm xa

long story short *phrase* nói tóm lại; làm cho gọn lại [yêu cầu nói ngắn gọn và đi vào ý chính] • Then the guy comes over, and – long story short – "You got a match?": *Rồi gã ta đến và – nói tóm lại – "Bạn có một trận đấu không?"*

long time no see *sentence* (*dùng để chào hỏi*) lâu rồi không gặp • Hello, long time no see! How's it going?: *Xin chào, lâu ngày quá không gặp! Mọi việc ra sao?*

long time, no smell dùng như lời chào hỏi trìu mến [cách dùng của thanh niên Hawaii]

long underwear *noun* **1** nhạc jazz được chơi theo cách du dương hoặc có tính chất thương mại **2** một nhạc sĩ nhạc jazz kém cỏi **3** nhạc cổ điển; = LONGHAIR

long white roll *noun* thuốc lá sản xuất ở nhà máy

loo *noun* nhà vệ sinh

looey *noun* (*quân đội, thế chiến I*) trung úy; = LOOT • They demoted me to the second looey: *Họ giáng cấp tôi xuống thiếu úy.*

loogan *noun* **1** người ngu ngốc; người đần độn; = BOOB **2** kẻ tội phạm; côn đồ; lưu manh; = GOON, HOOD

looie or **louie** *noun* **1** trung úy **2** một cục đờm hoặc nước mũi

look *xem* HARD LOOK, LONG HARD LOOK

look after number one *verb* chăm sóc cho bản thân mình trước tiên; tự chăm sóc lấy mình • It's a good idea to look after number one. Who else will?: *Chăm sóc cho bản thân mình trước tiên là một ý kiến hay. Còn ai khác sẽ làm điều ấy?*

look-alike *noun* người có bề ngoài rất giống người khác; = DEAD RINGER, DOUBLE • He was such a look-alike for my ex-boss: *Nó thật là giống ông xếp trước của tôi.*

Look alive! *exclam.* Nhanh lên!; Mau lên!; Khẩn trương lên! • There's work to be done! Look alive!: *Có công việc phải làm đấy! Khẩn trương lên!*

look at someone cross-eyed *verb* phạm phải một lỗi lầm nhỏ; xúc phạm ai rất ít, không đáng

look at the gate *verb* gần mãn hạn tù

look at the proter and gamble *verb* gian lận trong bài kiểm tra

Look (at) what the cat dragged in! *inperative* Nào, xem ai vừa đến kìa! • Look what the cat dragged in! I thought you would never get here: *Xem ai vừa đến kìa! Tôi nghĩ là anh sẽ không bao giờ đến đây chứ.*

look down one's nose *verb* đối xử ai với vẻ khinh thường • He looked down his nose at me as if I were a real criminal: *Nó nhìn tôi với vẻ khinh thường y như thể tôi là một tội phạm thật sự.*

look down on someone or something *verb* khinh bỉ; coi thường ai/ cái gì; ra vẻ kẻ cả • As a professional painter, she looked down on the efforts of amateurs: *Khi còn họa sĩ chuyên nghiệp, bà ta khinh thường những cố gắng của các họa sĩ nghiệp dư.*

looker *noun* **1** một người phụ nữ quyến rũ • That waitress is a looker, a real dish: *Cô hầu bàn kia là một người dễ thương, một người thật hấp dẫn.* **2** (*người bán hàng*) người xem hàng hóa nhưng không mua

look for a hole in the fence *verb* (*đua ngựa*) trình diễn rất kém, như thể con ngựa thích tìm một cái lỗ trên hàng rào và trở về chuồng hơn

looking good *interj.* thán từ bày tỏ sự khuyến khích, sự khen ngợi, điều làm cho an tâm, v.v.. • They hollered "Looking good!" as the leader passed: *Họ hò hét "Khả quan lắm!" (tiến triển tốt lắm!) khi thủ trưởng đi qua.*

look like a drowned rat *verb* ướt như chuột lột; có vẻ ngoài rất rối và khó coi • After storm she came in and looked like a drowned rat: *Sau cơn bão cô ta đi vào nhà và ướt như chuột lột.*

look like death warmed over *verb* cảm thấy mệt rã rời; trông đáng thương; có vẻ mặt khổ sở • I still feel like death warmed over after my cold: *Tôi cảm thấy mệt rã rời sau khi bị cảm lạnh.* • I don't know what the news is, but Frank looks like death warmed over: *Tôi không* biết tin gì, nhưng Frank trông có vẻ đáng thương.

look like something the cat dragged in verb **có diện mạo dơ bẩn, trông vẻ mặt lôi thôi lếch thếch** • I was covered with mud. I must look like some thing the cat dragged in: *Tôi bị be bết bùn. Trông tôi chắc hẳn phải là khó coi lắm.*

look like ten pounds of shit in a five-pound bag 1 **ăn mặc luộm thuộm, đặc biệt là mặc quần áo quá nhỏ, phồng lên, phì ra, v.v..** 2 **quá dài, quá nặng, quá rộng, v.v..**

look out the window (*đua ngựa*) **không thể đặt cược vào một con ngựa trong cuộc đua mà nó thắng sau khi đã cược vào con ngựa này trong rất nhiều cuộc đua thất bại trước đó**

look see verb **nhìn xem** • Look see whether the road is clear before you cross: *Hãy nhìn xem khi đường vắng rồi anh hãy vượt qua.*

a look-see noun **sự xem; cái nhìn; sự quan sát** • I approached slowly, slowly, and had a look-see: *Tôi tiến lại chậm, thật chậm và quan sát.*

look that up in your Funk and Wagnalls! **dùng như lời nhận xét hài hước về một lời nói hay một sự thật** [một trong những câu khẩu hiệu nổi tiếng nhất từ series chương trình truyền hình Mỹ *Laugh-In* (1967-1973) và được lặp lại một cách hài hước]

Look who's talking! exclam. **Bạn thật có lỗi quá!; Bạn thật sai lầm quá!; Nói thế được sao!** • Look who's talking. You were there before I was: *Bạn thật sự sai lầm quá! Bạn ở đó trước tôi mà.*

looney tune or **loony tune** noun **một người điên**

looney tunes adjective **điên cuồng** • I started to realize that they had decided I was loony-tunes: *Tôi bắt đầu nhận ra rằng họ đã xác định là tôi bị điên.*

loony or **looney** or **loonie** noun (cũng là *loon* or *loonball*) **một người điên** [viết tắt của *"lunatic"*]

loony or **looney** or **loonie** adjicitve **cực kỳ thất thường; điên rồ;** = NUTTY

loony bin noun **bệnh viện (hay tổ chức khác) điều trị các vấn đề tâm thần và bệnh tâm thần;** = NUT-HOUSE

loony farm noun **bệnh viện tâm thần**

loony roost noun **bệnh viện tâm thần**

loony-tune or **loony-tunes** xem LOONEY TUNE

loop noun 1 **một video khiêu dâm ngắn được chiếu đi chiếu lại** 2 (*ngành truyền hình và điện ảnh*) **những bản thu âm được dùng với video được ghi trước đó** 3 **vòng tránh thai** 4 (*thể thao*) **liên đoàn điền kinh; hội nghị của các vận động viên**

loop-de-loop noun **sự quan hệ tình dục bằng miệng qua lại đồng thời giữa hai người**

looped or **looping** adjective **say rượu**

looper noun 1 (*bóng chày*) **quả bóng được đánh bay chạm giữa sân trong và sân ngoài** 2 **một con sóng tự vỡ ra, tạo ra một chỗ trũng mà qua đó người lướt sóng có thể cưỡi lên**

loop-legged adjective **say rượu**

loopy noun 1 **hơi điên; gàn; ngốc nghếch;** = NUTTY 2 **say rượu**

loose adjective 1 (*nói về máy đánh bạc*) **có lợi cho con bạc, cả về mặt tần suất thanh toán lẫn lợi thế nhỏ của sòng bạc** 2 **chưa đính hôn một cách lãng mạn** 3 **rất say** 4 **thoải mai; thanh thản; ung dung** • After passing an exam he was really loose: *Sau khi thi đỗ anh ta thật là thoải mái.* 5 **lẳng lơ; chung chạ bừa bãi về tình dục**

loose as a goose or **loosey-goosey** adjective **rất thoải mái; hoàn toàn thanh thản;** = COOL • He was feeling fine, loose as a goose: *Nó đang cảm thấy ổn, hoàn toàn thanh thản.*

loose cannon noun 1 **một người có những hành động hoặc lời nói không thể kiểm soát hoặc dự đoán được** 2 **người to mồm; người khoác lác** 3 **người gây thiệt hại; người ngông cuồng thiếu trách nhiệm**

loose change noun **tiền có trong tay và để dành; tiền mặt có sẵn** • I wanted to help, but didn't have any loose change: *Tôi muốn giúp, nhưng không có sẵn tiền.*

loose in the bean (or **upper story**) adjective **điên rồ;** = NUTTY

loose wig noun 1 **hành vi man rợ** 2 **nhạc sĩ đầy sáng tạo, kích động một cách điên rồ**

loosey-goosey adjective **rất lỏng lẻo trong bất kỳ ý nghĩa nào**

loosie goosie noun **một phụ nữ trẻ lăng nhăng**

loot noun 1 (*giới nhạc jazz*) **tiền, đặc biệt khoản tiền lớn** • Rich planters would come and spend some awful large amounts of loots: *Các ông chủ đồn điền giàu có sẽ đến và tiêu tiền với số lượng lớn khủng khiếp.* 2 **trung uý;** = LIEUT 3 **vật ăn cắp; tiền ăn cắp; của cướp được**

Lord love a duck! exclam. **Chà!; Chao ôi!** • Lord love a duck, I'm tired!: *Chao ôi, tôi mệt quá!*

lo-res xem LOW-RES

Los noun **Los Angeles, California** [tiếng Tây Ban Nha ở biên giới được dùng trong cuộc nói chuyện bằng tiếng Anh bởi người Mỹ gốc Mexico]

lose a bundle verb **mất nhiều tiền** • Willy lost a bundle on that land purchase: *Willy mất nhiều tiền về việc mua miếng đất đó.*

lose a load verb **xuất tinh**

lose one's cookies xem SHOOT one's COOKIES

lose one's cool verb **nổi giận hoặc bối rối; mất bình tĩnh** • He was unflappable, never lost his cool: *Ông ta rất điềm tĩnh, chưa bao giờ nổi giận* • He lost his cool very quickly and shouted at them: *Anh ta rất dễ mất bình tĩnh và quát tháo họ.*

lose one's doughnuts xem BLOW one's DOUGHNUTS

lose one's gourd verb **phát điên; trở nên điên rồ;** = GO APE, FREAK OUT

lose one's grip or **lose one's hold** verb **mất kiểm soát hoặc không điều hành được cái gì** • We think the Prime Minister may be losing his grip: *Chúng tôi nghĩ rằng Thủ tướng có thể không kiểm soát được tình hình.*

lose one's hold xem LOSE one's GRIP

lose it verb 1 **nôn; mửa ra** 2 **tức giận; không làm chủ được; không kiểm soát được** • I sat there calmly, biting my lip to keep from losing it: *Tôi ngồi đó một cách điềm tĩnh, cắn chặt môi để giữ cho mình không mất tự chủ.*

lose one's lunch xem BLOW (one's) LUNCH

lose one's marbles verb **trở nên điên loạn; cư xử một cách vô ý thức không còn lý trí** • He must have lost his marbles to go walking in such awful weather: *Ông ta hẳn là đã mất trí rồi sao mà lại đi chơi trong thời tiết khủng khiếp như thế này.*

loser verb **bị thua; thất bại, đặc biệt thường xuyên** • I don't want them to think I'm losered out: *Tôi không muốn họ nghĩ tôi bị thua cuộc thường xuyên.*

loser noun 1 (cũng là *born loser*) **một người , một điều thường xuyên thất bại;** = BUST, DUD, LEMON • At baseball I was a risible loser: *Ở cuộc chơi bóng chày tôi là người thường xuyên thua cuộc thật buồn cười.* 2 **một người bị ruồng bỏ về mặt xã hội; một người luôn gặp vận đen; bất cứ ai được cho là không thể chấp nhận hoặc một người bơ vơ, vô dụng** • Those guys are all losers. They'll never amount to anything: *Những anh chàng kia đều là những kẻ vô dụng. Họ sẽ không bao giờ thành đạt được điều gì.* **3 người phạm trọng tội bị kết án 4 một bệnh nhân chết ở bệnh viện**

lose one's **shirt** *verb* **thua sạch; mất sạch cơ nghiệp (đặc biệt do cờ bạc, kinh doanh)** • Every body knows that Peter lost his shirt when his business failed: *Mọi người đều biết rằng Peter mất sạch cơ nghiệp khi công việc kinh doanh của anh ta bị thất bại.*

lose the ballgame *verb* **kết thúc một cách thảm hại hoặc bất hạnh** • This story lost the whole ballgame: *Câu chuyện này kết thúc hoàn toàn bất hạnh.*

lose water *verb* (*trong tập thể hình*) **toát mồ hôi** [được thực hiện cố tình trước khi thi đấu trong môn thể hình để cải thiện nét cơ]

lose one's **wig** *xem* BLOW one's TOP

losing *xem* someone CAN'T WIN FOR LOSING

lost *xem* GET LOST

lost-and-found badge *noun* **thẻ tên (thẻ bài) của quân đội Mỹ** • My father still keeps his lost-and-found badge from the Korean War: *Bố tôi vẫn còn giữ lại thẻ bài của mình từ thời chiến tranh Triều Tiên.*

lot louse *noun* (*xiếc*) **người đi lang thang xem hàng nhưng không chi tiền**

lot of weight *xem* CARRY A LOT OF WEIGHT

loud *adjective* **tầm thường và lòe loẹt; sặc sỡ** • He's wearing a loud tie: *Anh ta mang một cà vạt sặc sỡ.*

loud handle *noun* **cơ chế điều khiển ghế có thể bật ra cho phi công nhảy dù lúc khẩn cấp trong máy bay** • He grabbed the loud handle and pulled. The canopy blasted off: *Anh ta nắm cơ chế điều khiển ghế có thể bật ra để phi công nhảy dù lúc khẩn cấp và kéo. Vòm kính che buồng lái văng ra.*

loudmouth 1 *noun* **người nói nhiều hoặc nói to; người to mồm, đặc biệt với vẻ khoe khoang, khoác lác;** = WINDBAG **2** *verb* Don't you loudmouth me!: *Mày đừng có to mồm với tao!*

loudtalk *verb* **1 nói một cách mạnh mẽ và hung hăng** • He did not take his eyes off me as I walked up, and he kept loudtalking me: *Anh ta không rời mắt khỏi tôi khi tôi thức dậy, và anh ta tiếp tục nói một cách mạnh mẽ và hung hăng với tôi.* **2** (*nhà tù*) **kích động gây rối bằng cách nói to về những luật lệ vi phạm có thật hoặc giả định**

louie[1] *noun* **sự rẽ trái**

louie[2] *or* **Louie** *noun* (*đặc biệt những năm 1930*) **người lao động di cư, tức là người đi đến một vùng hay nước khác để làm việc**

lounge lizard *noun* (*đặc biệt những năm 1920*) = LADIES' MAN

louse *noun* **một người đáng khinh, đặc biệt là người láu cá và không đáng tin cậy;** = BASTARD, CRUMB

louse-cage *noun* (*đường sắt*) **toa dành cho người bảo vệ tàu hoặc giường ngủ**

loused up *adjective* **đầy sẹo và áp-xe từ việc chích ma túy liên tục**

louse up *verb* **1 làm hỏng; phá hỏng;** = BOLLIX UP • The mechanic tried to repair my car, but he really loused it up: *Người thợ máy cố sửa chiếc xe của tôi, nhưng anh ta thực sự đã làm hỏng nó.* **2 thất bại;** = SCREW UP • He'll get promoted next month if he doesn't louse up: *Ông ta sẽ được thăng chức vào tháng tới nếu ông ấy không thất bại.*

lousy 1 *adj* **bần tiện; xấu; tồi tệ; khó chịu;** = CRUMMY • "Well. Go to sleep now. How was your dinner?" "Lousy": *"Tốt. Giờ đi ngủ thôi. Bữa ăn tối của em thế nào?" "Tồi tệ".* **2** *adv* I did pretty lousy on that test: *Tôi đã làm bài kiểm tra đó khá tệ.*

lousy with someone/something *adjective* **có rất nhiều người hoặc cái gì đó** • Tiffany is lousy with jewels and furs: *Tiffany có rất nhiều nữ trang và quần áo lông thú.* • That hotel was lousy with perverts: *Khách sạn đó đầy những kẻ hư hỏng.*

love *xem* CALF LOVE, FOR THE LOVE OF PETE, PUPPY LOVE

lovebirds *noun* **tình nhân; những kẻ si tình** • Come along, you two lovebirds!: *Đi thôi, hai kẻ si tình kia!*

love cherry *noun* **vết thâm do nụ hôn kiểu mút**

love drug *noun* **1 thuốc an thần, được biết đến nhiều nhất với cái tên Quaaludes™ 2** (*đặc biệt sinh viên*) **thuốc kích thích tình dục, như là methaqualone**

love factory *noun* **nhà thổ**

love glove *noun* **bao cao su**

love handles *noun* **1 vòng mỡ ở hai bên cơ thể, ngay trên eo; chỗ mỡ phình ra ở bên bụng** • Ted worked out daily, trying to get rid of his love handles: *Ted tập thể dục đều đặn hàng ngày, cố gắng loại bỏ mỡ thừa ở vùng bụng anh ta.* **2** *modifier:* who come in rarely, and mostly for love-handle removal: *những người đi vào rất hiếm, và chủ yếu để hút mỡ bụng*

love-in *noun* **1 sự kiện trong thập niên 60, một hoặc nhiều cặp tình nhân làm tình với nhau ở nơi công cộng 2 sự kiện vào thập niên 60, khi mọi người đều trở nên phấn khích (phớn phở) về tình yêu và sự tôn trọng dành cho người tình của mình vì sự tác động của cần sa; đặc biệt những người híppi hiến dâng tình yêu và sự thông cảm lẫn nhau**

lovely *noun* **một phụ nữ hấp dẫn**

love machine *noun* **một người tình cuồng nhiệt với thể lực tuyệt vời**

love muscle *noun* **dương vật**

love nest *noun* **một phòng ít người trông thấy, một căn hộ hay một căn nhà nơi những người yêu nhau hẹn hò**

love nuts *noun* **tinh hoàn (hòn dái) bị đau do sự kích thích tình dục không dẫn đến xuất tinh; sự thất bại trong tình dục**

love pillows *noun* **ngực phụ nữ**

lover-boy *noun* **1 một người đẹp trai; nam diễn viên được phụ nữ ái mộ 2 người đàn ông lăng nhăng; người theo đuổi phụ nữ;** = LADIES' MAN, CASANOVA, STUD

lover's nuts *noun* **tinh hoàn (hòn dái) bị đau do sự kích thích tình dục không dẫn đến xuất tinh; sự thất bại trong tình dục**

lovey-dovey 1 *adj* **cực kỳ lãng mạn, tình cảm; âu yếm; say đắm** • "My parents have never been so lovey-dovey…They were going at it for hours," he confided: *"Bố mẹ tớ chưa bao giờ quá tình cảm… Họ sẽ cự cãi hàng giờ", anh ta kể.* **2** *noun* **sự yêu mến; lòng yêu thương** • He felt great lovey-dovey for his sister: *Anh ta cảm thấy rất yêu thương chị của mình.* **3** *noun* **người vợ; người yêu; người tình** • his foreign lovey-dovey: *người tình nước ngoài của nó*

low 1 *adj* **buồn bã; u sầu** • I was so…low and depressed: *Tôi quá… buồn bã và suy sụp.* **2** *noun* (*ma túy*) **sự phản ứng tồi tệ với ma túy;** = BUMMER

low and slow *adjecitve* **mô tả kiểu lái xe của những người lái xe chậm, chạy số thấp nhất và chậm như rùa**

low-ball *verb* **giảm; nhắm đến tiêu chuẩn thấp** • Had Feldstein deliberately low-balled the original numbers?: *Có phải Feldstein cố tình giảm con số gốc không?*

low-belly strippers *noun* (*cờ bạc*) **các lá bài bị đánh dấu; cỗ bài bị đánh dấu**

low blow *noun* **cú đấm phần dưới thắt lưng; cú đấm không ngay thẳng và hiểm độc;** = CHEAP SHOT

lowbrow *noun* người thiếu giáo dục và lịch sự; người cục mịch không biết nhiều

lowbrow *adjective* thiếu giáo dục và lịch sự; cục mịch biết ít

low camp *noun* 1 kiểu phô trương thô thiển, thường là không cố ý 2 sự giải trí hoặc nghệ thuật được biểu trưng bởi những đặc điểm tầm thường và thô tục

lowdown *adjective* 1 bẩn thỉu, thối nát; hèn hạ, đáng khinh • What a dirty, lowdown thing to do: *Thật là một việc bẩn thiu, xấu xa để làm.* 2 *(giới nhạc jazz)* đầy cảm xúc và bóng gió, theo phong cách blues

the **lowdown** *noun* sự thật về cái gì; tin tức, thông tin, tán gẫu về cái gì • What's the lowdown on that funny statue in the park?: *Sự thật về bức tượng ngộ nghĩnh đó ở công viên là gì vậy?*

low-down dirty shame *xem* DIRTY SHAME

lower the boom *verb* 1 *(quyền Anh)* tung cú đấm nốc ao 2 trừng phạt • My patience evaporated and lowered the boom on them: *Sự kiên nhẫn của tôi đã hết và tôi trừng phạt chúng.*

low-fi or **low fi** *noun* 1 thiết bị có độ trung thực thấp • He just bought a new low-fi: *Nó vừa mua một cái máy mới có độ trung thực thấp.* 2 *modifier:* a room full of low-fi components: *một căn phòng đầy những linh kiện kém*

low-five *verb* vỗ lòng bàn tay phía dưới thắt lưng để chào hỏi hoặc tán dương

low-key *adjective* không rõ ràng; không rành mạch • Let's try to keep this low-key so as not to upset the family: *Hãy cố giữ kín chuyện không rõ ràng này để cho không làm buồn lòng gia đình.*

low-level Munchkin *noun* nhân viên, cán bộ, v.v.. cấp thấp; người ở [từ tên của những người lùn giúp việc trong truyện Phù thủy xứ Oz của L Frank Baum]

low-life *noun* 1 người thấp hèn; người kinh tởm 2 người có những thói quen đáng bị khiển trách; = BUM

low-life *adjective* bần tiện; bủn xỉn; hung hăng

low maintenance *adjective* (nói về một người) không đòi hỏi nhiều sự chú ý hay sự ủng hộ tình cảm

low (or bottom) man on the totem pole *noun* người có mức thâm niên, tầm quan trọng, v.v.. nhỏ nhất

low pitch *noun* *(người bán hàng rong)* sự bày trên vỉa hè

low profile 1 *noun* sự kín đáo; sự khiêm tốn • He thought he'd do better with a low profile the first year: *Nó nghĩ là nó sẽ làm tốt hơn với sự kín đáo trong năm đầu tiên.* 2 *adj* a low-profile discreetness: *một sự dè dặt kín đáo*

low-rate *verb* coi thường; lăng mạ • Why's he say it like that? Tryin't lowrate me?: *Tại sao anh ta nói chuyện kiểu đó? Cố lăng mạ tôi à?*

low rent *noun* kẻ hạ đẳng; người không lịch thiệp hoặc nhiệt tình

low-rent *adjective* rẻ; xoàng; kém; lỗi thời • This place is strictly low-rent: *Nơi này hoàn toàn rẻ tiền.* • We've got that low-rent lunch at the Century Plaza: *Chúng tôi đã có buổi ăn trưa xoàng ở Century Plaza.*

low-res or **lo-res** *adjective* tồi tàn, nghèo nàn; khó ưa, khó chịu [xuất phát từ cụm từ "low resolution" dùng trong những thiết bị điện tử] • The party is lo-res. Let's cruise: *Bữa tiệc thì nghèo nàn và vô vị. Chúng ta hãy đi thôi.*

low ride *adjective* *(đặc biệt ở Nam California)* kém; tồi; tầm thường; vô giá trị; = TRASHY

low rider *noun* 1 *(đặc biệt ở Nam California)* một người sửa lại và lái một chiếc xe với hệ thống giảm xóc hạ thấp gầm xe xuống gần ngay trên mặt đất [một lối sống và phong cách nghệ thuật từ miền tây nam nước Mỹ, đặc biệt trong giới thanh niên Mỹ gốc Mexico] 2 xe ô tô với hệ thống giảm xóc được hạ xuống thấp 3 người lái mô tô, đặc biệt chiếc xe được sửa lại với tay lái rất cao 4 một thanh niên trẻ thô lỗ đến từ khu ổ chuột của người da đen

lox *noun* *(ngành du hành vũ trụ)* khí oxy lỏng, như nguyên liệu tên lửa

LP or **lp** *noun* đĩa hát chơi với tốc độ 33⅓ vòng mỗi phút [viết tắt của "*long playing*"]

the **Ls** *noun* *(cờ bạc)* những người thua cuộc, đặc biệt những tay chơi chuyên nghiệp họ nhận được 5% tiền lại quả từ những người thu ngân [viết tắt của "*the losers*"]

LSD *nickname* 1 Lake Shore Drive, Chicago 2 chất ma túy mạnh gây ra những ảo giác và cũng được dùng làm thuốc an thần; = ACID [viết tắt của "*lysergic acid diethylamide*"]

L7 1 *noun* *(người da đen)* người không thích nghi với quần chúng; người không xứng với địa vị; người nệ cổ; = SQUARE 2 *adj* an uncool L7 wimp: *một người nhút nhát không thích nghi với quần chúng*

LT or **eltee** *noun* trung úy • The L.T. was kind enough to let us use his office: *Vị trung úy đủ tốt bụng để cho chúng ta dùng văn phòng của ông ấy.*

LT *verb* *(sinh viên)* sống chung với nhau [viết tắt của "*living together*"] • They have been LT for some time: *Họ sống chung với nhau một thời gian.*

lube *noun* 1 *(cũng là lube job)* sự bôi dầu mỡ; sự bôi trơn; công việc tra dầu mỡ 2 *modifier:* lube rack: *giá tra dầu mỡ* 3 dầu bôi trơn 4 *(sinh viên)* bơ • Pass the lube, will ya, huh?: *Chuyển cho tôi hũ (lọ) bơ đó đi, được chứ hả?*

lubed *adjective* say rượu [một dạng viết tắt của "*lubricated*"]

lubricant *noun* *(sinh viên)* bơ

lubricated *adjective* say rượu

lucci *noun* tiền [có thể từ chữ *lucre* mang nghĩa "tiền, tiền thưởng"; như trong từ *filthy lucre* mang nghĩa "đồng tiền bẩn thiu"] • Can you loan me some of that lucci?: *Anh có thể cho tôi mượn ít tiền được không?*

luck into *verb* trở thành người được hưởng vận may; có được cái gì nhờ may mắn • Alain lucked into a goldmine with an idea for a magazine: *Alain có được một nguồn lợi lớn nhờ may mắn với ý tưởng về một tạp chí.*

the **luck of the draw** *noun* kết quả của sự may rủi; số phận; = THAT'S THE WAY THE BALL BOUNCES • The team was assembled by chance. It was just the luck of the draw that we could work so well together: *Đội bóng được tập hợp một cách tình cờ. Đó chỉ là việc may mà chúng tôi có thể làm việc cùng nhau tốt đẹp đến vậy.* • All Jewish people went to the concentration camp. It was the luck of the draw: *Tất cả người Do Thái đi vào trại tập trung. Đúng là số phận.*

luck money *noun* tiền boa hay số tiền nhỏ tặng cho người đã giúp mình việc gì đó

luck out *verb* [một trong những cụm từ lóng có hai nghĩa trái ngược] 1 gặp may; đạt được cái gì nhờ may mắn • We certainly lucked out with the weather: *Chắc chắn chúng ta gặp may với thời tiết.* • He lucked out to be alive after that accident: *Nó đã gặp may là sống sót sau tai nạn đó.* 2 *(quân đội, thế chiến II)* gặp vận đen; không may mắn • I always lucked out at cards: *Tôi luôn gặp vận đen ở trò chơi đánh bài.*

luck up *verb* trở nên may mắn; hên • I lucked up to find her at home: *Tôi đã gặp hên tìm thấy cô ta ở nhà.*

lucky dog *noun* người may mắn • Bart was a lucky dog because he won the race: *Bart đúng là một kẻ may mắn vì anh ta thắng cuộc đua.*

lude head *noun* người nghiện hoặc lạm dụng thuốc an thần

lude out *verb* trải qua tác dụng của thuốc an thần được uống để tiêu khiển, đặc biệt là khi kết hợp với rượu

lug *noun* 1 một người mập, vụng về, kém thông minh 2 một phụ nữ có người yêu là người đồng tính nữ ở đại học nhưng sau khi tốt nghiệp thì trở lại giới tính nữ bình thường [viết tắt của *"lesbian until graduation"*] 3 nhu cầu 4 người ngu đần; kẻ ngốc 5 (*quyền Anh*) mặt; cằm hoặc hàm 6 (*thế giới ngầm*) sự đòi hỏi tiền, đặc biệt tiền hối lộ hoặc tiền bảo kê

lugan *noun* người chào đời hoặc sinh sống ở Lithuania

lugger[1] *noun* 1 (*trong một trò lừa đảo lạm dụng tín nhiệm lớn*) ai đó được phân công nhiệm vụ cung cấp môi trường hậu cảnh; một vai phụ 2 (*đua ngựa*) con ngựa đua hướng vào hoặc tránh xa đường chạy bên trong

lugger[2] *noun* 1 (*giới tội phạm*) kẻ tòng phạm với kẻ ăn cắp ở các cửa hàng lớn 2 (*giới tù nhân, Canada*) người buôn lậu đưa hàng lậu vào ra nhà tù

lughead *noun* kẻ ngốc nghếch; kẻ đần độn

lug in *verb* (*cuộc đua ngựa*) có xu hướng chạy về phía hàng rào

lug out *verb* (*cuộc đua ngựa*) có xu hướng chạy ra ngoài hàng rào của đường đua

lulu[1] *noun* người hoặc cái gì đó lạ thường, kỳ lạ, đáng kinh ngạc, đáng chú ý, v.v..; = DARB, HUMDINGER [dùng với mạo từ *"a"*] • He said this aquarium was a lulu: *Ông ta nói bể nuôi cá này là thứ khác thường (hiếm có).*

lulu[2] *noun* (*bang New York dùng*) bổng lộc thêm của một thành viên cơ quan lập pháp gồm hàng hóa, dịch vụ, hoặc một thu nhập chính thức "thay cho" sự bồi thường hợp pháp cơ bản

lumber *noun* 1 (*bóng chày*) cây gậy 2 (*quầy bán đồ ăn trưa*) tăm xỉa răng 3 thân cây cần sa 4 một người quan sát không chơi, không đặt cược trong một trò chơi may rủi

lumber *verb* (*chủ yếu ở Anh*) lợi dụng; thuyết phục; lừa dối

lumberman *noun* (*người lang thang*) người ăn xin với cái nạng

lumbo or **limbo** *noun* cần sa từ Colombia

lummox or **lommix** or **lummux** *noun* người vụng về, khờ khạo, ngu ngốc; = KLUTZ

lummux *xem* LUMMOX

lump *noun* 1 người ngu đần; người chậm chạp; = CLOD, KLUTZ 2 (*người lang thang*) một bữa ăn trưa nhỏ được mang theo trong túi bạn; một gói đồ ăn

lumper *noun* 1 (*lễ hội*) một kẻ đồng lõa được thuê để chơi và thắng một ván để tạo ra công việc kinh doanh 2 (*tài xế xe tải*) một người chất hàng và dỡ hàng khỏi xe tải

lump it *verb* chấp nhận hoặc nuốt cái gì mà bạn không thích • It was a lousy deal, but I just had to lump it: *Nó là một thỏa thuận tồi tệ, nhưng tôi vừa phải chấp nhận nó.*

lump it! *exclam.* quên nó đi!; đi nơi khác! • Well, you can just lump it!: *À, bạn có thể đơn giản quên nó đi!*

lump lips *verb* 1 hôn 2 nói chuyện trên điện thoại [tiếng lóng của thiếu niên]

lumps *noun* sự đối xử nghiêm khắc; sự trừng phạt; sự đánh đập

lump up *verb* đánh đập thân thể • "Once in a while we get a contract from one of them bootleggers to lump somebody up": *Thỉnh thoảng chúng tôi nhận được hợp đồng từ một trong những người bán rượu lậu để đánh ai đó".*

lumpus *noun* đứa bé ngốc nghếch

lumpy *adjective* chơi kém; chơi tệ

lunch or **lunchy** *adjective* 1 không quan tâm; lơ đãng 2 ngu ngốc; vô dụng 3 lỗi thời; không hợp thời trang • That tie is lunchy: *Cái cà vạt đó thì lỗi thời.*

lunch hooks *noun* bàn tay; = MEATHOOKS

lung *noun* (*đường sắt*) đòn kéo hoặc thanh kéo kết nối các toa xe lửa

lung balloons *noun* ngực phụ nữ

lunger *noun* 1 đờm dãi khạc ra từ phổi 2 một người mắc bệnh lao

lung-hammock *noun* áo ngực; cái nịt vú

lungs *noun* ngực phụ nữ; = KNOCKERS • She has a great pair of lungs: *Cô ta có bộ ngực tuyệt vời.*

lunk *noun* 1 một người ngu đần; = LUNKHEAD 2 *modifier:* four books about a lunk hero Carlo Reinhart: *bốn cuốn sách về vị anh hùng ngốc Carlo Reinhart.*

lunker *noun* 1 bất kỳ con cá lớn nào, đặc biệt là cá vược lớn • In the ocean there's nothing but lunkers: *Ở đại dương không có gì cả ngoài các con cá to.* 2 xe ô tô cũ; = CLUNKER, HEAP

lunkhead *noun* một người ngu đần; = BOOB, DOPE

lunky *adjective* ngu ngốc; đần độn

lurk *verb* đọc những bài viết trên một nhóm thảo luận internet nhưng không đăng bình luận của mình

lurker *noun* 1 một người đọc những bài viết trên một nhóm thảo luận internet mà không đăng bình luận của mình 2 (*máy tính*) người xâm nhập vào hệ thống máy tính bất hợp pháp

luscious *adjective* rất khêu gợi; hấp dẫn về nhục dục; = DISHY, SEXY

lush *noun* 1 rượu 2 người say rượu; người nghiện rượu; = DIPSO

lush *verb* uống nhiều rượu • He was there, of course, lushing it up: *Anh ta ở đó và tất nhiên là uống như hũ chìm.*

lush *adjectitve* say rượu

lushed or **lushed up** *adjective* say rượu

lusher *noun* một người say rượu

lushhound *noun* một người say rượu

lush-roll *verb* cướp của những người say rượu

lushroller *noun* người đi cướp những người say rượu

lush up *verb* uống rượu quá độ

lushwell *noun* một người say rượu; = LUSH

lush-worker *noun* một tên trộm chuyên trấn lột những người say rượu đi ngang qua

lushy *noun* một người say rượu

luxo *adjective* sang trọng; lộng lẫy; = POSH

M

M *noun* 1 (*ma túy*) moóc-phin [viết tắt của "*morphine*"] 2 cần sa [viết tắt của "*marijuana*"] 3 tiền; tiền bạc [viết tắt của "*money*"]

ma-and-pa *xem* MOM-AND-POP

Ma Bell *noun* AT&T, công ty điện báo viễn thông Hoa Kỳ; bất kỳ công ty viễn thông nào • Ma Bell is still one of the largest firms in the nation: *Ma Bell vẫn là một trong những công ty lớn nhất nước.*

mac *noun* 1 máy rút tiền tự động [ban đầu bắt nguồn từ những chữ viết tắt đã được đăng ký tên thương hiệu là *Money Access Center*, sau đó được áp dụng cho bất kỳ thiết bị nào như thế] 2 áo mưa

Mac or **mac** or **mack** or **Mack** *noun* 1 dùng như từ xưng hô cho một người đàn ông mà người nói không biết tên • "You're right, Mac." I tipped him a quarter: *"Đúng rồi đó, Mac." Tôi đã boa cho anh ta 25 cent.* 2 gã; anh bạn; người đàn ông; = BUSTER, JACK [dùng trong xưng hô trực tiếp, thường với giọng hơi thù địch] • Take it easy, Mac: *Bình tĩnh đi, anh bạn.*

mac or **mack** *verb* ăn ngấu nghiến [từ Big Mac, món hamburger đặc biệt từ chuỗi nhà hàng hamburger McDonald]

macaroni[1] *noun* một người Mỹ gốc Ý hay một người Ý [từ món mì ống]

macaroni[2] *noun* 1 (*thợ đốn gỗ*) mùn cưa; mạt cưa 2 bất kỳ vật mềm dẻo và thường rỗng nào, chẳng hạn như vật cách điện, ống dẻo, v.v..

macher *noun* 1 một người quan trọng và quyền lực; = BIG SHOT [cổ ngữ của người Do Thái ở Đông Âu và Trung Âu] 2 người lanh lợi, thường hay vênh vang, tự cho mình là quan trọng; = OPERATOR

machine *noun* 1 dương vật 2 súng máy 3 (*đua ngựa*) máy đánh cá ngựa điện tử 4 (*đua ngựa*) một thiết bị xài pin dùng để gây sốc cho con ngựa suốt cuộc đua

machisma *noun* phụ nữ có tính đàn ông hung hăng; lòng cao ngạo của kẻ nữ nhi

machismo *noun* tính đàn ông hung hăng; lòng cao ngạo của kẻ nam nhi

macho *noun* 1 người đầy nam tính, hùng hổ, hung hăng; = HE-MAN 2 tính đàn ông hung hăng; = MACHISMO

macho *adjective* rất đàn ông, rắn rỏi và dũng cảm; có tính đàn ông [vay mượn trực tiếp từ tiếng Tây Ban Nha] • list of macho jobs: *danh sách các công việc thuộc đàn ông làm.*

machodrama *noun* một bộ phim hoặc vở kịch ca ngợi tính đàn ông hung hăng

macho it out *verb* cư xử với sự can đảm và sức chịu đựng của đàn ông; = TOUGH IT OUT • I machoed it out all the way into the men's room before I threw up: *Tôi đã chịu đựng hết sức suốt đoạn đường đi vào phòng vệ sinh nam trước khi tôi nôn (thức ăn) ra.*

Mac(k) *noun* một tên chung để gọi một người đàn ông [cũng là một thuật ngữ xưng hô] • Look, Mac, you want to make some big money?: *Này, ông bạn, ông muốn kiếm được nhiều tiền phải không?*

mack *noun* (*đặc biệt người da đen*) ma cô; = MACKMAN

mackerel-snapper *noun* tín đồ Thiên chúa giáo La Mã [từ thói quen ăn cá vào ngày thứ sáu]

mackman *noun* (*đặc biệt người da đen*) một tay ma cô; = MACK

mack on someone *verb* 1 gợi ý quan hệ tình dục với ai 2 ôm hôn ai

Mack truck *noun* (*bóng đá*) cầu thủ dẻo dai và rắn chắc, thường là cầu thủ hậu vệ

mac out *verb* ăn ngấu nghiến như chết đói; ăn quá nhiều [đặc biệt là thức ăn phục vụ tại các nhà hàng thức ăn nhanh McDonald] • I've been in Europe for a month, and I just want to get home and mac out: *Tôi vừa ở Châu Âu một tháng mà chỉ muốn về nhà ăn thả giàn.*

mace someone's **face** *verb* làm điều gì quyết liệt với ai, như muốn đập vào mặt • I look at him, and suddenly I just want to mace his face or something: *Tôi nhìn hắn ta và đột nhiên tôi chỉ muốn đập vào mặt hắn hay cái gì đại loại như thế.*

mad *adjecitve* 1 lý thú; hay; xuất sắc; = CRAZY • You don't know "Jungle Love?" That shit is the mad notes: *Cậu không biết cuốn "Jungle Love" à? Cuốn đó thật lý thú.* 2 bực bội; tức giận • I was mad at (with) him for being late: *Tôi tức giận nó vì đi muộn.* • They were mad about (at) missing the train: *Họ bực bội vì nhỡ chuyến tàu.*

mad about *adjective* = CRAZY ABOUT

madam *noun* người đàn bà trong coi nhà chứa; mụ tú bà

mad as a wet hen *adjective* rất giận; tức điên; = PISSED OFF

madball *noun* (*xiếc và lễ hội*) quả cầu pha lê của thầy bói

made *noun* (*người da đen*) tóc thẳng; tóc được làm thẳng ra

be **made** *verb* = be TAKEN

made for one *adjective* hoàn toàn hợp với mong muốn, phong cách của ai • I love this town, it's made for me: *Tôi thích thị trấn này, nó hoàn toàn hợp với mong muốn của tôi.*

made in the shade *adjective* thành công; xong xuôi • He's got it made in the shade with her: *Anh ta đã thành công với cô ta.*

mad enough to eat nails *adjective* tức điên lên • After we got home, she was mad enough to eat nails: *Sau khi chúng tôi về nhà, cô ta tức điên lên.*

Madison Avenue or **Mad Ave** *noun* 1 kiểu mẫu hoặc hình ảnh của trung tâm dành cho các công ty quảng cáo chính ở Mỹ (các công ty quảng cáo ở đại lộ Madison, thành phố New York) 2 *modifier*: Madison Avenue hype: *sự quảng cáo cường điệu ở Madison Avenue*

mad money *noun* 1 tiền tiết kiệm để dùng vào việc khẩn cấp hoặc để phung phí 2 tiền mà một phụ nữ mang theo phòng hờ để trả tiền khi về nhà khi người hộ tống của cô ta trở nên bất hòa 3 tiền mà một phụ nữ để dành cho những lúc cô ta muốn mua một món đồ bốc đồng hoặc để chuẩn bị bệnh tật

Mae West *noun* 1 (*ngôn ngữ của giới nhảy dù*) sự lộn ngược một phần của tán dù do sự cố lúc triển khai • Two suspension lines are over my canopy, forming a Mae West: *Hai sợi dây treo nằm trên tán dù của tôi, tạo thành sự lộn ngược một phần của tán dù do sự cố triển khai.* 2 (*từ những năm 1930, phi công Anh*) áo cứu đắm cồng kềnh

mafia *noun* nhóm người được coi là bí mật kiểm soát các tổ chức và sử dụng ảnh hưởng lớn • Chernenko was a member of the Brezhnev mafia in the Politburo: *Chernenko là một thành viên của nhóm mafia Brezhnev trong bộ chính trị.*

mag *noun* 1 tạp chí 2 súng ngắn Magnum 3 thiết bị điện phát ra những tia lửa để đốt cháy nguyên liệu ở một động cơ đốt trong (magneto) 4 bánh xe ô tô được làm từ hợp kim magiê (magnesium alloy)

Magellan *noun* (*hàng không*) người lái máy bay; phi công

Maggie or **maggie** *noun* (*thế giới ngầm*) súng lục tự động

Maggie's drawers *noun* (*quân đội*) lá cờ đỏ báo hiệu cú bắn trật trên bãi tập bắn

maggot *noun* 1 một người da trắng [cách dùng của dân da đen ở thành phố] 2 (*không quân Mỹ*) người rất tận tâm phục vụ 3 một điếu thuốc lá hoặc một mẩu thuốc lá 4 một người thấp hèn và khốn khổ; kẻ đồi bại

magnum-force *adjective* rất mạnh • Thomas Hearn's magum-force punches: *Thomas Hearn có những cú đấm rất mạnh.*

magoo *noun* 1 (*xiếc*) kem hay bánh trứng sữa mà những anh hề dùng ném vào nhau 2 người rất quan trọng; người có thế lực; = BIG SHOT

mahoska or **hoska** *noun* 1 người nghiện ma túy, đặc biệt là hê-rô-in 2 ma túy; bất kỳ loại hàng lậu nào 3 năng lượng; sức mạnh; sự gan dạ • The guy's got mahoska and guts!: *Gã đó có cả sức mạnh lẫn can đảm!*

maiden *noun* 1 (*đua ngựa*) con ngựa chưa bao giờ thắng cuộc đua nào; = BUG 2 (*theo nghĩa rộng*) một tay nài ngựa chưa bao giờ thắng cuộc đua nào

maiden's delight *noun* Coca-Cola hương anh đào

mail drop *noun* nơi hoặc địa chỉ mà ai có thể nhận thư một cách bí mật

main *adjective* (*người da đen*) được yêu thích nhất; rất ngưỡng mộ; được yêu quí • This is my main nigger, my number one nigger: *Đây là người da đen rất ngưỡng mộ của tôi, người da đen số một của tôi.*

main drag (or **stem**) *noun* (*người lang thang*) đường phố chính

main line *noun* 1 (*ma túy*) bất kỳ mạch máu lớn nào, đặc biệt là động mạch giữa dây thần kinh 2 (*đường đua ngựa*) khu vực tập trung nhiều nhất các máy đánh cá ngựa chung 3 dân số nói chung của một nhà tù 4 (*nhà tù*) phòng ăn tập thể

Main Line *nickname* những vùng ngoại ô giàu có ở phía tây Philadelphia, Pennsylvania, kéo dài từ Merion đến Bryn Mawr đến Paoli

mainline or **main** *verb* 1 (*ma túy*) tiêm ma túy, đặc biệt là hê-rô-in, vào tĩnh mạch chính; = SHOOT UP 2 dùng chất kích thích hoặc nhiều dạng thuốc giảm đau

main man *noun* 1 một người quan trọng 2 một tên ma cô, liên quan đến gái điếm 3 (*người da đen*) người bạn thân nhất 4 tình nhân; người yêu của một phụ nữ • He's been her main man for two years. Do you think they'll get married?: *Anh ta là người yêu của cô ta hai năm rồi. Anh nghĩ là họ sẽ lấy nhau không?*

main queen *noun* 1 bạn gái đầu tiên hoặc lâu dài của một người đàn ông 2 (*người đồng tính*) người đồng tính nam đóng vai thụ động, đặc biệt là người được săn đón nhiều bởi những người đồng tính khác

main squeeze *noun* 1 người tình đầu tiên của một người trong chuyện tình yêu • I happen to think Willie's main squeeze is sexy: *Tôi chợt nghĩ người yêu đầu của Willie thật gợi tình.* 2 bạn trai hoặc bạn gái chính thức của ai • My main squeeze is coming over to talk tonight: *Bạn gái tôi sẽ đến nói chuyện tối nay.* 3 người quan trọng nhất; người chủ; sếp; người phụ trách; = BIG ENCHILADA, BOSS 4 người yêu, người tình của ai • Mary has a main squeeze: *Mary có người yêu.*

maintain a low profile *xem* KEEP A LOW PROFILE

maison joie *noun* nhà thổ; nhà chứa

major *noun* một người đáng tin cậy

major *adjective* xuất sắc; nghiêm túc; trầm trọng • This rally is, like, major!: *Cuộc mít tinh này rất nghiêm túc!*

major in plumbing *verb* (*trường đại học*) không tham gia khóa học nào ngoài những khóa học dễ

majorly *adverb* rất nhiều • I am majorly, totally, butt-crazy in love with Josh: *Tôi yêu Josh rất nhiều, yêu điên cuồng.*

make *noun* 1 sự nhận ra; sự nhận dạng • The woman gave us a make on the guy who slugged her: *Người đàn bà cho chúng tôi sự nhận dạng về cái gã đã đấm bà ta.* 2 giấy chứng minh; thẻ căn cước 3 một người chỉ được xem là bạn tình hoặc đối tượng tình dục; = LAY

make *verb* 1 (*thế giới ngầm và cảnh sát*) nhận dạng; nhận ra • He made me the minute he saw me: *Hắn đã nhận dạng ngay phút hắn nhìn thấy tôi.* 2 dụ dỗ hay quan hệ tình dục với; = LAY, SCREW 3 thừa nhận ai là thành viên của một tổ chức tội phạm 4 đến một nơi; đi được một khoảng cách; = HIT • We'll never make Padanama before dark: *Chúng ta sẽ không bao giờ đến được Padanama trước khi trời tối.* 5 đạt một tốc độ cụ thể • This buggy will make twice the speed of the old one: *Chiếc ô tô này sẽ đạt tốc độ gấp hai lần chiếc cũ.* 6 (*thế giới ngầm*) cướp; trộm; = HEIST 7 hiểu; nắm bắt; = DIG • I don't think you've quite made the seriousness of the situation: *Tôi không tin là anh đã hiểu thấu hoàn toàn tính nghiêm trọng của tình hình.* 8 mang lại danh tiếng, thành công, giàu có, v.v.. • That one show made her: *Một số diễn đó đã mang lại danh tiếng cho cô ta.* 9 đại tiện; đi ỉa

make someone *verb* nhận diện ai • The cop stared at Bart and tried to make him, but failed to identify him and let him go: *Cảnh sát nhìn chằm chằm Bart và cố nhận diện hắn, nhưng thất bại để nhận ra hắn và thả hắn đi.*

make a believer out of someone *verb* thuyết phục ai, đặc biệt bằng bạo lực hoặc thô lỗ • I never worried about it much, but that nervous wreck made a believer out of me: *Tôi chẳng bao giờ lo lắng nhiều về việc đó, dẫu mà gã suy nhược thần kinh kia đã thuyết phục tôi một cách thô bạo.*

make a big production (or **big deal**) *verb* làm quá; phản ứng quá mức; quan trọng quá việc gì một cách quá đáng; = MAKE A FEDERAL CASE OUT OF something • All she wanted was a simple wedding, but he had to make a big production out of it: *Tất cả cô ta muốn là một đám cưới đơn giản, nhưng anh ta đã làm quá việc ấy.*

make a boo-boo *verb* **phạm sai lầm** • Everybody makes a boo-boo every now and then: *Thỉnh thoảng ai cũng phạm sai lầm.*

make a bundle or **make a pile** *verb* **làm ra nhiều tiền** • She made a bundle on a website investment: *Cô ấy kiếm được nhiều tiền trong vụ đầu tư vào website.*

make a Federal case out of something *verb* **phóng đại tầm quan trọng của một sự sai lầm; làm quá mức chuyện gì;** = BLOW UP • Do you have to make a federal case of everything?: *Bạn có cần phải làm quá mức mọi chuyện lên không?*

make a hit (with someone**)** *verb* **tạo ra được một ấn tượng thuận lợi (đối với ai)** • You've made a hit with her; she likes you: *Cậu đã tạo được một ấn tượng rất tốt đối với cô ta; cô ấy thích cậu lắm đấy.*

make a killing *verb* **làm ra lợi nhuận khổng lồ; thành công về tài chính** • My uncle's made a killing on the stock market: *Ông chú tôi đã thắng đậm ở thị trường chứng khoán.*

Make a lap! *interj.* **ngồi xuống!** • Hey, make a lap and get out of the way!: *Này, ngồi xuống và tránh đường ra!*

make a mountain or **pitch a tent** *verb* **có sự cương cứng vào buổi sáng đội khăn trải giường lên; có sự cương cứng tạo thành chỗ phình ra trên trang phục; cương dương**

make a move on someone *xem* PUT A MOVE ON someone

make (or get) an offer one **can't refuse** *verb* **ép buộc hoặc đe dọa, đặc biệt với lời đề nghị có vẻ hợp lý** • The North Atlantic allies last week got an offer they couldn't brusquely refuse: *Tuần qua các nước liên minh Bắc Đại Tây Dương đã đe dọa một cách sống sượng.*

make an omelet *xem* YOU CAN'T MAKE AN OMELET WITHOUT BREAKING EGGS

make a pass at someone *verb* **tán tỉnh; gạ gẫm ăn nằm với ai;** = PROPOSITION, PUT A MOVE ON someone • He got high one time and made a pass at her: *Một lần anh ta ngà ngà say và đã gạ gẫm cô ta.*

make a payday *verb* **thắng hoặc kiếm tiền ngoài công việc bình thường** • He made a payday from the people that had worked with him together: *Nó thắng tiền của những người làm việc chung với nó.*

make a pig of oneself *verb* **ăn quá mức; lấy thứ gì nhiều hơn bất kỳ ai; trở nên ích kỷ** • I have a tendency to make a pig of myself at affairs like this: *Tôi có khuynh hướng trở nên ích kỷ trong những vụ như thế này.*

make a pile *xem* MAKE A BUNDLE

make a pitch *verb* **1 quyết tâm hoặc thuyết phục ai về chuyện gì** • The new President has made a pitch for better roads and schools: *Vị Tổng thống mới đã quyết tâm cải thiện hệ thống đường sá và trường học.* **2 ủng hộ hoặc tán thành mạnh mẽ** • He'll make a pitch for solar energy: *Ông ta sẽ ủng hộ mạnh mẽ cho năng lượng mặt trời.*

make a pit stop *verb* **1 dừng lại một lát bên đường để nghỉ, lấy nhiên liệu hoặc thực phẩm** • I'm getting tired. Shall we make a pit stop at the next gas station?: *Tôi mệt rồi. Chúng ta sẽ dừng lại nghỉ một lát ở trạm xăng sắp tới nhé?* **2 đái; đi tiểu**

make a play for *verb* **cố gắng thuyết phục, quyến rũ hoặc lấy lòng ai, đặc biệt bằng sức hấp dẫn** • He made a play for my girl-friend as soon as we arrived at the party: *Anh ta cố lấy lòng cô bạn gái của tôi ngay khi chúng tôi vừa đến bữa tiệc.* • She's been making a big play for the leadership of the party: *Cô ta đang nỗ lực thật nhiều để giành lấy vai trò lãnh đạo đảng.*

make a scene (or **a stink**) *verb* **1 gây sự; cãi nhau ầm ĩ, nhất là ở nơi công cộng** • Don't make a scene before such a crowd: *Đừng gây chuyện cãi nhau trước đám đông như thế.* **2 bộc lộ cảm xúc bất ngờ; làm cho kẻ khác chú ý tới một cách bất lợi** • She made a scene when I scolded her: *Cô ta xúc động trông thấy khi tôi quát mắng cô ta.*

make a score *verb* **1** (*ma túy*) **làm một điều phạm pháp; mua bán ma túy; cướp giật hoặc lừa đảo 2** (*cờ bạc*) **thắng cuộc** • He made a score on the Derby: *Anh ta đã thắng cá con ngựa Derby.*

make a splash *verb* **chấn động dư luận; làm cho nhiều người chú ý đến** • The armed robbery made quite a splash in New York society: *Vụ cướp có vũ trang đã gây chấn động lớn đối với mọi người ở New York.* • That's the book that made such a big splash a couple of years ago: *Đó là cuốn sách mà nó đã gây ra sự chú ý mạnh mẽ cách đây vài năm.*

make ass *verb* **làm hỏng; khoe mẽ** [cách dùng của thanh niên Hawaii]

make a stink (about someone/something**)** *xem* RAISE A STINK (ABOUT someone/something)

make one's bed *verb* **là nguyên nhân của một thảm kịch của chính ai** • Well, I guess I made my own bed. Now I have to lie in it: *Chà, tôi nghĩ tôi đã tự gây đau khổ cho mình. Giờ tôi phải chịu thôi.*

make one's (or the) blood boil *verb* **làm ai rất giận; chọc tức ai**

make book *xem* KEEP BOOK

make book on something *verb* **đặt cược hoặc chấp nhận cược về cái gì** • Well, she might. But I wouldn't make book on it: *À, cô ấy có thể. Nhưng tôi sẽ không đặt cược về chuyện đó.*

not **make deals** *xem* NOT MAKE DEALS

make drain babies *noun* **sự thủ dâm**

make feet *verb* **chạy trốn; tẩu thoát** • I made feet, kiddo, cause you just don't know how crazy these guys are: *Tôi đã chạy trốn, bạn trẻ ạ, lý do là bạn cũng không biết những gã điên khùng này thế nào?*

make for *verb* **1 đi về phía; hướng về phía** • It started raining, so she made for the house: *Trời bắt đầu mưa, nên cô ta đi về phía ngôi nhà.* **2 dẫn đến; đem lại** • The large print makes for easy reading: *Chữ in to đem lại việc đọc dễ dàng.* **3 khuyến khích; xúc tiến; đẩy mạnh** • This will make for renewed confidence: *Điều này sẽ đẩy mạnh phục hồi lại lòng tin.* **4 ăn trộm; thu được**

make for somewhere *verb* **khởi hành đi đến đâu; chạy hoặc du lịch đến nơi nào** • Marlowe made for the stairs, but two shots rang out, and he knew it was all over for Mary: *Marlowe chạy đến chỗ cầu thang, nhưng hai phát đạn vang lên, và anh ta biết là hết với Mary (tức là chết).*

make one's getaway *verb* **trốn thoát; bỏ trốn, đặc biệt khỏi hiện trường tội ác** • The thugs made their getaway in a souped-up car: *Bọn tội phạm đã bỏ trốn trong một chiếc ô tô được cải tiến để chạy nhanh.*

make good *verb* **làm ăn phát đạt; thành công; đáp ứng mong đợi** • A local boy made good in a short time: *Một cậu trai địa phương đã làm ăn phát đạt trong một thời gian ngắn.*

make goo-goo eyes *verb* **nhìn ai thèm khát; nhìn ai có tình ý dụ dỗ**

make hamburger out of someone/something or **make mincemeat out of** someone/something *verb* **đánh ai nhừ tử; phá hủy ai hoặc cái gì; đè bẹp** • The puppy made mincemeat out of my paper: *Con chó con cắn nát hồ sơ của tôi.* • Say that again and I'll make hamburger out of you!: *Nói lại điều đó lần nữa xem, tao sẽ đánh mày nhừ tử đấy!*

make hay or **make hay while the sun shines** *verb* gặp cơ hội tốt thì hành động ngay; chóp thời cơ • Make hay while you are in Chicago and look for a job there: *Tận dụng cơ hội thuận lợi trong khi anh ở Chicago và tìm một công việc ở đó.*

make hole *verb* khoan dầu • Working on an oil rig, that's what you do: you make hole: *Làm việc trên giàn khoan, đó là những gì anh sẽ làm: anh khoan để lấy dầu.*

make it *verb* **1** quan hệ tình dục • I'm a good woman; that's why he can't make it with me: *Tôi là gái ngoan, đó là lý do anh ta không thể quan hệ với tôi* **2** rời đi **3** được chấp nhận bởi **4** có thể chấp nhận được • Brown shoes don't make it. *Giày nâu là không thể chấp nhận được.* **5** thành công trong công việc của mình; = GO OVER • I can see by looking around this room that you have really made it: *Nhìn quanh căn phòng này tôi có thể thấy bạn đã thực sự thành công rồi đấy.* **6** sống; sống sót sau một tai nạn, cơn bệnh, v.v.. • He's been sick for weeks, I don't think he'll make it: *Ông ta đã ốm đau trong nhiều tuần nay, tôi không nghĩ là ông ta sẽ sống sót.* **7** đến nơi nào đúng giờ; đạt đến mục tiêu hoặc nơi nào đặc biệt • I think we'll make it before dark: *Tôi nghĩ chúng ta sẽ tới nơi trước khi trời tối.* **8** thoát khỏi vô sự; thành đạt một cách kiên nhẫn • I don't see how she made it through that rotten day: *Tôi không nghĩ cô ta thoát khỏi ngày tồi tệ đó như thế nào.* **9** mua ma túy; mua thuốc phiện

make (it) big *verb* khấm khá; thành công rất lớn, đặc biệt về tài chính • I always knew that someday I would make it big: *Tôi luôn biết rằng một ngày nào đó tôi sẽ rất thành công lớn.*

make it hot for someone *verb* gây khó khăn cho ai; tạo áp lực đối với ai • The cops were making it hot for him, so he blew town: *Cảnh sát đang gây khó khăn cho hắn, vì vậy hắn ta trốn khỏi thị trấn.*

make it snappy *verb* nhanh lên; mau lên; = GET THE LEAD OUT, SNAP TO IT

Make it snappy! *interj.* **Nhanh lên! làm lẹ lên!** • Come on, make it snappy! The bus is coming: *Nào, nhanh lên! Xe buýt đến kìa.*

make it with someone *verb* **1** quan hệ tình dục với ai; = SCORE **2** thành công với ai • Talking that way he'll never make it with the com-mittee: *Nói theo cách đó anh ta sẽ không bao giờ thành công với ủy ban.*

make light of *verb* coi nhẹ; coi cái gì ít quan trọng • He made light of his chances: *Anh ta coi thường khả năng của mình* • Henry was pretty badly hurt, but he tried to make light of it in front of his wife: *Henry bị thương khá nặng nhưng trước mặt vợ anh ta cố tỏ ra như là chẳng có gì trầm trọng cho lắm.*

make like *verb* cư xử theo kiểu đã được đề nghị [được dùng chung với "and" để tham gia cùng một danh từ và một động từ trong lối chơi chữ] • A favorite pun is "make like a tree and leave": *Một lối chơi chữ yêu thích là "cư xử như cây và lá".*

make like someone/ something *verb* bắt chước; làm ra vẻ như ai hay cái gì • The clown made like a bear and frightened the little tots: *Anh hề bắt chước như con gấu và làm cho đám trẻ hoảng sợ.* • She makes like she's the most excellent actress: *Cô ta làm ra vẻ như mình là diễn viên xuất sắc nhất.*

make like a tree and leave *verb* rời đi; khởi hành • Hey, Jane. Don't you have an appointment somewhere? Why don't you make like a tree and leave: *Này, Jane. Không phải cậu có cuộc hẹn ở đâu đó sao? Tại sao không đi đi?*

make little ones out of big ones *verb* (*thế giới ngầm*) ở tù

make mincemeat out of someone/something *xem* MAKE HAMBURGER OUT OF someone/something

make money hand over fist *verb* kiếm được nhiều tiền; thành công lớn; = COIN MONEY • They say that he's making money hand over fist in that business: *Họ nói rằng anh ta kiếm được nhiều tiền trong việc kinh doanh đó.*

make one's **move** *verb* thực hiện hành động quan trọng đầu tiên, đặc biệt là hành động sẽ bắt đầu một chuỗi phản ứng • The cops are just waiting for the guy to make his move: *Cảnh sát chỉ đang chờ gã đó thực hiện hành động đầu tiên.*

make my day *verb* dùng như một thách thức hài hước [cụm từ này đã trở thành từ vựng phổ biến năm 1983 như một câu được thốt ra bởi nhân vật "Dirty Harry" Callahan do Clint Eastwood thủ vai trong phim *Sudden Impact*] • "I have only one thing to say to the tax increasers," said President Reagan, delighting in a mock-tough line submitted by one of his writers. "Go ahead and make my day": *Tôi chỉ có một điều để nói về những kẻ tăng thuế", tổng thống Reagan nói, rất thích một câu hài hước được đệ trình bởi một trong những thư ký của mình. "Hãy tiến lên và tạo ra cơ hội".*

make my day! *interj.* tiếp tục đi, làm điều bạn sắp làm và tôi sẽ rất vui làm việc của tôi! [một câu rập khuôn thường do một cảnh sát trong phim nói khi chĩa súng về phía một tội phạm. Viên cảnh sát muốn tên tội phạm làm điều gì đó sẽ giúp hợp lý việc bóp cò súng, điều mà viên cảnh sát sẽ vui lòng làm. Dùng trong ngữ cảnh đời sống hằng ngày, đặc biệt là trong châm biếm] • Move a muscle! Go for your gun! Go ahead, make my day!: *Động thủ đi! Bắn đi! Hãy tiến lên, đừng do dự, làm cho tớ toại nguyện bữa nay đi!*

make nice *verb* **1** hành động lịch sự • I'm gonna make nice there! I'm only gonna challenge him: *Tôi sẽ cư xử lịch sự ở đó! Tôi chỉ tính thách thức hắn ta thôi.* **2** nuông chiều; nựng; vuốt ve một cách trìu mến • She made nice to his cheek lovingly: *Cô ta nựng má anh ta một cách âu yếm.*

make (or have) no bones about *verb* **1** trung thực; cởi mở về; nói thẳng ra không sợ hậu quả; = be UP-FRONT • She makes no bones about talking me that I had done the job very badly: *Bà ta nói thẳng ra cho tôi biết là tôi đã làm công việc quá tệ.* **2** không do dự; không ngần ngại về việc gì • She makes no bones about the fact that she likes my boy-friend: *Cô ta không ngần ngại về sự thật là cô ta thích bạn trai của tôi.*

make noises *verb* **1** diễn đạt; nói, đặc biệt là lúc đầu và không rõ ràng • The Russians began to make noises about leaving: *Những người Nga bắt đầu nói không rõ ràng lắm về sự ra đi.* **2** nói chuyện một cách giả dối hoặc vô ích • Do they mean it, or they making noises?: *Họ có ý như thế hay họ đang nói một cách giả dối?*

Make no mistake (about it)! *sentence* **Đừng có lầm!; Đừng có mà lầm tưởng!** • Make no mistake! This is the real thing: *Đừng có lầm nhé! Đây là thật đấy.* • Make no mistake (about it), this is one crisis that won't just go away: *Đừng có mà lầm tưởng (về chuyện đó), đây là một cuộc khủng hoảng không dễ vượt qua.*

make no never mind *verb* (*người da đen*) không tạo ra sự khác biệt; không quan trọng • Makes no never mind what he thinks, I'm going: *Không quan trọng việc anh ta nghĩ gì, tôi sẽ đi.*

make out *verb* **1** thành công; đạt được; = GET BY • I hope your affairs are making out well: *Tôi mong cho công việc của anh đạt được kết quả tốt.* **2** (*giới vị thành niên*) âu yếm say sưa; ghì chặt và hôn nhau thắm thía; = NECK • The two of them are making out on a park bench: *Hai đứa chúng nó đang âu yếm say sưa trên ghế đá công viên.* **3** quan hệ tình dục; làm tình

make-out artist *noun* **1** một người thành công trong việc theo đuổi bạn tình; tay sát gái; kẻ dâm đãng; = COCKSMAN, STUD • His notoriety as a make-out artist sometimes worked against him: *Tai tiếng của anh ta như một kẻ sát gái thỉnh thoảng đã chống lại anh ta.* **2 một người cố gây ấn tượng với cấp trên**

make out like a bandit *verb* **1 thâm nhập một cách thành công; thắng mọi thứ 2 nhận được nhiều tiền hoặc quà tặng** • The kids make out like bandits every Christmas: *Bọn trẻ nhận được nhiều quà vào mỗi dịp Giáng Sinh.*

make something out of *verb* **hiểu như một nguyên nhân thách đấu; xem như một thách thức hoặc lời lăng mạ** • I dropped a crude insult, but he didn't make anything out of it: *Tôi đã thốt ra một lời sỉ nhục thô tục, nhưng hắn ta không xem đó là lời lăng mạ.*

makeover *noun* **sự thay đổi hoàn toàn về phong cách thời trang và kiểu tóc**

make oneself scare *verb* **rời khỏi; ở một nơi không thường xuyên** • Here come the boys in blue. I'd better make myself scare: *Cảnh sát đến đây rồi. Tôi nên chuồn đi thôi.*

make something stick *verb* **khiến một lời cáo buộc, lời khẳng định, v.v.. được tin; công nhận hoặc chứng minh điều gì đó** • They accused him of rape, but they'll never make it stick: *Họ cáo buộc hắn ta tội cưỡng hiếp, nhưng họ sẽ không bao giờ chứng minh được điều đó.*

make the cheese more binding *verb* **khiến mọi thứ trở nên khó khăn hoặc phức tạp hơn; làm vấn đề trở nên lộn xộn hoặc rối tung**

make the flop *verb* (*người lang thang*) **ăn xin ở lề đường** • He was so poor he had to make the flop: *Nó nghèo quá phải xin ăn ở lề đường.*

make the grade *verb* **1 thành công 2 đạt được tiêu chuẩn như mong đợi** • His work just didn't make the grade: *Công việc của anh ta suýt không đạt được tiêu chuẩn như mong đợi.*

make the hole *verb* **cướp những người say rượu đang nằm ngủ ở thềm sân ga hay toa xe** • They informed me they were making the hole together as partners: *Họ thông báo với tôi rằng họ đã cùng nhau cướp của những người say rượu với tư cách là những đối tác.*

make the riffle *verb* (*người lang thang*) **thành công; đạt được mục đích** • He made the riffle in life: *Ông ta đã đạt được mục tiêu trong đời mình.*

make the rounds *verb* **lan truyền; lưu hành; luân chuyển** • The news of her death made the rounds quickly: *Tin về cái chết của cô ấy lan truyền nhanh chóng.*

make the scene *verb* **1 tham dự một sự kiện** • I hope everybody can make the scene: *Tôi hy vọng mọi người có thể tham dự.* **2 hiểu một tình huống; thấu hiểu tình hình 3 đến; xuất hiện** • By the time I made the scene, it was all over: *Lúc tôi đến, mọi việc đã kết thúc.* **4 thành công; đạt được cái gì** • With this album they'll sure make the scene: *Với album này, chắc chắn họ sẽ thành công.* **5 làm; trải nghiệm** • I think I'll make the political scene next: *Tôi có ý định là sau đó sẽ làm chính trị.*

make time *verb* **1** (*đường sắt*) **đi rất nhanh; chạy với tốc độ cao** • They really made time after they let the pasengers off: *Họ thật sự chạy với tốc độ cao sau khi cho hành khách xuống xe.* **2 có thời gian để làm việc gì** • I'm very busy, but I'll try to make time to do it: *Tôi rất bận nhưng tôi sẽ cố gắng sắp xếp để có thời gian làm việc đó.*

make time with someone *verb* **đạt được tình dục với ai, đặc biệt là một cách nhanh chóng** • He was making time with Ezra's girl: *Nó làm tình với cô gái Ezra thật nhanh.*

make tracks *verb* **khởi hành mau lẹ; rời khỏi nơi nào một cách nhanh chóng** • "I know just what you mean," Jackie replied quickly as he tossed his gun on the seat. "Let's make tracks": *"Tao biết mày có ý gì," Jackie trả lời nhanh khi anh ta ném khẩu súng trên ghế. "Đi lẹ đi."*

make up for lost time *verb* **vội vã làm việc gì để bù đắp lại thời gian đã mất** • His parents had been very strict with him until he was 18, but now he's making up for lost time: *Bố mẹ của anh ta đã rất nghiêm khắc với anh ta cho đến năm 18 tuổi, nhưng bây giờ thì anh ta đang lấy lại thời gian đã mất.*

make waves *verb* **gây khó khăn; gây rắc rối; làm rối tung mọi thứ** • If you make waves too much around here, you won't last long: *Nếu bạn gây khó khăn quá nhiều ở đây, bạn sẽ không tồn tại lâu đâu.*

make with *verb* **1 sử dụng; dùng (cái gì)** • Teachers make with authority over their pupile: *Các thầy giáo sử dụng quyền lực đối với các học trò.* **2 đưa ra; cung cấp cái gì một cách nhanh chóng** • Make with the feet and leave in a hurry: *Hãy nhanh chân và chuồn nhanh lên nào.* • Make with the whiskey, buster!: *Hãy đưa uýt-ki ra mau, ông bạn!*

make with the something *verb* **làm cho cái gì trở nên rõ ràng; sử dụng cái gì; áp dụng cái gì** • I want to know. Come on, make with the answers!: *Tôi muốn biết. Nào, làm rõ các câu trả lời đi!*

makings *noun* **thuốc lá và giấy cuộn cần để làm thành một điếu thuốc**

the makings *noun* **đức tính, tài năng, yếu tố cần thiết cho** • He's young, but he's got the makings of a real pro: *Anh ta còn trẻ, nhưng anh ta có những yếu tố cần thiết của một dân chuyên nghiệp thực thụ.*

malarkey or **malarky** or **mullarkey** *noun* **1 điều vô lý; sự tâng bốc, nịnh hót; lời nói dối và phóng đại**; = BALONEY, BULLSHIT **2** *interj* **thán từ chỉ sự chán ghét, sự không tin**; = BULL-SHIT

male chauvinist pig *xem* MCP

malehouse *noun* **nhà thổ của người đồng tính**

mallet *noun* **viên cảnh sát**

mallie *noun* **một người trẻ dành thời gian rảnh rỗi ở các trung tâm mua sắm vì thích giao du, nhộn nhịp, v.v..**

mama *noun* **1 dùng như từ xưng hô đối với một phụ nữ** • Hey, mama, what it is!: *Này mama, cái gì thế!* **2 bất kỳ phụ nữ nào 3** (*người da đen*) **một phụ nữ hấp dẫn hoặc lẳng lơ 4** (*câu lạc bộ và băng nhóm mô tô*) **một cô gái sẵn sàng quan hệ với mọi thành viên trong băng và không gắn bó với ai cả 5 máy bay dẫn đầu trong đội hình chiến đấu trên không 6** (*người đồng tính*) **người phụ nữ đồng tính ở vai thụ động**

mama-and-papa *xem* MOM-AND-POP

mama bear *noun* **nữ cảnh sát**

mama-san *noun* **cách dùng ở Đông Nam Á, một người phụ nữ có tuổi tác cần sự tôn trọng, đặc biệt là má mì trong nhà thổ** [*từ san mang tính kính ngữ của tiếng Nhật cộng vào "mama" của tiếng Anh*] • Mamasan sold me a real weird drink / Glass of that stuff hit the sink: *Bà má mì đã bán cho tôi một ly rượu thật sự kỳ lạ/Một ly rượu đó đã khiến tôi đổ gục.*

mama's boy or **mammy boy** *noun* **một chàng trai hoặc người đàn ông yếu ớt, nhu nhược như đàn bà; cậu trai quá phụ thuộc vào sự che chở, lo lắng vào mẹ của mình**

mammyrammer *xem* MOTHERFUCKER

mams *noun* **ngực phụ nữ**

man *noun* **1 dùng như một xưng hô trung lập hay hiện tượng nói ấp úng được từ vựng hóa; bạn của ai, bạn thân** • Oh, you know, man. We got our kicks: *Ồ, anh biết đó, anh bạn. Chúng ta đã đạt được mục* đích. **2** người bán ma túy; người cung cấp ma túy; = DEALER **3** một tên ma cô **4** một đô-la; = IRON MAN • Can you lend me 100 men?: *Anh có thể cho tôi mượn 100 đô-la không?*

the man or **the Man** *verb* **1** bất kỳ người đàn ông có quyền thế nào; = BOSS, HIS NIBS • See the guy in front? That's the man: *Thấy gã phía trước không? Đó là người có quyền thế.* **2** (*ma túy và thế giới ngầm*) cảnh sát; thám tử; cai ngục; = the HEAT • Careful, here's the man: *Cẩn thận, cảnh sát đấy.* **3** (*người da đen*) người da trắng; giới lãnh đạo da trắng

man *exclam.* ôi chao!; ái chà!; chà! • Man, what a bundle!: *Ôi chao, nhiều quá!*

a man about a dog *xem* SEE A MAN ABOUT A DOG

man-about-town *noun* tay ăn chơi; người giao thiệp rộng • He's just a man-about-town: *Hắn đúng là một tay ăn chơi.*

manage *verb* **1** sống được; xoay sở được; vượt qua; = GET BY • It's a lot to pay, but we'll manage: *Đó quá nhiều tiền để trả, nhưng chúng tôi sẽ xoay sở được.* **2** dùng hoặc ăn • Can you manage dinner on Friday?: *Anh có thể đến dùng bữa tối vào thứ sáu được chứ?*

mangoes *noun* ngực phụ nữ

mango hunter *noun* một người, thường là con nghiện ma túy, chuyên đốt các tòa nhà trống và ăn trộm những vật dụng có thể bán được sau khi đội cứu hỏa dập tắt đám cháy

mangy with *adjective* = LOUSY WITH

Manhattan eel *noun* bao cao su [từ thực tế rằng rất nhiều bao cao su được nhìn thấy trôi nổi giữa rác rưởi ở cầu cảng New York]

manhole *noun* âm đạo

manhood *noun* dương vật

manicure *noun* cần sa chất lượng tốt, sạch

man in the boat *noun* (*từ giữa những năm 1800, Anh*) âm vật; = CLIT

man meat *noun* dương vật

mano a mano *noun* một trận đấu hoặc cuộc đọ sức tay đôi • Hemmingway's subject…was the mano a mano between Spain's two leading matadors: *Chủ đề của Hemmingway là cuộc đọ sức tay đôi giữa hai võ sĩ đấu bò hàng đầu Tây Ban Nha.*

man on the street *noun* **1** người bình thường; = JOHN Q CITIZEN **2** *modifier:* and some man-on-the-street TV commercials for post-convention use: *và một số quảng cáo TV bình thường cho việc sử dụng sau hội nghị*

man pipe *noun* dương vật

man-size or **man-sized** *adjective* **1** khó khăn **2** lớn; dồi dào • Crump bet man-sized money: *Crump đã đánh cuộc với số tiền lớn.*

man's man *noun* người cung cấp tin cho cảnh sát

Manson lamps *noun* cái nhìn căm ghét; một cái nhìn nghiêm khắc

man up *verb* đương đầu với tình huống khó khăn

the man upstairs *noun* Chúa • "I believe the man upstairs will decide who's going to win this tournament," he said to the press: *"Tôi tin Chúa sẽ quyết định ai thắng giải đấu này", anh ta nói với giới báo chí.*

man with a paper ass *noun* (*người da đen*) người tầm thường; người vô giá trị; = LIGHTWEIGHT

many *xem* ONE TOO MANY

mao-mao *verb* ép buộc, hăm dọa bằng bạo lực; khủng bố [từ Mau Maus, một nhóm khủng bố ở Kenya những năm 1950]

map *noun* **1** mặt; khuôn mặt **2** phần nhạc cho phim; một tờ nhạc bướm • I left the map at home. Can I look at yours?: *Tôi đã bỏ quên tờ nhạc bướm ở nhà rồi. Tôi có thể xem của bạn được không?* **3** (*cờ bạc*) một tấm séc

map *verb* đánh; đập

map out *verb* sắp xếp; lên kế hoạch • Let's map out what we're gonna do tomorrow: *Hãy lên kế hoạch cho những gì chúng ta sẽ làm ngày mai.*

maps *noun* (*giới nhạc jazz*) tờ nhạc bướm; bản soạn lại viết sẵn

maracas *noun* ngực phụ nữ; = BOOBS

marble *noun* (*thanh thiếu niên*) một người đần độn

Marble City *xem* MARBLE ORCHARD

marble-dome *noun* người ngu ngốc; = BLOCKHEAD

marble orchard or **Marble City** *noun* nghĩa địa; nghĩa trang

march *noun* (*xiếc*) cuộc diễu hành của đoàn xiếc

marge *noun* **1** (*người đồng tính*) bạn tình thụ động, "giàu nữ tính" trong mối quan hệ đồng tính nữ; = MAMA **2** bơ thực vật; margarine

mari or **Mari** *noun* một điếu cần sa [từ rút ngắn của *"marijuana"*]

maricón *noun* người đồng tính nam [từ tiếng Tây Ban Nha]

marine (recruit) or **marine officer** *noun* chai bia hoặc chai rượu rỗng • There's a marine officer laying in the fireplace: *Có một vỏ chai rỗng để trên lò sưởi.*

mark *noun* **1** (*xiếc, lễ hội, người bán hàng rong và người lang thang*) một nạn nhân, một nạn nhân tiềm năng của kẻ lừa đảo; = PATSY, SUCKER **2** (*lễ hội*) người dân địa phương; = HOME GUARD **3** (*người lang thang*) nơi mà dễ kiếm được thực phẩm, tiền, v.v. bằng cách ăn trộm và lừa đảo

mark *verb* **1** (*trong casino*) đặt một chồng thẻ tương đương với khoản nợ dành cho một con bạc **2** (*thế giới ngầm*) tìm kiếm hoặc tìm thấy một nơi để cướp giật **3** (*thanh thiếu niên*) khai báo; = SQUEAL • He swore he wouldn't mark if they caught him: *Hắn thề hắn sẽ không khai báo nếu họ bắt được hắn.*

marker *noun* **1** (*trong casino hay một tổ chức cờ bạc*) tiền vay với một IOU (giấy nợ); theo nghĩa rộng là bất kỳ món nợ hay nghĩa vụ nào • Never sign a marker or IOU: *Đừng bao giờ ký một khoản tiền vay hay IOU.* **2** (*thể thao*) điểm hoặc bàn thắng • eight markers in the first period: *tám điểm trong hiệp đầu tiên*

marksman *noun* một sinh viên nghiêm túc học tập chăm chỉ để đạt điểm cao

mark time *verb* chờ đợi; không làm gì ngoài đợi chờ • Do you expect me to just stand here and mark time?: *Anh đòi hỏi tôi chỉ đứng đây không làm gì ngoài chờ đợi à?*

Marlboro country *noun* một nơi xa xôi; vùng hoang vu

marmalade *noun* = MALARKEY

marry *verb* tham gia; kết hợp; liên kết • He tried to marry the Australian producers with the foreign buyers: *Nó đã cố kết hợp các nhà sản xuất Úc với những người mua hàng nước ngoài.*

marshmallow *noun* (*người da đen dùng*) người da trắng

marshmallow shoes or **marshmallows** *noun* giày với đế trắng rất dày

martooni *noun* một ly cốc-tai martini

Marx *xem* HART, SCHAFFNER AND MARX

Mary or **mary** *noun* **1** dùng như từ xưng hô của một người đàn ông đồng tính với người khác **2** (*ma túy*) moóc-phin **3** người đồng tính nam đóng vai thụ động, nữ tính **4** người đồng tính nữ **5** (cũng là *Mari*) (*ma túy*) cần sa

Mary Ann noun (*ma túy*) cần sa hoặc điếu thuốc chứa cần sa

Mary J. *xem* MARY JANE

Mary Jane noun 1 (cũng là *Mary Ann*) cần sa 2 một cô gái không đẹp, trung bình

Mary Warner noun (*ma túy*) cần sa

mash noun 1 sự mê đắm lãng mạn • That's what we called flirting in those days. We would use the expression, "The lady has a mash on you": *Đó là điều chúng ta gọi là tán tỉnh hiện nay. Chúng tôi sẽ dùng cụm từ, "cô gái có một sự mê đắm lãng mạn với anh".* 2 tình yêu; chuyện tình 3 người tình; người yêu (nam hay nữ) 4 bất kỳ loại rượu làm tại nhà nào

mash verb 1 tán tỉnh một cách hung hăng 2 chuyển qua; đưa cho ai đó; cho 3 đưa ra lời gạ gẫm; = PROPOSITION 4 (*sinh viên*) hôn và vuốt ve âu yếm • Who are those two mashing in the corner?: *Hai đứa đó đang ôm hôn nhau trong góc là ai vậy?*

mashed adjective 1 ngạc nhiên 2 say rượu

masher noun 1 một người tán tỉnh chất phát 2 một người thỏa mãn tình dục từ sự chung đụng thể xác với người lạ ở nơi đông người 3 người chuyên quyến rũ đàn bà, con gái; gã sở khanh; = LADY-KILLER, WOLF

mash note or **mash letter** noun 1 một bức thư tình • Your very elegant mash note arrived today: *Bức thư tình tao nhã của em đã đến hôm nay.* 2 một lá thư rất bay bướm, đặc biệt là thư gợi ý hoặc đề nghị quan hệ tình

mask noun 1 mặt 2 cặp kính râm ngoại cỡ

mass adjective nhiều • I've got mass studying to do tonight: *Tôi có nhiều bài học tối nay.*

massage verb 1 đánh; nện; = ROUGH someone UP 2 (*máy tính*) xử lý hoặc thao tác dữ liệu, đặc biệt dữ liệu máy tính • The results all depend on how you massage it: *Kết quả hoàn toàn phụ thuộc vào cách bạn xử lý dữ liệu thế nào.*

massage someone's **ego** verb xoa dịu và tâng bốc ai; = STROKE • He felt all strong and confident after she massaged his ego at lunch: *Anh ta cảm thấy hoàn toàn vững và tự tin sau khi cô ta xoa dịu và tâng bốc anh ta ở bữa ăn trưa.*

massage parlor noun một nơi cung cấp dịch vụ sex dưới bình phong của dịch vụ mát-xa cơ thể hợp pháp; = RAP CLUB

massive adjective (*California dùng*) xuất sắc; tuyệt vời

mastermind noun 1 người có trí tuệ bật thầy; người làm quân sư; người đạo diễn cho công việc gì; người lên kế hoạch chính 2 (*đường sắt*) trưởng tàu

mastermind verb vạch ra kế hoạch và điều khiển; làm quân sư; đạo diễn • He masterminded football games: *Ông ta đã vạch ra kế hoạch và điều khiển các trận bóng đá.*

mat noun 1 (*người da đen*) phụ nữ; người vợ 2 (*đặc biệt hải quân*) sàn tàu; boong tàu

math noun (*sinh viên*) môn toán

mattressback noun một phụ nữ lăng nhăng

mattress joint noun khách sạn cung cấp gái điếm

mattress mambo noun hành động giao phối

Mau Mau noun (*người da đen*) người chiến sĩ da đen, đặc biệt là người da đen theo đạo Hồi [từ tên của nhóm khủng bố ở Kenya; *xem* mao mao]

maven or **mavin** or **mayvin** noun một chuyên gia; một chuyên gia tự phong; người có quyền; người sành sỏi

maven or **mavin** or **mayvin** verb hành động như một chuyên gia

maw verb hôn và vuốt ve; âu yếm [có thể phát xuất từ "*maul*"] • Come on, don't maw me. You've been watching too many movies—or too few: *Thôi nào, đừng có nựng em nữa. Anh đã xem quá nhiều phim – hay là quá ít.*

maw-maws noun ngực phụ nữ

max noun 1 tối đa; một lượng tối đa • A year—max—that's all I could do: *Một năm – tối đa – đó là tất cả những gì tôi có thể làm.* 2 nhà tù có an ninh cao nhất

max verb (*sinh viên*) thắng; làm hết sức; làm tốt nhất

max 1 adj an ninh tối đa 2 adv ở giới hạn cao nhất; tối đa; tột độ • I do three cars a week, max: *Tôi làm ba chiếc xe một tuần, tối đa.*

maxed adjective (*ma túy*) phê ma túy; = STONED

maxed out adjective 1 mệt; kiệt sức 2 say rượu

maxi 1 noun váy hoặc áo choàng dài đến giữa bắp chân hoặc mắt cá chân 2 noun (*quần áo*) đường gấu dài đến cổ chân 3 adj long black pants under a maxi coat: *quần dài màu đen dưới chiếc áo choàng dài đến mắt cá chân*

maxin' verb thư giãn • I spent Saturday just maxin' around the house and doing some tunage: *Tôi dành cả ngày thứ bảy chỉ để thư giãn ở nhà và nghe vài bài nhạc ưa thích.*

max out or **max** verb 1 đạt tới mức tối đa trong lãnh vực gì • Our credit cards are maxed: *Thẻ tín dụng của chúng ta đạt tới mức tối đa rồi.* 2 (*quân đội*) đạt được điểm cao nhất; làm hết sức 3 làm hoặc đóng góp tối đa có thể 4 (*sinh viên*) đi ngủ 5 hoàn thành án tù tối đa 6 thư giãn

Mayflower noun chiếc tàu chở những Anh đầu tiên đến tại Cap Cod, tiểu bang Masachusetts (Mỹ) vào ngày 21 tháng 11 năm 1620, sau cuộc hành trình 66 ngày

mayo noun (*quầy bán đồ ăn trưa*) xốt mayonnaise

mazel noun sự may mắn; vận may • I had mazel to find him at home: *Tôi có may mắn tìm thấy hắn ở nhà.*

mazoola or **mazulla** noun tiền • I won some mazulla on the horses and lost it all playing poker: *Tôi thắng một ít tiền nhờ chơi cá ngựa và thua hết khi chơi bài xì phé.*

mazuma noun (biến thể: **mezuma** or **mazume** or **mazoomy** or **mazoo** or **mazzoola** or **mazula**) 1 tiền • You've brought in a lot of mazuma: *Cậu đã mang theo nhiều tiền.* 2 một nữ giáo sư

MC or **emcee** noun (*phát âm theo từng từ riêng*) người chủ trì nghi lễ; người dẫn chương trình [từ chữ "*master of ceremonies*"]

MC or **emcee** verb làm người dẫn chương trình • The owner asked my mother to m.c. She was petrified: *Chủ nhà nhờ mẹ tôi làm dẫn chương trình. Bà ấy sừng sờ luôn.*

McCoy adjective thật; đích thực; xác thật; = KOSHER

McCrea *xem* MOTHER MACHREE

McD's or **McDuck's** noun (*sinh viên*) McDonald, chuỗi nhà hàng thức ăn nhanh

McDoc(s) *xem* MACDOCTOR(S)

McDoctor(s) or **McDoc(s)** noun phòng khám khẩn cấp có lối vào riêng, thường thấy ở các khu mua sắm • They took the kid to McDoctors, or whatever it is, over in the mall: *Họ mang thằng bé tới phòng khám khẩn cấp có lối vào riêng, hay bất cứ gì đại loại như thế, trong khu mua sắm.*

McDuck's *xem* MCD'S

McFly noun 1 dùng như từ xưng hô với ai đó không thường suy

McFly *adjective* ngu ngốc; khờ khạo • That was a McFly thing to do: Đó là một điều ngu ngốc để làm.

McGee *xem* JERK MCGEE

MCP or **mcp** or **male chauvinist pig** *noun* 1 người đàn ông xem thường và nóng nảy với phụ nữ; người đàn ông chống bình quyền nam nữ [từ phong trào giải phóng phụ nữ năm 1970] 2 *modifier*: Somehow his senior mcp act doesn't really threaten women: Dù thế nào đi chăng nữa thì hành động coi đàn ông ưu tú hơn phụ nữ của ông ta không thực sự đe dọa phụ nữ.

MD *noun* (*quầy bán đồ ăn trưa*) Dr. Pepper™, một loại nước ngọt không cồn

MDA *noun* một chất ma túy gây ảo giác tổng hợp (methylenedioxyamphetamine) cũng chứa chất gây kích thích hệ thần kinh trung ương

meal *noun* (*thanh thiếu niên*) một người bị xã hội ruồng bỏ

meal ticket *noun* 1 phiếu ăn 2 một nguồn hỗ trợ, đặc biệt là một người 3 (*quyền Anh*) võ sĩ quyền Anh trong mối tương quan với nhà quản lý của mình 4 người nuôi sống; người chu cấp tài chính • Some women tried to find a rich husband who will be a meal ticket: Một số phụ nữ cố tìm được một ông chồng giàu có sẽ là nguồn lợi nuôi sống họ.

mean *adjecitve* (*người da đen*) xuất sắc; tuyệt vời; = CLASSY, WICKED

mean bean *noun* chuyên gia; nhà chuyên môn; = MAVIN

mean business *verb* rất nghiêm túc • Stop laughing! I mean business: Đừng cười nữa! Tôi nghiêm túc đấy.

mean green *noun* (*người da đen*) tiền • You have mean green in your pocket? Can I borrow 10 bucks?: Anh có tiền trong túi chứ? Tôi có thể mượn 10 đô-la không?

mean something *adjective* một ví dụ xuất sắc về nghệ thuật làm tốt điều gì theo thói quen [dùng với mạo từ "*a*"] • John plays the piano quite well. Fred says that John plays a mean piano: John chơi piano khá hay. Fred nói John chơi piano lành nghề.

meany or **meanie** *noun* 1 một người cực kỳ kém cỏi 2 người keo kiệt hoặc cáu kỉnh • Come on! Don't be such a meany: Thôi nào! Đừng cáu kỉnh như thế. 3 người độc ác, tàn nhẫn hoặc keo cú; tên côn đồ; = HEAVY

meat *noun* 1 (*người đồng tính*) dương vật; = PRICK 2 thông tin • They took me to an investigation bureau to see if I had any meat on me, information about the gang: Bọn họ dẫn tôi đến cục điều tra để xem tôi có thông tin gì về băng nhóm không. 3 một người như là đối tượng tình dục; = ASS 4 âm đạo; = CUNT 5 sự quan hệ tình dục; sự giao hợp; = FUCKING 6 (*sinh viên*) người ngu ngốc; = MEATHEAD 7 (*cuộc đua xe*) độ sâu rãnh của lốp xe; khía rãnh sâu của lốp xe 8 thân thể người 9 xác chết 10 (*bệnh viện*) một mô được lấy ra dành cho sinh thiết (để chuẩn đoán bệnh)

one's meat *noun* 1 một đối thủ yêu thích và dễ dàng để thắng; đối thủ được chọn • He wins every time, guess I'm his meat: Nó thắng bất cứ lúc nào, có thể đoán tôi là đối thủ dễ xơi của nó. 2 công việc, trò chơi, v.v. ưa thích của ai • Tennis is his meat: Tennis là trò chơi yêu thích của anh ta.

the meat *noun* phần cốt yếu; cốt lõi • Now we see the meat of the problem: Giờ chúng ta thấy cốt lõi của vấn đề.

meat and potatoes 1 *noun* những nguyên tắc cơ bản; = the NITTY-GRITTY • Education, Environment and Crime have always been the meat and potatoes of city elections: Giáo dục, môi trường và tội phạm là vấn đề cơ bản của những cuộc bầu cử thành phố. 2 *adj* đơn giản; thông thường • When discussing with young people, speak in meat-and-potatoes language that they can understand: Khi thảo luận với những người trẻ, hãy nói bằng thứ ngôn ngữ thông thường mà tất cả họ đều có thể hiểu được.

meat-ax *verb* công kích dữ dội; tấn công man rợ; đốn ngã

meatball *noun* 1 một người đần độn cả tin; một kẻ đáng khinh; = CREEP, JERK 2 (*hải quân trong thế chiến II*) cờ hiệu với một chấm đen trên nền vàng 3 (*hải quân trong thế chiến II*) cờ Nhật 4 một tội vặt hoặc nhảm • That's a meatball rap, you'll get out tomorrow: Đó chỉ là tội vặt vãnh thôi. Mai anh sẽ được thả. 5 khách hàng của gái điếm; khách làng chơi 6 một ngọn đèn màu đóng vai trò như phương tiện nhìn trong hệ thống hạ cánh quang học dành cho một máy bay đang đáp xuống hàng không mẫu hạm 7 (*đua ngựa*) sự kết hợp thuốc tẩy nhẹ được dùng cho một con ngựa

meat card *noun* = MEAL TICKET

meat district *noun* khu vực có thể tìm được tình dục

meateater *noun* một cảnh sát tham nhũng tích cực tìm kiếm lợi lộc bất hợp pháp

meat-fit *noun* (*người lang thang*) bữa ăn no, đặc biệt bữa ăn với nhiều thịt

meathead *noun* một người ngu ngốc; = MEATBALL

meatheaded *adjective* ngu ngốc; khờ khạo

meathooks *noun* bàn tay hoặc nắm đấm; = BISCUIT HOOKS

meatloaf *noun* thư rác; trò đùa; thư rác tự làm • My socalled friends filled up my mailbox with meatloaf while I was gone: Những người gọi là bạn tôi làm đầy hộp thư của tôi với thư rác khi tôi đi vắng.

meat market *noun* quán rượu hay nơi công cộng khác nơi mọi người tụ tập để tìm bạn tình; chợ tình

meat parlor *noun* một nơi cung cấp dịch vụ tình dục

meat puppet *noun* 1 một người không có tài sản • "I thought you had just taken your marching orders and off you went like good little meat puppets": "Tôi nghĩ anh vừa bị sa thải và anh ra đi như một kẻ vô sản nhỏ bé tốt bụng". 2 dương vật 3 một phát thanh viên truyền hình

meat rack *noun* 1 nhà hàng, quán rượu, hay những nơi công cộng khác mà mọi người tụ tập để tìm bạn tình; chợ tình 2 phòng tập thể dục 3 ngực phụ nữ

meat run *noun* (*đường sắt*) bất kỳ chuyến xe lửa chạy nhanh nào

meat show *noun* một tiết mục múa thoát y hay màn biểu diễn khác của những phụ nữ khỏa thân hoặc bán khỏa thân

meat wagon *noun* 1 xe cứu thương; xe cấp cứu 2 xe tang

meat whistle *noun* dương vật

mechanic *noun* 1 (*cờ bạc*) người chơi bài chuyên nghiệp; = CARD SHARP 2 (*cờ bạc*) một kẻ gian lận thao túng những quân bài hay súc sắc 3 (*thế giới ngầm*) một chuyên gia để thuê 4 một kẻ giết thuê 5 bất cứ dụng cụ an toàn nào được mang bởi một người biểu diễn tại rạp xiếc 6 một người tình giàu kinh nghiệm, hoàn hảo

med *noun* 1 sinh viên y khoa 2 *modifier*: med school: *trường y*

media hype *noun* sự quảng cáo tập trung ưu tiên cho một người, một ứng viên, đoàn thể, v.v..

medic *noun* 1 sinh viên ngành y 2 (*quân đội, thế chiến II*) người phục vụ tại một bệnh viện 3 (cũng là *medico*) bác sĩ

medico *noun* bác sĩ [từ tiếng Tây Ban Nha]

meds *noun* (*bệnh viện*) thuốc men

the **meemies** *noun* cảm giác lo lắng và sợ hãi

meet *noun* 1 (*đường sắt*) điểm mà các xe lửa được lên lịch gặp nhau 2 buổi biểu diễn mà các nhạc sĩ ứng tác chung; cuộc biểu diễn nhạc jazz ứng tấu; = JAM SESSION 3 (*thế giới ngầm*) một cuộc gặp mặt hoặc cuộc hẹn

mega 1 *adj* (*học sinh và thanh thiếu niên*) rất nhiều; vô cùng; tột bực • I got mega homework tonight: *Tối nay tôi có rất nhiều bài tập làm ở nhà.* 2 *adv* This dude is mega gross: *Thằng này thô lỗ vô cùng.*

megabitch *noun* người đàn bà độc ác đáng tởm

megabuck *adjective* rất đắt • Houses are magabuck in this area: *Nhà ở khu vực này rất đắt tiền.*

megabucks *noun* một triệu đô la; bất kỳ số tiền lớn nào • A stereo that size must cost megabucks: *Một chiếc máy stereo kích cỡ đó phải tốn rất nhiều tiền.*

megadork *noun* một người rất ngu ngốc

megalicious *adjective* rất ngon • "Shit, that taste megalicious! No lie!": *"Mèn ơi, cái này ngon thật! Không nói xạo đâu!"*

megapenny *noun* mười ngàn đô la

the **megillah** or the **whole megillah** *noun* 1 tất cả thứ gì đó • Oh, come on, Frana. Not the whole megilleh: *Ồ, thôi nào, Frana. Không phải là tất cả đâu.* 2 một câu chuyện dài và phức tạp 3 việc gì được nói rất dài và chán ngắt hoặc được giải thích một cách quá thấu đáo

MEGO *sentence* (*chủ yếu dùng trong giới truyền thông*) đây là một công việc buồn chán; một vấn đề đáng chán [viết tắt của "my eyes glaze over": *(mắt tôi đờ cả ra)*]

MEGOGIGO *sentence* (*đặc biệt thanh thiếu niên*) điều này thật chán [viết tắt của "my eyes glaze over, garbage in garbage out"]

mell of a hess *noun* tình huống rắc rối khủng khiếp; tình huống thảm khốc; = SNAFU • Please come here, Doc, there's a mell of a hess: *Làm ơn lại đây, bác sĩ, có một tình huống thảm khốc.*

mellow *noun* một người bạn tốt; bạn thân; = BUDDY

mellow *verb* 1 trầm tĩnh lại; bớt giận; = MELLOW OUT 2 trở nên thoải mái và dễ chịu

mellow *adjective* 1 dễ chịu; thư giãn; tốt; thoải mái; = LAID-BACK 2 phê thuốc hay say rượu sơ sơ; = TIDDLY 3 (*nói về một người bạn*) thân thiết 4 (*nói về buổi biểu diễn âm nhạc*) chân thành và tài giỏi

mellow-back *adjective* (*người da đen*) ăn mặc lịch sự

mellow man *noun* một người đàn ông quyến rũ

mellow out *verb* 1 (*cũng là mellow*) bình tĩnh lại; bớt giận • When you mellow out, maybe we can talk: *Khi nào anh bình tĩnh lại, có lẽ lúc đó chúng ta có thể nói chuyện.* 2 trở nên thoải mái; bớt gây sự • After his illness, he mellowed out and seemed more glad to be alive: *Sau cơn bệnh, anh ta trở nên thoải mái hơn và có vẻ vui hơn vì được sống.*

melo *noun* (*trường quay*) kịch mê-lô (loại kịch đầy xúc động thường kết thúc có hậu)

melon *noun* 1 ngực phụ nữ 2 số tiền lãi hoặc chiến lợi phẩm được chia ra • The stockholders have a meager melon to share this year: *Năm nay các cổ đông chia số tiền lãi ít ỏi.*

melon-belly *noun* người bụng bự; người bụng to như quả dưa hấu

melons *noun* bộ ngực phụ nữ lớn

meltdown *noun* một thảm họa; tai họa • They are…facing a credibility meltdown: *Họ đang đối mặt với một thảm họa về lòng tin* [từ thảm họa nhà máy hạt nhân trong đó lõi của nguyên liệu phóng xạ cháy xuống (melt down) đất bên dưới]

melted out *adjective* (*cờ bạc*) phá sản; không còn tiền, đặc biệt từ việc chơi bài bạc; = BROKE, TAPPED OUT

melt into the scenery *verb* không còn nhìn thấy; trở nên kín đáo; biến đi

Melvin or **melvin** *noun* 1 hoàn cảnh tồn tại khi ai đó kéo quần dài hay quần lót của bạn lên trên một cách mạnh bạo, tạo ra một cái hình chữ V giữa hai mông bạn 2 người đàn ông chăm học hoặc không hấp dẫn 3 (*thanh thiếu niên*) người đáng khinh; = CREEP, NERD

member *noun* 1 (*người da đen*) một người bạn da đen; = BROTHER, SISTER 2 (cũng là *male member*) dương vật

the **men** *noun* (*tài xế xe tải*) cảnh sát, đặc biệt cảnh sát tiểu bang; = SMOKEY BEAR

mensch or **mensh** or **mench** *noun* 1 một người đáng kính trọng; một người chín chắn và có trách nhiệm • At first I didn't like him, but then he emerged as a real mensch: *Lúc đầu tôi không thích nó nhưng về sau nó được biết đến như một người đàn ông thật đáng khâm phục.* 2 người đàn ông hùng dũng

men's lib *noun* sự giải phóng đàn ông [viết tắt của "men's liberation"]

mental *adjectve* 1 (*chủ yếu dùng ở Anh*) điên rồ; điên; gàn dở; = NUTTY 2 chậm phát triển về thần kinh • The girl's mental. Leave her alone: *Cô bé đó bị tâm thần đấy. Hãy để cô ta yên.*

mental *noun* 1 một người chậm phát triển về thần kinh; người bị tâm thần 2 một người ngu ngốc

mental job *noun* người loạn trí hoặc bị tâm thần; = NUT

mental midget *noun* một người với trí thông minh có hạn; một người ngu đần

merchandise *noun* bất kỳ loại hàng lậu nào

merchant *combining word* một người đặc biệt ham mê hoặc theo đuổi những gì được nói tới: speed merchant: *người mê tốc độ*

merge *verb* kết hôn • They merged when they were young: *Chúng nó kết hôn từ khi còn trẻ.*

merry-go-round *noun* 1 (*đường sắt*) sàn phẳng hình tròn trên đó đầu máy xe lửa chạy lên để quay đầu lại 2 một hoạt động, công việc, nơi chốn, v.v.. rất bận rộn, lộn xộn và mệt mỏi; = RAT RA 3 (*người da đen*) kẻ lừa đảo; kẻ lừa gạt 4 việc ghé thăm nhiều nhân viên trong tù vào ngày trước khi một tù nhân được thả

the **merry ha-ha** *noun* một trận cười nhạo báng và khinh thường ai; = the HORSELAUGH

merry hell *noun* sự khiển trách và trừng phạt nặng

mesc or **mezc** *noun* (*ma túy*) một loại thuốc gây ảo giác lấy từ ở một loại cây xương rồng; chất ma túy gây ảo giác [viết tắt của "*mescaline*"]

meshegoss or **meshugas** *xem* MISHEGOSS

meshuga *adjective* (biến thể: **meshugge** or **meshigga** or **meshugah** or **meshiggah** or **mishugah** or **mishoogeh**) điên; điên rồ; = NUTTY

meshugana or **meshiggana** or **meshiganer** *noun* người điên; người gàn dở; = NUT

mess *noun* 1 tình trạng rất lộn xộn; sự hỗn loạn; = FOUL-UP, FUCK-UP • This room's in a mess: *Phòng này ở trong tình trạng bừa bộn bẩn thỉu.* • This project is turning into a mess: *Dự án này trở nên rối tung lên.* 2 người lôi thôi; người vô tổ chức; người bất tài • Honey,

I'm a mess: *Em yêu, anh là một kẻ bất tài.* **3** người nhếch nhác; người bẩn thỉu; người luộm thuộm; = SLOB **4** đồ dơ bẩn; đồ rác rưởi; đồ cặn bã • Clean up your damn mess: *Hãy dọn sạch mẹ kiếp đồ dơ bẩn của mày đi.* **5** ma túy **6** (*bài poker*) rút những quân bài thay thế mà không thể cải thiện xấp bài **7** một người ngu ngốc vô vọng **8** phân; cứt • There's a mess in Jimmy's diapers, Mom: *Mẹ, có phân trong tã lót của Jimmy.*

mess or **mess with** *verb* đối đầu; can thiệp; quấy rầy; chiến đấu • Daddy, I don't want to mess with 'em: *Bố, con không muốn đối đầu với họ.*

mess around *verb* lười nhác; làm việc một cách lười biếng; = GOOF OFF • Stop messing around and get to work: *Ngừng lười biếng đi và bắt đầu làm việc thôi.*

mess someone around (or **over**) *verb* bắt nạt; hành hạ; ngược đãi ai; = FUCK OVER • Let people know who might be missing them around: *Hãy để cho mọi người biết ai là người hành hạ chúng.*

mess around with or **mess with** *verb* **1** tán tỉnh hoặc ve vãn • I don't mess with married or attached women: *Tôi không tán tỉnh phụ nữ đã có bồ (gắn bó) hoặc có chồng.* **2** thách thức; khiêu khích; = FUCK WITH **3** kết giao với; chơi với, đặc biệt có ý định bất chính hoặc trái đạo đức • He'd been missing around with known criminals: *Hắn ta kết giao với những tên tội phạm nổi tiếng.* **4** chơi hoặc chơi nghịch với • I caught him messing with the heating control: *Tôi bắt gặp nó đang chơi nghịch với cái điều khiển nhiệt.*

mess around (with someone) or **mess about** (with someone) or **monkey around** (with soneone) *verb* **1** thực hiện sự vuốt ve kích thích trước khi giao hợp; quan hệ tình dục **2** làm phí thời gian của ai • Don't mess around with me. Just answer the question, if you please: *Đừng làm phí thời gian của tôi. Làm ơn trả lời câu hỏi* **3** phí thời giờ với một người khác • I was messing around with John: *Tôi đang phí thời gian với John.*

mess around (with something) or **mess about** (with something) or **monkey around** (with something) *verb* đùa giỡn hay nghịch vớ vẩn điều gì • You'll break it if you don't stop monkeying around with it: *Nếu anh không ngừng nghịch với nó thì anh sẽ làm vỡ nó đấy.*

messed up *adjective* **1** say rượu hay phê thuốc **2** lộn xộn; bối rối • I'm sort of messed up since my divorce: *Tôi hơi lộn xộn kể từ khi ly dị.*

mess someone's face up *verb* đánh vào mặt ai

mess someone over *verb* đối xử tệ với ai; đánh đập hoặc gây hại ai

mess up *verb* **1** phạm sai lầm; làm sai điều gì • I hope I don't mess up on the quiz: *Tôi hy vọng tôi không làm sai ở cuộc thi đố.* **2** làm lộn xộn; làm xáo trộn **3** phá hỏng; làm tổn thương; làm hư hại cái gì • The drugs and booze messed up her mind: *Ma túy và rượu đã phá hỏng đầu óc của cô ta.* **4** gặp rắc rối; làm hỏng; = FUCK UP

mess someone up *verb* **1** đánh; đập; nện ai; = WORK someone OVER **2** làm hại; làm tổn thương ai • The wreck messed him up so much that he can't walk: *Gạch vụn đã làm anh ta bị thương khá nặng đến nỗi anh ta không thể đi bộ được.*

mess with someone/something or **monkey with** someone/something *verb* làm phiền hoặc can thiệp vào ai/cái gì • Don't mess with me unless you want trouble: *Nếu không muốn gặp rắc rối thì đừng làm phiền tôi nào.*

messy *adjective* **1** lộn xộn; hỗn loạn; = FUCKED UP **2** ghê tởm; bẩn thỉu; khó chịu; = DIRTY • There'll be a lot of messy publicity about this: *Sẽ có nhiều sự công khai bẩn thỉu về việc này.*

metal **1** *noun* = HEAVY METAL **2** *verb* chơi nhạc rock and roll với sự khuếch đại âm thanh thật to

metal head *noun* người yêu thích nhạc rock nặng và lối sống kèm theo

metallurgist *noun* (*giới nhạc sĩ*) người chơi nhạc đơn giản có đặc tính chơi quá lớn qua âmpli và loa, nhạc sĩ nhạc rock nặng

meter-reader *noun* (*không quân Mỹ*) phi công phụ; = the KID

meth head *noun* (*ma túy*) người thường xuyên dùng methamphetamine

Mex *noun* **1** một người Mexico hay người Mỹ gốc Mexico [mang nghĩa xúc phạm] **2** tiếng Tây Ban Nha

Mex *adjective* thuộc Mexico [mang nghĩa xúc phạm]

Mexican breakfast *noun* một ly nước và một điếu thuốc lá • If I only stopped for a Mexican breakfast. Coffee and piss: *Giá mà tôi dừng lại được để uống nước, hút thuốc. Cà phê và đi tiểu.*

Mexican infantry *noun* (*quân đội*) tình báo quân đội

Mexican promotion (or **raise**) *noun* sự thăng cấp hoặc địa vị nhưng không tăng lương

Mexican standoff *noun* **1** một tình huống mà không ai có lợi thế rõ ràng hoặc nổi lên như một kẻ chiến thắng rõ ràng • Looks like we got a Mexican standoff: *Có vẻ như chúng ta có tình huống ngang sức.* **2** tình trạng bế tắc; = STANDOFF • The negotiations have reached Mexican standoff: *Các cuộc thương lượng đã đi đến chỗ bế tắc.*

Mexican time *noun* dùng để chỉ sự thiếu đúng giờ

Mexican two-step *noun* bệnh ỉa chảy

mezonny *noun* tiền, đặc biệt tiền dành cho ma túy

mezz **1** *noun* cần sa; một điếu thuốc lá chứa cần sa; = REEFER **2** *adj* xuất sắc; tuyệt vời; = MELLOW

mezzroll or **mezz roll** or **Mezz's roll** or **meserole** or **messorole** or **mezzrow** *noun* một điếu thuốc lá chứa cần sa cực lớn

MF or **em ef** or **mf** *noun* đồ bần tiện; kẻ đáng khinh [viết tắt của "motherfucker"] • I think they're some cold mf's: *Tôi nghĩ bọn họ là đồ bần tiện xấu xa.*

mic *noun* micrô [phát âm thành "mike"]

mice *noun* (*truyền hình studio*) những đứa trẻ nhỏ; trẻ em

Michigan bankroll or **Michigan roll** *noun* cuộn tiền có một tờ tiền mệnh giá lớn ở bên ngoài và những tờ tiền mệnh giá nhỏ hoặc giấy báo ở bên trong, đem lại ấn tượng nhiều tiền

Mick or **mick** *noun* **1** một người Ai-len hay người Mỹ gốc Ai-len **2** người theo đạo Công giáo La Mã **3** một tù nhân **4** một khóa học (đại học) dễ hoặc tầm thường

Mick or **mick** *adjective* **1** thuộc về Ai-len • a mick politican: *một chính trị gia người Ai-len* **2** thuộc về Công giáo La Mã

Mickey or **mickey** or **micky** *noun* **1** = MICK **2** khoai tây **3** một chai dẹt đựng một panh (pint) rượu; một chai bẹp đựng rượu để trong túi bên hông **4** bạn bình thường **5** một ly rượu được pha thuốc ngủ; = MICKEY FINN **6** một chai rượu vang nhỏ

mickey or **mickey out** *verb* bỏ thuốc vào đồ uống của ai

Mickey D's *noun* (*thanh thiếu niên*) nhà hàng thức ăn nhanh McDonald

Mickey finished *adjective* say rượu; say mềm

Mickey Finn or **Mickey Flynn** or **Mickey's** *noun* **1** đồ uống có cồn được pha thêm thuốc an thần mạnh; thuốc mê được dùng như thế, đặc biệt là choral hydrate, được lén bỏ vào đồ uống; =

KNOCKOUT DROPS • I'm positive someone slipped me a Mickey Finn: *Tôi chắc chắn ai đó đã chuốc thuốc mê tôi.* **2** một loại thuốc xổ được lén bỏ vào đồ uống

Mickey Mouse or **mickey mouse** *noun* **1** đồng hồ đeo tay [từ những chiếc đồng hồ với mặt là chuột Mickey phổ biến lần đầu vào những năm thập niên 30] **2** hệ thống radar sóng cực ngắn dùng để định vị máy bay **3** điều vô nghĩa; chuyện tầm phào • This is just a lot of Mickey Mouse: *Đây là toàn chuyện vớ vẩn.* **4** cảnh sát • Mickey Mouse is hanging around asking about you: *Cảnh sát đang lảng vảng quanh đây dò hỏi về mày đấy.* **5** giấy thấm với ma túy mạnh gây ảo giác có hình chuột Mickey của công ty Walt Disney trên đó **6** sự hào nhoáng; sự phô trương bề ngoài **7** sự nhỏ nhặt; sự vụn vặt • That book's pure mickey mouse: *Cuốn sách đó thì vụn vặt hoàn toàn.* **8** (*quân đội*) một sai lầm do sự lộn xộn và ngu ngốc; = SCREW-UP **9** (*người da đen*) một người ngu ngốc, đặc biệt người da trắng hoặc cảnh sát

Mickey Mouse *adjective* **1** (*sinh viên*) thấp kém; tầm thường; rẻ tiền • What is this Mickey Mouse shit?: *Cái thứ rẻ tiền chết tiệt này là gì vậy?* **2** (cũng là **micky-mouse**) (*giới nhạc sĩ*) không có sáng tạo; ủy mị; không có hồn **3** phô trương; hào nhoáng; chỉ được mã bề ngoài; = GIMMICKY • I don't think Mickey Mouse changes are going to work: *Tôi không nghĩ rằng những thay đổi vẻ đẹp bề ngoài sẽ có hiệu quả.* **4** kém chất lượng; xấu; tồi tệ • The carpentry work was just Mickey Mouse: *Công việc về nghề mộc đúng là kém chất lượng.* **5** (*sinh viên*) đơn giản; sơ đẳng; dễ dàng **6** (*sinh viên*) nhỏ nhặt; vụn vặt • A lot of the Mickey Mouse stuff has been eliminated from the program: *Nhiều thứ lặt vặt đã loại ra khỏi chương trình.*

Mickey Mouse around *verb* đi loanh quanh; lãng phí thời gian; làm những việc vớ vẩn vô ích; = FOUL AROUND

Mickey Mouse ears *noun* hai đèn sáng trên nóc xe cảnh sát; = GUMBALL [đây là dạng cũ của đèn khẩn cấp; hiện giờ đèn dạng thanh với nhiều chức năng thường được thấy ở các thị trấn và thành phố]

Mickey Mouse mission *noun* một nhiệm vụ quân sự tương đối an toàn, dễ làm và đơn giản

mickie *noun* chai rượu

middlebrow 1 *noun* người có trí tuệ và thẩm mỹ trung bình; người có tầm hiểu biết vừa phải **2** *adj* a middle-brow magazine: *một tạp chí tầm thường*

middle (or **third**) **leg** *noun* dương vật

the **middle of nowhere** *noun* nơi biệt lập; nơi hẻo lánh; = BOONDOCKS

middy *noun* sinh viên học viện hải quân Mỹ

midnight requisition *noun* **1** một vụ trộm, đặc biệt là trong quân đội **2** (*quân đội, thế chiến II*) một vật có được phi pháp, đặc biệt là tài sản quân đội theo kiểu chưa có quy định; = CUMSHAW

miff *verb* **1** làm hỏng • "He miffed the job and they gave him the works": *"Anh ta làm hỏng việc và họ đã cho anh ta một trận".* **2** làm ai khó chịu, bực mình; làm phật ý; nổi giận • His arrogance miffed all of us: *Sự kiêu ngạo của hắn đã làm tất cả chúng tôi khó chịu.*

miffed *adjective* giận dữ; khó chịu • She was a little miffed when I failed to show up, but she calmed down after a while: *Cô ấy hơi giận khi tôi không xuất hiện, nhưng sau một lúc cô ta đã bình tĩnh lại.*

miffy *adjective* bực bội; tức giận; = MIFFED, PISSED OFF • Everybody is miffy with all the changes of plan: *Mọi người đều bực bội vì mọi thay đổi của kế hoạch.*

miggle *noun* **1** hòn bi; bi ve **2** (*ma túy*) điếu thuốc chứa cần sa; = JOINT

the **mighty mezz** *noun* một điếu thuốc lá chứa cần sa lớn, hay còn gian là cần sa

mike *noun* **1** một micrôgram (1/1,000,000 của một gram) [đơn vị đo LSD, thậm chí tại Mỹ vốn không theo hệ mét] **2** micrô **3** (*đường sắt*) đầu máy Mikado, một loại đầu máy xe lửa có tám bánh xe chạy, được sản xuất vào những năm 1890 cho ngành đường sắt Nhật và cũng được dùng tại Mỹ

mike or **mike up** *verb* trang bị micrô; khuyếch đại với micrô

mike fright *noun* sự sợ hãi đến đờ người khi ai đó cố nói vào micrô; nỗi sợ đứng ở sân khấu

mil *noun* một triệu; một triệu đô-la • The government spent forty mil on this building: *Chính phủ đã chi bốn mươi triệu đô-la cho tòa nhà này.*

mileage *noun* sự thuận lợi; lợi thế; lợi nhuận • There's no mileage in running a cinema in this town: *Mở một rạp chiếu bóng ở thành phố này chẳng có lời lãi gì cả.*

mile-high club *noun* (*hàng không*) câu lạc bộ của những người từng quan hệ tình dục ở ở độ cao hơn 1 dặm trên không

military wedding *noun* = SHOTGUN WEDDING

milk *verb* **1** khai thác việc gì đến mức tối đa • If I see an advantage, I milk it: *Nếu tôi thấy một lợi thế, tôi khai thác việc đó tối đa.* **2** kiếm được cái gì, đặc biệt là tiền, một cách bất công hoặc gian lận [ban đầu được dùng vào giữa những năm 1800 nói về sự thao túng ở thị trường chứng khoán] **3** thủ dâm **4** bóc lột; lừa đảo • Too many people wanna milk it for what it's worth: *Quá nhiều người muốn bóc lột nó vì giá trị của nó.* **5** cố gắng thuyết phục khán giả cười hoặc vỗ tay **6** cố đạt được sự công nhận từ khán giả • His performance was marred by an amateurish attempt to milk applause: *Màn trình diễn của anh ta đã bị phá hỏng vì sự cố gắng không chuyên để lấy sự ủng hộ từ khán giả.*

milk a duck *verb* làm (hoặc không làm) điều gì đó hoàn toàn không thể • She can't do that. That's harder than milking a duck: *Cô ta không thể làm chuyện đó được. Điều đó không thể thực hiện được.*

milk-ball *noun* bất kỳ đồ uống có cồn nào được phục vụ với sữa

milk it *verb* ép chặt thân dương vật về phía đầu dương vật

milk run *noun* **1** một nhiệm vụ quân sự đơn giản, dễ làm và không nguy hiểm **2** lượt chạy đầu tiên của cái thang kéo ski vào một buổi sáng nhất định, hoặc lượt chạy xuống núi đầu tiên trong ngày **3** (*đường sắt*) một chuyến tàu chạy với nhiều trạm dừng **4** một chuyến bay với nhiều chặng dừng **5** (*không quân, thế chiến II*) một phi vụ ném bom dễ dàng

milksucker *noun* một đứa trẻ con • A milksucker came up and tried to sell me a ticket to a game: *Một đứa bé đi đến và cố bán cho tôi một tấm vé xem trận đấu.*

milk train *noun* một chuyến xe lửa với lịch chạy vào sáng sớm

milk wagon *noun* xe tuần tra của cảnh sát; = PADDY WAGON

mill¹ *noun* **1** một triệu, đặc biệt và thường là một triệu đô la [đôi khi chỉ là "mil"] • That'll cost the government a cool six mill: *Điều đó sẽ tốn kém cho chính phủ những sáu triệu đô-la.* **2** một ngàn đô la

mill² *noun* **1** (*quyền Anh*) trận đấu quyền Anh **2** (*quân đội, thế chiến I*) nhà tù quân đội **3** động cơ xe ô tô hoặc xe mô tô **4** (*đường sắt*) đầu máy xe lửa **5** (*tòa soạn báo*) máy đánh chữ

milled *adjective* say rượu

million bucks *xem* LIKE A MILLION BUCKS

milquetoast or **milktoast** *noun* một người nhút nhát; = WIMP

Milwaukee goiter or **German goiter** *noun* một cái bụng lớn vì sự tiêu thụ bia quá nhiều; bụng bia; = BEERBELLY, POTBELLY [*từ tên*

mince *của nhà máy bia Mil-waukee*] • If you want to get rid of that German goiter, stop drinking beer!: *Nếu anh muốn thoát khỏi cái bụng bia đó thì đừng uống bia lại đi!*

mince *noun* (*thanh thiếu niên xưa*) người tẻ nhạt; người không hợp thời trang; người thiếu hấp dẫn; = DRIP

mince pies *noun* (*thế giới ngầm, từ Anh*) đôi mắt

mindbender *noun* 1 bất cứ thứ gì thử thách sự hiểu biết hay giả định của bạn • Walking the yard was a mind bender: *Việc đi trên trục căng buồm là một điều thử thách thật sự.* 2 ma túy gây ảo giác

mindblower *noun* 1 một sự kiện, trải nghiệm hay tình huống hoàn toàn gây ngạc nhiên hay gây sốc 2 ma túy gây ảo giác, tiêu biểu là LSD

mind-blowing *or* **mind-bending** *adjective* 1 (*đặc biệt phong trào phản văn hóa và ma túy những năm 1960*) ảo giác 2 hứng thú; gây sửng sốt • The speech was quite mind-blowing: *Bài diễn văn hết sức hứng thú.*

mindfuck *noun* 1 bất cứ thứ gì gây ra sự thay đổi mô hình bên trong 2 khía cạnh tinh thần của tình dục 3 sự lôi kéo hoặc ép buộc ai để suy nghĩ và hành động như mình mong muốn; sự tẩy não; = BRAINWASHING

mindfuck *verb* 1 gây lúng túng, thao túng về mặt tâm lý • He's really mind-fucked you: *Anh ta thật sự làm bạn lúng túng.* 2 lôi kéo ai để suy nghĩ và hành động như mình mong muốn; = BRAINWASH

mindfucker *noun* 1 một người lôi kéo những người khác, đặc biệt vì lợi ích riêng của mình 2 một tình trạng đau khổ, nản lòng; = BAD SCENE

mind one's p's and q's *verb* hãy thận trọng điều mình nói hoặc làm; hành động một cách đứng đắn nào • You should mind your p's and q's when you meet Alice's mother: *Cậu cần phải cư xử hết sức thận trọng khi cậu gặp mẹ của Alice.*

mind the store *verb* trông nôm; chăm sóc công việc kinh doanh • Who'll mind the store while Mr. Reagan is overseas?: *Ai sẽ chăm sóc công việc kinh doanh trong khi ông Reagan ra nước ngoài?*

mind your own beeswax *verb* đừng nhúng mũi vào; không phải việc của anh • Lay off! Mind your own beeswax!: *Thôi đi! Không phải việc của anh!*

mingy *adjective* keo kiệt; bủn xỉn • She's so mingy with her money: *Cô ta quá bủn xỉn về tiền nong.*

mini *adjective* 1 nhỏ; thu nhỏ • I have a mini problem you can maybe help me with: *Tôi có một vấn đề nhỏ có lẽ anh có thể giúp tôi với.* 2 ngắn trên đầu gối • She looked out of place in her mini dress: *Cô ta trông lạc điệu trong chiếc váy ngắn trên gối.*

mini *noun* 1 chiếc váy, đầm hoặc áo choàng rất ngắn trên đầu gối 2 thời trang hoặc phong cách ăn mặc như áo quần ngắn

mini- *prefix* [*tiền tố dùng để tạo danh từ*] nhỏ; ngắn: miniskirt: *váy ngắn* / minibus: *xe buýt loại nhỏ*

minister's face (or **head**) *noun* (*người lang thang*) đầu lợn được phục vụ tại bữa ăn

mink *noun* 1 một người bạn nữ hay người yêu 2 một phụ nữ mà sở thích lãng mạn bị che khuất bởi sở thích kiếm tiền 3 (*người da đen*) một người đàn bà • Take this home to your mink. She'll like it: *Mang cái này về cho vợ anh. Cô ta sẽ thích đấy.* 4 một người lẳng lơ; kẻ dâm đãng; người mắc chứng cuồng dâm 5 một phụ nữ trẻ hoạt bát và hấp dẫn; = DISH, FOX 6 bộ phận sinh dục, lông mu, v.v.. của phụ nữ; = BEAVER

Minnie *noun* (*bài poker*) ai có điểm thấp nhất sẽ thắng, xấp bài thấp nhất có thể

mint *noun* tiền; nhiều tiền • He makes a mint. He can affort a little generosity: *Anh ta kiếm được nhiều tiền. Anh ta có thể hào phóng một chút.*

mint *adjective* dễ thương, gợi cảm, đẹp; tốt, cao cấp

miracle meat *noun* dương vật mà lúc mềm nhũn cũng lớn gần bằng lúc cương cứng

Mirandize *xem* GIVE someone HIS RIGHT

mishegoss *noun* (*cũng là **mishgas** or **meshegoes** or **meshugas***) điều vô lý; sự điên rồ; sự ngớ ngẩn

mish-mash *noun* (*cũng là **mish-mosh***) sự kết hợp không có trật tự; mớ lộn xộn; mớ hỗn hợp; đồng tạp nhạp • There's no theme or fucus. It's just a mish-mash: *Chẳng có chủ đề hay tiêu điểm gì cả. Chỉ là mớ hỗn hợp.*

mish-mosh *xem* MISH-MASH

mishugah *or* **mishoodeh** *xem* MESHUGA

missionary position *noun* tư thế quan hệ tình dục mà người nam nằm trên người nữ giữa đôi chân giang rộng của cô ấy

missionary worker *noun* (*công đoàn*) một nhân viên được thuê để phá hoại một cuộc đình công nhưng không bạo lực

mission bum *noun* một kẻ lang thang thường xuyên đến phòng ăn và nơi ngủ được cung cấp cho người cơ cực bởi các hội tôn giáo

mission stiff *noun* (*người lang thang*) người lang thang hoặc người nay đây mai đó ở tại một khu vực truyền giáo được điều hành bởi một hội từ thiện tôn giáo

Mississippi marbles *noun* súc sắc

Missouri bankroll *noun* một cọc tiền với một tờ tiền mệnh giá lớn nằm bên ngoài còn những tờ tiền mệnh giá nhỏ hoặc giấy nằm bên trong

Missouri marbles *noun* súc sắc

Miss Right *xem* MISTER RIGHT

miss the boat *verb* 1 phạm sai lầm; sai • If you think you can do that, you have just missed the boat: *Nếu anh nghĩ anh có thể làm điều đó thì anh lầm rồi.* 2 lỡ mất cơ hội tốt; thua mất; thất bại; = BLOW IT • He ignored good advice, and missed the boat: *Anh ta đã lờ đi lời khuyên tốt và bỏ lỡ mất cơ hội.*

the missus (or **the missis**) *noun* vợ của ai; = the LITTLE WOMAN • He wanted the missus to get some sleep: *Ông ta muốn vợ đi ngủ.*

mister *noun* anh bạn; gã; = GUY [luôn dùng trong sự xưng hô trực tiếp, thường là với người lạ]

the mister *noun* chồng của ai

Mister Big *noun* người lãnh đạo; người cầm đầu; người quan trọng nhất; = BIG ENCHILADA

Mister Charles or **Mr. Charles** *noun* một người đàn ông da trắng

Mister Charlie or **Mr. Charlie** *noun* (*người da đen*) người đàn ông da trắng; = the MAN [một tiếng lóng được dùng như một cử chỉ kháng cự bởi dân da đen Mỹ]

Mister Clean or **Mr. Clean** *noun* 1 một người mà trong mắt công chúng là người vẫn giữ được hình ảnh một cách hoàn hảo 2 một người đàn ông, đặc biệt là nhà chính trị liêm khiết, không hối lộ và ngay thẳng

Mister Ducrot or **Mister Dumbguard** *noun* (*West Point*) cách sỉ nhục thông thường nhắm đến những sinh viên năm nhất

Mister Five by Five *noun* một người đàn ông mập lùn

Mister Fixit *noun* một người có thể sửa chữa, phân xử, giải quyết,

Mister Green or **Mr. Green** *noun* tiền

Mister Happy or **Mr. Happy** *noun* dương vật

Mister Hawkins or **Mr. Hawkins** *noun* (*người da đen và người lang thang*) một cơn gió lạnh mùa đông; = the HAWK

Mister Money or **Mr. Money** *noun* một người Do Thái

Mister Nasty or **Mr. Nasty** *noun* dương vật

Mister Nice Guy *noun* một người đàn ông tốt bụng, đáng tin cậy, v.v..

Mister Peanut *noun* (*người da đen dùng*) người đàn ông da trắng

Mister Period or **Mr. Period** *noun* dùng như hiện thân của sự thật rằng một phụ nữ đã mất chu kỳ kinh nguyệt hàng tháng

Mister (or **Miss** or **Ms**) **Right** *noun* người yêu hoặc người chồng (vợ) lý tưởng; người trong mộng (dùng cho cả hai phái nam và nữ)

Mister Softy or **Mr. Softy** *noun* dương vật mềm nhũn

Mister Thomas *noun* (*người da đen dùng*) xem UNCLE TOM

Mister Tom *noun* (*người da đen*) một người da đen muốn trở thành hoặc đã bị đồng hóa vào nền văn hóa da trắng; = UNCLE TOM

Mister Whiskers xem UNCLE WHISKERS

mitt *noun* 1 bàn tay 2 (*quyền Anh*) găng tay quyền Anh 3 (*xiếc và lễ hội*) = MITT-READER

the mitt *noun* 1 (*người lang thang*) bất kỳ nguồn đồ ăn, chỗ ở, v.v.. từ thiện nào 2 (*thế giới ngầm*) một cuộc bắt giữ

mitt *verb* 1 (*quyền Anh*) nắm chặt hai tay để lên đầu như là dấu hiệu chiến thắng và cám ơn sự vỗ tay khen ngợi của khán giả 2 bắt tay • *Mitt him, pal, I done it*: Hãy bắt tay nó đi, anh bạn, tôi đã làm điều đó rồi. 3 (*thế giới ngầm*) bắt giữ, đặc biệt là bập còng vào tay một tù nhân lúc bắt giữ

mitt camp or **mitt-joint** *noun* (*lễ hội*) một cái lều của người coi bói

mitten money *noun* tiền phụ thêm dưới dạng tiền boa hay tiền hối lộ [từ thói quen của các hoa tiêu biển tính thêm phụ phí cho công việc vào mùa đông]

mittens xem IDIOT MITTENS

mitt-glommer or **mitt-glaummer** or **mitt-glahmer** *noun* người vờ tỏ ra nồng nhiệt hoặc thân mật; người bắt tay; = GLAD-HANDER

mitt reader *noun* (*xiếc và lễ hội*) người bói chỉ tay; thầy bói

mitts *noun* 1 (*thế giới ngầm*) một đôi còng số tám 2 (*từ cuối những năm 1800*) đôi bàn tay

mix *noun* 1 một hỗn hợp 2 chất để làm giả

mix *verb* chiến đấu; đánh nhau; = MIX IT UP • *Two babies mixed many times in a month*: Hai đứa bé đánh nhau nhiều lần trong một tháng.

mixed up *adjective* 1 lộn xộn; bối rối; trong tình trạng hỗn loạn; = MESSY 2 say rượu

mixer *noun* 1 một phụ nữ làm ở quán rượu, ve vãn đàn ông để họ mua đồ uống, cho họ lẫn cho cô ta 2 đồ uống không cồn như soda, tonic nước ngọt hoặc nước ép trái cây, v.v.. được pha với rượu 3 người dễ dàng làm quen và giao thiệp với người khác; người thích giao du; người hòa đồng 4 một bữa tiệc hoặc cuộc gặp khác nhằm để mọi người gặp gỡ và làm quen với nhau

mix it up or **mix it** *verb* 1 đánh nhau hoặc cãi nhau với ai • *Don't mix it with me – I've got a gun!*: Đừng gây sự với tôi nữa – Tôi có súng đấy! 2 kết hợp; hòa nhập với • *He has an opportunity to mix it up with new colleagues*: Nó có một cơ hội để hòa mình với các bạn đồng nghiệp mới.

mixologist *noun* người phục vụ ở quầy rượu; người pha chế

mix-up *noun* 1 sự lộn xộn; sự hỗn loạn; sự bối rối; = MESS 2 cuộc đánh nhau; cuộc ẩu đả • *The police were called to stop a mix-up outside the school*: Cảnh sát được gọi đến để ngăn chặn cuộc ẩu đả ở ngoài trường học.

mo *noun* 1 (*nhà tù*) một tù nhân là đối tượng của sự theo dõi về tâm thần 2 một tháng • *"How long a trip?" Carter asked. "Six moes"*: "Chuyến đi mất bao lâu?" Carter hỏi, "Sáu tháng" 3 một khoảng thời gian rất ngắn; chốc lát • *I'll be back in a mo*: Một lát nữa tôi sẽ trở lại. 4 = MOTHERFUCKER 5 một người đồng tính

mob *noun* 1 một nhóm bạn 2 một băng đảng thế giới ngầm; gia đình tội phạm có tổ chức 3 *modifier*: *a mob boss*: một ông trùm băng đảng thế giới ngầm 4 (*xiếc và lễ hội*) những người đàn ông được thuê bởi chương trình như một nhóm

the Mob *noun* tổ chức tội phạm; mafia

mob *verb* 1 ăn không ngồi rồi, thư giãn với bạn bè 2 bao vây, la hét và công kích

mobbed up *adjective* 1 liên kết với tổ chức tội phạm 2 bị điều khiển hoặc bị dính líu đến tội phạm có tổ chức

mob scene *noun* một nơi hoặc dịp rất đông người; = FANNYBUMPER • *The reception was a mob scene*: Tiệc chiêu đãi là một nơi rất đông đúc.

mobster *noun* thành viên của băng nhóm tội phạm; thành viên của Mafia; = GANGSTER

moby *adjective* (*về máy tính*) lớn; khổng lồ; phức tạp; qui mô

moby *noun* một megabyte, đơn vị đo kích thước bộ nhớ

mockie 1 *noun* người Do Thái 2 *adj* *a mockie shop*: một cửa hàng của người Do Thái

mock-up *noun* mô hình; sự mô phỏng • *They made a mock-up of the building to study the trafic flow*: Họ làm một mô hình của tòa nhà để học dòng xe cộ lưu thông.

mocus *adjective* lộn xộn; rời rạc; nói không mạch lạc • *The alcoholics easily gets mocus*: Những người nghiện rượu rất dễ bị nói lảm nhảm.

mod *noun* đương đại và thời trang về quần áo hoặc ý tưởng • *Your clothes are mod, but you're just a plain, old-fashioned prude*: Quần áo của anh thì thời trang đấy, nhưng anh chỉ là người hủ lậu, bình thường.

mod *adjective* (*đặc biệt những năm 1960*) đúng mốt; hiện đại; cập nhật, đặc biệt theo phong cách của những năm 1960

mod cons *noun* (*chủ yếu dùng ở Anh*) tiện nghi và đồ đạc hiện đại của một ngôi nhà hoặc căn hộ • *She has a house with all mod cons*: Bà ta có một ngôi nhà với mọi tiện nghi hiện đại.

Model-T *adjective* rẻ; tồi; còn thô [từ dòng xe Model T Ford vào đầu những năm 1900]

modoc *noun* 1 (*lễ hội*) một người nộm được thiết lập để bị ném ngã với một quả bóng chày 2 (*lễ hội*) người ngu ngốc; = BOOB, KLUTZ 3 (*phi công*) một người trở thành hoặc có ý muốn làm phi công vì sự quyến rũ và địa vị của nghề nghiệp

modulate *verb* thư giãn; thả lỏng người • *Cool it man. Modulate. Relax*: Bình tĩnh lại anh bạn. Thả lỏng người đi. Thư giãn nào.

mohoska *noun* (*đội thương thuyền trên biển*) năng lượng; sức mạnh; = MOXIE, PIZZAZZ

mojo *noun* 1 một câu thần chú, ma thuật • *The wizard recited a mojo*: Lão phù thủy niệm một câu thần chú. 2 (*người da đen*) bùa hoặc bùa hộ mạng, được mang để chống lại ma quỷ, tai họa, v.v.. 3 (*ma túy*) ma túy mạnh, đặc biệt là ma túy bột: cô-ca-in hê-rô-in, moóc-phin 4 bản năng giới tính, dục năng, sự hấp dẫn tình dục 5 một phiên bản đầu tiên của máy telecopier [rất chậm, rất cồng kềnh, nhưng vào thời đó, nó là tiến bộ tuyệt vời, gần như là "ma thuật", do đó mới có từ này. Được phổ biến bởi các tác phẩm của Hunter S. Thompson]

moke *noun* 1 một người ngu đần 2 người da đen 3 (*hải quân*) người đàn ông Philippin 4 người dễ chịu; người dễ tính; = MOOCHER

the **mokers** *noun* sự buồn bã; sự buồn rầu; = the BLUES

mokus *noun* 1 (*người lang thang*) rượu 2 (*người lang thang*) sự cô độc

mokus *adjective* 1 nài xin một ly rượu 2 say rượu

moldy fig *noun* 1 người thích nhạc jazz truyền thống hơn kiểu nhạc jazz hiện đại 2 *adj.*: my moldy-fig tastes: sở thích nhạc jazz truyền thống của tôi 3 người đàn bà làm bộ đoan trang kiểu cách; người làm ra vẻ mô phạm; người cổ hủ

moll *noun* 1 (*từ những năm 1700, Anh*) phụ nữ 2 gái điếm 3 bạn gái, nữ tòng phạm, v.v. của một tên tội phạm; = GUN MOLL

moll-buzzer *noun* 1 (*thế giới ngầm*) một tên trộm chuyên giật túi xách của phụ nữ đang đẩy xe nôi hoặc ghế đẩy 2 (*người lang thang*) kẻ lang thang xin ăn từ phụ nữ

molly-hogan *noun* (*người đốn gỗ*) việc gì khó xử hoặc phức tạp

Molly whop someone *verb* đánh ai một cách dữ dội • Quiet or I'll Molly whop you: Im lặng hay là tao sẽ nện cho mày một trận đấy.

Molotov cocktail *noun* (*từ thế chiến II*) quả lựu đạn được làm bằng cách rót xăng vào chai, thêm cái bấc bằng vải rồi châm lửa [từ Vyacheslav Molotov, thủ tướng Xô Viết, với vũ khí như thế được dùng nhiều bởi quân du kích Xô Viết]

mom-and-pop or **ma-and-pa** or **mama-and-papa** *adjective* được điều hành bởi hai người hoặc một gia đình; quy mô nhỏ [từ hình ảnh một cửa hàng tạp hóa nhỏ do một cặp vợ chồng sở hữu và điều hành]

moment *xem* BIG MOMENT

momism *noun* sự thống trị của người mẹ; sự tôn thờ mẹ; chế độ mẫu hệ, mẫu quyền

momma *noun* 1 (*người da đen*) = MAMA 2 (*người da đen*) vật gì đặc biệt gây ấn tượng và đáng khâm phục; = MOTHER, MOTHERFUCKER

mommick up *verb* làm lộn xộn và làm hỏng; = BOLLIX UP, FUCK UP • She's wanting to do it all by herself, then she mommicks things up: Cô ta muốn làm việc đó tất cả tự mình, sau đó cô ta làm lộn xộn và hỏng mọi thứ.

momo *noun* một thằng ngốc; người khờ dại

momzer or **momser** *noun* 1 kẻ ăn bám; kẻ đi vay, mượn; = MOOCHER, SPONGER 2 kẻ đáng ghét; một kẻ vũ phu; một người đáng ghê tởm; = BASTARD, SHITHEEL • I'll work on the momser: Tôi sẽ làm việc với một người đáng ghét.

mon *noun* tiền; tiền bạc [viết tắt của "*money*"]

Monday man *noun* (*người lang thang*) người ăn cắp quần áo từ các dây phơi quần áo ở ngoài trời [từ thực tế thứ hai thường là ngày làm công việc giặt ủi]

Monday morning quarterback *noun* 1 một người tự cho mình là chuyên gia biết chính xác điều gì nên làm trong một tình huống cụ thể mà anh ta không phải là người tham gia, trong sự an toàn của khoảng cách xa 2 một người giỏi dự đoán những việc đã xảy ra rồi và giỏi chỉ ra lỗi các tiền vệ và những nhà lãnh đạo khác; = ARMCHAIR GENERAL [từ thực tế thứ hai là ngày đầu tiên trong tuần, khi mà các trận bóng đá ở trung học và đại học đã diễn ra rồi] • We don't pay our financial analysts to be Monday morning quarterback: Chúng tôi không trả tiền cho các nhà phân tích tài chính (chỉ biết) dự đoán sau.

moneybags *noun* 1 người giàu có 2 (*hải quân, thế chiến II*) người phát lương trong quân đội

money from home *noun* 1 bất kỳ số tiền nào giành được dễ dàng; tiền thắng cược • This job is like taking candy from a kid. It's money from home: Công việc này dễ như lấy kẹo của một đứa bé. Đó là đồng tiền dễ kiếm. 2 thứ gì đó rất được chào đón và hữu ích, đặc biệt khi miễn phí và bất ngờ 3 cái gì đó giống như tiền bạc được mong đợi ở quê nhà từ lâu • Having you visit like this is like getting money from home, Taylor: Có cậu đến thăm như thế này chẳng khác gì tiền mong đợi từ quê nhà, Taylor ạ.

money grubber *noun* người keo kiệt

moneymaker *noun* 1 cơ quan sinh dục; mông đít 2 sự thành công

money talks *sentence* 1 giàu có là sức mạnh • In New York, boy, money really talks, I'm not kidding: Nhóc, ở New York, giàu có thực sự là sức mạnh, tôi không đùa đâu. 2 có tiền nói ai cũng nghe • Like they say, money talks, but don't try making it talk to a cop: Như người ta bảo, có tiền nói ai cũng nghe, nhưng đừng cố đem ra nói với cảnh sát.

mongo *noun* 1 tài liệu bẩn; một người viết văn tục tĩu dâm ô 2 vật có giá trị được tìm thấy trong đống rác, đặc biệt bởi người thu gom rác 3 một tên ngốc [viết tắt từ cách dùng mang tính xúc phạm của "*mongo-loid*"]

moniker *noun* (biến thể: **monicker** or **monniker** or **monacer** or **monica** or **monaker**) biệt hiệu; bí danh; tên nhạo • His "monicker" was Skysail Jack: Bí danh của hắn là Skysail Jack.

monk *noun* 1 con khỉ 2 người Trung Quốc hoặc người Mỹ gốc Trung Quốc

monkey *noun* 1 (*ma túy*) sự nghiện, đặc biệt là hê-rô-in hay những loại ma túy khác 2 (*xiếc và lễ hội*) một khách hàng cả tin đã bị mắc lừa; nạn nhân; = MARK 3 một con bạc phàn nàn với cảnh sát về một cơ sở cờ bạc gian lận sau khi bị thua 4 người chỉ huy giàn nhạc [ám chỉ đến áo xmốc-king, hay monkey suit, được mặc bởi nhiều người chỉ huy giàn nhạc] 5 một đứa trẻ nghịch ngợm • Come here, you little monkey!: Lại đây, cái thằng quỷ nhỏ! 6 anh chàng; gã; = GUY 7 (*người lang thang*) người không phải là người lang thang; công nhân lễ hội; người bình thường 8 (*ma túy*) một kí lô ma túy

monkey *verb* 1 nghịch vớ vẩn; làm xáo trộn; làm trò ngố 2 can thiệp vào; xâm phạm hành động của ai 3 = MONKEY AROUND

monkey around *verb* 1 lười nhác; ăn không ngồi rồi; = GOOF AROUND 2 làm qua loa hoặc làm giả; cố gắng sử dụng hoặc sửa chữa 3 táy máy; tinh nghịch • Stop monkeying around with that electric plug, you'll get a shock: Đừng có táy máy vào cái phích điện đó, mày sẽ bị giật đấy.

monkey bite *noun* 1 vết bầm trên da do hôn theo kiểu mút 2 một cái véo đau

monkey (or **funny**) **business** *noun* 1 điều ác; trò lừa bịp; sự dại dột; trò khỉ; trò đùa tinh nghịch ngớ ngẩn • Any monkey business is ill-advised: Bất kỳ sự dại dột nào đều là nhẹ dạ. 2 trò mưu mẹo mờ ám; tính gian xảo; hành động bất lương • There's far too much monkey business going on around here in my opinion: Theo ý kiến của tôi quanh đây có quá nhiều hành vi bất lương.

monkey cage *noun* (*tù nhân*) xà lim; phòng giam tù nhân

monkey-chaser noun 1 người nhập cư từ West Indies; người Tây Ấn 2 đồ uống hỗn hợp dựa trên rượu gin

monkey-drill noun (*quân đội*) môn thể dục mềm dẻo; những bài tập luyện thể chất [từ thực tế người tập luyện làm theo hướng dẫn của huấn luyện viên, giống như con khỉ thấy thì bắt chước]

monkey-house or **monkey-wagon** noun (*đường sắt*) toa xe dành cho người bảo vệ tàu

monkey jacket noun 1 áo vét tông lễ phục nam 2 (*hàng hải*) bất kỳ loại áo jacket ngắn, chật nào, đặc biệt là một phần của đồng phục 3 (*bệnh viện*) áo của bệnh nhân trong bệnh viện

monkey-monk xem HIGH MUCKETY-MUCK

monkey pie noun (*quầy bán đồ ăn trưa*) bánh nướng nhân dừa

monkeyshines noun 1 trò hề ngu ngốc; hành vi đáng xấu hổ 2 trò bịp bợm; trò tinh nghịch

monkey suit noun lễ phục buổi tối; áo xmôc-kinh; bộ đồ vét vui mắt; bộ complet bó sát

monkey's uncle xem I'LL BE DAMNED

monkey talk noun lời nói đứt quãng, như khi bị say ma túy

monkey wagon noun sự nghiện ma túy

Monkey Ward nickname Montgomery Ward, một chuỗi thương xá, công ty bán lẻ

monkey with someone/something xem MESS WITH someone/something

monkey with the buzz-saw verb xen vào, can thiệp vào chuyện gì nguy hiểm; chuốc lấy tai họa

monniker xem MONIKER

mono noun (*sinh viên*) chứng viêm các tuyến bạch cầu; bệnh tăng bạch cầu đơn nhân (mononucleosis)

monokini noun áo tắm một mảnh phơi ngực trần

monster noun 1 một món trang thiết bị "khủng" • It's got four wheel drive, dual side airbags and a monster sound system: *Nó có sự truyền động bằng bốn bánh, hai túi khí bên hông và hệ thống âm thanh "khủng".* 2 (*thanh thiếu niên*) dùng như lời âu yếm 3 (*ma túy*) một loại ma túy nặng ảnh hưởng hệ thống thần kinh trung ương 4 sản phẩm bán chạy nhất, đặc biệt là đĩa hát

monster adjective 1 lớn; khủng; ấn tượng; = HUMONGOUS • And use the monster cable so we don't get any drop-out: *Và hãy dùng sợi cáp lớn để chúng ta không còn bị rớt mạng nữa.* 2 xuất sắc [ban đầu là cách dùng của dân da đen] 3 có liên quan đến loại ma túy mạnh hoặc gây nghiện

Montezuma's revenge noun bệnh tiêu chảy mà những người đi du lịch ở Mexico mắc phải

monthlies noun thời kỳ kinh nguyệt

month of Sundays noun một thời gian dài, thời gian trôi qua rất chậm

moo noun 1 tiền; = MOOLA 2 (*quầy bán đồ ăn trưa*) bò bit tết 3 sữa

mooch noun 1 một kẻ ăn bám; một kẻ ăn xin; = MOOCHER 2 một người đưa tiền cho kẻ lừa đảo; một kẻ dễ bị lừa; = MARK 3 (*người bán hàng*) một khách hàng chịu khó xem xét hàng hóa trước khi mua 4 (*lễ hội*) người lắng nghe lời rao hàng nhưng không mua 5 ma túy

mooch verb 1 ăn xin bạn mình; ăn bám; = CADGE, SPONGE • He went around moochinh cigarettes: *Nó đi quanh quẩn xin thuốc lá.* 2 ăn cắp; ăn trộm 3 (*từ giữa những năm 1500, Anh*) đi tản bộ; đi tha thẩn

moocher noun một người ăn xin; một người ăn bám; một người ăn chực; người đi vay, mượn; = DEADBEAT, SPONGER

moogie xem SOOGIE

moo juice or **cow juice** noun (*quầy bán đồ ăn trưa và quân đội*) sữa hoặc kem • It is ridiculous to hear a child referring to milk as "moo juice": *Thật buồn cười khi nghe một đứa trẻ thích gọi sữa là "moo juice".*

moola or **moolah** or **mullah** noun (*từ đầu những năm 1900*) tiền

moon noun 1 rượu sản xuất trái phép; rượu rẻ tiền; = MOONSHINE 2 mông; mông đít

moon verb (*đặc biệt thanh thiếu niên và sinh viên*) khoe cặp mông trần như một cử chỉ thách thức hoặc chọc ghẹo, thường là tại cửa sổ

mooner noun 1 người say rượu 2 người vô công rồi nghề 3 (*cảnh sát*) một tội phạm hoặc người lập dị trở nên tích cực suốt giai đoạn trăng tròn

moonlight noun rượu lậu

moonlight verb 1 buôn rượu lậu 2 làm thêm công việc thứ hai; nghề tay trái • Larry had to moonlight to earn enough to feed his family: *Larry phải làm thêm công việc nữa để kiếm đủ tiền nuôi gia đình.*

moonshine noun 1 rượu được chưng cất trái phép và bí mật; rượu uýt-ki ngô; = MOUNTAIN VIEW 2 bất kỳ rượu uýt-ki rẻ tiền, kém chất lượng nào; = ROTGUT 3 chuyện tầm phào; chuyện vớ vẩn; sự nói chuyện cường điệu; = BALONEY, BULLSHIT

moonshiner noun người nấu rượu lậu

Moony or **Moonie** noun thành viên hoặc môn đồ của Giáo hội thống nhất [từ tên của nhà lãnh đạo Giáo hội thống nhất Sun Myung Moon]

moose noun (*quân đội, chiến tranh Triều Tiên*) bạn gái, người tình, hay gái điếm [từ *musume* trong tiếng Nhật nghĩa là "*gái*"]

moose-eye noun một cái nhìn khiển trách hoặc van xin

moose-eyed adjective mê đắm; đang yêu

moose-milk noun rượu uýt-ki

moota noun cần sa

mop¹ noun 1 đầu tóc; kiểu tóc • How do you like my new mop?: *Anh có thích kiểu tóc mới của em không?* 2 (*thanh thiếu niên*) cuộc hẹn buổi tối 3 một chầu rượu 4 người nghiện rượu nặng; sâu rượu

mop² noun (*người lang thang*) tuyến đường sắt Missouri Pacific

mop³ noun (*người da đen*) một mục hoặc hành động cuối cùng; kết quả cuối cùng • And the mop was he got caught: *Và kết quả cuối cùng là hắn bị bắt.*

mope noun 1 một người không hoạt bát lắm 2 một tên côn đồ 3 một người chán nản ủ rũ; người rầu rĩ 4 người ngu ngốc; người khờ dại; = BOOB

mope or **mope around** verb 1 quanh quẩn ủ rũ; đi lang thang thẩn thờ 2 (*người lang thang và tù nhân*) trốn thoát; vượt ngục; = LAM 3 đi xê ra; đi bộ

mopery noun 1 sự bất tài; hành vi ngu ngốc • I'm tired of his mopery: *Tôi chán ngấy cách cư xử ngốc nghếch của hắn.* 2 sự lảng vảng thăm dò, đặc biệt với mục đích phạm tội tình dục

mop mop adjective (*giới nhạc jazz*) lặp đi lặp lại, ầm ĩ và tẻ nhạt

mop-squeezer noun (*trong cổ bài*) quân Đầm

mop the floor up with someone or **wipe the floor up with** someone verb đánh ai nhừ tử; đánh bại ai hoàn toàn; = CLOBBER • One more crack like that, and I'll have Sam wipe the floor up with you:

more than one bargained for *noun* được nhiều hơn điều mình mong đợi • This is certainly more than I bargained for!: *Điều này chắc chắn nhiều hơn tôi mong đợi!*

the morning after (the night before) *noun* cảm giác khó chịu sau khi uống rượu say

morning glory or **morning missile** *noun* sự cương cứng của dương vật sau khi thức giấc

morph *noun* 1 (*ma túy*) moóc phin 2 = MORPHADITE

morphodite or **mophrodite** or **morphrodite** *noun* một người ái nam ái nữ; người lưỡng tính

mortal lock *noun* 1 (*đua ngựa*) một sự đánh cược mà chắc thắng 2 (*cờ bạc*) một điều chắc chắn; = CINCH, SURE THING • England will lose the match—that's a mortal lock: *Nước Anh sẽ thua trận đấu này – đó là điều chắc chắn.*

mortar *xem* BRICKS AND MORTAR

mos def *adjective* gần như chắc chắn [viết tắt của *"most definitely"*] • Am I mad. Mos def!: *Tôi bị điên à. Gần như chắc chắn rồi!*

Moses *xem* HOLY CATS

mosey or **mosey along** *verb* di chuyển chậm chạp và có vẻ như không có mục đích; bước đi nhẹ nhàng thong thả; đi thơ thẩn; = EASY ON • Well, I know you're busy, so I'll mosey on: *À, tôi biết anh bận, vậy nên tôi sẽ đi thong thả.*

mosquitos or **mosquitoes** *noun* cô-ca-in

moss *noun* (*người da đen*) tóc; tóc được duỗi thẳng hoặc tóc đã được xử lý

mossback *noun* người bảo thủ quá độ; = FOGY

the most *noun* cái tốt nhất; = the GREATEST • This noodle stuff is the most, Mom!: *Món mì này thì tuyệt hảo, mẹ ơi!*

most *adverb* rất • We will have a most triumphant time: *Chúng ta sẽ có thời gian thắng lợi nhất.*

the mostest *noun* = the MOST [từ phương ngữ miền Nam và là dạng cao nhất của *much* trong tiếng lóng của người da đen]

most rickety-tick *adverb* (*quân đội*) ngay lập tức; không trì hoãn • Please respond most rickety-tick: *Làm ơn trả lời ngay lập tức.*

mothball *xem* IN MOTHBALLS

mother *noun* 1 một người; một vật • So why not put those dirty mothers in prison too?: *Vậy tại sao không tống bọn người bẩn thỉu này vào tù?* 2 (*giới đồng tính*) người đồng tính nam hoặc người ẻo lả 3 (*giới đồng tính*) người lãnh đạo, thường là người lớn tuổi và là người thông thái, của những người đồng tính trẻ hơn 4 (*từ người da đen*) kẻ đáng khinh; = MOTHERFUCKER 5 (*từ người da đen*) người hoặc vật gì đặc biệt gây ấn tượng và đáng khâm phục; = FUCKER, MOMMA, MOTHERFUCKER, SUCKER 6 người bán ma túy 7 cần sa

motherfather *noun* dùng như uyển ngữ của "mother-fucker"

motherfuck *verb* dùng để chửi thề hay nguyền rủa • Motherfuck you, man: *Mẹ kiếp mày.*

motherfucker or **MF** *noun* 1 một người đáng khinh; = BASTARD, SHITHEEL 2 *modifier*: a motherfucker blowhard fart that has no respect: *một kẻ đáng khinh huênh hoang không biết tôn trọng* 3 một người bạn; một người 4 một người đáng khâm phục hoặc phi thường • "Man, he's a motherfucker": *Ôi, ông ta là người thật phi thường.* 5 bất kỳ đối tượng nào, đặc biệt là thứ gì đó gây ấn tượng, đáng khâm phục, v.v..; = MOMMA, MOTHER-FUCKER, SUCKER 6 một việc hay tình huống khó khăn 7 (*ma túy*) methamphetamine hydrochloride, một chất kích thích hệ thần kinh trung ương mạnh 8 món đồ nhỏ; dụng cụ cơ khí nhỏ; đồ dùng • This little motherfucker fits in right here: *Cái đồ nhỏ này vừa khớp ngay đây.*

motherfucking *adjective* 1 dùng như từ nhấn mạnh • I lived with them all, one right after the mother-fucking other: *Tôi sống với tất cả họ, hết người khốn nạn này đến người khốn nạn khác.* 2 đáng khinh; đáng ghét; đáng nguyền rủa; vô giá rị; = GOD-DAMN • Get that motherfucking idiot out of here before I kill him!: *Đem cái thằng ngu dốt vô dụng đó ra khỏi đây trước khi tao giết nó!*

Mother Hubbard *noun* (*đường sắt*) đầu máy xe lửa với buồng lái nằm ở giữa chứ không phải ở phía sau; = CAMEL-BACK

mothering *adjective* (*người da đen*) ghê tởm; đáng ghét; bị nguyền rủa; = MOTHERFUCKING

mother-in-law apartment *noun* một ngôi nhà hoặc căn hộ mà bà mẹ chồng/vợ hoặc bố chồng/vợ góa có thể sống gần đó nhưng không thực sự ở với gia đình của con cái; = GRANNY FLAT

Mother Machree (or **McCrea**) *noun* cớ cáo lỗi, đặc biệt là một câu chuyện buồn khơi lên sự thông cảm và thương xót; = SOB STORY [từ tên của một bài hát tình cảm Ai-len]

mother-nudger *xem* MOTHERFUCKER

mother's day or **Mother's Day** *noun* 1 ngày lĩnh lương 2 ngày mà chi phiếu phúc lợi xã hội đến

Motor City *nickname* Detroit, Michigan • At six p.m. we reached the motor city: *Vào lúc 6 giờ tối chúng tôi đã đến Detroit.*

motormouth *noun* người nói chuyện không mục đích, hoặc khi mà tốt hơn là không nên nói; người nói rất nhiều; = FLAPJAW, WINDBAG • Man, what a motormouth: *Ôi, thật là đồ nhiều chuyện.*

motor mouth *verb* nói không ngừng

motormouth *adjective* nói nhiều; bép xép; = FLAPJAWED

Motown *noun* thành phố xe ô tô, Detroit, Michigan

mountain *noun* (*người da đen*) ngực phụ nữ, đặc biệt là to và dễ nhận thấy

mountain (or **Rocky Montain**) **canary** *noun* con lừa

mountain dew *noun* 1 rượu uýt-ki của Xcốt-len (Scotchland) 2 rượu ; rượu lậu; rượu uýt-ki thô và kém chất lượng, đặc biệt là loại rượu làm tại nhà; = MOONSHINE

mountain (or **prairie**) **oysters** *noun* dái cừu hoặc dái bê được dùng làm thực phẩm

Mount Saint Elsewhere *noun* (*bệnh viện*) một nơi mà bệnh nhân, đặc biệt bệnh nhân ít hy vọng lành bệnh, có thể được chuyển đến đó

mouse *noun* 1 một vết bầm; vết bầm gần mắt, bị gây ra do một cú đấm; = BLACK EYE, SHINER 2 một phụ nữ trẻ 3 vợ, bạn gái, hôn thê, v.v.. của ai 4 (*máy tính*) con chuột của máy vi tính 5 người nhút nhát, rụt rè

mousetrap *noun* 1 một loạt những bảng điều khiển exit (thoát) trên các website mà liên kết lại với chúng, tạo ra một vòng lặp vô hạn 2 một sân khấu nhỏ và tồi tệ hoặc một hộp đêm

mousetrap *verb* 1 phục kích kẻ thù bằng cách thu hút họ vào vị trí với một dạng mồi như nào đó • This was to prevent a patrol from being "mouse-trapped," with rescue forces, in turn, becoming entrapped: *Điều này là để ngăn một đội tuần tra khỏi bị "phục kích", với lực lượng giải cứu trở thành người đánh bẫy.* 2 (*thể thao*) lừa ai vào bẫy, đặc biệt bởi nhiều động tác ngăn chặn

mouth *noun* 1 sự trả treo; sự lăng mạ 2 danh tiếng của một vở kịch 3 cảm giác khó chịu sau khi uống quá nhiều rượu [luôn dùng với "*a*"] • I've got quite a mouth this morning. I guess I overdid it: *Sáng nay tôi có cảm giác hơi khó chịu. Chắc là tôi uống quá nhiều rượu.*

mouth *verb* khai báo ai cho cảnh sát

mouth-breather *noun* người hành động ngu ngốc; kẻ khờ dại

mouth-breathing *adjective* ngu ngốc; khờ khạo

mouthfuck *verb* nhận vai trò chủ động trong quan hệ tình dục bằng miệng

a mouthful *noun* 1 sự thật; trình bày thành thật • You said a mouthful, and I agree: *Bạn nói sự thật và tôi đồng ý.* 2 một tràng chỉ trích; lời quát tháo • Don't give me a mouthful!: *Đừng quát tháo tôi!* 3 điều gì khó nói hoặc một từ khó phát âm; = JAW-BREAKER • Her name is quite a mouthful!: *Tên của cô ta khá khó đọc đấy!*

a mouth full of South *noun* phát âm giọng miền Nam • I just love to hear a man with a mouth full of South: *Tôi chỉ thích nghe người miền Nam nói thôi.*

mouth off *verb* 1 nói chuyện; tán gẫu 2 = SHOOT OFF one's MOUTH 3 cãi lại ai; trả lời xấc xược với ai • If you mouth off, I will ground you for three days: *Nếu mày mà cãi lại, tao sẽ nhốt mày ba ngày.* 4 nói khi chưa đến lượt • Don't just mouth off. Wait your turn: *Đừng có nói chen ngang vào. Đợi đến lượt đã.*

mouth on someone *verb* khai báo; = SQUEAL • He got busted, and he mouthed on everybody he knew: *Hắn bị bắt, và hắn đã khai báo mọi người mà hắn biết.*

mouthpiece *noun* 1 luật sư, đặc biệt chuyên về trọng án; = LIP 2 người phát ngôn

mouth-to-mouth resuscitation *noun* = FRENCH KISS, SOUL KISS

mouthwash *noun* rượu

move *verb* 1 lấy trộm; ăn cắp vặt • He was caught moving: *Hắn ta bị bắt về tội ăn cắp vặt.* 2 bán, đặc biệt với số lượng lớn 3 bán chạy; bán một cách nhanh chóng • Those rock-crystals are not moving any more: *Những viên thạch anh trong suốt không bán nhanh được nữa.*

move someone **back** *verb* làm ai tốn tiền; = SET someone BACK

move dirt *verb* (*đường sắt*) xúc than

move into high gear *xem* SHIFT INTO HIGH GEAR

move on someone *verb* dụ dỗ; quyến rũ ai • Don't try to move on my date, old chum: *Đừng cố dụ dỗ tôi cuộc hẹn, lão già à.*

mover and shaker *noun* một người quyền lực với những mối liên hệ quyền lực

movers and shakers *noun* những người tổ chức và quản lý • The movers and shakers in this firm haven't exactly been working overtime: *Những người tổ chức và quản lý trong hãng này không chắc làm thêm giờ.*

the moves *noun* gạ tình • You know sooner or later he's going to make the moves on her, but you don't know what she's going to do: *Anh biết chẳng sớm thì muộn hắn ra sẽ gạ tình cô ấy, nhưng anh không biết cô ấy sẽ làm gì.*

move up *verb* mua một món mắc hơn

moviedom *noun* ngành điện ảnh; Hollywood

movies *noun* trường hợp tiêu chảy • A case of the movies kept me going all night: *Một ca ỉa chảy làm tôi phải đi suốt đêm.*

mow the lawn or **mow** one's **lawn** *verb* chải tóc • I'll be with you as soon as I mow the lawn: *Chải tóc xong tôi sẽ đến anh ngay.*

moxie *noun* 1 dũng khí; sự can đảm; sự táo bạo; = GUTS • He plucked up his moxie and asked her to marry him: *Anh ta lấy hết can đảm để xin cầu hôn với cô ta.* 2 nghị lực; sự quả quyết; = PIZZAZZ 3 kỹ năng; năng lực; sự khéo léo • What this country needs is plenty of moxie: *Đất nước này cần gì, đó là nhiều kỹ năng.*

mox nix *interj.* thán từ bày tỏ sự gạt bỏ, dửng dưng, v.v..: nó không tạo nên khác biệt; không có gì; chẳng quan trọng • The soldiers often expressed their indifference with the phrase "mox nix," a corruption of the German machts nicht, "it doesn't matter": *Binh lính thường thể hiện sự thờ ơ của họ với câu "mox nix", một sự sửa đổi của machts nicht trong tiếng Đức, có nghĩa "chẳng quan trọng".*

Ms Right *xem* MISTER RIGHT

Mr. Big *noun* 1 người quan trọng; ông lớn; sếp 2 biệt danh để gọi người đứng đầu của một nhóm tội phạm, đặc biệt là người muốn giấu tên

Mr. Hawkins *noun* gió mùa đông • Put something on your head, or Mr. Hawkins will cut you down: *Đội cái gì lên đầu đi, không có cơn gió mùa đông sẽ quật ngã anh đấy.*

Mr. Nice Guy *noun* một người thân thiện, khoan dung

Mr. Right *noun* người đàn ông thích hợp cho một người phụ nữ; người trong mộng; ý trung nhân • Some day Mr. Right will come along and sweep you off your feet: *Một ngày nào đó người đàn ông thích hợp sẽ đến và làm cậu hết sức xúc động về tình yêu.*

Mr. Whiskers or **Uncle Whiskers** or **whiskers (man)** *noun* nhân viên liên bang

MRE *noun* thức ăn liền; thức ăn sẵn sàng để ăn [viết tắt của "*meals ready to eat*"] • Where is my MRE? I'm tired of living: *Thức ăn liền của tôi đâu rồi? Tôi chán đời lắm rồi.*

Mrs. Murphy *noun* phòng tắm; nhà vệ sinh • Whose turn is it at Mrs. Murphy?: *Đến lượt ai ở phòng tắm nhỉ?*

MTA *noun* (*tù nhân*) trợ lý kỹ thuật y khoa [viết tắt của "*medical-technical assistant*"]

mucho *adjective* nhiều; rất [vay mượn trực tiếp từ Tiếng Tây Ban Nha] • This is a mucho happy young man: *Đây là một người đàn ông trẻ rất hạnh phúc.*

muck *noun* 1 chất sền sệt; chất nhầy nhụa; đồ dơ bẩn 2 người quan trọng; = HIGH MUCKETY-MUCK

muck about *verb* tiêu phí thời gian vô ích; lười nhác; = GOOF AROUND

muck-a-muck or **muckety-muck** *noun* một người nổi bật và quan trọng • A lot of them are clean-cut high "muckty mucks" in the white world: *Nhiều người trong số họ là những người cực kỳ nổi bật và quan trọng trong thế giới da trắng.*

muck around *verb* can thiệp vào; xen vào; sửa bậy; = FUCK AROUND • Someone has been mucking around my life: *Có kẻ đã xen vào cuộc sống của tôi.* • The records of the meeting had been mucked around: *Các biên bản cuộc họp đã bị sửa bậy.*

mucked up *adjective* trong sự hỗn loạn; xáo trộn; đổ nát [một uyển ngữ cho "*fucked up*"]

mucker *noun* 1 người dùng sự nhanh tay để đánh tráo các quân bài 2 người lỗ mãng; người cộc cằn; người cục mịch

mucket *noun* = THINGAMAJIG

muckety-muck *xem* HIGH MUCKETY-MUCK

muck stick *noun* (*người lang thang*) cái xẻng

muck up *verb* làm hỏng; hủy hoại; gây trở ngại • And let's ot muck up our public spaces before we find the answers: *Và chúng ta đừng* huỷ hoại những không gian công cộng trước khi chúng ta tìm ra câu trả lời.

mucky-muckdom *noun* giới quyền lực cao

mud *noun* 1 (*người lang thang*) cà phê 2 (*ma tuý*) thuốc phiện, trước khi nó sẵn sàng để hút 3 vữa (hồ); xi măng 4 hoá chất dập lửa thả từ trên không xuống 5 một hỗn hợp được dùng để làm dịu sức nóng và sự hao mòn trên các máy khoan dầu 6 sự nói xấu; sự bôi nhọ • Watch out, they'll throw a lot of mud at you: *Coi chừng, họ sẽ bôi nhọ anh rất nhiều đấy.* 7 (*rạp xiếc và lễ hội*) bất cứ món hàng rẻ tiền nào dùng làm giải thưởng

mud-chicken *noun* (*đường sắt*) giám định viên; thanh tra viên

mudder *noun* bất cứ vận động viên nào thi đấu tốt trong điều kiện trời mưa; một con ngựa đua chạy tốt trong điều kiện trời mưa; một con ngựa đua chạy tốt trong điều kiện đường ướt hay lầy lội

mud duck *noun* người xấu xí

mud-hook *noun* (*từ đầu những năm 1800*) cái neo; mỏ neo

mud hop *noun* (*đường sắt*) thư ký hoặc người kiểm tra chuyên liệt kê những chuyến tàu đến và đi, số toa chở hàng, v.v..

mud (or here's mud) in your eye *interj.* nâng ly chúc mừng; chúc sức khỏe • He raised his glass and said "Mud in your eye": *Ông ta nâng ly và nói "Chúc sức khỏe".*

mud marine *noun* một lính thuỷ quân lục chiến Mỹ

mud opera (or **show**) *noun* (*xiếc*) một rạp xiếc kiểu xưa di chuyển trên những chuyến xe ngựa

mud-slinger *noun* người hay bôi xấu; người làm mất thể diện; người hay vu oan giá hoạ

mud-slinging *noun* sự bôi xấu; sự nói bóng gió; sự vu oan giá hoạ; = SMEAR

muff *noun* 1 tóc giả; chùm tóc giả • He wasn't wearing his muff: *Anh ta không đội tóc giả.* 2 sự thất bại 3 âm hộ và lông mu; = BEAVER

muff *verb* 1 làm hỏng việc; thất bại, đặc biệt bởi sự kém cỏi, vụng về • The mechanic tried to repair my car, but he really muffed it: *Người thợ máy cố sửa chiếc xe của tôi, nhưng thực sự anh ta đã làm hỏng nó.* 2 thực hiện quan hệ tình dục bằng miệng trên phụ nữ

muff-dive *verb* thực hiện quan hệ tình dục bằng miệng trên phụ nữ [đôi khi được dùng như một lời lăng mạ thuần tuý]

muff-diver *noun* một người thực hiện quan hệ tình dục bằng miệng trên phụ nữ; = CLIT-LICKER

muffins *noun* ngực phụ nữ

mug or **mugg** *noun* 1 mặt; khuôn mặt, đặc biệt là khuôn mặt xấu • I looked at his confident mug; he was going to be a farmer: *Tôi nhìn vào khuôn mặt xấu xí tự tin của anh ta; anh ta là một nông dân.* 2 (*quyền Anh*) miệng; cằm hoặc hàm 3 bức ảnh chụp chỉ có phần mặt; = MUG SHOT 4 một người; một người bạn 5 gã; người đàn ông; chàng trai, đặc biệt một gã thô lỗ hoặc tên lưu manh 6 một tên ngốc cả tin, một người lừa bịp dễ dàng ["mug" là một cái chậu (vại) mà bạn có thể đổ bất cứ gì vào] 7 một kẻ sát nhân; một kẻ đâm thuê chém mướn

mug *verb* 1 cướp của ai; trộm ví của ai • I've been mugged three times, but never beaten up: *Tôi đã bị cướp ba lần nhưng không bị đánh đập.* 2 tấn công và làm bị thương trong vụ cướp • The victims were mugged in the halfways of their homes: *Những nạn nhân bị tấn công trong vụ cướp trên nửa đường đi về nhà của họ.* 3 nhăn mặt kiểu điệu bộ, đặc biệt là trong khi chuẩn bị tư thế chụp ảnh; làm mặt nhăn nhó để gây cười 4 nhìn chằm chằm 5 hôn 6 chụp ảnh tù nhân suốt quá trình sau khi bắt giữ

mug down *verb* hôn • Casee was the first girl I ever really mugged down with, so I thought all girls might taste that way: *Casee là cô gái đầu tiên tôi hôn thực sự nên tôi nghĩ mọi cô gái có thể có mùi như thế.*

mugger *noun* 1 người đi cướp của; kẻ trấn lột; tên trộm dùng bạo lực [thường là đàn ông] 2 diễn viên hoặc diễn viên hài làm mặt cường điệu, nhăn nhó, v.v.. để gây cười 3 người chụp ảnh chân dung

muggle *noun* 1 (*ma tuý*) điếu thuốc lá chứa cần sa 2 người kém cỏi hoặc biết ít về công nghệ thông tin • This software is great for muggles: *Phần mềm này thì thật là tuyệt cho những người biết ít về công nghệ thông tin.*

mug joint *noun* (*xiếc và lễ hội*) lều hoặc quầy chụp ảnh và in ảnh

mug's game *noun* (*từ đầu những năm 1900*) một cố gắng vô ích; một thất bại chắc chắn • Reliving past glory is…a mug's game: *Việc hồi tưởng quá khứ là một cố gắng vô ích.*

mug shot *noun* bức hình chụp khuôn mặt cho hồ sơ cảnh sát; = ART

mugsnapper *noun* (*xiếc và lễ hội*) thợ chụp ảnh di động

mug-up *noun* một bữa ăn nhẹ hoặc lúc nghỉ uống cà phê, tại nhà hay tại chỗ làm

mug up *verb* 1 tán tỉnh; hôn 2 (*hải quân, thế chiến II*) có một tách cà phê

muh-fuh *noun* (*đặc biệt người da đen*) một kẻ đáng khinh; = MOTHER-FUCKER

mui *noun* (*dân gipxi*) bùa [được cho là đem lại may mắn]

mujee *xem* SOOGIE

mule *noun* 1 người cứng đầu; người ương bướng 2 rượu uýt-ki thô, mạnh; = MOONSHINE, WHITE MULE 3 (*ngành đường sắt xưa*) người điều khiển phanh (thắng) của xe lửa 4 một người buôn lậu ma tuý hoặc hàng lậu khác 5 (*ma tuý*) bao cao su nhét đầy ma tuý, được mang trong âm đạo hoặc trực tràng 6 cần sa đã bị nhúng trong rượu uýt-ki

mule *verb* buôn lậu

mule-skinner *noun* (*miền Tây nước Mỹ*) người điều khiển la; người dắt con la

mulligan *noun* 1 quản ngục [dùng với sự chế nhạo bởi tù nhân] 2 một khẩu súng 3 *xem* MULLIAN STEW 4 (*thế giới ngầm*) người Ai-len 5 cảnh sát

mulligan stew or **mulligan** *noun* (*người lang thang*) món hầm được làm mà không có công thức, dựa vào những nguyên liệu còn lại từ những bữa ăn trước

the mulligrubs *noun* (*từ những năm 1600*) = the BLUES

mullion *noun* (*bóng chày, người da đen*) người xấu xí; người không hấp dẫn

mum *noun* hoa cúc [viết tắt của "*chrysanthemum*"]

munchies *noun* 1 (*ma tuý*) cảm giác đói bụng khi hút cần sa 2 bữa ăn nhẹ; bữa ăn qua loa • What kind of munchies are we going to have?: *Chúng ta sẽ có bữa ăn nhẹ với món gì vậy?* 3 sự khao khát hoặc thèm những bữa ăn nhẹ

munch out (or **up**) *verb* ăn ngấu nghiến, đặc biệt là ăn một cách đói khát

mung *noun* đồ dơ bẩn; vết bẩn kinh tởm; rác rưởi; = GLOP, MUCK • Look at the mung on your trousers: *Hãy nhìn vết bẩn kinh tởm trên quần của anh kìa.*

mung or **munge** *verb* 1 (*điện toán*) huỷ dữ liệu, vô tình hoặc cố ý •

The system munged my whole day's work: *Hệ thống đã hủy toàn bộ công việc trong ngày của tôi.* **2** (*điện toán*) thực hiện những thay đổi, đặc biệt những thay đổi không mong muốn trong một hồ sơ

mung up *verb* **1** làm cái gì lộn xộn, rối tung lên **2** (*đặc biệt thanh thiếu niên*) làm dơ bẩn

murder *noun* **1** thứ gì đó cực tốt, tốt nhất; = the MOST, the GREATEST • Listen—I was a smash in that fight. Oh, Riff, Riff, I was murder!: *Nghe này – tớ rất thành công trong trận đấu đó. Ôi, Riff, Riff, tớ cực giỏi!* **2** một người khắc khe; một công việc khó khăn • Man, he is murder: *Chao ôi, ông ta khắc khe quá.* • Gardening in the heat is murder: *Sự làm vườn ở trời nóng là công việc giết người.*

murder *verb* **1** đánh bại hoàn toàn; đánh bại ai trong một trận đấu thể thao; = CLOBBER **2** chọc cười ai; làm ai cười to; = FRACTURE, KILL • The story nearly murdered me: *Câu chuyện làm tôi cười gần vỡ bụng.*

Murder One *noun* vụ giết người cấp một, tức là (ở Hoa Kỳ) thuộc loại nghiêm trọng nhất

murphy **1** *noun* (*từ đầu những năm 1800, Anh*) khoai tây **2** *noun* ngực; vú của phụ nữ **3** *noun* (*thế giới ngầm*) một trò lừa đảo mà trong đó nạn nhân được để lại một phong bì niêm kín và tin rằng trong đó chứa hiện vật có giá trị, nhưng sự thật chỉ những tờ giấy trắng mà thôi **4** *verb* Mayor Smitherman was murpheyed by the Negro confidence man: *Thị trưởng Smitherman đã bị lừa bởi một kẻ lừa đảo da đen.*

muscle *noun* **1** người vạm vỡ; = GORILLA **2** quyền lực hoặc ảnh hưởng; = CLOUT

musclehead *noun* **1** một vận động viên **2** kẻ ngu ngốc; kẻ có cơ bắp nhưng thiếu não; = KLUTZ **3** người có sức mạnh; người vạm vỡ; = MUSCLE

muscle in *verb* **1** (*thế giới ngầm*) ép ai, đặc biệt vào hoạt động tội phạm **2** đột nhập; xâm nhập • Our sales fell off when our competitor's men began to muscle in on our territory: *Sự buôn bán của chúng tôi bị suy giảm khi những người của phe cạnh tranh xen vào lãnh vực của chúng tôi.*

muscleman *noun* **1** người thực thi luật cho một tổ chức tội phạm **2** kẻ du côn; kẻ đâm thuê chém mướn **3** vận động viên tập thể hình

muscle out *verb* cưỡng ép ra khỏi cái gì • If she persists…she'll be muscled out of the movement: *Nếu bà ta cố chấp…bà ta sẽ bị cưỡng ép ra khỏi phong trào.*

museum piece *noun* vật cũ, lỗi thời không dùng đến; vật bỏ xó

mush¹ *noun* **1** lời nói vớ vẩn và ba hoa; = BALONEY **2** tình cảm ủy mị, yếu đuối; = CORN, SCHMALTZ • I don't like to read such a load of mush!: *Tôi không thích đọc một chuyện ủy mị nặng nề như thế!*

mush² *noun* **1** (*cũng là moosh*) miệng hay khuôn mặt **2** chuyện tình lãng mạn; sự làm tình; sự hôn hít • I can't stand movies with lots of mush in them: *Tôi không thể nào chịu nổi những bộ phim có đầy những cảnh làm tình hôn hít nhau.*

mush³ **1** *noun* (*người bán hàng rong*) cây dù; ô **2** *verb* (*người lang thang*) kiếm tiền trái phép bằng cách giả vờ tham gia vào một hoạt động hợp pháp

mush-faker or **musher** *noun* **1** (*người lang thang*) kẻ lừa đảo đang hoạt động dưới bình phong của một nhân viên trung thực **2** (*nhà tù*) tù nhân tạo ra những món đồ hữu ích từ những nguyên vật liệu có sẵn và bán chúng cho những tù nhân khác

mush-head *noun* một kẻ ngốc; kẻ ngu đần

mush-headed or **mushy-headed** *adjective* ngu ngốc; đần độn

mushmouth *noun* **1** một người không có sức thuyết phục mạnh mẽ **2** người không nói được rõ ràng; người nói ấp úng

mushmouthed *adjective* không thể nói rõ ràng

mushy *adjective* **1** ủy mị; yếu đuối; sướt mướt; = CORNY • a mushy film: *một bộ phim ủy mị* **2** yêu thương; si tình • He became quite mushy at the office party: *Nó đã trở nên rất yêu thương tại bữa tiệc ở cơ quan.*

musical beds *noun* hành động tình dục bừa bãi; việc ngủ với nhiều người; = SLEEPING AROUND

muso *noun* nhạc sĩ; nhạc công, thường trong ban nhạc rock and roll

muss or **muss up** *verb* làm rối tung; làm mất trật tự; bừa bãi, đặc biệt về tóc • Don't muss (up) my hair!: *Đừng làm rối bù tóc tôi!*

mussy *adjective* rối; lộn xộn; bừa bộn; nhàu nát • His hair is mussy: *Tóc của nó rối bời lên.*

must *xem* MUST DO

musta *noun* (*ma túy*) cần sa

mustang *noun* **1** (*quân đội*) một sĩ quan được thăng cấp từ lính thường **2** (*người da đen*) người đàn bà độc lập và rất khó điều khiển

mustard¹ *noun* AIDS [Hội chứng suy giảm miễn dịch mắc phải], một căn bệnh lây truyền qua đường tình dục

mustard² *xem* NOT CUT THE MUSTARD

must do or **must** *noun* việc gì phải làm • Seeing the Eiffel tower is a must do in Paris: *Xem tháp Eiffel là việc phải làm ở Paris.*

mutah *xem* MOOTER

mutant *noun* một người bị xã hội ruồng bỏ; kẻ bỏ đi, vô dụng

mutt *noun* **1** một gã đồi bại đáng khinh; kẻ ngu đần; = KLUTZ, MUTTONHEAD **2** con chó, đặc biệt là giống chó lai

muttonhead or **mutton-top** *noun* một tên ngốc; kẻ ngu đần

muttonheaded *adjective* ngu ngốc; đần độn

muzak or **Muzak** *noun* nhạc nhẹ ghi âm liên tục, thường ở các cửa hàng, quán ăn, nhà máy, v.v..; = ELEVATOR MUSIC

muzzle-loader *noun* (*đường sắt*) đầu máy xe lửa được đốt cháy bằng tay; đầu máy xe lửa chạy bằng than đá

muzzler *noun* **1** (*xiếc và lễ hội*) một người thiếu đạo đức **2** tên tội phạm vặt (nhỏ và không quan trọng) **3** viên cảnh sát

my ass *interj.* thán từ chỉ sự phủ nhận mạnh mẽ, sự không tin, sự thách thức, v.v..; = IN A PIG'S ASS: *không bao giờ; hoàn toàn không* • My ass I'll pay you that much: *Không bao giờ tôi trả cho anh nhiều thế.* • You're getting this job my ass: *Anh đang tìm được việc làm này, không đời nào.*

my boy *xem* THAT'S MY BOY

my dawg *xem* MY DOG

my dog or **my dawg** or **my dogg** *noun* bạn tôi; "thú cưng" của tôi • Jane's my dawg. We cruise together: *Jane là bạn tôi. Chúng tôi đi chơi cùng nhau.*

my dog ate it *sentence* dùng như lời giải thích hài hước tại sao một người không có thứ mà họ đáng có [bắt nguồn từ lời xin lỗi rập khuôn của học sinh vì không làm bài tập về nhà] • It means, "My dog ate it." It's Latin. It's a joke. *Nó có nghĩa là "con chó của tôi đã ăn nó rồi": Nó là tiếng La tinh. Nó là một trò đùa.*

my eye *interj.* = MY ASS, IN A PIG'S ASS

My foot! *interj.* **Tôi không tin điều đó đâu!** • You're the best in town, my foot!: *Cậu là người giỏi nhất ở thị trấn, tôi không tin đâu!*

My mama didn't raise no dummy *sentence* **Tôi đâu có ngu** • Sure I know the difference between good and bad. My mama didn't raise no dummy: *Chắc chắn tôi biết sự khác nhau giữa tốt và xấu. Tôi đâu có ngu.*

my man *noun* **anh tôi hoặc bạn tôi** • This is my man Sam who's gonna show you how to boogie: *Đây là bạn Sam của tôi anh ta sẽ chỉ cô cách khiêu vũ.*

mystery *noun* (*nhà hàng*) **thịt đã nấu nướng được cắt ra thành miếng nhỏ và nấu nướng lại**

mystery meat *noun* (*sinh viên*) **thịt không xác định được là loại thịt nào** • There are no hints as to what this mystery meat is – except its strange pinkish color: *Không biết đó là thịt gì – trừ màu hồng nhạt lạ của nó.*

N

nab *noun* (cũng là *nabs*) (*băng đảng đường phố*) cảnh sát; thám tử • We'd all gotten in trouble again and the neighborhood was full of nabs, and plainclothes guys were hanging around: *Tất cả chúng tôi lại gặp rắc rối và vùng lân cận đầy dẫy cảnh sát, còn những cảnh sát mặc thường phục thì quanh quẩn khắp nơi.*

nab *verb* tóm; bắt giữ; = COLLAR • The thief was nabbed by the police: *Kẻ trộm bị cảnh sát tóm cổ tại trận.*

nabbed *adjective* bị bắt giữ bởi cảnh sát; bị bắt

nabber *noun* viên cảnh sát

nabe *noun* 1 rạp chiếu phim ở vùng phụ cận 2 một quán trọ; quán rượu 3 hàng xóm; láng giềng; vùng lân cận

nada *noun* không gì cả; không [từ tiếng Tây Ban Nha, được dùng bởi những người nói tiếng Anh không hiểu tiếng Tây Ban Nha] • If your late ass woulda been here you woulda missed nada: *Nếu mày lê mông đến đây thì mày sẽ không bỏ lỡ gì cả.*

nag *noun* con ngựa già yếu

nag *verb* làm phiền; quấy rầy ai liên tục [xuất phát từ ý nghĩa của cổ ngữ *"gnaw"* cách đây hàng thế kỷ] • Stop nagging me!: *Đừng quấy rầy tôi nữa!*

nail *noun* (*ma túy*) mũi tiêm dưới da

nail *verb* 1 bắt; bắt giữ; tóm; = NAB 2 giết 3 khám phá hoặc phát giác là không đúng sự thật • She nailed them with her last question: *Cô ta đã phát giác chúng nó không đúng sự thật với câu hỏi sau cùng.* 4 quan hệ tình dục; = FUCK 5 nhận dạng ai • The officer nailed Freddy, thank to the description the victim provided: *Cảnh sát nhận dạng ra được Freddy, nhờ vào sự mô tả của nạn nhân cung cấp.*

nail something **down** *verb* 1 đưa ra quyết định dứt khoát cuối cùng về việc gì; = CINCH 2 hiểu thấu đáo; biết rõ hoàn toàn • At least I've got Columbus Circle nailed down: *Dẫu sao thì tôi đã hiểu thấu đáo chuyến đi vòng quanh của Columbus.*

nailed *adjective* 1 bị loạn trí 2 được nhận dạng chính xác • The thugs sure got nailed fast: *Những tên côn đồ chắc chắn được nhận dạng nhanh thôi.* 3 bị bắt • Why am I nailed? I didn't do anything: *Tại sao tôi bị bắt giữ. Tôi đã không làm gì hết.*

nail-em-and-jail-em or **nailer** *noun* viên cảnh sát

nail it *verb* tăng hết tốc độ; = FLOOR IT

nails *noun* sự thất vọng; sự thất bại [cách dùng của thanh niên Hawaii] • Wow, da prom was nails dees year!: *Ôi chao, buổi dạ hội năm nay thật thất vọng.*

nail someone to a (or **the**) **cross** or **nail someone('s hide) to the wall** *verb* trừng phạt hoặc quở trách ai một cách thậm tệ • No reason to nail me to a cross. I didn't do it: *Không có lý do gì để trừng phạt tôi. Tôi không làm việc đó.*

naked *adjective* 1 không pha chế; nguyên chất; đặc biệt rượu gin 2 (*người da đen*) không có súng; không có tài sản hoặc tiền bạc 3 (*sinh viên*) chính xác; đúng hoàn toàn; khẳng định • I don't know the naked size of the room: *Tôi không biết kích thước chính xác của căn phòng.*

naked as a jaybird *adjective* hoàn toàn trần truồng; trần truồng như nhộng; = BARE-ASS • She's naked as a jaybird when she gets into bed: *Khi lên giường cô ta trần truồng như nhộng.*

Nam or **'Nam** *nickname* (*quân đội, trong chiến tranh Việt Nam*) Việt Nam [thường dùng với *"the"*. Ban đầu dùng trong quân đội, sau đó lan rộng] • She's in love with some fool what's in the Nam: *Cô ta yêu tên ngốc nào đó ở Việt Nam.*

namby-pamby *noun* một người đàn ông ẻo lả

name *noun* một người nổi tiếng hoặc quan trọng; = HEAD-LINER

name-calling *noun* việc gán những cái tên ác ý trong chính trị, tranh cãi, v.v..; sự nhục mạ; sự bêu riếu xúc phạm • Their arguments always ended in name-calling: *Những cuộc tranh cãi của họ luôn kết thúc bằng những lời nhục mạ.*

someone's **name is mud** *sentence* (*từ đầu những năm 1800, Anh*) ai đó sẽ gặp rắc rối; ai đó sẽ bị kết tội • If they catch him his name is mud: *Nếu họ túm được hắn thì hắn sẽ gặp rắc rối.*

the **name of the game** *noun* 1 mục tiêu chính; mục đích chủ yếu; điểm quan trọng nhất 2 điều không thể tránh khỏi • Lying in politics? Hell, that's just the name of the game: *Nói dối trong chính trị ư? Quỷ thần ơi, đó là điều không thể tránh khỏi.*

name your poison *sentence* nói rõ bạn muốn uống cái gì (chỉ về thức uống có cồn) • Okay, friend, name your poison: *Được rồi, anh bạn, nói xem anh muốn uống cái gì nào.*

nana *noun* tên gọi âu yếm cho bà nội hoặc bà ngoại

na-na's *noun* ngực phụ nữ

nance or **nancy** or **Nancy** *noun* 1 một người đồng tính nam đóng vai thụ động 2 người đàn ông ẻo lả; = LILY

nance *verb* cư xử kiểu ẻo lả thái quá • "Ok, Buck," he nanced in a high voice: *"Được mà Buck," anh ta uốn ẻo cao giọng.*

nano *noun* một khoảng thời gian rất ngắn [viết tắt của *"nanosecond"* (một phần tỉ của giây), được dùng theo nghĩa bóng]

nappy *adjective* (*người da đen*) có tóc quăn; có những lọn tóc xoắn kỳ quái

naps *noun* (*người da đen*) tóc, đặc biệt là tóc xoắn

Nap Town *noun* (*giới tài xế xe tải*) thành phố Indianapolis của tiểu

narc bang Indiana Hoa Kỳ

narc or **nark** *verb* **1 khai báo; chỉ điểm; phản bội** • *Don't nark on me!*: *Đừng chỉ điểm tôi với cảnh sát!* **2 làm bực mình hoặc quấy rầy ai** • *Stop narking me!*: *Đừng quấy rầy tôi nữa!*

narc or **nark** *noun* **1 một cảnh sát chống ma tuý tay trong 2 một người bị xã hội xa lánh 3 mật thám; kẻ chỉ điểm cho cảnh sát 4 người khó chịu; người khó ưa** • *Tell that narc to get lost*: *Bảo thằng khó ưa đó biến đi.*

narc ark or **nark ark** *noun* **chiếc xe của cảnh sát chống ma tuý tay trong**

narco *noun* **1 ma tuý 2 thám tử điều tra việc buôn bán ma tuý 3 bệnh viện điều trị nghiện ma tuý liên bang Lexington (Kentucky)**

nard guard *noun* **vật bảo vệ cho cơ quan sinh dục của nam giới**

nards *noun* **tinh hoàn; hòn dái** • *[F]reezing my nards off every weekend*: *Khiến tôi lạnh dái vào mọi kỳ nghỉ cuối tuần.*

nark **1** *noun* (*từ giữa những năm 1800, Anh*) **kẻ chỉ điểm cho cảnh sát**; = STOOL PIGEON **2** *verb* (*cũng là narc*) **làm chỉ điểm; làm cò mồi 3** *noun* = KIBITZER, BUTTINSKY **4** *noun* (*cờ bạc*) **cò mồi**; = SHILL

narked *adjective* **bực mình; khó chịu** • *He's really narked at us*: *Anh ta thực sự bực mình với chúng tôi.*

narrowcast *verb* **lên kế hoạch cho một chương trình truyền hình nhắm đến một đối tượng khán giả đặc biệt thay vì đám đông**

nash *xem* NOSH

nasty *noun* **việc gì không thú vị, khó chịu, đáng ghét, v.v..**

nasty *adjective* **1 xuất sắc 2 gợi tình, quyến rũ, lôi cuốn; bẩn thỉu** [*sự đảo ngược của nghĩa thông thường*] • *She be wearin' nasty gear and voguin' like Tina Turner*: *Cô ta ăn mặc quyến rũ và thời trang như Tina Turner.* **3** (*người da đen*) **tốt; hợp thời trang; đáng khâm phục**

natch *affirmation* **vâng; tất nhiên** • *Natch, you can borrow my car*: *Tất nhiên, cậu có thể mượn xe của tôi.*

natch or **nach** *adverb* **1 tất nhiên** • *The two men, natch, are soul buddies*: *Hai người đàn ông đó, tất nhiên là bạn tâm giao.* **2 dĩ nhiên; đúng** • *Do I like it? Natch, what else?*: *Tôi thích cái đó phải không? Dĩ nhiên rồi, còn gì khác không?*

native *noun* **1 một người da đỏ bản xứ ở Mỹ 2** (*xiếc hay lễ hội*) **một khách hàng quen địa phương**

the natives are restless *sentence* **bạn có thể chờ đợi sự chống đối; sự bất mãn có vẻ đang xảy ra** • *I told him the natives are restless and he wondered if another speech would help*: *Tôi bảo ông ta rằng sự bất mãn có vẻ đang xảy ra, và ông ta tự hỏi liệu một bài diễn văn khác có giúp ích gì không.*

natural *noun* **1** (*người da đen*) **kiểu tóc được nắm bắt chủ yếu bởi nhiều người da đen, có tóc dài, không cắt tỉa, không rẽ ngôi, xoăn phồng lên quá mức**; = AFRO **2** (*súc sắc*) **ném được 7 hoặc 11 điểm chiến thắng trong lần ném đầu tiên 3** (*nhà tù*) **án tù 7 năm 4 người có tài bẩm sinh; người có khiếu hoặc thích hợp tự nhiên** • *Can she ever dance! What a natural!*: *Cô ấy biết khiêu vũ bao giờ thế! Thật là một thiên tài!*

natural-born *adjective* (*người da đen, từ những năm 1930*) **có tài hoặc kỹ năng từ lúc mới sinh ra; tài bẩm sinh** • *She is really a natural-born dancer*: *Cô ấy đúng là được sinh ra để làm vũ công (cô ấy đúng là một vũ công bẩm sinh).*

nature's call or **call of nature** *noun* **cảm giác muốn đi toilet; sự cần đi toilet** • *Stop the car here! I have to answer the call of nature*: *Dừng xe lại đây đi! Tôi phải đi toilet ngay.*

nature stop *noun* **sự dừng lại dọc đường để đi vệ sinh**

nause someone out *verb* **làm ai cảm thấy buồn nôn** • *The idea of eating raw shellfish nauses me out*: *Cái ý nghĩ ăn sò hến sống làm tôi buồn nôn.*

navigate *verb* **đi bộ, đặc biệt khi say rượu**

Navy *noun* (*người lang thang*) **một mẩu thuốc lá hoặc xì gà nhặt được trên đường**

navy chest *noun* (*hải quân*) **bụng bự; bụng phệ**; = MILWAUKEE GOITER

naw *interj.* **Không** • *'Is it raining?' 'Naw, it isn't'*: *'Trời mưa à?' 'Không, trời không mưa'.*

nay-nays *noun* **ngực phụ nữ**

neat *adjective* **1 dễ chịu; rất tốt; tuyệt vời; hấp dẫn** • *It was a really neat party, I enjoyed myself*: *Đó là một bữa tiệc thật tuyệt vời, tôi rất vui thích.* **2** (*nói về rượu*) **uống không cần đá hoặc nước hoặc chất hỗn hợp khác**; = STRAIGHT UP • *I'll take my Scotch neat, please*: *Tôi sẽ dùng rượu Scotch không đá, làm ơn.*

neat *interj.* **chà!; chao ôi!** • *Neat! I'm glad you came*: *Chao ôi! Tôi rất vui anh đã đến.*

neat *adjective & adverb* (*nói về tình dục*) **không dùng bao cao su**

neb *noun* **một người nhỏ bé, yếu đuối**; = NEBBISH, WIMP

nebbish *noun* **1 người ngu đần; kẻ ngớ ngẩn 2 người không hấp dẫn; người không quyến rũ; không thú vị**; = WIMP

nebbishy *adjective* **không hấp dẫn; không quyến rũ; không thú vị** • *nebbishy people*: *những con người không hấp dẫn* • *nebbishy conversation*: *cuộc trò chuyện không thú vị*

neck *noun* **1 một người da trắng phân biệt chủng tộc ở nông thôn** [*viết tắt của "red neck"*] **2 một tù nhân da trắng** [*viết rút gọn từ "redneck"*] **3** (*đua ngựa*) **một khoảng cách chưa đến nửa thân ngựa**

neck *verb* **hôn theo kiểu kéo dài; ôm ấp và vuốt ve; ve vãn một cách đắm đuối**; = MAKE OUT, SMOOCH

neck and neck *adjective* **gần như ngang nhau** • *The horses were neck and neck at the finish line*: *Những con ngựa về tới đích gần như ngang nhau.*

necker's knob *noun* (*thanh thiếu niên*) **một cái núm được gắn vào tay lái của xe ô tô, để lái dễ dàng với một tay**

necking *noun* **sự ôm ấp; sự vuốt ve; sự hôn hít; sự âu yếm** • *He held her in a warm necking*: *Anh ta giữ chặt cô ta trong vòng ôm hôn nồng thắm.*

necktie *noun* **thòng lọng được dùng trong việc treo cổ** • *They'll put a necktie on you*: *Họ sẽ dùng thòng lọng treo cổ mày đấy.*

necktie party (or **social** or **sociable**) *noun* **sự treo cổ, đặc biệt là kiểu hành hình mà không cần tòa án phân xử**

the needful (or **necessary**) *noun* **tiền; tiền bạc** • *Do you have the needful?*: *Anh có tiền không?*

needle *noun* **1 sự châm chọc; sự chỉ trích 2 sự tiêm dưới da**; = SHOT

the needle *noun* **1 lời bình luận gây tổn thương và khiêu khích 2 sự tiêm ma túy; thói nghiện ma túy**

needle *verb* **1 làm phát cáu; làm khó chịu; chọc tức; rầy la hoặc chỉ trích ai liên tục ;** = HASSLE • *He needled her all day long*: *Anh ta cằn nhằn với cô ta suốt ngày.* **2 để cho rượu ngấm hoặc làm rượu**

mạnh hơn, đặc biệt dùng dòng điện chạy qua bằng một que kim loại

needle beer *noun* (*đặc biệt những năm 1920*) bia được trộn với những loại rượu khác; bia được tăng cường với rượu mạnh hoặc ête

needle candy *noun* (*ma túy*) bất kỳ loại ma túy nào có thể tiêm được

needledick *noun* dương vật nhỏ, gầy gò; một người đàn ông có dương vật như thế

needle park *noun* một công viên công cộng hay một khu vực công cộng nơi những người nghiện tụ tập và tiêm ma túy; = SHOOTING GALLERY

need someone or something **like a hole in the head** *verb* chắc chắn không cần hoặc muốn điều gì • I don't want to speak to any more lawyers. I need another lawyer like a hole in the head: *Tôi không muốn nói chuyện thêm với bất cứ luật sư nào cả. Tôi chẳng cần đến luật sư nữa.*

Nellie or **Nelly** *adjective* 1 (*giới đồng tính dùng*) đồng tính; ẻo lả; = GAY, SWISH 2 quá khó tính; cầu kỳ; kiểu cách

neo-con *adjective* tân bảo thủ [viết tắt của "*neo-conservative*"]

nerd or **nurd** *noun* 1 một người thiếu kỹ năng xã hội, xu hướng thời trang, hoặc cả hai 2 người khờ khạo; người chán ngắt; người đáng khinh; = DORK, DWEEB, JERK

nerd mobile *noun* (*thanh thiếu niên*) chiếc xe ô tô rộng lớn và không hấp dẫn; xe ô tô gia đình

nerd pack *noun* (*thanh thiếu niên*) vật bảo vệ túi bằng nhựa, ngăn không cho mực vấy bẩn ra quần áo

nerdy *adjective*
(*thanh thiếu niên*) bị xã hội xa lánh; tẻ nhạt; đáng khinh

nerf *verb* (*thanh thiếu niên*) đâm vào một chiếc xe khác (bằng chính xe của mình) • The driver nerfed an used car while reversing: *Người tài xế đụng vào một chiếc xe cũ khi lùi lại.*

nerps *noun* ngực phụ nữ

nerts! or **nertz!** *interj.* dùng để thể hiện sự thất vọng [cách nói địa phương của *nuts!*] • Oh, nerts! I've lost my keys: *Ôi trời! Tôi vừa đánh mất chùm chìa khóa rồi.*

nerve *noun* 1 (*từ giữa những năm 1800, Anh, sinh viên*) sự cả gan; sự xấc láo; sự trơ tráo; = CHUTZPAH 2 lòng dũng cảm; sự gan dạ; = GUTS

nervous *adjective* 1 xuất sắc; làm tốt; = FAR OUT 2 = JAZZY

nervous as a dog shitting razorblades (or **as a cat on a hot tin roof**) *adjective* rất bực dọc; rất bồn chồn; rất căng thẳng; đứng ngồi không yên; = JUMPY • He'll be nervous as a dog shitting razorblades till he gets his exam results: *Anh ta sẽ đứng ngồi không yên cho tới khi anh ta biết được kết quả thi.*

nervous Nellie *noun* một người quá lo lắng; người nhút nhát hoặc thận trọng • "You're being a nervous Nellie. This is a trying moment, sure": *"Cậu đang lo lắng quá rồi đấy. Lần này chỉ thử thôi mà, chắc chắn đấy."*

nervous pudding *noun* chất gelatin được đúc trong khuôn

nervy *adjective* 1 lo lắng; sợ hãi 2 can đảm; = GUTSY 3 liều lĩnh; cả gan; táo bạo • Don't get nervy with me!: *Đừng có liều lĩnh với tôi như*

nest egg *noun* tiền tiết kiệm; tiền dành dụm cho tương lai • I lost most of my nest egg in the market crash: *Tôi đã mất hầu hết tiền tiết kiệm trong cuộc phá sản thị trường.*

network *verb* xin ý kiến và trợ giúp từ những người quen biết có sở thích chung

networking *noun* sự tạo lập một hiệp hội của những người có chung sở thích

never follow a dog act *sentence* (*ngành kinh doanh biểu diễn*) hãy cẩn thận với người mà bạn sẽ được so sánh trực tiếp

never mind *phrase* quên đi; đừng bận tâm; không sao cả • Never mind. I forget what I was going to say: *Không sao đâu. Tôi quên mất tôi định nói gì rồi.*

never-was *noun* 1 người chưa bao giờ thành công hoặc thu hút sự chú ý; người luôn thua hoặc bị đánh bại; = LOSER 2 một người mà thành tích thực đã bị ám chỉ đến

new boy *noun* người mới bắt đầu; người mới bắt đầu; người mới vào nghề • He's a complete new boy as a reporter: *Anh ta là một phóng viên hoàn toàn mới vào nghề.*

Newfie *noun* giống chó Newfoundland, Canada

new jice *noun* (*nhà tù xưa*) người mới vào tù

new kid on the block *noun* bất kỳ người mới đến nào • The Japanese are the new kid on the block in the personal computer field: *Người Nhật là người mới trong lĩnh vực máy tính cá nhân.*

new lamb *noun* một tù nhân mới đến

the new look *noun* thời trang mới; mốt mới; mốt nhất thời; vẻ hiện đại • Here's the new look in computer software: *Đây là kiểu mới nhất trong phần mềm máy vi tính.*

news hound or **newshound** *noun* một phóng viên báo chí tận tâm và nhiệt tình

newsie or **newsey** *noun* một người bán báo dạo

newy or **newey** or **newie** *noun* điều gì đó mới; điều mới lạ

newszine *noun* một người thích đọc tạp chí không chứa tiểu thuyết mà chỉ có tin tức

newt *noun* kẻ ngốc; kẻ đần độn và nhàm chán

New York kiss-off *xem* KISS-OFF

New York minute *noun* một khoảng thời gian rất ngắn [ám chỉ tính thiếu kiên nhẫn gắn với người dân New York]

New York's finest *noun* cảnh sát của thành phố New York

New York Slime *nickname* tờ New York Times

next off *adverb* sau đó; tiếp theo; vào thời điểm đó • Next off, she yelled at him about his constant drunkenness: *Sau đó cô ta quát tháo anh ta về tội say rượu liên miên.*

NG or **ng** *adjective* (phát âm theo từng ký tự riêng) không tốt [viết tắt của"*no good*"] • "How'd it go?" "N.G. Somebody made us": *"Thế nào?" "Không tốt. Ai đó đã chơi chúng ta".*

nice cop tough cop *xem* GOOD COP BAD COP

Nice Guy *xem* MISTER NICE GUY

nice guys finish last *sentence* thật ngốc khi làm người tốt; hãy vì bản thân bạn

Nice Nellie *noun* một phụ nữ khó tính, có nhu cầu bức bách

Nice Nelly 1 *noun* người cả thẹn; người đàn bà làm bộ đoan trang kiểu cách; = BLUENOSE 2 *adj* hay cả thẹn; (thuộc) làm bộ đoan trang kiểu cách

nice talking to you *verb* rất lấy làm thích thú, tạm biệt • Nice talking to you. Call my service: *Rất thích thú nói chuyện với anh, tạm biệt. Gọi qua máy trả lời tự động của tôi nhé.*

nice work if you can get it *sentence* đó sẽ là điều rất thú vị để làm; bộ điều đó sẽ chẳng vui sao? [dùng để nói về người nào đó có một công việc tốt đẹp, thoải mái và đầy hứng thú, và người nói được ao ước như

nicey-nice or **nicey-nicey** *adjective* 1 cực tốt, thậm chí tốt quá mức 2 tử tế; đáng yêu và lành tính, đặc biệt không tự nhiên, màu mè 3 ẻo lả; yếu đuối; quá khó tính; quá khó chiều

nick *noun* 1 trị giá ma túy 5 đô la [một dạng viết tắt của *nickel* như trong *nickel bag*] 2 (*súc sắc*) ném được 7 điểm thắng cuộc trong lần ném đầu tiên 3 một biệt danh, nickname 4 chất ni-cô-tin (chất độc hại có trong thuốc lá)

nick *verb* 1 bắt giữ ai 2 ăn cắp hoặc ăn cướp [được dùng phổ biến tại Anh hơn là tại Mỹ] 3 lấy hoặc mang cái gì • Someone has nicked my gloves: *Ai đó đã lấy găng tay của tôi.* 4 bắt phải; ép cái gì • The kidnappers nicked a ransom of $500,000 from the family: *Bọn bắt cóc đã ép gia đình trả tiền chuộc là 500.000 đô-la.* 5 từ chối thanh toán; trừ lương của ai; = DOCK

nickel *noun* 1 (*thế giới ngầm*) án tù 5 năm 2 (*ma túy*) = NICKEL BAG

nickel and dime *verb* 1 tiêu hao dần; bòn rút; làm kiệt quệ • The mack started nickel-and-dime him into the poor-house: *Tên ma cô bắt đầu bòn rút nó trở thành nhà nghèo.* 2 nói lằng; làm mất thì giờ những chuyện vụn vặt; nghĩ tủn mủn • Stop nickeling and diming about every penny we spend: *Đừng nghĩ tủn mủn về từng đồng xu chúng ta chi tiêu.*

nickel-and-dime *adjective* xoàng; tầm thường; hoạt động ở quy mô nhỏ • His novels are very nickel-and-dime: *Những tiểu thuyết của ông ta rất xoàng.*

nickel bag *noun* (*ma túy*) gói nhỏ ma túy trị giá 5 đô

nickel defense *noun* (*bóng bầu dục*) đội hình phòng ngự; đội hình phòng thủ mà một hậu vệ phòng ngự thứ năm được thêm vào, để ngăn chặn một người gần như chắc chắn sẽ nhận đường chuyền

nickel-nurser *noun* người keo kiệt; = PENNY-PINCHER

nickels and dimes *noun* số tiền rất nhỏ; = PEANUTS

nickel up *verb* (*người lang thang*) đưa cho người bán năm xu để mua thực phẩm hoặc hàng hóa khác giá trị nhiều hơn thế

nifty 1 *adj* thông minh; hợp thời trang; tuyệt vời; = NEAT, SLICK • I'm free, and I got a date tonight with the niftiest Polack: *Tôi tự do, và tôi có một cuộc hẹn tối nay với một người Ba Lan tuyệt vời nhất".* 2 *adv* You did that real nifty: *Anh đã làm điều đó một cách thực sự thông minh.*

nifty *noun* 1 điều thông minh 2 tờ giấy bạc 50 đô-la

nig *noun* (*từ đầu những năm 1800*) người da đen

nigga or **nicca** *noun* người da đen [một sự phát âm sai cố tình bằng cách làm mới lại từ nigger để dùng độc quyền cho dân da đen; được dùng rộng rãi trong loại nhạc rap mạnh bạo]

nigger *noun* (*từ đầu những năm 1800*) người da đen

nigger box *noun* radio cầm tay

nigger-hater *noun* kẻ phân biệt chủng tộc công khai

nigger heaven *noun* 1 một sự hạnh phúc hoàn hảo, giản dị 2 những chỗ ngồi đắt nhất, cao nhất trong nhà hát

nigger rich *adjective* có nhiều tiền, đặc biệt một cách đột ngột; = FLUSH

nigger stick *noun* một cây dùi cui được gia cố lại được cảnh sát sử dụng với nghi phạm, tội phạm và tù nhân

nigger toe or **niggertoe** *noun* 1 quả hạch Brazil 2 ô liu đen

niggertown *noun* một vùng lân cận với dân số chủ yếu là người da đen

niggerville *noun* một khu vực của thành phố hoặc thị trấn có dân số là người da đen [mang nghĩa xúc phạm]

nigger work *noun* bất kỳ công việc vất vả, bẩn thỉu, khó khăn nào

niggra or **nigra** *noun* = NIGGER

nightcap *noun* 1 ly rượu uống trước khi đi ngủ; ly rượu cuối cùng của buổi tối (trước khi tiệm rượu đóng cửa) 2 (*đua ngựa*) cuộc đua cuối cùng trong ngày 3 (*bóng chày*) trận thứ hai của hai trận đấu liên tiếp trong ngày

nightery or **nitery** *noun* hộp đêm • We'll hit a few nighteries and then come back to my place: *Chúng ta sẽ tới một vài hộp đêm, sau đó trở lại nhà tôi.*

nighthawk *noun* 1 một người hoạt động muộn ban đêm 2 một tài xế taxi làm việc muộn về đêm

nightie *noun* áo ngủ nữ

nightingale *noun* người cung cấp tin, chỉ điểm; = STOOL PIGEON

night-night or **nightie-night** *interj.* lời chào chia tay dễ thương vào ban đêm

night people (or **fighters**) *noun* những người làm việc ban đêm; người thích dậy muộn

night person *noun* người thích hoạt động về đêm, lấy đêm làm ngày [số nhiều của thứ này là "*people*"] • She's a night person, never gets up before the after-noon: *Cô ta là người thích thức khuya ban đêm, chưa bao giờ dậy trước buổi trưa.*

night spot *noun* hộp đêm; quán rượu; = BOITE, NITERY

nighty-night or **night-night** or **nigh'-nigh'** *interj.* chúc ngủ ngon [ban đầu là từ vựng của trẻ em nhưng hiện đã được dùng rộng rãi và không phải luôn mang tính mỉa mai]

nimby *noun* một viên pentobarbital sodium (tên thương mại Nembutal™), một chất làm dịu hệ thần kinh trung ương

nine-days' wonder *noun* một điều tuyệt dịu kéo dài quá ngắn ngủi; = FLASH IN THE PAN

nineteen *noun* (*quầy bán đồ ăn trưa*) bánh chuối kem

the nineteenth hole *noun* một quán bar của sân golf nơi các golf thủ nghỉ ngơi sau một vòng đấu golf

nine-to-five *adjectiv* đặc trưng của giờ làm việc; được tổ chức và lên thời khóa biểu; bắt đầu và kết thúc vào một thời điểm định sẵn [từ nghĩa của "*from nine to five*", giờ làm việc hành chính, bình thường]

nine-to-five *verb* làm theo giờ hành chính, như công việc văn phòng • He's nine-to-fived there for ten years: *Anh ta làm theo giờ hành chính ở đó đã được mười năm rồi.*

nine-to-fiver *noun* 1 người có việc làm ổn định 2 người có trách nhiệm, đáng tin cậy 3 công việc bình thường, đặc biệt là công việc văn phòng có lương

ninety-day wonder *noun* 1 một người mới tốt nghiệp trường dự bị sĩ quan của quân đội Mỹ 2 sĩ quan rất trẻ 3 một sĩ quan dự bị được thăng cấp chính thức sau ba tháng huấn luyện 4 bất kỳ người nào đang làm một công việc với sự đào tạo tối thiểu [thường dùng một cách mỉa mai (dựa trên *nine-days' wonder*)]

ninety-eight *noun* (*quầy bán đồ ăn trưa*) người quản lý ở quầy bán đồ ăn trưa

ninety-five *noun* (*quầy bán đồ ăn trưa*) khách hàng ra đi mà không thanh toán tiền

ninety-nine *noun* 1 (*quầy bán đồ ăn trưa*) đầu bếp trưởng món rán hoặc người quản lý quầy bán sô-đa 2 (*người bán hàng*) hàng hóa bị hư hỏng hoặc quá đát mà người bán hàng được trả thêm tiền để bán

ninety-weight *noun* bất kỳ loại rượu mạnh nào

nip or **Nip** *noun* **1** (*đặc biệt thế chiến II*) một người Nhật hay một người Mỹ gốc Nhật [được rút gọn từ "Niponese"] **2** một người Việt Nam • They were referred to as gooks, slopes, dinks, and nips: *Họ được gọi là người châu Á, người Nam Á, người Việt Nam.* **3** một ly rượu nhỏ **4** núm vú, đặc biệt là của phụ nữ

nip or **Nip** *adjective* thuộc về nước Nhật, người Nhật • a Nip waitress: *một nữ hầu bàn người Nhật*

nip *verb* **1** nắm bắt; chộp • She nipped the letter out of my hand: *Cô ta giật lấy bức thư trong tay tôi.* **2** uống một ít rượu theo định kỳ; uống lai rai **3** ăn cắp cái gì

nip and tuck *noun* phẫu thuật thẩm mỹ • She wants a little face lift, I bought her a little nip and tuck: *Cô ta muốn nâng mặt một chút, tôi đã mua cho cô ta một ít phẫu thuật thẩm mỹ.*

nip and tuck *adjective* **1** gần như ngang sức; ngang ngửa nhau **2** có xác suất tương đương; khả năng tương đương

nipper *noun* một em bé hoặc trẻ con • Honey, could ya slide over a tad and raise the nipper up?: *Cưng à, em có thể trượt tới đây một chút và nâng em bé lên không?*

nippers *noun* **1** ngực phụ nữ **2** cái còng tay; cái xích chân

nipplitis *noun* (*dùng cho phụ nữ*) núm vú cương cứng

nipply *adjective* (*về thời tiết*) lạnh • It's a little nipply out this morning: *Sáng nay trời hơi lạnh.*

nippy *adjective* (*về thời tiết*) giá lạnh

nips *noun* núm vú • Barb's nips are not big and dark: *Núm vú của Barb không to nhưng ngăm đen.*

nit *noun* không có gì; = ZILCH • There's nit you can do to help: *Không có gì để anh có thể làm giúp cả.*

nitery or **nightery** *noun* hộp đêm; = BOITE

nit-pick *verb* cãi lý vụn vặt; lý sự cùn • Let's not nit-pick, let's get cracking: *Chúng ta không cãi lý vụn vặt, chúng ta cương quyết bắt tay vào ngay.*

nit-picker *noun* người hay bắt bẻ; người cãi lý lặt vặt; người chỉ trích quá khắc khe

nit-picking *noun* lời phê bình nhỏ nhặt; hành động xoi bói, moi móc vụn vặt

nit-picking *adjective* xoi bói; moi móc những chi tiết không quan trọng • a highly nit-picking attitude: *một thái độ xoi mói quá độ*

nitro[1] *noun* một bóng đèn đường

nitro[2] *noun* **1** chất nổ mạnh (được tạo bằng cách thêm glycerin vào hỗn hợp axít sulphuric và axít nitric); = SOUP [viết tắt của "*nitroglycerin*"] **2** (*dân chơi xế độ*) chất phụ gia nhiên liệu cho xe ô tô chạy tốt [viết tắt của "*nitromethane*"]

nitro *adjective* không ổn định [bắt nguồn từ tính chất không ổn định của ni-trô-gli-xê-rin]

nitshit *noun* điều vô lý; việc vụn vặt

the nitty-gritty or **the nitty** *noun* **1** (*từ những năm 1960, người da đen*) cốt lõi vấn đề; điểm chủ yếu; thực chất của vấn đề • [W]hen it got down to the nitty-gritty, you could always go to Mister Ben: *Khi nói đến cốt lõi của vấn đề, bạn luôn có thể đến gặp ông Ben.* **2** những chi tiết cơ bản • I'll fill you in on the nitty-gritties what has been happening?: *Tôi sẽ cung cấp cho anh đầy đủ những chi tiết cơ bản về việc vừa mới xảy ra.*

nitwit *noun* một người ngốc; người khờ dại; = BOOB

nix *verb* từ chối; phủ nhận; bác bỏ • John's parents nixed his plan to buy a motor bike: *Bố mẹ John đã bác bỏ kế hoạch mua xe gắn máy của John.*

nix *interj.* coi chừng!; chú ý!; cẩn thận! • Nix, the cop!: *Coi chừng, cảnh sát!*

nix *adverb* không • I asked my boss for a pay increase and he said nix: *Tôi đã yêu cầu ông chủ tôi tăng lương nhưng ông ấy nói không.*

nix *noun* **1** sự từ chối; sự bác bỏ • My offer to buy the house met with a cold nix: *Lời đề nghị của tôi mua ngôi nhà đã bị bác bỏ lạnh nhạt.* **2** không; không gì cả; chẳng gì cả • It cost me absolutely nix: *Tôi không phải trả đồng xu nào cả.*

nixie *noun* (*bưu điện*) bưu phẩm hoặc thư từ không thể chuyển đi được vì hư hỏng, không thể đọc được, v.v..

nix on *verb* cấm; ngăn cấm [chỉ dùng như một mệnh lệnh] • Nix on smoking in this room: *Cấm hút thuốc trong phòng này.*

nix out *verb* rời khỏi; khởi hành; chuồn đi; = SPLIT

nizzel or **nizzle** *noun* **1** bạn thân **2** gã da đen; người da đen

no-account or **no-count** *adjective* vô dụng; không đáng tin cậy; không thể sửa hoặc cải tiến được

no-account or **no-count** *noun* người vô dụng; người không đáng tin cậy; tên vô lại

nob *noun* người giàu có và quan trọng; = SWELL

no bargain *noun* người không khiêu gợi mà cũng không đẹp; cái gì thật sự không xuất sắc • This car gets me to work and back, but it's no bargain: *Chiếc ô tô này đưa tôi đi làm và trở về, nhưng nó không tốt lắm.* • Well, he's okay, but he's no bargain: *À, anh ta thì được thôi, chứ không có gì đặc biệt (không khêu gợi mà cũng không đẹp trai).*

nobbler *noun* (*cờ bạc*) người chích thuốc cho con ngựa đua hoặc chó đua hay nói cách khác là cố dàn xếp kết quả của một cuộc đua

nobby or **knobby** *adjective* hợp thời trang; hợp mốt; lịch sự • It's nobby to have short hair nowadays: *Dạo này để tóc ngắn đang là hợp mốt.*

no better than she ought to be *adjective* lăng nhăng; lẳng lơ

no big deal or **no biggie** or **no big whoop** *noun* không khó khăn hoặc rắc rối; không có gì quan trọng • Don't worry. It's no big deal: *Đừng lo lắng. Chuyện đó không khó khăn đâu.*

a nobody *noun* một người tầm thường; người không quan trọng; người không danh tiếng; = NEBBISH

nobody home *sentence* người này thì quá khùng, ngu ngốc hoặc nhu nhược; = OUT TO LUNCH

nobody loves a wise-ass *sentence* những gì bạn vừa nói rất chướng tai hoặc khó nghe • I thought it was a pretty good pun, but she replied "Nobody loves a wise-ass, Joey": *Tôi nghĩ đó là một trò chơi chữ rất tuyệt vời, nhưng cô ta trả lời: "Anh vừa nói rất chướng tai, Joey".*

no brag, just fact được dùng để thu hút sự chú ý do đã khoác lác • "No brag, just fact." I love it, I love it: *"Không khoác lác, chỉ sự thật thôi". Tôi thích nó, tôi thích nó.*

no-brainer *noun* **1** một quan điểm được hình thành quá dễ dàng hoặc một quyết định được đưa ra quá dễ đến nỗi không cần suy nghĩ • "It [torturing captured prisoners of war] is a no brainer for me," Cheney replied: *Nó (tra tấn tù binh chiến tranh) là việc quá dễ dàng đối với tôi", Cheney trả lời.* **2** [trong bóng vồ (croquet)] một cú đánh may mắn

no can do *sentence* được dùng như một tuyên bố bằng tiếng bồi nhại hài hước rằng điều gì đó không thể làm được • "No can do, buddy-boy": *"Không làm được, anh bạn thân ạ".*

no-clap medal *noun* (*quân đội, thế chiến II*) huy chương vì hạnh kiểm tốt

nod *verb* (*ma túy*) rơi vào trạng thái gần hôn mê, đờ đẫn hoặc sững sờ sau khi dùng ma túy

a nod *noun* (*ma túy*) trạng thái sững sờ sau khi chích ma túy

the nod *noun* sự quyết định đồng ý; dấu hiệu ưu tiên; = THUMBS UP

noddy or **nodding** *adjective* (*ma túy*) bị u mê đần độn bởi ma túy; buồn ngủ do ảnh hưởng của ma túy

no dice! *interj.* tuyệt đối không! • Captain Black came in. "No dice!": *Thuyền trưởng Black bước vào. "Tuyệt đối không!".*

no dice *negation* không, dứt khoát là không; = NO SOAP, NO WAY • Nice, but no dice: *Hay đấy, nhưng dứt khoát là không.*

no dice *noun* không; không thể được • Did you get that job?: No dice: *Cậu đã nhận công việc làm ấy chứ? Không thể được.*

no-dice *adjective* không có giá trị; vô dụng; = CRUMMY • This contract is now no-dice: *Hợp đồng này bây giờ vô giá trị.*

no end of something *noun* rất nhiều; vô số; nhiều vô kể • I've had no end of trouble ever since I bought this car: *Tôi có rất nhiều rắc rối kể từ khi tôi mua chiếc xe này.*

no flies on someone *noun* không có gì ngăn trở khả năng, sự nhận thức, sự đúng đắn, v.v.. của ai • Judging your bankroll I'd say there's no flies on you, baby: *Đánh giá nguồn tiền của em, anh cho rằng không có gì ngăn cản khả năng của em được, cưng à.*

no-frills *adjective* giới hạn với những thứ thiết yếu; không kiểu cách; không có sự trang trí màu mè • a straight-forward presentation with no-frills: *một cuộc trình diễn chân thật không kiểu màu mè.*

noggin *noun* (*từ đầu những năm 1800, Anh*) cái đầu

no-go *adjective* bất khả thi; không thể được; bế tắc • "It's no go, guys," I said: *"Đó là điều bất khả thi, các anh", tôi nói.* • This looks like a no-go situation: *Điều này trong giống một tình huống bế tắc.*

no go or **no-go** *noun* một thất bại; một điều gì đó không tốt; một nỗ lực vô vọng; điều không thể thực hiện được • It's no go to follow your proposals: *Không thể làm theo đề nghị của ông được.*

no-good *noun* người vô dụng; tên vô lại; người không đáng tin cậy hoặc tồi tệ; = BUM, NO-ACCOUNT

no-good *adjective* vô dụng; không có giá trị; tồi tệ

no-goodnik *noun* một người vô dụng; tên vô tích sự

no got *sentence* tôi không có cái đó • We wanted two three-phase plugs, but the clerk said no got: *Chúng tôi muốn có hai cái phích cắm điện 3 pha, nhưng người bán hàng nói không có cái đó.*

no great shakes *phrase* một người hay một điều gì không tốt lắm • Your idea is no great shakes, but we'll try it anyway: *Ý tưởng của anh không tốt lắm nhưng dù sao chúng tôi sẽ thử nó xem.*

no great shakes *adjective* tầm thường; không nổi bật; hơi kém cỏi; = NOTHING TO WRITE HOME ABOUT

no-hitter *noun* (*bóng chày*) trận đấu mà ít nhất một bên không có ghi điểm nào

no holds barred *adjective* 1 không hạn chế • I want you to get that contract. Do anything – no holds barred: *Tôi muốn anh lấy được bản hợp đồng đó. Làm bằng mọi giá – không hạn chế.* 2 tự do và không bị ngăn chặn; không có giới hạn

noid *noun* người bị chứng hoang tưởng

noise *noun* một cuộc nói chuyện ngu ngốc, vô nghĩa; lời nói rỗng tuếch; lời đe dọa ồn ào nhưng trống rỗng

the noise *noun* súng • Look out, he's got the noise!: *Nhìn kìa, nó có súng đấy!*

noisemaker *noun* một khẩu súng

noise tool *noun* (*cao bồi xưa*) súng lục

no kidding *adverb* thực sự; đúng như sự thật [thường là một câu hỏi được đưa ra khi ai đó nghe cái gì một cách ngạc nhiên hoặc nghi ngờ] • No kidding? They won?: *Thực chứ? Chúng nó đã thắng?*

No kidding! *exclam.* Tôi không đùa đâu; Bạn không đùa chứ? • No kidding! I never thought she would do that: *Tôi không đùa đâu! Tôi không bao giờ nghĩ rằng cô ấy sẽ làm chuyện đó.* • No kidding, he's a nice guy: *Thế à, anh ta là một gã dễ thương.*

no-knock *adjective* đưa hoặc cung cấp cho cảnh sát quyền xâm nhập vào nhà mà không cần có lệnh truy nã hoặc trát tòa • The cops demanded a no-knock salute so they could catch criminals: *Cảnh sát đã yêu cầu một đạo luật quyền đột nhập vào nhà mà không cần lệnh khám xét để họ có thể bắt tội phạm.*

No lie! *exclam.* Nói thật đấy!; Không đùa đâu! • I was there on time. No lie! Ask my sister: *Tôi đã đến đó đúng giờ. Thật đấy! Hỏi chị tôi mà xem.*

no more forever *adverb* không bao giờ nữa • He retired young, man. He will play basketball no more forever: *Anh ta về hưu non, anh bạn. Anh ta sẽ không bao giờ chơi bóng rổ nữa.*

nonbook *noun* 1 một tác phẩm xuất bản thiếu giá trị văn chương và giá trị xuất bản bình thường, thường là ai đó tự viết rồi đứng tên luôn hoặc xuất bản vì lý do cảm xúc, đua đòi, v.v.. 2 cuốn sách xuất bản với những trang trắng

noncom *noun* (*quân đội*) hạ sĩ quan

non compos *adjective* điên; mất trí • She is strictly non compos: *Cô ta đúng là điên!*

no-neck *noun* 1 một người với vai vạm vỡ và không thấy rõ cổ 2 người ngu đần, mù quáng; kẻ cục súc

none of someone's **beeswax** *noun* không phải việc của ai đó • It's non of your beeswax. I'm not telling: *Không phải việc của anh. Tôi không nói đâu.*

nonevent *noun* 1 một sự kiện mà rõ ràng được dàn dựng hoặc được tạo ra bởi giới truyền thông 2 điều gì không hợp lệ; điều gì mà trên thực tế đã không xảy ra 3 sự kiện không quan trọng và kết thúc không như ý • The election was a real nonevent, only a few people voted: *Cuộc bầu cử thật là một điều vỡ mộng, chỉ một vài người đã bỏ phiếu.*

no never mind *xem* MAKE NO NEVER MIND

a no-no *noun* điều gì đó không nên làm; điều gì đó bị cấm • In this house smoking is a no-no: *Trong nhà này sự hút thuốc thì bị cấm.*

nonstarter *noun* người hoặc việc gì có ít cơ may thành công; người bất tài; = ALSO-RAN, LOSER

noodle[1] *noun* cái đầu; trí óc • Put your hat on your noodle, and let's go: *Đội mũ của anh lên đầu rồi chúng ta hãy đi nào.*

noodle *verb* 1 (cũng là **noodle around**) suy nghĩ; cân nhắc 2 chơi nhạc theo kiểu giải thích, ngập ngừng; chơi nhạc cụ một cách vẩn vơ; ứng tác một cách uể oải 3 chơi; đùa nghịch • A young boy is noodling with a glass of water: *Một đứa bé đang chơi nghịch với một ly nước.*

noodle[2] *noun* (*từ giữa những năm 1700, Anh*) người ngu ngốc; kẻ đần

noodlehead *noun* người ngu ngốc; = NOODLE

noodlework *noun* công việc hoặc cố gắng về tinh thần; sự suy nghĩ; sự nghiên cứu

nook *noun* âm đạo

nookie or **nookey** or **nooky** *noun* **1** sự giao hợp; sự làm tình; = ASS, COOZ **2** người phụ nữ được xem như bạn tình dục; = ASS, CUNT

nope *negation* không • She asked him to do it, but he said, "Nope": *Cô ấy yêu cầu anh ta làm việc đó, nhưng anh ta nói "không".*

no picnic *noun* một trải nghiệm khó khăn hoặc cố gắng; một thời gian hoặc nhiệm vụ khó khăn • Growing up in the Depression was no picnic: *Lớn lên trong thời suy thoái là một trải nghiệm khó khăn.*

noplaceville **1** *adj* tẻ nhạt; chán ngắt; = DEADSVILLE • The conference was deadly noplaceville: *Cuộc hội nghị buồn tẻ chết được.* **2** *noun* một thị trấn nhỏ, không quan trọng; = JERK-WATER TOWN

no potatoes *xem* ALL THAT MEAT AND NO POTATOES

no prize package or **no prize** *noun* một người hoặc một thứ ít giá trị, thiếu hấp dẫn

no problem *interj.* không có chi [vào thời điểm nào đó của thập niên 80, từ "you're welcome" đột nhiên biến mất khỏi từ vựng của thanh niên Mỹ, bị thay thế một cách đột ngột và hoàn toàn bằng "no problem"] • TEACHER: Thank you, Simone. SIMONE: No problem whatsoever – *TEACHER: Cám ơn, Simone. SIMONE: Không có gì đâu ạ.*

No problem or **No prob** or **NB** *phrase* Mọi việc đều tốt đẹp; Không có vấn đề gì cả, vì thế đừng lo lắng hoặc băn khoăn • No problem. I can do it easily: *Không vấn đề gì đâu. Tôi có thể làm việc đó dễ dàng mà.* • A: Gee! I'm sorry! B: No prob – *A: Chà! Tôi xin lỗi B: Không sao đâu.*

no problema or **no problemo** không vấn đề gì [một sự thêm thắt phổ biến] • "Richie's history," said Tina. "No problema": *"Tiểu sử của Richie", Tina nói. "Không vấn đề gì".*

northpaw *noun* người thuận tay phải, đặc biệt là cầu thủ ném bóng chày

no sale *interj.* không • 'Are you still a student?' 'No sale, I've got a job now': *'Anh còn là sinh viên không?' 'Không, bây giờ tôi đã có việc làm'.*

nose *noun* **1** (*thế giới ngầm xưa*) kẻ chỉ điểm cho cảnh sát; = STOOL PIGEON **2** (*ma túy*) cô-ca-in **3** (*đua ngựa*) bất kỳ khoảng cách rất ngắn nào phân biệt kẻ thắng người thua

nose *verb* cầu cạnh qua hành vi xun xoe [rút gọn của "*brown-nose*"]

nose around *verb* thể hiện sự tò mò mạnh mẽ; điều tra, đặc biệt một cách kỹ lưỡng và kín đáo • I'll nose around and see if I can find out why he did that: *Tôi sẽ điều tra xem tôi có thể tìm ra tại sao hắn đã làm điều đó.*

the nosebag *noun* **1** một bữa ăn; = CHOW, the FEEDBAG **2** (*người lang thang*) thức ăn được đựng trong túi giấy **3** hộp đựng thức ăn trưa hoặc chiều

nose-burner *noun* mẩu thuốc lá vẫn còn cháy của một điếu cần sa

nose candy *noun* (*ma túy*) cô-ca-in, hoặc hiếm hơn, là bất kỳ ma tuý bột nào có thể được hít

nose dive **1** *noun* (*người lang thang*) việc chấp nhận tôn giáo nhằm gây dựng lại niềm tin **2** *noun* sự giảm đáng kể; sự tụt xuống thình lình • The price of gold took a nose dive: *Giá vàng đột ngột giảm mạnh.* **3** *verb* Our morale nose-dived yesterday: *Tinh thần của chúng tôi đã giảm xuống bất ngờ hôm qua.* **4** *noun* (*quyền Anh*) cú ngã giả vờ bị nốc ao của võ sĩ quyền Anh; = DIVE • That wasn't any knockdown, it was a nose dive: *Đó không phải là cú nốc ao, đó chỉ là một cú ngã giả vờ bị nốc ao thôi.*

no see *xem* LONG TIME NO SEE

nose for news *noun* khả năng và sự say mê nghe biết tin tức • A good reporter has, first of all, a keen nose for news: *Trước hết, một phóng viên giỏi phải có khả năng và sự say mê nghe biết tin tức.*

nose job (or **bob**) *noun* phẫu thuật thẩm mỹ để nâng mũi

nose-lunger *noun* nước mũi

nose someone **out** *verb* đánh bại sít sao; thắng khít khao • He nosed out the leading candidate in Iowa: *Ông ta đã thắng khít khao ứng cử viên hàng đầu tại Iowa.*

nose out of joint *xem* PUT someone's NOSE OUT OF JOINT

noser *noun* một kẻ chỉ điểm; người cung cấp tin

nosey *adjective* tò mò, đặc biệt là quá mức; tọc mạch • Our nosey neighbors are always looking into our windows: *Những người hàng xóm tò mò quá mức luôn luôn nhìn vào các cửa sổ của chúng tôi.*

nosh or **nash** *noun* thức ăn; bữa ăn qua loa, bữa ăn nhỏ • He always liked a little nosh between meals: *Ông ta luôn thích ăn một bữa ăn nhẹ giữa những bữa chính.*

nosh or **nash** *verb* **1** ăn; nhấm nháp; ăn qua loa **2** hôn theo kiểu kéo dài

nosher *noun* người luôn luôn ăn vặt

noshery *noun* một nhà hàng hoặc cửa hàng bán các món ăn ngon, đặc biệt để ăn nhẹ

no shit *adverb* thực sự; đúng như sự thật; = NO KIDDING [thường là một câu hỏi được đưa ra khi ai đó nghe thấy điều gì đáng ngạc nhiên hoặc đáng ngờ]

No shit! *exclam.* Anh đang đùa với tôi à! [thường là khó chịu, chướng tai, gai mắt; gần giống với *bullshit*] • You're really gonna do it? No shit!: *Cậu thật sự sẽ làm chuyện đó sao? Cậu đang đùa với tớ à!*

no-shitter *noun* một phát biểu chân thật; một sự thật • "This was a no-shitter. This was the real thing": *"Đây là một sự thật. Đây là việc thật".*

nosh on something *verb* làm cái gì cho một bữa ăn nhẹ • After Thanksgiving, we noshed on turkey for three days: *Sau lễ Tạ Ơn, chúng tôi đã nấu gà tây để làm bữa ăn nhẹ trong ba ngày.*

no-show or **no show** *noun* **1** sự vắng mặt ở một nơi hoặc thời điểm đã hẹn • The airline figures about 20 percent no-shows: *Hãng hàng không ước tính khoảng 20 phần trăm những người không giữ đúng hẹn.* **2** âm mưu của một tổ chức tội phạm mà trong đó, một người xuất hiện trên bảng lương hợp pháp, được trả tiền bởi một công ty hợp pháp, nhưng không làm việc

no-show or **no show** *adjective* được chỉ định một công nhân hoặc một công việc làm không tồn tại (không còn nữa), thường là trên bảng lương công khai

no siree or **no siree, Bob** tuyệt đối không • I couldn't do that. No siree, bob, you little nut: *Tôi không thể làm điều đó. Tuyệt đối không, anh hơi điên đấy.*

no skin off my ass (or **butt** or **nose**) *adjective* không liên quan đến tôi; vụn vặt • Whether you make it or not, it's no skin of my ass: *Dù cậu có thành công hay không thì chẳng liên quan đến tôi.* (xem thêm make it)

no slouch *adjective* rất có khả năng hoặc thành thạo; giỏi • She's no slouch at finding good restaurants: *Cô ta rất giỏi tìm những nhà hàng ngon.*

no soap *noun* được dùng để biểu thị rằng một thỏa thuận đã hết, không còn hy vọng, bạn đang lãng phí thời gian • I tried to get transferred to a day job, but it was no soap: *Tôi đã cố được thuyên chuyển sang công việc ban ngày, nhưng đã hết hy vọng.*

no soap *interj.* không; dứt khoát là không; tuyệt đối không; = NO DICE NO WAY • No soap, I don't lend anyone money: *Không đời nào, Tôi không cho bất cứ ai vay tiền cả.*

no spring chicken *noun* một người lớn tuổi hoặc giàu kinh nghiệm, đặc biệt là phụ nữ • At forty she's no spring chicken: *Ở tuổi 40, bà ta là người giàu kinh nghiệm.*

no stress *interj.* không có vấn đề gì; không có gì đâu • Relax. No stress. It doesn't bother me at all: *Thoải mái đi. Không có có gì đâu. Nó không gây phiền phức cho tôi gì hết.*

no sweat *noun* (*quân đội, thế chiến II*) không vấn đề gì; không cần lo; không khó khăn; một việc dễ dàng [do đó không có mồ hôi được tạo ra bởi sự hãi hoặc cố gắng] • It was no sweet for me: *Không vấn đề gì với tôi.*

Nosy Parker or **nosey Parker** *noun* một người cực kỳ tò mò, tọc mạch • I caught that Nosey Parker reading my diary: *Tôi tóm được anh chàng tọc mạch đó đang đọc nhật ký của tôi.*

not! *interj.* dùng như một sự huỷ bỏ hài hước về những gì vừa được nói giỡn • I love the suburbs. Not!: *Tôi thích vùng ngoại ô. Không đâu!*

not a chance *interj.* không; không đời nào • Me lend you money? Not a chance!: *Tôi cho anh vay tiền à? Không đời nào!*

not all that or **not as all that** *phrase* không hay gì lắm • He doesn't swim all that well: *Anh ta bơi không hay chút nào.* • They're not as bad(ly) as all that: *Họ không tệ đến thế.*

not all there *adjective* **1** ngu ngốc; khờ khạo; hành động ngớ ngẩn; = DIM-WITTED **2** điên rồ; lập dị; = NUTS

not a one-way street *noun* một tình huống, sự sắp xếp, v.v.. mà sự thương lượng cần sự công bằng qua lại • Remember this negotiation is not a one-way street: *Nhớ việc đàm phán này thì thương lượng công bằng lẫn nhau.*

not bad for a country boy *adverb* tốt hơn dự kiến; khá tốt • And they all said I wasn't doing bad for a country boy: *Và tất cả họ đều nói tôi đang làm khá tốt.*

not bat an eye *verb* không tỏ ra ngạc nhiên hay lưỡng lự; cứ điềm nhiên • "I'm leaving", she said. He didn't bat an eye: *"Em đi đây", cô ta nói. Anh ta không tỏ ra ngạc nhiên chút nào.*

not be caught dead *verb* bị nhìn một cách miễn cưỡng hoặc không thích • I wouldn't be caught dead in that evening dress: *Tôi sẽ bị nhìn một cách không ưa thích trong bộ quần áo dự dạ hội đó.*

not by a long shot *adverb* không hề; không chút nào; thật sự là không • We're not beaten yet, not by a long shot: *Chúng tôi chưa bị đánh bại, chưa hề.*

not carved in stone *adjective* không có thẩm quyền cơ bản và lâu dài; có thể thay đổi hoặc biến đổi • It's a good policy, but it's not carved in stone: *Nó là một chính sách tốt, nhưng nó không có thẩm quyền cơ bản lâu dài (có thể thay đổi).*

notch *verb* **1** (*thể thao*) ghi điểm thắng; đạt được • She has notched up her third championship title: *Cô ta đã giành được danh hiệu vô địch lần thứ ba.* **2** làm tình; quan hệ tình dục

notchery or **notch-house** *noun* nhà chứa; nhà thổ

not count for spit *verb* rất tầm thường

not cricket *adjective* không công bằng; không hợp pháp; không chính thống • If some athletes use drugs, it isn't cricket on (to) the others: *Nếu một số vận động viên dùng thuốc kích thích, nó thì không công bằng đối với các vận động viên khác.*

not cut the mustard *verb* **1** không thể đạt được hoặc hoàn thành việc gì; không thành công • I didn't cut the mustard as a baseball player: *Tôi đã không thành công như mong đợi trong vai trò một cầu thủ bóng chày.* **2** không quan trọng hoặc không gây ấn tượng mạnh • While Clifford Irving may be a celebrity throughout United States, he cuts little mustard here on Ibiza: *Trong khi Clifford Irving có thể là người nổi tiếng khắp nước Mỹ, ông ta không gây ấn tượng lắm tại Ibiza.*

not dry behind the ears *adjective* (cũng là **wet behind the ears** và **still wet behind the ears**) không kinh nghiệm; còn non nớt; chưa chính chắn • He's not dry behind the ears yet, but he's learning: *Nó chưa có kinh nghiệm, nhưng nó đang học hỏi.*

not enough room to swing a cat *verb* chật hẹp; không đủ chỗ để mà xoay trở • It's really crowded in here. Not enough room to swing a cat: *Ở đây thật sự rất chật hẹp. Không có đủ chỗ để mà xoay trở.*

not even không; không hề • What? What are you talking about? I'm not even: *Gì cơ? Cậu đang nói gì vậy? Tôi không hề.*

not get one's **balls** (or one's **self**) **in an uproar** *verb* tránh làm cho hứng thú quá hoặc buồn chán; làm yên tĩnh; bình tĩnh lại, thường làm dịu đi cơn giận của ai; = COOL IT • When he started hollering they told him not to get his balls in an uproar: *Khi nó bắt đầu la hét, họ bảo nó bình tĩnh lại.*

not give a damn *verb* (biến thể: **a dang** or **a darn** or **a durn** or **diddly-damn** or **diddly-shit** or **flying fuck** or **fuck** or **hill of beans** or **hot** or **rat's ass** or **shit** or **squat** có thể thay **a damn**) chẳng quan tâm tí nào; cóc cần; mặc kệ • I don't give a damn what they do to me: *Tôi chẳng quan tâm tí nào đến những gì họ làm với tôi.*

not give a fuck for nothing *verb* **1** hoàn toàn không quan tâm và không sợ **2** không ai làm điều gì cho không cả

not give spit *verb* không quan tâm; = NOT GIVE A DAMN • I wouldn't give spit for his new concept: *Tôi chẳng quan tâm đến khái niệm mới của ông ta.*

not give someone **the time of day** *verb* không chào đón hoặc nói chuyện với ai; khinh bỉ ai • Like him? I wouldn't give that bastard the time of day: *Thích hắn ư? Tôi sẽ không thèm nói chuyện với gã hèn hạ đó.*

not grow on trees *verb* không có nhiều; không được phung phí • Don't waste the glue. That stuff doesn't grow on trees, you know: *Đừng phung phí keo dán. Bạn biết đấy, cái đó không có nhiều đâu.*

not have a clue or **have no clue** *verb* **1** không biết tí nào về điều gì • I don't have a clue where she lives: *Tôi hoàn toàn không biết cô ấy sống ở đâu.* **2** không manh mối • We have no clue as to where she went after she left home: *Chúng tôi không có manh mối gì về việc sau khi rời nhà cô ta đi đâu.*

not have a hair on one's **ass** *verb* (*quân đội*) thiếu can đảm, đặc biệt khi bị thách thức

not have all one's **switches on** *verb* bị trì trệ hoặc điên; bị khùng khùng; kém thông minh • That child doesn't have all his switches on: *Đứa bé đó có đầu óc kém thông minh.*

not have any *verb* từ chối chấp nhận; không đồng ý; cự tuyệt; lờ đi • His wife tried to make him by a new car, but he wasn't having any: *Vợ anh ta cố nài anh ta mua một chiếc ô tô mới nhưng anh ta từ chối.*

not have a pot (or **without a pot**) **to piss in** *verb* rất nghèo và túng thiếu; không xu dính túi • She didn't have a pot to piss in to buy clothes for her children: *Chị ấy rất nghèo không mua sắm nổi quần* áo cho con cái của mình.

not have brain one *verb* **rất ngu ngốc; dốt đặc cán mai**

not have brains enough to come in out of the rain (or **to walk and chew gum at the same time**) *verb* **thiếu trí thông minh cơ bản nhất**

not have one dollar to rub against another *verb* **thiếu tiền** • When we came from West Virginia we didn't have one dollar to rub against another: *Khi chúng tôi đến từ West Virginia chúng tôi không còn đồng xu dính túi.*

not have the foggiest *verb* (*chủ yếu tại Anh, từ đầu những năm 1900*) **không có ý tưởng, quan điểm hoặc hiểu biết nhỏ nhất; hoàn toàn không biết hoặc ý kiến** • When I asked him where the post office might be he said he didn't have the foggiest: *Khi tôi hỏi anh ta bưu điện ở đâu, anh ta nói anh ta hoàn toàn không biết.*

'nother *xem* a WHOLE 'NOTHER THING

nothing *adjective* **ngớ ngẩn, vô nghĩa; thiếu hấp dẫn, tài năng, quan tâm, v.v..; vô dụng** • a nothing guy: *một gã vô dụng*

a nothing *noun* **ai hoặc thứ gì đó thiếu tài năng, sức hấp dẫn, chất lượng, v.v..;** = NEBBISH • This comedy show's a total nothing: *Chương trình hài kịch này hoàn toàn thiếu hấp dẫn.*

nothing doing 1 *negation* **không; dứt khoát không;** = NIX, NO WAY **2** *noun* **sự thiếu hoạt động; sự ngưng trệ**

Nothing doing! *exclam.* **Không!; Hoàn toàn không!** • Come to the movies with me? Nothing doing! I have to stay home and work: *Đến rạp chiếu bóng với tôi nhé? Không được đâu! Tôi phải ở nhà và làm việc.*

nothing flat *adverb* **rất nhanh** • He got us to Mount Sinai in nothing flat: *Anh ta đã đưa chúng tôi lên đỉnh Sinai rất nhanh.*

nothing shaking *noun* **không có gì xảy ra** • [I]f a wop is deported he goes crazy. There's nothin' shakin' outside the U.S.A.: *Nếu một người Ý bị trục xuất thì anh ta nổi điên. Không có gì xảy ra ngoài nước Mỹ.*

Nothing to it! *exclam.* **Rất dễ dàng!** • Look, anybody can do it! Nothing to it!: *Này, ai cũng có thể làm được điều đó cả! Rất dễ!*

nothing to sneeze at *noun* **không phải một khoản tiền nhỏ; không phải là chuyện thường; đáng quan tâm** • A price of $5,000 is nothing to sneeze at: *Giải thưởng 5.000 đô-la không phải là chuyện xem thường.*

nothing to write home about *noun* **một người hoặc một thứ rất bình thường hoặc tầm thường; không có gì đặc biệt;** = NO GREAT SHAKES • His pitch was nothing to write home about: *Cách ném bóng của hắn không có gì đặc biệt cả.* • I got a little bit of a raise this year, but it was nothing to write home about: *Năm nay tôi đã được tăng lương một chút, nhưng nó không đáng là bao nhiêu cả.*

nothing upstairs *phrase* **không có đầu óc; ngốc nghếch**

no time flat *adverb* **rất nhanh** • We got there in no time flat: *Chúng tôi đã đến đó rất nhanh.*

Not in my backyard! or **NIMBY** *exclam.* **Đừng đặt cái gì có thể gây phiền phức hoặc không thoải mái ở cạnh tôi** • When you say, build the new incinerator here, I say NIMBY: *Khi anh nói, xây một lò thiêu rác mới ở đây, Tôi nói không cận kề nơi tôi ở nghĩa là không tán thành.*

not just whistling Dixie *verb* **không nói những điều vớ vẩn; nói việc gì quan trọng hoặc có ích** • Man, you are right! You're not just whistling Dixie: *Này anh bạn, anh đúng rồi đấy! Anh không nói những điều vớ vẩn.*

not know one's ass from a hole in the ground *verb* **dốt đặc cán mai; ngu quá độ; không hiểu biết** • That stupid son of a bitch doesn't know his ass from a hole in the ground: *Anh chàng ngớ ngẩn đáng ghét đó chẳng hiểu biết gì dốt đặc cán mai.*

not know one's ass from one's elbow *verb* **không biết; rất ngu ngốc;** = KNOW FROM NOTHING • Opponents claim the President doesn't know his ass from his elbow when it comes to Central America: *Các đối thủ khẳng định Tổng thống thiếu hiểu biết khi đến Trung Mỹ.*

not know beans (**about** something) *verb* **không biết hoàn toàn về việc gì** • Don't pay any attention to her. She doesn't know beans: *Đừng để ý đến cô ta. Cô ta không biết gì đâu.*

not know someone **from Adam** *verb* **không biết mặt mũi người nào ra sao** • We're bigger than 90 percent of the companies, but nobody knows us from Adam: *Chúng tôi thì lớn hơn 90 phần trăm của các công ty khác, nhưng không ai biết mặt mũi chúng tôi cả.*

not know someone or something **from a hole in the ground** *verb* **hoàn toàn không biết hoặc không quen với** • I was supposed to recognize her, but I didn't know her from a hole in the ground: *Tôi tưởng nhận ra cô ta, nhưng tôi hoàn toàn không quen cô ta.*

not know from nothing *verb* **ngu ngốc; ngây thơ; không biết gì** • Tom doesn't know from nothing. He is really dense: *Tom không biết gì cả. Anh ta thật sự ngu đần.*

not know shit about something *verb* **không biết hoàn toàn về việc gì** • You've worked here for a month, and you don't know shit about this job!: *Bạn đã làm việc ở đây một tháng rồi, và bạn chẳng biết gì về công việc này cả!*

not know shit from Shinola *verb* **rất ngu đần hoặc không biết gì cả** • That jerk doesn't know shit from Shinola! Don't even ask him about it!: *Thằng ngu dốt đó không biết gì cả! Thậm chí đừng hỏi hắn ta về điều đó!*

not lay a glove (or **finger** or **hand**) **on** someone *verb* **rời đi vô sự; không thể gây tổn thương** • To this point, they haven't laid a glove on him: *Đến thời điểm này, họ không thể gây tổn thương cho hắn.*

not make deals *verb* **từ chối đầu cơ; khước từ cuộc thương lượng bất lương** • I don't make deals, especially not with crooks: *Tôi khước từ cuộc thương lượng, đặc biệt với những kẻ lừa đảo.*

no tomorrow *xem* LIKE IT'S GOING OUT OF STYLE

not on your life *negation* **không; dứt khoát là không;** = NOTHING DOING, NO WAY • Drink that? Not on your life: *Uống cái đó không? Không.*

not on your tintype *negation* **tất nhiên là không; dứt khoát là không** • "Do you consider yourself a rude person?" "Not on your tintype": *"Anh có tự cho mình là một người thô lỗ không?" "Tất nhiên là không".*

not play with a full deck *xem* PLAY WITH A FULL DECK

no-trump *noun* **án tù chung thân mà không có cơ hội được tha**

not so hot *adjective* **1 không tốt lắm; tầm thường; xoàng** • I didn't flunk but my record isn't so hot: *Tôi không trượt nhưng thành tích của tôi không tốt lắm.* **2 không khỏe; khó ở** • How do you feel? —Not so hot: *Anh cảm thấy như thế nào?– Không được khỏe lắm.*

not tonight, Josephine *sentence* **chúng ta sẽ không quan hệ tối nay, em yêu** [thường dùng bởi đàn ông để từ chối quan hệ với phụ nữ (được quy cho *Napoleon Bonaparte* khi nói với nữ hoàng *Josephine*)]

not too shabby *adjective* **1 đẹp; tốt** [nhấn mạnh ở từ *"shabby"*] • Is that your car? Not too shabby!: *Đó là xe ô tô của anh phải không? Đẹp đấy!* **2 rất xấu; tồi tàn; quả thực rất đáng thương** [nhấn mạnh ở từ

not touch someone or something **with a ten-foot pole** verb không thích có việc gì để làm với; nghi ngờ hoặc lo lắng; từ chối; bác bỏ • If I were you I wouldn't touch that proposition with a ten-foot pole: Nếu tôi là anh, tôi sẽ từ chối lời đề nghị đó.

not to worry sentence đừng lo lắng; không sao đâu • You lost your ticket? Not to worry. I'll give you mine: Bạn mất vé rồi à? Đừng lo. Tôi sẽ cho bạn vé của tôi.

not worth a bucket of warmspit xem WORTH A BUCKET OF WARM SPIT

not worth a damn adjective vô dụng; vô ích; không có giá trị • When it comes to keeping score, she's not worth a damn: Đến lúc giữ tỷ số (tức là vẫn giữ số điểm đã ghi được) thì cô ấy trở nên vô dụng.

not worth a plugged nickel adjective không có giá trị hoặc không tác dụng • This new battery is not worth a plugged nickel: Bình ắc-quy mới này không tác dụng gì cả. • His word isn't worth a plugged nickel: Lời nói của nó không có giá trị nào cả.

not worth beans adjective không có giá trị; vô dụng; không sử dụng được • This paint is not worth beans. I'll have to buy another can: Sơn này thì không sử dụng được. Tôi sẽ phải mua một hộp khác.

nougat noun người ngu đần; = BOOB, SAP

Nova noun cá hồi hun khói của vùng Nova Scotia (bán đảo ở phía đông của Canada)

Nova under snow on a sled noun (quầy bán đồ ăn trưa) thịt cá hồi hun khói và kem phó mát trên bánh nướng xốp của Anh

novhere adjective không hấp dẫn; không thú vị [tiếng Đức bồi hoặc giọng Hà Lan]

now adjective hợp thời trang; đúng mốt; hiện hành; rất hiện đại • "Hey, man," said the stranger, "where you goin' with that here now cow?": "Này anh bạn", người lạ nói, "anh đi đâu với ả điếm hợp thời trang ở đây thế?"

no way 1 negation không; dứt khoát không; = NO DICE • When I asked for more he said no way: Khi tôi xin thêm, ông ta nói không. 2 adv không bao giờ; không đời nào • No way will I resign, you'll have to fire me: Không đời nào tôi từ chức, ông sẽ phải sa thải tôi.

no way! interj. dùng để thể hiện sự không tin tưởng vào điều mới được nói ra • TED: Whoa! Second base! BILL: No way! – TED: Đừng lại! Trạm thứ hai! BILL: Không đời nào!

no way, Jose negation dùng như một lời từ chối hài hước tuy rõ ràng [sự láy âm dễ nhớ biến nó thành câu được yêu thích lúc đầu trong quá trình tiếp thu tiếng lóng của một người trẻ tuổi] • The Rican said, "No way, Jose.": Rican đáp "Không đời nào, Joe ạ".

no way to run a railroad xem a HELL OF A WAY TO RUN A RAILROAD

nowhere adjective 1 không biết chuyện gì đang diễn ra, cực kỳ ngây thơ, hoàn toàn bối rối • "I'm sorry," I repeated, "but this scene is nowhere": "Tôi xin lỗi," Tôi nhắc lại, "Nhưng tôi không biết chuyện gì đang xảy ra với cảnh này". 2 tồi; không tốt; buồn tẻ; không thú vị • This place is really nowhere. Let's go: Nơi này thật là buồn tẻ. Chúng ta hãy đi nào.

Nowheresville noun bất cứ nơi xa xôi buồn tẻ nào

no-win adjective không thể thắng; không hy vọng [được dùng nhiều nhất trong cụm từ *no-win situation*]

no-win situation noun một tình trạng không có hy vọng thành công • I find myself in a no-win situation again: Tôi tự biết mình ở trong một hoàn cảnh không có hy vọng thành công.

now what? or **Now what?** interrog. 1 bạn có thể nắm được những gì tôi vừa nói không? 2 có gì không ổn à? • I ran into the room and stopped in front of Tom. "Now what?" asked Tom: Tôi chạy vào phòng và dừng trước mặt Tom. "Có gì không ổn vậy?" Tom hỏi.

nozzle noun (quyền Anh) mũi; = SCHNOZZ

nubbins noun ngực phụ nữ

nudge noun (cũng là *noodge* or *nudjh* or *nudgy* or *nudzh*) người hay mè nheo, cằn nhằn; người chỉ trích kinh niên; người than phiền hoặc quấy rầy liên tục

nudge or **noodge** verb mè nheo; làm khó chịu; chỉ trích; than phiền liên tục • Don't noodge all the time: Đừng cằn nhằn suốt như thế chứ.

nudie noun 1 một màn trình diễn hoặc một bộ phim có cảnh phụ nữ khỏa thân nhưng không có hoạt động tình dục 2 một nữ diễn viên khỏa thân hoặc bán khỏa thân 3 tạp chí, sách, v.v.. có hình ảnh khỏa thân; = SKIN MAGAZIN

nudie adjective có cảnh phụ nữ khỏa thân hoặc bán khỏa thân • I bought a couple of nudie magazine: Tôi đã mua vài cuốn tạp chí có hình khỏa thân.

nudnik or **noodnik** noun một kẻ quấy rầy; một tên ngốc; một người câu nệ; một gã phiền phức; = NUDGE

nuggets noun tinh hoàn; hòn dái

nuke verb 1 lãng phí; tàn phá; phá hủy • Your cat ran through my garden and totally nuked my flowers!: Con mèo của cậu chạy qua vườn của tôi và phá hủy hoàn toàn hoa của tôi rồi! 2 đun nóng trong lò vi ba (lò vi sóng) 3 (tin học) xóa 4 hủy diệt với vũ khí hạt nhân

nuke or **nook** noun một thiết bị hoặc nhà máy hạt nhân; vũ khí hạt nhân • [T]here is reason to believe that two Soviet-manu-factured suitcase nukes may have fallen into bin Laden's hands: Có lý do để tin rằng hai chiếc va li đựng vũ khí hạt nhân do Liên Xô sản xuất có thể đã rơi vào tay bin Laden.

Nuke it! imperative Vứt nó đi! • You don't need this thing. Nuke it!: Bạn không cần thứ này đâu. Hãy vứt nó đi!

nukka noun một người da đen [hơi ít xúc phạm hơn *nigger*]

numb adjective ngu ngốc; lãnh đạm

numb-brained adjective khờ khạo; đần độn

number noun 1 một người, đặc biệt là người quyến rũ, thường là phụ nữ 2 một người được xem là thông minh và tháo vát hoặc hấp dẫn; = ARTICLE, HOT NUMBER [luôn theo sau một tính từ hoặc cụm từ "*quite a*"] 3 khách làng chơi, đặc biệt là đồng tính nam 4 một bạn tình bình thường 5 một tình huống 6 (sinh viên và ma túy) điếu thuốc lá chứa cần sa 7 một món hàng; = ARTICLE • I found a number I liked pretty well: Tôi đã tìm thấy một món hàng mà tôi khá thích. 8 công việc, nghề nghiệp, hoạt động yêu thích, v.v..; = GAME • I don't know what his number can be: Tôi không biết nghề nghiệp của anh ta có thể là gì. 9 (từ ngành biểu diễn) động tác hoặc điệu bộ có vẻ kịch; = SHTICK • He does that number with the tablecloth: Nó làm động tác đóng kịch với khăn trải bàn. 10 mưu mẹo; trò gian trá; mánh lới; = ACT 11 (người đồng tính) bạn tình đồng tính bình thường; = TRICK 12 một bài hát 13 người hoặc cái gì đó • This is an interesting little number. You attach it to your bicycle handlebars: Đây là một vật nho nhỏ thú vị đấy. Cậu buộc nó vào tay lái xe đạp của cậu đi. 14 một tiết mục hoặc một màn trình diễn; một màn trình diễn đặc sắc • Ann did her number and left the stage: Ann hoàn thành màn trình diễn của mình và rời khỏi sân khấu.

a number noun điều gì đáng chú ý, đặc biệt về mối quan hệ tình dục;

= an ITEM

number cruncher 1 *noun* (cũng là ***numbers cruncher***) nhân viên kế toán hoặc người giữ sổ sách 2 *noun* máy vi tính lớn và mạnh hoặc máy tính • They traded in the old computer for a powerful number-cruncher: *Họ đổi máy tính cũ lấy một máy lớn và mạnh.* 3 *adj* đòi hỏi tính toán; thống kê • number-cruncher course: *khóa học thống kê*

number-crunching *noun* 1 sự dùng máy vi tính để giải quyết những vấn đề thuộc về tính toán hết sức phức tạp • I don't do a lot of number crunching, so I don't need a terribly fast machine: *Tôi không dùng máy tính để tính toán nhiều, vì thế tôi không cần một máy cực nhanh.* 2 (*thanh thiếu niên*) toán học, thống kê, khoa học máy vi tính, v.v.., đặc biệt ở trung học 3 sự tính toán; sự làm toán

number one or **Number One** 1 *noun* bản thân bạn, sở thích riêng của bạn; chính mình, đặc biệt khi cạnh tranh với người khác; = NUMERO UNO • [H]e started off thinking of number one: *Anh ta bắt đầu nghĩ tới bản thân.* 2 *noun* sự đi tiểu 3 *verb* The little kid had to number one real bad: *Thằng nhóc thực sự phải đi tiểu.* 4 *noun* người lãnh đạo; = BOSS, HONCHO 5 *noun* người nổi bật nhất trong một lĩnh vực 6 *noun* (*sân khấu xưa*) một phần của sân khấu nằm trước màn kéo chính

number one or **numba one** *adjective* thứ tốt nhất • Maybe you like see number-one girl?: *Có lẽ anh thích thấy cô nàng đẹp nhất?*

number-one boy *noun* 1 người lãnh đạo; thủ lĩnh; = BOSS, HONCHO 2 trợ lý của thủ trưởng • He's the president's number-one boy: *Ông ta là trợ lý của tổng thống.*

numbers *noun* (*thể thao*) con số thống kê của một cầu thủ; = STATS • He had 40 homers and a 32 average, the best numbers on the team: *Anh ta có 40 cú đánh được ghi điểm (chạy quanh tất cả các điểm quy định) và 325 cú trung bình, con số thống kê giỏi nhất trong đội (môn bóng chày).*

number ten or **numba ten** *adjective* tệ nhất

number two or **number twos** 1 *noun* sự đại tiện; sự ỉa 2 *verb* He ran off in the wood, have to number two: *Nó chạy vào rừng, cần phải đại tiện.*

numbhead or **numbie** *noun* người ngu ngốc

numbheaded *adjective* ngu ngốc; = NUMB-BRAINED

numbnuts *noun* người đần độn; kẻ vô dụng; kẻ đáng khinh; = JERK, LIMP-DICK

numbskull or **numskull** *noun* người đần độn; một tên ngốc

numero uno or **Numero Uno** *noun* 1 tốt nhất [tiếng Tây Ban Nha cho "*number one*"] 2 bản thân bạn; chính mình; = NUMBER ONE • Being able to take care of yourself. Looking out for numero uno is more important now than ever: *Cần có thể chăm sóc bản thân. Việc để ý bản thân bạn bây giờ quan trọng hơn bao giờ hết.* 3 người lãnh đạo; người đứng đầu; = BOSS, HONCHO 4 người nổi bật nhất trong một lĩnh vực

nummy *noun* một tên ngốc; một người đầu óc kém thông minh [viết tắt của "*numbskull*"]

nummy *adjective* ngon; ngon tuyệt [trẻ con hoặc đứa bé tập nói]

num-nums *noun* ngực phụ nữ

nurds *noun* tinh hoàn; hòn dái

nurts or **nerts** *noun* chuyện vô lý; chuyện tầm phào

nurts or **nerts!** *interj.* cách thể hiện sự đau khổ hoặc sự xuống tinh thần một cách nhẹ nhàng • Oh, nerts! I forgot my wallet: *Ôi trời! Tôi đã quên ví tiền của tôi rồi.*

nut *noun* 1 một người điên; một người kỳ quặc hoặc lập dị; = FLAKE, SCREWBALL • To them, Bob looked like a comical cartoon character, a total nut: *Với họ, Bob trông như một nhân vật hoạt hình lố bịch, một kẻ hoàn toàn điên rồ.* 2 chi phí định kỳ và thường xuyên • We'll be rich. No more nut every week: *Chúng ta sẽ giàu. Không còn chi phí định kỳ và thường xuyên hàng tuần nữa.* 3 hành động giao hợp; hoạt động tình dục 4 sự cực khoái, đặc biệt của đàn ông • It's not what you think. It won't take but five minutes for the guy to reach a nut. I mean, it's like takin' candy from a baby: *Đó không phải là những gì cô nghĩ. Sẽ không mất quá 5 phút để một gã đạt cực khoái. Ý tôi là, nó giống như việc lấy kẹo của đứa bé vậy.* 5 tinh dịch 6 một người say mê; = BUG, FREAK • He's a nut about all kinds of pop music: *Anh ta là người say mê về tất cả các loại nhạc pop.*

7 (*lễ hội, người bán hàng*) sự đầu tư cho một công việc kinh doanh; tiền vốn và khoản chi tiêu cố định • Our nut is high, but our variable expenses are practically nothing: *Tiền đầu tư cao mà khoản chi tiêu thất thường của chúng tôi thì hầu như không còn gì cả.* 8 (*từ giữa những năm 1800, Anh*) cái đầu • The baseball came in fast. Clonk! Right on the nut!: *Quả bóng chày bay đến khá nhanh. "Bốp!" Trúng ngay vào đầu!* 9 (*thế giới ngầm*) sự hối lộ bất hợp pháp cho cảnh sát • What they called "the nut" payoffs to the police: *Cái gì họ gọi "the nut" là sự đút lót cho cảnh sát.* 10 (*thế giới ngầm*) phần chia trong sự hối lộ vừa kiếm được bởi cảnh sát 11 tinh hoàn; hòn dái; = BALL • She kicked him in the nuts: *Cô ta đá hắn vào hòn dái.*

nut *verb* 1 quan hệ tình dục 2 đạt cực khoái, đặc biệt là đàn ông

nutball (biến thể: **bar** or **cake** or **case** có thể thay **ball**) 1 *noun* người điên hoặc lập dị; = NUT 2 *adj* Use the nutbar examples we're provided here: *Hãy dùng những ví dụ lập dị mà chúng ta được cung cấp ở đây.*

nut-crunching *noun* sự hủy diệt nam tính; sự thiến đi; = BALL-BUSTING

nut house *noun* (biến thể: **academy** or **box** or **college** or **factory** or **farm** or **foundry** or **hatch** có thể thay **house**) bệnh viện tâm thần; nhà thương điên

nut out *verb* hành động như bị bệnh tâm thần; mất ổn định tâm thần

nutpick *noun* nhà phân tâm học

nut role *noun* hành động giả vờ lập dị hoặc điên nhẹ

nut-role or **nut-roll** *verb* giả vờ bị tâm thần không ổn định • Buddha deadpans, nutrolls on them, as the Afro-Lords crack up around him: *Buddha cứ trơ mặt, giả vờ tâm thần không ổn định khi các quan chức cao cấp châu Phi tán dương ông ta.*

nuts or **nutz** or **nerts** or **nertz** *noun* tinh hoàn; hòn dái; = BALLS, FAMILY JEWELS • He got hit right in the nuts: *Anh ta bị đánh ngay vào hòn dái.*

nuts or **nutz** or **nerts** or **nertz** *adjective* điên; rất lập dị; = BUGHOUSE, MESHUGA

nuts! or **nutz!** or **nerts!** or **nertz!** *exclam.* không! tôi không tin anh đâu!; tôi không quan tâm! • Oh, nuts! I forgot my wallet: *Ồ, không! Tôi đã quên cái ví của tôi rồi.*

the nuts or **the nutz** or **the nerts** or **the nertz** *noun* một người hoặc một thứ tốt nhất; = the GREATEST

nuts about (or **over** or **on**) *adjective* (biến thể: **nutty** có thể thay **nuts**) rất yêu thích; say mê; = CRAZY ABOUT • I think I'm nuts about you: *Anh nghĩ anh rất yêu thích (mê mẩn) em.*

nuts and bolts *noun* 1 những chi tiết cơ bản và thực tiễn; những yếu tố cần thiết và thực tế • He's dealing with the nuts and bolts of the project: *Anh ta đang đề cập đến từng chi tiết cơ bản của dự án.* **2 *modifier:*** Berger's nuts-and-bolts discussion of film-TV music: *cuộc thảo luận thiết thực của Berger về nhạc phim truyền hình* **3 môn tâm lý học ở trường đại học hoặc cao đẳng** • Tom is flunking nuts and bolts because he won't participate in the required "experiments": *Tom bị đánh trượt môn tâm lý học vì anh ta không tham gia vào "những thực nghiệm" bắt buộc.*

nuts around *verb* **ăn không ngồi rồi**

nutso *adjective* **điên;** = NUTTY • Lady, pardon me for saying, but I think you're goddamn fucking nutso: *Thưa cô, xin thứ lỗi cho tôi, nhưng tôi nghĩ cô là người cực kỳ điên.*

Nuts to you! *exclam.* **Biến đi!; Xéo đi và đừng quấy rầy tôi nữa!** • Nuts to you! I will not lend you money!: *Biến đi! Tao sẽ không cho mày mượn tiền đâu!*

nutsy *adjective* **lập dị; kỳ cục; điên**

nutter *noun* **1 người điên rồ, kỳ cục hoặc gàn rở;** = NUT, NUTBALL **2 kẻ ngu ngốc; kẻ ngốc nghếch**

nuttery *noun* **bệnh viện tâm thần**

nuttiness *noun* **sự điên rồ; sự mất trí;** = GOOFINESS

nutty *adjective* **1 điên; rất lập dị;** = NUTS • I was just about nutty, I was so lonely: *Tôi sắp phát điên, tôi quá cô đơn.* **2 ngốc nghếch; ngu ngốc; lông bông** • What a nutty idea!: *Thật là một ý kiến ngu ngốc!* **3 xuất sắc** [biến thể của *"crazy"*]

nutty as a fruitcake *adjective* **cực kỳ lập dị; hết sức điên**

nut up *verb* **1 phát khùng; phát điên** • He'll just about nut up when you tell him that: *Ông ta sẽ phát điên khi anh kể cho ông ta nghe việc đó.* **2 hoàn toàn mất bình tĩnh** • But he nutted up. I was tryin' to tell him where the necklace was: *Nhưng anh ta đã hoàn toàn mất bình tĩnh. Tôi đang cố cho anh ta biết cái vòng cổ nằm đâu.* **3** (cũng là ***sack up***) **lấy hết can đảm, lấy dũng khí; (trở nên) cẩn thận, chín chắn hơn** • Come on, man! Nut up! Stand up for yourself!: *Nào, anh bạn! Can đảm lên! Tin tưởng vào bản thân mình chứ!*

nutz *xem* NUTS

NY hoặc **N.Y.** *nickname* **viết tắt của thành phố New York hoặc của tiểu bang New York, Mỹ.**

nympho *noun* **chứng cuồng dâm** • Nympho is more appropriate, quite honestly: *Chứng cuồng dâm thì hợp lý hơn, thật lòng đấy.*

O

O *noun* (*ma túy*) **thuốc phiện** [viết tắt của *"opium"*]

oak *adjective* **đồng ý; hài lòng; chấp nhận; tốt** • *That dude's oak: Anh chàng đó được đấy.*

Oakley *xem* ANNIE OAKLEY

Oaktown *nickname* **Oakland, California**

oasis *noun* **1 một quán rượu 2 nơi để mua rượu** • *Let's go into this oasis here and pickup a few bottles: Chúng ta hãy vào nơi bán rượu này ở đây và lấy vài chai rượu.*

oater or **oateater** or **oat opera** *noun* (*hãng phim*) **một bộ phim, một câu chuyện hay một bài hát cao bồi;** = HORSE OPERA

OBE *adjective* (*phát âm theo từng chữ cái riêng*) **bị một vố bất ngờ bởi các sự kiện** [viết tắt của *"overcome by events"* or *"overtaken by events"*]

Obie¹ *noun* **một phần thưởng được trao cho một tác phẩm xứng đáng ở Broadway**

Obie² *noun* (*ma túy*) **một loại ma túy kết hợp 4 loại amphetamine**

obit *noun* **1 lời cáo phó, đặc biệt trên báo** • *I been reading the obit page for twenty years, and I haven't found one yet: Tôi đã đọc trang cáo phó hai mươi năm rồi, và tôi chưa tìm thấy ai cả.* **2** *modifier*: *This is not the obit page: Đây không phải là trang cáo phó.*

the oblate spheroid *noun* **quả bóng đá bầu dục**

obnoc *adjective* **đáng ghét; ghê tởm** • *I wish you weren't so obnoc all the time!: Tôi ước gì anh đừng lúc nào cũng đáng ghét như vậy!*

ochre or **ocher** *noun* (*từ giữa những năm 1800, Anh*) **tiền**

OD¹ *noun* (*phát âm theo từng chữ cái riêng*) (*quân đội*) **vải màu olive; vải màu xanh xám** [viết tắt của *"olive drab"*]

OD² *noun* (*phát âm theo từng chữ cái riêng*) **1 một liều ma túy quá mức; sự dùng ma túy quá liều** [viết tắt của *"overdose"*] **2** (*bệnh viện*) **người dùng thuốc quá liều**

OD *verb* **1 dùng quá liều, dùng một liều ma túy quá mức, thường là hê-rô-in 2 chết vì dùng thuốc quá liều 3 quá ham mê bất cứ cái gì**

oday *noun* **tiền** [tiếng lóng của trẻ con cho *"dough"*]

oddball *noun* **1 người lập dị; người kỳ quặc;** = WEIRDO **2 người không theo lề lối; người không tuân theo các tục lệ xã hội**

oddball *adjective* **lạ; lập dị; kỳ quặc; cá biệt; khác thường** • *Your oddball ideas have cost us too much money: Những ý tưởng kỳ quặc của anh đã hao tốn chúng tôi quá nhiều tiền.*

odd bird or **strange bird** *noun* **người kỳ lạ hoặc lập dị**

odds and ends *noun* **đồ vụn vặt; những thứ lặt vặt, thường không có giá trị** • *We're moving out, everything has been packed in boxes except a few odds and ends: Chúng tôi đang dọn nhà đi, mọi thứ đã được xếp vào thùng ngoại trừ vài thứ lặt vặt thôi.*

odds-on *adjective* (*từ cờ bạc*) **chắc ăn; rất có thể (thắng)** • *My horse is an odds-on favorite to win: Con ngựa của tôi được mọi người ưa thích chắc sẽ thắng.*

OD's or **ODs** *noun* (*quân đội*) **đồng phục màu ô liu xám xịt**

of *verb* **có** [dùng như động từ *have*] • *The kids must of gone crazy when the film star appeared: Hẳn bọn trẻ trở nên cuồng nhiệt khi ngôi sao điện ảnh xuất hiện.*

ofaginzy *noun* (*từ người da đen*) **một người da trắng;** = OFAY

ofay 1 *noun* (*từ người da đen*) **người da trắng;** = FAY, GRAY **2** *adj* *ofay business men and planters: các doanh nhân và người quản lý đồn điền da trắng*

off *noun* **1 cảnh báo do cảnh sát bẩn (hối lộ) đưa ra cho một hoạt động cá cược bất hợp pháp về cuộc bố ráp sắp xảy ra 2** (*đô-mi-nô*) **một quân cờ không đóng góp giá trị gì cho ván cờ của bạn**

off *verb* **1** (*người da đen*) **giết;** = WASTE • *We'll off any pig who attacks us: Chúng tôi sẽ giết bất cứ kẻ cuồng tín nào tấn công chúng tôi.* (*xem thêm pig*) **2** (*người da đen*) **quan hệ tình dục với;** = SCREW **3 bán, đặc biệt là hàng lậu 4 chết** • *The old man offed on the way to the hospital: Ông già đã chết trên đường đến bệnh viện.*

off *adjectiv* **1 không hoạt động;** = OUT OF WHACK • *My car's off so I'll take yours: Xe anh bị hỏng vì thế anh sẽ lấy xe của em.* **2 ôi; ươn; không tươi; hỏng** • *The meat's a bit off: Thịt hơi bị ôi.* **3 bị hủy bỏ; sẽ không xảy ra** • *The wedding's off: Hôn lễ bị hủy bỏ.* **4 không làm việc; không làm nhiệm vụ** • *The cook is off today: Hôm nay đầu bếp không làm việc.* **5** (*thức ăn trên thực đơn*) **hết; không còn nữa** • *Soup's off—we've only got fruit juice: Món xúp hết rồi- chúng tôi chỉ có nước trái cây.* **6 ốm; mệt** • *He's rather off today: Hôm nay anh ta hơi mệt.* **7 không dùng ma túy 8 say rượu hoặc say ma túy**

off *preposition* **không sử dụng; không còn nghiện ngập nữa; cai** • *I've been off the sauce for four years: Tôi đã không dùng thức uống có cồn bốn năm nay rồi.*

off artist *noun* **kẻ trộm; kẻ cắp**

off at the knees *xem* CUT oneself OFF AT THE KNEES

off base *adjective* **1 không phù hợp; không được yêu cầu; không cần thiết** • *Some of his questions were way off base: Vài câu hỏi của ông ta thì không phù hợp.* **2 tự phụ; quá táo bạo; trơ trẽn;** = OUT OF LINE • *When I asked for her telephone number she said I was off base: Khi tôi hỏi xin số điện thoại của cô ta, cô ta bảo tôi quá trơ trẽn.* **3 không đúng; không chính xác** • *The stats are a mile off base: Những số liệu thống kê này hết sức không chính xác.*

off one's base *adjective* **sai; nhầm; sai lầm** • *Professor McClintock is quite off his base in knocking the use of slang: Giáo sư McClintock*

offbeat *hết sức sai lầm trong sự chỉ trích gay gắt việc dùng tiếng lóng.*

offbeat *adjective* **bất thường; thất thường; lạ lùng** • *The off-beat death...in an off-Broadway hotel: Cái chết kỳ lạ...ở trong một khách sạn không chuyên nghiệp.*

off-brand cigarette *noun* **một điếu thuốc lá chứa cần sa**

off-Broadway *adjective* **không chuyên nghiệp; có tính chất thí nghiệm** (vở kịch, chương trình ca múa nhạc, v.v..)

off someone's **case** *adverb* (từ người da đen) **không can thiệp vào việc của ai; đừng làm phiền hoặc gây áp lực với ai** • *I said I wanted her off my case: Tôi nói là tôi muốn cô ta đừng xía vào việc của tôi.*

off one's **chump** *adjective* **điên; khùng** • *You're completely off your chump!: Cậu hoàn toàn điên rồi!*

off color *adjective* **dơ bẩn; tục tĩu; dâm ô; khiếm nhã;** = BLUE • *That joke was sort of off color: Chuyện đùa đó là loại tục tĩu.* • *Some of his observation were a bit off color: Một số lời bình phẩm của anh ta hơi khiếm nhã.*

off one's **feed** *adjective* **không cảm thấy khỏe; không trông có vẻ khỏe; khó ở** • *I've got a cold and so I was off my feed: Tôi bị cảm lạnh cho nên tôi không cảm thấy khỏe.*

office *noun* (phi công) **buồng lái máy bay**

office *verb* (thế giới ngầm xưa) **báo hiệu; ra tín hiệu cho ai** • *Will you let her out when I office you?: Anh sẽ để cô ta ở ngoài khi tôi báo hiệu cho anh phải không?*

the **office** *noun* (thế giới ngầm xưa) **dấu hiệu hoặc tín hiệu** • *When I give you the office I want you to knock Hamilton down: Khi tao ra tín hiệu, tao muốn mày hạ gục thằng Halmiton.*

off one's **meds** *phrase* **cư xử một cách lạ lùng** • *Man, what a temper! Must be off her meds: Ôi, thật là một tính khí! Cô ấy cư xử thật lạ lùng.*

off one's **nut** *adjective* (biến thể: **bird** or **chump** or **head** or **noodle** or **onion** or **rocker** có thể thay **nut**) **điên rồ; gàng dở; sảng;** = MESHUGA, NUTS • *I suppose he was off his nut: Tôi cho là hắn đã bị điên.*

off one's **plate** *adverb* **không còn là vấn đề trách nhiệm và quan tâm; không phải giải quyết** • *Congress would like to get the abortion issue off its plate: Quốc hội muốn có vấn đề phá thai không phải giải quyết nữa.*

off-putting *adjective* **1 làm lo lắng; đáng lo** • *Such adolescent pranks may be off-putting: Những trò chơi khăm tuổi mới lớn như thế có thể đáng lo.* **2** (chủ yếu ở Anh) **quấy rầy; bối rối; khó chịu** • *His talkativeness was rather off-putting: Tính ba hoa của nó có phần nào gây khó chịu.*

off one's **rocker** *adjective* **ngờ nghệch; lông bông; dở hơi** • *That silly dame is off her rocker: Người đàn bà đó thì dở hơi.*

off the air *adverb* **1 không phát sóng trên đài phát thanh hoặc truyền hình** • *"Flying Doctor" will go off the air for this winter: Chương trình "Flying Doctor" sẽ ngừng phát sóng trong mùa đông này.* **2 ngưng hoạt động** • *The new regulations will put many small firms to go off the air: Những luật lệ mới sẽ đẩy nhiều công ty nhỏ tới chỗ ngưng hoạt động.*

off the bat *xem* RIGHT OFF THE BAT

off the beam *adverb* **nhầm lẫn; sai lầm; không đúng** • *That idea is way off the beam: Ý kiến đó thì sai lầm.*

off the charts *adjective* **quá lớn để đo đếm** • *His popu-larity, high before, is now way off the charts: Lòng mến mộ của ông ta, trước đây đã cao rồi, hiện quá lớn để đo đếm.*

off the cob *adjective* (thanh thiếu niên) **thường và không lý thú; quá ủy mị;** = CORNY • *The music was strictly off the cob: Nhạc thật quá ủy mị.*

off the cuff **1** *adv* **ứng khẩu; tùy ứng; không chuẩn bị trước** • *He spoke off the cuff for forty minutes at the conference: Ông ta nói ứng khẩu bốn mươi phút ở hội nghị.* **2** *adj* *a good off-the-cuff talker: một người nói chuyện ngẫu hứng giỏi*

off the deep end *xem* GO OFF THE DEEP END, JUMP OFF THE DEEP END

off the habit *adjective* (ma túy) **chữa thói nghiện ma túy; cai; không còn nghiện ma túy;** = CLEAN

off the hog *xem* EAT HIGH ON THE HOG

off the hook *adjective* **1 không còn khó khăn hoặc rắc rối nữa; không còn bị ép buộc gì nữa; hết nguy hiểm, hết trách nhiệm, hết tội;** = CLEAR • *Shagan gets Harry off the hook: Shagan hết trách nhiệm với Harry.* **2 điên; khùng**

off the needle *adjective* (ma túy) **không còn chích hoặc dùng ma túy nữa;** = CLEAN

off the pace *adverb* **sau người hoặc vật dẫn đầu** • *The red car is about two laps off the pace: Chiếc xe màu đỏ sau chiếc xe dẫn đầu khoảng hai vòng đua.*

off-the-rack *adjective* **được sản xuất hàng loạt hoặc làm sẵn; không được làm theo ý khách hàng hoặc được thiết kế đặc biệt** • *She bought off-the-rack clothes: Cô ta đã mua quần áo may sẵn.*

off the record *adverb* **mật; không để công bố; không chính thức** • *The mayor would only speak off the record and very cryptically at that: Thị trưởng sẽ chỉ nói không chính thức và rất bí ẩn về chuyện đó.*

off-the-shelf *adjective* **sẵn sàng để sử dụng; có thể mua được mà không gặp bất cứ khó khăn nào** • *This is just off-the-shelf hand lotion. Isn't it great?: Cái nầy chỉ là nước thơm thoa tay sẵn sàng để sử dụng. Thật tuyệt phải không?*

off the tit *xem* LIVE OFF THE FAT OF THE LAND

off the top *adverb* **trước khi khấu trừ;** = UP FRONT • *He demanded his percentage right off the top: Anh ta đòi phần trăm của mình ngay trước khi khấu trừ.*

off the top of one's **head** *adverb* **không suy nghĩ hoặc tính toán trước; ứng khẩu; ngẫu hứng** • *I can't tell you the answer off the top of my head: Tôi không thể nói cho anh câu trả lời thiếu cân nhắc.*

off the track *adjective* **không theo hướng có hiệu quả; đi theo hướng sai** • *You are off the track just a little. Let me help you: Bạn đi chệch hướng một chút. Để tôi giúp bạn.*

off the wagon *adjective* **1 tái phát chứng nghiện rượu [uống rượu trở lại sau một thời gian kiêng] 2 tái nghiện ma túy sau một thời gian cai**

off the wall *adjective* **1 kỳ quặc; khác thường; không thực;** = ODDBALL, OFF-BEAT • *Some of his ideas are really off the wall: Một số ý tưởng của anh ta thật khác thường.* **2 điên rồ; rất lập dị;** = OFF one's NUT • *I suppose he was off the wall: Tôi nghĩ rằng nó điên rồ mất rồi.*

offtish *xem* OOFTISH

off-trail *adjective* **không bình thường; lập dị** • *Of all the weird, off-trail characters I have known, he was the weirdest, the most off-trail: Trong tất cả những nhân vật lập dị, kỳ lạ mà tôi đã biết, anh ta là người lập dị, kỳ lạ nhất.*

off one's **trolley** *adjective* **1 điên rồ; loạn trí;** = NUTS **2 ngớ ngẩn;**

Oh, boy! exclam. **Ôi chao!; Chà!** • Oh, boy! This kitchen's a mess!: *Ôi chao! Cái nhà bếp này thật là bừa bãi!*

oh-dark-thirty noun (*quân đội*) giờ sáng sớm

oh fudge interj. thán từ chỉ sự thất vọng, ngạc nhiên, v.v.. • Oh fudge, I dropped the papers: *Ôi chao, tôi làm rớt giấy tờ rồi.*

Oh, yeah? exclam. **Thế à?; Bạn muốn kiếm chuyện à?** • Oh, yeah? What makes you think so?: *Thế à? Điều gì làm bạn nghĩ vậy?*

oil noun 1 lời nịnh hót; lời tâng bốc; lời nói ba hoa; = BALONEY, BUNK 2 sự đút lót; tiền mua chuộc 3 (*người da đen*) rượu

oil verb đút lót; mua chuộc; hối lộ • We'll have to oil the mayor to get that permit: *Chúng sẽ phải đút lót thị trưởng để có giấy phép đó.*

oil can noun (*đường sắt*) toa chở dầu

oiled or **oiled up** adjective say rượu hoặc say ma túy

oiler noun (*khinh*) người Mexico; = GREASER

oil it học khuya ban đêm • I have a test tomorrow, and I really have to oil it tonight: *Ngày mai tôi có bài kiểm tra, và tôi thực sự phải học suốt đêm nay.*

oil someone's palm xem GREASE someone's PALM

oily adjective xảo quyệt và nịnh hót; ranh mãnh và giả dối

oink noun viên cảnh sát; = PIG [cách dùng không phổ biến bằng pig (cảnh sát)]

oink verb 1 phát ra tiếng kêu và hành xử như lợn (heo) 2 quyến rũ bằng lòng tham

oinker noun người béo phệ

oinkers noun cảnh sát [một sự mở rộng rõ ràng của *PIG*]

OJ or **oj** noun (*phát âm theo từng chữ cái riêng*) (*đặc biệt quầy bán đồ ăn trưa*) nước cam ép [viết tắt của "*orange juice*"]

OJ someone verb đâm ai; làm tổn thương ai [dựa vào trường hợp của *O.J. SIMPSON* bị đâm] • Don't worry. I would never OJ my buddy: *Đừng lo. Tôi sẽ không bao giờ làm tổn thương bạn của mình đâu.*

OK or **okay** noun 1 sự đồng ý; sự chấp thuận • The Chancellor gave his okay to the idea: *Thủ tướng đã chấp thuận ý tưởng.* 2 một món tiền hối lộ được một tổ chức cờ bạc bất hợp pháp trả cho các quan chức để duy trì công việc kinh doanh

OK or **okay** verb chấp thuận • Scotty signed it and the Judge okayed it: *Scotty đã ký và thẩm phán chấp thuận nó.*

OK or **okay** adjective 1 thoải mái; nhàn hạ [đặc biệt phổ biến dưới dạng "OK about" hoặc "OK with"] 2 an toàn; không bị thương • Are you okay? You don't look good: *Cậu không bị thương chứ? Trông cậu không khỏe.* 3 tán thành; = COPACETIC • He made an OK decision: *Ông ta đưa ra quyết định tán thành.* 4 có thể chấp nhận nhưng không xuất sắc; hài lòng • The play's okay, but I still prefer the book: *Vở kịch có thể chấp nhận nhưng không xuất sắc lắm, nhưng tôi vẫn thích sách học cơ* 5 tốt; xuất sắc; hài lòng • The print looked okay, but just okay: *Bản in trông có vẻ tốt, nhưng chỉ tốt thôi.* • He's an okay guy: *Nó là một gã tốt.* 6 được; chấp nhận được • This cake is okay, but not what I would call first rate: *Cái bánh này cũng được đấy, nhưng tôi không thể gọi nó là loại một đâu.* 7 (*trong câu xác định hoặc câu hỏi*) được chứ?; = COPPISH • I'm going now, OK?: *Tôi đi bây giờ, được chứ?*

OK or **okay** adverb đúng; được rồi; được hiểu ngầm • So I told you about that, okay, so the next thing was he jumped the fence: *Thế là tôi đã kể cho anh về chuyện đó, đúng vậy, cho nên việc kế tiếp là hắn ta nhảy qua hàng rào.*

lập dị

okey-doke noun một trò lừa đảo hoặc mánh khóe lừa bịp

okey-dokey adjective có thể chấp nhận được; đồng ý; được rồi; = OK • Okey-dokey, I'll be there at noon: *Được rồi, tôi sẽ có mặt ở đó lúc giữa trưa.*

okey-dokey affirmation dùng để bày tỏ sự đồng ý [một sự bóp méo lạc hậu, kiểu cách tuy vẫn phổ biến của OK] • Okey-dokey, thanks a bunch: *Được rồi, cám ơn nhiều.*

Okie[1] noun người lao động nay đây mai đó, đặc biệt người rời bỏ nhà ra đi vì cơn bão bụi vào thập niên 30; = ARKY

Okie[2] noun (*quân đội, thế chiến II*) người bản xứ hoặc dân sống ở Okinawa (Nhật)

Okie[3] noun một cư dân hoặc người da trắng bản địa nghèo của vùng nông thôn Oklahoma; một cư dân hay người da trắng bản địa nghèo của vùng trung nam nước Mỹ; = SOONER

old or **ol'** or **ole** adjective 1 mệt mỏi; khó chịu 2 khinh miệt; nhàm 3 thân thiết; thân yêu [được dùng mà không liên quan đến tuổi hoặc giới tính] • You're a funny old thing!: *Cậu thật là một người bạn thân thiết vui vẻ!* 4 đáng ghét; khốn khổ; chết tiệt; = DAMNED • That old ulcer'll get you yet?: *Cái nhọt đáng ghét đó có còn ở mày không?*

the old army game xem the ARMY GAME

old bat noun một bà già đanh đá, nhiều chuyện và đáng ghét; = BAG

old boy network or **old boys' system** noun (*từ những năm 1950, Anh*) một nhóm đàn ông riêng biệt có sức ảnh hưởng và hỗ trợ lẫn nhau, đặc biệt những người là bạn bè ở trung học hoặc đại học danh tiếng; = IN GROUP

old buddy noun (*đặc biệt miền Nam Mỹ*) bạn tốt; bạn thân [chủ yếu dùng trong xưng hô trực tiếp nhã nhặn] • Right, old buddy, I'm coming right over: *Được rồi, bạn thân, tớ đến ngay đây.*

old cocker (or **fart** or **gaffer**) noun người già; người cổ lỗ; = ALTER KOCKER, POOP

the old college try noun sự cố gắng hết sức; = GIVE something one's BEST SHOT

old country noun (*đối với các lực lượng vũ trang Mỹ vào cuối thế chiến 2*) nước Mỹ

older than God (or **than baseball**) adjective rất; rất già; rất cổ; rất xư • The famous poet is older than God, and quite nasty: *Nhà thơ nổi tiếng rất già và khá khó chịu.*

old flame noun người tình cũ; người yêu cũ • It is best to forget an old flame: *Tốt nhất là quên người yêu cũ đi.*

old fogey noun người cổ hủ; người già

old foul dude noun một cựu chiến binh dày dạn

old goat noun 1 ông già đáng ghét; ông già không ưa 2 cụ dê; ông già dê; = DIRTY OLD MAN

old hand noun người giàu kinh nghiệm; người người kỳ cựu

old hat 1 noun vật lỗi thời hoặc người cổ hủ; người hoặc vật cổ lỗ sĩ • That's just old hat. This is the modern world!: *Điều đó lỗi thời rồi. Đây là thế giới hiện đại mà!* 2 adj lỗi thời; cổ lỗ sĩ • His ideas are all terribly old hat: *Ý kiến của anh ta hoàn toàn lỗi thời.*

the old heave-ho xem the HEAVEN-HO

oldie or **oldy** noun 1 một bài hát cũ nhưng vẫn phổ biến 2 một người già

oldie but goodie noun người già hoặc vật cũ nhưng còn rất dễ thương, còn tốt; = GOLDEN OLDIE • Marry is an oldie but goodie. I'm glad she's still around: *Marry lớn tuổi nhưng vẫn còn khỏe. Tôi rất vui bà ấy vẫn còn đi lại được.*

old Joe *noun* bất kỳ bệnh lây qua đường tình dục nào; bệnh giang mai; bệnh lậu

old lady *noun* 1 một bà mẹ 2 vợ của ai; vợ 3 bạn gái; tình nhân

old man *noun* 1 một ông bố • *Let him see what his old man does for a living*: Hãy để anh ta thấy bố anh ta làm gì để kiếm sống. 2 chồng của ai; chồng • *She can't bear to see her old man lose his money*: Bà ta không thể chịu nổi khi nhìn thấy chồng mất tiền. 3 bạn trai hoặc người yêu 4 một sĩ quan chỉ huy trong quân đội hay cảnh sát • *The old man gave the order to move*: Sĩ quan chỉ huy đã ra lệnh di chuyển. 5 một gã ma cô trong mối liên hệ với gái điếm 6 một người đàn ông bao gái; = JOHN, SUGAR DADDY 7 bạn cũ; bạn thân; = OLD BUDDY [chỉ dùng trong xưng hô trực tiếp]

the old man *noun* người đứng đầu, đặc biệt là hạm trưởng hoặc phi trưởng hoặc chỉ huy của một đơn vị quân đội; = HONCHO

the old one-two *noun* 1 hai cú đấm liên tục • *Tom gave Bill the old one-two, and the argument was ended right there*: Tom đấm Bill hai cú liên tục và cuộc cãi nhau chấm dứt ngay ở đấy. 2 sự công kích thiếu xây dựng

Old Smokey (or **Smoky** or **Sparky**) *noun* (*giới từ nhân*) ghế điện

Old Sol *noun* mặt trời

old soldier *noun* 1 đầu mẩu thuốc lá hoặc xì gà 2 chai rượu, chai bia hoặc lon rỗng

Old Sparky *noun* ghế điện, đặc biệt là ghế điện của Florida

old stick *noun* (*chủ yếu ở Anh*) một người lớn tuổi tốt bụng, hơi cứng nhắc nhưng thú vị

old thing *noun* (*từ đầu những năm 1900, Anh*) bạn cũ; = OLD BUDDY

old-timer *noun* người già; người lớn tuổi; = POP [thường dùng trong xưng hô trực tiếp, nhìn chung là một cách trìu mến] • *How long have you lived here, old timer?*: Ông sống ở đây bao lâu rồi, ông lão?

oldtimer's disease *noun* bệnh Alzheimer

old-timey *adjective* lỗi thời; không hợp thời trang; lạc hậu

old turkey *noun* câu chuyện, chuyện đùa, bản nhạc, v.v.. buồn chán, cũ rích, không thú vị; = CHESTNUT

old woman *noun* = OLD LADY

olive *xem* SWALLOW THE APPLE

on *adjective* 1 biết; nhận thấy; được cảnh báo • *I saw he was on, and quit talking*: Tôi thấy nó đã biết và thôi nói. 2 đang diễn ra; tiếp tục • *The deal's still on*: Cuộc thương lượng vẫn tiếp tục. 3 được chấp nhận và xác nhận như một đối tác, người đánh cuộc, v.v.. 4 (*cuộc biểu diễn, vở kịch*) biểu diễn • *The film was already on when we arrived*: Khi chúng tôi tới thì phim đã chiếu rồi. 5 kích động; phấn khởi; hành động gây chú ý • *She's never relaxed, she's always on*: Cô ta không bao giờ yên một chỗ (thư giãn), cô ta luôn hành động để được chú ý. 6 sẵn sàng tham gia; đồng ý • *There's a show tonight, are you on?*: Tối nay có cuộc trình diễn, anh có đồng ý đi không? 7 xảy ra • *What's on?*: Cái gì đã xảy ra thế? 8 đội, mang; đang mặc • *Put your coat on!*: Hãy mặc áo choàng vào đi! 9 (*về điện, nguồn năng lượng*) đang hoạt động hoặc đang sử dụng • *All lights are on*: Tất cả đèn đều bật sáng. • *Someone has left the tap on*: Có ai đó đã để vòi nước mở. 10 ở vào vị trí trên cái gì • *Make sure the lid is on*: Hãy chú ý đậy nắp lại. 11 được bảo vệ khỏi việc kiện tụng của cảnh sát nhờ hối lộ 12 phê thuốc

on *preposition* 1 (*ma túy*) chịu ảnh hưởng của; dùng; đang nghiện 2 được dành cho; với lời chúc mừng của • *This was to be on him*: Đó là lời chúc mừng của nó.

on a cloud *adjective* 1 rất hạnh phúc; phớn phở • *Oh, world, I'm on a cloud today!*: Ôi, thế gian, tôi rất hạnh phúc hôm nay! 2 phê ma túy; = HIGH

on a raft *adverb* (*quầy bán đồ ăn trưa*) với bánh mì lát nướng

on a roll *adjective* 1 có sự thành công lớn • *The tax cut's a smash, you're on a roll, Mr. President*: Sự cắt giảm thuế được hoan nghênh nhiệt liệt. Ngài thành công lớn rồi, thưa ngài Tổng thống. 2 (*cũng là* **on a kick**) làm việc gì một cách nhiệt tình và liên tục • *She was on a philosophy roll*: Cô ta rất cuồng nhiệt về triết lý sống.

on a shingle *xem* SHIT ON A SHINGLE

on a shoestring *adjective* thực tế là không có tiền; đang trong tình trạng thiếu tiền eo hẹp • *I run my business on a shoestring. I never know from day to day whether I will survive*: Tôi đang kinh doanh trong tình trạng kinh tế eo hẹp. Tôi không biết liệu tôi có thể tồn tại ngày qua ngày không nữa.

on one's ass (or **ear**) *adverb* 1 rơi vào tình trạng u sầu và bất lực; tỏ ra thiếu nghị lực; = DOWN FOR THE COUNT • *He lost three jobs, and now he's on his ass*: Ông ta đã mất ba việc làm và giờ ông ta rơi vào tình trạng u sầu và bất lực. 2 chỉ trích; phàn nàn ai một cách khó chịu • *When Tom is drunk, he's always on my ass about something*: Khi Tom say rượu, anh ta luôn phàn nàn tôi về một điều gì đó.

on a tank *xem* ON THE TANK

on a tear *adjective* rất giận; = PISSED OFF • *Ronald Reagan is on a tear over leaks*: Ronald Reagan rất giận về những việc để lộ bí mật (rò tin).

on a tight leash *adjective* 1 dưới sự kiểm soát rất cẩn thận • *We can't do much around here. The boss has us all on a tight leash*: Chúng tôi không thể làm được gì nhiều ở quanh đây. Sếp quản lý tất cả chúng tôi rất chặt chẽ. 2 nghiện ma túy

on someone's back 1 *adv* thường xuyên làm phiền hoặc chọc tức ai; = ON someone's CASE • *The cops were on my back after that*: Cảnh sát làm phiền tôi sau vụ đó. 2 *adj* phụ thuộc nhiều vào ai • *He was always sick and always on her back*: Ông ta luôn bệnh và luôn phụ thuộc nhiều vào bà ấy.

on book *adjective* (*sân khấu*) đọc lời thoại từ kịch bản trước khi nhớ chúng

on one's brakes *xem* STAND ON one's BRAKES

on someone's case *adverb* (*từ người da đen*) luôn phê phán; gây sự chú ý tới ai, đặc biệt nhằm can thiệp hoặc trừng phạt [từ thành ngữ của người da đen *sit on someone's case* nghĩa là "thảo luận và đánh giá vấn đề, hành vi, v.v.. của ai" dựa trên phép loại suy] • *These people get on my case heavy the first day in the company*: Ngày đầu tiên trong công ty những người này luôn phê phán thật nhiều đến tôi.

once in a blue moon *adjective* rất hiếm; ít khi; không thường xuyên • *Once in a blue moon I have a little wine with dinner*: Rất hiếm khi tôi mới có một chút rượu vang vào bữa ăn tối.

once-over or **once over lightly** *adjective* nhanh và hời hợt; vội vàng hấp tấp; cẩu thả • *He looked at it once over lightly and agreed to do it*: Anh ta nhìn cái đó vội vàng hấp tấp và đồng ý làm nó.

a once-over or **once over lightly** *noun* 1 một cuộc biểu diễn nhanh, vội vàng; = A LICK AND A PROMISE 2 sự xem xét nhanh và qua quýt; cái nhìn qua nhanh • *Once over lightly is not enough*: Sự xem xét qua loa thì không đủ.

the once-over *noun* cái nhìn hoặc liếc nhìn kiểm tra; sự kiểm tra, đặc biệt về người khác phái; = the DOUBLE-O • *The way she was giving him the once-over, I knew she would say something to him*: Cái cách mà cô ta quan sát anh ta một cách vội vàng, tôi biết cô ta *sẽ nói điều gì với anh ta.*

oncer *noun* **1** một người chỉ quan hệ một lần với bất kỳ bạn tình nào **2** một phụ nữ chung thủy với một người đàn ông suốt đời; một phụ nữ chỉ yêu một người **3** (*cũng là **oner***) một người hiếm hoi và độc đáo, ai hoặc thứ gì đó đặc biệt xuất sắc • *That was a great joker, a oner: Đó là một anh chàng tuyệt vời, một người xuất sắc.*

on cloud nine (or **cloud seven**) *adjective* cực kỳ hạnh phúc; trên chín tầng mây; = ON A CLOUD • *I was on cloud nine after I learned that I had just passed the exam: Sau khi tôi biết mình thi đỗ, tôi cực kỳ hạnh phúc.*

on someone's coattails *adverb* hưởng lợi từ sự thành công của người khác; dựa hơi ai; dựa thế ai • *He got where he is today on his uncle's coattails: Anh ta có được như ngày hôm nay là nhờ dựa thế ông chú của mình.*

on deck 1 *adv* (*bóng chày*) chờ để làm tay đập bóng tiếp theo, thường trong một vòng tròn đặc biệt được đánh dấu cho việc đó **2** *adj* the on-deck hitter: người đập bóng đang chờ đến lượt **3** *adj* sẵn sàng và có mặt • *If you need anybody else, I'm on deck: Nếu ông cần người khác, tôi luôn sẵn sàng có mặt.*

on someone's dime *adverb* do ai trả phí tổn chứ không phải là người nói • *Yeah, we can give it a try, but it's on your dime: Đúng, chúng ta có thể thử nó, nhưng anh là người trả phí tổn.*

One *xem* MURDER ONE, NUMBER ONE, TRACK ONE

one *adjective* liên quan đến một cái gì duy nhất hoặc đặc biệt • *Hank? Now there is one ugly son of a gun for you: Nè Hank? Bây giờ có một kẻ đê tiện xấu xa duy nhất cho mày đây.*

one-and-a-half striper *noun* (*hải quân*) trung úy hải quân

one and one *noun* một liều hê-rô-in đi kèm với một liều cô-ca-in

one and one *adjective* dùng cả hai lỗ mũi để hít ma túy

one and only *noun* người yêu; vị hôn thê

one and only *adjective* chỉ một; duy nhất • *You're my one and only true love: Em là người yêu đích thực duy nhất của anh.*

on one's ear *xem* ON one's ASS

one-arm (or **one-armed**) **bandit** *noun* (*từ những năm 1930*) máy đánh bạc

one-arm joint or **one-arm** *noun* nhà hàng rẻ tiền, đặc biệt nhà hàng nhỏ với những chiếc ghế có một nhánh bên phải mở rộng đóng vai trò như cái bàn

one-armed paper hanger *noun* được dùng như đại diện cho một người rất bận rộn

on easy street *adjective* trong tình trạng độc lập về tài chính và sung túc • *When I get this contract signed, I'll be on easy street: Khi tôi ký được hợp đồng này, tôi sẽ độc lập về tài chính nghĩa là có cuộc sống sung túc.*

one-bagger *noun* (*bóng chày*) cú đánh làm cho người đánh chạm được góc thứ nhất

one better *xem* GO something or someone ONE BETTER

one brick shy of a load *adjective* ngu ngốc; đần độn • *Joyce has done some stupid things. Sometimes I think she is one brick shy of a load: Joyce đã làm một vài việc ngớ ngẩn. Đôi khi tôi nghĩ cô ta là một kẻ ngu ngốc.*

on edge *xem* EDGY

one dollar to rub against another *xem* NOT HAVE ONE DOLLAR TO RUB AGAINST ANOTHER

one-eighty *noun* sự đảo ngược lộ trình hoàn toàn [ám chỉ sự đảo chiều 180 độ] • *I had to do a one-eighty from the target area: Tôi phải đảo ngược lộ trình hoàn toàn khỏi khu vực mục tiêu.*

one-eye *noun* **1** dương vật **2** (*trong cỗ bài*) một lá bài hình được vẽ nghiêng, quân bồi cơ, bồi bích, hay bồi rô **3** chiếc ô tô với chỉ một đèn pha hoạt động

one-eyed jack *noun* chiếc ô tô với chỉ một đèn pha hoạt động

one-eyed monster *noun* truyền hình; = the BOOB TUBE

one-eyed pants mouse *xem* BALD-HEADED HERMIT

one-finger salute *noun* sự giơ ngón giữa lên là một cử chỉ thô lỗ hoặc thách thức; ngón tay thối • *Giving the one-finger salute is effective but rather limiting: Việc đưa ngón tay thối là hiệu quả nhưng hơi hạn chế.*

one foot in the grave *xem* HAVE ONE FOOT IN THE GRAVE

one for the book (or **books**) *noun* việc gì đặc biệt, đáng chú ý; việc gì làm ngạc nhiên • *That storm was really one for the book: Cơn bão đó thật sự đáng quan tâm.*

one for the road *noun* **1** ly cuối cùng trước khi rời quán rượu **2** một ly rượu trước một chuyến đi • *Let's have one for the road: Chúng ta hãy uống một ly rượu trước chuyến đi nào.* **3** ly cuối cùng của buổi tối, bữa tiệc, v.v..; = STIRRUP CUP

one-gutted *adjective* nhát gan • *A month before they had held up a market without bothering to discover that Ardilla was one-gutted: Một tháng trước họ đã làm đình trệ một cái chợ mà không thèm bận tâm khám phá rằng Ardilla là kẻ nhát gan.*

one-handed game of five-fingered jack *noun* sự thủ dâm của nam giới

one hell of a *xem* a HELL OF A

one-hit wonder *noun* một ca sĩ hoặc một nhóm ghi âm với một bài hát thành công duy nhất

one-horse *adjective* không quan trọng; tầm thường • *It's a one-horse operation he's got there: Đó là một hoạt động tầm thường khi anh ta đến đó.*

one-horse town *noun* thị trấn nhỏ; tỉnh nhỏ và lạc hậu; = JERKWATER TOWN

one hundred *noun* một điếu cần sa được nhúng trong dung dịch thuốc phiện

one jump ahead of someone/something *noun* sự có lợi thế hơn hoặc đi trước ai hay cái gì một bước • *I try to be one jump ahead of the problems: Tôi cố gắng đi trước những vấn đề đó một bước.*

one-liner *noun* lời nói đùa hoặc lời nói châm biếm; nhận xét dí dỏm; = WISECRACK • *A new neighbor who exchanged one-liners with Lianna in the laundry room: Một người hàng xóm mới đã trao đổi những lời nói lém lỉnh với Lianna trong phòng giặt.*

one-lunger *noun* **1** động cơ một xi-lanh **2** chiếc ô tô, thuyền, v.v.. với động cơ một xi-lanh **3** một chiếc đồng hồ giả

one-man show *noun* **1** một doanh nghiệp, công ty, v.v. được điều khiển bởi một người **2** cuộc biểu diễn hoặc màn trình diễn của một người **3** cuộc triển lãm nghệ thuật của một tác giả • *She is having a one-man show at the Northside Gallery: Cô ta đang có một cuộc triển lãm riêng của mình ở phòng trưng bày các tác phẩm nghệ thuật Northside.*

one-nighter *noun* một mối quan hệ tình dục kéo dài chỉ một đêm

one-night stand *noun* **1** một mối quan hệ tình dục chỉ kéo dài một đêm • *I'm through with one-night stands: Tôi đã từng trải qua những mối tình một đêm.* **2** một cuộc biểu diễn chỉ kéo dài một đêm **3**

một người có lần quan hệ tình dục bình thường và ngắn ngủi

one oar *xem* ROW WITH ONE OAR

one of the boys (or **the guys**) *noun* **một người đàn ông tử tế, bình thường**; = ORDINARY JOE

one of the faithful *noun* **một người nghiện rượu**

one of those things *xem* JUST ONE OF THOSE THINGS

one on one *adverb* **đụng độ trực tiếp; tay đôi** • I go on the basketball court and have a 15-year-old guy beat me one on one: *Tôi đến sân bóng rổ và bị một thằng nhóc 15 tuổi đánh bại tay đôi.*

one on the house *noun* (*quầy bán đồ ăn trưa*) **một ly nước**

one-shot *noun* **1 một câu chuyện hoặc bài báo xuất hiện một lần, không có phần hậu hoặc cuối tiếp theo 2 vụ giao dịch, sự kiện, v.v.. chỉ xảy ra một lần** • He was doing poetry readings, one-shots: *Anh ta đã đọc thơ một lần.* **3** *modifier:* **chỉ một lần** • It's a one-shot deal: *Nó là một cuộc thương lượng một lần duy nhất.* **4 một phụ nữ đồng ý quan hệ tình dục một lần, sau đó từ chối làm lại**

one smart apple *noun* **người thông minh hoặc tài giỏi**

one-spot *noun* **án tù một năm**

one-striper *noun* **1** (*hải quân*) **thiếu úy hải quân 2** (*lục quân*) **binh nhất**

one thin dime *xem* a THIN DIME

one-time *noun* **cảnh sát** • One-time! Break!: *Cảnh sát kìa! Giải tán thôi!*

one too many *noun* **sự uống quá chén; đủ rượu để làm ai say**

one-track mind *noun* **tâm trí (của ai) bị ám ảnh bởi một điều duy nhất** • When it comes to food, Tom has a one-track mind: *Khi nói đến ăn uống, đầu óc Tom chỉ nghĩ đến thứ đó thôi.*

one-two *noun* **1** (cũng là *the old one-two* hoặc *one-two punch* hoặc *one-two blow*) **sự kết hợp của hai cú đấm bằng nắm đấm, một cú thọc trái ngắn cùng với một cú móc phải mạnh, thường là vào cằm 2** *modifier:* good potent one-two punches: *những cú đấm hai quả liên tiếp rất mạnh*

one-up 1 *adv* **ở vị trí tốt hơn; có lợi thế** • I always try to be one-up: *Tôi luôn cố ở vị trí cao hơn.* **2** *verb* **có lợi thế hơn** • I wasn't trying to one-up Arthur Schwartz: *Tôi không cố gắng để có lợi thế hơn Arthur Schwartz.* **3** *adv.:* **dẫn đầu; hơn một điểm** • The Pinks were one-up on the Puces, 109 to 108: *Đội Pinks đã dẫn đầu hơn một điểm đội Puces, tỷ số 109:108.*

one-upmanship *noun* **kỹ thuật và hoạt động duy trì lợi thế hơn đối thủ, đặc biệt bằng tiểu xảo và sự khéo léo.**

one-way guy *noun* **một người trung thực và tốt bụng**; = GOOD JOE, MISTER NICE GUY

one-way street *xem* NOT A ONE-WAY STREET

one-with *noun* (*quầy bán đồ ăn trưa*) **bánh mì hamburger với củ hành lát mỏng**

on fire *adjective* **1 rất hấp dẫn hoặc gợi tình 2** (làm) **rất tốt; rất nhiệt tình** • Fred is on fire in his new job. He'll get promoted in no time: *Fred rất hăng say với công việc mới của mình. Anh ấy sẽ được thăng tiến rất nhanh chóng.*

on one's game *adjective* **chơi tốt; trình diễn tốt;** = HOT

on one's head *xem* STAND ON one's HEAD

on one's high horse *adjective* **ngạo mạn; hống hách** • Larry is on his high horse again, bossing people around: *Larry lại giở thói hống hách của hắn ra, chỉ huy mọi người xung quanh.*

on hold *adverb* **trong tình trạng bị trì hoãn hoặc chậm trễ tạm thời; bị treo hoặc ngưng tạm thời**, = IN COLD STORAGE • All plans are on hold for a while: *Mọi kế hoạch bị ngưng tạm thời trong một thời gian.*

on ice 1 *adj* **để dành sau này dùng; dự trữ** • It's an interesting suggestion, and we'll keep it on ice: *Đó là một đề nghị thú vị và chúng ta sẽ giữ lại nó sau này dùng.* **2** *adj* **hoàn toàn chắc chắn; nhất định thành công;** = IN THE BAG • The deal's on ice: *Việc thỏa thuận mua bán hoàn toàn chắc chắn.* **3** *adj* **dự phòng; sẵn sàng đóng vai;** = IN COLD STORAGE • If this one fails, I've got another on ice: *Nếu người này thất bại, tôi đã có người khác dự phòng.* **4** *adv* **ở tù, đặc biệt bị biệt giam 5** *adv* **hết sức; ở mức cao nhất;** = IN SPADES

onion *noun* **1 cái đầu 2 một đô-la 3** (*quầy bán đồ ăn trưa*) **một nhân viên thiếu kinh nghiệm của quầy bán đồ ăn trưa**

onionhead *noun* **một người ngu đần; một người ngu ngốc**

Onions *xem* THE BEEFSTEAK AND ONIONS

on it *adjective* **thật sự tốt** • Man, Weasel is really on it! What a rad lad!: *Này anh bạn, Weasel thật sự rất tốt! Một chàng trai thật tuyệt vời!*

on one's last legs hoặc **on its last legs** *adjective* **đã già cỗi; rất yếu; không còn hoạt động tốt như trước** • This car is on its last legs. We have to get a new one: *Chiếc ô tô này đã quá tuổi rồi. Chúng ta phải mua một chiếc mới thôi.*

onliest *adjective* **chỉ; duy nhất** • They really do their thing, and they're the onliest ones that I really, really respect: *Họ thật sự làm việc tốt, và họ là những người duy nhất tôi thật sự tôn trọng.*

on line *adjective* **1** (*máy tính*) **đưa vào máy tính; tích trữ trong máy tính** • They put the whole card catalog on line: *Chúng nó đưa vào máy tính toàn bộ thẻ danh mục.* **2** (*máy tính*) **có thể dùng được; sẵn sàng để dùng; được lắp đặt;** = IN PLACE • The Navy's announced plans for a new destroyer class are on line: *Hải quân đã loan báo các kế hoạch cho một lớp học mới về tàu khu trục đang chuẩn bị dạy.*

only *xem* EYES ONLY, ONE AND ONLY

the only game in town *noun* **chỉ có lựa chọn duy nhất, có thể không được ưa thích** • I know it's crooked but it's the only game in town: *Tôi biết cái đó thì cong queo nhưng nó chỉ có một lựa chọn mà thôi.*

only way to go *noun* **cách tốt nhất để làm cái gì; sự lựa chọn tối ưu** • Get a four-wheel drive car. It's the only way to go: *Mua một chiếc xe chạy với hai cầu (lực được truyền xuống bốn bánh). Đó là sự lựa chọn tối ưu rồi.*

on one's own hook *adverb* **tự làm tất cả; tự gánh vác lấy** • I don't need any help. I can do it on my own hook: *Tôi không cần bất cứ sự giúp đỡ nào hết. Tôi có thể tự mình làm lấy.*

on one's own time and own dime *adverb* **hoàn toàn do mình tự trả chi phí** • She said I could go ahead if I wanted to, but strictly on my own time and own dime: *Cô ta nói tôi có thể tiến hành nếu tôi muốn, nhưng hoàn toàn tôi tự trả chi phí lấy.*

on paper *adverb* **1 bằng cách viết lên giấy** • Could you put your name down on paper?: *Anh có thể ghi lại tên của anh vào giấy được không?* **2 trên giấy tờ; trên lý thuyết (chưa thực hiện)** • These plans seem good on paper, but we can't be sure they will be work: *Những kế hoạch này dường như tốt đẹp về lý thuyết (trên giấy tờ) nhưng chúng tôi không thể chắc chắn chúng sẽ thực hiện.*

on sked *adverb* **đúng với kế hoạch** • A project that is on sked: *Một dự án được thực hiện đúng theo kế hoạch.*

on someone's tail *adjective* **theo sát ai; bám sát ai** • The police were on his tail: *Cảnh sát đã bám theo anh ta rất sát.*

on someone's watch *adjective* **trong lúc làm nhiệm vụ** • I guess I have to bear the blame since it happened on my watch: *Tôi nghĩ tôi phải chịu sự khiển trách vì nó xảy ra trong lúc tôi làm nhiệm vụ.*

on tap *adjective* **1** (*về bia*) **trong thùng tròn lớn có vòi hoặc trong thùng nhỏ dùng áp lực hơi ga lấy ra uống** • Do you have any imported beers on tap here?: *Ở đây anh có loại bia nhập khẩu đựng trong thùng tròn lớn không?* **2 có thể có ngay khi cần đến; sẵn có để dùng; sẵn sàng** • I have just the kind of person you're talking about on tap: *Tôi chỉ có sẵn (khi cần đến) loại người mà bạn đang nói đến.*

on-target *adjective* **đúng lúc; hợp thời; chính xác; sâu sắc** • Your criticism is exactly on-target: *Lời phê bình của anh hoàn toàn chính xác.*

on task *adjective* **chú ý đến công việc đang ở ngay tầm tay** • I find it hard to stay on task with all those babes going by: *Tôi thấy thật khó để tập trung vào công việc với tất cả những cô bé xinh xắn đó cứ lượn qua.*

on the arm *adverb* **1 mua chịu; trả dần; trả góp;** = ON THE CUFF • If you don't have enough cash, why don't you make arrangements to the car on the arm?: *Nếu chưa đủ tiền sao anh không thu xếp để mua chiếc xe trả góp có được không?* **2 không tính tiền; miễn phí;** = FREE GRATIS • Lots of lawyers would defend a cop on the arm: *Nhiều luật sư sẽ bào chữa miễn phí cho cảnh sát.*

on the back burner *adjective* **đặt công việc sang một bên để rồi sẽ giải quyết sau; gác lại** • We will have to put this on the back burner for a while: *Chúng ta sẽ phải gác lại việc này trong một lúc đã.*

on the ball *adjective* **1 am hiểu; thành thạo; quan tâm chú ý** • If you were on the ball, this wouldn't have happened: *Nếu anh quan tâm chú ý thì chuyện này không xảy ra đâu.* **2 tài giỏi; lanh lợi và hiệu quả;** = WITH IT • FBI agents were very much on the ball in the Bremer snatch: *Các nhân viên FBI tỏ ra rất tài giỏi và hiệu quả trong vụ bắt cóc Bremer.*

on the bandwagon *adjective* **theo đa số; theo trào lưu mới** [thường đi với **hop, get, climb,** hoặc **jump**] • Tom always has to climb on the bandwagon. He does no independent thinking: *Tom luôn theo số đông. Anh ta không có sự suy nghĩ độc lập.*

on the beach *adverb* **thất nghiệp** • He's been on the beach for three months: *Anh ta đã thất nghiệp ba tháng rồi.*

on the beam *adjective* **1** (*máy bay*) **có khả năng tự điều khiển thông qua sóng vô tuyến (tự tìm mục tiêu)** • The plane was on the beam and landed safely in the fog: *Máy bay ở chế độ điều khiển thông qua sóng vô tuyến và đã hạ cánh an toàn trong sương mù.* **2 ở tiến trình hoặc lối đi đúng; chuẩn xác** • That is exactly right. You are right on the beam: *Điều đó hoàn toàn chính xác. Bạn đang đi đúng hướng rồi đấy.* **3** (cũng là *beaming*) **chịu tác động của cần sa 4 thông minh; tài giỏi; khéo léo** • That was well done, Tom. You're on the beam: *Làm tốt lắm, Tom. Anh thật tài giỏi.*

on the bean *adjective* **chính xác; đúng;** = ON THE MONEY • Our estimates were right on the bean: *Những sự ước tính của chúng tôi hoàn toàn chính xác.*

on the bird *adjective* **có thể xem ở kênh truyền hình vệ tinh** • There is a whole lot of good stuff on the bird, but you need a receiving dish to get it: *Có rất nhiều thứ hay ho ở trên kênh truyền hình vệ tinh, nhưng anh cần phải có một ăng-ten parabol để thu sóng.*

on the bleeding edge *phrase* **có công nghệ tối tân nhất; biết về công nghệ tiên tiến nhất** • Tom is on the bleeding edge when it comes to optical storage technology: *Tom biết về công nghệ tối tân ngay khi đến nơi lưu trữ công nghệ quang học.*

on the blink (or **bum** or **fritz** or **Fritz**) *adjective* **1** (*về máy móc*) **hỏng; không hoạt động** • My refrigerator is on the blink again: *Tủ lạnh của tôi lại hỏng nữa rồi.* **2 không làm việc đúng mức; trong tình trạng kém** • His eyes are on the blink: *Mắt của ông ta trong tình trạng yếu kém.* **3 say rượu; trong một cuộc chơi chè chén lu bù 4 trong tình trạng lộn xộn, rối loạn** • My heart's on the blink: *Tim tôi trong tình trạng rối loạn.*

on the brain *xem* HAVE something ON THE BRAIN

on the bum *adjective* **1 đi lang thang; ăn xin, như cuộc sống của những kẻ lang thang** • That year I went on the bum to California: *Năm đó tôi đã đi lang thang ăn xin đến California.* **2 trong tình trạng lộn xộn; rối loạn;** = ON THE BLINK • My heart's on the bum: *Tim tôi trong tình trạng rối loạn.*

on the button 1 *adv* **đúng; chính xác;** = ON THE DOT, ON THE NOSE • The plane came in at 4 on the button: *Máy bay đến đúng 4 giờ.* **2** *adj* **hoàn toàn chính xác;** = ON THE MONEY, ON THE NOSE • Your estimate was right on the button: *Ước tính của anh hoàn toàn chính xác.*

on the carpet *adverb* **bị khiển trách; bị quở mắng** • Next time they caught him asleep he was on the carpet: *Lần tới họ bắt gặp nó đang ngủ thì nó bị khiển trách.*

on the cheap 1 *adv* **với giá rẻ; giá hạ; rất kinh tế (như có thể tiết kiệm được)** • It's a great opportunity to pick up a car on the cheap: *Đây là một cơ hội tuyệt vời để mua một chiếc xe hơi với giá rẻ.* **2** *adj* Prices still delight the on-the-cheap set: *Giá cả vẫn đem lại thích thú cho giới nhà nghèo.* **3** *adv* **cách cư xử không ra gì; tệ bạc** • He treated his wife on the cheap: *Nó đối xử vợ của nó một cách tệ bạc.*

on the chopping block *adjective* **trong tình trạng nghiêm trọng và bị đe dọa** • Until this is resolved, our necks are on the chopping block: *Cho đến khi việc này được giải quyết, chúng tôi vẫn đang còn ở trong tình thế nguy hiểm.*

on the cob *adjective* = CORNY

on the cops *adverb* **ở lực lượng cảnh sát** • I was on the cops once: *Tôi đã ở trong lực lượng cảnh sát trước kia.*

on the cuff 1 *adv* **cho chịu; mua chịu; trả dần** • She arranged for him to eat on the cuff: *Cô ta đã dàn xếp cho hắn ta ăn chịu (trả dần về sau).* **2** *adv* **không tính tiền; miễn phí;** = FREE GRATIS, ON THE ARM • He promised me lodging on the cuff: *Ông ta hứa với tôi chỗ ăn ở miễn phí.* **3** *adj* On-the-cuff drinks are delicious: *Đồ uống miễn phí thật là ngon.*

on the DL *adjective* **như một bí mật; một cách bí mật** [nguồn gốc từ *"down low"*] • She'll get in trouble because they did it on the DL: *Cô ấy sẽ gặp rắc rối bởi vì họ làm điều đó một cách bí mật.*

on the dot *adverb* **đúng lúc; đúng giờ** • I got there on the dot: *Tôi đã đến đó đúng giờ.* • Breakfast is served at 8 on the dot: *Bữa ăn sáng được phục vụ đúng vào lúc 8 giờ sáng.*

on (or at) the double *adverb* **1 rất nhanh; vội vã** • She wants to see you in her office on the double: *Cô ấy muốn gặp anh ở văn phòng của cô ấy nhanh lên.* **2** (*quân đội*) **gấp đôi tốc độ hành quân bình thường**

on the draw *xem* SLOW ON THE DRAW

on the dry *adjective* **kiêng rượu;** = ON THE WAGON • He was on the dry for three months: *Hắn ta đã kiêng rượu 3 tháng rồi.*

on the Erie *adverb* **1 lắng nghe một cách chăm chú 2 đang ẩn nấp, đặc biệt để nghe trộm**

on the fence *adverb* đang do dự; chưa dứt khoát • When asked whether he was going to support the Democrats or the Republicans, Bill replied that he was on the fence: *Khi được hỏi là anh ta sẽ ủng hộ đảng Dân chủ hay đảng Cộng hòa thì Bill trả lời là anh ta còn lửng lơ ở giữa.*

on the finger *adverb* = ON THE CUFF

on the fire *adjective* **1** đang chuẩn bị; còn để đó; = IN THE PIPELINE • They say that he has several new plays on the fire: *Họ nói là nó có dăm ba vở kịch mới đang chuẩn bị.* **2 (quầy bán đồ ăn trưa)** đang nấu; đang chuẩn bị

on the fly 1 *adv* **trong lúc một người hay một vật đang hoạt động hoặc di chuyển** • I'll try to capture the data on the fly: *Tôi sẽ cố gắng để lấy được giữ liệu đang truyền tải.* **2** *adv* **vội vàng thông qua; không chuẩn bị hoặc suy nghĩ trước** • We had to make up our mind on the fly: *Chúng tôi đã phải quyết định một cách vội vàng.* **3** *adj* an on-the-fly decision: *một quyết định được thông qua vội vàng*

on the fritz *adjective* **1 không hoạt động bình thường** • My watch is on the fritz: *Đồng hồ của tôi bị hỏng rồi.* **2 say rượu**

on the go *adjective* **1 hoạt động tích cực; rất bận rộn; đầy năng lượng; không biết mỏi mệt** • She's been on the go all day: *Cô ta bận rộn suốt cả ngày.* **2 luôn di chuyển; dời chỗ luôn** • I'm on the go all the time and don't see my family: *Tôi luôn di chuyển và không gặp gia đình mình.*

on the gooch *adjective* **đúng; thật** • What I'm telling you is on the gooch, for sure: *Điều tôi nói với anh là thật, chắc chắn.*

on the gravy train (or boat) *adverb* **nhiều tiền lắm của; được hưởng cuộc sống thịnh vượng, giàu sang;** = FLUSH • I was a couple of years on the gravy train, then the bottom fell out of things: *Tôi đã được hưởng cuộc sống giàu sang một đôi năm, rồi sau đó mọi việc đã sụp đổ.*

on the grift *adjective* **(thế giới ngầm) sống như một kẻ lừa đảo lạm dụng tín nhiệm, con bạc, người lang thang, v.v..** • He was on the grift after his wife died: *Sau khi vợ chết, anh ta sống như kẻ lang thang đầu đường xó chợ.*

on the ground floor *xem* IN ON THE GROUND FLOOR

on the head *xem* HIT THE NAIL ON THE HEAD

on the heavy *adverb* **(thế giới ngầm) tham gia và sống trong giới tội phạm** • He was on the heavy in 2000 and he's gone to prison: *Nó tham gia và sống trong giới tội phạm vào năm 2000 và đã vào tù.*

on the hog *adjective* **(người lang thang) không xu dính túi; nghèo túng;** = BROKE

on the hook *adverb* **1 trong sự khó khăn; gặp rắc rối; có thể bị khiển trách** • You're on the hook for this mess: *Anh gặp rắc rối vì tình trạng hỗn độn này.* **2 bị mắc bẫy** • She had the old fool on the hook right soon: *Bà già mà còn dại sắp bị mắc bẫy.*

on the horse *xem* HORSED

on (or in) the hot seat *phrase* **1 trong tình trạng một người đang bị điều tra hoặc chất vấn** • I was on the hot seat for about an hour, but they didn't learn anything from me: *Tôi bị chất vấn khoảng một tiếng đồng hồ nhưng họ không khai thác được gì ở tôi cả.* **2 trong tình trạng khó chịu, bực bội, căng thẳng, lo lắng;** = IN THE JAM • My friend's on the hot seat for forgetting to shut the safe: *Bạn tôi đang trong tình trạng căng thẳng vì quên khóa két sắt lại.*

on the house *adjective* **miễn phí; biếu không cho khách hàng, chẳng hạn như chầu rượu do chủ quán thết đãi không tính tiền;** = FREE GRATIS • Breakfasts, luncheons, and dinner…All "on the house": *Bữa ăn sáng, ăn trưa và ăn chiều… Tất cả "miễn phí" do chủ quán thết đãi.*

on the hustle *adjective* **kiếm sống bằng những trò lừa đảo và tội lặt vặt; quan sát kỹ cho những người bị lừa**

on the inside *adverb* **1 có tay trong; có nội bộ (nên nắm được trực tiếp thông tin)** • The thieves must have had someone on the inside to help them break in: *Bọn trộm chắc phải có tay trong nào đó để giúp chúng đột nhập vào.* **2 gần trung tâm quyền lực và ảnh hưởng** **3 (xe cộ) sử dụng làn đường ở ngoài** • The truck driver behind me tried to overtake on the inside: *Tài xế xe tải chạy sau tôi, tìm cách vượt lên ở làn đường ngoài cùng.*

on the juice *adjective* **uống nhiều rượu; trong chầu nhậu say bí tỉ**

on the junk *adjective* **nghiện ma túy; trong cơn nghiện**

on the lam *adjective* **1 (thế giới ngầm) chạy trốn cảnh sát; bị truy nã như một kẻ lẩn trốn** • When the boss found out you was on the lam, he got real mad: *Khi ông chủ phát hiện mày chạy trốn cảnh sát, ông ấy phát điên lên.* **2 lang thang; nay đây mai đó;** = ON THE ROAD

on the legit *adjective* **hợp pháp; đúng luật;** = ON THE LEVEL • Are you sure this deal is on the legit?: *Anh có chắc là vụ giao dịch này có hợp pháp không?*

on the level 1 *adj* **thành thật; thẳng thắn; lương thiện;** = ON THE LEGIT • Come on now. Be on the level with me: *Thôi nào. Hãy thành thật với tôi đi.* **2** *adv* and would fight on the level: *và sẽ đánh nhau một cách ngay thẳng*

on the line *adverb* **ở trong vị trí rủi ro hoặc dễ bị tổn thương; gặp nguy; lâm nguy** • If I don't get enough contracts this month, my job will be on the line: *Nếu tháng này tôi không kiếm đủ hợp đồng, thì có nguy cơ sẽ mất việc.*

on the make *adverb* **1 tham vọng; cố gắng để có nhiều quyền lực;** = HUNGRY • That young lawyer is sure on the make: *Luật sư trẻ đó chắc chắn có nhiều tham vọng.* **2 tỏ ý muốn tìm kiếm khoái lạc và chinh phục tình dục; đa tình**

on the mat *adverb* = ON THE CARPET

on the money *adjective* **đúng như mong đợi; khoản tiền đúng; chính xác** • Your new idea is right on the money: *Ý tưởng mới của cậu thì hoàn toàn đúng như mong đợi.*

on the muscle *adjective* **ngang ngạnh; hung hăng; có xu hướng bạo lực** • He was on the muscle and started arguing with me angrily: *Hắn ta rất ngang ngạnh và bắt đầu lý sự với tôi một cách giận dữ.*

on the needle *adjective* **(ma túy) nghiện chích ma túy**

on the nose *adjective* **1 rất đúng giờ; đúng như dự kiến;** = ON THE DOT • All three of them were at the appointed place right on the nose: *Cả ba người bọn họ đều đến chỗ hẹn rất đúng giờ.* **2 hoàn toàn chính xác;** = ON THE MONEY • She was right on the nose with the advice: *Cô ta hoàn toàn chính xác với lời khuyên.*

on the one hand or **OT1H** *phrase* **một việc cần xem xét là…** • OT1H, U R on time, but you forgot to sign in: *Một việc cần xem xét là bạn đến đúng giờ, nhưng lại quên ghi tên điểm danh.*

on the outs (with someone) *adjective* **tranh chấp ôn hòa với ai; bất hòa với ai** • Tom has been on the outs with Bill before. They'll work it out: *Tom đã có sự tranh chấp nhỏ với Bill trước đây. Họ sẽ giải quyết ổn thỏa thôi.*

on the pad *adverb* **(cảnh sát) nhận hối lộ;** = ON THE TAKE • Pete thought that the referees were on the pad, which is why we lost both our games: *Pete nghĩ rằng các trọng tài là những người nhận hối lộ, đó là lý do tại sao chúng tôi đã thua cả hai trận.*

on the pan *adjective* **bị chỉ trích và lên án nặng nề** • The film was on the pan: *Bộ phim đã bị chỉ trích gay gắt.*

on the peg *adjective* (**quân đội**) **bị bắt giữ** • *He's on the peg: Hắn ta đã bị bắt giữ.*

on the pill *adjective* **dùng thuốc tránh thai** • *Is it true that Mary is on the pill?: Có thật là Mary đang dùng thuốc ngừa thai không?*

on the pitch *adjective* **đầy tham vọng; khao khát;** = ON THE MAKE • *He was on the pitch to complete the project ahead of schedule: Nó đầy tham vọng nhằm hoàn thành dự án trước lịch trình.*

on the prowl *adjective* **1 tìm ai để quan hệ tình dục;** = ON THE MAKE **2 tích cực tìm kiếm; đang rình mò** • *Be careful on that street for muggers on the prowl: Hãy cẩn thận ở ngoài đường vì những kẻ trấn lột đang rình mò.*

on the QT *adjective* **trong bí mật; một cách bí mật; một cách kín đáo** [từ chữ đầu tiên và cuối của *quiet*] • *He said it on the QT so no one else knows except you and me: Anh ấy nói điều đó là bí mật nên không người nào khác biết ngoài bạn và tôi.*

on the rag *adjective* **1 có kinh; thấy kinh** • *Kim's on the rag and in a bad mood: Kim đang có kinh và tâm trạng không được tốt lắm.* **2 gắt gỏng; cáu kỉnh** • *Bill is on the rag and making trouble for everyone: Bill đang gắt gỏng và gây phiền phức cho mọi người.*

on the record *xem* FOR THE RECORD

on the reezie *adjective* **đúng; thật** • *What I'm telling you is on the reezie, for sure: Những gì tôi nói với bạn là thật, chắc chắn như vậy.*

on the rilla *adjective* **đúng; đúng sự thực** • *On the rilla, he really did it!: Thật sự là anh ta đã làm điều đó!*

on the rims *adverb* **gần như có khả năng vỡ nợ** • *The plan was doomed from the start so he was on the rims: Kế hoạch đã bị thất bại ngay từ đầu vì thế anh ta gần như vỡ nợ.*

on the road *adjective* **1 đi từ nơi này đến nơi khác với cuộc biểu diễn, chương trình ca nhạc, v.v.. không cần thiết phải đi đường quốc lộ** • *I was on the road with the circus for six months: Tôi đã đi lưu diễn cùng gánh xiếc trong sáu tháng trời.* **2 đi lang thang;** = ON THE LAM • *Lots of teenagers were on the road those years: Gần đây nhiều thanh thiếu niên nay đây mai đó.*

on the rocks *adjective* **1 (uống rượu) với nước đá viên** • *I'd like mine on the rocks, please: Tôi muốn rượu của tôi với đá viên.* **2 trong tình trạng phá sản hoặc thất bại;** = KAPUT • *That bank is on the rocks. Don't put your money in it: Ngân hàng đó đang trong tình trạng phá sản. Đừng gửi tiền của bạn vào đấy.*

on the run *adjective* **1 khi một người đang trên đường đi đến nơi khác** • *I will try to get some aspirin today on the run: Tôi sẽ cố tìm vài viên aspirin trên đường đi ngày hôm nay.* **2 chạy trốn; đào tẩu** • *Shorty is on the run from the cops: Shorty đang chạy trốn cảnh sát.*

on the safe side *adjective* **theo hướng không có rủi ro; để được an toàn; cho yên tâm** • *Let's be on the safe side and call first: Để cho chắc chúng ta hãy gọi điện thoại trước.*

on the same page *adjective* **có cùng một mục tiêu nhắm đến** • *We're not on the same page. Listen carefully to what I am telling you: Chúng ta không có cùng một mục tiêu nhắm đến. Nghe kỹ những gì tao nói với mày này.*

on the same wavelength *adjective* **có cùng ý kiến, quan điểm... vì thế hiểu nhau rất rõ;** = TUNED IN • *Sarah and I are usually on the same wavelength where our jobs are concerned: Sarah và tôi thường có đồng quan điểm và hiểu rõ nhau trong công việc.*

on the sauce *adjective* **uống rượu thường xuyên; say rượu**

on the shake *adverb* **thực hiện đe dọa, tống tiền, v.v..** • *You knew they was on the shake: Anh biết đấy chúng đang dùng thủ đoạn tống tiền.*

on the shelf *adjective* **1 xếp sang một bên; không được dùng; bỏ xó** • *Since his enforced retirement at 65, he has felt rather on the shelf: Từ khi bị buộc về hưu ở tuổi 65, ông ta đã cảm thấy mình là đồ bỏ đi rồi (chẳng làm được gì nữa).* **2 trì hoãn; gác lại** • *We'll have to put this matter on the shelf for a while: Chúng ta sẽ phải gác lại vấn đề này trong một lúc.*

on the shikker *adjective* **1 say rượu** **2** = ON THE SAUCE

on the side *adjective* **1 thêm, như là một công việc hoặc món ăn phụ** • *I would like an order of eggs with toast on the side, please: Tôi muốn đặt món trứng với bánh mì nướng phụ thêm vào.* • *He's a teacher but he does some journalism on the side: Ông ta là một nhà giáo nhưng ông ta làm một nghề phụ là viết báo.* **2 ngoại tình; quan hệ ngoài luồng** • *He is married, but also has a woman on the side: Anh ấy đã có vợ, nhưng cũng quan hệ ngoài luồng với một phụ nữ khác.*

on the skids *adjective* **1 tàn dần; trở nên yếu đi** • *Her health is really on the skids, but she stays cheery anyway: Sức khỏe của bà ấy thực sự đang yếu đi, nhưng bà ấy vẫn vui vẻ dù thế nào đi nữa.* **2 (về kinh doanh) tình trạng ngày càng xấu đi; xuống dốc; đi đến thất bại** • *After that scandal his whole career was on the skids: Sau vụ tai tiếng toàn bộ sự nghiệp ông ta đi đến sụp đổ.*

on the sly *adjective* **một cách bí mật và dối trá; một cách lén lút** • *She was stealing little bits of money on the sly: Cô ấy ăn cắp một ít tiền một cách lén lút.*

on the spot *adjective* **1 dưới áp lực lớn** • *She can't make it, so I guess you're on the spot: Cô ta không thể làm được, vì thế tôi đoán là anh chịu áp lực lớn.* **2 có sẵn; rảnh** • *When I need him he's never on the pot: Khi tôi cần hắn, hắn không bao giờ rảnh cả.* **3 ngay lập tức; ngay tức thì** • *I was able to fix it on the spot: Tôi có thể sửa nó ngay lập tức.* **4 trong tình trạng khó khăn** • *With the mortgage payment due and no money to meet it, Peter was on the spot: Đã đến kỳ hạn phải trả tiền vay thế chấp mà không có tiền trả, Peter đang lâm vào tình cảnh khó khăn.* **5 tại hiện trường, nơi vừa xảy ra sự kiện** • *We telephoned and within five minutes the ambulance was on the spot: Chúng tôi gọi điện thoại trong vòng năm phút thì xe cấp cứu đã đến tại hiện trường.*

on the stick *adverb* **giỏi; lanh lợi và hiệu quả;** = ON THE BALL

on the street *adjective* **1 dùng ma túy; bán ma túy; tìm kiếm ma túy** **2 làm gái điếm; làm gái đứng đường** **3 được biết đến rộng rãi** • *It's on the street. There isn't anyone who hasn't heard it: Điều đó được biết đến rộng rãi. Không ai là không nghe về chuyện đó.* **4 ở phố Wall hoặc bất kỳ nơi nào trọng điểm kinh tế ở thành phố New York** **5 với giá ưu đãi; giá hạ** • *It lists at $2,200 and can be got for about $1,650 on the street: Nó đề giá là 2.200 đô la và có thể được bán hạ khoảng 1.650 đô la.*

on the strength! *interj.* **nghiêm túc đấy!**

on the take (or the make) *adjective* **ăn của đút lót; nhận hối lộ;** = ON THE PAD • *Everyone in city hall is on the take: Mọi người ở tòa thị chính đều ăn hối lộ.*

on the tank *or* **on a tank** *adjective* **ở chầu nhậu say bí tỉ**

on the throne *adjective* **(ngồi) ở nhà vệ sinh** • *I can't come to the phone. I'm on the throne: Tôi không thể đến điện thoại được. Tôi đang ngồi ở nhà vệ sinh.*

on the thumb *adverb* **vẫy xe đi nhờ, bằng cách đưa ngón tay cái lên;** = HITCH-HIKING

on the town *adverrb* **thăm các nơi giải trí (như hộp đêm, nhà hát,**

nhà hàng) trong thành phố nhất là về đêm • My friend from Paris visited me yesterday, and then I took him out on the town: *Bạn tôi từ Paris đến thăm tôi hôm qua và sau đó tôi đưa anh ta đi chơi phố.*

on the up-and-up *adjective* **hợp pháp; thật thà và cởi mở; lương thiện; trung thực** • Everything I do is on the up-and-up. I am totally honest: *Mọi thứ tôi làm thì hợp pháp. Tôi hoàn toàn lương thiện.*

on the uptake *xem* SLOW ON THE DRAW

on the wagon (or **the water wagon**) *adjective* **đang kiên rượu; không uống rượu**

on the warpath *adjective* **rất tức giận** • Bill has been on the warpath ever seen he saw that cartoon Bob made of him: *Bill rất tức giận từ khi thấy bức biếm họa mà Bob đã vẽ về anh ta.*

on the wires *adjective* **đang gọi điện thoại** • She can't talk to you now. She's on the wires: *Cô ấy không thể nói chuyện với anh bây giờ được. Cô ấy đang gọi điện thoại.*

on tick *adverb* **mua chịu; trả dần sau** • She arranged for him to buy goods on tick: *Cô ta đã dàn xếp cho anh ta mua hàng chịu (trả dần sau).*

onto a good thing *adjective* **tìm thấy một việc gì đem đến lợi ích cho ai đó; chẳng hạn như đơn giản, rẻ, lợi nhuận v.v..** • I think that Bill got onto a good thing when he opened his own store: *Tôi nghĩ là Bill đã thấy một việc có lợi khi anh ấy mở cửa hàng riêng của mình.*

onto someone/something *adjective* **nhận biết kế hoạch lừa đảo hoặc một kẻ lừa lọc** • Wilmer thought he was safe, but the fuzz was onto him from the beginning: *Wilmer nghĩ hắn ta an toàn, nhưng cảnh sát nhận biết hắn ngay từ đầu.*

on top *xem* COME OUT AHEAD

on top of *adverb* **1 chủ động đương đầu với vấn đề; có thể hướng dẫn và kiểm soát vấn đề** • It's a nasty outlook, but I think we can get on top of it: *Nó là một triển vọng xấu, nhưng tôi nghĩ chúng ta có thể chủ động đương đầu với nó.* **2 được thông báo đầy đủ về vấn đề gì** • Get on top of this latest development rght away: *Có được thông tin đầy đủ về sự phát triển sau cùng ngay tức thì.*

on track *xem* GO ON TRACK

on one's uppers *adjective* **không xu dính túi; nghèo túng;** = DOWN AND OUT

on velvet *adverb* **trong hoàn cảnh dễ dàng như vậy (như là người chơi mà chỉ thắng)** • He thought he wasn't able to work on velvet: *Anh ta nghĩ rằng anh ta không thể làm việc trong tình huống dễ dàng như thế.*

on someone's watch *adverb* **suốt thời kỳ chịu trách nhiệm của ai; trong khi ai đó đang phụ trách, đặc biệt là bảo vệ**

on wheels *adjective* **1 (quầy bán đồ ăn trưa) được đặt thức ăn mang đi;** = TO GO • Two hamburgers on wheels, please!: *Làm ơn cho hai bánh hamburger mang đi!* **2 hết mức; tột bực;** = IN SPADES • We agreed she was a bitch on wheels: *Chúng tôi đồng ý cô ta là một mụ độc ác tột bực.*

On your bike! or **Go to your room!** *imperative* **Đi ra khỏi đây! Cút đi và đừng quấy rầy tôi nữa!** • What a bad joke! No puns allowed here! On your bike!: *Một chuyện đùa thật tệ làm sao! Không được phép chơi chữ ở đây! Cút đi!*

on your six *phrase* **(phía) sau anh; đằng sau anh** • Look out! On your six!: *Hãy cẩn thận! Đằng sau bạn!*

oo *verb* = DOUBLE-O [**chỉ dùng trong văn viết**]

oodles *noun* **một số lượng lớn; một lượng lớn;** = a SHITHOUSE FULL • They have oodles of charisma: *Họ có nhiều uy tín.*

oof *noun* **1 tiền 2 (*quyển Anh*) sức mạnh;** = CLOUT **3 độ cồn mạnh; tác dụng của chất cồn trong rượu** • This stuff really has oof. How old is it?: *Thứ rượu này có độ cồn rất mạnh. Nó bao nhiêu năm vậy?*

oof *exclam.* **âm thanh phát ra từ một người khi bị đánh vào bụng** • "Oof!" cried Tom. He couldn't talk any more after that: *"Úi!" Tom la lên. Sau đó anh ta không nói được lời nào nữa.*

oofay *xem* OFAY

ooftish or **offtish** *noun* **(*dân cờ bạc*) tiền, đặc biệt tiền có sẵn để chơi đánh bạc hoặc đầu tư**

oofus[1] *noun* **người ngu đần; người ngớ ngẩn và vụng về;** = GOOF

oofus[2] *noun* **tiền;** = OOFTISH

oogle *verb* **nhìn chằm chằm công khai**

oogley *adjective* **(*thanh thiếu niên*) tốt; xuất sắc; đáng nhìn với sự ngưỡng mộ**

ooh and aah or **ooh and ah** *verb* **thể hiện sự ngưỡng mộ; biểu lộ sự ngạc nhiên** • How they oohed and ahhed over the new baby!: *Họ ngưỡng mộ về đứa bé mới sinh làm sao!*

ooh-la-la **dùng để thể hiện sự ngưỡng mộ** • What are we going to tell our friends/When they say ooh-la-la?: *Chúng ta sẽ nói gì với bạn bè/ Khi họ nói ô la la?*

ook *noun* **(*sinh viên*) người đáng khinh; người đáng ghét**

ookus or **ooks** *noun* **tiền;** = OOFTISH

oomph *noun* **1 năng lực; sức mạnh;** = CLOUT, PIZZAZ • Come on, you guys. Let's get some oomph behind it. Push!: *Nào, các chàng trai. Chúng ta hãy lấy sức mạnh sau nó. Đẩy!* **2 sự quyến rũ tình dục; sự gợi tình;** = IT • She had a lot of oomph, but didn't wish to become a movie star: *Cô ấy rất gợi tình, nhưng không muốn trở thành ngôi sao điện ảnh.*

oomph girl *noun* **cô gái trẻ rất khêu gợi; nữ hoàng tình dục;** = DISH [**một biệt hiệu mà giới báo chí trao tặng nữ diễn viên Ann Sheridan vào năm 1939**]

oomphy *adjective* **mạnh mẽ; gợi cảm**

oops *interj.* **thán từ thể hiện sự ngạc nhiên, mất tinh thần, xin lỗi, v.v.. đặc biệt khi ai đó đã làm điều gì lúng túng, khó xử** • Oops, look at this one!: *Ôi, nhìn cái này nè!*

oops *verb* (**cũng là *oops up***) **nôn; mửa;** = BARF

ooze *verb* **di chuyển, đặc biệt là chậm, cẩn thận, không có sự hăng hái;** = EASE • I'd ooze across the street and into the bar: *Tôi sẽ đi thong thả qua đường và vào quán rượu.*

ooze out *verb* **khởi hành một cách kín đáo; lén rời đi**

op *noun* **1 thuốc phiện 2 người điều hành 3 (*thế giới ngầm*) thám tử tư 4 (*đường sắt*) điện báo viên**

op *verb* **hoạt động; làm; thiết lập**

OP or **op** *adjective* **của người khác** [**viết tắt của *"other people's"***] • "Got a cigarette?" Mannelli asked, reaching across the desk. "I gave them up two years ago. Now I only smoke O.P.'s ... other people's": *"Anh có điếu thuốc nào không?" Mannelli hỏi, chồm qua bàn giấy. "Tôi đã bỏ cách đây hai năm rồi. Giờ tôi chỉ hút của người khác thôi".*

Op-Ed (or **op-ed**) **page** *noun* **trang báo, thường nằm đối diện trang xã luận, được tạo thành từ các cột và bài tiểu luận ngắn**

open *adjective* = WIDE OPEN

open one's face (or **head**) *verb* **nói; nói lớn; nói thẳng; nói toạc** • Don't so much as open your face about this, please: *Làm ơn đừng nói toạc ra nhiều về vấn đề này.*

open up *verb* **1 bắt đầu bắn nhau; bắt đầu đánh nhau 2 nói và khai**

báo trung thực; = SPILL one's GUTS • You must open up and tell us all about what happened: *Anh phải nói và khai báo trung thực tất cả những gì đã xảy ra.*

open up a (or **that**) **can of worms** *verb* đề cập về một vấn đề rất phức tạp và rắc rối • Merit pay? Let's not open up that can of worms: *Merit trả tiền à? Chúng ta hãy đừng đề cập về vấn đề phức tạp đó.*

open up one's kimono *verb* tiết lộ cái đang hoạch định; không giữ kín • Even if Tom appears to open up his kimono on this deal, don't put much stock in what he says: *Dù cho Tom để lộ ra kế hoạch của anh ta về thỏa thuận này, đừng quá tin vào những gì anh ta nói.*

open one's yap *verb* mở miệng, đặc biệt để nói; nói cái gì • He gets in trouble every time he opens his yap: *Hắn gặp rắc rối mỗi lần hắn mở miệng.*

the opera's never over till the fat lady sings *sent.* những việc không bao giờ xong cho đến khi chúng được hoàn thành; khả năng của hoạt động tiến xa hơn nữa nhưng còn tồn tại lại đây; ba mươi chưa phải là ngày Tết

operate with a full deck *xem* PLAY WITH A FULL DECK

operator *noun* 1 một người có tài xoay xở, lanh lợi, thường hay vênh vang và tự cho mình là quan trọng; = DEALER, MACHER, WHEELER-DEALER 2 = LADIES' MAN

oral *noun* (*sinh viên*) thi vấn đáp • He failed the oral: *Nó trượt kỳ thi vấn đáp.*

oral days *noun* (*đua ngựa*) cái thời mà sự đặt cược được thực hiện bằng miệng, trước khi máy tính tổng được sử dụng

oral diarrhea *xem* VERBAL DIARRHEA

orange crush *noun* một đội cảnh sát hoặc cai ngục đặc biệt, mặc bộ áo liền quần màu cam, chuyên xử lý những vụ bạo động trong tù và những sự náo động khác như thế [từ sự chơi chữ ám chỉ đến loại đồ uống ngọt *Orange Crush* (tên thương mại)]

orange-peel *verb* (*dùng cho sơn mới quét*) nhăn hoặc tạo thành những lằn nhỏ • Make it shiny and wet, but don't let it orange-peel or run: *Hãy làm nó bóng và ướt, nhưng đừng để nó nhăn hoặc nhòe".*

Orange Sunshine *noun* (*ma túy*) một loại LSD

orc or **orch** *xem* ORK

orchid *noun* một người phụ nữ xinh đẹp

orders *xem* CUT someone's PAPERS

ordinary Joe *noun* một người bình thường; = JOHN Q CITIZEN

O'Reilly's balls *xem* TIGHT AS KELSEY'S NUTS

or else *prep.* 1 nếu không thì; bằng không; kẻo • He must pay $1,000 or else go to prison: *Nó phải trả 1000 đô-la nếu không thì đi vào tù.* 2 dùng diễn tả sự cảnh cáo hoặc đe dọa: hãy coi chừng đấy • Give me the money or else!: *Đưa tiền cho tao ngay nếu không thì sẽ biết tay!* • You'd better do as we tell you or else!: *Tốt hơn là mày hãy làm như bọn tao bảo không thì liệu hồn đấy!*

Oreo *noun* 1 một người da đen mà giá trị được nhìn nhận bằng giá trị của người da trắng 2 (*người da đen*) một người da đen mà các tiêu chuẩn, cách cư xử, v.v.. là của xã hội da trắng; = AFRO-SAXON

org[1] *noun* đàn ống hoặc đàn organ điện

org[2] *noun* 1 sự phấn chấn; sự nôn nao vì ma túy loại mạnh 2 một tổ chức • She's a member of the org and can't be expected to use independent judgment: *Cô ấy là hội viên của một tổ chức và không thể dùng suy xét độc lập của mình được.*

organized *adjective* say rượu

orie-eyed or **orry-eyed** *xem* HOARY-EYED

ork or **orc** or **orch** *noun* ban nhạc; dàn nhạc

ork-orks *noun* chứng mê sảng của người nghiện rượu nặng

ornament *noun* (*đường sắt*) người phụ trách một ga xe lửa; trưởng ga

ornery *adjective* 1 bướng bỉnh; ngoan cố 2 hèn hạ; ích kỷ; dối trá 3 khó chịu và nóng nảy; càu nhàu gắt gỏng

orphan *noun* 1 một mẫu xe ô tô, máy tính, tàu, v.v.. không còn được sản xuất nữa, và khó tìm thấy những linh kiện dự phòng 2 một máy tính bị loại bỏ dần do những tiến bộ công nghệ

or what? *Phrase* hoặc có thể là cái gì khác?; chứ còn gì nữa? • Look at what I am wearing! Is that a great jacket or what?: *Hãy nhìn vào cái tôi đang mặc này! Đó là một chiếc áo tuyệt vời phải không, hay là cái gì nữa?* • Are we going fishing or what?: *Chúng ta có đi câu cá hay không đấy hả?*

oryide *noun* (*người lang thang*) người nghiện rượu

Oscar *noun* 1 giải thưởng thường niên và bức tượng tượng trưng cho nó từ Viện hàn lâm khoa học và nghệ thuật điện ảnh; giải Oscar, giải thưởng hàng năm ở Mỹ cho sự xuất sắc về đạo diễn, diễn xuất, soạn nhạc, v.v.. trong điện ảnh 2 bất kỳ giải thưởng nào

oscar *noun* 1 (*thế giới ngầm*) một khẩu súng ngắn; súng lục 2 dương vật

O-sign *noun* cái miệng mở tròn của người chết

ossifer or **occifer** *noun* một viên cảnh sát [một sự hoán vị âm cố tình, được nói theo kiểu bắt chước giọng nói nhịu lúc say]

ossified *adjective* say rượu hoặc say ma túy; = STONED

other fish to fry *xem* BIGGER FISH TO FRY

other half *noun* một bộ phận lớn khác của xã hội, thường là người giàu tương phản với người nghèo hoặc người nghèo tương phản với người giàu [gần như luôn trong câu "how the other half lives"]

other side of one's **face** *xem* LAUGH ON THE OTHER SIDE OF one's FACE

ouch *noun* vết thương; chỗ bị đau

ouch! *interj.* 1 thật không may! 2 diễn tả sự đau đớn đột ngột • Ouch! That hurts!: *Ối! Đau quá!*

ounce *xem* VIG OUNCE

ounce man *noun* 1 (*ma túy*) người bán ma túy cắt giảm hoặc pha trộn thêm chất khác vào hê-rô-in 2 (*ma túy*) người bán ma túy mua từ một người bán sỉ ma túy; = CONNECTION, DEALER

out *noun* 1 một cách trốn thoát; một cái cớ hợp lý; = LETOUT 2 cách cáo từ; cách thoái thác 3 (*về tennis*) quả bóng ra ngoài sân

out *adjective* 1 tình dục đồng giới công khai [viết tắt của "*out of the closet*"] 2 say rượu hoặc ma túy 3 lỗi thời; không hợp với thẩm mỹ hiện tại • That kind of clothing is strictly out: *Loại quần áo đó hoàn toàn đã lỗi thời.* 4 có sức hấp dẫn; quyến rũ; = HIP, WAY OUT • Man, that Modigliani is really out: *Ôi, bức họa của Modigliani thì thật quyến rũ.* 5 (cũng là **out cold**) bất tỉnh, đặc biệt bị đo ván • He was out (cold) for five minutes: *Nó đã ngất đi trong năm phút.* 6 bị loại; không còn nắm chính quyền • The Socialist party was out in 1985: *Đảng xã hội không còn nắm chính quyền vào năm 1985.* 7 (*về công nhân*) đang bãi công • The dockers in Hamburg are out: *Các công nhân bến tàu ở Hamburg đang bãi công.* 8 đi vắng; không có ở nhà • I phoned Sarah but she was out: *Tôi đã gọi Sarah nhưng cô ta không có ở nhà.* 9 xa tận (để nhấn mạnh khoảng cách) • My brother is out in Australia at the moment: *Lúc này anh tôi đang ở xa* tận bên Úc.

out *adverb* **xa nhà** • My folks are out tonight: *Bố mẹ tôi đi xa tối nay.*

outa *phrase* **ngoài; ra ngoài; ra khỏi** • In two minutes I'm outa here!: *Tôi sẽ ra khỏi đây trong hai phút nữa.*

outa here or **outta here** *adjective* **sắp rời đi** • I wanted you to know I'm outta here: *Tôi muốn cậu biết là tôi sắp đi khỏi đây.*

out-and-out *adjective* **hoàn toàn hoặc toàn bộ; hiển nhiên, rất rõ ràng** • Don't be such an out-and-out stinker!: *Đừng là một kẻ hoàn toàn khó ưa như vậy!*

outasight *xem* OUT OF SIGHT

out cold *adjective* **1 bất tỉnh** • He's out cold. You can begin the procedure now: *Anh ta bất tỉnh rồi. Anh có thể bắt đầu làm thủ tục.* **2 say rượu**

outed *adjective* **1** (cũng là **offred**) **chết; bị giết** • Our old dog is outed at age fourteen: *Con chó già của chúng tôi chết ở tuổi mười bốn.* **2 lộ ra hoặc thừa nhận tính đồng tính của mình ở công cộng**

outer garden *noun* (*bóng chày xưa*) **khu vực xa nhất cách người ném bóng hoặc bắt bóng**

outfox *verb* **khôn hơn; láu cá hơn;** = FOX

out from under *xem* GET OUT FROM UNDER

out front *adjective* **thật thà; thẳng thắng; trung thực;** = UP FRONT

outie *noun* **rốn lồi** • Erin's mother had paid a plastic surgeon $1,500 to transform her "outie" belly button to an "innie": *Mẹ của Erin đã trả chi phí phẫu thuật plastic 1.500 đô để biến "rốn lồi" của bà thành rốn thụt vào.*

out in left field *adjective* **sai, không chính xác; điên rồ** • Don't pay any attention to her. She's out in left field as usual: *Đừng để ý đến cô ta. Cô ấy vẫn điên rồ như mọi lần.*

out like a light *adjective* **1 bất tỉnh hoặc ngủ say 2 rất say; say mèm**

out loud *xem* FOR CRYING OUT LOUD

out of one's depth *adverb* **trong một tình huống không thể đối phó, đặc biệt vì bạn thiếu kinh nghiệm hoặc hiểu biết** • When they start talking about nuclear physics, I'm out of my depth: *Khi họ bắt đầu nói về vật lý nguyên tử, tôi không thể hiểu chút gì cả.*

out of one's ears *xem* HAVE something COMING OUT OF one's EARS

out of one's head (or **skull** or **gourd**) *adjective* **1 điên rồ; mất trí;** = NUTS **2 mê mẩn; mê sảng;** = OFF one's NUT

out of hell *xem* TAKE OFF LIKE A BIGASS BIRD

out of it *adjective* **1 điên; bị tâm thần 2 không ở trong thế giới thật** • You never pay attention to what's going on. You're really out of it: *Anh không bao giờ chú ý đến những gì đang diễn ra. Anh thực sự sống ngoài thế giới thực tại.* **3 say rượu hoặc ma túy 4 không có khả năng thắng hoặc thành công** • The Hawks are out of it this season: *Đội Hawks không có khả năng thắng giải mùa này.* **5 không còn biết được những gì xảy ra, thường do dùng ma túy hoặc uống quá nhiều rượu 6 cô đơn và không vui** • I felt a little out of it when we all went to the lake, because I can't swim: *Tôi cảm thấy một chút cô đơn và không vui khi tất cả chúng tôi đi đến hồ, bởi vì tôi không thể bơi được.* **7 lầm lẫn; sai lầm** • You're absolutely out of it!: *Anh hoàn toàn sai lầm rồi!* **8 không liên quan, dính líu, quan hệ** • It's a dishonest plan and I'm glad to be out of it: *Đó là một kế hoạch gian lận mà tôi rất mừng không dính líu vào.*

out of joint *xem* PUT someone's NOSE OUT OF JOINT

out of kilter *adjective* **1 không hoạt động bình thường; không chạy;** = OUT OF WHACK • My car's engine is out of kilter and needs some repair work: *Động cơ chiếc xe của tôi không hoạt động và cần sửa chữa.* **2 không vuông góc** • That corner is not square, and the wall even looks out of kilter: *Cái góc đó không vuông vức và thậm chí bức tường trông không vuông góc.*

out of one's league *adjective* **1** = OUT OF one's DEPTH **2 không nằm trong phạm vi; ngoài lãnh vực của ai** • The matter's fortunately out of my league: *Thật may vấn đề không nằm trong phạm vi của tôi.*

out of left field *adjective* **đột ngột; thình lình; phát xuất từ một nguồn hoặc một hướng không mong đợi** • All of his paintings are right out of left field: *Tất cả những bức họa của ông ta bắt nguồn từ một hướng đột ngột bất ngờ.*

out of line *adjective* **không phù hợp, không thích hợp với điều mong đợi; đặc biệt là về giá cả hoặc cách cư xử** • That remark was out of line: *Nhận xét đó không phù hợp.*

out of luck *adjective* **không may; ở tình thế tuyệt vọng; đã quá muộn cho những gì mà ai đó muốn** • If you think you are going to get any sympathy from me, you're just out of luck: *Nếu bạn nghĩ bạn sẽ có được sự thông cảm ở tôi thì bạn không may rồi.* • You're out of luck, pal, they've gone: *Cậu đã quá muộn rồi, ông bạn, họ đi rồi.*

out of pocket (or **the pocket**) *adjective* **1 vượt ra ngoài tầm kiểm soát của một người nào đó; không thể điều khiển được** • The guy is wild. Completely out of pocket: *Chàng ta rất phóng đãng. Hoàn toàn không kiểm soát được.* **2** (*thuộc chi phí*) **nhỏ, phụ, không tính trên thẻ tín dụng 3 bên ngoài văn phòng; không có ở bàn làm việc; không có mặt** • Sorry, I was out of pocket when you called: *Xin lỗi, khi anh gọi thì tôi không có ở bàn làm việc.*

out of shape *adjective* **rất bực mình; tức giận; cuồng loạn**

out of sight or **outasight** *adjective* **1 xuất sắc; làm kinh ngạc 2 rất say rượu hoặc ma túy 3 rất đắt; giá cắt cổ** • Prices at that restaurant are out of sight: *Giá cả ở nhà hàng đó rất đắt.*

out of sight, out of mind or **OOSOOM** *phrase* **tôi không để ý đến những gì tôi không thể nhìn thấy; xa mặt cách lòng** • I completely forgot about it. OOSOOM!: *Tôi hoàn toàn quên mất chuyện ấy. Xa mặt cách lòng mà!*

out of one's skull *adjective*
say rượu • Fred was really out of his skull and trying to pick fights with everyone: *Fred thực sự say và cố tình gây gổ đánh nhau với mọi người.*

out of style *xem* LIKE IT'S GOING OUT OF STYLE

out of sync *adjective* **không khớp; không đồng bộ; không tương hợp** • My watch and your watch are out of sync: *Đồng hồ của tôi và đồng hồ của anh không khớp với nhau.* • His politics are out of sync with current conservative trends: *Quan điểm chính trị của ông ta không tương hợp với những xu hướng bảo thủ đương thời.*

out of the box *adjective* **bị hư hỏng; bị tiêu rồi; hủy hoại; sụp đổ; chấm dứt;** = FINISHED, KAPUT • The first reviews were so bad I thought we were out of the box: *Những bài phê bình đầu tiên quá tệ, tôi nghĩ rằng chúng tôi đã bị tiêu đời rồi.*

out of the closet *adjective* **1 công khai tình trạng đồng tính 2 không còn bí mật nữa** • Our wedding date was out of the closet: *Ngày cưới của chúng tôi thì không còn bí mật nữa.*

out of the fire *xem* PULL something OUT OF THE FIRE

out of the loop *adjective* **không phải là một người trong nhóm quyền lực; không nằm trong giới cầm quyền** • George Bush was out of the loop…an ineffective second in command: *George Bush thì không ở trong nhóm có thế lực… một phó chỉ huy không làm được trò trống gì.*

out of the money *adjective* (*trong đua ngựa hay đua chó*) hoàn thành cuộc đua dưới vị trí thứ ba

out of the picture *adjective* **1** không còn liên quan đến nữa; đã qua đời; chết • Now that Willy is out of the picture, we needn't concern ourselves about his objections: *Bây giờ thì Willy đã ra đi rồi, chúng ta không cần phải quan tâm đến sự phản đối của ông ấy.* **2** bị loại; bị bỏ rơi hoặc bỏ lại • From the very beginning I felt that the tall girl was out of the picture, and that Joan would win the prize: *Ngay từ lúc đầu tôi đã cho rằng cô gái cao đó bị loại và Joan sẽ thắng giải.*

out of the water *xem* BLOW OUT OF THE WATER

out of the way *adjective* **1** chết; bị giết • Now that her husband was out of the way, she began to get out and about more: *Bây giờ thì chồng cô ấy qua đời rồi, cô ấy bắt đầu ra ngoài và đi đây đi đó nhiều hơn.* **2** say rượu

out of the woods *adjective* thoát khỏi khó khăn; không bị rắc rối; hết nguy hiểm; qua cơn nguy kịch • As soon as her temperature is down, she'll be out of the woods: *Ngay khi nhiệt độ của cô ấy giảm xuống, cô ấy sẽ qua cơn nguy kịch.*

out of the woodwork *xem* CRAWL OUT OF THE WOOD-WORK

out of this world *adjective* lạ thường; tuyệt vời và hào hứng; ưu tú; = the GREATEST, WAY OUT • She had a figure which was out of this world: *Cô ta có một thân hình tuyệt vời.*

out of town *adverb* (*thế giới ngầm*) ở tù

out of one's **tree** *adjective* điên rồ; ngốc nghếch; kỳ lạ; = APE • You must be out of your tree to go walking in such awful weather: *Cậu điên rồ hay sao mà lại đi dạo trong thời tiết khủng khiếp như thế này.*

out of turn *xem* TALK OUT OF TURN

out of one's **way** *xem* GO OUT OF one's WAY

out of whack *adjective* **1** (*về hệ thống hoặc máy móc*) không còn hoạt động bình thường; hỏng; = ON THE BLINK, OUT OF KILTER • My car's out of whack so I'll take yours: *Chiếc xe của anh bị hỏng vì thế anh sẽ lấy xe của em.* **2** không thích đáng; không phù hợp • The television reports on the weather is always out of whack with the weather we actually get: *Sự thông báo thời tiết trên truyền hình luôn luôn không phù hợp với thực tế thời tiết ở ngoài.* **3** kỳ lạ; không thể giải thích; không đúng • It seems out of whack to me, that Jakobek was the only aldermanic candidate who had a great deal of support from the young: *Hình như không thể giải thích được đối với tôi Jakobek chỉ là ứng cử viên hội đồng thành phố đã có rất nhiều sự ủng hộ từ những người trẻ tuổi.*

out on a limb *adverb* **1** trong tình thế khó khăn, dễ bị tổn thương; gặp nguy hiểm • The announcement put the Mayor out on a limb: *Thông báo đã đặt Thị trưởng vào tình thế khó khăn và dễ bị tổn thương.* **2** đơn độc; bị cô lập • I seem to be out on a limb here. Does nobody agree with my idea?: *Ở đây tôi dường như đơn độc. Không ai tán thành ý kiến của tôi sao?*

out on one's **ass** *adjective* bị sa thải; bị loại bỏ; bị thay thế; = FINISHED • She's the First Lady now, and I'm out on my ass: *Bà ấy bây giờ là Đệ nhất phu nhân, còn tôi bị sa thải.*

outside *noun* **1** (*ở Alaska*) bất cứ nơi nào tại Mỹ ngoài Alaska **2** thế giới bên ngoài lực lượng vũ trang **3** thế giới bên ngoài nhà tù

outside *adjective* **1** không bình thường • That shit's really outside: *Cái thứ chết tiệt này thật sự không bình thường.* **2** không ở trong tù • You were outside, I was inside, you were s'posed to keep in touch with the band: *Mày ở ngoài nhà tù, tao thì ở trong tù, mày có nhiệm vụ giữ liên lạc với nhóm.* **3** (*đặc biệt người da đen*) sinh ngoài giá thú; để hoang

outside chance *noun* khả năng ít ỏi; cơ hội mong manh • He may have an outside chance to pas the exam: *Nó có thể có một cơ hội mong manh để đỗ kỳ thi.*

outside man *noun* (*lễ hội và xiếc*) một người đứng ở vị trí bên ngoài có nhiệm vụ thu hút khách hàng

outstanding *adjective* xuất sắc

outsy or **outy** *noun* rốn nhô ra hoặc lồi ra • Is yours an insy or an outsy?: *Rốn của bạn lõm vào hay lồi ra?*

outtake *noun* một đoạn trích ra • We're surprising outtakes from Brando's secret life: *Chúng tôi lấy làm ngạc nhiên những đoạn trích ra từ cuộc sống thầm kín của Brando.*

out the gazoo *phrase* rất nhiều; vô số; khắp nơi • We have old magazines out the gazoo here. Can't we throw some of them away?: *Chúng ta có rất nhiều tạp chí cũ ở đây. Chúng ta không thể ném bớt nó đi à?*

out there *adjective* **1** trạng thái phê cần sa tột đỉnh **2** trong xã hội khác; ngoài trào lưu chính • Barton decided that it would be "out there" to leave the apartment just as it was: *Barton quyết định rằng sẽ là "ngoài trào lưu chính" khi để căn hộ y như cũ.*

out the window *adjective* **1** đã qua; đã lãng phí • My forty dollars—out the window. Why didn't I save my money: *Bốn mươi đô la của tôi – đã lãng phí. Tại sao tôi không tiết kiệm cơ chứ?* **2** bị hư hỏng và không dùng được; bị tiêu sạch; sụp đổ; = DOWN THE TUBE, KAPUT • All our plans are out the window now, so forget it: *Mọi kế hoạch của chúng ta giờ đã sụp đổ, vì thế hãy quên đi.* **3** (*về cơ hội, công việc*) biến mất; đánh mất • Don't throw this opportunity out of the window: *Đừng để vuột mất cơ hội này.*

out to lunch *adjective* (*sinh viên*) điên; đãng trí; cư xử ngu ngốc; kỳ cục • Old Ted is so out to lunch these days. Seems to be losing his mind: *Dạo này cụ Ted thật đãng trí. Dường như cụ ta đang mất trí nhớ.*

out to pasture *adjective* nghỉ hưu; không còn làm việc nữa • My job? I've been out to pasture the last four years: *Công việc của tôi à? Tôi đã nghỉ hưu 4 năm rồi.*

outy *xem* OUTSY

out year *noun* (*đặc biệt giới công chức Washington*) một trong sáu năm bị ảnh hưởng bởi ngân sách hoặc hành động được nói tới

the oval *noun* quả bóng bầu dục; = the OBLATE SPHEROID

over *adjective* **1** *adj* (*đấu vật chuyên nghiệp*) nổi tiếng với khán giả **2** *adj* (*về trứng*) lật lại; chiên hai mặt **3** *adv. & prep* (*bài poker*) cùng với những lá bài ít giá trị

over a barrel *adverb* trong tình thế vô vọng; đẩy vào thế bí; ngõ cụt • They've got us over a barrel - if we don't pay them, we'll lose everything: *Họ đã dồn chúng tôi vào thế bí - nếu chúng tôi không trả tiền cho họ, chúng tôi sẽ mất tất cả.*

overboard *adjective* đầy nhiệt tình; rất say mê, thường là thích thứ gì đó • He's overboard for the new series: *Anh ta rất say mê bộ phim tập mới (bộ phim nhiều kỳ).*

overcoat *noun* (*không quân, thế chiến II*) cái dù

over easy *adjective* (*về trứng*) chiên hai mặt, nhưng chiên mau ở một mặt

over someone's **eyes** *xem* PULL THE WOOL OVER some-one's EYES

over one's **head** *adjective* **1** *adj* quá khó đối với ai về mặt tinh thần; khó hiểu • This stuff is to hard. It's over my head: *Bài này quá khó. Tôi không hiểu được.* **2** *adv* tốt hơn tiêu chuẩn bình thường của ai; một cách đầy cảm hứng • The team played over its head and

by God they won: *Đội bóng đã chơi một cách đầy cảm hứng và nhờ Chúa họ đã thắng.*

overkill *noun* **sự quá mức; sự quá nhiều** • *That is enough. Any more is just overkill*: *Đó thì đủ rồi. Thêm nữa là quá nhiều đấy.*

overseas cap *noun* (*quân đội*) **mũ lính; nón quân đội**; = GO-TO-HELL CAP

overserved *adjective* **liên quan đến người say rượu ở trong quán bar; say rượu**

over the coals *xem* HAUL someone OVER THE COALS

over the fence *adverb* (*hàng không*) **đến gần hoặc tiếp cận đường băng ở sân bay** • *His speed over the fence was much too high*: *Vận tốc lúc hạ cánh xuống đường băng của ông ta quá cao.*

over the hill *adjective* **1 vượt ngục hoặc đào tẩu từ quân đội** • *Two privates went over the hill last night*: *Hai lính binh nhì đã đào tẩu tối qua.* **2 không còn trẻ nữa; qua tuổi trung niên; quá già** • *You're only fifty! You're not over the hill yet*: *Anh mới có năm mươi tuổi thôi! Anh thì chưa quá già đâu.* **3 không còn hiệu quả nữa; mệt nhoài; yếu sức**; = AUS-GESPIELT **4** (biến thể: **hump** có thể thay cho **hill**) **qua cơn khủng hoảng** • *I think that you can say that we're over the hill*: *Tôi nghĩ rằng anh có thể nói là chúng ta thì qua cơn bi cực rồi đấy.* **5** (*quân đội*) **nghỉ không phép; vắng mặt không phép**; = AWOL

over the hump *adjective* **1 say ma túy** **2 vượt qua lúc khó khăn nhất; qua cơn khủng hoảng**

owie *noun* **bất kỳ vết thương nhỏ nào** [từ vựng của trẻ em]

owled or **owl-eyed** or **owly-eyed** *adjective* **say rượu**

owl show *noun* (*ngành biểu diễn xưa*) **cuộc biểu diễn, buổi chiếu phim, v.v.. được trình diễn muộn ban đêm**

the owner *noun* (*hải quân*) **thuyền trưởng tàu hải quân**

Owsley or **Owsley acid** or **owsley** *noun* **LSD chất lượng cao**

ox *xem* BIG OX, DUMB OX

oyster *xem* MOUNTAIN OYSTER, the WORLD IS one's OYSTER

oyster-berry *noun* **ngọc trai**

ozone or **zone** *noun* **1** (*sinh viên*) **trạng thái ảo giác, thường là do ma túy** **2 phencyclidine, ma túy được biết đến với cái tên PCP hay bụi thiên thần**

P

P or **p** or **pee** *noun* 1 đồng bạc Việt Nam [viết tắt của *"Vietnamese piastre"*] 2 bất kỳ đơn vị tiền tệ nào bắt đầu với "p" chẳng hạn đồng peso Mexico, Philippines, v.v..

pack *noun* một gói ma túy bất hợp pháp, đặc biệt là hê-rô-in

pack *verb* 1 (*từ quan điểm của đàn ông*) quan hệ tình dục với 2 mang theo vũ khí, thường là giấu giếm 3 nhét bộ phận sinh dục của đàn ông vào bên trái hay bên phải quần lót 4 dẫn ai theo trong chuyến đi bằng xe mô tô

package *noun* 1 một khoản tiền lớn; nhiều tiền; = BUNDLE 2 bộ phận sinh dục của đàn ông được nhìn thấy qua quần lót 3 một người phụ nữ xinh đẹp hoặc gợi tình 4 sự kết hợp của nhiều thứ liên quan đến nhau; một bộ các thứ thống nhất • That rental car is part of the vacation package: *Chiếc xe thuê kia là một phần của chuyến đi nghỉ trọn gói.* 5 thuật ngữ chung về một hợp đồng hoặc thỏa thuận 6 kiểu và chất lượng của sự trình bày và trang trí bề ngoài của vật gì • It's the package that impresses people: *Đó là cách trình bày bề ngoài gây ấn tượng mọi người.*

package *verb* 1 trưng bày hoặc bố trí ai hay việc gì, như trong tiếp thị, để có lợi thế tốt 2 trình bày và trang hoàng bề ngoài; đóng gói

packaged *adjective* say rượu

package deal *noun* tập hợp những đề nghị đưa ra hoặc được chấp nhận trọn gói • Ministers are trying to put together a package deal that will end the dispute: *Các bộ trưởng đang cố gắng tập hợp các đề nghị lại với nhau giải quyết trọn gói để kết thúc cuộc tranh cãi.*

pack heat *verb* (*thế giới ngầm*) mang súng

packie *noun* cửa hàng bán rượu [từ những tiểu bang nơi cửa hàng rượu còn được gọi là *"package stores"*]

pack in (or **up**) *verb* dừng; ngừng một hoạt động; từ bỏ; nghỉ hưu • Let's just pack it in an hour early: *Chúng ta chỉ ngừng làm sớm hơn một giờ.*

packing a gun *verb* mang một khẩu súng

pack it in *verb* 1 nghỉ hưu; nghỉ việc • The day you don't feel a few butterflies in your tummy just before you go on stage, that's the time to pack it in: *Ngày mà anh không cảm thấy bồn chồn trong dạ trước khi anh lên sân khấu thì đó là lúc anh nghỉ hưu.* 2 dừng lại; nghỉ; bỏ những gì đang làm • I decided to pack it in and to move to New York: *Tôi đã quyết định nghỉ làm và chuyển đến New York.*

a pack of lies *noun* một loạt hoặc một chuỗi những lời nói dối; = COCK-AND-BULL STORY

pack rat *noun* 1 người không thể vứt bất cứ gì mình có; người có xu hướng giữ lại hết đồ đạc 2 người mang hành lý hoặc mở cửa cho khách ở khách sạn

pack the mail *verb* = CARRY THE MAIL

packtripper *noun* người đi dạo với ba lô sau lưng; du khách ba lô

pact 1 *noun* hợp đồng làm việc; hợp đồng tuyển dụng 2 *verb* MG pacts Gable: *MG tuyển dụng Gable.*

pad *noun* 1 một căn hộ hay một ngôi nhà; một căn phòng, đặc biệt là phòng ngủ 2 cái giường 3 xà lim 4 một nơi để sống; một nơi để ngủ tạm thời; = CRASH-PAD • Why don't you come over to my pad for a while?: *Sao bạn không đến nơi tôi ở một lúc nhỉ?* 5 (*mãi dâm*) phòng làm việc của gái điếm; = CRIB 6 biển số xe hơi; biển đăng ký xe

the pad *noun* 1 (*cảnh sát*) tiền đút lót và hối lộ cho cảnh sát 2 (*cảnh sát*) danh sách những cảnh sát chia tiền hối lộ

pad *verb* 1 (cũng là **pad down**) cư trú; sống ở nơi nào • He pads in the penthouse in my hotel: *Anh ta sống ở dãy phòng trên tầng mái trong khách sạn của tôi.* 2 (*cảnh sát*) tăng thêm lượng ma tuý tịch thu được từ một nghi phạm để buộc tội họ nặng hơn 3 kéo dài một bài viết với nhiều thứ không cần thiết

padding *noun* văn bản được thêm vào một bài tiểu luận, sách, bài diễn văn, v.v.. thường chỉ để cho nhiều mà thôi

paddle *xem* UP SHIT CREEK

paddlefoot *noun* (*quân đội, thế chiến II*) lính bộ binh; lính mang súng trường; = DOGFACE

paddle the pickle *verb* (*đàn ông*) thủ dâm

pad down *verb* 1 làm chỗ ngủ, thường là nơi ngủ tạm hoặc nơi ngủ không định trước; = SACK OUT • Do you mind if I pad down at your place for the night?: *Bạn có phiền không nếu tôi ngủ tạm ở nhà bạn qua đêm?* 2 tìm kiếm; lục soát; = FRISK

pad duty *noun* 1 sự ngừng lại giữa chừng 2 (*hải quân, thế chiến II*) sự ngủ; sự tựa đầu để ngủ; = SACK DUTY

paddy or **Paddy** *noun* 1 một người Ai-len hoặc người gốc Ai-len 2 (cũng là **patty**) (*người da đen dùng*) một người da trắng • We ought to beat the hell out of those paddies!: *Chúng ta nên nện những gã da trắng này một trận!* 3 *modifier*: I know I can't be tight with this paddy boy: *Tôi biết mình không thể keo cú với thằng nhóc da trắng này.* 4 (*người lang thang*) kẻ lười biếng, vô dụng 5 một viên cảnh sát • Every time I saw a paddy roll by in a car, I picked up one of the halfbricks, and threw it at the motherfuckers: *Mỗi lần nhìn thấy một gã cớm chạy qua trong chiếc ô tô, tôi nhặt một viên gạch và ném vào bọn khốn đó.*

paddy *adjective* da trắng, thuộc gốc châu Âu

paddy wagon *noun* xe bịt kín của cảnh sát để chở tù nhân; = BLACK MARIA

paddywood noun một người da trắng

pad out verb đi ngủ; lên giường; = SACK OUT

padre noun (*quân đội, thế chiến I*) giáo sĩ; linh mục; cha tuyên úy trong quân đội [từ tiếng Tây Ban Nha]

pad room noun (*ma túy*) một căn phòng hút thuốc phiện hoặc các loại ma túy khác được dùng

pads noun miếng độn tăng kích cỡ bên ngoài của bộ ngực phụ nữ

paesan noun người bạn cùng quê, cùng thành phố; đồng hương; = LANDSMAN

page xem OP-ED PAGE, TAKE A PAGE FROM someone's BOOK

page turner noun cuốn sách rất hấp dẫn người đọc không muốn ngừng

paid adjective say rượu

paid in adjective (*người lang thang*) được đảm bảo một chỗ để ngủ

pail noun (*người da đen*) dạ dày

a pain noun 1 điều phiền toái; một vật hoặc một người gây ra sự khó chịu • Those long meetings are a real pain: *Những cuộc họp kéo dài này đúng là điều phiền toái.* 2 = a PAIN IN THE ASS

pain verb làm bực mình; làm phiền toái; quấy rầy • It pains me when people forget to say thank you: *Tôi thấy khó chịu khi người ta quên nói cám ơn.*

a pain in the ass (or **butt** or **neck** or **rear**) noun 1 mối phiền toái lớn 2 một điều hoặc một người hay quấy rầy, gây ra khó chịu • You are a pain in the ass!: *Mày là một thằng quấy rầy quá đi!* • Things like that give me a pain in the butt: *Những thứ như thế làm tôi khó chịu.*

pain in the butt xem PAIN IN THE ASS

pain in the neck noun một người hoặc một điều gây ra bực mình, khó chịu • My boss is a pain in the neck: *Ông chủ của tôi là một người khó chịu.*

pain in the rear xem PAIN IN THE ASS

painkiller noun rượu; rượu mạnh

paint nou 1 sự trang điểm 2 (*cờ bạc*) một quân bài hình hay quân mười 3 sự xăm hình • When dya get the new paint?: *Khi nào cậu có sự xăm hình mới?* 4 hình xăm trên da nói chung; số lượng hình xăm trên thân thể của ai • He's got paint covering his back!: *Anh ta có hình xăm hết cả lưng!*

paint verb 1 trang điểm • Their women don't paint them-selves: *Những người phụ nữ của họ không tự trang điểm.* 2 đánh dấu mục tiêu bằng tia la-ze [dùng trong chiến tranh vùng Vịnh]

paint card noun (*trong xấp bài*) quân J, quân Q, hay quân K; quân bài hình

painted pony noun (*xiếc và lễ hội*) một con ngựa vằn

paint (or **varnish**) **remover** noun 1 rượu uýt-ki mạnh hoặc kém chất lượng 2 cà phê, đặc biệt loại rất mạnh hoặc đắng

paint the town or **paint the town red** verb 1 (*từ cuối những năm 1800, cao bồi*) ra ngoài chè chén; uống rượu và vui đùa với những người khác; say xỉn 2 có thời gian quậy phá ở thành phố • Let's go out and paint old cow town red: *Chúng ta hãy ra ngoài và quậy tưng thành phố nào.*

pair noun 1 bộ ngực phụ nữ 2 hai hòn dái, do đó có tính đàn ông hoặc dũng cảm

a pair up noun (*quầy bán đồ ăn trưa*) hai trứng chỉ chiên (rán) một mặt

paisan or **paisano** noun một người Mỹ gốc Ý; dùng như từ xưng hô gợi lên một di sản phổ biến, đặc biệt là người Ý

paisano noun (*miền tây nước Mỹ dùng*) = PAESAN [từ tiếng Tây Ban Nha nghĩa là "người nông thôn"]

pajamas xem the CAT'S MEOW

pal noun 1 bạn thân, thường nam giới; = BUDDY • Be nice to him. He's my pal: *Hãy đối xử tốt với anh ấy nhé. Anh ấy là bạn tôi.* 2 dùng để xưng hô với một người lạ, thường là có ý mỉa mai • Look, pal, I was in line in front of you!: *Này, ông bạn, tôi xếp hàng trước anh mà!*

palace noun 1 (*đường sắt*) toa dành riêng cho người bảo vệ tàu 2 nơi gặp gỡ có tầm quan trọng lớn

pal around verb kết giao với; làm bạn với; hòa nhập xã hội • After I'd gotten out of reception, Minetti and I started palling around, and we got tight: *Sau khi tôi rời khỏi tiệc chiêu đãi, Minetti và tôi bắt đầu kết giao, và chúng tôi trở nên thân thiết.*

pale noun (*từ người da đen*) người da trắng; = GRAY

paled or **paled out** adjective (*thanh thiếu niên, Canada*) mệt mỏi; hoàn toàn kiệt sức, đặc biệt bởi ma túy hoặc rượu

paleface noun 1 (*người da đen dùng*) một người da trắng [từ cách dùng của người da đỏ Mỹ thế kỷ 18] 2 (*người đồng tính da đen*) người đồng tính da trắng 3 anh hề trong gánh xiếc

palimony noun tiền cấp dưỡng–chi phí sinh hoạt–trả cho người vợ hoặc cho người bạn gái trước đây • He left her, and she took him to court to try to get him to pay palimony: *Anh ta bỏ cô ta, và cô ta kiện anh ta ra tòa cố để đòi anh ta tiền trợ cấp nuôi dưỡng.*

pally or **pallie** noun người bạn; bạn thân; đồng chí; = PAL

pally or **pallie** adjective thân thiện hoặc quá thân mật với ai; = PALSY-WALSY

palm verb 1 giấu vật gì trong tay như khi ăn trộm hoặc trong khi trình diễn ảo thuật; nhận và giấu tiền boa hoặc tiền hối lộ 2 (*cờ bạc*) giấu một lá bài trong lòng bàn tay để dùng nó trong một ván bài

palm something off verb đánh lừa; đánh tráo; gạt cái gì • He tried to palm off the painting as a real Renoir: *Hắn cố đánh lừa bức tranh như một bức thật của Renoir.*

palm-oil noun tiền hối lộ; tiền boa

palm someone/something off (on someone) verb chuyển một người hoặc vật không cần đến cho một người khác • Don't palm her off on me. I don't want her: *Đừng chuyển cô ta qua cho tôi. Tôi không cần cô ta.*

palm something off (on someone) verb thành công trong việc tiêu thụ tiền giả; thành công trong việc đổi séc bẩn (không hợp lệ) • Tom palmed four phony twenties off in less than an hour: *Tom tiêu thụ được bốn tờ hai mươi đô-la giả trong vòng chưa đến một giờ đồng hồ.*

palm-warmer noun người cho tiền bo • The best palm-warmers are South American diplomats, who apparently have no regard for American money: *Những người cho tiền boa nhiều nhất là các nhà ngoại giao Nam Mỹ, những người hình như không quan tâm tới tiền đô.*

palooka or **paluka** or **palooker** noun 1 một người tầm thường trong ngón nghề của họ 2 người ngu ngốc; kẻ đần độn to con 3 võ sĩ quyền Anh tầm thường hoặc kém cỏi 4 võ sĩ đấu vật chuyên nghiệp

palsy-walsy adjective thân thiện, thường là với giọng điệu nhỏ không thành thật; = CHUMMY

palsy-walsy *noun* một người bạn tốt; một người bạn thân • Meet my old palsy-walsy, John. We've known each other since we were kids: *Hãy gặp người bạn cũ thân thiết của tôi, John. Chúng tôi biết nhau từ khi còn bé.*

pal up *verb* kết bạn

pan¹ or **pam** 1 *verb* (*studio phim và truyền hình*) di chuyển máy quay lướt ngang để đem lại hiệu ứng toàn cảnh hoặc theo dõi thứ gì đó đang chuyển động; quay quét ngang qua 2 *noun* sự quay quét qua từ máy quay phim

pan² 1 *noun* mặt; bộ mặt; = MUG 2 *noun* sự chỉ trích gay gắt; sự phê bình nghiêm khắc • an out-and-out pan: *sự chỉ trích triệt để* 3 *verb* chỉ trích nặng nề và bất lợi; xúc phạm gay gắt; = ROAST • The Daily Worker panned his first novel: *Tờ Daily Worker đã chỉ trích nặng nề cuốn tiểu thuyết đầu tay của ông ta.*

Panama red or **Panamanian red** *noun* một loại cần sa mạnh được trồng tại Panama

pancake turner *noun* (*studio đài phát thanh*) người chơi đĩa hát trên đài phát thanh; = DISC JOCKEY

panhandle *verb* ăn xin, đặc biệt bằng cách bắt gạ gẫm hoặc bám sát những người đi đường

panhandler *noun* người ăn xin, đặc biệt bám sát những người đi đường • This panhandler came up to me and asked me for ten dollars: *Gã ăn mày này đã đi đến tôi và hỏi xin 10 đô-la.*

panic *noun* một người hoặc một vật rất vui nhộn và hào hứng; một diễn viên hài gây ấn tượng mạnh; = a STITCH • Paul is a panic. He tells a joke a minute: *Paul là một người vui nhộn. Một phút anh ta kể một câu chuyện cười.*

panic *verb* 1 trở nên hoảng sợ và rối loạn, đặc biệt một cách đột ngột; = FLIP • He panicked and dropped the ball: *Anh ta hoảng sợ và làm rơi quả bóng.* 2 đem lại phản ứng mạnh mẽ, đặc biệt làm cho khán giả cười to; = FRACTURE

panic rack *noun* (*không quân*) ghế trong chiếc máy bay cho phép người phi công bật ra nhảy dù xuống đất

panky or **pank** *xem* HANKY-PANKY

panman *noun* người đánh trống trong ban nhạc vùng West India, dùng các nhạc cụ làm bằng thùng đựng dầu rỗng

pan out *verb* tiến triển tốt; giải quyết ổn thỏa; thành công; = PAY OFF • Don't worry. Everything will pan out okay: *Đừng lo. Mọi việc sẽ tiến triển tốt thôi.*

pansified *adjective* ẻo lả; yếu ớt như đàn bà; = SISSIFIED

pansy 1 *noun* người đồng tính nam; = QUEEN 2 *noun* người đàn ông ẻo lả, yếu ớt; = LILY, SISSY 3 *adj* Stage and screen voices in recent years have become so pansy: *Giọng nói trên sân khấu và trên phim ảnh trong những năm gần đây đã trở nên quá ẻo lả.*

pansy patch *nickname* một khu vực phía Tây Hollywood, California, nơi cư trú của phần lớn đàn ông đồng tính từ những năm 1960

panther piss (or **sweat**) or **panther** *noun* rượu sản xuất lậu kém chất lượng; = ROTGUT

pantry *noun* (*quyền Anh*) bụng; dạ dày; = BREADBASKET

pants-leg *noun* (*phi công*) ống gió ở trên đỉnh cây sào để chỉ hướng gió

the **pants off** *adverb* mức tối đa; cực điểm; quá độ • I'm going to sue the pants off you this time: *Lần này tôi sẽ kiện anh mức tối đa.*

pants rabbit *noun* (*người lang thang*) chấy rận ở lông mu; chấy rận trên cơ thể; con bọ chét

panty apples *noun* mông đít

pantywaist *noun* một người yếu đuối hoặc nhút nhát; một người đàn ông đồng tính; = PANSY

pap *noun* cha; bố; = PAPPY

papa *noun* 1 (*trẻ con dùng*) ba; bố 2 (*đặc biệt người da đen*) người yêu; người tình nam; = DADDY

paper *noun* 1 vé miễn phí cho một buổi biểu diễn; = ANNIE, OAKLEY 2 tiền 3 giấy chứng minh nhân dân; giấy căn cước 4 chi phiếu; chứng khoán 5 án treo thay cho án tù; phóng thích khỏi tù nhưng vẫn phải tuân thủ các cam kết 6 một hợp đồng của thế giới ngầm để giết ai 7 một tài liệu viết tay; bằng chứng viết tay để cũng cố điều gì [thường đi với "some"] 8 một tờ séc giả; tờ séc vô giá trị 9 (*ma túy*) một gói ma túy; = BAG

paper *verb* 1 dùng hoặc lưu hành tiền giả hoặc tờ séc vô giá trị; = LAY PAPER 2 (*nhà hát*) tặng vé miễn phí để có đông khán giả 3 (*cảnh sát*) viết giấy phạt • The sergeant complained that the patrolmen were not papering enough: *Viên trung sĩ than phiền rằng các cảnh sát tuần tra đã không viết giấy phạt đủ.*

paper ass *xem* MAN WITH A PAPER ASS

paper bag *xem* CAN'T FIGHT one's WAY OUT OF A PAPER BAG

paper-belly *noun* người không thể uống rượu được hoặc người nhăn mặt sau khi uống

paper chase *noun* (*từ Anh*) sự tìm kiếm và đối chiếu hồ sơ, sách, tài liệu, v.v.., đặc biệt vì nhu cầu phô trương mang tính quan liêu

paper dolls *xem* CUT OUT DOLLS

paper hanger or **paper-pusher** *noun* 1 một tên tội phạm chuyên dùng chứng khoán giả 2 người cố gắng lưu hành séc giả hoặc tiền giả

paper house *noun* (*nhà hát*) khán giả vào cửa miễn phí

paper over *verb* cố che giấu một điều gì không dễ chịu; cố bao che một hành động xấu • He tried to paper over his heavy drinking from his family: *Nó đã cố che giấu gia đình về cái tật nghiện rượu nặng của nó.*

paper profits *noun* tiền lãi hoặc lợi nhuận qua giấy tờ, qua sổ sách kế toán

paper-pusher or **paper-shuffler** *noun* 1 nhân viên văn phòng hoặc công chức; trong quân đội, bất cứ ai làm việc bàn giấy và không chiến đấu 2 người đưa tiền giả vào lưu hành

papers *noun* 1 (*người da đen*) giấy kết hôn; giấy hôn thú 2 (*ma túy*) giấy quấn hoặc cuộn điếu thuốc lá, thường để quấn điếu thuốc cần sa 3 (*trong tù*) lai lịch của một người • He has a working-class papers: *Anh ta có lai lịch thuộc tầng lớp công nhân.*

paper the house *verb* lấp đầy khán giả cho một buổi biểu diễn với những người được tặng vé miễn phí

paper tiger *noun* người hoặc một thứ đe dọa nhưng thực sự thiếu sức mạnh, không quyền thế hoặc đáng sợ như người ta tưởng; con hổ giấy

paperweight *noun* 1 (*đường sắt*) thư ký văn phòng hoặc nhân viên bán vé 2 một học sinh nghiêm túc, chăm chỉ

pappy *noun* người cha; = PAP

pappy guy *noun* 1 người đàn ông lớn tuổi; người già • He's very active for a pappy guy: *Với một người cao tuổi ông ta rất ưa hoạt động.* 2 một người giàu kinh nghiệm kỳ cựu

paralyzed *adjective* rất say

parboiled *adjective* say rượu

pard *noun* 1 bạn tình [mang tính cách phương Tây rõ ràng; một sự rút

pardner gọn của *"partner"*] 2 cộng sự; đối tác; bạn bè; = PAL

pardner *noun* dùng như từ xưng hô giữa đàn ông với nhau [được dùng với tính chất dân dã cố tình được nghe thấy trong những bộ phim cao bồi] • "You're quite a fly fisherman, pardner," he added: *Anh là một ngư dân khá cẩn thận đấy, anh bạn", anh ta nói thêm.*

pardon me all to hell *xem* EXCUSE ME ALL TO HELL

Pardon me for living! *xem* (WELL,) PARDON ME FOR LIVING!

pardon my French *or* **excuse my French** *sentence* thứ lỗi tôi dùng từ thô tục; Xin lỗi những từ chửi thề tôi dùng • What she needs is a kick in the butt, if you'll excuse my French: *Cái cô ta cần là một cú đá vào đít, nếu anh thứ lỗi cách dùng từ thô tục của tôi.*

park *verb* 1 đặt; để; bố trí • Where shall I park this machine?: *Tôi sẽ đặt cái máy này ở đâu?* 2 (*thanh thiếu niên xưa*) hôn và vuốt ve; = NECK • "Parking" in a dance: *Hôn và âu yếm trong cuộc khiêu vũ.*

parking lot *xem* PORTABLE PARKING LOT

park it *verb* ngồi xuống; ngồi tránh ra khỏi đường đi • Bart, park it over there in the corner. Stop pacing around. You make me nervous: *Bart, ngồi xuống ở góc kia đi. Đừng đi tới đi lui nữa. Cậu làm tôi căng thẳng quá.*

park one *verb* (*bóng chày*) đánh một cú home run, cho phép người đánh bóng chạy quanh tất cả các điểm quy định trên sân để ghi điểm mà không dừng lại

parlay *verb* 1 (*đua ngựa*) (*tiền đánh thắng cược đợt này*) đánh tiếp trong đợt tới 2 xây dựng hoặc tăng thứ gì đó từ một khoản phí tổn nhỏ ban đầu 3 hoà nhập tại các câu lạc bộ, quán rượu hoặc các bữa tiệc

parlay *noun* sự đánh cược tiếp với tiền đánh thắng trong đợt này

parlayed *xem* LAID, RELAID, AND PARLAYED

parley-voo *verb* (*quân đội, thế chiến I*) nói, đặc biệt tiếng nước ngoài [từ tiếng Pháp *parlez-vous* "do you speak"] • She wonder if he parley-vooed Chinese: *Cô ta tự hỏi anh ta có biết nói tiếng Trung Quốc không.*

parlor *noun* (*đường sắt*) toa dành cho người bảo vệ tàu

parlor pink *noun* (*đặc biệt những năm 1930 và 1940*) người cực đoan về triết lý của đảng xã hội, nhưng không hoạt động ủng hộ

parole *xem* BACKGATE PAROLE, BUSH PAROLE

parole dust *noun* sương mù [một từ được tạo ra tại nhà tù bang San Quentin ngay phía bắc San Francisco, nơi sương mù mời gọi những cố gắng trốn tù]

the **pardon's nose** *xem* the POPE'S NOSE

part *xem* BIT

partay *verb* tổ chức tiệc tùng • Time to partay!: *Đến giờ tiệc rồi!*

partied out *adjective* kiệt sức vì tiệc tùng quá mức • Phil, you're partied out: *Phil, cậu kiệt sức vì tiệc tùng quá rồi đấy.*

partridge *noun* một cô gái hay một phụ nữ xinh đẹp

party *noun* 1 tình dục, đặc biệt là với gái điếm [uyển ngữ của gái điếm] 2 sự quan hệ tình dục với hơn một gái điếm 3 một dạng kết hợp được dùng trong các thành ngữ để nói đến các hoạt động diễn ra khi đi theo cặp hoặc theo nhóm • Vài thí dụ: coke party: *nhóm thợ mỏ*; grass party: *nhóm người nông dân*; hen party: *nhóm phụ nữ*; kick party: *nhóm cầu thủ bóng đá*; pot party: *nhóm người hút cần sa*; tea party: *nhóm trà đạo*…4 một người • He's just the party we need for the job: *Anh ấy chính là người chúng ta cần cho công việc.* 5 một nhóm người • We have a party of six for dinner: *Chúng tôi có một nhóm 6 người cho bữa tối.*

party *verb* 1 quan hệ tình dục, đặc biệt là với gái điếm và với hơn hai người 2 uống rượu; hút cần sa; dùng ma túy [có thể bao gồm hoạt động tình dục] 3 đi dự tiệc hoặc tổ chức tiệc

party animal *noun* người hay vui đùa và có thời gian vui vẻ; người yêu thích tiệc tùng, ăn chơi

party central *noun* một căn hộ hoặc ngôi nhà nơi các bữa tiệc thường xuyên diễn ra

party down *xem* PARTY HEARTY

party girl *noun* 1 một cô gái chỉ thích ăn chơi 2 một gái điếm

party hat *noun* 1 bao cao su 2 dãy đèn trên nóc xe cảnh sát hoặc xe cấp cứu; = GUMBALL

party hearty *or* **party down** *verb* tiệc tùng theo kiểu sốt sắng; làm lễ ăn mừng; tổ chức tiệc [thuật ngữ này đôi khi được phát âm như *"party hardy"*] • Let's party down, dudes!: *Tổ chức tiệc nào các bạn!*

party lights *noun* đèn màu chớp nháy trên nóc xe cảnh sát • When I see those party lights, I know the party's over for me: *Khi tôi nhìn thấy mấy cái đèn chớp nháy ấy, tôi biết bữa tiệc đã kết thúc với tôi.*

party pooper *or* **party poop** *noun* 1 một hoặc hai người đầu tiên rời khỏi bữa tiệc; người kết thúc một dịp vui 2 người bi quan, rầu rĩ; = KILLJOY, WET BLANKET 3 một kẻ phá đám; người làm mất vui

pash 1 *noun* sự say mê; sự mê đắm • She has a pash on the boy next door: *Cô ta say mê chàng trai kế bên nhà.* 2 *noun* đối tượng yêu thích hiện tại của ai • She's my pash this week: *Cô ấy là đối tượng yêu thích tuần này của tôi.* 3 *adj* say đắm; nồng nàn • a pash kiss: *một nụ hôn say đắm*

pashpie *noun* (*thanh thiếu niên*) một cô nàng hay một anh chàng quyến rũ

pass *noun* 1 (*người lang thang*) chuyến xe lửa chở khách 2 điểm hoặc mức để đạt ở một bài kiểm tra • This is my third pass this semester: *Đây là điểm đạt thứ ba của tớ trong học kỳ này.* 3 hành động từ chối điều gì • Can I have a pass on that one? There is nothing I can do: *Tớ có thể từ chối điều đó được không? Chẳng có gì tớ có thể làm được cả.* 4 hành vi hoặc lời mời về tình dục; lời tán tỉnh; = PROPOSITION

pass *verb* 1 tạm được; đủ để • A light lunch should pass me: *Một bữa ăn trưa nhẹ là đủ đối với tôi.* 2 cố gắng được công nhận như người da trắng do màu da vàng nhạt 3 từ chối tham gia việc gì • He passed to discuss his plans: *Anh ta từ chối thảo luận các kế hoạch của anh ta.* 4 thành công trong việc tiêu tiền giả hoặc trong việc dùng séc giả để lãnh tiền mặt • He was arrested for passing bad checks: *Anh ta bị bắt vì sử dụng những tờ séc giả.*

pass for something *verb* trả tiền cho cái gì; đãi ai bằng cách trả tiền cho cái gì • Come on. Let's go out. I'll pass for dinner: *Nào. Chúng ta hãy đi ra ngoài. Tớ sẽ đãi cậu ăn tối.*

pass go *verb* hoàn thành một công việc nguy hiểm hoặc khó khăn một cách thành công • You had better pass go with this job, or you've had it: *Tốt hơn cậu nên hoàn thành công việc này đi, hoặc là cậu đành chịu (chấp nhận) vậy.*

passion pit *noun* 1 (*thanh thiếu niên*) rạp chiếu phim phục vụ khách ngồi trong xe hơi 2 căn phòng dùng để dụ dỗ, được trang trí theo kiểu thô tục và dâm đãng

passout *noun* 1 (*người bán hàng rong*) sự phân phối • When I have made a pass-out, I take the money: *Khi tôi phân phối, tôi lấy tiền.* 2 người phân phối

pass out *verb* 1 bất tỉnh; xỉu; đi ngủ, đặc biệt từ việc uống quá nhiều

pass the buck | **280** | **PC**

P

rượu • The explorers passed out from hunger and cold: *Những người thám hiểm ngất đi vì đói và rét.* **2 chết** • He left us a lot of jack when he passed out: *Ông ta đã để lại cho chúng tôi khối tiền khi qua đời.*

pass the buck *verb* đùn đẩy trách nhiệm cho người khác; trốn tránh trách nhiệm • Don't pass the buck. Stand up and admit you were wrong: *Đừng trốn tránh trách nhiệm nữa. Hãy đứng lên và thừa nhận mình sai đi.*

pass the hat *verb* **1** quyên góp tiền; thu tiền từ một nhóm • When my brother got maried his friends passed the hat a worrk and bought him a gift: *Khi em trai tôi lấy vợ, bạn của nó đã quyên góp tiền ở chỗ làm và mua cho nó một món quà.* **2 ăn xin; xin từ thiện**

pass something up *verb* từ chối; khước từ; bỏ qua; không tham dự cái gì; = GIVE someone or something A MISS • I guess I'll pass up the concert tonight: *Tôi đoán tôi sẽ không tham dự buổi hòa nhạc tối nay.*

passy *noun* cái núm vú giả cho em bé

paste *noun* **1** đá quý giả được chế tác tinh vi **2** cô-ca-in nguyên chất

paste *verb* **1** đánh ai, đặc biệt vào mặt **2** đánh bại một người hoặc một đội, thường ở trong một trận đấu; = CLOBBER

pasteboard *noun* **1** vé vào cửa; = BOARD • I've got two pasteboards for the Cup Final: *Tôi có hai vé đi xem trận chung kết.* **2** danh thiếp **3** cỗ bài • Okay, shuffle the pasteboards and let's commence: *Được rồi, hãy xáo bài và chúng ta bắt đầu đi.*

paste on *verb* khiển trách hoặc buộc tội

paste something on someone *verb* **1** buộc tội; tố cáo ai vì một tội ác **2** giáng một cú đánh ai

paste someone one *verb* giáng một cú đấm vào ai • Next time you do that, I'll paste you one!: *Lần sau mày còn làm thế thì tao sẽ giáng cho mày một cú đấm đấy.*

pasted *adjective* **1** say rượu hoặc ma túy **2** bị đánh; bị bại trận

past post *adverb* (*đua ngựa*) sau khi một cuộc đua kết thúc

pasture *noun* **1** (*bóng chày*) khu vực cách người ném bóng hoặc bắt bóng xa nhất **2** sân bóng chày **3** nơi mà thanh thiếu niên tham gia vào nhiều mức độ hoạt động tình dục khác nhau trong những chiếc ô tô đỗ lại vào buổi tối

pasty or **pastie** *noun* một miếng vải tròn nhỏ, thường lấp lánh, che núm vú của nữ vũ công trong một chương trình hài kịch dâm ô tục tĩu hoặc một buổi biểu diễn khiêu dâm khác

pato *noun* người đồng tính nam [từ tiếng Tây Ban Nha]

patoot or **patootie** *noun* mông đít; = ASS

patootie or **sweet patootie** *noun* **1** bạn gái hoặc bạn trai; người yêu **2** một phụ nữ trẻ

patsy *noun* **1** người dễ bị lừa; người khờ; = SUCKER **2** người chịu tất cả tội lỗi do người khác làm; = FALL GUY

patty *noun* người da trắng; = ANGLO

patzer or **potzer** *noun* một người chơi cờ không giỏi, nhưng ham mê

paw *noun* bàn tay

paw *verb* **1** mân mê; sờ soạng một cách thô lỗ hoặc dâm ô • If you paw me again. I'll slap you!: *Nếu anh sờ soạng tôi lần nữa, tôi sẽ tát anh đấy!* **2** đụng chạm ai quá mức cần thiết hoặc quá mãnh liệt, không có ý tình dục • I don't like for people to paw me while they're shaking hands. There is no reason to shake my shoulder, too: *Tôi không thích người ta đụng chạm tôi trong khi bắt tay. Cũng chẳng có lý do để lắt vai của tôi cả.*

PAX or **pax** *noun* hành khách [dùng số ít hoặc số nhiều] • There were twenty pax listed for the trip: *Có 20 hành khách được lên danh sách cho chuyến đi.*

pay *xem* BAD PAY, GOOD PAY, HELL TO PAY

pay a call *verb* đi vệ sinh; rời khỏi để đi vệ sinh • Excuse me. I have to pay a call: *Xin lỗi. Tớ cần đi vệ sinh.*

payback *noun* sự báo thù; sự trả đũa lại • You hit me, I hit you. That's your payback: *Mày đánh tao, tao đánh mày. Đó là sự trả đũa lại của mày.*

pay dirt *noun* lợi nhuận và thành công lớn; công việc đem lại nhiều lợi lộc • When he invested in that property in Texas, he really hit pay dirt: *Khi ông ta đầu tư vào vùng đất đó ở Texas, ông ta thực sự đã trúng một mối lợi lớn.*

pay one's dues *verb* **1** phục vụ; đóng góp thời gian của mình để làm việc với vai trò của người hầu hoặc người làm thuê **2** chịu đựng gian khổ để vượt qua giai đoạn khó khăn trước khi đạt được thành công; = GO THROUGH THE MILL • He'd kicked his habit. He'd paid his dues: *Anh ta đã bỏ thói quen. Anh ta đã kiên trì qua gian khổ.*

pay one's dues (to society) *verb* thụ án trong tù

pay-for-play *noun* tình dục được trả tiền; ăn bánh trả tiền

payoff *noun* **1** (*thế giới ngầm*) sự trả tiền, đặc biệt tiền lương, đánh cá, hối lộ, nợ, v.v.. **2** cực điểm; đỉnh cao của một câu chuyện hoặc của một loạt sự kiện • The music approached a payoff: *Bản nhạc đã đến phần sôi động nhất.* **3** kết quả; hậu quả cuối cùng không ngờ được

pay off *verb* **1** (*thế giới ngầm*) hối lộ; đút lót • We'll have to pay them off handsomely to keep them quiet: *Chúng ta sẽ phải hối lộ hậu hĩ cho họ để khiến họ giữ im lặng.* **2** mang lại kết quả; thành công • Our plan certainly paid off; it was a gret idea: *Kế hoạch của chúng tôi chắc chắn mang lại kết quả.* **3** sa thải; = CAN, FIRE

payola *noun* một khoản tiền bất hợp pháp trả cho một đài phát thanh hoặc cá nhân để khuyến khích chơi một bài hát cụ thể; tiền hối lộ

pay the bills *verb* đâm ai bằng dao găm

pay the freight *verb* trả tiền cho; bồi thường phí tổn cho; = PICK UP THE TAB • Who's gonna pay the freight for this mess?: *Ai sẽ bồi thường phí tổn về tình trạng hỗn độn này?*

pay the rent *verb* (*cảnh sát*) đáp ứng hạn ngạch về ghi vé phạt

pay the water bill *verb* đi tiểu; đi đái • I'll be with you as soon as I pay the water bill: *Tôi sẽ quay lại ngay sau khi đi tiểu.*

pay through the nose *verb* chi trả quá nhiều tiền cho việc gì; trả một giá cắt cổ • I've got a ticket for tonight's football match, but I had to pay through the nose for it: *Tôi có một vé xem trận bóng đá tối nay, nhưng tôi đã phải trả nó với giá rất cao.*

pay up *verb* trả hết nợ; thanh toán xong • It has taken us three years to pay up that loan: *Chúng tôi phải mất hết ba năm mới thanh toán xong món nợ đó.*

pay-wing *noun* (*bóng chày*) cánh tay ném bóng của cầu thủ ném bóng

pazzazza *noun* trung tâm mua bán

PB *nickname* bãi biển Pacific, San Diego, California

PC *noun* **1** sự giam giữ phòng ngừa [viết tắt của *"protective custody"*] **2** (*hàng không*) sự kiểm tra của phi công cho chuyến bay [viết tắt của *"pilot check"*]

PC *adjective* đúng đắn; có chừng mực [viết tắt của *"politically correct"*] • C'mon. Don't get all p.c. on me: *Thôi nào. Đừng có bắt đầu nói* chuyện đúng đắn với tôi.

PCH *nickname* đường cao tốc bờ biển Thái Bình Dương, đường số 1 tại Los Angeles, Mỹ [viết tắt của "*Pacific Coast Highway*"]

PCP *noun* (*ma túy*) phencyclidine, một chất gây mê bị lạm dụng vì tác dụng phân ly của nó; = ANGEL DUST

p-crutch *noun* xe cảnh sát • Hey, bros, there's a p-crutch behind you: *Này anh bạn, có một chiếc xe cảnh sát ở phía sau bạn kìa.*

p'd *xem* PISSED OFF

PDQ or **pdq** *adjective* rất nhanh; rất mau lẹ; rất sớm [viết tắt của "*pretty damn quick*"] • They had better get this mess straightened out PDQ if they know what's good for them: *Tốt hơn họ nên giải quyết nhanh chóng đống lộn xộn này sớm nếu như họ biết điều gì tốt cho mình.*

pea *xem* SWEET PEA

peabrain or **peahead** *noun* người ngu ngốc; người đần độn

peacenik *noun* thành viên của một phong trào hòa bình; người biểu tình chống chiến tranh; người theo chủ nghĩa hòa bình, đặc biệt trong thập niên 60 và 70

peace out *verb* ra đi; rời khỏi • Let's peace out. It's too hot in here: *Chúng ta hãy rời khỏi đây. Trong đây nóng quá.*

peace up *verb* hòa giải những bất đồng • After the battle, Bill got on the mic and started talking about unity. Now he wanted the two of us to peace up: *Sau trận chiến, Bill cầm micro và bắt đầu nói về sự đoàn kết. Bây giờ ông ta muốn hai chúng tôi hòa giải sự bất đồng.*

peach[1] *verb* (*từ những năm 1400, Anh*) mách; cung cấp tin; khai báo; = SQUEAL

peach[2] *noun* 1 một người hay một vật xuất sắc 2 cô gái hấp dẫn; đào tơ • She really was a peach: *Cô ta quả thật là đào tơ mơn mởn.* 3 người tuyệt vời, đáng yêu, hấp dẫn • You're a peach: *Anh là một người tuyệt hảo.* 4 bất cứ gì ưu tú hoặc đáng khâm phục

peacherino *noun* = PEACH[2]

peachy *adjective* tốt; dễ chịu; quyến rũ; xuất sắc [nếu được dùng, nó được dùng với nghĩa mỉa mai] • Next thing you know he'll find you keen and peachy, you know?: *Điều kế tiếp mà cậu biết là anh ta sẽ thấy cậu sắc sảo và quyến rũ, đúng không?*

peachy-keen *adjective* xuất sắc; tuyệt vời; = GREAT, NEAT • [E]verything was going to be peachy keen down here in Dixie: *Mọi thứ đều trở nên xuất sắc ở đây, tại Dixie.*

peahead *noun* một tên ngốc

peanut 1 *noun* người nhỏ bé hoặc tầm thường; thứ gì đó không quan trọng 2 *noun* một viên thuốc an thần hay một loại thuốc giảm đau khác 3 *adj* tầm thường • a peanut looking little man: *một người nhỏ bé trông tầm thường*

peanut gallery *noun* 1 hàng ghế cao nhất ở rạp hát 2 ghế ngồi rẻ tiền nhất trong rạp hát; trừu tượng hơn, một khán giả • Again the peanut gallery responded with nods: *Lại một lần nữa, khán giả phản ứng với những cái gật đầu.*

peanut head *noun* người ngố; người ngu ngốc

peanut heaven *noun* chỗ ngồi cao nhất ở rạp hát hay trường đấu

peanut roaster *noun* (*đường sắt*) đầu máy xe lửa nhỏ

peanuts *noun* một khoảng tiền nhỏ; = NICKELS AND DIMES • This job pays peanuts: *Công việc này trả ít tiền.*

pearl-diver *noun* người rửa chén đĩa, đặc biệt trong nhà hàng hoặc khách sạn

peashooter *noun* 1 một khẩu súng ngắn cỡ nhỏ 2 một khẩu súng săn, đặc biệt là cỡ nhỏ 3 (*không quân, thế chiến II*) phi công hoặc máy bay chiến đấu

pea soup (or **souper**) *noun* 1 sương mù dày đặc 2 (*Canada*) người Canada gốc Pháp

peat *xem* PETE

pebble on the beach *noun* một người, đặc biệt người bị giảm tầm quan trọng do việc nằm trong số rất nhiều người

pec *noun* cơ ngực • All the male weight lifters love her pec: *Tất cả các chàng cử tạ đều thích cơ ngực của cô ta.*

peck *noun* 1 (*từ người da đen*) một người da trắng nghèo miền Nam; bất kỳ người da trắng nào [viết tắt của "*peckerwood*"] 2 (*đường sắt*) thời gian rất ngắn dành cho một bữa ăn 3 (*thanh thiếu niên*) thực phẩm; thức ăn 4 một nụ hôn vội; nụ hôn chiếu lệ

peck *verb* 1 ăn, đặc biệt ăn rất ít và kén chọ • "I'll tell you about it after we peck": *"Tôi sẽ kể cho cậu nghe về nó sau khi chúng ta ăn xong".* 2 ăn • When do we peck?: *Khi nào chúng ta ăn?*

pecker *noun* 1 dương vật 2 người đáng khinh; người ngu ngốc

peckerhead *noun* 1 một người đáng khinh; kẻ chướng tai gai mắt; = ASSHOLE, JERK 2 phần đầu hoặc phần cuối của dương vật

pecker tracks *noun* những vết ố từ tinh dịch

peckerwood or **wood** *noun* 1 (*từ người da đen*) một người da trắng miền Nam ở nông thôn, đặc biệt là người phân biệt chủng tộc và thô lỗ; = CRACKER, REDNECK 2 bất kỳ người đàn ông da trắng miền nam nào

pecking order *noun* hệ thống bậc thang trong xã hội, trong đó mọi thành viên phải tuân theo để phân biệt kẻ trên người dưới

peckings (or **pecks**) *noun* (*người da đen*) thức ăn; thực phẩm

peckish *adjective* (*từ những năm 1700, Anh*) đói

pecks or **pects** *noun* 1 thức ăn 2 cơ ngực [do tập thể hình hoặc cử tạ]

pecky *adjective* có đặc điểm là cơ ngực phát triển tốt

pects *xem* PECKS

peddle out *verb* bán đồ đạc cá nhân của ai, đặc biệt ở một cửa hàng bán đồ cũ (second-hand)

peddle one's papers *verb* bắt đầu làm công việc của ai; đừng chõ mũi vào [thường là một mệnh lệnh bực bội rằng ai đó hãy để người nói yên] • I told him to go peddle his papers: *Tôi bảo nó là bắt đầu làm công việc của nó đi nghĩa là đừng chõ mũi vào.*

peddler *noun* 1 (*người lang thang*) xe lửa chạy chậm chở hàng; xe lửa địa phương chạy đường gần 2 một tù nhân bán hàng hóa cho những tù nhân khác

pee 1 *noun* hành động tiểu tiện; đi tiểu 2 *verb* đi tiểu; = PISS, WHIZZ

pee'd *adjective* say rượu

pee'd off or **peed off** *adjective* rất giận; giận quá mức • I've never been so pee'd off in my life!: *Tôi chưa bao giờ giận dữ như thế trong đời!*

pee-eye *noun* một tay ma-cô dắt gái

peejays *noun* quần áo ngủ; = PJS

peek *verb* (*đua ngựa*) giành vị trí thứ ba trong một cuộc đua ngựa; = SHOW

peekaboo *adjective* 1 nói về quần áo với những lỗ hoặc đường xẻ trang trí 2 được làm bằng vải mỏng và hầu như trong suốt; = SEE THROUGH • She was wearing a skirt and peekaboo blouse: *Cô ta mặc một chiếc váy và áo cánh mỏng trong suốt.*

peek freak *noun* người tọc mạch; người nhòm lỗ khóa

peel verb 1 biểu diễn múa thoát y 2 cởi quần áo; lột trần • I had to peel for my physical examination: *Tôi phải cởi quần áo để khám sức khỏe.* 3 = PEEL OUT

peeler noun một vũ công thoát y; = STRIPPER

peel out verb 1 (*dân chơi xế độ*) rời khỏi nhanh; = SPLIT 2 tăng tốc xe đột ngột từ vị trí đứng im, để lại vết lốp xe trên đường

peenie noun dương vật

peep noun 1 lời nói; âm thanh của người nào tạo ra 2 một phụ nữ khêu gợi [viết tắt của "*perfectly elegant eatin' pussy*"] 3 phim chiếu nhìn qua lỗ nhỏ 4 tiếng ồn; lời phát biểu • I don't want to hear another peep out of you: *Tôi không muốn nghe thêm một lời phát biểu nào nữa từ bạn.* 5 những người • How many peeps were there?: *Có bao nhiêu người ở đó?*

pee-pee noun 1 (*trẻ con*) nước tiểu; sự đi tiểu 2 (*trẻ con*) dương vật

peeper noun 1 một người tò mò tọc mạch 2 một người điều tra tư hay thám tử tư; = PRIVATE EYE 3 một người chơi bài cố nhìn bài người khác 4 một lỗ nhỏ một chiều nơi cửa cho phép người bên trong nhìn thấy người bên ngoài; một lỗ rình

peepers noun 1 (*thế giới ngầm*) mắt • Time to wake up, kid, I mean, Bobbie. Open up your peepers: *Đến lúc thức dậy rồi, nhóc, ý tôi là Bobbie. Mở mắt ra.* 2 cặp kính râm; = SHADES

peep freak noun một người tò mò tọc mạch

peep out verb nhìn thứ gì một cách cẩn thận; kiểm tra thứ gì đó

peeps noun mọi người; bạn bè • "What's going on with you and my peeps," this kid named Kenny asked me: *"Chuyện gì xảy ra với cậu và các bạn tôi thế,?" đứa trẻ này tên Kenny hỏi tôi.*

peep show noun 1 sự nhìn lén hành động quan hệ tình dục bị cấm, thường là qua một lỗ trên vách tường 2 = LEG SHOW

peet xem PETE

peeties noun (*dân cờ bạc*) súc sắc đã được sửa đổi với những vật nặng nhỏ để tạo ra con số mong muốn khi ném

peeve noun 1 nguyên nhân gây phiền toái hoặc tức giận • You probably have a long list of peeves: *Chắc chắn anh có một danh sách dài của những nguyên nhân gây phiền toái.* 2 sự cảm thấy bực tức, phẫn uất, đố kị; sự thù địch liên tục • He has been harboring a peeve against me: *Nó đã ấp ủ mối hận thù đối với tôi.*

peeve verb làm phiền toái; làm tức giận • That crap really peeves me: *Chuyện bậy bạ đó thực sự làm tôi bực mình.*

peeved or **peeved off** adjective bực mình; phát cáu; tức giận • He got very peeved with me about my carelessness: *Nó rất bực mình với tôi về sự cẩu thả của tôi.*

pee-warmer noun điều thích thú và dễ chịu

peewee or **pee wee** noun 1 một người hoặc động vật nhỏ hoặc lùn • That peewee doesn't scare me: *Con vật nhỏ xíu đó không làm cho tôi sợ hãi.* 2 dương vật

Peewee noun biệt danh cho một người nhỏ hoặc lùn

peg noun 1 dương vật 2 hê-rô-in 3 (*bóng chày*) một cú ném, đặc biệt cú ném mạnh

peg verb 1 nhận biết; nhận dạng; khám phá ra; = BUTTON DOWN 2 buộc hoặc thắt chặt lại hai ống quần dài ở phần dưới 3 ném • Peg the ball to your sister: *Hãy ném quả bóng cho em gái của cậu đi.*

peg someone verb nói chuyện tầm phào về ai

peg boy noun 1 (*hàng hải*) một cậu trai được dùng như để thực hành đồng tính, đặc biệt là thủy thủ 2 người đồng tính nam đảm nhận vai thụ động trong quan hệ tình dục qua đường hậu môn

Peggy noun (*người lang thang*) người đàn ông một chân

peg leg noun 1 một người có chân gỗ giả 2 *modifier:* Watch me pass that peg-leg gimp: *Xem tôi vượt qua gã què chân gỗ đó này.*

peg legs noun quần với ống quần được buộc ở mắt cá chân

peg out verb chết • Harrison…actually pegged out in 1841: *Harrison thực sự đã chết vào năm 1841.*

pegs noun 1 chân; cẳng; = PINS 2 quần dài thon nhọn, rất thời trang ở Mỹ cuối những năm 1950 và 1960

Pelican noun người bản xứ, người quê quán ở Louisiana (miền Nam nước Mỹ)

pellet noun quả bóng được dùng trong môn bóng chày

pelter noun 1 con ngựa đua kém; = HAY-BURNER 2 con ngựa đua chạy nhanh

pen noun 1 nhà tù, đặc biệt là trại cải tạo [hình thức viết tắt của "*penitentiary*" (nhà tù)] 2 phòng tạm giam hoặc phòng giam ở nhà tù hay trụ sở tòa án

pencil-pusher (or **-driver** or **-shover**) noun nhân viên văn phòng, đặc biệt là thư ký, kế toán, v.v..; = DESK, JOCKEY

penguin noun 1 (*không quân*) thành viên không bay của lực lượng không quân; = KIWI 2 (*trường quay*) một diễn viên mặc đồ dạ hội 3 một nữ tu sĩ; xơ [được dùng bởi các học sinh trung học trường Công giáo]

penguin suit or **penguin outfit** noun bộ tuxedo hay lễ phục; áo đuôi tôm

penman noun 1 (*thế giới ngầm*) kẻ làm giả tiền; kẻ làm giả một văn kiện; người giả mạo 2 (*thanh thiếu niên*) một học sinh giả chữ ký của bố mẹ

Pennsy noun 1 tiểu bang Pennsylvania 2 đường sắt Pennsylvania

Pennsylvania salve noun (*người lang thang*) bơ táo

penny noun 1 một đô la 2 (*thanh thiếu niên*) viên cảnh sát

penny ante noun sự giao dịch tầm thường; lời đề nghị không đáng kể; sự trả giá rẻ tiền

penny-ante adjective tầm thường; không quan trọng; rẻ tiền • I despised his penny-ante ideas: *Tôi khinh thường những ý tưởng rẻ tiền của ông ta.*

penny pincher noun người tiết kiệm; người keo kiệt; người bủn xỉn; = TIGHTWAD

pennypinching adjective thanh đạm; tiết kiệm; keo kiệt

penny pool noun vấn đề nhỏ, không quan trọng; = PENNY ANTE

pennyweight noun (*thế giới ngầm xưa*) đồ nữ trang, đặc biệt là kim cương

pennyweighter noun (*thế giới ngầm xưa*) kẻ trộm nữ trang

pen-pusher noun = PENCIL-PUSHER

pen yen noun (*ma túy*) thuốc phiện [từ tiếng Quảng Đông, Trung Quốc]

peola noun (*người da đen*) một người da đen với màu da sáng nhạt, đặc biệt phụ nữ trẻ

people noun 1 cảnh sát phòng chống ma túy 2 những người bạn thân nhất và đồng minh của một tù nhân 3 người • She's very nice people: *Cô ta là người rất dễ thương.*

the people noun (*ma túy*) người bán ma túy với quy mô lớn; = KILO CONNECTION

Peoria noun (*người lang thang*) xúp loãng và kém chất lượng

pep noun 1 xúc xích bò và heo rắc thêm tiêu 2 năng lượng; sức sống; = PISS AND VINEGAR, PIZZAZZ 3 *modifier:* pep talk: *lời cổ vũ*

pepped out *adjective* kiệt sức; hao mòn sinh khí • I'm tired and pepped out: *Tôi mệt và kiệt sức.*

pepper *noun* 1 năng lượng; sức sống; = PEP 2 *(bóng chày)* một buổi tập ném và bắt bóng nhanh và mạnh; sự dốc hết sức hoàn toàn; = BURNOUT 3 người Mexico hoặc người gốc Mexico

pepper *verb* 1 *(bóng chày)* ném một quả bóng rất mạnh; = BURN 2 đánh một quả bóng chày, quả bóng golf, v.v.. rất mạnh

pepperbelly *noun* một người Mexico hay một người Mỹ gốc Mexico

pepper-upper *noun* 1 một người tiếp nghị lực cho người khác 2 một thứ, thực phẩm, đồ uống, v.v.. mang lại sức sống

pep pill *noun* viên amphetamine; viên thuốc gây kích thích hệ thần kinh trung ương; = UPPER

peppy *adjective* mạnh mẽ; đầy sinh lực; hăng hái; = ZINGY

pep rally *noun* cuộc họp mà nơi đó những người tham gia được khuyến khích nỗ lực và hoạt động hơn nữa

pep talk *noun* 1 một bài phát biểu ngắn, đầy cảm xúc để khuyến khích hay tăng nhuệ khí 2 lời động viên; lời cổ vũ làm cho hăng hái lên, đặc biệt bởi huấn luyện viên hoặc người lãnh đạo

pep up *verb* kích thích; kích động; tiếp nghị lực cho; = JAZZ something UP

perambulator *noun* *(đường sắt)* toa dành cho người bảo vệ tàu

perc *xem* PERK

percentage *noun* lợi nhuận hoặc mối lợi • I don't see any percentage in running a cinema in this town: *Tôi không thấy bất cứ lợi nhuận nào trong việc mở một rạp chiếu bóng ở thành phố này.*

perch *verb* ôm và hôn nhau thắm thiết; = NECK

percolate *verb* 1 *(từ những năm 1920)* chạy êm và tốt • The little engine was percolating nicely: *Động cơ nhỏ đang chạy êm và tốt.* 2 thấm vào; lan ra hoặc được biết dần • The rumor percolated through the firm: *Tin đồn đã lan dần ra khắp công ty.* 3 đi dạo; đi tản bộ; = EASE, OOZE • I'll percolate over and ask the cop: *Tôi sẽ đi bộ qua và hỏi cảnh sát.*

percolator *noun* *(người da đen)* bữa tiệc nơi ai đó bán đồ uống và thức ăn cho bạn bè để có tiền trả tiền thuê nhà

Percy or **Percy boy** or **Percy-pants** *noun* một người đàn ông ẻo lả; = LILY, PANSY

per each *adverb* mỗi cái; mỗi người; = a THROW • Those are $8 per each: *Những cái đó 8 đô-la mỗi cái.* • We wrote it together, a page per each: *Chúng tôi đã cùng viết, mỗi người một trang.*

perfecto *adjective* hạng nhất; hoàn hảo; tuyệt vời [một sự thêm thất đơn giản theo kiểu tiếng Tây Ban Nha]

perform *verb* quan hệ tình dục

Period! *exclam.* Đó là dứt khoát! • My final offer is $30. Period!: *Giá cuối cùng của tôi là 30 đô-la. Đó là dứt khoát!*

perk¹ or **perc** 1 *noun (cao bồi và người lang thang)* cà phê phin 2 *verb* chạy hoặc hoạt động êm và tốt; = PERCOLATE • The project's perking now: *Dự án hiện đang hoạt động trôi chảy.*

perk² or **perc** *noun* 1 một viên Percodan™, thuốc giảm đau 2 quyền lợi thêm vào lương; sự khuyến khích bằng tiền hoặc phần thưởng; tiền thù lao • I don't get paid much, but the perks are good: *Tôi không được trả lương nhiều, nhưng tiền thưởng rất khá.*

perk (or perc) along *verb* 1 chạy êm và dễ dàng • The outboard motor is perking along nicely: *Máy đuôi tôm đang chạy mượt mà và tốt.* 2 đi chuyển với bước đi khoan thai; = EASE, MOSEY • I'm not hurrying, just perking along: *Tôi không vội, chỉ đi thông thả thôi.*

perked up *adjective* say rượu

perker-upper *noun* người nâng đỡ tinh thần và sự tự tin; = PEPPER-UPPER

perking *adjective* say; say ma túy

Perkmeister *noun* một viên chức phụ trách về quyền bổ nhiệm, công việc làm, v.v.. trong một tổ chức chính trị

perk (or perc) over *verb* *(từ những năm 1920)* chạy chậm; chạy nhàn rỗi; = TICK OVER

perk up *verb* 1 làm cho (ai) cảm thấy vui vẻ, khấn khởi hơn; làm thêm hăng hái • Gotta perk up this class: *Cần phải làm lớp học này thêm hăng hái.* 2 phục hồi; lấy lại năng lượng • He's perking up after a two-week illness: *Ông ta đang phục hồi sau hai tuần đau ốm.*

perky *adjective* 1 *(nói về một phụ nữ)* có mông to nhưng dáng người thon thả 2 đầy năng nổ và vui vẻ; hoạt bát • She's a perky child and popular with everyone: *Cô ta là một cô bé đầy năng nổ và vui vẻ và được mọi người ưa thích.*

perma-fried *adjective* rất say hoặc say ma túy

perp *noun (cảnh sát)* một thủ phạm; người phạm một tội ác [từ "perpetrator"]

persnickety or **pernickety** *adjective (từ đầu những năm 1800, Anh)* quá khó tính; cầu kỳ; kiểu cách; tỉ mỉ quá mức

persuader *noun* bất kỳ vũ khí nào, càng mang tính sát thương cao thì càng có sức thuyết phục; = HEAT

per usual *xem* AS PER USUAL

perve on someone *verb* liếc nhìn ai; nhìn ai một cách dâm dật • Make that jerk stop perving on me: *Hãy làm cho tên ngớ ngẩn đó đừng liếc nhìn tôi nữa.*

perv shop *noun* cửa hàng bán sách báo khiêu dâm

pesky *adjective (từ giữa những năm 1700)* gây khó chịu; phiền phức; quấy rầy

peso *noun* một đô-la [từ tiếng Tây Ban Nha của người Mexico, nghĩa chính xác là *đồng peso* đơn vị tiền tệ của Mexico, Philippines, và nhiều nước Mỹ La Tinh]

pet 1 *noun* người yêu; cưng; = DOLL • That's kind of you, pet: *Em thật tử tế, cưng ạ.* 2 *verb* hôn và vuốt ve; âu yếm

pete *noun* (cũng là **pete-box** or **peet** or **peat**) một cái két sắt; = CRIB

pete-man *noun (thế giới ngầm)* một tên tội phạm chuyên phá két; = BOX MAN

peter *noun* 1 dương vật 2 *(thế giới ngầm xưa)* két sắt 3 *(ma túy)* = KNOCKOUT DROPS

peter *verb* hạ gục ai bằng cách dùng thuốc ngủ

peter-eater *noun* một người thích quan hệ tình dục bằng miệng với đàn ông; đặc biệt là người đồng tính; = COCK-SUCKER

Peter Funk *noun* kẻ đồng lõa bí mật của người đấu giá, người sẽ nâng giá lên; = SHILL

Peter Jay *noun* biệt danh cho nhân viên cảnh sát • Come straight home, or Peter Jay is going to bust you: *Hãy về thẳng nhà, nếu không cảnh sát bắt cậu đấy.*

peterman *noun (thế giới ngầm xưa)* người phá két sắt; = PETE-MAN

peter out *verb* 1 đuối dần; kiệt quệ; mất dần; hao mòn cho đến hết • They ran well the first mile, then petered out: *Chúng nó chạy rất tốt ở dặm đầu tiên, sau đó đuối dần.* 2 cạn ráo; hết; ngưng làm việc • What'll we do when the money peters out?: *Chúng ta sẽ làm gì khi hết tiền?*

peter tracks *noun* vết ố từ tinh dịch

petnapper *noun* kẻ trộm thú cưng trong nhà, đặc biệt những sinh vật giá trị để bán hoặc chuộc; = DOGNAPPER

pet peeve *noun* (*đặc biệt những năm 1920 và 1930*) điều khó chịu hoặc điều phàn nàn chủ yếu; sự không ưa • Dirty dishes in restaurants are my pet peeve: *Bát đĩa bẩn trong các nhà hàng gây khó chịu cho tôi.*

petrified *adjective* **say rượu**; = OSSIFIED, STONED

petting *noun* hành động hôn hít và vuốt ve; hành động âu yếm

petting-party or **petting party** *noun* cuộc vui gỡ gạc (ôm, hôn hít... của các cặp trai gái) • I just want to watch the movie. I didn't come here for some teenage petting-party!: *Tôi chỉ muốn xem phim. Tôi không đến đây để hôn hít và âu yếm như mấy đứa tuổi teen.*

pez *noun* (*nhạc sĩ nhạc bop*) tóc; râu mép hoặc chòm râu dê

pfft *adjective* **chấm dứt**; kết thúc • Their seemingly happy marriage is pfft: *Cuộc hôn nhân có vẻ hạnh phúc của họ đã kết thúc.*

pfui *xem* PHOOEY

PG (*phát âm theo từng chữ cái riêng*) **1** *noun* (*ma túy*) paregoric, một loại cồn thuốc phiện có mùi thơm được thiết kế để giảm đau **2** *adj* có mang; có thai [viết tắt của "*pregnant*"] • I think I'm "PG." You know, pregnant: *Em nghĩ là em có mang. Anh biết không, mang thai rồi đấy.*

PG bag *noun* một cái túi nhỏ dùng để mang những vật dụng riêng, đồ đạc cá nhân của bạn [viết tắt của "*personal gear*"]

phased *xem* PHAZED

phat or **PHAT** *adjective* bảnh bao; đáng ngưỡng mộ; hợp thời trang; đẹp; tuyệt vời [những ý kiến cho rằng từ này là viết tắt của "pretty hips and thighs" hoặc "pussy, hips, ass, thighs" là sai về mặt từ nguyên. Trong nhiều thế kỷ qua, "fat" đã có nghĩa là hợp thời trang hoặc sống tốt, còn "ph" chẳng qua là cách phát âm tiếng lóng mà thôi] • His new car is really phat: *Chiếc xe mới của hắn rất tuyệt.*

phazed or **phased** *adjective* say rượu; say cần sa

phenagle *xem* FINAGLE

phenom *noun* (*bóng chày*) người với năng khiếu phi thường; người xuất sắc phi thường

Phi Bete *noun* **1** hội học thuật danh dự Phi Beta Kappa **2** thành viên của Phi Beta Kappa [trường đại học lâu đời nhất ở Mỹ]

Philadelphia bankroll *noun* một tờ tiền mệnh giá lớn bọc quanh những tờ tiền mệnh giá nhỏ, đem lại ấn tượng nhiều tiền; = MECHIGAN ROLL

a Philadelphia lawyer *noun* **1** một người làm mọi thứ trở nên phức tạp và lộn xộn không cần thiết **2** một luật sư giỏi, gian trá không được hướng dẫn bởi nguyên tắc đạo đức hay sự cân nhắc về đạo đức

Philadelphia roll *noun* một tờ tiền mệnh giá lớn bọc quanh những tờ tiền mệnh giá nhỏ, đem lại ấn tượng nhiều tiền

Philly or **Phillie** *noun* Philadelphia, Pennsylvania

phiz or **phizog** *noun* mặt; = MUG

Phoebe or **little Phoebe** (or **fever**) *noun* (*súc sắc*) lần ném được 5 điểm

phoney or **phony** *noun* **1** một người thiếu sự chân thành và thật lòng **2** một người đàn ông đồng tính **3** sự trả lời tự động của máy điện thoại **4** một thứ đồ giả • That window's a phony, it don't open: *Cửa sổ đó là đồ giả, nó không mở.* **5** người điệu bộ; người màu mè • Some phony called himself a writer: *Một số người màu mè tự gọi mình là một nhà văn.*

phoney or **phony** *verb* giả dối • I ain't phoneying them words: *Tôi sẽ không nói dối họ lời nào cả.*

phoney or **phony** *adjective* có ý gian lận; giả mạo; không thật • This money looks phoney to me: *Với tôi tiền này trông giống tiền giả.*

phoney-baloney *adjective* hoàn toàn giả mạo

phoney up *verb* bịa đặt • The reason he gave for his absence was obviously phonied up: *Lý do anh ta đưa ra về sự vắng mặt của mình rõ ràng là bịa.*

phoniness *noun* sự giả dối; sự giả mạo

phono *noun* **1** máy quay đĩa [viết tắt của "*phonograph*"] **2** *modifier*: phono cartridge: đầu máy quay đĩa

phonus bolonus (or **balonus**) **1** *noun* thứ gì đó giả tạo và đẹp **2** *adj* What a phonus-balonus smile he's got on: *Hắn có nụ cười thật giả tạo.*

phony *xem* PHONEY

phony as a three-dollar bill *noun* quả thật rất giả tạo; không thật; giả • This diamond is phony as a three-dollar bill: *Viên kim cương này quả thực giả.*

phonyman *noun* (*xiếc*) người bán rong các đồ nữ trang giả rẻ tiền

phooey *interj.* (cũng là **phoo** or **pfui** or **fooey** or **fooy** or **fuie**) dùng để biểu lộ sự không tin hay sự ghê tởm • "Phooey. You've just been working at it": *"Eo ơi. Cậu vừa làm việc với nó đấy".* • Who died in here? Phooey!: *Ai chết ở đây vậy? Ghê tởm quá!*

phooey or **fooey** or **fuie** *noun* điều vô nghĩa; chuyện vớ vẩn

phooey on that *interj.* thể hiện sự từ chối hoặc sự bác bỏ mạnh mẽ • A give-back? Phooey on that!: *Trả lại à? Đừng hòng có điều đó!*

photog or **fotog** *noun* một nhiếp ảnh gia; người chụp ảnh

phreak *noun* người bất bình thường [sự đánh vần lại của "*freak*"]

phreaking *noun* sự nhại hoặc bắt chước các tín hiệu touch-tone điện thoại bằng cách huýt sáo hoặc dùng những thiết bị cơ học để gọi điện miễn phí

physical *adjective* dùng bạo lực; đối xử thô bạo • I had to ask her to keep her distance when she tried to be physical with me: *Tôi phải yêu cầu cô ta giữ khoảng cách khi cô ta cố dùng bạo lực với tôi.*

piano *noun* (*người da đen*) sườn lợn, đặc biệt miếng sườn lợn nướng

pic *noun* **1** một bức ảnh **2** phim điện ảnh; phim chiếu; = FLICK **3** đĩa máy hát

Piccadilly commando *noun* (*quân đội, thế chiến II*) gái điếm ở Luân Đôn

piccolo *noun* **1** dương vật, đặc biệt là đối tượng của quan hệ tình dục bằng miệng **2** một chiếc máy quay đĩa

piccolo player *noun* một người thích và thực hiện sự kích thích dương vật bằng miệng

pick a berry *verb* (*người lang thang*) trộm quần áo ở những dây phơi quần áo ngoài trời; = GOOSEBERRY

pick someone's brain *verb* **1** chất vấn kỹ ai vì lợi ích cho mình; khai thác khả năng sáng tạo của ai bằng cách bắt chước; là kẻ ăn bám trí tuệ **2** hỏi thăm ai; hỏi ai để biết thông tin, lời khuyên, v.v.. • I need a good present for Sarah. Can I pick your brain to get a few ideas for it?: *Tôi cần một món quà có giá trị cho Sarah. Tôi có thể hỏi bạn để có những ý kiến về món quà ấy không?*

pick 'em *noun* (*giới cờ bạc*) các đối thủ đều ngang tài nhau; khả năng bằng nhau

pick 'em up and lay 'em down *verb* **1** chạy, đặc biệt là chạy rất nhanh **2** khiêu vũ

picker-upper *noun* **1** người cho đi nhờ xe **2** = PEPPER-UPPER,

picking xem COTTON-PICKING

pickings xem SLIM PICKINGS

pickle noun 1 (cũng là *picklement*) một tình thế khó xử; một hoàn cảnh đáng tiếc; điều trở ngại khó chịu; tình trạng nan giải 2 (*hải quân, thế chiến II*) ngư lôi 3 viên đạn • He fired six pickles at the knob: Hắn đã bắn 6 viên đạn vào cái nắm cửa. **4 súng ngắn**

pickle verb 1 làm hỏng; phá hủy • This will promptly pickle her college chances: Cái di chúc này đúng là làm hỏng các cơ hội vào đại học của cô ta. 2 ra lệnh; thả bom • Pickle 'em off and boot that mother for home: Hãy ra lệnh chúng và tống bà mẹ đó khỏi nhà.

pickled adjective **say rượu**; = SOUSED .

pickle park noun (*tài xế xe tải*) khu vực nghỉ bên đường

picklepuss noun người buồn rầu một cách công khai; người với bộ mặt dúm dó cau có; đứa bé sắp khóc; = SOURPUSS

pickler noun người nghiện rượu; người say rượu

pick-me-up noun 1 thức uống có cồn 2 thức ăn hoặc đồ uống giúp tăng cường sinh lực; = PEPPER-UPPER, PERKER-UPPER 3 một ly rượu được uống để khôi phục tinh thần

pickup noun 1 bạn tình trong một thời gian ngắn; người làm quen với mục đích tình dục 2 lệnh bắt giữ và dẫn ai đó đến đồn cảnh sát để thẩm vấn; vụ bắt giữ 3 đồ ăn hoặc thức uống tăng lực 4 sự tăng đột ngột của cái gì đó, như tốc độ hoặc nhịp điệu nhạc • There will be a pickup in sales during the Christmas season: Sẽ có sự gia tăng lượng hàng hóa bán được vào mùa Giáng sinh. **5 sức mạnh của động cơ xe ô tô, biểu hiện ở khả năng tăng tốc nhanh** • Little cars hardly ever have enough pickup: Những chiếc xe nhỏ rất hiếm khi có đủ động cơ mạnh. 6 (cũng là *pickup truck*) một xe tải nhỏ không mui 7 hành động lấy hoặc có được cái gì đó • He made the pickup at the post office: Anh ta đã nhận hàng ở bưu điện.

pick up verb 1 lại tiếp tục; bắt đầu lại 2 (*động cơ*) tăng tốc độ 3 có; lấy được; đạt được • Where did you pick up that book?: Anh lấy được cuốn sách ở đâu thế? 4 dọn dẹp ngăn nắp • You'd better pick up this room before the guests arrive: Tốt hơn là anh nên dọn dẹp sạch sẽ căn phòng này trước khi khách tới. **5 trả lời điện thoại** 6 chỉ trích; quở trách ai 7 đón ai; cho ai đi nhờ xe • Pick me up at the hotel at 8 o'clock: Hãy đón tôi ở khách sạn lúc 8 giờ. • He picked up two hitch-hiker: Anh ta đã cho hai người đi nhờ xe. **8 hút cần sa**

pickup adjective **tự phát; không định trước** • A pickup game can be fun if the sides are evenly matched: Một trận đấu không được định trước sẽ thú vị nếu các bên ngang tài ngang sức.

pick someone up verb 1 bắt giữ ai • The cops picked up six muggers: Cảnh sát đã bắt giữ sáu kẻ trấn lột. 2 làm quen với ai, đặc biệt trong quán bar, trên đường, vì mục đích tình dục 3 kích thích hoặc làm ai thêm hăng hái • A book like this really picks you up: Một cuốn sách như thế này thực sự kích thích bạn.

pick something up verb **chú ý; khám phá** • Did you pick that wink up?: Anh có chú ý đến cái nháy mắt đó không?

pick-up artist noun **một người giỏi gạ gẫm**

pick up on something verb 1 lĩnh hội được thứ gì; trở nên cảnh giác hoặc để ý tới cái gì; nhận ra được • She's real sharp. She picks up on everything: Cô ấy thật là nhạy bén. Cô ấy lĩnh hội được mọi thứ. 2 ám chỉ và thêm vào; mang lại sự chú ý, đặc biệt để chất vấn • I want to pick up on what you just said about Paris: Tôi muốn ám chỉ và thêm vào những gì anh vừa nói về Paris.

pick someone up on something verb **phản đối hoặc gọi ai đó sự chú ý đặc biệt về việc gì** • I want to pick you up on that reference: Tôi muốn gọi đến anh sự chú ý đặc biệt về lời phát biểu đó.

pick up the tab (or check) verb **gánh chi phí; trả phí tổn**; = PAY THE FREIGHT • Who's gonna pick up the tab for this mess?: Ai sẽ gánh chi phí cho đống lộn xộn này?

picky adjective 1 hay kén chọn; đắn đo khi lựa chọn • Red, blue, green! What's the difference? You are too picky: Đỏ, xanh da trời, xanh lá cây! Khác nhau gì chứ? Bạn thật kén chọn quá. 2 khó tính quá mức; hay chỉ trích

picnic noun 1 một thời gian thú vị; thời gian thoải mái; = a BALL, BLAST 2 công việc dễ dàng; = CINCH, PIECE OF CAKE • That job's a picnic: Công việc đó rất dễ dàng.

the picture noun **tình huống; sự việc** • I don't like the picture, it stinks: Tôi không thích sự việc này, quá tồi.

picture gallery noun 1 (*xiếc và lễ hội*) một người xăm đầy mình trong một cuộc biểu diễn phụ 2 = ROGUES' GALLERY

pictures noun (*giới chơi bài*) những lá bài hình

piddle verb 1 ăn cắp thứ gì đó 2 xây dựng cái gì đó bằng diêm 3 đi tiểu; = PEE 4 lãng phí thời gian; làm những chuyện vớ vẩn

piddle noun **nước tiểu** • Don't step in the puppy's piddle: Đừng giẫm lên nước tiểu con chó.

piddle around verb **đi tha thẩn hay lãng phí thời gian; làm việc không mục đích hoặc kém hiệu quả**; = FART AROUND, FIDDLE AROUND

piddler noun 1 (*trong tù*) tù nhân được phân công làm việc tại cửa hàng thủ công 2 người lãng phí thời gian

piddling adjective 1 không thỏa đáng; sơ sài; nhỏ • That is a piddling steak. I want a big one: Đó là một miếng bít tết nhỏ. Tôi muốn một miếng to cơ. 2 nhỏ và không quan trọng; tầm thường • I don't want to hear all the piddling details!: Tôi không muốn nghe tất cả các chi tiết nhỏ nhặt tầm thường đó!

pie noun 1 một nhiệm vụ hoặc công việc dễ dàng; = GRAVY 2 âm hộ [viết tắt của "*hair pie or fur pie*"] 3 một người phụ nữ là đối tượng tình dục 4 bánh pizza [viết tắt của từ đầy đủ là "*pizza pie*" mà ít khi được dùng]

pie card noun 1 (*người lang thang*) thẻ công đoàn, đặc biệt dùng để mượn tiền, xin đồ ăn, v.v.. 2 (*công đoàn*) một viên chức công đoàn thối nát hoặc tư lợi

piece noun 1 một phần chia; phần lợi tức; = PIECE OF THE ACTION, SLICE • He has a piece of the new production: Anh ta có một phần lợi tức của sản phẩm mới. 2 súng ngắn; súng lục 3 một con dao 4 (*ma túy*) một ao-xơ (ounce) hê-rô-in hoặc ma túy khác 5 một người phụ nữ là đối tượng tình dục; một cô gái hấp dẫn và gợi tình; = PIECE OF ASS 6 một tác phẩm nghệ thuật graffiti đẹp; một bức graffiti trên xe điện ngầm [viết tắt của "*masterpiece*"] 7 bữa ăn qua loa 8 một nơi ở, một căn phòng, căn hộ hay ngôi nhà 9 tóc đuôi ngựa nhỏ giành cho nam 10 thứ vớ vẩn; vật vô giá trị

piece of ass (or tail) noun 1 sự giao hợp; sự làm tình • Son, here's twenty dollars; I want you to go to a good whore and get a piece of ass off her: Con trai, đây là 20 đô, bố muốn con kiếm một ả điếm đẹp và quan hệ với ả. 2 người quan hệ tình dục; người bạn tình dục [thường là phụ nữ]

piece of cake noun **bất cứ thứ gì được xem là dễ đạt được hay giành được; việc dễ dàng như trở bàn tay**; = BREEZE, DUCK SOUP • No problem. When you know what you're doing, it's a piece of cake: Không thành vấn đề. Khi bạn biết bạn đang làm gì, việc đó dễ như trở bàn tay vậy.

piece of cake! *exclam.* dễ ợt!

piece of calico (or **goods**) *noun* phụ nữ • She's a saucy little piece of goods: *Cô ta là một cô gái nhỏ hỗn láo.*

piece of change *noun* (biến thể: **hunk** có thể thay **piece**; **jack** có thể thay **change**) một số tiền, đặc biệt khoản tiền lớn • "This place must have cost you a nice piece of change," I said: *"Nơi này hẳn đã khiến anh tốn khá bộn tiền", tôi nói.*

piece of cunt *noun* sự quan hệ tình dục với phụ nữ; một phụ nữ là đối tượng tình dục

piece off *verb* phân chia một ao-xơ ma túy [từ **piece** (một ao-xơ)]

piece someone off *verb* 1 (*thế giới ngầm và đội thương thuyền trên biển*) trả một phần tiền lương của mình để có công việc 2 đút lót; hối lộ ai; = GREASE someone's PALM 3 cho ai mượn tiền; đặc biệt cho một người bạn

piece of fluff *xem* BIT OF FLUFF

piece of meat *noun* 1 người khó tính; người khó giao thiệp; người không thích nghi 2 một người phụ nữ là đối tượng tình dục; tình dục

piece of someone's **mind** *noun* sự khiển trách thậm tệ; sự chỉ trích và trừng phạt nặng

piece of shit *noun* 1 thứ gì đó ghê tởm hay có chất lượng kém; một người ít được yêu mến • This show's a piece of shit: *Buổi biểu diễn này thật là tồi tệ.* 2 lời nói dối; hành động đạo đức giả; = a PACK OF LIES

piece of snatch *xem* PIECE OF ASS

piece of tail *xem* PIECE OF ASS

a piece (or **bit** or **slice**) **of the action** *noun* một phần chia trong một hoạt động hoặc lợi nhuận • Don't be selfish. Give me a slice of the action: *Đừng keo kiệt như thế. Chia cho tôi một phần lợi nhuận đi.*

piece of trade *noun* gái điếm; phụ nữ chung chạ tình dục bừa bãi

piece of work *noun* 1 một người đáng khinh 2 sự giết chóc

piece out *verb* phân chia ma túy thành những gói nhỏ

piece something out *verb* thêm vào; bổ sung cho ái gì • We'll piece the salary out with perks: *Chúng tôi sẽ thêm vào lương với các bổng lộc.*

piece up *verb* (*thế giới ngầm*) chia tiền bạc, của cải; = DIVVY

pie-eyed *adjective* 1 cực kỳ say rượu 2 mắt mở to ngạc nhiên; mắt tròn xoe ngạc nhiên • He didn't cry out. He just stood there pie-eyed: *Nó không la hét. Nó chỉ đứng đó mắt mở to ngạc nhiên.*

pieface *noun* (*đặc biệt những năm 1920*) người ngu đần; người khờ khạo

pie-faced *adjective* ngu ngốc; khờ khạo

pie factory *noun* bệnh viện tâm thần

pie hole *noun* miệng • Look, you, shut your pie hole and get moving: *Này, cậu, câm mồm lại và đi tiếp đi.*

pie in the sky *noun* 1 sự việc mong muốn, mơ ước, hy vọng, v.v.. khó có thể xảy ra 2 phần thưởng; phần thưởng đặc biệt từ trên trời

pie-in-the-sky *adjective* liên quan đến sự mong chờ một phần thưởng đặc biệt • Get rid of your pie-in-the sky ideas!: *Thôi ngay những ý tưởng mong chờ phần thưởng viển vong của anh đi!*

pies *noun* mắt; = MINCE PIES

pie wagon *noun* (*thế giới ngầm*) xe tải chuyên chở của cảnh sát; = PADDY WAGON

piffed or **pifted** *verb* đã giết [chỉ dùng thì quá khứ] • He piffed his goldfish by mistake: *Anh ta lỡ tay đã giết chết con cá vàng của mình.*

piffed *adjective* 1 say rượu 2 (cũng là **pifted**) chết • What will I do with a pifted cat?: *Tôi sẽ làm gì với một con mèo chết?*

piffle *noun* lời nói vớ vẩn; chuyện vô nghĩa; = BALONEY, BUNK

piffle! Piffle! *exclam.* vớ vẩn!; nhảm nhí!

piffled *adjective* say rượu

pifflicated *adjective* say rượu

pig *noun* 1 (*đặc biệt những năm 1960, phong trào phản văn hóa, thế giới ngầm*) một viên cảnh sát; khi dùng với số nhiều nó có thể có nghĩa là rất nhiều cảnh sát hay cảnh sát nói chung 2 (*đua ngựa*) con ngựa đua mà không có khả năng thắng cuộc; con ngựa đua kém cỏi; = BEETLE 3 một vũ công trong đội đồng ca 4 một người phụ nữ lăng nhăng, đặc biệt luộm thuộm và không hấp dẫn 5 người ăn quá nhiều; kẻ háu ăn; người tham ăn • I try to cut down on calories, but whenever I see red meat I make a pig of myself: *Tôi cố giảm năng lượng (giảm cân), nhưng mỗi khi tôi thấy thịt tôi lại thèm ăn.* 6 một người đàn bà hoặc đàn ông béo và xấu xí 7 một kẻ dơ bẩn, luộm thuộm 8 (*từ người da đen*) người da trắng 9 (*đường sắt*) đầu máy xe lửa 10 (cũng là **Pig**) một chiếc mô tô lớn và mạnh, đặc biệt là một chiếc Harley-Davidson (tên thương mại)

pig *verb* tham ăn • When you eat too much, you can say "I pigged": *Khi bạn ăn quá nhiều, bạn có thể nói "tôi tham ăn".*

pig boat *noun* (*hải quân, thế chiến I*) tàu ngầm

pig drunk *adjective* rất say

pigeon *noun* 1 (*thế giới ngầm*) một nạn nhân dễ bị lừa đảo; người bị lừa; = MARK, SUCKER 2 một phụ nữ trẻ, đặc biệt là người quyến rũ; = CHICK 3 (*thế giới ngầm*) một người chỉ điểm; = STOOL PIGEON 4 (*đua ngựa*) tấm vé thua mà ai đó cố đổi tiền thắng 5 (*thế giới ngầm*) vé dùng rồi hoặc vé vô giá trị được lưu hành như vé hợp lệ, đặc biệt vé xổ số không trúng được bán như vé trúng 6 người nghiện rượu trước đây được quan tâm và giúp đỡ của người giám hộ hoặc người bảo trợ

pigeon *verb* phản bội ai; khai báo ai • If I thought you'd pigeon I'd kill you: *Nếu tao nghĩ mày đã khai báo thì tao sẽ giết mày.*

pigeonhole *verb* 1 nhận dạng; phân loại ra; khám phá ra; = BUTTON DOWN, PEG 2 bỏ qua một bên; lãng quên

pigfucker *noun* một người đáng khinh; = BASTARD, FUCKER, SHITHEEL

piggyback 1 *noun* sự vận chuyển những container đầy hàng hoặc những toa kéo một cầu bằng xe lửa 2 *verb* khởi đầu hoặc phát đạt với sự giúp đỡ của cái gì khác

pighead *noun* người ngu ngốc và bướng bỉnh; người cứng đầu

pigheaded *adjective* bướng bỉnh một cách ngu ngốc; cứng đầu

pig heaven *noun* trạm cảnh sát; đồn cảnh sát • The man came and took my brother to pig heaven: *Cảnh sát đến và đưa anh tôi vào đồn cảnh sát.*

pig in a poke *xem* BUY A PIG IN A POKE

pig-iron *noun* rượu nguyên chất và kém chất lượng

pig meat *noun* 1 (*đặc biệt người da đen*) gái điếm; phụ nữ lẳng lơ 2 (*quyền Anh*) người bị bại; người thua cuộc; người gần chết; = LOSER

pigmobile *noun* (*đặc biệt phong trào phản văn hóa những năm 1960*) xe cảnh sát; xe tuần tra

pig out *verb* 1 ăn nhiều một cách nhanh chóng và lộn xộn; ăn quá mức; quá ham mê ăn uống 2 quá ham mê bất cứ gì

pigpen *noun* 1 (*đường sắt*) nhà có hình tròn dùng để sửa chữa đầu

máy xe lửa 2 (cũng là *pigsty*) nơi bẩn thỉu, bừa bãi • His room's a pigpen: *Phòng của nó là một nơi bẩn thỉu.*

pig's ass (or **ear** or **eye**) *xem* IN A PIG'S ASS

pig shit *xem* STRONGER THAN PIG SHIT

pigskin *noun* 1 quả bóng bầu dục; = the OBLATE SPHEROID 2 *modifier:* a pigskin superstar: *siêu sao bóng đá*

pig-sticker *noun* 1 (*quân đội, thế chiến I*) lưỡi lê; dao găm 2 (*đường sắt*) cái gạt vật chướng ngại (ở đầu mũi xe lửa) 3 một cây gậy với cái đinh hay đầu mút kim loại sắc nhọn được dùng để nhặt giấy vụn

pig sweat *noun* 1 bia 2 rượu uýt-ki kém chất lượng; = PANTHER PISS

pig water *noun* rượu nhạt, kém chất lượng

pike *xem* COME DOWN THE PIKE

piker *noun* 1 một tay nghiệp dư hoặc một người mới; một con bạc thực hiện những khoản cược nhỏ, thận trọng 2 người bủn xỉn; người keo kiệt; = TIGHTWAD 3 người lười biếng; người hay trốn việc

pile 1 *noun* tất cả tài sản của ai, đặc biệt nếu khá nhiều 2 *verb* đi nhanh; chạy nhanh; lao tới • I must pile, I'm late: *Tôi phải đi nhanh, muộn rồi.* 3 *verb* (*từ quan điểm của đàn ông*) quan hệ tình dục

a pile *noun* một khoản tiền lớn; một gia tài; = a BUNDLE • That old lady has a pile stashed in the bank: *Bà cụ già đó có một khoản tiền lớn cất ở ngân hàng.*

pile of shit *noun* 1 toàn những lời nói dối; chuyện vô lý; = CROCK OF SHIT 2 thiết bị hoặc công trình vô giá trị; một buổi biểu diễn hoặc sản phẩm kém cỏi; = PIECE OF SHIT 3 người hoàn toàn không ra gì, vô lại

a pile on a pillow *noun* (*quầy bán đồ ăn trưa*) bánh mì ổ tròn với giăm bông

piles *noun* một khoản tiền lớn; = a PILE • She'll inherit piles: *Cô ta sẽ thừa kế một khoản tiền lớn.*

pileup *noun* sự phá hỏng; vụ đâm vào nhau của một số xe cộ • There is a serious pileup on the expressway: *Có một vụ đâm xe nghiêm trọng trên đường cao tốc.*

pile up *verb* 1 phá hủy; đâm vào nhau, đặc biệt xe này đâm vào đầu xe kia; = RACK UP, TOTAL 2 đi loanh quanh

pile up Zs *xem* COP ZS

pill *noun* 1 một người khó chịu; người đáng khinh; người nhạt nhẽo; = a PAIN IN THE ASS 2 một quả bom, đạn đại bác, viên đạn, v.v.. • He was drinking coffee when the big pill came down: *Ông ta đang uống cà phê thì quả đạn đại bác thật to rơi xuống.* 3 (*ma túy*) viên nén Nembutal, viên thuốc làm giảm đau, an thần; = NIMBY 4 một viên thuốc phiện 5 một điếu thuốc; một điếu cần sa 6 một quả bóng đá; quả bóng chày; quả bóng golf 7 viên thuốc dạng con nhộng

the pill or **the Pill** *noun* thuốc tránh thai; thuốc ngừa thai [không phổ biến cho đến đầu thập niên 60]

pillhead or **pill freak** *noun* (*ma túy*) một người hay dùng amphetamine, thuốc an thần, hay MDMA, loại ma túy được biết đến nhiều nhất với cái tên ecstasy [loại dạng viên hoặc viên con nhộng]

pillow *noun* 1 (*quyền Anh*) găng tay quyền Anh 2 (*bóng chày*) một trong bốn vị trí mà người chơi phải chạm tới để ghi điểm; = BAG

pillow-puncher *noun* nữ phục vụ phòng

pillow talk *noun* cuộc trò chuyện thân mật trên giường; chuyện chăn gối [ám chỉ đến những bí mật được chia sẻ chứ không phải nói chuyện về tình dục]

pill-peddler *xem* PILL-PUSHER

pill-popper or **popper** or **pill-dropper** *noun* người có thói quen dùng thuốc chống đau, amphe-tamine, an thần; người nghiện hoặc dùng ma túy ở dạng viên nén hoặc viên con nhộng

pill-popping 1 *adj* (*ma túy*) bị nghiện hoặc đang dùng ma túy dạng viên 2 *noun* (*ma túy*) sự dùng ma túy dạng viên

pill-pusher or **pill-roller** or **pill-peddler** *noun* 1 bác sĩ 2 dược sĩ hoặc sinh viên khoa dược

pilot *noun* 1 người quản lý hoặc ông bầu của một đội thể thao 2 (*đua ngựa*) một tay nài ngựa

pimp *noun* 1 kẻ dẫn khách; tên ma cô 2 (*thợ đốn gỗ*) một cậu bé làm những công việc vặt vãnh ở trong lán trại của người đốn gỗ

pimpish *adjective* 1 (*thanh thiếu niên*) ăn mặc thời trang 2 có vẻ bề ngoài và tính cách phô trương, như ma cô

pimple *noun* cái đầu

pimpmobile *noun* 1 một chiếc ô tô lòe loẹt, có thể được lái bởi tên ma cô 2 bất kỳ chiếc ô tô hào nhoáng và lộng lẫy nào

pimp stick or **pimpstick** *noun* 1 bót thuốc lá (để đỡ hoặc giữ thuốc lá) 2 (*thợ đốn gỗ*) điếu thuốc lá được sản xuất hàng loạt; = TAILOR-MADE

pin *noun* 1 một điếu cần sa nhỏ 2 người đóng vai trò canh chừng 3 chân người • Stand up on your pins and speak your mind: *Hãy đứng lên bằng đôi chân của anh và nói lên suy nghĩ của anh đi.*

pin *verb* 1 nhìn chăm chú ai hay thứ gì; nhìn vào ai hoặc thứ gì một cách chăm chú 2 hành động như người canh chừng 3 được biết và hiểu ra; nhận dạng ra; = PEG, PIGEON-HOLE • I pinned this man as a total bigmouth: *Tôi nhận ra gã đàn ông này là một người hoàn toàn lắm mồm.* 4 quan sát; xem xét; nhìn chung; = DIG • She pinned me haughtily over the top of her glasses: *Bà ta kiêu kỳ quan sát tôi qua bên trên cặp kính của bà.* 5 (*sinh viên*) bày tỏ sự cam kết nghiêm túc với ai bằng cách tặng hoặc nhận một cái ghim của hội nam sinh

pin a rose on it *verb* (*quầy bán đồ ăn trưa*) thêm hành vào một đơn đặt hàng

pincers *noun* (*thanh thiếu niên, từ những năm 1960*) đôi mắt

pinch *noun* 1 một vụ bắt giữ • They made the pinch in broad daylight: *Họ thực hiện vụ bắt người giữa ban ngày.* 2 kỹ thuật mà đàn ông dùng để duy trì sự cương cứng bằng cách bóp chặt dương vật của mình 3 một lượng nhỏ của chất dạng bột như muối, gia vị, thuốc lá dạng bột dùng để hít v.v..

pinch *verb* 1 bắt giữ ai 2 ăn trộm; = SWIPE

pincher *xem* PENNY-PINCHER

pinchers *noun* giày, đặc biệt là giày chật

pinch-gut *noun* (*từ giữa những năm 1600*) người keo kiệt; kẻ bủn xỉn; = TIGHTWAD

pinch hit *noun* (*bóng chày*) cú đánh của một cầu thủ bóng chày thay thế cho một người nào khác trong trường hợp khẩn cấp

pinch-hit *verb* 1 (*bóng chày*) đập thế cho một cầu thủ bị loại khỏi đội hình, thường là vào một thời điểm quan trọng trong trận đấu 2 thay thế cho • I had to pinch-hit for her when she got sick: *Tôi đã phải thay thế cho cô ta khi cô ấy bị ốm.*

pinchpenny 1 *noun* người keo kiệt; người bủn xỉn; = PINCH-GUT, TIGHT-WAD 2 *adj* keo kiệt; bủn xỉn; dè sẻn

pin someone down *verb* 1 buộc ai phải giữ lời hứa hoặc làm một việc gì như đã thỏa thuận • We managed to pin her down to a promise (or a contract): *Chúng tôi cố buộc cô ấy phải giữ lời hứa (hoặc phải theo đúng hợp đồng).* 2 giữ chặt ai không thể cử động được • The attackers pinned him down: *Những kẻ tấn công đã giữ chặt anh ta.* 3 làm cho ai bất động, đặc biệt người lính giữ thế nghiêm hoặc khai hỏa chính xác 4 buộc ai phải đồng ý với cái gì 5 nhận dạng; nhận ra ai một cách rõ ràng; = PEG, PIN • I can't pin her down, but I've seen her before: *Tôi không thể nhận dạng cô ta, nhưng tôi đã thấy cô ta trước đây.*

pin something down *verb* diễn đạt; xác định cái gì một cách chính xác; làm rõ • She can't quite pin my feeling down: *Cô ta không thể nào xác định được cảm xúc của tôi.*

pineapple *noun* (*quân đội, thế chiến I*) lựu đạn cầm tay; hoặc quả bom nhỏ; = CHICAGO PINEAPPLE, ITALIAN FOOTBALL

pin someone's ears back *verb* 1 trừng phạt; trừng trị ai 2 la mắng ai một cách nghiêm khắc • The teacher pinned the kids' ears back for chewing gum: *Thầy giáo la mắng cậu bé một cách nghiêm khắc về việc nhai kẹo cao su.* 3 đánh ai, đặc biệt vào đầu

pine (or **wooden**) **overcoat** *noun* (*từ đầu những năm 1800*) quan tài, đặc biệt loại rẻ tiền

pinga *noun* dương vật; = BICHO [tiếng Tây Ban Nha của người Mỹ gốc Cuba]

ping jockey *xem* BLIP JOCKEY

ping off the walls *verb* (*quân đội*) rất căng thẳng; hồi hộp và bị kích động • Better stop pinging off the walls and start making some plans: *Tốt hơn hết đừng quá căng thẳng và bắt đầu đưa ra một số kế hoạch thôi.*

ping-pong *verb* (*bệnh viện*) chuyển một bệnh nhân đến những bác sĩ khác để tăng lệ phí tối đa, đặc biệt người nhận Medicare "chương trình chăm sóc sức khỏe của chính phủ"

ping-wing *noun* (*ma túy*) sự tiêm ma túy, đặc biệt ở cánh tay

pinhead *noun* một tên ngốc; một tên đần

pinheaded *adjective* ngu ngốc

pink *noun* 1 người theo chủ nghĩa tự do; người theo chủ nghĩa xã hội; người có cảm tình với cộng sản; = PARLOR PINK 2 một người da trắng; = GRAY 3 một viên con nhộng secobarbital sodium (tên thị trường là Seconal™), thuốc làm dịu hệ thần kinh trung ương 4 (*dân chơi xế độ*) giấy chứng nhận sở hữu xe hợp pháp

pink *adjective* 1 da trắng; người gốc châu Âu 2 đầu đỏ [thường dùng như một biệt danh] 3 (*giới đồng tính dùng*) đồng tính 4 theo chủ nghĩa tự do hoặc theo chủ nghĩa xã hội

pink chord *noun* (*đặc biệt những năm 1930, nhạc sĩ*) một lỗi lầm trong việc đọc hoặc trôi dồi nhạc

pink collar *adjective* 1 theo truyền thống được nắm giữ bởi những phụ nữ thuộc tầng lớp trung lưu • Mature women tended to gravitate toward pink collar jobs as secretaries, teachers, nurses and saleswomen: *Những người phụ nữ chín chắn có khuynh hướng về những công việc truyền thống trong giới trung lưu như thư ký, thầy giáo, y tá và người bán hàng.* 2 đang làm một công việc được nắm giữ bởi phụ nữ thuộc tầng lớp trung lưu theo truyền thống

pinked *adjective* say rượu; ngà ngà say; = TIDDLY

pink elephants *xem* SEE PINK ELEPHANTS

Pinkerton or **Pink** or **Pinkie** *noun* (*từ giữa những năm 1800*) một đặc vụ hoặc nhân viên của cục thám tử Pinkerton

pink ink *noun* tiểu thuyết lãng mạn; = BODICE-RIPPERS

pinko *noun* người theo chủ nghĩa tự do; người theo chủ nghĩa xã hội; người cộng sản; người có quan điểm chính trị hơi nghiêng về cánh tả; = PINK

pinko *adjective* theo cộng sản; theo chủ nghĩa tự do; theo chủ nghĩa xã hội

pink puffer *noun* (*bệnh viện*) một bệnh nhân mắc bệnh khí thũng

pink slip *noun* 1 giấy thông báo đuổi việc nhân viên; giấy sa thải • I hope I don't get my pink slip today. I need this job: *Tôi mong là tôi không nhận được giấy báo sa thải hôm nay. Tôi cần công việc này.* 2 giấy phép lái xe ô tô [ở một vài tiểu bang của Mỹ]

pink slip *verb* đuổi việc; sa thải nhân viên • If I do it again, they will pink slip me: *Nếu tôi làm điều đó lần nữa, họ sẽ sa thải tôi.*

pink tea *noun* một bữa tiệc hoặc sự kiện rất đặc biệt

pink-toes *noun* (*người da đen*) một phụ nữ da đen với màu da sáng

pinky[1] or **pinkie** *noun* 1 ngón tay út 2 *modifier:* pinky ring: *nhẫn đeo ngón tay út*

pinky[2] or **pinkie** *noun* 1 (*người da đen*) = PINK-TOES 2 người đầu đỏ [thường dùng như biệt danh]

pinky crooker *noun* một người với điệu bộ kiểu cách; người có sở thích và kiểu cách màu mè

pinned *adjective* 1 (*ma túy*) mắc; nhiễm • His pupils are pinned: *Các học trò của ông ta bị nhiễm ma túy.* 2 (*sinh viên*) bị dính líu; để hết tâm trí vào, đặc biệt về hoạt động cho hội sinh viên với tính cách xã hội

pinochle season *noun* mùa vắng khách của ngành may mặc; thời gian kém hoạt động trong công nghệ đồ mặc

pin on *verb* buộc tội; đổ lỗi; = HANG ON • The bank manager tried to pin it on a clerk: *Ông giám đốc ngân hàng cố đổ lỗi đó cho một người thư ký.*

pin one on *xem* HANG ONE ON

pins *noun* (*từ những năm 1500*) chân

pin shot *noun* (*ma túy*) sự tiêm ma túy được thực hiện với một cái ghim băng và chai thuốc nhỏ mắt

pint *noun* một người lùn; = HALF-PINT

pinto or **paint** *noun* (*cao bồi*) con ngựa trên mình có những mảng hai màu không đều nhau hoặc có vết đốm màu sắc khác nhau và không đều đặn; ngựa vá hoặc đốm

pin-up *noun* 1 một bức ảnh, thường là ảnh khêu gợi của một phụ nữ trẻ đẹp 2 *modifier:* pin-up collections and books: *những bộ sưu tập và sách ảnh khêu gợi* 3 một phụ nữ trẻ trong bức ảnh khêu gợi

pin-up girl *xem* SWEATER GIRL

pip *noun* 1 cái tốt nhất [từ "pippin" (tốt nhất)] • Well, pal, here's a pip: *Ái chà, bạn ạ, đây là cái tốt nhất.* 2 ngôi sao mà quân nhân mang để chỉ cấp bậc 3 một điểm chưa được nhận dạng trên màn hình radar 4 chu kỳ kinh nguyệt của phụ nữ 5 mụn nhọt • Good grief, I've got ear-to-ear pips!: *Ái chà, tôi có đầy mụn nhọt trên mặt!* 6 người lạc hậu [thường dùng "PIP"] 7 sự đau ốm; sự rối loạn chức năng 8 chỗ xây xước nhẹ trên da, đặc biệt của thanh thiếu niên

a pip (or **a pipperoo** or **a pippin**) *noun* 1 một người hoặc một thứ đáng chú ý, tuyệt vời, ưu tú, v.v..; = BEAUT, HUMDINGER • My teacher is a real pip: *Cô giáo tôi thật cừ khôi.* 2 *modifier:* a pipperoo flick: *một bộ phim tuyệt vời*

the pip *noun* một trường hợp bị làm phiền nặng

pipe[1] *noun* (*sinh viên*) việc dễ dàng, đặc biệt môn học đơn giản ở đại*

pipe học; = CINCH

pipe² *noun* 1 một quyết định đã dự tính trước 2 (*xiếc*) một lá thư hoặc bức thư ngắn 3 điện thoại 4 (cũng là *pipeline*) (*dân lướt sóng*) phần bên trong hình ống của một con sóng đang vỡ 5 dương vật 6 bất kỳ mạch máu lớn nào, thích hợp để tiêm ma túy 7 bất kỳ nhạc cụ nhạc khí hơi hay ống sáo bằng sậy nào 8 ổ đạn súng ngắn; một cây súng ngắn 9 thanh dọc (|) trên bàn phím máy tính

pipe *verb* 1 ghi lại • Bill Johnson pipes from Frisco that times are hard: *Bill Johnson ghi lại từ San Francisco rằng thời buổi thật là khó khăn.* 2 nói to lên; nói cái gì; = PIPE UP • But I'm not supposed to know that and do not pipe: *Nhưng tôi không được phép biết điều đó và không nói to lên được.* 3 nhìn vào; xem; để ý • Did you pipe her hands?: *Anh để ý bàn tay của cô ta không?* 4 (*thế giới ngầm*) đánh vào đầu ai, đặc biệt với một tẩu thuốc bằng sắt 5 bịa đặt một câu chuyện

pipe course *noun* (*sinh viên*) một khóa học dễ; = GUT COURSE

pipe down *verb* trở nên yên lặng hơn; câm mồm; ngừng nói chuyện

pipe dream *noun* một hy vọng, ý tưởng, kế hoạch, v.v.. không chắc có thực và hão huyền, chẳng hạn như của người hút thuốc phiện

pipe-jockey *noun* (*không quân*) phi công máy bay chiến đấu

pipeline *noun* 1 (*trong kỷ nguyên của các tổng đài điện thoại analogue*) một số điện thoại với thông điệp ghi âm sẵn mà vài người có thể gọi cùng lúc, tránh thông điệp ghi sẵn, và nói chuyện với nhau 2 một kênh thông tin hoặc cung cấp thông tin, nhất là trực tiếp, có đặc quyền hoặc riêng 3 một kênh hoặc lộ trình để sản xuất, xử lý bình thường, v.v.

pipe someone off *verb* (*đội thương thuyền trên biển*) ghi tên ai vào sổ đen • He was piped off because of his extremist views: *Anh ta bị ghi tên vào sổ đen vì những quan điểm cực đoan của mình.*

pipes or **set of pipes** *noun* giọng, đặc biệt giọng hát • He was trying out his pipes on a new speech: *Ông ta đang thử giọng cho một bài diễn văn mới.*

pipe up *verb* nói to lên; bắt đầu hát; cất giọng; = SING OUT • Just pipe up what you want: *Anh cần cái gì cứ kêu to lên.* • At last she was able to overcome her shyness and piped up: *Sau cùng cô ta cũng hết e thẹn và bắt đầu hát.*

pippy-poo *adjective* nhỏ; bé tí; tí xíu • That's just a pippy-poo minuscule example of what I mean: *Đó chỉ là một ví dụ nhỏ tí xíu về những gì tôi muốn nói.*

piss *noun* hành động đi tiểu; nước tiểu • "I gotta take a piss," he mumbled, feeling the urge: *"Tôi phải đi tiểu", anh ta nói lầm bầm, có cảm giác thúc giục.* • There's piss on the rug. Where's that dog?: *Có bãi nước tiểu trên thảm. Con chó đó đâu rồi?*

piss *adjective* có chất lượng kém; rất tồi; = PISS POOR • Europe is a piss place for music: *Châu Âu là nơi có chất lượng kém về âm nhạc.*

piss *verb* 1 đi tiểu • Jimmy, be sure and piss before we leave: *Jimmy, nhớ đi tiểu trước khi chúng ta ra đi.* 2 (cũng là *piss and moan*) than phiền; phàn nàn; càu nhàu; = BITCH, KVETCH

piss and vinegar *noun* nghị lực; sức sống; sức mạnh; = PEP, PIZZAZ

piss and wind *noun* cuộc biểu diễn phô trương nhưng kém cỏi; sự trưng bày lòe loẹt

pissant *noun* 1 một người nhỏ bé 2 người đáng khinh; kẻ đê tiện

pissant *adjective* tầm thường; đáng khinh; không quan trọng; vô giá trị

piss something away *verb* 1 phung phí hay hoang phí thứ gì đó lãng phí tất cả cái gì, như tiền bạc hoặc thời gian • He pissed away the best possible chances: *Hắn ta bỏ qua những cơ hội khả khi nhất.*

piss call *noun* (*hải quân*) hiệu lệnh đánh thức, tín hiệu gọi dậy khỏi giường vào buổi sáng

piss-cutter *noun* một người hoặc một thứ đáng chú ý, tuyệt vời, ưu tú, v.v..; = BEAUT, HUMDINGER, PIP • Isn't our new colleague a piss-cutter?: *Đồng nghiệp mới của chúng ta chẳng phải là người tuyệt vời sao?*

pissed off *adjective* (biến thể: **pissed** or **p'd** or **peed off** or **p o'd**) chán; bực tức; khó chịu; nổi giận; phẫn nộ • His face got all red-colored whenever he was pissed off: *Mặt ông ta đỏ phừng phừng bất cứ khi nào ông ta nổi giận.*

piss-elegant *adjective* (biến thể: **piss-ass** or **pissy** or **pissy-ass**) 1 tự phụ; ngạo mạn • Don't be so piss-elegant!: *Đừng có tự phụ như vậy!* 2 lịch sự nhưng phô trương hoặc khoe khoang; làm ra vẻ rất lịch sự; = HOTTY-TOTTY

pisser *noun* 1 một nhiệm vụ hoặc công việc rất khó; = BALL-BUSTER, BITCH 2 nhà vệ sinh 3 một cái bô đi tiểu 4 một người hay một thứ xuất sắc, phi thường, đáng chú ý, v.v..; = PISS-CUTTER 5 sự quấy rầy; sự phiền muộn [theo nghĩa đen là thứ gì đó sẽ *piss off* (quấy rầy)] • A little pisser I've known all my life: *Một chút phiền muộn mà tôi đã biết suốt cả cuộc đời mình.* 6 sự biệt giam trong tù 7 một câu chuyện đùa rất buồn cười 8 một người hoặc việc gì rất buồn cười, ngộ nghĩnh • What a pisser when he opened the wrong door by mistake: *Thật là đáng buồn cười khi anh ta mở cửa sai bởi sự nhầm lẫn.*

pisshead *noun* 1 kẻ hèn hạ; kẻ đáng ghét; kẻ ngốc nghếch; = ASSHOLE 2 gã nghiện rượu; gã say

pissholes in the snow *xem* EYES LIKE PISSHOLES IN THE SNOW

pissing contest (or **match**) *noun* cuộc tranh cãi; sự bất đồng; cuộc tranh luận đối đầu

piss in the wind *verb* lãng phí thời gian và công sức

piss-off *noun* sự tức giận; sự phẫn nộ • It was said in a moment of piss-off: *Những lời đó đã được nói ra trong một lúc tức giận.*

piss someone off *verb* chọc tức; làm phiền ai; làm ai bực mình hoặc nổi giận • That pissed me off, and depressed me more: *Điều đó chọc tức tôi, và làm tôi chán nản hơn nữa.* • She really pissed me off!: *Cô ta thực sự làm tôi nổi giận!*

piss on someone/something *verb* 1 tiểu vào ai hoặc cái gì • That dog pissed on my shoe!: *Con chó đó tiểu vào giày tôi!* 2 làm mất phẩm giá hoặc bôi xấu ai hay cái gì 3 đuổi ai; cư xử một cách khinh thường

piss on ice *verb* sống giàu có; thịnh vượng; phát đạt; = EAT HIGH ON THE HOG, SHIT IN HIGH COTTON • When I worked for the United Nations, I was pissing on ice: *Khi tôi làm việc cho Liên Hiệp Quốc, tôi sống rất sung túc.*

piss-poor *adjectiv* 1 cực kỳ nghèo khó hay yếu đuối 2 có chất lượng kém; tồi tệ • This is piss-poor coffee. Pay the bill and let's go: *Đây là cà phê kém chất lượng. Trả tiền và đi thôi.* 3 không có tiền; khánh kiệt • Tell those piss-poor jerks to go beg somewhere else: *Bảo những gã ngu ngốc bần cùng đó đi ăn xin chỗ khác đi.*

piss-ugly *adjective* rất xấu; kinh tởm; khó chịu • Some parts of the city are piss-ugly: *Một số khu vực của thành phố rất tồi tệ.*

piss up a rope *xem* GO PISS UP A ROPE

piss up a storm *verb* (biến thể: **blow** or **kick** có thể thay **piss**) làm ồn ào om sòm về việc gì, đặc biệt về sự phàn nàn • When I came in she

piss-warm was pissing up a storm because they didn't have what she wanted: *Khi tôi vào bà ta cầu nhàu om sòm bởi vì chúng nó không có những gì bà ta muốn.*

piss-warm *adjective* ấm như nước vừa mới tiểu • I can't drink piss-warm beer: *Tôi không thể uống bia nóng được.*

pistol *noun* 1 một người hoặc một thứ đáng chú ý, tuyệt vời, ưu tú, v.v..; = BEAUT, PIS-CUTTER, PIP 2 *(quầy bán đồ ăn trưa)* thịt bò hun khói tẩm nhiều gia vị cay 3 dương vật 4 tay súng được thuê 5 người thông minh, lanh lợi hoặc đầy năng nổ

pistol Pete *noun* 1 người yêu có đủ sức khỏe về tình dục; = COCKSMAN 2 một người đàn ông thủ dâm kinh niên

pistol, shoot it all the way *sentence* *(quầy bán đồ ăn trưa)* phục vụ một đơn đặt hàng với thịt bò hun khói tẩm nhiều gia vị cay, khoai tây chiên và món xà lách cải bắp

piston *noun* kèn trombone trượt

pit *noun* 1 nách [viết tắt của "armpit"] 2 khu vực trong hộp đêm hay phòng hòa nhạc các vũ công có thể nhảy cuồng nhiệt [viết tắt của "mosh pit"]

pit *verb* 1 ra mồ hôi dưới cánh tay 2 đem chiếc xe đua vào chỗ cạnh đường đua để lấy nhiên liệu hoặc thay bánh (vỏ)

pitch *noun* 1 *(người bán hàng rong)* nơi kinh doanh của người bán hàng rong hoặc người bán hàng đường phố; = HIGH PITCH, LOW PITCH 2 *(người bán hàng rong)* lời rao hàng hoặc bài nói chuyện của người bán hàng rong 3 người bán hàng rong 4 *(người bán hàng rong)* bất kỳ lời rao hàng hoặc lời thuyết phục nào 5 lời tán tỉnh; sự gạ ăn nằm với ai, đặc biệt người thăm dò; = PASS • I never made a pitch with Herta: *Tôi chưa bao giờ đưa ra lời tán tỉnh với Herta.*

the pitch *noun* tình huống; vấn đề; điểm chủ yếu; ý kiến • "But she might not agree"- "That's the pitch": *"Nhưng cô ta có thể không đồng ý"- "Đó chính là vấn đề".*

pitch *verb* 1 *(người bán hàng rong)* rao bán hàng 2 tán tỉnh; gạ ăn nằm 3 đóng vai trò chủ động trong mối quan hệ đồng tính

pitchforks *xem* RAIN CATS AND DOGS

pitchman *noun* 1 người bán những món đồ mới lạ, đồ gia dụng, đồ chơi thông minh, v.v.. trên đường hoặc ở hội chợ hoặc lễ hội 2 bất kỳ người ủng hộ, người thuyết phục, người phát ngôn, v.v.. nào

pitchout *noun* 1 *(bóng chày)* một cú ném được ném cách xa căn cứ nhà (plate) để người bắt bóng có thể dễ ném về một trong các chốt nhằm ngăn chặn nỗ lực cướp bóng 2 *(bóng đá)* đường chuyền một bên từ người này sang người khác

pitch out *verb* *(bóng chày)* thực hiện một cú ném cách xa căn cứ nhà (plate) để người bắt bóng có thể dễ ném về một trong các chốt nhằm ngăn chặn nỗ lực cướp bóng

pitch (or fling) woo *verb* *(đặc biệt những năm 1930 và 1940)* hôn và âu yếm; tán tỉnh; ve vãn • Old Ted hardly see any more, but he can still pitch the woo: *Lão Ted hầu như không nhìn thấy được nữa, nhưng ông ta vẫn có thể tán gái.*

pits *noun* nách • Man, you have a problem in your pits: *Này anh bạn, bạn có vấn đề ở nách của bạn đấy.*

the pits *noun* điều gì rất tồi tệ; nơi hoặc tình huống đáng ghét nhất • This whole day was the pits from beginning to end: *Cả ngày hôm nay thì rất tồi tệ từ đầu đến cuối.* • This school is the pits: *Trường này là nơi đáng ghét nhất.*

pit stop *noun* sự tạm dừng trong một chuyến đi để đi vệ sinh

Pittsburgh feathers *noun (người lang thang)* than đá

pivot *noun (quân đội)* lính ở cấp bật binh nhì; lính trơn

pix¹ *noun* 1 phim điện ảnh; rạp chiếu bóng; = the FLICKS 2 ảnh, đặc biệt ảnh của báo, tạp chí, sách, v.v..; đồ họa

pix² *noun* người đàn ông đồng tính

pixilated *adjective* 1 khùng; dở hơi; bị lẫn • The old lady easily gets pixilated: *Bà già rất dễ bị lẫn.* 2 say rượu; chuếnh choáng

pizzazz *noun* 1 nghị lực; sức sống; sức mạnh; sự sôi nổi; sự lôi cuốn và sự kích động; = PEP, PISS AND VINEGAR • The pizzazz had gone out of our lives: *Sức sống đã biến khỏi cuộc đời của chúng tôi.* 2 một tiết mục được thiết kế chủ yếu vì vẻ lòe loẹt và phô trương; = GIMMICK

PJ's or **PJs** *noun* quần áo ngủ; = PEEJAYS [viết tắt của "*pajamas*"]

place *verb* 1 *(đua ngựa)* về thứ hai trong cuộc đua 2 nằm trong số những người thắng của một cuộc đua hoặc cuộc thi

place out *verb (sinh viên)* được miễn • He placed out of calculus: *Nó được miễn môn phép tính.*

plain vanilla *adjective* không tô điểm; để tự nhiên; đơn giản • Plain vanilla, but very good: *Đơn giản nhưng rất tốt.*

plain (white) wrapper *noun* một chiếc xe cảnh sát không bị để ý (nghĩa là không có kẻ chữ, như xe thường)

plank¹ *verb* quan hệ tình dục với; = SCREW

plank² *xem* WALK THE PLANK

plank down *verb* (biến thể: **punk down** or **plump down** or **clunk down** or **plank out** or **plank**) 1 để xuống; đặt xuống (cái gì) một cách nặng nề • He planked down his luggage: *Anh ta đặt mạnh hành lý của mình xuống.* 2 trả tiền ngay; đặt tiền đánh cá • I had to plank down six dollars for a theater ticket: *Tôi đã phải trả ngay 6 đô-la cho một vé xem hát.*

planker *noun* một miếng thịt hoặc cá để rán hoặc nướng

plant *noun* 1 gián điệp hoạt động bí mật trong tổ chức tội phạm để báo thông tin về bọn tội phạm cho chính quyền 2 = SHILL 3 *(người lang thang)* nơi ẩn náu 4 nơi trữ hoặc chỗ giấu hàng đánh cắp 5 sự buộc tội với bằng chứng sai; vụ mưu hại; sự ghép tội oan; = FRAME-UP • They were planning to disgrace the mayor, using a plant: *Họ đang lập kế hoạch để làm mất chức thị trưởng, dùng sự ghép tội oan.* 6 hoạt động giám sát của cảnh sát

plant *verb* 1 giết 2 chôn xác • At least she's having him planted decently: *Ít nhất cô ta cũng chôn cất ông ta tử tế.* 3 đánh hoặc đấm vào nơi xác định trên thân thể 4 giấu; oa trữ (hàng đánh cắp) để đổ vạ ai

planting *noun* lễ mai táng; tang lễ • He said the honors at poor Joe's planting: *Ông ta nói những lời chân thành tại lễ an táng của Joe đáng thương.*

plaster *noun* 1 giấy bạc, đặc biệt tờ tiền một đô-la 2 người lén lút theo dõi người khác; người đi theo và quan sát một cách bí mật; = TAIL 3 lệnh bắt; trát đòi hầu tòa

plaster *verb* gieo rắc hoặc rải; phổ biến • They plastered the city with leaflets: *Họ đã rải những tờ rơi khắp thành phố.*

plastered *adjective* say rượu

plastic *noun* thẻ tín dụng; thẻ tín dụng của khách hàng nói chung

plastic *adjective* 1 bình thường; nông cạn; hời hợt 2 giả; dởm; không thật; = HOKED-UP, SLICK, PHONY • She wears too much makeup and looks totally plastic: *Cô ta trang điểm nhiều quá và trông hoàn toàn giả tạo.*

plate *noun* 1 đĩa hát; = PLATTER 2 = FASHION PLATE 3 = DISH

plater *noun* (*đua ngựa*) một con ngựa thi đấu trong những cuộc đua nhỏ; con ngựa đua kém; = BEETLE, PIG

platforms or **pyramids** *noun* giày với đế và gót cực dày

platter *noun* đĩa hát; = DISC

the platter *noun* (*bóng chày*) căn cứ nhà

play *noun* 1 một sự vận động; một sự di chuyển chiến thuật • You got no right for this kind of play: *Anh không có quyền đối với kiểu vận động này.* 2 một sự lừa gạt xung quanh trò lừa đảo lạm dụng tín nhiệm 3 (*đua ngựa*) sự cá cược 4 chiến lược; kế hoạch hoạt động • That was a bad play, Bill. We lost the account: *Đó là một kế hoạch tồi tệ, Bill. Chúng ta mất khoản tiền đó rồi.* 5 sự đầu tư hấp dẫn; cách kiếm tiền từ thị trường chứng khoán

play *verb* 1 đồng ý; hợp tác; chấp thuận; = PLAY BALL 2 tiến triển tốt; thành công

play along *verb* = PLAY BALL

play around *verb* 1 làm việc gì một cách ngớ ngẩn; lãng phí thời gian 2 lang chạ; quan hệ lăng nhăng với nhiều người

play around with someone *verb* 1 tán tỉnh hoặc có quan hệ tình cảm với ai • Those two have been playing around for months: *Hai người đó đã léng phéng với nhau được mấy tháng rồi.* 2 châm chọc; lừa gạt ai • You're playing around with me. Leave me alone: *Bạn đang chọc tôi. Hãy để tôi yên.* 3 đối xử hời hợt hoặc sỉ nhục; thách thức hoặc khiêu khích • I wouldn't play around with that gorilla if I were you: *Tôi sẽ không khiêu khích tên lưu manh đó nếu tôi là cậu.*

play ball *verb* 1 bắt đầu; khởi đầu • Let's play ball now, it's time: *Giờ chúng ta bắt đầu thôi, đến giờ rồi.* 2 hợp tác; cộng tác; chấp thuận • They're refusing to play ball with us: *Họ từ chối hợp tác với chúng tôi.* 3 xử lý một cách trung thực và công bằng; đối xử lương thiện và ngay thẳng • He was playing ball with Artrim: *Ông ta đang xử lý một cách trung thực và công bằng với Artrim.*

play bouncy-bouncy *verb* quan hệ tình dục, đặc biệt ở vị trí ở trên

playboy *noun* một chàng trai hoặc người đàn ông hào nhoáng, xa hoa và ham mê lạc thú; kẻ ăn chơi; = GOOD-TIME CHARLIE, MAN-ABOUT-TOWN

play catch-up (or **catch-up ball**) *verb* 1 (*thể thao*) cố gắng chơi hòa đối thủ (vì đang thua) 2 chơi đấu quyết liệt và liều; chết sống chết (vì thiếu một cầu thủ) 3 làm bù lại sau một bất lợi hoặc thất bại • After the quarterly profits disaster we had to play catch-up: *Sau khi thất bại lợi nhuận hàng quý chúng tôi phải làm bù lại.*

play checkers *verb* di chuyển từ ghế trống này sang ghế trống khác trong rạp chiếu phim, tìm bạn tình [dùng trong giới đồng tính]

play close to the chest (or **the vest**) *verb* dấu giếm; kín đáo; giữ kẽ; giữ bí mật • Try to play close to the chest when you are with him, or he'll tell everyone what you say: *Hãy cố giữ mồm giữ miệng khi anh giao du với anh ta, nếu không anh ta sẽ kể mọi người nghe những gì anh nói.*

play dirty *verb* dùng những biện pháp vô đạo đức, bất hợp pháp hoặc bất công; lừa gạt; gian lận • When he started in politics he didn't mean to play dirty: *Khi ông ta bắt đầu trong sự nghiệp chính trị, ông ta không nghĩ dùng thủ đoạn hoặc gian lận.*

play-doctor *noun* (*sân khấu*) người viết kịch, đặc biệt là đổi và cải tiến lại vở kịch của người khác

played out *adjective* 1 kiệt sức; = AUSGESPIELT, FRAZZLED 2 không còn hữu ích; không thể phát triển được; không còn hợp thời nữa • Videos are played out things to have in the classroom: *Video là những vật không còn hữu ích cần có trong lớp học.*

player *noun* 1 (*dân cờ bạc*) người cá cược; người đánh cá 2 ma-cô 3 = SWINGER

play footsie *xem* FOOTSIE

play for keeps (or **rough**) *verb* quyết tâm đạt cho kỳ được điều gì, bất chấp ứng xử nhẫn tâm; chơi nghiêm túc; = PLAY HARDBALL [ám chỉ khi chơi một trò chơi ăn tiền thì tiền sẽ không được trả lại vào cuối trò chơi] • We're out here man for man and playing for keeps: *Chúng ta ra ngoài đây, mặt đối mặt và chơi nghiêm túc.*

play games *verb* giở trò bịp (với ai)

playgirl *noun* cô gái hoặc người đàn bà sống hào nhoáng, xa hoa và ham mê lạc thú; cô gái ăn chơi

play grab-ass *verb* mê đắm trong sự sờ mó và ôm chặt lấy nhau; vuốt ve âu yếm; = GROPE [đôi khi được dùng mang tính ẩn dụ] • were currently inside a doughnut shop, playing grab-ass with the counter girl: *nếu có thể hiện giờ ở trong tiệm bánh ngọt rán, vuốt ve và âu yếm với cô nàng ở quầy bán hàng.*

play handies *verb* thỏa thích trong sự vuốt ve và mơn trớn • Beneath the counter they were playing handies: *Phía dưới quầy hàng chúng nó đang thỏa thích vuốt ve và mơn trớn.*

play hardball *verb* 1 hành động một cách mạnh bạo và hung hăng về một vấn đề gì với ai • Things are getting a little tough. The president has decided to play hardball on this issue: *Tình hình trở nên hơi lộn xộn. Tổng thống đã quyết định hành động mạnh bạo về vấn đề này.* 2 quyết tâm đạt cho kỳ được điều gì, bất chấp ứng xử nhẫn tâm; chơi nghiêm túc; = PLAY FOR KEEPS

play hell with something *verb* làm hỏng hoặc phá hủy; làm rối loạn cái gì • The rain had played hell with crops: *Cơn mưa đã làm thiệt hại mùa màng.*

play hide the sausage *verb* làm tình; giao hợp; = SCREW

play hide the weenie *xem* PLAY HIDE THE SAUSAGE

play hooky (or **hookey**) *verb* trốn học hoặc bỏ việc làm trong giờ làm việc • I played hooky more and more often, spending my school hours in burlesque houses: *Tôi đã trốn học ngày càng thường xuyên hơn, dành những giờ học ở trường trong các rạp hài kịch dâm ô tục tĩu.*

play in Peoria *verb* thành công trong những khu vực riêng biệt từ những trung tâm quyền lực như Washington và New York hoặc vùng Đông Bắc nói chung

play in the family *xem* PLAY THE DOZENS

play it by ear *verb* ứng tác; tùy cơ ứng biến; không chuẩn bị trước • I've had no time to prepare for my speech, so I'll have to play it by ear: *Tôi không có thời giờ chuẩn bị cho bài diễn văn của tôi, bởi vậy tôi sẽ phải ứng tác thôi.*

play it cool *verb* 1 làm việc gì mà không để lộ sự thiếu tự tin hoặc sự kém cỏi; giữ thái độ bình tĩnh, thản nhiên • If the boss walks in, just play it cool: *Nếu ông chủ đi vào, cứ giữ thái độ thản nhiên.* 2 giữ hoặc khống chế tính khí của ai • Come on now. Let it pass. Play it cool: *Thôi nào. Để nó qua đi. Hãy kiềm chế lấy.*

play it (or **play**) **safe** *verb* hành động một cách an toàn; tránh rủi ro • Now we're ahead, let's play it safe: *Giờ chúng ta đang dẫn đầu, hãy hành động một cách an toàn.*

play kissie *verb* (biến thể: **kissie-face** or **kisy-facey** or **kissie-kissie** or **kissy-poo** or **lickey-face** or **smacky lips** có thể thay cho **kissie**) 1 hôn hít và vuốt ve; = MAKE OUT, NECK 2 tỏ ra thân

playmate *noun* 1 người bạn đồng hành nhằm mục đích để vui thích, đặc biệt khoái lạc tình dục 2 phi công yểm trợ trên máy bay quân sự

play (or **play Man**) **on** someone *verb* (*người da đen dùng*) đối xử thô bạo; hăm dọa bằng tay chân • If Tony stole your woman…you'll get your chance to play on him: *Nếu Tony vụng trộm người đàn bà của mày…mày sẽ có cơ hội đối xử thô bạo với hắn.*

play out *verb* 1 từ chối • Oh, hell no. I'm not going to get played out again: *Ôi trời đất ơi không. Tôi sẽ không bị từ chối lần nữa.* 2 thoát khỏi sự giam cầm

play penny pool *verb* đề cập đến những vấn đề không quan trọng, tầm phào

play rough *xem* PLAY FOR KEEPS

play second fiddle *verb* giữ chức vụ dưới; làm dưới quyền; ở địa vị phụ thuộc • When they started the new company the younger man had to play second fiddle to his older brother: *Khi họ bắt đầu công ty mới thì người em đành phải làm dưới quyền ông anh của mình.*

play snuggle-bunnies *verb* hôn và vuốt ve; âu yếm say đắm; = PLAY KISS

play stinky-pinky (or **stink-finger**) = FINGERFUCK

play the dozens (or **the dirty dozens**) *verb* 1 chơi trò chơi chữ được đưa ra những từ lăng mạ lẫn nhau 2 lăng mạ; xúc phạm; chửi bới • There's a bunch of kids out there messing around shooting the dozens: *Có một đám trẻ ngoài kia đang làm chuyện tào lao và lăng mạ lẫn nhau.* 3 lợi dụng; lừa gạt; = DO A NUMBER ON

play the field *verb* có nhiều bạn tình thay vì một người • I'd play the field, until Joan came along: *Tôi có nhiều bạn tình cho đến khi Joan xuất hiện.*

play the skin flute *verb* thực hiện kích thích dương vật bằng cách mút hoặc liếm

play up to someone *verb* nịnh bợ; tâng bốc ai • He always plays up to his boss: *Hắn ta luôn nịnh bợ ông chủ của mình.*

play who shot John *verb* (*quân đội*) lời qua tiếng lại để bào chữa, buộc tội trả lại, kết tội, xin lỗi, v.v..

play whupass *verb* có một trận đấu, cuộc đánh nhau, v.v.. gay go, thô bạo, đầy khó khăn • Our Frogs are gonna play some whupass with the Rice today: *Hôm nay đội Frogs của chúng tôi có trận đấu gay go với đội Rice.*

play with oneself *verb* thủ dâm; = JACK OFF

play (or **deal** or **operate**) **with a full deck** *verb* 1 hoạt động như thể đang hoàn toàn minh mẫn, khỏe mạnh; có đầu óc lành mạnh và biết lẽ phải 2 xử lý ôn hòa, đúng mực, hợp lý và biết điều • He wasn't playing with a full deck of cards: *Hắn ta không chơi bài đúng mực.* 3 cư xử chân thật, thẳng thắn, cởi mở; tránh dối trá, lường gạt • He has bluffed you into thinking he was playing with a full deck: *Nó đã lừa anh nên nghĩ rằng nó cư xử chân thật.*

plea *xem* COP A PLEA

plead the fifth (or **a five**) *verb* từ chối làm việc gì; quyết định không tham gia vào việc gì • I think I'll plead the fifth of this game: *Tôi nghĩ là tôi sẽ quyết định không dự cuộc đấu này.*

pleat *xem* REET PLEAT

plebe *noun* (*học viện quân sự*) sinh viên năm nhất ở học viện quân sự

pledge *noun* 1 *noun* (*sinh viên dùng*) một sinh viên đồng ý tham gia vào hội nam sinh đại học hoặc hội nữ sinh 2 *verb* Without a second thought MacCrimmon pledged Xi Phi: *Không cần suy nghĩ* MacCrimmon *đã đồng ý gia nhập Xi Phi.*

plenty *adverb* rất; rất nhiều • I was plenty cautious: *Tôi rất cẩn thận* • We've got plenty more of ice cream in the fridge: *Chúng tôi còn rất nhiều kem ở trong tủ lạnh.*

pling *verb* (*xiếc và lễ hội, người lang thang*) xin; ăn xin • He was so poor he had to pling (for) money from passers-by: *Nó nghèo quá phải xin tiền của khách qua đường.*

plonk *noun* 1 (*từ những năm 1930, Anh*) rượu vang kém chất lượng; rượu vang rẻ tiền 2 người nhạt nhẽo và đáng ghét; = PILL • He's the most plonk man I know: *Nó là kẻ đáng ghét nhất mà tôi biết.*

plonked *adjective* say rượu

plotzed *adjective* say rượu

plow or **plough** *verb* (*nói về đàn ông*) quan hệ tình dục; = SCREW

plow (**plough**) **into** *verb* 1 đâm vào; va mạnh vào; đụng • The car plowed into the lorry: *Chiếc xe hơi đâm sầm vào xe tải.* 2 tấn công mãnh liệt; dấn thân vào; lao mình vào công việc gì • They plowed into the job and finished it that day: *Chúng nó lao vào công việc và làm xong trong ngày đó.*

ploy *noun* mánh khóe; mưu kế • Her illness is merely a ploy to avoid seeing him: *Bệnh tình của cô ta chỉ là một mưu kế để tránh gặp anh ta.*

PLU *adjective* (*phát âm theo từng chữ cái riêng*) những người như chúng ta; xứng đáng và phù hợp với hoàn cảnh; biết xét đoán và sành sỏi [viết tắt của "*people like us*"]

pluck[1] *noun* 1 (*người da đen*) rượu; rượu vang 2 sự can đảm • Mountain climbers need a lot of pluck: *Những người leo núi cần có nhiều can đảm.* 3 (*người da đen*) người phụ nữ hấp dẫn; cô gái khêu gợi

pluck[2] *verb* 1 quan hệ tình dục với; = SCREW 2 (*người da đen*) chọn lựa người phụ nữ

pluck[3] *verb* 1 cướp hoặc lừa đảo 2 tuyển gái điếm làm việc cho ma cô

plug[1] *noun* 1 một mẩu quảng cáo; một lời rao hàng 2 một con ngựa già kém cỏi; = NAG 3 một võ sĩ quyền Anh trung bình hoặc kém 4 một nắm thuốc lá bị ép lại to bằng miếng cắn 5 một hớp bia; một ngụm bia 6 quảng cáo miễn phí; quảng cáo thương mại cho một sản phẩm 7 lời tán dương • I certainly would appreciate him giving me a plug with the owners: *Dĩ nhiên tôi sẽ đánh giá cao việc ông ta cho tôi lời tán dương với các ông chủ.*

plug[2] *noun* 1 *noun* đồng đô-la bằng bạc 2 *noun* đồng tiền giả hoặc bị làm giả bằng cách chèn vào một miếng kim loại kém hơn 3 *adj* (cũng là *plugged*) vô giá trị; = PHONY 4 *noun* (*đường sắt*) van điều khiển; van tiết lưu của đầu máy xe lửa

plug *verb* 1 ủng hộ; tán thành; khuyến khích • "I'm still plugging for you," Owens said: *"Tôi vẫn ủng hộ anh,"* Owens *nói.* 2 bắn, đặc biệt bắn chết 3 (*nói về đàn ông*) quan hệ tình dục với ai 4 tham gia vào trận đấu tay không 5 chòng ghẹo hay mắng nhiếc ai 6 quảng cáo miễn phí cho một thứ gì 7 (cũng là *plug along* or *plug away*) (*sinh viên*) làm việc một cách đều đặn và khá vất vả 8 đưa ra lời đánh giá tâng bốc, đặc biệt để bán cái gì đó; tán dương; ủng hộ công khai • If you'll plug my book I'll plug yours: *Nếu anh tán dương sách của tôi thì tôi sẽ tán dương sách của anh.*

plug for *verb* ủng hộ tích cực; cổ vũ cho; = ROOT FOR • She was plugging for the opposition candidate: *Cô ta ủng hộ tích cực cho ứng cử viên đối lập.*

plugged in (or **into**) *adjective* 1 theo dõi trực tiếp với; nhạy bén và

nhận biết • Teachers simply aren't plugged into the world: *Các thầy giáo thì không nhạy bén và nhận thức một cách dễ dàng về thế giới này.* **2** = TURNED ON **3** theo kịp thời đại; hợp thời trang **4** hưng phấn bởi ma túy; phải sống lệ thuộc vào ma túy; hứng thú

plugger *noun* **1** một công nhân hoặc sinh viên siêng năng nhưng không thông minh **2** kẻ giết người thuê; kẻ giết người chuyên nghiệp; = HIT MAN

plug hat *noun* mũ chóp cao, thường màu đen hoặc xám của đàn ông dùng với quần áo đại lễ

plug in (or **into**) *verb* **1** tham gia vào; bị lôi cuốn vào một hoạt động • She was beginning to be plugged direct into local politics: *Cô ta đang bắt đầu được tham gia trực tiếp vào hoạt động chính trị địa phương.* **2** phát hiện và khai thác lợi thế của ai; bòn rút **3** lắp thiết bị nghe lén vào đường dây điện thoại • I think my phone is being plugged in: *Tôi nghĩ rằng điện thoại của tôi bị nghe trộm.*

plugola *noun* **1** sự thanh toán trái phép, thường không phải là tiền, được trao cho giới truyền thông để nhắc đến những sản phẩm thương mại trong bối cảnh phi quảng cáo **2** tiền hối lộ để được quảng cáo miễn phí • The announcer was charged with accepting plugola: *Người giới thiệu chương trình bị buộc tội nhận tiền hối lộ quảng cáo.* **3** *xem* PAYOLA

plug puller *noun* (*đường sắt*) kỹ sư đầu máy xe lửa; người điều khiển van tiết lưu

plug-ugly *noun* **1** một người hung dữ, bạo lực; gã du côn; = GORILLA, HOOD **2** võ sĩ quyền Anh; = PUG

plug-ugly *adjective* rất xấu xí • Your dog is just plug-ugly!: *Con chó của bạn xấu xí thật!*

plum *noun* **1** một giải thưởng; một thứ gì đó có thể được xem là bổng lộc của một chức vụ chính trị • My plum for getting elected was a big new office: *Phần thưởng của tôi cho việc được bầu là một tân chức vụ quan trọng.* **2** vật chọn lọc; vật tốt nhất; món bở • That job is a real plum: *Công việc đó là một công việc thật béo bở.*

plumb *adverb* hoàn toàn; = STONE • What he said was plumb silly: *Những gì nó nói là hoàn toàn lố bịch.*

plumber **1** *verb* phá hủy; làm hỏng • I thought I plumbered it: *Tôi nghĩ tôi đã làm hỏng nó.* **2** *noun* một thành viên của một nhóm trong Nhà Trắng dưới thời Tổng thống Richard M Nixon cố gắng ngăn chặn nhiều sự rò rỉ thông tin mật

plumbing *noun* **1** hệ và cơ quan tiêu hóa, bài tiết và sinh sản • Something is really wrong with my plumbing; I haven't been able to eat or make love in weeks: *Có cái gì thật không ổn với hệ tiêu hóa của tôi; tôi đã không thể ăn hoặc làm tình trong vài tuần lễ.* **2** kèn trumpet hoặc bất kỳ nhạc khí hơi nào

plummy *adjective* trầm vang; ngọt ngào; = SMARMY • the rich, plummy voice of Edward Arnold: *giọng trầm và ngọt ngào, ấm áp của Edward Arnold.*

plump or **plunk** *adverb* chính xác; đúng; = SMACK • It came down plump on his head: *Nó rơi xuống đúng vào đầu của anh ta.*

plump down *xem* PLANK DOWN

plumpie or **plumpy** *noun* một người thừa cân; người mập

plunk **1** *noun* một đô-la • my five thousand plunks: *năm nghìn đô-la của tôi.* **2** *verb* bắn

plunk down *xem* PLANK DOWN

plunkie *noun* (*xiếc*) người hầu bàn của nhà bếp

plush or **plushy** **1** *adj* sang trọng; hợp thời trang; xa xỉ **2** *noun* All the plush in the world won't tidy up his vulgar soul: *Tất cả mọi thứ xa xỉ trên thế giới cũng sẽ không làm đẹp được tâm hồn dung tục của hắn.*

plushery *noun* khách sạn, hộp đêm, nhà hàng, v.v.. sang trọng

plute *noun* (*từ cuối những năm 1800*) người giàu có; nhà tài phiệt

po *xem* PISSED OFF

pocket *noun* nơi hoặc chỗ hẹp hơn hoặc nhỏ hơn; ngõ cụt • He was afraid they had him in a pocket: *Ông ta e rằng chúng nó đã lừa ông ta vào đường cùng.*

pocket cabbage (or **lettuce**) *noun* tiền; tiền bạc

pocket litter *noun* thứ pha tạp thường dùng trong túi quần áo • just a driver's license and some pocket litter: *chỉ một bằng lái xe và một vài thứ tạp nhạp trong túi thường dùng.*

pocket pool *noun* (*nói về đàn ông*) sự tự kích thích hay thủ dâm trong khi mặc quần áo

pod *noun* cần sa; = POT

po'd or **poed** *adjective* tức giận; bực mình; = PISSED OFF • Wow. She is really po'd: *Ôi. Cô ta thật sự tức giận rồi.* • The teacher was poed at the whole class: *Giáo viên bực mình cả lớp.*

pod people *noun* những người ngu đần, không cảm xúc, như máy móc; = ZOMBIES

podspeak *noun* cuộc nói chuyện lễ nghi, vô ý thức; cuộc nói chuyện tẻ nhạt, vô vị

Podunk *noun* (*từ đầu năm 1900*) vùng nông thôn hẻo lánh và lạc hậu; = EAT JESUS, JERKWATER TOWN

pogey or **pogie** or **pogy** *noun* **1** (*người lang thang*) nhà tế bần; trại tế bần hoặc nhà của người già **2** nhà tù; = POKEY **3** đồ ăn miễn phí, chẳng hạn được phân phát bởi hội từ thiện, được gửi đến cho lính, tù nhân, v.v., đặc biệt kẹo bánh; = POGEY BAIT **4** = POGUE

pogey bait *noun* (biến thể: **pogie** or **pogy** or **poggie** or **poggy** có thể thay **pogey**) (*quân đội, thế chiến I*) kẹo bánh; đồ ngọt

poggie *noun* (*quân đội*) tân binh; = DUMBJOHN, ROOKIE

pogue *noun* **1** một người đồng tính nam trẻ, đóng vai trò thụ động trong quan hệ tình dục qua hậu môn; = PUNK **2** một thành viên của lực lượng vũ trang được phân công nhiệm vụ ở tuyến sau, an toàn tránh xa nơi chiến đấu; một người lính mới đến chiến trường **3** (*quân đội, chiến tranh Việt Nam*) bất kỳ thằng nhóc hoặc thanh niên đáng khinh nào

point *noun* **1** (*quyền Anh*) hàm (mặt) **2** ống tiêm và mũi tiêm dưới da; = SPIKE **3** (cũng là **point man**) (*thế giới ngầm*) người do thám; người canh chừng; người trinh sát cảnh báo đồng bọn về nguy hiểm và có thể hứng chịu đợt tấn công đầu tiên

pointed head *noun* **1** ý nghĩ đần độn; đầu óc ngu si **2** người trí thức; = BIGDOME, EGGHEAD

pointer *noun* **1** một mục tư vấn hoặc hướng dẫn • She gave me a few pointers about how to say it: *Cô ấy cho tôi vài hướng dẫn về cách nói điều đó như thế nào.* **2** một người đã tốt nghiệp Học viện quân sự Hoa Kỳ tại West Point, New York

pointhead or **pointy-head** *noun* **1** người ngu đần; = TURKEY **2** người trí thức; = EGGHEAD

point-shaving *noun* (*thể thao và cờ bạc*) hoạt động bất hợp pháp, đặc biệt về phía vận động viên, để kiểm soát tỷ số của trận đấu, cuộc chơi, v.v... để những con bạc chuyên nhiệp sẽ trả ít hơn cho những người đặt cược hoặc sẽ thắng cược

point-spread *noun* (*cờ bạc*) sự chênh lệch giữa điểm chấp được cộng thêm hoặc trừ đi cho các đội khác nhau trong cá cược bóng

pointy-head *noun* người trí thức

pointy-headed *adjective* 1 trí thức; có học thức 2 ngu đần; kém trí khôn

poison *noun* 1 một tình huống, người, sự kiện, v.v.. báo hiệu điềm xui xẻo hoặc tai họa; = MURDER 2 thuốc ngủ hoặc rượu, đặc biệt là loại ưa thích của một người • So what's your poison? What do you drink?: *Vậy anh thích uống rượu gì? Anh uống gì đây?*

poison *adjective* xấu xa; đồi bại; độc ác • Stay away from her. She's poison: *Tránh xa cô ta ra. Cô ta hiểm độc lắm.*

poisoning *xem* LEAD-POISONING

poison-pen letter *noun* một lá thư nặc danh hiểm độc; lá thư tục tĩu

poke *noun* 1 cao bồi 2 = SLOWPOKE 3 ví tiền 4 tiền; một cọc tiền 5 dạ dày 6 một hơi hít cần sa hay thuốc phiện

poke *verb* 1 (*cao bồi*) lùa; dồn gia súc 2 (*bóng chày*) đánh quả bóng, đặc biệt đánh khá nhẹ với mục tiêu chính xác 3 (*từ quan điểm của đàn ông*) quan hệ tình dục với một phụ nữ; = SCREW

poke a tip *verb* (*người bán hàng rong*) cho quà tặng hoặc trình diễn miễn phí để thu hút đám đông

poke fun *verb* trêu chọc; chế giễu • All kids poked fun at John's new hair-cut: *Tất cả bọn trẻ chế giễu về kiểu tóc mới của John.*

poke one's nose into something *verb* can thiệp; xoi mói; kiểm tra • Stop poking your nose into my affairs!: *Đừng xía vào việc của tôi!*

poke-out *noun* (*người lang thang*) thức ăn, đặc biệt được phân phát trong hộp từ cửa sau

poker face *noun* 1 vẻ mặt đờ đẫn, tỉnh bơ chẳng biểu lộ gì cả; mặt lạnh như tiền, chẳng hạn như người đánh bài xì phé; = DEADPAN 2 người có bộ mặt tỉnh bơ, lạnh như tiền

poker-faced *adjective* có vẻ mặt tỉnh bơ; có bộ mặt lạnh như tiền; = DEADPAN, STRAIGHT-FACED

pokerino *noun* 1 bài poker tiền cược thấp 2 bất kỳ trận đấu, giao dịch, công việc kinh doanh nhỏ nào

pokery *xem* JIGGERY-POKERY

pokey or **poky** *noun* nhà tù; = CLINK, SLAMMER

pokey or **poky** *adjective* 1 dây dưa; chậm chạp [từ "*slowpoke*"] • What a pokey waiter: *Thật là một người hầu bàn chậm chạp.* 2 không đáng kể; tầm thường • a pokey little town: *một thành phố nhỏ tầm thường*

poky *xem* POKEY

pol *noun* một chính trị gia

Polack or **Polak** (cũng là *pollack* or *Pollack* or *pollock* or *Pollock*) 1 *noun* một người dân nhập cư Ba Lan hay một người Mỹ gốc Ba Lan 2 *adj* a polack miner: *một thợ mỏ người Ba Lan*

polecat *noun* 1 xe cảnh sát [từ màu lông đen trắng của con vật (polecat nghĩa là chồn hôi)] 2 (*ngành truyền hình hay điện ảnh*) đèn hỗ trợ 3 (*người da đen*) người đàn bà bẩn thỉu, không đáng tin cậy; người đáng khinh

pole dance *noun* một điệu nhảy khêu gợi được trình diễn với cây cột thẳng như là đồ dùng biểu diễn chính

poler *noun* (*sinh viên*) một sinh viên rất siêng năng; chuyên cần; = GREASY GRIND

police or **police up** *verb* (*quân đội*) dọn dẹp một doanh trại, trại lính, v.v..; dọn dẹp gọn gàng và ngăn nắp

Polish *xem* IS THE POPE POLISH

polish apples *verb* = APPLE-POLISH

polish off *verb* 1 ăn nhanh; làm sạch (bữa ăn) • I had polished off a platter of beans: *Tôi đã ăn sạch một đĩa đậu.* 2 làm xong; hoàn thành • She wants to polish off arrears of correspondence today: *Hôm nay cô ấy muốn làm xong những thư từ còn đọng lại.* 3 trừ khử; giết • The robber polished him off by crowning him with a Coca-Cola bottle: *Kẻ cướp đã giết nó bởi cú đánh vào đầu với chai Coca Cola.*

politician *noun* 1 một người thành công nhờ sức hấp dẫn, tài ngoại giao, v.v.. 2 (*trong tù*) một tù nhân đáng tin cậy được giao trách nhiệm và sự tự do hơn những tù nhân bình thường

politico *noun* một chính trị gia giàu tham vọng hoặc không tuyệt đối chân thật, hoặc cả hai [từ tiếng Ý hoặc Tây Ban Nha]

pollack or **pollock** or **Pollock** *xem* POLACK

polluted *adjective* say rượu hoặc say ma túy

polly *noun* 1 (*trường quay*) tiếng dội, tiếng vang không cần thiết trong sự ghi âm hoặc thu băng 2 một chính trị gia

pom-pom *noun* sự quan hệ tình dục; = SCREWING [được dùng bởi lính Mỹ ở Nhật và Phillippines]

ponce 1 *noun* ma cô; kẻ sống bám vào gái điếm 2 *verb* làm ma cô

the pond *noun* biển; đại dương

pond scum *noun* 1 một người không có khả năng bồi thường 2 kẻ hèn hạ và xấu xa; tên vô dụng

pong¹ *noun* (*vào giữa những năm 1800, Úc*) người Trung Quốc hoặc người có nguồn gốc Trung Quốc

pong² 1 *noun* (*vào giữa những năm 1800, Anh*) mùi hôi thối; mùi khó chịu • There is a bit of of pong in here: *Ở trong này có một chút mùi khó chịu.* 2 *verb* bốc mùi thối; bay mùi khó chịu • That rotten fish pongs: *Con cá ươn đó bốc mùi thối.*

pony *noun* 1 một con ngựa đua [đặc biệt được dùng trong câu "*play the ponies*"] 2 một cô gái hay vũ công trong đội đồng ca, đặc biệt là người nhỏ bé 3 cô-ca-in nguyên chất 4 một bản dịch theo nguyên văn của một tác phẩm nước ngoài (thường là cổ điển) 5 (*học sinh*) bản dịch từng chữ bằng tiếng nước ngoài dùng để quay cóp (gian lận) của học sinh; = TROT 6 phương tiện quay cóp (gian lận) được dùng bởi học sinh 7 ly rượu nhỏ, có hình quả chuông dùng cho rượu mạnh

pony up *verb* trả tiền; = FORK OVER • He had ponied up a silver quarter: *Nó đã trả tiền một đồng 25 xu bằng bạc.*

poo or **pooh** *noun* 1 phân; đại tiện; = DO, POO-POO [mang tính trẻ con hoặc hài hước. Nhiều dạng biến thể, gồm "pooh", "poo poo" và "pooh pooh"] 2 lời nói vô nghĩa; chuyện vớ vẩn 3 rượu sâm banh [xuất phát từ "*shampoo*"]

poo or **pooh** *verb* ỉa; đại tiện • That old dog pooed on our lawn: *Con chó già đó đã ỉa lên bãi cỏ nhà của chúng tôi.*

poo or **pooh** *interj* 1 thán từ bày tỏ sự sốt ruột, sự khinh miệt: xì!; úi chà! • Pooh! What nonsense!: *Xì! Chuyện vô lý đến thế!* • Oh poo I dropped it!: *Úi chà! Tôi đã đánh rơi nó rồi.* 2 thán từ bày tỏ sự ghê tởm • Pooh! This fish is rotten!: *Khiếp! Con cá này thối rữa rồi.*

pooch *noun* một con chó

pooched out *adjective* lồi; nhô ra • a pooched out chin: *một cái cằm nhô ra*

pooch out *verb* bĩu môi

poochy 1 *noun* = POOCH 2 *adj* tồi tệ; kém; đáng chê • a poochy smell: *một mùi tồi tệ*

poodle-faker *noun* 1 (*quân đội, thế chiến I, Anh*) một sĩ quan ủy quyền mới đến lên mặt ta đây 2 = LADIES' MAN

poof noun 1 (cũng là *poofter* or *poove* or *pouffe*) (đặc biệt Anh) người đồng tính nam; = FAGGOT, QUEER 2 người nhút nhát; người nhát gan; người hèn nhát

pooh-bah noun 1 nhân vật quan trọng; = BIG SHOT, HONCHO 2 người tự cao tự đại; người tự cho là quan trọng, đặc biệt công chức

poohead noun người đáng ghét, ghê tởm

poohed or **poohed out** adjective = POOPED

poolroom noun (đua ngựa, cờ bạc) cơ sở chuyên nhận tiền của người khác để đánh thuê cá ngựa hoặc cờ bạc bất hợp pháp

poon xem POONTANG

poontang or **poon** noun âm đạo; sự quan hệ tình dục; một phụ nữ da đen được xem là đối tượng tình dục

poop noun 1 (quân đội, sinh viên) thông tin; tin tức; = SCOOP 2 phân; đại tiện; = POO [từ vựng của trẻ con] 3 người đáng khinh; người đáng coi thường; = PILL 4 một lời thề của hội nam sinh đại học

poop verb 1 đại tiện; ỉa • The dog pooped on the rug: *Con chó ỉa đầy trên tấm thảm.* 2 làm mệt đừ; làm kiệt sức; = BUSH • He was pooped after the race: *Hắn bị kiệt sức sau cuộc đua.* 3 chỉ dẫn tường tận; khai báo

poop chute or **poop shute** or **poop shooter** noun trực tràng và hậu môn

pooped or **pooped out** adjective 1 kiệt sức; mệt đừ; = BEAT, BUSHED 2 say rượu

pooper¹ noun 1 hậu môn và trực tràng [từ "*poop*" (phân)] 2 mông đít

pooper² xem PARTY-POOPER

pooper-scooper or **poop scooper** noun dụng cụ để thu nhặt phân chó

poophead noun 1 một người bình thường, tẻ nhạt 2 một người hành động rất ngu ngốc

poo-poo or **pooh-pooh** 1 verb khinh thường; coi rẻ • I don't poo-poo his talent, just his character: *Tôi không khinh thường tài năng của anh ta, chỉ tính nết của anh ta thôi.* 2 verb gạt đi; bỏ đi • They pooh-pooed our scheme for raising money: *Họ gạt bỏ kế hoạch quyên góp tiền của chúng tôi.* 3 noun phân; cứt; = POO

poop (or **poo**) **out** verb bỏ cuộc; kiệt sức và dừng lại; thất bại • He pooped out after about an hour: *Anh ta kiệt sức và dừng lại sau khoảng một giờ đồng hồ.*

poop sheet noun 1 một bản tin hay tài liệu khác chứa tin tức và thông tin • Where is the poop sheet on today's meeting?: *Tờ thông tin về buổi họp hôm nay đâu rồi?* 2 (quân đội, sinh viên) bộ số liệu, chỉ dẫn, thông báo công khai, v.v..

poop someone **up** verb (quân đội) cung cấp cho ai thông tin; = FILL someone IN

poor-ass adjective tồi tệ; khốn khổ; bất hạnh; = LOUSY • a poor-ass place to live: *một nơi rất tồi tệ để sống*

poor boy noun bánh mì sandwich rất lớn; = DAGWOOD, HERO SANDWICH

poor-boy it verb bị thiếu thốn nghiêm trọng; bị đưa đến mức độ cùng cực nghèo khổ • We're poor-boying it in prison: *Chúng tôi đang bị thiếu thốn nghiêm trọng trong tù.*

poor fish noun người tội nghiệp, đặc biệt là nạn nhân của sự ngang ngạnh

poor John (or **john**) noun người đàn ông trung bình mà vận rủi của hắn tồi tệ nhiều hơn bản chất của hắn

poor man's something or someone noun người hoặc thứ gì kém phẩm chất hơn người hoặc thứ nổi tiếng nào đó; thứ hạng; loại hai • Sparkling white wine is the poor man's champagne: *Rượu vang trắng sủi tăm là loại sâm banh thứ hạng.*

poor-mouth verb 1 nói xấu ai; chỉ trích thậm tệ ai; = BAD-MOUTH • Please don't poor-mouth my brother: *Xin đừng nói xấu em trai tôi.* 2 lấy cớ hoặc tạ sự rất nghèo; kể nghèo kể khổ; = TALK POOR-MOUTH • Spend more time looking for a job and less time poor-mouthing: *Hãy dùng nhiều thời gian hơn tìm việc làm và bớt thời gian kể nghèo kể khổ.*

poot noun 1 (người da đen) phân; cứt; = CRAP, SHIT [từ vựng của trẻ con, một biến thể của *poop*] 2 một người đáng khinh; = PILL, POOP 3 một thứ rất nhỏ; bất cứ gì [thường được nghe trong câu phủ định, chẳng hạn "*that ain't poot*"] 4 phát rắm • The dog laid a loud poot: *Con chó đánh rắm thật to.*

poot verb 1 đại tiện; ỉa 2 đánh rắm; = FART 3 (dùng cho bệnh nhân) đột ngột trở bệnh nặng, đặc biệt là không hy vọng cứu kịp

poot around verb lãng phí thời gian; hoang phí • Hurry up, we're pooting around: *Nhanh lên, chúng ta đang lãng phí thời gian.*

pootbutt noun (người da đen) một gã ngốc lười biếng

pop¹ or **pops** noun 1 cha; bố • Your pops is an interesting guy: *Bố của anh là người rất thú vị.* 2 người lớn tuổi; người già cả • Hey, pop, slow down a bit: *Ê, ông già, hãy chậm lại một chút.*

pop² noun 1 nước uống có ga; nước giải khát sủi bọt làm bằng nước sô-đa có hương vị thơm • a bottle of pop: *một chai nước uống có ga* 2 kem cây có hương thơm 3 (đua xe, dân chơi xế độ) chất thêm vào nhiên liệu của xe ô tô như nitromethane 4 một trường hợp hoặc sự kiện 5 một vụ giết người 6 súng ngắn 7 một vụ bắt giữ 8 sự xuất tinh 9 một trường hợp giao hợp; hành động làm tình; = SCREWING 10 đồ uống, thường là ở quán rượu 11 xi rô ho chứa cô-đê-in 12 (ma túy) sự tiêm ma túy 13 (ma túy) lượng ma túy; = BAG 14 (đấu vật chuyên nghiệp) phản ứng mạnh của đám đông 15 nhạc pop; nhạc đại chúng 17 sự cầm cố • My watch is in pop: *Đồng hồ của tôi đã đem cầm cố rồi.*

pop adjective phổ biến; được ưa chuộng; có tính chất đại chúng • This style is very pop: *Mốt (thời trang) này rất phổ biến.*

pop verb 1 xuất tinh; đạt cực khoái 2 quan hệ tình dục với ai 3 uống thuốc • I participated in the popping of the old love drug: *Tôi đã tham gia vào việc uống một loại tình dược cổ.* 4 (nói về việc cá vào một con số trong trò số đề) thắng • "Maybe three or four years after this, 427 finally pops, but not for much": "*Có lẽ ba hay bốn năm sau lần này, số 427 cuối cùng cũng thắng, nhưng không nhiều*". 5 bắt giữ ai 6 sinh • She popped a healthy baby last night: *Cô ta đã sinh một đứa bé khỏe mạnh tối hôm qua.* 7 tiêm ma túy; = SHOOT UP 8 khi đang dùng amyl nitrate, làm vỡ ống thuốc tiêm bằng thủy tinh đang chứa khí 9 bắn súng • I go to this little firing range downtown, pop off a few rounds, and it always makes me feel better: *Tôi đến trường bắn nhỏ này của khu buôn bán, bắn vài băng đạn, và nó luôn làm tôi cảm thấy tốt hơn.* 10 đánh ai • She popped him on the snoot: *Cô ta đã đánh vào mũi hắn.* 11 giết ai • You keep thinking that they wouldn't pop you out in broad daylight: *Anh hãy tiếp tục nghĩ rằng họ sẽ không giết anh ban ngày.* 12 trả tiền cho thứ gì đó • Yeah, but let me pop for it. *Đúng, nhưng hãy để tôi trả tiền cho nó.* 13 khen ngợi hoặc quảng cáo ai hoặc thứ gì • You don't pop the opposition, Teddy: *Cậu đừng khen đối thủ, Teddy.* 14 (đấu vật chuyên nghiệp) hoan hô và reo hò nhiệt tình • [T]he audience pops big enough to blow the roof off: *Khán giả hoan hô và reo hò nhiệt* tình đủ lớn để làm sập mái nhà. **16** uống thuốc; nuốt một viên thuốc hoặc viên con nhộng • *Here, pop a couple of these: Đây này, uống hai viên thuốc này đi.* **17 đạt được; hoàn thành một cách ngoạn mục** • *I've popped only half of what I'd hoped to do: Tôi chỉ mới hoàn thành được một nửa những điều tôi hy vọng làm.* **18 cầm cố; thế (vật gì)** • *I'll pop my watch and take you to the movies: Tớ sẽ cầm chiếc đồng hồ của tớ và đưa cậu đến rạp chiếu bóng.*

a **pop** *noun* **một lần; một lần thử; một cái; một lúc;** = CRACK • *They cost five dollars a pop: Chúng giá 5 đô-la một cái.* • *Twenty dollars a pop is too much: Hai mươi đô-la một lần là quá nhiều.*

pop a drum *verb* **làm thủng hoặc làm rách màng nhĩ (màng tai)**

pop a wheelie *verb* (*người đi mô-tô hoặc xe đạp*) **làm cho lên cao bánh trước của xe mô-tô hoặc xe đạp và cưỡi xe chỉ bằng bánh sau**

pop bottle *noun* (*chụp ảnh*) **ống kính tồi trong máy ảnh hoặc máy phóng hình to ra**

pop car *noun* (*đường sắt*) **xe nhỏ với máy chạy không che đậy được dùng bởi công nhân đường sắt**

pop someone's cherry *verb* **làm tình; giao hợp với cô gái còn trinh; kết liễu sự trinh tiết của ai**

pop one's cookies *verb* **đạt tới cực điểm của khoái cảm tình dục;** = COME

pop one's cork *verb* **nổi giận lên đến mất tự chủ; nổi trận lôi đình;** = BLOW one's TOP • *My mother blew her cork when she found out that I'd damaged her car: Mẹ tôi nổi cơn tam bành khi bà phát hiện tôi đã làm hỏng xe của bà.*

Pope *xem* IS THE POPE POLISH

the **pope's** (or **the parson's**) **nose** *noun* **cái phao câu của chim, gà, vịt, v. v..**

Popeye *noun* **rau bina (spinach)**

pop-eyed *adjective* **1 có mắt lồi ra;** = BUGEYED **2 có mắt tròn xoe; trợn tròn mắt vì ngạc nhiên** • *He was popeyed with amazement: Anh ta trợn tròn mắt sửng sốt.* **3 đáng tiếc; xấu xa; ngớ ngẩn;** = COCKEYED **4 say rượu, với đôi mắt lồi ra**

pop for *verb* **trả tiền; thanh toán;** = PICK UP THE TAB • *Her parents popped for her to go America: Bố mẹ cô ta trả tiền cho chuyến đi của cô sang Mỹ.*

pop for something *verb* **trả tiền cho một cuộc chiêu đãi** • *Let's have some ice cream. I'll pop for it: Chúng ta hãy đi ăn kem. Tôi sẽ thết đãi.*

popoff *noun* **1 cái chết hoặc sự giết chết 2 sự tuyên bố khoác lác hỗn láo hoặc ngu ngốc 3** = BIGMOUTH

pop off *verb* **1 phóng tinh dịch 2 khoe khoang khoác lác; nói trong khi điều khôn ngoan là nên im lặng 3 đưa ra lời phê bình không cần thiết; ngắt lời bằng một lời nhận xét; nói ầm ĩ và khoác lác 4 mất bình tĩnh; không kiềm chế được trong cơn giận; nói lớn tiếng không suy nghĩ; xúc phạm đến;** = SHOOT OFF one's MOUTH • *I don't know why she popped off at me. All I did was say hello: Tôi không biết tại sao cô ta lại tức giận với tôi. Tôi chỉ nói lời chào thôi mà.* **5 chết; từ trần** • *If he had popped off sooner, less trouble for all: Nếu nó chết sớm hơn, ít rắc rối cho mọi người.* **6 rời khỏi; bỏ đi nhanh chóng;** = TODDLE OFF

pop someone's **off** *verb* **giết ai, đặc biệt bằng súng**

popout *noun* **một ván lướt được sản xuất hàng loạt với ít hoặc không liên quan đến công việc làm bằng tay trong quá trình chế tạo**

pop out *verb* (*bóng chày*) **đánh quả bóng ra ngoài, thường ngắn và bổng**

poppa *noun* **1 cha; bố 2 người đàn ông lớn tuổi; người đàn ông già cả 3** = DADDY, SUGAR DADDY

pop party *noun* (*ma túy*) **một bữa tiệc nơi mà những người nghiện tiêm ma túy**

popper *noun* **1** (cũng là *popsie*) **viên nang hoặc viên con nhộng của amyl nitrate hay butyl nitrate 2** (*người da đen*) **một cây súng ngắn 3 một chiếc xe bán bỏng ngô (ngô rang nổ bung) 4 một người giả vờ trở thành người khác 5 một lon bia** • *You ready for another popper, Tom?: Anh sẵn sàng uống một lon bia nữa chứ, Tom?*

pop polloi *noun* **dân thường, tức là các công dân trung bình của một nước**

poppycock *noun* **chuyện vớ vẩn; lời nói vô nghĩa; hành động bậy bạ**

pop quiz or **shotgun quiz** or **pop test** *noun* (*sinh viên*) **sự kiểm tra bất ngờ; kỳ thi đột xuất**

pops *noun* **1 dùng như từ xưng hô với một người đàn ông, đặc biệt là một người đàn ông lớn tuổi** • *Hey, pops! How you doing?: Ơ này, ông già! Dạo này ông thế nào rồi? (Ông khỏe không?)* **2 cha; bố** • *Yeah, see, you ain't goin' out like ya pops: Vâng, xem nào, cậu không thể ra ngoài như bố cậu được.*

the **pops** *noun* **bài hát, đĩa hát đại chúng** • *the best of the pops: bài hát nhạc pop thịnh hành nhất.*

popskull *noun* **rượu uýt-ki mạnh, kém chất lượng, làm tại nhà; rượu lậu;** = MOONSHINE

pop smoke *verb* **làm nổ một quả lựu đạn khói**

pop-top *noun* **1 thuyền buồm nhỏ; xe chở hành lý phần trên được tăng cường lên để cung cấp khoảng trống phía trên cho phòng ngủ 2** (cũng là *flip-top*) **lon nước giải khát có đồ mở phía trên được đục lỗ trước**

pop up *verb* (*bóng chày*) **đánh một quả bóng bay cao vào trong sân**

pop-up *noun* (*bóng chày*) **quả bóng bay cao vào trong sân**

pop wine *noun* **rượu vang sủi tăm rẻ tiền, có hương thơm; rượu vang rất ngọt và chứa nồng độ rượu thấp**

porcelain god *xem* PRAY TO THE PORCELAIN GOD

porcelain hairnet *xem* WIN THE PORCELAIN HAIRNET

porcupine *noun* (*hải quân, thế chiến II*) **dây cáp bị sờn, mòn (tựa như con nhím)**

pork *noun* **cảnh sát; cớm**

pork *verb* **quan hệ tình dục với ai;** = SCREW

pork and *noun* (*quầy bán đồ ăn trưa*) **thịt lợn và đậu**

pork-chopper *noun* (*công đoàn*) **một người, như một nhân viên hoặc người bạn hoặc người bà con của một nhân viên dễ bị mua chuộc, ở bản lương của công đoàn với sự ngồi mát ăn bát vàng**

pork out *verb* **ăn quá nhiều; ăn uống thỏa thích;** = PIG OUT • *I porked out at the party last night and got violent indigestion: Tối qua tôi ăn quá nhiều ở bữa tiệc và đã bị khó tiêu ghê gớm.*

porky *adjective* **mập; béo phì; như heo**

porn or **porno** *noun* **sách báo khiêu dâm**

porno *adjective* **khiêu dâm**

porny *adjective* **khiêu dâm** • *The San Francisco porny movies are being busted, including the audience: Ngành điện ảnh khiêu dâm San Francisco đang bị phá sản, kể cả khán giả nữa.*

portable parking lot *noun* (*tài xế xe tải dùng*) **xe tải chuyên chở hàng hóa**

portsider *noun* 1 một người thuận tay trái; = SOUTHPAW 2 cầu thủ ném bóng chày bằng tay trái

posh *adjective* 1 hảo hạng; lịch sự; sang trọng; = CUSHY, SWANKY • a posh hotel: *một khách sạn lịch sự* • a posh wedding: *một đám cưới sang trọng* 2 (*về xã hội*) tầng lớp trên; bề trên • a posh way of speaking: *lối nói bề trên* • She lives in the posh part of town: *Cô ta sống trong khu vực có máu mặt của thành phố.*

posse *xem* PUSSY POSSE

possum belly *noun* (*người lang thang*) buồng hoặc gian chứa thêm ở toa xe lửa

post-deb *noun* cô gái trẻ bước đầu vào đời trang trọng và hình thức

pot¹ *noun* 1 (*trong poker*) tất cả thẻ hoặc khoản tiền cược vào một ván duy nhất; = KITTY 2 người đáng khinh; người khó chịu, đặc biệt người đàn bà thiếu hấp dẫn; = PILL 3 = BEER BELLY, POTBELLY 4 (*dân chơi xế độ*) bộ chế hòa khí (carburetor) 5 (*dân chơi xế độ*) động cơ xe hơi 6 (*đường sắt*) đầu máy xe lửa 7 cần sa; = GRASS, TEA 8 mũ sắt của lính 9 một bệnh nhân có nhiều lời phàn nàn không đáng 10 bình; vại; chậu • How about a pot of beer?: *Làm một vại bia nhé?* 11 mũ; rổ; bình v.v.. dùng để đựng những đồ quyên góp • Please pass the pot: *Xin vui lòng chuyển cái rổ đi.* 12 một khoản tiền quyên góp được; một quỹ đóng góp • How large is the pot this month?: *Tháng này tiền quyên góp được bao nhiêu?*

pot² *noun* cái đo điện thế; cái phân thế [viết tắt của "*potentionmeter*"]

the pot *noun* nhà vệ sinh; = CRAPPER

pot *verb* 1 bắn hay giết • He potted a woodchuck: *Nó bắn một con chuột chũi.* 2 uống nhiều; uống một vại đầy 3 đánh; đập • She potted him in the puss: *Cô ta đánh vào mặt hắn.*

potassium *noun* (*sinh viên*) một quả chuối

potato *noun* 1 cái đầu 2 một đô-la 3 một quả bóng, đặc biệt quả bóng chày 4 lỗ thủng trong chiếc bít tất, đặc biệt ở phần gót

potato head *noun* một tên ngốc; một tên đần

potato patch *xem* FRUIT SALAD

potato soup *noun* rượu vốt-ca

potato-trap *noun* miệng; mồm

potbelly or **potgut** *noun* 1 cái bụng to; bụng to; = BEER BELLY, POT 2 người bụng to; người bụng bia, đặc biệt đàn ông

potbelly (or **belly**) **stove** *noun* cái lò cổ xưa hình củ hành được đốt bằng than hay củi khô

pot boiler *noun* một quyển sách hoặc một tác phẩm không có giá trị, đặc biệt viết để kiếm tiền

potch *noun* cái tát; cái vỗ; cái đập • I heard a loud potch behind me: *Tôi nghe thấy một tiếng vỗ rất to đằng sau tôi.*

potch *verb* 1 phát vào mông hoặc tát ai đó 2 va chạm vào; đâm vào • The car potched against the kerb: *Chiếc xe đã đâm vào lề đường.*

potchkie or **potchky** or **potsky** *verb* làm việc qua loa; làm việc tắc trách • I love just potchkying around in the garden: *Tôi chỉ thích làm việc qua loa (đào bới linh tinh) trong vườn.*

pothead *noun* (*ma túy*) một người dùng cần sa

pothooks *noun* 1 chữ viết tay; chữ viết nguệch ngoạc cẩu thả; = HEN TRACKS 2 (*cao bồi*) đinh thúc ngựa, thường gắn vào gót giày của người cưỡi ngựa

pothunter *noun* người đi bới tìm thức ăn trong các tòa nhà bỏ trống hoặc ở các đống rác của các thành phố

pot likker or **pot liquor** *noun* 1 trà được ủ với lá cần sa 2 rượu uýt-ki mạnh, làm tại nhà

pot liquor *noun* 1 cặn, phần còn lại trong lọ (ấm) sau khi nấu 2 nước súp thịt; nước luộc thịt, được nấu từ thịt lợn và rau cải

pot luck *noun* bữa ăn bao gồm những đồ vụn vặt còn thừa lại

pot-massager *noun* người rửa nồi niêu xoong chảo; = POT-WALLOPER

pot out *verb* (*dân chơi xế độ*) ngừng hoạt động; hỏng; không chạy nữa • The car potted out at the crossroads: *Chiếc ô tô đó đã hỏng máy tại ngã tư.*

pot party *noun* (*ma túy*) cuộc tụ họp hoặc bữa tiệc với mục đích dùng ma túy; = BLAST PARTY

potshot *xem* TAKE A POTSHOT

pot-slinger *noun* người nấu ăn; đầu bếp

potsy *noun* 1 (*cảnh sát*) quân hàm; phù hiệu cá nhân 2 (*New York city dùng*) trò chơi ô nhảy lò cò

potted or **potted up** *adjective* 1 ngà ngà say; say rượu 2 trong tình trạng phê cần sa hoặc ma túy

a pot to piss in *xem* NOT HAVE A POT TO PISS IN

pottrie *noun* loại hòn bi chơi thường màu trắng đục

potty *noun* 1 cái bô của trẻ con 2 nhà vệ sinh nhỏ

potty *verb* đi vệ sinh • Be sure to potty before we leave: *Nhớ đi vệ sinh trước khi chúng ta rời khỏi đây.*

potty *adjective* điên; mất trí; dở hơi; = DOTTY, GOOFY

pot-walloper *noun* 1 người rửa nồi niêu xoong chảo; = POT-MASSAGER 2 (*thợ đốn gỗ*) người nấu ăn; đầu bếp

pound *verb* làm tình với ai; = SCREW • He claims he pounded her all night. She says he snores: *Anh ta tuyên bố rằng anh ta làm tình với cô ta suốt đêm. Cô ta nói rằng anh ta ngáy.*

pound brass *verb* (*điện báo viên*) truyền; phát tín hiệu điện báo

poundcake *noun* một cô gái trẻ hấp dẫn

pound one's ear *verb* (*người lang thang*) ngủ, đặc biệt ngủ say • I pounded my ear at a friend's house last night: *Đêm qua tôi ngủ ở nhà người bạn.*

pounder *noun* một cảnh sát được phân công tuần tra bộ

pound one's meat *xem* BEAT THE DUMMY

pound off *verb* (*nói về đàn ông*) thủ dâm

pound one's peenie *verb* thủ dâm; = BEAT one's MEAT

pound salt (or **sand**) *xem* GO POUND SALT

pound the books *xem* HIT THE BOOKS

pound the pavements *verb* (biến thể: **pavements** or **the sidewalks** or **the streets** có thể thay **the pavement**) 1 (*về cảnh sát*) đi bộ tuần tra đều đặn trong khu vực được phân công 2 cố gắng để tìm việc làm • Thousands of people have to move to another city in order to pound the pavement: *Hàng nghìn người phải di chuyển sang một thành phố khác để cố tìm kiếm một công việc làm.*

poured into one's **garment** *adjective* mặc bó sát và hở hang • She's in those TV commercials, poured into her jeans: *Cô ta trong những buổi quảng cáo trên truyền hình thì mặc quần jeans bó sát và hở hang.*

pour it on *verb* 1 phấn đấu; nỗ lực hết mình • I was pouring it on, looking for a promotion: *Tôi đang phấn đấu hết sức, tìm một sự thăng chức.* 2 sử dụng tất cả sự duyên dáng và thuyết phục; gây ấn tượng mạnh mẽ; = COME ON STRONG 3 đi nhanh; chạy nhanh; = POUR ON THE COAL

pour money down the drain (or **the rathole**) *verb* chi tiền khổng lồ

pour on the coal cho việc không đâu; đổ tiền ra sông ra biển • All her expensive education will just pour money down the drain if she gets a job in a café: *Tất cả chi phí tốn kém cho việc học của cô ta đúng là đổ tiền ra sông ra biển, nếu cô ta kiếm được một việc làm trong quán cà phê.*

pour on the coal *verb* (*đường sắt*) chạy rất nhanh; tăng tốc độ; = STEP ON IT

pout-out *noun* (*dân chơi xế độ*) sự hỏng máy xe

pow *noun* thế lực; quyền thế; = CLOUT

pow *interj.* thán từ diễn tả một âm thanh của một sự va chạm mạnh, cú đánh, sự nổ, v.v.. được dùng để nhấn mạnh tình cờ hoặc để chỉ sự hiểu ra tình cờ

powder *noun* sự chạy trốn vội vã • Bonnie murdered a constable during the powder: *Bonnie đã giết chết một cảnh sát trong khi đào tẩu.*

powder *verb* **1** ra đi; khởi hành một cách vội vã, đặc biệt trong sự chạy trốn • The crooks powdered like scared rabbits: *Kẻ lừa đảo đã chạy trốn như những con thỏ bị hoảng sợ.* **2** đánh rất mạnh; = PULVERIZE

powder-bag *noun* (*hải quân*) người phụ việc của thượng sĩ phụ trách khẩu pháo

powder city *adjective* (*bóng chày*) ném bóng rất nhanh

powder monkey *noun* (*thợ đốn gỗ, thợ mỏ*) chuyên gia thuốc nổ

powder one's nose (or **one's puff**) *verb* **1** (cũng là **powder one's face**) vào phòng vệ sinh [thường được nói bởi phụ nữ hoặc đùa cợt bởi đàn ông] **2** dùng cô-ca-in

powderpuff *noun* **1** (*quyền Anh*) một võ sĩ thận trọng và linh lợi **2** một người đàn ông đồng tính ẻo lả

powderpuff *adjective* (*trong nhiều môn thể thao khác nhau*) miêu tả một sự kiện hạn chế vận động viên nữ

power *verb* (*bóng chày*) đánh quả bóng rất mạnh

power *adjective* theo kiểu tập trung, mãnh liệt [hầu như luôn dùng theo kiểu nhạo báng] • powerstudy: *học hành vô cùng chăm chỉ.*

powerhouse *noun* **1** một nhóm, tổ chức, v.v.. rất có thế lực, gây ấn tượng mạnh mẽ **2** người to khỏe và đầy nghị lực, thường là đàn ông **3** người vạm vỡ và đầy nghị lực, đặc biệt là vận động viên điền kinh **4** việc gì tạo thành sức mạnh để chiến thắng • If you control six votes that's a power house: *Nếu anh khống chế 6 lá phiếu đó là một sức mạnh để chiến thắng.*

power tool *noun* (*thanh thiếu niên*) sinh viên chăm học; sinh viên học suốt ngày

power trip *noun* sự phô trương quyền lực cá nhân, đặc biệt một kẻ trắng trợn • the classic Latin American dictator's power trip: *sự phô trương quyền lực của nhà độc tài kỳ cựu ở châu Mỹ La tinh.*

pow-wow *noun* **1** một cuộc gặp **2** một cuộc họp; cuộc hội thảo; hội nghị • The directors are having a crucial pow-pow: *Các giám đốc có một cuộc hội họp rất quan trọng.*

pow-wow *adjective* tổ chức một cuộc họp hoặc hội nghị

PR or **pr** *noun* (*phát âm theo từng chữ cái riêng*) sự giao tế; mối quan hệ quần chúng [viết tắt của "*public relations*"]

prairie oysters *xem* MOUNTAIN OYSTERS

prat or **pratt** *noun* **1** mông đít; = ASS **2** người ngu đần; người khờ dại

prat or **pratt** *verb* **1** có hành vi nịnh hót hoặc làm duyên làm dáng **2** (*thế giới ngầm*) quan sát hoặc đe dọa ai từ phía sau

pratfall *noun* **1** cú ngã bằng mông, đặc biệt thằng hề hoặc diễn viên kịch hài **2** sự thất bại một cách nhục nhã **3** sự nguy hiểm; cạm bẫy

prat kick *noun* (*giới móc túi dùng*) túi quần ngay ở sau hông

prayer *xem* HAVE A PRAYER

prayer bones *noun* đầu gối

prayer book *xem* CALIFORNIA PRAYER BOOK

pray to the porcelain god *verb* (*sinh viên*) nôn; mửa

preem **1** *noun* (*nhà hát*) buổi công diễn đầu tiên một vở kịch hoặc buổi chiếu phim đầu tiên **2** *verb* trình diễn đầu tiên • show which preems via ABC: *chương trình đầu tiên qua đài ABC*

preemie or **preemy** or **premie** *noun* em bé sinh non • She got a new baby, one of them preemeys, jist a little tiny bug of a chil': *Cô ta có em bé mới, cô bé sinh non, thực chất là một em bé thiếu tháng nhỏ xíu.*

preggers *adjective* (cũng là **preggie** or **pregies** or **preggo** or **prego**) (*vào những năm 1920, Anh*) có thai; có mang

preggy **1** *adj* có thai; có mang **2** *noun* người có thai; người có mang

pregnant duck *xem* RUPTURED DUCK

prego **1** *noun* cô thiếu nữ có thai, có mang, đặc biệt dưới tuổi cho phép **2** *adj* có thai; có mang • She is prego by another man: *Cô ta có thai với một người đàn ông khác.*

prelim *noun* **1** cuộc thi đấu thể thao mở đầu **2** cuộc thi kiểm tra sơ khảo • What do you have to do to get the degree after you pass your prelims: *Bạn phải làm gì để lấy được bằng cấp sau khi qua được những cuộc thi sơ khảo.* **3** (*quyền Anh*) trận đấu quyền Anh chuyên nghiệp chơi trước trận đấu chính trong chương trình đã đưa ra

premed *noun* **1** (*sinh viên dùng*) sinh viên dự bị y khoa **2** (*sinh viên dùng*) khóa học hoặc môn học dự bị y khoa

prep *noun* **1** = PREPPIE **2** sự chuẩn bị; những bước mở đầu • The nurses did the prep for the operation: *Các cô y tá đã chuẩn bị cho ca mổ.*

prep *verb* **1** (*sinh viên*) đi học trường dự bị đại học • Where'd you prep?: *Anh đã đi học trường dự bị ở đâu?* **2** sửa soạn; chuẩn bị; dự bị • But I've already been prepped, in fact told what to do: *Nhưng tôi đã sửa soạn mọi thứ hết rồi, thực ra là tôi được bảo những gì phải làm.*

preppy or **preppie** *noun* **1** sinh viên hoặc người tốt nghiệp trường dự bị **2** một người trẻ tuổi bình thường ăn mặc đẹp, giàu có với tiêu chuẩn thượng lưu của trường trung học dân lập ở Mỹ

preppy or **preppie** *adjective* **1** kiểu cách, thái độ, v.v.. của các sinh viên dự bị **2** (*kiểu ăn mặc*) trẻ; gọn gàng nhưng cổ điển, thường quần áo rất đắt tiền

prep school **1** *noun* trường dự bị đại học, thường khá đắt tiền và quí phái **2** *adj* prep school grad: *người tốt nghiệp dự bị đại học*

pres *noun* (cũng là **Pres** or **prez** or **Prez** or **prexy** or **Prexy** or **prexie**) • Pres Bush: *Tổng thống Bush*

press *xem* FULL COURT PRESS

press roll *noun* (*giới nhạc sĩ*) hồi trống vang rền

press the bricks *verb* **1** (*thợ đốn gỗ*) đi rong chơi ngoài phố **2** đi tuần tra của cảnh sát; = POUND THE PAVE-MENT

press (the) flesh (or **the skin**) *verb* bắt tay, đặc biệt các nhà chính trị đi vận động bầu cử và tiếp xúc với các cử tri

pressure cooker *noun* tâm trạng căng thẳng

pretty *adjective* khá; hơi khá • The weather's pretty rotten: *Thời tiết*

pretty-boy *khá tồi.*

pretty-boy *noun* 1 một chàng trai trẻ năng động hấp dẫn 2 (*xiếc*) người rất to và mạnh, thường đứng gát ngoài cửa các câu lạc bộ, vũ trường, v.v.. dùng để tống cổ bọn gây rối

pretty ear *noun* (*quyền Anh*) một cái tai biến dạng méo mó vì bị đánh quá nhiều; = CAULIFLOWER EAR

pretty face *xem* JUST ANOTHER PRETTY FACE

pretzel *noun* (*giới nhạc sĩ*) kèn co Pháp

pretzel-bender *noun* 1 (*giới nhạc sĩ*) người chơi kèn co Pháp 2 đô vật

prevert *noun* người hư hỏng; người đồi trụy

previous *adjective* chật hoặc sát; = QUICK • These shoes are a bit previous now: *Đôi giày này giờ mang hơi chật.*

prexy or **Prexy** or **prexie** or **Prexie** or **pres** *noun* chủ tịch; Tổng thống

prez or **Prez** *xem* PRES

pricey or **pricy** *adjective* (*từ những năm 1940, Anh, Úc*) đắt tiền; đắt đỏ • Do you anything less pricy?: *Anh có thứ nào ít đắt tiền hơn không?*

prick *noun* 1 (*từ cuối những năm 1500*) dương vật; = COCK 2 một người đáng khinh; một người ngu ngốc, đặc biệt người đàn ông ghê tởm xấu xa; = ASSHOLE, BASTARD

pricklies *xem* COLD PRICKLIES

pricky or **prickish** *adjective* ghê tởm; đáng ghét • What a pricky kid!: *Một đứa bé đáng ghét làm sao!*

prima donna *noun* 1 đệ nhất nữ danh ca (ở đại nhạc viện); vai nữ chính (trong nhạc kịch) 2 người có lòng tự trọng cao và hay giận dỗi

primed *adjective* chuẩn bị; sẵn sàng cho cái gì; = PREPPED • The place is primed for the prima donna's visit: *Địa điểm thì sẵn sàng cho sự thăm viếng của đệ nhất nữ danh ca.*

prince *noun* người đáng khâm phục và đứng đắn; người lỗi lạc; = ACE [thường dùng để mỉa mai]

print 1 *noun* dấu tay; dấu vân tay • My prints ain't on that gun: *Dấu tay của tôi không có trên cây súng đó.* 2 *verb* They printed me: *Họ đã lấy dấu tay của tôi.*

print money *xem* a LICENSE TO PRINT MONEY

prissy *adjective* khó tính; chỉ trích nghiêm khắc; cầu kỳ; kiểu cách

private eye *noun* thám tử tư

privates *noun* bộ phận sinh dục

privy *noun* nhà xí; nhà vệ sinh ở bên ngoài, đặc biệt không có đường ống nước; = BACKHOUSE, CHIC SALE

pro¹ *noun* (*quân đội, thế chiến II*) sự phòng ngừa bệnh da liễu; bao cao su; = RUBBER [viết tắt của "*prophylactic*"]

pro² *noun* 1 tù treo • sentenced to three years' pro: *bị kết án 3 năm tù treo* 2 người bị án treo; người bị quản chế

pro³ *noun* 1 một gái điếm chuyên nghiệp 2 người chuyên nghiệp; người giỏi như chuyên nghiệp 3 (cũng là *old pro* hoặc *real pro*) người trình diễn dày dạn kinh nghiệm; chuyên gia

pro *adjective* chuyên nghiệp; chuyên môn

pro-am *adjective* bao gồm cả người chơi chuyên nghiệp và nghiệp dư, đặc biệt trong môn điền kinh, giải mở rộng, v.v.. • a pro-am golf tournament: *một loạt cuộc thi đấu golf nhà nghề lẫn nghiệp dư.*

process *noun* (*người da đen*) = CONK

prof *noun* (*sinh viên*) giáo sư [viết tắt của "*professor*"]

professor *noun* 1 một học sinh siêng năng 2 người chỉ huy dàn nhạc 3 người chơi đàn piano ở quán rượu, nhà thổ, v.v.. • [T]he "professor" is the house musician in a brothel: *"Professor" là người chơi nhạc tại nhà thổ.* 4 một người chơi bài poker giỏi và nhiều kinh nghiệm

program *verb* huấn luyện; đào tạo; dẫn dắt bởi sự giảng dạy nghiêm ngặt • He's progammed to be polite to old ladies and all: *Nó được giảng dạy lễ phép đến các bà già và tất cả.*

project *xem* CRASH PROGRAM

projo or **pro Joe** *noun* (*quân đội*) đạn pháo

pro-kit or **pro-pack** *noun* (*quân đội, thế chiến II*) một bộ dụng cụ để ngăn chặn bệnh hoa liễu

prole *noun* một thành viên của giai cấp vô sản, lao động, thợ thuyền, cùng đinh, v.v..

prole *adjective* giai cấp vô sản; tầng lớp lao động

prom *noun* 1 (*học sinh*) buổi khiêu vũ trịnh trọng của học sinh trung học làm lễ tốt nghiệp 2 *modifier*: prom night: *đêm khiêu vũ của học sinh trung học làm lễ tốt nghiệp*

promo *noun* 1 sự quảng cáo giới thiệu các mặt hàng • There are good chances of promo in this film: *Có những cơ hội tốt quảng cáo trong phim này.* 2 sự quảng cáo vận động cho một sản phẩm

promo *adjective* thuộc hoặc liên quan đến quảng cáo • a promo tour by the author: *một chuyến đi của tác giả để quảng cáo hàng bán.*

promote *verb* 1 (*thế giới ngầm, người lang thang*) nhận được; kiếm được, đặc biệt bởi sự trộm cắp, sự thuyết phục khó khăn hoặc sự xin ăn 2 mồi chài (ai) trong tinh thần ham hố; = HIT • She's begun promoting him two whiskies to drink: *Cô ta bắt đầu mồi chài hắn 2 ly rượu để uống.*

prom-trotter *noun* (*sinh viên*) người có cuộc sống hoạt động tích cực về xã hội ở trường đại học

prong 1 *noun* dương vật; = PRICK 2 *verb* làm tình; giao hợp; = SCREW

prong on *noun* sự cương cứng của dương vật; = HARD ON

pronto *adverb* nhanh; ngay lập tức [từ tiếng Tây Ban Nha] • Do it pronto!: *Hãy làm điều đó ngay lập tức!*

prop¹ *noun* 1 (*sân khấu, trường quay*) đồ dùng biểu diễn, như y phục, trang trí, dàn cảnh, v.v.. [viết tắt của "*property*"] 2 (*xiếc*) nhóm người sân khấu, người giám thị đồ dùng biểu diễn và nhóm lều dựng

prop² *noun* chân vịt của tàu thủy; cánh quạt máy bay [viết tắt của "*propeller*"]

proposition 1 *noun* sự gạ gẫm ăn nằm với ai, nghĩa là để nghị quan hệ tình dục; = a PASS 2 *verb* đề nghị làm tình; gạ gẫm ăn nằm • He propositioned every woman at the party: *Hắn đã gạ gẫm ăn nằm với từng phụ nữ ở bữa tiệc.*

props¹ *noun* 1 sự tôn trọng thích đáng; sự công nhận xứng đáng [biến thể của "*propers*"] 2 ngực giả

props² *noun* 1 người quản lý đồ biểu diễn, như y phục, trang trí, dàn cảnh, v.v.. ở sân khấu hoặc trường quay phim 2 = FALSIES

props³ *noun* chân cẳng

prosty *noun* (biến thể: **prostie** or **pross** or **prossy** or **prossie**) gái điếm

protection *noun* 1 phương pháp tránh thai, đặc biệt là dùng bao cao su 2 sự đút lót; sự làm tiền (của bọn cướp) 3 tiền đút lót (cho bọn tống tiền, cho nhà chức trách để bao che cho những hành động phạm pháp) • He paid out half his profits as protection: *Ông*

prowl *verb* lần soát; khám; lục soát (để tìm vũ khí, ma túy, v.v..); = FRISK • The policeman prowled me over carefully with his left hand: *Cảnh sát đã lần soát tôi một cách cẩn thận với tay trái của hắn.*

prowl car *noun* (*từ những năm 1930*) xe đi tuần của cảnh sát

prune 1 *noun* người khờ, đặc biệt dễ bị đánh lừa; = MARK, PATSY 2 *noun* người mô phạm, kiểu cách và hay cả thẹn; = PRISSY 3 *verb* (*dân chơi xế độ*) tăng tốc nhanh hơn xe khác trong một cuộc đua

pruneface *noun* người nhìn buồn rầu; người không đẹp

prune-picker *noun* (*người đi lang thang, hải quân*) người ở tiểu bang California

prunes *xem* FULL OF BEANS

pruno *noun* rượu mạnh làm tại nhà, thường được làm bằng mận khô lên men

prushon or **prushun** *noun* 1 (*người lang thang*) cậu bé lang thang xin ăn người lang thang lớn tuổi 2 (*người lang thang*) người đồng tính trẻ sống chung với những người lang thang

prut *noun* đồ dơ bẩn; vết bẩn ghê tởm

ps and qs *xem* MIND one's PS AND QS

pseud 1 *noun* cái gì giả, không thật; = FAKE, PHONY • That's not a real diamond necklace, it's just a pseud!: *Đây không phải là một chuỗi kim cương thật, đó chỉ là đồ giả!* 2 *adj* không thật; giả • a pseud policeman: *một kẻ giả mạo cảnh sát*

psych *noun* 1 (*sinh viên*) tâm lý học; tâm thần học 2 một bác sĩ tâm thần hay nhà tâm lý học

psych *verb* 1 thuyết phục tâm lý (cầu thủ, ứng viên, v.v..) để làm tốt hơn trong cuộc tranh tài • The coach psyched them into a brilliant display of tennis: *Huấn luyện viên thuyết phục tâm lý các cầu thủ trong một trận khoe tài về quần vợt.* 2 (*cũng là psych out*) láu hơn; ranh hơn người nào khác 3 (*cũng là psych out*) phân tích; giải quyết; luận ra; nhận ra (một vấn đề, tình huống, v.v..) bằng tâm lý • They're very difficult to psych out: *Chúng nó rất khó khăn để phân tích một vấn đề bằng tâm lý.* 4 (*cũng là psych out*) làm nản lòng; làm mất nhuệ khí; làm rối trí • He won't psych me as he did her: *Nó sẽ không làm rối trí tôi như nó đã làm cô ấy.*

psych oneself or **psych** oneself up *verb* chuẩn bị tâm lý; chuẩn bị tinh thần • He psyched himself up to go into the exam: *Anh ta đã chuẩn bị tinh thần để đi thi.*

psyched or **psyched up** *adjective* 1 trong trạng thái say mê cao độ và sẵn sàng kích động; = PUMPED 2 hoàn toàn sẵn sàng tinh thần • I'm really psyched for this test: *Tôi thực sự chuẩn bị tinh thần cho bài kiểm tra này rồi.*

psych-jockey *noun* người dẫn chương trình điện thoại với khán giả của đài truyền hình hay truyền thanh nói về tình cảm, cá nhân, tình dục và tổng quát những vấn đề tâm lý

psycho *noun* 1 người điên cuồng; người mất trí; = NUT 2 người bị tâm thần, hay nói cách khác là một người bị xáo trộn tâm lý 3 nhà tâm lý học

psychobabble 1 *noun* lời nói lảm nhảm, đặc biệt người bệnh tâm thần 2 *verb* nói lảm nhảm • What is he psycho-babbling (on) about?: *Hắn ta nói lảm nhảm cái gì thế?*

psych out *verb* 1 đe dọa ai hoàn toàn ở cấp độ tâm lý 2 tìm ra hay phát hiện ra cái gì • The batter tried to psych out the pitcher, but it didn't work: *Cầu thủ đánh bóng chày cố đoán ý định người ném bóng, nhưng điều đó không hiệu quả.* 3 chấn động thần kinh hoặc do sự xúc động; phát điên trong một thời gian ngắn • Another day like this one and I'll psych out for sure: *Một ngày nữa như thế này và tôi sẽ phát điên chắc.*

psych up *verb* mang lại trong trạng thái say mê cao độ; kích động; = PUMP UP

psych someone up *verb* làm ai hưng phấn hoặc chuẩn bị tinh thần cho việc gì • I psyched myself up to speak for forty minutes at the conference: *Tôi đã tự chuẩn bị tinh thần để phát biểu bốn mươi phút ở đại hội.*

psywar *noun* cuộc chiến tranh tâm lý

pt or **PT** *noun* (*phát âm theo từng chữ cái riêng*) = PRICK TEASER

pu or **PU** *interj.* (*phát âm theo từng chữ cái riêng*) thán từ chỉ sự không hài lòng khi ngửi thấy cái gì hôi thối khó chịu hoặc bắt gặp cái gì ghê tởm, tồi tệ

pub *noun* (*từ giữa những năm, Anh*) quán rượu; tửu quán

pub crawl 1 *noun* cuộc rượu chè la cà từ quán rượu này đến quán rượu khác 2 *verb* chè chén; nhậu từ quán rượu này sang quán rượu khác

pubes *noun* lông mu

pucker *noun* 1 sự sợ hãi; tình trạng hoảng sợ 2 hậu môn

pucker-assed *adjective* dễ sợ hãi; nhút nhát; = CHICKEN

pud *noun* dương vật

pudding *noun* dương vật

puddinghead *noun* người có hành động ngu ngốc, thường là nam

puddle jumper *noun* 1 xe cộ nhỏ và ọp ẹp 2 máy bay dừng vài chỗ trong tuyến đường bay

pud pulling *noun* sự thủ dâm

puff 1 *noun* (*cũng là puff job*) loại hoặc hạng người ca ngợi quá đáng, đặc biệt với mục đích thương mại hoặc chính trị; = PLUG 2 *verb* ca ngợi việc gì quá đáng • There is little need for us to puff this book: *Có cần một chút để cho chúng ta ca ngợi cuốn sách này.*

puff artist *noun* người ca ngợi quá đáng; người tán dương tận mây xanh, đặc biệt về thương mại; = FLACK

puffer *xem* PINK PUFFER

puff piece *noun* việc quảng cáo rầm rộ và thổi phồng; = HYPE

puffy *adjective* rất tán thành; ca ngợi quá đáng

pug *noun* 1 võ sĩ quyền Anh; võ sĩ quyền Anh chuyên nghiệp 2 = PLUG UGLY

puke *noun* 1 sự nôn mửa 2 việc ghê tởm phát buồn nôn 3 một người đáng khinh

puke *verb* nôn; mửa

puke-in *noun* một cơ hội chung mà nhóm người tham gia đưa ra chung với nhau để nêu rõ một số vấn đề

puker *noun* tàu đánh cá thuê

the **pukes** *noun* cảm giác buồn nôn [đặc biệt đi với động từ "have, get"] • Oh my God, I've got the pukes: *Ôi Chúa tôi, tôi sắp nôn rồi.*

pukey or **puky** *adjective* ghê tởm; đáng kinh tởm; tồi tệ • Who is that pukey looking guy?: *Cái gã trông đáng kinh tởm đó là ai vậy?* • It's a pukey song: *Đó là một bài hát tồi tệ.*

pull *noun* 1 thế lực; quyền thế; = CLOUT 2 sự hít từ một điếu thuốc hay tẩu thuốc 3 một ngụm; một nốc rượu; một hớp từ hũ rượu

pull *verb* 1 nhận; giành được; = PULL DOWN • I pull an A on the quiz: *Tôi đã giành được điểm A ở cuộc thi đó.* 2 (*tù nhân*) thủ dâm 3 chịu án tù hay phục vụ trong lực lượng vũ trang 4 rời đi • Rudy started the car. "I'm pullin": *Rudy khởi động xe. "Tôi đi đây".* 5

pull a boner (or **bonehead play**) *verb* phạm một lỗi ngớ ngẩn; làm sai sót

pull a fast one (on someone) *verb* đánh lừa hoặc khôn hơn người khác bằng thủ đoạn khéo léo và đúng lúc • *Don't try to pull a fast one on me. I'm not stupid, you know*: Đừng cố lừa bịp tôi. Anh biết đấy, tôi đâu phải là thằng ngu.

pull a line *verb* cố thuyết phục hoặc đánh lừa ai • *She's honest, never pull a line*: Cô ta thật thà, không bao giờ đánh lừa ai.

pull an all-nighter *verb* (*thanh thiếu niên*) học suốt đêm; học gạo

pull an el foldo *verb* mất năng lực; suy yếu; tiều tụy, tàn tạ; = FOLD • *She said she was about to pull an el foldo*: Bà ta nói là bà ta đã suy yếu rồi.

pull a train (or **the train** or **the choo-choo**) *verb* (*về đàn bà*) làm tình; giao hợp với nhiều người đàn ông theo thứ tự

pull someone's chain *verb* (biến thể: **jerk** or **rattle** có thể thay **pull**; **string** có thể thay **chain**) 1 lừa bịp; đánh lừa ai; = PULL A FAST ONE • *Don't try to pull my chain. I'm not stupid, you know*: Đừng cố đánh lừa tôi. Anh biết đấy tôi đâu phải là đứa ngu. 2 làm buồn bực ai; làm ai khó chịu; làm tức giận ai • *I did not know you can pull his chain with marvelous results*: Tôi đã không biết là anh có thể làm tức giận nó với những kết quả tuyệt vời.

pull down *verb* 1 bắt giữ • *The cops pulled her down as she was leaving the hotel*: Cảnh sát bắt giữ cô ta khi cô ta rời khách sạn. 2 (cũng là **pull in**) kiếm được; giành được • *He's pulling down six bills a week*: Anh ta đang kiếm được sáu trăm đô một tuần. 3 tháo ra; tháo rời cái gì • *Let's pull the engine down and see what's wrong with it*: Chúng ta hãy tháo rời cái máy này ra xem nó hỏng cái gì. 4 cướp • *Somebody jumped out of an alley and tried to pull me down*: Một kẻ từ trong ngõ hẻm nhảy ra và định cướp của tôi.

puller *noun* 1 một tên trộm lén lút 2 người buôn bán hàng hóa ăn trộm hay buôn lậu 3 người hút cần sa; = POTHEAD 4 một con ngựa đua ráng sức chạy với tốc độ cao nhất

pulleys *noun* dây đeo quần

pull (or **drag**) **one's freight** rời khỏi; chuồn; biến đi • *This bird's gonna pull his freight*: Con chim này bay đi mất dạng.

pull in *verb* 1 đến • *She pulled in about noon*: Cô ta đã đến vào lúc trưa. 2 = PULL DOWN

pull someone in *verb* bắt giữ ai

pull in one's belt *xem* TIGHTEN one's BELT

pull in one's ears *verb* 1 tỏ ra thận trọng, cẩn thận • *He's pulled in his ears about spending money*: Anh ta có sự thận trọng trong việc tiêu tiền. 2 ít hung hăng; ít gây gổ; ôn hòa • *You better pull in your ears in a little or you'll scare them away*: Tốt hơn là anh bớt hung hăng một chút hoặc anh sẽ dọa chúng đi chỗ khác.

pull (or **draw**) **in one's horns** *verb* 1 trở nên dè dặt, thận trọng hơn (về tài chính) • *We got into financial difficulty, so we'll have to pull in our horns*: Chúng tôi đã lâm vào cảnh khó khăn về tài chính, thế nên chúng tôi sẽ phải giảm bớt chi tiêu đi. 2 dằn lại sự xúc động 3 rút lại lời tuyên bố hoặc phát biểu 4 bớt lên mặt; bớt vênh váo

pull it off *verb* thành công trong việc gì; = MAKE IT • *She's absolutely determined to pull it off (in life)*: Cô ta rất quyết tâm thành đạt (trong cuộc sống).

pull someone's leg *verb* trêu chọc ai; giễu cợt ai; = KID • *I suspected that he was pulling my leg*: Tôi nghĩ rằng nó đang trêu chọc tôi.

Pullman *xem* SIDE DOOR PULLMAN

pull off *verb* 1 thắng cuộc đấu; đoạt giải; thành công trong công việc khó khăn • *The army pulled off a coup*: Quân đội đã thành công trong một cuộc đảo chính. 2 thủ dâm; = JACK OFF

pull oneself off *verb* thủ dâm; = JACK OFF

pull soneone off *verb* gây ra cho ai xuất tinh bởi sự lôi kéo dương vật

pull something off *verb* làm điều gì xảy ra • *It takes a lot of skill to pull off something like that*: Cần nhiều kỹ năng để làm điều như thế xảy ra.

pull on *verb* tu một hơi bằng chai; hút một hơi thuốc lá

pull something on someone *verb* lừa dối ai về cái gì; làm hại ai về việc gì; = PULL A FAST ON • *At first she thought I was trying to pull a slick scam on her*: Lúc đầu cô ta cứ tưởng tôi đang cố làm hại cô ta về một mưu đồ bất lương khéo léo.

pull out *verb* 1 ra đi; rời khỏi • *He pulled out after 45 minutes and disappeared*: Nó đã ra đi sau 45 phút rồi biến mất. 2 rút lui • *He threatened to pull out if we didn't raise the ante*: Nó đã dọa rút lui nếu chúng tôi không tăng tiền tố lên.

pull something out of one's ass *verb* (*quân đội*) đưa ra việc gì, đặc biệt sự cung cấp thông tin hoặc một ý tưởng một cách đột xuất

pull something out of the fire *verb* cứu cái gì khỏi tổn thất; cứu vãn được tình thế đúng vào lúc nguy ngập • *We got hot and pullled the game out of the fire*: Chúng tôi bắt đầu gặp may mắn và đã cứu vãn trò chơi đúng lúc. (*xem thêm* **get hot**)

pull one's pud *verb* (biến thể: **dong** or **joint** or **wang** có thể thay **pud**) thủ dâm; = JACK OFF

pull one's punches *verb* 1 (*quyền Anh*) đánh những cú nhẹ, không thẳng tay vào đối phương 2 do dự khi phê bình ai; làm giảm mức độ hoặc nương tay về lời phê bình của ai • *I won't pull my punches with you. This is lousy*: Tôi sẽ không nương tay lời phê bình về anh. Việc này thật tồi tệ.

pull rank (on someone) *verb* lợi dụng chức vị, quyền lực để giành lợi thế (đối với ai); gây áp lực; trục lợi • *I don't like to pull rank on you but I think you ought to complete that work today*: Tôi không thích gây áp lực với anh nhưng tôi nghĩ anh phải hoàn tất công việc đó hôm nay.

pull strings (or **wires**) *verb* dùng ảnh hưởng của bạn bè để giành lợi thế cho ai; dùng áp lực hoặc gây sức ép với ai • *If she pulls a few strings I think I might get the job*: Nếu cô ta dùng áp lực với một số bạn bè, tôi nghĩ tôi có thể có công việc làm.

pull teeth through the armpit *verb* (*quân đội*) làm việc gì trong tình thế khó khăn nhất

pull the plug *verb* (*hải quân*) lặn • *The submarine pulled the plug to avoid enemy ships*: Chiếc tàu ngầm lặn xuống để tránh các tàu địch.

pull the plug on something *verb* ngăn chặn; phá hoại; kết liễu cái gì, như một kế hoạch hoặc một công việc kinh doanh, không cho tiếp tục • *The bank pulled the plug on the project*: Ngân hàng đã ngăn chặn dự án đó.

pull the plug (on someone/something) *verb* kết thúc vấn đề về ai hoặc cái gì; làm dịu bớt một vấn đề được tạo ra bởi người hoặc vật nào đó • *I've heard enough from Mr. Jones. It's time to pull the plug on him*: Tôi đã nghe đủ về ông Jones rồi. Đến lúc phải kết thúc vấn đề về ông ta.

pull the rug from under (or **out from under**) *verb* phá hoại ngầm; làm không đủ khả năng; làm cho đối thủ ở thế thượng phong

pull the rug thình lình bất lợi • They were intended to pull the rug out from under left-wing: *Họ đã có ý định phá hoại ngầm phe cánh tả.*

pull the rug (or **carpet**) (**out**) **from under** some-one's **feet** *verb* đột ngột thôi không giúp đỡ hoặc ủng hộ ai • I wanted to buy a house, but the company where I worked for pulled the rug from under my feet by dismissing me from my job: *Tôi muốn mua một ngôi nhà, nhưng công ty mà tôi làm việc đã chơi tôi một vố bất ngờ là đuổi việc tôi.*

pull the string *verb* **1** (*bóng chày*) ném bóng cho người cầm chày, đặc biệt rất chậm sau cú ném mạnh và đổi vị trí ném **2** tiết lộ sự thật một cách thô lỗ mà trước đây giữ kín • They doubled their efforts, showering her with affection, then they pulled the string: *Họ nỗ lực gấp đôi, gửi cô ta với sự yêu mến, sau đó họ tiết lộ sự thật.* **3** điều khiển các sự việc và hành động của người khác; giật dây • There was a mass demonstration in support of the opposition. We want to know exactly who is pulling the string: *Có một cuộc biểu tình đông đảo ủng hộ phe đối lập. Chúng tôi muốn biết đích xác ai đang giật dây.*

pull the wool over someone's **eyes** *verb* lừa dối ai bằng cách che giấu sự thật • The whole indignant act was an attempt to pull the wool over the voters' eyes: *Toàn bộ hành động đầy phẫn nộ là một nỗ lực nhằm để nói dối cử tri.*

pull up one's **socks** *verb* **1** sửa cách ứng xử của ai; lưu ý hành vi lố bịch của ai • Whittingham was terminated after having failed to put up his socks enough during six months on probation: *Whittingham đã kết thúc sau khi thất bại để sửa cách ứng xử của mình đủ qua 6 tháng thời gian quản chế.* **2** chuẩn bị; sẵn sàng • He said we'd pull up our socks and get the damn job done: *Ông ta nói chúng tôi sẽ chuẩn bị và làm xong công việc chết tiệt này.*

pulp *noun* **1** sách báo, tạp chí rẻ tiền, giật gân, thường in bằng giấy xấu **2** *modifier*: a pulp ramance: *một truyện tình giật gân*

the pulps *noun* các tạp chí giật gân rẻ tiền

pulverize *verb* **1** đánh rất mạnh; = CLOBBER, POWDER **2** đánh bại tơi bời; = CLOBBER

pump *noun* **1** (cũng là *pumper*) trái tim; = TICKER **2** trụ nước máy cứu hỏa **3** cơ bắp mạnh mẽ; cơ bắp phồng lên

pump *verb* **1** cố gắng trong công việc **2** bán ma túy, đặc biệt là cô-ca-in nguyên chất **3** dò hỏi thông tin hoặc câu trả lời; moi tin tức • The cops pumped him for three days straight: *Cảnh sát dò hỏi hắn ta ba ngày liền.* **4** làm tình; quan hệ tình dục; = FUCK, HUMP

pump bilge (or **ship**) *verb* đi tiểu

pumped or **pumped up** *adjective* **1** với cơ bắp phồng lên • He wasn't ripped, but he was pumped: *Anh ta không vạm vỡ, nhưng anh ta có cơ bắp phồng lên.* **2** phấn khích; sẵn sàng về mặt tinh thần và thể chất • The team is really pumped up for Friday's game: *Cả đội thực sự sẵn sàng mọi thứ cho trận đấu ngày thứ sáu.* **3** trong trạng thái say mê cao độ và sẵn sàng kích động; = PSYCHED UP • The girls were really pumped up: *Những cô gái thật sự trong trạng thái say mê cao độ.* **4** giả tạo; cường điệu; = PHONY • Her pumped-up gaiety disguised an inner sadness: *Sự vui vẻ giả tạo của cô ta che giấu một nỗi buồn bên trong.*

pump iron *verb* cử tạ; tập tạ • Andy went down to the gym to pump some iron: *Andy đi xuống phòng tập thể dục để tập tạ.*

pumpkin or **pumpkin** or **punkin** *noun* cái đầu

pumpkinhead or **pumkinhead** *noun* người ngu dốt; người đần độn

pumpkin (or **punkin**) **roller** *noun* nông dân; người nhà quê chất phác

the pumpkins *noun* (*xiếc và lễ hội*) một tỉnh nhỏ; vùng nông thôn

pump up *verb* **1** tăng cái gì lên; thổi phồng thứ gì; làm thứ gì đó trở nên cao hơn; = BLOW UP **2** thuyết phục một cách sôi nổi nhiệt tình; quảng cáo rùm beng; = HYPE **3** (*khi nâng tạ*) làm ứ máu cơ bắp để phồng lên và làm chúng có đường nét **4** thực hiện một chỉ dẫn chi tiết và thấu đáo

pump oneself **up** *xem* PSYCH oneself

pump someone **up** *verb* kích động ai; làm ai hăng hái • The coach gave a pep talk to pump the players up for the big game: *Huấn luyện viên đã nói một lời động viên để kích động các cầu thủ cho trận đấu lớn.*

pump something **up** *verb* cong tay lại và căng tay ra cho đến khi cơ đạt trạng thái to nhất, cũng như với đùi và cẳng tay • She pumped up her thighs and struck a pose: *Cô ta làm nổi cơ đùi và lấy điệu bộ (như chụp ảnh).*

punch *noun* **1** sức mạnh; ảnh hưởng; tác động; = CLOUT • a speech with plenty of punch: *một bài diễn văn rất hùng hồn* **2** một hành động giao hợp; một người chỉ nghĩ tới chuyện tình dục

punch *verb* **1** mở thứ gì đó bằng sức mạnh [hầu như, nhưng không phải luôn, áp dụng cho việc mở két] • Billy punched a beer can for the girl: *Billy dùng sức mở nắp lon bia cho cô gái.* **2** quan hệ tình dục

punchboard *noun* phụ nữ lăng nhăng; người đàn bà chung chạ bừa bãi; = ROUNDHEELS

punch cows (or **cattle**) *verb* (*cao bồi*) xua hoặc lùa đàn gia súc

punch-drunk *adjective* **1** nói về võ sĩ quyền Anh, bị rối loạn hoặc suy yếu đến mức nào đó do kết quả của nhiều cú đấm mạnh; no đòn, say đòn; = PUNCHY, SLAP-HAPPY • He looks like a punch-drunk pug to me: *Với tôi, anh ta trông giống như một võ sĩ quyền Anh bị no đòn.* **2** không ổn định; hành động ngớ ngẩn; hoang mang; choáng váng; mệt phờ người sau khi làm việc rất căng thẳng • He was punch-drunk after the annual meeting: *Sau cuộc họp hàng năm anh ta mệt phờ cả người.*

punched-up *adjective* sinh động lên; vui nhộn hơn

puncher *noun* **1** (*cao bồi dùng*) cao bồi **2** (*đường sắt*) nhân viên điện báo; điện báo viên **3** kẻ mở trộm két

punch in (or **out**) *verb* ghi thời gian của người đến làm việc hoặc ra về, nhất là thiết bị tự động; = CLOCK IN or OUT

punch someone's **lights out** *verb* hạ đo ván ai; đánh mạnh vào mắt ai • Shut up, or I'll punch your lights out: *Câm mồm đi nếu không tao sẽ đánh gục mầy đấy.*

punch line *noun* hàng cuối hoặc phần cuối của chuyện đùa làm cho buồn cười nhất; = KICKER, ZINGER • I remember the jokes, but not the punch lines: *Tôi nhớ những chuyện đùa, nhưng phần cuối không làm buồn cười.*

punch out *verb* **1** rời đi **2** đánh; đấm, đặc biệt bằng nắm tay; = BEAT UP, CLOBBER **3** (*không quân*) phóng ai đó ra khỏi máy bay chiến đấu trong trường hợp khẩn cấp • As the plane fell rapidly towards the ground, the pilot had to punch out: *Vì chiếc máy bay rơi nhanh xuống đất, người phi công đã phải phóng ra khỏi máy bay bằng dù.* **4** chết

punch someone **out** *verb* đánh gục; hạ đo ván ai • The thug punched out the cop and ran down an alley: *Tên tội phạm đánh gục viên cảnh sát và chạy vào ngõ hẻm.*

punch up *verb* **1** làm sinh động lên; làm vui nhộn hơn; = JAZZ some-thing UP **2** (*truyền hình, trường quay*) đem một phần đặc biệt trong băng thu hình chiếu xem **3** tăng cường gì đó, đặc biệt

punchy là tăng cường một kịch bản với đối thoại hài hước, sôi động hơn, hoặc đại loại thế **4** (*máy vi tính*) gọi chương trình phần mềm

punchy *adjective* **1** = PUNK-DRUNK **2** mụ mẫm; bối rối; mệt phờ người **3** có sức mạnh; có hiệu lực mạnh mẽ; có sức thuyết phục • a punchy debate: *một cuộc tranh luận có sức thuyết phục mạnh mẽ*

punish *verb* **1** tấn công mạnh mẽ; cho ăn đòn **2** làm tình; quan hệ tình dục; = FUCK

punk¹ *noun* **1** (*quầy bán đồ ăn trưa*) bánh mì **2** (*người bán hàng rong*) biệt dược; dược phẩm được đặc quyền chế tạo **3** *modifier*: the punk workers who sell corn removers: *những nhân viên biệt dược bán thuốc gỡ bỏ cục chai ở chân*

punk² *noun* (cũng là ***punker***) thanh thiếu niên thích nhạc rốc punk và bắt chước bề ngoài của những nhạc sĩ punk; thí dụ như mặc quần áo có lỗ thủng, nhuộm tóc màu sáng, ghim băng xỏ trái tai, mang các lưỡi dao cạo vòng quanh cổ ...

punk³ *noun* **1** một người đàn ông trẻ hay yếu đuối được dùng làm bạn tình đồng tính thụ động, đặc biệt là trong tù; = GUNSEL **2** (cũng là ***punk kid***) một cậu bé hoặc thanh niên thiếu kinh nghiệm **3** (*đua ngựa*) một tay nài ngựa tài năng, hòa nhã **4** một tên vô lại tầm thường; một kẻ phạm tội vị thành niên (nam) **5** người kém cỏi; người tầm thường, chẳng hạn một võ sĩ, nài ngựa, người hầu bàn, v.v.. vô tích sự **6** (*xiếc*) động vật còn nhỏ ở gánh xiếc

punk *verb* **1** quan hệ tình dục với ai; = BUGGER, CORNHOLE **2** hăm dọa **3** tấn công ai

punk *adjective* **1** đáng khinh bỉ; đê tiện; thấp kém **2** kém; tồi; vô giá trị; rác rưởi bỏ đi **3** chán ngắt; tồi tệ • The party turned punk, and we left: *Bữa tiệc trở nên buồn tẻ và chúng tôi bỏ đi.* • This is pretty punk food: *Đây là thức ăn rất tồi tệ.* **4** say mê và bắt chước bề ngoài của ca sĩ nhạc rốc mạnh hoặc nhạc của họ

punk day *noun* một ngày mà trẻ em được cho tự do

punked out *adjective* theo kiểu ăn mặc và cá tính bắt chước các nhạc sĩ punk

punkette *noun* cô gái trẻ chấp nhận lối ứng xử và sự xuất hiện trước công chúng trong môi trường nhạc rốc punk

punkoid **1** *noun* = PUNK², PUNK ROCKER **2** *adj* his punkoid slouch and sneer: *dáng đi lừ đừ và nụ cười nhạo có vẻ đáng sợ của hắn*

punk out *verb* **1** rút khỏi một nhiệm vụ vì sợ; = CHICKEN OUT, FOLD • I made sure, but if you want to punk out, say so: *Tôi đảm bảo, nhưng nếu anh sợ và muốn rút, cứ nói.* **2** thôi không làm việc gì đó vì nhát gan • He was supposed to ask her out, but he punked out at the last minute: *Anh ta lẽ ra mời cô ấy đi chơi, nhưng anh ta rút lui vào phút chót.* **3** trở thành một người cuồng rốc; chấp nhận phong cách của người mê nhạc rốc **4** khai báo hoặc phản bội đồng bào

punk rock or **punk** *noun* loại nhạc rốc dữ dội, ồn ào và mạnh được phổ biến từ giữa năm 1970 kèm theo sự phản đối chống lại những thái độ nệ theo quy ước cổ lỗ

punk rocker *noun* **1** người chơi nhạc rốc dữ dội và mạnh **2** người trẻ tuổi thích nhạc rốc punk, theo lối ăn mặc và bắt chước bề ngoài của các nhạc sĩ rốc punk; = PUNK

punt¹ *verb* (*từ những năm 1700*) đặt cược

punt² *verb* **1** làm một cách kém cỏi; từ bỏ theo kiểu nào đó vì bạn đang làm kém **2** làm việc gì khác đi trong lúc gay go; ứng biến • Everyone expected me to lose my temper, so I punted. I cried instead of getting mad: *Mọi người cho rằng tôi mất bình tĩnh, vì thế tôi đã làm khác đi. Tôi khóc thay vì nổi điên lên.* **3** (*sinh viên*) bỏ môn học để khỏi rớt môn đó **4** (*sinh viên*) rút lui; từ bỏ; không làm tròn nhiệm vụ; = COP OUT

punter *noun* người đánh bạc; người đánh cược với nhà cái

punt someone or something off *verb* (*sinh viên*) cố tình quên; lờ đi và lảng tránh • He decided to punt the whole problem off: *Nó đã quyết định phớt lờ toàn bộ vấn đề.*

pup *noun* **1** một người trẻ, thiếu kinh nghiệm; = KID, PUNK **2** = HOT DOG **3** (*tài xế xe tải*) xe tải nhỏ có xe moóc với lực được truyền xuống bốn bánh

puppy *noun* **1** một người trên danh nghĩa • "These guys are sick puppies," said Boston Fire Capt. Matthew Corbett: *"Những gã này là những người trên danh nghĩa bị bệnh mà thôi", đội trưởng đội cứu hỏa Boston, Matthew Corbett nói.* **2** chó sục Mỹ, đặc biệt là loại dữ tợn [tiếng lóng của cảnh sát New York] **3** dương vật nhỏ **4** (*bi-da*) cú đánh không thể trật hay trận đấu không thể thua **5** một chai rượu nhỏ **6** một khẩu súng **7** người nhút nhát; kẻ yếu đuối **8** một vật; một mảnh của vật gì • Put this little puppy right here: *Đặt vật nhỏ này ngay ở đây.*

puppy-dog feet *noun* (*người chơi bài*) một dãy quân nhép hoa, lá bài chuồn đồng hoa (cùng màu)

puppy love *noun* sự mê đắm của tuổi trẻ; tình yêu trẻ con; = CALF LOVE • Attracted by her extremely mature figure, I found myself in the throes of "puppy love": *Bị hấp dẫn bởi dáng vẻ cực kỳ trưởng thành của cô ta, tôi thấy mình bị khổ sở vì "sự mê đắm của tuổi trẻ".*

pups *noun* **1** ngực phụ nữ **2** bàn chân; = DOGS

pup (or dog) tent *noun* lều nhỏ; lều trú ẩn quân đội

pup tents *noun* (*xiếc và lễ hội*) giày bao hoặc ủng rộng

purp *noun* con chó; chó con

purple heart *noun* (*ma túy*) một viên thuốc an thần (tên trên thị trường là Luminal™), thuốc làm dịu hệ thần kinh trung ương; = NIMBY, GOOFBALL

purple passion *xem* WITH A PURPLE PASSION

purpose pitch *noun* (*bóng chày*) cú ném bóng có chủ tâm gần sát người đập bóng để gây khó khăn

pus bag *noun* người đáng khinh; kẻ đê tiện; = SCUMBAG

pus-gut or **pustle-gut** *noun* **1** bụng to; bụng phệ **2** người bụng to; người bụng phệ, đặc biệt đàn ông

push *noun* **1** (*băng đảng đường phố xưa*) cuộc đánh nhau giữa các băng đảng đường phố; = RUMBLE **2** (*thợ đốn gỗ*) người giám sát **3** (*quân đội*) tần số radio, chẳng hạn được điều chỉnh bằng cách nhấn nút push **4** = PUSHOVER **5** sự nỗ lực; sự cố gắng mãnh liệt; sự gắng công • She has enough push to be a successful businesswoman: *Cô ta có đủ quyết tâm để trở thành một nữ doanh nhân thành đạt.* **6** (*quân đội*) cuộc tấn công mãnh liệt • The enemy made a push on the western front: *Địch quân tấn công mạnh vào chiến tuyến phía tây.* **7** (*cá cược*) tăng gấp đôi tiền cược trên thực tế

push *verb* **1** (*đặc biệt tài xế taxi*) lái taxi; lái xe tải • He pushes a hack all day: *Anh ta lái taxi suốt ngày.* **2** giết ai • When one of our friends gets pushed: *Khi một trong những người bạn của chúng tôi bị giết.* **3** đến gần một độ tuổi nào đó; sắp đến tuổi già • He's only pushing thirty, but he looks much older: *Anh ta chỉ sắp đến tuổi ba mươi, nhưng trông anh ta già hơn nhiều.* **4** quảng cáo; làm cho mọi người biết • They don't have to push reference books too much: *Họ không cần phải quảng cáo sách tham khảo quá nhiều.* **5** (cũng là ***push for***) giới thiệu; khích lệ; ủng hộ; = GET BEHIND • He decided to push my dea: *Ông ta quyết định ủng hộ ý kiến của tôi.* **6** bán, đặc biệt một cách hăng hái; chào hàng • Push the specials today, okay?:

Hãy bán giá đặc biệt hôm nay, đồng ý không? **7 quảng cáo rùm beng; gây áp lực hoặc thúc ép dai dẳng** • *The clerk was pushing one brand so hard that I finally bought it: Nhân viên bán hàng nài ép rất dai dẳng một loại hàng thế nên cuối cùng tôi đã mua nó.* **8 (ma túy) bán thứ gì đó, đặc biệt là ma túy;** = DEAL **9 (thế giới ngầm) phân phối và lưu hành tiền giả 10 (thế giới ngầm) buôn lậu 11 thúc đẩy; thúc ép** • *She was pushed into going to university by her parents: Cô ta đã bị cha mẹ thúc ép học lên đại học.* **12 tin cậy quá nhiều vào** • *You're pushing your luck: Anh đang tin vào vận may rủi quá nhiều.* **13 thực hiện một cố gắng đặc biệt để quảng cáo cho hình ảnh và địa vị của một đồ vật chuyên nghiệp**

push across *verb* **(thế giới ngầm) giết; giết chết** • *He pushed his wife across with a knife: Nó đã giết chết vợ nó bằng một con dao.*

push a pen *verb* **làm công việc văn phòng**

push one's **button** *verb* **quấy rầy; châm chọc; khiêu khích;** = NEEDLE • *Stop pushing his button or he might hit you: Đừng trêu tức nó nữa, nếu không nó có thể đánh cậu đấy.*

push comes to shove *sentence* **một tình huống nhạy cảm trở nên thù địch; một cuộc cãi nhau trở thành cuộc đánh nhau;** = the CHIPS ARE DOWN

pusher *noun* **1 (thợ đốn gỗ) người giám sát;** = PUSH **2 (ma túy) người bán hoặc cung cấp ma túy;** = CANDY MAN, CONNECTION **3 (thế giới ngầm) người cung cấp hoặc lưu hành tiền giả;** = PAPERHANGER

pushmi-pullyu *noun* **một trường hợp hoặc tình huống đối xứng rõ ràng về mặt chức năng** [từ tên của một sinh vật tưởng tượng có hai đầu phía trước, được mô tả trong những cuốn sách Hugh Lofting của Dr Doolittle]

push off *verb* **1 ra đi; rời khỏi;** = SHOVE OFF **2 (thế giới ngầm) giết; ám sát;** = PUSH

pushover *noun* **1 người dễ bị lừa hoặc dễ bị thao túng; người dễ bị thuyết phục; người dễ bị dụ vào hoạt động tình dục 2** *modifier*: *He wasn't a pushover kind of cat: Ông ta không phải là dạng người dễ bị thuyết phục.* **3** = PUNCHBOARD, ROUNDHEELS **4 một công việc hoặc nhiệm vụ dễ dàng;** = CINCH, DUCK SOUP

push-push *noun* **hành động quan hệ tình dục**

push the panic button *xem* HIT THE PANIC BUTTON

push up daisies *verb* **chết và được mai táng** • *I'll be pushing up daisies before this project is finished: Tôi sẽ chết và được chôn trước khi dự án này hoàn tất.*

pushy *adjective* **1 (về phụ nữ) ở giai đoạn hai của quá trình đau đẻ 2 hung hăng; hiếu thắng; tự đề cao**

puss[1] *noun* **1 con mèo 2 cô gái; con bé, đặc biệt thích ăn chơi hoặc làm dáng**

puss[2] *noun* **1 âm đạo; phụ nữ; sự quan hệ tình dục với phụ nữ** [viết tắt của "*pussy*"] **2 một người đàn ông ẻo lả 3 mặt** [một từ xuất hiện đồng thời tại Ai len và Mỹ] **4 cái miệng; mồm**

pussy or **nookie** or **nooky** *noun* **1 âm đạo hoặc âm hộ 2 miệng hoặc hậu môn như là đối tượng thâm nhập tình dục 3 người đàn bà coi như là người bạn tình dục;** = ASS, TAIL **4 một người con trai hoặc đàn ông ốm yếu hay ẻo lả; người ngây thơ và rụt rè; người nhát gan;** = PUSSY-CAT

pussy *adjective* **ốm yếu; ẻo lả; ngây thơ; bẽn lẽn; rụt rè**

pussy butterfly *noun* **thiết bị ngừa thai trong tử cung; vòng tránh thai** [còn được gọi nhẹ nhàng hơn là "*butterfly IUD*"]

pussycat *noun* **1 âm đạo 2 người phụ nữ; người phụ nữ trẻ; bạn gái** • *Hi, pussycat. Don't I know you from somewhere?: Chào cô em. Tôi có biết em ở đâu chưa nhỉ?* **3 người đàn ông rụt rè; người đàn ông có tính nhẹ nhàng và thụ động 4 người dịu dàng và đáng yêu; người tốt bụng và dễ chịu;** = DOLL, HONEY

pussyfoot or **pussyfoot around** *verb* **thận trọng và ngập ngừng; lảng tránh; thoái thác; nói lanh quanh, nói mập mờ;** = BEAT AROUND THE BUSH • *Please stop pussyfooting and get to the point: Làm ơn ngừng nói quanh và đi vào việc chủ yếu của vấn đề.*

pussy hair *noun* **lông mu của phụ nữ**

pussy patrol or **pussy posse** or **pussy squad** *noun* **một đội cảnh sát chống tệ nạn tập trung vào nạn mãi dâm**

pussy posse (or **squad**) *xem* PUSSY PATROL

pussy-whipped *adjective* **bị chi phối hoặc bị điều khiển bởi phụ nữ; bị xỏ mũi**

pustle-gut *xem* PUS-GUT

put *verb* **dâng hiến hoặc quan hệ tình dục;** = LAY

puta *noun* **1 một phụ nữ lăng nhăng gợi tình; một ả điếm** [từ tiếng Tây Ban Nha *puta* (một ả điếm)] **2** = PUNCHBOARD

put a bug in someone's **ear** *verb* **cho ai một mẩu thông tin đặc biệt và riêng tư**

put across *verb* **1 (thế giới ngầm) giết; ám sát 2 làm cho hiểu; giải thích; làm cho được thừa nhận** • *I'm not putting my meaning across very well: Tôi không giải thích được ý nghĩa của tôi tốt cho lắm.*

put something **across** (or **over**) *verb* **1** = GET something ACROSS **2 thực hiện thành công; làm cho được hoan nghênh hoặc tán thưởng, như vở kịch, câu chuyện, v.v..;** = PULL IT OFF • *He'll never put that across: Anh ta sẽ không bao giờ thành công việc đó đâu.*

put a damper on something *verb* **làm giảm cường độ của cái gì; làm mất hết can đảm; làm cụt hứng; làm mất vui** • *Rain put a bit of a damper on the event: Cơn mưa đã làm cho sự kiện mất vui.*

put a hat on it *verb* **(quầy bán đồ ăn trưa) để kem lên trên món đã gọi**

put a (the) lid on someone or something *verb* **1 chấm dứt; xóa bỏ** • *A law put a (the) lid on prostitution: Một đạo luật bãi bỏ nạn mãi dâm.* **2 tẩy trừ; loại bỏ** • *The government is determined to put the lid on terrorism: Chính phủ quyết tâm tẩy trừ nạn khủng bố.* **3 kiềm chế; nén lại; vỗ về** • *Put a lid on the kid: Hãy vỗ về thằng bé.*

put a move on someone *verb* **(biến thể: make có thể thay put; the move or the moves có thể thay a move) tán tỉnh ai; gạ gẫm ăn nằm với ai** • *He got high one time and put a move on her: Một lần hắn ta ngà ngà say và đã gạ gẫm cô ta.*

put a smile on someone's **face** *verb* **làm hài lòng ai; làm ai hạnh phúc** • *We are going to give Andy a pretty good raise, and I know that'll put a smile on his face: Chúng tôi sẽ tăng lương cho Andy và tôi biết điều đó sẽ làm anh ta vui sướng.*

put one's **ass in a sling** *xem* HAVE one's ASS IN A SLING

put one's **ass on the line** *verb* **gánh lấy rủi ro và trách nhiệm cho ai; khiến bản thân gặp nguy hiểm** • *I agreed with him, but I wasn't going to put my ass on the line to prove the point: Tôi đồng ý với ông ta, nhưng tôi sẽ không khiến bản thân gặp nguy hiểm để chứng minh quan điểm đó.*

put away *verb* **ăn hoặc uống quá mức**

put someone or something **away** *verb* **1 đưa vào bệnh viện tâm thần hoặc nhà dưỡng lão 2 giết ai** • *Cancer puts away thousands of people every year: Bệnh ung thư giết chết hàng nghìn người mỗi* năm. **3** đánh ai bất tỉnh **4** đánh bại đối thủ, đặc biệt trong thể thao • McEnroe put Connors away in the finals: *Trong trận chung kết McEnroe đã đánh bại Connors.* **5** cam đoan; bảo đảm chiến thắng; = PUT something ON ICE, CLINCH **6** làm ai vui thích quá độ; = KNOCK someone's SOCKS OFF • His voice really puts me away: *Giọng của anh ta thực sự làm tôi rất hài lòng.* **7** phân loại; xếp loại • The books in the library are put away by subject: *Các sách trong thư viện được phân loại theo chủ đề.* **8** tống ai vô tù một thời gian dài **9** ăn cái gì • Did you put away that whole pizza?: *Mày đã ăn hết cả cái bánh pizza đó phải không?*

put balls (or **hair**) **on** something *verb* **làm cho cái gì mạnh dạn, năng động hơn** • Rewrite that paragraph and put balls on it: *Hãy viết lại đoạn văn đó và làm cho nó năng động hơn.*

put daylight between *verb* **tách khỏi vấn đề, đặc biệt tách rời bản thân với ai hoặc điều gì bất lợi** • The President is trying hard to put daylight between himself and the Democrat Party: *Tổng thống đang cố nỗ lực tách rời ra giữa ông ta và đảng Dân chủ.*

put-down *noun* **lời xúc phạm; sự lăng mạ có chủ ý; lời sỉ nhục;** = KNOCK • Another put-down like that and I'm going home: *Một lời xúc phạm nữa như thế thì tôi sẽ về nhà ngay.*

put down *verb* **1 làm nhục hoặc mất mặt; làm bẽ mặt** • She really put him down when she called him lazy: *Cô ta thật sự làm bẽ mặt anh ta khi gọi anh ta lười biếng.* **2 lôi kéo ai đó phạm tội** • I didn't know if he wanted to put me down or what! I was scared to go down there: *Tôi không biết là anh ta muốn lôi kéo tôi phạm tội hay gì nữa! Tôi sợ phải xuống đó.*

put someone or something **down** *verb* **chỉ trích nặng nề và bất lợi; chê bai;** = DUMP ON, KNOCK • People are always putting down the government: *Người dân lúc nào cũng chỉ trích chính quyền.*

put someone or something **down for** something *verb* **nhận biết; nhận dạng; nhận ra;** = PEG • When I saw a girl with a kimono, I put her down for a Japanese woman: *Khi tôi nhìn thấy một cô gái với chiếc áo ki-mô-nô, tôi nhận ra cô ta là một người phụ nữ Nhật.*

put one's finger on something *verb* **nhớ lại hoặc xác định chính xác vấn đề; xác định chính xác** • I remember it, but can't quite put my finger on the outcome: *Tôi nhớ nó, nhưng không thể xác định chính xác kết quả.*

put one's foot in it *verb* **1 phạm phải sai lầm ngớ ngẩn hoặc hành động vô ý tứ 2 nói hay làm cái gì gây phiền toái, xúc phạm hay làm bối rối**

put one's foot in one's mouth *verb* **đưa ra một bình luận gây lúng túng; nói điều gì ngốc nghếch**

put someone **in the picture** *verb* **cung cấp thông tin về một tình huống cho ai để họ có thể hiểu được;** = BRING someone UP TO SPEED

put in one's two cents worth *xem* PUT one's TWO CENTS IN

put it away *verb* **ăn hoặc uống quá độ** • He put it away at the party yesterday: *Hôm qua nó uống quá độ ở bữa tiệc liên hoan.*

put it in your ear or **take it in the ear** *verb* **nhét thứ gì vào tai như một biện pháp phản đối khinh bỉ;** = STICK IT [dạng uyển ngữ nhẹ của *stick it up to your ass*, được dùng để có tác dụng giảm nhẹ và dùng giữa bạn bè với nhau]

put it on *verb* **tuyên bố sự thù địch với một băng nhóm trẻ khác** • A few weeks ago the Emeralds and the War Hawks had "put it on", a phrase meaning declaration of hostilities: *Cách đây vài tuần, băng Emeralds và War Hawks đã "tuyên bố sự thù địch", một cụm từ có nghĩa là tuyên chiến.*

put it on the line *xem* LAY IT ON THE LINE

put it on the street *verb* **để lộ ra hoặc vạch trần việc gì, đặc biệt khá công khai** • We put it on the street that she was leaving: *Chúng tôi đã để lộ ra là cô ấy đang bỏ đi.*

put it over on someone *verb* **lừa đảo; đánh lừa ai** • Be careful, nobody puts it over on her: *Hãy cẩn thận, không ai lừa được bà ta cả.*

put it to someone *verb* **quan hệ tình dục với ai;** = SCREW

put one's money where one's mouth is *verb* **hỗ trợ những lời tuyên bố; nói là làm; nói ủng hộ là ủng hộ** • How splendid for the United States to put its money where its mouth is by offering 100 million dollars for research into fighting malnutrition: *Thật rực rỡ cho nước Mỹ biết bao nếu như được ủng hộ 100 triệu đô-la cho sự nghiên cứu vào việc đấu tranh cho sự chậm phát triển.*

put one's nose in (**where it's not wanted**) or **stick one's nose in** (**where it's not wanted**) *verb* **can thiệp hoặc dí mũi vào công việc của người khác** • Why do you always have to stick your nose in?: *Tại sao lúc nào anh cũng gí mũi vào công việc của người khác vậy?*

put someone's **nose out of joint** *verb* **làm cho ai khó chịu; làm ai ghen ty hoặc đố ky** • You'll really put his nose out of joint if you go out with his old girlfriend: *Anh sẽ thực sự làm cho hắn khó chịu nếu anh đi chơi với cô bồ cũ của hắn.*

put one's oar in *verb* = PUT one's TWO CENTS IN

put something **off** (or **over**) *verb* **trì hoãn** • We'll put it off to next week: *Chúng tôi sẽ trì hoãn nó đến tuần tới.*

put-on *noun* **1 sự chơi xỏ; sự đánh lừa** • It was an innocent put-on, meant as a joke: *Đó là một sự lừa dối vô hại, chỉ định đùa thôi.* **2** (cũng là **put-on artist**) **người ngấp nghé; người giả vờ giả vĩnh; người không thật lòng;** = PHONY • The waiter is a complete put-on: *Thằng bồi bàn này là một đứa chuyên giả vờ.*

put-on *adjective* **giả tạo; không thành thực**

put on *verb* = PUT ON AIRS

put someone **on** *verb* **1 lừa gạt; chòng ghẹo; lừa dối ai** • "It sounds like you're putting me on," Dawn said, "except I know you're not": *"Nghe như anh đang lừa gạt tôi vậy," Dawn nói, "trừ việc tôi biết anh không phải vậy."* **2 giới thiệu ai dùng ma túy gai dầu [thường là hút]**

put on airs *verb* **1 làm ra vẻ ta đây; kiêu căng; ngạo mạn** • Even though she is a rich woman, she doesn't put on any airs: *Mặc dù cô ta là một người rất giàu nhưng cô ta không hề làm bộ làm tịch.* **2 hợm hĩnh và bàng quan**

put someone **on ice** *verb* **giết;** = ICE, OFF

put on the chill *verb* **làm ra vẻ lạnh lùng, không thân thiện; trở nên xa lánh và thù địch**

put on the feedbag or **put on the nosebag** or **tie on the nosebag** *verb* **chuẩn bị dùng bữa; ăn một bữa ăn** • I'm starved. Must be time to put on the feedbag: *Tôi đói lắm. Chắc đến lúc dùng bữa cơm rồi.*

put someone **on the floor** *verb* **1 đánh hạ; đo ván ai;** = KNOCK someone OUT **2 làm ai rất hài lòng;** = PUT someone AWAY

put something **on the line** *xem* LAY something ON THE LINE

put on the ritz (or **the dog**) *verb* **1 trưng bày sự giàu có và xa hoa 2 ăn mặc thời trang và lòe loẹt 3** = PUT ON AIRS

put someone **on the spot** *verb* **1 đòi hỏi một giải pháp, hành động, v.v.. ngay lập tức 2 gây khó khăn cho ai; làm ai bối rối** • Her question about my future plans really put me on the spot: *Câu hỏi của cô ta về những dự định của tôi trong tương lai đã thật sự làm tôi bối rối.*

put someone on the stake *verb* hăm dọa ai để làm tiền; tống tiền ai; = SHAKE DOWN • The scoundrel put me on the stake: *Tên côn đồ đã hăm dọa tống tiền tôi.*

put something on the street *verb* công khai cái gì đó ra công chúng; kể mọi người nghe về vấn đề của ai • She gets a little problem, and she puts it on the street right away!: *Cô ta có một vấn đề nhỏ và cô ta kể cho tất cả mọi người nghe về nó ngay lập tức!*

put someone on to someone or something *verb* giới thiệu ai hay cái gì • That little Andronica you put me on to: *Cô gái nhỏ Andronica mà anh đã giới thiệu tôi.*

put out *verb* bằng lòng quan hệ tình dục

putout *noun* (bóng chày) sự đuổi ra ngoài, vì chơi trái luật

put-out *adjective* giận dữ; bực mình; khó chịu

put someone out *verb* áp đặt ai; gây phiền phức ai

put someone or something out to pasture *verb* nghỉ hưu; hết sử dụng, hoạt động, v.v.. thường là sau thời gian phục vụ dài • The university put six of us out to pasture last year: *Năm ngoái trường đại học đã cho 6 người trong chúng tôi về hưu.*

put over *verb* 1 đóng vai ai hoặc cái gì, thường là với một mức độ dối trá nào đó • So they'll have to be put over as being tough: *Vì thế họ sẽ phải đóng vai là du côn.* 2 *xem* PUT something OFF

put one's papers in *verb* 1 (thanh thiếu niên) nộp đơn vào nơi nào, một tổ chức, quân đội, v.v. 2 (cảnh sát) về hưu hoặc từ chức

putter-offer *noun* người hay chần chừ; người trì hoãn

put the arm (or the sleeve) on someone *verb* 1 đòi hỏi điều gì của ai; hỏi mượn tiền ai; = PUT THE BITE ON someone • I know Tom wants some money. He put the arm on me, but I said no: *Tôi biết Tom cần tiền. Anh ta hỏi mượn tôi, nhưng tôi nói không.* 2 bắt giữ ai, đặc biệt bằng vũ lực • They put the arm on Bart for pushing pills: *Họ bắt giữ Bart vì tội bán ma túy.* 3 đánh; đánh đập ai một cách tàn nhẫn • A gang of thugs put the arm on him: *Một đám côn đồ đánh đập ông ta tàn nhẫn.*

put the bite (or the bee) on someone *verb* 1 hỏi tiền ai, đặc biệt mượn tiền • I'll put the bite on my rich cousin: *Tôi sẽ mượn tiền em họ giàu có của tôi.* 2 nài xin; khẩn khoản ai hay cái gì • Both candidates put the bee on my opinion: *Cả hai ứng cử viên đều khẩn khoản hỏi ý kiến tôi.*

put the blocks to someone *verb* (thợ đốn gỗ) quan hệ tình dục với ai; = SCREW

put the chill on someone or **put the freeze on someone** *verb* 1 đối xử lạnh nhạt; hắt hủi; hờ hững; phớt lờ ai; = COLD SHOULDER • Her neighbors have repeatedly put the chill on her: *Những người hàng xóm thường xuyên đối xử lạnh nhạt với cô ta.* 2 giết; giết chết

put the clamps on someone/something or **put the clamps on** *verb* 1 chặn hoặc ngăn cản ai hoặc điều gì; cản trở hoặc giới hạn ai • Fred had to put the clamps on Tony, who was rushing his work too much: *Fred phải ngăn chặn Tony, người đã lao vào công việc của anh ta quá nhiều.* 2 chộp lấy, đặc biệt để ăn trộm

put the claw on someone *verb* 1 bắt giữ ai • After the match the police put the claw on two youths: *Sau trận đấu cảnh sát đã bắt giữ hai thanh niên.* 2 khai báo; dính líu vào; = PUT THE FINGER ON someone 3 = PUT THE BITE ON someone

put the clip on someone *verb* lừa đảo ai, đặc biệt bán giá quá đắt; = CLIP

put the cuff on someone *verb* bắt giữ ai • The police put the cuff on the thief: *Cảnh sát đã bắt giữ tên trộm.*

put the eye on someone *verb* 1 nhìn ai với vẻ mời gọi hay cám dỗ; = GIVE someone THE EYE 2 nhìn; kiểm tra; xem xét; = SCOPE OUT

put the finger on someone *verb* 1 xác định và nhận dạng ai; = FINGER • Tyrone put the finger on the killer, then got out of town fast: *Tyrone đã nhận dạng kẻ giết người, sau đó rời khỏi thị trấn thật nhanh.* 2 cung cấp bằng chứng (cho cảnh sát) để bắt tội phạm; tố giác • He put the finger on my husband: *Nó đã tố giác chồng tôi.*

put the freeze on someone *xem* PUT THE CHILL ON someone

put the heat on someone *verb* dùng sức ép; dùng áp lực đe dọa ai; = LEAN ON someone • He put the heat on me to vote that way: *Ông ta gây sức ép cho tôi để bỏ phiếu theo cách đó.*

put the icing on the cake *xem* ICE THE CAKE

put the kibosh on someone *verb* giết ai; đập chết hoặc hủy diệt ai • Belgium put the kibosh on the Kaiser: *Nước Bỉ đã hủy bỏ hoàng đế.*

put the kibosh on something *verb* cản trở; phá ngang việc gì • The rain has put the kibosh on our plans: *Trời mưa đã cản trở những kế hoạch của chúng tôi.*

put the make on someone or **put the moves on someone** or **put the hard word on someone** *verb* cố gạ gẫm hoặc quyến rũ ai; = MAKE A PAS AT someone • I think he was beginning to put the make on me. I'm glad I left: *Tôi nghĩ anh ta bắt đầu tán tỉnh tôi. Tôi rất vui và bỏ đi.* • I put the hard word on her, she clobbered me!: *Tôi đã gạ gẫm cô ta, và cô ta đánh tôi!*

put the moves on someone *xem* PUT THE MAKE ON someone

put the pedal to the metal *verb* đạp chân ga xe ô tô xuống sàn; chạy với tốc độ tối đa • Put the pedal to the metal, and we're out of here: *Nhấn ga đi và chúng ta rời khỏi đây.*

put the screws on someone or **put the heat on someone** or **put the squeeze on someone** *verb* gây áp lực đối với ai; đe dọa ai để đạt được điều gì đó • He told everything about the plan when they put the screws on him: *Anh ta khai toàn bộ kế hoạch khi họ đe dọa anh ta.*

put the skids under someone/something *verb* làm cho ai hoặc cái gì bị thất bại • The mayor put the skids under my plan: *Thị trưởng làm cho kế hoạch của tôi bị thất bại.*

put the slug on someone *verb* 1 đánh hoặc tấn công ai • A gang of youths put the slug on a woman: *Một băng thanh niên đã tấn công một phụ nữ.* 2 chỉ trích thậm tệ; = KNOCK

put the snatch on someone or something *verb* lấy hoặc trưng dụng; tóm lấy; bắt cóc • The Treasury Department is going to put th snatch on virtually the entire 50 grand: *Bộ tài chính hầu như sẽ trưng dụng toàn bộ 50 nghìn.*

put the squeeze on someone *verb* gây sức ép đối với ai; = LEAN ON someone, PUT THE HEAT ON someone • She hired me to put the squeeze on Linda for a divorce: *Cô ấy thuê tôi gây sức ép đối với Linda về sự li dị.*

put the wood to someone *verb* trừng phạt ai; buộc hoặc cưỡng ép ai bằng đe dọa trừng phạt • Why can't Mayor Barry put the wood to school administrators and demand more caring than this?: *Tại sao Thị trưởng Barry không thể cưỡng ép ban quản lý nhà trường và yêu cầu quan tâm hơn thế này?*

put someone through the wringer *verb* bị đối xử thô bạo, đặc biệt bằng sự thẩm vấn nặng nề

putt-putt *noun* 1 máy tàu nhỏ; động cơ thuyền nhỏ 2 xuồng máy, đặc biệt chạy chậm 3 bất kỳ động cơ mô tô nhỏ nào 4 một chiếc xe có động cơ nhỏ, đặc biệt là một chiếc ô tô nhỏ

putt-putt *verb* **chạy bằng xuồng máy** • We'll putt-putt over to the island: *Chúng tôi sẽ chạy bằng xuồng máy đến đảo.*

put to it *adjective* **gặp rắc rối hoặc khó khăn; túng thiếu tiền bạc** • Sorry, I can't lend you anything. I'm a bit put to it this month: *Xin lỗi, tôi không thể cho bạn vay được. Tháng này tôi hơi túng thiếu.*

put too much on it **làm ầm ĩ về việc gì** • Come on, man. Lighten up. Don't put too much on it: *Nào, anh bạn. Bình tĩnh đi. Đừng làm ầm lên về việc đó.*

put (or **add**) **one's two cents** (or **two cents worth**) **in** *verb* **can thiệp; xen vào công việc của người khác dù không được yêu cầu**; = KIBITZ • He's prejudiced against you, and if you put your two cents in, it will spoil everything: *Hắn ta có thành kiến với anh và nếu anh xen vào là hỏng hết mọi việc.*

putty-head *noun* **người ngu ngốc**; = PUDDINGHEAD

put up *verb* **1 thụ án** • I put up eight years at Sing Sing: *Tôi thụ án tám năm tại Sing Sing.* **2 góp hoặc trả tiền, đặc biệt tiền cược hoặc tiền đã hứa** • We have put up the $10,000 needed to help the poor students: *Chúng tôi đã góp số tiền 10.000 đô-la cần thiết để giúp các sinh viên nghèo.*

put someone up *verb* **cung cấp cho ai một chỗ trú tạm thời; cho ai ở qua đêm** • Can you put me up for a few days?: *Anh có thể cho tôi trú tạm vài ngày không?*

put-up job *noun* **1 sự lừa gạt; sự việc đầy tính lừa dối 2** (*thế giới ngầm*) **một vấn đề được sắp xếp sẵn; một việc được dàn xếp trước**

put up or shut up *sentence* = PUT one's MONEY WHERE one's MOUTH IS

put up with someone or something *verb* **chịu đựng hoặc chấp nhận** • We can't put up with his carelessness any longer: *Chúng tôi không thể chịu đựng sự bất cẩn của nó lâu hơn được nữa.*

put someone wise *verb* **khai báo cho ai biết, đặc biệt về điều gì đó kín đáo hoặc cơ bản** • Apparently someone had put the police wise, because they were there when the robbers arrived: *Dường như có người đã báo cho cảnh sát biết, bởi vì họ có mặt lúc bọn cướp tới.*

put your hands together for someone or **put them together for** someone *verb* **vỗ tay tán thưởng ai** • Please put your hands together for Ronald and his great musicians!: *Xin vỗ tay tán thưởng Ronald và những người chơi nhạc tuyệt vời cùng anh ta nào!*

Put your money where your mouth is! *exclam.* **1 Đừng nói nhiều nữa mà hãy đặt cược đi!** [trong trò cờ bạc] **2 cũng có thể nói với người nào đó trong lời khuyên đầu tư về việc gì** • If this is such a good stock, you buy it. Put your money where your mouth is!: *Nếu đây đúng là một cổ phần tốt, cậu mua nó đi. Đừng nói nhiều nữa mà hãy làm đi!*

putz *noun* **1 người đáng ghét; người ghê tởm 2 người vô dụng; người bất lực**; = NEBBISH **3 dương vật**

putz around *verb* **ăn không ngồi rồi; lười nhác; phí thời gian**; = FOOL AROUND, FUTZ AROUND • Stop putzing around and get to work: *Đừng lãng phí thời gian nữa và bắt tay vào việc đi.*

puzzle palace *noun* **1** (*quân đội*) **bất kỳ tổng hành dinh cao cấp nào, kể cả Ngũ Giác Đài (Lầu Năm Góc) 2 một nơi, chẳng hạn Tòa Bạch Ốc (Nhà Trắng), nơi những quyết định quan trọng được đưa ra trong sự bí mật**

pyramids *xem* PLATFORMS

Q

the Q *noun* (*người lang thang*) tuyến đường sắt Chicago, Burlington, và Quincy

Q and A *modifier* những câu hỏi và câu trả lời [viết tắt của *"questions and answers"*]

the QT *xem* ON THE QT

quad *noun* 1 người bị liệt cả tay chân 2 sân có bốn cạnh xung quanh có tòa nhà lớn, đặc biệt sân ở đại học hoặc cao đẳng 3 = QUOD 4 (*dân chơi xế độ*) xe ô tô có bốn đèn pha

quads *noun* 1 (*dân chơi xế độ*) một bộ bốn chiếc đèn pha trên xe ô tô 2 cơ bốn đầu ở đùi trên • I found some great new exercises to strengthen my quads: *Tôi đã tìm ra một số bài tập mới tuyệt vời để tăng cơ đùi trên của mình.*

quail *noun* 1 (*từ giữa những năm 1800, sinh viên*) một phụ nữ trẻ hấp dẫn; = CHICK 2 (*nhạc sĩ nhạc jazz*) kèn cornet hoặc trumpet

quail-roast *noun* (*đầu những năm 1900, sinh viên*) ký túc xá dành cho nữ

quarterback *verb* quản lý; điều khiển; dẫn dắt hoặc hướng dẫn • I quarterbacked the whole company for more years than I care to remember: *Tôi đã dẫn dắt cả công ty trong nhiều năm hơn là tôi quan tâm để nhớ.*

quartet *xem* BARBERSHOP QUARTET

queen *noun* 1 một người đàn ông đồng tính rõ ràng 2 một cô gái nổi tiếng; phụ nữ giàu có và lịch thiệp 3 một bạn gái, tình nhân, hay gái điếm 4 một người say mê hoạt động hoặc thứ gì đó có trước • Do I look like some king of gossip queen?: *Trông tôi có giống ông vua của những kẻ mê chuyện phiếm không?*

queen *verb* (cũng là **queen it**) cư xử theo kiểu lịch sự và kiêu kỳ

queen around *verb* hành động theo kiểu ẻo lả, khoa trương

queer *noun* 1 (cũng là **queerie**) người đàn ông đồng tính hay một phụ nữ đồng tính 2 (cũng là **the queer**) (*thế giới ngầm*) tiền giả 3 rượu lậu, đặc biệt là uýt-ki

queer *verb* làm hỏng; tàn phá thứ gì; can thiệp vào thứ gì đó; = GOOF UP • Food is what queered the party: *Thức ăn là thứ đã làm hỏng bữa tiệc.*• I ain't going to rap and maybe queer things: *Tôi không định chỉ trích hay can thiệp vào mọi chuyện.*

queer *adjective* 1 đồng tính; = CAMP, GAY • You know, he's not queer at all. It was just an imitation: *Cậu biết đấy, hắn ta không hề đồng tính. Đó chỉ là sự bắt chước thôi.* 2 phục vụ cho dân đồng tính hoặc được bảo trợ bởi dân đồng tính 3 được thúc đẩy bởi khao khát tình dục sâu sắc và lầm lạc 4 không tốt; lỗi thời • This is so queer!: *Thứ này lỗi thời rồi!* 5 giả • I asked for fifties 'cause, you know, they're the hardest to counterfeit and the easiest to spot when they are queer: *Tôi đòi 50 vì anh biết đấy, chúng khó làm giả nhất và dễ bị nhận ra khi chúng là giả.* 6 say rượu

queer as a three-dollar bill *adjective* đồng tính một cách phô trương

queer fish *noun* người kỳ lạ; người lập dị; người khó hiểu; = WACK, WEIRDO

queer for something *adjective* cảm thấy thích làm cái gì; khao khát cái gì đó • She's queer for him because of his money: *Cô ta muốn anh ta vì tiền của anh ấy.*

Que pasa? *interrog.* Xin chào, có chuyện gì đang xảy ra thế? [phát xuất từ tiếng Tây Ban Nha] • Hey, man! Que pasa?: *Này anh bạn! Chuyện gì đang xảy ra thế?*

quick *adjective* (*đặc biệt những năm 1920 và 1930*) chật hoặc sát; khít • That sweater seems a little quick: *Áo len chui cổ kia dường như chật một chút.*

quick-and-dirty *noun* = GREASY SPOON

quick-and-dirty *adjective* 1 vẽ càng nhanh càng tốt • I can have a quick-and-dirty fix in place tonight, but I'll have to rewrite the whole module to solve the underlying design problem: *Tôi có thể vẽ nhanh tại chỗ tối nay, nhưng tôi sẽ phải vẽ lại toàn bộ mô-đun để giải quyết vấn đề thiết kế cơ bản.* 2 được hoàn thành nhanh chóng và cẩu thả • I'm selling this car, so all I want is a quick-and-dirty repair job: *Tôi bán chiếc ô tô này, vì vậy tôi muốn là sửa chữa nhanh và qua loa thôi.*

quick buck *xem* FAST BUCK

be quick-draw *verb* hành động hoặc phản ứng một cách bốc đồng và hung hăng; = SHOOT FROM THE HIP

quick fix *noun* cách giải quyết nhanh chóng và tạm thời nhưng không thỏa đáng và triệt để • The quick fix isn't good enough in this case: *Cách giải quyết nhanh chóng và tạm thời không đủ thỏa đáng trong trường hợp này.*

quick-fix *adjective* nhanh chóng và có tính cách tạm thời • Frank is a master of the quick-fix solution: *Frank là bậc thầy của cách giải quyết nhanh gọn nhưng không triệt để.*

quickie *noun* 1 sự quan hệ tình dục được diễn ra nhanh chóng 2 thứ gì đó được hoàn thành nhanh chóng • They were riding first-class on a Delta flight from Miami to Dulles; a one-day quickie: *Họ đang đi vé hạng nhất trên chuyến bay Delta từ Miami đến Dulles; một chuyến đi nhanh một ngày.* 3 một thủ đoạn hoặc một ngón bịp được thực hiện nhanh, bất ngờ 4 một lượng rượu được uống nhanh; một ly bia được uống nhanh chóng • I could use a quickie about now: *Bây giờ tôi có thể nốc cạn một ly rượu.* 5 (*công đoàn*) một cuộc bãi công trái phép; = WILDCAT

quickie *verb* quan hệ tình dục vội vàng

quickie *adjective* được thực hiện nhanh chóng • He fired three shots in quickie succession: *Nó bắn liền ba phát rất nhanh.*

quick like a bunny *adverb* (*đặc biệt những năm 1940*) **rất nhanh** • She speaks quick like a bunny: *Cô ta nói rất nhanh.*

quick one *noun* **điều gì đó được thực hiện rất nhanh, đặc biệt là hành động quan hệ tình dục hoặc uống rượu vội vàng;** = QUICKIE, a SHORT ONE

quick on the draw *adjective* **phản ứng mau lẹ; hiểu nhanh; nhạy cảm** • Tom is quick on the draw and has a ready answer to almost every question: *Tom có phản ứng mau lẹ và gần như anh ta có thể sẵn sàng trả lời được mọi câu hỏi.*

quick on the trigger *adjective* **lanh lợi; thông minh** • Although he's over eighty his mind is still remarkably quick on the trigger: *Tuy đã ngoài tám mươi đầu óc ông ta vẫn còn lanh lợi lắm.*

quick on the uptake *adjective* **hiểu nhanh; sáng ý** • He's quite a clever child and has always been quick on the uptake, so I'm sure that he will do wel at school: *Nó hoàn toàn là một đứa bé thông minh và luôn nhanh chóng tiếp thu những điều mới, vì thế tôi dám chắc nó sẽ học tốt ở trường.*

quick-over *noun* **một cái liếc nhìn hoặc kiểm tra nhanh;** = the ONCE-OVER

quick push *noun* = PUSHOVER

quiff *noun* **1 một người đàn ông đồng tính 2** (*thế giới ngầm*) **gái điếm hoặc phụ nữ lẳng lơ;** = ROUNDHEEL

quill *noun* (*ma túy*) **bìa sách cứng gập lại được dùng để giữ ma túy bột cho sự hít; ma túy**

quim *noun* (*từ những năm 1600*) **âm đạo hoặc âm hộ;** = CUNT

quitter *noun* **1 hành động tự sát 2 người bỏ cuộc một cách dễ dàng** • Don't be a quitter. Get in there and finish the job: *Đừng là kẻ bỏ cuộc. Hãy vào đó và hoàn thành công việc đi.*

quit while one is ahead *verb* **ngừng làm việc gì trong khi ai đó đang thành công**

Quit your bellyaching! *imperative* **Ngừng phàn nàn đi** • You've been bitching all day! Quit your bellyaching!: *Bạn đã dè bỉu chê bay cả ngày rồi! Ngừng phàn nàn đi!*

quiz *noun* **1 cuộc kiểm tra nồng độ rượu bên đường 2** (*sinh viên*) **bài kiểm tra ngắn ở đại học; kỳ thi vấn đáp ở đại học**

quod *noun* (*thế giới ngầm, từ cuối những năm 1600, Anh*) **nhà tù; nhà giam** • She came out of quod: *Cô ta đã ra khỏi tù.*

R

R *xem* R AND R

RA *noun* (*phát âm theo từng chữ cái riêng*) **1** sự giận dữ; sự tức giận [bắt nguồn từ "*Red Ass*"] **2** (*sinh viên*) người giám sát một tầng của ký túc xá [bắt nguồn từ "*Resident Advisor*"] **3** quân đội chính thức, phân biệt với các lực lượng đặc biệt [viết tắt của "*Regular Army*"]

rabbi *noun* **1** (*chính trị, cảnh sát và thế giới ngầm*) người bảo trợ có thế lực; người đỡ đầu có địa vị cao **2** người thầy thông thái hay người bảo hộ • You mean an Irish guy like you didn't have no rabbi?: *Ý anh là một gã Ai-len như anh không có người bảo hộ ư?*

rabbit *noun* **1** (*thể thao*) người dẫn đầu trong những vòng đấu của một cuộc đua một dặm **2** (*người da đen dùng*) một người da trắng **3** một người hay lo lắng, rụt rè và thận trọng **4** một tù nhân nổi tiếng vì nỗ lực trốn khỏi nhà tù **5** sự trốn thoát **6** một người thường xuyên mượn tiền từ những người cho vay tiền bất hợp pháp và trả lại đúng hạn

rabbit *verb* chạy trốn; tẩu thoát thật nhanh; = LAM • The man who had rabbited was later indentified: *Người đàn ông chạy trốn thật nhanh đã bị nhận dạng sau đó.*

rabbit ears *noun* ăng ten hình chữ V đặt trên TV

rabbit food *noun* rau diếp; xà-lách xanh; = BUNNY FOOD

rabbit-food **1** *noun* (*nhà tù*) một tù nhân vượt ngục **2** *verb* = RABBIT, LAM

rack *noun* **1** ngực phụ nữ • Two legs, nice rack: *Hai chân và bộ ngực đẹp* **2** quầy tiếp tân của khách sạn **3** sự cung cấp thuốc ngừa thai hàng tháng

the **rack** *noun* (*hải quân*) giường; = SACK • Jeanne is pretty good in the rack: *Jeanne khá giỏi trên giường.*

rack *verb* (cũng là **rack out**) (*thanh thiếu niên*) ngủ; chợp mắt; = COP ZS • I'll rack out for awhile on the grass till I get it together: *Tôi sẽ chợp mắt một lát trên cỏ cho đến khi tôi tỉnh trí lại.*

rack duty (or **time**) *noun* (*hải quân*) thời gian ngủ; giấc ngủ; = SACK TIME • I gotta get home and get my rack duty: *Tôi phải về nhà và làm một giấc.*

racked *adjective* **1** đang ngủ **2** bị đánh vào tinh hoàn, hòn dái • The quarterback got racked and didn't play the rest of the quarter: *Gã tiền vệ bị đánh trúng hạ bộ và nghỉ chơi mười lăm phút cuối.*

racked *adverb* chắc chắn; nắm chắc trong tay; dưới tầm kiểm soát; = TAPED • By the third round he had th fight racked: *Ở vòng ba anh ta nắm chắc trong tay trận đấu.*

racked out *adjective* (*thanh thiếu niên*) đang ngủ • Don't wake her up — she's sound racked out: *Đừng đánh thức cô ta dậy– cô ta đang ngủ say.*

racked up *adjective* **1** buồn **2** say rượu hoặc say ma túy • Wayne came home racked up, and his dad went loco and grounded him: *Wayne về nhà say rượu, bố nó nổi điên và cấm túc nó.*

racket *noun* **1** một tổ chức tội phạm; một trò lừa đảo hay cách thức lừa bịp; = DODGE **2** một bữa tiệc riêng chỉ dành cho cảnh sát **3** bất kỳ trò chơi hay điểm hấp dẫn nào được dựng lại ở lễ hội **4** tiếng ồn ào; cảnh huyên náo • Stop making such a racket! I can't sleep: *Hãy ngừng làm ầm ĩ như thế! Tôi không thể ngủ được.* **5** công việc hoặc nghề nghiệp • I've been in this racket for twenty years and never made any money: *Tôi đã làm công việc này trong hai mươi năm và không bao giờ kiếm được đồng tiền nào.* • What's your racket?: *Nghề nghiệp của anh là gì?* **6** một tình huống thú vị và dễ dàng, đặc biệt là một chức vụ ngồi mát ăn bát vàng • That's no job, it's a rocket: *Đó không phải là công việc, nó là chức vụ ngồi mát ăn bát vàng.*

racketeer *noun* (*từ những năm 1920*) một người làm việc trong một công ty trái phép; thành viên của tổ chức tội phạm

racket jacket *noun* = ZOOT SUIT

the **rackets** *noun* bọn tội phạm có tổ chức; bọn Mafia

rack out *verb* đi ngủ; ngủ; chợp mắt • What time do you rack out?: *Anh đi ngủ lúc mấy giờ?*

rack up *verb* **1** làm hỏng hoặc phá hỏng; hủy hoại; = TOTAL • Fred racked his new car up: *Fred đã làm hỏng chiếc xe mới của anh ta.* **2** khai báo; cập nhật • "I'm just trying to get you racked up to the present": *"Tôi chỉ đang cố cập nhật cho anh đến lúc này".* **3** tích lũy đồ vật; ghi điểm; sưu tập • She could of racked up points on that one: *Cô ta có thể tích lũy điểm trên thứ đó.* **4** trở nên say rượu • Let's go down to the tavern and rack up: *Chúng ta hãy xuống quán rượu và say sưa đi nào.*

rad¹ *noun* (*quân đội*) người Đức [từ *Kamerad* trong tiếng Đức nghĩa là "bạn, đồng chí"]

rad² *noun* người cực đoan; người có quan điểm cấp tiến

rad *adjective* cực kỳ; mãnh liệt; khác thường; tốt; tuyệt vời [viết tắt của "*radical*"]

radiclib or **rad-clib** **1** *noun* nhà chính trị cánh tả; người cánh tả **2** *adj* cánh tả; phái tả

radio *noun* (*quầy bán đồ ăn trưa*) bánh mì sandwich với cá ngừ

raft *noun* **1** số lượng lớn; hàng khối; = OODLES, SLEW • I have rafts of reasons for not doing that: *Tôi có rất nhiều lý do để không làm điều đó.* **2** (*quầy bán đồ ăn trưa*) một lát bánh mì nướng

rag *noun* **1** tờ báo hoặc tạp chí, đặc biệt là tờ báo tai tiếng **2** người đáng khinh **3** (*bi-da*) đường biên bàn bi-da **4** (*bài poker*) một quân bài vô dụng trong xấp bài đã chia hoặc một quân bài rút

rag không cải thiện gì cho xấp bài; = PASTEBOARD **5** (*lễ hội*) một giải thưởng nhỏ trong túi nhựa **6** bộ trang phục với kiểu xấu xí; một bộ quần áo xấu • I can't wear that rag!: *Tôi không thể mặc bộ quần áo xấu đó được!* **7** đồ mặc, đặc biệt áo đầm, áo váy **8** bất cứ trang phục nào, ngay cả thứ tốt nhất [luôn luôn số nhiều] • Man, I got some new rags that will knock your eyes out!: *Này, tôi có vài bộ đồ mới sẽ làm bạn lác mắt.* **9** (*xiếc*) lều **10** (*hải quân*) cờ hiệu **11** (*bóng chày*) cờ được trao cho đội đoạt giải vô địch liên đoàn hàng năm **12** (*đường sắt*) nhân viên điều khiển ghi; người bẻ ghi **13** (cũng là *ragtime*) nhạc ragtime, loại nhạc jazz phổ biến vào năm 1920 được người da đen biểu diễn ở Mỹ đầu tiên

rag *verb* **1** mặc quần áo **2** chơi theo phong cách nhạc ragtime **3** khiêu vũ theo phong cách nhạc ragtime **4** (*sinh viên*) chòng ghẹo; trêu đùa; = NEEDLE, RIDE • They ragged him about his big ears: *Chúng nó trêu chọc hắn ta về cái tai to của nó.*

the rag *noun* **1** băng vệ sinh **2** sự thấy kinh; kinh nguyệt; = the CURSE

rag bag *noun* **1** (*xiếc và lễ hội*) một chương trình gặp thời điểm khó khăn hoặc không trung thực về bản chất **2** bất kỳ hỗn hợp nào, đặc biệt hỗn hợp rất tùy tiện và lộn xộn **3** *modifier:* a ragbag collection, but an interesting one: *một bộ sưu tập hỗn hợp, nhưng thú vị*

rag chewing *noun* cuộc nói chuyện; việc chuyện trò

raggedy *adjective* **1** gồ ghề; xù xì; dơ bẩn • I'll need to use her raggedy ass car the rest of the day: *Tôi sẽ cần dùng chiếc xe dơ bẩn của cô ta vào thời gian còn lại trong ngày.* **2** rách nát; tả tơi • a raggedy old man: *một ông già ăn mặc rách rưới*

raggedy-ass or **raggedy-pants** *adjective* (*quân đội, thế chiến I*) thấp kém; nhếch nhác; luộm thuộm; = HALF-ASSED

raggedy-ass militia *noun* (*quân đội*) lực lượng dân quân luộm thuộm hoặc vụng về

raggle-taggle *xem* TAKE THE RAG OFF THE BUSH

raghead *noun* **1** một người Ả Rập, hay một người thuộc bất cứ bộ tộc nào mang vải quấn ngang đầu; nói rộng ra là người thuộc các nước Hồi giáo **2** (*xiếc và lễ hội*) một người gip-xi

rag on someone or **rake on** someone *verb* làm phiền; chọc tức ai; chỉ trích hoặc làm nhục ai • I wish you would stop ragging on me. I don't know why you are so annoyed at me: *Tôi mong bạn sẽ ngưng chọc tức tôi nữa. Tôi không biết tại sao bạn lại bực bội với tôi vậy.*

rag out (or **up**) *verb* ăn mặc lịch sự; diện; mặc quần áo đẹp nhất; = DOLL UP

rags *noun* quần áo; = THREADS • She got into her rags: *Cô ta mặc quần áo của mình.*

ragtime *noun* **1** (*từ cuối những năm 1800*) một thể loại âm nhạc được đảo phách cao, đặc biệt đối với piano, có nhịp được nhấn mạnh và giai điệu bao gồm nhiều nốt nhạc nhanh, ngắn; nhạc ragtime **2** *modifier:* a ragtime classic: *một tác phẩm nhạc ragtime kinh điển*

ragtop or **rag-roof** *noun* **1** xe ô tô với mui có thể gập xuống hoặc tháo ra • I wanted a ragtop, but they cost nearly $35,000 more: *Tôi muốn một chiếc xe mui trần, nhưng chúng giá gần hơn 35.000 đô-la* **2** *modifier:* I sure wouldn't sleep in that rag-top car: *Chắc chắn tôi sẽ không ngủ trong chiếc xe với mui tháo ra.*

the rag trade *noun* ngành may mặc và thời trang; ngành quần áo; = SEVENTH AVENUE • She's working in the rag trade: *Cô ta đang làm việc trong ngành may mặc.*

rah-rah *noun* sự nhiệt tình; sự hăng hái

rah-rah *adjective* có đặt điểm là hăng hái và nhiệt tình quá mức, thường gắn với đại học hoặc trung học • College kids have outgrown all that rah-rah stuff. The war, the A-bomb, the H-bomb— who's thinking about fun and jokes these days?: *Lũ nhóc đại học đã bỏ được hết cái tính hăng hái và nhiệt tình quá mức đó. Chiến tranh, bom A, bom H – ai còn nghĩ về sự vui vẻ và đùa cợt lúc này nữa?*

rail *noun* (*ma túy*) một dây ma túy bột gom lại thành một đường mỏng ở trên tấm kính để hít; = LINE

railbird *noun* (*đua ngựa*) một người nhiệt tình theo dõi việc tập luyện buổi sáng, cẩn thận bấm giờ thành tích; người mê đua ngựa điên cuồng

railroad *verb* **1** buộc tội và bỏ tù ai rất nhanh, có thể bất công hoặc trái phép • The prisoner is railroaded to jail: *Tù nhân bị buộc tội và bỏ tù rất nhanh.* **2** thúc đẩy một giải pháp của việc gì một cách nhanh chóng, có thể không có quy trình thích hợp

railroad stiff *noun* (*người lang thang dùng*) người lang thang đi xe lửa không tốn tiền, đặc biệt ở những toa xe chở hàng

railroad tracks *noun* **1** (*quân đội*) hai vạch bạc trên quân phục của một đại úy, biểu thị cấp bậc **2** kiềng răng

rain *verb* (*người da đen*) phàn nàn hoặc dè bỉu; = BITCH • She's always raining about the people at work: *Cô ta luôn dè bỉu chê bai những người đang làm việc.*

rain cats and dogs *verb* (biến thể: **chicken coops** or **darning needles** or **pitch-forks** có thể thay **cats and dogs**) mưa rất nặng hạt; mưa như trút nước • The whole time we were camping it was raining cats and dogs: *Trong suốt thời gian chúng tôi cắm trại, trời mưa như trút nước.*

rain check *noun* vé dùng lại khi trận đấu, cuộc trình diễn, v.v.. bị hoãn lại do trời mưa

rain dance *noun* sự tiếp đãi hoặc bữa tiệc có tính cách chính trị và gây nhiều ấn tượng

rainmaker *noun* một đại diện hoặc đại lý thành công, đặc biệt cho một công ty luật

rain on someone/something *xem* RAIN ON someone's PARADE

rain on someone's **parade** or **rain on** so/sth *verb* làm hỏng cái gì của ai • I hate to rain on your parade, but your plans are all wrong: *Tôi không muốn làm hỏng việc của bạn, nhưng những kế hoạch của bạn hoàn toàn không ổn.*

raise *xem* MEXICAN PROMOTION

raise Cain *noun* sự gây nhiều rắc rối • Fred was really raising Cain about the whole matter: *Fred thực sự gây ra nhiều rắc rối về toàn bộ vấn đề.*

raise Cain (or **a ruckus**) *verb* làm phiền; gây rắc rối; phàn nàn lớn tiếng và gay gắt; = KICK UP A FUSS • There wasn't much raisin' sand at these parties, 'cause the peoples was havin' fun!: *Không có nhiều sự tranh cãi lớn tại những bữa tiệc như thế này cả, bởi vì mọi người đang vui!*

raise hell *verb* **1** khiển trách nặng lời • He raise hell with me when he found out: *Ông ấy đã khiển trách tôi nặng lời khi ông phát hiện ra.* **2** gây ra nhiều rắc rối; phá phách • Stop raising hell so much of the time!: *Đừng lúc nào cũng gây rắc rối nữa!* **3** đi nhậu và say xỉn

raise sand *verb* = RAISE CAIN

raise the decibel level *verb* làm việc gì đáng chú ý hơn; tăng độ mạnh hoặc cường độ của việc gì • They decided it was time to raise the decibel level of her mayoral campaign: *Họ quyết định đã đến lúc tăng cường độ của chiến dịch vận động tranh cử chức thị trưởng*

raise the roof *verb* 1 phàn nàn một cách giận dữ và gay gắt; đưa ra lời khiển trách nặng nề • When the president sees this fuck-up she'll raise the roof: *Khi chủ tịch thấy đống lộn xộn này bà ta sẽ khiển trách nặng nề.* 2 làm ồn; uống rượu và vui đùa 3 (*về đám đông*) la hét một cách ồn ào, náo nhiệt • The fans raised the roof when the home team scored: *Những người hâm mộ la hét cuồng nhiệt khi đội nhà ghi bàn.*

raked *adjective* (*dân chơi xế độ*) nói về một xe ô tô đặt làm theo ý khách hàng, có phía trước thấp hơn phía sau

rake-in *noun* kết quả tài chính của một tổ chức

rake something **in** *verb* thu vào rất nhiều cái gì, thường là tiền • Our candidate will rake votes in by the thousand: *Ứng cử viên của chúng tôi thu được nhiều phiếu lên đến hàng nghìn.*

rake-off *noun* 1 tỷ lệ phần trăm của nhà cái trong mỗi ván đặt cược hoặc tiền cược 2 tiền hoa hồng hoặc phần tiền lãi, nhất là từ những hoạt động trái phép • The taxi driver gets a rake-off from the hotel if he takes travelers: *Tài xế taxi kiếm chác được tiền hoa hồng từ khách sạn nếu anh ta dẫn khách đến đó.*

rake someone **over the coals** *xem* HAUL someone OVER THE COALS

ralph *noun* 1 một ngã rẽ đúng 2 chất nôn mửa ra

ralph *verb* (biến thể: **Ralph** or **ralph up** or **rolf**) (*thanh thiếu niên*) nôn; mửa; = BARF

ralph something **up** *verb* nôn ra cái gì • See if you can get him to ralph up the penny: *Xem anh có thể làm cho nó nôn ra đồng xu không.*

ram-bam thank you ma'am *xem* WHAM-BAM THANK YOU MA'AM

rambling *adjective* (*người lang thang*) nhanh; nhanh chóng • a rambling freight: *hàng hóa chuyên chở nhanh*

rambunctious *adjectiveb* ầm ĩ; ồn ào; huyên náo

ram something **down** someone's **throat** *verb* ép buộc ai làm cái gì • Don't try to ram that nonsense down my throat: *Đừng cố ép tôi làm cái việc vớ vẩn đó.*

ram it *verb* = STICK IT

rammy *adjective* hưng phấn tình dục; đầy dục vọng; hứng tình; = HORNY • Bob was looking a little rammy, so I excused myself and left: *Bob trông có vẻ nổi cơn ham muốn, nên tôi xin lỗi và rời đi.*

R and R¹ *noun* nghỉ ngơi và hồi phục; nghỉ ngơi và bình phục; cưỡng hiếp và bồi thường; cưỡng hiếp và giết; cưỡng hiếp và chạy [viết tắt của "rest and rehabilitation"; "rest and recovery"; "rest and recuperation"; "rape and restitution"; "rape and ruin"; "rape and run"] • He'll be on sick leave for a few weeks. We call it "R & R (Rest and Recuperation)": *Anh ta sẽ nghỉ ốm vài tuần. Chúng tôi gọi đó là "R&R" (nghỉ ngơi và hồi phục).*

R and R² *noun* một cuộc ăn nhậu kéo dài vài ngày [từ cụm từ "Rest and Recreation" trong quân đội]

R and R³ *noun* nhạc rock and roll

randy *adjective* 1 nổi cơn tình dục; hứng tình; = HORNY • The town is full of randy sailors when the fleet's in: *Thành phố đầy những thủy thủ hứng tình khi hạm đội cặp bến.* 2 khao khát; thèm muốn • randy for the smell of cooking Vietnamese dishes: *thèm khát mùi nấu các món ăn Việt Nam*

rank *noun* 1 lời lăng mạ; sự xúc phạm • Another rank like that and I'm going home: *Một lời xúc phạm như thế nữa tôi sẽ về nhà.* 2 sai lầm lớn

rank *verb* 1 làm khó ai; trêu tức ai; làm phiền; quấy rầy; = NEEDLE • Stop ranking him or he might hit you: *Đừng trêu tức nó nữa nếu không nó có thể đánh cậu đấy.* 2 (*thế giới ngầm*) nói hoặc làm việc gì tiết lộ tội lỗi của người khác • She ranked him by busting out: *Cô ta tiết lộ tội lỗi của hắn ta vì sự cờ bạc thua hết tiền.* 3 làm mất uy tín; sỉ nhục, đặc biệt theo kiểu có tính công thức hoặc trình tự 4 làm lộn xộn hay làm hỏng thứ gì đó • He just hoped Sister Heavenly wouldn't do anything to rank his play: *Anh ta chỉ mong xơ Heavenly đừng có làm bất cứ điều gì phá hỏng vở kịch của anh ta.*

rank *adjective* khó ưa; ngu ngốc; có mùi hôi [trong thế giới của giới trẻ bị tâm thần xấu-là-tốt, "rank" có thể là tốt hoặc xấu] • You always travel in this rank company?: *Cậu luôn đi du lịch trong cái công ty khó ưa này à?*

rap *noun* 1 sự bắt giữ; sự buộc tội hoặc kết tội đối với tội phạm • It was bullshit. The whole rap was a setup: *Thật vớ vẩn. Toàn bộ sự buộc tội này là trò bịp.* 2 sự khiển trách; lời trách mắng; = KNOCK • "He's takin' the rap for some dame": *"Anh ta đang bị khiển trách vì một phụ nữ đã có gia đình nào đó".* 3 sự than phiền hoặc lời khiển trách chính thức 4 án tù 5 một quy tắc khôn ngoan của một cuộc trò chuyện hay tán gẫu ứng khẩu [do dân da đen tạo ra, được chấp nhận và phổ biến bởi dân hippie] • Our rap was if girls could only look beyond the fact we didn't have good looks [...] they would fall in love with us: *Quy tắc trò chuyện của chúng tôi là nếu các cô gái có thể vượt qua sự thật rằng chúng tôi không đẹp trai... thì họ sẽ yêu chúng tôi.* 6 một cuộc thảo luận lan man, không có kết cấu; cuộc trò chuyện 7 một thể loại nhạc phổ biến mà trong đó lời bài hát có vần điệu được nói qua nhạc nền 8 cách mà một người thể hiện bản thân • It is true I spend all my time pursuin' good trim and, thank God, have a good rap: *Thực sự là tôi dành hết thời gian theo đuổi cách ăn mặc đẹp và nhờ Chúa, tôi có một cách thể hiện bản thân tốt.* 9 một lượng rất nhỏ • I just didn't give a rap anymore about school. *Tôi chẳng hé môi chút nào về trường học.* 10 lời ngọt ngào; lời đường mật; lời dụ dỗ • Don't lay that rap on me! You're not my type: *Đừng có buông lời cám dỗ tôi! Anh không cùng típ người với tôi (tức là chúng ta ít thứ giống nhau).* 11 = RAP SONG

the rap *noun* sự khiển trách; sự buộc tội • He wouldn't accept the rap for that particular screw-up: *Ông ta sẽ không chấp nhận sự khiển trách cho thất bại đặc biệt đó.*

rap *verb* 1 nói chuyện không có đề tài, vu vơ 2 trách mắng; chỉ trích ai • She rapped the Minister publicly for his indiscreet remarks: *Bà ta đã chỉ trích công khai ông bộ trưởng về những nhận xét không thận trọng của ông ta.* 3 buộc tội nhầm ai hoặc tìm một bản án nghiêm khắc hơn cho ai đó so với tội của họ 4 thông cảm; đồng cảm 5 hát một bài hát rap

rap club (or **parlor** or **studio**) *noun* 1 nơi cung cấp dịch vụ tình dục núp dưới chiêu bài nói chuyện và kết bạn 2 hộp đêm, vũ trường, v.v.. có nhạc rap

rape wagon *noun* = PIMPMOBILE

rap group *noun* (*đặc biệt phong trào phản văn hóa những năm 1960*) nhóm thảo luận

rap someone's **knuckles** *verb* trừng phạt ai nhẹ và không đủ; = GIVE someone A SLAP ON THE WRIST

rapper¹ *noun* 1 miệng; giọng nói • I can hear his rapper through the wall: *Tôi có thể nghe thấy giọng nói của hắn ta ở bên kia bức tường.* 2 nhân chứng chính của bên công tố trong một phiên tòa hình sự 3 (*thế giới ngầm xưa*) người buộc tội hoặc nhận dạng ra người khác là tội phạm 4 (*thế giới ngầm xưa*) thẩm phán hoặc công tố viên 5 kẻ phạm tội oan

rapper² *noun* 1 (*đặc biệt phong trào phản văn hóa những năm 1960*)

rap session noun 1 một cuộc thảo luận nhóm, không có cấu trúc và tự do; cuộc nói chuyện không chính thức • The kids settled down for a long rap session: *Bọn trẻ ngồi thoải mái trò chuyện hồi lâu.* 2 một cuộc gặp của nhóm thảo luận • I was asked to lead a rap session: *Tôi được yêu cầu hướng dẫn một cuộc gặp của nhóm thảo luận.*

rap sheet noun hồ sơ về những lần bắt giữ và buộc tội trước đây của một người

rap song (or **music**) noun một bài hát được nói nhanh hơn là được hát thực sự, thường là với nhạc cụ điện đệm theo nhịp; nhạc ráp

rare back verb tập hợp sức mạnh; lấy lại thế thăng bằng cho một hành động • She rared back and let him have it: *Cô ta đã lấy lại sức mạnh và để cho hắn một đấm.*

be raring to go adjective khao khát và háo hức muốn đi • Come on, I'm raring to go!: *Nào, tôi háo hức muốn đi!*

raspberries or **razzberries** interj. thán từ bày tỏ sự thiếu tin tưởng, sự thách thức, sự ghê tởm, v.v..; = NUTS

raspberry noun 1 một chỗ lở loét hoặc áp-xe trên một người dùng ma túy tiêm vào tĩnh mạch do những lần tiêm lặp lại vào cùng chỗ 2 một người đàn ông đổi tình lấy ma túy 3 tiếng la ó; tiếng tặc lưỡi; cái bĩu môi [để tỏ ý ghét, chế nhạo hoặc chống đối] • The entire audience gave the performer the raspberry: *Toàn bộ khán giả búng lưỡi bĩu môi chê bai người biểu diễn.*

the raspberry (or **razzberry**) noun (*từ cuối những năm 1800, Anh*) sự bĩu môi khinh bỉ và thô lỗ để tỏ sự không đồng ý; sự khinh miệt; = the BIRD [từ tiếng lóng của người ở khu đông London *raspberry tart* nghĩa là "xì hơi"]

rasty adjective (*về người phụ nữ*) trông khó chịu, nghiêm khắc

rat noun 1 người khai báo hay nói cách khác phản bội đồng bào • I'm not a rat: *Tôi không phải là người khai báo.* 2 người cung cấp tin; kẻ chỉ điểm; = STOOL PIGEON 3 người say mê một hoạt động hoặc thứ gì đó có trước • RINK RAT, Skating rink enthusiast: *Rink rat, người mê trượt pa tanh.* 4 một cô gái hàng xóm • He was eighteen before he started going out with rats: *Nó mười tám tuổi mới bắt đầu đi chơi với các cô gái hàng xóm.* 5 người đáng kinh, đê tiện; người xảo trá đáng ghét

rat verb khai báo; phản bội • He had worked for them, had done time in jail because of jobs he did for them, and had never ratted: *Anh ta đã làm việc cho họ, đã ngồi tù vì những việc anh ta làm cho họ, và chưa bao giờ khai báo.*

rat adjective không trung thành; không đáng tin cậy • I was going to get out of this lousy can and catch them rat bastards who shot up Benjy if it was the last thing I did: *Tôi sẽ thoát khỏi cái nhà tù chết tiệt này và bắt bọn khốn không trung thành đã bắn Benjy nếu đó là điều cuối cùng tôi làm.*

rat around verb lãng phí thời gian để đi rong chơi; đi tha thẩn không mục đích; lười nhác; = BAT AROUND

rat (or **rat-trap** or **store**) **cheese** noun một loại phó mát Mỹ giống phó mát cheldar có màu vàng bình thường không có gì nổi bật

ratchet noun bất kỳ vũ khí nào

ratchet verb thay đổi bởi sự tăng lên (xuống) theo một hướng nhất định • Gold… had ratcheted up to 1250: *Vàng… đã thay đổi sự tăng lên đến 1250 đô-la/ounce.* • We have ratcheted up the violence in Lebanon: *Chúng tôi đã gia tăng bạo lực ở Lebanon.*

ratchet jaw noun người nói quá nhiều và ít cho ý kiến

ratchet-mouth verb nói không ngừng

ratchet-mouth noun người nói không ngừng; người nói liên miên; = MOTOR-MOUTH

rate verb 1 xứng đáng; đáng được cái gì • He rates a big cheer, folks: *Anh ta xứng đáng được cổ vũ nhiệt tình, các bạn.* 2 rất được quý mến; được đánh giá cao • His work is highly rated: *Công trình của anh ấy được đánh giá cao.*

rated xem X-RATED

rate with someone verb được đánh giá cao bởi ai; được thương yêu và tin cậy nhiều • That sort of persuasion doesn't rate a damn with me: *Cách thuyết phục đó không được quan tâm bởi tôi.*

rat-face noun một người xảo trá và không tin được

ratfink or **rat fink** noun 1 một người đáng khinh; người xảo trá và đáng ghét; = BASTARD, SHITHEEL 2 modifier: the rat-fink Eastern press: *giới báo chí miền Đông xảo trá*

rat fuck noun 1 kẻ đáng khinh; = RAT-FINK 2 lời nguyền rủa • I don't give a rat fuck how much she cries!: *Tôi không hề nguyền rủa bất kể cô ta la ó ra sao!* 3 trò chơi khăm

ratfuck verb 1 thực hiện trò chơi khăm 2 có thời gian vui vẻ; = JAM 3 ăn không ngồi rồi; lười nhác; = RAT AROUND

rat-fuck adjective 1 (*sinh viên*) không chấp nhận đối với những truyền thống đạo đức hoặc tục lệ xưa 2 = FAR OUT

rathole noun 1 một nơi nhỏ, lộn xộn và ồn ào 2 một nơi rất tồi tàn và dơ bẩn; nơi ổ chuột; = DUMP 3 cái hố không đáy • Why do they keep throwing money down that rathole?: *Tại sao họ cứ ném tiền xuống cái hố không đáy đó?*

rathole verb 1 cất giữ thực phẩm và đồ dùng; dự trữ; = STASH • They ratholed enough food for a month: *Họ đã dự trữ đủ thức ăn cho một tháng.* 2 giấu thứ gì đi, thường là bí mật

rations xem GROUND RATIONS

rat on someone verb báo cảnh sát về hành vi phạm tội của ai; = SQUEAL

rat out verb 1 khai báo về ai • They're all afraid I'm gonna rat them out: *Bọn họ đều sợ tôi sẽ khai báo họ.* 2 rời bỏ; rút khỏi; chuồn; = FINK OUT

rat pack noun một băng đảng thanh thiếu niên đường phố

rat-pack verb bao vây và tấn công ai • Although such crimes aren't unusual in City Heights, "rat packing," or surrounding and beating a victim, is fairly rare: *Mặc dù những tội ác như thế không có gì bất thường tại City Heights, việc bao vây và tấn công nạn nhân là điều khá hiếm.*

rat race noun 1 một công việc, tình huống, hoàn cảnh, v.v.. được biểu thị bởi sự lộn xộn và căng thẳng 2 bất cứ lối sống, hoạt động hay tình huống nào sôi nổi và không sinh lợi 3 tình cảnh buồn tẻ và lặp đi lặp lại; công việc chán ngắt và không mang lại sự hài lòng • I am ready tired of this rat race—day after day: *Tôi thực sự chán công việc buồn tẻ này – ngày này tiếp nối ngày kia.*

the rat race noun cuộc tranh đua quyết liệt để giành thắng lợi, như tranh giành địa vị; cuộc bon chen giành giật, như ở các thành phố lớn • The rat race is a manifestation of the capitalist society: *Sự cạnh tranh quyết liệt là một đặc điểm của xã hội tư bản.*

rats noun 1 khẩu phần ăn trong chiến đấu 2 tình trạng mê sảng do nghiện rượu nặng gây ra [dùng với "*the*"]

rats! *interj.* dùng thể hiện sự thất vọng, sự bực mình hoặc xua đuổi • Rats! I brobe my fingernail: Ồ, mẹ kiếp! Tôi đã làm gãy móng tay của tôi rồi.

a **rat's ass** *noun* không có gì; rất ít; = DIDDLY, ZILCH

rat's asshole *noun* người đáng khinh; kẻ đê tiện; = BASTARD, RATFINK

rat squad *noun* 1 đội cảnh sát điều tra các vấn đề nội bộ 2 một nhóm nhỏ lính Mỹ chuyên thám hiểm các đường hầm của Việt Cộng [ám chỉ đến "tunnel rat"]

ratter *noun* người báo tin cho cảnh sát; kẻ phản bội một phong trào hay một tổ chức; = RAT, STOOL PIGEON

rattle *verb* 1 (cũng là **rattle on**) nói chuyện liên tục, đặc biệt một cách ngu ngốc hoặc vô vị; bép xép 2 làm bối rối; làm sợ hãi hoặc hoảng hốt • Keep calm, don't get rattled: Hãy giữ bình tĩnh, đừng hoảng hốt.

rattlebrain *noun* người ngu dốt; người đần độn; = SCATTERBRAIN

rattle someone's cage *verb* 1 xúi giục hành động; kích động • Something rattling your cage?: Điều gì đang khiến cậu kích động vậy? 2 gây chuyện cãi lộn hoặc làm phiền; = RAISE CAIN

rattle cages *verb* gây kích thích; làm náo động

rattle someone's chain *xem* PULL someone's CHAIN

rattler *noun* 1 (*từ giữa những năm 1800, Anh*) tàu hỏa; xe lửa 2 (*người lang thang*) xe lửa chở hàng hóa hoặc toa xe chở hàng 3 rắn chuông

rattlesnakes *xem* UP TO one's ASS IN something

rattling 1 *adj* xuất sắc; tuyệt vời; = GREAT • Her party was really rattling: Bữa tiệc của cô ta thực sự tuyệt vời. 2 *adv* rất; cực kỳ • a rattling good story: một câu chuyện cực hay

ratty or **rat-ass** *adjective* 1 khốn khổ, tiều tụy; luộm thuộm, bẩn thỉu; tả tơi; = SCRUFFY, TACKY 2 ọp ẹp; khập khiễng; long tai gãy gọng

raunch *noun* 1 lời nói thô tục; chuyện dâm ô; = PORN 2 sự lôi thôi lếch thếch; tính lười biếng cẩu thả, luộm thuộm

raunch *verb* quan hệ tình dục; = SCREW

raunch someone out *verb* làm ai kinh tởm • These dirty socks absolutely raunch me out!: Những chiếc bít tất bẩn này hoàn toàn làm tôi kinh tởm quá!

raunchy or **raunchie** or **ronchie** *adjective* 1 (*về âm nhạc*) hùng hổ 2 thô lỗ; bất nhã; tồi tệ • He told a very raunchy story at the party: Anh ta nói một câu chuyện rất thô tục ở bữa tiệc. 3 say rượu 4 (*đặc biệt sinh viên*) ốm; khó ở; se mình; = BLAH, YUCKY 5 (*đặc biệt sinh viên*) tục tĩu; dâm ô; = DIRTY 6 không gọn gàng; bẩn thỉu; ô trọc • He's a raunchy worker; he leaves his tools every-where: Nó là một công nhân không ngăn nắp; nó bỏ dụng cụ vương vãi khắp nơi. 7 (*thanh thiếu niên*) kém; rẻ tiền; = CRUMMY, GRUNGY • my raunchy old jeans: quần jean cũ rẻ tiền của tôi 8 (*không quân, thế chiến II*) tồi tàn; luộm thuộm; cẩu thả

rave *noun* 1 bữa tiệc cuồng nhiệt; buổi liên hoan sinh động 2 một bữa tiệc mở với công chúng, thường được công bố và có địa điểm bí mật, có ma túy, nhạc và sự quá tải cảm xúc

rave *verb* 1 thưởng thức âm nhạc và những cảm xúc khác của một bữa tiệc mở 2 kiên trì thảo luận điều gì đó vốn không làm những người khác muốn tham gia thảo luận 3 khen ngợi hoặc cổ vũ nhiệt tình • He's raving over this new book: Anh ta đang khen ngợi nhiệt tình về cuốn sách mới này. 4 *modifier*: a rave review: một bài đánh giá khen ngợi

rave-up *noun* 1 (*chủ yếu thanh thiếu niên, Anh*) một bữa tiệc náo nhiệt; buổi liên quan sinh động 2 sự ầm ĩ và náo nhiệt

raw *adjective* 1 khỏa thân; trần truồng; = IN THE RAW • You can't go raw on this beach, ma'am: Bà không thể đi khỏa thân trên bãi biển này, thưa bà. 2 nguyên chất; không bị pha • I'll drink it raw—just the way it is now: Tôi sẽ uống nó nguyên chất – như nó hiện giờ. 3 thú vị; xuất sắc 4 không được ướp 5 thiếu kinh nghiệm; hoàn toàn mới • a raw young actress: một nữ diễn viên trẻ thiếu kinh nghiệm 6 thô tục; thô bỉ; tục tĩu • I've have enough of your raw humor: Tôi đã chán ngấy cái trò hài hước thô bỉ của cậu rồi. 7 cay nồng và mạnh • My gosh, this stuff is raw! It'll burn a hole in me: Chao ôi, cái thứ này mạnh quá! Nó sẽ đốt cháy họng tôi.

raw deal *noun* vụ thương lượng bất công; sự đối xử không công bằng; = a ROYAL FUCKING [thường dùng với "a"] • My last job was a raw deal. I hope this is better: Công việc vừa qua của tôi thật bất công. Tôi hy vọng lần này sẽ tốt hơn.

rays *noun* 1 ngành X quang 2 ánh nắng; tia nắng mặt trời

razor *verb* (*thế giới ngầm xưa*) chia của phi pháp; = DIVVY UP

razorback *noun* (*xiếc và người lang thang*) người lao động chân tay; người làm đủ thứ việc

razz *verb* chất vấn; tỏ vẻ xem thường; chế giễu; trêu chọc; = NEEDLE, RIDE

the **razz** *noun* tiếng búng lưỡi bĩu môi, để tỏ sự khinh bỉ hoặc không đồng ý; = the RASPBERRY

the **razzberry** *xem* the RASPBERRY

razzle-dazzle *noun* 1 sự lừa gạt tài tình; sự tránh né khéo léo; = DOUBLE SHUFFLE, RAZZMATAZZ 2 *modifier:* a razzle-dazzle quarterback: một tiền vệ tránh né khôn khéo 3 sự lộn xộn; sự hỗn loạn; sự hoang mang 4 sự phấn khích; sự hoa mỹ; sự phô trương đặc biệt 5 (*lễ hội*) một chuyến đi lễ hội thú vị 6 (*xiếc hay lễ hội*) một ả điếm 7 sự quảng cáo rầm rộ và thổi phồng

razzle-dazzle *adjective* hoa mỹ; phô trương; ngoạn mục • A great many people are reading Mr Wakeman's razzle-dazzle novel: Rất nhiều người đang đọc cuốn tiểu thuyết hoa mỹ của ông Wakeman

razzmatazz or **razzamatazz** *noun* 1 nhạc jazz cổ, ủy mị; = CORN 2 sự lừa gạt tài tình; trò lừa ịp khéo léo; = RAZZLE-DAZZLE 3 sự khoái lạc cực độ 4 lời nói lừa bịp; quảng cáo rùm beng

razzmatazz or **razzamatazz** *adjective* 1 ngoạn mục; phô trương; làm chói mắt; = RAZZLE-DAZZLE 2 = GEEWHIZ, RAH-RAH

reach-me-down 1 *adj* kém; tồi • the reach-me-down manners: cách cư xử tồi 2 *noun* = HAND-ME-DOWN

reach-me-downs *noun* quần áo may sẵn rẻ tiền

read *verb* 1 (*quân đội, thế chiến I*) kiểm tra chấy rận trong quần áo 2 đọc môi; hiểu theo mấp máy môi, bằng cách nhìn vào cử động của môi ai, như người bị điếc 3 (*từ những người điều khiển radio*) nhận và hiểu một tín hiệu từ radio 4 hiểu; = DIG • I read you, baby, and I flatly agree: Anh hiểu em, cưng à, và anh hoàn toàn đồng ý. 5 = READ someone LIKE A BOOK 6 (*bài poker*) cố đoán bài của đối thủ

read' em and weep *sentence* đây là thông tin chắc chắn khó chịu với bạn; đây là sự thật

reader *noun* 1 (*người bán hàng rong*) giấy phép kinh doanh 2 (*lễ hội*) tiền trả cho giấy phép 3 một tờ truyền đơn hay áp phích "truy nã" 4 bằng lái xe giả 5 (*ma túy*) một toa thuốc mê; đơn thuốc để mua ma túy 6 một lá bài được đánh dấu 7 một tờ giấy có chữ viết tay; lời ghi chép; giấy cam kết nợ • Bob has my reader for $500: *Bob có tờ giấy cam kết nợ 500 đô-la của tôi.*

readers *noun* (*cờ bạc*) bài bị đánh dấu

read someone **his rights** *xem* GIVE someone HIS RIGHTS

read someone **like a book** *verb* hiểu rõ chính xác ai; đi guốc vào bụng ai • *I know Sarah was broken-hearted. I can read her like a book: Tôi biết Sarah rất đau khổ. Tôi có thể hiểu rõ như đi guốc trong bụng cô ta.*

read someone **loud and clear** *verb* (*xướng ngôn viên truyền thanh*) hiểu ai rất rõ; hiểu hoàn toàn • *Do you read me loud and clear, mister?: Ông có hiểu tôi hoàn toàn không, thưa ông?*

read my lips or **can you read lips** *verb* hãy chú ý đến điều tôi đang nói, vì nó là sự thật cơ bản nhất • *Read my lips, Peter. Mr Smith doesn't want to rent this land to you at $1000 a year: Hãy chú ý nghe này, Peter. Ông Smith không muốn cho anh thuê mảnh đất này với giá 1000 đô-la một năm.*

read one's **plate** *verb* **1** nói lời cầu nguyện ngắn tạ ơn Chúa trước bữa ăn **2** cúi đầu xuống và ăn trong im lặng

read the riot act *verb* đưa ra lời cảnh cáo mạnh mẽ • *After catching several students smoking in the class, the teacher read them the riot act: Sau khi bắt gặp vài học sinh hút thuốc lá trong lớp, thầy giáo nghiêm khắc cảnh cáo chúng.*

the ready *noun* (*từ đầu những năm 1700, Anh*) tiền • *Take the ready and send it along: Hãy lấy tiền và gởi nó đi.*

real *noun* sự thật • *I snarled, "Tell the real, whore": Tôi gầm gừ, "Nói sự thật đi, đồ điếm".*

real 1 *adj* đồng tính **2** *adv* thực sự; rất; hết sức • *I'm real sorry: Tôi rất lấy làm tiếc* • *This is a real fine party: Đây là một bữa tiệc hết sức tuyệt vời.*

the real cheese *xem* THE CHEESE

real estate *noun* **1** (*đường sắt*) than đá kém chất lượng **2** đồ dơ bẩn, chẳng hạn vết nhơ trên tay và mặt **3** (*trong chiến tranh*) vùng đất bị lấy đi, bị chiếm đoạt, bị bỏ rơi hay bị mất

the real George *noun* việc gì ưu tú và chân thật; việc tốt nhất hoặc vĩ đại nhất

really pick 'em *xem* ONE CAN REALLY PICK 'EM

the real McCoy (or **the McCoy**) *noun* **1** người chân thật và đáng kính • *You can trust her, she's the McCoy: Anh có thể tin cô ấy, cô ấy là người chân thật và đáng kính.* **2** đồ thật; thứ chính hiệu, đáng tin cậy • *Far as I know it's the McCoy: Theo tôi biết thì nó là đồ thật.* • *This is the real McCoy. Nothing else like it: Đây là thứ chính hiệu. Không thứ gì khác giống nó được.* **3** ma túy hoặc rượu nguyên chất

real pro *xem* PRO

ream *verb* **1** (*cũng là rim*) lừa đảo; lừa, đặc biệt bằng hoạt động kinh doanh bất công; = SCREW **2** (*cũng là ream out*) rầy la hoặc phạt; khiển trách nặng lời; = BAWL OUT, CHEW OUT • *If they do, they'll get reamed and they know it: Nếu chúng làm, chúng sẽ bị phạt và chúng biết điều đó.* • *My boss reamed me for coming to work late: Ông chủ đã khiển trách tôi vì đi làm muộn.* **3** (*cũng là rim*) (*đồng tính*) kích thích hậu môn bằng mồm hoặc bằng dương vật

ream someone **out** *verb* la mắng ai thậm tệ • *The coach reamed out the whole team: Huấn luyện viên quát mắng cả đội.*

rear end *noun* (*cũng là rear*) mông đít; = ASS

Rebel or **Reb** *noun* người da trắng miền Nam (Mỹ)

rebop *noun* = BOP

recap 1 *verb* tóm tắt; tóm lược lại; = REHASH **2** *noun I gave her a quick recap of the incident: Tôi đã cho cô ta một tóm tắt nhanh về tình hình.*

red *noun* **1** (*cũng là Red Devil*) thuốc giảm đau hệ thần kinh trung ương, đặc biệt là viên con nhộng Seconal™ hay những loại thuốc an thần khác **2** moóc phin

the red ass *noun* sự giận dữ

red-ass *verb* làm phiền hoặc trêu tức ai

red-assed *adjective* rất tức giận; = PISSED OFF

red ball *noun* **1** (*đường sắt*) xe lửa chở hàng chạy nhanh **2** bất kỳ xe lửa, xe buýt hay xe tải chạy nhanh và được quyền ưu tiên nào

red carpet 1 *noun* sự đón tiếp rất trang trọng, như trải thảm đỏ • *When I went to my girl-friend's house for the first time, her family really put out the red carpet for me: Khi lần đầu tiên tôi đến nhà bạn gái tôi, gia đình cô ta đón tiếp tôi thật long trọng.* **2** *adj* sang trọng; lộng lẫy; = RITZY, SWANKY • *Jewelry gives you a red carpet elegance: Đồ nữ trang làm cho anh một sự tao nhã sang trọng.*

a (or **one**) **red cent** *noun* **1** khoản tiền nhỏ nhất; = a THIN DIME • *The poor man claimed he didn't have a red cent: Người đàn ông tội nghiệp khẳng định ông ta không có một xu nào.* **2** một xu; một hào; số lượng không đáng kể; = BEANS, DIDDLY • *It didn't cost her a red cent: Nó không làm cô ta tốn xu nào cả.*

red devil *noun* **1** một viên con nhộng secobarbital sodium (tên trên thị trường là Seconal™), thuốc giảm đau hệ thần kinh trung ương **2** chu kỳ kinh nguyệt của phụ nữ

red dog *noun* (*bóng bầu dục*) cuộc tấn công mang tính phòng ngự mà trong đó hậu vệ tấn công trực tiếp vào tiền vệ

red-eye *noun* **1** rượu mạnh được làm tại nhà, có tạp chất, đặc biệt là uýt-ki; = PANTHER PISS, ROTGUT **2** một cái liếc dài, công kích **3** nước xốt thịt giăm bông **4** (*trong tù*) nước xốt cà chua lên men **5** đèn đỏ nhấp nháy trên xe cảnh sát **6** hậu môn

the red-eye or **the red-eye special** *noun* một chuyến bay từ vùng bờ biển này đến vùng bờ biển khác, đặc biệt từ tây sang đông, vốn rời khỏi bờ biển này lúc ban đêm và đến nơi vào sáng sớm [có lẽ bắt nguồn từ vẻ ngoài lờ đờ thiếu ngủ của các hành khách bay suốt đêm]

red face *noun* vẻ mặt lúng túng, ngượng nghịu, bẽn lẽn như bị phạm tội gì • *You should've seen his red face when they discovered his mistakes: Anh sẽ được nhìn vẻ lúng túng của nó khi họ phát hiện ra những sai sót của nó.*

red-faced *adjective* có vẻ mặt lúng túng; ngượng nghịu; bẽn lẽn; đỏ mặt; trông có lỗi

redhanded *adverb* trong tình huống phạm tội rõ ràng; quả tang; = DEAD TO RIGHTS, WITH A SMOKING GUN • *They got me redhanded, so I confessed: Họ bắt gặp tôi trong tình huống phạm tội rõ ràng, vì thế tôi đã thú tội.*

red horse *noun* thịt bò muối

red hot *noun* xúc xích Đức; = HOT DOG

red hot *adjective* **1** (*về tin tức*) hoàn toàn mới; nóng hổi • *The reporter had a red-hot story: Phóng viên có một câu chuyện nóng hổi.* **2** rất nóng; kêu xèo xèo **3** (*về giá cả*) hạ thật thấp; thật mềm • *red-hot specials: giá đặc biệt thật mềm* **4** quan trọng; có nhu cầu cao • *The stock market is a red-hot issue right now: Thị trường chứng khoán là một vấn đề có nhu cầu lớn hiện nay.* **5** (*về người*) điêu luyện • *That bowler was really red-hot today: Hôm nay người phát bóng (môn cricket) chơi rất điêu luyện.* **6** đầy nhiệt huyết; nồng nhiệt; quá hứng thú • *This guy's just busted out of jail and he's red-hot: Anh chàng này vừa mới trốn ra khỏi tù và anh ta rất hứng thú.*

red-hot mamma *noun* **1** một phụ nữ gợi tình quyến rũ và đa tình

red ink noun 1 rượu vang đỏ, đặc biệt loại rẻ tiền 2 sự tổn thất tài chính • a flood of red ink totaling close $80 billion: *một nạn lụt tổn thất tổng số lên tới gần 80 tỷ đô-la.* 3 món nợ; số tiền nợ ghi bằng mực đỏ trong bản báo cáo tài chính

red lead noun 1 thịt nấu đông; nước quả nấu đông; thạch 2 nước xốt cà chua

redleg noun (*quân đội*) pháo binh; lính pháo binh

red-letter day noun một ngày quan trọng được đánh dấu đỏ trên lịch • When Neil Amstrong landed on the moon it was a true red-letter day for humankind: *Khi Neil Amstrong đổ bộ lên mặt trăng (ngày 20 tháng 7 năm 1969), đó đúng là một ngày rất trọng đại của nhân loại.*

red light noun thời gian chảy máu trong chu kỳ kinh nguyệt

red light verb 1 (*xiếc, lễ hội*) đẩy ai vào xe lửa đang chạy; giết ai bằng cách đẩy vào xe lửa đang chạy 2 tống ai ra khỏi xe

red-light adjective có liên quan đến mại dâm • The District's "red-light" region may be the largest on earth: *Khu "đèn đỏ" của Quận có lẽ là khu vực mại dâm lớn nhất thế giới.*

red-light district noun khu đĩ điếm; chốn lầu xanh • Most large American cities have done away with their red-light districts: *Hầu hết những thành phố lớn ở Mỹ đã dẹp bỏ những khu đèn đỏ.*

redline verb 1 gạch tên của một người lính ra khỏi bảng lương vì hành vi sai trái 2 đánh dấu các khu vực, đặc biệt những khu vực thiểu số, là không đủ tư cách vay tiền mua nhà và thế chấp; phân biệt đối xử trong việc cho vay tiền

redneck noun 1 một người da trắng miền Nam nông thôn bảo thủ, thường là ít học; kẻ tin mù quáng rập khuôn ở miền nam; = CRACKER 2 một người bình thường và cuồng tín; người bảo thủ cực đoan và thô lỗ

redneck adjective theo kiểu người tin mù quáng rập khuôn ở miền Nam • I don't follow that kind of redneck thinking: *Tôi không theo kiểu suy nghĩ mù quáng của người miền Nam.*

red-necked adjective giận dữ; cáu; = RED-ASSED

red noise noun (*quầy bán đồ ăn trưa*) xúp cà chua

red onion noun (*quầy bán đồ ăn trưa*) một nhân viên làm việc ở quầy bán đồ ăn có nhiều kinh nghiệm

red paint noun nước xốt cà chua

red shirt¹ noun 1 kẻ phá rối 2 một võ sĩ đấu vật chuyên nghiệp thường bị viết kịch bản thua trận để thăng tiến nghề nghiệp cho những võ sĩ khác

red shirt² 1 verb kéo dài thời gian đủ tư cách làm vận động viên của một sinh viên đại học, thường cho môn bóng bầu dục 2 noun một sinh viên đủ tư cách làm vận động viên với thời gian được kéo dài

red tape noun hình thức quá mức; tệ quan liêu; thủ tục hành chính cồng kềnh • It takes months to get through the red tape: *Phải mất hàng tháng mới qua được cái lề thói quan liêu.*

red totem poles xem KNOCK someone FOR A LOOP

reefer¹ noun (*người lang thang, đường sắt, hải quân và tài xế xe tải*) toa xe lửa, xe tải, tàu thủy, v.v.. đông lạnh; = FREEZE [dùng để chở các thực phẩm ướp lạnh]

reefer² 1 (*nhà tù, người da đen*) một điếu thuốc cần sa; = JOINT 2 cần sa 3 (*ma túy*) người hút cần sa; = POTHEAD

reefer weed noun (*ma túy*) cần sa; = POT

reeler noun cuộc chè chén say sưa

reenter verb (*ma túy*) hết cảm giác ảnh hưởng của ma túy; giảm cảm giác ngây ngất của ma túy

reentry noun (*ma túy*) sự giảm đi cảm giác ngây ngất của ma túy; việc hết phê ma túy

reet or **reat** adjective (cũng là *reet and compleat*) tốt; xuất sắc; dễ chịu; thích hợp • "You're really reet," he said as he guided her closer to the curb where they could speak without obstructing the sidewalk: *"Em thật tốt", anh ta nói khi anh ta dẫn cô ta đến gần lề đường hơn nơi họ có thể nói chuyện mà không gây cản trở vỉa hè.*

reet pleat noun nếp gấp hẹp và dài trong bộ quần áo dút (zoot suit), đặc biệt áo dài đến đầu gối, quần hẹp

register verb biểu lộ với gương mặt và cơ thể • Her face registered anxiety: *Nét mặt của cô ta biểu lộ sự giận dữ.*

regs noun quy tắc hoặc luật lệ • There is a list of regs posted on the back of your door: *Có một danh sách những quy tắc dán ở sau cửa phòng bạn.*

regular noun 1 (*quầy bán đồ ăn trưa*) một tách cà phê với lượng kem và đường vừa phải [ở thành phố New York thì không bao gồm đường] 2 một tù nhân ngồi tù với lòng tự trọng và sức mạnh

regular adjective 1 tốt bụng; tao nhã; chân thật 2 thật sự; đích thực

regular fellow (or **guy**) noun một người thành thật, vui vẻ và thú vị

rehab 1 noun sự phục hồi, đặc biệt là sự phục hồi sau cai nghiện ma túy, rượu,v.v. 2 modifier: more work-release and rehab centers: *thêm nhiều trung tâm phục hồi và cải huấn* 3 verb phục hồi; xây dựng lại, đặc biệt một tòa nhà, xí nghiệp, v.v..

rehash 1 verb xem xét lại; thảo luận lại; nhắc lại; tóm tắt lại; = RECAP 2 noun hành động nhắc lại; sự xem xét lại 3 verb (*xiếc hay lễ hội*) bán lại vé gốc cho khách hàng quen và bỏ túi số tiền đó

reinvent the wheel verb 1 lãng phí thời gian tạo ra cái đã có sẵn và hoạt động tốt 2 làm những thứ không cần thiết hoặc chuẩn bị thừa • You don't need to reinvent the wheel. Read up on what others have done: *Bạn không cần phải làm những chuẩn bị không cần thiết. Hãy nghiên cứu kỹ những gì người khác đã làm.*

rejigger verb biến đổi và chỉnh lại; sửa chữa và cải tiến lại

reltney noun dương vật

reno noun 1 nhà được nâng cấp lại 2 modifier: Today a boarded-up construction site, tomorrow a reno Parthenon: *Hôm nay là một địa điểm xây dựng bít kín, ngày mai là một địa điểm Parthenon được nâng cấp lại.*

rent-a-cop xem RENT-A-PIG

rentals noun bố mẹ • Hey, rentals, let's go out for dinner: *Bố mẹ ơi, chúng ta đi ra ngoài ăn nhé.*

rent-a-pig or **rent-a-cop** noun vệ sĩ mặc đồng phục

rent party noun (*đặc biệt những năm 1930, người da đen*) một bữa tiệc được tổ chức với mục đích quyên góp từ bạn bè để trả tiền thuê nhà của bạn; = PERCOLATOR, SHAKE

rents noun bố mẹ [tiếng lóng của thiếu niên, cắt giảm chữ parents thành rents]

rep noun 1 danh tiếng • Live up to your rep: *Hãy sống cho xứng với danh tiếng của bạn.* 2 sự tái diễn, hoặc một vòng hoàn chỉnh của bài tập thể dục 3 người đại diện, thường là người đại diện bán hàng 4 (*sân khấu*) nhà hát kịch mục [biểu diễn nhiều thể loại kịch trong những thời gian ngắn khác nhau của một đoàn nghệ sĩ]

repeaters noun (*cờ bạc*) súc sắc nặng

repeat on someone verb gây ợ • I never eat that stuff because it always repeats on me: *Tôi không bao giờ ăn thứ đó vì nó luôn luôn khiến tôi bị ợ.*

repo¹ noun một kiểu đầu tư

repo² noun **1** sự chiếm hữu lại; sự lấy lại **2** chiếc ô tô bị lấy lại (vì không trả tiền góp hàng tháng) • I'd rather have a plain used car than a repo: *Tôi thích có một chiếc ô tô đã qua sử dụng bình thường còn hơn một chiếc xe bị lấy lại.*

repo verb **1** chiếm hữu lại **2** lấy lại một chiếc xe • Some guy came around and tried to repo my car: *Một gã đến thăm và cố lấy lại chiếc xe của tôi.*

rep out verb làm một việc gì quá nhiều lần và kiệt sức • After forty crunches, he repped out. He's got some work to do: *Sau bốn mươi lần nhai, anh ta kiệt sức. Anh ta có một số việc để làm.*

repple-depple or **rep-dep** or **reppo-dept** noun (*quân đội, thế chiến II*) sở chỉ huy trung đoàn thay thế nơi những người lính đến tham gia chiến đấu được phân công về các đơn vị còn những người lính rời khỏi chiến trường được giải quyết để về nhà

rest one's **jaws** verb ngừng nói chuyện; = SHUT UP

retard noun một người chậm chạp; người ngu đần; = AIRHEAD, SPASTIC

retool verb thực hiện những thay đổi cải thiện, đặc biệt về thái độ, khả năng, v.v.. của ai • If you plan for the future, and retool if necessary: *Nếu anh trù tính cho tương lai, và thực hiện những thay đổi cải thiện nếu cần thiết.*

retread¹ noun **1** lốp dùng rồi với ta lông lốp xe mới **2** (*quân đội, thế chiến II*) cựu chiến binh được gọi lại hoặc được chấp nhận phục vụ thêm

retread² noun **1** người vừa mới li dị **2** người mệt mỏi

retro 1 noun triển lãm nghệ thuật, liên hoan phim, v.v. nhìn lại quá khứ sáng tác **2** adj hoài cổ • a retro song, poem, etc: *một bài hát, bài thơ, v.v. hoài cổ*

Reuben noun (*xiếc và lễ hội*) = HAYSEED, HICK, RUBE

re-up noun sự cung cấp một số lượng lớn thứ gì đó; sự cung ứng lại

re-up verb **1** cung cấp một số lượng lớn thứ gì đó; cung ứng lại thứ gì đó; đăng ký lại hoặc tái nhập ngũ • Then I re-upped for another tour. *Sau đó tôi đăng ký lại một tour du lịch khác.* **2** bắt buộc hoặc tự tham gia • I had re-upped for two more classes with him: *Tôi đã tự tham gia thêm hai lớp với anh ta.*

rev adjective kinh tởm • His feet smelt so rev: *Chân nó có mùi thật kinh tởm.*

rev verb rời đi; đi

rev something **up** verb **1** tăng tốc động cơ xe; tăng số vòng quay trong 1 phút **2** khuấy động; kích thích; = JAZZ something UP

revolving-door modifier hỗn loạn nhanh chóng

RF noun (*phát âm theo từng chữ cái riêng*) **1** = RAT FINK **2** = RAT FUCK **3** = a ROYAL FUCKING

RHIP sentence (*phát âm theo từng chữ cái riêng*) (*quân đội*) binh lính có những đặc quyền riêng [viết tắt của "rank has its privileges"]

rhoids noun bệnh trĩ

rhubarb¹ noun cuộc tranh cãi to tiếng; cuộc cãi nhau ầm ĩ có khả năng trở thành bạo động, đặc biệt trong trận bóng chày

rhubarb² **1** noun (*không quân, thế chiến II*) nhiệm vụ oanh tạc trên không cấp thấp **2** verb flying for rhubarbing: *đang bay để oanh tạc trên không cấp thấp*

the rhubarbs noun (*từ đầu những năm 1900*) những thị trấn nhỏ; những nơi thôn dã; tỉnh lẻ

rib noun **1** vợ hoặc bạn gái [từ câu chuyện sáng chế của Kinh Thánh, trong đó Eve sinh ra từ xương sườn của Adam] **2** câu nói đùa; hành động trêu chọc • I didn't mean any harm. It was just a little rib: *Tôi không có ý hại ai cả. Nó chỉ là một trò đùa chút thôi.*

rib verb **1** chế nhạo; trêu chọc; = KID, RAG, RIDE • Please don't rib me any more tonight. I've had it: *Xin đừng trêu chọc tôi nữa tối nay. Tôi không chịu đựng được nữa.* **2** lăng mạ ai trong một cuộc thi đấu bán chính thức, gần như là giao hữu

ribbie or **ribby** noun (*bóng chày*) một cú home run

rib joint noun nhà chứa; nhà thổ

ribs noun thức ăn; bữa ăn

rib-tickler noun một trò đùa; một thứ gì đó buồn cười

rice-belly noun người Trung Quốc hoặc người gốc Trung Quốc

rice-burner noun (*người lái mô tô*) xe mô tô của Nhật sản xuất

rice eye noun một người Nhật Bản

riceman noun người Trung Quốc [xúc phạm]

Richard Joe xem JOHN DOE

rich bitch 1 noun một phụ nữ giàu có **2** adj his rich-bitch mother-in-law: *bà mẹ vợ giàu có của anh ta*

ricky-tick (biến thể: **ricky-ticky** or **rinky-dink** or **rinky-tink**) **1** noun nhạc ragtime đầy sức sống của những năm 1920 **2** adj (*giai điệu nhạc jazz*) nệ cổ, đều đều, tẻ nhạt **3** adj lỗi thời; cổ lỗ sĩ; = CORNY **4** adj rẻ tiền và lòe loẹt; xoàng xĩnh

ride noun **1** (*ma túy*) một liều ma túy duy nhất **2** (*ma túy*) một trải nghiệm phê ma túy; = TRIP **3** người bạn, đặc biệt là người bạn trong băng nhóm **4** một tổ chức tội phạm **5** (*người da đen và sinh viên*) xe ô tô, đặc biệt loại xe có thân rất sát mặt đường **6** sự quan hệ tình dục **7** (*nhạc sĩ jazz*) một đoạn ngẫu hứng; = BREAK, RIFF **8** ngựa đua

ride verb **1** quan hệ tình dục; = SCREW **2** bắt đầu nịnh hót **3** chòng ghẹo; chọc cười; = NEEDLE, RIB

ride cymbal or **ride** noun (*nhạc sĩ*) cái chũm chọe của một tay trống dùng để giữ tiếng leng keng liên tục, phân biệt với tiếng loảng xoảng

ride herd on someone or something verb kiểm soát ai hoặc cái gì; giám sát và chỉnh sửa; quản lý • He was riding herd on a bunch of juveniles: *Ông ta đang quản lý một đám trẻ vị thành niên.*

ride out verb (*nhạc sĩ nhạc jazz*) chơi đoạn cuối của một bài nhạc jazz theo cách tự do và sôi động

rider noun **1** (*cao bồi dùng*) cao bồi **2** nài ngựa **3** một thành viên hung hăng của băng nhóm **4** một viên cảnh sát **5** người lừa đảo [từ cụm từ "ride a pony" (gian lận trong bài kiểm tra)]

ride shotgun verb **1** hộ tống và bảo vệ ai hoặc cái gì **2** (*thanh thiếu niên*) ngồi kế tài xế **3** được chuẩn bị cho bất kỳ tình huống có thể xảy ra nào trong việc làm ăn **4** giám sát và kiểm soát ai với bàn tay sắt

ride the arm verb (*tài xế taxi*) thu phí mà không dùng đồng hồ; = ARM IT, HIGHFLAG

ride the blinds verb (*người lang thang*) ngồi xe lửa ở những nơi không có cửa hoặc cửa khóa của toa hành lý

ride the cotton pony or **ride the cotton horse** verb trải qua thời gian chảy máu trong chu kỳ kinh nguyệt ["cotton pony" này là "băng vệ

ride the gravy train (or **gravy boat**) *verb* (*thể thao*) có cuộc sống tốt và dễ dàng

ride the lightning *verb* bị xử tử bằng ghế điện; = BURN, FRY

ride (or **hit**) **the rods** *verb* (*người lang thang*) ngồi trên xe lửa như một người lang thang, đặc biệt ngồi một cách nguy hiểm trên những thanh chống bằng thép dưới toa hành lý

ride the sick book *verb* giả vờ bệnh; giả ốm để trốn việc

ride the wire *verb* đi bằng xe buýt điện

ride with someone (*nhà tù*) là bạn bè của ai

ridge runner *noun* bất kỳ người đàn ông da trắng nào đến từ vùng núi Appalachian ở miền Nam nước Mỹ; = HILLBILLY

rif *verb* 1 sa thải; đuổi một nhân viên • The boss riffed the whole office staff last week: *Tuần vừa qua ông chủ đã sa thải toàn bộ các nhân viên văn phòng.* 2 giáng cấp • He was riffed from sergeant to corporal: *Nó đã bị giáng cấp từ trung sĩ xuống hạ sĩ.*

rif *noun* 1 vụ sa thải; sự đuổi việc 2 sự giáng cấp [từ *"reduction in force"*]

riff¹ *noun* (*đường sắt*) toa lạnh; = REEFER¹

riff² *noun* 1 một đoạn khúc có vần điệu được chơi lặp lại, dùng trong nhạc jazz và rock [gần như chắc chắn là rút gọn của *"refrain"*] 2 một đoạn ngẫu hứng, đặc biệt là một đoạn độc tấu; = BREAK, LICK 3 bất kỳ đoạn độc tấu nào 4 một sự thêm thắt bằng lời mà không cộng thêm ý nghĩa nào cho những gì đang được nói; sự lạc đề trong khi nói • If she didn't make so many riffs while she spoke, we could understand her better: *Nếu cô ta không nói lạc đề quá nhiều thì chúng ta có thể hiểu cô ấy tốt hơn.* 5 một hoạt động hay một trải nghiệm

riff *verb* 1 nói nhanh và có sức thuyết phục 2 khoác lác; nói dối 3 phàn nàn

riffed *adjective* 1 say rượu hoặc ma túy 2 (cũng là *rift*) bị sa thải • I'm unfairly riffed: *Tôi bị sa thải một cách bất công.*

riffle¹ *noun* (*nhà hàng hay máy bán soda*) sự làm đầy lại (hàng)

riffle² *noun* (*bóng chày*) một cú đánh bóng mạnh; = RIPPLE

riffle³ 1 *verb* xào bài 2 *noun* Give that deck a good riffle: *Hãy xào cỗ bài đó thật tốt.*

rig *noun* 1 quần áo; trang phục 2 (*tài xế xe tải*) xe ô tô, xe tải hoặc xe buýt

rig *verb* dàn xếp hoặc điều chỉnh kết quả của việc gì; = FIX

right *adjective* 1 hiểu và chấp nhận tục lệ của thế giới ngầm 2 (*chủ yếu trong thế giới ngầm*) an toàn; đáng tin cậy • He assured them his partner was a right guy: *Anh ta bảo đảm với họ rằng đối tác của mình là người đáng tin cậy.* 3 *affirmation:* đúng; chính xác • Did you say left? Right: *Cậu nói bên trái à? Đúng.* 4 *question:* đúng không?; = COPPISH, OK • He's in charge, right?: *Ông ấy phụ trách, đúng không?*

Right *xem* MISTER RIGHT

righteous *adjective* 1 (*người da đen, nhạc sĩ nhạc jazz*) đích thực; = the GREATEST 2 điển hình của người da trắng hoặc xã hội da trắng 3 rất tốt, xuất sắc, tốt; thành thật; hài lòng • She is a righteous mama: *Bà ta là một bà mẹ tốt.* 4 (*ma túy*) tương đối nguyên chất và không bị pha loãng

righteous moss *noun* (*người da đen*) tóc của người Cáp-ca (Caucasian)

right guy *noun* 1 (*thế giới ngầm*) một người hữu ích và đáng tin cậy 2 một người có thể được tin tưởng, đặc biệt không khai báo với cảnh sát 3 một tên tội phạm đáng tin cậy 4 một người tốt; một người thẳng thắn • Tom is a right guy. No trouble with him: *Tom là một người tốt. Không có vấn đề (rắc rối) với anh ta đâu.*

right-handed *adjective* thích giao hợp với người khác giới; = STRAIGHT

right joint *noun* 1 (*thế giới ngầm*) một nơi đánh bạc, nơi mà những tên tội phạm thường hay lui tới, v.v.. đáng tin cậy 2 nhà tù, trại cải tạo, v.v.. nơi tù nhân được đối xử công bằng

right money *noun* = the SMART MONEY

right-o *affirmation* (biến thể: **righto** or **right-ho** or **rightho**) (*từ đầu những năm 1900, Anh*) vâng; đúng; được rồi

right off the bat *adverb* ngay lập tức; không trì hoãn • She answered almost righth off the bat: *Cô ta đã trả lời hầu như ngay lập tức.*

right on *adjective* xuất sắc; chính xác [thường dùng như một tiếng kêu lớn đồng tình]

Right on! *interj.* Đúng rồi!; Nó hoàn toàn đúng! • After the speaker finished, many people in the audience shouted, "Right on!": *Sau khi người diễn thuyết kết thúc, nhiều khán giả reo hò, "Đúng rồi!"*

right up there *adverb* nằm trong số những người dẫn đầu, những người nổi bật nhất, v.v..

righty *noun* 1 một người thuận tay phải, đặc biệt tay ném bóng chày; = NORTHPAW 2 một người trông rất giống người khác

rigmatick *noun* một quy trình phức tạp; sự kể lể dông dài • We went through the whole rigmatik: *Chúng tôi đã thông qua một quy trình phức tạp.*

rigor *noun* (*sân khấu*) sự cứng nhắc; sự lãnh đạm, đặc biệt ở một diễn viên hoặc khán giả

rig-out *noun* quần áo; trang phục

rim *noun* (*giới đồng tính*) hậu môn

rim *verb* liếm, mút hậu môn của người khác

rim-rock or **rim-rack** *verb* 1 (*cao bồi xưa*) giết động vật bằng cách làm cho chúng chạy tán loạn qua một vách đứng 2 phá hỏng cơ hội của ai; khiến ai bị thất bại, đặc biệt bằng sự lừa dối

rinctum *noun* (*người da đen*) trực tràng

ring *noun* một cuộc gọi điện thoại

ring *verb* 1 (*đua ngựa*) thay thế ngựa một cách bất hợp pháp trong một cuộc đua 2 (cũng là *ring up*) gọi điện thoại; = GIVE someone A RING • I rang him next day but he was out: *Tôi đã gọi điện cho ông ấy vào ngày tiếp theo nhưng ông ấy đã ra ngoài.*

ring a bell *verb* gợi dậy thứ gì đó trong ký ức; nhắc ai về điều gì; nghe có vẻ quen thuộc • Yes, that rings a bell. I seem to remember it: *Vâng, nó gợi dậy trong ký ức. Tôi dường như nhớ ra nó rồi.*

ring-a-ding or **ring-a-ding-ding** *noun & adjective* 1 một ví dụ xuất sắc về thứ gì đó • In the patois of the Rat Pack, a ring a ding of a scene: *Theo biệt ngữ của nhóm bạn, đó là một cảnh xuất sắc.* 2 người lập dị hoặc kỳ quặc 3 ấn tượng ngoạn mục; = RAZZLE-DAZZLE 4 *adj* Our new stack addition is a huge brick building full of metal, a ring-a-ding book box: *Sự bổ sung giá ngăn sách mới của chúng tôi là một tòa nhà khổng lồ đầy kim loại, một khu riêng biệt sách ngoạn mục.*

ring someone's **bell** *verb* khêu gợi với ai; = TURN someone ON

ring changes *verb* làm hoặc thử thay đổi, đặc biệt một cách khéo léo

ring-dang-do *noun* một quy trình, cảnh, vấn đề, v.v.. phức tạp

ring-ding *noun* người ngu đần; = DING-A-LING

ringer *noun* 1 người hay vật rất giống nhau; = DEAD RINGER [thường được nhấn mạnh với *dead*] • He was such a dead ringer for my ex-boss: *Nó thật là giống ông xếp trước của tôi.* **2** một vận động viên hay con ngựa tham gia một cuộc thi hoặc cuộc đua một cách gian lận **3** (*đua ngựa*) một người sắp xếp sự thay ngựa bất hợp pháp **4** một biển số xe giả **5** sự lựa chọn rõ ràng; sự lựa chọn khả thi nhất; thứ đồng nhất mà bạn có; cái hợp nhất; cái hợp cho nhu cầu nhất

ringmaster *noun* (*đường sắt*) người dồn toa

ring off *verb* **1** chấm dứt một cuộc nói chuyện điện thoại; gác máy **2** ngừng nói chuyện; = SHUT UP

ring off the hook *verb* reo liên tục (*điện thoại*) • The phone was ringing off the hook when I came in: *Điện thoại reo liên tục khi tôi vào.*

ringtail *noun* **1** (*người lang thang*) người hay cáu kỉnh **2** (*thế giới ngầm*) người khó chịu; = BASTARD, JERK **3** (*công nhân bến tàu*) một công nhân bến tàu người Ý hoặc gốc Ý **4** (*hải quân, thế chiến II*) người Nhật

ring-tailed snorter *noun* **1** một người khoe khoang khoác lác và là người hay cãi nhau **2** người mạnh mẽ và năng nổ; = HUMDINGER

ring the bell *verb* **1** thành công; là người chiến thắng • She's absolutely determined to ring the bell (in life): *Cô ta rất quyết tâm thành đạt (trong cuộc sống).* **2** là thứ cần thiết; là thứ cần làm • A good hot bowl of soup would ring the bell about now: *Một bát canh nóng ngon là thứ rất cần bây giờ.* **3** (*bóng bầu dục*) bị đụng quá mạnh trong khi chơi đến nỗi ai đó cảm thấy như thể một quả chuông lớn kêu trong đầu mình

rinky-dink *noun* **1** (*lễ hội*) hàng hóa rẻ tiền và lòe loẹt; = DRECK, JUNK **2** hàng hóa dùng rồi; đồ cũ **3** một hộp đêm, quán rượu, v.v.. nhỏ rẻ tiền; = HONKY-TONK **4** trò lừa đảo; sự lừa gạt; = RUNAROUND

rinky-dink *adjective* rẻ; được làm kém; vô giá trị; trong một tình trạng tồi tệ; = CRUMMY • I sold my rinky-dink old car yesterday: *Tôi đã bán chiếc xe cũ rệu rã của tôi hôm qua.*

a riot *noun* thứ gì hoặc ai đó rất buồn cười hoặc cực kỳ khôi hài, rất vui vẻ; = a HOOT, a SCREAM • Bob was a riot last night: *Bob là người gây ra sự thích thú và vui cười tối qua.*

rip¹ *noun* (*từ cuối những năm 1700, Anh*) người trác táng; người phóng đãng

rip² *noun* **1** một trò lừa đảo, lừa gạt, hoặc sự trộm cắp [viết tắt của "*rip-off*"] **2** một vụ cướp **3** tiền phạt hoặc hình phạt được áp dụng vì vi phạm quy tắc cư xử của sở cảnh sát • I got a five-day rip (fined five days' pay): *Tôi đã bị phạt năm ngày (phạt tiền lương năm ngày).* **4** một chầu nhậu say bí tỉ **5** của cướp được • Give him some of the rip and tell him to beat it: *Cho hắn vài thứ cướp được và bảo hắn xéo đi.* **6** chỗ xước da ở tay [khi tay của các vận động viên tiếp xúc với các dụng cụ tập thể dục] **7** (*cảnh sát*) sự khiển trách hoặc tiền phạt chính thức **8** (*đặc biệt bóng chày*) sự sỉ nhục; = KNOCK **9** một điều thú vị; niềm vui **10** sự cố gắng; sự thử; = CRACK, RIPPLE, SHOT • I'll have a rip at that old record: *Tôi sẽ thử với cái đĩa hát cũ đó.*

rip *verb* **1** sỉ nhục ai • I was not a good player to rip anybody: *Tôi không phải là một cầu thủ đủ giỏi để sỉ nhục bất cứ ai* **2** lừa hay bịp ai **3** ăn trộm thứ gì đó **4** giết ai **5** trội hơn; xuất sắc hơn • "You fully rip," Duck said: *"Anh hoàn toàn trội hơn," Duck nói.*

rip-ass *verb* tăng tốc; lao vút; = BARREL

ripe *adjective* **1** mùi hôi • Go on in the bathroom and clean yourself up. Man, you smell ripe: *Vô phòng tắm và tắm gội sạch sẽ đi. Ôi trời, cậu hôi quá.* **2** bị thối; bị hỏng; = FUNKY **3** (*cô gái*) qua tuổi cập kê **4** say rượu **5** thô lỗ; bẩn

ripoff *noun* **1** bản sao; sự bắt chước **2** một vụ cướp; vụ trộm **3** trò lừa đảo; = SCAM **4** (cũng là *ripoff artist*) một người hoặc công ty chuyên ăn trộm hoặc lừa đảo

rip off *verb* **1** ăn trộm; ăn cắp thứ gì đó • Somebody ripped of my bike: *Ai đó đã ăn trộm xe đạp của tôi.* **2** hãm hiếp; tấn công; giết; đánh; cướp • Man, they ripped me off for three hundred dollars: *Ôi, chúng cướp của tôi ba trăm đô-la.* **3** lừa đảo; = GYP

rip-off *adjective* liên quan đến lợi dụng, lừa bịp • That "Dating Game" rip-off thing? Jesus, that guy knows no shame: *"Trò chơi hẹn hò" đó là thứ lừa bịp à? Chúa ơi, gã đó chẳng biết xấu hổ.*

rip on someone *verb* (*người da đen*) quấy rối; làm phiền ai • Tom was ripping on me, and I heard about it: *Tom đang làm khó tôi, và tôi đã nghe về điều đó.*

ripped *adjective* **1** say rượu hoặc phê ma túy; = HIGH **2** vạm vỡ; không có mỡ; có cơ bắp

ripping *adjective* (*từ cuối những năm, Anh*) xuất sắc; = SWELL

ripple *noun* sự thử; sự cố gắng; = CRACK, RIP, SHOT • Have another ripple at it: *Thử nó một lần nữa xem.*

ripsnorter *noun* một người hoặc vật đáng chú ý, tuyệt vời, ưu tú, v.v..; = BEAUT, HUMDINGER

the ritz *noun* sự xa hoa; sự phô trương sang trọng; = SWANK

ritzy *adjective* **1** ưu tú; sang trọng; tao nhã; phong cách; thời trang; = CLASSY, POSH, SWANKY [đặt theo tên khách sạn sang trọng Ritz tại New York, London, và Paris] • That is a real ritzy car: *Đó là một chiếc xe thật sang trọng.* **2** kiêu căng; ngạo mạn; = STUCK-UP

riverhead *noun* (*quân đội*) một thành viên của đội xe tăng

rivets *noun* tiền • You got enough rivets on you for a snack?: *Cậu có đủ tiền để ăn một bữa ăn qua loa không?*

roach *noun* **1** (*nhà tù và người da đen*) cảnh sát **2** (*sinh viên*) một cô gái hoặc phụ nữ xấu xí, không được yêu thích **3** (*ma túy*) mẩu thuốc lá của điếu thuốc chứa cần sa **4** (*đua ngựa*) một con ngựa đua, đặc biệt là con ngựa đua kém; = BEETLE

roach clip or **roach holder** or **roach pick** *noun* bất kỳ dụng cụ giống cái nhíp nào để giữ mẩu thuốc lá chứa cần sa quá ngắn để cầm bằng ngón tay; = AIR-PLANE, CRUTCH

road *modifier* (*sân khấu*) lưu động; di chuyển • a road show: *một chương trình biểu diễn lưu động*

road apple *noun* **1** một cục phân ngựa; = ALLEY APPLE **2** người đi lưu diễn

road dog *noun* (*người da đen ở Philadelphia dùng*) một người bạn cực kỳ thân thiết; bạn tốt; = ACE BOON COON

road hog *noun* người chiếm quá nhiều chỗ trên đường hoặc trên đường cao tốc; người chạy lấn đường

roadie or **roady** or **roadster** *noun* một thành viên thuộc đoàn tuỳ tùng của một ban nhạc rock chịu trách nhiệm dàn dựng và tháo dỡ trang thiết bị của ban nhạc trong khi đang đi lưu diễn

roadie or **roady** or **roadster** *verb* giúp ban nhạc rock dàn dựng và tháo dỡ trang thiết bị • Let's go downtown and roadster tonight. The Red Drips are in town: *Chúng ta hãy đi xuống phố và giúp ban nhạc rock dựng rạp tối nay nào. Ban nhạc Red Drips đang ở thành phố đấy.*

roadie or **roady** *adjective* háo hức đi du lịch; ham muốn ở trên đường • I get a little roady when the weather gets warm: *Tôi háo hức đi du lịch khi thời tiết ấm áp.*

road monkey *noun* (*thợ đốn gỗ*) công nhân sửa đường

road people *noun* (*từ những năm 1960*) những người đi du lịch ba lô hoặc bằng xe tải nhỏ (van), đặc biệt những người trẻ tuổi

road-stake *noun* (*người lang thang*) tiền để đi lại

roast *noun* 1 một người bị chết cháy 2 một chương trình giải trí ở đó người khách danh dự bị trêu chọc tất cả cho vui • It was a wonderful roast. The guest of honor was pleased with the quality of the insults: *Đó là một chương trình giễu cợt tuyệt vời. Vị khách mời danh dự hài lòng với chất lượng của lời nhạo báng.*

roast *verb* 1 chọc cười; sỉ nhục, đặc biệt theo cách trìu mến 2 diễn một chương trình giải trí, thường vào bữa ăn tối ở đó người khách danh dự bị trêu chọc và lăng mạ • They roasted Reggie when he retired: *Họ diễn một chương trình chế giễu Reggie khi ông ta nghỉ hưu.*

Robin Hood's barn *xem* GO AROUND ROBIN HOOD'S BARN

rob the cradle *verb* 1 kết hôn hoặc hẹn hò với người trẻ hơn mình nhiều 2 tuyển dụng; sử dụng hoặc bóc lột người trẻ tuổi

robuck *verb* đề xướng; xúi giục điều gì; làm điều gì xảy ra • The minister has robucked a full official inquiry into the incident: *Ông bộ trưởng đã đề xướng một cuộc điều tra chính thức đầy đủ về vụ rắc rối.*

rock *noun* 1 viên kim cương hoặc các loại đá quý khác • My wife's got a hundred and fifty grand in rocks and another seventy-five in furs and clothes: *Vợ tôi đã chi 150 ngàn đô cho kim cương và 75 ngàn đô cho áo lông thú và quần áo.* 2 (cũng là *rock candy*) cô-ca-in nguyên chất 3 (*ma túy*) dạng tinh thể của cô-ca-in dùng để hút 4 một người bạn tù đáng tin cậy 5 (*nhà tù*) một tay đồng tính hay lợi dụng 6 một người keo kiệt và tiết kiệm 7 một đô la; = BUCK 8 nhà tù đảo Riker, New York 9 một quả bóng chày; một quả bóng rổ 10 người mê rock and roll 11 (*nhà tù*) xà lim

rock *verb* 1 quan hệ tình dục 2 kích thích ai 3 trội hơn; giỏi hơn 4 trở nên thật tuyệt vời • The concerts didn't rock, but we had a good time throwing chairs: *Buổi hòa nhạc thực sự không tuyệt lắm, nhưng chúng tôi có quãng thời gian ném ghế vui vẻ.* 5 di chuyển, nhảy, v.v. theo nhạc rock and roll; = BOP, BOOGIE 6 cộng hưởng và phản ứng theo nhạc rock and roll; = JUMP

the Rock *noun* 1 nhà tù liên bang Alcatraz, nằm ở vịnh San Francisco 2 eo biển Gibraltar

rockability *noun* sự hòa trộn của nhạc blue dân da đen với nhạc đồng quê của dân da trắng

rock and roll *verb* bắt đầu và thực hiện nhiệm vụ sắp tới • Let me make an adjustment here and we'll be ready to rock 'n roll: *Hãy để tôi tiến hành một điều chỉnh ở đây và chúng ta sẽ sẵn sàng bắt đầu thực hiện nhiệm vụ sắp tới.*

rock and roll or **rock 'n' roll** *noun* 1 một thể loại nhạc với giai điệu mãnh liệt; chiếc dù cho hầu hết thể loại nhạc nhịp nhàng được tạo ra từ những năm 1950, thường chơi bằng những nhạc cụ điện tử được khuếch đại rất lớn 2 *modifier*: a rock and roll group: *một nhóm nhạc rock and roll* 3 sự khiêu vũ theo nhạc rock and roll

rock candy *noun* kim cương; = ICE

rock crusher *noun* tù nhân hoặc cựu tù nhân

rock 'em, sock 'em *adjective* mãnh liệt; chấn động

rocker[1] *noun* 1 bất kỳ vạch nào trong vài vạch tròn bên dưới 3 vạch trên phù hiệu của một trung sĩ trong quân đội hoặc lính thuỷ quân lục chiến Mỹ 2 độ cong lồi của đáy ván trượt 3 ghế xích đu; ghế bập bênh • I love to spend a sunny afternoon in my rocker: *Tôi thích thưởng thức một buổi chiều có nắng trên chiếc ghế xích đu của mình.* 4 ca sĩ; nhạc sĩ; bài hát hoặc người hâm mộ nhạc rock • Let's listen to a good rocker: *Chúng ta hãy lắng nghe một bài hát nhạc rock hay nào.*

rocker[2] *xem* OFF one's NUT

rocket *noun* 1 (*quân đội, Anh*) sự phàn nàn hoặc khiển trách; = BEEF, DING 2 một điếu thuốc lá chứa cần sa 3 kim tiêm và ống tiêm dưới da 4 đạn

rockhead *noun* 1 một người ngu ngốc; người cứng đầu; người bướng bỉnh 2 *modifier*: some rockhead hoodlums: *một số gã lưu manh ngu đần*

rocks *noun* 1 tinh hoàn; hòn dái; = FAMILY JEWELS, NUTS 2 sự can đảm; lòng dũng cảm 3 đá cục • Can I have a few rocks in my drink, please?: *Cho tôi xin vài viên đá vào đồ uống của tôi được không?* 4 tập đoàn Xerox (thị trường chứng khoán New York) 5 tiền; một đô-la

rocks in one's (or the) **head** *noun* sự ngu ngốc

rock the boat *verb* gây rắc rối; tạo sự phiền phức • Fritz Mondale doesn't want to rock the boat: *Fritz Mondale không muốn gây rắc rối.*

Rocky *noun* bia hiệu Coors™ [Coors quảng cáo là được nấu với "nước suối tinh khiết của dãy Rocky Mountain"]

rocky *adjective* 1 say rượu 2 yếu ớt và không vững; lảo đảo; = WOOZY

Rocky Mountain canary *xem* MOUNTAIN CANARY

Rocky Mountain Kool Aid *noun* bia hiệu Coors™ [chỉ có ở Colorado, nơi nó được ủ]

rod *noun* 1 dương vật; dương vật cương cứng; = SHAFT 2 một khẩu súng, thường là súng ngắn; súng lục 3 một tay súng thuê 4 *xem* HOT ROT

rod-man *noun* (*thế giới ngầm*) một tay súng; = TORPEDO

rod up *verb* (*thế giới ngầm*) vũ trang; trang bị súng

Roger or **Roge** or **Rodger-dodger** *affirmation* (*quân đội, thế chiến II*) vâng; tôi hiểu; = OK • Get your asses over there…Roge: *Nhấc mông anh qua đó…Vâng, tôi hiểu.*

rogue's gallery *noun* 1 bộ sưu tập hình ảnh của tội phạm; = MUG SHOTS 2 bất kỳ nhóm hoặc sự tập hợp của những người đáng ghét nào; sào huyệt của bọn trộm

Rok *noun* người Hàn Quốc, đặc biệt là lính [từ Republik of Korea]

roll *noun* 1 một hành động giao hợp; = a ROLL IN THE HAY 2 một cọc tiền; = BANKROLL 3 thời kỳ kéo dài của sự may mắn hoặc năng suất • I'm doing great! What a roll!: *Tôi đang làm thật tuyệt! May mắn làm sao!*

roll *verb* 1 cướp của ai, đặc biệt là bằng bạo lực và đặc biệt là ai đó say 2 phản bội bạn bè bằng cách đổi phe; khai báo về ai đó [biến thể của "roll over"] 3 (*đường sắt*) thay thế công nhân khác 4 (*hãng phim*) chạy hoặc mở máy quay phim 5 bắt đầu; khởi đầu 6 (*nhà tù*) bắt đầu đánh nhau; tấn công ai 7 rời đi; rời khỏi (bằng ô tô) 8 lái xe 9 (*nhà tù*) mở một xà lim

rollback *noun* sự giảm, đặc biệt là lương hoặc sản xuất

roller *noun* 1 (*người da đen*) một viên cảnh sát; xe cảnh sát 2 (*nhà tù*) cai tù 3 (*ma túy*) người bán ma túy [viết tắt của *"high-roller"*] 4 kẻ trộm chuyên cướp của người say rượu 5 gái điếm cướp của khách hàng 6 một tên cướp dựa vào vũ lực 7 xúc xích

roll in *verb* 1 đến; = SHOW UP 2 đi ngủ; = HIT THE SACK

rolling (or **swimming**) **in** *prep.* được cung ứng rất tốt • We weren't rolling in dough at the time: *Khi ấy chúng tôi không được cung ứng tốt với bột nhào.*

rolling of a log *xem* EASY AS PIE

a roll in the hay *noun* hành động giao hợp

roll out *verb* 1 rời đi 2 ra khỏi giường [thường là một mệnh lệnh]

roll out the red carpet *verb* chào đón ai một cách hậu hĩ hoặc trịnh trọng

rollover *noun* 1 (*nhà tù*) đêm cuối của một án tù 2 người cung cấp tin tức

roll over *verb* 1 đầu tư lại trái phiếu, chứng nhận tiền gửi, v.v.. lúc đến kỳ hạn thanh toán chứ không hủy 2 khai báo; phản bội; hợp tác với cảnh sát • *She would never roll over him*: *Cô ta sẽ không bao giờ phản bội anh ta.*

Rolls *noun* chiếc xe hiệu Rolls-Royce

roll with the punches *verb* chấp nhận sự chỉ trích, phê bình, hoặc những khó khăn; tự thích nghi với hoàn cảnh khó khăn

romp *noun* 1 (*băng đảng đường phố*) cuộc đánh nhau, đặc biệt giữa các băng nhóm 2 (*đua ngựa*) một chiến thắng dễ dàng

romp *verb* 1 đánh nhau 2 phấn khích; trội hơn; sống động • *It really romped*: *Nó thật sự sống động.*

the roof falls (or **caves**) **in** *verb* tai họa bất ngờ xảy ra; sụp đổ thế giới và niềm vui của ai • *They were happy for about three months, then the roof caved in*: *Họ hạnh phúc được khoảng ba tháng, sau đó tai họa đột ngột xảy ra.*

rook¹ *noun* người bắt đầu [viết tắt của "*rookie*"] • *"Who's the rook?"*: *"Ai là người bắt đầu?"*

rook² 1 *verb* lừa đảo; lừa gạt; = GYP 2 *noun* *Balcony seats for 40 bucks are real rook*: *Chỗ ngồi trên ban công với giá 40 đô-la là một trò lừa đảo thực sự.*

rookie or **rookey** or **rooky** *noun* một người mới; người mới vào nghề, đặc biệt cảnh sát hoặc người chơi bóng

rookie or **rookey** or **rooky** *adjective* mới; thiếu kinh nghiệm • *Fred is a rookie first baseman for the home team*: *Fred là một người chốt gôn thứ nhất mới đến cho đội nhà.*

room *noun* (*ngành biểu diễn*) hộp đêm; = BOITE, NITERY

roomie *noun* 1 bạn cùng phòng 2 bạn tù ở chung xà lim

roost *noun* nơi trú ngụ, có thể là căn phòng, căn hộ hay một căn nhà; = PAD

root *noun* 1 dương vật 2 điếu thuốc lá hoặc xì gà

root *verb* reo hò; hoan hô • *We rooted and rooted, but they folded*: *Chúng tôi hoan hô và reo hò, nhưng họ đã ngừng biểu diễn.*

rooter *noun* người ủng hộ hoặc người hâm mộ, đặc biệt người hâm mộ một đội, võ sĩ, trường, v.v..

root for *verb* 1 reo hò cổ vũ ai/cái gì; nhiệt tình ủng hộ ai/cái gì • *We're rooting for the Giants*: *Chúng tôi reo hò cổ vũ đội Giants.* 2 thúc giục ai một cách hy vọng

root-hog-or-die *sentence* hãy làm việc chăm chỉ, nếu không thì thất bại; = the CHIPS ARE DOWN

rooting-tooting or **rootin'-tootin'** *adjective* 1 hứng thú; thú vị; nổi tiếng; lừng lẫy • *We really had a rooting-tooting time last weekend*: *Chúng tôi thực sự có một thời gian thú vị cuối tuần trước.* 2 dữ dội; ồn ào; mãnh liệt

rootle out *verb* (*từ giữa những năm 1800, Anh*) moi ra; bới ra • *rootle out Government fraud and waste*: *moi ra chính quyền hành động lừa đảo và lãng phí*

rooty *adjective* khêu gợi; gợi tình; = HORNY

rooty-toot *noun* (*nhạc sĩ*) nhạc xưa; = CORN, RICKY-TICK

rope *noun* xì gà; = HEMP

rope *verb* bẫy ai bằng sự thân thiện và quan tâm, như một phương tiện lừa đảo; = ROPE IN

rope in *verb* 1 = ROPE 2 lừa gạt

Roscoe or **roscoe** *noun* (*thế giới ngầm*) súng ngắn; súng lục; = HEAT

roscoe *verb* chĩa súng vào ai và ra lệnh cho họ không được di chuyển

rose *noun* (*bệnh viện*) một bệnh nhân hôn mê và đang chết dần

rosebud *noun* (*đặc biệt dân đồng tính*) hậu môn

rose garden *noun* 1 một nhóm bệnh nhân suy nhược thần kinh 2 *xem* FRUIT SALAD

rose room *noun* (*bệnh viện*) căn phòng mà một bệnh nhân hôn mê và đang chết dần được điều trị

rosewood *noun* (*người da đen và thế giới ngầm*) gậy tuần đêm của cảnh sát; = BILLY CLUB

rosy *adjective* 1 tốt; thỏa đáng; lạc quan • *Things are looking rosy now that the economy is improving*: *Mọi thứ trông có vẻ tốt vì nền kinh tế đang tiến triển.* 2 hơi say; = TIDDLY 3 đầy hứa hẹn; có triển vọng; = COPACETIC • *Things look rosy now*: *Bây giờ mọi thứ trông có vẻ đầy hứa hẹn.*

rot 1 *noun* một căn bệnh hoặc chứng bệnh chưa nhận dạng được 2 *noun* chuyện vớ vẩn; lời nói vô nghĩa; = BALONEY, BULL-SHIT 3 *verb* tồi tệ, xấu, vớ vẩn hoặc vụng về, v.v.; = STINK, SUCK • *This idea of yours rots*: *Ý tưởng này của các cậu thật vớ vẩn.*

Rotacy *noun* (biến thể: **rot-see** or **rotasie** or **Rot-corps**) (*sinh viên*) ROTC hay lực lượng đào tạo sĩ quan dự bị, được tìm thấy tại nhiều trường đại học

rotgut *noun* 1 bất kỳ loại rượu độc nào 2 rượu mạnh hoặc rượu tồi, đặc biệt uýt-ki; = PANTHER PISS

rotgut *adjective* mạnh hoặc cay nồng, cháy họng (về rượu)

rotorhead *noun* (*quân đội*) phi công lái trực thăng hoặc thành viên đội bay trực thăng

rotten *adjective* 1 có mùi hôi thối; kinh tởm • *What is that rotten smell?*: *Cái mùi kinh tởm đó là gì vậy?* 2 say rượu 3 tồi; tệ hại; vớ vẩn và vụng về • *This is a rotten situation altogether*: *Đây hoàn toàn là một tình huống xấu.*

rough *verb* cướp ai với bạo lực hay đe dọa dùng bạo lực

rough *noun* (*nhân viên bán hàng*) một chiếc ô tô cũ đã bị hư hại

rough *adjective* 1 dâm dục; = DIRTY • *Some of the jokes were pretty rough*: *Một số chuyện cười khá dâm dục.* 2 khó khăn; nguy hiểm; = TOUGH 3 xuất sắc; thời trang, hợp thời

rough around the edges *adjective* hơi thô lỗ; không lịch sự

rough as a cob *adjective* rất thô lỗ

rough-ass *adjective* thô bạo; cục cằn; = KICK-ASS

roughhouse *noun & adjective* 1 cách cư xử om sòm và náo loạn 2 một đứa trẻ nghịch ngợm; một đứa trẻ huyên náo (thường là trai) 3 sự bạo hành; tội gây thương tật cho người khác 4 *adj* *rough-house work for the political boss*: *hành động bạo lực ủng hộ ông trùm chính trị*

roughhouse *verb* 1 cãi nhau theo kiểu vui vẻ tuy ầm ĩ và náo nhiệt; nghịch ngợm • *The boys broke the lamp when they were roughhousing in the family room*: *Mấy cậu bé làm vỡ đèn khi chúng đang nghịch ngợm trong phòng sinh hoạt chung của gia đình.* 2 gây thương tật cho ai

roughneck *noun* 1 một người hay làm om sòm, thô lỗ, côn đồ; = PLUG-UGLY, TOUGH 2 công nhân hoặc người lao động, đặc biệt

rough stuff trong rạp xiếc hoặc trên dàn khoan dầu 3 *xem* ROUGHHOUSE

rough stuff *noun* 1 sự bạo hành; sự gây thương tật cho người khác 2 hành động tục tĩu; sự khiêu dâm; = PORN 3 sự thô bạo; bạo lực hoặc đe dọa dùng vũ lực

rough trade *noun* một nam đồng tính thô bạo, thường là bạo dâm; bạn tình côn đồ của một người đồng tính

rough someone **up** *verb* 1 đánh đập ai; đối xử tệ với ai 2 làm ai bị thương • The wreck roughed me up some: *Vật đổ nát làm tôi bị thương một ít.*

rounder *noun* người trác táng; người ưa chè chén

round-eye *noun* 1 một người Mỹ hoặc người châu Âu; người da trắng 2 *modifier:* a round-eye woman: *một phụ nữ da trắng*

round-eyed *adjective* về người Châu Âu; về người da trắng

roundheel *noun* 1 võ sĩ quyền Anh kém cỏi; = PALOOKA 2 một phụ nữ dễ dàng nói chuyện về quan hệ tình dục; một phụ nữ lẳng lơ; = PUNCHBOARD

round-heeled *adjective* 1 dễ bị đánh bại hoặc nốc ao 2 dễ bị dụ dỗ; = CHEAP

roundhouse *noun* 1 một cú đấm móc để đánh vào đầu hoặc sườn đối thủ 2 *modifier:* He swing a roundhouse left: *Anh ta tung ra một cú móc trái.* 3 (*bóng chày*) một đường bóng cực kỳ cong 4 *modifier:* a roundhouse pitch: *một cú ném bóng cực kỳ cong*

round-tripper *noun* (*bóng chày*) cú đánh home run; cú đánh cho phép người đánh bóng chạy quanh tất cả các điểm qui định trên sân để ghi điểm mà không cần dừng lại

round-up *noun* 1 (*trường đại học*) thông báo thiếu học phần 2 bản tóm lược tin tức, như dự báo thời tiết, tin tức, v.v • Tune in at eleven for a roundup of the day's news: *Hãy mở đài lúc mười một giờ để nghe bản tóm lược tin tức của ngày.*

round up *verb* dồn; tập trung hoặc gom lại, đặc biệt ở đồn cảnh sát hoặc nhà giam

roust *verb* 1 khám xét bất ngờ • That bar was rousted last week: *Quán bar đó bị khám xét tuần trước.* 2 bắt giữ ai 3 (*người da đen*) (*đặc biệt cảnh sát*) quấy rầy và làm phiền ai = CHIVVY

roust *noun* cuộc khám xét; cuộc lục soát; cuộc vây bắt; bố ráp • What's the roust? You gonna close this place?: *Cuộc khám xét bất ngờ này là gì vậy? Ông định đóng cửa nơi này à?*

routine *noun* 1 (*từ ngành biểu diễn*) một vai nhỏ trong một vở kịch hoặc chương trình khác; = BIT, SHTICK 2 câu trả lời lảng tránh hoặc có tính toán trước

row *noun* (*ma túy*) một liều cô-ca-in, thường được tạo thành một đường mỏng trên tấm gương để hít bằng mũi; = LINE

row-dow *noun* 1 = ROWDY-DOW 2 (*nhạc sĩ nhạc jazz*) nhạc ragtime

rowdy-dow *noun* (biến thể: **rowdy-dowdy** or **row-de-dow** or **row-de-dowdy**) 1 sự phấn khích; sự náo nhiệt; = RUMPUS, WHOOP-DE-DO 2 cuộc cãi nhau; vụ đánh nhau

row with one oar *noun* (biến thể: **in the water** có thể được thêm vào) cư xử một cách bực bội; phát điên hoặc phát ngu • Ellis sounds as if he is rowing with one oar: *Ellis nghe như thể hắn ta đang phát điên.*

royal *adjective* hoàn toàn; dứt khoát • give the room a royal cleaning: *dọn dẹp căn phòng sạch hoàn toàn.*

a royal fucking *noun* sự đối xử rất thô bạo và bất công; = RAW DEAL

rub 1 *noun* (*sinh viên*) bữa tiệc khiêu vũ 2 *noun* (*sinh viên*) một đợt ôm ấp và hôn hít 3 *verb* = RUB OUT

rubber¹ *noun* (*thế giới ngầm*) sát thủ chuyên nghiệp; = HIT MAN

rubber² *noun* 1 bao cao su 2 khí cầu 3 lốp xe ô tô; cao su để lại vết trên đường khi bánh xe xoay lúc tăng tốc 4 *xem* RUBBER (CHECK)

rubber *verb* nhìn chằm chằm

rubber *adjective* (*về tấm séc*) không nhập quỹ

rubber boots *noun* bao cao su • My husband doesn't like rubber boots: *Chồng tôi không thích bao cao su.*

rubber check *noun* séc bị trả về người ký (vì không có tài khoản hoặc rút quá số tiền trong ngân hàng)

rubber-chicken *modifier* có loại đồ ăn ở bữa tiệc nhạt nhẽo bình thường mà các chính trị gia, diễn giả, v.v. thường ăn

rubber drink *noun* đồ uống khiến ai phải nôn

rubber heel *noun* thám tử; = GUMSHOE

rubber meets the road *xem* WHERE THE RUBBER MEETS THE ROAD

rubberneck *noun* 1 (*từ dân cao bồi*) người đang nhìn chằm chằm vào ai hoặc cái gì 2 khách du lịch • At noon the sidewalks are crowded with rubbernecks: *Giữa trưa vỉa hè chật kín khách du lịch.*

rubberneck *verb* nhìn chằm chằm với sự thích thú quá đáng • They all slowed down and rubbernecked at the wreck: *Tất cả họ đều đi chậm lại và nhìn chằm chằm vào đống đổ nát.*

rubberneck bus (or **wagon**) *noun* xe buýt du lịch; xe buýt tham quan

rubbernecker *noun* một người nhìn chằm chằm một cách tò mò, đặc biệt là người đi xe mô-tô đi chậm để xem tai nạn

rubber sock *noun* 1 (*người lang thang*) một người nhút nhát; một người thụ động và thường nghe lệnh người khác 2 (*hải quân, thế chiến II*) tân binh hải quân; = BOOT

rube or **Rube** or **reub** *noun & adjective* 1 người quê mùa, nông dân; = HAYSEED 2 một người thiếu kinh nghiệm, ngây thơ, chất phác; người mới đến; = GREENHORN 3 (*xiếc*) một người trong khán giả hoặc công chúng; = CITIZEN 4 *adj* a rube polie force: *lực lượng cảnh sát công dân*

Rube Goldberg *noun* một cỗ máy hoặc sự sắp xếp hết sức phức tạp

rub (or **nudge**) **elbows** *verb* gặp gỡ và kết giao; trà trộn • Here we rub elbows with saints and scholars: *Ở đây chúng tôi gặp gỡ và kết giao với những người thánh thiện và học giả.*

rub it in *verb* gia tăng nỗi đau hoặc sự bối rối về điều gì; làm trầm trọng thêm điều gì

rub joint *noun* một sàn nhảy nơi đàn ông có thể khiêu vũ thân mật với phụ nữ trả ít tiền

rub off *verb* thủ dâm, đặc biệt là nữ

rub-out *noun* (*từ thế giới ngầm*) sự giết chóc; sự giết người • They could always hold gangland rub-outs there: *Họ luôn có thể tổ chức những vụ giết chóc xã hội đen ngoài đó.*

rub out *verb* (*từ thế giới ngầm*) giết; giết chết ai; = HIT

rub parlor *noun* dịch vụ mát-xa

rub someone the wrong way *verb* khó chịu hoặc ghét sự nhạy cảm của ai; không hài lòng một cách thường xuyên • I don't quite know why, but that woman rubs me the wrong way: *Tôi hoàn toàn không biết tại sao, nhưng người phụ nữ đó thường xuyên không hài lòng với tôi.*

rub up *verb* hành hung ai • He got two years' imprisonment for rubbing up a police officer: *Nó đã bị hai năm tù vì hành hung một sĩ quan cảnh sát.*

ruckus *noun* sự náo động ầm ĩ; sự rối loạn; sự cãi nhau; = RUMPUS

ructious *adjective* bực tức; bất an

rug *noun* 1 miếng tóc giả, đặc biệt là miếng được chế tạo tồi 2 lông mu, đặc biệt là của phụ nữ 3 (*đua ngựa*) tấm chăn nặng đắp cho ngựa

rug ape or **rug rat** or **carpet rat** *noun* (biến thể: **yard** có thể thay **rug** or **carpet**) trẻ nhỏ hoặc trẻ sơ sinh; = CRUMB CATCHER • He lived with his wife and their two rug apes: *Ông ta sống với vợ và hai đứa con nhỏ.*

rug-cut *verb* 1 (*người da đen*) khiêu vũ ở những bữa tiệc được tổ chức để giúp ai trả tiền thuê nhà và những sự kiện khá rẻ khác 2 nhảy theo nhạc swing; = JITTERBUG

rug-cutter *noun* một người nhảy theo nhạc swing

rugged *adjective* (*quân đội, thế chiến II*) rất cố gắng; nguy hiểm; = ROUGH • They had a real rugged time getting away: *Họ đã có một thời gian thật nguy hiểm đi trốn thoát.*

rug joint *noun* một câu lạc bộ, khách sạn, v.v.. lịch sự

rum bag *noun* người nghiện rượu; = LUSH

rumble *noun* 1 (*thế giới ngầm*) thông tin hoặc thông báo được trao cho cảnh sát 2 (*cảnh sát*) sự khám xét hoặc bố ráp của cảnh sát; = ROUST 3 sự đánh nhau, đặc biệt là giữa các băng nhóm thanh thiếu niên 4 một tin đồn 5 một cuộc chạm trán khó khăn với lực lượng thi hành pháp luật

rumble *verb* 1 đánh nhau 2 (*ngành hàng không*) ăn trộm; cướp bóc 3 (*xiếc và lễ hội*) làm hỏng gì đó

rumdum or **rum-dumb** *noun* 1 một người say rượu 2 một người ngu ngốc; đặc biệt là người trì độn do nghiện rượu

rumdum or **rum-dumb** *adjective* say rượu

rummy or **rummie** *noun* một người nghiện rượu; = LUSH

rumor mill *noun* nguồn tin đồn, đặc biệt những nguồn tin có vẻ được cố tình chuyển qua

rumpot *noun* người nghiện rượu nặng; = LUSH

rumpus *noun* sự náo động; sự ồn ào; sự xáo trộn; = RUCKUS

rumpus room *noun* phòng giải trí gia đình

run *noun* 1 một cuộc đi chơi phạm pháp từ thành phố này đến thành phố khác 2 một cuộc đi chơi bằng mô tô theo nhóm 3 một quãng thời gian dùng để làm gì đó; một khoảng thời gian khi chuyện gì xảy ra • The market had a good run today: *Hôm nay thị trường chuyển biến tốt.* 4 hành động vận chuyển hàng lậu 5 lộ trình được đi theo bởi một phương tiện, đặc biệt một cách thường xuyên • In the middle of her run, the bus driver was attacked by a gang of thugs: *Ở giữa lộ trình của cô ta, tài xế xe buýt đã bị tấn công bởi một băng nhóm côn đồ.* 6 một chuyến đi 7 một cuộc đua, đặc biệt đua ô tô

run *verb* 1 lái xe hoặc làm tài xế cho ai, bằng ô tô 2 kết giao; hòa nhập xã hội 3 vận chuyển hàng lậu, rượu hoặc ma túy

run a batch by hand *verb* thủ dâm

run a book *verb* mua chịu ở cửa hàng với thẻ tín dụng

make a game on *verb* (*từ người da đen*) = DO A NUMBER ON

run a make on someone *verb* thực hiện sự kiểm tra nhận dạng ai

run-and-gun *verb* (*bóng rổ*) chơi theo kiểu đơn thương độc mã một cách năng nổ, để ghi điểm cao

run a number on *xem* DO A NUMBER ON

runaround *noun* 1 sự truy tìm ngớ ngẩn hoặc vô hy vọng 2 sự tránh né không đưa ra một câu trả lời dứt khoát, nhất là khi ai đó được đề nghị làm điều gì

run something **by again** *verb* lặp lại; = COME AGAIN • Just run that name and address by again, will you?: *Chỉ lập lại tên và địa chỉ đó phải không?*

rundown *noun* 1 một sự giải thích đầy đủ 2 sự tóm tắt hoặc báo cáo, đặc biệt thông tin mới nhất • Can you give me a rundown on what's happened since noon?: *Anh có thể tóm tắt tin tức mới nhất cho tôi những gì xảy ra từ trưa đến giờ không?*

run something **down** *verb* 1 (*người da đen*) kể hoặc giải thích một cách tường tận • Maybe one day I'll run it down to you: *Có lẽ một ngày nào đó tôi sẽ giải thích tường tận cho bạn.* 2 nói xấu; gièm pha; = BAD-MOUTH

rung up *adjective* bối rối xúc động

run hot *verb* lái xe với còi và đèn nháy được bật (mở)

run in *verb* chạy một động cơ với tốc độ đặc biệt, với nhiên liệu đặc biệt, v.v.. để chuẩn bị hoạt động đầy đủ; = BREAK-IN

run-in *noun* 1 sự cãi nhau; sự đối đầu khó chịu • sorry we had the run-in: *xin lỗi chúng tôi đã có cuộc cãi nhau.* 2 sự bắt giữ

run someone **in** *verb* bắt giữ ai; đưa ai đến đồn cảnh sát; = PULL someone

run (or work) something **into the ground** *verb* (*cao bồi*) làm quá trớn • You already warned us, now don't run it into the ground: *Ông đã cảnh báo chúng tôi rồi, giờ đừng có làm quá trớn.*

runner *xem* FRONT RUNNER, RIDGE RUNNER, TENNIES

runners *noun* bệnh tiêu chảy

running dog *noun* (*quân đội*) người cấp dưới với ít quyền hành; = FLUNKY

running shoes *xem* GIVE someone HIS WALKING PAPERS

run-off *noun* một gái điếm cố gắng thoát khỏi ma cô

run off *verb* ỉa chảy • Fred has been running off since midnight: *Fred bị ỉa chảy từ nửa đêm.*

run off at the mouth *verb* nói quá nhiều; nói không ngừng; = SHOOT OFF one's MOUTH

run-of-the-mill (or **-of-the-mine**) *adjective* bình thường; trung bình; điển hình; = GARDEN-VARIETY

run on all cylinders *verb* 1 hoạt động tốt và trơn tru • My plan is now running on all cylinders: *Kế hoạch của tôi đang tiến hành tốt đẹp.* 2 điều hành một cách hợp lý và thông minh • Pay attention to what you are doing. Start running on all cylinders: *Chú ý đến việc bạn đang làm. Hãy tiến hành công việc một cách hợp lý và thông minh.*

run-out *noun* sự chạy trốn; sự bỏ trốn • He has taken a run-out with the bankroll: *Hắn đã chạy trốn với cuộn tiền giấy.*

run out of gas *verb* mất động lực; hết hứng thú; thất bại • I hope I don't run out of gas before I finish what I set out to do: *Tôi hy vọng tôi không mất đi hứng thú trước khi tôi hoàn thành công việc mà tôi đã bắt tay vào làm.*

run over someone *verb* đối xử với ai một cách ngạo mạn, láo xược

run someone **ragged** *verb* làm kiệt sức ai • The long cycle ride ran her ragged: *Cuộc đi xe đạp dài đã làm cô ta kiệt sức.*

the runs *noun* một trường hợp tiêu chảy; = the GIS

run scared *verb* hoang mang; sợ hãi; cố bỏ trốn • Don't panic. There is no reason to run scared: *Đừng hốt hoảng. Không có lý do gì để hoảng sợ cả.*

runt *noun* 1 (*xiếc và lễ hội*) người lùn, người nhỏ con 2 người đáng khinh; = JERK

run that by (me) again or **run that by (me) one more time** *sentence* xin nói lại lần nữa cho tôi • I can't believe my own ears. Can you run that by again, please?: *Tôi không thể tin vào tai mình. Anh có thể nói lại lần nữa cho tôi nghe được không?*

run through *verb* diễn tập thứ gì; = DRY RUN • I ran through my story once more, to polish it: *Tôi diễn tập câu chuyện của mình thêm lần nữa để trau chuốt nó.*

run-through *noun* sự diễn tập; = DRY RUN • We have two play in run-through: *Chúng tôi có hai vở kịch đang diễn tập.*

run (or **put**) someone **through the mill** *verb* có một trải nghiệm khó khăn; gây khó dễ cho ai • She's quite eager to try again, although they really ran her through the mill: *Cô ta háo hức thử lại, mặc dù họ thực sự gây khó dễ cho cô ta.*

run-up *noun* thị trường chứng khoán khởi sắc • The market's had a good run-up in the past week: *Thị trường chứng khoán đã khởi sắc tốt trong tuần qua.*

run up on *verb* tấn công • "But I don't do that too often, 'cause I don't feel like gettin' ran up on": *"Nhưng tôi không làm điều đó thường xuyên lắm, vì tôi không cảm thấy giống như đang bị tấn công".*

run something **up the flagpole** *verb* (biến thể: **and see if anybody salute** có thể được thêm vào) kiểm tra phản ứng của; thử một ý tưởng, khái niệm, v.v.

ruptured (or **pregnant**) **duck** *noun* (**quân đội, thế chiến II**) ghim ve áo, có hình đại bàng thay vì con vịt, được trao cho các cựu chiến binh giải ngũ danh dự sau thế chiến II

rush *noun* 1 sự tán tỉnh phụ nữ một cách nồng nhiệt 2 (*hãng phim*) ảnh động được in ra ngay sau khi quay một cảnh 3 (*ma túy*) một luồng khoái lạc, với nhịp tim tăng nhanh, được cảm nhận ngay sau khi dùng ma túy 4 (*ma túy*) sự trào dâng khoái lạc; trạng thái phê 5 bản in nhanh của đoạn phim quay trong ngày • After today's shooting, we'll watch yesterday's rushes: *Sau buổi quay phim hôm nay, chúng tôi sẽ xem lại bản in đoạn phim quay hôm qua.* 6 khoảng thời gian mà hội sinh viên (nam lẫn nữ) kết nạp hội viên mới

rush *verb* 1 (*sinh viên*) cố thuyết phục ai tham gia vào hội sinh viên 2 hẹn hò hoặc tán tỉnh ai một cách nồng nhiệt • He spent some time trying to rush her but had to give up: *Anh ta bỏ một thời gian cố tán tỉnh cô ta nhưng phải bỏ cuộc.*

the **rush act** *noun* một trường hợp tán tỉnh, đặc biệt sự tán tỉnh phụ nữ nồng nhiệt

rushee *noun* một người được tán tỉnh, đặc biệt bởi hội nam sinh hoặc nữ sinh đại học

rush-in *noun* (*người lang thang*) một bữa ăn ở nhà hàng được thanh toán bằng tiền ăn xin được trên đường phố

rushing *xem* GROWLER-RUSHING

rush (or **work**) **the growler** *verb* 1 mua và đem về nhà một két bia từ quán rượu 2 (*người lang thang*) mua rượu hoặc bia, đặc biệt với số lượng lớn

Russian *noun* (*người da đen*) một người da đen miền Nam ở miền Bắc

Russki *adjective* thuộc về người Nga

Russki or **Russky** or **Rusky** *noun* một người Nga • What's the Russky doing? *Gã người Nga đang làm gì?*

rust belt (or **bowl**) *noun* vùng trung bắc Mỹ, có sự công nghiệp hóa cao trước thời kỳ suy thoái kinh tế tại Mỹ vào những năm 1980 • The salt they put on the roads in the winter made my car all rusty. I guess that's why they call this area the rust belt: *Muối họ rải trên đường vào mùa đông làm cho chiếc xe của tôi bị gỉ (rỉ) hoàn toàn. Tôi đoán đây là lý do họ gọi vùng đất này vành đai gỉ sét.*

rust bucket or **rustpot** *noun* 1 (*hải quân, thế chiến II*) tàu khu trục hải quân; tàu biển 2 bất kỳ con tàu nào

rustle 1 *noun* vụ cướp; = HEIST 2 *verb* (cũng là **rustle up**) tìm và đưa ra; chuẩn bị • I can rustle up some if you need it: *Tôi có thể chuẩn bị một ít nếu ông cần nó.*

rustle one's **bustle** *verb* hối thúc ai làm việc gì nhanh hơn; vội vã; khẩn trương; = GET THE LEAD OUT

rusty-dusty *noun* 1 (*đặc biệt người da đen*) mông đít; = ASS 2 (*sân khấu*) súng giả

rusty gate *xem* SWING LIKE A RUSTY GATE

rutabaga *noun* một đô-la • We've spent 60,000 rutabagas: *Chúng tôi đã tiêu xài 60 nghìn đô-la.*

S

SA *noun* (phát âm theo từng chữ riêng) (*từ những năm 1920*) sự quyến rũ tình dục; sự gợi tình

sack *noun* 1 (*quân đội*) cái giường, túi ngủ, v.v..; chỗ ngủ; = RACK 2 sự ngủ; giấc ngủ; = SACK TIME 3 (*bóng chày*) góc; gôn 4 áo khoác hoặc áo gió 5 hành động cản và chặn hoàn thành trong bóng đá bầu dục..

sack *verb* 1 quan hệ tình dục với ai 2 ngủ • "Got a place to sack?" he asked: *Anh ta hỏi: "Có chỗ nào ngủ chưa?"* 3 đuổi ai từ công việc làm; sa thải ai; = CAN, FIRE 4 (*trong môn bóng đá bầu dục*) cản và chặn tiền vệ sau vạch lúc ngừng bóng • I tried to sack him, but he was too fast: *Tôi cố cản và chặn nó lại nhưng nó đã quá nhanh.*

the **sack** *noun* sự sa thải; = the BOOT • He was late once too often and got the sack: *Anh ta đi trễ quá nhiều lần và bị sa thải.*

sack artist *noun* (*quân đội, thế chiến II*) người lười biếng mạn tính; = GOLDBRICK, GOOF-OFF

sack duty (or **drill** or **time**) *noun* sự ngủ; giấc ngủ; thời gian ngủ

sack out (or **in** or **up**) *verb* (*quân đội, thế chiến II*) đi ngủ; ngủ; = HIT THE SACK • Well, it's time to sack out: *Chà, đến lúc đi ngủ rồi.*

sack rat *noun* người lười biếng, rất thích ngủ; người dùng nhiều thời giờ ở trên giường; = SACK ARTIST

sack time *noun* 1 thời gian nằm trên giường; thời gian ngủ; = SACK DUTY • I need more sack time than most people: *Tôi cần nhiều thời gian nằm trên giường nhiều hơn đa số người.* 2 thời gian để đi ngủ; giờ đi ngủ • Okay, gang, it's sack time. Go home so I can get some sleep: *Được lắm, bọn bây, đến giờ ngủ rồi. Về nhà đi để tôi có thể đi ngủ.*

sad *adjective* 1 kém cỏi; vụng; = CRUMMY 2 tệ hại; không đáng mong muốn • Anything very bad might als be called "frone" or "sad": *Bất cứ gì rất xấu cũng có thể được gọi là "frone" hoặc "sad".* • This steak is really sad: *Miếng thịt bò này thật sự là tồi.*

sad apple *noun* 1 kẻ đáng khinh; người khó chịu; = DRIP, JERK, a PAIN IN THE ASS 2 người u sầu; người bi quan

sad-ass or **sad-assed** *adjective* đê tiện

saddle shoes *noun* giày màu trắng có dây buộc, gót thấp với phần mu màu đen hoặc nâu

Sadie Masie or **sadie maisie** *noun* ác-thống dâm; = S AND M

sad sack *noun* 1 một cá nhân thảm hại và đau khổ, thờ ơ và chán nản 2 (*sinh viên và quân đội, thế chiến II*) người vụng về, bất hạnh và phiền toái; = EIGHTBALL, SCHLEMAZEL

safecracker *noun* một người chuyên làm nổ hoặc phá két sắt; = BOX MAN, PETE-MAN

safety or **safe** *noun* bao cao su; = RUBBER

sagebrusher *noun* 1 phim cao bồi; phim truyện về đời sống những người chăn bò ở miền Tây nước Mỹ; = HORSE OPERA 2 gánh xiếc

someone said a mouthful *sentence* ai đó đã nói chính xác và rất thuyết phục; ai đó đã nói điều gì rất quan trọng [thường là một thành ngữ thể hiện sự tán đồng mạnh mẽ]

said it *xem* YOU SAY IT

sail in *verb* (*từ giữa những năm 1800*) liều lĩnh đi tấn công hoặc giải cứu

sail into someone or **light into** someone *verb* 1 đánh hoặc quở trách ai 2 tấn công; chỉ trích nặng nề; = LAMBASTE

sail (right) through *verb* giải quyết hoặc hoàn thành việc gì một cách dễ dàng và suôn sẻ • I sailed right through my driver's license: *Tôi đã hoàn thành bằng lái xe của tôi một cách dễ dàng.*

Saint Elsewhere *xem* MOUNT SAINT ELSEWHERE

Saint Loo *nickname* St. Louis, bang Missouri

Sal or **Sally** or **Sally Ann** *noun* (*người lang thang*) đội quân Cứu tế hoặc bất kỳ nơi hoặc hội truyền giáo nào cung cấp đồ ăn và chỗ ở

salary wing *noun* (*bóng chày*) cánh tay ném bóng của cầu thủ ném bóng

saleslady *noun* ả gái điếm

Sally Army or **Sally Ann** or **Sally** or **Sal** *noun* Đội quân cứu tế; nhà nghỉ tập thể của Đội quân cứu tế

salon mush *noun* (*nhạc sĩ*) loại nhạc êm dịu được chơi một cách yên lặng trong quán bar

saloon *noun* (*đường sắt*) toa dành cho người bảo vệ tàu

salt *noun* 1 thủy thủ, đặc biệt dùng với old • I've sailed a little, but you could hardly call me an old salt: *Tôi đã lái tàu chút ít, nhưng anh khó có thể gọi tôi là một thủy thủ lão luyện.* 2 (*ma túy*) hê-rô-in dạng bột

salt and pepper *noun* 1 (*ma túy*) cần sa có tạp chất và kém chất lượng 2 xe cảnh sát với màu trắng đen

salt and pepper *adjective* 1 thuộc da trắng và da đen; giữa các chủng tộc; = BLACK AND TAN 2 ám chỉ đến đầu tóc đang chuyển sang màu muối tiêu

salt horse *noun* (*hàng hải*) thịt bò muối; thịt bò muối khô hoặc thái nhỏ

salty *adjective* 1 (*hải quân*) táo bạo; liều lĩnh 2 (*thanh thiếu niên*) kinh khủng; kinh tởm; khó chịu 3 (*đặc biệt người da đen*) tức giận; thù nghịch • The soldiers got salty: *Những người lính trở nên tức giận.* 4 thô lỗ; bất lịch sự; không dễ chịu • His language is often quite salty: *Ngôn ngữ của hắn thường khá thô lỗ.* 5 đắt tiền; cao giá

salvage hơn bình thường (nói thách) • That price is a little salty: *Giá tiền đó thì hơi đắt đấy.*

salvage *verb* (*quân đội, thế chiến I*) ăn trộm; cướp bóc; = LIBERATE

salve 1 *noun* (*người lang thang*) bơ 2 *noun* sự nịnh bợ; = SOFT SOAP 3 *noun* vật đút lót; hối lộ; = PALM OIL 4 *noun* tiền, đặc biệt như một biện pháp cứu chữa hoặc phần thưởng cho điều gì đó không hài lòng 5 *verb* trả tiền, đặc biệt trả tiền hối lộ

Sam or **sam** *noun* 1 nhân viên cục phòng chống ma tuý liên bang; = NARC 2 người di cư miền nam Appalachia

the same difference *noun* sự giống nhau; không có gì khác biệt • So they fire him or he quit, it's the same diffrence: *Vậy họ sa thải anh ta, hay anh ta bỏ việc, cũng giống nhau thôi.*

Sam Hill *noun* dùng như một uyển ngữ lạ cho chữ "hell": địa ngục, quỉ • [W]hat the Sam Hill is this thingumabob supposed to do?: *Cái thứ này để làm quái gì vậy?*

sand *noun* 1 sự can đảm; sức chịu đựng; = GRIT 2 (*ma tuý*) cô-ca-in 3 (*hải quân*) đường ăn • Do you use sand in your coffee?: *Anh có cho đường vào cà phê của anh không?*

sandbag *noun* (*hải quân, thế chiến II*) một loại áo cứu đắm, tức là áo phao bơi

sandbag *verb* 1 lừa ai bằng một cảm giác an ninh giả rồi bất ngờ tấn công họ 2 tấn công ai một cách hằn học, đặc biệt bằng dùi cui; = BUSHWHACK • I was sandbagged from behind: *Tôi bị tấn công bằng dùi cui từ phía sau.* 3 đe dọa; = BULLDOGE • Persuation didn't work, so they tried to sandbag her: *Sự thuyết phục không có tác dụng, vì thế họ cố đe dọa cô ta.* 4 (*cờ bạc*) do dự rồi sau đó tăng tiền cược 5 (*cờ bạc*) giả bộ yếu ớt và không có khả năng; đánh lừa đối thủ bằng cách giả bộ yếu kém 6 ép buộc ai làm điều gì • I don't want to have to sandbag you. Please cooperate: *Tôi không muốn phải ép buộc anh. Làm ơn hợp tác đi.* 7 (*dân chơi xế độ*) lái một chiếc xe độ rất nhanh

sandbagger *noun* kẻ lừa người khác bằng cảm giác an ninh rồi bất ngờ tấn công

sandlot *noun* sân bóng chày lởm chởm hoặc làm vội; = HOGAN'S BRICKYARD

S and M or **s-m** or **S & M** or **sadie-maisie** *noun* 1 chứng ác thống dâm 2 người thống trị trong mối quan hệ tình dục ác-thống dâm 3 xúc xích và nấm [viết tắt của "*sausage và mushrooms*"] 4 đại lộ Santa Monica ở Los Angeles, California

sand-pounder *noun* thành viên của hải quân Hoa Kỳ được giao nhiệm vụ ngoài bờ biển

sandwich *xem* HERO SANDWICH

sandwich board *noun* một tấm bảng mang thông điệp quảng cáo, được mang ở phía trước và phía sau bởi người đeo biển quảng cáo

sandwich man *noun* người được trả tiền để mang bảng quảng cáo đi tới đi lui

San Fran *nickname* San Francisco, California

San Q *nickname* nhà tù San Quentin, San Rafael, California

San Quentin quail *noun* 1 một cô gái dưới tuổi chịu trách nhiệm pháp lý • One month to go until I turn 18, free from the stigma of "San Quentin quail": *Còn một tháng nữa cho tới khi tôi đủ 18 tuổi, thoát khỏi sự sỉ nhục "chưa đủ tuổi pháp lý".* 2 một cô gái dưới tuổi quan hệ tình dục hợp pháp; = JAIL BAIT

Santa Claus *noun* 1 (*hàng không*) một phi công kiểm tra rất dễ chịu và khoan dung trong một chuyến bay kiểm tra phi công 2 nhà hảo tâm nam; người đàn ông rất hào phóng

sao *noun* (*quân đội, chiến tranh Việt Nam*) một người đáng ghét hoặc đê tiện; = BASTARD [từ tiếng Việt "*sạo*"]

sap 1 *noun* người khờ dại cả tin 2 *noun* cây gậy ngắn; dùi cui của cảnh sát tuần tiểu ban đêm 3 *verb* One of the others sapped him from behind with the blackjack: *Một trong số những người khác đã đập hắn từ phía sau bằng dùi cui.*

sapfu 1 *adj* (*quân đội, thế chiến II*) cực kỳ lộn xộn 2 *noun* a stupefying sapfu we had: *chúng tôi có một tình huống cực kỳ lộn xộn đáng kinh ngạc.*

sap-happy *adjective* say rượu

saphead *noun* kẻ ngu ngốc; kẻ khờ khạo; = BLOCKHEAD, SAP

sapphire *noun* (*người da đen*) một phụ nữ da đen không hấp dẫn, không nổi tiếng

sappy *adjective* 1 ngu ngốc; = GOOFY 2 ủy mị; sướt mướt; = SCHMALTZY

sarge *noun* (*quân đội*) trung sĩ

sashay *verb* đi; bước đi một cách hững hờ, thường là có tính khiêu khích

sass *noun* sự cãi lại một cách hỗn láo, thiếu kính trọng

sass *verb* cãi lại ai một cách thiếu kính trọng • Finally he went to jail for sassing a cop and now he's gone: *Cuối cùng thì hắn vào tù vì tội cãi lại cảnh sát và giờ thì hắn đi rồi.*

satch *noun* 1 (*người da đen*) một phụ nữ có miệng bự (mồm to); = SATCHELMOUTH 2 (*người da đen*) một người đàn ông nói quá nhiều; = WINDBAG

satchel 1 *noun* mông; = KEISTER 2 *noun* = SATCH 3 *noun* (*nhạc sĩ nhạc jazz*) nhạc sĩ nhạc jazz chơi kèn co, loại nhạc cụ hơi có một đầu giống kèn trompet 4 *verb* dàn xếp trước kết quả của một cuộc đấu, cuộc đua, v.v..; = FIX, RIG

satchelmouth *noun* = SATCH

saturated *adjective* say rượu

Saturday nights *noun* (*quầy bán đồ ăn trưa*) đậu nướng

Saturday night special *noun* 1 súng ngắn rẻ tiền, thường là cỡ nòng nhỏ 2 (*bệnh viện*) một bệnh nhân ở bệnh viện thường xuất hiện trong phòng cấp cứu vào cuối tuần để tìm thức ăn và giường ngủ, thường là người nghiện rượu

sauce *xem* APPLESAUCE

the sauce *noun* rượu mạnh; uýt-ki; = BOOZE

saucered and blowed *adjective* đã xử lý và chuẩn bị sẵn; sẵn sàng để hoàn thành • Take this job over, please, it's all saucered and blowed: *Tiếp quản công việc này, xin tất cả sẵn sàng để hoàn thành.*

sausage *noun* 1 võ sĩ quyền Anh đấu để lấy tiền, đặc biệt võ sĩ với gương mặt sung phồng và biến dạng 2 người ngu đần; = MEATHEAD

savage *noun* (*cảnh sát*) cảnh sát trẻ háo hức tiến hành những vụ bắt giữ

savage *adjective* xuất sắc; tuyệt vời • Man, Bob is a totally savage guy: *Chà, Bob quả là một gã cực kỳ xuất sắc.*

saved by the bell *verb* được cứu thoát vừa kịp lúc vào phút chót (nhờ sự can thiệp kịp thời của ai hoặc cái gì đó) [từ hoàn cảnh khó khăn của một võ sĩ quyền Anh đang bị đánh tơi bời thì tiếng chuông báo hết hiệp vang lên]

savvy or **savvey** *noun* tri thức; kiến thức; trí thông minh; = BRAINS, SMARTS

savvy or **savvey** *verb* hiểu; biết • I'm the honcho here, savvy?: *Tôi là người phụ trách ở đây, hiểu không?*

savvy *adjective* **am hiểu; thông thạo** • He is one of the most savvy directors in New York: *Ông ta là một trong những đạo diễn hiểu biết nhất ở New York.*

saw *noun* 1 = SAWBUCK 2 (*người da đen*) chủ nhà trọ

sawbones *noun* bác sĩ, đặc biệt là bác sĩ phẫu thuật

sawbuck *noun* 1 tờ 10 đô-la 2 bản án tù 10 năm

sawdust *noun* 1 (*thế giới ngầm*) thuốc nổ 2 (*sinh viên*) đường để ăn

sawdust eater *noun* (*thợ đốn gỗ*) công nhân nhà máy cưa hoặc thợ đốn gỗ

sawdust parlor *noun* một hộp đêm, nhà hàng, v.v.. rẻ tiền

sawed *adjective* **say rượu**

sawed-off *adj* nhỏ thó; thấp bé (về vóc người) • Tom called Mike a sawed-off little runt: *Tom gọi Mike là thằng lùn nhỏ thó.*

saw wood *verb* 1 ngủ; đặc biệt ngủ rất sâu; ngủ say 2 ngáy

sawyer *noun* (*từ những năm 1920, thế giới ngầm*) súng săn cưa nòng

sax *noun* 1 kèn saxophone 2 *modifier*: a sax virtuoso: *một nghệ sĩ bậc thầy kèn saxo-phone*

say a mouthful *xem* someone SAID A MOUTHFUL

Say cheese! *exclam.* **mỉm cười lên nào!** [cụm từ thường được người thợ chụp ảnh nói khi ông ta cố gắng làm cho người nào đó mỉm cười lúc chụp ảnh]

say-so *noun* 1 lời nói, sự báo cáo, lời giới thiệu, v.v.. của ai 2 sự cho phép; sự ủy quyền; mệnh lệnh 3 lời hứa danh dự của một người • That's your say-so. I don't take the word of gonnifs, pimps and juicemen: *Đó là lời hứa danh dự của anh. Tôi không tin đám trộm cướp, ma cô hay bọn cho vay nặng lãi đâu.*

says which? *Interrogation* bạn nói gì cơ? • Says which? I don't believe what I heard: *Cậu nói gì cơ? Tôi không tin những gì tôi đã nghe.*

Says you! or **Says who!** *exclam.* **Đó là điều bạn vừa nói đấy!; Bạn không biết bạn đang nói gì à!; Bạn nói thế à!; Như bạn nói đấy!** • FRED: You are fat and ugly. TOM: Says you! – FRED: *Mày béo và xấu quá đi.* TOM: *Mày nói thế à! (Mày vừa nói gì vậy!)*

say that again *xem* YOU CAN SAY THAT AGAIN

say uncle *verb* chấp nhận thua cuộc; bỏ cuộc; đầu hàng • I never say uncle. I just keep right on going: *Tôi không bao giờ bỏ cuộc. Tôi chỉ cứ tiếp tục đi tới.*

Say what? *interrog.* **Bạn nói gì cơ?; Nói gì thế?** • The old man held his hand to his ear and said, "Say what?": *Cụ già ốp tay lên tai và hỏi "Bạn vừa nói gì thế?".*

scab *noun* (*công đoàn*) một công nhân không thuộc công đoàn, đặc biệt là người cố phá một cuộc bãi công; = FINK

scab *verb* hành động như một kẻ phá hoại cuộc đình công

scad! *exclam.* sử dụng trong việc biểu lộ sự giận dữ

scads *noun* 1 (*từ giữa những năm 1800*) số tiền lớn 2 số lượng lớn của bất cứ gì; = BAGS, OODLES • I have scads of study to do: *Tôi có rất nhiều bài tập phải làm.*

scag or **skag** *noun* 1 (*ma túy*) hê-rô-in; cô-ca-in 2 thuốc lá 3 rượu kém chất lượng 4 một cô gái hoặc người phụ nữ không hấp dẫn

scag jones or **skag jones** *noun* (*ma túy*) sự nghiện hê-rô-in

scairdy cat *xem* SCAREDY CAT

scale *noun* 1 (*nhà tù và quân đội*) chấy rận 2 (*công đoàn*) lương cơ bản được đảm bảo bởi công đoàn 3 tỉ lệ trả lệ phí cho công đoàn thường xuyên

scalp *verb* mua vé cho một sự kiện rồi bán lại chúng; bán vé với giá cao hơn bình thường

scalper or **scalp** *noun* 1 người mua vé của một sự kiện thể thao hay giải trí rồi bán lại để thu lợi; người bán vé chợ đen 2 (*cờ bạc*) người đặt cược theo kiểu mà anh ta sẽ thắng dù con ngựa thắng hay thua

scam *noun* 1 một âm mưu buộc các doanh nghiệp hợp pháp phá sản và bị tước đoạt bởi tội phạm có tổ chức 2 một âm mưu nhằm lừa gạt ai; trò lừa đảo; = CON 3 bản báo cáo; thông tin gần nhất; = the LOW-DOWN, the SCOOP

scam *verb* 1 (*cũng là scam on*) lừa gạt ai • You guys are scamming me: *Lũ các cậu đang lừa tôi.* 2 tìm kiếm và bắt bồ với những cô gái trẻ; săn gái [dùng bởi nam giới, đặc biệt giới sinh viên] • Bob was out scamming last night and ran into Clare: *Bob đi ra ngoài săn gái tối hôm qua và bất ngờ gặp Clare.* 3 giao hợp; giao cấu 4 lãng phí thời gian; ăn không ngồi rồi

scamp *noun* 1 kẻ bất lương 2 đứa trẻ nhỏ; đứa con nít • There are three little scamps at the door saying, "Trick or treat": *Có ba đứa trẻ nhỏ đứng ở cửa nói, "Muốn bị chơi khăm hay đối đãi tử tế". (Câu nói của trẻ em khi đi đến các nhà xin bánh kẹo vào dịp lễ Halloween và dọa sẽ phá phách nếu không cho).*

Scandahoovian or **Scandanoovian** 1 *noun* người Scandinavia hoặc người gốc Scandinavia 2 *adj* thuộc về Scandinavia

scandal sheet *noun* tờ báo khổ nhỏ chuyên viết về các tin tức giật gân; tờ báo hoặc tạp chí lá cải; = RAG

Scandinavian dynamite *noun* (biến thể: **Scandi-hoovian** or **Scandanoovian** có thể thay **Scandinavian**) (*thợ đốn gỗ*) thuốc lá bột dùng để hít, đặc biệt mùi nặng

scank[1] *noun* (*thanh thiếu niên da đen*) một cô gái không hấp dẫn

scank[2] or **skank** *noun* con dao • The cops found the scank in the bushes: *Cảnh sát tìm thấy con dao trong bụi rậm.*

scank or **skank** *verb* nhảy; khiêu vũ

scankie *adjective* (*thanh thiếu niên da đen*) nhếch nhác; luộm thuộm

the scare *noun* (*thế giới ngầm*) sự tống tiền dựa trên việc đe dọa

scare badge *noun* (*quân đội*) huy hiệu được trao để công nhận sự huấn luyện lính nhảy dù hoặc một cuộc huấn luyện nghiêm ngặt và có uy tín khác

scared shitless *adjective* rất sợ hãi; sợ vãi cả ra • He wasn't just frightened. He was scared shitless!: *Anh ta không chỉ sợ hãi. Anh ta còn sợ vãi cả ra quần đấy chứ!*

scared spitless (or **witless**) *adjective* rất sợ; kinh khủng; = SCARED SHITLESS

scared stiff *adjective* sợ hãi; không thể cử động vì sợ; đờ người ra vì sợ • I was scared stiff for hours after the accident: *Tôi sợ cứng người hàng giờ sau vụ tai nạn.*

scaredy (or **scairdy**) **cat** *noun* = FRAIDY CAT

scarehead *noun* (*tòa soạn báo*) một tít rất lớn và dễ thấy; = SCREAMER

scare someone shitless (or **spitless** or **witless**) *verb* làm hoảng sợ ai rất nhiều; làm kinh hãi ai • It scared me shitless, but that didn't stop me from watching it again and again: *Nó đã làm tôi hoảng sợ rất nhiều nhưng điều đó không ngăn tôi quan sát nó lại nhiều lần.*

scare (or **scared**) **strap** *noun* (*thợ sửa đường dây điện*) dây đai an toàn

scare the hell out of someone *verb* làm ai sợ chết khiếp [dùng thận trọng với **hell**] • The door blew shut and scared the hell out of me:

scare the pants off someone *verb* **làm ai sợ đột ngột** • *The piano lid fell and scared the pants of my parents*: Nắp đàn dương cầm rơi xuống và làm bố mẹ tôi sợ khiếp vía.

scare the shit (or **living shit**) **out of** someone *verb* **làm hoảng sợ ai rất nhiều; làm kinh hãi ai**

scare up *verb* **cung cấp và sản xuất;** = RUSTLE

scare someone or something **up** *verb* **tìm thấy ai hoặc cái gì** • *I have to scare a date up for Friday night*: Tôi phải tìm kiếm một cuộc hẹn vào tối thứ Sáu này.

scarf *noun* **thực phẩm; đồ ăn; bữa ăn;** = CHOW, SCOFF

scarf *verb* **1** (cũng là *scarf up*) **ăn hoặc uống, đặc biệt là ăn một cách tham lam và nhanh nhẩu** • *In times of crisis, all great men scarf*: Trong giai đoạn khủng hoảng, tất cả những người vĩ đại đều ăn tham lam. **2 liếm vào âm đạo của người phụ nữ 3** (cũng là *scarf up*) (*sinh viên*) **ăn trộm; ăn cắp;** = SWIPE • *Who's scarfed my calculator?*: Đứa nào đã xoáy cái máy tính của tao rồi? **4 thải bỏ; vứt đi;** = DEEP-SIX • *Scarf that thing. It's no good*: Vứt bỏ thứ đó đi. Nó không còn hữu ích nữa.

scarf down *verb* **ăn hoặc nuốt cái gì một cách vội vàng**

scarf out *verb* **ăn quá mức;** = PIG OUT

scarf up *verb* **lấy; giành; thu được** • *If that's your idea of entertainment, scarf up a ticket the next time Jethro Tull hit town*: Nếu đó là ý tưởng giải trí của cậu thì hãy cố lấy được vé vào lần tới khi Jethro Tull đến thị trấn.

scat *noun* **1** (*ma túy*) **hê-rô-in 2 rượu uýt-ki chất lượng kém, giá rẻ 3 những âm tiết vô nghĩa hát đệm cho âm nhạc** • *She used to do scat but moved on to blues*: Cô ấy đã từng hát đệm cho thể loại nhạc jazz nhưng cô ấy cũng chuyển sang nhạc blues. **4** (*nhạc sĩ nhạc jazz*) **những câu hát nhanh được hát theo bài hát, đặc biệt những bài hát nhạc jazz**

scat *verb* **1 rời khỏi; ra đi 2 lái xe hoặc di chuyển rất nhanh 3** (*nhạc sĩ nhạc jazz*) **hát những câu nói nhanh** • *Scatting has almost always been used by jazz singers as an interlude*: Việc hát những câu nói nhanh gần như luôn được dùng bởi các ca sĩ nhạc jazz như một cách giải lao giữa các màn diễn.

Scat! *exclam.* **Cút đi!; Xéo đi!** • *Get out! Scat! Beat it, cat!*: Đi ra ngoài! Cút đi! Xéo đi, bạn!

scatback *noun* (*bóng bầu dục*) **người chạy ở hàng tam vệ rất nhanh nhẹn**

scatter *noun* **1** (*thế giới ngầm*) **quán rượu hoặc cửa hàng bán rượu lậu;** = HANGOUT **2** = HIDEOUT **3** (*thế giới ngầm*) **phòng; phòng cho thuê**

scatterbrain *noun* **người hay quên; người rối loạn tâm thần; người không thể làm những việc đơn giản;** = DITZ, RATTLEBRAIN

scattergun *noun* **1** (*cao bồi*) **súng săn 2** (*quân đội, thế chiến II*) **súng máy; súng tiểu liên;** = BURP GUN **3** *modifier:* **có hướng đi rộng và thiếu chính xác; bao hàm sơ sài**

scatter-joint *noun* (*thế giới ngầm*) **hộp đêm**

scatty *adjective* (*từ Anh*) **điên rồ vô lý;** = GOOFY, SCATTER-BRAINED

scenario *noun* **một kế hoạch khả thi**

scene *noun* **1 môi trường hoặc hoàn cảnh của một hoạt động hoặc một nhóm đặc biệt; một nơi gặp gỡ riêng 2 sở thích hoặc hoạt động của ai;** = BAG, THING • *This nine-to-five stuff just isn't my scene. I quit*: Công việc làm từ 9 giờ sáng đến 5 giờ chiều này không phải là sở thích của tôi. Tôi thôi việc. **3 tình huống 4 sự lựa chọn hay thị hiếu cá nhân** • *Hitchcock suddenly scowled and got up. "Teaching life ain't my scene," he said*: Hitchcock đột nhiên cau có và đứng dậy. Ông ta nói: "Lên lớp dạy đời không phải là sở thích của tôi." **5 sự nghỉ trong quan hệ tình dục 6 nơi; chỗ; khung cảnh** • *I need a different scene. Life is too hectic here*: Tôi cần một nơi khác. Cuộc sống ở đây quá cuồng nhiệt. **7 nơi hoặc ổ hút chích ma túy**

Schaffner *xem* HART, SCHAFFNER AND MARX

schizo *noun* **người mắc bệnh tâm thần phân liệt**

schizo or **schitzi** or **schizy** or **schizzy** *adjective* **tâm thần phân liệt; dùng một cách xúc phạm chỉ những người có hành vi được xem là kỳ quái, bất hợp lý hay điên khùng** • *I was schizy for sure now*: Giờ thì tôi điên lên thật rồi đấy.

schizz *noun* **người mắc chứng tâm thần phân liệt**

schiz(z) out *verb* **trở nên điên khùng; mất tự chủ; không kiềm chế được;** = FLIP • *I schizzed out during the test. Got an F*: Tôi mất tự chủ trong bài làm kiểm tra. Nhận một con F (F: Failed nghĩa là trượt).

schlang *xem* SCHLONG

schlemazel or **schlemozzle** or **shlimazl** *noun* **người vụng về; kẻ thua cuộc;** = SAD SACK

schlemiel or **schlemihl** or **shlemiel** *noun* **kẻ ngờ nghệch, khờ khạo; kẻ thua cuộc**

schlep or **schlepp** or **shlep** *noun* **1 cuộc hành trình; quảng đường đi 2 sự lê bước** • *even with the four-flight schlep to the editorial office*: thậm chí việc lê bước lên bốn dãy cầu thang đến tòa soạn. **3 người ngu ngốc; người gây ra sự lo lắng khó chịu; kẻ quấy rầy;** = KLUTZ **4** = SCHLEPPER

schlep or **schlepp** or **shlep** *verb* **1 kéo lê; mang hoặc chở ai hay cái gì** • *Am I supposed to schlep this whole thing all the way back to the store?*: Tôi phải mang toàn bộ thứ này suốt con đường trở về cửa hàng ư? **2 di chuyển hoặc tiến lên một cách khó khăn; lê bước**

schlepper or **shlepper** *noun* **người làm phiền; kẻ hay luôn mặc cả hoặc đòi ân huệ;** = A PAIN IN THE ASS

schleppy or **shleppy** *adjective* **vụng về; ngu đần;** = KLUTZY

schlock *noun* (cũng là *schlack* or *schlag* or *shlock*) **hàng hóa rẻ tiền; hàng hóa loại kém;** = CRAP, JUNK • *That store has nothing but schlock*: Cửa hàng đó chả bán gì ngoài mấy thứ đồ rẻ tiền.

schlock *adjective* **rẻ tiền; tồi; kém chất lượng**

schlockmeister *noun* **một nhà sản xuất hoặc người bán hàng kém chất lượng thành công**

schlock shop (or **joint**) *noun* **cửa hàng bán hàng kém chất lượng, đặc biệt là cửa hàng đồng nát, cửa hàng tiết kiệm, v.v..**

schlocky or **shlocky** *adjective* **kém; rẻ tiền và lòe loẹt;** = JUNKY

schlong *noun* (biến thể: **schlang** or **shlang** or **shlong**) **dương vật;** = PRICK

schlontz or **shlontz** *noun* **dương vật**

schloomp or **shloomp** or **schlump** or **shlump 1** *noun* **kẻ ngu đần và lười biếng;** = KLUTZ **2** *verb* (cũng là *shalump* or *schloomp around*) **lười nhác; ăn không ngồi rồi;** = GOOF OFF

schlub or **zhlub** *noun* **kẻ khờ; kẻ quê kệch; kẻ thô thiển** [dùng cho nam giới]

schmaltz or **shmaltz** *noun* **1 tính quá đa cảm; tính ủy mị sướt mướt; tính ngọt ngào quá mức;** = CORN • *I didn't like that movie. Too much schmaltz*: Tôi không thích bộ phim đó. Có nhiều cảnh ủy mị sướt mướt **2 chất dính;** = GLOP, GOO

schmaltzy or **schmalzy** or **shmaltzy** *adjective* quá đa cảm và ủy mị quá mức; u sầu; = CORNY, ICKY

schmatte *noun* (biến thể: **schmattah** or **schmatteh** or **shmatte** or **shmotte**) quần áo xoàng xĩnh hoặc không hợp thời trang

schmear[1] or **shmear** or **shmeer** 1 *verb* đút lót; hối lộ; = GREASE someone's PALM 2 *noun* The prime minister took a big schmear from the air-plane company: *Thủ tướng đã nhận một khoản hối lộ lớn từ công ty hàng không.* 3 *verb* nịnh bợ và tán tỉnh ai; = BUTTER UP, SOFT SOAP 4 *verb* phết một miếng lớn của thứ gì đó như bơ hoặc phó mát kem

schmear[2] 1 *verb* đối xử với ai rất thô bạo; = CLOBBER, CREAM, SMEAR 2 *noun* sự cáo buộc hoặc lời nói bóng gió nhằm gây tổn hại đến danh tiếng của ai; lời nói xấu

the **schmear** *noun* = the WHOLE SCHMEAR

schmeck or **shmeck** *noun* 1 một miếng; một mẩu • How about a little schmeck?: *Một miếng nhỏ thì sao?* 2 (*ma túy*) hê-rô-in; = SMACK

Schmedlap *noun* (*quân đội*) một người lính không có khả năng thích hợp

schmegegge or **schmegeggy** or **shmegeggy** *noun* 1 kẻ ngốc; kẻ ngu đần; = SCHLEMIEL 2 chuyện vô lý, vớ vẩn; = BALONEY

schmendrick or **shmendrick** *noun* kẻ ngu ngốc và vô dụng; = SCHLEMIEL

schmo or **shmo** or **shmoe** or **schmoe** *noun* 1 kẻ khờ khạo cả tin; kẻ ngốc; = GOOF 2 một người; = GUY

schmooz *verb & noun* (biến thể: **schmoo** or **schmooze** or **schmoos** or **schmoose** or **schmoozl** or **schmoozle** or **schmoosl** or **schmoosle**) 1 *verb* nói chuyện; tán gẫu 2 *noun* buổi nói chuyện; cuộc tán gẫu

schmoozer *noun* người tán gẫu hoặc giao tiếp giỏi; người ưa nói chuyện

schmuck or **shmuck** *noun* 1 kẻ đê tiện; kẻ đáng khinh; kẻ ghê tởm; = BASTARD, PRICK 2 dương vật

Schneider or **schneider** 1 *verb* giành chiến thắng trước khi đối thủ của mình ghi điểm; = SHUT OUT 2 *noun* The Yanks took four straight, a schneider: *Đội Yanks đã ghi liền 4 điểm, một chiến thắng trước khi đối thủ ghi điểm.* 3 *verb* (*cờ bạc*) đánh bại ai hoàn toàn; = CLOBBER

schnockered *xem* SNOCKERED

schnook or **schnuck** or **shnook** *noun* kẻ ngốc nghếch; kẻ khờ khạo dễ bị lừa; = PASTY

schnorrer or **shnorrer** *noun* 1 kẻ ăn xin; kẻ ăn bám bạn bè và người thân; = MOOCHER, SPONGER 2 người có thói quen mặc cả; người keo kiệt

schnozz *noun* (biến thể: **schnoz** or **schnozzle** or **schnozzola** hay bất kỳ từ nào trong số này được viết với **sh-** hoặc **snozzle**) cái mũi, đặc biệt cái mũi lớn; = BUGLE • Five players broke their schnozzolas: *Năm cầu thủ bị gãy mũi.*

school *noun* (*thế giới ngầm*) trại cải tạo bang; = the BIG HOUSE

school *verb* dạy ai cái gì, thường chứng tỏ quyền lực • Am I gonna have to school you in how to act: *Tao sẽ phải dạy mày về cách ứng xử không hả?*

schtoonk *noun* (biến thể: **shtoonk** or **schtunk** or **shtunk**) người đáng ghét; = JERK, STINKER

schussboom *verb* trượt tuyết xuống dốc rất nhanh

schvantz or **schvontz** *xem* SHVANTZ

schvartze *noun* (biến thể: **shvartzeh** or **shvartze** or **schwartze** or **schvartzeh** or **shvartzer** or **schwartzer**) người da đen

sci-fi 1 *noun* truyện khoa học viễn tưởng 2 *adj* sci-fi fans…secretly crave: *những người hâm mộ truyện khoa học viễn tưởng…khao khát một cách thầm kín.*

scissorbill or **scissorsbill** *noun* 1 (*công đoàn*) một người có thu nhập không đến từ tiền lương; người giàu có hoặc có đặc quyền 2 (*công đoàn*) một công nhân không tham gia công đoàn; = SCAB 3 (*người lang thang*) một thám tử hoặc cảnh sát đường sắt

scissors bull *noun* (*người lang thang*) cảnh sát hoặc thám tử đường sắt; = SCISSORBILL

scoff *verb* 1 ăn hoặc uống; = SCARF • I'll take you over…so you can scoff: *Mình sẽ tiếp quản cho cậu…để cậu có thể ăn.* 2 (*thanh thiếu niên*) ăn trộm; chôm chỉa; = SWIPE

scoff *noun* thức ăn; đồ ăn • This scoff is gross!: *Thức ăn này thì kinh tởm quá!*

scoffings *noun* (*người lang thang*) đồ ăn; bữa ăn

scooch *xem* SCRUNCH

scoop *noun* 1 tin mới nhất; tin sốt dẻo • I'm not even gonna give you a cup of coffee 'till I get the whole scoop and nothing but the scoop: *Tôi thậm chí sẽ không pha cà phê cho anh cho tới khi tôi nhận được toàn bộ tin mới và không gì khác ngoài tin mới.* 2 (*quầy bán đồ ăn trưa*) một phần kem, khoai tây nghiền, v.v.. có hình bán cầu tiêu chuẩn; = DIP 3 sự vây bắt; sự bố ráp bất ngờ • Bart got picked up in that big drug scoop last month: *Bart bị bắt trong cuộc vây bắt tội phạm ma túy tháng trước.* 4 rượu mạnh; một ly (cốc) bia 5 miếng hoặc mẩu bìa cứng được gập lại dùng để hít cô-ca-in hay hê-rô-in

the **scoop** *noun* (*sinh viên và quân đội*) tin tức hoặc dữ liệu, đặc biệt khi đang được chờ đợi một cách lo lắng; = POOP

scoop *verb* 1 (*tòa soạn báo*) xuất bản hoặc công bố một tin tức trước báo khác hoặc phóng viên khác 2 (*trong việc ca hát*) đạt được một nốt mong muốn bằng cách bắt đầu bằng giọng thấp rồi dần dần lên giọng cao 3 là người đầu tiên báo cáo tin • Does the president have a time machine? Have I been scooped on that?: *Tổng thống có một cỗ máy thời gian không? Tôi đã được báo tin ở đó chưa?* 4 hôn ai 5 bắt giữ ai 6 đánh ai, như một phóng viên khác để giành tin tức trước tiên • They scooped the other paper on both stories: *Họ đã đánh phóng viên của tờ báo khác để có hai mẩu tin trước.* 7 hít cô-ca-in hoặc hê-rô-in dùng với một mẩu bìa cứng được gập lại

scoot *noun* 1 xe mô-tô 2 một đô-la

scoot *verb* 1 rời đi vội vàng; di chuyển nhanh, đặc biệt khi bỏ trốn • When they saw the cops they scooted right out of there: *Khi nhìn thấy cớm, chúng biến nhanh khỏi đó.* 2 trượt, đặc biệt là một cách đột ngột trên một bề mặt trơn trượt

scoot around *verb* lái một chiếc mô-tô mà không xác định điểm đến

the **scoots** *noun* bệnh tiêu chảy

scope *verb* thấy hoặc nhìn ai hay cái gì • Only a few people had scoped us, but they were cool: *Chỉ có vài người nhìn chúng tôi, nhưng họ rất tuyệt.*

scope on *verb* (*thanh thiếu niên*) nhìn; kiểm tra ; xem xét ai hay cái gì; = CHECK OUT, DIG • He scoped every girl who came in the door: *Anh ta nhìn mỗi cô gái đi vào cửa.*

scope out *verb* 1 điều tra điều gì; kiểm tra hoặc xem xét cái gì 2 nhìn kỹ ai; xem xét người nào

scorch *verb* 1 di chuyển rất nhanh; = BARREL 2 (*bóng chày*) ném

score *noun* 1 một vụ cướp 2 một khoản chi một lần từ một tội phạm cho cảnh sát để tránh bị khởi tố 3 sự quan hệ tình dục 4 sự bán ma tuý hoặc hàng bất hợp pháp 5 khách hàng của gái điếm 6 chinh phục tình dục 7 (*thế giới ngầm*) của cải hoặc tiền thu được từ một vụ cướp, vụ lừa đảo, bài bạc, v.v..; chiến lợi phẩm; = HAUL 8 (*thế giới ngầm*) một phần chia của phi pháp; = CUT 9 bản tóm tắt; sự kết luận; tổng số • Okay, waiter, what's the score?: *Được rồi, bồi bàn, tổng cộng bao nhiêu cả thảy?* 10 (*thế giới ngầm*) một vụ giết người được lên kế hoạch sẵn; = HIT 11 (*thế giới ngầm*) một thành công hoặc hành động táo bạo trong vụ trộm, lừa đảo, cờ bạc, v.v. • He was always hoping for a big score: *Hắn luôn hy vọng vào một sự thành công lớn.*

score *verb* 1 chiếm giữ được gì một cách không thành thật, đặc biệt là ma tuý 2 (*cảnh sát*) bòn rút một khoản hối lộ từ một tên tội phạm để tránh không bị khởi tố 3 thành công, đặc biệt là làm hài lòng khán giả, người phỏng vấn hoặc những người đánh giá khác; = RATE • I knew if I kept trying I could score: *Tôi biết nếu tôi cứ cố gắng tôi có thể thành công.* 4 đạt được cái gì; đạt được ma tuý hoặc quan hệ tình dục 5 (*sinh viên*) có; kiếm được • Where'd you score that free-gratis ticket?: *Cậu kiếm được vé miễn phí đó ở đâu thế?* 6 (*mại dâm*) tìm khách làng chơi 7 giao hợp; làm tình với ai; = MAKE IT WITH someone 8 (*ma túy*) mua hoặc kiếm được ma túy

the **score** *noun* (*sinh viên*) điểm chính; điểm then chốt; = BOTTOM LINE • I heard the facts, now what's the score?: *Tôi đã nghe những cơ sở lập luận rồi, giờ điểm chính là gì?*

scosh *xem* SKOSH

scouse *noun* (*đặc biệt đầu những năm 1900*) bất kỳ món ăn rẻ tiền, vô vị nào, đặc biệt là một món hầm loãng

scow *noun* (*tài xế xe tải*) xe tải lớn

scrag *verb* 1 sát hại ai; giết chết ai 2 hủy diệt hoặc gây tổn hại nặng nề; phá hủy 3 quan hệ tình dục với; = SCREW, SCROG

scrag *noun* 1 (*đặc biệt những năm 1940, sinh viên*) một phụ nữ không hấp dẫn; = DOG 2 cái cổ

scraggy *adjective* 1 tồi tàn; nhếch nhác; trông có vẻ lôi thôi lếch thếch 2 gầy; gầy giơ xương

scram *verb* (*thế giới ngầm và xiếc*) rời đi nhanh chóng; bỏ trốn; = BEAT IT • Scram, you kids: *Biến đi, bọn nhóc.*

scram *noun* 1 sự rời đi nhanh chóng; sự bỏ trốn 2 (*thế giới ngầm và xiếc*) tiền bạc, quần áo, v.v.. sẵn sàng để rời đi nhanh

scram bag *noun* (*xiếc và lễ hội*) một va li luôn được đóng gói trong trường hợp bắt buộc phải rời đi nhanh chóng

scrambled eggs *noun* 1 (*quân đội*) phù hiệu viền vàng trên mũ hoặc trang phục của một sĩ quan 2 (*quân đội*) sĩ quan cấp cao; = BRASS, the TOP BRASS

scrambler *noun* 1 (*người chạy xe mô tô*) xe mô tô dùng để chạy đường núi hoặc đồi 2 người bán ma túy trên đường phố

scram money *noun* (*thế giới ngầm và xiếc*) tiền để dành để rời khỏi vội vã

scrap *noun* 1 (*từ cuối những năm 1800, Anh*) sự cãi nhau; sự tranh chấp; = DUSTUP 2 một vấn đề; lời phàn nàn [dùng bởi giới trẻ Hawaii]

scrap *verb* cãi nhau; tranh chấp • They scrapped for days over the appointment: *Họ đã cãi nhau nhiều ngày về sự bổ nhiệm.*

scrape *noun* sự phá thai

scrape along (or by) *verb* sống sót; sống lần hồi; = GET BY • I can just scrape along on what my parents give me: *Tôi chỉ có thể sống lần hồi bằng những gì cha mẹ tôi cho.*

scrape the bottom of the barrel *noun* sử dụng những thứ cuối cùng hoặc những người duy nhất có sẵn, cho dù không hài lòng • They were really scraping the bottom of the barrel when they picked you: *Thật sự họ đã vét hết tất cả khi họ chọn anh.*

scrape (or **scratch**) **up** *verb* góp nhặt; kiếm được, đặc biệt là dần dần và cần cù • Can you scrape up enough money for a holiday?: *Cậu có thể góp nhặt đủ số tiền đi nghỉ không?*

scrape up (or **together**) *verb* tìm được; đạt được cái gì một cách khó khăn • They scraped up all the talent they had, which wasn't much: *Họ đã tìm được tất cả tài năng họ có, không nhiều.*

scrap iron *noun* rượu uýt-ki kém chất lượng; = ROTGUT

scratch *noun* 1 tiền; = BREAD, DOUGH 2 tiền cho vay; việc cho mượn tiền • They gave him a scratch for the tuition: *Họ cho nó vay tiền để trả học phí.* 3 (*đua ngựa*) sự loại bỏ một con ngựa khỏi cuộc đua 4 (*đua ngựa*) vé cược vào một con ngựa bị loại khỏi cuộc đua 5 (*môn bi-da*) (*cũng là itch*) cú đẩy bi vào lỗ một cách vô tình 6 sự nhắc đến tên ai trên phương tiện truyền thông, đặc biệt khi điều này rất có lợi 7 âm đạo 8 âm thanh hay hiệu ứng nhịp nhàng do sự sử dụng đĩa ghi âm • He had a way of rhythmically taking a scratch and making that shit sound musical: *Anh ta có cách để tạo hiệu ứng nhịp nhàng và làm cho cái thứ đó trở nên giống âm nhạc.* 9 người nghiện ma túy 10 lời chứng của một nhân viên cấp trên rằng một viên cảnh sát đã đi tuần tại một thời điểm

scratch *verb* 1 (*đua ngựa*) loại bỏ một con ngựa khỏi cuộc đua 2 hủy một kế hoạch, một đối thủ dự thi, ai đó trên danh sách, v.v.; = SCRUB 3 (*cũng là itch*) (*môn bi-da*) vô tình đẩy bi vào lỗ 4 điều khiển một đĩa ghi âm nhựa để tạo âm thanh và nhịp điệu • I did the scratching and he was the MC: *Tôi làm công việc tạo âm thanh và anh ta là người dẫn chương trình.* 5 làm đồ giả 6 xoá bỏ điều gì • No, more like a Formula race car. No, scratch that one, too: *Không, giống một chiếc xe đua thể thức hơn. Không, xoá cái đó luôn đi.*

scratch *adjective* ngẫu hứng; được chuẩn bị vội; tạm thời; = PICKUP

scratch someone's back *verb* làm ai hài lòng, đặc biệt bằng cách nịnh hót

scratcher *noun* (*thế giới ngầm*) người giả mạo (chữ ký, giấy tờ)

scratch (or **scratch around**) **for** something *verb* tìm kiếm gì đó, đặc biệt thứ đó khó tìm hoặc khó kiếm • I was scratching around for whatever work I could get: *Tôi đang kiếm bất kỳ công việc nào tôi có thể kiếm được.*

scratch hit *noun* (*bóng chày*) một cú đánh may mắn suýt chút nữa ra ngoài và người đánh chạm được góc thứ nhất

scratch house *noun* (*đội thương thuyền và người lang thang*) nhà nghỉ hoặc nhà chứa qua đêm rẻ tiền; = FLEABAG, FLOPHOUSE

scratch sheet *noun* (*đua ngựa*) tờ rơi hoặc bản tin về cá ngựa hàng ngày tại trường đua ngựa

scraunched or **scronched** *adjective* say rượu

a **scream** *noun* 1 một người hoặc một vật cực kỳ ngớ ngẩn hoặc buồn cười; = a HOOT, a RIOT 2 (*sinh viên*) kem • How about a nice big dish of scream?: *Làm một đĩa kem lớn ngon chứ?*

screamer *noun* 1 một người đồng tính hay la lối 2 (*tòa soạn báo*) đề mục; tiêu đề báo; tít báo rất lớn và dễ thấy; = SCAREHEAD • Did you see the screamer in the paper today? "The King Died": *Cậu* có thấy tít báo hôm nay không? "Nhà vua đã băng hà." **3** (*ngành biểu diễn*) một điều bí ẩn chết người, một chương trình kinh dị, v.v.. **4** một tấm biểu ngữ quảng cáo rất nổi bật **5** (*môn leo núi*) một cú ngã nghiêm trọng **6** lệnh bắt giữ **7** còi báo động của cảnh sát **8** bánh mì kẹp thịt với nước xốt cay và hành **9** (*trong in ấn*) dấu chấm than • Clean up this copy. There are too many screamers. Looks like junior high stuff: *Hãy sắp xếp bản thảo này đi. Có quá nhiều dấu chấm than. Trông như bài của học sinh trung học ấy.* **10** điều thử thách • What a horrible assignment I got. A classic screamer: *Tôi có một sự phân công thật khủng khiếp. Một thứ thách kinh điển.* **11** ai hoặc thứ gì đó rất thú vị hoặc thu hút sự chú ý

screamer and creamer *noun* người phụ nữ hay kêu la khi làm tình

screaming-meemie or **screamie-meemie** *noun* **1** *modifier*: giống hoặc gây ra tình trạng kích động thần kinh **2** (*quân đội, thế chiến II*) một tên lửa nhỏ được phóng từ xe jeep hoặc xe tải **3** một đứa trẻ hoặc người lớn tức cười

screaming meemies or **screaming-meamies** *noun* **1** chứng cuồng nhiệt quá khích **2** sự sợ hãi; sự suy sụp tinh thần • They sent Bart away with the screaming-meemies: *Họ đã đuổi Bart đi với sự suy sụp tinh thần.* **3** (*quân đội, thế chiến I*) trạng thái kích động thần kinh; = the HEEBIE-JEEBIES

screech *noun* rượu uýt-ki rẻ tiền; = PANTHER PISS

screw[1] *noun* **1** (*thế giới ngầm*) cai ngục **2** (*thế giới ngầm*) bất kỳ công chức luật nào; = COP

screw[2] *noun* **1** hành động quan hệ tình dục **2** người mà ai đó có thể quan hệ; người chỉ được xem là đối tượng tình dục

screw *verb* **1** quan hệ tình dục; = FUCK **2** huỷ hoại cái gì • I think they've screwed biology in this country for ever: *Tôi nghĩ họ đã phá hoại hệ sinh vật ở đất nước này mãi mãi.* **3** rời khỏi nhanh chóng; biến; bỏ đi; = SCRAM **4** lừa gạt; đánh lừa; lợi dụng ai; = FUCK

screw around *noun* **1** lãng phí thời gian; = GOOF AROUND **2** chơi đùa khi mà lẽ ra nên nghiêm túc; = FUCK AROUND • Quit screwing around and take this call: *Đừng chơi đùa nữa và nghe cuộc gọi này đi.* **3** tán tỉnh hoặc chim chuột, đặc biệt một cách lẳng lơ • After he met Janet, he stopped screwing around: *Sau khi anh ta gặp Janet, anh ta đã ngừng tán tỉnh.* **4** tiến hành hoặc tham gia vào quan hệ tình dục

screw around with someone *verb* **1** tán tỉnh hoặc ve vãn ai; = PLAY AROUND WITH someone **2** đối xử với ai một cách nhạt nhẽo hoặc sỉ nhục; khiêu khích ai; = MESS AROUND WITH someone

screw around with something *verb* chơi hoặc nghịch thứ gì; = MESS WITH • Andy screwed around with his clock until he broke it: *Andy nghịch chiếc đồng hồ cho đến khi cậu ta làm vỡ nó.*

screwball *noun* **1** một người kỳ dị; kẻ lập dị; người quê mùa hoặc ngu độn; = FREAK, ODDBALL **2** (*nhạc sĩ nhạc jazz*) nhạc jazz thương mại, kém chất lượng được chơi cho những kẻ lập dị **3** (*bóng chày*) quả bóng không bay theo đường thẳng

screwball *adjective* kỳ dị

screwed *adjective* **1** quan hệ tình dục với **2** bị lừa • Wow, you got screwed on that watch: *Ồ, anh đã bị lừa về chiếc đồng hồ đó.* **3** (*cũng là screwed tight*) (*chủ yếu ở Anh*) say rượu **4** bị bại; bị đánh lừa

screwed, blued, and tattooed *adjective* **1** được đối xử rất tốt hoặc rất tệ • We're screwed, blued and tattooed, man, and that's from the beginning: *Chúng tôi được đối xử tốt ngay từ ban đầu.* **2** bị ngược đãi nặng nề; bị lừa một vố nặng **3** say rượu

screwed up *adjective* **1** say rượu **2** bị phá hỏng; lộn xộn; không rõ ràng; = BALLED UP, FUCKED UP • Our plans got all screwed up: *Kế hoạch của chúng tôi đã bị lộn xộn hoàn toàn.* **3** loạn thần kinh; = FUCKED UP

screwee *noun* bạn tình dục • He's taken a new screwee: *Anh ta đã có người bạn tình mới.*

screw-loose *noun* người lập dị; = NUT, SCREWBALL

a screw loose *noun* sự rối loạn tâm thần; sự điên loạn

screw off *verb* **1** thủ dâm; = JACK OFF **2** (*quân đội, thế chiến II*) = FUCK OFF

screw-off *noun* (*quân đội, thế chiến II*) một người trốn việc; kẻ lười biếng; = FUCK-OFF

screw someone **out of** something *verb* lừa ai về điều gì đó

screw someone **over** *verb* **1** lợi dụng; lừa gạt và bắt nạt; = FUCK OVER **2** khiến ai gặp một khoảng thời gian tệ hại; quở trách ai nặng nề

screws *xem* PUT THE SCREWS TO someone

screw the pooch *verb* = FUCK THE DOG

screw-up *noun* **1** một hành động hoặc một tình huống được xử lý tồi **2** sự lộn xộn; điều sai lầm; sự hỗn loạn hoàn toàn; việc làm vụng về; = FUCK-UP • This is the chef's screw-up, not mine: *Đây là sai lầm của đầu bếp, không phải của tôi.* **3** một người vụng về ngớ ngẩn **4** (*quân đội, thế chiến II*) người thường làm hỏng việc; = FUCK-UP

screw up *verb* **1** làm hỏng việc • You're screwing things up: *Mày đang làm hỏng mọi thứ đấy.* **2** làm rối loạn; làm lộn xộn • It really screws up my sex life: *Nó thực sự làm rối loạn cuộc sống tình dục của tôi.* **3** (*quân đội, thế chiến II*) thất bại bởi sự sai lầm; phá hỏng triển vọng, cuộc sống, v.v.. của ai; = FUCK UP

screw someone or something **up** *verb* quấy rầy hoặc làm rối ai hoặc cái gì • Try again and don't screw it up this time: *Hãy thử lại và lần này đừng làm rối nó nữa đấy.*

screwy *adjective* **1** điên rồ; lập dị; = NUTTY, SCREWBALL **2** say rượu

screw you *interj.* một thán từ bày tỏ sự thách thức và khinh thường mạnh mẽ; = FUCK YOU

scrip *noun* **1** (*thế giới ngầm*) một đô-la; tờ một đô **2** (*thế giới ngầm*) người làm giả (giấy tờ, chữ ký); = SCRATCHER

script[1] *noun* **1** (*ma tuý*) một toa thuốc ma tuý, đặc biệt là toa làm giả hoặc toa ăn trộm **2** chi phiếu giả **3** điều ghi chú; bất kỳ tờ giấy nào có một tin nhắn được viết ra

script[2] *noun* (*xuất bản*) bản thảo

scrog *verb* **1** quan hệ tình dục; làm tình với ai; = SCRAG, SCREW **2** *modifier*: All that scroggin' material out there: *Tất cả tài liệu về quan hệ tình dục hiện nay.*

scrooched *adjective* (*đặc biệt những năm 1920*) say rượu

scrooge or **scrouge** *noun* người keo kiệt; người bủn xỉn; = PINCHPENNY, TIGHT-WAD.

scrooge up *verb* làm căng và nheo mắt • I find myself scroogeing up my eyes: *Tôi thấy được năng khiếu của mình làm căng và nheo mắt.*

scroogie or **scroogy** *noun* (*bóng chày*) cú ném khác thường, đặc biệt là quả bóng xoáy được ném với sự thay đổi vận tốc

scrounge *noun* (*cũng là scrounger*) một người kiếm ăn bằng cách xin xỏ, vay mượn hoặc chôm chĩa; = CADGER, MOOCHER, SCHNORRER

scrounge or **scrounge up** *verb* **1** (*cũng là scrounge up*) (*từ quân đội Anh, thế chiến I*) có được bằng những cách đáng ngờ như thường

scrounge xuyên vay nợ, xin xỏ, chôm chỉa, v.v..; = CADGE, MOOCH **2** (cũng là *scrouge up*) tìm và sưu tầm; = SCRAPE UP

scrounge [around (for someone or something**)]** *verb* nhìn quanh để tìm ai hoặc cái gì; tìm ai hoặc cái gì ở mọi nơi có thể • Ask John to scrounge around for a wrench: *Hãy hỏi John tìm cái cờ lê nhé.*

scrounge someone or something **up** *verb* tìm ai hoặc cái gì bằng cách này hay bằng cách khác • I scrounged a doctor up in the middle of the night: *Tôi tìm một bác sĩ bằng mọi cách vào lúc nửa đêm.*

scroungy or **scrounging** or **scrungy** *adjective* rẻ tiền; chất lượng kém; tồi; thảm hại; = CRUMMY, GRUNGY

scrub *noun* vận động viên không nằm trong đội hình chính thức hoặc đội đại diện cho trường; vận động viên dự bị tầm thường

scrub *verb* hủy hoặc loại bỏ cái gì • They were forced to scrub the whole plan: *Họ bị buộc phải hủy toàn bộ kế hoạch.*

scrub club *noun* một nhóm, dự án, công việc kinh doanh, v.v.. không đem lại kết quả mong muốn

scrub the slate clean *verb* hủy; bỏ qua những gì đã xảy ra trước đây; bắt đầu mới • Let's just scrub the slate clean and pretend it never happened: *Hãy bỏ qua những gì đã xảy ra trước đây và làm ra vẻ nó chưa bao giờ xảy ra.*

scrud or **double scrud** *noun* **1** bất kỳ bệnh nào, đặc biệt bệnh khá đau đớn và nghiêm trọng; = CRUD **2** bệnh hoa liễu; bệnh lây lan qua đường tình dục; = CRUD

scruff¹ or **scruff along** *verb* (*lễ hội*) kiếm vừa đủ sống; = SCRAPE ALONG

scruff² *adjective* (*thanh thiếu niên*) = SCRUFFY

scruffy *adjective* luộm thuộm; lôi thôi lếch thếch; tồi tàn • Why don't you clean up this scruff car?: *Tại sao mày không lau chùi chiếc xe luộm thuộm bẩn thỉu này nhỉ?*

scrumptious *adjective* xuất sắc; sang trọng; ngon

scrunch *verb* (biến thể: **ooch** or **oonch** or **scooch** or **scrooch** or **scrouge** or **scrouge**) **1** nhồi nhét; xô đẩy • I hate crowds. I am afraid people will scrunch me: *Tôi ghét đám đông. Tôi sợ mọi người sẽ xô đẩy tôi.* **2** vắt; nén; ép

scrunge *noun* sự bẩn thỉu; sự xấu xa; sự kinh tởm; = GRUNGE

scuffle or **scuffle along** *verb* **1** sống sót bằng sự khéo léo chứ không thông qua làm việc **2** vất vả xoay xở; kiếm sống vừa đủ; = GET BY, SCRAPE ALONG **3** khiêu vũ

scum *noun* **1** tinh dịch; = COME **2** một người hèn hạ; người đáng ghê tởm

scumbag *noun* **1** một người hèn hạ; người đáng ghê tởm; người đáng khinh; = ASSHOLE, BASTARD **2** *modifier:* accused us of practicing scumbag journalism: *buộc tội chúng tôi đang hành nghề báo đáng khinh* **3** bao cao su; = RUBBER

scumsucker *noun* **1** người hèn hạ; người đáng khinh; = SCUMBAG **2** người kích thích dương vật bằng cách mút và liếm; = COCKSUCKER

scum-sucking *adjective* hèn hạ; đáng khinh; đáng tởm • The entire administration is scum-sucking: *Toàn bộ ban điều hành hèn hạ đáng khinh.*

a scunner *noun* sự ghét vô cùng; sự thù địch [từ phương ngữ của người Scotland]

scunnion *xem* BRING SCUNNION

scupper *noun* (*hải quân, thế chiến II*) gái điếm

scurve *noun* một người trơ tráo, vô duyên; người đáng khinh; = SCUM, SCUMBAG, DIRTBAG

scut *noun* **1** người đáng khinh; người hèn hạ; = CRUMB, LOUSE [giới thanh niên và sinh viên dùng] **2** người mới; tân binh **3** (cũng là *scud* or *scut work*) công việc tầm thường, chẳng hạn những công việc được giao cho một người học việc **4** (cũng là *scut work*) (*bệnh viện*) những thủ tục y tế bình thường và chán ngắt thường được giao cho những nhân viên cấp dưới **5** (*bệnh viện*) một bệnh nhân ít được quan tâm

scuttle *noun* **1** (*tài xế taxi*) người da đen, đặc biệt là hành khách da đen; = HOD **2** (*nhân viên khách sạn*) bình đựng nước hoặc thùng đựng chứa đầy đá được giao đến một phòng

scuttlebutt *noun* (*hải quân*) tin đồn; tin tức; thông tin được cho là mật

scuzz *noun* **1** một kẻ bất hảo **2** người khó chịu; người chẳng ai ưa; người thô lỗ **3** (*thanh thiếu niên*) (cũng là *scuzzo*) chất bẩn kinh tởm; đồ dơ bẩn; rác rưởi; = GRUNGE, MUNG, SCRUNGE **4** (*thanh thiếu niên*) một phụ nữ trẻ không hấp dẫn; = SCANK, SKAG

scuzzbag or **scuzbag** *noun* một kẻ hèn hạ; kẻ đáng khinh; = CRUMB, SCURVE, SLEAZEBAG

scuzz-food *noun* đồ ăn như khoai tây chiên, bắp rang bơ, ngũ cốc có đường, v.v..; = JUNK FOOD

scuzzo *noun* người kinh tởm khó chịu

scuzz someone **out** *verb* (*đặc biệt thanh thiếu niên*) làm cho ai cảm thấy buồn nôn; khiến ai đó kinh tởm; = GROSS someone OUT • It's not nice to scuzz out people like that, especially when you hardly know them: *Thật không tốt khi làm người ta kinh tởm như thế, đặc biệt khi bạn hầu như không biết họ.*

scuzzy or **scuz** *adjective* (*thanh thiếu niên*) ghê tởm; bẩn thỉu; rác rưởi; = GRUNGY

seaboard *noun* (*quầy bán đồ ăn trưa*) đơn đặt hàng mang về

seaboard *adjective* (*thuộc*) yêu cầu cho đồ ăn mang về

sea cow *noun* (*hải quân, thế chiến II*) sữa, đặc biệt là sữa hộp

seafood *noun* **1** (*thế giới ngầm*) rượu uýt-ki **2** (*người đồng tính*) một thủy thủ được xem là bạn tình đồng tính **3** sự kích thích bộ phận sinh dục nữ bằng cách liếm và mút; = HAIR PIE **4** một phụ nữ được xem như một bộ phận sinh dục để kích thích bằng cách liếm và mút; = EATIN' STUFF

sea-going bellhop *noun* (*hải quân*) lính thủy quân lục chiến Hoa Kỳ

seagull *verb* (*hải quân, thế chiến II*) đi du lịch bằng máy bay; bay

sea gull *noun* **1** (*hải quân, thủy quân lục chiến, thế chiến II*) gà, đặc biệt gà đóng hộp hoặc đông lạnh **2** (*hải quân, thế chiến II*) một phụ nữ, vợ, người yêu, v.v.. đi theo hạm đội **3** (*hải quân, thế chiến II*) một người háu ăn

sea lawyer *noun* một thủy thủ có kiến thức và luật lệ và điều lệ trên biển và có khuynh hướng tranh cãi mạnh; = FORECASTLE LAWYER

seams *xem* COME APART AT THE SEAMS

seam squirrel *noun* (*người lang thang, quân đội, thế chiến II*) con rận; = COOTIE

search me or **Search me** *sentence* tôi không biết • TOM: How do crickets make that chirping noise? BILL: Search me – *TOM: Làm thế nào những con dế tạo ra tiếng gáy đó? BILL: Tớ không biết.*

seat *noun* **1** một sĩ quan cảnh sát được chỉ định đi cùng như người khách với một sĩ quan khác **2** mông đít; = ASS

seat-man *noun* **1** (*xiếc và lễ hội*) một khách hàng được trả tiền để bày tỏ sự nhiệt tình; một người trong khán giả là đồng bọn của người rao hàng, người bán hàng, v.v..; = SHILL 2 (*cờ bạc*) người chia bài chuyên nghiệp

seat-of-the-pants *adjective* có xu hướng làm việc theo bản năng, cảm giác, v.v.. thay vì theo những quy tắc chính xác; thực tiễn

seaweed *noun* (*hải quân*) rau bina (spinach)

sec¹ *noun* 1 một giây; một khoảnh khắc • I'll be with you in a sec. Keep your pants on!: *Anh sẽ đến với em trong một giây. Cứ mặc quần lót nhé!* 2 (*cũng là secs*) viên thuốc con nhộng an thần Seconal™

sec² *noun* thư ký [viết tắt của "*secretary*"]

second *noun* một món đồ hơi bị hỏng, bẩn hay nói cách khác là không còn mới được bán rẻ

second fiddle 1 *noun* người đứng thứ hai; người có vai trò thứ yếu [thường đi với "*play*"] • I won't stay around here playing second fiddle for someone half my age and ability!: *Tôi sẽ không ở đây đóng vai trò thứ yếu cho người bằng nửa tuổi và nửa khả năng của mình!* 2 *adj* a sort of second-fiddle appointment: *một kiểu cuộc hẹn thứ yếu*

second John (or **john**) *noun* (*hải quân, thế chiến II*) thiếu úy

second line *verb* đứng sau người đứng đầu hoặc vị trí đầu, đặc biệt có hy vọng thăng chức

second off *adverb* thứ hai theo thứ tự; ở vị trí thứ hai

seconds *noun* 1 phần đồ ăn hoặc đồ uống thứ hai 2 một bình cà phê được pha từ bã cà phê dùng rồi 3 sự quan hệ tình dục với một người vừa quan hệ với một người khác

second sacker *noun* (*bóng chày*) người chốt gôn thứ hai

second thought *xem* DON'T GIVE IT A SECOND THOUGHT

section eight or **section 8** *noun* 1 (*đặc biệt hải quân, thế chiến II*) sự giải ngũ do bệnh tật về thể chất hoặc tâm thần, do tính cách không thích hợp hoặc không có khả năng quân sự 2 người lập dị hoặc người điên; = NUT

security blanket *noun* một vật hoặc một người cung cấp cho ai đó cảm giác an toàn và dễ chịu

see *noun* 1 sự kiểm tra mắt 2 (*cảnh sát*) sự công nhận; bằng khen từ cấp trên • He was a good cop ten years, but never got a see: *Ông ta là một cảnh sát giỏi trong 10 năm, nhưng chưa bao giờ được bằng khen từ cấp trên.* 3 (*cảnh sát*) sự khám xét

see *verb* 1 (*thế giới ngầm*) trả tiền bảo kê hoặc đút lót 2 (*bài poker*) đặt ngang tiền cược của ai hoặc tố thêm thay vì rút lui • I see your five and raise you ten: *Tôi theo anh năm và nâng lên mười.*

see a man about a dog *verb* rời khỏi một nơi vì mục đích khẩn cấp nào đó, thường là đi toilet [thường là một lời xin lỗi vui vì sự rời đi của mình; một uyển ngữ để giấu mục đích thực sự của mình] • I gotta see a man about a dog: *Tôi muốn đi toilet.*

seed¹ *noun* 1 một đứa trẻ 2 một người lạc hậu một cách vô vọng với thời trang và xu *hướng hiện tại* 3 (*cờ bài*) quân xì 4 (*bài poker*) khoản cược 1 đô-la 5 một đô-la

seed² *noun* (*ma túy*) = ROACH

seeing pink elephants or **seeing pink spinder** or **seeing snakes** *verb* say rượu; phục hồi sau một chầu nhậu; có chứng mê sảng của người nghiện rượu nặng.

see red *verb* trở nên nổi giận bừng bừng • When she hung up the phone, I saw red. I've never been so angry in my life: *Khi cô ta cúp điện thoại, tôi điên tiết lên. Tôi chưa bao giờ tức giận như thế trong đời.*

see the chaplain *sentence* (*quân đội, thế chiến II*) ngừng phàn nàn đi; tôi không thể giúp bạn với những vấn đề của bạn

see the light *verb* đột nhiên hiểu ra được điều gì mà người khác đã cố gắng giải thích hoặc thuyết phục • He thinks she's wonderful but he'll soon see the light: *Anh ta nghĩ rằng cô ấy thật tuyệt vời, nhưng không bao lâu anh ta sẽ hiểu ra thôi (nghĩa là cô ta không tuyệt vời chút nào).*

see the light at the end of the tunnel *verb* nhìn thấy khả năng thành công trong tương lai, nhất là sau một thời gian dài khó khăn vất vả; ánh sáng ở cuối đường hầm

see-through *adjective* trong suốt; làm từ một kết cấu rất trong suốt; = PEEKA-BOO

See ya *xem* SEE YOU

seeyabye *interj.* tạm biệt [ở California dùng] • Gotta go now. Seeyabye: *Phải đi bây giờ. Tạm biệt.*

See you or **See ya** *interj.* Tạm biệt; = SO LONG • See you, old chum. Give me a ring: *Tạm biệt, ông bạn già. Gọi điện cho tôi nhé.*

see-you *noun* (*người bán hàng, từ cuối những năm 1920*) một khách hàng luôn yêu cầu được phục vụ bởi một người nào đó

see you around campus tạm biệt • See you around the campus, as they say. Is that what they say?: *Như họ nói, tạm biệt. Đó là điều họ nói à?*

See you in another life or **CUIAL** *sentence* Tôi sẽ gặp anh sau • Bye. CUIAL: *Tạm biệt. Gặp bạn sau nhé.*

See you in church or **CUIC** *sentence* Gặp bạn ở đó nhé; Gặp bạn nơi tôi thường thấy bạn [không liên quan đến nhà thờ thật] • Bye. See you in church: *Tạm biệt. Gặp bạn ở đó nhé.*

See you in the funny pages or **SYITFP** *sentence* Tôi sẽ gặp bạn ở đó • Bye, Tom. SYITFP: *Tạm biệt, Tom. Tôi sẽ gặp bạn ở đó.*

See you later or **CUL8R** *sentence* Tôi sẽ gặp bạn sau [cũng được nói với những người mà bạn biết sẽ không bao giờ gặp lại] • Have a great trip, Mary. See you later: *Chúc bạn có một chuyến đi tuyệt vời, Mary. Gặp bạn sau nhé.*

See you later, alligator *interj.* Tạm biệt [từ những năm 1930. Được trả lời "*After while, crocodile*"] • TOM: Bye. BILL: See you later, alligator.–TOM: *Tạm biệt.* BILL: *Tạm biệt nhé.*

See you, too or **CU2** *phrase* Tôi cũng sẽ gặp bạn [trả lời cho "*CU, See you*"] • BOB: CUIAL. BILL: CU2. – BOB: *Gặp bạn sau nhé.* BILL: *Tôi cũng sẽ gặp bạn.*

segue or **seg** *verb* 1 (*nhạc sĩ*) chuyển từ một bản nhạc, đĩa hát, v.v.. này đến bản tiếp theo mà không có sự gián đoạn rõ ràng; có sự chuyển tiếp mượt mà 2 chuyển tiếp mượt mà từ cái này đến cái khác 3 (*sinh viên*) đoạn tiếp; sự tiếp tục; điều gì đó tiếp theo

sell *noun* 1 trò lừa đảo; sự lừa gạt 2 (*đấu vật chuyên nghiệp*) hành động như thể một cú đánh hoặc ôm là cực kỳ đau đớn

sell *verb* 1 (*đã lỗi thời*) lừa đảo 2 thuyết phục ai về giá trị của thứ gì đó; = SELL someone ON something 3 (*đấu vật chuyên nghiệp*) giả đau, hành động như thể một cú đánh hoặc ôm là cực kỳ đau đớn • Of course, I would "sell" the drop, so that it appeared I had been thoroughly manhandled and abused by my opponent: *Tất nhiên, tôi có thể giả đau vì cú đánh, để mọi việc diễn ra có vẻ như tôi hoàn toàn bị vùi dập bởi đối thủ.*

sell oneself *verb* làm cho bản thân trở nên hấp dẫn và thành công với một khán giả, ông chủ tương lai, v.v..

sell someone down the river *verb* phản bội; bán đứng ai • The workers thought that their own leaders had sold them down the river: *Các công nhân nghĩ rằng các lãnh đạo của họ đã bán đứng họ.*

selling plater *noun* (*đua ngựa*) một con ngựa đua kém

sell someone **on** something *verb* **thuyết phục ai về giá trị của thứ gì đó; tán dương một cách thành công** • She told me on the new wage policy: *Cô ấy đã thuyết phục tôi về giá trị của chính sách lương mới.*

sell-out *noun* 1 (*bi-da*) **một cú đánh trượt dẫn đến một cú đánh tốt cho đối thủ** 2 **sự bán rẻ** 3 **sự kiện bán tất cả thứ gì đó (về quảng cáo)** • Come to our gigantic sellout of all name-brand merchandise!: *Hãy đến với cuộc bán tổng bán tháo tất cả hàng hóa có thương hiệu lớn của chúng tôi!* 4 **kẻ phản bội**

sell out *verb* 1 **vứt bỏ toàn bộ bằng cách bán rẻ** 2 **phản bội lại lý do kết tội, đặc biệt là vì sự tưởng thưởng về tài chín** • But the gist of it is clear enough. Kesey has sold out to keep from getting a five-year sentence or worse: *Nhưng ý chính thì đã đủ rõ ràng. Kesey đã phản bội để tránh một bản án 5 năm hoặc tệ hơn.*

sell someone or something **out** *verb* **phản bội ; hy sinh hoặc bỏ rơi vì lợi ích của mình** • accuse them of selling out Chiang Kai-shek: *buộc tội chúng vì phản bội Chiang Kai-shek.*

semolia *noun* (*người da đen*) **người đần độn**

send *verb* **làm ai đó hào hứng, phấn khích;** = TURN someone ON

send-off *noun* **lễ tang** • When is his send-off?: *Khi nào làm lễ tang cho anh ấy?*

send someone **to the showers** *verb* 1 (*bóng chày*) **đuổi một cầu thủ khỏi trận đấu** 2 **đuổi hoặc sa thải ai**

send-up *noun* **sự nhại; sự bắt chước khôi hài; bài văn đả kích;** = SPOOF • I enjoy a good send-up, even if it is about me: *Tôi rất thích một sự bắt chước khôi hài, cho dù là chế nhạo tôi.*

send up *verb* 1 (*cũng là send up the river*) **kết án bỏ tù ai; tống ai vào tù** 2 (*từ Anh*) **chế nhạo; đả kích;** = SPOOF

send someone or something **up** *verb* **bắt chước chế nhạo ai hoặc cái gì** • Last week, he sent the president up: *Tuần trước ông ta đã chế giễu tổng thống.*

send someone **up the river** *verb* **đưa ai vào tù** [được thực hiện bởi thẩm phán hay gián tiếp bởi cảnh sát] • They tried to send me up the river, but my lip got me off: *Họ cố đưa tôi vào tù, nhưng luật sư của tôi đã gỡ tội cho tôi (thoát tội).*

sensaysh *adjective* **tốt lạ thường; kỳ lạ** • I had a sensaysh time: *Tôi đã có một thời gian tốt lạ thường.*

serious *adjective* 1 **tốt; nổi bật; xuất sắc** 2 **tạo ra ấn tượng tốt;** = SINCERE

serious about someone *adjective* **đang yêu hoặc sắp yêu ai** • I'm afraid I'm getting serious about Bill: *Tớ e là tớ đang yêu Bill.*

session *noun* 1 (*thanh thiếu niên*) **một buổi khiêu vũ hoặc bữa tiệc;** = HOP 2 **một chầu rượu; một chầu nhậu** 3 (*giới nhạc sĩ*) **sự diễn tập hoặc biểu diễn tại studio** 4 *modifier:* He used to do a lot of session playing but hardly ever worked for an audience: *Anh ta thường hay thực hiện cuộc biểu diễn tại studio nhưng hầu như chưa từng biểu diễn trước khán giả.* 5 **một bữa hút cần sa; thời gian phê ma túy, đặc biệt LSD;** = TRIP

set *noun* 1 (*chủ yếu ở người da đen*) **một cuộc thảo luận;** = RAP 2 **hàng xóm** 3 **một bữa tiệc nhỏ hoặc một cuộc họp mặt thân thiện;** = SCENE 4 (*nhà tù*) **sự kéo dài phiên chất vấn để được phóng thích** 5 (*giới nhạc sĩ*) **quãng thời gian ban nhạc chơi không nghỉ; một đợt kẹt xe 30 phút** 6 (*nhạc sĩ nhạc jazz*) **sự trao đổi âm nhạc ngẫu hứng khoảng nửa giờ** 7 (*ma túy*) **một liều ma túy gồm 2 viên Seconal (tên thương mại) và 1 viên amphetamine**

set someone **back** *verb* **làm ai phải trả (số tiền đã định rõ)** • How much will it set me back if I order a plain steak?: *Nếu tôi gọi món bít tết thế thì tôi phải trả bao nhiêu?*

set of threads (or **drapes**) *noun* **bộ quần áo, đặc biệt là một bộ áo mới và hợp mốt**

set of wheels *noun* **xe ô tô** • Man, look at that set of wheels that chick has!: *Ôi, hãy nhìn chiếc xe mà cô gái đó có kìa!*

set someone **over** *verb* (*thế giới ngầm*) **giết;** = RUB OUT • They have to set a guy over: *Họ phải giết một gã.*

settle *noun* (*thế giới ngầm*) **bỏ tù, đặc biệt là án chung thân**

settle (or **fix**) someone's **hash** *verb* 1 **trị cho ai một trận; làm bị thương hoặc khử ai;** = FINISH, COOK someone's GOOSE • I'll check you out after I settle his hash: *Tôi sẽ thẩm tra anh sau khi tôi trị cho nó một trận.* 2 **làm nhục ai; đánh bại ai; làm hỏng cơ hội thành công của ai;** = FIX someone's WAGON

setup *noun* 1 **người bị lừa; nạn nhân của một vụ lừa gạt;** = PATSY, SUCKER 2 (*thế giới ngầm*) **án tù một ngày** 3 **dụng cụ để tiêm ma túy** 4 **nơi sống, như ngôi nhà, văn phòng, căn hộ v.v..** • This is a pretty nice setup. What's the rent?: *Đây là một nơi khá đẹp. Tiền thuê là bao nhiêu?* 5 **một kế hoạch; một âm mưu** • I got a good little setup for earning some money: *Tôi có một kế hoạch nhỏ khá hay để kiếm ít tiền.* 6 **một ly có đá, soda, v.v.. được trộn với rượu mạnh** [thường số nhiều] 7 (*quầy bán đồ ăn trưa và nhà hàng*) **chén đĩa, đồ dùng, v.v.. tạo ra môi trường để ăn** 8 **sự sắp xếp; sự tổ chức; tình huống; chế độ hoạt động**

set up *adjective* **hài lòng; tự hào** • He looks real set up now that they've published his book: *Bây giờ trông ông ta có vẻ thực sự tự hào khi mà họ đã xuất bản sách của ông ta.*

set someone **up** *verb* 1 **chuẩn bị và vận động ai để lừa gạt, bịp v.v..;** = BUILD 2 **làm hài lòng và khích lệ** 3 **thết đãi ai; cung cấp đồ ăn hoặc đồ uống**

set someone **up (for** something**)** *verb* **giúp điều gì xảy ra với ai** • Who set me up for this anyway?: *Dù sao thì ai đã giúp điều này xảy ra với tôi vậy?*

seventeen *xem* FILE SEVENTEEN

seventeener *noun* (*thế giới ngầm, từ đầu những năm 1900, Úc*) **tử thi**

Seventh Avenue *noun* **ngành quần áo và thời trang;** = the RAGE TRADE [từ thực tế đại lộ 7 của New York là trung tâm của ngành thời trang theo truyền thống]

seventy-'leven *noun* 1 **số lượng lớn không xác định;** = FORTY-'LEVEN 2 *modifier:* about seventy-'leven years: *khoảng rất nhiều năm*

seven-year itch *noun* **sự thèm muốn thực hoặc tưởng tượng với một người phụ nữ khác trong năm thứ bảy sau khi kết hôn của người đàn ông**

sewer *noun* (*ma túy*) **tĩnh mạch hoặc động mạch**

sewer hog *noun* **người đào mương, rãnh; công nhân cống rãnh**

sew something **up** *verb* 1 **hoàn tất hoặc kết thúc cái gì** • Let's sew this up and get out of here: *Chúng ta hãy kết thúc việc này và ra khỏi đây thôi.* 2 **đảm bảo chiến thắng; ghi điểm, thực hiện cú đánh quyết định, v.v..;** = CLINCH, ICE

sex *verb* **quan hệ tình dục với ai**

sex goddess *noun* **một nữ ngôi sao truyền hình hoặc điện ảnh trông khêu gợi và hấp dẫn** • I wonder what these sex goddesses look like when they get up in the morning: *Tôi tự hỏi những ngôi sao điện ảnh khêu gợi này trông thế nào khi họ ngủ dậy vào buổi sáng.*

sex job *noun* **một người khêu gợi**

sex kitten (or **bunny**) *noun* **một người phụ nữ trẻ đặc biệt hấp dẫn, biết tận dụng sức hút của mình; người phụ nữ đầy ham muốn**

tình dục

sexpert *noun* chuyên gia tình dục, đặc biệt là một nhà trị liệu chuyên trị cho những người gặp rối loạn tình dục

sexploitation *noun* 1 sự khai thác thương mại của tình dục 2 *modifier*: a camp sexploitation horror musical: *một vở kịch hài kinh dị về sự bóc lột tình dục ở trại lính*

sexpot *noun* một người phụ nữ kích động về tình dục; người phụ nữ khoe khoang khả năng tình dục của mình

sex wagon *noun* = PIMPMOBILE

sexy *adjective* có sức hấp dẫn tình dục lớn; rất gợi tình; rất khiêu dâm; đáng thèm khát

sez (or **sezz**) **you** *xem* SAYS YOU

shack *noun* 1 (*đường sắt*) toa dành cho người bảo vệ tàu 2 (*đường sắt, người lang thang và xiếc*) người điều khiển phanh (thắng) tàu 3 (*người lang thang*) bất kỳ nơi nào mà những người lang thang gặp nhau 4 = SHACK JOB 5 bạn tình tạm thời ở chung 6 ngôi nhà tỏa ra sự giàu sang và mời gọi bọn trộm cắp 7 căn phòng, căn hộ hoặc ngôi nhà 8 một cuộc quan hệ tình dục

shack *verb* sống cùng nhau như một cặp đôi không kết hôn • Who you been shacking with?: *Cậu đang chung sống với ai vậy?*

shack fever *noun* 1 (*người lang thang*) sự mệt mỏi; sự uể oải 2 (*người lang thang*) sự sợ hãi, mệt mỏi, v.v.. khiến người lang thang không đi được

shack job *noun* 1 (*đặc biệt quân đội, thế chiến II*) người vợ được công nhận do hôn nhân thực tế, dù không kết hôn với nhau 2 một người mà bạn chung sống và quan hệ tình dục cùng mà không phải lo về những gánh nặng hay hạnh phúc hôn nhân

shackles *noun* (*từ đầu những năm 1900, Anh*) món hầm hoặc súp

shack man (or **rat**) *noun* 1 (*đặc biệt quân đội, thế chiến II*) một người đàn ông sống cùng hoặc quan hệ tình dục với một phụ nữ không phải vợ mình; người đàn ông nuôi tình nhân 2 một người lính quan hệ tình dục với phụ nữ

shack-up *noun* 1 hành vi tình dục thông thường 2 một người mà bạn chung sống và quan hệ tình dục cùng mà không phải lo về những gánh nặng hay hạnh phúc hôn nhân

shack up *verb* 1 sống; cư trú, thường là tạm thời 2 cung cấp chỗ ở cho tình nhân 3 (*đặc biệt quân đội, thế chiến II*) sống cùng, quan hệ tình dục và bao một người đàn bà không phải là vợ mình; bao gái 4 quan hệ một đêm với ai; quan hệ tình dục với ai; = SLEEP AROUND

shade *noun* 1 (*từ giữa những năm 1800*) người da đen 2 một doanh nghiệp hợp pháp hoạt động để làm vỏ bọc cho một doanh nghiệp bất hợp pháp 3 (*thế giới ngầm*) người nhận đồ ăn trộm; = FENCE

shade *verb* 1 giảm nhẹ điều gì dần dần • [H]e would always find a way to shade the odds in his favor: *Anh ta sẽ luôn tìm cách giảm dần sự chênh lệch để có lợi cho anh ta.* 2 đánh dấu mặt sau lá bài bằng cách làm nhạt màu hiện tại một cách tinh tế 3 (*thể thao*) đánh bại sít sao • Michigan shaded Iowa. The final score was 98 to 96: *Michigan đã đánh bại sít sao Iowa. Tỷ số cuối cùng là 98-96.*

shades *noun* (*từ giới nhạc sĩ pop những năm 1940*) kính mát; kính râm

shad-mouth *noun* 1 một người có môi trên trề ra 2 (*người da đen dùng*) người da đen

shadow¹ *noun* người đòi nợ cho người cho vay bất hợp pháp

shadow² 1 *noun* người da đen 2 *verb* theo dõi một người một cách bí mật; tiến hành giám sát; = TAIL 3 *noun* They put a shadow on the suspect: *Họ bố trí một người theo dõi kẻ tình nghi.*

shadow gazer *noun* (*bệnh viện*) bác sĩ X quang

shadows *noun* kính mát

shaft *noun* 1 dương vật 2 một thỏa thuận tồi; đối xử không công bằng • She got the goldmine / I got the shaft: *Cô ta thì được món lợi lớn / Còn tôi thì bị đối xử tồi.* 3 chân

shaft *verb* 1 ngược đãi; đối xử bất công hoặc tàn nhẫn • The good guys always get shafted: *Người tốt luôn bị đối xử bất công.* 2 làm điều sai với ai; làm hại hoặc lừa ai • We are going to shaft this guy in a way that he will remember: *Chúng ta sẽ lừa gã này theo cách riêng mà hắn sẽ nhớ.*

the shaft or **a shafting** *noun* sự đối xử bất công hoặc thô bạo • He was hoping for a raise and got a shafting: *Anh ta hy vọng được tăng lương nhưng đã nhận được sự đối xử bất công.*

shag *noun* 1 bạn hẹn hoặc người hộ tống của một người; = DRAG • He didn't have a shag for a prom: *Nó không có bạn hẹn cho buổi dạ hội.* 2 âm hộ và lông

shag *adjective* 1 với một bạn hẹn hay người hộ tống 2 (*thanh thiếu niên*) xuất sắc; tuyệt vời

shag *verb* 1 mang đi • "Now then, you shag word to the Acemen and the Ware Counselor to meet me at the pool hall": *"Giờ thì, mày chuyển lời đến nhóm Acemen và Ware Counselor, bảo họ đến gặp tao tại phòng bi-da."* 2 quan hệ tình dục 3 rời đi; biến nhanh; = SHAG, ASS 4 đuổi theo; truy đuổi • He shagged after the burglar but couldn't catch him: *Anh ấy đuổi theo thằng ăn trộm nhưng không bắt được nó.* 5 (*thanh thiếu niên*) trêu chọc và quấy rối; = HASSLE, HOUND 6 bắt giữ ai

shag ass *verb* rời đi; biến lẹ; = HAUL ASS, SCRAM

shag ass (**out of** somewhere) *xem* BAG ASS (OUT OF somewhere)

shagger *noun* một người theo dõi người nào khác một cách bí mật; = SHADOW, TAIL

shake *noun* 1 (*từ giữa những năm 1800*) buổi khiêu vũ 2 một giây; = SEC • Be ready in two shakes: *Hãy sẵn sàng trong hai giây nữa.* 3 sự tống tiền; = SHAKEDOWN 4 sự khám xét toàn diện một người hoặc một nơi • We'd better give the entire house a shake: *Tốt hơn hết chúng ta nên khám xét toàn bộ ngôi nhà.* 5 phiên chất vấn nghi phạm 6 cần sa 7 sữa khẩy

shake *verb* 1 kiểm tra quần áo và cơ thể một người 2 loại bỏ ai hay cái gì 3 tống tiền • He tried to shake one of the big boys: *Nó cố tống tiền một trong những ông trùm.* 4 = GIVE someone THE SHAKE

shake a leg *verb* 1 vội vã; di chuyển nhanh hơn; tăng tốc [thường như một mệnh lệnh] • Let's shake a leg, you guys. We gotta be there in twenty minutes: *Hãy nhanh lên nào, các cậu. Chúng ta phải đến đó trong 20 phút đấy.* 2 khiêu vũ

shake a wicked calf *verb* (*biến thể*: **mean** có thể thay **wicked**; **hoof** or **leg** có thể thay **calf**) khiêu vũ giỏi, ấn tượng hoặc vui vẻ

shakedown *noun* 1 cuộc tìm kiếm người hay nơi nào 2 (*thế giới ngầm*) hành vi tống tiền 3 phòng trọ một đêm; giường ngủ tạm thời 4 sự ngủ; giấc ngủ 5 sự khám xét toàn diện một người hoặc một nơi; = SHAKE 6 việc dùng thử, đặc biệt là dùng thử một máy móc, tàu bè, quy trình, v.v.. • Let's give this new idea a shakedown and see if it works: *Hãy thử ý tưởng mới này và xem nó có hiệu quả không.*

shake down *verb* 1 tìm kiếm người hay nơi nào • People with beards are shaken down thoroughly: *Những người có râu được triệt để tìm kiếm.* 2 tống tiền; đòi tiền bảo kê • What's changed? You're still trying to shake me down: *Cái gì đã thay đổi? Mày vẫn đang cố tống tiền tao.* **3** khám xét một người hoặc một nơi một cách toàn diện; = SHAKE **4** gây áp lực với ai để mượn tiền

shakedown cruise *noun* (*hải quân*) chuyến đi biển hoặc cuộc thử nghiệm trên biển cho một chiếc tàu mới hoặc tàu mới sửa chữa

shake it or **shake it up** *verb* nhanh lên; thúc giục; = SHAKE A LEG Shake it up! *exclam.* Mau lên! Nhanh lên nào!

shake one *verb* (*quầy bán đồ ăn trưa*) làm món sữa khuấy

shakeout *noun* **1** sự biến động kinh doanh, đặc biệt là sự giảm số lượng đối thủ cạnh tranh trong một lĩnh vực; sự gia tăng những vụ phá sản và sụp đổ **2** một sự kiện loại bỏ những yếu tố yếu hoặc không năng xuất khỏi hệ thống; sự cải tổ • *After a shakeout that lasted a month, we went into full production: Sau một sự cải tổ kéo dài một tháng, chúng tôi đã đi vào sản xuất đầy đủ.*

the shakes *noun* bất kỳ bệnh tật hay tình trạng run rẩy, đặc biệt là chứng nghiện rượu hoặc lạm dụng thuốc; = the CLANKS

shake the money tree *verb* tạo ra lợi nhuận, đặc biệt với số lượng lớn

shake-up *noun* **1** sự tái tổ chức; sự cải tổ lại • *After a shake-up like the one we've just been through, everybody's a little upset: Sau một sự tái tổ chức như chúng tôi vừa trải qua, mọi người đều hơi bực mình.* **2** sự hòa trộn vài loại rượu được lắc và uống

shamrock or **shambro** or **shambrogue** *noun* bất kỳ đồ uống pha trộn nào, đặc biệt là một hỗn hợp của uýt-ki và bia đen

shamus *noun* (cũng là *shammus* or *shamos* or *shommus*) **1** thám tử tư; cảnh sát; vệ sĩ; = COP **2** kẻ chỉ điểm, = STOOL PIGEON

Shangri La *noun* (*đặc biệt những năm 1930 và 1940*) thiên đường trần thế [từ quốc gia tưởng tượng của người Himalaya trong tiểu thuyết *Lost Horizon* của James Hilton]

shank *noun* **1** (*nhà tù và băng đảng năm 1950*) một con dao tự làm **2** sự kết thúc hoặc phần cuối của một khoảng thời gian, đặc biệt là buổi tối [cũng được hiểu là phần đầu hoặc phần chính của một khoảng thời gian]

shank *verb* **1** đâm ai **2** (*thể thao*) đá • *Mummy, Peter shanked me on the leg: Mẹ ơi, Peter đá con vào cẳng chân.* **3** khiêu vũ • *We shanked to the disco music: Chúng tôi nhảy theo điệu nhạc disco.*

shank it *verb* dùng chân để đi đến nơi nào đó; đi bộ; đi bộ đường dài • *My car needs fixing so I had to shank it to work today: Xe của tôi cần được sửa chữa vì thế hôm nay tôi phải đi bộ đến nơi làm việc.*

shanty *noun* **1** túp lều ọp ẹp, tạm bợ **2** (*đường sắt*) toa dành cho người bảo vệ tàu

shanty Irish *noun* dân nhập cư nghèo gốc Ireland; người Ireland nghèo hoặc bất hảo

shantytown *noun* **1** một khu vực nghèo, xơ xác **2** một cụm nhà ở tạm thời, thường nằm ở rìa một thị trấn và do những người rất nghèo hoặc người lang thang ở; = HOOVERVILLE

shape up *verb* **1** (cũng là *shape up* or *ship out*) (*quân đội, thế chiến II*) cải thiện; cải tổ; chỉnh lại hành vi của ai; làm cho thích nghi với [thường là một mệnh lệnh cứng rắn hoặc lời khiển trách] • *I guess I'd better shape up if I want to stay in school: Tôi đoán tốt hơn là tôi nên cải thiện nếu tôi muốn ở lại trường.* **2** tiến triển hình thái hoặc cấu trúc cuối cùng • *The game plan for the election was beginning to shape up: Kế hoạch vận động tranh cử đang bắt đầu tiến triển ở giai đoạn cuối cùng.*

shape someone up *verb* (*quân đội, thế chiến II*) sửa hành vi của ai

shark *noun* **1** kẻ lừa đảo; = HUSTLER, SHARP **2** (*sinh viên*) một sinh viên rất giỏi, đặc biệt là người có vẻ không học hành chăm chỉ **3** chuyên gia, đặc biệt là người khá lợi dụng hoặc vô liêm sỉ **4** (*người lang thang*) nhân viên giới thiệu việc làm **5** kẻ cho vay nặng lãi **6** luật sư [mang tính xúc phạm] • *Some shark is trying to squeeze a few grand out of me: Một gã luật sư đang cố moi vài ngàn đô từ tôi.*

sharp *noun* **1** chuyên gia, đặc biệt về việc chơi bài; = PRO **2** (cũng là *sharper*) kẻ lừa đảo, đặc biệt là người chơi bài gian lận; = CARD SHARP

sharp *adjective* **1** hợp thời trang; thuộc loại phức tạp và mới nhất **2** tốt; xuất sắc; = COOL **3** hấp dẫn **4** lanh lợi; thông minh • *She's sharp enough to see right through everything you say: Cô ấy đủ thông minh để thấy lẽ phải qua mọi điều mà anh nói.* **5** dễ thương; thanh lịch • *That's a sharp set of wheels you got there: Anh có một chiếc xe thật dễ thương.*

sharpie *noun* **1** người mê nhạc swing, đặc biệt là người nhảy giỏi theo nhạc swing **2** người ăn mặc hợp mốt theo kiểu lòe loẹt **3** *modifier:* an incredible sharpie opulence of leather pockets and hand-wrought belt loops: *một sự sang trọng hợp mốt đến khó tin của những chiếc túi da và móc thắt lưng được làm bằng tay.* **4** một người khôn ngoan luôn theo dõi lợi ích của mình **5** kẻ lừa đảo; = SHARP, SHARK **6** trò bạc bịp **7** dương vật chưa cắt bao quy đầu **8** người thông minh; người nhanh trí hoặc tinh ranh

shat on *verb* bị lừa; = SHAFTED • *Because women have been shat on for centuries: Vì phụ nữ đã bị lừa trong nhiều thế kỷ.*

shatting on one's **uppers** *adjective* (*người lang thang*) hoàn toàn hết tiền; = BROKE

shaved *adjective* **1** say rượu **2** (*dân chơi xế độ*) đã lột bỏ những phần trang trí và không cần thiết; = STRIPPED DOWN

shave points or **shave** *verb* (*thể thao và cờ bạc*) thua trận một cách gian lận

shavetail *noun* (*quân đội*) người mới được thăng cấp thiếu úy; người thiếu kinh nghiệm

shazam! or **shazzam!** *interj.* dùng để biểu lộ niềm hân hoan chiến thắng • *Shazzam! I passed the test!: Ôi trời! Tôi đã đỗ rồi!*

the shebang *noun* mọi thứ; = the WHOLE SHEBANG • *You can have the shebang: Bạn có thể có mọi thứ.*

she can sit on my face any time *sentence* cô ấy hấp dẫn tôi rất nhiều về mặt tình dục cơ bản

shee-it *interj* SHIT [một sự nhại hài hước cách phát âm lè nhè của người miền Nam, Mỹ]

sheeny or **sheenie** **1** *noun* người Do Thái **2** *adj* one of those Sheeny employment bureaus: *một trong những cơ quan giới thiệu việc làm của người Do Thái* **3** *noun* chủ hiệu cầm đồ, thợ may, người bán đồng nát, hoặc một người làm nghề truyền thống khác của người Do Thái

sheep-dip **1** *noun* rượu uýt-ki kém chất lượng; = ROTGUT **2** *verb* (*hoạt động gián điệp*) biến một sĩ quan quân đội thành thường dân, ít nhất là một cách cố tình, trước khi đảm nhiệm một nhiệm vụ phi quân sự

sheepskin *noun* bằng đại học, cao đẳng hoặc trung học [từ thực tế bằng thường hay được làm từ giấy da cừu] • *When you get that sheepskin on the wall, you'll feel like it was all worth something: Khi cậu có tấm bằng đại học treo trên tường, cậu sẽ cảm thấy nó hoàn toàn xứng đáng.*

Sheesh! *interj.* Mẹ kiếp! Chết tiệt! [uyển ngữ cho "Shit"] • *Sheesh! What a mess!: Chết tiệt! Thật bừa bãi quá!*

sheesh *noun* (*ma túy*) ha-sít (hashish)

sheet *noun* 1 hồ sơ bắt giữ và kết án của cảnh sát 2 tờ báo 3 *xem* RAP SHEET

sheets *noun* một báo cáo hàng ngày về hoạt động tội phạm gần đây, lưu hành trong giới cảnh sát làm theo ca

the sheets *noun* (*người lang thang*) tiền

sheik 1 *noun* anh chàng nịnh đầm 2 *verb* quyến rũ; tán tỉnh

sheive *xem* SHIV

shekels *noun* tiền; đô-la; sự giàu có [từ cái tên Do Thái của một đơn vị đo trọng lượng và tiền tệ]

shell 1 *noun* một người hơi thiếu năng lực tâm thần 2 *noun* két sắt có cửa và thành mỏng 3 *verb* thanh toán; trả; = SHELL OUT

shellack or **shellac** *verb* 1 đánh vào thể xác; đánh gục 2 (*thể thao*) đánh bại hoàn toàn; đè bẹp; = CLOBBER • The Giants got shellacked again Monday: *Thứ hai đội Giants đã bị đánh bại lần nữa.*

shellacked *adjective* 1 bị đánh; bị qua mặt; bị thua • They were shellacked, and they knew it: *Họ bị qua mặt, và họ biết điều đó.* 2 say rượu; say mềm

shellacking *noun* 1 sự đánh đập 2 (*thể thao*) sự đánh gục; sự thất bại nặng nề • [Y]ou knew you was going to get a shellacking every time they'd catch you: *Cậu biết là cậu sẽ bị đánh gục mỗi lần họ bắt được cậu.*

shell out *verb* thanh toán; dùng; = FORK OVER

shemale *noun* 1 nữ giới 2 người đàn ông ưa mặc quần áo phụ nữ 3 người chuyển giới

shemozzle (cũng là *shimozzle* or *shlamozzle* or *shlemozzle*) (chủ yếu ở Anh và Canada từ cuối năm 1800) 1 *noun* một tình huống khó khăn và lộn xộn; sự náo động; = MESS, RHUBARB 2 *verb* rời khỏi; = POWER, SCRAM

shenanigan or **shenanigans** *noun* (*từ giữa những năm 1800, miền Tây dùng*) trò láu cá; trò chơi khăm; trò lừa nhẹ nhàng

Sherpa or **sherpa** *noun* trợ lý cao cấp của người đứng đầu một bang, đặc biệt là người thực hiện những sự sắp xếp cho một hội nghị thượng đỉnh

she-she *noun* 1 (*quân đội, thế chiến II*) một phụ nữ trẻ; = CHICK [dựa trên tiếng Anh bồi; từ này có nguồn gốc ở khu vực Thái Bình Dương] 2 gái điếm

shiever *noun* (*thế giới ngầm*) kẻ chỉ điểm

shifter *noun* 1 (*thế giới ngầm*) kẻ đút lót 2 (*thế giới ngầm*) người nhận đồ ăn trộm; = FENCE 3 (*thế giới ngầm*) người làm trung gian giữa kẻ trộm và người nhận đồ ăn trộm

shift (or **move**) **into high gear** *verb* bắt đầu làm việc với hết tốc độ, hết khả năng; trở nên nghiêm túc

shikker or **shicker** *adjective* say rượu

shikkered *adjective* (*đặc biệt ở Úc*) say rượu

shikse or **shiksa** or **shikseh** *noun* người phụ nữ không phải là Do Thái, đặc biệt phụ nữ trẻ [thường mang tính xúc phạm]

shill¹ *noun* gậy tuần đêm của cảnh sát

shill² *noun* 1 (*trò bịp thử thách sự tự tin*) một kẻ đồng lõa tỏ vẻ là đang thu lợi nhờ vào kế hoạch vốn được thiết kế để lừa nạn nhân 2 (cũng là *shillaber*) (*từ xiếc*) đồng bọn của một người bán đấu giá, con bạc, người bán hàng, v.v., người giả bộ làm khán giả và kích thích giá; cò mồi 3 người rao hàng, người bán hàng rong, nhân viên quảng cáo hay quan hệ công chúng hay bất cứ ai khác mà công việc là kích thích kinh doanh; = FLACK

shill *verb* 1 ra vẻ như một khách hàng đã thỏa mãn hoặc một tay cờ bạc thành công để khuyến khích các khách hàng hay những người đánh bạc thực sự, v.v.. 2 quảng cáo hoặc rao hàng cho thứ gì đó • Four stars of an old television show were there shilling for a major computer firm: *Bốn ngôi sao của một chương trình truyền hình được ưa thích có mặt ở đó để quảng cáo cho một hãng máy tính lớn.* 3 làm cò mồi

shim *noun* 1 một mảnh nhựa dùng để bẻ khóa 2 một người khó đoán được giới tính nếu chỉ dựa vào kiểu tóc và quần áo 3 người không thích rock and roll; = CLYDE

shim *verb* bẻ khóa bằng một mảnh nhựa • A knife and keys were stolen from a real-estate office entered by shimming a front-door lock: *Một con dao và một số chìa khóa đã bị trộm khỏi một văn phòng bất động sản bị đột nhập bằng cách bẻ khóa cửa trước.*

shimmy¹ 1 *noun* (cũng là *shimmy shirt*) áo lót phụ nữ 2 *noun* một kiểu khiêu vũ rất mạnh mẽ; điệu nhảy simmi 3 *verb* I wish that I could shimmy like my sister Kate: *Ước gì tôi có thể nhảy điệu simmi giống bà chị Kate.* 4 *noun* cú giật nhanh; cú giật mông 5 *noun* (cũng là *shimmy pudding*) (*quầy bán đồ ăn trưa*) đồ tráng miệng giống như thạch gelatin và những đồ ăn khác bị rung rinh khi di chuyển

shimmy² *noun* (*cờ bạc*) bài chemin de fer; bài baccarat

shimmy in the hay *noun* (*quầy bán đồ ăn trưa*) thạch gelatin dâu

shindig *noun* một bữa tiệc; một cuộc khiêu vũ; = CLAMBAKE

shindy *noun* (*hàng hải, Anh*) sự náo động; sự tranh giành lộn xộn; = DONNYBROOK

shine *noun* 1 người da đen 2 *modifier:* another shine killing: *một vụ giết người da đen khác* 3 rượu uýt-ki lậu; = MOONSHINE

shine *verb* 1 (*thanh thiếu niên, người da đen*) lờ đi; tránh đi; = SKIP • He completely shined my point of view: *Anh ta hoàn toàn phớt lờ quan điểm của tôi.* 2 (*sinh viên*) từ bỏ; = PUNT • I hate to shine, but I jusst don't have time to finish this job: *Tôi ghét từ bỏ, nhưng tôi chỉ là không có thời gian để hoàn thành việc này.* 3 chế nhạo ai; lăng mạ ai; lừa ai • Stop shining me. I'm cool, man, ice: *Đừng nhục mạ tôi nữa. Tôi rất bình tĩnh, không bị kích động đâu, anh bạn ạ.*

shine box *noun* quán rượu, hộp đêm, v.v.. của người da đen

shiner *noun* 1 mắt bị thâm tím; = BLACK EYE, MOUSE 2 (*đường sắt*) đèn lồng của nhóm làm việc trên tàu hỏa 3 (*cờ bạc*) một vật có thể phản chiếu, cho phép người sử dụng gian lận bằng cách thấy các lá bài khi chúng được chia

shine up to someone *verb* nịnh hót ai; = SUCK UP TO someone

shingle *noun* 1 tấm kim loại có tên trên cửa buồng giam 2 biển quảng cáo 3 biển số xe 4 luật sư

shinny or **shinny up** *verb* leo dây, cột, tường, v.v..

Shinola *xem* NOT KNOW SHIT FROM SHINOLA

shirttail 1 *adj* tầm thường; kém cỏi 2 *noun* (*tòa soạn*) cột xã luận

shirttail kin *noun* (*miền nam và trung tây dùng*) họ hàng xa; bà con xa

shirty *adjective* (*từ giữa những năm 1800, Anh*) giận dữ; rất bối rối; = HUFFY, PISSED OFF • He was a little ashamed of himself for getting shirty with Ivar: *Hắn thấy hơi xấu hổ vì đã giận dữ với Ivar.*

shit *noun* 1 (*ma túy*) cần sa 2 (*ma túy*) hê-rô-in; = HORSE 3 ma túy nói chung 4 tài sản; ảnh hưởng cá nhân 5 bất kỳ điều gì • He didn't recognize shit: *Hắn chẳng nhận ra bất kỳ điều gì* 6 vân vân (...) • It's so cool. Like all the cool people live here and shit: *Hay* quá. Như thế tất cả những người tuyệt vời đều ở đây,.. **7 dùng như cơ sở cho những so sánh cùng cực** • Well, sure as shit and taxes, he comes there every night just as regular you can set your watch by him: *À, chắc chắn rồi, anh ta đến đó hằng đêm đều đặn đến mức bạn có thể chỉnh đồng hồ bởi anh ta.* **8 việc rắc rối** • I'm extremely rebellious. I've cut every single day of school so far except one. I'm in deep shit with my mother at all times: *Tôi cực kỳ nổi loạn. Tôi trốn học mỗi ngày ngoại trừ một lần. Tôi lúc nào cũng gặp rắc rối lớn với mẹ.* **9 người đáng khinh;** = PRICK, SHITHEEL **10 sự ngược đãi 11 dùng như một thuật ngữ biểu hiện sự quý mến** • "Ain't he the cutest little shit?" said Fluffy to Poppy: *Fluffy nói với Poppy: "Chẳng phải nó là thứ nhỏ nhắn dễ thương nhất đó sao?"* **12 công việc** • I apologize for bein' in your shit like I was: *Tôi xin lỗi vì đã tham gia vào công việc của cậu như tôi đã từng.* **13 (ngành thu âm) một đĩa đơn gây tiếng vang 14 phân; cứt;** = CRAP, POO [thường mang tính công kích] • Gee! I stepped in some shit!: *Chao ôi! Tôi đã dẫm vào đống phân rồi!* **15 thứ rác rưởi; vật không mong muốn; thứ bừa bãi lộn xộn; bất cứ thứ gì có chất lượng kém;** = CRAP, DRECK • Clean up this shit and don't let this place get so messy: *Hãy dọn sạch đống rác bừa bãi này và đừng để nơi này quá lộn xộn như thế.* **16 đồ dùng cá nhân của ai** • I gotta get my shit from the kitchen and get outa here: *Tôi phải đem đồ cá nhân của tôi từ ở nhà bếp và ra khỏi đây.* **17 lời nói dối; điều vô lý; chuyện vớ vẩn;** = BULLSHIT **18 sự thiếu tôn trọng; sự lăng mạ 19 không có gì; số lượng ít nhất;** = DIDDLY • He doesn't know shit about his own subject: *Hắn chẳng biết tí gì về đối tượng của mình.*

the **shit** *noun* **điều tốt nhất** • I wish I had a quarterback like you in Arizona. You're the shit: *Tôi ước mình có một tiền vệ như cậu ở Arizona. Cậu là người giỏi nhất.*

shit *verb* **1 đại tiện; ỉa** [thường mang tính công kích] **2 lừa gạt ai; nói dối ai 3 phản ứng mạnh, đặc biệt với sự giận dữ, hoảng hốt hoặc sợ hãi** • He'll shit when we tell him about this: *Ông ta sẽ phản ứng mạnh khi chúng ta kể cho ông ta về việc này.*

shit *adjective* **tệ hại** • "The fuckers [the police] are just covering the whole park." "Shit bastards!": *"Bọn khốn [cảnh sát] đang bao vây toàn bộ công viên" "Bọn khốn kiếp tệ hại!"*

shit! *exclam.* **biểu lộ sự kinh tởm, khinh miệt; sự phẫn nộ** [thường dùng *"Shit"*. Thường mang tính công kích] • Oh, shit! What a mess!: *Ồ, chết tiệt! Thật là bừa bãi quá!* • Shit! I've missed the train!: *Như cứt! Tôi đã nhỡ chuyến tàu rồi!*

shit a brick (or bricks) *verb* **phản ứng giận dữ; có sự khủng hoảng cảm xúc;** = SWEAT BULLETS • Yep, Gil Green shit a brick when he saw the bill: *Phải, Gil Green phản ứng giận dữ khi anh ta thấy hóa đơn.*

shit-all *noun* **hoàn toàn chẳng có gì; không có gì** • Monica, we have shit-all evidence of what the killer looks like: *Monica, chúng ta không có bằng chứng gì về việc sát thủ trông như thế nào cả.*

shit-ass *noun* **1 người đáng khinh; người đáng ghét;** = JERK **2** = SHITHEEL

shit-ass *verb* **cư xử như một kẻ đáng khinh, đặc biệt bằng cách phản bội một nhiệm vụ hoặc lời hứa**

shit-ass *adjective* **1 liên quan đến ai hoặc cái gì đáng ghét hoặc đáng kinh tởm** • He's nothing but a shit-ass bastard!: *Anh ta chẳng là gì ngoại trừ là một gã khốn đáng ghét!* **2 đê tiện; kém chất lượng** • Shit-ass punk!: *Đồ đê tiện thấp hèn!*

shit bullets *xem* SWEAT BULLETS

shitcan *noun* **1 bất kỳ giỏ rác nào** • Just throw all this stuff in the shitcan: *Hãy ném tất cả thứ này vào thùng rác.* **2 nhà tắm; một nhà vệ sinh ngoài trời được xây dựng tạm**

shitcan *verb* **quăng thứ gì đi; sa thải ai** • Who shitcanned my dirty socks?: *Ai đã ném bít tất bẩn của tôi vào thùng rác vậy?*

shit creek *xem* UP SHIT CREEK

one's **shit doesn't stink** *xem* THINK one's SHIT DOESN'T STINK

shit-eating grin *noun* **nụ cười ngọt ngào; vẻ mặt thỏa mãn; cái nhìn hả hê** • I don't know what happened, but she had a big shit-eating grin and kept hugging me: *Tôi không biết chuyện gì đã xảy ra, nhưng cô ấy có một nụ cười ngọt ngào và cứ ôm lấy tôi.*

shit-faced *adjective* **(đặc biệt sinh viên) say rượu**

shit fit *xem* HAVE A SHIT FIT

shit-for-brains *noun* **một kẻ ngốc**

shit-for-brains *adjective* **ngu ngốc**

shit for the birds *noun* **(quân đội, thế chiến II) chuyện vô lý; lời nói dối và cường điệu;** = BULLSHIT

shit green *verb* **bị hoảng sợ hoặc bị sốc;** = SHIT A BRICK

shithead or **shitface** *noun* **1 một người khó chịu, người đáng khinh ngu ngốc; người ngớ ngẩn, lộn xộn;** = FUCK-UP **2** = SHITHEEL

shitheel *noun* **một người đáng khinh; kẻ vô lại;** = BASTARD, PRICK

the **shit hits the fan** *sentence* **mọi chuyện rắc rối xảy ra; khi sự việc nổ tung ra; mọi thứ trở nên khó chịu** [thường là một phần của mệnh đề thời gian bắt đầu với *when* hoặc *then*] • When the shit hits the fan, my father finds out where I was last night: *Khi mọi chuyện rắc rối xảy ra, bố tôi phát hiện là tối hôm qua tôi đã ở đâu.*

shithook *noun* **người hoàn toàn khó ưa; kẻ đáng khinh;** = SHITHEEL

shithouse *noun* **1 một nơi bẩn thỉu, khó chịu 2 nhà tù 3 nhà vệ sinh, đặc biệt ngoài trời**

a **shithouse full** *noun* **số lượng rất lớn;** = OODLES • He had to wade through a shithouse full of people to get here: *Nó phải chen qua rất nhiều người để đến đây.*

shit in high cotton *verb* **sống tốt; sống giàu có, thịnh vượng;** = EAT HIGH OFF THE HOG, PISS ON ICE

shit (or go shit) in your hat *sentence* = GO TO HELL, GO FUCK oneself

shitkicker *noun* **1 một người thô lỗ, thù địch 2 người sống ở nông thôn; người nhà quê;** = HICK, RUHE **3 gái điếm 4 phim cao bồi;** = HORSE OPERA

shitkickers or **shit stompers** *noun* **giày lao động nặng hoặc giày đi bộ đường dài**

shit-kicking *adjective* **cộc cằn và quê mùa; thô lỗ**

shit (or crap) list *noun* **một danh sách tưởng tượng về những người không được yêu thích, không tin tưởng, cần phải tránh, v.v..**

a **shitload (or shitpot)** *noun* **số lượng rất lớn; rất nhiều;** = a SHITHOUSE FULL • I bet you won a shitload on Oakland: *Tôi đã cược anh thắng rất nhiều ở Oakland.*

shit on someone *verb* **1 ỉa vào ai** • Watch out! That cow almost shit on you!: *Coi chừng! Con bò đó gần ỉa vào anh kìa!* **2 đối xử rất tệ với ai** • The prof shit on the whole class by assigning a paper due Monday morning: *Vị giáo sư đối xử rất tệ với cả lớp bằng cách chỉ định bài thuyết trình vào sáng thứ hai.*

shit on someone or something *interj.* **thán từ bày tỏ sự phẫn nộ, khinh bỉ mạnh mẽ,v.v..**

shit on a shingle *noun* **(quân đội, thế chiến II) thịt bò băm hoặc lát mỏng, phủ kem trên bánh mì nướng**

shit on wheels *noun* = HOT SHIT

shit or get off the pot (biến thể: **piss** có thể thay **shit**) **1** *sentence* =

the shit out of someone

FISH OR CUT BAIT **2** *modifier:* It's shit-or-get-off-the-pot time: *Đã đến lúc hành động.*

the shit out of someone *xem* BEAT THE SHIT OUT OF someone

shit out of luck *adjective* hoàn toàn không may mắn; không có cơ hội thành công; đã quá muộn cho điều mà mình muốn; = OUT OF LUCK • "So you see, my dear, you're shit out of luck": *"Vậy em thấy đấy, em yêu quý, em thật không may".*

shit one's **pants** (or **in** one's **pants**) *verb* (biến thể: **drawers** có thể thay **pants**) hoảng sợ • Michael was shitting in his drawers: *Michael đang hoảng sợ.*

the shits *noun* **1** bệnh tiêu chảy; = the TROTS **2** điều tồi tệ nhất

shitstick *noun* **1** một người đáng ghét và không ai ưa; người ngu đần, đáng khinh; = SHIT-ASS **2** một cục phân

shitstorm *noun* tình huống cực kỳ nghiêm trọng; sự việc rất lộn xộn • Hoss, you ask my wife to dance one more time and you gonna dance yourself into a shit storm: *Hoss, mày còn yêu cầu vợ tao khiêu vũ thêm lần nữa thì mày sẽ tự đẩy mình vào tình huống cực kỳ nghiêm trọng đấy.*

shitsure *adverb* chắc chắn; tuyệt đối • Shitsure it's gonna be a rough winter: *Chắc chắn sẽ là một mùa đông khắc nghiệt.*

shitter *noun* **1** nhà vệ sinh hoặc phòng tắm **2** một tên tội phạm, thường là kẻ trộm, ỉa tại hiện trường **3** hậu môn và trực tràng **4** một kẻ nói dối; một kẻ khoác lác; lời nói dối [một dạng rút gọn của *"bullshitter"*] • Don't shit a shitter: *Đừng có vớ vẩn.*

shit through a tin horn *xem* LIKE SHIT THROUGH A TIN HORN

shitty *adjective* **1** kinh khủng; chất lượng kém • The film was shitty: *Bộ phim thật kinh khủng.* **2** được phủ hoặc gây bẩn với phân • I got my shoes all shitty: *Giày của tôi bị dính toàn phân.* **3** ác ý; đồi bại; xấu • That's a shitty to say: *Đó là một việc đồi bại để nói.* **4** rất tồi tệ; rất khó chịu; vô ích • This has been a real shitty trip for me: *Đây là một chuyến đi thật tồi tệ đối với tôi.* **5** không khỏe; bệnh • Ralph, I feel shitty tonight: *Ralph, tối nay em cảm thấy không khỏe.* **6** *xem* SHIT-FACED

the shitty (or **shit**) **end of the stick** *xem* SHORT END OF THE STICK

shit work *noun* công việc lao động vất vả; công việc chán ngắt; = SCUT WORK • Why am I always doing the shit work?: *Tại sao tôi luôn làm công việc vất vả này chứ?*

shiv (biến thể: **chev** or **chib** or **chiv** or **chive** or **shieve** or **shive** or **shivvie**) **1** *noun* vũ khí giống dao tự làm, đặc biệt là loại làm trong tù **2** *verb* đâm ai • Do you know who shived him?: *Mày có biết ai đã đâm hắn ta không?* **3** *noun* (*đặc biệt người lang thang*) dao cạo; bất cứ gì với cạnh sắc

shlimazel or **schlimazel** *noun* một người luôn gặp vận xui

shlocky or **schlocky** *adjective* xấu; chất lượng kém

shloomp or **shlump** *xem* SCHLOOMP

shlunk *verb* phủ kín theo kiểu sền sệt và không thấm qua được

shmear or **schmear** *verb* đút lót; hối lộ ai • When the cops were still ticketing you schmeared them fifty a week and had your own private space: *Khi cảnh sát vẫn đang nhắm vào anh, anh hãy đút lót cho họ 50 đô một tuần và anh có không gian riêng.*

shmee *noun* (*ma túy*) hê-rô-in

shoe *noun* **1** (*đặc biệt thế giới ngầm*) thám tử; cảnh sát mặc thường phục; = GUMSHOE **2** (*thế giới ngầm và hoạt động gián điệp*) hộ chiếu giả **3** (*đua xe*) lốp xe **4** (*cờ bạc*) chiếc hộp mà từ đó bài được chia trong sòng bạc **5** (*những năm 1950, nhạc sĩ nhạc pop*) người ăn mặc đẹp, đặc biệt theo mốt mới nhất **6** = WHITE SHOE **7** người da đen

shoehorn *verb* lách qua bằng cố gắng; ép

shoestring catch *noun* (*bóng chày*) cú bắt bóng được thực hiện gần mặt đất, thường là bởi một cầu thủ ở khu vực ngoài trong khi đang chạy, khom người và lao tới

shoobies *noun* khách thăm ngắn hạn của một resort bãi biển; hành khách tham quan trong một ngày, trên xe buýt hoặc xe lửa

shoo-fly or **shoe-fly** *noun* **1** một viên cảnh sát được giao nhiệm vụ điều tra sự liêm khiết của các cảnh sát khác **2** (*đường sắt*) một tuyến đường ray tạm **3** (*thợ mỏ*) đoạn đường ngang trong mỏ

shoo in *verb* (*đua ngựa*) dàn xếp cho một con ngựa kém thắng cuộc đua

shoo-in or **shoe-in** *noun* **1** (*đua ngựa*) con ngựa thắng cuộc đua nhờ dàn xếp sẵn **2** một người, ý tưởng hay một việc không có sự cạnh tranh nghiêm túc; người thắng cuộc dễ dàng • My horse was a shoo-in. It won by a mile: *Con ngựa của tôi thắng cuộc dễ dàng. Nó thắng rất xa.* **3** *modifier:* to be a shoe-in candidate: *là một ứng viên chắc thắng*

shook up *adjective* (biến thể: **shook** or **all shook** or **all shook up**) **1** (*thanh thiếu niên*) trong trạng thái cực kỳ phấn khích hoặc cực kỳ náo động; rất rối loạn • So Woody kept his voice down, but he was all shook up: *Vì thế Woody nhỏ giọng, nhưng nó hoàn toàn rối loạn.* **2** rất hạnh phúc; vui vẻ; = HIGH

shoot *noun* **1** (*đấu vật chuyên nghiệp*) một trận đấu dữ dội, hợp lệ **2** bất cứ gì hợp pháp, không được dàn dựng sẵn **3** sự tiêm hê-rô-in [thường dùng *"shoot-up"*] **4** một buổi chụp ảnh hoặc quay phim **5** = SHOOT THE BREEZE

shoot *verb* **1** (*đấu vật chuyên nghiệp*) cố tình làm đối thủ bị thương **2** (*cũng là **shoot up***) tiêm ma túy vào tĩnh mạch, đặc biệt hê-rô-in **3** tán tỉnh; ve vãn • All the high powered broads were "shooting" on me: *Tất cả những người đàn bà quyền cao chức trọng đều đang "ve vãn" tôi.* **4** uống rượu bằng ly • They go down to bars, shoot tequila and go back up to buy things: *Họ xuống quán bar, uống mấy ly tequila (rượu mạnh của Mexico) và quay lại để mua đồ.* **5** móc túi **6** pha rượu vào đồ uống • I'm gonna shoot the punch with rum: *Tôi sẽ pha rượu pân với rượu rum.* **7** bắt đầu nói hoặc kể gì đó • Okay, shoot. I'm all ears: *Được rồi, bắt đầu kể đi. Tôi lắng tai nghe đây.* **8** chụp ảnh, đặc biệt để làm phim **9** (*cũng là **shoot off***) xuất tinh; = COME **10** chơi những trò chơi cụ thể • Shall we shoot some pool?: *Chúng ta chơi vài ván bi-da chứ?*

shoot! *exclam.* **1** dùng như một uyển ngữ cho "shit" trong câu cảm thán • Oh shoot, she's tripping [on drugs]: *Ôi chết tiệt thật, cô ấy đang vướng vào ma túy.* **2** đúng vậy! [cách dùng của thanh niên Hawaii] • "You like manapua, Winton?" "Shoot! I grind 'um!": *"Cậu thích món manapua à, Winton?" "Đúng thế! Tớ nghiền chúng ra!".*

shoot someone **a line** *verb* nịnh bợ và phỉnh phờ

shoot (or **fire**) **blanks** *verb* (*nói về nam giới*) quan hệ tình dục với mật độ tinh trùng thấp hoặc không có, không làm mang thai • He dug that young poontang—even though at his age I knew he was shooting blanks: *Ông ta đã quan hệ với cô gái trẻ đó — mặc dù ở độ tuổi ông ta, tôi biết ông ta quan hệ mà không có tinh trùng.*

shoot one's **cookies** *verb* (biến thể: **breakfast** or **dinner** or **lunch** or **supper** có thể thay **cookies; toss** or **lose** có thể thay **shoot**) nôn; mửa; = BARF, RALPH

shoot someone **down** (or **down in flames**) *verb* **1** (*đặc biệt sinh viên*) đánh bại ai; = BLOW someone OUT OF THE WATER **2** hủy hoại ai; gây suy sụp cho ai • It was a bad idea, okay, but you didn't have

shoot someone or something **down** *verb* phá hỏng hoặc hủy hoại ai hay cái gì; vạch trần hoặc hạ bệ ai hay cái gì • Just as I was making the final points, she shot me down with a simple fact I should have remembered: *Ngay khi tôi đang làm những hoạch định cuối cùng, cô ta hạ bệ tôi với một sự việc thật đơn giản mà lẽ ra tôi nên nhớ đến.*

to shoot me down in flames: *Đó là ý tưởng tồi, đúng rồi, nhưng anh không cần hủy hoại tôi.*

shoot-'em-up *noun* phim hành động, đặc biệt là phim miền Tây • Their presence in a shoot-'em-up no longer guarantees giant audiences around the world: *Sự có mặt của họ trong phim hành động không còn đảm bảo lượng khán giả lớn khắp thế giới nữa.*

shoot'em up *adjective* liên quan đến một bộ phim hành động miền Tây • He was a shoot'em up star in the thirties: *Ông ta là một ngôi sao phim hành động miền Tây trong những năm 30.*

shoot from the hip *verb* nói nhanh và không suy nghĩ; hành động hoặc phản ứng mau lẹ và không suy nghĩ kỹ trước; bộp chộp; = be QUICK-DRAW • She has a tendency to shoot from the hip, but that's not really a problem: *Cô ta có xu hướng nói nhanh và không suy nghĩ, nhưng đó thực sự không phải là vấn đề.*

shooting gallery *noun* 1 nơi người nghiện tập hợp để mua và tiêm ma túy 2 một bữa tiệc hoặc cuộc tụ tập mà những người nghiện sẽ xử dụng ma túy

shooting iron *noun* (*cao bồi và giới bình dân dùng*) súng lục

shooting war *noun* = HOT WAR

shoot oneself **in the foot** *verb* tự chuốc lấy khó khăn; tự làm hại mình • Again, he shot himself in the foot with his open and honest dealings with the press: *Lần nữa, anh ta tự chuốc lấy khó khăn với mối quan hệ cởi mở và thành thực với báo chí.*

shoot one's **load** *verb* 1 xuất tinh; đạt cực khoái; = COME 2 theo nghĩa bóng, vắt kiệt sức lực sớm trong một cuộc thi đấu

shoot one's **mouth off** or **shoot off** one's **mouth** *verb* (biến thể: **bazoo** or **face** or **gab** or **yab** có thể thay **mouth**) 1 khoe khoang; khoác lác; = TALK BIG • Mark is always shooting off his mouth about all the money he earns: *Mark luôn khoe khoang về toàn bộ số tiền mà anh ta kiếm được.* 2 tiết lộ bí mật • So you had to go and shoot off your mouth about the bankruptcy proceedings!: *Vì thế anh phải đi và tiết lộ bí mật về vụ phá sản!*

shoot-off *noun* sự xuất tinh

shoot off *verb* xuất tinh

shoot one *verb* (*quầy bán đồ ăn trưa*) trích ra và phục vụ một ly Coca-Cola

shoot-out *noun* 1 (*cũng là shoot-up*) một vụ đấu súng 2 cuộc tranh cãi; cuộc đánh nhau hoặc cuộc đối đầu bạo lực • When the shoot-out was over, the boss—confident she had won—went back into her office: *Khi cuộc tranh cãi kết thúc, bà chủ – tin rằng mình đã thắng – quay lại văn phòng.* 3 (*bóng đá*) một dạng biện pháp quyết định ai thắng khi hai đội hòa nhau được dùng ở Liên đoàn bóng đá Bắc Mỹ, trong đó 5 cầu thủ của mỗi đội có 5 giây để ghi bàn vào lưới thủ môn

shoot the agate *verb* đi với điệu bộ thu hút sự chú ý tới mình • When one shot the agate, "your hands is at your sides with your index fingers stuck out": *Khi bạn đi với điệu bộ thu hút chú ý tới mình, "tay bạn nằm ở bên hông với ngón trỏ thò ra".*

shoot the breeze (or **the fat**) *verb* nói chuyện vẩn vơ; nói chuyện một cách hòa nhã và thân mật; = CHEW THE FAT • "I'd like to shoot the breeze with you again, kid." *"Bác thích nói chuyện vẩn vơ với cháu một lần nữa, nhóc ạ".*

shoot the bull (or **crap** or **shit**) *verb* 1 tham gia một cuộc trò chuyện nhỏ nhặt; nói chuyện phiếm 2 nói dối và cường điệu; nói chuyện đàng hoàng nhưng trống rỗng; = BULLSHIT 3 nói chuyện một cách hòa nhã; = SHOOT THE BREEZE

shoot the lights out *verb* (*đặc biệt trong thể thao*) trội; trình diễn xuất sắc • He shoots the lights out in physics, calculus, biology: *Nó giỏi vật lý, toán, sinh vật.*

shoot the works *verb* 1 làm mọi thứ; dùng mọi thứ; cược hết tiền • Don't shoot the works! Save some for a cab: *Đừng cược hết tiền! Hãy dành một ít để đi tắc xi.* 2 hành động, tiêu xài, v.v.. không giới hạn; = GO FOR BROKE 3 nôn; mửa

shoot up *verb* (*ma túy*) tiêm hê-rô-in hoặc ma túy khác vào tĩnh mạch; = JAB A VEIN, MAINLINE

shoot up or **shoot-up** *noun* (*ma túy*) sự tiêm ma túy

shoot one's **wad** *verb* 1 chi hoặc sử dụng mọi thứ • I can't afford a cab. I shot my wad at the restaurant: *Tôi không có đủ tiền thuê tắc xi. Tôi đã chi mọi thứ tại nhà hàng rồi.* 2 đặt cược hết mọi thứ mà mình có; = GO FOR BROKE, SHOOT THE WORKS 3 nói mọi thứ mà mình có thể nói về một chủ đề 4 vắt kiệt sức lực; không thể cưỡng lại 5 = SHOOT one's LOAD

shop around *verb* 1 tìm kiếm ai hoặc thứ gì 2 so sánh giá cả, dịch vụ, v.v.. của món đồ • I really wish I had more time to shop around before buuying that yacht: *Tôi thực sự ước mình có thêm thời gian để so sánh giá cả trước khi mua chiếc du thuyền đó.*

short *noun* 1 mẩu thuốc lá chưa hút 2 một giấc ngủ ngắn 3 một ly nhỏ rượu mạnh hoặc bia 4 việc mua ma túy với số lượng hoặc trọng lượng ít hơn khoản đã thỏa thuận 5 (*nhà tù và thế giới ngầm*) một tù nhân gần hết hạn tù 6 (*người da đen, thế giới ngầm*) xe ô tô; = WHEELS 7 (*thị trường chứng khoán*) việc bán cổ phiếu vay mượn; việc bán chưa đến kỳ hạn

short *adjective* 1 thiếu tiền, thiếu đủ số tiền để đáp ứng được nghĩa vụ 2 gần kết thúc hạn tù hoặc nghĩa vụ quân sự 3 (*được dùng cho một số lượng ma túy*) cân thiếu 4 liên quan đến một ly rượu nguyên chất

short *verb* 1 đưa cho ai ít hơn cái gì đã thỏa thuận • They shorted us on the last order, so we switched suppliers: *Họ đã cung cấp thiếu cho chúng tôi trong đơn hàng cuối cùng vì thế chúng tôi chuyển đổi nhà cung cấp.* 2 (*thị trường chứng khoán*) bán cổ phiếu vay mượn 3 (*ma túy*) hít ma túy dạng bột hoặc tinh thể; = SNORT

short-arm inspection *noun* (*cũng là small-arm inspection* or **short-arm drill** or **short-arm**) (*quân đội*) sự kiểm tra bệnh lây lan qua đường tình dục

shortchange artist *noun* (*xiếc và lễ hội*) một kẻ lừa đảo đổi (thối) lại ít tiền lẻ hơn thực tế cho khách hàng

short dog *noun* 1 một chai rượu vang hoặc rượu mạnh vô chủ 2 một chai rượu nửa panh (pint); rượu vang rẻ tiền

short (or **shitty** or **shit**) **end of the stick** *noun* kịch bản xấu nhất của một giao dịch, cuộc đối đầu, v.v.; sự đối xử rất tệ; = the SHAFT • Pastorini got the shit end of the stick, as usual: *Pastorini bị đối xử rất tệ, như mọi khi.*

short eyes *noun* kẻ gạ gẫm trẻ em

short heist *noun* 1 (*nhà tù*) sự trộm vặt, sự móc túi, móc ví, v.v.. 2 hành động thủ dâm

a short one *noun* một ly rượu nhỏ; một ly rượu được uống nhanh

the shorts *noun* (*cũng là case of the shorts*) tình trạng túng tiền hoặc hết tiền • I told him I had the shorts: *Tôi báo hắn là tôi hết tiền.*

short-sheet *verb* chơi xấu; đối xử thô bạo; ngược đãi

shortstop **1** *verb* lấy đồ ăn đang được chuyển cho người khác tại bàn **2** *noun* I avoided that table where the shortstop always sat: *Tôi tránh cái bàn mà kẻ chặn đồ ăn được chuyển cho người khác luôn ngồi.* **3** *verb* (*người bán hàng*) phục vụ khách của người bán hàng khác

shorty or **shortie** *noun* **1** một người rất lùn; = DUSTY BUTT **2** quần áo ngắn của phụ nữ, đặc biệt là đồ ngủ

Shorty George *noun* nhạc jazz khiêu vũ của những năm 1930

shot *noun* **1** một sự kiện hoặc một trường hợp; một việc • I've done too many of these things. Just gimme the whole shot: *Tôi đã làm rất nhiều việc kiểu này. Chỉ cần giao cho tôi toàn bộ việc đó.* **2** cơ hội • I appreciate the shot at the lady, but you didn't introduce me to the shot: *Tôi đánh giá cao cơ hội với quý cô đó nhưng cậu đã không giới thiệu cho tôi cơ hội.* **3** một trường hợp giao hợp [rút gọn của "*shot of cock*"] **4** sự xuất tinh; sự cực khoái của nam giới **5** Coca-Cola™ **6** đơn vị đo lường rượu đơn lẻ; một ngụm rượu **7** một cú đánh, đặc biệt một cú đánh mạnh **8** một nước đi trái luật của một con bạc **9** một kẻ móc túi thành thạo **10** báo cáo sự việc mô tả hành vi sai trái của tù nhân **11** sự thử cái gì, đặc biệt hơi khó • Go ahead. Give it another shot: *Tiếp tục đi! Thử nó lần nữa.* **12** sự phóng tên lửa, sự nổ bom nguyên tử hay một dạng nổ công nghệ và quân sự phức tạp khác • The shot was canceled because of the weather: *Vụ phóng tên lửa đã bị hủy bỏ vì thời tiết.* **13** một ly rượu nhỏ; một ly rượu được uống nhanh, thường là uýt-ki **14** (*ma túy*) sự tiêm ma túy; = FIX **15** = BIG SHOT **16** (*từ những năm 1960*) sở thích, phong cách, v.v.. đặc biệt của một người; = BAG, THING

shot glass *noun* = JIGGER

shotgun¹ *noun* bà mối; người làm mai

shotgun² *noun* **1** (*quân đội, thế chiến II*) súng máy hoặc súng bắn nhanh khác **2** ống tẩu với những lỗ khí được dùng để hút cần sa **3** (*bóng bầu dục*) một đội hình phòng ngự mà hàng tiền vệ đứng sau xa thay vì đứng ngay sau hàng giữa

shotgun *adjective* **1** (*nói về một tòa nhà hay căn hộ*) có các phòng được bố trí ở hai bên một hành lang trung tâm **2** rất rườm rà và chung chung; bừa bãi **3** bao quát; dàn trải; chung • A shotgun approach to a problem like this is useless. You must get specific: *Một phương pháp chung cho vấn đề như thế này là vô ích. Anh phải cụ thể.*

shotgun wedding (or **marriage**) *noun* (*từ những năm 1920*) đám cưới bắt buộc, thường là vì cô dâu đã có thai; = MILITARY WEDDING • It was a shotgun wedding, but they sure are in love: *Đó là một đám cưới bắt buộc, nhưng chắc chắn họ yêu nhau.*

a shot in the arm *noun* **1** việc gì kích thích và sôi nổi; một ảnh hưởng hoặc sự kiện làm phấn khởi **2** một hớp hoặc ngụm rượu mạnh **3** một mũi tiêm ma túy **4** hành động khích lệ; sự cổ vũ • The pep talk was a real shot in the arm for all the guys: *Lời động viên là một hành động khích lệ cho tất cả chàng trai.*

a shot in the ass *noun* **1** = a SHOT IN THE ARM **2** = a KICK IN THE ASS

one should have stood in bed *sentence* đây là một thảm họa hoặc sự lãng phí thời gian hoàn toàn, và bạn không nên đụng đến khi thức dậy vào buổi sáng

shouldn't happen to a dog *xem* IT SHOULDN'T HAPPEN TO A DOD

shout *noun* **1** (*nhạc sĩ nhạc jazz*) một bài hát ca tụng hoặc bài hát blue truyền thống, đặc biệt khi được hát với nhịp nhấn mạnh **2** (*nhà in*) dấu chấm than • Put a shout at the end of the line. Make this dull story more sexy: *Hãy đặt dấu chấm than ở cuối dòng. Làm câu chuyện nhạt nhẽo này trở nên hấp dẫn hơn.*

shouter *noun* (*thế giới ngầm, những năm 1920*) bạn gái của một tên tội phạm; = MOLL

shove *verb* **1** lưu hành tiền giả • She got sent up for three years for shoving funny-money: *Cô ta bị ba năm tù vì lưu hành tiền giả.* **2** (*đường sắt*) xúc bằng xẻng **3** (*thế giới ngầm*) giết; = HIT • Who shoved her?: *Ai giết cô ta?* **4** = SHOVE OFF

shovelhead *noun* kẻ ngốc; kẻ khờ dại

shovel shit (or **the shit**) *verb* nói dối và phóng đại; = BULLSHIT, SHOOT THE BULL • I was just fooling, shoveling the shit a little: *Tôi chỉ xử sự một cách dại dột, nói dối và phóng đại một chút.*

shove off *verb* **1** rời đi; khởi hành; = SCRAM **2** (*thế giới ngầm*) giết; ám sát

shover *xem* PENCIL-PUSHER

show *verb* đến; xuất hiện; = SHOW UP • You suppose he'll show?: *Anh cho rằng hắn sẽ đến chứ?*

show a leg *verb* = SHAKE A LEG

show-and-tell *noun* sự trưng bày tỉ mỉ, thường để bán hoặc để có sức thuyết phục khác; = DOG AND PONY ACT

show biz *noun* ngành giải trí; ngành tiêu khiển; ngành biểu diễn • Anybody who can make a living in show biz has to be clever and talented: *Bất cứ ai có thể kiếm sống trong ngành biểu diễn đều phải thông minh và tài năng.*

Showboat **1** *verb* phô trương; chú ý đến khía cạnh trình diễn của nhiệm vụ; = GRANDSTAND, HOT DOG • It was that showboat lawyer you worked for: *Cậu làm việc cho gã luật sư phô trương đó đấy.* **2** *noun* (cũng là *showboater*) một người ưa khoa trương **3** *verb* = PULL BANK

showcase¹ **1** *noun* (*sân khấu*) một sân khấu, buổi biểu diễn, v.v.. mà mục đích chính là giới thiệu những diễn viên và tác phẩm khá vô danh **2** *verb* giới thiệu những diễn viên, tác phẩm, v.v.. khá vô danh

showcase² *verb* phô trương • I liked showcasing with her and I'd take her to all the sets with me: *Tôi thích phô trương với cô ta và tôi đã dẫn cô ta đến mọi bữa tiệc với tôi.*

showdown *noun* **1** (*bài poker*) khoảnh khắc mà việc đặt cược hoàn tất và các người chơi trưng bài ra **2** cuộc đối đầu, đặc biệt là cuộc đối đầu cuối cùng **3** *modifier:* the opening game of the showdown Yankee-Red Sox series: *trận mở màn của loạt trận đối đầu giữa Yankee và Red Sox.* **4** (*trong tù*) thời gian riêng tư để quan hệ tình dục

show off *verb* cư xử theo kiểu tự tin và khôn khéo một cách phô trương để gây ấn tượng cho người khác; = GRAND-STAND, HOT DOG

show-off *noun* một người quen phô trương; = HOT DOG, SHOWBOAT

show someone **the door** *verb* đuổi ai ngay tức khắc; tống ai ra

show-up *noun* **1** (*cảnh sát*) = LINEUP **2** *modifier:* a group about to be shoved into the show-up line: *một nhóm sắp bị xếp thành một hàng để nhân chứng nhận dạng.*

show up *verb* đến; có mặt • I had to show up to make a touch: *Tôi phải đến để tạo quan hệ.*

show someone or something **up** *verb* tiết lộ; phơi bày ai/cái gì

shpilkes *noun* sự lo lắng; sự căng thẳng; = the JITTERS

SHPOS or **shpos** *noun* (*bệnh viện*) một bệnh nhân nặng không thể tuân theo hướng dẫn y tế, làm tình trạng của họ xấu đi; một bệnh

shpritz nhân đáng ghét [viết tắt của *"sub-human piece of shit"*]

shpritz *noun* một chút hoặc một miếng; một liều

shpritz or **schpritz** *verb* bị ép • The Irish got schpritzed and schpritzed and schpritzed: *Dân Ai-len cứ bị ép mãi.*

shriek *noun* 1 (*ma túy*) hê-rô-in cô đặc, do chưng cất mà có 2 (*nhà in*) dấu chấm than (!)

shrimp *noun* một người lùn; người nhỏ bé; = PEANUT

shrink *verb* điều trị ai bằng tâm lý liệu pháp

shrink *noun* nhà phân tâm học hoặc người chữa bệnh bằng liệu pháp tâm lý; = HEADSHRINKER

shtarker or **schtarker** or **starker** *noun* một người mạnh mẽ và can đảm; = TOUGH GUY.

shtick or **schtick** or **shtik** or **schtik** *noun* 1 (*ngành biểu diễn*) một vai nhỏ; = BIT 2 (*ngành biểu diễn*) đặc điểm của một hành vi; một đặc điểm cá nhân điển hình 3 (*ngành biểu diễn*) một thiết bị thông minh; = GADGET, GIMMICK

shtoonk or **shtunk** *xem* SCHTOONK

shtup or **schtup** or **stup** *noun* 1 hành động giao hợp; sự quan hệ tình dục 2 một người chỉ được xem là đối tượng quan hệ tình dục; = ASS

shtup or **shtoop** or **schtup** *verb* quan hệ tình dục; = FUCK

shuck *noun* 1 điều vô lý; điều gì đó ít có giá trị 2 trò lừa dối; sự trêu chọc 3 (*đặc biệt người da đen*) một vụ trộm hoặc vụ lừa đảo; = RIP OFF 4 (*bài poker*) một lá bài có thể bị loại ra và thay thế 5 người không thành thật 6 trò chơi xỏ; trò chơi khăm

shuck *verb* 1 (cũng là *shuck and jive*) lừa gạt; lừa đảo 2 (cũng là *shuck and jive*) (*đặc biệt người da đen*) chòng ghẹo; trêu chọc; = FOOL AROUND 3 (cũng là *shuck down*) cởi quần áo; cởi quần áo ai • He shucked down and showered and was at work in twenty minutes: *Anh ta cởi quần áo và tắm vòi hoa sen và ở nơi làm việc trong 20 phút.* 4 (*nhạc sĩ, người da đen*) chơi ngẫu hứng các hợp âm, đặc biệt là một bản nhạc mà mình không biết; = FAKE IT, VAMP 5 (*người da đen*) nói dối; cường điệu; = BULLSHIT

shuffle *verb* 1 (*băng đảng đường phố*) có một trận chiến giữa các băng nhóm; = RUMBLE 2 (*người da đen*) cư xử theo kiểu khúm núm của một người da đen trong những mối quan hệ chủng tộc truyền thống; = TOM

shuffler *noun* 1 (*thế giới ngầm*) kẻ lừa đảo lạm dụng tín nhiệm; người bán hàng rong; = GRIFTER 2 một kẻ nghiện rượu; sâu rượu

shuffle them up *verb* (*đường sắt*) bẻ ghi các toa xe lửa

shunt *noun* (*đua xe*) tai nạn; sự va chạm

shuper or **shooper** or **shupper** *noun* một ly bia lớn hoặc vại bia

shure or **shurr** *xem* FOR SURE

shush *verb* im lặng • Shush! I want to hear the weather: *Im nào! Tôi muốn nghe dự báo thời tiết.*

shutdown *noun* sự chấm dứt hoàn toàn; sự ngừng lại

shuteye or **shut-eye** *noun* sự ngủ; sự nhắm mắt; = some ZS • I've got to get some shut-eye before the exam: *Tôi phải ngủ một chút trước cuộc thi.*

shut one's face *verb* ngừng nói chuyện; = SHUT UP [thường là một mệnh lệnh khó chịu]

shutout *noun* (*thể thao*) một trận đấu mà một bên không ghi được điểm nào

shut out *verb* (*thể thao*) khiến đối thủ không ghi điểm được; = BLANK, SCHNEIDER, SKUNK

shutterbug *noun* người chụp ảnh, đặc biệt là dân nghiệp dư mê chụp ảnh

shutters *noun* mí mắt • She blinked those yummy shutters over those bedroom eyes, and my knees turned to mush: *Cô ta nháy đôi mí mắt tuyệt đẹp qua cái lỗ nơi phòng ngủ, và đầu gối tôi nhũn ra.*

shut one's trap *verb* = SHUT one's FACE

shut up *verb* im đi; ngừng nói chuyện [thường là một mệnh lệnh rất giận dữ]

shvantz *noun* (biến thể: **schvantz** or **schvanz** or **schwantz** or **schwanz** or **shvontz** or **shvonce** or **shvuntz**) dương vật; = SCHLONG

shvartz or **schvartz** or **schwartz** *noun* người da đen

shvartze or **shvartzer** *xem* SCHVARTZE

shy *noun* người cho vay tiền với lãi suất rất cao và thường có thủ tục thu tiền bạo lực; kẻ cho vay nặng lãi; = LOAN SHARK

shylock or **Shylock** *noun* người cho vay tiền với lãi suất rất cao và thường có thủ tục thu tiền bạo lực; kẻ cho vay nặng lãi; = LOAN SHARK

shylock *verb* tham gia hoạt động cho vay nặng lãi

shy of a load *xem* THREE BRICKS SHY OF A LOAD

shyster *noun* luật sư, đặc biệt là một luật sư thiếu trung thực, không chuyên nghiệp hoặc tham lam; bất kỳ tay nhà nghề không trung thực nào • The next morning I had an appointment with a shyster agent: *Sáng hôm sau, tôi có cuộc hẹn với một gã luật sư tham lam.*

sick *noun* các triệu chứng vật vã vì thiếu thuốc của con nghiện

sick *adjective* 1 (cũng là *sicko* or *sicksicksick*) (*từ những năm 1950*) không ổn định tâm thần; bị bệnh tâm thần 2 (cũng là *sicko* or *sicksicksick*) ốm yếu; không lành mạnh về tinh thần 3 (*ma túy*) cần một liều ma túy 4 bị các triệu chứng vật vã vì thiếu thuốc

sickie or **sicky** *noun* một người không khỏe mạnh về tâm thần; người bị bệnh tâm thần; kẻ lệch lạc

sick joke *noun* (*từ những năm 1950*) một lời nói đùa khó chịu

the sick lame and lazy *noun* (*quân đội*) những người, đặc biệt là lính, thường không thể sử dụng được cho nhiệm vụ

sickroom *adjective* không khỏe; khó chịu; = SICK • I have something to tell you…It's kind of sickroom: *Tôi có chuyện phải nói với anh… Nó có phần nào khó chịu.*

side *noun* 1 một bài hát được thu âm • I bought all the latest sides: *Tôi đã mua tất cả những bài hát được thu âm mới nhất.* 2 (*người da đen*) một mặt của đĩa hát [ám chỉ đến đĩa vynil cũ. Thường dùng ở số nhiều] 3 (*sân khấu*) một dòng hội thoại cho một diễn viên; tờ giấy chứa lời thoại và lời chú thích cho diễn viên

sidearms *noun* (*quân đội, từ những năm 1920*) muối và tiêu, đường và kem, hoặc những phụ gia bình thường khác cho một món ăn

sidebar 1 *noun* (*truyền thông*) một tin tức hoặc câu chuyện đóng vai trò như bổ sung và nền cho một câu chuyện chính 2 *adj* phụ; hỗ trợ; bổ sung

side-door Pullman *noun* (*đường sắt và người lang thang*) toa trần; toa xe không có mui

sidekick *noun* 1 bạn thân, đối tác, người quen, v.v.. 2 (*từ dân móc túi*) túi phụ

sideswipe *noun* lời phê bình, đặc biệt là một lời bình phẩm quanh co

sidetrack *verb* (*thế giới ngầm*) bắt giữ

sidewalk superintendent *noun* 1 người theo dõi những hoạt động khai quật và các tòa nhà được xây, thường là qua một cái lỗ

side-wheeler *noun* 1 người thuận tay trái 2 (*bóng chày*) cầu thủ ném bóng thuận tay trái; = SOUTHPAW 3 (*đua ngựa*) con ngựa đang chạy nước kiệu trong hàng rào bao quanh 2 người chỉ trích; người phê bình hoặc người quan sát nghiệp dư

sidewinder[1] *noun* 1 cú móc bằng nắm đấm; = ROUND-HOUSE 2 (*thợ đốn gỗ*) cái cây không ngã xuống ở vị trí nên ngã

sidewinder[2] *noun* 1 người ti tiện và vụng trộm; người đàn ông nguy hiểm và ưa gây gổ 2 (*thế giới ngầm*) vệ sĩ của một tay găng-tơ; = GORILLA

sieve *noun* 1 một con tàu bị rò 2 một bệnh viện hay bác sĩ tự do nhận bệnh nhân

sieve *verb* khoan lỗ trong két sắt để đặt thuốc nổ vào để mở nó

siff or **the siff** *noun* bệnh giang mai; = SYPH

sight gag *noun* một trò đùa hoặc tiết mục hài phụ thuộc hoàn toàn vào những gì được nhìn thấy

sightseer handle *noun* (*đua ngựa*) một khoản tiền nhỏ được đặt cược vào một cuộc đua ngựa

signify *verb* 1 (*người da đen*) khoác lác; = SHOW OFF 2 (*người da đen*) sỉ nhục và xúc phạm ai, đặc biệt theo kiểu giống như đùa; = PLAY THE DOZENS

sign off *verb* (*từ phòng thu radio*) ngừng nói chuyện; = HANG UP, SHUT UP

sign-off *noun* 1 (*từ phòng thu radio*) sự kết thúc chính thức của một ngày phát sóng 2 lời bình luận chia tay; thông báo hoặc cử chỉ cuối cùng

sign off on something *verb* đồng ý hoặc chấp nhận một kế hoạch, một dự luật, v.v.., đặc biệt khi không có sự xác nhận chính thức

sign up *verb* tham gia; ghi danh; đăng ký

sigoggling *xem* SKYGODLIN

Silicon Valley *noun* thung lũng Santa Clara ở phía nam San Francisco, California

silk *noun* (*từ người da đen*) một người da trắng

silk *adjective* thuộc về da trắng

silk-stocking *adjective* giàu có; thịnh vượng • I'm not exactly silk-stocking, but I can pay the bills: *Tôi không thực sự giàu có, nhưng tôi có thể thanh toán hóa đơn.*

silly season *noun* (*từ giữa những năm 1800, Anh*) bất kỳ giai đoạn nào mà người ta làm những việc ngốc nghếch, đặc biệt khi những việc này bị đưa lên truyền thông

silver *noun* 1 tiền • I can't go out with you. No silver: *Tớ không thể đi chơi với cậu được. Hết tiền rồi.* 2 (*sòng bạc ở Mỹ*) một đồng bạc hoặc thẻ 1 đô

silver Jeff *noun* (*rock and roll*) đồng 25 xu hoặc đồng 5 xu

silver wing *noun* (*rock and roll*) đồng 50 xu [từ hình ảnh con đại bàng với đôi cánh xoải rộng trên đồng tiền]

simmer down *verb* 1 giảm cơn giận của ai; giữ bình tĩnh và yên lặng, đặc biệt sau khi giận; = COOL IT [thường là một mệnh lệnh hoặc một lời khuyên] • Simmer down, you guys: *Bớt giận nào, các anh.* 2 trở nên im lặng, yên tĩnh • I waited till things began to simmer down, and then I started: *Tôi chờ đến khi mọi thứ bắt đầu yên tĩnh, sau đó tôi bắt đầu.*

simoleon *noun* (*từ cuối những năm 1800*) một đô la

Simon Legree *noun* một đốc công rất hà khắc; ông chủ khó tính; người độc ác, khó chịu [từ tên của một nhân vật trong truyện *Uncle Tom's Cabin*]

simp *noun* người ngốc; người khờ; = KLUTZ

simpatico *adjective* tốt bụng; dễ thương [từ tiếng Ý hoặc tiếng Tây Ban Nha]

sincere *adjective* tạo ấn tượng tốt và đúng mực; quá tuân thủ; = SERIOUS

sing *verb* 1 (*thế giới ngầm*) trao thông tin hoặc bằng chứng; khai báo, thường là cho cảnh sát; = SQUEAL 2 (*lễ hội*) rao hàng

singer *noun* (*thế giới ngầm*) = CANARY, STOOL PIGEON

single *noun* 1 một đô-la; tờ một đô-la 2 (*thế giới ngầm*) một người, đặc biệt là tội phạm, hoạt động một mình 3 (*ngành biểu diễn*) người biểu diễn solo; hành động một người 4 người độc thân; người chưa kết hôn

single-jack *noun* (*người lang thang*) người ăn xin một chân, một tay hoặc một mắt

single-O or **single-o** *noun* (*thế giới ngầm*) một người hoạt động một mình, đặc biệt là một tội phạm = SINGLE

single-O or **single-o** *verb* hoạt động như một tội phạm không có đồng phạm; hoạt động một cách ích kỷ trong một tổ chức tội phạm

single-O or **single-o** *adjective* 1 độc thân; chưa kết hôn 2 (*thế giới ngầm*) hoạt động một mình 3 ích kỷ; đơn độc • "I'm single-o, man, so I follow the action": *"Tôi ích kỷ, anh bạn ạ, vì thế tôi tuân thủ hành động".*

singles *modifier* dành cho những người độc thân • a singles party: *một bữa tiệc dành cho những người độc thân*

sing out *verb* 1 nói to lên; nâng giọng; nói thẳng; = PIPE UP • If anybody doesn't like it, just sing out: *Nếu bất cứ ai không thích nó, chỉ nói to lên.* 2 khai báo; = SQUEAL

sinker[1] *noun* 1 bánh quy; bánh rán; bánh doughnut 2 bánh kếp khoai tây

sinker[2] *noun* 1 (*bóng chày*) cú ném lượn xuống đất khi bay gần tới gôn nhà 2 (*bóng chày*) một cú ném bóng thẳng hoặc một quả bóng được đánh đột ngột lượn xuống mặt đất

sinker and suds *noun* (*quầy bán đồ ăn trưa*) bánh rán doughnut và cà phê

sis *noun* 1 chị em gái 2 được dùng như từ xưng hô cho người chị, em gái • Hey, you're gonna love this place, aren't you sis?: *Này, chị sẽ thích nơi này mà, đúng không chị?* 3 một chàng trai ẻo lả, nhút nhát và yếu đuối; = SISSY 4 một phụ nữ trẻ hoặc cô gái; = CHICK

sissified *adjective* yếu ớt; ẻo lả; nhút nhát; giống đàn bà; = CHICKEN-HEARTED, PANIFIED

sissy 1 *noun* một nam giới ẻo lả, nhút nhát và yếu đuối; = DAISY, LILY, PANSY 2 *adj* his sissy ways: *những cung cách yếu đuối, nhút nhát của hắn* 3 *noun* người đồng tính nam; = PANSY

sissy bar *noun* 1 quán bar có khách quen là những người đồng tính 2 một vật bảo vệ bằng kim loại cao ở phía sau xe đạp để ngăn nó không lộn ngược ra sau

sissy pants *noun* một người nhút nhát hoặc rụt rè; = SISSY

sister *noun* 1 (*người da đen*) một phụ nữ da đen; = SOUL SISTER 2 một người đồng tính 3 thành viên nữ của một phong trào chính trị kín hoặc phản văn hóa 4 (*người da đen*) bạn (nữ) 5 một thành viên của hội nữ sinh 6 người theo thuyết nam nữ bình quyền • We can do this thing, sisters, we can do it!: *Chúng ta có thể làm việc này, hỡi các bạn theo thuyết nam nữ bình quyền, chúng ta có thể làm được!* 7 phụ nữ; con gái [dùng trong xưng hô trực tiếp] • Hey, sister, you'd better leave: *Này cô gái, tốt nhất cô nên rời đi.*

sister act *noun* (*người đồng tính*) một mối quan hệ, thường là tình dục, giữa hai người đồng tính có xu hướng giống nhau hoặc một người đàn ông đồng tính và một phụ nữ bình thường

sit *verb* chăm sóc; chăm sóc và trông chừng • *Who'll sit your house while you're gone?: Ai sẽ chăm sóc nhà cửa khi cô đi?*

sitcom *noun* một serie hài kịch tình huống trên truyền hình; kịch tình huống

sit-down *noun* 1 (*người lang thang*) một bữa ăn, thường là miễn phí, được ăn tại bàn 2 (cũng là *sit-down strike*) một cuộc đình công mà các công nhân chiếm giữ địa điểm lao động nhưng không làm việc

sit fat *verb* ở trong trạng thái chỉ huy và thành công; = be a FAT CAT, be a FAT CITY

sit in *verb* 1 (*nhạc sĩ*) tham gia chơi cùng những nhạc sĩ khác, đặc biệt vào một dịp nào đó hoặc mang tính tạm thời 2 (*từ những năm 1960*) chiếm một nơi với tư cách là người tham gia trong một cuộc biểu tình ngồi

sit-in *noun* (*từ những năm 1960*) sự chiếm hữu bất hợp pháp một nơi để tạo ra một tuyên bố chính trị hoặc triết lý [thuật ngữ này được phổ biến suốt phong trào dân quyền của người da đen và có nhiều biến thể: *be-in, love-in, puke-in,* v.v..]

sit in the catbird seat *verb* ở thế thuận lợi; = be SITTING PRETTY, SIT FAT

sit on one's **ass** *verb* giữ nguyên tình trạng không hoạt động, đặc biệt là không thể đối mặt hoặc xử lý với trách nhiệm

sit on one's **hands** *verb* 1 cố gắng không hoan hô; là một khán giả lãnh đạm hoặc chống đối • *They sat on their hands until he started waving the flag: Họ cố gắng không hoan hô cho đến khi anh ta bắt đầu vẫy cờ.* 2 không làm gì; thụ động; = SIT ON one's ASS • *Even when the thing fell down they just sat on their hands: Ngay cả khi mọi thứ sụp đổ họ cũng không làm gì cả.*

sit on my face *xem* SHE CAN SIT ON MY FACE ANY TIME

sit shotgun *verb* ngồi ở ghế hành khách của xe ô tô; = RIDE SHOTGUN

sit still for something *verb* chấp nhận hoặc tha thứ; chịu đựng điều gì đó khiêu khích • *The nation will simply not sit still for…the years of slow growth: Dân tộc sẽ hoàn toàn không chấp nhận…nhiều năm tăng trưởng chậm.*

sitter *noun* 1 người giữ trẻ hộ, trông nhà hộ, v.v. 2 một phụ nữ làm việc trong quán bar, khuyến khích khách hàng mua đồ uống thông qua sự ve vãn của họ, cho họ và cho cô ta

sit there with one's **finger** (or **thumb**) up one's **ass** thụ động hoặc lãnh đạm; không thể đương đầu; vô dụng

sit tight *verb* 1 giữ vị trí, quan điểm, v.v.. của mình; từ chối di chuyển; = STAND PAT 2 chờ đợi một cách kiên nhẫn

sitting duck *noun* 1 một mục tiêu dễ dàng; một người hoàn toàn không có sức bảo vệ 2 một chiếc ô tô bị trộm được cảnh sát tìm lại qua việc kiểm tra biển số xe một cách cầu may 3 người chờ đợi số phận hoặc ngày tận thế một cách tin tưởng; mục tiêu dễ dàng cho điều gì xấu • *Get out of the way! You're a sitting duck: Tránh ra! Cậu là mục tiêu dễ bị tấn công.* • *Without my gun, I'm a sitting duck for any terrorist: Không có súng, tôi thành một mục tiêu dễ dàng cho bất cứ kẻ khủng bố nào.*

be sitting pretty *adjective* làm rất tốt; ở một vị trí an toàn và rất thoải mái; = SIT FACE • *She married a millionaire, and now she's sitting pretty: Cô ta lấy một nhà triệu phú và giờ đây cô ta ở trong một vị trí an toàn và thoải mái.*

situash *noun* tình huống

situation *xem* ON TOP OF

Siwash or **old Siwash** *noun* bất kỳ trường cao đẳng nhỏ nào; trường đại học nhỏ nguyên mẫu; = EAST JESUS STATE

six-bit *modifier* đáng giá hoặc có giá 75 xu • *a six-bit sandwich: một bánh sandwich có giá 75xu*

six-bits *noun* 75 xu (1bit = 12.5 US cents) • *Just try one of these things. It's only six-bits: Chỉ thử một trong những thứ này đi. Nó chỉ có 75 xu thôi.*

six-by *noun* 1 (*tài xế xe tải*) xe tải, đặc biệt là xe lớn [từ six-by-six, tên của một loại xe tải có 6 bánh xe và bộ dẫn động (transmission) 6 tốc độ] 2 một chiếc xe hơi sàn phẳng lớn với những thanh gỗ mỏng bao quanh sàn

sixer *noun* 1 (*thế giới ngầm*) án tù 6 tháng 2 hộp 6 lon bia

six-hundred-pound gorilla *noun* (cũng là *eight-hundred-pound gorilla* or *nine-hundred-pound gorilla*) một thế lực mạnh; một ảnh hưởng gần như không thể chống lại • *She is a 600-pound gorilla… She can intimidate anybody: Cô ta là một thế lực mạnh…Cô ta có thể hăm dọa bất cứ ai.*

six-pack *noun* 1 (*xiếc*) ba buổi biểu diễn 1 ngày trong 2 ngày 2 chiếc xe 6 chỗ dùng để chở phi hành đoàn 3 hệ thống cơ bụng săn chắc và rõ nét [từ sự giống nhau bề ngoài giữa cơ bắp và hộp 6 lon bia]

six-pack *verb* giết thì giờ bằng cách uống một hộp sáu lon bia

six-shooter or **six-gun** *noun* 1 (*cao bồi*) khẩu súng lục với một xi lanh chứa 6 viên đạn 2 bất kỳ súng lục nào

sixty-nine *noun* sự quan hệ tình dục bằng miệng đồng thời giữa hai người, trong đó hai tư thế đảo ngược ám chỉ đến số 69

sixty-nine *verb* tham gia quan hệ tình dục bằng miệng đồng thời giữa hai người, trong đó hai tư thế đảo ngược ám chỉ đến số 69

six ways to Sunday *xem* FORTY WAYS TO SUNDAY

size queen *noun* một người đồng tính nam hoặc một phụ nữ bị thu hút bởi những người đàn ông có dương vật lớn

size up *verb* ước tính hoặc đánh giá • *How do you size up his chances?: Ông đánh giá cơ hội của cậu ấy thế nào?*

sizzle *noun* ma túy bất hợp pháp

sizzle *verb* = FRY

sizzler *noun* 1 một người có tính nóng hoặc một thứ nóng 2 một ngày rất nóng • *What a sizzler! I'm sweating like a horse: Thật là một ngày nóng nực làm sao! Tôi đổ mồ hôi như một con ngựa.* 3 (*thợ đốn gỗ*) một đầu bếp

sizzling *adjective* nóng, theo bất kỳ nghĩa nào

ska *noun* hình thức ban đầu của nhạc nhịp mạnh

skag or **scag** *noun* 1 (*thanh thiếu niên, từ người da đen*) một người hay một việc gì thối nát, đáng khinh; = JERK 2 (*người da đen, từ những năm 1920*) một phụ nữ rất xấu xí, không hấp dẫn; = BAT, SKANK 3 (*quân đội*) một điếu thuốc lá; một mẩu thuốc lá 4 (*ma túy*) hê-rô-in, đặc biệt là loại kém chất lượng; bất kỳ loại ma túy mạnh nào 5 rượu mạnh

skag or **scag** *verb* hút (thuốc lá)

skank *noun* 1 một cô gái mà điểm hấp dẫn duy nhất là sự phóng đãng và dễ dãi về mặt tình dục của cô ta; cô nàng lẳng lơ; gái điếm; = HOOKER 2 sự bẩn thỉu, dơ dáy 3 một phụ nữ (trẻ) xấu xí, không hấp dẫn; = SKAG 4 điệu lắc lư tại chỗ theo nhịp rock

skank or **scank** *verb* 1 có vẻ xấu xí • Both sisters skank. Must be hereditary: *Hai chị em đều có vẻ xấu xí. Hẳn là do di truyền.* 2 lắc lư tại chỗ theo nhịp như một người trình diễn rock and roll

skanky *adjective* (*thanh thiếu niên, người da đen*) xấu xí; rẻ tiền; khó chịu

skate *noun* 1 một nhiệm vụ dễ; điều gì thật sự dễ • The test was a skate!: *Bài kiểm tra thực sự dễ!* 2 một nhân viên lười biếng hoặc bất tài [cách dùng của quân đội Mỹ] 3 giả vờ để ai đó thoát khỏi hành vi sai trái mà không bị trừng phạt 4 một chầu rượu; một chầu nhậu say bí tỉ 5 một người nghiện rượu; một người nhậu lu bù 6 (*từ cuối những năm 1800*) một con ngựa tồi, kém cỏi

skate *verb* 1 (*người da đen*) không trả nợ; trốn nợ 2 (*thanh thiếu niên da đen*) rời đi; = SPLIT 3 (*quân đội*) trốn việc; trốn nhiệm vụ; = GOLDBRICK, GOOF OFF 4 thoát khỏi cái gì; thoát khỏi sự trừng phạt • I'm saying you'll skate—if you curtail your plans with Mickey: *Tôi nói anh sẽ thoát khỏi sự trừng phạt – nếu anh bỏ các kế hoạch của anh với Mickey.* 5 say rượu

skate on thin ice *verb* gánh rủi ro; hành xử một cách nguy hiểm

skedaddle or **skiddadle** *verb* rời khỏi vội vã • Don't skedaddle–I want your advice: *Đừng vội bỏ đi – tôi muốn hỏi ý kiến anh.*

skeeter *noun* (*từ giữa những năm 1800*) con muỗi • A skeeter bit me on the arm: *Một con muỗi đốt trên cánh tay của tôi.*

skewgee *adjective* 1 bối rối và lúng túng 2 lộn xộn; = MESSY

skibby *noun* 1 (*từ những năm 1920*) người Nhật hoặc người có nguồn gốc Nhật bản 2 (*quân đội, thế chiến II, từ tây bắc Thái Bình Dương*) gái điếm châu Á

ski (or **snow**) **bunny** *noun* một phụ nữ đang học trượt tuyết; một phụ nữ ghé thăm resort trượt tuyết nhưng không trượt

skid grease *noun* (*từ những năm 1920*) bơ

skid-lid *noun* (*người đi mô tô*) mũ bảo hiểm

skidoo or **skiddoo** *verb* rời đi vội vã; = SCRAM [thường là một mệnh lệnh hoặc lời khuyên]

skidoodle *verb* = SKEDADDLE

ski road or **skiroad** *noun* 1 (*thợ đốn gỗ*) con đường mòn trong rừng mà các khúc gỗ được kéo 2 (cũng là *Skid Road* or *Skidroad*) (*thợ đốn gỗ, người lang thang và thế giới ngầm*) con đường hoặc khu vực gồm những cửa hàng và khách sạn rẻ tiền; một khu vực khá khét tiếng 3 *modifier*: a tighwad with latent skis-road tendencies: *một anh chàng hà tiện với xu hướng bất hảo tiềm tàng*

skid row or **Skid Row** *noun* một con đường hoặc khu vực nơi những người lang thang, vô gia cư, v.v.. ưa lui tới, chẳng hạn khu Bowery ở thành phố New York; khu ổ chuột

skid row bum or **Skid Row bum** *noun* người sa cơ lỡ vận; kẻ ăn xin nghiện rượu; = BOWERY BUM, STUMBLEBUM

skillet *noun* (*từ người da đen xưa*) người da đen

skillion or **scillion** *noun* một con số lớn rất lớn không xác định • I have a scillion things to say: *Tôi có vô số điều để nói.* • I have a skillion reasons why I won't marry you: *Tôi có hàng tỷ tỷ lý do tại sao tôi sẽ không lấy anh.*

skim *noun* 1 tiền trộm được từ một công ty hay doanh nghiệp 2 phần thu nhập không được kê khai để nộp thuế, đặc biệt từ tổng thu nhập của một sòng bạc hoặc một công ty như thế; = BLACK MONEY

skim *verb* chuyển bớt một phần thu nhập hoặc tiền thắng bạc để tránh trả thuế hoặc tránh trả cho cấp trên của bạn phần chia của họ

skin *noun* 1 (*đặc biệt người da đen*) sự tiếp xúc giữa bàn tay trong khi chào mừng, cảm ơn hoặc chúc mừng [gần như luôn nằm trong cụm từ "*some skin*"] 2 sự quan hệ tình dục 3 bao cao su; = RUBBER 4 *modifier*: phơi thân mình một cách khiếm nhã; có cảnh khỏa thân; = GIRLIE • a skin flick: *phim chiếu bóng có cảnh khỏa thân* 5 (*từ giới nhạc sĩ nhạc jazz*) cái trống 6 một con ngựa đua kém cỏi; = BEETLE 7 một đô la; tờ một đô-la 8 cuộc sống và sức khỏe 9 (*lễ hội và công viên giải trí*) áo sơ mi 10 (*từ những năm 1800, Anh*) một cái ví hoặc túi tiền 11 chiến đấu tay không 12 người da đỏ Mỹ [một dạng rút gọn của "*redskin*"] 13 (cũng là *skinhead*) người bị hói đầu hoặc cạo đầu

skin *verb* 1 lừa gạt; lừa đảo 2 trượt qua; chen qua • He caught the ball, then it skinned through his fingers: *Nó bắt được quả bóng, nhưng rồi quả bóng tuột qua tay nó.* 3 (*ma túy*) tiêm vào da thay vì vào tĩnh mạch 4 đập tay lúc chào mừng hoặc nhất trí • "Skin me, man, skin me!" And they had smacked palms ringingly: *"Đập tay tôi nào, anh bạn, đập tay đi!". Và họ đã đập lòng bàn tay vào nhau thật kêu.* 5 đánh bại; đè bẹp; = SKUNK

skin beater *noun* (*từ những năm 1930*) người đánh trống; tay trống

skin (or **flesh**) **flick** *noun* phim khiêu dâm; = BLUE MOVIE

skin flute *noun* dương vật

a skinful *noun* số lượng rượu gây say; sự uống đủ lượng rượu; sự no nê rượu; = a SNOOT FULL

skin game *noun* (*cờ bạc*) một trò chơi lừa đảo mà người trung thực luôn thua; = SCAM

skinhead *noun* 1 thành viên của một phong trào thời trang và băng nhóm trẻ tuổi, được phân biệt bằng cái đầu trọc hoặc cắt rất sát; băng nhóm đầu trọc • Fuck facist skinhead shit: *Mẹ kiếp cái bọn đầu trọc phát xít.* 2 (*lực lượng lính thủy quân lục chiến*) tân binh lính thủy quân lục chiến

skin house *noun* 1 một nhà thổ hoặc một nơi mà hình thức giải trí là tình dục 2 sân khấu có những chương trình biểu diễn khỏa thân, chiếu phim sex, v.v..

skin magazine or **skin mag** *noun* tạp chí có ảnh khỏa thân, thường là phụ nữ; tạp chí khiêu dâm; = NUDE

Skin me! *exclam.* Bắt tay tôi nào! • Hey, old buddy. Don't walk on! Skin me!: *Này, ông bạn thân. Đừng đi! Bắt tay tớ cái nào!*

skinned mush *noun* (*người bán hàng rong*) cây gậy; ba-toong

skinny *noun* 1 thông tin nội bộ; tin đồn hoặc sự thật 2 (*xiếc và lễ hội*) một đồng 10 xu

the skinny *noun* (*quân đội, thế chiến II*) sự thật; = the LOWDOWN, the SCOOP • Are you giving me the straight skinny?: *Anh đang nói cho tôi sự thật đấy chứ?*

skinny-dip *verb* bơi khỏa thân • "They going swimming?" "Skinny-dipping," Walter said: *"Họ đang bơi à?" "Bơi khỏa thân", Walter đáp.*

skinny something down *verb* giảm cái gì, đặc biệt đến mức tối thiểu • We were told to skinny budget down still more: *Chúng tôi được bảo phải giảm ngân sách thêm nữa.*

skin pop *noun* (*ma túy*) sự tiêm ma túy vào cơ hoặc da, không phải vào tĩnh mạch

skin-pop *verb* tiêm ma túy vào da hoặc cơ, không phải vào tĩnh mạch

skins *noun* 1 (*nhạc sĩ nhạc jazz*) bộ trống 2 (*từ dân chơi xe độ và tài xế xe tải*) lốp xe

skin-search or **body-shake** 1 *noun* (*cảnh sát*) sự khám xét toàn diện một người ở trần truồng, đặc biệt để kiểm tra dấu vết tiêm ma túy, ma túy, v.v.. 2 *verb* They skin-searched both couples: *Họ đã khám xét toàn thân cả hai cặp đôi.*

skint *adjective* (*từ cuối những năm 1800, Anh*) thiếu tiền; = BROKE

skip *noun* 1 một người bỏ trốn, đặc biệt để tránh trả tiền 2 (*quân đội*) = SKIPPER

skip *verb* 1 (*đặc biệt trong giới sinh viên*) không thể tham dự; vắng mặt; = SHINE 2 (*cũng là skip out*) rời đi vội vàng; trốn, đặc biệt để tránh trả tiền, tránh bị bắt, v.v..

Skip it! *exclam.* Quên nó đi!; Đừng bận tâm! • I won't bother you with my questions again. Skip it!: *Tôi sẽ không làm phiền anh với những câu hỏi của tôi một lần nữa. Quên nó đi!*

skipper *noun* 1 (*hàng hải*) thuyền trưởng 2 (*quân đội*) bất kỳ sĩ quan chỉ huy nào; = the OLD MAN 3 (*cảnh sát*) đại úy hoặc trung sĩ cảnh sát

skippy *noun* (*quân đội, thế chiến II*) phụ nữ Nhật, đặc biệt là gái điếm

skirt *noun* một phụ nữ, đặc biệt là phụ nữ trẻ; = BROAD, CHICK

skirt-chaser *noun* người đàn ông hào hoa; anh chàng nịnh đầm; = LOVER-BOY

ski-trip *noun* (*ma túy*) sự hít cô-ca-in; một liều cô-ca-in

skiv *noun* = SHIV

skivvies *noun* 1 (*hải quân*) đồ lót 2 dép; xăng-đan giống như dép lê (mang trong nhà)

skivvy *noun* 1 (*cũng là skivvy shirt*) (*hải quân*) đồ lót nam, đặc biệt áo thun ngắn tay 2 (*hải quân*) quần đùi nam, đặc biệt là kiểu võ sĩ quyền Anh

skivvy-waver *noun* (*hải quân, thế chiến II*) người điều khiển tín hiệu hải quân

skookum *adjective* (*thợ đốn gỗ*) có hiệu quả; có tác động mạnh

skosh or **skcosh** or **skoshi** or **scosh** *noun* (*quân đội, trong chiến tranh Triều Tiên*) một số lượng nhỏ; một chút; = SMIDGEN • "Skosh" is an advertising copywriter's way of spelling the Japanese word "sukoshi," meaning "a little": *"Skosh" là cách của người viết quảng cáo để phát âm từ "sukoshi" của Nhật bản, có nghĩa là "một chút".*

skosh *adjective* nhiều hơn một chút • Move down a skosh so I can sit down: *Hãy dịch xuống chút nữa để tớ có thể ngồi xuống được.*

skull-buster *noun* 1 (*sinh viên*) khóa học khó khăn ở trường cao đẳng hoặc đại học • The course was a skull-buster, and I had to drop it: *Khóa học thật khó, và tôi phải bỏ nó.* 2 (*người da đen*) nhân viên cảnh sát

skullduggery or **skulduggery** *noun* hành vi lừa đảo; hành vi ám muội; công việc dơ bẩn; = DIRTY WORK, HANKY-PANKY • Without skullduggery, politics wouldn't be interesting: *Không có hành vi lừa đảo, hoạt động chính trị sẽ không thú vị.*

skull practice *noun* (*thể thao*) việc học chiến thuật, lối chơi, v.v., đặc biệt trong bóng đá bằng các hình ảnh minh họa trên bảng đen

skull session *noun* 1 một cuộc phân tích và thảo luận nhóm; hội thảo 2 một giai đoạn học tập và giảng dạy cấp tốc, đặc biệt là một buổi ngắn

skunk *noun* 1 một phụ nữ, đặc biệt là một phụ nữ lăng nhăng với sự thiếu vệ sinh 2 một người bần tiện và đáng ghét

skunk *verb* đánh bại đối thủ với sự chênh lệch áp đảo; đánh bại hoàn toàn; đè bẹp; = CLOBBER

skunk someone **out of** something *verb* (*sinh viên*) lừa ai về việc gì

sky *noun* 1 cái nón 2 (*sòng bạc*) hệ thống theo dõi trên đầu có mặt khắp nơi [một dạng rút gọn của *"eye in the sky"*]

sky *verb* 1 (*thể thao*) đánh hoặc đá hoặc ném một quả bóng rất cao 2 rời khỏi nhanh chóng 3 di chuyển bằng máy bay • I decided to sky down to New York for the weekend: *Tôi đã quyết định bay đến New York vào cuối tuần.*

skycap *noun* người khuân vác ở sân bay

skygodlin or **sigoggling** *adjective* nghiêng; lệch; = COCKEYED, SLONCHWAYS

sky hook or **skyhook** *noun* 1 ăng ten của vô tuyến cá nhân 2 một cần trục tưởng tượng; một dụng cụ tưởng tượng

skyhoot *verb* nổi lên

skyjack 1 *verb* nắm quyền kiểm soát máy bay một cách bất hợp pháp, thường là tuyên bố có vũ khí hoặc bom; không tặc 2 *noun* the week's third skyjack to Cuba: *vụ không tặc thứ ba trong tuần tới Cuba.*

skypiece *noun* (*thanh thiếu niên*) cái mũ; nón

sky-pilot *noun* giáo sĩ; cha tuyên úy

sky rug *noun* tóc giả; tóc giả của đàn ông

skyscraper *noun* (*bóng chày*) một quả bóng bay rất cao

sky up (or **out**) *verb* (*quân đội*) rời đi, đặc biệt để tránh việc hoặc rắc rối; bỏ việc sớm

slab *noun* 1 giường 2 một đô-la; tờ một đô-la 3 (*bóng chày*) gôn nhà 4 (*tài xế xe tải*) xa lộ 5 một chiếc ô tô

slag *verb* phỉ báng; nói xấu; = BAD-MOUTH, PUT DOWN • Everybody was getting slagged: *Mọi người đều bị phỉ báng.*

slag down *verb* chậm lại; trì hoãn • The train slagged down as it approached the station: *Đoàn tàu chạy chậm lại khi tới gần nhà ga.*

slag someone **off** *verb* phỉ báng nặng nề; = SLAG

slam *noun* 1 sự chào mừng • A salute to a superior officer is a slam, or a highball. *Việc chào mừng một sĩ quan cấp cao là slam hoặc highball.* 2 nhà tù 3 lời chỉ trích; sự nhạo báng; = KNOCK

slam *verb* 1 chỉ trích ai hoặc việc gì đó một cách gay gắt; nhạo báng ai 2 (*trong tù*) từ chối làm việc 3 (*cũng là slam-dance*) nhảy cuồng nhiệt; thực hiện một kiểu nhảy rock and roll mạnh mẽ, đặc biệt là trong nguồn cảm hứng của thể loại punk rock 4 tiêm ma túy vào tĩnh mạch 5 (*trong tù*) giấu hàng lậu trong trực tràng 6 đại tiện; ỉa 7 uống gì đó nhanh • Bart slammed a couple of beers and left: *Bart uống nhanh vài ly bia và rời khỏi.*

the slam *noun* = the SLAMMER

slam-bang *noun* (*quyền Anh, từ những năm 1920*) một trận đấu dữ dội

slam-bang *adverb* 1 với vũ lực hoặc sự ồn ào • I'm only trying to convince you that you can't go slam-bang into this: *Tôi chỉ đang cố thuyết phục anh rằng anh không thể vào nơi này với vũ lực.* 2 mãnh liệt; dữ dội • They went at it slam-bang: *Họ xông vào đánh nó dữ dội.*

slam-bang *adjective* điên cuồng; phấn khích; lý thú; mạnh mẽ; dữ dội • It was a slam-bang weekend, and I loved every minute of it: *Đó là một kỳ cuối tuần lý thú và tôi yêu mọi giây phút.*

slam dunk *noun* 1 bất cứ gì dễ dàng 2 (*bóng rổ*) hành động ấn bóng vào rổ; cú úp rổ

slam-dunk *verb* 1 đánh bại ai một cách thuyết phục, nếu không nói là áp đảo 2 (*bóng rổ*) ấn bóng vào rổ từ trên cao xuống; úp rổ

slam-dunk *adjective* **chắc chắn; đáng tin cậy** • She kissed him and told him they were a rockin' slink-chunk, slamdunk band and that it would be fine: *Cô hôn anh ta và bảo với anh ta rằng họ là ban nhạc rock đáng tin cậy và nó sẽ ổn thôi.*

slammer *noun* **1** sự biệt giam **2** người nhảy cuồng nhiệt **3** (*bóng rổ*) hành động ấn bóng vào rổ từ trên xuống; = SLAM DUNK

the slammer *noun* **1** (*từ những năm 1930*) cửa • I took another sip of coffee and turned around to check her out and saw two of New York's finest coming in the slammer: *Tôi uống thêm một hớp cà phê và quay lại để kiểm tra cô ta và thấy hai cảnh sát New York đang tiến vào cửa.* **2** (*cũng là* the slams) nhà tù

slang *noun* **1** (*lễ hội và công viên giải trí*) dây đồng hồ **2** (*từ giữa những năm 1700, Anh*) tiếng lóng

slant *noun* **1** cái nhìn; sự kiểm tra bằng mắt • Take a slant at data: *Hãy nhìn vào dữ liệu.* **2** một quan điểm định kiến; một nhận thức độc đáo; = ANGLE • You can probably give us yet another slant on this problem: *Chắc chắn anh có thể cho chúng tôi một nhận thức độc đáo nữa về vấn đề này.*

slant-eye *noun* người châu Á hoặc gốc Á [mang tính miệt thị]

slap or **slap-bang** or **slambang** *adverb* một cách chính xác; trực tiếp • The storm was pointed slam-bang at Tampa: *Cơn bão hướng thẳng đến Tampa.*

slap and tickle *noun* sự yêu đương say đắm; sự mơn trớn vui vẻ

slap-dash *adjective* nhanh và cẩu thả; vội vàng và bất cẩn; không chú ý đến những chi tiết nhỏ; = SLOPPY • I wish you hadn't done it in such a slap-dash fashion: *Tôi ước bạn đã không làm điều đó một cách nhanh và cẩu thả như thế.*

slap someone five *xem* GIVE someone FIVE

slap-happy *adjective* **1** choáng váng; bối rối; ngờ nghệch • I get slap happy when I have to stay up this late: *Tôi bị choáng váng khi tôi phải thức muộn như thế này.* **2** mất phương hướng và sững sờ, đặc biệt do bị đánh quá nhiều vào đầu **3** chóng mặt; mất thăng bằng **4** lâng lâng; phê; = HIGH • He was slap-happy a whole week after the baby came: *Anh ta lâng lâng suốt cả tuần sau khi đứa con ra đời.* **5** bị ám ảnh với việc thủ dâm

a slap in the face *noun* sự lăng mạ; lời sỉ nhục; sự từ chối, đặc biệt là bất ngờ • That remark was a real slap in the face: *Lời nhận xét đó là một sự lăng mạ thực sự.*

slapman *noun* (*thế giới ngầm*) cảnh sát mặc thường phục

slap someone's wrist or **slap someone on the wrist** *verb* đưa ra một lời khiển trách nhẹ; xử phạt nhẹ • The courts only slap them on the wrist and send them back out on the streets: *Tòa án chỉ xử phạt nhẹ và trả họ trở lại đường phố.*

slat *noun* **1** một đô la **2** ván trượt tuyết

slathers *noun* số lượng lớn; = OODLES • It cost the railroads slathers of money: *Ngành đường sắt phải tốn rất nhiều tiền.*

slats *noun* **1** xương sườn • She gave Tom a dig in the slats: *Cô ấy thúc vào sườn Tom.* **2** chấn song nhà tù

slave *noun* (*người da đen, từ những năm 1920*) công việc • You mean you just want any slave you can find?: *Ý anh là anh chỉ muốn bất cứ công việc nào anh có thể tìm được?*

slave *verb* làm việc, đặc biệt là công việc đầy tớ • "How do you make your bread?" Wilson asked. "Where do you slave? Know what I mean?": *"Anh kiếm sống như thế nào?", Wilson hỏi. "Anh làm việc ở đâu? Hiểu ý tôi nói gì không?"*

slave market *noun* thị trường lao động; chợ việc làm

slaves and masters *noun* người ác dâm và người bạo dâm trong sở thích tình dục

slay *verb* áp đảo ai với thành tích hoặc điểm trội khác; gây ấn tượng mạnh với ai • These jokes always slay the audience: *Những chuyện đùa này luôn làm áp đảo khán giả (nghĩa là gây ra một trận cười cho khán giả).*

sleaze *noun* **1** (*thanh thiếu niên và sinh viên*) một người với tiêu chuẩn đạo đức thấp; kẻ vô đạo đức; kẻ đáng khinh; = SLEAZEBAG **2** thứ tạp nhạp bỏ đi; vật không giá trị; đồ rác rưởi đáng tởm; = CRAP, SCHLOCK, SHIT

sleaze *verb* **1** hành động ti tiện; chung chạ bừa bãi; lẳng lơ và mang tai tiếng **2** (*sinh viên*) có được (cái gì) do mượn hoặc lấy mà không được phép; xoáy; = MOOCH

sleazebag or **sleazeball** *noun* một người đáng khinh; = DIRTYBAG, SCUZZBAG

sleaze-bucket *noun* một người, một vật, một nơi đáng ghê tởm • Gad, what a sleaze-bucket! Let me out of here!: *Trời ơi, thật là một nơi đáng tởm! Để tôi ra khỏi đây!*

sleaze-bucket *adjective* tục tĩu; đáng ghê tởm; khó chịu

sleazemonger *noun* nhà sản xuất hoặc người bán đồ giải trí tục tĩu

sleazo *noun* một người cực kỳ đáng khinh

sleazy *adjective* rẻ tiền; kém cỏi; bẩn thỉu; xấu xa; = GRUNDY, SCUZZY • Your values are pretty sleazy, Phil: *Tiêu chuẩn đạo đức của anh khá kém cỏi, Phil à.*

sleep around *verb* lăng nhăng; lẳng lơ; = PLAY AROUND

sleeper *noun* **1** (*ma túy*) thuốc an thần; thuốc ngủ **2** (*xiếc và lễ hội*) tiền mà khách hàng bỏ quên **3** (*trong trò súc sắc*) một khoản tiền cược trên bàn mà con bạc đã bỏ quên **4** ai hoặc cái gì trở nên nổi tiếng sau một thời gian không gặp hoặc lãng quên **5** *modifier*: a sleeper play: *một vở kịch nổi tiếng sau một thời gian im hơi lặng tiếng* **6** (*bóng bầu dục*) một cầu thủ bất ngờ có được bóng và chạy

sleepville or **Sleepville** *adjective* buồn ngủ; uể oải

sleep with someone *verb* quan hệ tình dục với ai; = GO TO BED WITH someone

sleigh ride or **sleighride 1** *noun* (*ma túy*) việc dùng cô-ca-in hoặc hê-rô-in; sự phê cô-ca-in hoặc hê-rô-in **2** *verb* (*ma túy*) dùng cô-ca-in hoặc hê-rô-in

sleighrider *noun* (*ma túy*) người nghiện cô-ca-in; người dùng cô-ca-in; = COKEHEAD

slew or **slews** *noun* nhiều; số lượng lớn; = OODLES, SLATHERS • I have a whole slew of old computer programs at home in a box somewhere: *Tôi có rất nhiều chương trình máy tính cũ ở nhà nằm trong một cái hộp ở đâu đó.*

slewed or **slewy** *adjective* say rượu

slewfoot 1 *noun* một người vụng về **2** *verb* (*cũng là sloughfoot*) đi bộ với bàn chân chĩa ra khỏi hướng thẳng **3** *noun* cảnh sát hoặc thám tử

slice *noun* **1** một phần hoặc khẩu phần; = PIECE **2** hành động quan hệ tình dục

slice and dice film *noun* phim kinh dị, đặc biệt là phim có cảnh máu me

slick *noun* **1** một người thượng lưu, đáng khâm phục **2** tạp chí có nhiều hình ảnh hoặc tạp chí cao cấp in trên giấy bóng loáng **3** (*dân đua xe*) lốp xe đua

slick *adjective* **1** hấp dẫn; quyến rũ **2** thông minh • His talk is slick, but his action is zotz: *Cách nói chuyện của anh ta thật thông minh,*

slick chick *nhưng hành động thì tệ.* **3** xuất sắc; tuyệt vời; = NIFTY • *That is a slick idea: Đó là một ý tưởng tuyệt vời.* **4** xảo quyệt; láo cá • *He's a slick old fox: Hắn là một con cáo già xảo trá.* **5** trơn láng và giả tạo; không thật

slick chick or **slick-chick** *noun* một cô gái đẹp hấp dẫn, đặc biệt là người hợp mốt

slicker *noun* **1** một người thông minh và láu cá, đặc biệt là một kẻ lừa đảo tín nhiệm, một người quản lý kinh doanh không trung thực, một luật sư khôn ngoan và ưa bóc lột, v.v..; = CROOK **2** một người hấp dẫn bề ngoài và khôn khéo về mặt xã hội; = SMOOTHIE

slicker *verb* lừa gạt; lừa đảo; = CON, SCAM

the slicks *noun* những tạp chí mắc tiền, in trên giấy bóng, dành cho tầng lớp trung lưu hoặc thượng lưu, phân biệt với những tạp chí giật gân

slickum *noun* **1** sự chải tóc, đặc biệt dày và rậm **2** sáp thơm bôi tóc

slick someone or **something up** *verb* làm mới lại; = GUSSY UP • *We'd better slick this place before the President arrives: Tốt nhất chúng ta làm mới lại nơi này trước khi Tổng thống đến.*

slide *noun* túi quần

slide *verb* (*đặc biệt người da đen*) rời khỏi; khởi hành; = SPLIT

slim *noun* (*nhạc sĩ nhạc jazz*) điếu thuốc lá

slimebag or **slimeball** or **slimebucket** *noun* một người đáng khinh; kẻ đáng ghét; = GEEK, SCUMBAG, SLEAZE-BAG

slim pickings *noun* sự kiếm được rất ít; lợi nhuận cực nhỏ

sling beer *verb* là nhân viên pha chế hoặc nhân viên phục vụ

slinger *noun* nam hầu bàn hoặc nữ hầu bàn; người phục vụ đồ ăn

sling hash *verb* làm việc với vai trò nam hầu bàn hoặc nữ hầu bàn • *She slung hash for a couple of weeks: Cô ấy đã làm hầu bàn trong vài tuần.*

sling ink *verb* viết, đặc biệt là phóng viên báo chí hoặc một nghề viết lách chuyên nghiệp khác

sling it or **sling the bull** *verb* cường điệu và nói dối; nói chuyện một cách ngọt ngào và thuyết phục; = BULLSHIT, SHOOT THE BULL

sling mud *verb* nói xấu; phỉ báng; vu khống danh tiếng của ai • *The article is an attempt to sling mud an honest man: Bài báo là một mưu toan làm mất danh dự một con người lương thiện.*

sling Ss *verb* (*nhà tù*) nhìn chằm chằm

slinky *adjective* uốn éo và khêu gợi

slip *verb* **1** hành động không thích hợp **2** cho; tặng **3** mất khả năng hoặc kỹ năng; sa sút; suy sụp • *Her influence slipped after she lost the election: Ảnh hưởng của bà ta đã sa sút sau khi bà thua trong cuộc bầu cử.* **4** lăng mạ ai trong một cuộc thi đấu giao hữu không chính thức

slip a lock *verb* mở một cánh cửa bị khóa bằng cách trượt một cái thẻ tín dụng bằng plastic giữa cánh cửa và rầm cửa rồi trượt mở khóa

slip someone a mickey (or **a Mickey**) *verb* bí mật bỏ một viên thuốc Mickey Finn vào ly rượu của ai [loại thuốc này làm cho nạn nhân bất tỉnh hoặc gây tiêu chảy lập tức] • *Somebody slipped Marlowe a Mickey and sent him into action: Ai đó đã bí mật bỏ một viên thuốc Mickey Finn vào ly rượu của Marlowe và làm cho anh ta rơi vào trong trạng thái bất tỉnh.*

slip between the cracks *xem* FALL BETWEEN THE CRACKS

slip-horn *noun* (*nhạc sĩ nhạc jazz*) kèn trombone

slip in between the lily whites *verb* đi ngủ

slip (or **give**) **me five** *sentence* bắt tay với tôi nào • *Slip me five so I know you're alive: Bắt tay với tôi nào để tôi biết cậu còn sống.*

slipper *verb* (*thế giới ngầm*) từ bỏ cuộc sống tội phạm; sửa mình; = GO STRAIGHT

slippy *adjective* **1** nhanh **2** trơn

slipstick *noun* **1** (*sinh viên*) thước loga **2** kèn trombone

slip one's trolley *verb* mất lý trí; mất bình tĩnh; = FLIP OUT, FREAK OUT • *She was going around babbling as if she had slipped her trolley: Bà ta sẽ đi khắp nơi nói lảm nhảm như thế bà ta đã bị mất trí.*

slip up *verb* phạm lỗi; mắc sai lầm

slip-up or **slip up** *noun* sự tính sai; sự nhầm lẫn; tai nạn; = GLITCH • *That was a silly slip-up. I'm sorry: Đó là một sự nhầm lẫn ngớ ngẩn. Tôi xin lỗi.*

slit *noun* **1** âm đạo; âm hộ; = CUNT **2** một người đến từ Nam Á [mang tính sỉ nhục. Từ nhận thức của người châu Âu về cặp mắt của người Nam Á là một đường rạch nghiêng]

slob *noun* **1** một người mập, thô lỗ và khó ưa **2** một người nhếch nhác và luộm thuộm **3** một người tầm thường, đặc biệt là người có khả năng thất bại hoặc bị lừa

slo-mo *adverb* chậm chạp • *A man named Ahmed skated slo-mo: Một người đàn ông gọi tên Ahmed đã trượt băng chậm chạp.*

slonchways *adjective* = SKYGODLIN

slope¹ *verb* **1** (cũng là **slope out**) chạy trốn; rời khỏi; = LAM **2** (*thế giới ngầm và người lang thang*) vượt ngục [có thể bắt nguồn từ tiếng Hà Lan *sloop* nghĩa là "trốn"]

slope² *noun* (*quân đội, chiến tranh Việt Nam*) một người đến từ Nam Á; người châu Á; = DING, GOOK

slopehead *noun* một người đến từ Nam Á; người châu Á [mang tính xúc phạm, sỉ nhục, miệt thị]

slopie *noun* người Trung Quốc hoặc người Nam Á khác [mang tính miệt thị]

slopped *adjective* say rượu

sloppy *adjective* **1** nhếch nhác; luộm thuộm; = MESSY **2** cẩu thả; vội vàng và bất cẩn; = SLAPDASH

sloppy Joe *noun* **1** (*sinh viên*) áo len dài tay rộng được phụ nữ mặc **2** một món ăn được làm từ thịt bằm và nấu trong nước xốt thịt nướng và phết trên một cái bánh sữa nhỏ **3** bánh sandwich nhiều tầng được phục vụ dưới dạng tam giác nhỏ, dày và được nhồi đầy thịt, phó mát và xốt mayonnaise, vì thế rất khó ăn nếu muốn giữ cho bàn tay và mặt bạn sạch.

sloppy Joe's *noun* nhà hàng rẻ tiền hoặc nơi bán đồ ăn trưa rẻ tiền; = GREASY SPOON

slops *noun* (*người lang thang*) bia tồi; rượu kém chất lượng

sloshed *adjective* say rượu

sloshy *adjective* say rượu

slot *noun* máy đánh bạc; = ONE-ARM BANDIT

slough in (or **up**) *verb* bắt giữ; bỏ tù

slow coach *noun* (*sinh viên*) một người đần độn; người ngu ngốc

slowly in the wind *xem* TWIST SLOWLY IN THE WIND

slow on the draw (or **the uptake**) *adjective* trì độn; đần độn

slowpoke *noun* (*từ cuối những năm 1800, Úc*) một người di chuyển chậm chạp hoặc nhởn nhơ, lười biếng

sludgeball *noun* người khó chịu và đáng khinh; người nhếch nhác; = DIRTBALL, SLOB

sluff *verb* trốn việc và trách nhiệm; trốn học • No one accused Bo of sluffing: *Chẳng ai buộc tội Bo trốn việc.*

slug *noun* 1 một ly rượu; một ngụm uýt-ki; = SNORT 2 (*người lang thang và xiếc*) một đô la 3 (*ngành điện ảnh và truyền hình*) một đoạn phim không dùng được tạm thời được dùng để điền vào cho cảnh phim sẽ được thêm vào sau 4 một viên đạn • Doctors said they're still unable to remove the slug: *Các bác sĩ cho biết họ vẫn không thể lấy viên đạn ra.*

slug *verb* 1 (cũng là **slug down**) uống rượu 2 đánh mạnh, đặc biệt bằng nắm đấm; = CLOBBER 3 (*bóng chày*) cố thực hiện những cú đánh dài làm cho người đánh chạm được góc thứ nhất, đặc biệt là một cách thường xuyên; = GO FOR THE FENCES

slugfest *noun* 1 một cuộc đánh nhau dữ dội; một lễ hội uống rượu 2 lễ hội tranh luận 3 (*bóng chày*) một trận bóng chày có nhiều cú đánh làm cho người đánh chạm được góc thứ nhất

slugged *adjective* say rượu

slugger *noun* 1 (*bóng chày*) một người thường xuyên đánh được những cú đánh dài 2 (*quyền Anh*) một võ sĩ quyền Anh nổi tiếng vì đánh mạnh hơn là đánh kỹ thuật

slug it out *verb* 1 đánh với những cú đấm mạnh; cố đè bẹp người khác; = GO TOE TO TOE 2 giải quyết cái gì bằng đấu tranh; đấu tranh về điều gì theo nghĩa bóng • We'll just have to sit down in the conference room and slug it out: *Chúng ta sẽ chỉ cần phải ngồi xuống trong phòng hội thảo và đấu tranh để giải quyết nó.*

slug-nutty *adjective* đờ đẫn hoặc không phối hợp được về mặt thể chất và tinh thần do lãnh quá nhiều cú đấm vào đầu; = PUNCH-DRUNK

slum[1] or **slumgullion** or **slumgudgeon** *noun* (*người lang thang, quân đội*) bất kỳ đồ ăn hay thức uống kém chất lượng và đặc biệt là không thể nhận dạng; một món ăn vô danh kinh tởm; đồ uống không có chất rượu

slum[2] *noun* 1 đồ nữ trang giả rẻ tiền; bất kỳ hàng hóa rẻ tiền nào 2 căn hộ hoặc ngôi nhà 3 thức ăn trong tù

slum or **go slumming** *verb* ghé thăm một khu phố nghèo nàn vì tò mò; hòa lẫn với những người thuộc tầng lớp dưới

slum *adjective* rẻ; tồi tàn; kém thẩm mỹ

slurb *noun* khu vực ngoại ô có những ngôi nhà rẻ tiền được xây hàng loạt, những nơi kinh doanh xấu xí, v.v.

slurp or **slup** 1 *verb* ăn uống với âm thanh chép miệng ồn ào 2 *noun* Take a slurp of this soup, it's great!: *Hãy húp sùm sụp món súp này đi, thật ngon!* 3 *noun* (*nhạc sĩ nhạc jazz*) đoạn vuốt

slush *noun* sự ủy mị rõ ràng; = GOO, SCHMALTZ

slushed (up) *adjective* say rượu

slush fund *noun* khoản tiền tùy nghi sử dụng, nơi nguồn tiền và cách thức nó được xài không chịu bất kỳ cuộc kiểm toán hoặc trách nhiệm giải trình nào; quỹ đen • How much is left in the slush fund?: *Còn lại bao nhiêu trong quỹ đen?*

slush pump *noun* (*nhạc sĩ nhạc jazz*) kèn trombone; = SLIP-HORN

slut lamp *noun* (*đặc biệt người lang thang*) một chiếc đèn tự chế dùng mỡ lợn làm nhiên liệu; = BITCH LAMP

smack[1] or **shmack** or **smeck** *noun* (*ma túy*) hê-rô-in; = HORSE

smack[2] *noun* 1 cú đánh; cú tát • He gave her a smack on the kisser: *Hắn cho cô ta một cái tát vào miệng.* 2 nụ hôn; = SMACKER 3 sự thử; = CRACK 4 một đô la 5 rượu 6 cách nói chuyện coi thường 7 tiếng lóng 8 một trò lừa đảo dựa vào việc so sánh các đồng xu

smack *verb* 1 đánh; tát ai • She smacked him hard: *Cô ta tát hắn rất mạnh* 2 hôn • She smacked him square on the lips: *Nàng hôn ngay vào môi chàng.* 3 nịnh bợ

smack *adverb* (cũng là **smack-dab**) đúng; chính xác • And the assignation hotels are downtown, smack in the middle of everything, very snug": *Và các khách sạn hẹn hò bí mật nằm ở khu kinh doanh, nằm ngay chính giữa mọi thứ, rất ấm cúng.*

smacker *noun* 1 tờ một đô la; = BUCK 2 mặt; bộ mặt • Go and wash your smacker: *Đi rửa mặt đi.* 3 nụ hôn; = SMACK • He planted a smacker square on her lips. She kicked him in the shins for his trouble: *Chàng đặt nụ hôn lên môi nàng. Nàng đá chàng vào ống quyển vì sự táo tợn đó.*

smacko *noun* âm thanh biểu thị một cái tát hoặc nụ hôn

smadge *noun* (*quân đội*) thượng sĩ

small-bore *adjective* tầm thường; không quan trọng

small change *noun* người không quan trọng; kẻ tầm thường

small fry 1 *noun* người không quan trọng; kẻ vô danh tiểu tốt 2 *noun* trẻ em hoặc con nít • The small fries have eaten and are getting ready for bed: *Bọn trẻ đã ăn xong và sẵn sàng đi ngủ.* 3 *adj* small-fry writers like me: *những nhà văn vô danh như tôi*

small nickel *noun* 1 (*cờ bạc*) 5 trăm đô-la, đặc biệt là một khoản cược 2 50 đô-la hoặc, trong casino, thẻ đánh bạc trị giá 50 đô

small pipe *noun* kèn alto saxophone

small potatoes *noun* (biến thể: **beer** or **bread** or **change** có thể thay **potatoes**) 1 số tiền nhỏ; = CHICKEN FEED, PEANUTS • I received $120,000, which is no small potatoes: *Tôi đã nhận được 120.000 đô, vốn không phải là số tiền nhỏ.* 2 một người, sự nghiệp, v.v.. nhỏ bé • Those plans look like small potatoes to me: *Những kế hoạch đó có vẻ khá nhỏ bé đối với tôi.*

small potatoes *adjective* có hậu quả nhỏ; không quan trọng • Next to theirs, my sin was pretty small potatoes: *Đặt cạnh tội của họ thì tội của tôi khá nhỏ bé.*

the small (or fine) print *noun* những điều khoản hoặc đòi hỏi có hại và không bị nghi ngờ, đặc biệt khi là một phần của một hợp đồng, chính sách bảo hiểm, v.v.

the small time *noun* (*từ giới biểu diễn*) các công ty, xí nghiệp, hệ thống biểu diễn hoặc giải đấu thể thao, v.v.. nhỏ hoặc tầm thường; = the BUSH LEAGUES

small-time *adjective* (*giới biểu diễn*) nhỏ nhặt; tầm thường; = BUSH LEAGUE • I was a small-time gun-runner: *Tôi là kẻ buôn lậu súng bình thường.*

smarmy *adjective* 1 giả dối và xun xoe 2 trầm và ấn tượng; nghiêm trang và ngọt ngào 3 thiển cận và tự mãn

smart *adjective* (*quân đội, đặc biệt từ chiến tranh Việt Nam*) được hướng dẫn đến mục tiêu bằng tia laser, tín hiệu truyền hình, v.v.. thay vì chỉ nhắm mục tiêu

smart alec or **smart aleck** or **smart alick** *noun* một người thông minh đến khó chịu; một người biết tất

smart (or one smart) apple *noun* một người thông minh; người khôn ngoan

smart-ass or **wise-ass** 1 *noun* người làm ra vẻ tinh khôn; = BIGMOUTH, KNOW-IT-ALL, WISE GUY 2 *adj* a smart-ass tone of voice: *một giọng điệu làm ra vẻ khôn ngoan*

smart cookie *noun* người thông minh; người khéo léo

smart-eye *verb* nhìn ai theo kiểu có thể là gây hấn, thách thức hoặc không tán thành

smart guy *noun* người làm ra vẻ tinh khôn; người khôn ngoan; =

the smart money *noun* 1 những dự đoán của những người hiểu biết nhất 2 (*đua ngựa*) tiền cược dựa trên dữ liệu chắc chắn, do kinh nghiệm mà có 3 tiền thuộc về những người thông minh; người hoặc doanh nghiệp làm ăn thành công

smart mouth *noun* người có những lời nói lém lĩnh; người tự phụ ăn nói bừa bãi; kẻ ưa bình phẩm và mặt dày đến mức phiền toái; = SMART-ASS

smart-mouth *verb* nói chuyện với ai một cách xấc láo

smarts *noun* trí thông minh; trí óc; trí khôn; = BRAINS, SAVVY • If they had any smarts, they would have put a silencer on a gun and pumped a bullet in his head: *Nếu họ có trí khôn, lẽ ra họ nên lắp bộ phận giảm thanh vào súng và cho một viên vào đầu hắn.*

smarty *noun* người tự phụ; người kiêu ngạo; người làm ra vẻ khôn ngoan; = SMART-ASS

smartypants *noun* 1 một người thông minh, nhưng không thông minh như họ nghĩ; người làm ra vẻ khôn ngoan; = SMART-ASS, SMARTY 2 người tự phụ; người kiêu ngạo; người tự mãn

smash *noun* 1 một thất bại toàn diện; một thảm họa 2 (cũng là *smash hit*) (*từ giới biểu diễn*) một thành công lớn; = HIT 3 (*người da đen*) rượu vang • I got a bottle of smash in my car: *Tôi có một chai rượu vang trong xe của tôi.*

smashed *adjective* 1 say rượu 2 phê thuốc

smasher *noun* 1 (*từ cuối những năm 1700, Anh*) điều gì đó hết sức ấn tượng và thành công 2 một phụ nữ rất hấp dẫn

smashing *adjective* (*từ cuối những năm 1800, Anh*) xuất sắc; tuyệt vời; thực sự rất tốt • I told her she looked smashing: *Tôi bảo cô ta rằng cô ta trông thật tuyệt vời.*

smashing *noun* (*thanh thiếu niên xưa*) sự hôn hít; = NECKING

smear¹ *verb* 1 (*quyền Anh*) hạ nốc ao; = KAYO 2 bôi nhọ danh tiếng của ai, đặc biệt bằng những lời buộc tội giả mạo hoặc mơ hồ kiểu đánh vào tình cảm của con người; nói xấu 3 đánh bại; đè bẹp; = CLOBBER, SKUNK

smear² *verb* hối lộ hay nói cách khác là trả tiền một cách bất hợp pháp cho ai; = SCHMEAR

smear *noun* 1 sự bôi nhọ; sự nói xấu • His whole campaign was a vile smear of the other party's man: *Toàn bộ chiến dịch của ông ta là một sự bôi nhọ đê tiện ứng cử viên của đảng kia.* 2 *modifier:* They never stoop to smear tactics: *Họ chưa bao giờ hạ mình làm các thủ đoạn bôi nhọ.*

smeared *adjective* say rượu hoặc ma túy

smell *verb* 1 xấu và đáng khinh; tồi tệ; = STINK, SUCK 2 hít ma túy; = SNIFF

smell a rat *verb* nghi ngờ điều gì đó sai • Keep everything normal. I don't want her to smell a rat. She has never had a surprise party before: *Hãy giữ mọi thứ bình thường. Tôi không muốn cô ấy nghi ngờ điều gì đó sai. Cô ấy chưa bao giờ có một bữa tiệc bất ngờ trước đây.*

smell blood *verb* 1 bị kích động và phấn khởi bởi sự kiệt quệ sắp xảy ra của đối thủ hoặc con mồi 2 sẵn sàng chiến đấu; sẵn sàng tấn công; sẵn sàng hành động [giống cá mập vốn trở nên điên cuồng bởi mùi máu]

smeller *noun* mũi • For a busted smeller, a couple of shiners, and a few creases in the knowledge-box he made himself ten grand: *Với một cái mũi bị vỡ, đôi mắt thâm quầng, và vài nếp nhăn ở đầu, anh ta đã kiếm được 10 ngàn đô.*

smell like a rose *verb* có vẻ thơ ngây, vô tội; được cảm tình, tiếng tốt • I came out of the whole mess smelling like a rose, even though I caused all the trouble: *Tôi ra khỏi toàn bộ thứ lộn xộn đó một cách vô tư, cho dù tôi đã gây ra tất cả rắc rối.*

smidge *noun* số lượng nhỏ nhất; một chút

smoke *noun* 1 một điếu thuốc; một điếu xì gà; tẩu thuốc 2 (*ma túy*) cần sa, hê-rô-in, thuốc phiện; bất kỳ ma túy nào có thể hút được 3 một điếu thuốc lá chứa cần sa 4 (*người lang thang*) rượu kém chất lượng, đặc biệt là cồn biến chất 5 người da đen [mang tính miệt thị] 6 một viên hạ sĩ quan đang chỉ huy một khẩu đội pháo 7 (*sinh viên*) một đô la 8 sự cường điệu; sự lừa gạt; = BULLSHIT 9 (*bóng chày*) quả bóng bay rất nhanh

smoke *verb* 1 (*thế giới ngầm*) bắn ai; thủ tiêu ai; = PLUG 2 đánh bại ai hoàn toàn; qua mặt hoặc bỏ xa ai, đặc biệt là trong cuộc thi tốc độ 3 (*cảnh sát và thế giới ngầm*) bị tử hình trong phòng hơi ngạt 4 (*bóng chày*) ném bóng nhanh 5 rất giận; = BURN • He was smoking for about an hour after she called him: *Anh ta đang tức giận vì khoảng một tiếng đồng hồ sau cô ta mới gọi anh ta.*

a smoke *noun* thuốc lá và sự hút thuốc lá

the smoke *noun* (*ma túy*) thuốc phiện

smoke and joke *verb* (*quân đội*) thư giãn; ăn không ngồi rồi

smokeball *noun* (*bóng chày*) quả bóng bay rất nhanh

smoke eater *noun* (*từ những năm 1930*) lính chữa cháy; lính cứu hỏa

smoke factory *noun* một ổ hút thuốc phiện

smoke-in *noun* cuộc tụ tập công khai của những thanh niên trong thập niên 60 nơi cần sa được hút bất chấp pháp luật

smoke it *verb* tự sát bằng một vết thương đạn bắn trong miệng

smoke out *verb* tìm ra; phát hiện • I'll try to smoke out where the bodies are hidden: *Tôi sẽ cố tìm nơi giấu xác.*

smoke someone out *verb* 1 lấy thông tin từ ai • He isn't saying now, but she'll smoke him out: *Hiện giờ thì hắn không nói, nhưng bà ta sẽ moi thông tin từ hắn.* 2 khiến ai xuất hiện, đặc biệt từ nơi ẩn nấp

smoker *noun* 1 thứ gì đó được ném, di chuyển, v.v.. rất nhanh 2 (*đường sắt*) đầu máy xe lửa

smoke (or **chiba**) **shop** *noun* (*ma túy*) nơi mà bạn có thể mua cần sa, đặc biệt là một cửa hàng nơi bán cần sa khá thoáng

Smokey Bear or **Smokey the Bear** or **Smoky** *noun* 1 trung sĩ huấn luyện trong quân đội Mỹ 2 cảnh sát tuần tra trên đường cao tốc; nhân viên cảnh sát 3 máy bay quân sự được dùng để thả pháo sáng làm bằng ma-giê để chiếu sáng mặt đất trong đêm

smoking gun *noun* dấu hiệu phạm tội không thể cãi; bằng chứng không thể chối cãi được; = the GOODS • The chief of staff decided that the admiral should be found with the smoking gun: *Tham mưu trưởng đã xác định rằng viên đô đốc nên được phát hiện với dấu hiệu phạm tội không thể cãi.*

smoky *adjective* da đen; thuộc về người da đen

smoky seat *noun* ghế điện; = OLD SMOKY

smooch *verb* 1 ăn cắp; xoáy; = MOOCH 2 hôn theo kiểu kéo dài; hôn hít và vuốt ve; = NECK, PET

smooch or **smooge** or **smouge** *noun* một nụ hôn • I like a good smooch from my hubby: *Tôi thích một nụ hôn ngọt ngào từ ông xã của mình.*

smooching *noun* hành động hôn hít và âu yếm

smooth *verb* đánh lừa; lừa gạt

smooth *adjective* 1 xuất sắc; hấp dẫn; thú vị 2 nói về cơ thể đàn ông, không có tóc 3 bình tĩnh 4 tinh tế; tao nhã

smoothie *noun* một người đàn ông hấp dẫn, có sức thuyết phục, láu cá

smooth operator or **smooth article** *noun* 1 một người hấp dẫn, láu cá và hơi lôi cuốn 2 người trầm lặng và thông minh, đặc biệt liên quan đến sự lãng mạn; kẻ gạ gẫm

snafu *noun* 1 một đống lộn xộn hỗn loạn; sự xáo trộn; = FUCK UP, MESS [một từ viết tắt của *"situation normal, all fucked up"* hoặc lịch sự hơn là *"situation normal, all fouled up"*] • What a snafu! All the power went off when you turned on the coffeepot: *Thật là một sự xáo trộn! Tất cả nguồn điện bị cúp khi cậu bật mở cái ấm đun cà phê.* 2 điều sai lầm; = BLOOPER • My attempt to set things right was a total snafu: *Cố gắng dàn xếp ổn thỏa vấn đề của tôi là một sai lầm hoàn toàn.*

snafu *adjective* lộn xộn; hỗn loạn; xáo trộn • It's a very snafu set-up here: *Đây là một bố trí rất lộn xộn.*

snafu *verb* 1 làm hỏng cái gì; làm việc gì đó trở nên lộn xộn 2 phạm sai lầm • The police snafued badly by arresting the wrong man: *Cảnh sát đã phạm sai lầm tai hại khi bắt nhầm người.*

snake *noun* 1 (*hải quân, thế chiến I*) phụ nữ trẻ 2 (*đường sắt*) đầu máy ghép đoàn tàu 3 (cũng là *Snake*) người dân vùng tây Virginia 4 dương vật 5 (*golf*) cú đánh nhẹ, dài, ngoằn ngoèo vào lỗ gôn 6 xe điện ngầm 7 kẻ chỉ điểm

snake *verb* 1 rời khỏi, đặc biệt là một cách kín đáo; trốn 2 quan hệ tình dục từ quan điểm của đàn ông 3 lập kế hoạch; mưu tính và lên kế hoạch 4 ăn trộm thứ gì đó

snake-bitten *adjective* vô tích sự; bất lực

snake eater *noun* (*quân đội*) lực lượng đặc biệt của quân đội Mỹ [bắt nguồn từ kỹ năng sống sót trong rừng của họ] • Academy grads, he was told, do not become snake-eaters: *Anh ta được bảo rằng những người tốt nghiệp học viện sẽ không trở thành lực lượng đặc biệt của quân đội Mỹ.*

snake eyes *noun* 1 (*súc sắc*) một lần gieo được 2 mặt 1; 2 điểm 2 (*đô-mi-nô*) 1–1 3 (*bài poker*) đôi ách

snake-hips or **swivel-hips** *noun* một người lắc hông rất dẻo, chẳng hạn một vũ công hula, một cầu thủ chạy thông minh trong môn bóng bầu dục, v.v..

snake poison *noun* rượu uýt-ki

snap *noun* 1 năng lượng; sức sống; nghị lực; = PIZZAZZ 2 một chiếc ô tô 3 việc gì đó đơn giản hoặc dễ dàng 4 một bức ảnh, thường là chụp nhanh • I got some good snaps of my parents: *Tôi có một số bức ảnh chụp nhanh rất đẹp bố mẹ tôi.*

snap *verb* 1 chụp ảnh • The photographer snapped him making a crude gesture: *Nhiếp ảnh gia đã chụp được ảnh nó đang làm một cử chỉ thô lỗ.* 2 trở nên điên loạn; nổi điên; phát điên; = FREAK OUT

a snap *noun* điều gì dễ làm; = BREEZE, CINCH

Snap! *exclam.* Ôi chao! Chà! • Snap! Great idea!: *Chà! Ý tưởng tuyệt vời!*

snap course *noun* (*sinh viên*) một khóa học dễ dàng; = CRIP

snap it up *verb* làm gấp, hành động nhanh hơn; = SNAP TO IT

Snap it up! *exclam.* Mau lên!; Nhanh lên! • Come on, snap it up! We're waiting!: *Nào, nhanh lên! Chúng tôi đang đợi!*

snap out of it *verb* phục hồi từ điều gì • It was an emotional blow, but he'll snap out of it in a while: *Đó là một cú sốc gây xúc động, nhưng anh ta sẽ phục hồi lại trong giây lát.*

snapper *noun* đỉnh điểm hoặc cao trào của một câu chuyện; = PUNCH LINE, ZINGER

snappers *noun* răng, đặc biệt là răng xấu

snappy *adjective* 1 nhanh; mau • You can get there if you're snappy: *Cậu có thể tới đó nếu cậu nhanh lên.* 2 trông sắc sảo; đẹp nét • Who's driving that snappy car over there?: *Ai đang lái chiếc ô tô đẹp đẽ ở đằng kia vậy?* 3 gọn gàng và hấp dẫn; hợp thời trang

snap to *verb* trở nên rất chuyên chú và mau lẹ • His soldiers snapped to and did what they were told: *Lính của ông ta trở nên rất chuyên chú và mau lẹ và làm những gì họ được lệnh.*

snap to (attention) *verb* 1 bắt đầu chú ý; nhìn cảnh giác ngay lập tức • When they realized what was happening, they began to snap to: *Khi họ nhận ra điều gì đang xảy ra, họ bắt đầu chú ý.* 2 nhanh chóng vào tư thế đứng nghiêm: Snap to attention when the sergeant comes in!: *Hãy nhanh chóng vào tư thế đứng nghiêm khi viên trung sĩ bước vào!*

snap to (or into) it *verb* làm gấp; làm nhanh hơn; = MAKE IT SNAPPY

Snap to it! *exclam.* Hãy làm việc đi nào!; Hãy bận rộn lên! Hãy khẩn trương lên! • Snap to it! We've got lots to do: *Hãy làm việc đi nào! Chúng ta có nhiều việc để làm.*

snarky *adjective* ác ý; chế nhạo; dễ cáu • She's just in a snarky mood, that's all: *Cô ấy chỉ đang có tâm trạng dễ cáu, thế thôi.*

snatch *noun* 1 âm đạo; = CUNT 2 một vụ bắt cóc • This isn't a ransom snatch: *Đây không phải là một vụ bắt cóc đòi tiền chuộc.* 3 một cuộc giải cứu • One day in June my team went on a POW snatch: *Một ngày tháng 6, đội của tôi đã thực hiện một cuộc giải cứu tù binh.* 4 một tên trộm 5 một vụ trộm; vụ ăn cắp 6 phụ nữ được xem là nơi để quan hệ tình dục

snatch *verb* 1 bắt cóc • The kid was snatched as he left school: *Đứa bé bị bắt cóc khi nó rời khỏi trường.* 2 chộp cái gì; ăn trộm cái gì • Snatch me the paper there on the table as you walk by, would you please?: *Làm ơn chộp lấy tờ báo trên bàn khi cậu đi ngang qua nhé?* • Somebody snatched my car: *Ai đó đã ăn trộm chiếc xe của tôi.*

snatcher *noun* 1 kẻ bắt cóc 2 kẻ trộm 3 thám tử; cảnh sát

snazz *noun* sự tuyệt vời; sự rực rỡ và hấp dẫn; sự thanh lịch, sự tao nhã; = CLASS

snazz something up *verb* 1 làm cho thứ gì đó trở nên tao nhã hơn; làm tôn lên, đề cao; = GUSSY UP 2 khiến thứ gì đó trở nên ưu tú hoặc thú vị • Come on, let's try to snazz this up: *Nào, chúng ta hãy thử làm cho điều này trở nên thú vị lên đi.*

snazzy *adjective* 1 hợp thời trang; sang trọng; thanh nhã; = NIFTY, RITZY 2 hào nhoáng; = HOKEY, JAZZY

sneak *noun* (cũng là *sneak preview*) cuộc chiếu thử một bộ phim

sneak *verb* 1 (*studio phim*) chiếu một bộ phim một cách bất ngờ để đánh giá sức hấp dẫn của nó với khán giả 2 đột nhập vào tòa nhà • I figure he was planning the sneak the hotel a little: *Tôi phát hiện hắn đang lên kế hoạch đột nhập vào khách sạn.*

sneakers *noun* giày thể thao có đế bằng cao su

sneaks *noun* giày thể thao • She wore red sneaks and a mini: *Cô ta mang đôi giày thể thao màu đỏ và mặc váy ngắn.*

sneaky pete (or **Pete**) *noun* 1 rượu kém chất lượng, thường là làm tại nhà hoặc lậu; = PANTHER PISS 2 (*người lang thang*) loại rượu vang được làm mạnh thêm rẻ tiền và được bán trong những cái chai màu hồng 3 bất kỳ rượu vang rẻ tiền và kém chất lượng nào 4 cần sa trộn trong rượu vang 5 một cuộc kiểm tra bất ngờ trong chuyến bay bởi một phi hành đoàn lên máy bay ngay trước khi cất cánh

sneaky Pete *adjective* bí mật

snide *adjective* đáng khinh; hèn hạ; xấu xa, đặc biệt theo kiểu nói bóng gió • The critics on that paper tend to be very snide: *Những nhà phê bình trên tờ báo đó thường rất hèn hạ.*

sniff *noun* **1** cô-ca-in **2** bất kỳ chất dung môi nào có thể hít để có tác dụng gây ảo giác **3** kẻ nịnh hót **4** một ly rượu

sniff *verb* (*ma túy*) hít bột ma túy; = SNORT

sniffer *noun* (*ma túy*) một người dùng cô-ca-in hoặc con nghiện

sniffy or **snifty** *adjective* khinh khỉnh; hay bắt bẻ

snifter *noun* **1** một ly rượu; một cốc rượu; = SLUG, SNORT **2** một ly (cốc) có chân dùng để uống rượu mạnh **3** (*ma túy*) = SNIFFER

snipe *noun* **1** mẩu thuốc lá chứa cần sa **2** mẩu thuốc lá vẫn có thể được đốt và hút **3** (*hải quân*) một người thuộc phòng cơ khí, thợ cơ khí máy bay hoặc thành viên dưới mặt đất

sniptious *adjective* gọn gàng; lịch sự; chải chuốt

snit *noun* cơn thịnh nộ; tình trạng oán giận; = SWIVET • He has a reputation for throwing considerable snits: *Ông ta nổi tiếng vì hay có những cơn cáu giận dữ dội.*

snitch *noun* **1** kẻ chỉ điểm, đặc biệt là kẻ chỉ điểm với cảnh sát; = RAT, STOOL PIGEON **2** kẻ trộm

snitch *verb* **1** khai báo; chỉ điểm; = SING, SQUEAL • No one knew who'd snitched on her: *Không ai biết người đã khai báo về cô ta.* **2** ăn trộm; ăn cắp; = SWIPE

snitzy *adjective* lịch sự; sang trọng; tao nhã; ưu tú; = POSH, RITZY • Tiffany is too snitzy for me: *Tiffany quá lịch sự với tôi.* • This is a pretty snitzy car: *Đây là một chiếc xe khá sang trọng.*

snockered or **schnockered** or **shnockered** *adjective* say rượu

snog **1** *noun* một nụ hôn nồng nàn; một thời gian hôn và âu yếm ngắn ngủi nhưng nồng nàn **2** *verb* tán tỉnh; ve vãn; quan hệ tình dục

snooker *verb* lừa ai; đặt ai vào thế bất khả thi; = SCAM

snookums *noun* dùng như một từ xưng hô trìu mến [như từ điển *Oxford English Dictionary* giải thích, "thường áp dụng cho trẻ em hoặc chó cảnh"] • "Just thinking, Nebbice." "About what, snookums? Love?": *"Hãy suy nghĩ đi, Nebbice". "Về chuyện gì cơ, cưng? Tình yêu à?"*

snoop **1** *noun* thám tử **2** *noun* người đi lảng vảng hoặc đi tới đi lui để tìm kiếm cái gì **3** *verb* đi lảng vảng hoặc đi tới đi lui để tìm kiếm cái gì • What are you snooping around here for?: *Mày đi lảng vảng ở đây làm gì vậy?*

snoose *noun* (*thợ đốn gỗ*) thuốc lá bột để hít, đặc biệt loại bị ẩm

snoot **1** *noun* cái mũi; = SCHNOZZ **2** *verb* cư xử một cách kiêu căng; khinh thị

a snoot full *noun* **1** một chầu rượu say sưa; = a SKINFUL **2** số lượng lớn

snooty *adjective* kiêu ngạo; tự phụ; khinh khỉnh; trịch thượng; = HOITY-TOITY, SNIFFY

snooze *noun* **1** một giấc ngủ ngắn **2** điều gì gây buồn ngủ; một sự kiện, một người, v.v.. gây buồn ngủ **3** một việc chán ngắt • The play was a snooze. I left before it was over: *Vở kịch chán ngắt. Tôi bỏ về trước khi nó chấm dứt.*

snooze *verb* ngủ; chợp mắt một tí; = COP ZS, SACK OUT • I snoozed a little bit before the party: *Tôi chợp mắt một lúc trước bữa tiệc.*

snop *noun* (*ma túy*) cần sa

snort *noun* một ly đồ uống có cồn, đặc biệt là một ly uýt-ki; = HOOKER

snort *verb* chơi ma túy bằng cách hít vào mũi; hít ma túy; = SNIFF

snot *noun* **1** nước nhầy ở mũi **2** một người kiêu ngạo, tự phụ và xấc xược **3** người đáng ghét; người kinh tởm

snot *verb* đối xử với ai một cách ngạo mạn

snotnose or **snottynose** *noun* **1** một người mới phất; một người mới bước vào nghề, đặc biệt là một người tinh khôn **2** *modifier*: He's just a snotnose: *Nó chỉ là một thằng nhóc tinh khôn mà thôi.*

snotty or **snottie** *adjective* **1** tự phụ; kiêu ngạo; khó chịu; cáu kỉnh • Snotty bitch: *Ả khốn kiêu ngạo.* **2** dơ bẩn với nước nhầy ở mũi **3** thô lỗ; thô bạo • What a snotty waiter!: *Thật là một gã bồi bàn thô lỗ!*

snow *noun* **1** ma túy bột, đặc biệt là cô-ca-in nhưng đôi khi là hê-rô-in **2** vé mời miễn phí cho một buổi trình diễn; khán giả tham dự một buổi diễn bằng cách dùng vé miễn phí **3** lời nói lừa gạt; sự đánh lừa

snow *verb* **1** lừa ai; tán tỉnh một cách không chân tình **2** thuyết phục người ta tin vào một lý do mơ hồ, đặc biệt bằng cách phóng đại, nhằm thu hút lòng tin của cộng đồng, v.v..; = BLOW SMOKE

snowball *noun* **1** người nghiện ma túy **2** người da trắng [mang tính miệt thị]

snowball *verb* **1** tăng trưởng nhanh về kích thước, tầm quan trọng v.v. • Opposition to the war snowballed: *Sự phản đối chiến tranh tăng lên nhanh chóng.* **2** lấn át; đè bẹp; = STEAMROLLER

a snowball's chance in hell *noun* một cơ may hoặc hy vọng rất ít; không có bất kỳ khả năng nào; = CHINAMAN'S CHANCE • She doesn't have a snowball's chance in hell of getting it done on time: *Cô ta không có chút hy vọng hoàn thành công việc đúng thời hạn.*

snowbird *noun* **1** (*ma túy*) người dùng cô-ca-in hoặc con nghiện; = COKEHEAD **2** (*ma túy*) bất kỳ con nghiện ma túy nào **3** (*người lang thang*) một người đến miền Nam vào mùa đông để trốn lạnh, đặc biệt là người lao động di cư hoặc người lang thang **4** một người từ miền Bắc nước Mỹ hoặc Canada di trú đến Florida hoặc nơi khác ở miền Nam nước Mỹ suốt mùa đông

snowed *adjective* **1** (*ma túy*) phê cô-ca-in **2** bị lừa gạt; bị chơi xỏ • I counted my change, and I knew I was snowed: *Tôi đếm tiền trả lại, tôi biết là tôi bị lừa.*

snowed in (or **up**) *adjective* (*ma túy, từ những năm 1920*) phê ma túy; = HIGH

snow job **1** *noun* (*quân đội, thế chiến II*) sự tin tưởng mạnh mẽ, đặc biệt vào một phong trào mơ hồ; sự ủng hộ tích cực **2** *verb* I was snow-jobbed into giving the maximum: *Tôi rất tin tưởng vào việc cống hiến tối đa.* **3** *noun* sự lừa dối bằng cách nịnh bợ

snow someone or **something under** *verb* dồn gánh nặng cho ai với những đòi hỏi, công việc quá sức, v.v..; làm chôn vùi

snow white *noun* cô-ca-in

snozzled *adjective* say rượu

snubby or **snubbie** *noun* súng lục nòng ngắn, rẻ tiền; = SATURDAY NIGHT SPECIAL

snuff *noun* một vụ giết người

snuff *verb* **1** giết ai **2** *modifier*: biểu diễn hoặc tiến hành giết người, đặc biệt giết phụ nữ trong những cuộc truy hoan

snuff film *noun* bộ phim có nội dung mô tả một vụ giết người thực hoặc cảnh chết chóc, thường là phụ nữ

snuffing *noun* một vụ giết người, đặc biệt vụ ám sát

snuffy *adjective* say rượu

snug *noun* (*thế giới ngầm*) súng lục nhỏ, dễ giấu

snuggle-bunnies *xem* PLAY SNUGGLE-BUNNIES

snuggle-pup *noun* (*đặc biệt thanh thiếu niên*) bạn trai hoặc bạn gái

snuggy *noun* một phụ nữ thích tình dục

snurge *verb* trốn việc; lẩn • He always snurges the unpleasant tasks: *Nó bao giờ cũng lẩn trốn những nhiệm vụ buồn chán.*

so *adverb* rất; cực kỳ [thái độ và cách phát âm phân biệt nghĩa tiếng lóng với nghĩa tiêu chuẩn] • We're so ready to leave: *Chúng tôi rất sẵn lòng rời đi.*

so *xem* SAY-SO

soak *noun* 1 người cho vay nặng lãi 2 một chầu rượu; một chầu nhậu 3 người nghiện rượu; sâu rượu; = LUSH, SOUSE

soak *verb* 1 đánh; = SOCK 2 dùng thứ gì đó như vật thế chấp cho một món nợ • I had a old raggedy pistol and I was going to soak it to him: *Tôi có một khẩu súng lục cũ và tôi đã đưa nó cho ông ta làm vật thế chấp.* 3 uống quá nhiều rượu; bị say 4 tính giá cao; tính phí cắt cổ 5 tống tiền ai; moi tiền ai

soaked *adjective* (*từ những năm 1700*) say rượu

soaker *noun* người nghiện rượu; sâu rượu

soak yourself *xem* GO SOAK YOURSELF

so-and-so *noun* một kẻ đáng khinh; = BASTARD, JERK

soap *noun* 1 vở kịch nhiều kỳ trên tivi hay radio; = SOAP OPERA 2 = SOFT SOAP

soap *verb* tán tỉnh và phỉnh phờ; = SWEET-TALK

soapbox *noun* thái độ mà người nào đó sẽ diễn thuyết, khuyên bảo, lên mặt phán, v.v..

soaper or **soper** or **sopor** *noun* (*ma túy*) thuốc an thần; methaqualone; Quaalude (tên thương mại)

soap freak *noun* người hâm mộ series kịch hàng ngày trên đài phát thanh hoặc truyền hình, đặc biệt là một sinh viên có sở thích như thế

soap opera *noun* 1 một series kịch hàng ngày trên đài phát thanh hoặc truyền hình thường nói về những chuyện tình yêu đầy đam mê và bất hạnh của những người bình thường 2 *modifier:* The average man and woman in this country live a soap-opera existence: *Những người dân bình thường của quốc gia này sống theo cách sống của một vở kịch nhiều tập.* 3 một cuộc đời hoặc sự kiện trong cuộc sống giống với những chương trình như thế

the soaps *noun* vở kịch nhiều tập phát trên truyền hình hoặc đài phát thanh nói chung

SOB or **sob** *noun* = SON OF BITCH

so bad one **can taste it** *adverb* 1 rất nhiều; quả thật • I want that car so bad I can taste it: *Tôi muốn chiếc xe đó rất nhiều.* 2 gấp; cấp bách; khẩn cấp • She wanted the book so bad she could taste it: *Cô ta muốn quyển sách gấp lắm.*

sob sister *noun* 1 nữ phóng viên hoặc nhà văn nữ chuyên viết về đề tài tình cảm hoặc tâm lý 2 một người ngây thơ, đa cảm 3 một người phụ nữ yếu đuối dễ khóc

sob story *noun* một câu chuyện buồn làm rơi lệ, rất xúc động

sob stuff *noun* những câu chuyện xúc động nói chung

soch or **soc** or **sosh** 1 *noun* (*thanh thiếu niên*) kẻ làm mọi cách để leo lên những địa vị cao hơn trong xã hội; kẻ bon chen 2 *adj* The entire sosh face detonated into a grin: *Cái bộ mặt bon chen ấy đã nặn ra một nụ cười nhăn nhở (toe toét).*

social disease *noun* bệnh lây qua đường sinh dục

sock¹ *noun* 1 nơi giữ tiền, đặc biệt tiền tiết liệm; tiền tiết kiệm nói chung 2 (*thế giới ngầm*) một cái hộp, túi, két sắt, v.v.. giữ tiền

sock² *noun* 1 một cú đấm mạnh 2 (*bóng chày*) cú đánh làm cho người đánh chạm được góc thứ nhất 3 (*nhạc sĩ*) một bộ chũm chọe có khung phát ra âm thanh bằng cách đạp trên bàn đạp; = HIGH-HAT

sock *verb* 1 đặt cái gì ở đâu đó; giấu cái gì • I don't know why they sock so much dough in coats when they spend nine-tenths of their time in bed: *Tôi không biết tại sao họ để quá nhiều tiền trong áo khoác khi mà họ dành 9/10 thời gian trên giường.* 2 được dùng để chuyển tải sự khuyến khích và ủng hộ • Go Fidel! Do your thing! Sock it to 'em!: *Tiến lên Fidel! Làm việc của cậu đi! Cố lên!* 3 (*nói về đàn ông*) quan hệ tình dục 4 đấm; đánh mạnh; = CLOBBER

sock away *verb* tiết kiệm

sockdollager or **socdollager** *noun* 1 cú đấm quyết định 2 một người hoặc một thứ nổi bật, đáng chú ý, tuyệt vời, v.v..; = HUMDINGER • This book is a genuine sockdollager!: *Cuốn sách này là tác phẩm thực sự tuyệt vời!*

socked *adjective* say rượu

socked in *adjective* bị bao phủ bởi sương mù, mưa nặng hạt, tuyết, v.v. • We couldn't take off because we were socked in: *Chúng tôi không thể cất cánh vì chúng tôi bị che phủ bởi sương mù.*

sock 'em *xem* ROCK 'EM SOCK 'EM

socker *xem* BOBBY-SOXER

sockeroo *noun* 1 một thành công lớn; thứ gì đó cực kỳ có ảnh hưởng, đặc biệt một bộ phim, chương trình biểu diễn, v.v.. nổi tiếng; = BLOCKBUSTER 2 *modifier:* putting some sockeroo catches in the president's plan: *đưa một số câu hỏi mẹo đáng chú ý vào kế hoạch của tổng thống*

sock hop *noun* (*đặc biệt những năm 1950, thanh thiếu niên*) một bữa tiệc thân mật nơi những người trẻ tuổi thường nhảy bằng đôi chân mang bít tất, nhưng không mang giày

sock it to someone *verb* 1 tấn công ai một cách mạnh mẽ; = LET someone HAVE IT • Flatter 'em first. Now sock it to her: *Hãy nịnh họ trước đã. Giờ thì tấn công cô ta đi.* 2 quan hệ tình dục với một phụ nữ

sock it to me! *interj.* 1 làm tôi ngạc nhiên đi!; hãy làm mọi thứ náo nhiệt lên • Sock it to me, mama: *Hãy làm con ngạc nhiên đi, mẹ.* 2 thôi nào, hãy cho tôi biết đi! [ám chỉ đến tin xấu] • Come on! I can take it. Sock it to me!: *Thôi nào! Tôi có thể chấp nhận nó. Hãy cho tôi biết đi!*

socko *noun* (*quyền Anh*) cú đấm mạnh

socko *adjective* rất mạnh mẽ; xuất sắc; nổi bật

socko *interj.* thán từ mô phỏng sự va chạm của một cú đấm mạnh, và thể hiện một sức mạnh đột ngột

the socks off *adverb* hoàn toàn; rất chu đáo [luôn dùng để nhấn mạnh một động từ]

soda jerk (or **jerker**) *noun* một người, thường là một cậu thiếu niên, làm việc tại quầy hàng có thùng chứa sô-đa, pha chế đồ uống cho khách hàng

soft *noun* 1 tiền giấy 2 (*trong cách dùng của những kẻ lừa đảo qua điện thoại*) bán hàng bằng tiền mặt 3 cô-ca-in

soft *adjective* 1 say rượu 2 liên quan đến ma túy không gây nghiện 3 ngu đần

soft-ass *adjective* yếu đuối và nhu nhược; bất lực; = WIMPY

softball *noun* 1 tầm thường và đáng khinh; không quan trọng; =

soft-clothes *adjective* (*cảnh sát*) thường phục, không mặc đồng phục

softcore *noun* sách báo khiêu dâm nhẹ hoặc không cực đoan

soft core or **soft-core** *adjective* 1 liên quan đến sách báo khiêu dâm nhẹ 2 không nặng hoặc cực đoan; ôn hòa; vừa phải • He's a soft-core radical, really: *Thực ra ông ta là một người có quan điểm cấp tiến ôn hòa.*

soft drug *noun* một loại ma túy giống cần sa và một số thuốc gây ảo giác, tuy nhiên không gây nghiện và chỉ ảnh hưởng nhẹ tới sức khỏe

soft hands *noun* (*bóng chày*) khả năng đặc biệt để bắt những quả bóng này hoặc lăn trên mặt đất, đặc biệt những quả bóng được đánh rất mạnh

softie or **softy** *noun* 1 một người hiền lành; một người rất dễ chịu 2 một người yếu đuối; một người nhát gan 3 một người dễ phục tùng mệnh lệnh; người dễ bị phỉnh phờ và trở thành nạn nhân

soft in the head *adjective* đần độn hoặc ngốc nghếch; mất trí; = LAMEBRAINED

soft money (or **currency**) *noun* 1 đồng tiền dễ bị lạm phát hoặc có thể trở nên ngày càng ít giá trị 2 (*chính trị*) những khoản tiền ủng hộ vận động tranh cử không bị kiểm soát bởi Ủy ban bầu cử liên bang 3 tiền dễ kiếm; tiền kiếm được một cách dễ dàng • There's not even very much soft money around now: *Khoảng bây giờ không có còn tiền kiếm được dễ dàng nữa.*

soft pedal *verb* giảm nhẹ cái gì • Even my friends advised me to soft-pedal my criticisms: *Ngay cả bạn bè cũng khuyên tôi giảm nhẹ những lời chỉ trích.*

soft sell *noun* một nỗ lực lịch sự để bán cái gì; một lời rao hàng hoặc quảng cáo bằng giọng điệu nhẹ nhàng, không chói tay

soft soap *noun* một cuộc nói chuyện xu nịnh; một cuộc trò chuyện ngọt ngào; sự tán tỉnh; sự phỉnh phờ; = SWEET-TALK

soft soap *verb* cố gắng thuyết phục ai bằng lời lẽ nhẹ nhàng • Don't try to soft soap her. She's an old battle-ax: *Đừng cố thuyết phục bà ta nhẹ nhàng. Bà ta là một mụ già độc đoán khó tính.*

soft touch *noun* 1 một cách nhẹ nhàng để xử lý hoặc đối xử với ai hoặc việc gì • Kelly lacks the kind of soft touch needed for this kind of negotiation: *Kelly thiếu kiểu đối xử nhẹ nhàng cần thiết cho dạng thương lượng này.* 2 một người cả tin; một nạn nhân tiềm năng của một âm mưu; = SOFTIE 3 một công việc dễ dàng; địa vị ngồi mát ăn bát vàng

So gross! *exclam.* Thật đáng tởm! [*dân California dùng*]

SoHo *noun* khu vực tại New York nằm ở phía nam đường Houston

so hot *xem* NOT SO HOT

sol *noun* sự biệt giam trong tù

SOL *xem* SHIT OUT OF LUCK

Sol *xem* OLD SOL

soldier *noun* 1 (*thế giới ngầm*) một thành viên bình thường, cấp thấp của một tổ chức tội phạm; = BUTTON MAN 2 một chai rượu; một lon bia; một vỏ chai không 3 một điếu thuốc lá còn nguyên

soldier *verb* (*quân đội*) tránh việc; trốn việc; = GOLD-BRICK

soldier on *verb* tiếp tục công việc của mình một cách dũng cảm, bất chấp những khó khăn; kiên trì • The walkers soldiered on although the weather was terrible: *Các vận động viên đi bộ tiếp tục lặn lội mặc dù thời tiết thật là khủng khiếp.*

PISS ELEGANT 2 bất kỳ loại thuốc an thần hay chất làm dịu hệ thần kinh trung ương nào

be sold on *verb* bị thuyết phục vào giá trị của ai hoặc cái gì; ủng hộ hoặc chấp nhận • It took me a half hour to get sold on the job: *Tôi mất nửa giờ để chấp nhận công việc.*

solid *noun* 1 ân huệ • I know that, but I want to do her a solid: *Tôi biết điều đó, nhưng tôi muốn cho cô ấy một ân huệ.* 2 một người đáng tin cậy • solid: a person who does not inform: *Người đáng tin cậy: người không khai báo.*

solid *adjective* 1 rất tốt; tuyệt vời; đáng chú ý; = GREAT, GROOVY • "That Monk is a killer." "Solid": *"Gã thầy tu đó là kẻ sát nhân". "Rất tốt".* 2 liên tục; dồn dập • Then he had the flu for three days solid: *Sau đó anh ta bị cúm ba ngày liên tục.*

solid sender *noun* một người, đặc biệt là một nhạc sĩ jazz hoặc swing, đầy sáng tạo hoặc gây cảm hứng mạnh

so long *interj.* tạm biệt • It's been good talking to you. So long: *Thật vui được nói chuyện với bạn. Tạm biệt.*

so mad one could spit nails *adjective* rất giận; đầy giận dữ

some *adj* rất tốt; rất ấn tượng [*thường dùng một cách mỉa mai*] • That is some idea you got!: *Cậu có ý tưởng rất ấn tượng đấy!*

some *adverb* rất • Some good: *Rất tốt.*

somebody *noun* 1 một người tự cao tự đại 2 một người quan trọng [*thường đi với* "*a*"]

some jeans *xem* STRETCH SOME JEANS

some kind of *adjective* rất tốt; rất ấn tượng; = SOME

some pumpkins or **some punkins** *noun* ai hoặc việc gì tuyệt vời hoặc đặc biệt; rất ấn tượng • That chick is some punkins!: *Cô gái đó thật tuyệt vời!*

something *noun* một người hoặc một thứ nổi bật, đáng lưu ý

something else *noun* = SOMETHING

something else *adjective* không thể tin được

something fierce (or **awful**) *adverb* một cách khắc nghiệt; dữ dội

something on the ball *noun* tài năng; khả năng; kỹ năng

something's got to give *sentence* mọi thứ không thể diễn ra như thế này; thế bế tắc sẽ bị phá vỡ • The pressure on me is getting to be too much. Something's got to give: *Áp lực trên tôi đang trở nên quá lớn. Mọi thứ không thể diễn ra như thế này được.*

something the cat dragged in *xem* WHAT THE CAT DRAGGED IN

some Zs *xem* COP SOME ZS, some ZS

song and dance or **song** *noun* 1 một bản báo cáo hoặc diễn văn nhằm thuyết phục, xin lỗi, ủng hộ, tán tỉnh, v.v.. 2 cuộc trình diễn hoặc trình bày một câu chuyện tỉ mỉ, đặc biệt là nhằm để thuyết phục 3 sự cởi hết quần áo ra để khám xét

son of a bitch or **sumbitch** *noun* (cũng là **son of a b** or **son of a gun** or **son of a so-and-so**, tất cả đều là uyển ngữ) 1 kẻ đáng khinh; = BASTARD, SHITHEEL 2 điều gì rất khó hoặc phiền phức, đặc biệt một nhiệm vụ khó khăn 3 một người hoặc một thứ gì đó rất tuyệt vời, ưu tú, v.v..; = BITCH • Their new album is a son of a bitch, I tell you: *Cho cậu biết nhé, album mới của họ rất tuyệt vời.* 4 được dùng trong những so sánh cực đoan • We bought up guns like a son of a bitch then: *Lúc đó chúng tôi đã mua thật nhiều súng như một gã khốn.* 5 bạn cũ [*thường là đàn ông*]

son of a bitch! *exclam.* dùng như một lời chửi rủa nhẹ • You like Mickey the Mouse? (little girl kicks her) Ohhh—son-of-abitch!: *Cậu thích Chuột Mickey chứ? (cô gái nhỏ đá cô bé) - Ồ, khốn thật!*

son-of-a-bitching or **sumbitching** *adjective* 1 tồi tệ; đáng ghét; = DAMNED 2 dùng như một từ nhấn mạnh hơi xúc phạm • Yeah, perhaps we should get on with the sonofabitchin' meeting at that: *"Phải, có lẽ chúng ta nên tiếp tục cuộc họp khốn khiếp tại đó".*

soogie *noun* (cũng là *sujee* or *soujge* or *soogie moogie* or *sujee-mujee*) 1 *noun* (*từ cuối những năm 1800, hải quân, Anh*) hỗn hợp xà bông và chất tẩy dùng để lau chùi bề mặt sơn, đặc biệt trên tàu 2 *verb* I was sooging down the walls: *Tôi đang lau tường bằng hỗn hợp xà bông và chất tẩy.*

Sooner *noun* 1 người dân Oklahoma, Mỹ 2 *modifier:* the Sooner football team: *đội bóng của người dân Oklahoma*

SOP or **sop** *noun* (*quân đội, thế chiến II*) cách mà mọi việc thường được thực hiện [từ *"standard operating procedure"*]

soper or **sopor** *xem* SOAPER

soph *noun* sinh viên năm hai tại đại học hoặc cao đẳng [rút gọn của *"sophomore"*]

soppy *adjective* ủy mị; tình cảm; sướt mướt; = MUSHY, SCHMALTZY

sore *adjective* giận dữ; thất vọng; bất mãn; = PISSED OFF

sorehead *noun* một người cục cằn; người hay phàn nàn; người dễ nổi giận; người bản tính hay hờn dỗi

sorry about that or **sorry 'bout that** *interj.* được dùng như một phản ứng chán nản về điều gì đó tệ hại vừa xảy ra, đặc biệt khi được gây ra bởi người nói; xin lỗi; chết cha!; tôi rất tiếc!; làm ơn tha thứ cho tôi! • When the passenger stepped on my toe, she said, "Sory about that": *Khi vị hành khách dẫm lên ngón chân của tôi, bà ta nói "Xin lỗi nhé".*

sorry-ass or **sorry-assed** *adjective* 1 đáng khinh 2 buồn và chán nản [thường mang tính công kích] 3 tồi tệ; vô giá trị; chất lượng kém; = HALF-ASSED • This contract is now sorry-assed: *Hợp đồng này bây giờ vô giá trị.*

sort of *xem* KIND OF

sort something out *verb* (*chủ yếu ở Anh*) sắp đặt cái gì sao cho có thứ tự; giải quyết việc gì

sorts *noun* (*cờ bạc*) những lá bài bị đánh dấu; cỗ bài bị làm dấu

SOS[1] *noun* (*phát âm theo từng chữ cái riêng*) (*quân đội, thế chiến II*) những lời nói cường điệu tẻ nhạt lệ thường, đồ ăn tồi tệ, v.v.. [viết tắt của *"the same old shit"*]

SOS[2] *noun* (*phát âm theo từn chữ cái riêng*) (*quân đội, thế chiến II*) thịt bò xắt lát với bánh mì nướng hoặc món ăn tương tự; = SHIT ON A SHINGLE [viết tắt của *"shit on a shingle"*]

SOS[3] *noun* (*phát âm theo từng chữ cái riêng*) 1 cũng là việc cũ [viết tắt của *"the same old stuff"*] 2 một sinh viên hơi lớn tuổi [viết tắt của *"somewhat older student"*]

SOS *adjective* không thể học; ngu ngốc [viết tắt của *"stuck on stupid"*]

so's ass is grass *phrase* 1 vấn đề của ai bị rắc rối, bị hỏng, không hoàn thành • Give me a title, in short, or your ass is grass: *Hãy cho tôi một tước vị, ngắn gọn, hay là vấn đề của anh bị rắc rối đấy!* 2 đó là kết thúc với ai • You do that again, and your ass is grass!: *Mày lại làm điều đó và đó là kết thúc với mày!*

so-so *adjective* 1 trung bình; tầm thường; tàm tạm • It was just so-so. Nothing to write home about: *Chỉ là tầm thường. Chẳng có gì để viết về nhà cả.* • How are you feeling today? Oh, only so-so: *Hôm nay anh cảm thấy trong người thế nào? Chỉ tàm tạm.* 2 ngà ngà say; chênh choáng

So's your old man! *exclam.* Anh cũng thế! Đừng quấy rầy tôi nữa! • BILL: You're acting like an idiot. TOM: So's your old man! – BILL: *Mày hành động như một thằng ngốc! TOM: Mày cũng thế!* • I don't know what you said, but so's your old man!: *Tôi không biết anh đã nói gì nhưng đừng quấy rầy tôi nữa!*

soul *noun* 1 bản chất văn hóa (nhạy cảm, hài hước và nhân hậu) của người da đen 2 người da đen 3 (cũng là *soul music*) bản chất này trong âm nhạc, và âm nhạc có bản chất này; nhạc soul

soul *adjective* 1 gắn liền với bản chất văn hóa của người da đen 2 thuộc về nhạc soul

soul brother *noun* (*đặc biệt người da đen*) một người đàn ông da đen; = BLOOD, BROTHER

Soul City or **Soulville** *noun* (*người da đen*) khu Harlem, Mỹ

soul food *noun* (*người da đen*) đồ ăn tiêu biểu mà người da đen yêu thích, đặc biệt của nền văn hóa miền Nam

soul kiss *noun* một nụ hôn liên tục, miệng mở ra; một nụ hôn mút lưỡi lẫn nhau; nụ hôn kiểu Pháp; = FRENCH KISS, MOUTH-TO-MOUTH RESUSCITATION

soul kiss *verb* trao cho ai một nụ hôn dài và nồng nàn; hôn mút lưỡi lẫn nhau; hôn kiểu Pháp • She led him to the bedroom and soul-kissed him so his knees trembled: *Cô ta dẫn anh về phòng ngủ và trao cho anh một nụ hôn kéo dài và nồng nàn đến nỗi đầu gối anh nhũn ra.*

soul sister *noun* (*đặc biệt người da đen*) một phụ nữ da đen; = SISTER

soulville *noun* một khu vực thành phố chủ yếu là dân da đen sống

sound *noun* 1 lối nói, bao gồm từ vựng, cú pháp và thái độ 2 lời chửi bới hoặc trêu chọc; lời lăng mạ • "Forget it, Brew. I'm sorry for the sound": *"Quên nó đi, Brew. Tớ xin lỗi vì lời lăng mạ đó".*

sound *verb* 1 nói chuyện hoặc khai báo; trêu chọc ai đó; đùa bỡn; lăng mạ ai trong một cuộc đấu giao hữu không chính thức; = RAZZ 2 nhìn chằm chằm hoặc hăm dọa ai bằng ánh mắt 3 (*người da đen*) = SIGNIFY

sound off (about something) *verb* 1 (*quân đội, thế chiến I*) phàn nàn về điều gì; cằn nhằn về cái gì 2 (*quân đội, thế chiến II*) nói lộn xộn và khoác lác về cái gì 3 thông báo điều gì • Why did you have to go and sound off about the surprise party: *Tại sao cậu phải đi thông báo về bữa tiệc bất ngờ chứ?*

sound sheet *noun* đĩa được nén trên một tờ plastic mỏng, đặc biệt khi được dùng trong một bức thư quảng cáo

Sounds like a winner! *sentence* Nghe được đấy! • Sounds like a winner! Let's do it!: *Nghe được đấy! Chúng ta hãy làm điều đó đi!*

soup *noun* 1 nitroglycerin, hoặc bất kỳ chất nổ nào dùng để phá két sắt; = NITRO 2 (*ngành điện ảnh và truyền hình*) các hóa chất dùng để rửa phim 3 (*ngành đường sắt*) nước được rút ra ngoài từ một đầu máy đang di chuyển 4 nhiên liệu, đặc biệt được dùng trong những loại xe ô tô tốc độ cao, máy bay, v.v.. 5 (*dân lướt sóng*) bọt nước để lại sau khi con sóng vỡ ra

soup *verb* = SOUP UP

soup-and-fish *noun* áo dạ hội hoặc lễ phục chính thức của người đàn ông

soupbone *noun* (*bóng chày*) cánh tay ném bóng của cầu thủ ném bóng

souped *adjective* say rượu

souped up *adjective* 1 được làm mạnh hơn hoặc tăng tốc cao hơn bình thường • Why do all cars driven by males under the age of twenty have to be souped up?: *Tại sao tất cả những chiếc ô tô được lái bởi thanh niên dưới hai mươi tuổi đều phải được làm cho mạnh hơn?* 2 tăng giá trị, sức hấp dẫn, sản xuất, v.v..

souper *noun* (*bóng chày*) = SOUPBONE

soup job *noun* (*thanh thiếu niên*) xe được sửa đổi về mặt máy móc

soup jockey — để tăng sức mạnh và tốc độ

soup jockey *noun* nam hoặc nữ hầu bàn

soup-strainer *noun* ria; râu mép

soup up *verb* tăng sức mạnh và tốc độ cao hơn bình thường • If only I could soup up this computer to run just a little faster: *Giá mà tôi có thể tăng sức mạnh của chiếc máy tính này để chạy nhanh hơn một chút nữa.*

soupy *adjective* = SOPPY

sour *xem* GO SOUR

sourball or **sourbelly** *noun* một người với tính tình chanh chua hoặc hay hờn dỗi; = SOREHEAD

sourpuss or **sourpan** *noun* 1 một người rầu rĩ; người thường hay phàn nàn và than vãn; = PICKLEPUSS 2 một kẻ hay cầu nhầu; kẻ phá đám [từ cái vẻ "*sour*" (cáu kỉnh) trên *puss* (mặt)]

souse *verb* uống quá mức; tiếp tục một chầu rượu; bị say rượu

souse *noun* 1 một chầu rượu; một chầu nhậu 2 người say rượu; = LUSH 3 sự say rượu; tình trạng say 4 một người nghiện rượu

soused *adjective* (biến thể: có thể thêm **to the gills**) say rượu

south *xem* GO SOUTH WITH something

South *xem* a MOUTH FULL OF SOUTH

south of the border *adjective* thất bại và không gây ấn tượng; bị bác bỏ; = NG [câu này tương tự dấu hiệu chĩa ngón cái xuống]

south of the border *adverb* bên trong hoặc gần khu vực sinh dục, đặc biệt là của phụ nữ

southpaw *noun* 1 (*bóng chày*) cầu thủ thuận tay trái, đặc biệt là cầu thủ ném bóng; = FORKHANDER 2 người thuận tay trái 3 *modifier:* switched to a southpaw stance for his 11th round: *đã chuyển sang tư thế thuận tay trái trong hiệp thứ 11.*

sow-belly *noun* thịt lợn muối hay xông khói

so what *interj.* 1 thán từ thể hiện sự thờ ơ; = BIG DEAL 2 thán từ thể hiện sự thách thức, phản đối, v.v..• He told me I had screwed the affair up, and I said "so what?": *Anh ta bảo tôi đã xử lý vấn đề rất kém, và tôi đáp "thì sao nào?"*

so what else is new or **what else is new** *sentence* anh có bất kỳ thông tin đáng chú ý nào khác không? [luôn dùng với sự mĩa mai] • The Mayor's a crook? So what else is new?: *Thị trưởng là kẻ lừa đảo? Anh có thông tin đáng chú ý nào khác không?*

sozzle *verb* uống quá mức

sozzled *adjective* say rượu

space *noun* 1 sự riêng tư; thời gian ở một mình 2 một năm, đặc biệt là một năm trong tù

space *verb* 1 mơ màng; lơ đễnh • He didn't get much work done because he kept spacing: *Anh ta không làm được nhiều việc vì cứ tiếp tục lơ đễnh.* 2 *xem* SPACE OUT

space bandit *noun* (*ngành showbiz*) thông tấn xã

space cadet *noun* 1 một bệnh nhân dùng ma túy nặng 2 người luôn ngốc nghếch, phù phiếm hoặc lông bông 3 người điên, đặc biệt là người có vẻ mất liên hệ với thực tế như thể bị phê ma túy; = NUT, SPACE-OUT 4 người luôn phê thuốc, say ma túy

spaced *adjective* 1 trong trạng thái phê thuốc, đặc biệt là kết quả của việc dùng thuốc gây ảo giác 2 không biết; không tập trung; rất lơ đãng • I was just spaced, my dears, so I stayed only long enough for a sandwich: *Anh chỉ mất tập trung thôi, cưng à, vì thế anh chỉ ở lại đủ lâu để ăn một cái sandwich.*

spaced out or **spacey** or **spacy** *adjective* 1 mê mụ do phê ma túy; = BOMBED OUT, HIGH, STONED 2 điên hoặc loạn trí; = NUTTY

space opera *noun* một bộ phim hoặc chương trình biểu diễn về cuộc thám hiểm, chiến tranh, v.v.. giữa các hành tinh

space out *noun* người ngốc nghếch; kẻ phù phiếm [thường dùng "*space-out*"]

space out or **space** *verb* trở nên ngốc nghếch; mất phương hướng • She is spacing again. She doesn't even know where she is: *Cô ta lại mất phương hướng. Thậm chí cô ta không biết mình đang ở đâu.*

space someone **out** *verb* làm cho ai trở nên choáng váng • The whole business just spaced me out: *Toàn bộ công việc kinh doanh đã làm tôi choáng váng.*

spade *noun* (*từ đầu những năm 1900*) người da đen

spaghetti *noun* 1 người Ý hoặc người gốc Ý 2 (*lính cứu hỏa*) vòi nước cứu hỏa 3 ống cách điện có thể được cắt và lắp trên một dây dẫn trong máy radio hoặc máy điện từ khác

spaghetti *adjective* (thuộc về) nước Ý

spaghetti-eater *noun* một người Ý hoặc người Mỹ gốc Ý

spaghetti Western *noun* (*từ đầu những năm 1970*) phim cao bồi thường được sản xuất bởi đạo diễn và nhà sản xuất người Ý, thường là ở châu Âu

spaldeen or **Spaldeen** *noun* (*New York City*) một quả bóng cao su nhỏ màu hồng được dùng trong nhiều trò chơi đường phố

spang *adverb* 1 một cách chính xác; = SMACK 2 hoàn toàn • I had got spang through the job before they inter-rupted me: *Tôi đã làm xong việc hoàn toàn trước khi họ cản trở tôi.*

Spanish walk *xem* FRENCH WALK

spanking *adverb* (*từ giữa những năm 1600, Anh*) rất; cực kỳ, nhất là theo kiểu khâm phục • a spanking big bonus: *một khoản tiền thưởng cực lớn*

spare tire *noun* 1 một vòng mỡ quanh eo; sự đẩy đà; = BULGE • The spare tire started when I was twenty-six: *Vòng mỡ quanh eo bắt đầu khi tôi hai mươi sáu tuổi.* 2 một người không cần thiết; một người không năng suất • Gary is a spare tire. Send him home: *Gary là một người không cần thiết. Hãy gởi nó về nhà.* 3 một người thừa và không được chào đón • I don't come because I knew I'd be a spare tire in that crowd: *Tôi không đến vì biết mình là người thừa trong đám đông đó.* 4 một người đáng chán

spark *verb* khởi đầu; đề xướng và khơi dậy; gây ra • The riots were sparked by a series of police arrests: *Những vụ bạo động nổ ra do một loạt bắt bớ của cảnh sát.*

sparkler *noun* một viên kim cương; đá quý

sparkler one *verb* (*quầy bán đồ ăn trưa*) chuẩn bị một liều Bromo-Seltzer (tên thương mại) cho khách hàng

spark plug *noun* thành viên năng động và thú vị nhất của một nhóm, đội, v.v..; = LIVE WIRE

Sparks *noun* 1 nhân viên phụ trách radio hoặc người điều khiển radio của con tàu 2 (*trường quay*) thợ điện của studio

sparrow cop *noun* một cảnh sát bị ghét và bị phân cho nhiệm vụ tới công viên để bảo vệ bãi cỏ

spas-out *noun* một chương trình diễn hoặc trải nghiệm đem lại những cảm giác mạnh, đặc biệt bởi trẻ em

spastic *noun* 1 (*đặc biệt thanh thiếu niên*) một người kỳ lạ điên rồ; = WEIRDO 2 (*sinh viên*) một người không có tố chất thể thao, đặc biệt là người vụng về

spastic *adjective* 1 bất tài; không phối hợp; không lịch sự [một sự ám chỉ tàn nhẫn đến chứng liệt co cứng] • You spastic creep!: *Đồ luồn cúi bất tài!* **2** nhanh quá mức; ngoài tầm kiểm soát • She can get so spastic when I come in late: *Cô ấy có thể trở nên không kiểm chế được khi tôi đến muộn.* **3** điên; điên rồ

spazzy or **spassy** adjective (*đặc biệt thanh thiếu niên*) điên rồ; = WEIRD

speakeasy or **speak** or **speako** noun quán rượu rẻ tiền, đặc biệt là quán rượu lậu hoặc mở về khuya

speak someone's **language** verb nói điều gì mà ai đó đồng ý hoặc hiểu • I gotcha. Now you're speaking my language: *Tôi biết. Bây giờ anh nói thì tôi hiểu.*

spec noun (*xiếc*) đám diễu hành mở màn ngoạn mục của một gánh xiếc

speck bum noun (*người lang thang*) một người vô công rồi nghề say rượu không tự lực được; = STUMBLEBUM

specs¹ noun **1** kính mắt; cặp kính [dạng rút gọn của "spectacles"] • Oh Lord, I broke my new specs: *Ôi trời, tôi làm vỡ cặp kính mới của tôi rồi.* **2** một người với thị lực yếu và cặp kính dày cộm; bốn mắt **3** (*đua ngựa*) miếng che mắt ngựa

specs² noun (*từ thế chiến II*) những đặc điểm kỹ thuật của một bản thiết kế nhà, sơ đồ kiến trúc, v.v..

speechify verb nói chuyện, đặc biệt theo kiểu vênh vang, khoa trương

speed noun **1** biệt danh hoặc từ xưng hô âu yếm đối với một người đàn ông **2** (*ma túy*) amphetamine, đặc biệt là Dexedrine™, vốn là chất kích thích hệ thần kinh trung ương

speedball noun **1** (*ma túy*) hỗn hợp của một chất kích thích thần kinh trung ương (đặc biệt là cô-ca-in) và ma túy (đặc biệt là hê-rô-in) **2** (*bóng chày*) một quả bóng (được ném) nhanh

speedfreak or **speedhead** or **speedo** noun người bị nghiện hoặc bắt buộc dùng amphetamine hay meth-amphetamine

speed merchant noun **1** người làm việc gì đó nhanh; như người chạy, người rao hàng, người bơi, tài xế v.v.. • Look at her go! What a speed merchant!: *Nhìn cô ta đi kìa! Thật là một người nhanh nhẹn!* **2** một cầu thủ ném bóng nhanh rất tốt

Speedy Gonzalez noun một người đàn ông hoặc phụ nữ rất nhanh; một công nhân, người điều khiển máy móc, v.v.. rất nhanh

spell out verb **1** giải thích chi tiết một cách rất kiên nhẫn **2** giải thích; xác định rõ

spender *xem* BIG-TIME SPENDER

sphere noun quả bóng chày, bóng gold, v.v..

spheroid noun quả bóng chày

spick or **spic** noun người châu Mỹ La tinh hoặc gốc châu Mỹ La tinh

spiel noun **1** sự giải thích dài dòng • I was all prepared for a sermon or long spiel about the Muslim thing: *Tôi đã được chuẩn bị cho một bài thuyết giáo hoặc giải thích dài dòng về vấn đề Hồi giáo.* **2** lối nói chuyện thuyết phục của người rao hàng hoặc bán hàng rong **3** một bài diễn thuyết để thu hút khách hàng; bài nói chuyện nhằm thuyết phục bằng tài hùng biện và sự sinh động; lời nói nhanh để bán hàng; = LINE **4** lời độc thoại quảng cáo trên đài phát thanh hoặc truyền hình

spiel verb nói chuyện, đặc biệt là dài dòng; nói liến thoắng

spieler noun **1** một người ăn nói hoạt bát; người có lối nói chuyện thuyết phục **2** một người đứng ở cửa một cửa hàng để thu hút mọi người vào cửa hàng

spiff noun **1** người cô độc **2** tiền thưởng do công ty ghi âm trả cho nhà tài trợ đã thành công trong việc làm cho đĩa hát được chơi **3** tiền trả thêm cho người bán hàng để bán một thứ hàng hóa nào đó một cách năng nổ

spiffed adjective say rượu

spiffed out adjective ăn mặc đẹp; ăn mặc trang trọng; = DOLLED UP

spiffed up adjective diện bảnh; chải chuốt

spifflicated or **spiflicated** adjective say rượu

spiff someone or something **up** verb ăn mặc chải chuốt; diện bảnh; = GUSSY UP • You're really attractive when you spiff yourself up: *Cô thực sự hấp dẫn khi ăn mặc chải chuốt.*

spiffy adjective **1** diện bảnh; lịch sự; thanh nhã và hợp mốt; bảnh chọe; = SNAZZY **2** xuất sắc; tuyệt vời

spiffy adverb tốt • They don't translate so spiffy: *Họ không dịch tốt như thế.*

spike noun (*ma túy*) ống tiêm và kim tiêm; kim tiêm dưới da

spike verb **1** làm cho một loại đồ uống mạnh hơn bằng cách thêm rượu **2** lên vị trí cao, đặc biệt một cách nhanh chóng **3** bác bỏ; hủy bỏ • They had their sentence spiked by the appeal court judge: *Bản án của họ đã được chánh án tòa thượng thẩm bác bỏ.* **4** (*bóng chuyền*) đánh quả bóng một cách mạnh mẽ và không thể đỡ **5** làm tịt ngòi hoặc bác bỏ một ý tưởng • I explained the plan, but the boss spiked it immediately: *Tôi giải thích kế hoạch nhưng ông chủ đã bác bỏ nó ngay lập tức.* **6** (*bóng bầu dục*) đập bóng xuống đất, thường được thực hiện bởi cầu thủ vừa ghi điểm touchdown

spike someone's **gun** verb ngăn hành động của ai; dập tắt ý định của ai; phá cơ hội của ai

spike up verb (*ma túy*) tiêm ma túy; = SHOOT UP

spill verb **1** nói chuyện một cách hăng hái nhưng không có chương trình nghị sự rõ ràng **2** hạ gục; làm đổ • I'll spill you in the drink: *Tớ sẽ hạ gục cậu trong cuộc nhậu.* **3** thú nhận; thừa nhận, đặc biệt để khai báo về những người liên quan • The cops tried to get her to spill, but she just sat there: *Cảnh sát cố làm cô ta thú tội nhưng cô ta chỉ ngồi đó.*

spill one's **guts on** someone *xem* SPILL one's GUTS (TO someone)

spill one's **guts (to** someone**)** or **spill** one's **guts on** someone verb kể tất cả; thú nhận; dốc hết ruột gan với ai • I had to spill my guts to someone about the broken window: *Tôi phải thú nhận với ai đó về cái cửa sổ bị vỡ.*

spill the beans verb kể điều mà bạn không được kể • Jules knew that he didn't dare have more than one photo session because Cynthia might accidentally spill the beans: *Jules biết anh ta không dám có hơn một buổi chụp ảnh vì Cynthia có thể vô tình kể điều không được kể.*

spill the beans or **spill the works** verb tiết lộ một bí mật hoặc một điều làm ngạc nhiên • Sorry, I didn't mean to spill the works: *Xin lỗi, tôi không có ý tiết lộ bí mật.*

spill the works *xem* SPILL THE BEANS

spinach noun **1** (*từ cuối những năm 1800*) râu **2** (*đặc biệt những năm 1930*) chuyện vô lý; chuyện vớ vẩn; = JUNK **3** tiền

spin doctor noun người cố vấn hoặc đại diện, đặc biệt chính trị gia, phổ biến sự phân tích có tính cách đảng phái hoặc bày tỏ quan điểm riêng cho báo chí

spinner noun (*tài xế xe tải dùng*) tài xế xe tải

spin off verb **1** tạo ra một thực thể tách rời từ một khối • The conglomerate spun off five new companies: *Hãng lớn được hình thành do việc sát nhập năm công ty mới.* **2** loại bỏ; = DITCH • Why

spin-off didn't he spin off this stupid cunt?: *Tại sao ông ta không loại bỏ kẻ đáng ghét này?*

spin-off *noun* **một sản phẩm phụ** • This new material is a spin-off from the space industry: *Vật liệu mới này là một sản phẩm phụ của ngành công nghiệp vũ trụ.*

spin one's **wheels** *verb* **lãng phí thời gian; ở vị trí trung lập, không tiến lên hay lùi lại** • I'm just spinning my wheels in this job. I need more training to get ahead: *Tôi chỉ đang dậm chân tại chỗ trong công việc này. Tôi cần huấn luyện thêm để thành công (hoặc tiến lên phía trước).*

spitball 1 *verb* **đưa ra những lời chế nhạo hoặc công kích vô hại; đưa ra những lời buộc tội yếu ớt** 2 *noun* **một lời công kích khó chịu nhưng yếu ớt** 3 *verb* **động não**

spit tacks *verb* **nổi giận** • I expected Eartha to spit tacks over the injustice: *Tôi mong đợi là Eartha sẽ nổi giận với sự bất công đó.*

spitter *noun* (*bóng chày*) **một quả bóng được thấm nước miếng hoặc chất gì đó một cách bất hợp pháp**

spizzerinktum or **spizzerinctum** *noun* **sinh lực; sức sống; năng lượng;** = PIZZAZZ • Put more spit into it! It's too ho-hum: *Tiếp thêm sinh lực cho nó đi! Nó có vẻ uể oải quá.*

splat movie or **splatter film** *noun* **bộ phim có một cảnh thảm họa lớn hoặc một sự kiện mà mọi thứ và con người bị tổn hại nặng**

splib *noun* (*đặc biệt người da đen*) **người da đen phản đối sự phân biệt đối xử, nhưng sẽ không thách thức hiện trạng; người da đen tự do**

splice *verb* (*từ giữa những năm 1700*) **kết hôn [thường dùng trong thể bị động]**

spliced *adjective* **đã kết hôn** • "She was fresh out of college when we met and got spliced": *"Cô ấy mới tốt nghiệp đại học khi chúng tôi gặp nhau và kết hôn".*

splice the main brace *verb* **uống một ly rượu**

spliff *noun* (*ma túy*) **điếu thuốc lá chứa cần sa hoặc ha-sít**

spliff *verb* **hút cần sa và chịu ảnh hưởng của nó**

splinter *xem* KNEE-HIGH TO A GRASSHOPPER

split *verb* (*từ những năm 1950, nhạc sĩ da đen*) **rời đi; khởi hành;** = CUT OUT

split a gut *verb* 1 **cố gắng hết sức; cười đứt ruột** 2 **làm việc chăm chỉ; làm việc cật lực**

split beaver *noun* **bức ảnh về âm đạo của phụ nữ giữa đôi chân giang rộng;** = SPREAD BEAVER

split the scene *verb* **rời khỏi;** = CUT OUT, SPLIT

split the sheets *verb* **ly dị**

split-up or **split up** *noun* 1 **hành động tách ra hoặc vỡ ra** • Everyone was mentally prepared for the company's split-up: *Mọi người đều được chuẩn bị về mặt tinh thần cho sự tách ra của công ty.* 2 **sự ly thân, đặc biệt trong cơn giận dữ** 3 **cuộc ly dị hoặc ly thân hợp pháp giữa hai vợ chồng đã kết hôn**

split up *verb* **tách ra** • The two split up and went their separate ways: *Cả hai tách ra và đi theo đường riêng của họ.*

split week *noun* (*bài poker*) **một bộ gồm 5 quân bài liên tiếp nhưng thiếu quân ở giữa**

spoil *verb* **giết ai;** = WASTE

Spokane *noun* **thịt lợn và đậu**

spondulicks or **spondulics** or **spondulix** or **sponds** or **spondos** *noun* (*từ giữa những năm 1800*) **tiền**

sponge *noun* 1 **người nghiện rượu; sâu rượu;** = SOAK 2 (cũng là *sponger*) **kẻ ăn bám;** = FREELOADER, MOOCHER

sponge *verb* 1 **có được cái gì theo kiểu ăn bám** • We were able to sponge lots of meals off his parents: *Chúng ta có thể ăn chực nhiều bữa từ bố mẹ của cậu ta.* 2 **uống nhiều; uống quá độ**

sponged *adjective* **khát** • I gota get a drink, man. I'm sponged!: *Tôi phải uống một ly, anh bạn. Tôi khát quá!*

spoof *noun* 1 **sự nhại; sự chế nhạo;** = SEND-UP, TAKEOFF 2 **sự đánh lừa; trò chơi khăm**

spoof *verb* 1 **nhại ai hoặc cái gì** • The comedian spoofed the excecutive branch by sitting in a big chair and going to sleep: *Tay diễn viên hài đã nhại ngành hành pháp bằng cách ngồi trong một chiếc ghế lớn và tiếp tục ngủ.* 2 **chơi xỏ; chòng ghẹo** • You've been spoofed: *Cậu đã bị chơi xỏ một vố rồi.*

spook *noun* 1 **người da đen [mang tính xúc phạm và miệt thị]** 2 **điệp viên; mật vụ; nhân viên tình báo CIA (Mỹ)**

spook *verb* **làm ai sợ hãi hoặc hoảng sợ** • Sorry, I didn't mean to spook you: *Xin lỗi, tôi không có ý làm ông sợ.*

spook factory *noun* **cơ quan tình báo CIA nằm gần Washington, D.C.**

spoon *noun* 1 **quai của quả lựu đạn cầm tay [từ hình dạng tròn giống cái muỗng của nó]** 2 **tư thế quan hệ tình dục mà trong đó hai người nằm nghiêng, người đàn ông thâm nhập từ phía sau**

spoon *verb* **ôm ấp; âu yếm; hôn hít;** = NECK, PET

spoon up *verb* (*West Point*) **dọn dẹp; sắp xếp theo thứ tự thích hợp**

spoony or **spooney** 1 *adj* **lãng mạn** 2 *noun* **kẻ ngốc** 3 *adj* (*West Point*) **gọn gàng và sạch sẽ**

sport *noun* 1 **một người đàn ông kiểu cách và tự mãn [thường dùng như từ xưng hô, đôi khi với giọng mỉa mai]** 2 = GOOD SPORT

sporting house *noun* **một nơi để đánh bạc và chơi bời, đặc biệt là nhà thổ**

spot *noun* 1 **căn hộ hoặc ngôi nhà** 2 **một ly rượu nhỏ** 3 **hộp đêm, nhà hàng hoặc những nơi giải trí khác** 4 **thông cáo quảng cáo hoặc thông cáo chính trị có trả tiền trên đài phát thanh hoặc truyền hình**

spot *verb* 1 (*thể thao và cờ bạc*) **đưa ra tỷ lệ cược hoặc chấp** • I spotted him a rook and two pawns: *Tôi đã chấp ông ta một quân xe và hai quân tốt.* 2 **cho, nhưng với ám chỉ về việc cho vay** 3 (*từ đầu những năm 1700, Anh*) **nhận ra hoặc nhận diện**

spotlight *verb* **tập trung** • He was trying to spotlight the danger of high deficits: *Ông ta đang cố tập trung vào sự nguy hiểm của mức thâm hụt cao.*

spot market *noun* 1 **thị trường dầu mỏ tự do, ngoài những mức giá được thiết lập bởi sự tổ chức của các nhà sản xuất** 2 **thị trường mở nơi các thỏa thuận được thực hiện tại chỗ (thị trường chứng khoán)** • Oil reached nearly fifty-five dollars a barrel on the spot market: *Ở thị trường mở dầu thô đạt đến gần 55 đô-la một thùng.*

spread *noun* 1 **trang bìa của một tờ báo hoặc tạp chí** 2 **bữa tiệc; bữa ăn thừa thãi** 3 **sự sắp xếp thức ăn được đặt trên bàn hoặc được phục vụ tại một sự kiện xã hội**

spread *verb* **chia sẻ thông tin hoặc bài trong khi đang tham gia vào một âm mưu chơi bịp**

spread oneself *verb* **cố hết sức** • I did spread myself to stop them: *Tôi đã cố gắng hết sức để chặn chúng lại.*

spread beaver *noun* = SPLIT BEAVER

spread for someone *verb* (*với một phụ nữ*) **quan hệ hoặc đề nghị**

spread it thick verb phóng đại; cường điệu [thường dùng với *on*]

spring verb 1 (*thế giới ngầm*) vượt ngục hoặc thực hiện một cuộc tẩu thoát 2 tiết lộ hoặc làm điều gì đáng ngạc nhiên [thường dùng với *on*] • If we spring it on them suddenly they won't know how to react: *Nếu chúng tôi tiết lộ nó với chúng một cách đột ngột thì chúng sẽ không biết phản ứng thế nào.*

springbutt noun một người háo hức, làm việc tích cực và nhiệt tình; = EAGER BEAVER

spring chicken noun một người trẻ và ngây thơ, đặc biệt là phụ nữ trẻ

spring for something verb thết đãi (ai) bằng cách mua cái gì; trả tiền, đặc biệt cho một bữa ăn hoặc uống; = POP • Can you spring for coffee? I've got a case of the shorts: *Cậu có thể đãi tớ cà phê không? Tớ kẹt quá.*

spritz noun 1 một phần nước có ga (nước carbonat), đặc biệt là thêm vào một ly rượu 2 cơn mưa nhẹ

spritz verb 1 xịt; rắc; tưới • She spritzed a little scent behind her ear: *Cô ta xịt một chút nước hoa sau tai của mình.* 2 phun ra, đặc biệt là một màn sương • Kay squealed with her mouth full—some club soda spritzed out and hit Leigh: *Kay hét to với cái miệng há hốc – một ít soda của câu lạc bộ phun ra và trúng Leigh.*

spritzer noun một ly rượu trộn với nước carbonat

spritzy adjective nhẹ và dễ bay hơi; mỏng nhẹ; sủi bọt

sprout noun một đứa trẻ hoặc đứa bé sơ sinh

sproutsy adjective khác thường trong thói quen và quan điểm

sprout wings verb 1 trở nên chính trực • Noticed how he's sprouted wings since he got married?: *Thấy anh ta trở nên chính trực như thế nào kể từ khi kết hôn chưa?* 2 chết và trở thành thiên thần • I'm not ready to sprout wings yet. I've got a few more years: *Tôi chưa sẵn sàng chết và trở thành thiên thần. Tôi vẫn còn thêm vài năm nữa.* 3 quá tốt để trở thành thiên thần • The kid is not about to sprout wings, but he probably won't get into jail again: *Thằng nhóc không quá tốt để trở thành thiên thần, nhưng chắc chắn nó sẽ không vào tù lần nữa.*

sprung adjective say rượu

spud noun 1 khoai tây • Mashed spuds are the best of all: *Khoai tây nghiền là ngon hơn hết.* 2 vốt-ka, được làm bằng khoai tây. 3 người nghiện vốt-ka

spudge around verb cố gắng; nỗ lực; chuyên tâm • You'll have to spudge around more if you want to pass your exam: *Bạn sẽ phải nỗ lực nhiều hơn nếu bạn muốn thi đỗ.*

spunk noun 1 sự dũng cảm; sự can đảm; = BALLS, GUTS 2 tinh dịch

spunk verb xuất tinh; = COME

spurs *xem* WIN one's SPURS

Sputnik noun (*những năm 1950*) vệ tinh trái đất nhân tạo

squab noun cô gái hoặc phụ nữ trẻ; = CHICK [bị một số phụ nữ xem là xúc phạm]

squab job noun một cô gái hấp dẫn dưới độ tuổi kết hôn hợp pháp

square noun 1 một người có công việc và lối sống bình thường; một người lạc hậu 2 một bữa no nê 3 một người cư xử đúng đắn 4 (*từ các nhạc sĩ da đen*) người bình thường, đặc biệt một người có sở thích âm nhạc không dành cho nhạc jazz, swing, bop, v.v.; = CLYDE, UNCOOL 5 (cũng là *square joint*) một điếu thuốc lá; = SLIM, STRAIGHT 6 (cũng là *square meal*) một bữa ăn phong phú, tốt và giàu dinh dưỡng

square verb giải quyết hoặc làm điều gì đúng đắn • Will twenty bucks square the matter?: *Hai mươi đô-la sẽ giải quyết được vấn đề chứ?*

square adjective 1 công bằng • I'll be square with you: *Tôi sẽ công bằng với anh.* 2 nệ cổ; đứng đắn và trung thực; bình thường; tẻ nhạt • Man, you are really square: *Anh bạn, cậu thật tẻ nhạt.* • I come from a very square family: *Tôi đến từ một gia đình rất quy củ.*

square broad noun một phụ nữ không phải là gái điếm

squarehead noun bất kỳ người Scandinavian nào; = SCANDAHOOVIAN [được để lại từ ngôn ngữ của những trại đốn gỗ đầu thế kỷ 20]

square Jane noun một phụ nữ đứng đắn và tuân thủ luật pháp tuy ngây thơ

square John (or **john**) noun một người đứng đắn và tuân thủ luật pháp, tuy ngây thơ; một công dân tốt

square off verb sẵn sàng chiến đấu; chuẩn bị tranh cãi hoặc đua tranh • The two biggest companies are squaring off over the microchip market: *Hai công ty lớn nhất đang sẵn sàng chiến đấu giành thị trường vi mạch.*

square one noun nơi mà một quá trình bắt đầu; hình dạng ban đầu

square peg (in a round hole) noun 1 người không xứng với địa vị; một người phiền phức và khó bảo 2 người không phù hợp hoặc không hòa nhập với mọi người; nồi tròn úp vung méo

square shooter noun một người thật thà, bộc trực và danh giá; người trung thực; = STRAIGHT ARROW

Squaresville or **squaresville** noun một thành phố được cho là nơi sinh sống của những con người bình thường, tẻ nhạt

square the beef verb (*từ thế giới ngầm*) sửa chữa một lỗi lầm tai hại; giải quyết một sự than phiền hoặc phàn nàn

square up verb trở về con đường đúng đắn sau một thời gian chìm đắm trong tội lỗi • How do women "square up" and leave prostitution, and how many do so?: *Làm sao phụ nữ "trở về con đường đúng đắn sau một thời gian chìm đắm trong tội lỗi" và rời bỏ nghề mãi dâm, và bao nhiêu người làm thế?*

square with someone verb trở nên thành thực với ai • I want you to square with me. Tell the truth this time: *Tôi muốn bạn thành thực với tôi. Hãy kể sự thật lần này đi.*

squat noun 1 không gì cả; không có gì; không; = DIDLY, ZILCH, ZIP • She's not hearing squat: *Cô ta không nghe thấy gì cả.* 2 một chỗ ngồi; một dãy 3 phân; cứt • Don't step in the squat: *Đừng bước vào bãi phân.*

squat verb 1 ngồi (xuống) • Come on in and squat for a while: *Nào vào đây và ngồi một lúc nhé.* 2 đại tiện; ỉa; = SHIT, TAKE A DUMP

squat hot verb bị tử hình trên ghế điện; = FRY

squaw nou vợ hoặc bạn gái • Carver comes down from the third floor with his squaw: *Carver đi xuống từ tầng ba với vợ.*

squawk noun lời phàn nàn, đặc biệt là lời phàn nàn to tiếng và phẫn nộ

squawk verb 1 phàn nàn; = BEEF, BITCH 2 tiết lộ hoặc nói ba hoa về cái gì • She squawked the whole business to the fuzz: *Cô ta tiết lộ toàn bộ công việc kinh doanh cho cảnh sát.* 3 (*thế giới ngầm*) khai báo; = SQUEAL

squawk box noun (*hải quân, thế chiến II*) hệ thống truyền thanh công cộng; loa phóng thanh; = BITCH BOX

squeak by (or **through**) verb đỗ (đậu), thành công, đạt được mục tiêu, v.v.. một cách sít sao

squeaker *noun* 1 một trận đấu, cuộc thi, v.v.. rất sít sao và khó đoán kết quả 2 điều gì đó lơ lửng ở rìa của một kết quả này hay kết quả khác, đặc biệt là thành công hoặc thảm họa

squeaky-clean *adjective* rất sạch; sạch bóng; trắng, vệ sinh và không có vết nhơ [giống như một cái ly sạch bóng phát ra tiếng kêu khi ai đó xát ngón tay lên] • I got this floor squeakly-clean. Don't spill anything on it: *Tôi vừa lau cái sàn nhà này sạch bóng. Đừng làm đổ bất cứ cái gì lên nó nhé.*

squeal *noun* 1 (*cảnh sát*) người báo cáo về một tội ác; cuộc gọi báo cáo về tội ác; kẻ chỉ điểm; = RAT, SNITCH, STOOL PIGEON 2 (cũng là *squeak*) đơn kiện cảnh sát

squeal *verb* khai báo; = RAT, SING, SQUAWK • That you don't have to suck up to me. I won't squeal: *Anh không cần nịnh tôi. Tôi sẽ không khai báo đâu.*

squealer *noun* 1 kẻ chỉ điểm của cảnh sát; = RAT, SNITCH 2 con lợn; lợn con

squeal rule (or **law**) *noun* một đạo luật quy định bố mẹ phải được thông báo khi cô con gái dưới 18 tuổi xin toa thuốc ngừa thai

squeeze *noun* 1 bạn tình; người yêu [rút gọn của *main squeeze* (bạn tình chính của một người đàn ông)] 2 một tình huống khó khăn; một tình trạng khiến người ta cảm thấy bị áp lực hoặc nguy hiểm; = CRUNCH

squeeze *verb* 1 thuật lại hoặc kể gì đó 2 gây áp lực với ai

squeeze-box *noun* đàn tiểu phong cầm; đàn accordion

squeeze one *sentence* (*quầy bán đồ ăn trưa*) chuẩn bị một ly nước cam

squib *noun* 1 (*ngành điện ảnh và truyền hình*) một lượng thuốc nổ nhỏ mô phỏng việc bị bắn bởi viên đạn 2 (*trong việc bắn bia*) đạn nạp bằng tay không gây nổ 3 một thông báo; một quảng cáo nhỏ, đôi khi hài hước trên báo hoặc tạp chí

squiffed or **squiffy** or **squiffy-eyed** *adjective* (*từ cuối những năm 1800, Anh*) say rượu

squiggle *noun* 1 dấu ngã (~) trên bàn phím máy tính 2 dấu ngoằn ngoèo; dấu lượng sóng • That squiggle is my signature: *Dấu ngoằn ngoèo đó là chữ ký của tôi.*

squirrel *noun* 1 người điên; người kỳ lạ; người lập dị; = NUT, WEIRDO 2 mã lực của động cơ xe ô tô [thường là số nhiều] 3 (*dân chơi xế độ*) một tài xế xe độ ngập ngừng hoặc không nhất quyết 4 xy lanh đốt trong; = BANG 5 (*sinh viên*) âm đạo; = PUSSY 6 (*sinh viên*) một phụ nữ trẻ

squirrel *verb* 1 (cũng là *squirrel away*) giấu và tiết liệm cái gì để dùng sau này 2 lạng lách đánh võng trên đường trong khi lái xe, đặc biệt lái xế độ

squirrel-food *noun* một người gàn dở; một người điên hoặc lập dị; = NUT, SQUIRREL

squirt *noun* 1 một người lùn hoặc nhỏ bé, đặc biệt là một nam giới nhỏ bé, tầm thường; = PEANUT 2 (cũng là *young squirt*) một người đàn ông trẻ, đặc biệt một thanh niên chưng diện

squishy *adjective* 1 ủy mị; = SCHMALTZY, SOPPY 2 (*thanh thiếu niên*) hay quên

squooshy *adjective* mềm; nhão • I like to walk barefooted in squooshy mud: *Tôi thích đi chân trần trong bùn nhão.*

SRO *noun* (*phát âm theo từng ký tự riêng*) 1 (*sân khấu*) chỉ có chỗ đứng; đã bán hết [viết tắt của *"standing room only"*] 2 khách sạn chỉ có phòng đơn

ss *noun* (*phát âm theo từng ký tự riêng*) (*thế giới ngầm và ma túy*) án treo [viết tắt của *"suspended sentence"*]

Ss *xem* SLING SS

stab *noun* 1 sự thử; = CRACK, SHOT, WHACK 2 nạn nhân của một vụ đánh nhau bằng dao

stab *verb* miệt thị ai với lời nói tục tĩu

stable *noun* 1 một nhóm người đang làm một việc giống nhau, do một người quản lý 2 một nhóm gái điếm làm việc cho một ma cô hoặc tú bà

stable push *noun* 1 thông tin nội bộ 2 (*đua ngựa*) thông tin nội bộ về tình trạng, độ hăm hở, v.v.. của một con ngựa

stack *noun* 1 (*quầy bán đồ ăn trưa*) một phần bánh kếp (pancakes), thường cho ba người dùng 2 ống xả (ống khói) của xe ô tô

stack asses *verb* chơi hoặc cư xử một cách thô bạo; ném ai xuống đất

stacked *adjective* có bộ ngực khủng; có thân hình hấp dẫn

stack of Bibles *xem* SWEAR ON A STACK OF BIBLES

stack the deck (or **the cards**) *verb* sắp xếp mọi thứ một cách bí mật để có kết quả mong muốn; = COLD DECK

stackup *noun* một đống xác xe ô tô hỏng nặng

stack up *verb* 1 xảy ra; diễn ra; tiến triển • How are things stacking up for you this year?: *Mọi việc đang tiến triển với anh năm nay thế nào vậy?* 2 so sánh • You have to stack up your determination with that of other people: *Anh phải so sánh quyết định của anh với quyết định của người khác.* 3 (*thanh thiếu niên*) làm hỏng một chiếc xe; = RACK UP

stack Zs *xem* COP ZS

stag *noun* 1 (*tại một buổi họp mặt xã hội*) một người đàn ông không có bạn hẹn 2 một người đàn ông đi dự tiệc một mình, không có phụ nữ đi kèm 3 (cũng là *stag party*) bữa tiệc chỉ dành cho đàn ông 4 phim khiêu dâm [dạng tỉnh lược của *stag movie*] 5 phần đốt của điếu thuốc; phần cuối mẩu thuốc lá

stag 1 *adj* liên quan đến ai đi đến một bữa tiệc mà không kèm theo bạn (nghĩa là đi một mình) • A bunch of the guys got together and went stag to the dance: *Một đám con trai tập hợp lại với nhau và đi đến dự buổi khiêu vũ một mình (không có bạn gái đi kèm).* 2 *adj* liên quan đến một cuộc tụ hợp chỉ dành cho đàn ông • The party is stag, so Bob and I are going together: *Bữa tiệc chỉ dành cho đàn ông, vì thế Bob và tôi sẽ đi với nhau.* 3 *adv* Several of the brothers were going to the dance stag: *Vài người bạn đã đến buổi khiêu vũ chỉ dành cho đàn ông.*

stag film *noun* phim khiêu dâm

stagflation *noun* tình trạng trì trệ và lạm phát trong nền kinh tế

stag flick *noun* phim khiêu dâm

the staggers *noun* chứng nghiện rượu; chứng mê sảng của người nghiện rượu nặng

stag line *noun* (*buổi khiêu vũ*) một hàng đàn ông không có bạn nhảy, đang chờ được khiêu vũ

stakeout *noun* 1 người được bố trí để quan sát ai hoặc cái gì 2 một nhiệm vụ (*cảnh sát*) nơi mà ai đó được bố trí để quan sát ai hoặc cái gì • The stakeout at the warehouse backfired. They only found cats: *Nhiệm vụ giám sát ở nhà kho đã đem lại kết quả ngược với sự mong đợi. Họ chỉ tìm thấy lũ mèo.*

stake someone/something out *verb* 1 (*cảnh sát*) bố trí ai hoặc thứ gì đó có thể được quan sát hoặc theo dõi • Marlowe stake out the apartment building and watched patiently for an hour: *Marlowe đã bố trí để theo dõi căn hộ và theo dõi một cách kiên nhẫn trong một giờ.* 2 (*cảnh sát*) bố trí một người để quan sát ai hoặc thứ gì • We

stake someone to something *verb* 1 cho mượn hoặc cho ai vay tiền để mua thứ gì 2 đãi ai cái gì • Can I stake you to a drink to celebrate?: *Tôi có thể đãi cậu một ly rượu để ăn mừng không?*

stall¹ *noun* 1 (*thế giới ngầm, cuối những năm 1600*) kẻ đồng lõa của tay móc túi có nhiệm vụ gây sao lãng cho nạn nhân 2 (*thế giới ngầm*) kẻ đồng phạm của một tội phạm, chủ yếu làm nhiệm vụ cảnh giới, cản địa, phân tán sự chú ý, v.v..

stall² *noun* 1 lý do trì hoãn • His claim of illness is only a stall: *Lời tuyên bố của hắn về sự đau ốm chỉ là một lý do trì hoãn.* 2 sự giả vờ hoặc dấu hiệu giả, đặc biệt là một phần của chứng cứ ngoại phạm

stall *verb* 1 hoãn; trì hoãn; = BUY TIME • I told him to quit stalling and give us a decision: *Tôi bảo ông ta đừng trì hoãn nữa và hãy cho chúng tôi quyết định.* 2 bị tạm hoãn; đình trệ [thường dùng trong thể bị động] • The negotiations are hopelessly stalled: *Các cuộc đàm phán bị trì hoãn trong vô vọng.* 3 (cũng là **stall off**) cản trở ai • You stall her while I try to find her original letter: *Cậu hãy cản cô ta lại trong khi tôi cố tìm lá thư gốc.*

stallion *noun* 1 = STUD 2 (*người da đen*) một phụ nữ hấp dẫn, đặc biệt là người cao ráo; = FOX

stamping ground (or **grounds**) *noun* địa điểm yêu thích hoặc thông lệ của ai

stand *noun* cửa hàng; nơi kinh doanh

stand *verb* 1 cho hoặc thanh toán • She stood him tea and muffins: *Cô ta đã thanh toán cho nó trà và bánh ngọt.* 2 phải trả; tốn; = SET someone BACK • The suit I got on stood me $100: *Bộ quần áo mà tôi mặc tôi phải trả 100 đô-la.*

stand around with one's **finger up** one's (or **in** one's **ear**) *verb* rảnh; nhàn rỗi; ăn không ngồi rồi

standee *noun* người phải đứng (ở một sự kiện nào đó); người bị buộc phải đứng do tất cả ghế đều có người ngồi

stand for something *verb* 1 chịu đựng cái gì 2 tha thứ cho cái gì • I won't stand for this insolence: *Tôi sẽ không tha thứ cho thái độ láo xược này.*

stand in *verb* (*ngành biểu diễn*) thay thế

stand-in *noun* 1 (*ngành biểu diễn*) diễn viên thay vai của người khác, thường được thuê để chuẩn bị thay vai vào bất kỳ lúc nào 2 người thay thế hoặc người được ủy nhiệm; người đại diện

standing on one's **head** *xem* DO something ON TOP OF one's HEAD

standoff *noun* sự bế tắc; thế bí • The union and the company are locked in a standoff: *Công đoàn và công ty bị kẹt trong sự bế tắc.*

standoffish *adjective* xa cách; lánh xa; hờ hững; kiêu căng

stand on one's **brakes** *verb* phanh (thắng) xe rất gấp

stand on one's **head** *verb* cố gắng hết sức để làm việc gì; = BUST one's ASS

stand-out *noun* người hoặc vật đặc biệt, phi thường, nổi bật

stand pat *verb* 1 bám lấy hoặc giữ vững vị trí hoặc quan điểm của ai; từ chối thay đổi; = SIT TIGHT • The President stood pat on his decision to cut taxes: *Tổng thống đã giữ nguyên quyết định cắt giảm thuế.* 2 (*bài poker*) giữ 5 lá bài gốc trong trò chơi draw poker, mà không rút lá bài mới

stand tall *verb* 1 có thái độ tự tin và oai nghiêm 2 can đảm và tự hào

stand the gaff *verb* kiên trì và chịu đựng khó khăn gian khổ; = TAKE IT

stand the heat *xem* IF YOU CAN'T STAND THE HEAT STAY OUT OF THE KITCHEN

stand there with one's **bare face hanging out** *verb* 1 nói chuyện một cách trâng tráo và thẳng thắn; cư xử một cách không xấu hổ 2 đứng ở nơi nào đó với vẻ vô vọng và ngớ ngẩn

stand up *verb* từ chối hợp tác khi bị thẩm vấn bởi cảnh sát; chống lại áp lực bắt thú nhận • If things went bad, Paulie would stand up: *Nếu mọi việc trở nên xấu đi, Paulie sẽ từ chối hợp tác khi bị thẩm vấn bởi cảnh sát.*

stand someone up *verb* không giữ hẹn với ai, đặc biệt một cuộc hẹn hò

stand something up *verb* bỏ hẹn bằng cách không xuất hiện; cho leo cây • He stood up his date while he played basketball with the guys: *Anh ta đã cho leo cây cuộc hẹn hò của mình trong khi anh ta chơi bóng rổ với đám con trai.*

stand-up *adjective* 1 cam đảm và chịu trách nhiệm về mặt cá nhân; = GUTSY [thường dùng trong cụm từ *stand-up guy*] 2 trung thành đến phút chót, tận tụy và đáng tin cậy 3 thuần nhất; trọn vẹn • I knew where I could cop a stand up twenty if he wanted it: *Tôi biết nơi tôi có thể kiếm trọn 20 đô nếu anh ta muốn nó.*

stand up and be counted *verb* tuyên bố chịu trách nhiệm về quan điểm, lời buộc tội, v.v.. của mình; không ngại nói thẳng

stand-up comic (or **comedian**) *noun* một diễn viên thường đứng một mình trước khán giả tại hộp đêm để kể chuyện hài, nói đùa, v.v..

stand up for someone *verb* bảo vệ và ủng hộ ai; = GO TO BAT FOR someone • Nobody stood up for her so she had to back off: *Không ai ủng hộ cô ta thế nên cô ta đã phải nhượng bộ.*

stanza *noun* một hiệp, một vòng, v.v.. của một cuộc thi hoặc trận đấu; = CANTO

star *noun* dấu hoa thị (*) trên bàn phím máy tính

starboarder *noun* (*bóng chày*) cầu thủ ném bóng thuận tay phải

starfucker *noun* 1 một người, đặc biệt phụ nữ trẻ, thích chơi với những diễn viên ngôi sao và quan hệ tình dục với họ; = GROUPIE 2 *modifier:* Mellencamp appears to revel in the starfucker mentality he pokes fun at: *Mellencamp có vẻ đắm chìm trong trạng thái tâm lý thích quan hệ với các diễn viên ngôi sao mà anh thường hay chế giễu.*

starfucker *noun* 1 một người, đặc biệt phụ nữ trẻ, thích chơi với những diễn viên ngôi sao và quan hệ tình dục với họ; = GROUPIE 2 *modifier:* Mellencamp appears to revel in the starfucker mentality he pokes fun at: *Mellencamp có vẻ đắm chìm trong trạng thái tâm lý thích quan hệ với các diễn viên ngôi sao mà anh thường hay chế giễu.*

starkers *adjective* (*từ những năm 1900, sinh viên, Anh*) trần truồng; khỏa thân; = BARE-ASS

start from scratch *verb* 1 bắt đầu trên cơ sở ngang bằng, không chấp hoặc lợi thế • We started from scratch, but he got rich and I went broke: *Chúng tôi đã bắt đầu trên cơ sở ngang bằng, nhưng hắn ta giàu có còn tôi khánh kiệt.* 2 bắt đầu với những bước đầu tiên và đơn giản nhất; xây dựng từ đầu; khởi sự một công việc hoàn toàn mới

Star Wars defense *noun* hệ thống phòng thủ chống tên lửa dẫn đường phụ thuộc vào các vũ khí tia laser đang quay quanh quỹ đạo

stash¹ *noun* râu mép

stash² or stache noun 1 chỗ cất giấu 2 (*ma túy*) nguồn cung ma túy, đặc biệt là nguồn cá nhân của ai 3 (*ma túy*) nơi giấu ma túy và các vật dụng liên quan, đặc biệt bởi một người buôn ma túy 4 (*trong việc sản xuất rượu lậu*) nơi giấu rượu 5 nơi trốn; nơi ẩn nấp của một người 6 một căn phòng, căn hộ hoặc ngôi nhà

stash or stache verb 1 giấu cái gì, đặc biệt là ma túy 2 (cũng là *stash away*) cất; tiết kiệm • I had not stashed any dough away: *Tôi đã không tiết kiệm được đồng nào.* 3 đặt hoặc để • Just stash your coat on the chair: *Hãy để áo choàng của cô lên ghế.*

stash bag noun (*ma túy*) một chiếc túi nhỏ đựng đồ cá nhân, đặc biệt dùng đựng ma túy

state-o noun (*nhà tù*) đồng phục tù của tù nhân

state of the art adjective (*từ những năm 1970*) cái mới nhất; cái tiên tiến nhất

Stateside or stateside 1 noun (*quân đội, thế chiến II*) Mỹ 2 adj a genuine Stateside flavor to the celebration: *một hương vị Mỹ chính cống của buổi lễ kỷ niệm*

static noun 1 sự quấy rầy; rắc rối; sự phức tạp • That's enough static out of you!: *Thế là đủ rắc rối từ mày rồi đấy!* 2 lời phàn nàn

stats noun số liệu thống kê; = NUMBERS

stay verb duy trì sự cương cứng

stay out of the kitchen xem IF YOU CAN'T STAND THE HEAT STAY OUT OF THE KITCHEN

steady noun bạn trai hay bạn gái đứng đắn hoặc lâu dài của ai

steal noun một món hời, tức là mua được rẻ [luôn dùng với "*a*"] • I got that for half price, a real steal: *Tôi mua nó với nửa giá, một món hời thật.*

steal someone **blind** verb ăn cướp của ai một cách trắng trợn; trấn lột ai

steam verb 1 nổi giận với ai 2 làm ai say đắm

steam someone's **beam** verb làm ai tức giận • Come on, don't steam your beam. Remember how hard times are now: *Thôi nào, đừng tức giận nữa. Hãy nhớ lúc này là thời điểm khó khăn như thế nào.*

steamed adjective 1 tức giận; giận dữ; = PISSED OFF 2 say rượu và đánh nhau

steamed up adjective 1 tức giận; = HOT AND BOTHERED, PISSED OFF • Now, now, don't get so steamed up!: *Nào, nào, đừng quá tức giận như thế!* 2 háo hức; phấn khích • He's really steamed up about the new initiative: *Anh ta thực sự phấn khích về sáng kiến mới.*

steam fiddle noun (*xiếc*) đàn ống calliope

steamroller verb 1 buộc cái gì được chấp nhận; buộc điều gì đó xảy ra • The governor tried to steamroller the bill through: *Thống đốc cố buộc dự luật thông qua.* 2 nghiền nát; đè bẹp; = SNOWBALL

steam up verb uống nhiều; bị say

steam someone **up** verb 1 làm ai phấn khích, phấn khởi, kích thích 2 làm ai tức giận

steam was (or is) coming out of someone's **ears** sentence anh ta hoặc cô ta rất giận • Houk…was red-faced with anger…Steam was coming out of his ears: *Houk…đỏ mặt vì tức giận…Anh ta rất giận.*

steamy adjective gợi tình; dâm dục; khoái cảm; đê mê; nồng nhiệt; = HOT, SEXY • Hank and Bess were having a steamy session on the couch: *Hank và Bess đang có một buổi khoái cảm trên ghế đi-văng.*

steelies noun đôi ủng có mũi làm bằng thép, đặc biệt loại ủng được chế tạo bởi Doc Marten

steel pot noun (*quân đội*) nón sắt

steer verb 1 (*trong những trò lừa đảo lạm dụng tín nhiệm*) hướng dẫn những kẻ đồng lõa vốn sẽ lừa nạn nhân 2 (*thế giới ngầm*) đưa hoặc dụ ai đến một nơi mà những con bạc hoặc bọn lừa đảo có thể lừa người này

steer noun 1 (cũng là *steerer*) người chuyên dụ nạn nhân và khách đến một nơi mà những con bạc hoặc bọn lừa đảo có thể lừa người này 2 lời khuyên hoặc thông tin; một dữ liệu hữu ích

Steinway Xem STOMACH STEINWAY

stem noun 1 đường phố chính hoặc đại lộ, đặc biệt là con đường thường xuyên có những kẻ lang thang, gái điếm, ma cô và bọn cùng loại 2 (*ma túy*) tẩu hút thuốc phiện

stem verb (*người lang thang*) ăn xin; = PANHANDLE

stemmer noun người ăn xin

stems noun đôi chân, đặc biệt đôi chân hấp dẫn của phụ nữ

stem-winding noun 1 sức thuyết phục mạnh 2 modifier: Reagan delighted the crowd with a stem-winding speech: *Reagan khiến đám đông yêu thích với lối nói chuyện thuyết phục.*

step off verb 1 biến đi 2 (*xiếc và lễ hội*) bố trí các gian hàng theo kiểu có tính toán để thu lợi tối đa

step off the curb verb chết [ám chỉ việc nhảy ra trước một chiếc xe gây ra cái chết] • Ronald almost stepped off the curb during his operation: *Ronald suýt chết trong lúc mổ.*

step on it verb 1 (cũng là *step on the gas*) tăng tốc; vội • We better step on it, there's only five minutes left: *Tốt nhất chúng ta hãy tăng tốc thôi, chỉ còn 5 phút.* 2 (biến thể: one's **dick** or one's **shvantz** có thể thay **it**) phạm sai lầm; mắc sai lầm nghiêm trọng

Step on it! exclam. Nhanh lên!; Mau lên! • We're late. Come on! Step on it!: *Chúng ta muộn rồi. Thôi nào! Nhanh lên!*

step out verb 1 đi giao thiệp, đặc biệt tới một bữa tiệc hoặc buổi khiêu vũ 2 đưa hoặc hộ tống ai; = DATE

step out on someone verb lừa dối hoặc phản bội ai; = CHEAT, TWO-TIM • Walter has been stepping out on Alice, and she doesn't know it yet: *Walter đã lừa dối Alice, và cô ấy chưa biết điều đó.*

step outside verb rời khu vực hiện tại và đến nơi khác, có lẽ để đánh nhau • Do you want to step outside, smart ass?: *Mày có muốn ra ngoài đánh nhau không, đồ khốn?*

step right up verb tiến lên không rụt rè • Step right up and buy a ticket to the greatest show on earth!: *Hãy tiến lên đừng rụt rè và mua vé xem số diễn vĩ đại nhất thế giới.*

step up verb bắt đầu trận đấu

Stetson noun nón (mũ) đàn ông

stew¹ or Stewie noun tiếp viên hàng không trên máy bay [mặc dù đã được thay thế chính thức bằng "*flight attendant*", từ này và từ "*steward(ess)*" vẫn được dùng]

stew² noun 1 tình trạng say rượu 2 một chầu rượu; một chầu nhậu; = BINGE 3 người nghiện rượu 4 tình trạng bực bội, cáu kỉnh • Don't work yourself into a stew: *Đừng có lôi bản thân vào trạng thái bực bội.* 5 sự lộn xộn; hỗn loạn; = MESS

stew verb lo lắng; băn khoăn • I spent most of last night stewing about my job: *Tôi dành phần lớn thời gian tối qua để lo lắng băn khoăn về công việc của mình.*

stew builder noun (*người lang thang và thợ đốn gỗ*) đầu bếp

stew bum or **stewbum** noun kẻ vô gia cư nghiện ngập; sâu rượu; = SKID ROW BUM

stewed to the ears xem STEWED TO THE GILLS

stewed to the gills *adjective* **rất say** • When Bob came home stewed to the gills, his wife nearly killed him: *Khi Bob trở về nhà say bí tỉ, vợ anh ta suýt nữa giết chết anh ta.*

stewed (up) *adjective* **say rượu**

stick *noun* 1 (*ma túy*) điếu thuốc cần sa; = JOINT, STOCK OF GAGE, STICK OF TEA 2 kim tiêm dưới da 3 khả năng chơi bi-da 4 nhiệm vụ bàn giấy tại sở cảnh sát 5 cái kẹp mũi thẳng của một tên trộm 6 kèn clarinet; = LIQUORICE STICK 7 (*đua ngựa*) chiếc roi được dùng bởi nài ngựa 8 cây cơ (gậy) bi-da 9 trận đấu bi-da 10 ảnh hưởng cá nhân hoặc sức mạnh của một tù nhân 11 phi công lái máy bay chiến đấu 12 gái điếm 13 một ngàn đô [chắc chắn là một từ phát sinh của YARD] 14 một cây gậy đánh bóng chày 15 cây gậy đánh golf 16 cần điều khiển bề mặt ngang và dọc của đuôi máy bay • You pull back on the stick, which lowers the tail and raises the nose, and up you go: *Anh kéo lùi cần điều khiển, đuôi máy bay hạ thấp xuống và đầu máy bay hướng lên. Anh đang bay lên đấy.* 17 cần số trong xe ô tô; = STICK SHIFT 18 người nghiện rượu 19 chân của một người [luôn dùng ở số nhiều] • My sticks are a little wobbly: *Đôi chân của tôi hơi lảo đảo.* 20 (cũng là *the sticks*) vùng nông thôn; vùng xa xôi hẻo lánh 21 dùi cui; gậy 22 cột buồm của tàu 23 cần hoặc tay cầm điều khiển; = JOY-STICK 24 thước loga; = SLIPSTICK 25 gậy trượt tuyết 26 bút máy; = INKSTICK 27 một người cao gầy; = BEANPOLE 28 một người cứng nhắc, khó chịu 29 một người chậm chạp = STICK IN THE MUD 30 (*cờ bạc*) người hồ lì ở sòng bạc, như chia bài, gieo súc sắc, v.v.. 31 (*lễ hội và thế giới ngầm*) một người phụ tá giả vờ làm một người bình thường ngây thơ

stick *verb* 1 lừa đảo, đặc biệt tính giá cắt cổ 2 (*từ quan điểm của đàn ông*) quan hệ tình dục 3 đâm ai bằng dao 4 thúc giục con ngựa đua bằng roi da 5 chơi bi-da 6 tiêm ma túy

stick around *verb* ở quanh quẩn gần; lảng vảng gần; = HANG AROUND

sticker shock *noun* cú sốc khi nhìn thấy thứ gì đó mới, thường là ô tô, khi nhìn thấy thẻ hoặc nhãn giá với giá quá đắt • I went to a car dealer today, and I am still suffering from sticker shock: *Hôm nay tôi đến một đại lý xe ô tô và tôi vẫn đang bị cú sốc khi thấy thẻ giá quá đắt của nó.*

stick in the mud *noun* người lạc hậu và tẻ nhạt; = FOGY

stick it *verb* 1 (biến thể: **cram** or **ram** or **shove** or **stuff** có thể thay **stick**; **up on's ass** or **in one's ear** or **where the sun doesn't shine** có thể được thêm vào) rút lại điều gì đã đề nghị và coi thường 2 (cũng là *stick it out*) chịu đựng; = HANG IN • It's rough as hell, but I'll stick it: *Rất khó khăn, nhưng tôi sẽ chịu đựng.*

stick it to someone or something *verb* 1 hành hung; tấn công hoặc công kích một cách dữ dội; = SOCK IT TO someone or something • If he finds out he'll ready stick it to you: *Nếu hắn phát hiện, hắn thực sự sẽ hành hung mày.* 2 (*từ quan điểm của đàn ông*) quan hệ tình dục 3 gây rắc rối cho ai; đương đầu với ai • They stuck it to me about the stopped-up drain: *Họ đã gây rắc rối cho tôi về đường cống bị tắc.*

stick man *noun* cảnh sát tuần tra (người mang dùi cui)

stick one's neck out *verb* bạo gan; làm liều có thể gây rắc rối • I'll stick my neck out and say that I love her very much: *Tôi sẽ làm liều và nói rằng tôi yêu cô ta rất nhiều.*

stick of gage *noun* điếu thuốc, hoặc là cần sa hoặc thuốc lá

stick of tea *noun* điếu cần sa; = JOINT

stick something **on** someone *verb* bắt ai phải làm cái gì; áp đặt

stick out *verb* (biến thể: **like a sore thumb** or **a mile** có thể được thêm vào) rất rõ ràng; rất dễ nhìn thấy; rất nổi bật • Do you think I would stick out like a sore thumb at the party if I wear this coat?: *Cậu có nghĩ tớ sẽ rất nổi bật tại bữa tiệc nếu tớ mặc chiếc áo choàng này không?*

sticks *noun* 1 (*nhạc sĩ nhạc jazz*) dùi trống 2 (*từ đầu những năm 1900*) tay trống 3 (*từ đầu những năm 1800*) đôi chân

the sticks *noun* (*từ đầu những năm 1900, thợ đốn gỗ*) khu vực nông thôn hoặc ngoại ô; tỉnh lị; = the BOONDOCKS, the RHUBARBS

stick shift *noun* hộp truyền lực (hộp số xe ô tô) không tự động • My wife can't drive a stick shift: *Vợ tôi không thể lái loại xe với hộp truyền lực không tự động nghĩa là loại xe với số tay (số sàn)*

stick shift *adjective* liên quan đến hộp truyền lực (hộp số xe ô tô) không tự động

stick to one's **knitting** *verb* chỉ chú trọng đến công việc của mình; không xen vào việc của người khác; chỉ theo đuổi một mục đích • I'm not a personal confidant. I stick to my knitting: *Tôi không phải là một người bạn tâm tình cá nhân. Tôi chỉ chú trọng đến công việc của mình thôi.*

stickum *noun* 1 bất kỳ chất dính nào; = GLOP, GUNK 2 keo; hồ dán; xi măng

stickup or **stick-up** *noun* 1 vụ cướp có vũ trang; = HOLDUP 2 kẻ cướp có vũ trang

stick up *verb* cướp, đặc biệt bằng súng; = HOLD UP

stick up for someone or something *verb* bảo vệ hoặc ủng hộ ai hay cái gì • Don't be a jerk! Stick up for your right!: *Đừng là một kẻ ngu ngốc thế! Hãy bênh vực quyền lợi của mình!*

stick someone **with** something *verb* chất gánh nặng hoặc đè nặng lên ai với cái gì • Please don't stick me with the stick shift again: *Làm ơn đừng đặt gánh nặng lên tôi với loại xe có hộp số không tự động lần nữa.*

sticky *adjective* 1 dính nhớp nháp • What is this sticky stuff on my shoe?: *Cái thứ dính nhớp nháp này trên giày của tôi là gì vậy?* 2 rủi ro; nguy hiểm; bấp bênh • Things began to get a little sticky, and Marlowe began to move toward the door: *Mọi thứ bắt đầu trở nên hơi nguy hiểm và Marlowe bắt đầu di chuyển về phía cửa.* 3 ủy mị; đa cảm; = SCHMALTZY, SOPPY 4 (*từ những năm 1900, Anh*) khó khăn; khó chịu 5 liên quan đến thời tiết nóng và ẩm • I can't take another sticky day like this: *Tôi không thể chịu thêm một ngày nóng và ẩm như thế này nữa*

sticky finger *verb* ăn cắp hàng ở cửa hàng

sticky-fingered *adjective* có khuynh hướng trộm cắp; = LIGHT-FINGERED

sticky fingers *noun* 1 khuynh hướng trộm cắp • There was nobody to run the Inn and keep the books—that is, nobody without sticky fingers: *Không có ai điều hành nhà nghỉ và giữ sổ sách – tức là, không ai không có khuynh hướng trộm cắp.* 2 người trộm đồ ở cửa hàng

sticky wicket *noun* một tình huống rất khó khăn; vấn đề khó chịu

stiff *noun* 1 tử thi; xác chết 2 một người bình thường; một người thích nghi 3 một người trình diễn kém, gây thất vọng 4 một người ít cho tiền boa 5 một người khó chịu có thể đang cố lừa gạt 6 (*người lang thang*) một người lang thang; kẻ lêu lổng 7 (*từ đầu những năm 1900*) người lao động di cư; = OKIE 8 đàn ông hoặc phụ nữ lao động; = WORKING STIFF 9 (*thế giới ngầm*) thư kín, đặc biệt thư được chuyển giữa các tù nhân 10 (*thế giới ngầm*) chi phiếu giả; tiền giả; tấm séc vô giá trị 11 người chơi bi-da thiếu

stiff

kỹ năng 12 (*đua ngựa*) một đội, một võ sĩ, v.v.. sẽ thua cuộc; một con ngựa đua không được phép thắng 13 sự thất bại; = FLOP, TURKEY 14 trong bi-da, bi còn lại mà không dễ đánh 15 người nghiện rượu; người say rượu

stiff *verb* 1 lừa ai; cướp của ai; từ chối trả tiền cho ai 2 thất bại khốn khổ 3 không thể boa cho người nào đó đang mong đợi nó 4 (*đua ngựa*) khiến một con ngựa thua cuộc 5 lừa, đặc biệt là tiền bạc 6 lừa đảo; = SCAM 7 lừa; ngược đãi • I was stiffed: *Tôi bị ngược đãi.* 8 (cũng là ***stiff-arm***) đối xử tàn bạo và bất công

stiff *adjective* 1 (cũng là ***stiffed***) say rượu; say khướt 2 (*thế giới ngầm*) giả; = PHONY 3 chết [ban đầu là cách dùng của thế giới ngầm] • He's stiff in the hospital: *Ông ta đã chết ở bệnh viện.*

stiffener *noun* (*quyền Anh*) cú đấm khiến đối thủ bất tỉnh

still wet behind the ears *xem* NOT TRY BEHIND THE EARS

sting *noun* 1 bất kỳ tội ác nào đạt được mục đích bằng lừa đảo hoặc dối trá 2 một vụ cướp 3 một kế hoạch chu đáo để giăng bẫy tội phạm

sting *verb* 1 lừa ai; cướp của ai; = SCAM 2 tính giá quá cao; = STICK 3 giăng bẫy và bắt ai • "We've been stung!" they hollered: *"Chúng ta bị mắc bẫy rồi!" chúng la hét.*

stinger *noun* 1 sự bất lợi; sự trở ngại; sự khó khăn hoặc khó chịu; = CATCH 2 một dụng cụ đun nóng tự chế bao gồm những sợi dây điện trần gắn với một bảng kim loại nhỏ, được dùng để đun nước

stink *noun* sự rối loạn; sự phàn nàn lớn tiếng

stink *verb* 1 (cũng là ***stink on ice***) làm lộn xộn, tệ hại hoặc hoàn toàn không phù hợp; = ROT 2 làm ghê tởm; đáng ngờ và được lên kế hoạch kém [nói về mưu đồ hoặc âm mưu]

stink bomb *noun* điều gì ghê tởm, tồi tệ, không phù hợp, v.v..

stinker *noun* 1 một người hoặc một thứ khó chịu hoặc đáng khinh; = BASTARD 2 một tử thi đã bắt đầu phân hủy, và kết quả là bốc mùi 3 điều gì được làm vụng, tồi tệ, v.v.. 4 củ hành 5 một điều xì gà [được gọi như thế do cái mùi khó chịu mà điều xì gà phát ra] 6 một vấn đề nghiêm trọng

stinkeroo *noun* sự thất bại hoàn toàn

stink-finger *xem* PLAY STINKY-PINKY

stinking *adjective* 1 đáng khinh; = LOUSY 2 (cũng là ***stinking rich***) rất giàu có; = FILTHY RICH, LOADED 3 (cũng là ***stinko***) say rượu 4 tệ hại; thối nát • That was a mean stinking thing to do. Really stinking!: *Đó là một việc tệ hại kinh tởm để làm. Thực sự tệ hại!*

stinkpot *noun* 1 đứa bé với tã bẩn • Come here, you little stinkpot. I'll fix you: *Đến đây nào, thằng nhóc với tã bẩn. Mẹ sẽ thay tã cho con.* 2 bất cứ cái gì nặng mùi • Why don't you drive this stinkpot into a service station and get it tuned?: *Tại sao anh không lái chiếc xe bẩn thỉu này vào trạm bảo dưỡng để nó được sửa.* 3 (*thủy thủ*) xuồng máy [vì động cơ có mùi hôi, đặc biệt khi so sánh với thuyền buồm] • Those guys in their stinkpots sure make a lot of noise: *Chắc chắn những gã đó trong xuồng máy của họ tạo ra nhiều tiếng ồn.*

stink to high heaven *verb* rất ghê tởm, khó chịu, v.v..

stink with *verb* có nhiều; dư thừa • He stinks with confidence, certainly: *Tất nhiên anh ta có nhiều tự tin* • My uncle is just stinking with dough: *Ông chú tôi có rất nhiều tiền.*

stinky *adjective* tồi tệ; xấu xa; đáng khinh • You have a very stinky attitude. Really stinky: *Con có thái độ rất tệ. Thật sự tồi tệ.*

stinky-pinky *xem* PLAY STINKY-PINKY

stir *noun* 1 (*từ giữa những năm 1800, thế giới ngầm, Anh*) nhà tù 2 *modifier:* with the air haircuts: *với kiểu tóc tù nhân*

stonewall

stir *verb* quan hệ tình dục

stir-crazy *adjective* (biến thể: **bugs** or **daffy** or **simple** có thể thay **crazy**) điên khùng; kích động hoặc rối loạn tâm thần do ở tù

stir-wise *adjective* (*nhà tù*) có sự xảo quyệt, kiên nhẫn, v.v.. nhờ ngồi tù

a stitch *noun* 1 một người rất khôi hài; một thứ vui nhộn; = a HOOT 2 sự đau nhói, đặc biệt ở bên hông • I got a stitch and had to drop of the marathon: *Tôi bị đau thắt và phải bỏ cuộc đua ma-ra-tông.*

stitched *adjective* say rượu

St. Louis (or **Chicago**) **flats** *noun* giày thời trang được đặt làm theo ý khách hàng với một mảnh da duy nhất

stocking stuffer *noun* 1 tiền mặt 2 một món quà nhỏ phù hợp để đặt trong một chiếc bít tất Giáng sinh

stoked *adjective* 1 phấn khích; ngạc nhiên một cách vui vẻ 2 phê thuốc 3 say rượu

stoked on *adjective* phấn khích về; rất hài lòng với • I was really stoked on that chick, man: *Tớ thật sự rất hài lòng với cô gái đó, anh bạn.*

stoked out *adjective* kiệt sức • We got stoke out after climbing the mountain: *Chúng tôi bị kiệt sức sau khi trèo lên núi.*

stomach-robber *noun* (*thợ đốn gỗ*) đầu bếp của khu trại đốn gỗ

stomach Steinway *noun* đàn xếp

stomp *noun* 1 bài nhạc jazz có tông nặng và nhịp nhàng 2 (*thanh thiếu niên*) người quen mang ủng cao bồi

stomp *verb* tấn công dữ dội; chỉ trích gay gắt; = CLOBBER

stomp-ass *adjective* thô lỗ và bạo lực

stompers *noun* (*sinh viên*) giày ống, đặc biệt giày ống cao bồi

stone 1 *adj* hoàn toàn; toàn bộ • This lecture is stone dull: *Bài giảng này hoàn toàn chán ngắt.* 2 *adv* hoàn toàn; chính xác • He's a stone crazy dude: *Hắn là một thằng điên hoàn toàn.*

stone blind *adjective* say mềm

stone broke *adjective* hoàn toàn khánh kiệt; túng quẫn; không xu dính túi

stone cold fox *noun* một phụ nữ rất đẹp và hấp dẫn [luôn dùng với "a"] • That dame is a stone cold fox. What's her phone number?: *Cô gái đó thật đẹp và hấp dẫn. Số điện thoại của cô ấy là gì vậy?*

stone cold sober *adjective* hoàn toàn tỉnh; không say; = COLD SOBER

stoned or **stoned out** *adjective* 1 phê ma túy, thường là cần sa 2 say rượu 3 làm vui vẻ, không liên quan đến ma túy

stone dead *adjective* chết; chết cứng; chết lâu rồi • That cat was stone dead and stiff as a board by the time we got to him: *Con mèo đã chết lâu rồi và cứng như một tấm bảng vào lúc chúng tôi đi đến chỗ nó.*

stoned out *xem* STONED

stoned to the eyes *adjective* hoàn toàn say; = HIGH

stone John *noun* nhà tù

stoner *noun* 1 một người say hoặc ngẩn ngơ do ma túy 2 người dùng cần sa thường xuyên; người dùng ma túy

stone sober *xem* STONE COLD SOBER

stonewall *verb* trì hoãn hoặc gây trở ngại; đặc biệt bằng cách giữ im lặng một cách cứng đầu [từ này trở nên nổi tiếng suốt scandal Watergate những năm 1970] • And again, the mayor tried to stonewall the investigation: *Và một lần nữa, thị trưởng cố gây trở ngại cho cuộc điều tra.*

stonewall *noun* hành động phá rối; hành động cản trở hoặc trì hoãn

stonies noun sự ham muốn quan hệ tình dục ngay lập tức

stony cold broke adjective hoàn toàn không xu dính túi; nghèo túng

stood in bed xem one SHOULD HAVE STOOD IN BED

stooge verb hành động như tay sai hoặc bộ hạ của ai

stooge noun quân tốt đen của ai; người bị điều khiển hoặc thao túng bởi người khác; người phụ tá giống nô lệ; tên tay sai

stool noun (*thế giới ngầm*) kẻ chỉ điểm của cảnh sát; = STOOL PIGEON

stool verb trao thông tin hoặc bằng chứng, thường là cho cảnh sát

stoolie noun (*thế giới ngầm*) kẻ chỉ điểm của cảnh sát; = STOOL PIGEON

stoolie verb trao thông tin hoặc bằng chứng, thường là cho cảnh sát

stool pigeon noun (*thế giới ngầm*) kẻ chỉ điểm của cảnh sát; = SNITCH, SQUEALER

stooper noun (*đua ngựa*) một người đánh cá kiểm tra những chiếc vé bị vứt trên mặt đất với hy vọng tìm được vé trúng

stop noun (*thế giới ngầm*) người nhận hàng ăn trộm; = FENCE

stop someone or something **dead in** someone's or something's **tracks** verb làm ai hoặc cái gì ngừng lại một cách đột ngột và dứt khoát

stop on a dime verb ngừng lại một cách nhanh chóng và gọn gàng; ngừng lại ngay lập tức • The car corners and stops on a dime: *Chiếc ô tô quẹo cua và ngừng ngay.*

storch noun 1 một nạn nhân dễ dàng; người khờ khạo; = MARK, PATSY 2 người bình thường; = GUY, JOE

store noun 1 (*trong một vụ lừa đảo lớn*) văn phòng giả, phòng bi-da hay cơ sở cá cược được tạo ra cho vụ lừa đảo 2 (*xiếc và lễ hội*) sự giảm giá cho một vài hạng người nào đó

storked adjective có thai; có mang • She is storked by another man: *Cô ấy có mang với một người đàn ông khác.*

storm verb (*dân chơi xế độ, từ những năm 1950*) tăng tốc; lái rất nhanh

stow it verb 1 (*hải quân*) ngừng làm cái gì [thường là một mệnh lệnh khó chịu] 2 = STICK IT

Stow it! exclam. Câm mồm! Im đi! • Stow it! That is enough of your applesauce: *Câm mồm! Thế là đủ những lời vớ vẩn của mày rồi đấy.*

stow the grab verb (*hải quân*) giữ im lặng; = SHUT UP

STP noun (*phát âm theo từng chữ cái*) (*ma túy*) một loại chất ma túy gây ảo giác tổng hợp [viết tắt của "Serenity Tranquility Peace"]

strack adjective (*quân đội*) gọn gàng; ngăn nắp; rất nghiêm khắc trong cách ăn mặc và phong cách quân đội

straddle the fence verb ủng hộ hai phía của một vấn đề; duy trì quan điểm trung lập • The candidate kept straddling the fence about abortion: *Ứng cử viên tiếp tục giữ quan điểm trung lập về vấn đề nạo phá thai.*

straight noun 1 một điếu thuốc được sản xuất hàng loạt; một mẩu thuốc lá; = SQUARE 2 (*đua ngựa*) cược một con ngựa sẽ thắng cuộc đua

straight adjective 1 (*từ người đồng tính*) không đồng tính; thích giao hợp với người khác giới 2 bình thường, không phải là một phần của phản văn hóa 3 (*ma túy*) hiện không còn phê thuốc; không còn dùng ma túy nữa; không còn nghiện ma túy 4 dùng một liều ma túy, đặc biệt liều đầu tiên trong ngày 5 chịu ảnh hưởng của ma túy, hay ít nhất không bị những triệu chứng vật vã vì thiếu thuốc 6 xuất sắc; tốt; hài lòng; có thể chấp nhận • This news is truly straight and I am happy to hear it: *Tin tức này thực xuất sắc và tôi hạnh phúc khi nghe nó.* 7 (*nói về đồ uống có cồn*) không pha; nguyên chất • "I'll take it straight, with a water chaser," answered Rube: *"Tôi sẽ dùng nó không pha, với một ly nước", Rube đáp.* 8 trung thực; chân thật; thẳng thắn • Have I ever been anything but straight with you?: *Tôi có bao giờ làm bất cứ gì mà không thành thực với anh không?* 9 thỏa mãn; có đủ thức ăn hoặc thứ gì đó • Another beer? No thanks. I'm straight: *Một chai bia nữa nhé? Không cám ơn. Tôi đủ rồi.*

straight adverb thẳng thắn • I'll tell it to you straight: *Tôi sẽ nói thẳng thắn với anh.*

straight-ahead adjective bình thản; không nao núng

straight arrow 1 noun một người trung thực hoặc đáng kính; một công dân tuân thủ pháp luật, lễ nghi phép tắc, v.v.. 2 adj For marches you have to be straight arrow because what if they interview us for TV?: *Với những cuộc diễu hành, các anh phải tuân thủ lễ nghi vì chuyện gì sẽ xảy ra nếu họ phỏng vấn chúng ta trên TV?*

straighten someone verb 1 (*ma túy*) mua hoặc cung cấp ma túy cho ai 2 tạo ra sự nghiện ma túy ở ai

straighten someone **out** verb 1 cung cấp thông tin, lời giải thích, v.v.. chính xác 2 nuôi dưỡng ai cho đến giờ

straighten up and fly right verb trở nên nghiêm túc và bắt đầu cư xử đúng đắn; = CLEAN UP one's ACT • Straighten up and fly right before you get into difficulty: *Hãy nghiêm túc và bắt đầu cư xử đúng đắn trước khi cậu gặp khó khăn.*

straight face noun gương mặt không lộ vẻ thích thú hoặc hoài nghi mang tính châm biếm; mặt nghiêm

straight-faced adjective với gương mặt nghiêm túc, không cười; giữ mặt nghiêm; = POKER-FACED • He was a very straight-faced prof, but he has a tremendous sense of humor: *Ông ta là một giáo sư có gương mặt nghiêm khắc, nhưng ông ta có khiếu hài hước tuyệt vời.*

straight from the horse's mouth xem FROM THE HORSE'S MOUTH

straight from the shoulder adjective 1 trực tiếp; thẳng thừng; không thêm thắt hoặc giảm bớt • She gave it to me straight from the shoulder: *Cô ta đã nói thẳng thừng với tôi* • Okay, I'll give it to you straight from the shoulder: *Vâng tôi sẽ trao nó trực tiếp cho anh.* 2 trung thực; chân thận; thẳng thắn; không nao núng; = STRAIGHT

straight goods noun sự thật • There's no straight goods in what he says: *Không có sự thật trong lời hắn ta nói.*

straight job noun (*tài xế xe tải*) xe tải bình thường, khác với xe bán tải

straight man noun 1 (*ngành biểu diễn*) người diễn chung với một diễn viên hài, đóng vai làm nền 2 người đưa ra những câu chuyện đùa hay trò khôi hài để người khác có thể nói ra điểm nút

the straight skinny noun sự thật; = STRAIGHT GOODS

straight talk noun một cuộc nói chuyện thẳng thắn và chân thật; bài diễn văn trung thực và thẳng thắn; = STRAIGHT GOODS

straight up adjective 1 trung thực; thẳng thắn; = STRAIGHT ARROW 2 dùng cho đồ uống có cồn hoặc ma túy, không pha 3 nói về cốc tai (cocktail) không bỏ đá cục; = NEAT 4 hạn tù, không được giảm án vì hành vi tốt hay những yếu tố khác 5 chỉ rán một mặt; liên quan đến trứng với lòng đỏ nằm phía trên 6 thuần túy; thuần khiết • We're gonna play straight-up rock and roll: *Chúng ta sẽ chơi nhạc rock and roll thuần túy.* 7 (*dùng cho một người*) đặc biệt là một cô gái, mảnh mai

straight-up adverb cởi mở; chân thành • "I'm telling you straight-up strain what happened," Saiquan said: *Tôi đang kể cho anh một cách chân thành về những gì đã xảy ra",* Saiquan nói.

strain *noun* bệnh lậu; = the CLAP

strangioso *adjective* rất lạ; lập dị

strap *noun* 1 (*đặc biệt sinh viên*) một sinh viên chỉ thích thể thao; = JOCK 2 súng ngắn

strapped *adjective* 1 được vũ trang, đặc biệt là súng [từ *strap* (súng ngắn)] 2 khánh kiệt; thiếu tiền; nghèo túng; = BROKE

strawberry patch *noun* (*đường sắt*) phần đuôi của toa dành cho người bảo vệ tàu với những ngọn đèn màu đỏ được nhìn thấy vào ban đêm

strawboss or **straw boss** *verb* làm việc như trợ lý quản đốc

strawboss or **straw boss** *noun* 1 (*người lang thang*) quản lý; đốc công của một nhóm người lao động 2 (*người lang thang*) trợ lý hoặc phó giám đốc

straw-cat *noun* người lao động trong mùa thu hoạch, đặc biệt là người lao động di cư

straw hat *noun* (*ngành biểu diễn*) sân khấu hè

straw-hat circuit *noun* (*ngành biểu diễn*) các sân khấu hè nói chung

streak *verb* 1 chạy khỏa thân qua đám đông, đặc biệt ở những sự kiện công cộng, hoặc như một sự phản đối hoặc do tính thích phô trương 2 di chuyển nhanh từ nơi này đến nơi khác 3 trình diễn màn khỏa thân ở nơi công cộng

streak *noun* 1 một cuộc chạy khỏa thân nơi công cộng 2 một thời gian rất thú vị; một bữa tiệc cuồng nhiệt

streaker *noun* người chạy khỏa thân ở nơi công cộng • The streaker ran through a glass door and was severely injured: *Kẻ chạy khỏa thân nơi công cộng đã tông vào cửa kính và bị thương nặng.*

street *noun* 1 bản chất của cuộc sống đô thị hiện đại đối với người nghèo, với ám chỉ đến thế giới ngầm hoặc bóng tối giữa thế giới ngầm và dân chúng bình thường 2 thế giới thật, tự do, trái ngược với nhà tù [*dùng với "the"*] • The street isn't the same as stir: *Thế giới tự do thì không giống như nhà tù.* 3 phố Wall ở thành phố NewYork [*luôn viết hoa và dùng với "the"*] • The Street doesn't seem to believe the policy makers in Washington: *Phố Wall dường như không tin vào các nhà hoạch định chính sách ở Washington.*

street *adjective* có liên quan tới cuộc sống ngoài đường phố của một thành phố, đặc biệt một khu ổ chuột

street (or **garbage**) **furniture** *noun* đồ đạc để trên đường để những người gom rác thu dọn, đôi khi lấy về sử dụng

street law *noun* công lý dựa trên luật lệ ngoài luật pháp; luật rừng

street person or **street people** *noun* 1 một người sống, hoặc dành hầu hết thời gian, trên đường phố; người vô gia cư như dân hippi, v.v.. 2 người sống ở khu ổ chuột

street pusher *noun* người bán lẻ ma túy trên đường phố

the streets *xem* POUND THE PAVEMENT

street-smart or **street-bright** or **street-wise** *adjective* láu cá và khôn ngoan theo nhiều cách thực tế, đặc biệt trong nền văn hóa đường phố của khu ổ chuột; có kinh nghiệm hoặc có những phẩm chất cần thiết để sống sót ở đô thị

street smarts *noun* một sự hiểu biết trực quan về bản chất con người khi sống trong môi trường đô thị; sự láu cá và khôn ngoan theo kiểu thực tế khi sống ở thành thị

street-snatch *verb* ăn trộm của một vị khách bộ hành bằng cách giật đồ và chạy mất; giựt dọc

street snatcher *noun* một kẻ trộm trên đường phố chuyên giật đồ và chạy trốn; kẻ giựt dọc

street time *noun* 1 (*nhà tù*) thời gian mà tù nhân không ở trong tù, nhưng đang ở trong giai đoạn tạm tha hoặc án treo 2 (*nhà tù*) thời gian giữa hai án tù

stretch *noun* 1 án tù; bị bỏ tù một thời gian 2 (*quầy bán đồ ăn trưa*) Coca-Cola 3 một khoảng thời gian

stretch *verb* 1 làm ai chết bằng cách treo cổ • He was stretched for murder: *Nó đã bị treo cổ vì tội giết người.* 2 thụ án trong tù

stretch limo *noun* chiếc limousine được thiết kế dài để cung cấp thêm chỗ ngồi hoặc đồ trang trí xa xỉ

stretch one *verb* (*quầy bán đồ ăn trưa*) cung cấp một chai Coca-Cola lớn

stretch out *verb* (*nhạc sĩ nhạc jazz*) chơi tự do

stretch some jeans *noun* (*nhà tù*) sự quan hệ tình dục, đặc biệt quan hệ đồng tính

strib *noun* (*thế giới ngầm*) cai ngục

strictly *adverb* hoàn toàn; toàn bộ • I'm afraid I strictly forgot about it: *Tôi e rằng tôi đã hoàn toàn quên mất điều đó.*

stride *noun* 1 (*nhạc sĩ nhạc jazz*) phong cách chơi piano theo nhạc jazz với sự xen kẽ giữa tông bass và treble theo những khuôn mẫu đặc biệt 2 *modifier:* stride piano, Harlem's version of ragtime: *stride piano, một phiên bản nhạc ractim của Harlem*

strike it rich *verb* trở nên giàu có một cách đột ngột • My wife and I never thought we would strike it rich: *Vợ tôi và tôi chưa bao giờ nghĩ chúng tôi sẽ trở nên giàu đột ngột.*

strike oil *verb* thành công • She's absolutely determined to strike oil (in life): *Cô ta rất quyết tâm thành đạt (trong cuộc sống).*

striker *noun* 1 (*quân đội*) người hầu hoặc lính liên lạc của một sĩ quan; = DOG-ROBBER 2 (*hải quân, thế chiến II*) trợ lý; người giúp đỡ 3 (*hải quân, thế chiến II*) một thủy thủ tìm cơ hội thăng cấp, thậm chí bằng cách nịnh bợ; = EAGER BEAVER

string *verb* 1 đưa một sợi dây điện vào máy đánh bạc để khởi chạy cơ chế chơi miễn phí 2 lừa gạt; đánh lừa; chơi xỏ

string along *verb* đồng ý; tham gia

string someone along *verb* đánh lừa; lừa đảo ai

stringbean *noun* một người cao gầy; = BEANPOLE

string someone out *verb* 1 làm ai say 2 làm ai phiền ai; làm ai khó chịu

strings *xem* PULL STRINGS

string someone up *verb* treo cổ ai

the Strip *noun* 1 khu vực của đại lộ Sunset giữa đại lộ Crescent Heights và Doheny Drive, Los Angeles, California 2 đại lộ Las Vegas nằm ở phía nam trung tâm Las Vegas, Nevada, với nhiều khách sạn và sòng bạc có biển hiệu bằng đèn nê-ông

Strip *xem* SUNSET STRIP

stripes *noun* 1 (*xiếc*) con hổ; con cọp 2 (*quân đội*) lon được mang như phù hiệu của cấp bậc hạ sĩ quan; = CROW TRACKS

strip pants *noun* xi-líp được thiết kế để cởi dễ dàng bởi vũ nữ thoát y

stripped down *adjective* 1 (*nói về ô tô*) bị lột hết đồ trang trí và những phần không cần thiết khác; = SHAVED 2 rút lại còn những thứ thiết yếu

stripper *noun* người trình diễn thoát y; vũ công thoát y

strippers *noun* (*dân cờ bạc*) bộ bài bị đánh dấu

strip-search *noun* = SKIN-SEARCH

stroke *noun* lời khen hoặc lời nịnh hót • Everybody needs a stroke or two every once in a while: *Đôi khi người ta cần một hoặc hai câu khen ngợi.*

stroke *verb* 1 (*người da đen*) nịnh ai; dỗ dành và xoa dịu ai 2 (cũng là *stroke off*) thủ dâm

stroke book *noun* quyển tạp chí hoặc sách được xem trong khi đang thủ dâm; sách báo khiêu dâm; = FUCK BOOK

stroke house *noun* rạp chiếu phim khiêu dâm

strong *xem* COME ON STRONG

strongarm *noun* 1 tội ác liên quan đến bạo lực thân thể tàn bạo; một tên tội phạm hung bạo 2 (cũng là *strongarm man*) một người thích dùng bạo lực

strong-arm *verb* 1 cướp một nơi bằng vũ lực 2 ép buộc ai; dùng sức mạnh và đe dọa • Spike tried to strong-arm Frank into cooperating: *Spike đã cố ép buộc Frank phải hợp tác.*

strong-arm *adjective* mạnh; bằng cách dùng bạo lực • The strong-arm approach got him nowhere: *Phương pháp mạnh chẳng đưa ông ta đi đến đâu cả.*

strong-arm man *noun* kẻ bắt nạt; người được thuê để dùng sức mạnh buộc ai làm cái gì; = ENFORCER, GOON

stronger than pig shit *adjective* rất mạnh

struggle *noun* (*sinh viên và quân đội, xưa*) buổi khiêu vũ hoặc bữa tiệc; = FIGHT

struggle *verb* (*thể thao*) có một chiến thắng hoặc dẫn đầu một cách khó nhọc

struggle-buggy *noun* (*sinh viên*) một chiếc ô tô, đặc biệt ọp ẹp

strung out *adjective* 1 nghiện ma túy; trong tình trạng yếu ớt về thể chất và tinh thần do nghiện ma túy; phê ma túy 2 (*người da đen*) đang yêu; mê đắm • He's strung out on her: *Anh ta đang yêu say đắm cô ấy.* 3 buồn phiền; căng thẳng; suy sụp; dễ bị tổn thương về tâm lý; = UPTIGHT • I'm a little stryng out—because of the accident, I guess: *Tôi hơi bị suy sụp – do tai nạn, tôi đoán vậy.*

strunk *adjective* rất say

strut one's stuff *verb* đi một cách kiêu hãnh và phô bày những đặc điểm tốt nhất hoặc tài năng của ai • Get out there on that stage and strut your stuff!: *Hãy ra ngoài sân khấu đó và phô bày tài năng của bạn đi!*

stuck on someone or something *adjective* mê ai hoặc cái gì; ám ảnh bởi ai hoặc cái gì • I'm really stuck on this stuff. It's just yummy: *Tôi thật sự mê món này. Nó ngon tuyệt.*

stuck-up *adjective* tự phụ; kiêu ngạo; hợm hĩnh; = HINCTY

stuck with *past part.* bị đè nặng với • I'm stuck with my sister for the whole day: *Tôi bị cô em gái ám suốt cả ngày.*

stud *noun* 1 một người đàn ông, đặc biệt là đàn ông nam tính; kẻ đào hoa; người đàn ông hấp dẫn 2 được dùng như từ xưng hô hài hước cho một người đàn ông • You got it, stud!: *Cậu hiểu rồi đấy, người tốt giống!.* 3 một người đàn ông, đặc biệt người thích thời trang, ăn mặc diêm dúa, v.v..; = DUDE 4 một người đàn ông ham mê tình dục; = COCKSMAN 5 thuốc lá rời 6 ngựa đực dùng để phối giống

student *noun* (*ma túy, từ những năm 1930*) một người mới dùng ma túy và bị nghiện nhẹ

stuff *noun* 1 (*những năm 1920, thời cấm rượu*) rượu, đặc biệt rượu lậu 2 ma túy, đặc biệt là hê-rô-in 3 (*trong tù*) bất cứ gì quý giá • Stuff was anything of value and faggots and sissies were of great value to many: *Stuff là bất cứ gì quý giá còn faggot và sissie là vô cùng quý giá đối với nhiều người.* 4 bộ phận sinh dục nữ 5 một phụ nữ như là đối tượng tình dục; = ASS, COOZ, PUSSY 6 bộ phận sinh dục nam

stuff *verb* quan hệ tình dục; = FUCK

stuff cuff *noun* gấu quần có độn thêm trên chiếc quần của bộ quần áo dút (zoot suit)

stuffed shirt *noun* 1 một người quá hình thức, xa cách; người khoa trương; người tự cho mình là quan trọng 2 người buồn tẻ, chán ngắt

stuff one's face *xem* FILL one's FACE

the stuffing *xem* BEAT THE SHIT OUT OF

stuff it *xem* STICK IT

stuff the ballot box *verb* tính hoặc ghi phiếu giả trong cuộc bầu cử

stuffy *adjective* 1 giận dữ; sưng sỉa; bướng bỉnh 2 khoa trương và tự cao tự đại

stumble *verb* (*thế giới ngầm*) bị bắt; = FALL

stumblebum *noun* một kẻ nghiện rượu ngu ngốc và tội nghiệp; = SKID ROW BUM, SPECK BUM

stump *noun* 1 người đần độn 2 giày • I found it impossible to get my stumps on because my feet had swollen up so much: *Tôi nhận thấy không thể mang giày được vì bàn chân tôi đã sưng quá to.* 3 một chuyến thăm; một chuyến du lịch

stump *verb* 1 làm ai lúng túng hoặc bối rối; làm trở ngại • I like to stump people with hard questions: *Tôi thích làm mọi người lúng túng với những câu hỏi khó.* 2 phát biểu, đặc biệt trong một chuyến đi vận động chính trị 3 (*thợ sửa đường dây*) trụ điện thoại hoặc một trụ dây khác 4 ghé thăm hoặc đi du lịch một nơi nào • We stumped all of Asia this summer: *Mùa hè này chúng tôi đã đi du lịch tất cả châu Á.*

stump for someone or something *verb* ủng hộ ai hoặc cái gì, đặc biệt rất tích cực

stump-jumper *noun* người miền quê; nông dân; = SHITKICKER

stumps *noun* chân của người.

stunned *adjective* say rượu

stunner *noun* một phụ nữ đẹp lộng lẫy • Did you see that stunner who just came in?: *Cậu có thấy cô gái đẹp lộng lẫy đó vừa mới vào không?*

stunning *adjective* hấp dẫn; gây ấn tượng sâu sắc; lộng lẫy

stunt *noun* hành động; hành vi; việc phải làm • That was a stupid stunt, my dear: *Đó là một hành động ngu ngốc, cưng à.*

stupe or **stoop** *noun* một người ngu ngốc

stutter-stepping *noun* (*bóng bầu dục*) sự chạy với những bước ngắn, nhanh

style *verb* 1 (*người da đen*) cư xử theo kiểu kiểu cách, đặc biệt là hành động theo kiểu phô trương, cường điệu; = HOT DOG, SHOWBOAT 2 *pres part:* The proper reward for a styling player is a fast ball in the ribs: *Phần thưởng phù hợp cho một cầu thủ ưa chơi phô trương là một quả bóng nhanh vào sườn.*

stymie *verb* cản trở; ngăn cản ai hoặc cái gì • We have to figure a way to stymie that guy: *Chúng tôi phải tìm ra một cách để ngăn chặn gã đó.*

suave or **swave** *noun* vẻ lịch sự, ngọt ngào và hòa nhã cá nhân; sự khéo léo • Man, does that guy ever have suave!: *Chao ôi, anh chàng đó bao giờ cũng có vẻ lịch sự và ngọt ngào!*

sub[1] *noun* 1 tàu ngầm • I was aboard a sub for twenty minutes—and that was at Disney World: *Tôi đã vào trong một chiếc tàu ngầm trong 20 phút – và đó là ở Disney World.* **2** = HERO SANDWICH

sub² *noun* **1** người thay thế; người dự bị **2** sự đặt mua dài hạn, chẳng hạn như báo, tạp chí v.v..

sub *verb* đóng vai dự bị, thay thế tạm thời • Who'll sub for me when I go on leave?: *Ai sẽ thay tôi khi tôi đi nghỉ phép?*

submarine sandwich or **sub** or **submarine** *noun* = HERO SANDWICH

suck *noun* **1** hành động quan hệ tình dục bằng miệng **2** kẻ nịnh hót **3** (cũng là *suction*) rượu; rượu vang; rượu mạnh; bia **4** (cũng là *suction*) sự ảnh hưởng • He thinks he has suck, but he's just a pain in the neck: *Hắn nghĩ hắn có ảnh hưởng, nhưng hắn chỉ là một kẻ quấy rầy.*

suck *verb* **1** cầu cạnh; bợ đỡ; = SUCK ASS **2** vô dụng; không có giá trị **3** (cũng là *suck rope*) có chất lượng kém; = ROT, STINK **4** thực hiện quan hệ tình dục bằng miệng; = EAT **5** uống bia hoặc rượu; = SUCK something UP **6** (*về ai hoặc cái gì*) tệ hoặc không mong muốn • This movie sucks!: *Bộ phim này thật tệ!*

suck air *verb* sợ, đến mức thở hổn hển

suck around *verb* lảng vảng; la cà; ăn không ngồi rồi

suck-ass *noun* một kẻ nịnh hót cầu cạnh theo kiểu tự hạ mình

suck ass *verb* cư xử một cách khúm núm; cầu cạnh; nịnh bợ; = BROWN-NOSE, POLISH APPLES [một biến thể của "*kiss ass*"]

suck-ass *adjective* khúm núm; nịnh hót; xun xoe

suck canal water *verb* (*quân đội*) gặp rắc rối; gặp tình huống xấu • If you keep this up you'll be suck canal water next week: *Nếu anh duy trì việc này anh sẽ gặp rắc rối tuần tới.*

suck eggs *verb* **1** (*đặc biệt miền nam nước Mỹ*) trở nên khó chịu **2** đáng khiển trách; đáng tởm; có chất lượng kém **3** làm điều gì rất tục tĩu, đặc biệt khi được mời; = GO FUCK oneself

sucker *noun* **1** người cả tin; một người dễ bị lừa; người khờ khạo; = MARK, PATSY **2** khách làng chơi **3** một anh chàng; gã • I'm gonna catch that sucker, if it's the last thing I ever do: *Tôi sẽ tóm gã đó, nếu đó là điều cuối cùng tôi làm.* **4** người phiền phức; người làm bực mình **5** một dụng cụ hoặc một thiết bị nhỏ • Now, you put this little sucker right into this slot: *Nào, cậu đặt cái vật nhỏ này ngay vào cái khe này.* **6** bất kỳ đồ vật đặc biệt nào, đặc biệt đồ vật to lớn, rắc rối, v. v..; = MOMMA, MOTHERFUCKER • Careful, that sucker's heavy: *Cẩn thận, thứ đó nặng đấy.*

sucker *verb* lừa ai

Sucker *noun* người dân Illinois

sucker for someone or something *noun* người bị thành kiến nhằm thiên vị ai hoặc cái gì • Ted is a sucker for any dessert with whipped cream on it: *Ted là người có thành kiến với bất kỳ món tráng miệng nào với kem đánh nổi lên trên nó.*

sucker list *noun* danh sách nạn nhân tiềm năng đối với một âm mưu lừa

suckerpunch *noun* cú đấm đánh lừa và gây ngạc nhiên cho đối thủ

sucker-punch *verb* đánh ai không báo trước, đặc biệt vào mặt

sucker someone **into** something or **sucker** someone **in** *verb* lừa ai vào một hình thức lừa đảo hoặc trò chơi lợi dụng tín nhiệm • I'm too smart. You can't sucker me in!: *Tôi quá thông minh. Cậu không thể lừa tôi được!*

suck face *verb* hôn và âu yếm; = NECK, PET

suck hind tit *verb* ở vào tình thế bất lợi; nhận được ít nhất

suck someone **in** *verb* đánh lừa; lừa bịp, đặc biệt bằng những lời hứa hão

suck it up *verb* trở nên nghiêm túc; ngừng lười biếng

suck-off *noun* **1** người đáng khinh, đặc biệt là kẻ nịnh bợ; = BROWN-NOSE **2** hành động quan hệ tình dục bằng miệng

suck off *verb* thực hiện quan hệ tình dục bằng miệng trên đàn ông hay đàn bà, đặc biệt đến mức cực khoái; = BLOW, GO DOWN ON someone

suck-off *adjective* đáng khinh; khó chịu; = SCUZZY

suck out *verb* tăng tốc lướt qua một chiếc xe cảnh sát đang đậu, nhằm khiến nó đuổi theo

suck-up *noun* kẻ nịnh hót

suck up *verb* thắng trong cuộc đua ô tô

suck up to someone *verb* cầu cạnh ai; nịnh bợ ai; = BROWN-NOSE, SUCK ASS • You don't have to suck up to me. I won't squeal: *Anh không cần nịnh bợ tôi. Tôi sẽ không mách lẻo đâu.*

sucky *adjective* **1** khủng khiếp **2** tệ; không ai thích • This is the suckiest movie I ever saw: *Đây là bộ phim tệ nhất tôi từng xem.*

suction *noun* sự ảnh hưởng; = DRAG, PULL

sudden death *noun* (*thể thao*) sự sắp xếp để phá vỡ thế hòa bằng cách chơi thêm hiệp phụ mà trong đó đội đầu tiên ghi điểm sẽ giành thắng lợi

sudden death *adjective* liên quan đến điều gì đó ngắn ngủi, nhanh chóng và dứt khoát • The game ended in a sudden death play-off: *Trận đấu kết thúc bằng một trận đấu quyết định ngắn ngủi.*

suds *noun* bia

suds *verb* uống bia • How 'bout going out and sudsing for a while?: *Sao ta đi ra ngoài và uống bia một lát nhé?*

sudser *noun* chương trình nhiều tập trên TV; = SOAP

sudsing *noun* sự uống bia

sugar *noun* **1** được dùng như một từ xưng hô trìu mến [từ riêng của người miền Nam. Các phiên bản khác gồm "sugar-pie," "sugarbabe," "sugar-baby," v.v..] • I hear you, sugar: *Anh nghe em, cưng à.* **2** bệnh tiểu đường **3** tiền; = BREAD **4** (*ma túy*) LSD; = ACID

Sugar *xem* UNCLE SUGAR

sugar-coat something *verb* làm điều gì đó trở nên chấp nhận được

sugar daddy *noun* một người đàn ông lớn tuổi hỗ trợ hoặc giúp đỡ cho người tình trẻ

Sugar Hill or **sugar hill** *noun* **1** (*người da đen*) nhà thổ hoặc khu nhà thổ của người da đen **2** (*người da đen*) một khu giàu có nhìn qua Harlem tại New York City

sugar pants *noun* một người hòa nhã; = PUSSY CAT

sugar report *noun* (*sinh viên, quân đội, thế chiến II*) lá thư từ người yêu của ai

sugar tit *noun* thứ gì đó đem lại sự thoải mái và an toàn; = SECURITY BLANKET

suit *noun* một công việc nghiêm túc hoặc một người chuyên nghiệp

suitcase¹ *noun* (*nhạc sĩ nhạc jazz*) cái trống

suitcase² *noun* trực tràng

suitcase *verb* giấu ma túy trong bao cao su hoặc bong bóng trong hậu môn

suit up *verb* (*từ ngành du hành vũ trụ*) mặc trang phục thích hợp; chuẩn bị hành động bằng cách mặc đồng phục hoặc trang bị thích hợp

sujee or **sujee-mujee** *xem* SOOGIE

sumbitch or **sombitch** *xem* SON OF A BITCH

summer complaint *noun* bệnh tiêu chảy; đặc biệt là trong mùa hè

sun *xem* MAKE HAY, STICK IT

Sunday *noun* một cú đấm bất ngờ từ phía không nhìn thấy [dạng rút gọn của "Sunday punch" (1915)]

Sunday *verb* đánh ai từ phía không nhìn thấy

Sunday *noun* 1 *modifier:* đồ đẹp nhất; thứ tốt nhất của mình • Sunday clothes: bộ quần áo đẹp nhất 2 *modifier:* nghiệp dư • For a Sunday painter he's not bad: Với một họa sĩ nghiệp dư thì anh ta không tệ.

Sunday clothes *noun* bộ quần áo đẹp nhất; = BEST BIB AND TUCKER

Sunday driver *noun* một người lái xe chậm và thong dong có vẻ đang ngắm cảnh, khiến giao thông ùn tắc ở phía sau; tài xế lái chậm và cẩn thận

Sunday punch *noun* 1 một cú đấm từ phía không nhìn thấy của ai đó 2 (*quyền Anh*) cú đấm hoặc đòn tấn công rất mạnh và hiệu quả 3 *modifier:* rockets, the "Sunday punch" weapon of the war: tên lửa, thứ vũ khí "rất mạnh và hiệu quả" của chiến tranh. 4 (*bóng chày*) cú ném mạnh và hiệu quả, đặc biệt một cú ném nhanh cực mạnh

Sunday soldier or **weekend warrior** *noun* lính dự bị hoặc thành viên của lực lượng vệ binh quốc gia, những người thường làm nhiệm vụ vào cuối tuần

sunlight *xem* LET DAYLIGHT INTO

sunny-side up *adjective* (*về trứng*) có lòng đỏ nằm phía trên và vẫn còn màu vàng, nhưng chưa được chín; chỉ rán một mặt • I'll have my eggs sunny-side up, with toast and coffee: Tôi sẽ dùng trứng chỉ rán một mặt với bánh mì nướng và cà phê.

sunset *verb* buộc một cơ quan nhà nước, một điều khoản pháp lý, v.v.. phải kết thúc tự động sau một giai đoạn cụ thể

sunset law *noun* đạo luật đòi hỏi một cơ quan nhà nước phải được xem xét lại theo định kỳ, hoặc bị đóng cửa tự động sau một giai đoạn cụ thể

Sunset Strip *noun* một khu vực của Los Angeles, dọc đại lộ Sunset, mà các thanh thiếu niên mắc bệnh tâm thần, con nghiện ma túy, người bị bỏ rơi, v.v.. hay lui tới

sunshades *noun* kính râm; = SHADES • I left my sunshades in the car: Tôi đã bỏ kính râm của tôi trong chiếc xe.

sunshine *noun* (*ma túy*) LSD; đặc biệt được uống như một viên cam; = ACID, ORANGE SUNSHINE

sunshine law *noun* đạo luật yêu cầu những cuộc họp của các cơ quan pháp luật phải mở cửa cho công chúng

sup *noun* bữa ăn tối

super[1] *noun* người coi sóc, đặc biệt là người canh gác tòa nhà

super[2] *noun* 1 (*trong lễ hội*) một chiếc đồng hồ đẹp được trưng bày như phần thưởng 2 người quản lý; người giám thị

super *adjective* tốt; xuất sắc; tuyệt hảo; rất ưu tú • This report is just super!: Bản báo cáo này thật xuất sắc.

super *adverb* đúng • You must be superbusy, though: Tuy nhiên, cậu phải đúng.

super-dooper *xem* SUPER-DUPER

super-duper or **sooper-dooper** *adjective* cực hay; tuyệt vời • This music is really super-duper: Bản nhạc này thật là cực hay.

superfly *noun* một kiểu tóc xoăn phổ biến với đàn ông và phụ nữ da đen giữa thập niên 1970

superfly *adjective* 1 cực kỳ hợp thời trang và hấp dẫn 2 (*người da đen*) xuất sắc; tuyệt vời; = SUPER

superpatriot *noun* người cực kỳ yêu nước; người theo chủ nghĩa dân tộc; = HARD HAT

super slab *noun* (*tài xế xe tải*) xa lộ; cao tốc liên bang

superwoman *noun* một phụ nữ thành công trong hôn nhân, làm mẹ và công việc

supper *xem* SHOOT one's COOKIES

sure *affirmation* (*từ đầu những năm 1700, Anh*) đúng; dĩ nhiên • Sure, I'll support you: Đúng, tôi sẽ ủng hộ anh.

sure as God made little green apples *adjective* chắc chắn; dứt khoát • It's sure as god made little green apples that he'll agree: Chắc chắn là ông ta sẽ đồng ý.

sure as shit (or **as shooting**) 1 *affirmation:* đúng; tất nhiên 2 *adj* chắc chắn; dứt khoát • It's sure as shit that she doesn't want to go: Dứt khoát là cô ta không muốn đi. 3 *adv* chắc chắn; dứt khoát • He'll sure as shit do it if you ask him: Chắc chắn anh ta sẽ làm nếu cô yêu cầu anh ta.

surefire *adjective* chắc chắn; hiệu quả; an toàn [ám chỉ đến khẩu súng luôn luôn bắn]

one **sure knows how to pick 'em** *xem* one CAN REALLY PICK 'EM

sure thing *affirmation* đúng; chắc chắn • Sure thing I'll go with you: Chắc chắn tôi sẽ đi với anh.

a **sure thing** *noun* một điều hoàn toàn chắc chắn, đặc biệt một vụ cá cược mà bạn không thể thua • It's a sure thing! You can't lose: Đó là điều hoàn toàn chắc chắn! Anh không thể thua được!

sure-thing man *noun* (*lễ hội*) một kẻ đồng lõa được thuê để chơi và thắng một trò chơi để thu hút người chơi khác

surf bunny *noun* = BEACH BUNNY

suss out *verb* tìm ra; biết; tìm hiểu ai • I can't seem to suss Tom out. What a strange guy: Dường như tôi không thể hiểu Tom. Thật là một gã lạ lùng.

Suzy *noun* đồng một đô la mang chân dung của Susan B. Anthony (người đàn bà tiên phong bênh vực quyền phụ nữ)

swab *noun* thủy thủ tàu buôn

swabbie or **swabby** *noun* thủy thủ, đặc biệt thủy thủ hải quân

swab-downs *noun* (*hải quân, Anh*) cầu vai của sĩ quan

swab jockey *noun* lính thủy quân lục chiến

swacked *adjective* say rượu hoặc phê thuốc

swag *noun* đồ ăn trộm; của phi pháp

swag *adjective* (*thuộc về*) ăn trộm

swagging *noun* việc kiếm tiền hoặc tài sản bất hợp pháp, đặc biệt bằng cách trộm tiền nhà nước hoặc nhận tiền bất hợp pháp

swak or **SWAK** *sentence* được viết trên bì thư, hoặc ở cuối lá thư tình, như mật mã của những đôi tình nhân có nghĩa là "sealed with a kiss" (được dán lại với một nụ hôn)

swallow *noun* 1 một ly rượu 2 một hơi thuốc lá

swallow something *verb* tin; chấp nhận hoặc cam chịu điều gì • Nobody's gonna swallow that nonsense: Chẳng ai tin điều vô lý đó.

swallow a watermelon seed *verb* có thai; có mang • Did you hear that Pamela Wall swallowed a water-melon seed?: Cậu có nghe tin Pamela Wall có thai chưa?

swallow the anchor *verb* lên bờ • "We'll swallow the anchor and try a new life ashore": "Chúng ta sẽ lên bờ và thử một cuộc sống mới trên bờ".

swallow (or eat) the Bible verb nói dối; thề dối; khai man

swallow the dictionary verb có được lượng từ vựng khổng lồ [thường dùng trong thì quá khứ] • My uncle says I've swallowed the dictionary. That's because I know so many big words: *Ông bác của tôi nói tôi đã có được lượng từ vựng khổng lồ. Đó là vì tôi biết quá nhiều từ.*

swallow the olive (or the apple) verb mất bình tĩnh và tập trung; = CHOKE UP • He swallowed and got clobbered in the third: *Anh ta mất bình tĩnh và tập trung, và bị đánh bại ở hiệp ba.*

swamped adj **1** say rượu **2** rất bận • I can't handle it now. I'm swamped: *Tôi không thể xử lý nó lúc này được. Tôi rất bận.*

swamper noun người giúp đỡ ; người phụ tá; người bán hàng, đặc biệt trong ngành dịch vụ ăn uống hoặc xe tải

swank noun **1** có hạng; chất lượng cao, nổi bật • This place has swank. I like it: *Nơi này thật tuyệt vời. Tôi thích nó.* **2** hàng hóa ăn cướp, ăn trộm được

swank verb ăn mặc thời trang, hợp mốt

swank around verb đối xử một cách hào phóng

swanky adjective sang trọng; hợp thời trang; tao nhã; = RITZY

swap lies or **swap lies and swat flies** verb tham gia vào cuộc trò chuyện dài, không mục đích

swap notes (on someone or something) verb chia sẻ hoặc trao đổi thông tin về ai hoặc cái gì • I thought we might be swapping notes on that by now: *Tôi nghĩ chúng ta có lẽ chia sẻ điều đó vào lúc này.*

swapper noun một người đã kết hôn tham gia vào việc đổi vợ/chồng trong những bữa tiệc sex

swap spit verb (*sinh viên*) hôn • They swapped spit passionately when she arrived: *Họ hôn nhau say đắm khi cô ta đến.*

swat verb đánh; đập

swat flies verb (*người lang thang*) ăn xin tại lề đường hoặc trước cửa hàng

swat (or SWAT) team noun đơn vị cảnh sát mặc đồng phục giống quân đội và dùng vũ khí tấn công của quân đội trong những nhiệm vụ đòi hỏi sự hợp tác và sức mạnh lớn

swear off verb ngừng cái gì, với lời thề tiết chế • He swore off cheese and crackers for a whole week: *Nó thề bỏ phó mát và bánh quy trong một tuần.*

swear (or swear to) on a stack of Bibles verb đưa ra lời thề rất long trọng về sự trung thực của ai; xác nhận với sự tự tin tuyệt đối • She swore on a stack of Bibles that she'd never seen him before: *Cô ta thề trước cuốn Kinh Thánh rằng cô ta chưa bao giờ gặp hắn ta trước đây.*

sweat noun nỗi lo hoặc khó khăn

sweat verb **1** ép buộc ai qua việc gây áp lực lớn, thường không liên quan đến bạo lực thân thể **2** lo lắng; băn khoăn hoặc chịu đau khổ (về điều gì) trong khi đang chờ kết quả; = COOK **3** làm việc vất vả và tỉ mỉ

sweatback noun một người nhập cư vào Mỹ bất hợp pháp đang lao động [*wetback* là người đang làm việc, do đó đổ mồ hôi]

sweat bullets verb **1** bị căng thẳng hết sức, thường là đổ nhiều mồ hôi • He is sweating bullets as he zooms to my desk: *Nó đang hết sức căng thẳng khi nó phóng đến bàn làm việc của tôi.* **2** rất lo lắng; = SHIT A BRICK • They've been sweating bullets since they heard he was looking for them: *Họ rất lo lắng kể từ khi nghe hắn đang tìm họ.* **3** làm việc vất vả • Their father has to sweat bullets to make a living: *Bố của họ phải làm việc rất vất vả để kiếm sống.*

sweater (or pin-up) girl noun (*đặc biệt những năm 1940*) một phụ nữ trẻ, đặc biệt diễn viên điện ảnh hoặc người mẫu, với cơ thể rất hấp dẫn khi mặc đồ bó và ngắn

sweat hog noun **1** (*sinh viên*) một phụ nữ nặng nề và không hấp dẫn **2** một phụ nữ lẳng lơ

sweat it verb (*từ rock and roll, những năm 1950*) e sợ; = be UPTIGHT • Well, don't sweat it. Look, is a buck and a quarter okay?: *Nào, đừng e sợ. Này, một đô-la và 25 xu đồng ý không?*

sweat out verb chịu đựng hoặc chịu đau khổ, đặc biệt với sự đề phòng căng thẳng

sweat something out verb chờ đợi điều gì một cách sốt ruột, lo lắng hoặc bồn chồn • You'll just have to sweat it out. There's no way to hurry it up: *Anh sẽ phải chờ đợi thôi. Không có cách nào để làm nó nhanh lên được.*

sweat something out of someone verb phát hiện bằng cách đe dọa hoặc thẩm vấn thô bạo • The cops finally sweated his name out of Duke: *Cuối cùng cảnh sát đã phát hiện tên của hắn bằng cách đe dọa Duke.*

Swedish fiddle noun (*thợ đốn gỗ*) lưỡi cưa ngang

Swedish headache noun sự đau đớn nơi tinh hoàn từ hoạt động tình dục không đạt được cực khoái khi xuất tinh

Sweeney xem TELL IT TO SWEENEY

sweep noun (*thể thao*) sự chiến thắng một giải đấu, v.v.. mà không thua trận nào

sweep verb chiến thắng một giải đấu mà không thua trận nào • The Giants swept the World Series that year: *Đội Giants đã thắng giải World Series năm đó mà không thua trận nào.*

sweet adjective tốt; sinh lợi; xuất sắc; có phong cách; đáng khâm phục • Dude, that movie was fucking sweet!: *Anh bạn, bộ phim đó thật xuất sắc!*

sweet ass xem BUST one's ASS

sweeten verb làm cái gì trở nên tốt hơn hoặc hấp dẫn hơn, như một thỏa thuận hoặc hợp đồng

sweeten someone up verb **1** hối lộ hoặc thưởng cho ai để đổi lấy cái gì • He had to sweeten the cops up even after he had the license: *Nó đã hối lộ cảnh sát thậm chí sau khi nó có bằng lái.* **2** nịnh bợ ai; = SUCK UP TO someone

sweetheart noun **1** thứ gì đó tuyệt vời; một thứ dễ thương và quý giá; = HONEY • See that sweetheart of a car?: *Nhìn xem đó là một chiếc xe dễ thương không?* **2** một người thú vị, lịch sự và thân mật; = DOLL • Wait'll you meet her father, he's a sweetheart: *Hãy đợi anh sẽ gặp bố của cô ta, ông ấy là một người thú vị, lịch sự và tử tế.*

sweetheart contract (or agreement) noun (*công đoàn*) hợp đồng lao động có lợi cho chủ, thường được thương lượng bởi một công đoàn tham nhũng

sweetheart deal noun một thỏa thuận được đưa ra để đôi bên đều có lợi, thường liên quan đến một cơ quan công [những thỏa thuận như thế thường bao gồm các hoạt động bất hợp pháp hoặc vô đạo đức]

sweetie noun **1** người yêu • You have a touch. But then I'll bet your steady little sweetie thinks so too: *Anh có phong cách đấy. Nhưng thế thì tôi sẽ cược rằng người yêu chính thức của anh cũng nghĩ thế.* **2** được dùng như một từ xưng hô âu yếm • Are you calling me, sweetie?: *Em đang gọi anh à, em yêu dấu?*

sweetie-pie noun người yêu dấu

sweet mama noun (*đặc biệt người da đen*) nữ tình nhân

sweet man (or papa) noun (*đặc biệt người da đen*) nam tình nhân

sweet nothings noun những lời âu yếm ngọt ngào giữa những người yêu nhau • They are out on the porch swing whispering sweet nothings in each other's ears: *Họ ở ngoài ngồi trên cái đu bên hiên nhà thì thầm những lời yêu đương ngọt ngào vào tai nhau.*

sweet on someone *adjective* **yêu ai** • He was never really sweet on Miss Carlisle: *Anh ta chưa bao giờ thực sự yêu cô Carlisle.*

sweet pea *noun* **người yêu dấu**

sweet potato *noun* **kèn ocarina**

sweets *noun* = SWEETHEART, SWEETIE [từ âu yếm]

sweet spot *noun* khu vực tốt nhất trên vợt tennis, gậy hockey, hoặc gậy bóng chày để tiếp xúc với bóng hoặc bóng khúc côn cầu

sweet-talk 1 *verb* tìm cách thuyết phục hoặc làm mềm lòng ai, đặc biệt bằng cách nịnh nọt và âu yếm; = FAT-MOUTH 2 *noun* He listened to her sweet-talk very receptively: *Anh ta lắng nghe lời thuyết phục của cô ấy một cách rất tiếp thu.*

sweet thing *noun* một phụ nữ trẻ hấp dẫn

sweet tooth *noun* (*ma túy*) sự nghiện ma túy, đặc biệt moóc-phin

swell *noun* 1 một người đàn ông ăn mặc đẹp, hợp thời trang; = DUDE 2 người giàu có, rất lịch sự; = NOB

swell 1 *adj* tốt; xuất sắc; hấp dẫn; hợp thời trang [một từ lóng quan trọng trong hơn một thế kỷ, cuối cùng đã bị thay thế bằng *cool*] • Where did you get that swell hat?: *Cậu kiếm được (tức là mua) cái mũ đẹp đó ở đâu thế?* 2 *adv* The new owners have treated me swell: *Những người chủ mới đã đối xử với tôi rất tuyệt vời.*

swellelegant *adjective* = SWELL

swellhead *noun* 1 người tự phụ; người tự cao tự đại 2 tính tự phụ; tính tự cao tự đại • I was afraid you'd get the swellhead: *Tôi e rằng anh sẽ có tính tự cao tự đại.*

swig *noun* hành động tợp, nốc; nuốt; một ngụm rượu; = PULL

swig *verb* tợp; nốc ừng ực • He nearly swigged the whole bottle before he needed to take a breath: *Hắn ta gần như nốc cạn cả chai rượu trước khi cần lấy hơi.*

swill *noun* 1 rượu • Pour me some more of that swill: *Rót cho tôi thêm một chút rượu đó nữa.* 2 một ngụm rượu; một ly rượu nhỏ 3 đồ ăn hoặc thức uống tệ, không ngon; = BELLYWASH

swill *verb* uống rượu

swim *verb* làm tốt; thành công; = FLY

swindle (or **scandal**) **sheet** *noun* sổ hoặc tờ kê khai chi tiêu

swing *noun* 1 một kiểu nhạc jazz của người da trắng vào những năm 1930 và 1940, được phát triển từ hot jazz và thường do những ban nhạc lớn chơi 2 sự giải lao giữa hai ca lao động

swing *verb* 1 có thời gian vui vẻ; rất thích thú, đặc biệt tại một bữa tiệc thú vị 2 có quan hệ tình dục thường xuyên với những bạn tình khác nhau 3 (*nhạc sĩ*) có sức thúc đẩy mạnh mẽ nhưng dễ chịu 4 trình diễn tốt, như một nhạc sĩ nhạc jazz chơi 5 lừa ai 6 (*trong sòng bạc*) ăn trộm gì đó 7 cập nhật và hiện đại; sành điệu; hợp thời trang; = be HIP 8 hoàn thành cái gì; thực hiện một thỏa thuận • They want to elect me president of the club. I hope they can swing it: *Họ muốn bầu tôi làm chủ tịch câu lạc bộ. Tôi hy vọng họ có thể thực hiện một thỏa thuận.* 9 (*băng đảng đường phố*) là thành viên của một băng nhóm thanh thiếu niên

swing both ways *verb* lưỡng tính; = be AC-DC

swinger *noun* 1 một người hay thay đổi, đặc biệt về mặt chung chạ tình dục bừa bãi 2 một người tự do thưởng thức những khoái lạc của cuộc sống • He [President Nixon] has said he's not what we would call a swinger, but he knows how to have a good time: *Ông ấy (tổng thống Nixon) nói ông không phải là người mà chúng ta gọi là người tự do thưởng thức những khoái lạc của cuộc sống, nhưng ông biết cách để có thời gian vui vẻ.* 3 một người tham gia vào việc đổi chồng/vợ hoặc bạn tình 4 một người chết bằng cách treo cổ 5 một người trẻ tuổi hiểu biết, tích cực về mặt xã hội

swinging single *noun* một người độc thân vui tính, đặc biệt là người quan hệ bừa bãi và thạo đời

swingle *noun* = SWINGING SINGLE

swing like a rusty gate *verb* 1 đánh quả bóng chày rất mạnh 2 (*từ những năm 1930*) chơi nhạc swing rất hay

swingman *noun* người bán ma túy; một đầu mối ma túy; = CONNECTION

swing shift *noun* lịch làm việc bắt đầu vào chiều muộn và tiếp tục cho đến nửa đêm, theo truyền thống là 4 giờ chiều đến nửa đêm

swing with someone/ something *verb* hiểu rõ ai hoặc cái gì • I can really swing with John. He and I are real close: *Thực sự tôi có thể hiểu rõ John. Anh ấy và tôi rất thân.*

swipe *noun* 1 dương vật 2 rượu dứa mạnh, nhà làm; rượu lậu, rượu tồi 3 một cú đánh, đặc biệt cú đánh mạnh [thường trong cụm từ "take a swipe at"] • The cat gave the mouse a swipe with its paw: *Con mèo tát con chuột bằng móng vuốt của nó.* 4 người giữ ngựa, chuyên tắm rửa cho ngựa

swipe *verb* 1 ăn trộm; ăn cắp, đặc biệt thứ gì đó nhỏ hoặc ít giá trị; ăn cắp vặt 2 uống rượu nhanh và quá mức; nốc một ly rượu

swish *noun* 1 (*từ dân đồng tính, những năm 1930*) một người đàn ông đồng tính, đặc biệt là kiểu ẻo lả; = QUEEN 2 sự trang trí lộng lẫy; sự ẻo lả

swish *verb* (*về một người đàn ông đồng tính*) cư xử theo kiểu lòe loẹt hoặc ẻo lả; di chuyển, đi, nói chuyện, v.v.. theo kiểu hoặc giả vờ theo kiểu đồng tính nam ẻo lả

swish[1] or **swishy** *adjective* 1 (*từ dân đồng tính*) đồng tính rõ ràng; = NELLIE 2 ẻo lả; yếu đuối như đàn bà

swish[2] *adjective* (*từ cuối những năm 1800, Anh*) tao nhã; vui mắt; = POSH, RITZY, SWANKY

switch *noun* 1 con dao bấm mở với một cái lò xo được điều khiển bởi nút bấm; = SHIV 2 mông • Got nice legs, and a nice switch: *Có đôi chân đẹp, và cặp mông đẹp.*

switch *verb* (*thế giới ngầm*) khai báo; chỉ điểm; = SNITCH

switchable *noun* người sẵn sàng đóng vai trò là kẻ ác dâm hoặc bạo dâm trong mối quan hệ thống dâm và ác dâm

switchblade *noun* con dao với lưỡi bật ra khi nhấn nút; dao bấm

switched-off *adjective* không theo thời trang hiện đại; bình thường; = OUT OF SYNC

switched on *adjective* 1 lanh lợi và hiện đại; cập nhật và am hiểu; sành điệu; = GEAR • My brother is switched on and has lots of friends: *Anh tôi rất lanh lợi và hiện đại và có nhiều bạn bè.* 2 phấn khích; bị kích thích; = HIGH, PLUGGED IN, TURNED ON • I am never switched on by raucous music: *Tôi chưa bao giờ bị kích thích bởi loại nhạc khàn khàn (nghe khó chịu).*

switcheroo *noun* một sự hoán đổi; sự trao đổi

switch-hitter *noun* 1 người lưỡng tính 2 người thủ dâm với tay này trước rồi đến tay kia 3 cầu thủ bóng chày đập bằng tay phải hoặc tay trái 4 một người tháo vát

switch hog *noun* (*đường sắt*) người dồn toa

switch off *verb* trở nên quên mọi thứ • I have to switch off when I go home: *Tôi phải quên mọi thứ khi tôi về nhà.*

switch on *verb* **1 trở nên sinh động** • She saw her child and immediately switched on: *Cô ta nhìn thấy đứa con của mình và lập tức trở nên sinh động.* **2 trở nên hiện đại và tham gia vào những cái mốt và sự kiện hiện thời 3 kích thích; kích dục;** = TURN ON **4 phê ma túy; bắt đầu dùng LSD hoặc một số chất gây ảo giác khác**

swivet *noun* (*từ cuối những năm 1800*) **cơn giận;** = SNIT

swizzled or **swozzled** *adjective* **say rượu**

swizzle-stick *noun* **cái que để khuấy đồ uống**

swock *verb* **đánh đập; đánh bại** • "I say swock 'em now. We've got 'em by the gonads": *"Tôi nói hãy đánh bại họ ngay lúc này. Chúng ta đã kiểm soát họ"* (xem to have someone by the gonads).

s sync 1 *verb* **đồng bộ hóa** • Let's sync our plans, okay?: *Chúng ta hãy đồng bộ hóa kế hoạch, được chứ?* **2** *noun* **sự đồng bộ**

syph or **the syff** *noun* (biến thể: **siff** or **the siff**) **bệnh giang mai** • "He died of the syph!": *"Hắn chết vì bệnh giang mai!"*

sysop or **SYSOP** *noun* **người điều khiển hệ thống, người quản lý hệ thống máy tính hoặc diễn đàn hoặc một nhóm thảo luận trên internet** [viết tắt của *"system operator"*]

system *xem* OLD BOY NETWORK

T

T *noun* 1 (*ma túy*) **cần sa**; = TEA 2 **một gam meth-amphetamine**

TA or **T. and A.** (*TA được phát âm theo từng chữ cái riêng*) 1 *noun* **ca mổ cắt a-mi-đan và sùi vòm họng (nấm V.A.)** [viết tắt của "*tonsil và adenoids*"] 2 *noun* (*từ ngành biểu diễn*) **sự phô trương của ngực và mông**; = CHEESE-CAKE [viết tắt của "*tits and ass*"] • The magazines featuring tits and ass flourish in their under-the-counter trade: *Những tờ tạp chí có hình ảnh phô trương ngực và mông thịnh hành (phát đạt) trong việc buôn bán lén lút của họ.* 3 *adj* They turned it into a T and A show: *Họ đã biến nó thành một chương trình khoe mông và ngực phụ nữ.*

tab¹ *noun* 1 **hóa đơn, đặc biệt là trong nhà hàng hoặc quán rượu** • As soon as I pay the tab, we can go: *Ngay khi tôi thanh toán hóa đơn, chúng ta có thể đi.* 2 **giấy báo nợ**; = IOU

tab² *noun* 1 **viên thuốc** 2 **một liều LSD**; = HIT

tab³ *verb* **nhận biết hoặc nhận dạng ai** • I tabbed him immediately as a crook: *Tôi lập tức nhận ra hắn là kẻ lừa gạt.*

table finisher *noun* **người ham ăn**; = PIG

table grade *xem* EATIN' STUFF

table-hop *verb* **chào bàn; di chuyển từ bàn này sang bàn khác (trong nhà hàng, hộp đêm, quán rượu...)** • "Dad, you shouldn't table-hop here", Allen said quietly: *"Bố, bố không nên chào bàn ở đây", Allen nói nhỏ.*

tach *noun* **máy đo tốc độ góc**

tack *noun* (*đua ngựa*) **đồ trang bị để đua ngựa của nài ngựa**

tackhead *noun* 1 **người ngu đần** 2 **kẻ sinh sự; kẻ thường gây phiền hà nhất là làm cho người khác bực mình** 3 **người đàn ông ăn mặc quá diện**

tacky *adjective* (*từ cuối những năm 1800, miền Nam*) **đê tiện; thô bỉ**; = ICKY, RATTY • He played a tacky trick on her: *Hắn đã chơi xỏ cô ta một vố đê tiện.*

taco *noun* **người Mexico hoặc gốc Mexico**

taco *adjective* **thuộc về Mexico** [công kích; xúc phạm]

Taco *xem* TIO TACO

tad *noun* 1 **một thằng bé; thằng nhóc** • I've liked reading since I was just a tad: *Tôi đã thích đọc sách kể từ khi còn là một thằng nhóc.* 2 **một chút; một phần nhỏ; một khoản nhỏ**; = CUNT-HAIR, SKOSH, SMIDGEN • That's a little more than a tad, but it's all right: *Đó thì nhiều hơn một chút, nhưng nó cũng được rồi.*

tag *noun* 1 **tên riêng hoặc tước hiệu** 2 **biên lai phạt của cảnh sát; trát đòi hầu tòa** 3 **vụ mưu sát** 4 **biển số xe hoặc tem dán lưu hành xe** 5 (*quyền Anh*) **một cú đấm vào người**

tag *verb* 1 **bắt giữ hoặc kết án ai** • "And I'm tagged." "That's right," Pat nodded. "You're tagged": *"Thế tôi bị bắt". Pat gật đầu. "Đúng, anh bị bắt."* 2 **làm tình, đặc biệt như kiểu chiếm đoạt** 3 **bắn trúng ai hoặc cái gì** 4 **tấn công hoặc đánh trúng ai hoặc cái gì đó** • Huey had tagged the cop again: *Huey lại tấn công cớm.* 5 **đặt tên gọi cho ai** • The guy who hardly ever opens his mouth is usually tagged Gabby: *Cái gã ít khi mở miệng đó thường được gọi là Gabby.* 6 **nhận ra ai hoặc cái gì** 7 (*quyền Anh*) **đấm người nào** • Willy was so mad, he tried to tag Paul: *Willy phát điên lên, nó cố đấm Paul.*

tah-dah or **ta-daaa** 1 *interjection* **sự mô phỏng bằng miệng của tiếng kèn lệnh của rạp xiếc hoặc sân khấu, dùng để gây sự chú ý lúc mở màn, v.v..** 2 *adj* a big tah-dah promotion: *một sự quảng cáo gây sự chú ý hoành tráng*

tail *noun* 1 (*từ những năm 1300*) **mông**; = ASS 2 **một người được xem như đối tượng tình dục**; = ASS 3 **hoạt động tình dục hoặc sự hài lòng về tình dục**; = ASS, FUCKING 4 **người đang theo dõi ai đó một cách chặt chẽ và bí mật**; = SHADOW 5 **người chỉ điểm, người cung cấp thông tin trong tù**

tail *verb* **theo dõi ai một cách chặt chẽ và bí mật** • The mob was tailing a jewelry salesman: *Bọn tội phạm đang theo dõi một người bán nữ trang.*

tail bone *noun* **mông**; = ASS

tail-end *noun* **phần cuối; đoạn chót** • I only heard the tail-end of their conversation: *Tôi chỉ nghe đoạn chót cuộc trò chuyện của họ.*

tailgate *verb* 1 **theo sau một chiếc ô tô, xe tải, v.v.. gần đến mức nguy hiểm; bám sát đuôi**; = HIGHTAIL • That guy tailgating me is drunk, I think: *Tôi nghĩ, gã đó bám sát tôi thì say rượu.* 2 (*sinh viên*) **nhìn gái đi qua** 3 (*quân đội*) **nói xen vào sau khi ai đó mới nói xong**; = DOVETAIL 4 **có một buổi tiệc nhỏ mà thức ăn được phục vụ ở phần đuôi của chiếc ô tô rộng và có cửa bật lên ở phía sau** • We planned to tailgate before the game, but it was massively cold: *Chúng tôi đã lên kế hoạch để có một buổi tiệc nhỏ trước trận đấu, nhưng trời thật lạnh.*

tailgate party *noun* 1 **một bữa tiệc nhỏ được tổ chức ở phần đuôi của một chiếc xe rộng và có cửa gập xuống trong khu vực đỗ xe (thường tổ chức trước trận đấu bóng đá, hòa nhạc v.v..)** • They had a tailgate party before the Bears game: *Họ tổ chức một bữa tiệc nhỏ ở phần sau của chiếc xe trước trận đấu của đội Bears.* 2 (*nhạc sĩ nhạc jazz*) **kiểu nhạc jazz được cho là giống thể loại nhạc jazz thời kỳ đầu của New Orleans**

tailor-made *noun* **thuốc lá được làm từ nhà máy**; = PIMP-STICK

tailor-made *adjective* 1 **hoàn toàn phù hợp** 2 **được làm riêng cho ai hoặc cho cái gì; làm theo ý khách hàng**

tailpipe *xem* BLOW IT OUT

tails noun áo lễ phục với đoạn dài ở phía sau; áo đuôi tôm; áo xmốckin

take noun 1 một đoạn phim được chấp nhận sau khi vừa được quay 2 khoản tiền thu được từ một vài sự kiện nào đó; tiền thu được sau khi bán vé; = GROSS • The take was much larger than we expected: *Tiền thu được thì lớn hơn nhiều mà chúng ta mong đợi.* 3 một phần; một chút; = OUTTAKE

take verb 1 gian lận hoặc lừa gạt ai; = SCAM • The old couple got taken for their life savings: *Cặp vợ chồng già đã bị lừa hết tiền dành dụm cả đời của họ.* 2 (cũng là **take someone into camp** or **take someone downtown**) đánh bại ai tuyệt đối; đè bẹp; = CLOBBER

take a back seat verb chấp nhận vị trí cấp dưới; tự hạ mình • He said he wouldn't take a back seat to anybody, but the president himself: *Anh ta nói anh ta sẽ không tự hạ mình với bất cứ ai, trừ vị chủ tịch.*

take a bath (on something) verb mất một khoản tiền lớn trong một vụ đầu tư; bị phá sản; = GO TO THE CLEANERS, TAKE A BEATING • The broker warned me that I might take a bath if I bought this stuff: *Người môi giới cảnh báo tôi rằng tôi có thể mất một khoản tiền lớn nếu tôi mua cổ phần chứng khoán này.*

take a beating verb 1 = TAKE A BATH 2 trả quá nhiều • You really took a beating if you paid $2 a pound: *Nếu anh trả 2 đô-la một pound thì thực sự anh đã trả quá nhiều.* 3 bị đánh bại • The candidate took a beating in the runoffs: *Ứng cử viên đã bị đánh bại trong những vòng đấu lại (để quyết định ai thắng).*

take a brace verb cải thiện hoặc sửa đổi bản thân; tự kiềm chế

take a break verb nghỉ ngơi hoặc tạm ngừng làm việc; = CAULK OFF, KNOCK OFF • Why don't you guys take a break while I figure this out?: *Tại sao các cậu không tạm nghỉ trong khi tôi tìm hiểu thứ này?*

take a bye verb (**thể thao**) bỏ; không tham gia • The kid took a bye on breakfast: *Thằng nhóc đã bỏ bữa ăn sáng.*

take a chance xem the GENTLEMAN WILL TAKE A CHANCE

take a crack at something or **have a crack at** sth verb thử làm cái gì • Let me have a crack at changing the tire: *Để tôi thử thay lốp xe.*

take a D verb (**hãng phim**) tự sát

take a dig at someone or **take a jab at** someone verb lăng mạ hoặc chọc tức ai; chỉ trích cay độc ai; = BAD MOUTH • You're always taking digs at people who think they're your friends: *Mày lúc nào cũng chọc tức những người mà họ nghĩ rằng bọn họ là bạn của mày* • Jeb took a jab at Tom about the way he was driving: *Jeb đã sỉ nhục Tom về cách anh ta lái xe.*

take a dim view of something or smeone verb (**từ những năm 1930, quân đội**) chào đón không mấy nhiệt tình • Her parents take a decidedly dim view of me: *Rõ ràng bố mẹ cô ấy chào đón tôi không mấy nhiệt tình.*

take a dirt nap verb chết và được chôn • I don't want to end up taking a dirt nap during this operation: *Tôi không muốn kết thúc chết và bị chôn trong ca phẫu thuật này.*

take a dive verb (**quyền Anh, cầu thủ bóng đá**) giả bộ bị nốc ao; cố tình ngã xuống (để lừa đối phương hoặc trọng tài); = TANK • He refused to take a dive, so they took him out: *Anh ta từ chối cố tình thua, vì thế họ đã loại anh ta.*

take a douch verb (**thanh thiếu niên**) biến mau; chuồn đi; = BEAT IT, GET LOST [thường là một mệnh lệnh bực bội]

take a drink verb (**bóng chày**) thua; thất bại

take a dump verb (biến thể: **crap** or **shit** or **squat** có thể thay **dump**) đại tiện; ỉa = SHIT

take a fall or **take a dive** verb 1 giả vờ bị đấm nốc-ao (hạ đo ván) trong trận đấu quyền Anh • The boxer took a dive in the second round and made everyone suspicious: *Võ sĩ quyền Anh đã giả vờ bị đấm nốc-ao trong hiệp thứ hai và làm mọi người tỏ ra nghi ngờ.* 2 (**thế giới ngầm**) bị bắt; = FALL • I didn't wanna take a fall, but the cop left me no choice: *Tôi không muốn bị bắt, nhưng cảnh sát không cho tôi sự chọn lựa nào.*

take a flyer (or **flier**) verb 1 đánh liều làm cái gì • Fred is too wise an investor to take a flyer on some story stock like that: *Fred là nhà đầu tư quá thông minh để đánh liều về một số cổ phần của công ty được bán ra như thế.* 2 chơi một canh bạc đầy tham vọng; chấp nhận một cơ hội rủi ro, đặc biệt về mặt tài chính

take a flying fuck verb (biến thể: **frig** có thể thay **fuck**; **at a rubber duck** or **at a rolling doughnut** có thể được thêm vào) cầu cho mày bị làm nhục, bị đuổi, v.v..; = GO FUCK oneself, GO TO HELL

take a gander (at someone/something) verb nhìn ai hoặc cái gì • Wow, take a gander at this chick!: *Chà, hãy nhìn cô gái này đi!*

take a hike or **take a walk** verb rời khỏi; biến khỏi; cút đi; = GET LOST • I had enough of the boss and the whole place, so I cleaned out my desk and took a walk: *Tôi chán ngấy (chịu hết nổi) ông sếp và cả cái nơi này rồi, nên tôi dọn bàn làm việc và bỏ đi.* • Get out! It's time for you to take a walk: *Đi ngay! Đây là lúc để mày biến khỏi đây.*

take a hinge at xem GET A HINGE AT

take a hosing verb bị lừa; bị lợi dụng • The average worker and his family think they're taking a hosing: *Công nhân trung bình và gia đình nghĩ là họ đang bị lợi dụng.*

take a leak or **take a piss** or **take a squirt** verb đái; đi tiểu; = PISS, WHIZ • We stopped at a rest area so old Harry could take a piss: *Chúng tôi ngừng ở một góc đỗ xe (khu vực bên lề đường nơi xe cộ có thể đỗ lại mà không cản trở giao thông) để ông già Harry có thể đi tiểu.*

take a load off one's feet verb ngồi xuống; thư giãn; nghỉ ngơi • Take a load of your feet and have a drink: *Ngồi xuống nghỉ ngơi và uống một ly (cốc) rượu đi.*

take a lot of nerve verb 1 cư xử một cách bất lịch sự, quá thô lỗ • That took a lot of nerve! You took my parking place!: *Thật là bất lịch sự! Anh chiếm chỗ đỗ xe của tôi!* 2 đòi hỏi sự can đảm • He climbed the mountain with a bruised foot. That took a lot of nerve: *Anh ta leo lên núi với một bàn chân thâm tím. Điều đó đòi hỏi nhiều can đảm.*

take a nosedive verb sụp đổ; sụt xuống đột ngột; thất bại • The market took a nosedive again today: *Hôm nay thị trường sụt xuống đột ngột lần nữa.*

take a page from someone's book verb bắt chước ai; thi đua với ai • I took a page from Edison's book and began inventing useful little things: *Tôi bắt chước theo Edison và bắt đầu sáng chế ra những thứ lặt vặt hữu ích.*

take apart verb 1 bình phẩm, phê phán, hạ nhục ai hay cái gì • They really took me apart, but what the hell?: *Họ thật sự hạ nhục tôi, nhưng thì sao nào?* 2 đánh hoặc gây tổn hại đến người nào hay cái gì • The mugger really took the old lady apart: *Tên trấn lột thật sự đã hành hung bà già.*

take a piss xem TAKE A LEAK

take a pop at someone verb đấm người nào • The drunk took a pop at the cop – which was the wrong thing to do: *Tên say rượu đấm viên cảnh sát – đó là việc làm sai lầm.*

take a potshot at someone verb chỉ trích gay gắt; công kích nặng nề

ai • I don't want to take potshots at Frank: *Tôi không muốn chỉ trích gay gắt Frank.*

take a powder (or **a run-out powder**) *verb* rời khỏi; ra đi khỏi thành phố; = POWDER • Bob took a powder and will lie low for a while: *Bob bỏ đi và sẽ lặn biệt tăm một thời gian.*

take a rain check *verb* (*thể thao*) từ chối một lời đề nghị, v.v.. nhưng hứa sẽ chấp nhận sau này; hẹn lần sau; dịp khác • Thanks for the invitation, but I'll have to take a rain check on it: *Xin cám ơn về lời mời, song tôi xin hẹn lần sau sẽ đến.*

take a reef (or **bight**) **in it** *verb* dừng lại; ngừng; = CUT IT [thường là một mệnh lệnh bực tức]

take a run at someone *verb* tiếp cận hoặc công kích với mục đích thu hút sự chú ý hoặc quyến rũ

Take a running jump (in the lake)! *exclam.* Cút đi!; Tránh xa tôi ra! • You can just take a running jump in the lake, you creep!: *Mày có thể đơn giản tránh xa tớ ra, đồ kỳ quái!*

take a shine to someone or something *verb* thích ai/cái gì • She really took a shine to the new recording: *Cô ấy thực sự thích bản thu mới.*

take a shit or **take a crap** or **take a dump** or **take a squat** *verb* đi ỉa; đi tiêu • Hurry up in there! I gotta take a shit: *Trong đó nhanh lên nào! Tôi phải đi ỉa.* • Why didn't you take a squat before we left home?: *Sao con không đi ỉa trước khi chúng ta rời khỏi nhà?*

take a shot (at something**)** *verb* thử làm cái gì • I don't think I can do it, but I'll take a shot at it: *Tôi không nghĩ tôi có thể làm được chuyện đó, nhưng tôi sẽ thử nó.*

take a swipe at someone/something *verb* **1** đánh một đòn vung mạnh vào ai hay cái gì • Max took a swipe at the cop by mistake: *Do sơ suất Max đánh một đòn vung mạnh vào viên cảnh sát.* **2** thử người nào hay việc gì • I will probably fail, but I'll take a swipe at it: *Tôi có thể sẽ thất bại, nhưng tôi sẽ thử làm điều đó.* **3** công kích; chỉ trích rất gay gắt

take a walk *verb* **1** rời khỏi; đình công; = WALKOUT **2** (*quầy bán đồ ăn trưa*) đơn đặt hàng mang đi

take a whack at someone/something *verb* đánh ai hay cái gì • Jerry got an ax and took a whack at the tree but didn't do much damage: *Jerry lấy một cái rìu và đốn vào cái cây nhưng không làm hư hại nhiều.*

take a whack at something *verb* thử cái gì • Why don't you practice a little while and take a whack at it tomorrow?: *Tại sao anh không tập luyện một lát và thử việc đó vào ngày mai?*

take one's **belt in (a notch)** or **pull** one's **bell in (a notch)** *verb* chuẩn bị cho thời kỳ khó khăn; cắt giảm chi tiêu; thắt lưng buộc bụng • It was clear that we would have to bite the bullet and take our belt in a notch: *Rõ ràng là chúng ta sẽ phải cắn răng chịu đựng và thắt lưng buộc bụng* • I gotta pull in my belt or get a second job: *Tôi phải cắt giảm chi tiêu và kiếm một công việc thứ hai.*

Take care *phrase* Tạm biệt; Bảo trọng • Take care. See you in Philly: *Tạm biệt. Hẹn gặp anh ở Philadelphia-Pennsylvania.*

take care of business *verb* (*người da đen*) trình diễn tốt; làm tốt những gì cần làm • I got up and took care of business: *Tôi ngủ dậy và đã làm tốt những việc cần làm.*

take care of number one or **take care of numero uno** *verb* tự chăm sóc lấy mình; chăm sóc bản thân • Arthur, like everybody else, is most concerned with taking care of number one: *Arthur, giống như mọi người khác, là đề cập nhiều nhất đến việc tự chăm sóc lấy bản thân mình.*

take care of numero uno *xem* TAKE CARE OF NUMBER ONE

take care of someone *verb* (*giới tội phạm*) giết ai; thủ tiêu ai • The boss told Spike to take care of Bart: *Ông trùm bảo Spike thủ tiêu Bart.*

takedown *noun* khoản tiền kiếm được

take down *verb* bắt giữ và buộc tội ai • He says he's gonna take him down if it's the last thing he does: *Anh ta nói anh ta sẽ bắt giữ hắn nếu đó là điều cuối cùng anh ta làm.*

take someone **down a peg** *verb* khuất phục ai; làm nhục ai; = CUT someone OFF AT THE KNEES

take-down brights *noun* đèn rất sáng trên xe cảnh sát được dùng khi đang ra lệnh cho tài xế tấp vào lề

take someone **downtown** *xem* TAKE

take fire *verb* có một sự bộc phát đột ngột về thành công, hoạt động, v.v.; thành công bất ngờ; = TAKE OFF • When the show takes fire we'll all get rich: *Khi sô diễn thành công, tất cả chúng ta sẽ giàu to.*

take five *verb* nghỉ giải lao năm phút; nghỉ ngơi chốc lát; = TAKE A BREAK • She told them to take five, but they turned the five into fifty: *Bà ta bảo họ nghỉ giải lao năm phút, nhưng họ đã biến năm phút thành năm mươi phút.*

take someone **for a ride** *verb* **1** giết người bằng cách bắt cóc và vứt xác ở một nơi xa xôi, theo kiểu xã hội đen **2** lừa ai • "Old Sid was just beggin' to be taken for a ride": *"Lão Sid lại vừa bị lừa gạt".*

take gas or **catch a rail** *verb* (*dân lướt sóng*) mất điều khiển ván trượt và ngã ra ngoài

take heat *verb* chịu đựng hình phạt, những lời phàn nàn, v.v. • I took a lot of heat and I stayed in the kitchen: *Tôi đã chịu đựng nhiều những lời than phiền và tôi ở lại trong nhà bếp.*

take in *verb* **1** hiểu; nhận thức; lĩnh hội • I can't quite take in that he's saying: *Tôi không thể hiểu những gì ông ta đang nói.* **2** (cũng là **rope in**) lừa gạt ai; lừa đảo ai • He might try to rope you in. Keep an eye on him and count your change: *Anh ta có thể cố lừa bạn đó. Để mắt đến hắn và đếm lại tiền lẻ trả lại của bạn.* **3** cho ai nương tựa, tá túc • We took her in and gave her some soup and a place to stay: *Chúng tôi đã cho cô ấy nương náu, cho cô ta một ít súp và một nơi để ở.*

take someone **into camp** *xem* TAKE

take it *verb* chịu đựng điều gì đó (về thể xác hay tinh thần); = HANG TOUGH, TOUGH IT OUT • I just can't take it anymore: *Tôi không thể chịu đựng nổi điều đó nữa.*

Take it down a thou(sand)! *exclam.* Bình tĩnh lại! Dịu xuống nào! • You are wild! Take it down a thou and let's try again to talk this out: *Anh kích động quá! Bình tĩnh lại và chúng ta hãy thử thảo luận điều này lần nữa.*

take it easy *verb* **1** kiềm chế nỗi giận dữ và phấn khích; điềm tĩnh • Take it easy, Mac, nobody's hurt: *Bình tĩnh đi, Mac, không ai bị thương cả.* **2** làm việc một cách chậm rãi và êm ả **3** thư giãn và thoải mái • They told me to take it easy for a few days: *Họ bảo tôi hãy thư giãn và thoải mái trong vài ngày.*

Take it easy! *exclam.* Từ từ thôi!; Đừng có mạnh tay quá!; Hãy tỏ ra dịu dàng một chút! • Take it easy; he's just a kid!: *Nhẹ nhàng thôi; cậu ta chỉ là một đứa trẻ nhỏ!*

take it easy, greasy dùng trong lúc chia tay • "Take it easy, greasy, you got a long way to slide": *"Thư giãn đi, anh còn cả chặn đường dài để đi đấy".*

take it hard (or **big**) *verb* phản ứng rất mạnh trước điều gì • I thought she'd ignore it, but she took it big: *Tôi cứ nghĩ cô ta sẽ bỏ qua, nhưng* cô ta đã phản ứng rất mạnh.

take it in the ear *xem* PUT IT IN YOUR EAR

take it in the shorts *verb* bị lạm dụng; bị gây khó khăn; bị đánh bại

take it on the chin or **take it on the nose** *verb* **1** đương đầu cái gì đối nghịch lại; cắn răng chịu đựng, như là sự chỉ trích; = TAKE IT • They laid some rude chops on him, but he took it on the chin: *Họ đã đưa ra những lời bình luận thô lỗ với anh ta, nhưng anh ta cắn răng chịu đựng.* **2** bị đánh bại hoàn toàn; bị đè bẹp • They took it on the chin badly in the last period: *Chúng nó bị đánh bại hoàn toàn trong thời gian cuối.* **3** nhận lấy gánh nặng hay trách nhiệm chủ yếu của việc gì đó; đứng mũi chịu sào • Why do I have to take it on the nose for something I didn't do?: *Tại sao tôi phải nhận lấy trách nhiệm chính với việc mà tôi không làm?*

take it on the lam *verb* (*thế giới ngầm*) rời khỏi một cách vội vàng; trốn một cách hấp tấp; = LIGHT OUT • Bob knew that the time had come to take it on the lam: *Bob biết thời điểm đã đến để chạy trốn nơi này.*

take it on the nose *xem* TAKE IT ON THE CHIN

Take it or leave it *sentence* Không có sự lựa chọn nào khác; Chỉ có thế hoặc không gì cả • This is what you get for the money. Take it or leave it: *Đây là phần tiền của anh. Lấy hay không thì tùy.*

take it out of someone's **hide** *verb* đòi hỏi hình thức bồi thường nặng nhất, thậm chí là trừng phạt về mặt thân thể, thường là thay cho hình thức phạt tiền hoặc phạt nhẹ hơn

take it out on someone/something *verb* giận cá chém thớt; trút giận lên ai hay cái gì • Whenever his boss yells at him, he takes it out on his secretary: *Bất cứ khi nào sếp la hắn, hắn lại trút giận lên cô thư ký.*

take it slow *verb* đi một cách chậm rãi và cẩn thận; thận trọng • Just relax and take it slow. You've got a good chance: *Cứ thư giãn và chậm rãi đi. Bạn đã có một cơ hội tốt.*

take it through the nose *verb* hít cô-ca-in

take it to the street *verb* **1** kể cho mọi người về những rắc rối của mình • If there's something bothering her, she's gonna take it to the street, first thing: *Nếu có chuyện gì phiền nhiễu cô ta, điều đầu tiên cô ta sẽ kể cho mọi người.* **2** tiếp tục mở rộng một cuộc xung đột cá nhân ở nơi công cộng

take one's lumps *verb* chấp nhận những điều tồi tệ xảy ra; chịu đựng hình phạt; = TAKE IT • You've got to learn to take your lumps if you're going to be in politics: *Anh phải học để chấp nhận những điều tồi tệ xảy ra của mình nếu anh muốn tham gia vào chính trị.* • We made mistakes but we took our lumps: *Chúng tôi có mắc lỗi lầm nhưng chúng tôi chấp nhận hậu quả.*

take one's medicine *verb* chấp nhận và chịu những gì đáng chịu; = FACE THE MUSIC

take money *noun* tiền thu được của một vụ cướp hoặc kế hoạch phi pháp khác • Johnny could see the gun in one of the man's hands, and he could see the other one stashing the take money into a velvet pouch: *Johnny có thể nhìn thấy khẩu súng trong tay của người đàn ông, và anh ta có thể thấy tay kia đang vơ tiền bỏ vào chiếc túi nhung.*

taken *xem* be HAD

take names *verb* lập danh sách những người làm điều sai • The boss is madder than hell, and he's taking names: *Ông chủ thật điên rồ và ông ta đang lập danh sách những người làm sai.*

take no shit *xem* TAKE SHIT

be **taken to the cleaners** *xem* GO TO THE CLEANERS

take-off *noun* **1** vụ cướp • Automatically such a man becomes a target for a "take-off": *Một người đàn ông như thế tự động trở thành mục tiêu cho một "vụ cướp".* **2** sự bắt chước cái gì; một bản sao của cái gì • This robot is capable of producing 200 circuit board take-off on per hour: *Người máy này có khả năng chế tạo 200 mẫu bìa mạch điện một giờ.* **3** sự nhại lại của người nào hay vật gì • The comedian did a take-off on the wealthy senator: *Diễn viên hài đã nhại lại thượng nghị sĩ giàu có.*

take off *verb* **1** dùng ma tuý, đặc biệt là tiêm ma tuý; = SHOOT UP **2** (*cảnh sát và thế giới ngầm*) cướp; ăn trộm thứ gì; HOLD UP, RIP OFF • We took off a bar: *Chúng tôi đã cướp một quán rượu.* **3** làm ai đạt cực khoái **4** (*môn lướt sóng*) bắt được đà của một con sóng và bắt đầu cưỡi sóng **5** rời khỏi; ra đi vội vàng; = SPLIT • I've got to take off – I'm late: *Tôi phải đi nhanh thôi – Tôi muộn rồi.* **6** có sự thành công đột ngột; = TAKE FIRE **7** bắt đầu bán chạy • The fluffy dog dolls began to take off, and we sold out the lot: *Những con chó búp bê lông mịn bắt đầu bán chạy và chúng tôi đã bán hết hàng.* **8** (*người da đen*) giết ai; = WASTE, ZAP • The mob took the witness off a week before the trial: *Bọn tội phạm đã thủ tiêu nhân chứng một tuần trước phiên tòa xử.* **9** nghỉ làm một thời gian • I'm going to take off without pay for a week or so: *Tôi sẽ nghỉ làm không lương một tuần hoặc khoảng đó.* **10** bắt chước • She takes off a drunk hilariously: *Cô ta bắt chước một người say rượu một cách rất buồn cười.*

take off a piece of work *verb* thủ dâm

take-off artist *noun* tên trộm; = RIPOFF ARTIST

take off like a bigass bird (or **like a bat out of hell**) *verb* (*quân đội, thế chiến II*) rời đi vội vàng; = CUT OUT

take on *verb* **1** cư xử một cách giận dữ; gây huyên náo • How yo do take on!: *Sao anh giận dữ thế!* **2** (*cảnh sát*) dừng lại và khám xét; tra hỏi một cách gay gắt; = JACK UP, ROBUST **3** quan hệ tình dục với ai **4** nhận lấy trách nhiệm chăm nom một người khó tính hay việc khó khăn • I'll take it on if nobody else will do it: *Tôi sẽ nhận lấy việc đó nếu không ai làm.*

take someone or something **on** *verb* **1** chấp nhận một công việc, vai trò, phân công, v.v.. **2** chấp nhận chiến đấu hoặc đương đầu với ai hoặc việc gì

take on fuel *verb* uống rượu quá mức • They stopped at the tavern to take on fuel: *Họ dừng lại ở quán rượu để uống.*

take one for the team nhận trách nhiệm về một nhiệm vụ không thú vị vì lợi ích lớn hơn của nhóm

take-out *noun* **1** tỷ lệ phần trăm lợi nhuận hoặc nguồn thu; = CUT **2** *modifier:* mua mang về (thức ăn)

take out *verb* **1** giết ai • I took a few guys out and my rep was made: *Tôi đã giết vài người và danh tiếng của tôi đã được tạo dựng.* **2** ngăn; cản ai (như trong trận bóng đá) • I was supposed to take the left end out, but I was trapped under the center: *Tôi có nhiệm vụ ngăn hậu vệ trái, nhưng tôi bị chặn lại bởi trung vệ.* **3** hẹn hò ai • She wanted to take him out for an evening: *Cô ta muốn hẹn hò anh ta vào buổi tối.* **4** ném bom hoặc phá hủy cái gì • The enemy took out one of the tanks, but not the one carrying the medicine: *Kẻ địch đã phá hủy một trong những chiếc tăng, nhưng không phải chiếc chở thuốc.*

takeover *noun* sự nắm quyền kiểm soát một công ty bằng cách mua đa số cổ phần của nó

take pictures *verb* dùng thiết bị ra-đa để xác định tốc độ của xe ô tô trên đường cao tốc • There's a smokey under the bridge taking pictures: *Có một cảnh sát dưới gầm cầu đang dùng ra-đa để bắn tốc độ.*

taker *noun* một người chấp nhận cá cược, thách thức, v.v..

take (or eat) shit *verb* chấp nhận hoặc chịu sỉ nhục, bắt nạt, v.v..; = EAT DIRT • She told us she took no shit from nobody: *Con bé cho chúng tôi biết nó không bị ai bắt nạt cả.*

take some doing *verb* cần thêm nỗ lực và kế hoạch nữa • It'll take some doing, but it'll get done: *Nó sẽ cần nỗ lực thêm nữa nhưng việc đó sẽ xong.*

take some heat *xem* TAKE THE HEAT

it takes two to tango *xem* IT TAKES TWO TO TANGO

take ten *verb* có một đợt nghỉ hơi ngắn, cụ thể là 10 phút; = TAKE A BREAK, TAKE FIVE

take the cake *verb* 1 giành được phần thưởng cao nhất 2 khó tin; không chắc xảy ra • That excuse really takes the cake: *Lý do đó thực sự khó tin.*

take the cure *verb* 1 ngừng làm điều mà mình thích; = SWEAR OFF 2 đi vào chương trình trị liệu hoặc trung tâm điều trị • I wanted to take the cure, but I just couldn't bring myself to do it: *Tôi muốn đi vào trung tâm điều trị, nhưng tôi không thể buộc mình để làm điều đó được.*

take the fall *verb* bị bắt vì phạm tội cá biệt nào đó • Joel Cairo and Willy pulled the job off together, but only Willy took the fall: *Joel Cairo và Willy cùng phạm tội, nhưng chỉ có Willy bị bắt.*

take the fifth *verb* 1 (cũng là *five it*) từ chối làm chứng (theo ủy ban lập pháp Hoa Kỳ dưới sự bảo hộ của luật bổ sung số 5 hiến pháp Mỹ) • The lawyer just sat there and said, "Five it" after every question: *Luật sư chỉ ngồi đó và nói "từ chối làm chứng" sau mỗi câu hỏi.* 2 từ chối trả lời bất cứ những câu hỏi nào • I'll take the fifth on that one. Ask Fred: *Tôi sẽ từ chối trả lời câu hỏi đó. Hãy hỏi Fred.*

take the gas pipe *xem* TAKE THE PIPE

take the heat or **take some heat** *verb* nhận sự chỉ trích, phê bình; nhận hình phạt • The cops have been taking some heat about the Quincy killing: *Cảnh sát đang nhận sự chỉ trích về cái chết của Quincy.*

take the heat off someone *verb* làm giảm nhẹ áp lực với người nào; giải thoát ai ra khỏi sự nghi ngờ, trách nhiệm, thời hạn cuối cùng v.v.. • The confession by Rocko took the heat off the cop-shop for a while: *Sự thú tội của Rocko đã làm giảm áp lực cho đồn cảnh sát trong một thời gian.*

take the long count *verb* (*quyền Anh*) chết • The old dog took the long count at last: *Chú chó già cuối cùng đã chết.*

take the pipe *verb* 1 (cũng là *take the gas pipe*) tự tử; tự vẫn • The kid was dropping everything in sight and finally took the pipe: *Cậu bé đã bỏ hết mọi thứ và cuối cùng đã tự tử.* 2 (*thể thao*) thất bại khi thực hiện dưới sức ép; sụp đổ; = CHOKE UP, SWALLOW THE APPLE • Don't take the pipe, man. Stick in there!: *Không thất bại đâu, anh bạn. Cứ bám lấy ở đó!*

take the piss out of someone *verb* sỉ nhục người nào; làm cho ai – thường là đàn ông – bớt vênh váo, tự mãn, có lẽ là bằng bạo lực • You need somebody to take the piss outa you!: *Mầy cần ai đó dạy cho mầy một bài học!*

take the pledge *verb* hứa kiêng rượu, nhịn rượu • I'm not ready to take the pledge yet, but I will cut down: *Tôi chưa sẵn sàng kiêng*

rượu được, nhưng tôi sẽ giảm bớt.

take the plunge *verb* lấy ai; cưới ai • I'm not ready to take the plunge yet: *Tôi chưa sẵn sàng để lấy vợ (chồng).*

take the rag off the bush *verb* làm ai ngạc nhiên; = BEAT ALL

take the rap (for something) *verb* chấp nhận sự khiển trách về điều gì • I didn't want to take the rap for the job, but, after all, I was guilty: *Tôi đã không muốn chấp nhận sự khiển trách về công việc đó, nhưng rốt cuộc, tôi có lỗi.*

take the spear (in one's **chest)** *verb* chịu tất cả sự khiển trách cho việc gì; chịu tất cả gánh nặng của sự trừng phạt bởi việc gì • The admiral got the short straw and had to take the spear in his chest: *Viên đô đốc bị buộc phải làm một việc (không ai khác muốn làm) và đã phải chịu tất cả sự khiển trách cho việc làm đó.*

take the starch out of someone *verb* làm giảm sự tự tin của ai; làm giảm tính tự cao tự đại của ai • I took the starch out of Bill by telling him where he was headed if he didn't change his ways: *Tôi đã làm Bill bớt kiêu ngạo bằng cách bảo anh ta nơi mà anh ta đi đến nếu anh ta không thay đổi cách làm của mình.*

take the wind out of someone's **sails** *verb* đặt một vật cản trên lối đi của ai; làm giảm bớt sự hiệu quả của ai • When the cops showed Bart the evidence, it took the wind out of his sails: *Khi cảnh sát đưa ra cho Bart bằng chứng, điều này làm cho những lời nói của anh ta không còn hiệu quả.*

take things easy *verb* 1 sống tốt lành và thoải mái • I'll be glad when I can make enough money to take things easy: *Tôi sẽ vui sướng khi tôi có thể kiếm đủ tiền để sống thoải mái.* 2 thư giãn hoặc nghỉ ngơi tạm thời và hồi phục; = COOL IT • The doctor says I'm supposed to take things easy for a while: *Bác sĩ nói tôi nên nghỉ ngơi dưỡng sức trong một thời gian.*

take someone **to the cleaners** *verb* 1 lấy hết tiền của ai • The lawyers took the insurance company to the cleaners, but I still didn't get enough to pay for my losses: *Bọn luật sư đã vét sạch tiền của công ty bảo hiểm, nhưng tôi vẫn không có đủ tiền để trả cho những việc thua lỗ của mình.* 2 thắng được tất cả hoặc rất nhiều tiền của ai, đặc biệt lúc đánh bạc, trong một vụ kiện hoặc thỏa thuận kinh doanh, v.v..; = CLEAN someone OUT 3 hạ gục ai; đánh bại ai • Look at the height they've got! They'll take us to the cleaners!: *Nhìn chiều cao của bọn chúng kìa! Bọn chúng sẽ hạ chúng ta mất.*

take someone **to the streets** *verb* tổ chức một cuộc biểu tình công khai ủng hộ một quan điểm, yêu cầu chính trị, v.v..

taken or **had** or **took** *adjective* 1 bị lừa; bị gạt • I counted my change, and I knew I was taken: *Tôi đếm tiền lẻ trả lại và tôi biết tôi đã bị lừa.* 2 chết • I'm sorry, your cat is taken – pifted: *Tôi rất lấy làm tiếc, con mèo của bạn đã chết – chết rồi.* 3 đã được tuyên bố là người yêu, bạn đời của ai • Sorry, Bill, I'm already taken. Sam and I are engaged: *Xin lỗi Bill, tôi đã có người yêu rồi. Sam và tôi đã đính hôn.* 4 say ma túy; ngất đi vì ma túy

takes two to tango *phrase* đòi hỏi hai người để làm những việc đó • There's no such thing as a one-sided argument. It takes two to tango: *Như một lý lẽ thiên vị một chiều, không có việc như thế. Nó cần hai người để làm việc đó.*

taking care of business *verb* làm công việc có ý định làm; đương đầu với cuộc sống • Wilbur is taking care of business. Back in a minute: *Wilbur đang lo làm công việc của mình. Trở lại trong giây lát.*

tale *xem* FISH STORY

tale of woe *noun* câu chuyện buồn; danh sách những vấn đề cá nhân; lời xin lỗi cho việc thất bại khi làm gì đó • Well, let's hear your current tale of woe, Mr Kvetch: *Được rồi, chúng ta hãy nghe câu chuyện buồn hiện tại của ông thôi, ông Kvetch.*

talk *verb* **1 khai báo; chỉ điểm;** = SQUEAL **2 muốn nói cái gì; có cái gì cụ thể trong đầu [luôn dùng trong thì tiếp diễn]** • Are you talking a strike?: *Anh đang muốn nói tới một cuộc đình công?*

talk a blue streak *verb* **nói nhanh hoặc nói nhiều** • Some parrots never talk. Others talk a blue streak whenever it's light: *Một vài con vẹt không bao giờ nói. Những con khác nói rất nhiều khi mà nó thư thái.*

talk at *verb* **nói chuyện với ai ["at" là kiểu bình dân giảm sự trang trọng của câu nói]** • Good talking at you, man: *Nói chuyện với anh thật hay, anh bạn.*

talk big *verb* **khoe khoang, khoác lác; phát biểu những câu thiếu thực tế;** = SHOOT OFF one's MOUTH • He's been talking big about his new car: *Cậu ta đã khoe khoang về chiếc xe mới của mình.*

talk someone's **ear off** *verb* **nói không ngừng; nói huyên thuyên;** = GAS • Stay away from Mr. Jones. He will talk your ear off if he gets a chance: *Hãy tránh xa ông Jones ra. Ông ấy sẽ nói liên miên nếu có cơ hội.*

talker *noun* **(xiếc hay lễ hội) người thuyết phục hoặc cám dỗ khán giả vào cuộc biểu diễn phụ;** = BARKER

talk one's **head off** *verb* **nói không ngừng; tranh luận một cách thuyết phục và sôi nổi** • I talked my head off trying to convince them: *Tôi đã nói không ngừng để cố thuyết phục họ.*

talkie *noun* **(đặc biệt những năm 1930 và 1940) phim nói; phim có âm thanh**

talking head (or **hairdo**) *noun* **1 khách mời chuyên môn trên một chương trình truyền hình hay radio 2 người đọc tin tức truyền hình hay phát thanh viên, xuất hiện trên màn hình với đầu và cổ** • I've had it with talking heads. I can read the paper and learn as much in twenty minutes: *Tôi sẽ bị khốn đốn với phát thanh viên truyền hình. Tôi có thể đọc văn bản và học như vậy trong hai mươi phút.*

talk like a nut *verb* **nói những điều ngu ngốc**

talk on the big white phone *verb* **nôn trong nhà vệ sinh; mửa vào bồn cầu**

talk out of turn *verb* **nói chuyện quá thật thà, thẳng thắn;** = SHOOT OFF one's MOUTH

talk poor mouth *verb* **phủ nhận sự giàu có, lợi thế, v.v.. của mình;** = POOR-MOUTH • And it is hard to talk poor mouth just after the papers have written of your daughter's coming party for 2000 guests: *Thật khó mà phủ nhận sự giàu có của ông ngay sau khi báo chí đã viết về bữa tiệc 2000 khách mời của con gái ông.*

talk someone **ragged** *verb* **nói với ai quá nhiều; làm phiền toái ai** • That was not an interview. She talked me ragged: *Đó không phải là một cuộc phỏng vấn. Cô ấy nói với tôi quá nhiều.*

talk shit *verb* **miệt thị ai hoặc thứ gì đó; cường điệu** • I used to hang out in the bars just to hear old men "talking shit": *Tôi thường lang thang ở các quán bar chỉ để nghe mấy ông già "cường điệu" quá mức.*

talk smack *verb* **xem thường ai hoặc thứ gì đó** • Talkin' that smack, in my house, in front of my employees. Shit! Your ass must be crazy: *Dám nói chuyện coi thường kiểu đó trong nhà tôi, trước mặt nhân viên của tôi. Chết tiệt! Đồ đần độn nhà anh hẳn đã điên rồi.*

talk-talk or **talky-talk** *noun* **cuộc nói chuyện suông, đặc biệt là một cuộc nói chuyện vớ vẩn hoặc khoa trương**

talk through one's **hat** *verb* **nói những điều vô căn cứ (không có cơ sở); nói năng không cẩn thận và nói dối;** = BULLSHIT • You don't know what you are talking about. You're just talking through your hat: *Bạn không biết bạn đang nói gì đâu. Bạn nói không có căn cứ.*

talk to earl *verb* **nôn; mửa** • I think I hear Tom in the john talking to earl: *Tôi nghĩ tôi nghe Tom đang nôn trong nhà vệ sinh.*

talk to hear one's **own voice** *verb* **nói nhiều hơn cần thiết; nói quá nhiều, một cách tự cao tự đại** • Am I just talking to hear my own voice, or are you listening to me?: *Tôi nói nhiều quá, chẳng hay bạn có lắng nghe tôi không?*

talk to Herb and Al *verb* **dùng cần sa và uống rượu**

talk to Ralph on the big white phone *verb* **nôn; mửa**

talk to the seals *verb* **nôn; mửa [cách dùng của người lướt sóng]**

talk to the big white phone *verb* **(sinh viên) nôn vào bồn toilet;** = DRIVE THE BIG BUS

talk-trap *noun* **miệng;** = TRAP, YAP

talk trash *verb* **tham gia vào cuộc tranh luận bằng miệng hăng hái; nói một cách hung hăng** • She started talking trash through her hair: *Cô ta bắt đầu nói hăng hái về mái tóc của mình.*

talk turkey *verb* **nói những việc nghiêm túc; nói một cách thẳng thắn, trung thực và có sức thuyết phục;** = LAY IT ON THE LINE, LEVEL • Do you want to talk turkey or just bullshit?: *Cậu muốn nói chuyện thẳng thắn hay chỉ vớ vẩn.* • It's time to talk turkey and quit messing around: *Đã đến lúc nói chuyện thẳng thắn và đừng tào lao nữa.*

talk until one is blue in the face *verb* **nói đến khi ai đó kiệt sức** • She talked until she was blue in the face but could not change their minds: *Cô ấy đã nói cho đến kiệt sức nhưng cũng không thể làm thay đổi những ý kiến của họ.*

talk up a storm *verb* **nói chuyện lớn tiếng không dứt, v.v..;** = CHEW some-one's EAR OFF

tall *xem* STAND TALL, WALK TALL

tall can of corn *xem* CAN OF CORN

tall cotton *xem* IN TALL COTTON

tall in the saddle *adjective* **tự hào; hãnh diện** • I'll still be tall in the saddle when you are experiencing the results of your folly: *Tôi sẽ vẫn tự hào khi bạn đang trải qua những kết quả của hành động ngu xuẩn của bạn.*

tallow-pot *noun* **(đường sắt) người đốt lò của đầu máy xe lửa**

tall red totem poles *xem* KNOCK someone FOR A LOOP

the **tall timbers** *noun* **vùng có nhiều cây và cách xa thành phố; khu vực nông thôn; nơi xa xôi hẻo lánh;** = the BOONDOCKS, THE RHUBARBS

tambourine man *noun* **(ma túy) người buôn ma túy;** = CONNECTION

tan or **tan** someone's **hide** *verb* **đánh ai một cách dữ dội; đánh đòn**

T and A *xem* TA

tang *xem* POON TANG

tangle *verb* **chiến đấu;** = MIX IT UP

tangle assholes *verb* **tham gia vào một cuộc xung đột; bất đồng; đánh nhau** • "I'm not going inside and tangle assholes with that monster": *"Tôi sẽ không vào bên trong và đương đầu với con quái vật đó".*

tanglefoot or **tangle-leg** *noun* **1 rượu uýt-ki mạnh, làm tại nhà 2** *modifier:* a Western writer describing the effects of tangle-foot whiskey: *một nhà văn miền Tây đang mô tả những ảnh hưởng của rượu uýt-ki rẻ tiền.*

tangle-footed or **tangle-legged** *adjective* **say rượu**

tangle with someone/something *verb* **cãi nhau hoặc đánh nhau với ai hay chuyện gì đó**

tank *verb* 1 (*thể thao*) cố ý thua trận đấu; = THROW 2 *pres part*: the "tanking" of unlucrative doubles matches merely to catch a plane: *"việc cố tình thua" những trận đấu đôi không có lợi chi để bắt kịp chuyến bay.* 3 (cũng là *tank up*) uống quá nhiều bia; uống quá mức 4 (cũng là *tank up*) thua lỗ; thất bại; sụt giảm • The entire stock market tanked on Friday: *Toàn bộ thị trường chứng khoán đã sụt giá hôm thứ sáu.*

tank *noun* 1 phòng giam; xà lim, đặc biệt trong đồn cảnh sát địa phương 2 một cô gái xấu xí 3 (cũng là *tank-up*) người nghiện rượu

tanked *adjective* 1 (*máy tính*) không hoạt động 2 bị thất bại; bị thua 3 chết • My cat got hit by a truck and is totally tanked: *Con mèo của tôi bị đụng bởi xe tải và chết hoàn toàn.*

tanked or **tanked up** *adjective* **say khướt**

tanker *noun* 1 một trận đấu quyền Anh hay cuộc thi thể thao khác đã được dàn xếp kết quả 2 người uống rượu nhiều; người nghiện rượu

tank fight *noun* (*quyền Anh*) một trận đấu, cuộc thi, v.v.. cố tình bị thua; sự thất bại được dàn xếp trước

tank top *noun* một kiểu áo choàng nữ không tay tương tự phần trên của một bộ đồ bơi được gọi là "tank suit"

tank town *noun* một thị trấn nhỏ, chẳng hạn một thị trấn mà chủ yếu chỉ có bồn chứa nước dành cho đầu máy xe lửa; = JERKWATER TOWN

tanky *noun* (*hải quân, thế chiến II*) người bán kẹo, hoa quả, thuốc lá, v.v.. trên xe lửa

tanky *adjective* **say rượu**

tap *noun* 1 kẻ sát nhân 2 (*xiếc hay lễ hội*) giá vé vào cửa

tap *adjective* **thiếu tiền**; = BROKE, TAPPED OUT

tap *verb* 1 tấn công; = MUG • Only chicks this guy taps?: *Gã này tấn công chỉ các cô gái à?* 2 quan hệ tình dục 3 giết ai • My mother will tap me when she finds out where I've been: *Mẹ tôi sẽ giết tôi khi bà ấy biết được nơi tôi đã từng đến.* 4 chặn cuộc nói chuyện điện thoại

Tap City or **tap city** *noun* (*đang đánh bạc*) thế hết tiền; thiếu tiền; = BROKE, TAP • "I'm Tap City, Augie," I said: *"Tôi hết tiền rồi Augie", tôi nói.*

tap dance *verb* (*quân đội*) ứng biến, nói quanh co, v.v.. nhằm che giấu sự không biết của mình

tap dancer *noun* người da đen nịnh hót người da trắng với thái độ khúm núm, xun xoe

taped *adverb* 1 nắm quyền kiểm soát; = IN THE BAG, RACKED • By the third round he had the fight taped: *Vào hiệp ba, anh ta đã nắm quyền kiểm soát trận đấu.* 2 được hoàn tất; được giải quyết; được kết thúc • I'll have this deal taped by Thursday. Then we can take it easy: *Tôi sẽ có công việc này được hoàn tất vào thứ năm. Sau đó chúng tôi có thể nghỉ ngơi thoải mái.*

tap someone **for** something *verb* 1 xin tiền từ; vay mượn từ; = HIT someone, TOUCH 2 chọn ai cho một mục đích hay vị trí gì đó • The committee tapped John to run for Congress: *Ủy ban đã chọn John để ứng cử vào Quốc hội.*

tap-out *noun* sự hết tiền hoàn toàn, đặc biệt là khi đánh bài

tap out *verb* 1 (*cờ bạc*) thua sạch tiền, đặc biệt trong một ván bài; = be CLEANED OUT 2 chết; kết thúc cuộc đời • Mary was so tired that she thought she was going to tap out: *Mary mệt đến mức cô ta nghĩ cô ta sẽ chết.*

tapped *adjective* 1 (cũng là *tapped out*) hết tiền; sạch túi; phá sản; = BROKE, TAP CTY 2 (cũng là *tapped out*) mệt lử; kiệt sức 3 (cũng là *tapped out*) bị làm cho hư hỏng 4 bị bắt giữ

tapped out *xem* TAPPED

tar[1] *noun* (*từ những năm 1700*) thủy thủ

tar[2] *xem* BEAT THE SHIT OUT OF

tar bucket *noun* (*West Point*) nón (mũ) quân đội trong ngày lễ

tard *noun* người chậm phát triển về trí tuệ; người ngu đần; = RETARD

tarfu *adjective* (*quân đội, thế chiến II*) hoàn toàn lộn xộn; = SNAFU

Tarheel *noun* (*từ giữa những năm 1800*) người dân North Carolina

tarp *noun* tấm che bằng vải dầu, đặc biệt là tấm che cho xe, tàu, ...

tart *noun* một phụ nữ lẳng lơ, đặc biệt là gái điếm; = HOOKER

tart up *verb* (*từ những năm 1920, Anh*) trang điểm; làm đẹp; tô son trét phấn; = GUSSY UP

taste *noun* 1 một mẫu nhỏ • "If I could just get a taste", Fay said: *"Giá mà tôi có thể có một miếng nhỏ", Fay nói.* 2 một phần chia hoặc tỷ lệ phần trăm lợi nhuận; = a PIECE OF THE ACTION • Whatever the deal is, I want a taste: *Dù có thỏa thuận gì đi nữa, tôi muốn một phần.* 3 (*người da đen*) một thức uống có cồn; rượu nói chung 4 (*ma túy*) một liều ma túy; = HIT

ta-ta *interj*. lời chào lúc chia tay; tạm biệt

tater *noun* 1 (*bóng chày*) cú đánh làm cho người đánh chạm được góc thứ nhất 2 (*bóng chày*) cú home run 3 củ khoai tây • Give me more meat and less taters: *Hãy cho tôi nhiều thịt hơn và ít khoai tây lại.*

tattooed *xem* SCREWED, BLUED, AND TATTOOED

tatty *adjective* (*từ đầu những năm 1900, Úc*) kém, rẻ tiền; = TACKY

tawny *adjective* (*thanh thiếu niên*) xuất sắc; tuyệt vời; = NEAT

taxi *xem* TIJUANA TAXI

taxi squad *noun* (*bóng bầu dục*) nhóm cầu thủ bầu dục chuyên nghiệp không phải là thành viên của đội chính thức, mặc dù họ có thể được trả tiền để đóng vai dự bị

TB *noun* bệnh lao [viết tắt của "*tuberculosis*"]

TBF *noun* (*phát âm theo từng chữ riêng*) tình trạng ốm yếu nặng do bệnh tật, thường là giai đoạn cuối [viết tắt của "*total body failure*" (cơ thể hoàn toàn kiệt quệ)]

TCB *verb* (*phát âm theo từng chữ riêng*) chăm sóc công việc kinh doanh; đang bận rộn với công việc [viết tắt của "*taking care of business*"] • Let's TCB – that means taking care of business: *Hãy TCB – nghĩa là chăm sóc công việc.* • He's TCB; that's where he is: *Anh ấy đang bận rộn với công việc; nên anh ấy ở nơi đấy nghĩa là không có ở đây được.*

tchotchke *noun* (biến thể: **tchatchka** or **tchotzke** or **tsatske**) 1 đồ nữ trang rẻ tiền hoặc đồ trang trí tầm thường 2 một người yêu quý, thường là con nít 3 một phụ nữ được xem như đồ chơi • She's Harry's tchotchke: *Cô ta là đồ chơi của Harry.*

TD *noun* (*phát âm theo từng chữ riêng*) (*bóng bầu dục*) điểm ghi được do mang bóng qua đường biên ngang của đội kia [viết tắt của "*touchdown*"]

t'd off *xem* TEE'D OFF

tea *noun* 1 (cũng là *T*) (*ma túy, người da đen*) cần sa 2 (*ma túy, người* *da đen*) điều cần sa; = JOINT, TEA-STICK 3 (*đua ngựa*) một loại ma tuý (đặc biệt là cô-ca-in hay strychnine) giúp kích thích ngựa 4 đồ uống có cồn; rượu 5 nước tiểu

tea'd up *adjective* (*ma túy*) phê cần sa; = GOWED UP, HIGH

teakettle *noun* (*đường sắt*) đầu máy xe lửa cũ

team up *verb* kết hợp cùng nhau trong một nỗ lực nào đó; = BUDDY UP

tea pad *noun* một căn hộ, nhà hoặc phòng nơi hút ma tuý

tea party *noun* 1 một điều gì dễ dàng; một sự kiện vui vẻ thoải mái • The test was a real tea party. No sweat: *Bài kiểm tra thật là dễ dàng. Chẳng có gì khó.* 2 một bữa tiệc giao lưu nơi hút cần sa

tear¹ *noun* ngọc trai

tear² *noun* chầu nhậu náo nhiệt; cuộc ăn nhậu; = BENDER, BINGE

tear *verb* rời khỏi, đặc biệt là một cách vội vàng • He was looking at his wrist watch. "I have to tear", he said, and stood up: *Anh ta đang nhìn đồng hồ đeo tay của mình. "Tôi phải đi", anh ta nói và đứng dậy.*

tear someone a new asshole or **tear someone a new one** *verb* đánh ai; sỉ nhục ai bằng lời nói • "You want me to tear you a new asshole?": *"Mày có muốn tao đục mày không?"* • If you don't get it right this time, I'll tear you a new one!: *Nếu con không làm đúng lần này, ba sẽ đánh đòn con đấy!*

tear someone/something apart *verb* chỉ trích hoặc phê phán ai hay cái gì một cách gay gắt • He took my essay apart but I found his criticism helpful: *Ông ấy đã phê phán gay gắt bài tiểu luận của tôi nhưng tôi thấy sự chỉ trích của ông ta bổ ích.*

tear a passion to tatters *verb* (*trong trình diễn kịch*) diễn quá đà

tearing up the pea patch *adjective* rất năng động; hiếu động thái quá; = FULL OF PISS AND VINEGAR

tear into a place *verb* chạy vội vã đến một nơi nào • I tore into the office and answered the phone: *Tôi chạy đến văn phòng và trả lời điện thoại.*

tear into someone *verb* rầy la, mắng chửi ai một cách gay gắt; tấn công người nào • I was late, and the super tore into me like a mad dog: *Tôi đã đến muộn và người giám thị mắng tôi như một con chó điên.*

tear into something *verb* bắt đầu ăn một cách thích thú • Jimmy tore into the turkey leg and cleaned it off in no time: *Jimmy ăn một cách thích thú cái đùi gà tây và làm sạch nó một cách nhanh chóng.*

tearjerker *noun* 1 một bài hát, câu chuyện hoặc bộ phim buồn, uỷ mị và thống thiết 2 người thích tình cảm uỷ mị

tear loose (from someone/something) *verb* thoát khỏi ai hay cái gì • The quarterback tore loose and ran twenty yards for a first down: *Tiền vệ đã bức ra khỏi những cầu thủ khác và chạy hai mươi thước Anh để ghi bàn thắng đầu tiên.*

tear off *verb* 1 chơi hoặc biểu diễn • They are tearing off his play tonight: *Họ sẽ trình diễn vở kịch của ông ta tối nay.* 2 chạy trốn khỏi; bỏ đi • Don't tear off without having some of my pie: *Đừng bỏ đi mà không ăn cái bánh nướng nào của tôi đấy.*

tear off a chunk *verb* quan hệ tình dục

tear off or **tear off a piece (of ass)** *verb* quan hệ tình dục; = FUCK

tear-room or **t-room** *noun* (*giới đồng tính*) nhà vệ sinh công cộng

tearoom queen *noun* (*giới đồng tính*) một gã đồng tính hay lui tới toilet công cộng để tìm kiếm bạn tình

tear someone/something up *verb* xé ai hoặc cái gì ra từng mảnh • The two drunks tore the bar up the best they could: *Hai tên say xỉn cố hết sức phá nát quán rượu.*

tear someone up *verb* làm ai rất đau buồn • The situation really tore up his father: *Tình cảnh này làm bố của anh ta rất đau buồn.*

tear up the pea patch *verb* áp đảo đối thủ hoặc một tình huống • "This lineup is tearing up the pea patch": *"Đội hình này đang áp đảo nghĩa là quá năng nổ".*

tear your pants *verb* phạm sai lầm

teaser *noun* 1 một phụ nữ mời gọi hoặc gợi ý quan hệ nhưng lại từ chối quan hệ tình dục; = COCKTEASER 2 mẩu thuốc lá 3 một đoạn mẫu ngắn của cái gì đó, như một cuộc trình diễn

tea-stick *noun* điếu thuốc cần sa

tea (or tearoom) trade *noun* 1 (*giới đồng tính*) những người đồng tính nam tìm bạn tình ở các nhà vệ sinh công cộng 2 (*giới đồng tính*) những cuộc quan hệ tình dục ở nhà vệ sinh công cộng

tec or **teck** *noun* 1 (*từ cuối những năm 1800, Anh*) thám tử; = DICK 2 câu chuyện trinh thám [rút gọn của "*detective*"]

tech¹ *noun* trường cao đẳng công nghệ hoặc kỹ thuật [từ "*technology*"]

tech² *noun* nhân viên kỹ thuật; người được thuê để xử lý những thiết bị kỹ thuật, đặc biệt trong môi trường sáng tạo [còn gọi là "*techie*"]

techie *noun* 1 sinh viên của một trường đại học kỹ thuật hoặc công nghệ 2 người có năng khiếu hoặc kiến thức về kỹ thuật 3 chuyên gia máy tính, người mê máy tính, v.v..

techie *adjective* có liên quan với kỹ thuật • I don't like this techie jargon: *Tôi không thích biệt ngữ kỹ thuật này.*

technicolor yawn *noun* (*thanh thiếu niên*) chất nôn mửa

teddy *noun* quần áo lót một mảnh của nữ

tee'd (or **teed** or **t'd**) **off** *adjective* giận dữ; = PISSED OFF • I'm teed off. Things like this give me the pip: *Tôi đã nổi giận. Mọi việc như thế này đều khiến tôi bực bội.*

Tee Dee *noun* = TD

teed up *adjective* say rượu hoặc say ma túy

teen *noun* 1 (cũng là **teener** or **teenie** or **teeny**) thanh thiếu niên 2 *modifier:* teen flicks: *những bộ phim dành cho thanh thiếu niên*

teenie *noun* trẻ vị thành niên

teenie-weenie *xem* TEENSY-WEENSY

teensy *adjective* nhỏ bé; rất nhỏ • I feel a teensy bit better today: *Hôm nay tôi cảm thấy khá hơn một chút.*

teensy-weensy *adjective* rất nhỏ; nhỏ bé • I don't care a teensy-weensy little bit: *Tôi chẳng mấy may quan tâm chút nào.*

teeny *adjective* rất nhỏ • "I want to come in for just a teeny minute": *"Tôi chỉ muốn vào ít phút thôi".*

teenybopper *noun* (cũng là **teenie bopper** or **teeny bop** or **teeny-rocker**) (*từ phong trào phản văn hóa và rock and roll*) thiếu niên hoặc trẻ dưới 13 tuổi, đặc biệt là nữ • The teenyboppers moved around the mall in droves, not buying and not causing any trouble, just being available for anyone who wanted to see them: *Một đám các cô gái trẻ đi vòng quanh khu mua sắm, không mua gì và cũng chẳng gây rắc rối, chỉ để được mọi người nhìn ngắm.*

teeny weeny *adjective* nhỏ bé; rất nhỏ

teenzine *noun* tạp chí cho thanh thiếu niên

tee off *verb* đánh ai hoặc cái gì rất mạnh

tee someone off *verb* làm ai tức giận • Well, you sure managed to tee off everybody!: *Ôi, mày chắc chắn làm mọi người tức giận điên lên!*

tee off on someone or something *verb* 1 công kích ai bằng miệng,

telegraph *verb* (*bóng chày*) thực hiện được nhiều cú đánh trúng trước một cầu thủ ném bóng cụ thể 3 (*bóng chày*) đánh bóng rất mạnh • He teed off on it and it went right over the wall: *Anh ta đã đánh bóng rất mạnh và nó văng qua bức tường.*

telegraph *verb* làm lộ ra ý định của mình, thường là vô tình • The mediator telegraph his punches, and we were prepared with a strong counter argument: *Người dàn xếp vô tình để lộ ý định của mình, và chúng ta chuẩn bị lý lẽ chống lại mạnh mẽ.*

telegraph one's punches *verb* (*quyền Anh*) vô tình để lộ ý đồ của mình cho đối thủ

tell it like it is or **TILII** *verb* nói thẳng, thẳng thắn ; kể sự thật, cho dù không dễ chịu; = GIVE IT TO someone • In Harlem, on the other hand, to tell it like it is, is to call spade a spade: *Nói cách khác, ở Harlem, nói thẳng là nói toạc móng heo ra* • Right on, Fred! TILII!: *Được rồi, Fred! Hãy nói thẳng thắn đi!*

tell it to Sweeney *sentence* = I'LL TELL THE WORLD

tell it to the Marines *sentence* (*từ đầu những năm 1800, hải quân Anh*) tôi không tin những gì anh vừa nói với tôi; những gì anh nói là sai và vô ích

Tell me another (one)! *exclam.* bày tỏ sự hoài nghi, không tin vào điều ai đó nói ra • You a stockbroker? Tell me another one!: *Anh là một người môi giới chứng khoán à? Tôi không tin đâu!*

tell someone off *verb* (*quân đội, Anh*) khiển trách; = CHEW someone OUT

tell shit from Shinola *xem* KNOW SHIT FROM SHINOLA

tell the tale *verb* (*trong một vụ lừa đảo*) giải thích với nạn nhân là anh ta sẽ có lợi như thế nào với sự sắp xếp được đề nghị

tell the world *verb* phơi bày những vấn đề cá nhân cho mọi người biết • Well, you don't have to tell the whole world: *Này, anh không cần phải phổ biến cho mọi người biết những chuyện riêng tư đó đâu.*

tell someone what to do with something *verb* 1 xúi giục ai làm điều gì khiếm nhã, thô lỗ • If that's the way he wants to be, you can just tell him what to do with it: *Nếu đó là cách mà nó muốn như vậy, mày có thể đơn giản chỉ cho nó làm điều đó.* 2 bác bỏ cái gì một cách kịch liệt

tell someone where to get off (or **to go**) *verb* 1 nói với ai thế là đủ rồi, không chấp nhận được nữa • He told me where to get off, so I walked out on him: *Ông ấy bảo tôi thế là đủ rồi, vì vậy tôi đã bỏ mặc ông ấy.* 2 khiển trách; cự tuyệt; = LET someone HAVE IT

a ten *noun* một phụ nữ đẹp hoàn hảo [dựa trên thang điểm từ 1 đến 10, được phổ biến trong bộ phim *10* có Bo Dereck đóng năm 1979] • Can't be with a woman who's a ten? You go to two fives. Or five twos. Adds up to the same thing: *Không thể với một cô đạt điểm 10 ư? Anh phải kiếm hai cô 5 điểm. Hoặc năm cô 2 điểm. Cộng lại thì có thôi.*

ten-carat *adjective* xuất sắc; tuyệt vời; ưu tú

ten cents *noun* (*ma túy*) gói ma túy 10 đô-la; = DIME BAG

tenderfoot *noun* (*từ giữa những năm 1800, miền tây*) người mới đến; người ít kinh nghiệm

tenderloin or **Tenderloin** *noun* (*đã lỗi thời từ những năm 1800*) khu vực tai tiếng của thành phố, phố đèn đỏ, phố cờ bạc, v.v..

ten four *noun* 1 (*băng tầng nghiệp dư*) tín hiệu biểu thị đã nhận được thông điệp, tương đương "roger" trong quân đội vào thời kỳ đầu 2 *affirmation:* đúng; đúng đấy • That's a ten four, you have it just right: *Đúng đấy, anh vừa nói thế.*

tenner *noun* 1 tờ 10 đô la 2 án tù 10 năm

tennies or **tenny runners** *noun* giày tennis; giày đế mềm

ten percenter *noun* 1 (*từ ngành biểu diễn và thế giới ngầm*) một người nhận được mười phần trăm thu nhập, của cải của ai, đặc biệt là người đại diện của một vận động viên hoặc diễn viên 2 người mua đi bán lại hàng hóa ăn trộm 3 nhân viên đi thu mười phần trăm

ten pounds of shit in a five-pound bag *xem* BLIVIT

tense up *verb* trở nên cứng nhắc, không hiệu quả do căng thẳng thần kinh; = CHOKE UP, CLUTCH UP

ten-spot *noun* 1 tờ 10 đô la; = DIME-NOTE 2 (*nhà tù*) án tù 10 năm

tern *noun* (*bệnh viện*) bác sĩ thực tập nội trú

terps or **turps** *noun* 1 một loại siro trị bệnh ho chứa cồn ngọt gồm terpin hydrate và codeine, dùng như ma túy 2 rượu

terrific *adjective* 1 xuất sắc; tuyệt vời; = GREAT • Glad to hear it. That's just terrific: *Rất vui nghe được chuyện đó. Thật là tuyệt vời.* 2 phi thường; cực kỳ; đáng ngạc nhiên

tetchy *adjective* điên; lập dị

Texas head start *noun* sự bắt đầu cuộc đua trước khi súng lệnh nổ

Texas leaguer *noun* (*bóng chày*) cú đánh rơi ngoài tầm với giữa những cầu thủ chặn bóng trong sân và những cầu thủ chặn bóng ngoài sân; = BANJO HIT

Texas roll *noun* một tờ đô la loại lớn quấn quanh các tờ đô la nhỏ hơn, đem lại ấn tượng về nhiều tiền

Texas toothbrush *noun* dương vật [ở Texas, còn được gọi là "Oklahoma toothbrush"]

Texas Volkswagen *noun* một chiếc Cadillac

Texican *noun* người Texas

Tex-Mex 1 *adj* thuộc vùng Texas-Mexico 2 *noun* người dân ở vùng biên giới Texas-Mexico 3 *noun* phong cách ẩm thực của vùng biên giới Texas-Mexico

TGIF *sentence* (*phát âm theo từng chữ riêng*) Tạ ơn Chúa, hôm nay là thứ Sáu [viết tắt của "*Thank God it's Friday*"]

thank you ma'am *noun* chỗ gồ ghề trên mặt đường tạo ra chút nôn nao trong dạ dày

that ain't (or **isn't**) **hay** *sentence* (biến thể: **peanuts** or **chopped liver** có thể thay **hay**) đó là một khoản lớn; đó không phải là con số nhỏ • He asked for a million, which ain't peanuts: *Hắn đòi một triệu, vốn không phải là con số nhỏ.*

That ain't hay! *exclam.* Đó là số tiền lớn, không phải rác! • That car cost $40,000, and that ain't hay!: *Chiếc xe đó giá 40.000 đô-la, và đó là số tiền lớn!*

that kills (or **does** or **tears**) **it** *sentence* điều đó đã hủy hoại mọi thứ

That'll be the day! *exclam.* Điều đó sẽ chẳng bao giờ xảy ra! • He says he'll do the washing-up. That'll be the day!: *Nó nói là nó sẽ rửa bát. Điều đó sẽ chẳng bao giờ xảy ra!*

That'll teach someone *sentence* Đó là điều mà ai đó xứng đáng được • So you lost all your money? That'll teach you (to gamble): *Vậy là mày thua hết tiền rồi phải không? Điều đó sẽ dạy cho mày (đừng đánh bạc).*

That's about the size of it *sentence* Đầu đuôi câu chuyện là thế; Mọi chuyện đúng là như thế • Well, that's about the size of it. See you tomorrow: *Đấy, sự việc là như thế. Hẹn gặp cậu ngày mai.*

That's all someone **needs** *sentence* 1 Đó là quá nhiều rồi; Tràn đầy rồi • A new mouth to feed. That's all we need!: *Một miệng ăn mới nữa phải nuôi. Thế là quá nhiều rồi!* 2 Đó chính là điều mà ai đó không cần; điều đó thật quá mức, tai họa, v.v.. • A speeding ticket?

That's all she wrote Brother, that's all you needed: *Một vé phạt vi phạm tốc độ à? Anh bạn, điều đó thật quá mức.*

That's all she wrote or **That's what she wrote** *sentence* **Tất cả là như thế; Chỉ có thế thôi** • Here's the last one we have to fix. There, that's all she wrote: *Đây là cái cuối cùng chúng ta phải sửa. Đấy, tất cả chỉ có thế thôi.*

That's a new one on me *sentence* **Điều đó thật ngạc nhiên với tôi; Tôi đã không biết điều đó** • A talking camera? That's a new one on me: *Một máy ảnh biết nói à? Tôi nghe chuyện đó lần đầu.*

That's my boy *sentence* **Con tôi đó, tôi rất tự hào về nó**; = WAY TO GO • After the game, Tom's dad said, "That's my boy!": *Sau trận đấu, bố của Tom nói, "Đó là con tôi đấy, tôi rất tự hào về thằng bé".*

That's show business (or **show biz**) (**for you**) *sentence* **Cuộc sống là vậy đó; Cuộc đời là như thế**; = THAT'S THE WAY THE BALL BOUNCES • We didn't get invited, but that's show business: *Chúng tôi đã không được mời, nhưng cuộc đời là như thế.*

That's so suck! *Phrase* **Thật đáng sợ!** • Eat sweat potatoes? That's so suck!: *Ăn khoai tây ngọt à? Thật đáng sợ!*

That's that! *exclam.* **Đó là lần cuối cùng!; Đó là điều dứt khoát!** • I said no, and that's that!: *Tôi nói không, và đó là điều dứt khoát!*

that's the ball game *sentence* **đó là kết thúc của vấn đề** [thường được dùng bởi người thua cuộc]

That's the stuff! *exclam.* **Tốt lắm!; Làm quá tốt!** • Good shot, Willy! That's the stuff!: *Cú đánh tuyệt vời, Willy! Tốt lắm!*

That's the ticket! *exclam.* **Đúng là thứ đang cần!** • Good! That's the ticket! Now you're cooking with gas: *Tốt quá! Đó đúng là thứ đang cần! Bây giờ cậu nấu bằng ga nhé.*

That's the way the ball bounces *sentence* **Cuộc sống là vậy đó; Đời là thế** [đó là cách ngẫu nhiên mọi việc xảy ra] • It's tough, I know, but that's the way the ball bounces: *Thật là khó khăn, tôi biết, nhưng cuộc sống là như vậy đó.*

That's the way the cookie crumbles *sentence* **Cuộc sống là vậy; Đó là sự bất công mà bạn dễ bắt gặp trong cuộc sống** • I lost my job. Oh, well. That's the way the cookie crumbles: *Tôi đã mất việc làm. Ồ, thôi. Đời là bất công mà.*

That's the way the mop flops *sentence* **Sự việc xảy ra như vậy đấy** • Sorry to hear about that, but that's the way the mop flops: *Rất tiếc nghe về điều đó, nhưng sự việc thường xảy ra như vậy.*

(That's the) way to go! *exclam.* **Làm giỏi lắm! Làm đúng như ý muốn!** • That's the way to go! You did it!: *Làm đúng lắm! Anh đã làm được nó rồi!*

That's what I say *sentence* **Tôi đồng ý với anh** • That's what I say. The way to cut spending is just to do it: *Tôi đồng ý với bạn. Cách để cắt giảm chi tiêu là chỉ để hoàn thành điều đó.*

That's what she wrote *xem* THAT'S ALL SHE WROTE

that's word! **dùng để diễn tả sự tán thành mạnh mẽ**

That sucks or **It sucks** **Nó hư rồi; Nó vô dụng rồi** • This meat loaf is terrible. It sucks: *Ổ bánh mì thịt này kinh khủng quá. Nó bị hư rồi.*

that way *adjective* **1 phải lòng; yêu nhau** • Well, Martha's that way, but Sam's just out for a good time: *Này, Martha yêu rồi, nhưng Sam thì chỉ muốn đùa cợt thôi.* **2 say rượu 3 đồng tình luyến ái**

the end of the world as we know it or **TEOT-WAWKI** *phrase* **nhấn mạnh những sự thay đổi, thường là rất nhiều** • Yes, you have to buy the operating system separately. It's TEOTWAWKI: *Vâng, bạn phải mua hệ điều hành một cách riêng lẻ. Mọi thứ đã thay đổi rồi.*

them apples *xem* HOW DO YOU LIKE THEM APPLES

then and there *adjective* **ngay lúc ấy; ngay tại đó** • Right then and there, he pulled up his shirt and showed everyone the jagged scare: *Ngay lúc ấy, anh ấy xé toạt áo ra để lộ vết sẹo lồi lõm trên người.*

there or **right there** *adjective* **rất giỏi; rất thông thạo**; = WITH IT • When it comes to piano-playing he's right there!: *Khi đến lúc chơi dương cầm anh ta rất thông thạo!*

there's a fungus among us **dùng như một cảnh báo rằng có một người không hợp thời trang, lạc lõng về mặt xã hội gần đó** • Fungus Among Us a character in our midst: *Có một kẻ lạc lõng giữa chúng ta.*

There's nobody home *sentence* **Ai đó thật ngu ngốc như không có não** • You twit! There's nobody home – that's for sure: *Mày ngu thật! Chắc là mày không có não – đó là chắc chắn rồi.*

there's no (or **no such thing as a**) **free lunch** *sent.* **thế giới là một nơi khắc nghiệt và bạn phải làm việc để có những gì mình muốn**

there's no way *adverb* **dưới tình huống không thể hiểu được** • There's no way she should do such a thing: *Không thể hiểu được là làm sao cô ta lại làm một điều như thế.*

There will be hell (**the devil**) **to pay** *sentence* **Mọi chuyện sẽ thật là tồi tệ đến nỗi bạn phải hối lộ kẻ xấu nào đó để giải quyết nó; Mọi chuyện sẽ gặp rắc rối** • If I don't get this done on time, there will be hell to pay: *Nếu tôi không làm xong việc này đúng thời hạn thì tôi sẽ gặp rắc rối đấy.*

There you are *sentence* **1 dùng khi đưa cho ai cái gì anh ta muốn hoặc đã yêu cầu** • There you are. I've brought your newspaper: *Đây, tôi đã đem lại cho anh tờ báo.* **2 dùng để đoán chắc khi giải thích, chứng minh hoặc bình luận** • There you are! I told you it was easy: *Đấy! Tôi đã bảo anh là dễ mà.* • You switch on, wait until the screen turns green, push in the disk and there you are!: *Anh bật cái nút, đợi cho màn hình chuyển sang màu xanh lá cây, đẩy cái đĩa vào, thế là xong!*

There you go *sentence* **1 Hoan hô! Bạn làm đúng rồi đó!** [thường dùng "There you go!"] • Good shot, Chuck! There ya go!: *Cú đánh (tennis) tuyệt vời, Chuck! Bạn chơi tốt quá đó!* **2 Mọi chuyện diễn ra vậy đó, y như những gì tôi vừa nói với bạn** • There you go. Isn't that just like a man!: *Thấy chưa, tôi nói mà. Không phải nó giống như một người đàn ông à!* **3 Bạn lại làm thế nữa rồi** • I just told you not to put that junk on the table, and there you go: *Mẹ vừa nói con không được để đồ tạp nhạp đó lên bàn, và con lại làm thế nữa rồi.* **4 không may, điều đó đã xảy ra**; = THAT'S THE WAY THE BALL BOUNCE • She ran out on him? Well, there you go: *Cô ta xếp trên cậu ấy à? Vâng, không may điều đó đã xảy ra.*

thick *adjective* **1 ngu ngốc; chậm hiểu 2 lôi cuốn, hấp dẫn về mặt tình dục 3 dính líu; quan hệ chặc chẽ với ai** • They're thick as can be: *Họ quấn quít với nhau.* **4 không thể tin được** • This story is too thick for me. I'm cruising outa here: *Câu chuyện nầy đối với tôi không thể tin được. Tôi đi khỏi đây thôi.* **5** (cũng là **thick as thieves**) **thân thiết; rất quen** • The two of them are very thick: *Hai người họ rất thân thiết.*

thicko *noun* **người ngu ngốc**; = DIM-WITT

thin **1** *adj* (*người lang thang và lễ hội*) **thiếu tiền; không xu dính túi**; = BROKE **2** *noun* = a THIN DIME

a (or **one**) **thin dime** *noun* **1 một số tiền rất nhỏ**; = a RED CENT **2 một hào; mười xu**

thing *noun* **1** (*đặc biệt phong trào phản văn hóa những năm 1960*) **sở thích, kỹ năng, lối sống hoặc nhận thức của ai** • He ignored the world and stuck to his thing: *Hắn phớt lờ thế giới và giữ lối sống của* *mình.* **2** *một sự thích thú; ám ảnh; sự hấp dẫn* • I think he has a little thing for Annie: *Tôi nghĩ anh ta có chút thích thú với Annie.* **3** *dùng để thay thế bất kỳ danh từ nào mà người dùng không thể hoặc không muốn chỉ rõ* [còn gọi là "thingy"] • I taught a spiritual thing in San Francisco for about four years, and we met once a week: *Tôi đã dạy một khóa học về tâm hồn ở San Francisco trong khoảng bốn năm, và chúng tôi gặp gỡ một lần mỗi tuần.* **4** *một quan hệ lãng mạn* • Mary Astor was keeping a diary about her thing with George Kaufman: *Mary Astor đang giữ nhật ký về mối quan hệ lãng mạn của cô với George Kaufman.* **5** *mối quan tâm hoặc sự ưa thích của ai* • This isn't exactly my thing, but I'll give it a try: *Đây không đúng là mối quan tâm của tôi, nhưng tôi sẽ thử nó xem.*

thingamajig *noun* (cũng là **thingumajig** or **thinummyjig** or **thingumabob** or **thingumdoodle** or **thingummy** or **thingamadoger** or **thing-amadudgeon** or **thingumbob** or **thingamanany**) *một đối tượng chưa xác định hoặc không thể nhận dạng; thứ gì đó bạn không biết tên hoặc không muốn nêu tên;* = DUNGUS, DOODAD, GADGET • Don't tell me that fool is up blowin' on that thing-a-majig again!: *Đừng nói với tôi rằng gã ngốc đó đang làm hỏng thứ đó lần nữa nhé!*

thingy *noun* **một thứ; một vật;** = GIZMO, THINGAMJIG

thing-thing *noun* **một đối tượng mà người nói không nhớ tên hoặc không quan trọng**

thin in the upper crust *adjective* **ngu ngốc;** = DIM-WITTED

think-box *noun* **cái đầu; bộ não**

think one is King Shit *verb* **tự cao về tầm quan trọng, sức mạnh, sức hấp dẫn, v.v.. của mình;** = THINK one's SHIT DOESN'T STINK

think-piece *noun* **một bài viết chuyên sâu trên một tờ báo hoặc tạp chí; bài luận sâu sắc**

think one's shit doesn't stink *verb* (*từ giữa những năm 1800, Anh*) **rất tự phụ** • The way she looks down her nose you know she thinks her shit doesn't stink: *Cái cách mà cô ta chẳng thèm ngó ngàng đến (coi thường), anh biết đấy cô ta rất tự phụ.*

think-tank *noun* **một nơi mà các đầu óc vĩ đại được tập họp lại để nghĩ về những giải pháp cho các vấn đề khó khăn hoặc dự kiến tương lai** • She spent a few months in a California think-tank, then came back to teach: *Cô ta đã sống vài tháng ở nơi các chuyên gia cố vấn California, sau đó trở về để dạy học.*

thin one *noun* **một hào hoặc đồng 10 xu;** = THIN DIME

third degree or **third** *noun* **mức độ thẩm vấn dữ dội, đặc biệt của cảnh sát** • They gave Spike the third degree, but he refused to say anything: *Họ đã thẩm vấn Spike, nhưng anh ấy không nói điều gì cả.*

third lieutenant *noun* (*quân đội, thế chiến II*) **sĩ quan chính thức, chẳng hạn chuẩn úy hoặc sĩ quan không quân, cấp bậc dưới thiếu úy**

third sacker *noun* (*bóng chày*) **cầu thủ chạm đến vị trí thứ ba**

the third sex *noun* **một nhóm người đồng tính luyến ái**

third wheel *noun* **một vị khách không mời; người dư thừa; người làm phiền người khác;** = EXCESS BAGGAGE.

thirteen *interj.* (*quầy bán đồ ăn trưa*) **tín hiệu cho biết quản lý đang ở gần đó** [bắt nguồn từ sự không may mắn của con số 13]

thirty or **30** *sentence* (*từ tòa soạn báo, điện báo viên và ngành phát thanh truyền hình*) **hết; đó là kết thúc của câu chuyện hoặc thông điệp**

this is it *sentence* **cuộc khủng hoảng cuối cùng đã đến; điều không thể tránh đã đến; chuẩn bị cho tình huống xấu nhất**

This is it! *exclam.* **1 Đây đúng là cái mà tôi đang tìm!; Tôi đã tìm ra nó rồi!** • This is it! The world's best pizza!: *Tìm ra rồi! Món pizza ngon nhất thế giới!.* **2 Đây là giây phút quyết định!** • Get ready, this is it! Jump now!: *Chuẩn bị sẵn sàng, giây phút quyết định! Nhảy nào!*

thou *noun* **một nghìn, đặc biệt một nghìn đô-la;** = GRAND • That car probably cost about twenty thou: *Chiếc ô tô đó có lẽ khoảng hai mươi nghìn đô.*

thought *xem* DON'T GIVE IT A SECOND THOUGHT

threads *noun* **quần áo, đặc biệt là một bộ quần áo;** = DUDS

the Three *noun* (*hàng không*) **máy bay Douglas DC-3;** = the GOONEY BIRD

three-bagger *noun* (*bóng chày*) **cú đánh giúp người đánh chạm được gôn ba (vị trí thứ ba)**

three bricks shy of a load *adjective* **ngu dốt; ngu đần;** = NOT ALL THERE • I would never say she was dense. Just three bricks shy of a load: *Tôi không bao giờ nói cô ta đần độn. Chỉ là ngu dốt thôi.*

three D or **3-D** or **3D** **1** *noun* **kỹ thuật làm phim 3 chiều** **2** *adj* **ba chiều**

three-dollar bill *xem* PHONY AS A THREE-DOLLAR BILL

three-dollar pistol *xem* HOT AS A THREE-DOLLAR PISTOL

three-letter man *noun* (*sinh viên*) **người đồng tính**

three-point landing *xem* CHINESE THREE-POINT LANDING

three point two *xem* THREE-TWO

three-sheet *noun* (*nhà in*) **một dạng áp phích quảng cáo lớn dùng tại nhà ga, tàu điện ngầm, v.v.**

three (or four) sheets in the wind *adjective* **say bí tỉ**

three squares *noun* **ba bữa ăn no mỗi ngày; chấp nhận cuộc sống cơ bản** • He isn't rich, but he gets his three squares every day: *Ông ta không giàu, nhưng có ba bữa ăn mỗi ngày.*

three S's *noun* **việc chuẩn bị trước khi ra ngoài của đàn ông** • After the three S's—the shit, the shave, and the shower—I would put on a clean fiddle and an erky-dirk: *Sau những công việc chuẩn bị trước khi ra ngoài của đàn ông – đại tiện, cạo râu và tắm – tôi sẽ mặc một bộ com-lê sạch và một chiếc áo sơ mi.*

three-striper *noun* **1** (*hải quân*) **sĩ quan chỉ huy** **2** (*quân đội*) **trung sĩ**

three-time loser *noun* **tên tội phạm đã ba lần gây tội ác nghiêm trọng, chắc chắn sẽ bị án chung thân**

thriller *noun* **một bộ phim, vở kịch, v.v. hồi hộp, đặc biệt là một bộ phim kinh dị;** = CHILLER

thriller-diller *noun* **bộ phim, cuốn sách hoặc chương trình truyền hình rất ly kỳ hồi hộp, giật gân;** = CHILLER-DRILLER

throat *noun* (*sinh viên*) **một sinh viên nghiêm túc, đứng đắn; sinh viên rất cạnh tranh, đặc biệt sinh viên chuẩn bị học y**

through the mill *adjective* **1 bị ngược đãi; bị lạm dụng** • That was some convention. I've really been through the mill: *Đó là tục lệ. Tôi thực sự đã bị ngược đãi.* **2 qua nỗi khổ cực; chịu gian khổ; chịu thử thách gay go; từng trải** • You could see at a glance that the man had been through the mill: *Thoáng nhìn anh có thể thấy rằng người đó là một người từng trải.*

throw *noun* **1 chi phí cho một món hàng hoặc một công việc, thường được trả trước bởi một khoản tiền cụ thể** **2 một lần thử** • Have another throw at it, why don't you?: *Có một lần thử nữa đấy, tại sao bạn không làm?*

a throw *adverb* **cho mỗi một; mỗi người;** = PER EACH • Those are $8 a throw: *Những cái kia 8 đô-la cho mỗi cái.* • We wrote it together, a page a throw: *Chúng tôi đã cùng viết, mỗi người một trang.*

throw *verb* 1 (*đặc biệt thể thao và cờ bạc*) cố tình thua một trận, cuộc đua, v.v..; = TAN 2 (cũng là *pitch* or *toss*) tổ chức; sắp xếp • The president has to throw him a luncheon: *Vị chủ tịch phải sắp xếp cho anh ta một bữa ăn trưa.* 3 làm ai lúng túng, bối rối • The question really threw me: *Câu hỏi này thật sự làm tôi lúng túng.*

throw someone **a curve** *verb* làm điều gì khá bất ngờ; bất ngờ gây thất vọng; = CURVE someone

throw a fight *verb* thua một trận đấu quyền Anh có chủ đích

throw a fit (or **a hyper**) *verb* để lộ tính xấu; nổi cơn thịnh nộ; = HAVE KITTENS • She threw a fit when I told her we weren't going: *Cô ấy nổi cơn thịnh nộ khi tôi nói với cô ấy là chúng tôi không đi.*

throw a fuck into someone *verb* (biến thể: **bop** or **boff** or **screw** có thể thay **fuck**) quan hệ tình dục với ai; = FUCK

throw a game *verb* thua một trận đấu hoặc một ván bài có chủ đích

throw something **at** something *verb* che giấu hoặc sửa chữa vấn đề bằng một biện pháp thường là vô ích hoặc không hiệu quả

throwaway *noun* 1 việc vứt bỏ quần áo ngoài của tội phạm sau khi phạm tội để ngăn sự nhận dạng tìm ra dấu vết 2 tờ bướm; tờ quảng cáo phát tay 3 câu nói đùa nhanh của diễn viên hài 4 (*từ ngành biểu diễn*) một câu nói, chuyện cười, v.v.. được cố tình nói bâng quơ, do đó làm tăng ảnh hưởng 5 *modifier:* He had a sort of throwaway casualness about him: *Nó có kiểu nói đùa bâng quơ rất tự nhiên về ông ta.*

throwaway *adjective* 1 vô dụng; thừa • a throwaway man: *một người đàn ông vô dụng* 2 dùng một lần • throwaway razors: *lưỡi dao cạo dùng một lần*

throw away *verb* (*ngành biểu diễn*) đưa ra câu nói đùa, chuyện cười, v.v.. bâng quơ

throw something **back** *verb* ăn hoặc uống cái gì

throw bouquets at someone or something *verb* khen ngợi • I don't make a practice of throwing bouquets at any politician: *Tôi không có thói quen khen ngợi bất kỳ chính trị gia nào.*

throw down *verb* 1 dọa nạt ai bằng vũ khí; chiến đấu • The last one, I walked in and threw down on [pointed his gun at] the guy: *Cuối cùng, tôi bước vào và chĩa súng vào anh ta.* 2 (*đặc biệt thanh thiếu niên*) thách thức một đối thủ nhảy break dance bằng cách trình diễn một chiêu cực khó 3 giết • Whoever throws you down makes five grand. The word's out on you: *Bất cứ ai giết anh sẽ kiếm được năm ngàn đô. Tin đồn đã lộ ra về anh rồi.* 4 ăn; nuốt lấy nuốt để thức ăn • Man, I'm starved. Let's find a hamburger joint and throw down: *Ôi, tôi đói lắm rồi. Chúng ta hãy kiếm một quầy hamburger và ăn một cái.*

throw someone **for a loop** *verb* làm bối rối hoặc ngạc nhiên người nào • Don't let this question throw you for a loop: *Đừng để câu hỏi này làm anh bối rối.*

throw one's **hat in the ring** *verb* nhận lời thách đấu; tham gia vào trận đấu hoặc ứng cử viên • The con claimed he needed parole so he could throw his hat in the ring for the mayoral election: *Người tù đã đòi hỏi anh ta cần bản cam kết của tù nhân để anh ta có thể tham gia vào ứng cử viên cho cuộc bầu cử thị trưởng.*

throw in the sponge *xem* THROW IN THE TOWEL

throw in the towel or **throw in the sponge** or **toss in the sponge** *verb* chịu thua; đầu hàng; thừa nhận thất bại; = FOLD • The candidate who was exposed by the press as a former pickpocket tossed in the sponge in a tearful press conference: *Ứng cử viên bị vạch trần bởi báo chí như là một tên móc túi trước đây đã chịu thua trong một cuộc họp báo đầy nước mắt.*

throw it to someone *verb* (*theo cách nhìn của đàn ông*) quan hệ tình dục

throw lead *verb* bắn súng

throw leather *verb* đấu quyền Anh; đánh nhau, đặc biệt với găng tay

throw money at something *verb* cố giải quyết vấn đề bằng cách bỏ tiền ra • This company has thrown billions at the housing problem, but it has been nothing but a long-term disaster: *Công ty này đã rót hàng tỷ đồng vào vấn đề nhà cửa, nhưng chẳng nhằm nhò gì ngoài một thảm họa dài hạn.*

throw off *verb* thể hiện ở một đẳng cấp dưới khả năng của bạn • If I couldn't beat Jesse out, he would throw off just enough to make the game look right, and let me win: *Nếu tôi không thể đánh bại Jesse, anh ta sẽ chơi dưới sức vừa đủ để làm trận đấu có vẻ cân sức, và để tôi thắng.*

throw-out *noun* 1 giải thưởng mà những người tổ chức lễ hội chuẩn bị cho những người tham gia trò chơi để lôi kéo nhiều người tham gia 2 đồ rẻ tiền được ném cho khán giả bởi những người diễu hành

throw someone **out on** someone's **ear** (or **ass**) *verb* đưa hoặc tống ai đi khỏi một nơi nào bằng vũ lực; = BUM-RUS • I just raised a little question and they threw me out on my ass: *Tôi vừa mới nêu một câu hỏi nhỏ thì họ đã đuổi tôi.*

throw salt on someone's **game** *verb* làm hỏng kế hoạch của ai • I don't mean to throw salt on your game, but I don't think you can pull it off: *Tôi không có ý định làm hỏng kế hoạch của bạn, nhưng tôi không nghĩ bạn có thể thành công được.*

throw the book at someone *verb* buộc tội ai vì bất cứ lý do gì • The judge wanted to throw the book at Joel Cairo, but the prosecutor convinced him to go easy in hope that Cairo would lead them to Mr. Gutman: *Quan tòa muốn buộc tội Joel Cairo, nhưng bên nguyên đơn thuyết phục ông ta khoan dung với hy vọng Cairo sẽ dẫn bọn chúng đến ông Gutman.*

throw the bull or **throw the crap** *verb* nói chuyện khoác lác; khoe khoang; = SCHOOL THE BULL • Tom could really throw the bull and sound right as rain: *Tom thật sự có thể nói khoác lác và nghe như thật vậy.* • Stop throwing the crap and tell me what you really think!: *Hãy ngừng nói chuyện bậy bạ đi và nói với tôi điều anh thật sự nghĩ.*

throw the hooks into someone *verb* lừa gạt; lừa đảo ai • He threw the hooks into a life insurance company: *Hắn ta đã lừa đảo một công ty bảo hiểm tính mạng.*

throw together *xem* KNOCK TOGETHER

throw up one's **toenails** *verb* nôn ọe dữ dội • It sounded like he was throwing up his toenails: *Nghe như anh ta đang nôn ọe dữ dội.*

throw one's **voice** *verb* nôn; mửa

throw one's **weight around** *verb* khoe khoang tầm quan trọng hay quyền lực của mình; lợi dụng địa vị hay cấp bậc của mình • The vice president was throwing his weight around, but that had little effect on anything: *Vị phó chủ tịch đã lợi dụng địa vị và quyền lực của mình nhưng chẳng gây được tác động gì nhiều.*

thrush *noun* ca sĩ nữ; = CANARY

thumb *noun* (*ma túy*) điếu thuốc cần sa; = JOINT

thumb or **thumb a ride** *verb* xin đi nhờ xe; đứng bên lề đường ra hiệu (bằng cách giơ ngón cái lên) để xin đi nhờ xe; = HITCHHIKE • Thumbing rides is against the law in St. Paul: *Vẫy tay xin đi nhờ xe là trái luật ở St. Paul.*

thumb down *verb* từ chối; bác bỏ; = NIX

thumber *noun* người ăn xin; người ăn mày

a thumb in one's **eye** *noun* sự phiền toái; điều gây bực bội thường xuyên • Yeah, he's been a thumb in my eye for a long time: *Ừ, nó đã gây phiền toái tôi trong một thời gian dài.*

thumbnail sketch *noun* sự mô tả nhanh và ngắn gọn; bản tóm tắt rất ngắn • Let me give you a thumbnail sketch of what happened: *Để tôi mô tả ngắn gọn cho anh điều gì đã xảy ra.*

thumbprint *noun* (*sân khấu*) đặc điểm trong tính cách, tác phẩm, v.v. của ai; dấu hiệu của ai

thumbs down *noun* dấu hiệu phản đối, không tán thành; phản ứng tiêu cực • The board gave our proposal a thumbs down: *Ban giám đốc đã có dấu hiệu không tán thành sự đề nghị của chúng tôi.*

thumbs down *adjective* không được tán thành; phủ nhận hoặc từ chối • It was thumbs down, and I was disappointed: *Nó đã không được tán thành và tôi rất thất vọng.*

thumbs up *noun* dấu hiệu chấp thuận, tán thành; phản ứng tích cực; = the NOD • It was a thumbs up on the new filtration plant at Thursday's village board meeting: *Nhà máy lọc mới đã có dấu hiệu chấp thuận ở cuộc họp ngày thứ năm của ban lãnh đạo xã.*

thumbs up *adjective* được tán thành; chấp thuận • The new filtration plant got a thumbs up decision at the board meeting: *Nhà máy lọc mới đã có quyết định chấp thuận ở cuộc họp ban lãnh đạo.*

thunderbox (**radio**) *noun* cái máy ra-đi-ô âm thanh nổi xách tay, thường được mở rất to ở nơi công cộng; = GHETTO BOX

thunder thighs *noun* bắp đùi to và chắc nịch, đặc biệt khi nói về phụ nữ

thusly *adverb* do đó; vì vậy • He is the eldest son and thusly heir to th title: *Ông ta là con trai cả, vì thế là người kế thừa tước hiệu.*

tick¹ *noun* tín dụng

tick² *noun* **1** một mức độ, đặc biệt là mức tăng; một khoản riêng **2** một khoảng khắc; một giây, một phút; = a JIFFY • I figure that there's gonna be some killing in a few ticks: *Tôi nghĩ sẽ có giết chóc trong chốc lát.* **3** (*bệnh viện*) bác sĩ thực tập nội trú

tick³ *xem* FULL AS AN EGG, LEAP-TICK, TIGHT

ticked off or **ticked** *adjective* giận dữ; = PISSED OFF, TEE'D OFF • Why was he ticked off?: *Sao anh ta tức giận?*

ticker *noun* **1** đồng hồ, đặc biệt đồng hồ bỏ túi **2** trái tim [giống tiếng tích tắc của đồng hồ] • If I have a bum ticker, you can bet it comes from liquor: *Nếu tim tôi rối loạn thì anh có thể cầm chắc rằng đó là do rượu.*

ticket *noun* **1** trát hoặc trát tống giam **2** lệnh biệt giam **3** cái chính xác; cái cần thiết • This degree will be your ticket to a bright and shining future: *Bằng cấp này sẽ là thứ cần thiết của anh cho tương lai tươi sáng.* **4** giấy phép **5** bằng hoặc giấy chứng nhận chính thức, đặc biệt là của một sĩ quan trên tàu, người điều khiển radio, v.v..

the ticket *noun* (*từ giữa những năm 1800, Anh*) đúng như mong muốn • That's the ticket, my dear, exactly what we needed: *Đó đúng như mong muốn, em yêu của anh, đúng là những gì chúng ta cần.*

tickety-boo 1 *adv* rất tốt; tuyệt **2** *adj* The sergeant reported that all was tickety-boo: *Viên trung sĩ báo cáo mọi thứ đều tốt.*

tickled or **tickled to death** or **tickled pink** *adjective* rất hài lòng hoặc thích thú • I'm sure that Alice will be tickled to death with her new bicycle: *Tôi chắc Alice sẽ rất hài lòng với chiếc xe đạp mới của cô.*

tickle the ivories *verb* chơi đàn dương cầm; chơi đàn pi-a-nô • I used to be able to tickle the ivories real nice: *Tôi đã từng chơi đàn dương cầm rất hay.*

tickle the pickle *verb* quan hệ tình dục, theo cách nhìn của đàn ông

tickle the shit (or **piss**) **out of** someone *verb* làm ai rất hài lòng

tick someone **off** *verb* làm ai tức giận; = PISS someone OFF • Her tone of voice ticked him off: *Giọng của con bé đã làm ông ta nổi giận.*

tick over *verb* **1** (*về máy móc*) chạy không; chạy chậm • I stopped the car but left the motor ticking over: *Tôi dừng xe lại nhưng vẫn để nổ máy.* **2** (*về các hoạt động*) tiếp tục theo lệ thường • Just try and keep things ticking over while I'm away: *Hãy cứ tiếp tục công việc như thường trong khi tôi đi vắng.*

ticky-tacky 1 *noun* vật liệu rẻ tiền và tồi; hàng hóa chất lượng kém **2** *adj* (cũng là *ticky-tack*) kém; được làm rất tồi; = TACKY

tiddly or **tiddley** *adjective* hơi say; ngà ngà say

tiddy *xem* TOUGH SHIT

tie (or **get**) **a bag on** *verb* say rượu

tie a can to (or **on**) someone *verb* đuổi; sa thải ai; = CAN, FIRE

tied up *adjective* **1** rất bận rộn • I was tied up and couldn't get to the phone: *Tôi quá bận rộn và không thể nghe điện thoại được.* **2** bị kẹt; bị chặn; tắc nghẽn • Traffic was tied up for miles this side of the tunnel: *Giao thông bị tắc nghẽn hàng dặm ở phía này của đường hầm.*

tie-in *noun* **1** một thỏa thuận kinh doanh thường phụ thuộc vào việc mà ai đó chấp nhận cái gì ít được mong muốn để được cái gì đó đáng mong muốn hơn **2** một món hàng bán được nhờ sự hiện diện của món hàng khác **3** người liên lạc; người quan hệ

tie into *verb* công kích; tấn công • They tied into their meal with gusto: *Họ lao vào bữa ăn một cách khoái trá.*

tie it on *xem* TIE one ON

tie it up *verb* = WRAP something UP

tie one on *xem* HANG ONE ON

tie one's **shoes** *verb* cải thiện hoặc sửa hành vi của mình; = GET WITH IT, PULL UP one's SOCKS, SHAPE UP • He'll never get promoted if he doesn't tie his shoes: *Anh ta sẽ không bao giờ được thăng chức nếu không sửa hành vi của mình.*

tie the knot *verb* **1** kết hôn • After you tie the knot, the truth about each other finally comes out: *Sau khi bạn kết hôn, sự thật về nhau cuối cùng sẽ được phơi bày.* **2** kết hợp một cặp trong lễ cưới • It was hard to find somebody to tie the knot at that hour: *Thật là khó tìm được ai để kết hợp làm lễ cưới vào thời gian này.*

tie up *verb* (*ma túy*) tiêm ma túy vào tĩnh mạch, đặc biệt cột vào một cái ga-rô quanh cánh tay để tìm tĩnh mạch

tiger *noun* người đàn ông khỏe mạnh và cường tráng; người đàn ông nguy hiểm

tiger sweat *noun* rượu mạnh; rượu tồi; bất cứ bia hoặc rượu; = PANTHER PISS, ROTGUT

tight *noun* bạn thân

tight *adjective* **1** (biến thể: **as a drum** (or **a lord** or **a mink**) có thể được thêm vào) ngà ngà say; say **2** gần gũi; thân thiết • I'm not tight with her: *Tôi không thân thiết với cô ta.* **3** đẹp; hợp thời trang; hợp mốt • His new car is tight!: *Chiếc ô tô mới của anh ấy quá đẹp!* **4** keo kiệt; bủn xỉn • He's very tight about lending money: *Anh ta* rất bủn xỉn trong việc cho vay tiền. **5** bị áp lực; khẩn trương; gây ra căng thẳng • She finds her new teaching job very tight: *Bà ta thấy công việc dạy học mới của mình rất căng thẳng.*

tight as Kelsey's nuts (or **Reilly's balls** or **O'Reilly's balls**) *adjective* rất keo kiệt; bủn xỉn; = TIGHT

tight-ass 1 *noun* người quá căng thẳng, hồi hộp **2** *noun* người rất cứng nhắc về mặt đạo đức **3** *adj* a very tightass sort of guy: *một kiểu người rất cứng nhắc về mặt đạo đức*

tight-assed *adjective* **1** quá căng thẳng, hồi hộp; quá trang trọng • My tight-assed smugness disappeared quickly: *Cảm giác tự mãn căng thẳng của tôi nhanh chóng tan biến.* **2** chưa hề giao hợp; còn trinh

tighten (or **pull in**) **one's belt** *verb* chuẩn bị cho thời kỳ tiết kiệm; thắt lưng buộc bụng • The entire country will have to tighten its belt: *Cả nước sẽ phải chuẩn bị cho thời kỳ tiết kiệm.* • The economic predictors say we have to tighten our belts: *Các nhà dự báo kinh tế nói chúng ta phải thắt lưng buộc bụng.*

tightly wrapped *adjective* lành mạnh và bình thường

tight money *noun* tiền bạc khó kiếm • In these days of tight money, no new expenditures will be approved: *Dạo này đồng tiền kiếm khó khăn, không có sự chi tiêu mới nào sẽ được chấp thuận cả.*

the tights *noun* điều kiện khó khăn về tài chính; = the SHORTS

tight spot *noun* hoàn cảnh khó khăn; = JAM • I'm in a tight spot and woud appreciate your help: *Tôi đang ở trong tình huống khó khăn và sẽ đánh giá cao sự giúp đỡ của anh, tức là tôi biết ơn điều đó.*

tightwad 1 *noun* người keo kiệt; người bủn xỉn **2** *adj* Don't be so tightwad with that hootch: *Đừng có quá keo kiệt với loại rượu mạnh đó.*

Tijuana Bible *noun* truyện tranh khiêu dâm; sách khiêu dâm dạng mạnh nhất

Tijuana taxi *noun* xe cảnh sát

till (or **until**) **one is blue in the face** *adverb* đến khi kiệt sức; đến khi không thể làm nổi nữa; rán hết sức; đến xanh máu mặt • I told you till I was blue in the face you should quit smoking: *Tao đã bảo mày đến không thể nói nổi nữa (đến xanh máu mặt) mày cần bỏ hút thuốc.*

till kingdom come *adjective* đến tận cùng thế giới; vĩnh viễn • I'll hate her guts till kingdom come: *Tôi sẽ ghét cay ghét đắng cô ta mãi mãi.*

till the fat lady sings *xem* the OPERA'S NEVER OVER TILL THE FAT LADY SINGS

timber *interj* thán từ bày tỏ sự chiến thắng, thành tích, v.v. [từ tiếng la hét của thợ đốn gỗ khi một cái cây bắt đầu đổ xuống]

the time of day *xem* NOT GIVE someone THE TIME OF DAY

time's a'wasting *sentence* làm ơn mau lên; muộn rồi đấy

time warp *noun* (*trong khoa học viễn tưởng*) sự vặn vẹo của thời gian khiến cho quá khứ hoặc tương lai trở thành hiện tại

tin *noun* **1** huy hiệu cảnh sát; = POTSY **2** (*ma túy*) vài nhúm cô-ca-in **3** khoản tiền nhỏ; = SMALL POTATOES

tin can *noun* **1** (*hải quân*) bom phá tàu ngầm **2** tàu chiến, đặc biệt tàu khu trục **3** xe ô tô, đặc biệt kiểu xe T Ford

tin (or **tinned**) **cow** *noun* (*người lang thang*) sữa hộp

tin ear *noun* việc không có khả năng phân biệt chính xác các nốt nhạc khác nhau; sự thiếu nhạy cảm với âm nhạc hoặc âm thanh • Who the hell is playing piano? Get that hippie out of here. He's got a tin ear: *Đứa quái nào đang chơi piano vậy? Ném gã híp-pi đó ra khỏi đây đi. Tai hắn không có khả năng phân biệt chính xác các nốt nhạc khác nhau.*

tin fish *noun* (*hải quân*) ngư lôi

tinfoil doorknob *xem* WIN THE PORCELAIN HAIRNET

tin hat *noun* (*hải quân, thế chiến I*) mũ lính; nón sắt

tinhorn or **tinhorn gambler** *noun* **1** một kẻ ti tiện và đáng kinh tởm **2** một con bạc tầm thường nhưng thích chưng diện, hoặc một người với tính cách như thế

tinhorn *adjective* xấu; tầm thường; thấp kém

tinkle *noun* **1** (*từ đầu những năm 1900, Anh*) cuộc điện thoại [chủ yếu trong câu "give someone a tinkle"] **2** nước tiểu; hành động đi tiểu

tinkle *verb* đi tiểu; = PEE [từ vựng của trẻ em, được người lớn dùng làm duyên] • I almost tinkled in my pajamas with the jolt of pain: *Tôi gần như đã són tiểu trong bộ pijama với nỗi đau điếng người.*

tinklebox *noun* đàn piano

tin Lizzie (or **lizzie**) *noun* **1** xe Ford đời đầu, đặc biệt Model T **2** bất kỳ xe ô tô hay xe tải cũ nào

Tin Pan Alley *noun* địa điểm nơi mà âm nhạc đại chúng được biên soạn, ghi âm, trình diễn, v.v.. nằm ở khu lân cận đại lộ 7 giữa đường 48 và 52 ở New York City; khu vực soạn, công bố, v.v. nhạc đại chúng

tin pants *noun* (*thợ đốn gỗ*) quần bằng vải bạt chống thấm nước được xử lý với sáp

tinpot *adjective* kém; tầm thường; = TINHORN

Tinseltown *nickname* **1** Hollywood, California **2** *modifier:* With familiar Tinseltown inventiveness, the new film has been entitled Grease 2: *Với óc sáng kiến quen thuộc của Hollywood, bộ phim mới được đặt tên là Grease 2.*

tin star *noun* thám tử tư; = PRIVATE EYE

tints *noun* **1** kính mát; kính râm **2** kính, cửa sổ xe ô tô được dáng màu

tin wife *noun* (*cảnh sát*) vợ của cảnh sát

Tio Taco *noun* một người Mỹ gốc Mexico cầu cạnh (bằng cách nịnh bợ) nền văn hóa của người da trắng thống trị

tip *noun* thông tin hoặc lời khuyên hữu ích • Any hot tips on the election?: *Có bất kỳ thông tin nóng nào về cuộc bầu cử không?*

tip *verb* (cũng là *tip off*) đưa ra thông tin hoặc lời khuyên hữu ích, đặc biệt thông tin mang lại lợi thế

tip one's mitt (or **hand**) *verb* tiết lộ điều gì mà ai đó dự định làm; tiết lộ bí mật của ai • I didn't tip my hand at all. I left them guessing: *Tôi không tiết lộ điều gì hết. Tôi để mặc họ đoán.*

tip-off *noun* đầu mối; manh mối, đặc biệt hữu ích; một phát hiện, đặc biệt một cảnh báo • The tip-off was when the dog started wagging his tail. We knew you were hiding somewhere close: *Manh mối là khi con chó bắt đầu vẫy đuôi. Chúng tôi biết bạn đang trốn ở đâu đó gần đây.*

tip off *verb* đưa thông tin cho ai, đặc biệt là về tội ác sắp xảy ra • Someone tipped off the police the other time, and I know who it was: *Ai đó đã trao thông tin cho cảnh sát về thời điểm khác, và tôi biết đó là ai.*

tip over *verb* (*thế giới ngầm*) cướp; = HEIST, KNOCK OVER

tipster *noun* (*đua ngựa*) người đưa ra ý kiến hoặc lời khuyên về nhiều con ngựa và cơ may của chúng trong cuộc đua

tip-top *adjective* xuất sắc; hạng nhất • He assured me his health was tip-top: *Nó cam đoan với tôi rằng sức khỏe của nó rất tốt.*

tired-ass *adjective* mệt mỏi; quá sức

tired blood *noun* căn bệnh và nguyên nhân phỏng đoán của sự mệt mỏi, bơ phờ, v.v..

tish *verb* (*lễ hội*) lót; độn hoặc cải tiến cái gì để làm nó trông có vẻ lớn hoặc quý giá hơn

tit *noun* ngực phụ nữ

tit art *noun* (*tòa soạn báo*) ảnh hấp dẫn của những cô gái trẻ; = CHEESECAKE

tit cap *noun* (*quân đội*) nón quân sự

tit-for-tat *noun* một sự đáp trả tương đương đối với hành động, ăn miếng trả miếng • This guy's looking to play tit for tat. That's not my game. I'm gonna play hardball: *Gã này đang tìm cách ăn miếng trả miếng. Đó không phải là trò chơi của tôi. Tôi sẽ chơi không bị gò bó.*

tit-man or **tits-man** *noun* người đàn ông xem ngực phụ nữ là điểm hấp dẫn đầu tiên; người đàn ông thích ngực phụ nữ

tits *noun* ngực, vú; thường được dùng với phụ nữ

tits *adjective* 1 xuất sắc; tốt khác thường; = GREAT, NEAT 2 (*sinh viên*) đơn giản; dễ dàng

tits and ass *noun* 1 sự phô bày mông và ngực phụ nữ; một chương trình, buổi khiêu vũ, v.v.. có sự khoe ngực và mông phụ nữ; = CHEESECAKE, TA 2 *modifier:* The magazine had a tits-and-ass section purporting to be a review of bathing-suit styles: *Tạp chí có một phần khoe ngực và mông có nội dung như một phần đánh giá các kiểu áo tắm.*

tits-and-zits *modifier* liên quan đến tình yêu và quan hệ tình dục của thanh thiếu niên

tits up *adjective* lộn ngược • Her lousy pie fell tits up onto the kitchen floor: *Cái bánh nướng xấu xí của cô ta rơi lộn ngược xuống nền nhà bếp.*

titty *noun* 1 ngực phụ nữ; = TIT 2 việc làm tình với phụ nữ

tizzy *xem* IN A TIZZY

TKO (*phát âm từng chữ riêng*) 1 *noun* (*quyền Anh*) cú nốc-ao kỹ thuật, được tuyên bố khi một võ sĩ bị tuyên bố là không thể thi đấu tiếp tục mặc dù vẫn còn tỉnh 2 *verb* He was TKO'd in the fourth round: *Anh ta bị nốc ao kỹ thuật trong hiệp 4.*

TL[1] *noun* = TRADE-LAST

TL[2] *noun* kẻ nịnh hót; kẻ bợ đỡ; = ASS-KILLER

TO *noun* Toronto, Ontario

to a fare-thee-well (or **a fare-you-well**) *adverb* toàn diện; hoàn toàn; = TO THE MAX • That new hairdo suits you to a fare-thee-well: *Kiểu tóc mới đó hoàn toàn phù hợp với cô.*

to a frazzle *adverb* hoàn toàn; toàn diện • After the marathon I was beat to a frazzle: *Sau cuộc đua maratông tôi kiệt sức hoàn toàn.*

toast *verb* (*nhạc sĩ*) nói hoặc hát trong thể loại nhạc reggae

toast *adjective* 1 (*thanh thiếu niên, người da đen*) xuất sắc; tuyệt vời; = COOL, TITS, TUBULAR 2 bị lừa gạt hoặc phản bội; bị hủy hoại hoặc chết • If you don't get here in twenty minutes, you're toast: *Nếu anh không có mặt ở đây trong hai mươi phút, anh bị tiêu đời đấy.*

toaster *noun* (*nhạc sĩ*) người thực hiện kiểu nói hoặc hát trong thể loại nhạc reggae

to beat the band (or **the Dutch**) 1 *adj* rất dữ dội; rất nhanh • He's selling computers to beat the band since he started advertising: *Anh ta đang bán máy tính rất chạy từ khi anh ta bắt đầu quảng cáo.* 2 *adv* rất nhiều; đến mức cao nhất; = ALL OUT • I hollered to beat the band: *Tôi đã la hét rất nhiều.*

to boot *adverb* thêm vào đó; nữa • She has lots of talent and more to boot: *Cô ấy có nhiều tài và nhiều thứ thêm nữa.*

to'd *adjective* = TEED OFF

toddle off *verb* đi khỏi; ra đi; = BUZZ OFF, POP OFF • Bye, I must toddle off: *Tạm biệt, tớ phải đi thôi.*

to die for *adjective* thèm muốn chết đi được; đáng để chết; đủ quan trọng và thỏa đáng để chết • This chocolate cake is to die for!: *Chiếc bánh sô-cô-la này thèm muốn chết đi được!*

toe jam *noun* hỗn hợp giữa mồ hôi và chất dơ giữa các ngón chân chưa rửa; cáu ghét

toe-jam queen *noun* (*người đồng tính*) người đồng tính nam sùng bái và âu yếm bàn chân bạn tình

toe the mark (or **the line**) *verb* cư xử thích hợp; = KEEP one's NOSE CLEAN • If he doesn't toe the mark, fire him: *Nếu nó không cư xử thích hợp, hãy đuổi nó.*

toe to toe *xem* GO TOE TO TOE.

together *adjective* 1 (*từ những năm 1960, phong trào phản văn hóa, từ người da đen*) điềm tĩnh; không lo lắng và căng thẳng 2 thành thạo hoặc tinh thông về mặt xã hội 3 kiểm soát được cuộc sống, nghề nghiệp, hoặc cảm xúc; tự tin 4 được sắp xếp hoặc chuẩn bị • I'm not together yet. Lemme call you back: *Tôi chưa được chuẩn bị. Để tôi gọi lại anh sau.*

to go *modifier* (*quầy bán đồ ăn trưa*) được cho vào hộp để mang đi; được gói lại mang về nhà ăn; = TAKEOUT • Do you want it to go, or will you eat it here?: *Bạn muốn món đó được gói mang về hay là ăn ở đây?*

togs *noun* (*từ đầu những năm 1800, Anh*) quần áo, đặc biệt quần áo mặc vì một mục đích đặc biệt

to hell *adverb* 1 (*cũng là to hell and gone*) hoàn toàn; không thể cứu vãn • The plan's wrecked to hell and gone: *Kế hoạch đã bị sụp đổ hoàn toàn.* 2 (*cũng là to heaven* or *to high heaven*) rất mạnh; nồng nhiệt; chân thành • He swore to hell he'd never do it again: *Ông ta thề thốt rất chân thành rằng ông sẽ không bao giờ làm việc đó lần nữa.*

to hell and gone *adjective* 1 đi khỏi • Fred was to hell and gone before anybody figured out what he had done: *Fred lặn đi trước khi có ai phát hiện ra điều anh ta đã làm.* 2 hỏng; không thể cứu vãn • The whole plan is to hell and gone. Nothing can be salvaged: *Toàn bộ kế hoạch đã hỏng. Không có gì có thể cứu vãn được.*

toity *xem* HOITY-TOITY

toke *noun* 1 việc hít khói cần sa 2 một liều ma túy 3 một điếu thuốc, đặc biệt một điếu cần sa 4 dấu hiệu; biểu tượng hoặc chứng cứ về cái gì • Yeah. Just a little toke of my approval: *Vâng. Chỉ là một dấu hiệu nhỏ về sự tán thành của tôi.* 5 tiền boa • He left a dollar toke. Wow: *Chà. Anh ta để lại một đô-la tiền boa.* 6 tiền thưởng do sòng bạc, nhà thổ hoặc công việc kinh doanh khác cho tài xế taxi vì mang khách tới

toke *verb* 1 hít khói từ thuốc lá, thuốc lá chứa cần sa, một điếu cô-ca-in nguyên chất hoặc những loại ma túy khác 2 cho tiền quà (tiền boa) ai đó [thường sử dụng trong sòng bạc] • She doesn't toke very well: *Cô ta boa chẳng đẹp tí nào.*

tokus *noun* (cũng là *tokis* or *tuckis* or *tuckus* or *tush* or *tushie* or *tushy*) mông đít; = ASS, BOTTOM • My tokus is sore from sitting too long: *Đít tôi bị đau vì ngồi quá lâu.*

tokus licker *noun* (biến thể: **tokis** or **tuckus** có thể thay **tokus**) =

ASS-KICKER, TL

told xem FUCKING WELL TOLD

Tom or **tom** 1 noun **người da đen cầu cạnh người da trắng bằng hành vi nô lệ và vâng lời;** = OREO, UNCLE TOM 2 verb **xun xoe cầu cạnh bằng hành động vâng lời theo kiểu nô lệ** • I "tomed" for him and explained we were only listening to records: *Tôi đã "cầu cạnh" anh ta và giải thích chúng tôi chỉ đang nghe đĩa hát thôi.*

Tomahawk xem UNCLE TOMAHAWK

tomato noun **phụ nữ trẻ quyến rũ;** = CHICK • Who's the tomato driving the ragtop?: *Cô gái hấp dẫn đang lái chiếc xe bỏ mui kia là ai vậy?*

tomato can noun 1 (*người lang thang*) **phù hiệu của cảnh sát một thị trấn nhỏ** 2 (*quyền Anh*) **một võ sĩ quyền Anh tầm thường, xoàng**

tomboy or **tomgirl** noun **một cô gái trẻ thích bộ dáng, hoạt động, v.v.. của con trai hơn là bộ dáng hoặc hoạt động của nữ**

tom-cat or **tomcat** 1 noun **người đàn ông năng động và hấp dẫn; chàng trai gợi tình** 2 verb **theo đuổi phụ nữ với mục đích tìm kiếm quan hệ tình dục thoáng qua**

Tom, Dick and Harry xem EVERY TOM, DICK, AND HARRY

tomfool adjective **ngu ngốc; đần độn;** = NUTTY

tommy noun 1 = TOMBOY 2 (*quầy bán đồ ăn trưa*) **một lát cà chua**

Tommy noun (*từ cuối những năm 1800*) **binh nhì trong quân đội Anh;** = TOMMY ATKINS

Tommy Atkins noun (*từ cuối những năm 1800*) **binh nhì trong quân đội Anh;** = TOMMY

Tommy (or **tommy**) **gun** noun **súng liên thanh tự động cầm tay; súng máy;** = BURP GUN, CHOPPER

Tommy man noun (*từ những năm 1930*) **kẻ cướp được trang bị súng Tommy**

tommyrot noun (*từ cuối những năm 1800, Anh*) **điều vô lý; lời vớ vẩn;** = BALLONEY, BULLSHIT

ton noun (*thanh thiếu niên và đua xe, từ những năm 1960*) **tốc độ 100 dặm/giờ; tốc độ cao**

a ton adverb **rất mạnh; với ảnh hưởng lớn** • He hit that ball a ton, and it's a home run: *Anh ta đánh bóng rất mạnh, và đó là một cú home run (cú đánh cho phép người đánh bóng chạy quanh tất cả các điểm quy định trên sân để ghi điểm mà không dừng lại).*

tongue noun **luật sư ;** = MOUTHPIECE

tonk noun = HONKY-TONK

ton of bricks xem HIT someone LIKE A TON OF BRICKS

tons of something noun **nhiều cái gì** • We got tons of fried chicken, so help yourself: *Chúng tôi có rất nhiều gà rán, cho nên cứ tự nhiên dùng đi.*

tony or **toney** 1 adj **hợp thời trang; rất lịch sự;** = SWANKY 2 noun St Michael's alley, still inhabited by the tony: *con đường St Michael, vẫn là nơi sinh sống của những con người lịch sự.*

tooddle-oo interj. (*từ đầu những năm 1900, Anh*) **lời chào tạm biệt** [được xem là một lời nói âu yếm hài hước, như *cheerio*]

tool noun 1 **dương vật** 2 (*sinh viên*) **một sinh viên siêng năng;** = GREASY GRIND 3 (*thế giới ngầm*) **tên móc túi lành nghề** 4 (*bi-da*) **một cơ bi-da của người chơi** 6 **người bị lừa; người dễ bị lừa gạt;** = PATSY, SUCKER

tool verb 1 **đi thơ thẩn không định hướng; không làm gì cả** [biến thể *"tool around"* cũng được dùng] 2 **làm việc chăm chỉ; làm việc vất vả** 3 (*cũng là tool along*) **chạy với tốc độ nhanh; tăng tốc** • We were tooling along at about seventy-five when the cop spotted us: *Chúng tôi đang phóng nhanh ở tốc độ khoảng bảy mươi lăm dặm một giờ thì cảnh sát phát hiện chúng tôi.* 4 **lái xe rất nhanh;** = BARREL

toolie noun 1 (*sinh viên*) **sinh viên ngành kỹ sư** 2 **súng ngắn**

tools noun (*từ cuối những năm 1800*) **bộ đồ ăn; dao; nĩa; thìa**

too many xem ONE TOO MANY

too many chiefs and not enough Indians sentence 1 **có nhiều người đặt mua hàng và không đủ người để thực hiện chúng** 2 **không ai muốn làm việc ở đây, vì ai cũng muốn mình là ông chủ** 3 **công việc hoặc kế hoạch chịu thiệt hại từ chỗ thặng dư các tổng giám đốc và các cố gắng (thừa thầy thiếu thợ)**

too much 1 adj (*nhạc sĩ nhạc jazz*) **tuyệt vời; xuất sắc; ưu tú;** = the MOST • The way she blows that horn is too much: *Cách cô ta thổi kèn trumpet thì quá tuyệt.* 2 adj **cực tốt, cực xấu, v.v..; phi thường** • You ate 23 hot dogs in one sitting? Man, you're too much: *Cậu đã ăn 23 cái xúc xích trong một lần à? Ôi, cậu thật phi thường.* 3 noun = FAR OUT

too rich for someone's **blood** adjective 1 **quá đắt đối với tài chính của ai** • Europe is getting too rich for our blood: *Châu Âu thì quá đắt đối với chúng tôi.* 2 **quá cao so với chỉ định chất béo cho chế độ ăn kiêng của ai** • Most ice cream is too rich for my blood: *Hầu hết kem thì thường quá nhiều chất béo đối với chế độ ăn kiêng của tôi.* 3 **vượt quá khả năng, mong muốn, v.v.. của ai; quá nhiều** • I don't go out with them anymore, it's too rich for my blood: *Tôi không ra ngoài chơi với họ nữa, điều đó vượt quá khả năng của tôi.*

toot noun 1 (*ma túy*) **một liều ma túy, đặc biệt là cô-ca-in để hít;** = SNORT 2 (*ma túy*) **cô-ca-in; hê-rô-in** 3 (*hóa học*) **bu-tin ni-trít (butyl nitrite)** 4 **một bữa chè chén lu bù;** = BENDER, BINGE, KICK 5 **gái điếm**

toot verb 1 **hít ma túy bột, như cô-ca-in** 2 **đánh rắm** • The more you toot, the better you feel: *Càng đánh rắm anh càng khỏe.* 3 **uống rất nhiều** • She could toot booze from dusk to dawn: *Cô ta có thể uống nhiều rượu từ sẩm tối đến tảng sáng.*

toothpick noun 1 **cây cơ bi-da nhẹ hơn bình thường** 2 **con dao bén; dao bỏ túi, đặc biệt dao bấm**

tootie adjective **người đồng tính luyến ái**

tootie fruitie noun **một nam giới ẻo lả và yếu ớt;** = SISSY, WIMP

tootin' xem ROOTIN'-TOOTIN', YOU'RE DAMN TOOTIN'

tootle along verb **khởi hành** • I think I'd better tootle along now: *Tôi nghĩ tốt hơn tôi nên khởi hành bây giờ.*

too too adjective (*từ cuối những năm 1800, Anh*) **quá mức, đặc biệt trong sự âu yếm, khó tính, v.v..** • Well, isn't his caring just too too!: *Ôi, sự quan tâm của anh ta không chỉ thật quá mức!*

toot (or **blow**) one's **own horn** verb **khoe khoang; khoác lác** • Say something nice. I'm not one to toot my own horn: *Nói cái gì tốt đẹp đi. Tớ không phải là kẻ khoe khoang khoác lác đâu.*

toots noun 1 (cũng là **tootsie** or **tootsy** or **tootsie-wootsie** or **tootsy-wootsy**) **một cô gái hoặc phụ nữ; bạn gái;** = DOLL [thường được sử dụng như một hình thức xưng hô, hoặc hài hước hoặc trìu mến] • He was paying for a penthouse apartment on Park Avenue for his tootsie: *Ông ta trả tiền cho một căn hộ trên tầng mái ở đại lộ Park cho cô bạn gái của mình.* 2 **bàn chân, đặc biệt chân trẻ em**

tootsies noun **bàn chân**

top noun 1 (*quân đội, thế chiến I*) **trung sĩ nhất;** = TOP SERGEANT 2 **nửa hiệp đầu của một đội đánh bóng chày** 3 (*xiếc và lễ hội*) **lều**

top verb 1 **vượt qua; làm tốt hơn ai hay cái gì;** = CAP • Can you top this one?: *Anh có thể vượt qua cái này không?* **2** (*thế giới ngầm*) **giết**; = BUMP OFF, HIT **3 treo cổ ai** • *He was topped for murder: Nó đã bị treo cổ vì tội giết người.*

top *adjective* **tốt nhất; ưu tú nhất** • *He got the top recommendation: Anh ta nhận được lời đề nghị tốt nhất.*

top banana *noun* **1 diễn viên hài dẫn đầu trong một trò khôi hài hoặc trong tiết mục kịch vui; diễn viên hài chính** • *The top banana didn't show up for the gig: Nghệ sĩ hài chính đã không xuất hiện cho buổi trình diễn.* **2 ông chủ; người dẫn đầu; thủ trưởng;** = BOSS, BIG ENCHILADA • *You'll have to ask the top banana. He's out right now: Anh phải hỏi ông chủ. Ông ấy đang ra ngoài.*

the top brass *noun* **1 người đứng đầu; người lãnh đạo cao nhất 2 sĩ quan quân đội cấp cao nhất**

top dog **1** *noun* **người quan trọng nhất; người nắm quyền; lãnh đạo;** = BOSS **2** *adj* **quan trọng nhất; ưu tú nhất;** = TOPS

top dollar *noun* **số tiền lớn nhất được đề xuất hoặc tặng**

top-drawer *adjective* **1 có giáo dục; thượng lưu; tốt nhất** • *The Opal I knew was a stone young lady, with top-drawer parents: Opal mà tôi biết là một quý cô sắt đá, với cha mẹ thuộc tầng lớp thượng lưu.* **2** (*từ đầu những năm 1900, Anh*) **có chất lượng tốt nhất; ưu tú nhất;** = TOPS **3 thuộc loại giỏi nhất** • *I want to hire a young MBA who's top drawer: Tôi muốn thuê một người trẻ có bằng thạc sĩ quản lý kinh doanh thuộc loại giỏi nhất.*

top-flight *adjective* **hạng nhất; có năng lực cao nhất** • *You stack up as a top-flight man in my book, but you've had not incentive here: Anh được xếp là hạng nhất theo sổ sách của tôi nhưng anh không được khuyến khích ở đây.*

top heavy *adjective* **ngực nở; đầy đà; nở nang**

topkick *noun* (*quân đội thế chiến I*) **trung sĩ;** = FIRST MAN

topless *modifier* **1 ở trần, không mặc quần áo từ phần eo trở lên 2 liên quan đến các quán bar và hộp đêm, v.v.. có phụ nữ để trần từ eo trở lên**

top-notch *adjective* **ưu tú; có chất lượng cao nhất;** = TOP-DRAWER

top of one's **head** *xem* OFF THE TOP OF one's HEAD

topper *noun* **1** (*lễ hội hoặc xiếc*) **tiết mục chính 2 đỉnh điểm; điểm cao nhất 3 điều gì vượt qua một điều khác, thường là một chuyện cười, bình luận, đặc biệt một nhận xét vừa hay vừa hoàn thiện cho điều đã nói 4** = TOPSIDER

the tops *noun* **thứ tốt nhất; tột đỉnh**

tops *adjective* **chất lượng cao nhất, tốt nhất; ưu tú nhất** • *I really liked that chick, I thought—she was strictly tops: Tôi thật sự thích cô gái đó, tôi nghĩ thế – cô ấy đúng là ưu tú nhất.*

tops *adverb* **tối đa** • *Tonight and tomorrow, tops: Tối nay và ngày mai, tối đa đấy.*

top sergeant *noun* **1** (*quân đội*) **trung sĩ;** = TOP-KICK **2** (*người đồng tính*) **một người đồng tính nữ đóng vai nam**

topside *adverb* (*hàng hải*) **bên trên; ở tầng trên**

topsider *noun* **sĩ quan, nhà quản lý, v.v.. cao cấp**

top story *noun* **cái đầu; đầu óc** • *This guy's got a very canny top story: Gã này có cái đầu rất khôn ngoan.*

topsy-boozy or **topsy-boosy** *adjective* **say rượu**

torch *noun* **1 kẻ cố ý gây nên hỏa hoạn;** = FIREBUG **2 hành động cố ý gây hỏa hoạn**

torch *verb* **đốt lửa, đặc biệt là cố ý phóng hỏa** • *He got trapped while torching a place with some other mob guys: Hắn ta bị tóm khi châm lửa đốt nơi đó cùng một số kẻ du thủ du thực khác.*

torch job *noun* **một trường hợp cố ý gây hỏa hoạn**

torch song *noun* **một bài hát nổi tiếng nhớ tiếc về tình yêu đơn phương**

torchy *adjective* **yêu đơn phương**

torp *noun* (*hải quân, thế chiến I*) **ngư lôi;** = TIN FISH

torpedo *noun* **1 tay súng hoặc sát thủ được thuê;** = HIT MAN **2** = HERO SANDWICH

torpedo (or **torp**) **juice** *noun* (*quân đội, thế chiến II*) **rượu được làm từ những nguyên liệu có sẵn**

torqued *adjective* **1** (*không quân*) **tức giận; bực mình; khó chịu;** = PISSED OFF • *Now, now! Don't get torqued!: Này, này! Đừng giận!* **2 say rượu**

toss *verb* (*thế giới ngầm*) **khám xét, đặc biệt khám xét một người để tìm vũ khí, ma túy, v.v..;** = SHAKE DOWN • *The cops regularly toss anybody theystop on the street: Cảnh sát thường khám xét bất cứ ai mà họ chặn lại trên đường.*

toss chow *verb* **ăn nhanh và ngấu nghiến**

toss one's **cookies** or **throw** one's **cookies** or **toss** one's **lunch** or **toss** one's **tacos** *verb* **nôn; mửa;** = SHOOT one's COOKIES

toss in the sponge *xem* THROW IN THE TOWEL

Toss it! *exclam.* **Ném nó đi! Vứt nó đi!** • *You don't need that hat. Toss it!: Anh không cần cái mũ đó. Vứt nó đi!*

toss it in *verb* **từ bỏ; ngừng đánh nhau**

toss off *xem* BEAT OFF

toss something off *verb* **1 làm việc gì nhanh, không tốn nhiều thời gian và công sức, đặc biệt một cách dễ dàng** • *It was no big deal. I tossed it off in thirty minutes: Việc đó không quan trọng. Tôi làm nó nhanh trong vòng ba mươi phút.* **2 uống nhanh cái gì;** = KNOCK BACK **3 phớt lờ lời phê bình, chỉ trích; bỏ qua sự thất bại hoặc điều gây trở ngại** • *She just tossed it off like nothing had happened: Cô ta phớt lờ lời chỉ trích như không có chuyện gì xảy ra.* **4 chịu đựng hoặc chống lại bệnh tật** • *I caught a little cold, but I tossed it off right away: Tôi hơi bị cảm lạnh, nhưng tôi kháng lại nó ngay lập tức.*

toss one's **tacos** *xem* TOSS one's COOKIES

toss-up *noun* **1 người đổi tình dục để lấy cô-ca-in 2 người đàn bà lăng nhăng 3 vấn đề may rủi (như tung đồng tiền xấp ngửa)** • *Nobody knew what to do. It was a toss-up: Không ai biết phải làm gì. Đó là một vấn đề may rủi.*

a toss-up *noun* **một cơ hội ngang nhau; một trường hợp có xác suất, giá trị, v.v.. ngang nha** • *It's a toss-up between those two candidates: Đó là một cơ hội ngang nhau giữa hai ứng cử viên này.*

total *verb* **1 hủy diệt; hoàn toàn hỏng, đặc biệt một chiếc xe** • *I totaled a perfectly good pair of Bergdorf Goodman shoes: Tôi đã phá hỏng một đôi giày Bergdorf Goodman hết sức tốt.* **2 gây thương tật hoặc giết; làm bị thương nặng;** = WASTE

totaled or **totaled out** *adjective* **1 say rượu; lâng lâng do ma túy;** = STONED, WASTED **2 hư hỏng; hỏng nặng ngoài tầm sửa chữa** • *The car was totaled. There was nothing that could be saved: Chiếc xe đã hư hỏng nặng. Không còn cách gì có thể cứu vãn được.*

a total loss *noun* **một người hoặc một thứ vô dụng;** = a DISASTER, LOSER

totally *adverb* **hoàn toàn [rất gần với tiếng Anh tiêu chuẩn, nhưng với điệu bộ kiểu tiếng lóng]** • *I'm afraid I totally forgot about it: Tôi e rằng tôi đã hoàn toàn quên mất điều đó.*

totally awesome *adjective* rất, rất ấn tượng • His motorcycle is totally awesome. It must have cost a fortune: *Chiếc mô-tô của anh ta thật là ấn tượng. Nó chắc phải có giá bằng một tài sản lớn.*

totally clueless *adjective* (*thanh thiếu niên*) không biết; dốt nát • Everybody was totally clueless as to what to do: *Mọi người đã không biết phải làm gì.*

tote[1] *verb* mang theo súng ngắn

tote[2] *noun* 1 người kiêng rượu 2 một lượng nhỏ ma túy gai dầu 3 cái tẩu nhỏ để hút ma túy gai dầu

tote[3] *noun* = TOTE BAG

tote[4] *verb* tổng cộng • How much does it tote?: *Tổng cộng là bao nhiêu?*

tote[5] *noun* (cũng là **tote board**) bộ đếm, chiếc máy hiển thị tỷ lệ cược tại một cuộc đua ngựa

tote bag *noun* ba lô hoặc túi khoác vai, thường được làm và trang trí với một số ký hiệu hoặc biểu tượng hấp dẫn

totem poles *xem* KNOCK someone FOR A LOOP

to the max *adverb* tột độ; tối đa; hết sức; hoàn toàn • They worked to the max their whole shift: *Họ đã làm việc hết sức trong cả ca làm.* • Many of these were obscure to the max: *Nhiều người trong số họ hoàn toàn không có tiếng tăm.*

to the tune of *adverb* với số lượng; tới • It's cost him a bundle, to the tune of sixty grand or so: *Nó sẽ khiến ông ta tốn khá nhiều, tới 60 ngàn đô.*

touch *noun* 1 số tiền thu được trước đây, đặc biệt là nhờ xin xỏ hoặc ăn cắp 2 (*trong bi-da*) mánh khóe 3 người nào đó được người khác xin vay tiền; người được xin tiền 4 sự xin tiền; lời xin vay tiền • I ignored the touch and walked on by: *Tôi phớt lờ lời xin tiền và bước đi qua.* 5 một phần nhỏ của cái gì để ăn hoặc uống • I'll have just a touch. I'm on a diet, you know: *Tôi sẽ chỉ ăn một chút thôi. Bạn biết đấy, tôi đang ăn kiêng.*

touch *verb* 1 lừa đảo; bịp bợm 2 (cũng là **touch up**) xin tiền; vay; mượn của ai 3 đưa hối lộ hoặc tống tiền ai

touch a sore point *verb* nhắc đến việc gì làm buồn lòng ai • I touched a sore point with Alice when I mentioned taxes: *Tôi đã chạm lòng Alice khi tôi nhắc đến việc thuế.*

touch all bases *verb* 1 làm xong mọi thứ, đặc biệt trong vấn đề cố vấn, thông báo, v.v.. 2 rất đa năng • Humphrey is a man to touch all bases: *Humphrey là người đàn ông rất đa năng.*

touch base with someone *verb* 1 liên lạc; tiếp xúc với ai • I wanted to touch base with you just in case something had gone wrong: *Tôi muốn liên lạc với anh nếu như có chuyện gì đó không ổn.* 2 tham khảo hoặc thông báo với ai về một vấn đề chưa giải quyết • Before you sign it you'd better touch base with your lawyer: *Trước khi ký tên, tốt hơn hết anh nên tham khảo với luật sư của anh.*

touch dancing *noun* những kiểu khiêu vũ mà người này ôm người khác

touches *xem* CUT UP THE TOUCHES

touchie-feelie *adjective* liên quan đến việc rèn luyện sự nhạy cảm và những hoạt động khác như thế, nơi mọi người đụng chạm và cảm nhận nhau

touchy-feely *adjective* quá nhạy cảm, chu đáo hoặc dễ bị xúc động • What I was writing was somewhat touchy-feely: *Những gì tôi đang viết hơi nhạy cảm.*

not **touch** someone or something **with a tenfoot pole** *xem* NOT TOUCH someone or something WITH A TENFOOT POLE

tough *noun* một người cứng rắn và phiền hà

tough *adjective* 1 đe dọa; gây phiền hà; ác ý 2 ưu tú; xuất sắc; = the MOST

tough cat *noun* (*người da đen*) một người đàn ông thành công với phụ nữ; kẻ đào hoa; = COCKSMAN

tough cookie *noun* 1 người bền bỉ; người sống sót [thường nói với thái độ khâm phục] 2 người cứng rắn, khó trị

tough customer *noun* người rất khó để giao thiệp với

tough egg to crack or **tough nut to crack** *noun* người hoặc cái gì rất khó hiểu, khó tiếp xúc • She won't talk. She's going to be a tough egg to crack!: *Cô ấy không nói đâu. Cô ta sẽ là một người khó hiểu nổi!*

tough guy *noun* tên thô bạo; kẻ du côn; tay anh chị; = BIMBO, ROUGHNECK, TOUGHIE • So, you want to be a tough guy, huh?: *Vậy, mầy muốn trở thành một tay anh chị hả?*

toughie or **toughy** *noun* 1 một người cứng rắn; người gây phiền hà; đặc biệt là đàn ông; = TOUGH, TOUGH GUY 2 tình huống gay go; một thứ thách nặng nề • I couldn't think of a way because it was real toughie: *Tôi không thể nghĩ ra cách nào vì tình thế gay go quá.*

tough it out *verb* chịu đựng cái gì một cách gan lỳ; = HANG TOUGH • He's never really had to tough it out in this world of ours: *Nó thực sự chẳng bao giờ chịu đựng một cách kiên nhẫn trong thế giới này của chúng ta.*

tough luck or **tough cookies** *interj.* thật quá tệ!; quá gay go! • Tough cookies, Tom! That's life: *Thật là tệ quá, Tom! Cuộc sống là vậy.*

tough nut *noun* một người khó bảo

a **tough nut to crack** *noun* một vấn đề khó khăn; = BITCH, TOUGHIE

tough something **out** *verb* xúc tiến việc gì bất chấp khó khăn hoặc thất bại • I think I can tough it out for another month: *Tôi nghĩ tôi có thể tiếp tục việc đó trong một tháng nữa bất chấp mọi khó khăn.*

a **tough row to hoe** *noun* một nhiệm vụ khó khăn; = a HARD ROW TO HOE • This is not an easy task. This is a tough row to hoe: *Đây không phải là một việc dễ. Đây là một nhiệm vụ khó khăn đấy.*

tough shit *noun* (biến thể: **nibs** or **noogies** or **rocks** or **tiddy** or **titty** có thể thay **shit**) điều đó quá tệ; thật đáng tiếc [luôn mang tính mỉa mai] • If you really think I did wrong, then tough shit! I don't care: *Nếu bạn thực sự nghĩ tôi đã làm sai, vậy thì tệ quá! Tôi không quan tâm.*

tough-tec *modifier* mang phong cách tiểu thuyết hình sự

tough titty or **tough titties** or **tough tit** sử dụng để truyền đạt sự thiếu thông cảm đối với diễn biến khó khăn của sự việc • Tough titty. You should have thought about rights when you lifted the stuff: *Tệ quá. Mày nên nghĩ về lẽ phải khi mày nẫng (ăn cắp) món đồ đó.*

tour *noun* thời kỳ thi hành nhiệm vụ; ca làm việc

tour guide *noun* (*ma túy*) người hỗ trợ ai đang phê thuốc gây ảo giác; = GURU

tourist trap *noun* 1 nơi được thiết lập dụ khách du lịch đến để tiêu tiền 2 bảo tàng, cửa hàng, v.v.. có tầm quan trọng nhỏ được thành lập nhằm thu hút những du khách ở lại trong thời gian ngắn 3 nhà hàng, hộp đêm, v.v.. trong một khu nghỉ dưỡng tính phí cắt cổ cho những món hàng hay dịch vụ kém chất lượng

tout *noun* 1 người bán lời mách nước tại một trường đua ngựa; = TIPSTER 2 việc bán lời mách nước ở trường đua ngựa 3 (*trong trò lừa đảo hoặc âm mưu bán hàng bằng cách lạm dụng sự tín nhiệm*) người có nhiệm vụ xác định nạn nhân tiềm năng

tout *verb* ủng hộ nhiệt tình; quảng cáo; = BALLYHOO, FLACK • He's now touting acupuncture: *Giờ ông ta đang quảng cáo thuật châm* *cứu.*

townie or **towney** *noun* 1 dân thành phố, khác với những sinh viên tới thăm hoặc những du khách mùa hè 2 (*sinh viên*) cư dân thường trú (không phải sinh viên) của một thành phố đại học • The townies get upset when we make a lot of noise on Sundays: *Những cư dân rất bực mình khi chúng tôi gây nhiều tiếng ồn ào vào những ngày chủ nhật.* 3 (*xiếc và lễ hội*) người dân của một thị trấn có chương trình đang trình diễn

town pump (or **bike**) *noun* một người phụ nữ cực kỳ lăng nhăng; một phụ nữ lẳng lơ; = PUNCHBOARD

track *noun* 1 con đường hay khu vực nơi gái điếm chài khách 2 xe thiết giáp chuyên chở binh sĩ, đặc biệt là chiếc M-113 3 sự tuyển chọn bài hát trong một dụng cụ thu âm • The next track is my favorite: *Bản nhạc kế tiếp là bài ưa thích của tôi.*

track *verb* 1 trùng khớp; đồng ý; ăn khớp; phù hợp với • What you say doesn't track with what I know: *Những gì anh nói không phù hợp với những gì tôi biết.* 2 (*về người*) làm cho có ý nghĩa hiểu được [thường ở phủ định] • I gave up on the lecturer. He wasn't tracking: *Tôi ngừng nghe giảng viên. Ông ta giảng không có ý nghĩa gì rõ ràng cả.*

Track One *noun* (*cảnh sát Canada*) khu nhà thổ của thành phố; khu đèn đỏ

track record *noun* bất kỳ bản thu của buổi trình diễn nào, đặc biệt là bản thu thành công; = CHART, FORM

tracks *noun* 1 (*quân đội, thế chiến II*) = RAILROAD TRACKS 2 (*ma túy*) vết thâm tím, lỗ chích và vết lở loét nhìn thấy được trên da của người tiêm ma túy vào tĩnh mạch

Track Two *noun* (*cảnh sát Canada*) khu dành cho người đồng tính của thành phố; khu đồng tính

trad *adjective* theo truyền thống [viết tắt của *"traditional"*]

trade 1 *noun* (*gái điếm và đồng tính*) một người chỉ được xem là đối tượng quan hệ tình dục; = ASS, PIECE OF ASS 2 *noun* (*người đồng tính*) người đàn ông có cơ bắp hấp dẫn người đồng tính 3 *verb* (*người đồng tính*) tìm kiếm người quan hệ tình dục; = CRUISE

trade-last *noun* (*cũng là TL*) lời khen, đặc biệt lời khen trao cho ai với hy vọng người khen sẽ được khen lại

trade up *verb* 1 có địa vị cao hơn, đặc biệt bằng cách chi tiền; leo lên về mặt xã hội 2 tránh sự truy tố của cảnh sát hoặc giảm nhẹ cáo buộc chống lại bạn bằng cách cung cấp thông tin về những tội phạm khác

tragic magic *noun* (*ma túy*) hê-rô-in

trailer *adjective* rác rưởi; vô giá trị

trailer *noun* (*từ hãng phim*) sự duyệt trước một bộ phim sắp tới, một bộ phim ngắn, hoặc một dạng phim ngắn khác được chiếu trước hoặc sau một bộ phim chính

train *noun* hành động sex hàng loạt với nhiều bạn tình

train *verb* (*thế giới ngầm*) quan hệ tình dục với một phụ nữ theo kiểu bầy đàn, hết người này đến người khác; = GANG-BANG

train with *verb* giao thiệp với; = HANG OUT • He'd been training with known criminals: *Anh ta kết giao với những tên tội phạm nổi tiếng.*

tramp *noun* một người phụ nữ hoặc đàn ông lăng nhăng; gái điếm; = PUNCHBOARD, TOWN PUMP

trank *noun* bất kỳ loại thuốc làm dịu căng thẳng hệ thần kinh trung ương nào

trans *noun* (*thanh thiếu niên da đen*) xe ô tô; = TRANS-PORTATION

transformer *noun* người chuyển đổi giới tính

transportation *noun* xe cũ hoặc ọp ẹp; một chiếc xe không hấp dẫn

trap *noun* 1 cái miệng; mồm; = YAP 2 hộp đêm 3 (cũng là *trap money*) (*người da đen*) sự thu nhập của gái điếm; khoản tiền mà một gái điếm kiếm được và thường được trao cho ma cô hoặc tú bà 4 *modifier*: to figure out why my trap money was shitty: *để hiểu tại sao khoản tiền tôi kiếm được lại bẩn thỉu* 5 thiết bị điện tử ghi lại các số điện thoại gọi đến 6 nơi ở; nhà • We go up to her trap, and she removes the dishes: *Chúng tôi đến nơi ở của cô ta, và cô ta dọn dẹp các đĩa ăn.* 7 nơi tối tăm; quán rượu bẩn thỉu

trap *verb* 1 lắp đặt thiết bị điện tử ghi số điện thoại của mọi cuộc gọi đến trên đường dây điện thoại 2 hạ cánh an toàn và chính xác trên hàng không mẫu hạm

trash *noun* người thấp hèn vô dụng; người vô giáo dục, đáng khinh

trash *verb* 1 phê bình hoặc nói xấu ai hoặc cái gì; = DUMP ON 2 ném cái gì đó đi • That's rubbish – you can trash it: *Đó là đồ rác rưởi, anh có thể vứt nó đi.* 3 cố ý phá hoại; làm tổn thương; = WASTE • The ground-floor apartments had been badly trashed: *Những căn hộ ở tầng trệt đã bị phá hoại trầm trọng.* 4 đánh bại; thắng (trong trận bóng đá); = CLOBBER 5 tìm bới đồ đạc bị vứt đi

trashed *adjective* quá say rượu hoặc phê ma túy

trashing *noun* (*từ cuối những năm 1900*) hành động nói xấu hoặc phá hoại

trashy *adjective* rẻ tiền; bẩn thỉu; thấp hèn; thô tục; vô giáo dục; = LOW-RENT, LOW-RIDE

treadhead *noun* (*quân đội*) thành viên của một đội xe tăng chiến đấu

treat someone **like a doormat** (or **like shit**) *verb* đối xử theo kiểu ngạo mạn, sỉ nhục và đàn áp (chà đạp như tấm thảm chùi chân)

tree-jumper *noun* (*nhà tù*) người phạm tội tình dục thường xuyên; kẻ gạ gẫm tình dục

tref *noun* (*cũng là treff* or *trif* or *triff*) một cuộc họp kín của thế giới ngầm

Trekker *noun* một người hâm mộ nhiệt tình của phim *Star Trek* [được người hâm mộ thích hơn từ "Trekkie"]

Trekkie or **trekkie** *noun* người hâm mộ nhiệt tình phim *Star Trek*

trembler *noun* (*nhà tù*) một tù nhân, thường không phải là tù nhân lâu năm, rất sợ những bạn tù khác

trendy *noun* người đúng đắn trong phong cách hoặc xu hướng mới nhất

trendy *adjective* (*từ những năm 1960, Anh*) theo những xu hướng mới về thời trang, nghệ thuật, văn hóa, v.v..

trey *noun* (*ma túy*) gói ma tuý giá ba đô-la, đặc biệt cô-ca-in

trial balloon *noun* sự kiểm tra phản ứng của ai • It was just a trial balloon, and it didn't work: *Đó chỉ là một sự thử phản ứng, và nó đã không có tác dụng.*

Tribeca or **TriBeCa** *noun* (*thành phố New York*) khu vực tại Manhattan được phát triển như một khu dân cư và nghệ thuật

trick *noun* 1 (*từ đầu những nawm1900, mại dâm*) khách làng chơi 2 việc làm tình giữa gái điếm và khách hàng 3 (*người đồng tính*) bạn tình đồng tính ngắn hạn, không trả tiền; = NUMBER 4 người dễ bị lừa 5 người lừa đảo 6 ca làm việc • She doesn't require any breaks at her eight-hour trick: *Cô ấy không yêu cầu giải lao trong ca làm việc tám giờ của mình.*

trick *verb* 1 (*mại dâm*) làm tình với khách hàng trả tiền, thường theo kiểu mau lẹ; phục vụ khách làng chơi 2 làm tình với bạn tình trong thời gian ngắn, không hề có tình cảm hay tiền bạc 3 (cũng là *trick out*) quan hệ tình dục, khác giới hoặc đồng tính; =

trick baby *noun* con của gái điếm với khách hàng không biết, thường là con lai

trickledown *noun* **1** sự kích thích toàn bộ hệ thống kinh tế bằng việc làm giàu và khuyến khích làm giàu ở tầng lớp thượng lưu **2** *modifier:* The planners counted on a trickledown effect when they relieved the rich of all taxation: *Các nhà hoạch định hy vọng hiệu ứng kích thích toàn bộ hệ thống kinh tế khi họ giảm tất cả loại thuế cho người giàu.*

trick on someone *verb* lừa gạt; đánh lừa ai • Alice is always tricking on people and now nobody trusts her: *Alice luôn luôn đánh lừa mọi người và bây giờ không ai tin cô ta cả.*

trif or **triff** *xem* TREF

trifecta *noun* **1** (*cờ bạc*) một sự đặc cược mà người đặt phải chọn ba vị trí đầu trong cuộc đua ngựa theo thứ tự thích hợp **2** tình huống may rủi liên quan đến số 3

trigger *noun* **1** (*thế giới ngầm*) tay súng; tên cướp có súng; = HIT MAN, TRIGGER MAN **2** người canh gác tù có mang súng

trigger *verb* **1** phạm tội ăn cướp **2** bắt đầu việc gì; gây ra điều gì • The noise triggered an avalanche: *Tiếng ồn bắt đầu dồn dập.* • My remark triggered a strange reaction: *Lời nhận xét của tôi đã gây ra một phản ứng lạ.*

triggerman *noun* (*thế giới ngầm*) tên tội phạm có súng; tên cướp có súng; tay súng; = HIT MAN, TRIGGER

trikini *noun* bộ đồ tắm phụ nữ có phần trên 2 mảnh

trim *noun* **1** (*người da đen*) âm đạo; = CUNT **2** (*người da đen*) sự quan hệ tình dục với phụ nữ; = ASS, CUNT, GASH **3** (*ngành điện ảnh và truyền hình*) những cảnh bị cắt bởi biên tập viên

trim *verb* **1** đánh bại hoàn toàn; đè bẹp; = CLOBBER **2** lừa đảo; bịp bợm; lừa gạt ai **3** làm tình với phụ nữ

trip *noun* **1** (*ma túy và sinh viên từ những năm 1960*) trải nghiệm ma túy gây ảo giác LSD **2** kinh nghiệm sâu sắc • The phone has always ringing, sometimes all five at once. It was a trip just to answer them: *Điện thoại luôn reo không ngừng, đôi khi cả năm cái cùng lúc. Thật là một kinh nghiệm sâu sắc để trả lời chúng.* **3** tâm trạng • She got down to the store early because, she said, "I'm on a money trip": *Cô ta đã xuống cửa hàng sớm vì cô ta nói, "tôi đang ở tâm trạng thích xài tiền".* **4** sự thích thú • His main trip is anti-Establishment, and we can beat him like a gong on that one: *Nỗi thích thú chủ yếu của anh ta là chống lại giới quyền uy, và chúng tôi có thể đánh anh ta như đánh cồng vậy.* **5** sự bắt giữ; án tù; = FALL **6** sự phê ma túy; cảm giác phớn phở gây ra bởi ma túy **7** người hay việc gì làm bực mình • She is such a trip: *Cô ta thật là một người làm phiền.*

trip *verb* **1** nghĩ về một ý tưởng huyễn hoặc, đặc biệt là khi ở trong tù **2** tức giận; mất kiểm soát vì tức giận • He's been trippin' since we been in the hospital: *Anh ta đã nổi điên vì chúng tôi ở bệnh viện.* **3** lăng mạ; xỉ nhục **4** (*cũng là trip out*) trải qua tình trạng phê ma túy, đặc biệt với LSD **5** ra đi; rời khỏi • Time to trip. See ya: *Đã đến lúc phải đi rồi. Hẹn gặp lại.*

tripe *noun* **1** giá ba chân; kiềng ba chân **2** chuyện vô nghĩa; chuyện vớ vẩn; sự phóng đại; = BULLSHIT **3** cuộc buổi diễn tồi tệ; cái gì đó không có giá trị, vô dụng; = CRAP, JUNK

tripes *noun* (*từ giữa những năm 1400*) ruột; = GUTS, INNARDS, KISHKES

triple-bagger *noun* **1** một cú đánh trong bóng chày mà người đánh bóng chạm đến góc thứ ba **2** người có khuôn mặt xấu xí và phải dùng ba cái túi để che nó

triple whammy *noun* **1** một cuộc tấn công, đe dọa, v.v.. ba phía **2** một cú sốc mạnh • The news of his mother's death was a triple whammy to him: *Tin về cái chết của mẹ anh ấy là cú sốc lớn đối với anh ấy.*

tripped out *adjective* **1** xuất sắc; tuyệt vời • We had a tripped out time in class today. The teacher brought his pet rabbit: *Chúng tôi đã có một thời gian rất vui trong lớp hôm nay. Thầy giáo mang theo con thỏ cưng của ông ta đến.* **2** có hoặc mang triệu chứng của một trải nghiệm ma túy gây ảo giác

tripper *noun* **1** (*từ cuối những năm 1800*) du khách; người đi chơi **2** (*ma túy và sinh viên, từ những năm 1960*) người sử dụng LSD (loại ma tuý gây ảo giác) hoặc một loại ma tuý gây ảo giác khác

trippy *adjective* **1** (*thanh thiếu niên*) phê ma túy; một kiểu ảo giác; = SPACED-OUT, STONED **2** kỳ lạ; kỳ quái; giống như ảo ảnh **3** vô cùng tận tuy với lối sống hippie, đặc biệt về khía cạnh ma tuý của nó

trisexual or **trysexual** *adjective* sẵn sàng thử bất cứ thứ gì về mặt tình dục; phóng khoáng với bất cứ trải nghiệm tình dục nào [vay mượn từ "bisexual", chơi chữ "tri" với "try"]

troll *noun* **1** (*quân đội*) người ngu ngốc; người đần độn **2** người xấu xí; người sưng sỉa không bằng lòng **3** một tin nhắn được gởi bởi một kẻ kích động • Every time I get a troll, I just delete it: *Mỗi lần nhận một tin nhắn kích động, tôi chỉ xóa nó đi.*

troll *verb* (*nói về một người đàn ông đồng tính*) đi bộ dọc trên đường phố để tìm kiếm sự phiêu lưu tình dục; một người đàn ông đồng tính đi dạo, đi thơ thẩn; = CRUISE

trot *noun* (*sinh viên*) bản dịch đối chiếu một tác phẩm nước ngoài; bản dịch nguyên văn; = PONY

the trots *noun* bệnh tiêu chảy; = the SHITS

troupe *noun* (*cảnh sát*) một nhóm những kẻ móc túi cùng phe

trouser *xem* DUST someone's PANTS

truck *verb* **1** mang; kéo; lôi • Why are you trucking all that weight around?: *Tại sao cậu đang kéo tất cả vật nặng đó loanh quanh vậy?* **2** (*người da đen*) rời đi **3** nhảy điệu giật gân, đặc biệt nhảy điệu giật gân tên là "Truckin'" **4** đi dạo; sải bước • Stuck my elbow out for her and went truckin' out: *Chìa khuỷu tay của tôi ra cho cô ta (choảng vào) và rảo bước đi.*

truck driver *noun* **1** (*người đồng tính*) người đồng tính nam rất cơ bắp **2** một phụ nữ đồng tính hung hăng và cư xử như đàn ông **3** một tù nhân hoặc người quản ngục chuyển những tin nhắn trong tù **4** (*ma túy*) amphe-tamine hoặc thuốc gây kích thích hệ thần kinh trung ương

trunk job *noun* xác chết, đặc biệt là xác chết đã thối rửa nhiều, được tìm thấy trong thùng sau xe ô tô

try someone **back (again)** *verb* gọi điện lại cho ai sau đó • I'll try her back later: *Tôi sẽ gọi điện thoại cho cô ấy sau.*

try out *verb* (*từ đầu những năm 1900*) nộp đơn xin cái gì; trở thành ứng viên • I think I may try out for the choir this year: *Tôi nghĩ năm nay tôi sẽ xin vào đội hợp ca.*

try-out *noun* (*từ đầu những năm 1900*) sự thử thách, đặc biệt thử kỹ năng, khả năng diễn hoặc ca hát của ai

TS *noun* quá tệ! [viết tắt của "tough shit"]

TS ticket *noun* (*quân đội, thế chiến II*) một chiếc vé mà người lính sẽ đưa cho cha tuyên úy, người nghe lời thú tội của họ, và sẽ được đục lỗ chiếc vé đó

(T)sup? *interrog.* Có chuyện gì thế?; Chuyện gì xảy ra vậy?; Anh

đang làm gì vậy? • Hi! Tsup?: *Chào! Có chuyện gì lạ không?*

tsuris or **tzuris** or **tszoris** or **tsoris** noun sự rắc rối; sự bất hòa; nỗi đau khổ; một vấn đề [bắt nguồn từ tiếng Do thái với nghĩa "trouble" (rắc rối)] • "I don't know what it is, but every time I come to New York, I got to find tsoris!": *"Tôi không biết nó là gì, nhưng mỗi lần tới New York tôi đều gặp rắc rối".*

tubby noun người mập; người béo [dùng như biệt danh, và gần như luôn mang tính âu yếm và thông cảm]

tube noun 1 một điếu thuốc lá chứa cần sa 2 điện thoại 3 mặt lõm bên trong của một con sóng cao • I'm waiting for the best tube: *Tôi đang đợi mặt lõm tốt nhất của con sóng cao.* 4 một lon bia

the tube noun ngành truyền hình, phương tiện truyền thông, một cái tivi, truyền hình [ban đầu áp dụng cho điện thoại, nhưng sau đó dùng cho tivi nhiều hơn]

tube verb 1 xem tivi 2 lướt sóng ở bên dưới và bên trong đầu ngọn sóng 3 thất bại; sụp đổ • The whole plan tubed at the last minute: *Toàn bộ kế hoạch đã sụp đổ ở phút cuối.*

tubed adjective say rượu

tube it verb (*sinh viên*) trượt một bài kiểm tra; hỏng thi • I was afraid I'd tube it, so I studied my head off: *Tôi sợ bị trượt, vì thế tôi học điên đầu.*

tube steak noun 1 xúc xích Đức; = HOT DOG 2 dương vật

tub of guts xem TUB OF LARD

tub of lard or **tub of guts** or **pail of lard** noun một người béo; người mập, đặc biệt là một người mập đáng ghét

tubular adjective (*thanh thiếu niên*) ngoạn mục; kỳ lạ; tuyệt vời; = AWESOME, GREAT

tude noun (*thanh thiếu niên, người da đen*) thái độ; phản ứng điển hình [thường mang tính tiêu cực, cáu gắt] • Hey, you really got a tude, dude: *Này, anh thật sự có thái độ tồi tệ đấy, anh bạn.*

tuifu noun (*quân đội, thế chiến II*) một tình huống hoàn toàn sai lầm; một sai lầm khó tin

tules or **toolies** noun một vùng nông thôn xa xôi [nghĩa rộng của tên một loại cây hương bồ lớn lên tại vùng thung lũng San Joanquin rất xa xôi của California]

tumble noun 1 một hành động giao cấu; lời mời tham gia vào hành động giao cấu 2 sự nhận ra bởi cảnh sát hoặc sự gián đoạn của một tội ác 3 một cuộc đánh nhau, đặc biệt là giữa các băng nhóm

tumble verb 1 (*thế giới ngầm*) bị bắt; = FALL, TRIP 2 dụ dỗ; quan hệ tình dục 3 khám phá ra; hiểu; chú ý; nhận ra; nhận biết • Ain't a chance for their husbands to tumble to what's going on: *Không có cơ hội để những người chồng của họ nhận biết chuyện gì đang xảy ra.* 4 quan hệ tình dục với ai 5 kết hôn • "I'm getting married as soon as I can get a week off". "You're tumbling too?" smiled Serge: *"Tôi sẽ kết hôn ngay khi tôi có thể được nghỉ một tuần". "Anh cũng kết hôn phải không?", Serge mỉm cười hỏi.*

tumble to something verb phát hiện; hiểu ra cái gì • Arnie looks at me, wild-eyed. At once he tumbles to it. Suddenly he screams: *Arnie giương mắt tròn xoe nhìn tôi. Lập tức anh ta hiểu ra. Đột nhiên anh ta thét lên.*

tummy or **tum-tum** noun dạ dày • He felt an aching feeling in his tummy: *Anh ấy cảm thấy đau ở dạ dày.*

tummyache noun sự đau bụng

tuna or **tuna fish** noun 1 (*người da đen*) âm đạo; = CUNT [cá, như một sự ám chỉ cho những gì mà một số người tuyên bố là mùi hương tự nhiên của phụ nữ] 2 (*người da đen*) một người phụ nữ

tuna wagon noun xe cũ, ọp ẹp; = HEAP, JUNKER

tuned adjective 1 chếnh choáng; say 2 (*thanh thiếu niên Canada*) có kinh nghiệm tình dục; = be HAD

tune in verb trở nên tỉnh táo; cảnh giác với điều gì • She tuned in to the comments about acid rain: *Cô ấy đã cảnh giác với những lời bình luận về mưa a-xít.*

tune out verb (*đặc biệt những năm 1960, phong trào phản văn hóa*) không biết; ngược lại với "tune in"

tune someone or **something out** verb cố tình lờ đi; phớt lờ ai hoặc cái gì • The entire class had tuned out, so no one heard the teacher ask the question: *Cả lớp đã cố tình lờ đi, vì thế không ai nghe thầy giáo hỏi câu hỏi.*

tune up verb 1 hiệu chỉnh máy của xe có động cơ, để có trạng thái hiệu quả cao nhất; sửa đổi để cải thiện 2 đập bạn tù có thái độ xấu để có thái độ tốt hơn

tunk 1 noun (*sinh viên*) một bữa tiệc thân mật, đặc biệt với cà phê và bánh rán doughnuts 2 verb = DUNK

tunnel verb (*thế giới ngầm*) đi trốn

tunnel stiff noun công nhân đường hầm

tunnel vision noun tầm nhìn hoặc nhận thức rất hẹp và hạn chế; không thể thấy gì trừ những gì nằm trực tiếp trước mắt • He afflicted with tunnel vision: *Hắn ta khổ sở vì tầm nhìn hạn chế.*

turd noun 1 một lời nhận xét không tốt trong hồ sơ cá nhân 2 viên hoặc cục phân 3 người đê tiện hoặc đáng ghét; người vô dụng; = PRICK, SHIT

turd in the punchbowl xem GO OVER LIKE A LEAD BALLOON

turf noun 1 (*băng đảng đường phố*) lãnh thổ được quản lý bởi một băng nhóm; phạm vi ảnh hưởng • When you're on my turf, you do what I say—savvy?: *Khi mày ở trên lãnh địa của tao, mày làm những gì tao nói – hiểu chưa?* 2 đường; lề đường • I met a friend out of the turf yesterday: *Hôm qua tôi gặp một người bạn ở ngoài đường.* 3 (*băng đảng đường phố*) một mối bận tâm cụ thể • Counter-terrorism is not their exclusive turf: *Chống khủng bố không phải là mối bận tâm riêng của họ.*

the turf (or **track**) noun công việc và nơi làm việc của gái điếm; đường phố

turf verb (*bệnh viện*) chuyển bệnh nhân tới khoa khác để trốn trách nhiệm, tránh bực bội, v.v..

turista or **tourista** noun bệnh tiêu chảy; = AZTEC, MOTEZUMA'S REVENGE [từ tiếng Tây Ban Nha, có nghĩa là du khách]

turk noun = TURKEY

Turk[1] noun 1 người đàn ông đồng tính đóng vai trò chủ động trong quan hệ tình dục qua hậu môn 2 một người đàn ông trẻ mạnh và hung hăng

Turk[2] noun (*bóng bầu dục*) nhân viên của một đội bóng bầu dục chuyên nghiệp, thường không phải là người có địa vị cao, chịu trách nhiệm nói với các cầu thủ rằng họ bị sa thải

turkey noun 1 (*ngành điện ảnh và trình diễn, từ năm 1920*) một thất bại hoàn toàn hoặc thảm họa do bị chỉ trích hoặc về mặt tài chính; do đó, trong cách dùng rộng hơn, một thất bại hoặc thảm họa; = BOMB, FLOP [tại sao con gà tây (turkey), loài thú có nguồn gốc ở châu Mỹ, lại là biểu tượng của một thất bại kỳ lạ vẫn là bí ẩn] • We're finally getting out of his turkey town: *Cuối cùng chúng tôi sắp thoát khỏi thành phố thất bại của anh ta.* 2 bất cứ gì kém cỏi, ngu ngốc hoặc vô ích; = LEMON, LOSER 3 một người bất tài, vô tích sự hoặc ngu ngốc; = JERK [có thể được dùng với tình cảm yêu mến]

turkeyhead 4 (*thế giới ngầm và thanh thiếu niên*) nạn nhân của một vụ cướp trên đường phố 5 người đàn ông Ai-len hoặc một người thuộc dòng dõi Ai-len 6 (*trong bệnh viện*) một bệnh nhân với những lời phàn nàn y tế lặt vặt 7 ma túy kém chất lượng, bị pha trộn hoặc giả mạo 8 sự thất bại; sự giả vờ • The turkey at the town theater closed on its first night: *Sự thất bại ở nhà hát thành phố đã đóng cửa ở đêm đầu tiên.*

turkeyhead *noun* người đần độn

turkey-shoot *noun* điều gì đó rất dễ dàng; = CINCH, PIECE OF CAKE • Getting a job is no turkey-shoot any more: *Kiếm việc không còn là điều dễ dàng nữa.*

Turkey trot *noun* bệnh tiêu chảy mà khách du lịch mắc phải

turn *verb* 1 biến một người đàn ông thành đồng tính 2 đi theo phe bên kia, như là một gián điệp hoặc tội phạm trở thành kẻ chỉ điểm 3 hối lộ ai; làm ai trở thành tội phạm

turn around *verb* (*cách dùng trong giới tội phạm hoặc cảnh sát*) thuyết phục ai khai báo hoặc nói cách khác là phản bội

turn around or **turn over** *verb* trải qua hoặc chịu đựng sự thay đổi lớn • When life turned over and things went more smoothly, Frank was happier: *Khi cuộc sống trải qua sự thay đổi lớn và mọi việc trở nên trôi chảy hơn, Frank vui sướng hơn.*

turn someone **around** *verb* thay đổi thái độ, hành vi, v.v.. của ai

turn a trick *verb* làm điếm; hoạt động mại dâm; = TRICK

turn belly up or **go belly up** *verb* 1 hỏng; thất bại • I've sort of felt that the whole thing would go belly up, and I was right: *Tôi có phần nào cảm giác là mọi việc sẽ thất bại, và tôi đã đúng.* 2 chết [như cá trước khi chết phơi bụng lên] • Every fish in Greg's tank went belly up last night: *Tất cả những con cá trong bể của Greg đã chết đêm qua.*

turn someone's **damper down** *verb* làm dịu nhu cầu tình dục cấp thiết của ai; khiến ai nguội lại

turned off *adjective* 1 tỏ ra không thích thú hoặc quan tâm; chán; thờ ơ • I'm sort of turned off to stuff like that these days. Part of getting older, I guess: *Dạo này tôi thì phần nào không quan tâm đến những thứ như thế. Một phần đang già đi, tôi đoán vậy.* 2 mệt mỏi; = FED UP 3 (*ma túy*) không còn dùng ma túy nữa; = CLEAN

turned on *adjective* 1 lanh lợi với cái gì mới và hứng thú • I want to hire someone who's really turned on: *Tôi muốn thuê một người nào đó thật sự lanh lợi với cái mới.* 2 (*ma túy, từ cuối những năm 19500*) say ma túy; = HIGH 3 bị kích thích; phấn khích; hứng 4 am hiểu; hợp thời; = HIP, PLUGGED IN

turn (or **roll**) **in** *verb* đi ngủ; = HIT THE SACK • Well, it's about time to turn in: *Nào, đã đến giờ đi ngủ rồi.*

turnip *noun* (*từ đầu những năm 1800*) đồng hồ

t **turnkey job** *noun* một công việc tốt không cần được làm lại; một cách xử lý dứt khoát

turn-off *noun* 1 điều gì làm ai mất tinh thần; thuốc làm dịu cảm xúc hoặc tình dục; = WET BLANKET 2 điều gì đó ghê tởm hoặc tạo ra ác cảm • I really hate all of the macho bullshit that goes along with police work. It's real turnoff: *Tôi thực sự ghét mọi thứ vớ vẩn có tính hung hăng đi kèm với công việc cảnh sát. Nó là thứ gây ác cảm.*

turn off *verb* 1 trở nên thờ ơ; không quan tâm 2 làm cho ai thấy ghê tởm; làm vỡ mộng

turn someone **off** *verb* 1 làm ai chán nản; làm ai mất tinh thần • It seems like everybody turns you off: *Điều đó có vẻ giống như là mọi người làm anh mất tinh thần.* 2 làm bớt đi hứng thú đối với ai hay cái gì • The preacher set out to turn off the congregation to sin: *Người thuyết giáo đã giảng cho những giáo dân bớt đi hứng thú với tội ác.*

turn off someone's **water** *xem* CUT OFF someone's WATER

turn-on *noun* ai hay cái gì làm thích thú hoặc kích động người nào; chất kích thích cảm xúc hoặc tình dục

turn on *verb* 1 sử dụng ma túy; chịu tác động của ma túy 2 giới thiệu cho ai cái gì; khơi dậy sự tò mò của ai, đặc biệt là ma túy 3 gợi sự thích thú về tình dục hoặc ý niệm trừu tượng ở ai; kích thích ai; làm ai rùng mình • Breast-feeding turned me on in a way sex never did: *Việc nuôi con bằng sữa mẹ đã kích thích tôi theo cách mà sex chưa bao giờ làm được.* 4 trở nên thích thú hoặc kích động • She turned on when she heard her name called: *Cô ta phấn khích khi nghe tên mình được gọi.*

turn someone **on** *verb* kích động; kích thích ai • Fast music with a good beat turns me on: *Âm nhạc nhanh với nhịp điệu hay làm tôi phấn khích.*

turn on a dime *verb* quanh gấp; quay vòng với đường bán kính rất nhỏ • That car corners very sweetly, and turns a dime: *Chiếc xe đó queo cua thật ngọt và quay vòng cua rất hẹp.*

turn on the heat *verb* tăng áp lực, sức ép, hoạt động, cố gắng, v.v..; = COME ON STRONG

turn on the waterworks *verb* rơi nước mắt; bắt đầu khóc; = BLUBBER • I turned on the waterworks: *Tôi đã bật khóc.*

turn onto someone/something *verb* trở nên quan tâm đến ai hay cái gì • I tried to get her to turn onto me, but she could only think of John: *Tôi cố làm cho cô ta quan tâm đến tôi, nhưng cô ta chỉ nghĩ đến John thôi.*

turnout *noun* 1 khán giả, những người tham gia một cuộc họp, v.v. 2 quần áo; trang phục; = GET-UP, TOGS 3 một cô gái điếm mới vào nghề; gái điếm làm việc tại nhà thổ lần đầu tiên

turn out *verb* 1 tuyển dụng và đào tạo ai thành gái mãi dâm; trở thành gái điếm 2 thuê một phụ nữ tham gia sex tập thể với nhiều bạn tình 3 biến đổi ai thành đồng tính

turn someone **out** *verb* 1 (*đặc biệt người da đen*) cho ai làm quen với cái gì; vỡ lòng cho ai, đặc biệt với ma túy, tình dục, mại dâm, v.v.. 2 đưa ai vào nghiện ngập, đồi trụy, đồng tình luyến ái

turnover *noun* 1 sự thay đổi hoặc tần suất thay đổi; sự thay thế hoặc tần suất thay thế 2 (*nhà tù*) đêm trước ngày hết hạn tù của ai

turn over *verb* cai ma túy • There is a clinic on Maple Street that'll help heads turn over: *Có một bệnh viện chuyên khoa ở trên đường Maple nó sẽ giúp cho những người nghiện cai ma túy.*

turn purple *verb* nổi giận; giận tím mặt • He'd turn purple if he found out what you're doing: *Nó chắc giận tím mặt nếu biết được việc cậu đang làm.*

turn someone's **stomach** *verb* làm cho ai cảm thấy buồn nôn • The idea of eating raw shellfish turns my stomach: *Cái ý nghĩ ăn sò hến sống làm cho tôi nôn mửa.*

turn tail (and run) *verb* chạy trốn; bỏ chạy trong sự sợ hãi • I couldn't just turn tail and run, but I wasn't going to fight that monster either: *Tôi không thể bỏ chạy trong sự sợ hãi, nhưng tôi cũng sẽ không chiến đấu với con quái vật đó.*

turn thumbs down *verb* từ chối, bác bỏ hoặc phủ nhận; = NIX • The voters turned thumbs down to the change in zoning: *Các cử tri đã bác bỏ sự thay đổi trong việc phân vùng.*

turn one's **toes up** *verb* chết • The cat turned up its toes right after

turn turtle *verb* 1 lật úp; lật ngửa • The big truck turned turtle right on the highway: *Chiếc xe tải lớn đã lật úp ngay trên xa lộ.* 2 *(về một người lướt sóng)* vượt qua một con sóng đang đến bằng cách cuộn mình dưới ván lướt

turn someone **up** *verb* *(thế giới ngầm)* khai báo; giao ai cho cảnh sát • Somebody turned him up: *Ai đó đã khai báo hắn.*

turn someone **upside down** *verb* làm bối rối hoặc lúng túng ai; làm rối tung ai • The event of the week turned us both upside down: *Những sự kiện trong tuần đã làm rối tung cả hai chúng tôi.*

turn something **upside down** *verb* lục soát nơi nào hoặc vật gì • We turned his place upside down but never found the gun: *Chúng tôi lục soát nơi ở của hắn ta nhưng chẳng tìm thấy khẩu súng.*

turn up one's **toes** *verb* = TURN one's TOES UP

turn someone's **water off** *verb* làm hết vênh vang ai; làm nhục chí ai; bắt ai im lặng • He said you were stupid, huh? Well, I guess that turns your water off: *Anh ta nói bạn ngu ngốc hả? Nào, tôi đoán điều đó làm bạn hết vênh vang đấy.*

turpentine *xem* UP THINE WITH TURPENTINE

turtle *noun* *(thế giới ngầm)* xe bọc thép

turtle *verb* *(sử dụng khi nói về con thuyền)* lật úp hoàn toàn trong nước, chổng đáy lên trời

turtle doves *noun* một cặp tình nhân

tush *or* **tushie** *or* **tushy** *noun* mông; mông đít; = TOKUS

tux *noun* áo đuôi tôm; áo xmốckinh

TV *noun* người đàn ông mặc quần áo phụ nữ và ngược lại [bắt nguồn từ *"transvestite"*]

twat *noun* 1 âm đạo; = CUNT 2 một người phụ nữ chỉ được xem như đối tượng tình dục; = ASS, PIECE OF ASS

tweak *noun* *(trong đạp xe leo núi)* bất kỳ sự tiếp xúc thấp, mất ổn định nào với một cục đá, rễ cây hay gốc cây

tweak *verb* 1 bẻ cong 2 *(trong tin học hay điện tử)* tiến hành một điều chỉnh nhỏ • Tweak the tuner a little and see if you can get that station just a little bit clearer: *Hãy điều chỉnh một chút cái bộ phận chọn tín hiệu và xem anh có thể bắt được đài rõ hơn một chút không.*

twee *adjective* *(từ cuối những năm 1800, Anh)* nhỏ; nhỏ nhắn; xinh xắn

tweeter *noun* *(từ những năm 1950)* một bộ loa nhỏ dành cho âm thanh cao hơn

twenty-five *noun* *(ma túy)* LSD

twenty-four, seven *or* **24-7** *adjective* suốt; trong suốt thời gian • He's always at home, 24-7!: *Anh ấy luôn luôn ở nhà, suốt thời gian.*

twenty-one *noun* 1 *(quầy bán đồ ăn trưa)* việc gọi nước chanh hoặc nước chanh cam có ga 2 *(quầy bán đồ ăn trưa)* hai phần cho cùng một người hoặc một bàn

twenty-twenty *adjective* có ngoại hình đẹp; hấp dẫn • There was a pin-up pigeon. She was a twenty-twenty quail: *Có một phụ nữ trẻ đẹp. Cô ta là một cô gái hấp dẫn.*

twenty-twenty (*or* **20/20**) **hinsight** *noun* khả năng nhìn thấy rõ gì nên được làm; sự nhìn thấy trước những gì đã được thấy • Yeah, twenty-twenty hindsight and all that: *Đúng, khả năng nhìn thấy rõ những gì nên được làm và những thứ tương tự.*

twenty-two *or* **22** *noun* một chai bia hoặc rượu mạch nha dung tích 22 ao-xơ

twerp *or* **twirp** *noun* một thằng ngốc; một người dễ bị lừa; một người đáng khinh; = JERK, NERD

twiddle 1 *noun* dấu ngã (~) trên bàn phím máy tính 2 *verb* *(máy tính)* thay đổi cái gì rất nhỏ; = TWEAK

twiddle one's **thumbs** *verb* không làm gì cả; chờ đợi một cách lo lắng; đùa (vặn vẹo) ngón tay của mình • I sat twiddling my thumbs while you were out doing I don't know what all!: *Tôi ngồi chờ đợi lo âu trong khi anh ở ngoài làm việc mà tôi không biết gì cả!*

twink *noun* 1 một người đàn ông đồng tính đẹp trai, trẻ và tính tình như đàn bà 2 *modifier:* I found this gorgeous twink carpenter in the Misson: *Tôi đã phát hiện chàng thợ mộc đồng tính hấp dẫn này ở hội truyền giáo.* 3 một người nhát gan

twinkie 1 *noun* bạn tình chỉ làm hài lòng vào thời điểm hiện tại nhưng không tốt trong thời gian dài 2 *noun* một người đàn ông trẻ không có kinh nghiệm về tình dục và là đối tượng thèm muốn của những người đồng tính lớn tuổi hơn [cách viết "twinky" cũng được sử dụng] 3 *noun* một người kỳ dị, đặc biệt người đồng tính; người bị xã hội ruồng bỏ 4 *adj* Quentin Crisp…croaks in a nasal monotone like a twinkie Mr Magoo: *Quentin Crisp rên rỉ với giọng mũi đều đều giống như lão kỳ dị Magoo.* 5 *noun* cô gái trẻ xinh đẹp và có duyên

twin pots *noun* 1 *(dân chơi xế độ)* bộ chế hòa khí kép (dual carburetor) 2 *(dân chơi xế độ)* xe ô tô với bộ chế hòa khí kép

twirl *noun* *(thế giới ngầm)* chìa khóa vạn năng hoặc chìa khóa kép

twirp *xem* TWERP

twist *noun* *(thế giới ngầm)* cô gái hoặc phụ nữ trẻ

the twist *noun* *(từ những năm 1950)* một điệu khiêu vũ theo những nhịp điệu quy ước mà phần thân trên và chậu lắc mạnh

twist someone's **arm** *verb* gây sức ép với ai; thuyết phục ai một cách mạnh mẽ • You grab this opportunity to twist my arm: *Anh chộp lấy cơ hội này để gây sức ép với tôi.*

twisted *adjective* 1 lầm lạc • You are twisted fuck: *Anh là gã khốn lầm lạc.* 2 *(ma túy)* say rượu hoặc phê ma túy; = HIGH 3 đau đớn vật vã vì cai ma túy

twister *noun* 1 *(từ cuối những năm 1800)* cà chua 2 *(đặc biệt những năm 1930, thế giới ngầm)* chìa khóa • I didn't miss it' til I came home that night and found that I had no twister to get in with: *Tôi không nhớ đến nó cho tới khi tôi về nhà tối đó và nhận ra rằng tôi không có chìa khóa để vào nhà.* 4 cơn bão lốc • The town was hit by a twister: *Thành phố đã bị tàn phá bởi một cơn lốc xoáy.* 5 một cuộc chè chén say sưa; = BENDER

twist (slowly) in the wind *verb* chịu đựng sự đau đớn của hình phạt; bất lực để làm bất cứ điều gì về nó, như là một người bị treo cổ • I'll see you twist in the wind for trying to frustrate this investigation: *Tôi sẽ xem anh chịu đựng sự đau đớn của hình phạt vì cố ngăn cản cuộc điều tra này.*

twisty *adjective* yểu điệu một cách hấp dẫn; = SEXY

twit *noun* 1 một người lạc lõng và bất lực; người tầm thường và đáng khinh 2 tình trạng căng thẳng hoặc điên cuồng • The twit I was in made me seem sort of silly, I'm afraid: *Tôi lâm vào trạng thái căng thẳng khiến tôi hình như phần nào ngớ ngẩn ra, tôi e như thế.* 3 người ngu ngốc

twit *verb* chọc ghẹo hoặc chế nhạo ai

twity *adjective* choáng váng; ngốc nghếch • He keeps giving twity answers to the easiest questions: *Nó vẫn cứ đưa ra những câu trả lời*

two and a half *noun* (*quầy bán đồ ăn trưa, những năm 1930*) một ly sữa nhỏ

two-and-a-half-striper *noun* (*hải quân*) thiếu tá hải quân

two-bagger *noun* 1 (*bóng chày*) cú đánh làm cho người đánh chạm được góc thứ nhì 2 một người rất xấu xí

two-bit *adjective* rẻ tiền; tầm thường; không đáng lưu ý; = TACKY

two bits *noun* 1 một khoản tiền nhỏ 2 đồng 25 xu 3 hai mươi lăm đô la 4 hai mươi lăm ngàn đô la

two-blink *adjective* rất nhỏ; không đáng kể

two-by-four *adjective* nhỏ; tầm thường; kém; = TWO-BIT • We stopped at a two-by-four hotel near the tracks: *Chúng tôi dừng lại ở một khách sạn nhỏ gần đường ray xe lửa.*

two cents *xem* PUT one's TWO CENTS IN

two cents' worth *noun* một ít; một số lượng nhỏ, không đáng kể • I'll give you two cents' worth of advice about that: *Tôi sẽ cho cậu một lời khuyên nhỏ về chuyện đó.*

twofer *noun* 1 xì gà rẻ tiền 2 vé sân khấu được bán rẻ bằng nửa giá bình thường

two fingers *noun* sự đo rượu trong một cái ly (cốc) • I'll take two fingers of that tiger milk, John: *Tôi sẽ rót hai lóng tay loại rượu mạnh đó nhé, John.*

two shakes or **two shakes of a lamb's tail** *noun* một khoảnh khắc; một nháy mắt; = JIFFY • I'll be there in two shakes of a lamb's tail: *Tôi sẽ tới đó ngay.*

two-spot *noun* tờ hai đô la; hai đô la

two-striper *noun* 1 (*hải quân*) trung úy 2 (*quân đội*) hạ sĩ

two-time *verb* lừa ai; phản bội người yêu bằng cách tán tỉnh người khác • Sam wouldn't two-time Martha. He just wouldn't: *Sam sẽ không lừa dối người yêu Martha. Anh ấy hoàn toàn sẽ không.*

two-time loser *noun* 1 (*thế giới ngầm*) một người bị buộc tội hai lần, do đó có nguy cơ bị án tù cao hơn vào lần khác 2 người đã hai lần ly dị 3 người luôn thất bại; người thất bại kinh niên • Bob is a two-time loser: *Bob là một người luôn thất bại.*

two-timer *noun* một người không chung thủy với người khác hoặc một phong trào

two-topper *noun* một bàn ở nhà hàng có hai ghế ngồi • There are two-toppers on each side of the kitchen door: *Có những bàn cho hai người ở mỗi bên cửa của nhà bếp.*

two umlauts *noun* bia loại Löwenbräu [từ "umlaut" tiếng Đức có nghĩa là dấu hai chấm trên đầu của một nguyên âm]

two-way street *noun* 1 một tình huống không thể hoặc không nên được xử lý bởi một người duy nhất 2 một tình huống có qua có lại • This is a two-way street, you know. You will have to help me someday in return: *Đây là một tình huống có đi có lại, anh biết đấy. Anh sẽ phải giúp đỡ tôi trở lại một ngày nào đó.*

typewriter *noun* (*thế giới ngầm, quân đội, thế chiến I*) súng máy; đặc biệt súng tiểu liên; = TOMMY GUN

tzuris *xem* TSURIS

U

ugly *xem* PLUG-UGLY

ultraswoopy *adjective* rất ngoạn mục; được thiết kế hấp dẫn

umlaut *noun* nửa chai bia Löwenbräu (tên thương mại)

umpteen *modifier* (*thế chiến I*) nhiều, không xác định; vô số • But now they're married for umpteen years and real antiques: *Nhưng bây giờ họ đã kết hôn nhiều năm và trở thành đồ cổ thực sự rồi.*

umpteenth *modifier* (*thế chiến I*) dùng để nói đến một con số hoặc một lượng lớn nhưng không rõ ràng • Lemme tell you this for the umpteenth time: *Hãy để tôi nói với bạn điều này không biết bao nhiêu lần rồi.*

umpty *adjective* (*thế chiến I*) số lượng không xác định của thứ tự thập phân

umpty-ump *noun* một số lượng lớn trừu tượng và mơ hồ • You've been down there to the courthouse umpty-ump times: *Mày đã xuống tòa án không biết bao nhiêu lần.*

umpty-umpth *modifier* (*thế chiến I*) dùng để nói đến con số thập phân lớn và không xác định

unc *noun* chú, bác

uncle *noun* 1 (*thế giới ngầm*) người mua hoặc nhận hàng ăn trộm từ tội phạm; = FENCE 2 (*từ những năm 1700, Anh*) chủ hiệu cầm đồ 3 (*thế giới ngầm và ma túy*) nhân viên điều tra ma túy liên bang; = NARC 4 chính phủ liên bang Hoa Kỳ [viết tắt của Uncle Sam (Chú Sam)]

uncle *verb* hành động theo kiểu khúm núm hoặc dễ bảo [bắt nguồn từ Uncle Tom]

Uncle Dudley *xem* YOUR UNCLE DUDLEY

Uncle nab *noun* cảnh sát • Watch out for Uncle nab. He's been asking about you: *Hãy đề phòng cảnh sát. Ông ta đã hỏi về anh đấy.*

Uncle Sam *noun* 1 Chú Sam; nước Mỹ • Uncle Sam wants a little more of money this year: *Năm nay nước Mỹ cần tiền của anh thêm một chút nữa.* 2 (*thế giới ngầm*) cục điều tra liên bang FBI

Uncle Sugar *noun* (*quân đội, thế chiến II*) nước Mỹ; chính phủ Mỹ; = UNCLE SAM

Uncle Tom *noun* người da đen nịnh hót người da trắng bằng những hành động bợ đỡ xun xoe; người đàn ông da đen nô lệ; = AFRO-SAXON, OREO [từ tên nhân vật trong tiểu thuyết của nhà văn Harriet Beecher Stowe, *Túp lều của bác Tom*, người được mô tả như một người da đen dễ bảo]

Uncle Tom *verb* (*sử dụng cho người da đen*) nịnh hót người da trắng bằng hành vi khúm núm, xun xoe

Uncle Tomahawk *noun* (*người da đỏ bản xứ*) một người da đỏ bắt chước hoặc chấp nhận hành vi của nền văn hóa đa số; người da đỏ nô lệ

Uncle (or Mister) Whiskers *noun* (*đặc biệt thế giới ngầm, từ cuối những năm 1920*) chính quyền liên bang hoặc một trong các nhân viên hoặc cơ quan liên bang • "You owe a million and three hundred thousand, roundly, to Uncle Whiskers": *"Anh nợ một triệu ba trăm nghìn chẵn với chính quyền liên bang".*

uncool *adjective* 1 không hài lòng, hung hăng, nguy hiểm; dễ bị kích động; có xu hướng bộc lộ cảm xúc hơn là thận trọng hoặc thích hợp • This is very uncool: *Điều này thật nguy hiểm.* 2 buồn tẻ; chán ngắt • This place is uncool. Let's cruise: *Nơi này thật buồn tẻ. Chúng ta hãy ra đi thôi.*

under *xem* GET OUT FROM UNDER, HALF UNDER

under a cloud *adjective* bị nghi ngờ; khả nghi • He has been somewhat under a cloud since they found the corpse in his closet: *Hắn có phần bị nghi ngờ từ khi họ tìm thấy xác chết ở trong phòng để đồ của hắn.*

under one's belt *adjective* đã giành được; đã hoàn thành; đã trải qua hoặc học được • She already has good academic qualifications under her belt: *Cô ta đã giành được những bằng cấp khoa học cao.* • She's got hours of study under her belt: *Cô ta đã học được hàng giờ rồi.*

underground *adjective* 1 (*từ phong trào phản văn hóa, vào những năm 1960*) xa lánh xã hội bình thường, đặc biệt ủng hộ và đại diện cho nền văn hóa hippie và ma túy 2 đang lẩn trốn; giấu nhận dạng và chỗ ở, đặc biệt để tránh bị bắt • He escaped, and had to live underground for the next ten years: *Hắn đã trốn thoát, và phải sống chui nhủi trong 10 năm tiếp theo.*

the underground *noun* (*đặc biệt thế chiến II và phong trào phản văn hóa những năm 1960*) những người ly khai về chính trị hoặc văn hóa nói chung, có lối sống kín đáo một phần hoặc hoàn toàn và chống lại chế độ thống trị [ban đầu từ này được áp dụng cho những phong trào chống lại sự chiếm đóng của Đức trong thế chiến II, sau đó được chấp nhận bởi phong trào phản văn hóa những năm 1960, vốn coi văn hóa và chính phủ Mỹ là tương tự của chế độ Hitler]

underground comic *xem* HEAD COMIC

under one's hat *adjective* bí mật; giữ kín; trong sự tin tưởng • I'm going to apply for another job, but keep it under your hat, will you?: *Tôi sẽ xin một việc làm khác, nhưng anh hãy giữ kín chuyện này một thời gian nhé?*

underpinnings *noun* đôi chân; = GAMS, STEMS

understanding *noun* bàn chân [luôn dùng số ít] • The boy has a good understanding: *Cậu bé có bàn chân thật tốt.*

under the gun *adjective* bị áp lực nặng nề; dưới sức ép • She is constantly under the gun and it is affecting her health: *Cô ta luôn bị*

under the table 1 *adj* rất say 2 *adv* bất hợp pháp; bí mật và không hợp pháp; không đạo đức 3 *adj* What was the best under-the-table offer you get?: *Lời đề nghị vô đạo đức tốt nhất mà anh có là gì?* 4 *adj* bí mật; lén lút • It was strictly an under-the-table deal: *Đó hoàn toàn là một sự thỏa thuận bí mật.*

under the weather *adjective* 1 (*hàng hải*) không khỏe; khó ở; bệnh • Whatever I ate for lunch is making me feel a bit under the weather: *Tất cả thứ gì mà tôi ăn trưa đang làm tôi cảm thấy khó ở một chút.* 2 say rượu

under the wire *adjective* vào phút chót; vào thời điểm cuối cùng • We changed our plans under the wire: *Chúng tôi thay đổi kế hoạch vào phút cuối cùng.*

under someone's **thumb** *adjective* dưới sự kiểm soát của ai; bị ai khống chế • You can't keep your kids under your thumb all their lives: *Anh không thể khống chế các đứa con của anh suốt cuộc đời chúng.*

underwater basket weaving *noun* (*điều tưởng tượng*) khóa học rất dễ ở trường cao đẳng hoặc đại học • If I can just find a course in underwater basket weaving, I'll have an easy semester: *Nếu tôi có thể tìm được một khóa học dễ ở trường đại học, tôi sẽ có một học kỳ thoải mái.*

underwhelm *verb* không gây ấn tượng đối với ai • The sights of the city never underwhelm foreign tourists: *Các thắng cảnh của thành phố không bao giờ không gây ấn tượng đối với các khách du lịch nước ngoài.*

under wraps *adverb* giữ bí mật; giữ kín • We had better keep this under wraps for a while: *Tốt hơn hết chúng ta giữ bí mật điều này trong một thời gian.*

undies *noun* quần áo lót, quần đùi, đặc biệt của phụ nữ

unflappable *adjective* (*không quân; thế chiến II*) điềm tĩnh; bình tĩnh • They admired Mrs Thatcher's unflappable quality: *Họ khâm phục tính điềm tĩnh của bà Thatcher.* • She was one of those unflappable people who never get angry or upset: *Bà ta là một trong những con người điềm tĩnh không bao giờ nổi giận hoặc bực mình.*

unfucked *adjective* sắp xếp lại; mang lại trật tự từ sự hỗn loạn • This is a situation that needs to get unfucked right now: *Đây là tình huống cần sắp xếp lại ngay.*

unglued *xem* COME UNGLUED

ungodly *adjective* khủng khiếp; kỳ lạ; rất khó tin • What do you want at this ungodly hour?: *Anh muốn gì vào cái giờ khủng khiếp này?*

ungodly shot *noun* (*bóng chày*) cú đánh dứt khoát

unhep or **unhipped** *adjective* bình thường; thông thường; không mốt

unisex *adjective* hợp với cả nam lẫn nữ

unkjay *noun* 1 (*ma túy*) hê-rô-in; ma túy 2 (*ma túy*) người nghiện ma túy; = JUNKIE [từ lóng của trẻ con cho junkie]

unlax *verb* nghỉ ngơi thư giãn [thường là một lời khuyên] • Just unlax for a while, and I'll find out: *Chỉ thư giãn một lúc, và tôi sẽ tìm ra.*

unmentionables *noun* (*từ đầu những năm 1900*) đồ lót

un poco *noun & adv* một chút; một số lượng nhỏ [từ tiếng Tây Ban Nha hoặc Ý]

unreal *adjective* 1 xuất sắc; tuyệt vời; = GREAT 2 khó tin; lạ lùng • Who started this unreal argument?: *Ai đã bắt đầu cuộc tranh cãi lạ lùng này vậy?*

until one **is blue in the face** *xem* TILL one IS BLUE IN THE FACE

untogether *adjective* 1 (*người da đen*) lúng túng; lộn xộn; = SCREWED 2 (*người da đen*) không hợp mốt 3 (*người da đen*) không gây ấn tượng về mặt xã hội

unzip *verb* 1 giải quyết vấn đề theo một cách có phương pháp; xác định và giải quyết 2 mở • Hey, unzip your mouth and say something: *Này, hãy mở miệng của mày ra và nói gì đi chứ.*

up *noun* 1 một viên thuốc amphetamine, meth-amphetamine hoặc chất gây kích thích hệ thần kinh trung ương khác; = UPPER 2 một nguồn cảm hứng; tâm trạng phấn chấn; một cơn phấn khích; sự run lên thích thú; = LIFT • So to make a long story short the Vietnamese were a great up in my life: *Vậy để tóm tắt lại câu chuyện dài, người Việt Nam là nguồn cảm hứng tuyệt vời trong cuộc đời tôi.* 3 sự sai lầm; = GOOF, FUCK-UP • Joining that company was the biggest up of my life: *Gia nhập công ty đó là sự sai lầm lớn nhất đời tôi.*

up *verb* 1 từ bỏ 2 tăng tiền cược trong đánh bài 3 dùng chất kích thích • Tom upped before going in to take the test: *Tom đã dùng thuốc kích thích trước khi đi vào làm bài kiểm tra.* 4 nâng; tăng lên cái gì • My confidence has upped itself: *Lòng tin của tôi đã tăng lên.* • She tried to up the price on me, thinking I wouldn't notice: *Cô ta cố tăng giá ở tôi, nghĩ là tôi sẽ không để ý đến.*

up *adjective* 1 thành đạt; thắng lợi 2 (*ma túy*) phê ma túy, đặc biệt amphetamine 3 bị tống giam 4 (*được dùng cho diễn viên trong ngành truyền hình và điện ảnh*) không thể nhớ lời thoại 5 vui vẻ; sung sướng; hạnh phúc; đầy hy vọng • I'm up today. Let's celebrate: *Hôm nay tôi vui sướng. Chúng ta hãy tổ chức ăn mừng đi.* 6 khích lệ; lạc quan; đầy hứa hẹn • I don't like down movies, I like up movies: *Tôi không thích những phim bi quan mà tôi thích những phim lạc quan cơ.* 7 sẵn sàng và gây ấn tượng; trong tình trạng tốt nhất • Obviously, Kennedy wanted to be "up" for the meeting: *Rõ ràng Kennedy muốn là "tình trạng tốt nhất" cho cuộc hội nghị.*

up against it *adjective* gặp khủng hoảng; đứng trước khó khăn về tài chính • This is my bad season. I'm ready up against it: *Đây là mùa tồi tệ của tôi. Tôi thật sự gặp khủng hoảng tài chính.*

up against the wall *sentence* bất lực, bị chi phối bởi người khác; được dùng để thể hiện quyền lực đối với người khác • President Johnson's a fool anyway. The old fool's up against the wall: *Dù sao đi nữa thì Tổng thống Johnson cũng là một kẻ ngốc. Ông già ngu ngốc bị chi phối bởi người khác.*

up one's **alley** *xem* DOWN one's ALLEY

up and at them or **up an' at 'em** or **up an' Adam** *phrase* tích cực và hoạt động; thức dậy và làm việc hăng hái • Up and Adam! The sun is shining: *Thức dậy và làm việc đi! Mặt trời đang chiếu sáng (tức là mặt trời đã lên rồi).*

up-and-coming *adjective* hứa hẹn và đầy năng nổ • I gathered a few up-and-coming young writers for my staff: *Tôi đã tụ hợp lại vài nhà văn trẻ đầy hứa hẹn cho nhân viên của tôi.*

up-and-down *noun* sự xem xét; sự kiểm tra kỹ lưỡng

up and up or **on the up and up** *adjective* trung thực; đáng tin cậy; = STRAIGHT-UP • It's an up and up place: *Đó là một nơi đáng tin cậy.*

up one's **ass** *xem* SIT THERE WITH one's FINGER UP one's ASS, STICK IT

up a storm *adjective* với một tinh thần hăng hái; rất mạnh mẽ; rất siêng năng [thường đi với động từ blow, dance, play, sing, talk] • We talked up a storm until past midnight: *Chúng tôi nói chuyện rất hăng say cho đến quá nửa đêm.*

up a tree *adjective* 1 bối rối; lẫn lộn; trong hoàn cảnh khó khăn • This whole business has me up a tree: *Toàn bộ công việc kinh doanh*

upbeat *này làm tôi ở trong tình thế khó khăn.* **2 say rượu**

upbeat *adjective* **hồ hởi và vui vẻ; lạc quan; tích cực** • I'd prefer to open the conference with an upbeat topic: *Tôi sẽ thích mở đầu cuộc hội nghị với một chủ đề thật vui.*

upchuck *noun* **chất nôn/ mửa ra**

upchuck *verb* **nôn; ói mửa;** = BARF, RALPH • I think I'm going to upchuck!: *Tôi nghĩ tôi sẽ nôn mất!*

update **1** *verb* **cho biết; nói thêm, v.v.. thông tin mới nhất** **2** *noun* • I'll give you a quick update: *Tôi sẽ cho cô biết thông tin mới nhất.* **3** *modifier*: Is this the update material?: *Đây là tài liệu mới nhất à?*

up for grabs *adjective* **1 có thể kiếm được; có đủ cho ai yêu cầu; có sẵn** • The job is up for grabs. Why don't you apply now?: *Việc làm có đủ đáp ứng yêu cầu. Sao anh không nộp đơn bây giờ đi?* **2 còn phải bàn hoặc chưa xác định** • The whole question of one-man-one-vote is up for grabs: *Toàn bộ câu hỏi về một người một lá phiếu là còn phải bàn.* **3 trong sự hỗn loạn hoàn toàn** • When the market crashed, the whole office was up for grabs: *Khi thị trường chứng khoán sụp đổ, toàn bộ cơ sở trong sự hỗn độn hoàn toàn.*

up for something *adjective* **sẵn sàng đồng ý hoặc tán thành cho cái gì** • I'm up for a pizza. Anybody want to chip in?: *Tôi tán thành cho một món ăn Ý pizza. Có ai muốn góp tiền vào không?*

up front *adverb* (cũng là *in front*) **trước; thanh toán trước** • We'll pay you half up front and the other half when you've finished the job: *Chúng tôi sẽ trả anh một nửa trước rồi trả một nửa kia khi anh làm xong công việc.*

up front *adjective* **1 ở lúc bắt đầu; trước; đầu tiên** • The more you pay up front, the less you'll have to finance: *Anh trả trước càng nhiều, anh sẽ phải bỏ vốn càng ít.* **2 thành thật; cởi mở; trung thực** • I wish the salesman had been more up front about it: *Tôi ước mong người bán hàng thành thật nhiều hơn về điều đó.* **3 bắt đầu trước nhất; lập tức** • They knew right up front that if I did the film: *Họ đã hiểu ngay lập tức là nếu tôi làm phim.* **4 ở tuyến đầu; dưới làn đạn; vị trí quan trọng** • You guys who are up front are gonna get the most fire: *Các bạn ở tuyến đầu thì sẽ nhận hỏa lực nhiều nhất.*

up in arms *adjective* **tức giận; bị kích động** • The whole town was up in arms about the planned highway: *Cả thị trấn bị kích động về đường cao tốc được lên dự án.*

up in the air (about someone/something**)** *adjective* **1 lưỡng lự; do dự về ai hoặc cái gì** • I'm still up in the air about who to vote for: *Tôi vẫn còn lưỡng lự về việc bầu cho ai.* **2 không ổn định hoặc bị đảo lộn; chưa quyết định; không chắc chắn** • When he left, the whole project was up in the air for a while: *Khi anh ta rời khỏi, toàn bộ dự án bị đảo lộn một thời gian.*

up in the clouds *adjective* **không lanh lợi và chú ý; quan tâm đến sự lãng mạn, chủ nghĩa lý tưởng, v.v..**

upmanship *xem* ONE-UPMANSHIP

upmarket *adjective* **thu hút hoặc được chế tạo cho những người không bận tâm đến tiền bạc; hạng sang**

upper *noun* **1** (*ma túy*) **amphetamine hoặc chất kích thích hệ thần kinh trung ương khác;** = UP **2 cơn phấn khích; sự rùng mình khoái trá;** = UP

upper crust *xem* THIN IN THE UPPER CRUST

the upper crust *noun* (*từ đầu những năm 1800*) **giới quý tộc trong xã hội; nhóm thượng lưu**

upper story *noun* **bộ não; đầu óc**

uppity *noun* **tính kiêu ngạo; sự lên mặt ta đây; tính kiêu kỳ**

uppity or **uppidy** *adjective* **hỗn láo; kiêu ngạo; từ chối thừa nhận vị trí của ai đó trong xã hội;** = HINCTY [ban đầu xuất phát từ những người da đen ở miền Nam, lúc này được sử dụng rộng rãi]

upscale *adjective* **giàu có; có tính quý tộc;** = RITZY

up shit creek (without a paddle) or **up the creek (without a paddle)** or **up a creek** *adjective* **trong tình thế khó khăn để thoát ra; rất xui xẻo** • You are up a creek! You got yourself into it, so get yourself out: *Mày đang trong tình thế khó khăn! Mày tự dẫn thân vào chuyện đó, thì tự mà thoát ra.* • If the cops see you you'll be up shit creek for sure: *Nếu cảnh sát thấy mày, chắc chắn mày sẽ rất xui xẻo.*

upshot (of something**)** *noun* **kết quả của cái gì; hậu quả của việc gì** [luôn dùng với *the*] • The upshot of it all was that we don't get the new coffeepot: *Hậu quả của tất cả việc đó là chúng ta không có cái ấm cà phê mới.*

upside *preposition* **tỳ vào; đập vào** • She slapped me and kicked me and threw me upside the wall: *Cô ta tát tôi, đá tôi và ném tôi đập vào bức tường.*

upside *noun* **mặt tốt; bên tốt** • There's not much to look forward to on the upside: *Chẳng có gì nhiều để trông đợi vào mặt tốt cả (nghĩa là sự tốt đẹp).*

upside one's **face** *xem* GO UPSIDE one's FACE

upskirt *noun* **một típ người tò mò bệnh hoạn chuyên nhìn dưới váy phụ nữ**

up one's **sleeve** *xem* ACE UP one's SLEEVE

up-South *noun* (*người da đen*) **miền Bắc, đặc biệt về sự phân biệt chủng tộc của nó**

upstage *verb* **1** (*sân khấu*) **thu hút sự chú ý đến mình và tránh khỏi những người trình diễn khác, đặc biệt bằng cách đứng trên sân khấu sao cho họ phải quay mặt về phía bạn và quay lưng lại với khán giả** **2 đòi hỏi và nhận được sự chú ý quá mức với sự trả giá bằng những thứ khác**

upstage *adjective* **cao ngạo; kiêu căng; hợm hĩnh; hờ hững; xa cách**

upstairs *adverb* **trong đầu; về tinh thần**

up stakes *verb* **rời khỏi, đặc biệt một cách vội vàng; khởi hành;** = SCRAM • It's that time of the year when I feel like upping stakes and moving to the country: *Vào thời điểm đó trong năm khi tôi muốn rời khỏi và chuyển tới vùng nông thôn.*

up the ante *verb* **nâng giá, lời đề nghị, v.v.; tăng; đưa ra yêu cầu cao hơn** • The trader decides to up the ante: *Nhà buôn bán quyết định nâng giá.*

up the ass *adverb* **hoàn toàn; thấu đáo; hoàn hảo** • I know country music up the ass on the guitar: *Tôi biết thấu đáo nhạc đồng quê với đàn ghi ta.*

up the flagpole *xem* RUN something UP THE FLAGPOLE

up the kazoo (or **gazoo** or **gazool**) *adverb* **rất lớn; dư thừa;** = UP TO HERE • We're up the kazoo in leaflets here: *Ở đây chúng tôi rất dư thừa tờ rơi.*

up the pole *adjective* **say rượu.**

up there *adverb* **trên trời** (in heaven)

up the river *adjective* (*thế giới ngầm*) **trong tù**

up the spout *adverb* **1 lãng phí; trong điều kiện vô vọng; bị tan vỡ; phá hủy đánh bại;** = DOWN THE TUBE • My holiday plans are completely up the spout: *Những kế hoạch đi nghỉ của tôi đã hoàn toàn tan vỡ.* **2 có chửa; có thai**

up the wall *adjective* **1 điên rồ; kỳ dị;** = NUTTY [từ hình ảnh các con nghiện, người điên, động vật hoang dã, v.v.. cố leo tường để trốn] **2 trong một tình trạng rất tồi tệ hoặc khó khăn** • We were all up the wall until the matter was resolved: *Chúng tôi tất cả đã ở trong tình trạng rất khó khăn cho đến khi vấn đề được giải quyết.*

up thine with turpentine *interj.* **thán từ bày tỏ sự thách thức và bác bỏ rất mạnh;** = FUCK YOU, STICK IT

uptick *noun* **1 sự tăng, đặc biệt là giá cổ phiếu; sự tăng giá trị 2 sự cải thiện; sự tăng**

uptight *adjective* **1 căng thẳng; lo âu** • He was all uptight about student plagiarism: *Ông ta rất lo lắng về nạn đạo văn (ăn cắp ý, văn) của sinh viên.* **2 gượng gạo; thiển cận; rất chính xác và quá câu nệ** • Don't be so uptight. Give it a chance: *Đừng thiển cận như thế. Hãy cho nó một cơ hội.* **3 xuất sắc** • Sally is uptight. You can't do better than Sally: *Sally thật xuất sắc. Cậu chẳng thể nào làm hơn Sally.* **4 gần gũi; thân thiện** • " I mean I'm not up tight with him, no one is": *"Ý tôi là tôi không thân thiện với anh ta, chẳng ai như thế cả".*

up to one's **ass** *xem* one HAS HAD IT

up to one's **ass in** something *adjective* (biến thể: **in alligators** or **in rattlesnakes** có thể được thêm vào để nhấn mạnh; **asshole deep** có thể thay **up to one's ass**) **bị chôn vùi; để hết tâm trí vào** • Call me later, I'm up to my ass in alligators here now: *Gọi tôi sau nhé, hiện tôi đang để hết tâm trí ở đây.*

up to one's **ears** *xem* UP TO one's EYEBALLS

up to one's **eyeballs** or **up to** one's **ears** *adjective* **đầy ắp cái gì; chồng chất công việc ngập đầu; bề bộn công việc** • She's up to her ears in marriage proposals: *Cô ta có đầy ắp những lời cầu hôn* • We are up to our eyeballs with trouble around here: *Chúng tôi chồng chất với những rắc rối chung quanh đây.*

up to one's **eyebrows** *xem* one HAS HAD IT

up to here *adjective* **1 chịu đựng hết mức ; có quá nhiều không chịu nổi** • I'm up to here with your excuses!: *Tôi chịu đựng hết mức những lời cáo lỗi của anh rồi!* **2 chán ghét;** = FED UP

up to one's **knees** *adjective* **chìm đắm trong cái gì, như là công việc giấy tờ hoặc dưới nước** • We're up to our knees with orders and getting more all the time: *Chúng tôi bị chìm ngập trong những đơn đặt hàng và càng lúc càng nhiều hơn.*

up to one's **neck** *adjective* **đầy ắp cái gì; chồng chất công việc đến cổ** • I'm up to my neck in work at the moment: *Lúc này tôi đang bận việc đến ngập cả đầu.* • He's up to his neck in debt: *Nó đang nợ nần ngập đầu.*

up to scratch (or **the mark**) *adjective* **1** (*quyền Anh*) **thỏa mãn; chấp nhận được** • I'm afraid this story isn't quite up to scratch: *Tôi e là câu chuyện này không chấp nhận được.* **2 hài lòng; đạt được điều mong đợi** • Is her schoolwork up to scratch?: *Bài tập ở trường của cô ta có đạt không?*

up to snuff *adjective* **1 thỏa mãn; chấp nhận được;** = UP TO SCRATCH **2 trong tình trạng sức khỏe tốt; cảm thấy khỏe** • I don't feel quite up to snuff this morning: *Sáng nay tôi cảm thấy không khỏe.*

uptown *noun* (*ma túy*) **cô-ca-in;** = the LADY

up yours *interj.* (biến thể: **you** or **your ass** or **your butt** or **your gig** or **your giggy** hoặc bất kỳ từ đồng nghĩa nào của **ass** có thể thay **yours**) **thán từ thể hiện sự coi thường, thách thức, v.v.. mạnh** [dạng rút gọn của "*stick it up your ass*"]

Up yours! *exclam.* **Cút xéo đi!; Chết tiệt!; Đáng nguyền rủa!** • I won't do it! Up yours!: *Tôi sẽ không làm việc đó đâu! Đồ chết tiệt!*

use *verb* (*ma túy*) **sử dụng ma tuý, đặc biệt là ma tuý gây nghiện như hê-rô-in**

use one's **head** (or **one's bean**) *verb* **nghĩ; suy luận về hành động của mình**

user *noun* (*ma túy*) **người dùng ma túy; người nghiện ma túy**

use your head! or **use your noggin!** or **use your noodle!** *exclam.* **hãy nghĩ!; hãy suy nghĩ đi!** • You know the answer. Use your head!: *Mày biết câu trả lời đó mà. Hãy suy nghĩ đi!*

ush *verb* **làm việc như người chỉ chỗ ngồi trong rạp hát**

usual *xem* AS PER USUAL

UVs *noun* (*thanh thiếu niên*) **tia nắng; ánh nắng mặt trời; tia cực tím;** = RAYS [viết tắt của "*ultra-violet sun rays*"]

V

vacation *noun* (*thế giới ngầm*) thời gian trong tù hoặc trại giam; bản án tù • She has served her vacation, and will now be released: *Cô ấy đã thụ xong bản án, nay cô ta sẽ được thả.*

vag *noun* 1 (*cảnh sát*) sự lang thang; sự buộc tội vì lối sống lang thang • But if you don't have a pad, they'll bust you for vag: *Nhưng nếu anh không có chỗ ở, họ sẽ bắt anh vì tội sống lang thang.* 2 người lang thang 3 người đàn ông bị khinh miệt, coi thường 4 người bị bỏ rơi; người lêu lổng; = BAG LADY

vag *verb* buộc tội ai với lối sống lang than • If you were on the north side of the street broke you got vagged because that's where all the nice stores were: *Nếu anh ở phía bắc con đường trong bộ dạng túng quẫn, anh bị bắt vì đó là nơi của mọi cửa hàng đẹp đẽ.*

vamoose or **vamose** *verb* rời đi; khởi hành, đặc biệt là một cách vội vàng; = LAM, SCRAM, SPLIT [từ tiếng Tây Ban Nha *vamos* có nghĩa là "khởi hành thôi"] • We better vamoose, Moose: *Tốt hơn hết chúng ta rời đi, Moose.*

Vamoose! *exclam.* **Cút đi!; Xéo đi!** [từ tiếng Tây Ban Nha]

vamp¹ *verb* (*nhạc sĩ*) ứng tác, đặc biệt như một phần đệm; chơi ngẫu hứng; = FAKE, SHUCK

vamp² 1 *noun* người đàn bà khêu gợi 2 *verb* She's vamping you, Harold: *Bà ta đang dụ dỗ anh đấy, Harold.*

vamp³ *noun* (***Long Island, New York***) lính cứu hỏa tình nguyện

vamp⁴ or **vamp on** *verb* 1 (*đặc biệt người da đen*) công kích; đè bẹp; = BEAT UP, CLOBBER • They knew that he'd vamp on them if they got strong: *Họ biết ông ta sẽ công kích họ nếu họ phạm sai lầm.* 2 (*người da đen*) bắt giữ; = BUST

van *noun* 1 (*đường sắt*) toa dành cho người bảo vệ tàu 2 (*quầy bán đồ ăn trưa*) kem vani

vanilla *adjective* 1 bình thường; đơn giản; cơ bản [bắt nguồn từ loại kem đơn giản nhất] 2 nói về tình dục, theo lối cổ truyền; nói về tình dục đồng giới, nhẹ nhàng, truyền thống, đầy cảm xúc 3 dùng trong phim khiêu dâm, khá trí thức, được thiết kế cho những cặp đôi và người xem lần đầu 4 tầm thường; không thú vị; buồn tẻ • The entire production was sort of vanilla, but it was okay: *Toàn bộ sản phẩm có phần tầm thường, nhưng nó cũng được.*

vanilla *noun* 1 (*người da đen*) người da trắng, đặc biệt phụ nữ da trắng 2 một người bình thường và có sở thích tình dục bình thường; = STRAIGHT

vanner *noun* một người lái xe van, xe tải nhỏ

varnish *xem* COFFIN VARNISH

varnish remover *noun* rượu uýt-ki kém chất lượng; = PANTHER PISS

Vatican roulette *noun* phương pháp hạn chế sinh đẻ; sinh đẻ có kế hoạch nhờ biện pháp tránh thai • My parents lost at Vatican roulette, and I am the booby prize: *Cha mẹ tôi đã bỏ lỡ ở phương pháp tránh thai và tôi là giải bét.*

va-voom or **va-va-voom** 1 *interj* thán từ thể hiện sự vui thích, đặc biệt là sự phấn khích tình dục 2 *adj* (*cũng là voomy*): Under icky mask, I think you're the voomiest: *Dưới cái mặt nạ hủ lậu đó, tôi nghĩ anh thì thích thú nhất.*

VC *noun* (*từ chiến tranh Việt Nam*) Việt Cộng; một thành viên của Việt Cộng; = VICTOR CHARLIE • Vietnamese Communists, we call them Vietcong , we call them VC and C and Charlie and all the usual names: *Cộng sản Việt Nam, chúng tôi gọi họ là Việt Cộng, VC, C, Charlie và mọi cái tên thông thường.*

veep *noun* phó tổng thống; phó chủ tịch • The veep is going to precide today: *Phó tổng thống sẽ chủ tọa hôm nay.*

veg¹ *noun* 1 (*cũng là veggy*) rau [viết tắt của *vegetable*] • You want a veg with this?: *Anh muốn rau với cái này không?* 2 người ngu đần 3 = VEGETABLE

veg² *verb* (*cũng là vedge* or *veg out*) (*sinh viên*) nghỉ (không) làm việc và nghỉ ngơi; sống một cách vô vị; = GOOF OFF, MELLOW OUT • Someday, I just want to veg out and enjoy life: *Một ngày nào đó, tôi muốn không làm việc nữa và tận hưởng cuộc sống.*

vegetable *noun* 1 một người mà cả tinh thần lẫn thể chất đều mất khả năng đến mức việc đem ra so sánh với thực vật là công bằng dù tàn nhẫn; người thực vật; = BASKET CASE, RETARD • Your grandmother was a 92-year-old vegetable. Only the machines were keeping her alive: *Bà nội bạn là một người thực vật 92 tuổi. Chỉ có máy móc mới giữ cho bà sống được.* 2 người ngu ngốc; người hành động ngốc nghếch; người hầu như bị hủy diệt bởi ma túy

vegetable patch *xem* FRUIT SALAD

veggie or **veggy** *noun* 1 rau [thường dùng số nhiều] 2 người ăn chay; người ăn rau • We have a lovely salad bar for the veggies among you: *Chúng tôi có một quầy salad hấp dẫn dành cho những người ăn chay bao gồm cả anh nữa.* 3 bệnh nhân hôn mê ở bệnh viện 4 người nào đó mệt mỏi hoặc kiệt sức

velvet *noun* lợi nhuận, đặc biệt lợi nhuận dễ dàng và bất ngờ; tiền thắng cược của con bạc; tiền bạc nói chung

vent *noun* (*ngành biểu diễn*) người có tài nói tiếng bụng

vent man *noun* người vô gia cư thường ngủ tại những lỗ thông hơi ấm áp bên lề đường cạnh đường hầm và những nơi ngầm khác

vent one's spleen *verb* nổi cơn giận giữ; trút hết sự cáu kỉnh lên đầu ai • I vented my spleen at my long suffering wife: *Tôi đã trút hết cơn thịnh nộ lên đầu người vợ nhẫn nhục của mình.*

verbal (or **oral**) **diarrhea** *noun* (*cũng là diarrhea of the mouth*) chứng

V nói nhiều; tính ba hoa không thể kiểm soát

Vermont charity *noun* (*người lang thang, từ đầu những năm 1900*) sự thông cảm

verse *noun* (*thể thao*) = STANZA

vet *noun* 1 cựu thành viên của quân đội; cựu chiến binh 2 bác sĩ thú y • The vet didn't charge much to look at the turtle: *Thầy thuốc thú y không lấy tiền nhiều để khám con rùa.*

vet *verb* 1 khám và điều trị bệnh nhân hoặc thú vật • The doctor vetted me quickly and charged an unbelievable sum for it: *Bác sĩ khám tôi rất nhanh và lấy một số tiền không thể tin được.* 2 (*từ đầu những năm 1900, Anh*) kiểm tra kỹ

vette or **'vette** *noun* chiếc xe Corvette

V-girl *noun* (*thế chiến II*) một phụ nữ quan hệ tình dục thoải mái với lính, thủy thủ, v.v.. xuất phát từ lòng yêu nước [từ Victory girl]

vibes¹ *noun* (*nhạc sĩ nhạc jazz*) đàn tăng rung

vibes² or **vibrations** *noun* bầu không khí được tạo ra bởi bất kỳ sự kiện, tâm trạng, sắc thái nào có liên hệ mật thiết với mọi giác quan; sự rung cảm; = CHEMISTRY, KARMA [viết tắt của "*vibration*", vốn có cùng nghĩa] • I don't care for Berkeley vibes: *Tôi không quan tâm đến bầu không khí ở Berkeley* • I just don't get good vibes about this deal: *Tôi thật không có cảm giác dễ chịu về việc thỏa thuận mua bán này.*

vic¹ *noun* (*thế giới ngầm*) người bị kết án tù; tù nhân

vic² *noun* máy quay đĩa; Victrola (tên thương mại)

vic³ 1 *noun* (*thanh thiếu niên New York*) nạn nhân; = MARK, PATSY [viết tắt của "*victim*"] 2 *verb* (cũng là *scope a vic*) tìm ai để cướp, trấn lột, v.v.

vicious *adjective* 1 (*thanh thiếu niên*) đẹp trai 2 (*thanh thiếu niên*) xuất sắc; tuyệt vời • Man, this pizza is really vicious: *Chà, bánh pizza này thì thật ngon tuyệt.*

Victor Charlie or **Victor Charles** *nickname* (*quân đội, chiến tranh Việt Nam*) Việt Cộng; = VC

vidaholic *noun* người nghiện truyền hình

video jock or **VJ** *noun* người giới thiệu và bình luận các video ca nhạc trên truyền hình

Viet *noun* người Việt Nam • The Viets don't like us: *Những người Việt Nam không thích chúng tôi.*

Vietnik *noun* 1 (*những năm 1960 và 1970*) người phản đối chiến tranh Việt Nam • The Vietniks' message was sort of distorted by the press: *Thông điệp của những người phản đối chiến tranh Việt Nam có phần bị báo chí bóp méo.* 2 *modifier:* the latest Vietnik demonstration: *cuộc tuần hành mới nhất phản đối sự tham gia của Mỹ tại Việt Nam*

vig or **vigorish** or **viggerish** *noun* 1 tiền lãi còn nợ với một món vay bất hợp pháp • " What's the vig rate down here?: *"Tỷ lệ lãi suất ở đây là bao nhiêu?"* 2 dũng khí; cam đảm

vig ounce *noun* (*ma túy*) một ounce ma túy

vim and vigor *noun* sự sinh động; sự nhiệt tình; sự năng nổ • Show more vim and vigor! Let us know you're alive: *Hãy tỏ ra sự sinh động nhiều hơn thế nữa! Để cho chúng tôi biết anh còn sống chứ.*

vin (or **vinegar**) **blink** *noun* (*quân đội, thế chiến I và người lang thang*) rượu vang trắng [từ cách phát âm sai của *vin blanc* trong tiếng Pháp có nghĩa là "vang trắng"]

vinegar *xem* FULL OF PISS AND VINEGAR

vines *noun* quần áo; bộ quần áo, đặc biệt là quần áo thời trang; = THREADS

vino or **veeno** *noun* rượu vang, đặc biệt rượu vang đỏ

vinyl *noun* 1 đĩa hát; bản thu • I got some new vinyl. Come over and listen: *Tôi có vài đĩa nhạc mới. Hãy qua mà nghe.* 2 *modifier:* liên quan đến vũ trường, sự khiêu vũ được thực hiện tại đó, v.v.

VIP *noun* (*thế chiến II*) nhân vật quan trọng; = BIG SHOT [viết tắt của "*very important person*"]

VIP *adjective* cái gì đó dành riêng cho một người rất quan trọng • My smile and casual manner didn't get me into the VIP lounge: *Thái độ tươi cười và không trân trọng của tôi không vào được phòng khách dành cho những nhân vật quan trọng.*

viper *noun* (*ma túy*) người bán hoặc sử dụng cần sa

vis *noun* (*quân đội*) tầm nhìn • planes grounded because of poor vis: *máy bay hạ cánh vì tầm nhìn kém.*

vision *xem* TUNNEL VISION

visit Aunt Lillian *verb* trải qua giai đoạn chảy máu trong thời kỳ kinh nguyệt

visit from Flo *noun* thời kỳ hành kinh

visit from the stork *noun* sự ra đời của một đứa trẻ; sự sinh ra của một hài nhi • The last visit from the stork was in March: *Sự sinh con cuối cùng trong tháng ba.*

visiting fireman *noun* 1 du khách ở ngoài thị trấn, đặc biệt là người quyền cao chức trọng 2 người thăm viếng nơi làm việc

vita *noun* (cũng là *vita sheet*) hồ sơ hoặc tiểu sử, đặc biệt về học vấn và việc làm [từ "*curriculum vitae*"]

vivor *noun* người sống sót; người lang thang xoay sở để sống • Harry's a vivor, and I like him: *Harry là một người lang thang xoay sở sống và tôi thích nó.*

viz *noun* 1 tầm nhìn • "It looks like the viz is substantially better a little lower": *"Có vẻ về cơ bản tầm nhìn đang tốt hơn một chút".* 2 quần jean hiệu Levis; quần bò • Those viz are too tight for her: *Những quần jean này thì quá chật với cô ta.*

VJ or **veejay** or **video jock** *noun* người giới thiệu và bình luận ca khúc hoặc băng video trên truyền hình hoặc ở vũ trường, người dẫn chương trình truyền hình của chương trình âm nhạc; một nghệ sĩ tạo hình chuyên kết hợp ánh sáng và hình ảnh ở môi trường hộp đêm

volume¹ *noun* một liều hoặc một viên Valium (tên thương mại) thuốc an thần

volume² *xem* DECREASE THE VOLUME

vomatose *adjective* say; nôn mửa và gần hôn mê • Claude is completely vomatose. What a party!: *Claude hoàn toàn say gần hôn mê. Thật là một bữa tiệc!*

vomity or **vomitrocious** *adjective* 1 quá khó chịu đến nỗi gây buồn nôn 2 bẩn thỉu; kinh tởm • What is this vomity stuff on my plate?: *Cái vật bẩn thỉu này trên đĩa của tôi là cái gì thế?*

voomy *xem* VA-VOOM

vote with one's **feet** *verb* 1 bày tỏ sự bất mãn bằng cách đi ra ngoài • When the audience votes with its feet, you know you don't have a hit: *Khi khán giả bày tỏ sự bất mãn bằng cách đi ra ngoài. Anh biết là anh không thành công rồi.* 2 trốn thoát; trở thành người tị nạn hoặc di cư • Nearly three million people voted with their feet: *Gần ba triệu người đã trở thành người tị nạn.*

vroom or **varoom** *noun* 1 tiếng ồn của một chiếc xe mạnh mẽ 2 *modifier:* (cũng là *vroom-vroom*) if you drive a sporty, vroom-vroom model: *cho dù mày lái một mẫu xe thể thao mạnh mẽ.*

vroom or **varoom** *verb* **1 rời đi một cách ồn ào** • She left me standing there with my mouth dropped open, and the blue Mustang vroomed off: *Cô ta để tôi đứng đó há hốc mồm, và chiếc Mustang màu xanh ầm ĩ rời đi.* **2 tăng tốc, đặc biệt của một chiếc ô tô ầm ĩ**

vroom *interj.* **tiếng ồn ào của động cơ [từ tượng thanh]** • Suddenly, vroom, a plane passed low overhead: *Bất thình lình, rùm rùm, một chiếc máy bay xà ở trên đầu.*

VW radiators *xem* a LOAD OF VW RADIATORS

W

wack or **whack** *noun* (*từ những năm 1940*) người điên hoặc lập dị; = NUT, SCREWBALL, WEIRDO

wack off *xem* WHACK OFF

wacky or **whacky** *adjective* (*cũng là **wacked-out** or **wacko***) kỳ cục; lập dị; điên rồ; = NUTTY, WEIRDO

wad *noun* một cuộn tiền; rất nhiều tiền • I lost my wad on a rotten horse in the seventh race: *Tôi thua rất nhiều tiền vì một con ngựa đáng ghét ở vòng đua thứ bảy.*

wad *verb* (*cuộc đua xe trượt băng trên đường*) đâm sầm vào

wader *xem* HIGH WATERS

waffle[1] **1** *verb* nói hoặc hành xử một cách thoái thác; nói lặp lờ **2** *noun* I'm tired of all the candidates' waffle: *Tôi phát mệt vì cách nói chuyện thoái thác của tất cả ứng viên.*

waffle[2] *verb* coi thường; = STOMP

waffle-iron *noun* lưới sắt bên lề đường

waffle-stompers *noun* giày nặng như giày cao bồi hoặc giày đi bộ đường dài; = SHITKICKERS

wag *xem* CHIN-WAG

wag one's chin *verb* nói huyên thuyên; nói chuyện linh tinh

wagon *noun* **1** (*hải quân, thế chiến I*) một tàu lớn vận chuyển của hải quân Mỹ **2** xe thùng của cảnh sát • I called the waggon. It'll come and get these two thugs in about fifteen minutes: *Tôi đã gọi xe cảnh sát. Nó sẽ đến và mang hai tên vô lại này đi trong vòng mười lăm phút.*

Wahoo *noun* (*hải quân*) Hawaii

wah-wah *noun* **1** (*nhạc sĩ*) âm thanh ngập ngừng, rõ ràng từ một nhạc cụ, giọng nói, v.v.. **2** thiết bị điện tử vận hành bằng bàn đạp để tạo ra âm thanh wah-wah, đặc biệt trên ghi-ta điện **3** *modifier*: By passing his vocal sounds through an amplifier with the aid of a wah-wah pedal, he has achieved spectacular effects: *Bằng cách truyền giọng nói qua âm-li với sự giúp đỡ của một bàn đạp tạo ra âm thanh wah-wah, ông ta đã nhận được hiệu ứng ngoạn mục.*

wail *verb* **1** (*nhạc sĩ nhạc jazz, từ những năm 1940*) khi chơi nhạc jazz, biểu diễn với cảm xúc cao • To be really in the groove, thus really wailing: *Thực sự để có điều thú vị hoàn toàn, vì thế cần biểu diễn với cảm xúc cao.* **2** (*sinh viên*) làm rất tốt; trình diễn tốt đẹp lên • Things really started to wail about midnight when the band really got going: *Sự việc bắt đầu tuyệt vời lên khoảng nửa đêm khi ban nhạc thực sự bắt đầu.* **3** (*người da đen*) hát

wailing or **whaling** *adjective* (*sinh viên da đen*) xuất sắc; tuyệt vời; = GREAT • What a whaling guitar!: *Một cây đàn ghi-ta tuyệt vời làm sao!*

wail on someone *noun* đánh ai

wait up *verb* tạm ngừng khi đang dẫn đầu để chờ ai đó bắt kịp

walk *noun* **1** sự phóng thích khỏi tù **2** cái gì đó dễ dàng • That game was a walk! *Trò chơi đó dễ thật!*

walk *verb* **1** thoát khỏi sự trừng phạt • He grinned. "You're going to walk, Carlito. How does it feel?": *Hắn ta cười toe toét. "Mày sẽ thoát khỏi mà không bị phạt, Carlito. Cảm giác thế nào?".* **2** (*thế giới ngầm và nhà tù*) được tha khỏi tù **3** được tha bổng **4** bỏ việc hoặc nhiệm vụ • If I didn't have to keep the job to live, I'd have walked long ago: *Nếu tôi không phải làm công việc này để sinh sống thì tôi đã bỏ việc từ lâu rồi.* **5** bỏ ai; bỏ rơi ai • They had a big fight, and he walked: *Họ có một cuộc cãi vã gay gắt và hắn ta đã bỏ (cô ta).*

walkaway *xem* WALKOVER

walkboy *noun* (*người da đen*) một bạn nam tốt bụng; = HOME BOY

walk heavy *verb* (*người da đen*) trở nên rất quan trọng và có sức ảnh hưởng; = have CLOUT • Bob's been walking heavy since he graduated: *Bob trở nên quan trọng từ khi anh ấy tốt nghiệp.*

walkie *noun* một người bạn thân và đáng tin

walkie-talkie *noun* (*quân đội, thế chiến II*) máy thu phát radio hai chiều cầm tay

walk-in *noun* **1** tên trộm chuyên ăn trộm từ những phòng không khóa trong khách sạn **2** khách hàng từ ngoài phố đi vào • We had a couple of walk-ins this morning, but none of the hotel residents came: *Chúng tôi có một cặp khách hàng từ bên ngoài vào sáng nay, nhưng không có người khách nào ở khách sạn tới.*

the walk-in *noun* (*sân khấu*) nửa giờ trước khi màn sân khấu Broadway léo lên

walk-in *adjective* có liên quan đến khách hàng vừa mới từ ngoài phố đi vào • We were hoping for more walk-in trade: *Chúng tôi hy vọng có nhiều cuộc giao dịch mua bán hơn với khách hàng ngoài đường phố vào.*

walking papers (or **ticket**) *noun* giấy báo bị sa thải, phóng thích, ly hôn v.v..; = PINK SLIP • I got my walking papers today. I guess I had it coming: *Hôm nay tôi nhận được giấy sa thải. Tôi đoán rằng điều đó thế nào cũng xảy ra.*

walking wounded *noun* **1** những người lính bị thương nhưng vẫn đi được • Many of the walking wounded helped with the more seriously injured cases: *Nhiều người lính bị thương nhưng vẫn còn đi được đã giúp đỡ nhiều những ca bị thương nghiêm trọng hơn.* **2** người bị thương – về mặt tinh thần hoặc thể chất – và vẫn có thể có cuộc sống bình thường • The outpatient clinic was filled with the walking wounded: *Bệnh viện ngoại trú đã đầy những người bị thương.* **3** những người ngu ngốc nói chung

walk-on noun (*sân khấu*) một vai trò rất nhỏ, không đáng nhắc tới; một dạng tham gia không đáng kể

walk on eggs or **walk on thin ice** verb đi rất cẩn trọng; đang ở trong một vị trí rất bấp bênh, hiểm nghèo • I have to remember that I'm walking on eggs when I give this speech: *Tôi phải nhớ là tôi đang ở một vị trí rất bấp bênh khi tôi đọc bài diễn văn này.*

walk on thin ice xem WALK ON EGGS

walk on sunshine verb thật hạnh phúc • I'm in love and I'm walking on sunshine: *Tôi đang yêu và tôi đang thật hạnh phúc.*

walkout noun cuộc đình công

walk out on someone or something verb từ bỏ; = TAKE A WALK • She was fed up, and just walked out on the whole deal: *Cô ta mệt mỏi và chán ngấy, và từ bỏ toàn bộ cuộc thương lượng.*

walkover or **walkaway** noun một chiến thắng dễ dàng; một công việc hoặc nhiệm vụ dễ dàng; = CINCH, PUSHOVER

walk soft verb (*người da đen*) thong thả; từ từ; dịu dàng và nhún nhường; tỏ ra khiêm tốn • I try to walk soft and not rock the boat: *Tôi cố gắng đi thong thả nhẹ nhàng và không làm lắc lư con thuyền.*

walk tall verb tỏ ra dũng cảm và tự tin • I know I can walk tall because I'm innocent: *Tôi biết tôi có thể can đảm và tự tin vì tôi vô tội.*

walk the plank verb bị đuổi; = be FIRED

walk-up noun 1 nhà thổ 2 một căn phòng, căn hộ, tòa cao ốc, v.v. không có thang máy

wall banger noun (*thanh thiếu niên, ma túy*) một liều hoặc một viên Quaalude (tên thương mại) hoặc methaqualone

wall-eyed adjective say xỉn

wallflower noun một người, đặc biệt một phụ nữ, đứng ở ngoài và không được ai tán tỉnh tại một bữa tiệc, khiêu vũ, v.v.

wallop noun 1 cú đấm mạnh 2 sự ảnh hưởng; sự lôi kéo; quyền lực; = CLOUT, MOXIE • I don't have enough wallop to make that kind of demand: *Tôi không có đủ quyền lực để làm cái thứ yêu cầu đó.*

wallop verb đánh ai hoặc cái gì rất mạnh • He walloped the ball right over the wall: *Nó đánh mạnh quả bóng qua tường.*

walloper xem DOCK-WALLOPER, POT-WALLOPER

wallpaper noun tờ séc không có giá trị; tấm séc giả; tiền giả

walls have ears verb ai đó có thể lắng nghe; tai vách mạch rừng • The walls have ears, so be careful about what you say: *Tai vách mạch rừng đấy, nên cẩn thận về những gì anh nói.*

wall-to-wall adjective 1 có thể mở rộng; lĩnh hội nhanh • Old Tom is wall-to-wall hostility these days. What's wrong?: *Dạo này lão già Tom càng thêm thù địch. Có chuyện gì thế?* 2 hoàn toàn; toàn diện • It was wall-to-wall people: *Đó là những người toàn diện.*

walrus noun một người lùn, mập

Walter Mitty noun một người không có gì đặc biệt nhưng thường mơ mộng vinh quang

waltz noun 1 một công việc dễ dàng; = CINCH, PIECE OF CAKE 2 (*quyền Anh*) một hiệp; = CANTO, STANZA

waltz verb 1 di chuyển theo kiểu thờ ơ • If he goofs up, he waltzes into court, files a new motion, and fixes it: *Nếu anh ta phạm sai lầm, anh ta thờ ơ đi vào tòa án, đệ trình một bản kiến nghị mới, và sửa nó.* 2 (*quyền Anh*) đánh nhẹ và không nghiêm túc

waltz someone **around** verb lảng tránh hoặc lừa dối ai • He kept waltzing me around but he never gave me a direct answer: *Nó cứ lảng tránh tôi nhưng nó chẳng bao giờ cho tôi một câu trả lời trực tiếp.*

waltz off verb rời đi theo kiểu thờ ơ hoặc ung dung • Great, Harry, you love me, that settles everything, now we can waltz off into the sunset together?: *Tuyệt lắm, Harry, anh yêu tôi, điều đó giải quyết mọi thứ, giờ chúng ta có thể ung dung đi về phía hoàng hôn cùng nhau chưa?*

waltz off (**with** something) verb đem cái gì đi chỗ khác một cách dễ dàng • They just picked the thing up and waltzed off. Nobody asked them any questions: *Họ chỉ nhặt đồ vật lên và mang đi quá dễ dàng. Không ai hỏi chúng bất cứ câu hỏi gì.*

waltz through something verb vượt qua cái gì một cách dễ dàng • I waltzed through my comps and started on my research in my second year: *Tôi đã vượt qua kỳ thi đại học dễ dàng và bắt đầu làm nghiên cứu trong năm thứ hai.*

walyo or **Wally-O** noun 1 một người đàn ông trẻ; = GUY 2 người Ý hoặc nam giới gốc Ý

wampum noun tiền; tiền mặt; = BREAD

wang or **whang** or **whanger** noun dương vật; = COCK, PRICK

wangle 1 verb thu xếp bằng thủ đoạn khéo léo; xoay xở một cách gian trá • He was trying to wangle his way onto the com-mittee: *Anh ta đang cố tìm cách để lọt vào được ủy ban.* 2 noun made a precise science out of the wangle: *tạo ra một ngành khoa học chính xác từ tài xoay xở khéo léo.*

wanker noun kẻ thủ dâm; = JERK-OFF

wank off xem BEAT OFF

wanna phrase muốn [phương ngữ của **want to**] • I will if I wanna: *Tôi sẽ làm nếu tôi muốn.* • I wanna hold your hand: *Tôi muốn nắm tay anh.*

want noun thông báo rằng một người cần đến gặp cảnh sát

war chest noun quỹ vận động chính trị • They say the vice president has more than one million dollars in his war chest: *Họ nói là phó tổng thống có nhiều hơn một triệu đô-la trong quỹ vận động chính trị của ông ấy.*

war club noun gậy bóng chày

ward heeler noun trợ lý cấp thấp hoặc kẻ bợ đỡ một ông trùm chính trị

warhorse noun 1 một vật, người, ý kiến cũ kỹ và cứng nhắc • What time does the old warhorse arrive, and how long is he staying here?: *Mấy giờ ông già bướng bỉnh ấy mới đến và ông ấy ở lại đây bao lâu?* 2 (*từ cuối những năm 1800*) một cựu chiến binh giàu kinh nghiệm và đáng tin cậy; người cao tuổi nhất

warm body noun 1 một người có thể được tin chắc là còn sống 2 một người không có cá tính, khuyết điểm, ưu tú, v.v..; = CHAIR-WARMER

warm someone's **ear** verb nói chuyện một cách say mê với ai, đặc biệt về những vụ bê bối, tai tiếng và đại loại như thế

warmed over adjective không còn nguyên bản; chỉ thay đổi một chút; được hâm lại hoặc xào xáo lại • I am not interested in reading warm-over news on a computer screen: *Tôi không thích thú đọc những tin tức được xào xáo lại trên màn hình máy vi tính.*

warmer-upper noun thức ăn hoặc thức uống làm người ta ấm lên • A new version of an old family favorite and a great warmer-upper on chilly days: *Một phiên bản mới của thứ được ưa chuộng trước đây trong gia đình và là đồ uống làm nóng tuyệt vời trong những ngày lạnh giá.*

warm for someone's **form** adjective hấp dẫn về mặt tình dục với ai đó

warm fuzzy *noun* lời khen; lời ca ngợi; = STROKE

warmup *noun* bộ đồ giữ ấm của vận động viên, rộng lùng thùng

warm up *verb* 1 (*thể thao*) chuẩn bị cho thi đấu, bằng cách tập luyện nhẹ trước; khởi động 2 rót đầy lại tách cà phê • Can I warm that up for you?: *Tôi rót đầy tách cà phê lại cho bạn nhé?*

warm someone **up** *verb* làm cho ai trở nên sôi nổi hơn • This man Bennett is a superb choice to warm up the audience with a few jokes: *Anh chàng Bennett này là một sự lựa chọn hoàn hảo để làm cho khán giả sôi động lên bằng vài câu pha trò.*

war paint *noun* đồ hóa trang; mỹ phẩm [xuất phát từ sân khấu]

warp factor *noun* một thừa số rất lớn của phép tính nhân; số mũ (lũy thừa) cao

warp out *verb* di chuyển, đặc biệt để rời khỏi một cách nhanh chóng; = CUT OUT

wart[1] *noun* 1 người khó chịu; người làm phiền toái 2 vấn đề hoặc sự cản trở trong một kế hoạch • Okay, now we come to the wart. We don't have the money to carry out this plan: *Được rồi, bây giờ chúng ta đi đến vấn đề cản trở trong kế hoạch. Chúng ta không có tiền để thực hiện kế hoạch này.*

wart[2] *noun* lỗi; khiếm khuyết; nhược điểm

warts and all không che giấu những khuyết tật, nét xấu • You agreed to marry me, warts and all!: *Anh đã đồng ý lấy em, bất kể khuyết tật thế nào ư!*

wash *noun* 1 đồ uống sau một đồ uống loại khác, thí dụ như một thứ rượu nhẹ hơn uống sau một thứ rượu mạnh; = CHASER 2 sự bán ra và sự mua vào đồng thời cùng một loại cổ phiếu, thường để làm cổ phiếu đó được giao dịch tích cực hơn 3 sự che đậy; sự che giấu (của một vấn đề) • What the administration presented was not an explanation but a wash: *Những gì ban quản trị trình bày không phải là một sự giải thích mà là một sự che giấu.* 4 một lý do bào chữa tinh vi; = WHITEWASH 5 sự cân bằng giữa những giá trị, ảnh hưởng, v.v.. đối lập; một tình huống có thể bàn; = STANDOFF

wash *verb* 1 (*từ giữa những năm 1800, Anh*) tỏ ra hợp lệ; vượt kiểm tra [thường dùng trong câu phủ định] 2 thanh lọc hoặc xóa bỏ cái gì • And I've got the right contacts at the courthouse. Your case is as good as washed: *Và tôi đã có những đầu mối thích hợp ở pháp đình. Vụ của anh đã bị xóa bỏ.* 3 làm cho tiền kiếm được bất hợp pháp có vẻ hợp pháp thông qua hệ thống ngân hàng và kiểm toán; rửa tiền 4 tin; tin tưởng • That'll never wash! It's totally unbelievable: *Điều đó sẽ không bao giờ tin được! Nó hoàn toàn khó tin.*

wash away *verb* giết ai • They washed away the witness before the trial: *Họ giết nhân chứng trước khi xét xử.*

wash (or **air**) **one's dirty linen** *verb* (biến thể: **in public** có thể được thêm vào) nói chuyện hoặc tranh luận về những vấn đề riêng tư một cách công khai

washed out *adj* kiệt sức; mệt mỏi • I feel too washed out to go to work today: *Hôm nay tôi cảm thấy quá mệt mỏi để đi làm.*

washed-up or **all washed up** *adjective* 1 không còn có giá trị với vai trò người trình diễn, người lao động, người dự thi, v.v.; không còn có thể làm việc hoặc cạnh tranh nữa; = AUSGESPIELT, FINISHED 2 không còn thành công nữa; thất bại

washout *noun* 1 (*từ đầu những năm 1900, Anh*) sự thất bại; = FLOP 2 (*hàng không*) cú hạ cánh vội vã 3 (*thế chiến I*) học viên ngành hàng không không thể hoàn thành khóa học để trở thành phi công

wash out *verb* 1 đánh trượt hoặc đuổi ai khỏi khóa học hoặc khóa huấn luyện 2 hư hỏng nghiêm trọng; phá hủy hoàn toàn • The vehicles have a tendency to wash out when cornering: *Những xe cộ có xu hướng hư hại nặng khi vào cua quẹo.* 3 thua một số tiền lớn; thua sạch tiền; = TAP OUT • Frank washed out on that stock deal: *Frank đã thua một số tiền lớn vào việc giao dịch cổ phiếu.* 4 chậm lại và suy sụp vì kiệt sức • Finally, after a long day, I just washed out. They had to call the paramedics: *Cuối cùng, sau một ngày dài, tôi suy sụp vì kiệt sức. Họ phải gọi những nhân viên y tế.* 5 hủy hoặc loại bỏ; = SCRATCH, SCRUB • They were forced to wash out the whole plan: *Họ bị buộc phải hủy toàn bộ kế hoạch.* 6 (*thế chiến I*) thất bại, đặc biệt không thể hoàn thành khóa học phi công

Wasp or **wasp** or **wap** *noun* 1 (*người da đen*) người da trắng gốc Anh theo đạo Tin Lành thuộc dòng Anglo-Saxon 2 một người da trắng theo đạo Tin Lành thuộc miền Nam Appalachia

waspish *adjective* theo cách hoặc mang đặc trưng của người theo đạo Tin lành da trắng gốc Anh thuộc dòng Anglo-Saxon

waste *verb* 1 (*người da đen*) giết ai; = BLOW someone AWAY, TAKE someone or something OUT 2 (*thanh thiếu niên, băng đảng đường phố*) đánh bại hoàn toàn; đè bẹp; = CLOBBER 3 (*từ những năm 1960, phong trào phản văn hóa*) hủy hoại; phá hỏng; = TRASH

wasted *adjective* 1 (*từ những năm 1950*) nghèo túng; không xu dính túi; = BROKE 2 say rượu hoặc phê ma tuý; = STRUNG OUT 3 chết; bị giết • That's silly. We all end up wasted one way or another: *Thật là ngớ ngẩn. Cách này hay cách khác tất cả chúng ta đều kết thúc với cái chết.* 4 kiệt sức • I worked two shifts, and I'm totally wasted: *Tôi làm việc hai ca và tôi hoàn toàn kiệt sức.* 5 hỏng; hủy hoại

waste-time *adjective* buồn tẻ; chán; không thú vị • Man, dat one real waste-time class!: *Ôi, một lớp học thật chán!*

Watch it! *exclam.* Cẩn thận!; Coi chừng bước đi!; Cẩn thận những gì anh nói • You're walking on thin ice. Watch it!: *Cậu đang ở trong tình trạng nguy hiểm. Cẩn thận đấy!*

watch one's mouth *verb* thận trọng với lời nói của mình để không làm tổn thương ai hoặc làm họ giận [thường là một mệnh lệnh bực bội] • Watch your mouth, Buster, you'll be in trouble: *Hãy ăn nói cho cẩn thận, Buster, mày sẽ bị rắc rối đấy.*

Watch my lips! or **Read my lips!** *exclam.* 1 Tôi sẽ nói điều thô lỗ với anh nhưng tôi sẽ không nói to đâu! • You jerk! Watch my lips!: *Mầy là đồ ngốc! Nhìn môi tao này!* 2 Nghe thật kỹ những gì tôi nói!; Nếu không hiểu những gì tôi nói, thì hãy nhìn cách cấu tạo từ ở môi của tôi • Read my lips! Do not ask any more stupid questions!: *Hãy đọc trên môi của tôi! Đừng hỏi những câu ngu ngốc nữa!*

Watch your mouth! or **Watch your tongue!** *exclam.* Cẩn thận những gì anh nói!; Đừng nói những điều thô lỗ! • Hey, don't talk that way! Watch your mouth!: *Này, không nói kiểu đó nhé! Cẩn thận lời nói của mình!* • Listen, potty-mouth! Watch your tongue!: *Nghe này, thằng tục tĩu! Đừng nói thô lỗ!*

Watch your tongue! *Xem* WATCH YOUR MOUTH!

water one's cheeks *verb* khóc; rơi nước mắt • Poor Billy was watering his cheeks all night because his dog ran away: *Billy tội nghiệp đã khóc cả đêm vì con chó của nó chạy mất.*

waterfront *xem* COVER THE WATERFRONT

Watergate 1 *noun* một vụ tai tiếng thường liên quan tới tham nhũng 2 *verb* tìm và công khai, hoặc ít nhất là nhằm công khai, những trường hợp tham nhũng • The news media have been Watergating the Department pretty good: *Truyền thông đã tìm và* *công khai những trường hợp tham nhũng của Bộ khá rõ.* [từ tên của khu liên hợp cao ốc tại Washington nơi trụ sở của đảng Dân chủ bị đột nhập vào năm 1972, một hành động mà rút cuộc đã dẫn đến việc tổng thống Mỹ Richard M. Nixon phải từ chức]

waterhole or **watering hole** noun một quán rượu hay câu lạc bộ nơi mà phục vụ rượu; một khách sạn công cộng

watermelons noun ngực phụ nữ với kích cỡ lớn

wave-maker noun người đặt ra những câu hỏi, nêu ra các khó khăn và lý do phản đối, v.v..

wax noun đĩa hát • *The man ain't cut a righteous hunk of wax yet!: Gã này vẫn chưa cắt đúng khoanh đĩa hát!*

wax verb 1 bắn hoặc giết ai 2 trội hơn; biểu diễn tốt 3 đánh hoặc hạ ai; đánh bại ai; = BEAT, CLOBBER 4 (cũng là **put on wax**) ghi âm; thu âm 5 tấn công và đối xử thô bạo; làm bị thương hoặc giết • *The muggers waxed the vest and swiped his briefcase: Những tên trấn lột đã tấn công một doanh nhân quan trọng và cướp giật cái cặp của ông ấy.*

waxed adjective say rượu

way adverb cực kỳ; không có nghi ngờ gì • *I actually have a way normal life for a teenage girl: Thực sự tôi có một cuộc sống cực kỳ bình thường của một cô bé tuổi teen.*

way adjective vô cùng; hoàn toàn • *Oh, this is way gross!: Ồ, đây là thô lỗ vô cùng!*

way interj. có nhiều cách lắm! • *A: I won't do it. No way! B: Way! Yes, you will. – A: Tôi sẽ không làm nó đâu. Không đời nào! B: Có mà! Vâng, anh sẽ làm nó.*

Way! exclam. Vâng nó có thể!; Vâng nó là vậy! • *Way! You will do it and you will like it!: Có thể mà! Anh sẽ làm và sẽ thích nó thôi!*

way car noun (*đường sắt*) toa dành cho người bảo vệ tàu của một chuyến tàu chở hàng

way down adjective rất chán nản; thất vọng • *Poor Clare is way down. I think she has something wrong with her: Clare tội nghiệp thì rất chán nản. Tôi nghĩ có chuyện gì đó không ổn với cô ta.*

the **way it plays** verb. sự thể là như vậy rồi; tình hình như thế chẳng có thể làm gì khác được • *The world is a rough place, and that's the way it plays: Thế giới là một nơi gian khổ, và sự thể là như vậy rồi.*

way out or **way-out** adjective 1 vô cùng; độc đáo; mang tính thử nghiệm hoặc đổi mới; tốt 2 cực đoan; bí ẩn • *Some of your ideas are really way out: Một số ý kiến của cậu thật cực đoan.* 3 (*nhạc sĩ nhạc jazz*) giàu tưởng tượng 4 xuất sắc; tuyệt vời; = FAR OUT, GREAT, OUT OF SIGHT 5 say rượu hoặc say ma túy nặng; = HIGH, OUT OF IT

way past adverb cực kỳ • *Wear a tank top all the time. Look way past cool, believe!: Luôn mặc áo dây. Trông cực kỳ tuyệt vời, hãy tin thế đi!*

way rad adjective khá xuất sắc; tuyệt vời • *Oh, Tiff! That's way rad!: Ồ, Tiff! Thật tuyệt vời!*

way the ball bounces (or **the cookie crumbles**) xem THAT'S THE WAY THE BALL BOUNCES

way to go sentence bạn đang làm rất tốt; điều đó rất hay [thán từ thể hiện sự khen ngợi và khuyến khích (dạng rút gọn của *that's the way to go*)]

wazoo noun 1 hậu môn; trực tràng 2 mông; = ASS 3 âm đạo 4 miệng người • *You want me to punch you in the wazoo?: Mày có muốn tao đấm một cú vào mồm của mày không hả?*

weak sister noun một người ốm yếu và vô tích sự; người nhút nhát và không đáng tin • *Tom is the weak sister on the team: Tom là anh chàng nhút nhát ở trong đội.*

the **wearies** noun sự mệt mỏi và buồn chán; sự chán nản

wearing (nothing but) a smile verb trần truồng; thỏa thân • *This doll came on stage and within ten minutes she was wearing nothing but a smile: Cô gái xinh đẹp này lên sân khấu và trong vòng mười phút cô ta chẳng mặc gì cả.*

wear the pants (in the house) verb làm ông chủ trong nhà; điều khiển mọi người trong nhà • *All right, if you have to wear the pants, have it your way: Được rồi, nếu anh phải làm chủ trong gia đình, cứ làm theo cách anh muốn.*

wear two hats verb có hai công việc hoặc hai chức năng riêng [cụm từ này có thể chỉ hơn hai việc] • *Busy women may complain that they wear three hats, wife, mother, worker: Những người phụ nữ bận bịu có thể phàn nàn rằng họ có ba công việc: làm vợ, mẹ và nhân viên.*

Weary Willie noun 1 người lang thang, người lao động di dân hoặc một người lưu động khác [từ tên của một nhân vật hoạt hình lang thang của họa sĩ Anh Tom Browne] 2 một người mà luôn mệt mỏi, buồn bã và bi quan

weasel verb 1 lẳng tránh và nói nước đôi; = WAFFLE 2 (*thế giới ngầm*) khai báo; = SQUEAL, SING

weasel noun 1 kẻ khai báo 2 người lén lút; người vụng trộm 3 một sinh viên sốt sắng và quả quyết • *Martin is your classic weasel: Martin là một sinh viên nghiêm túc hạng nhất của anh.*

weasel out verb rút lui hoặc tránh né làm việc gì; lẩn tránh trách nhiệm • *I know how to weasel out of something like that. You get a headache: Tôi biết cách để tránh né làm những công việc như thế. Anh đau đầu.*

weasel words noun lời nói rỗng tuếch; lời nói nhằm lừa đảo

weather xem UNDER THE WEATHER

web noun (*radio studio*) mạng truyền hình; mạng phát thanh

web-foot modifier ủng hộ và bảo vệ môi trường

weblog or **blog** noun một loại nhật ký trực tuyến mà ai đó có thể tiếp cận với người khác trên mạng • *John started a weblog so that other people could read about what he eats for breakfast: John bắt đầu viết nhật ký trực tuyến trên mạng để những người khác có thể biết được anh ấy dùng gì vào bữa ăn sáng*

weed noun 1 cần sa 2 (cũng là **the weed**) thuốc lá 3 (cũng là **the weed**) một điếu thuốc có cần sa; = JOINT 4 một điếu thuốc lá; = BUTT, COFFIN NAIL 5 xì gà, đặc biệt loại kém chất lượng

weedhead or **weed-eater** noun (*ma túy*) người hút cần sa; = POTHEAD

weed hound noun một người hút cần sa thường xuyên

weedo noun một người dùng cần sa

weeds noun áo quần; = THREADS, VINES

the **weeds** noun (*người lang thang*) bãi cắm trại của người lang thang; = JUNGLE

weed tea noun (*ma túy*) cần sa

weejuns noun (*thanh thiếu niên*) giày đế phẳng làm bằng da mềm, như giày xưa kia của người Da đỏ Bắc Mỹ vẫn đi [từ Weejuns, thương hiệu của một loại giày như thế]

weenchy adjective (*từ cuối những năm 1800*) rất nhỏ; nhỏ bé

weenie or **weeny** or **weeney** or **weinie** or **wienie** noun 1 (cũng là *wiener* or *weener*) xúc xích Đức; = HOT DOG [bắt nguồn từ tiếng Đức "*wienerwurst*"] 2 (cũng là *wiener* or *weener*) dương vật 3 người đàn ông ngu ngốc và vụng về 4 người bất lực, bị coi thường;

weenie bin *noun* (*sinh viên*) phòng làm việc cá nhân ở thư viện, nơi một sinh viên nghiêm túc dành thời gian nghiên cứu

weeny or **weenie** or **wienie** *noun* một người yếu đuối, không đáng yêu

weeper or **weepie** *noun* phim, tiểu thuyết, chương trình truyền hình v.v.. buồn hoặc ủy mị; = TEAR-JERKER

Weepers *interj.* (*thanh thiếu niên*) một thán từ nhẹ, mang tính uyển ngữ thể hiện sự ngạc nhiên, đau khổ, v.v..

the **weeps** *noun* nước mắt; hành động khóc • I never saw a flock of chicks who could turn on the weeps so fast when we played their favorite tearjerkers: *Tôi chưa bao giờ chứng kiến một đám con gái dễ dàng rơi nước mắt như vậy khi chúng tôi chiếu bộ phim bi lụy tình cảm yêu thích của họ.*

wee-wee *noun* hành động đi tiểu; nước tiểu • "May, I have to make wee-wee": "*May này, tôi phải đi tiểu*".

wee-wee *verb* đi tiểu [từ vựng của trẻ nhỏ]

weigh in *verb* góp phần vào điều gì đó, đặc biệt là vào một cuộc tranh luận, v.v..

weight *noun* 1 sự khiển trách, trách nhiệm • You're too weak to take your own weight: *Anh quá yếu để gánh lấy trách nhiệm của mình.* 2 một lượng lớn ma tuý

weird *adjective* xuất sắc; tuyệt vời; = COOL

weirdie or **weirdy** *noun* một người kỳ quặc; người lập dị; = BIRD, CREEP, GEEK

weirdo *noun* một người kỳ quái; người lập dị • Those weirdos are staring at us again: *Những người kỳ quái đó lại nhìn chằm chặp chúng tôi.*

weird out *verb* bị phê ma túy; có cảm giác lâng lâng, mất cảm giác thực tại, v.v.. • Talk to me. I'm weirding out: *Hãy nói chuyện với tôi. Tôi đang phê ma túy.*

weirded out *adjective* bị xáo động; bị làm mất nhuệ khí bởi ma túy hoặc những sự kiện

welcome to my world *sentence* sử dụng để thể hiện sự thông cảm có giới hạn khi ai đó thường xuyên than phiền với bạn về điều gì xảy ra • If you are confused at this point, welcome to my world: *Nếu bạn lúng túng lúc này, xin cứ tự nhiên nhé.*

welcome to the club! *exclam.* sử dụng để thể hiện sự thông cảm giả vờ cho người đang than phiền về điều gì đó mà người khác phải chịu • "Carlotta, this is weirding me out." "Welcome to the club, Frank," I said, adjusting my brassiere: "*Carlotta, điều này đang khiến tôi rối loạn cảm xúc* "."*Thế à, Frank*", *tôi nói và chỉnh lại áo ngực.*

Welcome to the club or **Join the club** or **WTTC** *sentence* Cùng chung hoàn cảnh; Cùng hội cùng thuyền • So you're short of cash? Welcome to the club: *Vậy là cậu thiếu tiền mặt? Cùng chung hoàn cảnh rồi.* • Did you lose your job? Well join the club!: *Anh đã mất việc rồi phải không? Nào cùng hội cùng thuyền rồi!*

welk *phrase* không có chi • "Welk," said Fred, accepting my thanks: "*Không có chi," Fred nói, chấp nhận lời cảm ơn của tôi nhé.*

well-heeled *adjective* 1 có nhiều tiền; giàu có 2 được vũ trang tốt • He's always well-heeled: *Hắn luôn được vũ trang tốt.*

well-hung or **hung** *adjective* 1 (*từ đầu những năm 1800, Anh*) có cơ quan sinh dục to 2 có ngực to

well-oiled *adjective* 1 say rượu 2 nói nhiều; lắm mồm; ba hoa • She was sure well-oiled. I thought she'd never stop talking: *Cô ấy chắc chắn là nói nhiều. Tôi nghĩ cô ấy sẽ không bao giờ ngừng nói.*

welsh or **welch** 1 *verb* vỡ nợ hoặc lảng tránh nghĩa vụ, đặc biệt là việc trả nợ cờ bạc 2 *noun* Link can't take a welsh so he looks around for a way to get his dough: *Link không thể nào vỡ nợ vì thế anh ta tìm cách kiếm tiền.*

wench *noun* (*thanh thiếu niên*) phụ nữ

wenchy; whenchy *adjective* độc ác, xấu tính; khinh khỉnh, kiêu kỳ • I really wish you wouldn't be so wenchy with me: *Tôi thật sự ước mong bạn sẽ không quá xấu tính với tôi*

wep *noun* vũ khí • Get your wep ready?: *Sẵn sàng vũ khí của anh chưa?*

western or **Western** *noun* phim hoặc sách về cuộc sống của những người chăn bò ở miền Tây nước Mỹ, nhất là trong thời gian chiến tranh với người da đỏ ở Mỹ

Western front *xem* ALL QUIET ON THE WESTERN FRONT

wet *adjective* 1 cho phép mua và tiêu thụ đồ uống có cồn; cho phép hoặc ủng hộ bán rượu 2 say rượu 3 yếu đuối; nhu nhược; ngờ nghệch và không hấp dẫn • Who is that wet guy in the striped shirt?: *Cái gã yếu ớt mặc áo sơ mi kẻ sọc kia là ai vậy?*

wetback *noun* một người di cư bất hợp pháp vào Mỹ từ Mexico

wet blanket *noun* người làm mất vui của người khác (vì anh ta u sầu, tẻ nhạt, bi quan, ủ rũ…); kẻ bi quan; = KILLJOY

wet deck *noun* (*từ cuối những năm 1800, hàng hải*) một người phụ nữ, thường là gái điếm, vừa mới quan hệ với vài người đàn ông

wet dream *noun* giấc mơ "ướt" của nam giới; mộng tinh

wet one's **goozle** *verb* uống rượu

wet-nose *noun* = SNOTNOSE

wet rag or **wet sock** *noun* 1 người lạc lõng về mặt xã hội, không nổi tiếng 2 người nhu nhược; người ngu ngốc vô dụng

wet one's **whistle** *verb* uống một ly, đặc biệt là thức uống có cồn

whack or **wack** *noun* 1 một cú đấm vào ai hoặc cái gì • He received a severe wack on the head: *Anh ta bị một cú đấm mạnh vào đầu.* 2 một ngụm rượu 3 sự thử; sự cố gắng = BASH, CRACK, SHOT

whack or **wack** *verb* 1 giết ai, đặc biệt là bằng súng ngắn 2 đánh ai hoặc cái gì • Larry reached down and wacked the dog across the snout: *Larry vươn tay và đánh vào mõm con chó.* 3 (*ma túy*) pha loãng ma túy; chia nhỏ ma túy

whack-off *noun* hành động thủ dâm

whack off *verb* thủ dâm; = JERK OFF

whack something off *verb* 1 hoàn thành việc gì dễ dàng hoặc nhanh chóng 2 cắt hoặc chặt cái gì • A tree branch is rubbing against the house, I guess I'll go out and whack that branch off: *Một cành cây đang cọ vào ngôi nhà. Tôi nghĩ là tôi sẽ đi ra và chặt nhánh cây đó đi.*

w(h)ack out *verb* 1 (*cờ bạc*) thua sạch tiền; = TAP OUT 2 giết ai

whack up *verb* 1 chia cái gì thành các phần, đặc biệt là một số lượng ma túy bất hợp pháp, của phi pháp, tiền thắng cược.. 2 chặt cái gì • In about an hour, he had whacked the tree up into small logs: *Trong khoảng một tiếng đồng hồ, anh ta đã chặt cái cây thành những khúc gỗ nhỏ.*

w(h)ack someone/ something up *verb* làm tổn thương; gây thiệt hại cho ai hoặc cái gì • Bob got mad at Greg and whacked him up: *Bob đã nổi điên với Greg và gây tổn thương hắn ta.*

whale *noun* 1 con bạc đặt cược lớn 2 người béo phị; = WALRUS 3 người nghiện rượu thường xuyên; người có tửu lượng rất cao

whale verb 1 (*từ đầu những năm 1800*) **đánh; đè bẹp** • They whaled us six zip: *Họ đè bẹp chúng tôi 6-0.* 2 **quan hệ tình dục** 3 **chơi nhạc với sự say mê và niềm thích thú**

whale away verb **tấn công hoặc làm việc gì một cách hăng hái và vui nhộn** • I was whaling away at the cleaning job: *Tôi đang làm hăng say ở công việc dọn dẹp.*

whale into someone/something verb **tấn công hoặc công kích mạnh mẽ ai hay cái gì** • He whaled into me for not answering his letter: *Anh ta công kích tôi mạnh mẽ vì không trả lời thư của anh ta.*

a **whale of a** someone or something noun **một mẫu hoặc một hạng người rất ưu tú** • That woman is a whale of a politician: *Người phụ nữ đó là một mẫu chính trị gia rất ưu tú.*

wham verb 1 verb **đánh;** = SOCK 2 interj (cũng là **whammo**) **thán từ báo hiệu tính chất đột ngột, bất ngờ, v.v.. của một đòn đánh nhanh, dứt khoát**

wham-bam (or **ram-bam**) **thank you ma'am** noun (*quân đội, thế chiến II*) **sự quan hệ tình dục nhanh** • With me, it wasn't the all-American wham-bam, thank you, ma'am: *Đối với tôi, nó không phải là kiểu Mỹ.*

wham-bang adjective **khổng lồ; náo nhiệt và vui vẻ;** = WHOPPING • We had a really wham-bang time at your party: *Chúng tôi có một thời gian thật vui tươi náo nhiệt ở bữa tiệc của anh.*

whammy noun **đòn chí mạng hoặc lời đe dọa, đặc biệt là lời đe dọa làm ai mất khả năng hoạt động theo nghĩa đen hoặc nghĩa bóng**

the **whammy** noun **lời nguyền rủa;** = HEX, the INDIAN SIGN • All those psychologists in the pit are trying to put the whammy down on you: *Tất cả những nhà tâm lý học trong nơi nghèo nàn đều đang cố nguyền rủa anh.*

whang verb **đánh;** = WHAM • She whanged him on the head with a book: *Chị ấy lấy sách đánh anh ta vào đầu.*

whangdoodle or **wangdoodle** or **wingdoodle** noun **một đối tượng chưa xác định hoặc không thể xác định; thứ gì bạn không biết tên hoặc không muốn nêu tên;** = GIZMO, THINGAMAJIG„ • Toss me one of the little whangdoodles, would ya?: *Ném cho tôi một cái dụng cụ nhỏ đó được không?*

what xem SAY WHAT

What a crock! or **WAC** exclam. **Thật là vớ vẩn!** • Y3. WAC!: *Y3. Thật là thứ vớ vẩn!*

what (a) nerve! exclam. **thật láo xược!; thật là thô bỉ và tự cao!** • Did you hear what she said? What nerve!: *Anh có nghe cô ta nói gì không? Thật là xấc láo!*

What can I do for you? interrog. **Tôi có thể giúp gì cho anh?; Tôi có thể phục vụ gì cho anh?** • Now it's your turn. What can I do for you?: *Bây giờ đến lượt của ông. Tôi có thể giúp gì cho ông?*

What can I say? interrog. **Tôi không nói nên lời; Tôi không thể giải thích được; Tôi có thể nói thêm gì nữa đây?; Anh muốn tôi nói gì?** • So, I dented your car. I'm sorry. What can I say?: *Vậy là tôi đã làm lõm chiếc ô tô của anh. Tôi xin lỗi. Tôi không nói nên lời.*

whatchamacallit or **what-you-may-call-it** noun **tên một người hoặc một vật mà tên thật đã bị quên hoặc bị tránh né;** = GIZMO, THINGAMAJIG • Bring me that whatchmacallit over there, it's leaking: *Mang giùm tôi thứ đó tới đây, nó đang rò rỉ kìa.*

What do you say? interrog. 1 **Xin chào, anh khỏe không?** • Hi, Jim. What do you say?: *Chào Jim. Cậu khỏe không?* 2 **Câu trả lời của anh là gì?** • Come on, I need an answer now. What do you say?: *Thôi nào, tôi cần một sự trả lời ngay bây giờ. Câu trả lời của anh là gì?*

What else is new? interrog. **Nhưng đó không phải những gì anh mong đợi à?; Những gì anh nói không có gì mới, vậy điều mới là gì?** • So, there's not enough money this week. What else is new?: *Vậy là tuần này không có đủ tiền. Còn cái gì mới khác nữa không?*

whatever! exclam. **dùng như một lời văn lại bác bỏ những gì đã nói** [được nói với điệu bộ, với một sự tạm dừng sau từ "what" và đôi khi với ngón tay cái và tay trỏ tạo thành hình chữ W] • ELTON: I think we both know what it feels like to be lonely. CHER: Whatever! – *ELTON: Tôi nghĩ cả hai chúng ta đều biết cảm giác như thế nào khi cô độc. CHER: Sao cũng được!*

whatever adjective **Tôi không quan tâm; sự lựa chọn nào cũng được; bạn muốn gì cũng được** • Q: I have chocolate, vanilla, strawberry, kiwi, and lime. Which do you want? A: Oh, whatever – *Q: Tôi có sô-cô-la, va-ni, dâu, ki-vi và chanh. Anh muốn thứ nào? A: Ồ, loại nào cũng được.*

whatever floats your boat xem WHATEVER TURNS YOU ON

whatever turns you on or **whatever floats your boat** verb **bất cứ cái gì anh phấn khích hoặc thích thú** • I can't stand that kind of music, but whatever turns you on: *Tôi không thể chịu được loại nhạc đó, nhưng không sao miễn là anh thích.*

whatever's fair **sử dụng như một câu trả lời mơ hồ, không trả lời nhanh trước câu hỏi trực tiếp**

what for noun **sự đánh đập; sự trừng phạt nặng nề**

What gives? interrog. 1 **Chuyện gì xảy ra vậy?;** = WHAT'S UP? • Hey! What gives? Who left this here?: *Này! Chuyện gì xảy ra thế? Ai để lại cái này ở đây vậy?* 2 **bạn khỏe không? Mọi chuyện thế nào rồi với bạn?;** = WHAT DO YOU SAY? 3 **chuyện gì thế?; tôi không hiểu**

what goes around, comes around sentence 1 **sử dụng như một lời sáo rỗng nói rằng bạn sẽ gặt cái mà bạn gieo** • "Baby, what goes around comes round, and it's his turn": *"Cưng à, gieo nhân gì gặt quả đó, và sẽ tới lượt hắn ta thôi".* 2 (*đặc biệt người da đen*) **chuyện gì đến sẽ đến**

What (in) the devil? interrog. **Chuyện gì vừa xảy ra vậy?; Cái gì thế?** • What the devil? Who are you? What are you doing in my room?: *Cái quái gì thế? Anh là ai? Anh làm gì ở phòng tôi vậy?*

What (in) the fucking hell! exclam. **Mẹ kiếp!** (lời nói giận dữ và bất ngờ) • What the fucking hell do you think you are doing?: *Mẹ kiếp mày nghĩ mày đang làm gì thế?*

What (in) the hell? interrog. 1 **Chuyện gì vừa xảy ra vậy?; Cái quí gì thế?** • What the hell do you want?: *Mầy muốn cái quí gì thế?* 2 **Cái đó có gì quan trọng đâu?; Có đáng gì đâu?** • Don't be such a cheapskate. Get the nice one. What the hell!: *Đừng là một người keo kiệt như thế. Hãy lấy cái đẹp đi. Có đáng gì đâu!*

What in (the) Sam Hill? interrog. **Chuyện gì vừa xảy ra vậy?; Cái quí gì?** • What in the Sam Hill do you think you are doing?: *Mày nghĩ mày đang làm cái quí gì thế?*

what one is driving at noun **những gì bạn đang cố nói; điều bạn ám chỉ**

what is it? interrog. **sử dụng để chào hỏi** • "What it is, what it is," Dan said quickly, as he reached over and slapped William's palm: *"Xin chào, xin chào", Dan nói nhanh khi anh ta đến và vỗ vào tay William.*

what it takes noun **sức mạnh, sức hấp dẫn, v.v.. đáng mong muốn** • I wonder if he has what it takes to get this job done: *Tôi không biết nó có sức mạnh để làm xong công việc này.*

what kind? **có chuyện gì với bạn vậy?** • For example, if one student accidentally jostles another in the hall, the latter might very well say

"What kind?" There is no answer to this: *Ví dụ, nếu một sinh viên vô tình va vào người khác trong hành lang, người sau có thể nói "có chuyện gì với bạn vậy?". Không có câu trả lời cho câu hỏi này.*

What'll it be? *interrog.* **Anh muốn gì?** • Okay, Mac, what'll it be?: *Được rồi, Mac, anh muốn gì?*

what makes someone **tick** *noun* **điều gì làm cho ai ứng xử theo cách người đó đã ứng xử** • I've never really understood what makes her tick: *Tôi thực sự không tài nào hiểu nổi được điều gì đã khiến cô ta làm như thế.*

whatnot *noun* **bất cứ gì và mọi thứ** [thường là một đặc điểm của những người nói riêng rẽ, không phải của một nhóm, và thường được dùng với tính quy cũ phiền toái]

what say? dùng để chào hỏi; = WHAT DO YOU SAY?

what's been shaking *xem* WHAT'S SHAKING

What's buzzin' (cousin)? *interrog.* **Chuyện gì đang diễn ra vậy?;** = WHAT'S COOKING • Hey, chum! What's buzzin'cousin?: *Này, anh bạn! Đang xảy ra chuyện gì vậy?*

What's coming off? or **What's going down?** *interrog.* **Chuyện gì đang xảy ra ở đây?; Chuyện gì sắp diễn ra** • BILL: Hey, man! What's coming off? TOM: Oh, nothing, just takin' it easy. – BILL: *Này, anh bạn! Chuyện gì đang xảy ra ở đây vậy? TOM: Ổ, không có gì, cứ bình tĩnh.*

what's cooking or **what cooks** *sentence* **1 dùng để chào hỏi hoặc như một câu hỏi để biết điều gì đang xảy ra;** = WHAT'S GOING DOWN • "What the hell's cooking?" he asked: *"Chuyện quái gì đang diễn ra vậy?" anh ta hỏi.* **2 bạn thế nào?;** = WHAT DO YOU SAY

What's eating someone? *interrog.* **Chuyện gì đang quấy rầy ai đó?** • What's eating Fred? He's in a rotten humor: *Có chuyện gì đang quấy rầy Fred vậy? Anh ấy trong tâm trạng rất khó chịu.*

What's going down? *interrog.* **Chuyện gì đang xảy ra vậy?;** = WHAT'S COOKING • Hey, man, what's going down?: *Này, anh bạn, chuyện gì đang xảy ra vậy?*

What's going on? *interrog.* **Chuyện gì đang diễn ra ở đây vậy?** • What's all this broken glass? What's going on?: *Tất cả mảnh kính vỡ này là sao thế? Chuyện gì đang diễn ra ở đây vậy?*

What's happ(ening)? *interrog.* **Xin chào, có gì mới không?** • Hey, dude! What's happening?: *Này, anh bạn, có gì mới không?*

what she wrote *xem* THAT'S ALL SHE WROTE

what's his face or **what's his name** *noun* **người hoặc thứ gì đó mà người ta quên mất tên hoặc tránh né tên** • I can't remember what's his face either: *Tôi không thể nhớ tên anh ta.*

what's-his (or-her-its-) name (or -face or -ass) or **what's-his-namey** *noun* **dùng để nhắc đến một người hoặc thứ gì đó không biết tên, hoặc quên tên, tránh nói đến cái tên đó, hoặc không đáng nhắc đến cái tên đó;** = WHOOZIS • Five years ago that cracker governor, the one in Alabama, whatshisname? was a superduper white racist, o.k.?: *Cách đây 5 năm, vị thống đốc nói khoác đó, người ở Alabama, người tên gì đó là một tay da trắng phân biệt chủng tộc thượng hạng?*

What's in it for me? or **WIIFM** *sentence* **Tôi sẽ được lợi gì từ việc này?** • Sounds like a good plan, but WIIFM?: *Nghe như một kế hoạch tốt, nhưng tôi sẽ được lợi gì từ việc này?*

What's in the bag? *interrog.* **Xin chào, anh khỏe không?** • Hey, man! What's in the bag?: *Này, anh bạn! Anh khỏe không?*

whatsis or **whatsit** or **whatzit** or **whazzit** *noun* **tên của một người hoặc một vật mà người ta đã quên hoặc tránh né;** = DINGUS, THINGAMAJIG • Pass me that whatsit, please: *Làm ơn chuyển cho tôi cái vật đó.*

whatsit *xem* WHATSIS

whatzit *xem* WHATSIS

What's it to you? *interrog.* **Chuyện đó có ảnh hưởng gì đối với bạn?; Nó có liên quan đến bạn không?** • So I broke my glasses. What's it to you?: *Vậy là tôi đã làm vỡ cặp mắt kính của tôi. Có liên quan gì đến anh không?*

What's new? *interrog.* **Xin chào, anh khỏe không?; Có gì mới không?** • Hi, Jim! What's new?: *Chào Jim! Bạn khỏe không?*

what's kicking? dùng để chào hỏi, dạng như câu "what's new?" • "What's kicking?" "Everything's kind of quiet": *"Có gì mới không?". "Mọi thứ yên ắng quá".*

what's my name? dùng như lời mắng nhiếc trong khi đang đánh ai [năm 1967, võ sĩ quyền Anh Muhammed Ali đấu với Ernie Terrell, người khăng khăng gọi Ali là "Cassius Clay"; khi Ali nện Terrell, Ali đã chửi "Tên tao là gì, thằng ngốc? Tên tao là gì nào?"]

What someone **said** *sentence* **Tôi đồng ý với những gì ai đó vừa nói, mặc dù tôi không thể nói hay hoặc tao nhã như thế** • What John said. And I agree 100 percent: *Tôi đồng ý những gì John vừa nói. Và đồng ý 100 phần trăm.*

what's poppin or **what's poppin'** *interrog.* **dùng như lời chào hỏi giữa những người ngang hàng: Xin chào, chuyện gì đang diễn ra vậy?** • What's poppin'? Anything new?: *Chuyện gì đang xảy ra vậy? Có gì mới không?*

What's really good witcha? *interrog.* **Anh khỏe không?** • Mooshoo! What's really good witcha?: *Chào anh bạn! Anh khỏe không?*

what's shaking or **what's shakin'(bacon)?** dùng như một lời chào hỏi • "Yo, Lise," Al said. "What's shakin'?": *"Chào, Lise" Al nói. "Xin chào, khỏe không?"*

what's shaking or **what's been shaking** *sentence* **chuyện gì đang xảy ra vậy?;** = WHAT'S GOING DOWN

what's the big idea *sebtence* **tại sao bạn quá tự tin, hung hăng, v.v... như vậy?**

What's the catch? *interrog.* **Có trở ngại gì không?; Nghe rất hay đấy. Có vấn đề tìm ẩn gì không?** • Sounds too good to be true. What's the catch?: *Nghe hay thật. Có trở ngại gì không?*

What's the damage? *interrog.* **Bao nhiêu tiền vậy?** • BILL: That was delicious. Waiter, what's the damage? WAITER: I'll get the check, sir. – BILL: *Ngon thật. Anh bồi, bao nhiêu tiền vậy? WAITER: Tôi sẽ đi lấy phiếu tính tiền, thưa ngài.*

What's the deal? *xem* WHAT'S THE SCAM?

What's the dilly? *interrog.* **Có chuyện gì xảy ra vậy?; Có vấn đề gì không?** • Who's shouting? What's the dilly?: *Ai đang la hét đấy? Có chuyện gì xảy ra vậy?*

what's the (good) word? *interrog.* **mọi chuyện thế nào?; bạn có gì để kể về bản thân không?** [một lời chào mừng thân mật] • Haven't seen you in a long time. What's the good word?: *Lâu rồi không gặp. Mọi chuyện thế nào?*

What's the scam? or **What's the deal?** *interrog.* **Chuyện gì xảy ra ở quanh đây vậy?; Giải thích coi chuyện gì xảy ra hoặc anh đang làm gì vậy?;** = WHAT'S GOING DOWN, WHAT'S UP • There's a big rumpus down the hall. What's the scam?: *Có sự ồn ào quá to ở dưới phòng họp lớn. Có chuyện gì xảy ra vậy?* • I gave you a twenty, and you give me five back? What's the deal? Where's my other five?: *Tôi đã đưa cho anh một tờ 20 đô, và anh trả lại tôi 5 đô? Giải thích xem*

What's the scoop? *interrog.* **Có tin gì mới không?** • "Hi, you guys!" beamed John's little brother. "What's the scoop?": *"Chào các anh!" đứa em của John tươi cười. "Có tin gì mới không?"*

what's the story, morning story? dùng như một lời chào vui mừng

what's up? chuyện gì đang xảy ra?; = WHAT'S THE SCAM • Hey Dad, Ma. What's up?: *Ồ bố, mẹ. Xin chào, có chuyện gì thế?*

What's up doc? *interrog.* **Có chuyện gì xảy ra ở đây vậy?** • What's up doc? How're things going?: *Có chuyện gì đang diễn ra ở đây vậy? Mọi việc thế nào?*

What's up, G? *interrog.* **Xin chào, sao rồi bạn?** • What's up, G? How ya living?: *Xin chào, sao rồi bạn? Cuộc sống thế nào?*

whatsup? dùng như lời chào • Yo, man, whatsup? Looks like she wants to talk with you: *Này, cậu, xin chào. Trông như cô nàng muốn nói chuyện với cậu đấy.*

what's with someone/ something *interrog.* **1 Có chuyện gì không ổn với ai hay cái gì đó** • What's with this can opener? It won't turn: *Có gì không ổn với cái đồ mở nắp hộp này? Nó không quay.* **2 lời giải thích là gì?; sao lại thế?**

What's your age? *interrog.* **Xin chào, khỏe không?** • Yo, Sam! What's your age?: *Chào Sam! Cậu khỏe không?*

What's your damage? *interog.* **Có vấn đề gì với anh vậy?** • You look beat, man. What's your damage?: *Trông anh mệt rã rời, anh bạn. Có vấn đề gì với anh vậy?*

What's yours? *interrog.* **Anh muốn cái gì (cái nào)?** [dùng khi mời rượu] • "What's yours?" said the bartender?: *"Anh muốn loại nào?" người pha rượu nói.*

what's your song, King Kong? dùng như một lời chào hỏi

What the deuce? *interrog.* **Chuyện quái gì xảy ra vậy?; Cái gì?** • What the deuce is going on?: *Chuyện quái gì đang diễn ra đấy?*

What the devil? *xem* WHAT (IN) THE DEVIL

What the fucking hell! *xem* WHAT (IN) THE FUCKING HELL!

What the heck! *exclam.* **Không sao đâu!** • Oh, what the heck! Come on in. It doesn't matter: *Ồ, không sao đâu! Vào đi. Không thành vấn đề gì đâu.*

what the hell *interj.* **1 thán từ bày tỏ sự ngạc nhiên, oán giận, v.v.. 2 thán từ thể hiện sự chấp nhận, cam chịu, v.v..**

What the hell? *xem* WHAT (IN) THE HELL

what the Sam Hill *interj.* = WHAT THE HELL

what up? dùng như một lời chào hỏi • What up Tre? You do your homework?: *Chào Tre? Làm bài tập về nhà chưa?*

what up, love one? dùng như một lời chào hỏi • A stranger would be asked, "What up, love one?" The correct response is, "What up, love one": *Một người lạ sẽ hỏi, "Xin chào?" Câu trả lời đúng là "Chào".*

what/ which part of no don't you understand dùng như một sự nhấn mạnh hài hước cho một câu trả lời tiêu cực trước đó [rất phổ biến và bị lạm dụng quá mức trong thập niên 90; một câu yêu thích của phụ huynh Mỹ khi đang mắng con. Ban đầu trở nên nổi tiếng bởi Lorie Morgan trong bài hát năm 1991 "What Part of No", được viết bởi Wayne Perry và Gerald Smith – "Anh sẽ vui lòng giải thích nó/Nếu nó quá khó hiểu/Vậy hãy cho anh biết phần nào em không hiểu/Em không hiểu ư?"] • It is apparently now time for some of us to ponder which part of no we don't understand: *Hình như lúc này là thời điểm để một số người trong chúng ta suy nghĩ về phần nào chúng ta không hiểu.*

what-you-may-call-it *xem* WHATCHAMACALLIT

What you see is what you get or **WYSIWYG** *sentence* **1 Sản phẩm anh đang xem đúng là thứ anh sẽ nhận nếu anh mua** • What you see is what you get. The ones in the box are just like this one: *Anh sẽ nhận được sản phẩm đúng như anh nhìn thấy. Những cái trong hộp cũng giống y như cái này.* **2 WYSIWYG** *phrase* (*dùng ở vi tính*) **cái anh thấy trên màn hình là cái sẽ được in trên máy in** • I need something that's WYSIWYG. I have no imagination: *Tôi cần cái mà thấy trên màn hình và sẽ in ra giống như vậy. Tôi không có trí tưởng tượng lắm.*

whatzis *xem* WHAT'S-IT

whazood or **waa-zooed** *adjective* say rượu

whazzit *xem* WHATSIS

wheats *noun* bánh kẹp; bánh xếp hoàn toàn làm bằng bột mì

whee *noun* sự đi tiểu; = PISS, WHIZZ

wheel and deal *verb* **1 thực hiện nhiều thỏa thuận và hợp đồng thường xuyên, đặc biệt trong công việc kinh doanh 2 thương lượng hoặc mặc cả khôn khéo** [thường không lương thiện và để đạt được điều mình muốn trong kinh doanh hoặc chính trị] • If you can't wheel and deal, you can't run for elective office: *Nếu anh không thể thương lượng, anh không thể ứng cử vào cơ quan dân cử.*

wheeler-dealer *noun* **1 một người thực hiện nhiều thỏa thuận và hợp đồng thường xuyên, đặc biệt trong công việc kinh doanh**; = BIG-TIME OPERATOR, GANZE MACHER **2 một người thương lượng có kế hoạch và giỏi xoay sở với nhiều mối quan hệ 3 người mặc cả một cách năng nổ**

wheelhouse *noun* (*bóng chày*) **khu vực đánh bóng ưa thích của một cầu thủ đập bóng nơi vị trí phát bóng**; = KITCHEN

wheelie or **wheely** *noun* (*người đi mô tô và xe đạp*) **việc chạy xe chỉ bằng bánh sau, bánh trước được nhấc khỏi mặt đất** • The kid did a wheelie and scared his mother to death: *Cậu nhóc đã lái xe chạy bằng bánh sau và làm cho mẹ cậu ấy sợ phát khiếp.*

wheel man *noun* (*trong hoạt động tội phạm*) **tay tài xế chạy trốn; tài xế của một chiếc xe chở tội phạm vượt ngục** • "Yeah he one of the boss wheel men of all time": *"Vâng, hắn là một trong những tay tài xế chạy trốn vô địch mọi thời đại".*

wheels *noun* **1 một chiếc ô tô 2 giày hoặc giày ống 3 đôi chân, đặc biệt là chân phụ nữ**

wheely *xem* WHEELIE

wheeze *noun* (*từ giữa những năm 1800, Anh*) **một câu chuyện đùa xưa**; = CHESTNUT

when push comes to shove or **if push comes to shove** *phrase* **khi tình thế khẩn trương hoặc bức bách; khi gặp gay go** • When push comes to shove, we shall have to call our rich uncle who's always ready to help: *Khi gặp lúc gay go (khó khăn), chúng tôi cần phải gọi ông chú giàu có của chúng tôi ông ta luôn sẵn lòng giúp đỡ.*

when the balloon goes up *adverb* (*quân đội, thế chiến I, quân đội Anh*) **khi chiến tranh, hành động, v.v.. bắt đầu**

when the eagle flies or **day the eagle flies** *verb* **ngày phát lương** [con chim ó ở trên tiền lưu hành của Mỹ] • I'll pay you back when the eagle flies: *Tôi sẽ trả lại tiền anh khi ngày lĩnh lương.*

when the fat lady sings *xem* TILL THE FAT LADY SINGS

when the shit hits the fan *verb* **khi mọi chuyện rắc rối xảy ra; khi sự việc nổ tung ra** • When the shit hits the fan, my father finds out where I was last night: *Khi mọi chuyện rắc rối xảy ra, bố tôi tìm biết được là tối hôm qua tôi đã ở đâu.*

Where have you been keeping yourself? *interrog.* **Lâu rồi không gặp**

where someone's head is at anh. *Anh ở đâu vậy?* • I haven't seen you in a long time. Where you been keeping youself?: *Lâu rồi tôi không gặp anh. Anh ở đâu vậy?*

where someone's **head is at** *adverb* trạng thái tâm thần ổn định của ai; thái độ, sự suy nghĩ, sự lầm lạc của ai, v.v. • As soon as I figure where my head is at, I'll be okay: *Ngay khi tôi hiểu được tình trạng tinh thần của tôi ổn định, tôi sẽ ổn thôi.*

where he lives ở trong cốt lõi của ai; trong tình trạng cá nhân của ai • That really hits you where you live, doesn't it?: *Điều đó thật sự tác động đến tình trạng riêng của bạn phải không?*

Where in (the) Sam Hill? *interog.* Ở đâu? • Where in Sam Hill did I put my hat?: *Tôi đã để cái mũ của tôi ở đâu nhỉ?*

Where in the world? *interrog.* Ở đâu? • Where in the world did I put my glasses?: *Tôi để cặp mắt kinh của tôi ở đâu thế nhỉ?*

where someone **is at** 1 (*từ người da đen*) bản chất cốt yếu, hệ thống giá trị hiện tại; thái độ, v.v.. của ai 2 quan điểm hoặc ý kiến của ai đó • Gallup takes polls; I take rides to find out where people are at: *Gallup tiến hành những cuộc thăm dò dư luận; tôi chạy xe đi tìm hiểu quan điểm của mọi người.*

where someone **is coming from** *noun* 1 (*từ người da đen*) ý của ai; điều ai đang nói • He doesn't know where this guy is coming from: *Hắn không biết gã này đang nói gì.* 2 = WHERE someone IS AT

where it is at or **where it's at** *noun* 1 trung tâm của tình huống; nơi mà điều gì đó quan trọng đang xảy ra; cốt lõi của vấn đề • We tell each other where it's at: *Chúng tôi bảo nhau về trung tâm của tình huống.* 2 điều người ta đang hướng đến; cái gì cần thiết • Keep on trying. That's where it's at!: *Cứ tiếp tục cố gắng đi. Đó là điều cần thiết đấy!*

where it's at *adverb* 1 cốt lõi của vấn đề • TV is where it's at: *TV là cốt lõi của vấn đề.* 2 tại nơi có những sự kiện, xu hướng, v.v.. thú vị và đúng mốt; = WHERE THE ACTION IS

where someone **lives** *adverb* một cách sâu sắc • Her appeal hit me where I live: *Sự khẩn khoản yêu cầu của cô ta đã tác động đến tôi một cách sâu sắc.*

Where on earth? *xem* WHERE ON (GOD'S GREEN) EARTH?

Where on (God's green) earth? *interrog.* (Chính xác) ở đâu? • Where on God's green earth did you get that ridiculous hat?: *Mày có được cái mũ lố lăng đó ở đâu thế nhỉ?*

where's the beef *interj.* thán từ chất vấn thể hiện sự không tin tưởng hoặc coi thường, đặc biệt trước điều gì được đề xuất hoặc hứa hẹn

Where's the fire? *interrog.* Sao anh đi nhanh thế?; Sao phải vội vàng thế? • Going a little fast there, weren't you? Where's the fire?: *Đi hơi nhanh đấy phải không? Sao anh phải vội vàng thế?*

where the action is 1 *noun* nơi có những điều quan trọng đang diễn ra; nơi có những sự kiện, xu hướng, v.v.. thú vị và đúng mốt • I want to be where the action is: *Tôi muốn ở nơi có những hoạt động quan trọng xảy ra.* 2 *adv* nơi sôi động; = WHERE IT'S AT • Life in the country can be dull—New York is where all the action is: *Cuộc sống ở nông thôn có thể là buồn tẻ – New York là nơi có đủ mọi hoạt động nhộn nhịp.*

where the bodies are buried *xem* KNOW WHERE THE BODIES ARE BURIED

where the rubber meets the road *noun* 1 (*quân đội*) cấp bậc thấp hơn 2 (*quân đội*) yếu tố cần thiết căn bản; = GRASSROOTS 3 tình huống thực tế, thực tiễn • We want to empower our employees and put the decision-making closer to where the rubber meets the road: *Chúng tôi muốn giao quyền lực đến cho các nhân viên và làm cho* việc đưa ra các quyết định đến gần hơn với thực tiễn.

Where the Sam Hill? *xem* WHERE IN (THE) SAM HILL?

where the sun doesn't shine *noun* 1 mông; trực tràng; hậu môn; = ASS, ASSHOLE 2 *adv* Put it and his other contributions where the sun doesn't shine: *Hãy đặt nó và những bài báo khác của lão ta dưới mông.*

where to get off (to go) *xem* TELL someone WHERE TO GET OFF

where to put (or **shove** or **stick** or **stuff**) some-thing *xem* KNOW WHAT one CAN DO WITH something, TELL someone WHAT TO DO WITH something

where were you when the shit hit the fan? dùng như một lời chào hỏi giữa binh lính thủy quân lục chiến Mỹ ở Hàn Quốc

the **wherewithal** *noun* 1 tiền; = the NEEDFUL 2 động cơ thúc đẩy; sự tháo vát; tinh thần tiến thủ

where you're coming from quan điểm hoặc ý kiến của bạn • "We got to make it to the airport fast." "Okay... I dig where you're comin' from, Johnny": *"Chúng tôi đã chuẩn bị để đến sân bay nhanh". "Ok, tôi hiểu ý kiến của anh, Johnny".*

which *xem* SAYS WHICH

whiff *noun* (*ma túy*) cô-ca-in; = SNOW

whiff *verb* 1 (*ma túy*) hít ma túy dạng bột qua đường mũi; = SNORT, TOOT 2 (*thể thao*) đánh bóng và hụt 3 (*bóng chày*) chấm dứt lượt chơi của người đánh bóng bằng ba cú đánh

whiffled *adjective* say rượu

while the sun shines *xem* MAKE HAY

whimp *xem* WIMP

the **whim-whams** *noun* cảm giác sợ và lo âu; trạng thái lo âu hoặc hồi hộp; sự bồn chồn lo sợ; sự căng thẳng; = the JIM-JAMS, the JITTERS • All at once I'd had a crazy idea about him, one that kind of gave me the whimwhams: *Thình lình tôi có một ý nghĩ điên rồ về anh ta, một ý nghĩ làm tôi lo lắng.*

whingding *xem* WINGDING

whip *xem* BUGGY WHIP

whip off *verb* thủ dâm (dùng cho đàn ông)

whip something **off** *verb* xong việc gì một cách nhanh chóng, đặc biệt là đồ ăn hoặc thức uống • Did you just whip that whole pizza off?: *Cậu vừa làm xong cả cái bánh pizza đó nhanh quá à?*

whip-out *noun* 1 tiền, đặc biệt khoản thanh toán, đầu tư, v.v.. đầu tiên 2 một cọc tiền được thiết kế để gây ấn tượng khi được rút ra khỏi ví 3 số tiền trả đều đặn • My fee for a repossession is the sum of the owner's monthly whipout: *Phí lấy lại của tôi là tổng số tiền trả đều đặn hàng tháng của chủ sở hữu.*

whip out *verb* bắt tay hoặc đưa ra một cử chỉ chào đón khác

whipped *adjective* 1 bị chi phối bởi bạn gái hoặc vợ [viết tắt của "pussy-whipped"] 2 kiệt sức; mệt dừ • Wow, you look whipped: *Ôi chà, trông anh kiệt sức rồi.* 3 say rượu 4 rất tốt; tuyệt vời • The band was whipped and the food was delicious: *Ban nhạc thật tuyệt và thức ăn quá ngon.*

whipped up *adjective* kiệt sức; = BEAT

whipsaw *verb* 1 tấn công hoặc làm kinh doanh bằng cách để các đối thủ tấn công nhau, để mình hưởng lợi với vai trò thao túng thụ động 2 công kích; = CLOBBER 3 tấn công ai; hành hung ai 4 (*trong thị trường chứng khoán*) giảm vốn của người đầu tư bằng cách đe dọa họ bán cổ phiếu khi giá giảm và khuyến khích họ mua khi giá lên • A lot of people were whipsawed in the

whip the dog verb = FUCK THE DOG

whip up verb **làm vội** • Just relax while I whip up dinner: *Hãy nghỉ ngơi trong khi em làm vội bữa ăn tối nhé.*

whirlybird noun **trực thăng;** = CHOPPER

whiskers noun **lông mu**

whiskers (man) *xem* MR. WHISKERS

whiskey noun (*quầy bán đồ ăn trưa*) **bánh mì làm bằng lúa mạch đen**

whiskey down noun (*quầy bán đồ ăn trưa*) **bánh mì nướng làm bằng lúa mạch đen**

whiskey tenor noun **giọng nam cao căng** • Four whiskey tenors do not a barbershop quartet make: *Bốn giọng ca nam cao căng không làm được một bản tứ ca nam không đệm.*

whispering campaign noun **1** một cố gắng nhằm làm mất uy tín ai hoặc điều gì đó, đặc biệt bằng cách tung tin đồn nhảm **2** việc sử dụng cố tình, có kế hoạch và giấu giếm của tin đồn trong một chiến dịch chính trị

whistlebait noun **một người phụ nữ hoặc một cô gái quyến rũ** • You're twenty-twenty whisltebait!: *Cô thật là quyến rũ!*

whistle-blower noun **1** (*thế giới ngầm*) **người chỉ điểm;** = STOOL PIGEON **2** người đưa ra lời buộc tội về hành vi sai trái, phạm pháp, v.v..

whistler noun (*thế giới ngầm*) **kẻ chỉ điểm của cảnh sát;** = STOOL PIGEON

whistlestop noun (*đường sắt*) **một thị trấn nhỏ** [từ hình ảnh của một chiếc xe lửa đang dừng ngắn tại thị trấn]

whistling Dixie verb **1** nói cái gì không quan trọng nhằm tạo ấn tượng tích cực **2** bắt đầu mơ tưởng

white noun (*ma túy, từ những năm 1940*) **cô-ca-in**

white bready or **white-bread** adjective **1** tầm thường, không thú vị, đáng kinh; miêu tả ví dụ điển hình của lối sống và những giá trị của tầng lớp trung lưu da trắng; trưởng giả; = PLASTIC, SQUARE **2** tẻ nhạt; buồn tẻ • If I wanted a whitebread vacation, I'd have gone to the beach: *Nếu tôi muốn một kỳ nghỉ buồn tẻ, tôi đã đi biển rồi.*

white-collor modifier **1** làm việc như thư ký, nhân viên văn phòng, v.v..** • The white collar workers don't strike very often: *Các nhân viên văn phòng không thường đình công.* **2** được thực hiện bởi những người làm việc trong văn phòng

white cow noun **1** cốc sữa trứng vani đã khuấy **2** soda kem vani

white elephant noun **1** vật gì được cho là có giá trị, thường là một món quà, mà bạn không muốn; một món đồ gây lúng túng **2** vật vô dụng; vật không cần đến nữa • Take all those white elephants to the flea market: *Hãy mang tất cả những vật không cần thiết này ra chợ trời đi.*

white-face noun (*xiếc*) **chú hề**

white flight noun **việc di chuyển ra khu ngoại ô bởi những người da trắng nhằm tránh những nguy hiểm của lối sống đô thị, đặc biệt để tránh phải sống giữa những người dân tộc thiểu số**

white girl noun (*ma túy*) **cô-ca-in**

white hat noun **1** một người tốt; một anh hùng, tôn trọng luật pháp và sống ngay thẳng về đạo đức **2** modifier: I told them they were the white-hat guys: *Tôi đã bảo rằng họ là những chàng trai anh hùng, tôn trọng luật pháp và sống ngay thẳng về đạo đức.*

white king noun (*ma túy*) **hê-rô-in**

white knuckle noun **điều gì căng thẳng, bất ổn, đáng sợ, rất hồi hộp, v.v..;** = CLIFFHANGER

white-knuckle verb **kiên trì đấu tranh một mình, đặc biệt là để cai nghiện**

white-knuckle adjective **1** liên quan với một sự kiện gây nhiều căng thẳng, đặc biệt một chuyến bay • We came in during the storm on a white-knuckle flight from Chicago: *Chúng tôi đến trong suốt cơn bão trên một chuyến bay căng thẳng từ Chicago.* **2** từ một người bị làm căng thẳng lo sợ khi đi máy bay hoặc tàu biển

white-knucked adjective **căng thẳng; hồi hộp**

white knuckler noun **1** người căng thẳng và lo âu **2** sự kiện gây hồi hộp, như là một bộ phim ly kỳ lý thú hoặc một chuyến bay với thời tiết xấu

white lightning noun **1** rượu uýt-ki mạnh, kém chất lượng và được làm tại nhà;** = PANTHER PISS, ROTGUT **2** (*ma túy*) **LSD;** = ACID

white meat noun **một người da trắng với tư cách là đối tượng quan hệ tình dục; bộ phận sinh dục ngoài của người da trắng; sự làm tình với một người da trắng**

white money noun **1** (*trong tù*) **tiền lưu hành trên thực tế** [cần cho những vụ mua bán như ma túy chẳng hạn] **2** tiền, đặc biệt một khoản đóng góp chính trị bất hợp pháp, được cung cấp với nguồn gốc hợp pháp;** = LAUNDERED MONEY

white mule noun **rượu uýt-ki sản xuất bất hợp pháp, không màu và mạnh, đặc biệt rượu ngũ cốc gần như nguyên chất**

the whites noun **bệnh lậu;** = the CLAP

white shoe (or **buck**) **1** noun (*sinh viên*) **một sinh viên Ivy League điển hình 2** adj **có thái độ, dáng dấp, v.v.. của Ivy League**

white stuff noun **1** (*từ những năm 1920*) **cồn ngũ cốc dùng để chế rượu lậu 2** bất kỳ loại ma túy dạng bột nào – moóc-phin, hê-rô-in, hoặc cô-ca-in

white trash noun (*từ người da đen*) **một người hoặc những người da trắng nghèo khổ;** = PECKERWOOD, REDNECK

whitewash noun **hành động hoặc chiến dịch che đậy cái gì đó xấu xa** • They tried to give the scandal the old whitewash, but it didn't work: *Họ cố hành động che đậy cũ rích cho vụ bê bối, nhưng nó không hiệu quả.*

whitewash verb **1** thắng tuyệt đối, đặc biệt không cho đối thủ ghi điểm nào;** = SKUNK **2** làm sạch, thanh minh hoặc che đậy hành động hoặc danh tiếng của ai; che đậy khuyết điểm • Now, don't try to whitewash this incident. Open up about it: *Thôi nhá, đừng che đậy sự kiện này nữa. Hãy khai ra về nó đi.*

whitey noun (cũng là **Whitey**) (*từ người da đen*) **một người da trắng hoặc những người da trắng nói chung;** = MISTER CHARLIE, OFAY

whittle (or **cut**) someone or something **down to size** verb **làm giảm bớt giá trị của ai; làm hết vênh vang** • That remark sure whittled him down to size: *Lời nhận xét đó đã làm giảm bớt giá trị của hắn ta.*

whiz[1] *xem* GEE WHIZ[2]

whiz[2] verb **1 đi tiểu;** = PISS **2** (*thế giới ngầm*) **móc túi**

whiz[3] or **whizz** noun **1** một thiên tài; một người cực kỳ tài giỏi trong một hoạt động nào đó, như một người trình diễn rất thành công; = HUMDINGER [viết tắt của *"wizard"*] • He was, undeniably, a whiz at selling Florida real estate: *Không thể phủ nhận, anh ta là thiên tài trong việc bán bất động sản ở Florida.* **2** hành động đi tiểu [thường xuất hiện trong cấu trúc *"take a whiz"*] • As Steve started for the boat, Shannon called, "I got to take a whiz": *Khi Steve rời khỏi chiếc tàu, Shannon gọi, "Tôi phải đi tiểu".*

whizbang or **whizz-bang** noun 1 một người hoặc một thứ nổi bật, tuyệt vời, ưu tú, v.v..; = BEAUT, HUM-DINGER. 2 *modifier*: definitely has been a whiz-bang franchise-winning tool: *rõ ràng là một công cụ giành được sự nhượng ưu tú.* 3 một người trình diễn rất thành công; chuyên gia lỗi lạc; = WHIZ 4 (*ma túy*) một hỗn hợp cô-ca-in và morphine để chích; cô-ca-in; hê-rô-in

whiz-kid or **whizz-kid** noun 1 một đứa bé thông minh, sớm phát triển; do đó là một người trẻ tuổi có tiến bộ trong hoạt động kinh doanh nhanh hơn kỳ vọng; thần đồng 2 *modifier*: Then the whiz-kid lawyers collided with a tougher adversary: *Sau đó những luật sư trẻ tuổi thông minh đã va chạm với một đối thủ cứng cỏi hơn.*

whizzbang noun một cô gái dễ thương

whizzer noun (*thế giới ngầm*) kẻ móc túi; = WHIZ

whoady noun một người bạn thân hoặc một thành viên trong gia đình

Who died in here? or **Somebody died in here!** sentence Ai hoặc cái gì gây ra mùi kinh tởm trong phòng tắm hoặc nhà vệ sinh này • It smells like somebody died in here!: *Có mùi kinh tởm như ai chết trong đây vậy!*

Who do you have to fuck? interrog. dùng như một câu hỏi khi người nói mất kiên nhẫn: tôi phải thuyết phục ai đây • Who do you have to fuck to get a drink around here?: *Tôi phải thuyết phục ai mua giùm thức uống quanh đây nhỉ?*

whodunit noun một cuốn tiểu thuyết, phim hoặc hình thức giải trí khác nói về một bí ẩn chết người; một vụ sát nhân đời thực bí ẩn • I go through about three whodunits a week: *Một tuần tôi đọc hết khoảng ba truyện trinh thám.*

Who (in) the devil? *xem* WHO (IN) THE HELL?

Who (in) the hell? or **Who (in) the devil?** interrog. Ai vậy? • Who the devil do you think you are?: *Anh nghĩ anh là ai vậy?*

whole bag of tricks noun mọi thứ; mọi khả năng • Well now. I've used my whole bag of tricks, and we still haven't solved this: *Thôi nào. Tôi đã dùng hết mọi khả năng và chúng tôi vẫn không giải quyết được vấn đề này.*

the **whole ball of wax** noun (*từ những năm 1950*) toàn bộ; mọi thứ; tất cả mọi chuyện; = the WHOLE SHEBANG • Well, that just about ruins the whole ball of wax: *Ôi, điều đó vừa mới phá hủy tất cả mọi thứ.*

whole bunch or **whole bunches** adjective rất nhiều [luôn dùng với "a" ở số ít] • Tom likes Mary whole bunches, but she thinks he's a dork: *Tom thích Mary rất nhiều, nhưng cô ta nghĩ anh ta là một kẻ vô tích sự.*

the **whole enchilada** noun toàn bộ; tất cả mọi thứ [được phổ biến tại Mỹ suốt scandal Watergate năm *1972-1974*]

the **whole famn damily** noun cả gia đình • I hate him and his whole famn damily: *Tôi ghét nó và cả nhà nó.*

whole hog adverb hoàn toàn • He believed me whole hog: *Anh ấy tin tưởng tôi hoàn toàn.*

the **whole megillah** *xem* the MEGILLAH

a **whole new ball game** noun một hoàn cảnh hoàn toàn khác; một cái gì đó hoàn toàn khác biệt; = a WHOLE 'NOTHER THING • Now that you're here, it's a whole new ball game: *Vì anh ở đây, đó là một tình thế hoàn toàn khác.*

the **whole nine yards** noun toàn bộ; tất cả mọi thứ; = the WHOLE SHEBANG • Never thought I'd see myself wanting to go the whole nine yards with any girl: *Chưa bao giờ nghĩ rằng tôi sẽ thấy bản thân mình muốn làm tất cả mọi thứ với bất kỳ cô gái nào.*

whole 'nother thing noun một vấn đề, quy trình, câu hỏi, v.v.. hoàn toàn mới hoặc khác

the **whole schmear** noun (biến thể: **scmier** or **schemer** or **shmear** or **shmeer** or **shmier** có thể thay **schmear**) toàn bộ; mọi thứ; mọi việc; = the WHOLE SHEBANG • I'll take a hamburger with everything on it—the whole schmear: *Tôi sẽ dùng ham-bơ-gờ với mọi thứ trên đó – tất cả mọi thứ.*

the **whole shebang** or **whole shooting match** noun toàn bộ sự việc; mọi thứ và mọi người • The whole shebang is just about washed up: *Tất cả mọi thứ vừa mới bị tàn phá.*

the **whole shooting match** *xem* the WHOLE SHEBANG

the **whole wide world** noun ở khắp nơi; mọi nơi và mọi thứ • I've searched the whole wide world for just the right hat: *Tôi đã tìm khắp mọi nơi cho đúng chiếc mũ thích hợp.*

the **whole works** *xem* the WORKS

whomp or **whump** verb 1 đánh bại hoàn toàn; = CLOBBE • The Tigers got badly whomped: *Đội Tigers đã bị thua đậm.* 2 đánh; BASH

whomp up verb làm; sáng chế hoặc xây dựng

whoop verb đánh; đánh đòn • "Now get up, or do I have to whoop you where you lie?": *"Nào, dậy mau hay là mẹ phải đánh vào mông con?".*

whoop-de-do noun (biến thể: **hoopty-doo** or **hoopty-do** or **hoop-de-doo** or **hoop-a-doop** or **hoop-de-doop** or **whoop-de-doo** or **whoop-de-doodle**) sự om sòm; sự ăn mừng ồn ào

whoop-de-do adjective om sòm; ồn ào, đặc biệt ở một sự kiện hoặc một cuộc tụ họp

whoop-de-do or **woop-tee-doo!** interj. dùng để thể hiện sự ủng hộ hoặc tán dương mạnh mẽ [thường mang ý nghĩa mỉa mai] • Well, woop-tee-doo, little puppy with a poundcake: *Ái chà, hay lắm, một gã thanh niên xấc xược với một ả điếm.*

whoopee noun 1 noun sự vui vẻ hồ hởi; sự ăn mừng náo nhiệt; = WHOOP-DE-DO 2 interj thán từ thể hiện sự vui thích và chấp nhận; tiếng hoan hô.

whoopee (or **whoopie**) **cushion** noun một quả bong bóng tạo ra âm thanh xì hơi lớn khi ngồi lên

whooper-dooper noun cuộc ăn nhậu; bữa tiệc náo nhiệt

whoop it up verb 1 ăn mừng; ăn nhậu 2 gây nhiều tiếng ồn ầm ĩ • An air raid sounded while we were busy whooping it up at the Silver Grill: *Nghe như một cuộc oanh tạc bằng máy bay trong khi chúng tôi đang bận rộn gây ầm ĩ tại Silver Grill.*

whoops verb nôn; = OOPS

whoozis or **whozis** noun tên của một người hoặc thứ gì đó mà bạn không biết tên hoặc không muốn nêu tên; = THINGAMAJIG • I met whoosis—you know, with the big whatsis—today: *Tôi đã gặp một người (quên tên) – anh biết đấy, với gã to lớn (cũng không biết tên) – hôm nay.*

whoozit noun người mà bạn không biết tên; = WHAT'S-HIS-FACE

whop 1 verb đánh ai với những đòn mạnh; = WHACK • Some of them get whopped and smacked around: *Vài người trong bọn họ bị đánh đập tơi bời.* 2 noun Give a good whop this time: *Lần này hãy đánh cật lực nào.* 3 noun sự thử hoặc cơ hội; = CRACK, SHOT

whopper noun 1 thứ gì đó cực lớn một cách không bình thường [Whopper nổi tiếng nhất tại Mỹ là một cái hamburger được giới thiệu bởi nhà hàng Burger King gốc tại Miami năm 1957] • She had another

whopping long phone conversation with Wally; the next phone bill should be quite a whopper: *Cô ấy đã có một cuộc điện đàm dài khác với Wally; hóa đơn điện thoại tháng tới sẽ vô cùng lớn.* **2** một lời nói dối rất trơ trẽn • Don't give me all that whopper!: *Đừng nói với tôi tất cả những lời dối trá ấy!*

whopping *adjective* to lớn; hùng mạnh; rất ấn tượng • It was a whopping idea she had: *Cô ấy có một ý tưởng rất ấn tượng.*

whore-hopper *noun* một người đàn ông lăng nhăng; đặc biệt là người thường đi kiếm gái mãi dâm

whorehouse *adjective* có vẻ lòe loẹt hoặc mùi vị hôi hám phù hợp với một nhà thổ rẻ tiền; = HONKY-TONK

whoretel *noun* một khách sạn hoặc motel có cung cấp gái điếm

whore wagon *noun* một chiếc xe cảnh sát dùng cho việc càn quét bắt giữ gái mại dâm

whosis *noun* dùng để thay cho tên một người mà người nói không thể nhớ hoặc không nghĩ là nó quan trọng • Go out in the kitchen and tell whosis to give her dinner early: *Ra khỏi bếp và bảo bà ta nấu bữa tối sớm đi.*

Who the deuce? *interrog.* Ai vậy? • Who the deuce do you think you are?: *Anh nghĩ anh là ai vậy?*

Whuhap? *interrog.* Xin chào; Có gì mới không? • Whuhap? Where are you going for your holidays?: *Xin chào, có gì mới không? Anh sẽ đi nghỉ ở đâu?*

whump or **whomp** or **womp** *verb* đánh hoặc hạ gục ai • They set out to whump us, and they sure did: *Họ sắp đặt để hạ chúng tôi và họ đã làm được.*

whump or **whomp** or **womp** *noun* âm thanh tạo ra do hai bề mặt phẳng đập vào nhau • I heard the whump when the shed collapsed: *Tôi nghe tiếng đập rầm khi nhà kho đổ sập xuống.*

whup *verb* đánh ai

Wichita *noun* (*nhà tù*) sự phản bội; = DOUBLE CROSS

wicked *adjective* **1** ấn tượng; phi thường; = MEAN **2** xuất sắc; tuyệt vời; = BAD, GREAT

wicked *adverb* cực kỳ • But they made their drinks wicked strong: *Nhưng họ đã làm đồ uống của họ cực kỳ mạnh.*

wicked bad *adjective* thật sự khá tốt • Man, this stuff is wicked bad: *Này anh bạn, món đồ này thật khá tốt đấy.*

wicket *xem* STICKY WICKET

wicky *adjective* rất tốt; tuyệt vời • Whose wicky red convertible is parked in front of the house?: *Chiếc xe mui trần màu đỏ tuyệt đẹp của ai đỗ (đậu) trước nhà vậy?*

wide *xem* HIGH, WIDE, AND HANDSOME

wide open 1 *adj* không bị kiểm soát bởi chính quyền • There was a town—Covington, Kentucky—that was wide open: *Có một thị trấn – Covington, Kentucky – không bị kiểm soát bởi chính quyền.* **2** *adj* không bị kiểm soát bởi cảnh sát **3** *adj* chạy với tốc độ tối đa; = FLAT OUT, LIKE SIXTY **4** *adv* He always drove his bike wide open: *Nó luôn chạy xe đạp với tốc độ tối đa.* **5** *adj* đầy sự trụy lạc; đầy sự đồi bại • This town is wide open!: *Thị trấn này đầy sự đồi bại!*

wide place in the road *noun* (*tài xế xe tải*) tỉnh nhỏ; tỉnh lẻ; = JERKWATER TOWN • The town is little more than a wide place in the road: *Thị trấn này hơi lớn hơn một tỉnh nhỏ.*

widget or **widgit** *noun* **1** một dụng cụ; thiết bị điện tử nhỏ; đồ dùng; = GADGET, GIZMO • Now, try to fit this widget into this slot here: *Bây giờ cố gắng lắp thiết bị nhỏ này vào trong khe này ở đây.* **2** *modifier:* as though it were read aloud from the press release of a widget manufacturer: *như thể nó được đọc lớn từ thông cáo báo chí của một nhà sản xuất thiết bị điện tử.*

widow *noun* **1** (*nhà in và ngành xuất bản*) một dòng chữ in ngắn, đặc biệt là dòng nằm riêng ở đầu một cột hoặc trang **2** (*trong một số ván bài poker*) một lá bài bổ sung được chia cho tất cả người chơi trong bàn để dùng với xấp bài của họ

widow-maker *noun* **1** (*đặc biệt thợ đốn gỗ*) bất cứ thứ gì nguy hiểm tới tính mạng, đặc biệt là một cành cây hoặc cây khô đang đổ xuống **2** súng trường M-16, được giới thiệu như là súng trường bộ binh tiêu chuẩn của quân đội Mỹ năm 1967 [những phiên bản đầu tiên của súng trường thường dễ bị kẹt, do đó mà "tạo ra quả phụ" (súng kẹt thì dễ chết trên chiến trường)]

wiener or **weiner** *noun* dương vật; = WEENIE [nghĩa ngụ ý của món ăn dẫn đến cách dùng này (weiner nghĩa là xúc xích)]

wife *noun* **1** (*đồng tính*) bạn tình "nữ tính" hoặc thụ động hơn **2** (*mại dâm*) thành viên trong nhóm gái mại dâm của một ma cô **3** bạn gái • Me and my wife are going to Fred's this Friday: *Tôi và bạn gái của tôi sẽ đi đến nhà Fred thứ sáu này.*

wiff or **wif** *noun* **1** người vợ **2** = WHIFF

wig *noun* **1** cái đầu; đầu óc • The ambivalence in my wig has been terrific these recent days: *Sự mâu thuẫn trong đầu tôi là vô cùng lớn trong những ngày gần đây.* **2** (*từ các nhạc sĩ nhạc jazz*) một nhạc sĩ nhạc jazz tuyệt vời

wig *verb* **1** nói chuyện, đặc biệt nói một cách bình thường và thoải mái; = RAP • We wigged for almost an hour: *Chúng tôi đã nói chuyện thoải mái với nhau gần một tiếng đồng hồ.* **2** quấy rầy ai; = BUG **3** (*nhạc sĩ nhạc jazz*) chơi nhạc jazz một cách tuyệt vời hoặc hăng hái **4** cư xử một cách cuồng loạn; = FLIP, FREAK OUT, WIG OUT **5** đang ở trong trạng thái hạnh phúc và hài hòa; = DIG **6** (cũng là *wig out*) mất kiểm soát cảm xúc; tức giận

wig *adjective* (*đặc biệt những năm 1960, thanh thiếu niên*) xuất sắc; tuyệt vời; = GREAT, NEAT

wigged out *adjective* **1** mất liên hệ với thực tế; bị lừa dối; = OUT OF IT **2** (*ma túy*) trong trạng thái cực độ của việc phê ma tuý, phấn khích hoặc nổi xung; bị cắt đứt khỏi thực tại; = HIGH **3** bị mất kiểm soát • After she heard the bad news, she was totally wigged out: *Sau khi nghe tin xấu, cô ta đã hoàn toàn mất kiểm soát.*

wiggle *xem* GET A MOVE ON

wiggle out of something *verb* tránh làm cái gì một cách thành công • We wiggle out of the permanent appointment: *Chúng tôi tránh né được công việc làm thường xuyên.*

wiggy *adjective* **1** phấn khích và cập nhật; = FAR OUT, COOL **2** phê hoặc dùng ma túy; = OUT OF IT, SPACED-OUT, WIGGED OUT **3** điên dại; nổi bật; hoang dại; sáng tạo

wig out *verb* **1** trở nên mê ly; = FLIP, FREAK OUT, WIG **2** trở nên mất cân bằng tâm lý; mất tỉnh táo; mất kiểm soát • I was afraid I would wig out if I stayed any longer: *Tôi e rằng tôi sẽ mất kiểm soát nếu tôi ở lại lâu hơn.* **3** có một thời gian tuyệt vời ở bữa tiệc • We wigged out at John's little get together: *Chúng tôi có chút thời gian tuyệt vời bên nhau tại nhà John.*

wild *verb* hành động một cách bạo lực và bất hợp pháp

wild *adjective* **1** thú vị; phấn khích; lập dị • Things are really wild here: *Mọi thứ thật sự thật thú vị ở đây.* **2** xuất sắc; tuyệt vời; = COOL

wild about (or **over**) *adjective* **1** chấp nhận một cách nhiệt tình; = CRAZY ABOUT **2** mê hoặc yêu

wild and woolly *adjective* 1 thô lỗ; chưa được thuần hóa 2 lý thú; mạo hiểm • Things get a little wild and woolly on a Friday evening at Willy's place: *Mọi thứ có hơi thú vị vào một buổi tối thứ sáu ở chỗ Willy.*

wild-ass or **wild-assed** *adjective* chưa được thuần hóa; = CRAZY

wild card *noun* 1 điều gì ngoài những quy tắc, hạng mục, v.v.. thông thường; một thứ, sự kiện, v.v.. không thể đoán được 2 (*thể thao*) một đội được chọn đấu playoff theo một phương pháp khá độc đáo, chứ không phải đã giành được chức vô địch trong mùa giải 3 *modifier*: last year's wild-card team: *năm ngoái đội đã được chọn đấu playoff*

wildcat *noun* 1 (cũng là *wildcat strike*) (*công đoàn*) một cuộc đình công không được ban lãnh đạo công đoàn cho phép 2 rượu uýt-ki mạnh được sản xuất trái phép

wildcat *verb* 1 khoan dầu, đặc biệt với sự hậu thuẫn mạnh mẽ về mặt tài chính và doanh nghiệp 2 *modifier*: được thực hiện hoặc đầu tư riêng, không phải theo cấu trúc doanh nghiệp thông thường

wildcat *adjective* trái phép; không có giấy phép; không được phép • I knew that he was now managing a wildcat taxi and rental car service: *Tôi biết rằng hiện ông ta đang quản lý một dịch vụ cho thuê xe và taxi trái phép.*

wild horses couldn't drag it out of someone *sentence* người đó sẽ không bao giờ tiết lộ bí mật [sự nhấn mạnh cường điệu mang tính hài hước]

willie *noun* = CORN WILLIE

Willie Fudd *noun* (*hải quân, chiến tranh Việt Nam*) máy bay do thám hải quân điều khiển bằng cánh quạt WF-2

the **willies** *noun* tình trạng sợ hãi hoặc lo lắng; sự căng thẳng cao độ; = the JITTERS • I started to get the willies: *Tôi bắt đầu thấy sợ hãi.* • For years her friends' shoptalk gave him the willies: *Nhiều năm qua chuyện nghề nghiệp của những người bạn cô ta đã khiến anh ta căng thẳng cao độ.*

wimp or **whimp** *noun* một người nhút nhát và yếu đuối; người nhu nhược, ngu ngốc; người bất lực; = DRIP, NEBBISH

wimpish *adjective* yếu ớt; bất lực • You call that wimpish asshole and say good-bye: *Cô hãy gọi cho thằng khốn bất lực đó và vĩnh biệt hắn.*

wimp out *verb* nhượng bộ hoặc tránh né cái gì trước nỗi sợ hoặc tính nhút nhát • Come on! Don't wimp out now that there's all this work to be done: *Thôi nào! Đừng có thoái thác vì có tất cả công việc này phải làm xong.*

wimpy or **wimpo** or **wimpoid** *adjective* yếu đuối; nhút nhát; sợ hãi

Wimpy *noun* bánh sandwich kẹp xúc xích; bánh hamburger

win *noun* một chiến thắng • a win in the Kentucky Derby: *một chiến thắng ở hội đua ngựa Kentucky hàng năm*

win a few, lose a few *sentence* người ta không phải lúc nào cũng chiến thắng hoặc thành công, cũng có lúc thất bại; = YOU CAN'T WIN 'EM ALL • Too bad. Sorry about that. Win a few, lose a few: *Tệ quá. Xin lỗi về việc đó. Anh không thể luôn luôn lúc nào cũng thành công cả, cũng có lúc thất bại.*

windbag or **bag of wind** *noun* người lắm mồm; kẻ khoe khoang khoác lác; = GASBAG

wind-box *noun* đàn xếp; đàn accordion; = SQUEEZE-BOX

wind down *verb* 1 đi đến sự tạm hoãn hoặc kết thúc dần dần • The campaign has begun to wind down: *Chiến dịch đã bắt đầu kết thúc dần.* 2 giảm dần; nguôi dần; = UNLAX

winder-upper *noun* bài hát, bài phát biểu, v.v.. cuối cùng • That's the winder-upper, listeners: *Đó là bài hát cuối cùng, thưa quý thính giả.*

window *noun* (*từ ngành hàng không*) thời kỳ khi mà việc gì có thể hoàn thành tốt; thời kỳ quan trọng, quyết định

windows *noun* mắt kính; = SPECS

wind up *verb* có kết quả cuối cùng; kết thúc với • How much did he wind up with, after taxes?: *Anh ta đã kết thúc bao nhiêu sau thuế?*

wind something **up** *verb* hoàn thành việc gì; đi đến kết thúc • I suggest we wind this discussion up and go home: *Tôi đề nghị chúng ta hãy kết thúc cuộc thảo luận này và về nhà thôi.*

the **Windy** *noun* Chicago, Illinois

Windy City *nickname* Chicago, Illinois

wing *noun* 1 cánh tay, đặc biệt cánh tay ném của cầu thủ ném bóng chày 2 (*thanh thiếu niên*) một bữa tiệc ồn ào; = WINGDING

wing *verb* 1 bắn ai và làm họ bị thương nhưng không nghiêm trọng 2 đi bằng máy bay • They winged from there to London: *Họ đi máy bay từ đó đến Luân Đôn.*

wingding or **wing-ding** or **whingding** *noun* 1 (cũng là *wingdinger*) một bữa tiệc ồn ào; một lễ kỷ niệm; = RUCKUS. 2 một cơn ngất, đặc biệt là cơn ngất giả đò bởi kẻ nghiện ma túy; một người giả đò ngất 3 cơn giận; đợt bùng nổ cảm xúc bạo lực

wing it or **wing** *verb* làm cái gì một cách tùy ứng; ứng biến; = FAKE IT • Don't worry. Just go out there and wing it: *Đừng lo. Cứ ra đó và ứng biến.*

wings *noun* phù hiệu riêng được mang bởi các thành viên trong băng mô tô biểu thị chiến thắng tình dục

wings or **whings** *noun* (*ma túy*) cô-ca-in; = SNOW

Wingy *noun* biệt danh cho người có một cánh tay

wingy *adjective* phê ma túy; = HIGH

win in a walk *verb* thắng dễ dàng

winkie *noun* dương vật; = COCK

wink of sleep *noun* một giấc ngủ ngắn [luôn dùng với "a" và thể phủ định] • I couldn't get a wink of sleep because of the noise: *Tôi không thể chợp mắt được tí nào bởi vì tiếng ồn.*

winner *noun* một người hoặc một thứ đầy hứa hẹn và thành công; = HOT SHOT

wino *noun* 1 (*người lang thang*) một người hay say rượu, đặc biệt là một kẻ vô gia cư thường uống rượu vang rẻ tiền 2 người thích uống rượu vang hơn rượu mạnh; người uống rượu vang 3 rượu vang

win out *verb* thắng; đánh bại • De Bird of Time will win out in a walk: *Con ngựa De Bird of Time sẽ thắng dễ dàng.*

win one's **spurs** *verb* (*từ dân cao bồi*) được xem là thạo hoặc giỏi • After a few months on the job he had won his spurs: *Sau vài tháng ở công việc hắn ta đã được xem là thạo việc.*

Win some, lose some or **WSLS** *phrase* Thỉnh thoảng người ta sẽ thành công, những lần khác người ta sẽ thất bại • WSLS. I'm philosophical about it: *Thỉnh thoảng thành công, nhiều lúc thất bại. Tôi thản nhiên về điều đó.*

winter rat *noun* xe ô tô cũ; = JALOPY

win the porcelain hairnet *verb* (biến thể: **barbwire garter** or **cast-iron overcoat** or **furlined bathtub** or **hand-painted doormat** or **solid gold chamber pot** có thể thay **porcelain hairnet**) thắng giải nhưng không có giá trị, vô dụng

win-win *adjective* nói về một tình huống mà các bên liên quan đều cảm thấy họ đã làm tốt; hai bên cùng thắng

win-win-win *adjective* ba bên cùng thắng, như nhà sản xuất, người bán và khách hàng • Everybody makes money! It's win-win-win: *Mọi người đều kiếm được nhiều tiền! Đó là cả ba cùng thắng.*

wipe *noun* vụ án mạng; sự giết chóc • The victim of the latest mob wipe was hauled out of the river this morning: *Nạn nhân của vụ án mạng băng nhóm gần đây đã được vớt lên từ con sông sáng nay.*

wiped out *adjective* **1** rất say rượu hoặc phê ma túy **2** mệt đừ; kiệt sức • I'm so wiped out that I just want to go home and go to bed: *Tôi quá mệt tôi chỉ muốn đi về nhà và lên giường ngủ.*

be wiped out *verb* không có tiền; phá sản; bị sụp đổ; = GET IT IN THE NECK, SHOOT someone DOWN • Could you lend me $10? I'm completely wiped out!: *Bạn có thể cho tôi vay 10 đô-la không? Tôi không có một xu nào!*

wipe it off *verb* (*quân đội, thế chiến II*) buộc bản thân nín cười hoặc ngừng đùa cợt [thường là một mệnh lệnh rất nghiêm khắc]

Wipe it off! *exclam.* **Ngưng cười đi!** • Wipe it off! Nothing funny here, soldier: *Ngưng cười đi! Chẳng có gì đáng cười ở đây cả, anh lính.*

wipe out *verb* **1** phá hủy cái gì; giết hoặc làm ai bị thương **2** đâm sầm vào • The car wiped out on the curve: *Chiếc xe đâm vào chỗ khúc quanh.* **3** ngã xuống, té khỏi cái gì, như xe đạp, ván trượt, ván lướt sóng, pa-tanh, v.v. • I wiped out and skinned my knee: *Tôi ngã khỏi xe đạp và bị trầy da ở đầu gối.* **4** thất bại • The strike wiped out after only two days: *Cuộc đình công đã thất bại chỉ sau hai ngày.*

wipe-out *noun* **1** xác xe; đống sắt vụn, nhất là trong một vụ tai nạn • There was a four-car wipe-out on the expressway when I came in this morning: *Có một đống sắt vụn của bốn chiếc xe trên đường cao tốc khi tôi đến sáng nay.* **2** một tai nạn ở xe đạp, ván trượt, ván lướt sóng, pa-tanh, v.v. • I had a nasty wipe-out, but I only bruised my elbow: *Tôi bị một tai nạn nghiêm trọng nhưng tôi chỉ bị thâm tím khủy tay.* **3** một kẻ thất bại, ai đó thường gặp tai nạn • The guy's a wipe-out, for sure: *Chắc chắn gã đó là một kẻ luôn gặp chuyện.*

wipe someone out *verb* **1** loại trừ ai; giết ai; = ICE, OFF **2** đánh bại hoàn toàn; đè bẹp; = CLOBBER, CREAM • Unexpectedly, Baylor wiped Syracuse out that year: *Không có gì bất ngờ, năm đó Baylor đã đè bẹp Syracuse.* **3** làm ai kiệt sức • Jogging always wipes me out: *Sự chạy bộ luôn làm tôi kiệt sức.* **4** hủy hoại ai về mặt tài chính • The storm ruined the crops and wiped out everyone in the country: *Cơn bão đã tàn phá mùa màng và hủy hoại mọi người về mặt tài chính ở vùng nông thôn.*

wipe something out *verb* dùng hết sạch cái gì • I wiped the cookies out—not all at once, of course: *Tôi ăn sạch cái bánh bích quy – tất nhiên, không phải trong một lần.*

wipe the floor up with someone *xem* MOP THE FLOOR UP WITH someone

wire *noun* **1** tin đồn; chuyện tầm phào **2** tin nhắn điện báo; bức điện **3** thông tin; thông điệp **4** một người quá kích động; một người lo lắng, dễ bị kích động **5** (*thế giới ngầm*) kẻ móc túi, đặc biệt là một thành viên trong một nhóm ăn trộm **6** hoạt động nhà cái **7** một microphone và máy phát nhỏ mang trên người như một phần hoạt động nghe lén những cuộc đối thoại miệng của cơ quan hành pháp

wire *verb* **1** đặt thiết bị nghe lén trong phòng, văn phòng, trên các đồ vật mang theo, v.v.; = BUG • She quietly checked to see if her bedroom was wired: *Cô ta âm thầm kiểm tra xem phòng ngủ của mình có bị đặt thiết bị nghe lén không.* **2** gửi một bức điện tín • Wire me when you get there: *Hãy gửi cho tôi một bức điện tín khi anh tới đó.*

wired *adjective* **1** (cũng là *wired up*) phê ma túy; = HIGH, SPACED-OUT **2** sợ hãi; căng thẳng; lo lắng; = UPTIGHT • I got wired when Myrt was sneaking a break and Jerry showed up: *Tôi lo lắng khi Myrt trốn đi nghỉ và Jerry xuất hiện.* **3** (cũng là *wired up*) phấn khích; kích động quá mức; = HIGH, JACKED UP **4** an toàn trong giới riêng, đặc biệt giới chính trị hoặc kinh doanh; = IN THE LOOP **5** (cũng là *wired up*) chắc chắn và an toàn; hoàn toàn trong tầm kiểm soát; = RACKED, TAPED

wired into *adjective* quan tâm đến; dính líu tới; gần gũi với; = INTO • Alice is really wired into classical music: *Alice rất quan tâm đến nhạc cổ điển.*

wired up *adjective* **1** sẵn sàng cho mối quan hệ đồng tính **2** say rượu hoặc say ma túy

wire-puller *noun* một người gây ảnh hưởng, đặc biệt theo cách vụng trộm; = OPERATOR

wisdom box *noun* (*đường sắt*) văn phòng của người dồn toa

wise *adjective* thạo tin; hiểu biết; = HEP • He thought he could fool me but I got wise to him: *Hắn nghĩ rằng có thể lừa gạt tôi, nhưng tôi đã biết tỏng hắn ta rồi.*

wise *verb* **1** cho biết; báo, đặc biệt về những tin tức sắc sảo; = WISE someone UP • She wised me about how to get promoted: *Bà ta cho tôi biết cách được thăng chức.* **2** thông báo hoặc giáo dục ai; giải thích điều gì • He wised me to a hip hotel in lower Manhattan: *Anh ta báo cho tôi về một khách sạn tân thời ở vùng hạ Mahattan.*

wisecrack *noun* một nhận xét dí dỏm; lời nói đùa; = GAG, ONELINER

wise guy *noun* **1** (cũng là *wise apple*) một người tự cho mình là thông minh; = SMART-ASS **2** (cũng là *wise hombre*) một người tinh khôn và sắc sảo **3** một người đần độn; kẻ biết tất cả, xấc láo

wisenheimer *noun* một người tự cho mình là thông minh; = SMART-ASS

wise to someone/something *adjective* phát hiện; biết được ai hoặc cái gì • The cops are wise to the plan: *Cảnh sát biết được kế hoạch.*

wise up *verb* trở nên tinh khôn; = GET SMART [thường là một lời cổ vũ]

wise someone up *verb* đưa ra những thông tin hữu ích và thường là giấu giếm; = PUT someone WISE • My adviser was a good scout and wised me up: *Cố vấn của tôi là một người chiêu mộ tốt và đã cho tôi những thông tin hữu ích.*

wise up (to someone/something) *verb* (*cuối cùng*) bắt đầu hiểu được ai hoặc cái gì; nhận ra và chấp nhận sự thật về ai hoặc cái gì • Come on, Sally! Wise up!: *Thôi nào, Sally! Chấp nhận việc đó đi!*

wishbone *noun* (*bóng bầu dục*) đội hình mà tiền vệ và ba hậu vệ khác xếp thành chữ Y, trong đó tiền vệ ở sau vị trí trung tâm

wish book or **wishing book** *noun* một danh mục đặt hàng qua đường bưu điện

wish (or want) list *noun* một danh sách những thứ mà bạn muốn có • I put a new car at the top of my wish list: *Tôi để một chiếc ô tô mới ở đầu danh sách ước muốn của tôi.*

wishy-washy *adjective* yếu đuối; không kiên định; bất ổn • I don't want anyone to be able to say George Lurgan's wishy-washy: *Tôi không muốn bất cứ ai có thể nói George Lurgan không kiên định.*

witch *noun* một phụ nữ đồi bại [uyển ngữ của *bitch*]

witch's tit *xem* COLD AS HELL

with *adjective* (*quầy bán đồ ăn trưa*) có những thứ kèm theo bình thường, tức là hành với hamburger, kem với cà phê, v.v

with a bang *adverb* **1** rất ấn tượng; rất thành công • Last night's party really went off with a bang: *Bữa tiệc tối qua thật sự thành công mỹ mãn.* **2** phô trương; lòe loẹt; phấn khích; hứng thú • The old year went out with a bang: *Năm cũ đã kết thúc một cách náo nhiệt.*

with a purple passion *adverb* rất nhiệt tình; rất hăng hái • They greeted the notion with a purple passion: *Họ chào đón ý tưởng đó rất nhiệt tình.*

with bells on *adverb* (biến thể: có thể bỏ **on**; **knobs** or **tits** có thể thay **bells**) **1** rất dứt khoát; chắc chắn • Don't worry, I'll be there with bells on: *Đừng lo, chắc chắn tôi sẽ có mặt tại đó.* **2** sẵn sàng đi; hăm hở; thiết tha • I promise to be there at five in the morning with bells on: *Tôi hứa sẽ sẵn sàng ở đó lúc năm giờ sáng* **3** rất rõ ràng; không ngờ vực; không còn nghi ngờ gì nữa

with eyes open or **with open eyes** *adverb* hoàn toàn ý thức; hiểu rõ những nguy hiểm và khả năng • He undertook it with open eyes: *Anh ta đã đảm nhận việc đó hoàn toàn ý thức.*

with one's feet *xem* VOTE WITH one's FEET

with one's finger up one's ass *xem* SIT THERE WITH one's FINGER UP one's ASS

with flying colors *adverb* **1** một cách rực rỡ, vẻ vang; = HIGH, WIDE, AND HANDSOME • We expect your son to pass the exam with flying colors: *Chúng tôi mong con trai bạn sẽ đỗ kỳ thi một cách vẻ vang.* **2** phô trương; nổi bật • Paul came home with flying colors after the match: *Sau trận đấu Paul về nhà một cách phô trương nổi bật.*

with one's hand in the till (or **the cookie jar**) *adv.* không có khả năng trốn thoát; bắt quả tang; = DEAD TO RIGHTS • She can hardly deny it, because we caught her with her hand in the till: *Bà ta gần như không thể phủ nhận được vì chúng tôi đã bắt quả tang tại trận.*

within an ace of (doing) something *adjective* rất gần với cái gì; chút xíu • We were within an ace of breaking the all-time record: *Chúng tôi chỉ thiếu chút nữa thì phá kỷ lục của mọi thời đại.*

within spitting distance *adjective* trong khoảng cách rất gần, rất ngắn • The house you're looking for is within spitting distance, but it's hard to find: *Ngôi nhà anh đang tìm thì rất gần nhưng nó khó tìm lắm.*

with it *adjective* **1** am hiểu; nhận thức được mọi thứ đang diễn ra; hợp thời trang; = HEP • Come on, chum. Get with it: *Này anh bạn. Hợp thời trang đi chứ.* **2** (*lễ hội và xiếc*) làm việc tại lễ hội như một nhân viên toàn thời gian; một phần của văn hóa nhóm

with (one's) eyes (wide) open *adjective* với sự nhận thức rõ ràng; biết rõ về điều gì • She married him with her eyes open: *Cô ta hoàn toàn ý thức được việc cưới anh ấy.*

with one hand tied behind one's **back** (or **behind** one) *adverb* rất dễ dàng • I can do that job with one hand tied behind my back: *Tôi có thể làm việc đó dễ dàng.*

without *adjective* thiếu khả năng cần thiết; mất liên lạc; mất phong cách • Your sister is so amazingly without. She'll never read him. She has no idea: *Chị của bạn thiếu khả năng cần thiết một cách đáng kinh ngạc. Chị ấy sẽ không bao giờ hiểu được anh ta. Chị ấy không biết.*

without a hitch *adjective* không gặp sự cố; không trở ngại gì • Everything went off without a hitch: *Mọi việc đã diễn ra không gặp trở ngại gì.*

wobble *noun* (*ma túy*) = ANGEL DUST

wobbly or **Wobbly** *noun* (*đặc biệt những năm 1920*) một thành viên của các công nhân công nghiệp thế giới (IWW); một công đoàn cấp tiến

wobbly one *noun* (*quân đội*) chuẩn úy

woefits or **woofits** *noun* hậu quả khó chịu sau khi uống quá nhiều rượu

wog or **Wog** *noun* bất kỳ người nào không thuộc sắc tộc da trắng; một người bản địa của tiểu lục địa Ấn Độ; người Ả rập; bất kỳ người ngoại quốc nào (không phải người Anh), như trong câu "*the wogs begin at Calais*" (những người da màu bắt đầu tại Calais) • Do you know what I'm going to do to those wogs?: *Mày có biết tao định làm gì với lũ da màu này không?*

wolf *noun* **1** một người đàn ông hùng hổ về mặt tình dục; người đàn ông khao khát tình dục; người đàn ông lăng nhăng; = COCKSMAN **2** (*nhà tù và người lang thang*) một người đồng tính có tà tâm và hung hăng **3** án tù mười lăm năm

wolf *verb* hành động theo kiểu hùng hổ về mặt tình dục

wolf something **down** *verb* ăn ngấu nghiến cái gì; ngốn cái gì • Enjoy your food. Don't just wolf it down: *Hãy tận hưởng thức ăn của bạn. Đừng ăn ngấu nghiến như thế.*

wolf whistle *noun* tiếng huýt sáo gồm hai nốt, đặc biệt là của một người đàn ông nhằm đánh giá cao vẻ hấp dẫn của một phụ nữ

woman-chaser *noun* người có quan hệ tình dục với nhiều phụ nữ; người đàn ông lăng nhăng; = LADIES' MAN, SKIRT-CHASER, WOLF

wombat *noun* (*thanh thiếu niên*) người kỳ lạ; người lập dị; = FREAK, NUT

womb broom *noun* dương vật

womp *noun* (*television studio*) = BLOOM

wonk *noun* một sinh viên học hành vất vả hơn những gì bạn cùng lớp xem là cần thiết; một chính trị gia chịu khó nghiên cứu và do đó có hiểu biết nhiều hơn; = GREASY GRIND

wonkey or **wonky** *adjective* bị vỡ

wonk out *verb* học hành quá mức

wonky[1] *adjective* (thuộc) trí óc; mất liên lạc với thực tại • "Jenny Cavilleri," answered Ray. "Wonky music type": *"Jenny Cavilleri", Ray đáp. "Kiểu âm nhạc trí tuệ ấy mà".*

wonky[2] *adjective* được làm tồi tệ; không có hiệu quả; kỳ lạ; = COCKEYED • Only the steering feels wonky to me: *Chỉ có thiết bị lái khiến tôi cảm thấy kỳ lạ.*

wonky[3] *adjective* (*đặc biệt sinh viên Harvard*) chăm chỉ; siêng năng; nghiêm túc và chán ngắt • You ought to get a little wonky yourself: *Cậu nên tự mình chăm chỉ một chút.*

wood *noun* **1** (*từ người da đen*) người da trắng; = PECKER-WOOD, REDNECK **2** hê-rô-in **3** dương vật hoàn toàn cương cứng

wood butcher *noun* **1** (*từ cuối những năm 1800*) người thợ mộc **2** (*hải quân, thế chiến I*) bạn nghề của một thợ mộc

woodenhead *noun* người ngu ngốc; = BLOCKHEAD, KLUTZ

wooden Indian *noun* người chơi bài poker không hề nói hay thể hiện cảm xúc

wooden kimono *noun* (*từ những năm 1930*) = PINE OVERCOAT

wooden nickels *xem* DON'T TAKE ANY WOODEN NICKELS

wooden-stake *verb* trì hoãn thường xuyên; quên đi [từ việc dùng cọc gỗ "*wooden stake*" đâm xuyên qua trái tim của ma cà rồng, đặc biệt là Bá tước Dracula]

woodhead *noun* (*người lang thang*) thợ đốn gỗ

woodhick *noun* người nông thôn; = HAYSEED, HICK, SHITHICKER

woodpecker *noun* = PECKERWOOD

woodpile noun (*nhạc sĩ nhạc jazz*) mộc cầm; đàn xylophone

wood-pusher noun người đánh cờ (chess player), đặc biệt người chơi kém cỏi; = PATZER

wood-pussy noun 1 một phụ nữ lăng nhăng thiếu vệ sinh   2 kẻ đáng khinh

woods noun âm hộ; lông mu của phụ nữ

the **woods** are full of somethings sentence có rất nhiều thứ gì đó • The woods are full of cheap, compatible computer clones: *Có rất nhiều những bản sao máy tính tương thích rẻ tiền.*

woodshed verb 1 diễn tập, đặc biệt là một mình • Bix did plenty of woodshedding, playing alone: *Bix đã diễn tập khá nhiều bằng cách chơi một mình.* 2 hát hòa âm tứ ca nam không đệm, đặc biệt là ứng tác

woodshedder noun 1 người diễn tập 2 ca sĩ trong ban nhạc tứ ca nam không đệm thích hát ngẫu hứng hơn là hát những đoạn được sắp xếp sẵn

woody or **woodie** noun 1 sự cương cứng 2 (*từ dân lướt sóng*) xe ô tô có chỗ rộng để hành lý phía sau và có cửa sau để dễ xếp dỡ với viền ngoài bằng gỗ 3 tấm ván lướt sóng bằng gỗ

woof verb 1 nói chuyện phiếm; = BAT one's GUM 2 (*từ người da đen*) khoe khoang; khoác lác; lừa gạt 3 nôn; mửa

woofer noun 1 người khoác lá 2 (*từ những năm 1950*) loa được thiết kế nhằm tái tạo giọng bass một cách trung thực

wool noun 1 phụ nữ 2 lông mu; theo nghĩa rộng tình dục

wool hat noun người nông thôn; = REDNECK

woolies noun áo quần mùa đông; đồ lót dài bằng len; = LONG JOHNS

woolly-headed adjective thiếu thực tế; có khuynh hướng lý tưởng hóa và tưởng tượng

woozily adverb một cách mê mụ

woozy adjective 1 không vững; choáng váng; buồn ngủ; mất phương hướng; say thuốc hoặc say rượu • I was a little woozy and needed sugar: *Tôi hơi choáng váng và cần ít đường.* 2 không hoàn toàn tỉnh táo; mụ người 3 nhợt nhạt; không khỏe

wop or **Wop** noun một người Ý nhập cư hoặc người Mỹ gốc Ý; = DACO

wop adjective thuộc về nước Ý

word! interj. 1 dùng để thể hiện sự đồng ý và đánh giá cao, dùng khi người nào nói gì đó quan trọng hoặc sâu sắc 2 đúng; chính xác • I hear you, man. Word: *Tôi nghe anh, anh bạn. Chính xác.* 3 xin chào • Word. What's new?: *Xin chào. Có gì mới không?*

word hole or **cake hole** or **pie hole** noun cái miệng; cái mồm • Put this food in your word hole, chew it up and swallow it: *Hãy bỏ thức ăn này vào mồm của con, nhai và nuốt nó đi.*

work noun 1 cuộc phẫu thuật thẩm mỹ 2 một cô gái điếm với thu nhập ổn định 3 sự giết chóc 4 sự gian lận trong chơi bài, đặc biệt là trong trò chơi súc sắc 5 cô-ca-in nguyên chất

work verb 1 (*từ đầu những năm 1800, Anh*) làm một công việc thường là không lương thiện 2 dùng sức hấp dẫn, sức mạnh, sức thuyết phục, v.v.. của mình, đặc biệt với khán giả 3 gian lận trong cờ bạc • One day he sat in with us and I caught him working and cut him loose: *Một ngày nọ hắn ta ngồi với chúng tôi và tôi đã bắt gặp hắn đang chơi gian lận và tôi đã buông tha hắn.*

workaholic noun 1 người bị ám ảnh với công việc; người tham công tiếc việc • Jerry is a workaholic. He can't enjoy a vacation: *Jerry là một người bị ám ảnh với công việc. Anh ta không thể tận hưởng một kỳ nghỉ trọn vẹn.* 2 *modifier*: I made a hardy attempt to suppress my work-aholic tendency: *Tôi đã rất cố gắng đè nén xu hướng tham công tiếc việc của mình.*

work one's ass (or **buns** or **tail**) **off** verb làm việc rất vất vả; = BUST one's ASS

work behind the stick verb là một cảnh sát năng nổ, đặc biệt là một cảnh sát tuần tra • I used to work behind the stick in the afternoons: *Tôi thường là một cảnh sát tuần tra vào buổi chiều.*

work both sides of the street verb đồng thời có hai quan điểm trái ngược; = HAVE IT BOTH WAYS

work both ways or **cut two ways** verb cho thấy hoặc mang đến một điều trái ngược cần thiết

working boy noun (*mại dâm*) đĩ đực

working girl noun (*mại dâm*) gái điếm; = HOOKER

working stiff noun người làm việc để kiếm sống; công nhân lao động bình thường

workout noun 1 một buổi tập luyện thể chất vất vả, tập thể thao, v.v.. 2 một công việc vất vả; một nỗ lực kiệt sức

work out verb 1 tập luyện tích cực; có một buổi rèn luyện thể chất thật vất vả 2 sửa chữa, hoàn thiện, v.v.. một cách cẩn thận; = IRON OUT

work something out verb đạt được sự đồng thuận, đặc biệt bằng cách thỏa hiệp • We'll just stay at it until we work something out: *Chúng tôi sẽ chỉ ở tại đó cho đến khi đạt được sự đồng thuận.*

work someone over verb 1 đánh ai, đặc biệt một cách tàn nhẫn và có hệ thống; = MESS someone UP • The secret police worked him ở̀e brutally until he confessed: *Viên cảnh sát chìm đã đánh hắn một cách tàn nhẫn cho tới khi hắn thú tội.* 2 dọa dẫm; hăm dọa • Bruno had worked over Terry, and Sam knew that this was no idle threat: *Bruno đã hăm dọa Terry và Sam biết đó không phải là lời đe dọa vu vơ.* 3 trị liệu hoặc thẩm định cơ thể ai • The doctors worked her over to the tune of $1,500 but couldn't find anything wrong with her: *Các bác sĩ kiểm tra toàn thân cô ta với chi phí 1.500 đô-la nhưng chẳng thấy gì bất ổn với cô ta.*

works noun (*ma túy*) thiết bị dùng để tiêm ma túy; = FIT

the **works** or the **whole works** noun 1 điều trị toàn diện • "He gave Genevie the works!": *"Ông ấy đã điều trị toàn diện cho Genevie!"* 2 toàn bộ số lượng; mọi thứ; = the WHOLE SCHMEAR, the WHOLE NINE YARDS • I'd like my hamburger with onions, pickles, ketchup, mustard—the works: *Tôi muốn bánh hamburger của tôi với hành, dưa chua, tương cà, mù tạc – mọi thứ.*

work one's tail off verb làm việc rất vất vả; làm việc tích cực • You spend half your life working your butt off—and for what?: *Anh trải qua nửa cuộc đời làm việc vất vả – để cho cái gì?*

work the cuts verb (*sử dụng khi nói về gái điếm*) chài khách trên đường phố

work the growler *xem* RUSH THE GROWLER

work the hole verb trộm đồ của những người say rượu ngủ trên xe ô tô ở sân ga điện ngầm

work the other side of the street verb ở phía đối lập trong một tình huống lưỡng cực; kiếm sống như tội phạm • Well, I been workin' the other side of the street for the law few years: *Thôi được, tôi đã kiếm sống như tội phạm vài năm.*

work the stem verb (*người lang thang*) ăn xin trên đường phố

work up verb nghĩ ra; đặt ra; = WHOMP UP • We'll have to work up a good story to explain this one: *Chúng ta sẽ phải nghĩ ra một câu chuyện hay để giải thích cho việc này.*

work oneself **up** *verb* kích động bản thân tới một tình trạng sôi nổi • Todd worked himself up, and I thought he would scream: *Todd đã kích động bản thân và tôi nghĩ anh ta có thể la lên.*

work oneself **(up) into a lather** *verb* **1** làm việc vất vả và đổ nhiều mồ hôi • Don't work yourself up into a lather. We don't need to finish this today: *Đừng tốn nhiều mồ hôi công sức. Chúng ta không cần làm xong công việc này hôm nay.* **2** trở nên kích động và giận dữ • Now, now, don't work yourself up into a lather: *Thôi đi, đừng kích động quá.*

work oneself **up to something** *verb* chuẩn bị tinh thần để làm gì đó • I spent all morning working myself up to taking the driver's test: *Tôi đã bỏ cả buổi sáng chuẩn bị tinh thần để thi bằng lái xe.*

the world *noun* **1** (*quân đội*) lãnh thổ nước Mỹ **2** suốt chiến tranh Việt Nam, trở về Mỹ, cuộc sống bên ngoài quân đội • "Henry, what's gonna happen when we go back to the world?": *"Henry, điều gì sẽ xảy ra khi chúng ta trở về Mỹ?*

world-beater *noun* **1** người rất ấn tượng; người chiến thắng; nhà vô địch **2** người tham vọng và năng nổ; người giỏi hơn tất cả các người khác • They hired an alleged world-beater to manage the office: *Họ thuê một người được cho là năng nổ và tham vọng để quản lý văn phòng.*

world-class *adjective* **1** rất ưu tú; nổi bật; cực kỳ xuất sắc **2** tốt vào loại nhất thế giới • Now this is a world-class computer. Lots and lots of memory: *Này đây là một chiếc máy tính loại bậc nhất thế giới. Rất rất nhiều bộ nhớ.*

the world is one's **oyster** *sentence* cơ hội của cuộc sống đang chờ đón bạn vì bạn còn trẻ, giàu có, thành đạt, v.v.. • Then I was a young single woman and the world was my oyster: *Khi đó tôi là một phụ nữ độc thân trẻ và những cơ hội thành công đang chờ tôi.*

world of shit *noun* một tình huống rất nguy hiểm • Anybody messes around with J.L.'s wife gonna find himself in a world of shit: *Bất cứ ai lộn xộn với vợ của J.L sẽ sớm gặp tình huống rất nguy hiểm.*

worm *noun* người kinh tởm, thường là nam; = BASTARD, JERK

worm out of something *verb* lẩng tránh hoặc trốn khỏi một tình huống không dễ chịu, đặc biệt bằng những phương tiện đáng khinh • This time we have him dead to rights, and he wasn't worm out of it: *Lần này chúng tôi bắt quả tang hắn, và hắn không trốn khỏi.*

worms *noun* mì sợi; mì Ý (spaghetti) • Let's have worms tonight: *Chúng ta ăn mì Ý tối nay nhé.*

worms in blood *noun* mì Ý (spaghetti) với sốt cà chua • I'm getting tired of worms in blood every Wednesday: *Tôi bắt đầu phát ngán món mì Ý với nước sốt cà chua mỗi thứ tư.*

worry wart *noun* người lo lắng quá mức; người hay sợ hãi

worship the porcelain god(dess) *verb* nôn; mửa • He fled the room to worship the porcelain god, I guess: *Hắn ta chạy khỏi phòng để nôn, tôi đoán thế.*

worst-case scenario *noun* **1** (*quân đội, trong những năm 1960*) một suy đoán hoặc dự báo về chuyện gì có thể xảy ra nếu mọi thứ trở nên hết sức tồi tệ **2** kết quả xấu nhất có thể xảy ra trong tương lai

worth a bucket of warm spit *adjective* rất ít giá trị; vô giá trị [thường dùng trong câu phủ định] • The new telephones are not worth a bucket of warm spit: *Những chiếc điện thoại mới là rất ít giá trị.*

worth a damn (or a shit) **1** *adv* chút nào; ở mức độ thấp nhất [thường dùng trong câu phủ định] • She doesn't like me worth a shit: *Cô ấy không thích tớ chút nào.* **2** *adj* Those promises aren't worth a damn: *Những lời hứa đó không có chút giá trị nào cả.*

worth one's **salt** *adjective* xứng đáng hoặc đáng được ngưỡng mộ, nhất là làm tốt công việc của mình • Any teacher worth his salt knows that: *Bất cứ thầy giáo xứng đáng nào cũng biết điều đó.*

would not be seen dead *phrase* không thể làm cái gì đó dưới bất kỳ hoàn cảnh nào • I wouldn't be seen dead going out with Spike: *Tôi không thể đi chơi với Spike dưới bất kỳ hoàn cảnh nào.*

wouldn't touch someone/something **with a ten-foot pole** *verb* không thể dính dáng tới ai hay việc gì • Forget it. I wouldn't touch it with a ten-foot pole: *Quên nó đi. Tôi không thể dính dáng đến nó.*

wow[1] *noun* (*từ những năm 1950*) âm thanh ngập ngừng của máy hát, thường là do sự chạy không đều của turntable (mặt quay hình tròn, phẳng trên đó đặt đĩa hát để quay)

wow[2] *noun* **1** dấu chấm than (!) • Almost every sentence you write has a wow at the end of it: *Hầu như mỗi câu anh viết đều có một dấu chấm than ở cuối câu.* **2** việc gì lý thú hoặc hồi hộp; điều gì rất thành công và ấn tượng; sự xúc động mạnh • For a pretty good wow, try the Empire Theater's production of "Mame" this weekend: *Để cho thật sự lý thú và hồi hộp, hãy thử tác phẩm "Mame" của nhà hát Empire cuối tuần này đi.*

wow *interj.* thán từ thể hiện sự ngạc nhiên, khoái trá, khâm phục, v.v.. [thán từ này bắt nguồn từ đầu những năm 1900, có sự phổ biến mới và lưu hành suốt những năm 1960 và sau đó] ôi chao; chà! [dùng để biểu lộ sự ngạc nhiên hoặc thán phục] • Wow! That car certainly goes fast!: *Chà! Chiếc ô tô này hẳn là chạy rất nhanh!*

wow *verb* làm (ai) thán phục hoặc phấn chấn; gây ấn tượng mạnh mẽ; làm ngây ngất; = KNOCK someone DEAD, LAY THEM IN THE AISLES • The new musical wowed them on Broadway: *Vở ca kịch mới ở Broadway làm họ say mê.*

wowser[1] *noun* điều gì rất thành công và ấn tượng; sự xúc động mạnh; = WOW[2]

wowser[2] *noun* (*đặc biệt những năm 1920, từ Anh; đầu những năm 1900, Úc*) một người cứng rắn và khắt khe; người hay lên mặt ta đây

wrap *noun* sự hoàn thiện • Well, it's a wrap on the squash: *À, nó là sự hoàn thiện dựa trên môn bóng quần.*

wrap *verb* (*trong ngành biểu diễn*) hoàn thành; = WRAP UP • Filming, based on Bob Randall's 1977 thriller, wrapped last summer: *Việc quay phim, dựa trên tiểu thuyết giật gân năm 1977 của Bob Randall, đã hoàn thành hè vừa qua.*

wrap one's **car around** something *verb* lái xe thẳng vào cái gì với tốc độ cao • She wrapped her car around a light pole: *Cô ta lái xe đâm thẳng vào cây cột đèn.*

wrapped around the axle *adjective* (*quân đội*) dính đến cuộc tranh luận vô nghĩa

wrapped tight *adjective* lành mạnh; có đầu óc lành mạnh [thường dùng trong câu phủ định] • I told him he wasn't wrapped too tight himself: *Tôi đã bảo rằng hắn không có đầu óc lành mạnh.*

wrapped up (in someone/something) *adjective* lo âu hoặc bị ám ảnh bởi ai hay cái gì • I'm too wrapped up in my charity work to get a job: *Tôi thì quá lo âu cho công việc từ thiện để kiếm một việc làm.*

wrapped up (with someone/something) *adjective* bận rộn với ai hay việc gì • He's wrapped up with a client right now: *Bây giờ anh ấy đang bận rộn với khách hàng.*

wrap up *verb* **1** hoàn thành • Let's wrap up the nego-tiations and get to the next stage: *Hãy hoàn thành những cuộc thương lượng và chuyển*

wrap-up *noun* sự hoàn tất; sự xử lý, tóm tắt, v.v.. cuối cùng • This is the 11:30 pm wrap-up of the news: *Đây là sự tóm tắt tin tức cuối cùng lúc 11 giờ 30 tối.*

wrap something **up** *verb* **1** hoàn thành, đặc biệt là một nhiệm vụ, một cuộc tranh luận, một hợp đồng, v.v.. một cách thành công • They wrapped the job up ahead of schedule: *Họ đã hoàn thành công việc trước kế hoạch.* **2** ghi bàn thắng, cú đánh, v.v.. kết thúc hoặc chiến thắng; = ICE

wreck 1 *noun* xe hoặc phương tiện cũ khác; = HEAP, JALOPY **2** *noun* người kiệt sức hoặc phóng đãng **3** *verb* (*quầy bán đồ ăn trưa*) khuấy, chẳng hạn trứng

wrecked *adjective* (*ma túy*) rất say rượu hoặc phê ma túy

wreck 'em *noun* (*quầy bán đồ ăn trưa*) sự đặt món trứng khuấy (lòng đỏ và lòng trắng trộn lại với nhau và nấu) với bánh mì nướng

wrinkle *noun* **1** một ý tưởng, thiết bị, quan điểm, v.v.. đặc biệt mới mẻ • Here's a clever wrinkle for you. Nobody has ever tried this one: *Đây là một ý tưởng mới khôn khéo cho anh. Không ai đã từng thử cái này.* **2** một khuyết điểm hoặc vấn đề, đặc biệt khá nhỏ; = BUG • A wrinkle has developed in the Wilson proposal: *Một vấn đề nhỏ đã bộc lộ trong đề nghị của Wilson.*

Wrinkle City *noun* **1** da nhăn, như một dấu hiệu của tuổi tác • Women live with an unspoken fear of Wrinkle City: *Phụ nữ sống với nỗi sợ không nói thành lời về da nhăn.* **2** nơi mà người già thường sống

wrinkle-rod *noun* (*đặc biệt dân chơi xế độ*) tay quay của động cơ

Write if you get work or **WIYGW** *sentence* Tạm biệt, thỉnh thoảng gọi điện tôi nhé • CU. WIYGW: *Tạm biệt. Thỉnh thoảng gọi tôi.*

write the book *verb* là chuyên gia [thường dùng trong thì quá khứ] • Can she sing? Hell, she wrote the book: *Cô ấy có thể hát à? Trời đất, cô ấy từng là chuyên gia.*

write-up *noun* bài báo, tin tức, v.v.. được viết ra • I figure you have seen the write-ups: *Tôi nghĩ anh đã xem những bài báo được viết ra.*

wrong *adjective* bất hợp pháp; khả nghi; tội phạm

wrong gee *noun* (*đặc biệt thế giới ngầm*) người không thể tin; người xảo quyệt và tham nhũng

wrong number *noun* **1** khái niệm sai lầm **2** = WRONGO **3** một người không đáng tin cậy

wrongo or **wrong-o** *noun* **1** một người xấu; kẻ hung ác **2** người hoặc thứ không ai ưa; thành viên của xã hội đen • This whole business is a complete wrongo. Some-thing's fishy: *Toàn bộ công việc này hoàn toàn không ai ưa. Có gì đó mờ ám.* **3** điều gì sai hoặc không phù hợp; một lỗi, lời nói dối, phát biểu sai, v.v..

wrongo *adjective* **1** sai; nhầm • Wrongo, wrongo! You lose!: *Sai rồi, sai rồi! Anh thua!* **2** hay phạm lỗi; không có khả năng thích hợp

wrong side of the bed *xem* GOT UP ON THE WRONG SIDE OF THE BED

the **wrong side of the tracks** *noun* khu vực nghèo nàn của thành phố (bị coi là thấp kém về mặt xã hội) • I was born on the wrong side of the tracks: *Tôi được sinh ra tại khu ổ chuột của thành phố.*

the **wrong way** *xem* RUB someone THE WRONG WAY

wrote *xem* THAT'S ALL SHE WROTE

wuss or **wussy** *noun* một người yếu đuối và nhút nhát; = PUSSYCAT • [I] felt ashamed of myself for being such a little wuss: *Tôi thấy xấu hổ cho bản thân mình vì là một người yếu đuối nhút nhát như thế.*

wussie or **wossie** *noun* một người yếu đuối, nhút nhát và thụ động

Wusup? or **Wassup?** *interrog.* Có chuyện gì thế? • Hey, man! Wassup?: *Này, anh bạn! Có chuyện gì thế?*

X

X *noun* **chữ ký của một người** • Just put your X on this and we're in business: *Chỉ cần đặt chữ ký của anh lên đây và chúng ta hợp tác.*

x-double-minus *adjective* **rất tệ; rất kém**

X marks the spot *sentence* **Đây là nơi chính xác; Đây chính là nơi đó** • I pointed in the map and told her "X marks the pot": *Tôi chỉ bản đồ và bảo cô ta: "Đây là vị trí chính xác".*

x out *verb* **1** xóa cái gì khỏi một văn bản viết, đặc biệt bằng cách đặt dấu x lên **2** hủy cái gì

X-rated *adjective* **dâm dục; khiêu dâm;** = BLUE, DIRTY • He uttered a few well-chosen X-rated words: *Hắn đã thốt ra vài lời dâm dục được chọn lựa kỹ.*

XX *noun* **sự phản bội;** = DOUBLE CROSS • I know you gave me the XX: *Tao biết mày đã phản bội tao.*

Y

the Y *noun* một trong những tổ chức hoặc tiện ích thể thao, xã hội và giải trí dành cho những người trẻ tuổi, chẳng hạn YMCA, YMHA, YWCA

ya *pron.* anh; chị; mày • See ya!: *Hẹn gặp lại anh!* • She wants me to go with ya: *Cô ấy muốn tôi đi với chị.*

yak (biến thể: **yack** or **yack-yack** or **yack-yack-yack** or **yackety-yack** or **yackety-yak** or **yak-yak** or **yak-yak-yak** or **yakitty-yack** or **yackitty-yak** or **yock** or **yock-yock** or **yock-yock-yock** or **yok** or **yok-yok** or **yok-yok-yok** or **yuk** or **yuk-yuk** or **yuk-yuk-yuk**) **1** *noun* sự nói chuyện, đặc biệt nói chuyện phiếm; sự nói lảm nhảm **2** *verb* (biến thể: **yack it up** or **yak it up** or **yock it up** or **yuk it up**): The students were seated on the floor, still yocking away: *Các sinh viên đang ngồi trên sàn nhà, vẫn đang nói chuyện phiếm.* **3** *noun* sự cười lớn; tiếng cười ha hả **4** *verb* (biến thể: **yack it up** or **yak it up** or **yock it up** or **yuk it up**): former senator George McGovern, yukking it up with…Paul Volcker: *cựu thượng nghị sĩ George McGovern, đang cười ha hả với…Paul Volcker.*

yak it up *verb* nói không ngớt; nói nhiều • Why don't you all just yak it up while I get ready to give the talk?: *Tại sao các anh không nói chuyện huyên thuyên nữa trong khi tôi sẵn sàng có cuộc nói chuyện?*

yakky *adjective* thích nói; lắm mồm; ồn ào; ba hoa • He's a yakky old man, but I like him: *Ông ta là một ông già hay nói, nhưng tôi thích ông ta.*

Yale *xem* JOE YALE

yammer 1 *verb* nói chuyện lớn tiếng; = YAK • They were yammering away about taxes: *Họ đang nói chuyện lớn tiếng về thuế.* **2** *noun* He kept up his tedious yammer: *Hắn tiếp tục kiểu nói chuyện lớn tiếng dài dòng của mình.* **3** *verb* phàn nàn; = BITCH [từ tiếng Đức *Jammer* nghĩa là "sự than van, sự đau khổ]

yamp *noun* một cô gái hấp dẫn • "Dang. That Oriental yamp be scoping your bone zone": *"Chết tiệt. Cô gái phương Đông hấp dẫn đó đang nằm trong khu vực tranh chấp của cậu".*

yang *noun* dương vật; = YANG, WANG [từ nguồn gốc của đàn ông trong triết lý âm-dương của người Trung Hoa]

yank *verb* lừa đảo; đánh lừa; bắt nạt • The detective uses expressions like "You gotta be yankin' me": *Viên thám tử dùng những thành ngữ như " Anh phải đánh lừa tôi".*

yank or **Yank** *noun* **1** người Mỹ; công dân Mỹ **2** (*thế chiến I, Anh*) lính Mỹ • I don't care if you call me a yank. That's what I am: *Tôi không quan tâm nếu cậu gọi tôi là tên lính Mỹ. Tôi là như vậy chứ còn sao nữa.*

yank someone around *verb* quấy rầy và làm phiền ai liên tục; gây khó cho ai • Please stop yanking me around: *Xin đừng làm phiền tôi nữa.*

yank someone's chain or **pull someone's chain** *verb* quấy rầy ai; gây khó cho ai; = JERK someone's CHAIN • Stop yanking my chain, you twit!: *Đừng làm phiền tôi, đồ phá bĩnh!*

yank someone's crank *verb* chọc ghẹo một người đàn ông một cách gợi tình • Don't pay attention to her. She's just yanking your crank: *Không chú ý đến cô ta. Cô ấy chỉ chọc ghẹo anh thôi.*

yantsy *adjective* phấn khích; căng thẳng; = ANTSY

yap *noun* **1** cái miệng; cái mồm; = BAZOO • You would have to open your big yap and tell everything: *Cậu sẽ phải mở to miệng ra và kể mọi chuyện.* **2** chuyện không lô-gich; chuyện vô lý; chuyện tào lao • So what's your point with all this yap?: *Vậy ý của anh là gì sau khi nói vòng vo tam quốc vậy?* **3** (*xiếc hoặc lễ hội*) một cư dân địa phương cả tin và chất phác **4** người chất phát; người bị lừa **5** người ngu ngốc; = BOOB **6** (*người lang thang*) người nông thôn; = HICK, YOKEL **7** (*thế giới ngầm*) nạn nhân của một tên tội phạm; = MARK, PATSY

yap *verb* **1** nói không ngừng; nói chuyện phiếm hoặc mè nheo; = YAMMER • When women get together, we sometimes drink, often eat, and always yap: *Khi phụ nữ chúng tôi ngồi lại với nhau, chúng tôi thường ăn uống và luôn nói không ngừng.* **2** nôn; mửa • I think I'm going to yap!: *Tôi nghĩ tôi sắp nôn mất!*

YAP *noun* (*phát âm theo từng chữ riêng*) một người trẻ tuổi trong một ngành nghề đòi hỏi học vấn và được trả lương cao [từ Young American Professional]

Yarborough *noun* (*người chơi bài*) một xấp bài trong trò chơi bài bridge hoặc whist không có lá bài nào hơn 9 điểm

yard *noun* (*từ đầu những năm 1900, người bán hàng rong*) một trăm đô la; tờ một trăm đô la • Give me a yard and a half and take the bitch back: *Đưa tao một trăm năm mươi đô la và hãy đưa con khốn đó về.*

yard *verb* (*từ người da đen*) phản bội về tình dục; ngoại tình; = CHEAT • She told him she didn't like to yard on her man, who was living in New York: *Cô ta bảo anh ta rằng cô không thích ngoại tình với người đàn ông của mình, người đang sống ở New York.*

yard ape *xem* RUG APE

yardbird *noun* **1** tù nhân; người bị kết án tù **2** (*quân đội*) tân binh mới đến **3** (*quân đội*) một người lính do không có khả năng hoặc hạnh kiểm xấu nên bị biệt phái tới một khu vực cụ thể, và thường được lệnh giữ nó ngăn nắp • How many of you yardbirds would like to go home in one piece?: *Bao nhiêu người lính kém cỏi các anh muốn trở về nhà toàn vẹn (bình an vô sự) vậy?*

yard bull noun 1 cảnh sát, bảo vệ hoặc thám tử ngành đường sắt 2 (cũng là *yard hack*) cai ngục; = SCREW

yard dog noun người kinh tởm; người thô lỗ; người cọc cằn

yard goat or **yardpig** noun (*đường sắt*) đầu máy chuyển mạch

yard goose noun (*đường sắt*) người điều khiển ghi tàu trong ngành đường sắt

yard patrol noun 1 (*nhà tù*) tù nhân trong tù hoặc xà lim 2 (*nhà tù*) cai tù

yard rat noun tù nhân hung hăng khi ở trong sân tù • Sooner or later all new fish receive a "Heart Check" from the Yard Rats: *Chẳng sớm thì muộn, tất cả bọn mới đến đều nhận được một cuộc "kiểm tra về sự can đảm" từ bọn tù nhân hung hăng khi ở trong sân nhà tù (xem heart check).*

yardstick noun dương vật

yatata 1 noun sự nói chuyện, đặc biệt là sự nói chuyện phiếm; = YAK 2 verb mustn't yatata yatata yatata in the public library: *không được nói chuyện phiếm trong thư viện công cộng*

yatter noun sự nói chuyện, đặc biệt nói chuyện lớn tiếng; sự nói huyên thuyên; = YAK, YAMMER

yawner noun cuộc biểu diễn buồn tẻ, chán ngắt • It was a yawner from the opening curtain straight through to the end: *Đó là một cuộc biểu diễn chán ngắt từ lúc mở màn đến khi kết thúc.*

yea 1 adv (*từ những năm 1950, đặc biệt người da đen*) đến mức này; quá [một dạng trạng từ chỉ định được dùng với tính từ về kích cỡ, chiều cao, mức độ, v.v.. và thường đi kèm với một cử chỉ bằng tay biểu thị kích cỡ] • I'd say the fence is about yea high: *Tôi cho rằng hàng rào thì cao khoảng đến mức này.* 2 interj từ biểu thị sự ủng hộ, khuyến khích, chiến thắng, v.v..

yea big adjective khoảng khá to, khá lớn [kèm theo cử chỉ của bàn tay] • Oh, it was about yea big: *Ồ, nó khoảng to như thế này.*

yeah interj. vâng; được; ừ; có • LEFTY: Yeah? BRUNO: Yeah! I said yeah! Did you hear me say yeah? – LEFTY: *Vâng hả?* BRUNO: *Vâng! Tôi đã nói vâng rồi mà! Anh nghe tôi nói vâng không?*

yeah affirmation vâng; dạ; đúng; chắc chắc

Yeah, right! exclam. Vâng, đúng rồi! • Yeah, right! You were just going through my desh looking for a pencil: *Ừ, đúng rồi! Cậu chỉ đi qua bàn giấy của tôi tìm một cây bút chì.*

year noun (*thế giới ngầm*) một đô-la; tờ một đô-la

yearling noun (*West Point*) học viên trường sĩ quan năm hai; sinh viên năm hai

yecch or **yech** xem YUCK

Yec(c)h! exclam. Khủng khiếp!; Kinh tởm! • Oh, yech! What's that stuff?: *Ồ, khiếp quá! Cái thứ đó là gì thế?*

yegg noun 1 (*thế giới ngầm, người lang thang*) một tên tội phạm, đặc biệt là kẻ trộm bẻ khóa hay kẻ chuyên phá két 2 người đàn ông đáng ghét và ghê tởm

Ye gods! exclam. Ái chà!; Ối trời! • Ye gods! What is this stuff here?: *Ái chà! Cái thứ này là gì ở đây vậy?*

yell one's guts out xem YELL one's HEAD OFF

yell one's head off or **yell one's guts out** verb 1 la hét; quát tháo ầm ĩ và dai dẳng • Stop yelling your head off and listen to me: *Đừng có la hét lên nữa và hãy lắng nghe tôi.* 2 than phiền gay gắt và to; phàn nàn to tiếng và liên tục • I yell my guts out about tripe when I see tripe!: *Tôi than phiền về chuyện vớ vẩn khi tôi xem cuộc trình diễn tồi!*

yellow noun 1 tính nhút nhát; tính nhát gan [thường nằm trong cụm từ "yellow streak hoặc streak of yellow"] • I'm afraid he has a streak of yellow in him: *Tôi e là nó có tính nhút nhát.* 2 viên thuốc an thần mạnh (tên thương mại là Nembutal), thuốc làm dịu hệ thần kinh trung ương; thuốc an thần

yellow adjective 1 nhát gan; sợ hãi; = CHICKEN • Don't get into this race if you're yellow: *Đừng tham gia cuộc đua này nếu mày nhút nhát.* 2 có nước da màu sáng đối với một người da đen; chủng tộc hỗn hợp

yellow-bellied adjective nhát gan; nhút nhát; = YELLOW

yellow-belly noun một người nhát gan; người nhút nhát • He is a comtemptible yellow-belly, scared of his own shadow: *Hắn là kẻ nhát gan đáng khinh, sợ cả cái bóng của mình.*

yellow dog contract noun (*công đoàn, từ đầu những năm 1900*) hợp đồng lao động của một người lao động không cho phép tham gia công đoàn [yellow dog là từ phổ biến dành cho một người hoặc một thứ đáng khinh từ đầu thế kỷ 19]

yellowfish noun (*đặc biệt vùng bờ biển Thái Bình Dương*) người Trung Quốc nhập cư bất hợp pháp

yellow jacket noun (*ma túy*) thuốc an thần hoặc thuốc làm dịu hệ thần kinh trung ương, đặc biệt là Nembutal™

yellow sunshine noun (*ma túy*) LSD; = ACID

yelper noun tiếng còi hụ (kêu) to của xe cấp cứu hoặc xe cảnh sát • The black and white rounded the corner, yelper blasting: *Xe cảnh sát đi vòng quanh góc phố, tiếng còi kêu inh ỏi.*

yen noun sự thèm muốn mãnh liệt, đặc biệt là với ma túy; chứng nghiện

yen verb mê hoặc thèm, đặc biệt ma túy dữ dội [bắt nguồn từ Trung Quốc; ban đầu được áp dụng cho người sử dụng thuốc phiện] • I yenned to own a Roll Royce: *Tôi mê được sở hữu một chiếc Roll Royce.*

yenems noun tài sản, thuốc lá, rượu, v.v.. của ai • What's my favorite smoke? Yenems: *Điều thuốc yêu thích nhất của tôi là gì à? Thuốc lá.*

yen-shee noun (*ma túy*) thuốc phiện

yenta noun một người ba hoa; người thích chuyện tầm phào, thường là phụ nữ; = BLABBERMOUTH

yep or **yup** affirmative vâng; dạ; đúng; chắc chắn; = YEAH

yesca or **yesco** noun (*ma túy*) cần sa; = POT [bắt nguồn trực tiếp từ tiếng Tây Ban Nha *yesca* (bùi nhùi)]

yes-man noun một người cấp dưới nịnh bợ; = ASS-KISSER • This president doesn't want yes-men: *Vị tổng thống này không muốn những người cấp dưới nịnh bợ.*

Yid or **yid** noun một người Do Thái [không bị coi là xúc phạm nếu được nói bởi những người Do Thái]

yiddel or **yiddle** noun một người Do Thái

ying yang noun 1 hậu môn và/hoặc trực tràng; = ASS, ASSHOLE, WHERE THE SUN DOESN'T SHINE 2 dương vật; = PRICK 3 (*quân đội*) người ngu ngốc

yip verb nói chuyện theo kiểu nóng nảy, khăng khăng và gây phiền phức

yipe or **yipes** or **yikes** interj. (*đặc biệt thanh thiếu niên*) thán từ thể hiện sự mất tinh thần, sự sợ hãi, một phản ứng dứt khoát, v.v..

yippee! or **yippy!** interj. thán từ thể hiện sự vui thích, chấp nhận, chiến thắng, vv

yippie noun (*đặc biệt cuối những năm 1960*) thành viên của Đảng

yock quốc tế thanh niên, một nhóm cánh tả tán thành các giá trị của phong trào phản văn hóa những năm 1960 và đầu 1970

yock or **yok** noun tiếng cười; tiếng cười to • All right, all right, gentlemen, have your yocks, but then let's get down to work: *Được rồi, được rồi các quí ông, chúng ta đã cười rồi, bây giờ phải quay lại làm việc thôi.*

yock or **yok** verb cười; cười to • The crowd yocked. The crowd roared: *Đám đông cười òa lên. Đám đông la hét.*

yoke noun 1 sự cướp bằng vũ lực 2 sự bóp cổ [ban đầu là tiếng lóng quân đội được cảnh sát sử dụng]

yoke verb 1 cướp bằng vũ lực; = MUG 2 siết cổ • So Cub, a friend of mine who's still a very young teenager at the time, came up behind the man and yoked him: *Vậy là Cub, một người bạn của tôi vẫn còn rất trẻ vào lúc đó, đã đến sau lưng cảnh sát và siết cổ ông ta.*

yoked or **yolked** adjective vạm vỡ; cơ bắp to khỏe • That guy is really yoked. I wonder how much he works out: *Anh chàng đó thật sự vạm vỡ. Tôi tự hỏi anh ta phải luyện tập nhiều biết bao.*

yokel noun (*từ phương ngữ Anh*) một người chất phác, cả tin, vụng về, đặc biệt là người từ nông thôn; = HAYSEED, HICK

yoker noun kẻ cướp bằng vũ lực • In Washington, muggers are called "yokers": *Ở Washington, những kẻ đi cướp của được gọi là "yokers".*

yokes noun cơ bắp; cơ bắp vùng bụng • Look at the yokes on that broad: *Hãy nhìn cơ bắp vùng bụng trên người đàn bà kia.*

yold noun một nạn nhân khờ khạo; = SUCKER, PATSY

yonder *xem* DOWN YONDER

yo mama interj. (*từ người da đen*) đúng như anh nói • Not enough bread! Yo mama: *Không đủ bánh mì! Đúng như anh nói.*

you ain't said nothing dùng để thể hiện sự coi thường điều vừa được nói ra

You and what army? *xem* YOU AND WHO ELSE?

You and who else? or **You and what army?** interog. Anh và còn ai khác không? Ngoài anh ra còn ai đang đe dọa tôi? • You and what army are gonna yank my chain?: *Anh và còn ai khác nữa sẽ quấy rầy tôi không?*

You asked for it! exclam. Đây, anh xứng đáng được như thế! • So you want the full treatment? You asked for it!: *Vậy là anh muốn điều trị đầy đủ phải không? Thì đây, anh đáng được như thế!*

you bet (or **betcha**) affirmation (*từ những năm 1800, vùng tây nam*) vâng; đúng; chắc chắn; = BET YOUR BOOTS • You bet I'll be there!: *Chắc chắn tôi sẽ có mặt ở đó!*

You bet interj. Anh có thể chắc về điều đó • Are you going to the match? You bet (I am)!: *Anh có đi xem trận đấu không? Yên chí (là tôi sẽ đi)!*

You bet your boots! exclam. Anh có thể hoàn toàn chắc chắn! • Am I happy? You bet your boots!: *Tôi thì sung sướng phải không? Anh hoàn toàn chắc chắn điều đó!*

You bet your sweet life! exclam. Anh hoàn toàn đúng! • You bet your sweet life I am glad!: *Anh hoàn toàn đúng tôi rất vui sướng!*

You bet your patoot(ie)! exclam. Anh có thể hoàn toàn chắc chắn! • I'll be there! You bet your patoot!: *Tôi sẽ có mặt ở đó! Anh có thể hoàn toàn chắc chắn!*

You betcha! interj. Vâng!; Anh có thể chắc chắn điều đó! • Will I be there? You betcha!: *Tôi sẽ có mặt ở đó không? Anh có thể chắc chắn điều đó!*

You (or you'd) better believe something sentence Điều gì hoàn toàn chắc chắn; bạn hoàn toàn đúng • You'd better believe she's the best: *Bạn hoàn toàn đúng cô ấy là người giỏi nhất.*

You can say that again! exclam. Tôi hoàn toàn đồng ý! • You can say that again! You hit the nail right on the head: *Đồng ý! Anh đã đoán trúng rồi.*

You can't dance at two weddings sentence Anh không thể làm hai việc cùng một lúc • Either go to the beach with Tom or stay here with me. You can't dance at two weddings: *Hoặc đi ra biển với Tom hoặc ở lại đây với em. Anh không thể làm hai việc cùng một lúc được.*

You can't fight city hall sentence Anh không thể chống lại với chính trị gia hoặc các ông tai to mặt lớn • You can't fight city hall. Pay the parking ticket and forget it: *Anh không thể chống lại chính quyền được đâu. Hãy nộp tiền phạt đỗ xe và quên điều đó đi.*

You can't get there from here sentence 1 Anh không thể đến nơi đó được vì rất xa (trong vùng xa xôi hẻo lánh) 2 vấn đề được mô tả là không thể giải quyết được

You can't make an omelet without breaking eggs sentence kết quả biện minh cho hành động; đôi khi bạn phải làm điều xấu hoặc gây thiệt hại để đạt được điều tốt

you can't stop him, you can only hope contain him sentence dùng như một nhận xét hài hước về một người đạt thành tích cao [được phổ biến bởi Dan Patrick của ESPN]

You can't take it with you sentence Anh không thể mang theo của cải khi anh chết đi • Enjoy it now. You can't take it with you: *Hãy hưởng thụ bây giờ đi. Anh không thể mang theo được gì khi anh chết đâu.*

You can't win them all or **You can't win 'em all** sentence Không ai lúc nào cũng thành công; = WIN A FEW LOSE A FEW [thường được nói một cách rầu rĩ khi mình thất bại, và nói một cách thoải mái khi người khác thất bại] • Don't fret about it, Tom. You can't win them all: *Đừng lo về chuyện đó, Tom. Không ai lúc nào cũng thành công cả.*

You could have knocked me over with a feather sentence Tôi hoàn toàn ngạc nhiên • When I heard that David had gotten married. You could have knocked me over with a feather: *Khi tôi nghe David đã lập gia đình. Tôi vô cùng ngạc nhiên.*

you don't even know được dùng như một từ nhấn mạnh khi ngôn từ không đủ • We went cruising in her dad's Alfa Spider and you-don't-even-know: *Chúng tôi đã đi chơi biển trên chiếc Alfa Spider của bố cô ấy và bạn không biết đâu.*

You don't know the half of it sentence Mọi việc phức tạp nhiều hơn anh nghĩ; Anh không biết phần quan trọng nhất của chuyện đó • You think that's bad? You don't know the half of it: *Anh nghĩ điều đó tồi ư? Sự việc còn phức tạp nhiều hơn anh nghĩ.*

You get what you pay for or **YGWYPF** sentence Anh nhận bất cứ thứ gì có giá trị, thậm chí anh phải trả tiền cho cái đó • Yup, your machine crashes because it's junk. YGWYPF: *Vâng, máy của anh hư hỏng kêu to bởi vì nó quá cũ kỹ. Anh nhận cái gì anh phải trả tiền cho cái đó.*

you go *xem* THERE YOU GO

you go, girl! dùng như một lời khuyến khích hay cổ vũ • HOLLY: Well, I don't know, but I certainly didn't like his attitude and I'm going to think long and hard before I take him back. JANE: You go, girl! – *HOLLY: À, tớ không biết, nhưng dĩ nhiên tớ không thích thái độ của anh ta và tớ sẽ nghĩ kỹ trước khi đưa anh ta quay lại. JANE: Cố lên, cô gái!*

You got it! exclam. 1 Tôi đồng ý những gì anh yêu cầu!; Anh sẽ nhận được những gì anh muốn! • You want a cup of coffee? You got it!: *Anh muốn một tách cà phê phải không? Anh sẽ có nó ngay!* 2 Anh

You got that? *đúng đấy!* • That's the answer. You got it!: *Đó là câu trả lời. Anh đúng rồi!*

You got that? *interrog.* **Anh hiểu không?** • You are not to go into that room! You got that?: *Anh không đi vào phòng đó nhé! Anh hiểu không?*

You guys bitchin'? *interrog.* **Chào, anh khỏe không?** • Tsup? You guys bitchin'?: *Có chuyện gì thế? Anh khỏe không?*

You (had) better believe it! *exclam.* **Đó là thật (đúng) không cần hỏi! Anh nên tin thế!** • Yes, this is the best, and you had better believe it!: *Vâng, cái này là cái tốt nhất và đúng như thế!*

You had to be there or **YHTBT** *sentence* **Anh phải có mặt ở nơi đó để hiểu việc gì đã xảy ra hoặc việc gì đã được nói ở đó** • Yeah, it was funnier when I heard it. YHTBT: *Vâng, buồn cười hơn khi tôi nghe chuyện đó. Bạn phải ở nơi đó mới biết được.*

you have some explaining to do **dùng để đùa khi mà thực tế cần một số lời giải thích** • I'm sure he's got a lot of explaining to do: *Tôi chắc anh ta có nhiều điều cần giải thích.*

You heard the man *sentence* **Hãy làm những gì cảnh sát bảo anh** • You heard the man. Get over there and stand still: *Hãy làm như cảnh sát bảo. Lại đằng kia và đứng yên.*

You kiss your momma with that mouth? *xem* (DO) YOU EAT WITH THAT MOUTH?

you know **sử dụng như một sự tạm dừng trong lời nói để cho biết người nói biết người nghe đang nghe, hiểu và đồng ý** • Instead of using Cockney or Liverpool slang for humorous effect, narked, knickers-job and all that, he began using American hiplower-class slang, like, I mean, you know, baby, and a little late Madison Avenue: *Thay vì dùng tiếng lóng của người ở khu đông London hay Liverpool để có hiệu ứng hài hước, chọc tức và vv, hắn đã bắt đầu dùng tiếng lóng của tầng lớp cấp thấp ở Mỹ, giống như, ý tôi là, anh biết đấy, trẻ con, và một chút của đại lộ Madison.*

you-know-what *noun* **điều gì đó mà bạn không muốn nêu tên, thường vì nó quá rõ ràng hoặc cấm kỵ**; = WHATSIS

you like? **dùng như một phiên bản tiếng "bồi" mang tính hài hước của "do you like this?"** • Yeah, I get a discount on clothes and shit. You like?: *Đúng, tôi được giảm giá quần áo và thật chết tiệt. Anh có thích cái này không?*

You made my day or **YMMD** *sentence* **Cám ơn, anh đã làm tôi vui sướng hôm nay** • You are very kind. YMMD: *Anh rất tử tế. Anh làm tôi vui sướng hôm nay.*

You must have mistaken me for someone who gives a shit or **YMHMMFSWGAS** *sentence* **Chắc anh đã hiểu nhầm tôi với người nào đó quan tâm đến** • So you're unhappy. Why tell me. You must have mistaken me for someone who gives a shit: *Vậy là anh không vui vẻ. Tại sao nói cho tôi biết. Chắc anh đã hiểu nhầm tôi với một người nào đó.*

you name it *sentence* **bạn không thể chọn bất cứ gì không được bao gồm ở đây**; = the WHOLE SCHMEAR [từ câu nói trong ngành bán lẻ "you name it, we got it"]

youngblood or **young blood** *noun* **1 một người đàn ông trẻ, đặc biệt là một người đàn ông da đen trẻ và mạnh mẽ; được dùng như một thuật ngữ chỉ một người đàn ông trẻ**; = BLOOD, BROTHER • Youngbloods wanted to be like these brothers: *Những người đàn ông trẻ muốn được như những người anh em này.* **2 người mới đến ở một địa điểm** • We keep young bloods so busy they never have a chance to look out the window: *Chúng tôi bắt những người mới đến thật bận rộn để họ không bao giờ có cơ hội nhìn ra ngoài cửa sổ.*

young squirt *xem* SQUIRT

youngster *noun* (*Annapolis*) **học viên trường sĩ quan hải quân năm hai**

Young Turk *noun* **một thanh niên hay gây gổ; người nổi loạn hoặc cải cách** • The Young Turks are acting up again: *Bọn thanh niên hay gây gổ lại gây phiền hà nữa rồi.*

your ear *xem* PUT IT IN YOUR EAR

you're damn (darn) tootin' *affirmation* **điều đó hoàn toàn đúng; bạn hoàn toàn đúng** • Did I run? You're damn tootin' I did: *Tôi đã chạy à? Bạn hoàn toàn đúng tôi đã chạy.*

you're on drugs or **you must be high** *sentence* (**thanh thiếu niên**) **bạn điên rồi**

You're on your own or **YOYO** *sentence* **Anh sẽ không có sự giúp đỡ nếu anh tiếp tục** • That's my advice. Ignore it or you're on your own: *Đó là lời khuyên của tôi. Lờ đi điều đó hoặc anh tự làm một mình.*

you're right, you fox **dùng như lời chòng ghẹo khi cuối cùng ai đó cũng vấp váp trước một điều hiển nhiên**

You're the doctor *sentence* **Tôi sẽ làm bất cứ việc gì anh nói; Anh điều hành ở đây** • Put it over here. Okay, you're the doctor: *Hãy để cái đó lại đây. Vâng, Anh là người quyết định.*

You('re) the man! or **YTM** *exclam.* **Chúc mừng! Anh đã hoàn thành tốt công việc một cách thành công** [bây giờ thường dùng " *You da man!*"] • Good job, Fred. You the man!: *Công việc tốt lắm, Fred. Chúc mừng anh đã hoàn thành tốt công việc.*

Your guess is as good as mine *sentence* **Tôi cũng không biết** • I don't know. Your guess is as good as mine: *Tôi không biết. Tôi cũng mù tịt như anh thôi.*

Your mileage may vary or **YMMV** *sentence* **Anh có thể có một kinh nghiệm khác nhau hoặc những kết quả khác nhau** • It worked for me. Your mileage may vary: *Điều đó đã tác động đến tôi. Anh có thể có sự từng trải khác nhau.*

Your place or mine? *interrog.* **Chúng ta cần tiếp tục công việc ở nhà anh hay ở nhà tôi?** • Your place or mine? It doesn't matter: *Chỗ của anh hay chỗ của tôi? Điều đó không thành vấn đề.*

yours truly *noun* **tôi; bản thân tôi, người nói hoặc người viết**; = YOUR UNCLE DUDLEY [từ lời chào chia tay bình thường trong lá thư] • If it was up to yours truly, there wouldn't be any such problem: *Nếu tôi có nhiệm vụ đó, sẽ không có bất cứ vấn đề như thế.*

Your Uncle Dudley *noun* **bản thân; tôi**; = YOURS TRULY • If you want to know about that, just ask your uncle Dudley: *Nếu muốn biết về điều đó, chỉ cần hỏi bản thân cậu.*

you said it *affirmation* **bạn hoàn toàn đúng; đúng rồi đấy**

you scratch my back, I'll scratch yours *sentence* **thỏa thuận trao đổi; có đi có lại; bánh sáp đi, bánh quy lại** • The contract went to a friend of the chief accountant: it's (a case of) you scratch my back and I'll scratch yours: *Hợp đồng đã rơi vào tay một người bạn của kế toán trưởng: đó là (một trường hợp) có đi có lại.*

You've got another think coming *sentence* **Anh đã làm một sự sai lầm. Hãy nghĩ lại đi** • If you think I'm going to let you get away with that, you've got another think coming: *Nếu anh nghĩ tôi sẽ để anh thoát khỏi sự trừng phạt đó. Anh hãy suy nghĩ lại đi.*

You want a piece of me? *interrog.* **Anh muốn đánh lộn với tôi không?** • Come on, Wussy. You want a piece of me?: *Lên đi nào, thằng nhát gan. Mày có muốn đánh lộn với tao không?*

You want to step outside? *interrog.* **Anh có ý định bắt đầu một trận**

đánh không?; Chúng ta cần ra ngoài đánh nhau không? • You want to step outside? We can settle this once and for all: Mày muốn ra ngoài đánh nhau không? Chúng ta có thể giải quyết một lần cuối cùng này.

You wish! *xem* (DON'T) YOU WISH

yo-yo *noun* **1 người do dự; người không có niềm tin vững chắc 2** (*từ thanh thiếu niên*) **một tên ngốc và đáng ghét;** = JERK, NERD • I'll bet you're a real yo-yo: *Tôi sẽ đánh cá anh là một tên ngốc thực sự.*

yo-yo *verb* **1 thực hiện một chiến thuật trong trận đánh trên không tương tự như chạy trên đường sắt hẹp, lồi lõm và có nhiều khúc quanh gấp** • After a few minutes of yo-yoing up and down I was able to keep the machine about where the IP wanted it: *Sau vài phút thực hiện chiến thuật yo-yo lên xuống, tôi đã có thể duy trì cỗ máy về nơi IP muốn.* **2 do dự; dao động** • Stop yo-yoing and make up your mind: *Ngưng do dự và quyết định đi.*

yo-yo *adjective* **ngu ngốc; đần độn**

yuck or **yuk** *noun* **1 tiếng cười 2 một tên ngốc 3 người nào hoặc cái gì gây ra sự ghê tởm, khó chịu** • I don't want any of that yuck on my plate!: *Tôi không muốn bất cứ cái thứ ghê tởm đó trên đĩa của tôi.* **4 chuyện đùa; trò đùa** • Come on! Chill out! It was just a yuck: *Nào! Bình tĩnh đi! Đó chỉ là một chuyện đùa thôi.*

yuck or **yuk!** *exclam.* **khiếp!; kinh khủng!** [*thường dùng* Yuck!] • Oh, yuck! Get that horrible thing out of here!: *Ồ, khiếp! Đem vật kinh khủng đó ra khỏi đây!*

yuck it up or **yuk it up** *verb* **cư xử một cách ngu ngốc; lãng phí thời gian**

Yucko City *adjective* **ghê tởm; đáng ghét; khó chịu;** = YUCKY

yucky or **yukky** or **yukkie** or **yecchy** *adjective* **đáng ghê tởm** • Okay. I have the yuckiest taste in my mouth from those taquitos: *Được rồi. Tôi có cái vị ghê tởm nhất trong miệng từ món taquito này.* • He looked at me like I was something yecchy: *Ông ta nhìn tôi như thể tôi là thứ gì đó đáng ghê tởm.*

yuk *xem* YAK

yummy *adjective* **1 ngon tuyệt; thơm tho; dễ chịu** • This pizza is really yummy: *Cái bánh pizza này thật ngon.* **2 đẹp; thú vị** • Who is that yummy blonde?: *Cô gái tóc vàng xinh đẹp kia là ai vậy?*

Yumpie *noun* = YUPPIE

yum-yum *noun* **thứ gì ngọt ngào hoặc dễ chịu, đặc biệt để ăn**

yum-yum *interj* **thán từ thể hiện sự dễ chịu, đặc biệt về sự khoái cảm**

yup *noun* **người trẻ tuổi kiếm được nhiều tiền (young upwardly mobile professional: chuyên gia trẻ có triển vọng)** • Both writers are accredited Yups: Piesman, 32, is a lawyer, and Hartley, 38, is an editor: *Cả hai người viết đều là những người trẻ tuổi kiếm được nhiều tiền được thừa nhận: Piesman, 32 tuổi, là luật sư, còn Harley, 38, là biên tập viên.*

yup or **yep** *interj.* **vâng; dạ** • Is this a painting by Picasso? Yup, it is: *Đây có phải là bức tranh của Picasso không? Dạ, phải.*

yuppie or **yuppy** *noun* **một cá nhân được xếp loại về mặt xã hội là chuyên gia trẻ tuổi có triển vọng**

yuppie scum *noun* **một chuyên gia trẻ ngạo mạn** [*tính ngữ được ưa chuộng vào những năm 1980*]

yuppy *xem* YUPPIE

yupster *noun* **một chuyên gia trẻ tuổi có triển vọng** [*một biến thể của* Yuppie]

Z

Z¹ *xem* FROM A TO Z

Z² or **Zee 1** *verb* (*thanh thiếu niên*) ngủ; ngủ một giấc ngắn; = COP ZS **2** *noun* giấc ngủ; giấc chợp mắt • If he wants a few zees we can go on automatic: *Nếu ông ấy muốn ngủ một chút, chúng ta có thể dựa vào hệ thống chạy tự động.*

Z³ *noun* **1** người bơ vơ; người bị khinh thường **2** (*ma túy*) một ao-xơ ma túy

za *noun* (*thanh thiếu niên*) bánh pizza • I'm gonna spring for some za: *Tôi sẽ thết đãi một ít bánh pizza.*

zaftig *xem* ZOFTIG

zagged *adjective* **say rượu**

zap *noun* **1** một cú sốc điện • 'Cause when the good doctors get through givin' you the zap, you won't know where the hell you are: *Bởi vì khi vị bác sĩ tốt bụng đó quyết định cho anh một cú sốc điện, anh sẽ không biết mình đang ở chỗ quái nào.* **2** sức mạnh; = PIZZAZZ, ZIP

zap *verb* **1** (*thế giới ngầm, quân đội, chiến tranh Việt Nam*) giết ai hoặc vô hiệu hóa; tấn công dữ dội; = CLOBBER, WASTE • "I hate like hell to see the ground troops got zapped": *"Tôi cực ghét nhìn thấy lính bị giết trên chiến trường".* **2** (*bệnh viện*) sốc điện ai; thực hiện liệu pháp chữa bệnh bằng sốc điện với ai **3** áp đảo ai **4** di chuyển nhanh chóng • As soon as the first bullet comes your way, your head is zapped into what I can only describe as another dimension: *Ngay khi viên đạn đầu tiên bay về phía bạn, đầu bạn đã di chuyển nhanh vào những gì tôi chỉ có thể mô tả là một hướng khác.* **5** quan hệ tình dục **6** trao tặng; cho **7** đun nóng thứ gì đó trong lò vi ba • We need to zap this, quick!: *Chúng ta cần đun nóng thứ này trong lò vi ba, nhanh lên!* **8** trao cho sinh viên trong trường đại học một thông báo về việc thiếu hụt học phần **9** làm choáng ai; làm kinh hoảng ai • That fake snake zapped me for a minute: *Con rắn giả đó làm tôi kinh hoảng một lát.* **10** gây ấn tượng với ai • My big idea really zapped the boss: *Ý tưởng trọng đại của tôi thật sự gây ấn tượng với ông chủ.* **11** làm sửng sốt hoặc sửng sờ ai • He zapped me with a water gun: *Nó làm tôi sửng sốt với một cây súng nước.* **12** đánh bại ai hoặc một đội (nhóm) • Willy zapped Britney in the spelling bee: *Willy đánh bại Britney trong cuộc thi chính tả.*

zap! *exclam.* thán từ mô phỏng sự va chạm đột ngột bất ngờ; = WHAM: **Ôi chao! Chà!** [*thường dùng Zap!*] • He said, "Zap!" indicating that he really liked the present, I guess: *Nó nói "Ôi chao!" cho biết là nó thật sự thích món quà, tôi đoán thế.*

zapped *adjective* **1** say rượu hoặc say ma túy **2** kích thích hoặc gây thích thú **3** mệt; mệt đừ; kiệt sức • I'm too zapped to go on: *Tôi quá mệt để tiếp tục.*

zappy *adjective* mạnh mẽ; mãnh liệt; đầy năng lượng; năng nổ; = PUNCHY, ZINGY • That music is a little too zappy for me: *Bản nhạc đó thì hơi quá mạnh mẽ với tôi.*

zazz *modifier* liên quan tới thế giới thời trang cao cấp hoặc sôi nổi

zazz something **up** *verb* làm cái gì trong đẹp mắt và gây ấn tượng mạnh hơn; = GUSSY UP, JAZZ UP

zebra *noun* **1** (*thể thao*) trọng tài hoặc quan chức thể thao khác, người mặc áo sọc trên sân bóng • The zebra was gonna get killed if he didn't open his eyes: *Trọng tài sẽ bị giết chết nếu ông ta không mở mắt (nghĩa là không thấy được điểm sai lầm của cầu thủ).* **2** (*bệnh viện*) sự chẩn đoán mơ hồ hoặc không chắc đúng

Zelda *noun* **1** một nữ sinh trung học là người lạc lõng về mặt xã hội **2** một người phụ nữ ngu đần và xấu xí • Tell the Zelda to hold her tongue: *Hãy bảo người đàn bà ngu đần và xấu xí ấy câm mồm lại.* **3** (*thanh thiếu niên từ những năm 1950*) một phụ nữ không đáng chú ý; phụ nữ bình thường • If you don't know the girl's name, she's a Zelda: *Nếu bạn không biết tên cô gái, thế thì cô ta là một phụ nữ bình thường.*

zerk *noun* người ngu đần; người đần độn • You are such a classic zerk!: *Cậu đúng là một thằng ngu điển hình!*

zerking *adjective* **1** (*thanh thiếu niên*) cư xử theo kiểu lạ lùng; lập dị; = GOOFY, WACKY **2** lạ; không quen biết • Who is that zerking nerd over there?: *Cái gã khờ khạo không quen biết đằng kia là ai vậy?*

zero *noun* **1** người đánh bạc mà thua kinh niên **2** người tầm thường; người không tên tuổi • He was just a zero before he met her: *Trước khi gặp cô ấy, anh ta chỉ là một người không tên tuổi.*

zero cool *adjective* (*sinh viên*) cực kỳ am hiểu, cập nhật, thoải mái, v.v..; = COOL

zero hour *noun* (*quân đội, thế chiến I*) thời điểm chính xác được ấn định cho một sự kiện, chẳng hạn như một cuộc tấn công, lên tàu, v.v..

zero in *verb* nhắm vào hoặc tập trung vào một người, một thứ cụ thể, v.v..; chọn ra • We're trying to zero in on the problem: *Chúng tôi đang cố tập trung vào vấn đề.*

zetz *noun* một cú đánh; cú đấm • He received a severe zetz on the head: *Anh ta bị một cú đấm mạnh vào đầu.*

zhlub *noun* (cũng là **schlub** or **shlub** or **shlubbo** or **zhlob** or **zshlub**) **1** người thô lỗ; người quê mùa; = JERK, SLOB **2** người không may • "What's the matter, they can't find the guy who did it so they're picking on this poor zhlub again?": *"Chuyện gì vậy, họ không thể tìm thấy kẻ gây ra chuyện này vậy nên họ tóm đại anh chàng không may tội nghiệp này lần nữa ư?"*

zhlubby *adjective* **chán ngắt, buồn tẻ; ngốc nghếch, thô lỗ; quê mùa**
- I can't sit through this zhlubby thing one more minute: *Tôi không thể ngồi suốt buổi với cái thứ chán ngắt này thêm một phút nào nữa.*

zig or **zigabo** or **zigaboo** *noun xem* JIGABOO

ziggerboo *noun* **một người lập dị hoặc một người điên**

zig-zig *xem* JIG-JIG

zilch *noun* **1 không gì cả; không;** = ZIP • I have absolutely zilch in the bank, and I'm already accepted: *Tôi hoàn toàn không có gì cả ở ngân hàng và tôi đã chấp nhận.* **2** *modifier:* York has close to zilch industry: *York đã đóng cửa ngành kinh doanh không tăng trưởng gì.* **3** (*đặc biệt thanh thiếu niên*) = STORCH **4** (*thanh thiếu niên*) **sự tổn thương nhỏ trên da;** = ZIT **5 một người lạc lõng về mặt xã hội**

zillion *xem* JILLION

zillionaire *noun* **một người siêu giàu**

zing *noun* **năng lượng; sức mạnh; sức sống;** = OOMPH, PEP, PIZZAZZ, ZIP • You need more zing if you want to work at heavy labor: *Anh cần phải có sức mạnh hơn nếu anh muốn làm lao động nặng.*

zing *verb* **1 làm tổn thương; làm bị thương** • What happened was, one of the reporters had a fight with one of the cops. Now he wants to zing him: *Điều đã xảy ra là, một trong những phóng viên đã đánh nhau với một cảnh sát. Lúc này anh ta muốn gây tổn thương cho tay cảnh sát.* **2** (*cũng là* **zing along**) **đi nhanh chóng; di chuyển nhanh và mạnh;** = ZIP **3 làm cái gì xuyên qua; bắn cái gì; quẳng vào; ném vào, đặc biệt một cách mạnh mẽ và nhanh chóng** • The kid zinged a paper clip into the wall: *Đứa bé bắn một cái kẹp giấy vào tường.* **4 công kích; tấn công ai bằng lời nói, đặc biệt với sự hài hước chua cay** • She zinged him with another clever remark: *Cô ta tấn công anh ta với thêm một lời nhận xét khéo léo nữa.*

zinger *noun* **1 vết thương bề mặt** • I got one little zinger up my back, nothing serious, just a grazing wound: *Tôi có một vết thương nhỏ sau lưng, không có gì nghiêm trọng, chỉ là một vết xước thôi.* **2 điểm nút của câu chuyện cười; lời quyết định 3 một kết cục được sắp đặt cho một cuộc thi đấu 4 một bất ngờ, diễn biến bất ngờ hoặc khó xử của các sự kiện** • Of course, he has a couple of zingers in there which we'll have to work around: *Dĩ nhiên, anh ta có vài diễn biến bất ngờ mà chúng tôi sẽ phải xử lý.* **5 một ví dụ tốt một cách khác thường của điều gì đó** • I'm gonna crack off a zinger this afternoon: *Tôi sẽ nói về một ví dụ tốt khác thường trưa nay.* **6 một phụ nữ rất quyến rũ 7 cái gì đó tốt đẹp** • What a zinger of a hat!: *Cái mũ đẹp làm sao!* **8 lời nhận xét chua chát; lời châm biếm hơi độc ác và hung hăng** • She got off another zinger at her brother: *Cô ta ngừng bàn thêm lời nhận xét chua cay ở ông anh của mình.* **9 sự phản ứng nhanh và sắc bén; sự đáp trả chắc chắn**

zingy *adjective* **kích động; mạnh mẽ; đầy năng lượng;** = PEPPY, ZIPPY

zip *noun* **1 một tay tội phạm người Ý hoặc Sicily được đưa đến Mỹ vì mục đích phạm tội, đặc biệt là giết người 2 Việt Cộng; một người Việt Nam; bất cứ người nào ở Nam Á;** = DINK **3 sức mạnh; sự gan dạ; sự hăng hái** • At 40, he was in his prime and full of zig: *Ở tuổi 40, ông ta đang trong thời kỳ thật sung sức.* **4 không; không có gì cả; số không;** = ZILCH • The Tigers won 12-zip: *Đội Tigers thắng 12-0.* **5** (*sinh viên*) **điểm không; điểm thấp nhất** • Well, you got zip on the last test. Sorry about that: *Ôi, cậu được điểm không ở bài kiểm tra vừa qua. Thật đáng tiếc về điều đó.* **6 người vô dụng; người không ra gì**

zip *verb* **di chuyển nhanh chóng** • A few cars zipped by: *Vài chiếc xe ô tô chạy vèo qua.*

zip along *verb* **di chuyển nhanh** • Days are zipping along, and we're all getting lots done: *Những ngày đi qua rất nhanh và tất cả chúng tôi làm được nhiều việc.*

zip gun or **zipper gun** *noun* (*đặc biệt những năm 1950, băng nhóm đường phố*) **súng tự chế, giá rẻ, thường bao gồm một cái ống, một báng súng, và thiết bị mồi lửa thô sơ**

zip it *verb* **ngừng nói** [từ hình ảnh cài miệng bạn lại bằng khóa kéo]

Zip it up! *xem* ZIP (UP) YOUR LIP!

zip one's lip (or **one's mouth**) *verb* **ngừng nói, đặc biệt một cách đột ngột;** = SHUT UP • She ordered me to zip my lip: *Cô ta ra lệnh cho tôi ngừng nói.*

Zip (up) your lip! or **Zip it up!** *exclam.* **Im lặng!; Câm miệng!** • Schhhh! Zip up your lip!: *Xuýt! Câm miệng!*

zipper head *noun* **người đàn ông tóc rẽ đường ngôi giữa**

zippo *noun* **1 người vô dụng** [một dạng thêm thắt của zip] **2 nghị lực; sinh lực** • I never have any zippo when I wake up early: *Tôi không bao giờ thấy có sinh lực gì hết khi tôi tỉnh dậy sớm.* **3 súng phun lửa gắn trên xe tăng** [ám chỉ loại bật lửa có thương hiệu]

zippo *verb* (*quân đội*) **châm lửa và đốt cái gì đó** [ám chỉ loại bật lửa có thương hiệu] • "Okay, Zippo the joint." Nobody reacts. He walks to the closest hut, takes a cigarette lighter from his pocket and snaps the lid open: *"Được rồi, châm lửa đốt thuốc đi". Không ai phản ứng. Anh ta đến chiếc lều gần nhất, lấy bật lửa trong túi ra và bật nắp.*

zippy *adjective* **mạnh mẽ; đầy sức sống; sôi nổi; hoạt động; tích cực;** = PEPPY, ZINGY • This is a real zippy number: *Đây là một người thật sôi nổi.*

zit *noun* **1 mụn trứng cá 2** (*đặc biệt thanh thiếu niên*) **một tổn thương nhỏ trên da; nốt ruồi 3** (*đặc biệt thanh thiếu niên*) **dấu vết để lại do cắn yêu, một nụ hôn nhẹ, v.v..;** = HICKEY • She tried to conceal the big zit on her neck: *Cô ta cố che dấu vết cắn yêu thật to trên cổ của mình.*

zit doctor *noun* **bác sĩ chuyên khoa da liễu**

zits *xem* TITS-AND-ZITS

zitsflaish *noun* **lòng kiên nhẫn** [thường dùng trong câu phủ định] • She's got no zitsflaish: *Cô ấy không có lòng kiên nhẫn.*

zizz **1** *verb* (*từ những năm 1920, quân đội, Anh*) **ngủ; ngủ một giấc ngắn;** = COP ZS **2** *noun* She stretched out for a short zizz: *Cô ta duỗi người để ngủ một chút.*

zizzy *noun* (*quân đội, thế chiến II, Anh*) **giấc ngủ**

zizzy *adjective* **vui mắt; lòe loẹt; rỗng tuếch**

zod *noun* **1 người lập dị;** = CREEP, NERD **2 người hoặc cái gì ghê tởm 3 người siêng năng; người chăm chỉ** • She opened the door quietly so as not to disturb the zods: *Cô ấy mở cửa thật êm để khỏi náo động những người chăm chỉ học.*

zod *adjective* **lập dị** • Yuck, what a weird and zod idea: *Khiếp, thật là một ý tưởng lập dị và kỳ quái.*

zoftig or **zaftig** *adjective* **hấp dẫn về mặt tình dục hoặc gợi tình với nam giới, đặc biệt theo kiểu đầy đà; tròn trịa**

zoid *noun* **người lập dị; người không thích nghi với ngoại cảnh**

zombie *noun* **1 một người tẻ nhạt, không có cá tính** [bắt nguồn từ niềm tin của một số tín ngưỡng của người Tây Phi rằng xác chết có thể sống lại để đi trên trái đất mà không cần linh hồn] **2** (*sinh viên*) **một người rất lạ lùng, đặc biệt người với kiểu đờ đẫn như xác chết 3 một người lãnh đạm; một người tê liệt về tinh thần hoặc người chết** • My students are all zombies this term: *Học kỳ này các sinh viên của tôi đều là những người lãnh đạm.* **4 người kỳ quặc và sợ hãi** • Martin is practically a zombie. Doesn't he ever go out—in the

zone¹ *xem* IN A ZONE, OZONE

zone² or **zoner** *noun* (*ma túy*) một người phê ma túy, đặc biệt thường như vậy; = SPACE CADET

the Zone *noun* một khu vực trái đạo đức trong khu thương mại Boston, bị thống trị bởi các cửa hàng sex, quán bar và những kẻ bán ma túy [rút gọn của "combat zone"]

zoned or **zoned out** *adjective* **1** mất tinh thần • "You're zoned out," said Adam from behind his face: *"Anh bị mất tinh thần rồi,"* Adam *nói từ phía sau.* **2** say rượu hoặc say ma túy **3** mệt nhoài; kiệt sức • After the game, the whole team was zoned out: *Sau trận đấu, toàn đội mệt rã rời.*

zone out or **zone off** or **zone** *verb* mất tinh thần hoặc mất ý thức, với sự trợ giúp của ma túy hoặc không • I'm zonin' off on one joint: *Tôi đang mất tinh thần ở một nhà tù.*

zonk *verb* **1** đánh một cú gây choáng; = CLOBBER **2** (cũng là **zonk out**) ngủ thiếp đi, đặc biệt là do tác dụng của ma túy hoặc rượu **3** say **4** áp đảo; chế ngự ai hoặc cái gì • We zonked the dog with a kick: *Chúng tôi chế ngự con chó với một cú đá.* **5** làm cho ai mệt nhoài • The pills zonked me, but they made my cold better: *Những viên thuốc làm cho tôi mệt nhoài, nhưng chúng chữa cho bệnh cảm lạnh của tôi tốt hơn.*

zonk out *verb* ngã quỵ xuống vì kiệt sức; lâm vào tình trạng ngẩn ngơ vì say ma túy hoặc kiệt sức; đi ngủ • I'm gonna go home and zonked out: *Tôi sẽ đi về nhà và đi ngủ.*

zonke someone out *verb* **1** làm cho ai mệt mỏi hoặc kiệt sức • All the work zonked him out: *Tất cả công việc đã làm cho nó mệt lử.* **2** gây cho ai trở nên say xỉn

zonked (out) or **zounked (out)** or **zonkers** *adjective* **1** phê ma túy, đặc biệt là cần sa; say rượu; = HIGH, STONED **2** rất nhiệt tình; phấn khích; = HIGH **3** kiệt sức; ngủ • At 4 A.M., I just blinked. Man, I was zonked: *Vào lúc 4 giờ sáng, tôi mới nhắm mắt được. Anh bạn, tôi kiệt sức rồi.*

zonker *noun* **1** người nghiện rượu **2** người hút thuốc cần sa

zonkers *noun* ngực phụ nữ

zoo *noun* (*đường sắt*) toa dành riêng cho người bảo vệ tàu của một tàu chở hàng

zoo daddy *noun* một ông bố đã ly dị hoặc ly thân ít khi đến thăm con; = DISNEYLAND DADDY

zooie or **zooey** *adjective* **1** giống sở thú; man rợ **2** rối rắm và hỗn loạn • I can't get anything done in this zooey place: *Tôi không thể làm bất cứ cái gì ở cái nơi hỗn độn này.*

zoom *verb* **1** (*ngành hàng không*) di chuyển nhanh chóng • We were zooming past Cleveland Avenue, and I brightened a little: *Chúng tôi đang di chuyển nhanh qua đại lộ Cleveland, và tôi thấy vui hơn một chút.* **2** dụ dỗ ai đó phạm tội mà mặt khác họ không thích muốn làm • But she told me you zoomed her: *Nhưng cô ấy nói với tôi anh dụ dỗ cô ta phạm tội.* **3** vào một nơi nào đó mà không trả tiền • Both of them zoomed the circus, and both of them got arrested: *Hai đứa trong bọn chúng đã vào trong gánh xiếc không trả tiền và cả hai đều bị bắt.*

zoom buggy *noun* (*thanh thiếu niên*) xe ô tô, đặc biệt một chiếc xe chạy nhanh

zoomers *noun* ngực phụ nữ

zoom in (on someone/something) *verb* tập trung vào ai hoặc cái gì • Let's zoom in on the question of salary: *Chúng ta hãy tập trung vào vấn đề của tiền lương.*

zoom out *verb* không tự chủ được; mất bình tĩnh • I nearly zoomed out when I got the news: *Tôi gần như mất bình tĩnh khi tôi nhận được tin.*

zoom someone out *verb* (*người da đen*) gây ấn tượng với ai; = BLOW someone's MIND • This whole business zoomed out my boss: *Toàn bộ công việc này đã gây ấn tượng với ông chủ tôi.*

zooms *noun* ngực phụ nữ

zoomy *adjective* nhanh và hợp thời trang; nhiều tham vọng; lòe loẹt và phô trương

zoot *noun* bộ quần áo dút (áo dài tới đầu gối, quần hẹp)

zooted or **zooted up** *adjective* **1** phê thuốc; say ma túy **2** say rượu

zootied *adjective* say rượu; say ma túy

zoot suit *noun* (*đặc biệt những năm 1930 va 1940*) bộ quần áo dút [trang phục này được mặc như biểu tượng của địa vị và thách thức, đặc biệt bởi dân hippie da đen đô thị và người Chicano ở Los Angeles]

zoot suiter *noun* (*đặc biệt những năm 1930 và 1940*) một người đàn ông, đặc biệt một người da đen hippie trẻ tuổi hoặc Chicano, mặc bộ quần áo dút

zoot up *verb* mặc bộ đồ dút và đeo các phụ kiện

zot *noun* (*sinh viên*) con số không; không gì cả; = ZILCH, ZIP • I went out to get the mail, but there was zot: *Tôi đi ra ngoài để nhận thư, nhưng không có gì cả.*

zotz *noun* một vụ giết người có kế hoạch; một vụ ám sát

zotz *verb* giết ai • Max threatened to zotz Veronica if she didn't straighten up: *Max dọa sẽ giết Veronica nếu cô ấy không cư xử đứng đắn.*

zotzed *adjective* say rượu hoặc phê thuốc

zowie *noun* sức sống; sinh lực; năng lượng; = ZING, ZIP • "Charlie is still full of zip and zowie!": *"Charlie vẫn tràn trề sinh lực và sức sống!"*

zowie! *interj* Ôi chao! Chà [thường dùng **Zowie!**] • Zowie! They just pulled Mr. Gutman out of the river: *Chà! Họ vừa mới kéo ông Gutman lên khỏi dòng sông.*

some Zs *noun* giấc ngủ; = SHUT-EYE • He was bleary and needed some Zs: *Nó đã lờ đờ và cần ngủ.*

zshlub *xem* ZHLUB

zuch *noun* (*thế giới ngầm*) kẻ chỉ điểm; = STOOL PIGEON

zunked *adjective* say rượu; say ma túy